சோழர்கள்

[நூற்றுக்கும் மேற்பட்ட படங்கள் கொண்டது]

புத்தகம் 1

பேராசிரியர்

கே.ஏ.நீலகண்ட சாஸ்திரி

தமிழாக்கம் :

கே.வி.ராமன்

இந்தியன் கவுன்ஸில் ஆப் ஹிஸ்டாரிகல் ரிசர்ச்

புது தில்லி

&

நியூ செஞ்சுரி புக் ஹவுஸ் (பி) லிட்.,

41-பி, சிட்கோ இண்டஸ்டிரியல் எஸ்டேட்,

அம்பத்தூர், சென்னை- 600 050.

☎: 044 - 26251968, 26258410, 48601884

Language : Tamil

The c̄holas

Author: **Prof. K.A. Nilakanta Shastri**

Tamil Translation: **K.V. Raman**

First Edition: November, 1989

Eleventh Edition: November, 2022

Twelfth Edition: December, 2025

Copyright: Indian Council of Historical Research

No. of pages: Book I - xxiv + Pictures 40 + 608 = 672

Book II-ii + 566 (609 → 1174) = 568

Publisher:

New Century Book House Pvt. Ltd.,

41-B, SIDCO Industrial Estate,

Ambattur, Chennai - 600 050.

Tamilnadu State, India.

Email: info@ncbh.in

Online: www.ncbhpublisher.in

ISBN: 978 - 81 - 2341 - 165 - 1

Code No. A 375

₹ 1500/-

(இரண்டு புத்தகமும் சேர்த்து)

Branches

Ambattur 044 - 26359906 **Spenzer Plaza (Chennai)** 044-28490027 **Tiruchirappalli** 0431-2700885 **Pudukkottai** 04322-227773 **Thanjavur** 04362-231371 **Tirunelveli** 0462-4210990, 2323990 **Madurai** 0452-4374106 **Dindigul** 0451-2432172 **Coimbatore** 0422-2380554 **Erode** 0424-2256667 **Salem** 0427-2450817 **Hosur** 04344-245726 **Krishnagiri** 04343-234387 **Udhagamandalam** 0423-2441743 **Vellore** 0416-2234495 **Villupuram** 04146-227800 **Puducherry** 0413-2280101 **Nagercoil** 04652-234990

சோழர்கள்

ஆசிரியர்: **பேராசிரியர் கே.ஏ. நீலகண்ட சாஸ்திரி**

தமிழாக்கம்: **கே.வி. ராமன்**

முதல் பதிப்பு: நவம்பர், 1989

பதினொன்றாம் பதிப்பு: நவம்பர், 2022

பன்னிரண்டாம் பதிப்பு: டிசம்பர், 2025

அச்சிட்டோர்: **பாவை பிரிண்டர்ஸ் (பி) லிட்.,**

16 (142), ஜானி ஜான் கான் சாலை, இராயப்பேட்டை, சென்னை - 14

☎: 044-28482441

All rights reserved. No part of this book may be reprinted or reproduced or utilised in any form or by any electronic, mechanical, or other means, now known or hereafter invented, including photocopying and recording, or in any information storage or retrieval system, without permission in writing from the publishers.

மூல ஆசிரியரின் இரண்டாம் பதிப்பின் முகவுரை

இந்த நூல் பல ஆண்டுகளாகக் கிடைக்காமல் இருந்தது. இரண்டாம் பதிப்பை அச்சிடுவதற்குத் திருத்தங்கள் செய்து தரும்படி, சென்னைப் பல்கலைக்கழகத் துணைவேந்தரும் ஆட்சிக் குழுவினரும் என்னைக் கேட்டுக்கொண்டனர். அதற்கு நான் அவர்களுக்கு நன்றியுடையவனாக இருக்கிறேன். முதற் பதிப்பு, இரண்டு தொகுதிகளாக 1935-லும் 1937-லும் வெளிவந்தது. வெளியிடப்படாத கல்வெட்டுகளும் தேர்ந்தெடுக்கப்பட்ட சில கல்வெட்டுகளின் சுருக்கங்களும் பிற்சேர்க்கையாக அத்தொகுதிகளில் கொடுக்கப்பட்டன. பக்கங்களை ஓரளவிற்கு மிச்சப்படுத்தவும், இப்போது அந்தச் சான்றுகள் வாசகர்களுக்கு நன்கு அறிமுகமாகியிருப்பதை முன்னிட்டும் இந்தப் பதிப்பில் அப் பிற்சேர்க்கை சேர்க்கப்படவில்லை. மற்றும், இதற்கு வேறொரு பொருத்தமான காரணமும் உண்டு. **"தி இன்ஸ்கிரிப்ஷன்ஸ் ஆப் தி மெட்ராஸ் பிரசிடன்ஸி"** என்னும் பெயரில் பேராசிரியர் அரங்காச்சாரியார் தந்திருக்கிற, பலருக்கும் அறிமுகமான பட்டியலைப்போல, இதுவரை கிடைத்துள்ள தென்னிந்தியக் கல்வெட்டுக்களின் தலைப்புவாரி அடங்கலை இந்திய அரசாங்கத்துத் தொல்பொருள் துறை, விரைவில் வெளியிடவேண்டும் என்று மத்திய தொல்பொருள் ஆலோசனைக்குழு தீர்மானம் நிறைவேற்றியிருக்கிறது. இந்தப் பட்டியல்களைத் தொகுக்கும் வேலையும் இந்தக் கல்வெட்டுக்களின் மூலங்களை வெளியிடுவதை விரைவுபடுத்தும் முயற்சிகளும் மேற்கொள்ளப்பட்டிருப்பதாகத் தெரிகிறது. எனவே, சோழரைப் பற்றிய கல்வெட்டுக்கள் வாசகருக்கு எளிதில் கிடைக்குமென நம்புகின்றேன்.

சோழர் கலைபற்றி தனியாக ஒரு நூல் எழுதலாம் என்று முதற் பதிப்பின் முகவுரையில் நம்பிக்கையோடு தெரிவித்திருந்தேன். அந்த ஏற்பாடு நிறைவேறவில்லை. விரிவான ஆராய்ச்சிக்கு இன்னும்

எவ்வளவோ இடையூறுகள் உள்ளன. தொல்பொருள் துறையோ, ஒரு தென்னிந்தியப் பல்கலைக் கழகமோ பாதுகாக்கப்பட்டுள்ள இடங்களை முறைப்படி ஆராய்ந்து அவற்றின் விளக்கங்களையும் புகைப்படங்களையும் வரைபடங்களையும் உயரத்தைக் காட்டும் படங்களையும் தயாரித்து வழங்க முன்வந்தால்தான் இந்த இடையூறுகள் நீங்கும். அவ்வாறு மேற்கொள்ளப்படும் முயற்சிகள் காம்போஜம், அன்னாம், ஜாவா ஆகிய நாடுகளில் பணிபுரிந்த பிரஞ்சு, டச்சு தொல்பொருள் ஆராய்ச்சியாளர்கள் தயாரித்திருப்பதை முன்மாதிரியாகக் கொள்ளவேண்டும். இவ்வளவு பெரிய வேலையைச் செய்வதற்குரிய வசதிகள் இந்த நூலாசிரியருக்கு வாய்க்கவில்லை. எனவே, சென்னைப் பல்கலைக்கழக அதிகாரிகளின் இசைவுடன் இவர் ஓர் அதிகாரத்தைப் புதியதாகச் சேர்ப்பதோடு நிறுத்திக்கொண்டிருக்கிறார். இந்நூலில் இடம் பெற்றுள்ள இந்தப் புதிய அதிகாரத்தில் சோழர் கலையின் வரலாற்றின் சிறப்பு இயல்புகள் சுருக்கமாகத் தரப்பட்டுள்ளன; தேவையான அளவு விளக்கப் படங்களும் சேர்க்கப்பட்டிருக்கின்றன. தென் மாநிலத்துத் தொல்பொருள் கண்காணிப்பாளர் திரு. கே. ஆர். ஸ்ரீநிவாசன், தென் மாநிலத்தில் இரசாயன அதிகாரியாக இருக்கும் டாக்டர் எஸ். பரமசிவம் ஆகிய இருவரும் எழுதியிருக்கும் கருத்துக்களும், நூலாசிரியருடன் கலந்துரையாடியபொழுது தெரிவித்த கருத்துக்களும் இந்த அதிகாரத்தை எழுத மிகவும் பயன்பட்டமை நன்றியுடன் இங்குக் குறிப்பிடத்தக்கதாகும்.

நூல் முழுவதும் கருத்தாகத் திருத்தம் செய்யப்பட்டிருக்கிறது. மேலும், சமீபகால கண்டுபிடிப்புகள், மற்றும் விளக்கங்கள் ஆகியவற்றின் அடிப்படையில் ஆங்காங்கே சில பகுதிகள் புதிதாகவே எழுதப்பட்டிருக்கின்றன. கப்பம் கட்டிய சிற்றரசர்களின் வம்சங்களைப் பற்றிச் சொல்லப்பட்ட சில துணைச் செய்திகள் நூலை மொத்தமாகப் படிப்பவர்களுக்கு இடையூறாக இருந்ததுபோல் தெரிந்ததால் அவை நீக்கப்பட்டிருக்கின்றன. ஒவ்வொரு பக்கத்திலும் அடியில் கொடுக்கப்பட்டிருந்த குறிப்புகள் யாவும் ஒவ்வொரு அதிகாரத்தின் இறுதியிலும் அடிக்குறிப்புகள் என்று இந்தப் பதிப்பில் மொத்தமாகத் தரப்பட்டிருக்கின்றன.

குறிப்புகளிலிருந்து, முந்தைய நூலாசிரியர்களுக்கு நான் எவ்வளவு கடமைப்பட்டிருக்கிறேன் என்பது தெரியவரும். கலை பற்றிய புதிய அதிகாரத்திற்கு காலஞ்சென்ற திரு. ழூவேதூப்ராய், திரு. பெர்சி பிரவுன் ஆகிய இருவருடைய எழுத்துரைகளை நான்

மிகவும் பயன்படுத்திக்கொண்டிருக்கிறேன். ஏடுகளின் விவரங்களைச் சொல்லும்போது, அவற்றின் படங்களுக்குரிய சான்றுகளைச் சுட்டிக் காட்டியிருக்கிறேன். பெரும்பான்மையான படங்கள் தொல்பொருள் துறையின் தலைமை இயக்குநர் அவர்களுடைய பேரன்பால் கிடைத்தவை. திரு. கே. ஆர். ஸ்ரீநிவாசன் அவர்கள் தனிப்பட்ட முறையில் சேகரித்து வைத்திருந்த படங்கள் சிலவற்றை இந்நூலில் நான் வெளியிட்டுக்கொள்ளச் சம்மதித்தார். இந்திய அரசாங்கத்தின் கல்வெட்டு ஆராய்ச்சியாளரான திரு. என். லட்சுமிநாராயண ராவ், கல்வெட்டுகளின் மூலங்களைப் பார்ப்பதற்கு வேண்டிய எல்லா வகையான வசதிகளையும் எனக்கு அளித்ததோடு, மிகவும் பயனுள்ள அரிய சான்றுகளை எனக்குக் கொடுத்து உதவினார். கரந்தை செப்பேடுகளின் நகல் அவரிடம் இருந்ததையும் எனக்கு தந்து உதவினார். இந்தச் செப்பேடுகளில் உள்ள இரண்டு முத்திரைகளில் ஒன்று மட்டுமே, நன்கு பாதுகாக்கப்பட்டும் மிக நேர்த்தியாகவும் இருக்கிறது. அதை அச்சிட்டுக்கொள்ளவும் அவர் எனக்கு இசைவு வழங்கினார். இந்தப் பதிப்பில், இந்த முத்திரையையே வெளியிட்டிருக்கிறேன். எனவே, முதற் பதிப்பின் முதல் தொகுதியில் சேர்க்கப்பட்டிருந்த திருவாலங்காட்டுச் செப்பேடுகளின் முத்திரை இந்நூலில் நீக்கப்பட்டிருக்கிறது.

சென்னை அரும்பொருள் காட்சிக் கூடத்தின் கண்காணிப்பாளர் டாக்டர் ஏ. ஐயப்பனும் அவருடைய தொல்பொருள் துறை உதவியாளர் திரு. பி. ஆர். ஸ்ரீநிவாசனும் சென்னை அரும்பொருள் காட்சிக் கூடத்தின் பழைய நாணயங்கள் பகுதியின் உதவியாளரும், அவர்களுடைய வேலை நேரத்தைப் பல தடவைகளில் கொள்ளை கொண்டதைப் பாராமல் மிக ஆர்வமாக, தவலேஸ்வரம் நாணயங்களை நான் பார்ப்பதற்கு உதவி செய்தார்கள். திரு. பி. ஆர். ஸ்ரீநிவாசன், அவர் பெயர்க் குறிப்புடன் உள்ள படங்களின் விரிவான விளக்கத்தை எழுத அன்புடன் முன்வந்தார். பொருள் குறிப்பு அட்டவணையை தயாரிக்கும் பொறுப்பை மைசூர்ப் பல்கலைக் கழகத்து இந்திய இயல் விரிவுரையாளர் திரு. எச். எஸ். ராமண்ணா ஏற்று அன்புடன் செய்தார்.

இந்த நண்பர்கள் எல்லோருக்கும் நான் பெரிதும் நன்றி கூறக் கடமைப்பட்டிருக்கிறேன். இந்த நூல் செம்மையாகவும் விரைவாகவும் வெளிவருவதில், சென்னைப் பல்கலைக்கழகத்தின் துணைவேந்தர் டாக்டர் ஏ. லட்சுமணசாமி முதலியார் நேரடியாக அக்கறை காட்டினார். இதற்காக, அவருக்கு எவ்வாறு தக்க வகையில் நன்றி

தெரிவிப்பது என்பது எனக்கே தெரியவில்லை. நிர்வாக முடிவுகள் முதலியவற்றை உடனடியாகப் பல சமயங்களில் செயல்படுத்திக் கொடுத்து அவ்வப்போது உதவியதற்காக, பல்கலைக்கழகப் பதிவாளர் திரு. ஆர். ரவி வர்மாவிற்கும் என்னுடைய நன்றி உரித்தாகும். அச்சுத்துறையில் ஏற்கனவே பெரும் புகழ்பெற்றிருக்கும் திரு. ஜி. ஸ்ரீநிவாசாச்சாரி, ஜி. எஸ். அச்சகத்தின் உரிமையாளர் ஆவார். இந்த நூலை மிக விரைவிலும் நல்ல முறையிலும் அவர் அச்சிட்டுக் கொடுத்திருக்கிறார். அவருக்கும் என் நன்றி உரியது.

மைசூர்   **கே. ஏ. என்.**
1955, ஜனவரி 22

மூல ஆசிரியரின் முதற் பதிப்பின்

முகவுரை

தென்னிந்திய வரலாற்றில் மிகவும் படைப்பாக்கம் நிறைந்த காலப்பகுதி சோழர் காலமாகும். அக்காலத்தில் முதன் முதலாகத் தென்னிந்தியா முழுவதும் ஒரே அரசாங்கத்தின் ஆளுகையின் கீழ் கொண்டுவரப்பட்டது. புதிய சூழ்நிலைகளில் தோன்றிய பொது ஆட்சிமுறைச் சிக்கல்களைச் சமாளிக்கவும் தீர்க்கவும் சோழர் காலத்தில் அக்கறையுடன் முயற்சிகள் மேற்கொள்ளப்பட்டன. உள்ளூர் ஆட்சிமுறை, கலை, சமயம், இலக்கியம் ஆகிய பல்வேறு துறைகளில் பிற்காலங்களில் மீண்டும் அடைய இயலாத ஒரு பொற்காலத்தை, ஓர் உயர்வைத் தமிழ் நாடு இக்காலத்தில் பெற்றது. வெளிநாட்டு வாணிகம், கடலக வாழ்வின் செயல் முறைகள் ஆகியவற்றைப் போல, முன் சொன்ன துறைகளிலும் ஏற்கனவே பல்லவர்கள் காலத்தில் தொடங்கப்பெற்ற இயக்கங்கள், சோழர் காலத்தில் முழுமை பெற்றன.

சோழர்கள் பற்றிய இவ்வரலாறு, பெரியதொரு சகாப்தத்தைப் பற்றி, முதல் தடவையாகச் செய்யப்பட்ட முறையான ஆராய்ச்சியாகும். இந்தியத் தொல்பொருள் துறை அரை நூற்றாண்டு காலமாக ஒவ்வோர் ஆண்டிலும் படிப்படியாகச் செய்திருக்கிற பணிகளே, இந்த நூல் எழுதுவதைச் சாத்தியமாக்கியிருக்கின்றன. இந்தத் துறையின் பல்வேறு வெளியீடுகளில் அறிஞர்கள், சோழர் வரலாற்றுக்கு அடிப்படை அமைத்துள்ளார்கள். அவர்களுக்கு நான் எவ்வளவு கடமைப்பட்டிருக்கிறேன் என்பது, பின்வரும் பக்கங்கள் ஒவ்வொன்றினாலும் தெரியவரும். ஆனால், மூலங்களை என் கருத்திற்கிணங்கப் படித்து அதன் அடிப்படையிலேயே நான் எழுதியிருக்கிறேன். இதற்கு வேண்டிய எல்லா வசதிகளையும் தொல்பொருள் துறையின் தலைமை இயக்குநரும், சென்னை அலுவலகத்தில் பொறுப்பில் உள்ள அதிகாரிகளும் எனக்குத் தாராளமாய்ச் செய்துகொடுத்திருக்கிறார்கள்.

ஒன்பதாம் நூற்றாண்டில், விஜயாலயன் பட்டத்திற்கு வந்ததிலிருந்தே கல்வெட்டுக்கள் நமக்கு உதவுகின்றன. அவற்றின் கால, இட, இடைவெளிகள் ஒரு சீராக இல்லை. ஒரு காலத்தில் சோழர்கள்

என்பவர்களே இல்லையா? என்பதும் நமக்குத் தெரியாது. ஆதிகாலத்திய வரலாற்றிற்கு நன்கு கால வரையறை செய்யப்படாத சங்க இலக்கியத் தொகை நூல்களில் சிதைந்தும் எஞ்சியுமிருக்கும் பகுதிகளை மட்டுமே நாம் நம்பியிருக்கிறோம். இந்நூல் எழுதும்போது, நிறைவு அளிக்கும் விளக்கங்களைப் பெறுவதற்காக, ஆதாரங்களைப்பற்றி நான் சில முதனிலையான விவாதங்களைச் சில கட்டங்களில் செய்ய நேரிட்டது. **சோழா ஹிஸ்டரி அண்ட் அட்மினிஸ்ட்ரேஷன்** என்ற என்னுடைய ஆராய்ச்சி நூலில் மிக விரிவாகச் சொல்லப்பட்டிருக்கும் பொருள்கள் குறித்து இந்த நூலில் மேற்போக்காக மட்டும் குறிப்பிட்டிருக்கிறேன்.

இப்போது வெளியிடப்பட்டுள்ள முதல் பகுதி, முதலாம் குலோத்துங்கன் பட்டத்துக்கு வந்தது வரை, வரலாற்றைச் சொல்லுகிறது. இரண்டாம் பகுதி, அரசியல் வரலாற்றை அதன் இறுதிவரை சொல்லுவதோடு, சோழப் பேரரசின் நிர்வாகம், சமூக வாழ்வு ஆகியவவை பற்றிய விவரங்களையும் தரும். கொங்குச் சோழர்கள் தவிர, சோழருக்கு உட்பட்டிருந்த எல்லா அரச மரபுகளின் நிலைமையையும் நான் பொதுவாகச் சுட்டிக்காட்டியிருக்கிறேன். சோழர் கலை பற்றிய ஆராய்ச்சி இந்த நூலில் இடம் பெறவில்லை; இதைக் குறித்து நான் விளக்கமாக ஒரு சில சொற்களைச் சொல்லவேண்டும். கவர்ச்சியான இந்தப் பொருளில் மிகச் சிறிதளவே ஆராய்ச்சி நடந்திருக்கிறது. என்னிடமுள்ள குறிப்புக்கள் வளமானவை; பல வகைப்பட்டவை. இந்தத் தலைப்பில் நான் சொல்லக்கூடியதை எல்லாம் ஏற்கனவே அளவு கடந்து பெருத்துவிட்ட ஒரு நூலில் ஒரே அதிகாரத்தில் அடக்கி ஒடுக்கித் தர இயலாது. தனி நூலாக அதை எழுதலாம் என்பது என்னுடைய நம்பிக்கை.

வரலாற்றுக்கு அடிப்படையாக உள்ள கல்வெட்டுக்களில் தேர்ந்தெடுக்கப்பட்ட பட்டியல் பிற்சேர்க்கையில் கொடுக்கப் பட்டிருக்கிறது. சுருக்கங்கள், முக்கியமாக வெளியிடப்படாத கல்வெட்டுக்களின் சுருக்கங்கள், வேறு வெளியீடுகளில் கிடைக்காத நுட்பமான விவரங்களைக் கூடுமானவரை தருகின்றன.

இந்திய வரலாற்றுத் துறை,
சென்னைப் பல்கலைக்கழகம் **கே. ஏ. என்.**
1934, ஜூலை 22.

பொருளடக்கம்

அதிகாரம்   புத்தகம் 1   பக்கம்

xxii + 1–608
படங்கள் – 38

1.	ஆதாரங்கள்	1
2.	முற்காலக் குறிப்புக்கள்	24
3.	பண்டையத் தமிழ் இலக்கியத்தில் சோழர்கள்	42
4.	சங்ககால ஆட்சி முறையும் சமூக வாழ்வும்	86
5.	சங்க காலம் முதல் விஜயாலயன் காலம் வரை	134
6.	விஜயாலயனின் எழுச்சி : முதலாம் ஆதித்தன் (கி. பி. 850 - 907)	147
7.	முதலாம் பராந்தகன் (கி. பி. 907 - 955)	162
8.	முதலாம் பராந்தகனின் மறைவிலிருந்து (கி.பி. 955) முதலாம் இராஜராஜன் அரியணையேறும் வரை (கி. பி. 985)	191
9.	இராஜராஜப் பெருவேந்தன் (கி.பி. 985-1014)	229
10.	இராஜேந்திரன் (கி. பி. 1012 - 1044)	265
11.	இராஜேந்திரனின் பின்னோர் (கி. பி. 1044 - 70)	335
12.	முதலாம் குலோத்துங்கன் அரியணை ஏறுதல் (கி. பி. 1070)	389
13.	முதலாம் குலோத்துங்கன் (கி. பி. 1070 - 1120)	413
14.	முதலாம் குலோத்துங்கனுக்குப் பிற்பட்ட அரசர்கள் (கி. பி. 1120 - 63)	466
15.	இரண்டாம் இராஜாதிராஜனும் மூன்றாம் குலோத்துங்கனும் (கி. பி. 1163 - 1216)	500
16.	மூன்றாம் இராஜராஜனும் மூன்றாம் இராஜேந்திரனும் சோழர்களின் இறுதிக்காலம் (1216 - 1279)	573

புத்தகம் 2

609 – 1174

		பக்கம்
17.	சோழர்களின் ஆட்சிமுறை	609
18.	ஊராட்சி முறை	654
19.	வரிவிதிப்பும் நிதியும்	691
20.	மக்கள் தொகை: சமூகப் பிரிவுகள்: வாழ்க்கைத் தரம்	719
21.	விவசாயமும் நில உரிமைகளும்	744
22.	தொழிலும் வியாபாரமும்	772
23.	நாணயங்களும் அளவைகளும்	802
24.	கல்வியும் அறிவும்	821
25.	சமயம்	831
26.	சோழர் காலத்தில் இலக்கியம்	870
27.	சோழர் கலை	915
	படவிளக்கம்	993
	குறிப்புகள்	1025

படவிளக்க அட்டவணை

முகப்புப் படங்கள்

ஏடு 1

படம் - 1: சிவன் கோயிலின் தோற்றம், விஜயாலயச் சோழீச்சுவரம், மேலமலை, (வடகிழக்காக) நார்த்தாமலை. (புதுக்கோட்டை மாவட்டம்) திருச்சி மாவட்டம்.

படம் - 2: மேலமலையிலுள்ள விஜயாலய சோழீச்சுவரம், வடமேற்கிலிருந்து.

ஏடு 2

படம் - 3: அகத்தீசுவரர் கோயில், பனங்குடி (வடமேற்கிலிருந்து) புதுக்கோட்டை மாவட்டம்.

படம் - 4: சிவன்கோயில், ஏனாதி (புதுக்கோட்டை மாவட்டம்).

ஏடு 3

படம் - 5: சிவன் கோயில் - விமானம் வடகிழக்குத் தோற்றம், கொற்கை, திருநெல்வேலி மாவட்டம்.

படம் - 6: நாகேஸ்வரர் ஆலயம், கும்பகோணம் (தஞ்சை).

ஏடு 4

படம் - 7: மூவர் கோயில், எண் -1, தெற்குத் தோற்றம், கொடும்பாளூர் (புதுக்கோட்டை மாவட்டம்).

படம் - 8: அகத்தீசுவரர் ஆலயம், மேலைப்பழுவூர் (திருச்சி மாவட்டம்).

ஏடு 5

படம் - 9: அகத்தீசுவரர் கோயில் - சிங்கத்துடன்கூடிய தூண்கள், மேலைப்பழுவூர், திருச்சி மாவட்டம்.

படம் - 10: கொரங்கநாதர் கோயில் (தென்மேற்கிலிருந்து), ஸ்ரீநிவாசநல்லூர், திருச்சி மாவட்டம்.

ஏடு 6

படம் - 11: பிரகதீசுவரர் ஆலயம் (தென்கிழக்கு), தஞ்சாவூர், தஞ்சை மாவட்டம்.

படம் - 12: பிரகதீசுவரர் ஆலயம், விமானம், வடகிழக்கிலிருந்து, கங்கைகெண்ட சோழபுரம், திருச்சி மாவட்டம்.

ஏடு 7

படம் - 13: பிரகதீசுவரர் ஆலயம், வடக்கு நுழைவாயிலில் துவாரபாலகர், கங்கைகொண்ட சோழபுரம், திருச்சி மாவட்டம்.

படம் -14: கோபுரவாயில், லட்டிகம்.

ஏடு 8

படம் - 15: ஐராவதேசுவரர் கோயில் (தென்கிழக்கிலிருந்து), தாராசுரம், தஞ்சை மாவட்டம்.

ஏடு 9

படம் - 16: ஐராவதேசுவரர் கோயில் (வடகிழக்கிலிருந்து) தாராசுரம், தஞ்சை மாவட்டம்.

படம் - 17: ஐராவதேசுவரர் கோயில், அலங்கார மண்டபம் (வடகிழக்கிலிருந்து), தாராசுரம், தஞ்சை மாவட்டம்

ஏடு 10

படம் - 18: தேவநாயகி அம்மன் (தென்கிழக்காக) தாராசுரம், தஞ்சை மாவட்டம்.

படம் - 19: சுவாமி விக்கிரகம் (வடமேற்காக), திரிபுவனம், தஞ்சை மாவட்டம்.

ஏடு 11

படம் - 20: (A) தா - ஹிசியுங்-பாய்தியூ மண்டபத்தின் அடித்தளம், சுவான்சூ (சயிடன்).

படம் - 20: (B) சிவலிங்கத்தை யானை வழிபடுவது.

படம் - 20: (C) சிவலிங்கத்தை ஒரு பசு வழிபடுவது.

ஏடு 12

படம் - 21: கொரங்கநாதர் கோயில் - தேவகோட்டத்தில் அடியார் ஒருவரின் உருவம். தெற்குப் பக்கம் அமைந்துள்ளது. ஸ்ரீநிவாசநல்லூர், திருச்சி மாவட்டம்.

படம் - 22: கொரங்கநாதர் கோயில் - தேவகோட்டத்தில் இளவரசி ஒருத்தியின் உருவம். மேற்குப் பக்கம் அமைந்துள்ளது.

படம் - 23: கொரங்கநாதர் கோயில் - தேவகோட்டத்தில் இளவரசி ஒருத்தியின் உருவம். மேற்காக அமைந்தது.

ஏடு 13

படம் - 24: நாகேசுவர சுவாமி கோயில் - கோட்டத்திலுள்ள பெண்ணின் சிற்பம், கும்பகோணம், தஞ்சை மாவட்டம்.

படம் - 25: அதே கோயிலிலுள்ள மற்றொரு புரையிலுள்ள பெண் உருவம்.

படம் - 26: நாகேசுவர சுவாமி கோயில் - கோட்டத்திலுள்ள பெண்ணின் சிற்பம், கும்பகோணம், தஞ்சை மாவட்டம்.

படம் - 27: நாகேசுவர சுவாமி கோயில் - கோட்டத்திலுள்ள பெண்ணின் சிற்பம், கும்பகோணம், தஞ்சை மாவட்டம்.

ஏடு 14

படம் - 28: நாகேசுவரர் - கும்பகோணம்.

படம் - 29: நாகேசுவரர் - கும்பகோணம்.

படம் - 30: சிவன் கோயில் - இரு அடியார்கள் உருவம், திருவாடுதுறை (தஞ்சை மாவட்டம்).

ஏடு 15

படம்- 31: இலட்சுமி (?).

படம் - 32: சோழமாதேவி, காளஹஸ்தி.

படம் - 33: மூன்றாம் குலோத்துங்கன், (?), காளஹஸ்தி.

ஏடு 16

படம் - 34: கோலக மகரிஷி, கோடிக்கரை, தஞ்சை.

படம் - 35: கொரங்கநாதர் கோயில், - வடப்பக்கத்தில் தேவ கோட்டத்திலுள்ள அடியார் ஒருவரின் உருவம், ஸ்ரீநிவாச நல்லூர், திருச்சி மாவட்டம்.

படம் - 36: நரசிங்க முனையரையர் என்று வழக்கமாகக் கூறப்படும் செப்புப் படிமம்; சிவன்கோயில், திருநாமநல்லூர்.

`ஏடு 17

படம் - 37: புதுக்கோட்டை மாவட்டம், திருக்கட்டளை திருமேனி நாதஸ்வாமியின் ஆலயம் - தட்சணாமூர்த்தி (?) (நின்ற நிலை) கருவறையின் தெற்குச் சுவரில் தேவ கோட்டத்திலுள்ள சிவபிரானின் சிற்பம்.

படம் - 38: வீணாதர தட்சணாமூர்த்தி, மூவர்கோவில், கொடும்பாளூர் (புதுக்கோட்டை), திருச்சி மாவட்டம்.

படம் - 39: திரிபுராந்தக மூர்த்தி, கொடும்பாளூர், புதுக்கோட்டை.

படம் - 40: திரிபுரசுந்தரி, கொடும்பாளூர், புதுக்கோட்டை.

ஏடு 18

படம் - 41: கொடும்பாளூர் கோயில், எண் - 2 - அர்த்தநாரி (புதுக்கோட்டை, திருச்சி மாவட்டம்).

படம் - 42: அர்த்தநாரி, நாகேசுவரர் கோயில், கும்பகோணம்.

படம் - 43: பிரம்மா, நாகேசுவரர் கோயில், கும்பகோணம்.

படம் - 44: கொரங்கநாதர் கோயில் - தெற்காக அமைந்த தேவகோட்டத்திலுள்ள சிவன், ஸ்ரீநிவாசநல்லூர், திருச்சி மாவட்டம்.

ஏடு 19

படம் - 45: கொரங்கநாதர் கோயில் - தெற்காக அமைந்த தேவ கோட்டத்திலுள்ள தட்சிணாமூர்த்தி, ஸ்ரீநிவாசநல்லூர், திருச்சி மாவட்டம்.

படம் - 48: அதே கோயிலிலுள்ள தெற்குப் பக்கம் அமைந்த விமானத்திலுள்ள நடராஜரின் சிற்பம், வாலீசுவரர் ஆலயம், திருவாலீசுவரம், திருச்சி மாவட்டம்.

படம் - 50: அதே கோயிலிலுள்ள கஜாக மூர்த்தி, வாலீசுவரர் ஆலயம், திருவாலீசுவரம், திருநெல்வேலி மாவட்டம்.

படம் - 53: பிக்ஷாடனர், நாகேசுவரர் கோயில் (கும்பகோணம்).

ஏடு 20

படம் - 46: விமானத்திலுள்ள அர்த்தநாரி, வாலீசுவரர் ஆலயம், திருவாலீசுவரம், திருநெல்வேலி மாவட்டம்.

சோழர்கள்

[நூற்றுக்கும் மேற்பட்ட படங்கள்கொண்டது]

புத்தகம் 1

தஞ்சாவூர் வண்ண ஓவியங்கள்

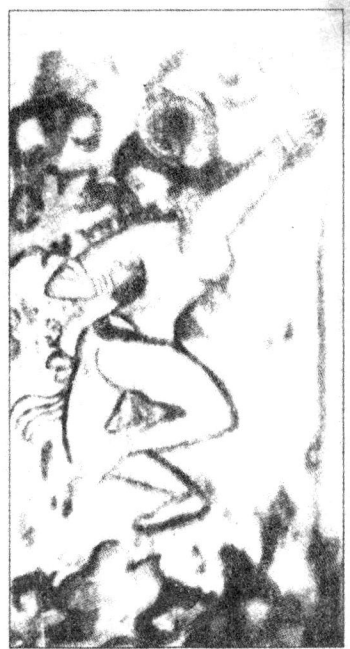

கந்தருவர்களும் அப்சரசுகளும்

ஏடு 1

படம் - 1 : சிவன் கோயிலின் மொத்த தோற்றம் (வடமேற்கிலிருந்து), மேலமலையிலுள்ள விஜயாலய சோழேஸ்வரம், நார்த்தா மலை (புதுக்கோட்டை மாவட்டம்).

படம் - 2 : மூலக்கோயிலின் தோற்றம் (வடமேற்கிலிருந்து), மேலமலையிலுள்ள விஜயாலய சோழேஸ்வரம்.

ஏடு 2

படம் - 3 : வடமேற்கிலிருந்து அகஸ்தீஸ்வரர் கோயிலின் தோற்றம்
(பண்டைய சோழர் கால சிவன் கோயில்),
பனங்குடி (புதுக்கோட்டை மாவட்டம்).

படம் - 4 : பண்டைய சோழர் காலப் பாணியிலுள்ள சிவன் கோயில்,
ஏணாதி (புதுக்கோட்டை மாவட்டம்).

படம் - 5 : வடகிழக்கிலிருந்து சிவன் கோயிலினுடைய விமானத்தின் தோற்றம் (பண்டைய சோழர் காலம்), கொற்கை (திருநெல்வேலி மாவட்டம்).

படம் - 6 : நாகேஸ்வரர் கோயில், கும்பகோணம்.

ஏடு 4

படம் - 7 : மூவா கோவில், எண் **1** (தெற்குப் பகுதி), கொடும்பாளூர் (புதுக்கோட்டை மாவட்டம்).

படம் - **8 :** அகஸ்தீஸ்வரர் கோயில், மேலப்பழுவூர் (திருச்சிராப்பள்ளி மாவட்டம்).

படம் - 9 : அகஸ்தீஸ்வரம் கோயிலிலுள்ள சிங்க வடிவத் தூண்கள் மேலைப்பழுவூர் (திருச்சிராப்பள்ளி மாவட்டம்)

படம் - 10 : கொரங்கநாதர் கோயிலின் தோற்றம் (தென்மேற்கிலிருந்து) ஸ்ரீனிவாச நல்லூர் (திருச்சிராப்பள்ளி மாவட்டம்).

படம் - 11 : பிரகதீஸ்வரர் கோயில் (தென்கிழக்கிலிருந்து), தஞ்சாவூர் (தஞ்சை மாவட்டம்).

படம் - 12 : பிரகதீஸ்வரர் கோயிலில் விமானம் (வடமேற்கிலிருந்து), கங்கைகொண்ட சோழபுரம் (திருச்சிராப்பள்ளி மாவட்டம்).

படம் - 13 : துவார பாலகர்களுடனுள்ள மூலக் கோயிலின் வடக்கு நுழைவாயில், பிரகதீஸ்வரர் கோயில், கங்கைகொண்ட சோழபுரம் (திருச்சிராப்பள்ளி மாவட்டம்).

படம் - 14 : கோபுர நுழைவாயில், லட்டிகம்.

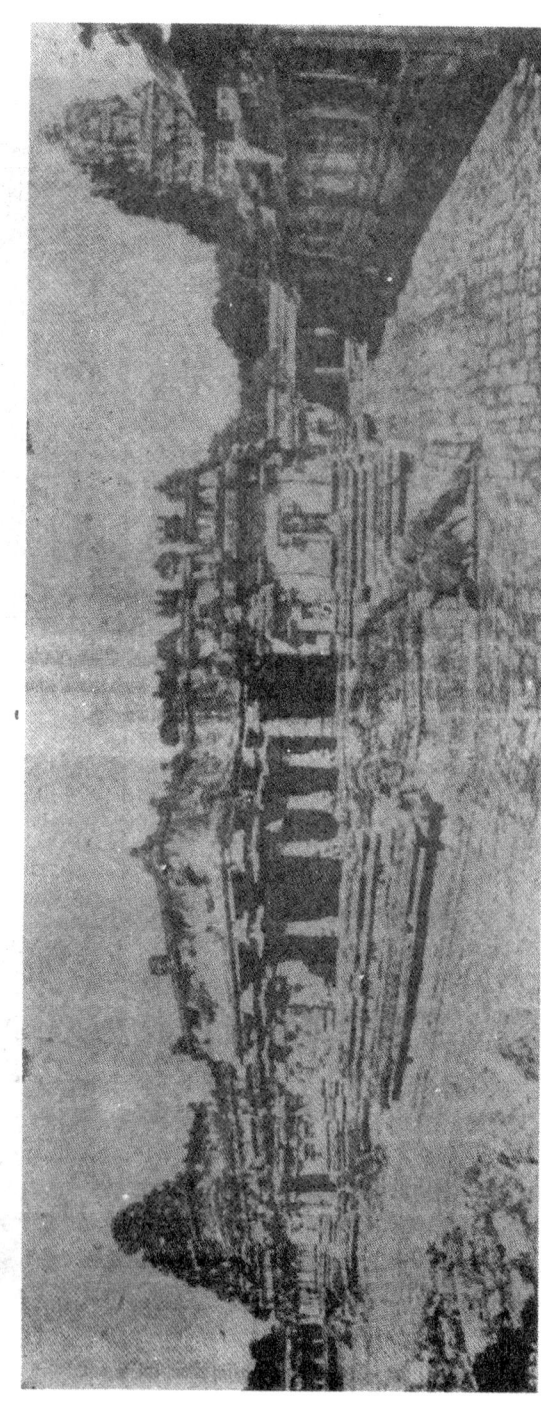

படம் - 15 : ஐராவதீஸ்வரர் கோயிலின் மொத்த தோற்றம் (தென்கிழக்கிலிருந்து), தாராசுரம் (தஞ்சை மாவட்டம்).

ஏடு 9

படம் - 16 : ஐராவதீஸ்வரர் கோயிலின் தோற்றம் (வட கிழக்கிலிருந்து), தாராசுரம் (தஞ்சை மாவட்டம்).

படம் - 17 : ஐராவதீஸ்வரம் கோயிலின் அலங்கார மண்டபம் (தென்மேற்குத் தோற்றம்), தாராசுரம் (தஞ்சை மாவட்டம்).

படம் - **18 :** தேவநாயகி அம்மன் கோயிலின் தோற்றம் (தென்கிழக்கிலிருந்து), தாராசுரம் (தஞ்சை மாவட்டம்).

படம் - **19 :** சாமி கோயில் (வடமேற்கிலிருந்து), திரிபுவனம் (தஞ்சை மாவட்டம்).

மேலேயுள்ள படங்கள் :

இடது படம் - 20 (அ) : தா-ஹிசியுங்-பாவ் தியூ மண்டபத்தின் அடித்தளம், சுவான் சூ, செய்டன்.

வலது படம் - 20 (ஆ) : சிவலிங்கத்தை யானை தொழுகிறது.

படம் - 20 (இ) : சிவலிங்கத்தை ஒரு பசு தொழும் காட்சி.

ஏடு 12

படம் - 21 : கொரங்கநாதர் கோயிலின் (தெற்கு) மாடத்திலுள்ள ஓர் ஆணின் சிலை, ஸ்ரீனிவாச நல்லூர் (திருச்சிராப்பள்ளி மாவட்டம்).

படம் - 22 : கொரங்கநாதர் கோயிலின் (மேற்கு) மாடத்திலுள்ள பெண்ணின் சிலை.

படம் - 23 : கொரங்கநாதர் கோயிலின் (மேற்கு) மாடத்திலிருக்கும் மற்றொரு பெண்ணின் சிலை.

படம் - 24 : ஒரு பெண்ணின் சிலை, நாகேஸ்வரசாமி கோயில், கும்பகோணம் (தஞ்சை மாவட்டம்).

படம் - 25 : அதே கோயிலிலுள்ள மற்றொரு பெண்ணின் சிலை.

படம் - 26 : ஒரு பெண்ணின் சிலை, நாகேஸ்வரசாமி கோயில், கும்பகோணம் (தஞ்சை மாவட்டம்).

படம் - 27 : ஒரு பெண்ணின் சிலை, நாகேஸ்வரசாமி கோயில், கும்பகோணம் (தஞ்சை மாவட்டம்).

ஏடு 14

படம் - 28 : நாகேஸ்வரர் கோயில், கும்பகோணம்.

படம் - 29 : நாகேஸ்வரர் கோயில், கும்பகோணம்.

படம் - 30 : இரு அடியார்களின் சிலைகள், சிவன் கோயில்.

ஏடு 15

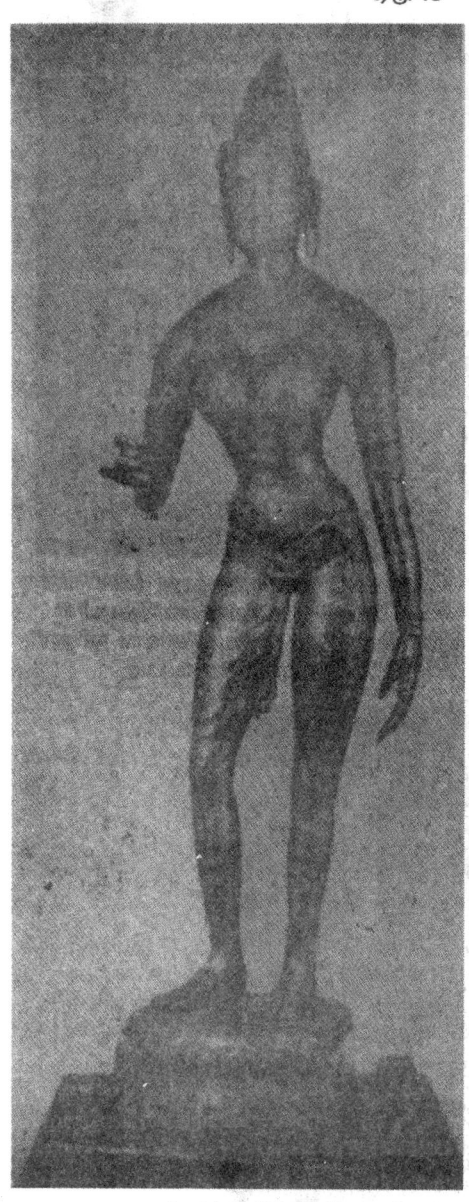

படம் - 31 : லட்சுமி (?)

படம் - 32 : சோழமாதேவி, காளஹஸ்தி.

படம் - 33 : 3-ஆம் குலோத்துங்கன்(?), காளஹஸ்தி.

படம் - **34** : கோலகமஹரிஷி, கோடிக்கரை (தஞ்சை மாவட்டம்).

படம் - **35** : கொரங்கநாதர் கோயிலின் வடக்குப் பகுதியின் மாடத்திலுள்ள ஓர் ஆணின் சிலை, ஸ்ரீனிவாச நல்லூர் (திருச்சி மாவட்டம்).

படம் - **36** : நரசிங்க முனையரையரின் செப்புப் படிமம், சிவன் கோயில், திருநாமநல்லூர்.

ஏடு 17

படம் - 37 : கருவறையின் தெற்குச் சுவற்றின் மாடத்திலுள்ள தட்சிணா மூர்த்தி (?) யின் சிலை (நின்ற நிலை), திருமேனிநாதஸ்வாமி கோயில், திரு கட்டளை (புதுக்கோட்டை மாவட்டம்).

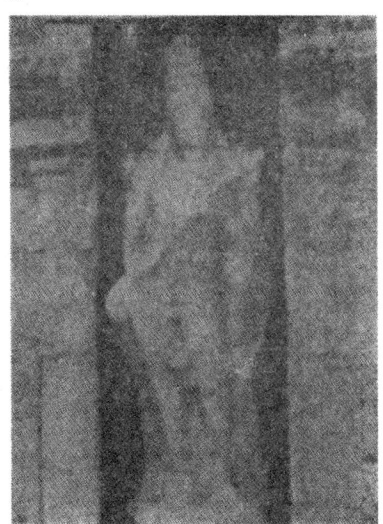

படம் - 38 : வீணாதர தட்சிணா மூர்த்தி, மூவர் கோயில், கொடும்பாளூர் (புதுக்கோட்டை மாவட்டம்).

படம் - 39 : திரிபுராந்தக மூர்த்தி, கொடும்பாளூர் (புதுக்கோட்டை மாவட்டம்).

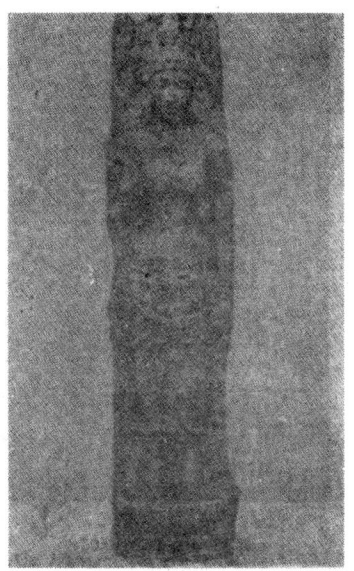

படம் - 40 : திரிபுரசுந்தரி, கொடும்பாளூர் (புதுக்கோட்டை மாவட்டம்).

படம் - 41 : அர்த்தநாரீஸ்வரர், கொடும்பாளூர், கோயில் எண்-2 (புதுக்கோட்டை மாவட்டம்).

படம் - 42 : அர்த்தநாரீஸ்வரர், நாகேஸ்வரர் கோயில், கும்பகோணம்.

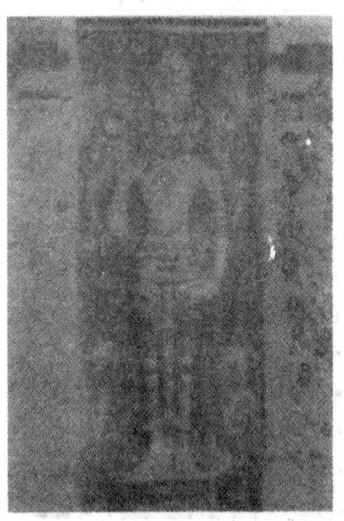

படம் - 43 : பிரம்மா, நாகேஸ்வரர் கோயில், கும்பகோணம்.

படம் - 44 : தெற்கு மாடத்திலுள்ள சிவன், கொரங்கநாதர் கோயில், ஸ்ரீனிவாச நல்லூர் (திருச்சிராப் பள்ளி மாவட்டம்).

படம் - 45 : கொரங்கநாதர் கோயிலின் தெற்கு மாடத்திலுள்ள தட்சிணா மூர்த்தியின் சிலை, ஸ்ரீனிவாச நல்லூர் (திருச்சிராப் பள்ளி மாவட்டம்).

படம் - 50 : வாலீசுவரர் கோயிலிலுள்ள கஜாக மூர்த்தி, திருவாலீசுவரம் (திருநெல்வேலி மாவட்டம்).

படம் - 48 : வாலீசுவரர் கோயில் விமானத்திலுள்ள நடராஜரின் சிற்பம், திருவாலீசுவரம் (திருநெல்வேலி மாவட்டம்).

படம் - 53 : பிச்சாடனார், நாகேஸ்வரர் கோயில், கும்பகோணம்.

படம் - 46 : வாலீசுவரர் கோயிலிலுள்ள அர்த்தநாரீஸ்வரரின் சிலை, திருவாலீசுவரம் (திருநெல்வேலி மாவட்டம்).

படம் - 47 : வாலீசுவரர் கோயிலிலுள்ள ரிஷபாந்திகர், கங்காதரர் சிலைகள், திருவாலீசுவரம் (திருநெல்வேலி மாவட்டம்).

ஏடு 21

படம் - **49 :** வாலீசுவரர் கோயில் விமானத்தின் மேற்குப் பகுதியின் தோற்றம், திருவாலீசுவரம்.

படம் - **51 :** சண்டேசானுகிரக மூர்த்தியும், சிவனும், வாலீசுவரர் கோயில், திருவாலீசுவரம்.

ஏடு 22

படம் - 52 : தட்சிணா மூர்த்தி, அங்காளம்மன் கோயில், காவேரிப்பாக்கம் (வடார்க்காடு மாவட்டம்).

படம் - 55 : மூலக்கோயிலின் தெற்குச் சுவற்றிலுள்ள நடராஜர் சிலை, கங்கைகொண்ட சோழபுரம், (திருச்சிராப்பள்ளி மாவட்டம்).

படம் - 56 : பிரகதீஸ்வரர் கோயிலின் விமானத்தின் தெற்குப் பகுதியி லுள்ள மாடத்திலிருக்கும் ஹரிஹரரின் சிலை, கங்கை கொண்ட சோழபுரம்.

படம் - 57 : சிவன் கோயிலிலுள்ள மூலக்கோயிலின் வட பகுதியி லுள்ள சண்டேசானுகிரக மூர்த்தி, கங்கைகொண்ட சோழபுரம் (திருச்சிராப்பள்ளி மாவட்டம்).

படம் - 54 : சரஸ்வதி (?) பிரகதீஸ்வரர் கோயில், தஞ்சாவூர்.

படம் - 59 : விஷ்ணு கங்கைகொண்ட சோழபுரம்.

படம் - 60 : சூரியன் (கமலயந்திர நிலை), பிரகதீஸ்வரர் கோயிலின் மகா மண்டபத்தில் மேற்கு முகமாக அமைந்துள்ளது, கங்கைகொண்ட சோழபுரம் (திருச்சிராப்பள்ளி மாவட்டம்).

ஏடு 24

படம் - 58 : பிரகதீஸ்வரர் கோயிலிலுள்ள மூலக் கோயிலின் வலது சுவற்றிலுள்ள காமாந்தகரின் சிலை, கங்கைக்கொண்ட சோழபுரம்.

படம் - 61 : ஐராவதீஸ்வரர் கோயிலிலுள்ள தட்சிணாமூர்த்தியின் சிலை.

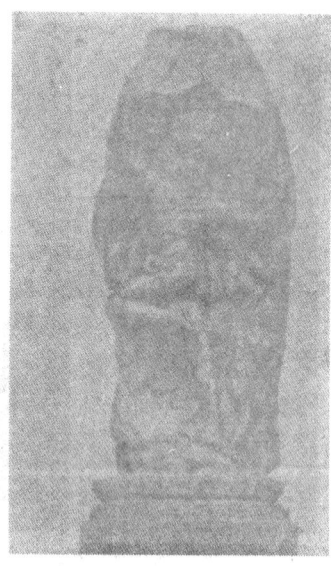

படம் - 62 : கஜாக மூர்த்தியின் சிலை, ஐராவதீஸ்வரர் கோயில்.

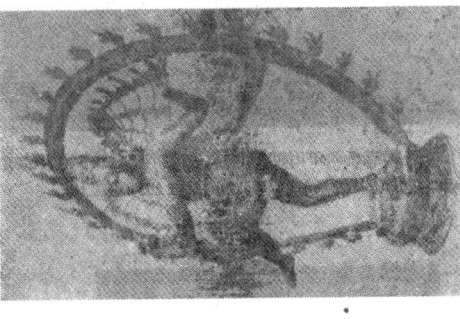

ஏடு 25

படம் - **63 :** பிரகதீஸ்வரர் கோயிலின் நடராஜரின் உலோகச் சிலை, தஞ்சை.

படம் - **64 :** நடராஜர், வேளாங்கண்ணி (தஞ்சை மாவட்டம்).

படம் - **65 :** நடராஜர், திருவாலங்காடு, (சித்தூர்).

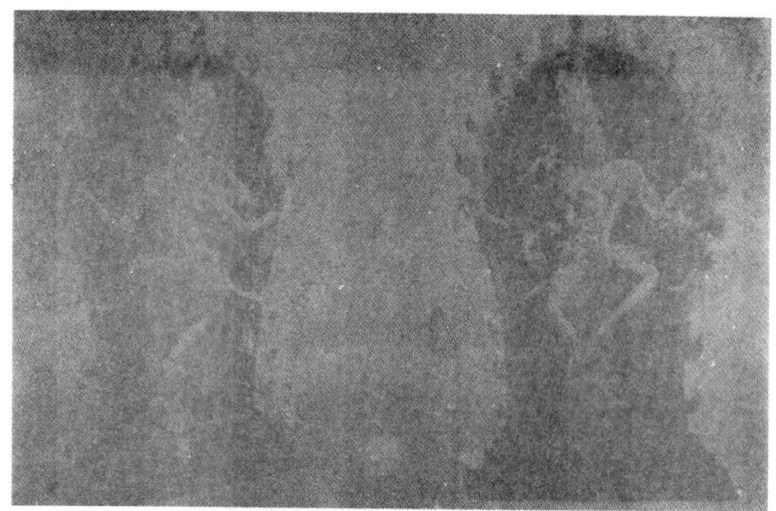

படம் - 66 : எட்டுக் கைகளையுடைய நடராஜரின் சிலை (முன் பின் தோற்றங்கள்), நல்லூர் (தஞ்சை மாவட்டம்).

படம் - 67 : நடராஜரின் சிலை (சத்ய தாண்டவ மூர்த்தி), சிவன் கோயில், திருவரங்குளம் (புதுக்கோட்டை மாவட்டம்).

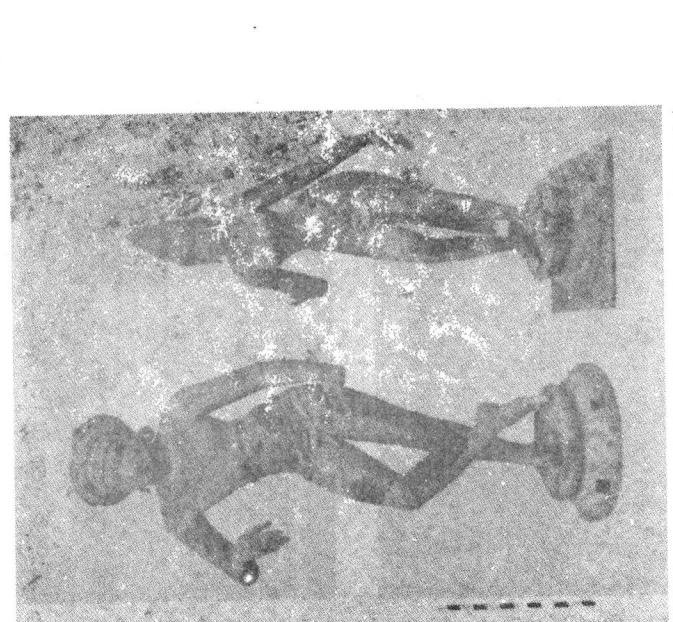

படம் - **68 :** உமாவுடன் விரிஷபாந்திகாவாக சிவனின் வெங்கலப் படிமம், திருவெண்காடு, சீர்காழி தாலுகா (தஞ்சை மாவட்டம்).

படம் - **69 :** சிவனின் (விரிஷபாந்திகா) உலோகச் சிலை, கங்கைகொண்ட சோழபுரம்.

ஏடு 28

படம் - 70 : சுகாசன மூர்த்தி (புதுக்கோட்டை அரும் பொருள் காட்சியகம்).

படம் - 71 : கிராத மூர்த்தியின் வெங்கலப் படிமம், சிதம்பரத் திற்கு அருகிலுள்ள திருவேட்களம்.

படம் - 72 : கிராதார்ஜுணமூர்த்தியின் உலோகப்படிமம், ராதாநரசிங்கபுரம் (தஞ்சை மாவட்டம்).

படம் - 73 : ஆலிங்கன மூர்த்தியின் உலோகப் படிமம், திருவாடுதுறை (தஞ்சை மாவட்டம்).

ஏடு 29

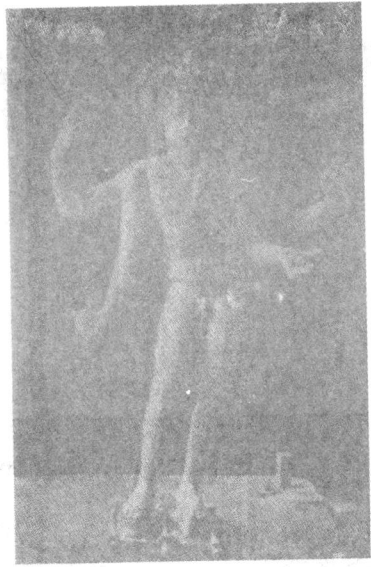

படம் - 74 : பிச்சாடன மூர்த்தியின் (பிச்சாண்டார்) உலோகப் படிமம், திருநாம நல்லூரிலுள்ள சிவன் கோயில்.

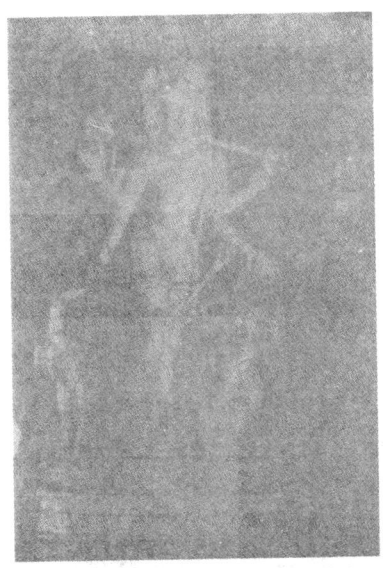

படம் - 75 : பிச்சாடன மூர்த்தியின் உலோகப்படிமம், கைலாசநாதசாமி கோயில், திருச்செங்கோடு (சேலம்).

படம் - 76 : நான்கு கைகளையுடைய ஸ்கந்தரின் உலோகப்படிமம்.

படம் - 77 : விஷ்ணு.

படம் - 78 : விஷ்ணு.

படம் - 79 : லட்சுமி (?)

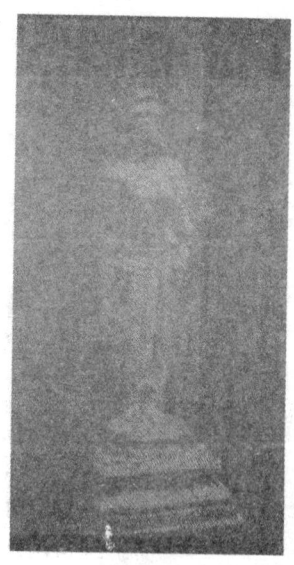
படம் - 80 : லட்சுமி.

படம் - **81 :** விஷ்ணு கோயிலிலுள்ள ராமன், சீதை, லட்சுமணன், அனுமார் ஆகியோரின் உலோகப் படிமங்கள், திருக்கடையூர் (தஞ்சை மாவட்டம்).

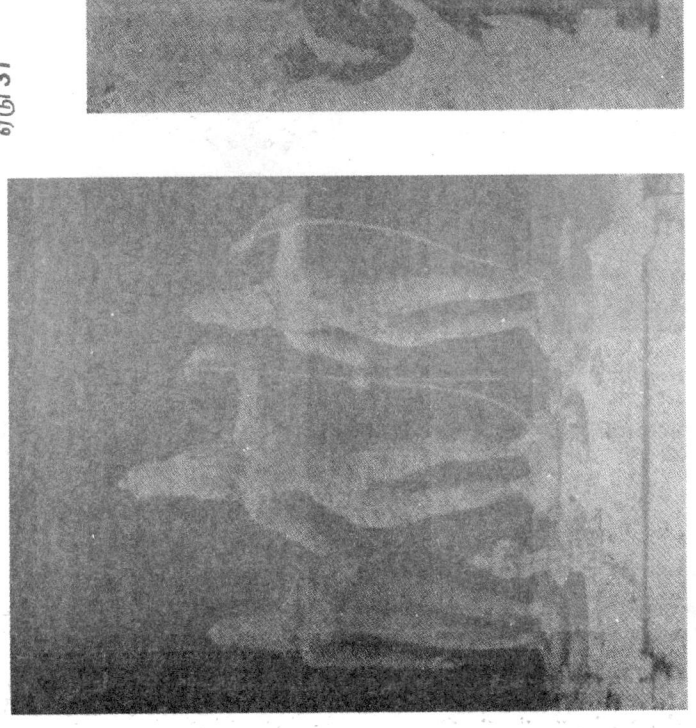

படம் - **82 : விஷ்ணுவும், லட்சுமியும் பார்வதியைச் சிவனுக்குத் திருமணம் செய்து கொடுக்கிறார்கள் (கல்யாணசுந்தரரின் உலோகப் படிமம்), திருவெண்காடு, சீர்காழி தாலுகா (தஞ்சை மாவட்டம்).**

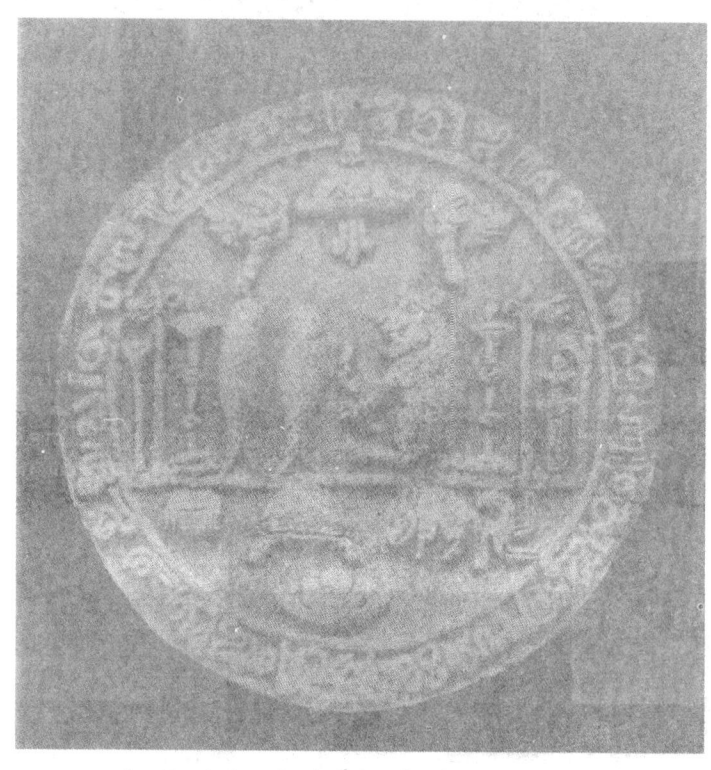

ஏடு 32

படம் - 83 : கரந்தைப் பட்டயங்களிலுள்ள அரச முத்திரை.

படம் - 84 : துவாரபாலகர், விஜயாலய சோழேஸ்வரம், நார்த்தாமலை.

படம் - 87 : திறந்த வெளியில் சிங்கமும் யானையும் சண்டையிடும் சிற்பம், ஐராவதீஸ்வரர் கோயில், தாராசுரம் (தஞ்சை மாவட்டம்).

படம் - 86 : சமண குடகுக்கு முன்னுள்ள மேடை, நார்த்தாமலை.

படம் - 85 : பெண் வாயிற்காவலர், கம்பஹரேஸ்வரர் கோயில் திரிபுவனம் (தஞ்சை மாவட்டம்).

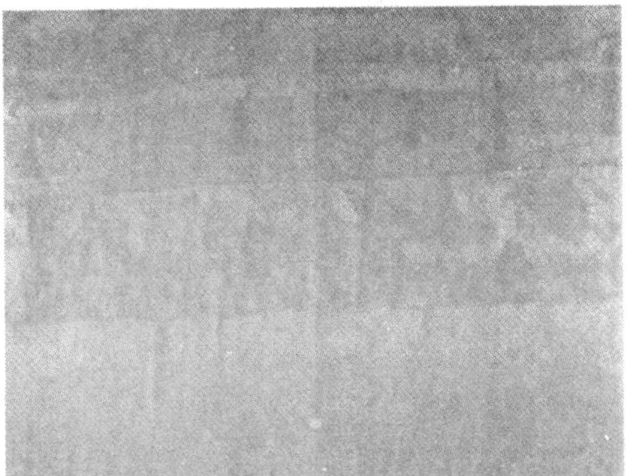

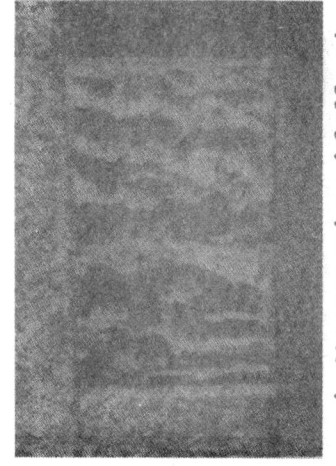

படம் - 88 : யாளியின் உருவங்கொண்ட கைப்பிடிச் சுவர், திரிபுவனம்.

படம் - 92 : தசரதனுக்கு அக்கினிதேவன் பாயாசம் வழங்குதல், நாகேஸ்வரர் கோயில்.

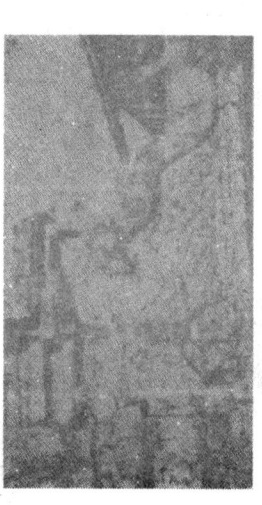

படம் - 93 : தசரதன் பாயாசத்தை அரசிகளுக்குப் பகிர்ந்தளித்தல், நாகேஸ்வரர் கோயில்.

படம் - 94 : ராமனின் பிறப்பு, நாகேஸ்வரர் கோயில்.

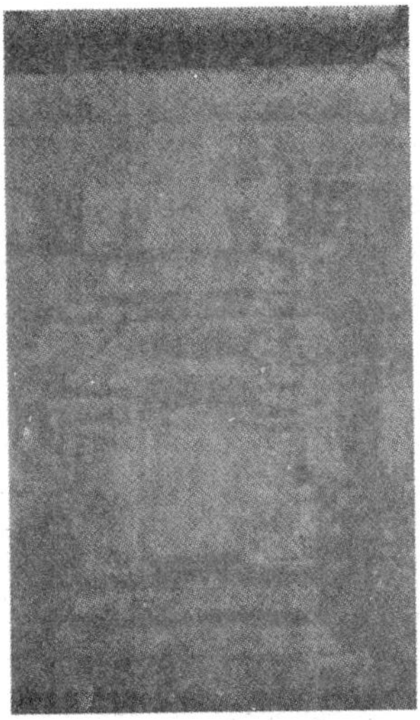

படம் - 89 : விமானத்தின் வடக்கு அடித்தளத்திலுள்ள அலங்கார வேலைப்பாடுகளைக் கொண்ட மாடம், திரிபுவனம்.

படம் - 90 : தெற்குச் சுவற்றிலுள்ள மகாமண்டபத்தின் அடித்தளத்திலுள்ள அலங்கார வேலைப்பாடுகளைக் கொண்ட மாடம், திரிபுவனம்.

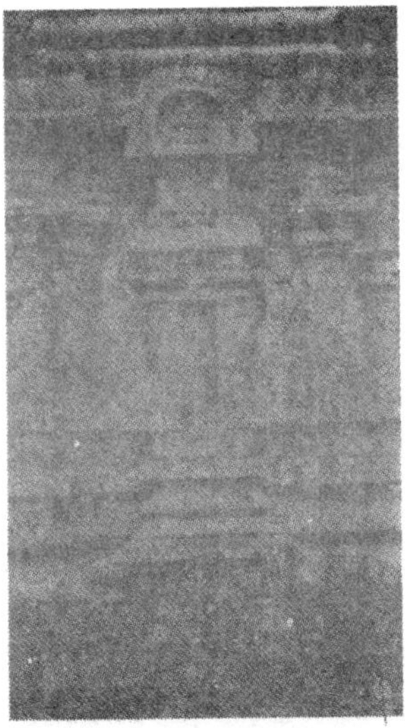

படம் - 91 : மற்றொரு அலங்கார வேலைப்பாடுகளைக் கொண்ட மாடம், திரிபுவனம்.

படம் - 99 : கிருஷ்ணனும், பூதணாவும், புஞ்சை.

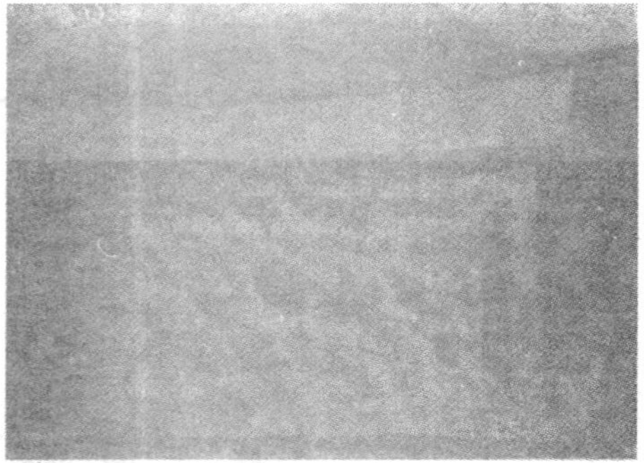

படம் - **95** : தாடகையுடன் இராமனின் போர், நாகேஸ்வரர் கோயில்.

படம் - **96** : இராவணனுக்கு முன்னால் அனுமான், நாகேஸ்வரர் கோயில்.

படம் - **97** : இராவணன், சீதை, ஜடாயு, திரிபுவனம்.

படம் - **98** : வராக அவதாரம், புஞ்சை.

ஏடு 37 - நாணயங்கள்

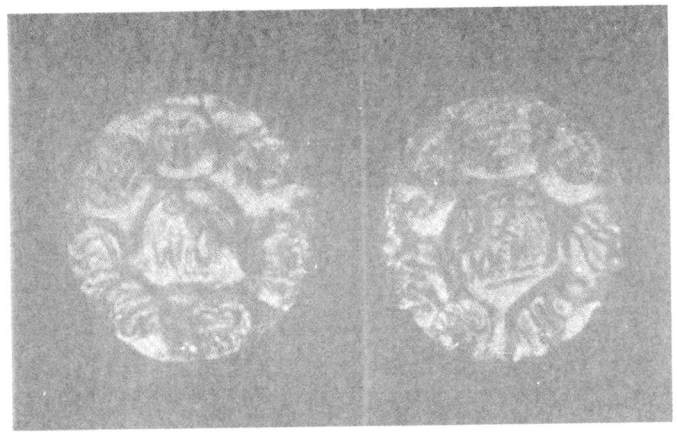

1 2

3 4

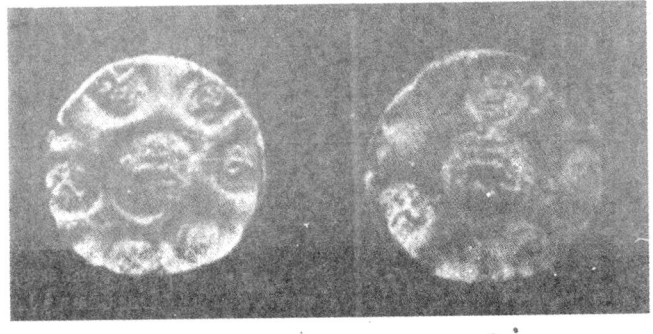

5 6

படம் - 47: கங்காதரரும் ரிஷபாந்தியும், வாலீசுவரர் கோயில், திருவாலீசுவரம், திருநெல்வேலி மாவட்டம்.

ஏடு 21

படம் - 49: விமானத்தின் மேற்புறத்திலுள்ள சிற்பம், வாலீசுவரர் ஆலயம், திருநெல்வேலி மாவட்டம்.

படம் - 51: சண்டேசானுகிரக மூர்த்தியும் சிவனும், வாலீசுவரர் கோயில், திருவாலீசுவரம், திருநெல்வேலி மாவட்டம்.

ஏடு 22

படம் - 52: தட்சணாமூர்த்தி அங்காளம்மன் கோயில், காவேரிப்பாக்கம், தென் ஆர்க்காடு மாவட்டம்.

படம் - 55: நடராஜர் உருவம் தெற்குச் சுவரில் கர்ப்பக்கிரகத்தில் அமைந்துள்ளது, கங்கைகொண்ட சோழபுரம், திருச்சி மாவட்டம்.

படம் - 56: பிரகதீசுவரர் ஆலயம் - ஹரிஹரர், தெற்குப்பக்கத்தில் தேவகோட்டத்திலுள்ள விமானத்தில் அமர்ந்துள்ளார், கங்கைகொண்ட சோழபுரம், திருச்சி மாவட்டம்.

படம் - 57: சிவன் கோயிலிலுள்ள கர்ப்பக்கிரகத்தில் வடப்பக்கமாக அமைந்த சண்டேசானுகிரகமூர்த்தி, கங்கைகொண்ட சோழபுரம், திருச்சி மாவட்டம்.

ஏடு 23

படம் - 54: சரஸ்வதி (?), பிரகதீசுவரர் ஆலயம், தஞ்சாவூர்.

படம் - 59: விஷ்ணு, கங்கைகொண்ட சோழபுரம்.

படம் - 60: சூரியன் (கமலயந்திர நிலை), மேற்கு முகமாக, பிரகதீசுவரர் ஆலயத்தின் மகா மண்டபம், கங்கைகொண்ட சோழபுரம், திருச்சி மாவட்டம்.

ஏடு 24

படம் - 58: பிரகதீசுவரர் ஆலயம் - தேவகோட்டத்திலுள்ள வடக்குச் சுவரில் பத்ம பீடத்தில் அமைந்த காமாந்தகரின் சிற்பம் - கங்கைகொண்ட சோழபுரம்.

படம் - 61: கங்காளமூர்த்தியின் சிற்பம் - ஐராவதீசுவரர் கோயில், தாராசுரம், தஞ்சை மாவட்டம்.

படம் - 62: கர்ப்பக்கிரகத்தின் வடக்குப் பக்கமாக அமைந்த கஜமூர்த்தி, ஐராவதீசுவரர் கோயில், தாராசுரம், தஞ்சை மாவட்டம்.

ஏடு 25

படம் - 63: பிரகதீசுவரர் ஆலயம் - நடராஜரின் செப்புத்திருமேனி, தஞ்சாவூர்.

படம் - 64: நடராஜர், வேளாங்கண்ணி (தஞ்சாவூர்).

படம் - 65: நடராஜர், திருவாலங்காடு (சித்தூர்).

ஏடு 26

படம் - 66: நடராஜரின் உருவம், எட்டுக் கைகளுடன்கூடியது, முன் பின் தோற்றம், நல்லூர், தஞ்சை மாவட்டம்.

படம் - 67: சிவன் கோயில், நடராஜரின் செப்புத்திருமேனி (சந்தியாதாண்டவ மூர்த்தி), திருவரங்குளம், புதுக்கோட்டை மாவட்டம்.

ஏடு 27

படம் - 68: தேவியுடன்கூடிய ரிஷபமூர்த்தி செப்புப் படிமம் முன்தோற்றம், (புதையல்), திருவெண்காடு (சீர்காழி தாலுகா), தஞ்சை மாவட்டம்.

படம் - 69: கங்கைகொண்ட சோழபுரம், கங்கைகொண்ட சோழீசுவர் ஆலயம் - சிவனின் செப்புத்திருமேனி (ரிஷபாந்திகர்).

ஏடு 28

படம் - 70: சுகாசனமூர்த்தி (பிற்காலத்தியது), புதுக்கோட்டை அரும்பொருள் காட்சிக்கூடம்.

படம் - 71: கிராதமூர்த்தியின் செப்புச்சிலை - திருவேட்களம் இன்றைய அண்ணாமலை நகர்), சிதம்பரம் அருகில்.

படம் - 72: கிராதார்ஜுன மூர்த்தியின் செப்புப் படிமம், ராதா ரசிம்மபுரம், தஞ்சை மாவட்டம்.

படம் - 73: ஆலிங்கநாத மூர்த்தியின் செப்புப் படிமம், தஞ்சை ாவட்டம்.

டு 29

படம் - 74: பிக்ஷாடன மூர்த்தியின் செப்புப் படிமம், ச்சாண்டார்), சிவன் கோயில், திருநாமநல்லூர்.

படம் - 75: கைலாசநாத சுவாமி கோயில், பிக்ஷாடன மூர்த்தியின் ப்புப் படிமம் (பிற்காலத்தியது), திருச்செங்கோடு, சேலம் மாவட்டம்.

படம் – 76: சுப்பிரமணியர் ஆலயம் - கந்தரின் செப்புப்படிமம், நான்கு கைகளுடன் அமைந்தது. திருவிடைக்கழி, தஞ்சை மாவட்டம்.

ஏடு 30

    படம் – 77: விஷ்ணு

    படம் – 78: விஷ்ணு

    படம் – 79: இலட்சுமி (?)

    படம் – 80: இலட்சுமி

ஏடு 31

    படம் – 81: விஷ்ணு கோயில், இராம-லட்சுமணர், சீதை ஆகியோரின் செப்புப் படிமம், திருக்கடையூர், தஞ்சை மாவட்டம்.

    படம் – 82: வெண்கலப் படிமத்தாலான கல்யாணசுந்தரர். விஷ்ணுவும் இலட்சுமியும் திருமணம் செய்து கொடுக்கிறார்கள், (புதையல்), திருவெண்காடு (சீர்காழி தாலுகா), தஞ்சை மாவட்டம்.

ஏடு 32

    படம் – 83: கரந்தைப் பட்டயங்களிலுள்ள அரச முத்திரை.

ஏடு 33

    படம் – 84: துவாரபாலகன், விஜயாலயச் சோழீச்சுவரம், நார்த்தாமலை. (புதுக்கோட்டை மாவட்டம்).

    படம் – 86: சமணக்குடகின் முன்னுள்ள மேடை – நார்த்தாமலை (புதுக்கோட்டை மாவட்டம்).

    படம் – 87: யானையும் சிங்கமும் திறந்த வெளியில் சண்டை போடுவது போன்ற சிற்பங்களின் விவரம், ஐராவதீசுவரர் ஆலயம், தஞ்சை மாவட்டம்.

    படம் – 85: பெண் காப்பாளர் - கம்பரேசுவரர் கோயில், திரிபுவனம், தஞ்சை மாவட்டம்.

ஏடு 34

    படம் – 88: சுருள்யாளி, திரிபுவனம்.

படம் - 92: நாகேசுவரர், அக்கினி, தசரதனுக்குப் பாயசம் வழங்குதல்.

படம் - 93: நாகேசுவரர் - தசரதன், மனைவியருக்குப் பாயசம் வழங்குதல்.

படம் - 94: நாகேசுவரர் இராமனின் பிறப்பு.

ஏடு 35

படம் - 89: திரிபுவனம் - விமானத்தின் வடக்குச் சுவரிலுள்ள பிறை ஒற்றைத்தள விமானத்தின் சிறு வடிவு.

படம் - 90: திரிபுவனம் - வேலைப்பாடுகளுடன்கூடிய தேவகோட்டம், தெற்குச் சுவரிலுள்ள மகாமண்டபத்தின் அடித்தளம்.

படம் - 91: திரிபுவனம் - மற்றொரு வேலைப்பாடுடன்கூடிய தேவ கோட்டம்.

படம் - 99: புஞ்சை, கிருஷ்ணனும் பூதகியும்.

ஏடு 36

படம் - 95: நாகேசுவரர் - தாடகை இராமனுடன் சண்டையிடுதல்.

படம் - 96: நாகேசுவரர் - இராவணனுக்குப் பின்னால் ஹனுமான்.

படம் - 97: திரிபுவனம், இராவணன், சீதை, ஜடாயு.

படம் - 98: புஞ்சை, வராகவதாரம்

ஏடு 37 - நாணயங்கள்

நாட்டுப் படங்களும் வரைபடங்களும்

கரிகாலனது ஆட்சியின் பரப்பு -- 47

முதலாம் பராந்தகனின் ஆட்சிக்குட்பட்ட
சோழ நாட்டின் எல்லை -- 180

இராஜேந்திரனின் கடாரப் படையெடுப்பு -- 287

முதலாம் குலோத்துங்கனது ஆட்சியில் சோழப் பேரரசு -- 441

மூன்றாம் குலோத்துங்கனின் கீழ் சோழப் பேரரசு -- 517

விஜயாலய சோழேஸ்வரர் கோயிலின் அமைப்பு -- 925

திருக்கட்டளையிலுள்ள சுந்தரேஸ்வரர் கோயிலின் பரப்பு -- 928

கொடும்பாளூரிலுள்ள மூவர் கோயில் -- 936

ழுவே தூப்ராயின் **ஆர்க்கியாலஜி தூ
சுட்தெ லின்தெவில்** கண்டுள்ள வரைபடங்கள் -- 991 - 92

1. அடிப்பீடத்தின் பகுதிகள் (உப பீடம்)
2. தூணின் பகுதிகள்
3. பலகை வளர்ந்த விதம்
4. போதிகையின் பகுதிகள்
5. தண்டையக்கட்டு வளர்ந்த வரலாறு
6. பஞ்சரத்தின் இரண்டு வடிவங்கள்

பெயர்ச் சுருக்கங்கள்
(ABBREVIATIONS)

ஏ. ஆர். ஏ.	-	Annual Reports on Archaeology, Madras.
ஏ. ஆர். பி.	-	Archaeological Report, Burma.
ஏ. ஆர். இ.	-	Annuals Reports on Epigraphy, Madras.
ஏ. எஸ். சி.	-	Archaeological Survey Reports, Ceylon
ஏ. எஸ். ஐ.	-	Archaeological Survey of India, Annual Reports of the Director General.
ஏ. எஸ். எஸ். ஐ.	-	Archaeological Survey of South India.
பி. இ. எப். இ. ஓ.	-	Bulletin de l' Ecole Francaise d' Extreme Orient.
பி. ஜி.	-	Bombay Gazetteer.
சி. எஸ். ஐ.	-	Coins of Southern India by Sir Walter Elliot (1886).
சி. வி.	-	Culavamsa, edited and translated by Geiger. (Pali Text Society).
டி. கே. டி.	-	Dynasties of the Kanarese Districts, by Fleet (in the B G).
இ. சி.	-	Epigraphia Carnatica.
இ. எச். ஐ.	-	Early History of India, V. A. Smith.

இ. ஐ.	-	Epigraphia Indica.
இப். பிர்.	-	Epigraphia Birmanica.
இ. இசட்.	-	Epigraphia Zeylanica.
எச். ஏ. எஸ்.	-	Hyderabad Archaeological Series.
எச். ஐ. எஸ். ஐ.	-	Historical Inscription of Southern India, Sewell (1932).
ஐ. ஏ.	-	Indian Antiquary.
ஐ. ஏ. எல்.	-	Journal of Indian Arts and Letters (India Society, London).
ஐ. எச். க்யூ	-	Indian Historical Quarterly.
ஐ. எம். சி.	-	Indian Museum Catalogue (of Coins), Vol. I, V. A. Smith.
ஜே. ஏ.	-	Journal Asiatique.
ஜே. ஏ. எச். ஆர். எஸ்.	-	Journal of the Andhra Historical Research Society.
ஜே. பி. பி. ஆர். ஏ. எஸ்.	-	Journal of the Bombay Branch of the Royal Asiatic Society.
ஜே. ஐ. எச்.	-	Journal of the Indian History.
ஜே. ஐ. எஸ். ஓ. ஏ.	-	Journal of the Indian Society of Oriental Art (Calcutta).
ஜே. எம். யூ.	-	Journal of the Madras University.
ஜே. ஓ. ஆர்.	-	Journal of the Oriental Research, Madras.
ஜே. ஆர். ஏ. எஸ்.	-	Journal of the Royal Asiatic Society (London).
லிஸ்ட்	-	Kielhorn: List of Inscriptions Southern. (EI. vii and viii)

எம். ஏ. ஆர்.	-	Mysore Archaeological Reports.
எம். வி.	-	Mahavamsa, edited and translated by Geiger (Pali Text Society) continued in C. V.
என். ஐ.	-	Nellore Inscriptions, edited by Butterworth and Venugopal Chetty.
ஓ. இசட்.	-	Ostasiatische Zeitschrift.
பி. கே.	-	The Pandyan Kingdom by K. A. Nilakanda Sastri (1929).
பி. எஸ். ஐ.	-	Inscriptions of the Pudukotta State.
க்யூ. ஜே. எம். எஸ்.	-	Quarterly Journal of the Mythic Society, Bangalore.
எஸ். ஐ. ஐ.	-	South Indian Inscriptions.
ஸ்டடீஸ்	-	Studies in Cola History and Administration by K. A. Nilakanda Sastri (1932).
டி. ஏ. ஆர்.	-	Travancore Archaeological Reports.
டி. ஏ. எஸ்.	-	Travancore Archaeological Series.

அதிகாரம் 1

ஆதாரங்கள்

சோழருடைய வரலாறு, இந்திய வரலாற்றின் பல்வேறு பகுதிகளைப் போன்று, தேவையான நம்பத் தகுந்த சான்றுகளை ஏறக்குறைய 1900-ம் ஆண்டு வரை பெறவில்லை. சென்ற நூற்றாண்டின் முற்பகுதியில், சென்னை மாநிலத்தில் கிடைக்கப் பெற்ற பழம்பொருள் சின்னங்களையெல்லாம் தம் பெருமுயற்சியினால், கர்னல் மெகன்சி திரட்டியபோது, தஞ்சை மாவட்டத்தில் இப்பணியில் அவருக்கு உதவியவர்கள் **"சோழ வமிச சரித்திரம்"** என்ற நூலைத் தவிர சோழர் வரலாற்றுக்கு உதவக்கூடிய மற்ற முக்கிய குறிப்புக்களைக் காணத் தவறினர். இந்நூல் (**"சோழ வமிச சரித்திரம்"**) அண்மையில் எழுதப்பட்டதுடன், செவிவழிச் செய்திகளையும் அதிசய நிகழ்ச்சிகளையும்கொண்ட ஒரு தலபுராண வடிவைக் கொண்டதாகும். இந்நூலின் உதவியைக்கொண்டு பண்டை சோழ மன்னரது வரலாற்றைப் பற்றி யாதும் அறிய இயலவில்லை. மற்றும், அவருடைய மரபில் 84 மன்னர்கள் ஆட்சி செய்தார்களா அல்லது 16 மன்னர்களே ஆட்சி புரிந்தனரா என்பதைப் பற்றிக்கூட ஒன்றும் தெளிவாக அறிய இயலவில்லை. கடந்த 50 ஆண்டுகளாகத் தென்னாட்டில் கல்வெட்டுத் துறையின் பணி வியக்கத்தக்க வகையில் முன்னேற்றமடைந்துள்ளது. ஹூல்ஷ், வெங்கையா, கிருஷ்ண சாஸ்திரி போன்ற அறிஞர்கள் பல கல்வெட்டுகளைச் சிறந்த முறையில் தொகுத்து ஆய்வுப் பதிப்புகள் வெளியிட்டுள்ளனர். மேலும், நமக்குக் கிடைத்துள்ள தமிழ் இலக்கியங்களுள் மிகத் தொன்மையானவையெனக் கருதப்படும் சங்ககால இலக்கியங்களின் பல முக்கிய பகுதிகள், அண்மையில்தான் மீட்கப்பட்டு நூல்களாக வெளியிடப்பட்டுள்ளன. இதனால், தற்போது சோழரது வரலாற்றை ஒரு சீரான முறையில் தொடர்புள்ளதாக எழுத வேண்டிய தேவையும், காலமும் வாய்ப்பாக அமைந்துள்ளன.

இம்முயற்சியில் பல முக்கிய ஆதாரங்களைப் பயன்படுத்த வேண்டிய நிலையில், ஏற்கனவே இத்துறையில் எழுதப்பட்டுள்ள அடிப்படை வரலாற்றுக் கட்டடத்தின் அடித்தளம் சிறிது பலமிழந்து, அதன்மீது நாம் எழுப்பும் மேற்கட்டடம் முழுமையடையும் முன் சரிந்துவிடுமோ என்ற அச்சம் ஏற்படுகிறது. இவ்வாறு கூறுவது, சோழரது வரலாற்றைப் பற்றிய அளவில், ஏற்கெனவே செய்யப்பட்டுள்ள ஆராய்ச்சி முடிவுகளை நாம் மிகவும் குறைத்து எடை போடுவதாகும். ஏனெனில், இவ்வாராய்ச்சி முடிவுகளை நாம் கூர்ந்து கவனிப்போமாயின், கீழைச் சாளுக்கிய மன்னர்களின் செப்பேடுகளில் கிடைத்துள்ள குறிப்புகளையும், தஞ்சையிலும் தமிழ்நாட்டின் மற்ற இடங்களிலுமுள்ள சோழரது கல்வெட்டுக்களில் கிடைத்துள்ள குறிப்புக்களையும் ஒருங்கு இணைத்துப் பல முடிவுகளை அளித்த நாள் முதல், தென்னிந்திய வரலாற்றின் பெரும்பகுதி சிறந்த சான்றுகளின் அடிப்படையிலேயே நிலையாக எழுதப்பட்டுள்ளது என்பதைக் காண்போம். அண்மை ஆண்டுகளில் கண்டுபிடிக்கப் பட்டுள்ள முதலாம் இராஜேந்திரனின் கரந்தை செப்பேடும், வீர இராஜேந்திரனின் சாரால செப்பேடுகளும்[1] கூட, ஏற்கனவே எழுதப்பட்டுள்ள சோழ மன்னர்களின் அரசியல் வரலாற்றில் எவ்விதப் பெரிய மாற்றங்களையும் உண்டாக்குவனவாக இல்லை. ஆகவே, சோழரது அரசியல் வரலாற்றைத் தொடர்புள்ள, அறுதியிட்ட ஒன்றாகத் தொகுத்து எழுதும் வாய்ப்புகள் இருப்பினும், அத்தகைய முயற்சி எளிதான ஒன்றாக இராது. மேலும், ஆட்சிமுறை, இலக்கியம், நுண்கலை ஆகிய துறைகளிலும் இவரது சாதனைகள், எவ்வாறு பத்து, பதிமூன்றாம் நூற்றாண்டுகளில் தமிழரது நாகரிகத்தை ஓர் உன்னத நிலையை அடையச் செய்தன என்பதை நோக்குங்கால், இம்முயற்சியை ஏற்றுக்கொண்டே தீரவேண்டும் என்னும் எண்ணம் உறுதிப்படுகிறது. இப்பேரரசின் ஆட்சியின் கீழ்தான், தென்னிந்திய மக்கள் சிறந்த முறையில் தொலை கிழக்கு நாடுகளுடன் கடல் கடந்த வாணிகத் தொடர்பு கொண்டு மேன்மை நிலையை அடைந்தனர். மேலும், அந்நாடுகளில் தமக்கென்று ஓர் அரசையும் சில காலத்திற்கு அமைத்துக்கொண்டனர். இத்தகைய பெருமை வாய்ந்த நிகழ்ச்சிகளைக்கொண்ட இந்நாட்டின் வரலாற்றைக் கூறும் முயற்சியில், இனியும் காலம் கடத்துதல் கூடாது. இவ்வேளையில், இவ்வரலாற்றின் பல பகுதிகளுக்குத் தேவையான குறிப்புக்களைத்

தேடித்தரும் முயற்சிகளை மேற்கொள்ளவேண்டிய இன்றியமையாமையையும் நாம் உணரவேண்டும். சோழரது வரலாற்றை அறுதியிட்டு எழுதவேண்டும் என்னும் முயற்சியே இத்தகைய ஆராய்ச்சிகளை மேற்கொள்ளும் வழிகளை வகுக்கக்கூடும்.

பொருட் பாகுபாடு

சோழர்களது நீண்ட வரலாற்றை நான்கு பகுதிகளாகப் பிரிக்கலாம். சங்க இலக்கிய காலம்; சங்க கால இறுதிக்கும் விஜயாலய அரச்மரபின் தோற்றத்திற்கும் இடைப்பட்ட காலம்; விஜயாலயனுடைய மரபு புகழ் பெற்று விளங்கிய காலமான கி.பி. ஒன்பதாம் நூற்றாண்டு முதலான காலம்; சாளுக்கிய-சோழ குல மன்னன் முதலாம் குலோத்துங்கனும் அவனது பின்னோரும் புகழ்பெற்று விளங்கிய கி. பி. பதினோராம் நூற்றாண்டின் பிற்பகுதி முதல் பதிமூன்றாம் நூற்றாண்டின் இடைப்பகுதி வரையிலான காலம். தஞ்சைப் பகுதியில் விஜயாலய சோழர் ஆட்சி புரிவதற்கு இரண்டு நூற்றாண்டுகளுக்கு முன்னரே, கடப்பை, கர்நூல், அனந்தப்பூர்[2] ஆகிய பகுதிகளடங்கிய தெலுங்கு மாவட்டங்களில் சோழ அரசு ஒன்று தழைத்திருந்தது. இச்சோழ மன்னர், தாம் கரிகாலனின் குடிவழியைச் சார்ந்தவர்கள் என்றே கூறிக்கொண்டனர். ஆயினும், இவர் பண்டைச் சோழர்களுடன் எவ்வாறு தொடர்பு கொண்டிருந்தனர் என்பதை உறுதியாகக் கூற இயலவில்லை. மேலும், பன்னிரண்டாம் நூற்றாண்டு முதலே பல குறுநில மன்னர்கள், தாம் கரிகாலனின் வழி வந்தவர்கள் என்றும், காசியப கோத்திரத்தைச் சேர்ந்தவர்கள் என்றும் உரிமை பாராட்டினர். இம்மன்னரைப் பற்றிய பண்டைய குடிவழிகளில் காணப்படும் குறிப்புக்களைத் தவிர, பண்டைச் சோழர்களுடனே இவரது தொடர்பை விளக்கும் வேறு சான்றுகள் இருப்பதாகத் தெரியவில்லை. ஏராளமான கல்வெட்டுக்களையும், செப்பேடுகளையும் விட்டுச் சென்றுள்ள இப்பிற்காலத் தெலுங்கு-சோழ மன்னர்களைப் பற்றி இந்நூலில் ஆங்காங்கு சில குறிப்புகளை மட்டுமே காணலாம்.

ஆதாரங்கள் : பண்டைக் காலம்

பண்டைச் சோழ மன்னர்களைப் பற்றிய செய்திகளை அளிக்கும் மிக முக்கியச் சான்று கடைச் சங்க காலத்தைச் சேர்ந்த பண்டைத் தமிழிலக்கியமாகும். சோழ நாடு, அதன் நகரங்கள், துறைமுகப் பட்டினங்கள், வாணிகம் ஆகியவற்றைப் பற்றி

பெரிப்ளூஸும், தாலமியும் விட்டுச் சென்ற சில குறிப்புக்களை இத்தமிழிலக்கியத்தின் மூலம் நன்கு விளக்க முடிகிறது. அயல் நாட்டு ஆசிரியர்களின் குறிப்புகளிலும், கடைச் சங்க நூல்களிலும் காணப்படும் ஒத்த செய்திகள் இச் சங்க இலக்கியம் கிறித்துவ சகாப்தத்தின் முதற் சில நூற்றாண்டுகளைச் சார்ந்தது என்பதற்கான தக்க ஆதாரங்களாகக்கொள்ளலாம். ஈழ நாட்டு மக்களுக்கும், தமிழ் நாட்டிலிருந்து ஈழத்தில் குடியேறிய தமிழர்களுக்கும் இடையே உண்டானதாகக் கூறப்படும் பல பூசல்களைப் பற்றி **"மகா வமிசம்"** குறிப்பிடுவதோடு, சில பெயர்களையும் தருகிறது. இதே பெயர்கள், சங்க இலக்கியத்திலும் காணப்படுவதால், மகா வமிசத்தின் சான்று வலிவு பெறுகிறது. முதலாம் கயவாகு மன்னனும், சேர மன்னன் செங்குட்டுவனும் ஒரே காலத்தவர் என்ற கூற்றை ஹூல்ஷ் என்ற அறிஞர் ஏற்கத் தயங்கினார். இவ்வண்ணம் மகாவமிசத்திலும், சிலப்பதிகாரத்திலும் கூறப்படும் மன்னர்களுடைய பெயர்களின் அடிப்படையில் மட்டுமே எழுந்ததன்று. தென்னிந்தியாவிற்கும் ஈழத்திற்குமிடையே நிலவிய அரசியல் மற்றும் பண்பாட்டு உறவுகளையும் நாம் மனதில் கொள்ளவேண்டும்.

நமக்குக் கிடைத்துள்ள சங்க இலக்கியத்தின் கால அளவை அறுதியிட்டுக் கூறத்தக்க சான்றுகள் கிடைக்கவில்லை. எனினும், இக்காலம் ஐந்து அல்லது ஆறு தலைமுறைகளுக்குள்ளாகவே இருந்திருக்கக் கூடும் எனத் தோன்றுகிறது. சங்க காலத்திற்குப் பிற்பட்டதாகப் பெரும்பாலோராலும் கருதப்படும் சிலப்பதிகாரம், மணிமேகலை[3] நீங்கலாக, மற்ற சங்க இலக்கியங்கள் அனைத்தும் நன்கு தொகுக்கப்பட்ட செய்யுட்களாக நமக்குக் கிடைத்துள்ளதோடு, அகநானூற்றைப் போன்று அமைப்பில் மிக நுணுக்கமான முறையையும் உடையன. ஒவ்வொரு தனிப்பாடலின் முடிவிலுமுள்ள பாயிரம் அப்பாடலாசிரியரைப் பற்றியும், பாடலின் பொருள்பற்றியும் கூறுவதாக அமைந்துள்ளது. புறப் பொருள்களைப் பற்றிக் குறிப்பிடும் புறம் (புறநானூறு) என்னும் செய்யுட் பகுதியில், பாடலில் குறிப்பிடப்படும் மன்னன் அல்லது தலைவன், அவர்களை அப்பாடல்களில் புகழ வேண்டிய நிகழ்ச்சிகள் ஆகியவற்றைப்பற்றியும் காண்கிறோம். பல மன்னர்களது பெயர்களையும், குறுநில மன்னர்களது பெயர்களையும், அவரது ஆதரவைப் பெற்ற புலவர்களைப் பற்றியும் இப்பாயிரங்களிலிருந்தே பெரிதும் நாம் அறிகிறோம். இப்பெயர்களைக்கொண்டு யார், யார் எந்தெந்த தலைமுறையில் சமகாலத்தவராய் வாழ்ந்தனர் என்பதை அறுதியிட்டுக் கூறுதல் எளிதன்று. சில அறிஞர்கள்,

ஆதாரங்கள் இன்றியே தம் கற்பனையின் அடிப்படையில் இவர்களிடையே பரம்பரை உறவுகளைக் கற்பித்துள்ளனர். மற்றும் சிலர், இம் முயற்சியில் தம் தோல்வியை ஏற்றுக்கொண்டு, இப்பாயிரங்கள் அனைத்துமே பிற்சேர்க்கை என்றும் நம்பத்தகாத யூகங்களே என்றும், இவை நவீன வரலாற்று ஆசிரியர்க்கு எவ்வகையிலும் பயன்படக் கூடிய சான்றுகளல்ல என்றும் கருதியுள்ளனர்.[4] இக்கூற்றை ஏற்றுக்கொள்வதற்கு முன் ஒன்றை மட்டும் நாம் மனத்தில் கொள்ளவேண்டும். அதாவது, கலித்தொகை போன்ற நூல்களில் காணப்படும் பாடலாசிரியர்களுள் ஒருவரே, இவற்றைத் தொகுத்தார் என்ற சங்க இலக்கிய மரபேயாகும். இம் மரபை மறுப்பதற்கான சான்றுகளும் தரப்படவில்லை.[5] இப்பாயிரங்களிலிருந்து கிடைக்கும் குறிப்புகளை முறையாகப் பயன்படுத்திக்கொள்ளும் முயற்சியில் இறங்கும் போது, இவற்றைத் தொகுத்த புலவனின் நோக்கமும், தற்கால வரலாற்றாசிரியர்களின் நோக்கமும் பெரிதும் வேறுபட்டிருப்பதை நாம் மறந்துவிடக் கூடாது. அல்லது, தொடர்பற்ற இச்செய்திகளைக்கொண்டு ஒரு தொடர்பான வரலாற்றை எழுதக்கூடும் என்ற தவற்றைச் செய்துவிடக் கூடாது.

விஜயாலய மரபு

விஜயாலய சோழ மன்னர்களின் வரலாற்றை எழுதப் பல துறைகளிலிருந்து பேரளவில் தக்க சான்றுகள் கிடைக்கின்றன. இதன் மூலம், இவரது வரலாற்றைக் கூறுவது ஒருவாறு எளிதாகின்றது. ஆனால், சங்ககால இறுதிக்கும் விஜயாலயனின் எழுச்சிக்கும் இடைப்பட்ட காலத்தில், அதாவது, பாண்டிய - பல்லவ ஆதிக்கம் ஓங்கியிருந்த காலத்தில், சோழர்களின் நிலையைப்பற்றிக் கூறத்தக்க யாதொரு சான்றும் நமக்குக் கிடைக்கவில்லை. பல்லவ, சாளுக்கிய கல்வெட்டுக்களில் இவர்களைப்பற்றிக் கிடைக்கும் குறிப்புக்களும், சைவ, வைணவப் பாடல்களிலுள்ள குறிப்புக்களும் மிகக் குறைந்த அளவிலேயே கிடைக்கின்றன.

கல்வெட்டுகள்

விஜயாலய வமிசத்து மன்னர்கள் ஏராளமான பயனுள்ள கல்வெட்டுக்களையும், சில செப்பேடுகளையும் வரலாற்றாசிரியர்க்கு விட்டுச் சென்றுள்ளனர். தென்னிந்தியாவில் இதுகாறும் கிடைக்காத சிறப்பை முடியாட்சிக்கு ஏற்படுத்திக் கொடுத்த முதலாம்

இராஜராஜ மன்னன், தன் கல்வெட்டுக்களின் தொடக்கத்தில் தன் ஆட்சியின் பெருமைகளைக் கூறும் அழகிய தமிழ்ப் பாக்களைக் கொண்ட மெய்க்கீர்த்திகளைச் சேர்க்கும் முயற்சியில் முதன் முறையாக ஈடுபட்டான். அதில் அவ்வப்போது தானடைந்த வெற்றிகளைச் சேர்த்தும் வந்தான். இராஜராஜன் ஆட்சிக்குப் பல நூற்றாண்டுகளுக்கு முன்பிருந்தே எல்லா மன்னர்களும், குறுநில மன்னர்களும், ஸ்மிருதிகள், தரும சாத்திரங்கள் உண்டாக்கிய மரபையொட்டி, தங்கள் சாசனங்களில் தாமளித்த தானங்களைப் பற்றியும், தம் முன்னோர்களின் சிறப்பைப்பற்றியும் குறிப்பிட்டு வந்தனர். ஆனால் இம்முறை, செப்புப் பட்டயம் எழுத மட்டுமே பின்பற்றப்பட்ட முறையாக அமைந்தமையால், இவ்வழக்கம் தொடர்ந்து மேற்கொள்ளப்படவில்லை. இவ்வழக்கம், சாசனங்களை எழுதிய புலவர்களின் கற்பனை வளத்திற்குப் பேரிடம் அளித்ததோடு, சில வேளைகளில் ஒரே மன்னன் அளித்த பல் தானங்களைப்பற்றிக் குறிப்பிடும்போது முரணான, குழப்பமான குறிப்புக்களையும் தருகின்றன. தன் ஆட்சியில் நடந்த பல முக்கிய நிகழ்ச்சிகளைப்பற்றி அதிகார சார்பான மெய்க்கீர்த்திகளை எளிய மொழியில் கற்களில் பொறிக்குமாறு பணித்த இராஜராஜனின் செயல், இவரது வழித்தோன்றல்களாலும் தொடர்ந்து செயல்படுத்தப்பட்டது. இம் மெய்க்கீர்த்திகள், சோழ மன்னரின் ஆட்சி காலத்தைப் பற்றிய ஆதாரங்களாக வரலாற்றாசிரியர்க்கு மிகவும் பயனுற்று விளங்குகின்றன.[6] இம் மெய்க்கீர்த்திகளின் சிறப்பைப்பற்றி ஹூல்ஷ், வெங்கைய்யா போன்ற அறிஞர்கள் **"தென்னிந்தியக் கல்வெட்டுக்கள்"** என்ற தொகுப்பில் சிறந்த முறையில் விரிவாக விளக்கியுள்ளனர். இவை, சில வேளைகளில் பொய்க்கீர்த்திகளாகவே மாறினும், சோழ மன்னரின் காலநிலை, அவர்தம் ஆட்சியில் நடந்த முக்கிய நிகழ்ச்சிகள், அவற்றின் விவரங்கள் போன்ற முக்கியச் செய்திகளை அளிப்பதில் சிறப்புடையனவாகும்.

வரலாற்றுச் செய்திகள்கொண்ட கல்வெட்டுகள் மிகச் சிலவே கிடைத்துள்ளன. எடுத்துக்காட்டாக திருவேந்திரபுரத்தில்[7] கிடைத்துள்ள கல்வெட்டு, மூன்றாம் இராஜராஜனுக்கு ஏற்பட்ட இன்னல்களையும், அவை, அப்பொழுது வாழ்ந்த ஹொய்சாள மன்னனின் குறுக்கீட்டினால் களையப்பட்டதையும் கூறுகின்றது. கல்வெட்டுகள் பெரும்பாலும் கோயில்களுக்கு அளிக்கப்படும். அவை, பொது அல்லது தனியாரது தானங்களைப் பற்றியும்

மடங்கள், அந்தணர் ஆகியோருக்கு அளிக்கப்பட்ட கொடை பற்றியும் கூறுகின்றன. சில கல்வெட்டுகள் கோயில் எடுப்பித்தல், அல்லது புதுப்பித்தல், புதிய படிமங்களை பிரதிட்டை செய்தல் போன்ற நிகழ்ச்சிகளையும் கூறுகின்றன. கோயில்களில் விளக்குகள் ஏற்றி வைக்க ஆகும் செலவினை ஏற்றுக்கொள்வதின் மூலம், தாம் செய்த பாவத்தினின்று விடுபடுதல் அல்லது புண்ணியம் தேடுதல் எனும் வழக்கம் நம் நாட்டில் பரவலாகக் காணப்பட்டது. ஒவ்வொரு விளக்கிற்கும் ஆகும் செலவு பணமாகவோ, அல்லது ஆடு மாடுகளாகவோ தானமாகத் தரப்பட்டது. சில சமயம் இவ்விளக்குகளுக்கான செலவைப் பலர் கூடித் தமக்குள் பகிர்ந்துகொண்டனர். பொதுவாக, இரவிலும் பகலிலும் எரியக்கூடிய நந்தா விளக்குகளே[8] தானமாக அளிக்கப்பட்டன. ஆனால், பகல் விளக்குகளும் இரவு விளக்குகளும்[9] சந்தி பூஜைகளுக்கு ஏற்பத் தனித்தனியே அளிக்கப்பட்டன. விளக்கேற்றத் தானமாக அளிக்கப்பட்ட கால்நடைகள் "சாவாமூவாபேரோடு" என்றே குறிக்கப்பட்டன. பசுக்களையும் இப்பெயராலேயே குறித்தனர். தானமாக அளிக்கப்பட்ட பசுக்களின் எண்ணிக்கை நாளடைவில் குறையுமேயானால் (ஒரு சமயம் தானமாக அளிக்கப்பட்ட ஐம்பது பசுக்கள் மூன்றாண்டுகளில் இருபத்தைந்தாக குறைந்தன)[10], அதற்கு ஏற்றவாறு அம்மாடுகளை வளர்த்தவன் கோயிலுக்குச் செலுத்தவேண்டிய நிவந்தங்கள் தக்க முறையில் மாற்றி நிர்ணயிக்கப்பட்டன. மன்னர்களும் அவரது அதிகாரிகளும் மட்டுமன்றி பல வாரியங்களும், தொழிற்சங்கங்களும், வணிகப் பெருமக்களும், சமூகக் கூறுகளும் படைக் குழுக்களும், ஊர்ச் சபைகளும், பாமர மக்களும் தானங்களை அளித்து கோயில்களைப் போற்றினர். கோயில்களுக்காகவே தம்மை அர்ப்பணித்துக்கொண்ட தேவரடியார்கள் தங்கள் சேவைக்காகப் பரம்பரை உரிமைகளைப் பெற்றனர்.

பொதுவாக, மக்களின் பொதுப் பிரச்சினைகளின் மீதான தீர்ப்புக்களையும், ஒப்பந்தங்களையும் வெளியிடவும் அவற்றை நிலையாகப் பாதுகாக்கவும் இக்கல்வெட்டுகள் பொறிக்கப்பட்டன. இவ்வகைக் கல்வெட்டுகள், தானங்களைக் குறிக்கும் கல்வெட்டுகளைப் போன்று அதிக அளவில் கிடைக்கப் பெறவில்லை. எனினும், அவற்றைவிட வரலாற்று மாணவர்க்குப் பயனுள்ளனவாக இவை இருக்கின்றன. இவற்றில் நிலவரி, மற்றவர்களுக்கு மன்னர்களின் கட்டளைகள், தங்கள் சட்ட திட்டங்களின் மீதான கிராம மன்றங்களின் தீர்மானங்கள், வகுப்புச்

சண்டைகள் மீதான தீர்ப்புகள், கொலை, களவு, கலப்படம் செய்தல் போன்ற பல குற்றங்களுக்கு விதிக்கப்பட்ட தண்டனைகள், குறிப்பிட்ட பகுதிகளில் வாழ்ந்த சிற்றரசர்களிடையே ஏற்பட்ட அரசியல் உடன்பாடுகள் போன்ற பல்வேறு செய்திகளை அவற்றில் நாம் காண்கிறோம். சொத்துக்களை விற்பது, அடைமானம் வைப்பது ஊர் நிலங்களின் உரிமை மாற்றங்கள் செய்தல் போன்ற பல முக்கிய விவரங்களைக் கோயில் சுவர்களில் பொறிப்பதன் மூலம் இக்கோயில்கள் பொது மக்களின் சிறந்த பதிவுச் செயலகங்களாகவே விளங்கின.[11] கல்வெட்டுகள் பல செப்பேடுகளின் நகல்களாகவும் விளங்கின.[12] திருவிடைவாயிலில் (தஞ்சை) கிடைத்துள்ள ஓர் ஒப்பற்ற கல்வெட்டில் அவ்வூர் கோயிலைப் பற்றிய இதுகாறும் கிடைக்கப் பெறாத திருஞான சம்பந்தரின் தேவாரப் பாடல் ஒன்றைக் காண்கிறோம்.

மொழியும் எழுத்தும்

சோழர்களின் கல்வெட்டுகளில் காணப்படும் மொழியும் எழுத்து வடிவமும் காலத்திற்கும், இடத்திற்கும் ஏற்றவாறு வேறுபடுகின்றன. பேரளவிற்குக் கையாளப்பட்ட மொழி தமிழேயாகும். சில வடமொழியிலும் பல தமிழ், வடமொழி ஆகிய இரு மொழிகளிலும் எழுதப்பட்டன. கருநாடகப் பகுதியிலும், தெலுங்குப் பகுதியிலும் முறையே கன்னடமும், தெலுங்கும் பயன்படுத்தப்பட்டன. சோழ மன்னர்களின் கல்வெட்டுக்கள் கிடைத்த பகுதிகளெல்லாம் தமிழ் மொழியே வழக்கிலிருந்தது என்றும், அவரது ஆட்சி காலத்திற்குப் பிறகு இப்பகுதிகளில் தமிழ் தொடர்ந்து வழக்கில் இல்லாமல் போய்விட்டது என்றும் ஒருவித கருத்து வெளியிடப்பட்டது.[13] சோழரது ஆதிக்கத்தின் கீழ் இருந்த அன்னிய பகுதிகளில் தமிழர்கள் குடியேறினார்கள் என்பதற்கு மட்டுமே இதைச் சான்றாகக்கொள்ளலாம். விஜய நகர மன்னர்கள் அவர்களது பிரதிநிதிகளாயிருந்த நாயக்கர்கள், ஹொய்சாள மன்னர்கள் ஆகியோரின் தெலுங்கு கன்னடக் கல்வெட்டுகள் சில, தமிழகத்தில் கிடைப்பதாலேயே, இக்கல்வெட்டுக்களின் காலத்தில் தமிழ்நாடு தமிழுக்குப் பதிலாக தெலுங்கையோ கன்னடத்தையோ ஏற்றுக்கொண்டது எனக் கூற இயலாது. தஞ்சையில் கிடைத்த 1803-ம் ஆண்டின் நீண்ட மராத்திய கல்வெட்டும் இதற்கு ஓர் எடுத்துக்காட்டாகும். கிறித்துவ சகாப்தத்தின் தொடக்க நூற்றாண்டுகளிலிருந்தே வட்டெழுத்து வழக்கிலிருந்தது. ஏறக்குறைய, பாண்டிய நாடு சோழர்களின்

ஆதிக்கத்திற்குக் கீழ் வந்த காலத்திலிருந்து வட்டெழுத்து மறைந்து, தமிழ் எழுத்தே வழக்கிற்கு வரலாயிற்று.[14] ஆனால், மலை நாட்டிலோ இவ்வட்டெழுத்து கி. பி. 18-ம் நூற்றாண்டின் இடைப் பகுதி வரை தொடர்ந்து வழக்கிலிருந்தது. வடமொழி கிரந்த எழுத்து முறையில் எழுதப்பட்டது. கிரந்த எழுத்து தமிழ் எழுத்தின் வளர்ச்சிக்கும் பயனுள்ளதாக இருந்தது. வெளியிடப்பட்டுள்ள எண்ணற்ற கல்வெட்டுகளின் மூலம், எழுத்தின் வளர்ச்சியை ஒருவாறு நிச்சயமாக அறிய முடிகிறது. ஆனால், அவற்றை காலவரையறைப் படுத்துவதில் நாம் எதிர்பார்க்கும் அளவிற்கு உறுதிப்பாடு உண்டாகவில்லை. எனவே, இவற்றை மிகுந்த கவனத்துடனே நாம் ஏற்றுக்கொள்ளல் வேண்டும்.

போலியான சாசனங்கள் கிடைப்பதும் உண்டு. செப்பேட்டுப் பட்டயங்களை விடக் கல்வெட்டுகளில் இவை குறைந்த அளவினதாக உள்ளன. குறிப்பாக, சோழர் கல்வெட்டுகளில் 'போலி' என்று கூறக் கூடியவை மிகச் சிலவே. அவற்றில் இராஜேந்திர சோழ இராஜகேசரி மன்னனின் 29-ம் ஆட்சியாண்டில் எழுதப்பட்டதாகக் கருதப்படும் ஒரு கல்வெட்டு[15] குறிப்பிடத்தக்கது. இச்சாசனத்தில் காணப்படும் மெய்க்கீர்த்தியில், வேறு ஆட்சிக் காலங்களில் நடந்த நிகழ்ச்சிகளை எல்லாம் சேர்த்திருப்பதே இச்சாசனத்தைப் பற்றிய ஐயப்பாட்டை எழுப்புகிறது; இதன் எழுத்து வடிவைப் பார்த்தால், இது 14-ம் நூற்றாண்டைச் சேர்ந்ததாகத் தெரிகிறது. மேலும், இச்சாசனம் கிடைத்துள்ள கோயிலில், மூன்றாம் இராஜராஜனின் காலத்திற்கு முற்பட்ட கல்வெட்டு ஒன்றும் கிடைக்கவில்லை.

கோயில்கள்

கி. பி. பத்தாம் நூற்றாண்டு முதல், சோழர்களது ஆதரவில் பல புதிய கற்கோயில்கள் நிர்மாணிக்கப்பட்டன. நாளடைவில், இப்புதிய கோயில்களின் சுவர்களிலும், தூண்களிலும் அடிப்பீடங்களிலும் கல்வெட்டுகள் பொறிக்கப்பட்டன. இது போன்று தஞ்சை இராஜ இராஜேசுவரப் பெருங்கோயில் சுவர்களிலும் கல்வெட்டுகள் பொறிக்கப்பட்டன. இது இவ்வழக்கத்திற்குச் சிறந்ததோர் எடுத்துக்காட்டாய் விளங்கியது. பழைய கோயில்களை இடித்துவிட்டு, அவ்விடங்களில் புதிய கோயில்களைக் கட்டியபோது, முன்பிருந்த கோயிற் சுவர்களில் காணப்பட்ட கல்வெட்டுகளைப் புத்தகங்களில் எழுதி வைத்துக் கொண்டு பிறகு அதை மீண்டும் புதியதாக எடுக்கப்பட்ட கோயிற்

சுவர்களில் பொறிக்கப்பட்டன. இதை நமக்கு அக்கல்வெட்டுகள் மூலமே தெளிவாக அறிவிக்கப்படுவதைக் [16] காணலாம். செங்கற் கட்டடங்களின் சுவர்களில்கூடச் சில சமயங்களில் கல்வெட்டுகள் பொறிக்கப்பட்டிருந்தன.[17] அண்மையாண்டுகளில் தெய்வ பக்தியின் காரணமாகத் தொன்மையான கோயில்களைப் புதுப்பித்துக் கட்டினர். இதன் விளைவாக ஏற்பட்ட அழிவை, நாம் ஒரு நாளும் அளவிட்டுரைக்க முடியாது. அரசாங்கமும் இவ்வழியை நிறுத்தக்கூடிய முயற்சிகளை எடுக்க முன்வரவில்லை. பழங்கோயில்களைப் புதுப்பிக்கும் பணியில் இவ்வழியைக் குறைத்து ஒழுங்குபடுத்தவும் மறுத்துவிட்டது;[18] சில கட்டுப்பாடுகளைக் கூட வகுக்க மறுக்கின்றது. கோயில்களில் மட்டுமன்றி, தனிப்பட்ட பாறைக் கற்களிலும் கல்வெட்டுகள் கண்டுபிடிக்கப்பட்டுள்ளன. ஆனால், அவை மிகச் சிலவே.

புராண மன்னர்கள்

அன்பில், பெரிய லெய்டன், திருவாலங்காடு, கரந்தை போன்ற செப்பேடுகளும், கன்னியாகுமரி கல்வெட்டும், வீர இராஜேந்திரனின் சாரால பட்டயமும் சோழர் குலம் சூரிய அரச மரபு என்று கூறி, நீண்ட மரபு வழிகளை அளித்துள்ளன.[19] இரண்டாம் பிருதிவீபதி ஹஸ்தி மல்லனின் உதயேந்திரம் பட்டயம் விஜயாலய மன்னனின் முன்னோர்களுடைய கால் வழியைச் சிறிய பட்டியலாகவே அளிக்கிறது. இப்பட்டியல்கள் ஒன்றுக்கொன்று ஒத்தனவாகக் காணப்படவில்லை.[20] இவற்றிலுள்ள பல்வேறு மன்னர்களின் பெயர்களில், இரண்டு அல்லது மூன்று பெயர்களே உண்மை வரலாற்றிலுள்ள மன்னர்களின் பெயர்களாகத் தோன்றுகின்றன. கரிகாலன், கோச்செங்கணான், கிள்ளி போன்ற மன்னர்களை, சங்க இலக்கியங்கள் கூறும் இதே பெயர்களைக்கொண்ட மன்னர்களாகக் கருதலாம். விஜயாலய சோழ மரபிற்கும், பழம் பெருந் தமிழிலக்கியங்களில் கூறப்படும் சோழ மன்னர்களுக்கும் இடையே இருந்த உறவைப் பற்றி இம்மன்னர்களின் பெயர்களிலிருந்தும், சில செவி வழியாகவரும் கதைகளிலிருந்தும் நாம் அறிகிறோம். ஆனால், இவற்றிற்கு வேறு சான்றுகளே கிடைத்தில. ஒரு பசுக்கன்று தன் தேர்ச்சக்கரத்தில் சிக்கி இறக்கச் செய்த தன் மகனுக்கு, மரண தண்டனை விதித்த மனுநீதிச் சோழன், கழுகிடமிருந்து புறாவைக் காத்த சிபிச் சக்கரவர்த்தி ஆகியோரது கதைகளை நாம் அறிகிறோம். கரிகாலன், கோச்செங்கணான் போன்ற மன்னர்களைப் பற்றிச் செப்பேடுகளில் கிடைக்கும்

செய்திகள் பெரும்பாலும் கட்டுக் கதைகளாயிருப்பதுடன், பழந்தமிழிலக்கியங்கள் தரும் செய்திகளுடன் மாறுபட்டவையாகவும் உள்ளன.

வானவியல் சான்றுகள்

பிற்கால பாண்டிய மன்னர்களின் கல்வெட்டுகளைப்போல, சோழ மன்னர்களின் கல்வெட்டுகள் புதிர்களாய் விளங்காமல் கோள்களின் நிலையையொட்டிய, பயனுள்ள சில குறிப்புகளைத் தருகின்றன. இக்குறிப்புகளைக்கொண்டு கீல்ஹார்ன் போன்ற சில அறிஞர்கள் சோழர்களின் கால நிலையைக் கணக்கிட்டுள்ளனர். இக்குறிப்புகளின் முக்கியத்துவத்தை மிகைப்படுத்துதல் மிக எளிதாகும். தவறான நாட்குறிப்புக்களைக் குறிக்கும் கல்வெட்டுகள் எவ்வாறு போலியாகக் கருதப்படுகின்றனவோ, அதேபோல், உண்மையான நாளைத் தருவதனாலேயே ஒரு கல்வெட்டு பயனுள்ளதாகக் கருத முடியாது.[21] ஒரு சில கல்வெட்டுகளிலிலேயே சகம் அல்லது கலியுக ஆண்டுகள் குறிக்கப்படுகின்றன.[22] ஆனால் கல்வெட்டுகள் சில மன்னர்களின் ஆட்சிக் காலத்தைப் பற்றிய பல விவரங்களையும், அவர்களது ஆட்சி ஆண்டுகளையும் குறிப்பதனால், அவர்களது காலநிலையை நிச்சயிக்க வெகுவாக உதவுகின்றன. சோழப் பேரரசர்கள் தங்களுக்குப் பின் பட்டத்திற்கு வரவேண்டியவர்களைத் தங்கள் வாழ் நாட்களிலிலேயே தேர்ந்தெடுத்து, அவர்களுக்கு ஆட்சி முறையில் பயிற்சி அளிக்கும் வழக்கத்தை மேற்கொண்டதை இம் முடிவுகள் மூலம் அறிகிறோம். இவ்வழக்கம் பதவிக்காக ஏற்படும் பூசல்களைத் தடுத்ததோடு அல்லாமல், எதிர்காலத்தில் பதவிக்கு வருபவருக்கு இளம் வயது முதலே நாட்டை நன்கு ஆளக்கூடிய பயிற்சி பெறுவதற்கான வாய்ப்பையும் அளித்தது.

நிர்வாகம்

சில சமயங்களில், அரச கட்டளைகளும், மற்ற விவகாரங்களைப் பற்றிய குறிப்புகளும் பல ஆண்டுகளுக்குப் பிறகே கல்வெட்டுகளாகப் பொறிக்கப்பட்டன. எடுத்துக்காட்டாக முதற் பராந்தக மன்னனின் 30-ம் ஆண்டில் தானமாக அளிக்கப்பட்ட தொகையின் ஒரு பகுதி அவரது 35-ம் ஆண்டில்தான் அருகிலுள்ள ஒரு கிராம சபையிடம் அளிக்கப்பட்டது என்று ஒரு கல்வெட்டு நமக்குக் கூறுகிறது.[23] குறிப்பாக வரிகள் மீதான மன்னர்களது கட்டளைகள் நடைமுறைப் படுத்தப்படுவதற்கு முன் பல நிலைகளைக் கடந்து செல்ல வேண்டியனவாக இருந்தன என்று

பல கல்வெட்டுகள் கூறுகின்றன. இக்கல்வெட்டுகளை ஊன்றிப் படிப்போமானால் அக்காலத்திய ஆட்சி முறையைப் பற்றி நாம் நன்கு அறிய முடியும், மேலும் பலவித வரிகள், தீர்வைகள், கடமை இறைகள், பாக்கிகள் ஆகியவற்றைப் பற்றியும், சோழர் காலத்தில் அடிக்கடி தோன்றிய ஊர்ப் பெயர் மாற்றங்களைப் பற்றியும் இக்கல்வெட்டுகள் பேரளவில் குறிப்பிடுகின்றன. சமுதாயம், சமயம், நுண்கலைகள், கைத் தொழில்கள் ஆகியவற்றைப் பற்றியும் இக் கல்வெட்டுகளிலிருந்து நாம் அறிகிறோம்.

ஏனைய குலத்தவரின் கல்வெட்டுகள்

சோழ வரலாற்றிற்கு உதவும் சில குறிப்புக்கள், இவர்களது அண்டைப் பகுதிகளில் ஆட்சி செய்த இராஷ்டிரகூட மன்னன் மூன்றாம் கிருஷ்ணன், கீழைச் சாளுக்கிய மன்னர்கள், கீழைக் கங்க மன்னர்கள் மேலைச் சாளுக்கிய மன்னர்கள் ஆகியோர்களது கல்வெட்டுகளிலிருந்தும் கிடைக்கின்றன. சோழர் கல்வெட்டுகளில் காணும் விவரங்களை உறுதிப்படுத்தவோ, சிறிது மாற்றியமைக்கவோ இவை பயன்படுகின்றன. சோழரது வீழ்ச்சியைப் பற்றி ஆராயும்போது, இவர்களுக்குக் கீழிருந்த சில முக்கிய குறுநில மன்னர்களின் கல்வெட்டுக்களும் அல்லது கோப்பெருஞ்சிங்கன் போன்ற தனியுரிமை பெற்ற அரசர்களின் கல்வெட்டுகளும் மிக இன்றியமையாதனவாயுள்ளன. ஹொய்சாள மன்னர்களது சாசனங்களும், சோழர்களின் வீழ்ச்சிக்குரிய நிகழ்ச்சிகளைப் பற்றி ஒருவாறு விளக்குகின்றன.

வரலாற்றுச் சின்னங்கள்

கல்வெட்டுகளுக்கு அடுத்தாற்போல் தொல்பொருள் சின்னங்கள், வரலாறு எழுதுவதற்குப் பல சுவையான முக்கியச் சான்றுகளை அளித்துள்ளன. இவற்றில் சோழ மன்னர்கள் கட்டிய கோயில்களும், சிற்பங்கள் நிறைந்த மண்டபங்களும், கோபுரங்களும், குறிப்பிடத்தக்கவை. செப்புப் படிமங்கள் வார்க்கும் கலையிலும் இக்காலம் ஒப்புயர்வற்ற இடத்தைப் பெற்றிருந்தது. சோழர் காலம் முதற்கொண்டு கட்டப்பட்ட கோயில்கள் சிறந்த முறையில் பாதுகாக்கப்பட்டனவாக நமக்குக் கிடைத்துள்ளன. எனினும், இவற்றின் கட்டடக் கலைத் திறனைப் பற்றி முறையான ஆய்வு செய்ய எவ்வித முயற்சியும் இதுவரை மேற்கொள்ளப்படவில்லை.

இவற்றின் பொதுவான கூறுகளைப் பற்றி மட்டுமே எம். நூவே தூப்ராய் தம் **"தென்னிந்திய தொல் பொருள் ஆராய்ச்சி"** என்ற நூலில் சிறப்புற எழுதியுள்ளார். மற்ற இயல்புகளைப் பற்றிய குறிப்புகள், தொல்பொருள் ஆராய்ச்சித் துறையினரது பல்வேறு அறிக்கைகளில் சிதறிக் காணப்படுகின்றன. கண்ணெதிரே காணப்படும் அப்புராதனச் சின்னங்களின் சிறப்புகளையே நாம் அறியாதபோது, மண்ணிற்கடியில் புதைந்து கிடக்கும் தொல்பொருள்களின் பெருமையைப் பற்றி அறிய விழையாதது வியக்கத்தக்கது அன்று. ஆயினும், தென்னிந்தியாவின் பண்டைய வரலாற்றை அறிய இத்தொல்பொருள் ஆய்வின் முக்கியத்துவத்தைக் குறைத்து மதிப்பிட இயலாது.[24]

காசுகள்

புதைபொருள் ஆராய்ச்சியின் ஒரு பகுதியாக விளங்கும் நாணயவியல் இந்திய வரலாற்றுக்கு மிகப் பயனுள்ளதாகும். ஆனால் தென்னிந்திய வரலாற்றைப் பொறுத்தமட்டும் இவ்வியல், சில சமயங்களில் தவிர, எவ்வித முக்கியப் பயனையும் அளித்துவிடவில்லை. வட இந்திய நாணயங்களைப் பற்றிய ஆராய்ச்சிகள் வரலாற்று முக்கியத்துவமுடைய பல முடிவுகளைத் தந்திருக்கின்றன. ஆனால், தென்னிந்திய நாணயங்களைப் பற்றி அறிவியல் முறையில் எவ்வித ஆராய்ச்சியும் இதுவரை செய்யப்படவில்லை.[25] இங்குக் கிடைத்துள்ள ரோமானியக் காசுகளும், மதுரைச் சுல்தான்களின் காசுகளும் மட்டுமே ஆராயப்பட்டு நல்ல சில முடிவுகள் வெளிப்படுத்தப்பட்டுள்ளன. தென்னிந்தியாவில் தங்கள் ஆட்சி சிறந்த நிலையிலிருந்தபோது, சோழ மன்னர்கள் பொன், வெள்ளி, செப்புக்காசுகளை வெளியிட்டனர். இவர்களது பொற்காசுகள் கிடைப்பது அரிதாகும். ஆயினும், இவர்களது வெள்ளி, செப்புக்காசுகள் சாதாரணமாக எங்கும் கிடைக்கின்றன. பொதுவாக, இக்காசுகளை இரு வகையாகப் பிரிக்கலாம். ஒரு வகைக் காசுகளில், இரு பக்கங்களின் நடுவிலும் சோழர்களது சின்னமாகிய புலியும், சோழராட்சிக்கு உட்பட்டிருந்த மன்னர்களாகிய சேரர்களின் வில் சின்னமும், பாண்டியர்களின் மீன் சின்னமும் புடைசூழ மன்னரின் பெயர் பொறிக்கப்பட்டு காணப்படுகிறது. மற்றொரு வகைக் காசினை, 'ஈழக்காசு' (Ceylon Type) என்று பிரின்சிப், எலியட் போன்றோர் குறிப்பிடுகின்றனர். இவ்வகைக் காசுகளில் இலச்சினைகளுக்குப் பதில் முன் பக்கம் ஒரு மனித உருவம்,

நிற்கின்ற நிலையிலும், மறுபுறம் உட்கார்ந்த நிலையிலும் காணப்படுகின்றது.[26] ஈழக் காசுகள் முதலாம் இராஜராஜன் காலத்திலிருந்தே வழக்கில் உள்ளன. இம் முதல் வகைக் காசுகள், முதலாம் குலோத்துங்கன் காலம் வரை புழங்கின. எனவே முதல் வகைக் காசுகளைவிட, இலங்கை வகைக் காசுகள் பிற்பட்டவை என்று நிலவிவரும் கருத்தை நாம் மாற்றிக்கொள்ளவேண்டும். முதலாம் இராஜராஜனின் காலத்திற்கு முன்பு வழங்கிய காசுகள் நமக்குக் கிடைக்கவில்லை. இதனால் இலங்கை வகைக் காசுகள் மற்ற வகைக் காசுகளின் காலத்தையே சேர்ந்தவையாகத் தோன்றும்.[27] நமக்குக் கிடைத்துள்ள சோழர்களின் காசுகளில் ஒன்றைக்கூட அவற்றின் சமகாலக் கல்வெட்டுகளில் குறிக்கப்படும் காசுகளுடன் இணைத்துக் கூற இயலவில்லை.

இலக்கியங்கள்

ஒரு நாட்டின் வரலாற்றை எழுத அந்நாட்டின் இலக்கியமே அடிப்படையாக அமைவதைப் பிற நாடுகளில் நாம் காணுகின்றோம். ஆனால், இந்தியாவில் இலக்கியம் பெரிதும் ஓரிடராகவே இருந்து வருகிறது. பண்டை இந்திய வரலாற்றை முழுமையாகவோ அல்லது சில பகுதிகளையோ இலக்கியச் சான்றுகளை மட்டும் ஆதாரமாகக்கொண்டு எழுதுவதை இக்கால மாணவர்கள் குறை கூறியுள்ளனர். உண்மையான வரலாற்று இலக்கியங்கள் கிடைக்கவில்லை; தொன்மையானவையாகக் கருதப்படும் பல இலக்கியங்கள் உருவான இடம், அவை எழுதப்பட்ட காலம் ஆகியவற்றைப் பற்றி நம்மால் அறுதியிட்டுக் கூற முடியவில்லை. இராமாயணம், மகாபாரதம் போன்ற பெருங்காப்பியங்கள் பல்லாண்டுகளாக நம் நாட்டின் பண்பாட்டை விளக்கும் களஞ்சியங்களாக விளங்குகின்றன. எனினும் அவை அவ்வப்பொழுது மாற்றி எழுதப்பட்டன. இம்மாற்றங்களை ஏற்படுத்திய காலங்கள், ஆசிரியர்கள், மாற்றங்களின் அளவு ஆகிய விளக்கங்கள் நமக்குக் கிடைக்கவில்லை. இந்நிலையில் இவ்விலக்கியங்கள் மூலம் கிடைக்கும் செய்திகளை வரலாற்றுக்குப் பயன்படுத்துதல் தகாது.[28] மற்றும், ஒரு சில இலக்கியங்களின் ஆசிரியர்களைப் பற்றியும், நூலின் ஆதாரத்தைப் பற்றிய விவரங்களையும் நிச்சயமாக அறிந்தாலும், அவற்றில் வழக்கமான வருணனைகளைக் காண்கிறோமே தவிர, வரலாற்றுச் செய்திகள் நமக்குக் கிடைப்பதில்லை.

தமிழ் இலக்கியத்தில், சங்க காலப் பாடல்கள் இயற்கையாகவும், நம்பத் தகுந்தவையாகவும் உள்ளன. ஆனால், இவற்றின் காலத்தைக் குறித்துப் பெருங்குழப்பம் ஏற்பட்டுள்ளது. இவ்விலக்கியங்களின், குறிப்பாக சோழர் காலத்தில் இயற்றப்பட்ட இலக்கியங்களின் பாடலாசிரியர்களையும், காலத்தையும் நாம் அறிந்தபோதிலும், இவற்றில் பல அவைக்களப் பாடல்களாயிருப்பதால், வெறும் புகழ்ச்சிக்காகவே பாடப்பட்ட பாடல்களும் அவற்றில் உள்ளன. இக்குறைகளை நீக்கிப் பார்ப்போமானால் சோழர் வரலாற்றை எழுத உதவும் விவரங்கள் நமக்கு ஏராளமாகக் கிடைக்கின்றன. இவ்விவரங்களைக் கவனத்துடன் கையாளுவோமேயானால், தொல் இயல் ஆராய்ச்சியிலிருந்து கிடைக்கும் சில சான்றுகளும் நமக்கு நல்ல துணைபுரியும்.

விஜயாலயன் தொடங்கிய சோழராட்சியின் கீழ் தென்னிந்திய இலக்கியம், சமயம் ஆகிய துறைகளில் ஒரு பெரும் மறுமலர்ச்சியைக் கண்டன. கி. பி. 10 அல்லது 11-ம் நூற்றாண்டில் தென்னிந்திய சைவத் திருமுறைகள், இப்போது நாம் காணும் வடிவில் நம்பியாண்டார் நம்பிகளால் தொகுக்கப்பட்டன. இத்தொகுப்பின் அடிப்படையிலேயே பெரியபுராணம் என்று பொதுவாக வழங்கும் திருத்தொண்டர் புராணத்தை, 12-ம் நூற்றாண்டில், இரண்டாம் குலோத்துங்கன் காலத்தில் வாழ்ந்த சேக்கிழார் மேலும் விரிவாக எழுதினார். சைவ சமயத்தைப் பற்றிய பல மரபுகள் இருவராலும் பாதுகாக்கப்பட்டுள்ளன. இம்மரபுகள் அவர்களது காலத்தில் நிலவிய சமயக் கோட்பாடுகளுக்குத் தக்க சான்றுகளாகவே உள்ளன. ஆனால், சைவ சமய வரலாற்றின் முதற் பகுதியைக் கூறும் வகையில் அமையவில்லை. இதை உணராத சில வரலாற்றாசிரியர்கள், சேக்கிழார் வாழ்ந்த பல நூற்றாண்டுகளுக்கு முன் நடைபெற்ற நிகழ்ச்சிகளுக்கான மேற்கோள்களைப் பெரியபுராணத்திலிருந்து எடுத்துக் கையாண்டுள்ளனர். நாயன்மார்களைப் பற்றிய நம்பியாண்டார் நம்பிகளின் சிறுகுறிப்புகளிலே காணப்படாத பல செய்திகள், முதன்முறையாகப் பெரியபுராணத்திலே காணப்படுகின்றன. இப்புராணத்தைக் கருத்தாகப்படித்தால் இவ்வுண்மை நன்கு புலனாகும். இச்செய்திகளைக் கொடுப்பதில் சேக்கிழாரின் கற்பனை வளமும், நாட்டு மக்களின் நம்பிக்கைகளுமே இவருக்கு உதவின எனலாம். இச்செய்திகள் சைவத்திருமுறைகள் வளர்வதற்குப் பேருதவி செய்தன. எனினும், மற்ற

ஆதாரங்களுடன் அவை ஒத்திருந்தாலன்றிச் சைவ சமய வரலாற்றின் ஓர் உறுப்பாக இவற்றை ஏற்றுக்கொள்வது தவறாகும். சமகாலத்தைச் சேர்ந்த கல்வெட்டு அல்லது மற்ற நம்பத்தக்க ஆதாரங்களில் கிடைக்கும் சான்றுகளுக்கு இக் குறிப்புகள் முரணாயிருக்குமேயானால், இவற்றை நாம் புறக்கணித்தே தீரவேண்டும். ஆகையால், சேக்கிழார், தமது பெரு நூலில் அழகாக வரைந்து காட்டும் மக்களது வாழ்க்கை, சமுதாயம் ஆகியவை, அவரது வாழ்நாளில் தாமே நேரில் கண்டவையேயன்றிக் கடந்த காலத்தைப் பற்றியவையல்ல என்பதை நாம் ஏற்றுக்கொள்வதே முறையாகும். நந்தனார் கதையில் காணும் ஆதனூரில் வாழ்ந்த அந்தணர்களைப் பற்றியும் அவ்வூரை அடுத்து ஹரிஜனங்கள் வாழ்ந்த செய்தியைப் பற்றியும் கிடைக்கும் விவரங்களிலிருந்து, சோழர் காலத்தில் நிலவிய கிராமப்புற வாழ்க்கையைப் பற்றி நாம் அறியக்கூடும். ஆனால், இலக்கிய மரபை ஒட்டி எழுந்த சில குறிப்புகளை நாம் தவிர்க்க வேண்டிய நெருக்கடி உண்டாகிறது.

நம்பியாண்டார் நம்பிகள் சைவத்திருமுறைகளைத் திரட்டிய அதே காலத்தில், வைணவப் பாசுரங்களும் நாலாயிரதிவ்வியப் பிரபந்தமாகத் தொகுக்கப்பட்டன என்பது மற்றொரு குறிப்பிடத்தக்க நிகழ்ச்சியாகும். சைவத்திருமுறைகளில் பெரியபுராணம் பெறுமிடத்தை, வைணவத் திருமுறைகளில் திவ்ய சூரிசரிதமும், குரு பரம்பரையும் பெறுகின்றன. ஆனால், இவ்விரு நூல்களும் ஆழ்வார்கள் என்று அழைக்கப்படும் வைணவ அடியார்களின் கால நிலையைப் பற்றிய நம்ப முடியாத பல விவரங்களைத் தருகின்றன. இவை இயற்றப்பட்ட காலத்தில் வழக்கிலிருந்த மரபுகளையும் மத நம்பிக்கைகளையும் இந்நூல்கள் வெளியிடுகின்றன. மற்றும், வைணவ மத வரலாற்றில் இராமானுஜருக்குரிய இடத்தையும், அவ்விடத்தை அவர் அடைவதற்கான சூழ்நிலையையும் நமக்கு அவை விளக்குகின்றன. ஆழ்வார்கள் பாடிய பிரபந்தங்களின்மீது சிறந்த உரைகள் எழுதப்பட்டன. அவை, “மணிப்பிரவாளம்” என்று சொல்லப்படும் நடையில் வடமொழியையும், தமிழையும் ஒன்று சேர்த்து எழுதப்பட்டன. இவ்வுரைகள் சோழர் காலத்திற்கு சற்று பிறகு எழுதப்பட்டாலும், சோழர் காலத்தில் நடந்த சில நிகழ்ச்சிகளைத் தற்செயலாகக் குறிப்பிடுவதனால் இவை நமக்கு மிகவும் பயன்படுவனவாக உள்ளன. மேலும், இவ்வுரைகளிலுள்ள மொழியின் அமைப்பு சில சமயம் சோழர் கல்வெட்டுகளை விளக்க நமக்கு உதவுகின்றன.

மதச் சார்பற்ற இலக்கியங்களில் (நமக்கு மிகவும் பயன்படக் கூடியது) புத்தமித்திரர் எழுதிய **"வீர சோழியம்"**, ஜெயங்கொண்டார் இயற்றிய **"கலிங்கத்துப் பரணி"**, ஒட்டக்கூத்தரின் **"குலோத்துங்கன் பிள்ளைத் தமிழ்"**, **"மூவருலா"** ஆகிய நூல்கள் நமக்குப் பெரிதும் பயன்படக் கூடியனவாக உள்ளன. மற்றும், இவை எழுதப்பட்ட காலத்தையும் அறுதியிட்டுக் கூறத்தக்கனவாகவும் உள்ளன. இவற்றில் முதலில் குறிப்பிடப்பட்ட நூல் ஒரு பௌத்த ஆசிரியரால், வீரராஜேந்திரன் காலத்தில் இயற்றப்பட்ட தமிழ் இலக்கண நூலாகும். இலக்கணத்தின் மற்றொரு கிளையான யாப்பிலக்கணத்தைப் பற்றிக் கூறும் மற்ற நூல்களான யாப்பருங்கலமும், யாப்பருங்கலக் காரிகையும், அமிதசாகரர் என்ற சமண ஆசிரியரால் இக்காலத்தில் எழுதப்பட்டன. இம்மூன்றும், முன்னர்க் குறிப்பிடப்பட்ட நூல்களுக்கு முன்பே எழுதப்பட்டன எனலாம். கடைசி மூன்று நூல்களிலும் பின்னர், சேர்க்கப்பட்ட உரைகளைக் காண்கிறோம். இலக்கண விதிகளை விளக்கும் வகையில் இவ்வுரையாசிரியர்கள் கையாளும் உதாரணங்கள் புதுமையானவையாக உள்ளன.

இவற்றிலிருந்து புதிய விவரங்கள் கிடைப்பதோடு, கல்வெட்டுகளினின்று கிடைக்கும் விவரங்களை உறுதிப்படுத்தவும், சில வேளைகளில் அவற்றை விளக்கவும் செய்கின்றன. ஜெயங்கொண்டார் இயற்றிய **"கலிங்கத்துப் பரணி"**, பரணி வகையைச் சேர்ந்த போர்ப் பாடலாகும். இது முதலாம் குலோத்துங்க மன்னனின் புகழ்மிக்க தானைத் தலைவனான கருணாகரத் தொண்டைமான் கலிங்க நாட்டைக் கைப்பற்றிய நிகழ்ச்சிகளைப் பற்றிக் கூறுகிறது. இப்பாடலில் கையாளப்பட்டுள்ள நடையும், அழகிய சீர்களும் இதன் சிறப்பை மிகுதிப் படுத்துவனவாகும். இப்பாக்களின் நயமிகு நடையும், கற்பனை வளமும் ஆசிரியருக்குக் கவிச் சக்கரவர்த்தி என்ற பட்டத்தைப் பெற்றுக்கொடுத்ததுடன் அவைக்களப் புலவர் பதவி வகிக்கவும் உதவியது. இதே பட்டம் ஒட்டக்கூத்தருக்கும் அளிக்கப்பட்டது. ஒட்டக்கூத்தர் சிறப்புமிக்கப் பெரும் புலவர். இப்புலவர் ஜெயங்கொண்டாரின் பாணியில், தக்கயாகப் பரணி என்ற நூலினைப் படைத்ததன் மூலம் தன் சிறந்த பாராட்டுதலை அவருக்கு அளித்திருக்கிறார். கலிங்கத்துப் பரணி நம்ப முடியாத இயற்கைக்குப் புறம்பான தத்துவங்கள், பொருளற்ற உயர்வு

நவிற்சிகளைக்கொண்டதாயிருப்பினும், சோழர் குல வழி, குலோத்துங்க மன்னனின் கலிங்கப் போர், அப்படையெடுப்பின் போது அவனது படை சென்ற பெருவழி போன்ற பல விவரங்களைக் கொடுப்பதனால் இந்நூல் வரலாற்றாசிரியருக்கு மிக்கப் பயனுள்ளதாயுள்ளது. இப்பாடலின் பல பகுதிகள் வி. கனகசபை அவர்களால் ஆங்கிலத்தில் மொழிபெயர்க்கப்பட்டு **"இந்தியன் ஆன்டிக்குவரி"**யில் வெளியிடப்பட்டுள்ளன. ஒட்டக்கூத்தரோ, முதலாம் குலோத்துங்கனுக்குப் பின் ஆட்சி புரிந்த மூன்று சோழ மன்னர்களின் புகழை உலாக்கள் மூலம் பாடினார். பரணியைப் போன்று உலாப் பாடல்களும் மரபு வழிவந்த இலக்கிய முறையாகும். யுத்தப் பாடல்களில் பரணி மிகச் சிறந்ததென்றால், அதற்கு நேர் முரணாக அமைந்தவை, உலாப்பாக்கள். உள்நாட்டுக் குழப்பம் அல்லது வெளிநாட்டுப் படையெடுப்புகளைப்பற்றி எவ்விதக் கவலையுமின்றி, மன்னன் தன் பரிவாரம் சூழத் தலைநகரில் உலா வருதலையே இப்பாடல்கள் விளக்குகின்றன. இவ்வுலாக்கள் தொடக்கத்தில் மன்னனும், அவரது முன்னோரும் சாதித்த சாதனைகள் நன்கு விவரிக்கப்படுகின்றன. அரச சபையிலிருந்த முக்கிய மனிதர்களைப் பற்றியும் விரிவாகக் காண்கிறோம். உலாவின் இப்பகுதி சிறந்த வரலாற்றுப் பயனுடையதாக அமைந்துள்ளது. உலாவின் இப் பகுதிக்குப்பின் காணப்படும் பாடல்கள் நமக்கு தேவையற்றவை. அப் பகுதியில் தலைநகரில் வாழ்ந்த பொது மகளிர் பவனி வரும் மன்னனைக் கண்டதும் மருண்டு அவன் மீது காதல் வேட்கை கொள்வதுபோன்ற பல விவரங்கள் காணப்படுவதால், வரலாற்று மாணவனுக்கு இவை சுவையற்றனவாகவே உள்ளன. விக்கிரம சோழன், இரண்டாம் குலோத்துங்கன், இரண்டாம் இராஜராஜசோழன் ஆகிய மூவர் மீது பாடப்பட்ட மூவருலாவைத் தவிர, இரண்டாம் குலோத்துங்கனைப் பற்றிய **"குலோத்துங்க சோழன் பிள்ளைத் தமிழை"**யும் ஒட்டக்கூத்தர் இயற்றியுள்ளார். ஆனால், இந்நூல் நமக்கு அவ்வளவு பயனுடையதன்று.

பிற்காலத்தில் தொகுக்கப்பட்ட காலவழிச் செய்திக் கோவைகளும் தலபுராணங்களும் ஏராளமாகக் கிடைக்கின்றன. வீரசைவர் ஒருவரால் தொகுக்கப்பட்ட **"நவசோழ சரிதம்"**, தெலுங்கு, கன்னட மொழிகளில் உள்ளது. **"சோழ வமிச சரித்திரம்"**, மெகன்சி கையெழுத்துப் பிரதித் தொகுப்பில் காணப்படும் அதன் தமிழாக்கம், **"கொங்குதேச இராசாக்கள்"** போன்றவை இவ்வகையைச் சார்ந்த தலைசிறந்த

உதாரணங்களாகும். ஆனால், அறிஞர் ஃபிளீட் கூறுவதுபோல், 'இவை கற்பனையானவை; வரலாற்றுக்குப் பயனற்றவை' என்பது, இவற்றைச் சிறிதே ஆராய்ந்தாலே வெளிப்படும். [29]

வெளிநாட்டுச் சான்றுகள்

சீன நாட்டவரின் குறிப்புகள் அதிகமான அளவில் கிடைக்காவிடிலும், கால வரையறைகளைத் தருவதாலும், உறுதியான செய்திகளைத் தருவதாலும், அவை மிகவும் பயனுள்ளவை. அரேபிய பயணிகளும், முகமதிய வரலாற்றாசிரியர்களும், மார்க்கோபோலோ போன்று முதலில் வந்த ஐரோப்பிய பிரயாணிகளும் தென்னிந்தியாவைப் பற்றி அந்நாளில் வெளிநாட்டவர் கொண்டிருந்த எண்ணங்களைப் பற்றிய குறிப்புகளைத் தந்துள்ளனர். இம் மாதிரியான அயல் நாட்டாரின் சான்றுகள் அக்காலத்தில் வெளிநாடுகளுடன்கொண்ட வாணிகத் தொடர்பின் தன்மையையும், பரப்பையும், அறிந்துகொள்ள பெரிதும் பயன்டுகின்றன.

குறிப்புகள்

1. வெளியிடப்படாத கரந்தைச் செப்பேடுகள்: இந்திய அரசாங்கக் கல்வெட்டு அறிஞரான, திரு. என். எல். ராவ் அவர்கள் இச்செப்பேட்டின் நகலை எனக்கு அளித்து உதவினார். அவருக்கு என் நன்றி. சாராலச் செப்பேடுகளுக்கு உதவிய இ. ஐ. 25, 241 - 66 பக்கங்களைப் பார்க்கவும்.

2. இ. சி., 12 (7), இ. ஐ.11, மாலேபாடு செப்பேடுகள்.

3. இக்காப்பியத்தின் 29 - வது அதிகாரத்தில் காணப்படும் தத்துவக் கருத்துக்கள் **"நியாய பிரவேசா"** என்னும் நூலிலுள்ள கருத்துக்களைத் தழுவி இருப்பதால், இக்காப்பியம் சற்றுப் பிற்காலத்தில்தான், அதாவது கி.பி. 400 - க்குப் பிறகுதான் தோன்றியிருக்கவேண்டும் என்ற முடிவுக்கு நாம் வரவேண்டியதிருக்கிறது. அல்லது, இவ்வதிகாரமே பின்னால் மாற்றி அமைக்கப்பட்டது என்று காரணம் காட்ட வேண்டும். ஏ. பி. துருவாவின் இதைப் பற்றிய கருத்துக்களைத் "நியாய பிரவேசா" பக்கம் 13 - 14 -ல் காணலாம்.

4. பி.டி சீனுவாச ஐயங்கார், தமிழர்கள் வரலாறு, பக்கம் 416 - 17.

5. முழு விவாதத்திற்கு ஸ்டடீஸ் I, பார்க்கவும்.

6. சில கல்வெட்டுக்களில் இட நெருக்கடியை முன்னிட்டு இம் மெய்க்கீர்த்திகளின் சில பகுதிகள் விடப்பட்டுள்ளன. உதாரணமாக முதல் இராஜேந்திரனின் பதினோராம் ஆண்டில் பொறிக்கப்பட்ட கல்வெட்டு 96/1925 ஏ.ஆர்.இ. 1935 - 36, II 39 - ம் பார்க்கவும்.

7. 142/1902, இ. ஐ 7, 161 பக்கங்கள்.

8. 753 - ம் குறளில் காணும் "பொய்யா விளக்கு" என்னும் சொற்றொடரைப் பரிமேலழகர் தம் உரையில் 'நந்தா விளக்கு'என்று விளக்குவது குறிப்பிடத்தக்கது.

9. 'சந்தி விளக்கு' என்பதற்கு இதுவே உரிய கருத்து என்று நான் நம்புகிறேன். இக் கல்வெட்டுகளில் பெருவாரியாகக் காணப்படும் இச்சொல்லிற்குப் பொதுவாக 'அந்திகால

விளக்கு' என்றே பொருள் கொள்ளப்படுகிறது. தமிழ் லெக்சிகன் எஸ். வி. -சந்தி- பார்க்கவும்.

10. 120/1926 (முதல் இராஜேந்திரனின் 6 -ம் ஆண்டு).

11. 134/1926 என்ற கல்வெட்டில், ஒரு கோயில் தனக்குச் சொந்தமான சில நிலத்தைப் பேரரசியின் பணிப்பெண் ஒருத்திக்கு அடமானமாக வைத்துத் தன் செலவிற்குப் பணம் பெறும் நிகழ்ச்சியைக் கூறுகிறது.

12. 180/1894 (முதலாம் குலோத்துங்கன், ஆண்டு 23)

13. ஏ. ஆர். இ.1895, I . 7; 1908 II 49. ஏ. வெங்கையா: ஐ. ஏ. 37, 199 - 200 பக்கங்கள்.

14. டி. ஏ. ஏஸ். i , 286 பக்கம்.

15. 490/1926; ஏ. ஆர். இ. 1927, II 32 பக்கம்.

16. ஏ. எஸ்.ஐ. 1909 - 10, 128 - 129 பக்கங்கள்; 92/1895 ஏ.எம்.இ. 1920, II 17.

17. 123/1900; இ. ஐ. VII , 145 - 46 பக்கங்கள்.

18. ஏ. ஆர். இ. 1902, I 7 & G. O. (Madras) 763 Public 6th Aug. 1902.

கலிநாரி ஈஸ்வரனை திருநாம நல்லூர்வாசிகள் அழித்ததைக் கவனத்திற்குக் கொண்டுவந்த பிறகு அரசாங்கக் கல்வெட்டு நிபுணர் தன் அறிக்கையில் கூறுவதாவது: 'தென்னிந்தியச் சைவக் கோயில்களைப் புதுப்பிக்கும் பணியில் நாட்டுக் கோட்டைச் செட்டிகள் ஒவ்வொரு வருடமும் தம் பெரும் வருவாயிலிருந்து பணத்தைச் செலவிடுகின்றனர். இப்புதுப்பிக்கும் பணியில் கீழ்க்காணும் கோயில்களை அவற்றின் எல்லாக் கல்வெட்டுகளுடனும் முழுமையாக அழித்துள்ளனர். காஞ்சி ஏகாம்பரநாதர் கோயில், திருவரங்கத்து ஜம்புகேஸ்வரர் கோயில், திருவண்ணாமலையிலுள்ள மத்திய கோயில், தென்னார்க்காட்டிலுள்ள திருவெண்ணெய்நல்லூர் கோயில், தஞ்சை ஜில்லாவிலுள்ள திருப்புகலூர்க் கோயில். முதல் இரு கோயில்களிலுள்ள சில கல்வெட்டுக்களின் மைப் பதிப்புகளை என் அலுவலகத்தில் வைத்துள்ளேன். மற்ற கல்வெட்டுகளெல்லாம் அழிந்துள்ளன.'

கல்வெட்டுகளுடன் கூடிய கற்கள் மீண்டும் கோயில் கட்ட உபயோகிப்பதற்காகச் செதுக்கப்பட்டு விட்டன. மேலும் பல கோயில்கள் இதே நிலையை அடையவிருக்கின்றன. பழங்கோயில்களைப் புதிப்பிக்கும் பணியினைத் தடுக்குமாறு அரசாங்கத்தைக் கல்வெட்டுத் துறையினர் கோரியும், இக்கோரிக்கை நிராகரிக்கப்பட்டதால், இத்துறையினர் 'அழிவை எதிர்நோக்கும் கோயில்களிலுள்ள கல்வெட்டுகளின் பதிப்புக்களை விரைவாக எடுக்கும் முயற்சியில் ஈடுபட்டுள்ளனர்.' இதன் விளைவாக ஆயிரக்கணக்கான கல்வெட்டுகளின் பதிப்புக்கள் கல்வெட்டு நிபுணரின் அலுவலகத்தில் குவிந்து, **'தென்னிந்திய கல்வெட்டுகள்'** என்ற நூல்களில் வெளியிடுவது போன்று கூட வெளியிடக் கூடிய வாய்ப்பின்றி உள்ளன. இவற்றைத் திரட்டும் பணிக்கும் அச்சிட்டு வெளியிடும் பணிக்குமிடையே நடைபெறும் போட்டியில் வெளியிடும் பணி பின்தங்கி, திரட்டும் பணியினைப் பாதிக்கக்கூடும்.

19. எஸ். ஐ. ஐ. ii, 76.

20. இப்பட்டியல்களை ஒப்பிடுதலுக்கும், ஆய்விற்கும் டி. ஏ. எஸ். iii; இ. ஐ. XV பார்க்கவும்.

21. ஃப்ளீட், ரைஸ் மேற்கோள் காட்டியபடி இ. ஐ. XIV, பக். 340.

22. கலி ஆண்டில் குறிப்பிட்டுக் கலியுகத்தின் தொடக்கத்திலிருந்து எத்தனை நாட்கள் கழிந்தன என்றும் குறிப்பிடும் முதலாம் பராந்தகனின் கிராமம் கல்வெட்டைப் பற்றிக் குறிப்பிடும் கீல்ஹார்ன் கூறுகிறார்: 'இதுவே முதலில் கிடைத்துள்ள சோழரது கலி ஆண்டின் தேதியாகும். இதுவரை 136 தேதிகளை ஆராய்ந்தும், இதில் ஒன்றில் மட்டுமே கலியுகத்தை மேற்கோள் காட்டப்பட்டுள்ளது. இதே தேதிகளில் 18 சாகா யுகத்தில் கணக்கிடப்பட்டுள்ளன. இவற்றில் 12 கன்னட மொழியிலும், 4 தெலுங்கிலும், இரண்டு மட்டுமே தமிழிலும் உள்ள கல்வெட்டுகள்.' வீர இராஜேந்திரனின் தமிழ்க் கல்வெட்டு ஒன்றில் சக ஆண்டு என்று காணப்படுகிறது. இத்தேதியை சரிபார்ப்பது கடினமே.

23. இ. ஐ. viii; பக். 261, 164/1912.

24. ஏ. ஆர். ஐ. 1912 - 13,I 10; 1915 - 16, I. 8.

25. ராப்சன், Sources of Indian History: Coins, பக். 123.

26. எலியட், பக். 108.

27. 'தென்னிந்தியாவின் நாணயங்கள்' என்ற நூலை எலியட் எழுதியபோது சோழர்களின் வரலாறு பற்றி யாதும் தெரியாமல் இருந்தது. இலங்கை வகை 11 - ம் நூற்றாண்டிலிருந்தே தொடங்கியது என்றார் இவர். (பக். 108). முன்னர் இருந்த வகையைவிட இது சிறந்தது என்றார்; இவரால் கண்டெடுக்கப்பட்டு, விவரிக்கப்பட்ட சோழரது நாணயங்கள் இக்கருத்தையே உறுதிப்படுத்துகின்றன. (இவற்றில் சிலவற்றை ஹூல்ஷ் மீண்டும் ஆராய்ந்தார். இ. ஏ. xxi, பக். 323). ராப்சனும் (மேலே குறித்த நூல், பகுதி. 126) எலியட்டின் கொள்கையைத்தழுவி, கி. பி. 1022 - லேயே இலங்கை வகை நாணயங்கள் அறிமுகப்படுத்தப்பட்டன என்பதோடு, இவ்வாண்டிலிருந்தே 'இராஜராஜ சோழனின் ஆட்சி தொடங்கியது' என்றும் கூறுகிறார். ஈழக்காசைக் கீழ்க்காணுமாறு விவரிக்கிறார். முன்பக்கம்-மன்னன் நின்று கொண்டிருக்கிறான்; மறுபக்கம்-மன்னன் அமர்ந்துள்ளான்; 'கொடூரமான மனித உருவம்' என்று (எலியட்) கூறியதை 'ஓர் அரக்கன்' என்றும் அதுவே மன்னனைக் குறிக்கும் என்றும் டஃபனல் (Hints, பக்.11) கூறுவது சரியன்று. திரு. இராஜராஜதேவன் என்ற பெயரைத் தாங்கியுள்ள ஓர் அபூர்வ வெள்ளி நாணயத்தில் (ஹூல்ஷ், இ. ஏ. XXV, பக். 317) முன்பக்கம் உட்கார்ந்த நிலையில் ஒரு மனித உருவமும், பின்புறம் மன்னனது பெயரும், அவனது இலச்சினைகளும் ஒன்றிணைந்து காட்டப்பட்டுள்ளன.

28. ஃபௌல்க்ஸின் 'கி. பி. 6 - ம் நூற்றாண்டு வரையான தக்காண நாகரிகம்' என்ற கட்டுரைகள் (இ. ஆ. viii, பக். 188).

29. இ. ஏ. XXX, பக். 6 - 7.

அதிகாரம் 2

முற்காலக் குறிப்புக்கள்

நிலப்பரப்பு

சோழரது நாடு, வட வெள்ளாற்றுக்கும் தென் வெள்ளாற்றுக்கும் இடையேயும்[1] கிழக்கில் கடலுக்கும் மேற்கே கோட்டைக் கரைக்கும் இடையேயும் உள்ள நிலப்பரப்பாகும் என்பது மரபு. இப்பகுதியில் இன்றைய திருச்சிராப்பள்ளி, தஞ்சை மாவட்டங்களும், முன்னால் புதுக்கோட்டைத் தனியரசின் ஒரு பகுதியும் சேர்ந்திருந்தன. காவிரியும், கொள்ளிடம் உட்பட்ட அதன் கிளை ஆறுகளும் வளப்படுத்தும் இப்பகுதி, கடலை நோக்கிச் சிறிது தாழ்ந்து இருந்தாலும் ஒரே சமநிலமாக உள்ளது. தஞ்சையின் தெற்கு, தென்மேற்குப் பகுதியிலுள்ள வல்லம் என்ற தாழ்ந்த பீடபூமியில் சில மணல், மணற்கற்களால் ஆன சிறு முகடுகளும், மலைக் கோட்டையில் காணப்படும் பளிங்குக் கற்களைப் போன்று சில கற்குன்றுகளையும் தவிர இப்பகுதி ஒரே சமமான நிலமாகவே உள்ளது. சோழ நாட்டின் எல்லைப் புறத்திலுள்ள திருச்சிராப்பள்ளி மாவட்டத்தின் வடபகுதிகளிலேயே முக்கிய மலைகள் காணப்படுகின்றன. கடலையொட்டிய சிறு பகுதிகளில் காணப்படும் முகடுகளையும், மணற்குன்றுகளையும் தவிர இந்தக் கழிமுகப் பகுதி இயற்கையில் மேடுகளற்ற ஒரு பரந்த வண்டல் மண் படிந்த சமவெளியாகவே உள்ளது. "பாறைகளற்ற மணற்பரப்பான கரையையே கடல் மோதுகிறது. இதனாலேயே கடற்கரைப் பகுதி வியக்கத்தக்க மாற்றம் அடையாத தன்மையைப் பெற்றுள்ளது." நெல் விளையும் ஒரே சமநிலமாகக் காணப்படும் காவிரி கழிமுகப் பகுதியில் ஆங்காங்கு தென்னை, மா போன்ற பழ மரங்கள் ஓங்கி வளர்ந்திருப்பதை காண்கிறோம். காடுகளோ, உயர்ந்து வளரும் மரங்களுடைய வனங்களோ

இப்பகுதியில் காணப்படவில்லை.² இந்நிலம் மூங்கிலும், வாழையும் பயிரிட ஏற்றதாயுள்ளது.

காவிரி

காவிரியின் பெருமையைப் பண்டைத் தமிழ் இலக்கியங்கள் புகழ்ந்து பாடுகின்றன. சூரிய புத்திரர்களுக்காகவும் காந்தமன் என்ற மன்னனின் வேண்டுதலுக்காகவும் அகத்திய முனிவரின் கமண்டலத்திலிருந்து பிறந்ததே இக்காவிரி நதி என்று கூறப்படுகிறது.³ நீதியைப் பேணி வளர்த்த சோழ மன்னர்களின் குலக்கொடியாக விளங்கிய காவிரி, நீண்ட வறட்சிக் காலங்களிலும் அவர்களைக் கைவிட்டதில்லை. ஆண்டுதோறும் மழை பெய்து, காவிரியாறு பெருக்கெடுத்து ஓடும்போது மன்னன் முதல் சாதாரண உழவன் வரை சோழ நாட்டு மக்கள் அனைவரும் ஒன்றுகூடி திருவிழாக் கொண்டாடினார்கள்.

பட்டினங்கள்

கடலை நோக்கி ஓடும் தன் பல கிளைகளிலிருந்து காவிரியைக் கண்டு கொள்ளவும், தரங்கம்பாடியிலிருந்து வடக்கே எட்டு மைல் தொலைவில் உள்ள கிராமமான காவிரிப் பூம்பட்டினமே சோழ நாட்டின் பழம் பெருமைக்குரிய வாணிக சாலையாகும். காரைக்காலிலிருந்து ஏறக்குறைய பத்து மைல் தொலைவிலும் கடற்கரையிலுள்ள நாகப்பட்டினம் ஒரு முக்கிய துறைமுகப் பட்டினமாகக் குறிப்பிடப் படுகின்றது. மேலை நாட்டு வாணிகர்களும் மதக் குருமார்களும் இப்பட்டினத்திற்கு வருமுன்பே, இது ஒரு வர்த்தக சாலையாகவும், புத்தமதம் போன்ற மதங்களின் முக்கியத் தலமாகவும் விளங்கியது. தஞ்சை, திருச்சிராப்பள்ளி, உறையூர், கும்பகோணம் ஆகியவை மற்ற முக்கிய சோழநாட்டுப் பட்டணங்களாகும். இன்றைய திருச்சிராப்பள்ளி, தென் ஆர்க்காடு, தஞ்சை மாவட்டங்கள் இணையுமிடத்திலுள்ள கங்கை கொண்ட சோழபுரம், 11 - 12-ம் நூற்றாண்டில் சோழநாட்டின் தலைநகராகப் புகழ் பெற்றது. இவ்வூர் இப்போது ஒரு சிறந்த கோயிலைக்கொண்ட பொலிவிழந்த சிற்றூராய்ப் பாழடைந்துள்ளது.

சோழர் என்னும் பெயர்

சோழர் என்னும் பெயர் எவ்வாறு வழங்கத் தொடங்கியது என்பது தெரியவில்லை. சேரர், பாண்டியர் என்ற பெயர்களைப் போன்று சோழர் என்பது பண்டைக் காலந்தொட்டே ஆட்சி செய்து

வரும் குடும்பம் அல்லது குலத்தின் பெயராகும் என்று பரிமேலழகரால் கருதப்பட்டது. சேர, சோழ, பாண்டியர் ஆகிய மூவரும் சகோதரர்களே என்று கூறப்படுகின்றன. மரபு வழிச் செய்தி வரலாற்று ஆதாரமற்றது.[6] இது எவ்வாறாயினும்,[7] சோழ அரச மரபின் மன்னர்களது ஆட்சியின் கீழ் இருந்த பகுதிகளும், மக்களும் பண்டைக்காலம் முதலே இப்பெயராலேயே குறிப்பிடப்பட்டு வந்துள்ளனர். வடமொழிச் சொல்லாகிய கால (கறுமை) அல்லது ஆரியர்களுக்கு முன் தென்னாட்டில் வாழ்ந்த கறுப்பு நிற மக்களைக் குறிக்கும் 'கோல்' என்ற சொல்லிலிருந்து இப்பெயர் பிறந்திருக்கக்கூடும் என்ற கர்னல் ஜெரினியின் முயற்சியும், தமிழ்ச் சொல்லாகிய சோளம் அல்லது சோர (திருடன்)[8] என்ற வடமொழிச் சொல்லிலிருந்தே பிறந்தது என்ற கூற்றும் ஏற்றுக்கொள்ளக் கூடியவையாக இல்லை.

மற்றப் பெயர்கள்

கிள்ளி, வளவன், செம்பியன் போன்ற பெயர்களும் பொதுவாகச் சோழர்களையே குறித்தன. 'கிள்' (தோண்டு) என்பதனின்று பெறப்பட்ட 'கிள்ளி' என்னும் சொல் தோண்டுபவன் [9] என்ற பொருளில் வந்தது; நெடுங்கிள்ளி நலங்கிள்ளி போன்ற பண்டைச் சோழர்களின் பெயர்களில் இப்பெயர் பெரும்பாலும் காணப்பட்டாலும், பிற்காலத்தில் வழங்கப்படவில்லை. 'வளவன்' என்ற சொல் செழிப்பைக் குறிக்கும். வளம் என்ற சொல்லினின்று பெறப்பட்டு, காவிரி பாயும் நிலப்பகுதிகளைப் போலுள்ள செழிப்பான பகுதிகளைத் தம் ஆட்சியின் கீழ் பெற்றிருந்தோர் எனக் குறிக்கும். 'செம்பியன்' என்பது சிபியின் வழித்தோன்றல் என்று பொதுவாகக் கருதப்படுகிறது.[10] கழுகிடமிருந்து புறாவைக் காப்பாற்றிய இச் சிபியின் கதை, சோழர்களைப் பற்றிக் கூறும் பழங்கதைகளில் இணைந்துள்ளதோடு, பௌத்த மத ஜாதகக் கதைகளில் சிபியின் வரலாறு ஜாதகக் கதையாகவும் சேர்க்கப்பட்டுள்ளது.[11]

இலச்சினைச் சின்னம்

சோழர்களது இலச்சினை அவர்களது கொடியிலும் பொறிக்கப்பட்டது. இப்புலிச் சின்னத்தைப்பற்றி பல இடங்களில் கூறும் தமிழ் இலக்கியங்கள், இதன் தோற்றத்தைப் பற்றி ஒன்றும் கூறவில்லை. கரிகாலனின் வாரிசு என்று கூறிக்கொண்ட தெலுங்கு நாட்டிலிருந்த குறுநில மன்னர்கள் சிலர், சிங்கத்தைத்

தங்கள் சின்னமாக ஏற்றனர்.[12] நாகர் குடும்பத்தைச் சேர்ந்த சிண்டர்களும் (Sindas) புலிச் சின்னத்தை இலச்சினையாகக் கொண்டிருந்தனர். சிந்துப் பகுதியிலுள்ள அதிச்சத்ரா என்னுமிடத்தில், நாக மன்னனான தர்மேந்திரனுக்குப் பிறந்த சிண்டர்களின் முன்னோன், ஒரு புலியினால் வளர்க்கப்பட்டதே இதற்குக் காரணம். இதே கதையைச் சிறிது மாற்றியமைப்பதன் மூலம், இவனைச் சிவபெருமானுக்கும் சிந்துவிற்கும் பிறந்தவனென்றும், நாக அரசனால் புலியின் பாலைக் கொடுத்துவளர்க்கப்பட்டவனென்றும் கூறப்படுகிறது.[13] இக் கதைகள் அனைத்தும் பிற்காலத்தில் தோன்றியவையே. புலிச் சின்னத்தை முதன் முதலில் ஏற்றுக் கொண்டதற்கான உண்மைக் காரணங்களை விரைவில் மறந்து விட்டனர் என்பதற்கு இது ஒரு சிறந்த எடுத்துக்காட்டாகும்.

பண்டைக் குறிப்புக்கள்

இலக்கண ஆசிரியர் காத்யாயனர், 'சோழர்களை'க் குறிப்பிட்டுள்ளார்.[14] சோழர்களைப் பற்றிக் கூறும் சான்றுகளில், அசோகரது கல்வெட்டுகளின் காலத்தை மட்டுமே அறுதியிட்டுக் கூறமுடியும்.[15] சோழர்கள், அசோகரது ஆட்சிக்கு உட்படாமல், அவருடன் நட்புக்கொண்டிருந்தனர் என்று இக் கல்வெட்டுகள் கூறுகின்றன. இக்கல்வெட்டுகள் அனைத்தும் பாண்டியர்களையும் சோழர்களையும் பற்றிக் கூறும்போது பன்மையிலேயே பேசுவதனால், அசோகரது காலத்தில் பல சேர, சோழ, பாண்டிய மன்னர்கள் வாழ்ந்தார்கள் என்பது புலனாகின்றது.

சங்ககாலப் புலவர்களில் இருவர் அல்லது மூவர் மௌரியருடைய தென்னிந்தியப் படையெடுப்பைப் பற்றிக் குறிப்பிடுகின்றனர். இவர்களில் ஒருவரான மாமூலனார், பாடலிபுத்திரத்தில் கங்கை நதியினடியில் மறைத்துவைக்கப்பட்ட நந்த மன்னர்களின் பெரும் செல்வத்தைப் பற்றியும் கூறுகின்றார். இப்படையெடுப்பின்போது, மௌரியர்கள் மலைப் பாங்கான பகுதிகளைக் குடைந்து, தங்கள் தேர்கள் செல்லக்கூடிய வழியினை ஏற்படுத்தினர் என்று இம் மூன்று புலவர்களும் கூறுகின்றனர். மாமூலனார் மட்டும் மேலும் சில குறிப்புக்களை அளிக்கின்றார். படையெடுத்த மௌரியரின் முன்னணிப் படையாக வடுகர்கள் இருந்தார்கள் என்பதை அகநானூற்றால் (அகம். 281) அறிகின்றோம். மற்றோர் இடத்தில் கூறும்போது கோசர்களே தென்னாட்டை வெல்லும் பணியினை மேற்கொண்டனர் என்றும், அவர்களுக்கு அடங்காதிருந்த மோகூர்த் தலைவனை வெல்ல,

மௌரியர்கள் பெரும் படையுடன் வந்தனர் என்றும் அவர் கூறுகிறார் (அகம். 251). தமிழக அரசுகள் தன் ஆட்சிக்குட்படவில்லை என்று அசோகர் தெளிவாகக் கூறுவதாலும், அசோகனுக்குப் பிறகு தென்னிந்தியா மீது வேறு மௌரிய மன்னர்கள் படையெடுத்ததற்குச் சான்றேதும் கிடைக்காததினாலும், மாமூலனார் கூறும் நிகழ்ச்சிகள், அசோகன் ஆட்சிக்கு வருவதற்கு முன்பே நடைபெற்றிருக்கக் கூடும் என்று நாம் கூறலாம். அதாவது இப்புலவர் கூறுவது அசோகனது ஆட்சிக்கு முந்திய காலத்தைப் பற்றியதோடு, நம்பத்தகுந்தவையாவும் உள்ளன. மேலும், இவரது குறிப்புக்கள் திபெத்திய வரலாற்று ஆசிரியரான தாரனாத்தால் குறிப்பிடப்படும். பிந்துசாரனின் தக்காண, தென்னிந்தியப் படையெடுப்பையும் வெற்றியையும் உறுதிப் படுத்துகின்றன.[17] துளு நாட்டைக் கைப்பற்றிய கோசர்கள், மௌரியரின் தென்னிந்தியப் படையெடுப்பிற்கு ஆதரவாக உதவியுள்ளனர். ஆனால், மோகூர்த் தலைவனை எதிர்த்து தம்மால் வெல்ல முடியாது போகவே, இவர்களுக்கு, வடுகர்களின் முன்னணிப் படையுடன் கூடிய மௌரியப்படை உதவி செய்தது. தற்போதைய தென் ஆற்காடு மாவட்டத்தில் ஆத்தூர் கணவாய்க்கு அருகிலுள்ள மோகூரே இவ்வூராக இருந்திருக்கக் கூடும். அண்மைக் காலத்தில், ஹைதர் அலி இப்புகழ் வாய்ந்த ஆத்தூர் கணவாய் வழியே தென்னாட்டின் மீது பல முறை படையெடுத்தான்.

மௌரியரோடு உறவு

மௌரியர்களுக்கும் தென்னிந்திய நாடுகளுக்கும் இடையேயான இவ்வுறவு, உண்மையெனில் பிந்துசாரரின் ஆட்சிக் கால முடிவிலே தென்னிந்தியாவில் மௌரியரின் பலம் சிறிது குறையத் தொடங்கியதைக் காணலாம். அசோகனது இரண்டாம், பதிமூன்றாம் பாறைக் கல்வெட்டுகளின் காலத்திற்குச் சற்று முற்பட்ட காலத்திலிருந்தே தென்னிந்திய அரசுகள், குறிப்பாக சத்திய புத்திரர்களின், அரசியல் செல்வாக்கு மேலோங்கத் தொடங்கியது.

'பெரிப்ளூஸ்'

கி. மு. 6 - ம் நூற்றாண்டு முதலே மேலை நாடுகளுக்கும், சீனம் வரையிலுள்ள கீழை நாடுகளுக்கும் இடையே ஏற்பட்ட வாணிகத் தொடர்பில் தென்னிந்தியாவின் பெரும் பங்கு நன்கு தெரிந்ததாகும்.[19] இவ்வாணிகத்தைப் பற்றியும் இதன் பொருளாதார

முக்கியத்துவத்தைப் பற்றியும் பின்னர் கூறுவோம். பொதுவாக இவ்வாணிகத்தைப் பற்றிய இரு அரிய குறிப்புக்களை நாம் இங்கு ஆராய்வோம். இவை ஒன்றுக்கொன்று அரை நூற்றாண்டு இடைவெளியைக் கொண்டவை. கி. பி. 81 - 96 - ம் ஆண்டுகளிலிருந்த டிரமிடியன் காலத்தில் அலெக்ஸாண்டிரியாவை சேர்ந்த வாணிகர் ஒருவரால் எழுதப்பட்ட 'செங்கடற்பயணக் கையேடு' எனப்பட்ட **"பெரிப்ளூ ஆப் எரித்திரியன் சீ "** என்ற நூலும், மூத்த பிளினி[20] விட்டுச் சென்ற வரலாற்றுச் சான்றுகளையும் இங்கு ஆராய்வோம்.

பெயர் தெரியாத 'பெரிப்ளூஸ்' என்ற சிறிய நூலின் ஆசிரியர் சோழ நாட்டைப் பற்றிக் கூறுவது சிறிதளவே என்றாலும், வேறு எவ்விதக் குறிப்புக்களும் கிடைக்கப் பெறாததினால் இவை சோழர் வரலாற்று மாணவனுக்கு முக்கியம் வாய்ந்தனவாகும். 'கொல்சி'ப் பகுதியையடுத்து, கடலையடுத்துள்ள கடற்கரைப் பகுதி எனப்படும் மற்றொரு மாவட்டமும் 'அருகறு' எனப்படும் பகுதியும் உள்ளது என்று இவர் கூறுகிறார். இக் கூற்றிலிருந்து சோழநாடு, கடற்கரைப் பகுதி, உள் நாட்டுப் பகுதி என்ற இரு பகுதிகளாகப் பிரிக்கப்பட்டிருந்தது என்பதை அறியலாம். கடற் பகுதியை 'புகார்' எனப்படும் காவிரிப்பூம்பட்டினத்தினின்றும், உள் நாட்டுப் பகுதியை உறையூரினின்றும் சோழர்கள் ஆண்டனர் என்பதைப் பார்ப்போம். பட்டினம், துறைமுகப்பட்டினத்தைக் குறிக்கும்.[21] மேலும் 'அருகறு' எனப்படும் உள் நாட்டுப் பகுதியினின்று வேறுபடும் விதத்தில் இக்கடற்கரைப் பகுதி குறிப்பிடப்பட்டுள்ளது. பட்டினப்பாலையின் ஆசிரியர், ஒவ்வொரு பகுதியையும் அதன் தலைநகரின் பெயராலேயே குறிப்பிடுகிறார். சேரபோத்ரா, பாண்டியன் ஆகிய பெயர்களை அறிந்திருந்த இவ்வாசிரியர் சோழரின் பெயரை அறியாமலிருந்தது வியப்பிற்குரியதே. இந்தியாவின் கீழ்க் கரைப் பகுதிகளைப் பற்றிய இவரது குறிப்புக்கள் குறைந்த அளவினதாகக் காணப்படுகின்றன. மற்றும், அவை செவிவழியாகக் கேள்வியுற்ற செய்திகளின் அடிப்படையிலேயே அமைந்துள்ளன.[22] டெமிரிக்காவிலிருந்தும் அதன் மேற்குப் பகுதியிலிருந்தும் வந்த கப்பல்கள் தங்கியுள்ள காமரா, புரோதுகா, சோபட்மா ஆகிய வாணிகத் தலங்கள், துறைமுகம் போன்றவற்றை வரிசையாகக் கூறுகிறார். இவ்வூர்களை இப்பொழுது அடையாளம் காண

முடியவில்லை.[23] இவற்றுள் 'சோபட்மா' என்ற இடம் தமிழ் இலக்கியங்களில் 'சோபட்டினம்' என்று குறிப்பிடப்பட்டதும் தற்சமயம் மரக்காணம் எனப்படும் இடமாக இருக்கக்கூடும்.

தாலமி

ஐம்பது ஆண்டுகளுக்குப் பிறகு வந்த 'தாலமி' என்ற புவியியல் ஆசிரியர் சோழ நாட்டைப்பற்றியும், அதன் துறைமுகங்களைப் பற்றியும், நகரங்களைப் பற்றியும், மேலும் பல குறிப்புக்களையும் அளிக்கின்றார்.[24] இவரது குறிப்புக்களிலிருந்து தற்போதைய இடங்களுடன் அடையாளம் காண முடியாத சில பெயர்களை நீக்கி விட்டாலும், காவிரி கடலில் கலக்கும் இடத்திலுள்ள காவிரிப் பூம்பட்டினம் (காபேரிஸ்) நாகப்பட்டினம் (நிகாமா) போன்ற ஐயமின்றி அடையாளம் காணக் கூடிய பல பெயர்கள் நமக்குக் கிடைத்துள்ளன.

"சோழர்களைப் பற்றித் 'தாலமி' நன்கு அறிந்திருந்தார். இவரால் குறிப்பிடப்படும் **'ஓர்துரா ரெஜிய சோர்னாதி'** என்பது, சோரநாத என்னும் நாட்டின் அல்லது சோரிங்கி அரசின் தலைநகராகிய உறையூரையே குறிக்கும்" என்று கன்னிங்ஹாம் கூறுகின்றார்.[25] மேலும் "சோரை நாடோடிகள்" என்றும் "அர்கோடஸின் தலைநகராகிய சோரா" என்றும் தாலமி குறிப்பிடுகிறார். இங்குக் குறிப்பிடப்படும் பெயர்கள், தாலமியால் சூட்டப்பட்டபோது பல மாற்றங்களுக்கு உள்ளாயின. இதன் விளைவாக, 'அர்கோடாஸ்' என்பது சோரை நாடோடிகளின் தலைநகரையே குறிக்கும் என்று நிச்சயமாக நாம் கருதமுடியும். ஆர்க்காடு என்ற பெயர் நாம் பொதுவாக நினைப்பது போல் நவீனப் பெயர் அல்ல.[26] 'அழிசி' என்ற சோழ குறுநில மன்னன் நெல் வயல்களால் சூழ்ந்த 'ஆர்க்காடு' என்ற இடத்தில் வாழ்ந்து வந்தான்.[27] 'ஆர்' அல்லது 'ஆத்திக்'காடு ஆர்க்காடு எனப்பட்டது. 'ஆத்தி'யே சோழர்களின் மாலைக்குரிய சின்னமாக விளங்கியது.

கருநாடக நவாப்களின் தலைநகராய் விளங்கிய தற்போதைய ஆர்க்காடுதான், இப்பழம் பெருமை வாய்ந்த ஆர்க்காடு என்று அறுதியிட்டுக் கூற இயலாது. ஆனால் , இது தாலமி குறிப்பிடும் அர்கோடாஸாக இருக்கக் கூடும்.[28] தாலமியின் குறிப்புக்களில் கிடைக்கும் 'சோரை நாடோடிகள்', 'அர்கோடாஸ்' என்பவற்றிலிருந்து[29] அப்போது இரண்டு சோழ நாடுகளோ அல்லது சோழ அரசுகளோ ஒரே சமயத்தில் இருந்தன என்பதை

நாம் உய்த்துணரலாம். 'சோரை நாடோடிகள்', சோழ நாட்டில் வாழ்ந்த நாடோடி இனத்தவர்களாகவும் இருந்திருக்கக் கூடும். இம்மாதிரியான நாடோடிகள் இருந்தனர் என்றும், பண்டைச் சோழ மன்னர்கள், குறிப்பாகக் கரிகாலன், இவர்களை நாகரிக மனிதர்களாக மாற்றி, நிலையான வாழ்வு வாழ பல முயற்சிகளை மேற்கொண்டனர் என்பதை தமிழ் இலக்கியங்கள் கூறுகின்றன.

பாலிமொழி நூல்கள்

சோழ நாட்டிற்கும், ஈழ நாட்டிற்குமிடையே நிலவிய உறவைப் பற்றி நம்பத்தகுந்த குறிப்புக்களை **'மகாவம்சம்'** எனும் நூலின் முதற் சில அதிகாரங்களில் காண்கிறோம். சோழ நாட்டைப் பற்றியும் அதன் தலைசிறந்த வாணிகத் தலமான காவிரிப்பட்டினத்தைப் பற்றியும், பாலி மொழியிலான பௌத்த இலக்கியங்கள் சிறிதளவே குறிப்பிடுகின்றன. எனினும், இவை மிகப் பயனுள்ளவையாக உள்ளன. இக்குறிப்புக்களில் சில பெரிப்ளூஸ் காலத்திற்கு முற்பட்டவையாக இல்லாவிட்டாலும், அதன் சம காலத்தைச் சேர்ந்தவையாக உள்ளன. கிருத்துவ சகாப்தத்தின் தொடக்கத்தில் எழுதப்பட்ட **"மிலிந்த மன்னனின் கேள்விகள்"** என்ற பௌத்த நூல், அக்காலத்தில் சிறந்து விளங்கிய துறைமுகப்பட்டினங்களில் ஒன்றான கோலப்பட்டினத்தைக் பற்றிக் குறிப்பிடுகிறது. 'கோரமாண்டல்' கடற்கரைப் பகுதியிலிருக்கும் ஓர் இடமாகவே இருக்கவேண்டும் என்று ரேஸ் டேவிட்ஸ் என்பவர் கூறுகிறார்.[30] ஏறக்குறைய இவ்விடம் அக்காலத்தில் சோழமண்டல (கோரமண்டல)க் கடற்கரையில் சிறந்து விளங்கிய காவிரிப் பட்டினத்தையே குறிக்கும். பாலி பௌத்த இலக்கியங்களில், பலவிடங்களில் காவிரிப்பட்டினம் குறிக்கப்பட்டுள்ளது இங்கு நோக்கத் தகுந்தது. தென்னிந்தியாவிற்கும், தென் கிழக்கு ஆசிய தீவுகளுக்குமிடையே நடைபெற்ற கடல் கடந்த வாணிகத் தொடர்பில் முக்கிய வாணிகத் தலமாக விளங்கிய 'புகார்' என்னும் ஊர், 'மணிமேகலை' என்ற ஒரு கடல் தெய்வத்தின் புராதன இருப்பிடம் என்பதாகும். இக் கடவுளின் பெயரே மாதவியின் மகளுக்கும், அவளது நன்னெறி வாழ்க்கை வரலாற்றைக் கூறும் சாத்தனாரின் படைப்பாகிய காப்பியத்திற்கும் இடப்பட்டது என்று எம். சில்வெய்ன் லெவி என்னும் அறிஞர் கூறுகிறார்.[31] 'அகிட்டி' என்போன் தன் ஆதரவாளரிடமிருந்து தப்பிச் செல்லும் பொருட்டு வாரணாசி (காசி)யை விட்டு, தமிழ் நாட்டை அடைந்து, காவிரிப் பட்டினத்தின் அருகிலிருந்த ஒரு

தோட்டத்தில் தங்கியிருந்தான் என்று ஒரு ஜாதகக் கதை தெரிவிக்கிறது.

ஈழ நாடு, தன் வரலாற்றின் தொடக்க காலத்திலிருந்தே சோழரது செல்வாக்கின் கீழ் இருந்து வந்ததென்று **"மகாவமிசம்"** கூறுகிறது. தமிழர்களுக்கும் ஈழ மக்களுக்கும் இடையேயான உறவை ஒரு முக்கிய இழையாகக்கொண்டு எழுதப்பட்ட இந்நூல், தமிழரின் வரலாற்றுக்கு வேண்டிய முக்கியக் குறிப்புக்களைத் தெரிவிப்பதோடு, கால நிர்ணயத்திற்கும் உதவுகின்றது. பல இடங்களில் "மகாவமிசம்" தமிழகத்தைப் பற்றிப் பொதுவாகப் பேசினாலும், பாண்டிய நாடு, சோழ நாடு என்ற பிரிவுகளைப் பற்றி நன்கு அறிந்திருந்ததைப் பார்க்கிறோம். கி.மு. இரண்டாம் நூற்றாண்டின் இடைப்பகுதியில் 'எலாரா' என்ற பெயருடைய செல்வர் குடியில் பிறந்த ஒரு தமிழன், சோழ நாட்டிலிருந்து ஈழத்திற்குச் சென்றான்; அந்நாட்டை அப்பொழுது ஆண்டு வந்த அசீலா என்ற மன்னனை வென்றான்; தானே அந்நாட்டை 44 ஆண்டுகள் ஆட்சி செய்தான். இவனுடைய ஆட்சி நண்பரென்றும் பகைவரென்றும் பாராமல், நடுநிலை தவறாத வகையில் அமைந்ததாயிருந்தது. இதை விளக்கப் பல கதைகள் கூறப்படுகின்றன. தன்னை அறியாது, ஓர் இளம் கன்றைத் தன் தேர்ச்சக்கரத்தினால் கொன்றதற்காகத் தன் ஒரே மகனுக்கு இம்மன்னன் மரண தண்டனை விதித்தான் என்பது இவற்றுள் ஒன்றாகும். பௌத்த மதத்தை இம்மன்னன் சார்ந்திராவிடினும், பௌத்தத் துறவிகளிடம் நெருங்கிய நட்புக்கொண்டிருந்தான்[33]. இவனது ஆட்சி, மக்களால் ஒருமனதாகப் போற்றக்கூடியதாயிருந்தது. மகாகங்கையைத் (தற்போது மகாவேலி கங்கா) தென் எல்லையாகக்கொண்ட இவனது இராச்சியம் ஈழ நாட்டின் வடகோடிப் பகுதியில் மட்டுமே பரவி இருந்தது[34]. பின்பு எலாராவிற்கும் துட்டகாமணி (தமிழருடன் போரிட வேண்டுமென்று தடுத்த தன் தந்தை மீது கோபம்கொண்டவன் என்பது பொருள்)க்குமிடையே போர் மூண்டது. இப்போரைத் தொடங்க துட்டகாமணிக்கு இருவகைக் காரணங்கள் தூண்டுதலாக இருந்தன. இவை ஈழ நாட்டில் அரசியல் ஒற்றுமையை ஏற்படுத்துவதற்கும் பௌத்த மதத்திற்குப் புறம்பான நம்பிக்கைகளைக் கொண்ட தமிழரை, நாட்டிலிருந்து நீக்கிவிட்டு, பௌத்த மதத்தின் பெருமை நிலை நாட்டுவதேயாகும். இப்போர் நிகழ்ச்சிகளை "மகாவமிசம்" நன்கு விவரிக்கின்றது.[35] துட்டகாமணியின் படைகள் வெற்றியடைந்தன. இவனது எதிரியான

'எலாரா' அனுராதபுரம் வரை விரட்டியடிக்கப்பட்டு, அந்நகரைச் சுற்றியிருந்த நகருக்குக் கீழே, 'எலாரா' கொல்லப்பட்டான். பிறகு துட்டகாமணி அந்நகருள் புகுந்து, மக்களைக் கூட்டி, அவர்கள் முன்னிலையில் 'எலாரா' மன்னனின் ஈமக் கடன்களைச் செய்து முடித்தான். இவன் இறந்த இடத்திலேயே அவனது உடலைத் தீயிலிட்டுக் கொளுத்தி, அங்கு ஒரு நினைவுச் சின்னம் எடுப்பித்து அதிலே வழிபாட்டிற்கும் வகை செய்ய அவன் உத்தரவிட்டான். "மகாவமிச"த்தின் ஆசிரியரான மகா நாமன் கி.பி. 6-ம் நூற்றாண்டில் வாழ்ந்தவராவார். அவருடைய காலத்திலும், ஈழ நாட்டு மன்னர்கள், இந்த நினைவுச் சின்னத்தின் அருகில் செல்லும்போது ஆரவாரமின்றி பயபக்தியோடு அமைதியாகச் செல்லும் வழக்கம் நிலவியது. மனுநீதிச் சோழனுடைய கதையைத் தவிர ஈழ வரலாற்றிலுள்ள மற்ற விவரங்கள் எவையும் தமிழ் இலக்கியங்களில் காணப்படவில்லை.³⁶ இதனால், தமிழ் நாட்டில் ஆட்சி செய்த சோழ மன்னர்கள் எவ்வகையில் 'எலாரா'வின் எழுச்சியிலும், வீழ்ச்சியிலும் பங்கேற்றனர் என்பதை கணித்துரைக்க இயலாத நிலையிலுள்ளோம்.

குறிப்புகள்

1. கடல் கிழக்குத் தெற்குக் கரை புரள் வெள்ளாறு குட திசையில் கோட்டைக் .கரையும் வட திசையில் ஏனாட்டுக்கோட்டையும் வடதிசையில் ஏனாட்டு வெள்ளாற்றுப் பட்டு நாற் காடம் சோனாட்டுக்கெல்லை எனச் சொல். இவ்வெண்பா கம்பனால் எழுதப்பட்டது என்று சிலர் கருதினாலும் (எ.டு.காண்க: **"சோழ மண்டல சதகம்",** பக்கம் 56) இன்னும் தொன்மையானதாகத் தோன்றுகிறது; மற்றவர் இதை ஔவையாரால் எழுதப்பட்டதாகக் கருதுகின்றனர். (டேய்லர், III, 42). 'கோட்டைக்கரை' என்றால் 'கோட்டைச் சுவர்' என்று பொருள். திருச்சிராப்பள்ளி மாவட்டத்தில் குழித்தலை வட்டத்திலுள்ள இவ்வூரில் இன்றும் இக்கோட்டைச் சுவரின் சுவடுகள் காணப்படுகின்றன என்பர். (Tanjore Gazetteer I பக். 15).
2. தஞ்சாவூர்க் கையேடு (Manual), பக். 4 - 5; திருச்சிராப்பள்ளிக் கையேடு (Manual), பக். 2 - 3.
3. 'மணிமேகலை', I, பக். 9 - 12; 23 - 24.
4. கி. பி. முதலாம் நூற்றாண்டில் 'தாலமி'யால் குறிக்கப்பட்டது, "காம்பேரிஸ் எம்போரியம்" என்பதே என்று சிலர் கருதுகின்றனர். தற்கால காவிரிப்பட்டினத்திலும், அதன் அருகிலும் கிடைத்துள்ள கல்வெட்டுகளினின்று இவ்விடம் புகார் என்னும் காவிரிப் பூம்பட்டினத்தையே குறிக்கும் என்பதை ஐயமின்றி அறிகிறோம். ஆனாலும், பல்லவனீசுவரம், சாயாவனேச்சுரம் ஆகிய இடங்களிலுள்ள புராதனச் சின்னங்கள் நாம் எதிர்பார்க்கும் அளவிற்குப் பழங்காலத்தவையல்ல. ஏ. ஆர். இ. 1919, II, 2.
5. 955 -ம் குறளையும், 'அவரது உரையையும் காண்க'.
6. கால்டுவெல், ' திருநெல்வேலியின் வரலாறு', ஆங். பக். 12.
7. இதைப் பற்றி இராமசாமி ஐயரிடம் கேட்டபோது அவர் கூறியது: "சோழர் என்ற சொல் இப்பொழுது வழக்கிலுள்ள தமிழ் அல்லது திராவிட மொழியின் சொல்லோடு நேரடியாகத் தொடர்புடையது அன்று என்று கருதலாம். இதனாலேயே இச்சொல் பிறமொழியிலிருந்து வந்ததே என்று நினைக்கவும் தேவையில்லை... "ஊ" சில வேளைகளில் 'ஓ'வாக மாறுவதை ஏற்றுக் கொண்டோமானால் (திராவிட மொழிகளில் இவ்வாறு திரிவதற்குச் சான்றுகள் பல உள) 'சோழ' என்பது 'சுழற்சி' அல்லது 'வட்டமிடும்' என்ற பொருள்படும், 'சூழ்' எனும்

அடிச் சொல் அடியாகத் தோன்றியதாகலாம். இவ்வடிப்படையில் 'சோழ' என்பது 'வட்டமிடுவோர்' என்று பொருள்படும்.

8. காண்க: (Gerini - Researches) பக். 85, 101 - 3 வரை. நீக்ரோ இனம் சார்ந்தவர்களும், பழங்கால ராட்சஸர்கள் என்று சொல்லப்பட்டவர்களின் கால்வழியினருமான கறுப்பு நிற மக்களின் கூட்டமொன்று மலேயாவில் குடியேறியது என்றும், பின்னர் ஆரியர்களுக்கும் முற்பட்ட இந்திய மக்களான திராவிடர்களும் அவர்களைப் பின்பற்றினர் என்றும் எடுத்துரைக்கும் கெரினியின் கருத்தை ஆதரிக்கும் சில சான்றுகளும் உள்ளன. எலியட் ஸ்மித்தின் Human History, 69 - 71 பக்கங்கள். ஆனால் வரலாற்றுக்கு முற்பட்ட காலத்தில் நிகழ்ந்த மக்கள் இடமாற்றத்தைப் பற்றிய கெரினியின் கூற்று மிகைப்பட்டதாகவே தோன்றுகிறது. தென்னிந்தியாவின் கலாச்சாரம் ஓரளவுக்கு ஆரியமயமாகி விட்ட வரலாற்றுக் காலத்தில் நிகழ்ந்த பிற்காலம் சார்ந்தவற்றுடன் அவர் அவற்றைப் பொருத்த முனைகிறார். மேலும், சியாம், காம் போஜம் முதலிய இடங்களில் நிலவும் இந்தியக் கலாச்சாரமானது வரலாற்றுக்கு முற்பட்ட காலத்து இடமாற்றங்களில் தனது தோற்றுவாயைக் கொண்டிருப்பதாகவும் அவர் தெரிவிக்கிறார் (பக்கம் 101). சோலா < சோரா, கள்வன் - பண்டார்கர், **கார்மிகல் சொற்பொழிவுகள்,** 1918, பக். 8 - 9.

9. **கிள்ளி** என்னும் சொல்லிற்குப் **பல்லவன்** என்று டாக்டர் போப் பொருள் கூறுவது விந்தையாகும். (Indian Antiquary, xxix, பக். 250). பல்லவ (கொடி அல்லது தளிர் என்பதைக் குறிக்கும் சமஸ்கிருத வார்த்தை) என்பதற்குப் பதில் பள்ளவர் என்பதை நாம் ஏற்றுக்கொண்டாலும்கூட "பள்ளம் வெட்டிகள்" என்று பொருள்கொள்வது தவறாகும். "தாழ் நிலத்தில் வாழும் மக்கள்" என்ற பொருளே சரியாகும். பல்லவர்கள் தென்னிந்தியாவைச் சேர்ந்தவர்கள் என்பது ஐயத்திற்குரியதாகும்: அவ்வாறு இல்லாத வரையில் அவர்கள் பெயர்களுக்கான திராவிட மூலத்தைத் தேடுவது வீண் வேலையாகும். எது எவ்வாறிருந்தபோதிலும் அவர்களை சோழர்களுடன் இணைத்துப் பார்க்க முடியாது.

10. **வீரசோழியம்,** தத்திதம் மீதான மதிப்புரை.

11. யாஜ்தானி, **அஜந்தா** I, பக். 4 - 7.
க்ரோம், **போரோ புதூர்,** தொகுதி i, பக். 275 - 7.

12. Epigraphia Indica, xi, பக். 338.

13. Epigraphia Indica, iii, 231-2.

14. **மகாபாஷ்யம்**, கீல்ஹார்ன், II, பக். 270.

15. ஹூல்ட்ச், Asoka Inscriptions, Index s.v. Cōla.

16. டி. ஆர். பண்டார்கர் - Asoka, பக். 38.

17. ஸ்மித், Early History of India, பக். 147.

இந்தப் பொருள் பற்றிய சான்று குறித்த பொருத்தமான சுருக்கத்தை எம். எஸ். ராமசாமி அய்யங்காரின் Studies in South Indian Jainism என்ற நூலின் 127 முதலான பக்கங்களில் நாம் காணலாம். அதே போலவே டாக்டர் எஸ். கே. அய்யங்காரின் Beginnings என்ற நூலின் 88 முதலான பக்கங்களிலும் காணலாம். பண்டிட் எம். ராகவைய்யங்காரைப் பின்பற்றி, எம். எஸ். ராமசாமி அய்யங்காரும் **வம்பமோரியர்** என்ற சொற்றொடரில் (அகம். 251) காணப்படும். **வம்ப** என்ற சொல்லின் மீது தேவையற்ற அழுத்தம் கொடுக்கிறார். (p.134 ff op.cit) சாம்ராஜ்ய குப்தர்கள் மிகப் பழைய மௌரியர்களுடன் மாமூலனாரால் சேர்த்துக் குழப்பப்படுவதாகக்கொள்ளும் தனது கருத்துக்குச் சான்று தேடும் வகையில் பிற்காலத்துக்குரியவைகளும், தெளிவற்றவைகளுமான குப்த வரலாறுகளை அவர் எடுத்துக் காட்டுகிறார். கி. பி. 10 - ம் நூற்றாண்டைச் சேர்ந்த வரலாறுகள் அவைகள். ஆக, இவ்வாறு, அவர் மாமூலனாருடையதும், அவர் காலத்திய சங்கப் புலவர்களினுடையதுமான காலத்தை 5 - ம் நூற்றாண்டு என்று காட்டவும் முனைகிறார். உண்மையில் பண்டிட் எம். ராகவையங்கார் பிறகு இந்த விவாதங்களில் அதிகமான ஆர்வத்தைக் காட்டவில்லை என்பதும், அவர் தமது நூலான **சேரன் செங்குட்டுவன்** என்பதன் இரண்டாம் பதிப்பில் இவற்றை வலியுறுத்தவில்லை என்பதும், இந்தக் கருத்துக்கள் பற்றிய எத்தகைய திட்டமான விவாதமும் வீண் வேலை என்பதைக் காட்டுகின்றன. "வம்ப மோரியர்" என்ற சொற்றொடர் மாமூலனாரால் ஒரே ஒரு முறைதான் பயன் படுத்தப்படுகிறது. மற்ற இடங்களிலெல்லாம் அவர் வெறுமனே "மோரியர்" என்று மட்டுமே குறிக்கிறார். அவரைப் போலவே பரண கொற்றனார் (அகம். 69), ஆதிரையனார் (புறம்.) ஆகிய இரு புலவர்களும் "மோரியர்" என்றே அழைக்கின்றனர். எனவே இதை நாம் பெரிதாக எடுத்துக்கொள்ள முடியாது. ஏனென்றால் **வம்ப**

என்ற சொல்லானது பல பொருட்களைக்கொண்ட அடைமொழியாகும். “நிலையற்ற”, “ஓய்வற்ற” என்ற பொருட்களும் அதற்கு உண்டு. அவர் சாம்ராஜ்ய மௌரியரைக் குறிப்பிட்டதாகக் கொண்டோமானால் அவருக்கு நந்தர்களின் பெருஞ் செல்வத்தைப் பற்றித் தெரியும் என்பது புலனாகிறது. ஆகவே, மௌரியர்களினுடைய “ஓய்வில்லா அலைச்சலை”ப் போல் வேறு எதுவும் அவர் மனதில் அதிகமாகத் தொட்டிருக்க முடியாது. இந்தியாவின் நாடுகள் அனைத்தையும் தங்களது சாம்ராஜ்யத்துடன் இணைத்துக்கொள்ளும் ஆசையுடன் அலைந்து திரிந்தவர்கள் அவர்கள். **வம்ப** என்ற சொல்லுக்குரிய வேறோர் அர்த்தமான “புதிய” என்பதன்படிப் பார்த்தாலும் கூட, மாமூலனார் தமது பாடலை இயற்றிய காலத்தில் மௌரியர்கள் தென்னாட்டிற்கு வந்தது அண்மையில் நடந்த நிகழ்ச்சியாய் இருந்திருக்கலாம். வட இந்தியாவில் ஆண்ட அரச பரம்பரையினரின் வம்ச வரலாற்றில் நிலவும் அந்தக் குழப்பம், மௌரியர்க்கும், குப்தர்க்கும் இடையில் நிலவும் அந்தக் குழப்பம் தெரியவராத காலகட்டத்துத் தென்னிந்தியத் தமிழ்ப்புலவர் தம் உள்ளத்திலும் எவ்வாறு பிரதிபலிக்கும் என்பது கவனிக்கப்படுவதில்லை. யூக வகைப்பட்ட அத்தகைய குழப்பம் புலவரின் காலத்தையும், அவர் படைப்பின் காலத்தையும் காணும் வழியாகவும், பயன்படுத்தப்படுதல் எவ்வாறு? எம்.எஸ். ராமசாமி அய்யங்கார் இந்திய நெப்போலியன் என்று போற்றப்படும் சமுத்திர குப்தனின் தென்னாட்டுத் திக்விஜயம் பற்றிய ஸ்மித்தின் கருத்தினுடைய செல்வாக்குக்கு உட்பட்டவர். அலகாபாத் தூண் கல்வெட்டில் காணப்படும் “பலக்கா” என்பதைப் “பாலக்காடு” என்பதுடன் இணைத்துக் காண்பதை அடிப்படையாகக்கொண்ட கருத்தாகும். திரு. பி. டி. சீனுவாச அய்யங்கார் **அகநானூறு** 281- ம் பாடலைக் குறிப்பிடுகிறார்: ‘இதில் கோசர்கள் வடுகர்கள் என்று அழைக்கப்படுகின்றனர்.’ **வடுகர் முன்னுற** என்பது மோகூரை அடக்க முடியாத கோசரின் தோல்வியைக் குறிக்கிறது. அது 251 - வது **அகநானூற்றுப்** பாடலில் விரிவாகக் குறிக்கப்படுகிறது. திரு. அய்யங்கார் அவர்கள் கோசர்களுடன் சேர்ந்து தமிழ் நாட்டிற்குள் நுழைந்த மோரியர்கள், கொங்கண மௌரியர்களாகவே இருக்க முடியும் என்கிறார். ஆனால் அது நம்பக்கூடியதாகத் தோன்றவில்லை. அவரது Tamils என்ற நூலின் 522-3 பக்கங்களைக் காண்க.

18. Studies in South Indian Jainism, பக். 140. வேறு பல இடங்களும் கூட மோகூர் என அழைக்கப்படுகின்றன என்பதை இங்கே மனங்கொள்ள வேண்டும்.

19. மேலும் இதைப் பற்றிய கருத்துகளுக்கு, பார்க்க. கென்னடியின் Journal of thr Royal Asiatic Society (London) 1898, பக்கங்கள் 248-87. புரொபசர் ஜூல்ஸ் பிளாக் அவர்கள் "Nom du Riz" என்ற (Etudes Asiatiques, Vol. I, பக். 37-47. தமது கட்டுரையில் அரிசிக்கான கிரேக்கச் சொல்லானது **அரிசி** என்ற தமிழ்ச் சொல்லிலிருந்து பிறந்தது என்பதை மறுக்கிறார். மொழியியல் வகையிலும் சரி, வேறு வகையிலும் சரி, இதற்கு எத்தகைய சான்றும் இல்லை என்கிறார் அவர். இந்த வணிகத்தில் தென்னிந்தியாவுக்கிருந்த பங்கைப் பற்றிய எந்தச் சான்றும் இல்லை என்றும், ஒருவேளை அது மிகப் பிந்திய காலம் வரையில் வட இந்தியாவுடனும், நிலவழிகளுடனும் மட்டும் உட்பட்டு நிகழ்ந்திருக்கவேண்டும் என்றும் அவர் கூறுகிறார். கிரேக்கப் பெயரான **ஒருசோன்** என்பதன் சொற்பிறப்பியல் பற்றிய பிளேக்கின் நிலையைக் கூர்ந்து ஆராய்ந்த பிறகு எல். வீ. ராமசாமி அய்யர் (Indian Antiquary - Vol. lix pp. 178 ff.) பின்வருமாறு முடிவு செய்கிறார். '**வரிகி** அல்லது **வரிசி** ஆகியவை திராவிடச் சொற்களாகக் கொள்ளப்படலாம். இவற்றிலிருந்து கிரேக்கர்கள் தங்கள் சொல்லைக் கடனாகப் பெற்றிருக்க முடியும்!' தென்னிந்தியாவுக்கும், மேற்கு நாடுகளுக்கும் இடையில் கடல் வாணிகத் தொடர்பு கி. மு. ஆறு அல்லது ஏழாம் நூற்றாண்டு முதலே இருந்திருக்கவேண்டும், என்ற கென்னடியின் முடிவு சரியானதாகவே தோன்றுகிறது.

20. ரோஸ்டோவ்ட் செப் - Social and Economic History of the Roman Empire, பக். 91.

21. குறிப்புகள் ஸ்காஃப் அவர்களிடமிருந்து தரப்படுகின்றன: **பெரிப்புளூஸ்** ஸ்காஃப் சொல்கிறார்: 'கடற்கரை நாடு என்பது சோழக் கரை, சோழ மண்டலம் என்று அழைக்கப் படுகிறது' (பக்கம் 241). ஆனால் சோழ மண்டலம் என்பது சோழ நாட்டை மட்டுமே குறிக்கும். 'கடற்கரையை' அல்ல.

22. காண்க: ராலின்சன் - Intercourse Between India and the Western world, பக். 121-2.

23. ஸ்காஃப் - பக்கம் 242. கனகசபை, பக். 23; Indian Antiquary, viii, பக். 149, Quartely Journal of the Mythic Society, Bangalore, xxi, பக். 413-4.

24. மெக்கிரின்டலின் பதிப்பு Indian Antiquary (xiii)யில் நூல் எண் 7, அத்தியாயம் 1, 12, 13, 68, 91 - ம் பிரிவுகளைக் காண்க.

25. Ancient Geography, பக் 631, கால்டுவெல்லின் Comp. Grammar (ஒப்பியல் இலக்கணம்) நூல் 93 - ம் பக்கத்தையும் பார்க்க.

26. கால்டுவெல் கூறுகிறார் : ஆர்க்காடு என்பது முற்றிலும் புதிய பெயர் என்ற கருத்தை ஜெனரல் கன்னிங்காம் மறுக்கிறார். யூல் என்பவர் கூறிய வண்ணமே அது கி. பி. 1340 - ம் ஆண்டைச் சார்ந்தது என்னுமளவுக்குப் பழையதாகும். ஏனெனில் இபன் பதூதா அதைக் குறிப்பிட்டிருக்கிறார். தமிழில் **ஆறு + காடு** என்பது ஆறுகாடுகள் என்று பொருள் தருகிறது. இப்பகுதி இந்துக்கள் இதை ஒரு பழைய நகரம் என்றும், இங்கே பழைய முனிவர்கள் அறுவரின் ஆசிரமங்கள் இருந்தன எனவும் நம்புகிறார்கள். என்றாலும் இந்த இடமானது புராணங்களில் இப்பெயரினால் குறிப்பிடப்படவில்லை. (பக். 93-4) எனினும், வலிமையான பழைய சான்றுகளின் முன்னால் இந்த உள்ளூர்க் கதைகள் மிகுந்த மதிப்புடையவை ஆக முடியாது. தாலமி அர்க்கட்டாஸ் என்ற பகுதியை மவுன்ட் பெத்திகோவுக்கும், அடீசேத்ராசுக்கும் இடைப்பட்ட இடத்தில் வைத்துக் குறிக்கிறார். (VII, 1. 68) ஆனால் அவர் இந்தப் பெயர்களின் மாற்றானவைகளைப் பற்றிய பெருங்குழப்பத்தில் ஆழ்கின்ற காரணத்தால் ஒரு புதிய நிலப் படத்தில் அர்க்கட்டாஸின் இருப்பிடம் காண்பதில் இது நமக்கு அதிகம் துணைபுரிவதில்லை. (Indian Antiquary xiii, p. 337) பழந்தமிழ் இலக்கியங்கள் இங்கே மதிப்புடையவை ' 'யாகின்றன. தாலமியின், அர்க்கட்டாஸ் தலைநகரமான ஸோராவை (Sora), கர்னூலின் சுவர்களுக்குக் கீழுள்ள ஒரு பழைய நகரமான சோரா (Zora) அல்லது ஜோராவுடன் (Jora - நிலப் படங்களின் ஜோராம்புன்) சேர்த்துக் கண்ட முயற்சியில், சூ-லியன் பற்றிய யுவான் சுவாங்கினுடைய குறிப்புகளின் செல்வாக்கிற்குக் கன்னிங்காம் உட்பட்டிருக்கிறார் என்பதில் ஐயமில்லை (Ancient Geography, பக்கம் 626).

27. **நற்றிணை**யின் 190 - ம் பாடல் கீழ்க்கண்டவாறு கூறுகிறது:

'தேங்கமழ் விரிதார் - இயற்றேரழிசி
வண்டு மூசு நெய்த - நெல்லிடை மலரு
மரியலங் கழனி - யார்க் காடன்ன'

இத்துடன் ஒரு வெண்பாவும் இருக்கிறது.

(**பெருந்தொகை** எண் 988). அது **அழிசிக்**குரிய காடு பொருளில் **அழிசிக்காடு** எனக் குறிக்கிறது. இங்கே குறிப்பிடப்பட்ட இந்தச் சிற்றரசனுக்குச் சேந்தன் என்ற ஒரு மகன் இருந்தான். அவன் ஓரளவுக்கு சோழர் தலைநகரமான உறையூருடன் தொடர்புகொண்டிருந்தான் (**குறுந்தொகை**, எண் 258). **நற்றிணை**யைத் தொகுத்தவர் ஆர்க்காடு சோழ நாட்டிலிருப்பதாகக் கூறுகிறார்.

28. காண்க: Yule and Burnell - Hopson - Jobson s. v. Arcot, வேலூருக்கு அருகில் உள்ள ஆர்க்காட்டு நகரத்துடன், தென் மாவட்டங்களில் இந்தப் பெயருடன் உள்ள பல இடங்களிலும், தஞ்சாவூரில் உள்ளதே, இவன் பதூதா குறிப்பிட்டுள்ள ஹார்க்காடு என்ற இடத்திற்கு மிகவும் பொருந்தி வருகிறது.

29. D. R. பண்டார்கர் - Asoka, பக். 39.

30. ரைஸ் டேவிட்ஸ் - The Questions of King Milinda (SBE), i, p. xliv and ii, பக். 269.

31. Indian Historical Quartely, vi, பக். 597. எம். சில்வெய் லேவி அவர்கள் இந்த விஷயத்தை முற்றிலும் விவாதிக்க முனையாமல், "Tamil Nationalism" பக்கம் 607-ல் இந்தப் பாடலின் காலத்தைப் பழையதாய்க் காட்டும் கருத்துக்கு எளிய விளக்கத்தைக் காண்கிறார். புரொபசர் கிருஷ்ணசாமி அய்யங்காரின் Manimekhalai in its Historical Setting என்ற நூலைப் படிக்க வாசர்கள் கண்டபடி தின்னாகர் நியாயப் பிரவேசத்துக்கும், மணிமேகலைக் (xxix)கும் இடையிலுள்ள தொடர்பு எளிய ஒன்றல்ல. அந்தக் காண்டத்தில் காணப்படும் வேறு பல தத்துவஞான அமைப்புகளைப் பற்றிய ஆழ்ந்த ஓர் ஆராய்வு பல மெய்யான பழைய கோட்பாடுகள் அதில் உள்ளதைக் காட்டுகிறது. அதை நாம் கி. பி. ஆறாவது நூற்றாண்டு என்பதைப் போன்ற மிகப் பிந்திய காலத்தை அடிப்படையாகக்கொண்டு விளக்க முடியாது. காண்க. எஸ். எஸ். சூரிய நாராயண சாஸ்திரி, Jounal of Indian History, viii and ix.

ஆனால் xxix-ம் பாடலில் மறுவடிவமைப்பின் அடையாளம் இல்லாதிருக்கிறதா என்பதில் எனக்கென்னமோ சந்தேகம் இருக்கத்தான் செய்கிறது.

32. காண்க, கீகரின் Maha Vamsa 'சோழ நாடு தென்னிந்தியாவைக் குறித்தது என்று கீகர் கருதுகிறார். இது மூல நூலின் **சோலராட்டா** (xxi 13), **தட்சிணம் மதுரம் புரம் பாண்டுராஜஸா** ஆகிய வடிவங்களுடன், தமிலா என்ற பொது வடிவத்திற்கும் எதிராக உள்ளது. எலாராவைப் பற்றிச் சொல்லப்பட்டதான மகாவம்சக் கதை, கன்றை இழந்த பசுவுக்கு நீதி வழங்கப் பட்டதைப் பற்றிய நிகழ்ச்சியின் கதையானது நிகழ்ந்த இடம் திருவாரூராகும். அங்கே அதைக் குறிக்கும் கல் நினைவுச் சின்னமும் உள்ளது. மகாவம்சக் காலம் அறிய Epigr. Zeylanica iii pp. 1 - 47 பார்க்கவும்.

33. Mahā Vamsa, xxi, 21 - 6.

34. Mahā Vamsa, xxii, 86, xxiv 4.

35. Geiger - Transl, பக். 290 - 1. போரைப் பற்றிய தெளிவான விவரங்களைக் கூறுகிறது. ஒரு சமயம் ஏழு தமிலாச் சிற்றரசர்கள் ஒரே நாளில் தோற்கடிக்கப்பட்டார்கள் (xxv 10) போரில் அவ்வாறே முப்பத்திரண்டு பேர் தோற்கடிக்கப்பட்டனர் (அதே நூலில், பகுதி 75) அவர்கள் பெரும்பாலும் எலாராப்படையின் தலைவர்களாக இருக்கலாம்.

36. காண்க, Journal of the Royal Society (London), 1913, பக். 529 - 31. சில தெளிவற்ற கதைகள் திருக்குறள் உரைத்த திருவள்ளுவரை எலேல சிங்கன் என்பவருடன் தொடர் படுத்துகின்றன. (வீ. ஆர். ஆர். தீட்சிதர் - Studies in Tamil Literature and History, பக். 129). ஆனால் அவை ஆதாரம் தருவதாகத் தெரியவில்லை. சிறப்பாகச் சோழர் என்றில்லாமல் இலங்கையில் தமிழர்களின் செல்வாக்கு பற்றி வேறு பல விஷயங்களைத் தெரிந்து கொள்வதற்கு மஹாவம்சத்தை (Mahavamsa xxi 10, Sena and Guttaka - செனவும், குட்டகவும்)க் காண்க. மேலும் xxxiv, 19-ம் பக்கத்தில் அனுலா தேவி என்பவளைப் பற்றியும் காண்க.

அதிகாரம் 3

பண்டையத் தமிழ் இலக்கியத்தில் சோழர்கள்

பண்டைய இலக்கியத்தின் தன்மை

சங்க இலக்கியங்களிலிருந்து நாம் பண்டைய சோழர்களைப் பற்றித் தெளிவாக அறிய முடிகிறது. இவ்விலக்கியங்கள் கிறித்துவ சகாப்தத்தின் முதற்சில நூற்றாண்டுகளில் இயற்றப்பட்டன என்பது பொதுவாக எல்லா அறிஞர்களாலும் ஏற்றுக்கொள்ளப்பட்டுள்ளது.[1] இவ்விலக்கியங்களின் கால வரையறையை இவற்றில் கிடைக்கும் குறிப்புகளைக்கொண்டு அறுதியிட்டுக் கூற இயலவில்லை. இதுவே இக்காலத்தின் வரலாற்றைத் தொடர்ச்சியாக எழுதத் தடையாக உள்ளது. அரசர்கள், இளவரசர்கள் ஆகியோரின் பெயர்களும், இவர்களுடைய புகழ் பாடிய புலவர்களின் பெயர்களும் நமக்குக் கிடைக்கின்றன. மேலும், மக்களின் வாழ்க்கையைப் பற்றியும், அவர்களது சாதனைகளைப் பற்றியும் வியக்கத்தக்க செய்திகளை நாம் அறிகிறோம். சில மன்னர்கள் உண்மையிலேயே மேன்மை யுற்றிருந்தனர் என்பதையும் அறிகிறோம். ஆற்றல் நிறைந்த புலவர்கள் தங்கள் நாவன்மையால் உண்மையான செய்திகளை அழகுறத் தந்துள்ளனர். இவ்விலக்கியங்களில் குறிப்பிட்டுள்ள தனி மனிதர்களின் முக்கியத்துவத்தை உணரமுடிகிறது. இத்துடன் அவர்களது சிறப்பு இயல்புகளையும் நன்கு அறிய முடிகிறது. ஆனால், இக்குறிப்புக்களின் உதவியால் ஒரு தொடர்பான வரலாற்றை நம்மால் உருவாக்க முடியாதென்பது வருந்தத்தக்கதே. விஜயாலயச் சோழர்களின் காலம் உறுதியாக்கப்பட்ட பிறகு, இலக்கியத்தின் மெய்யான இயல்பும் உறுதியும் குறைந்து, அரண்மனைகளில் வீற்றிருக்கும் தனி மனிதர்களின் புகழ் பாடும் பாக்களாக அது குறைந்துவிடுகிறது.

இருபெரும் மன்னர்கள்

சங்க இலக்கியங்கள் கூறும் சோழ மன்னர்களுள் இரு பெருவேந்தர் சிறந்து விளங்குகின்றனர். இவர்களது நினைவு பல பாடல்களிலும், கற்பனைக்கதைகளிலும் பிற்காலத்தில் போற்றப்பட்டது. கரிகாலனும், கோச்செங்கணானுமே இவ்விருவர் ஆவர். “இவ்விருவருள் முன்னால் வாழ்ந்தவர் யார்? இவர்களுக்கிடையே நிலவிய உறவு யாது? இவர்களுக்கும், இவர் காலத்தில் வாழ்ந்த மற்ற மன்னர்களுக்கும், குறுநில மன்னர்களுக்கும் இடையே நிலவிய உறவு எத்தகையது?” என்பன போன்ற குறிப்புகள் நமக்குத் தெளிவாகக் கிடைக்கவில்லை. புகார் எனப்படும் காவிரிப்பூம் பட்டினம் கரிகாலன்[2] காலத்தில்தான் சிறப்பில் உயர்வு பெற்றதெனில், உறையூரில் ஒன்றும், புகாரில் மற்றொன்றுமாகத் திகழ்ந்த சோழ குலத்தின் கிளைகள் இரண்டுக்கும் இடையே ஏற்பட்ட உட்பூசல், கரிகாலன் ஆட்சிக்குப் பிறகே தோன்றியிருக்க வேண்டும் எனலாம். இது எவ்வாறு இருப்பினும், இவ்வித உட்பூசல் சங்ககாலச் சோழ மன்னர்களின் வரலாற்றில் அடிக்கடி நிலவியது. சோழ வேந்தருள் பெரும் புகழ் பெற்றவனாக விளங்கிய கரிகாலனும் முதலில் பலவித இன்னல்களுக்கு இலக்கானான்.[3]

செவிவழிக் கதை

சங்ககால மன்னர்களைப் பற்றி ஆராயுமுன், சங்க இலக்கியத்தில் இவர்களைப் பற்றிக் காணப்பெறும் செவிவழிக் கதைகளை நோக்குவோம். அக்காலத்திலேயே சோழ ம்ன்னர்கள் சூரியனின் வழிவந்தோர் எனக் கருதப்பட்டது.[4] இக்கருத்தே கி. பி. 10, 11 - ம் நூற்றாண்டுகளில் பொறிக்கப்பட்ட செப்பேட்டுப் பட்டயங்களிலும், வீரராஜேந்திரனது கன்னியாகுமரிக் கல்வெட்டிலும், **கலிங்கத்துப்பரணி, விக்கிரமச் சோழன் உலா** போன்ற இலக்கியங்களிலும் பிற்காலத்தில் உறுதியாக எடுத்துரைக்கப்பட்டது. அகத்தியர், பரசுராமர் ஆகியோர் காலத்தில் வாழ்ந்த காந்தமன் என்னும் மன்னன் அகத்தியரிடம் தனக்கிருந்த பக்தியினால் காவிரி நதி[5]யைத் தமிழகத்திற்குக் கொண்டுவந்தான். க்ஷத்திரியர்கள் எல்லோருக்கும் எதிராகக் கடுமையாகப் போர்க்கோலம் பூண்டிருந்த பரசுராமரின் சொல்லொணாக் கோபத்திலிருந்து தப்பித்துக்கொள்ளும் பொருட்டு, பார்வதி (கன்னி)யின் கட்டளைப்படித்

தனது இராச்சியத்தைத் தன்னுடைய சட்ட விரோதமான மகனான காகந்தனிடம் சிறிது காலம் ஒப்புவித்தான்.[6] இவன் பிற்காலத்தில் காகந்தி, புகார், காவிரிப்பூம்பட்டினம் ஆகிய பெயர்களில் அழைக்கப்பட்ட சம்பா என்னுமிடத்திலிருந்து அரசாட்சி செய்தான். இவனைப் போன்று மற்றொரு வீரன் தூங்கெயில் எறிந்த தொடித்தோள் செம்பியனாவான். இவன் அசுரர்களது பறக்கக்கூடிய மாயக் கோட்டையை[7] அழித்ததோடு, அகத்தியரின் கட்டளைப்படி ஆண்டுதோறும் புகார் நகரில் இந்திரனுக்கு இருபத்தெட்டு நாட்களுக்கு விழா எடுக்கவும் ஏற்பாடு செய்தான்.[8] பசுவின் கன்று மீது தேரினை ஏற்றிக் கொன்ற தன் மகனுக்கு மரணதண்டனை அளித்த மன்னனையும்[9], பருந்திடமிருந்து புறாவைக் காத்த மன்னனையும் பற்றி இவ்விலக்கியங்கள் பேசுகின்றன. ஆனால் மனு, சிபி ஆகியோர் பெயர்கள் இவற்றில் கூறப்படவில்லை.[10] புறாக்கதையில் கூறப்படும் மன்னனே செம்பியன் என்பவனாவான்.[11] இக்கதைகளுள் கன்றுக்குட்டியும் இளவரசனும்[12], காவிரியின் தோற்றம், இந்திரனுக்கு விழா எடுத்தல் ஆகிய கதைகள் சங்க இலக்கியத் தொகை நூலில் காணப்படவில்லை. ஆனால், இவை முதல் முறையாக சிலப்பதிகாரம், மணிமேகலை என்னும் இரட்டைக் காப்பியங்களில் காணப்படுகின்றன.

கரிகாலன்

சங்ககாலச் சோழர்களில் கரிகாலனுக்கு ஒப்பாரும் மிக்காரும் இல்லை. இவன் அழகான போருக்குரிய தேர்களைப்[13] பெற்றிருந்த இளஞ்சேட் சென்னியின் மகன் ஆவான்; கரிகாலன் என்பதற்கு 'கருகிய காலை உடையவன்' என்பது பொருள். இளம் வயதில் இவனுக்கு ஏற்பட்ட தீ விபத்தின் காரணமாக இப்பெயர் இவனுக்கு வழங்கலாயிற்று.[14] ஆனால், பிற்காலத்தில் வடமொழி செல்வாக்குப் பெற்ற போது '(எதிரிகளின்) யானைகளின் யமன்' என்று இப்பெயருக்கு விளக்கம் தரப்பட்டது. அரியாசனம் ஏறுவதற்குரிய தன் பிறப்புரிமையான பதவியை இழந்து, கரிகாலன் சில ஆண்டுகள் சிறையில் வைக்கப்பட்டான். சிறையினின்று இவன் தப்பிச் சென்று ஆட்சியைக் கைப்பற்றியதைக் கற்பனை வளம் மிக்க கவிஞர்கள் உயர்வு நவிற்சியாக வருணித்துள்ளார்கள்.[15]

> வாரேன் வாழிய நெஞ்சே கூருகிர்க் கொடுவரிக்
> குருளைகூட்டுள் வளர்ந்தாங்குப் பிறர், பிணியகத்
> திருந்து பீடுகாழ், முற்றி யருங்கரை கவியக்
> குத்திக் குழிகொன்று பெருங்கை யானை பிடிபுக்

காங்கு (பட்டினப்பாலை : 220-228; பொருநர் : 31 முத.)
நுண்ணிதி னுணர நாடி நண்ணார்
செறிவுடைத் திண்காப் பேறிவாழ் கழித்
துருகெழு தாப மூழி னெய்திப்
பெற்றவை மகிழ்தல் செய்யான்.

(பட்டினப்பாலை : 220 -28).

“புலிக்குட்டி, கூண்டுக்குள்ளிருந்து வளர்ந்தே பலம் பெறுவது போல, எதிரிகளின் சிறைக்கூடங்களில் வாழ்ந்தபோது கரிகாலன் வல்லவன் ஆயினான். ஒரு குழியில் யானை பிடித்து அடக்கப்படுகிறது; ஆனால் அதே குழியை நிரப்பி தப்பித்து ஓடி, பெண் யானையுடன் சேர்ந்துவிடும் இயல்பு அதற்கு உண்டு. இவ்வாறே கரிகாலன் சிறையில் இருந்த காலமெல்லாம் சிந்தித்துச் சிந்தித்து, சீரிய முடிவுகளுக்கு வந்து அவற்றின் பயனாகத் தன் கூரிய வாளை நீட்டினான்; சிறைக் காவலரைக் கொன்று தப்பி, பிறகு படிப்படியாகப் புகழும் பெருமையும் அடைந்தான்.”[16]

வெண்ணிப் போர்

கண்ணுக்கினிய ஆத்தி மாலையை அணிந்த கரிகாற் சோழன், பாண்டியன், சேரன் இருவரையும் வெண்ணி என்னும் போர்க்களத்தில் படுதோல்வியுறச் செய்தான்.[17] வெண்ணி என்னுமிடம், தஞ்சைக்குக் கிழக்கே பதினைந்து கல் தொலைவில் உள்ள கோயில் வெண்ணியாகவே இருந்திருக்கவேண்டும். இப்போருக்கான காரணங்கள் நமக்குத் தெரியாவிடினும், இது கரிகாலனின் பெரு வாழ்வில் ஒரு நிலையான திருப்பத்தை விளைவித்தது என்பதைத் திண்ணமாக அறியலாம்; ஏனெனில் இவ்வெற்றியின் மூலம் தனக்கு எதிராக அமைக்கப்பட்டிருந்த ஒரு பெரும் கூட்டணியை அவன் முறியடித்துவிட்டான். முடி சூடிய வேந்தர்களான பாண்டிய, சேர மன்னர்கள் மட்டுமின்றி அவர்களை ஆதரித்த பதினொரு குறுநில மன்னர்களையும் இப்போரில் கரிகாலன் தோல்வியடையச் செய்தான்.[18] இப்போரில் , சேர மன்னனின் நிலை மிகவும் இரங்கத் தக்கதாயிற்று. முதுகில் புண்பட்ட சேர மன்னன், தனக்குப் பெரும் அவமானம் ஏற்பட்டதாகக் கருதி, கோழைத்தனமாகத் தற்கொலை செய்து கொண்டான்;[19] இந்நிகழ்ச்சியைப் பற்றி, கரிகாலனின் நண்பரும் வெண்ணியில் வாழ்ந்து, இப்போரை நேரில் கண்டவருமான

வெண்ணிக் குயத்தியார் என்னும் புறநானூற்றுப் புலவர், பின்வருமாறு மன்னனிடம் கூறுகிறார்:[20]

> "கடலெங்கும் கலம் செலுத்திக் காற்றையடக்கிய ஒரு மாபெரும் வீரனின் வழித் தோன்றலே![21] பலம் பொருந்திய யானைப்படைகொண்ட கரிகால் வளவனே, பல போர்களில் வென்ற உன் ஆற்றல் பெரிது. பெருஞ்சேரலாதனை, இந்தப் போரில் வென்றதால் நீ மேலும் பெரியதொரு வெற்றியை அடைந்திருக்கிறாய். ஆனால் வெற்றியோடு தோல்வியும் உன்னை அடைந்திருக்கிறது. புறப்புண்ணுக்கு வெட்கப்பட்டு அவன் வெண்ணிப் போர்க்களத்தில் உயிர் துறந்துவிட்டான். அதனால் உனக்கு ஒரு பழி ஏற்பட்டுவிட்டது. அவன் மானத்தைப் பெரிதாக மதிக்கிறான். நீயோ மானத்தை விட வெற்றியையே பெரிதாக மதிக்கிறாய். சீர் தூக்கிப் பார்! நீ அடைந்த வெற்றியை."

போர்கள்

இவனது ஆட்சியில் நடைபெற்ற முதல் பெரும் போர் வெண்ணிப் போர்; சோழ அரியணையைக் கரிகாலன் நிலையாகப் பெறுமாறு செய்ததும், தமிழகத்தின் முடியுடைய மூவேந்தர்க்குத் தலைவனாக விளங்குமாறு செய்ததும் இப்போரே. இவனது படை பலத்தைப் பயன்படுத்தவும் வெளிப்படுத்தவும் வேறு வாய்ப்புகள் வாய்க்காமல் போகவில்லை. வாகைப் பறந்தலை என்னுமிடத்தில் ஒன்பது குறுநில மன்னர்களின் கூட்டணியை இவன் முறியடித்தான்; இவன் காலத்திலும் இவன் தந்தையின் காலத்திலும் வாழ்ந்த பரணர் என்ற புலவர் இச்செய்தியைக் கூறுகிறார்.[22] ஆனால் இப்போர் மூளக் காரணம் என்னவென்பதையோ அல்லது கரிகாலனின் எதிரிக்ள் யாவர் என்பதையோ இவர் கூறவில்லை. கரிகாலனின் படைகள் அவனது பகைவர்களின் இராச்சியங்களை அழித்த விவரங்களையும் அவர்கள் காட்டிய வீரத்தையும் பட்டினப்பாலையின் ஆசிரியர் மிக விளக்கமாக விவரிக்கிறார்.[23]

வெற்றி மேல் வெற்றி

இப்படையெடுப்புகளின் விளைவாக **ஒளியர்கள்** இவனிடம் சரணடைந்தனர்; **அறுவாளர்** என்ற பழமையான இனத்தார் இவன் கட்டளைக்குப் பணிபுரிந்தனர்; வடவர், தம் மதிப்பிழந்தனர்; மேற்கத்தியர் மந்தநிலை அடைந்தனர். பகைவரின் கோட்டைகளை

கரிகாலனது
ஆட்சியின்
பரப்பு
74
76
78
80
82
20
18
16
14
12
10
8
6
கோதாவரி
கிருஷ்ணா
வடபெண்ணை
காவிரி
பாலாறு
காஞ்சி
மலாடு
தென்பெண்ணை
மரக்காணம்
திருக்கோவிலூர்
அருவாநாடு
வடவெள்ளாறு
நாங்கூர்
புகார்
அவூர்
வெண்ணி
கரூர்
கோட்டைக்கரை
உறையூர்
நாகப்பட்டினம்
தெ. வெள்ளாறு
சேரநாடு
திருவஞ்சைக்களம்
பாண்டிய நாடு
வைகை
மதுரை
சாலியூர்
தாமிரபரணி
கொற்கை
குமரி
அனுராதபுரம்
ஆட்சியின் எல்லை

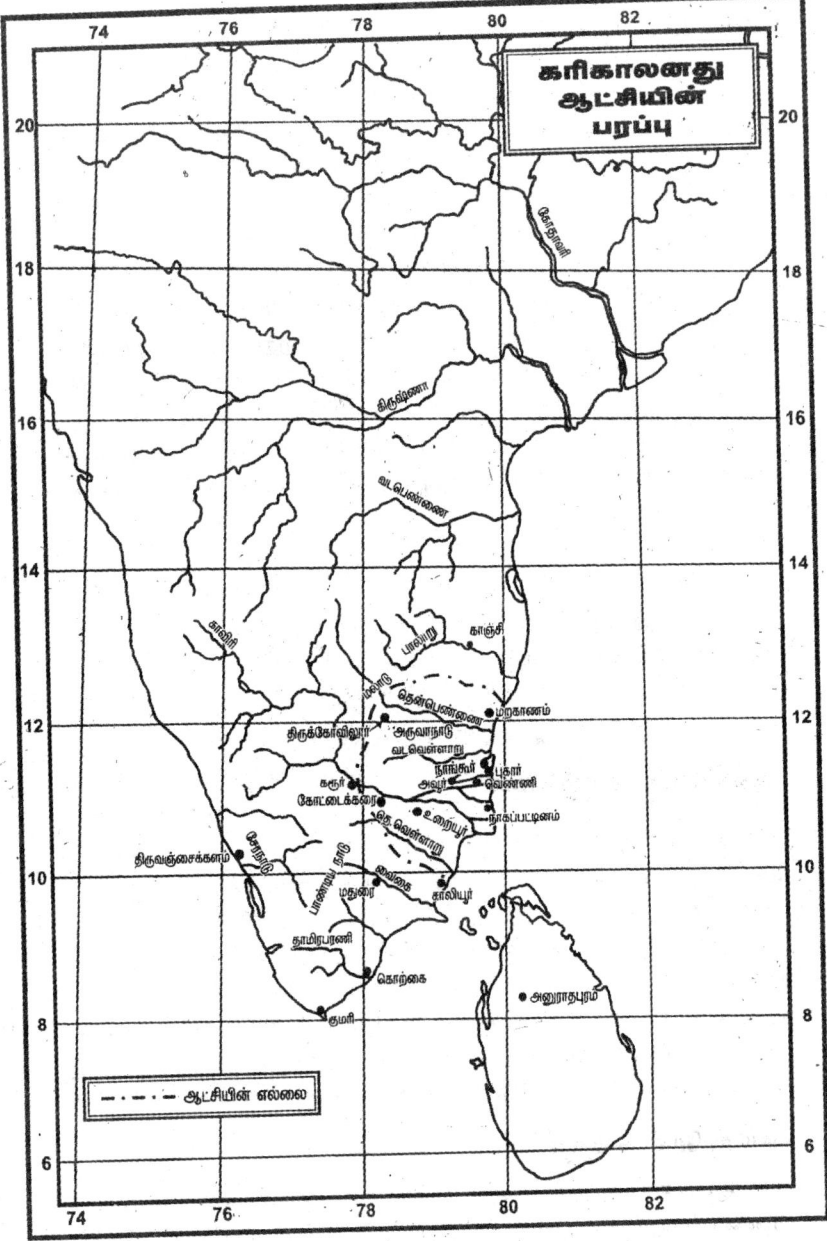

அழிக்கும் துணிவு பெற்ற தம் பெரும் படையின் வலிமையை உணர்ந்த கரிகாலன், தம் சீற்றத்தைப் பாண்டியர் மீது காட்டி, அவர்களது பலத்தைச் சிதைத்தான். ஆடு, மாடு மேய்க்கும் தாழ்ந்த குலத்தவரை அழித்து, இருங்கோ வேளிரின் குடும்பத்தை வேருடன் களைந்தான்; பட்டினப்பாலையில் வரும் இந்த அடிகளில் காணும் வடுகர், மேற்கத்தியர் போன்ற புரியாத சொற்களை விட்டு, கரிகாலனது சாதனைகளைப் பார்ப்போமானால், இவனுடைய ஆட்சி காவிரி பாய்ந்த பகுதிகளுக்கு அப்பால் அவ்வளவாகப் பரவவில்லை எனலாம். காவிரி, கழிமுகப் பகுதிகளில் சிறிது வடக்கே பெண்ணையாற்றின் கீழ்ப் பள்ளத்தாக்குப் பகுதியான அருவா நாட்டில், வாழ்ந்தவரே அருவாளர் ஆவார். நாகர்களிடமிருந்து பிறந்த ஒரு நாடோடிக் கூட்டமே ஒளியர்கள். இவர்களை நிலையாக ஓர் இடத்தில் வாழ வழி செய்தவன் கரிகாலனே.[24] காவிரிபூம் பட்டினத்தையும் அதன் கடற்கரையான பட்டினப் பாக்கத்தையும் சிறப்பாக விளக்குவது பட்டினப்பாலை, கரிகாலன் ஆட்சியில் தொழில்வளம், வாணிகம் பற்றியும் காடு வெட்டி நாடாக்கி அமைத்ததையும், தரிசு நிலங்களை விளைநிலங்களாக மாற்றியதையும், நீர்ப்பாசன வசதிகளைப் பெருக்கி நாட்டின் செல்வம் செழிக்கச் செய்த செயல்களையும் பட்டினப்பாலை நம் மனக்கண்முன் நிறுத்துகிறது.[25]

தனிப்பட்ட வாழ்க்கை

கரிகாலனின் சொந்த வாழ்க்கையைப் பற்றி நமக்குப் பேரளவிற்கு ஒரு விவ்ரமும் கிடைக்கவில்லை. இவன், பெண்டிருடனும் பிள்ளைகளுடனும் மகிழ்ந்திருந்தான் என்று பட்டினப்பாலையின் ஆசிரியர் உருத்திரங்கண்ணனார் பொதுப்படையாகக் கூறுகிறார்.[26] திருமங்கை ஆழ்வாரின் பாசுரங்களில் இடம் பெற்றதும் வீரர்கள் நிறைந்ததுமான நாங்கூரைச் சேர்ந்த வேளிர் குலப் பெண் ஒருத்தியைக் கரிகாலன் மணந்தான் என்று, உரையாசிரியர் நச்சினார்க்கினியார் அவரது காலத்தில் நிலவிய மரபு வழிச் செய்தியின் அடிப்படையில் கூறுகிறார்.[27] கரிகாலனின் மகளான ஆதிமந்தியைப் பற்றியும் பல பாடல்கள் கூறுகின்றன. ஆட்டனத்தி என்ற சேர இளவரச மன்னனை மணந்த ஆதிமந்தி, தன் கணவன் காவிரியாற்று வெள்ளத்தில் மூழ்கி இறக்க, தன் கற்பு ஆற்றலால் அவன் மீண்டும் உயிர் பெறச் செய்தாள்.[28]

பண்டையத் தமிழ் இலக்கியத்தில் சோழர்கள் 49

சமயம்: இறப்பு

வைதிக மதத்தில் கரிகாலனுக்கு இருந்த நம்பிக்கை பற்றியும் அவன் இறந்ததால் ஏற்பட்ட ஆறாத்துயரத்தைப் பற்றியும் கருங்குழல் ஆதனார்[29] என்னும் புலவர், பின்வருமாறு பாடுகிறார்:

"அருப்பம் பேணா தமர்கடந் ததூ உம்
துணைபுண ராயமொடு தசும்புடன் றொலைச்சி
இரும்பாணொக்கற் கடும்பு புரந்ததூஉம்
அறமறக் கண்ட நெறிமாண வையத்து
முறை நற் கரியுநர் முன்னுறப் புகழ்ந்த
தூவியற் கொள்கைத் துகளறு மகளிரொடு
பருதயு ருவிற் பல்படைப் புரிசை
எருவை நுகர்ச்சி யூப நெடுந்தூண்
வேத வேள்வித் தொழின் முடித்தூஉம்
அறிந்தோன் மன்ற வறிவுடையாளன்
இறந்தோன்றானே யளித்திவ் வுலகம்
அருவி மாறி யஞ்சுவரக் கடுகிப்
பெருவறங் கூர்ந்த வேனிர்க் காலைப்
பசித்த வாயத்துப் பயனிரை தருமார்
பூவாட்கோவலர் பூவுடனுதிரக்
கொய்து கட்டழித்த வேங்கையின்
மெல்லியன் மகளிரு மிழைகளைந்தனரே

(புறம். 224)

புராணக் கதைகள்

பழங்காலத் தொட்டே கரிகாலனைப் பற்றிய பல புராணக் கதைகள் உருவாகி, தற்போது இக்கதையே வரலாறாகப் பலரால் ஏற்றுக்கொள்ளப்பட்டுள்ளன. தமிழ்நாட்டின் முடியுடை வேந்தர், வட நாட்டு ஆரிய மன்னர்களை எதிர்த்து வெற்றி பெற்றனர் என்று கூறும் **சிலப்பதிகாரம்,** கரிகாலனின் வடநாட்டுப் படையெடுப்பை பலபடப் பாராட்டுகிறது.[30] இப்படையெடுப்பில், கரிகாலன் இமயம் வரை சென்றதோடு, வச்சிரம், மகதம், அவந்தி போன்ற சில நாடுகளை வென்றோ, அல்லது உடன்பாடோ அவன் செய்துகொண்டான். காவிரியாற்றின் கரைகளை உயர்த்திக் கட்டினான் என்பதை ஏழாம், எட்டாம் நூற்றாண்டில் வாழ்ந்த தெலுங்குச் சோ(ட)ழ மன்னன் புண்ணிய குமரனின் மலேபாடு பட்டயங்களில் முதன் முதலாகக்

காண்கிறோம்.[31] இம்மாதிரியான புராணக் கதைகளை மற்ற மன்னர்களுடனும் தொடர்புப்படுத்தி, மேலும் சில கதைகள் உருவாயின. இக்கதையைத் திரிநேத்திரப் பல்லவனைப்பற்றி வழங்கத் தலைப்பட்ட கதைகளுடன் சம்பந்தப்படுத்தி, தெலுங்கு சோ(ட)ழரின் பட்டயங்களில் கீழ்க் காண்பது போல விவரிக்கப் பட்டுள்ளது : "சாரண - சரோறாக - விகத - விலோசன - பல்லவ - திரிலோசன - பிரமுகாகில - பிரதி வீச்சுவர - காரிட - காவேரி தீர"[32] இதுவே பண்டைய தென்னிந்திய வரலாற்றின் காலகட்டங்களைக் குறிக்க மிகவும் அடிப்படையான சான்றாகக் கருதப்படுகிறது. சோழ அரியணைக்கு உரியவரைத் தேர்ந்தெடுக்கும் பொருட்டு கழுமலத்தில் கட்டவிழ்த்து விடப்பட்ட பட்டத்து யானை, கரூரிலிருந்த கரிகாலனைப் பதவிக்குத் தேர்ந்தெடுத்தது, காஞ்சியை இவன் வெற்றிகொண்டது, தொண்டை மண்டலத்தில் வேளிரைக் குடியேற்றியது போன்ற மரபுக் கதைகள் இவனது ஆட்சிக் காலத்தைப் பற்றிக் கூறும் பழமையான சான்றுகளில் இடம் பெறவில்லை. இவனது காலத்தில் தொண்டை மண்டலம், தொண்டைமான் இளந்திரையன் என்பவனது ஆட்சியின் கீழ் இருந்ததாகத் தெரிகிறது; இவ்விளந்திரையன், கரிகாலனின் பேரன் என்றோ அல்லது காஞ்சியைக் கைப்பற்றிய பிறகு அவனைத் தொண்டை மண்டலத்தில் தனது பிரதிநிதியாகக் கரிகாலன் அமர்த்தினான் என்றோ கூறுவதற்கான ஆதாரங்கள் மன நிறைவு அளிப்பனவாக இல்லை.[33]

உள்நாட்டுச் சண்டை

இனி, நாம் நலங்கிள்ளியைப் பற்றியும் அவனது பகைவன் நெடுங்கிள்ளியைப் பற்றியும் காண்போம். இவ்விருவரும் முறையே புகாரிலிருந்தும், உறையூரிலிருந்தும் அரசாண்டு வந்தது, சோழ குடும்பங்களைச் சேர்ந்தவர் என்பது, காரியாறு என்னுமிடத்தில் **நெடுங்கிள்ளி** மரணமடைந்த நாள்வரை தொடர்ந்து இவரிடையே நடைபெற்ற உரிமைப் போர்கள் மூலம் நாம் அறிகிறோம்.[34] நலங்கிள்ளிக்கு, மாவளத்தான் என்ற பெயருடைய தம்பி ஒருவன் இருந்தான்; இவனைப் பற்றிய பாடல் ஒன்று தாமப்பல் கண்ணனார் என்ற புலவரால் பாடப்பட்டுள்ளது. இப்புலவருடன் தாயம் விளையாடிக்கொண்டிருந்த மாவளத்தான், திடீரென்று கோபமுற்று தாயக் கட்டையினால் புலவரைத் தாக்க, புலவரின் அறிவுரைக்குப் பின் அவரிடம் மன்னிப்புக் கேட்டான்." இப்பாடல்[35] மட்டுமே மாவளத்தானைப் பற்றியும் தாமலைச் சேர்ந்த இப்பிராமணப் புலவரைப்[36] பற்றியும் குறிப்பிடுகிறது.

பண்டையத் தமிழ் இலக்கியத்தில் சோழர்கள்

காரியாறு என்னுமிடத்தில் நடந்த பெரும் போரில் பாண்டியர்களும் சேரர்களும், சோழ குடும்பத்தைச் சேர்ந்த 'இளங்கோன்' ஒருவனால் தோற்கடிக்கப்பட்டனர் என்று **மணிமேகலை** கூறுகிறது.[37] நெடுமுடிக் கிள்ளி கிள்ளிவளவன் என அழைக்கப்பட்ட மாவண் கிள்ளியின் ஆட்சிக் காலத்தில் இருந்தவனே இவ்விளங்கோன். இப்போரில்தான் நெடுங்கிள்ளி மரணமடைந்து, சோழரிடையே தொடர்ந்து நடைபெற்று வந்த போரும் பூசலும் முடிவு பெற்றது;[38] இவ்வூகத்திலிருந்து **மணிமேகலையில்** குறிப்பிடப்படும் இளங்கோன், நலங்கிள்ளியேயன்றி வேறு எவருமல்ல என்றும், இவனே நெடுமுடிக் கிள்ளியின் தம்பி என்றும் அறியலாம். நலங்கிள்ளி, சேட்சென்னி-நலங்கிள்ளி[39] என்றும் அழைக்கப்பட்டதனால், இவன் கரிகாலனின் தந்தையான இளஞ்சேட் சென்னியின் பேரன் என்றும், இதன்படி நெடுமுடிக் கிள்ளி, நலங்கிள்ளி, மாவளத்தான் ஆகிய மூவரும் கரிகாலனின் மக்களாகின்றனர் என்றும் சில அறிஞர்கள் வாதிடுகின்றனர். ஆனால் **புறநானூற்றில்** கூறப்படும் காரியாறும், **மணிமேகலை**யில் கூறப்படும் காரியாறும் பெயரில் ஒத்திருப்பதைத் தவிர மற்ற சான்றுகள் மூலம் இவை ஒரே போரைக் குறிக்கின்றன என்று கூற முடியாது. மேலும், காரியாற்றில் நெடுங்கிள்ளியின் மரணத்தைப் பற்றித் தெரிவிக்கும் **புறநானூற்றுப்** (பாடல் 47) பாடல், அவன் இறந்த சூழ்நிலையைப் பற்றி ஒன்றும் கூறவில்லை; நலங்கிள்ளிக்கும், நெடுங்கிள்ளிக்கு மிடையே இருந்த உட்சண்டை, காரியாற்றில் நடந்த போரில், நெடுங்கிள்ளி கொல்லப்பட்டதன் மூலம் ஒரு முடிவுக்கு வந்திருக்க வேண்டும் என்று நாம் கருதலாம். இதற்கு மாறாக காரியாற்றுப் போரைப் பற்றி, **மணிமேகலை**யில் சுருக்கமாகக் கூறப்பட்டாலும், முக்கியத்துவம் கொடுக்கப்பட்டு கூறப்படுவதி லிருந்தே, இது சோழ நாட்டின் வெளிவிவகாரத்தில் பெரும் முக்கியத்துவம் வாய்ந்த நிகழ்ச்சியாகவே காணப்படுகிறது. உறவினர்களிடையே ஏற்பட்ட சிறு பூசலாக இதைக் கருத இடமில்லை. மேலும், பாண்டியர்களும், சேரர்களும் ஒரு சோழ மன்னனுக்கு எதிராக மற்றொரு சோழ மன்னனை ஆதரித்து இப்போரில் பங்குகொண்டார்கள் என்றும் கூறப்படவில்லை. சேட்சென்னி-நலங்கிள்ளியின் பெயருடன் தொடர்பு ஏற்படுத்தி முன்பு கூறப்பட்ட விவாதம் வலிவற்றது என்றும் கூறமுடியாது. ஆகவே, நலங்கிள்ளியும் மாவளத்தானும் கரிகாலனின் மக்களாக இருந்திருக்க வேண்டும் என்றே தோன்றுகிறது.

நலங்கிள்ளி

புறநானூற்றில் 14 பாடல்களுக்குக் குறையாமல் நலங்கிள்ளியைப் புலவர்கள் பாடியுள்ளனர். இவற்றில் பாதிக்கும் மேலான பாடல்களைப் பாடியுள்ள கோவூர் கிழார், கரிகாலனைப் போன்று, நலங்கிள்ளியும் தமிழ் அரசுகளில் தலைமை ஏற்றான் என்று கூறுகிறார். இப்பாடல்களைக் கீழ்க்காணுமாறு மிகைப்படுத்திப் பாடியுள்ளார்.[40]

> "அறத்தின் பயனாகவே பொருளும் இன்பமும் நிலையாகக் கிடைக்கும். உன்னுடைய எதிரிகளாக இருக்கும் சேரர், பாண்டியர் உனக்குப் பின்னே வர உன்னுடைய ஒப்பற்ற வெண்கொற்றக்குடை முழுநிலாப் போல புகழுடன் செல்லுகிறது. நீயும் அரண்மனைக்குள் அல்லது தலைநகருக்குள் இராமல் வெற்றி நடைபோட்டு போர்க் களத்திலேயே இருக்கின்றாய். உன்னுடைய யானைகளோ, எதிரிகளுடைய நீண்டுயர்ந்த கோட்டைகளைத் தகர்க்க வல்லவை. உன்னுடைய படையோ, வீரக்கழலை உடைய மறவர்களைக் கொண்டது. அவர்கள் அடர்த்தியான காடுகளினூடே சென்று எதிரியின் நாட்டை அடைய அஞ்ச மாட்டார்கள். உன்னுடைய குதிரைப் படை, கீழைக் கடற்கரையில் புறப்பட்டால் மேலைக் கடற்கரைவரை பிடித்துத் தான் நிற்கும். எனவே, நீ எங்கே படையெடுத்து விடுவாயோ என்று எந்த நேரமும் வடநாட்டு அரசர்கள் கவலையால் கண் துயிலாது இருக்கின்றனர்."

தன் மன்னனைப் பலவாறு புகழ்ந்து பாடிய புலவர் இச்சகம் பாடுபவர் அல்லர். மேற்சொன்ன பாடலுக்கு முரணாகக் கீழ்க்காணும் பாடலில், நெடுங்கிள்ளியைத் தோற்கடிக்கும் பொருட்டு, உறையூரை முற்றுகையிட்ட நலங்கிள்ளியிடம் சமாதானத்தை நிலைநாட்டக் கோரி வற்புறுத்திக் கூறுவதைக் காணுகிறோம்.[41]

> பெரிய பனையினது வெளியத் தோட்டைச் சூடினோனல்லன்; கரிய தோட்டினையுடைய வேம்பினது தாரையுடையவனும் அல்லன்; உன்னுடைய கண்ணியும் ஆத்தியாற் செறியக் கட்டப்பட்டது; ஆதலால் உங்களுள் ஒருவர் தோற்பினும், தோற்பது உன் குடியன்றோ? இருவரும் வெல்லுதல் இயல்புமன்று. ஆதலால் உனது செய்கை உன் குடிக்கு தக்கதொன்றன்று.... ஆதலால், இதை(போரை)த் தவிர்த்தலே உமக்கு நல்லது(புறம். 45).

இப்புலவரது சிறந்த அறிவுரையை நலங்கிள்ளி, செவி மடுக்கவில்லை என்பது தெரிகிறது. காரியாற்றுத் துஞ்சிய

நெடுங்கிள்ளி என்ற பட்டப் பெயரிலிருந்து இவ்விருவருக்குமிடையே ஏற்பட்ட போர், நெடுங்கிள்ளி இறந்த பிறகே முடிவிற்கு வந்திருக்க வேண்டும் என்பதை அறிகிறோம்.

இவனது காலத்தில் வாழ்ந்த பல மன்னர்களைப் போன்று, நலங்கிள்ளியும் இலக்கியங்களில் ஈடுபாடு கொண்டிருந்தான். இவன் இயற்றிய பாடல்களில் இரண்டு புதுமையான உறுதிமொழி பற்றிக் கூறுகின்றன.[42]

> "நட்பால் என்னிடம் வந்து வேண்டிக்கொண்டால் நான் என்னுடைய ஆட்சியைக் கேட்டாலும் கொடுத்துவிடுவேன். பழமையும் தொன்மையும் உடையதே என்று பார்க்காமல் என் நாட்டை மகிழ்ச்சியுடன் இரப்பவனிடம் ஒப்பித்து விடுவேன்; கெஞ்சிக் கேட்பவனுக்காக என் உயிரையும் கொடுப்பேன். ஆனால் என் ஆற்றல் இன்னது என்று தெரியாமல் என்னுடன் போரிட வருவார்களாயின், தூங்குகிற புலியை எழுப்புவது போல் ஆகிவிடும். யானை மூங்கிலை மிதிப்பது போல, என் போர்ப்படை எதிரிகளை அழிக்கும். அப்படி அழிக்காவிட்டால், கற்பில்லாப் பெண்டிரோடு என் மார்பகம் கிடந்து முயங்குவதாக!"(புறம். 73).

வாணிகப் பெருநகராக ஏற்றம் பெற்றுச் சீருடனும் சிறப்புடனும் விளங்கிய காவிரிப்பூம்பட்டினம், இவனது ஆட்சியின் கீழ் இருந்ததென்பதும்,[43] இவன் ஆட்சியில் வேதங்களின் அடிப்படையிலான சடங்குகள் பரவலாகச் செய்யப்பட்டன என்பதும்[44] நமக்குக் கிடைத்துள்ள சான்றுகளிலிருந்து தெரியவருகின்றன. நலங்கிள்ளியைப் பற்றி, உறையூர் முதுகண்ணன் சாத்தனார் என்னும் புலவர் பாடியுள்ள பாடல்களில் சோகம் நிறைந்திருக்கிறது.[45] இது புலவருடைய மனநிலையின் பிரதிபலிப்பாகவோ, அல்லது சோழ மன்னரிடையே நிலவிய உட்சண்டையின் எதிரொலியாகவோ இருக்கக் கூடும். நலங்கிள்ளி, இலவந்திகைப் பள்ளி என்னுமிடத்தில் இறந்தான் என்று தெரிகிறது.[46]

நெடுங்கிள்ளி

நலங்கிள்ளிக்கு எதிராகப் போர்புரிந்த நெடுங்கிள்ளியைப் பற்றி, இவ்விருவரையும் சமாதானப்படுத்த முயன்ற கோவூர் கிழார்

பாடிய இரு பாடல்களில் காண்கிறோம். உறையூரை நலங்கிள்ளி முற்றுகையிட்டு அங்கு நெடுங்கிள்ளியைச் சிறை வைத்தான் என்று ஒரு பாடல் கூறுகிறது. கீழ்க்காணும் இப்பாடல் இம்முற்றுகையின் விவரங்களை நமக்குப் படம் பிடித்துக் காட்டுகின்றது.⁴⁷

"உறையூரில் கோட்டை கட்டி ஆளும் நெடுங்கிள்ளியே, உன் கோட்டையை நலங்கிள்ளி முற்றுகையிட்டிருக்கிறான். நீயோ அதைப் பொருட்படுத்தாமல் உன்னுடைய கோட்டைக்குள் கவலையின்றி இருக்கிறாய். இது கோழையின் செயல், வீர அரசர்களுக்கு ஏற்குமா? ஒன்று கோட்டையை விட்டு அவனுடன் வந்து போரிடுக! அல்லது அவனுடன் சமாதான உடன்பாட்டைக் காண்க! இரண்டும் கெட்டான் நிலையில், மக்கள் துன்பப்படுகிறார்கள், யானைகள் உணவின்றித் துடிக்கின்றன; பெண்டு பிள்ளைகள், குழந்தைகள் எல்லாம் கூடப் பட்டினியால் தவிக்கிறார்கள். உன் ஆட்சிக்கு இவை எல்லாம் இழுக்கு அல்லவா? நீயாகிலும் ஆட்சி செய். அல்லது அவனையாகிலும் ஆள விடு!" (புறம். 44).

தன் கோழைத்தனத்தால், நெடுங்கிள்ளி தனக்கும், தன் மக்களுக்கும் சொல்லொணாத் துயரத்தை உண்டாக்கிக் கொண்டான். கோழைகளைப் போன்று, இவன் எப்போதும் துரோகமிழைக்கப் படுவோமோ என்ற பயத்திலேயே வாழ்ந்தான். நலங்கிள்ளி, உறையூரை முற்றுகையிட்ட போது, நலங்கிள்ளியின் பகுதியிலிருந்து உறையூருக்குள் வந்த இளந்தத்தன் என்ற புலவரை ஒற்றர் எனக் கருதி, அவனைத் தூக்கிலிட இவன் உத்தரவிட்டான். ஆனால் அங்கு இருந்த கோவூர் கிழாரின் வேண்டுகோளுக்கு இணங்கி அவரது உயிர் காப்பாற்றப்பட்டது. பின்வரும் பாடல், சங்க காலப் புலவர்களின் வாழ்க்கை முறையைத் தெரிவிக்கிறது.⁴⁸

"இளந்தத்தன் என்ற புலவர், நலங்கிள்ளியிடம் பரிசில் பெற்ற பிறகு, நெடுங்கிள்ளியிடம் பரிசில் பெற வருகிறார். நலங்கிள்ளியிடமிருந்து வருவதால், புலவர் ஒற்றராக இருக்கலாம் என்று ஐயப்படுகிறான் நெடுங்கிள்ளி. ஐந்தாம் படைப் பேர்வழிகளைப் போல அவரைக் கொன்று விடவும் முடிவு செய்கிறான். இது தகுமா? புலவர் ஒற்றர் அல்லர். அவர்கள் வறுமையால் வாடுபவர்கள். பழுத்த மரத்தை நாடிச் செல்லும் பறவைகளை போல, வள்ளல்களைத்

தேடிச் செல்வது அவர்களுடைய இயல்பு. பொருள் பெற்று, சுற்றத்தை வாழ வைக்க வேண்டியது புலவர் கடமை. அவர்கள் ஒருநாளும் பிறருக்குத் தீங்கு இழைக்கமாட்டார்கள். தங்களை இகழ்ந்தார் நாணும்படி நடந்துகொள்வர். மண்ணை ஆளும் அரசர் போல் அவர்களும் தலைமையையே விரும்புவர்.'' (புறம். 47).

கிள்ளிவளவன்

நலங்கிள்ளி, நெடுங்கிள்ளி ஆகியோரைப் பற்றிப் பாடிய புலவர்களே குளமுற்றத்துத் துஞ்சிய கிள்ளிவளவனைப் பற்றியும் பாடியிருப்பதால், கிள்ளிவளவனும் இவர்கள் காலத்திலேயே வாழ்ந்தவனாவான். கோவூர் கிழாரின்[49] ஒரேவொரு பாடலில் பாடப்பட்டுள்ள மற்றொரு கிள்ளிவள்வன், குராப் பள்ளியில் இறந்தான் என்று கூறப்படுகிறது. ஆனால், இவ்விரு மன்னர்களுமே ஒருவரே என்று கூறப்படுகிறது.[50] இது எவ்வாறாயின், கோவூர் கிழாரின் பாடல், கிள்ளிவளவன் கருவூரைக் கைப்பற்றிய பிறகே இயற்றப்பட்டதாகும். ஆலந்தூர் கிழார் தம் பாடலில் கருவூரைக் கிள்ளிவளவன் கைப்பற்றுவதற்கு முன் நிகழ்ந்த ஒரு முற்றுகையைப் பற்றிக் கூறுகிறார்.[51] கிள்ளிவளவனின் புகழைப் பத்து புலவர்கள் பதினெட்டுப் பாடல்களில் பாடியுள்ளனர். சிறு குடி என்னும் பகுதியின் தலைவனான பண்ணன்[52] என்ற இவனது நண்பனைப் புகழ்ந்து பாடப் பெற்றுள்ள பாடல் இவன் (கிள்ளிவளவன்) இயற்றியதே. இவன் உறையூரைத் தலைநகராகக்கொண்டு ஆட்சி செய்தான்.[53] இம்மன்னன் வீரமும் பெருந்தன்மையும் பலவகைத் திறமையும் வாய்ந்தவன். ஆனால், செருக்குமிக்கவன். இதனால், பல புலவர்கள் இவனுக்கு அறிவுரை வழங்கி, இவனை நல்ல முறையில் திருத்தியுள்ளனர். வெள்ளைக்குடி நாகனார் என்னும் புலவர் தம் ஊரின் நிலத்தின் மீது விதிக்கப்பட்டிருந்த வரியைத் தள்ளுபடி செய்யுமாறு கீழ்வரும் பாட்டினை அவர் பாடியுள்ளார் என்பர்.[54]

"மழை தவறியதால், மக்கள் வரிகளைச் செலுத்த இயலாமல் துன்பப்படுகிறார்கள். உழவர்களுடைய துன்பத்தை உணர்ந்து, அரசே, நீ அவர்களுக்கு வரியைத் தள்ளுபடி செய். அது உன்னுடைய தலையாய கடமை. உன் பரம்பரையின் புகழுக்கு ஏற்ற செயலும் ஆகும். உன்னுடைய வெண்கொற்றக் குடை, சூரிய வெப்பத்தினின்றும் உன்னைக் காத்துக்கொள்ள மட்டும் உதவாமல், குடிமக்களுக்குக் கருணை காட்டவும்

பயன்படட்டும். குடி மக்களைக் காப்பற்றினால், அவர்கள் உன்னை வாழ்த்துவார்கள். அம்மட்டோ! பகை அரசர்களும் உனக்குப் பணிந்து செல்வர்.'' (புறம். 35).

சேரரின் தலைநகரான கரூரை முற்றுகையிட்டு, பின் அதைக் கைப்பற்றியதே கிள்ளிவளவனின் மிகச் சிறந்த போர் வெற்றியாகக் கருதப்படுகிறது. இந்நிகழ்ச்சியைக் குறித்து பல பாடல்கள் சிறப்பாகப் பேசுகின்றன. தனக்குப் பொருத்தமில்லாத பகைவனுடன் போரிடுவது தகாது, பொருந்தாது, நியாயமாகாது என்று எடுத்துரைக்கும் வகையில் கரூரை அழிவின்றி காக்க முயன்றவர் ஆலந்தூர் கிழார் என்னும் புலவர் ஆவார்.[55]

“நீ காவல் மரங்களை வெட்டுகிறாய். அந்த ஓசை கரூவூர் அரசனின் செவிகளைத் துளைத்தும் கூட அவன் வாளா இருக்கிறான். வாளா இருப்பவனுடன் போர்புரிவது எந்த நியாத்தில் அடங்கும்? அது ஆண் மகனுக்கு ஏற்ற செயலா? பயந்தவனை மேலும் தாக்காதே. அது, உனக்குப் புகழ் தராது.'' (புறம். 36).

ஆனால், இப்புலவரது முயற்சி வெற்றி பெறவில்லை. அழகிய நகர் வீழ்ந்தது. இதைக் குறித்து மாறோக்கத்து நப்பசலையார் என்னும் பெண்பாற்புலவர் கீழ்க்கண்டவாறு புலம்புகிறார்.[56]

“புறாவுக்குத் தன் தசையை அறுத்துக்கொடுத்த சிபிச் சக்ரவர்த்தி மரபில் வந்த கிள்ளிவளவனே! உன் வீரம்தான் எத்தகையது! ஆழமான அகழி, ஓங்கியுயர்ந்த மதில், தகர்க்கப்படாத கோட்டைகள், பாதுகாப்பான அரண்கள்-இவை எல்லாம் உனக்குத் துச்சம். அஞ்சா நெஞ்சனே! உன் ஆண்மைக்கு ஈடு இணையும் உண்டோ?'' (புறம். 37).

வெற்றி கண்ட மன்னனின் அகந்தையை அடக்கும் வகையில் ஆவூர் மூலங்கிழார் கருவூர் கைப்பற்றப்பட்ட பிறகே பாடியதாவது:[57]

“நீ நிகரற்றவன், காவலர் நிறைந்த கோட்டையை அஞ்சாது தகர்த்தவன். அங்கு வீற்றிருந்த அவனுடைய தங்கத்தை கால் சிலம்புகள் செய்யப் பயன்படுத்தினாய்! வீரம் செறிந்த உன் கால்களுக்கு அவை எவ்வளவு பொருத்தமாக அமைந்துள. . .! உன் நாடும், யானைகளின் பசியை எல்லாம்

பண்டையத் தமிழ் இலக்கியத்தில் சோழர்கள்

அடக்குவதற்கேற்ற விளைபொருள்கள் விளைவிக்கும் வளமான பகுதி.... , எல்லாப் புகழும் நிறைந்த வேந்தே பேச்சில் இனியவராயும் குடிமக்கள் காட்சிக்கு எளியவராயும் இருப்பாய் ஆக!" (புறம். 40)

இந்த நிகழ்ச்சியைப் பற்றி கோவூர் கிழார் பாடல் நமக்கு முழுமையாகக் கிடைக்கவில்லை.[58]

கிள்ளிவளவனுக்கும், அவனது இராச்சியத்தின் தென் பகுதியிலிருந்த பாண்டியருக்கும் இருந்த தொடர்பு **புறநானூற்றுப்** பாடல்கள் ஒன்றும் கூறவில்லை. ஆனால் நக்கீரரால்[59] இயற்றப்பட்ட அகநானூற்றுப் பாடல் ஒன்று இந்நிகழ்ச்சியைக் குறிப்பிடுகிறது. பாண்டிய சேனாதிபதி பழைய மாறன் என்பவனிடம், கிள்ளிவளவன் மதுரையில் தோல்வியுற்றதாக அப்பாடல் தெரிவிக்கிறது. இதை மறுக்கக்கூடிய சான்றுகள் கிடைக்காததனால், கழுமுற்றத்தில் இறந்த மன்னனையே நக்கீரரும் குறிப்பிடுகிறார் என்று நாம் கருதலாம்.[60] பெண்ணாற்றின் கரையில் திருக்கோவிலூரைத் தலைநகராகக்கொண்ட மலை நாட்டின் தலைவனான மலையமானுடனும் கிள்ளிவளவன் போரிட்டான் என்று தெரிகிறது. இது பற்றி உறுதியாகக் கூறமுடியாவிடினும், மலை நாட்டின் தலைவனாக இருந்தவன் மலையமான் திருமுடிக்காரி என்று தெரிகிறது. கபிலரும், மாறோக்கத்து நப்பசலையாரும் **புறநானூற்றுப்** பாடல்கள் பலவற்றில் புலவர்களிடம் இவன் காட்டிய கொடைத் திறனை வியந்து பாடியுள்ளனர். இந்த இயல்பையே கோவூர் கிழாரும் தம் பாடலில் வலியுறுத்தியுள்ளார். வெற்றி பெற்ற சோழ மன்னன் மலையமானின் குழந்தைகளுக்கு அளித்த மரண தண்டனையிலிருந்து அவர்கள் தப்பி விடுதலை பெறச் செய்தது இப்பாடலே.[61]

"புறாவுக்குத் துன்பம் நேரா வண்ணம் காப்பாற்றிய அரச பரம்பரையில் உதித்த மன்னனே!

இந்தக் குழந்தைகள், அறிஞர்களிடம்கொண்ட ஈடுபாட்டால் தங்கள் உணவை அவர்களுடன் பங்கிட்டு, மக்கள் மகிழ்ச்சியாக வாழ, வழி வகுத்த அரசனின் சிறுபிள்ளைகளாவர்.

இந்தக் குழந்தைகள் உன்னுடைய யானைகளைக் கண்டு முதலில் அஞ்சினர். இப்போது உன்னைக் கண்டே அஞ்சுகிறார்கள்.

எனக்குச் செவிசாய்ப்பாயாக! பிறகு உன் விருப்பத்திற்கு ஏற்ப உன் மனசாட்சிப்படி நடந்துகொள்." (புறம். 61)

இம்மன்னனது கொடைத் திறனையும், நீதி வழுவா முறையையும், வீரத்தையும், மாறோக்கத்து நப்பசைலையாரும் புகழ்ந்து பாடியுள்ளார்:[62]

"புறாவைக் காப்பாற்றுவதற்காகத் தராசுத்
தட்டில் நுழைந்த அரசர் வழி வந்தவனே!
யானைத் தந்தத்தால் செதுக்கிய தராசினை உடைய
பரம்பரையினனே! கொடுப்பது - வரையாது
வழங்குவது என்பது உனக்கு உடன் பிறந்த
குணமாயிற்றே! உனக்குப் புதிதாக ஏற்பட்டதல்லவே!

வல்லமையான கோட்டைகளைத் தகர்ப்பது என்பது உன் முன்னோர்களுக்குக் கைவந்த கலை - எதிரிகளை வெட்டி வீழ்த்துவது உனக்கு மட்டும் புதிதாக ஏற்பட்ட திறமையல்லவே?

சூரிய வம்சத்து வந்த வீரர்களின் அரணான உறையூர் அவை நீதி, நியாயத்திற்கு உறைவிடமானது - தருமம், நியாயம் என்பது உனக்கு மட்டும் புதிதாக உண்டானவை அல்லவே?

எனவே, குதிரைப் படையில் சிறந்த வளவனே உன்னை எவ்வாறு புகழ்வேன்?

இமயத்தில் தன் விற்கொடியை நாட்டிய சேர அரசனையும் அவனுடைய வல்லமை மிக்க தேரையும் அழித்து அவர் தலைநகரமான வஞ்சியை பொலிவிழக்கச் செய்த உன் வீரத்தை, தீரத்தை, ஆற்றலை எவ்வாறு விவரிப்பேன்?"

(புறம். 39).

இம்மன்னன் இறந்தபோது பாடப்பட்ட இரு இரங்கற்பாக்கள், இவன் இறந்த இடமாகிய கழுமுற்றம் எங்குள்ளது என்றோ, இவனது மரணத்திற்குக் காரணம் என்ன என்றோ கூறாவிடினும், இவனது அகந்தையை எடுத்துக்காட்டுகின்றன. இவ்விரு பாடலில் ஒன்றைத் திறமைமிக்க பெண்பாற் புலவரான மாறோக்கத்து நப்பசைலையார் பாடியுள்ளார்.[63]

"எங்கள் வளவன் நினைத்திருந்தால், காலனே! உன்னையே அவன் அடக்கியிருப்பான். நீ, அவனுக்கு ஆசை வார்த்தை சொல்லி அவனிடம் கபடமாகப் பழகி பராக்கிரமம் பொருந்திய வளவனின் உயிரைக் குடித்துவிட்டாய். தேர்ப்படையில் வல்லவன், போர்க்களத்தில் வீரன், எப்படைக்கும் தலைவன் - அவன் உயிரையே குடித்துவிட்டாயே?" (புறம். 226).

ஆடுதுறை மாசாத்தனரால் இயற்றப்பட்டது மற்றொரு பாடல்:[64] இது ஒரு சாதாரணப் பாடல்தான் என்று ஆங்கிலேய அறிஞர் டாக்டர் ஜி. யூ. போப்பையர் குறிப்பிட்டிருப்பினும், இப்பாடல் ஆற்றல் நிறைந்ததே.

"மரணமே! என்ன கேவலமாக நடந்து
கொள்கிறாய். கருணையே உன்னிடம் இல்லையா?
கூரிய அறிவு இல்லாமையால் நீ உன்னுடைய
விதை நெல்லையே சாப்பிடுகிறாய். உனக்கோ பசி
ஏராளம். பலர் உயிரை நீ குடித்தாக
வேண்டும். உனக்குத் தீனி போடுவதற்காக,
வளவன் வாள் வீரர்களையும் யானைகளையும்
குதிரைகளையும் கொன்று குவித்தானே,
நினைவில்லையா?
பொன்னாலான நகைகளையுடையவனும், ரீங்காரம்
செய்யும் வண்டுகள் சூழ்ந்த மாலை அணிந்த
வனுமான வளவனையே நீ கொன்றுவிட்டாயே!
இனி உன்னுடைய பசிக்கு இரை போடக் கூடியவர்கள்
யார் இருக்கிறார்கள்?" (புறம். 227)

கோப்பெருஞ் சோழன்

உறையூரிலிருந்து அரசாண்டு வந்த கோப்பெருஞ்சோழன் இக்காலத்தில் வாழ்ந்த மற்றொரு புகழ் வாய்ந்த சோழ மன்னன் ஆவான். இம்மன்னன் தாமே ஒரு புலவராய் இருந்ததோடு,[65] பிசிர் ஆந்தையார், பொத்தியார் ஆகிய இரு புலவரின் நெருங்கிய நட்பையும் பெற்றிருந்தான். ஆந்தை என்பது பிசிர் ஆந்தையாரின் இயற்பெயராய் இல்லாமல் கேலிப்பெயராக இருந்திருத்தல் வேண்டும்.[66] ஆனால், இப்புலவருக்கு வேறு பெயர் வழங்கியதாகத் தெரியவில்லை. இவர் பாண்டிய நாட்டில் வாழ்ந்து தம் மன்னன் அறிவுடை நம்பிக்குச் சிறந்த ஆலோசனைகளைக் கூறிவந்தார்.[67] சோழ நாட்டைச் சேர்ந்த பொத்தியார், உறையூரில் வாழ்ந்தார்.

இவ்விரு புலவர்க்கும், கோப்பெருஞ் சோழருக்குமிடையே ஏற்பட்ட நட்பானது பிற்கால இலக்கியத்தில் நட்பின் இலக்கணமாகச் சிறப்பிக்கப்படுகிறது.[68] ஆந்தையார், இன்பமாக வாழ்ந்தவர். இவரது பாடல்கள், வாழ்க்கையை எவ்வாறு அனுபவிக்க வேண்டும் என்பதைத் தெரிவிக்கின்றன. முதுமைப் பிராயத்திலும், ஏன், இவரது தலைமுடி நரைக்கவில்லை என்று இவரிடம் கேட்கப்பட்ட போது, இவர் பின்வருமாறு பதிலளித்தார்:[69]

> "எனக்கு வயது முதிர்ந்துவிட்டது. ஆனால், என் தலைமயிர் நரைக்கவில்லை. காரணம் என்ன? என்று வினவுகிறீர். என் மனைவி ஒழுக்கமானவள். என் மக்களும் நல்லவர்கள். வேலைக்காரர்கள் கீழ்ப்படிந்து நடந்து பணிவிடை செய்வார்கள். என் அரசன், குடிமக்களுக்குத் தீங்கு இழைக்காமல் எல்லோரையும் காப்பாற்றுகிறான். இவற்றுக்கு எல்லாம் மேலாக என்னைச் சுற்றிலும் நல்லவர்கள், ஒழுக்கம் நிறைந்தவர்கள், அறிவுடையவர்கள் வாழ்கிறார்கள். எனவே, என் முடி நரைக்கவில்லை." (புறம். 191)

மற்றொரு பாடலில் தம் சொந்த நாட்டின் மன்னனைவிட, கோப்பெருஞ்சோழனிடம் தமக்கு ஏற்பட்ட நட்பைக்கூறுகிறார்.[70]

> "என்னுடைய அரசன் யார்? என்று என்னைக் கேட்டால், சுவையான பனங்கள்ளை யார் தொழிலாளர்களுக்குக் கொடுக்கிறார்களோ, அவர்களுடைய ஆசை தீர கடல் ஆமையைச் சமைத்து யார் கொடுக்கிறார்களோ, அவர்களுடைய பசி அடங்க வகை வகையாக யார் விருந்து படைக்கிறார்களோ அந்த வள நாட்டில் புலவர்களும் அவர்கள் உறவினரும் பசிப் பிணியின் பகைவனான மன்னனைக் காண்பர். அந்த அரசன்தான் கோழியின் தலைவனான எங்கள் சோழ மன்னன். அவன் பெரிதும் விரும்புவது பொத்தி என்ற புலவனுடன் உரையாடுவதையே. அரசன், புலவனைத் தன் ஆருயிர் நண்பனாகக் கொள்வதில் குற்றம் இல்லையே." (புறம். 212) [71]

கோப்பெருஞ் சோழனுக்கும் அவன் மக்கள் இருவருக்குமிடையே ஏற்பட்ட பெரும் சச்சரவைக் கண்டித்தும், அதைக் கைவிடுமாறும் கோரி, புல்லாற்றூர் எயிற்றினார் ஒரு அழகிய பாடல் மூலம்[72] வேண்டிக் கொண்டார். இச்சச்சரவைப் பற்றி அறிய உதவும் சான்று இப்பாடல் மட்டுமே. வாழ்விலும் தாழ்விலும் இரு புலவர்களின்

ஆழ்ந்த நட்பைப் பெற்ற இம்மன்னன், தன் மக்களுடன் ஏற்பட்ட வேறுபாடுகளைத் தீர்த்துக்கொள்ள முடியாதது இவனது விதியின் பயனே ஆகும். வடக்கிலிருந்து உயிர் விடுவதைப் பற்றி பேசுமளவிற்கு இவன் சென்றதே தம் இன்னல்களிலிருந்து விடுபெற இதுவே தகுந்த வழி என்று எண்ணினான் என்பதற்கு எடுத்துக்காட்டாகும்.[73]

> "நேரிய பார்வையும் தூய மனமும் இல்லாதவர்கள், 'நாம் நல்ல செயல்களைச் செய்யலாமா வேண்டாமா?' என்று கேட்க மாட்டார்கள். யானை வேட்டை ஆடுபவர்களுக்கு ஒரு யானை கிடைக்கலாம். காடைகளை வேட்டை ஆடுபவர் வெறும் கையினர் ஆகத் திரும்பக் கூடும். எனவே, மக்களிடம் உயர்ந்த எண்ணங்கள் ஏற்படட்டும். வெற்றிச் செயல்களுக்காக அவர்கள் பாடுபடட்டும். மனிதப் பிறவி மீண்டும் வாய்க்காது. எனவே, இப்போது இமயம் அளவுக்கு உயர, புகழ்பெற அவர்கள் முயலட்டும். உள்ளுவதெல்லாம் உயர்வாக உள்ளட்டும்." (புறம். 214)

இம்மன்னன் தான் இறப்பதற்குமுன் ஆந்தையாரைச் சந்திக்க வேண்டும் என்ற ஆவல்கொண்டிருந்தது பற்றியும், அப்புலவர் தம்மைச் சந்திக்கத் தவறமாட்டார் என்ற நம்பிக்கை வைத்திருந்தது பற்றியும் வேறு இரு பாடல்கள் மூலம் அறிகிறோம்.[74] மன்னன் இறக்குந் தருவாயில் ஆந்தையாரும் மன்னனுடன் சேர்ந்து இப்பொல்லா உலகினின்று விடுதலை பெற உறுதி பூண்டார். இவர்களது மறைவிற்கு வருந்திய பொத்தியார் என்னும் புலவர் ஆந்தையாரைக் கவர்ந்த மன்னனை இழந்த அந் நாட்டிற்காக மனம் வருந்திப் பாடியுள்ளார்.[75] மன்னனுடன் உயிரிழந்த ஆந்தையாரின் செயல் குறித்து இரு சிறு பாடல்கள் உள்ளன.[76] ஆற்றங்கரையிலிருந்த ஒரு மரத்தின் கீழ் ஆந்தையார் வடக்கிலிருந்து இறந்ததை இவை கூறுகின்றன. பொத்தியாரும் மன்னனுடன் உயிர்விட எண்ணியபோது, அவருக்கு மகன் பிறக்கும் வரை[77] இவ்வெண்ணத்தைக் கைவிடுமாறு அரசன் வேண்ட, அவர் திரும்பிச் செல்ல வேண்டியதாயிற்று. உறையூருக்குத் திரும்பிய இப்புலவர் இந் நிகழ்ச்சியை உணர்ச்சிமிக்க ஒரு பாடலில் விவரிக்கிறார்.[78]

> "யானை இறந்துவிட்டது. அதற்கு நாள்தோறும் உணவு படைத்தவன், யானைப் பாகன், யானை கட்டிக்கிடந்த தூண் வெறிச்சிட்டுக் கிடப்பதைக் கண்டு அழுகிறான்.

கிள்ளி வாழ்ந்து, இறந்த பழமையான நகரத்தின் முற்றத்தைப் பார்த்ததும் நானும்தான் அழுதேன். வருந்தினேன். தேரில்வல்ல கிள்ளியே உனக்கும் சாவு வந்ததே!"

* * *

"புலவர் வறுமையைப் போக்கிய அரசே! உன்னைப் புலவர்கள் வாயார வாழ்த்தியுள்ளனர். அரண்மனையில் ஆட வந்த மங்கையர்க்கு உன்னைப் போல வரையாது வழங்கியவர் யார்? தவமுனிவர்கள் அறிவுரைக்கேற்ப செங்கோல் செலுத்தியவர் உனக்கு நிகர் யார்? பெண்களிடம் மென்மையாகவும் வீரர்களிடம் வன்மையாகவும் நடந்துகொள்வதில் உனக்கு ஒப்பாக யார் உளர்? உலகம் உன்னை இழந்து வருந்துகிறது. நீயோ நடுகல்லாக நிற்கிறாய்!" (புறம். 220)

அரசன் இறந்த இடத்தில் அமைக்கப்பட்ட நடுகல்லை, ஒருமுறை பார்க்கச் சென்றபோது, புலவர் அரசனின் இயல்புகளை மீண்டும் நினைவு கூர்ந்து மேலும் சில வரிகள் பாடினார்.[79]

பெருங்கிள்ளி

சங்ககாலத்துச் சோழ மன்னர்களுள் இராசசூய யாகத்தைச் செய்த பெருங்கிள்ளி, மிகப் பலம் வாய்ந்த மன்னனாக இருந்திருக்க வேண்டும். சேர மன்னன் மாரி வெண்கோவும், பாண்டிய மன்னன் உக்கிரப் பெருவழுதியும் பெருங்கிள்ளியின் ஆட்சியின் தொடக்கத்தில் நடைபெற்ற இந்த யாகத்தில் கலந்துகொண்டனர். இந்நிகழ்ச்சியைக் கண்ட ஔவையார் பாடிய வாழ்த்துப்பாவில் இம்மூன்று மன்னர்களையும் குறிப்பிட்டிருப்பதிலிருந்து ஒருவாறு அறியலாம்.[80]

"தேவலோகம் போன்ற இந்த நாடு உன்னால் ஆளப்பட்டாலும் சரி, உன் பகைவரிடம் சென்றாலும் சரி, உண்மையில் அது துறவிகளுக்கே உரிமையானது. பிராமணர்களுக்கு நீ தண்ணீரும் பூவும் பொன்னும் தருவாயாக. மிளிரும் நகைகளை அணிந்த வேலைக்காரப் பெண்கள் தங்கக் குவளைகளில் தரும் மதுவை அருந்தி மகிழ்வாயாக. அந்த மகிழ்ச்சியில், தேவைப்பட்டவர்களுக்கு - எளியவர்களுக்கு - பரிசுகளை அள்ளி வழங்குவாயாக. அறச் செயல்கள்தாமே இறுதி நாளில் உனக்குத் துணை நிற்கும். வெண்கொற்றக் குடைகளும் வீரத் தேர்களும் உடைய அரசர்களே நீவிர் நீடு வாழ்க." (புறம். 367)

இம்மன்னனின் ஆட்சிக் காலத்திய நிகழ்ச்சிகளைப் பற்றி எவ்வித விவரமும் தெரியவில்லை. ஆயினும் இவன் சில போர்களில் ஈடுபட்டுப் பகைவரை அழித்தான் என்பதை மரபு முறையாக ஒரு பாடல் கூறுவதைக் காண்கிறோம்.[81] பெருங்கிள்ளிக்கும் சேர மன்னன் மாந்தரஞ்சேரல் இரும்பொறைக்கும் நடந்த போரில், தேர் வண்மலையான் என்ற தலைவன் சோழ மன்னனுக்கு ஆதரவாகப் போரிட்டான் என்று மற்றொரு பாடலில் கொளு கூறுகிறது. சோழ மன்னனின் பகைவனையோ, நண்பனையோ யார் என்று இப்பொழுது அறுதியிட்டுக் கூறமுடியாது.[82]

சோழ சிற்றரசர்கள் சிலர்

சங்க இலக்கியம் கூறும் சோழ மன்னர்களில் கடைசித் தொகுதியினர் அல்லது கடை மன்னர்களில் ஒருவரான செங்கணானைப் பற்றி விவரிப்பதற்கு முன் மற்றச் சோழ அரசர்களைப் பற்றிப் பார்ப்போம். இவர்களில் பலர் அரச குடும்பத்தைச் சார்ந்தவர்களாக இருந்தனர். இவர்களுள் குறிப்பிடத்தக்கவர் இளஞ்சேட் சென்னி என்ற பெயரில் இருந்த இரு இளவரசர்களும் ஆவர். ஒருவர், நெய்தலங்கானல் என்ற பட்டப் பெயராலும், மற்றவர் செருப்பாழியெறிந்த என்ற பட்டப்பெயராலும் அழைக்கப்பட்டு, இருவரும் ஊன்பொழிப்பசுங்குடையார் என்ற புலவரால் புகழப் பட்டுள்ளனர். இதைத் தவிர, இப்புலவரைப் பற்றி யாதும் தெரியவில்லை. இவ்விரு சிற்றரசர்களில் முதல்வர், சேர நாட்டைச் சேர்ந்த பாமுலூர்க் கோட்டையைப் பிடித்துப் பெருமையடைந்தார்.[83] 'நெய்தலங்கானல்" என்ற பட்டப் பெயர் இவனுக்கு எவ்வாறு ஏற்பட்டதென்று தெரியவில்லை. இரண்டாவது மன்னனால் தோற்கடிக்கப்பட்ட செருப்பொழி என்பதும் ஒரு பெயரே. ஏணிச்சேரி என்ற உறையூர்ப் பகுதியில் வாழ்ந்து வந்த முடமோசியார் என்பவரது ஒரே ஒரு பாடலின் மூலம் சோழ மன்னன் முடித்தலைக் கோப்பெரு நற்கிள்ளியைப் பற்றி அறிகிறோம். சோழ மன்னன் யானை மீது சென்றுகொண்டிருந்தபோது திடீரென்று யானைக்கு மதம் பிடித்து மன்னனுடன் கருவூரைத் தாண்டி சென்றுவிடவே, மன்னனது பாதுகாப்பைப் பற்றிக் கவலைப்பட்டு இப்பாடலைப் பாடியுள்ளார்.[84] இப்புலவர் சேர மன்னனுடன் இருந்து அவர்களது கண்முன்னே நடந்தவற்றை மன்னனுக்கு விளக்கிக்கொண்டிருந்தார். ஓடிவரும் யானையைக் கடலில் செல்லும் கப்பலுக்கு ஒப்பிட்டுச் சொல்லுகிறார்.

வெள்ளியம்பலம் என்ற இடத்தில் இறந்த பாண்டிய மன்னன் பெருவழுதியின் நண்பனும், அவன் காலத்தவனுமான பெரும் திருமாவளவன் குராப்பள்ளி என்னும் இடத்தில் இறந்தான்.[85] இவர்களது நட்பைப் பாராட்டிய காவிரிப் பூம்பட்டினத்துக் காரிக்கண்ணனார், இவர்களைப் பிரிப்பதற்கான நிகழ்ச்சிகளிலிருந்து தங்களை இவர்கள் காத்துக்கொள்ளுமாறு எச்சரிக்கிறார்.[86]

> "நீயோ, காவிரியாற்றுக்கும் தெளிந்த நீர் வளத்துக்கும் நாயகன். இந்த அரசனோ பஞ்சவர்களின் மரபில் உதித்த சிங்கம்; தன் முன்னோர் உயிர் நீத்ததைப் பற்றிக் கவலைப்படாமல், குடிமக்களுக்குப் பாதுகாப்புக் கொடுக்கும் தன் கடமையைச் சரிவரச் செய்பவன். வயதில் இளைஞனாயினும் எதிரிகளைப் புறங்கண்டு முறியடித்தவன்.
>
> நீயோ, உறந்தை வீரன். தண்ணீரும் நெல்லும் எளிதில் கிடைக்கும் பொருள்கள் என்று எண்ணும் இந்த அரசனோ சந்தனக் கட்டை நிறைந்த மலையையும் முத்துக்கள் நிறைந்த கடலையும் கொண்ட பகுதியின் தலைவனாய், தமிழ்க் கூடலாம் மதுரையை ஆளுகிறான். நீவிர் இருவரும் சேர்ந்திருக்கும்போது உங்கள் எதிரிகள் கலங்குகிறார்கள். நீவிர் இருவரும் ஒற்றுமையாக இருந்து எல்லாப் புகழும் பெறுவீர்களாக." (புறம். 58).

அடுத்து திருமாவளவன். இம்மன்னன் தம்மிடம் பரிசு பெற வந்த ஒரு புலவரை வெகுநேரம் காக்க வைத்ததின் விளைவாக அப்புலவர் இவன் மீது கோபமுற்று இவனை இகழ்ந்து பாடியுள்ளார். ஆனால் ஆற்றலும் இலக்கியச் சிறப்பும் உள்ள மற்றொரு பாடலில் 'இரக்கமற்ற பெரும் மன்னர்களை மதிப்பதைவிட வறுமையில் வாடுவோரின் துன்பத்தைத் துடைக்கும் குறுநில மன்னர்களையே எங்கள் புலவர் இனம் மதித்து வந்துள்ளது' என்று புகழ்ந்து பாடியுள்ளார்.[87]

கரிகாலன் அவனது தந்தையார் காலத்தில் வாழ்ந்த பரணர், கழாத்தலையார் ஆகியோர் புகழ்ந்து பாடியுள்ள மற்றொரு சோழ மன்னன் வேற்பஃறடக்கைப் பெருநற் கிள்ளியாகும். இச்சோழ மன்னனும் இவனது பகைவனுமான சேர மன்னன் குடக்கோ நெடுஞ்சேரலாதனும் போரிட்டு, போர்க்களத்திலேயே உயிரிழந்தனர் என்ற செய்தியைப் **புறநானூற்றி**லுள்ள மூன்று பாடல்கள் கூறுகின்றன.[88] போர்வைக் கோப்பெருநற்கிள்ளி என்பவன் தனிச்

சிறப்புடன் விளங்கிய மற்றொரு சோழ மன்னனாவான். இம்மன்னனைப் பற்றிக் கிடைத்துள்ள ஆறு பாடல்களில் மூன்று, இம்மன்னன் மீது உண்மையான காதல்கொண்ட நக்கண்ணை என்ற ஒரு பெண்ணால் பாடப்பட்டுள்ளன.[89] மற்ற மூன்று பாடல்களைத் தந்துள்ள சாத்தந்தையார் என்னும் புலவர் இம்மன்னனது வீரத்தையும், விரைவில் நகரங்களைக் கைப்பற்றும் திறமையையும் புகழ்ந்துள்ளார்.[90] மேலும், இம்மன்னனுக்கும், உறையூரின் புகழ்மிக்க மன்னன் என்று பல பாடல்களில் சிறப்பிக்கப்படும் தித்தன் எனப்படும் இவனது தந்தைக்குமிடையே ஓய்வு ஒழிவின்றிப் பூசல் ஏற்பட்டதைப் பற்றியும் இப்புலவர் கூறுகிறார்.[91] ஒரு முறை, கட்டி என்ற தலைவனும், அவனது நண்பன் பாணனும் அவசரப்பட்டு உறையூர் மீது படையெடுக்க, தித்தன் அவர்களைச் சிதறுண்டு ஓடுமாறு துரத்தியடித்தான்.[92] இந்நிகழ்ச்சியைப் பற்றி பரணர் கூறுவதால் தித்தனும், இவனது விநோத மனப்பாங்குள்ள மகனும் கரிகாலனுக்கு முன்பே வாழ்ந்திருக்கவேண்டும். தித்தனுக்கு ஐயை என்ற மகள் ஒருத்தி இருந்தாள்.[93] சோழன் நல்லுருத்திரான், நம்பி நெடுஞ்செழியன் ஆகிய இரு மன்னர்களைப் பற்றி ஒவ்வொரு பாடல் கிடைத்துள்ளது. முதலில் கூறப்பட்ட மன்னனை ஒரு புலவனாகவே நாம் அறிகிறோம். இவன் **கலித்தொகை**யிலுள்ள பதினேழு பாக்களைக்கொண்ட 'முல்லைத் திணை' என்ற பகுதியை இயற்றியவனாவான். மேலும், **புறநானூற்று**ப் பாடல் ஒன்றையும் பாடியுள்ள இம்மன்னன், இப்பாடலில் தன் அக வாழ்க்கையைப் பற்றிக் கூறுகிறான்.[94] இவன் உலோபிகளை ஒதுக்கி, பலமுள்ள பிரபுக்களை நண்பர்களாகக் கொண்டவன். நம்பி நெடுஞ்செழியனைப் பற்றி பேரெயில் முறுவலார் என்னும் புலவர்[95] புகழ்ச்சியாகப் பாடியுள்ளார். சிறு வாக்கியங்களைக் கொண்ட இப்பாடல் சிறந்த சொல்லோவியமாகும்.

கோச்செங்கணான்

கரிகாலனது வாழ்க்கையைப் போன்று, கோச்செங்கணான் வாழ்க்கையைச் சுற்றியும் எண்ணற்ற கற்பனைக் கதைகள் பின்னப்பட்டுள்ளன; அவன் காலத்திய சான்றுகளும், பிற்காலத்தில் ஏற்பட்டு தலைமுறை தலைமுறையாக நம்பப்பட்ட செய்திகளும் இரண்டறக் கலந்துவிடாமல் பிரித்துப்பார்க்க வேண்டிய அவசியம்

உள்ளது. **புறநானூற்றுப்** பாடல் ஒன்றும்,[96] பொய்கையார் இயற்றிய நாற்பது பாடல்களைக்கொண்ட களவழியும் இவனது வாழ்க்கையைப் பற்றிய தொன்மையான சான்றுகளாகும். திருஞானசம்பந்தரும் - திருமங்கை ஆழ்வாரும், சுந்தரமூர்த்தி நாயனாரும் தங்கள் பாடல்களில் இம்மன்னனது சமய வாழ்க்கையை விளக்குகின்றனர். பத்து, பதினோராம் நூற்றாண்டுகளில் கிடைக்கும் சோழர் செப்பேடுகளிலிருந்து தெரியும் புராண மரபு வழிகளிலும் இவனைப் பற்றிக் கூறப்பட்டுள்ளது. இந்த மரபு வழிப்பட்டியல்களில் இவனது இடம் ஒரே சீராகக் கொடுக்கப்பட வில்லை.[97] பௌத்த ஜாதகக் கதைகளில் கூறப்படும் மரபைத் தழுவி இம்மன்னன் தனது முற்பிறவியில் ஒரு சிலந்தியாக இருந்தான் என்று சொல்லப்படுகிறது. முதன் முதலில் அப்பரும் பிறகு இராஜேந்திரச் சோழனது காலத்தில் திருவாலங்காட்டுப் பட்டயங்களிலும் இந்தக் கதை கூறப்பட்டுள்ளது.[98] இப்பட்டயங்களில் கூறப்பட்டுள்ள இவ்விவரம் ஏறக்குறைய அப்படியே **கலிங்கத்துப்பரணி**யிலும், **விக்கிரமச் சோழன் உலா**விலும் காணப்படுகிறது. நம்பி ஆண்டார் நம்பியின் அந்தாதியிலும் சைவ சமயத்துக் கதைகள், கற்பனைகள், நம்பிக்கைகள் யாவும் ஒன்று கூடும் சமய இலக்கியக் கடலான சேக்கிழாரின் **பெரிய புராணத்**திலும் இந்தக் கதை இடம் பெறுகிறது.

நடுத்தர அளவினதான களவழி[99] பெரும்பாலும் மரபு வழிச் செய்திகளையே கொடுத்தாலும், சில சமயம் கொங்கு நாட்டில் கரூருக்கு அருகேயுள்ள கழுமலத்தில் நடைபெற்ற போரைப் பற்றிய கொடூரமான வர்ணனைகளையும் தருகிறது.[100] இப்போரில், சேர மன்னன் கணைக்கால் இரும்பொறையை வென்று அவனைச் செங்கணான் சிறைப்பிடித்தான். சேர மன்னனின் நண்பரான பொய்கையார் எனும் புலவர், சோழ மன்னனின் போர்த்திறனைப் புகழ்ந்து பாடி அதன் மூலம் சேர மன்னனை விடுதலை செய்யுமாறு செய்தார். முன்பு கூறிய **புறநானூற்றுப்** பாடலை இச்சேர மன்னனே, தான் குடவாயிற் கோட்டத்தில் (மேலை வாயிற் சிறை) சிறைப்பட்டிருந்த போது, பாடினான் என்று தெரிகிறது. சேர மன்னன் தனக்கு ஏற்பட்டுள்ள அவமானத்துக்குப் பிறகும் கோழைபோல் உயிருடன் இருப்பதை எண்ணி வருந்தும் பாடலே இது:

"இறந்து போகும் குழந்தை, பிறக்கும் **மூஞ்சூறு** - இவை மனிதர்கள் அல்லர். ஆனால் வாள் இவர்களையும் விடவில்லை.[101] இப்படிப்பட்ட ஒரு மரபில் நாய் போல் அலைந்து, சிறைக் காவலரிடம் கெஞ்சிக் கேட்டு, தாகத்தைத்

தீர்த்துக்கொள்ள குடிநீர் பெற்றுக்கொள்ள வேண்டும் என்ற மானக்கேடான எண்ணம் உடைய ஒருவன் பிறந்திருக்க முடியுமா?" (புறம். 74)

தனக்கேற்பட்ட தாகத்தைத் தீர்த்துக்கொள்ள இவன் காவலாளியிடமிருந்து பெற்ற தண்ணீரைப் பருகாமலே தன் தாகத்தைக் கொன்றான் என்பதே இக்கதை.[102] இந்நிகழ்ச்சிக்குப் பிறகே, பொய்கையார் தலையிட்டு இம்மன்னனை விடுவித்திருக்க வேண்டும். அக்கால இலக்கியங்கள் கூறும் இந்நிகழ்ச்சிகள் நம்பக் கூடாதவையல்ல. ஏனெனில் அக்காலத்தில் மன்னர்களும், குறுநில மன்னர்களும் கொள்கை வீரர்கள் அல்லர். அவர்களிடையே நிலவிய தனிப்பட்ட உறவின் அடிப்படையிலேயே இச்செயல்களை மேற்கொண்டனர். இந்நிலையில், அக்காலத்து வீர வரலாற்றுக்கு மாறாக, ஒரு மன்னன் மற்றொரு மன்னனிடம் தோல்வியுற்று சிறைப்படுவானாயின், புலவர்கள் குறுக்கிட்டு வெற்றி கண்ட மன்னனது வீரத்தைப் போற்றி அதன் வாயிலாகத் தோல்வியுற்ற மன்னனைச் சிறை மீட்பதென்பது வழக்கமாக இருந்தது.[103]

கோச்செங்கணானின் சமயத்தைப் பற்றியறிய அவன் காலத்துச் சான்றுகள் கிடைக்கவில்லை. எனினும், திருமங்கை ஆழ்வாரும், சம்பந்தரும் இவனைப் பற்றிக் கூறும் மரபை சந்தேகிக் வேண்டியதில்லை. களவழியின் ஆசிரியரான பொய்கையாரும், பொய்கை ஆழ்வாரும் ஒருவராகவே இருப்பாராயின், இவ்வெண்ணம் வலிவு பெறுகிறது.[104] திருநாறையூரைப் பற்றித் திருமங்கை ஆழ்வார் பாடியுள்ள பாடல்களில் ஒன்று கோச்செங்கணானின் சாதனைகளைக் கூறுவதுடன், இவன் இவ்வூரில் கோயில் கொண்டுள்ள இறைவனை வழிபட்டதையும் குறிப்பிடுகிறது. போர்க்களத்தில் பெரும் வீரனாகவும், சிவபெருமானுக்கு எழுபது கோயில்களை எடுத்த சிறந்த சிவபக்தனுமான சோழ மன்னன் திருநாறையூரிலுள்ள வைணவ ஆலயத்திலும் வழிபட்டான்[105] என்று இவ்வாழ்வார் கூறும்போது, சோழ மன்னன் என்று கோச்செங்கணானையே குறிக்கிறார் என்பதை எவ்வித ஐயப்பாடுமின்றி உணரலாம். செங்கணானின் குதிரைப் படை[106] ஆற்றிய அரும் பெரும் பணியைப் பற்றியும் ஆழ்வார் குறிப்பிடுகின்றார். இவ்வாறே களவழியிலும், சேர மன்னனுடைய யானைப் படையை எதிர்த்துச் சோழ மன்னன் வெற்றிகொள்ள அவனது குதிரைப் படையும், காலாட் படையுமே காரணமாயிருந்தன என்று கூறப்பட்டுள்ளது.

செங்கணானது ஆட்சி, சோழ நாட்டிற்கு அப்பாலும் பரவியிருந்த தென்றும்,[107] அழுந்த, வெண்ணி என்ற இடங்களில் இவன் போர் புரிந்தானென்றும், விளந்தை வேள் என்ற குறுநில மன்னனைப் போரில் கொன்றான் என்றும், திருமங்கை கூறுகிறார். ஆம்பூர், வைகல், நன்னிலம் ஆகிய இடங்களிலுள்ள சிவாலயங்கள், செங்கணானாலேயே கட்டப்பட்டவை என்று திருஞானசம்பந்தரும், சுந்தரமூர்த்தி நாயனாரும் தங்கள் தேவாரப் பாடல்களில் குறிப்பிட்டுள்ளனர். நாடு முழுவதும் கௌரீசனுக்கு செங்கணானால் கோயில்கள் கட்டப்பட்டன என்று சுந்தர சோழனது அன்பில் பட்டயங்கள் [108] கூறுகின்றன. செங்கணானுடைய மகனின் பெயர் நல்லடிக்கோன் என்று அன்பில் பட்டயங்கள் கூறுகின்றன. **பெரிய புராணத்**தில் நாடும் இம்மன்னனை அடையாளம் காணமுடியாத வகையில் மாறுதல்கள் உருவாகி, இவன், சுபதேவனுக்கும்-கமலாவதிக்கும் பிறந்தவன் என்றும், ஜம்புகேசுவரத்தை (திருவானைக் கோயிலை) உருவாக்கியவன் என்றும் காண்கிறோம். செங்கணான் நல்ல வேளையில் பிறக்க வேண்டும் என்பதற்காக, இவன் பிறக்கும் காலம், செயற்கை முறையினால் சிறிது ஒத்தி வைக்கப்பட்டது என்ற நம்ப முடியாத கதையை **பெரிய புராணத்**தில் படிக்கிறோம். நெடுங்காலத்திற்கு முன்பே மறந்துபோன விவரமாயினும் இதைச் சுவைபடவே கூறுகிறார் சேக்கிழார்.

சேக்கிழார் குறிப்பிடும், செங்கணாண் என்ற இவனது பெயரும், இவன் சோழ குடும்பத்தில் பிறந்தவன் என்பதும், ஜம்புகேசுவரம் உள்ளிட்ட பல இடங்களில் சிவபெருமானுக்கு இவன் கோயில்கள் எடுத்த விவரங்களும் இம்மன்னனைப் பற்றிப் பாடியுள்ள நாயனார் யாரென்று முடிவுகட்ட உதவுகின்றன.

காலவரையறை

பண்டைச் சோழரின் வரலாற்றை முடிப்பதற்குமுன், இவர்களது காலவரையை நிர்ணயிக்க இதுவரை மேற்கொண்ட முயற்சிகளை விடச் சிறந்த சில முயற்சிகளை மேற்கொண்டே ஆகவேண்டும். புராதனச் சின்னங்கள் அடிப்படையில் நமக்குக் கிடைக்கும் காலத்திற்கு முன்னரே இம்மன்னர்கள் வாழ்ந்தனர் என்பது மட்டும் தெளிவாகிறது. உறையூர், காவிரிப்பூம்பட்டினம் என்ற பெயர்கள் இன்றும் வழக்கத்திலிருந்தாலும் இவ்விடங்களின் பழம் பெருமையைக் கூறக்கூடிய சான்றுகள் எவையும் இதுவரை இவ்விடங்களில் கண்டுபிடிக்கப்படவில்லை.[109] நமக்குக்

கிடைத்திருக்கும் சான்றுகள் எல்லாம் இலக்கியமும், பிறநாட்டு வரலாறுகளுடன் ஒத்த நிகழ்ச்சிகளுமேயாகும். சேரன் செங்குட்டுவன் காலத்தில் வாழ்ந்த ஈழ மன்னன் கயபாகு மகாவமிசத்தில் கூறப்படும் கி.பி. 113-135 இடையே ஆண்டு வந்த முதலாம் கயபாகுவே என்று முதன் முதலில் கருதப்பட்டபோது டாக்டர் ஹூல்ஷ் இக்கருத்தை ஏற்றுக்கொள்ளவில்லை.[110] இவர் கூறியது: "திரு. குமாரசாமியின் கூர்மையான அறிவுத் திறனை மறுக்காவிடினும், இவரது கருத்தை என்னால் ஏற்றுக்கொள்ள முடியவில்லை. இரு கயபாகுகளின் பெயர்ப் பொருத்தத்தைத் தவிர, வேறு பல காரணங்களும் காட்டப்பட்டு ஈழநாட்டு வரலாற்றின் காலவரையறை மேலும் நன்கு ஆராயப்பட்டால் அன்றி இக்கருத்தை ஏற்க முடியாது." ஈழநாட்டு வரலாற்றின் காலவரையறை இன்னும் விவாதத்திற்கு உரியதாகவே உள்ளது.[111] இதன் விளைவாக, ஈழ நாட்டின் பண்டை மன்னர்களின் காலங்களை விருப்பத்திற்கு ஏற்றவாறு மாற்றி அமைத்துக் கொள்ளலாம். ஈழ நாட்டு மன்னர்களின் பட்டியலில் 12-ம் நூற்றாண்டிற்கு முன்னால் ஒரே ஒரு கயபாகுவே ஆட்சியில் இருந்தான். இவன் கி.பி. 173 முதல் 195 வரை ஆட்சி செய்தான்.[112] செங்குட்டுவனும், கயபாகுவும் ஒரே காலத்தவர் என்ற **சிலப்பதிகாரத்**தின் கூற்றை ஏற்பதா அல்லது இயற்கைக்கு அப்பாற்பட்ட குறிப்புகளின் அடிப்படையிலும், கற்பனை அடிப்படையிலும் எழுதப்பட்ட நூல் என்ற காரணத்தினால் இதன் கூற்றை நம்பத்தகாதென்று புறக்கணிப்பதா என்பதே கேள்விக்குறியாக உள்ளது. வேறு காரணங்களே நம் கவனத்திற்கு வராமலிருக்குமானால், இக்கேள்விக்கான நம் பதில் முடிவானதாக இராது. ஆனால், இம்மன்னர்களின் ஒத்த காலத்தையும் அதன் அடிப்படையில் கணக்கிடப்பட்ட மற்றக் கால நிலைகளையும் ஒருவராலும் புறக்கணிக்க முடியாதபடி பல முக்கியமான காரணங்கள் கிடைத்துள்ளன.

சங்க இலக்கியத் தொகுப்புரைகளும், கிறித்துவ சகாப்தத்தின் முதல் நூற்றாண்டுகளைச் சேர்ந்த பெரிப்ளூஸ், தாலமியின் **நிலநூல்** போன்ற கிரேக்க நூல்களில் காணப்படும் தென்னிந்தியாவைப் பற்றிய குறிப்புகளும், தென்னிந்தியாவின் பல பாகங்களிலும் காணக் கிடைக்கும் ரோமாபுரி நாணயங்களும் ஒத்த செய்திகளையே தருகின்றன. இதனைப் பாரபட்சமின்றி நோக்கும் ஆராய்ச்சியாளர் எவரையும் தமிழ் இலக்கியத் தொகுப்புகளும், கிரேக்க நூல்களும், ரோமாபுரி நாணயங்களும் ஒரே காலத்தவை என்ற முடிவிற்கே அழைத்துச் செல்லும்.[113]

மகாவமிசத்தில் குறித்துள்ள தமிழ் நாட்டிற்கும் ஈழத்திற்கு யிடையேயான பண்டைத் தொடர்புகளையும், தமிழ்க் குறுநில மன்னர்களின் பெயர்களையும் காலத்திற்கேற்ப சில மாற்றங்களுடன் **புறநானூறு, பத்துப்பாட்டு** போன்ற தொகுப்புகளில் மீண்டும் குறிப்பிடப்பட்டுள்ளன என்பதை முன்பே கூறினோம். மகாவமிசத்தில் கூறப்படும் எலாராவின் கதை, கன்றைக் கொன்றதற்காகத் தன் மகனுக்கே மரண தண்டனை அளித்த தமிழ்ச் சோழ மன்னனின் கதையையே ஈழநாட்டுக்கேற்ப மாற்றியமைத்ததாகும் என்பதில் ஐயமில்லை. மகாவமிசத்தின்படி, எலாரா மன்னன் கி. மு. இரண்டாம் நூற்றாண்டின் இரண்டாம் பகுதியில் வாழ்ந்தவன் என்றும் இதில் குறிப்பிடப்படும் மற்றத் தமிழ் மன்னர்கள் கி.மு. முதலாம் நூற்றாண்டின் பிற்பகுதியில் வாழ்ந்தவர் என்றும் குறிப்பிடப்படுகிறது. மகாவமிசத்தில் முதற் சில அத்தியாயங்கள், கி. பி. 5-ம் நூற்றாண்டில்தான் தொகுக்கப்பட்டன என்பதை[114] இதற்கு முந்திய குறிப்புகளிலிருந்து அறிவதை நாம் மனதில் கொள்வோமாயின், ஈழத்தின் தொடக்க வரலாற்றிலேயே தமிழர்கள் இந்நாட்டின் மீது படையெடுத்ததைக் காணுகிறோம். அக்குறிப்புகள் குழப்பமானதாக இருந்தபோதிலும், அடிப்படையில் ஆதாரமற்றவை என்று நம்மால் ஒதுக்கிவிட முடியாது என்பதைக் காண்போம். நாளடைவில் மறைந்துவிட்ட இவ்வுண்மை நிகழ்ச்சிகளை இவை நமக்குப் பாதுகாத்து வைத்திருந்து நினைவூட்டுகின்றன. தமிழ் நாட்டு வரலாற்றின் காலவரையறையை நிர்ணயிப்பதில், இந் நிகழ்ச்சிகளுக்குக் கொடுக்கப்பட்டுள்ள ஆண்டுகள் பயனற்றுப் போகின்றன.[115]

மேலும், தேவாரம் பாடிய மூவரும், திருமங்கை ஆழ்வாரும், ஏழாம் நூற்றாண்டிலும் அதற்குப் பிறகும் வாழ்ந்தனர் என்று திட்டவட்டமாகக் கூறப்பட்டுள்ளது. இவர்களில் மூத்தவரான அப்பர், 7 - ம் நூற்றாண்டின் தொடக்கத்தில் வாழ்ந்திருக்கவேண்டும். சங்க இலக்கியம், தேவாரம் ஆகியவற்றில் கையாளப்பட்டுள்ள நடை, இசை, சொல்லமைப்பு ஆகியவற்றைக் கூர்ந்து ஒப்பிட்டுப் பார்ப்போமாயின், பல நூற்றாண்டுகளின் வளர்ச்சியால் தேவாரப் பாடல்களில் கையாளப்பட்டுள்ள மொழி, பல முக்கிய மாறுதல்களை அடைந்துள்ளதை நாம் காணலாம். செங்கணானை அறிந்திருந்த அப்பர், இவன் சிலந்தியாயிருந்து பின்னர் சோழ மன்னனாகப் பிறவியெடுத்தவன் என்று இவனைப் பற்றிக் கூறுகிறார்; அப்பர் காலத்திலேயே இவன் ஓர் இதிகாச வீரனாகக்

கருதப்பட்டிருந்தான் என்பதை இதிலிருந்து அறிகிறோம்; சங்க காலத்திற்கும், அப்பர் வாழ்ந்த காலத்திற்கும் இடையேயான நீண்ட கால இடைவெளியையும் அறிகிறோம். இந்த அதிகாரத்தில் நாம் குறிப்பிட்டுள்ள பண்டைச் சோழ மன்னர்களின் காலத்தின் பிற்பகுதியைச் சேர்ந்தவனே கோச்செங்கணான் என்பது இதுவரை நாம் செய்த ஆராய்ச்சியிலிருந்து புலனாகும்.

இந்நிலையில், இரு கயபாகுகளின் பெயர்களை ஒப்பிடுவதன் அடிப்படையிலேயே நாம் இனியும் கால வரையறை நிர்ணயிப்பது என்பது ஏற்றுக்கொள்ள முடியாத ஒன்றாகும். இதை முதலில் ஒப்புக் கொள்வோமானால், செங்குட்டுவனும், அவனது காலத்தில் வாழ்ந்த மன்னர்களும், அவர்களுக்கு முன்னால் பல தலைமுறையினரையும், பின்னால் பல சந்ததியாரையும் பெற்றிருந்ததன் அடிப்படையில் சங்ககாலம் கிறிஸ்துவ சகாப்தத்தின் முதல் மூன்று அல்லது நான்கு நூற்றாண்டுகளிடையே பரவியிருந்தது என்பதைக் காணலாம்.

மணிமேகலையும் திந்நாகரும்

மணிமேகலையின் 29-ம் காண்டத்தைச் சுற்றியும், இக்காண்டத்திற்கும் திந்நாகரின் நியாயப் பிரவேசத்திற்கும் இடையேயான தொடர்பைப் பற்றியும் எழுந்துள்ள விவாதம் எதிர்ப்பார்ப்பதற்கு நேரிடையாக முடிவின்றியே போய்விட்டது. இவ்விரண்டிற்குமிடையேயுள்ள தோற்ற ஒற்றுமை மிகுதி, அதனால் நியாயப் பிரவேசம், **மணிமேகலை**யில் சேர்க்கப்பட்டதாகவோ அல்லது **மணிமேகலை**யினின்று வெளியே எடுக்கப்பட்டதாகவோ இருத்தல் வேண்டும்.[116] நியாயப் பிரவேசந்தான் **மணிமேகலை**யில் நுழைக்கப்பட்டுள்ளது என்றுகூட நாம் துணிந்து கூறலாம்.[117] **மணிமேகலை**யின் 29-ம் காண்டத்தின் தொடக்கத்தில் நியாய அடிப்படையிலான கொள்கைகளைச் சுலபமான முறையில் கொடுக்கப்பட்டிருப்பதைக் காண்கிறோம்.[118] ஆனால், நியாயப் பிரவேசிகாவில் கூறப்படும் தவறான கொள்கைகள் ஏற்றுக்கொள்ள முடியாத வாதத்தின் அடிப்படையில் சேர்க்கப்பட்டிருப்பதை நாம் நன்கு அறிந்துகொள்ளலாம். உபநய; நிகமண ஆகியவை திரிஷ்டாந்தத்துள் அடங்கியவையே என்பதே இவ்வாதம்.[119] இந்த அதிகாரத்தில் உண்மை வரலாற்றை இவ்வாதத்திலிருந்து நாம் அறிந்துகொள்ளலாம். இந்த வடிவு, அதிகாரத்தில் முதலிடம் பெற்றுள்ள விளக்கம் மட்டுமே இருந்தது. இது திந்நாகருக்கு முற்பட்டது; ஐந்து உறுப்பினர்களைக்கொண்ட

மும்மடி நியாயத்தை இது குறிக்கும். திந்நாகரின் சீடர் ஒருவர், தன் ஆசிரியப் பெருமானுக்குப் புகழ் சேர்க்க வேண்டுமென்று பக்தியால், நியாயப் பிரவேசத்தைத் தமிழில் மொழிபெயர்த்து, தமிழ் பௌத்தம் பற்றிய புனைகதைகளைப் புகுத்தினார். பிறகு ஐந்து உறுப்பினர்கொண்ட மும்மடி நியாயம் என்ற குழப்பத்திலிருந்து விடுவித்துக்கொள்ள, மூன்று உறுப்பினர்கள் உடைய மும்மடி நியாயம் என்ற புதிரை உருவாக்கிக்கொண்டார். சாங்கியம் முதலிய ஏனைய தத்துவ சாஸ்திரங்களும் மணிமேகலையில் ஆரம்பக் கட்டங்களில் இடம்பெறுகின்றன.[120] அந்தத் தத்துவ முறைகளையும் ஊன்றிப் படித்தால் மேற்கண்ட முடிவுக்கு வரலாம்.

குறிப்புகள்

1. இக்கருத்தை ஏற்காதவர் பலர் உள்ளனர். இருந்தாலும் பிகே. V. 16 அடிக்குறிப்பும் **ஸ்டடீஸ்** பக். 1-18, 70-72 பார்க்கவும்.

2. பிறங்கு நிலைமாடத்து உறந்தை போக்கி (வரி-285) என்றே இப்பட்டினப்பாலை வரியைத் தற்கால அறிஞர்கள் காண்கிறார்கள். ஆனால், காகந்தி என்ற பெயரில் இவ்வூர், பண்டைக் காலம் முதல் புகழப்படுகிறது. (**மணிமேகலை** xxii, 1-37, **பத்துப்பாட்டு** (1931), பக். 561, குறிப்பு 2-ம் பார்க்க. கி.மு. 2-ம் நூற்றாண்டைச் சேர்ந்த பார்ஹுத் கல்வெட்டில் இவ்வூரைச் சேர்ந்த சோமா என்ற சந்நியாசினியைப் பற்றி குறிப்பிடுகிறது (லூடர்ஸ், எண். 8817). யானையை எதிர்த்து ஒரு கோழி பெற்ற வெற்றியின் அடிப்படையிலேயே உறையூர் ஏற்பட்டது என்ற புராணக் கதையைக் சிலப்பதிகாரம் கூறுகிறது. (x. 11, 247-- 48).

3. கனகசபை அவர்கள் எழுதிய **"1800 ஆண்டுகளுக்கு முற்பட்ட தமிழர்"** என்ற நூல் பல வகைகளில் இன்னும் மிகவும் பயனுள்ளதாய் இருக்கிறது. ஆனால், அவர் காலத்தில் நன்கு புரியாத அல்லது விளக்கம் பெறாத நூல்களின் கையெழுத்துப்படிகளை மட்டுமே நம்பி, அவற்றையே ஆதாரமாகக்கொண்டு சில தவறான முடிவுகளுக்கு அவர் வந்துவிட்டார். சேரர் பரம்பரை, சோழர் பரம்பரை ஆகியவற்றை, கனகசபைகொண்ட முடிவுக்கு வலுவான ஆட்சேபங்களை பண்டித மு. இராகவ அய்யங்கார், **சேரன் செங்குட்டுவன்** என்னும் நூலில் தெரிவிக்கிறார். (2-ம் பதிப்பு, பக். 106-107 என்.) (மேற்படி நூலில் பக். 103-ல்) தரும் பட்டியலும் ஏற்றுக்கொள்ளத்தக்கதல்ல. அதிலும் தவறுகள் இல்லாமல் இல்லை. ஆனால் இதுவரை பலரும் தொகுத்து வெளியிட்டுள்ள பரம்பரைப் பட்டியல்களுள் இராகவ அய்யங்கார் கூறுவது ஏனையவற்றைவிடச் சிறந்தது. மணக்கிள்ளி, பெருவீரர் கிள்ளி என்ற இரு ஆண் மக்கள், கரிகாலனுக்கு இருந்தனர்; மணக்கிள்ளியின் மக்களே நெடுங்கிள்ளியும் அவன் சகோதரன் நற்சோணையும்; புறம்.16-ல் ராஜசூயயாகம் செய்தான் என்று போற்றப்படும் பெருநற்கிள்ளி என்பவன் நெடுங்கிள்ளியின் மலையமான் திருமுடிக்காரி (புறம்.174) என்பவனிடம் அடைக்கலம் புகுந்தவன் இவனே; **மணிமேகலை** குறிப்பிடும் கிள்ளிவளவனும் அவனுடைய எதிரியான நலங்கிள்ளியும், வீரர் கிள்ளியின் மக்கள் என்ற கூற்றுக்கள் யாவும் பலரும் அனுமானிக்கும் கருத்துக்களே அன்றி, ஆதாரமான

செய்திகள் அல்ல. இராச சூயம் வேட்ட பெருநற்கிள்ளி என்ற ஒரே அரசன் செங்குட்டுவன், மலையமான், திருமுடிக்கிள்ளி என்ற இருவருடைய ஆதரவையும் ஒரே சமயத்தில் பெற்றான் என்பதையும் நம்ப இயலாது. சிலப்பதிகாரம் xxxvii, வரி 118-23லும் புறம் 74-லும் உள்ள விவரங்கள் இக்கருத்துக்கு ஆதரவாக இல்லை; மேலும் இவற்றை வேறுபடுத்திக் காட்டும் முறையிலேயே அவை உள்ளன.

4. **மணிமேகலை** : செங்கதிர்ச் செல்வன் திருக்குளம், பதிகம் I. வரி 9, **சிலப்பதிகாரம்** vii - 27; xxxix, வரி 1-2.

5. **மணிமேகலை** பதிகம், II, வரி 10-2.

6. **மணிமேகலை** xxii, வரி 25-37

7. புறம் 39-ம் அதில் கூறப்பட்டுள்ள மேற்கோளும், இது சிவபெருமானின் திரிபுர சம்மாரத்தை நினைவுபடுத்துகிறது.

8. மணிமேகலை i, வரி 1-9

9. மணிமேகலை xxii, வரி 210-ம் அடிக்குறிப்பும் முன்னைய தொகை நூல்களில் இந்தக் கதை சொல்லப்படவில்லை.

10. புறம் 37, வரிகள் 5-6-ம் அடிக்குறிப்பும்.

11. மேற்படி, வரி 6

12. இக்கதை திருவாரூரில் நிகழ்ந்தது என்று 12-ம் நூற்றாண்டு நூலான **பெரிய புராணம்** கூறுகிறது.

13. 'உருவப்பஃறேர்' பரணர் (புறம். 4) பெருங்குன்றூர் கிழார் (புறம். 266) இருவரும் அவனைப் புகழ்ந்து பாடியுள்ளனர். **பொருநராற்றுப்படையின்** இறுதி 130-ம் வரி அவனுக்கும் கரிகாலனுக்கும் உள்ள உறவைத் தெரிவிக்கிறது.

14. செய்யுள் 3, **பொருநராற்றுப் படையின்** இறுதி.

15. **பட்டினப்பாலை** வரிகள் 220-228. **பொருநராற்றுப்படை** வரி-131. அடிக்குறிப்பும் கீழேயுள்ள மொழி பெயர்ப்பும். **பழமொழி**யிலுள்ள ஒரு வெண்பா, பிடற்றலை என்ற ஒருவன் கரிகாலனுக்குப் பெரிதும் உதவி செய்ததாகக் கூறுகிறது.

16. நச்சினார்க்கினியர் ஒரு மட்டமான கதை சொல்லி இதை விளக்குகிறார். இதிலிருந்து அறியப்படுவது, அவன் சோழர்களின் ஆண் மரபு வரிசையில் உதிக்கவில்லை என்பதாகும். அவனுக்கு ஆரம்பத்தில் ஏற்பட்ட தொல்லைகளுக்கும் அவன் தகப்பனாருக்கு இளையோன் (இளவரசன்) என்ற பெயர் இருந்ததற்கும் இதைக் காரணமாகக் காட்டலாம். பார்க்க : டாக்டர் எஸ்.கே. ஐயங்கார், **"ஏன்சியன்ட் இந்தியா"** பக். 92.

17. மூலநூல் கூறுவதாவது : இருபெரு வேந்தரும் ஒரு களத்தவிய (146-பொருந) அவர்கள் இறந்தார்கள் என்று இதற்கு நச்சினார்க்கினியனார் பொருள் கொள்கிறார் (படும்படி) ஆனால் சேரன், புறப்புண் அடைந்து, படிப்படியாகப் பட்டினி கிடந்து தற்கொலை செய்து கொண்டான். **வடக்கிருத்தல்** என்பது பற்றி புறம். 65 வரி 9-11-ம் அதன் கீழ் பண்டித வே. சாமிநாத ஐயர் குறிப்பையும் ஸ்டடீஸ் ப. 20-ம் குறிப்பும் பார்க்க.

18. அகம் 55, 246; புறம் 65, 66.

19. வாள்-வடக்கிருந்தனன் (புற 65, வரி 11) என்றால் அரசன் ஒரு வாளால் தன் தொண்டையை வெட்டிக்கொண்டான் என்று பொருள் அல்ல. (பி.டி. சீனிவாச ஐயங்கார், **தமிழர்**, பக். 336). பட்டினி கிடந்தபோது அவன் ஒரு வாளை ஏந்திக்கொண்டிருந்தான் என்பதே பொருள். வாளோடு வடக்கிருந்தான் என்று உரையாசிரியர் கூறுவதைப் பார்க்க.

20. மொழிபெயர்ப்புக்களைப் பின்பற்றும்போது இதுவரை வெளிவந்துள்ள எல்லா மொழிபெயர்ப்புக்களையும் - கனகசபை, போப்பய்யர், பி.டி. சீனிவாச ஐயங்கார் - நான் பயன்படுத்திக்கொண்டிருக்கிறேன் என்பதை இங்கே சொல்லவேண்டும். இது, நூல் முழுவதற்கும் பொருந்தும்.

21. மற்றொரு - கற்பனையான-சோழ மன்னனைக் குறிப்பது.

22. அகம் 125.

23. வரிகள் 228-73; 274-82 வரையுள்ள வரிகள் இங்கே மொழிபெயர்த்துத் தரப்பட்டுள்ளன.

24. அகம் 141 'செல்குடி நிறுத்த பெரும் பெயர்க் கரிகாலன்' இச்செய்யுள் **குறும்பரைக்** குறிக்கிறது என்பது தவறான கருத்து.

25. 'காடு கொன்று நாடாக்கி குளம் தொட்டு வளம் பெருக்கி' என்று **பட்டினப்பாலை** கூறும். வரி 283-4.

26. மேற்படி வரி - 295-9.

27. **தொல்காப்பியம்** : பொருள். அக. 30.

28. **சிலப்பதிகாரம்,** xxi, வரி 11, அடிக்குறிப்பும் உரையும்.

29. புறம் 224.

30. **சிலப்பதிகாரம்,** V, வரிகள் 89-110.

31. கவேர-தனயா-வேலோலங்கன-பிரஸமன-பிரமுக-தியானகாடிசயகாரிண. . .கரிகாஸாஸ்ய, **எபிக்ராபிகா இண்டிகா** -xi, எண். 35, வரி 3-5.

32. 'தன்னுடைய தாமரைப் பாதத்தால் மூன்றாவது கண் மறைக்கப்பட்டிருந்த பல்லவ திரிநேத்திரன் தலைமையில் (அடிமைப்பட்ட) அரசர்கள் எல்லோருமாகக் காவேரியின் கரைகளைக் கட்டச் செய்தவன்'.

33. பார்க்க **'ஸ்டடீஸ்'**, கட்டுரை II-ல் இந்த விவரங்கள் முழுமையாக விவாதிக்கப்பட்டிருக்கின்றன.

34. சில செய்யுள்களில் நெடுங்கிள்ளியின் பெயர் எவ்வித அடைமொழியும் இன்றிச் சொல்லப்பட்டாலும், காவிரியாறு என்னும் இடத்தில் இறந்த அரசன் இவனே என்பதை மறுப்பதற்கு ஆதாரம் இல்லை.

35. புறம். 43.

36. **புறநானூறு,** முன்னுரை, பக். 39-40.

37. **xix,** வரி 125-7.

38. பண்டித மு. இராகவ ஐயங்கார், முன் மேற்கோள் காட்டப்பட்ட நூல், பக். 101-2.

39. புறம். 27, வரி 10.

40. புறம். 31; கனகசபை, பக். 73.

41. புறம் 45, கனகசபை, பக். 73. பனை, வேம்பு - இவை முறையே சேரர், பாண்டியர் இலச்சினைகள்.

42. புறம். 73, கனகசபை, பக். 74-75.

43. புறம். 30, வரி 10-12.

44. **ஷை,** 400, வரி - 19.

45. **ஷை,** 27, 29.

46. புறம். 61-ல் அவன் நலங்கிள்ளி சேட் சென்னி என்று சொல்லப்பட்டதுடன் ஒப்பிட்டுப் பார்க்க.

47. புறம். 44, கனகசபை, பக். 73 -74.

48. புறம். 47, கனகசபை, பக். 73.

49. புறம். 373.

50. **இண்டியன் ஆண்டிகுவரி** (ஐ.ஏ) xxxix, பக். 250, எண். 2. குராப்பள்ளியும் குளமுற்றமும் (ஏரிக்கு அருகேயுள்ள அரங்கு) ஒன்றே என்று டாக்டர் ஜி.யூ.போப்பு கூறுகிறார்.

51. புறம். 36.

52. புறம். 173.

53. புறம். 69, வரி 12

54. **இண்டியன் ஆண்டிகுவரி**, xxix, பக். 251-2; புறம். 35 போப்பையர் மொழிபெயர்ப்பைக் கொடுத்துள்ளேன்.

55. புறம். 36, ஐ. ஏ. ஷை, 252.

56. புறம். 37, ஐ. ஏ. ஷை.

57. புறம். 40, ஐ. ஏ. ஷை, 254.

58. புறம். 373.

59. அகம். 345.

60. இவ்வாறு அடையாளம் காணலாம் என்பதை முதலில் தெரிவித்தவர் : கனகசபை, பக். 76. ஆனால் இந்த அரசரை (1) சேரன் செங்குட்டுவனின் மைத்துனனாக இருந்த வளவன் கிள்ளியுடனும் (2) **மணிமேகலை** குறிப்பிடும் சோழ அரசனும் உதயகுமாரனின் தந்தையும் ஆனவனுடனும் (v. 77) இவனை அடையாளம் காட்டுவதை என்னால் ஏற்க இயலவில்லை. அரச குடும்பத்து இளவரசர்கள் ஒன்பதுபேர் ஒரு புரட்சியில் ஈடுபட்ட நேரிவாயில் போரில் அவர்களை அடக்கிய பிறகு சேரன் செங்குட்டுவன், வளவன் கிள்ளியைப் பட்டத்தில் அமர்த்தினான். (பக். 75) **சிலப்பதிகாரம், மணிமேகலை** ஆகிய இரு காப்பியங்களும் **புறநானூறு** முதலிய தொகை நூல்களின் காலத்தவையே என்று உறுதியாகச் சொல்வதற்கில்லை. இந்தக்

காப்பியங்களில் சொல்லப்பட்டிருக்கும் செய்திகள் எந்த அளவுக்கு வரலாற்று அடிப்படையானவை என்றும் கதையைச் சுவைபடச் சொல்லுவதற்காக எவ்வளவு கற்பனை கலக்கப்பட்டது என்றும் சொல்லுவதற்கில்லை. கனகசபை அடையாளம் காட்டும் பல்வேறு அரசர்கள் பற்றிய குறிப்புக்களும் ஒன்றுக்கொன்று முரண்பட்டனவாக உள. **சிலப்பதிகாரத்தில்** (xxvii - வரி. 118) வரும் 'மைத்துனன் வளவன் கிள்ளி' என்பது வேறு. **புறநானூற்றுப்** பாடல்களில், கிள்ளி வளவன் பட்டத்திற்கு வருவதற்கு எதிர்ப்பு இருந்ததாக ஒரு குறிப்பும் இல்லை. மேலும் பண்டித மு. இராகவ ஐயங்கார் அவருடைய நூலில் பக். 33-ல் சுட்டிக் காட்டியிருப்பது போல, **சிலப்பதிகாரத்தை** ஆதாரமாகக்கொண்டால், செங்குட்டுவன் காலத்தில் சோழ அரசன் பெருங்கிள்ளி என்பவன். இவனையே அடியார்க்கு நல்லார் பெருங்கிள்ளி என்கிறார். இராகவ ஐயங்கார் இவனையே இராஜ சூயம் வேட்ட பெருநற்கிள்ளி என்று குறிப்பிடுகிறார். கனகசபை கூற்றைவிட இக்கருத்து ஏற்கப்பாலது. காரியாற்றில் போர் நடந்தது பற்றி ஒரு குறிப்பும் இல்லாதிருப்பது, அல்லது குளமுற்றத்துத் துஞ்சிய கிள்ளிவளவனுக்கு எதிராகப் பாண்டியரும் சேரரும் சேர்ந்து போரிட்டது ஆகிய செய்திகளோடு வஞ்சியைக் கைப்பற்றிய விவரம், அவன் மதுரையில் அடைந்த தோல்வி எல்லாவற்றையும் கனகசபை ஒப்புக்கொள்வதே அவருடைய மற்றொரு கருத்துக்கு மறுப்பு. மேலும் பார்க்க: பி.டி. சீனிவாச ஐயங்கார், **ஹிஸ்டரி ஆப் தி டமில்ஸ்,** பக். 430-1.

61. புறம். 46, ஐ. ஏ. xxix, பக். 256.
62. புறம். 39, ஐ. ஏ. xxix, பக். 253-4.
63. புறம். 226, ஐ. ஏ. xxix, பக். 283.
64. புறம். 227, ஐ. ஏ. xxix, பக். 284.
65. **குறுந்தொகை** ஆசிரியர் ; எண்கள் 20, 53, 129, 147.
66. இதை 'ஆதன் தந்தை' என்று இலக்கண அறிஞர்கள் விளக்கம் தருகிறார்கள்.
67. புறம். 184.
68. பரிமேலழகர் 785-ம் குறளுக்குக் கூறும் உரையைக் காண்க. **தொல்காப்பியம்** கற்பு-சூத்திரம் 52-க்கு நச்சினார்க்கினியர்.

69. புறம். 191, ஐ. ஏ. xxviii, பக். 30.

70. புறம். 212, ஐ. ஏ. ஷெ.

71. சொற்சிலம்பம் ஆடுவதை இங்கே பார்க்கிறோம். பொட்டி - பள்ளமான. ஆனால் இந்தப் பொட்டியில் அப்படி ஒன்றும் இல்லை.

72. புறம். 213 ; ஐ. ஏ. மேற்குறிப்பிட்ட பகுதி, பக். 29.

73. புறம். 214 ; ஐ. ஏ. xxviii, பக். 29 - 30.

74. புறம். 215 - 216.

75. புறம். 217.

76. புறம். 218 - 219.

77. புறம். 222; மனைவி கருவுற்றுள்ள பொழுது கணவன் வடக்கிருக்கக் கூடாது என்பது இதன் பொருள்.

78. புறம். 220 ; ஐ. ஏ. xxviii, பக். 32.

79. புறம். 221 ; ஐ. ஏ. ஷெ.

80. புறம். 367 ; கனகசபை, பக். 78.

81. புறம். 16 ; "சோழ நாடு முழுவதையும் தன் ஆட்சிக்குள் கொண்டுவருவதற்கு முன், அடங்காப்பிடாரிகளான சோழ இளவரசர்களைத் தோற்கடிக்கப்பதற்காக" அரசன் தொகுத்த போரின் வரலாறுதான் இந்தச் செய்யுள் என்று பி.டி. சீனிவாச ஐயங்கார் ஊகிக்கிறார்.

82. பண்டித வே. சாமிநாத ஐயர், **ஐங்குறுநூறு,** பதிப்பு - முன்னுரையில் பக். 15-ல் கூறும் கருத்து வருமாறு : "தலையாலங்கானத்தை வென்ற பாண்டியன் நெடுஞ் செழியனால் தொற்கடிக்கப்பட்டுச் சிறைப்பிடிக்கப்பட்ட யானைக்கட் சேய் மாந்தரன் - சேரலிரும்பொறை என்பனே இந்தச் சேர எதிரி." அவர் சொல்லுவதற்குப் பெரு மதிப்பு உண்டு. எனினும் நான் அவர் கருத்தை ஏற்கத் தயங்குகிறேன். ஏன்சியன்ட் டெக்கான் என்று நூலில், கே.வி.எஸ். ஐயர், பக். 202-ல் கூறுவதைப் பார்க்கவும்.

83. புறம். 203.

84. புறம். 13.

85. இந்த அரசன்தான் கரிகாலன் என்று கனகசபை கூறியிருப்பது தவறு - பார்க்க : பி.டி. சீனிவாச ஐயங்கார், **தமிழர்,** பக். 367 என்.

86. புறம். 58 ; கனகசபை 68-9
87. புறம். 197.
88. புறம். 62, 63, 368.
89. புறம். 83, 84, 85
90. புறம். 80 - 82.
91. புறம். 80, 352, 395 ; அகம். 6, 122, 152, 188, 226.
92. அகம். 226.
93. அகம். 6 - பரணர்.
94. புறம். 190.
95. புறம். 239.
96. புறம். 74.
97. இதைப் பற்றி ஹுல்ஷின் விவாதத்தைக் கவனிக்கவும். எஸ்.ஐ.ஐ, ii, பக். 152-3; 253, 377-9.
98. அப்பர் - குறுக்கை v. 4; திருப்பாரூர். (திருத்தாண்டகம்) v. 6. மேலும், சுந்தரர் திருவாடுதுறை v. 2. திருவாலங்காட்டுச் செப்பேடுகள் - v. 43; லூன - லூதாங்க பரந்தார்.
99. பார்க்க : ஐ. ஏ. xviii, பக். 259-65. இதில் வி. கனகசபை, இச்செய்யுளை மொழிபெயர்த்து விளக்கமும் கூறியுள்ளார்.
100. பார்க்க : **சேரன் செங்குட்டுவன்,** பக். 183. அகம். 44-ல் இப்போருக்கு முன் நிகழ்ந்த நிகழ்ச்சிகள் பற்றிப் பல விவரங்கள் உள்ளன.
101. இயற்கையாக இறந்த அரசர்களின் உடலைத் தகனம் செய்வதற்கு முன் அந்த உடலை ஒரு வாளால் வெட்டினால் அந்த அரசர் வீர சுவர்க்கம் அடைந்ததாகக் கருதப்படும் என்ற மரபை இது சுட்டிக் காட்டுகிறது; பார்க்க : **மணிமேகலை,** xxiii, வரி 11-14.
102. இந்தப் **புறநானூற்று**ச் செய்யுளில் உள்ள 'துஞ்சினார்' என்னும் சொல்லுக்கு 'உறங்கினான்' என்றுதான் பொருளே தவிர 'இறந்தான்' என்று பொருளல்ல. இக்கருத்துத்தான் களவழியில் இச்சொல் ஆளப்படுவதற்கும் பொருந்தும். பார்க்க : **ஸ்டடீஸ்,** பக். 14 - 16.
103. அகம். 44-ல் 'கணையன்' என்று வருவது கணைக்கால் இரும்பொறை என்பதன் சுருக்கம் என்றுகொண்டால், பல குழப்பங்கள் நிவர்த்தியாகிவிடும். எதிரான கருத்தை, பண்டித அனந்தராம ஐயர் **களவழி** முன்னுரை, பக். 6 - 7-ல் பார்க்க.

104. இரண்டு பொய்கையரை அடையாளம் காட்டியிருப்பதற்குப் புகழ்பெற்ற அறிஞர் பலர் எதிர்ப்புத் தெரிவித்துள்ளனர் என்பதை நாம் கவனிக்க வேண்டும். செங்கணான் என்ற பெயரிலும் இருவர் இருந்ததாக, பண்டித ஈ.வி. அனந்தராம ஐயர் உட்பட சிலர் கூறியுள்ளனர். (பார்க்க அவருடைய **களவழி** பதிப்பு, முன்னுரை, பக். 9) இந்த விவாதம் ஆராய்ச்சி மனப்பான்மையுடன் மட்டும் நிகழவில்லை. உணர்ச்சிகளைத் தூண்டிவிடத் தக்கதான சமயம் அல்லது மதமும் இந்த வாதங்களில் பின்னிப் பிணைந்துள்ளது. கி.பி. 10 அல்லது 11-ம் நூற்றாண்டில் இயற்றப்பட்ட **யாப்பருங்கலவிருத்தி**யில் கண்ட விவரங்களின் அடிப்படையில், 'சங்க இலக்கியங்களில் பாடப்பெற்ற பொய்கையாரை, ஆழ்வார் என்று, முதல் தடவையாக, பண்டித மு. இராகவ ஐயங்கார் அடையாளம் காட்டினார். (செந்தமிழ் தொகுதி i, பக். 6. மேலும், அவருடைய **ஆழ்வார்களின் காலநிலை** 2-ம் பதிப்பு பக். 23 அடிக்குறிப்பு). **விருத்தி** ஆசிரியர் பல செய்யுள்கள் பொய்கையார் இயற்றியவை என்று மேற்கோள் காட்டியிருக்கிறார். அவற்றில் சில ஆழ்வாருடைய முதல் திருவந்தாதியிலிருந்து எடுக்கப் பெற்றவை. (பார்க்க **விருத்தி,** பக். 220-ல் மூல நூலில் சில குறைபாடுகள் உள்ளன; மற்றும் பக். 350, பக். 459-60); இப்புலவர் ஞான திருஷ்டி உடையார் என்றும் அவர் கூறுகிறார்.(பக். 350) இந்நூல் முழுவதிலும் பல செய்யுள்கள் மேற்கோள் காட்டப்பட்டிருப்பினும், **களவழி**யிலிருந்து ஒன்றுகூட எடுத்தாளப்படவில்லை. தவிரவும், திருமங்கை ஆழ்வாரின் பாசுரம், கழுமலம், **களவழி** என்பன குறித்து ஒன்றும் சொல்லவில்லை. ஆனால் **களவழி**ப் பாக்களைப் போல, பொய்கை ஆழ்வாரின் சமயப் பாசுரங்களும் வெண்பாக்களாக இருப்பதை நோக்க, (முக்கியமாக இரு நூல்களின் அமைப்பிலும் வேறுபாடு இல்லாததால்) அவை ஒரே ஆசிரியரின் படைப்புகள் என்ற எண்ணம் தோன்றுகிறது. இந்தக் கருத்துக்கு எதிராகத் தெரிவிக்கப்பட்டிருக்கும் ஒரு விவாதம் மிகவும் ஆழ்ந்து கவனிப்பதற்கு உரியது. பொய்கை ஆழ்வார், ஒரு அரசரை, இந்திரன், சந்திரன் என்று ஏற்றிப் போற்றிப் பாடியிருக்க முன்வந்திரார் என்பதே அக்கருத்து; இக்கருத்தை, பொய்கை ஆழ்வாரே தன் பாசுரங்களில் கூறியிருக்கிறார். இந்தப் புதிருக்குப்

பதில் கூறும் வகையில், **யாப்பருங்கல விருத்தி**யில் மேற்கோள் காட்டப்பட்டு இந்த ஆழ்வார் பாடியவை என்று சொல்லப்படும் சில பாக்கள் சமயச் சார்பற்றவையாயும் அரசர்களைப் பற்றியதாகவும் உள்ளன. விஷ்ணுவுக்கு மட்டுமே தன்னை அடிமையாக்கி, பொய்கை ஆழ்வார் அறிவித்திருப்பது, அவருடைய வாழ்க்கையின் பிற்காலத்தில் ஆன்மீக மனப்பான்மை முற்றியபோது அவர் கொண்ட முடிவாக இருக்கலாம். அவருடைய காலத்தைப் பற்றி மாறுபட்ட கருத்துக்கள் நிலவின. **யாப்பருங்கல விருத்தி**யின் ஆசிரியரான குணசாகரர், ஆழ்வாரின் காலத்தை உறுதியாகத் தெரிவிக்கிறார். அதைவிடப் பிற்காலத்தவர் என்பது குரு பரம்பரையின் கருத்து. இவற்றையெல்லாம் பார்க்கும்போது, பண்டித இராகவ ஐயங்கார் தெிவிக்கும் எண்ணம் சரியாக இருக்கக்கூடும். அவர் கருத்திற்கு எதிரான கருத்துக்களைக் கூறுகிறார்கள் - கே.எஸ். சீனிவாச பிள்ளை, **தமிழ் வரலாறு** பக். 176-7. செந்தமிழ்ச்செல்வி, தொகுதி ii, பொய்கையார் பற்றி, ந.மு. வேங்கடசாமி நாட்டார் எழுதிய பதிப்பு - முன்னுரை, 'சைவ நாயன்மாரான செங்கணான் என்பவர் வேறு; **களவழி** குறிப்பிடும் கோச்செங்கணான் வேறு என்பதாக, பண்டிய அனந்தராம ஐயர் புதுமையான கருத்தை வெளியிட்டுள்ளார். **களவழி**யைப் பற்றி **பெரிய புராணத்தில்** ஒரு குறிப்பும் இல்லாதிருப்பதே இவர் இவ்வாறு சொல்லுவதற்குக் காரணமாக இருக்கவேண்டும். மற்றாரு காரணமும் காட்டுகிறார். சைவ நாயன்மாரான செங்கணான் வேறு; களவழி குறிப்பிடும் கோச்செங்கணான் வேறு என்பதைக் காட்ட சேக்கிழார், நாயன்மாரை 'முதலாவது செங்கணான்' என்று அடைமொழியில் சொல்லியிருக்கிறார் என்பது பண்டிதர் கருத்து.

105. பெரிய திருமொழி, VI, 6

106. பாசுரத்தின் மூன்றாவது செய்யுளின் மூன்றாவது வரி, **களவழி**யிலிருந்து எடுக்கப்பட்டது போலவே தெரிகிறது. யாப்பில் மாறுதல் இருக்கிறது என்பது ஒருபுறமிருக்கட்டும். **சவ்வை** மாகளிறுண்டி வெண்ணி-ஏற்றகாலால்-மன்னர் மணிமுடிமேல் காகமேற; மற்றும் செய்யுள் 4, வரி-3.

107. தென்தமிழன் வடபுலக்கோன் சோழன் (5); தென்னாடன் குடக்கொங்கன் சோழன் (6); பார்க்க vv, 4, 6, 9 (பாசுரம்).

மேலும், பண்டித இராகவ ஐயங்காரின் **ஆழ்வார்கள் காலநிலை** பக். 157 அடிக்குறிப்பு. விளந்தை (நகர்) வேள் என்பது சேரர் தரப்பில் ஒரு தளபதியாக இருந்திருக்கலாம்.

108. அகில - ஜனபதா - கல்ப்த - கௌரிச - தாமா (v. 13) ஈ. ஐ. xv, பக். 60.

109. ஏ. ஆர். ஏ. 1909 -10, பக். 16 -17.

110. எஸ். ஐ. ஐ. ii, பக். 378.

111. பார்க்க ஈ. இசட், iii, பக். 1-47.

112. ஷெ. பக். 9, எண். 43.

113. பக். 28க்கு மேல் **பெரிப்புளூசும்,** டாலமியும் குறிப்பிடப்பட்டிருக்கின்றன. ஜே.ஆர்.ஏ.எஸ். (1904)-ல் தென்னிந்தியாவில் அகப்பட்ட ரோமாபுரிப் புதை பொருள்கள் பற்றி சூவெல் கூறும் விவாதம்தான் இன்றளவும் மிக விரிவாக உள்ளது. மேலும் பார்க்க : **ஏன்சியன்ட் இண்டியா,** எண். 2. பக்கம். 116 - 21. ரோமாபுரிப் பேரரசின் வெளிநாட்டு வாணிகத்தின் இயல்பும் போக்கும் பற்றி அண்மையில் செய்யப்பட்ட ஆராய்ச்சிகள் நம் கருத்தின் நியாயத்தை உறுதிப்படுத்துகின்றன என்பதைப் பின்னர் தெளிவாகக் கூறுவோம்.

114. கெய்கர், ஆங்கில மொழிபெயர்ப்பு, பக். X-XV.

115. பார்க்க : முன்னே பக். 33 அடிக்குறிப்பு. தமிழ் இலக்கியத்தில் வரும் பழையன் மாறன் என்பவனை நினைவூட்டும் வகையில் இலங்கைப் பட்டியலில் பணய மாறக, பிலிய மாறக என்ற பெயர்களையும் பார்க்க.

116. **நியாயபிரவேச,** பதிப்பு ஏ. பி. துருவ பக். xv.

117. இக்கருத்துக்குக் காரணங்களை இங்கே சுருக்கமாகக் கூறுவோம். வரலாற்றுப் போக்கில் **மணிமேகலை** (Manimekalai in its Historical Setting) என்ற எஸ்.கே. ஐயங்கார் நூலின் காலத்துக்குப் பிறகு **நியாயப்பிரவேச**த்தின் சமஸ்கிருதப் பதிப்பு வெளிவந்து **மணிமேகலை**யின் கதை நன்கு புரிய வகை செய்தது. **நியாயபிரவேச**த்திலுள்ள சில தவறுகளை அப்படியே வார்த்தைக்கு வார்த்தை திருப்பிச் சொல்லியிருந்தாலும், **மணிமேகலை** (xxix வரிகள் 111 - 468) சில முக்கியமான அடிப்படைகளில் அதிலிருந்து வேறுபடுகிறது. அது சில இடங்களில்

நியாய பிரவேசத்தைச் சுருக்கமாகத் தருகிறது. ஆனால் வைதர்மிய திருஷ்டாந்த பாஷாமில் வரும் உபய வியாவிருத்தி போன்ற சில பகுதிகளை மிகவும் விவரமாகச் சொல்லுகிறது.(மஸ்கிருத மூலத்தில் 2½ வரி இருப்பதை, தமிழில் 26 வரிகளாக வரி 424 முதல் 449 வரை விவரித்திருக்கிறது) மேலும் **நியாயப் பிரவேச**த்தில் திட்டவட்டமாகச் சொல்லப்படாத சில கருத்துக்கள் தமிழில் பண்புடனும் பக்குவமாயும் புகுத்தப்பட்டுள்ளன; இவை நியாயப்பிரவேசத்தில் மேற்போக்காக குறிப்பிடப்பட்டவை என்று அனுமானிக்க இடம் இருக்கிறது. மேற்குறித்த சான்றும் இவ்வகையைச் சேர்ந்தது. அவித்யமான - உபயசித்த - சாதர்மிய - திருஷ்டாந்த பாஷாவுக்குச் சான்றாக ஆகாசவட் என்ற எடுத்துக்காட்டை விவாதிக்கும்போது, நியாயப்பிரவேசம் இந்த எடுத்துக்காட்டை அஷ்டவாதியை மட்டுமே குறிப்பிடுவதாக விளக்குகிறது. ஆனால், **மணிமேகலை** (வரிகள் 383-4). இதை சத்வ-வாதிக்கும் பொருத்திச் சொல்லுகிறது. மேலும் கையாளப்படும் சொற்களில் மாறுபாடுகள் உள்ளன; இவற்றில் சில, தமிழ் மூல நூலின் பதிப்பில் ஏற்பட்ட பிழைகளாக இருக்கக்கூடும். (அ) பஷாபாசங்களைத் தொகைப்படுத்திச் சொல்லும்போது, ஒன்பதாவதாக, அப்ரசித்த சம்பந்தத்தையும், நியாயப் பிரவேசம் அதே எண்ணிக்கையின் பிரசித்த சம்பந்த்த்தையும் குறிப்பிடுகின்றன. (ஆ) நியாயப் பிரவேசத்தில் ஹேத்வா பாடினாள், அன்ய தரசித்தமும் சந்திக்தா சித்தமும் கூறப் பட்டிருக்கும் இடத்தில் அவற்றுக்குப் பதிலாக **மணிமேகலை,** அன்யதா சித்தத்தையும் சித்தா சித்தத்தையும் சொல்லுகிறது. (இ) நியாயப்பிரவேசத்தில் வரும் விருத்த வியபிசாரிக்குப் பதில் **மணிமேகலை**யில் விருத்த வியபிசாரி வருகிறது. (ஈ) திருஷ்டாந்த பாஷாக்களின் பெயர்களைச் சொல்லும்போதும் வேறுபாடுகளைப் பார்க்கிறோம். ஆனால் **மணிமேகலை**யில் சாதன தர்ம விகலம் முதலியன வருகின்றன. தர்ம கீர்த்தியிலும் 'அசித்த' என்பதற்குப் பதிலாக விகல என்ற சொல் ஆளப்பட்டிருப்பதை நாம் கவனத்தில் கொள்ள வேண்டும். பார்க்க : ஜே. ஐ. எச். X பகுதி ii, இதில் நியாய பிரவேசத்திற்கு எஸ்.எஸ். சூரிய நாராயண சாஸ்திரி மதிப்புரை எழுதியுள்ளார். (துருவ. பதிப்பு).

118. வரிகள் 45 - 108.

119. வரிகள் 109 - 110. இதைப் பற்றி திரு. துருவ சொல்லுவதாவது : "கடைசி இரண்டு அவயங்களையும் திருஷ்டாந்தகத்தில் சேர்க்க முடியாது என்பதை **மணிமேகலை**யின் ஆசிரியர் புரிந்துகொள்ளவில்லை. அவருடைய கற்பனையின் அறியாமையையே இது காட்டுகிறது". (பக். xv)

120. **மணிமேகலை**யில் சாங்யத்தை, திரு. எஸ்.எஸ். சூரிய நாராயண சாஸ்திரி ஆராய்ந்து, அதன் காலம் முற்பட்டது என்பதை உறுதியுடன் நிலைநாட்டிவிட்டார். பார்க்க : ஜே. ஐ. எச். தொகுதி viii (1929) பாகம் iii.

மேலும் ix-ம் பாகத்தில் **மணிமேகலையில் பௌத்த சமயத்துத் தர்க்க சாஸ்திரம்** என்ற அவருடைய ஆராய்ச்சிக் கட்டுரையைப் பார்க்கவும்.

அதிகாரம் 4

சங்ககால ஆட்சி முறையும் சமூக வாழ்வும்

சங்க காலத்தைப் பற்றி நமக்குக் கிடைத்துள்ள குறிப்புக் களிலிருந்து, அக்கால அரசியல் நிகழ்ச்சிகளைக் கோர்வையாக அமைப்பதோ அல்லது அவற்றை வரிசைப்படுத்தி வரலாற்றிற்கு பயன்படுத்துவதோ கடினம். அக்கால வேந்தர், குறுநில மன்னர் ஆகியோரது விருப்பு, வெறுப்புகள், காரணமாகவும் அவர்கள் செய்த தீமைகளின் விளைவாகவும் பல முடிவுகள் அவ்வப்போது ஏற்பட்டு, அவர்கள் காலத்திலேயே வாழ்ந்தோருக்கு அவை எவ்வாறு குழப்பத்தை விளைவித்தனவோ அம்மாதிரியே நமக்கும் பெருங்குழப்பத்தை ஏற்படுத்தியுள்ளன. இந்நிகழ்ச்சிகளை வரலாற்று அடிப்படையில் இணைக்க உதவும் தொடர்பான செய்திகள் நமக்குக் கிடைக்கவில்லை. இத்துறையில் நமக்கு இழப்பு ஏற்பட்டு இருந்தாலும், மற்றொரு துறையில் இவ்விழப்பு ஈடு செய்யப் பட்டுள்ளது. தனிப்பட்ட சமுதாய, பண்பாட்டுக் கொள்கைகளைப் பின்னணியாகக் கொள்ளாத வரலாற்றுக் காலமே இல்லை எனலாம். சமூகத்திற்குரிய மனோதத்துவமாக விளங்கும் இப்பின்னணி மக்களின் மனப்போக்கையும், அவர்களது நிறுவனங்களையும் ஆதரிக்கிறது; செயல்களையும் பேரளவிற்குக் கட்டுப்படுத்துகிறது. சங்க காலத்தில் நிலவிய இத்தகைய பண்பாட்டின் பின்னணியைப் பற்றி அதிசயிக்கத்தக்க வகையில் முழுமையானதும், உண்மையானதுமான குறிப்புக்களை சங்க இலக்கியங்கள் தருகின்றன.

கலவைப் பண்பாடு

அக்காலத்தியப் பண்பாட்டின் மிக முக்கிய அம்சம் இதன் இணைப்புத் தன்மையேயாகும்.[1] தமிழ்ப் பண்பாடு, ஆரியப்

பண்பாடு என்று ஆரம்பத்தில் தனித்து நின்ற இரு கலாசாரங்களின் இணைப்பால் ஏற்பட்ட விளைவே இப்பண்பாடாகும். இவ்விரு கலாசாரங்களின் தன்மைகளைப் பற்றியும், இவை எவ்வாறு படிப்படியாக இரண்டறக் கலந்தன என்பதைப் பற்றியும், இதனால் ஏற்பட்ட விளைவுகளைப் பற்றியும் ஆராய்வது என்பது தென்னிந்தியாவின் தற்கால வரலாற்றை ஆராய்வது எவ்வளவு கடினமோ அவ்வளவு கடினமானதாகும்.[2] சங்க இலக்கியத்தின் மூலம் இக்கலப்புக் கலாசாரத்தைப் பற்றி அறிந்து கொள்வது மிகவும் எளிதாக உள்ளது. நம் உள்நாட்டுக் காலவரையறையை நிச்சயமாக நிர்ணயிக்க முடியாததனாலும், சங்க காலத்தில் தமிழ் மொழியின் வளர்ச்சியைப் பற்றிய தக்க சான்றுகள் கிடைக்காததனாலும், தனித்தனி பாடல்களின் காலங்களை அறுதியிட்டுச் சொல்ல முடியவில்லை. கரிகாலனின் காலத்தை ஐந்தாம் நூற்றாண்டிற்குத் தள்ளும் முயற்சியையோ அல்லது கரிகாலனின் காலத்திற்குப் பிறகே, மன்னர்கள் முக்கியத்துவம் பெற்றனர் என்பதையோ,[3] அல்லது களப்பிரரின் இடையீட்டுக் காலத்தில் மூன்று தலைமுறைகளுக்குப் பிறகே, குறுநில மன்னர்கள் தங்கள் அதிகாரத்தைப் பெற்றனர்[4] என்பதையோ மிகவும் சந்தேகிக்கக் கூடாது. **சிலப்பதிகாரம், மணிமேகலை** உள்ளிட்ட சங்க இலக்கியங்கள் அனைத்தும் விளக்கும் முதல் மூன்று நூற்றாண்டுகளில் உருவான பண்பாட்டை ஆராய்வதே நாம் மேற்கொள்ள வேண்டிய பணியாகும்; இக்கலாச்சாரத்தின் பாங்கினை அறிந்துகொள்ள சென்ற அத்தியாயத்தில் குறிப்பிடப்பட்ட போர்களும் பூசல்களும், நட்பும் பகைமையும் நமக்குப் பின்னணியாகப் பயன்படுகின்றன.

கலாசாரங்களின் இணைப்பு

ஆரியருக்கு முன்னால், தென்னிந்தியாவில் உருவான தமிழ்ப் பண்பாட்டின் அடிப்படையான அம்சங்களைத் தேடும் முயற்சியில் நாம் இங்கு ஈடுபட முடியாது. இக்கலாச்சாரத்திலிருந்து மேற்கொள்ளப்பட்ட சில பழக்க வழக்கங்கள், புதிதாக உருவாகியுள்ள பழக்க வழக்கங்களுடன் தொடர்ந்து நிலவுவதைக் காண்கிறோம். மின்சார ரயில் வண்டியும், மாட்டு வண்டியும் இன்று ஒருங்கே காணப்படுவதுபோல, இறந்தோர் உடலைத் தீயிடுதல், பராதீனம் செய்யும் முறையில் தீயிடுதல், திறந்த வெளியிலோ அல்லது தாழிகளிலோ இட்டுப் புதைத்தல் போன்ற பல முறைகள் ஒரே சமயத்தில் கையாளப்பட்டன என்பதை **மணிமேகலை**யிலிருந்து

அறிகிறோம்.[5] இது போன்ற பழைய வழக்கங்களைப் புதிய வழக்கங்களுடன் இணைக்கும் முயற்சிகள் நிலவியதற்கான உதாரணங்களைக் காணலாம். பண்டைத் தரும சாத்திரங்களில்[6] ஆரியர்களின் திருமணச் சடங்குகளில் எட்டு வகைகளைக் காண்கிறோம். இதே எட்டுத் திருமண முறைகளும் தமிழ்ப் பண்பாட்டிற்கேற்ப மாற்றி அமைத்து ஏற்றுக்கொண்டிருப்பதைத் தொல்காப்பியமும்,[7] இறையனார் களவியலும் இம்முறைகளைப் பற்றிக் கூறுவதிலிருந்தே தெரிகிறது. தமிழர்களின் திருமணங்கள் எளிய முறையிலேயே இருந்துவந்தன. ஆணும் பெண்ணும் இயற்கையான காதல் அடிப்படையிலேயே மணந்தனர் (காமக் கூட்டம்). ஆனால், நாட்டின் பல பகுதிகளுக்கு ஏற்ப ஆங்காங்கு சில மாற்றங்கள் இருந்தன. இதையே இவர்கள் ஐந்திணைகளாகக் கொண்டனர். ஒருதலைக் காதலை கைக்கிளை என்று பெயரிட்டனர். ஆரியரின் எண் வகை மண முறைகளை இத்திணைகளுக்குள் அமைத்தனர். ஆனால், இதன் விளைவுகள் எல்லாமே திருப்தி அளிப்பதாயில்லை.[8] காந்தர்வ விவாகங்களை ஐந்திணைகளாகவும் அசுர, அரக்க, பைசாச விவாகங்களை கைக்கிளைகளாகவும் பிரித்தனர். கைக்கிளை முறையில் கையாளப்படும் வழிகள் திருப்தியாக இல்லை. பிரம்ம, பிரஜாபத்திய, அரச, தெய்வ விவாகங்களை பெருந்திணையின் கீழ்க்கொண்டு வரும் முயற்சியும் திருப்தியளிக்கவில்லை. மேலும் இவை சுலபமாக இல்லாததோடு இயற்கைக்கு மாறாகவும் இருந்தன. ஆனால், தமிழ், ஆரிய பண்பாடுகளின் சேர்க்கையால் ஏற்பட்டுள்ள உண்மையான விளைவுதான், தமிழ் இலக்கியத்தின் வளர்ச்சியாகும். இவ்வாறு வளர்ச்சியடைந்த இலக்கியமே, சங்க இலக்கியமாகும்.

கிராமப்புற வாழ்க்கை

எண்ணற்ற கிராமங்களைக் கொண்ட பண்டைச் சோழ நாட்டின் கிராமப்புற வாழ்க்கையைப் பற்றிய பொதுவான விவரங்களைப் **பட்டினப்பாலையின்**[9] ஆசிரியர் ஒரு சில பாக்களில் இவ்வாறு அழகாகக் கூறியுள்ளார். "வான் பொய்ப்பினும் தான் பொய்யாக் கடற்காவிரி செழிப்பான நீரினால் அகன்ற வயல்களை நிரப்பி, சிறந்த அறுவடைகளைத் தந்தாள். தித்திக்கும் கரும்புச் சாற்றை அடுப்பில் காய்ச்சும்போது உண்டாகும் புகையினால் நீர் ததும்பும் வயல்களில் பூத்துள்ள வெண்மை அல்லி மலர்கள் கருகி வீழ்ந்தன; மேயும் எருமை நன்கு வளர்ந்த நெற்கதிர்களைத் தன் வயிற்றுக்குள் திணித்துக்கொண்டது. அதன் கன்றுகள் நெற்கிடங்குகளின் நிழலிலே படுத்து உறங்கின. தென்னை, குலை தள்ளிய வாழை, பாக்கு, வாசனையுள்ள மஞ்சள், பலவித மா, குலை தள்ளிய

பனை, அகன்று விளைந்த சேம்பு, இளம் இஞ்சி, ஆகியவை ஒவ்வொரு கிராமத்தைச் சுற்றியும் ஏராளமாக வளர்ந்துள்ளன. விலைமிக்க நகைகளைப் பூண்ட, கள்ளமற்ற பார்வையும் ஒளி பொருந்திய முகமும் உடைய மாதர் வெட்டவெளியில் உயர்த்தப்பட்ட நெல்லுக்குக் காவல் புரிந்தனர். நெல்லைத் தின்ன வரும் கோழிகளை, நீண்டு வளைந்திருந்த பொன்னாலான தம் காதணிகளை வீசித் துரத்தினர். கால் சிலம்புகளை அணிந்த சிறுவர் தம் வீட்டு நிலைப்படிகளின் அருகே, குதிரையில்லாத மூன்று சக்கரங்களையுடைய விளையாட்டு வண்டிகளை ஓட்டும் பாவனையில், தம் வண்டிகளுக்கு வழிவிடுமாறு கூவிக்கொண்டிருந்தனர். இம்மாதிரி சோழ நாட்டிலே பல கிராமங்களில், மக்கள் வாழ்ந்துவந்தனர். மண்ணின் வளத்தைக் குறித்து பெருமையோடு பாடிய புலவர்கள், சில வேளையில் மிகையாகப் பாடினும், இவற்றில் உண்மை இல்லாமலில்லை. உதாரணமாக, கோவூர் கிழார், புறநானூற்றுப் பாடல் 386 - ல் சொல்லுவதைக் கூறலாம்.[10]

ஒரு யானை படுக்கும் சிறிய இடத்தில், ஏழு மனிதர்கள் உண்ணக்கூடிய நெல் விளையும் என்று ஆவூர் மூலங்கிழார்[11] வலுயுறுத்திக் கூறுகிறார். ஒரு வேலி நிலத்தில் ஆயிரம் கலம் நெல் விளைந்தது என்று மற்றொரு புலவர் கூறுகிறார்.[12]

மன்னன்

நாட்டின் அரசாங்கம் மரபு உரிமையாக வரும் முடியரசாக விளங்கியது. நாம் ஏற்கெனவே பார்த்ததுபோல், அரியணை ஏறுவது குறித்து போட்டிகளும், உள்நாட்டுப் போர்களும் இல்லாமல் இல்லை; படையெடுப்புகளைத் தொடர்ந்து ஏற்பட்ட இன்னல்களைப் பற்றி நமக்குக் கிடைத்துள்ள விவரங்களில் ஓரளவேனும் உண்மை இருக்குமாயின், போர்களினால் ஒரு சில வீரர்கள் மட்டுமன்றி, நாட்டின் பொதுவாழ்வே சிதைந்தது என்றே கூறலாம். வடமொழி நூல்கள் மரபின்படி ஒரு நாடு (இராச்சியம்) என்பது ஏழு அங்கங்களை உடையது என்று கருதப்பட்டு ஏற்றுக் கொள்ளப்பட்டது. திருக்குறள்,[13] ஒரு சிறிய, ஆனால் குறிப்பிடத்தக்க மாறுதலை அறிமுகப்படுத்தி, அதன் விளைவாக, மற்ற ஆறு அங்கங்களும் அரசன் என்ற அங்கத்திற்குக் கீழ்ப்படிந்தவையே என்று கூறுகிறது. வேறு பல அரசியல் தத்துவங்களைப் பற்றியும், வள்ளுவர் மூலத்தையும் மிஞ்சும் அளவிற்குத் தெளிவாகவும், நுட்பமாகவும் விளக்குகிறார்.

அரசியல் முறை எண்ணம்

ஒரு நாட்டின் (இராஷ்டிரம்) இலக்கணங்களைப் பற்றி, அர்த்த சாத்திரத்தில் கூறியிருப்பதைக் காட்டிலும் தெளிவாகப் பத்துக் குறள்களில் கூறுகிறார் திருவள்ளுவர்.[14] முடிவில், "ஆங்கமை வெய்திக் கண்ணும் பயமின்றே வேந்தமை வில்லாத நாடு" என்ற குறளில்[15] அரசியல் சுதந்திரம் அறத்தின் அடிப்படையில் விளைவது என்பதை இவ்வாசிரியர் நன்கு உணர்ந்துள்ளதை இக்குறள் எடுத்துக் காட்டுகிறது.

விவேகம்

நடைமுறையில் விவேகத்தையும், உயர்ந்த அரசியல் லட்சியங்களையும் இணைத்தே, ஒரு நாட்டின் வாழ்வில் செல்வத்திற்குக் கொடுக்கப்படும் மதிப்பை அளவிடும்போது தனது உயர்ந்த லட்சியங்களையும், நடைமுறை அனுபவங்களையும் நன்கு வெளிப்படுத்துகிறார்.[16] நிலவரி, சுங்கவரி, வெற்றிகள் மூலம் கிடைக்கும் பொருள் ஆகிய மூன்று வரிகளில் மன்னனது கருவூலம் அவ்வப்போது நிறைகின்றது[17] என்ற முக்கியமான குறிப்பைத் தந்துள்ளார். கௌடில்யர் கூறியுள்ள 'பிரணயா'[18] பற்றிய முதுமொழிகள்

'வேலோடு நின்றான் இடுஎன் றதுபோலும்
கோலோடு நின்றான் இரவு'

என்ற குறளில் திருவள்ளுவர் கூறியுள்ள சிறந்த நீதிகளுக்கு நேர்மாறானவையே. நன்கு பாதுகாக்கப்பட்ட சோழ மன்னர்களின் கருவூலம் ஒன்று, கும்பகோணத்தில் இருந்ததென்று அகநானூற்றுப் பாடல் ஒன்று கூறுவதை இங்கே குறிப்பிடலாம்.[19]

முடியாட்சியின் தன்மை

பொதுவாக, மன்னன் எதேச்சாதிகாரியாகவே இருந்தான். ஆனால், இவனது எதேச்சாதிகாரம், அறிஞர்கள் ஆகியோரது அறிவுரைகளால் கட்டுப்படுத்தப்பட்டது. அரசாங்கத்தின் அலுவல்கள் மிகக் குறைவே; முன்னோரது பழக்க வழக்கங்களில் வேரூன்றின; சமுதாயமாக இருந்ததனால், மோசமான எதேச்சாதிகார மன்னனால்கூட இச்சமுதாயத்திற்கு எவ்விதக் கேடும் விளைவிக்க முடியவில்லை; மக்கள் குறைவின்றி வாழ்ந்து தம் மன்னர்களைப் பெருமையோடு போற்றி வந்ததுடன் அவர்களிடம் விசுவாசத்துடனும் நடந்து கொண்டனர் என்ற பொதுவான எண்ணம் அக்கால இலக்கியங்களிலிருந்து நமக்கு உண்டாகிறது. நாட்டின்

பிரச்சினைகள் சீரான முறையில் கணிக்கப்பட்டன என்பதற்குச் சிறந்த எடுத்துக்காட்டாய்த் திருக்குறளையேகொள்ளலாம். அக்காலத்தில், தமிழ் நாட்டில் நிலவிய முடியாட்சியின் தன்மையை அறிய வேண்டுமாயின் இது பற்றித் திருவள்ளுவர் கூறும் சில முக்கியக் கருத்துக்களை நினைவில் வைத்துக்கொள்வதே போதுமானதாகும். உதாரணமாக, அளவற்ற அதிகாரத்தால் மன்னரது தூய்மைக்கு மாசு ஏற்படச் செய்யும் என்று எச்சரிக்கை செய்கிறார். கடிந்து அறிவுரை கூறும் பெரியாரின் துணை இல்லாத காவலற்ற அரசன், தன்னைக் கெடுக்கும் பகைவர் எவரும் இல்லாவிட்டாலும் தானே கெடுவான் என்கிறார் வள்ளுவர்.[20]

'இடிப்பாரை இல்லாத ஏமரா மன்னன்
கெடுப்பா ரிலானுங் கெடும்'.

கொடுங்கோல் ஆட்சி எற்பட்டு அதனால் கொடுங்கோல் மன்னனுக்கு ஏற்படக்கூடிய விளைவ்கள் பற்றியும் சில குறள்கள் உள்ளன. சகித்துக்கொள்ள முடியாத அரசாங்கத்தினின்றும் கூட, தம்மை விடுவித்துக்கொள்ள வழியின்றி மக்கள் அவதியுறக் கூடும் என்கிறார், வள்ளுவர்.[21]

"அல்லற்பட்டு ஆற்றாது அழுத கண்ணீரன்றே
செல்வத்தைத் தேய்க்கும் படை."

"இறைகடியன் என்றுரைக்கும் இன்னாச்சொல் வேந்தன்
உறைகடுகி ஒல்லை கெடும்."

இரகசிய ஒற்றர் முறை பெரிதாகப் பேசப்படுவதால், மன்னன் தனது மக்களின் கருத்துக்களை நேரடியாக அறிந்துகொள்ள வாய்ப்பில்லை என்று ஊகிக்கலாம்.

"ஒற்றும் உரைசான்ற நூலும் இவையிரண்டும்
தெற்றென்க மன்னவன் கண்."[22]

மன்னனது சினத்தையும் பொருட்படுத்தாமல், உண்மை நிலையை அவனுக்கு எடுத்துரைப்பதே அமைச்சரின் கடமை.

"அறிகொன்று அறியான் எனினும் உறுதி
உழையிருந்தான் கூறல் கடன்"[23]

முடிவாக நாட்டின் அரசியல் முறையிலும், நாட்டின் பொதுப் பிரச்சினைகளிலும், மன்னனது செயல்களிலும் சான்றோரின்

விருப்பமே முக்கிய இடம் பெறவேண்டும் என்பதைத் தெளிவாகக் கூறுகிறது பின்வரும் குறள்;

"வில்லே ருழவர் பகைகொளிலும் கொள்ளற்க
சொல்லே ருழவர் பகை."[24]

நல்லவைகளைக் காத்து தீயவைகளைக் கண்டிக்கும் நடுநிலைமையில், தம் அதிகாரத்தை மன்னன் பயன்படுத்துவதே அரச பதவிக்கும் பொது மனிதத் தன்மைக்கும் இடையேயான இடைவெளியை எடுத்துக் காட்டுகிறது. ஏட்டளவில், உள்நாட்டு அல்லது வெளிநாட்டு அபாயங்களிலிருந்து மக்களைக் காக்கும் பணி, அரசினைச் சார்ந்தாலும், அவன் உண்மையில் இயற்கையால் உண்டாக்கப்பட்ட அனைத்திற்கும் காவலனாகிறான். முனிவர்களது தவமும், பெண்களின் கற்பும்[25] இவற்றுக்கும் மேலாக, தக்க காலத்தில் பருவங்கள் மாறி வருதல் (காலத்தில் பருவம் தவறாது மழைபெய்தல்) ஆகியவை அரசனது நல்லாட்சியைப் பொருத்தே உள்ளன என்பதைக் குறள் பின்வருமாறு வலியுறுத்துகிறது:[26]

"அந்தணர் நூற்கும் அறத்திற்கும் ஆதியாய்
நின்றது மன்னவன் கோல்."

"இயல்புளிக் கோல்ஓச்சும் மன்னவன் நாட்ட
பெயலும் விளையுளும் தொக்கு."

"வேலன்று வென்றி தருவது மன்னவன்
கோல் அதூஉம் கோடாதெனின்."

அக்காலத்தில் தீய ஆட்சியின் விளைவே புரட்சிக்குப் பதில் வறட்சியை உண்டாக்கும். இதுபோன்ற சில கருத்துக்கள், அரசியல் முறையைப் பற்றிய சில வடமொழி நூல்களிலும் காணப்படுகின்றன. இக்கருத்துக்கள் எல்லாம் நடைமுறையில் கையாளப்படா விட்டாலும், இவை நல்லாட்சியின் சிறப்பையே வலியுறுத்துகின்றன. மேலும், இவை பழமொழிகளாகவும், அறிவுரைகளாகவும் கருதப்பட்டு, மன்னனுக்கு வழிகாட்டியாகவும், மக்களுக்கு நலம் பயக்கக் கூடியவையாகவும் இருந்தன. மன்னரது அதிகாரத்தையோ செல்வத்தையோ மக்களால் குறைக்க முடியும் என்ற எண்ணமே அப்பொழுது நினைத்துப் பார்க்க முடியாத கருத்தாயிருந்தது. பதினாறாம் நூற்றாண்டிலிருந்த சில ரோமன் கத்தோலிக்க எழுத்தாளர்களைப் போன்று பண்டை வடமொழி

அரசியல் சிந்தனையாளரில் சிலரும், கொடுங்கோலர்களைக் கொல்வதும், சில சூழ்நிலைகளில் நியாயமே என்று பரப்பிய கருத்தை ஏற்றுக்கொள்ளவும் தயங்கவில்லை. ஆனால். மன்னனது விருப்பத்தைத் தடுப்பதைத் தமிழ் இலக்கியம் என்றும் ஆதரிக்கவில்லை.

குழுக்களும் ஆயங்களும்

ஐம்பெரும்குழு, எண்பேராயம் என்ற இரு குழுக்களைப் பற்றிச் **சிலப்பதிகாரமும், மணிமேகலை**யும் குறிப்பிடுகின்றன. ஐந்து வகையான மனிதர்களைக் கொண்ட சில குழுக்களையும் இவற்றுடன் சேர்த்து பதினெட்டுக் குழுக்களாயின. இவை 'பதினெண் சுற்றம்' என்று பொதுவாகவும், 'பதினெண் கிளைப்பாளர்' என்று திவாகரம் என்னும் பழைய நிகண்டிலும் குறிப்பிடப்பட்டுள்ளன. ஐம்பெருங்குழு, எண்பேராயம் ஆகிய குழுக்களைப் பற்றிய விவரங்களைத் தெரிவிக்கும் பழமையான சான்றுகளில் முக்கியமான முரண்பாடுகளைக் காண்கிறோம்.[27] நிகண்டுகளே அல்லாமல், மற்ற நூல்களில் இத்தொடர்கள் ஆளப்பட்ட வகையில் பார்த்தால் இக்குழுக்கள் மன்னனின் பரிவாரங்களின் அங்கமாகவே கருதப்பட்டன என்று தமிழ் இலக்கியத்தில் பயிற்சி பெற்ற எவரும் அறிவர். திருக்குறளில் இவற்றைப்பற்றி ஒரு குறிப்பும் இல்லை. எண்பேராயம் என்பது, அரசன் ஆடம்பரத்திற்கும் கௌரவத்திற்கும் பொலிவூட்டவல்ல எட்டு குழுக்களையே குறிக்கும் என்று கனகசபை அவர்கள் கூறுகிறார்.[28] ஐம்பெரும்குழு என்பது எண்பேராயம் போன்று குழுவன்று என்று இவர் கூறினாலும் அதற்கான இவரது வாதங்களுக்கு ஆதாரம் இல்லை. மக்களின் உரிமைகளை 'மக்கள் சபை' பாதுகாத்தது; மதச்சடங்குகளை மதக்குருமார்கள் நடத்தி வைத்தனர்; மன்னன், மக்கள் ஆகியோருடைய உடல் நலனை மருத்துவர் பேணிக் காத்தனர்; அரசாங்கத்தின் முக்கிய அலுவல்கள் நடத்த நல்லவேளை குறிக்கவும், முக்கிய நிகழ்ச்சிகளைப்பற்றி முன்கூட்டியே கூறவும் சோதிடர்கள் இருந்தனர். வரி வசூலிக்கவும், செலவு செய்யவும், நீதிமுறையைக் காக்கவும் அமைச்சர்கள் இருந்தனர். இத்தகைய குழுக்கள், தனித் தனியேகூடி விவாதித்து முடிவுகள் செய்ய தலைநகரில் வெவ்வேறு இடங்கள் இருந்தன..... அரசாங்க அதிகாரம் அனைத்தும் மன்னனிடத்தும், "ஐம்பெருங் குழுக்களிடமும் விடப்பட்டன. சேர, சோழ, பாண்டிய நாடுகள், தனி நாடுகளாயிருந்த போதிலும், இவ்வரசியல் முறையே இந்நாடுகளிலும் நிலவியது. மகத நாட்டிலிருந்து தமிழ் நாட்டில் குடியேறி, சேர, சோழ, பாண்டிய நாடுகளை உருவாக்கிய

வீரர்கள், மகத நாட்டில் நிலவிய அரசியல் முறையையும், தம்முடன் கொணர்ந்து இந்நாடுகளில் கையாண்டனர் என்று நம்புவதற்கான ஆதாரங்கள் உண்டு." மேற்குறிப்பிட்ட, வியப்புக்குரிய கூற்றுக்களை ஆராயும்போது, இவற்றில் கூறப் பட்டுள்ள பெயர்களைத் தவிர மற்றவை எல்லாம் கற்பனையில் எழுந்தவையே என்றும், இவைபற்றி இலக்கியங்களில் காணப்படவில்லை என்றும் நாம் நன்கு அறியலாம். 'மாசனம்' என்ற சொல் 'மக்கள் சபை' என்று குறிக்கப்படுகிறது. இச்சொல்லிற்கு 'முதியோர்' என்ற பொருள்தான் பொருந்தும்.

சபை

மக்கள் சபைகள் ஜனநாயக முறையில் பிரதிநிதித்துவ அடிப்படையில் அமைக்கப்படாவிடினும், மக்களது விருப்பத்தை எதிரொலிக்கும் வகையிலான் சில சபைகள் சங்க காலத்தில் இருந்ததைச் சங்க இலக்கியத்தில் வரும் 'மன்றம்', 'பொதியில்' போன்ற சொற்களிலிருந்து அறியலாம். திருக்குறளில் இரண்டு அதிகாரங்கள் 'சுவை'யைப் பற்றிக் கூறுகின்றன. ஆனால், 'அவை' என்பது பலர் கூடிய கூட்டம் என்ற பொருளிலேயே பயன்படுத்தப்பட்டது போலும் என்று அறிஞர்கள் கருதுகின்றனர். ஆனால், மற்ற இலக்கிய நூல்களில் அவை என்பது 'மன்றம்' என்ற பொருள்படவே பயன்படுத்தப்பட்டுள்ளது. குறளிலும் 'அவை' என்ற சொல் அரசியலைக் குறிக்கும் வகையிலேயே ஆளப்பட்டுள்ளது. திருக்குறளில் இவ்விரு அதிகாரங்களும், மன்னனது சபையையே குறிக்கின்றன என்று பரிமேலழகர் கூறுவதை நாமும் ஏற்றுக் கொள்ளலாம். அக்காலத்து நூல்களில் 'சபா', 'மன்றம்' என்ற சொற்கள் அடிக்கடி பயன்பட்டிருப்பதால், இதன் தனிச் சிறப்பினையும், செய்த பணியினைப் பற்றியும் சில முக்கிய விவரங்களை நாம் அறிகிறோம். நாட்டின் நீதி முறையில், குறிப்பாக மன்னனின் தலைநகரில், இச்சபையின் பணியை நாம் நன்கு அறிகிறோம். மலையமானின் மக்கள் விசாரிக்கப்பட்டு தண்டிக்கப்பட்டனர்; ஆனால், பின்னர், உறையூர் மன்றத்தில் கோவூர்க் கிழாரின் தலையீட்டினால், இவர்கள் விடுதலை செய்யப்பட்டனர்.[30] தன் நண்பன் கோப்பெருஞ் சோழன் இறந்த பின்னர், அவனில்லா அம்மன்றத்தைக் காணத் தம்மால் முடியவில்லை என்கிறார் பொத்தியார். சபாவிற்குள் செல்வதற்கு முன்பு, முதியவர்கள் தம் சச்சரவுகளை ஒதுக்கிவிட்டே சென்றனர்

என்று பொருநர் ஆற்றுப்படை[31] கூறுகிறது. இவரது சச்சரவுகள் சபாவினால் தீர்க்கப்பட்டன என்றோ அல்லது ஒதுக்கிவைத்தனர் என்றோ இதற்குப் பொருள் கொள்ளலாம். சபா அல்லது மன்றத்திடமிருந்து மன்னனும் பொதுவான ஆலோசனையைப் பெற்றான் என்று நாம் ஊகிக்கலாம்; கற்றறிந்த ஒருவன், பொது சபையில் பேசும் துணிவு பெறவில்லையானால், அவன் போர்க்களத்தில் அழகிய கூரிய வாளை ஏந்தி நிற்கும் கோழையைப் போன்றவனுக்கு ஒப்பாவான் என்று திருவள்ளுவர் குறிப்பிடுகிறார்.[32]

கிராமச் சபை

கிராமங்களில், சமூக, மத வாழ்க்கையில் இம்மன்றங்கள் மிகுந்த தொடர்புகொண்டிருந்தன. ஒவ்வொரு கிராமத்தின் ஆண், பெண், குழந்தைகளும் ஒரு பொதுவிடத்தில், பெரும்பாலும், ஒரு பெரிய மரத்தின் நிழலில் கூடி, கிராமப் பிரச்சினைகளை விவாதித்தனர். கிராமிய நடனங்களும் இங்கே நடைபெற்றன. போர் அல்லது முற்றுகை காலங்களில் இம்மாதிரியான கேளிக்கைகள் கைவிடப்பட்டன.[33] கிராமப்புற அரசியல் வாழ்வில் மன்றங்களுக்கு அளிக்கப்பட்ட இடத்தை நம்மால் அறிய முடியாவிடினும், இம்மக்கள் பொதுவிடங்களில் கூடினர் என்பதே பிற்காலச் சோழர் ஆட்சியில் சிறந்து விளங்கிய ஊராட்சி முறைக்கான தொடக்கம் என்பதை நாம் காணலாம்.[34]

வரி விதிப்பு

மன்னனது வருவாய் முக்கியமாக நிலத்திலிருந்தும், வாணிகத்திலிருந்துமே கிடைத்தது. 'மா', 'வேலி' போன்ற நில அளவுகளை முன்பே அறிந்திருந்தனர்.[35] ஆனால், நிலத்தினின்று விளைந்த தானியத்தில் மன்னனுக்கு ஒதுக்கப்பட்ட பங்கு எவ்வளவு என்பதை அறிய நமக்கு வழியில்லை. நாட்டின் செல்வத்திற்கு முதுகெலும்பு போன்றவனாக விவசாயி கருதப்பட்டு, அவனுக்குப் பெரு மதிப்பு அளிக்கப்பட்டது. இதையே திருவள்ளுவர்,

"உழுதுண்டு வாழ்வாரே வாழ்வார் மற்றெல்லாம்
தொழுதுண்டு பின் செல்பவர்."

என்ற குறளில் குறித்துள்ளார்.[36]

வாணிகச் சிறப்பையும், சுங்க அதிகாரிகளின் நடவடிக்கைகளையும் பற்றி விளக்கிக் கூறும் **பட்டினப்பாலை**யின் பகுதியைக் காண்க:[37]

வாலினர் மடற்றாழை
வேபொழி வியன்றெருவி
னல்லிறைவன் பொருள்காக்குந்
தொல்லிசைத் தொழில் மாக்கள்
காய்சினத்த கதிர்ச்செல்வன்
றேர்பூண்ட மாஅபோல
வைகறொரு மசைவின்றி
யுல்குசெயக் குறைபடாது
வான்முகந்தநீர் மலைப்பொழியளவு
மலைப் பொழிந்தநீர் கடற்பரப்பளவு
மாரி பெய்யும் பருவம் போல
நீரினின்று நிலத்தேற்றவு
நிலத்தினின்று நீர்ப்பரப்பவு
மளந்தறியாப் பலபண்டம்
வரம்பறியாமை வந்தீண்டி
யருங்கடிப் பெருங்காப்பின்
வலியுடை வல்லணங்கினோன்
புலிபொறித்துப் புறம்போக்கி
மதிநிறைந்த மலிபண்டபம்
பொதிமூடைப் போரேறி

பட்டினப்பாலை வரிகள் 118 - 137

என்ற வரிகளிலிருந்து அக்காலத்திய அரசு வருவாய் சுங்க வரிகள் வகித்த முக்கியப் பங்கை நாம் நன்கு உணரலாம்.

சிறைகள்

அரசியல் அமைப்பில் சிறைகளுக்கும் இடமிருந்தது.[38] குடவாயிற் கோட்டம் என்னும் சிறையில் செங்கணான், சேர மன்னன் கணைக்கால் இரும்பொறையைச் சிறை வைத்ததைக் கண்டோம். இச்சிறையின் பெயரிலிருந்து இது கும்பகோணத்திலோ அல்லது அவ்வூரின் அருகேயுள்ள சிற்றூரான குடவாசலாகவோ இருந்திருக்கும் எனக் கொள்ளலாம்.[39]

படை

போதிய ஆயுதங்களுடன், நிலைப்படை ஒன்று பராமரிக்கப்பட்டதோடு, அடிக்கடி போர்களில் ஈடுபடுத்தவும் பட்டது. சிறந்த படைத்தலைவர்களுக்கு 'ஏனாதி' என்ற பட்டம் அளிக்கப்பட்டது. சிறப்பாக ஏற்பாடு செய்யப்பட்ட விழாக்களில் இப்பட்டங்களைப் பெற்ற படைத்தலைவர்களுக்கு மோதிரம், மற்றும் பல சின்னங்களை அளித்து மன்னன் கௌரவித்தான்.[40] புறநானூற்றுப் பாடல்கள் இரண்டு சோழ மன்னர்களிடம் பணிபுரிந்து சிறப்புப் பட்டம் பெற்ற படைத் தலைவர்களைப் பற்றிக் கூறுகின்றனர்.[41] இவற்றில் ஒன்று, அக்காலத்தில் உண்மை வீரனின் குணங்களைத் தெளிவாகக் கூறுகின்றன.

"தன் உடலில் விழுப்புண்கள் பல படும்படி போர் செய்தல் வீரர்களுக்கு இயல்பு. பகைவர் பின்வாங்கிச் செல்லும்படி செய்வதும் ஒரு வீரனுக்கு அழகு. புண்ணறியாத உடம்பு வீரனுக்கு அழகன்று. போரில் வெற்றி பெறக்கூடிய குதிரைகளை வைத்திருப்பவனை உலகம் மதிக்கும்." (புறம். 167)

நடுகற்கள்

சாதாரண வீரன் ஒருவன் போரிலே வீர மர்ணமடைந்துவிட்டால், மக்கள் அவரைப் போற்றினர். அவன் மரணமடைந்த இடத்தில் ஒரு கல்லை நட்டு அதில் மாய்ந்த வீரனின் பெயரையும், அவனது புகழையும் பொறித்தனர். இம்மாதிரியான நடுகற்களை மக்கள் வழிபட்டன.[42] தமிழ், கன்னட நாடுகளில், 10-ம் நூற்றாண்டு வரை இவ்வழக்கம் தொடர்ந்து கையாளப்பட்டது. 9-ம், 10-ம் நூற்றாண்டுகளுக்கு உரிய சாசனங்கள் பொறிக்கப்பட்ட நடு கற்கள் கிடைத்துள்ளன. சங்க இலக்கியங்களில் இவை விவரிக்கப்பட்டிருந்தது போலவே இவை காணப்படுகின்றன. வீரமரணம் அடைந்தவருக்கு நடப்பட்ட கற்களைப்போல் நாளடைவில் மற்ற பல நிகழ்ச்சிகளுக்காகவும் கற்களை நடும் வழக்கம் பரவியது. இதனால், இக்கற்களை நடும்போது கையாளப்பட்ட சில முறைகளை இலக்கியங்கள் கூறுகின்றன.[43]

போர்

போர்களில் மன்னர்கள் நேரிடையாகக் கலந்துகொண்டு, தம் வீரர்களுக்குக் கிடைத்த வெற்றிகளில் அவர்களுடன் சேர்ந்து மகிழ்ந்தனர். ஆனால் போரினூடே ஒரு மன்னன் உயிரிழந்தாலோ

அல்லது படுகாயமடைந்தாலோ அவனது படைத் தோல்வியை ஒப்புக்கொண்டு போரை நிறுத்திக்கொண்டது.[44] வீர மரணமே, மன்னர்களுக்கு ஏற்ற முடிவாகக் கருதப்பட்டது; ஒரு சேர மன்னன், தன் முதுகிலே காயமுற்றதின் விளைவாக வடக்கிலிருந்து இறக்கும் முடிவை ஏற்றுக்கொண்டான்; சற்று வீரத்தில் குறைந்த மற்றொரு மன்னன், தான் சிறைபட்டதை மிகக் கேவலமாக எண்ணி வருந்தினான். போரில் அன்றி வேறுவிதமாக இறக்கும் மன்னர்களின் உடல்களை தருப்பைப் புல்லின்மீது வைத்து, ஒரு வாளால் அவ்வுடலை வெட்டிய பிறகே அதை எரிப்பது, அல்லது புதைப்பது என்ற பொதுவான வழக்கம் நிலவியது. இவ்வழக்கத்தின் மூலம் இறந்த மன்னர்களுக்குத் தமிழர்களின் வீரப் பட்டியலில் ஓர் இடமளிக்கப்பட்டது.[45] போரில் வெற்றி பெற்ற மன்னன், அகம்பாவத்தினால் தோல்வியுற்ற தன் பகைவனைப் பல அவமானங்களுக்கு உள்ளாக்கினான். அதன் விளைவாகத் தோல்வியுற்ற மன்னர்களின் மணிமுடியிலுள்ள பொன்னைக்கொண்டு, வெற்றி பெற்ற மன்னர்களின் காலணியாகிய வீரக் கழல்கள் செய்யப்பட்டன.[46] குதிரை, யானை, போர்த்தேர், வாள், ஈட்டி, வில், போர் முரசு போன்றவை போருக்கு உரியனவான சின்னங்கள் என்று இலக்கியங்களில் காணுகின்றோம். பொதுவாக கொடிகளை ஏந்திப் போர்களுக்குச் செல்லுவர். இவற்றைத் தவிர, பல மலர்களும் மாலைகளும், மன்னரது சின்னங்களாக விளங்கின. தமிழ் நாட்டுப் போர்க்களங்களைப் பற்றியும், போர் நிகழ்ச்சிகளைக் குறித்தும் நன்கு விளக்கும் பாடல்களில் களவழி நாற்பது குறிப்பிடத்தக்கது.[47] காலாட்படையினரும், குதிரைப் படை வீரரும், தங்கள் பாதங்களைப் பாதுகாக்கும் பொருட்டு, தோலாலான காலணிகளை அணிந்தனர்.[48] பிரபுக்களும் இளவரசர்களும் யானைகள் மீது அமர்ந்து சென்றனர்; தானைத் தலைவர்கள் கொடி ஏந்திய தேர்களில் சென்றனர்; கணவர்களை இழந்த பெண்டிர், கழுமலம் என்ற போர்க்களத்தில் புலம்பினர் என்று பொய்கையார் கூறுகிறார்.[49] இப்பாடல் அலங்காரத்திற்காக எழுதப்பட்டதல்ல. பெண்கள் குறிப்பாக உயர் அதிகாரிகளின் மனைவியர், தங்கள் கணவன்மார்களுடன் போர்க்களம் சென்றனர் என்பதை நாம் ஒருவாறு அறியலாம்.

கவிஞர்கள்

அரசாங்கத்தின் தலைவனாகவும் போர்த் தலைவனாகவும் இருந்த மன்னன் சமூக வாழ்விலும் முதலிடம் பெற்றிருந்தான். புலவர்களையும், நுண்கலைகளையும் போற்றினான். போரும்

பெண்டிரும் குடியும் பாடலும் பணம் படைத்தவர்களின் பொழுது போக்குகளாய் இருந்தன. மன்னனும் அவனுடைய ஏனாதிகளும் அவர்களது உதவியாளர்களும் சமுதாயத்தின் உயர்மட்டத்தில் இருந்ததோடு, வாழ்க்கை இன்பங்களையெல்லாம் நன்கு நுகர்ந்தனர். விருந்தில்லாத நிகழ்ச்சிகளே இல்லை. இவ்விருந்துகளுக்கு அழைக்கப்பட்ட புலவர்கள் இவற்றில் நடைபெறும் கேளிக்கைகளைப் புகழ்ந்துள்ளனர், தன்னைப் போற்றிய மன்னனிடம் ஒரு புலவர் கூறுவது வருமாறு:[50]

"பஞ்சு போன்ற நெருப்புத் தன் வெம்மை ஆறுதற்கு
ஏதுவாகிய நிணமசைந்த கொழுவிய தடிகளைப்
பெரிய உடலிடத்தையும் கள்வார்த்த மண்டை
(குவளை)யோடு முறை முறையாக ஒன்றுக்கொன்று
மாறுபட உண்போமாக; எம்முடைய தலைவ!
நின்னைக் காண்பதற்காக வந்தேன்; பகைவரது
வலியைத் தொலைத்த வலிய ஆண்மையுடையோய்!
நினது மகிழ்சியையுடைய இருக்கைக்கண்;
உழுத வலிய பகடு பின் வைக்கோலைத் தன்றாற்
போல நினதுதாளாற்றலாற் செய்த பொருளை
யாவர்க்கும் அளித்து, பின், நீ விரும்பி
யுண்ணும் தேறலை நல்ல அமிழ்தமாவதாக!"

புறம். 125

கரிகால் சோழன் விருந்தோம்பியதைப் பின்வரும் பொருள் பட ஒரு புலவர், **புறநானூற்றிலும் பொருநராற்றுப்படையிலும்** கூறுகிறார்.[51]

"பொன்னால் செய்த வட்டிலில் அழகிய அணிகலன்கள் அணிந்த கவர்ச்சியான மாதர்கள் மதுவினை ஊற்ற அதை உண்டு மயங்கி, பல நாட்கள் கழிந்தன. மழை நீர்போல, கள் புரண்டு ஓடிற்று; என் உடற் சோர்வு நீங்கிற்று; மனக் கவலையெல்லாம் என்னை விட்டு ஓடிற்று; உள்ளம் எழுச்சி பெற்றது.*** பலவகை இறைச்சிகளையும் அரசனுடைய விருந்துகளில் உண்டோம். பற்களின் கூர்மை மழுங்கி விடுமாறு அவ்வளவு மிகுதியாக இறைச்சியை உண்டோம். பண்படுத்தப்படாத தரிசு நிலத்தையும் புன்செய்க் காட்டையும் ஆழ உழுதபிறகு ஏரின் கூர்மை மழுங்குவதைப்போல் என் பல்லின் நிலை ஆகிவிட்டது. போதும், இனி இறைச்சி

வேண்டாம் என்றேன். உடனே அரசன் எனக்குப் பல வடிவங்கள் உடைய பணியாரங்கள் முதலிய இனிப்புப் பண்டங்களை வாரி வழங்கினான். இந்த விருந்தின்போது விறலியர் எங்களுடைய தாளத்திற்கேற்ப ஆடியும் பாடியும் எங்களை மகிழ்வித்தார்கள்... இறைச்சி, பணியாரம், இன்தேறல் முதலிவற்றையே உட்கொள்ளுகிறீர்களே! சோறு உண்ணலாகாதா? ஒரு நாள் அதற்காக ஒதுக்கக் கூடாதா? என்று வேண்டிக் கொண்டதற்கேற்ப, ஒரு நாள் சோறும் காய்கறிகளுமான உணவையும் உண்ணலானோம். கடைசியாக எனக்கு உணவே அலுத்துவிட்டது. ஒரு நாள், நான் அரசனிடம் "வளம் நிறைந்த அரசே! உனக்குக் கோபம் ஏற்பட்டபோது உன் எதிரிகளிடமிருந்து கப்பம் வசூலிப்பதில் வல்லவனே! இனியாவது என்னை ஆளைவிடு; என் சொந்த ஊருக்குச் செல்ல விடை கொடு என்று வேண்டினேன்."

வெற்றிலை

சாப்பாட்டுக்குப் பிறகு வெற்றிலை பரவலாக இருந்தது. போரில் கணவர்களை இழந்த பெண்டிர் வெற்றிலை போடுவதையும் குளிர்ந்த நீரில் குளிப்பதையும் கைவிட்டனர்.[52] கண்ணகியின் காற்சிலம்பை விற்கும் பொருட்டு, விதிப்பயனால் மதுரை மாநகருக்குப் புறப்படுமுன், கோவலனுக்கு உணவு படைத்தபின், கண்ணகி அவனுக்கு வெற்றிலையும் பாக்கும் கொடுத்தாள்.[53]

இலக்கியம்

அக்காலத்தில் உயர் வகுப்பினரின் பொழுது போக்குகளாக ஆடலும் பாடலும் திகழ்ந்தன. பல வகுப்புகளைச் சார்ந்த ஆடவரும் பெண்டிரும் புலவர்களாக விளங்கினர். அவ்வப்பொழுது நிகழ்ந்த நிகழ்ச்சிகளையொட்டி இவர்கள் பாடல்களை இயற்றித் தங்கள் இலக்கியத் திறமைக்காகச் சிறப்பான பரிசில்களைப் பெற்றனர். இத்தகைய முறையில் எழுதப்பட்ட பாடல்களின் தொகுப்பே **எட்டுத்தொகை**. இது நமக்கு மிகவும் பயனுள்ளது என்பதை பல உதாரணங்களால் அறியலாம். இக்காலத்தில் எழுதப்பட்ட பாடல்கள் வாயிலாகப் புலவர்கள் பெரும் பணம் ஈட்டினர் என்று பிற்கால மக்கள் கருதினர். கடியலூர் உருத்திரங்கண்ணனார் என்ற புலவர் தாம் இயற்றிய **பட்டினப்பாலை**க்காகக் கரிகாலனிடமிருந்து பதினைந்து லட்சம் பொற்காசுகளைப் பெற்றார் என்று **கலிங்கத்துப்பரணி**யின் ஆசிரியர் கூறுகிறார்.[54] பண்டைய தமிழ் இலக்கியங்கள் எவையெவை என்று செவி வழியாகச் சொல்லப்படுவது

உண்மையானால், அவற்றில் ஒரு சில மட்டுமே நமக்கு இப்போது கிடைத்துள்ளன. அவ்வாறு கிடைத்திருக்கும் இலக்கியச் செல்வங்களிலிருந்து தமிழின் பெருமையை அறியலாம். குறிப்பாக சிறு கவிதைகள், சொற்சிறப்பும் இலக்கிய நயமும் கொண்டிருப்பதோடு வாழ்க்கையின் படப்பிடிப்புகளாகவும் உள்ளன. புலவரின் தெய்வீக உணர்வுகளை வெளிப்படுத்தும் வகையில் சொற்றொடர்கள் அவற்றில் காட்சி தருகின்றன. பிற்காலத்துப் பாடல்கள் போன்று இவை சோர்வு தருவனவாகவோ செயற்கையாகவோ இல்லை. சின்னஞ்சிறிய பாடல்கள், நீண்ட இசைப்பாடல்கள், நாடகக் காவியங்கள், பக்திப் பாடல்கள் எல்லாம் எழுதப்பட்டன; திருவள்ளுவர் இயற்றிய திருக்குறள் எக்காலத்துக்கும் எந்த நாட்டுக்கும் பொருந்துவதைக் காண்கிறோம்.

இசைவாணர்கள்

புலவர்களில் பலர் பேரரசர்களுடனும் குறுநில மன்னர்களுடனும் நெருங்கிப் பழகினர். வேறு பலர், பரிசில் பெறுவதற்காக வெவ்வேறு மன்னர்களை நாடினர். இவர்களைத் தவிர, பாட்டிற்கேற்றவாறு மாதர்கள் நடனமாட அவர்களுடன் கூட்டமாகச் செல்லும் இசைவாணரும் இருந்தனர். பாணர் என்றும் விறலியர் என்றும் அழைக்கப்பட்ட இவர்கள் கூட்டமாய்ப் பலவித இசைக் கருவிகளை ஏந்தி நாடெங்கும் சென்றனர். பழமையான நாட்டுப் பாடல்களையும் நடனங்களையும் போற்றிக் காத்த இவர்களைப் பழங்குடி மக்களின் பிரதிநிதிகளாய்க் கருதலாம்.[55] சங்கப் பாடல்கள் பலவற்றின் கருப்பொருளாக பாணர்களின் எண்ணிக்கையும் அவர்களுடைய வறுமையும் இடம் பெற்றுள்ளன. நாட்டுப் பாடல்களைப் பாடி அவர்கள் அன்றாட வாழ்க்கையை நடத்திவந்தனர் என்பதையும், தமது அடுத்த வேளை உணவை எவ்விடத்தில் பெறுவோம் என்று ஏங்கும் அவல நிலையில் இருந்தனர் என்பதையும் அறியலாம். தம்மை ஆதரித்த வள்ளல் ஒருவரை அணுகிய பாணர் தம் அனுபவங்களை நகைச்சுவையுடன் ஒரு புலவர் பின்வருமாறு கூறுகிறார்:[56]

> "எங்களுக்குப் பொருந்தாத விலையுயர்ந்த நகைகளைச் சோழ மன்னன் எங்களுக்கு வாரி வழங்கினான். நாங்களோ, ஏழ்மையில் பிறந்து ஏழைகளாகவே வாழ்ந்துவந்தவர்கள். எங்கள் சுற்றத்தாரும் இப்படிப்பட்டவர்களே. அரசன் கொடுத்த ஆபரணங்களைப்போல நாங்கள் இதுவரையில்

கண்ணால் கூடப் பார்த்ததில்லை. ஆகையால், விரலிலே போட்டுக் கொள்வதற்காக அரசன் கொடுத்த நகைகளை, எங்களில் சிலர் காதில் அணிந்துகொண்டோம். இடை அலங்காரத்திற்குரிய நகைகளை நாங்கள் கழுத்திலே போட்டுக்கொண்டோம். வல்லமை பொருந்திய அரக்கன், விரைந்தோடும் தேரில் இராமனுடைய மனைவியாகிய சீதையைத் தூக்கிக்கொண்டு போனபோது சீதையுடைய நகைகளை நிலத்தில் கண்டெடுத்த செந்நிறமுடைய குரங்குகளின் முகங்கள், கண்ணாடியில் தெரிவது போலத் தெரிந்தன. இதுபோல, அந்தந்த உறுப்புக்குள்ள நகையை அணிந்துகொள்ளாமல் தவறுதலாக அணிந்ததால், எங்களைப் பார்த்தவர்கள் எள்ளி நகையாடினர்."

(புறம். 378: 10-22)

புலவர் ஒருவர் தம்மை ஆதரித்த வள்ளலிடம் பெற்ற அனுபவங்களைக் கூறி, பாணர்கள் முதலிய பிற புலவர்களை நீங்களும் போய் அந்த வள்ளலிடம் பரிசு பெறுங்கள் என்று சொல்லும் பாடல் வகை 'ஆற்றுப்படை' எனப்படும். புறம். 70-ல், இத்தகைய ஓர் ஆற்றுப்படையைக் காண்கிறோம்.[57]

"பாணர்களே! இனிய யாழ்க் கருவிகளை இயக்குபவர்களே! அறிவுக் களஞ்சியமாய் விளங்குபவர்களே! நான் பெற்ற அனுபவத்தைச் சொல்கிறேன், கேளுங்கள். 'இந்தப் பெரும் நகரத்தின் எல்லையிலே பண்ணன் என்னும் வள்ளலின் சாதாரணமான ஒரு வீடு இருக்கிறது. தை மாதத்திய குளிர்ந்த நீர், ஏரிகளில் நிறைந்திருப்பதுபோல அவனுடைய வீட்டில் எல்லையில்லாத உணவு கொட்டிக் கிடக்கிறது. அவன், கிள்ளிவளவனின் புகழைப் பாடிக்கொண்டே இருக்கிறான். யார் அந்த கிள்ளிவளவன்? நெற்களஞ்சியங்கள் நிறைந்த நாட்டை ஆளுபவன்; வரையாது வழங்கும் வள்ளல்; விருந்தினருக்கு அடையாத நெடுங்கதவை உடையவன்; அந்தப் பண்ணன் வீட்டுக்கு நீங்கள் செல்வீர்களானால் உங்கள் வாழ்நாள் சிறக்கும். இல்லை என்ற சொல் அவனிடம் இல்லை. அவனிடம் சென்று வெறுங்கையோடு யாரும் வந்ததில்லை. அவனிடம் செல்லத் தயங்கவேண்டாம். அந்த வள்ளல் பல்லாண்டு வாழ்க."

சங்ககால ஆட்சி முறையும் சமூக வாழ்வும் 103

இசையும் நடனமும்

ஆடலும் பாடலும் சிறப்புற்று விளங்கியதைச் **சிலப்பதிகாரத்**தின் மூன்றாம் காதையாகிய அரங்கேற்று காதையிலிருந்து நன்கு உணரலாம். நடன, நாடகக் கலைகளின் நுட்பங்களும், நாட்டியம், இசைக் கருவிகள் ஆகியவற்றின் தன்மைகளும் இக்காதையில், மிகக் கடுமையான நடையில் விவரிக்கப்பட்டிருக்கின்றன. மாதவி போன்ற ஆடல் பெண்டிர் வளர்த்த இசையும் நடனமும் தேசி, மார்க்கம் என்ற இரண்டு முக்கியமான நடன மரபுகளின் இணைப்பே எனலாம். தேசி என்ற வகை அதன் பெயருக்கேற்ப, தமிழ் நாட்டிலேயே பிறந்து வளர்ந்தது என்பதையும் மார்க்கம் என்பது ஆரியர்களால் தமிழ் நாட்டிற்குக் கொண்டுவரப்பட்டது என்பதையும் அறியலாம். இக்கலைகளைப் பற்றித் தனி நூல்கள் இருந்தன. ஆனால் அவை அனைத்தும் நமக்குக் கிடைக்காமல் அழிந்துவிட்டன. ஆரியர்களின் புராணக் கதைகளிலிருந்து பதினோரு காட்சிகளை[58] தேர்ந்தெடுத்து நாடங்களாகத் தொகுத்தனர். இவை பாமர மக்களுக்கான நடனங்கள், இசை, யாழ், புல்லாங்குழல் வாசித்தல், சமையல் கலை, வாசனைப் பொருள் செய்தல், வண்ண ஓவியம் தீட்டுதல், பூ வேலை செய்தல் போன்ற துறைகளில் நாடக மகளிர்க்குப் பல ஆண்டுகள் பயிற்சி அளிக்கப்பட்டதாக **மணிமேகலை** கூறுகிறது.[59] வாத்சாயனரின் காம சூத்திரத்திலும் இவ்வாறே குறிப்பிடப்பட்டிருக்கிறது. வீணைகளும் யாழ்களும் பலவகைகள் இருந்தது குறிக்கப்படுகிறது. ஆனால் அவற்றின் அமைப்புக்களை இப்போது நாம் அறிய முடியவில்லை. நெடுங்காலமாக வளர்ந்து வந்த இக்கலைகள், இக்காலத்தில் உன்னத நிலை அடைந்திருந்தது தெளிவாகிறது.

மாளிகைகளும் வளமான வாழ்க்கையும்

செங்கல், சுண்ணாம்புக் கட்டடங்களில் செல்வர்கள் வாழ்ந்தனர்.[60] வீட்டுச் சுவர்களில் இறை வடிவங்களும் உயிரினக் காட்சிகளும் ஓவியங்களாகத் தீட்டப்பட்டிருந்தன.[61] வீட்டைச் சுற்றிக் கவினுறு தோட்டங்கள் இருந்தன.[62] சில தோட்டங்களின் நடுவே அமைந்த வீடுகளில் வாழ்ந்த செல்வர்கள் உல்லாசமாக வாழ்வதற்காக, நீர்நிலைகள், செய்குளங்கள், அருவிகள், ஓடைகள், செயற்கைக் குன்றுகள், பூக்கொடிகள் நிறைந்த பந்தல்கள், கண்ணாடி

அறைகள் ஆகியவற்றை அமைத்திருந்தனர். பலவகைகளிலும், வடிவங்களிலுமான கண்ணாடி அறைகளை அவர்கள் உபயோகித்தனர்.[63]

திருமணம்

சமுதாயத்தின் உயர்மட்டத்துத் திருமணம் ஒன்றை சிலப்பதிகாரத்தின் தொடக்கப்பகுதி விவரமாகக் கூறுகிறது. அக்காலத்தில் நிலவிய வழக்கப்படி எழுதப்பட்டிருக்கவேண்டும். மணப்பெண்ணாகிய கண்ணகிக்கு பன்னிரண்டு வயது என்றும் மணமகனான கோவலனுக்கு பதினாறு வயது என்றும், பெருஞ் செல்வர்களும் வணிகர்களும், இவர்களுடைய பெற்றோர்கள் திருமணத்தை நிச்சயித்தனர் என்றும், யானைமீது அமர்ந்த பெண்டிர், புகார்ப்பட்டினத்து மக்களுக்குத் திருமணச் செய்தியை அறிவித்தனர் என்றும் கூறப்படுகிறது.

> "ரோகினி நட்சத்திரத்தில், முத்துக்களாலும் மலர்களாலும் அலங்கரிக்கப்பட்டதோடு, மணம் நிறைந்த மலர்கள் தாங்கியதும் நகைகள் நிறைந்ததுமான தூண்களை உடையதுமான மண்டபத்தில் திருமணம் நடைபெற்றது. பிராமணக் குருக்கள் மந்திரம் ஓத, அருந்ததி போன்றவளான மணப்பெண்ணுடன் கோவலன், வேதச் சடங்குகளைச் செய்து தீயினை வலம் வந்தான். அக்காட்சியைக் கண்டவர்கள் பேறு பெற்றவர்கள்." (சிலப். 1 : 45 - 70)

திருமணச் சடங்குகள் முடிந்தவுடன் அங்குள்ள பெண்கள் மலர்தூவி, மணமக்களின் நல்வாழ்வுக்காகவும் மன்னனின் மேம்பாட்டிற்காகவும் இறைவனை வாழ்த்தி வணங்கித் திருமணத்தை முடித்துவைத்தனர்.[64]

பாமர மக்கள்

பாமர மக்களின் வாழ்க்கையைப் பற்றி இன்னும் சுருக்கமான குறிப்புக்களே, இலக்கியங்களிலிருந்து கிடைக்கின்றன. ஆழ்கடலில் செல்லும் பரதவர் அல்லது மீனவரது வாழ்க்கையைப் பற்றியும் அவரது கேளிக்கைகளைப் பற்றியும் **பட்டினப்பாலை** விளக்கமாகக் கூறுகிறது.[65] கடற்கரையிலுள்ள கரிய பரந்த மணற்குன்றின்மீது அமர்ந்த, கடினமாக உழைக்கும் இப்பரதவர் குல மக்கள் கடல் மீன்களின் இறைச்சிகளையும் நில ஆமைகளையும் சமைத்து உண்டனர். அடும்பு, அல்லிப் பூக்களைச் சூடிய பரதவர்கள், நட்சத்திரக் கூட்டங்கள் போல, மன்றத்தில் கூடினர். உடல் வலிமைமிக்க சிலர் தம்முள் மல்யுத்தம் செய்தும், பலர் ஆயுதங்களை ஏந்திச் சண்டையிட்டும் ஒருவரை ஒருவர் காயப்படுத்திக்கொண்டனர்.

கவண்கள் மூலம் கற்களை எறிந்தபோது மொட்டைப் பனைமரங்கள் மீது உட்கார்ந்திருந்த பறவைகள் அஞ்சி ஓடின. வெளிவீதிகளில் பன்றிகள் தம் குட்டிகளுடன் சகதியில் (சேற்றில்) புரண்டு கொண்டிருந்தன. அவற்றின் அருகே கோழிகளும், செம்மறி ஆடுகளும், புறாக்களும் தங்களுக்குள் சண்டை போட்டுக்கொண்டிருந்தன. தாழ்வான கூரைகளுடைய இவர்களது வீடுகளைச் சுற்றி மீன்பிடிக்கும் தூண்டில்களின் நீண்ட பிடிகள் செருகப்பட்டு, நடுகற்களைச் சுற்றி வரிசை வரிசையாக நடப்பட்ட கேடயங்களாலும் ஈட்டிகளாலும் அடைக்கப்பட்ட இடங்களைப்போல் காட்சியளித்தன. நல்ல நிலவொளியில் காணப்படும் கறுத்த சிறு நிலத் துண்டுகளைப் போல இவ்வீடுகளுக்கு இடையேயுள்ள மணல்மேடுகளில் மீன்பிடி வலைகள் உலர்த்தப்பட்டிருந்தன. வெண்ணிறப் பூக்களாலான மாலைகளை அணிந்துகொண்டு சுறாமீனின் விரிந்த தாடை எலும்பைப் பூமியில் ஊன்றி வல்லமையுடைய ஒரு கடவுளை அதில் வந்து தங்குமாறு வழிபட்டனர். நீண்ட இதழ்களைக்கொண்ட தாழம் பூக்களால் தம் செந்நிற முடிகளை அலங்கரித்துப் பச்சை இலைகளை ஆடையாக அணிந்து கொண்ட தம் கருமை நிறப் பெண்டிருடன் பரதவர் மகிழ்ந்தனர்; சலசலவென்று ஒலியெழுப்பும், பனை மரங்களிலிருந்து கள் இறக்கி அதைக் குடித்தனர். பரந்த நீலக்கடலில் சென்று மீன் பிடிப்பதைத் தவிர்த்து, மீன் நாற்றம் அடிக்கும் கடற்கரை மணலில் ஆடியும் பாடியும் உண்டும் களித்தனர். சிவந்த மேகக் கூட்டம், உயர்ந்த மலையினைத் தழுவுவதுபோல சிறு குழந்தை தாயின் முலையைத் தழுவுவதுபோல காவிரியாற்றின் சிவந்த நீர், பேரொலியுடன் தெள்ளிய கடல் நீரைத் தழுவியது; இவை கூடும் இடத்தில் பரதவர் தாம் செய்த பாவங்களைக் கழுவிக்கொண்டு தம் உடலில் படிந்த (கடல் நீர்) உப்பைக் காவிரி ஆற்றின் நீரில் கழுவிக்கொண்டனர். கடல் நண்டுகளுடன் விளையாடியும், மோதிவரும் கடல் அலைகளிடையே மணற்பொம்மைகள் செய்தும், மற்றும் பல விதங்களிலும் நாள் முழுவதும் விளையாடியே கழித்தனர். இசையைக் கேட்டும், பல தூண்கள் நிறைந்த மண்டபங்களில் நடைபெற்ற நாடகங்களைக் கண்டும் கழித்தனர். காதலர்கள், மெல்லிய பட்டாடையையும் விட மென்மையான துணிகளை உடுத்தி, அளவில்லா மதுவை உண்டு கடற்கரை மணலில் இரவெல்லாம் உறங்கினர்.

பூம்புகார்

அக்காலத்தில் விளங்கிய சில பெரும் பட்டினங்களில் ஒன்று பூம்புகார். அதனைக் காவிரிப்பூம்பட்டினம் எனவும் போற்றினர். கடற்கரையில் அமைந்த ஒரு சிறந்த வாணிக சாலையாக இது இருந்தது. இப்பட்டினம், இதன் துறைமுகம், இதன் வாணிகம் ஆகியவை பல பாடல்களில் விவரிக்கப்பட்டுள்ளன. புகார் நகரின் செல்வச் செழிப்பு இமயமலை, பொதிகை மலை[66] போன்று உறுதியானது என்று சான்றோர் கருதியதாகச் **சிலப்பதிகார** ஆசிரியர் கூறுகிறார்.

"அரசரும் பொறாமைப்படக் கூடிய செல்வம் இருந்தது. கடலோடிகள் நகரெங்கும் காணப்பட்டனர். உலகம் முழுவதற்கும் விருந்து படைக்கும் அளவிற்கு, உணவு கொட்டிக்கிடந்தது. எந்த நாட்டின் விலை மிக்கப் பொருள்களும் அங்குக் குவிந்திருந்தன." (சிலம்பு. 1, 14-19)

அங்காடி

பெருங்கலங்கள் புகார் துறைமுகத்துள் புகுந்து தாம் வெளிநாடுகளிலிருந்து கொண்டுவந்த விலையுயர்ந்த சரக்குகளை எல்லாம், பாமர மக்கள் வாழ்ந்த கடற்கரையில் இறக்கின என்று ஒரு புலவர் சோழ மன்னனிடம் கூறுகிறார்.[67] புகாரின் விரிந்து பரந்த அங்காடிகள் நீண்டுயர்ந்த ஏணிகளின் மூலம் அடையக்கூடிய மேடைகள் சூழ்ந்த உயர்ந்த மாட மாளிகைகள் பல காணப்பட்டன என்று **பட்டினப்பாலை**யின் ஆசிரியர் குறித்துள்ளார்.[68] இம்மாட மாளிகைகளில் பல அறைகளும் பெரியதும் சிறியதுமான வாயில்களும் அகன்ற முற்றங்களும் நடைபாதைகளும் இருந்தன. பளபளக்கும் ஆடைகளையும் நகைகளையும் அணிந்த இள நங்கையர் மேல்மாடச் சன்னல்களின் ஊடே பார்த்து நின்றனர். மலை உச்சிகளில் காணும் செங்காந்தள் மலர்களை ஒத்த இம்மங்கையர், வீதி வழியே ஊர்வலமாக எடுத்துச் செல்லப்பட்ட முருகக் கடவுளை வணங்கி நின்றனர். முருகக் கடவுள், தெருக்களில் உலா வரும்போது, இசை, நடனக் குழுக்களும் உடன் சென்றனர். புல்லாங்குழல், யாழ், பேரிகை போன்ற இசைக் கருவிகளின் இன்னொலி தெருக்களில் ஏற்பட்ட சப்தங்களுடன் இரண்டறக் கலந்தன.

கொடிகள்

இந்நகரின் எல்லாப் பகுதிகளிலும் வெவ்வேறு வடிவங்களைக் கொண்ட பல்வேறு கொடிகள் பறந்துகொண்டிருந்தன.[69] இவற்றில் சில கொடிகளை மக்கள் வழிபட்டு, இவற்றின் அருகில் செல்லும் பாதைகளைத் தக்கவாறு அலங்கரித்தனர். வெண்மையான கொடிகளின் கம்பங்களுக்குக் கீழே சரக்குகள் வைக்கப்பட்ட விலையுயர்ந்த பெட்டிகளுக்கு அரிசியும் சர்க்கரையும் படைக்கப்பட்டன. மற்றும் சில கொடிகள், ஆய கலைகள் அறுபத்து நான்கிலும் தேர்ந்தவர்களின் அறைகூவல்களை (சவால்களை) எடுத்துரைத்தன.[70] கட்டப்பட்ட பெரும் யானைகளைப் போன்றிருந்த, புகார் துறைமுகத்தில் நிறுத்தப்பட்டிருந்த கலங்களிலும், பாய்மரக் கப்பல்களிலும் பல கொடிகள் பறக்கவிடப்பட்டிருந்தன. மீன், இறைச்சிக் கடைகளின் வாயில்களில் புது மணற் பரப்பில் மலர்கள் தூவப்பட்டிருந்தன. அங்கே உயர்வகை மதுபானங்களும் விற்கப்படும் என்று தம் எண்ணற்ற வாடிக்கையாளர்க்கு அறிவிக்கும் வகையில் சில கொடிகள் பறந்தன.

வணிகர்

புகாரின் வெளிப்புறத் தோற்றத்தை விளக்கும் பாடல், பெரும் வணிகர், வியாபாரிகள் ஆகியோரது ஒழுக்கத்தைப் பின்வருமாறு சிறப்பிக்கிறது.[71]

> "அவர்கள் கொலை, களவு முதலியவற்றைப் புறக்கணித்தனர்; யாகங்கள் செய்து கடவுளரை மகிழ்வித்தனர். நல்ல பசுக்களையும் காளைகளையும் வளர்த்தனர்; அந்தணர் புகழைப் பரப்பினர்; விருந்தோம்பலில் சிறந்து விளங்கினர்; நல்ல செயல்களிலேயே ஈடுபட்டனர்; உண்மையே பேசினர்; பொய்யைக் கண்டு அஞ்சினர்; கொள்வதிலும் கொடுப்பதிலும் நேர்மையையும் நாணயத்தையும் கடைப்பிடித்தனர்; பிறர் பொருளுக்கு ஆசைப்படவில்லை." (பட்டினப்பாலை 199 - 212)

நகரின் அமைப்பு

புகார் நகரின் பொதுவான அமைப்பை, **சிலப்பதிகாரம்** ஐந்தாம் காதையில் கூறுகிறது. கடலுடன் கலக்கும் இடத்திற்கு அருகே காவிரியின் வடகரையில் அமைந்திருந்த இந்நகர், கடலையடுத்த மரூர்ப்பாக்கம் என்றும் அதன் மேற்கே பட்டினப்பாக்கம் என்றும் இரு பகுதிகளை உடையதாய் இருந்தது. இவ்விரு

பகுதிகளுக்குமிடையே நீண்டுயர்ந்த மரங்கள் அடர்ந்த சோலை இருந்தது. இச்சோலையின் நிழலில்தான், புகார் நகரின் அன்றாட வாணிகம் நடைபெற்றது. கடற்கரை ஓரமாயுள்ள மரூர்ப்பாக்கத்தில் மாடமாளிகைகளும் மானின் கண்களைப் போன்ற வடிவிலான சன்னல்களையுடைய பண்டக சாலைகளும் இருந்தன.

மருவூர்

செல்வச் செழிப்பும் தோற்றப் பொலிவும் உடைய யவனர்களின் இருப்பிடமும் மற்ற அயல்நாட்டு வணிகர்களின் இருப்பிடங்களும் அடுத்தடுத்து இருந்ததோடு, இவர்கள் நெருங்கிய நண்பர்களாகவும் இருந்தனர். மணம் கமழும் பசை வகைகள், வாசனைத் தூள்கள், மலர்கள், தூப தீபப் பொருள்கள் ஆகியவற்றை விற்போரும், பட்டு, கம்பளி, பருத்தி நெசவாளரும், சந்தனம், அகில், பவளம், முத்து, பொன், விலையுயர்ந்த நவரத்தினங்கள் ஆகியவற்றை விற்கும் வியாபாரிகளும், தானிய வியாபாரிகள், சலவைத் தொழிலாளர், மீன், உப்பு விற்போர், வெற்றிலை, மேலும் வாசனைப் பொருள்கள் விற்போர், இறைச்சி வாணிகம், மாலுமிகள், கன்னார்களும், செப்புப் பாத்திரங்கள் செய்யும் கலைஞர், தச்சர், கொல்லர், ஓவியர், சுதைவேலை செய்வோர், தபதிகள், பொற்கொல்லர், தையற்காரர், செம்மான், மரக்கூழ், நெட்டி, துணி, ஆகியவற்றைக்கொண்டு பொம்மை செய்வோர், யாழிலும், புல்லாங்குழலிலும் வல்லுநர்களான எண்ணற்ற பாணர்களும், மற்றும் பலரும் மருவூர்பாக்கத்தில் வாழ்ந்தனர்.

பட்டினம்

அகன்ற அரச வீதியும், தேரோடும் திருவீதியும், கடைத் தெருவும் பட்டினப்பாக்கத்தில் இருந்தன. செல்வச் சீமான்கள், அந்தணர்கள், குடியானவர், மருத்துவர், சோதிடர்கள் ஆகியோர் அவரவர்களுக்குரிய பகுதிகளில் வாழ்ந்தனர்.

> "அரண்மனையை அடுத்த பகுதிகளில் தேர், குதிரை, யானை வீரர்களும் காலாட் படையினரும் அரசின் மெய்க்காவலரும் இருந்தனர். பாணர், புலவர், கலைஞர்கள், இசை நாடக நடன வல்லுனர், பூ வணிகர், நாழிகை காட்டும் ஊழியர்களும் அரண்மனைப் பணிகளில் ஈடுபட்டிருந்தவர்கள் ஆகியோரும் பட்டினப்பாக்கத்தில் வாழ்ந்தனர்."[72]
>
> (சிலப்பதிகாரம், 5, 31 - 67)

அயல்நாட்டு வாணிகம்

சங்க காலத்திய சோழ நாட்டின் கடல் கடந்த வாணிகத்தைப் பற்றிப் பட்டினப்பாலையிலிருந்து நாம் நன்கு அறிந்துகொள்ளலாம். உலகின் பல பாகங்களினின்று வந்த அயல் நாட்டு வாணிகர்களின் பெரியதொரு குடியிருப்பு புகாரில் இருந்தது.

> "பழமையான ஒரு நகரில் தேருக்கும் திருவிழாவுக்கும் நெடுந்தூரத்திலிருந்து மக்கள் தங்கள் உறவினர்களுடன் வருவது போல பல நாடுகளிலிருந்து பலமொழி பேசும் மக்கள் தங்கள் வீடுகளை விட்டு வந்து புகார் நகரில் குடியேறி நல்லுறவுடன் வாழ்ந்தனர்."[73] என்று **பட்டினப்பாலை** சிறப்பிக்கிறது.

அயல்நாட்டு வாணிகப் பொருள்களைப் பற்றியும் **பட்டினப்பாலை** பேசுகிறது.[74]

> "என்றும் நின்று நிலவும் கடவுளர் அருளால், ஆற்றல்மிக்க குதிரைகள் கடல்வழி வந்தன. மூடை மூடையாக கருமிளகு வண்டிகளில் வந்து குவிந்தன. வடக்கு மலையில் விளையும் இரத்தினங்களும் தங்கமும், மேற்கு மலையிலிருந்து வரும் சந்தனமும் அகிலும், தென் கடலில் கிடைக்கும் முத்தும், மேலைக் கடற் செல்வமான பவளமும், கங்கைப் பள்ளத்தாக்கின் விளை பொருள்களும், காவிரி தரும் வளமான பொருள்களும், ஈழத்து உணவும் காழகத் (பர்மா)திலிருந்து வரும் சரக்குகளும்[75] இவற்றைப் போன்ற விலையுயர்ந்த பொருள்களும் நெருக்கமான அகன்ற தெருக்களில் செல்வம் கொழிக்கக் குவிந்துகிடந்தன."

தமிழ் நாட்டின் பிற பகுதிகளில் இருந்த துறைமுகங்களைப் பற்றியும் சங்க இலக்கியங்கள் கூறுகின்றன.[76] மதுரை போன்ற உள்நாட்டு நகரங்களிலும், மன்னரது அரண்மனைகளை "மொழியறியா" மிலேச்சரும் யவனர்களும் கவசம் அணிந்து காவல் காத்து வந்தனர். கடற்கரையிலுள்ள வானோக்கி உயர்ந்து கம்பீரமாகக் காட்சி தந்த கலங்கரை விளக்குகள், இரவு நேரங்களில் தம் ஒளியினால் கலங்கள் துறைமுகத்திற்கு வந்து சேர உதவின என்று இக்காலத்தில் இயற்றப்பட்ட **பெரும்பாணாற்றுப் படை** கூறுகிறது.[77]

புகழ் பெற்ற கிரேக்க எழுத்தாளர்கள்

இந்தச் சான்றுகளோடு கிறிஸ்துவ சகாப்தத்தின் முதல் சில நூற்றாண்டுகளைச் சேர்ந்த கிரேக்க ஆசிரியர்களின் சான்றுகளை ஒப்பிடின், இவை ஒன்றுக்கொன்று தொடப்புடையனவாக உள்ளதோடு, இச்செய்திகள் வரலாற்றின் ஒரே காலத்தைப் பற்றியவையே என்பதையும் நாம் காண முடியும். ரோமாபுரி வாணிகர்கள் ஆண்டுதோறும் இந்திய மன்னர்களின் அந்தப்புரங்களை அலங்கரிக்க அழகிய மங்கையரை அனுப்பினர் என்று கூறும் **'பெரிபுளூஸ்'** என்னும் நூலின் ஆசிரியரது கூற்று, இந்திய நாடகங்கள் சிலவற்றில் வரும் காட்சிகளால் வலிவு பெறுகின்றன.[78] ரோமாபுரிப் பேரரசின் உன்னத காலத்தில் பியுடிஞ்ஞர் (Peutinger) என்பவர் தயாரித்த வரைபடத்தில், இந்தியாவிற்கென்று ஒதுக்கப்பட்ட பக்கத்தில், 'திண்டிஸ்', 'முசிரிஸ்' என்ற பெயர்களுடன் 'அகஸ்டசின் கோயில்' என்ற பெயரும் காணப்படுகிறது.[79] தமிழ் நாட்டின் உட்பகுதிகளில் ஏராளமான உரோமாபுரி நாணயங்கள் அகப்பட்டிருப்பது இவ்விரு நாடுகளுக்கிடையே நிலவிய விரிவான வாணிகத்தையும்,[80] ரோமாபுரி வாணிகர்கள் தமிழ் நாட்டில் தங்கியிருந்ததையும் இவ்வாணிகம் தொடங்கி உன்னத நிலையை எய்தியபின் வீழ்ச்சியடைந்த காலக் கட்டங்களையும் நினைவூட்டுகின்றன. தூரக்கிழக்கு நாடுகளுக்கும் மேலை நாடுகளுக்கும் இடையேயான கடல் வழியில், இந்தியா பல தலைமுறைகளாக முக்கியப் பங்கு வகித்தது என்பதைக் கிரேக்க ஆசிரியர்களின் நூல்களில் இடையிடையே உள்ள குறிப்புக்களும், பண்டைச் சீன வரலாற்றுச் சான்றுகளும் உறுதிப்படுத்துகின்றன. கிறிஸ்துவ சகாப்தத்தின் தொடக்க நூற்றாண்டுகளில் இந்துமாக் கடலில் நிலவிய வாணிகத்தைப் பற்றிய விவரமும், இவ்வாணிகத்தைப் பற்றிக் கூறும் சான்றுகளும் ஏராளமாகக் காணப்படுவதால், சோழரின் வரலாற்று ஆராய்ச்சிக்கு உதவும் விவரங்களை மட்டுமே இங்குக் காண்போம்.[81]

கடல் வாணிகத்தின் வரலாறு

ரோமாபுரிக்கும் இந்தியாவுக்குமிடையே ஏற்பட்ட வாணிகம் அகஸ்டஸ் காலத்திற்கு முன் அல்லது அம்மன்னரது ஆட்சிக் காலத்திலாவது தொடங்கியிருக்க வேண்டும். கீழை நாடுகளுடன் ஏற்பட்ட வாணிகத் தொடர்பே, ரோமாபுரியில் வாணிகப் பெருக்கத்திற்கு முக்கிய காரணமாயிற்று. ஏலியஸ் காலஸ் என்பவனின் அரேபியப் படையெடுப்பு முழுமையாக வெற்றி பெறாவிடினும், எகிப்திலிருந்து இந்தியா திரும்பும் பாதையில், அதாவது அரேபியாவிற்குத்

தெற்கே, ரோமாபுரி வாணிகர்களுக்குப் பல துறைமுகங்களை அது பெற்றுக்கொடுத்தது. அகஸ்டஸ் ஆட்சியில் பாண்டியர்கள் தங்கள் தூதர்களை ரோமாபுரிக்கு அனுப்பிவந்தனர். ஆனால், அப்போது வாணிகம் விரிவடையாததோடு, பொருளாதாரமும் முக்கியத்துவம் பெறவில்லை; அக்கால ஆசிரியர்களில் சிலரது குறிப்புக்களை மட்டும் எடுத்துக்காட்டி, தற்கால அறிஞர்கள் இவ்வாணிகம் பெரிய அளவில் நடைபெற்றதாக மிகைப்படுத்தியுள்ளனர். ஆனால், இவ்வாணிகம் தொடக்கத்தில் மந்தமாக இருந்து விரைவிலேயே எதிர்பாராத அளவிற்கு விரிவடைந்தது. ஜூலியை, கிளாடியை ஆகியோரது ஆட்சிக் காலங்களில் இவ்வாணிகம் பெருகத் தொடங்கியது. இதே காலத்தில் நிலவழியாகவும் வாணிகம் நடைபெற்றது என்றாலும், எகிப்திற்கும் அரேபியாவிற்குமிடையேயும், அரேபியாவின் வழியாக இந்தியாவுடனும் ஏற்பட்ட கடல் வாணிகமே மிகச் சிறப்புற்றிருந்தது. ரோமாபுரி வணிகர், அரேபியர் மூலம் பெற்ற ஆடம்பரப் பொருள்களுக்கு உரிய விலையைப் பெரும்பாலும் பொன்னாகவும், வெள்ளியாகவும் கொடுத்தனர் என்று மூத்த பிளினி தெரிவித்துள்ளார். ரோமாபுரிப் பேரரசு, இந்தியா, சீனம், அரேபியா ஆகிய நாடுகளுக்கு ஆண்டுதோறும் நூறு மில்லியன் செஸ்டர்செஸ் (ஏறத்தாழ 10 லட்சத்து 87,500 ஸ்டர்லிங் பவுன்கள்) கொடுக்க வேண்டியதாயிருந்தது.[82] அகஸ்டஸ் ஆட்சிக்குப் பிறகே இந்தியா - ரோமாபுரி நாடுகளுக்கிடையே வாணிகம் பெருகத் தொடங்கியது. (பிற்கால) தாலமி காலத்திலோ அல்லது ரோமாபுரியின் தொடக்க காலத்திலோ அலெக்ஸாண்டிரியாவைச் சேர்ந்த ஹிப்பார்கஸ் என்பவர் பருவக் காற்றுக்களைக் கண்டுபிடித்தாலும், ஆடம்பரப் பொருள்களில் மட்டுமே நடைபெற்ற வாணிகம் இப்போது பல துறைகளில் வளரத் தொடங்கியிருந்தாலும், இந்தியாவிற்கும் எகிப்தியருக்கும் இடையே நேரடி கடல் வழி புதிதாக ஏற்பட்டது. அலெக்ஸாண்டிரியா இப்போது முக்கிய வணிக நகரமாக மிளிர்ந்தது. அரேபிய நாட்டுத் துறைமுகங்களின் முக்கியத்துவம் குறைந்தது... பெரிப்ளூஸ் எழுதப்பட்ட காலத்திலேயே, அதாவது தமித்தியன் ஆட்சியில், இப்புதிய வாணிக வழி நன்கு பயன்படுத்தப்பட்டது. இந்தியாவுடன் ஏற்பட்ட வர்த்தகம் நாளடைவில் பெருகியது. எகிப்து, ஒரு புறமும், இந்தியாவும் - அரேபியாவும் மற்றொரு புறமாகப் பொருள்களைப் பரிமாறிக்கொள்ளத் தொடங்கின. இந்தியாவிலிருந்து வந்த மிக முக்கியமான பொருள்களில் பருத்தியும்,[83] அதற்கடுத்து பட்டும் குறிப்பிடத்தக்கவை. இவ்விரு பொருள்களும் அலெக்சாண்டிரியாவிலிருந்த தொழிற்சாலைகளுக்கு இன்றியமையாது தேவைப்பட்டன.

மேலும், இவற்றிற்குப் பதிலாக அங்கிருந்து கண்ணாடி, உலோகப் பொருள்கள், மென்மையான துணி வகைகள் ஆகியவற்றை இந்தியாவிற்கு அனுப்பின.[84] ஆசிரியர் அளிக்கும் ஒரு சில விவரங்களையும் கி. பி. 2 - ம் நூற்றாண்டின் முற்பகுதியைச் சேர்ந்த தாலமியின் மிக விரிவான, தெளிவான விவரங்களையும் ஒப்பிடுவதன் மூலமே ரோமாபுரிக்கும் இந்தியாவுக்கும் இடையே நடைபெற்ற வாணிகம் எவ்வாறு இவ்விடைவெளியில் பல மடங்கு பெருகி வந்தது என்பதை அறியலாம். ரோம் நாட்டு வாணிகம் இப்போது இந்தியாவிற்கு அப்பாலும் இந்தோ-சீனா, சுமத்ரா போன்ற நாடுகள் வரை பரவியது என்றும், இந்தியாவிற்கும் சீனத்திற்கும் இடையேயான வாணிகம் பெரிதும் முன்னேற்றமடைந்து ஒழுங்கு படுத்தப்பட்டது என்றும் தாலமி கூறுகிறார். ரோமாபுரிக்கும் சீனத்திற்கும் நடைபெற்ற வாணிகத்தில், தென்னிந்தியா மத்தியிலிருந்த ஓர் இணைப்பு நாடாக இருந்திருக்கும். ஆனால், தென்னிந்தியாவிற்கு வந்திருந்த ரோம் நாட்டு வாணிகர்களைப் போன்று, தூரக்கிழக்கு நாடுகளுக்கு அவர்கள் செல்லவில்லை. கிழக்கே, மலேயா தீபகற்பத்திற்கும், சுமத்ராவிற்கும், மேற்கே, மலபார் பகுதிகளுக்குமிடையேயான வாணிகமானது தமிழரிடமே இருந்தது.[85] 3-ம் நூற்றாண்டில் ரோம் நாட்டில் ஏற்பட்ட இராணுவக் கலவரங்களின் விளைவாக, ரோமாபுரிக்கும் தென்னிந்தியாவிற்குமிடையே ஏற்பட்டிருந்த நேரடி வாணிகத் தொடர்பு துண்டிக்கப்பட்டு நாளடைவில் மறைந்தது. 3-ம் நூற்றாண்டைச் சேர்ந்த நாணயங்கள், அநேகமாக ஒன்றுமே இந்தியாவில் கிடைக்கவில்லை. பைசான்டைன் காலத்தில் மீண்டும் அமைதி நிலவி, பொன் நாணயங்கள் மறுபடியும் வெளியிடப்பட்ட பிறகே இவ்வணிகத் தொடர்பு முன்போலத் தழைத்துச் செழிக்க[86], அதுவும் இடையேயுள்ள நாடுகளின் மூலமாக முற்பட்டது.

சோழர்களின் பங்கு

இந்துமாக் கடல் மூலமும் அரபிக்கடல் மூலமும் நடைபெற்ற வாணிகத்தில் பெரும் பங்கைச் சோழர்கள் ஏற்றிருந்ததோடு, சோழ மண்டலக் கடற்கரையின் சிறந்த கப்பல் போக்குவரத்திலும் பேரளவிற்குத் தங்கள் ஆதிக்கத்திற்கு உட்பட்ட நிலையில் சோழர் வைத்திருந்தனர்.[87]

தமிழரும் கப்பல் போக்குவரத்தும்

சோழ நாட்டுத் துறைமுகங்களிலிருந்த தாமிரிகா வரையில் கடலோரப் பயணம்செய்யும் கப்பல்கள் இருந்தன;[88] தனித்தனியாகப் பல மரக்கட்டைகளை இணைத்துக் கட்டப்பட்ட பெரிய கப்பல்கள் 'சங்கரா' என்று அழைக்கப்பட்டன; க்ரைஸ், கங்கை நதிகளுக்குச் செல்லும் மிகப் பெரிய கப்பல்கள் 'கொலண்டியா' என்று அழைக்கப்பட்டன[89] என்று **பெரிபுளூசின்** ஆசிரியர் கூறுகிறார். இவ்வாசிரியர், மூவகைக் கப்பல்களைக் குறிப்பிடுகிறார். ஒன்று, கரையோரமாக உள்நாட்டுப் பகுதிகளுக்கு அதிகக் கனமில்லாத பொருள்களை ஏற்றிச்செல்லும் கப்பல்கள்; இரண்டு, இவற்றை விடச் சற்று பெரிய அளவில் கட்டப்பட்டு கூடுதலான பொருள்களை ஏற்றிச்செல்ல உதவும் சரக்குக் கப்பல்கள்; மூன்று, கடல்கடந்து மலேயா, சுமத்திரா போன்ற நாடுகளுக்கும், கங்கை நதி வரையிலும் செல்லக்கூடிய மிகப் பெரும் கலங்கள் அல்லது நாவாய்கள். வரிசை வரிசையான அகன்ற படகுகள், தாம் ஏற்றிச் சென்று உப்பை விற்று அதற்காகக் கிடைத்த தானியங்களை ஏற்றிக் கொண்டு புகார்த் துறைமுகத்தில் வரிசையாகக் கட்டப்பட்டுள்ளன என்றும் அவை பார்ப்பதற்குப் போர்க் குதிரைகள் அணி வகுத்தாற் போன்றிருப்பதாகவும் உருத்திரங்கண்ணனார் விவரித்தபோது, முதல் வகையான கப்பல்களையே குறிப்பிட்டிருக்க வேண்டும் என்பது தெளிவு.[90] அதே புலவர் மற்றோர் இடத்தில் ஏந்திச்சென்ற கப்பல்களைப் பெரிய யானைகளுக்கு உவமை கூறிப் பாடியுள்ளார். பெரிய கடலில் கப்பல்கள் செல்லும்போது காலநிலை மாறுதல்களுக்கு ஏற்ப உண்டாகும் பல அபாயங்களைப்பற்றி **'மணிமேகலை'** படம் பிடித்துக் காட்டுகிறது. **மணிமேகலை**யைத் தேடிச் செல்லும் உதயகுமாரனைப் பற்றிக் கூறும்போது, இவனது நிலையை ஆழ்கடலின் நடுவே பெரும் புயற்காற்றில் சிக்கிய ஒரு கப்பலின் உவமையால் விளக்கப்பட்டுள்ளது.[91]

> "கப்பல் தலைவன் நடுங்கினான்; நீண்டுயர்ந்த கொடிமரம் ஒடிந்துவிட்டது; வலுவாகக் கட்டப்பெற்ற முடிச்சுக்கள்கூட அவிழ்ந்துவிட்டன; கயிறுகள் அறுந்துபோயுள்ளன; இயந்திரங்கள் சேதப்பட்டிருக்கின்றன; அலைகளும் புயலும் கப்பலை அலைக்கழிக்கின்றன."

(மணிமேகலை 4 : 29 - 34)

கிறிஸ்துவ சகாப்தத்தின் தொடக்க நூற்றாண்டுகளில் இந்தியக் கடல்களில் நடைபெற்ற வாணிகத்தைப் பற்றிப் பழந்தமிழ்

இலக்கியமும், **பெரிபுளூசின்** ஆசிரியரும் ஒன்றுபோல் குறிப்புக்களைத் தருவதே மிக வியத்தகு சான்றாகும். இந்தியாவின் செல்வாக்கு இந்தோ-சீனாவிலும், கடலின் கண்ணுள்ள எண்ணற்ற தீவுகளிலும் ஊடுருவுவதைப் பற்றி இந்நாடுகளிலிருந்து கிடைக்கும் ஏனைய சான்றுகளுடன் இதையும் நாம் நோக்குவோமாயின், ஸ்காப் (Schoff) என்னும் அறிஞரின் முடிவுகளை உண்மை என்று ஏற்றுக் கொள்ளத்தான் வேண்டும்.[92] "கிறிஸ்துவ சகாப்தத்திற்கு முன்பும், பின்பும் இந்தியாவிலிருந்து இந்தோசீனாவுக்கு நடைபெற்ற குடியேற்றங்களிலிருந்தே, தென்னிந்தியா, ஈழம் ஆகிய நாடுகளின் துறைமுகங்கள், **பெரிபுளூஸ்** கூறுவது போல, தூரக்கிழக்கு நாடுகளுடனான வாணிகத்தின் கேந்திரங்களாக விளங்கி, எகிப்திலிருந்து வந்த கலங்களைவிட அதிக அளவிலும், மிகப் பெரிய கலங்களையும் பயன்படுத்தின." பத்து, பதினொன்றாம் நூற்றாண்டுகளில் சோழ மன்னர்கள், தம் நீண்ட கால இருளுக்குப் பிறகு மறுமலர்ச்சி பெற்று தங்கள் ஆதிக்கத்தை மீண்டும் நிலை நாட்டியபோது, கடல் கடந்து செல்லும் துணிவு, தமிழர்களை விட்டு நீங்காமல், பண்டைக் காலத்தில் தாங்கள் அடைய முடியாத சிறந்த சாதனைகளை, விஞ்சும் சீரிய முயற்சியில் ஆர்வமுடனும் நம்பிக்கையுடனும் ஈடுபடுமாறு தூண்டியது.

லேம்ப்சாகஸ் வெள்ளித் தட்டு

சோழ நாட்டின் உள்நாட்டு வாணிகம், தொழில் வளம் பற்றிக் கூறுமுன், கி.பி. 2-ம் அல்லது 3-ம் நூற்றாண்டுகளில் ரோமாபுரி நாட்டின் கலை, கலாச்சாரத்தின் மீதான இந்தியாவின் தாக்கத்தைக் குறிக்கும் வகையிலான ஒரு சிறந்த எடுத்துக்காட்டைக் கூற வேண்டும். கிரேக்க-ரோம கலாச்சாரத்தின் பெருஞ் செல்வாக்கின் விளைவாகவே இந்தியாவின் காந்தாரக் கலைப்பாணியும், அமராவதிக் கலைப்பாணியும் உருவாயின என்பது பொதுவாக ஒப்புக் கொள்ளப்பட்டுள்ளது. லேம்ப்சாகஸ் என்னுமிடத்தில் ஒரு வெள்ளித் தட்டு[93] கிடைத்துள்ளது. 'இந்தியாவைப் பற்றி ரோம் நாட்டவர் சிறந்த முறையில் அறிந்திருந்தனர் என்பதற்கும், இந்தியாவின் மீது அவர்கள் மிகுந்த அக்கறைகொண்டிருந்தனர் என்பதற்கும், பயனுள்ள ஆதாரமாக இத்தட்டு உள்ளது.' வெள்ளியாலான இத்தட்டு சில பாகங்களில் பொன்னால் இழைக்கப்பட்டும், சில பாகங்களில் கண்ணாடிப் பூச்சுடனும் காணப்படுகிறது. இத்தட்டிலுள்ள சிற்பம் 'யானைத் தந்தங்களினாலான கால்களையுடைய நாற்காலியின் மீது அமர்ந்துள்ள பாரதமாதாவையே உருவகப்படுத்துகிறது.' அவளது வலதுகை மேலுயர்ந்து இறைவணக்கம் செய்தும், இடது

கையால் ஒரு வில்லைப் பிடித்தும் உள்ளாள். அவளைச் சுற்றி ஒரு கிளி, ஒரு பெட்டைக்கோழி, செல்லமாக வளர்ந்துவரும் இரு குரங்குகள் - இவை சூழ்ந்துள்ளன. அவளது கால்களுக்குக் கீழ் இரு இந்தியர்கள் முறையே சண்டையிடத் தயாராகவுள்ள ஒரு புலிக்குட்டியையும், ஒரு செல்லச் சிறுத்தையையும் பிடித்துக் கொண்டுள்ளனர்.[94] இச்சிற்பத்தில் காணப்படும் மிருகங்கள் இந்தியாவிலிருந்து ரோம் நாட்டிற்கு தரைவழியே கொண்டு செல்லப்பட்ட வியாபாரப் பொருள்களாக இருந்திருக்கக் கூடும்.

விவசாயமும் கைத்தொழிலும்

இக்காலத்தில் தென்னிந்தியாவில் பொதுவாக இருந்ததைப் போலவே, சோழ நாட்டுத் தொழில்களிலும், விவசாயமே தலைமை பெற்று விளங்கியது. இவ்விவசாயமே நாட்டின் பொருளாதாரத்தில் உயர்ந்த இடத்தைப் பெற்றிருந்தமையும் காவிரி பாயும் நிலங்களின் சிறந்த வளமும் இக்கால இலக்கியங்களிலும் பிரதிபலிக்கின்றன. ஏர்த் தொழிலில் பல வேலைகள் பொதுவாக பெண்டிராலும், குறிப்பாகத் தாழ்ந்த வகுப்பைச் சேர்ந்தவரான கடைசியராலும் செய்யப்பட்டன என்று **புறநானூற்றுப்** புலவர் ஒருவர்[95] தெரிவிக்கிறார். நிலத்தோடு இணைக்கப்பட்ட அடிமைகள் இருந்தனரா என்பதற்குத் தெளிவான சான்றுகள் இல்லாவிடினும், 'கடைசியர்' என்றழைக்கப்பட்டோரது நிலை ஏறக்குறைய அடிமைகளின் நிலை போன்றே இருந்தது. சிறந்த விவசாயிகளாகக் கருதப்பட்டு, சமூகத்தில் உயர்ந்த இடத்தைப் பெற்றிருந்த வேளாளர்களே பெரும்பாலான நிலங்களைத் தமது உடைமைகளாகப் பெற்றிருந்தனர்.[96] இவ்வேளாளர்கள், இருவகைப்பட்டனர் என்கிறார் நச்சினார்க்கினியார். நிலத்தைத் தாங்களே உழுது அதன்மூலம் வாழ்ந்த ஏழை வேளாளரும், பண்ணை வைத்து கூலி ஆட்கள் வாயிலாக நிலங்களை உழ, அதன்மூலம் செல்வர்களாகத் திகழ்ந்து வாழ்வாங்கு வாழ்ந்த வேளாளர்களும் இவ்விரு வகையினர் ஆவர். இரண்டாம் வகையினரைப் பற்றிக் குறிப்பிடும்போது இவர்கள் நிலங்கள் பெற்றிருந்ததோடு, அரசுத் துறையிலும், படைத் துறையிலும் உயர் பதவிகள் பெற்றிருந்தனர். வேள், அரசு போன்ற பட்டங்களைச் சோழ நாட்டிலும், 'காவிதி' போன்ற பட்டங்களைப் பாண்டிய நாட்டிலும் இவர்கள் பெற்றதோடு, அரச குடும்பங்களின்

நன்மதிப்பையும் பெற்றிருந்தனர். இவர்கள் நிலக்கிழார்களாய், குறுநில மன்னர்களாகத் திகழ்ந்து முடிவுடை மூவேந்தர்களது போர்களிலும் அவர்களுடைய வாழ்விலும், தாழ்விலும் பங்குகொண்டனர். ஏழை வேளாளரும் கூட, பிறருடைய நிலங்களில் கூலி ஆட்களாக வேலை செய்யாமல் தங்கள் சொந்த நிலங்களையே பயிரிட்டனர். இவர்களே நாட்டின் பொருளாதாரத்தின் முதுகெலும்பாய், விவசாயப் பெருங்குடி மக்களாய்த் திகழ்ந்தனர். தேவைக்கேற்ப இவர்கள் உழவு, நாற்று நடல், அறுவடை காலங்களில் தம் நிலங்களிலில் கூலியாட்களைப் பயன்படுத்திக் கொண்டனர். தம் நிலங்களிலிருந்து போதிய வருவாய் கிடைக்கப் பெறாமல், விதைக்காக வைக்கப்பட்டிருந்த நெல்லை உண்ண வேண்டி ஏற்பட்ட நிகழ்ச்சியைப் **புறநானூறு** உவமை கூறுகிறது. இதிலிருந்து, அந்நாளிலும் வறட்சியும் பஞ்சமும் ஏற்படாமல் இல்லை என்பது தெரிகிறது.[97] அப்போது நிலவிய குத்தகை உரிமைகளைப் பற்றியோ, நிலவரியைக் குறித்தோ ஆதாரமான செய்தி ஒன்றும் நமக்குக் கிடைக்கவில்லை.

பருத்தியையும் ஓரளவு பட்டு நூலையும் நூற்று, ஆடை செய்யும் நெசவுத் தொழில் உச்ச நிலையை அடைந்திருந்தது. பிற்காலத்தைப் போன்றே இக்காலத்திலும் நூற்புத் தொழிலானது, பெண்டிரால் ஓய்வு நேரத் தொழிலாக நடத்தப்பட்டு வந்தது.[98] பருத்தி, பட்டுத் துணிகளில் பலவகைப் புட்டாக்கள் நெய்யப்பட்டதை இலக்கியங்கள் உரைக்கின்றன. பருத்தி ஆடைகள் விற்பனையில் உறையூர் புகழ்பெற்று விளங்கியது என்பதை **பெரிபுளூஸி**லிருந்து அறிகிறோம். பாம்புத் தோலைப் போன்று மென்மையானதும், அழகான பூ வேலைகள் பலவற்றைக் கொண்டதும், கண்ணுக்குப் புலப்படாத இலைகளை உடையதுமான மெல்லிய பருத்தி ஆடைகளைப் பற்றி **பொருநர் ஆற்றுப்படை** நமக்கு உணர்த்துகிறது.[99] இழைகளை இணைத்து முனைகளில் முடிச்சு போடப்பட்ட பட்டுத் துணியைப் பற்றியும் இந்தச் செய்யுள் நூலில் மற்றோர் இடத்தில் கூறப்படுகிறது.[100] கைதேர்ந்த நெசவாளர்களின் திறனைக் கூறும் வகையில் கலைத் திறனுடைய கண்கவர் துணிகளைப் பற்றி **மணிமேகலை** அறிவிக்கிறது.[101] பருத்தி, பட்டுத் துணிகள், மக்களில் கணிசமான பகுதியினருக்கு வேலை வாய்ப்பினை அளித்திருக்க வேண்டும் என்று இச்சான்றுகளிலிருந்து நாம் அறியலாம். பிற தொழில்களைப் பற்றி நமக்கு விரிவான விவரங்கள் கிடைக்கவில்லை. தோல் பட்டைகளால் பின்னப்பட்டதும் மரக்கால்களுடன் கூடியதுமான

கட்டில்களைப் பற்றி கேள்விப்படுகிறோம். தோல் தொழிலாளர், புலையர் வகுப்பினர் ஆவர்.[102] மகத நாட்டுத் தொழிலாளரும் மகாராஷ்டிரக் கொல்லரும் அவந்தி நாட்டுக் கருமாரும் யவன நாட்டுத் தச்சரும், தமிழ் நாட்டுத் தொழிலாளருடன் சேர்ந்தும் கலந்தும் பணிபுரிந்தனர் என்று **மணிமேகலை** குறிப்பிடுவது உண்மையாய் இருப்பின், இந்தியாவின் பல பகுதிகளிலிருந்தும் வெளிநாடுகளிலிருந்தும் வந்த பல தொழிலாளர் தவிர, சில குறிப்பிட்ட தொழில்களில் சிறந்து விளங்கிய பலரும், தமிழ் நாட்டில் நிரந்தரமாகப் பணிபுரிந்தனர் என்பதை நாம் ஏற்றுக்கொள்ளலாம்.[103]

பண்டமாற்று

உள்நாட்டு வாணிகத்தின் பேரளவு பண்டமாற்று முறையிலேயே நடைபெற்றது. நெல்தான் பொதுவாக ஒப்புக் கொள்ளப்பட்ட செலாவணியாக நிலவியது. நெல்லைக் கொடுத்து, உப்பு வாங்கினர் என்பதை முன்பே பார்த்தோம். மீன் எண்ணெய்க்கும் கள்ளுக்கும் பதிலாகத் தேனும், வேர்களும்[104] இனிக்கும் கரும்பு, அவல்[105] ஆகியவற்றுக்குப் பதிலாக மான் இறைச்சியும், சாராயமும் பரிமாறிக் கொள்ளப்பட்டன. பாண்டிய நாட்டில் செல்வந்தர்களாக இருந்த விவசாயக் குடும்பங்களில், பெண்டிர் தமது நெற்களஞ்சியங்களிலிருந்து நெல்லைக் கொடுத்து அதற்குப் பதிலாக வேட்டைப் பொருள்களான, மான் அல்லது இடைச்சியரிடமிருந்து தயிரையோ பெற்றுக்கொண்டனர்.[106] பத்தாம் நூற்றாண்டிலும் அதற்குப் பிறகும், சோழ நாட்டின் கிராமப்புறப் பொருளாதாரம் நெல்லையே அளவு கோலாகக் (நாணயம் போல்)கொண்டிருந்தது. அன்றாட வாழ்க்கை நடவடிக்கைகளில் நெல்லுக்கு அடுத்தபடியாகவே நாணயங்கள் வழக்கிலிருந்தன என்பது பல கல்வெட்டுகள் மூலம் தெளிவாகிறது. மிகச் சமீப காலம் வரை, இந்த நிலைதான் தமிழ்நாட்டின் சிற்றூர்களில் நிலவியது. ஆகவே, கிறிஸ்துவ சகாப்தத்தின் தொடக்க நூற்றாண்டுகளில் உள்நாட்டு வாணிகத்தில் நெல்லே பொதுவான செலாவணியாக இருந்துவந்தது என்பதை அனுமானிக்கலாம். வெளிநாட்டு வாணிகத்தில் மட்டுமே உலோக நாணயங்கள் பயன்படுத்தப்பட்டன. அதே சமயத்தில், மதுரையில் வாழ்ந்த சில வெளிநாட்டு வாணிகக் குழுவினர் தம் அன்றாட நடவடிக்கைகளில் சிறிய செப்புக் காசுகளைப் பயன்படுத்தினர் என்றும் தெரிகிறது.

ஆனால் இதற்கான சான்றுகள் ஓரளவே கிடைக்கின்றன. அவற்றைக் கொண்டு முடிந்த முடிவாக ஒன்றும் சொல்லுவதற்கில்லை.[107]

சமயமும் புராணங்களும்

வரலாற்றின் ஆரம்ப காலத்தில் தமிழ்ப் பண்பாட்டுடன் கலந்த ஆரியர் கருத்துக்கள், தமிழர் மதத்திலும் நீதி நெறிகளிலுமே - ஏனைய - துறைகளைவிட - பெரிய அளவில் காணப்படுகின்றன. இக்கருத்துக்கள் எண்ணற்ற புராணக் கதைகளிலும் வழிவழியாக நிலவும் மரபுக் கதைகளிலும் நம்பிக்கைகளிலும் பழக்க வழக்கங்களிலும் இரண்டறக் கலந்து, இந்தியாவெங்கும் ஏற்றுக் கொள்ளப்பட்டன. மேலும், வடமொழிகளிலிருந்து வேத, இதிகாச புராணக் கதைகளையும், தர்ம சாஸ்திரங்களின் நீதி நெறிகளையும் தமிழ்ப் புலவர்கள் ஐயந்திரிபறக் கற்றிருந்தனர் என்பதையும் சங்க இலக்கியங்கள் எண்ணற்ற உதாரணங்களுடன் எடுத்துக்காட்டுகின்றன. இந்தியப் புராணக் கதைகளை விரிவாக ஆராய்ந்து, அவை நாளடைவில் எவ்வாறு வளர்ந்து, இப்போதைய நிலைக்கு வந்துள்ளன என்பதை நாம் காண்போமாயின், அதுவே சங்க இலக்கியங்களின் காலத்தை நிர்ணயிக்கப் பெரிதும் உதவக்கூடும். இத்தகைய ஆய்வு இல்லாவிடினும், மற்ற சங்க இலக்கியங்களிலிருந்து அவற்றின் நீளம், இலக்கிய அமைப்பு ஆகியவற்றில் மட்டுமின்றி மற்றும் பலவகையிலும் மாறுபடும் **சிலப்பதிகாரமும் மணிமேகலையும்**, வட நாட்டுப் புராணக் கதைகளையும் பழங்கதைகளையும் மிகுதியாகப் பயன்படுத்தியுள்ளதால், சங்க காலத்திற்குப் பிறகு இல்லாவிடினும் சங்க காலத்தின் இறுதியிலாவது இவை இயற்றப்பட்டிருக்க வேண்டும். இது எவ்வாறாயினும், **சிலப்பதிகாரம், மணிமேகலை** ஆகியவற்றினின்று கிடைக்கும் சான்றுகளைத் தொகை நூல்களிலிருந்து கிடைக்கும் சான்றுகளோடு சேர்த்துக் குழப்பாமல், தனித்தனியே அவற்றை அறிவதே சாலச் சிறந்ததாகத் தோன்றுகிறது.

சிவபிரான் மூன்று நகரங்களை எரித்த (திரிபுரத்தை) கதை ஒன்று உண்டு. அதே செயலைச் செய்ததாகக் கற்பனையான சோழ மன்னன் ஒருவன் குறிப்பிடப்பட்டிருக்கிறான். பருந்தினிடமிருந்து புறாவைக் காத்த சிபி, கீழைக் கடல்களைத் தோண்டிய சாகர்கள், **இராமாயண, மகாபாரதக்** கதைகள் ஆகிய இவையாவும் சங்க காலத்துத் தொகை நூல்களில் காணப்படும் சில பழங்கதைகளாகும்.

சிலப்பதிகாரம், மணிமேகலை ஆகியவற்றுள், புராணக் கதை நூல்களில் இருந்து பல கதைகளை அளவின்றி ஏராளமான இடங்களில் கையாண்டுள்ளனர். கோபியருடன் செய்த லீலைகள் உட்பட கிருஷ்ண பகவானின் அவதாரக் கதைகள் அனைத்தும், விசுவாமித்திரர் நாய்க்கறியை உண்டது, அகலிகையிடம் இந்திரன் தகாத முறையில் நடந்து, கௌதமரின் சாபம் பெற்றது, அரக்கர் மன்னனான பலியை[108] அழிக்க, விஷ்ணு வாமனாவதாரம் எடுத்தது போன்ற பல புராணக் கதைகள் இவ்விரு காப்பியங்களிலும் சர்வ சாதாரணமாகக் கையாளப்பட்டுள்ளதே, இவ்விலக்கியங்கள் இயற்றப்பட்ட காலத்தில் இக்கதைகள் தமிழ்நாட்டில் பரவி, மக்களிடையே நன்கு அறிமுகமாகி இருந்தன என்பதைத் தெளிவாக்குகின்றன.

சில சமூக வழக்கங்கள்

தமிழ் நாட்டில் வழக்கில் இல்லாத சில விந்தையான சமூக வழக்கங்களைச் சங்க இலக்கியங்களில் காணலாம். விருந்தினரை விரைந்து செல்லுமாறு பணிக்கும் மரபு வடமொழியில் 'சதபதி' என்று அழைக்கப்பட்டது. இதைப்பற்றி **பொருநர் ஆற்றுப்படை** குறிப்பிடுகிறது.[109] இதன்படி, தன் விருந்தினரை வழியனுப்பச் சென்ற கரிகாலன் ஏழு அடிகள் வைத்தபின், நான்கு வெள்ளைக் குதிரைகள் பூட்டிய தேரில் ஏறிக்கொள்ளுமாறு அவர்களை வேண்டிக் கொண்டான். ஒவ்வொரு குடும்பத்திலும் தலைவன் உணவு உண்ணுமுன் ஒரு கைப்பிடி சோறும் இறைச்சியும் காக்கைகளுக்கு அளித்தான்.[110] பசுவதை, கருச்சிதைவு, அந்தணரைக் கொல்லுதல் ஆகியவை மிகக் கொடுமையான குற்றங்களாகக் கருதப்பட்டன. ஆனால் செய்நன்றி மறத்தல் இவற்றை எல்லாம்விட பெரிய குற்றமானது என்று அக்காலத்து நம்பிக்கை நிலவியது.[111] கணிகையர் பெண்கள் தம் தொழில் நடைமுறைக்கு மாறாகத் தவறுகள் இழைப்பார்களேயானால், அவர்கள் தம் தலைமீது ஏழு செங்கற்களைச் சுமந்து பொது அரங்குகளைச் சுற்றிவருமாறு தணடிக்கப்பட்டனர். மேலும் அவர்கள் கணிகையர் ஜாதியினின்றே விலக்கப்பட்டனர்.[112] பெண்டிர் செய்த பாவங்களை, குமரி முனையில் கடல் நீராடிப் போக்கிக்கொள்ளலாம் என்பது பொதுவான நம்பிக்கையாக ஒப்புக்கொள்ளப்பட்டது.[113] குழந்தைப் பேற்றுக்குப் பிறகு, பத்தாம் நாள் இரவு, தாய்மார்கள் ஏரி, குளங்களில் நீராடினர்.[114] பேய் பிடித்தல், கண்படுதல் போன்றவற்றை மக்கள் நம்பினர்.[115] இவற்றினின்று காத்துக்கொள்ள நெய், வெள்ளைக் கடுகு

ஆகியவற்றால் குழந்தைகளின் முடிகளை அலங்கரித்தனர். மந்திரித்தல், சகுனம் பார்த்தல் போன்ற நம்பிக்கைகள் நிலவின.[116] கண்ணகியின் இடது கண்ணும், மாதவியின் வலது கண்ணும்[117] துடித்தமையால், இந்திர விழா நாளில் அவர்களுக்கு ஏற்பட்ட இன்னல்களைப் பற்றி முன்பே அறிய முடிந்தது என்று சிலப்பதிகார ஆசிரியர் விரிவாகக் கூறுகிறார்.

சவ அடக்கம்

இறந்தவர்களின் உடல்களை இரு வகையாக அடக்கம் செய்தனர். எரித்தல், அல்லது தாழிகளில் இட்டுப் புதைத்தல் அல்லது தாழிகள் இல்லாமலும் புதைத்தல் போன்ற மரபுகள் வழக்கில் இருந்தன. சூழ்நிலைக்கு ஏற்றவாறு ஒரே குடும்பத்தைச் சேர்ந்தவர்க்கும் மாறுபட்ட வழக்கங்கள் கையாளப்பட்டன. இறந்த முனிவர்களுக்கும், மன்னர்களுக்கும் உடன்கட்டை ஏறிய பெண்டிருக்கும் அவரது உறவினர்களால் வெவ்வேறு அமைப்புகளையுடைய சமாதிகள் (செங்கற்களாலான கல்லறைகள்) கட்டப்பட்டதாக **மணிமேகலை** கூறுகிறது.

இத்தகைய கல்லறைகளின் வடிவம் இறந்தவர்களின் சமூக அமைப்பு ஆகியவற்றுக்குத் தக்கபடி மாறுபட்டது. சவ ஊர்வலத்தில் கொட்டப்பட்ட இசைக்கருவிகளின் 'டுண்டுண்' என்ற ஒலி, கேட்போரின் மனத்தில் "உனக்கும் ஒரு நாள் சாவு உண்டு" என்ற அச்சத்தை எழுப்பியது என்று இப்பாடலிலிருந்து அறிகிறோம்.[120]

சதி அல்லது உடன்கட்டையேறுதல்

உடன்கட்டை ஏறும் பழக்கம் ஓரளவு நிலவிவந்தது. ஆனால், இப்பழக்கத்தை எல்லோரும் ஏற்றுக்கொள்ளவில்லை. கணவனை இழந்த பெண்கள் தாங்களும் உடன்கட்டை ஏறுவதிலிருந்தும் தடுக்கப்பட்டனர் என்பதையும் இவ்வழக்கதைத் தமிழர்கள் ஊக்குவிக்கவில்லை என்பதையும், பூதப்பாண்டியன் மனைவி வாயிலாக அறியலாம்.[121] அவளுடைய சொற்கள் பெரும் புகழுடன் நின்று நிலவுகின்றன. ஆனால் சதியை மேற்கொண்ட பெண்களின் வீரத்தையும் கணவனிடம் அவர்கள் கொண்டிருந்த பக்தியையையும் அனைவரும் பெரிதும் பாராட்டினர். ஏரியில் நீராட இறங்குவதுபோல் எவள் ஒருத்தி அமைதியாகத் தன் கணவனின் உடல் எரிகிற தீயில் இறங்குகிறாளோ அவளே

உண்மை மனைவியாகக் கருதப்பட்டாள்.[122] இத்தகைய வீர மரணத்தை ஏற்காத மனைவியர், கணவன் இறந்த பிறகு எவ்வாறு வாழ வேண்டும் என்பதை **மணிமேகலை** கூறுகிறது.[123] கணிகையரைப்போல் அல்லாமல், குடும்பப் பெண்கள் தங்களது திருமணத்திற்கு முன்னும் பின்னும் கட்டுப்பாட்டுடன் இருந்தது போலவே, தம் கணவரை இழந்த பிறகும் கட்டுப்பாடான வாழ்க்கை வாழ்ந்தனர். இவர்கள் தம் மனத்தை அடக்கி, அந்நியரைக் காணாது இறந்துபோன கணவரைத் தவிர வேறு கடவுளை வணங்காது இருந்தனர். உடன்கட்டை ஏறுவதைப் பற்றி திருக்குறளில் ஒன்றுமே குறிப்பிடப்படவில்லை. சிறந்த பக்தி நெறியுடன் வாழ்ந்து யாத்திரைகள் செய்வதும், வசதி இருக்குமானால் கோயில் கட்டுதல் போன்ற புண்ணியச் செயல்களுக்கு உதவுவதுமே, எல்லாச் சாதிகளிலும் விதவைகளின் கடமைகளாக வற்புறுத்தப்பட்டன. உடன்கட்டை ஏறுவது என்பது பரவலான வழக்கமாக இல்லை. அது விதிவிலக்காகவே இருந்தது. கணவனை இழந்த எந்தப் பெண்ணும் உடன்கட்டை ஏற வேண்டும் என்று வலியுறுத்தப்பட்டதாக நாம் அறியவில்லை.

பிராமணீயம்

சடங்குகளைக் கொண்ட பிராமணீய இந்துமதம் தமிழ் நாட்டில் இக்காலத்திலேயே வேரூன்றி இருந்தது என்பதை இக்காலச் சோழ மன்னர்கள் பெருஞ்செலவில் செய்த பல யாகங்களிலிருந்து அறியலாம். அந்தணர்கள் ஒவ்வொரு நாளும் அக்கினியை வழிபட்டனர் என்று **மணிமேகலை** கூறுகிறது.[124] ஆவூர் மூலங்கிழார் இயற்றிய **புறநானூற்றுப்** பாடல் ஒன்றில் சோழநாட்டில் பூஞ்சாற்றூர் என்னும் இடத்தில் கௌண்டினிய கோத்திரத்தைச் சேர்ந்த விண்ணந்தாயன் என்னும் அந்தணரைப் பற்றி புகழ்ந்து கூறப்பட்டுள்ளது.[125]

> "சிவபெருமானது வாக்கைவிட்டு நீங்காது அறம் ஒன்றையே மேவிய நான்கூற்றை உடையாய்! ஆறு அங்கங்களிலும் உணரப்பட்ட ஒரு பழைய நூலாகிய வேதத்திற்கு[126] மாறுபட்ட சமயத்தினரின் பொய்யை அறிந்து மெய்ப்பொருள்களை அவர்களுக்குச் சொல்லிய அறிவுடையோர் மரபில் வந்தவனே! அறநூல் புகழும் ஜாலகம் முதலிய அணிகலன்களைச் சூடி அகன்ற அல்குலையும் மெத்தென்ற சொல்லையும் பலவாகிய கூந்தலையும் உடையது உன் நிலைமை" (புறம்.166).

வேதங்களில் கூறப்பட்ட சடங்குகள் பெரும் முக்கியத்துவம் பெற்றிருந்த போதிலும், வேதங்களை ஏற்றுக்கொண்டோருக்கும் பிற மதங்களைச் சார்ந்தோருக்கும் இடையே சச்சரவுகள் ஏற்பட்டன. பிற மதங்களைச் சார்ந்தோர் பொய்த் தத்துவங்களை மேற்கொண்டவர் என்றும் பொய்யை மெய்போல் தெரியுமாறு மாற்றுபவர்கள் என்றும் கருதப்பட்டனர். பண்டை நாளிலிருந்தே, தமிழ் நாட்டில் பரவியிருந்த பௌத்த மதமும் சமண மதமுமே இப்பிற மதங்களாக இருக்கக் கூடும் என்று நாம் எளிதில் ஊகிக்கலாம். உபநயச் சடங்கைப் பற்றி அறிந்திருந்த **மணிமேகலை,** அந்தணர்கள், பூணுல் அணிந்த பிறகே வேத சாத்திரங்களைக் கற்க ஆரம்பித்தனர் என்று கூறுகிறது.[127] இரு பிறவி உடையவர்களைப் பற்றிப் **புறநானூறும்** கூறுகிறது.[128] முன்னர் கூறியதுபோல், வணிகர் மாளிகைகளிலும் திருமணங்கள், வேதச் சடங்குகளின் அடிப்படையிலேயே நடைபெற்றன. தமிழ்நாட்டு முறைப்படியான திருமணத்திற்கும் ஆரியரது முறைப்படியான திருமணத்திற்குமுள்ள மாறுதலை, களவிற்கும் கற்பிற்குமிடையேயான வேற்றுமையின் அடிப்படையில் **தொல்காப்பியம்** கற்பு நெறியை விளக்குகிறது.[129]

> "மணமகள், மணமகன் ஆகிய இருவரது குடும்பங்களும் கொள்வினை கொடுப்பினைக்கு ஏற்ற பரம்பரையில் அமைந்து, உரிய சடங்குகளைச் செய்து, முறைப்படி மணமகளை மணமகன் ஏற்பதே கற்பு எனப்படும்" (தொல்காப்பியம், பொருள் கற்பு, சூத்திரம் 1).

மணப்பெண்ணை முறைப்படி திருமணத்தில் வழங்குவதற்கு உரிமையுடைய ஒருவர் இல்லாவிடினும், திருமணச் சடங்குகள் செய்யப்பட்டன என்பதையும், மூன்று உயர் சாதிகளுக்கும் உரிய சடங்குகளைச் சில வேளைகளில் கீழ் சாதியினரும் பழக்கத்தில் கைக்கொண்டனர் என்றும் தெரிகிறது.[130] பொய்மையும், பாவங்களும் தலைதூக்கிய பிறகே இத்தகைய சடங்குகளைச் செய்யுமாறு ஐயர் உத்தரவு இட்டனர் என்றும் கூறப்படுகிறது. இது மனித சமுதாயத்தில் திருமணங்கள் தொடங்கிய சூழ்நிலைபற்றி வடமொழி ஆசிரியர் கூறும் கதைகளையும், மகாபாரதத்தில் கூறப்படுவதையும் நமக்குத் தெளிவாக நினைவூட்டுகிறது. இத்தகைய கதைகள் ருசிகரமாக இருந்தபோதிலும், பகுத்தறிவுக்கு ஒவ்வாதவை... மனிதர்கள் திருமணச் சடங்குகள், திருமணச் திட்டம் ஆகியவற்றைப் பற்றி சிந்திக்கும்போதே, சடங்குகளே இல்லாத காலம் நிலவுவதோடு மட்டுமின்றி, திருமணம் என்ற

நியதியே இல்லாத ஒருகாலம் இருந்ததையும் எண்ணுவர் என்பது இயற்கையாகும்.[132] இதையே மேற்கண்ட பகுதி நமக்குத் தெளிவாக எடுத்துக்காட்டுகிறது.

தெய்வங்கள்

எவ்வாறாயினும், இந்து மதமே இக்காலத்தில் தமிழ் நாட்டில் வேரூன்றி முன்னணியில் இருந்தது. இவ்விரிந்த இச்சமய வழிபாட்டு வழக்கில் நெற்றிக்கண்ணுடைய பெரும் கடவுளிலிருந்து, நாற்சந்திகளில் அமைக்கப்பட்ட சிறுபூதங்கள் வரை எண்ணற்ற தெய்வங்கள் வழிபடப்பட்டன.[133] இக் கடவுளரில் நால்வர் சிறந்த இடத்தைப் பெற்றிருந்தனர்.[134] தேவதைகளுக்கெல்லாம் தலைமைப் பீடத்தை வகித்த சிவபெருமானும், இணைத்துக் கூறப்படும் பலராமனும் கிருஷ்ணனும், தமிழரின் அன்புக் கடவுளான முருகனுமே இந்நால்வராவர். முருக வழிபாட்டில், வேலனாடல் போன்ற சில தனித்தன்மைகளைக் காண்கிறோம். இந்திரனுக்கும் சில சமயங்களில், சிறப்பான வழிபாடுகள் செய்யப்பட்டன. புகாரில் நடந்த இந்திர விழாவே இதற்குச் சான்றாகும். பண்டைக் காலந்தொட்டே மதச்சடங்குகளில், இசையும் நடனமும் முக்கிய இடம் பெற்றன என்பதை **சிலப்பதிகாரத்**தில் விளக்கப்படும் வேட்டுவரின் கொற்றவை வழிபாடும், ஆய்ச்சியரின் கண்ணன் வழிபாடும், குறவரின் முருக வழிபாடும் நமக்கு எடுத்துக்காட்டுகின்றன. கலைமகளுக்கும் (சரஸ்வதி) ஒரு கோயில் இருந்தது என்பதைத் தெரிவிக்கும் **மணிமேகலை** [135] காபாலிகர்களைப் பற்றியும் கூறுகிறது.[136] **களவழி**யின் ஆசிரியரும், முதல் ஆழ்வார் மூவரில் ஒருவருமான பொய்கையாரும் ஒருவராகவே இருப்பாராயின், வைணவர்களின் பக்தி இயக்கம் சங்க காலத்திலேயே தொடங்கப் பெற்றது என்று நாம் திண்ணமாகக் கூறமுடியும். விஷ்ணு புராணத்தைப்பற்றி மணிமேகலையிலேயே குறிப்பிடப்பட்டுள்ளதாகக் கருதவும் இடமுண்டு.[137]

பௌத்த மதத்தின் செல்வாக்கு

மறுபிறப்பு, அடுத்தடுத்த பிறவிகளின் அடிப்படையில் கர்மத்தினால் ஏற்படும் விளைவுகள், விதிப்பயன் போன்ற தத்துவங்கள், இந்திய மதங்கள் அனைத்தின் பொதுவான இயல்புகளாக இருந்ததோடு, தமிழ்நாட்டிலும் பொதுவாக ஏற்றுக்கொள்ளப்பட்டன. தியானம்(தவங்கள்) செய்வது பெருமைக்குரியது என்றும்

கருதப்பட்டதோடு, நன்மை பயக்கக்கூடியது என்றும் கருதப்பட்டது.[138] சங்ககாலப் பாடல்களில் காணப்படும் இந்த மகிழ்ச்சியான நம்பிக்கை, சிறிது சிறிதாக மறைந்து வாழ்க்கையில் சலிப்பு உண்டாயிற்று. பௌத்த மதம் வாழ்க்கையின் இன்னல்களை வலியுறுத்துவதற்குக் காரணம் இதுவே. இத்தகைய இன்னல்களினின்று விடுபட்டு வாழவேண்டும் என்ற எண்ணத்தையே அடக்கும் தத்துவத்தையும் பௌத்தத்தில் காணலாம். உறையூர் முதுக்கண்ணன் சாத்தனார்[139] இத்தகைய சோர்வு மனநிலையில் இருந்ததைக் காணலாம். மரணத்தின் கொள்கையைப் பற்றி எண்ணாமல், சிற்றின்பங்களில் கண்மூடித்தனமாகத் தம் நேரத்தை வீணாக்குகின்றனர் என்று **மணிமேகலை**யில் கூறப்படுவது இவ்வெண்ணம் மேலும் வலிவு பெற்றதையே எடுத்துக்காட்டுகிறது.[140] தமிழ்நாட்டின் முக்கிய இடங்களில் எல்லாம் சமண விகாரங்களும், பௌத்த சைத்யங்களும் மடங்களும் அமைக்கப்பட்டிருந்தன. அவற்றில் சமண, பௌத்தத் துறவிகள் வாழ்ந்தனர். மேலும், சமயப் பிரச்சாரமும் செய்தனர்.[141] புகார், வஞ்சி, காஞ்சி ஆகிய நகரங்களுடன் தொடர்பு ஏற்படுத்தி **மணிமேகலை**யில் கூறப்படும் புகழ்பெற்ற அறவணவடிகள் வரலாற்று மனிதராக இருந்தாலும் இல்லாவிடினும்,[142] அக்காலத்தில் வாழ்ந்த பௌத்தத் துறவிகளுக்கு ஒரு முன்மாதிரியான எடுத்துக்காட்டாக நாம் அவரைக் கருதலாம். இந்தச் சமயங்களைப் பரவச் செய்தோரின் எண்ணிக்கையையும், சமூகத்தில் இவர்கள் அடைந்திருந்த செல்வாக்கையும் அளவிட்டுக் கூறக்கூடிய ஆதாரங்கள் நமக்குக் கிடைத்தில.

குறிப்புகள்

1. திராவிட என்பது பழஞ்சொல், அதன் பொருளில் மாறுபாடு இல்லை. இப்போது அது பல்வேறு கண்ணோட்டங்களில் ஆளப்படுகிறது. மொழி அல்லது பண்பாட்டை வைத்துக் கொண்டு, இனத்தைக் குறித்து முடிவுகள் செய்வதற்கு எவ்வித நியாயமும் இல்லை.

2. இந்த விஷயத்தைப்பற்றி, அண்மைக் காலத்தில் நிறைய எழுதப்பட்டிருக்கிறது. ஆகையால் வேறு ஒரு சந்தர்ப்பத்தில் விங்க்பீல்டு-ஸ்டார்ட்போடு சொல்லியிருக்கும் பின்வரும் கருத்து சிந்தனைக்குரியது.

   "இதுவரை இந்த விஷயத்தில் சுயேச்சையான எழுத்தாளர், சிந்தனையாளர் ஆகியோர் மட்டுமே கவனம் செலுத்தியுள்ளனர். பழமையான வரலாற்று ஆசிரியர்களும், கற்பனைத் திறன்மிக்க முன்னோடிகளும் இணைந்து செயல்படாதது துரதிர்ஷ்டமானதே. நூலாசிரியரிடம் திறனாய்வு மனப்பான்மை இல்லாத குறையை, வாசகர்களே நிரப்பிக் கொள்ளவேண்டும். சுயேட்சையான எழுத்தாளர், சிந்தனையாளர்கள், சொற்களை வைத்துக்கொண்டு சிலம்பம் ஆடுகின்றனர். கூரிய அறிவு படைத்தவர்கள், மொழிநூல் அல்லது மொழி வரலாற்றை ஆதாரமாகக்கொண்டு, அர்த்தம் இல்லாததற்கெல்லாம் காரணமும் மரபும் கற்பிக்க முன்வருவார்கள்" (தி ஹிஸ்டரி ஆப் பிரிட்டிஷ் சிவிலிசேஷன், i, பக். 14)

3. பி.டி. சீனிவாச ஐயங்கார், தமிழர், பக். 485; அக மெம்னோனுக்கு முன்னரும் வீரர்கள் இருந்தனர் என்பது உறுதி.

4. மேற்படி, பக். 537.

5. vi, வரிகள் 66 - 7.

6. இ. ஜி. கௌத்தம iv, 6 அடிக்குறிப்பு (மைசூர்ப் பதிப்பு).

7. 'மறையோர் தேயத்து மன்றல் எட்டனுள்', பொருள் அதிகாரம் சூத்திரம் 92; இறையனார் சூத்திரம் 1.

8. **தொல்காப்பியம் பொருள்.** 104 - 6.

9. வரிகள் 1- 28.

10. **புறம்.** 368 - I.V. xxix, பக். 282-3.

11. **புறம்**. 40, வரி 10 - 11.

12. **பொருநர் ஆற்றுப்படை**, வரிகள் 245 - 6.

13. எண். 381.

14. எண்கள். 731 - 40

15. எண். 740.

16. எண்கள். 751 - 60.

17. எண். 756 உறுப்பொருள் என்பதற்குக் **கண்டெடுக்கப்பட்ட புதையல்** என்று பரிமேலழகர் பொருள் கூறுகிறார்; பார்க்க திவாகரம், பகுதி 9.

18. எண். 552.

19. எண். 60. வரிகள் 13-5. கொற்றச் சோழர் குடந்தை வைத்த நாடு தரு நிதியுனுஞ் செறிய-வருண்-கதி

20. எண். 448. ஜி. யூ. போப் மொழிபெயர்ப்பு.

21. எண்கள். 555, 564.

22. எண். 581.

23. எண். 638.

24. எண். 872.

25. **மணிமேகலை**, xxii, வரி 208.

26. எண்கள் 543; 545-6 மற்றும் **மணிமேகலை**, vii, வரி. 8 அடிக்குறிப்பு.

27. பார்க்க பி. கே. பக். 32-3.

28. **தி டமில்ஸ் எய்ட்டின் ஹன்ரட்ஸ் எகோ**, பக். 109-10.

29. கனகசபை பிள்ளை கருத்துக்களுக்கு ஆதாரங்கள் எவை என்பதைப் பார்க்க வாய்ப்பு இல்லாத அறிஞர்கள், அவருடைய கருத்துக்களால் வியப்பும் குழப்பமும் அடைவது இயற்கையே. ஆர். சி. மஜூம்தார் - **கார்ப்பரேட் லைப் இன் ஏன்சியன்ட் இண்டியா** என்ற சிந்தனை நிறைந்த நூலை எழுதியுள்ளார். அவர், அதில் கனகசபை கூறிய கருத்துக்களை அடிப்படையாகக்கொண்டு மேலே சொல்லுகிறார். அவர் உறுதியாகக் கூறியதாவது: “ஐந்து அவைகள் என்று சொல்லப்படுவன, பேரவையின் ஐந்து

குழுக்களே என்று எனக்குத் தோன்றுகிறது. இந்த ஐந்து குழுக்களும் மகதப் பேரரசில் நிலவியதாக நூலாசிரியர் சொல்லுகிறார்; ஆனால் இந்தியாவெங்கும் ஒவ்வொரு பகுதியிலும் பரவிய வேதகால சமிதியில் செய்யப்பட்ட சிறுசிறு மாற்றங்களே, இவை என்று எனக்குத் தோன்றுகின்றது.” இன்னும் குறிப்பிடத்தக்கது யாதெனில், இந்தப் பழமையான அமைப்பில் மிகவும் முக்கியமானதும் தற்காலத்தியதுமான வளர்ச்சிகளை முன்கூட்டியே எதிர்பார்த்திருப்பது வியப்பாக இருக்கிறது! ஏனெனில், மஜூம்தார் பின்வருமாறு சொல்லுகிறார் : “எப்படியாயினும், இந்த அவைகளின் பிரதிநிதித்துவத் தன்மையும், நிர்வாகத்தின் மீது அவை கொண்டிருந்த உறுதியான பிடிப்பும் தெளிவாக நிலைநாட்டப்பெற்றுள்ளன. மேலும் ஐந்து பேரவைகளில் ஒன்றாக ‘அமைச்சர்கள்’ விளங்கினர் என்பதும் குறிப்பிடத்தக்கது. எல்லாப் பேரவைகளும் சேர்ந்து, மேலே நாம் குறிப்பிட்ட பிரிவுக் கவுன்சிலும் ஒப்பிடத்தக்கன. அமைச்சர்கள் அடங்கிய பேரவை, குறிப்பிட்ட சிலரை மட்டும் உறுப்பினராக உடைய மந்திரி சபைக்குச் சமமானதே” (இரண்டாம் பதிப்பு, பக். 130 -1) அஹோ நிரங்குஸ்தவம் உட்ப்ராகக்ஷயாஹ்.

30. **புறம்.** 46.

31. வரிகள் 187 - 8 **முதியோர் அவை--புகு--பொழுதிற்றாம். பகை--முரண்செலவும்** இங்கு ‘முதியோர்’ என்னும் சொல், முந்தின வாக்கியத்தில் இளையோர் வந்தால் அயரவும் என்பதில் வரும் இளையோர் என்பதற்கு மாறுபட்ட கருத்தில் பொருள்கொள்ளப்பட்டிருக்கிறது. நச்சினார்க்கினியார் அவ்வாறு பொருள் கொள்ளவில்லை. ‘முதியோர்’ என்பதற்கு ‘வயதானவர்’ என்று கருதி அதற்கு ஒரு கதையும் புகுத்துகிறார். கரிகாலன் முன்னிலையில் வயது நிரம்பிய பலர் தங்களுக்குள் உள்ள சண்டைகளைத் தீர்த்து வைக்கும்படி வருவார்களாம். அப்போது, கரிகாலன், அவர்களைவிட தான் வயதானவன் என்ற எண்ணத்தை அவர்களிடம் உண்டாக்குவதற்காக நரைமுடியைத் தன் தலையில் அணிந்து கொள்வானாம்.

32. எண். 727.

33. **புறம்.** 373.

34. பார்க்க: **ஸ்டடீஸ்,** பக். 74 அடிக்குறிப்பு.

35. **பொருநர் ஆற்றுப்படை**, வரிகள் 180, 246.

36. எண் 1033.

37. வரிகள் 118-137.

38. **மணிமேகலை**, xix, வரிகள் 42-3.

39. பார்க்க: **களவழி**, அனந்தராம ஐயர் பதிப்பு, பக். 10 (முன்னுரை).

40. **மாராயம் பெற்ற நெடுமொழியானும்** என்பது பற்றி நச்சினார்க்கினியர் எழுதியிருப்பதைப் பார்க்க. (தொல்காப்பியம், பொருள், புறத்திணை, சூத்திரம்8).

41. எண்கள் 167, 394.

42. குறள் 771; அகம். 131; புறம். 306, வரி 4.

43. தொல். பொருள், சூத்திரம் 63 (முடிவு).

44. **புறம்**. 62, வரி 13.

45. **மணிமேகலை**, xxiii, வரி 13 அடிக்குறிப்பும் எண்ணும்.

46. **புறம்**. 40, பண்பும் இரக்கமும் இல்லாத இத்தகைய வழக்கங்கள், தற்காலப் போர் முறைகளுக்கும் விலக்கு அல்ல. எதிரிகளின் துப்பாக்கிகள் நினைவுக் கேடயங்களாக ஆக்கப்பட்டிருப்பதைச் சான்று பகர்க.

47. இந்தப் பாடலை, கனகசபை பதிப்பித்தும் மொழி பெயர்த்தும் இருக்கிறார். ஐ. ஏ., xviii, பக். 258. **களவழி**, விஜயாலயனை நோக்கி எழுதப்பட்டதாகப் பழைய உரை என்று சொல்லுகிறது. இது சரியாக இருப்பின் இந்தச் செய்யுள் நூலின் கால அமைப்பு மாறுபடுகிறது. ஏனெனில், நூலில், செங்கணானைப் பற்றி தெளிவான குறிப்பு ஒன்றும் இல்லை.

48. **களவழி**. 9.

49. செய்யுள். 29.

50. **புறம்**.125.

51. **பொருநர் ஆற்றுப்படை**, வரிகள் 84-9; 102-21; மற்றும் பார்க்க புறம்.34, போப் மொழி பெயர்ப்பு, ஐ. ஏ. xxix, பக்.251.

52. **புறம்**. 62, வரி 14.

53. **சிலப்பதிகாரம்**, xvi, வரி 55.

54. v. 185-கொடுக்கப்பட்டுள்ள புள்ளி 1600,000; **'பத்தோடு நூறு ஆயிரம்'**.

55. **புறம்**. 335.

56. **புறம்.** 378 - வரிகள் 10-22.

57. **புறம்.** 70 ஐ. ஏ. xxix, பக். 281.

58. இவற்றின் விவரம், **சிலப்பதிகாரம்** vi, 39 அடிக்குறிப்பில் கொடுக்கப்பட்டிருக்கிறது.

59. **மணிமேகலை** ii, வரிகள் 18-32.

60. **புறம்**. 378.

61. **மணிமேகலை** iii, வரி 127 அடிக்குறிப்பு.

62. **மணிமேகலை** xix, வரி 102 அடிக்குறிப்பு.

63. **மணிமேகலை** xix 90.

64. மற்றும் பார்க்க **அகம்**. 86, இது.பி.டி. சீனிவாச ஐயங்காரால் **தமிழர்கள்** என்ற நூலில் பக். 78-80-ல் மேற்கோள் காட்டப்பட்டிருக்கிறது.

65. வரிகள் 59-117.

66. i, வரிகள் 14-19. ii, வரி 1 அடிக்குறிப்பு.

67. **புறம்**. 30, வரிகள் 11-14.

68. **பட்டினப்பாலை**, வரிகள் 142-158.

69. மேற்படி, 159-182.

70. ஒருவர் தம்முடைய அறிவாற்றலை இவ்வாறு பொது மேடைகளிலும் விவாதங்களிலும் விளம்பரப்படுத்தும் முறை **மணிமேகலை**யிலும் i வரி 60 -1-ம் சொல்லப்பட்டிருக்கிறது. ஐரோப்பாவில் தற்காலம் வரை இது சர்வசாதாரணப் பழக்கமாக இருந்து வருகிறது. இந்தியாவில் இப்போதும் பண்டிதர்களிடையே இப்பழக்கம் நிலவி வருவதை நாம் அறிவோம்.

71. வரிகள் 199-212.

72. **தி டமிள்ஸ் எய்ட்டின் அன்ரட்ஸ் அகோ**; பக்.25. **மணிமேகலை** xxviii, வரி 31-67-ல் காஞ்சிபுரத்தைப் பற்றிக் கூறும் வருணனை, **சிலப்பதிகார**த்தில்

கூறப்பட்டிருப்பது போலவே இருக்கிறது. எனவே, இவ்வாறு எழுதுவது ஒரு மரபு என்றும் உண்மை நிலைக்குப் பொருந்த எழுதப்படவில்லை என்றும் நாம் நினைக்க வேண்டியதிருக்கிறது. இரண்டையும் ஒப்புநோக்கும் போது, **சிலப்பதிகார**த்து வருணனையை நாம் ஏற்றுக் கொள்ளத்தக்கதாக இருக்கிறது.

73. வரிகள் 213-17.

74. வரிகள் 184-193.

75. உரையாசிரியர் இதை மலேயா நாட்டிலுள்ள கடாரம் (Kedah) ஆக்கி விடுகிறார்.

76. பி.கே. பக். 35. கனகசபை முன் குறிப்பிட்ட நூல், அதிகாரங்கள் ii-ம், iii-ம்.

77. வரி 346 - 50.

78. ரீனாடு ஜே. ஏ. 1863, i, பக். 301-2. **பெரிபுளூஸ்** பகுதி 49.

79. மேற் குறிப்பிட்ட நூல், பக். 183.

80. தர்ஸ்டன் **காயின்ஸ்** கேட்லாக் எண் (சென்னை அருங்கலைக் கூடம்), இரண்டாம் பதிப்பு 1894, சீவல் ஜே. ஆர். ஏ. எஸ். 1904, ஏன்சியன்ட் இந்தியா, எண் 2.

81. வார்மிங்டன், **தி காமர்ஸ் பெட்வீன் தி ரோமன் எம்பயர் அண்ட் இண்டியா,** (கேம்பிரிட்ஜ், 1928).

82. வார்மிங்டன், மேற்சொன்ன நூல், பக். 274. அடிக்குறிப்பு. 'சேரஸ்' என்று பிளினி சொல்லுவது சேரர்களையே என்று வார்மிங்டன் நினைக்கிறார். இதற்கு மாறுபட்ட கருத்தை ஹட்ஸன், **ஈரோப் அண்ட் சைனா** என்ற நூலில் (ஆர்நால்டு, 1931) பக். 100-102-ல் சொல்லுகிறார். ரோமாபுரி நாணயங்கள், உண்மையாகவே சீனாவுக்குப் போய்ச் சேர்ந்திருக்க வேண்டியதில்லை.

83. **பெரிபுளூஸ்,** பகுதி 59.

84. ரோஸ்டோவிட்சவ். **சோஷியல் அண்ட் எக்கனாமிக் ஹிஸ்டரி ஆப் தி ரோமன் எம்பயர்,** பக். 93. (ஆக்ஸ்போர்டு, 1926); வார்மிங்டன் பகுதி I, அதிகாரம் ii.

85. வார்மிங்டன், முன் குறித்த நூல், பக். 128-31.

86. ரோஸ்டோவ்ட்சவ், முன் சொன்ன நூல், பக்.421. வார்மிங்டன், பக். 139-40.

87. வார்மிங்டன், பக். 65.

88. இது இந்தியாவின் மேற்குக் கரையைக் குறிக்கும். 'நவுராவும் திண்டிமுசும் தமிராக்காவின் முதல் சந்தைகள்' (பகுதி 53).

89. பகுதி 60-ம் அதைப் பற்றி ஸ்காப் கொடுத்திருக்கும் குறிப்புக்களும், இந்தியாவின் படகு வகைகளைக் குறித்து **பெரிபுளூஸ்**ஸில் சொல்லப்பட்டிருப்பதைப் பற்றிய விவாதங்களை ஹார்நல் பதிப்பித்துள்ள **'மெம்மாயிர்ஸ் ஆப் தி ஏசியாட்டிக் சொசைட்டி ஆப் பெங்கால்'**. (Memoirs of the Asiatic Society of Bengal) vii. பக். 215 அடிக்குறிப்பில் பார்க்க. முதல் நூற்றாண்டைச் சேர்ந்த கொலாண்டியா, போரோபுதூர் கற்சிற்பங்களில் இரண்டு பாய்மரங்கள்கொண்ட ஜாவாக்காரர்களுடைய கப்பல்களுடன் நெருங்கிய உறவுகொண்டது என்று அவர் அபிப்ராயப்படுகிறார். ஆனால், சில மாற்றங்களுடன் இத்தகைய கப்பல்கள், ஆந்திரர், குறும்பர் நாணயங்களில் பொறிக்கப்பட்டிருக்கின்றன. கி.பி. 8-9-ம் நூற்றாண்டுகளில், ஜாவாக்காரர்களின் கற்சிற்பங்களில் காணப்பட்டிருப்பதைக் காட்டிலும், **பெரிபுளூஸி**ல் சொல்லப்பட்டிருக்கும் கப்பல்களுக்கு, இந்த நாணயங்களில் குறிக்கப்பட்டிருப்பவையே ஏறத்தாழ பொருத்தமாக இருக்கின்றன.

90. பட்டினப்பாலை, வரிகள் 29-32.

91. iv, வரிகள் 29-34.

92. **பெரிபுளூஸ்**, ப. 261.

93. ரோஸ்டோவெட்செப், முன் சொன்ன நூல், பக்.126.

94. மேலும் பார்க்க, வார்மிங்டன் முன் சொன்ன நூல், பக். 143, இதில் சற்று மாறுபட்ட விளக்கம் கொடுக்கப்பட்டிருக்கிறது.

95. **புறம்**. 61, வரி 1.

96. தொல். பொருள். அகத்திய சூத்திரம் 30.

97. எண் 230, வரிகள் 12-3.

98. **புறம்**. 125, வரி 1.

99. வரிகள் 82-3.

100. வரி 155.
101. iii, 167-8.
102. **புறம்**, 82.
103. xix, வரிகள் 107-9.
104. **பொருநர் ஆற்றுப்படை**, வரிகள் 214-17.
105. நெல்மணிகளைக் குத்திக் கிடைத்த அரிசிக் குறுணை.
106. **புறம்** 33, வரிகள் 1-7.
107. சீவல் ஜே. ஆர். ஏ. எஸ்., 1904, பக்கம் 609-15.
108. **மணிமேகலை** xi, வரிகள் 84-87, xviii, வரிகள் 90 அடிக்குறிப்பு, xix வரிகள் 51, அடிக்குறிப்பு.
109. வரிகள் 165-7.
110. **பொருநர் ஆற்றுப்படை**, வரிகள் 182-4.
111. **பொருநர் ஆற்றுப்படை**, 34, வரிகள் 1-7.
112. **மணிமேகலை** xviii, வரிகள் 33-4, சிலப்பதிகாரம் xiv, வரி 146.
113. **மணிமேகலை** v. 37, xiii, 5-7.
114. மேற்படி vii, 75-76-ம் என்னும்.
115. மேற்படி vi, வரி 127, iii, 134.
116. மேற்படி xxi, 128-9.
117. **சிலப்பதிகாரம்**, v, பக். 237-40.
118. **புறம்**. 239, வரி 20-21.
119. **மணிமேகலை** vi, 54-59.
120. மேற்படி வரி 71.
121. **புறம்**. 246.
122. **புறம்**. 246-ம், **மணிமேகலை** ii, வரி 42-5; xvi, 23 அடிக்குறிப்பு, xviii, 11-15.
123. xviii, வரி 98-102.
124. v, வரி 133.

125. **புறம்.** 166.

126. அதாவது 21 வகையான வேத யாகங்களைச் செய்தவர்கள்.

127. xiii, வரி 23-24.

128. எண் 367, 1, 12.

129. தொல். பொருள், கற்பு சூத்திரம் 1.

130. மேற்படி, சூத்திரம் 2 - 3.

131. மேற்படி, சூத்திரம் 4.

132. கிராலி, **தி மிஸ்டிக் ரோஸ்** ii, 259.

133. **மணிமேகலை** i, வரிகள் 54-5.

134. **சிலப்பதிகாரம்**, v, வரிகள் 169-72, xiv, வரிகள் 7-10.

135. xiii, வரி 106.

136. vi, 86.

137. xxvii, வரி 98. பார்க்க பி.கே. பக். 20-21.

138. **பொருநர் ஆற்றுப்படை**, வரிகள் 91-92.

139. **புறம்.** 27 பார்க்க முன் பக். 39.

140. vi வரி 97, அடிக்குறிப்பு.

141. **சிலப்பதிகார**த்திற்கும், **மணிமேகலை**க்கும் உள்ள பொருள் குறிப்பு அட்டவணைகளில், அருகன், புத்தன் என்ற தலைப்புக்களிலும், மதுரைக் காஞ்சி வரிகள் 475 - 87-ம் பார்க்க.

142. இவர் தர்மபாலா என்று அடையாளம் காட்டப்பட்டிருப்பதற்குப் போதிய காரணங்கள் கிடையாது. ஜே.ஓ.ஆர். 1927, பக். 197 அடிக்குறிப்பு.

அதிகாரம் 5

சங்க காலம் முதல் விஜயாலயன் காலம் வரை

சங்க காலத்திற்குப் பிறகு

சங்க காலத்திற்குப் பிறகு, ஏறக்குறைய மூன்று நூற்றாண்டுகளுக்குக் கடுங்கோன் வழிவந்த பாண்டியர்களும், சிம்மவிஷ்ணு வமிசத்துப் பல்லவர்களும் எவ்வாறு தமிழ் நாட்டைத் தங்களுக்குள் பங்கிட்டுக்கொண்டு ஆட்சிபுரிந்து வந்தனர் என்பது புதிராகவே உள்ளது. இதுபோன்று, அடுத்த மூன்று நூற்றாண்டுகளில், அதாவது ஒன்பதாம் நூற்றாண்டின் மத்தியில் விஜயாலயன் ஆட்சிக்கு வரும்வரை சோழ மன்னர்களின் வரலாறு இருள் சூழ்ந்ததாக உள்ளது. இந்நீண்ட இடைக்காலத்தில் இப்பெரிய ஆட்சிகளில் ஏற்பட்ட மாறுதல்களைப்பற்றிக் கல்வெட்டுகளிலிருந்தும் இலக்கியத்திலிருந்தும் நாம் ஒருவாறு அறிகிறோம். சோழ நாட்டின் வீழ்ச்சிக்குப் பிறகு, வடக்கிலும் தெற்கிலும் பல்லவர்களும் பாண்டியர்களும் வலுப்பெற்றபோது, சோழ அரச குடும்பத்தைச் சேர்ந்தோர் வெற்றிபெற்ற தம் பகைவரிடம் பணிபுரிந்ததோடு அவர்களது உரிமையையும் பெற்றனர்; இத்தகைய நிகழ்ச்சி, இந்திய வரலாற்றில் சர்வசாதாரணமாக ஏற்பட்ட ஒன்றாகும். இராஷ்டிரகூடரின் எழுச்சியின்போது மேலைச் சாளுக்கியரும் இராஜராஜன் காலத்துக்கும் வேங்கியைக் கைப்பற்றிய முதலாம் குலோத்துங்கன் சோழ அரியணையில் ஏறுவதற்குமிடையே கீழைச் சாளுக்கியரும், பாண்டியரும், பல்லவர்களும், கங்கர்களும், பாணர்களும், விஜயாலயன் ஆட்சிக்குப்பின், தம் பகைவரிடம் பணிபுரிந்ததற்கான பல சிறந்த எடுத்துக்காட்டுகளில் ஒரு சிலவாகும். பண்டைய நினைவுகள் விரைவில் மறைந்து விடுவதைப்போல், பல புகழ்மிக்க அரசவமிசங்களின் புகழ் மறைந்தாலும், காலச்சக்கரத்தின் சுழற்சியில் மீண்டும் தம் ஆட்சியையும் புகழையும் நிலை

நாட்டிக்கொள்ள வழியுண்டு. சோழ மன்னர்கள் இக்காலத்தில், உறையூர் மீதான தங்கள் ஆதிக்கத்தை முழுமையாக இழந்துவிட்டனர் என்று கூறமுடியாது. விஜயாலயன் மீண்டும் தன் ஆதிக்கத்தை நிலைநாட்டியபோது உறையூருக்கு அருகேயே வாழ்ந்தான். தெலுங்கு நாட்டிலும், அதற்கு வடக்கேயும் இருந்துகொண்டு, தாம் சோழர் வமிசத்தைச் சேர்ந்தவர் என்று கூறிக்கொண்டவர்களும் தம் புகழைக் கூறும்போது உறையூரையும், காவேரியையும் மறக்கவில்லை; அக்காலத்திய கல்வெட்டுகளும் இதையே கூறுகின்றன. சோழ மன்னர்களின் வலிவு குறைந்தவுடன், ஏழ்மையடைந்த பலர் சிதறுண்டு பலவிடங்களுக்குச் சென்று பொருளும் புகழும் தேடுவாராயினர். சோழ மன்னர்களின் உறவைக் கூறும் பல இளவரசர்கள், குறுநில மன்னர்கள் ஆகியோரது பெயர்கள் கொடும்பாளூர் (புதுக்கோட்டை), சியாழி (சீகாழி), மாலேபாடு போன்ற இடங்களிலும் காணப்படுகின்றன. தெலுங்குச் சோழர்களைப் போன்றே, உச்சங்கில் பாண்டியர்களும், கொங்கண மௌரியரும், குத்தல குத்தர்களும்(பம்பாய்) இந்திய வரலாற்றில் காணப்படும் சில சிதறிய வமிசங்களாகும்.[1]

களப்பிரர்கள்

நாட்டில் பல அரசியல் மாறுதல்களுக்குக் காரணமாக இருந்த தெளிவற்ற ஒரு குலத்தைச் சார்ந்த களப்பிரர்களைப் பற்றிப் பாண்டியர்களின் வேள்விக்குடிப் பட்டயமும், பல்லவர்களின் சில பட்டயங்களும் கூறுகின்றன. பாண்டியர்களும், பல்லவர்களும் தம் ஆட்சியை நிலைநாட்ட வேண்டி ஆறாம் நூற்றாண்டின் இறுதியில் இக்குலத்தை முறியடித்தமை அவர்கள் மேற்கொண்ட முதல் நடவடிக்கையாகும். கொள்ளையடிக்கும் நடவடிக்கைகளில் ஈடுபட்ட இக்களப்பிரர்களே பண்டைச் சோழ மன்னர்களின் வீழ்ச்சிக்குக் காரணமாயினர்.[2] சோழர்களின் கல்வெட்டுகளிலும், விஜயாலய மன்னர்களின் செப்புப் பட்டயங்களிலும் இதைப்பற்றிக் காணப்படாதது வியப்பன்று. தாம் களப்பிரர்களிடம் இழந்ததை உடனே மீண்டும் பெற்றுக்கொண்ட பாண்டியர் பல்லவர்களைப் போலல்லாமல், சோழர்கள் அடுத்த மூன்று நூற்றாண்டுகளுக்குப் புதிய எழுச்சி பெற்றுவரும் பாண்டிய, பல்லவ ஆட்சிக்களுக்கு உட்பட்டே இருந்தனர். புதிதாக ஏற்பட்ட பாண்டிய, பல்லவ அரசுகள் தமக்குள்ளாகவே போரிட்டு ஓய்ந்த பிறகுதான், சோழர்கள் மீண்டும் அரசியல் முன்னணியில் அடி வைக்கலாயினர். சோழ நாட்டின் மீதான களப்பிரர்களின் ஆட்சியைப் பற்றிய சுவையான

விவரங்களைப் புத்ததத்தரின்[3] குறிப்புகளில் காணுகிறோம். இவ்வாசிரியரின் காலம், சிலர் எண்ணுவதுபோல், உறுதியாக வரையறுக்கப்படவில்லை; இவர், புத்தகோஷர் வாழ்ந்த நாளில் வாழ்ந்தவர் என்று கூறும் மரபு மிகவும் பிற்காலத்தில் ஏற்பட்டதோடு, இவர்களது பரந்த நூல்களில் இதற்கான ஆதாரமும் ஒன்றும் காணப்படவில்லை.[4] இவ்விருவரில், புத்ததத்தரே முதலில் ஈழத்திற்குச் சென்று புத்தமதத்தைப் பரப்பியிருக்கக்கூடும். ஒளிமிக்க சங்க காலத்திற்குப் பிறகும் பாண்டிய, பல்லவர்களின் பட்டயங்கள் மீண்டும் பல குறிப்புக்களைக் கொடுத்து ஒளிவீசும் வரையிலான இருண்ட இடைக்காலத்திலேயே புத்ததத்தர் வாழ்ந்திருக்கவேண்டும் என்பது உறுதி. **அபிதம்மாவதாரம்** என்னும் இவரது நூலின் முடிவில் காவிரிப் பூம்பட்டினத்தைப் பற்றியும் அங்குக் கூடிய வாணிகப் பெருமக்கள், மாளிகைகள், தோட்டங்கள் பற்றியும் விவரிப்பதோடு[5] கண்ணதாசாவினால் எடுக்கப்பட்ட பெரும் பௌத்த மடத்தில் சிறிது காலம் தங்கியிருந்து தம் மாணாக்கர்களில் ஒருவரான சுமதி என்பவரின் வேண்டுகோளுக்கு இணங்கி, இந்நூலை எழுதியதாகவும் கூறுகிறார். இதுபோன்றே, சோழநாட்டின் முக்கிய நகரமும் காவிரியின் கரையில் அமைந்ததுமான பூதமங்கலம்[6] என்னும் நகரிலுள்ள பெங்குதாசாவின் அழகிய மடத்தில் தங்கியிருந்தபோது, புத்திசீகாவின் விருப்பத்திற்கு இணங்க **'விநயவிநிச்சயம்'** என்னும் அவரது மற்றொரு நூலை எழுதியதாக, இந்நூலின் முடிவில் கூறியுள்ளார். இந்நூலை இவர் எழுதி முடித்த போது, இந்நாட்டை களப்பிர மரபினனான அச்சுதவிக்கந்தன் ஆட்சி செய்தான் என்றும் கூறுகிறார்.[7] சேர, சோழ, பாண்டிய மன்னர்களைச் சிறையெடுத்தான் என்று இலக்கியங்களில் சிறப்பித்துக் கூறப்படும் அச்சுதனே இம்மன்னனாவான்.[8] கி. பி. 10-ம் நூற்றாண்டைச் சேர்ந்த யாப்பருங்கலக் காரிகையின் ஆசிரியரான அமிர்தசாகர் இவனைப் பற்றிய சில பாடல்களை மேற்கோள் காட்டியுள்ளார். இம்மன்னன் பௌத்த மதத்தைச் சார்ந்தவனாய் இருக்கக்கூடும். இது எவ்வாறாயினும், இக்களப்பிரர்கள் கலிமன்னர்களின் குலத்தில் பிறந்தவர் என்றும், 'ஆதிராசர்' பலரை வேருடன் களைந்தவர் என்றும், பிரம்மதேயே உரிமைகளில் தலையிட்டவர் என்றும் கூறும் வேள்விக்குடி பட்டயத்திலிருந்து, களப்பிரர்களுக்கும், இவர்களால் கைப்பற்றப்பட்ட நாட்டுக்குமிடையே நல்லுறவு ஏற்படவில்லை என்பதையும் தெளிவாகக் கூறுகிறது. புத்ததத்தரின் நூல்களுடன் இணைக்கப்பட்ட பாயிரத்தில், இவர்

உரகபுரத்தில் வாழ்ந்தவர் என்று கூறப்படுவதிலிருந்து, இவரது சொந்த ஊர் உறையூராக இருந்திருக்கக்கூடும் எனலாம்.

சோழர்களின் வீழ்ச்சி

அச்சுதனின் ஆட்சிக் காலத்திற்குப் பிறகு (எவ்வளவு ஆண்டுகளுக்குப் பிறகு என்பதை நம்மால் அறுதியிட்டுக் கூற இயலாது), களப்பிரர்களை முறியடித்த பல்லவர்களும், பாண்டியர்களும் தங்கள் ஆட்சியினை நிலைநாட்டினர்; தம் சுதந்திரத்தை மீண்டும் நிலைநாட்ட இயலாத சோழ மன்னர்கள், காவிரிக்கரைப் பகுதிகளில் புகழ் மங்கிய நிலையில் வாழ்ந்தனர். வடக்கிலும் தெற்கிலும் புதிதாக ஏற்பட்ட அரசுகள் சோழ மன்னர்களை ஓரளவு புறக்கணித்தாலும் இவர்களது பழம் புகழை மதிக்கின்ற வகையில், சோழர்குல மகளிரை மணந்ததோடு, தம்மிடம் பணியாற்ற விரும்பிய சோழ இளவரசர்களுக்குப் பதவிகளையும் அளித்தனர்.

யுவான் சுவாங்கின் சு-லி-யா

கி. பி. 639 - 640-ல் அமராவதியிலும் காஞ்சிபுரத்திலும் பல மாதங்கள் தங்கியிருந்த சீன யாத்ரிகரான யுவான் சுவாங், தெற்கு நோக்கிச் செல்லுகையில் 'சு-லி-யா' (சோலிகா?) என்னும் நாட்டை அடைந்தார். இந்நாடு இப்போதைய கர்நூல் மாவட்டம்[9] (ஜில்லா) ஆகும் என்று இவரது பிரயாணக் குறிப்புக்களைக்கொண்டு அறிஞர் கன்னிங்ஹாம் கூறுகிறார். கரிகாலனின் வழித்தோன்றல்கள் என்று கூறிக்கொண்டதோடு, சோழர்களின் பெயரையும் தாங்கிய ஒரு வமிசத்து மன்னர்கள் இப்பகுதியில் ஆட்சி செய்தனர் என்பதற்கு, கடப்பா மாவட்டத்தில் (ஜில்லாவில்) கிடைக்கும் எண்ணற்ற கல்வெட்டுகளும்[10] சோழர்களது பெயரைத் தாங்கி, நான்கு தலைமுறை ஆண்ட மன்னர்களைப் பற்றிக் கூறும் இரு செப்பேட்டுப் பட்டயங்களும் சான்று கூறுகின்றன. இவர்களது ஆட்சிக்குட்பட்டிருந்த இப்பகுதியினரே 'நாடு 7000' என வழங்கப்பட்டு, கடப்பா, கர்நூல் மாவட்டங்களிலுள்ள குண்டாறு என்னும் ஆற்றின் கரையோரம் இருந்த பகுதிகளைக்கொண்டதாய் விளங்கியது.[11] இக் கல்வெட்டுக்களில் காணப்படும் எழுத்துக்களின் வடிவங்களிலிருந்து இவை 8 - ம் நூற்றாண்டிற்கு முற்பட்டவை என்றே கொள்ளலாம்.[12] மேலப்பாடு செப்பேடுகளுடன் இவையும், கி. பி. 7 - ம் நூற்றாண்டைச் சேர்ந்தவை என்று கூறவும் தகுந்த காரணங்கள் உண்டு[13] இவர்கள் ஏற்றுக்கொண்ட பட்டங்களிலிருந்து இம்மன்னர்கள் பல்லவர்களுடனும், சாளுக்கியர்களுடனும் நெருங்கிய

அரசியல் தொடர்பைப் பெற்றிருந்தனர் என்று தெரிகிறது. தாங்கள் சுதந்திர மன்னர்கள் என்று கூறிக்கொண்டதற்கேற்ப இம்மன்னர்கள் பெரும்பாலும் சுதந்திரமாகவே ஆட்சி செய்தனர். ஆனால் சில வேளைகளில், அவர்களது கொள்கை அளவில் அருகிலிருந்த பலம்மிக்க அரசின் ஆதிக்கத்தை மறைவாக ஏற்றுக்கொள்ள வேண்டியதிருந்தது. இவர்களது இலச்சினைப் புலியாக இல்லாமல், பின்புறம் சுருண்டு வளைந்த வாலையும் பிடரியையும் கூடிய சிங்கமாக இருந்தது என்பது மேலப்பேடு செப்பேட்டில் காட்டப்பட்டுள்ளது. இவ்விலச்சினை விஷ்ணு குண்டின், பல்லவ மன்னர்களது இலச்சினை போன்றிருந்ததோடு, பௌத்த மத அடிப்படையில் ஏற்பட்டதாகவும் இருக்கலாம்.[14] மேலப்பேடு செப்பேடுகளில் காணப்படும் ரேனாட்டுச் சோழர்களின் மரபுவழி வருமாறு.[15]

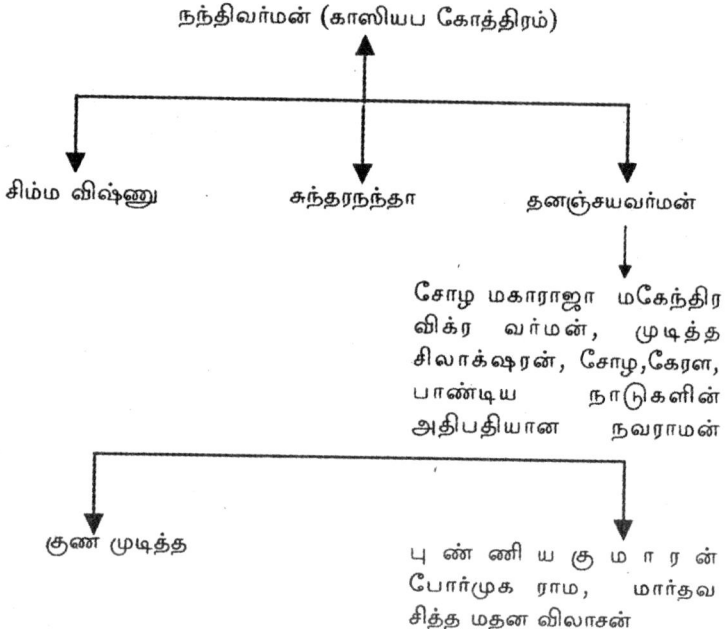

நந்திவர்மன் (காஸியப கோத்திரம்)

- சிம்ம விஷ்ணு
- சுந்தரநந்தா
- தனஞ்சயவர்மன்
  - சோழ மகாராஜா மகேந்திர விக்ர வர்மன், முடித்த சிலாக்ஷரன், சோழ,கேரள, பாண்டிய நாடுகளின் அதிபதியான நவராமன்
    - குண முடித்த
    - புண்ணிய குமாரன் போர்முக ராம, மார்தவ சித்த மதன விலாசன்

இம்மன்னர்களுள், தனஞ்சயனைப்பற்றிக் கல்வெட்டு ஒன்று கடப்பை மாவட்டத்தில் கிடைத்துள்ளது.[16] சோழ மகாராஜா என்னும் மன்னனது கல்வெட்டுகள் பல கிடைத்தாலும், அம்மன்னனது ஆட்சியைப் பற்றி அறிய இவை எவ்விதத்திலும் பயனுள்ளதாக இல்லை. தென்னிந்தியாவிலிருந்த தமிழ் அரசுகள்

மூன்றையும் தன் ஆட்சிக்குக் கீழ்க்கொண்டு வந்ததாகக் கூறும் விருதையும் உள்ளிட்டு, பல விருதுகளை இவன் பெற்ற விதத்தைப் பற்றிக் கூறுவதற்கான ஆதாரங்கள் கிடைக்கவில்லை. "புண்ணிய குமாரனின் பிரதிவல்லபன்" என்ற பிருதும், வசந்த - "போறி - சோழ - மகாதேவி"[17] என்ற இவனது அரசியின் பெயரும், இம்மன்னன் சாளுக்கியருடன் தொடர்புகொண்டிருந்தான் என்பதைக் காட்டுகின்றன. யுவான் சுவாங்கின் வருகையின்போது ஆட்சியில் இருந்த மன்னன் இவனா அல்லது இவனது தந்தையா என்பதைக் கூறுவது எளிதன்று; ஆனால் இக்காலத்தில் பல்லவர்களுக்கும் சாளுக்கியர்களுக்குமிடையே எற்பட்ட சண்டைகளில், இவனது வமிசத்தைச் சேர்ந்த மன்னர்கள் முக்கிய பங்கு ஏற்றனர் என்பதில் சிறிதளவும் ஐயமில்லை. சோழ மகாராஜாதிராஜ விக்ரமாதித்திய சத்தியாதித்தியா என்ற மன்னனும், சோழ மாதேவி வமிசத்தில் இவனது தாயும்[18] மேலப்பாடு செப்பேட்டு வமிசாவழியில் இடம் பெறாவிடினும், இம்மன்னரது குடும்பத்தைச் சேர்ந்தவர்களே. "சோழ மகாராஜா" என்ற விருதை விடச் சிறந்த விருதைப் பெற்றிருந்தான் என்பதோடு, ரேனாடு 7000 பகுதியைத் தவிர, சித்தி 1000 (சித்தெள நாடு) என்ற பகுதியையும் நாம் கவனத்தில் கொள்ளவேண்டும். பல்லவ மன்னன் மூன்றாம் நந்திவர்மனின் ஆறாம் ஆட்சி ஆண்டைச் சேர்ந்த வேலூர்ப்பாளையம் செப்பேடு சோழ மகாராஜ குமாராங்குசா என்ற ஒரு மன்னனை விஞ்ஞாப்தியாக (ஆணத்தி) குறிப்பிடுகின்றது.[19] மேலும், பல குறிப்புக்கள் காணும் வரை இம்மன்னர்களது வமிசத்தின் வரலாற்றைப் பற்றி முழுமையாக நாம் அறிந்துகொள்ள முடியாது. காஸியப கோத்திரத்தைச் சேர்ந்தவர் என்றும், கரிகாலன் வமிசத்தைச் சேர்ந்தவர் என்றும், உறையூரை ஆண்டவர் என்றும் கூறிக்கொண்டு, தெலுங்கு, கன்னடப் பகுதிகளில் ஆட்சி செய்த எண்ணற்ற இக் குறுநில மன்னர்கள், பண்டைச் சோழ மன்னர்களுடன் தொடர்புகொண்டவர்கள் என்பது மட்டும் உறுதி.[20]

தமிழ் நாட்டில் சோழர்கள்

ரேனாட்டுச் சோழர்களைப்பற்றி அறிந்த அளவுகூட, இதே காலத்தில் தமிழ் நாட்டில் வாழ்ந்த சோழ மன்னர்களைப் பற்றி நம்மால் அறிய முடியவில்லை; இக்காலத்தைச் சேர்ந்த கல்வெட்டுகளும் இலக்கியமும் இச்சோழ மன்னர்களைப் பற்றி மேலெழுந்த வாரியாகக் கூறும்போது, காவிரிக்கரையில் இவர்கள் தொடர்ந்து வாழ்ந்தனர் என்று கூறுகின்றனரே தவிர, வரலாற்று முக்கியமுள்ள செய்திகளைத் தரவில்லை. இச்சோழர்களுக்குரிய கல்வெட்டுகளோ, பழமையான சின்னங்களோ இதுவரை

கிடைக்கப்பெறவில்லை. சமுத்திரகுப்தனின் அலஹாபாத் தூண் கல்வெட்டில் சோழ நாட்டைப் பற்றிக் குறிப்பிடப்படாததிலிருந்து நாம் எவ்வித முடிவிற்கும் வர இயலாது. ஏனெனில், சமுத்திர குப்தனுடைய அரசு, முன்னால் நம்பப்பட்டதைப் போலன்றி, மிகக் குறுகிய பரப்பையே கொண்டிருந்தமை புலனாகின்றது.[21] பொதுவாக, பல்லவர்களது பட்டயங்களும், சில வேளைகளில் மேலைச் சாளுக்கியர், பாண்டியரது பட்டயங்கள் மட்டுமே இக்காலச் சோழர்களைப் பற்றிய சான்றுகளாக விளங்குகின்றன. கி.பி. 4-ம் நூற்றாண்டின் தொடக்கத்தில் வாழ்ந்த புத்த வர்மனைப் பற்றிக் கூறும் வேலூர்ப்பாளையம் பட்டயங்கள், இவனைச் "சோழப்படை என்னும் கடலுக்குப் பெரும் நெருப்பாய் நின்றவன்" என்று விவரிக்கின்றன.[22] மேலும், காவிரி நீர் பாய்கின்ற பாக்கு மரங்களைக்கொண்ட தோப்புகளும், செழுமையான நெல் வயல்களையும்கொண்ட சோழ நாட்டை, சிம்ம விஷ்ணு (கி.பி. 575 - 600) கைப்பற்றியதாகவும் கூறப்படுகிறது.[23] ஏறக்குறைய இதே காலத்தில், சோழர்களை வென்றதாகச் சாளுக்கியர் கூறுகின்றனர்.[24] ஆனால், இக்கூற்று தவறாகவே இருத்தல் வேண்டும், அல்லது இவர்களிடம் தோல்வியுற்றவர், ரேனாட்டுச் சோழர்களாய் இருத்தல்வேண்டும். சோழநாட்டின் மீதான தமது ஆட்சியைப் பற்றி பெருமைகொண்டான், மகேந்திர வர்மன் (கி.பி. 600 - 630); இவனது கல்வெட்டுகளில், திருச்சிராப்பள்ளி மலையைச் சோழநாட்டு மகுடம் என்று விவரிப்பதோடு,[25] சோழநாட்டின் சிறப்பைக் காண இம்மலை மீது தனக்கு ஒரு கோயில் எடுக்குமாறு, சிவபெருமான் இம்மன்னனுக்கு கட்டளையிட்டதாகவும் கூறப்படுகிறது.[26] முதலாம் நரசிம்ம வர்மனால் (கி.பி. 630 - 660) வீழ்த்தப்பட்டதாக, முதலாம் பரமேஸ்வர வர்மனின் கூரம் பட்டயத்தில் பல மன்னர்களது பெயர்ப் பட்டியல் உள்ளது. பொருள் இல்லாததும் பகட்டானதுமான இப்பட்டியலில் சோழர் பெயரும் காணப்படுகிறது.[27] இரண்டாம் புலிகேசி (கி.பி. 634) பல்லவரது அரசைக் காஞ்சிபுரத்தின் நான்கு சுவர்களுக்குள் அடக்கி, அதன் மூலம் சோழ, கேரள, பாண்டிய மன்னர்களுக்கு நல்வாழ்வு அளித்தான் என்று தம் ஐஹோலி கல்வெட்டில் குறிப்பிடுகிறான்.[28] இரண்டாம் புலிகேசிக்குப் பிறகு வந்த முதலாம் விக்கிரமாதித்தனும் சோழ நாட்டை வென்றதாகக் கூறுகிறான். காவிரியாற்றின் தென்கரையிலுள்ளதும் சோழநாட்டின் பண்டைத் தலைநகருமான உறையூரில் தான் கொண்ட வெற்றியினைப் பற்றித் தன் கத்வல் பட்டயங்களில் (கி. பி. 674) குறிப்பிடுகிறான்.[29] கோச்சடையன் ரணதீரன் (கி. பி. 710 - 40) என்னும் பாண்டிய மன்னன் செம்பியன் என்னும் விருதை ஏற்று அதன் மூலம் சோழநாட்டின் ஒரு பகுதியைத் தனது ஆட்சிக்கு

உட்படுத்தினான் என்று வேள்விக்குடி பட்டயங்கள் குறிப்பாக உணர்த்துகின்றன. மாறஞ்சடையன் சூரிய, சந்திர குலங்களின் திலகமெனத் திகழ்ந்தான் என்று இம்மன்னனது திருச்சிராப்பள்ளிக் கல்வெட்டு குறிப்பிடுகிறது.[30] பல்லவர்களின் நண்பர்களில் ஒருவராய் விளங்கிய சோழர்கள் கும்பகோணத்ததிற்கு அருகே ஸ்ரீமாறஸ்ரீவல்லபனிடம் (கி.பி. 815 - 862) படு தோல்வியடைந்தனர் என்று சின்னமனூர்ப் பட்டயங்கள் குறிப்பிடுகின்றன.

இலக்கியம்

இக்காலத்தில் சோழர்கள் தம் வலிமையை இழந்தனர் என்றாலும், காவிரியாற்றின் கரையினின்று முழுமையாக மறைந்து விடவில்லை என்ற நமது எண்ணத்தை சமய மரபு உறுதிப்படுத்துகிறது. கி. பி. 12-ம் நூற்றாண்டில் இயற்றப்பட்ட **பெரிய புராணம்** சில பயனுள்ள பழைய செய்திகளை வழங்குகிறது. திருஞான சம்பந்தரின் காலத்தில் ஆட்சி செய்த பாண்டிய மன்னன் மங்கையர்க்கரசி என்னும் சோழநாட்டு இளவரசியைத் தன் அரசியாகப் பெற்றிருந்தான் என்று இது கூறுகிறது. உறையூரிலிருந்து ஆட்சி செய்த 'புகழ்ச்சோழ - நாயனார்' என்பவரும் சோழ மன்னன், கருவூரைத் தன்னாட்சிக்கு உட்படுத்தியதோடு, அதிகன்[31] ஒருவனை வென்று, சைவ மதத்தை வளர்த்தான். பின்னால் கூற்றுவ நாயனார் என்று பெருமையடைந்த களந்தை நாட்டுக் குறுநில மன்னன், சிதம்பரம் வாழ் அந்தணரிடம் சென்று, தான் அடைந்த பரந்த வெற்றிகளை ஏற்கும் வகையில் பரிவட்டம் கட்டி மன்னனுக்குரிய பெருமையை அளிக்கும்படி வேண்ட, அவ்வந்தணர்கள் அத்தகைய பெருமை, பண்டைச் சோழ மன்னரின் குடும்பத்தினருக்கே உரியதென்று கூறி மறுத்து, மேலும் பல இன்னல்களைத் தவிர்க்கும் பொருட்டு கூட்டமாக, சேர நாட்டிற்குள் குடிபுகுந்தனர் என்று **பெரிய புராணம்** கூறுகிறது. காவிரியாற்றங் கரையிலிருந்த ஒரு கிராமத்தில் வாழ்ந்த ஏயர்கோன் கலிக்காமன் என்னும் நாயனாரின் குடும்பம் சோழ மன்னர்களுக்கு உட்பட்டு விவசாயத்திலும், இராணுவப் பணியிலும் தன்னை அர்ப்பணித்துக் கொண்டது.[32] முடிவாக, சேரமான் பெருமாளுடன் சுந்தரமூர்த்தி நாயனார், மதுரைக்கு வந்தபோது பாண்டிய இளவரசியை மணந்து கொண்ட ஒரு சோழ இளவரசன் அங்கு வாழ்ந்து வந்தான்.[33] மேற் சொல்லப்பட்ட விவரங்களுக்கெல்லாம் பெரிய புராணத்தின் ஆசிரியர் சேக்கிழாரே நமக்கு முக்கிய ஆதாரமாக இருந்தபோதிலும் நம்பி ஆண்டார் நம்பி எழுதிய அந்தாதியிலும் இவற்றில் பல

விவரங்கள் காணப்படுகின்றன. இவற்றில் வரும் மன்னர்களும், குறுநில மன்னர்களும் சுந்தர மூர்த்தி நாயனார் காலத்தில் அதாவது அதே நூற்றாண்டில் வாழ்ந்தவராகவே இருக்கவேண்டும். திவ்யசூரி சரிதமும், குரு பரம்பரையும் இக்கதையை வைணவக் கண்ணோட்டத்துடன் கூறுகின்றன. உறையூரிலுள்ள சோழ மன்னனது சபையிலிருந்து திரும்பிக் கொண்டிருந்த தேவதேவி என்னும் கணிகையர் மங்கை தொண்டரடிப் பொடி ஆழ்வாரைச் சிறிது காலம் மயங்கச் செய்தாள். மானிடர் எவரையும் மணக்க விரும்பாது, அரங்கநாதப் பெருமானுடன் இரண்டறக் கலந்துவிட்ட, புகழ்மிக்க உறையூர் நாச்சியார் உறையூரினின்று ஆட்சி செய்து வந்த சூரிய குலத்தில் பிறந்த தர்மவர்மன் என்ற சோழ மன்னனின் புதல்வியே ஆவார். திருமங்கை ஆழ்வாரும் ஒரு சோழ மன்னனின் இராணுவ அதிகாரியாகவே தன் வாழ்க்கையைத் தொடங்கினார். இத்தகைய இலக்கியங்கள் சோழ மன்னர்கள் தங்கள் ஆட்சியை மீண்டும் நிலைநாட்டிய காலத்தில் எழுதப்பட்டதால் இக்குறிப்புகளை இவற்றில் நாம் காண்கிறோம் என்று கூற இடமுண்டு. ஆனால், முன்னால் வாழ்ந்த ஆழ்வார்கள், நாயன்மார்கள் காலத்தில் பல்லவ மன்னர்களைப் பற்றி - இவ்விலக்கியங்கள் செம்மையாகக் கூறுவதால், பல, பழைய, உண்மையான மரபுகளை இவை இந்நூல்களிலிருந்து எடுக்கப்பட்ட குறிப்புகள் ஆதாரமானவையாகவும் இருக்கக்கூடும்.

கி. பி. 3 -ம் அல்லது 4 -ம் நூற்றாண்டு முதல் 9 -ம் நூற்றாண்டு வரை சோழர்களைச் சுற்றி நீண்டதோர் இருண்ட காலம் சூழ்ந்து கொள்வதை நாம் பார்க்கிறோம். இக்காலத்தில் சோழர், கட்டுண்டோம், பொறுத்திருப்போம், காலம் மாறும்' என்ற நிலையில் இருந்தனர் என்றே கூறலாம். நாம் இப்பொழுது அறிந்துகொள்ள முடியாத விதத்தில் அவர்கள் தங்களுக்கென்று ரேனாட்டுப் பகுதியில் இரண்டாம் புகலிடத்தைச**ங்க காலம் முதல் விஜயாலயன் காலம் வரை** தேடிக்கொண்டனர். பழைய நாட்டிலோ, தமக்கெதிராக ஏற்பட்ட ஒவ்வொரு புயலுக்கும் வளைந்து கொடுத்து, தம் ஆட்சியை மீண்டும் ஏற்படுத்த தக்க சமயத்தை எதிர்பார்த்திருந்தனர். வெற்றிபெற்ற மன்னர்களுடன் தம் சந்ததியினருக்குத் திருமணங்கள் செய்து வைத்தும், அக்காலத்திய சமய இலக்கியங்களை ஊக்குவித்தும், தம் அரசியல் செல்வாக்கை வளர்க்கப் பாடுபட்டனர். பௌத்த, சமண மதங்கள் தற்காலிகமாகச் சிறப்புப் பெற்றன. களப்பிர மன்னனான அச்சுதன், பௌத்த மதத்தினன்; பாண்டிய, பல்லவ மன்னர்களில் பலர் சமண மதத்தைத் தழுவினர்; பொன்னாலான பெரும் பௌத்தச் சிலையை, நாகப்பட்டினத்துப் பௌத்த மடத்திலிருந்து திருமங்கை ஆழ்வார் கொள்ளையடித்தாதக் குரு பரம்பரை கூறுகிறது. பண்டைக் காலத்திலேயே சோழநாட்டில்

இருபெரும் பௌத்த விகாரங்கள் கட்டப்பட்டன என்று புத்ததத்தன் கூறுகிறார். ஆனால், ஆழ்வார்களும், நாயன்மார்களும் மக்களின் மொழியிலேயே பக்தி நெறியைப் பரப்பித் தம் பக்தி இயக்கத்தின் மூலம் மதத்தை மீண்டும் வலிவு பெறச் செய்தனர்; அதன்மூலம் பௌத்த, சமண மதங்களின் வளர்ச்சியைத் தடுத்தனர். சோழ மன்னர்களும் அடக்கமான முறையில் வைணவம், சைவம் என்ற பாகுபாடின்றி உதவிபுரிந்து இந்து மதத்தின் பெருமையை நிலைநாட்டப் பெரிதும் உதவினர்.

குறிப்புகள்

1. அறிஞர் வெங்கைய்யா பின்வருமாறு கூறுகிறார் : "இத்தெலுங்கு அரசர்கள் எவ்வகையில் கரிகாலனுடன் தங்களைத் தொடர்புபடுத்திக்கொண்டனர் என்று அறிந்து கொள்வது கடினமாக உள்ளது." (ஏ.ஆர்.இ. 1900, பாரா 45). இது உண்மையே. ரேனாட்டுச் சோழர்களுக்கும் தமிழ் நாட்டுச் சோழர்களுக்கும் ஏதோ ஒரு தொடர்பு இருந்தது என்றே எனக்குத் தோன்றுகிறது. முதலாம் புண்ணிய குமாரனுடைய மேலப்பாட்டுச் செப்பேடுகள் இத்தொடர்பிற்கு முக்கிய சான்று பகர்கின்றன. சிம்ம விஷ்ணு வழிதோன்றிய பல்லவர்களின் நாட்டு வழியாகத்தான் சோழர் வகுப்பைச் சார்ந்தோர், தெலுங்கு தேசத்திற்குச் சென்றிருக்கவேண்டும். இதை விளக்குவதற்கென்று கரிகாலன் காலத்திலேயே தெலுங்கு நாடு சோழராட்சியின் பகுதியாக இருந்தது என்று சொல்லுவது தேவையற்ற வாதமாகும். பதினொன்று, பன்னிரெண்டாம் நூற்றாண்டுக்குரிய கதைகளை மூன்று அல்லது நான்காம் நூற்றாண்டின் வரலாற்றிற்கு ஆதாரம் காட்டுவது ஏற்கத்தக்கதல்ல. **"ஸ்டடீஸ்"** (Studies) பக். 33-6, 61-6; வெங்கைய்யா-ஏ. எஸ். ஐ. 1905-06. பக். 175 குறிப்பு 8.

2. **"பாண்டியன் கிங்டம்"** (Pandiyan Kingdom), பக். 47, 49.

3. **"புத்ததத்தாஸ் மேனுவல்ஸ்"** (Buddhadatta's Mannuals) பாகம் I (1915). பாகம் II (1928) ஏ. பி. புத்ததத்தர் (பாலி டெக்ஸ்ட் சொசைட்டி).

4. மேற்படி ; II முகவுரை, பி.டி. சீனிவாச ஐயங்காரின் **தமிழர்** (Tamils) பக். 528; 'அயம் சுமதினா சாது யாசிதேன கதோ ததோ' என்ற சொற்றொடருக்கு அவர் தவறாக விளக்கம் செய்துள்ளார்.

5. இவ்வழகிய வருணனையைப் பார்த்தால் **மணிமேகலையி**ல் (XXV, வரி 194-204) பூம்புகார் கடல் சீற்றத்தால் அழிந்தது என்று கூறப்பட்டுள்ளது உண்மைதானா என்ற ஐயம் தோன்றுகிறது.

6. பூதலூரே இவ்வூர் (பி. டி. எஸ். ஐயங்கார் மேற்படி பக். 531) என்று சொல்வதில் ஐயப்பாடு உண்டு. இது கொரடாச்சேரி - மன்னார்குடி சாலையில் உள்ளது.

7. அச்சுத் அச்சுதவிக்கன்தேலபகுல வதானே! மகீம் சமனுசா சந்தே ஆராதோ ச சமாபிதோ!! ஏ. பி. புத்ததத்தர் கழம்ப குலம் அரசனாகக் கருதுகிறார்.

8. **தமிழ் நாவலர் சரிதை** vv 154 - 57.

9. **வாட்டர்ஸ் வால்யூம்** ii, பக். 225;341.

10. ரெங்காச்சாரி சீ.டி.ரெ. 309, 318, 350, 405, 409, 435, 453, 550, 455, 560.

11. எப். இந். பக். 343; xxvii, பக். 268;

12. ஏ. ஆர். இ., 1905 II, 5-6

13. மெட் கிரிஸ் காலேஜ் மேகசின், ஜனவரி 1929; பக். 7 - 18; ஏ. இ. xxvii, பக். 248; முன்குறிப்பு, பக். 271.

14. ஏ. இ. xi, பக். 343-4.

15. முன்குறிப்பு பக். 345.

16. 380/1904.

17. 384/1904.

18. 393; 400/1904. சோழர்களையும் அடக்கியதாக இரண்டாம் விக்கிரமாதித்தன் கூறுகிறான். எஸ். ஐ. ஐ. i, பக். 146. இ. ஐ. v. பக். 204.

19. எஸ். ஐ. ஐ. ii, 509, பாட்டு v.

20. 231/1908 (பஸ்தர்) இ. ஐ. xi, பக். 338. காத்தியர் கூட சில சமயம் தங்களை கரிகாலனுடன் சேர்த்துப் பேசுகின்றனர். சி.ஐ. v. பக். 123; சென்னை மியூசியம். காப்பர் பிளேட் காடலாக்; 14-வது பக்கத்திலுள்ள ஸ்ரீகண்டனுடைய செப்பேடுகளைப் பற்றி காண்க.

21. சாதவாகன அரசன் கௌதம புத்திரனின் வெற்றிகளைக் கூறும் கல்வெட்டும் இதைப் பற்றி ஒன்றும் கூறாதிருப்பதிலிருந்தும் நாம் ஒன்றும் முடிந்த முடிவாகச் சொல்லுவதற்கில்லை.

22. எஸ். ஐ. ஐ. ii பக். 508, வரி 14.

23. மேற்படி வரி 16 - 17.

24. **கீல்ஹார்னின் லிஸ்ட்**. எஸ். ஐ. ஐ. நெ. 5 (இ. ஐ. vii)

25. எஸ். ஐ. ஐ. I. 33.

26. 'விபூதிம் சோழானாம் கதம் அஹம் அவேக்சய விபுலாம்' (மேற்படி 34). முதல் இரு சொற்கள் சோழரின் பெரும் பலத்தைக் குறிப்பதாக உல்ஷ் கருதுகிறார். சிம்மவிஷ்ணு சோழர்களைத் தோற்கடித்த இந்நிலையில் பெரும்பலம் பொருந்தியவர்களாக இருந்திருக்க முடியாது. ஆகையால் 'சோழானாம்' என்பது சோழ நாட்டைக் குறிப்பதாகவே நான் கருதுகிறேன்.

27. எஸ். ஐ. ஐ. i. பக். 151, வரி 14 - 15.

28. இ. ஐ. vi. பக். 6, பாடல் 29, 31.

29. இ. ஐ. x, பக். 103; உல்ஷ் கருதியது போல் 'உரகபுரம்' என்பது நாகப்பட்டினமல்ல. ஆனால் திருச்சியிலுள்ள உறையூரே ஆகும்.

30. ஏ.எஸ்.ஐ. 1903 - 4; பக். 275.

31. தகடூர் (தர்மபுரி) நாட்டு குறுநில மன்னரின் குடிப்பெயர்.

32. இக்குறிப்புகளை **பெரியபுராணத்தில்** பார்க்கலாம். ஏ. எஸ். ஐ. 1905-6, பக். 176-7-ம் காண்க. சோகோ நாடு (புதுக்கோட்டை) வேளிர் தலைவன் இடங்கழியை அக்கால சோழ அரசர் பட்டியலில் வெங்கையா அவர்கள் சேர்த்துள்ளார். இதற்குக் காரணம் எனக்கு விளங்கவில்லை. ஆனால், இடங்கழி என்பவன் ஆதித்த சோழரின் முன்னோர்களில் ஒருவனாகவும், சிதம்பரம் கோயிலுக்குப் பொன் வேய்ந்தவனாகவும் குறிக்கப்பட்டுள்ளது. கொங்கு நாட்டையும், தொண்டை நாட்டையும் கைப்பற்றி, சோழ நாட்டுடன் சேர்த்த முதலாம் ஆதித்தனைக் குறிப்பதாக வைத்துக் கொண்டாலும் இடங்கழி சோழருடன் தனது பெண்ணைத் திருமணம் செய்து கொடுத்துத் தொடர்பு கொண்டிருக்கவேண்டும். சோழ அரசர்கள் எவரும் தந்தை வழியில் வேளிர் வமிசத்திலிருந்து வந்தவரல்ல.

33. **சேரமான் பெருமான் நாயனார் புராணம்**, செய்யுள் 32

அதிகாரம் 6

விஜயாலயனின் எழுச்சி : முதலாம் ஆதித்தன் (கி. பி. 850 - 907)

திருப்புறம்பயம்

திருப்புறம்பயம் போரில் இவ்வீரன் (முதலாம் பிரதிவீபதி) பாண்டியர்களின் தலைவனான வரகுணனை விரைவில் வென்றான்; தோல்வியுறாத அபராஜிதனைத் தன் நண்பனாகக் கொண்ட இவன், தன் உயிரையும் ஈந்து விண்ணுலகை அடைந்தான்,[1] என்று கங்கை மன்னன் இரண்டாம் பிரதிவீபதியின் உதயேந்திரம் பட்டயங்கள் கூறுகின்றன. தன் பெயரைக்கொண்ட தனது முன்னோன் (முதலாம் பிரதிவீபதி), தென்னிந்திய வரலாற்றில் ஒரு திருப்பு முனையாக விளங்கிய இப்போரில் ஆற்றிய பங்கினைப் போற்றித் தம்முடைய பட்டயத்தில் இவன் புகழ் பாடுகிறான். இப்போரில் தங்களுக்கு ஏற்பட்ட பெருந்தோல்வியினின்று பாண்டியர்கள் தங்களை விடுவித்துக்கொள்ள இயலவில்லை. பல்லவர்கள் இப்போரில் வெற்றிபெற்றாலும், இவ்வெற்றி அவரது பலத்தின் மூலம் ஏற்பட்டதைவிட அவரது நண்பர்கள் மூலமே ஏற்பட்டதாகும். சாளுக்கியர்களுடன் ஒரு முனையிலும், பாண்டியர்களுடன் மற்றொரு முனையிலும் தொடர்ந்து இரு முனைகளில் போரிட்டுவந்த பல்லவர்கள் சோர்வுற்று இப்போரில் தாம் பெற்ற வெற்றியினைத் தமக்குச் சாதகமாகப் பயன்படுத்திக்கொள்ளத் தவறிவிட்டனர். கங்கை மன்னனோடு, இப்போரில் பல்லவர்களுக்கு உதவி செய்தவர்களில் சோழமன்னன் முதலாம் ஆதித்தனும் ஒருவன். திருப்புறம்பயம் போரில், ஆதித்தன் பெரும்பங்கை ஏற்காவிடினும், தனக்கு அனுகூலமாக அமைந்த சூழ்நிலையை அறிந்து தன் உயர்வுக்காகத் தன் பலத்தை விரைவிலேயே பயன்படுத்தத்

தொடங்கினான். முதலாம் பிரதிவீபதியின் கடைசி ஆட்சி ஆண்டு,[2] கி. பி. 879 ஆகத் தெரிகிறது. எனவே, இதே ஆண்டில்தான் இவன் உயிர்விட வேண்டி நேர்ந்த, திருப்புறம்பயம் போரும் நடைபெற்றிருத்தல்வேண்டும்.

விஜயாலயன்

சோழப் பேரரசர்களில் காலத்தால் முற்பட்டவரான விஜயாலயனின் மகனே, முதலாம் ஆதித்தன் ஆவான். திருச்சிராப்பள்ளி மாவட்டத்துக்[3] கல்வெட்டு ஒன்றில் பரகேசரி விஜயாலயன் முன்பு அளித்த நில தானத்தைப் பற்றிக் கூறப்பட்டுள்ளது. சோழ ஆட்சியின் மீட்சி, அவர்களுடைய தொன்மையான தலைநகரமும் காவிரிக் கரையிலமைந்ததுமான உறையூரிலிருந்தே தொடங்கியது. இதையே, திருவாலங்காட்டுச் செப்பேடுகள்[4] உறுதிப்படுத்துகின்றன. தனது சட்டப் பூர்வமான மனைவியைப் பற்றுவது போல, விஜயாலயன், தஞ்சாவூரைக் கைப்பற்றி அங்கு நிசும்ப சூதனிக்கு (கொற்றவை) ஒரு கோயில் எடுத்தான் என்று இச்செப்பேடுகள் கூறுகின்றன. காஞ்சிபுரம், சுசீந்திரம் போன்ற இடங்களில் கிடைக்கும் பரகேசரி என்று தொடங்கும் சில கல்வெட்டுகளை விஜயாலயச் சோழனுடைய ஆட்சி காலத்தவை என்ற கருத்தை ஹூல்ஷ் வெளியிட்டார்.[5] சோழரது ஆட்சியின் மீட்சிக் காலத்தின் தொடக்கத்திலேயே இத்தகைய பரந்த நிலப்பகுதியின் மீது விஜயாலயன் தன் ஆட்சியை ஏற்படுத்தியிருக்க இயலுமா என்று சிலர் சந்தேகித்தாலும், இவன் உண்மையிலேயே பலம்மிக்க மன்னனாக விளங்கினான் என்பதற்கான ஆதாரங்கள் மேன்மேலும் கிடைத்தவண்ணம் உள்ளன. தென் ஆர்க்காடு மாவட்டத்திலுள்ள திருக்கோவிலூர் வட்டம் வீரசோழபுரம் என்னுமிடத்தில் கிடைத்துள்ள இம்மன்னனது மூன்றாம் ஆட்சி ஆண்டின் கல்வெட்டு ஒன்றில் 'தஞ்சை கொண்ட பரகேசரி' என்று இவன் வர்ணிக்கப்பட்டுள்ளான்.[6] தஞ்சையைச் சுற்றிக் கிடைத்துள்ள பரகேசரி கல்வெட்டுகள் இவனுடையவையே என்று உறுதியாகக் கூறலாம்.[7] வட ஆர்க்காடு மாவட்டம் கீழப்புத்தூரில் கிடைத்துள்ள விக்ரம சோழனின் ஐந்தாம் ஆண்டின் கல்வெட்டு ஒன்று விஜயாலயனின் நான்காம் ஆட்சி ஆண்டின் கல்வெட்டு ஒன்றைப்பற்றிக் குறிப்பிடுகிறது. பல்லவ மன்னனின் அடிமையாக இருந்த போதிலும், விஜயாலயன் தன் கல்வெட்டுகளில் தனது ஆட்சி ஆண்டுகளையே குறிப்பிட்டிருக்கக் கூடும். இத்தகைய உரிமையைப் பொதுவாகச் சில குறுநில மன்னர்கள் பெற்றனர்; பேரரசனின் அதிகாரம் வீழ்ச்சியடையும்போது அவனுக்கு அடங்கி உட்பட்டிருந்தவர்கள் தம்முரிமையை நிலைநாட்டினர்.

விஜயாலயனின் எழுச்சி: முதலாம் ஆதித்தன்

இவனது அரசியல் நிலை

விஜயாலய மன்னனின் அரசியல் நிலை என்ன? இவன் எவரிடமிருந்து தஞ்சையைக் கைப்பற்றினான்? என்ற கேள்விகளுக்குப் பதிலளிக்குமுன், விஜயாலயனின் ஆட்சிக் காலத்தை நிர்ணயிக்க வேண்டும். விஜயாலயனின் பேரனான முதலாம் பராந்தகனது ஆட்சிக் காலத்திலிருந்து பின்னிட்டுக் கணக்கிடுவதன் மூலம் விஜயாலயனின் ஆட்சிக் காலத்தை எளிதாகக் கணக்கிடலாம். பராந்தகன் ஆட்சிக்கு வந்த ஆண்டு கி. பி. 907-ல், ஜனவரி 15-ம் தேதியிலிருந்து ஜூலை 25-க்குள் என்று கீல்ஹார்ன் என்பவர் குறித்துள்ளார்.[8] பராந்தகனுடைய எண்ணற்ற கல்வெட்டுகளிலிருந்து ஏராளமாகக் கிடைக்கும் மறுக்கமுடியாத கோள் குறிப்புக்களின் அடிப்படையிலேயே இவன் ஆட்சிக்கு வந்த ஆண்டு வரையறுக்கப்பட்டுள்ளது. இவையே சோழரின் காலம் இன்னது என்று அறிய மிக முக்கிய ஆதாரமாக உள்ளன. பராந்தகனின் தந்தை முதலாம் ஆதித்தன் 27 ஆண்டுகளோ அல்லது சற்று அதிகமாகவோ ஆட்சி செய்தான். இராஜகேசரியின் 27 - ம் ஆட்சி ஆண்டைச் சேர்ந்த திருக்கழுக்குன்றம் கல்வெட்டு[9] ஆதித்தனுடையதே என்பதற்குத் தக்க காரணங்கள் உண்டு. எழுத்து வடிவத்தை நோக்கும்போதும் இக்கல்வெட்டுப் பராந்தகனுக்கும் முற்பட்டது எனலாம். ஸ்கந்த சிஷ்யன் என்ற பல்லவ மன்னனால் இவ்வூர்க் கோயிலுக்குச் சில நிலங்கள் தானமாக வழங்கப்பட்டது என்றும் அவை, வாதாபி கொண்ட நரசிங்க போத்தரையர் என்ற மற்றொரு பல்லவ மன்னனால் புதுப்பிக்கப்பட்டது என்றும் இக்கல்வெட்டில் சொல்லப்பட்டுள்ளது. ஒரு நாட்டைக் கைப்பற்றிய பிறகு இதுபோன்று பழைய தானங்களைப் புதுப்பிக்கும் வழக்கம் பொதுவாகக் கடைப்பிடிக்கப்பட்டது. முதலாம் ஆதித்தன், பல்லவர்களை வென்று தொண்டை மண்டலத்தைத் தன் நாட்டுடன் சேர்த்துக்கொண்டான் என்று வரலாறு கூறுவதனால், இக்கல்வெட்டு ஆதித்தனுடையதாகவே இருத்தல்வேண்டும். மேலும், விஜயாலயச் சோழனைப்பற்றிக் கூறும் முதல் செப்பேட்டுப் பட்டயத்தில் முதலாம் ஆதித்தன் வேறு பெயர் எதுவுமின்றி இராஜகேசரி என்று மட்டுமே அழைக்கப்படுகிறான்.[10] திருக்கழுக்குன்றத்துக் கல்வெட்டிற்குப் பிறகு எவ்வளவு ஆண்டுகள், முதலாம் ஆதித்தன் ஆட்சி செய்தான் என்பதைப் பற்றி நாம் இப்போது அறிவதற்கில்லை. இராஜகேசரி (முதலாம் ஆதித்தன்)யின் 24-ம் ஆட்சி ஆண்டில் குறிக்கப்பட்டதும் தக்கோலத்தில் கிடைத்துள்ளதுமான ஒரு கல்வெட்டில் கி. பி. 894

அல்லது 895-ல் ஏற்பட்ட சூரிய கிரகணத்தைப் பற்றிய குறிப்பு காணப்படுகிறது.[11] இதிலிருந்து முதலாம் ஆதித்தன், கி. பி. 870 அல்லது கி. பி. 907 வரை, ஏறத்தாழ 36 ஆண்டுகள் ஆட்சி செய்தான் என்று அறிய இயலுகிறது. கி. பி. 850 அளவில் தொடங்கிய விஜயாலனது ஆட்சி, கி. பி. 870 - ம் ஆண்டு அளவில் முடிவுற்றது என்றும் இதிலிருந்து நாம் அறிகிறோம்.[12]

விஜயாலயன் காலத்தவர்

தஞ்சை மாவட்டத்தில் கும்பகோணத்திற்கு அருகேயுள்ள திருப்புறம்பயத்தில் தோல்வி கண்ட பாண்டிய மன்னன் வரகுண வர்மன், விஜயாலயன் பட்டத்திற்கு வந்த சில ஆண்டுகளுக்குப் பிறகே, பாண்டிய நாட்டு அரியணையில் அமர்ந்திருக்க வேண்டும். வரகுண மன்னனது தந்தை தன் ஆட்சிக் காலத்தில் அரிசில் என்னும் போரில் தோல்வியடைந்தபோதும், வரகுணன் பட்டத்திற்கு வந்தபோது, பாண்டிய நாடு பலம் பொருந்தியதாகவே விளங்கியது.[13] இதே காலத்தில், வரலாற்றுப் புகழ்மிக்க முத்தரையர் என்னும் குறுநில மன்னர்கள், தஞ்சை மாவட்டத்தில் செழிப்பான பல ஆற்றோரப் பகுதிகளைத் தம் வசப்படுத்தினர்; செந்தலை அல்லது நியமம் என்ற ஊரைத் தம் தலைநகராகக்கொண்ட முத்தரையர் தஞ்சையையும் ஆண்டு வந்தனர் என்று இவர்களது செந்தலைக் கல்வெட்டுக்கள் கூறுகின்றன.[14] சோழர்களைப் போலவே, முத்தரையரும் தம் சுதந்திர ஆட்சியை நிலைநாட்ட முடியாமல், பாண்டியர்களுடனோ பல்லவர்களுடனோ நட்புக்கொள்ள வேண்டியிருந்தது.

முத்தரையர்

தங்கள் முன்னேற்றத்தையே நோக்கமாகக்கொண்டு அவ்வப்போது தங்கள் ஆதரவை முத்தரையர் மாற்றிக்கொண்டனர் என்று இவர்களது கல்வெட்டுகளும் விருதுகளுமே விளக்குகின்றன. வரகுண மன்னன் காலத்தில், தாமாகவோ அல்லது வரகுணனின் முயற்சியாலோ இவர்கள் தம் முழு ஆதரவையும் பாண்டியர்களுக்கு அளித்தனர். இதன் விளைவாக, பல்லவர்களின் உரிமையைக் காக்கும் பொருட்டுச் செயல்பட்ட விஜயாலனிடம் தஞ்சையை இழக்கலாயினர். தம் அதிகாரத்திற்கு உட்பட்ட சோழ மன்னனை இச்செயலில் ஈடுபடுத்தியது, "புலிக்குட்டியை வளர்த்து, இரத்தத்தை சுவை பார்க்க வைத்தது" போலாகும் என்று பல்லவ மன்னன் சிறிதும் சிந்திக்கவில்லை. விஜயாலனும், இவ்வெற்றியே இந்திய வரலாற்றில் காணப்படும் மாபெரும் சிறப்பு வாய்ந்த ஒரு

பேரரசை நிறுவுவதற்கான மிகச் சிறப்பான தொடக்கம் என்று கனவுகூடக் காணவில்லை.

விஜயாலனது வெற்றி, பாண்டிய மன்னன் வரகுணவர்மனின் நண்பர்களான முத்தரையரின் பலவீனத்தையே காட்டியதால், சமநிலையை மீண்டும் நிலைநாட்டும் பொருட்டு பாண்டியர், சோழ நாட்டின் மீது படையெடுத்து வடகரையிலுள்ள இடவை என்னுமிடத்தை அடைந்தனர்.[15] இந்த நிகழ்ச்சிக்குச் சற்று முன்பே நிருபதுங்கவர்மனுக்கு அடுத்த பல்லவ மன்னனான அபராஜிதன் கங்க மன்னன் முதலாம் பிரதிவீபதி உள்ளிட்டுத் தன் நண்பர்களைக் கூட்டி பாண்டியர்களை முறியடிக்க வேண்டிய பெரும் முயற்சியை மேற்கொண்டான். திருப்புறம்பயத்தில் நடந்த பெரும்போரில், விஜயாலனை அடுத்து ஆட்சிக்கு வந்த ஆதித்த சோழனும் அபராஜித மன்னனுடன் இருந்து போரிட்டான்.[16] பல்லவர்க்கும் கங்கை மன்னர்களுக்குமிடையே தொன்றுதொட்டு நட்பு ஏற்பட்டிருந்தாலும், இப்போரில் கங்கை மன்னன் உயிர் நீத்ததால் போரில் கிடைத்த வருவாயின் பங்கை ஆதித்தனே பெற்றான். ஆதித்தன், போரில் தனக்கு உதவியதற்கான நன்றிப் பெருக்கால், முத்தரையரிடமிருந்து முன்னால் ஆதித்தன் தந்தையால் எடுத்துக்கொள்ளப்பட்ட பகுதியுடன், அதைச் சுற்றி தன் ஆட்சிக்குக் கீழிருந்த சில பகுதிகளையும் அபராஜிதன் , ஆதித்தனுக்கு அளித்தான்.

முதலாம் ஆதித்தன்

சஹயாத்திரி மலைத் தொடரிலிருந்து பரந்த கடல் வரையுள்ள பகுதிகளில், காவிரியாற்றின் இரு கரைகளிலும், தன் வெற்றிச் சின்னங்களாகச் சிவவெருமானுக்கு வரிசை வரிசையாக வானோக்கி பல கோயில்களை எடுப்பித்தான் என்று ஆதித்தனைப்பற்றி (கி. பி. 871-907) அன்பில் பட்டயங்கள் கூறுகின்றன.[17] பலம்மிக்க பல்லவ மன்னன் அபராஜிதனைத் தோற்கடித்து, அவனது ஆட்சியைக் கைப்பற்றினான் என்று திருவாலங்காட்டுப் பட்டயங்கள் கூறுகின்றன.[18] கோதண்டராமன் என்ற சிறப்புப் பெயரை இவனுக்கு இடுவதோடு, ஓர் உயர்ந்த யானையின் மீது அமர்ந்திருந்த பல்லவ மன்னன்மீது பாய்ந்து அவனைக் கொன்றான் என்றும் கன்னியாகுமரி கல்வெட்டு கூறுகிறது.[19] தில்லைஸ்தானம் என்னுமிடத்திலுள்ள ஒரு கல்வெட்டு இராஜகேசரி தன் இராச்சியத்தை, தொண்டை நாடு வரை பரவச் செய்தான் என்று தெளிவாகக்

கூறுகிறது.²⁰ இதிலிருந்து, ஆதித்தன் தொண்டை மண்டலத்தைக் கைப்பற்றி அதன்மூலம் பல்லவர்களின் ஆட்சியை ஒரு முடிவிற்குக் கொண்டுவந்ததோடு, சோழ இராச்சியத்தை இராஷ்டகூடர்களின் எல்லைவரை பரப்பினான் என்றே கூறவேண்டும். அபராஜித மன்னனின் கல்வெட்டுகள், அவனுடைய பதினெட்டாம் ஆட்சி ஆண்டைப் பற்றிக் கூறுகின்றன. ஆதித்தனின் இருபத்தி மூன்றாம் ஆட்சி ஆண்டிற்கு முற்பட்ட கல்வெட்டுகளைத் தொண்டை மண்டலத்தில் காணப்படவில்லை. ஆனால், இவனது இருபத்தோராம் ஆட்சி ஆண்டில் அளிக்கப்பட்ட தேவதானத்தைக் கொண்டு,²¹ இவன் கி. பி. 890-ல்தான் பல்லவர்களைத் தோல்வியுறச் செய்து, அந்நாட்டைக் கைப்பற்றியிருத்தல் வேண்டும்.

புதிதாகக் கைப்பற்றப்பட்ட தொண்டை மண்டலப் பகுதியில் அமைதியை ஏற்படுத்த சில ஆண்டுகள் தேவைப்பட்டதோடு, பல படையெடுப்புகளுக்கும் காரணமாயிற்று. முதலாம் ஆதித்தனது மகனும், இவனைத் தொடர்ந்து முதலாம் பராந்தகனும் வெற்றி கொண்ட பல மன்னர்களில் பல்லவ மன்னனும் ஒருவன் என்று கரந்தைப் பட்டயங்கள் கூறுகின்றன. தன் தந்தை ஆதித்தன் காலத்தில் பராந்தகன், இளவரசன் என்ற முறையில் பல்லவருடன் போரிட்டானா அல்லது பராந்தகன் ஆட்சிக் காலம் வரை பல்லவர்கள் ஓரளவு சுதந்திரத்துடன் வாழ்ந்திருந்தனரா என்பது பற்றி முடிவாகக் கூறுவது கடினமே. காப்பலூரைச் (வட ஆர்க்காடு) சேர்ந்த சாகா 826 (கி. பி. 904) ஆண்டுக்²²ᵃ கல்வெட்டு, ஆட்சி செய்த மன்னனைப் பற்றிக் கூறுவதைத் தவிர்த்து, ஒரு குறுநில மன்னன் அவ்வூர் கோயிலுக்கு அளித்த தானத்தை மட்டுமே கூறுவது, அப்போது நிலவிய குழப்பங்களுக்குச் சான்று பகரும்.

கங்கை மன்னருடன் உறவு

இவ்வெற்றியில் ஆதித்தனுக்குக் கங்கை மன்னன் உதவியிருக்கக் கூடும்; இது எவ்வாறு இருப்பினும், விரைவிலேயே கங்கை மன்னன், ஆதித்தன் தலைமை ஏற்றான், உதயேந்திரம் பட்டயத்தில் கூறப்படும் மாரமரையரின் புதல்வன் பிரிதிபதியார் (இவன் மாறசிம்மனின் மகன் இரண்டாம் பிரதிவீபதியே), இராஜகேசரியின் ஆதித்தனின் 24-ம் ஆட்சி ஆண்டில் தக்கோலத்திலுள்ள கோயிலுக்கு வெள்ளியாலான கெண்டியைப் பரிசாக அளித்தான்.²² பராந்தகன் காலத்திலேயே சோழரின் தலைமை ஏற்றுக்கொள்ளப்பட்டது என்று உதயேந்திரம் பட்டயங்களில் விரிவாகக் கூறப்படுவதையே,

இக்கல்வெட்டும் இராஜகேசரி வர்மனின் ஆட்சி ஆண்டில் குறிப்பிடப்பட்டிருப்பதன் மூலம் உறுதிப்படுகிறது. பழமையான பல்லவ மன்னன் ஒருவனால் அவ்வூர்க் கோயிலுக்கு அளிக்கப்பட்ட தானம் ஆதித்தனால் புதுப்பிக்கப்பட்டதைப்பற்றிக் கூறும் திருக்கழுக்குன்றம் கல்வெட்டை முன்னர்ப் பார்த்தோம். சோழ அரசியின் தாய் ஒரு காடுவெட்டிகள்[23] என்று கூறும் ஆதித்தனின் 23 - ம் ஆட்சி ஆண்டுக் கல்வெட்டிலிருந்து, இவன் ஒரு பல்லவ இளவரசியை மணந்தான் என்று ஊகிக்கலாம். வல்லவரையரின் இராஷ்டிரகூடர் (இரண்டாம் கிருஷ்ணன்) மகளான இளங்கோ பிச்சி என்பவளே ஆதித்தனின் மூத்த மனைவி என்று இவனது 27-ம் ஆட்சி ஆண்டுக் கல்வெட்டு ஒன்றில் கூறப்பட்டுள்ளது.[23a] பல்லவ திலக வமிசத்தில் பிறந்து, நந்தி போத்தரையரின் அரசியான அடிகள் கண்டன் மாறன் பாவை என்பவள், அவ்வூரிலுள்ள கோயிலுக்குக் குறிப்பிட்ட சில காரியங்களை நடத்துவதற்காகச் சிறிது பணம் அளித்தாள் என்று நியமம் கல்வெட்டு ஒன்று கூறுகிறது.[24] இதே இடத்திலுள்ள பிடாரி கோயிலுக்கு, இதே பெண்மணி மற்றொரு தானத்தை இராஜகேசரியின் (முதலாம் ஆதித்தன்) 18-ம் ஆட்சி ஆண்டில் அளித்தாள்.[25] இவருடைய பட்டத்து விருதுகள் நமக்குக் கிடைத்தாலும், இவள் யார்? இவளது தலைவனான பல்லவன் யார்? என்பது தெளிவாகத் தெரியவில்லை.[26]

கொங்கு நாட்டைக் கைப்பற்றுதல்

தஞ்சாவூர் - பட்டணத்தில் முடி சூட்டிக்கொண்ட பின், ஆதித்தன் கொங்கு தேசத்திற்கு வந்து, இந்நாட்டை வெற்றிகொண்டு, தன்னாட்டுடன் சேர்த்து ஆட்சி செய்தான் என்று **கொங்கு தேச ராஜாக்கள்** என்னும் குறிப்பேடு கூறுகிறது. தலக்காடு என்னும் நகரையும் கைப்பற்றினான் என்றும் இது கூறுகிறது. இக்குறிப்பேடு அண்மையில் எழுதப்பட்டு நம்பக்கூடியதாக இல்லாவிடினும், இக்கூற்று உண்மை போலவே தோன்றுகிறது. பராந்தகனின் கல்வெட்டுகள் கொங்கு தேசத்தில் கிடைத்தாலும், இவற்றில் இப்பகுதியைத் தான் வெற்றி கண்டதாக இவன் கூறவில்லை. இவனது ஆட்சியின் தொடக்கத்திலேயே கொங்கு நாட்டுக் கோயில்களின் விவகாரங்களை இவனது அதிகாரி ஒருவன் கவனித்து வந்தான் என்று கூறப்படுகிறது.[27] ஆகையால், இப்பகுதியை ஆதித்தனே கைப்பற்றினான் என்று கூறுவதே பொருந்தும். தலக்காட்டைப் பற்றிக் குறிப்பிட்டிருப்பதே

ஆதித்தன் இப்பகுதியை மேலைக் கங்கை மன்னரிடமிருந்து கைப்பற்றினான் என்பதை மறைமுகமாக உணர்த்தும்; ஏற்கெனவே நாம் பார்த்ததுபோல், இரண்டாம் பிரதிவீபதி ஆதித்தனின் தலைமையை ஏற்றுக்கொண்டதிலிருந்தே, இக்கூற்று தவறாக இருக்க இயலாது என்பதை அறியலாம். ஏறக்குறைய இதே காலத்தில், திரு. பராந்தக வீர நாராயணன் என்னும் பாண்டிய மன்னன் கொங்குப் பகுதியில் போரிட்டதாகக் கூறிக்கொள்ளுகிறான்; இவனிடமிருந்து கொங்கு நாட்டின் ஒரு பகுதியை ஆதித்தன் கைப்பற்றியிருத்தல் கூடும். சஹயாத்திர மலைத் தொடர் முதல் கடல் வரையான பகுதியில் காவிரி நதி பாயும் இடங்களிலெல்லாம், ஆதித்தன் கோயில்களைக் கட்டினான் என்று கூறும் அன்பில் பட்டயங்கள், **கொங்கு தேச ராஜாக்கள்** தெரிவிக்கும் கூற்றினை உறுதிப்படுத்துகின்றன.

சேரருடன் உறவு

இவன் காலத்தில் வாழ்ந்த சேரமன்னன் தாணு ரவி என்பவனுடன் ஆதித்தன் நெருங்கிய நட்புகொண்டிருந்தான் என்று தில்லைத் தானத்திலுள்ள ஆண்டு குறிப்பிடப்படாத ஒரு கல்வெட்டு கூறுகிறது.[28] சேர, சோழ, அரியணை, சாமரம், பல்லக்கு, முரசு, அரண்மனை, போனகம் (?), ஊதுகுழல், யானைப்படை, போன்ற பல உரிமைகளையும், 'செம்பியன்', 'தமிழவேள்' என்ற விருதையும் பெற்ற விக்கி - அண்ணன் என்பவருடைய மனைவி கதம்பமாதேவி என்பவளால் அளிக்கப்பட்ட தானத்தையே இக்கல்வெட்டு குறிப்பிடுகிறது. இவ்வாறு பெரிதும் போற்றப்பட்ட விக்கி - அண்ணன் இவ்விரு மன்னர்களின் கவனத்தைக் கவரக்கூடிய ஏதோ ஒரு பெருஞ் சாதனையைச் செய்திருக்க வேண்டும். பாண்டியர்களுக்கு எதிராகக் கொங்கு நாட்டில் ஆதித்தனுக்கு உதவும் பொருட்டு தாணு ரவியினால் அனுப்பப்பட்ட சேரர் படைத் தலைவனாக இருப்பானோ? ஆதித்தனின் மகன் பராந்தகன் சேர மன்னனின் மகளை மணந்தான் என்பதை நாம் அறிவோம். இவ்விரு மன்னர்களுக்கிடையே நிலவிய நட்பு கொங்கு நாட்டின் மீது சேரரது ஆட்சி ஏற்பட்ட பிறகே உண்டானது என்று எண்ணுவது இயற்கையே.[29] இதே காலத்தில் கங்கை மன்னரின் கல்வெட்டு ஒன்று பிரதிவீபதியின் மகன் விக்கியண்ணன் என்பவனைப்பற்றிக் கூறுகிறது.[30]

கோயில்கள்

ஆதித்தன் கட்டிய கோயில்கள் இவைதாம் என்று கூற முடியாது. ஆதித்தனுக்குப் பிறகு பட்டத்திற்கு வந்த அவன் மகனின் காலத்தில் பல கோயில்கள் கும்பாபிஷேகம் செய்யப்பட்டன என்பதை நாம் அறிவோம்; இவற்றில் சில ஆதித்தன் காலத்திலேயே கட்டத் தொடங்கி அவன் மகன் காலத்தில் முடிவடைந்திருக்கக் கூடும்.[31]

மறைவு

சித்தூர் மாவட்டம் காளத்தியின் அருகேயுள்ள தொண்டை மானாடு என்னுமிடத்தில் ஆதித்தன் இறந்தான். இவனது மகன் பராந்தகன் இறந்த இடத்தில் கோதண்ட இராமேசுவரம் என்றும், ஆதித்தீசுவரம் என்றும் அழைக்கப்பட்ட கோயிலை எடுப்பித்தான்;[32] உற்சவ காலங்களில் ஓராயிரம் மக்களுக்கு அன்னம் அளிக்கவும் ஏற்பாடு செய்தான். பராந்தகனைத் தவிர, ஆதித்தனுக்கு கன்னரதேவர் என்ற மற்றொரு மகனும் இருந்தான்.[33]

சைவ சமயம்

விஜயாலயச் சோழ மன்னர்கள் அனைவரும் அழுத்தமான சைவர்கள் என்பது குறிப்பிடத்தக்கது. தஞ்சையைக் கைப்பற்றிய பிறகு, விஜயாலனே அங்கு துர்க்கை அம்மனுக்கு ஒரு கோயிலைக் கட்டினான்; ஆதித்தனோ சிவனுக்குப் பல கோயில்களை எடுப்பித்தான். இவன் மகன், தன் கல்லறை மீது ஒரு கோயில் எடுத்து அதில் சிவலிங்கத்தை அமைத்தான். இது, பௌத்த மதத்தின் வழக்கத்தை தழுவியதாக இருந்தது.

வமிசத்தைப் பற்றிய கதைகள்

இக்காலச் சோழ மன்னர்கள் விரைவிலேயே தங்களுக்கென்று வமிசாவழியைப் பெற்றனர். தம் முன்னோர் சூரியனிடமிருந்து பிறந்தவர் என்று இவரது முன்னோரைப் பற்றிய புராணக் கதைகள் கல்வெட்டுகளின் மூலம் பரவத் தொடங்கின. சந்திர வமிசத்தைச் சேர்ந்த சில மன்னரும் இதில் கலந்திருந்தனர். இக்கதை முதன்முதலில் அன்பில் பட்டயங்களில் கூறப்பட்டுள்ளது. இவை விஜயாலயனுக்கு முற்பட்ட பதினைந்து மன்னர்களின் பெயர்களைத் தருகின்றன. இவற்றில் உண்மை வரலாற்றில் காணப்படும் கரிகாலன், கிள்ளி, கோச்செங்கணான் ஆகியோரது பெயர்களும் காணப்படுகின்றன. திருவாலங்காட்டுப் பட்டயங்கள் 44 மன்னர்களின் பெயருடைய பட்டியலையும், கன்னியாகுமரிக்

கல்வெட்டு 52 மன்னர்களைக்கொண்ட பட்டியலையும், லெய்டன் பட்டயம் 12 மன்னர்களைக்கொண்ட பட்டியலையும் தருகின்றன. இவற்றைத் தவிர, **'கலிங்கத்துப் பரணி', 'ஒட்டக் கூத்தரின் உலாக்கள்'** போன்ற இலக்கிய நூல்களிலிருந்து வெவ்வேறான எண்ணிக்கையைக்கொண்ட பட்டியல்கள் கிடைக்கின்றன. இவற்றில் எந்த இரு பட்டியல்களும் ஒத்திருக்கவில்லை. ஆயினும், சில பெயர்கள் எல்லாப் பட்டியல்களிலும் இடம் பெறுகின்றன, 'சோழன்' என்று கூறிக்கொண்ட ஒரு மன்னனின் பெயர் எல்லாச் செப்புப் பட்டயங்களிலும் காணப்படுவதோடு, கன்னியாகுமரிக் கல்வெட்டு, இவன் எவ்வாறு தென்னாட்டிற்கு வந்தான் என்பதைப் பற்றி ஒரு கவர்ச்சியான கதையைக் கூறுகிறது.[34] மான் வடிவம் கொண்ட அரக்கன் ஒருவனைத் துரத்திக்கொண்டு தெற்கு நோக்கி இவனும் இவனது படைத் தலைவரும் வந்தனர். பிறகு, அரக்கனைக் கொன்று, 'பாற்கடலை கடைந்தபோது உண்டான அமிர்தத்தையே தண்ணீராக இவ்வுலகுக்குக் கொண்டுவந்த' காவிரியாற்றின் கரைமீது சென்றான். இவ்வாற்றில், நீராடிவிட்டு பரிசுகள் கொடுக்கும் பொருட்டுச் சில அந்தணர்களுக்காகக், காத்திருந்து, எவரும் வராமல் போகவே, ஆரிய வர்க்கத்திலிருந்து நன்கு கற்ற அந்தணர்களை வரவழைத்து, காவிரிக்கரைகளில் குடியேறச் செய்தான். காடுகளை நீக்கி, நல்ல பாக்கு மரங்களைப் பயிரிட்டுப் பழத் தோட்டங்களையும் உண்டாக்கி அப்பகுதியை வளப்படுத்தினான். இதுவே, வீரராஜேந்திரனின் அவைப் புலவர் கற்பனை செய்துகொண்ட சோழ அரசின் தொடக்கமாகும்.[35]

குறிப்புகள்

1. எஸ். ஐ. ஐ. ii, எண். 76, செய்யுள் 18; 337/1912.

2. அரங்காச்சாரி, வட ஆர்க்காடு, எண். 536 - 37; எப். இந். iv, பக். 180 - 3.

3. 675/1909, தஞ்சைக் கோயிலில் பணிசெய்ய ஆட்களைக் கொடுத்த பல பிரம்மதேய கிராமங்களில் விஜயாலய - சதுர்வேதி மங்கலம் என்ற கிராமமும் இருந்தது. இராஜராஜனின் கல்வெட்டொன்று இதனைக் குறிக்கிறது. (எஸ். ஐ. ஐ. ii, 69, பாரா 39). வட ஆர்க்காட்டிலுள்ள விஜயாலயனின் நான்காம் ஆண்டுக் கல்வெட்டைக் குறிக்கும். 164/1915 எண் உடைய கல்வெட்டைப் பார்க்க நார்த்தாமலையிலுள்ள 13-ம் நூற்றாண்டு பாண்டியர் கல்வெட்டு 'விஜயாலயச் சோழீச்சுரம்' என்ற கோயிலைக் குறிக்கிறது (282). திருத்தணி அருகேயுள்ள இரண்டு விஜய நகர காலக் கல்வெட்டுகள் விஜயாலயனின் பெயர் கொண்ட கோயிலைப் பற்றிக் குறிப்பிடுகின்றன. (125; 126/1943-4).

4. எஸ். ஐ. ஐ. iii, எண். 205, செய்யுள் 45-46. தஞ்சைக் கொற்றவைகோயிலை, விஜயாலயனே தொடங்கியதாகக் கூட வீரராஜேந்திரனின், கன்னியாகுமரிக் கல்வெட்டு மிகைப்படுத்திக் கூறுகிறது. (டி. எஸ். iii, பக். 142, செய்யுள் 54). விஜயாலயன் பெயரைச் சிலேடையாக அமைத்து அவனது போர் ஆற்றலைக் கூறுகிறது. அன்பில் செப்பேடு (செய்யுள் 16).

5. எஸ். ஐ. ஐ. iii, பக். 17, குறிப்பு. 17, எப்.இ. v. பக். 42., எஸ். ஐ.ஐ. iii, எண். 11 (உத்தம சோழரின் உக்கல் கல்வெட்டு). ஏ. ஆர். இ. 1939/40 - 1942/43, II, 30.

6. 51/1936. ஏ. ஆர். இ. II, 34. வீரசோழபுரத்திலிருந்து சுமார் 50 மைல் தூரமுள்ள காப்பலூரில் பரகேசரியின் 8-ம் ஆண்டுக் கல்வெட்டும் இவருடையதாக இருக்கலாம். (283/1938-39). ஏ. ஆர். இ. II, 12, எம். ஏ. ஆர். 1909, பாரா 8-ல் மைசூரிலுள்ள கூடலூர் கல்வெட்டைப் பற்றிய குறிப்பைக் காண்க.

7. 436, 439/1908 (திருவண்ணாமலை).

8. எப். இந். viii, பக். 260.

9. 167/1894; எப். இந். iii, பக். 279.

10. அன்பில் செப்பேடு (எப். இ. xv) செய்யுள் 17-18.

11. எப். இ. xix, எண். 12.

12. கே.வி. சுப்பிரமணிய ஐயர் பின்வருமாறு கூறுகிறார் : 'விஜயாலயன் சோழ மகாராஜர் குமாராங்குசருடைய வமிசத்தவராயிருந்தால், அவருடைய பேரராக இருந்திருக்கலாம்'. (டி. எஸ். எஸ். iii, பக். 108). மூன்றாம் நந்திவர்மனின் வேலூர்ப்பாளையம் செப்பேட்டில் குமாராங்குசன் விஞ்ஞாபதியாகக் குறிக்கப்படுகிறான். இவரும், விஜயாலயனும் சோழப் பரம்பரையின் ஒரே கிளையைச் சார்ந்தவர்களா என்பது ஐயப்பாட்டிற்குரியது.

13. பா. சி. ப. 73.

14. எ. இ. xiii, பக். 134. இக்கல்வெட்டுகள் 8-ம் நூற்றாண்டின் முற்பகுதியைச் சேர்ந்ததாகக் குறிக்கப்படுகிறது. (பக். 136). 'தஞ்சை திறம்பாடி நின்றார்', 'தஞ்சைக்கோன்', 'தஞ்சை நற்புகழான்' என்ற அடைமொழிகளைச் சிறப்பாக நோக்குக.

15. 609/1905 பிற்காலத்திய, அதாவது சக ஆண்டு 1369-ல் 'பாண்டியனை-வென்(றி) கண்ட-சோழ சதுர்வேதி மங்கலம்' என்ற சொற்றொடர் ஆளப்படுகிறது (42/1914). இது, வரகுணவர்மனின் தோல்வியைக் குறிப்பதாகக் கொள்ள முடியாது (அரங்காச்சாரி-தஞ்சை, 185).

16. 337/912 (அரங்காச்சாரி ct. 226) 'சோழ ராஜாவின் இக்கல்வெட்டு சிதைந்து இருப்பதால் அக்கால அரசியல் விவகாரங்களைப் பற்றிய செய்திகள் கிடைக்கவில்லை. தூப்ராயின் பல்லவர்கள் என்ற நூலிற்கு எதிராகக் கோபிநாதராவ் பின்வருமாறு எழுதுகிறார் (எ. இ. xv, பக். 49): 'அபராஜிதன் அல்லது நிருபதுங்கவர்மன் என்கிற பல்லவ அரசன் மீது ஆதித்தனும், பாண்டிய அரசன் வரகுணனும் படையெடுத்து அவனைத் தோற்கடித்துக் கொன்றுவிட்டனர் என்பது மற்ற சான்றுகளிலிருந்து நமக்குத் தெரிகிறது.' அபராஜிதனும், நிருபதுங்கனும் ஓர் அரசனையே குறிப்பதாகக் கருதுவதற்கேற்ற ஆதாரம் கிடையாது. தவிர, அபராஜிதன்

தோல்விக்கும் வரகுணன் படையெடுப்பிற்கும் தொடர்பு இருப்பதாகக் கூறுவது நம்பக்கூடியதாக இல்லை. இப்படையெடுப்பு சில வருடங்களுக்குப் பிறகு நடந்திருக்க வேண்டும் என்று எனக்குத் தோன்றுகிறது (காண்க தூப்ராய், பல்லவர், பக். 84).

18. V. 49.

19. V. 55.

20. 286/1911.

21. எஸ். ஐ. ஐ. iii, எண். 142.

21a. 271/1938-9, ஏ. ஆர். இ., II 12 ஜே. ஓ. ஆர்-ல் பார்க்க பக். 148-9, **போத்தர் நினைவு மலர்,** தொகுதி பக். 29-31.

22. 5/1897, இ. எல். xix எண். 12.

23. 161/1928.

23a. 14/1920; இ.எல். xxvi, பக். 283.

24. 16/1899. 24-ம் ஆட்சி ஆண்டு என்று கிருஷ்ண சாஸ்திரி எஸ். ஐ. ஐ. iii 94-ல் சொல்லுகிறார். ஆனால், இது மூல ஆதாரத்தில் காணப்படவில்லை.

25. 13/1899.

26. அபராஜிதனின் ஊர் எது என்பதற்குத் தகுந்த ஆதாரம் இருக்கிறது. ஆனால், அவனுக்கும் அவனுடைய முன்னோனான நிருபதுங்கனுக்கும் என்ன உறவு என்பது பற்றித் தகுந்த ஆதாரம் இல்லை. அவனுடைய கல்வெட்டுகளின் ஆதாரத்தின் குறுகிய தன்மைக்கு விளக்கம் தேவைப்படுகிறது. திருப்புறம்பயம் போரை வென்ற ஒரு பேரரசனுடைய கல்வெட்டுகள் காஞ்சிபுரத்திற்குத் தெற்கே ஓரிடத்திலும் காணப்படாதது புதிராகவே இருக்கிறது. போர்க்களத்தில் பிரதிவீபதி இறந்துவிட்டதால் அபராஜிதன் தன்னுடன் நேச உறவுகள்கொண்டிருந்தவனும் செல்வாக்கு மிக்கவனுமான ஆதித்தனுக்குத் தென்தொண்டை மண்டலத்தை விட்டுக் கொடுத்திருக்கக்கூடும். பல்லவர்களை அழிப்பதற்கு ஆதித்தன் அடுத்த வாய்ப்பை எதிர்பார்த்திருந்தான்.

மாறம்பாவை, தெள்ளாற்றை வென்ற மூன்றாம் நந்திவர்மனின் அரசியாக இருக்கலாம். அந்த அரசருடைய ஆட்சி கி. பி. 860 அளவில் முடிவடைந்தது. சோழர் ஆதாரங்களில் முதல் தடவையாக அவளுடைய பெயரை இராஜகேசரியின் 18-ம் ஆட்சி ஆண்டில், அதாவது கி.பி. 889-ல் பார்க்கிறோம். அவள் பெயர், நிருபதுங்கன் கல்வெட்டுகள் இரண்டில் காணப்படுகின்றன. இவை இரண்டும் தஞ்சை மாவட்டத்தில் உள்ளன. (எண். 300, 303/1901). பார்க்க ஏ. ஆர். இ. 1901 பாரா 10; எஸ். ஐ. ஐ. ii பக். 513, என்.

27. 258/1907 இந்த ஆதாரத்தின் ஆட்சி ஆண்டு 10, 30 அல்ல.

28. 286/1911.

29. ஏ. ஆர். இ. 1912, II, 11 கல்வெட்டு ஆதாரங்களைச் (148/1910) சந்திராதித்தன் குடும்பத்தைச் சேர்ந்த கோக்கண்டன் ரவி என்பவனும் தானு ரவி என்பவனும் ஒருவனேதான் என்று இந்த அறிக்கை கருத்தைத் தெரிவிக்கிறது. "தொண்டை நாடு பரவின சோழன்" என்ற சொற்றொடர் போல, தில்லைத்தானம் கல்வெட்டில் வரும் "பல்-யானை-கோக்-கண்டன்" என்ற அடைமொழியும் இராஜகேசரியைத்தான் சேருமே தவிர, மேலே குறிப்பிட்ட ஏ. இ. ஆர். இ. ஐச் சொல்ல முயலுவது போல தானு ரவிக்குச் சேராது. பல்லவர்களை வென்றதிலும் அவர்களுடைய நாட்டைக் கைப்பற்றியதிலும் ஆதித்தனுக்கு தானு ரவி பேரளவில் உதவியிருக்கலாம். இப்போரில் வல்லமை மிகுந்த தளபதியாக விக்கி அண்ணன் பெரும் புகழ் பெற்றிருக்கலாம் (மேற்கூறிய ஆதாரம்). இதே பத்தியில் விக்கி அண்ணனைப் பற்றி ஊகமாக இரண்டு அனுமானங்கள் சொல்லப் பட்டிருக்கின்றன. ஒன்று, அவனுடைய மனைவி கடம்பமா தேவியைப் போல அவனும் கர்நாடக நாட்டிலிருந்து வந்தவன் என்பது. மற்றொன்று, புதுக்கோட்டைப் பகுதியிலுள்ள கொடும்பாளூரை ஆண்ட வேளிர்குல சிற்றரசர்களுள் அவனும் ஒருவன் என்பது.

30. 332/1912; செம்பியன் மகாபலிவாணராசர் (என்று இந்த ஆதாரத்தில் சொல்லப்படுபவர்) இரண்டாம் பிரதிவீபதியே.

31. இ. ஐ. XV. பக். 50.

32. 286/1906 மற்றும் 230/1903 ஆதித்தனுக்குக் கோதண்டராமன் என்ற பெயரும் இருந்ததாகக் கன்னியாகுமரிக் கல்வெட்டிலிருந்து நமக்குத் தெரிகிறது. அக்கல்வெட்டைப் பலரும் அறிவதற்கு முன் நமக்குத் தெரிந்த ஒரே கோதண்டராமன், அவனுடைய பேரனான இராஜாதித்தயன்; ஆனால் இராஜாதித்தயன் அவனுடைய தகப்பனாரின் 34-ம் ஆட்சி ஆண்டில் வாழ்ந்திருக்க வேண்டும். இ. ஐ. xviii, பக். 23-24.

33. 38/1895.

34. vv. 28 - 35.

35. பார்க்க டி. ஏ. எஸ்., iii, இதில் இந்த ஆதாரத்தில் குறிக்கப்பட்ட கதைகள் விவாதிக்கப்பட்டிருக்கின்றன. மேலும் பார்க்க எஸ். ஐ. ஐ., iii, முன்னுரை, பக். 4-5. செப்பேடுகளைப் பற்றியது. மற்றும் இ. ஐ., viii, பக். 26. அடிக்குறிப்பு.

அதிகாரம் 7

முதலாம் பராந்தகன்

(கி. பி. 907-955)

திருப்புறம்பயம் போரின்போது தஞ்சையையும் உறையூரையும் கொண்ட சிறு பகுதியைச் சோழர்கள், பல்லவர்களின் தலைமையின் கீழேயே ஆட்சி செய்துவந்தனர். ஆனால், அடுத்த இருபத்தைந்து ஆண்டுகளுக்குள்ளாக சோழர்களின் பலம் பல மடங்கு பெருகிற்று. இந்நிலைக்கு மிக முக்கிய காரணமாயிருந்தவன் ஒப்பற்ற போர் வீரனும், இராஜதந்திரியுமான முதலாம் ஆதித்தனே ஆவான். அரசியல் சூழ்நிலையும் இவனுக்கு ஆதரவாக இருந்தது. ஆதித்தனும், தனக்குக் கிடைத்த வாய்ப்புகளை முழுமையாகப் பயன்படுத்திக் கொண்டான். திருப்புறம்பயம் போருக்குப் பிறகு பாண்டியர் தம் நாட்டில் ஏற்பட்ட உட்பூசல்களைத் தீர்ப்பதிலேயே கவனம் செலுத்தினர்; இப்போர் நிகழ்ந்த சிறிது காலத்திற்கெல்லாம் வரகுணன் இறந்து விட, இவனுக்கு அடுத்து வந்த மன்னன், திரு. பராந்தக வீரநாராயணன், கர்வம்கொண்ட உக்கிரனின்[1] தலைமையில் மூண்ட பயங்கரமான கலகத்தை ஒடுக்க வேண்டியிருந்தது. திருப்புறம்பயம் போருக்குப் பிறகு சில காலம் ஆதித்தன், பல்லவ மன்னன் அபராஜிதனுடன் நட்புக்கொண்டிருந்தான். ஆனால் விரைவிலேயே பல்லவ நாட்டின் பெரும் பகுதியைத் தன் அதிகாரத்தின் கீழ்க் கொண்டுவந்தான்; இவ்வெற்றியில் ஆதித்தனுக்கு அக்கால கங்க மன்னன் உதவியிருக்கக் கூடும். வாணரும், வைதும்பர்களும், கங்கர்களும், நுளம்பர்களும் தங்களுக்குள் போரிட்டுக்கொண்டது ஆதித்தனின் வெற்றிக்கு உதவியாக இருந்தது. இப்போர்களில் சோரெமதியில் நடந்த போர் நடுநாயகமாக விளங்கியது. தன் ஆட்சிக் காலம் முடியும் முன்னரே ஆதித்தன் கொங்கு நாட்டை வென்று தன் நாட்டுடன் சேர்த்துக் கொண்டான். இதனால், கி. பி. 907-ல் இவனது மகன் பராந்தகன் ஆட்சிக்கு வந்தபோது, சோழநாடு வடக்கில் மைசூர் பீடபூமி நீங்கலாக, தெற்கே காவிரி வரையிலான பகுதியும், மேற்குக்

கடற்கரையோரமாக ஒரு பகுதியும், சென்னை, காளத்தி வரையிலும் பரவியிருந்தது. கங்க மன்னர்கள் சோழரது அதிகாரத்திற்கு உட்பட்ட நண்பராகவும், சேர மன்னன் நெருங்கிய நண்பனாகவும் கருதப்பட்டனர். பாண்டியர்களுடனான முதல் போர் ஏற்கெனவே கொங்கு நாட்டில் நடைபெற்றுவிட்டது.[2]

முதல் பராந்தகன்

முதலாம் பராந்தகன் 48 ஆண்டுகள் ஆட்சி செய்தான் என்பதை இவனது 48 - ம் ஆட்சி ஆண்டின் கல்வெட்டிலிருந்து அறிகிறோம்.[3] இராஷ்டிரகூட மன்னன் இரண்டாம் கிருஷ்ணன், தன் பேரன் கன்னர தேவனைச் சோழ நாட்டின் அரியணையில் அமரச் செய்த முயற்சியை முதலாம் பராந்தகன் தன் ஆட்சியின் தொடக்கத்திலேயே முறியடித்தான். அது முதல், பராந்தகன் தன் ஆட்சிக்காலம் முழுவதும் வெற்றி மேல் வெற்றி பெற்றுப் பீடுநடை போட்டான்; தன் தந்தையின் வெற்றிகளை நிறைவேற்றும் வகையில், இவன் பாண்டியர்களின் சுதந்திரத்தைப் பறித்து, தன் நாட்டை தெற்கே கன்னியாகுமரி வரை பரவச்செய்தான்; ஈழத்தின் மீதும் படையெடுத்தான்; ஆனால், இம் முயற்சியில் அவனது குறிக்கோள் வெற்றியடையவில்லை என்பதைப் பின்னர் பார்ப்போம். ஏனைய இடங்களில், இவன் பாணர்களை வெற்றி கொண்டதுடன் கங்க மன்னன் ஹஸ்தி மல்லனைத் தன் அதிகாரத்திற்கு உட்படுத்தினான். எஞ்சியிருந்த பல்லவர்களின் அதிகாரம் அடியோடு மறைந்து, பராந்தகனின் நாடு, வடக்கே நெல்லூர் வரை பரவியது. எனினும் இவனது ஆட்சி முடிவதற்கு முன், வட மேற்கிலிருந்து மிகுந்த பலத்துடன் கூடிய மூன்றாம் கிருஷ்ணன் சோழ நாட்டின்மீது படையெடுத்தான். அதன் விளைவாக நடைபெற்ற போரில் பராந்தகனின் மூத்த மகனான இராஜாதித்தன் உயிரிழந்ததோடு, இதற்குப் பின் பராந்தகனும் வெகுகாலம் உயிர் வாழவில்லை. இது முதல், புகழ்மிக்க முதலாம் இராஜராஜன் கி. பி. 985-ல் அரியணையில் அமர்ந்தது வரையிலான முப்பது ஆண்டுகள் வரையில் சோழ நாடு பெரும் இருளில் ஆழ்ந்திருந்தது.

பாண்டியருடன் போர்

அரியணைக்கு வந்த சிறிது காலத்திலேயே பராந்தகன் பாண்டிய நாட்டின் மீது படையெடுத்தான். தனது மூன்றாம் ஆட்சி ஆண்டிலேயே 'மதுரை கொண்ட' என்ற விருதை அவன்

பெற்றான்[4] என்றாலும் பாண்டிய நாட்டை இவன் சிறிது சிறிதாகவே வெற்றிகொண்டு தன்னாட்சிக்குக் கொண்டுவந்தான்; ஏனெனில் பராந்தகனின் 24-ம் ஆட்சி ஆண்டின் கல்வெட்டே பாண்டிய நாட்டில் கிடைத்துள்ளது.[5] பராந்தகனிடம் நாட்டையிழந்து, நாட்டை விட்டே விரட்டியடிக்கப்பட்ட பாண்டிய மன்னன் இராஜசிம்மனே என்று சின்னமனூர், உதயேந்திரம் பட்டயங்கள் ஒரே கருத்தைத் தருகின்றன; **'மகாவமிசம்'** பின்வருமாறு கூறுகிறது[6] (மஹாவம்சா சி. வி. பாகம், 52, பக். 70).

> 'இவ்வாறாக இலங்கை ஆட்சியானது நீதிநெறியுடன் நிகழ்ந்து வந்த காலத்திலே, பண்டு (பாண்டிய) (கேசவா - v. கி. பி. 913-23) அரசன் சோழ அரசனால் போரில் தோற்கடிக்கப்பட்டான். அவன் இராணுவ உதவி கோரி எண்ணிறந்த பரிசுகளை அனுப்பினான். இலங்கை அரசன் இது குறித்துத் தனது அதிகாரிகளுடன் ஆலோசனை நடத்தினான். இராணுவ ஏற்பாடுகளையும் செய்தான். சக்கசேனாபதியை அந்தப் படைகளின் தலைவனாக அமர்த்தினான். அவனே மஹாதீதாவுக்குச் சென்றான். கடற்கரையோரத்தில் நின்று முந்தைய மன்னர் தம் வெற்றிகளைப் பற்றிப் பேசி வீரர்களுக்கு உற்சாகமூட்டினான். அவர்களைக் கப்பலில் அனுப்பி வைத்தான். சக்கசேனாபதியானவன் தன் படையினருடன் பாதுகாப்பாகக் கடல் கடந்துசென்றான். பண்டு (பாண்டிய) நாட்டைச் சென்றடைந்தான். அந்தப் படை கண்ட பண்டரசன் நிறைந்த மகிழ்வெய்தி, "இந்த நாவலந்தீவு முழுவதையும் ஒரே குடையில் கொண்டுவருவேன்" என்று சொன்னான். இரண்டு படைகள் அவன் தலைமையில் சென்றன. இருந்தாலும் சோழ மன்னனை வெல்ல அவனால் இயலவில்லை. ஆனாலும் அவன் மீண்டும் ஒருமுறை தொடர்ந்து போரிட முயன்றான். ஆனால், **உபசகத்தின்** (பிளேக்) காரணமாக அவன் இறந்தான். பண்டு அரசன் இதனால் முனைப்பொடுங்கி நின்றுவிட்டான். தனது படை வீரர்களும் அதே நோயினால் மடிந்ததைப் பற்றிக் கேள்விப்பட்டு இரக்கம்கொண்ட இலங்கை வேந்தன் தனது படையினரை மீண்டும் தாய்நாட்டுக்கு அழைத்துக் கொண்டான்.'

இக்குறிப்புகளிலிருந்து, சோழ-பாண்டிய போரில் மூன்று கட்டங்களைப் பற்றி நாம் அறியலாம். முதல் கட்டத்தில், பராந்தகனிடம் பாண்டிய மன்னன் தோல்வியுற்றான். இரண்டாம்

கட்டத்தில் பாண்டிய மன்னன், ஈழ மன்னனது உதவியைக் கோரிப் பெற்று, சோழப் படையைத் தாக்கினான். பாண்டிய-ஈழத்துப் படைகள் சோழப் படையிடம் பின்வாங்கின. ஈழப் படைத் தலைவன் சோழரை வெல்ல மீண்டும் முயன்றது மூன்றாம் கட்டமாகும். ஆனால், இவனுக்கு ஏற்பட்ட கொடிய நோயின் காரணமாக இவன் உயிரிழக்க, ஈழப்படை திரும்பப் பெற்றுக்கொள்ளப்பட்டது. இம்முயற்சி எவ்விதப் பயனுமின்றி முடிந்தது. இந்நிகழ்ச்சிகளைக் கல்வெட்டுகள் பெரும்பாலும் உறுதிப்படுத்துகின்றன; ஆனால் ஈழப் படைத் தலைவன், சக்க சேனாபதி மேற்கொண்ட இரண்டாம் முயற்சியைப் பற்றியும் அவனுக்கு ஏற்பட்ட கொடிய நோயைப் பற்றியும் இக்கல்வெட்டுகள் கூறவில்லை.

மஹாவம்சத்தில் கூறப்பட்ட முதற் கட்டம், பராந்தகன் தன் ஆட்சிக்கு வந்தவுடன் மதுரை மீது படையெடுத்ததையும், இதற்காக மதுராந்தகன் (மதுரையை அழித்தவன்) என்ற பட்டத்தைப் பெற்றதையுமே குறிப்பிடுகிறது என்பது தெளிவு. இரண்டாம் கட்டத்தைக் கி. பி. 921-22-ம் ஆண்டைச் சேர்ந்த பிரதிவீபதியின் உதயேந்திரம் பட்டயங்கள் நன்கு படம் பிடித்துக்காட்டுகின்றன.[7] (எஸ்.11, ii, எண். 76 , பக். 9-11).

> 'அவனது (பராந்தகனது) படையானது போரின் ஆரம்பத்தில், யானைகள், குதிரைகள், வீரர்களைக்கொண்ட ஒரு பெரும் படையுடன் சேர்த்துப் பாண்டியமன்னனை வீழ்த்திய பிறகு, ஒரு பெரும் யானைக் கூட்டத்துடன் சேர்ந்து மதுரையைக் (நகரம்) கைப்பற்றியது. தைரியம் மிகுந்த வீரர்களையும், யானைக் கூட்டங்களையும், புரவிக் கூட்டங்களையும் இணைத்து இலங்கைக் கோமான் அனுப்பிவைத்த மாபெரும் சேனையைப் போரின் துவக்கத்தில் கண்ணிமைப்போதில் நாசம் செய்த அவன் முழு நியாயப்படியே இந்த உலகில் சங்கிராம ராகவன் (அதாவது, போரில் ராமன்) என்ற பட்டத்தையும் பெற்றான். அவன் பாண்டிய ராஜசிம்மனை முறியடித்த சமயத்தில் ஒரே நேரம் இரண்டு பேருக்கு ஒரே அச்சம் ஏற்பட்டது. ஆம்..! செல்வத்தின் அதிபதியான குபேரன் ஒருவன். அவன் தனது உயிர் நண்பனின் சாவை நினைத்து நடுங்கினான். இன்னொருவன் விபீஷணன். அவனோ, சோழ ஆட்சிப் பகுதிகள் இலங்கைக்கு மிக அண்மையில் நெருங்கிவிட்டதை எண்ணி அஞ்சினான்.

இந்நிகழ்ச்சிகள் உதயேந்திரம் பட்டயங்களின் காலத்திற்குச் சில ஆண்டுகளுக்கு முன்னரே நிகழ்ந்திருக்கவேண்டும்.

கி. பி. 923-ம் ஆண்டிலேயே பராந்தகனின் கல்வெட்டு ஒன்றில் இவன், 'மதுரையும் ஈழமும் கொண்ட' என்ற விருதினைப் பெற்றான் என்பதை நாம் காண்கிறோம்.[8] இவனது பன்னிரண்டாம் ஆட்சி ஆண்டின் இரு கல்வெட்டுகள், பாண்டிய-ஈழத்துப் படைகள் வெள்ளூர்ச் சண்டையில் சோழரிடம் தோல்வியுற்றதைப் பற்றி, பிற செய்திகளுக்கு இடையே குறிப்பிடுகின்றன. இவற்றில் ஒரு கல்வெட்டு, வெள்ளூர்ச் சண்டையில் பாண்டிய ஈழப்படைகளுக்கு எதிராகப் பழுவேட்டரையர், கந்தன் அமுதனார் என்பவர் பெற்ற வெற்றியைக் கொண்டாடும் வகையில் கொடுக்கப்பட்ட தானத்தைக் குறிப்பிடுகிறது.[9] மற்றொன்று, இப்போரில் சென்னிப் பேரரையன் தலைமையில் நேரடி தாக்குதல் செய்த (நெற்றிச் சென்ற) நான்கு சேவகர்களைப் பாராட்டும் பொருட்டு ஏற்பட்ட அறக்கட்டளையைத் தெரிவிக்கிறது.[10] வெள்ளூர்ச் சண்டையில் சோழரது படைகள் கடும்போர் புரிந்து வெற்றிபெற வேண்டியிருந்தது. இப்போரில் நிகழ்ந்த வீரச் செயல்கள் பல ஆண்டுகளுக்குப் பிறகும் போற்றிப் புகழப்பட்டன. இப்போர் கி. பி. 915-ல் நடைபெற்றிருக்கக் கூடும்.

வெள்ளூரில், பராந்தகனுக்குக் கிடைத்த வெற்றி, மேலும் மேலும் பாண்டிய நாட்டைத் தன் நாட்டுடன் சேர்த்துக்கொள்ள வழிவகுத்தது. சோழரின் படையெடுப்பைத் தடுத்து நிறுத்த அவன் எடுத்த முயற்சிகளெல்லாம் தோல்வியுறவே, இராஜசிம்மன் ஓடி மறைந்து தன் நாட்டை பகைவர் கையில் விழச்செய்தான். நான்காம் தப்புலாவின் (கி. பி. 923-934) ஆட்சிக் காலத்தில் நிகழ்ந்தவை பற்றி, கீழ்வருமாறு **மகாவமிசம்** கூறுகிறது[11]. (சி. வி. சி. எல். 53, vv. எஸ்).

> 'அந்த நேரத்தில் சோழ மன்னனுக்கு அஞ்சிய பண்டு மன்னனானவன் கப்பலேறி மஹாதீதாவுக்கு வந்துவிட்டான். மன்னன் அவனைத் தன்னிடம் அழைத்தான். அவனைச் சந்தித்தற்காக மிகுந்த மகிழ்வுற்றான். அவனுக்குப் பேரளவான செல்வத்திற்கு வழி செய்ததுடன் அவன் வாழ்வதற்காக நகருக்கு வெளியே இருப்பிடம் ஒன்றையும் வழங்கினான். "நான் சோழ மன்னனின் மீது போர் தொடுத்து, அவனுடைய அரியணைகள் இரண்டையும் கைப்பற்றி,[12] அவற்றைப் பண்டு மன்னனுக்கு வழங்குவேன்" என்று தான் ஏற்றுக்கொண்ட நோக்கத்துடன் இலங்கையரசன் படை திரட்டிய வேளையில், என்ன காரணத்தினாலோ தீவில் இருந்த பிரபுக்கள் கலகத்தைக்

> கிளப்பிவிட்டார்கள். பண்டு மன்னன் முனைப்பொடுங்கி நின்றுவிட்டான். அங்கே தனக்கு இனி ஒரு பயனும் இல்லை என்று உணர்ந்துகொண்ட அவன் தனது மணிமகுடத்தையும், இன்னும் சில மதிப்பான பொருட்களையும் இலங்கையில் விட்டுவிட்டுக் கேரளத்தை நோக்கி ஓடினான்.

திருவாலங்காட்டுப் பட்டயத்திலுள்ள ஒரு பாடலும்[13] இதை உறுதிப்படுத்துகிறது(எண். 51).

> 'அவனது (பராந்தகனது) வீரமாகிய நெருப்பினால் நாற்புறங்களிலும் சுற்றி வளைக்கப்பட்டு பாண்டியன், அந்த நெருப்பின் வெம்மையைத் தணித்துக்கொள்ளத் துடிப்பு கொண்டவனைப் போல் சரலென்று கடலில் குதித்து விட்டான் (இலங்கைக்குச் சென்றுவிட்டான்). தனது மூதாதையரிடமிருந்து பெற்ற அரச பதவியையும், நாட்டையும் துறந்து ஓடிவிட்டான்'.

இராஜசிம்மன், ஈழத்தை விட்டு, தன் தாய், வானவன் மாதேவியின் பிறந்த நாடான கேரளத்தை அடைந்தான். ஆனால், இக்காலத்தில் கேரள நாட்டின் மன்னர்கள் சோழரின் அரசியல் நண்பர்களாய் இருந்ததால், இராஜசிம்மன் முதலில் ஈழத்து மன்னனின் உதவியை நாடி, பின்பு வேறு வழியில்லாத நிலையில் தன் முடியையும், மதிப்பு மிக்க பொருள்களையும், ஈழத்திலேயே விட்டுவிட்டு, கேரளத்தை அடைந்தான். **மகாவமிசம்** தரும் கால நிலையின் அடிப்படையில், பராந்தகனின் 16-ம் ஆட்சி ஆண்டிற்கும் 26 -ம் ஆட்சி ஆண்டிற்குமிடையே தான் இராஜசிம்மன், ஈழத்திலிருந்து கேரளத்திற்குச் சென்றிருக்க வேண்டும்.

ஈழப்போர்

தான் புதிதாக வெற்றிகொண்ட பகுதிகளைத் தன் அதிகாரத்தை ஏற்குமாறு செய்யும் பணியில் பெரும்பாலும் முடிந்துவிட்டது என்று எண்ணிய பராந்தகன், தன் வெற்றியை மதுரையில் கொண்டாடும் பொருட்டு, பாண்டிய மன்னனின் முடியையும், மற்றச் சின்னங்களையும் தானே அணிந்துகொள்ள எண்ணினான். ஆனால், இவையனைத்தும் இராஜசிம்மனால் ஈழத்து மன்னனிடம் ஒப்படைக்கப்பட்டிருந்ததால் பராந்தகன், குடிகாரனும், மந்தப் புத்தியுடையவனுமான நான்காம் உதயன் (கி. பி. 945-53) ஆட்சிக்

காலத்தில் இவற்றைத் திருப்பிப் பெற முயன்று, இம்முயற்சியில் படுதோல்வியுற்றான். (சி. வி. சி. எல் 53, vv. 41 vv).

> 'சோழ வேந்தனானவன் பண்டு நாட்டு மன்னன் என்று முடிசூட்டிக் கொள்ள விழைந்து பாண்டியன் இலங்கையில் விட்டு விட்டு ஓடிய அவனது மணிமகுடத்தையும், மற்ற மதிப்புமிக்க பொருட்களையும் பற்றி வினவும் பொருட்டு (தூதுவர்களை) அனுப்பினான். மன்னனோ அவற்றைக் கொடுக்கவில்லை. எனவே, சினமேறிய செம்பியன் அவற்றை வலுக்கட்டாயமாகப் பறித்துக்கொள்ளும் நோக்கத்துடன் ஒரு படையை அனுப்பினான். இங்கே, (இலங்கையில்), அந்த வேளையில் எல்லையிலிருந்த ஒரு கலகப் பகுதியில் இருந்தான் சேனாதிபதி. உடனுக்குடன் அவனை வரவழைத்து போருக்கனுப்பினான் மன்னன். வீறுகொண்டெழுந்த சேனாதிபதி விழுந்தொழிந்தான் போரில். உடனே மன்னனானவன் (உதயன்) மணிமகுடத்தையும், மற்ற அரிய பொருள்களையும் எடுத்துக்கொண்டு ரோஹணாவுக்குச் சென்றுவிட்டான். சோழர் படை துரத்திச் சென்றது. ஆனால், ரோஹணாவுக்குள் நுழைய வழி தெரியவில்லை. அச்சத்தின் காரணமாக அவர்கள் அங்கிருந்து தங்கள் தாய்நாட்டிற்குத் திரும்பிவிட்டார்கள்.'

இவை நடைபெற்ற ஆண்டுகளை உறுதியாகக் கூற முடியாது. ஈழநாட்டின் குறிப்புகள் இந்நிகழ்ச்சிகளைப பராந்தகனின் ஆட்சிக் காலத்தின் கடைசி ஆண்டுகளைப் பற்றியதாகவே இருக்க வேண்டும் என்று கூறுவதே ஏற்கத்தக்கது.[16] மறக்கப்படாமலிருந்த இவனது தோல்வி, பல ஆண்டுகளுக்குப் பிறகு, இவனது பலம் வாய்ந்த வழித்தோன்றலான முதலாம் இராஜேந்திரனால் மாற்றப்பட்டது.

பராந்தகனின் நண்பர்கள்

கேரள மன்னன், கீழப்பழுவூர்த் தலைவர்களான பழுவேட்டரையர் ஆகியோரைத் தவிர, கொடும்பாளூரைச் சேர்ந்த வேளிர் தலைவரும், பாண்டியருக்கான போர்களில் பராந்தகனுக்கு உதவி செய்தனர். கொடும்பாளூர் வமிசத்தைச் சேர்ந்த, தென்னவன் இளங்கோ-வேளிர் என்பவரின் மகள் பூதி ஆதிக்க பிடாரி என்பவளைப் பராந்தகனின் மக்களில் ஒருவனான அரிகுல கேசரி முன்பே திருமணம் செய்திருந்தான் என்று பராந்தகனின் ஆட்சியின் ஆரம்ப காலக் கல்வெட்டுகள் கூறுகின்றன.[17] கொடும்பாளூர்த் தலைவர்களுக்கும், சோழ வமிசத்திற்கும் இடையே இக்காலத்தில் நிலவிய தொடர்பைப்

பற்றி, புதுக்கோட்டை, திருச்சிராப்பள்ளி மாவட்டங்களிலுள்ள கல்வெட்டுகள் கூறுகின்றன.¹⁸ இத்தலைவர்கள் பாண்டிய மன்னன் இராஜசிம்மனின் பகைவர்களாயிருந்தனர் என்பது இராஜசிம்மனின் 16-ம் ஆட்சி ஆண்டைச் சேர்ந்த (கி. பி. 916) சின்னமனூர்ப் பட்டயங்களிலிருந்து தெளிவாகிறது. பராந்தகனின் ஆட்சி தொடங்கியபோது, இராஜசிம்மனுக்கும் சோழர்களுக்குமிடையேயான தொடர்பை விவரிக்கும் இப்பாண்டிய சாசனம், இராஜசிம்மன் தஞ்சையின் மன்னனை நெய்ப்பூர் என்னுமிடத்தில் வெற்றி கொண்டதாகவும், சோழர்களின் நெருங்கிய நண்பர்கள் தலைமைப் பீடமான கொடும்பையில் (கொடும்பாளூர்) சண்டையிட்டதோடு, வஞ்சியைத் தீக்கிரையாக்கி, தென் தஞ்சை மன்னனை (சோழர்களின் மற்றொரு நண்பராகலாம்)) நாவல் என்னுமிடத்தில் அழித்தான், என்றும் தெரிகிறது.¹⁹ சோழ மன்னருடனான போரின் தொடக்கத்தில், தெளிவற்ற, மிகைப்படுத்தப்பட்டுள்ள, இப்பாண்டிய மன்னரின் சான்றுகள் இருவகையில் பயன்படுகின்றன. மதுரை நாட்டின்மீது பராந்தகன் சிறிதுசிறிதாக வெற்றி கண்டபோதும், இவ்வெற்றிக்காகத் தொடர்ந்து பல ஆண்டுகளுக்குப் போரிட வேண்டியிருந்தது என்று மகாவமிசமும், பராந்தகனின் கல்வெட்டுகளும் தோற்றுவிக்கும் எண்ணத்தை இது உறுதிப்படுத்துகிறது. மேலும், இப்போர்களில் பல்வேறு மன்னர்களின் கூட்டணிகளைப் பற்றிக் கூறுவதோடு, சேர மன்னனும், கொடும்பாளூர்ச் சிற்றரசர்களும்²⁰ சோழ மன்னர்களின் நண்பர்களாய் இருந்து இவன் பக்கம் போரிட்டனர் என்பதையும் உறுதிப்படுத்துகிறது.

ஏனைய போர்கள்

பாண்டியர்களுடன் நடந்த போர்களுக்கு இடையே, பராந்தகன் தன் ஆதிக்கத்தைப் பல இடங்களிலும் நிலைநாட்டினான். கங்க மன்னன், இரண்டாம் பிரதிவீபதி பராந்தகனிடமிருந்து 'வாணாதிராஜா' என்ற விருதைப் பெற்றான் என்றும், வல்லாள என்னுமிடத்தில் நடைபெற்ற போரில் பெரும் பங்கேற்றான் என்றும், பராந்தகன் 9-ம் ஆண்டைச் சேர்ந்த சோளங்கபுரம் பாறைக் கல்வெட்டு கூறுகிறது.²¹ இரு வாணர் மன்னர்களை அழித்து, வைதும்பர்களையும் வெற்றி கண்டான் என்று பிரதிவீபதியின் உதயேந்திரம் பட்டயங்கள் கூறுகின்றன.²²

பராந்தகனின் ஆட்சித் தொடக்கத்தில், சோழ அரசப் பதவியிலிருந்து இவனை ஒதுக்கிவிட்டு, இவனுக்குப் பதிலாக,

தன் மகள் வழிப் பேரனான கன்னரதேவனைச் சோழ மன்னனாக்க இராஷ்டிர கூட மன்னன் இரண்டாம் கிருஷ்ணன் முயன்றதாகத் தெரிகிறது. இதன் பொருட்டு, இவன் தன் அதிகாரத்திற்கு உட்பட்டிருந்த வாணர்களின் படைகளுடன், தன் படையையும் சேர்த்துக்கொண்டு வடமேற்குத் திசையினின்று சோழ நாட்டைத் தாக்கினான். இவர்களுக்கு எதிராகப் பராந்தகன் தன் ஆட்சிக்கு உட்பட்டிருந்த கங்க மன்னன் இரண்டாம் பிரதிவீபதி உதவியைப் பெற்றான். இவ்விரு படைகளுக்குமிடையே தற்போது திருவல்லம் என்றழைக்கப்படும் வல்லாள என்னும் இடத்தில் கி. பி. 910 அல்லது 911- ல் போர் மூண்டது; இரண்டாம் கிருஷ்ணனும் அவனது உதவியாளரும் படுதோல்வியடைந்தனர். எவராலும் வெற்றி காணமுடியாத கிருஷ்ணராஜாவை வெற்றி கண்ட பராந்தகன் 'வீரசோழன்' என்ற பெயரைப் பெற்றான் என்று கன்னியாகுமரிக் கல்வெட்டு உறுதியாகக் கூறுகிறது.[23] இராஷ்டிரகூட மன்னனின் முயற்சி தோல்வியுற்றதோடு, பராந்தகனின் சோழ அரசபதவியை அடையும் உரிமை வலிவுபெற்றது. கிருஷ்ணனுடன் சேர்ந்து தம்மை எதிர்த்த வாணர் போன்றவரைப் பராந்தகன் தண்டித்தான்.

பெரும் வாணகப்பாடி என்னும் பகுதியை ஏறக்குறைய இரு நூற்றாண்டுகளுக்கு மேலாக ஆட்சி செய்துவந்த பண்டை மன்னர்களின் வழிவந்தவரே, வாணர்கள்.[24] பாலாற்றுக்கு வடக்கே, மேற்கில் புங்கனூருக்கும் கிழக்கில் காளத்திக்கும் இடையேயான பகுதியைக் கொண்டதே இப்பெரும் வாணகப்பாடி. ஆனால், இதற்கு முன்பு இவர்கள் இப்பகுதிக்கு வடக்கிலுள்ள பகுதிகளையும் ஆட்சி செய்துவந்தனர். பாதாமியைச் சேர்ந்த சாளுக்கியர்களின் பலம் பெருகியபோது, இவர்கள் தெற்கு நோக்கிப் பெயர்ந்து செல்ல வேண்டியதாயிற்று. இவர்கள் சுதந்திர மன்னர்களாயிருந்த கடைசிக் காலத்தில், சோளங்கபுரம் கல்வெட்டில் கூறப்பட்டுள்ள 'பறிவி' என்ற இடமே இவர்களது தலைநகராக விளங்கியது.[25] இவ்விடம் இப்போது (ஆந்திர பிரதேசத்தில்) அனந்தப்பூர் மாவட்டத்தில் ஹிந்துபூர் வட்டத்தைச் சேர்ந்த 'பரிகி' என்னும் இடம் என்று கூறலாம். இராஷ்டிரகூட மன்னன் மூன்றாம் கிருஷ்ணனின் நெருங்கிய நண்பனாக விவரிக்கப்படும் விஜயபாஹு என்ற மூன்றாம் விக்கிரமாதித்தனே இவ்வமிசத்தின் கடைசி மன்னனாவான். இவர்களைப் பற்றிய வரலாற்றுக் குறிப்புகள் நமக்குத் தெளிவாகக் கிடைக்கவில்லை; எனவே, இக்கல்வெட்டுகளில் காணப்படும் ஆண்டுகளைக்கொண்டே இவற்றை நாம் அனுமானிக்க முடியும்.

முதலாம் பராந்தகன் (கி.பி. 907 – 955)

வாணர்கள்

கி. பி. 916-க்கு முன்பே, ஹஸ்தி மன்னன், வாணாதிராஜா என்ற விருதைப் பராந்தகனிடமிருந்து பெற்றான். (சோளங்கபுரம் கல்வெட்டு). இரண்டாம் விஜயாதித்திய பிரபுமேரு என்பவன் கி. பி. 909 வரை வாணர் நாட்டைச் சுதந்திரமாக ஆட்சிசெய்தான்.[26] கி. பி. 916-க்குமிடையேயான ஆறு அல்லது எழு ஆண்டுகளில்தான் பராந்தகன் வாணர்களை வென்றிருக்க வேண்டும். விஜயாதித்திய பிரபுமேருவின் கொள்ளுப் பேரன் இராஷ்டிரகூட மன்னன் மூன்றாம் கிருஷ்ணனின் நண்பன் என உதயேந்திரம் பட்டயங்களிலிருந்து அறிகிறோம். இவர்களுக்கு இடையே, இரண்டாம் விக்கிரமாதித்தனும், மூன்றாம் விஜயாதித்தன் (புகழ்விப்பவர் கண்ட) என்னும் இரு மன்னர்கள் ஆட்சி செய்தனர். இராஷ்டிரகூட மன்னன் மூன்றாம் கிருஷ்ணன், கி. பி. 940 ஆண்டிற்கு முன்பாகத் தன் ஆட்சியைத் தொடங்கியிருக்க முடியாது என்ற குறிப்பிலிருந்தே பராந்தகனிடம் தோற்று இராஷ்டிரகூட நாட்டிற்குச் சென்று சரணடைந்த வாணர் மன்னர்கள் இரண்டாம் விக்கிரமாதித்தனும் மூன்றாம் விஜயாதித்தனுமேயாகும் என்று நாம் கருதலாம். இரண்டாம் பிரதிவீபதிக்கு, வாணாதி ராஜா என்று கொடுக்கப்பட்ட விருது எதோ அலங்காரத்திற்கு கொடுக்கப்பட்டது அன்று; வாணர் நாட்டின் உண்மையான ஆட்சிப் பொறுப்பு சிலகாலம் இவனிடம் ஒப்படைக்கப்பட்டது என்பதையே விளக்குகிறது. வாணர்களை அழித்து தாம் பெருமை அடைந்ததைப் பறைசாற்றிய கங்க மன்னனின் செயலே மூன்றாம் கிருஷ்ணன் சோழ நாட்டின்மீது படையெடுத்து, சோழர்களுக்குப் பெரும் தீமையை விளைவிக்கக் காரணமாயிற்று.

வைதும்பர்கள்

வாணர்களுடன் ஏற்பட்ட போர்களின் விளைவாக, வைதும்பர்களுடனும் போர் ஏற்பட்டது. தெலுங்கு குடும்பத்தைச் சேர்ந்த வைதும்பர்கள் தெலுங்கிலும் கன்னடத்திலும் தங்கள் கல்வெட்டுகள் சிலவற்றை விட்டுச்சென்றுள்ளனர். ஒன்பதாம் நூற்றாண்டில் ரேனாண்டு 7000 பகுதி தம் ஆட்சியின் கீழ் இருந்ததாகவும், சோரேமதிப் போரில் (கி. பி. 850) நுளம்பர்களையும், கஸ்கர்களையும் எதிர்த்த வாணர்களுக்கு உதவியதாகவும் இவரது கல்வெட்டுகள் கூறுகின்றன. வாணர்களுடன் இவன் கொண்டிருந்த

உறவு, பராந்தகனுடன் போரிடும்வரை தொடர்ந்தது. பராந்தகனுக்கு எதிராகப் போரிட்ட நுளம்ப மன்னர் யார் என்று சுட்டிக் காட்ட இயலவில்லை. தென் ஆர்க்காடு மாவட்டத்தில் கிடைக்கும் கன்னர தேவரின் (மூன்றாம் கிருஷ்ணன்) சில கல்வெட்டுகள்,[27] மகாராஜ சந்தையன் திருவயன், திருவயன் ஸ்ரீகண்டன் என்ற இரு பெயர்களைக் குறிப்பிடுகின்றன. கி. பி. 915-ல் பராந்தகனால் தோற்கடிக்கப்பட்டு, சோழ மன்னனின் ஆதிக்கத்தை எற்றுக் கொண்ட வைதும்ப மன்னன் சந்தையன் திருவயனோ அல்லது அவனுக்கு முன்னிருந்த மன்னனோ ஆவான். சோழரிடம் தோல்வியுற்ற வைதும்பர்கள், வாணர்களைப் போன்று இராஷ்டிரகூடரிடம் தஞ்சமடைந்தனர். பிற்காலத்தில், முதலாம் இராஜராஜனும் இராஜேந்திரனும் சோழ நாட்டின் பெருமையை மீண்டும் உயர்த்திய போது, திருவயனின் மகனும் பேரனும் சோழர்களது ஆட்சிக்கு உட்பட்டிருந்தனர்.

சீத்புலி நாடு

நெல்லூர் மாவட்டத்தில் நடைபெற்ற ஒரு போரைப் பற்றி திருவொற்றியூரிலுள்ள இரு கல்வெட்டுகள் மேற்போக்காக கூறுகின்றன.[28] சிறு குளத்தூரைச் சேர்ந்த மாறன் பரமேசுவரன் என்னும் பராந்தகனின் அதிகாரி ஒருவன் சீத்புலியை வென்று, நெல்லூரையும் அழித்து மீண்டும் தெற்கு நோக்கி வந்தபோது, திருவொற்றியூரில் தங்கி அவ்வூரில் கோயில்கொண்டிருக்கும் மகாதேவர்க்கு நிலதானம் செய்து தன் நன்றியைத் தெரிவித்தான். இந்நிலத்தின் மீதான நிலவரி, நான்கு ஆண்டுகளுக்குப் பிறகு விலக்கப்பட்டது. இத்தானத்திற்கு மூலமான ஒன்று பராந்தகனின் 34-ம் ஆண்டில் (கி. பி. 941) கொடுக்கப்பட்டிருந்தது. இந்த அதிகாரியின் படையெடுப்பு வேங்கி மன்னன் இரண்டாம் சாளுக்கிய வீமனுக்கு எதிராகவே நடந்திருக்கக் கூடும். 'சீத்புலி என்பது கீழை சாளுக்கிய நாட்டின் தென் பகுதியிலிருந்த ஒரு மாவட்டமே.[29] திருவொற்றியூருக்கு வடக்கேயுள்ள கிழக்குக் கடற்கரை பகுதியில் பராந்தகனின் கல்வெட்டுகள் ஒன்றுகூட காணப்படவில்லை என்பதை நாம் நோக்கும்போது, இப்படையெடுப்பினால் எவ்வித நிரந்தர முடிவும் ஏற்பட்டதா என்ற சந்தேகம் தோன்றுகிறது.[30]

மேலும் பல இன்னல்கள்

கி. பி. 940 முதல் பராந்தகனுக்குத் தன் பரந்த நாட்டைப் பல முனைகளிலும் காக்க வேண்டிய இன்னல் அதிகரிக்கத் தொடங்கியது;

சிறு பகுதியாக இருந்த சோழநாடு, ஐம்பது ஆண்டுகளுக்குள் பரந்த இராச்சியமாகப் பெருகி, சுற்றியிருந்த நாடுகளை எல்லாம் தன்னுள் கொண்டது; சோழ நாட்டின் விரிவின் விரைவே அதற்குப் பெரும் ஆபத்தை ஏற்படுத்தியது. சோழரிடம் தம் நாடுகளை இழந்து, தம் பரம்பரை இருப்பிடங்களிலிருந்து விரட்டப்பட்ட வெவ்வேறு மன்னர்களின் சந்ததியினர் மீண்டும் போரிடாமல் வாளா இருக்கவில்லை. அதனுடன் சோழ நாட்டின் வளர்ச்சியைக் கண்டு இராஷ்டிரகூடரும் கீழைச் சாளுக்கியரும் பேரச்சம்கொண்டனர். கி. பி. 945-க்குச் சில காலத்திற்குப் பிறகு, ஈழத்தின் மீது படையெடுத்த பராந்தகன் பின் நோக்கி விரட்டப்பட்டு, நான்காம் உதயனிடமிருந்து பாண்டிய மன்னனின் முடியை மீட்கத் தவறினான் என்பதையும் நாம் முன்பே பார்த்தோம். பராந்தகன் ஈழத்தில் தன் முழுமையான கவனம் செலுத்த முடியாதபடி அவனது கவனத்தைச் சில நிகழ்ச்சிகள் வேறு திசையில் திருப்பின. அவற்றைப் பற்றியும் இந்நிகழ்ச்சிகளே பராந்தகன் ஈழத்தில் தோல்வியடையக் காரணமாயின என்பதைப் பற்றியும் நாம் இனி இங்கு கூறுவோம்.

பிரதிவீபதியின் மரணம்

சுமார் கி. பி. 940 -ல் முதல் பராந்தகனின் நம்பிக்கையுடைய நண்பனும் அவனது ஆட்சிக்குட்பட்டவனுமான கங்க மன்னன் இரண்டாம் பிரதிவீபதி மரணம் அடைந்தான்.[31] இதுவே, கங்க நாட்டிலிருந்து, பராந்தகனுக்கு ஏற்பட்ட தொல்லைகளின் தொடக்கமாக இருந்தது. பிரதிவீபதி தன் வாழ்நாளின் இறுதியில், ஒரே மகன் விக்கியண்ணனை இழந்திருந்தான்.[32] இரண்டாம் பூதுகன் என்பவன், இராஷ்டிரகூட இளவரசியும் மூன்றாம் கிருஷ்ணனின் சகோதரியுமான ரேவகா என்பவளை மணந்திருந்தான். மேலும், கிருஷ்ணனிடமிருந்து அவனது அரியணையைப் பற்றிக்கொண்டவனுக்கு எதிராக, கிருஷ்ணனுக்கு உதவிபுரிந்த தனது மூத்த சகோதரன் இராச்ச மல்லனைக் கொலை செய்து, அவரது நாட்டையும் பறித்துக்கொண்ட பூதுகன், கங்க நாட்டின் தனிப்பெரும் தலைவனாக இப்போது விளங்கினான்.[33] சோழர்களின் வலிமையைக் கண்டு அஞ்சிய வாணர்களும், வைதும்பர்களும் ஏற்கெனவே கிருஷ்ணனுடைய பாதுகாப்பைக் கோரியிருந்ததோடு, சோழருக்கு எதிராகவும் அவனது உதவியைப் பெற விழைந்தனர். இச் சூழ்நிலையில் அப்போதுதான் தன் நாட்டில் ஏற்பட்ட எதிர்ப்புகள் அனைத்தையும்

அழித்துப் புகழேணியில் இருந்த கிருஷ்ணன், தெற்கு நோக்கித் தன் நாட்டை மேலும் விரிக்கக் கூடிய அரிய வாய்ப்பை நழுவவிட விரும்பாமல்[34] சோழருக்கு எதிராகப் படையெடுத்தான்.

இராஜாதித்தியன்

இந்நிகழ்ச்சிகளைப் பற்றி பிரதிவீபதியின் வாழ்நாளிலும், கிருஷ்ணன், இராஷ்டிரகூட மக்களுக்குப் பதவி ஏற்பதற்கு முன்பும், முன்கூட்டியே சொல்லப்பட்டுள்ளது. வட ஆர்க்காடு மாவட்டத்தில் கிடைத்துள்ள ஒரு கல்வெட்டு[35] கி. பி. 936-ல் மேலை கங்க மன்னன் ஒருவன் (பெருமானடிகள்) கால்நடைகளை கடத்திச் செல்லும் பொருட்டு, திடீரென தாக்கியபோது அவனை எதிர்த்து உயிரிழந்த வீரனைப் பாராட்டும் வகையிலானது. பின்னே வரும் புயலுக்கு முன் அறிகுறியாகவே இந்நிகழ்ச்சியைச் சொல்லலாம். திருமுனைப்பாடியில் இக்காலத்திலேயே பராந்தகனின் மூத்தமகன் இராஜாதித்தனின் தலைமையில் யானைப்படையும் சிறிய குதிரைப்படையும்[36] அடங்கிய பெரும்படை ஒன்றினைக் கல்வெட்டுகளிலும், இலக்கியங்களிலும் திருமுனைப்பாடி நாடு என்றழைக்கப்பட்ட பகுதியில் வைக்கப்பட்டது என்பதற்கான ஆதாரங்களும் உள்ளன. கி. பி. 936-ம்[37] ஆண்டு முதற்கொண்டே இராஜாதித்தனின் படையைச் சேர்ந்த வெள்ளங்குமரன் என்ற கேரளத் தலைவன், கிராமம் என்னுமிடத்தில் இருந்து வந்ததோடு, ஏழு ஆண்டுகளுக்குப் பிறகு பெண்ணாற்றங்கரையில் ஒரு சிவாலயத்தையும் எடுப்பித்தான்.[38] கிராமத்திற்கு அருகேயுள்ளதும் கி. பி. 1140 வரை,[39] இராஜாதித்தபுரம் என்றழைக்கப்பட்டதுமான திருநாவலூரில் பல ஆண்டுகள் இராஜாதித்தன் வாழ்விடமாகக் கொண்டிருந்தான். பராந்தகனின் கொள்கை, இதே காலத்தில், இதே பகுதியில் அரிகுலகேசரி[40] தன் சகோதரன் இராஜாதித்தனுக்கு உறுதுணையாக இருந்ததையும் நாம் காண்கிறோம். இதிலிருந்தே, வாணர், வைதும்பர் ஆகியோருக்கு எதிராகத் தான் கடைபிடித்த ஆக்கிரமிப்புக் கொள்கையின் விளைவுகளைப்பற்றி கவலையுற்று இருந்ததோடு, இத்தகைய எதிர்பாராத விளைவுகளைத் தடுத்து நிறுத்தும் பணியினைத் தன் முழு நம்பிக்கைக்குப் பாத்திரமாகயிருந்த இரண்டாம் பிரதிவீபதியிடம் மட்டுமே ஒப்படைக்காமல், பல எச்சரிக்கை நடவடிக்கைகளை, பராந்தகன் தானே மேற்கொண்டான்.

கிருஷ்ணன் படையெடுத்த கால வரன்முறை

சோழ நாட்டின் மீது கிருஷ்ணன் படையெடுத்த காலத்தைப் பற்றிக் கருத்து வேறுபாடு இருந்தபோதிலும், அதைச் சரியாகக்

கணிக்கமுடியாது என்று கூற முடியாது. மூன்று விதமாகக் காலத்தை நிர்ணயிக்கக்கூடிய சான்றுகளைச் சோழபுரம் கல்வெட்டே[41] நமக்குக் கோடிட்டுக்காட்டுகின்றது. சகம் 871-ம் ஆண்டில், அதாவது கி. பி. 949-ல் பொறிக்கப்பட்ட இக்கல்வெட்டு, ஒரு மன்னனின் இரண்டாம் ஆட்சி ஆண்டில் பொறிக்கப்பட்டதென்றும் கூறுகிறது. ஆனால், இம் மன்னனின் பெயர் இதில் காணப்படவில்லை. கன்னரதேவன், கி. பி. 940-லேயே[42] தன் ஆட்சியைத் தொடங்கியமையால், இரண்டாவது ஆட்சி ஆண்டைச் சேர்ந்த இக்கல்வெட்டு அவனுடையதாகாது. ஆனால், இது இராஷ்டிரகூட மன்னன் மூன்றாம் கிருஷ்ணனின் கல்வெட்டுத்தான் என்று கூறும் வெங்கைய்யா, அவர்கள் 'இவன் தொண்டை மண்டலத்தைக் கைப்பற்றிய இரண்டாம் ஆண்டாக இருக்கக்கூடும்', என்ற கருத்தினையும் கூறியுள்ளார்.[43] ஆனால், இவ்வாண்டில்தான் கிருஷ்ணன், தொண்டை மண்டலத்திற்குள் நுழைந்தான் என்று இக்கல்வெட்டு கூறுவதே இக்கருத்திற்கு முரணாக உள்ளது; மேலும், தொண்டை மண்டலத்தில் கிடைத்துள்ள இவனது எண்ணற்ற கல்வெட்டுகளில் ஒன்றுகூட இவன் தொண்டை மண்டலத்திற்குள் நுழைந்த ஆண்டில் தொடங்கும் ஒரு புது சகாப்தத்தில் காணப்படவில்லை. பெரும்பாலும் இக்கல்வெட்டுகள் இவனது ஆட்சி ஆண்டுகளையே குறிப்பிடுகின்றன. இக்கல்வெட்டு இராஜாதித்தன், இராஜப் பிரதிநிதியாக இருந்த பகுதியிலிருந்து கிடைத்திருப்பதால், இது இராஜாதித்தனின் ஆட்சியையே குறிப்பிடுகின்றது என்று ஹூல்ஷ் கூறுவதே இக்கல்வெட்டின் காலத்தைக் கண்டுணர உதவும் மாற்றுக் கருத்தாகும். இவ்வாறு கூறும்போது, இராஜாதித்தன் தன் தந்தையின் மரணத்துக்குப் பிறகே தன் ஆட்சியைத் தொடங்கி, தன் பெயரிலேயே கல்வெட்டுகளை வெளியிட்டான் என்று எண்ணி விடக்கூடாது.[44] அடுத்தடுத்து வந்த சோழ மன்னர்கள் ஒரே காலத்தில் வெவ்வேறு ஆட்சி ஆண்டுகளைக் கொண்ட தம் கல்வெட்டுகளை வெளியிட்டனர் என்பதைப் பொதுவாகக் காணலாம். ஏறக்குறைய பன்னிரண்டு ஆண்டுகள் இராஜாதித்தன் தன் தந்தைக்கு உட்பட்டு அவரது ஆட்சியில் பெரும் பணி புரிந்திருந்தமையால், கி. பி. 948-ம் ஆட்சி ஆண்டில் இளவரசுப் பட்டம் சூட்டப்பெற்றான் என்று கூறினால் மிகையாகாது.[45]

இராஜாதித்தனை வென்று, தொண்டை மண்டலத்திற்குள் சக்கரவர்த்தி கன்னரதேவன் வல்லபன் நுழைந்த ஆண்டில் வெளியிடப்பட்டதே இந்த சோழபுரம் கல்வெட்டு என்று விவரிப்பதே இக்கல்வெட்டின் காலத்தைக் கணக்கிடும் மூன்றாவது வழியாகும். தக்கோலப் போரில் இராஜாதித்தன் உயிரிழந்தவுடனேயே,

அதாவது இப்போரின் விளைவுகளைப் பற்றி முழுமையாக அறியும் முன்பே, இக்கல்வெட்டு பொறிக்கப்பட்டிருத்தல் வேண்டும் என்று தோன்றுகிறது. கிருஷ்ணனது வெற்றிப் படையெடுப்பு கி. பி. 949-ல் நிகழ்ந்ததற்கு இக்கல்வெட்டே ஆதாரமாகும்.

இரண்டாம் பூதுகனின் ஆதகூர்க் கல்வெட்டு இவ்வாண்டைச் சிறந்த முறையில் உறுதிப்படுத்துகிறது. தக்கோலப் போர் (இப்போரில்தான் இராஜாதித்தன் பூதுகனால் கொல்லப்பட்டான்) நடைபெற்ற ஆண்டினை சகம் 872, அதாவது, கி. பி. 949-50,[46] என்று குறிப்பிடுகிறது. மேலும், பராந்தகனின் கல்வெட்டுகளும் இதையேதான் கூறுகின்றன. இவனது, கி. பி. 948-ம் ஆண்டு கல்வெட்டுகள் தென் ஆர்க்காடு, வட ஆர்க்காடு மாவட்டங்களில்[47] காணப்பட்டாலும், இந்த ஆண்டிற்குப் பிறகு, இந்த மாவட்டங்களில் இவனது கல்வெட்டுகள் காணப்படாததோடு, 42 முதல் 44 வரையான இவனது ஆட்சி ஆண்டுகளுக்கான கல்வெட்டுகளே இல்லாததால் இவ்வாண்டுகளில் தக்கோலம் போர் போன்ற பெரும் கேடு விளைந்திருக்க வேண்டும். ஆகையால், எல்லாச் சான்றுகளும் பராந்தகனுக்கும் கிருஷ்ணனுக்குமிடையே நடைபெற்ற போரின் விளைவுகள் கி. பி. 949-ல்தான் ஏற்பட்டன என்று கூறுகின்றன.

போலியான கல்வெட்டு

சித்தலிங்க மடம் (தென் ஆர்க்காடு) என்னுமிடத்தில் கிடைத்துள்ள கிருஷ்ணனின் ஐந்தாம் ஆட்சி ஆண்டின் ஒரு கல்வெட்டு,[48] கி. பி. 944-5-லேயே இம்மன்னனுக்கு 'கச்சியும், தஞ்சையும்கொண்ட' என்ற விருதை அளிக்கிறது. இதுவே சிறிது குழப்பத்தை ஏற்படுத்திவிட்டது; தக்கோலம் போருக்கு முன்பே கிருஷ்ணன் தொண்டை மண்டலத்தின்மீது படையெடுத்து இப்பகுதியைக் கைப்பற்றினான் என்ற கருத்தைச் சில அறிஞர்கள் ஏற்குமாறு செய்துள்ளது.[49] நமக்குக் கிடைத்துள்ள பெருவாரியான, எளிதில் புறக்கணிக்க முடியாத சான்றுகளுடன், இக்கல்வெட்டை ஒப்பிடும் போது, இதனைப் போலியானது என்றே கூறவேண்டும். கி. பி. 944 - 5-லேயே, கிருஷ்ணன் தொண்டை மண்டலத்தில் இருந்தான் என்றால், கி. பி. 948-ல் வரையில் பராந்தகனின் கல்வெட்டுகள், தென் ஆர்க்காடு, வட ஆர்க்காடு மாவட்டங்களில் காணப்படுவதையும் 949-ல் தக்கோலத்தில், இராஜாதித்தன் இருந்ததையும், தக்கோலம் போர் நிகழ்ந்ததையும் நாம் எவ்வாறு மறுக்க முடியும்? மேலும் கிருஷ்ணனின், சித்தலிங்க மடத்துக்

முதலாம் பராந்தகன் (கி.பி. 907 – 955) 177

கல்வெட்டைத் தவிர, கிருஷ்ணனின் 16-ம் ஆட்சி ஆண்டிற்கு (கி. பி. 956) முற்பட்ட கல்வெட்டுகள், ஒன்றுகூட வட, தென் ஆர்க்காடு மாவட்டங்களில் கிடைக்காததற்குக் காரணம் என்ன? இதிலிருந்து, இக்கல்வெட்டு போலியானது என்றோ அல்லது இது குறிப்பிடும் ஆட்சி ஆண்டேனும் போலியானது என்ற முடிவிற்கு வருவதைத் தவிர நமக்கு வேறு வழியில்லை. இக்கல்வெட்டைத் தாங்கியிருந்த வியாக்ரபாதேசுவரர்க் கோயில் முதலாம் குலோத்துங்கன் ஆட்சியில் அவனது அதிகாரி ஒருவனால் புதுப்பிக்கப்பட்டபோது[50] பழம்சுவரில் காணப்பட்ட இக்கல்வெட்டு புதிய சுவர்களில் மீண்டும் பொறிக்கப்பட்டது. இது சுமார் நூறு ஆண்டுகளுக்குப் பிறகு செய்யப்பட்டதால், இக்கல்வெட்டின் ஆட்சிக் காலத்தைப் பொறிப்பதில் ஏதோ தவறு ஏற்பட்டிருக்கக் கூடும். இக்கல்வெட்டு ஏற்படுத்தும் குழப்பத்தைப் போக்க இதுவே சிறந்த விளக்கம் என்று நான் கருதுகிறேன்.[51]

படையெடுப்பு

நாம் இனி, இராஷ்டிரகூடரின் படையெடுப்பைப் பற்றிய நிகழ்ச்சிகளைக் காண்போம். வடமேற்கு எல்லையிலிருந்து பகைவர் படையெடுக்கக்கூடும் என்பதைப் பராந்தகன் நன்கு உணர்ந்து, அதனைத் தடுத்துத் தன் நாட்டைப் பாதுகாக்க வேண்டிப் பெரிய எல்லைப் படையொன்றைத் தயாராக வைத்திருந்தான் என்பதை முன்பே பார்த்தோம். இத்தகைய ஏற்பாடு பல ஆண்டுகளாகப் பராந்தகனின் நாட்டைப் பாதுகாத்து வந்தது. ஆனால், கி. பி. 949-ல் பல காலமாக எதிர்பார்க்கப்பட்ட படையெடுப்பு நிகழ்ந்து வட ஆர்க்காடு மாவட்டத்திலுள்ள அரக்கோணத்திற்குத் தென்கிழக்கே ஆறு கல் தொலைவிலுள்ள தக்கோலத்தில் பெரும்போரில் முடிவுற்றது.[52] தக்கோலம் என்னுமிடத்தில் மூவடி சோழ இராஜாதித்தனுடன் பொருது அவனைக் கொன்று, கன்னரதேவன் வெற்றிகொண்டதாக, ஆதகூர் கல்வெட்டு கூறுகிறது. சோழ மன்னனுடன், கன்னரதேவன் போரிட்டபோது, பூதுகன் இராஜாதித்தனை, யானைமேல் வீற்றிருந்த அம்பாரியையே தனது போர்க்களமாகக்கொண்டு போர்புரிந்து குத்திக்கொன்றான் என்றும் இக்கல்வெட்டுக் கூறுகிறது. பூதுகனது வீரச்செயலைப் பாராட்டும் வகையில் கிருஷ்ணன் அவனுக்கு வனவாசி 12,000 பெல்வோலோ 300 என்ற பகுதிகளை வழங்கினான்[53]. இந்நிகழ்ச்சியைப் பற்றிய சோழர்களின் சான்றுகளும் இதனின்று மாறுபடவில்லை; இராஜாதித்தன் கிருஷ்ணராஜனை வென்று விண்ணுலகை அடைந்தான் என்று திருவாலங்காட்டுப்

பட்டயங்கள்[54] கூறுகின்றன. பெரிய, லெய்டன் பட்டயம் மேலும் தெளிவாகக் கூறுகின்றன.[55] (ஏ. எஸ். எஸ். ஐ. iv பக். 206-7 வால்யூம் 42-45 இ. ஐ. xxii.)

> 'வீர ராஜாதித்யன், சூரிய குலத்தின் எழில் ஆபரணமான வீர இராஜாதித்யன், அசைக்க முடியாத கிருஷ்ணராஜனை அவனது படைகளுடன் சேர்ந்து அசைத்துவிட்டான். நாற்றிசையும் பறந்த தனது கூரிய அம்புகளின் துணையால் அவன் இவ்வாறு போர்புரிந்தான். ஆனால், ஒரு பெரிய மதகளிற்றின் முதுகில் அவன் அமர்ந்திருந்த வேளையில் பகைவனின் கூறியதோர் அம்பு அவனையே துளைத்து வீழ்த்திவிட்டது. ஆம்! மூவுலகங்களின் புகழையும் வென்றடைந்த வேந்தனான அவன் உயர்ந்த விமானத்தில் ஏறி விண்ணவர்தம் துறக்கத்திற்குச் சென்றான்.'

இக்கூற்றிலிருந்து, இப்போர் மிகக் கடுமையாக நடைபெற்றது என்பதும், பூதுகன் எய்த அம்பினால் இராஜாதித்தன் கொல்லப்பட்டதன் விளைவாகவே சோழர்படை தோல்வி கண்டது என்பதும் புலனாகின்றன.

இப்போரில் வெற்றி பெற்றாலும், கிருஷ்ணனுக்கு ஏற்பட்ட எதிர்ப்பு மறைந்துவிடவில்லை. இன்னும் பல ஆண்டுகளுக்கு இம்மன்னன் கடும்போர் புரியவேண்டியிருந்தது என்பதை இவனது 16-ம் ஆட்சி ஆண்டிற்கு முற்பட்ட, அதாவது கி. பி. 956 அல்லது 953-க்கு முற்பட்ட, கல்வெட்டுகள் காணப்படவில்லை என்பதிலிருந்து அறியலாம். சக ஆண்டுகள் 874-876, அதாவது கி. பி. 952-954,[56] தென் ஆர்க்காடு மாவட்டத்தில் கிடைத்துள்ள கல்வெட்டுகள் ஒரு சில குறுநில மன்னர்கள் சோழருக்கோ அல்லது இராஷ்டிரகூடருக்கோ தலைவணங்காது தாமே தன்னுரிமையுடன் தானங்களை அளித்தனர் என்று கூறுவதே இக்கூற்றை வலியுறுத்தும். தக்கோலம் போருக்குப் பிறகு நிகழ்ந்த நிகழ்ச்சிகள் தெளிவற்றுக் காணப்படுகின்றன. இப்போரையடுத்து, பல ஆண்டுகளுக்குத் தென் ஆர்க்காடு, வட ஆர்க்காடு, செங்கற்பட்டு மாவட்டங்களில் சோழரது கல்வெட்டுகளை நாம் காணவில்லை. ஆனால், இப்பகுதிகளில் கிருஷ்ணனின் 16 முதல் 28 வரையிலான ஆட்சி ஆண்டுகளுக்குரிய கல்வெட்டுகள் காணப்படுகின்றன. 'கச்சியுந் தஞ்சையுங் கொண்ட' என்ற விருதினை தான் பெற்றதினால் , கிருஷ்ணன் காஞ்சிபுரத்தையும் தஞ்சாவூரையும் கைப்பற்றியதாக அறிவித்தான். இராஜாதித்தனை வென்றபின் பூதுகன் தஞ்சை, நாலுகோட்டை மற்றும் பல கோட்டைகளையும் வென்று, இவ்விடங்களிலிருந்து கைப்பற்றிய யானைகள், குதிரைகள், ஏராளமான பொருள் ஆகியவற்றைக் கிருஷ்ணனிடம் ஒப்படைத்தான்

என்று போலியெனக் கருதப்படும் சூதிப்பட்டயங்கள் கூறுகின்றன.[57] தென்னிந்தியாவில் தனது திக்விஜயத்தின் முடிவில் மேலப்பாடு (வட ஆர்க்காடு) என்னுமிடத்தில் தங்கியிருந்தான் என்றும், சோழரை வென்று அவரது நாட்டைத் தன்னுடன் வந்த தலைவர்களுக்கு அளித்ததோடு, இலங்கை மன்னன் முதலான பல மன்னர்களிடமிருந்து கப்பம் ஏற்று இராமேசுவரத்தில் வெற்றித்தூண் ஒன்று நிறுவினான் என்றும் இவனது கர்ஹாட் பட்டயம் (கி. பி. 959) கூறுகிறது[58]. இக்கூற்று தற்பெருமைக்காக மட்டுமே கூறப்பட்டதா அல்லது உண்மையிலேயே இம்மன்னனின் வெற்றியைக் குறிக்கிறதா என்று நாம் உறுதியாகக் கூற முடியாது. இம்மன்னனது அல்லது இவனுக்கு உட்பட்ட மன்னர்களது கல்வெட்டுகள் புதுச்சேரிப் பகுதிக்குத் தெற்கே காணப்படவில்லை.[59] இரண்டாம் நுளம்ப போழல் சோரனும் அவன் மகன் வீர மகேந்திரனும், கிருஷ்ணனுடன் சேர்ந்து சோழர்களை எதிர்த்துப் போர் செய்து அவரது நாட்டில் பங்கு பெற்றனர் என்று இவர்களது கல்வெட்டுகள் கூறுகின்றன. 965-6-ல்தான் காஞ்சித் தலைவனாக இருந்தவன் என்று பொழல் சோரன் கூறுகிறான். சோழ நாட்டை வென்று திரும்பும்போது கோலாரில் தயங்கியதாக வீர மகேந்திரன், ஆட்சி ஆண்டு குறிப்பிடப்படாத கல்வெட்டு ஒன்றில் கூறுகிறான்.[59a] கிருஷ்ணனின் படையெடுப்பால், சோழ நாடு சிதறுண்டது. வட பகுதியில் பெற்ற தோல்வியின் விளைவாக, பராந்தகன் தன் நாட்டின் தென் பகுதியையும் இழந்தான் என்பது திண்ணம். சோழப் பேரரசு வீழ்ச்சியுற்றது; அதற்கு மீண்டும் உயிரூட்ட வேண்டிய நிலையை அடைந்தது.

பராந்தகனின் ஆட்சியின் முடிவு

பராந்தகனின் ஆட்சியின் இறுதி ஆண்டுகளைப் பற்றி தஞ்சையை அடுத்துள்ள இடங்களிலிருந்து கிடைக்கும் ஒரு சில கல்வெட்டுகளிலிருந்து அறியலாம். இவை, பராந்தகனின் 45, 46-ம் ஆட்சி ஆண்டுகளைச் சேர்ந்தவை.[60] சித்தூர் மாவட்டத்தில் புங்கனூர் வட்டத்திலுள்ள வனமலதின்னே என்னுமிடத்திலுள்ள ஒரு கல்வெட்டு, பராந்தகனின் 48-ம் ஆட்சி ஆண்டைச் சேர்ந்தது (கி. பி. 955). இதைக்கொண்டு, இம்மன்னன் தன் 48-ம் ஆட்சி ஆண்டுவரை உயிர் வாழ்ந்தான் என்று அறியலாம்.[60a]

இம்மன்னன் பல மனைவியரை மணந்திருந்தான். இவர்களில் பதினொருவருடைய பெயர்கள் கல்வெட்டுகளில் இடம் பெறுகின்றன. தக்கோலம் போரில் உயிரிழந்த பராந்தகனின் மூத்த

முதலாம் பராந்தகனின் ஆட்சிக்குட்பட்ட சோழ நாட்டின் எல்லை
74
76
78
80
82
84
18
16
14
12
10
8
6
இடைத்துறைநாடு
கீழைச் சாளுக்கியர்கள்
கிருஷ்ணா
ராஷ்டிரகூடர்கள்
அனந்தபுர்
வடபெண்ணை
பொத்தப்பி நாடு
மேலபாடு
நெல்லூர்
நுளம்ப பாடி
நிடுகல்
வல்லூரு
மஹாராஜபாடி
காளஹஸ்தி
பரிகி
இந்துபுர்
ஹேமாவதி
பெரும்பாணப்பாடி
தக்கோலம்
கங்கர்கள்
மேல்பாய்
திருவொற்றியூர்
பாலாறு
தடிகைபாடி
புங்கனூர்
காஞ்சி
உத்திரமேரூர்
குடமலை நாடு
தென்பெண்ணை
திருமுனைப்பாடி
கிராமம்
நாவலூர்
வெள்ளாறு
கோட்டைக்கரை
காவிரி
செந்தலை
உறையூர்
தஞ்சாவூர்
நாகப்பட்டினம்
காடும்பளூர்
திருவஞ்சைக்களம்
சேரளம்
மதுரை
வைகை
வெள்ளூர்
தாமிரபரணி
மஹாதிட்டா
வேணாடு
அனுராதபுரம்
ரோஹணம்
மஹாகாமா
ஆட்சியின் உச்சகட்டத்தில்
ஆட்சியின் இறுதி காலத்தில் இருந்த நிலை

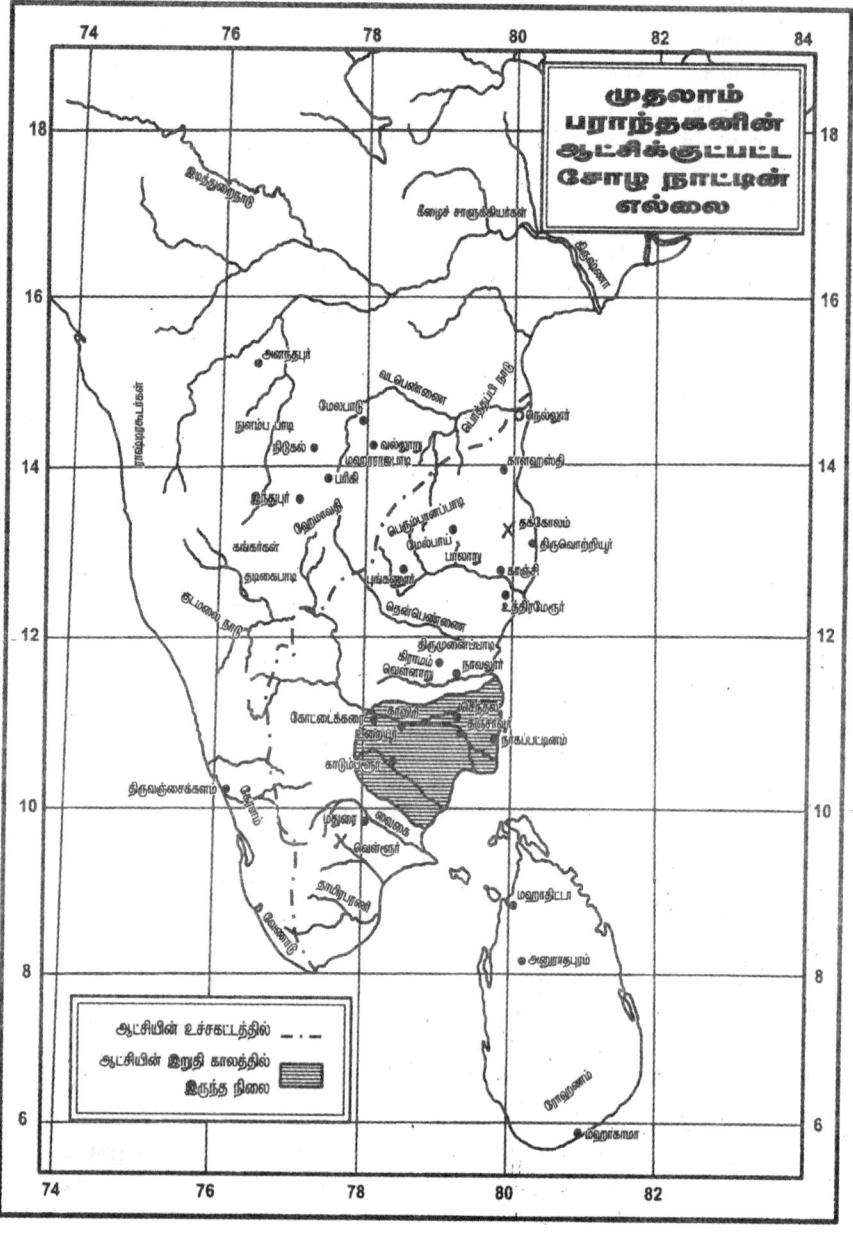

மகனான கோதண்டராமன் என்று அழைக்கப்பட்ட இராஜாதித்தனின் அன்னையின் பெயர் கோக்கிழான்[61] என்பதாகும். பராந்தகனின் மற்றொரு மனைவி, அரிகேசரியின் அன்னையும், கேரள நாட்டின் இளவரசியுமாவாள்.[62] ஆதித்தன் வாழ்நாளிலேயே பராந்தகன் இவளைத் திருமணம் செய்துகொள்ள முடிவு செய்தான் என்பதே, சோழமன்னனும் கேரள மன்னனும் நட்புகொண்டிருந்தனர் என்பதற்கு ஆதாரமாக விளங்கியதோடு, சோழ நாட்டு ஆட்சியில் பணிபுரியும் பொருட்டு மலையாளிகள் பலர் சோழ நாட்டிற்கு வருவதற்கும் வழிவகுத்தது. கிராமம் என்னுமிடத்தில் கோயில் எடுப்பித்த இராஜாதித்தனின் கேரள தளபதி வெள்ளங்குமரனைப் போன்று[63] பல தானங்களைச் செய்த பல மலையாளிகளைப் பற்றி இக்காலத்துக் கல்வெட்டுகளிலே காண்கிறோம். இராஜாதித்தனைத் தவிர பராந்தகனுக்கு நான்கு மக்கள் இருந்தனர். கண்டராதித்தன், அரிகுலகேசரி, உத்தமசீலி, அரிந்திகை அல்லது பட்டயங்களில் காண்பது போல அரிஞ்சயன் என்பவராவர். கோவிந்த வல்லவரையரின் மனைவியாகக் குறிப்பிடப்படும் வீரமாதேவி பராந்தகனின் ஒரு மகளாகும்.[64] அனுபாமா என்ற மற்றொரு மகள் கொடும்பாளூர்த் தலைவனை மணந்திருந்ததாகத் தெரிகிறது. பராந்தகன் பல பெருமைமிக்க விருதுகளை[65] விரும்பி ஏற்றான் என்பதைப் பல கல்வெட்டுகளிலிருந்து அறியலாம். குறிப்பாக, கிராம சபையை அமைக்கும் அரசியல் முறையைப் பற்றிக் கூறும் இவனது 12-14-ம் ஆட்சி ஆண்டின் உத்திரமேரூர்க் கல்வெட்டுகளில் மிக முக்கியமான விருதுகளைக் காணலாம்.[66] நாடு முழுவதும் பல பாசன வாய்க்கால்களை வெட்டி இவன் விவசாயத்தைப் பெருக்கினான் என்று கரந்தைப் பட்டயங்கள் (வால்யூம் 21) கூறுகின்றன. இம்மன்னன் ஹேமகர்ப்பம், துலாபாரம், பிரம்மதேயம் போன்ற பல தானங்களைச் செய்தான்.[67] பராந்தகன் சிறந்த சிவபக்தன் என்று திருவாலங்காட்டுப் பட்டயம் கூறுகிறது. லெய்டன் பட்டயமும் இம்மன்னன் தில்லைச் சிற்றம்பலத்தில், பொன்வேய்ந்தான் என்று கூறுகிறது.[68] பராந்தகனின் காலம் தென்னிந்தியக் கோயில்கள் கட்டும் கலையில் ஒரு பொற்காலம் எனலாம். முதலாம் ஆதித்தனால் மேற்கொள்ளப்பட்ட கோயில் எடுப்பிக்கும் பணி இவனது காலத்தில் சிறந்த முறையில் தொடர்ந்து மேற்கொள்ளப்பட்டது. இக்காலத்தில் நிலவிய மத்திய, கிராம ஆட்சி முறை, மத நம்பிக்கை பற்றிய சிறந்த குறிப்புகள் ஆகியவற்றை இவனுடைய கல்வெட்டுகளிலிருந்து அறிகிறோம். இவற்றைப் பற்றி விரிவாகப் பின்னர்க் காண்போம்.

குறிப்புகள்

1. பி. கே., பக். 78.
2. ஆதித்தன் காலத்து பாண்டிய அரசனாக இருந்தவன் பராந்தக வீர நாராயணன். ஆதித்தனுடைய மகனுக்கும் பராந்தகன், வீர நாராயணன் என்ற பெயர்கள் இருந்தன. இது தற்செயலாக ஏற்பட்ட ஒற்றுமையா? அல்லது இப்போது நிலவும் வழக்கத்தைவிட அக்காலத்தில் தாய் வழி, பாட்டன், பாட்டிகளின் பெயர்களை முதல் குழந்தைகளுக்கு இடும் பழக்கம் இன்னும் பரவலாக நிலவிவந்ததா?
3. 465/1918 - இது 45-ம் ஆட்சி ஆண்டைச் சேர்ந்தது. ஆனால், கிருஷ்ண சாஸ்திரியின் கருத்தில் 46-ம் ஆண்டு என்று 13/1895-ல் தெளிவாக இருக்கிறது; 200/1831-2 என்பதில் 48-ம் ஆண்டு என்று குறிக்கப்பட்டிருக்கிறது. ஏ. ஆர். இ. II, 11. இது கல்வெட்டைப் பொறித்தவருடைய அறியாமையால் ஏற்பட்ட பிழை என்று ஏ.எஸ். இராமநாத ஐயர் கருதுகிறார், இ. ஐ. /xxv, பக். 38.
4. 29/1907-ல் குறிக்கப்பட்டிருக்கும் தேதி (ஆண்டு) அவ்வளவு தெளிவாக இல்லை. ஆனால், பார்க்க 157/1928, மற்றும் 11/1931.
5. 446/1917. இந்த முற்றுகைகளைப் பற்றிய விவரங்கள் அறிய செப்பேடுகள் மிகச் சிறு அளவே பயன்படுகின்றன. ஆனால், திருவாலங்காட்டுச் செப்பேடுகளில் சில விவரங்கள் கொடுக்கப்பட்டிருக்கின்றன. ஆனால், இவை அதே காலத்தில் ஏற்பட்ட, கங்க பிரதிவீபதி உதயேந்திரம் செப்பேடுகளிலும் கொடுக்கப்பட்டிருக்கின்றன. பராந்தகனின் கல்வெட்டுச் சாசனங்களும், மகாவமிசமும் ஓரளவு தெளிவாகவும் தொடர்ச்சியாகவும் நடந்த நிகழ்ச்சிகளைத் தெரிவிக்கின்றன.
6. சி. வி. அத்தியாயம் 52, vv. 70 அடிக்குறிப்பு.
7. எஸ். ஐ. ஐ. ii, எண். 76, vv. 9-11.
8. 331/1927. ஏ. ஆர். இ. 1927, II, 10 போர்களைப் பற்றி வெங்கைய்யா தெரிவிக்கும் கருத்துக்களையும் புதிய ஆதாரங்களையும் அவற்றிற்கிடையேயுள்ள முரண்பாடுகளையும் நீக்கி அவற்றை இணைப்பதற்கு இந்த ஆதாரம் முயலுகிறது. வேலூர்ப் போருக்குப் பிறகு இந்தப் பட்டம்

பயன்படுத்தப்பட்டதாகவும் அந்த நிகழ்ச்சிக்குப் பின்னரே முற்றிலும் பொருந்தும் என்றும் சொல்லியிருப்பதும், கல்வி அறிவு, வைதிகம் ஆகிய இரண்டும் கலந்திருக்கும் வேடிக்கைக்கு எடுத்துக்காட்டாகும். மற்றும் பார்க்க எஸ். ஐ. ஐ., iii, முன்னுரை, பக். 11, எண். 332/1927. இது இராஜகேசரியின் ஆதாரம் ஆகும். ஏ. ஆர். இ. 1927 பிற்சேர்க்கை C-யில் சொல்லப்பட்டிருப்பதுபோல பராந்தகனின் ஆதாரம் அல்ல.

9. 231/1926. ஏ. ஆர். இ. 1926 II 16-ல் சொல்லப்பட்டிருப்பது போல, இந்தப் பாண்டிய அரசன் இறந்துவிடவில்லை. இதில் ஏதோ ஒரு தவறு இருக்க வேண்டும்; கல்வெட்டிலுள்ள சரியான வாசகம் "அஸ்திகடை செய்த ஞான்று" என்பதாகும்.

10. எஸ். ஐ. ஐ. iii, எண். 99. இங்கேயும் ஒரு பிழை ஏற்பட்டிருக்கிறது. எம். வி. யில் சொல்லப்பட்டிருப்பதைப் பார்த்தால், போரில் ஈடுபடுவதற்கு இலங்கை மன்னன் வலிய வரவில்லை.

11. சி. வி. அதிகாரம் 53, vv. 5 அடிக்குறிப்பு.

12. சமீபத்தில் அவனால் கைப்பற்றப்பட்ட, பாண்டிய சிம்மாசனம் தவிர தன்னுடைய சோழச் சிம்மாசனத்தையும் குறிப்பிடுகிறான் போலும். பார்க்க ஜீஜர், சி. வி. i, பக். 172, எண். 1.

13. எண். 51.

14. பி. கே., பக். 79.

15. சி. வி. அதிகாரம் 53, vv. 41 அடிக்குறிப்பு.

16. பார்க்க ஹெய்ஹர் சி. வி. i. பக். 176. எண். 4. மேலும், ii, பக். xx எண். 18. 943/4 முதல் 947/8 வரையுள்ள அவனுடைய கடைசிக் கல்வெட்டுகளில் தான், பராந்தகன், தன்னை, "ஈழத்தை வென்றவன்" என்று சொல்லிக்கொள்கிறான் என்பதாக, வெங்கைய்யா நிலைநாட்டியிருப்பது இனிமேல் பொருந்தாது என்பது குறிப்பிடத்தக்கது. 948 என்ற ஆண்டில் இந்த படையெடுப்பு நடந்தது என்று ஹெய்ஹர் ஒப்புக்கொள்வதை ஹூல்ஷ் ஏற்றுக்கொண்டதுபோல அவ்வளவு ஆதாரமாக நம்பக்கூடியதாக இல்லை. (பார்க்க, பராந்தகனின் 8, 16-ம் ஆட்சி ஆண்டுகளுக்குரிய 332, 331/1927) மகாவமிசம் மேலும் தெரிவிப்பதாவது: சோழ அரசனின் எல்லையிலுள்ள பகுதிகளை உதயனின் புதிய சேனாதிபதி கைப்பற்றி அவன் எடுத்துச் சென்ற

கொள்ளைச் செல்வத்தையெல்லாம் மீட்டு விடுவதாக பயமுறுத்தினான். 'எல்லையிலுள்ள பகுதிகள்' என்ற சொற்றொடரின் பொருள் என்ன என்பது தெளிவாகத் தெரியவில்லை.

17. எஸ். ஐ. ஐ. iii, 96.

18. பார்க்க ஏ. ஆர். இ. 1908, II 84 அடிக்குறிப்பு.

19. எஸ். ஐ. ஐ. iii, பக். 449.

20. நமக்கு ஒரேவொரு கல்வெட்டு மட்டுமே கிடைத்திருக்கிறது (129/1907, Pd. 14). இதன் ஆரம்பப் பகுதி காணாமற் போய்விட்டது. இக்கல்வெட்டு ஏறத்தாழ எட்டுத் தலைமுறைகளுக்கு, இந்தச் சிற்றரசர்களின் பரம்பரையைத் தெரிவிக்கிறது. இதே வமிசத்தில் பிறந்த, ஆனால் வேறு கிளையினராக இருக்கலாம். ஆனால் அக்கிளைகளைப் பற்றி நமக்குத் தகவல் இல்லை. இத்தகைய தகவல்கள் இருக்கலாம் என்பது ஒருபுறம் இருக்க, இந்த ஒரே ஆதாரத்தின் வமிசாவழிக் கல்வெட்டுகள் எல்லாவற்றையும் ஏற்றுக்கொண்டால், எளிதாகத் தீர்க்கப்பட முடியாத பல சிக்கல்கள் உண்டாகின்றன. "தென்னவன், இளங்கோ வேள்" என்பது போன்ற ஒரு பட்டப் பெயர் எத்தனையோ பேர்களால் சூடிக்கொள்ளப்பட்டிருக்கலாம் என்பதையும் நாம் நினைத்துப் பார்க்கவேண்டும். பல்வேறு கல்வெட்டுக்களில் இந்தப் பட்டங்கள் அடிக்கடி காணப்படுவதால் பட்டத்துக் குரியவர் யார் என்பதை உறுதியாக வரையறுக்க முடியாது. பூதி விக்கிரம கேசரி என்பவன் வீரபாண்டியனின் தலையைக் கொய்த இரண்டாம் ஆதித்தனின் காலத்தவன் என்று நம்புவதற்கு வலுவான காரணங்கள் உண்டு. அவ்வாறாயின், முதலாம் பராந்தகனின் மூன்றாம் ஆட்சி ஆண்டின் (கி. பி . 910) அரிகுல கேசரியின் மனைவியாகிவிட்ட ஆதிச்சபிடாரியின் தகப்பனான தென்னவன் இளங்கோ வேளார் என்பவரும் இந்த பூதி விக்கிரம கேசரியே என்பது நம்பத் தகாததாக இருக்கிறது. இந்தச் சிற்றரசர்கள் கள்ளர்கள். (140/1928 முதலாம் பராந்தகன் 17-ம் ஆண்டு) இந்த வமிசத்தினருக்கு வமிசாவாரியாக முத்தரையர்களுடன் தொடர்பு இருந்தது (337/1904 Pd. 45). இடங்கழி நாயனார் என்பவர் இந்தக் குடும்பத்தைச் சேர்ந்தவர் என்று நம்பப்படுகிறது. (**பெரிய புராணம்**), எதிரிடையான கருத்து, நம்பி ஆண்டார் நம்பியால் சொல்லப்படுகிறது.

21. இ. ஐ. iv, பக். 221-5.

22. எஸ். ஐ. ஐ. எண் 76, V. 9.

23. V. 58. 'அஜிதம்-நராதிபை' என்ற சொற்றொடரைக் கவனிக்க. மேலும் இ. ஐ. xxvi பக். 212-4 -ம் புதிய பட்டத்தைப் பராந்தகன் தன்னுடைய 4-ம் ஆட்சி ஆண்டில் சூடிக் கொள்கிறான் (241/1943-4).

24. வாணர்களைப் பற்றி இ. ஐ. xi, பக். 229-40 பக்கங்களிலும் xvii பக். 1-7 வரையிலும் பார்க்க. நான் வாண அரசர்களை எண்ணிக்கை வரிசைப்படி குறிக்க ஹூல்ஷ் (இ. ஐ. xvii பக். 3) கையாண்டிருக்கும் முறையைப் பின்பற்றுகிறேன்.

25. தெலுங்குச் சோட ஆதாரங்களில் உறையூரும் காவிரியும் பெற்றிருக்கும் இடங்களுக்கு நிகராகப் பிற்கால வாணர்களின் ஆதாரங்களில் பறிவியும் நந்த கிரியும் விளங்குகின்றன. வாண நாடு, ஆந்திரத்திற்கு மேற்கே அமைந்தது என்ற கருத்துக்கு பரிகி பொருந்துகிறது என்பதை இங்கே சுட்டிக்காட்டலாம்.

26. 99/1899.

27. 235, 267, 268/1902 (இ. ஐ. vii, பக். 142 அடிக்குறிப்பு) 16, 743/1905; ஏ. ஆர். இ. 1905 II, 28.

28. எண்கள் 160, 236/1912 முன்னது எஸ். ஐ. ஐ. iii, 108.

29. ஏ. ஆர். இ. 1913 II 18-ம் எஸ். ஐ. ஐ. iii,108-ம் (முன்னுரை) சீத்புலி என்பதை ஓர் இயற்பெயராக, தனி மனிதனின் பெயராகக் குறிப்பிடுகின்றன. சீத்புலி என்பவன் வீமனுடைய சேனைத் தலைவன் அல்லது தளபதி என்பது அவற்றின் ஊகம். ஆனால், 79/1921 (ராஜக் 6)-ல் சீத்புலி நாடு , பாகி நாடு என்று நாட்டுப் பெயர்கள் குறிப்பிடப்பட்டிருக்கின்றன. பாக ராஷ்டிரம் என்ற பெயரால் பிரபலமாக உள்ளது. சாளுக்கிய வீமனின் நிலப்பரப்பு, சீத்புலி நாடு வரை வேங்கடகிரிக்கும் கூடூருக்கும் (ராபூர் தாலுகா) இடைப்பட்ட பகுதி வரை பரவியிருக்கக் கூடுமா என்பது சந்தேகத்திற்குரியது. தெலுங்குச் சோழர்களை அடிமைப்படுத்த அது பராந்தகன் செய்த முயற்சியாக இருக்கக்கூடும். என். ஐ. ஆர். 47 (பக். 1267) வரி 34-ல் சேடுபுலி நாடு என்று சொல்லப்பட்டிருக்கிறது.

30. கீழே அதிகாரம் viii-ல் அரிஞ்சய என்ற தலைப்பில் பார்க்கவும்.

31. பிரதிவீபதி, மூன்றாம் கிருஷ்ணனின் அடிமை ஆனான் என்றும், கி. பி. 953-ல் உயிரோடு இருந்தான் என்றும் ரெங்காச்சாரி சொல்லுகிறார் (என். ஏ . 586). இந்த ஆதாரத்தில் சொல்லப்பட்டிருக்கும் அத்தி மலர் என்பவர் வேறு ஆள் என்று ஹூல்ஷ் எச்சரித்திருப்பதைக்

கவனிக்காமல் ரெங்காச்சாரி இவ்வாறு சொல்லுகிறார் (இ. ஐ. vii, பக். 195).

32. 332/1912.

33. **ரைஸ் "மைசூர் அண்ட் கூர்க்"**, பக். 45.

34. இராஷ்டிரகூட சிம்மாசனத்திலிருந்து விரட்டப்பட்டதும், நான்காம் கோவிந்தன் தன் மாமனாரான முதலாம் பராந்தகனிடம் அடைக்கலம் புகுந்தான் என்றும் பராந்தகன் நான்காம் கோவிந்தனை மீண்டும் ஆட்சியில் அமர்த்த மேற்கொண்ட முயற்சிகள் படுதோல்வியடைந்தன என்றும், அந்த முயற்சியில் கோவிந்தன் தோற்றுப் போனதோடு உயிரையும் இழந்தான் என்றும் கோவிந்தனின் எதிரியான அமோக வர்சனை, பராந்தகன் ஆதரித்ததை எதிர்த்து, அமோக வர்சனின் மகன், மூன்றாம் கிருஷ்ணன் சோழ நாட்டைப் படையெடுத்தான் என்றும் ஏ. எஸ். இராமநாத ஐயர் (இ. ஐ. xxvi, பக். 230-5) வாதாடுகிறார். பராந்தகனின் மகளான வீரமாதேவி, நான்காம் கோவிந்தனின் அரசிகளுள் ஒருத்தி என்பது உண்மையாக இருக்கக்கூடும் என்று 245, 246/1921-லிருந்து தெரிகிறது. ஆனால் இதை மட்டும் ஆதாரமாகக்கொண்டு விரிவான பல முடிவுகளுக்கு வந்துவிட முடியாது. வேறு காரணங்களின் அடிப்படையில் கிருஷ்ணனின் படையெடுப்புக்கு எளிதாக விளக்கம் சொல்லலாம்.

35. 1/1896 ஏ. ஆர். இ. 1896, பாரா 6; இ. ஐ. iv, பக். 178-9.

36. ஏ. எஸ். ஐ. 1905-6, பக். 181-ம் 180/1921 ஏ. ஆர். இ. 1921, II 25.

37. 739/1905.

38. 735/1905 சனிக்கிழமை, ஜனவரி 14, கி. பி. 943.

39. 374/1902.

40. 280/1902.

41. 428/1902; இ. ஐ. vii, பக். 194.

42. எண் 236/1913 இவன் இறந்த ஆண்டு எஸ் 889 (கி. பி. 967) என்று கூறுகிறது. இந்த ஆண்டுக்கு முன்னரே இவனுடைய ஆட்சி தொடங்கியிருக்கலாம். ஆனால், இவனுடைய மிகப் பழமையான கல்வெட்டின் காலம் கி. பி. 940. இவனுக்கும் இவனுடன் போட்டியாகப் பட்டம்

பெற முயன்ற லல்லேயா என்பவனுக்கும் நடைபெற்ற போர் இந்த இடைக்காலத்தின் ஆரம்ப ஆண்டுகளில் நிகழ்ந்திருக்கும்.

43. ஏ. எஸ். ஐ. 1908-9, பக். 122. என் 2.

44. இதற்கு மாறாக டி.ஏ. கோபிநாத் ராவ், இ. ஐ. xv, பக். 51-2-ம், இ. ஐ. xviii, பக். 24-ம் மற்றும் பார்க்க ஏ. ஆர். இ. 1911, II, 22.

45. இது அவ்வளவு மங்கலமான சொல்லாக இல்லாவிட்டாலும் தென்னிந்தியக் கல்வெட்டு ஆராய்ச்சியாளருக்குப் பழகிப்போன சொல்லாக இருப்பதால் நாமும் இதையே கையாளலாம்.

46. இ. ஐ. vi, பக். 51.

47. 419/1903; 184, 313/1906; 149/1916.

48. 375/1909. சோழர் - இராஷ்டிரகூடர் உறவு பற்றிய தம் கற்பனைகளில் ஏ. எஸ். இராமநாத ஐயர் இந்த ஆதாரத்தைப் பயன்படுத்திக்கொள்ளுகிறார். இ. ஐ. xxvi, பக். 232, 81/1941-2 என்பதன் காலம் 7-ம் ஆண்டு என்று சொல்லப்படுகிறது. ஆனால் இது சந்தேகமானதே. ஏ. ஆர். இ. 1939/40-1942/43 II 23.

49. கே. வி. எஸ். ஐயர், இ. எல். xii, பக். 123; xix, பக். 82 அடிக்குறிப்பு. ஏ. ஆர். இ. 1926 II, 12.

50. பார்க்க ரெங்காச்சாரி, பக். 217; **ஸ்டடீஸ்,** பக்.178-9; 197.

51. சில ஆதாரங்களில் கன்னர தேவனுக்கு "கச்சியும் தஞ்சையும் கொண்ட" என்ற அடைமொழி கொடுக்கப்பட்டிருந்தாலும், வேறு சில ஆதாரங்களில் இந்தச் சிறப்பு இன்றி அவன் பெயர் மட்டுமே சொல்லப்பட்டிருப்பது நம் கவனத்திற்குரியது. ஆனால், கால இடைவெளியிலும் இருவகை ஆதாரங்களின் உறுதிப்பாட்டிலும் வேறுபாடு இல்லை. கல்வெட்டு முதலீயற்றிலும் வேற்றுமை கிடையாது. ஆகையால் இருவகை ஆதாரங்களும் மூன்றாம் கிருஷ்ணனைக் குறிப்பதாகச் சொல்லலாம்.

52. இ. ஐ. iv, பக். 331, என் 3.

53. இது மிக முக்கியமான கல்வெட்டு. இதை, ஃப்ளீட் இருதடவை பதிப்பித்துள்ளார். இ. ஐ. ii, பக். 167. அடிக்குறிப்பு; vi. பக். 50-7. இதன் வாசகம் வருமாறு: "மூவடி சோழ ராஜாதித்தியான மேலே (பா)ண்டு தக்கோலல்-தொல்-காடிகொண்டு பிஜ்யம்-ஜெயித்து இழுது" (1,4) மற்றும் "கன்னர தேவம் சோழனாம் காடுவந்து பூதுகம் ராஜதித்தியனாம் பிசுகெய கள்ளன் ஆகி - குறி (சூரி) கிரிது

காடி கொண்டு பாணுசே பன்னீர்ச் சாசிரமும் முதலியன" (வரிகள் 20-21).

பூதுகன் வஞ்சகமாக நடந்துகொண்டான் என்னும் பொருள்படுமாறு இரண்டாவது மேற்கோளை ஃப்ளீட் இரண்டு பதிப்புகளிலும் மொழிபெயர்த்துள்ளார். 81/1912-ஐ ஆராயும்போது, ஏ. ஆர். இ. 1913, II, 17-ல் சதுரானான பண்டிதர் தன்னுடைய எஜமானரும் நண்பருமான இராஜாதித்தனை அவனுடைய எதிரிகளுக்குக் காட்டிக் கொடுத்துவிட்டார் என்பதாக ஆதாரமில்லாத ஓர் அனுமானத்திற்கு இடம் கொடுத்துவிட்டார்கள். ஆனால் "பிசுகயே கள்ளன் ஆகி" என்ற சொற்றொடரை "பிசுகயே களனாகி" என்றுதான் படிக்க வேண்டும். "பிசுகே", "களன்" என்ற சொற்கள் முறையே யானைமீது கட்டப்படும் அம்பாரியையும் போர்க்களத்தையும் குறிப்பன. பூதுகா, ராஜாதித்தனின் யானையுடைய அம்பாரியையே போர்க்களமாக்கிவிட்டார். இந்த விளக்கத்திற்கு, சோழர் கல்வெட்டுகள் ஆதாரமாக உள்ளன. பெரிய லெய்டன் பட்டயம் சொல்லுவதாவது: "ராஜாதித்தியஸ்-ஸ வீரோ ரவிகுல திலகா கிருஷ்ணராஜம்-சைன்யம் சம்க்ஷோபியாகக்ஷ சோப்யம் ஆஜவ். . நாகேந்திர - ஸ்கந்த - வர்தீ - விடலித ஹிர்தய . . வீரலோகாஞ் ஜகாம" - இது மிகத் தெளிவாக இருக்கிறது. இராஜாதித்தனின் எதிரி எவ்வகையிலும் வஞ்சகமாக நடந்துகொண்டான் என்று சந்தேகப்பட இதில் அணு அளவும் இடம் கிடையாது. பார்க்க: ஜே. ஆர். ஏ. எஸ். 1909, பக். 443-6. கும்பகோணத்திலும் திருநாகேஸ்வரத்திலும் உள்ள ஏனைய சோழர் கல்வெட்டுகளில் "யானை முதுகில் இருந்துவாறு இறந்த அரசன்" என்று குறிப்பிடப்படுகிறது. ஏ. ஆர். இ. 1912 II, 14-ல் ஃப்ளீட் முன் செய்த அதே தவறு, கடம்பகுளத்தில் (பம்பாய், 1931, பக். 86-ல்) மீண்டும் இடம் பெறுகிறது.

54. v. 54.

55. ஏ. எஸ். எஸ். ஐ. iv பக். 206-7, 11. 42-45; இ. ஐ. xxii.

56. 338, 356/1902 (திருநாமநல்லூர்) பார்க்க; ஏ. ஆர். இ. 1939-40-1942-43 II, 28.

57. இ. ஐ. iii, பக். 179-80 மற்றும் மாறசிம்மனின் (கி. பி. 963) கூடலூர்ச் செப்பேடுகள். வரி. 88 அடிக்குறிப்பு; எம். ஏ. ஆர். 1921, பக். 11, 26.

58. இ. ஐ. iv பக். 280.

59. தஞ்சாவூர், இடிபாடுகளுடன் சீரழிந்த நிலையில் இருந்ததால், சோழ அரசன் ஒரு புதிய தலைநகரைக் கட்டினான் என்பதாக அல்-பிருனி சொல்லுவதுபோல தோன்றுகிறது. சீவல், **"ஆண்டிகுவிட்டிஸ்"** ii, பக். 155. கிருஷ்ணன் படையெடுத்ததால் ஏற்பட்ட விளைவுகளைப் பற்றி இது பிற்காலத்தில் தோன்றிய ஆதாரமா? அல்லது கங்கை கொண்ட சோழபுரத்தில் புதிய தலைநகர் கட்டியதற்கு ஒரு தவறான காரணம் காட்டுவதற்கான முயற்சியா?

59a. ஏ. ஆர்.இ. 1913 II 14.

60. எண்கள் 465/1918, 15/1895ஆம் 135/1931-ல் 15/1895-ல் 6 என்ற எண் கல்லில் தெளிவாக இருப்பதாகவும், எனவே இந்த உண்மையை முடிந்த முடிவாக ஏற்றுக் கொள்ள வேண்டுமென்றும் கிருஷ்ண சாஸ்திரி சொல்லியிருக்கிறார். (எஸ். ஐ. ஐ. v, பக். 226 எண்) மற்றும் பார்க்க : ஏ. எஸ்.ஐ. 9 பக். 122 எண். 1 பராந்தகன் இறந்த பிறகு இராஜாதித்தன் ஆளத் தொடங்கியதாகப் பெரிய லெய்டன் பட்டயம் (v 19) திட்டவட்டமாகச் சொல்லுவதுடன் இராஜாதித்தனுக்கும் கிருஷ்ணனுக்கும் நடந்த போரின் விவரத்தையும் தெரிவிக்கிறது. நிகழ்ச்சி நடந்த காலத்தில் கல்லில் பொறிக்கப்பட்ட செய்தியே - மிகவும் குழப்பமாக இருந்த அரை நூற்றாண்டு காலத்திற்குப் பிறகு பொறிக்கப்பட்ட ஒரு செப்பேட்டில் காணப்படும் விவரங்களைக் காட்டிலும் - என்னைப் பொருத்தவரை நம்பிக்கையானது, ஆதாரமானது.

60a. 200/1931-32, ஏ. ஆர். இ. 1931-2 II 11. ஏ.எஸ். இராமநாத ஐயர் (இ. ஐ. XXV. பக். 35 அடிக்குறிப்பு), ஒவ்வொரு கூற்றையும் புறக்கணித்து இறுதியாகச் செய்யும் முடிவு வருமாறு : "சோழர் தலையைக் கொய்த வீரபாண்டியனை எதிர்த்துப் போரிட்டு, தெற்கே நடந்த போரில் முதலாம் பராந்தகன் உயிரிழந்தான். இது, கி. பி. 953-54ல் நிகழ்ந்தது. சோழ அரசன் இறந்த செய்தி, நீண்ட நெடுந்தொலைவிலுள்ள வடநாட்டில் தெரிய, காலதாமதம் ஆகியிருக்கும். அதனால்தான், வடமாலதின்னி ஆதாரத்தில் ஆட்சி ஆண்டு குறிப்பிடுவதில் முரண்பாடு நேர்ந்திருக்கும் (பக். 38.)" இப்பகுதியிலுள்ள மக்கள், கிருஷ்ணனுடைய படையெடுப்பை எதிர்த்தனர் என்பதற்கும் இன்னும் உயிருடன் இருந்து ஆட்சி புரிந்துகொண்டிருந்த பராந்தகனிடம் அவர்கள் விசுவாசமாய் இருந்தனர் என்பதற்கும் இந்த ஆதாரம் உதவுகிறது என்பதையும் வலியுறுத்திச் சொல்லலாம்.

61. 335/1902 திருவல்லாவிலுள்ள ஹுஜுர் கஜானா செப்பேடுகளில் உபயதார்கள் அல்லது நன்கொடையாளர் என்று இந்த அரசியும் பராந்தகனும் குறிப்பிடப்பட்டிருப்பதாக கோபிநாத ராவ் நினைக்கிறார். (டி. ஏ. எஸ். ii 141) ஆனால் இது சந்தேகமானது.

62. அன்பில் vv. 22-3, எஸ். ஐ. ஐ. பக் 383, v. 8.

63. விஜயராகவன் என்ற சேரமன்னனின் மகளான இரவிநீலி என்பவள் மற்றொருத்தி. அவள் திருவொற்றியூர்க் கோயிலில் விளக்கு எரிக்க 30 கழஞ்சுப் பொன் கொடுத்தாள். (எஸ். ஐ. ஐ. iii, எண். 103).

64. எண்கள் 245-6/1921 (ஆண்டு 31)

65. டி.ஏ. கோபிநாதராவ் (இ. ஐ. xv. பக். 50) 110/1895ஐ ஆதாரமாகக் கொண்டு அந்த ஆதாரத்தில் வரும் விக்கிரமச் சோழ இளங்கோவேளார் என்பவன் பராந்தகனாகத்தான் இருக்க வேண்டும் என்ற கருத்தைத் தெரிவிக்கிறார். பழுவேட்டரையர் என்ற பெயரும் இந்த ஊகத்திற்கு ஆதரவாக இருக்கிறது. அவ்வாறாயின், இது முதலாம் ஆதித்தன் காலத்தில் ஏற்பட்டிருக்க வேண்டும். வேறு எந்த முடிமன்னர் ஆதாரத்திலும் பராந்தகனுக்கு இளங்கோவேளார் என்ற அடைமொழி இராது. பராந்தகன் திருமணத்தைக் குறிப்பிடும் இந்த ஆதாரத்திற்கும் அவனுடைய மரணத்திற்கும் இடையேயுள்ள காலவெளி குறைந்தது 80 ஆண்டுகளாகும் (34+46). இது அவ்வளவு பொருத்தமாக இல்லை. பழுவேட்டரையர் என்ற பெயரில் பலர் இருந்தனர். இளங்கோவேளார் வேறு; இளங்கோ வேறு. விக்கிரமச் சோழ இளங்கோவேளார் என்பவர் ஓர் உள்நாட்டுத் தலைவர் குடும்பத்தில் சாதாரணச் சிற்றரசனாக இருந்திருக்கலாம்.

66. பார்க்க : **"ஸ்டடீஸ்"**, பக். 163 அடிக்குறிப்பு.

67. எஸ். ஐ. ஐ. ii, 383 v. 7.

68. கரந்தைச் செப்பேடு : v. 18 மற்றும் பார்க்க : கோயில் பற்றி கண்டராதித்தனின் திருவிசைப்பா : "தென்னாடும் ஈழமும் கொண்ட தீரர்ச் செங்கோற்சோழன் கோழி-வேந்தன் செம்பியன் பொன்னணிந்த. . . தில்லையம்பலத்து" (v. 8).

அதிகாரம் 8

முதலாம் பராந்தகனின் மறைவிலிருந்து (கி. பி. 955) முதலாம் இராஜராஜன் அரியணையேறும் வரை (கி. பி. 985)

காலநிலையும் வாரிசுப் பட்டியலும்

பராந்தகன் இறந்ததற்கும், முதலாம் இராஜராஜன் அரியணை ஏறுவதற்கும் இடையேயுள்ள காலப்பகுதி, முப்பது ஆண்டுகளைக் கொண்ட குறுகிய காலமாகும். ஆயினும், அது சோழ வரலாற்றின் மிகக் கடுமையான பகுதியுமாகும். இப்பகுதிக்கான ஆதாரங்கள், குழப்பமாக உள்ளன. மேலும், இவற்றுக்கான விளக்கங்கள் அறிஞர்களால் ஒருமனதாக ஏற்றுக்கொள்ளப்படவில்லை. இதனால், முழு விவாதத்திற்குப் பிறகே, யார் யார் எப்போது அரியணை ஏறினர் என்பதை ஒருவாறு நிர்ணயிக்க முடியும்.

கல்வெட்டுகள்

முதலில், நமக்குக் கிடைத்துள்ள ஆதாரங்களின் தன்மையை ஒருவாறு அறியவேண்டும். இவற்றில் கல்வெட்டுகளே முக்கிய ஆதாரங்களாகும். இக்கல்வெட்டுகளில், பல இக்காலத்தைச் சேர்ந்தவையே.[1] கன்னரதேவனின் (மூன்றாம் கிருஷ்ணன்) 23-ம் ஆட்சி ஆண்டிற்குப் பிறகு பொறிக்கப்பட்டு, செங்கற்பட்டு, வடஆர்க்காடு மாவட்டங்களில் காணப்படும் கல்வெட்டுக்கள், முதல் வகையின. இவற்றில் 28-ம் ஆண்டில் பொறிக்கப்பட்டவையே, கடைசியாகக் காணப்படுகின்றன. இந்த ஆட்சி ஆண்டு, கி. பி. 965-க்குச் சமமாகும்.[2] இக்காலத்தில் மற்றக் கல்வெட்டுகளில், பல மதுரைகொண்ட இராஜகேசரியினுடையவை. இவை, இம்மன்னனது 5-ம் ஆட்சி ஆண்டிலிருந்து, 17-ம் ஆண்டு வரையிலானவை. சுந்தரச் சோழனுடைய நான்கு கல்வெட்டுகள், 'மதுராந்தகன்', 'பாண்டியனைச்

சுரம் இறக்கின' என்ற விருதுகளை இம்மன்னன் ஏற்றிருந்தான் என்று கூறுகின்றன. இவற்றில், 2, 5, 7-ம் ஆட்சி ஆண்டுகளைச் சேர்ந்தவை. மற்ற இரு கல்வெட்டுகளில் ஆண்டுகளைக் குறிக்கும் பகுதிகள் அழிந்துவிட்டன. பரகேசரி மன்னனின் 2-ம் ஆண்டிலிருந்து 5-ம் ஆண்டு வரையிலான எண்ணற்ற கல்வெட்டுகளில் இம்மன்னன் "(வீர) பாண்டியன் தலைகொண்ட" என்ற விருதைப் பெற்றுள்ளான்; இதே விருதுடன் கூடிய பார்வேந்திர வர்மனின் கல்வெட்டுகளும் ஏராளமாக உள்ளன. இவற்றில் இம்மன்னன், வேந்திராதி வர்மன், பார்த்திவேந்திராதிபதி வர்மன் போன்ற பல பெயர்களால் குறிப்பிடப்படுகிறான். இவை இம்மன்னனின் 13-ம் ஆட்சி ஆண்டு வரையானவை.[3] பார்த்திவேந்திரன் கடைசியாக, 2-முதல் 16-ம் ஆட்சி ஆண்டு வரையிலான பலகேசரி உத்தம சோழ மன்னனின் கல்வெட்டுகள் பல நமக்குக் கிடைத்துள்ளன; இவற்றில் இரு கல்வெட்டுகளில் இவனது ஆட்சிக் காலத்தைத் தெளிவாக நிர்ணயிக்க உதவுகின்றன. பரகேசரி என்ற விருதும், இவனது கல்வெட்டுகளில்[4] கொடுக்கப்பட்டுள்ள கலி ஆண்டு 4083-ம் (கி. பி. 981-2) ஆட்சி ஆண்டு, பதிமூன்றும், உத்தம சோழன், இராஜகேசரி, முதலாம் இராஜராஜனுக்கு முன் அரியணையில் ஏறியிருக்க வேண்டும் என்பதை நிர்ணயிக்கிறது. ஆனால், எண்ணற்றதாகக் கிடைக்கும் இக்கல்வெட்டுகளில் விருதுகளை மட்டும் குறிப்பிடுவதோடு இம்மன்னர்களைப் பற்றிய வேறு குறிப்புக்கள் தரப்படவில்லை. அதனால் இராஜ, பரகேசரி மன்னர்களை அடையாளம் காண்பது அரிதாகிறது. எனினும் எவ்வித காலத் திட்டத்திலும் இவை இவ்வரலாற்றுப் பகுதியைப் பற்றியதாகவே இருக்கமுடியும். ஆனால், இப்போதைய விவாதத்தில் இவற்றைப் புறக்கணிக்க வேண்டியுள்ளது.

செப்பேடுகள்

கல்வெட்டுகளைத் தவிர, பல செப்புப் பட்டயங்களும் நமக்குச் சான்றுகளாக உள்ளன. அன்பில் பட்டயங்களில், சுந்தர சோழ மன்னனின் 4-ம் ஆண்டைச் சேர்ந்த பட்டயம் ஒன்று மட்டுமே இவ்வரலாற்றுப் பகுதியைச் சேர்ந்ததாகும். துரதிருஷ்டவசமாக இப்பட்டயங்களில் காணப்படும் வடமொழி பிரசஸ்தியின் ஆசிரியர் மாதவப்பட்டர்தான் நன்கு அறிந்திருந்த விவரங்களைக் கூறுவதைவிட, தன் பாடல்களில் அலங்காரங்களைப் புகுத்தி, தன் புலமையைக் காட்டுவதிலேயே ஆர்வம்கொண்டவராக உள்ளார். இதனால், சுந்தர சோழனே ஒரு இராஜகேசரி என்பதை அறிய, நாம்

இப்பட்டயத்தின் தமிழ்ப் பகுதியையே நம்பும்படியுள்ளது. இராஜாதித்தனின் மரணத்திற்குப் பிறகு கண்டராதித்தன் அரிந்தமன், பராந்தகன், ஆதித்தன், மதுராந்தகன் என்ற வரிசை முறையிலே அரியணை ஏறினர் என்று, திருவாலங்காட்டுச் செப்பேடுகள் மறைமுகமாகவும், லெய்டன் பட்டயம் அறுதியிட்டும் கூறுகின்றன. முதலாம் இராஜேந்திரனின் கரந்தைப் பட்டயங்களிலும், கன்னியாகுமரிக் கல்வெட்டிலும், முதலாம் பராந்தகனுக்கும், இராஜராஜனுக்கும் இடையே, அரிந்தமன், இரண்டாம் பராந்தகன் ஆகியோரை மட்டுமே சொல்லுகின்றன. இப்பிரசஸ்திகளின் ஆசிரியர்கள், விஜயாலய மன்னனின் நேர் வமிசத்தைச் சேர்ந்த மன்னர்களை மட்டுமே குறிப்பிடவேண்டும் என்ற குறிக்கோளைக் கொண்டிருந்ததே இதற்குக் காரணமாகும். இச்சான்றுகளிலிருந்து கிடைக்கும், முதலாம் பராந்தகனுக்கும் இராஜராஜனுக்குமிடையேயான சோழ மன்னரின் வமிசாவழியை நாம் முடிவு செய்யவேண்டும்.

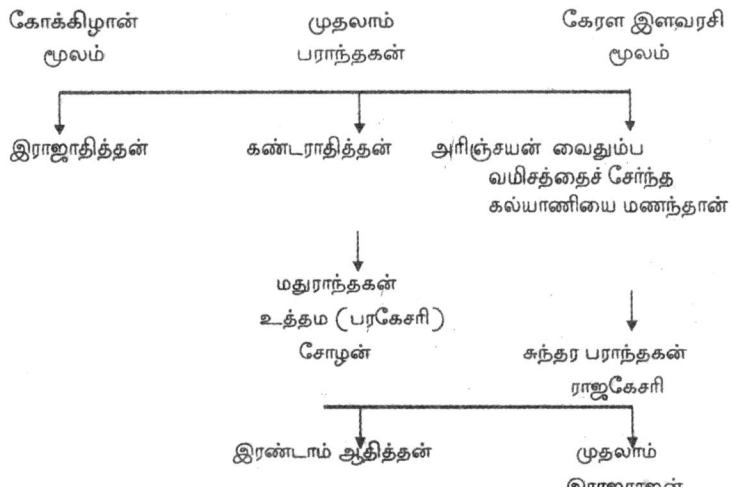

கோக்கிழான் மூலம் — முதலாம் பராந்தகன் — கேரள இளவரசி மூலம்

இராஜாதித்தன் | கண்டராதித்தன் | அரிஞ்சயன் வைதும்ப வமிசத்தைச் சேர்ந்த கல்யாணியை மணந்தான்

மதுராந்தகன் உத்தம (பரகேசரி) சோழன் | சுந்தர பராந்தகன் ராஜகேசரி

இரண்டாம் ஆதித்தன் | முதலாம் இராஜராஜன்

செப்பேட்டுப் பட்டயங்களில் காணப்படுவது போலன்றி, கல்வெட்டுகளிலிருந்து கிடைக்கும் ஆட்சி ஆண்டுகளை வரிசையாக அரியணையேறிய மன்னர்களுடைய ஆட்சிக் காலத்தைச் சேர்ந்தவை என்று நாம் எண்ணக்கூடாது. உதாரணமாக, பார்த்திவேந்திரவர்மனை நீக்கி, மதுரைகொண்ட இராஜகேசரி, சுந்தரன், ஆதித்தன், உத்தம சோழன் ஆகியோருடைய அதிகமான ஆட்சி ஆண்டுகளைக் கூட்டுவோமாயின், இம்மன்னர்கள் 45 ஆண்டுக் காலம் ஆட்சி செய்தனர் எனலாம். ஆனால், முதலாம் பராந்தகனுக்கும் இராஜராஜனுக்கும்

இடையே இவ்வளவு நீண்ட இடைவெளி இருந்திருக்கக் காரணமில்லை. அவ்வாறு இருந்திருக்குமாயின் கண்டராதித்தனும் அரிஞ்சயனும் மன்னர்களாக ஆட்சி செய்திருக்கவேண்டும். கண்டராதித்த தேவன் அல்லது மும்முடிச் சோழத் தேவனின் பட்டத்தரசி செம்பியன் மாதேவி, திருவெண்காட்டுக் கோயிலுக்கு வெவ்வேறு சமயங்களில் அளித்துள்ள ஏராளமான தானங்களை தணிக்கை செய்ததாகக் கூறும் முதலாம் இராஜராஜன் காலத்திய இராஜகேசரிக் கல்வெட்டு[5] ஒன்று கண்டராதித்தனின் 2-ம் ஆட்சி ஆண்டைக் குறிப்பிடுகிறது. இராஜகேசரி மன்னனான பராந்தகனின் மகன் அரிகேசரி, ஆட்சியிலிருந்த இராஜகேசரி சோழ மன்னனுக்குப் பிள்ளையார் அல்லது ஆழ்வார்[6] (அரச குடும்பத்தின் இளையோரையே இது குறிக்கும்) என்ற முறையில் உறவு பெற்றிருந்தான் என்று இம்மன்னனின் 8-ம் ஆட்சி ஆண்டுக் கல்வெட்டுகள்[7] குறிப்பிடுகின்றன. இவன் இராஜகேசரி கண்டராதித்தனே ஆவான்.

அரிஞ்சயன்

அரிஞ்சயனைப் பொறுத்தமட்டில் இவனது ஆட்சியைப் பற்றிக்கூறும் சில செப்பேடுகளுடன் 12-ம் ஆட்சி ஆண்டைச் சேர்ந்த[8] இராஜகேசரிக் கல்வெட்டு ஒன்றும் கிடைத்துள்ளது. இதில் 'ஆற்றூர்த்துஞ்சிலி அரிஞ்சிகை வர்மனின்' இரு பட்டத்தரசிகளைப் பற்றிக் குறிப்பிடப்பட்டுள்ளது. மேல் பாடியிலுள்ள முதலாம் இராஜராஜன் ஆட்சியின்[9] பிற்பகுதிக் கல்வெட்டுக்கள், ஆற்றூர்த் துஞ்சின தேவனுக்காகச் சோழீச்சுவரம் எனும் கோயில் ஒன்று, பள்ளிப்படையாக எடுக்கப்பட்டதைக் கூறுகின்றன. இக்குறிப்புகளிலிருந்து, அரிஞ்சயன், நெடுநாள் வாழ்ந்து அரசுரிமையைப் பெற்றிருந்தபோதும், இவ்வுரிமையைச் சிறிது காலமே அவன் நுகர முடிந்தது எனலாம். இவற்றையெல்லாம் நோக்க, கல்வெட்டுகளில், சோழ மன்னர்களின் ஆட்சி ஆண்டுகள் ஒரே சமயத்தில் குறிக்கப்பட்டுள்ளதை நாம் காண்கிறோம்.

'தலைகொண்ட' என்பதற்குப் பொருள்

இக்காலப் பகுதியின், வரலாற்றில் முக்கியத்துவம் பெற்றுள்ள 'தலைகொண்ட' என்ற சொற்றொடரின் பொருள் என்ன என்பதை முதலில் நாம் நிச்சயிக்கவேண்டும். ஏனெனில், சோழ மன்னன் ஒருவனின் தலையைக்கொண்டதாக, வீர பாண்டியனும், வீர பாண்டியனது தலையைக்கொண்டதாக மற்றவரும் கூறியிருக்கின்றனர். பாண்டிய மன்னனால், 'தலையை வெட்டி எறியப்பட்ட' சோழ மன்னன் யார்? என்பதைப் பற்றி ஒரு சர்ச்சை ஏற்பட்டுள்ளது.[10]

ஆனால், இச்சொற்றொடர், தன்னை வெற்றிகொண்ட மன்னனிடம் தன் தோல்வியை ஏற்றுக்கொள்ளும் வகையில், ஒரு மன்னன் தலைசாய்த்து நிற்பதையே குறிக்கும். மூன்றாம் குலோத்துங்கனின் கல்வெட்டுகள் சிலவற்றில் இதையே 'பாண்டியனை முடித்தலை கொண்டருளிய' என்றும் மற்றும் சில கல்வெட்டுகள் 'அவன் முடிமேல் தலை வைத்த' என்றும் கூறுகின்றன என்று ஷூல்ஷ் சுட்டிக்காட்டியுள்ளார்.[11] இதனால், வெற்றிபெற்ற மன்னனின் கால்களில் தோல்வியுற்ற மன்னன் தன் தலையை வைத்து வணங்குவதையே 'தலைகொண்ட' என்ற தொடர் குறிப்பிடுகிறது என்று கூறலாம். இம்முறையையே விஜயநகர மன்னன் கிருஷ்ண தேவராயர் சிறிது மாற்றிக் கையாண்டார் என்பதைத் தம்மிடம் சமாதானத்தைக் கோரிய பீஜப்பூர் மன்னன் அடில் ஷாவைத் தன்னிருப்பிடம் வந்து, தன் பாதத்தை முத்தமிட வேண்டுமென்று பணித்ததிலிருந்து அறியலாம்.[12] சோழர் காலத்துப் பழக்கங்களைப் பற்றிய உண்மைக் குறிப்புகளை அளிக்கும் குரு பரம்பரையில், கங்கைகொண்ட சோழபுரத்து மன்னன் தனது அதிகாரத்திற்கு உட்பட்ட குறுநில மன்னனின் அல்லது படைத்தலைவன் தலைமீது கால் வைத்தே தன் பட்டத்து யானைமீது ஏறி அமர்ந்தான் என்று குறிப்பிடப்பட்டுள்ளது.[13] 'தலைகொண்ட' என்பதற்கான பொருளை நாம் அறிவது இப்பகுதிக்கு மிகவும் இன்றியமையாதது ஆகிறது. ஏனெனில், ஒரு மன்னன் மற்றொருவனது, தலையைக்கொண்டதாகக் கூறும்போது, தலை இழந்தவன் இந்நிகழ்ச்சியின் போது இறந்து விட்டான் என்று நாம் எண்ணிவிடக் கூடாது. உண்மையாகவே, கொல்லப்பட்ட மன்னர்களைப் பற்றியும் சில சமயம் குறிப்பிடுவதும் உண்டு. உதாரணமாக, இதே காலத்தில், இரண்டாம் ஆதித்தன் வீர பாண்டியனைப் போரில் கொன்று, வெட்டப்பட்ட அவனுடைய தலையைச் சோழ நாட்டின் தலைநகருக்குக் கொணர்ந்தான் என்று திருவாலங்காட்டுப் பட்டயங்கள் திட்டவட்டமாகக் கூறுகின்றன.[14] இங்கும் காலம் கடந்த சான்றுகள் இந்நிகழ்ச்சியைப் பற்றிய சந்தேகத்தைக் கிளப்புகின்றன. சோழ மன்னன் எவரும், வீர பாண்டியன் கைகளால் கொல்லப்பட்டதற்கான சான்றுகள் தெளிவாக இல்லை. இவ்வாறிருக்க, வீர பாண்டியன், 'தலைகொண்ட' என்ற விருதை ஏற்றிருப்பது தான் ஒரு சோழ மன்னன் அல்லது இளவரசன்மீது தற்காலிகமாகக்கொண்ட வெற்றியைப் புகழ்ச்சியுடன் கூறிக் கொள்வதையே குறிக்கும்.

மதுரைகொண்ட இராஜகேசரி யார்? கண்டராதித்த இராஜகேசரி, ஏறத்தாழ எட்டு ஆண்டுகள் ஆட்சிசெய்தான் என்று முன்பே

கூறப்பட்டது. பராந்தகன், வாழ்நாளிலேயே இராஜாதித்தன் இறந்த பிறகு, இளவரசுப் பட்டம் பெற்ற இவனது ஆட்சி தொடங்கி இருக்கவேண்டும். கண்டராதித்தன் ஒரு பரகேசரி என்றும், திருவாலங்காட்டுப் பட்டயங்களில் இவனுக்கு அடுத்துக் கூறப்பட்டுள்ள அரிந்தமனே, மதுரைகொண்ட இராஜகேசரி[15] ஆவான் என்ற கருத்துத் தோன்றுமாறு குறிப்பிடப்பட்டுள்ளது. இக்கருத்து, இரண்டு வாதங்களின் அடிப்படையில் எழுந்ததாகும். பராந்தகன் இறந்த பிறகே, இராஜாதித்தன் ஆட்சிக்கு வந்தான் என்பதும், இவன் ஒரு இராஜகேசரி என்பதால் இவனுக்குப் பின் ஆட்சிக்கு வந்த கண்டராதித்தன் ஒரு பரகேசரியே என்பதும் ஆகும். ஆனால் ஏற்கெனவே கூறியபடி, முதல்வாதம் தவறானது. இராஜாதித்தன், இளவரசுப் பட்டம் பெற்றபோது இராஜகேசரி விருதைப் பெற்றிருக்கலாம்; ஆனால், தந்தைக்கு முன்பே இறந்ததனால், இவனுடைய விருதையே ஏற்றுக்கொள்ளவேண்டும். இதனால், பராந்தகப் பரகேசரியை அடுத்து வந்த மன்னன், ஒரு இராஜகேசரியே ஆவான். கண்டராதித்தன் ஒரு இராஜகேசரியே என்பது ஒரு பொதுவான கருத்தாகவே உள்ளது[16] என்றாலும், இது, இராஜாதித்தன் தன் தந்தைக்கு முன்பே இறந்ததன் விளைவே இது என்பது தெளிவாக உணரப்படவில்லை. அரியணையில் அமர்ந்துள்ள மன்னன் பரகேசரியா? அல்லது இராஜகேசரியா? என்பதைப் பொறுத்து, இளவரசனோ அல்லது இளவரசர்களோ, இராஜகேசரி அல்லது பரகேசரி என்ற விருதினை ஏற்ற வழக்கத்திலிருந்தே, வாரிசுப் பிரச்சினையை நாம் தெளிவாகத் தீர்க்க முடியும் என்பதைப் பற்றிய விவரங்களைப் பின்னால் பார்ப்போம்.

கண்டராதித்தனே, இராஜகேசரி விருதினைப் பெற்றான் என்பதை ஏற்றுக்கொள்வோம். ஆனால் கண்டராதித்தனே, மதுரை கொண்ட இராஜகேசரி என்று முதலில் வெங்கைய்யா[17] வெளியிட்ட கருத்து, அதற்கான ஆதாரங்களைத் தக்கவாறு ஆராயாமலே, ஏற்றுக்கொள்ளப்பட்டது.[18] ‘மதுரைகொண்ட’ என்ற விருதையுடைய இம்மன்னன், முதலாம் பரகேசரியின் மகனே என்று கருத இடமளித்துள்ளது. இதனால், கண்டராதித்தன், ஒரு பரகேசரி என்று அரிஞ்சய இராஜகேசரியே என்று ஏற்றுக்கொள்ளப்பட்டது.[19] பின்னர், கண்டராதித்தனே ஒரு இராஜகேசரியாக ஆன பிறகு, மதுரைகொண்ட இராஜகேசரி என்றும் அழைக்கப்பட்டான். இம்மாதிரியான எண்ணம் விவாதத்திற்கு உகந்தது அன்று. இந்த எண்ணம், தவறு என்று காரணம் காட்டப்படும்

போது, கைவிடப்படவேண்டும். மதுரை கொண்ட இராஜகேசரியின் கல்வெட்டுகள் எங்கெங்கே உள்ளன என்பதை இனிக் காண்போம். 14, 17-ம் ஆட்சி ஆண்டுகளைச் சேர்ந்த மூன்று கல்வெட்டுகளைத் தவிர, பிற கல்வெட்டுகள் அனைத்தும், வட ஆர்க்காடு, செங்கற்பட்டு மாவட்டங்களிலேயே கிடைக்கின்றன. இவற்றில் மூன்று கல்வெட்டுகள் ஐந்தாம் ஆண்டையும், நான்காவது கல்வெட்டு ஏழாம் ஆண்டையும் சேர்ந்தவை. ஐந்தாம் ஆண்டுக் கல்வெட்டு ஒன்று, வட ஆர்க்காடு மாவட்டத்தில் வாலாஜாப்பேட்டை வட்டத்திலுள்ள சோழ சிங்கபுரத்திற்கு அருகேயுள்ள கரிக்கால் என்னும் இடத்தைச் சேர்ந்தது. இதன் காலம், கி. பி. 954. கி. பி. 955-ல், முதல் பராந்தகன் இறந்த பிறகே, கண்டராதித்தன் ஆட்சி தொடங்கியது என்று கருதினாலும், இது கி. பி. 960-ம் ஆண்டுக் கல்வெட்டாகவே இருக்கும். இது இவ்வாறு இருக்க, கி. பி. 959 வரை மூன்றாம் கிருஷ்ணன், மேற்பாடியில் தங்கி, தான் வென்ற பகுதிகளைத் தன் நண்பர்களுக்குப் பகிர்ந்தளித்தான் என்பதையும் இவன் கல்வெட்டுகள், தொண்டை மண்டலத்தில், கி. பி. 965 வரை காணப்படுவதையும் ஏற்றுக்கொள்வது மிகக் கடினமாகும். கண்டராதித்தன்தான் மதுரை கொண்ட இராஜகேசரி என்று கூற இயலாதபடி, இது போன்ற பல தடைகள் உள்ளன. ஆனால், இச்சிக்கலைத் தீர்க்க எளிய வழி ஒன்று உண்டு. மதுரைகொண்ட மன்னன், மதுரையைக்கொண்ட மற்றொரு மன்னனான முதல் பராந்தகனின் மகனாகவே இருக்கவேண்டும் என்ற எண்ணத்தைக் கைவிட்டால், இவ்வழியை எல்லோரும் கடைப்பிடிக்கலாம். ஆண்டு குறிக்கப்படாமல் கொடும்பாளூரில்[20] கிடைக்கும் கல்வெட்டு "உடையார் மதுராந்தகச் சுந்தர சோழன்" என்ற குறிப்புடன் தொடங்குகிறது. முதலாம் பராந்தகனின் மகன் மட்டுமே, "மதுரைகொண்ட" என்ற விருதினை ஏற்றான் என்ற கருத்தை இக்கல்வெட்டு தவிடுபொடியாக்குகிறது. இக்கல்வெட்டில் கூறப்பட்டுள்ள சுந்தர சோழன், பராந்தகனின் மகன் அல்லன். மதுரைகொண்ட இராஜகேசரி, யார்? என்பதை முடிவு செய்ய இக்கல்வெட்டு பெரிதும் உதவுகிறது. அரிஞ்சயனின் மகன் சுந்தர சோழன் ஒரு இராஜகேசரி என்று அன்பில் பட்டயங்கள் கூறுகின்றன. இவனே, மதுராந்தகன் என்ற பட்டத்தையும் பெற்றிருந்தான். இவன் பாண்டியர்களுடன் போரிட்டான் என்பதை 'பாண்டியனைச் சுரம் இறக்கின' என்ற பட்டத்திலிருந்து தெரிந்து கொள்ளலாம்.[21] இக்குறிப்புகளை நோக்கின், இரண்டாம் பராந்தகச் சுந்தர சோழனே இவன் எனவும், இவனுடைய கல்வெட்டுகள் சிலவற்றில்

மதுரைகொண்ட இராஜகேசரி எனக் குறிப்பிடப்பட்டான் எனவும் முடிவுக்கு வரலாம்.

உத்தமச் சோழன் உறவு

மதுரை கொண்ட இராஜகேசரியின் கல்வெட்டு ஒன்றை மேலெழுந்தவாறு நோக்கும்போது, இதைப் பொறித்தவன் சுந்தரசோழன் அல்லன், கண்டராதித்தனே என்று தோன்றும். 5-ம் ஆண்டைச் சேர்ந்த இத்திருவொற்றியூர்க் கல்வெட்டு,[22] உடையார் திரு உத்தம சோழ தேவருடன் இறைவழிபாட்டுக்குச் சென்ற செல்வர் ஒருவர் விளக்கேற்றுவதற்குக் கொடுத்த அறக்கட்டளையைச் சொல்லுகிறது. இக்கல்வெட்டைப் பதிப்பித்த கிருஷ்ண சாஸ்திரி கூறுவதாவது :

> "இக்கல்வெட்டில் உத்தம் சோழனுக்கு இளவரசுப் பட்டத்திற்குப் பதிலாக ஆட்சி புரியும் மன்னனுக்குரிய பட்டம் கொடுக்கப்பட்டிருப்பதால் சந்தேகங்கள் நிகழ்ந்துள்ளன. தனக்குப் பிறகு அரியணை ஏறுவதற்குக் கண்டராதித்தன் இவனைத் தேர்ந்தெடுத்திருக்கலாம். எனினும், இவன் தந்தை காலத்திற்குப் பிறகு மன்னர்களாக வேறு ஓரிருவர் அரியணையில் வீற்றிருந்த பிறகே இவன் சோழ அரியணையைப் பெற்றான் என்பதை நாம் அறிவோம்."

இது இவ்வாறாயின், வேறு சில சிக்கல்கள் ஏற்படுகின்றன. தந்தையின் 5-ம் ஆட்சி ஆண்டில் இளவரசனாகத் தேர்ந்தெடுக்கக் கூடிய வயதினனாக இருந்தும், மன்னர்க்குரிய உரிமை பெற்றும், பெரும் தனம் சூழக் கோயில்களுக்குச் சென்றும், இளவரசனாகப் பன்னிரெண்டு ஆண்டுகள் தந்தைக்கு உதவிபுரிந்தும், தன் தந்தை இறந்த பிறகு, இவன் சோழ அரியணையில் அமரவில்லையா? என்ற கேள்வி பிறக்கிறது. அரிஞ்சயன், சுந்தர சோழன், ஒருவேளை இரண்டாம் ஆதித்தனும் கூட அரியணையில் ஏறி, அவரது ஆட்சி முடியும் வரை அவன் காத்திருக்க வேண்டியதிருந்தது போலும். கிருஷ்ண சாஸ்திரி இதை விளக்காததோடு, வேறோர் இடத்தில் கீழ்க்கண்டவாறு கூறுகிறார் :[23]

> "கண்டராதித்தன் இறந்தபோது, உத்தம சோழன் சிறுவனாக இருந்தான். மூன்று மன்னர்கள் ஆட்சிபுரிந்து இறக்கும்வரை இவன் அரியணைக்கு வராது தடுக்கப்பட்டான்."

மன்னன் கண்டராதித்தன் என்றே திருவொற்றியூர்க் கல்வெட்டையும் இவன் இறக்கும்போது, மகன் மிகவும் சிறுவனாய் இருந்ததால் கண்டராதித்தனை அடுத்து மூன்று ஆட்சிகளுக்குப் பிறகே, இவன் பொறுப்பைப் பெற்றான் என்பதையும் ஏற்றுக்கொள்வதில் பெரும் முரண்பாடுகள் உள்ளன. இராஜாதித்தன் இறந்ததிலிருந்து, (கி. பி. 949) கண்டராதித்தனுடைய ஆட்சி கணக்கிடப்பட்டது என்பதை ஏற்றுக்கொண்டாலும், குறைந்தது பதினேழு ஆண்டுகள் ஆட்சி செய்த, மதுரைகொண்ட இராஜகேசரியே இவன் என்று நாம் நினைத்தாலும், இவனது ஆட்சிக் காலம் 966 வரை நீடிக்கும். மதுராந்தக உத்தம சோழன் 969-70-லிருந்து ஆளத் தொடங்கினான். இதற்கிடையேயான மூன்று ஆண்டுகள், சுந்தர சோழனின் காலத்தைவிடக் குறைவானதாக உள்ளது. சுந்தரசோழனின் கல்வெட்டுகளிலிருந்து, இவனது ஆட்சி ஏழு ஆண்டுகளுக்குக் குறையாமல் நிலவியதாகத் தெரிகிறது.[24] இதை வைத்துக்கொண்டு மேற்கூறிய திருவொற்றியூர்க் கல்வெட்டு, கண்டராதித்தனுடையது என்று சொல்லிவிட முடியாது. இக்கல்வெட்டு, சுந்தர சோழனுடையது என்று கொண்டாலும், உத்தம சோழனுக்குக் கொடுக்கப்பட்டுள்ள மன்னருக்குரிய விருதை விளக்கும் சிக்கல் உண்டாகிறது என்பதை ஒப்புக்கொண்டே ஆகவேண்டும். சுந்தர சோழனுக்கு ஆதித்தன் என்ற மகன் ஒருவன் இருந்ததோடு, இவன் தன் தந்தைக்குப் போர்க் காலங்களில் உடனிருந்து பணிபுரிந்தான். இது ஒரு புறம் இருக்க, சுந்தர சோழன் தன் ஆட்சியின் தொடக்கத்திலேயே தன் குடும்பத்தின் மற்றொரு கிளையைச் சேர்ந்த இராஜகுமாரனை இளவரசன் ஆக்கினான் என்பது நம்பக் கூடியதாக இல்லை. சுந்தர சோழனின் 5-ம் ஆண்டில் உத்தம சோழன் பருவமடைந்து சான்றோர் புடைசூழ நாடெங்கும் உலா வந்தபோது, இக்கல்வெட்டில் குறிக்கப்பட்ட தானம் வழங்கப்பட்டாலும், உத்தம சோழன், சுந்தர சோழனுக்குப் பிறகு அரியணை ஏறி[25] தன் ஆட்சியைத் தொடங்கும் வரை இக்கல்வெட்டு பொறிக்கப்படவில்லை என்பதே சரியான கருத்தாகும். இக்கருத்தினை வலியுறுத்தும் வகையில் இது போன்ற நிகழ்ச்சிகளைக் குறிப்பிடும் சோழரின் கல்வெட்டுகள் பல உதவுகின்றன.

தொடர்ந்து இரு பரகேசரிகள்

வீரபாண்டியன் தலை கொண்ட பரகேசரியின் நிலை என்ன? இதே விருதை ஏற்ற பார்த்திவேந்திரவர்மன் யார்? என்ற கேள்விகள் ஆய்விற்குரியன. முதலில் கூறப்பட்டவன், சுந்தர சோழனின் மகன் ஆதித்தனே எனலாம். திருவாலங்காட்டுச் செப்பேடுகளும்,

லெய்டன் பட்டயமும், இவன் வீரபாண்டியனுடன் போரிட்டதாகக் கூறுகின்றன.[26] ஆனால், இரண்டாம் ஆதித்தனுக்குப் பிறகு, மதுராந்தகன் உத்தம சோழன் என்ற மற்றொரு பரகேசரி மன்னனே அரியணை ஏறினான். இராஜகேசரி, பரகேசரி என்ற விருதுகளைச் சோழ மன்னர்கள் மாற்றி மாற்றி வைத்துக்கொண்டனர் என்ற பொது நியதியைத் தகர்ப்பது போன்ற எண்ணம் மேலெழுந்தவாரியாகப் பார்த்தால் உண்டாகும். உத்தம சோழனைப் பற்றி கிருஷ்ண சாஸ்திரி கூறுவதாவது:[27] "இப்பொது நீதிப்படி இவனுக்கு முன் பதவியிலிருந்த இரண்டாம் ஆதித்தன் பரகேசரிவர்மனாக இருந்ததால், இவன் ஒரு இராஜகேசரியாகவே இருந்திருக்க வேண்டும். எனவே, இவன் ஒரு பரகேசரிவர்மன் என்று அழைக்கப்பட்டது இந்த நியதிக்கு மாறுபட்டது. இவன் ஒரு இராஜகேசரிவர்மனின் மகனானாலும், தனக்குரிய உரிமையின்மை காரணமாக அரியணையைப் பெறாது, அரியணைக்குத் தேர்ந்தெடுக்கப்பட்ட இவனுடைய ஒன்றுவிட்ட சகோதரன், முதலாம் இராஜராஜனின் வேண்டுகோளுக்கு இணங்கியே அரியணை ஏறியதால் இவனும் பரகேசரி என்றே அழைக்கப்பட்டான் என்பது தெளிவு.

இவ்விளக்கத்தைப் பற்றி இரு குறிப்புகளைத் தருவோம்: ஒன்று கண்டராதித்தன் ஆட்சியிலேயே உத்தம சோழன் தனக்குப் பின் அரியணை ஏறத் தகுதியுடையவனாகத் தேர்ந்தெடுக்கப்பட்டான் என்றும், ஆனால் இவனது சிறுவயது காரணமாக அரியணை ஏறும் உரிமை சிறிது காலத்திற்கு ஒத்தி வைக்கப்பட்டது என்றும் கிருஷ்ண சாஸ்திரி முன்னர் கூறியதற்கும் இப்போது அவர் கூறியதற்கும் முரண்பாடு உளது.[28] முதலில் கூறியது உண்மையானால், இவன் தன் உரிமையால் அன்றி, இராஜராஜனின் வேண்டுகோளால் அரியணை ஏறினான் என்று எவ்வாறு கூறலாம்? ஓர் இராஜகேசரியின் மகன் ஒரு பரகேசரியாகவே இருக்க வேண்டும் என்பதற்கு விதிவிலக்காக முதலாம் இராஜராஜனையே சான்றாகச் சொல்லலாம். அவன் தந்தையைப்போல அவனும் ஒரு இராஜகேசரியே. அவ்வாறே, சில ஆண்டுகள் மட்டுமே ஒரு பரகேசரியாக ஆட்சி செய்திருக்கக்கூடிய அரிஞ்சயனும் ஒரு பரகேசரியின் மகன் என்பதை இங்கே கூறவேண்டும். சுந்தரசோழனால், இளவரசுப்பட்டம் அளிக்கப்பட்ட இரண்டாம் ஆதித்தன் தன் தந்தையின் வாழ்நாளிலேயே மரணமடையவே, இராஜகேசரி சுந்தரசோழன் இறந்த பிறகு, அரியணையேறிய மன்னன் நியதிப்படி ஒரு பரகேசரியாகவே ஆட்சி

செய்தான். இரண்டாம் ஆதித்தன் இறந்த பிறகு[29] தம் இளைய மகன் இராஜராஜனை விடுத்து, உத்தமசோழனையே அரியணைக்குத் தேர்ந்தெடுத்தான். தன்னை அரியணையில் அமர்த்தாவிடில் உள்நாட்டுப் போர் மூளும் என்று பயமுறுத்தியதாலோ அல்லது இராஜராஜன் தானே மனமுவந்து அரியணைக்காகக் காத்திருக்கச் சம்மதித்ததாலோ இது நிகழ்ந்திருக்கக் கூடும். இதைப் பற்றிய நேர் சான்றுகளான திருவாலங்காட்டுச் செப்பேடுகளில் உள்ள பாடல்கள் இவ்விருவகைக் காரணங்களையும் ஏற்கும் வகையில் உள்ளன. உத்தம சோழன் தன் ஆட்சியை நிலை நாட்டப் பேரார்வம் கொண்டிருந்தான் என்றும், தன் தந்தையின் ஒன்றுவிட்ட சகோதரன் அரியணையைப் பெற விரும்பும்போது, தானும் அதைப் பெற விழையாத நல்லதொரு சத்திரியனாக, இராஜராஜன் திகழ்ந்தான் என்றும் இவை கூறுகின்றன. ஓர் அரசியல் கொலையைத் தூண்டியாவது, தான் எவ்வாறேனும் ஆட்சிப் பொறுப்பை அடைந்தே தீரவேண்டும் என்ற உத்தம சோழனது நிலையை நாம் காண்போம்.

பார்த்திவேந்திரவர்மன்

வட ஆர்க்காடு, தென் ஆர்க்காடு, செங்கற்பட்டு மாவட்டங்களில் கிடைக்கும் கல்வெட்டுகளில் காணப்படும் பார்த்திவேந்திரவர்மன் என்பவன் யார்? என்று தெளிவாக அறிய முடியவில்லை. இவன் பராந்தகனுக்குக் கட்டுப்பட்டிருந்த கங்க மன்னன் இரண்டாம் பிரதிவீபதியே என்ற கருத்து நிலவுகிறது.[30] இக்கருத்து, பிரதிவீபதி, பார்த்திவேந்திரன் என்ற இரு பெயர்களுக்குமிடையே இருப்பதாக நம்பப்படும் ஒற்றுமையின் அடிப்படையில் ஏற்பட்டதாகும். மேலும், கங்க மன்னன், மூன்றாம் கிருஷ்ணனின் அதிகாரத்திற்கு உட்பட்டிருந்த கன்னரதேவ பிரதீவிகங்கரையர், கங்க மன்னனின்றும் வேறுபட்டவன்.[31] இரண்டாம் ஆதித்தன், பார்த்திவேந்திரவர்மன் ஆகியோரது கல்வெட்டுகளை ஆராய்ந்த கிருஷ்ண சாஸ்திரி கீழ்க்கண்ட முடிவுகளுக்கு வந்துள்ளார்:[32]

> "இவ்விரு மன்னருமே, 'பாண்டியன் தலைகொண்ட' அல்லது 'வீரபாண்டியன் தலைகொண்ட பரகேசரிவர்மன்' என்ற விருதுகளைப் பெற்றனர். இரண்டாம் பராந்தக சுந்தர சோழ மன்னனுடன் போரிட்ட பாண்டிய மன்னனே இவ்வாறு குறிக்கப்படுகிறான். இரண்டாம் ஆதித்தனின் கல்வெட்டுகள் மிகக் குறைவே. தென் பகுதில் மட்டுமே கிடைக்கும் இக்கல்வெட்டுகள் இவனுடைய 5-ம் ஆட்சி ஆண்டு முதல் ஏற்பட்டன. பார்த்திவேந்திரவர்மனின் கல்வெட்டுகள் ஏராளமாகத்

தொண்டை மண்டலத்தில் காணப்படுகின்றன. இவை 13-ம் ஆண்டு முதல் ஆனவை. பார்த்திவேந்திர ஆதித்த வர்மன், அரச குடும்பத்தைச் சேர்ந்த இளவரசனாக இருந்து தொண்டை மண்டலத்தின் பிரதிநிதியாக இருந்திருக்கக்கூடும். ஆதித்த கரிகாலனே உண்மையில் அரியணை ஏறியவனாகத் தோன்றுகிறது."

பாண்டியன் தலைகொண்ட பரகேசரியின் கல்வெட்டுகள் மிகக் குறைவு என்று கூற முடியாது. அதோடு, அவை தெற்கே மட்டுமே, அதாவது, தொண்டை மண்டலத்திற்கு வெளியே தென் பகுதியில் மட்டுமின்றி, பிற பகுதிகளிலும் கிடைக்கின்றன. வட ஆர்க்காட்டில் குறைந்தது ஐந்து கல்வெட்டுகளும் தென் ஆர்க்காட்டில் கூடுதலாகவும் உள்ளன. பார்த்திவேந்திரவர்மனின் கல்வெட்டுகள், ஆதித்த பரகேசரியின் கல்வெட்டுகளிலிருந்து, அவை கிடைக்கும் இடங்களைப் பொருத்து மட்டுமே வேறுபடுகின்றன. பார்த்திவேந்திரன் கல்வெட்டுகள் செங்கற்பட்டு மாவட்டத்தில் கிடைக்கின்றன; ஆனால், தொண்டை நாட்டிற்குத் தெற்கே அவை காணப்படவில்லை. இம்மன்னன் யார்? என்பதற்கு விடை காண்பதில் கீழ்க்காணும் குறிப்புகள் முக்கியத்துவம் பெறுகின்றன: "இவன் ஒரு பரகேசரி;[33] கோவிராஜ மாராயர் என்ற பட்டப் பெயரால் அழைக்கப்பட்டவன்;[34] இவனது மூன்றாம் ஆண்டின் கல்வெட்டில் பார்த்திவேந்திர ஆதித்த பருமர் என்றும் அழைக்கப்பட்டிருக்கிறான்;[35] இவனது பட்டத்தரசியார், உடையார் தேவியார் வில்லவன் மாதேவியார்,[36] பெருமானடிகள் தேவியார், தன்மப் பொன்னார் ஆகிய திரையிலோக்கிய மாதேவியார்[37] போன்ற பட்டங்களைப் பெற்றவராவார். எனவே இவன் சோழர் அதிகாரத்திற்கு உட்பட்ட மன்னனாக இராமல், இவனே ஒரு சோழ மன்னனாக இருத்தல் கூடும். ஆதித்தன் என்ற பெயரும் பரகேசரி என்ற விருதும் பெற்ற இம்மன்னனே, ஆதித்த கரிகால பரகேசரி என்பதைத் தெளிவாக்குகிறது. "பார்த்திவேந்திர ஆதித்திய வர்மன்" என்ற பட்டமும், சில சிறு மாற்றங்களுடன் இவனது கல்வெட்டுகளில் காணப்படும் பட்டமும், இவன் "பார்த்திவேந்திரன்" என்ற பட்டத்தை ஏற்றதைக் காட்டுகின்றன. சோழர்கள் புகழ்ச்சியான விருதுகளை விரும்பி ஏற்றனர்; மேலும் ஒவ்வொரு மன்னனும் பல பட்டங்களைச் சூடிக்கொண்டனர். இவனது கல்வெட்டுகள் 13-ம் ஆண்டிலிருந்தே தொடங்குவதால்[38] இவன் தந்தை சுந்தர சோழன் அரியணை ஏறியவுடன், இவன் இளவரசனாகத் தேர்ந்தெடுக்கப்பட்டிருக்க வேண்டும். சிறுவனாக இருந்தபோதே வெற்றியுடன், வீரபாண்டியனைத்

தாக்கியவன் என்று லெய்டன் பட்டயம் புகழ்வதால் இது உண்மை என்று தெரிகிறது. இதற்குப் பின்னர், சோழ நாட்டின் வடபகுதியை ஆட்சிச் செய்யும் பொறுப்பை இவன் ஏற்றான். தந்தையின் வாழ்நாளிலேயே இவன் மரணமடையவே, இவனுக்குப் பதிலாக பரகேசரி உத்தமசோழன் இளவரசன் ஆனான்.

இந்தக் காலத்தின் வரலாற்றைச் சொல்லுமுன் இதுவரை நாம் தெரிவித்ததின் முடிவுகளைச் சுருங்கச் சொல்லுவோம்.

இராஜகேசரி, கண்டராதித்தன், கி. பி. 949/50 - 957.[39]

பரகேசரி அரிஞ்சயன், கி. பி. 956 - 957.

இராஜகேசரி சுந்தரசோழன் கி.பி. 956 - 73 (மதுரை கொண்ட)

இரண்டாம் ஆதித்த பரகேசரி பார்த்திவேந்திர கரிகாலன்
(கி. பி. 956 - 969)

பரந்தூர்க் கல்வெட்டு

பார்த்திவேந்திரவர்மனின் 15-ம் ஆண்டைச் சேர்ந்த ஒரு கல்வெட்டு[40] செங்கற்பட்டு மாவட்டத்தில் கிடைத்துள்ளது. இக்கல்வெட்டு அழிந்திருந்தாலும், இதைக் கூர்ந்து ஆராயும்போது இரு விவரங்கள் உறுதிப்படுத்துகின்றன. இக்கல்வெட்டில் குறிப்பிடப்பட்டுள்ள ஆண்டு பதினைந்து, இதில் காணப்படும் எழுத்துக்கள் நன்கு செதுக்கப்பட்டிருந்தாலும், இவை எழுதப்பட்டுள்ள கல் பாழ்பட்டுள்ளது. அக்கால எழுத்து வடிவங்களுடனான இக் கல்வெட்டின் உண்மையைச் சந்தேகிப்பதற்குக் காரணம் ஒன்றும் இல்லை. 15-ம் ஆண்டு என்பதை ஒப்புக்கொள்வோமானால், இரண்டாம் ஆதித்தனே பார்த்திவேந்திரன் என்ற அடிப்படையில் நாம் மேலே கொடுத்திருக்கும் கால அட்டவணை பெரிய மாற்றத்திற்கு உள்ளாகும். ஏனெனில், சுந்தர சோழனின் ஆட்சிக் காலத்திற்குள்ளாகவும், உத்தம சோழன் வருவதற்கு முன்னும் 15 ஆண்டுகளைக் கணக்கிட இயலாது. 13 ஆண்டுகளைக் கணக்கிட்டாலே, கால வரையறையை மீறுவதனால், சுந்தர சோழன் தன் ஆட்சியின் தொடக்கத்திலேயே ஆதித்தனையும் உடன் வைத்துக்கொண்டு அவனுடன் பொறுப்புகளைப் பகிர்ந்துகொண்டான் என்ற கருத்தை ஏற்கச் செய்துள்ளது. அதே சமயம், பரந்தூர்க் கல்வெட்டு மட்டுமே, பார்த்திவேந்திரனுக்கு 13-க்கு மேற்பட்ட ஆட்சி ஆண்டைத் தருகிறது. 13-ம் ஆண்டைச் சேர்ந்த கல்வெட்டுகள் பல இருந்தாலும், 14-ம் ஆண்டுக் கல்வெட்டு ஒன்றேனும் இல்லை. 15-ம் ஆண்டுக் கல்வெட்டு இது ஒன்றே. எனவே, மேலே குறிப்பிட்ட முடிவுக்குத்தான் வர இயலும். பார்த்திவேந்திரன் தான் ஆதித்தன் என்பதை ஏற்காவிடில், இவ்விருவரிடையே கண்ட பல ஒற்றுமைகளை நாம் அறவே

ஒதுக்கிவிட முடியாது. இவ்வொற்றுமைகள் அனைத்துமே எதிர்பாரா வகையில் ஏற்பட்டவை அல்ல. ஆகையால், பரந்தூர்க் கல்வெட்டில் காணப்படும் ஆட்சி ஆண்டில் "இ" என்ற இரண்டாவது எண் தவறுதலாகவே பொறிக்கப்பட்டுள்ளது என்ற கருத்தை ஏற்கலாம். 13-ம் ஆட்சி ஆண்டிற்கு மேற்பட்ட ஆண்டுகளையுடைய வேறு கல்வெட்டுகள் இனி கிடைக்கும் வரை, இக்கல்வெட்டை நாம் ஏற்றுக்கொள்ள வேண்டிய தேவை இல்லை.

நாம் இதுவரை ஏற்ற வாதங்களுடன் மற்றொரு முடிவான வளத்தையும் காண வேண்டியுள்ளது. ஆதித்தனும் பார்த்திவேந்திர வர்மனும் ஒருவரே என்பதை ஏற்காவிடில், ஆதித்தனின் வீரபாண்டிய பரகேசரி கல்வெட்டுகளில் மிக அதிகமானது கி. பி. 969-70-ல் உத்தம சோழன் அரியணையில் அமருவதற்கு முன்பாக இந்த ஐந்து ஆண்டுகள் என்றே நாம் எண்ணவேண்டும். இந்த அடிப்படையில் ஆதித்தனுடைய ஆட்சி ஏறக்குறைய கி. பி. 964-5-ல் தொடங்கியிருக்க வேண்டும். இதுவே, மேலே கொடுக்கப்பட்ட கால அட்டவணைப்படி, சுந்தர சோழனின் 8 அல்லது 9-வது ஆண்டாகும். தன் ஆட்சியின் 7-ம் ஆண்டிற்கு (கி. பி.963) முன்பே பாண்டியனுடனான போரில் பெரும் வெற்றி பெற்றான் என்ற விவரமும், இப்போரில் செவ்வூர் என்னுமிடத்தில் நடைபெற்ற தாக்குதலில் சிறுவனான ஆதித்தன் பங்கேற்றான் என்று லெய்டன் பட்டயம் கூறுவதிலிருந்தும், சுந்தர சோழனின் ஆட்சித் தொடக்கத்திலேயே, ஆதித்தன் துணை அரசனாக விளங்கினான் என்ற கருத்தை வலியுறுத்துகின்றன. ஆயினும் இதை முழுக்க முழுக்க நம்ப முடியாது. ஏனெனில், துணை அரசனாக இல்லாமலேயே ஆதித்தன் இப்போரில் பங்கேற்றிருக்கக் கூடும். அல்லது, கி. பி. 964-65-ல் பாண்டியருடன் இரண்டாம் முறையாகப் போர் ஏற்பட்டிருக்கக் கூடும்.

II வரலாறு

கண்டராதித்தன்

இராஜகேசரி கண்டராதித்தனின் ஆட்சிக்குத் திருவாலங்காடு, லெய்டன் பட்டயங்களும், திருச்சிராப்பள்ளி மாவட்டத்தில் கிடைக்கும் 8-ம் ஆண்டைச் சேர்ந்த, பிள்ளையார் அல்லது ஆழ்வார் அரிகுலகேசரி தேவ என்று குறிப்பிடும், பல இராஜகேசரி

கல்வெட்டுகளும்[41] தென் ஆர்க்காட்டில் கிடைக்கும் மும்முடிச் சோழ கண்டராதித்தனின் 2-ம் ஆண்டைச் சேர்ந்த கல்வெட்டு ஒன்றும்[41a] சான்று கூறுகின்றன. இவன் காலத்தில் சோழர் ஆட்சி கட்டுப்பட்டு, இவன் கி. பி. 957-ல் இறந்தபோது[42] மூன்றாம் கிருஷ்ணன் இன்னும் தொண்டை மண்டலத்தில் தன் பலத்தை உறுதிப்படுத்தியதுடன், தான் வெற்றிகண்ட பகுதிகளைத் தன் நண்பர்களுக்கும், பணியாளர்களுக்கும் பகிர்ந்தளித்துக்கொண்டிருந்தான். கண்டராதித்தன் அதிகாரத்திற்கு உட்பட்ட குறுநில மன்னனும், சங்க காலத்தில் வாழ்ந்த பாரி வள்ளலின் மகளிரை மணந்த ஓரியின் வழிவந்தவனும், தென் ஆர்க்காடு மலைப்பகுதியைச் சேர்ந்தவனுமான சித்தவதனன், வீரசோழபுரம் என்னுமிடத்தில் பெயர் குறிப்பிடப்படாத பகைவனை வெற்றிகண்டதாகக் கண்டராதித்தனின் இரண்டாம் ஆண்டைச் சேர்ந்த (கி. பி. 951) கல்வெட்டு ஒன்றில் கூறுகிறான். மூன்றாம் கிருஷ்ணனின் 17-ம் ஆண்டில் (கி. பி. 955) இம்மன்னனுக்கு விசுவாசமுள்ளவனாக விளங்கிய மிலாடுத் தலைவன் நரசிம்ம வர்மனே சித்தவதனனாவான்.[42a] இதனின்று, மூன்றாம் கிருஷ்ணனிடம், தான் இழந்த நாட்டை மீட்கும் முயற்சியில் எவ்வித வெற்றியும் அடையவில்லை என்பதையும், மூன்றாம் கிருஷ்ணன் சோழ நாட்டில் தன் நிலையைப் பலமுள்ளதாக்கிக்கொண்டான் என்பதையும் அறியலாம்.

இவனது பட்டத்தரசிகள்

செம்பியன் மாதேவி என்ற மனைவி மூலம் பிறந்த உத்தம சோழன் என்ற சிறு குழந்தையை விட்டுச்சென்றான். இவ்வரசி மிகுந்த சிவபக்தியுடையவள். இளவயதிலேயே தன் கணவனையும், பின் தன் மகனையும் இழந்த செம்பியன் மாதேவி, கி. பி. 1001 வரை பல ஆண்டுகள் வாழ்ந்தாள்.[43] இவ்வரசி எடுப்பித்துள்ள பல சிவன் கோயில்களும், இவற்றைப் பராமரிக்கும் பொருட்டு தன் மகனுடைய ஆட்சியில் விடப்பட்ட பல அறக்கட்டளைகளைப் பற்றிப் பின்னர் காண்போம்.

இவனது திருவிசைப்பா

சிதம்பரம் கோயிலைப்பற்றிய ஒரு தனிப் பாடலின் ஆசிரியர் இக் கண்டராதித்தனே எனலாம். முதலாம் பராந்தகன், பாண்டிய நாட்டையும், ஈழத்தையும் வென்று, நடராசர் ஆலயத்திற்குப் பொன் வேய்ந்தான் என்று இப்பாடல் கூறுகிறது. பராந்தகனைப் போன்று, இப்பாடலாசிரியரும் தன்னைக் கோழி (உறையூர்) மன்னன் என்றும், தஞ்சையார் (தஞ்சை மக்கள்) தலைவன் என்றும் கூறிக் கொள்ளுகிறார்.[44] இவர் 'மேற்கெழுந்தருளிய தேவர்'

(மேற்திசை சென்ற மன்னன்) என்றும் அழைக்கப்பட்டதாகத் தெரிகிறது.[45]

அரிஞ்சயன்

அரிகுலகேசரி, அரிஞ்சயன் அல்லது அரிந்தமன் ஆகிய பட்டங்களின் பொருள் ஒன்றாயிருப்பதன் அடிப்படையில், இவை முதலாம் பராந்தகனின் இளைய மகனையே குறிப்பிடுகின்றன என்று பொதுவாக எண்ணத் தோன்றும். இது அவ்வாறே இருக்கக்கூடும். இது எவ்வாறாயினும், அரிஞ்சயபரகேசரி, தன் சகோதரன் கண்டராதித்தனை அடுத்து சிறிது காலம் ஆட்சி செய்தான். இவனது ஆட்சியில் நடைபெற்ற நிகழ்ச்சிகளைப் பற்றிக் கூறும் நேரிடை சான்றுகள் இதுவரை கிடைக்கவில்லை. வீமன் குந்தவையார், கோதைப் பிராட்டியார் என்ற இரு மனைவியர் இவனுக்குப் பின்னும் உயிர் வாழ்ந்து, இவனது மகனுடைய ஆட்சிக் காலத்தில் பல தானங்களைச் செய்தனர். வீமன் குந்தவை என்பவள் வேங்கி[46] நாட்டு மன்னனாகிய இரண்டாம் வீமன் சாளுக்கியனுடைய புதல்வி என்று கூறப்பட்டாலும், இராஷ்டிரகூடரால் அடிமைப்படுத்தப்பட்ட சோழர்களுக்கும் சாளுக்கியருக்குமிடையே எவ்வாறு உறவு ஏற்பட்டது? என்பது கேள்விக்குரியதாகவே உள்ளது. எனினும், கீழைச் சாளுக்கிய இளவரசியான குந்தவைக்கும், அரிஞ்சயனுக்கும் ஏற்பட்ட திருமணம், கிருஷ்ணன் சோழ நாட்டின் மீது படையெடுப்பதற்கு முன்பும், முதல் பராந்தகன் ஆட்சியில் மாறன் பரமேசுவரன், நெல்லூரைத் தாக்கியதற்குப் பிறகும் நடைபெற்றிருத்தல் வேண்டும். திருப்பழனம் என்னுமிடத்தில் கிடைக்கும் பரகேசரியின் இரண்டாம் ஆட்சி ஆண்டைச் சேர்ந்த இரு கல்வெட்டுகள்[47] அரையன் ஆதித்தன் வீமன் என்பவன் அவ்வூர்க் கோயிலுக்குப் பல தானங்களை அளித்தான் என்று குறிப்பிடுகின்றன. அரையன் என்னும் பிரபுவே அரிஞ்சயன் மனைவியின் தந்தை என்று கூறினாலும் இவ்விடர்ப்பாட்டை தவிர்க்கத் தகுந்த காரணம் இல்லை.[48] இக்கருத்து உண்மையானால், இப்பரகேசரியின் கல்வெட்டுகள் அரிஞ்சயனுடையதே என்று கூறலாம். சோழ மன்னரின் கால அட்டவணையில் அரிஞ்சயன் ஆட்சிக்கு ஒரு குறிப்பிட்ட வரையறையுள்ளதால் முதலாம் பராந்தகன் இறந்தவுடனே கண்டராதித்தனுடன் பணிபுரிய அரிஞ்சயன் இளவரசுப் பட்டம் பெற்றான் என்றே நாம் அனுமானிக்க வேண்டியுள்ளது.[49] அரிஞ்சயன், ஆற்றூர் என்னுமிடத்தில் இறந்தான் என்று கருதப்படுகிறது.[50] ஆனால், 'இவ்விடம் இப்பொழுது எங்குள்ளது?' என்று அறிந்து கொள்ளமுடியவில்லை. முதலாம் இராஜராஜனின் கல்வெட்டு

ஒன்று மேல்பாடி என்னுமிடத்தில், ஆற்றூர் துஞ்சிய மன்னனுக்கு ஒரு பள்ளிப்படை[51] எடுப்பித்ததாகக் கூறுவதிலிருந்து, ஆற்றூர் மேல்பாடி அருகேயுள்ள இடமாகும் என்று கருதலாம். ஒருவேளை மூன்றாம் கிருஷ்ணனால் கைப்பற்றப்பட்ட சோழ நாட்டின் வடபகுதியை மீண்டும் மீட்கும் பணியில் ஈடுபட்டிருக்கலாம். திருநாகேச்சுரத்திலுள்ள ஒரு கல்வெட்டில்[52] அரிகுல கேசரிக்கும் அவனது மனைவி, வாணர் மன்னனுடைய மகளுக்கும் பிறந்த மகளான அரிஞ்சிங்கப் பிராட்டியாரின் பெயரைக் குறிப்பிடுவதனாலேயே இக்கருத்து வலுப் பெறுகிறது.

சோழரின் அதிகாரம் மீட்பு

கண்டராதித்தன் என்று கருதப்படும் இராஜகேசரி வர்மனின், இரண்டாம் அல்லது மூன்றாம் ஆண்டின் கல்வெட்டே இது. இழந்த சோழநாட்டுப் பகுதிகளை மீட்கும் முயற்சிகள் கண்டராதித்தனால் தன் தந்தை ஆட்சியின் கடைசிச் சில ஆண்டுகளிலேயே மேற்கொள்ளப்பட்டது என்றும், வாணர்கள் அல்லது அவர்களில் ஒரு சிலர், மூன்றாம் கிருஷ்ணனுடன் கொண்ட நட்பிலிருந்து மீட்கப்பட்டனர் என்றும் எண்ணுவதற்கு இக்கல்வெட்டு வழி செய்கிறது. வாணர்களுடனான கூட்டே, சோழர் தாம் சிறிது காலத்திற்கு உள்ளாயிருந்த மீட்சி அடைந்ததற்கு அறிகுறியாகும். கண்டராதித்தன் இறந்த பிறகு, இவனுடைய பெரும் முயற்சியை ஆற்றூர் துஞ்சிய அரிஞ்சயன் மேற்கொண்டான். இக்கருத்துப்படி, தென் பகுதியில் இழந்த பகுதிகளை மீட்பதில் இவனும் ஈடுபட்டிருக்கலாம். வீரபாண்டியன் பெருமையாகக் கூறி வந்த 'சோழன் தலைகொண்ட' என்ற நிகழ்ச்சி இவன் ஆட்சியிலேயே நடைபெற்றிருக்கலாம்.

சுந்தர சோழன்

அரிஞ்சயனுக்குப் பின் அவனுக்கும் அன்பில் பட்டயங்களில் கூறப்படும் இவனது ஒரே பட்டத்து அரசியான வைதும்பை இளவரசி கல்யாணிக்கும் பிறந்த ஒரே மகனே அரியணை ஏறினான். இவன் பெயர் இரண்டாம் பராந்தகச் சுந்தர சோழன். இவன், மதுரைகொண்ட இராஜகேசரி என்றும் அழைக்கப்பட்டான். சுந்தர சோழன் முதலில் தம் கவனத்தைத் தெற்கே திருப்பினான். பாண்டிய நாட்டில், சோழர் செல்வாக்கை நிலைநாட்ட கண்டராதித்தன் செய்த முயற்சியைத் தகர்த்து எறிந்த வீரபாண்டியன் தன்னுரிமையுடன் ஆண்டுவந்தான். சேவூர்ப் போரில் பராந்தகன் தன் பகைவர்களின் யானைகளை வெட்டி வீழ்த்தி, இரத்த ஆறு ஓடச் செய்தான் என்றும் அவனது மகன் ஆதித்தன் சிறுவனாய் இருந்தும் சிங்கம்,

யானையுடன் போரிடுவதுபோல, வீரபாண்டியனை எதிர்த்துப் போரிட்டதாக லெய்டன் பட்டயங்கள்[53] புகழ்கின்றன. சேவூர்ப் போரைப் பற்றிக் கரந்தைப் பட்டயங்களும் (vv. 24-5) குறிப்பிடுவதோடு, வீரபாண்டியன் தோல்வியுற்று, தப்பியோடி சஹியாத்ரி மலை உச்சியை அடைந்தான் என்றும் கூறுகின்றன. புதுக்கோட்டையின் தென் எல்லையில் உள்ள, சேவலி மலைகளுக்குத் தெற்கேயுள்ள சேவூர்ப் போர்க்களத்தில் ஆதித்தனது வீரம் வெளிப்பட்டதோடு, 'வீரபாண்டியன் தலைகொண்ட' என்று கூறிக்கொள்ளவும் இவனுக்கு வாய்ப்பைக் கொடுத்தது. வீரபாண்டியன், ஆதித்தனால் கொல்லப்பட்டதாகத் திருவாலங்காட்டுப் பட்டயங்கள் கூறுகின்றன. லெய்டன் பட்டயங்கள் அவ்வாறு கூறவில்லை. திருவாலங்காட்டுப் பட்டயங்களின் தொகுப்பாசிரியர், லெய்டன் பட்டயங்களிலுள்ள உவமையைப் படித்து, அதன் பிறகு இந்தப் போரைப் பற்றி அலங்காரமாகக் கூறியிருக்கலாம். ஆதித்தனின் ஆட்சி பற்றி, லெய்டன் பட்டயங்களில் இல்லாத ஒரு குறிப்பும் இவற்றில் இல்லை. வீரபாண்டியன் படுகாயமுற்ற சேவூர்ப் போருக்குப் பிறகு, கொடும்பாளூர்ப் பராந்தகன் சிறிய வேளார் போன்ற பலரது தலைமையில், சோழப் படைகள், பாண்டிய நாட்டிற்குள் புகுந்து, தொடர்ந்து போரிட்டு, வீரபாண்டியனைக் காடுகளுக்குள் விரட்டியடித்தது உண்மையாக இருக்கலாம்.[54] இப்போரில், சோழரை முறியடிக்கும் முயற்சியில் பாண்டிய மன்னன் ஈழத்துப் படைகளின் உதவிகளைப் பெற்றான். இது, சிறிய வேளார், ஈழத்தின் மீது படையெடுத்து, சுந்தர சோழனின் 9-ம் ஆட்சி ஆண்டிற்கு முன்பே, கி. பி. 965 போரில் மாண்டான் என்பதிலிருந்து தெளிவாகிறது.[55] இந்நிகழ்ச்சியை உறுதிப்படுத்தும் வகையில், நான்காம் மகிந்தன் காலத்தில், கி. பி. 956-72, நிகழ்ந்த நிகழ்ச்சிகளைப் பற்றி மகாவமிசம் குறிப்பிடுகிறது.[56]

"நமது நாடான நாகதீபத்தை[57] பிடித்துக் கொள்ள வல்லப அரசன் அங்கு ஒரு படையை அனுப்பினான். இதைக் கேள்விப்பட்ட மன்னன் தன்னுடைய படையைச் சேனன் என்ற பெயருடைய ஒரு சேனாபதியிடம் ஒப்படைத்து வல்லப அரசனுடைய படைகளுடன் போரிட அனுப்பி வைத்தான். அந்தச் சேனாதிபதி, வல்லப அரசர்களின் படைகளைத் தோற்கடித்துப் போர்க்களத்தில் தனக்கு எவரும் நிகரில்லை என்பதை நிலைநாட்டினான். வல்லப அரசனைத் தலைவராகக்கொண்ட அரசர்களால் நமது அரசனைத் தோற்கடிக்க முடியாது போனதால் அவர்கள் மன்னனுடன் நேச உடன்பாடு செய்துகொண்டார்கள். இவ்வாறு

நம் மன்னனின் புகழ், இலங்கையில் பரவியது; கடல் கடந்து ஜம்பு தீவிற்குள் நுழைந்தது."

மிகிந்துவின் வெஸ்ஸகிரி பலகைக் கல்வெட்டு,[58] தமிளர்களை (Daimilas) எதிர்த்து, சேனாதிபதி சேனன் பெற்ற வெற்றியைக் குறிப்பிடுவதால், **மகாவமிசம்**, சோழர் கல்வெட்டுகள் கூறுவதை உறுதிப்படுத்துகிறது.[59]

சோழரின் நண்பர்கள்

இரண்டாம் ஆதித்தனைத் தவிர, மேலும் இருவர், வீரபாண்டியனை வெற்றி கண்டதாகக் கூறுகின்றனர். இவரில் ஒருவன், பார்த்திவேந்திர வர்மன். இவனைப் பற்றி முன்பே கூறியிருக்கிறோம். மற்றொருவன், கொடும்பாளூரைச் சேர்ந்த பூதிவிக்கிரம கேசரி. இவன் வீரபாண்டியனை ஒரு போரில் வென்றதாகக் கூறும் கல்வெட்டு,[60] இவன் பல்லவரது குருதியால் காவிரியாற்றின் நீரைச் செந்நிறமாக்கி, வஞ்சிவேள் என்பானைக் கொன்று, கொடும்பாளூரிலிருந்து, அரசாண்டான் என்றும் கூறுகிறது. இவனுக்கு கற்றளி, வரகுணா என்ற இரு மனைவியர் இருந்தனர். கற்றளிப் பிராட்டி, மறவன் பூதியர் என்னும் தென்னவன் இளங்கோ வேளார் என்பவனது மனைவி என்று, ஆண்டு குறிக்கப்படாத ஒரு இராஜகேசரிக் கல்வெட்டு, தெரிவிக்கிறது.[61] இப்பெயர்கள் விக்கிரம கேசரியின் ஏனைய பெயர்களாக இருக்கக் கூடும். இராஜகேசரியின் 13-ம் ஆண்டைச் சேர்ந்த இரு கல்வெட்டுகள், வரகுண பெருமானார் என்று விக்கிரம கேசரியின் மற்றொரு மனைவியையே குறிக்கின்றன எனலாம். இவ்விரண்டில் தில்லைத் தானத்தில்[62] கிடைக்கும் ஒரு கல்வெட்டில் இவள் பராந்தக இளங்கோ வேளாரின் மனைவி என்று குறிப்பிடப்பட்டுள்ளது. இவனது பட்டத்திலிருந்தே, விக்கிரம கேசரி, பராந்தகச் சுந்தர சோழனது அதிகாரத்திற்கு உட்பட்டிருந்தது தெளிவு. லால்குடியைச் சேர்ந்த மற்றொரு கல்வெட்டு,[63] நங்கை வரகுணப் பெருமானார், சோழ மன்னனின் சகோதரி என்று கூறுகிறது. மேலும், கற்றளி மூலம் தனக்குப் பிறந்த இரு குழந்தைகளுக்கும், பராந்தகன் என்றும் ஆதித்தவர்மன் என்றும் சோழ அரசன், அவனது மகன் ஆகியோரது பெயர்களையே வைத்தான் என்று கூறுகிறது. இறுதியாக, முன்னர் கூடியதுபோல, தெற்கத்தியப் படையெடுப்பில் சோழரது படையின் தலைமையை ஏற்றவர்களில் கொடும்பாளூர்ப் பராந்தகன் சிறிய வேளாரும் ஒருவர். இக்குறிப்புகள் அனைத்தையும் இணைத்துப் பார்க்கும்போது, கொடும்பாளூர்ச் சிற்றரசர்களுக்கும், முதலாம் பராந்தகனின் தலைமையில் சோழர்களுக்குமிடையே நிலவிய நல்லுறவு, சோழ

மன்னனின் சந்ததியார் காலத்திலும் தொடர்ந்து நிலவியது தெரிய வருகிறது. இதன் காரணமாகவே, அடிபணியாத வீரபாண்டியனை வெல்லும் முயற்சியில் சுந்தர சோழனுக்கும் அவன் மகனுக்கும், விக்கிரம கேசரி[64] உதவிபுரிந்தான்.

வீரபாண்டியனுடன் போரிட்ட விவரங்களைத் தவிர, விக்கிரம கேசரி அடைந்த ஏனைய வெற்றிகளை, எளிதாக விளக்க இயலவில்லை. வஞ்சிவேளை எதிர்த்து, இவன் பெற்ற வெற்றியைப் பொருட்படுத்தாவிடினும், காவிரி கரையில் இவன் எவ்வாறு பல்லவருடன் போரிட்டிருக்க முடியும் என்பதை விளக்குவது கடினமே. விக்கிரம கேசரியின் கொடும்பாளூர்க் கல்வெட்டுச் சற்று முந்தைய காலத்தைச் சேர்ந்தது என்று எண்ண இதனால் இடம் ஏற்படுகிறது. எழுத்து வடிவங்களின் அடிப்படையில், இக்கல்வெட்டை, கண்டராதித்தனுக்கு முற்பட்டதாகக் கருதுவதற்கில்லை.[65] பல்லவர் என்பதை வல்லவர் என்றும், சோழ நாட்டின் மீது படையெடுத்து, இராமேஸ்வரம் வரை சென்ற இராஷ்டிரகூட மன்னன் கிருஷ்ணனை எதிர்த்து விக்கிரம கேசரி சிறந்த முறையில் போரிட்டதை இது குறிக்கும் என்றும் நாம் கருதலாம்.

பாண்டியப் போரின் முடிவில்லா விளைவுகள்

இராஷ்டிரகூடப் படையெடுப்பினால் ஏற்பட்ட பேராபத்திலிருந்து சோழர் சுந்தரசோழனின் ஆட்சியில் மீட்கப்பட்டனர். தெற்கே, தொடர்ந்து நடந்த போருக்குப் பாண்டியரும், அவரது ஈழத்து நண்பருமே காரணமாயினர். இதனால், முதலாம் இராஜராஜன் காலம் முதற்கொண்டே பாண்டிய நாட்டில் சோழர் கல்வெட்டுகள் பொறிக்கப்பட்டன. பலமும் புகழும் உடைய பாண்டியரை வெற்றி கொண்டதாக இராஜராஜன் கூறுவது, இவன் தந்தையும் அண்ணன் ஆதித்தனும் பாண்டியரை வீழ்த்த மேற்கொண்ட முயற்சிகள் வீணாயின என்று பொருள்படுகிறது. ஆனால் அதே சமயம் ஆதித்தன், பார்த்திவேந்திரன், சுந்தர சோழன் ஆகியோர் கல்வெட்டுகள், வடக்கே சோழர் பெரும் வெற்றிகொண்டதாகக் கூறுகின்றன. தென் ஆர்க்காடு, வட ஆர்க்காடு, செங்கற்பட்டு மாவட்டங்களில், கிருஷ்ணனின் கல்வெட்டு குறையக் குறைய, இச்சோழ மன்னர்களின் கல்வெட்டுகள் அதிகரிக்கின்றன. இம்மாறுதல் எவ்வாறு ஏற்பட்டது என்பதை நாம் அறிவதற்கில்லை. காஞ்சிபுரத்தில் பொன்னாலான தன்னுடைய மாளிகையில் சுந்தர சோழன் இறந்தான். அதனால்

அதன் பிறகு, 'பொன் மாளிகைத் துஞ்சின தேவன்'[66] என்றே அழைக்கப்பட்டதாலும், இம்மன்னன், வடபகுதியில் தங்கி, தன் நாட்டின் விவகாரங்களை அயராது கவனித்ததாக அனுமானிக்கலாம். மலையமான்களின் வமிசத்து வானவன் மாதேவி என்ற இவன் மனைவி, கணவன் இறந்ததும் உடன்கட்டை ஏறினாள்.[67] இவளுடைய சிலை ஒன்று இவள் மகள் குந்தவையால் தஞ்சைக் கோயிலில் வைக்கப்பட்டது.[68] இவ்வுலகை அதருமத்திலிருந்து (கலி)[69] காப்பதற்காகப் பிறந்த இரண்டாம் மனுவே, சுந்தர சோழன் என்ற பெருமையை இம்மன்னன் விட்டுச்சென்றான். சேர இளவரசியான இவனுடைய மற்றொரு மனைவி இவன் மகள், இராஜராஜனின் 16ம் ஆட்சி ஆண்டுவரை (கி. பி.1001) வாழ்ந்தாள்.[70]

இலக்கியம்

சுந்தரசோழன் ஆட்சியில் தமிழ், வடமொழி இலக்கியங்களுக்கு ஊக்கம் அளிக்கப்பட்டது. கிடைத்துள்ள பழமையான செப்பேடு, இவன் காலத்ததே. இவன் புகழ்கூறும் **வீரசோழியம்** என்னும் புகழ்மிக்கக் கவிதை நூல், இம்மன்னன் இலக்கியத்தை வளர்த்ததற்குச் சான்று பகரும்.[71] சுந்தரசோழனை, நந்திபுரத்து அரசன் என்று சிறப்பிக்கும் இப்பாமாலை, மன்னனுடைய செல்வாக்கையும் உடல் நலத்தையும் காத்தருளுமாறு, புத்தபிரானை வேண்டுவதாக அமைந்துள்ளது. நாகையில் வெளிநாட்டார் அமைத்திருந்த பௌத்த மடத்திற்கு ஒரு கிராமம் தானமாகக் கொடுக்கப்பட்டதைக் குறிக்கும் லெய்டன் பட்டயங்களுக்குப் பல ஆண்டுகளுக்கு முன்பே, சோழ மன்னர்களுக்கும் தென்னாட்டிலிருந்த புத்த மத சங்கத்திற்குமிடையே நல்லுறவு நிலவியதற்கு, இதுவே சிறந்த சான்றாகும்.

இரண்டாம் ஆதித்தனின் கொலை

குடும்ப வாழ்வில் ஏற்பட்ட பேரிழப்பால், சுந்தரசோழன் தன் இறுதி நாட்களில் மிகவும் பாதிக்கப்பட்டான். 'பாண்டியன் தலைகொண்ட கரிகாலச் சோழனை' கொலை செய்த குற்றத்திற்காகச் சிலருடைய சொத்துக்களை பறிமுதல் செய்து, விற்கும் பணியினை, மன்னன் கட்டளைப்படி, திருவீர நாராயண சதுர் வேத மங்கலச் சபை மேற்கொண்டதாக, இராஜகேசரி இரண்டாம் ஆண்டு உடையார்குடிக் கல்வெட்டு கூறுகிறது.[72] இரண்டாம் ஆதித்தன்

ஒரு சதியின் மூலம் கொலை செய்யப்பட்டான் என்பது இக்கல்வெட்டால் தெளிவாகிறது. இந்த இராஜகேசரிக் கல்வெட்டு, சுந்தர சோழனுக்கும், ஆதித்தனின் தம்பியும், உத்தமசோழனுக்குப் பின் பட்டத்துக்கு வந்தவனுமான இராஜராஜ கேசரிக்குப் பொருந்தும். ஆனால், ஆண்டின் தொடக்கத்தைச் சேர்ந்திருப்பதால், இக்கல்வெட்டு, சுந்தர சோழனுடையதாக இருக்கமுடியாது. ஆதித்தனின் கல்வெட்டுகள், 5-ம் ஆண்டு வரை கிடைத்திருப்பதால், தன் தந்தைக்கு முன்பே இவன் ஆட்சி செய்ததாகக் கூற முடியாது. எனவே, இக்கல்வெட்டு, இராஜராஜனின் ஆட்சிக் காலத்தது என்று உறுதியாகச் சொல்லலாம். மேலும், எழுத்து வடிவங்களும், வான சாஸ்திரக் குறிப்புகளும் இக் கல்வெட்டைப் பற்றி மேற்கண்டவாறு ஊகிப்பதற்கு ஆதரவாக இருக்கின்றன. உத்தம சோழன் ஆட்சி செலுத்திய பதினாறு ஆண்டுகளில் இரண்டாம் ஆதித்தனைக் கொலைசெய்தவர்கள் பழி வாங்கப்படவில்லை என்பது உண்மையே. மகனை இழந்த சுந்தர சோழன், ஒன்று மனம் நொந்து இறந்தான் அல்லது தன் மகனைக் கொன்றவர்களைத் தண்டிக்க இயலாதவாறு செய்யப்பட்ட சூழ்ச்சிகளைக் கண்டு மனம் வருந்தி இறந்தான். சூழ்நிலைகளை உற்று நோக்கும்போது, உத்தம சோழனுக்கு இக்கொலையில் தொடர்பு இல்லையென்று கூறுவதற்கில்லை. உத்தம சோழனுக்கு, அரியணை ஏறவேண்டும் என்ற ஆசை இருந்தது. மன்னர்ப் பதவி தவிர, அதற்குக் கீழ்ப்பட்ட எப்பதவியையும் ஏற்க அவன் விரும்பவில்லை. அரச குடும்பத்தின் மூத்த கிளையினன் என்ற காரணத்தால், அரியணை உரிமை தனக்கே என்று அவன் கருதினான்; தன் ஒன்றுவிட்ட சகோதரனும், அவன் மக்களும் அரியணையைத் தன்னிடமிருந்து பறித்துக் கொண்டதாகக் கருதினான். தனக்கு ஆதரவாக ஆட்களைத் திரட்டி, இரண்டாம் ஆதித்தனைக் கொன்று, தன்னை இளவரசனாக்குமாறு, சுந்தர சோழனை வற்புறுத்தினான். வேறு வழியின்றி, சுந்தர சோழன் இதற்கே இசைந்தான். திருவாலங்காட்டுப் பட்டயங்களிலும் உடையார்குடிக் கல்வெட்டிலும் உள்ள குறிப்புகளை இணைத்துப் பார்க்கும்போது இந்த நிகழ்ச்சிகள் உண்மையாக இருத்தல்கூடும் என்பது புலனாகிறது. திருவாலங்காட்டுச் செப்பேடுகள்,

"விண்ணுலகுக்குச் செல்ல வேண்டும் என்ற ஆசையால் ஆதித்தன் மறைந்தான் (காணாமற் போனான்[73]). கலியின் வல்லமையால் ஏற்பட்ட கார்இருளைப் போக்க, அருண்மொழி வர்மனை அரசனாகுமாறு அவனுடைய குடிமக்கள் வேண்டினர். ஆனால் க்ஷத்ரிய தருமத்தை நன்கு அறிந்த

அருண்மொழி அரச பதவியை மனதார விரும்பவில்லை என்று கூறிவிட்டான். தன்னுடைய சிற்றப்பன் அவ்வரச பதவியை விரும்புவதை உணர்ந்தமையால் தன் சிற்றப்பன் ஆசை தீரு மட்டும் அரசனாக இருக்கட்டும் என்று அருண்மொழி அரச பதவியை மறுத்துவிட்டான்" என்று தெரிவிக்கின்றன.

ஆதித்தன் என்னும் சூரியன் மறைந்தான். பாவம் என்னும் இருள் சூழ்ந்தது. அருண்மொழியின் அடக்கத்தால், உத்தம சோழனின் பேராசை வெற்றிகண்டது. அருண்மொழியை, கோழை, அரசியல் திறமை அற்றவன், சட்டப்படி உரிமை இல்லாதவன் என்றெல்லாம் சொல்லிவிட முடியாது. உள்நாட்டுக் குழப்பம் கூடாது என்ற ஒரே காரணத்திற்காக, அவன் உத்தம சோழனுக்கு அரியணையை விட்டுக்கொடுத்து, அவன் காலத்திற்குப் பிறகு, தான் பட்டத்திற்கு வருவதற்குப் பொறுமையுடன் இசைந்தான். இவர்களுக்கிடையே ஏற்பட்ட சமரச ஒப்பந்தப்படி, உத்தமனுக்குப் பிறகு ஆட்சிப் பொறுப்பை, உத்தமன் மக்கள் ஏற்காமல், அருண்மொழியே ஏற்கவேண்டும் என்னும் உடன்பாட்டிற்கு வந்தனர்போல் தோன்றுகிறது. திருவாலங்காட்டுப் பட்டயங்களில் சொல்லப்பட்டிருப்பது வருமாறு:

> "அருண்மொழியின் உடலில் உள்ள சில அடையாளங்களைப் பார்த்தபோது, மூவுலகையும் காக்கும் ஆற்றல் படைத்த திருமாலே, பூஉலகுக்கு வந்திருப்பதாக நினைத்து, மதுராந்தகன் அவனை இளவரசனாக்கி மண்ணுலகை ஆளும் பொறுப்பைத் தானே மேற்கொண்டான்."

இதற்கேற்ப, மதுராந்தக உத்தம சோழனின் மகனான மதுராந்தகக் கண்டராதித்தன் இராஜராஜனின் ஆட்சியில் உயர்பதவியில் அமர்ந்து, நாட்டை நிர்வகிப்பதில் அவனுக்கு விசுவாசமாக நடந்து உதவினான்.[74] உத்தம சோழன் அரியணை ஏறிய இந்த வரலாறு உண்மையாய் இருப்பின், பக்திக்கும் நேர்மைக்கும் புகழ் பெற்ற பெற்றோர்களுக்குத் தன்னலமும் மூர்க்கக்கத்தனமும் உடைய மகன் பிறந்தான் என்ற முடிவு ஏற்படுகிறது. வரலாற்றில் இதைப்போன்று வேறு எடுத்துக்காட்டுகளும் உண்டு. இராஜராஜனாக எதிர்காலத்தில் பெருந்தன்மையுடனும் இராஜ தந்திரத்துடனும் நடந்துகொண்டவனுக்கு,

முற்றிலும் மாறுபட்ட குணங்கள் உடையவனாக, உத்தம சோழன் விளங்கினான். அவசர புத்தி, சுயநலம் ஆகியவற்றின் உருவமாக அவன் திகழ்ந்தான்.

உத்தம சோழன் அரியணை ஏறல்

உத்தம சோழன் அரியணை ஏறுவதற்கு முன்பே, இராஷ்டிரகூட படையெடுப்பால் இழந்த வட பகுதிகளில் பெரும்பாலான நிலப்பரப்பைச் சோழர்கள் மீட்டனர் என்று (வீர பாண்டிய தலை கொண்ட) ஆதித்த பரகேசரி, பார்த்திவேந்திர வர்மன் ஆகியோர் கல்வெட்டுகள் கூறுகின்றன. இவை, உத்திரமேரூர், காஞ்சிபுரம், தக்கோலம், திருவண்ணாமலை ஆதிய இடங்களில் காணப்படுகின்றன. தென் ஆர்க்காடு, வட ஆர்க்காடு, செங்கற்பட்டு மாவட்டங்கள் மீண்டும் சோழர்களால் கைப்பற்றப்பட்டதாகவும் இவை கூறுகின்றன. இக்கல்வெட்டுகள் பெரும்பாலும், அறக் கட்டளைகள், நில விற்பனை, பாசன வேலைகள் போன்ற விவரங்களைத் தெரிவிப்பதால், இப்பகுதிகளில் பொதுவாக அமைதி நிலவியது என்பதையும் போர்களின் விளைவுகள் படிப்படியாக மறைந்தன என்பதையும் நாம் உணரலாம்.

முதற் சோழ நாணயம்

உத்தம சோழன் ஆட்சியைப் பல கல்வெட்டுகளும் ஒரு செப்பேடும் கூறுகின்றன. சோழர்களின் மரபு வழியை வட மொழியில் கூறக்கூடிய இப்பட்டயத்தின் தொடக்கப்பகுதி காணப்படவில்லை. பட்டயத்தின் நோக்கத்தைக் கூறும் உரைநடையிலான பிற்பகுதி மட்டுமே கிடைத்துள்ளது. கல்வெட்டுகள் சிலவற்றிலும் இந்தச் செப்பேட்டிலும் இம்மன்னனின் பெயர், பரகேசரி உத்தம சோழன் என்று தெளிவாகச் சொல்லப்பட்டிருக்கிறது. ஆனால், அரிகேசரி என்ற பட்டத்தை மட்டும் தாங்கியுள்ள பல கல்வெட்டுகள், அவற்றில் காணப்படும் வான சாஸ்திரக் குறிப்புகளைக்கொண்டும் அல்லது இம்மன்னனுடைய தாயார், மனைவி போன்ற உறவினரைக் குறிப்பிடுவதிலிருந்தும் அல்லது இம்மன்னனிடம் பணிபுரிந்த அதிகாரிகளைப் பற்றிக் கூறுவதிலிருந்தும், அவை இம்மன்னனுடையனவே என்று கூறலாம். நமக்குத் தெரிந்தவரை சோழருடைய நாணயங்களில் காலத்தால் முற்பட்டது, இவன் ஆட்சிக் காலத்தியதே என்பதையும் நாம் கவனிக்கவேண்டும். இது ஓர் அழகிய பொற்காசு. இந் நாணயம், முதலில் சர் வால்டர் எலியட் என்பவரிடம் இருந்தது. பிறகு அது காணாமற்

பராந்தகன் முதல் முதலாம் இராஜராஜன் வரை 215

போய்விட்டது,[75] இந்த நாணயத்தின் முன்பக்கமும் பின்பக்கமும் ஒரே மாதிரியாக உள்ளன. நடுவில், உட்கார்ந்த நிலையில் ஒரு புலி பொறிக்கப் பட்டிருக்கிறது. அதற்கு வலது பக்கமுள்ள ஒரு மீனைப் பார்த்துக்கொண்டிருக்கிறது. புலி, மீன் இவற்றிற்கு இடையே ஒரு கோடு இருக்கிறது. காசின் வட்டமான விளிம்பில் கிரந்த எழுத்துக்களில் உத்தம சோழன் என்று எழுதப்பட்டிருக்கிறது. நாணயத்தின் புற எல்லைகள், மணியாலான வளையத்துடன் காணப்படுகின்றன. இந்த நாணயத்தின் எடை 50 முதல் 60 குன்றிமணி அளவு வரை இருக்கலாம் என்று அறிஞர் எலியட் நிர்ணயித்தார். இராஜராஜன் காலத்திற்கு முன்பு தக்காணத்திலும் தென்னிந்தியாவிலும் இதே அளவுள்ள நாணயங்களே புழக்கத்தில் இருந்தன.[76]

சென்னை மியூசியம் பட்டயங்கள்

உத்தம சோழனின் பட்டயங்கள், சென்னை மியூசியத்தில் உள்ளன. இவை, அரசியல் வரலாற்றுக்குப் பயன்படவில்லை. ஆனால், உத்தம சோழன் காலத்தில் நிலவிய சமுதாய வாழ்வைப் பற்றியும் நாட்டின் அரசியல் முறை பற்றியும் தெரிந்துகொள்ள மிகவும் பயன்படுகின்றன.[77] மேலும், அக்கால எழுத்து வடிவங்களின் அழகிய மாதிரிகளாய் இவை திகழ்கின்றன.[78] இம்மன்னன் காலத்துக் கல்வெட்டுகள் கூட அரசியல் நிகழ்ச்சிகளைப் பற்றி ஒன்றும் கூறவில்லை. அண்மையில், திருச்சிராப்பள்ளி மாவட்டத்தில் கண்டெடுக்கப்பட்ட பரகேசரியின் 12-ம் ஆண்டைச் சேர்ந்த சில கல்வெட்டுகள், உத்தம சோழனுடைய அரசில் உயர்ந்த பதவி வகித்த குவளாலத் (கோலார்)தைச் சேர்ந்த அம்பலவன் புழுவூர் நக்கன் என்னும் ஓர் அதிகாரியை நமக்கு அறிமுகம் செய்கிறது. பெரும் மதிப்பைப் பெற்ற இவ்வதிகாரி, திருநாவுக்கரசரால் புகழ்ந்து பாடப்பட்ட விஜய மங்கலத்துப் பழம் கோயிலைக் கொள்ளிடக் கரையில் கோவிந்த புத்தூர் என்னுமிடத்தில் ஒரு கற்றளியாக மாற்றியமைத்தான்.[79] சிவபெருமானின் ஆசியைப் பெறும் பொருட்டு, அர்ஜுனன் மேற்கொண்ட தவத்தைக் கொண்டாடும் வகையில் இப்பணி மேற்கொள்ளப்பட்டது.[80] உத்தம சோழன், இவ்வதிகாரிக்கு விக்கிரம சோழமாராயன் என்ற பட்டத்தை அளித்தான்.[81] இம்மன்னனும், விக்கிரமன் என்ற பட்டத்தைப் பெற்றான் என்று முடிவு செய்யலாம். இதே அதிகாரி, இராஜராஜனின் ஆட்சிக் காலத்திலும் தொடர்ந்து பணிபுரிந்தான். இராஜராஜனின் கல்வெட்டுகளில் இவ்வதிகாரியின் பெயருக்கு முன்னால், மும்முடிச் சோழன் என்ற பட்டம் சேர்க்கப்பட்டுள்ளதோடு, இராஜராஜ பல்லவரையன்[82] என்ற மற்றொரு பட்டத்தினை இவன் பெற்றிருந்தான்.

உத்தம சோழனின் அதிகாரம் மைசூரிலுள்ள (கருநாடகம்) கோலார் வரை பரவியது என்பதற்கு வேறு சான்றுகளே இல்லை. இவ்வதிகாரியைப் பற்றிக் கூறும் எல்லாக் கல்வெட்டுகளும், திருச்சிராப்பள்ளி மாவட்டத்திலுள்ள ஓர் இடத்திலிருந்து மட்டுமே கிடைத்துள்ளன. இதனின்று, நமக்கு விளங்காத சில காரணங்களுக்காக இவ்வதிகாரி, கோலாரிலிருந்து சோழ நாட்டிற்குள் குடியேறி, பின்பு அரசுப் பணியில் ஈடுபட்டு உயர் பதவி பெற்றான் என்று அனுமானிக்கலாம்.

உத்தமனின் மனைவியர்

உத்தம சோழனுக்குப் பல மனைவியர் இருந்தபோதும், இவர்களில் ஐவரைப் பற்றி ஒரே கல்வெட்டில் குறிப்பிடப்பட்டிருக்கிறது.[83] இவன் ஆட்சிக் காலம் முழுவதும் முக்கிய இடத்தை வகித்தவன், ஒரட்டணம் (உரட்டயன்) சொரப்பையார் (கன்னடப்பெயர்) என்பவளே, அக்ரமாதேவியார், மூத்த நம்பிராட்டியார் என்றும் இவள் அழைக்கப்பட்டாள்.[84] திருபுவன மாதேவியார் என்ற பட்டத்தைப் பெற்றதால், இவளே முக்கியப் பட்டத்தரசியாவாள் என்பதையும் அறியலாம். இம்மன்னனின் மனைவிமார் அனைவருமே, செம்பியன் மாதேவி என்ற தங்கள் மாமியாரின் பெயரைத் தாங்கிய தஞ்சை மாவட்டத்திலுள்ள ஒரு கிராமத்திற்குப் பல அறக்கட்டளைகளை வழங்கியுள்ளனர். இதுவே, சோழ மன்னன் குடும்பத்தினர், கண்டராதித்தனின் விதவையின்பால் எவ்வளவு மதிப்பு வைத்திருந்தனர் என்பதை எடுத்துக்காட்டுகிறது. முன்னரே கூறியது போல, உத்தம சோழனின் ஒரே மகன், மதுராந்தகன் கண்டராதித்தியன்[85] என்று அழைக்கப்பட்டதோடு, இராஜராஜன் ஆட்சியில் அவன் உயர் பதவியும் வகித்தான்.

இராஜகேசரியின்[86] 5-ம் ஆண்டுக் கல்வெட்டு ஒன்று, புழிச்சயன்சாமி அப்பை என்ற பாண்டிய இளவரசி[87] விக்கிரமச்சோழ மலாடுடையாரின் மனைவி என்று குறிப்பிடுகிறது. தென் ஆர்க்காட்டிலுள்ள, மலைப்பகுதியைச் சேர்ந்த மலாடுத் தலைவனும், சோழரின் அதிகாரத்திற்கு உட்பட்டவனுமான இவன், விக்கிரமன் என்றும் அழைக்கப்பட்ட உத்தமச் சோழனிடமிருந்தே இப்பட்டத்தைப் பெற்றிருக்க வேண்டும். இக்கருத்து உண்மையாயின், இக்கல்வெட்டு முதலாம் இராஜராஜனுடையதே ஆகும்.

குறிப்புகள்

1. பராந்தக தேவன் என்னும் ஒருவனுடைய ஒன்பதாம் ஆண்டில் வெட்டப்பட்ட மூன்று கல்வெட்டுகள், சோழர்களின் கல்வெட்டுகள் குறித்த ஆராய்ச்சியில் சிறியதொரு சிக்கலை ஏற்படுத்துகின்றன. வடஆர்க்காடு (இப்போது செங்கற்பட்டு) மாவட்டம், திருவாலங்காட்டில் உள்ள 16/1896 கல்வெட்டு, அரசனை, பரகேசரி என்றும், திரிபுவனச் சக்கரவர்த்தி என்றும் சொல்லுகிறது. தஞ்சை மாவட்டம் கோயில் தேவராயன் பேட்டையிலுள்ள 261/1923-கல்வெட்டும் அவ்வாறே சொல்லுகிறது; மேலும், 'பூ மங்கை வளர' என்று தொடங்கி, ஒரு வரலாற்று முன்னுரையைக் கூறுகிறது. தென் ஆர்க்காடு மாவட்டம் திருவடத்துறை 225/1929 கல்வெட்டு அதே முன்னுரையைக் கொடுக்கிறது. ஆனால், அரசனை, இராஜகேசரி என்றும், சக்கரவர்த்தி என்றும் சொல்லுகிறது. இவை சரியான ஆதாரங்களாக இருப்பின், முதலாம் பராந்தகப் பரகேசரி அல்லது இரண்டாம் பராந்தகப் இராஜகேசரி ஆட்சிகளில் அவை ஏற்பட்டிருக்க வேண்டும். ஆனால், முதலாம் இராஜராஜனுக்கு முன்னால், வேறு சோழ மன்னரின் மெய்க்கீர்த்திகள் சொல்லப்படவில்லை. தவிரவும், திரிபுவனச் சக்கரவர்த்தி என்ற பட்டம், இவற்றில், இரண்டு ஆதாரங்களில் அரசனுக்குச் சொல்லப்பட்டிருக்கிறது. மேலும், மூன்றாவது கல்வெட்டு உள்ள கோயிலில், வீரராஜேந்திரனுக்கு முற்பட்ட காலத்துக் கல்வெட்டு ஒன்றேனும் காணப்படவில்லை. இந்த மூன்று காரணங்களால் இக்கல்வெட்டுகள் அவ்வளவு நம்பத் தக்கவையாக இல்லை. வரலாற்று முக்கியத்துவம் உடைய ஒரு செய்தியையும் இவை தரவில்லை. பிற்காலத்தில் இருந்த ஒரு சாதாரண சோழச் சிற்றரசன் காலத்தில் இவை ஏற்பட்டிருக்கலாம். பார்க்க : ஏ. ஆர். இ. 1924, II 9; 1929; II 26.

2. கிருஷ்ண சாஸ்திரி, (எஸ். ஐ. ஐ. ii, முன்னுரை 12) சொல்லுவதாவது : "கன்னர கிருஷ்ணனின் தமிழ்க் கல்வெட்டுகளில் சொல்லப்பட்டிருக்கும் ஆண்டுகள், கி. பி. 949 முதல் எண்ணப்படவேண்டும் போலும்". அதே பக்கத்தில், கிருஷ்ணன், சகம் ஆண்டு 889, அதாவது, கி.பி. 967-ல் இறந்ததாக அவரே ஒப்புக்கொள்கிறார். இந்த தேதிக்குப் பிறகு ஏற்பட்ட ஆதாரங்களில் அவன் பெயர் ஏன் இடம் பெற வேண்டும்? 977 வரை அவனுடைய ஆட்சி ஆண்டுகள்

எவ்வாறு இருந்திருக்க முடியும், என்பதை எல்லாம் அவர் விளக்கவே இல்லை. மேலும், 949 என்பது, தொண்டை மண்டலத்துக்குள், கிருஷ்ணன் நுழைந்த ஆண்டு அல்ல. அதற்கு அடுத்த ஆண்டில்தான் அவன் நுழைந்தான் என்பதையும் அவர் ஒப்புக்கொள்கிறார். அப்படியானால் அவனுடைய தமிழ்க் கல்வெட்டுகளில் ஏன் இந்த ஆண்டிலிருந்து தொடங்கி, ஆண்டுகள் கணக்கிடப்படவேண்டும்? தமிழ்க் கல்வெட்டுகளில் காணப்படும் அவனுடைய ஆட்சி ஆண்டுகளில் மிகக் கூடுதலானது, 30 என்று இதுவரை நம்பப்பட்டது. ஆனால், சரியான ஆண்டு இருபத்தெட்டுதான். (364/1902, 159/1921) கீளூரில், 232/1902 கல்வெட்டில் ஆண்டு இப்போது 20 என்று படிக்கப்படுகிறது. ஏ. ஆர். இ. 1903-ல் (3)0 என்று சொல்லப்பட்டிருப்பது தவறு. பார்க்க : எஸ். ஐ. ஐ. vi, 859.

3. இதே அதிகாரத்தில் பரந்தூர்க் கல்வெட்டு அல்லது பரந்தூர் ஆதாரம் என்ற தலைப்பில், பரந்தூரில் 15-ம் ஆண்டில் பொறிக்கப்பட்டுள்ள செய்திகளைப் பற்றிய விவரத்தைப் பார்க்க.

4. பார்க்க : எஸ். ஐ. ஐ. iii, 135, 138.

5. முதலாம் இராஜராஜனின் 6-ம் ஆட்சி ஆண்டின் கீழ் 444/1918/252/1936-7 என்பது மும்முடிச் சோழ கண்டராதித்தனின் 2-ம் ஆட்சி ஆண்டின் நேரடியான ஆதாரம்.

6. கிருஷ்ண சாஸ்திரி குறிப்பிடுவதாவது : ஆழ்வார் என்னும் சொல் மரியாதையைக் குறிப்பிட ஏற்பட்டது. உரிய காலத்தில் அவர் இறந்துவிட்டார் என்ற பொருளையும் அது குறிக்கலாம். அரிகுலகேசரிதான் அரிகேசரி, அரிஞ்சயன் அல்லது அரிந்தமன் என்பதை ஏற்கெனவே துணிந்தபடி, கண்டராதித்தனின் 8-ம் ஆண்டுக்கு முன்னரே இறந்திருந்தால், அடுத்த அரசன், ஒரு வைதும்ப இளவரசிக்கும் அரிகுலகேசரிக்கும் பிறந்த சுந்தரசோழன் என்ற அரசனாகத்தான் இருக்க வேண்டும். அன்பில் பட்டயங்களும் இவ்வாறே சொல்லுகின்றன (எஸ். ஐ. ஐ. iii, முன்னுரை பக். 14). அரிகுலகேசரி என்பவன் அரிஞ்சயன் என்று நிர்ணயிக்கப்பட்டாலும், அவன் கண்டராதித்தனுக்கு முன்னரே இறந்துவிட்டான் என்று நிலைநாட்ட முடியாது. முதலாம் இராஜராஜனின் ஆதாரங்கள் பலவற்றில் அவனுடைய அக்காள் குந்தவை ஆட்சிக் காலத்திலேயே ஆழ்வார் என்று சொல்லப்பட்டிருப்பதை

நாம் அறிவோம். மேலும், கண்டராதித்தனும் அவனுக்குப்பின் பட்டத்திற்கு வந்த சுந்தர சோழனும் இராஜகேசரிகளாகவே இருந்ததால், இடையில் பரகேசரியாக, கண்டராதித்தன் மகனான பச்சிளம் பாலகன் ஒருவன் இருந்திருக்கலாம் என்று கிருஷ்ண சாஸ்திரி கருதுகிறார் (மேற்கூறிய ஆதாரம், எண் 2). இது, வக்கிரமான ஆராய்ச்சி. ஆனால், இது சாத்தியமானதாகத் தோன்றவில்லை. இ. ஐ. xv, பக். 53-ல் கோபிநாத ராவ் இதே வரிசை முறையைப் பின்பற்றி அரிஞ்சயனை நீக்கி விட்டு, கண்டராதித்தன் தன்னுடைய அண்ணன் இராஜாதித்த இராஜகேசரிக்குப் பிறகு, பட்டத்திற்கு வந்த ஒரு பரகேசரி என்று எழுதியிருக்கிறார்.

7. எஸ். ஐ. ஐ. iii, 111-ம் 112-ம்.
8. 587/1920.
9. 83, 84, 86/1889 (எஸ். ஐ. ஐ. iii, 15-7).
10. கோபிநாத ராவ் கருத்தில் இவன் சுந்தர சோழனே. இ. ஐ. xv, பக். 54; கண்டராதித்தன் என்று மற்றவர்கள் சொல்லுகிறார்கள். க்யூ.ஜே. எம். எஸ். xvii, பக். 195 மற்றும் பார்க்க. 1921, II, 61.
11. எஸ். ஐ. ஐ. iii, பக். 215 என். 4.
12. **ஸீவல், 'ஃபர்காட்டன் எம்பயர்',** பக். 145.
13. **'குரு பரம்பரை'** பக். 105-6 (பதிப்பு: எஸ். கிருஷ்ணமாச்சாரி, 1927).
14. vv. 67-ம், 68-ம், மாறுபட்ட கருத்து, கீல்ஹார்ன், **'லிஸ்ட்'** பக். 115 n.2-ல் பார்க்க. இது திருவாலங்காட்டுச் செப்பேடுகள் கண்டுபிடிக்கப்பட்டதற்கு முன்பு எழுதப்பட்டது.
15. ஏ. ஆர். இ. 1904 II, 20; 1909 II, 39.
16. எஸ். ஐ. ஐ. iii, முன்னுரை பக். 14-ம் ஏ. எஸ். ஐ. 1908-9 பக்.122. மற்றும் ஏ. ஆர். இ. 1912 II, 17, இத்னுடைய போக்கு மிகத் தயக்கமாக இருக்கிறது.
17. ஏ. எஸ். ஐ. 1908-9, பக். 122.
18. உண்மையைச் சொல்லப்போனால் இந்த விஷயம் 306/1911 (ஏழாம் ஆண்டு) குறித்த வரை ஏ. ஆர். இ. 1912, II, 17-ல் மிக எச்சரிக்கையாக ஆராயப்பட்டிருக்கிறது. 'மதுரை கொண்ட' என்ற பட்டம், அரசன் ஒரு பராந்தகனின் மகன் என்பதைக் குறிப்பதாகச் சொல்லப்பட்டிருக்கிறது. ஆனால், கண்டராதித்தன் ஒரு இராஜகேசரி என்று ஓரிடத்திலும்

தெளிவாகச் சொல்லப்படவில்லை என்பதும் ஒப்புக்கொள்ளப் பட்டிருக்கிறது. கண்டராதித்தன், சுந்தர சோழ இரண்டாம் பராந்தகன், இரண்டாம் ஆதித்த கரிகாலன் ஆகிய மூவரும் சேர்ந்தே, 20 ஆண்டுகள்தான் ஆட்சி செய்திருக்கும்போது, இந்த அரசனின் 17 ஆண்டுகள் எப்படி, கண்டராதித்தனின் ஆட்சிக்காலமாகக் கருதப்படும் என்ற சிக்கலையும் ஏற்றுக்கொண்டிருக்கின்றனர். முடிவு வருமாறு: "மதுரைகொண்ட இராஜகேசரி என்ற பட்டத்திற்குரியவன், கண்டராதித்தனே எனத் தற்காலிகமாக அனுமானம் செய்துகொள்ளலாம்." இவ்வாறு செய்யப்பட்ட இடைக்கால முடிவின்படி, கிருஷ்ண சாஸ்திரி கல்வெட்டுகளை, எஸ். ஐ. ஐ. iii, பகுதி 3-ல் வரிசைப் படுத்தியிருக்கிறார். பார்க்க: பக். 250 எண் 114, முன்னுரையும் 4-ம் குறிப்பும்.

19. ஏ. ஆர். இ. 1909 II 39.

20. 139/1907; Pd. 82.

21. 291/1908. இ.ஐ. xii, பக். 121-6.

22. எஸ். ஐ. ஐ.iii, 115 (246/1912).

23. எஸ். ஐ. ஐ. iii, முன்னுரை பக். 14.

24. 291/1908.

25. "வெளியிடப்பட்டுள்ள, இன்னும் வெளியிடப்பட வேண்டிய, மற்றும் கல்வெட்டுத் துறையினரால் படி எடுக்கப்படாத பல கல்வெட்டுகளை நுணுக்கமாயும் பொறுமையாயும் ஆராய்ந்த பிறகு, "ஓர் ஆராய்ச்சியாளர் (க்யூ. ஏ. எம். எஸ். xvii, பக். 197) சில கருத்துகளைத் தெரிவித்திருக்கிறார். இராஜராஜன், தன்னை (இரண்டு ராஜாக்களுடன்) 'கோ ராஜராஜ ராஜகேசரி' என்று சொல்லிக்கொண்டிருக்கிறான். ஆகையால் (ஒரு ராஜா மட்டும் உள்ள), இராஜ ராஜகேசரிக் கல்வெட்டுகள் அனைத்தும், கண்டராதித்தனுடையதே என்பது அவருடைய முடிவு. 176/1906 என்பது இராஜ ராஜகேசரியின் 7-ம் ஆண்டுக் கல்வெட்டு. அதில், உத்தம சோழனின், 15-ம் ஆண்டு சொல்லப்பட்டிருக்கிறது. மற்றும் பார்க்க: 298/1908.

26. vv. 67-8-ம் 28-ம் முறையே.

27. எஸ். ஐ. ஐ. iii, முன்னுரை பக். 16.

28. பார்க்க மேற்படி, பக். 14. n.2, பக். 16, n.1.

29. கரிகாலக் கண்ணன் எனப் பெயருடையவன், ஆதித்தன் மகனாய் இருக்கலாம். இராஜராஜனின் கல்வெட்டுகள் மூலம், அவ்வாறு ஒருவன் இருந்தது தெரிகிறது. பார்க்க: எஸ். ஐ. ஐ. ii, பக். 460-ம் n.2-ம்.

30. ஏ. ஆர். இ. 1921 II 61.

31. இ. ஐ. vii பக். 195. இ. ஐ. iv பக். 223. மற்றும் ரங்காச்சாரி என். ஏ. 586.

32. எஸ். ஐ. ஐ. iii (முன்னுரை) பக். 15.

33. எஸ். ஐ. ஐ. iii, 180.

34. எஸ். ஐ. ஐ. ii, 186.

35. எஸ். ஐ. ஐ. iii, 158.

36. எஸ். ஐ. ஐ. iii, 193.

37. 17/1921.

38. பரந்தூர் ஆதாரத்தைப் பற்றி பிறகு விரிவாகச் சொல்லுவோம்.

39. இ. ஐ. xxvi பக். 82-4, முதல் தடவையாக இங்கே சொல்லப்பட்ட கால வரிசை முறையை, காலம் சென்ற ஏ. எஸ். இராமநாத ஐயர் தம்முடைய அண்மைக் கால ஆராய்ச்சிகளால் பொதுவாக உறுதி செய்கிறார். இருந்தாலும் சில கட்டங்களில் சிந்தனைத் தெளிவு இல்லை. சுந்தர சோழன், தன்னுடைய 7-ம் ஆண்டுக் கல்வெட்டில், "பாண்டியனைச் சுரம் இறக்கின" என்ற பட்டத்துடன் குறிப்பிடப்படுவதால், வீர பாண்டியனுடன் நடைபெற்ற சச்சரவு கி. பி. 946 அளவில் ஏற்பட்டிருக்கலாம் என்று, இராமநாத ஐயரே சொல்லுகிறார். அதன் பிறகு, இதையே ஆதாரமாகக்கொண்டு, இரண்டாம் ஆதித்தன் பட்டத்திற்கு வந்த ஆண்டு 956 என்பதையும், வீரபாண்டியன் பட்டத்திற்கு வந்தது 937 என்பதையும் மறுக்கிறார். அதற்கு அவர் கூறும் காரணம், இந்த ஆண்டுகளை ஒப்புக்கொண்டால், ஆதித்தன் வீரபாண்டியனை, கி.பி 957-ல் கொன்றான். அவனுக்கு முன் பட்டத்திலிருந்த சுந்தர சோழன் அவனை கி. பி. 963-ல் தோற்கடித்தான் என்ற பொருத்தம் இல்லாத முடிவுகள் ஏற்படுகின்றன."

இவனுடைய ஆராய்ச்சி மேற்கோள்களை, எம். வெங்கட ராமைய்யா குறிப்பிடுவதுடன் அவற்றை அங்கீகரித்தும் உள்ளார். (இ. ஐ. xxv பக். 36-7; xxviii பக். 89-90). ஆனால் மறுக்கப்பட்ட தேதியை வரலாற்றுக் கண்ணோட்டத்தில்

ஏற்றுக்கொள்வதும் சாத்தியமே என்று சொல்லுகிறார். வி. வெங்கடசுப்பு ஐயர் சொல்லுவதாவது: "ஒரு சிற்றரசன் தன்னுடைய 959-ம் ஆண்டுக் கல்வெட்டில் மேலாதிக்க அரசனைக் குறிப்பிடவில்லை. ஆனால், தன்னுடைய இரண்டாம் ஆட்சியில் ஏற்பட்ட மற்றொரு கல்வெட்டில் இரண்டாம் ஆதித்தனை அரசனாக ஏற்றுக்கொள்கிறான். ஆகையால், ஆதித்தன் 2-ம் ஆண்டு, 959க்குப் பிறகே இருக்க வேண்டும். 956-ல் அவன் பட்டத்திற்கு வந்திருக்க முடியாது. அவன்தான் பார்த்தி வேந்திரவர்மன் என்று சொல்லிவிட முடியாது (இ. ஐ. xxviii பக். 269); அறிஞர்கள், அவ்வப்போது தங்கள் விருப்பு வெறுப்புகளுக்கு ஏற்பச் செய்யும் முடிவுகளுக்கு எப்படி அடிமையாகி விடுகிறார்கள்!

40. 75/1923. எண்கள் 62, 63/1889. (எஸ். ஐ. ஐ. iv, 291-2) கடைசியாகக் கிடைத்த படிகள். அவை பெரும்பாலும் பரகேசரிக் கல்வெட்டுகளாக இருக்கலாம்.

41. 176/1907; 570; 574/1908 (எஸ். ஐ. ஐ.iii 111, 112); 444/1918 (முதலாம் இராஜராஜனின் 6-ம் ஆண்டு).

41a. 252/1936 -7.

42. கிருஷ்ணசாஸ்திரி 287/1911 (எஸ். ஐ. ஐ.iii 113) கண்டராதித்தனது என்று நினைக்கிறார். என் கருத்தில் இது சுந்தர சோழனுடையது.

42a. ஏ. ஆர். இ. 1936-7, II 22. 362/1902.

43. 200/1904 வீரநாராயணியார் என்ற மற்றொரு அரசி 220/1935-6, முதலாம் பாராந்தகன், 40-ம் ஆட்சி ஆண்டில் குறிப்பிடப்படுகிறார். ஏ. ஆர். இ. 1936 -7 II 21.

44. இந்தத் துதிப்பாடலின் தன்மைகளைப் பார்க்கும்போது, இதை அரசனே இயற்றியிருக்கலாம். இராஜராஜனுடைய அதிகாரியான, மதுராந்தகன் கண்டராதித்தர், கோயில் காரியங்கள் பற்றிய விசாரணைகளைச் செய்யும் வேலையைப் பார்த்து வந்திருக்கிறார். அவன், மதுராந்தக உத்தம சோழனின் மகன் என்ற எண்ணம் அவன் பெயரிலிருந்து ஏற்படுகிறது. இந்தத் துதிப்பாடலை அவன் இயற்றினான் என்பதைவிட, அரசனே இயற்றினான் என்பதே பொருந்தும்.

மாறுபட்ட கருத்தை வெங்கைய்யா, ஏ. எஸ். ஐ. 1905-6 -ல் பக். 173. n. 5-ல் தெரிவித்துள்ளார்.

45. 540/1920.

46. 587/1920. ஏ. ஆர். இ. 1921, II 26.

47. 162, 172/1928.

48. பார்க்க : ஏ. ஆர். இ. 1928. II 3.

49. இது சரியாக இருப்பின், பட்டத்துக்கு வந்தவர்கள் குறித்து, கிருஷ்ண சாஸ்திரி வரையறுத்துள்ள வரிசை முறைக்கு, இது கடுமையான ஆட்சேபணையாகும்.

50. 587/1920.

51. எஸ். ஐ. ஐ. iii, 17.

52. 215/1911; (9) என்று கொடுக்கப்பட்டுள்ள தேதி, அசலில் தெளிவாக இல்லை. அது 9 ஆக இருக்க முடியாது. ஏ. ஆர். இ. 1912 II 16.

53. இ. ஐ. xxii vv. 25, 28.

54. 302/1908. கன்னியாகுமரிக் கல்வெட்டு v. 63. மாறுபட்ட கருத்து என். எல். ராவ், ஜே. ஓ. அர்-ல் xix பக். 150.

55. 116/1896, எஸ். ஐ. ஐ. v. 980 (முதலாம் இராஜராஜனின் 27-ம் ஆண்டு) எஸ். ஐ. ஐ. v. ல் கல்வெட்டின் வாசகம் தேதிகளை (3) என்று தவறாகக் கொடுக்கிறது. சுந்தர சோழனின் ஒன்பதாம் ஆண்டு என்று ஏ. ஆர்.இ. 1914 II 15 சரியாகக் கொடுக்கிறது. மற்றும் பார்க்க : இ. ஐ. xii. பக். 124 அடிக்குறிப்பு.

56. அதிகாரம் 54 vv. 12 - 16.

57. இலங்கையின் வடமேற்குப் பகுதி (ஹெய்கர்) இந்த வல்லபனே, மூன்றாம் இராஷ்டிரகூட கிருஷ்ணன் என்பது சிலருடைய கருத்து (காட்ரிங்டன், **"சிலோன் காயின்ஸ்"**, பக். 50). ஆனால், சோழர்களுக்கு வளவன் என்ற சிறப்புப் பெயர் இருந்தது. படையெடுத்தவர்கள் தமிழர்கள் என்று, வெசகிரிக் கல்வெட்டுக் கூறுகிறது. பார்க்க : காட்ரிங்டன், **"ஷார்ட் ஹிஸ்டரி ஆப் சிலோன்"**, பக். 39-ம் 53-ம்.

58. இ. இஜட். i பக். 29 அடிக்குறிப்பு.

59. சோழர் அடைந்த வெற்றியின் போக்கைப் பற்றியும் கால வரிசை முறையைப் பற்றியும் பி. கே. 8-ம் அதிகாரத்தில் சொல்லப்பட்டிருக்கும் சில விவரங்கள் பெரிய அளவில் திருத்தப்பட வேண்டிய நிலையில் உள்ளன. ஒரு விஷயம்

முக்கியமாக இங்கே நமது கவனத்திற்குரியது. 'சோழர் தலையைக்கொண்ட' என்ற பட்டத்தை வீரபாண்டியன் 13 ஆண்டுகளுக்கு வகித்தான். (பி. கே. பக்.102). வீரபாண்டியன் ஆதித்தனிடமோ, அவனைச் சேர்ந்தவரிடமோ தன் உயிரை இழக்கவில்லை என்பது இதிலிருந்து தெளிவாகத் தெரிகிறது. இரண்டாம் ஆதித்தன் பட்டத்திற்கு வந்ததாகச் சொல்லப்படும் கடைசி ஆண்டு, கி. பி. 965. விவாதத்திற்காக இதை நாம் ஏற்றுக்கொண்டால் ஆதித்தனின் இரண்டாம் ஆட்சி ஆண்டில் சொல்லப்பட்டிருக்கிற கி. பி. 966-ல் இறந்திருக்க வேண்டும். கி. பி. 953-54 என்று வைத்துக்கொண்டால்தான், 13 ஆண்டு காலம் சரி வருகிறது. அவ்வளவு முற்பட்ட காலத்தில் இராஷ்டிரகூட படையெடுப்பு முடிவடைந்த வேகத்தில் தெற்கே, சோழருக்கும் பாண்டியருக்கும் போர் நடந்திராது. பார்த்திவேந்திர வர்மன், ஆதித்தன் என்ற இருவரும் ஒருவரே எனில், இந்தப் போர் 944-4-ல் நடந்திருக்க வேண்டும். இந்தக் காலமும் பொருந்தாத தேதி.

60. 129/1907, **Pd,** 14 (மூலம்).

61. 273/1903. ஏ. ஆர். இ. 1908 II 90.

62. எஸ். ஐ. ஐ. **iii**, 113; விக்கிரம கேசரி, இரண்டாம் ஆதித்தனின் காலத்தவன் என்பது வெங்கைய்யாவின் கருத்து. கல்வெட்டு ஆதாரப்படி, விக்கிரம கேசரி இன்னும் முற்பட்ட காலத்தவன் என்றும், எனவே, இது கண்டராதித்தனின் ஆதாரம் என்றும், கிருஷ்ண சாஸ்திரி நினைக்கிறார். வெங்கைய்யா கருத்தே சரியென்று நான் நினைக்கிறேன். கண்டராதித்தனுக்கும் இரண்டாம் ஆதித்தனுக்கும் உள்ள கால இடைவெளி மிகச் சுருக்கமானது. இதுபோன்ற சூழ்நிலைகளில், கல்வெட்டு ஆராய்ச்சியை மட்டும் அடிப்படையாகக் கொண்டு முடிவு காணுவது கூடாது. பார்க்க: ஜே. ஓ. ஆர். **vii.** பக். 1 அடிக்குறிப்பு.

63. இந்த ஆதாரத்தை (இ. ஐ. **XX**. பக். 53) கே. வி. சுப்பிரமணிய ஐயர் பதிப்பித்துள்ளார். இது முதலாம் ஆதித்தனின் காலத்தது. (மேற்படி பக். 47-8)என்றும், இதனுடைய தேதி, கி.பி. 883-4--க்கு சமம் என்றும் அவர் சொல்லுகிறார். வரகுணா என்பது, பராந்தக இளங்கோ வேளாரின் பட்டத்து அரசி என்றும், பராந்தக இளங்கோ வேளாரே, விக்கிரம கேசரி என்றும் சொல்லுகிறார்.

பராந்தகன் முதல் முதலாம் இராஜராஜன் வரை 225

கொடும்பாளூரிலுள்ள, விக்கிரம கேசரியின் கல்வெட்டால் ஏற்பட்ட சிக்கல்களை அவர் ஆராயவே இல்லை.

64. கொடும்பாளூரில் பரகேசரியின் 6-ம் ஆண்டுக் கல்வெட்டு உள்ளது. (337/1904). இதில் செம்பியன் இருக்கு வேளாரின் பட்டத்து அரசியாக வரகுண நாத்தி பெருமானார் என்ற ஒருத்தி சொல்லப்படுகிறாள். இதிலிருந்து, வீரமா கேசரிக்கே, செம்பியன் இருக்கு வேளார் என்ற மற்றொரு பெயரும் இருந்தது என்ற முடிவு ஏற்படுகிறது. (ஏ. ஆர். இ. 1908 II ,90). ஆனால் இந்த ஆதாரத்தில் சொல்லப்படும் வரகுண நாத்தி ஒரு முத்தரைய சிற்றரசனின் மகளாவாள். (Pd. 45 மூலம்) மேலே சொல்லப்பட்ட சோழ இளவரசி வேறு ஒருத்தி. எனவே, பராந்தகன் இளங்கோ வேளார், சோழ இளவரசி ஒருத்தியைத்தான் திருமணம் செய்துகொண்டார் என்று நாம் கொள்ளும் கருத்து சரியாக இருப்பின், அவள் செம்பியன் இருக்கு வேளாக இருக்க முடியாது. 'முத்தரைய வமிசத்துச் சீமாட்டி வீரமா கேசரியின் பட்டத்து அரசியாய் இருக்கலாம் என்றும், சோழ இளவரசியின் கணவனாக பராந்தக இளங்கோ வேளார், வீரமா கேசரியின் மூத்த மகன் என்றும் சிலர் சொல்லக்கூடும். இவ்வாறாயின் பரகேசரியின் 6-ம் ஆட்சி ஆண்டு (337/1904), முதலாம் பராந்தகனின் 6-ம் ஆட்சி ஆண்டாகும். அதாவது, வீரமா கேசரி பங்கெடுத்துக் கொண்ட போர்களுக்கு 52- ஆண்டுகள் முற்பட்ட காலம். கொடும்பாளூர்க் கல்வெட்டில் வமிசப் பரம்பரையில் செம்பியன் வேளும் அவனுடைய முத்தரைய மனைவி வரகுணாவும் சொல்லப்படவில்லை என்று கருதுவதே சாலச்சிறந்தது. கொடும்பாளூர்ப் பட்டியலில் சொல்லப்படாத, மதுராந்தக இருக்கு வேள், மகிமாலய இருக்கு வேள் போன்ற பல இருக்கு வேள்கள், புதுக்கோட்டைக் கல்வெட்டுகளில் இடம் பெறுகிறார்கள். ஒருவேளை 335, 336/1904 (Pd. 63, 65) சொல்லப்பட்டிருக்கிற மதுராந்தக இருக்கு வேள், ஆதித்தன் (அச்சன்) விக்கிரம கேசரி என்ற பெயரும் பெற்று முதலாம் ஆதித்தன், அவன் மகன் முதலாம் பராந்தகன் ஆகியோரின் சமகாலத்தவனாக இருந்திருக்கக்கூடும்.

65. பார்க்க : முன் n 62.

66. பார்க்க : எஸ். ஐ. ஐ. iii பக். 288-ம் n 5-ம் எண் 18/1933-4 (17-ம் ஆண்டு) செங்கற்பட்டு மாவட்டம் சிந்தாமணி என்னும் ஊரில் இருக்கிறது. மேலும், 21/1934-5 (ராஜாக் 17) அதே மாவட்டத்தில் கீரப்பாக்கத்தில் உள்ளது.

67. திருவாலங்காட்டுச் செப்பேடுகள் vv. 65-66; 236/1902 (முதலாம் இராஜராஜன், 27)

68. எஸ். ஐ. ஐ. ii பக். 73.

69. திருவாலங்காடு v. 57.

70. 159/1895, வரிகள் 127-32.

71. பக். 102-3, யாப்பு v. 11.

72. 577/1920. இ. ஐ. xxi பக். 165.

73. vv. 68-9 'அஸ்தம் கடவன்' என்ற சொற்றொடர் ஆதித்தனின் பெயரை வைத்துச் செய்யப்பட்ட சொல் விளையாட்டு போலத் தோன்றுகிறது. உரிய காலத்திற்கு முன்னரே அவன் இறந்தான் என்பதே, "விண்ணுலகைப் பார்க்க விரும்பினான்" என்ற சொற்றொடர் சுட்டிக்காட்டுகிறது. ('விரைவில் மறைந்தவன்' என்பது பொருளாகலாம்).

74. மாறுபட்ட கருத்து, கே. வி. எஸ். ஐயர் எழுதிய **'ஏன்சியண்ட் டெக்கான்'** என்னும் நூலில் பக்.243-ல் சொல்லப்பட்டிருக்கிறது. உத்தம சோழன், அவனுடைய மகன் ஆகியோருடைய வயதுகளைப் பற்றிய பிரச்சினைகள், ஐயர் சொல்லுவது போல அவ்வளவு சிக்கலானவை அல்ல. கண்டராதித்தன், கி. பி. 957-ல் இறந்தான்; அப்போது உத்தமனுக்கு 12 என்றும், 24-ம் வயதில், அதாவது 969-ல் அவன் பட்டத்திற்கு வந்தான் என்றும், அப்போது அவன் மகனுக்கு வயது 3 என்றும் நாம் அனுமானித்துக் கொள்ளலாம். அப்படியானால், 989-ல், இராஜராஜனுடைய (989) ஆட்சிக் கல்வெட்டுகளில் முதல் தடவையாக இவன் பெயர் குறிப்பிடப்படும்போது, இவனுக்கு வயது 23 ஆகிறது. இந்த நிலையில், லெய்டன் திருவாலங்காடு பட்டயங்களில் இவன் பெயர் இடம் பெறாததில் தவறு இல்லை.

75. எலியட் சி. எஸ். ஐ. பக். 133, எண். 151, பக். 152 ஜி. ஏ. ஆர்.இ. 1904, I 20. எண்கள் 152-4 சந்தேகம் இன்றி முதலாம் இராஜேந்திரனுடைய நாணயங்களே.

76. காட்ரிங்டன் - **'சிலோன் காயின்ஸ்'** பக். 74

77. பார்க்க : எஸ். ஐ. ஐ. iii எண். 128. கிருஷ்ண சாஸ்திரி இந்தப் பட்டயங்களைப் பற்றிச் சிறந்த பதிப்பை வெளியிட்டிருக்கிறார். அதன் பிறகு, டி. ஏ. கோபிநாத ராவ் (ஐ. ஏ. வால்யூம் 54 பக். 61 அடிக்குறிப்பு) 1925-ல் நெகடிவ் பிளேட்டுகளுடன் வெளியிட்டிருக்கும் கட்டுரை தேவையில்லாதது. "இந்தப் பட்டயங்களிலுள்ள முத்திரை,

ஜடிலவர்மன் என்ற பாண்டிய அரசனுடையது. இவனுடைய ஆதாரங்களில் ஒன்று மியூசியத்தில் காணப்படுகிறது", என்ற ஆதாரம் இல்லாத ஒரு வாக்கியத்தோடு இக்கட்டுரை தொடங்குகிறது. நான், இந்த முத்திரையைச் சரிபார்த்தேன். அது, இ. ஐ. iii. பிளேட் பக். 104, எண் 3-ல் உள்ள எழுத்தைப் போலவும், இராஜேந்திரனுடைய திருவாலங்காட்டுப் பட்டயங்களிலுள்ள முத்திரையைப் போலவும் உள்ளது. (எஸ். ஐ. ஐ. iii-ல் பக். 413-க்கு எதிரிலுள்ள பட்டயம்).

பரகேசரி வர்மனுடைய 22-ம் ஆண்டு **(சிலாலேகை)** வரிகள் 28-29-ல் மேற்கோள் காட்டப்பட்டிருக்கிறது. இவன் விஜயாலயனே என்று கிருஷ்ண சாஸ்திரி கருதுகிறார். (எஸ். ஐ. ஐ. iii பக். 267-ம் n 2-ம்) கச்சிப்பேட்டிலுள்ள ஒரு கோயிலுக்கு நிலையான வருமானம் கிடைப்பதற்காக அவனுடைய 22-ம் ஆண்டில் கொடுக்கப்பட்ட மானியம் ஒரு கல்வெட்டில் சொல்லப்பட்டிருப்பதால், ஒரு புதிய பரம்பரையின் மன்னனாக இருந்தும், அவனுக்குப் பிற்காலத்தில் பட்டத்திற்கு வந்தவர்களைப்போல, அமைதியான, நீண்ட, வளமான ஆட்சியை விஜயாலயன் நடத்தினான் என்பது உறுதியாகத் தெரிகிறது. கிருஷ்ண சாஸ்திரி இந்தக் கொள்கைக்கு, வரி 96-ல் உள்ள "மதுரையும் ஈழமும்கொண்ட பரகேசரி" என்ற சொற்றொடரும் ஆதரவாக இருக்கிறது. எனவே, 28-29-ம் வரிகளிலுள்ள பரகேசரி வேறோர் அரசனாய் இருக்கவேண்டும். வரிகள் 72-73-ல் (16-ம் ஆண்டில் மற்றொரு பரகேசரி சொல்லப்பட்டிருக்கிறது; இது உத்தம சோழனையே குறிப்பிடுவதாக கிருஷ்ண சாஸ்திரி சொல்லுகிறார். பரகேசரியின் 16-ம் ஆண்டில் ஏற்பட்ட அறக்கட்டளையிலிருந்து செய்யப்பட வேண்டிய செலவுகளை ஒழுங்குபடுத்தி கட்சிப் பெரு நகரத்தார்கள் முதலாம் பராந்தகனின் 18-ம் ஆட்சி ஆண்டில் மேற்கொண்ட, தொடர்ச்சியான ஒரே நடவடிக்கையை 72 முதல் 98 வரையுள்ள வரிகள் குறிப்பிடுகின்றன (முக்கியமாக "என்று இப்பரிசு" என வரி 96-ல் வருவதைக் கவனிக்கவும்).

இந்தக் கருத்தை ஏற்றுக்கொண்டால், வரி 72-ல் உள்ள பரகேசரி உத்தமன் ஆகமாட்டான், முதலாம் பராந்தகன் ஆவான். வரிகள் 28-29-க்கும் இது பொருந்தும். மேலும், பரகேசரிப் பட்டத்தோடு 12-ம் வரியில் உத்தம சோழனின் பெயர் சொல்லப்பட்டிருக்கிறது. வரி 72-ல் பரகேசரிப் பட்டம் மட்டுமே சொல்லப்பட்டிருக்கிறது. இதை உத்தம

சோழனைக் குறிக்கும் என்பதன் மூலம், ஓர் அரசனே, அதே ஆதாரத்தில், இரண்டு வேறுபட்ட விதங்களில் குறிக்கப்படலாம் என்று சொல்லுகிறார். அப்படியானால் 28-9, 72 ஆகிய வரிகளில் சொல்லப்படும் பரகேசரியே, வரி 96-ல் மதுரையும் ஈழமும் கொண்ட பரகேசரி என்று சொல்லப்பட்டிருக்கிறான் என்று சுலபமாகச் சொல்லிவிடலாம். அவர்களுள் ஒருவனை, விஜயாலயன் என்றும், மற்றொருவனை, உத்தன் என்றும் சொல்ல வேண்டியதில்லை. கரிகாலத்தெற்றி என்ற பெயர், பழைய சோழ மன்னனான கரிகாலன் பெயராலும் ஏற்பட்டிருக்கலாம்; இரண்டாம் ஆதித்த கரிகாலன் பெயராலும் ஏற்பட்டிருக்கலாம் என்பதையும் இங்கு நான் சொல்லிக்கொள்ள விரும்புகிறேன் (கிருஷ்ண சாஸ்திரி, முன் சொன்ன மேற்கோள், பக்.268).

78. 165-7/1929.

79. v. 3-திருவிஜயமங்கைத் தேவாரம்

80. v. 8 மேற்படி.

81. 164/1929 - ஏ. ஆர். இ. 1929 II 29.

82. 168, 184/1929.

83. 494/1925 (12-ம் ஆண்டு).

84. 165, 488/1925.

85. எஸ். ஐ. ஐ. iii எண். 49. ஏ. ஆர். இ. 1904 (பாரா: 20); முன் n. 74.

86. 7/1905.

87. பாண்டிய இளவரசியின் பெயர், அவளுடைய கன்னடப் பூர்வீகத்தைக் காட்டுகிறது போலும். ஆனால், நாம் இதைப் பற்றி உறுதியாகச் சொல்லமுடியாது.

அதிகாரம் 9

இராஜராஜப் பெருவேந்தன்
(கி. பி. 985 - 1014)

பதவியில் அமர்தல்

இராஜகேசரி அருள்மொழிவர்மன் என்ற பெயராலேயே தன் ஆட்சியின் தொடக்கத்தில் இராஜராஜன் அழைக்கப்பட்டான். பட்டத்திற்கு உரிய இளவரசனாக நெடுங்காலம் பயிற்சி பெற்று கி.பி. 985-ம் ஆண்டில் ஜூன் திங்கள் 25-ம் நாளுக்குப் பிறகு தொடங்கிய மாதத்தில் ஒரு நாளில் அவன் அரியணை ஏறினான்.[1] இவன் இரண்டாம் பராந்தக சுந்தர சோழனுக்கும் அவனது பட்டத்தரசியாகிய வானவன் மாதேவிக்கும் பிறந்தவன் ஆவான். இவனது பிறந்த நாளைப் பற்றித் திருவாலங்காட்டுப் பட்டயங்கள் சிறப்பாகக் கூறுகின்றன.[2] திங்கள் தோறும் சதய நாளில் பல கோயில்களில் சிறப்பாக விழா நடைபெறுவதற்காக நிவந்தங்கள் இவனால் விடப்பட்டதால், இம்மன்னன் சதய நட்சத்திர நன்னாளில் பிறந்தவன் என்பது அறியப்படுகிறது.

ஒரு சிறந்த சகாப்தம்

இராஜராஜன் அரியணையில் அமர்ந்தது முதல் அடுத்த நூறு ஆண்டுகள் 'சோழ மரபினரின் பொற்காலம்' என்றே கூறலாம். ஆற்றல் படைத்த விஜயாலய சோழ மன்னர்களுள் தலைமையானவன் இராஜராஜனே; இவன் மகன் முதலாம் இராஜேந்திரன் காலத்தில் சோழநாடு கடல் கடந்து பரவச் செய்யும் பெருமைக்கு அடிகோலியவன் இராஜராஜனே; இராஜராஜனின் முப்பதாண்டு ஆட்சிக்காலமே சோழப் பேரரசின் வரலாற்றில் மிக முக்கியமாக விளங்கியது. ஆட்சி முறை, இராணுவம், நுண்கலை, கட்டடக்கலை, சமயம்,

இலக்கியம் ஆகிய பல்வேறு துறைகளில் புதிய எழுச்சியைக் கண்ட சோழப் பேரரசின் கொள்கைகளை இவனுடைய ஆட்சியில் காணலாம். இம்மன்னன் அரியணையேறியபோது, இராஷ்டிரகூடரின் படையெடுப்பால் ஏற்பட்ட அழிவிலிருந்து விடுபட முடியாத சிறிய நாடாயிருந்த சோழநாடு, இராஜராஜனின் ஆட்சி முடிவுறும்போது திறமையான ஆட்சி முறையுடனும் பலம் வாய்ந்த நற்பயிற்சி அளிக்கப்பட்ட பெரும்படைகளுக்கு ஒப்பான நிரந்தரப் படையுடனும் கூடிய மிகப் பரந்த நாடாகத் திகழ்ந்தது. இவனது சாதனைகளைவிட ஆளுமையும் இயல்புகளும் சிறப்பாக இருந்திருக்க வேண்டும். ஆனால் இம்மன்னனைப் பற்றிய விவரங்கள் கிடைக்கவில்லை. கிருஷ்ண தேவராயருடன் வாழ்ந்த நூனிஸ், பேயஸ் ஆகியோர் போன்று, இராஜராஜனுடன் வாழ்ந்து அவனைப் பற்றி நேரில் கண்டதைக் கூறியவர் எவருமிலர். இம்மன்னனது சிலை அல்லது ஓவியம் கூட நமக்குக் கிடைக்கவில்லை.[3] இருப்பினும், இம்மன்னன் அறிவிற் சிறந்து விளங்கினான் என்றும், இவனறியாது எந்தக் காரியமும் நடைபெற முடியாது என்றும், நாட்டின் சிறு காரியங்களையும் இவனே நேரில் கண்காணித்தான் என்றும் நாம் அறிகிறோம். இவன் தன்னுடைய சகோதரியான குந்தவையிடம் அளவற்ற அன்பைப் பொழிந்ததோடு தன் மகள் ஒருத்திக்கு[4] அவளுடைய பெயரையே இட்டதன் மூலமும் உத்தம சோழனின் மனைவி செம்பியன் மாதேவிக்கு ஓர் உன்னத இடத்தை அளித்தன் மூலமும், தான் ஒரு சிறந்த சான்றோன் என்பதோடு எதிர்காலத்தை ஊடுருவி அறியும் ஆற்றலுள்ள ஆட்சியாளன் என்பதையும் நிலை நாட்டினான்.

கேரளப் போர்

இராஜராஜன் தன் ஆட்சியின் தொடக்கத்திலேயே[5] மும்முடிச் சோழன் என்ற பட்டம் பெற்றான். இப்பட்டத்தின் பொருள் சரியாக விளங்கவில்லை.[6] இவன் ஆட்சிக் காலத்தில் முதற்போர் கேரள நாட்டுடன் நடந்தது. இப்போரின் விளைவைப் பற்றி இம்மன்னனது நான்காம் ஆண்டு முதலாகக் கல்வெட்டுகளில் காணப்படும் 'காந்தளூர்ச் சாலைக் கலமறுத்த' என்ற பட்டத்தால் விளக்கப் பட்டுள்ளது.[7] இப்பட்டம் இம்மன்னனின் நான்காம் ஆண்டு கல்வெட்டுகளிலேயே காணப்பட்டாலும், இராஜராஜனின் எட்டாம் ஆண்டிற்கு முற்பட்ட கல்வெட்டுகள் கேரளத்திலும், பாண்டிய நாட்டிலும் காணப்படவில்லை.[8] வெற்றிகொண்ட பகுதியைத் தன் நேரடி ஆட்சியின் கீழ்க் கொண்டுவர சில ஆண்டுகள் பிடித்திருக்கலாம்.

இம்மன்னனின் வெற்றி பற்றித் தெளிவாகக் கூறும் திருவாலங்காட்டுப் பட்டயங்கள், இவன் முதன் முதலில் தென் திசையிலேயே தன் வெற்றியை நிலை நாட்டினான் என்று கூறுகின்றன.[9] பாண்டிய மன்னன் அமரபுஜங்கனை சிறைப்பிடித்தான் என்று கூறும் இக்குறிப்பு, மேலும் கூறுவதாவது:

சூரிய வமிசத்தின் ஒளிவிளக்கான இந்த தண்டநாதன் பிறகு விழிஞம் என்னும் தவிர்க்க முடியாத கடற்கோட்டையைப் பிடித்தான். வெற்றித் தெய்வத்தின் நிலையான இருப்பிடம் என்று சொல்லத்தக்க சிறப்புடையது அக்கோட்டை. பாண்டிய, கேரள, சிங்கள நாடுகளான தென்னாட்டு அரசுகள் மூன்றும் இணைந்திருந்ததை நாம் பலமுறை பார்த்துள்ளோம். இராஜராஜன் ஆட்சியிலும் இக்கூட்டணி செயல்பட்டது. இம்மன்னனின் தென்திசைப் போரில், பாண்டியர், சேரர் இருவரையுமே எதிர்க்க வேண்டியிருந்தது. அப்போது சேர மன்னனாக இருந்தவன் பாஸ்கர ரவிவர்மன் திருவடி (கி. பி 978-1036). இம்மன்னனின் கல்வெட்டுகள் திருவாங்கூரின் பல்வேறு பகுதிகளில் கண்டுபிடிக்கப்பட்டிருக்கின்றன.[10]

சோழர்களின் மெய்க் கீர்த்திகள்

பாண்டியரும், பல்லவரும் பிறருக்குத் தானங்களை வழங்கிய போது, அவ்வறச் செயல்களை, தரும சாத்திரங்களைத் தழுவி, செப்பேடுகளில் பொறித்து உரியவர்க்கு அளித்துவந்தனர். இச்செப்பேடுகளில் தம் முன்னோர் வரலாறுகளை முதலில் எழுதுவித்தனர். தன் ஆட்சியில் நிகழ்ந்த வரலாற்று உண்மைகளை அதிகாரப் பூர்வமாகத் தெரிவித்து நன்கு விளக்கும் மெய்க் கீர்த்திகளை இனிய தமிழ் அகவற்பாவில் தன் கல்வெட்டுகளின் தொடக்கத்தில் பொறிக்கும் வழக்கத்தை உண்டாக்கியவன் இராஜராஜனே! இவனுக்குப் பிறகு இவன்வழி வந்த சோழ மன்னர்கள் அனைவரும் இந்த பழக்கத்தைப் பின்பற்றினர். இவன் மகன் முதலாம் இராஜேந்திரனின் ஆட்சித் தொடக்கத்தில் குறைந்த அளவிலான மெய்க் கீர்த்தி, நாளடைவில் விரிந்து அவ்வப்போது நடைபெற்ற நிகழ்ச்சிகளையும், தன்னுள் சேர்த்துக்கொண்டது. சோழர் கல்வெட்டுகளில் காணப்படும் இத்தகைய வரலாற்று முன்னுரைகள், ஒவ்வொரு மன்னனுடைய ஆட்சிக் காலத்திலும் நடைபெற்ற நிகழ்ச்சிகளை அறியவும், கல்வெட்டுகள் எந்தெந்த

மன்னர்களுடையவை என்பதை அறியவும் பெரிதும் உதவுகின்றன.

இராஜராஜனின் மெய்க் கீர்த்திகள்

சில அரசர்கள் ஒன்றுக்கு மேற்பட்ட மெய்க் கீர்த்திகளை உடையவராக இருந்தனர். முதலாம் இராஜராஜன் மூன்று வித மெய்க் கீர்த்திகளை கையாண்டாலும் 'திருமகள் போல' என்று தொடங்கும் மெய்க் கீர்த்தியே எட்டாம் ஆண்டிலிருந்து பெரும் அளவில் பயன்படுத்தப்பட்டது.[11] இவ்வகை மெய்க் கீர்த்தி இவனது ஆட்சியில் நடைபெற்ற முதற்போரைக் குறிக்கும் வகையில் 'காந்தளூர்ச்சாலை கலமறுத்த' என்ற பட்டத்தைக் குறிப்பிடுகிறது. இரண்டாம் வகையான மெய்க் கீர்த்தியிலும் காந்தளூர்ச்சாலை வெற்றிக்கே இவனது சாதனைகளில் முதலிடம் அளிக்கப்பட்டுள்ளது.[12] இவனது 20-ம் ஆண்டைச் சேர்ந்த மூன்றாம் வகை மெய்க் கீர்த்தியில் இராஜராஜன் மதுரையை அழித்தான்[13] என்றும், கொல்லம், கொல்ல தேசம், கொடுங்கோளூர் ஆகிய நாட்டு மன்னர்களை வெற்றி கொண்டான் என்றும் கடல்கடந்த பகுதிகளின் மன்னர்கள் அவனுடைய பரிவார்மாகப் பணிபுரிந்தனர் என்றும் கூறுகிறது.

தென்னாட்டுப் படையெடுப்பு

இராஜராஜனின் தென்னாட்டுப் படை எடுப்பைப் பற்றிய ஒரு கேள்வி எழுகிறது. மதுரையையும், பாண்டிய நாட்டையும் முதலில் வென்றபின் திருநெல்வேலி மாவட்டம் வழியாகத் தென் கணவாய்களின் வழியே சென்று கேரளத்திற்குள் நுழைந்தானா அல்லது முதலில் கேரளத்தை வென்று பின் பாண்டிய நாட்டை அடைந்தானா? திருவாலங்காட்டுப் பட்டயங்களும் இம்மன்னனின் மூன்றாம் வகை மெய்க் கீர்த்தியும் இராஜராஜன் முதலில் மதுரையை கைப்பற்றி, பாண்டிய மன்னன் அமரபுஜங்கனை வென்ற பிறகே, கேரளத்திலுள்ள பலம் வாய்ந்த விழிஞம் கோட்டையின் மீதும், சாலை மீதும் படையெடுத்தான் என்று கூறுகின்றன.[14] ஆனால், இவனது ஆட்சித் தொடக்கத்தைச் சேர்ந்த கல்வெட்டுகளும் 'திருமகள் போல' என்று தொடங்கும் மெய்க் கீர்த்தியிலும் காந்தளூர்ச் சாலை என்ற பெயர் குறிக்கப்படுகின்றன. மேலும் திருநெல்வேலி, இராமநாதபுரம் மாவட்டங்களில் இராஜராஜனுடைய கல்வெட்டுகள் காணப்படுவதற்கு இரண்டு ஆண்டுகளுக்கு முன்பே தென் திருவாங்கூரில் காணப்படுகின்றன. ஆகையால் இவன் முதலில் கேரளத்தையே வென்றிருக்க வேண்டும் என்ற

கருத்து வலுப்பெறுகிறது.[15] திருவாலங்காட்டுப் பட்டயங்களிலும் இராஜராஜனின் பிந்திய கல்வெட்டுகளிலும் தென்நாட்டில் நடைபெற்ற படையெடுப்புகளால் குழப்பமான செய்திகள் இடம் பெற்றிருக்கக் கூடும். ஏனெனில், இராஜராஜன் பாண்டிய நாட்டையும் பாண்டியர்களின் நட்பைக் கொண்ட சேர நாட்டையும் பலமுறை தாக்கினான் என்பது தெளிவு.

இரு படையெடுப்புகள்

குறிப்பாகக் கொல்லத்திற்கு எதிராகவும் ஒரு தாக்குதல் மேற்கொள்ளப்பட்டது. ஒரு படையெடுப்பின்போது சேரரையும், மலைநாட்டில் பாண்டியரையும் வெற்றி கண்டதாக, தஞ்சைக் கல்வெட்டில்[16] இராஜராஜன் குறிப்பிடுகிறான். இப்படையெடுப்பு, காந்தளூரையும் விழிஞத்தையும் தாக்கியதாகக் கூறப்படும் படையெடுப்பினின்று வேறுபட்டது. அவற்றுக்குப் பின்னரே இது மேற்கொள்ளப்பட்டிருக்கும்.

மலைநாடு

கி. பி. 1008-ம் ஆண்டுக்கு[17] முன் மேற்கொள்ளப்பட்ட இப்படையெடுப்பின்போது உதகைக் கோட்டையைத் தாக்கிக் கைப்பற்றியதே மிக முக்கிய நிகழ்ச்சி ஆகும்.[18] மேற்கு மலைப் பகுதியான மலைநாடு அல்லது குடமலைநாடு இப்போதைய குடகு நாடாகவும்,[19] உதகைக் கோட்டை குடகின் அருகே மேற்குத் தொடர்ச்சி மலையிலோ அல்லது சிறிது தென்திசையிலோ இருந்ததாகவும் கொள்ளலாம். பதினான்காம், பதினாறாம் ஆண்டுகளின்[20] கல்வெட்டுகள் குடமலை நாட்டைக் கைப்பற்றியதைக் கூறினாலும், உதகையைத் தாக்கியதைக் குறிப்பிடவில்லை. பாண்டியர் பெருமையுடன் ஆட்சி செய்துகொண்டிருந்த போதே, இராஜராஜன் பாண்டியரின் பெருமையை அழித்தான் என்று இவனுடைய கல்வெட்டுகள் கூறுவதால், இக்கோட்டையை இவன், முதல் போரின்போது கைப்பற்றவில்லை என்பது விளங்குகிறது. இம்மன்னனின் ஆட்சியைப் பற்றிக் கூறும் கலிங்கத்துப் பரணி[21] உதகையைக் கைப்பற்றியதை மட்டுமே குறிப்பிட்டுள்ளது. சேர நாட்டில் தான் பிறந்த சதய நாள் விழாவைத் தொடங்கி வைத்தான். இவனுடைய தூதுவன் அவமதிக்கப்பட்டதாகவும் அந்தப் பழியைத் தீர்க்கும் பொருட்டுப் பதினெட்டு காடுகளை இவன் கடந்து சென்று உதகையைத் தீயிட்டு அழித்தான் என்றும் இது இராஜராஜனின் பெரும் சாதனை என்றும் ஒட்டக்கூத்தர் தமது

மூன்று உலாக்களிலும் கூறுகிறார். ஆனால், இக்கூற்றை நம்மால் மனநிறைவு அளிக்கத்தக்க வகையில் விளக்க இயலவில்லை. தனது தூதுவனுக்கு ஏற்பட்ட அவமானமே உதகை அழிக்கப்பட்டதற்கான உடனடிக் காரணமாயிருத்தல் கூடும்.

சோழப் படைத் தலைவன் இராஜேந்திரன்

சோழர் படைகளுக்குத் தலைமை வகித்து மேற்குப் பகுதிகளில் போர்களை நடத்தியவன் சோழ இளவரசன் இராஜேந்திரனே.[22] இதன் பின்னர், இராஜேந்திரன் வேங்கி, கங்கை மண்டலங்களுக்கு மகா தண்ட நாயகனாக அமர்த்தப்பட்டான். 'பஞ்சவன் மாராயன்' என்ற பட்டமும் இவனுக்குக் கொடுக்கப்பட்டது. 'மும்முடிச் சோழனின் களிறு' என்ற சிறப்புப் பெயருடைய இவன், கொங்கணம், துளுவம் முதலான நாடுகளை வென்று கைப்பற்றியதோடு, சேரனை அவனுடைய மலை நாட்டை விட்டு ஓடும்படி செய்து, தெலுங்கரையும் இரட்டிகரையும் வென்றான்.[23] கங்க மண்டலத்திலிருந்த தலைமை இராணுவ அதிகாரி என்ற முறையில், சோழ மன்னனின் ஆணைப்படி 'மனிஜா' என்பவனின் வீரத்தைப் பாராட்டும் வகையில் அவனுக்கு மாளவ்வி(குடகு) என்ற கிராமத்தையும் 'க்ஷத்ரிய சிகாமணி கொங்காள்வான்' என்ற பட்டத்தையும் இவன் அளித்தான். இது கொங்காள்வார்கள் என்னும் குறுநில மன்னரின் குடும்பத்தை எதிர்த்து நடைபெற்ற சண்டையையே குறிப்பிடக் கூடும். இது எவ்வாறு இருப்பினும் கொங்காள்வார் வமிசம் இதுமுதல் ஏறக்குறைய நூற்றாண்டுகளுக்கு ஒரு சிறிய இராச்சியத்தைச் சோழரது அதிகாரத்திற்கு உட்பட்டு ஆண்டு வந்தது. பின்னர், எழுச்சி பெற்ற ஹொய்சால மன்னர்கள் சோழரை இப்பகுதியிலிருந்து துரத்தி அடித்தபோது கொங்காள்வாரும் உடன் மறைந்தனர்.[24]

ஈழம்

இராஜராஜனால் வென்று கைப்பற்றப்பட்ட நாடுகளுள் ஈழமும் ஒன்று என்பதை இம்மன்னனது 'திருமகள் போல' என்று தொடங்கும் கி. பி. 993-ம் ஆண்டு மெய்க் கீர்த்தியால் அறியலாம்.[25] கொடுமை மிக்க சிங்களர்கள் வசமிருந்த ஈழ மண்டலத்தை இம்மன்னன் கைப்பற்றியதன் மூலம், இவனது புகழ் எண் திசைகளிலும் பரவியது.[26] தஞ்சையில் இவன் எடுப்பித்த சிறந்த கோயிலுக்கு ஈழத்தின் பல கிராமங்களை இவனுடைய 29-ம் ஆண்டில்

(கி. பி. 1014) தானமாக அளித்தான்.[27] ஈழப்படையெடுப்பைப் பற்றித் திருவாலங்காட்டுப் பட்டயங்கள் சிறப்பாகக் குறிப்பிடுகின்றன.[28] "குரங்குகளின் துணையுடன் இராமபிரான் ஒரு கடற்பாலத்தைக் கட்டி, பிறகு, கூர்மையான அம்புகளால் மிகவும் சிரமப்பட்டு இலங்கை மன்னனை வதைத்தான். ஆனால் இந்தச் சோழ மன்னன் இராமனினும் மேம்பட்டவன். இவனுடைய வல்லமை மிக்க படை, கப்பல்கள் மூலம் கடலைக் கடந்து இலங்கை மன்னனை அழித்தன" என்று கூறுகிறது. இப்படையெடுப்பின்போது ஈழ மண்டலத்தில் ஆட்சி புரிந்து கொண்டிருந்தவன், கி. பி. 981-ம் ஆண்டில் பட்டம் பெற்ற ஐந்தாம் மகிந்தன் என்பவனே, முதலாம் இராஜேந்திரனின் தலைமையில் சோழப்படை சென்றபோது இம்மன்னனே ஆட்சியில் இருந்தான். ஆனால் இராஜராஜனின் படையெடுப்பைப்பற்றி மகாவமிசம் குறிப்பிடவில்லை. மகிந்தன் ஆட்சியின் பத்தாம் ஆண்டிற்குப் (கி. பி. 991) பிறகு ஓர் இராணுவப் புரட்சி ஏற்பட்டு அதன் விளைவாகப் பெரும் குழப்பம் விளைந்தது; கேரள கன்னட வீரர்களின் செல்வாக்கு இவன் நாடு முழுவதும் பரவியதே இந்த குறைபாட்டுக்குக் காரணமாகலாம்.[29] இராணுவப் புரட்சியின் விளைவாக, மகிந்தன் ஈழ மண்டலத்தின் தென் கிழக்கிலுள்ள ரோகண நாட்டிற்குத் தப்பி ஓடிவிட்டான். இதனால் ஈழ மண்டலத்தின் வடபகுதியை இராஜராஜன் எளிதில் கைப்பற்றி மும்முடிச் சோழ மண்டலம் என்று அதற்குப் பெயரிட்டான்.[30]

ஈழப்படையெடுப்பின் விளைவுகள்

சோழப்படையெடுப்பு ஈழநாட்டில் ஒரு நிலையான விளைவை ஏற்படுத்தியது. ஓராயிரம் ஆண்டிற்கும் மேலாக ஈழத்தின் தலைநகராக விளங்கிய அனுராதபுரம் இப்போரில் சோழரால் அழிக்கப்பட்டது. இந்நகரில் இராணுவ காவல் நிலையமாக விளங்கிய பொலன்னறுவை சோழரது புதிய தலைநகரமாக்கப்பட்டது. இதற்கு முன் ஈழத்தின் மீது படையெடுத்துச் சென்ற தமிழ் மன்னர்கள், அதன் வடபகுதியை மட்டும் கைப்பற்றுவதையே தங்கள் குறிக்கோளாகக்கொண்டிருந்தனர். ஆனால், இராஜராஜன் ஈழ மண்டலம் முழுவதையுமே கைப்பற்றித் தன் ஆட்சிக்குட்படுத்த எண்ணியதால் பழைய தலைநகரை விடுத்துப் புதிய தலைநகரை அமைத்துக்கொண்டான். பிற்காலத்தில், சிங்கள வேந்தனாகிய முதலாம் விஜயபாகு, அனுராதபுரத்தில் முடி சூட்டப் பெற்றான் என்றாலும் பொலன்னறுவையைத் தொடர்ந்து தன் தலைநகரமாகக்

கொண்டான். நாட்டின் நடுநாயகமாக இருந்ததோடு, இவ்விடத்திலிருந்து இவனுக்கு அடங்க மறுத்த ரோகணத்தை உட்படுத்தும் பணியில் உதவியதுமே இதற்கு முக்கிய காரணமாகும்.[31] இவன் ஆட்சியின் மத்தியில் இவன் ஏற்றுக்கொண்ட மற்றொரு பட்டத்தையே[32] பொலன்னறுவைக்கு இட்டு அதனை 'சனநாதமங்கலம்'[33] என்றழைத்தான்.

ஈழத்தில் சோழக் கோயில்கள்

இராஜராஜனின் கல்வெட்டுகள் பல, ஈழத்தில் உள்ளன.[34] ஈழத்தைச் சோழர் கைப்பற்றியதைக் கொண்டாடும் வகையில் பொலன்னறுவையில் இராஜராஜன் சிவனுக்கு ஒரு கற்றளி எடுப்பித்தான். பொலன்னறுவை நகரின் சுவர்களுக்குள் அமைந்துள்ள இந்த அழகிய சிவாலயம் ஈழ நாட்டில் காணப்படும் புராதனச் சின்னங்களில் இன்றளவும் நன்கு பாதுகாக்கப்பட்டுள்ளது. இதன் கட்டட அமைப்பைக் காணும்போது இது கி. பி. 10 முதல் 12-ம் நூற்றாண்டுக்குள்ளாகக் கட்டப்பட்ட சோழர் காலத்துக் கோயில்களைப் போன்றே (தஞ்சைக் கோயிலே இவ்வகைக் கோயில்களில் மிகவும் சிறந்தது) அமைந்துள்ளது.[35] இக்கோயிலில் கிடைக்கும் முதல் கல்வெட்டு முதலாம் இராஜேந்திரனின் ஆட்சிக் கால தொடக்கத்தைச் சேர்ந்தது. தாழி குமரன் என்னும் சோணாட்டுத் தலைவன் ஒருவன் இராஜராஜபுரம் என்றழைக்கப்பட்ட மகாதித்தா (மாதோட்ட) என்னுமிடத்தில் இராஜராஜேச்சுவரம் என்னும் மற்றொரு கோயிலை எடுப்பித்து, இப்புதிய கோயிலுக்குப் பல நிவந்தங்களையும் அளித்தான்.[36]

பிற வெற்றிகள்

இனி, இராஜராஜனின் மற்ற வெற்றிகளை நோக்குவோம். மைசூர் நாட்டைச் சேர்ந்த கங்கபாடியும் நுளம்பபாடியும் சில வேளைகளில் தடிகை வழி என்றழைக்கப்பட்ட தடிகைபாடியும் இம்மன்னன் ஆட்சியில் சோழ நாட்டுடன் சேர்க்கப்பட்டன. காந்தளூர்ச் சாலை வெற்றியைத் தொடர்ந்து, கீழைச் சாளுக்கியரை எதிர்த்து வேங்கி நாட்டிற்குள் படையெடுப்பதற்கு முன்னர், மைசூர் நாடு கைப்பற்றப்பட்டதாக இம்மன்னனின் கல்வெட்டுகளில் காணப்படும் ஒருவகை மெய்க் கீர்த்தியிலிருந்து அறிகிறோம்.[37] சாலையில் வெற்றி பெற்ற பிறகு, இராஜராஜன் தட்டபாடி (தடிகைபாடி) தழைக்காடு, நுளம்பபாடி, பிருதிவிகங்கர் வளநாடு ஆகிய பகுதிகளையும் வெற்றிகொண்டான் என்று இதில்

கூறப்பட்டுள்ளது. நுளம்பர், கங்கர் ஆகியோரை எதிர்த்து நடத்திய போர்களைப் பற்றி இராஜராஜனின் எட்டாம், ஒன்பதாம் ஆண்டுகளில் முதலில் குறிப்பிடப்பட்டுள்ளது.[38] ஆனால், உண்மையில் இப்போர்கள் மேலும் பல ஆண்டுகளுக்குப் பிறகும் நடந்தனவென்று தோன்றினாலும், ஆறாம் ஆண்டிற்கு முன்பே இவை நடைபெற்றிருத்தல் வேண்டும். மைசூர் நாட்டில் காணப்படும் சகம் 913-ம் ஆண்டைச் சேர்ந்த சோழ நாராயணன் என்றழைக்கப்பட்ட முதலாம் இராஜராஜனுடைய கல்வெட்டு ஒன்றே இதற்குச் சான்றாகும்.[39] கோலாரிலுள்ள கங்கர் பெயரைக்கொண்ட ஓர் அதிகாரி இராஜகேசரியின் 7-ம் ஆண்டில் தென் ஆர்க்காட்டில் ஓர் அறக்கட்டளை வழங்கினான். இதில் காணும் இராஜகேசரி மன்னன் முதலாம் இராஜராஜனாகயிருத்தல் கூடும்.[40] கொங்கு நாட்டின் மீது ஆதிக்கம் சோழர்கள் தொடர்ந்து செலுத்தியதே இவர்களது வெற்றிகளுக்குப் பெரிதும் வழிவகுத்தது. இடையில் மூன்றாம் கிருஷ்ணனுடைய படையெடுப்பால் கொங்கு நாட்டின் மீதான ஆதிக்கத்தைச் சில காலம் இழந்திருந்தாலும், விரைவிலேயே மீண்டும் இந்நாட்டைத் தங்கள் ஆட்சிக்குக் கீழ் இவர்கள் கொணர்ந்தனர். ஏனெனில், இராஜராஜன் கொங்கு நாட்டை வென்றதாகக் கூறவில்லை; இவனுடைய ஆட்சியின் தொடக்கத்திலேயே இவன் இப்பகுதியின் தலைவனாக விளங்கினான். இராஜகேசரிவர்மனின் 5-ம் ஆண்டில் அளிக்கப்பட்ட நிலதானத்தைப் பற்றிக் கூறும் செப்புப் பட்டயங்கள்[41] திருச்செங்கோட்டில் கிடைத்துள்ளன. இவை இராஜராஜனுடையன என்று கூறலாம். தடிகைபாடியை வெற்றிகொள்ள கொங்கு நாட்டிலிருந்தும் குடமலை நாட்டிலிருந்தும் படைகள் அனுப்பப்பட்டிருக்கக் கூடும். இப்போர் நடைபெற்றபோது, நுளம்பர்கள் தங்கள் தனித்தன்மையை இழந்து கங்கர்களின் அதிகாரத்திற்கு உட்பட்டனர். பத்தாம் நூற்றாண்டில் நுளம்பபாடி[42] என்பது தும்கூர், சித்தல்துர்க் மாவட்டங்களை மட்டுமின்றி, பெங்களூர், கோலார், பெல்லாரி மாவட்டங்களில் பெரும்பகுதியையும், சேலம், வட ஆர்க்காடு ஆகியவற்றில் சில பகுதிகளையும் தன்னுள் கொண்டிருந்தது. இதுவே, நுளம்பர்கள் தென் இந்திய அரசியலில் பெற்றிருந்த சிறந்த இடத்தைத் தெளிவாகக் கூறப் போதிய சான்றாகும். இராஜராஜனின் படையெடுப்பின்போது இவர்கள் வலிமை இழந்தாலும், இவர்களுடைய வலிமை முழுமையாக அழிந்துவிட்டது என்று கூறிவிட முடியாது. சகம் 920-ல் ஐயப்பனின் மகன் கன்னரசன் என்பவன் இராஜராஜனுக்குக் கப்பம்

கட்டி[43] தடிகைபாடியில் ஒரு பகுதியை ஆண்டு வந்தான். நுளம்பாதிராஜா என்ற பெயருடைய ஒருவன் 16-ம் ஆண்டில் சோழ மன்னனின் இராணுவத் தளபதியாக இருந்தான்.[44] நுளம்பாதி ராஜ சொரய்யன், சகம் 933-ல்[45] சோழரது அதிகாரத்திற்குட்பட்ட மற்றொரு மன்னன் என்று கூறப்பட்டுள்ளது. இவற்றை ஆராயும் போது, கங்கர்களுடைய அதிகாரத்திற்கு உட்பட்டிருந்த நுளம்பர்கள் அவர்களைப் பழி வாங்குவதற்காக இப்போது சோழர்களுடன் நட்புக் கொண்டனரோ என்று எண்ணத் தோன்றுகிறது. இதனால், சோழரின் மைசூர்ப் படையெடுப்பின் போது, கங்கர்கள் மட்டுமே முக்கியப் பகைவராக இருந்தனர். கொங்கு நாட்டிலிருந்து காவிரி ஆற்றைக் கடந்து தடிகைபாடியும்[46] தலைக்காட்டையும் முதலில் தாக்கியபோது சோழருக்கு முழு வெற்றி கிட்டியது. மேலும் அடுத்த ஒரு நூற்றாண்டுக்கும் மேலாக கங்க நாட்டின் மீதான ஆதிக்கமும் சோழருக்குக் கிடைத்தது. கி. பி. 973-ல் இரண்டாம் தைல ஆகவமல்லன் பண்டைச் சாளுக்கிய வமிசத்திற்கு உயிர் கொடுத்தபோது இராஷ்டிரகூடரின் வலிமை மறைந்தது. இது சோழரின் வெற்றிக்கு ஓரளவு காரணமாயிற்று. இந்த அரசியல் புரட்சியின் விளைவாக கங்கர்களும் நுளம்பர்களும் தங்களுக்குப் பெரிதும் ஆதரவாளராக இருந்தவர்களை இழந்தனர். தவிரவும் புதிதாக எழுச்சி பெற்ற சாளுக்கியருடன் திருமணம் முதலிய எவ்வித உறவும் ஏற்படுத்திக் கொள்ளும் வாய்ப்பின்றிப் போயிற்று.

மேலைச் சாளுக்கியர்

மேலைச் சாளுக்கியர் இராஜராஜன் தலைமையில் ஏற்பட்ட சோழப்படையெடுப்பை உதாசீனம் செய்யவில்லை. கி. பி. 922-ம் ஆண்டுக் கல்வெட்டு ஒன்றில் இரண்டாம் தைலப்பன் சோழ மன்னனுக்கு எதிராக ஒரு வெற்றி பெற்றதாகவும், அவனிடமிருந்து 150 யானைகளைக் கைப்பற்றியதாகவும் கூறுகிறான்.[47]

சத்தியாசிரயனுடன் போர்

922-ம் ஆண்டிற்குப் பிறகு சில ஆண்டுகளில் இரண்டாம் தைலப்பன் இறந்தான். அதன் பின்னர் அவன் மகன் சத்தியாசிரயன் சாளுக்கிய மன்னனானான். சத்தியாசிரயனை எதிர்த்துப் போர்புரிந்து வெற்றியடைந்து, அவனிடமிருந்த செல்வத்தில் ஒரு பங்கைத்

தஞ்சைப் பெரிய கோயிலுக்கு அளித்தான் என்று இராஜராஜன் ஆட்சியின் பிற்பகுதிக் கல்வெட்டுகளில் அவன் கூறுகிறான்.[48] மாளவ நாட்டு பாரமாரர் இதே சமயம் வடக்கிலிருந்து தாக்கினர். மேலைச் சாளுக்கியர் இருபெரும் பகைவரை ஒரே நேரத்தில் எதிர்த்துப் போரிட்டுச் சமாளிக்க முடியாமல் திணறினர். ஏறக்குறைய கி. பி. 1003-ம்[49] ஆண்டைச் சேர்ந்த இராஜராஜனின் கல்வெட்டுகள் இச்சோழமன்னன் 'இரட்டப்பாடி' ஏழரை இலட்சம் என்ற நாட்டைப் படையெடுத்து அதைக் கைப்பற்றினான் என்று கூறுகின்றன. ஆனால் இக்கூற்று மிகைப்பட்டதாகும். இம்மன்னன் இராஜராஜனது கடல் போன்ற பெரும்படையைக் கண்டு அஞ்சிப் போர்க்களத்தை விட்டு ஓடிவிட்டான் என்று திருவாலங்காட்டுப் பட்டயங்கள் கூறுவதே[50] நம்பக்கூடியதாயுள்ளது. சத்தியாசிரயனுடன் இராஜராஜன் புரிந்த போரைப் பற்றிக் கரந்தைப் (தஞ்சை) பட்டயங்கள் பல செய்யுட்களில் கூறுகின்றன. இராஜராஜனின் யானைகள் துங்கபத்திரை நதிக்கரையில் பெரும் சேதத்தை விளைவித்தன(செய்யுள் 28). பூமியை நோக்கிப் பாய்ந்த கங்கையை, சிவன் தன் தலை முடியில் தாங்கியதைப் போன்று, இராஜராஜன் தன் குதிரை மீதிருந்து தனியே போர் செய்து, முன்னேறிக்கொண்டிருந்த சாளுக்கியப் படையைத் தடுத்து நிறுத்தினான் (செய்யுள் 29). சாளுக்கிய தளபதி கேசவனைச் சிறைப்பிடித்தான் (செய்யுள் 31). அடுத்த நான்கு செய்யுள்களும் இப்போரைப் பற்றிக் கூறுகின்றன. முடிவாக, இராஜராஜனை அடுத்து மன்னனாக விளங்கிய இவன் மகன் முதலாம் இராஜேந்திரனின் ஆட்சிக் காலத்தைச் சேர்ந்த செய்யுள் ஒன்று, சாளுக்கியரின் தலைநகரான மான்யகேடத்தைக் கைப்பற்ற வேண்டுமென்ற இராஜராஜனின் சூளுரையை இராஜேந்திரன் நிறைவேற்றினான் என்று கூறுகிறது (செய்யுள் 51).

இராஜேந்திரன் தலைமை

தார்வார் மாவட்டம் ஹொட்டூரில் கி. பி. 1007-ம் ஆண்டைச் சேர்ந்த (929) சத்தியாசிரயனின் கல்வெட்டு ஒன்று இருக்கிறது. சோழ குலத்திற்கு அணியாக விளங்கியவனும் இராஜராஜ நித்தியா விநோதனின் மகனுமாகிய நூர்மடிச் சோழ இராஜேந்திர வித்தியாதரன் என்பவன், ஒன்பது லட்சம் வீரர்கள் அடங்கிய பெரும்படையுடன் பீஜப்பூர் மாவட்டத்திலுள்ள தோனூர் வரையில் வந்து, பெரும்போர் புரிந்து நாட்டைச் சூறையாடிப் பாழ்படுத்தியும், நகரங்களைக் கொளுத்தியும், இளங்குழவிகள், அந்தணர் என்றும் பாராமல் அவர்களைக் கொன்றும், கன்னியரைக் கைப்பற்றி

மனைவியராக்கியும், அந்தச் சாதியை அழித்தும் அளவற்ற பொருள்களைக் கவர்ந்துகொண்டும் தன் நாட்டிற்குத் திரும்பிச் சென்றான் என்று இக்கல்வெட்டு கூறுகிறது. இதன் பிறகு, தமிழரைக் கொன்ற (திருள-மாரி) சத்தியாசிரயன் சோழரை விரட்டியடித்து, அவரிடமிருந்து தன் வஸ்து-வாகனத்தை மீட்டு தென் பகுதியையும் கைப்பற்றினான் என்று இதே கல்வெட்டு மேலும் கூறுகிறது.[51] பகைவனின் கல்வெட்டில் காணப்படும் பெரும் நாச வேலைகளையும் கற்பழிப்புக்களையும் சோழ இளவரசன் செய்திருக்கக் கூடுமா என்ற வினா எழுந்தாலும் இராஜேந்திரன் மேலைச் சாளுக்கிய நாட்டின் மீது படையெடுத்துச் சென்று இரட்டபாடியை வென்றான் என்னும் செய்தி உறுதிப்படுகிறது. ஆனால் விரைவிலேயே, சத்தியாசிரயன் கடும்போரின் விளைவாகச் சோழப் படையெடுப்பைத் தடுத்து நிறுத்தினான். நுளம்பபாடியிலும், கங்கபாடியிலும் காணப்படுவதைப் போன்று, இரட்டபாடியைச் சோழர் கைப்பற்றினர் என்பதற்கான அறிகுறிகள் காணப்படவில்லை.[52]

சாளுக்கியப் போரின் விளைவுகள்

இதுவரை நம் கவனத்தைக் கவர்ந்தது சோழரின் வடமேற்குப் படையெடுப்பு, மைசூரில் கங்கர்களும் நுளம்பர்களும் ஆண்ட பகுதிகளோடு ஏறக்குறைய இப்போதைய பெல்லாரி மாவட்டம் முழுவதும் இந்தப் படையெடுப்பின் இறுதியில் சோழ நாட்டுடன் இணைக்கப்பட்டது.[53] துங்கபத்திரை ஆறு இவ்விரு நாட்டிற்கும் எல்லையாயிற்று. இராஜராஜனின் கல்வெட்டோ அல்லது இக்காலச் சாளுக்கிய மன்னரது கல்வெட்டுகளோ பெல்லாரியில் இதுவரை அகப்படவில்லை. ஆனால் பொதுவாக, சோழ நாட்டின் தூரப் பகுதிகளில் அவர்களுடைய கல்வெட்டுகள் அதிகமாகக் காணப்படுவதில்லை. எனவே இவனுடைய கல்வெட்டுகளும் இங்குக் காணப்படவில்லை என்பதாலேயே அக்காலத்துச் சான்றுகள் கூறுவதை மறுத்துவிட முடியாது. கங்கை, வேங்கி மண்டலங்களுக்கென்றே[54] ஒரு மகாதண்ட நாயகனை இராஜராஜன் தன் ஆட்சியின் இறுதியில் அமர்த்தியிருந்தான் என்பதே இவ்விரு மண்டலங்களும் ஒன்றோடொன்று இணைந்திருந் ததோடு, சோழ நாட்டுடன் சேர்ந்திருந்தன என்பதற்கும் போதுமான சான்றாகும்.

வேங்கி

இராஜராஜன் ஆட்சியின் தொடக்கத்தில் ஏற்பட்ட அரசியலின் தொடர்ச்சியாக, அவன் வேங்கி விவகாரங்களில் தலையிட

இராஜராஜப் பெருவேந்தன் (கி.பி. 985 – 1014) 241

வேண்டியதாயிற்று. கீழைச் சாளுக்கியரை அவர் தம் தாயாதியினரான மேலைச் சாளுக்கியரிடமிருந்து பிரித்துவிட வேண்டுமென்ற அரச தந்திரத்தின் அடிப்படையில் இத்தலையீடு ஏற்பட்டதன்று.[55] சோழ ஏகாதிபத்தியக் கொள்கையின் அடிப்படையிலேயே இராஜராஜனும் அவனுடைய சந்ததியினரும் தங்கள் வலிமையைத் துங்கபத்திரை ஆற்றின் கிழக்குக் கரையோரத்தில் பரவச் செய்ய முடிந்ததே தவிர, அவ்வாற்றின் மறுபக்கத்தில், தம் வலிமையைப் பரவச் செய்ய முடியவில்லை. கீழைச் சாளுக்கியர், மேலைச் சாளுக்கியருக் கிடையேயான வேறுபட்ட நிலைகளே இதற்குக் காரணமாகும். மூன்று ஆண்டுகளுக்கு மேலாக வேங்கியை ஆட்சி செய்த காலத்தில், கீழைச் சாளுக்கியர்கள், மேலைத் தக்காண இராஷ்டிரகூடருடன் தொடர்ந்து போரிட்டதன் விளைவாக வலியிழந்து, சோர்வுற்றதோடு அரியணையைக் குறித்து ஏற்பட்ட பூசலுக்கும் உள்நாட்டுக் குழப்பத்திற்கும் பலியாயினர். சோழரின் வரவினால் கீழைச் சாளுக்கிய மன்னர் குடும்பம் உற்சாகம் பெற்று, அடுத்து நூறு ஆண்டுகள் சோழரது அதிகாரத்திற்குட்பட்ட நண்பர்களாய்த் திகழ்ந்து, அதன் பின்னர் முதலாம் குலோத்துங்கன் காலத்திலும் அவனது சந்ததியினரான சோழ சாளுக்கியர் என்றழைக்கப் பட்டவர்களின் காலத்திலும் சோழநாடும் மேம்படும் வகையில் உதவிபுரிந்து தங்கள் நன்றிக் கடனைத் தீர்த்தனர்.

மேலைச் சாளுக்கியரோ பல நூற்றாண்டுகளாக இராஷ்டிரகூடர்களின் அடிமைகளாக இருந்து அப்போதுதான் இரண்டாம் தைலப்பனின் தலைமையில் தன்னுரிமையை நிலைநாட்டித் தனி நாடாக உருவெடுத்து மிகவும் உற்சாகத்துடன் காணப்பட்டனர். சத்தியாசிரயனின் செப்ரோலு கல்வெட்டு[56] கூறுவது போல, கீழைச் சாளுக்கியரின் வலிமையையும் தம்முடன் இணையச் செய்யும் முயற்சியையும் இவர்கள் மேற்கொண்டனர். ஆனால், வடக்கில் பாராமாரர்களும், தெற்கே சோழர்களும் இவர்களை ஒரே வேளையில் தாக்கியதால், தம் முன்னோரது ஆட்சியில் இருந்த இரட்டப்பாடி ஏழரை இலட்சம் பகுதியை இழக்காமல் பாதுகாப்பதைத் தவிர வேறு முயற்சிகளில் இவர்களால் ஈடுபட முடியவில்லை. தொடர்ந்து தற்காப்பிற்காகப் பல போர்களில் ஈடுபட வேண்டியிருந்தமையால், வேறு நாடுகளைத் தம் கீழ்க் கொண்டுவரும் முயற்சிக்கு இவர்களுக்கு நேரம் கிடைக்காததோடு, உற்சாகமும் இல்லாது போயிற்று. இந்நிலைக்கு விஞ்ஞான ரீதியாக விளக்கம் கூற முடியாது. பொதுவாக எந்த அரச வமிசத்திலும் முதல் மன்னர்களே சிறந்த ஆட்சியாளராய்

விளங்கினாலும் இத்தகைய அரச வமிசங்கள் தொடர்ந்து சில தலைமுறைகள் வரையிலுமே சிறந்து விளங்குகின்றன. இந்திய வரலாற்றிலும் இந்நிலைக்கு உதாரணமாகப் பல வமிசங்கள் இருந்தன. இவற்றில் கி. பி. 1000-ம் ஆண்டில் நிலவிய மேலை, கீழை, சாளுக்கிய, சோழ வமிசங்களின் பரஸ்பர முக்கியத்துவம் ஓர் உதாரணமாகும்.

வடக்கில் சோழர் ஆட்சி பரவுதல்

முதல் பராந்தகன் ஆட்சியில் சோழநாடு வடக்கே நெல்லூர் வரை பரவியிருந்தது. இராஷ்டிர கூடரின் படையெடுப்பின்போது வடபகுதிகளை இழக்க நேரிட்டது. பின்னர் முதலாம் பராந்தகனின் வழி வந்தோரால் ஒரு சில பகுதிகள் மட்டும் மீட்கப்பட்டன. இவர்கள் காலத்தில் சென்னைக்கு அருகேயுள்ள திருவொற்றியூர் சோழநாட்டின் வட எல்லையாக விளங்கியது. முதல் பராந்தகனுக்கு உட்பட்டிருந்த வடபகுதி அனைத்தையும் மீட்கும் பொருட்டு இராஜராஜன் தன் ஆட்சியின் தொடக்கத்திலேயே ஒரு படையை வடக்கு நோக்கிச் செலுத்தினான். இராஜகேசரியின் ஆறாம் ஆண்டைச் சேர்ந்த காஞ்சிபுரம் கல்வெட்டு ஒன்று[57] துர்க்கை கோயிலுக்கு இம்மன்னன் அளித்த பெரியதோர் ஆட்டு மந்தையைப் பற்றிக் கூறுகிறது. இவ்வாடுகள் தஞ்சைக் கூற்றத்திலுள்ள காருகுடியின் தலைவனான மும்முடிச் சோழன் என்றழைக்கப்பட்ட பிரமன் மழபாடியரால் கைப்பற்றப்பட்ட, சீத்புலிநாடு, பாகிநாடு பகுதிகளிலிருந்து கொண்டுவரப்பட்டன. இத்தலைவனின் பட்டப்பெயரிலிருந்து, இப்படையெடுப்பு இராஜராஜனின் ஆட்சியில் நடந்தது என்ற செய்தி தெளிவாகிறது.

வேங்கிப் போர்

மேற்கூறப்பட்ட படையெடுப்புக்குப் பிறகே, வேங்கி நாட்டின் உள் விவகாரங்களில் இராஜராஜன் தலையிட்டிருக்கக் கூடும். வேங்கி நாட்டில் சிறிது காலம் சத்தியாசிரயன் இருந்ததே, இராஜராஜனின் தலையீட்டிற்கு ஓரளவு காரணமாயிற்று. எனினும், சத்தியாசிரயன் குண்டூரில் இருந்ததற்கும் இராஜராஜன் வேங்கி நாட்டின் விவகாரங்களில் தலையிட்டதற்கும் வேறு பல அடிப்படைக் காரணங்களும் இருந்தன. கீழைச் சாளுக்கியரின் செப்புப் பட்டயங்கள் ஏராளமாகக் கிடைத்தாலும், இக்காலத்துடன் தொடர்புள்ள செப்பேடுகள் வேங்கி மன்னர்களின் வமிச வரலாற்றையோ, அவரது கால நிலையையோ

திட்டவட்டமாக நிர்ணயிக்க உதவவில்லை. கீழைச் சாளுக்கியரின் இன்னல்கள் கி. பி. 945-70-ல் ஆட்சி செய்த இரண்டாம் அம்மன் காலத்தில் தொடங்கின. இவ்வின்னல்களுக்குப் பேராசை கொண்ட இராஷ்டிரகூட மன்னன் மூன்றாம் கிருஷ்ணனுக்கும் கீழைச் சாளுக்கியரின் இளைய குடும்பத்தினருக்கும் இடையே ஏற்பட்ட பூசல்களே காரணம். கி. பி. 945-99-ல் வேங்கி நாட்டில் ஏற்பட்ட குழப்பங்களைச் சோழர் வரலாற்றை மனத்தில்கொண்டு இங்குச் சுருக்கமாகக் காண்போம்.[58]

கி. பி. 945-ம் ஆண்டில் தன் ஒன்றுவிட்ட அண்ணனைப் புறக்கணித்து விட்டு, இரண்டாம் அம்மன் அரியணையைப் பெற்றான். இது எவ்வாறு ஏற்பட்டது என்பது விளங்கவில்லை. ஆனால், இதுவே குழப்பத்தை உண்டாக்கியது. இளையவன் வழிவந்தவர்களான பாடபனும் இரண்டாம் தாழனும் ஆட்சியைக் கைப்பற்ற தகுந்த சந்தர்ப்பத்திற்காகக் காத்திருந்தனர். முதலாம் பராந்தகச் சோழனை வென்ற இராஷ்டிரகூட மன்னன் மூன்றாம் கிருஷ்ணன், வேங்கி நாட்டின் மீதும் தன் கவனத்தைச் செலுத்தினான். கீழைச் சாளுக்கிய இளவரசர்களுக்கிடையே உண்டான உட்பகைகள் இம்மன்னனுக்குச் சாதகம் ஆயின. இரண்டாம் அம்மன் பேடகல்லு மன்னனான ஜடாசோட வீமனின் சகோதரியை மணந்தான் என்று கூறச் சிறந்த ஆதாரமுள்ளது. இக்காலத்தில் புகழ்பெற்று நிலவிய வீமன் தன் மைத்துனனுக்குப் பெரிதும் உதவிபுரிந்தான்.

இரண்டாம் அம்மனின் ஆட்சி இருபத்தைந்து ஆண்டுகள், அதாவது 970-வரை நிலவினாலும், இது நிலையற்றதாகவே இருந்தது. இம்மன்னன் அரியணையேறியபோது இரண்டாம் யுத்தமல்லன் என்பானோடு போரிட்டு வெற்றியடைந்தான்[59] ஆனால் யுத்தமல்லனின் தோல்வி, அவனது புதல்வர்களான பாடபனாலும் இரண்டாம் தாழனாலும் பழிவாங்கப்பட்டது. வேங்கி நாட்டிலிருந்த சிலர், மற்றும் இராஷ்டிரகூட மன்னன் கிருஷ்ணன் ஆகியோரின் உதவியுடன் இரண்டாம் அம்மனை நாட்டை விட்டே விரட்டி, அவனது அரியணையையும் கைப்பற்றினர். பாடபன், தாழன் ஆகியோரது செப்புப் பட்டயங்களில் கூறப்பட்டுள்ள கிருஷ்ணனின் உதவி, இவர்களுக்கு இச்சமயத்திலேயே கிடைத்திருக்க வேண்டும். ஆனால், சில ஆண்டுகளுக்குப் பிறகு கலிங்கத்திற்கு ஓடிவிட்ட அம்மன், கொலனு நாட்டுத் தலைவனான நிருபகாமாவின் உதவியுடன் நாடு திரும்பி 955-க்கு முன்னர் தாழனது ஆட்சியை முடித்தான். கொலனுத் தலைவனின் மகளை மணந்த அம்மன்,

தாழனுடன் செய்த போரில் தாழனைக் கொன்றான். இது அம்மன் தன் தாயாதியான ஒரு மன்னனை விண்ணுலகத்திற்கு அனுப்பினான் என்று முதலாம் சக்திவர்மனுடைய படிபற்று பட்டயம் கூறுவதிலிருந்து புலனாகிறது.[60] ஆனால் விரைவிலேயே மூன்றாம் கிருஷ்ணன் வேங்கி நாட்டின் மீது மீண்டும் படையெடுக்க, அம்மன் இரண்டாம் முறையாகக் கலிங்கத்திற்குத் தப்பி ஓடவேண்டியதாயிற்று. இந்நிகழ்ச்சி அம்மனுடைய பதினோராம் ஆண்டிற்குப் பிறகே (956) நடைபெற்றது என்று மாங்கல்லுப் பட்டயங்கள் கூறுகின்றன.[61] வேங்கி நாட்டில் அம்மனுக்கு விரோதமான ஒரு கூட்டத்தின் ஆதரவைப் பெற்ற தானார்ணவனிடம் ஆட்சிப் பொறுப்பைக் கிருஷ்ணன் அளித்தான். ஆனால் இராஷ்டிரகூடர் வேங்கியைவிட்டு அகன்றவுடன், மீண்டும் அம்மன் தன் நாட்டை அடைந்து தானார்ணவனுடன் சமாதானம் செய்துகொண்டு, சிலகாலம் அந்நாட்டை ஆட்சி செய்தான். முடிவில் தானார்ணவன் மீண்டும் அம்மனுக்கு எதிராகக் கிளம்பி அம்மன்னனைப் போரில் கொன்று தானே அரியணையைப் பற்றினான்.(970)[63]

தன் நாட்டின் தென் எல்லையைப் பரப்ப எண்ணிய தானார்ணவன், மூன்றாம் கிருஷ்ணனால் கைப்பற்றப்பட்ட வடபகுதிகளை மீட்கும் பணியில் ஈடுபட்டிருந்த சோழரோடு போரிட வேண்டிய நிலை ஏற்பட்டது. இவனது மகன் தமிழருடன் ஏற்பட்ட ஒரு சண்டையில் (திரமிலா உறவு) வெற்றியடைந்ததாகக் கூறப்படுகிறது.[63] ஆனால் இதைப்பற்றி விவரமாகக் கூறப்படவில்லை. இதற்கிடையே அம்மனுடைய மைத்துனனும் பெட்கல்லு (கர்னூல் மாவட்டம்) அரசனும் ஜடாசோடனின் மகனுமான வீமன், இரண்டாம் அம்மனின் மரணத்திற்காகப் பழி வாங்க முற்பட்டான். இவனுடைய நடவடிக்கைகளைக் கூறும் கல்வெட்டு மிகவும் சிதைந்திருப்பதனால் இதைப்பற்றி நாம் தெளிவாக அறியமுடியவில்லை.[64] சிறுவனாயிருந்த போது வீமன் மூன்றாம் கிருஷ்ணனின் அதிகாரத்திற்குட்பட்ட வனாயிருந்து, இம்மன்னன் வேங்கி நாட்டைக் கைப்பற்ற உதவியிருக்கக் கூடும். ஆனால், கிருஷ்ணனின் மரணத்திற்குப் பிறகுதான் தனியுரிமையைப் பெற்று, அம்மன் மீது வெற்றிகொண்ட தானார்ணவனை எதிர்த்து, பொட்டாடி என்ற பகுதியைத் தாக்கிக் கைப்பற்றினான். இது பற்றிய செய்திகள் தெளிவாக இல்லாவிடினும், இச்சண்டையில் வீமன், தானார்ணவனைக் கொன்று, அவனது

குழந்தைகளை விரட்டியதோடு, வேங்கி நாடு முழுவதையும் கைப்பற்றினான் என்பதை அறியமுடிகிறது.

தானார்ணவனின் மரணத்திற்கும், இவன் மகன் முதலாம் சக்திவர்மனின் ஆட்சி தொடங்கியதற்கும் இடையேயான 25 ஆண்டுகள் (973-999) ஓர் 'இடையீட்டுக் காலம்' என்றும்[65] ஊழ்வினையால் ஏற்பட்ட தீயூழிக் காலம்[66] என்றும் கீழைச் சாளுக்கியர் தம் சாசனங்களில் குறிப்பிடுகின்றனர். இவ்விடைக் காலத்தில்தான் ஜடாசோட வீமன் வேங்கி நாட்டை ஆண்டான். இம்மன்னன் சாளுக்கியரைச் சேர்ந்தவனல்ல என்பதால் இவனது ஆட்சியை மக்கள் வெறுத்தனர். இதே காலத்தில் தானார்ணவனின் நண்பர்களான வைதும்பர்களும், தானார்ணவனுடைய உறவினரும் கலிங்க நாட்டு மன்னனுமான காமார்ணவ கீழைக் கங்கரும் (இம்மன்னனிடமே தானார்ணவனின் பிள்ளைகள் தஞ்சமடைந்தனர்) வீமன் மீது கோபமுற்று அவனை எதிர்த்தனர். ஆனால் பல ஆண்டுகள் கடும்போர்புரிந்து, வீமன் எல்லா எதிர்ப்புகளையும் அகற்றினான். கி. பி. 978-ல் காமார்ணவனையும், 981-ல் அவன் சகோதரன் வினயாதித்தனையும் அழித்து கலிங்கத்திற்கும் தானே மன்னனானான். சக்திவர்மன், விமலாதித்தன் என்ற தானார்ணவனின் இருபிள்ளைகளும் அவர்களது தாயும், கலிங்கத்தை விட்டு நீங்கி தமிழ் நாட்டில் சோழரால் வரவேற்கப்பட்டு சிறிது காலம் தஞ்சை மாவட்டத்திலுள்ள திருவையாற்றில் தங்கியிருந்தனர்.[67] இராஜராஜன் அரியணையேறியபோது, இரண்டாம் தைலன், சத்தியாசிரயன் ஆகியோரது தலைமையில் மேலைச் சாளுக்கியர் எழுச்சியுற்றனர். தானார்ணவனின் மக்கள் சோழ நாட்டில் தங்கியிருந்ததே மேலைச் சாளுக்கியருக்கு எதிராகக் கடைபிடிக்க வேண்டிய கொள்கையை உருவாக்க இராஜராஜனுக்குப் பெரிதும் உதவியாக இருந்தது. இவர்களையே கருவிகளாகக்கொண்டு, வேங்கி நாட்டின் விவகாரங்களில் தலையிட இராஜராஜன் துணிந்தான். அதே வேளையில், மேலைச் சாளுக்கியரும் ஜடாசோட வீமனும் தமக்குள் ஒப்பந்தம் செய்துகொண்டனர் என்று கருத இடமேற்பட்டது. 999-ம் ஆண்டிலோ அதற்குச் சற்று முன்னரோ, சக்திவர்மனை வேங்கி நாட்டு அரியணையில் அமர்த்தும் எண்ணத்துடன் இராஜராஜன் வேங்கிநாட்டின் மீது படையெடுத்தான். இவனை எதிர்க்க வீமனால் அனுப்பிய ஏகவீரன் என்ற பெரும் வீரனை இவன் கொன்றான் என்றும் பின்னர் பட்தேமன், மகாராசன் என்ற பலம் வாய்ந்த இரு தலைவர்களையும் கொன்றான் என்றும் முடிவாக

'ஜடாசோடன் என்னும் பெரும் மரத்தை வேருடன் களைந்தான்' என்றும் அதாவது வீமனையும் தோல்வியுறச் செய்தான் என்றும் சக்திவர்மனின் சாசனங்கள் கூறுகின்றன. ஆயினும், இப்போர் கடுமையாகவும் பல ஆண்டுகள் நீடித்ததாகவும் இருந்தது. வேங்கி நாட்டைவிட்டு வீமன் விரட்டப்பட்டாலும் ஏறக்குறைய 999-ல் தான் சக்திவர்மன் ஆட்சியைத் தொடங்கினான். ஆனால் மீண்டும் வீமனால் தாக்கப்பட்ட சக்திவர்மன் காஞ்சிவரை விரட்டப்பட்டான். 1001-2-ல் காஞ்சிக்கு அருகே நடைபெற்ற மற்றொரு போருக்குப் பிறகே சக்திவர்மன் வேங்கி நாட்டின் அரியணையில் அச்சமின்றி அமர முடிந்தது. இது எவ்வாறாயினும், வேங்கிநாட்டு அரியணையைப் பெற சக்திவர்மனுக்குச் சோழ மன்னனின் உதவியே முக்கியக் காரணமாயிற்று என்பது தெளிவு. இதனாலேயே, சக்திவர்மனும் சோழ மன்னனின் அதிகாரத்திற்குட்பட்டே செயல்பட்டான்.

1011-ல் மே திங்கள் 10-ம் நாள்[68] விமலாதித்தன் வேங்கி நாட்டு அரியணையில் அமர்ந்தான் என்பது நமக்கு நன்கு தெரிந்ததே. இவனுக்கு முன் இவனது சகோதரன் சக்திவர்மன் பன்னிரெண்டு ஆண்டுகள் ஆட்சி செய்தான். இதிலிருந்து சக்திவர்மன் கி. பி. 999-ல் அரியணையில் அமர்ந்தான் என்றும் இதே ஆண்டில் 'இடையீட்டுக் காலம்' முடிவுற்றது என்பதும் தெளிவாகிறது. இராஜராஜன் 'சோழன் நாரா'யணன் என்றழைக்கப்பட்டது போன்று சக்திவர்மன் தன் செப்பேடுகளில் சாளுக்கிய நாராயணன் என்றே அழைக்கப்பெற்றான். கீழைச் சாளுக்கியர்கள் இந்நிலையை அடைய இராஜராஜனுக்கே கடமைப்பட்டவர்களாய் இருந்தனர். வேங்கி நாட்டில் நிலவிய உள்நாட்டுக் குழப்பத்தைப் போக்கி, அமைதியை ஏற்படுத்தியதன் மூலம் வேங்கி நாட்டையே தான் கைப்பற்றியதாக இராஜராஜன் கூறுவது முற்றும் பொருத்தமே. இவ்வாறு கூறும்போது கங்க பாண்டிய நாடுகளைக் கைப்பற்றிய பின்னர் அவற்றின் தனித்தன்மையை நீக்கி அங்கே சோழரின் நேரடியான ஆட்சியைத் திணித்தது போன்று வேங்கி நாட்டிலும் செய்யப்பட்டது என்று பொருள் கொள்ள முடியாது.[69] தன் பாதுகாப்பிற்கு உட்பட்ட தனி இராச்சியமாகவே வேங்கி நாட்டைச் சோழ மன்னன் கருதினான். இவ்விரு அரச குடும்பத்தினருக்கு மிடையேயான உறவு, விமலாதித்தனுக்கும் இராஜராஜனின் மகளும் இராஜேந்திரனின் தங்கையுமான குந்தவைக்கும் ஏற்பட்ட திருமணத்தால் உறுதிப்பட்டது.[70]

வீமனின் வீழ்ச்சியையும் வேங்கி நாடு இராஜராஜனுடைய அதிகாரத்திற்கு உட்பட்டதையும் சத்தியாசிரயனால் பொறுத்துக் கொள்ள இயலவில்லை. இப்போது முதல் அடுத்த 135 ஆண்டுகளுக்கு மேலைச் சாளுக்கியருக்கும் சோழர்களுக்குமிடையே வேங்கி நாட்டைக் குறித்து அடிக்கடி போர் நிகழத் தொடங்கியது. கீழைச் சாளுக்கிய மன்னர்கள் புறக்கணிக்கப்பட்டனர். சக்திவர்மனின் கல்வெட்டுகளில் அவன் அரியணை ஏறிய பிறகு நடைபெற்ற செய்திகளைப் பற்றி ஒன்றுமே கூறப்படவில்லை. ஆனால் செப்ரோலு (குண்டூர் மாவட்டம்) என்னுமிடத்தைச் சேர்ந்த மேலைச் சாளுக்கிய கல்வெட்டு ஒன்றில்[71] பாயல் நம்பி என்பவனின் தலைமையின் கீழ் மேலைச் சாளுக்கியப் படை ஒன்று வேங்கி நாட்டின் மீது படையெடுத்து, தார்ணிக் கோட்டையையும், யனமதலாவையும் எரித்து, கி. பி. 1006-ல் செப்ரோலுவில் தன் ஆட்சியை ஏற்படுத்தினான் என்று கூறப்பட்டுள்ளது. இதைத் தொடர்ந்து என்ன நடைபெற்றது என்பது விளங்கவில்லை; ஆனால் இக்கல்வெட்டில் காணும் ஆண்டில் சக்திவர்மனை வெற்றி கொள்ளும் முயற்சிகள் சத்தியாசிரயனால் மேற்கொள்ளப்பட்டன என்று கருத இடமுண்டு. இதே ஆண்டில் ஹொட்டூர் கல்வெட்டுச் சிறப்பாக விளங்கியுள்ளது போல், இராஜேந்திரன் இரட்டப்பாடியின் மீது படையெடுத்து அதன் மூலம் சத்தியாசிரயன், தன் படைகளை வேங்கி நாட்டிலிருந்து விலகிக்கொள்ளச் செய்தான்.

மாலத் தீவுகளைக் கைப்பற்றல்

இராஜராஜனது போர்களுள் இறுதியில் நிகழ்ந்தது, இவன் 'முந்நீர்ப்பழந்தீவு பன்னீராயிரம்' எனப்படும் மாலத் தீவுகளைக் (Maldives) கைப்பற்றும் பொருட்டுப் படையெடுத்ததேயாகும்.[72] கடல் கடந்து சென்ற இப்படையெடுப்பைப் பற்றி விவரமாக செய்திகள் கிடைக்கவில்லை. எனினும், இராஜேந்திரன் பிற்காலத்தில் திறமையாகப் பயன்படுத்திய கப்பற்படை இராஜராஜன் காலத்திலேயே சிறந்த முறையில் உருவாக்கப்பட்டது என்பது தெளிவு. மாசிடோன் நாட்டு பிலிப்புக்கும் மகா அலெக்சாண்டருக்கும் உள்ள உறவு இராஜராஜ சோழனுக்கும் இராஜேந்திரனுக்கும் இடையே உண்டு. இராஜராஜனின் ஈழ மண்டலப் படையெடுப்பும் அவனுடைய கப்பற்படைகளின் துணைகொண்டே நிகழ்ந்திருக்க வேண்டும். தன் ஆட்சியின் தொடக்கத்தில் சேரர் கடற்படையின் வலிமையை அழிக்கும் வகையில் காந்தளூர் மீது படையெடுத்த

போதே, இராஜராஜன் கப்பற்படையின் இன்றியமையாமையை நன்கு உணர்ந்திருந்தான்.

இராஜராஜன் பாணராஜா என்பவனுடன் போரிட்டு அவனைத் துரத்தினான் என்றும், போகதேவன் என்பானது தலையை வெட்டினான் என்றும் கரந்தைச் (தஞ்சை) செப்பேடுகள் (செய்யுள் 30) கூறினாலும், இந்நிகழ்ச்சிகளைப் பற்றிய பொருத்தமான விளக்கங்கள் கொடுக்கப்படவில்லை.[73]

இராஜேந்திரன் இளவரசுப் பட்டம் பெறுதல்

தன் ஆட்சி முடியும் தறுவாயில் இராஜராஜன், தன் மகன் இராஜேந்திரனை அரசாங்க அலுவல்களில் தன்னுடன் கலந்து கொள்ளச்செய்தான். கி. பி. 1018-ம் ஆண்டு மார்ச் திங்கள் 27-ம் நாள் முதல் ஜூலைத் திங்கள் 7-ம் நாளுக்குள் இளவரசுப் பட்டம் கட்டப்பட்டது.[74] இராஜராஜனின் ஆட்சியின் நான்காம் ஆண்டுக் கல்வெட்டுகள் இராஜேந்திரனை இளம் அரசகுமரன் என்று குறிப்பிடுவதனால் இளவரசுப் பட்டம் பெற்றபோது இவன் குறைந்தது இருபத்தைந்து வயதினனாக இருந்திருத்தல்வேண்டும்.[75] இராஜராஜனின் 29-ம் ஆண்டுக் கல்வெட்டுகள் தஞ்சையில் ஏராளமாகக் கிடைப்பதைக் காணும்போது, இம்மன்னனின் சிறந்த ஆட்சி கி. பி. 1014-ல் முடிவுற்றது என்று நாம் முடிவு செய்யலாம்.[76]

தஞ்சைப் பெரிய கோயில்

இராஜராஜனால் தஞ்சையில் எடுப்பிக்கப்பட்டுள்ள இராஜராஜேஸ்வரம் என்னும் சிவன்கோயில் முக்கியம் வாய்ந்தது; தென் இந்திய வரலாற்றுப் பகுதியின் தலைசிறந்த சின்னமாகவும் தமிழ் கட்டடக் கலைக்கே பெருமை தேடித்தரும் கலைக் கருவூலமாகவும், இம்மன்னனின் ஒப்பற்ற ஆட்சியின் நினைவுச் சின்னமாகவும் இன்றளவும் இக்கோயில் விளங்கிவருகிறது. இக்கோயில் வானளாவி நிற்பதுடன், எளிமையான அமைப்பையும் உடையது. 750 அடி நீளமும் 250 அடி அகலமும் உடைய நீண்ட சதுர வடிவமான மைதானம், குறுக்கே கட்டப்பட்டுள்ள சுவரால் இரண்டாகப் பிரிக்கப்பட்டுள்ளது. இச்சுவரின் மீது தாழ்ந்த அழகிய கோபுரமுள்ளது. வெளி மைதானத்தை விட உள் மைதானம் இருமடங்காக உள்ளது. உள் மைதானத்தின் மேற்குப் பாதியில் முக்கியக் கோயில் அமைந்துள்ளது. அதன் கண் 100 அடி சதுரத்திலான விமானம், 200

அடி உயரத்திற்குக் கட்டப்பட்டு கம்பீரமாக நிற்கிறது. நன்கு அமைக்கப்பட்ட அடித்தளம், ஒரே கல்லில் செதுக்கப்பட்ட பெரிய நந்தி, எளிதாகவும் எழிலுடனும் சிற்பங்கள் செதுக்கப்பட்டிருக்கும் முறை அழகுபடுத்தப்பட்ட விமானத்தின் குறிக்கோள்-இவற்றுக்குத் தென் இந்தியக் கலையில் ஈடானது வேறு எங்கும் இல்லை என்ற பெருமை தஞ்சைப் பெரிய கோயிலுக்கு உண்டு.

விமானத்தின் பக்கங்களில் காணப்படும் மாடக்குழிகளிலுள்ள கவர்ச்சியான சிற்பங்களும், கல்வெட்டுகளில் உள்ள நேர்த்தியான எழுத்துகளும், மற்ற இடங்களிலும் செதுக்கப்பட்டுள்ள திறமையும் தென் இந்தியாவில் வேறு எந்தக் கட்டடத்திலும் காணப்படாத வகையில் அமைந்துள்ளன. எக்கோணத்திலிருந்து நோக்கினாலும் அதிசயிக்கத்தக்க இக்கோயிலின் எழில் கம்பீரமாகவே காணப்படுகிறது. விமானத்தின் கீழ் கருவூலத்தைச் சுற்றியுள்ள கருங்கல்லால் ஆன சுவர்கள் மெல்லிய சுண்ணாம்புப் பூச்சின் மீது வண்ணமும் பூசப்பட்டு உள்ளன. இராஜராஜனின் 25-ம் ஆண்டின் 275-ம் நாளில், இது கட்டி முடிக்கப்பட்டது. இக்கோயில் விமானத்தின் உச்சியை அழகுபடுத்த, இம்மன்னன் ஒரு செப்புக் கவசத்தை அளித்தான். இப்பெரும் கோயிலைக் கட்டுவதற்கு வேண்டியிருந்த பெரும்பாறைகள் நெடுந்தொலை தூரத்திலிருந்து எவ்வாறு கொண்டுவரப்பட்டன என்பதும் இப்பாறைகள் எவ்வாறு உயர்த்தி அவற்றின் குறிப்பிட்ட இடங்களில் பொருத்தப்பட்டன என்பதும் நாம் அறியக்கூடவில்லை. இதற்கான செலவின் ஒரு பகுதி, கைப்பற்றப்பட்ட நாடுகளிடமிருந்து பெறப்பட்டது. இக்கோயில் கட்டப்பட்ட பிறகு நாட்டின் மற்றப் பகுதிகள் அதனுடன் நெருங்கிய தொடர்புகொண்டன. இக்கோயிலுக்குத் தேவைப்பட்ட ஆட்களையும் பொருள்களையும் வழங்குவதில் ஒவ்வோர் ஆண்டும் நாட்டின் மற்றப் பகுதிகளிலிருந்த கிராமங்கள் தொடர்ந்து பங்கேற்றன. கோயில் அருகே இருந்தவர்கள், பக்தர்களாலும், மன்னர்களாலும், அதிகாரிகளாலும் இக்கோயிலுக்குப் பணமாக வழங்கப்பட்ட அறக்கட்டளைகளைப் பெற்றுக்கொண்டு அதற்காக ஆண்டுதோறும் வட்டியைப் பணமாகவோ அல்லது முன்னாலேயே குறிப்பிட்ட வகையிலோ செலுத்திவந்தனர். இத்தகைய ஏற்பாடுகள் இராஜராஜனின் 29-ம் ஆண்டிற்கு முன்பே மிகுந்த கவனத்துடன் ஒழுங்காகச் செய்யப்பட்டன என்பதைக் காணும் போது, இம்மன்னன் ஒரு சிறந்த நிர்வாகியாகத் திகழ்ந்தான் என்பது தெரிகிறது. இக்காலத்தில் வாழ்ந்த கருவூர்த் தேவர், பக்திப் பாடல்கள் புனைவதில் கை தேர்ந்தவராக இருந்தார். இக்கோயிலைப்

புகழ்ந்து இவர் ஒரு பதிகத்தினை பாடியுள்ளார். தஞ்சை நகர், தேவாரம் பாடிய அப்பர், சம்பந்தர், சுந்தரமூர்த்தி நாயனார் ஆகியோரால் பாடப்பெற்ற தலமல்ல. இங்குள்ள கோயில் இராஜராஜனின் கொள்கையால் புதிதாக உருவானதேயாகும்.

நிர்வாகம்

நிலவரியை நிர்ணயிக்க வேண்டி நாடெங்கும் நிலங்களை அளந்து, நிலத்திற்கேற்ப வரி விதித்து, இப்போதைய நிர்வாகத்தில் உள்ளதுபோல் செயலாளர்களைக்கொண்ட மத்திய அரசை இராஜராஜ சோழன் நன்கு அமைத்தான். மேலும் நிர்வாகத்தை வலுவாக்கி, மத்திய அரசின் பிரதிநிதிகளை ஆங்காங்கு மேற்பார்வைக்காக அமர்த்தி, கிராம சபைகளையும் மற்றப் பொதுக் குழுக்களையும் தணிக்கையின் மூலம் கட்டுப்படுத்தினான். அதனால் நிறைந்த நிலைப்படையை உருவாக்கி, இராஜேந்திரனின் கீழ் மேலும் பல வெற்றிகளை அடைந்த பெரும் கப்பற்படையை நிறுவி, தென் இந்தியாவின் வரலாற்றிலேயே இராச்சியங்களை நிர்மாணிப்பதில் ஒப்பற்றவனாகத் திகழ்ந்தான் இராஜராஜன். இராஜராஜனின் புகழைக் கூறும் வகையில் தென்மகாதேவி மங்கலம் (வட ஆர்க்காடு, போளூர் வட்டம்) என்னுமிடத்திலுள்ள பாறை ஒன்றில் வடமொழிப் பாடல் ஒன்று பொறிக்கப்பட்டுள்ளது. இது இம்மன்னனது ஆட்சியின் இறுதியிலோ அல்லது ஒரு பரம்பரைக்குப் பிறகோ பொறிக்கப்பட்டிருக்க வேண்டும். 'விஷ்ணு இராஜராஜனாக அவதரிப்பான். வாக்பதி (பிரகஸ்பதி) அவனது அமைச்சர் சுபந்தனாகப் பிறப்பான். இம்மன்னன் உலகை அளந்து சங்க காலத்தில் நன்னன் ஆண்ட நவிர்மலை என்னும் திரிசூல மலையின் மீது ஓர் நகரை அமைப்பான்' என்று இப்பாடல் கூறுகிறது.[77]

சமயக் கொள்கை

ஆழ்ந்த சிவபக்தனான இராஜராஜன் இந்தியாவின் பெரும் இராஜதந்திரிகளைப் போன்று, எல்லா சமயங்களிடத்தும் பொது நோக்குடையவனாய் அவற்றை ஆதரித்துவந்தான். தஞ்சைப் பெருங் கோயிற் சுவர்களில் காணப்படும் அழகிய சிற்பங்களிலிருந்து இம்மன்னனின் கல்வெட்டுகளில் இவனால் கட்டப்பட்டதாகக் கூறப்படும் விஷ்ணு ஆலயங்களிலிருந்தும் இராஜராஜன் தனது சமயக் கொள்கையில் தாராள மனப்பான்மை உடையவனாகவே இருந்தான் என்பது புலப்படும். நாகப்பட்டினத்தின்கண் ஸ்ரீ

விஜயம், கடாரம் ஆகியவற்றின் அரசனாகிய சைலேந்திர மன்னன் திருமாற விசயோத்துங்கவர்மனால் சூடாமணி விகாரம் கட்டப்பட்டபோது அம்மன்னனை பெரிதும் ஊக்குவித்தான் என்று புகழ் வாய்ந்த லெய்டன் பட்டயம் கூறுகிறது.[78] இவ்விகாரத்திற்கு இதை எடுப்பித்த மன்னனின் தந்தையின் பெயரும், சோழ மன்னனின் பெயரும் இடப்பட்டது. சோழ மன்னனின் உடன்பாட்டுடன் கட்டப்பட்ட இந்த புத்த விகாரத்திற்கு நிவந்தமாக ஆனைமங்கலம் என்னும் ஊரைப் பள்ளிச் சந்தமாக அளித்தமையும். இவன் இறந்த பிறகு இவனது மகன் இராஜேந்திரன் இந்நிவந்தத்தை உறுதிப்படுத்தியதோடு இதனை, செப்பேட்டுப் பட்டயமாகவும் பொறிக்கச் செய்தான். கீழை நாடுகளிலிருந்து தென் இந்தியாவிற்கு வரும் கலங்கள் முதலில் அடையும் துறைமுகம் நாகப்பட்டினமே என்று ஐட்சிங்கின் பிரயாணக் குறிப்புகள் மூலம் தெளிவாகிறது.[79] இதனாலேயே கடாரத்தரசனும் இந்நகரில் புத்த விகாரத்தினைக் கட்டியிருத்தல் வேண்டும்.

பட்டங்கள்

பெயர்களே வரலாற்றின் இசையாகுமானால் இவ்வுன்னத மன்னன் இவ்விசையில் ஆழ்ந்து திளைத்தான்; அதோடு நில்லாமல், புதியதாக எடுப்பித்த கட்டடங்களுக்கும் பழைய கட்டடங்களைப் புதுப்பித்த போதும் இப்பெயர்களை அவற்றிற்கு சூட்டி இப்பெயர்கள் மக்கள் நாவில் நடமாடச் செய்தான். இராஜராஜன், மும்முடிச் சோழன், செயங்கொண்டான், அருண்மொழி என்ற பெயர்கள் நகரங்களின் (புறம்) பெயர்களாக மாறியதோடு, வளநாடுகளும், மண்டலங்களும் மன்னனின் இப்பெயர்களாலேயே அழைக்கப்பட்டன. இப்பெயர்களுடன் சோழேந்திர சிம்மன், சிவபாத சேகரன், க்ஷத்திரிய சிகாமணி, சனநாதன், நிகரிலிச் சோழன், இராஜேந்திர சிம்மன், சோழ மார்த்தாண்டன், இராஜாசிரயன், இராஜ மார்த்தாண்டன், நித்திய விநோதன், பாண்டிய லோசனி, கேரளாந்தகன், சிங்களாந்தகன், இரவிகுல மாணிக்கம், தெலிங்க குல காலன்[80] போன்ற பல பெயர்களாலும் அழைக்கப்பட்டான். இவற்றில் பல பெயர்களுடன், அரச குடும்பத்தினரான குந்தவை, செம்பியன் மாதேவி போன்றோரின் பெயர்களையும் சேர்த்து, சோழ நாட்டின் பெரும் கிராமங்களிலும் நகரங்களிலும் உள்ள சேரிகள் அழைக்கப்பட்டன.[81] இராணுவத்தின் பிரிவுகளும் மன்னர்கள் அல்லது இளவரசர்களின் பெயர்களையே தாங்கிநின்றன.

குடும்பம்

இராஜராஜன் பல மனைவியருடன் வாழ்ந்தாலும், குறைந்த அளவிலேயே மக்களைப் பெற்றிருந்தான். பல கோயில்களுக்கு நிவந்தங்கள் அளித்ததாகக் கல்வெட்டுகளில் குறிப்பிடப்படும். இவனது மனைவிமார்களின் எண்ணிக்கை ஏறக்குறைய பதினைந்து ஆயினும் உலக மகாதேவி என்று அழைக்கப்பட்ட தந்திசக்தி விடங்கி என்பவளே பட்டத்தரசியாக விளங்கியவள். இவளே இராஜராஜனின் ஆட்சியின் 29-ம் ஆண்டில் திருவிசலூரில் இம்மன்னனுடன் இருந்தாள் என்பதைக் காண்கிறோம். திருவிசலூர்க் கோயிலில் இம்மன்னன் துலாபாரம் புகுந்தபோது தந்திசக்தியும் இரணிய கர்ப்பம் புகுந்தாள்.[82] இதைக் கூறும் கல்வெட்டு ஒன்று மன்னனும், அரசியும் வழிபடும் தோற்றத்தில் அமைந்துள்ளதை, இக்கோயில் சிற்பத்தின் அடியில் காணுகிறோம். திருவலஞ்சுழியில் இவ்வரசியால் எடுப்பிக்கப்பட்ட க்ஷேத்திரபாலர் கோயிலுக்குப் பொன்னாலான பூக்களை அளித்தாள்.[83] இராஜராஜனின் ஒரே மகனான இராஜேந்திரனின் தாயார், திரிபுவன மகாதேவி என்றழைக்கப்பட்ட வானவன் மாதேவியே ஆவள்[84] இராஜராஜனின் அக்காள் குந்தவை,[85] வல்லவரையர் வந்தியத் தேவரை மணந்தாள். கல்வெட்டுகள் குந்தவையை, ஆழ்வார் பராந்தகன் குந்தவைப் பிராட்டியார் என்றும் பொன்மாளிகைத் துஞ்சின தேவரின் புதல்வி[86] என்றும் குறிப்பிடுகின்றன. தன் தமக்கையிடத்தில் அரசன் பெருமதிப்பு வைத்திருந்தான். தான் எடுப்பித்த தஞ்சை பெரிய கோயிலுக்கு, தன் தமக்கை கொடுத்தவற்றை நடு விமானத்தின் கல்மீது, தான் கொடுத்தவற்றைப் பற்றி வரைந்துள்ள இடத்திற்கு அருகே வரையச் செய்ததோடு, தன் மனைவிமார்களும் அதிகாரிகளும் கொடுத்தவற்றைச் சுற்றியுள்ள பிறைகளிலும், தூண்களிலும் பொறிக்கச் செய்தான்.[87] இராஜராஜன் மூன்று புதல்விகளைப் பெற்றிருத்தல்வேண்டும். ஏனெனில், திருவலஞ்சுழியிலுள்ள ஒரு கல்வெட்டு சாளுக்கிய விமலாதித்தனை மணந்த இளைய குந்தவையைத் தவிர, மாதேவடிகள் என்பாளை நடு மகளாகக் குறிப்பிட்டுள்ளது.[88] உத்தம சோழனின் அன்னையும் கண்டராதித்தனின் மனைவியுமான செம்பியன் மாதேவியாரின் நினைவு கூர்ந்திடும் வகையில் திருமுக்கூடலில் ஒரு மண்டபமும்[89] மேற்பாடியில்[90] சோழீச்சுரம் என்னும் அரிஞ்சயேச்சுரம் கோயிலையும் இவன் கட்டுவித்தனன். இதன் மூலம் தன் முன்னோரிடத்துத் தனக்கு எத்துணை அன்பும், மதிப்பும் இருந்தன என்பதை வெளிப்படுத்தியுள்ளான்.

இவன் எடுப்பித்த மண்டபமும் கோயிலும் பொதுக் காரியங்களுக்குப் பெரிதும் பயன்பட்டன.

அதிகாரிகளும் திறை செலுத்திய குறுநில மன்னரும்

அரசுப் பணியில் ஈடுபட்டு சிறப்பெய்திய முக்கிய அதிகாரிகள், திறை செலுத்திய குறுநில மன்னர்கள் ஆகியோரைப் பற்றிக் கூறி, இம்மன்னனின் ஆட்சிக் கால வரலாற்றை முடிப்போம். மகாதண்ட நாயக பஞ்சவன் மகாராயன் என்பவனைப் பற்றி முன்பே சொன்னோம்(இவனே இளவரசுப் பட்டம் பெற்றவனாதல் கூடும்). இராஜராஜனுடைய அதிகாரம் கங்க, வேங்கி மண்டலங்களிலும் கங்க நாட்டு மன்னனுக்குத் திறை செலுத்திய குறுநில மன்னர்கள் மீதும் பரவி இருந்தது. மும்முடிச் சோழன் என்றழைக்கப்பட்ட பரமன் மழபாடியார் என்னும் படைத்தலைவன் சீத்புலி, பாகி நாடுகளை வென்றவன். திருச்சிராப்பள்ளி மாவட்டத்தில், பழுவூரைச் சுற்றியுள்ள சிறு பகுதி ஒன்றின் ஆட்சிப் பொறுப்பை ஏற்றிருந்தவர் பழுவேட்டரையர் என்பவர்களாவர். இவர்கள் சோழ அரச குடும்பத்திற்கு நெருங்கிய உறவினராக இருந்தனர். முதலாம் பராந்தகன் பழுவேட்டரையரின் இளவரசியை மணந்திருந்தான். இராஜராஜனுக்குத் திறை செலுத்திய பழுவூர்க் குறுநில மன்னனான அடிகள் பழுவேட்டரயன் கண்டன்மறவன் என்பவன் குறுநில மன்னருக்குரிய சிறப்புகளையும் பெற்று ஆட்சி செய்தான் என்று கீழை, மேலைப் பழுவூர்களில் உள்ள இவனது கல்வெட்டுகள் கூறுகின்றன. சோழ மன்னரையும், இளவரசரையும் போன்று, பெரும் தரம் அதிகாரிகளை இவனும் நியமித்தான்.[91] மேலப் பழுவூரில் இவன் திருத்தோற்றம் உடையாருக்கு ஒரு கோயில் எடுப்பித்தான்.[92] நந்திபுரத்தில் நிலவிய பண்டை முறைகளின் அடிப்படையில் பழுவூரில் வரி விதிக்கும் முறையை ஒழுங்கு படுத்தினான்.[93] இராஜராஜனின் 15-ம் ஆண்டு வரையில் இவனைப் பற்றிய குறிப்புகள் கல்வெட்டுகளில் காணப்படுகின்றன.[94] மதுராந்தகன் கண்டராதித்தன் உத்தம சோழனின் மகன் ஆவான்.[95] இராஜராஜன் ஆட்சியில் இவன் கோயில்களைக் கண்காணித்து, அவற்றில் தவறிழைத்தவர்களை விசாரித்து, தண்டித்து,[96] எதிர்காலத்தில் தவறிழைக்காதபடி 'நல்ல நிலையில்' பாதுகாக்கும் ஏற்பாடுகளைச் செய்தான். **திருவிசைப்பாவைப்** பாடியுள்ள கண்டராதித்தன் இவனே என்று கூறுவது பொருத்தமில்லை.

பாடலைப் பாடியவர் இக்குறுநில மன்னனின் பாட்டனாரே.[97] வட ஆர்க்காட்டில் லாடராயத் (லாட) தலைவர்கள் முதலாம் பராந்தகன் காலந்தொட்டே பஞ்வபாண்டவ மலையைச் சுற்றியுள்ள பகுதியை ஆண்டுவந்தனர். இராஜராஜனின் எட்டாம் ஆண்டில், உடையார் லாடராசர் புகழ்விப்பவர் கண்டானின் மகன் உடையார் வீரசோழர், தன் மனைவியின் வேண்டுகோளுக்கு இணங்க, ஒரு சமண கோயிலுக்கு வரிப்பொருளில் சிலவற்றைச் செலுத்தினான்.[98] இவர்களுடைய கல்வெட்டுகளில் காணப்படும் பட்டங்களிலிருந்து இவர்கள் சோழ மன்னரின் பெருமதிப்பைப் பெற்றிருந்தனர் என்பது புலப்படும். இராஜராஜனின் 16-ம் ஆண்டைச் சேர்ந்த திருவல்லம் கல்வெட்டு[99] ஒன்றில் திருவையன் சங்கரதேவன் என்பவன் கோலாரைச் சேர்ந்த கங்க மன்னர்களின் வழிவந்தவன் என்றும், தன் தந்தையின் பெயரால் திருவல்லத்தில் திருவையஈசுவரன் கோயிலைக் கட்டியதாகவும் கூறப்படுகிறது. அடையாளம் தெரிந்துகொள்ள முடியாத இத்தலைவனின் பெயருக்கு முன், பல பட்டங்கள் காணப்படுவதால், இதுபோன்று பல பட்டங்களை ஏற்பவரின் அரசியல் முக்கியத்துவத்தை மிகைப்படுத்துதல் கூடாது. வைதும்ப குடும்பத்தைச் சேர்ந்தவனும், துக்கரையின் மகனுமான நன்னமரையர், கடப்பை மாவட்டத்தில் மகாராச பாடியிலுள்ள இங்கலூர் நாட்டைப் பெற்று, கி. பி. 1005-ல்[100] வட ஆர்க்காட்டிலுள்ள திருவல்லத்தில் ஓர் அறக்கட்டளையை ஏற்படுத்தினான்.

வைதும்பர்களைப் போன்று, முதலாம் பராந்தகனிடம் தோல்வியுற்ற வாணர்களும், சோழர்களுக்குக் கீழ்ப்பட்டு அவர்களது நாட்டு நிர்வாகத்தில் முக்கிய அதிகாரிகளாகப் பங்கேற்றனர். மாறவன் நரசிம்மவர்மன் என்ற வாண மன்னன் தென் ஆர்க்காடு மாவட்டத்தில் ஜம்பையை அடுத்த பகுதிகளை இராஜராஜனது இறுதிக் காலத்தில் ஆட்சி செய்தான். இப்பகுதியில் பாசனத்திற்காக ஓர் ஏரியையும் வெட்டினான்.[101] இவனுடைய கல்வெட்டுகள் இராஜராஜனின் மெய்க்கீர்த்தியுடன் தொடங்கி, பின்னர் பாணர்களின் பட்டங்கள் அனைத்தையும் தருகின்றன. தஞ்சைக் கல்வெட்டுகளில் அம்மன்குடி சேனாதிபதி திரு. கிருஷ்ணன் இராமன்[102] என்று சொல்லப்படுவன், பெரிய லெய்டன் பட்டயத்தில் இராஜேந்திர சோழ பிரம்மராயர்[103] எனப்படுபவனே. இவனே சோழ மன்னனின் கட்டளைப்படி தஞ்சைப் பெரிய கோயிலைச் சுற்றி திருச்சுற்றும் மண்டபமும் கட்டியவன். மும்முடிச் சோழப் போசன் என்ற ஈராயிரம் பல்லவரையன், பெருந்தரம் தகுதியுடைய மற்றொரு அதிகாரியாக இருந்து, ஒரு

படிமத்தையும் சில ஆபரணங்களையும் தஞ்சைக் கோயிலுக்கு அளித்தான்.[104] வருவாய்த் துறையில் ஒரு பெரிய அதிகாரியான இவன் லெய்டன் பட்டயத்திலும் நிலத்தீர்வை சம்பந்தமான மற்றொரு முக்கிய உக்கல்[105] கல்வெட்டிலும் கையெழுத்திட்டுள்ளான். சேனாதிபதி குரவன் உலகளந்தானான இராஜராஜமகாராயன்,[106] இராஜராஜனின் 16-ம் ஆண்டில் (கி. பி. 1001) சோழ நாடு முழுவதையும் அளந்து நன்செய் நிலங்களைக் கணக்கிட்டு வரிவிதித்து, வருவாய்த் துறையில் சிறந்த நிர்வாக முறையை ஏற்படுத்தியதுடன்[107] அதற்குப் பின் பல ஆண்டுகளுக்கு நிலவரிக் கொள்கைக்கான அடிப்படையையும் அமைத்துக் கொடுத்தான். பிற்காலக் கல்வெட்டுகளில் இந்நில அளவைப் பற்றி எண்ணற்ற குறிப்புகள் காணப்படுகின்றன.

குறிப்புகள்

1. இ. ஐ. ix பக். 217.

2. vv. 61-3.

3. தஞ்சை வெண்கல உருவம் இராஜராஜனுடையது என்று சிலரால் கருதப்பட்டாலும், அது காலத்தால் பிந்தியது என்றும், போலியானது என்றும் டி. ஜி. ஆராவமுதன் சொல்லுவதை நான் ஒப்புக்கொள்ளுகிறேன். **'போர்ட்ரைட் ஸ்கல்ப்ஸர் இன் சௌத் இண்டியா'** என்னும் அவருடைய நூலில் பக். 36-ம், படம் 11-ம் பார்க்க. ஏ. ஆர். இ. 1952 II 12. திருவிசலூர்க் கோயிலில் ஓர் அரசியுடன் அரசனின் சிற்பமும் இருக்கிறது. இதில் வடிக்கப்பட்டது இந்த அரசனாக இருக்கலாம்.

4. 633/1902.

5. 453/1908 (3-ம் ஆண்டு).

6. பார்க்க. எஸ். ஐ. ஐ. ii, முன்னுரை பக். 3-ம், n. 6-ம். இம்முறை அல்லது மூன்று மடங்கு (அதிகாரம் நிறைந்த சோழன்) என்ற பொருள்படுவதே சிறப்பான விளக்கமாகத் தெரிகிறது.

7. இந்தச் சாதனையைக் குறிப்பிடும் ஆதாரங்களில் இதுவரை தெரிந்தவற்றுள் மிகப் பழமையானது, 395/1922. இதன் காலம் 4-ம் ஆண்டில் 24-ம் நாள், "இவனுடைய ஆட்சியின் 8-ம் ஆண்டு வரை, அதாவது, கி. பி. 994 வரை, இவன் எந்தப் படையெடுப்பையும் மேற்கொள்ள வில்லை". (எஸ். ஐ. ஐ. ii, முன்னுரை பக். 2) என்று சொல்லுவது இனி உண்மைக்குப் பொருந்தாது. காந்தளூரில் இராஜராஜன் திட்டவட்டமாக என்னதான் சாதித்தான்? என்பதைப் பற்றி எவ்வளவோ விவாதங்கள் நடைபெற்றிருக்கின்றன. 'சாலை' என்ற சொல்லுக்கு 'உணவு விடுதி' அல்லது 'சத்திரம்' என்ற பொருள் உண்டு. அதுபோல, 'கலம்' என்னும் சொல்லுக்கு உணவு உண்ணும் 'கலம்' என்ற பொருள் உண்டு. ஆனால், குறிப்பிட்ட இந்த சந்தர்ப்பத்தில் இந்தப் பொருள்கள் அவ்வளவு பொருத்தமானவையாக இல்லை. (மாறுபட்ட கருத்து டி. ஏ. எஸ். ii, 2-5)ல் சொல்லப்பட்டிருக்கிறது. இன்னொரு வகையாகப் பார்த்தால், 'நெடுஞ்சாலை' என்ற பொருளில் 'சாலை' என்ற சொல் வேறு எந்த சந்தர்ப்பத்திலும் ஆளப்படவில்லை. 'சாலை' என்பது ஓரிடத்தின் பெயரின் ஒரு பகுதியாக மட்டும் இருக்கலாம். அல்லது ஒரு நெடுஞ்சாலையைக் குறிப்பிடலாம். எது எப்படியானாலும்,

"காந்தளூர் சாலைப்பகுதியில் இருந்த படை முழுவதையும் அழித்தவன்" என்பதே இந்தச் சொற்றொடர் முழுமைக்கும் பொருள் கொள்ளப்பட்டிருக்கிறது. இதைத் தவிர, வேறு எதுவும் பொருத்தமாக இல்லை. கவிமணி தேசிக விநாயகம் பிள்ளை, **கேரளா சொசைட்டி பேப்பர்ஸ்"** வரிசை 2. பக். 100-ல் ஒரு மாறுபட்ட கருத்தைத் தெரிவித்திருக்கிறார். காந்தளூர் உணவுச் சாலையில் உணவு வழங்கப்பட வேண்டிய அளவை அரசனே வகுத்தான் என்பதாக அவர் அனுமானிக்கிறார். இது வலிந்து கூறப்படும் தேவையில்லாத விளக்கமாகும். ஏற்கெனவே, இராஜராஜன் இவற்றுக்கு விதி முறைகள் வகுத்திருந்தால் மீண்டும் இராஜாதிராஜன் அதையே ஏன் செய்ய நேரிட்டது? என்பது விளக்கப்படவில்லை. இராஜராஜனுடைய வழக்கமான முன்னுரையில் "திருமகள் போல" என்று தொடங்கி சொல்லப்பட்டிருப்பதுபோல ஒரு படை முழுவதும் அழித்ததை 'அருட் செயல்' என்று 'அருளி' என்னும் சொல்லின் மூலம் குறிப்பிட்டிருப்பார்களா என்று தேசிக விநாயகம் பிள்ளை வினவுகிறார். இவருடைய இந்த ஆட்சேபணைக்கு எளிதில் சமாதானம் சொல்லிவிடலாம். பாண்டிய வீர கேரளனை ஒரு யானை மிதிக்கும்படி இராஜாதிராஜன் செய்தான். இந்த நிகழ்ச்சியை 'கடக்களிற்றான் - உடைப்பித்தருளி' என்ற சொற்றொடர் விவரிக்கிறது. ஒருவேளை 'அறுட்டு' என்னும் சொல் 'அழித்தது' என்று பொருள்படாமல், 'தோற்கடிக்கப்பட்டது' என்று மட்டுமே பொருள்படலாம். **கலிங்கத்துப்பரணி** (செய்யுள் 370)ல் விழிஞம் அழிக்கப்பட்டதாயும் சாலை கைப்பற்றப்பட்டதாயும் சொல்லுகிறது. காந்தளூரைப் பற்றிய முதற் குறிப்பு (டி.ஏ.எஸ் i பக். 6, வரி 6) தேசிய விநாயகம் பிள்ளையின் விளக்கத்துக்குத் துணைபுரிகிறது என்பதை ஒப்புக் கொண்டுதான் ஆகவேண்டும். திருவனந்தபுரம் நகரத்தில் ஒரு பகுதியாக உள்ளதும் இப்போது வலியசாலை எனப்படுவதுமாகிய இடமே காந்தளூர் என்று கோபிநாத்ராவ் சரியாக அடையாளம் காட்டியிருக்கிறார். ஆனால், டி. ஏ. ஆர். (பக். 6-5)-ல் காந்தளூர் என்பது நெய்யாற்றங்கரை-பூவார் அருகேயுள்ள ஊர் என்று சொல்லப்பட்டிருக்கிறது. 'சாலை' என்பது சில சமயம் 'ஜிவாலா' என்ற சமஸ்கிருதச் சொல்லாக எழுதப்பட்டிருக்கிறது. (டி. ஏ. எஸ். i, பக். 4).

8. இதுவரை தெரிந்த ஆதாரங்களில் மிகப் பழமையானது தரிசனங் கோப்பு ஆதாரமே. (டி. ஏ. எஸ். i, பக். 238).

9. vv. 76-79.

10. டி. ஏ. எஸ். ii, பக். 31-2. திருநெல்லிச் செப்பேடுகள் என்ற ஒரே ஒரு ஆதாரத்தைக்கொண்டு இந்த அரசனின் ஆட்சிக்காலம் முடிவு செய்யப்பட்டிருக்கிறது என்பது குறிப்பிடத்தக்கது.

11. 261/1910. 13-ம் ஆண்டுக்கு முந்திய ஆதாரங்களில் சிலவற்றில் மட்டுமே முன்னுரை (மெய்க்கீர்த்தி) உள்ளது.

12. 67/1923 (14-ம் ஆண்டு).

13. 394/1911 ஏ. ஆர். இ. 1912 II 23.

14. "காந்தளூர் அல்லது காந்தளூர்ச்சாலை ஒருவேளை விழிஞகத்திற்கு அருகே இருந்திருக்கும். சேர அரசருக்குச் சொந்தமானது என்று பிற்காலக் கல்வெட்டுகளில் சொல்லப்பட்டிருக்கும் காந்தளூர்ச் சாலை, இராஜராஜன் தாக்கிய காலத்தில் பாண்டியர் வசம் இருந்திருக்கலாம்." வெங்கைய்யா, எஸ். ஐ. ஐ, ii, முன்னுரை 2.

15. தரிசனங்கோப்பு (8-ம் ஆண்டு), சுசீந்திரம் (10-ம் ஆண்டு) விஜயநாராயணம் (10-ம் ஆண்டு).

16. எஸ். ஐ. ஐ, ii, 1. 34,51 பாராக்கள் முதலியன. இந்தப் படையெடுப்புக்களையே திருவாலங்காட்டுச் செப்பேடுகள் 83-ம் செய்யுளில் பரசுராமருடைய நாட்டை வென்றதாகக் குறிப்பிடுகின்றன. மாறுபட்ட கருத்து. வெங்கைய்யா எஸ். ஐ. ஐ, ii, முன்னுரை பக். 4.

17. எஸ். ஐ. ஐ, ii, 1 பாரா 51.

18. 236/1902 (27-ம் ஆண்டு) எஸ். ஐ. ஐ, எண் 863; மற்றும் டி. ஏ. எஸ். ii, பக். 5.

19. **சிலப்பதிகாரம்** அடியார்க்கு நல்லார் உரை xi வரி 53. இதை கீல்ஹார்ன் மலபார் என்று சொல்லுகிறார். இ. ஐ. vii-லிஸ்ட் 704. மற்றும் பார்க்க இ. சி. iii, டி. எண். 122.

20. எஸ். ஐ. ஐ, iii, 19, 51.

21. viii, v. 24.

22. இ. சி. iii, Sr. 125.

23. எண் 5/1895 (28-ஆண்டு), இ.சி. iii, Sr. 140 மற்றும் Cg. 46-ம் பக். 12-13-ம்.

24. அப்ரமேய என்ற சோழ தளபதி ஒருவன் ஹொய்சாளத் தலைவர்கள் சிலரை தோற்கடித்ததாக சக 929-ம் ஆண்டில் ஏற்பட்ட களையூர்க் கல்வெட்டு (353/1901) தெரிவிக்கிறது.

இராஜராஜப் பெருவேந்தன் (கி.பி. 985 – 1014) 259

ஆனால், சரித்திர ஆராய்ச்சிக்கு இந்தத் தேதி எந்தவிதத்திலும் உதவாது என்று கீல்ஹார்ன் சொல்லுகிறார். இ. ஐ. iv பக். 67-8, மாறுபட்ட கருத்தை அறிஞர் ரைஸ், **மைசூர் அண்ட் கூர்க்** என்னும் நூலில் 84-ம் பக்கத்திலும் 144-5-ம் கூறியிருக்கிறார்.

25. 261/1910

26. எஸ். ஐ. ஐ, iii, 4, 15.

27. எஸ். ஐ. ஐ, ii 92 பாராக்கள் 12-15.

28. v. 80.

29. சி. வி. அதிகாரம் iv, v. 4-12.

30. எஸ். ஐ. ஐ, ii 92 பாராக்கள் 12.

31. **சிலோன் ஜர்னல் ஆப் சைன்ஸ்** - G. II, 2 பக். 145-7

32. ஏ. எஸ். சி. 1906 பக். 27.

33. 132/1910 (17-ம் ஆண்டு).

34. ஏ. எஸ். சி. 1891 பக்.12 எண்கள் 78-80. எஸ். ஐ. ஐ, ii, முன்னுரை பக். 5-ல் மேற்கோள் காட்டப்பட்ட 27-ம் ஆண்டு படவிய என்னும் ஊர் ஆதாரம் இதில் ஒன்றாக இருக்க வேண்டும்.

35. ஏ. எஸ்.சி. 1906 பக். 17 அடிக்குறிப்பு.

36. 616/1912 (எஸ். ஐ. ஐ, iv. 1412).

37. 67/1923. ஏ. ஆர். இ. 1923 II, 27.

38. 97/1921 (9-ம் ஆண்டு) பார்க்க எஸ். ஐ. ஐ, ii., முன்னுரை பக். 3, பக். 1, இதில் 8-ம் ஆண்டில் ஏற்பட்ட திருவிடந்தைக் கல்வெட்டு இந்த வெற்றிகளைக் குறிப்பிடுவதாகச் சொல்லப்பட்டிருக்கிறது; இது சந்தேகம் இன்றி 261/1910 யே குறிப்பிடுகிறது.

39. எம் . ஏ. ஆர். 1917, பக். 42.

40. 127/1919. இந்த அதிகாரியின் பெயர் கங்கன் அம்பலவாணன் கண்டராதித்த சோழ விழுப்பரையன். இந்தப் பெயரிலிருந்து இவன் உத்தம சோழனுடைய ஆட்சியில் உயர்வு பெற்றது தெரிகிறது. இவன் பெருமைப்பட்ட காலம் அதற்கு முற்பட்டும் இருக்கலாம்.

41. எஸ். ஐ. ஐ, iii 213. இராஜகேசரியினுடைய மற்றொரு கல்வெட்டான பத்தாம் ஆண்டில் ஏற்பட்ட 212, நன்கொடையாளரின் பெயரை மழவரையன் சுந்தர சோழன் என்று சொல்லுகிறது. இந்தப் பெயர் இரண்டாம் பராந்தகச்

சுந்தர சோழனின் ஆட்சியைக் குறிக்கும். இது சரியாக இருந்தால் சிறிய வேளார் போலவே, இந்த நன்கொடையாளனின் தகப்பனும் இந்த இராஜகேசரியின் இலங்கைப் படையெடுப்பின் போது உயிரிழந்திருக்க வேண்டும். ஏ. ஆர். இ. 1914 II 15.

42. இ. ஐ. x. பக். 57-ம், n 3-ம்.

43. 169/1911 (13-ம் ஆண்டு).

44. இ. சி. x Mb 208.

45. முன்சொன்ன ஆதாரம் Ct. 118.

46. மைசூர் மாவட்டத்தில் இப்போதுள்ள கிருஷ்ணராஜப் பேட்டை, நாகமங்கலம், மாண்டியா, ஸ்ரீரங்கப் பட்டணம், மாளவண்ண தாலுக்காக்கள் - ஃபிளிட் ஐ. ஏ. 30 பக். 109-10.

47. 36/1904 ஐ. ஏ. v. பக். 17 எஸ். ஐ. ஐ, ix(i). எண். 77. மேலைச் சாளுக்கியருக்கும் சோழர்களுக்கும் ஏற்பட்ட பகைக்குக் காரணம் காட்ட அது பல்லவர் மரபைப் பின்பற்றி சோழர் நடந்துகொண்டதால் வந்த வினை என்று அனுமானிக்கப் பட்டிருக்கிறது. சோழர்கள் சூரிய வமிசத்தினர் என்றும், சாளுக்கியர் சந்திர வமிசத்தினர் என்றும் முன்னவர் சைவர்கள் என்றும் பின்னவர் வைணவராக இருந்ததோடு சமணத்திற்கு ஆதரவு காட்டியவர்கள் என்றும் சொல்லப்பட்டிருக்கிறது. (எஸ். ஐ. ஐ, ii, முன்னுரை பக். 5-ம் , 4-ம்). இத்தகைய அனுமானங்களால் ஒரு பயனும் விளையப் போவதில்லை.

48. எஸ். ஐ. ஐ, ii,1 பாரா 92. இந்தப் போர்களின் முடிவில் கோயிலுக்கு அன்பளிக்கப்பட்ட பொருள்களின் மதிப்பை ஒப்பிட்டுப் பார்க்கும்போது, ஏனைய இடங்களில் பெற்ற வெற்றிகளை நோக்க சாளுக்கியப் போரில் பெற்ற வெற்றி மிகச் சாதாரணமானது என்று தெரிகிறது.

49. ஏ. ஆர். இ. 1927 ii, 11, 97/1921 இரட்டப்பாடியைக் குறிப்பிடுகிறது். ஆனால் இதில் குறிப்பிடப்படும் ஆண்டு (9) சந்தேகத்திற்குரியது.

50. v. 81.

51. இ. ஐ. xvi, பக். 74.

52. இந்தப் போரைப் பற்றியோ அல்லது மிக விரைவில் இதற்குப் பிறகு நடந்த மற்றொரு போரைப் பற்றியோ முழு விவரங்களும் தெரிய அடுத்த அதிகாரத்தைப் பார்க்கவும்.

53. ஏ. ஆர். இ. 1904, பாரா 74. இந்தப் பிரதேசத்தின் ஒரு பகுதி இந்த ஆட்சியின் பிற்காலத்தில் சாளுக்கியரால் மீண்டும் கைப்பற்றப்பட்டது என்பதற்கு ஆதாரங்களை இராஜேந்திரனின் போர்களைப் பற்றி அடுத்த அதிகாரத்தில் சொல்லப்பட்டிருப்பதைக் காண்க.

54. 5/1895 (28-ம் ஆண்டு) - இ. சி-iii, Sr. 140.

55. மாறுபட்ட கருத்து டாக்டர் எஸ். கே. ஐயங்கார் **'கங்கை கொண்ட'** - பக். 541-2.

56. 145/1897 - எஸ். ஐ. ஐ, vi. எண். 102.

57. 79/1921.

58. விவரங்கள் பார்க்க : டாக்டர் என். வெங்கடராமய்யா எழுதிய **'தி ஈஸ்டர்ன் சாளுக்கியாஸ் ஆப் வேங்கி'** அதிகாரங்கள் xiv - xviii.

59. கொருமெல்லி செப்பேடு ஐ. ஏ. xiv. பக். 52.

60. **'ஜர்னல் ஆப் தி தெலுங்கு அகாடமி',** ii பக். 408.

61. ஆகமாட் கிருஸ்ன கோபாட் கலிங்கம், ஏ. ஆர். இ. 1917, II, 24.

62. பென்னேரு செப்பேடு (வெளியிடப்படாதது) வெங்கடராமய்யா இதை மேற்கோள் காட்டியிருக்கிறார். முன் சொன்ன ஆதாரம். பக். 183, n 1.

63. **ஜர்னல் ஆப் தி தெலுங்கு அகாடமி**, ii, பக். 409.

64. 237/1931. இ. ஐ. xxi, பக். 29-ல் இந்த ஆதாரம் முதலாம் இராஜராஜனுடையது என்று சொல்லப்பட்டிருப்பது தவறு. இந்த ஆதாரத்தில் சொல்லப்பட்டிருக்கிற வீமன் என்பவன் இராஜராஜனால் சிறைப்பிடிக்கப்பட்டான் என்பதைத் தெரிவிக்கத் தமிழில் கடைசியாக ஒரு வரி மட்டும் இராஜராஜன் ஆட்சியில் சேர்க்கப்பட்டது.

65. சக்திவர்மன் செப்பேட்டில் வரி 35-ல் **அராஜகம்** விமலாதித்தியன் செப்பேட்டில் ரனஸ்த பூண்டியில் வரி 40-ல் x அனாயிகா, இ. ஐ. vi.

66. தெய்வ - துஷ்சேஷ்டையா (வரி 39) ரனஸ்த பூண்டி செப்பேடு.

67. எஸ். ஐ. ஐ, v. எண். 516. முதலாம் இராஜராஜனின் 22-ம் ஆட்சி ஆண்டில் ஏற்பட்ட இந்தத் திருவையாற்றுக் கல்வெட்டில் 'வம்பவை' என்பவள் 'சாளுக்கிய வீமன் அரசி'

என்று சொல்லப்பட்டிருக்கிறாள்(சாளுக்கிய பீம). இந்தப் பட்டத்தை தானார்ணவன், அவனுடைய முடிசூட்டு விழாவின்போது சூடிக்கொண்டான்.

68. இ. ஐ. vi, பக். 349.

69. பார்க்க ஜே. ஏ. எச். ஆர். எஸ். iii, iv. பி.வி. கிருஷ்ணராவ் எழுதிய **'ஹிஸ்டரி ஆப் ராஜாமன்றி'** (இராஜ மகேந்திர புரம் வரலாறு). சக்திவர்மன் மீண்டும் பட்டம் பெற்றதில் இராஜராஜனுக்கு ஒரு பங்கும் இல்லை என்பதைத் தெரிவிக்க இந்நூலாசிரியர் மேற்கொள்ளும் முயற்சி நாம் ஒப்புக்கொள்ளத் தக்கதாக இல்லை. ஜடாவர்மன் சுந்தர சோழ பாண்டியன் தான் ஜடாச்சோடன் என்று இவர் அடையாளம் காட்டியிருப்பதும் ஏற்கத்தக்கது அன்று.

70. கொருமெல்லிச் செப்பேடுகள் ஐ. ஏ. xiv, பக். 52. வரிகள் 55-65.

71. 145/1897; எஸ். ஐ. ஐ, vi. எண். 102.

72. "பன்னீராயிரம் தீவுகளின் அரசன் என்னும் பட்டத்தை மாலத் தீவுகளின் அரசர் சூடிக்கொண்டார்" - ரேனாடொட் என்பவர் பைரார்டு எழுதிய **ஏன்சியன்ட் அக்கவுண்ட்ஸ்** என்றும் நூலில் சிறப்புக் குறிப்புகள் பக்.2-லிருந்து இதை மேற்கோள் காட்டுகிறார். மற்றும் **டவுன் பாவோ** xvi, பக். 388 n.1.

73. Cf, ஜே ஓ ஆர், xix பக். 150-1 போகதேவ் என்பது ஜடாச் சோழ பீமனுக்கு மற்றொரு பெயரா?

74. இ. ஐ. viii, பக். 260.

75. 117A/1896.

76. எஸ். ஐ. ஐ, ii, 90-ல் இராஜேந்திரனின் 3-ம் ஆண்டில் கொடுக்கப்பட்ட ஒரு மானியத்தைக் குறித்த புதிருக்கு இதுவே சரியான விளக்கம் போதும்.

77. 50/1933-4 ஏ. ஆர். இ. II 13.

78. இந்தப் பட்டயத்தில் வரி 118 (தமிழ்ப் பகுதி) இ. ஐ. xxii.

79. கெரினி எழுதிய **ரிசர்ச்சஸ்** பக். 527. மற்றும் ஏ. ஆர். இ. 1899, பாரா 48.

80. Pd.

81. திருநெல்வேலி மாவட்டத்திலுள்ள மன்னார் கோவிலில் இதே பெயருள்ள 12 சேரிகள் இருந்தன, பார்க்க : 109/

1905 (இ. ஐ. xi பக். 292-8). தஞ்சை மாவட்டம் திருக்களித் திட்டையில் கீழ்க்கண்ட சேரிகளும், வேறு சில சேரிகளும் இருந்தன; அருமொழி தேவச்சேரி, ஜனநாதச்சேரி, நிட்டவிநோதச் சேரி, இராஜகேசரிச்சேரி, நிகரிலா சோழச்சேரி, அழகிய சோழச்சேரி, சிங்களாந்தகச் சேரி, குந்தவைச் சேரி, சோழகுலச் சுந்தரச் சேரி, இராஜ மார்த்தாண்டச் சேரி, இராஜராஜச் சேரி (292/1908,முதலாம் இராஜேந்திரனின் 9-ம் ஆண்டில் ஏற்பட்டது).

82. 42/1907. தற்காலங்களில் உள்ள ஹிரன்ய கற்பகத்தைப் பற்றி கல்வெட்டில் எழுதிய **தி டச் இன் மலபார்** என்ற நூலில் பக். 110-ம் n-ம் பார்க்க.

83. 633 - C/1902 (மூன்றாம் இராஜேந்திரன்).

84. 117 - A/1896; 448/1918.

85. எஸ். ஐ. ஐ, ii 2.

86. 8/1919.

87. எஸ். ஐ. ஐ, ii முன்னுரை 8.

88. 633/1902 (25-ம் ஆண்டு).

89. 178/1915 (28-ம் ஆண்டு).

90. எஸ். ஐ. ஐ, iii 15.

91. 115/1895.

92. 394/1924 (ரஜாக் - 4).

93. 315, 367/1924 (ரஜாக் 10, 16).

94. 363/1924.

95. ஹுல்ஷ் எஸ். ஐ. ஐ, iii 49; முன் பக். 157-ம், n 74-ம் 356/1917 (10-ம் ஆண்டு) கண்டராதித்தன் மதுராந்தகன் என்ற ஒருவனும் சொல்லப்பட்டிருக்கிறான்.

96. 283/1906; 218/1921.

97. கண்டராதித்தனுடைய திருவிசைப்பா சிதம்பரத்தைத் தான் குறிப்பிடுகிறது. ஆனால், அது தஞ்சாவூர்க் கோயிலைக் குறிப்பிடுவதாக ஒரு தவறான எண்ணம் நிலவுவதால் இந்தப் பிழை ஏற்பட்டிருக்கிறது. பார்க்க : டி.ஏ. கோபிநாத் ராவ் **சோழ வமிச சரித்திரச் சுருக்கம்** பக். 16 n.

98. 19/1890 (இ. ஐ. iv பக். 139).

99. 11/1890 (எஸ். ஐ. ஐ, iii 51).

100. எஸ். ஐ. ஐ, iii. 52.

101. 84, 86/1906.

102. எஸ். ஐ. ஐ, ii 31.

103. வரி. 437.

104. எஸ். ஐ. ஐ, ii 55.

105. எஸ். ஐ. ஐ, iii 9.

106. எஸ். ஐ. ஐ, ii 95 பக். 459.

107. 624-ம் 624 - A/1902 - எஸ். ஐ. ஐ. எண்கள். 222-3; 44/1907 (24-ம் ஆண்டு).

அதிகாரம் 10

இராஜேந்திரன் (கி. பி. 1012 - 1044)

அரியணை ஏறல்

பரகேசரிவர்மன் முதலாம் இராஜேந்திர சோழ தேவன் தனது தந்தையின் ஆட்சி முடிவில் இளவரசுப்பட்டம் சூட்டப்பட்டு நாட்டு நிர்வாகத்தில் தன் தந்தையுடன் பங்கேற்றான். இதன் அடிப்படையிலேயே 1012-ம்[1] ஆண்டு மார்ச் திங்கள் 27-ம் நாள் முதல் ஜூலை 7-ம் நாளுக்கு இடையே ஒரு நாளைக்கொண்டு இவனது ஆட்சி ஆண்டுகள் கணக்கிடப்பட்டன. இராஜேந்திரன் தன் 3-ம் ஆட்சி ஆண்டில் தந்தையுடன் கூட்டாக ஆட்சி செய்தான் என்பதைக் காண்கிறோம். இது பற்றி இராஜேந்திரனின் 29-ம் ஆட்சி ஆண்டைச் சேர்ந்த தஞ்சைக் கல்வெட்டுகள் குறிப்பிடுகின்றன.[2] இராஜராஜனும் தன் மகனின் 3-ம் ஆண்டில் ஒரு தானம் செய்ததாகத் தெரிகிறது.[3] இராஜேந்திரன் பிறந்த நட்சத்திரம், திருவாதிரையாகும்.[4]

நாட்டின் பரப்பும் அமைப்பும்

தற்போதைய சென்னை, ஆந்திரம் பகுதிகளுடன், மைசூரின் ஒரு பகுதியையும், ஈழத்தையும் உள்ளிட்ட ஒரு பரந்த நாட்டை இவனது தந்தை இவனுக்கு விட்டுச்சென்றான். அரசாங்க நிர்வாகம் மிகுந்த கவனத்துடன் நிறுவப்பட்டதுடன், பெரு நிலப்பிரபுக்கள், சிறு விவசாயிகள், தொழிற் குழுக்கள் ஆகியோரது உரிமைகளைப் பாதுகாக்கவும், அதே சமயம் மன்னனது அமைதியையும் சமூக உரிமைகளையும் பாதுகாக்கும் வகையில் வலிமைமிக்க ஓர் அதிகாரவர்க்கமும் உருவாக்கப்பட்டது. நன்கு பயிற்சி அளிக்கப்பட்ட வீரரைக்கொண்ட படை ஒன்று நாட்டின் விரிந்த எல்லையைக் காக்கும் திறன் பெற்றிருந்ததோடு, புதிதாகக் கைப்பற்றப்பட்ட பகுதிகளில் எழும் எதிர்ப்புகளை

அழிக்கவும், வெளிநாடுகளைக் கைப்பற்றவும் உதவிபுரிந்தது. ஈழம், மாலத்தீவுகள் போன்ற கடல் கடந்த நாடுகளைக் கைப்பற்றியபின் அவற்றைத் தம் அதிகாரத்திற்குள் நீடித்திருக்குமாறு செய்ய அவன் ஒரு சிறந்த கடற்படையும் வைத்திருந்தான். இக்கடற்படையின் உதவியுடன் கிழக்கிந்தியத் தீவுகளுடனும், சீனத்துடனும் ஏற்பட்ட வாணிகத்தையும் பாதுகாக்க முடிந்தது. இவற்றைப் பயன்படுத்தி ஆட்சி செய்த 33-ம் ஆண்டுகளில் இராஜேந்திரன் தன் நாட்டை இந்து அரசர்கள் ஆண்ட நாடுகளிலேயே தலைசிறந்த ஒன்றாகவும், மலேயாத் தீபகற்பத்தையும், கீழைக் கடற்கரைப் பகுதிகளையும் உள்ளிட்ட மிகப் பரந்த நாடாகவும் மாற்றி அமைத்தான். ஆட்சியின் முற்பகுதிகளில், இராஜேந்திரன் மேற்கொண்ட எண்ணற்ற போர்களைப் பற்றியும், கைப்பற்றிய நாடுகளைப் பற்றியுமே காண்கிறோம். தன் தந்தை போன்று, இம்மன்னனும் எண்ணற்ற கல்வெட்டுகளை விட்டுச் சென்றுள்ளான். இவனுடைய இராணுவ சாதனைகள், வெளிநாடுகளில் பெற்ற வெற்றிகள் ஆகியவை பற்றித் திருவாலங்காடு, கரந்தை (தஞ்சை)ச் செப்பேடுகள் ஆதாரத்துடன் கூறுகின்றன. இவற்றிலுள்ள செய்திகளை நமக்குக் கிடைத்திருக்கும் மற்றச் சான்றுகளுடன் ஒப்பிட்டு உறுதி செய்துகொள்ள உதவுகின்றன.

இராஜேந்திரனுடைய மெய்க்கீர்த்திகள்

இராஜேந்திரனின் தமிழ் மெய்க்கீர்த்தி, பொதுவாக 'திருமன்னி வளர' என்று தொடங்கும். இவ்வகை மெய்க்கீர்த்தியைப் பொதுவாக ஐந்தாம் ஆட்சி ஆண்டிலிருந்து பார்க்கலாம்; ஆயினும், மூன்றாம் ஆண்டிலேயே ஓரிரு கல்வெட்டுகளில் இது காணப்படுகிறது. இம்மன்னன் புதிய நாடுகளைக் கைப்பற்றிய நிகழ்ச்சிகள் அவ்வப்போது மெய்க்கீர்த்தியில் சேர்க்கப்பட்டு, 30-ம் ஆண்டுக்குள்ள மெய்க்கீர்த்தி பேரளவிற்கு நீண்டுவிட்டது. இதன் பின்னர் ஒரே மாதிரியான மெய்க்கீர்த்தியே மேற்கொள்ளப்பட்டது. இம் மெய்க்கீர்த்தியின் வளர்ச்சியைக்கொண்டே இம்மன்னனின் ஆட்சிக் காலத்து நிகழ்ச்சிகளையும், அவற்றின் காலங்களையும் தெளிவாக அறியலாம். இது, பண்டைய இந்திய வரலாற்றில் காணமுடியாத ஒரு தனிச் சிறப்பாகும். 10-ம் ஆண்டுக் கல்வெட்டு ஒன்றிலுள்ள[5] மற்றொரு வகைத் தமிழ் மெய்க்கீர்த்தியின் மூலம் பாண்டிய நாட்டு விவகாரங்கள் தெரியவருகின்றன. இவ்விவரங்களைத் திருவாலங்காட்டுப்

பட்டயங்கள் உறுதிப்படுத்துகின்றன. 24-ம் ஆண்டைச் சேர்ந்த[6] மற்றொரு கல்வெட்டின் தமிழ் மெய்க்கீர்த்தியில் தக்காணத்திலுள்ள லாடத்தைக் கைப்பற்றும் வரையிலான குறிப்புகளைத் தெரிவித்த பின், மற்றோர் அரசனின் மெய்க்கீர்த்தியின் பிரதியைக் கொடுக்கிறது. இது, இரு கல்வெட்டுகளை மீண்டும் பொறிக்கும்போது ஏற்பட்ட குழப்பத்தின் விளைவாகவே இருத்தல் கூடும்.[7] இவனுடைய வெளிநாட்டுப் படையெடுப்புகள் முடிந்தபிறகே இச்சாதனைகளைப் பற்றித் திருவாலங்காட்டுப் பட்டயங்களின் வடமொழிப் பகுதியில் வரையப்பட்டிருக்கின்றன என்பது தெளிவு.[8] எனினும், இவனுடைய ஆட்சிக் காலத்தில் ஏற்பட்ட நிகழ்ச்சிகளை இவனுடைய தமிழ் மெய்க்கீர்த்திகள் கூறுவது போல் இச்செப்பேடுகள் அவ்வளவு வரன் முறையாகக் கூறவில்லை. செப்பேடுகளில் இடம் பெற்றுள்ள நிகழ்ச்சிகள் அவை நிகழ்ந்த கால வரிசைப்படி அமையவில்லை. ஆனால், இவற்றில் வடமொழி மெய்க்கீர்த்தியை எழுதிய புலவர் நாராயணனுடைய உயர்ந்த இலக்கிய அறிவினையும், இதுவரை எந்த மன்னனைப் பற்றியும் கூறப்படாத வகையில் தன்னை ஆதரித்த மன்னனைப்பற்றிப் பெருமையுடனும் போற்றியிருப்பதையும் நாம் பாராட்டாமல் இருக்க முடியாது. இப்புலவரின் குறிப்புகளும், தமிழ் மெய்க்கீர்த்தியும் சேர்ந்து வரலாற்றுச் செய்திகளை நமக்கு முழுமையாக அளிக்கின்றன.

தன் ஆட்சியின் தொடக்க காலத்திலேயே தன் மகன் இராஜாதிராஜனை இளவரசனாக இராஜேந்திரன் அமர்த்தி நாட்டின் நிர்வாகத்தில் தனக்கு உதவுமாறு அவனைப் பணித்தான். இராஜாதிராஜனின் கல்வெட்டுகளில் கிடைக்கும் குறிப்புகளைக் கொண்டு, கி. பி. 1018-ம் ஆண்டு மார்ச் திங்கள் 15-ம் நாள் முதல் டிசம்பர் 3-ம் நாளுக்குள்ளாக இளவரசுப் பட்டம் சூட்டப்பட்டது எனலாம்.[9] இது, இராஜேந்திரனின் 7-ம் ஆண்டின் தொடக்கத் திங்களிலேயே நிகழ்ந்திருக்கக் கூடும். இவ்வாண்டு முதல் இருபத்தைந்து ஆண்டுகளுக்கு இராஜேந்திரனும், அவன் மகனும் முறையே பரகேசரியும் இராஜகேசரியும் ஒன்றாகவே ஆட்சி செய்ததோடு, நாட்டின் ஏற்றத்திலும் தாழ்விலும் பங்குகொண்டனர். 'திங்களேர்தரு' என்று தொடங்கும் இராஜாதிராஜனின் கல்வெட்டுகள், இந்த இளவரசன் தன் தந்தையின் படையெடுப்புகளில் ஏற்ற பங்கை விளக்குகின்றன.[10] இவனுடைய 26-ம் ஆட்சி ஆண்டுவரை இராஜாதிராஜனின் கல்வெட்டுகள், இவன் தந்தையின் கல்வெட்டுகளில் கூறப்பட்டுள்ள செய்திகளையே மீண்டும் கூறுகின்றன. ஆனால்,

இவற்றில் இவன் ஏற்ற பங்கினை விவரித்துள்ளன.[11] இராஜாதிராஜனின் ஆட்சிக் குடையானது வடக்கே கங்கை, தெற்கே ஈழம், மேற்கே மகோதை, கிழக்கே கடாரம் ஆகியவற்றை படை வலிமையால் வென்ற இவனுடைய தந்தையின் வெண்கொற்றக்குடை நிழலாகவே விளங்கியது என்று இராஜாதிராஜனின் 12-ம் ஆண்டுக் கல்வெட்டின் சுருக்கமான மெய்க்கீர்த்தியில் கூறப்பட்டுள்ளது. இதிலிருந்து தந்தையின் வாழ்நாளிலேயே மகனும் அரச உரிமைகளையெல்லாம் முழுமையாகப் பெற்று இருபத்தாறு ஆண்டுகளுக்கு ஆட்சி செய்தான் என்பது தெளிவாக விளங்குவதோடு, சோழர் வரலாற்றின் ஒரு முக்கியமான தன்மையையும் அறிந்துகொள்ள வகை செய்கிறது. தன் வாழ்நாளிலேயே, தன் மகனுக்கு இளவரசுப் பட்டம் சூட்டும் இச்செயலால் அரசருக்குரிய அரசியல் பொறுப்புக் குறைகிறது; மேலும், பின்னர் அரசனாகி ஆட்சி புரிய வேண்டியவன் அரசியல் தருமங்களில் தக்க பயிற்சி பெறுவதற்கு வாய்ப்பு ஏற்படுகிறது; அரசகுமாரர்களுக்குள் அரியணை உரிமை பற்றி பூசல் ஏற்படாமல் தடுக்கவும் இம்முறை மேற்கொள்ளப்பட்டது. முதிர்ந்த வயதடைந்த அரச குமாரர்கள் நாட்டின் பல்வேறு மண்டலங்களின் பொறுப்பான அதிகாரிகளாக நியமிக்கப்பட்டனர். இதில் அவரவர் திறமையும் வினைத்திட்பமுமே இன்றியமையாதவையாகக் கருதப்பட்டன. இளவரசனாகத் தேர்ந்தெடுக்கப்பட்ட இவனை மற்றவரிடமிருந்து பிரித்துக்காட்ட அவனுக்குப் பட்டம் சூட்டப்பட்டு, உயர்ந்த மதிப்பும் அளிக்கப்பட்டது; இராஜாதிராஜன் தன் தந்தையின் மூத்த மகனாக இல்லாவிடினும் இவனுடைய திறமையைப் பாராட்டியே இவனுக்கு இளவரசுப் பட்டம் வழங்கப்பெற்றது. மேலும், தன் தந்தையின் ஆட்சிக் காலத்திலேயே தனக்கென்று மெய்க்கீர்த்திகளையும், பட்டங்களையும் பெறும் தனிச் சிறப்பும் இவனுக்கு அளிக்கப்பட்டது. இக்காலத்திய சோழ-பாண்டியப் பிரதிநிதிகளும், சோழ மன்னன் குடும்பத்தினரும் தங்களுக்கென்று தனியான மெய்க்கீர்த்திகளைத் தங்கள் கல்வெட்டுகளில் பயன்படுத்தியதில்லை. சில வேளையில், எவ்வாறு பயன்படுத்தினாலும், சோழப் பேரரசன் இராஜேந்திரனின் மெய்க்கீர்த்தியையே பயன்படுத்தினர். இராஜேந்திரன் ஆட்சியின் தொடக்கத்தில் கேரள நாடுகள், பாண்டிய சோழ அரசனுக்கு அடங்கிய குறுநில மன்னன் ஒருவனுடைய அதிகாரத்திற்கும் இளவரசன் இராஜாதிராஜனின் அதிகாரத்திற்குமே உட்பட்டிருந்தன. ஆனால், இவனுடைய ஆட்சியின் பிற்பகுதியில், பல பகுதிகளின் அதிகாரத்தைப் பெற்று,

குறுநில மன்னர் பலர் ஆட்சிசெய்தனர். அரச குமாரர்களுக்கு இத்தகைய பதவிகள் அளித்தபோது, பதவிப் பிரமாணம் செய்வித்துச் சோழ நாட்டில் தனக்கிருந்த செல்வாக்கின் அடிப்படையில் தமக்கென்று சிறிய முடியை அணியும் உரிமையைப் பெற்றனர். இராஜாதிராஜனும் அவன் வழிவந்தோனும் இம்முறையையே மேற்கொண்டதாக அவனுடைய கல்வெட்டுகளிலிருந்து அறிகிறோம். முதலாம் இராஜேந்திரன் ஏற்படுத்திய இம்முறையினால் மனக்கசப்புற்ற அரச குமாரர்கள் சதி, புரட்சி போன்ற தீய செயல்களில் ஈடுபடுவது தடுக்கப் பெற்றது. வளர்ந்துவரும் சோழப் பேரரசின் அரசியல் நிர்வாகத்திற்கு மேலும் வலிமை அளிக்க இது உதவியது; வெளிநாட்டு, உள்நாட்டுப் பிரச்சினைகளைத் தீர்க்கவும் இந்த ஏற்பாடு பெரிதும் பயன்பட்டது.

தொடக்ககால வெற்றிகள்

'திருமன்னி வளர' என்று தொடங்கும் இம்மன்னனது மெய்க்கீர்த்தியின் துணைகொண்டு இவன் காலத்து நிகழ்ச்சிகளையும் இவற்றின் காலங்களையும் நாம் ஆராய்வோம். மூன்றாம் ஆண்டிற்கு முன்பே இடை துறை காடு, காடுகள் சூழ்ந்த வனவாசி, கொள்ளிப் பாக்கை, எவராலும் புகழ முடியாத அரண்களை உடைய மண்ணைக் கடக்கம் ஆகியவற்றை இவன் வென்றான். கி. பி. 1007-ம் ஆண்டு ஹொட்டூர்க் கல்வெட்டில் விவரிக்கப்படும், கி. பி. 1003-6-ம் ஆண்டுகளில் நிகழ்ந்த இராஜேந்திரன் இரட்டப்பாடி கல்வெட்டுகளையே இவை குறிப்பிடும். இவை, அந்தக் கல்வெட்டுகளில் விவரிக்கப்பட்டுள்ள ஆண்டுகளில் நடந்த இராஜேந்திரனுடைய இரட்டப்பாடி படையெடுப்பைக் குறிக்கின்றனவா அல்லது, மீண்டும் வலிமை பெற்று சத்தியாசிரயனுடன் இரண்டாம் முறையாகப் போரிட்டதைக் குறிக்கின்றனவா என்பதை உறுதியாகக் கூற இயலவில்லை. இது எவ்வாறாயினும், கி. பி. 1008-ம் ஆண்டில், சத்தியாசிரயன் இறந்து, ஐந்தாம் விக்கிரமாதித்தன் அரியணை ஏறியமையால், சத்தியாசிரயனோடு நிகழ்த்தப்பட்ட இப்போர்கள் எல்லாம் அவ்வாண்டிற்குமுன் நடைபெற்றவையே. இடைதுறை நாடு அல்லது 'எடதோர் ஈராயிரம்' என்பது, 'வடக்கில் கிருஷ்ணா நதிக்கும், தெற்கே துங்கபத்தரை நதிக்கும் இடைப்பட்டதும், இப்போது ரெய்ச்சூர் மாவட்டமாக இருப்பதுமான பரந்த நிலப்பரப்பே ஆகும்;[12] கொள்ளிப் பாக்கை என்பது ஹைதராபாத்திற்கு வடகிழக்கில் 45 மைல் தூரத்திலுள்ள 'குல்பாக்' என்ற ஊராகும்.

'கொள்ளிப்பாக்கை'[13] என்று கல்வெட்டுகள் கூறும் இவ்வூர் 'கொள்ளிப்பாக்கை ஏழாயிரம்' என்ற மாவட்டத்தின் தலைநகராக இருந்தது. அடுத்த நூற்றாண்டின் தொடக்கத்தில், ஆறாம் விக்கிரமாதித்தனின் மகன், மூன்றாம் சோமேசுவரன், தன் தந்தையின் பிரதிநிதியாக இங்கிருந்து சில காலம் ஆட்சி செய்தான் என்பதும் குறிப்பிடத்தக்கது. 13-ம் நூற்றாண்டில், காகதீய மன்னர்களின் ஆட்சியில் அரசப் பிரதிநிதியின் பொறுப்பில் கீழ்ப்பகுதி இருந்த காலத்திலும் குல்பாக், தொடர்ந்து தலைநகராயிருந்தது. வலிமை மிகுந்த அரண்களையுடைய 'மண்ணைக்கடக்கம்' என்பது கன்னியாகுமரிக் கல்வெட்டில்[14] இராஜேந்திரனுடைய படைகளின் வேட்டைக்களம் என்று குறிக்கப்பட்டுள்ள மானிய கேடமே ஆகும். இராஜேந்திரனின் இப்படையெடுப்பால், மானிய கேடம் (மால்கேட்), பேர் இன்னலுக்கு உள்ளாயிற்று. இராஷ்டிரகூடர் ஆட்சியின் இறுதியில் மாளவத்து பாரமார மன்னன் இந்நகரை அழித்துக் கொள்ளையிட்டான்; இதன் பின்னர், நாற்பது ஆண்டுகளுக்குப் பிறகு, சாளுக்கிய மன்னர்களின் ஆட்சியில், பரிதாபத்திற்குரிய இந்நகரம் மீண்டும் பேரின்னலுக்கு உள்ளாயிற்று. இதன் விளைவாக, சாளுக்கியர் இந்நகருக்கு வடகிழக்கில் 48மைல்[15] தூரத்திலுள்ள கல்யாணபுரத்தைத் (கல்யாணி) தங்கள் தலைநகராக ஆக்கிக்கொண்டனர். இராஜேந்திரனுக்கும், சத்தியாசிரயனுக்கு மிடையே மண்ணைக் கடக்கத்தில் நடைபெற்ற போரில் ஒரு நிகழ்ச்சியைப் பற்றி, இராஜேந்திரனின் மூன்றாம் ஆண்டைச் சேர்ந்ததும், திருச்சிராப்பள்ளி மாவட்டத்தில் இருப்பதுமான ஒரு கல்வெட்டு கூறுகிறது.[16] ஊட்டத்தூரைச் சேர்ந்த சுருதிமான் நக்கன் சந்திரன் என்பவன், பகைவனின் யானையைத் தாக்குமாறு பணிக்கப்பட்டு (பெருமாள் திருவாயால் மொழிய) இப்பணியில் உயிர் இழந்தான். இவனுடைய வீரத்தைப் பாராட்டும் வகையில் இவனுடைய சொந்த ஊரான ஊட்டத்தூர் மகாதேவன் கோயிலுக்கு ஒரு தானம் அளிக்கப்பட்டது. இப்படையெடுப்பில், இராஜேந்திரன் துங்கபத்திரையைக் கடந்து சென்று, சாளுக்கிய நாட்டினுள் புகுந்து அதன் தலைநகரையும் தாக்கினான். துங்கபத்திரையைக் கடந்தும், இவன் போர்புரிந்தான். இவன் முன்னேறிய பாதைக்கு மேற்கே வெகுதூரம் தள்ளி இருந்த வனவாசியை எவ்வாறு இம்மன்னன் கைப்பற்றினான் என்பதை எளிதில் கூற முடியாது.[17] இந்நகரம் முதலில் கடம்ப நாட்டிலும், பிறகு மேலைச் சாளுக்கிய நாட்டிலும் முக்கியத்துவம் பெற்றிருந்தது. இக்கல்வெட்டைப்

படிக்கும்போது, இவையனைத்தும் ஒரே போரின் பல கட்டங்கள் என்று கருத இடமளிக்கிறது. கி. பி. 1004-ம் ஆண்டில், சத்தியாசிரயனை எதிர்த்து, இராஜராஜன் செய்த போரைப் பற்றிய செய்திகளையே இராஜேந்திரனுடைய கல்வெட்டுகளும் தருகின்றன என்ற கருத்தையே இக்கல்வெட்டும் ஹொட்டூர்க் கல்வெட்டும் வலியுறுத்துகின்றன. இப்போரில், இராஜேந்திரன், சாளுக்கியர் மீதான படையெடுப்பை மைசூருக்கு வடமேற்குப் பகுதியில் தொடங்கி, துங்கபத்திரை நதிக்கரை வழியே, வடகிழக்காகச் சென்று ரெய்ச்சூரை அடைந்து, அங்கிருந்து வடக்காகச் சென்று குல்பாக், மால்கேட் ஆகிய இடங்களைத் தாக்கினான். திருவொற்றியூரிலுள்ள மண்ணைக்கொண்ட சோழன் என்னும் மண்டபம் இப்போரின் நினைவுச் சின்னமாகும்.[18]

ஈழநாட்டுப் போர்

இராஜேந்திரனின் மெய்க்கீர்த்தியில், இவன் ஈழ மண்டலம் முழுவதையும் வென்றது அடுத்துக் கூறப்பட்டிருக்கிறது. ஈழத்துப் போர் நிகழ்ச்சி இவன் ஆட்சியின் 5-ம் ஆண்டுக் கல்வெட்டுகள் சிலவற்றில் காணப்படாவிடினும்,[19] பிற கல்வெட்டுகளில் காணப்படுவதால்,[20] ஈழப்போர் இவனுடைய 5-ம் ஆண்டில் கி. பி. 1017-18-ல் நடைபெற்றிருக்க வேண்டும். சோழர்களின் ஈழப்போர், ஐந்தாம் மகிந்தனின் 36-ம் ஆண்டில், அதாவது, கி. பி. 1017-ல் முடிவடைந்ததென்று மகாவமிசமும் கூறுகிறது. இவ்வாண்டு, ஜீஜரின் இலங்கை வரலாற்றுக் கால நிர்ணயத்தை அடிப்படையாகக்கொண்டது.[21] இவ்வாண்டிற்குப் பன்னிரண்டு ஆண்டுகளுக்கு முன், ஐந்தாம் மகிந்தன் ஆட்சியில் இராணுவப் புரட்சியின் விளைவாகக் குழப்பம் எற்பட்டதைச் சாதகமாகக் கொண்டு, ஈழத்தின் எல்லாப் பகுதிகளையும் தன் ஆட்சியின் கீழ்க் கொண்டுவந்தான். இப்படையெடுப்பின் விளைவாக, ஈழ நாட்டு மன்னர்களின் முடியையும்.[22] அவர்களுடைய பட்டத்தரசிகளின் முடிகளையும், பாண்டிய மன்னன், இம்மன்னர்களிடம் விட்டுச் சென்ற இந்திரனின் முடியையும், மாலையையும், ஈழ மண்டலம் முழுவதையும் இவன் கைப்பற்றினான். கடும்படை ஒன்றுடன் இராஜேந்திரன், ஈழ மன்னனை வெற்றிகண்டு அவனது நாடு, முடி, பட்டத்தரசி, அவன் மகள், செல்வம், தேர்கள் இந்திரனின் தூய மாலை, அவனிடத்தில் விட்டுச் செல்லப்பட்ட பாண்டிய முடி ஆகியவற்றைக் கைப்பற்றினான் என்று கரந்தைச் (தஞ்சை) செப்பேட்டுப் பட்டயங்கள் (செய்யுள் 58-59) கூறுகின்றன. தன் பட்டத்தரசி, மகள், மற்ற உடைமைகளையும் இழந்த மன்ன

அஞ்சி ஓடி, இராஜேந்திரனின் இரு கால்களையும் பற்றித் தஞ்சமடைந்தான். இராஜேந்திரனின் கல்வெட்டுகளில் காணப்படும் இவ்விவரங்களை மகாவமிசமும் உறுதிப்படுத்துகிறது.[23]

> "அரசனின் ஐந்தாம் மகிந்தனின் 36-ம் ஆட்சி ஆண்டில், மகேசியையும் அவனுக்கு மரபுவழியாகக் கிடைத்த அரிய அணிகலன்களையும், பதக்கங்களையும், அரசர்க்குரிய ஆபரணங்கள், விலை மிக்க வைர அணிகலங்களையும், கடவுளால் வழங்கப்பட்டதும் உடைக்க முடியாததுமான வாளையும், கிழிந்த துணி ஒன்றின் சிதைந்த பகுதியையும் சோழர்கள் கைப்பற்றினர்.[24] ஆனால், அரசன் அஞ்சி காட்டுக்குள் ஓடிவிட்டான். உடன்பாடு செய்துகொள்ளுவதாகச் சொல்லி அவனை அவர்கள் உயிரோடு பிடித்துக் கொண்டார்கள். சோழப் படையினர் தாங்கள் பிடித்த அரசனையும் தங்கள் கைக்குச் சிக்கிய கருவூலங்களையும் உடனே சோழ மன்னனுக்கு அனுப்பி வைத்தனர். பாதுகாப்பாகப் பல இடங்களில் இலங்கை முழுவதும் வைக்கப்பட்டிருந்த நினைவுச் சின்ன அறைகளை உடைத்து அவற்றில் இருந்த பொன்னாலான உருவங்களை அவர்கள் எடுத்துச்சென்றனர். அவர்கள் கண்பட்ட இடங்களில் எல்லாம், பௌத்த சமயத்து மடங்களை அழித்து, இரத்தத்தை உறிஞ்சும் அரக்கர்கள் போல, இலங்கையின் செல்வங்கள் அனைத்தையும் கொள்ளையடித்தனர். புலத்தி நகரத்தைத் தங்கள் தளமாகக் கொண்டு, இராஜரட்டத்தை, ரக்கபாசான காண்டம் எனப்படும் பகுதிவரை, சோழர்கள் தங்கள் கைக்குள் வைத்து ஆண்டு வந்தார்கள். சோழ நாட்டில் வனவாசம் போல 12 ஆண்டுகளைக் கழித்த பிறகு, இலங்கை அரசனான மகிந்தன், அவன் பட்டத்துக்கு வந்த 48-ம் ஆண்டில் உயிர் நீத்தான்."

இராஜசிம்மன் விட்டுச்சென்ற பாண்டிய அரச சின்னங்களைப் பெறுவதற்கு மேற்கொண்ட முயற்சியில் முதலாம் பராந்தகன் தோல்வியடைந்தான். ஆனால், இந்த முயற்சியில் இராஜேந்திரன் வெற்றிபெற்றான். இந்நிகழ்ச்சிகளைப் பற்றி ஈழத்து வரலாற்று ஏடுகளில் விவரமாகக் கூறப்பட்டிருப்பினும், சோழக் கல்வெட்டுகளில் இவ்வெற்றியைப் பற்றி ஒன்றும் சொல்லப்படவில்லை. சோழ மன்னன், தென்னிந்தியாவிற்குத் திரும்பிய பிறகு, மகிந்தன் அவனிடம் சரணடைந்தான் என்று ஒரு கல்வெட்டு மட்டும்

மறைமுகமாகக் கூறுகிறது.[25] இராஜேந்திரன், முழுமையான வெற்றி பெற்று, சோழநாட்டு மண்டலங்களுள் ஈழமும் ஒரு மண்டலம் ஆயிற்று. இராஜேந்திரனின் 'திருமன்னி வளர' என்னும் மெய்க்கீர்த்தியுடைய சில கல்வெட்டுகள் பொலன்னறுவையிலும், கொழும்பு மாநகரிலுள்ள அரும்பொருட் காட்சிக் கூடத்திலும் உள்ளன.[26] இவை மிகவும் சிதைந்திருந்தாலும், இராஜேந்திரன், ஈழத்தை வென்று ஆட்சி செய்தான் என்பதற்குச் சான்றுகளாக விளங்குகின்றன. பொலன்னறுவையைச் சுற்றி ஏராளமான இந்துக் கோயில்கள், தேவாலயங்கள் என்றழைக்கப்படும் சில, வைணவ ஆலயங்கள் காணப்படுகின்றன. இவை யாவும் கற்றளிகள் என்பதோடு, தமிழ் நாட்டில் சோழர் கட்டிய கட்டடக்கலைப் பாணியிலும் இருப்பதால் ஈழத்தைச் சோழர்கள் ஆண்ட காலத்திலேயே இவை கட்டப்பட்டிருக்கவேண்டும் என்பதில் ஐயமில்லை. இராஜேந்திரனின் இப்படையெடுப்புக்குப் பன்னிரண்டு ஆண்டுகளுக்குப் பிறகு, ஐந்தாம் மகிந்தனின் மகனாகிய காசிபனை ஈழ நாட்டு மக்கள் இரகசியமாக வளர்த்துவந்தனர். அவன் தந்தை இறந்தவுடன், அவர்கள் அவனை அரசனாக ஏற்று, சோழநாட்டுப் படைகளுடன் ஆறு மாதம் போர்புரிந்து ஏராளமான தமிழர்களைக் கொன்று, ரோகண நாட்டைக் கைப்பற்றினர். விக்கிரமபாகு என்ற பெயரில் அவன் பன்னிரண்டு ஆண்டுகள் (கி. பி. 1029-41) சுதந்திரமாக அரசாண்டான். இந்த விவரங்களையெல்லாம், **மகாவம்சம்** கூறுகிறது. விக்கிரமபாகுவின் ஆட்சியில் நடைபெற்ற நிகழ்ச்சிகள் இராஜேந்திரன் ஆட்சியின் பிற்பகுதியைச் சேர்ந்தவை. எனவே, பின்னர், இவற்றைக் காண்போம்.

கேரளப் போர்

தன், 6 - ம் ஆண்டில்,[27] கி. பி. 1018 - ல் இராஜேந்திரன், கேரள மன்னன் பரம்பரையாக அணிந்திருந்த முடியையும், செங்கதிர் மாலையையும் பறித்தான்.[28] கடலால் காக்கப்பட்டு சங்குகளின் ஒலியெழுப்பும் பழந்தீவுகள் பலவற்றையும் இவன் கைப்பற்றினான். அடுத்த ஆண்டில், எவரும் நெருங்க முடியாத அரண்மனைகளை உடைய சாந்திமத்தீவில் (உலக) மன்னர்களை இருபத்தோரு முறை[29] வெற்றிகண்ட பரசுராமனால் வைக்கப்பட்டிருந்த திருவிற்கு(இலக்குமி) ஒப்பான செம்பொன் முடியைக் கைப்பற்றினான். தெளிவில்லாத இச்செய்திகளை விளக்கும் வகையில் இராஜேந்திரனுடைய தென்னாட்டுப் படையெடுப்பைப் பற்றித் திருவாலங்காட்டுப் பட்டயங்களும், பாண்டிய நாட்டில் இராஜேந்திரனால் கையாளப்பட்ட கொள்கைகளைப் பற்றி இம்மன்னனுடைய 10-ம்

ஆண்டில் ஏற்பட்ட கல்வெட்டும் கூறுகின்றன.[30] (வேறு எந்தக் கல்வெட்டும் இச் செய்திகளைத் தரவில்லை) திருவாலங்காட்டுச் செப்பேடு கூறுவதாவது:[31]

"புகழும் வீரமும் மிக்க இந்த அரசன், வல்லமை நிறைந்த படையும் தன் ஆற்றலால் ஈட்டிய பெருஞ்செல்வமும், பிறர் போற்றும் அருஞ்செயல்களைச் சாதிக்கவேண்டும் என்ற மன உறுதியும்கொண்டு ஒரு திக்குவிஜயம் செய்ய முடிவு செய்தான்.

தான் வெளிநாடு செல்லும்போது, தன் தலைநகரைக் காப்பதற்கான ஏற்பாடுகளை முதலில் செம்மையாகச் செய்தான். ஈடும் எடுப்பும் இல்லாத உத்தம சோழ மன்னன், பாண்டிய அரசனை வெற்றிபெற விரும்பி, முதலில் தெற்கு நோக்கிப் புறப்பட்டான்.

சூரிய வம்சத்துக்கு உரிய திலகத்தின் தண்டநாதனான இராஜேந்திரன், பிறகு பலம் பொருந்திய படையுடன் பாண்டியனைத் தாக்கினான். உடனே, பாண்டியன் பயந்து, உயிர் பிழைத்தால் போதும் என்று, அகஸ்திய முனிவன் தங்கியிருக்கும் மலய மலைக்குப் போய் தஞ்சம் அடைந்தான்.

கொள்கைகள் வகுப்பதில் வல்லவனாக விளங்கியவனும் இராஜராஜனின் மகனுமான சோழ அரசன் உடனே பாண்டிய அரசர்களுடைய புகழ் குன்றாததற்கு வித்தாக உள்ள மாசு மறுவு இல்லாத முத்துக்களைக் கைப்பற்றினான். அங்கேயே இருந்து பாண்டிய நாட்டைப் பாதுகாக்கும் பொறுப்பைத் தன் மகன் ஸ்ரீ சோழ பாண்டியனிடம் ஒப்புவித்துவிட்டு, சூரிய வம்சத்தின் ஒளி பிறகு மேற்கேயுள்ள நாடுகளைப் பிடிக்கப் புறப்பட்டது.

போரில் பார்க்கவனிடம் அரசர்கள் அடைந்த அவமானங்களைக் கேள்விப்பட்டு, செருக்கு நிறைந்த இந்த மன்னனை அந்தப் பார்க்கவனை பூவுலகெங்கும் காண இயலாமல் அவன் உண்டாக்கிய நாடுகளைப் பிடித்து ஆளவேண்டும் என்ற ஆசையால் உந்தப்பட்டான்.

பிறகு, குலத்தின் அணிகலன்களின் புகழால் பாதுகாக்கப்பட்ட பெருமையையும் எதிரிகள், உள்ளே வரமாட்டார்கள் என்ற நிலையையும் வழி வழியாக உடையது அந்தப் பழமையான

நாடு. அத்தகைய நாட்டை அடிமைப்படுத்தலாம் என்ற எண்ணம் பரமேசுவரனாகிய இவனைத் தவிர, வேறு யாருக்கு உதிக்கும்?

அஞ்சா நெஞ்சினான, மதுராந்தகன் சகய மலையைத் தாண்டி, பல்மான படையுடன் கேரளத்தைத் தாக்கினான். அங்கு நடந்த ஒரு கடுமையான போரில், அரசர்கள் பலருக்கு எவ்வளவோ இன்னல்களும் கேடுகளும் சேதங்களும் ஏற்பட்டன.

இவ்வாறாக, கேரள அரசர்களை வெற்றிபெற்ற பிறகும், பிருகுபிரானால், காக்கப்பட்ட பழம்பெரும் நாட்டைப் புண்படுத்திய பிறகு, அரசன் அரசன் இலட்சுமி கடாட்சம் நிறைந்த தன் தலைநகருக்குத் திரும்பினான்."

புதிய நாடுகள் கைப்பற்றப் படவில்லை

இப்போரின் விளைவாக, இராஜேந்திரன் தன் இராச்சியத்துடன் எந்தப் புதிய பகுதியையும் சேர்த்துக்கொள்ளவில்லை. இராஜராஜனின் ஆட்சியின் தொடக்கத்திலேயே பாண்டிய, கேரள நாடுகள் கைப்பற்றப்பட்டதோடு, இவனுடைய ஆட்சியின் முடிவில் "பண்டைத் தீவுகள் பல" என்று சொல்லப்பட்ட மாலத் தீவுகள் வெற்றிகொள்ளப்பட்டன. சாந்திமத்தீவு எனப்பட்ட அரேபியக் கடலிலுள்ள பழம் பெருமை வாய்ந்த தீவுகளும் இதில் அடங்கியிருக்கக்கூடும். அதன் பகுதிகள் அனைத்தையும் தன் ஆட்சியின் கீழ்க்கொண்டு வந்தான் என்பதற்குப் பாண்டிய நாட்டில் காணப்படும் இராஜராஜனின் எண்ணற்ற கல்வெட்டுக்களிலிருந்து, இராஜேந்திரனின் மூன்றாம் ஆண்டைச் சேர்ந்த கல்வெட்டு ஒன்று[32] வள்ளுவர் என்ற பாண்டிய மன்னனின் மனைவியால் திருவிசலூரில் அளிக்கப்பட்ட ஓர் அறக்கட்டளையைப் பற்றிக் கூறுவதிலிருந்தும் அறிகிறோம். இம்மன்னன், ஈழத்திலும் கேரளத்திலும் புதிதாக ஆற்றிய சாதனைகளைப் பற்றி இராஜேந்திரனின் தமிழ் மெய்க்கீர்த்தி புகழ்ந்து கூறினாலும், இவை தென்னிந்திய மன்னர்களின் முடிவுகளைக் கைப்பற்றியதையே பெரிதாகக் கூறுகின்றனவே தவிர, பாண்டிய நாட்டு விவகாரங்களைப்பற்றி ஒன்றும் சொல்லவில்லை. பாண்டிய மன்னன், அகத்திய மலைகளுக்குத் துரத்தப்பட்டான் என்றும், அவனது முத்துக்களை இராஜேந்திரன் பறித்துக்கொண்டான் என்றும் திருவாலங்காட்டுப் பட்டயங்களில் கூறப்பட்டுள்ளது ஒரு வழக்காறு எனலாம். அது வரலாற்று உண்மை ஆகாது. எனினும், இம்மன்னனின் 10-ம்

ஆண்டைச் சேர்ந்த ஒரு கல்வெட்டு[33] செப்பு பட்டயங்களில் கூறப்பட்டுள்ளதை உறுதிப்படுத்தும் வகையில், இம்மன்னன் தன் மகனை, சோழ பாண்டியப் பிரதிநிதியாக அமர்த்தினான் என்றும், உலகின் சமநிலையையே பாதிக்கக் கூடிய ஒரு பெரும் மாளிகையை மதுரையில், இராஜேந்திரன் கட்டினான் என்றும் கூறுகிறது. காந்தளூர்ச் சாலையில் தன் தந்தை பெற்ற வெற்றியைப் போன்றே, இராஜேந்திரனும் மறுமுறையும் வெற்றி பெற்றான் என்றும் இதே கல்வெட்டுக் கூறுகிறது. பாண்டிய நாட்டின் சோழப் பிரதிநிதி விரைவில் கேரள நாட்டிற்கும் பிரதிநிதியாக்கப்பட்டான். இவ்வாறு இரு நாடுகளுக்கும் பிரதிநிதியானவன், ஜடாவர்மன் சுந்தர சோழ பாண்டியன் என்பவனே. இவன் காலத்தைச் சேர்ந்த சோழ - பாண்டிய கல்வெட்டுகள் ஏராளமாகக் கிடைத்துள்ளன.

அரியணையில் ஏறிய காலம்

மன்னார் கோயிலில் (திருநெல்வேலி) சேர மன்னன் இராஜசிம்மனால் கட்டப்பட்ட இராஜேந்திரச் சோழ விண்ணகரம் என்ற கோயிலுக்கு, இராஜேந்திரன் தன் 24-ம் ஆண்டில் நிலதானம் கொடுத்தான் என்று இராஜேந்திரனின் கல்வெட்டு[34] ஒன்று கூறுகிறது. இத்தானம், ஜடாவர்மன் சுந்தர சோழ பாண்டியனின் 15-ம் ஆண்டிலிருந்து அமுலுக்கு வரும் என்று கூறப்பட்டுள்ளது. சோழப் பிரதிநிதியின் 15-ம் ஆண்டும், சோழ மன்னனின் 24-ம் ஆண்டும் ஒன்றே என்று கருதுவோமாயின், ஜடாவர்மன் சுந்தர சோழ பாண்டியன் இராஜேந்திரனின் ஆறு அல்லது ஏழாம் ஆண்டில், பாண்டிய நாட்டின் பிரதிநிதியாக நியமிக்கப்பட்டிருக்கவேண்டும். திருவாலங்காட்டுப் பட்டயங்களும், இம்மன்னனின் தமிழ் மெய்க்கீர்த்தியும் இதையே கூறுகின்றன. இதுவன்றி மன்னார் கோயில் கல்வெட்டு வேறு சில விதங்களிலும் முக்கியமானதாகும். சோழப் பிரதிநிதிகளும், சோழ மன்னருக்குரிய பெருமையுடன் தம் கட்டளைகளைத் தம் ஆட்சி ஆண்டுகளிலேயே வெளியிடும் உரிமையைப் பெற்றிருந்தனர் என்று இக்கல்வெட்டு கூறுகிறது. சோழ நாட்டின் தலைநகருக்கும், சோழப் பிரதிநிதிகளின் தலைநகரங்களுக்குமிடையே நெருங்கிய தொடர்பு நிலவியது. இந்தத் தானம் அளித்தபோது, இராஜேந்திரன், காஞ்சிபுரத்திலுள்ள தன் மாளிகையில் தங்கியிருந்தான். முடிவாக, சேர மன்னன், பாண்டிய நாட்டில், சோழ மன்னன் பெயரால் ஒரு கோயிலை எடுப்பித்தான் என்பதிலிருந்தே, சோழ - பாண்டியப் பிரதிநிதி, சேர நாட்டின் மீது அதிகாரம் செலுத்தினான் என்பது தெளிவாகிறது. ஜடாவர்மன் சுந்தரச் சோழ பாண்டியனின் கல்வெட்டுகளிலிருந்து

இவன் சோழப் பிரதிநிதியாக சுமார் 23 ஆண்டுகள், அதாவது கி. பி. 1040 வரை பணிபுரிந்தான் என்று தெரிகிறது. இக்கல்வெட்டுகளில் ஒன்று இராஜேந்திரனின் 'திரு மன்னி வளர' என்று தொடங்கும் மெய்க்கீர்த்தியுடன் தொடங்குகிறது.[35] நாஞ்சில் நாட்டிலுள்ள (இன்றைய கன்னியாகுமரி மாவட்டத்தின் பெரும் பகுதி) சுசீந்திரம், சோழப் பிரதிநிதியின் பெயரால் சுந்திர சோழச் சதுர்வேதி மங்கலம் என்றே அழைக்கப்பட்டது என்று மற்றொரு கல்வெட்டு கூறுகிறது. கன்னியாகுமரி மாவட்டத்தில் நாகர்கோயிலுக்கு அருகேயுள்ள கோட்டாறு என்னும் இடத்தில் சர்வலோகசபை திருவிஷ்ணுவர்தன மகாராஜன் என்ற சாளுக்கிய விஜயாதித்த விக்கியண்ணன் என்னும் கீழைச் சாளுக்கிய இளவரசன் அளித்த ஒரு தானத்தைப் பற்றி நாம் எளிதாகப் புரிந்துகொள்ள முடியவில்லை. இதைக் கூறும் கல்வெட்டு, சுந்தர சோழ பாண்டியனின் 11-ம் ஆண்டை, அதாவது சுமார் கி. பி. 1029-ஐச் சேர்ந்தது.[37] அக்காலத்தில், கோட்டாறு ஒரு முக்கிய அரணாக இருந்தது. சோழர்கள் இங்கு வலிமையான படை வைத்திருந்தனர் என்பதால், மேற்குறிப்பிட்ட கீழைச் சாளுக்கிய இளவரசர் சோழப்படையில் பொறுப்பான பதவியேற்று கோட்டாற்றில் சில காலம் வாழ்ந்திருக்கக் கூடும். ஆனால், இவ்விளவரசன் யார் என்பதை அறுதியிட்டுக் கூற இயலவில்லை.

சாளுக்கியப் போர்

கி. பி. 1021-22ஆம் ஆண்டுகளில் இராஜேந்திரன், அமலைச் சாளுக்கியருடன் மீண்டும் போர் தொடுத்தான். ஐந்தாம் விக்கிரமாதித்தன் சகோதரன் ஜயசிங்கன் ஏறக்குறைய கி. பி. 1016-ல் முடிசூடிச் சோழரிடம் முன் நடைபெற்ற போர்களின்போது இழந்த நாடுகளைத் திரும்பக் கைப்பற்றுவதற்கு முயன்று, அச்செயலில் சிறிது வெற்றியும் பெற்றான். அதற்கேற்ப, கி. பி. 1019-ல் பெளகாம்வே கல்வெட்டொன்று ஜயசிங்கன் சோழரையும் சேரரையும் வென்ற செய்தியைக் கூறுகிறது.[38] அன்றியும், பெல்லாரி மாவட்டத்திலும், மைசூர் நாட்டின் வடமேற்குப் பகுதியிலும் ஜயசிம்மன் கல்வெட்டுகள் காணப்படுகின்றன.[39] இராஜேந்திரன் ஜயசிங்கனோடு செய்த போரைப்பற்றி இம்மன்னனின் தமிழ் மெய்க்கீர்த்தி கீழ்வருமாறு கூறுகிறது.[40]

"வலிமை பொருந்திய இரட்டபாடி ஏழரை லட்சத்தை அவன் கைப்பற்றினான். அளவற்ற செல்வமும் அவன் வசப்பட்டது.

ஜெயசிம்மன் பயந்தும், தன் புகழுக்கு என்றென்றும் பங்கம் ஏற்படும் வகையிலும் முசங்கியில் புறமுதுகு காட்டி, எங்கேயோ மறைந்துகொண்டான்."

இராஜேந்திரன், இரட்டபாடி இராச்சியம் முழுவதையும் தன்னுடைய ஆட்சிக்குக் கீழ்க்கொணர்ந்தான் என்று கூறப்படுவது மிகையே. இக்காலத்திய சோழர் கல்வெட்டுகள் சாளுக்கியரை எதிர்த்து ஏற்பட்ட தற்காலிக வெற்றிகளைக் கூட மிகைப்படுத்திக் கூறுவதை மரபாகக்கொண்டன. இம் மெய்க்கீர்த்தியின் ஏனைய பகுதிகளில் சொல்லப்பட்டிருப்பது உண்மையே. முயங்கி அல்லது முசங்கி என்றழைக்கப்பட்ட இடத்தில் நடைபெற்ற போரில் ஜயசிம்மன் தோற்றான். இந்த ஊர், பெல்லாரி மாவட்டத்தில் உள்ள உச்சங்கிதுர்க் என்ற இடமே; ஆயினும், இது மங்கி என்ற இடமாதல் மிகப் பொருந்தும்.[41] இப்போரைப் பற்றி திருவாலங்காட்டு பட்டயங்கள் காவிய நடையிலான பத்துச் செய்யுள்களில் விவரிக்கின்றன.[42] இவற்றிலிருந்து கிடைக்கும் செய்திகளைவிட, முன் குறிக்கப்பட்ட தமிழ் மெய்க்கீர்த்தியிலிருந்து கூடுதலான விவரங்களை நாம் தெரிந்துகொள்ளுகிறோம். காஞ்சிபுரத்திலிருந்து புறப்பட்ட இராஜேந்திரன், இரட்டபாடி மீது படையெடுத்தான். சோழருக்கும், ஜயசிம்மன் படைக்குமிடையே நடைபெற்ற போரில் ஜயசிம்மன் தோல்வியுற்று ஓடி ஒளிந்துகொண்டான். வாகை சூடிய இராஜேந்திரன் பெரும் பொருளுடன் சோழத் தலைநகருக்குத் திரும்பினான். கீழ்க்காணும் செய்யுள் இக்கவிஞரின் எண்ணத்தையும், இச்செய்யுள் எழுதப்பட்ட நாளையும் குறிப்பதாக உள்ளது.[43]

"தைலனின் வாரிசைக் கண்டதும், அவனுடைய கோபம் கனல் எனத் தெறித்ததில் வியப்பு ஒன்றுமில்லை. எல்லாச் சமுத்திரங்களின் தண்ணீரையும் கடந்தும், அவனுடைய கோபமாகிய நெருப்பு, எதிரியைச் சாம்பலாக்கியதுதான் (திவிச திந்தனத்தை விழுங்கியதுதான்) வியப்பானது."

முசங்கிப் போரில் தோற்றபோதும், இரட்டப்பாடி இராச்சியத்தில் துங்கபத்திரை ஆற்றின் வடக்கேயுள்ள பகுதிகளை மீண்டும் கைப்பற்றித் தன் ஆட்சிக்கு உட்படுத்திக்கொண்டான். இடைதுறை (எடேதோர்) ஈராயிரம் என்னும் பகுதியை, அங்கிருந்த ஐந்து திராவிட நாடுகளுக்குத் தலைவனான சோழனை விரட்டியடித்தபின், ஜயசிம்மன் மீண்டும் கைப்பற்றியதாக, கி. பி. 1024-ம் ஆண்டில் மிராஜ் பட்டயம் கூறுகிறது.[44] சோழர்களுக்கும், சாளுக்கியர்களுக்கு

மிடையே பொதுவாக இருமுனைகளில் போர்கள் நடைபெற்றன. மேற்கு முனையில் மண்ணைக் கடகமும், கல்யாணியும் சோழர்களின் தாக்குதலுக்கு ஆளாயின. கிழக்கு முனையில் வேங்கியைச் சுற்றி இருந்த பகுதி இருவர் கவனத்தையும் கவர்ந்தது. கிழக்கு முனை நிகழ்ச்சிகளை முதலாம் இராஜேந்திரனின் தமிழ் மெய்க்கீர்த்தி கூறவில்லை. ஆனால் இம்மன்னன், கங்கை வரை படையெடுத்ததை முக்கியமான நிகழ்ச்சி என்று குறிப்பிடுகிறது. இந்த கங்கைப் படையெடுப்பை ஆராயுமுன், வேங்கி நாட்டு விவகாரங்களை அறிந்துகொள்ளவேண்டும்.

இதற்கிடையே, வேங்கி நாட்டில் முதலாம் சக்திவர்மனைத் தொடர்ந்து அரியணையேறிய விமலாதித்தன், கி. பி. 1019-ல் இறந்தான் அல்லது ஓய்வு பெற்றான். விமலாதித்தனுக்கும், குந்தவைக்கும் பிறந்த இராஜராஜன் (நரேந்திரன்) என்பவன் அரியணையேறுவதைத் தடுக்கும் பொருட்டு, இந்த இளவரசனின் ஒன்றுவிட்ட சகோதரனான ஏழாம் விஷ்ணுவர்த்தன விசயாதித்தனை அரியணையில் அமர்த்த ஜயசிம்மன் முயன்றான். தன் முடிசூட்டு விழாவினைக் கொண்டாட முடியாத நிலையில், இராஜராஜன், தன் தாய் மாமன் இராஜேந்திரனின் உதவியை நாடினான். இதைத் தொடர்ந்து நடைபெற்ற நிகழ்ச்சிகளைக் கோட்ட சீவரத்தில் (அனந்தப்பூர் மாவட்டம்)[45] காணப்படும் கன்னட, தமிழ்க் கல்வெட்டுகள் கூறுகின்றன. இவற்றில் ஒன்று இராஜேந்திரனின் 10-ம் ஆண்டைச் சேர்ந்தது. விக்கிரம சோழ சோழீய வரையன் என்னும் அரையன் இராஜராஜன் என்பவன் சாளுக்கிய, வேங்கிப் போர்களில் ஆற்றிய பெரும் பணிக்காக நால்மடி வீமன், சோழனச் சக்கரன், சாமந்தாபரணம், வீரபூஷணம், எதிர்த்தவர்க்காலன் (தமிழ்) அல்லது அஹித கோட்டலிவன் (கன்னடம்) ஜயசிம்மன் குலகாலன் போன்ற பட்டங்களைப் பெற்றான் என்று இக்கல்வெட்டுகளிலிருந்து அறிகிறோம். இவன் கலிங்கர், ஒட்டர், தெலுங்கர் ஆகியோருடன் போரிட்டான் என்று இக்கல்வெட்டில் ஒரு செய்யுள் கூறுகிறது. சோழ மன்னன், இவ்வீரனை முன் நோக்கிச் செல்லுமாறு பணித்ததைக் கேட்ட மாத்திரத்திலேயே வேங்கி மன்னன் தப்பி ஓடிவிட்டான் என்று ஆண்டு குறிக்கப்படாத மற்றொரு கல்வெட்டு[46] கூறுகிறது. இவ்வாறு, தப்பியோடியவன், விஜயாதித்தனே. இந்நிகழ்ச்சி மாஸ்கிப் போர் நடைபெற்ற அதே காலத்தில் நடைபெற்றது. இரண்டாம் ஜயசிம்மனுடனும், அவன் நண்பன் விஜயாதித்தனும் கலிங்கம், ஒட்டர் மன்னர்களுடைய உதவியைப் பெற்றனர். இதனால் இச்சோழர் படைத்தலைவன்

இவர்கள் அனைவருடனும் போரிட்டான். இதன் விளைவாகவே இராஜேந்திரனும் படையெடுத்துச் சென்று கங்கை நீரைக் கொண்டுவந்து தன் புதிய தலைநகரைத் தூய்மைப்படுத்தினான். இது வீர இராஜேந்திரச் சாளுக்கிய மன்னனின்[47] பட்டயங்களிலிருந்து தெளிவாகிறது.

இனி, இப்போரின் இரண்டாம் கட்டத்தைக் காண்போம். தன் படைகளைக் கலிங்கம், ஒட்டர் நாடுகள் வழியாக கங்கை நதிவரை நடத்திச்சென்றான். இரண்டாம் ஜயசிம்மன் தலைமையில் செயல் புரிந்த கலிங்க, ஒட்ட மன்னர்களிடமிருந்து தம் படையைக் காக்கும் பொருட்டு இராஜேந்திரனும், கோதாவரியைக் கடந்து சென்றான்.[48]

திருவாலங்காட்டுப் பட்டயங்கள் இதைப் பற்றிக் கூறுவதாவது :[49]

"சூரிய வமிசத்தின் ஒளி விளக்கான இராஜேந்திரன், கங்கை நிலவுலகிற்கு இறங்கிவரச் செய்வதற்குக் காரணமாக இருந்த பகீரதனையே கேலியும் கிண்டலும் செய்து, தன் கைகளின் பேராற்றலால் கொண்டுவரப்பட்ட கங்கை நீரைக் கொண்டு, தன் நாட்டை புனிதப்படுத்தும் பணியில் முனைந்தான்."[50]

இப்படையெடுப்பு இரண்டாண்டுகளுக்குள்ளாகவே முடிவுற்றது.[51] இக்குறுகிய காலத்தில் வடநாட்டு இராச்சியங்களை, இராஜேந்திரன் வென்றான். எனவே, இவ்வேந்தன், தன் படைகளைச் சிறந்த படைத்தலைவன் ஒருவன் தலைமையில் வடநாட்டிற்கு அனுப்பி, திரும்பி வந்தபோது, இராஜேந்திரன் அப்படைகளைக் கோதாவரி ஆற்றங்கரையில் சந்தித்தான் என்று திருவாலங்காட்டுச் செப்பேடுகளிலிருந்து அறிகிறோம்.[52] இந்நிகழ்ச்சிகளை இச் செப்பேடுகள் கீழ்க்கண்டவாறு விவரிக்கின்றன. "தன் படைகளைச் சேர்ந்த யானைகளைப் பாலமாக்கி பல ஆறுகளைக் கடந்துசென்ற விக்கிரம சோழனின்[53] படைத் தலைவன் முதலில் இந்திரரதன் என்பவனை வென்று அவனுடைய நாட்டைக் கைப்பற்றினான். பிறகு, இரண சூரன் என்பவனுடைய செல்வத்தைக் கவர்ந்து, தருமபாலனை வென்று அவனுடைய நாட்டைக் கைப்பற்றினான். இதன் பின்னர், கங்கை நதியை அடைந்து, தான் வெற்றி பெற்ற மன்னர்கள் தலைகளில் கங்கை நதிநீர் நிரம்பிய குடங்களைச் சுமந்து சென்று மதுராந்தகச் சோழனிடம் கொடுக்குமாறு செய்தான். மகிபாலனை வென்று அவனது புகழை அழித்து,

அவனது விலையுயர்ந்த நகைகளைக் கவர்ந்து பின், சோழ மன்னனைக் கோதாவரி ஆற்றங்கரையில் சந்தித்தான். அவன் தம்பியையும் வென்று, யானைகளைப் பரிசளிக்குமாறு செய்தான்.[54] ஒரு யானை மீது வீற்றிருந்த சோழ மன்னனைத் தாக்கிய மற்றொரு யானையைத் தானே கொன்ற பிறகு வந்து தன் தலைநகருக்குத் திரும்பினான்."

இந்நிகழ்ச்சியையே மேலும் பல செய்திகளுடன் தமிழ் மெய்க்கீர்த்தி கூறுகிறது :[55]

"வீரம் நிறைந்த போர்ப்படையினரைக்கொண்ட சக்கரக் கோட்டத்தை அவன் கைப்பற்றினான். ஒரு நொடிப் பொழுதில் மதுர மண்டலத்தை அழித்தான்.[56] வளம் நிறைந்த நாமணைக் கோணத்தையும் அதன் அடர்ந்த தோப்புக்களையும்[57] கொடுமையான உதைகளைத் தாங்கிக்கொண்ட வீரர்கள் உள்ள பஞ்சப் பள்ளியையும்[58] பசுமையான வயல்களுடைய மாசுணித் தேசத்தையும்[59] அவன் கைப்பற்றினான். ஆதிநகர் இதுவரை அழிவு அல்லது தேய்வு என்பதை அறியாத பெருமை உடையது.[60] அத்தகைய நகரில் நடந்த[61] ஒரு போரில், பழமையான சந்திர வமிசத்தைச் சேர்ந்த இந்திரரதனைப் பிடித்து, அவனுடைய குடும்பத்துச் செல்வங்களையும் அவன் ஏற்கனவே மற்றவர்களிடமிருந்து கைப்பற்றியிருந்த செல்வங்களையும் இவன் (சோழன்) தனதாக்கிக்கொண்டான். அடர்த்தியான காடுகளால் பாதுகாக்கப்பட்ட காரணத்தால் உள்ளே நுழைவதற்குச் சிக்கல் விளைவித்த ஒட்ட விஜயனையும் கைப்பற்றினான்.[62] பிராமணர்கள் நிறைந்திருந்த நல்ல நாடான கோசல நாடு, தருமபாலனை ஒரு கடும் போரில் அழித்த பிறகு, இவன் அடைந்த - தேனீக்கள் நிறைந்த - தண்ட புத்தியும் இவன் வசப்பட்டது. இரணசூரனைத் தாக்கிய பிறகு, எண்டிசையும் புகழ் பெற்ற தக்காண லாடமும் இவனுடையதாயிற்று. மழை ஓய்வு ஒழிச்சலின்றி பெய்வதும் தன்னுடைய ஆண் யானையை விட்டு இறங்கி, கோவிந்தச் சந்திரன் ஓடிய பகுதியுமானது வங்காள தேசம்; அதில் வல்லமை மிக்க மகிபாலனை[63] ஒரு போர்க்களத்திலிருந்து ஓட வைத்து பலமான யானைகள், பெண்கள்; செல்வம் எல்லாவற்றையும் கைப்பற்றிக் கொண்டவன்; முத்துக் குளிக்கும் கடலோரத்தில் உள்ள உத்தர லாடம்; தீர்த்தக்

கட்டங்களில் மணமுள்ள மலர்களுடன் அலைமோதிய[64] நீரை உடைய கங்கை முதலிய பகுதிகளைக் கைப்பற்றினான்.

வேங்கியின் நிலை

வடநாட்டுப் படையெடுப்பில் இராஜேந்திரன் முதலில் கைப்பற்றிய இடம் சக்கரக்கோட்டம். வெற்றி பெற்று திரும்பிய தன் படைத்தலைவனை இவ்வரசன் கோதாவரிக் கரையில் சந்தித்தான். இச்செய்திகளிலிருந்து வேங்கி நாடு, இராஜராஜனின் காலத்தில் இருந்தது போலவே மீண்டும் சோழநாட்டிற்கு உட்பட்ட பகுதியாக இருந்துவந்த உண்மை புலனாகிறது.[65]

சக்கரக் கோட்டம்

'சக்கரக் கோட்டம்' என்பது பஸ்தாரில் கிடைத்துள்ள கி. பி. 1065-ம் ஆண்டைச் சேர்ந்த நாகவம்சச் செப்பேட்டுப் பட்டயத்தில் காணப்படும் சக்கரக்கோட்யா என்ற நகரமாகும். இது தற்போது சித்திரக்கூடம் அல்லது சித்திரக் கோட்டா என்று வழங்குகிறது. இது, மத்தியப் பிரதேசத்தில் பஸ்தார் என்ற இந்திய சமஸ்தானத்தின் தலைநகரான இராஜபுரத்திற்கு 8 மைல் தூரத்தில் இந்திராவதி ஆற்றின் கரையில் ஜகதல்பூரிலிருந்து 22 மைல் வடமேற்கில் உள்ளது.[66] சக்கரக்கோட்டம், அதை அடுத்த மாகாண தேசம் ஆகியவை வேங்கி நாட்டின் வடமேற்கே உள்ளவை. 'மாசுணி தேசம்' என்பது, 'நாகங்கள் நிறைந்த நாடு' என்று பொருள் கொள்ளும். இராஜபுரம் பட்டயங்கள் கூறும் சிந்தகர் குடும்பத்தைச் சேர்ந்தவர் தம்மை நாக-வம்சோத்பவர் (நாகர் வம்சம்) என்றும், போகவரிபுரவாரேச்சுவரர் (சிறந்த போகவதி நகரின் தலைவர்) என்றும் குறிப்பிட்டுக் கொண்டனர். சகம் 1140-ம் ஆண்டைச் சேர்ந்த கல்வெட்டு, இவருள் ஒருவனைத் திருபுஜக வரபூஷண மகாராஜுலு[67] (நாகர் குல திலகம்) என்று குறிப்பிடுகிறது. ஆகவே மாசுணிதேசம் இம்மன்னர்களால் ஆட்சி செய்யப்பட்ட பகுதியேயாகும். இதனால், மதுரை மண்டலம், நாமணைக்கோணம், பஞ்சப்பள்ளி ஆகிய இடங்கள் மாகாண தேசத்தின் பகுதிகளே என்பது தெரிகிறது. மதுரை மண்டலம் போன்று, சக்கரக்கோட்டமும் ஒரு மண்டலமாயிருந்தது.[68] மேலும் இராஜபுரச் செப்பேடுகளை அளித்தவனும், மதுராந்தகன் என்றே அழைக்கப்படுகிறான்.

இந்திரரதன்

சோழப்படைத் தலைவன் ஆதி நகரில், இந்திரரதன் என்பவனை வென்று ஒட்டர் தேயத்தையும் (ஒரிசா), (தென்)

கோசல நாட்டையும் பிடித்தான். தாரா நகரத்தில் இருந்த போசனுக்கு, இந்திரரதன் என்னும் பகை அரசன் இருந்ததாக உதயப்பூர்க் கல்வெட்டால்[69] அறிகிறோம். இந்த இந்திரரதனே, ஆதி நகரில் தோல்வியடைந்தவன் என்று கீல்ஹார்ன் கருதுவது பொருத்தமானதேயாகும்.[70] கோசல நாட்டைக் கைப்பற்றிய பிறகு, சோழப் படைத்தலைவன், தண்டபுத்தி நாட்டுத் தலைவன் தருமபாலனையும், தென்லாட நாட்டுத் தலைவன் இரணசூரனையும், பின்னர், உத்தரலாடத் தலைவன் மகிபாலனையும் வென்று கங்கையை அடைந்தான் என்று தமிழ் மெய்க்கீர்த்தி கூறுகிறது. ஆனால் இரணசூரனை வென்ற பின்னரே, தருமபாலனைச் சோழப் படைத்தலைவன் வென்று கங்கையை அடைந்தான் என்று திருவாலங்காட்டுப் பட்டயங்கள் கூறுகின்றன. இத்தலைவன் கங்கை சென்று திரும்பும்போதே மகிபாலனை வென்றான் என்றும் பொருள்படக்கூடும். ஆனால் இவ்விரண்டு கருத்துக்களில் ஏதேனும் ஒன்றே உண்மையாயிருத்தல் கூடும் என்பதால், தமிழ் மெய்க்கீர்த்தியின் கருத்தே உண்மையெனக் கொள்ளலாம். ஏனெனில், இப்படையெடுப்பு முடிந்தவுடனே இம்மெய்க்கீர்த்தி எழுதப்பட்டதாகும். இதன் அடிப்படையில், 'தண்டபுத்தி' என்ற பகுதி, ஒரிசாவுக்கும், வங்காளத்திற்கும் இடையேயான பகுதியாகவே இருத்தல் கூடும்.[71] இப்பகுதியை ஆட்சி செய்த தருமபாலன், வங்க நாட்டுப் பால மன்னர்களில் மிகப் பலம் வாய்ந்த மகிபாலனின் உறவினனாதல் கூடும். தமிழ் மெய்க்கீர்த்தியில் கூறப்பட்டுள்ள தருமபாலன், இரணசூரன்,[72] கோவிந்த சந்திரன் ஆகியோரை வென்ற சோழப்படைத் தலைவன், இம்மன்னர்கள் மீது ஆதிக்கம் செலுத்தி வந்த மகிபாலனுடன் போரிட வேண்டியதாயிற்று என்ற கருத்தினை[73] தமிழ் மெய்க்கீர்த்தி வெளியிடுகிறது. பழம் வங்காளத்தைக் குறித்த லாட (ராடா) நாடு, கங்கையை வட எல்லையாகக்கொண்டு, மிதிலை, வரேந்திரம் என்ற இரு பகுதிகளாகப் பிரிந்திருந்தது.[74] வங்காளத்தை வென்ற சோழப்படை சிறிது கிழக்கே திரும்பி நேர் வடக்கே சென்று, தென் கோசலத்தை அடைந்தது.[75]

படையெடுப்பின் வரலாறு

இராஜேந்திரனின், தண்டநாதன், வடநாடுகளை வெற்றி பெற்றான் என்பது எந்த அளவு உண்மை என்பது விளங்கவில்லை. இவன் அடைந்த சிறு வெற்றிகளைக்கூட மிகைப்படுத்தி கூறப்பட்டுள்ளதாகக் கொள்ளமுடியும். அவ்வாறே, இவன் அடைந்த தோல்விகளை மறைத்திருக்கக் கூடும். சோழப் படைத் தலைவனிடம் தோல்வியுற்ற வடநாட்டு மன்னர்கள், இத்தலைவன்

இட்ட ஆணைப்படி, கங்கை நீரைச் சுமந்து இராஜேந்திரனிடம் சென்றனர் என்று திருவாலங்காட்டுப் பட்டயங்கள் கூறுவதற்கு எவ்வித ஆதாரமும் இல்லை. இது, தற்பெருமையின் அடிப்படையிலேயே கூறப்பட்டதாகும்.[76] வெங்கைய்யா அவர்கள், இராஜேந்திரனின் கல்வெட்டுகளில் கூறப்பட்டுள்ள செய்திகளைக் குறைத்து மதிப்பிட்டு, அதன் விளைவாக, இம்மன்னனின் கங்கைப் படையெடுப்பு வெறும் புனிதயாத்திரையே என்ற கருத்தைத் தெரிவித்துள்ளார்.[77] கங்கை நீரைக்கொண்டுவர வேண்டும் என்ற எண்ணம் முதலிலேயே இருந்தாலும்,[78] வட இந்திய மன்னர்கள், சோழப் படையின் பலத்தை அறியுமாறு செய்வதே இப்படையெடுப்பின் நோக்கமாயிற்று. இது போன்றே, திக்கு விஜயங்களை மேற்கொள்வது, வலிமைமிக்க இந்திய மன்னர்களின் வழக்கமான நடைமுறையாக இருந்தது. கங்கை நீரைக்கொண்டு வருதல் மட்டுமே இராஜேந்திரனின் நோக்கம் அன்று. தன் படைப் பலத்தின் உதவியால் மற்ற நாடுகளினூடே சென்று, கங்கை நீரைக் கொண்டுவரும் தன் உரிமையை நிலைநாட்டுவதே முக்கிய நோக்கம் எனலாம். இப்படையெடுப்பின் முடிவில், தன் தலைநகரில் கங்கை நீரால் (கங்கா ஜலமயம் ஜயஸ்தம்பம்) சோழ கங்கம் என்ற ஏரியை எடுத்து 'நீர் மயமான வெற்றித் தூணை' நிறுவினான்.[79] இப்படையெடுப்பின் விளைவாகத் தமிழர் நாகரிகம், வங்காள மாநிலத்தில் புகுந்தது. இப்படையெடுப்புடன் சென்ற கருநாடகத் தலைவன் ஒருவன், மேற்கு வங்காளத்தில் தங்கி விட்டான் என்றும், அவன் வழியில் வந்த சாமந்தசேனன் என்பவனே, பிற்காலத்தில் வங்காளத்தில் ஆட்சிபுரிந்த சேனா வமிசத்தை நிறுவியவன் என்றும் ஆர். டி. பானர்ஜி கூறுகிறார்.[80] மிதிலையை ஆண்ட கருநாடகரும், அவ்வாறு சென்றவர்களாக இருத்தல் வேண்டும். திரிலோசன சிவாசாரியரது சித்தாந்த சாராவளியின் உரையில், இராஜேந்திரன் கங்கைக் கரையிலிருந்து பல சைவர்களை அழைத்து வந்து காஞ்சி மாநகரிலும், சோழ நாட்டிலும் குடியேற்றினான் என்று கூறப்பட்டுள்ளது. இச்சைவர்கள், சைவாசாரியர்கள் ஆதல் கூடும்.[81]

கோதாவரி ஆற்றங்கரையில், கலிங்கம், ஒட்டர் நாடுகளை வென்று, கங்கைவரை வெற்றிகரமாகச் சென்று திரும்பிய தன் படைத்தலைவனைச் சந்தித்த பின்னர், இராஜேந்திரன் தன் சகோதரி மகன் இராஜேந்திரனின் முடிசூட்டு விழாவை இன்னும் காலம் தாழ்த்தாமல் உடனே நடத்தி வைத்ததோடு, (ஆகஸ்ட் 16,1022) தன் மகள் அம்மங்கையையும் அவனுக்குத் திருமணம்

செய்து வைத்தான். ஆனால், இராஜேந்திரன் தன் 41 ஆண்டு கால ஆட்சியில் பல இன்னல்களுக்கு உள்ளாகி, பலமுறை தன் நாட்டை விட்டு ஓடவேண்டிய நிலை ஏற்பட்டது. இவனிடம் தோல்வியுற்ற இவனுடைய ஒன்றுவிட்ட சகோதரன் விஜயாதித்தன், மேலைச் சாளுக்கியரின் துணையோடு இம்மன்னனை வீழ்த்த உறுதிபூண்டு, இம்முயற்சியில் வெற்றியும் பெற்றான். இராஜராஜனை நாட்டைவிட்டு விரட்டிவிட்டு, 1031-ல் ஜூன் 27-ல்,[82] இவன் விஷ்ணுவர்த்தன விஜயாதித்தன் என்ற பெயருடன் வேங்கி நாட்டுஅரசனானான். இம்முயற்சியில் இவனுக்கு உதவிய சவணராஜா என்ற மேலை சாளுக்கிய தளபதி, வேங்கி நாட்டின் மீது படையெடுத்துப் பல பகுதிகளையும், விஜயவாடா கோட்டையும் கைப்பற்றினான்.[83] இந்நிலையில் இராஜராஜன் மீண்டும் சோழ மன்னனின் உதவிளை நாட வேண்டியிருந்தது. அது இராஜராஜேந்திரனின் கலிதிண்டிப் பட்டயங்களிலிருந்து தெளிவாகிறது.[84] இராஜராஜ பிரம்ம மகாராஜா என்ற பிராமணத் தளபதியையும், உத்தம சோழ மிலாடுடையான், உத்தம சோழ சோழக்கோன் என்ற இரண்டு அதிகாரிகளையும்கொண்ட ஒரு பெரும் சோழப்படையை, இராஜேந்திரன் அனுப்பினான். வேங்கியை அடுத்த கலிதிண்டி என்னுமிடத்தில் நடைபெற்ற உக்கிரமான போரில் சோழப் படைத்தலைவர் (முன்சொன்ன) மூவரும் உயிரிழந்தனர். ஆயினும், இப்படை பெரும் வெற்றியை அடைந்து, இராஜராஜனை கி. பி. 1035-ல் மீண்டும் வேங்கி நாட்டு அரியணையில் அமர்த்தியது.[85] போரில் உயிரிழந்த படைத் தலைவர்கள் மூவர் நினைவாகவும் இராஜராஜன் மூன்று கோயில்களை அமைத்தான்.

ஆனால், இராஜராஜனின் இன்னல்கள் இத்துடன் முடிவடைய வில்லை. இவனுடைய ஆட்சியின் இறுதியில், ஏறக்குறைய கி. பி. 1042-ல் கல்யாணியின் புதிய மன்னன், முதலாம் சோமேசுவரன், வேங்கி நாட்டின் மீது படையெடுத்தான். இராஜராஜன் மீண்டும் சோழ மன்னனான தன் மாமனாருடைய் துணையை நாடினான். இராஜேந்திரன் தன் வயது முதிர்ச்சியின் காரணமாக தன் மகன் முதலாம் இராஜராஜனை வேங்கிக்கு அனுப்பினான். மீண்டும் சோழருக்கும் சாளுக்கியருக்குமிடையே நடைபெற்ற போரின் இருமுனைகளை விவரிக்குமுன்னர், மற்ற நிகழ்ச்சிகளை நாம் காண்போம்.

கடாரம் படையெடுப்பு

இவனுடைய ஆட்சியின் 14-வது ஆண்டுக் கல்வெட்டுகளில், முதல் தடவையாக, கடல் கடந்து கடாரம்கொண்ட செய்தி

காணப்படுகிறது.[86] இதைத் தெரிவிக்கும் திருவாலங்காட்டுச் செப்பேடுகள், கடலைக் கடந்து திறமையான படையுடன் இராஜேந்திரன் சென்று கடாஹ என்னும் பகுதியைக் கைப்பற்றினான் என்று சுருக்கமாக ஒரு செய்யுளில் சில வரிகளில் கூறி முடிக்கின்றன.[87] ஆனால், இந்தச் சாதனையை இவனுடைய தமிழ் மெய்க்கீர்த்தி மிக விரிவாகச் சொல்லுகிறது. இதன் மேற்கொண்ட இந்தப் படையெடுப்பைப் பற்றி, மெய்க்கீர்த்திகளால் அறியப்படும் செய்திகளாவன.[88]

"அலை நிறைந்த கடலின் நடுவே பல கப்பல்களை இராஜேந்திரன் அனுப்பினான்; கடாரத்தை ஆண்ட சங்கிராம விஜயோத்துங்க வர்மனையும், புகழ் படைத்த அவனுடைய படையில் இருந்த யானைகளையும் பிடித்துக்கொண்டான்.[89] நியாயமான வழியில் அந்த அரசன் சேமித்து வைத்திருந்த எண்ணற்ற செல்வங்களையெல்லாம் இவன் எடுத்துக் கொண்டான்; பரந்துவிரிந்திருந்த இந்த நகரத்தின் "போர்-வாயில்" அருகேயுள்ள வித்தியாதரதோரணம் என்ற வளைவை வெற்றி முழக்கத்துடன் கைப்பற்றினான்;[90] 'நகைகள் பதித்த சிறுவாயிலை'[91] உடைய ஸ்ரீவிஜயன்,[92] 'பெரிய நகைகள்கொண்ட வாயிலை' யும் அழகுபடுத்தி அலங்கரித்துக் கொண்டான்; பண்ணையில் தீர்த்தக் கட்டடங்களில் நீர் நிறைந்திருந்தது; பழமையான மலையூர், வலிமையான மலைக்கோட்டையும் திகழ்ந்தது.[93] மாயிருடிங்கம், ஆழ்கடலால் அழகாகச் சூழப்பட்டு பாதுகாக்கப்பட்டிருந்தது; எத்தகைய போரிலும் அஞ்சா நெஞ்சனாக விளங்கிய இலங்காசோகன் (லங்காசோக), மாபப்பாளம், ஆழமான தண்ணீரைப் பாதுகாப்பாகக் கொண்டிருந்தது; மே விளிம்பங்கம், அழகிய சுவர்களை பாதுகாப்பு அரணாகக்கொண்டிருந்தது; "வலைப்பந்தூரு' என்பதுதான் வளைப்பந்தூரு போலும்(?);[94] தலைத்தக்கோலம், அறிவியல் புலமை உடையோரால் செய்யுள்களில் புகழப்பட்டிருக்கிறது. பெரிய போர்களிலும் அதுவும் கடுமையான போர்களிலும் தன் நிலைகுலையாத மாடமாலிங்கம்; போரால் தன் வலிமையான ஆற்றல் மேலும் உயர்ந்த பெருமையுடைய இலாமுரித்தேசம்;[95] தேன் கூடுகள் நிறைந்த மானக்கவாரம்;[96] மற்றும் ஆழ்கடலால் பாதுகாக்கப்பட்டதும், மிகவும் சக்தி வாய்ந்ததுமான கடாரம்."[97]

ராஜேந்திரனின்
கடாரப்
படையெடுப்பு
கங்கை
மஹாநதி
கோதாவரி
கிருஷ்ணா
பாலாறு
காவிரி
காஞ்சிபுரம்
நாகப்பட்டினம்
அநுராதபுரம்
ஹம்சவதி
சியாம்
(சியாமரத்தை)
லவபுரி
அமராவதி
அங்கோர்
சம்பா
இந்திரபுரம்
காம்போஜம்
சாகரம்
மாயப்பாளம்
தலைத்தக்கோலம்
(தகுவாபா)
(ஜெயா)
மாபிருடிங்கம்
இலங்காசோகம்
கடாரம்
(கேடம்)
தாமபரலிங்கம்
மாநக்கவாரம்
(நிக்கோபார் தீவு)
பண்ணை
மலையூர்
(ஜம்பி)
ஸ்ரீவிஜயம்
(பாலம் பாங்)
(பிப்போரா தீவு)
(வடபாகி தீவு)
(தென்பாகி தீவு)
சாபா
புனன்
போர்னியோ
மதுரா
ஜாவா
பாலி
80
90
100
110
120
20
10
0

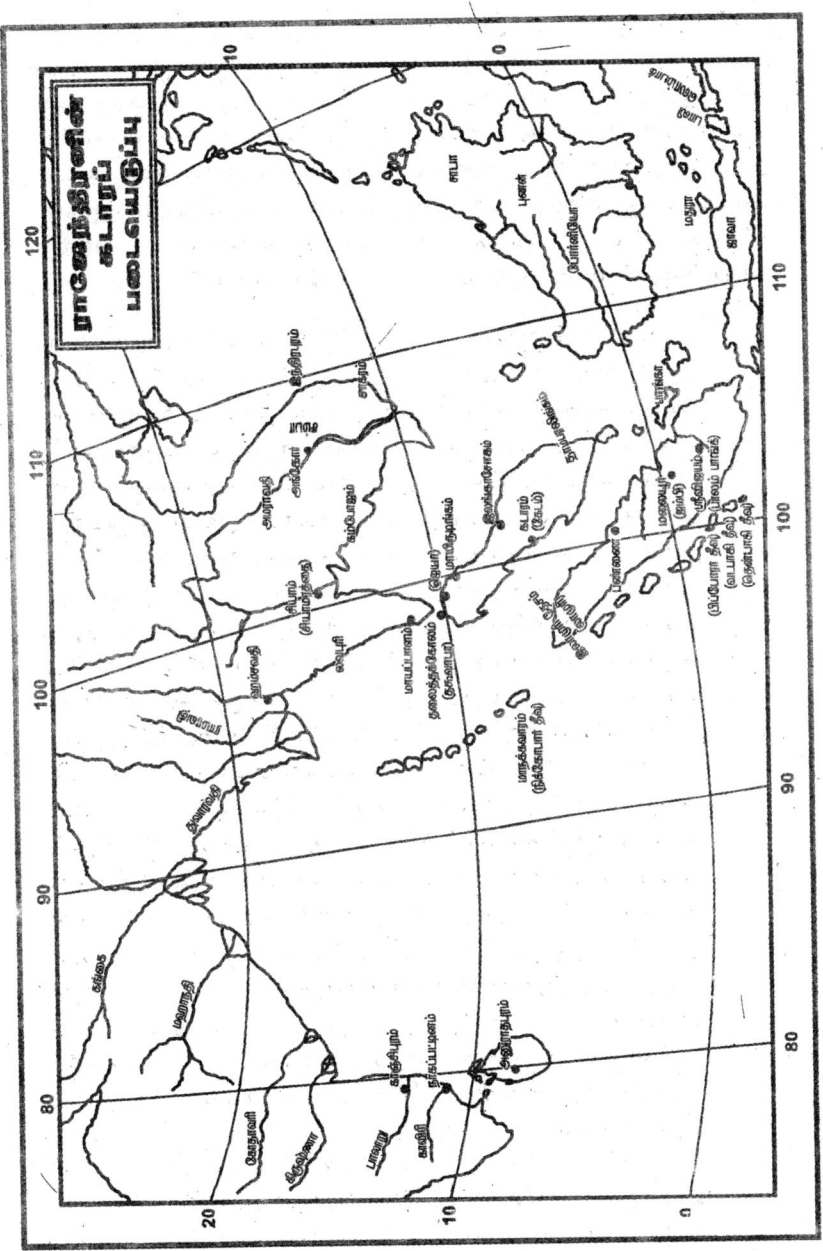

1891-ல்[98] ஹுல்ஷ், இராஜேந்திரனின் கல்வெட்டைக் கண்டுபிடித்து வெளியிட்டார். இதற்கு முன்பே பெரிய லெய்டன் பட்டயங்கள் மீட்கப்பட்டிருந்தன. லெய்டன் பட்டயத்தில் காணப்படும் கடாரத்தைச் சேர்ந்த மாற விஜயோத்துங்கவர்மனின் வழி வந்தவனே இராஜேந்திரன் கல்வெட்டில் காணப்படும் சங்கராம விஜயோத்துங்கவர்மன் என்பதை ஹுல்ஷ் கண்டார். ஆனால் இவர் கடாரம் பகுதி, பழைய சென்னை ராஜதானியின் (தமிழ்நாடு, ஆந்திரத்தின் பெரும்பகுதி, தென்கன்னடம், மலபார் மாவட்டங்கள் அடங்கியது) தென் மாவட்டங்களையே குறிக்கும் என்றும், இராஜேந்திரனின் படையெடுப்பு கடல் கடந்து அன்று என்றும் எண்ணினார். அப்போது மதுரை மாவட்டத்தைச் சேர்ந்திருந்த இராமநாதபுரம் ஜமீனின் ஒரு தாலுகாவே கடாரம் என்றும் எண்ணினார்.[99] 1903-ல் தான் முன்கூறிய கருத்தை மாற்றிக்கொண்டார். எனினும், உண்மையை இவர் முழுமையாக அறியவில்லை. இவ்வாண்டில் இவர் கூறியதாவது:[100] “இப் படையெடுப்பை ஒட்டிக் கூறப்படும் பல இடங்களில் நக்கவாரம், பப்பாளம் ஆகிய இரு இடங்களை வெங்கைய்யா அவர்கள் அடையாளம் கண்டார். ‘நக்கவாரம்’ என்பது நிகோபார்த் தீவுகளின் தமிழ்ப் பெயரே’[101] **மகாவம்சத்தின்** படி, பப்பாளம் என்பது பர்மாவைச் சேர்ந்த தலைங் பகுதியிலுள்ள இராமஞ்ஞ என்ற துறைமுகம் ஆகையால், கடாரம் இந்தியாவின் கோடியிலுள்ள ஒரு பகுதியாகவே கருதலாம்” (இதை எழுதிய காலத்தில் பர்மா, இந்தியாவின் ஒரு மாநிலமாக இருந்தது). பெகு (இது பர்மாவிலுள்ள ஒரு நகரம். தமிழர் இதை ‘பக்கோ’ என்பர்) நாட்டின் மீதே படையெடுத்தான் என்ற கருத்துச் சில காலம் நிலவியது. இதற்கேற்ப பர்மா நாட்டுத் தொல் பொருள் ஆராய்ச்சியாளர், பெகுவின் அருகே எண்கோணத்தில் அமைந்த கல் தூண்கள் இரண்டைக் கண்டுபிடித்து இராஜேந்திரன் கி. பி. 1025-27-ல் பெகு நாட்டைக் கைப்பற்றிய பிறகு விட்டுச் சென்ற வெற்றிக் கம்பங்களே இவை[102] என்று கூறினர். 1918-ம் ஆண்டில்தான் அறிஞர் கோயெடிஸின் பல்லாண்டு ஆராய்ச்சிக்குப் பின் **லெ ரோயோமி டி.ஸ்ரீ. விஜயா**[103] என்ற கட்டுரையில் இராஜேந்திரனின் படையெடுப்புத் தொடர்புடைய இடங்கள் எவை என்பதை விளக்கினார். இவருடைய கருத்தை முதலில் பர்மிய நாட்டின் தொல்பொருள் ஆராய்ச்சித்துறை ஏற்கவில்லை.[104] ஆனால், பின்னர் இவர் கருத்தே சரியென ஏற்று, தாங்கள் கண்டெடுத்த கற்றூண்களை பர்மா நாட்டின் பாதுகாக்கப்படும் புராதனச் சின்னங்கள் பட்டியலிலிருந்து நீக்கினர்.[105]

இவ்விடங்கள் அனைத்தையும் இராஜேந்திரன், கடார மன்னனிடமிருந்தே ஒரே படையெடுப்பின் மூலம் கைப்பற்றினான் என்று ஹூல்ஷ் குறிப்பிட்டுள்ளதைப் பிற்கால ஆசிரியர்கள் கவனிக்கவில்லை. இதுபற்றி கொயட்ஸ் கூறுவதாவது :[106] "இராஜேந்திரச் சோழன், கடாரத்து மன்னனை வென்று அவனுடைய பொருள்கள் அனைத்தையும் கவர்ந்து, பல நாடுகளையும், முடிவில் கடாரத்தையும் கைப்பற்றினான் என்று இம்மெய்க்கீர்த்தி கூறுகிறது. இதில் கூறப்பட்டுள்ள நாடுகள் அனைத்தும் கடார மன்னனுக்குக் கப்பம் கட்டிய நாடுகளாதல் கூடும் அல்லது கடார நாட்டின் பல்வேறு பகுதிகளாதலும் கூடும்." இதை ஏற்றுக்கொண்ட பின்னர், இராஜராஜன் காலத்தில் சங்கராம விஜயோத்துங்கவர்மனால் ஆட்சி செய்யப்பட்ட கடாரமும், ஸ்ரீ விஜயமுமே இப்பகுதிகளோ என்பது விளங்கும். இம்மன்னன் ஆட்சியில்தான், இராஜேந்திரன் இந்நாடுகளை வென்றான்.

சான்ஃபோட்சி பற்றி சீன வரலாறு

"1003லும், 1008லும், சான்ஃபோட்சி என்னும் நாட்டிலிருந்து சூலிட் செளலோ-வோனிஃபோ மதியோஹவா என்னும் மன்னன் ஒரு தூதுவரையும், சூலிமாலோபி என்னும் மற்றொரு மன்னன், இரண்டாம் தூதுவரையும் அனுப்பினர் என்று சீன நாட்டு சாங்வமிச வரலாறு கூறுகிறது. இதில் குறிக்கப்படும் முதல் மன்னன் ஸ்ரீசூடாமணி வர்மதேவன் என்பதையும், இரண்டாமவன் ஸ்ரீஉமாற விஜயோத்துங்க வர்மன் என்பதையும் அறியலாம் (கொயட்ஸ்).[107] இவ்விரு மன்னர்களின் பெயர்கள், பெரிய லெய்டன் பட்டயங்களிலும் காணப்படுவதால், கடாரம், ஸ்ரீவிஜயம் மன்னர்களையே சான்ஃபோட்சி மன்னர்கள் என்று சீன வரலாறு குறிப்பிடுகிறது. சீன நாட்டின் பண்டைய இலக்கியத்தில் சிலிஃபோசி அல்லது ஃபோசி என்று குறிக்கும் இடத்தை, சங்க காலத்தைச் சேர்ந்த சீன ஆசிரியர் சான்ஃபோட்சி என முதன்முதலில் சொன்னார்; இந்த இடம் சுமத்திராவின் கீழைக் கரையிலுள்ள பலெம் பாங் என சீன ஆசிரியர்கள் குறிப்பிட்டுள்ளனர். சான்ஃபோட்சி, சிலிஃபோசி என்ற பெயர்கள் ஸ்ரீ போஜம் என்றாகாது. இவை, ஸ்ரீ விஜயம் என்பதே சரி என்கிறார் கொயட்ஸ்.[108] ஆகவே, கடாரத்து மன்னனிடமிருந்து இராஜேந்திரன் முதலில் கைப்பற்றியது, சுமத்திராவிலுள்ள பலெம் பாங் பகுதியே. கி. பி. 8ம் நூற்றாண்டு முதல் 13-ம் நூற்றாண்டு வரையில் இந்நாடு மலேயா நாட்டு வரலாற்றில் பெற்றிருந்த இடமும் தென்னிந்தியாவுடன்கொண்டிருந்த

தொடர்பும் பற்றிய விவரங்கள் இதுவரை தெளிவாக்கப்படவில்லை. 11-ம் நூற்றாண்டின் தொடக்கத்தில் இந்நாடு நிகழ்ச்சிகளைப் பற்றி இராஜேந்திரனின் கல்வெட்டுகளிலிருந்து அறிகிறோம். 12-ம் நூற்றாண்டின் முடிவிலோ அல்லது 13-ம் நூற்றாண்டின் தொடக்கத்திலோ,[109] சௌ-ஜீ-குவா என்பவர், சான்ஃபோட்சி நாட்டு ஆட்சியின் கீழ் இருந்த 15 சௌ (மாகாணங்கள் அல்லது நகரங்கள்)களைப் பட்டியலாகக் கொடுத்துள்ளார்;[110] இப்பட்டியலும், இராஜேந்திரன் கல்வெட்டுகளில் காணப்படும் பட்டியலும் ஒத்ததாகவே உள்ளன என்று கொயட்ஸ் கூறுகிறார்.[111] ஆயினும் கடாரத்தைத் தெளிவாக நிர்ணயிக்க முடியவில்லை. மற்ற இடங்களைப் பற்றி முதலில் கூறியபின் கடாரத்தைப் பற்றி விவாதிப்போம்.

பண்ணை

இராஜேந்திரனுடைய மெய்க்கீர்த்தியில் ஸ்ரீவிஜயத்திற்கு அடுத்து பண்ணை என்ற இடம் குறிக்கப்படுகிறது. பண்ணை என்பது சுமத்திராவின் கீழ்க்கரையில் உள்ள பனி அல்லது பன்னெய் என்று வழங்கப்படும் ஊராகும்.[112] மலையூர் என்பது மலேயா தீபகற்பத்தின் தென்கோடியில் பழைய சிங்கப்பூர் ஜலசந்திக்கு வடக்கே மலாயூர் ஆற்றுக்கு அருகில் உள்ளது.[113] மாயிருடிங்கம் என்பது கடற்பகுதியால் சூழப்பட்டிருந்தது. சௌ ஜூ குவா என்பது, ஸ்ரீவிஜயத்தின் ஆட்சிக்குட்பட்ட நாடுகளில் ஒன்று எனக் கூறும் ஜிலோடிஸ் பகுதியே இது. ஜிலோடிஸ், கியாலோஹி என்னும் பகுதிகள் 'டான்மாலிங்' போன்றவையே என்று இந்த ஆசிரியர் கூறுகிறார்.[114] கியாலோஹி என்னும் இடம் ஜையாவிலுள்ள கிரஹி என்பதே என்றும், ஸ்ரீவிஜயத்தின் ஆட்சிக்குட்பட்ட வடநாடுகளில் ஒன்றான ஜிலோடிங் (யிருடிங்கம்) என்பதும் மலேயாவின் நடுவிலுள்ள ஜையா என்னும் பகுதியிலேயே இருக்கிறது என்றும், கொயட்ஸ் பல கல்வெட்டுகளின் அடிப்படையில் கூறியுள்ளார்.[115] இலங்காசோகம் என்பது சௌஜூகுவா பட்டியலில் உள்ள விங்யாசென்கியாவாகும். இது மலேயாவிலுள்ள கெடா (கிட்டா) நாட்டின் தெற்கே உள்ளது.[116] பப்பாளம் என்பது,[117] வெங்கைய்யா கூறியது போல, பப்பாளமா என்று **மகாவம்சத்தில்**[118] குறிக்கப்பட்டுள்ளது. சிங்கள மன்னனாகிய முதல் பராக்கிரம பாகுவின் ஆணைப்படி ராமஞ்ஞ தேசத்தின் மீது கி. பி. 1165-ல் படையெடுத்துச் சென்ற ஆதிச்சன் என்னும் படைத்தலைவன் இறங்கிய முதல் இடமே பப்பாளமா என்பது, இதிலிருந்து கீழைப்

பர்மாவிலுள்ள தலைங் நாட்டிலுள்ள ஓர் இடமே மாப்பாளம் என்று வெங்கையா முடிவு செய்ததை அடுத்து பல ஆசிரியர்கள் இவ்விடத்தை பல்வேறு இடங்களுடன் ஒப்பிட்டுக் கூறத் தொடங்கினர்.[119] ராமஞ்ஞ தேசத்தின் மீதான படையெடுப்பில் பப்பாளம் குறிப்பிடப்பட்டுள்ளதை மேலெழுந்தவாறு நோக்கும் போது, பலெம்பங்கிற்கு உட்பட்ட எல்லா நாடுகளையும் இராஜேந்திரன் கைப்பற்றினான் என்ற கூற்றுக்கு முரணானதாகத் தோன்றும். ஆயினும், ராமஞ்ஞ நாட்டுத் தலைவன் மீது பராக்கிரம பாகுவிற்கு இருந்த குறைகள் அனைத்தும், தான் காம்போஜ நாட்டிற்கு அனுப்பி வைத்த ஓர் இளவரசியைக் கைப்பற்றியதால் நீங்கிவிட்டன என்று கொயட்ஸ் கூறுகிறார்.[120] 'சிங்கள நாட்டிலிருந்து காம்போஜத்திற்குச் சென்ற தூதர்கள் கிராபூசந்தி வழியே சென்று, இவ்விளவரசியைக் கைப்பற்றியிருத்தல் வேண்டும். இதனால், பெகன் நாட்டு மன்னனின் அதிகாரம் கிராபூசந்தி வரை பரவியிருந்தது' என்று கொயட்ஸ் மேலும் கூறுகிறார்.[121] 11-ம் நூற்றாண்டின் தொடக்கத்தில் பலெம்பாங்கின் அதிகாரம் பந்தன் விரிகுடா வரை பரவியிருந்தது. ஆகவே, மாப்பாளம், கிராபூசந்தியின் அருகேயே இருக்க வேண்டும். முதலாம் இராஜேந்திரச் சோழன் கைப்பற்றிய நாடுகளில் ஒன்று 12-ம் நூற்றாண்டில் பெகு நாட்டுடன் இணைந்தது என்பதால் இதையே இம்மன்னன் பலெம்பங்கு அதிகாரத்திற்கு உட்பட்ட பல நாடுகளைக் கைப்பற்றினான் என்பதை மறுக்கும் ஆதாரமாகக் கொள்ளுவது தவறு. மேவிலம் பங்கம், வளைப்பந்தூரு,[122] என்னும் இரு இடங்களும் எங்கு உள்ளன என்பது இப்போது தெரியவில்லை.

தலைத் தக்கோலம்

தலைத்தக்கோலம் என்பது மிளிந்த பஞ்ஞாவிலும் தாலமியாலும் என்று குறிக்கப்பட்டுள்ளது. இது கிராபூசந்திக்குத் தெற்கே தகோபா மாவட்டத்தின் தலைநகரான தகோபாவே ஆகும் என கெரினி கூறுகிறார்.[123] வேறு சிலர், இவ்விடம் இன்றும் வடக்கே, கிரா பூசந்தியிலேயே உள்ளது என்று கருதுகின்றனர். எனினும், இது மலேயாவின் மேலைக்கரையில் உள்ள ஓர் இடம் என்ற கருத்து ஒப்புக்கொள்ளப்பட்டுள்ளது. மாதமாலிங்கம் என்பது, சௌஜுகுவாவின் பட்டியலிலுள்ள தன்மாலிங் ஆகும். 'தன்மாலிங்கிலிருந்து புறப்பட்டு ஆறு நாட்கள் கடலில் சென்றால், இலங்கா சோகத்தை அடையலாம். இதற்கு நிலவழியும் உண்டு' என்று சௌஜுகுவா கூறுகிறார்.[124] இது, மலேயாவின் கீழ்க்கரையில்

பெகாங்கிலுள்ள குவாண்டன் என்னும் ஆறு, கடலோடு கலக்குமிடத்திலுள்ள தெமிலிங் என்னும் நகரம் என்று ஜெரினி கருதுகிறார்.[125] இதுபற்றி சௌஜ‌ுகுவாவின் மொழிபெயர்ப்பாளர் கீழ்க்காணும் கருத்துகளைத் தெரிவித்துள்ளார்: 'இலங்க சோகத்திற்கும் தென் மாலிங்கிற்குமிடையே நிலவழி இருந்தது என்பதை நாம் நம்ப, பல காரணங்கள் உண்டு. எனவே, தென் மாலிங் உள்ள இடம் ஜெரினி கூறிய இடத்திலேயே உள்ளது என்பதை நாம் ஏற்றுக்கொள்ளலாம். மலாக்கா பூசந்தியில் சக்தியற்ற பருவக்காற்று நிலவுவதால், கெடாவிலிருந்து குவாண்டனுக்குச் செல்ல, ஆறு நாட்கள் போதாதென்று ப்லெக்டன் கூறுகிறார். தாமரலிங்க அல்லது இங்காசுரா அல்லது இவ்விரண்டுமே மலாயா தீபகற்பத்தை ஆட்கொண்டு சயாம் விரிகுடாவையும், பூசந்தியையும் பார்த்தவாறு இருந்தன என்று கொயட்ஸ் கூறுகிறார்.[126]

இலாமுரி தேசம்

இலாமுரி தேசம் என்பது சுமத்திராவின் வடபகுதியிலிருந்த நாடாகும். இதனை அரேபியர்கள் லாமுரி என்றும், மார்க்கோபோலோ லம்பரி என்றும் அழைத்தனர். சௌஜ‌ுகுவா இதனை லான்வூரி என்றார். மாநக்கவரம் என்பது நிக்கோபார் தீவுகளாகும். இந்த இடங்களைக் காணும்போது, சுமத்திராவிலுள்ள ஸ்ரீவிஜய இராச்சியத்தையும், அதன் அதிகாரத்திற்கு உட்பட்ட மலேயா நாடுகளையுமே, இராஜேந்திரன் கைப்பற்றினான் என்பது தெளிவாகிறது.

கடாரம்

இந்நாட்டை ஆட்சி செய்த மன்னன், ஏன் கடாரத்தின் மன்னன் என்று சொல்லப்பட்டான்? இந்நாடு எங்கே இருந்தது? என்பதை நாம் விளக்க வேண்டியதுள்ளது. வடமொழி இலக்கியத்திலும், கல்வெட்டுக்களிலும் கடாஹ[127] என்றும், **கலிங்கத்துப் பரணி**யிலும், லெய்டன் பட்டயத்தின் தமிழ்ப்பகுதியிலும், இராஜேந்திரனின் கல்வெட்டுகளிலும் கடாரம், கிடாரம் என்ற பெயர்களாலும் குறிப்பிடப்படுகிறது. கடாரத்தைக் கடலின் அலைகள் மோதுகின்றன என்று **கலிங்கத்துப் பரணி** தெளிவாகக் கூறுகிறது.[128] **பட்டினப்பாலை**யில் கூறப்படும் 'காழகம்' என்பது, கடார நாட்டைக் குறிக்குமென உரையாசிரியர் நச்சினார்க்கினியார் கூறுகிறார்.[129] இதனையே பழைய நூலாகிய **பிங்கல நிகண்டு**ம் ஒப்புக்கொள்கிறது. **பட்டினப்பாலை** போன்ற சங்க இலக்கியங்களில்

இராஜேந்திரன் (கி.பி. 1012 – 1044)

கடாரத்தைப் பற்றிக் குறிக்கப்பட்டுள்ளதால், இது இந்தியாவிற்கும் கீழை நாடுகளுக்குமிடையேயான வாணிகத்தில் சிறந்த துறைமுகமாக விளங்கியது என்று நாம் தங்கு தடையின்றி முடிவு செய்யலாம். 'கடாஹ நாட்டின் பெயர் போன்று, சீனர்களுக்குத் தெரிந்த ஒரு நாடு இருந்தது. இது கியெட்சா என்பது தெரியவில்லை. இங்குதான் ஐட்சிங் இருமுறை தங்கினார்' என்று கொயெட்ஸ் கூறுகிறார்.[130] இந்த இடமே பிந்திய சீன நூல்களில் கியெட்டோ எனப்படுகிறது. இவையனைத்துமே கெடா நாட்டைக் குறிப்பிடுகின்றன. தற்போதைய கெடாவிற்குத் தெற்கே, பழம் கெடா ஒன்று இருந்தது. தற்போதைய கெடாவே இலங்கா சுகாவாக இருந்தது. ஐட்சிங்கின் பயணக் குறிப்புகளில், இவனுடைய யாத்திரையில் மலேயாவில் கடைசியாக இவன் சென்ற இடம் கியெட்சா என்றும், வங்காள விரிகுடாவைக் கடந்து திரும்பியபோது இவ்விடத்தை முதலில் அடைந்தான் என்றும் தெரிகிறது. ஆகவே, கடாரம் ஸ்ரீவிஜய இராச்சியத்தின் பகுதியாகவே இருந்தது. மேலும் தமிழர்கள் இந்நாட்டை அடைந்தபோது கடாரத்திலேயே முதலில் இறங்கினர் என்றும், இதனால் இந்நாட்டு மன்னனை 'கடாரத்து மன்னன்' என்றனர் என்றும் கூறலாம். வாணிகத் துறையிலும் இன்று எவ்வாறு பினாங்கு, தலைசிறந்த ஒரு துறைமுகமாகக் காட்சி தருகிறதோ, அவ்வாறே கடாரமும் விளங்கியது.[131]

படையெடுப்பின் தன்மை

கடாரத்து மன்னனுக்கு எதிராகப் படையெடுக்க வேண்டிய காரணம் என்ன? அதன் விளைவுகள் யாவை? அக்காலத்துச் சான்றுகளிலிருந்து இக்கேள்விகளுக்கு நமக்கு விடை கிடைக்கவில்லை. ஆகையால் முடிந்த முடிவாக நமக்குத் தெரிந்த உண்மைகளின் அடிப்படையில், இவற்றிற்கு விடை காண முயலுவோம். கலிங்கத்தை வெற்றி கண்ட பிறகு[132] இவ்வெற்றியை நிறைவு செய்யும் பொருட்டு, கடல் கடந்த இப்படையெடுப்பு மேற்கொள்ளப்பட்டது என்ற கருத்துக்கு இராஜேந்திரன் கல்வெட்டுகளில் எவ்வித ஆதாரமும் இல்லை. இக்காலத்தில் தென்னிந்தியாவிற்கும், தீவுக்கூட்டங்கள் அடங்கிய கடல் பகுதிக்கும் சீனத்திற்குமிடையே வாணிகத் தொடர்பு இருந்தது தெளிவு. இதன் விளைவாகவே, ஸ்ரீவிஜயம், நாட்டின் சைலேந்திர வமிசத்தைச் சேர்ந்த மாற விஜயோத்துங்க வர்மன், நாகப்பட்டினத்தில் சூடாமணி விகாரத்தைக் கட்டினான். பழங்காலத்தைப் போன்றே, மேலைநாடுகளுக்கும் சீனத்திற்குமிடையே நடைபெற்ற வாணிகத்தில் அராபியர்களும், இந்தியர்களும், மலாயா

நாட்டினரும் இடைத்தரகர்கள் போல இருந்துவந்தனர். கி. பி. 10-ம் நூற்றாண்டின் முடிவில்,[133] இவ்வாணிகத்தின் பெருமையைச் சீனம் உணர்ந்தது. 9-ம் நூற்றாண்டின் பிற்பகுதியில் சீனத்தில் ஏற்பட்ட குழப்பத்தின் விளைவாக இவ்வாணிகம் புறக்கணிக்கப்பட்டு, இப்போது மீண்டும் முன்போலப் பெருகத் தொடங்கியது. இவ்வாணிகத்தைப் பாதுகாக்கும் பொருட்டு 'தென்கடல் நாடுகளுக்கும், வெளி நாடுகளுடன் வாணிகம் செய்த நாடுகளுக்கும்' தூதுக்குழு ஒன்று அனுப்பப்பட்டது. இக்குழு, பொன்னும் பொருளும் எடுத்துச் சென்று சீனத்துடன் வாணிகத் தொடர்பு ஏற்படுத்தக் கோரியது. இதைத் தொடர்ந்தே, நாம் முன்பு கூறியது போல, ஸ்ரீவிஜயம் நாடு, 1003-ம், 1008-ம் இரு தூதுக்குழுக்களை அனுப்பிவைத்தது. சுலியன் (சோழ நாடு) நாட்டிலிருந்து சீனத்திற்கு கி. பி. 1015-ம் ஆண்டில் முதல் தூதுக்குழு வந்தது என்றும், அந்நாட்டை லோட்ச லோட்ச (இராஜராஜன்)[134] என்ற மன்னன் ஆண்டதாகவும் சாங் வம்சத்து வரலாற்று ஏடுகள் கூறுகின்றன. 1033-ல் க்ஷிலோலோச இன்டோலோ சுலோ (ஸ்ரீ ராஜ இந்திரச் சோழன்) என்னும் மன்னனிடமிருந்தும், 1077-ல் (மூன்றாம் குழு) குலோத்துங்கச் சோழத் தேவனிடமிருந்தும் சீனத்திற்குத் தூதுக்குழுக்கள் அனுப்பப்பட்டன. இவற்றால், தென்னிந்தியாவிற்கும் சீனத்திற்குமிடையே தொடர்ந்து வாணிகத் தொடர்பு விரிவாக நிலவியது உறுதிப்படுகிறது. சான்ஃ போட்சியைப் (ஸ்ரீவிஜயம்) பற்றி 12-ம் நூற்றாண்டின் இரண்டாம் பகுதியில் எழுதிய சொருஃபி என்பவர் கூறுகிறார்.[135] (கிழக்கே, ஷேபோ(ஜாவா) விலிருந்து, மேற்கே தஷி(அரேபியா), குலின் (கொய்லான்) ஆகியவற்றிற்கு மிடையேயான வாணிகப் பாதையில் அந்நிய நாட்டுக் கப்பல்கள் வந்து தங்கும் சிறந்த துறைமுகமாக ஸ்ரீவிஜயம் விளங்கியது; இக்கப்பல்கள் அனைத்தும் இத்துறைமுகத்தின் வழியேதான் சீனத்திற்குச் சென்றன.

இராஜேந்திரனின், இப்படையெடுப்பின் காலம் கி. பி. 1025; எனவே இராஜராஜனின் ஆட்சியிலேயே கீழை நாடுகளுடனான வாணிகம் பெருகி அப்போது 25 ஆண்டுகள் ஆகியிருக்கும். சீனம் மற்றும் மலேயா நாட்டைப் பற்றியும் விவரங்கள் சோழ நாட்டில் அப்போது பொதுவாக அறியப்பட்டிருந்தது. நாகப்பட்டினத்திலுள்ள சூடாமணி விகாரத்திற்குத் தன் தந்தை தானமாக அளித்த ஆனை மங்கலத்தை, அவன் இறந்த பிறகு இராஜேந்திரன் நிரந்திரமாகக்

கொடுத்து உறுதிப்படுத்தினான் என்று பெரிய லெய்டன் பட்டயம் கூறுகிறது.[136] இதிலிருந்து, இராஜேந்திரனின் ஆட்சி தொடங்கியபோது, சோழ நாட்டிற்கும், கடாரம், ஸ்ரீவிஜயம் நாடுகளுக்குமிடையே நட்புறவு தொடர்ந்து நிலவியது என்பதை அறியலாம். இந்நாடுகளுக்கிடையே பின்னர் பூசல் ஏற்பட்டது என்றால், அதற்கான காரணத்தை நம்மால் அறிய முடியவில்லை. கீழை நாடுகளுடனான சோழ நாட்டு வாணிகத்தைக் குலைக்கும் முயற்சியில் ஸ்ரீவிஜயம் ஈடுபட்டிருத்தல் கூடும் அல்லது வெளிநாடுகளுக்குச் சென்று தன் திக் விஜயத்தால் தன் ஆட்சிக்கு மேலும் பொலிவைத் தேடிக்கொள்ள இராஜேந்திரன் இப்படையெடுப்பை மேற்கொண்டிருப்பான். எது உண்மை காரணமானலும், இப்படையெடுப்பால் ஸ்ரீவிஜயம் நாட்டு மன்னன் சோழப் பேரரசின் அதிகாரத்தை நிரந்தரமாக ஏற்றுக்கொண்டான் என்பதை நம்ப முடியவில்லை. மேலும் இராஜேந்திரனின் வாரிசான முதலாம் வீர ராஜேந்திரன்தான் மீண்டும் கடாரத்தை வென்று, அந்நாட்டு மன்னனிடம் திருப்பிக் கொடுத்ததாகக் கூறப்பட்டிருப்பதைப் பின்னர் காண்போம். எனினும், சோழ மன்னர்கள் கடாரத்தைச் சோழ நாட்டின் ஒரு பகுதியாக ஆட்சி செய்தனர் என்பதற்கான அறிகுறிகள் காணப்படவில்லை.[137] ஒருவேளை சோழ மன்னர்கள் இந்நாட்டிடமிருந்து அவ்வப்போது கப்பம் பெற்றுக்கொண்டிருக்கக்கூடும். சுமத்திராவில் கிடைத்துள்ள கி. பி. 1088-ம் ஆண்டைச் சேர்ந்த,[138] சிதைந்த தமிழ் கல்வெட்டு ஒன்றின் மூலம் இத்தீவில் தமிழ் நாட்டு வாணிகர் வாழ்ந்தனர் என்பதை அறியலாம்.

காம்போஜ நாட்டு மன்னன், தன் பகைவரையெல்லாம் முறியடிக்க உதவிய தன் தேரை (அத்மலட்சுமி) காத்துக்கொள்ளும் பொருட்டு இராஜேந்திரனின் நட்பை நாடினான் என்று கரந்தை(தஞ்சை)ச் செப்பேடுகள் (செய்யுள் 48) கூறுகின்றன. சோழ நாட்டிற்கும் மற்றொரு வெளி நாட்டிற்கும் தொடர்பு நிலவியது என்பதற்கு இது மற்றொரு சான்று. இந்தோ சீனத்திலுள்ள அங்கோர் நாட்டிற்கே கம்புதெர் (காம்போஜா) என்று பெயர். இந்நாடு அப்போது முதலாம் சூரியவர்மனால் (1002 - 50) ஆளப்பட்டது. சோழ நாட்டிற்கும், காம்போஜ நாட்டிற்குமிடையேயான நட்பு, முதலாம் குலோத்துங்கன் காலத்திற்கு முன்பே நிலவியது என்பது இதன்மூலம் தன் முறையாகத் தெரியவருகிறது.

இராஜேந்திரனின் ஆட்சியின் இறுதி ஆண்டுகள்

கடாரம் படையெடுப்புக்குப் பின் இராஜேந்திரன் இருபது ஆண்டுகள் ஆட்சி செய்தான். போர் முதலிய நடவாத அமைதிக் காலம் என்று வரலாற்று ஆசிரியர்கள் இக்காலப் பகுதியைச் சிறப்பித்திருக்கின்றனர்.[139] ஆனால் இராஜேந்திரனின் மக்களின் கல்வெட்டுகள் இதை மறுக்கின்றன. இவற்றின் மூலம் நாட்டின் பல பகுதிகளில் இவர்கள் போரிட வேண்டியிருந்தது எனத் தெரிகிறது. தன் ஆட்சியின் தொடக்கத்திலேயே திக் விஜயம் செய்த இராஜேந்திரன், இதன் பின்னர் ஏற்பட்ட போர்களில் தானே கலந்துகொள்ளாமல், தன் மக்களிடம் பொறுப்பை ஒப்படைத்தான். இதன் மூலம் அவர்கள் வெற்றி பெற்றுப் புகழடையச் செய்தான்.

எனினும், இராஜாதிராஜனின் கல்வெட்டுகள் அனைத்தும் இராஜேந்திரனின் ஆட்சிகாலத்திற்குட்பட்டனவாக உள்ளதால், இவற்றில் கூறப்பட்டிருக்கும் விவரங்களை அறியாவிடில் இராஜேந்திரனுடைய ஆட்சியின் வரலாறு முற்றுப்பெறாது.

தெற்கில் குழப்பம்

பாண்டிய, கேரள நாடுகளில் குழப்பங்கள் ஏற்பட்டதை ஒடுக்கவேண்டியிருந்தது. எனவே, இராஜாதிராஜன் ஒரு நீண்ட படையெடுப்பை மேற்கொள்ள வேண்டிய நெருக்கடி உண்டாயிற்று. இதுபற்றிய விளக்கம் வருமாறு:[140]

> "தெற்கேயுள்ள நேசமான அரசர்கள் மூவருள் (பாண்டியர்கள்)[141] இவன் மானாபரணனின் அழகிய தலையை ஒரு போரில் சீவினான். அவன் தலை, பெரிய நகைகளுடன் பொலிவுடன் விளங்கிற்று என்பதோடு மட்டுமின்றி, பொன்னாலான முடியுடன் இரண்டறக் கலந்தும் இருந்தது... இவ்வாறே வீர கேரளனையும் ஒரு போரில் சிறைப்பிடித்தான். அவனுடைய மோதிரங்கள்தான் எவ்வளவு அகலமானவை? இருந்தும் என்ன? அத்திவாரணம் என்று வெறிபிடித்த யானை அவனை மிதிக்கும்படி இவன் (சோழன்) செய்த அக்காட்சியினைக் கண்டு அகம் மகிழ்ந்தான். புகழ் மண்டிக் கிடந்த சுந்தரபாண்டியன் பழம்பெருமையுடைய முல்லையூருக்கு விரட்டப்பட்டான். ஒரு போரில் படுதோல்வி அடைந்து அவன், தன் சிம்மாசனம் வெண்கொற்றக்குடை முதலிய அரசர்க்குரிய சின்னங்கள் அனைத்தையும் இழந்ததோடு தன்

முடி கீழே விழ, தலைமயிர் பறக்க, கால்கள் அயர, களைத்து ஓட்டம் பிடித்தான். சோழன், வீரம் மிகுந்த வேணாட்டு அரசனையும் உயிரிழந்து விண்ணுலகு அடையுமாறு செய்தான். மேலும், கோபத்தில் இராமகுடம்[142] தலைவனையும் அழித்தான். சக்தி படைத்த வில்லன் (சேரன்), நடுக்கம் அடைந்து[143] ஒரு காட்டுக்குள் ஒளிந்துகொண்டபோது, வஞ்சி மாலையை அணிந்துகொண்டு,[144] உடனே குறையாத நீர்ப்பரப்புடைய சமுத்திரக் கரையிலுள்ள காந்தளூர்ச்சாலையிலிருந்து கப்பல்களை அழித்தான்."

பாண்டிய, கேரள நாடுகளின் மீது மேற்கொள்ளப்பட்ட படையெடுப்பு எப்பொழுது மேற்கொள்ளப்பட்டது என்பது தெரியவில்லை. இக்காலத்திய பாண்டியர் கல்வெட்டுகள் இதைப்பற்றி ஒன்றும் கூறவில்லை. வெற்றிகொண்ட சோழர்களின் மூலமே இதைப்பற்றி நாம் அறிகிறோம். நடுநிலைச் சான்றுகளும் கிடைக்கவில்லை. எண்ணற்ற சோழ, பாண்டிய கல்வெட்டுகளும் இதைப்பற்றி ஒன்றும் கூறவில்லை. சுந்தரபாண்டியனே இக்கலகத்தை நடத்திய இயக்கத்தின் தலைவனாயிருந்திருக்கக் கூடும்.[145]

'திங்களேர்' எனத் தொடங்கும் இராஜாதிராஜனின் மெய்க்கீர்த்தியின் ஒரு கூற்று, மூன்று பாண்டியர்களுடன் இம்மன்னன் செய்த போரை விவரிக்கும்போது, தன் தந்தையை எதிர்த்த ('தாதை முன்வந்த') விக்கிரம நாராயணனுடன் போரிட்டு அவனை வென்றதாகக் கூறுகிறது. பத்து நாள் நடைபெற்ற போரின் முடிவில் இராஜாதிராஜன் பூபேந்திரச் சோழன் என்ற பட்டத்தைச் சூடிக்கொண்டான்.[146] விக்கிரம நாராயணன் ஒரு தென்னாட்டு மன்னனாகவே இருத்தல்வேண்டும். ஆனால், இந்த மெய்க்கீர்த்தியிலேயே பின்பகுதியில் கூறப்படும் சாளுக்கியருடனான இரண்டாம் போரில், இவனே சக்கரவர்த்தி விக்கிரம நாராயணன் என்று குறிப்பிடப்படுவதால், இவன், சாளுக்கியப் படைத்தலைவனாதல் கூடும்.[147]

பாண்டிய நாட்டுப் படையெடுப்பைத் தொடர்ந்து இராஜாதிராஜன், காந்தளூருக்குச் செல்லும் வழியில் வேணாடு மன்னனை 'விண்ணுலகத்திற்கு அனுப்பினான்'. பின்னர், தென் திருவாங்கூரைச் சேர்ந்த கூபகர்களின் தலைவனைப் பலம் இழக்கச்செய்தான்.[148]

மூசக மன்னர்கள்

இராஜாதிராஜன் கேரளத்தின் மீது படையெடுத்துபோது, இந்நாடு, பின்னர் போர்த்துகீசியரும், டச்சுக்காரர்களும் வந்த போது நிலவிய சூழ்நிலையைப் பெற்றிருந்தது. இந்நாடு பல சிறு துண்டுகளாகப் பிரிக்கப்பட்டு ஒன்றுக்கொன்று ஓய்வு ஒழிச்சல் இல்லாத போரில் ஈடுபட்டிருந்தன. இராமகூடம் (வடமொழியில் ராமகடம்) என்பது இவற்றில் ஒரு நாடாகும். இது, எலிமலை அல்லது மூசக மலையைச் சுற்றிய பகுதியாகும். மூசக மன்னர்கள் இப்பகுதியை ஆட்சி செய்தனர். மூகச வரலாற்றைப் பற்றியதே[149] இக்காவியத்தில் கூறப்பட்டுள்ளபடி, க்ஷத்திரியர்களுக்கு எதிராகப் பரசுராமன் போர் தொடுத்தபோது, க்ஷத்திரிய மன்னன் ஒருவன், பரசுராமனிடம் சிக்காமல் மறைவாக வளர்க்கப்பட்டான். இப்போர் முடிந்த பின்னர், பரசுராமனுக்கு எலிமலையில் தான் செய்த யாகத்தில் பணிபுரிய க்ஷத்திரியன் ஒருவன் தேவைப்பட்டபோது, ஒளித்து வளர்க்கப்பட்ட மன்னனை பரசுராமன் முன்னிலையில் நிறுத்தினர். இவன் துணையால், பரசுராமன், தன் யாகத்தை நிறைவேற்றினான். இந்த க்ஷத்திரியனைப் பரசுராமன் முடிசூட்டு விழாவின் போது பரசுராமன் குடங்களிலுள்ள (கடம்) நீரால் அபிடேகம் செய்வித்தான். இதனால் இவன் குடும்பம், இராமகடம் அல்லது இராமகுடம் என்ற பெயரைப் பெற்றது. எலிமலையின் அருகே 11-ம் நூற்றாண்டைச் சேர்ந்த வட்டெழுத்துக் கல்வெட்டு[150] ஒன்று, கந்தன் காழிவர்மன் என்ற இராமகுட மூவர் திருவடி என்னும் ஒரு சமூக மன்னனின் 59-ம் ஆண்டைச் சேர்ந்ததாயுள்ளது; இராஜேந்திரச் சோழ சமைய சேனாதிபதி என்பவனையும் இக்கல்வெட்டு குறிப்பிடுகிறது. இராஜாதிராஜன் படையெடுத்துப் போரிட்ட மூவர் திருவடி, இந்த மன்னனாகவே இருந்திருக்கக் கூடும்.

சோழப் பேரரசின் கருணை

சோழர்களால் கைப்பற்றப்பட்ட பிறகும், பாண்டிய நாட்டிலும், கேரளத்திலும் பழமையான பரம்பரை மன்னர்களே தொடர்ந்து ஆட்சி செய்து வந்தனர் என்பதும், சோழப் பிரதிநிதிகள் அந்நாடுகளில் இருந்தும்கூட, இவர்கள் சோழ மன்னர்களுக்குத் தொல்லை கொடுத்தனர் என்பதும், சோழர் எதேச்சாதிகாரமற்றது என்பதை விளக்குகின்றன. அர்த்த சாஸ்திரத்தில் கூறப்பட்டுள்ளதுபோல், தம்மிடம் தோல்வியுற்ற மன்னரையும் சோழர் அணைத்துச் சென்றனர்.

ஈழம்

காந்தளூர்ச்சாலை வெற்றியைத் தொடர்ந்து, இராஜாதிராஜன், ஈழத்தின் மீது படையெடுத்தான் என்றும், 'இலங்கை மன்னன், மாலைசூடிய வல்லவன், கன்னகுச்சி (கன்னோஜி) தலைவன் ஆகியோரது தலைகளைச் சாய்த்தான்' என்றும் இவனது ஆட்சியின் முற்பகுதிக் கல்வெட்டுகள்[151] கூறுகின்றன. இப்படையெடுப்பு இராஜாதிராஜனின் தந்தை காலத்திலேயே மேற்கொள்ளப்பட்டது எனலாம்.[152] இதைப்பற்றி இவனுடைய பிற்காலக் கல்வெட்டுகள் விரிவாகக் கூறுகின்றன.[153] முதலில் சொல்லப்பட்ட கல்வெட்டுகள் எந்த ஆண்டுகளைச் சேர்ந்தன என்று கூறமுடியவில்லை என்பதாலும்,[154] இம்மன்னனின் 27-ம் ஆண்டைச் சேர்ந்த மற்றொரு கல்வெட்டு, ஈழப் போரைப் பற்றிக் குறிப்பிடவில்லை என்பதாலும் இதைப்பற்றி நாம் பின்னர், இராஜாதிராஜனின் வரலாற்றை ஆராயும்போது விவரிப்போம்.

மகாவமிசத்தில் உள்ள கால வரிசையின் அடிப்படையில் பார்க்கும்போது, இராஜாதிராஜனின் ஈழப்போரில் சில நிகழ்ச்சிகள், குறிப்பாக முதலாம் விக்கிரமபாகு மன்னனைப் பற்றியவை, முதலாம் இராஜேந்திரச் சோழன் இறப்பதற்கு முன்னரே நடைபெற்றிருத்தல்வேண்டும். இராஜேந்திரனது ஆட்சியில் தொடங்கிய இப்போர், தொடர்ந்து இராஜாதிராஜனின் ஆட்சியிலும் நடைபெற்று, இப்போர் முடிவெய்தும் தருணத்தில், இராஜாதிராஜனின் தம்பி இரண்டாம் இராஜேந்திரனும் இப்போரில் பங்கேற்க வேண்டியதிருந்தது.

சாளுக்கிய ஆகவமல்லனுடன் போர்

இராஜாதிராஜன், மேலைச் சாளுக்கியருடன் மற்றொரு போர் தொடர வேண்டியதிருந்தது. இப்போர் நிகழ்ச்சிகளைப் பற்றி இம்மன்னனுடைய கல்வெட்டுகள் தெளிவாகக் கூறுகின்றன. இப்போர் கி. பி. 1042-ம் ஆண்டிற்குப்பிறகே நடைபெற்றிருக்க வேண்டும். ஏனெனில், இந்த ஆண்டே, இரண்டாம் ஜயசிம்மனின் கடைசி ஆண்டாகும்.[155] இது இராஜேந்திரன் ஆட்சியின் கடைசி ஆண்டுகள் எனலாம். மூசங்கிச் சண்டைக்குப் பின்னர், இரண்டாம் ஜயசிம்மன், ரெய்ச்சூர், தோவாப் பகுதியைக் கைப்பற்றி, துங்கபத்திரை ஆற்றை அடைந்தான். என்பதைப் பார்த்தோம். இதன் பின்னர், இவனுடைய இருபது ஆண்டு ஆட்சிக்காலத்தில், சோழ மன்னனின் இடையூறின்றி இவன் வாழ்ந்தான். இதற்கு முக்கியமான காரணம்,

இக்காலத்தில் இராஜேந்திரன் வேறு பல போர்களில் ஈடுபட்டிருந்ததே. பெல்லாரி மாவட்டத்தில் காணப்படும் கல்வெட்டுகள் சில[156] இரண்டாம் ஜயசிம்மன் துங்கபத்திரை ஆற்றைக் கடந்து சென்று, பெல்லாரி மாவட்டத்தில் சோழர்களுக்குச் சொந்தமான சில பகுதிகளைக் கைப்பற்றியதாகக் கூறுகின்றன. ஜகதேகமல்ல உதயாதித்த நுளம்ப பல்லவ பெருமானடி என்பவன்-இவன் ஜயசிம்மனின் அதிகாரத்திற்குட்பட்ட மன்னன் - கி. பி.1033-ல் நுளம்ப பாடி 3200 பகுதியைத் தான் ஆட்சி செய்ததாகக் கூறுகிறான்.[157] ஆனால், இவன் கூற்று மிகைப்பட்டதாகவே தோன்றுகிறது. இந்த இடைக்காலத்தில், திரைலோக்கிமல்ல ஆகவமல்லன் முதலாம் சோமேசுவரன் அரியணையேறி, வேங்கி நாட்டின் மீது படையெடுத்து ஆதிக்கத்தை வலியுறுத்த வேண்டியது ஏற்பட்டது. வேங்கியை மீட்கும் பொருட்டு இராஜராஜன் மற்றொருமுறை சோமேசுவரனை எதிர்த்துப் படையெடுத்தான். தன்னாட (தான்ய கடகம்)வில் நடைபெற்ற போரில் சோழப்படை, சாளுக்கியப்படையை முறியடித்து, அதன் தளபதியான கண்டப்பையன், கங்காதரன் ஆகியோரையும் எண்ணற்ற யானைகளையும் கொன்றது; புகழ்மிக்க போர் வீரரான விக்கியும், விஜயாதித்தனும் சங்கமய்யனுடன் கோழைபோல் புறமுதுகிட்டு ஓட வேண்டியதாயிற்று; ஏராளமான பொருளும், குதிரைகளும், யானைகளும் சோழர் கையில் சிக்கின. 'கொள்ளிப்பாக்கை' என்னும் நகர் தீக்கிரையாயிற்று. விக்கி என்பவன் சோமேசுவரனின் மகனும், அவனை அடுத்து அரியணை ஏறிய ஆறாம் விக்கிரமாதித்தனும் ஆவான். விஜயாதித்தன் என்பவன் விஷ்ணுவர்தன விஜயாதித்தனின் மகன் ஆவான். சோழர் கல்வெட்டுகளில் கூறப்படும் இக்குறிப்புகள் உண்மையாயின், இராஜராஜன் மீண்டும் வேங்கி நாட்டின் தலைவனாகி, அமைதியாக ஆட்சி புரிந்தான் என்பது புலனாகின்றது. ஆனால் அவ்வாறில்லை என்பதைக் கொள்ளிப்பாக்கைத் தாக்குதலுக்குப் பிறகு, மேலைச் சாளுக்கியர் பல பகுதிகளைக் கைப்பற்றினர் என்பதற்கு வேங்கியில் கிடைக்கும் சோமேசுவரனின் கல்வெட்டுகளே[158] சான்றுகளாகும். 1044-ம் ஆண்டில் சோமேசுவரனுக்குட்பட்ட சோபரரசன் என்பவன் என்பவன் வேங்கி புரவரேசுவரன் என்ற பட்டத்தை ஏற்றான். இப்பட்டம் இவன் பின்னோரால் தொடர்ந்து ஏற்கப்பட்டது. ஹைதராபாத் மியூசியத்திலுள்ளதும் வெளியிடப் படாததுமான 1047-ம் ஆண்டு கல்வெட்டு ஒன்று வேங்கி, கலிங்க நாட்டு மன்னர்கள் சோமேசுவரனால் முறியடிக்கப்பட்டதாகக்

கூறுகிறது. ஆனால், வேங்கி நாடு அனைத்தும் சோமேசுவரன் ஆட்சிக்குட்பட்டதா என்பது சந்தேகமே. ஏனெனில், 1047-ம் ஆண்டில் ஏற்பட்ட இராஜராஜனின் கல்வெட்டு ஒன்று திரக்ஷாராம[159] என்னுமிடத்தில் கிடைத்துள்ளது. இதில் பீமேசுவரன் கோயிலுக்கு அளிக்கப்பட்ட அறக்கட்டளை பதிவு செய்யப்பட்டிருக்கிறது. விரைவிலேயே இராஜராஜன், சோமேசுவரனுடன் ஒரு வகையான ஒப்பந்தத்தை செய்து கொள்ள நேரிட்டது. இதன், விளைவாக, இராஜராஜனின் அரசவையில் தங்கியிருந்த சோமேசுவரனின் பிரதானிகளில் ஒருவரான நாராயணன் பட்டன் என்பவர் **ஆந்திர பாரதம்** (1051-52) என்னும் நூலை எழுதிய நன்னய்ய பட்டனுக்கு உதவும் வகையில் நந்தம் பூண்டி என்ற கிராமத்தைச் சோழப் பேரரசனிடமிருந்து தானமாகப் பெற்றுக் கொடுத்தான். நாராயண பட்டனின் மகள் குப்பம்மாவும் திராஷாராமிவிலுள்ள பீமேசுவரன் கோயிலுக்கு 1055-56-ல் தானமளித்திருக்கிறாள். இராஜேந்திரனுக்குப் பிறகு பட்டத்திற்கு வந்த சோழ மன்னர்கள், வேங்கி நாட்டின் விவகாரங்களில் பரம்பரையாகத் தங்களுக்கு இருந்த உரிமையைப் புறக்கணித்தனர் என்பதைச் சோழர் கல்வெட்டுகளிலிருந்து தெளிவாக அறியலாம். [160] இதைப்பற்றி பின்னர் காண்போம்.

இராஜேந்திரனின் கடைசி ஆண்டுகள்

இராஜேந்திரன் ஆட்சியின் கடைசி ஆண்டுகள், விஜயாலயச் சோழ வமிசத்தின் வரலாற்றின் பொற்காலமாக அமைந்தன. சோழ நாடு மிகப் பரந்து விரிந்தது; சோழருடைய பெரும் படையின் வல்லமையும் கடற்போரின் விளைவால் உண்டான மதிப்பும் வானோங்கி நின்றன. புதிதாகச் சேர்க்கப்பட்ட நாடுகளில் ஆங்காங்கு ஏற்பட்ட குழப்பங்களை அடக்கவேண்டியதிருந்தது. திறமைப் படைத்த புதல்வர்கள் அப்பணியைச் செவ்வனே செய்தனர். சுந்தரபாண்டியனையும், அவனுடைய நண்பர்களையும் பாண்டியரோடு நடைபெற்ற போரில் தோற்கடித்ததும் ஆகவமல்லனுக்கு எதிரான சாளுக்கியப் போரில் ஈடுபட்டதும் முன்னர் கண்டோம். இவ்விரு போர்களிலும் பட்டத்து இளவரசனான இராஜராஜன் தலைமை ஏற்றான். மைசூரில், நம்பிஹலல்லி என்ற பகுதியில் சோரியருடன் ஏற்பட்ட சிறு பூசல்களைச் சமாளிக்க, குறுநில மன்னர் பலர் சோழ அரசனுக்கு உதவினர்.[161] இத்தகைய குறுநில மன்னர்களில் பெரும் புகழுடன் விளங்கியவர்களை இங்கே காணலாம்.

குறுநில மன்னர்கள்

பாண்டிய மன்னன் ஸ்ரீவல்லபனின் மனைவி, இராஜராஜன் உயிருடன் இருந்தபோதே, திருவிசலூர்க் கோயிலுக்குத் தானங்கள் வழங்கியுள்ளாள் என்பதால் பாண்டியர்களும் சோழ மன்னனுக்குட்பட்ட நிலையை ஏற்றனர் என்பது தெளிவாகிறது.[162] பிரம்ம தேசத்தைச் சுற்றியிருந்த இப்போதைய வடஆர்க்காடு மாவட்டப் பகுதியானது, இராஜராஜனின் அக்காள் குந்தவையின் கணவனும், சாமந்தர்களின் தலைவனுமான வல்லரையன் வந்தியத் தேவனின் ஆட்சிப் பொறுப்பில் இருந்தது. வந்தியத் தேவனுக்கு இந்தள தேவி,[163] மந்தர கௌரவனார் குந்தாதேவியார்[164] என்ற இரு மனைவியர் இருந்தனர். குந்தாதேவியார் என்பவள், இராஜராஜனின் நான்காம், ஐந்தாம் ஆண்டுகளில் பழையாற்றில் வாழ்ந்த சோழ இளவரசி பராந்தக குந்தவை பிராட்டியாரினின்று வேறுபட்டவள்.[165] இப்போதைய சேலம் மாவட்டத்தில் ஒரு பகுதி இந்த சாமாந்தகத் தலைவனின் பெயரால் "வல்லவரையர் நாடு" என்று அழைக்கப்பட்டது.[166] யாதவபீமா என்ற உத்தமச் சோழ மிலாடுடையார் இந்த ஆட்சியின் நான்காம் ஆண்டில் இப்போதைய தென் ஆர்க்காடு மாவட்டத்தின் மலைப் பாங்கான பகுதிகளை ஆட்சி செய்துவந்தார்.[167] சுமார் எட்டு ஆண்டுகளுக்குப் பிறகு, இப்பகுதியைக் கங்கை கொண்ட சோழ மிலாடுடையார் என்பவர் ஆட்சி செய்தார் என்பது திருக்காளத்திக் கோயிலில் ஒரு விளக்கிற்கான அறக்கட்டளையை இவன் அளித்ததால் அறியப்படுகிறது.[168] இராஜராஜன் ஆணைப்படி தஞ்சைப் பெரிய கோயிலின் திருச்சுற்று மாளிகை எடுப்பித்த தண்டநாயகன் நராக்கன் கிருஷ்ணன் இராமன் என்பவன் தொடர்ந்து 1044-ம் ஆண்டுவரை முதலாம் இராஜேந்திரன் ஆட்சியிலும்[169] மகன் உத்தமச் சோழ பிரம்ம மாராயன் என்ற மாராயன் அருண்மொழி 1033-ல் இராஜேந்திரனின் படைத்தலைவனாக இருந்து, (கருநாடக மாநிலத்துக்) கோலாரில் பிடாரிக்கு ஒரு கோயில் எடுப்பிக்க உதவினான்.[170] இப்படைத் தலைவனின் முதல் பெயர், இவனது இயற்பெயரானதோடு, இவன் சமூகத்தில் பெருஞ்செல்வ நிலையை (மாராயம்) அடைந்தான் என்பதையும் குறிப்பிடுகிறது. சோழ மன்னனின் பெயராலேயே இவனை, இவன் தந்தை அழைத்தான் என்பதும் தெளிவு. இவனுடைய இரண்டாவது பெயர் அரசனுடைய படைத்தலைவன் என்ற முறையில் இவனுக்கு அளிக்கப்பட்ட பட்டமாகும். 1042-ல் ஹங்கலைச் சுற்றியுள்ள விராட தேசத்திலுள்ள தலைகிராமம் என்ற ஊரைச் சேர்ந்த இந்தள தேவன் என்பனின் மனைவி நிம்பளதேவி,

திருவொற்றியூர்க் கோயிலுக்கு ஒரு தானம் வழங்கியிருக்கிறாள்.[171] இந்த இந்தளதேவனும் ஒரு குறுநில மன்னனா என்பது தெளிவாகத் தெரியவில்லை. அக்காலத்தில் நெடுந்தூரத்திலுள்ள நாடுகளுக்கும் சென்று வியாபாரம் செய்தவர்களில் ஒருவனாக இவனும் இருந்திருக்கக் கூடும். இதன்மூலம் இராஜேந்திரன், மைசூர் நாட்டிலுள்ள இரட்டப்பாடியின் சில பகுதிகளைக் கைப்பற்றினான் என்ற கூற்று உறுதிப்படுகிறது.

கடைசியாக, நாம் கவனிக்க வேண்டியவர் மைசூர், குடகு நாடுகளைச் சேர்ந்த சங்காள்வர்களும், கொங்காள்வர்களும் ஆவர். கொங்காள்வர்களைப் பற்றி முன்பே பார்த்தோம். 'மணிஜா' என்னும் இயற்பெயர்கொண்ட இவன், வீரத்திற்காக 'க்ஷத்திரிய சிகாமணி கொங்காள்வன்' என்னும் பட்டத்தை இராஜராஜனிடமிருந்து பெற்றான். மைசூர் மாவட்டத்திலுள்ள கங்க நாடு, வடகுடகிலுள்ள ஏழு பகுதிகளை ஆட்சி செய்த சங்காள்வார்களும், சோழ மன்னர்க்குக் கப்பம் செலுத்தி வந்தனர்.[172] சில காலத்திற்கு பின்னர், கொங்காள்வார்கள் தம்மைச் சோழர் வழியினர் என்று கூறிக்கொண்டதோடு, தம்மைக் கரிகாலச் சோழன் மரபினர், சூரிய மரபினர் என்றெல்லாம் சிறப்பித்துக்கொண்ட தெலுங்கு, கன்னடச் சோழ வம்சங்களைப் போல் பழம்பெருமை பாடத் தொடங்கின.

விருதுகள்

தன் தந்தையைப் போன்றே, இராஜேந்திரனும் சிறந்த விருதுகள் பலவற்றைப் பெற்றான். இவற்றில் குறிப்பிடத்தக்கவை, முடி கொண்ட சோழன்,[173] பண்டித சோழன்,[174] என்பன. இவன், ஒருமுறை வீர ராஜேந்திரன் என்றும் அழைக்கப்படுகிறான்.[175]

புதிய தலைநகர்

இவற்றையெல்லாம் விட, இம்மன்னனே சிறந்த விருதாகக் கருதி ஏற்றது, 'கங்கை கொண்ட சோழன்' என்பதாகும். இவ்விருது, இம்மன்னன் புதியதாக நிறுவிய தலைநகரின் பெயரைக்கொண்டது. இது வடமொழியில் 'கங்காபுரி' எனப்பட்டது.[176] இடிபாடுகளுக்கிடையே இப்போது காணப்படும் இவ்வூரில் இராஜகேசரிவர்மன், வீர ராஜேந்திரதேவன் என்னும் மன்னனின் கல்வெட்டே மிகத் தொன்மை வாய்ந்தது.[177] இந்நகருக்கு வடக்கே இருந்தது என்று திருவாலங்காட்டுச் செப்பேடுகளில் கூறப்படும் சோழகங்கம் என்ற பெரியதொரு பாசன ஏரி, இப்போது பேரளவு அடர்ந்த

காடாக மாறி பாழடைந்துவிட்டது.[178] முதலாம் இராஜேந்திரனின் கல்வெட்டுகளில் இப்புதிய தலைநகரைப் பற்றி ஒரு சில இடங்களிலேயே குறிக்கப்பட்டுள்ளது. அதுவும், இவனுடைய 17-ம் ஆட்சி ஆண்டுக்குப் பிறகே கூறப்பட்டுள்ளது.[179] இந்நகரம் முதலில் முடி கொண்ட சோழபுரம் என்றே அழைக்கப்பட்டு பின்னர், கங்கை கொண்ட சோழபுரம் ஆயிற்று என்ற தவறான கருத்து நிலவுகிறது.[180] இதற்கான ஆதாரம் கல்வெட்டுகளில் காணப்படவில்லை. ஆனால், பழையாறு என்ற நகரமே, முடிகொண்ட சோழபுரம் என்று அழைக்கப்பட்டது என்பதற்குத் தெளிவான ஆதாரம் உண்டு.[181] (பழையாறு, கும்பகோணத்திற்கு அருகே முடி கொண்டான் ஆற்றின் ஒரு கரையில் உள்ள சிற்றூர்). இவ்வூரில் பிற்காலச் சோழர் கட்டடக்கலையின் சின்னமாக அழகியதொரு பழமையான சிவன் கோயில் உள்ளது. ஆனால், இதில் கல்வெட்டுகள் காணப்படவில்லை. குந்தவையும்,[182] இராஜேந்திரனும்[183] தம் இளமைப் பருவத்தில் இங்கு வாழ்ந்ததாகக் கூறப்படுவதற்கான அறிகுறிகள் காணக் கிடைக்கவில்லை.

இராஜேந்திரன், இவனைத் தொடர்ந்து சோழ மன்னர்கள் ஆகியோர் ஆட்சிக் காலத்துக் கல்வெட்டுகள், இராஜேந்திரனைப் பற்றிக் கூறும்போது பூர்வதேசம், கங்கை, கடாரம் ஆகியவற்றை வென்றவன் என்றே குறிப்பிடுகின்றன. பூர்வதேசம் என்பது, திரு. வெங்கைய்யா கூறுவது போல், வேங்கி நாடு அன்று.[184] இது, மைக்கல் மலைத் தொடருக்குக் கீழேயுள்ள பூர்வராஷ்டிரம் என்னும் பகுதியாகும். அதாவது ஏறக்குறைய தென் கோசல நாடு.

பட்டத்தரசிகள்

திருப்புவன அல்லது வானவன் மாதேவியார்,[186] முக்கோளான்,[187] பஞ்சவன் மாதேவியார்,[188] வீரமாதேவி என்போர், இராஜேந்திரனின் மனைவியர் ஆவர். வீரமாதேவி என்பாள், இம்மன்னனுடன் உடன்கட்டை ஏறி உயிர் துறந்தாள்.[189] இவன் புதல்வர்களில் மூவர், இராஜாதிராஜன், இராஜேந்திரன், வீரராஜேந்திரன் ஆகியோர், இவனுக்கு அடுத்துச் சோழ அரியணையில் அமர்ந்தனர். இம் மூவரில், யார் சோழபாண்டிய பிரதிநிதியான ஜடாவர்மன் சுந்தர சோழ பாண்டியன் என்று கூற இயலாது. இம்மூவரைத் தவிர, வேறு புதல்வர்களும் இருந்தனர். இராஜேந்திரனின் மகள் அருண்மொழி நங்கையார் என்ற பிரானார், தன் சகோதரன்

இராஜாதிராஜனின் ஆட்சியின் தொடக்கத்தில் திருமழவாடிக் கோயிலுக்கு விலையுயர்ந்த முத்துக்குடை அன்பளித்தாள்.[190] இம்மன்னனின் மற்றொரு மகள் புகழ் மிக்க அம்மங்காதேவி ஆவாள். இவள், கீழைச் சாளுக்கிய மன்னன் முதலாம் இராஜராஜனின் மனைவியும், முதலாம் சாளுக்கிய மன்னர்களில், குலோத்துங்கனின் தாயும் ஆவாள். இராஜேந்திரனின் கல்வெட்டுகளில் காணப்படும் இவனுடைய ஆட்சி ஆண்டுகளில் 33-ம் ஆண்டே கடைசியானது.[191] இராஜாதிராஜனின் 6-ம் ஆண்டுக் கல்வெட்டு ஒன்று, இராஜேந்திரன் இறந்ததைக் கூறுகிறது.[192] ஆகையால், இராஜேந்திரன், கி. பி. 1044-ல் காலமாயிருக்க வேண்டும்.

குறிப்பு - அ

மகிபாலனைப் பற்றி

'கங்கை கொண்ட சோழன்' என்ற அவருடைய ஆராய்ச்சிக் கட்டுரையில், கங்கைப் படையெடுப்பை டாக்டர் எஸ்.கே. ஐயங்கார் விரிவாக ஆராய்ந்துள்ளார். அவர் செய்துள்ள சில முடிவுகளை, நான், ஏன் ஏற்க முடியாமல் இருக்கிறேன் என்பதை நான் விளக்கிச் சொல்லவேண்டும். எங்களுக்குள் உள்ள வேறுபாடுகளுக்கு ஒரு காரணம், திருவாலங்காட்டுச் செப்பேடுகளின் பயனைப்பற்றி நாங்கள் கொள்ளும் வேறுபட்ட மதிப்பீடுகள் ஆகும். (முன் சொன்ன நூல், பக். 554). இராஜேந்திரனுடைய தமிழ்க் கல்வெட்டுகளில், நாடுகள் சொல்லப்பட்டிருக்கிற வரிசைமுறை, பீஹார்தான் 'தண்டபுத்தி' என்று குறிப்பிடப்பட்டிருக்கிறது என்று அனுமானிப்பதற்குத் தடையாக இருக்கிறது என்று திரு.ஆர்.டி. பானர்ஜி சொல்லியிருப்பதை நான் ஒப்புக்கொள்கிறேன். "பெயரைப் பார்த்தே பீஹார் என்பது முக்கியமான ஒரு பேரரசு அல்லது ஒரு முடியாட்சியின் எல்லையில் இருந்திருக்க வேண்டும் என்பது தெரிகிறது. சக்தி வாய்ந்த ஒரு எதிரியிடமிருந்து தங்களைப் பாதுகாத்துக்கொள்ள வேண்டிய நிலைமையும் இந்த அரசுக்கு ஏற்பட்டிருக்கும்" என்று டாக்டர் எஸ்.கே. ஐயங்கார் சொல்லுகிறார். இவர் எவ்வாறு இந்த முடிவுக்கு வருகிறார் என்று எனக்குப் புரியவில்லை. அவர் சொல்லும் இன்னொரு கருத்தையும் பார்ப்போம். புதிதாக வெற்றியடைந்த பிறகு, மகிபாலன், தர்ம பாலனை அரசப் பிரதிநிதியாக நியமித்தான் என்றும், இராஜேந்திரனின் பால வம்சத்து எதிரியான மகிபாலனிடமிருந்து மகதநாடு கைப்பற்றப்படும் வரை, 9-ம் நூற்றாண்டின் இறுதியிலும் 10-ம் நூற்றாண்டின் ஆரம்பத்திலும் அது (மகத நாடு) இராஷ்டிரகூடரால் ஆளப்பட்டது என்றும் அவர் 558-ம் பக்கத்தில்

சொல்லியிருப்பதற்குப் பொருத்தமான ஆதாரம் எதையும் காட்டவில்லை. ஆனால், பானர்ஜி தகுந்த ஆதாரத்துடன் பால அரசு மேற்கே நோக்கி, மகிபாலனின் ஆரம்ப ஆண்டுகளில் விரிவடைந்ததை நிலைநாட்டியுள்ளார். கஜினி முகமதுவின் படையெடுப்பிற்குப் பிறகு, கூர்ச்சர நாடு இருந்த நிலைமையையும் பானர்ஜி அலசி ஆராய்ந்துள்ளார். (**'பாலாஸ் ஆப் பெங்கால்'**, பக். 70).

க்ஷேமீஸ்வரன் எழுதிய **'சண்டகௌசிகம்'** என்பதை பானர்ஜி ஆதாரமாக மேற்கோள் காட்டியிருப்பது மிகவும் தவறு என்று எனக்குப் படுகிறது. மகிபாலன் என்ற கூர்ச்சர அரசரின் கீழ் கன்யாகுப்ஜத்தில் கி. பி. 10-ம் நூற்றாண்டில் க்ஷேமீஸ்வரன் வாழ்ந்திருக்கக் கூடும். (மக்டொனல், **சான்ஸ்கிரிட் லிட்டரேச்சர்**, பக். 366; கீத், **சான்ஸ்கிரிட் டிராமா**, பக். 239 மற்றும் n). பானர்ஜி கருத்து, இராஜேந்திரனின் திருமலைப் பாறைக் கல்வெட்டுக்கு முரண்பட்டதாகவும் இருக்கிறது. இந்த நாடகத்தில் கர்நாடகரை மகிபாலன் தோற்கடித்தான் என்று சொல்லப்பட்டதிலிருந்து, இராஜேந்திரன் தோல்வியடைந்தான் என்று பானர்ஜி கண்டுபிடித்திருப்பதும் தவறு. பார்க்க : எஸ்.கே. ஐயங்கார், முன் சொன்ன நூல், பக். 559-62.

டாக்டர். எஸ்.கே. ஐயங்கார், திருவாலங்காட்டுச் செப்பேடுகளில் 114-24 வரையுள்ள செய்யுள்களில் சொல்லப்பட்ட நிகழ்ச்சிகளின் வரிசையை ஆதாரமாகக்கொள்கிறார். அந்த அடிப்படையில், ஒட்ட (வடக்கு ஒரிஸ்ஸா) அரசனான மகிபாலன் வேறு. வங்காளத்தில் பால அரசனாக இருந்து புகழ் பெற்றவன் வேறு என்று சொல்லுகிறார். "இராஜேந்திரனுடைய தளபதி, வங்காளத்தில் மகிபாலனுடன் நேரடித் தொடர்பு கொள்ளவே இல்லை" (பக். 565) என்பதும் அவருடைய கட்சி. தமிழ் ஆதாரங்களைத் தக்கவாறு புரிந்துகொண்டால், அவருடைய நிலைக்கு ஆதரவு கிட்டும் என்றும் அவர் சொல்லுகிறார். இதை நிலைநாட்ட **எபிகிராபியா கர்நாடிக்கா**விலுள்ள இராஜேந்திரனின் தமிழ் கல்வெட்டுகளின் மதிப்பை நம்புகிறார். பெங்களூர் மாவட்டத்து சென்னப் பட்டிணத்தில் உள்ள 84-ம் எண் சரியான வாசகத்தைக் கொடுக்கிறது என்று அவர் நினைக்கிறார் - 'தொடு கடற்சங்கம் ஒட்ட மகிபாலனை', "கடலைத் தொட்ட சக்னம (சங்கம?) அரசனான ஒட்ட மகிபாலன்" என்று இதை மொழிபெயர்க்கிறார். அவர் மேலும் சொல்லுவதாவது: "முதல் மூன்று சொற்களையும் தமிழில் முழுமையாக எழுதினால் 'தொடுகடற் சங்கமம்' என்று ஆகும். இதன் பொருள், "ஆற்றின் முகத்துவாரம் கடலைத் தொடுகிறது" என்பதாகும்(பக். 564-5).

இந்தச் சொற்றொடரில் எவ்வளவோ சிக்கல்கள் இருக்கின்றன. அவற்றைப் புறக்கணித்துவிட்டு, 'சங்கமம்', அடுத்து வரும் 'ஒட்ட' என்ற இரண்டு சொற்களும் சேர்ந்து எப்படி 'சங்கமோட்ட' என்று ஆயிற்று என்று கேட்கத் தோன்றுகிறது. 'சங்கம ஒட்ட' என்றுதானே ஆகியிருக்கும்? நான் ஏற்கெனவே சுட்டிக் காட்டியிருக்கிறபடி, தஞ்சாவூர்க் கல்வெட்டு (எஸ்.ஐ ஐ II 20 வரி 7) பின்வருமாறு தெளிவாக உள்ளது : தொடு-களற்-சங்கு-ஒடாடல்-மையிபாலலை. இதை, "தொடு-களற் சங்கு ஒட்டல்" என்று ஹுல்ஷ், அவர் நோக்கப்படி மாற்றிவிட்டார் (இ. ஐ. ix பக். 232 vv 6). தஞ்சாவூர்க் கல்வெட்டில்தான் சரியான பொருள் : "சக்தி வாய்ந்த மகிபாலன் எப்படியோ சிறைபிடிக்கப்பட்டான்" என்பதே. அதற்காகக் கையாளப்பட்ட முறை என்ன என்பது நமக்குத் தெரியாது. ஆனால், சக்திவாய்ந்த இந்த மகிபாலன், வங்காளத்தை ஆண்ட பால அரசனாகத்தான் இருக்கவேண்டும். பல ஆண்டுகளுக்கு முன்னரே கீல்ஹார்னும் இவ்வாறு சொல்லியிருக்கிறார். மகிபாலன் என்ற வங்காள அரசன், இராஜேந்திரனைத் தோற்கடித்தான் அல்லது அவன் கங்கையைக் கடப்பதைத் தடுத்தான் என்று பானர்ஜி கருதுவதை, **'சண்ட கௌசிகம்'** என்ற நூலில் தவறாகக் காட்டப்பட்டிருக்கிற மேற்கோளை ஆதாரமாகக்கொண்டு, தெரிந்தோ தெரியாமலோ டாக்டர் எஸ். கே. ஐயங்கார் அளவு கடந்து மறுத்துவிட்டார். சோழத் தளபதி அப்போது அங்கு இல்லை, வேறு ஓரிடத்தில் இருந்தார் என்று சொல்லப்படுவது மிகவும் போலியான அடிப்படையில் அமைந்த விவாதம். திருவொற்றியூரிலுள்ள ஒரு தனிக் கல்வெட்டு (128/1900), "சங்கோ டொட்ட மகிபாலனை" என்ற வாசகத்தைத் தருகிறது என்பதையும் நாம் இங்கே கவனிக்கவேண்டும். நான் நூற்றுக்கு மேற்பட்ட கல்வெட்டுகளைப் பார்த்ததில் இந்த வாசகம் ஒரு கல்வெட்டில் மட்டுமே காணப்படுவதால், இது கல்வெட்டை எழுதியவன் பிழை என்று நான் நினைக்கிறேன்.

திருவாலங்காட்டுச் செப்பேடுகளில் 116-24 வரையுள்ள செய்யுள்களைப் பார்ப்போம். முதல் நான்கு செய்யுட்கள், கங்கைப் படையெடுப்பில், தளபதி மேற்கொண்ட யாத்திரையின் விவரத்தைச் சொல்லிமுடிக்கின்றன. மகிபாலன் தோற்கடிக்கப்பட்டதும் இதில் சொல்லப்பட்டிருக்கிறது. ஏனைய செய்யுள்கள், இராஜேந்திரனின் மற்ற சாதனைகளை விவரிக்கின்றன. 120, 121-ம் செய்யுள்கள் ஒட்டனையும் அவன் தம்பியையும் எதிர்த்து, அரசனே நேரில்

புறப்பட்டுப் படையெடுத்ததாகச் சொல்லுகின்றன. இவற்றில் மகிபாலன் பற்றிய பேச்சே இல்லை என்பது நாம் முக்கியமாகக் கவனிக்கத் தக்கது. அரசன் தலைநகருக்குத் திரும்பிய செய்தி 122-ம் செய்யுளில் இருக்கிறது. இந்தப் போரில், அரசன், ஒட்டனையும் அவன் சகோதரனையும் கொன்றான் அல்லது தோற்கடித்தான். மேலும், யானைகளைக் கப்பமாகப் பெற்றான். குலதீஸ்வரனான விமலாதித்தன், இராஜேந்திரனால் தோற்கடிக்கப்பட்டான் என்றும் தன்னை வென்றவனுக்கு ஏராளமான யானைகளைக் கொடுக்கும்படிக் கட்டாயப்படுத்தப்பட்டான் என்றும் மகேந்திரபுரி கல்வெட்டு (396/1896) சொல்லுகிறது. இரண்டு மேற்கோள்களுமே ஒரே படையெடுப்பைக் குறிப்பதாகத் தோன்றுகிறது. ஆனால், அந்தப் படையெடுப்பு, இராஜராஜனுடைய வாழ்நாளில் நடந்ததா? அல்லது உரிய இடத்தில் சொல்லப்படாமல், தவறாக இங்கே சொல்லப்படுகிறதா? அல்லது அது இராஜேந்திரனின் 10-ம் ஆண்டில் நடந்ததா? ஏதோ ஒரு காரணத்திற்காக வேண்டுமென்றே அது, தமிழ் மெய்க்கீர்த்திகளில் சொல்லப்படாமல் விடப்பட்டிருக்கிறதா? இந்தக் கேள்விகளுக்கு எளிதில் பதில் சொல்ல முடியாது. என் கருத்தில், ஏதோ ஒரு காரணத்திற்காகத்தான், மெய்க்கீர்த்தியில் இந்த நிகழ்ச்சி இடம் பெறவில்லை. 122 - ம் செய்யுளில், அரசன் கடாகப் படையெடுப்பு (செய்யுள் 123) மேற்கொள்ளுவதற்கு முன்னரே, தன் தலைநகருக்குத் திரும்பினான் என்று சொல்லுவதையும் நாம் மறந்துவிடக்கூடாது. டாக்டர் எஸ். கே. ஐயங்கார் சொல்லியிருக்கும் சுருக்கத்தில் (பக். 566) கடாரப் படையெடுப்பைத் தொடங்கியது என்றும் சொல்லுகிறார். கங்கை, கடலோடு கலக்கும் இடத்தை அடைந்து, ஒரிஸ்ஸாவை அடிமைப்படுத்திய பிறகு, அங்கிருந்து வெளிநாட்டுப் படையெடுப்புக்குக் கப்பலில் புறப்பட்டதாக, இராஜேந்திரனுடைய ஆதாரங்கள் எல்லாம் ஒரே வகையாகத் தெரிவிப்பதாகவும் அவர் சொல்லுகிறார். இவ்வாறு அவர் சொல்லும்போது ஒரு விஷயத்தை அவர் கவனிக்கத் தவறிவிடுகிறார். 'திருமன்னி வளர' என்ற முன்னுரையின் வளர்ச்சியை வைத்து, இராஜேந்திரனின் ஆட்சியில் பல்வேறு படையெடுப்புகள், எந்தெந்தக் கட்டங்களில் நடந்தன என்பதை அறியலாம். 12-ம் ஆண்டு ஆதாரங்கள், கங்கையை வெற்றி கண்டதோடு நின்று விடுகின்றன. வெளிநாட்டு படையெடுப்பு, 14-ம் ஆண்டுக்குமுன்

சொல்லப்படவில்லை. இந்த ஒவ்வொரு கட்டத்திலும் அரசன், தலைநகருக்குத் திரும்பினான் என்று திருவாலங்காட்டுச் செப்பேடுகள் சொல்லுவது, ஏதோ பெயருக்குச் சொல்லப்பட்டதாகாது. காரணத்தோடுதான் சொல்லப்பட்டிருக்க வேண்டும். டாக்டர் எஸ். கே. ஐயங்கார் விளக்குகிற முறையை நாம் பின்பற்றினால், இராஜேந்திரன் அவனுடைய இலங்கைப் படையெடுப்பை, மால்கேடு என்னும் இடத்திலிருந்து தொடங்கினான் என்று நாம் ஒப்புக்கொள்ள வேண்டியிருக்கும். இது பொருந்தாத யூகம் என்பதைச் சொல்ல வேண்டியதில்லை.

ஜெர்னல் ஆப் தி பீஹார் அண்ட் ஒரிஸ்ஸா ரிசர்ச் சொசைட்டி, (1928, தொகுதி xiv, பக். 512-20 - ல்) இராஜேந்திரனின் கங்கைப் படையெடுப்புக் குறித்து, டாக்டர் எஸ். கே. ஐயங்காரின் குறிப்புகளை ஆர். டி. பானர்ஜி ஆராய்கிறார். 'தண்ட புக்தி', எங்கே இருக்கிறது என்பது குறித்து, மாறுபட்ட கருத்துகள் உள்ளன. கருநாடகர் சிலர், பீஹாரில் போய் இராணுவ நடவடிக்கை மேற்கொண்டதாக, டாக்டர் எஸ். கே. ஐயங்கார் நினைக்கிறார். இதைப் பொருத்தவரை பானர்ஜியின் கருத்தையே நான் ஆதரிக்கிறேன். திருவாலங்காட்டுச் செப்பேடுகளை இயற்றியவர்களுக்கு, இந்தியாவில் எந்த இடத்தில் எங்கே இருக்கின்றன என்பது பற்றித் தெரியாது என்றும், திருமலைக் கல்வெட்டைப் புறக்கணித்து, திருவாலங்காட்டுச் செப்பேடுகளையே முழுக்க முழுக்க நம்பியதால், பேராசிரியர் ஐயங்கார் தவறிவிட்டார் என்றும் பானர்ஜி சொல்லுவது முற்றிலும் உண்மையே. சோழப்படை என்ற பாதையைப் பற்றி அவர் சொல்லுவதையும் பார்ப்போம். "தெற்கேயிருந்து வங்காளத்திற்கும் பீஹாருக்கும் புறப்படும் படை, ஒரிஸ்ஸா, மிட்னாப்பூர், ஹுக்ளி, ஹௌரா வழியாக வங்கத்தையும், உத்ரலாட நாட்டையும் அடைவதுதான் இயற்கையான போக்குவரத்து முறை. அப்படித்தான் நடந்திருக்க வேண்டும். திருமலையிலுள்ள மலைக் கல்வெட்டு, இதே பாதையைத்தான் சரியாகச் சொல்லியிருக்கிறது." சோழப் படை, சில்கா ஏரிக்குச் சமீபத்திலிருந்து கடற்கரை வழியாக (கடலோரமாகவே) சென்றது என்றும், கோசல நாட்டுக்குள் செல்வதற்காக மட்டும் ஒரே தடவை உள்நாட்டுப் பக்கம் திரும்பியது என்றும் பானர்ஜி சொல்லுகிறார். இவ்வாறு அவர் சொல்லும்போது, திருமலையிலுள்ள மலைக்கல்வெட்டில், இந்தப் படையெடுப்பின் ஆரம்பக்கட்டங்களைப் பற்றி கொடுக்கப்பட்டிருக்கும் விவரங்களை அவர் கவனிக்கத் தவறிவிட்டார். கிழக்கு வங்காளத்தில் சந்திர வமிசத்தைச் சேர்ந்த

கோவிந்த சந்திரன், "முதலாம் மகிபாலனுடைய சிற்றரசனாகி விட்டான், ஆகையால் தடுப்பு நடவடிக்கை அவனிடமிருந்து எதிர்ப்பார்க்கப்பட்டது", என்றும் இதனால்தான், மகிபாலனைத் தாக்குவதற்குமுன் இவனைச் சோழர் படை தாக்கிற்று என்றும் பானர்ஜி சொல்லுகிறார். பாலர் வரலாற்றை நன்கு அறிந்த ஒருவர் சொல்லும் இந்தச் செய்தி நமக்குப் பெரிதும் பயன்படும். ஒரு பக்கம் ரணசூரன், தர்மபாலன், கோவிந்த சந்திரன் ஆகியோருக்கும், மற்றொரு பக்கம் மகிபாலனுக்கும் இருந்த உறவு பற்றி நாம் கொள்ளும் கருத்துக்கு இந்தச் செய்தி உறுதுணையாக இருக்கிறது. **"பாலாஸ் ஆப் பெங்கால்"** என்ற நூலில், பானர்ஜி முதலில் சொன்ன கருத்தை, இப்போது கைவிட்டுவிட்டார் என்பதையும் பார்க்கிறோம். திருமலையிலுள்ள மலைக் கல்வெட்டில், வங்காளத்தில் சின்னஞ்சிறு சுயேச்சையான அரசுகள் ஏராளமாக இருந்ததாகச் சொல்லப்பட்டிருப்பதாக பானர்ஜி முன்னர் எழுதியிருந்தார். ஒன்பதாம் அதிகாரத்தில் நாம் இதை மேற்கோள் காட்டி நம் கருத்தைத் தெரிவித்திருக்கிறோம்.

எஸ். கே. ஐயங்கார், ஒரு கட்சிக்காரனைப் போல எழுதியிருக்கிறார், நடுநிலையிலிருந்து, ஆராய்ச்சி கண்கொண்டு, வரலாற்று ஆசிரியனாக எழுதவில்லை என்றெல்லாம் அவர் மீது பானர்ஜி குற்றஞ்சாட்டியிருக்கிறார். **சண்ட கௌசிகத்தைக்** குறித்து பானர்ஜி வெளியிடும் விவாதங்களும் கருத்துகளும் ஆராய்ச்சியில் நிலைக்கமாட்டா. எனவே, எஸ். கே. ஐயங்காரைப் பற்றி பானர்ஜி சொல்லியிருக்கும் குற்றச்சாட்டுகள், அவரைவிட, பானர்ஜிக்கே மிகவும் பொருந்தும். நான்காம் கோவிந்தனுடைய காம்பே செப்பேடுகளைப் பேராசிரியர் ஐயங்கார் அடியோடு மறந்துவிட்டதாக பானர்ஜி சொல்லுகிறார். இந்தப் பட்டயங்களில் சொல்லப்பட்ட வரலாற்றை, பானர்ஜி தொகுத்தும் சுருக்கியும் தரும்போது அதில் நன்றி உணர்ச்சியை விடச் சொல் அதிகாரத்தையே அதிகமாகப் பார்க்கிறேன். அது வருமாறு : "முதலாம் மகிபாலன் பட்டம் ஏற்ற சிறிது காலத்திலேயே வெற்றி வீரனும் சிறந்த இராஷ்டிரகூடனுமான மூன்றாம் இந்திரனின் படையெடுப்பால் கூர்ச்சர பிரதிகாரப் பேரரசு சின்னாபின்னமாக்கப்பட்டது. சொல்லப்போனால் இந்தியாவில் கூர்ச்சர பிரதிகார ஆதிக்கத்துக்கு இந்த இளவரசன் சாவுமணி அடித்தான். இவன் மாளவ நாட்டைப் படையெடுத்து உஜ்ஜைனியைப் பிடித்து, கால்பி அருகே ஜன்னா ஆற்றைக் கடந்து, கன்னோசியைச் சேதப்படுத்தி, சாளுக்கியத் தலைவனும் இவனுடைய தளபதியுமான

நரசிம்மன் முன்பாக மகிபாலன், அலஹாபாத்துக்கு ஓட்டம் பிடிக்கும்படியும் செய்தான். இராஷ்டிரகூடப் படை ஓய்வு பெற்றபிறகு, முதலாம் மகிபாலன் கன்னோசிக்குத் திரும்பினான். அப்போது, அவனுடைய மாகாணங்கள், அவனுக்குக் கப்பம் கட்டிய சிற்றரசர்கள், மற்றும் ஆளுநர்கள் தலைமையில் சுயேச்சையாக இயங்கத் தொடங்கியதைக் கண்டான். கூர்ச்சர-பிரதிகார வமிசத்தைச் சேர்ந்த மகிபாலன் என்ற பெயருடைய எவனும், கர்நாடகப் படையையோ தலைவனையோ ஒருபோதும் தோற்கடிக்கவில்லை. எனவே, துரதிர்ஷ்டமான இந்த அரசன் முன்னிலையில் **சண்ட கௌசிகம்** என்ற நாடகம் இயற்றப்பட்டதாக, பேராசிரியர் ஐயங்கார் அனுமானித்திருப்பது முற்றிலும் முரணானது."

கோவிந்தனின் காம்பே பட்டயங்கள் இப்போது பேராசிரியர் டி. ஆர். பந்தர்க்கரால் பதிப்பிக்கப்பட்டுள்ளன. அவருக்கு இராஜேந்திரனைப் பற்றியோ, வங்காளத்து மகிபாலனைப் பற்றியோ முன்னதாகத் திட்டமிட்ட கருத்துகள் கிடையாது. ஆகையால் அவற்றை நிலைநாட்ட வேண்டுமென்ற கண்ணோட்டமும் அவருக்கு இல்லை. இந்தப் பட்டயங்களாலும், பட்டயங்களின் காலத்தில் ஏற்பட்ட கல்வெட்டுகளாலும் தெளிவாகத் தெரிகிறபடி, மூன்றாம் இந்திரனுக்கும், முதலாம் மகிபாலனுக்கும் இருந்த உறவுகள் எத்தகையன என்பதை அவர் எவ்வாறு சொல்லுகிறார் என்று பார்ப்பது பயனுடையது. இந்தப் பட்டயங்களில்,[193] உள்ள 19-வது செய்யுளின் வரலாற்று முக்கியத்துவத்தைத் தெளிவாகவும் முழுமையாகவும் ஆராய்ந்து அவர் சொல்லுவதாவது: "மூன்றாம் இந்திரன், மகோதயனை அடியோடு அழித்துவிட்டான் என்று சொல்லியிருப்பது ஏதோ செய்யுள் நயத்துக்காக, கவிஞன் கூறும் வெறும் கூற்றே. கவிஞர் நோக்கம் எல்லாம், மகோதய, குசாஸ்தல என்ற சொற்களை வைத்துக்கொண்டு சொற்சிலம்பம் ஆடுவதுதான்... இந்தச் செய்யுளில் சொல்லப்பட்ட நிகழ்ச்சி நடந்த நெடுங்காலத்திற்குப் பிறகும் வடஇந்தியாவில் ஆட்சிசெய்து கொண்டிருந்த ஏராளமான அரசர்களுக்கு, கன்னோசியைத் தொடர்ந்து தலைநகராக இருந்துவந்தது என்பதும் கவனத்திற்குரியது. மகோதயனையோ கன்னோசியையோ தாக்கியது தவிர, மூன்றாம் இந்திரன் என்னதான் செய்தான் என்பதைச் செய்யுளிலிருந்து அறிய முடியவில்லை. ஆனால் ஏனைய கல்வெட்டுகளின் துணைகொண்டு நாம் இது ஒருவாறு தெரிந்துகொள்ளலாம்." ஏனைய கல்வெட்டுகள்

மிக நீளமாக இருப்பதால் நாம் அவற்றை இங்கே சொல்லப் போவதில்லை. அவற்றைக் கவனமாக ஆராய்ந்த பேராசிரியர் பந்தார்க்கர், "மகிபாலனை அவனுடைய நாட்டிலிருந்தும் ஆட்சியிலிருந்தும், இந்திரன் சிலகாலம் விரட்டியபோதிலும் வங்காளத்துப் பாலவமிசத்துத் தருமபாலன், சண்டல்லா அரசனான ஹர்ஷதேவன் ஆகிய இருவருடைய கூட்டு முயற்சியால் அவன் (மகிபாலன்) மீண்டும் அரசுரிமை பெற்றான்" என்ற முடிவுக்கு வருகிறார். **சண்ட கௌசிக**த்திலுள்ள முன்னுரைச் செய்யுளில் சொல்லப்பட்டிருக்கும் அடிப்படைச் செய்யுள்கள் யாவும் இதன் மூலம் உறுதிப்படுகின்றன. மகிபாலனின் நண்பர்கள், கன்னோசியிலிருந்து, கருநாடகர்களை விரட்டினார்கள் என்பது, பெருமைக்காகக் கற்பனையாகச் சொல்லப் பட்டதாகும். சந்திர குப்தனுக்காக நந்தர்களைக் கௌடில்யர் விரட்டிய கதையை நினைவுபடுத்துவதால், **சண்ட கௌசிக**த்திலுள்ள செய்யுள், மகிபாலன் மீண்டும் சிம்மாசனத்தை அடைந்ததில் ஒரு முக்கியமான கட்டம் மறைமுகமாகச் சொல்லப்பட்டிருக்கிறது-இராஜதந்திரத்தாலும் அயலவர் படையெடுப்பாலுமே, மகிபாலன் மீண்டும் சிம்மாசனம் ஏறினான் என்பது உட்கருத்து.

காம்பேச் செப்பேடுகளும், அதே காலத்திய ஏனைய ஆதாரங்களும் தெரிவிக்கும் வரலாற்றிலிருந்து கூர்ச்சர பிரதிகார முதலாம் மகிபாலனுக்கு முன்னரே **சண்ட கௌசிகம்** இயற்றி நடிக்கப்பட்டது என்பது உறுதியாக நிலை நாட்டப்பட்டிருக்கிறது. ஆர். டி. பானர்ஜி, இந்த நாடகம் பால அரசன் மகிபாலன் ஆட்சியில் இயற்றப்பட்டது என்பார். அதற்கும் ஒரு நூற்றாண்டுக்கு முற்பட்டது என்பது முடிவு. மற்றும் பார்க்க ஸ்டென்னா **இண்டிகே டிராமா**, பக். 87, ஜே ஒ ஆர். vi பக். 191.

குறிப்பு - ஆ

கங்கை கொண்ட சோழபுரம்

1855 - ம் ஆண்டில் வெளியான ஸ்தல சஞ்சிகை ஒன்று இப்போது கிடைத்தற்கரியதாக உள்ளது. அதில் கங்கை கொண்ட சோழபுரத்தைப் பற்றிப் பயனும் சுவையும் நிறைந்த பின்வரும் வரலாறு வெளிவந்தது : ஐ. ஏ. iv பக். 274 - ல் அது அப்படியே ஒரு தடவை எடுத்தாளப்பட்டது. இங்கேயும் அதைத் தருவது பொருத்தமே.

"உடையார்ப் பாளையம் தாலுகாவில் 16 மைல் நீளத்திற்கு வடக்கு தெற்காக ஒரு கரை இருக்கிறது என்பது குறிப்பிடத்தக்கது. இதில், வலிமை வாய்ந்த பல பெரிய கலிங்குகள் உள்ளன. இது, முன் காலத்தில் இந்தியாவிலேயே மிகப்பெரிய நீர்த்தேக்கங்களில் ஒன்றாக இருந்திருக்கவேண்டும். இந்தப் பெரிய குளம் அல்லது ஏரிக்குக் கொள்ளிடம் ஆற்றிலிருந்து ஒரு கால்வாய் வழியாகத் தண்ணீர் வந்தது. 60 மைல் நீளமுள்ள இந்தக் கால்வாய் அதனுடைய தென் கோடியில் இந்த ஏரிக்குள் நுழைகிறது. இதுவே இந்த ஏரிக்கு முக்கியமான வருவாய்க் காலாகும். ஏரியின் வடபகுதியில் நுழையும் ஒரு சிறு கால்வாய் வெள்ளாற்றின் நீரையும் இங்குக் கொண்டுவருகிறது. இந்த இரண்டு கால்வாய்களின் அடிச்சுவடுகள் இன்றும் உள்ளன. இந்த ஏரி தூர்ந்துவிட்டதால், பல ஆண்டுகளாக அது எவ்விதத்திலும் பயன்படவில்லை. அந்த ஏரியின் நடுப்பகுதி முழுவதிலும் உயர்ந்த அடர்த்தியான புதர்களும் குறுங்காடுகளும் நிறைந்து பாழாகிவிட்டது. இந்த ஏரி, படையெடுத்துவந்து ஒரு படையினர் வேண்டுமென்றே செய்த கொடுஞ்செயலால் அழிந்துவிட்டதாகத் தலைமுறை தலைமுறையாகச் சொல்லப்படுகிறது. ஏரியின் தென்கோடியில், காடு சூழ்ந்த ஒரு கிராமம், கங்கை கொண்டபுரம் என்னும் பெயரால் இருந்து வருகிறது. அதன் சுற்றுப் புறத்தில் மிகப் பெரிய அளவினதும், அரிய வேலைப்பாடு உடையதுமாகிய ஒரு கோயில் இருக்கிறது. அதற்கு அருகே, காடுசூழப்பட்ட பகுதியில் பழைய கட்டடங்களின் எஞ்சிய பகுதிகள் உள்ளன. மலை மேடுகள் போலவும் குவியல்கள்

போலவும் உள்ள இவை பழங்காலத்து பாபிலோனை நினைவுபடுத்துகின்றன. மிகப் பரந்த பகுதியில் அழகிய ஓர் அரண்மனை இருந்தது என்றும் அதன் பல்வேறு பகுதிகள்தான் இவ்வாறு இடிபாடுகளாகக் காட்சி தருகின்றன என்றும் கிராமத்திலுள்ள முதியோர் சொல்லுகிறார்கள். இந்த அரண்மனை இருந்த காலத்தில், கங்கைகொண்டபுரம், முடியுடைய மன்னர் ஒருவரின் செல்வமும் செழிப்பும் நிறைந்த தலைநகராக விளங்கியது. இப்போது, ஒற்றையடிப் பாதைகூட இல்லாத காடாகக் காட்சி தரும் பகுதியில், மைல் கணக்கான பெரும் பரப்புக்கு அக்காலத்தில் இந்த ஏரி வளத்தை வாரி வழங்கிற்று. இந்த மாபெரும் அணையை மீண்டும் கட்டவேண்டும் என்று அடிக்கடி பேசப்பட்டு வந்திருக்கிறது. ஆனால், பொறியியல் அதிகாரிகள் இல்லாத காரணத்தால் இத்திட்டம் செயல்படாமல் நிறுத்தி வைக்கப்பட்டிருக்கிறது. எதிர்காலத்தில் எப்போதாவது இது நிறைவேற்றப்படும். ஆனால், அதுவரை இந்த வளமான பூமி காடாகத்தான் இருக்க வேண்டும். இங்கே இருக்கிற ஒரு சில கிராமவாசிகள், அந்த அணையின் பழங்காலக் கரையை முன் காலத்துப் பேரரசர்களின் மிகப்பெரிய, மாண்புமிகு முயற்சியின் சின்னமாகச் சுட்டிக்காட்டுவார்கள். இக்காலத்தில் ஆட்சி செய்பவர்களின் சர்வ சாதாரணமான முயற்சிகளோடு ஒப்பிட்டுத் தங்களுடைய மன எரிச்சலை வெளிப்படுத்துவார்கள். கங்கை கொண்டபுரத்திலுள்ள ஒப்பற்ற கோயிலைப்பற்றிச் சொல்லும்போது கொள்ளிடம் ஆற்றில் கீழ் அணைகட்டு (அணைக்கரை) கட்டப்பட்டபோது இந்தக் கோயிலை அழகுபடுத்திய கருங்கல் சிற்பங்களின் பெரும்பகுதியும் மண்டபங்களும் பெயர்க்கப்பட்டன. அணைக்கட்டு வேலைக்கு வேண்டிய கற்கள் கிடைப்பதற்காக, சுற்றுச் சுவர் முழுவதும் அடியோடு அழிக்கப்பட்டது. அந்த ஊரைச் சேர்ந்த ஏழை எளிய மக்கள் இந்தச் சேதத்தைத் தடுக்க எவ்வளவோ முயன்றார்கள். அரசாங்கத்தின் அதிகாரிகள் இந்தக் கோயிலுக்குரிய கிரயப்பத்திரம் ஒருவரிடமும் இல்லை என்று சொல்லி, புனிதம் நிறைந்த இந்தக் கட்டடத்தைக் களங்கப்படுத்தினார்கள். இதைத் தடுக்க முயன்ற ஏழை மக்கள் அரசாங்க அதிகாரிகள் வேலை செய்வதற்கு இடையூறாக இருந்தார்கள் என்று தண்டிக்கப்பட்டார்கள். இடித்துத் தள்ளப்பட்ட கற்சுவருக்குப் பதிலாக, செங்கல் சுவர் கட்டப்படும் என்று உறுதிமொழி கொடுக்கப்பட்டது. ஆனால், அந்த உறுதிமொழி கூட இன்னும் நிறைவேற்றப்படவில்லை என்பதை வருத்தத்தோடு இங்கே சொல்லவேண்டும்."

குறிப்புகள்

1. இ. ஐ. xiii, பக். 266.
2. பார்க்க : முன் பக். 183-ம் n. 76-ம்.
3. 196/1917.
4. 271/1927 (7-ம் ஆண்டு).
5. 363/1917.
6. 118/1888 (எஸ். ஐ. ஐ. iv எண். 223).
7. பார்க்க : 117/1888, எஸ். ஐ. ஐ. iv எண். 222.
8. ஏ. ஆர். இ. 1906 II 13 கரந்தை (தஞ்சாவூர்)ச் செப்பேடுகளின் சமஸ்கிருதப் பகுதிக்கும் இது பொருந்தும்.
9. இ. ஐ. ix. பக். 218.
10. ஹூல்ஷ் சொல்லுவதாவது : "இராஜாதிராஜன், அவனுக்கு முன் பட்டத்திலிருந்த முதலாம் இராஜேந்திரச் சோழனுடன் சேர்ந்து அரசரின் பிரதிநிதியாக இருந்ததாகத் தெரிகிறது. எனவே, இராஜேந்திரன் இறப்பதற்கு முன்பு இவன் மட்டும் தனியாக அரசரின் அதிகாரங்களைச் செலுத்தியிருக்க முடியாது. ஆகவே, அவனுடைய கல்வெட்டுகள், இதுவரை கிடைத்திருப்பவை எல்லாம் அவனுடைய ஆட்சியின் பிற்காலத்தில், 26, 32-ம் ஆண்டுகளுக்கிடையே ஏற்பட்டவை. எனவே இந்த முடிவு பொருத்தமாக உள்ளது" (எஸ். ஐ. ஐ. iii. பக். 52). ஹூல்ஷ் இதைச் சொன்ன காலத்தில் கிடைத்த பழைய ஆதாரம் 26-ம் ஆண்டில் ஏற்பட்ட 172/1894 (திருக்கழுக்குன்றம்). அதன் பிறகு, 484/1925 (10-ம் ஆண்டு) மற்றும் 392/1921 (18-ம் ஆண்டு) ஆகியவற்றில் 'திங்களேர்' என்ற முன்னுரை அகப்பட்டிருக்கிறது. ஆனால், இந்த ஆதாரங்களின் நகல்களைச் சோதித்துப் பார்த்தபோது அவை இரண்டும் 36-ம் ஆண்டில் ஏற்பட்டிருப்பதை நான் பார்த்தேன். சில ஆதாரங்கள் இதைவிட முந்தின ஆட்சி ஆண்டுகளில் ஏற்பட்டு, அவற்றில் மெய்க்கீர்த்திகள் இல்லாவிட்டாலும், இராஜாதிராஜனுக்கு அவற்றில் பேரரசருக்குரிய பட்டங்கள் கொடுக்கப் பட்டிருக்கலாம். சான்று: திரிபுவனச் சக்கரவர்த்தி (241/1927) மற்றும் சக்கரவர்த்திகள் (124/1922). இவை இரண்டும் முதலாம் இராஜாதிராஜன் கல்வெட்டுக்களே. மற்றும் பார்க்க : 241, 245/1929.

11. 75/1895 வரி 2-4 (எஸ். ஐ. ஐ. v, 633). இராஜாதிராஜன் தன் தகப்பனிடமிருந்து நாட்டின் உரிமையைப் பெற்றான் என்பது மட்டுமே இந்த வரிகளிலிருந்து பெறப்படுகிறது. ஏ. ஆர். இ. 1913. II 26.

12. ஃபிளிட், இ. ஐ. xii, பக். 295-6.

13. **"ஜர்னல் ஆப் தி ஹைதராபாத் ஆர்கியாலஜிகல் சொசைட்டி"**, 1916, பக். 14 அடிக்குறிப்பு. மற்றும் பார்க்க : ஐ. ஏ. xliv. பக். 213-5.

14. v. 70.

15. இது முதலாம் சோமேசுவரனுக்குரியது என்று ஃபிளிட் சொல்லுகிறார். **பாம்பே கெஜட் I**, ii பக். 427, 440; இ. ஐ. xiii பக். 180-2. மாறுதல் முன்னரே நடைபெற்றிருக்கலாம்.

16. 515/1912.

17. டாக்டர் எஸ்.கே. ஐயங்காருக்கு இது ஒன்றும் சிக்கலாகத் தெரியவில்லை. அவர் சொல்லுகிறார் : "தென்னிந்திய வரலாற்றில் எல்லாம் தருக்கத்திற்குரிய எல்லையை (ரெய்ச்சூர்ப் பகுதி), அடக்கித் தன் ஆளுகைக்குள் கொண்டுவந்த பிறகு அவன் வடக்கே சென்று இராஷ்டிரகூட நாட்டின் தென்கோடியிலுள்ள மாவட்டங்களில் புகுந்தான்." (**"கங்கை கொண்ட சோழ**, பக். 544). ஒரே சமயத்தில் ஒன்றுக்கு மேற்பட்ட சேனைகள் போர்க்களத்தில் இருந்திருக்கலாம்.

18. 103/1912.

19. 50/1897; 439/1907.

20. 4/1890; 257/1903, 585/1906, 5-ம் ஆண்டில் ஏற்பட்ட இந்தக் கல்வெட்டுகள் எம்பாடியில் உள்ளன. இவற்றிலிருந்து சாந்திமத் தீவுவரை இவன் வெற்றி கண்டது தெரிகிறது. ஆனால், ஆட்சியின் 25-ம் ஆண்டுதான் கல்வெட்டில் சொல்லப்படுகிறது. எனவே, இது காலந்தாழ்த்தி பொறிக்கப்பட்டிருப்பதால் இதைச் சற்று சிந்தித்துத்தான், எச்சரிக்கையுடனேயே ஏற்றுக்கொள்ள வேண்டும்.

21. சி.வி. ii, பக். xiii.

22. ஹூல்ஷ் (எஸ். ஐ. ஐ. iii. பக். 28). மொழிபெயர்த்திருப்பதாவது, "ஈழத்து அரசனின் முடி; அவன் போர்புரிவதில், கடல் அலைபோன்று இருந்தான்." ஆனால் சொற்றொடர் பின்வருமாறு : "பொருகடல்-ஈழத்தரசர்-தமுடியும்." 'பொருகடல்' என்பது குறிப்புச் சொல். அது அரசர் என்னும் சொல்லைக் குறிக்காது. ஈழம் என்னும் இடப்பெயருடன் இணைக்கப்பட

வேண்டும். பார்க்க : இ. ஐ. ix. பக். 233. "அரசர்", "அவர் தேவியர்" என்ற சொல்களில் உள்ள பன்மை, பரம்பரை முடியைப் பெருமை படுத்துவதற்காகக் குறிக்கப்பட்டது. இதைத் தொடர்ந்து சி. வி.யிலிருந்து மேற்கோள் கொடுக்கப் பட்டிருப்பதைப் பார்க்க.

23. சி. வி. அதிகாரம் 55 vv.16 அடிக்குறிப்பு. இதற்கு முன்னேயுள்ள மூன்று செய்யுட்களில், தீவில் குழப்பம் இருப்பதாகச் சோழ அரசனிடம் குதிரை வியாபாரி ஒருவன் சொல்லுகிறான். இதன் விளைவாகவே படையெடுப்பு ஏற்படுகிறது. கதையின் இப்பகுதி, சி.வி.யில் வேறு எங்கும் சொல்லப்படாத, இராஜராஜன் படையெடுப்பைக் குறிப்பிடுகிறது போலும்.

24. 'சின்னப்பட்டிக்காதாதுக' என்பது சிங்கள அரசர்களுடைய சிறப்பான உடமைப் பொருள்களில் பெருமையும் விலை மதிப்பும் உடையது. இது புத்த சமயத்துச் சின்னமாக இருக்கலாம் என்று கெய்ஹர் கருதுகிறார். "மற்றும் புனிதமான நெற்றிப்பட்டை" என்ற அணிகலன் என்ற விஜெம்சிகா மொழிபெயர்த்திருக்கிறார்.

25. 642/1909 (7-ம் ஆண்டு).

26. 595, 618/1912 (எஸ். ஐ. ஐ. iv 1389; 1414).

27. 22/1895; 211/1911.

28. "எறிபடை" என்பது வெற்றிபெற்ற படையைக் குறிக்கும். "செங்கதிர் மாலை" என்பதையும் இதே பொருளில்கொள்ளலாம். அதை, சூரியன் என்று கொள்ள வேண்டியதில்லை. மாறுபட்ட கருத்துக்கு ஹுல்ஷ் இ. ஐ. ix பக். 233.

29. 29/1897 (எஸ். ஐ. ஐ. ii 82); 74/1907 (8-ம் ஆண்டு)

30. 363/1917.

31. vv. 89 - 97.

32. 46/1907.

33. 363/1917.

34. 112/1905.

35. 617/1916.

36. டி. ஏ. எஸ். iv. பக். 134 - 5.

37. 44/1896.

38. ஃபிளீட் டி. கே. டி. 436.

39. ரங்காச்சாரி - பெல்லாரி 279, 471; இ. சி. vii Sk. 220, 307.

40. ஹுல்ஷ் மொழிபெயர்த்திருப்பதாவது - "பயங்கொடு-பழி மிக" என்பதை பயந்தும், பழி வாங்கும் எண்ணம் மிகுந்தும் என்று ஆக்கி உள்ளார். (இ. ஐ. ix பக். 233). 'பழி' என்பது அதனுடைய சாதாரணப் பொருளைச் சில சந்தர்ப்பங்களில்தான் பெறும். இங்கு அதன் பொருள் 'அவமதிப்பு' என்பதே. சொல்லப்படும் கருத்து, ஓடிப்போன காரணத்தினால், அரசன் அல்லது போர் வீரன் என்ற நிலையில் அவனுக்கு இருக்கவேண்டிய புகழை இழந்தான் என்பதாகும். "நவநிதிக் குலப் பெருமலிகளும்" என்ற சொற்றொடர் தெளிவாக இல்லை. இதற்கும் இரட்டப்பாடி படையெடுப்புக்கும் சம்பந்தம் இல்லை என்று ஹுல்ஷ் கருதி, "குபேரனுடைய ஒன்பது செல்வங்களைக்கொண்டிருந்த முக்கியமான பெரிய மலைகள்" என்று மொழியெர்த்திருக்கிறார். பிழை இல்லாமல் சொல்லுக்குச் சொல் செய்திருக்கும் இந்த மொழிபெயர்ப்பு புரியாத புதிராக இருக்கின்றது. இதன் பொருள் என்ன என்பதற்கு ஹுல்ஷ் விளக்கம் சொல்லவில்லை. இதற்கு எதிராக 'நவநிதிக்குலம்' என்பது "நாமணைக்கோணம்", "பஞ்சப்பள்ளி", "மாசுணித்தேசம்" என்பவை போல அடையாளம் காணப்படாத ஒரு இடமாக இருக்கலாம் என்று எஸ். கே. ஐயங்கார் நினைக்கிறார். (சீவல் - **"ஹிஸ்டாரிக்கல் இன்ஸ்கிரிப்ஷன்ஸ்"**, பக். 65, n). ஆனால், கோணம், பள்ளி, தேசம் என்பனபோல "குல" என்பது இடத்தின் பெயரைக் குறிக்க இறுதிச் சொல்லாக வருவது அருமையினும் அருமை. "இராஜேந்திரன் கையில் பெருஞ்செல்வம் சிக்கியது" என்பதுதான் உயர்வு நவிற்சியாக இவ்வாறு சொல்லப்பட்டிருக்கவேண்டும் என்பது என் கருத்து. 'குலப் பெரு மலைகள்' என்ற சொற்றொடர், புராணக்கதைகளில் வரும் "குல பர்வதங்களை" நினைவூட்டுவதால், ஈட்டப்பட்ட செல்வத்தின் மிகப்பெரிய அளவைச் சுட்டிக்காட்டுகிறது. குபேரனுடைய செழிப்பைக் குறிக்க 'நவநிதி' என்று சொல்லுவது மரபாயினும். சாளுக்கிய அரசனுடைய செல்வத்தின் வகைகளையும் தொகைக்ளையும் அழுத்தமாக எடுத்துக் காட்டுவதற்காகவே 'நவநிதி' என்னும் சொல் இங்கே புகுத்தப்பட்டிருக்கிறது. இதே சந்தர்ப்பத்தில் திருவாலங்காட்டுச் செப்பேடுகளில் 105-ம் செய்யுளில் "குலகணம்" - அகிலம் - யசாட்சிய - முக்துவா - பயம் -

அவலம்பிய - பலாயனம் - சகார" என்று சொல்லப் பட்டிருக்கிறது.

41. எஸ். ஐ. ஐ. ii. பக். 94-5. n 4. 'மஸ்கி' என்பதுதான் பொருத்தம் என்று டாக்டர் எஸ். கே. ஐயங்கார் நினைக்கிறார். ஹூல்ஷ் கருத்தும் அதுவே. **"அசோகா இன்ஸ்கிரிப்ஷன்ஸ்,"** பக். xxvi.

42. 99 - 108.

43. v. 101, எஸ். ஐ. ஐ. பக். 423 கரந்தை v. 62.

44. ஐ. ஏ. viii. 18, ஃபிளிட் டி. கே. டி. 436; இ. ஐ. xii, பக். 295-6. திருவாலங்காட்டுச் செப்பேடுகளில் 103-ம் செய்யுளைக் கிருஷ்ண சாஸ்திரி தவறாக மொழிபெயர்த்துள்ளார். போரில் ரெட்டராஜன் உயிரிழந்ததாக அவர் சொல்லுவது தவறு. 'பரிகண்டிட' என்ற சொல்லுக்கு, 'தோற்கடிக்கப்பட்டான்' என்பதுதான் பொருளே தவிர, 'துண்டு துண்டாக வெட்டப்பட்டான்' என்பது பொருள் அன்று.

45. 23/1917; மற்றும் அதே வரிசையிலுள்ள 24, 30, 31.

46. 751/1917.

47. V. 71 இ. ஐ. XXV பக். 261. பார்க்க : **ஈஸ்டர்ன் சாளுக்கியாஸ்,** பக். 221-2, n.2. இதில் இச்செய்யுள் தெளிவுபடுத்தப்பட்டிருக்கிறது.

48. திருவாலங்காட்டுச் செப்பேடுகளில் ஜெயசிம்மன், கலியின் இருப்பிடம் என்றே வர்ணிக்கப்பட்டிருக்கிறான் எஸ். ஐ. ஐ. iii. பக். 399, செய்யுள் 100). ஒட்டர்களின் அரசன் கலிராஜனின் ஆணைகளை நிறைவேற்றி வைப்பதாகத் தெளிவாக விவரிக்கப்பட்டிருக்கிறது. (மேற்படி செய்யுள் 120 பக். 400); மற்றும் பார்க்க : **ஈஸ்டர்ன் சாளுக்கியாஸ்,** பக். 223-4.

49. செய்யுள் 109. கரந்தைச் செப்பேடு செய்யுள் 64, கங்கையின் கரைகளில் இருந்த அரசர்கள் தங்கள் தலைமீது கங்கை நீரைச் சுமந்து வந்ததாகச் சொல்லுகிறது. மற்றும் சாராளச் செப்பேடுகள், செய்யுள் 71.

50. இராஜேந்திரனுக்குப் 'பண்டித சோழன்' என்ற சிறப்புப் பெயர் வழங்கியது. புலமை பெற்றிருந்த அவன், **சிலப்பதிகாரம்** விவரிக்கும் சேரன் செங்குட்டுவனின் வீரதீர செயல்களைப் படித்து, அதனால் பெரிதும் கவரப்பட்டான் என்று டாக்டர் எஸ். கே. ஐயங்கார் பல இடங்களில் ஒரு

கருத்தைப் பரப்பியுள்ளார். (**'கங்கை கொண்ட சோழன்'** பக். 548) இராஜேந்திரன் நடைமுறைக்கு ஒவ்வாத கற்பனையாளனாக இருந்திருப்பானா என்னும் வியப்பு நமக்கு ஏற்படுகிறது. நாராயணகவி, இராஜேந்திரனின் நோக்கங்களைப் பற்றி மற்றொரு யூகத்தை வெளியிட்டிருக்கிறார். அதுவும் சாத்தியமானதே. இராஜேந்திரனின் உரையாடல்கள் பற்றியோ அவனுடைய நினைவி அலைகளைப் பற்றியோ நமக்கு எவ்வித ஆதாரமும் கிடையாது. ஆனால், விளக்கம் சொல்லவேண்டிய தேவை ஏதாவது இருக்கிறதா. பழங்கால மன்னர்களின் குறிக்கோள் உத்தானமும் விஜிகீஸாவும் ஓர் அரசனுடைய அதிகாரம், அவன் கைப்பற்றிய நாடுகளின் நிலப்பரப்பை வைத்தும், வெளிநாடுகளுக்குள் அவன் எத்தனை தடவை படையெடுத்து வெற்றி கண்டான் என்ற எண்ணிக்கையைக் கணக்கிட்டும் அந்தக் காலத்தில் மதிக்கப்பட்டது.

51. 476/1911 (11-ம் ஆண்டு) இதைக் குறிப்பிடுகிறது. 10-ம் ஆண்டின் அதிகாரங்கள் இதைக் குறிப்பிடவில்லை. இதைப் பற்றிய விரிவான விவரம், முதல் தடவையாக 12-ம் ஆண்டில் காணப்படுகிறது. எஸ். ஐ. ஐ. i. பக். 68; 467/1908.

52. செய்யுள்கள் 110, 118.

53. இராஜராஜனின் இந்தச் சிறப்புப் பெயரைக் கூர்ந்து நோக்குக.

54. இராஜேந்திரச் சோழன், சமஸ்கிருதத்திலும் இராஜேந்திரச் சோழப் பல்லவரையன், தமிழிலும் பொறித்த இரண்டு கல்வெட்டுகள் மகேந்திரகிரியில் உள்ளன. இவற்றின் எண்கள் 396, 397/1896. எஸ். ஐ. ஐ. v. எண்கள் 351, 352. முதலாம் இராஜேந்திரனுக்கும் அவனுக்கும் எதிராகக் கலிங்கர், ஒட்டர் ஆகியோருக்கும் இடையே நடந்த போரைப் பற்றி, இந்தக் கல்வெட்டுகளை வழக்கமாகக் குறிப்பிடுகிறார்கள். ஏ. எஸ். ஐ. 1911-2. பக். 171-2; டி. ஏ. எஸ். iii, பக். 119-20; இதை (**ஈஸ்டர்ன் சாளுக்கியாஸ்,** பக். 225 n 1) டாக்டர் வெங்கட்டரமணய்யா ஆட்சேபிப்பதற்கு போதிய அடிப்படை இல்லை.

55. பார்க்க இ. ஐ. ix பக். 233. கீழேயுள்ள குறிப்புகள் நான் படித்துப் பார்த்ததில் தோன்றும் மாறுதலுக்கான காரணத்தை விளக்குகின்றன.

56. "அவர்களுடைய கோட்டைகளில் இருந்த தோரணங்கள் வானத்தைத் தொட்டன" என்று ஹுல்ஷ் சொல்லியிருப்பதற்கு மூல நூலில் ஆதாரம் இல்லை.

57. 176/1923-ல் "காமிடை வளநகர் நாமணைக் கோணமும்" என்று படித்து அதன் அடிப்படையில் இவ்வாறு மொழி பெயர்க்கப்பட்டிருக்கிறது.

58. "வெஞ்சிலை வீரர்" என்பதை "வெஞ்சின வீரர்" என்று படிப்பதும் உண்டு.

59. 'திருமலை' என்னும் பாறையிலுள்ள "பாசுடைப்பழ-நன்-மாசுணி-தேசம்" (ஹுல்ஷ்) என்பதற்குப் பதிலாக, "பாசடைப் பழன-மாசுணி-தேசம்" (எஸ். ஐ. ஐ. ii. 20 வரி 5-ம் பக். 108-ம்) என்று படிக்கவும். அல்லது "பச்சை பசுமை நிலவ பழங்கள் நிறைந்த மாசுணி தேசம்" என்றும் மொழி பெயர்க்கலாம்.

60. 'ஆதி-நகர்-வையின்-சிந்திர' என்று படிக்கவேண்டும். இதிலுள்ள 'வையின்' என்பது தனிச்சொல். அதை முன்னேயுள்ள 'நகர்' என்பதுடன் சேர்த்துப் படித்ததால் குழப்பம் ஏற்பட்டிருக்கிறது.

61. 'கீர்த்தி' என்று இருப்பது ஹுல்ஷ் 'சீர்த்தி' என்று படித்ததால் பொருள் வேறுபட்டது. அதோடு ஒப்பிட்டுப் பார்க்கும் போது இது சிறந்ததாகத் தெரிகிறது.

62. 'மிளை' என்பது 'காவற்காடு' என்னும் பொருளுடையது; **மணிமேகலை** xxviii, வரி 25.

63. "தொடு-கழர்-சங்கு- வோடாடல்-மகிபாலனை" என்று படிக்கவும். (தஞ்சாவூர், எஸ். ஐ. ஐ. ii. 20 படம்) காதணிகள், காலணிகள் என்றெல்லாம் மயிபாலனைக் குறித்து ஹுல்ஷ் சொல்லியிருப்பதற்கு ஒரு சிறிதும் இடம் இல்லை. 478/1902-ல் "தொடு-கடற்-சங்கோடாடல்-மகிபாலன்" என்பதில் வரும் சங்கு ஒலிக்க உதவும் கடற் சங்கைக் குறிப்பிடலாம்.

64. 'வெறி மணல்' என்று சிலர் படிகளிலிருப்பதை 'வெறி மலர்' என்று படிக்கவும்.

65. இந்தப் போர். இராஜேந்திரனுடைய முந்தின படையெடுப்புகளின் எல்லையான குல்பக் என்னுமிடத்திலிருந்தோ அல்லது அதற்கு அருகேயுள்ள வேறொரு இடத்திலிருந்தோ இந்தப் படையெடுப்புப் புறப்பட்டது என்று டாக்டர் எஸ். கே. ஐயங்கார் சொல்லுகிறார். (**கங்கை கொண்ட சோழன்**, பக். 549) இப்போது ஆந்திரப் பிரதேச

மாநிலத்தில் தெலுங்கானா என்னும் பகுதியிலுள்ள மேலைச் சாளுக்கிய நாட்டை இராஜேந்திரன் எந்தக் காலத்திலும் தன்வசப்படுத்தவில்லை. எனவே எதிரியின் நாடான அங்குக் கடும்போர் புரிய பெரும் படையைத் திரட்டி அனுப்பும் நிலையில் இருந்தான் என்பதற்கு ஆதாரம் இல்லை. படையெடுப்பு, சோழ நாட்டின் தலைநகரத்திலிருந்து புறப்பட்டது என்பதைத் திருவாலங்காட்டுச் செப்பேடுகள் தெளிவாகச் சொல்லுகின்றன. டாக்டர் ஐயங்காரும் இதைக் குறிப்பிட்டுள்ளார். மேற்படி, பக். 547.

66. இ. ஐ. ix பக். 178-9.

67. மேற்படி, பக். 163.

68. மேற்படி, பக். 180, வரி 29.

69. இதுவரை 'சாதிநகர்' என்னும் தமிழ்ப் பெயர் முகமதிய வரலாற்று அறிஞர்களால் ஆதிநகர், ஜாதி நகர் எனப்பட்டிருக்கிறது என்றும் இது, பிங்கா என்னும் ஊர் என்று ஹிரலால் என்பவரால் அடையாளம் காட்டப்பட்டிருக்கிறது என்றும் ஒரிஸ்ஸாவை ஆண்ட கேசரி மன்னர்களுள் ஒருவனால் உண்டாக்கப்படடது என்றும் டாக்டர் எஸ்.கே. ஐயங்கார் சொல்லுகிறார். (கங்கை கொண்ட சோழன், பக். 550). ஆனால், சாதிநகர் என்று அவர் சொல்லுவதற்கு என்ன காரணம் என்பதை இவர் குறிப்பிடவே இல்லை. திருமலைப் பாறைக் கல்வெட்டில் "வண்கீர்த்தி - யாதிநகர்" என்று தெளிவாகச் சொல்லப்பட்டிருக்கிறது. (இ. ஐ. ix பக். 232 படம் வரி 8). தஞ்சாவூர் ஆதாரமும் தெளிவாக "வண் கீர்த்தி ஆதிநகர்" (எஸ். ஐ. ஐ. ii பிளேட்3 வரி 5 இறுதி) என்று சொல்லுகிறது. "வண் கீர்த்திய்யாடி நகர் " என்ற சொற்றொடர் பல இடங்களில் காணப்படுகிறது. (77, 78, 78எ/1895) 171/1894 'வண் கீர்த்தி அயாடிங்கர்' என்று சொல்லப்பட்டிருக்கிறது. இந்தக் கல்வெட்டுகள் யாவும் 16 -17 -ம் ஆட்சி ஆண்டுகளில் ஏற்பட்டவை. 'பூசுரர் சேர்' என்ற பொருள் இல்லாத அடைமொழி, கோசல நாட்டுக்குக் கொடுக்கப்பட்டிருக்கிறது. கஜினிமுகமதின் படையெடுப்புகளின் விளைவுகளையெல்லாம் இந்த அடைமொழியில் ஐயங்கார் காணுவதற்கு எவ்வித ஆதாரமும் இல்லை. (மேற்படி).

70. இ. ஐ. vii, List பக். 120 n 3.

71. ஆர். டி. பானர்ஜி, **'பாலாஸ் ஆப் பெங்கால்'** பக். 71.

72. "லெட்சுமி சூரன்" என்ற ஒருவன் இராமபாலன் ஆட்சியில், "சமஸ்த் ஆடவிக சாமந்த சக்ர சூடாமணி"யாக இருந்தான் (மேற்படி, பக். 72)

73. மாறுபட்ட கருத்து ஆர். டி. பானர்ஜி, முதலாம் இராஜேந்திரச் சோழனின் திருமலைக் கல்வெட்டிலிருந்து பழமையான கௌட, வங்க நாடுகள் ஏராளமான சின்னஞ்சிறு நாடுகளாகச் சிதைந்துவிட்டமை தெரிகிறது. (மேற்படி பக். 69).

74. மேற்படி பக். 72-72; பிரபோத-சந்ரோதய; பகுதி 2-ல் "நூணமயம்-தட்சிண-ராட-பிரதேச-தாகதோபவிஷ்யதி" மற்றும் "கௌடம் ராஷ்டிரம் அனுட்டமம் நிருபமா தத்ராபி ராதாபுரி" என்று காணப்படுகிறது.

75. இந்த அதிகாரத்தின் கடைசியில் "அ" என்னும் குறிப்பைப் பார்க்க.

76. vv. 117-119.

77. ஏ. எஸ். ஐ. 1911-12. பக். 173-4. கங்கை நீர் அலாஹாபாத்தில் எடுக்கப்பட்டதாக வெங்கைய்யா அவராக யூகம் செய்து கொள்ளுகிறார். லாட நாடு, இப்போது 'பேரார்' என்று சொல்லப்படும் பகுதியே ஆகும். அவர் மேலும் சொல்லுவதாவது: "ஓராண்டு காலத்துக்குள் இராஜேந்திர சோழனுடைய தளபதி வட இந்தியா முழுவதையும் வென்றிருக்க முடியாது. எனவே, இந்த நாட்டின் குறிப்பிட்ட சில பகுதிகள் மீது மட்டும் இவர்கள் படையெடுத்திருக்க வேண்டும். அங்குள்ள மக்கள், எதிர்ப்புத் தெரிவித்த போது மட்டுமே, முறைப்படி போர் நடந்திருக்கும். நாட்டின் ஏனைய பிரிவுகளின் பெயர்களும் அவற்றின் அரசர்களின் பெயர்களும் விசாரணை செய்யப்பட்டு, சோழர்கள் வெற்றிகொண்ட அரசர்களின் பட்டியலில் சேர்க்கப்பட்டது. படையெடுப்பு என்ற யாத்திரையில் சென்ற இந்தப் படையினர் வட இந்தியாவில் எந்தெந்த வழியாகச் சென்றார்கள் என்பதை இப்போது எளிதாக அறிய முடியாது. (பக். 174).

78. திருவாலங்காட்டுச் செப்பேடுகள், செய்யுள் 109.

79. மேற்படி v. 124.

80. **'பாலாஸ் ஆப் பெங்கால்'** பக். 73, 99.

81. செய்யுள். 111, அனந்த சம்புவின் உரையின் இறுதி. (சென்னை, கையெழுத்துச் சுவடி நூல் நிலையம்). "அத்ர பூர்வ கதா பிரசங்க" என்ற சொற்களுடன் உரை ஆசிரியர் இரண்டு செய்யுள்களைப் புகுத்தியுள்ளார். இராஜேந்திரனே

போய் கங்கையில் நீராடியதாக இந்தச் செய்யுள்களில் சொல்லப்பட்டிருக்கிறது. இந்தக் கருத்து **"சித்தாந்த சாராவளி"**, என்ற நூலிலேயே சொல்லப்பட்டிருப்பதாக கிருஷ்ண சாஸ்திரி தவறாகக் கொள்ளுகிறார். இந்த நூல் இராஜேந்திரன் காலத்திலும் அவன் ஆதரவிலும் இயற்றப்பட்டது என்பது அவர் கருத்து. எஸ். ஐ. ஐ. iii. முன்னுரை பக். 22.

82. பாமுலவாகச் செப்பேடுகள் - ஜே. ஏ. எச். ஆர்.எஸ், ii, பக். 287 வரி 63.

83. இ. ஐ. xvi, பக். 77.

84. **பாரதி** xx, பக். 439; **ஈஸ்டர்ன் சாளுக்கியாஸ்**, பக். 241-4.

85. 482-கே/1893 (எஸ். ஐ. ஐ. எ எண். 82)ம் **ஈஸ்டர்ன் சாளுக்கியாஸ்**, பக். 229, n 1.

86. 213/1911. 13-ம் ஆண்டில் ஏற்பட்ட மாளூர் ஆதாரத்திலுள்ள (இ.சி ix சி.பி. 84) இந்தத் தேதி சரியானதுதானா என்பதை நான் உறுதியாகச் சொல்லமுடியாது. இந்த ஆதாரத்தில் முன்னுரை முழுவதும் கொடுக்கப்பட்டிருக்கிறது. 11-ம் ஆண்டில் ஏற்பட்ட ஒரு கல்வெட்டின் சிதைவு குருபூறு (மைசூர்) என்னுமிடத்தில் உள்ளது. இதில் கடாரத்தை வெற்றி கண்டமை சொல்லப்பட்டிருக்கிறது. இ சி x ct. 47). ஆனால் இதில் சொல்லப்பட்ட தேதி மிகவும் முற்பட்டது போலும். இது போலவே, 11-ம் ஆண்டில் கொடுக்கப்பட்ட சில தானங்கள் அதற்கு பிந்தின ஆண்டில் ஏற்பட்ட கல்வெட்டுகளில் இடம் பெற்றிருக்கின்றன.

87. v. 123, கரந்தைச் செப்பேடுகள், செய்யுள் 62.

88. எஸ். ஐ. ஐ. ii. பக். 109. பின்னே வரும் குறிப்புகள் ஹுல்ஷ் கருத்துக்கும் என் கரத்துக்கும் உள்ள வேறுபாடுகளை விளக்கும்.

89. 'வாக்கியம்' (பக். 107 n 5) என்னும் சொல்லால் ஒரு பயனும் இல்லை. வேறு சில ஆதாரங்களில் 'வாகையம்' என்று இருப்பது பொருத்தமாகத் தெரிகிறது. 'வாகை' என்பது வெற்றியைக் குறிக்கும். 'பொருகடல்' என்பது, போர் புரியும் கடல் என்ற பொருள் உடையது. இது படையைச் சுட்டும் பொதுச்சொல். 'கும்பக்கரி' என்பது கும்பத்தையுடைய யானையைக் குறிக்கும்.

90. "பகைவனுடைய பரந்தி விரிந்த நகரம்" என்று ஹுல்ஷ் சொல்லுகிறார். தஞ்சாவூர் ஆதாரத்திலுள்ள 'ஆர்த்த, வனக நகர்' என்ற சொல் இந்தப் பொருளைத் தராது.

'ஆர்த்து+அவன்+அகநகர்' என்று நான் இதைச் சந்தி பிரிக்கிறேன். இந்தச் சொற்றொடரும் பின்னே வருவனவும் ஸ்ரீவிஜயனைப் புகழ் குறிக்கும் அடைச் சொற்கள் என்று அறிஞர் கோயடிஸ் (பி இ எப் இ ஓ. xviii, எண். 6 பக். 5 n 1)சொல்லியிருப்பதை நான் ஓரளவு ஏற்றுக்கொள்ளுகிறேன்.

91. 'புதவம்' என்பது பெரிய கதவில் அடங்கியுள்ள ஒரு சிறிய வாயில்.

92. பார்க்க இ. ஐ. ix பக். 231.

93. இது சொல்லுக்குச் சொல் மொழி பெயர்ப்பதாக இருக்கிறது. "வன்-மலை-ஊரெயில்" என்பது உயர்ந்த மலைமீதுள்ள கோட்டை ஆகும்.

94. "விவசாயம் செய்யப்பட்ட நிலம்(?), காடு ஆகிய இரண்டையும் உடைய" என்கிறார் ஹுல்ஷ். "தூறு" என்ற சொல்லுக்கு அடர்த்தியில்லாத காடு என்ற பொருள் உண்டு. எனினும், இந்தச் சொற்றொடரின் மொத்தப் பொருள் தெளிவாக இல்லை.

95. "ஒரு கடுமையான தாக்குதல் அடக்கப்பட்டது' என்கிறார் ஹுல்ஷ். 'களமுதிர்-கடுந்திறல்' என்பது வாசகம். இதன் பொருள் கடுமையான ஆற்றல், போர்க்களத்தில் போர் புரியும்போது மேலும் வேகம் பெற்றது என்பதாகும்.

96. "யாருடைய நந்தவனங்கள் தென்னாட்டின் அழகிய கன்னிகை இடுப்பில் கட்டிக்கொள்ளும் கச்சையைப் போன்றிருந்ததோ" என்கிறார் ஹுல்ஷ். எப்படித்தான், ஹுல்ஷ் இப்படி மொழிபெயர்த்தாரோ எனக்குத் தெரியவில்லை. "தேனக் காவற் பொழில்" என்ற சொல்லை, "தேன்+நக்கன்+வார்+பொழில்" என்று சந்தி பிரித்து, இல்லாத ஒரு பொருள்படும்படி மொழிபெயர்த்திருக்கிறார். "தேன்+நக்க+வார்+பொழில்" என்று சந்தி பிரித்தால் முறையே "தேன்", சீப்பு", "நீண்ட", "நந்தவனம்" என்ற பொருள்கள் ஏற்படும்.

97. "தொடுகடல்' என்ற சொல்லைக் கடலுக்கு அருகேயுள்ள என்று ஹுல்ஷ் மொழி பெயர்க்கிறார். 'தொடு' என்னும் சொல்லுக்கு இத்தகைய பொருள் பிற்காலத் தமிழில்தான் ஏற்பட்டது. 'தொடு' என்னும் சொல்லுக்குப் பழந்தமிழில் 'தோண்டுதல்' என்று பொருள். சகரனின் மக்கள் கடலைத் தோண்டினர் என்று ஒரு புராணக்கதை உண்டு. அதன் தொடர்பாகத் 'தொடுகடல்' என்னும் சொற்றொடர் உருவாயிற்று.

98. எஸ். ஐ. ஐ. ii, 20.

99. மேற்படி, பக். 106.

100. எஸ். ஐ. ஐ. ii, பக். 195.

101. **ஹாப்சன்–ஜாப்சன்** என்னும் நூலில் இது ஏற்கெனவே குறிக்கப்பட்டிருக்கிறது. பி இ எப் இ ஓ., xviii, 6 பக். 6 n 5.

102. ஏ ஆர் பி. 1908, பாரா 25.

103. பி இ எப் இ ஓ; xviii எண் 6. கெரினி (**ஏசியாட்டிக் சொசைட்டி மானோகிராப்** தொகுதி 1) எழுதியுள்ள ரிசர்ச்சஸ், 1909 மிக விரிவானது. கிழக்கு ஆசியாவின் வரலாறு, நிலவியல் ஆகியவற்றை ஆராயும் மாணவர்கள் அனைவரும் இந்த நூலை நன்றி பாராட்டிப் பயன்படுத்துவார்கள்.

104. ஏ ஆர் பி. 1919, பாரா 46 - 47.

105. மேற்படி, 1922, பாரா 14.

106. ஏற்கெனவே மேற்கோள் காட்டப்பட்டது. பக். 5.

107. குறிப்பாக வெளிநாட்டுப் பெயர்களை அவை நீளமாக இருந்தபோது சுருக்கிச் சொல்லுவது சீனர்களுடைய பழக்கம்.

108. முன் கூறிய மேற்கோள் பக். 23-4. மற்றும் பார்க்க : பெர்ராண்ட், **'எல் எம்பெயர் சுமத்ரனைஸ் டி ஸ்ரீ விஜய'** ஜே. ஏ. 1922, பக். 163. அடிக்குறிப்பு.

109. ஹிர்த், ராக்ஹில் இருவரும் எழுதிய **சௌ–ஜூ–குவா,** பக். 35; கொயட்ஸ், ஏற்கெனவே மேற்கோள் காட்டப்பட்ட நூல், பக். 13.

110. பக். 60 -2.

111. ஏற்கெனவே மேற்கோள் காட்டப்பட்ட நூல், பக். 25.

112. ஜெரினி, **ரிசர்ச்சஸ்,** பக். 513.

113. மேற்படி பக். 533-4. கோயெடிஸ் (பக். 9), மலேயா தீபகற்பத்தின் தென்பகுதியில் மலையூர் இருந்ததா, அல்லது சுமத்திராவின் கீழைக்கரை அல்லது மேலைக்கரையில் இது இருந்ததா என்பதைப் பற்றி முடிவாக ஒன்றும் சொல்லவில்லை. அது பாலம்பாங்குக்கு அருகே ஓர் இராச்சியமாக இருந்திருக்க வேண்டும் என்று மட்டும் அவர் சொல்லுகிறார். இ-டிசியாங் கருத்தில் அந்த நாடு, கி. பி. 672-க்கும் 705க்குமிடையே மலாயுவைச் சேர்த்துக்கொண்டது. (மற்றும் ஜெரினி பக். 530 -1).

114. **சௌ—ஜூ—குவா** பக். 67.

115. கோயெடிஸ், ஏற்கெனவே மேற்கோள் காட்டப்பட்ட நூல் பக். 10-11, 33-6. “பெசிங்க” (ரிஷி சிரிங்க) என்பது இக்காலத்து ரங்கூன் நகராக இருக்கலாம். இதையே ‘மாயிருடிங்கம்’ என்று சொல்லியிருக்கிறார்கள் என்பதாக டாக்டர் எஸ்.கே. ஐயங்கார் குறிப்பிட்டிருக்கிறார். (மேற்குறிப்பிட்ட நூல் பக். 576). மாறுபட்ட கருத்து, ஜெரினி, பக். 76-7. ‘மாயிருடிங்கம்’ எங்கே இருக்கிறது என்பதைக் கண்டுபிடிக்க இவ்வளவு தூரம் செல்ல இயலாது.

116. கோயெடிஸ், ஏற்கெனவே குறிப்பிட்ட நூல் பக். 11-13.

117. கெய்ஹர், சி. வி. அத்தியாயம் 76, செய்யுள் 63.

118. ஏ ஆர் இ 1898-9 பாரா 47; ஏ ஆர் பி. 1909-10, பக். 14, பாரா 40.

119. உதாரணம் : கடாரம் (ஸ்ரீ) கேட்டரம் என்று சொல்லப் பட்டிருக்கிறது. பழமையான புரோம் நகரம் (கனகசபை); ‘மாடலிங்கம்’ என்பது மர்த்தபான்’ என்னும் பர்மிய நகரம் (ஸ்மித்); கோயெடிஸ் முன் குறிப்பிட்ட மேற்கோள் பக். 6.

120. கெய்ஹர், சி. வி. (ii பக். 67) அத்தியாயம் 76. செய்யுள் 35.

121. கொயட்ஸ், பக். 145. ‘ராமஞ்ச தேசத்தை எதிர்த்து இலங்கையர் படையெடுத்தனர். அதை விவரிக்கும் **மகாவம்சம்**, ‘பப்பாளம், குசுமி’ என்ற இரு துறைமுகங்களைச் சொல்லுகிறது. எனவே அவை இரண்டும் ஒன்றுக்கொன்று அருகே இருக்கவேண்டும் என்று சிலர் வற்புறுத்துகிறார்கள். (ஏ ஆர் பி 1919 பாரா 47). ‘குசுமி’ என்பது பாசியன் துறைமுகம் என்பது தெளிவாகிவிட்டது. எனவே ‘பப்பாளம்’ என்பது தகன் துறைமுகமாகவோ, ரெங்கூன் துறைமுகமாகவோ இருக்கவேண்டும். இவ்வாறு விவாதம் செய்பவர்கள், **மகாவம்சத்தி**ல் ஒரு புயலால், கடற்படை சேதப்பட்டு அதன் பல பகுதிகளும் வெவ்வேறு துறைமுகங்களுக்குச் சென்றன (அதிகாரம் 76, செய்யுள்கள் 56, 59, 63) என்று சொல்லப்பட்டிருப்பதை அழுத்தமாகக் கவனிக்கத் தவறிவிட்டார்கள். எனவே, துறைமுகங்கள் அடுத்தடுத்து இருந்திருக்க வேண்டியதில்லை.

122. ‘மேவிளிம்பங்கம்’ என்பது “பெராக்’காக இருக்கலாம் என்று ரூபாயர் சொல்லுகிறார். அது குறிப்பிடுவது ‘கருமரங்க’ (கலசபுரம்) என்று லெவி என்னும் அறிஞர் **“பிரி ஆரியன் அண்ட் பிரி டிரவீடியன்”** (பக்ச்சி) பக்.110-2-ல்

சொல்லுகிறார்: "வளைப் பண்டூரு" என்பது சம்பா நாட்டிலுள்ள பாண்டுரங்கம் என்று ரூபாயர் கருதுகிறார். இந்த எண்ணங்கள் எல்லாம் அவரவரின் நம்பிக்கையால் ஏற்படுகின்றனவே தவிர, போதிய ஆதாரங்களின் அடிப்படையில் செய்யப்பட்ட ஆராய்ச்சிகள் அல்ல என்று குரோம் சொல்லுகிறார். பார்க்க : குரோம் **ஹிண்டேயே ஜவன்ஸ்கே கெஸ்கிய டெனிஸ்**, பக். 251-2.

123. கொயட்ஸ், பக். 15; **ரிசர்ச்சஸ்,** பக். 93, சில்வெயின் லெவி; **டாலமி–லே–நிடேசா எட்–ல–பிரகத்கதா, எட்டு ஏடஸ் அசியட்டிக்குயஸ்** ii.

124. சௌ - ஜு - குவா பக்.68.

125. மேற்படி, பக்67 - 8 n. 1.ஜேஆர்ஏஎஸ். 1905 பக்.498.

126. ஏற்கெனவே மேற்கோள் காட்டப்பட்ட நூல் பக். 16-18. ஜெய்யா (மேற்படி, பக். 32)விலுள்ள ஒரு சமஸ்கிருத கல்வெட்டிலிருந்து கோயெடிஸ், தாமரலிங்க என்ற பெயரை அறிகிறார். இந்தப் பெயர்தான் தன்-மா-லிங், தமாலிங்கம் அல்லது தமிதுங்கம் என்ற பெயர்களுடன் ஒட்டி வருவதாகத் தெரிகிறது. இவையெல்லாம் ஒரே பெயரின் மருவிய வடிவங்கள் என்பதை ஒப்புக்கொள்ளலாம். தமிழ்ப் பெயரை, தாமரலிங்கம், (பக். 17) என்று படிக்கலாம் என்று கோயெடிஸ் கூறும் யோசனை தேவையில்லாதது. அது, பொருத்தம் இல்லாததும் கூட. மாத-மா-லிங்கம் அல்லது மாத-மலிங்கம் என்பது தமிழ்க் கல்வெட்டுகளில் வரும் 'திதமாவல் வினை' என்ற வரியின் முதல் பாதிக்குப் பொருத்தமாக அமைகிறது. மேலும், தமிழ் யாப்பிலக்கண விதிகளின்படி, "ஏ" என்னும் ஒலி இந்த வரியில் பிற்பாதிக்கு ஒத்துவராது. ஆனால், கவிமணி தேசிக விநாயகம் பிள்ளை கருத்தில் இந்தத் தமிழ் வரியை "தீடமர்வல் வினை-மா-தமரலிங்கம்" என்றும் படிக்கலாம்.

127. தானி எழுதிய **"கதாசரித்சாகர"**, i, 87, 92, 552; ii, 44,598 'கடாக' என்பது ஒரு 'தீவு' என்று சொல்லப்பட்டிருக்கிறது. மற்றும் லெய்டன் பட்டயத்தையும் கரந்தைப் பட்டயம், செய்யுள் 62-ம் பார்க்க.

128. vv. 138, 189.

129. **பத்துப்பாட்டு**, பக். 550 (மூன்றாம் பதிப்பு), கோயெடிஸ் சொல்லியிருப்பதுபோல, 'கடாக' என்னும் சமஸ்கிருதச் சொல்லும் 'கடாரம்' என்னும் தமிழ்ச் சொல்லும் இணைந்த சொற்களே. இவற்றின் பொருள், 'ஒரு செப்புப் பாத்திரம்'

என்பது. 'கடாரம்' என்னும் தமிழ்ச் சொல்லுக்கு கருப்பு நிறத்தையொத்த பழுப்பு நிறம் என்ற பொருளும் உண்டு. 'காளகம்' என்பது கருமை. ஒரு வேளை இந்தப் பொருள் ஒற்றுமையால்தான், நச்சினார்க்கினியரும் அகராதிகளின் ஆசிரியர்களும், 'காளகம்' என்பதற்கு 'கடாரம்' என்று பொருள் கூறினர் போலும். 'கடாரம்' வேறு; 'கிடாரம்' வேறு; 'ஹடாக' 'காளகம்' என்பவற்றுக்கும் மேற்சொன்ன சொற்களுக்கும் ஒலி ஒற்றுமை கிடையாது.

130. முன் மேற்கோள் காட்டப்பட்ட நூல், பக். 20-2.

131. கடாரம், கடாஹா, காளகம் என்பன மலேயாவின் மேற்குக் கரையிலுள்ள கெடாவைக் (கிட்டாவை குறிக்காது என்று ஃபெர்ரான்ட் சொல்லுகிறார். (ஜே. ஏ. 1922, பக். 51). அவர் மேலும் கூறுவதாவது: "நிலவியல் அடிப்படையில் கடாரமும், கெடாரமும் சுமத்திராவில் இருப்பதாகத் தமிழ் நூல்கள் சொல்லுகின்றன." 588/1916, 356/1906 என்ற இரண்டு பாண்டியர் கல்வெட்டுகளும், கல்வெட்டு ஆராய்ச்சித் துறை அறிக்கைகளில் சுருக்கமாகச் சொல்லப்பட்டிருப்பதை இவர் ஆதாரம் காட்டுகிறார். இந்த வாசகத்தின் பொருள் எல்லாம், 11-ம் நூற்றாண்டைப் போல, 13-ம் நூற்றாண்டிலும் சாவகத்தின் அரசனே, கடாரத்தின் அரசனாகவும் இருந்தான் என்பதே. ஸ்ரீவிஜயாவும் கடாரமும், 13-ம் நூற்றாண்டில் ஜெய்ய உடன் கொண்டிருந்த அரசியல் உறவுகளை **'பிஜிட்ரகன் டி டால் லேண்ட்'** என்ற நூலில் கொயட்ஸ் ஆராய்ந்துள்ளார். டீல் என்பவர் 83 (1927 பக். 459 அடிக்குறிப்பில் **'ஏ பிரப்போஸ் டி லா சுட்டே–டு–ரயா யுமே–டி–ஸ்ரீ–விஜய'** என்ற ஆராய்ச்சிக் கட்டுரையில் கடாரம்தான் கெடா(கிட்டா) என்று சொல்லியிருக்கிறார். கடாரம் என்பது சுமத்திராவின் தெற்கிலோ அல்லது அதன் கிழக்குக் கடற்கரையிலோ இருக்கும் என்று 1922-ல் ஃபெரண்டு கருதினார். (ஜே. ஏ. பக். 51). ஆயினும் அவர் நம்பிய ஆதாரங்கள் உறுதியாக இல்லாததால் அவருடைய கருத்தே இறுதியானது என்று அவர் சொல்லவில்லை. (ஜெரினி **ரிசர்ச்சஸ்** என்றும் நூலில் பக். 833-ல்) சுருக்கமாக ஆராய்வதை அடிப்படையாகக்கொண்டு, எஸ்.கே. ஐயங்கார், கடாரம் என்பது சுமத்திராவின் வடகிழக்குக் கடற்கரையிலுள்ள கெர்ட்டி என்று சொல்லியிருக்கிறார். **கங்கை கொண்ட சோழன்** பக். 528 அடிக்குறிப்பு. அந்தக் கருத்து இப்போது அடிபட்டுவிட்டது.

132. எஸ்.கே. ஐயங்கார், ஏற்கெனவே சொல்லப்பட்டி நூல், பக். 566, 571.

133. ஹிர்த், ராக்ஹில் - **'சௌ—ஜூ—குவா'**, பக். 18-9.

134. ஜெரினி-**ரிசர்ச்சஸ்** பக். 609 n. 2. இவர், இராஜராஜனுடைய ஆட்சிக் காலத்தை 985-1002 என்று சுருக்கிக்கொண்டு இல்லாத சிக்கல்களைக் கற்பனை செய்துகொள்ளுகிறார். இராஜராஜனுடைய ஆட்சி, அவனுடைய 29-ம் ஆண்டு வரை (1014) நீடித்திருக்காவிட்டாலும் கூட, அவனுடைய ஆட்சிக் காலத்திலேயே, சீனாவுக்கு ஒரு தூதரகம் இங்கிருந்து புறப்பட்டுச் செல்லும் வழியில், மலேயாப் பகுதியில் சில காலம் சுணங்கிவிட்டு, அடுத்த ஆண்டில் சீனாவுக்குப் போய் சேர்ந்திருக்கலாம். மற்றும் பார்க்க : **சௌ—ஜூ—குவா**, பக். 100.

135. **சௌ—ஜூ—குவா**, பக். 63.

136. ஏ எஸ் எஸ் ஐ. iv. பக். 208 வரிகள் 86-88. இ. ஐ. xxii.

137. ஏற்கெனவே குறிப்பிட்ட நூல். கொயட்ஸ் பக். 8.

138. ஏ ஆர் இ. 1892 பக். 12.

139. டாக்டர் எஸ்.கே. ஐயங்கார், **ஏன்சியன்ட் இண்டியா**. பக். 108. **கங்கை கொண்ட சோழன்**; எஸ். ஐ. ஐ. iii, முன்னுரை பக். 21.

140. எஸ். ஐ. ஐ. iii. பக். 56. ஹுல்ஷ் மொழி பெயர்ப்பை நான் சில இடங்களில் மாற்றியிருக்கிறேன்.

141. 'தென்னவர்' என்பது பாண்டியர்களைக் குறித்தாலும் இந்த இடத்தில் அது குறிப்பது, இலங்கை (மானாபரணண்) (எஸ். ஐ. ஐ. iii 29, வரி 13), கேரள பாண்டிய; ஆகிய தென்னாட்டு அரசர் மூவரையுமே குறிக்கும்.

142. இந்த நிகழ்ச்சி சில ஆதாரங்களில் சொல்லப்படவில்லை. உதாரணம் : 6/1890; ஹுல்ஷ் வேறுவிதமாக மொழி பெயர்த்துள்ளார். ஆனால், ஏ ஆர் இ. 1930 II 46-ல் பார்க்க.

143. 'வயிற்று வலியால் தாக்கப்பட்டான்' என்பது இச்சொல்லின் பொருள்.

144. மூர்க்கத்தனமான படையெடுப்பின் சின்னம்.

145. பி கே. பக். 113.

146. 221/1894-எஸ். ஐ. ஐ. v. எண். 520 வரிகள் 15-19.

147. மேற்படி, வரிகள் 75-6. இரண்டாவது சாளுக்கியப் போருக்குப் பிறகே, மெய்க்கீர்த்தியில் இந்த நிகழ்ச்சியும் சேர்க்கப்பட்டது என்று டாக்டர் வெங்கட்ட ரமணய்யா சொல்லுவதை நான் ஏற்றுக்கொள்கிறேன். (**ஜெர்னல் அப் தி மெட்ராஸ் யுனிவர்சிட்டி,** xvi பக். 6).

148. 75/1895, ஏ. ஆர். இ. 1913, II 26.

149. டி. ஏ். எஸ். ii 87 அடிக்குறிப்பு; ஜே. ஆர். ஏ. எஸ். 1922 பக். 161. அடிக்குறிப்பு.

150. 523/1930.

151. 172/1894; 92/1892.

152. எஸ். ஐ. ஐ. iii 28.

153. 92/1892-தேதி காணப்படவில்லை; 172/1894 - இது (2) 6ம் ஆட்சி ஆண்டில் ஏற்பட்டது. முதல் எண் சந்தேகமா.

154. 54/1893.

155. ஃபிளீட் டி. கே. டி. பக். 436.

156. ரெங்காச்சாரி - பெல்லாரி 185, 229, 285.

157. 253/1918.

158. கேவுடன் என்ற தளபதி சோழப் படைக்குத் தலைமை தாங்கியதாக ஹுல்ஷ் சொல்லுகிறார். ஆஞ்சற்கு, ஏவு, தன் என்ற சொற்களை அவர் தவறாகச் சந்தி பிரித்ததால் இந்த வினை ஏற்பட்டிருக்கிறது. பார்க்க : உதாரணம் 54/ 1893. மற்றும் 6/1890.

159. 183/1893 (எஸ். ஐ. ஐ. iv எண். 1008); **ஈஸ்டர்ன் சாளுக்கியாஸ்** - இதிலுள்ள மற்ற மேற்கோள்கள்.

160. **ஈஸ்டர்ன் சாளுக்கியாஸ்**, பக். 237; 185/1893, எஸ். ஐ. ஐ. iv, எண். 1010.

161. இ. சி. x. எஸ். பி. 14.

162. 46/1907.

163. 191/1915.

164. 243/1915.

165. 350/1907; 639/1909.

166. 157/1915.

167. 20/1905.

168. 291/1904.

169. 217/1911.

170. 480/1911 (இ. சி. x. கே. எல் 109-a).

171. 138/1912.

172. இ. சி. i, முன்னுரை 12-13; v. முன்னுரை vii.

173. இந்தப் பெயர் இக்காலத்தில் பல இடங்களுக்கும் கட்டடங்களுக்கும் வழங்கிற்று. நம் காலத்தில் காவிரியின் ஒரு கிளைக்கும் இப்பெயர் வழங்கிவருகிறது. சேரன் மாதேவி (ஷெர்மா தேவி)யிலுள்ள சோழர் ஆதாரங்களில் தாம்பிரபரணி, முடிகொண்ட சோழப்பேராறு என்ற பெயரால் வழங்கிவருகிறது.

174. ஏ. ஆர். இ. 1901, i, 12; எஸ். ஐ. ஐ. iii, 127.

175. 61/1914.

176. இ. ஐ. xv. பக். 49 n. 3-ல் இது அடித்தளம் போடப்பட்டதை நினைவுபடுத்துமாறு ஈடு-விலிருந்து (ஈட்டிலிருந்து) ஒரு சுவையான மேற்கோளை, கோபிநாத ராவ் காட்டுகிறார்.

177. 82/1892.

178. இந்த இடம் 19-ம் நூற்றாண்டில் எவ்வாறு இருந்தது என்பது இந்த அதிகாரத்தின் இறுதியில் 'பி' என்ற குறிப்பில் தரப்பட்டிருக்கிறது.

179. 61/1914; 203/1925; 510/1926. இராஜகேசரி இராஜேந்திரனின் 24-ம் ஆண்டில் ஏற்பட்ட 118/1888 என்ற கூட்டு ஆதாரத்தில் கங்காபுரி என்று சொல்லப்பட்டிருக்கிறது.

180. எஸ். ஐ. ஐ. iii பொருட் குறிப்பு அகராதி, எஸ். வி., முடிகொண்ட சோழபுரம்; மற்றும் எஸ். கே. ஐயங்கார் - **சவுத் இந்தியா அண்டு ஹர் முகம்மட்டன் இன் வேடர்ஸ்,** பக். 44. n 2.

181. 271/1927.

182. 639/1909.

183. திருவாலங்காட்டுப் பட்டயங்கள் வரிகள் 6-7 (தமிழ்ப் பகுதி), 463/1908 (மூன்றாம் ஆண்டு).

184. ஏ. எஸ். ஐ. 1911-12. பக். 172. n. 1.

185. **ஃபிளீட்; குப்தா இன்ஸ்கிரிப்ஷன்ஸ்,** பக். 192, n. 1
இ. ஐ. ix, v. 283.

186. 624/1920.

187. 73/1921.

188. 464/1918.

189. 260/1915.

190. 71/1920.

191. 79/1920.

192. 260/1915.

193. இ. ஐ. vii, பக். 30-33.

அதிகாரம் 11

இராஜேந்திரனின் பின்னோர்
(கி. பி. 1044-70)

முதலாம் இராஜேந்திரனின் மக்கள்

வடநாட்டு மன்னர்கள் தென்னாட்டைக் கைப்பற்றுவது பொதுவான வழக்கமாக இருந்தது. ஆனால், சோழ இராச்சியத்தை உறுதியாக நிலைநாட்டிய இராஜராஜன், அவனுடைய திறமை மிக்க மகன் இராஜேந்திரன் காலங்களில் இந்த வழக்கு தலைகீழாக மாறி, சோழருடைய வெற்றிச் சின்னமான புலிக்கொடி வடக்கே வெகு தூரத்திற்குக் கொண்டுசெல்லப்பட்டது. இராஜேந்திரனுக்குப் பின் அவனுடைய மூன்று மக்களும், ஒருவரை அடுத்து ஒருவராக அரியணை ஏறினர். தங்கள் தந்தையிடமிருந்து பெற்ற பரந்த இராச்சியத்தை அதன் புகழ் மங்காவண்ணம் இம்மூவரும் திறமையுடன் காத்தனர். இவர்களுடைய ஆட்சிக் காலங்களில், அவ்வப்போது பல போர்கள் நிகழ்ந்தன. குறிப்பாக, துங்கபத்திரை ஆற்றைக் கடந்து சாளுக்கியருடன் போர் புரிந்தபோது இவர்களில் முதல்வன் போர்க்களத்திலேயே உயிரிழந்தான். அந்நிலையில் அவனுடைய இளையவன் முடி தரித்து, சோழப் படைக்கு ஏற்படவிருந்த தோல்வியை பெரு வெற்றியாக மாற்றினான். தென் திசையிலும் சோழ நாட்டிற்கு பெருங்கேடு காத்திருந்தது. பாண்டிய, கேரள மன்னர்கள் ஈழ நாட்டு மன்னரின் துணைகொண்டு, சோழ நாட்டின் மீது வஞ்சம் தீர்க்க தக்க தருணத்திற்காகக் காத்திருந்தனர். இத்தகைய இன்னல்களாலும், சமய அடிப்படையில் ஏற்பட்ட பெரும் புரட்சியின் விளைவாகவும் இம் மூவரின் ஆட்சிக் கால முடிவில் சோழ மரபில்,

ஒரு பெரும் மாறுதல் ஏற்பட்டது. இம்மாறுதலால் அடுத்த நூறு ஆண்டுகளுக்குச் சோழநாட்டிற்குப் பெரும் மீட்சி உண்டாயிற்று.

சாளுக்கியச் சோழ மன்னனான இராஜேந்திரன் சோழ அரியணையேறக் கூடிய சூழ்நிலைகள் எவ்வாறு உருவெடுத்தன என்பதை உறுதியாகக் கூற இயலாது. இதை நாம் பின்னர் ஆராய்வோம். ஆனால், இராஜராஜனின் வழி வந்தோர் தமக்குள், முடிவில்லாப் பூசலில் ஈடுபட்டிருந்த வேளையில், கீழைச் சாளுக்கிய நாடு சோழ நாட்டுடன் இணைந்ததால், சாளுக்கியச் சோழ மன்னர்களின் ஆட்சியில் சோழ இராச்சியம் மேலும் புதிய ஊக்கம் பெற்று, தொடர்ந்து பலமுள்ள நாடாக விளங்கியது.

அரியணையேறியோர் வரிசை

இராஜேந்திரனுக்குப் பின் அரியணையேறியவன் இவனுடைய மூத்த மகனான இராஜாதிராஜன் என்று வீரராஜேந்திரனின் கன்னியாகுமரிக் கல்வெட்டு தெளிவாகக் கூறுகிறது.[1] இராஜேந்திரனை அடுத்து அரியணையேறிய மூன்று மன்னர்களின் கல்வெட்டுகளும் இதனை உறுதிப்படுத்துகின்றன. இராஜாதிராஜனின் 35-ம் ஆண்டுக் கல்வெட்டு ஒன்று[2] 'தம்பித் துணைச் சோழ வளநாடு' என்ற முக்கியமான பெயரைக் குறிப்பிடுகிறது. இப்பெயர் 'திருமகள் மருவிய' என்று தொடங்கும் இரண்டாம் இராஜேந்திரனின் மெய்க்கீர்த்தியில் கூறப்பட்டுள்ள செய்தியை நினைவுபடுத்துகிறது. இம் மெய்க்கீர்த்தியில் சாளுக்கியருக்கு எதிரான போரில் எவ்வாறு தன் மூத்த சகோதரன் இராஜாதிராஜனுக்கு பெருந்துணையாக இருந்தான் என்பதை இராஜேந்திரன் கூறுகிறான். வீரராஜேந்திரன் என்பவன் இராஜேந்திர தேவனின் தம்பியான வீரசோழனே ஆவான்.[3] இவனுக்கு கரிகாலச் சோழன் என்ற பட்டத்தை இராஜேந்திரன் அளித்தான். இவனையே மேலைச் சாளுக்கியக் கல்வெட்டுகள் பொதுவாக 'வீர' என்ற அடைமொழியுடன் அழைக்கின்றன. இராமநாதபுரம் மாவட்டத்திலுள்ள வீரராஜேந்திரனின் கல்வெட்டு ஒன்று இவனது தந்தை (ஐயர்) கங்கை, பூர்வதேசம், கடாரம் ஆகிய நாடுகளை வென்றவன்[4] என்று குறிப்பிடுகிறது.

இம்மன்னர்களது கல்வெட்டுகள் குறிப்பிடும் ஆண்டுகளைப் பார்க்கும்போது, இவர்களது ஆட்சிக் காலங்கள் ஒன்றோடொன்று இணைந்து இருப்பதைக் காண்கிறோம். இராஜாதிராஜன் தன் தந்தையுடன் சேர்ந்து 25 ஆண்டுகள் ஆட்சிபுரிந்தான் என்பது குறிப்பிடத்தக்கது. இராஜாதிராஜனின் கல்வெட்டுகளிலிருந்து

இவனுடைய கடைசி ஆட்சி ஆண்டு 36 என்பது புலனாகின்றது.[5] அதாவது கி.பி. 1053-54 என்று தெரிகிறது. இரண்டாம் இராஜேந்திரன் கி. பி. 1052-ம் ஆண்டு மே திங்கள் 28-ம் நாளன்று அரியணை ஏறினான்.[6] அதே போன்று இரண்டாம் இராஜேந்திரன் கி. பி. 1064வரை சுமார் 12 ஆண்டுகள் அரசாண்டான். வீரராஜேந்திரன் கி. பி. 1062-63 ஆம் ஆண்டு[7] அரியணையேறினான். இவ்வாண்டே இம்மன்னனது கல்வெட்டுகளில் இவனது முதலாம் ஆண்டாகக் குறிக்கப்படுகிறது.

இராசமகேந்திரன்

வீரராஜேந்திரன் அரியணையேறும் முன் இராஜகேசரி இராஜமகேந்திரன் அரியணையேறினான். இவனுடைய மூன்றாம் ஆண்டு வரையிலான கல்வெட்டுகள் கிடைத்துள்ளன. இம்மன்னன் மனுநீதிப்படி ஆட்சி செய்ததாக இவனுடைய மெய்க்கீர்த்தி கூறுகிறது. இதையே **கலிங்கத்துப் பரணி**யும் உறுதிப்படுத்துகிறது.[9] கொப்பம் போரில் முடிசூடின மன்னனுக்கும் (இரண்டாம் இராஜேந்திரன்) கூடல் சங்கமத்தில் வெற்றி பெற்ற மன்னனுக்குமிடையே (வீரராஜேந்திரன்) 'முடி சூடியவன்' என்று **கலிங்கத்துப் பரணி** இம்மன்னனைப் பற்றிக் கூறுகிறது. மேலும் இதை உறுதிப்படுத்தும் வகையில் இராஜமகேந்திரனின் கல்வெட்டு ஒன்றும் கிடைத்துள்ளது. 'போர் யானையின் மூலம் ஆகவமல்லனை ஆற்றங்கரையிலிருந்து புறமுதுகிட்டு ஓடச் செய்தான்' என்று இக்கல்வெட்டுக் கூறுகிறது.[10] இவன் இராஜேந்திரனுடைய புதல்வனாதல் கூடும். இரண்டாம் இராஜேந்திரனின் 9-ம் ஆண்டுக் கல்வெட்டில் கூறப்படும் இராஜேந்திரன் என்பதே இவனது இயற்பெயராகும்.[11] இதன் பின்னர், இவன் இளவரசுப் பட்டம் பெற்றபோது இராஜ மகேந்திரன் என்ற பெயரைப் பெற்றான். தன் தந்தை இராஜேந்திர தேவன், பாட்டனார் இராஜேந்திரச் சோழ தேவன் ஆகியோரிடமிருந்து தன்னைத் தனித்துக் காட்டும் வகையில் இப்பெயரை இவன் ஏற்றிருத்தல் வேண்டும். இராஜ மகேந்திரன், இராஜேந்திரன் இருவருமே வீரராஜகேசரிப் பட்டம் பெற்றவராயிருந்தும் அடுத்தடுத்துப் பதவிக்கு வந்தனர். இளவரசுப் பட்டம் பெற்ற போதே ஒருவன் இறந்ததால் இந்நிலை ஏற்பட்டது.[12] பரகேசரி ஆதி இராஜேந்திரனது ஆட்சியுடன் இப்பகுதி முடிவடைகிறது. இம்மன்னனது மூன்றாம் ஆண்டைச் சேர்ந்த கல்வெட்டு ஒன்று[13] வீரராஜேந்திரனின் எட்டாம் ஆட்சி ஆண்டைக் குறிப்பிடுகிறது. இவ்வரலாற்றுப்

பகுதியில் சோழ அரியணையைப் பெற்ற மன்னர்களின் பட்டியலைக் கால வரிசைப்படி கீழ்க்காணுமாறு அறியலாம்.

1. முதலாம் இராஜாதிராஜ ராஜகேசரி கி. பி. 1018-1054

2. இரண்டாம் இராஜேந்திரப் பரகேசரி
முதல் மன்னனின் தம்பி.
இராஜ மகேந்திர ராஜகேசரி
இவன் இரண்டாவது
குறிப்பிடப்பட்டவனின் மகன் கி. பி. 1052-1064

3. வீரராஜேந்திரன் ராஜகேசரி.
முதல் இரண்டு மன்னர்களின் தம்பி கி. பி. 1063-1069

4. ஆதி ராஜேந்திர பரகேசரி.
இவன் மூன்றாவது
மன்னனின் மகன் கி. பி. 1067/68-1070

இராஜாதிராஜனின் மெய்க்கீர்த்தி

இராஜாதிராஜனின் மெய்க்கீர்த்திகள் இருவகைப்படும். 'திங்களேர் பெறவளர்' எனத் தொடங்கும் மெய்க்கீர்த்தி இம்மன்னன், ஆட்சியின் முதற் பகுதியில் சாதித்த சாதனைகளை ஒரே வகையாகக் குறிப்பிடுகிறது. இதையே வேறு பல கல்வெட்டுகளும் கூறுகின்றன. 'திங்களேர் தரு' என்று தொடங்கும் நீண்ட மெய்க்கீர்த்தி பல மாறுதல்களுடன் பலவேறு புதிய செய்திகளையும் தருகிறது.[14] இவற்றில் காணப்படாத சில புதிய செய்திகளும் பிந்திய ஆண்டுகளைச் சேர்ந்த கல்வெட்டுகளில் காணப்படுகின்றன.[15] மற்றவை எவ்வித மாறுதலும் இல்லாத பழைய செய்திகளையே கூறுகின்றன. இவற்றைத் தவிர, 'திருக்கொடியொடுத் தியாகக்கொடி' என்று தொடங்கும் மற்றொரு மெய்க்கீர்த்தி புதிய செய்திகளைத் தராவிடினும், மற்ற கல்வெட்டுகளில் காணப்படும் சாளுக்கியப் போரைப் பற்றிய செய்திகளை உறுதிப்படுத்துகிறது.

ஐயுறவான இரு கல்வெட்டுகள்

இராஜாதிராஜன் தன் வெற்றிக்குப்பின் கல்யாணபுரத்தினுள் புகுந்து விஜய ராஜேந்திரன் என்னும் பட்டம் பெற்றான் என்பதை முன்னரே பார்த்தோம். ஆயினும் பரகேசரி விஜய ராஜேந்திரனின் இரு

கல்வெட்டுகள் இதுபற்றிப் பெரும் குழப்பத்தை விளைவிக்கின்றன.[16] இராஜகேசரிக்குப் பதிலாக பரகேசரி என்று குறிப்பிடுகிறது. இது 35-ம் ஆண்டைச் சேர்ந்தது என்பதும், இராஜாதிராஜனின் மெய்க்கீர்த்திகளுள் மூன்றாம் வகையும் சிறியதுமான மெய்க்கீர்த்தியைக் கொண்டது என்பதும் இதற்குரிய சான்றுகளாகும்.[17]

பெத்த தப்ப சமுத்திரத்திலுள்ள இரண்டாம் கல்வெட்டு[18] சகம் 981, கி.பி. 1057-58, ஆண்டைச் சேர்த்தால், இது இராஜாதிராஜனின் தம்பியும் அவனுக்குப் பின் அரியணையேறியவனுமான இரண்டாம் இராஜேந்திரனின் ஆட்சிக் காலத்தைச் சேர்ந்ததாகத் தோன்றும். மேலும், இராஜாதிராஜன் 36-ம் ஆட்சி ஆண்டிற்குப் பிறகு (கி. பி. 1054-55) ஆட்சி செய்ததாகக் கூறுவதற்குச் சான்றுகள் இல்லை. இக்கல்வெட்டு விஜய இராஜேந்திரன் என்ற பட்டத்தை இரண்டாம் இராஜேந்திரனுக்கு அளித்தாலும், இவன் ஒரு பரகேசரி என்பதால் இக்கல்வெட்டு இவனுடையதாகவே இருத்தல் கூடும். ஆயினும், இராஜாதிராஜனின் 38ஆம்ஆண்டைச் சேர்ந்ததாகக் கருதப்படும் திருவொற்றியூர்க் கல்வெட்டு ஒன்றும்,[19] இராஜேந்திரனின் காலத்தைச் சேர்ந்ததே என்ற கருத்தையும் கவனத்தில் கொள்ள வேண்டும். இராஜாதிராஜன் உயிரிழந்த கொப்பம் போர், கி. பி. 1060 ஆம் ஆண்டு ஜனவரித் திங்கள், 20 ஆம் நாளுக்கு முன்னர் நிகழ்ந்திருக்க வேண்டும் என்று ஃபிளீட் என்னும் ஆராய்ச்சியாளர் கருதுகிறார். இக்கருத்து சகம் 981 ஆம் ஆண்டுக் கல்வெட்டு ஒன்றின் அடிப்படையில் ஏற்பட்டது. இதே ஆண்டில்தான் சோமேசுவரன் தென் பகுதிகளையும், சோழரையும் வென்று திரும்பினான் என்று இக்கல்வெட்டு கூறுகிறது.[20] இதனால் சகம் 981 ஆம் ஆண்டைச் சேர்ந்த பெத்த திப்ப சமுத்திரம் கல்வெட்டு இராஜாதிராஜனுக்குத் தவறுதலாகப் பரகேசரி என்னும் பட்டம் கொடுக்கப்பட்டது என்பதற்கான மற்றொரு சான்றாகும். இது எவ்வாறு ஆயினும் இக்கல்வெட்டில் இராஜகேசரி என்பது பரகேசரியாகப் பின்னர் மாற்றி எழுதப்பட்டது என்று கருத இடமில்லை.[21] ஏனெனில், இம்மன்னனது 35,36 ஆம் ஆண்டுகளைச் சேர்ந்த பல கல்வெட்டுகளில் இராஜகேசரி என்ற பட்டமே இவனுக்கு அளிக்கப்பட்டுள்ளதைக் காண்கிறோம்.

ஈழ நாட்டுப் போர்

இராஜாதிராஜனின் ஈழ நாட்டுப் படையெடுப்பைப் பற்றிச் சென்ற இயலில் சுருக்கமாகப் பார்த்தோம். இனி இதை விரிவாகக்

காண்போம். இம்மன்னன் ஆட்சியின் முற்பகுதிக் கல்வெட்டுகள்[22] இலங்கை மன்னனும், கன்னகுச்சியார் (கன்னோஜ் மக்கள்) மன்னனும் இராஜேந்திரனின் கையினால் கொல்லப்பட்டனர் என்று கூறுகின்றன. வேறு சில பிற்பட்ட காலத்தியக் கல்வெட்டுகள் இதைப் பற்றி விரிவாகக் கூறுகின்றன.[23]

சோழர் கல்வெட்டுகளில்

"ஒரே படை - ஆனால் ஈடும் இணையும் இல்லாத படையுடன் அவன் (இராஜாதிராஜன்) அலைசூழ் கடலிலுள்ள இலங்கை மக்களின் தலைவனாகவும் அரசனாகவும் இருந்த விக்கிரமபாகுவின் முடியைக் கைப்பற்றினான். விக்கிரம பாண்டியன் என்ற மன்னன் இராஜாதிராஜனுக்கு அஞ்சி[24] தமிழ் நாட்டின் தென் பகுதி முழுவதையும் கைவிட்டு ஈழத்துக்கு ஓடிவிட்டான். அவனுடைய முடி, பல பெரிய அணிகலன்களை உடையது. அதையும் இராஜாதிராஜன் கைப்பற்றினான். கன்னகுச்சி ஓர் அழகான நாடு; ஆயினும் சொந்த நாடாகிய அதை விட்டுவிட்டு, அதைவிட மேலானது என்று அவன் கருதிய ஈழத்துக்கு உடன் வர விரும்பிய உற்றார் உறவினர், நாட்டு மக்கள்[25] ஆகியோரையும் அழைத்துக் கொண்டு வீர முடியுடன் சென்றான். சிங்கள அரசனாக வீரசலாமேகன் விளங்கினான். அவன் அணிந்திருந்த அழகிய பொன்முடியையும் கைப்பற்றினான். இந்த வீரசலாமேகன் போர்க்களத்தில் படுதோல்வி அடைந்து தன்னுடைய கரிய யானையையும் இழந்து, மானத்தைக் காக்க மறைந்து ஓட்டம் பிடித்தவனாவான். சோழ மன்னன் இவனுடைய அக்காளையும் மனைவியையும்[26] சிறைபிடித்து இவனுடைய தாயாரின் மூக்கையும் அறுத்தான். வாய்ப்பு வரும்போது வஞ்சம் தீர்க்கலாம் என்று கருதி வீரசலாமேகன் இலங்கையில் போய்ப் பதுங்கினான்.[27] இராஜாதிராஜன் கைப்பற்றிய மற்றொரு முடி ஸ்ரீ வல்லவன் (ஸ்ரீ வல்லபா) மதனராஜன் என்பவனுடையது. இவன் கன்னரன் (கிருஷ்ணன்) குடும்பத்தில் உதித்தவன். ஈழத்தின் மன்னனாகிப் பெருமை சேர்த்துக்கொண்டவன்.[28] இவனுடைய முடி, உயர்தர கற்களை உடையது; ஒளி வீசும் வன்மை பெற்றது."

மகாவமிசத்தில்

கி. பி. 1017-ல் இராஜேந்திரன் ஐந்தாம் மகிந்தனை நாடு கடத்திய பின், ஈழ மண்டலம் முழுவதையும் சோழ இராச்சியத்துடன் இணைத்துக்கொண்டான். அது முதல், புதிதாக ஏற்படுத்தப்பட்ட

சோழர் ஆட்சியை எதிர்த்து, சிங்கள மக்கள் போரிட்டனர் என்று மகாவம்சம் கூறுகிறது.29 இது இராஜாதிராஜனின் கல்வெட்டுகளிலிருந்து கிடைக்கும் செய்திகளை உறுதிப்படுத்துகிறது. எனினும், மகாவம்சக் குறிப்புகளின் அடிப்படையிலேயே பல ஆண்டுகள் நடைபெற்ற இப்போரின் நிகழ்ச்சிகளை காலக்கிரமப்படி நிர்ணயிக்க முடியும். இராஜராஜனின் மெய்க்கீர்த்தி இந்நிகழ்ச்சிகளை ஒன்று திரட்டி ஒருசேரத் தருகிறது. ஈழ நாட்டில் சோழர் ஆட்சியை எதிர்த்து நடந்த முதல் போராட்டம் ஐந்தாம் மகிந்தனை கைப்பற்றியபின் 12 ஆண்டுகளுக்குப் பிறகே தொடங்கியது. சோழர்கள் மகிந்தனின் மகன் கசபனை தம் அதிகாரத்திற்கு உட்படுத்த முயன்ற போது, கசபனின் ஆதரவாளர்கள் கலகம் செய்தனர். கசபனும் அவனுடைய ஆட்களும், 95,000 வீரர்களைக் கொண்ட சோழப்படையை எதிர்த்து ஆறு மாதங்கள் போரிட்டனர்; இவர்கள் எண்ணற்ற தமிழர்களைக் கொன்றனர். மற்றவரை விரட்டியடித்து முன்போல, புலத்தி நகரில் வாழுமாறு ஓய்வுகொள்ளச் செய்தனர். இதன் பின்னர், ரோகணம் என்றழைக்கப்படும் ஈழநாட்டின் தென் கிழக்குப் பகுதியை விக்கிரமபாகு என்னும் பட்டத்துடன் கசபன் ஆட்சி செய்யத் தொடங்கினான்.30 இப்போர் ஏறக்குறைய கி. பி. 1029-ல் முதலாம் இராஜேந்திரன் ஆட்சிக் காலத்தில் நடைபெற்றது. இப்போரில், இராஜாதிராஜன் பங்கேற்றான் என்பதற்கான ஆதாரம் இல்லாவிடினும், இவன் இதில் பங்கேற்றிருக்கக் கூடும்.

விக்கிரமபாகுவின் மரணம்

சோழர்கள் மீண்டும் தாக்கியபோது விக்கிரமபாகு போரிலேயே உயிரிழந்தான் என்று சோழர் கல்வெட்டுகள் உறுதிப்படுத்துகின்றன.31 இதன் பின்னர் விக்கிரமபாகுவின் முடியை இராஜாதிராஜன் கைப்பற்றினான். ஆனால் இம்மன்னன் தன்னுடைய 12-ம் ஆண்டில் (கி. பி. 1041) சோழருடன் போர்புரியும் பொருட்டு ஆயத்தம் செய்து கொண்டிருக்கையில், திடீரென்று ஒரு நோயினால் பீடிக்கப்பட்டு உயிரிழந்தான் என்று **மகாவம்சம்** கூறுகிறது. சோழர் கல்வெட்டுகள், போரில் விக்கிரமபாகுவைக் கொன்றதாகக் கூறுவது தற்பெருமையாயிருத்தல் கூடும். இவர்கள் ஈழ மன்னனிடமிருந்து கொள்ளையடித்த பொருள்களில் இம்மன்னனின் முடியும் இருந்திருத்தல் கூடும்.32 ஐந்தாம் மகிந்தன் மீது இராஜேந்திரன் வெற்றி பெற்றிருந்தாலும், ஈழ நாடு அனைத்தும்

சோழர் ஆட்சியின் கீழ் சுமார் பத்து ஆண்டுகள் மட்டுமே இருந்தது. இதன் பின்னர், ரோகணம் தன்னுரிமை நாடாக மாறி, சோழப் பகுதியுடன் தொடர்ந்து போரிட்டது. இராஜாதிராஜனின் ஆட்சியில் இப்போர் கடுமையாக நடைபெற்றது. விக்கிரமபாகுவுக்குப் பிறகு பட்டத்திற்கு வந்த ஒவ்வொரு மன்னனும், ஈழ நாட்டிலிருந்து தமிழர்களை வெளியேற்றவேண்டும் என்ற ஆவலைக் கொண்டிருந்தனர் என்பதே இதற்குக் காரணமாயிற்று. கிட்டி மன்னனின் எட்டு நாள் ஆட்சிக்குப் பிறகு (கி. பி. 1041)[33] ரோகணத்தின் மன்னனான 'பலமிக்க மகாலான கிட்டி' என்பவன் தனது மூன்றாம் ஆட்சியாண்டில் (கி.பி. 1044) சோழருடன் போர் செய்து தோல்வியுற்றதால், தன் கழுத்தைத் தானே அறுத்துக்கொண்டு இறந்தான்.[34] பின்னர், தமிழர்கள் இம்மன்னனின் முடியையும் மற்ற பொருள்களையும் கைப்பற்றிச் சோழ நாட்டிற்கு அனுப்பி வைத்தனர். சோழக் கல்வெட்டுகளில் இடம் பெறும் நான்கு ஈழ மன்னர்களில் மகாலான கிட்டி என்பவர் யார் என்பதைக் கூற முடியவில்லை. மகாவம்சத்தின் படி விக்கிரமபாண்டு (1044-47) என்பவன் இவன் மகன் என்றும் இவன் பயந்து துளுநாடு சென்று அங்குச் சிறிது காலம் வாழ்ந்த பின்னர் தன் தந்தை மரணமானதைக் கேள்வியுற்று ரோகணத்திற்குத் திரும்பினான் என்றும் சிறிது காலம் ஆட்சிபுரிந்த பின்னர் சகதீபாலாவுடன் ஏற்பட்ட போரில் இவன் மாண்டான் என்றும் தெரிகிறது.[35] ஆனால் சோழக் கல்வெட்டுகள் இதற்கு எதிரிடையாகக் கூறுகின்றன. இவற்றின்படி, விக்கிரம பாண்டு என்பவன் தென் தமிழ் நாட்டை ஆட்சி செய்து வந்த பாண்டிய இளவரசன்; தென்னிந்தியாவிலிருந்து ஈழத்திற்குச் சென்று தன் செல்வத்தைப் பெருக்கிக்கொள்ளுமாறு இராஜாதிராஜனால் பணிக்கப்பட்டு, ஈழத்தில் அரசனானான். இக்காலத்தில் ஈழ மன்னர்களும் பாண்டிய, கேரள மன்னர்களும் சோழர்களுக்கு[36] எதிராக ஒன்று சேர்ந்திருந்தனர் என்பதால், இவ்விரு கூற்றுக்களுமே ஒன்றுக்கொன்று இணைந்ததாகவே கருத இடமுண்டு. இவனுடைய தந்தை சிங்களத்தைச் சேர்ந்தவனாகவும் தாய் பாண்டிய நாட்டைச் சேர்ந்தவளாகவும் இருந்திருக்கக் கூடும். இளமையில் இவள் பாண்டிய நாட்டில் இருந்ததையே மகாவமிசம் துளு நாட்டில் இருந்ததாகக் கூறுகிறது போலும். அல்லது பாண்டிய நாட்டிலிருந்து ஈழத்திற்குச் செல்லும் முன் இவள் துளு நாட்டில் இருந்திருக்கக் கூடும். இது எவ்வாறாயினும் சோழக் கல்வெட்டுகளும் மகாவமிசமும் ஒரு மன்னனையே குறிக்கின்றன. மேலும் மகாவமிசத்தில் கூறப்பட்டுள்ளபடி இவனுடைய மரணத்தைப் பற்றிய நிகழ்ச்சிகளை

இராஜேந்திரனின் பின்னோர் (கி.பி.1044 – 70) 343

சோழர் கல்வெட்டுகளும் மறுக்காததால் இம்மன்னன் சோழரிடம் தன் முடியைப் பறி கொடுத்திருக்கக் கூடும்.

மகாவம்சத்தின்படி[37] 'சகதீபாலன் (1047-51) என்பவன் அயோத்திநாட்டு மன்னனின் மகன். இவன் ஈழத்திற்கு வந்த பின்னர், விக்கிரமபாண்டுவைப் போரில் கொன்று, ரோகண நாட்டை நான்கு ஆண்டுகள் ஆட்சி செய்தான். இவனையும் சோழர்கள் போரில் கொன்று, இவனது மனைவியையும் மகளையும் விலையுயர்ந்த பொருள்களையும் சோழ நாட்டிற்கு அனுப்பினர். இராஜாதிராஜனின் கல்வெட்டுகளில் கூறப்படும் வீரசலாமேகன் என்பவனுடைய வரலாறும், மகாவமிசத்தில் கூறப்படும் சகதீபாலனின் வரலாறும் ஒன்றேபோல் இருப்பதால் இவ்விருவரும் ஒருவனாகவே இருத்தல் கூடும்.[38] முன்னவன் கன்னியாகுப்ஜ அரசன் என்று மெய்க்கீர்த்தியிலும் பின்னவன் அயோத்தி அரசன் என்று மகாவம்சத்திலும் கூறப்பட்டிருப்பதே இம்முடிவுக்கு ஒரு தடையாக உள்ளது. மேலும் இருவரது காலங்களும் முரண்படுகின்றன. கி. பி. 1046-ம் ஆண்டின் முடிவில் வீரசலாமேகன் இருந்ததாக ஒரு கல்வெட்டு கூறுகிறது;[39] மகாவமிசத்தின்படி சகதீபாலன் கி. பி. 1047-ல் தொடங்கி நான்கு ஆண்டுகள் ஆட்சிபுரிந்தான். ஆதலால், இவர்கள் இருவரையும் இரு தனி மன்னர்களாகவே கருதவும் இடமுண்டு. இவ்விருவருமே ஈழத்தில் புகழடைந்து சோழர்களுக்கு எதிராகப் போர்புரிந்து இறந்தனர் என்றும் கூறலாம். இவ்விருவரும் எவ்வாறு வடஇந்தியாவிலிருந்து ஈழத்திற்கு வந்து தங்கள் இராச்சியத்தை ஏற்படுத்தினர் என்பதை இப்போது தெளிவாகக் கூற முடியவில்லை.

சோழக் கல்வெட்டுகளில் நான்காவதாகக் கூறப்படும் மன்னன் ஸ்ரீ வல்லப மதனராசன் என்பவன். இவனே மகாவம்சத்தில் காணப்படும் பரக்கமன் என்னும் மன்னன். இவனும் சோழர்களால் போரில் கொல்லப்பட்டான் என்று கூறப்படுகிறது.[40] மதனராசனும், பரக்கமனும் ஒருவரே என்பதை எச்சரிக்கையுடனே ஏற்றுக்கொள்ள வேண்டும். மதனராசன் கன்னரன் வழி வந்தவன் என்பதோடு அவன் ஒரு வல்லப மன்னன். ஆனால் பரக்கமனோ ஒரு பாண்டு மன்னனாகிய விக்கிரம பாண்டுவின் மகன். மேலும் மதனராசனைப் பற்றிக் கூறும் இராஜாதிராஜனின் கல்வெட்டுக்கு (கி. பி. 1046) ஏழு ஆண்டுகளுக்குப் பிறகே (கி. பி. 1053-ல்) இவன் இறந்தான்.[41]

சுருக்கம்

ஈழப்போரைப் பற்றி இராஜாதிராஜனின் கல்வெட்டுகளில் காணப்படும் செய்திகளையும் மகாவம்சத்தில் காணப்படும் செய்திகளையும் மிக எச்சரிக்கையுடனே சரிபார்த்து, சோழ நாட்டிற்கும் ஈழத்தின் ரோகணப் பகுதிக்குமிடையேயான உறவின் தொடர்பை நிர்ணயிக்க வேண்டும். விக்கிரம பாகு, விக்கிரம பாண்டியன் ஆகிய இரு மன்னர்களே இராஜாதிராஜனின் கல்வெட்டுகளிலும், மகாவமிசத்திலும் கூறப்பட்டுள்ளனர். வீரசலாமேகன், ஸ்ரீ வல்லப மதனராசன் ஆகியோர் சோழக் கல்வெட்டுகளில் மட்டுமே குறிப்பிடப்படுகின்றனர். மகாவமிசத்தில் இவர்களைப் பற்றிச் சொல்லப்படவில்லை. அதே போன்று ஈழத்தின் சுதந்திரத்தைக் காக்கும் போரில் ஈடுபட்டு உயிரிழந்த சகதீபாலனும், பரக்கமனும் மகாவமிசத்தில் மட்டுமே குறிப்பிடப்படுகின்றனர். சோழர் கல்வெட்டுகளில் அவர்கள் இடம்பெறவில்லை.[42] இரண்டாம் இராஜேந்திரனும் ஈழத்தில் ஏற்பட்ட குழப்பங்களை அடக்குவதில் பங்கு பெற்றான் என்று அம்மன்னனின் கல்வெட்டுகள் கூறுகின்றன. இவன் ஒரு படையை ஈழத்திற்கு அனுப்பி வீரசலாமேகனைக் கொன்று, மானாபரணன் என்னும் ஈழத்து அரசனின் இரு புதல்வர்களையும் சிறைப்பிடித்தான் என்று இம்மன்னனின் நான்காம் ஆண்டுக் கல்வெட்டு (கி. பி. 1055) ஒன்று கூறுகிறது.[43] இராஜேந்திரனின் பிந்தின கல்வெட்டுகள் வீரசலாமேகனைப் பற்றி மட்டுமே குறிப்பிடுகின்றன.[44] இச்சோழ மன்னனின் செய்கையை உறுதிப்படுத்தும் வகையில் ஈழ நாட்டில் சங்கிலி கனதராவ என்னுமிடத்தில் இவனுடைய கல்வெட்டு கிடைத்துள்ளது.[45] வீரசலாமேகன் ‘பலமுள்ள படை கொண்ட கலிங்க மன்னன்’ என்று சிறப்பிக்கப்பட்டாலும்,[46] இவன் இராஜாதிராஜன் கல்வெட்டில் ‘கன்னகுச்சியர் காவலன்’ என்று குறிப்பிடப்படுகிறான். இராஜராஜனிடம் தோல்வியுற்று, தன் தாய், தமக்கை, மனைவி முதலியோரைச் சோழர் படை பல அவமானங்களுக்கு உட்படுத்தியமையை உணர்ந்து அதனைத் தாளாமல் மீண்டும் போர்புரிந்து இராஜேந்திரதேவனால் உயிரிழந்தான்.[47] ஈழ மன்னன் மானாபரணன் யார் என்பதைக் கூறுவது எளிதல்ல. இம்மன்னனது இரு புதல்வர்களையே இராஜேந்திரன் சிறைபிடித்தான். முதலாம் இராஜேந்திரன் ஆட்சிக் காலத்தில் சோழரது ஆட்சியை எதிர்த்து, பாண்டிய நாட்டில் உருவான கூட்டணியில் இம்மன்னனும் ஒருவனாயிருந்து, பின்னர் இராஜாதிராஜனால் தோற்கடிக்கப்பட்டவன் என்று கருத இடமுண்டு.[48]

ஈழத்திலுள்ள சோழர் நாணயங்களும் கல்வெட்டுகளும்

ஈழத்தில் இராஜாதிராஜன், இராஜேந்திரன் ஆகியோரது காசுகள் அகப்படுகின்றன.[49] இந்நாட்டில் உள்ள சோழக் கல்வெட்டுகள் இந்த அதிகாரத்தில் காணப்படும் வரலாற்று இறுதிவரையிலானவை. ஆனால் இவை அதிக அளவில் காணப்படவில்லை. நன்கு பாதுகாக்கப்படவும் இல்லை.[50] ஈழ நாட்டின் பெரும்பகுதி சோழ இராச்சியத்தின் ஒரு நிர்வாகப் பகுதியாகவே இருந்தது என்று நாம் முடிவு செய்யலாம். மகாவமிசத்தில் ரோகணம் என்றழைக்கப்பட்ட இந்நாட்டின் தென்மேற்குப் பகுதி மட்டும் சிங்களவரின் சுதந்திரத்தை நிலைநாட்ட சோழ நாட்டிற்கு எதிராகத் தொடர்ந்து போரிட்டு வந்தது. இம்முயற்சியின் தலைவன் கி. பி. 1058-ல் விஜயபாகு என்ற பட்டம் பெற்ற கிட்டி என்னும் மன்னன் ஆவான். இது பற்றி மகாவமிசத்திலிருந்தும், வீரராஜேந்திரனின் கல்வெட்டுகளிலிருந்தும் நாம் அறிகிறோம்.[51] சோழர் ஆட்சியை ஈழ நாட்டிலிருந்து நீக்க வேண்டும் என்று முயன்ற சிங்கள மக்கள் மீது சோழர் கோபமடைந்து ஈழ அரச குடும்பத்தினரையும் மற்றோரையும் நாடு கடத்துதல், தலையைச் சீவுதல், அங்கங்களை வெட்டுதல் போன்ற பல கொடுமைகளை புரியத்தொடங்கினர். கி. பி. 1070 ஆம் ஆண்டில் முதலாம் குலோத்துங்கன் சோழ அரியணையில் ஏறியபோது, ஈழ நாட்டு மன்னன் முதலாம் விஜயபாகு, தன் நாட்டைச் சுதந்திர நாடாக மாற்றி அமைத்து தன் முன்னோர் செய்ய முடியாத காரியத்தைச் செய்தான். முதலாம் குலோத்துங்கன் ஆட்சியைப் பற்றிக் கூறும்போது இதை விரிவாகக் காண்போம்.

சாளுக்கியருக்கு எதிரான இரண்டாம் போர்

கி. பி. 1044 ஆம் ஆண்டிற்கும் 1046ஆம் ஆண்டிற்குமிடையே இராஜாதிராஜன் சோமேசுவரனுடன் இரண்டாம் முறை போரிட்டான். கி. பி. 1046, டிசம்பர் திங்கள் மூன்றாம் நாளில் ஏற்பட்ட மணிமங்கலம் கல்வெட்டு[52] இப்போரைப் பற்றிய பல குறிப்புகளைத் தருகிறது. இதன்படி, சோழ மன்னன் இப்போரில் சாளுக்கியப் படையிலிருந்த குறுநில மன்னர் பலரை வென்று,[53] கம்பிலி நகரிலிருந்து சாளுக்கியரின் அரண்மனையை அழித்தான். இவ்வரண்மனையை அழித்த பின்னர் நிகழ்ந்த நிகழ்ச்சிகளை இராஜாதிராஜனின் 30 ஆண்டுக்குப் பிந்திய கல்வெட்டுகள்

கூறுகின்றன.[54] கிருஷ்ணா ஆற்றங்கரையிலுள்ள, கடகமாநகர் என அழைக்கப்பட்ட பூண்டூரில் மூன்றாம் முறையாகச் சோழ மன்னனுக்கும், சோமேசுவரனுக்கும் போர் மூண்டது. இப்போரில் சோமேசுவரனின் தெலுங்கு நாட்டுக் குறுநில மன்னர்கள் பலருடன் எண்ணற்ற பெண்டிரும் போர்க் கைதிகளாக சிறை வைக்கப்பட்டனர். இவர்களில், தெலிங்க விச்சயனின் சகோதரர்கள், தாய், புதல்வன் ஆகியோரும் உள்ளிட்டு இருந்தனர். இதன் பின்னர், பூண்டூர் நகரத்தைச் சோழப்படை அழித்து, தரைமட்டமாக்கி, கழுதைகளைக்கொண்டு உழுது, வரகு போன்ற புன்செய்த் தானியங்களைப் பயிரிட்டது, முடிவாக மண்ணந்திப் பையிலிருந்த மாளிகை தீக்கிரையாக்கப்பட்டு அங்கு புலிச் சின்னம் பொறிக்கப்பட்ட வெற்றித்தூண் நாட்டப்பட்டது. ஒருதலைப்பட்ட சோழக் கல்வெட்டுகளில் மிகைப்படுத்திக் கூறப்பட்டுள்ள இந்நிகழ்ச்சிகள் அனைத்தும் கி. பி. 1048 - ல் நடைபெற்றிருக்க வேண்டும்.

இதே காலத்தைச் சேர்ந்த மற்றச் சான்றுகள்[55] மேலும் பல செய்திகளைத் தருகின்றன. இவை பூண்டியில் நடைபெற்ற போரையும் விச்சையன் தன் தாய், தந்தையரை விட்டு, புறங்காட்டி ஓடியதையும்[56] கூறுகின்றன. அச்சம் கொண்ட ஆகவமல்லன் சோழரிடம் சமாதானத் தூதுவரை அனுப்ப, அத்தூதுவர்கள் சோழப்படையினரால் கொடுமைப்படுத்தப்பட்டனர். இவர்களது மார்பில் ஆகவமல்லன் எவ்வாறு அஞ்சி புறங்காட்டி ஓடினான் என்று தெளிவாக எழுதுவித்து, துரத்தப்பட்டனர். பின்னர் சோழ மன்னன் தன் யானைகளை சிறுதுறை, பெருந்துறை, தெய்வ வீமகசி என்னும் மூன்று துறைகளிலும் நீராட்டிய பின்னர், சாளுக்கியரின் வராக முத்திரை பொறிக்கப்பட்ட குன்றுகளில் புலி முத்திரையைப் பொறித்து, தன் வெற்றித்தூணை நிறுவினான்.[57] தன்னிடம் சரணடைந்த மன்னர்களுடன் விளையாட்டுகள் விளையாடி[58] தான் எதிரிகளின் நாட்டில் கைப்பற்றிய செல்வங்கள் அனைத்தையும் ஏழைகளுக்கு வழங்கினான். சாளுக்கியப் படைத் தலைவர்களான நுளம்பன், காளிதாசன், சாமுண்டன், கொம்பையன், வில்வராயன் என்போரை வென்றான். கூர்ச்சர மன்னன் ஒருவன் கொல்லப்பட்டான். தன்னிடம் சரணடைந்த மன்னர்களுக்கு அவர்களுடைய மணிமுடியையும் நாட்டையும் திரும்பக்கொடுத்தான். இந்நிகழ்ச்சிகளையன்றி வேறு சில நிகழ்ச்சிகளைப் பற்றி ஒரு சில கல்வெட்டுகள் கூறுகின்றன.[59] இவை மற்ற கல்வெட்டுகளில் காணப்படவில்லை. அது ஆகவமல்லன் தன் உயர் அதிகாரியான பெற்கடை ஒருவனோடு வேறு இருவரையும் இராஜராஜனிடம்

ஒரு செய்தி சொல்ல அனுப்பியபோது அவ்விருவருள் ஒருவனுக்கு ஐங்குடுமி வைத்தும், ஆகவமல்லன் என்று பெயரிட்டும் மற்றவனுக்குப் பெண்களுக்கு உரிய ஆடையுடுத்து மாறுசெய்யப்பட்டு, ஆகவமல்லி என்று பெயரிட்டும், இவ்விருவரையும் பெற்கடையுடன் திருப்பி அனுப்பினர் என்பதே ஆகும். பின்னர், சாளுக்கியரது பழம் நகரமான கல்யாணபுரத்தைக் கைப்பற்றி அங்கிருந்த அரண்மனையை இடித்து தரைமட்டமாக்கி அதன் காவலர்களை சிறைப்பிடித்தான். பிறகு அந்நகரிலேயே வீராபிடேகஞ் செய்துகொண்டு விஜயராஜேந்திரன் என்ற பட்டத்தையும் ஏற்றான். இச்செய்தி இராஜாதிராஜனின் 'திருக்கொடியோடு' என்று தொடங்கும் மெய்க்கீர்த்தியையுடைய ஒரு கல்வெட்டினால் உறுதி பெறுகிறது.[60] தஞ்சை மாவட்டத்திலுள்ள தாராசுரம் கோயிலில் வைக்கப்பட்டுள்ள, சோழர் கால படிமங்களிலிருந்து வேறுபடும் ஒரு துவாரபாலகர் படிமம் காணப்படுகிறது. இப்படிமத்தின் பீடத்தில் கீழ்க்காணும் செய்தி காணப்படுகிறது :

1. ஸ்வஸ்தி ஸ்ரீ உடையார் ஸ்ரீ விஜய ராஜேந்திர தேவர்.

2. கல்யாணபுரம் எரித்து கொடுவந்த துவாரபாலகர். அதாவது, கல்யாணபுரத்தை எரித்த பின்னர் அங்கிருந்து உடையார் ஸ்ரீ விஜய ராஜேந்திரனால் கொண்டுவரப்பட்ட துவாரபாலகர் என்று இது கூறுகிறது.[61]

விளைவுகள்

இந்நிகழ்ச்சிகளைப் பற்றியோ அல்லது பின்னர் சோமேசுவரனின் மரணத்திற்குக் காரணமான கொப்பத்தில்[62] நடைபெற்ற மற்றொரு போரைப் பற்றியோ அவனுடைய (சோமேசுவரனுடைய) கல்வெட்டுகளில் ஒன்றும் காணப்படவில்லை. சோழர் அடைந்த இவ்வெற்றிகளுக்குப் பிறகும், சாளுக்கியர் தங்கள் வலி குன்றாது வாழ்ந்தனர் என்பது சோமேசுவரனுடைய கல்வெட்டுகள் பலவற்றிலிருந்தே தெரிகிறது. துங்கபத்திரை ஆற்றங்கரை வரை இவருடைய இராச்சியம் பரவியிருந்தது. கி. பி. 1047 ஆம் ஆண்டைச் சேர்ந்த கல்வெட்டு ஒன்று[63] சோழப் படையால் முறியடிக்கப்பட்ட தெலுங்குக் குறுநில மன்னர்களில் ஒருவனான[64] காளிதாசன் என்பவன் அளித்த தானத்தைக் குறிப்பிடுகிறது. திரைலோக்கிய மல்ல தேவனுடையது (முதலாம் சோமேசுவரன்) சகம் 968 ஆம்

ஆண்டைச் சேர்ந்த இக்கல்வெட்டு பெல்லாரி மாவட்டம் ஹடகல்லி தாலுக்காவில் உள்ளது. இதே பகுதியில் சகம் 969 ஆம் ஆண்டைச் சேர்ந்த இருவேறு கல்வெட்டுகள் காணப்படுகின்றன.[65] சிந்தவாடி 1000, பெண்ணேவுறு 12, துருகண்ட ஆகிய பகுதிகளை ஆண்டு வந்த சோமேசுவரனின் குறுநில மன்னனும், 'மாசிஷ்மதிபுரத்தின் தலைவனுமான' மகாமண்டலேசுவர கண்டராதித்திராசன் என்பவன் விஷ்ணு கோயில் ஒன்றுக்கு அளித்த நிலதானத்தை ஒரு கல்வெட்டு குறிப்பிடுகிறது. இக்குறுநில மன்னன் சோழர் கல்வெட்டுகளில் குறிப்பிடப்படும் கண்டர் தினகரனேயாவான் எனலாம்.[66]

பில்ஹணன் புகழ்ந்து கூறும் சோமேசுவரன் காஞ்சியைக் கைப்பற்றிய செய்தியையோ அல்லது விக்கிமாதித்தன் திக் விஜயத்தையோ நாம் ஏற்றுக்கொள்ளாவிடினும், சோழர்கள் சாளுக்கிய நாட்டின் மீது மீண்டும் மீண்டும் படையெடுத்து மன்னனுக்கும் மக்கட்கும் பெரும் தீங்கை விளைவித்ததாலும் இதனால் சாளுக்கியர் தம் இராச்சியத்தை நிரந்தரமாக இழந்துவிடவில்லை என்பதே உண்மையாதல் கூடும். சோழ - சாளுக்கியப் போர்கள் அனைத்தும் சாளுக்கிய நாட்டிலேயே நடைபெற்று, பெரும் நகரங்கள் சோழரால் அழிக்கப்பட்டன. பாண்டிய, கேரள, வேங்கி நாடுகளைப் போன்று சாளுக்கிய நாட்டையும் தமக்குக் கீழ்ப்பட்ட நாடாக மாற்றுவதே சோழருடைய குறிக்கோளாக இருந்தது. ஆனால் இம்முயற்சியில் அவர்கள் படுதோல்வி அடைந்தனர். இது மட்டுமின்றி, சோமேசுவரன் வேங்கி நாட்டில் தாற்காலிகமாகத் தன் செல்வாக்கைப் பரப்பவும் முடிந்தது. பென்வோலா 300, புளிகெரே 300 ஆகிய பகுதிகள் மீது அரசாட்சி செய்த சோமேசுவரனின் மகன் சோமேசுவரத் தேவனைப் பற்றி கி. பி. 1053 ஆம் ஆண்டைச் சேர்ந்த முல்குண்டு கல்வெட்டு ஒன்று கூறுகிறது.[67] இவன் வேங்கி புரவரேசுவரன் என்ற பட்டத்தைப் பெற்றான். சகம் 977 ஆம் ஆண்டைச் சேர்ந்த இதே மன்னனது தராக்ஷாராமக் கல்வெட்டு ஒன்று[68] இவனது அமைச்சர்களில் ஒருவரான நாராயண பட்டரின் மகளால் அளிக்கப்பட்ட தானத்தைக் குறிப்பிடுகிறது.

போர் நீடித்தது

இராஜாதிராஜன் சாளுக்கியருக்கு எதிராக மற்றொரு படையெடுப்பை மேற்கொண்டான்; தன் புதல்வர்களுக்குப் பதிலாக இளவரசுப் பட்டம் பெற்ற தன் இளைய சகோதரன் இராஜேந்திரன்

இப்படையெடுப்பின் போது இவனுடன் சென்றான். இராஜாதிராஜனின் புதல்வர்கள் இராச்சிய நிர்வாகத்தில் உயர் பதவிகளைப் பெற்றனர்.[69] இரண்டாம் இராஜேந்திரன் கல்வெட்டுகளிலிருந்து இப்படையெடுப்பைப் பற்றிய செய்திகள் தெளிவாகக் கிடைக்கின்றன. இவனுடைய இரண்டாம் ஆட்சி ஆண்டைச் சேர்ந்த (கி. பி. 1054), கல்வெட்டு ஒன்று[70] இது பற்றி முதலில் கூறுகிறது. மேலும் பல செய்திகள் இவனுடைய நான்காம் ஆண்டில் கி. பி. 1055 - ல் மணிமங்கலம் கல்வெட்டில் காணப்படுகின்றன. இக்கல்வெட்டின்படி,[71] சோழமன்னன் போர்புரிவதற்காக ஏதாவது காரணம் கற்பிக்க முயன்றான். இரட்ட மண்டலத்தின் மீது படையெடுத்து அப்பகுதியை அழிக்கத் தொடங்கினான். இதைக் கேள்வியுற்ற சாளுக்கிய மன்னன் ஆகவமல்லன் மிகக் கோபமடைந்து, தன் படையுடன் சென்று, சோழப்படையைப் பெரும் ஆற்றங்கரையிலிருந்த 'கொப்பம்' எனும் புண்ணியத் தீர்த்தத்தில் சந்தித்தான். மஹாராஷ்டிரத்திலுள்ள கோலாப்பூருக்கு 30 மைல் தூரத்திலுல்ல, ஆற்றங்கரையிலுள்ள கிட்ராபூர் என்பதே இந்தக் கொப்பம் என்று ஃப்ளீட் கூறுகிறார்.[72] இதில் கூறப்பட்ட ஆறு புகழ்மிக்க கிருஷ்ணை ஆறு என்பதுடன், கொப்பம் போருக்குப் பிறகு இராஜேந்திரத்தேவன் கோலாப்பூருக்குச் சென்றான் என்பதும் ஃப்ளீட் கூறுவதற்குச் சாதகமாக உள்ளன. ஆனால், மஸ்கிக்கு அருகேயுள்ள ஹயர்ஹள்ள (பெரிய ஆறு) ஆற்றங்கரையிலுள்ள கொப்பால் என்னும் ஊரே கொப்பமாக இருத்தல் கூடும் என்று இப்போது கருதப்படுகிறது.[73]

இராஜேந்திரத்தேவனின் பிந்திய கல்வெட்டுகளில் காணப்படும்[74] செய்திகளையும், மணிமங்கலம் கல்வெட்டில் காணப்படும் செய்திகளையும் ஒப்பிடுவதன் மூலமே இப்போரின் போக்கை நாம் நிர்ணயிக்க முடியும். போரின் ஆரம்பக் கட்டத்தில், இராஜாதிராஜனே தன் படைத்தலைமையை ஏற்றான். இராஜேந்திரத்தேவன் தன் அண்ணனுக்கு உதவி செய்யத் தயாராக இருந்தான். சாளுக்கியப் படைகள் ஒரே முகமாகத் திரண்டு இராஜாதிராஜன் அமர்ந்திருந்த யானையைத் தாக்கினர். பின்னர் இராஜாதிராஜனும் பகைவரால் கொல்லப்பட்டு இந்திரலோகத்தை அடைந்தான். குந்தளப் படைகள் சோழப் படைகளை நாற்புறங்களிலும் தாக்கவே அப்படைகள் எதிரிகளைச் சமாளிக்க முடியாமல் குழப்பமடைந்து புறங்காட்டி ஓடின. இந்நிலையில் இராஜேந்திரத்தேவன் 'அஞ்சேல்'

என்று கூறிக்கொண்டே யானை மீது வீற்று போர்க்களம் புகுந்து, சோழப்படைகளிடையே ஒழுங்கை நிலைநாட்டி, கருநாடகப் படைகளின் காலனாக மாறி, வீரத்துடன் போரிட்டு சிறந்த வெற்றியைப் பெற்றான்.[75] இராஜேந்திரன் வீற்றிருந்த யானையைச் சாளுக்கியப் படைகள் முன்போல ஒருமுகமாகத் தாக்கவே, அந்த யானையின் நெற்றியில் அம்புகள் தைத்தன. ஆகவமல்லனுடைய கூரிய அம்புகள் இராஜேந்திரனுடைய குன்று போன்ற புயத்திலும், தொடையிலும் தைத்துப் புண்படுத்தின. அவனுடன் யானை மீதிருந்து போர் புரிந்துகொண்டிருந்த சோழ வீரர் பலர் உயிரிழந்தனர். விதிவசத்தால் தன் சகோதரனுக்கு நேர்ந்த முடிவு இராஜேந்திரனுக்கு ஏற்படவில்லை. ஆயினும், இவன் சாளுக்கியப் படைத் தலைவர்களாகிய சயசிம்மன் (இவன் சாளுக்கிய மன்னனின் சகோதரன்)[76] புலிகேசி, தசபன்மன், நன்னிநுளம்பன் ஆகியோரைக் கொன்றான். முடிவில் சாளுக்கிய மன்னன் தோல்வியுற்றான். வன்னியரேவன்[77] பலம் படைத்த படையைக்கொண்ட துட்டன், காலனைப் போன்ற குண்டமயன், மற்றும் பல குறுநில மன்னர்கள் அனைவரும் நடுநடுங்கி, சோர்ந்து, புறமுதுகு காட்டி ஓடி மேற்குக் கடலில் வீழ்ந்தனர். 'சாளுக்கியர்கள் விட்டுச் சென்ற யானைகள், குதிரைகள், ஒட்டகங்களையும் வராகக் கொடியையும், சத்தியவ்வை, சாங்கப்பை என்ற ஆகவமல்லனின் மனைவியரையும் ஒரு பெரும் பெண்டிர் கூட்டத்தையும் இராஜேந்திரன் கைப்பற்றினான். இராஜேந்திரன்[78] பகைவரது அம்புகள் தைத்த புண்கள் ஆறும் முன்னரே அப்போர்க்களத்திலேயே சோழ மன்னனாக முடிசூட்டிக் கொண்டான். இதற்கு முன் எவரும் இவ்வாறு போர்க் களத்திலேயே முடிசூட்டிக் கொண்டதில்லை. சில கல்வெட்டுகளின்படி[79] இவ் வெற்றிக்குப் பின்னர், இராஜேந்திரன் கோலாப்பூருக்குச் சென்று அங்கு வெற்றித் தூண் ஒன்றை நிறுவி, பின்னர் தன் தலைநகரான கங்காபுரிக்குத் திரும்பினான்[80] என்பது தெரிய வருகிறது. கொப்பம் போரைப் பற்றிய இக்குறிப்புகள் அனைத்தும் சோழர் கல்வெட்டுகளிலிருந்து அறியப்படுகின்றன.[81]

சாளுக்கியர் கல்வெட்டுகள் கொப்பம் பற்றி மௌனம்

சோமேசுவரன் ஆட்சிக் காலத்தில் ஏற்பட்ட சாளுக்கியக் கல்வெட்டுகள் கொப்பம் போரைப் பற்றி யாதும் கூறவில்லை. இவன் சோழனுடன் தொடுத்த போர் பற்றியும் ஒரு சில குறிப்புகளே காணப்படுகின்றன. சகம் 981 ஆம் ஆண்டில் தென்னாடுகளின் மீது படையெடுத்து, சோழ நாட்டை வென்று திரும்பிய பின்னர், சோமேசுவரன் மகாமண்டலேசுவர சித்தன சோழ

மகாராசனால் ஆளப்பட்ட சிந்தவாடி நாட்டில்[82] தங்கி இருந்தான். சகம் 987 ஆம் ஆண்டில் மன்னன் கட்டளைப்படி தென்னாட்டின் மீது படையெடுத்துச் சென்று விஷ்ணுவர்த்தன விஜயாதித்தன் வழியில் அரசிக் கரையில் தங்கியிருந்தான்.[83] இதுபற்றி பில்ஹணன் கூறுவது வெறும் கட்டுக் கதையே என்பதை முன்னரே பார்த்தோம். சோமேசுவரன் ஆட்சி முடிந்தவுடனே, நிகழ்ந்த சோழப் படையெடுப்பையும், இராஜாதிராஜன் இறந்ததையும் கி. பி. 1071 ஆம் ஆண்டில் இரு கல்வெட்டுகள்[84] கூறுகின்றன. இவ்வாண்டுக் கொப்பம் போருக்குப் பிற்பட்டதாக இருந்தாலும், இக்கல்வெட்டுகள் கொப்பம் போர் நிகழ்ச்சிகளையும் அதில் இராஜாதிராஜன் இறந்ததையுமே குறிப்பிடுகின்றன என்பது தெளிவு.[85] சோழரால் தானும், தன் நாடும் அடைந்த இன்னல்களைத் தன் நாட்டுக் கல்வெட்டுகளில் பொறிப்பது தன் பெருமைக்கும், புகழுக்கும் இழுக்காகும் என்று கருதியே தன் ஆட்சியில் நடந்த இந்நிகழ்ச்சிகளைப் பற்றி அவன் கல்வெட்டுகளில் சொல்லப்படவில்லை என்பதை மேற்குறித்த கல்வெட்டுகளின் வாசகங்கள் தெளிவுபடுத்துகின்றன. தமிழ் வேந்தனாகிய பாண்டியச் சோழன் என்னும் 'மகாபாதகன்' தன் முன்னோர் கையாண்ட உயர்ந்த முறைகளுக்கு முரணான பொள்வோலா நாட்டிற்குள் பெரும் படையுடன் புகுந்து கங்கப் பெருமானடிகளால் எடுப்பித்த சமணர் கோயில்களைத் தீக்கிரையாக்கினான் என்றும், இத்தீய செயலுக்காக முதலாம் சோமேசுவரனால் போரில் கொல்லப்பட்டான் என்றும் இவ்விரு கல்வெட்டுகளும் குறிப்பிடுகின்றன. இதிலிருந்து, சோழர்கள் இப்போரைப் பற்றித் தம் கல்வெட்டுகளில் கூறப்பட்டுள்ள செய்திகள் மிகைப்பட்டனவல்ல என்பது தெளிவாகிறது.

யானை மேற்றுஞ்சின இராஜாதிராஜன்

போரில் இராஜாதிராஜன் இறந்த விதம் காரணமாக 'இவன் யானைமேற்றுஞ்சின இராஜாதிராஜன்' என்றே அழைக்கப்பட்டான். இவனை அடுத்து சோழ அரியணையேறிய இவனது சந்ததியினரின் கல்வெட்டுகளிலும் இவன் இவ்வாறே குறிப்படப்பட்டான்.[86]

மாவீரன்

தன் தந்தையால் இளவரசுப் பட்டம் அளிக்கப்பட்ட காலம் தொட்டு, கொப்பத்துப் போரில் உயிரிழந்தது வரை, இராஜாதிராஜன் பல போர்களில் ஈடுபட்டு புகழடைந்தான். இவன் பிறவியிலேயே

பெரும் வீரனாயிருந்து, பகைவரை அழித்துத் தன் பரந்த நாட்டை கட்டிக் காத்தான். பல போர்களைத் தானே விரும்பி வலிய மேற்கொண்டான். மன்னன் என்பதைவிட, தான் ஒரு போர் வீரன் என்ற எண்ணமே இவனுடைய அண்ணனுக்குப் பதிலாக இவனுக்கு அரியணையைப் பெற்றுத் தந்தது. தன் தந்தைகளின் வாழ்நாளில் அசுவமேத யாகத்தைச் செய்தான் என்பது இவனுடைய வீரத்திற்குச் சான்றாகும்.

மனைவியர்

தன் சித்தப்பன், தன்னுடன் பிறந்தோர், தன் மக்கள் ஆகியோருக்கும் தான் வென்ற நாடுகளை ஆளும் உரிமையை வழங்கி, அந்நாடுகளில் அவர்கள் ஆட்சி செய்ய ஏற்பாடு செய்தான் என்று இவனது மெய்க்கீர்த்தி கூறுகிறது. இவன் பிறந்த நாள் பூர்வ பங்குனி நாளாகும்.[87] கங்கை கொண்ட சோழபுரமே இவனது தலைநகராயிருந்தது.[88] மற்ற மன்னர்களின் கல்வெட்டுகளைப் போல இவனுடைய கல்வெட்டுகள் இவன் மனைவியருக்கு முக்கியத்துவம் அளிக்கவில்லை. திரைலோக்கியம் உடையார் என்பது ஒரு மனைவியின் பெயரா அல்லது அவளுடைய பட்டமா என்பது தெரியவில்லை.[89] இவளே இரண்டாம் இராஜேந்திரனின் மூன்றாம் ஆண்டுக் கல்வெட்டில்[90] கூறப்படும் நம்பிராட்டியார் என்பவளாக இருப்பின், இவள் தன் கணவன் இறந்த பிறகும் உயிர் வாழ்ந்தாள் என்று கருதலாம்.

பட்டங்கள்

கல்யாணபுரத்தில் விஜயஇராஜேந்திரன் என்னும் பட்டத்தை ஏற்றதோடு, வீரராஜேந்திரவர்மன்[91] ஆகவமல்ல குலாந்தகன்[92] கல்யாணபுரம் கொண்ட சோழன்[93] என்ற பல பட்டங்களை அவன் பெற்றான். 'உலகளந்த சோழ பிரம்மராயன்' என்றும் 'அதிகாரிகள் பாராசர்யன் வாசுதேவ நாராயணன்' என்றும் சொல்லப்பட்டவன் இம்மன்னனின் குருதேவர் என்று குறிப்பிடப்பட்டுள்ளது.[94] நாட்டின் ஒரு பகுதியிலுள்ள நிலங்களை அளந்து வரி வசூலித்த காரணத்தால் இம்மன்னன் உலகளந்த சோழன் என்ற பட்டத்தைப் பெற்றிருத்தல் கூடும்.[95]

குறுநில மன்னர்கள்

இராஜாதிராஜனுக்குக் கப்பம் செலுத்திய குறுநில மன்னர் சிலரைப் பற்றிய இவனுடைய கல்வெட்டுகளில் காண்கிறோம்.

இவர்களில் சிறந்தவர் தண்டநாயகன் சோழன் குமரன் பராந்தக மாராயனாகிய இராஜாதிராஜன் நீல கங்கரையன்.[96] பிள்ளையார் சோழ வல்லபதேவன் என்ற ஒருவனின் மனைவியின் பெயர் பஞ்சவன் மாதேவியார்.[97] கடப்பை மாவட்டத்திலுள்ள வல்லூரைத் தலைநகராகக்கொண்டு ஹாராசவாடி 7000 என்ற பகுதிக்கு அரசப் பிரதிநிதியாக இருந்து ஆட்சி செய்த தண்ட நாயகன் அப்பிமையன்.[98] (இவன் இராஜராஜ பிரம்மாதிராஜன் என்ற பட்டத்தைப் பெற்றவனா[99] என்பது தெரியவில்லை); பிள்ளையார் விஷ்ணுவர்த்தன தேவன் என்ற வேங்கி மன்னன் முதலாம் இராஜராஜன். இவன் மனைவி அம்மங்காதேவியே முதலாம் இராஜேந்திரன் மகளும் இராஜாதிராஜனின் சகோதரியுமாவாள். இவ்வேங்கி மன்னன் தஞ்சை மாவட்டம் திருவையாற்றிலுள்ள கோயிலுக்கு கி. பி. 1050ஆம் ஆண்டில், வேங்கி நாட்டுப் பொற்காசுகளைத் தானமாக அளித்தாள்.[100] சேனாபதி இராஜேந்திர சோழ மாவலிவாணராயர் என்பவன் முதல் இராஜேந்திரனால் பட்டம் வழங்கிப் பாராட்டப் பெற்றவன். அவன் கல்வியைப் பெருக்கும் வகையில் பல்பெரும் நிவந்தங்களை அளித்தவன். இதுபற்றி பிறிதோர் இடத்தில் விரிவாகக் கூறப்படும்.

இரண்டாம் இராஜேந்திரன்

கி. பி. 1054-55 முதல் தொடங்கும் இராஜேந்திர தேவனின் ஆட்சியை இப்போது காண்போம். இவனுடைய முன்னோரைப் போன்று இவன் கல்வெட்டுகளிலும் பலவித மெய்க்கீர்த்திகள் கொண்டுள்ளன. இவனுடைய இரண்டாம் ஆண்டிலிருந்து வழங்கும் 'இரட்டப்பாடி' எனத் தொடங்கும் சிறிய மெய்க்கீர்த்தியில் இவனது வெற்றிகள் சுருக்கமாகச் சொல்லப்படுகின்றன.[101]

ஏறக்குறைய இதையே ஒத்ததும், சிறிது விரிவானதுமான மற்றொரு வகை மெய்க்கீர்த்தி 'திரு (மகள்) மருவிய எனத் தொடங்குகிறது. இதுவும் அவனது இரண்டாம் ஆண்டிலிருந்து காணப்படுகிறது.[102] இவ்வாட்சியின் மிக முக்கியானது நீண்ட பெரிய மெய்க்கீர்த்தி. இது 'திருமாது (மாதர்)' எனத் தொடங்குகிறது. இது முதன் முதலில் இவனது நான்காம் ஆண்டில் காணப்படுகிறது.[103] இம்மெய்க்கீர்த்தி இம்மன்னனின் ஒன்பதாம் ஆண்டில் மாற்றி அமைக்கப்பட்டது.[104] இதில் இராஜேந்திரன் நிகழ்த்திய புகழ்பெற்ற கொப்பம் போர் குறிப்பிடப்படுகிறது. இதைப்பற்றி நாம் முன்னரே கண்டோம். முதலில் கூறப்படாத ஈழநாட்டுப்

போரும், இரண்டாம் சாளுக்கியப் போர் பற்றிப் பிறகும் கூறப்பட்டுள்ளன. மேலும், போர்க்களத்தில் முடிசூடிய பின்னர் இராஜேந்திரன் கங்காபுரிக்குத் திரும்பினான் என்றும் கூறுகிறது.

கொப்பத்துப் போரில் இவன் பங்கு

இராஜேந்திரன் கொப்பத்துப் போரில் ஏற்ற பங்கினைப் பற்றிக் கலிங்கத்துப் பரணியிலும் விக்கிரம சோழன் உலாவிலும் கூறப்பட்டுள்ளது. இப்போரில் கடுமையாக இவன் போரிட்டு 'உலகைக்' காத்து, போர்க்களத்திலேயே முடிசூட்டிக்கொண்டான் என்று கலிங்கத்துப் பரணி கூறுகிறது.[105] இம்மன்னன் ஓர் யானையின் துணையுடன் கொப்பத்தில் பகைவரின் ஆயிரம் யானைகளைக் கைப்பற்றினான் என்று இந்த உலா மிகைப்படக் கூறுகிறது.[106]

உறவினர்களுக்குப் பதவி

இம்மன்னன் தன் உறவினர்களை அரசியல் அதிகாரிகளாக நியமித்தான். இவருள் பதின்மூவர்-மன்னனின் ஒரு சிறிய தாதை, நான்கு தம்பிமார், ஆறு புதல்வர்கள், இரு பேரன்கள்-பற்றி இம்மன்னனின் நான்காம் ஆண்டில் பொறிக்கப்பட்ட மணிமங்கலம் கல்வெட்டு கூறுகிறது.[107] இவனுடைய பிற்காலத்தியக் கல்வெட்டுகள் ஆறு உறவினர்களைப் பற்றியே-சிறிய தாதை, ஒரு மகன் மூன்று தம்பிமார்கள், இராஜேந்திர சோழனின் மகன் ஒருவனையும் குறிப்பிடுகின்றன. ம்ற்ற எழுவர் இவ்விடைக் காலத்தில் இறந்திருக்கக் கூடும் அல்லது திறமையற்றவர்களாகக் கருதிப் பதவியிலிருந்து நீக்கப்பட்டிருக்கவும் கூடும். இதற்கான காரணம் தெளிவாக விளங்காவிடினும், முதலாம் குலோத்துங்கன், தான் சோழ அரியணையைப் பெறும் பொருட்டு பல அரசியல் கொலைகளை மேற்கொண்டதன் விளைவாதலும் கூடும்.[108] ஆறு உறவினர்களைக் குறிக்கும் கல்வெட்டுகள் ஏறக்குறைய கி. பி. 1061-ம் ஆண்டைச் சேர்ந்தவை. இது, குலோத்துங்கன் அரியணையேறுவதற்கு ஒன்பது ஆண்டுகளுக்கு முற்பட்டதாகும். அதிகாரிகளாக அமர்த்தப்பட்ட இவர்களில் சிலர் சோழ பாண்டியன், சோழ கங்கன், சோழ கேரளன் போன்ற பட்டங்களைப் பெற்றது இவர்கள் எப்பகுதிக்கு அதிகாரிகளாகப் பணியாற்ற அமர்த்தப்பட்டனர் என்பதை விளக்குகின்றன. மற்றவர் தம் சாதனைகளுக்குத் தக்கவாறு பட்டம் அளிக்கப்பட்டனர். இருமடிச் சோழன், கரிகாலச்

சோழன், உத்தம சோழன், விஜயாலயன், சோழ அயோத்திராசன், சோழ கன்னக் குச்சியான் போன்ற பட்டங்களை இவர்கள் பெற்றனர். இவர்களுள் சோழ பாண்டியர்களே தாம் ஆட்சி செய்த பகுதிகளில் தங்கள் கல்வெட்டுகளை விட்டுச் சென்றுள்ளனர். ஆனால், இவர்களுடைய கல்வெட்டுகளின் துணையுடன் தனித்தனி பிரதியை அடையாளம் கண்டுகொள்ள முடியவில்லை. முதல் சோழப் பிரதிநிதியான ஜடாவர்மன் சுந்தர சோழன் மட்டுமே இதற்கு விதிவிலக்காக விளங்கினான்.[109]

இராஜமகேந்திரன்

இராஜேந்திர சோழன் என்று கல்வெட்டுகளில் குறிப்பிடப்படும் இராஜேந்திரனின் மகன் கி. பி. 1059-ல் இளவரசனாகத் தேர்ந்தெடுக்கப்பட்டு இராஜகேசரி இராஜமகேந்திரன் என்ற பட்டத்தைப் பெற்றான். இவனது மூன்றாம் ஆண்டைச் சேர்ந்த கல்வெட்டு ஒன்று[110] இவன் முடக்காறு என்னுமிடத்தில் ஆகவமல்லனை வென்றான் என்று கூறுகிறது. இது, இவனது தந்தையின் ஒன்பதாம் ஆண்டு கல்வெட்டுகளில் விரிவாகக் கூறப்பட்டுள்ள சாளுக்கியப் போரை உறுதிப்படுத்துகிறது. கொப்பத்தில் ஏற்பட்ட அவமானத்தைப் போக்கும் வகையில் சாளுக்கிய மன்னன், தண்ட நாயகன் வாலா தேவன் போன்ற படைத் தலைவர்களின் தலைமையில் ஒரு பெரும் படையைச் சோழருக்கு எதிராக அனுப்பினான் என்றும், முடக்காற்றங்கரையில் நடைபெற்ற போரில் தண்ட நாயகனும் அவனுடைய உதவியாளரும் தோல்வியுற்றனர் என்றும் இருகையனும், மற்றோரும் தன் மன்னனுடனும் விக்கலனுடனும் புறங்காட்டி ஓடினர் என்றும், பிற்காலத்தியக் கல்வெட்டுகள்[111] கூறுகின்றன. இதைப் போன்று இவன், தனது பட்டத்து யானையின் துணைகொண்டு முடக்காற்றுப் போரில் ஆகவமல்லனைப் புறங்காட்டி ஓடச்செய்தான் என்று இராஜமகேந்திரன் கல்வெட்டு கூறுகின்றது. சாளுக்கியருக்கு எதிராக நடைபெற்ற போர்களில் சோழ அரசகுமாரர் பலர் ஒரே சமயத்தில் பொதுவாகப் பங்கேற்றனர். அடுத்தடுத்து வந்த சோழ மன்னர்களின் கல்வெட்டுகளும் ஒரு நிகழ்ச்சியைப் பற்றியே கூறுகின்றன. எனவே முடக்காற்றுப் போரில் பின்னர் சோழ மன்னனாகிய வீரராஜேந்திரனும் போரிட்டிருக்கக் கூடும். இவ்வாறாயின் முடக்காற்றுப் போர் என்பது வீரராஜேந்திரன் கல்வெட்டில் கூறப்படும் கூடல் சங்கமப் போராகவே இருத்தல்

வேண்டும். கூடல் சங்கமப் போர் பற்றிய நீண்ட விளக்கம் வீரராஜேந்திரனின் இரண்டாம் ஆண்டிலேயே (கி. பி. 1063-64) அவன் கல்வெட்டுகளில் காணப்படுகிறது.[112] இவற்றில் ஒரு சில குறிப்புகள் இராஜேந்திரன் கல்வெட்டுகளில் காணப்படவில்லை. மூன்று அல்லது நான்கு ஆண்டுகளுக்குள்ளாகவே ஓர் இடத்தில் இருபெரும் முக்கியம் வாய்ந்த போர்கள் நடைபெற்றிருக்கும் என்று கருத இடமில்லை. வீரராஜேந்திரன் தனது பிற்காலத்தியக் கல்வெட்டுகள்[113] இவனும் மன்னனாவதற்கு முன் முடக்காற்றுப் போரில் பங்கேற்றதாகவும் இதன் விளைவாகவே 'இரட்ட ராச குல காலன்' என்ற பட்டம் பெற்றதாகவும் கூறுகின்றன. இக்கருத்து உண்மையாயின், குறைந்தது மூன்று சோழர்களாவது சோழ மன்னன் இராஜேந்திரதேவன், இளவரசன் இராஜமகேந்திரன், சோழ மன்னனின் தம்பி வீர சோழ கரிகாலன் (வீரராஜேந்திரன்)-கூடல் சங்கமம் போரில் பங்கேற்றிருத்தல் வேண்டும். இராஜமகேந்திரன் இறந்த பிறகு, இளவரசு பட்டம் பெற்று, பின்னர் சோழ அரியணையேறிய வீரராஜேந்திரன் இப்போரில் தான் ஆற்றிய பங்கினைத் தன் கல்வெட்டுகளில் விளக்கமாகப் பொறித்தான்.

வீரராஜேந்திரன் கல்வெட்டுகள் விவரிக்கும் போர்

கூடல் சங்கமப் போர் பற்றியும், அப்போர் மூண்டதற்குரிய காரணங்களையும் வீரராஜேந்திரனின் தொடக்கக் கல்வெட்டுகள் கீழ்வருமாறு கூறுகின்றன.[114]

> "கங்கப்பாடிப் போர்க்களத்திலிருந்து அவன் மகா சாமந்தர்களைத் துங்கபத்திரைக்கு விரட்டி அடித்தான். கரங்களின் வல்லமையால் பிறரைக் கொடுமைப்படுத்திய மகாசாமந்தர்களை ஒடுக்குவதில் அவனுக்கு உறுதுணையாக இருந்த விக்கலனும்[115] விரட்டப்பட்டான். வேங்கை நாட்டுக்கு விக்கலன் மீண்டும் அனுப்பிய வீரதீரம் மிக்கதும் தோல்வி கண்டறியாததுமான படையை அவன் தாக்கி அடியோடு அழித்தான். அவன், மாதண்ட நாயகன் சாமுண்ட ராஜனுடன் போரிட்டு அவன் தலையை வெட்டினான்.[116] அந்த சாமுண்டராஜனுடைய ஒரே மகளும் இருகையனின் பட்டத்தரசியும் அழகில் மயில் போன்றவளுமான நாகலையின் மூக்கையும் அறுத்தான்.
>
> "விரோதம்கொண்ட எதிரி ஆத்திரப்பட்டு மூன்றாம் தடவையாக இவனைத் தாக்கினான். பழிவாங்கிவிடலாம் என்ற சபலபுத்தி அவனுக்கு உண்டாயிற்று. ஆனால் அரசனிடம் எதிரியின்

தந்திரம் பலிக்கவில்லை. எத்தனையோ சாமந்தர்கள், விக்கலன், சிங்கணன் என்ற பெயர்களுடைய ஆகவமல்லனின் மக்கள் உள்பட கூடல் சங்கமப் போரில் அரசன் தோற்கடித்தான். வீரம் நிறைந்த தூசிப்படை முன் சென்றது. தன்னுடன் நேசமாக இருந்த அரசர்களுடன், நம் அரசனும் அப்படைக்குப் பின்னே, மிக அருகிலேயே இருந்தான். கடல்போலத் திரண்டிருந்த எதிரியின் படையை ஒரே யானையின் துணைகொண்டு அலறி ஓடச்செய்தான். போர்த்திறமையில் புகழ் பெற்றவனும் கோசல நாட்டின் மன்னனுமான சிங்கனை அவனுடைய படைகளின் எதிரிலேயே துண்டுதுண்டாக வெட்டினான்.[117] தூசிப்படையின் யானைகளே அதைக் கண்டு மிரண்டன. கேசப தண்ட நாயகன், கேட்டரசன், வல்லமை மிகுந்த மாராயன், ஆற்றல் படைத்த போத்தரையன், இரச்சயன் ஆகியோர் போரிட்டுக் கொண்டிருந்த போது, "பொன் மாலை அணிந்துள்ள மூவேந்தியைப் பின்பற்றுங்கள்" என்று இவன் கத்தியவாறே பல சாமந்தர்களிடமிருந்து அவர்களுடைய போர்க் கருவிகளைக் கைப்பற்றி அவர்களைத் துண்டம் துண்டமாக வெட்டினான். பிறகு, தளபதியாகப் பணிபுரிந்து கொண்டிருந்த மதுவணன் ஓட்டம் பிடித்தான். தன் தலைமயிர் நாலாபக்கமும் பறக்க விக்கலன் தப்பி ஓடினான். சிங்கணன் மானமும் மரியாதையும் இழந்து பஞ்சாய்ப் பறந்தான். ஓர் யானையின் மீது அமர்ந்து போரிட்டுக் கொண்டிருந்த அண்ணலனும் மற்றவர்களும் கீழே இறங்கி ஓட்டம் பிடித்தார்கள். அவர்களுக்கு ஆதரவாக இருந்த ஆகவமல்லனும் அவர்களுக்கு முந்தி ஓடினான். அரசன் அடக்க முடியாத தன் யானையை அடக்கி, வெற்றி மாலை அணிந்து ஆகவமல்லனின் மனைவியரைக் கைப்பற்றி, அவனுடைய குடும்பக் கருவூலங்கள், முரசுகள், குடைகள், இசைக் கருவிகள், புகழ்ச் சின்னங்கள்,[118] வெண் சாமரங்கள், மகர தோரணங்கள், புஷ்பகம் என்ற பெண் யானை[119] மற்றும் யானைக் கூட்டம், குதிரைப்படை எல்லாவற்றையும் தன் வசப்படுத்தி செந்நிற ஒளி வீசும் நகைகள் பதிக்கப்பட்ட வெற்றி முடியை மக்கள் அனைவரும் கைகொட்டி மகிழ சூட்டிக்கொண்டான்."

இராஜேந்திரன் கல்வெட்டுகளுடன் ஒப்பிடுதல்

ஆகவமல்லன், விக்கிரமாதித்தன், மற்றும் பலரோடு இருகையனும் முடக்காற்றுப் போர்க்களத்திலிருந்து புறமுதுகிட்டு ஓடியதாக இராஜேந்திர தேவனின் கல்வெட்டுகள் கூறுகின்றன; வீரராஜேந்திரன்

சாமுண்டராயனுக்கு எதிராகப் புரிந்த வேங்கிப் போரில் இருகையனின் மனைவி முடமாக்கப்பட்டாள். இது கூடல் சங்கமப் போர் தொடங்குவதற்கு முன் நடைபெற்றது. (வீரராஜேந்திரன் சோழ மன்னனாவதற்கு முன்பே) 'தன் பகைவனான சாளுக்கியன் முடக்காற்றிலிருந்து புறமுதுகிட்டு ஓடக் கண்ட'[120] வீரராஜேந்திரன் கல்வெட்டுகளில் இப்போரைத் தவிர வேறு போரைப் பற்றிக் குறிப்பிடப்படவில்லை. இவனுடைய இரண்டாம் ஆண்டிற்கு முன்பே நடைபெற்றதாகக் கூறப்படும் இப்போர், கூடல் சங்கமப் போரையே குறிக்கும். இதிலிருந்து முன்னரே கூறியது போல், இராஜேந்திர தேவன், இராஜ மகேந்திரன் கல்வெட்டுகளில் கூறப்படும் முடக்காற்றுப் போரும் (வீரராஜேந்திரனின் தொடக்கக் கல்வெட்டுகளில் கூறப்படும்)[121] கூடல் சங்கமப் போரும் ஒரே போரைக் குறிப்பிடுகின்றனவே அல்லாது தனித்தனிப் போர்கள் எனக் கருத முடியாது. வீரராஜேந்திரன் கல்வெட்டுகளிலும் முடக்காற்றுப் போரைப் பற்றி ஒரு முறை கூறப்பட்டுள்ளது.

வேங்கியின் நிலை

கொப்பத்துப் போரில் தானடைந்த தோல்விக்காக, ஆகவமல்லன் சோழரைப் பழிதீர்க்க எண்ணி, பெரும் படையுடன் வந்தான் என்று இராஜேந்திரன் கல்வெட்டுகள் கூறுகின்றன. ஆனால், வீரராஜேந்திரனுடைய கல்வெட்டுகளோ, சாளுக்கியப் படை வெகுவாக முன்னேற, இப்படையைக் கங்கபாடி வழியே துங்கபத்திரை ஆற்றங்கரைக்கு விரட்டவேண்டிய அவசியத்தை விளக்கியுள்ளன. மேலும் கொப்பத்துத் தோல்விக்குப் பிறகும் சாளுக்கியர் தம் இராச்சியத்தில் எந்தப் பகுதியையும் இழந்துவிடவில்லை என்பதையும் தெளிவாக்குகின்றன. சாமுண்டராயன் வேங்கியைத் தாக்குவதின் மூலம் சோழரது கவனத்தை இரு முனைகளில் திருப்பும் முயற்சியில் ஈடுபட்டு, வெற்றியடையவில்லை என்பதையும் இவற்றின் மூலம் அறிகிறோம். இராஜராஜ நரேந்திரனுக்குப் பிறகு வேங்கி அரியணையைக் குறித்து எவ்வித இடையூறுகளும் ஏற்படாமலிருக்க மேலைச் சாளுக்கியர் பெரும் கவனம் செலுத்தினர் என்பதும் தெளிவாகிறது.[122] சோழர்கள் வேங்கி நாட்டைக் கைப்பற்றியபின் மேலைச் சாளுக்கியர், கீழைச் சாளுக்கியரின் நட்பை நாடினர். வேங்கியின் முக்கியத்துவத்தை அறிந்த சோழரும் வேங்கி அரச குடும்பத்து மகளிரை மணந்து இரு நாடுகளுக்கு இடையேயும் நல்லுறவு நிலவச் செய்தனர்.

இராஜேந்திரனின் பின்னோர் (கி.பி. 1044 – 70)

அக்காரணத்திற்காகவே மேலைச் சாளுக்கியரும் தங்கள் பலத்தை வேங்கி நாட்டில் நிலவச் செய்ய முயன்றனர்.¹²³

கூடல் சங்கமம்

துங்கபத்திரை, கிருஷ்ணா ஆகிய இரு ஆறுகளும் கூடும் இடமே கூடல் சங்கமம் எனப்படும்.¹²⁴ மேலே கூறியது போல, இவ்விடத்தில் நடைபெற்ற முதற்போர் சாளுக்கியரைக் கங்கபாடி வழியே துங்கபத்திரை ஆற்றங்கரைக்கு விரட்டிய பிறகும், வேங்கி மீதான சாளுக்கியரின் படையெடுப்பு தோல்வியுற்ற பின்னரும் நடைபெற்றது. இதன் பின்னர் ஒரு சமயம், முன் கூட்டியே திட்டமிட்டபடி, சாளுக்கியர் வீரராஜேந்திரனுடன் கூடல் சங்கமத்தில் போரிடத் தவறியபோது, துங்கபத்திரை ஆற்றங்கரையில் ஒரு வெற்றித் தூணைச் சோழ மன்னன் நிறுவினான்.¹²⁵ கல்வெட்டுகளில் குறிப்பிடப்படும் சங்கமம் என்பது துங்கபத்திரை ஆற்றுடன் வேறு பல ஆறுகள் கூடுமிடமாகும். இதுபோன்று இரு இடங்கள் உண்டு. ஒன்று மைசூரிலுள்ள துங்கா ஆறும், பத்திரா ஆறும் சங்கமமாகும் இடம். மற்றொன்று, துங்கபத்திரை ஆறும் கிருஷ்ணா ஆறும் கூடுமிடம். இரண்டாவது இடத்தையே கூடல் சங்கமம் என்ற இடமெனக் கொள்ளலாம். ஆயினும், சாளுக்கிய மன்னனின் வருகைக்காகச் சோழ மன்னன் ஏறக்குறைய ஒரு மாத காலம் வரை காத்திருந்த இடமாகிய கரந்தை அல்லது காந்தை என்னுமிடத்தை முதலில் அடையாளம் கண்டுவிட்டால், கூடல் சங்கமம் எங்குள்ளது என்பதை எளிதாக அறிய முடியும்.¹²⁶

இராஜேந்திரனின் ஆட்சி முடிவு

இராஜேந்திரன் ஆட்சியின் கடைசி ஆட்சி ஆண்டு பன்னிரெண்டாகும்.¹²⁷ அதாவது கி. பி. 1063 என்று இம்மன்னன் கல்வெட்டுகளிலிருந்து அறிகிறோம். இராஜமகேந்திரன் மரணம் அடைந்ததால் இளவரசுப்பட்டம் பெற்றிருந்த வீரராஜேந்திரன் இராஜேந்திரனுக்குப் பின் அரியணையேறினான். கங்காபுரியே, இரண்டாம் இராஜேந்திரனின் தலைநகராகத் தொடர்ந்து விளங்கியது என்பதைக் கன்னியாகுமரிக் கல்வெட்டு¹²⁸ ஒன்று கூறுகிறது. அரண் சூழ்ந்த இத்தலைநகரில் பெரியதொரு வியாபாரச் சந்தை இருந்ததாகக் குத்தாலத்துக் கல்வெட்டு ஒன்று கூறுகிறது.¹²⁹ இராஜேந்திரன் மனைவியரில் கிழானடிகள் என்பவள் மட்டுமே இவன் கல்வெட்டுகளில் கூறப்பட்டுள்ளாள்.

இவன் மகள் மதுராந்தகி என்பாள் கீழைச் சாளுக்கிய மன்னன் இரண்டாம் இராஜேந்திரனின் மனைவியாவாள்; இவனே பின்னர் முதலாம் குலோத்துங்கன் என்னும் சோழ மன்னன்¹³⁰ ஆனான். இரண்டாம் இராஜேந்திரன் ஆட்சிக் காலத்தில் இருந்த குறுநில மன்னர்களுள் மிலாடுத் தலைவனான நரசிம்மவர்மன் முக்கியமானவன். அபிடேகத்தின் பின்னர் முடிசூடிய இவன் மிலாடு 2000 பகுதியை ஆட்சி செய்தான்.¹³¹ சேனாதிபதி அரையன், கடக்கடன் கொண்ட சோழன்¹³² என்போன் மற்றொருவன். ஈழத்துக் கல்வெட்டு¹³³ ஒன்றில் கூறப்படும் சேனாதிபதி சயமுரி-நாடாள்வான் என்பவனும் மற்றொரு குறுநில மன்னன் ஆவான். இவனே கருவூர்க் கல்வெட்டில் கூறப்பட்டுள்ள அரையன் இராஜராஜன் வீரராஜேந்திர சயமுரி நாடாள்வான் என்பவனாவான்.¹³⁴

இராஜமகேந்திரன், திருவரங்கத்தில் கோயில் கொண்டுள்ள கடவுளரான அரங்கநாதப் பெருமானுக்கு வைரக்கற்கள் பொறித்த நாகபீடம் ஒன்றைச் செய்து வைத்தான் என்று விக்கிரம சோழன் உலா கூறுகிறது.¹³⁵ திருவரங்கக் கோயிலிலுள்ள கலைப் பொருள்கள், மரபுகள் பற்றிக் கூறும் **கோயிலொழுகு**¹³⁶ என்னும் பிற்காலத்திய நூல் இந்நாக பீடத்தைப் பற்றி யாதும் கூறாவிடினும், இராஜமகேந்திரன் திருவடி என்னும் பெயரால் இராஜமகேந்திரனால் இக்கோயில் செய்யப்பட்ட திருப்பணிகளை இந்நூல் குறிப்பிடுகிறது. இராஜமகேந்திரன் ஆட்சியில் கொல்லி மலை நாட்டில் நிலங்கள் அளக்கப்பட்டு வரிகள் நிர்ணயம் செய்யப்பட்டன என்று சேலம் மாவட்டத்தில் கிடைத்துள்ள முதலாம் குலோத்துங்கனின் 12-ம் ஆண்டுக் கல்வெட்டு ஒன்று கூறுகிறது.¹³⁷ இராஜமகேந்திரன் மனைவியான லோகமகாதேவியின் பெயர் சிதம்பரத்தில் சிதைந்த கல்வெட்டு ஒன்றில் காணப்படுகிறது.¹³⁸

வீரராஜேந்திரன்

கி.பி. 1062-63-ல் அரியணையேறிய இராஜகேசரி வீரராஜேந்திரன் ஆட்சியைப் பற்றி அறிய இவனுடைய ஏராளமான கல்வெட்டுகள் பயன்படுகின்றன. இவற்றில், இருவகை மெய்க்கீர்த்திகள் உள்ளன. இவற்றில் பல்வேறு மாற்றங்கள் இருப்பினும் முரண்படாத வரலாற்றுண்மைகளைத் தெரிவிக்கின்றன.¹³⁹ 'திருவளர்திரள் புயத்து' எனத் தொடங்கும் பெரிய மெய்க்கீர்த்தியில் இம்மன்னன் அரசு அதிகாரிகளாக அமர்த்திய தன் உறவினர்களின் பெயர்ப் பட்டியலைத்

இராஜேந்திரனின் பின்னோர் (கி.பி. 1044 – 70)

தருகிறது.140 ஆனால் இம் மெய்க்கீர்த்தியின் மறுபதிப்புகளில் இப்பட்டியல் இல்லை.141 இம்மன்னன் ஆட்சி வளரவே, புதிய நிகழ்ச்சிகள் எல்லாம் இம் மெய்க்கீர்த்தியில் சேர்க்கப்பட்டு இது மிக நீண்டதாக மாறியது. மிகச் சிறியதான இவனது மற்றொரு மெய்க்கீர்த்தி 'வீரமே துணையாகவும்' எனத் தொடங்குகிறது. இது பல மாற்றங்களை அடைந்து இம்மன்னனது ஏழாம் ஆண்டில் முற்றிலும் புதிய வடிவம்கொண்டு பல அரிய செய்திகளைத் தருகிறது. இவ்வரலாற்றின் முக்கியமான மாறுதல்களைப் பின்னர் காண்போம். கலிங்கத்துப் பரணியும், விக்கிரம சோழன் உலாவும் கூடல் சங்கமப் போரைக் கூறுவதோடு இம்மன்னனின் ஆட்சி குறித்த வேறு செய்தி ஒன்றும் கூறவில்லை. ஆனால் **தக்கயாகப் பரணி**142 இம்மன்னன் ஆறாம் விக்கிரமாதித்தனுடன் கொண்டிருந்த நட்பைக் கூறுகிறது.

ஆட்சியின் தொடக்கத்தில் இம்மன்னன், தன் திருப்புதல்வனான மதுராந்தகனை, சோழேந்திரன் என்னும் பட்டத்துடன் தொண்டை மண்டலத்தின் ஆட்சிப் பொறுப்பை ஏற்கச் செய்தான்;143 கங்கை கொண்ட சோழன் என்னும் மற்றொரு 'திண் திறல் மைந்தனை' பாண்டிய நாட்டின் சோழ பாண்டியப் பிரதிநிதியாக அமர்த்தினான். பின் நிகழ்ச்சிகளைக் கொண்டு பார்ப்போமேயானால், புதல்வன், மைந்தன் என்ற சொற்கள் புதல்வர்களைக் குறிப்பனவா அல்லது மன்னனுக்கு நெருங்கியிருந்த குறுநில மன்னர்களைக் குறிப்பனவா என்று கூற முடியவில்லை. இவை புதல்வர்களையே குறிக்கும் என்று கொள்வோமாயின், இவ்விருவரில் ஒருவன் சாளுக்கிய மன்னன் ஆறாம் விக்கிரமாதித்தனின் மைத்துனன் என்பதோடு, வீரராஜேந்திரன் இறந்தவுடன் பரகேசரி ஆதிராஜேந்திரன் என்ற பெயருடன் சில காலம் ஆட்சிப் பொறுப்பை ஏற்றிருந்தான் எனப் புலப்படும். இம்மன்னனின் அண்ணன் ஆளவந்தானும், முடி கொண்ட சோழன் என்னும் மற்றொருவனும் பட்டங்கள் பெற்று இராச்சியத்தின் சில பகுதிகளில் நிர்வாகப் பொறுப்புப் பெற்றனர். ஆனால், இப்பகுதிகள் எவை என்று கல்வெட்டுகளில் கூறப்படவில்லை.

தொடக்க காலப் போர்கள்

இவன் ஆட்சியின் தொடக்கத்தில் மேலைச் சாளுக்கியருடன் கூடல் சங்கமத்தில் நிகழ்ந்த போரில் வீரராஜேந்திரன் பங்கேற்றான் என்பதை முன்னரே பார்த்தோம். இப்போரைப் பற்றிய விரிவான

விளக்கம் இம்மன்னனின் இரண்டாம் ஆட்சி ஆண்டைச் சேர்ந்த திருவெண்காட்டுக் கல்வெட்டில் காணப்படுகிறது.[144] இப்போர் இவன் அரசப் பதவியைப் பெறும் முன்னரோ அல்லது இவன் அண்ணன் இராஜேந்திர தேவனை அடுத்து அரியணையைப் பெறுவான் என்று ஏற்றுக்கொள்ளும் முன்னரோ நடைபெற்றிருக்க வேண்டும். சாளுக்கியருடனான போர்கள் மிகக் கடுமையாக இருந்தன என்பது, சோமேசுவர முதலாம் ஆகவமல்லனுக்கு எதிராக வீரராஜேந்திரன் அல்லது அவனுடைய அதிகாரிகள் பெற்ற சிறு வெற்றிகளையும் ஆகவமல்லனுக்கு இழைக்கப்பட்ட அவமானம் என்று சோழமன்னனால் கருதப்பட்டதே விளக்குகின்றது. சாளுக்கியருக்கும், சோழனுக்கும் கூடல் சங்கமத்தில் நடைபெற்ற போர் மூன்றாவதாகும் என்று மாற்றியமைக்கப்பட்ட பெரிய மெய்க்கீர்த்தியில் கூறப்பட்டுள்ள செய்தியை மெய்ப்படுத்தும் வகையில், 'ஆகவமல்லனை மும்முறை புறங்காட்டி ஓடச் செய்தவன்' என்ற பட்டத்தை முதலாம் வீரராஜேந்திரனுக்கு அளிக்கின்றது 'திருநாம நல்லூர்க் கல்வெட்டு.'[145] இதுபோன்று கன்னியாகுமரிக் கல்வெட்டும் கூடல் சங்கமப் போரைப் பற்றிப் பொதுவாக விளக்குகிறது.[146] வீரராஜேந்திரனின் நான்காம் ஆண்டைச் சேர்ந்த கருவூர்க் கல்வெட்டு ஒன்று,[147] இம்மன்னன் பொத்தப்பி வேந்தனையும் கேரளனையும் தாரா நாட்டு மன்னன் ஜனநாதன் தம்பியையும் பாண்டிய ஸ்ரீ வல்லபன் மகன் வீரகேசரியையும் போரில் கொன்றான் என்று கூறுகிறது. இவனுடைய ஐந்தாம் ஆண்டைச் சேர்ந்த மணிமங்கலம் கல்வெட்டு ஒன்று,[148] இவன் உதகை, கேரள நாடுகளைப் படையெடுத்ததையும், அங்கே கப்பமாகப் பெற்ற யானைகளுடன் திரும்பியதையும் கூறுகிறது. இப்போர் நிகழ்ச்சிகள் அனைத்தும் வீரராஜேந்திரன் ஆட்சியில் நடைபெற்ற சாளுக்கியப் போரின் முன்னோடிகளா அல்லது தனிப்பட்ட நிகழ்ச்சிகளா என்பது விளங்கவில்லை. ஆயினும் விரைவிலேயே ஏற்பட்டதாகக் கூறப்படும் 'கடும்போர்' சோழ - சாளுக்கிய பகையின் விளைவேயாகும் என்பது தெளிவு. இக்கடும் போர் பெயர் குறிப்பிடப்படாத ஓர் ஆற்றங்கரையில் நடைபெற்றது. இப்போரில் சாளுக்கிய தண்ட நாயகர்களும், கங்கன், நுளம்பன், காடவர்கோன், வைதும்பர் மன்னன் ஆகிய மன்னர்களும் கொல்லப்பட்டனர்; இவர்களுடைய தலைகளைச் சோழ மன்னன் தன் தலைநகரான கங்கைகொண்ட சோழபுரத்து[149] வாயில்களில் பொருத்துவதற்கு முன்னர், தன் படைகளுக்கு நேர்ந்த கதியை உணர்ந்து வருந்திய ஆகவமல்லன் பெருமுயற்சியுடன் மீண்டும் சோழ மன்னனை எதிர்த்தான்.

மீண்டும் கூடல் சங்கமம்

'அவமானத்துடன் உயிர் வாழ்வதைவிட உயிர் விடுவதே மேல்' என்று கூறி மனம் வருந்திய சோமேசுவரன், சோழ மன்னனுக்கு எழுதிய கடிதத்தில், தானும் தன் புதல்வரும் முன்னர் தோல்வியுற்ற கூடல் சங்கமத்தையே போர்க்களமாகக் கொண்டு, தன்னோடு போர் புரிய மீண்டும் வரவேண்டும் என்றும், அவ்வாறு போர்க்களத்திற்கு வராமல் அஞ்சிய மன்னன் உண்மை மன்னன் அல்ல என்றும் அவன் 'புரட்டன்' எனக் கருதப்படுவான் என்றும் கூறினான்.[150] இக்கடிதம் சோழ மன்னனிடம் அளிக்கப்பட்டபோது, வீரராஜேந்திரன் பெரிதும் மகிழ்ந்து, பெரும் படையுடன் கூடல் சங்கமத்திற்கு அருகிலிருந்த கரந்தை என்னுமிடத்தில் சாளுக்கிய மன்னன் வருகைக்காகக் காத்திருந்தான். கடிதத்தில் குறித்த நாளுக்குப் பிறகும் ஒரு திங்கள் வரை சோழ மன்னன் அங்கே காத்திருந்தான். சாளுக்கிய மன்னனோ ஓடிச்சென்று மேலைக் கடலில் மறைந்துகொண்டான். இரட்டப்பாடி பகுதியில் சோழப் படையை எதிர்த்த சாளுக்கியத் தலைவர் தேவநாதன், சித்தி, கேசி என்னும் மூவரையும் வீரராஜேந்திரன் தனித் தனியாக வென்று நகரங்களுக்குத் தீயிட்டான். துங்கபத்திரை ஆற்றங்கரையில் ஒரு வெற்றித் தூணையும் நாட்டினான். மேலும் ஆகவமல்லனைப் போல் ஓர் உருவம் அமைத்து, அதனைப் பலவித அவமானங்களுக்கு உட்படுத்தினான்.[151] இதன் பின்னர் வீரராஜேந்திரன், தன் கவனத்தை வேங்கி நாட்டின் மீது திருப்பினான்.

சோமேசுவரன் வராமை

சோமேசுவரன் தானே அறிவித்தவாறு குறித்த நாளில் போரிட வராமைக்குக் காரணம் தெளிவாகத் தெரியவில்லை. இப்போர் துவங்கியது வீரராஜேந்திரனின் ஐந்தாம் ஆண்டிலாகும். இதனை கி. பி. 1067-ம் ஆண்டு செப்டம்பர் திங்கள் 10 ஆம் நாள் திங்கட் கிழமை என்று மணிமங்கலம் கல்வெட்டு கூறுகிறது.[152] சோமேசுவரன் திடீரென்று தீராத நோயால் பீடிக்கப்பட்டு, பின்னர் கி.பி.1068 ஆம் ஆண்டு மார்ச் திங்கள் 29 ஆம் நாள் துங்கபத்திரையில் புண்ணிய நீராடும் போது நீரில் மூழ்கி இறந்தான்.[153] கூடல் சங்கமத்திற்குச் சோமேசுவரன் வராமல் இருந்ததற்குப் பொதுவாகக் கூறும் காரணம் அவனுக்கு ஏற்பட்ட நோயும் அதன் பின்னர் நேர்ந்த மரணமுமேயாகும்.[153a] எனினும், கி. பி. 1067 ஆம் ஆண்டு செப்டம்பர் திங்கள் 10 ஆம் நாள் வரை சோமேசுவரன் கூடல் சங்கமத்திற்கு வாராதிருந்தான் என்பது

குறிப்பிடப்பட்டுள்ளது. அதன் பின்னர் வீரராஜேந்திரன் வேங்கி, சக்கரகூடம் பகுதிகளைத் தாக்கி வேங்கி நாட்டை ஏழாம் விஜயாதித்தனுக்கு மீட்டுத் தந்தான் என்பதும் குறிக்கப்பட்டுள்ளது. ஆனால், ஆறாம் விக்கிரமாதித்தன் திக்விஜயம் செய்யப் புறப்பட்டு, வேங்கி நாட்டையும், சக்கர கூடத்தையும் கைப்பற்றி, கிருஷ்ணா ஆற்றங்கரையில்[153b] வந்து தங்கி இருந்தபோது தன் தந்தையின் மரணச் செய்தியைக் கேள்விப்பட்டதாகப் பில்ஹணர் கூறுகிறார். சோமேசுவரன் உயிருடன் இருந்தபோதே வேங்கி நாடு விக்கிரமாதித்தனால் கைப்பற்றியிருக்க வேண்டும். தன் மகனின் திக்விஜயத்தில் ஏற்பட்ட மகிழ்ச்சியிலிருந்த சோமேசுவரன் இப்போது திடீரென நோய்வாய்ப்பட்டான் என்ற பில்ஹணரின் கூற்று ஏற்றுக்கொள்ளக்கூடியதாக இல்லை. இது எவ்வாறாயினும், பில்ஹணர் கூறுவது போலன்றி சோமேசுவரன் நெடுநாளாகவே நோயுற்றிருந்தமையால் போருக்கு வராமல் போனான் என்றே நாம் கருதவேண்டியுள்ளது.

வேங்கி நாட்டு விவகாரங்கள்

முரணான சான்றுகளும், ஆந்திர நாட்டுப் பற்றினால் உந்தப்பட்டவர்களின் ஆராய்ச்சிகளும் சேர்ந்து இக்காலத்து வேங்கி நாட்டு வரலாற்றைக் குழப்பிவிட்டிருக்கின்றன. முதலாம் குலோத்துங்கன் சோழ அரியணையேறும்போது, வேங்கி நாட்டு விவகாரங்களைப் பற்றி மேலும் விரிவாக நாம் காண வேண்டியுள்ளதால் இங்கு வேங்கி நாட்டுக் கல்வெட்டுகள் மூலமும், விக்கிரமாங்கதேவ சரித்திரத்தின் மூலமும் கிடைக்கும் செய்திகளை மட்டுமே காண்போம்.

கூடல் சங்கமத்திலிருந்து வீரராஜேந்திரன் வேங்கி நாட்டிற்குச் சென்றான் என்று மணிமங்கலம் கல்வெட்டு கூறுகிறது. வேங்கி நாடு செல்லுமுன், வீரராஜேந்திரன் 'நான் வேங்கி நாட்டைக் கைப்பற்றாமல் திரும்பமாட்டேன். நீ வல்லவனாயிருந்தால் வேங்கி நாட்டைக் காத்துக்கொள்' என்று சாளுக்கிய மன்னனுக்கு ஓர் அறைகூவலிட்டான்.[154] இதனால், வேங்கி நாடு மேலைச் சாளுக்கியர் வசமாயிருந்தது என்பது தெளிவாகிறது. தன் தந்தை உயிருடன் இருந்தபோதே விக்கிரமாதித்தன் தன் திக்விஜயத்தின் போது வேங்கியையும், சக்கர கூடத்தையும்[155] மேலைச் சாளுக்கியரிடமிருந்து வென்று, தன் தந்தையின் இராச்சியத்துடன் சேர்த்துக்கொண்டான் என்று பில்ஹணர் கூறுவதிலிருந்து புலனாகிறது. மேலைச் சாளுக்கியர் மீண்டும் இப்பகுதிகளைத் தங்கள் வசப்படுத்தும்

முயற்சியில் ஈடுபட்டனர் என்பதை ஏற்கெனவே பார்த்தோம். மணிமங்கலம் கல்வெட்டில் கூறப்பட்டுள்ளவை உண்மையாயின், இப்பகுதியில் விக்கிரமாதித்தனுக்கு ஏற்பட்ட வெற்றி தற்காலிகமானதே என்று கூறலாம். வேங்கி நாட்டை நோக்கிச் சென்ற வீரராஜேந்திரனை மேலைச் சாளுக்கிய தண்ட நாயகர்களாகிய சனநாதன்,[156] இராஜமய்யன் மற்றும் பலரும் படையுடன் வந்து கிருஷ்ணா ஆற்றங்கரையில் தடுத்தனர். பெசவாடா (விஜயவாடா) என்னுமிடத்தில் நடைபெற்ற போரில், சாளுக்கிய தண்ட நாயகர்கள் தோல்வியுற்று ஓடி, காட்டுக்குள் மறைந்தனர். பிறகு, சோழ மன்னன் கோதாவரி ஆற்றையும், கலிங்கம், மகேந்திர மலை ஆகியவற்றையும் கடந்து சக்கரக் கோட்டத்திற்கு அப்பாலும் சென்று,[157] வேங்கியை மீண்டும் கைப்பற்றினான் என்றும் இக்கல்வெட்டு கூறுகிறது. பின்னர் வேங்கி நாட்டை விஜயாதித்தனுக்கு அளித்துவிட்டு, அவன் வெற்றி வேந்தனாய்த் தன் தலைநகரான கங்காபுரிக்குத் திரும்பினான்.[158]

கூடல் சங்கமத்தில் நடைபெற்ற இரண்டாம் போர், ஆகவமல்லன் வாராமை, சோழ மன்னன் வேங்கி நாட்டை மீண்டும் கைப்பற்றியது ஆகிய நிகழ்ச்சிகளை வீரராஜேந்திரனின் ஐந்தாம் ஆண்டைச் சேர்ந்த சிறிய மெய்க்கீர்த்தியில் கூறப்பட்டுள்ளன.[159] வேங்கியைக் கைப்பற்றியதன் மூலம், தன் அண்ணனின் சபதத்தை வீரராஜேந்திரன் நிறைவேற்றினான்.[160] இதனால் இரண்டாம் இராஜேந்திரதேவன் ஆட்சிக் காலத்தில் வேங்கி நாட்டின் மீதான அதிகாரம் நீங்கி, இந்நாட்டை மீண்டும் கைப்பற்றுவதற்கு முன்பே இறந்திருக்கக் கூடும் என்ற எண்ணம் ஏற்படுகிறது. வேங்கி நாட்டை மேலைச் சாளுக்கியர் கைப்பற்றி நீண்ட நாட்கள் ஆண்டனர். கொப்பம் தோல்விக்குப் பதிலடியாக முதலாம் சோமேசுவரன் வேங்கி மீது படையெடுத்து அந்நாட்டைக் கைப்பற்றினான். கன்னியாகுமரிக் கல்வெட்டும் இதை உறுதிப்படுத்துகிறது.[161] இக்கல்வெட்டுப்படி, பரம்பரையாக சோழ நாட்டுடன் சேர்ந்திருந்த வேங்கியும் கலிங்கமும் வீரராஜேந்திரன் சகோதரனால் அசட்டை செய்யப்பட்டதால், அவனது பகைவரால் கைப்பற்றப்பட்டு, பிறகு வீரராஜேந்திரனால், மீண்டும் கைப்பற்றப்பட்டது.

ஈழப் போர்

ஈழத்திலுள்ள ரோகண நாட்டிலிருந்த விஜயபாகு என்னும் மன்னன் சோழரை விரட்டி ஈழ மண்டலம் முழுவதையும் தன் ஆட்சியின் கீழ்க்கொண்டு வரும் முயற்சியில் ஈடுபட்டான்.

எனவே, வீரராஜேந்திரனின் கவனம் அந்நாட்டைக் கவர்ந்தது. விஜயபாகுவிற்கும், சோழ மன்னனுக்கும் ஏற்பட்ட போரைப் பற்றிக் கூறும் மகாவமிசமும், வீரராஜேந்திரனின் கல்வெட்டும் விஜயபாகு தன் முயற்சியில் தோல்வியடைந்தான் எனக் கூறுகின்றன. ஆனால், இப்போரைப் பற்றிய செய்திகள் மகாவம்சத்திலும், வீரராஜேந்திரனின் கல்வெட்டிலும் மாறுபட்டே காணப்படுகின்றன. மகாவமிசம்,[162] வீரராஜேந்திரன் விஜயபாகுவின் முயற்சியை அறிந்தவுடன், ஈழத்தில் புலத்தி நகர் என்னும் ஊரில் இருந்த தன்னுடைய படைத் தலைவனைச் சிங்கள மன்னனுக்கு எதிராக அனுப்பினான் என்று கூறுகிறது. ரோகண நாட்டுக்குள் சென்ற சோழப் படைத் தலைவன் கஜரகாமாவைக் கொள்ளையிட்டு தன் இருப்பிடத்திற்குத் திரும்பினான். விஜயபாகு 'எண்ணற்ற ஆட்களையும், பொருளையும்' இராமஞ்ஞ (பர்மா) மன்னனுக்கு அனுப்பி, அதற்குப் பதில் பல கப்பல்கள் மூலம் தான் பெற்ற 'பல்வேறு பொருள்களையும்' கற்பூரம், சந்தனக் கட்டைகள், போன்றவற்றையும் தன் படை வீரர்களுக்கு வாரி வழங்கி அவர்களை ஊக்குவித்தான். இராஜரத்தாவில் (வட இலங்கை) சோழர் ஆட்சிக்கு எதிரான புரட்சிக்கு ஆதரவளித்தான். இக்கலகத்தை அடக்க, சோழ மன்னன் ஒரு பெரும் படையை அனுப்பினான். இப்படை, 'மகாதித்தாவில் இறங்கி, அங்குப் பலரைக் கொன்று, ராசரத்த மக்களை அடக்கியது'. இதன் பின்னர் சோழப் படையின் தலைவன் ரோகணத்திற்குள் சென்ற போது, விஜயபாகுவின் நண்பர் பலர் இவனுடன் சேர்ந்துகொண்டனர்.

இந் நண்பர்களுடன் பெரும் படையும் தன்னோடு சேர்ந்து கொண்டதைக் கண்ட சோழப் படையில் தலைவன் ரோகணம் விரைவிலேயே தன்வசமாகும் என்று கருதினான். சோழப் பெரும் படையைக் கண்ட விஜயபாகு ஓடிச்சென்று ஒளிந்தான். இவனுடைய முயற்சி வெற்றியின்றி முடிந்தது. வீரராஜேந்திரனின் ஐந்தாம் ஆண்டைச் சேர்ந்த கல்வெட்டும், (கி. பி. 1067) சோழ மன்னன் ஒரு பெரும் படையை அனுப்பினான் என்றும், கடல் கடந்து ஈழத்திற்குச் சென்ற இப்படை, சிங்கள மன்னனின் படைகளை வென்று, விஜயபாகு தப்பி ஓடுமாறு செய்ததுடன், அவன் மனைவியையும் சிறைப்பிடித்து, வீரராஜேந்திரனின் ஆட்சியை ஈழம் முழுவதும் நிலைநாட்டியது என்றும் கூறுகிறது.[163] ஆயினும் மூன்று அல்லது நான்கு ஆண்டுகளுக்குப் பிறகு ரோகணத்திலிருந்து

விஜயபாகு மீண்டும் போரிட்டு சில பகுதிகளைக் கைப்பற்றினான் என்பதால், இவன் ரோகணத்தின் மீது கொண்டிருந்த அதிகாரத்தை அறவே இழந்தான் என்று கூறப்பட்டிருப்பதை ஏற்றுக்கொள்ள முடியவில்லை.

கடாரம்

இனி, வீரராஜேந்திரனின் எஞ்சிய ஆட்சி ஆண்டுகளில் நடைபெற்ற நிகழ்ச்சிகளை இவனுடைய சிறிய மெய்க்கீர்த்தியின் பிந்திய பதிப்புகளிலிருந்து நாம் அறிகிறோம். இவனுடைய ஏழாம் ஆண்டைச் சேர்ந்த கல்வெட்டுகள்,[164] இவன் மற்றொரு மன்னனுக்காகக் கடாரத்தை வென்று அந்நாட்டை அம்மன்னனிடம் ஒப்படைத்தான் என்று கூறுகிறது. இந்நிகழ்ச்சி இவனுடைய ஆட்சி ஆண்டிற்கு (கி. பி. 1068) முன்னேயே நடைபெற்றிருக்க வேண்டும். முதலாம் இராஜேந்திரச் சோழன், சங்கராம விஜயோத்துங்க வர்மன் காலத்தில் ஸ்ரீ விஜய நாட்டின் மீது படையெடுத்து வென்றதற்கும், வீரராஜேந்திரன் ஆட்சிக்கும் இடையே இவ்விரு நாடுகளுக்கும் எவ்வித உறவு நிலவியது என்பதை நாம் அறிய முடியவில்லை. இதன் விளைவாக வீரராஜேந்திரன் இப்போது இரண்டாம் முறையாக கடாரத்தின் மீது படையெடுத்ததைப் பற்றி எவ்வித விளக்கமும் அளிக்க முடியாது.

இரண்டாம் சோமேசுவரனுடன் போர்

மேலைச் சாளுக்கிய மன்னன் முதலாம் சோமேசுவரன் இறந்த பின்னர், கி. பி. 1068-ல் (ஏப்ரல் 11ஆம் நாள்) இரண்டாம் சோமேசுவரன் முடிசூட்டப் பெற்ற போது, வீரராஜேந்திரன் தன் பகைமையை மறவாது, அந்நாட்டின் மீது படையெடுத்தான். இதைப் பற்றிக் கூறும் இரண்டாம் சோமேசுவரனின் கல்வெட்டுகள், சோழ மன்னன் குத்தி என்னும் நகரைத் தாக்கி சோமேசுவரன் முன் நிற்க முடியாமல் விரைவில் திரும்பிவிட்டான் என்றும் கூறுகின்றன.[165] ஆனால், சோழர் கல்வெட்டுகளும் பில்ஹணனும் வேறு விதமாகக் கூறுகின்றனர். சோமேசுவரன் தன் முடிசூட்டு விழாவின் போது கட்டப்பட்ட 'கண்டிகை'யை[166] அவிழ்க்கும் முன்னரே அவன் நாட்டின் மீது வீரராஜேந்திரன் படையெடுத்து, கம்பிலி நகரைத் தீயிலிட்டு, ரெய்ச்சூர் மாவட்டத்தில் லிங்காசார் தாலுக்காவிலுள்ள கரடிக்கல் என்னும் கிராமத்தில் வெற்றித்தூண் ஒன்றை நிறுவினான் என்றும்,[167] சோமேசுவரனைக் கன்னர நாட்டை விட்டோடும்படி செய்து, இரட்டப்பாடி ஏழரை லட்சம் பகுதியையும் வென்று சோழ

மன்னனின் உதவியை நாடிய சாளுக்கிய விக்கிரமாதித்தனுக்குக் கண்டிகையை விட்டுக் கொடுத்து அவனை அப்பகுதியின் மன்னனாக்கினான் என்றும் சோழர் கல்வெட்டுகள் கூறுகின்றன.[168] இந்நிகழ்ச்சியைக் குறிப்பிடும் **தக்கயாகப் பரணி,** பிரட்டன் என்ற சாளுக்கிய மன்னனிடமிருந்து அரச கண்டிகையைச் சோழன் கைப்பற்றி, அதனை இரட்டனிடம் அளித்து ஏழரை லட்சம் பகுதியைக் காக்குமாறு பணித்தான் என்று கூறுகிறது.[169] இச்சோழ மன்னனை இந்த நூல் 'இராஜ கம்பீரன்' என்று அழைக்கிறது. 'விக்கிரமாலிங்க தேவ சரித'த்தில் இச் செய்திகள் விக்கிரமாதித்தனைப் புகழ்ந்து கூறும் வகையில் காணப்படுகின்றன. ஆறாம் விக்கிரமாதித்தன், தன் தந்தை இறந்த பின், தன் சகோதரன் சோமேசுவரன் அரியணையேறிய பிறகு, தீய நெறியில் சென்றுவிட்ட தன் சகோதரனுடன் சண்டையிட்டு, தன் தம்பி ஜயசிம்மனுடன் கல்யாணபுரத்தை விட்டுப் போய்விட்டான் என்றும், சோமேசுவரனால் இவன் மீது ஏவப்பட்ட படையைப் புறங்காட்டி ஓடச்செய்தான் என்றும் இதில் கூறப்பட்டுள்ளது. பின்னர் விக்கிரமாதித்தன் துங்கபத்திரை ஆற்றங்கரையில் தன் படையுடன் சில காலம் தங்கியிருந்தான்.[170] பிறகு, சோழ நாட்டின் மீது படையெடுக்க விழைந்து, பானவாசியில் சிறிது காலம் தங்கிய பின்னர் இப் படையெடுப்பை மேற்கொண்டான். ஜயகேசியும், ஆளும் மன்னனும் விக்கிரமாதித்தனிடம் பணிந்தனர்.[171] வீரராஜேந்திரன் அச்சமுற்று தன் மகளைச் சாளுக்கிய மன்னனுக்குத் திருமணம் செய்துகொடுப்பதாக ஒரு தூதுவன் மூலம் தெரிவிக்கவே, விக்கிரமாதித்தனும் துங்கபத்திரை ஆற்றங்கரைக்குச் சென்று தங்க, அங்குச் சோழ மன்னன் அவனைச் சந்தித்துத் தன் மகளை அவனுக்குத் திருமணம் செய்துகொடுத்தான் என்றும், இதன் பின்னர் இரு மன்னர்களும் நண்பர்களாயினர் என்றும் இச்சரிதம் கூறுகிறது.[172] கோவாவைச் சேர்ந்த கடம்ப மன்னன் முதலாம் ஜயகேசி மேலைச் சாளுக்கியருக்கும், சோழருக்குமிடையே காஞ்சி மாநகரில் நட்பை ஏற்படுத்தி விக்கிரமாதித்தன் எவ்வித இடையூறுமின்றி தன் நாட்டை ஆட்சி செய்ய உதவிபுரிந்தான் என்று இவனது கடம்ப நாட்டுக் கல்வெட்டுகள் கூறுகின்றன.[172a] இச்சான்றுகள் அனைத்தும் ஒன்றை மட்டும் தெளிவாக விளக்குகின்றன. ஆகவமல்லன் இறந்த பிறகு, அரியணையைக் குறித்தோ அல்லது வேறு காரணத்திற்காகவோ இரண்டாம் சோமேசுவரனுக்கும் விக்கிரமாதித்தனுக்கும் இடையே பூசல் ஏற்பட்டது. விக்கிரமாதித்தனின் தம்பி, ஜயசிம்மனும் கோவாவைச் சேர்ந்த கடம்ப மன்னன் ஜயகேசியும் விக்கிரமாதித்தனை ஆதரித்தனர். ஜயகேசி தன்

நண்பன் விக்கிரமாதித்தனுக்கு உதவுமாறு சோழ மன்னன் வீரராஜேந்திரனிடம் தூது சென்றான். சோழ மன்னனின் தலையீட்டின் விளைவாக, இரண்டாம் சோமேசுவரன் தான் அரியணையேறியவுடனே தன் இராச்சியத்தின் பல பகுதிகளை விக்கிரமாதித்தனுக்கு அளிக்க வேண்டியதாயிற்று. இது பற்றி பில்ஹணன் கூறுவதைத் தவிர வேறு சான்றுகள் இல்லை. விக்கிரமாதித்தன் சோழ இளவரசி ஒருவளைத் திருமணம் செய்துகொண்டான் என்பதை உண்மை என்றே நாம் ஏற்றுக்கொள்ள வேண்டும். கி. பி. 1076-ம் ஆண்டுக்கு முற்பட்ட, திரைலோக்கிய மல்லன் என்ற பட்டத்தைக் கொண்ட விக்கிரமாதித்தனின் கல்வெட்டுகள் சாளுக்கிய நாட்டின் தென்பகுதியில் காணப்படுகின்றன.[173] இவை சாளுக்கிய விக்கிரம சகாப்தம் தொடங்குவதைக் குறிப்பிடுகின்றன. இதுவே சாளுக்கிய நாடு சகோதரர்களுக்குள் பிரிக்கப்பட்டது என்பதை உறுதிப்படுத்துகிறது. சிறிது காலத்திலேயே தம்பி தன் அண்ணனைத் துரத்தியடித்தான் என்பதைப் பின்னர் காண்போம். இச்செயலில் விக்கிரமாதித்தன் வீரராஜேந்திரன் துணையைப் பெற்றான் என்பதை அடுத்த அதிகாரத்தில் விரிவாகக் காண்போம்.

போர்களின் சுருக்கம்

இனி, வீரராஜேந்திரனின் சாதனைகளைச் சுருக்கமாகக் காண்போம். இவனது ஆட்சியில் பிற்பகுதியில் பொறிக்கப்பட்ட கல்வெட்டுகள் மேலே குறிப்பிட்ட நிகழ்ச்சிகளைக் கூறுகின்றன. இவை முதலில் இம்மன்னன் பாண்டிய மன்னனைக் கொன்றதையும், கேரள மன்னனிடமிருந்து அளவிலாப் பொருள்களைக் கப்பமாகப் பெற்றதையும், ஈழ நாட்டைக் கைப்பற்றியதையும்[174] கூறுகின்றன. இவை இராஜாதிராஜன், இராஜேந்திரன் ஆகியோருடைய கல்வெட்டுகளை நம் கவனத்திற்குக் கொண்டுவருகின்றன. முடக்காற்றுப் போரில் கலந்துகொண்டது போன்று, தான் அரியணையேறுவதற்கு முன்னரே வீரராஜேந்திரன் தன் சகோதரர்கள் தென்னாடுகளில் செய்த போர்களிலும் பங்கேற்றான். சோமேசுவரனுக்கு எதிரான போர்களில், வீரராஜேந்திரன் பங்குகொண்டு, அம்மன்னனை ஐந்து முறை புறமுதுகிட்டு ஓடச் செய்தான் என்று இவனுடைய மெய்க்கீர்த்தி கூறுகிறது.

பட்டங்கள்

மேலைச் சாளுக்கிய மன்னர்களின் பட்டங்களான சகல புவனஸ்ரயன், மேதினி வல்லபன், மகாராஜாதிராஜன் போன்ற பட்டங்களையும், சோழரது பட்டங்களான ஆகவமல்ல குலகாலன்

போன்ற பட்டங்களையும் வீரராஜேந்திரன் ஏற்றான் என்று இவனது ஏழாம் ஆண்டைச் சேர்ந்த[176] யோகிமல்லவரம், கன்னியாகுமரி கல்வெட்டுகளும் நான்காம் ஆண்டைச் சேர்ந்த திருநாம நல்லூர்க் கல்வெட்டுகளும் கூறுகின்றன. இவை இம்மன்னன் சாளுக்கியர் மீது பல வெற்றிகள் அடைந்ததை நினைவுபடுத்துகின்றன. இம்மன்னன் பாண்டிய குலாந்தகன், இராஜாச்சரயன், இராஜராஜேந்திரன், வல்லப வல்லபன், வீரசோழன், கரிகாலன் என்ற பட்டங்களையும் பெற்றான் என்று கன்னியாகுமரிக் கல்வெட்டு கூறுகிறது.[177] இவன் தில்லை பொன்னம்பலத்திலுள்ள நடராஜப் பெருமானுக்குத் திரைலோக்கிய சாரம் என்ற சிறந்த மணிமுடி ஒன்றை அளித்தான் என்றும்[178] சோழ, பாண்டிய, துண்டிர, கங்காவதி நாடுகளில் வேதங்களில் வல்ல நாற்பதினாயிரம் அந்தணர்களுக்கு பிரம்ம தேயங்கள் வழங்கினான் என்றும் இதே கல்வெட்டு கூறுகிறது.[179] கங்காபுரியே இவனது தலைநகரம் என்பதை முன்னரே கூறினோம். இவனது போர்கள் முடிவடைந்த பின் இவன் இத்தலைநகரை அடைந்தான். கங்கை கொண்ட சோழபுரத்தில் இருந்த மாளிகை ஒன்று சோழ கேரள மாளிகை என்றும், இவனது அரியணை ஒன்று இராஜேந்திர சோழ மாவலிவாணராசன் என்றும் இவனது ஐந்தாம் ஆண்டுக் கல்வெட்டு ஒன்று குறிப்பிடுகின்றது.[180] வீரராஜேந்திரனின் கடைசி ஆட்சி ஆண்டு எட்டு என்பது இவனது மகனும் இவனை அடுத்து அரியணையேறிய பரகேசரி ஆதிராஜேந்திர தேவனது (ஆறாம் விக்கிரமாதித்தனது மைத்துனன்) மூன்றாம் ஆண்டுக் கல்வெட்டில் குறிப்பிடப்படுகிறது.[181] எனவே, வீரராஜேந்திரன் கி. பி. 1070ஆம் ஆண்டின் தொடக்கத்தில் இறந்திருத்தல் வேண்டும். ஆவணித் திங்கள் ஆயில்ய நாளில் இவன் பிறந்தான்.[182] இவனது மனைவியருள் ஒருத்தியான அருண்மொழி நங்கை என்பாள் முதலாம் குலோத்துங்கனின் 15-ம் ஆட்சி ஆண்டு வரை உயிர் வாழ்ந்தாள். இவளது பெயர் தஞ்சையிலுள்ள இம்மன்னனின் நிறைவு பெறாத கல்வெட்டு ஒன்றில் காணப்படுகிறது.[183] வீரராஜேந்திரன் ஆட்சியில் சோழ நாட்டில் பௌத்த மதம் தழைத்தது என்றும், தமிழ் இலக்கியம் பௌத்தர்களின் புலமையைப் பயன்படுத்திக்கொண்டது என்றும், வீரசோழியம் என்ற இலக்கண நூல் கூறுகின்றது. இது பொன்பற்றித் தலைவனான புத்தமித்தரனால் எழுதப்பட்ட தமிழ் இலக்கண நூலாகும். பொன்பற்றி என்பது தற்காலத் தஞ்சை மாவட்டத்தில் பட்டுக்கோட்டை தாலுக்காவிலுள்ள பொன்பட்டியே என்று வெங்கைய்யா அவர்கள் கருதுகின்றார்.[184]

குறிப்புகள்

1. செய்யுள் 73.
2. 30/1919.
3. எஸ். ஐ. ஐ. iii பக். 195; இ. சி. vii. Sk. 136.
4. 110/1908.
5. (3) 8 என்ற தேதியுள்ள 129/1912 ஐயத்திற்குரியது. இது ஒன்றுதான் கிடைத்திருக்கிற ஆதாரம். இந்த ஆதாரத்தின் காலத்தைக் குறிக்கும் முதல் இலக்கம் தெளிவாக இல்லை.
6. இ. ஐ. vi பக். 24.
7. இ. ஐ. vii பக். 9.
8. இரண்டாம் இராஜேந்திரனின் 9-ம் ஆட்சி ஆண்டில் ஏற்பட்ட 87/1895 வீரராஜேந்திரன் 3-ம் ஆண்டில் கொடுத்த ஒரு கொடையைக் குறிப்பிடுவதாகச் சொல்லப்பட்டிருக்கிறது. ஏ. ஆர். இ. 1895 I 9. இது சரியாய் இருக்கும் பட்சத்தில் வீரராஜேந்திரன் அரசு கட்டில் ஏறிய காலம் இன்னும் முன்னதாக இருக்கும். ஆனால், வெளிவந்திருக்கும் கல்வெட்டு வாசகத்தில் (எஸ். ஐ. ஐ. v, 647 வரிகள் 52-3) வீரராஜேந்திரன் பெயர் வருகிறதே தவிர, அவனுடைய ஆட்சியில் கொடுக்கப்பட்ட கொடை சொல்லப்படவில்லை.
9. viii 28; எஸ். ஐ. ஐ. பக். 113.
10. 119/1902, எஸ். ஐ. ஐ. iii பக். 191.
11. 'தன்-திருமகன்' 87/1895. (எஸ். ஐ. ஐ. v 647, வரி 26). இதே ஆண்டில் ஏற்பட்ட மற்றொரு ஆதாரம் இராஜமகேந்திரன் சாலை என்பதைச் சொல்லுகிறது. எஸ். ஐ. ஐ. iii, பக். 41 (வரி 6).
12. Cp. இ. ஐ. xviii. பக். 30-1.
13. 15/1890; எஸ். ஐ. ஐ. iii பக். 57.
14. என்னென்ன வேறுபாடுகள் இருக்கிறது என்பதை மிகத் தெளிவாக டாக்டர் என். வெங்கடரமணய்யா ஆராய்ந்துள்ளார். பார்க்க : **ஜர்னல் ஆப் தி மெட்ராஸ் யுனிவர்சிட்டி,** xv, பக். 1-22.
15. சான்று : எஸ். ஐ. ஐ. iii பக். 28. (29-ம் ஆண்டு); 6/1890 (30-ம் ஆண்டு); 8/1895; 221/1894 (32-ம் ஆண்டு).

16. இதைப் பற்றிய விவாதத்திற்கு, பார்க்க ஏ ஆர் இ. 1907, II 38; 1908 II 56.

17. 135/1892; 477/1911; இ. சி. x. கே எல் 112 (b).

18. 534/1906.

19. 129/1912.

20. பி. ஜி I, ii, 441. இராஜாதிராஜன் இறந்ததை இவ்வளவு பிற்பட்ட காலத்தில் குறிப்பிடப்படுவது அவனுக்குப் பிறகு பட்டத்திற்கு வந்த இராஜேந்திரனின் கல்வெட்டுகளால் மறுக்கப்படுகிறது.

21. மாறுபட்ட கருத்து ஏ ஆர் இ. 1908 II 56.

22. 92/1892; 172/1894.

23. எஸ். ஐ. ஐ. iii 28 பக். 56.

24. 'முன் தனக்குடைந்து' என்ற வாசகத்தை 'எது அவனுக்கு ஏற்கெனவே உடமையாக இருந்ததே' என்று ஹுல்ஷ் பொருள் கொள்ளுகிறார்.

25. 'இளஞ்சீரி-தென்றெண்ணி உளங்கோழ் தன்னாடு தன் உறவோடும் புகுந்து' என்பது வாசகம்.

26. அல்லது 'மகள்'. வாசகத்தில் காதலி என்ற சொல் உளது.

27. வாசகத்தில் உலர்ந்த என்ற சொல் இருக்கிறது. இதை ஹுல்ஷ், அழிந்தது என்று பொருள் கொள்ளுகிறார். ஆனால், பிறகுபார்ப்போம்

28. வாசகம் வருமாறு: "கன்னரன் வழி வந்துறைக்கொள வீழத் தரைசனாகிய," இதை ஹுல்ஷ் மொழி பெயர்ப்பதாவது:- "கிருஷ்ணனிடம் வந்து, அவனுடன் தங்கியவன்" "உறை" என்பதற்கு இந்த இடத்தில் பெருமை, புகழ் என்று பொருள். மதனராஜன், இராஷ்டிரகூட அல்லது கருநாடக வம்ச வழியினன் ஆயினும் இலங்கை மன்னனானான் என்பதே இங்குப் சுட்டிக்காட்டப்படுகிறது.

29. அதி 55 , vv. 24 - 29

30. சி. வி. அதி 56, vv. 1-6.

31. 92/1892-ல் அவன், "இலங்கை மக்களின் அரசன்" என்று மட்டுமே சொல்லப்பட்டிருக்கின்றன. 221/1894.

32. கீஹர் சி. வி. ii பக். xxi

33. சி. வி. அதி. 56, v. 7.

34. மேற்கூறப்பட்ட ஆதாரம் vv 8-10.
35. மேற்குறிப்பிட்ட ஆதாரம் vv 13-15.
36. பி.கே. பக். 113.
37. சி. வி. மேற்குறிப்பிட்ட ஆதாரம், vv 13-15.
38. Cf. ஹுல்ஷ் எஸ். ஐ. ஐ. iii, பக். 53.
39. மேற்படி கி. பி. 1046-ம் ஆண்டு டிசம்பர் 3-ம் நாள்
40. மேற்படி: மற்றும் சி. வி. 56 v 16.
41. Cf. ஹுல்ஷ்-ஜே ஆர் ஏ எஸ். 1913, பக். 519-21. ஏற்கெனவே எஸ். ஐ. ஐ. iii-ல் இவர் தெரிவித்த கருத்துக்களை இப்போது இந்தப் பக்கங்களில் வாபஸ் பெற்றுக்கொள்கிறார்.
42. ஜகதீப்பாலனின் அரசியும் அவள் மகள் லீலாவதியும் சோழநாட்டில் அவர்கள் சிறை வைக்கப்பட்ட இடத்திலிருந்து பிறகு தப்பி ஓடினர். சி .வி. அதிகாரம் 56 vv. 23-4.
43. எஸ். ஐ. ஐ. iii 29. ஜே ஆர் ஏ எஸ்., 1913, பக். 519.
44. 87/1895; 270/1915, (இரண்டும் 9-ம் ஆண்டில் ஏற்பட்டவை).
45. எஸ். ஐ. ஐ. iii பக். 59; 612/1912, (எஸ். ஐ. ஐ. iv 1408).
46. 'வீரர் படை-களிங்கர் மண்,' எஸ். ஐ. ஐ. iii 29-ல் வரி 12.
47. ஒரு வீரசலாமேகன், கடுமையான போர் ஒன்றில் அழிந்தான் (எஸ். ஐ. ஐ. iii பக். 56) என்று வைத்துக்கொண்டால், இராஜேந்திரனின் கல்வெட்டுகளில் அதே பெயருடன் வரும் களிங்கர்மன் என்பவன் வேறு என்றும் (ஜே ஆர் ஏ எஸ் 1913 பக். 520), பின்னால் சொல்லப்பட்டவனை கி. பி. 1054-1109-ல் வாழ்ந்த முதலாம் விஜயபாகுவின் அரசியான திரிலோகசுந்தரி என்பவளுடன் இணைத்தும் ஹுல்ஷ் சொல்லுகிறார். அவளுடைய அண்ணன் மகனான கிட்டி – சிரீ-மேகன் என்பவனுக்கு வீரசலாமேகன் என்று பெயரிடப்பட்டிருக்கலாம் என்றும் அவர் ஊகிக்கிறார். இராஜாதிராஜனால் தலைசீவப்பட்ட பாண்டியன் மானாபரணன், முதலாம் விஜயபாகுவின் அக்காள் மகனும் மருமகனுமான மானாபரணனின் மூதாதை என்றும் அவர் சொல்லுகிறார். இராஜராஜனை எதிர்த்த ஸ்ரீவல்லப மதனராஜன் என்ற இலங்கையின் முதலாம் விஜயபாகுவின் அக்காள் மக்களில் மூன்றாமவனும் அவனுடைய மருமகனுமான மற்றொரு

ஸ்ரீவல்லபனின் முன்னோன் என்றும் சொல்லுகிறார். பெயர் ஒற்றுமையை வைத்துச் சொல்லப்படும் வாதங்கள் முடிந்த முடிவானவை அல்ல. இராஜேந்திரனால் சிறைப்பிடிக்கப்பட்ட மானாபரணன் மக்களுக்கும் மானாபரணன் என்னும் பெயருடையவர்களுக்கும் இருந்த உறவை ஹுல்ஷ் ஆராயவில்லை.

48. பார்க்க பக். 221. (முன்னே).

49. கார்டிங்டன், **'சிலோன் காயின்ஸ்'** பக். 84-5.

50. Cf. எஸ். ஐ. ஐ. iii 84 (266/1901) வீரராஜேந்திரதேவனின் 7-ம் ஆண்டுக் கல்வெட்டு. இது இந்த அரசனின் சாதனைகளுள் ஒன்றாக இலங்கையை வென்றதைக் குறிப்பிடுகிறது. 594/1912-எஸ். ஐ. ஐ. iv. 1388 (ஆதிராஜேந்திர தேவனின் 3-ம் ஆண்டு).

51. சி. வி. அதி. 57 vv. 65 அடிக்குறிப்பு இ. இசட் ii பக். 207; 182/1915.

52. எஸ். ஐ. ஐ. iii 28.

53. வாசகம் வருமாறு: "கந்தர் தினகரன் நாராணன் கணவதி வண்டலர் தெரியல் மதுசூதனன்." ஹுல்ஷ், இது நான்கு பெயர்களைக் குறிப்பிடுவதாக நினைக்கிறார். ஒருவேளை மூன்று பெயர்கள் மட்டுமே இருக்கக்கூடும். இக்காலத்திய மேலைச் சாளுக்கியக் கல்வெட்டுகளில் இவற்றில் சில பெயர்கள் இடம் பெற்றாலும் இவர்கள் இன்னின்னார் என்று தெளிவாக அடையாளம் கண்டுபிடிக்க இயலவில்லை.

54. 6/1890 (30-ம் ஆண்டு), 221/1894; 81/1895 (32-ம் ஆண்டு).

55. 172/1894, (2) 6-ம் ஆண்டு இல்லை 36-ம் ஆண்டு; 96/1892 (n.d)-முறையே எஸ். ஐ. ஐ. v, எண் 465-ம் iv எண் 539-ம்.

56. இவன் விஜயாதித்தன் அல்ல. தெலுங்குச் சோடனான பிஜ்ஜனா, ஏடகிரி (எத்திர்)யிலிருந்து ஆண்டபோது பீமனைப் பற்றிக் கூறியது-430/1923; எஸ். ஐ. ஐ. ix (1) எண் 147; தெலிங்கானாக் கல்வெட்டுகள் பக். 113. பூண்டி அல்லது பூண்டூர் என்பது கிருஷ்ணையாற்றின் இடது கரையில் 'கத்வல் நாடு' என்ற பெயருடன் விளங்கிவந்தது.

57. **கலிங்கத்துப்பரணி,** viii 26.

58. செண்டாடி- பந்து கொண்டு விளையாடும் ஒரு வகை - விளையாட்டை இது குறிக்கிறது.

59. 172/1894.

60. 244/ 1925 (36-ம் ஆண்டு).

61. கன்னியாகுமரிக் கல்வெட்டில் செய்யுள் 73-ல் 'யாக்கல்யாணபுரம் ததாக.'

62. இவன் கல்வெட்டுகள் சிலவற்றில் ஒரே மாதிரியான செய்யுள் "பல பச்சோழ நரேந்திர தட்ப தளனம்" என்ற தெளிவு இல்லாத சொற்றொடருடன் தொடங்குகிறது. இவன் மகன் இரண்டாம் சோமேசுவரனைப் பற்றியும் இவ்வாறே சொல்லப்பட்டிருக்கிறது. இந்தச் செய்யுளில் சொல்லப்பட்டிருக்கிற வெற்றிப் பட்டியல்களைப் பார்க்கும் போது இது வரலாற்றுச் செய்தியாக இல்லை. இதிகாசம் போல் இருக்கிறது என்று பார்னெட் சொல்லியிருப்பது பொருத்தமே ஆகும். (இ ஐ. xv, பக். 86, n 6; பக். 87, 97). ஃபிளீட் குறிப்பிடும் கல்வெட்டுகள் (டிகேடி பக். 441) பிற்காலத்தில் ஏற்பட்டவை. அவற்றை உரிய இடத்தில் கவனிப்போம். சோமேசுவரன், காஞ்சிபுரத்தை வென்று வெற்றி வீரனாக அந்நகருக்குள் பிரவேசித்ததாக. (I. 114-7) **விக்கிரமாங்க தேவ சரித்திரத்தில்** பில்ஹணன் இயற்றி இருக்கும் பாடலை நான் பொருட்படுத்தவில்லை. இவ்வாறு எழுத வேண்டியது அந்தப் புலவரின் கடமையாக இருந்திருக்கும் ஏனெனில் , பில்ஹணன் மிகவும் போற்றிப் புகழ்ந்திருக்கும் ஆறாம் விக்கிரமாதித்தன் என்ற வீரனின் தகப்பன்தான் சோமேசுவரன்.

63. 484/1914

64. 92/1892 (எஸ். ஐ. ஐ. iv, 539) வரி. 31.

65. 41/1904 எஸ். ஐ. ஐ. ix, (i), எண் 106); 711/1919. மற்றும் எஸ். ஐ. ஐ. ix எண்கள் 98-102; 104-25 மற்ற ஆதாரங்கள் 1044/1061-ல் பார்க்க.

66. ஹுல்ஷ், எஸ். ஐ. ஐ. iii, பக். 57 n 1.

67. இ ஐ. xvi, பக் 53.

68. 185/1893.

69. எஸ். ஐ. ஐ. iii, 28. வரி 1 இதுவும் அரசனின் அண்ணன் ஒருவனைக் குறிப்பிடுகிறது. முதலாம் இராஜேந்திரனால் புறக்கணிக்கப்பட்டதாக இருக்கலாம்.

70. 214/1911. எஸ். ஐ. ஐ. iii, 55, பக்.304 ஏ (3-ம் ஆண்டு).

71. எஸ். ஐ. ஐ. iii, 29.

72. ஃபிளிட் இ. ஐ. xii, பக். 296-8. அட்சரேகை 16" 36', தீர்க்கரேகை 74" 44', கொப்பம் எங்கே இருக்கிறது என்பது இ. சி. ix, முன்னுரை பக் 16 n 3-ல் விவாதிக்கப்பட்டிருக்கிறது. 168/1911-ல் 'தீர்த்தக் கொப்பட்டவியல்' என்று வரும் சொல்லும் அதில் சுட்டிக் காட்டப்பட்டிருக்கிறது. 'செப்பெரும் திரட்ட' என்ற சொல்லை, "அதனுடைய வலு அல்லது ஆற்றல் விவரிக்கத் தக்கது அன்று" என்று (எஸ். ஐ. ஐ. பக். 63) ஹுல்ஷ் பொருள் கூறுகிறார். "செப்பருந் தீர்த்த" என்று இந்தச் சொற்றொடர்களை வாசித்தால், "ஆற்றல்களை விவரிக்க முடியாத சிறப்புக்களுடைய ஒரு தீர்த்தம்" என்ற பொருள் ஏற்படும். 'திருமகள் மருவிய' என்று தொடங்கும் இராஜேந்திரதேவனின் முன்னுரைகளில், "போற்றங்கரைக் கொப்பத்து வந்தெதிர்த்த ஆகவ மல்லன்" என்ற சொற்றொடர் காணப்படுகிறது.

73. எச். ஏ. எஸ், எண் 12, பக். 1-5.

74. 87/1895; 270/1915, இரண்டும் 9-ம் ஆண்டில் ஏற்பட்டவை. மணிமங்கலம் கல்வெட்டோடு சேர்த்து இந்த ஆதாரங்களோடு பார்த்தால், இராஜேந்திரன் பங்கு கொள்ளாததும், இராஜாதிராஜன் உயிரிழந்ததுமான போரின் முதல் கட்டம் மணிமங்கலம் கல்வெட்டில் சொல்லாமல் விடுபட்டிருக்கிறது என்பது தெரிகிறது.

75. இந்த இடத்திலிருந்து இரண்டு விவரங்களும் ஒரே மாதிரியாக உள்ளன.

76. இது ஆறாம் விக்கிரமாதித்தனின் தம்பியைக் குறிப்பிடாது; அவன் கொப்பம் போருக்குப் பல ஆண்டுகளுக்கு அப்பாலும் உயிரோடு இருந்தான்.

77. கெம்பாவியின் கி. பி. 1054-55-ல் ஆட்சி செய்து கொண்டிருந்த ரேவரசனே இவனாக இருக்கலாம். ஃபிளீட், பி. ஜி. I ii, பக். 439; எஸ். ஐ. ஐ. iii, பக். 59.

78. 87/1895.

79. எஸ். ஐ. ஐ. iii, 55, ii பக். 304 C.

80. 87/1895.

81. இராஜேந்திரனுடைய மெய்க்கீர்த்திகளில் 'திருமகள் மருவிய' என்று தொடங்குவனவற்றில் பின்வரும் பகுதி இடம் பெறுகிறது : "தன் முன்னோன் சேனை பின்னடுவாக

முன்னெதிர் சென்று... இரட்டபாடி-ஏழரை-இளக்கமுன்-கொண்டு” இது பொதுவாக “பின்னதுவாக இரட்டபாடி” என்று சுருக்கமாகச் சொல்லப்பட்டிருக்கிறது. “அவனுடைய அண்ணனின் படை அவனுக்கு உதவியாகப் பின்னாலே தயாராக இருந்தபோது” என்று இதை ஹுல்ஷ் மொழி பெயர்த்துள்ளார். இராஜாதிராஜன் இந்தப் போரைத் தொடங்கினான். அவன் இறந்த பிறகே இராஜேந்திரன் இந்தப் போரில் ஈடுபட்டான் என்று 87/1895-ம் மற்ற ஆதாரங்களும் சொல்லுகின்றன. எனவே, ஹுல்ஷ் மொழிபெயர்ப்பில் திருத்தம் செய்து, “அவனுடைய அண்ணனின் படைகள் அயர்ந்து ஓய்வு பெறும் நிலையில்” என்று கூறலாம். “முன்னெதிர் சென்று’ என்ற சொற்றொடர் இருப்பதாலும் ‘முன்னோர் சேனை பின்னடுவாக’ என்ற சொற்றொடர் சில ஆதாரங்களில் (எஸ். ஐ. ஐ. ii, பக். 305 எப். ஜி ஆகியவை) முன்னோன் சேனை என்று ஹுல்ஷ் திருத்தம் செய்திருப்பதாலும், இக்கருத்துக்கள் உறுதி பெறுகின்றன. தவிரவும் அண்ணன் போர்க்களத்தில் இருக்கும் போது, தம்பி தலைமை வகித்தான் என்று சொல்லுவது இந்திய நாட்டு மரபிற்கு பொருத்தம் இல்லாதது. இதை நாம் அழுத்தமாகச் சொல்ல வேண்டிய தேவையே இல்லை. ஏனென்றால் சம்பந்தப்பட்ட எல்லாக் கல்வெட்டுகளின் மொத்தப் போர்களும் தெளிவாக இருக்கிறது. சந்தேகத்திற்கு இடமே இல்லை. சில ஆதாரங்களில், “தன் முன்னோன்” என்ற சொற்றொடரில் “தன்” என்ற சொல், விடுபட்டிருப்பதையும் நான் கவனிக்கிறேன். எடுத்துக்காட்டு : எஸ். ஐ. ஐ. iii, 55, “திரு மருவிய செங்கோல் வேந்தன்” என்ற சொற்றொடர் அவனுடைய அண்ணனைக் குறிப்பதாக ஹுல்ஷ் கருதுவது பொருத்த மில்லாதது. அத்தகைய எண்ணத்திற்கு ஆதாரமே இல்லை. (எஸ். ஐ. ஐ. iii, பக். 112 - ஆங்கில மொழிபெயர்ப்பு).

எஸ். ஐ. ஐ. iii, 55 (1-2 வரிகளில்), “இரட்டபாடி ஏழரை இலக்கமும் கொண்டு” என்பதற்கும் “கொல்லா - புரத்து ஜெயஸ்தம்ப நாட்டி” என்பதற்கும் இடையேயுள்ள தன்னானையில் முன்னானை செல்ல முன்னானை தவிர்த்து என்ற வரிகள் வருகின்றன. “எதிரியின் முதல் யானை அவனுடைய யானையிடம் வந்தபோது அவனுடைய அண்ணன் அதைத் தடுத்து நிறுத்தினான்” என்று ஹுல்ஷ் இதை மொழி பெயர்த்திருக்கிறார். இந்த மொழிபெயர்ப்பு அவ்வளவு திருப்தியாக இல்லை. ‘எதிரியின்’ என்று சொல்லுவதற்கு மூல நூலில் ஆதாரம் இல்லை. மேலும் முதலில் வரும்

'தன்னானையில்' என்பது எழுத்துப் பிழையாகவும் இருக்கலாம். 'ஆனை' என்பதை 'ஆணை' என்று கொண்டால் பொருள் வேறுபடும். ஏ. ஆர். இ. 1900 I, 20 இராஜேந்திரனின் திருக்கோயிலூர்க் கல்வெட்டை (123/1900, 6-ம் ஆண்டு) ஆராயும்போது கொல்லாபுரம் படையெடுப்பிற்குப் பிறகு கொப்பம் போர் நடந்ததாகச் சொல்லுகிறது. கொப்பம் எங்கே இருக்கிறது என்று புதிதாக அடையாளம் காட்டப்பட்டிருப்பதால் ஏ. ஆர். இ. சொல்லும் கருத்தை நாம் கைவிட வேண்டும். ஆயினும், திருக்கோவிலூர்க் கல்வெட்டுகளின் (இ. ஐ. vii. பக். 145-6) சொற்கள் ஹுல்ஷ் கருத்துக்கு ஓரளவு ஆதரவாக உள்ளன. சுருக்கமான மெய்க்கீர்த்திகள் பலவற்றில் கொப்பத்திற்கு முன் கொல்லபுரம் சொல்லப்பட்டிருக்கிறது.

82. பி. ஜி. I, ii, பக். 441; 392/1920, ஏ. ஆர். இ. 1921; II 5.

83. ஏ. ஆர். இ. 1919 II 30.

84. அண்ணி கெரே : பி. ஜி,. I, ii பக். 441; கவார்வார்டு இ. ஐ. xv 23. பார்னட் பதிப்பு. மற்றும் பார்க்க இ. சி. viii சொராப் 325.

85. படையெடுப்புக்கும் அதனால் ஏற்பட்ட உயிர்ச்சேதத்திற்கும் இராஜேந்திரதேவனே பொறுப்பு என்று ஃபிளீட்டும் அவரைப் பார்த்து பார்னெட்டும் சொல்லியிருக்கிறார்கள். ஆனால், சாளுக்கியப் போர்களில் இராஜேந்திரன் உயிரிழந்தான் என்பதற்கு ஓர் ஆதாரமும் இல்லை. அவன் கொப்பத்திற்குப் போயிருந்தான் என்பது மட்டும் தெரிகிறது. எஸ். ஐ. ஐ. iii, பக். 53.

86. 193/1925. (இரண்டாம் இராஜேந்திரனின் 6-ம் ஆண்டு) இரண்டாம் இராஜராஜனின் 6-ம் ஆண்டில் ஏற்பட்ட 5/1899-ம் இருக்கலாம். இரண்டாவது சொல்லப்பட்ட கல்வெட்டு காலத்தால் ஏறத்தாழ ஒரு நூற்றாண்டு பிந்தியது. இது, முதலாம் இராஜாதிராஜனின் சாதனைகளையும் இரண்டாம் இராஜேந்திரனின் சாதனைகளையும் குழப்புகிறது. கல்யாணபுரத்தையும் கொல்லாபுரத்தையும் வென்று யானை மீது இறந்த பெருமாள், விஜயராஜேந்திர தேவனைப் பற்றி அது சொல்லுகிறது (எஸ். ஐ. ஐ. iii, பக். 191). இது குறித்து ஹுல்ஷ் பின்வருமாறு சொல்லுகிறார்: "கொல்லாபுரத்தில் வெற்றித்தூண் நிறுவியவனான பரகேசரி வர்மன் என்ற இராஜேந்திர தேவனை இது குறிப்பிடும்." இக்கருத்தை வெங்கையா ஏ. ஆர். இ. 1899 I 53-ல் இன்னும் எச்சரிக்கையோடு பக்குவமாக

வெளியிட்டிருக்கிறார். இராஜகேசரி இராஜேந்திரன் (முதலாம் குலோத்துங்கன்) 4-ம் ஆட்சி ஆண்டில் வட ஆர்க்காடு மாவட்டம் சலுக்கியில் ஏற்பட்ட 472/1920 என்ற கல்வெட்டு, ஏற்கெனவே ஹுல்ஷ் சுட்டிக்காட்டிய ஆதாரத்திலுள்ள அதே விவரங்களைத் தான் தருகிறது. விஜயராஜேந்திரன் என்ற பட்டம் இதில் கொடுக்கப்படவில்லை. இராஜேந்திர தேவன், தான் கல்யாணபுரத்தை வென்றதாக ஓரிடத்திலும் சொல்லப்படவில்லை. அவனுக்கு விஜயராஜேந்திரன் என்ற பட்டமும் கிடையாது. நமக்குத் தெரிந்தவரை, அவன் போர்க்களத்தில் யானை மீது இறக்கவுமில்லை. எனவே, இது முதலாம் இராஜாதிராஜனைக் குறிப்பிடக் கூடியதாகவும் இருக்கலாம் (ஏ. ஆர். இ. 1925 II 16). இவனுடைய 3-ம் ஆண்டு, முதலாம் இராஜேந்திரன் ஆட்சிக்குட்பட்டது. அது ஏறத்தாழ கி. பி. 1021 ஆகும் (மற்றும் பார்க்க: 472/1920 - முதலாம் குலோத்துங்கனின் 4-ம் ஆண்டு). இது சரியானதா என்று உறுதியாகத் தெரியவில்லை. ஆனால் இது சரியாக இருக்கும் பட்சத்தில் இராஜாதிராஜனின் அசுவமேத யாகத்தால் (ஏ. ஆர். இ. 1899 I 53) கருவூலம் காலியாகி ஆலங்குடிப் பஞ்சத்தின் போது வாடியவர்களுக்கு அரசாங்கம் உதவி செய்ய முடியாமல் இருந்தது என்ற கருத்து நிலைக்காது. பஞ்சம், கி. பி. 1055 அளவில் இரண்டாம் இராஜேந்திரனின் ஆட்சியில் ஏற்பட்டிருக்கலாம். இரண்டாம் இராஜராஜனுடைய ஆதாரங்களில் அரசனின் பெயர் தவறுதலாகச் சொல்லப்பட்டிருக்கலாம். அசுவமேத யாகம் செய்த விவரம் இராஜாதிராஜன் கல்வெட்டுகளில் 26-ம் ஆண்டில், கி. பி. 1044-ல் சொல்லப்பட்டிருக்கின்றன. அதற்கு முன்னரே இந்த யாகம் நடந்திருக்கவும் கூடும்.

87. 258/1910. (35-ம் ஆண்டு)

88. 420/1925. (35-ம் ஆண்டு)

89. 444/1918. (24-ம் ஆண்டு)

90. 213/1894.

91. 78/1920. (33-ம் ஆண்டு)

92. 188/1919. (35-ம் ஆண்டு)

93. 258/1910. (35-ம் ஆண்டு)

94. 413/1902. (33-ம் ஆண்டு)

95. 26-ம் ஆண்டு ஆதாரம் ஒன்றில் (172/1894) 'திருக்கழுக்குன்றம்', "உலகு அளந்த சோழபுரம்', என்று சொல்லப்பட்டிருக்கிறது.

96. 102/1912.

97. 85/1920.

98. 279/1895.

99. 295/1922.

100. 221/1894 (எஸ். ஐ. ஐ. v. 520). விஷ்ணுவர்த்தனனே பிற்காலத்திய முதலாம் குலோத்துங்கன் என்று ஏ. ஆர். இ. 1985 I, 11-ல் சொல்லப்பட்டிருக்கிறது.

101. 214/1911. 421/1923-ல் அரசன் பெயர் இராஜராஜன் என்று தவறாகச் சொல்லப்பட்டிருக்கிறது. சீவல் (எச். ஐ. எஸ். ஐ. பக். 82) கருத்துப்படி இராஜேந்திர தேவன் பட்டத்திற்கு வந்த கி. பி. 1052-ம் ஆண்டு மே 28-ம் நாளே கொப்பம் போர் நடந்த காலமாகும். ஆனால் இந்தப் போருக்குச் சில காலம் முன்னரே இராஜேந்திரன் வாரிசு உரிமையுடைய இளவரசனாகி விடவில்லை என்பதற்கு நம்மிடம் ஆதாரம் இல்லை. பார்க்க: இ. ஐ. vi. பக். 213-9 இதில் 6-ம் ஆண்டிற்குரிய பேலத்திரு ஆதாரம் குறிக்கப்பட்டிருக்கிறது. (எஸ். 979).

102. 81/1928; 173/1894 (5-ம் ஆண்டு)ல் மருவி என்பதற்குப் பதிலாக நிலவிய என்ற சொல் இருக்கிறது. மற்றபடி இரண்டுக்கும் வித்தியாசம் இல்லை.

103. 3/1892, (எஸ். ஐ. ஐ. iii 29); 396/1913.

104. 87/1895; 270/1915.

105. viii 27.

106. வரிகள் 38 - 40.

107. எஸ். ஐ. ஐ. iii பக். 58. "காதலர்" என்பது இந்த ஆதாரத்தில் ஆண் மக்களை (மகன்களை)க் குறிக்கும். காதலருள் ஒருவனான இராஜேந்திரச் சோழன் 87/1895-ல் தன் திருமகன் என்று தெளிவாகச் சொல்லப்பட்டிருக்கிறான் (மாறுபட்ட கருத்து ஹூல்ஷ் முன்சொன்ன ஆதாரம் பக். 62 n 9). காதலர் என்ற சொல்லை மருமகன் என்று கொண்டு இந்த இராஜேந்திரனை முதலாம் குலோத்துங்கனாகக் கருதலாம். ஆனால், காதலர் காதலர் என்ற சொல் பேரன் என்றே தெளிவாகும். எனவே, முதலில் சொன்னவாறு ஆண்மக்கள் என்று நினைப்பதே சாலச்சிறந்தது.

108. ஏ. ஆர். இ. 1899 I, 51.

109. இவன், இவனுடைய தகப்பனின் மெய்க்கீர்த்திகளைச் சில ஆதாரங்களில் போட்டுக் கொள்கிறான். பிற ஆதாரங்களிலுள்ள மெய்க்கீர்த்திகளுக்கு எத்தனையோ அனுமானங்கள் சொல்லப்பட்டிருக்கின்றன.

110. 119/1902. இவனுடைய மற்ற ஆதாரங்கள் மூன்று வகையாக ஆரம்பிக்கின்றன: "மனு நீதி முறை வளர; திருமங்கை வளர; திருமகள் விளங்க;" இவற்றில் ஒரு சொற்றொடரேனும் வரலாற்றுச் செய்தியைத் தெரிவிக்கவில்லை. 4-ம் ஆண்டுக்குரிய 80/1935-6 (1062 ஜூலை 22), என்பதுதான் இவனைப்பற்றிய கடைசிச் செய்தி ஏ. ஆர். இ. 1935-6, II 38.

111. 87/1895; எஸ். ஐ. ஐ. v பக். 271 வரிகள் 32-39.

112. 113/1893; எஸ். ஐ. ஐ. v எண் 576; 718/1909.

113. எஸ். ஐ. ஐ. iii, 84, வரி 8 கம்பிலி எரிக்கப்படு முன் நடந்த 4-வது போரை இது குறிக்கும் என்று ஹூல்ஷ் நினைக்கிறார் (மேற்படி பக். 195).

114. எஸ். ஐ. ஐ. iii, பக். 37 (வரிகள் 3-8) இதுவும் 113/1896-ம் ஒரே மாதிரி உள்ளன.

115. "இகல்முனைவிருதோடு மலைக்கும்" என்று நான் 113/1896-ல் உள்ள பகுதியைப் படிக்கிறேன்.

116. "செற்றவன் சிரத்தினை அறுத்து" என்ற சொற்றொடரைப் 'பிணத்தின் தலை வெட்டி' என்பதாக ஹூல்ஷ் மொழிபெயர்க்கிறார். செற்றவன் என்ற சொல் செற்று, அவன் என்ற இரு சொற்களையும் கொண்டது என்பதை அவர் கவனிக்காமல் விட்டிருக்கிறார். பார்க்க: "செற்று-அவன்-சிரத்தினை" (133/1896).

117. அதாவது, சோழ அரசனுடைய முன்னணிப்படை - ஹூல்ஷ்.

118. "மேக-டம்பர்."

119. "புஸ்பகப் பிடியும்" என்பது வாசகம்.

120. 266/1901 (எஸ். ஐ. ஐ. iii எண் 84) வரிகள் 8-9.

121. மற்றொரு நாளில் அதே இடத்தில் நடைபெறுவதாக இருந்த நிகழ்ச்சி நடைபெறவில்லை. பார்க்க: பக். v. 228.

122. மாறுபட்ட கருத்து எஸ். கே. ஐயங்கார், **ஏன்சியன்ட் இண்டியா**, பக். 121.

123. இந்த நிகழ்ச்சிகளைப் பற்றி மற்றொரு கருத்தும் நிலவும். 'முடக்காறு' என்பது கூடல் சங்கமமாக இராது. இருகையன் முடக்காற்றில் போர் புரிந்திருக்கலாம். வீரராஜேந்திரனின் வேங்கிப் போரில் இருகையனுடைய மனைவிக்கு அவயக் குறைவு ஏற்பட்டதற்கும் இதற்கும் சம்பந்தம் இராது. அந்தப் போர், முதலாவது கூடல் சங்கமப் போருக்கு முன்னரே நடந்தது. வீரராஜேந்திரனின் ஆதாரம் அவனுடைய இரண்டாம் ஆண்டில் (கி. பி. 1064) ஏற்பட்டது. கீழைச்சாளுக்கிய மன்னனான இராஜராஜ நரேந்திரன் 1063-ல் இறந்தான். ஆகையால் சாமுண்டராயனின் படையெடுப்புக்காக வேங்கி நாட்டுக்குள் விக்கிரமாதித்தன் நுழைந்தது, இராஜராஜன் இறந்த பிறகு ஏற்பட்ட பட்டத்து உரிமையுடன் தொடர்பு கொண்டதாய் இருக்கலாம். முடக்காறு என்பது எந்த ஆற்றைக் குறிக்கிறதோ தெரியவில்லை. அந்தப் போர் கி. பி. 1060 - ல் நடந்ததாக நான் அனுமானிக்கலாம். அதற்கு மூன்று ஆண்டுகள் கழித்து முதலாவது கூடல் சங்கமப் போர் நடைபெற்றது. கி. பி. 1064-ல் கல்வெட்டுகளில் இடம் பெறுகிறது. முடக்காறுதான் கூடல் சங்கமம் என்ற அடிப்படையில் எளிதாகச் சில முடிவுகள் செய்யப் பட்டிருக்கின்றன. இதை மறுப்பதற்கில்லை. இரண்டாம் ஆண்டில் ஏற்பட்ட வீரராகவன் கல்வெட்டுகளில் வேங்கி சிம்மாசனத்தில் விஜயாதித்தனை வைப்பதற்கு அவன் செய்த உதவிகளைக் குறித்து ஒன்றுமே சொல்லப்படவில்லை. இரண்டாவது கூடல் சங்கமப் போர் நடந்ததுவரை, அதாவது, வீரராஜேந்திரனின் 5-ம் ஆண்டு அளவில் கி. பி. 1067 வரை இதைப் பற்றிய பேச்சே காணோம். இராஜராஜ நரேந்திரன் இறந்த பிறகுதான் விக்கிரமாதித்தனும் வீரராஜேந்திரனும் வேங்கியைப் பற்றி அக்கறை கொண்டார்கள் என்ற முடிவுக்கு வந்துவிட்டால் பின் நிகழ்ச்சிகளைப் புரிந்துகொள்ளுவது தெளிவாகவும் எளிமையாகவும் ஆகிவிடும்.

124. எஸ். ஐ. ஐ. iii பக். 32.

125. எஸ். ஐ. ஐ. iii எண் 30, வரி 26.

126. 'காண்ட்' என்பது கர்னூல் (**ஈஸ்ட்டன் சாளுக்கியாஸ்**, பக். 260) எனின், அது துங்கபத்திரையும் கிருஷ்ணையும் சங்கமம் ஆவதைக் குறிக்கும். பஞ்ச கங்கையும் கிருஷ்ணையும், கிட்ராப்பூர் (கொப்பம்) அருகே சங்கமம் ஆவதால் சோழர் கல்வெட்டுகளில் 'கூடல் சங்கமம்' என்ற பெயர் ஏற்பட்டதாக

இராஜேந்திரனின் பின்னோர் (கி.பி. 1044 – 70) 383

ஃபிளீட் சொல்லியிருக்கிறார். 'கரண்டை' என்பது அதே இடத்திலுள்ள 'இஞ்சல் கரஞ்சி' என்றும் அவர் சொல்லியிருக்கிறார் (இ. ஐ. பக். 298). இது குறித்து மிக விரிவாக எழுதுவதாக, அவர் முதலில் சொன்னபடி பிறகு எழுதக் காணோம். சோழர் ஆதாரங்களில், இந்தச் சமயத்தில் சோழப்படைகள் இரட்டபாடியில் நுழைந்ததாகச் சொல்லப்படவே இல்லை. இதனால், ஏற்படும் கேள்விகளுக்கு அவர் எப்படிச் சமாதானம் கூறுவார் என்றே தெரியவில்லை. பிறகு ஒரு சமயத்தில் இரட்டபாடி பலமாகச் சேதப்பட்டிருக்கிறது. துங்கபத்திர ஆற்றின் கரையில் ஒரு தூண் எழுப்பப் பட்டிருக்கிறது என்பதும் இங்கே குறிப்பிடத்தக்கது.

127. 144/1898.

128. டி ஏ எஸ். i 164-8.

129. 102/1926 (9-ம் ஆண்டு).

130. இ. ஐ. v. பக். 77 v. 11; செல்லூர் v. 12.

131. 123/1900, இ. ஐ. vii பக். 145-6.

132. 84/1895.

133. 612/1912.

134. எஸ். ஐ. ஐ. iii 21.

135. வரிகள் 40-42.

136. 'இராஜமகேந்திரன் கைங்கரியம்' என்ற பகுதியில் .

137. 502/1930.

138. 612/1930.

139. வீரராஜேந்திரனின் ஆதாரங்களைப் பற்றி ஹுல்ஷ் வியக்கத்தக்க முறையில் செய்திருக்கும் ஆராய்ச்சி எஸ். ஐ. ஐ. பக். 192-6-ல் காணப்படுகிறது.

140. எஸ். ஐ. ஐ. iii 20; 113/1896 (எஸ். ஐ. ஐ. v. 976).

141. எஸ். ஐ. ஐ. iii, 30.

142. v. 774. இந்த அரசன்தான், இரண்டாம் இராஜராஜன் என்று டாக்டர் உ. வே. சுவாமிநாத ஐயர் சொல்லியிருப்பது சந்தேகத்திற்குரியது.

143. 113/1896; எஸ். ஐ. ஐ. iii, 20, பக். 33.

144. 113/1896.

145. ஹுல்ஷ், எஸ். ஐ. ஐ. iii, பக். 193.

146. v. 76.

147. எஸ். ஐ. ஐ. iii, 20.

148. எஸ். ஐ. ஐ. iii, 30.

149. மளூரில் உள்ள நான்காம் ஆண்டுக் கல்வெட்டில் இதுவரை நடந்த நிகழ்ச்சிகள் யாவும் சொல்லப்பட்டிருக்கின்றன. இக்கல்வெட்டில் மெய்க்கீர்த்தி மட்டுமே எஞ்சியுள்ளது. (194/1911; இ. சி. ix. கி.பி. 85).

150. பிரட்டன் என்பது 'பிரஷ்ட' என்ற சமஸ்கிருதச் சொல்லாக இருக்கலாம். புரட்டன் என்ற தமிழ்ச் சொல் பொய் சொல்லுபவனைக் குறிக்கும். பார்க்க: ஹுல்ஷ், எஸ். ஐ. ஐ. iii, பக். 69.

151. ஏ.வி. வெங்கட்டராமய்யர், **லைப் அண்டு டைம்ஸ் ஆப் சாளுக்கிய விக்கிரமாத்திய,** VI தமிழ்ப் பதிப்பு (பக். 22-3-ம் n 3-ம்) சொல்லியிருப்பதே சரியான பொருள் என்று நான் நினைக்கிறேன். இந்தச் சிக்கலான பகுதி, வீரராஜேந்திரன் விக்கிரமாதித்தனுடன் கொண்டிருந்த உறவைக் குறிப்பதாக ஹுல்ஷ் நினைக்கிறார். ஆனால், அந்த உறவு, போரின் பிற்காலத்தில், சோமேசுவரன் இறந்த பிறகு வீரராஜேந்திரனுக்கும் இரண்டாம் சோமேசுவரனுக்கும் நடந்த போரின் போது நிகழ்ந்தது. இந்த சந்தர்ப்பத்தில், ஒவ்வொரு போர் முனையிலும் முதலாம் சோமேசுவரனின் குடும்பத்தார் அனைவருடனும் வீரராஜேந்திரன் இன்னும் போர் புரிந்து கொண்டிருக்கிறான். ஆறாம் விக்கிரமாதித்தனுக்கும் அவன் தம்பிக்கும் ஏற்பட்ட கருத்து வேறுபாட்டின் விளைவாக, முன்னவனுடனும் நேசம்கொள்ளும் வாய்ப்பு வீரராஜேந்திரனுக்கு ஏற்பட்டது. முதலாம் சோமேசுவரன் இறந்த பின்னரே இது செயல்பட்டது. எனவே, மணிமங்கலம் கல்வெட்டுகள், பின்னர் நடக்கவிருந்த நிகழ்ச்சியே முன்னரே எதிர்பார்த்து, வீரராஜேந்திரன் ஆறு, ஏழாம் ஆட்சி ஆண்டுக் கல்வெட்டுகளில் இருப்பதைச் சொல்லுவதாகக் கருதுவதற்கில்லை. (எஸ். ஐ. ஐ. iii, பக். 194-195). மணிமங்கலம் கல்வெட்டில் வரி 27-ல் வரும் 'பிரட்டன்' என்ற சொல் ஆறாம் விக்கிரமாதித்தனுடன் அவனை அடையாளம்கொள்ளுவது இடையூறாக உள்ளது. (பார்க்க : அதே ஆதாரத்தில் வரி 22. **தக்கயாகப்பரணி** செய்யுள் 774 - ல் நட்பு இல்லாத சாளுக்கியனை "பிரட்டன்' என்று சொல்லுகிறது. நண்பனை 'இரட்டன்' என்று கூறுகிறது). ஆறு, ஏழாம் ஆண்டுகளிலுள்ள ஆதாரங்களில் சொற்களைப் பார்க்கும்போது அவை ஒரே நிகழ்ச்சியைக்

கூறுவது தெளிவாகத் தெரிகிறது. மணிமங்கலம் கல்வெட்டில் சொல்லப்படுவது விக்கிரமாதித்தனும் வீரராஜேந்திரனும் நண்பர்கள் ஆனதைப் பற்றியே. எஸ். ஐ. ஐ. iii, 83 (ஆறாம் ஆண்டு) வீரராஜேந்திரன் கம்பிளியை எரித்ததையும் இரண்டாம் சோமேசுவரன் தன்னுடைய கழுத்தில் அணிந்திருந்த ஆபரணத்தை (வரிகள் 7-8)க் கழற்றி வைப்பதற்குள்ளாக மின்னல் வேகத்தில் கரடிக்கல் என்னும் ஊரைப் பிடித்துக் கொண்டதையும் சொல்லுகிறது. ஏழாம் விஜயாதித்தன் சார்பாக வேங்கியை வென்ற பிறகு, சாளுக்கியருடன் நடந்த முதல் போர் இதுவே; இரண்டாம் சோமேசுவரன் இந்தச் சந்தர்ப்பத்தில் கன்னர தேசத்தைக் கைவிடவேண்டிய சூழ்நிலை ஏற்பட்டதாயும் அடங்கிப்போன விக்கிரமாதித்தன், சோழ அரசனால் நகைகள் அணிவித்துப் பெருமைப்பட்டதாயும் 7-ம் ஆண்டில் ஏற்பட்ட 84-ம் ஆதாரம் சொல்லுகிறது. **விக்கிரமாங்கதேவ சரிதம்** என்ற நூலின்படி, அந்த நூலின் தலைவனுக்கும் சோழ அரசனுக்கும் உறவு ஏற்பட்ட காலம் முதலாம் சோமேசுவரனின் மரணத்திற்குப் பிறகு; அந்த உறவு நிகழ்ந்த இடம் துங்கபத்திரை ஆற்றின் கரை; நம்பக்கூடிய மற்றொரு செய்தியும் இந்த செய்யுளிலிருந்து தெரியவருகிறது. அவனுடைய தகப்பனார் இறந்தபோது, விக்கிரமாதித்தன், வெற்றி தரும் சுற்றுப்பயணம் ஒன்றை மேற்கொண்டு, வேங்கி சக்கரக் கூடம் முதலிய பகுதிகளுக்குச் சென்றிருந்தான். முதலாம் சோமேசுவரன், சொன்னபடி கூடல் சங்கமத்துக்கு வராததால் வீரராஜேந்திரனும் வேங்கிக்குப் போக வேண்டியது ஏற்பட்டது. 'கண்டிகை' என்னும் ஆபரணம் வாரிசுக்குரிய இளவரசருக்குரியதா? அல்லது அரசர்களுக்குப் பொதுவானதா? என்பது பற்றி மாறுபட்ட கருத்துகள் சொல்லப்பட்டிருக்கின்றன. வீரராஜேந்திரனின் ஆறாம் ஆண்டில் முதலாம் சோமேசுவரன் உயிரோடு இருந்ததாக ஹுல்ஷ் கருதுகிறார் (எஸ். ஐ. ஐ. iii, பக். 194). இப்போது இரண்டாம் சோமேசுவரன் மட்டுமே பட்டத்துக்குரிய இளவரசனாக இருந்தான் (ஐ. ஏ. XX பக். 267-17). ஐந்தாம் விஜயாதித்தன் என்ற தலைப்பில் கொடுக்கப்பட்டுள்ள மேற்கோள்கள். கண்டிகை என்பது தாழ்ந்த நிலையைக் குறிக்கும் சின்னம் என்று கொண்டாலும், இரண்டாம் சோமேசுவரன் அதைக் கழற்றினான் என்பது அவனுடைய தகப்பனார் இறந்துபோனதையும் அவன் பட்டத்திற்கு வந்ததையும் குறிக்கலாம்.

152. இ. ஐ. vii பக். 9.

153. **'விக்கிரமாங்க தேவ சரித்திரம்'** iv. 44 - 68; இ. சி. vii, Sk. 136.

153a. டாக்டர் எஸ்.கே. ஐயங்கார் எழுதிய **'ஏன்சியன்ட் இண்டியா'**, பக். 123; ஏ.வி. வெங்கட்டராமய்யர், முன் சொன்ன நூல், பக். 23.

முதலாம் சோமேசுவரன், கூடல் சங்கமத்திற்கு வருவதாக ஒரு தவறான செய்தியைச் சொல்லி அனுப்பி வீரராஜேந்திரனை ஏமாற்றி விட்டதாக டாக்டர் வெங்கட ரமணய்யா சொல்லுகிறார். அவன் மகன் விக்கிரமாதித்தனை மேலைக் கடற்கரை வழியாகத் தெற்கே அனுப்பி சோழ நாட்டிற்குள் போரை நடத்துவதாகத்தான் அவன் நினைத்திருந்தான். இதனால் தான் சோமேசுவரன் மேலைக் கடலுக்குச் சென்றான். சோழர் கல்வெட்டுகள் அவன் பயந்து ஓடியதாக இதைத் தவறாகப் பிரச்சாரம் செய்திருக்கின்றனர். டாக்டர் வெங்கடரமணய்யா கொள்ளும் இந்தக் கருத்துக்கு ஆதாரம் பில்ஹணனின் காவியமே. (**"ஈஸ்டர்ன் சாளுக்கியாஸ்"**, பக். 259).

153b. iv 36.

154. "வல்லவன்' என்பதற்கு 'வலிமை மிக்கவன்', 'சாளுக்கியன்' என்ற இரு பொருள்களும் உண்டு.

155. iv, 29, 30.

156. திராட்சராமாவிலுள்ள ஆண்டு குறிப்பிடப்படாத கல்வெட்டுகளில் சில சிற்றரசர்கள், தாங்கள் ஸ்ரீ பராந்தக கோனேரின்மை கொண்டார் சர்வலோகாசிரய ஸ்ரீ விஷ்ணுவர்த்தன மகாராஜாவிடன் மட்டுமே உறவு கொள்வதாகச் சத்தியப் பிரமாணம் செய்திருப்பது சொல்லப் பட்டிருக்கிறது. இந்தப் பட்டங்கள் ஏழாம் விஜயாதித்தனைக் குறிப்பிடக்கூடும். இந்த ஆதாரங்கள் இந்தக் காலப் பகுதியைச் சேர்ந்தனவே (எஸ். ஐ. ஐ. iv, 1269-1275). **'ஈஸ்டர்ன் சாளுக்கியாஸ்'**, பக். 249-50.

157. சாளுக்கியப் படைகள், சக்கரக் கோட்டத்தில் வீர ராஜேந்திர படைக்கட லேவி-வாட திசைச் சக்கரக் கோட்டத்து புக் - குடண்டெழுந்தச் சாளுக்கியத் தனையக்கணல் பலனூரியால் தோற்கடிக்கப்பட்டதாக 182/1915-ம் குலோத்துங்கனின் ஆரம்பக் காலக் கல்வெட்டுகளும் தெளிவாகச் சொல்லுகின்றன. இ. ஐ. xxi பக். 232-3. இதே ஆதாரம் கொண்ட (இராஜ மகேந்திரபுரத்திற்கு வடமேற்கே 70 மைல் தூரத்தில் இந்த ஊர் இருப்பதாக **ஈஸ்டர்ன் சாளுக்கியாஸ்,** பக். 266, n 2 கூறும்) என்ற ஊரிலும் 'காவி' என்ற ஊரிலும் போர்கள் நடந்ததாயும் அதன் விளைவாகச் சோழர்கள் பெரும் பொருளைக்

கொள்ளை அடித்ததோடு பெண்கள் உட்பட பலரைச் சிறைப்பிடித்ததாயும்சொல்லுகிறது. வெற்றித் தூணில் புலிச் சின்னம் பொறிக்கப்பட்டதை, 'புலி' சுட்டுக் கல்லில் ஜெயஸ்தம்ப நாட்டி' என்று ஒன்பதாம் வரி கூறுகிறது. ஆனால், இ. ஐ -ல் இந்தக் கல்வெட்டின் பதிப்பாசிரியர் 'புலிச் சுட்டுக்கல்' என்பது (பக். 243) சொல்லப்படுகிறது. ஆனால், அந்த ஊர் எங்கே இருக்கிறது என்பது பக். 228-ல் சொல்லவில்லை.

158. 'இகலிடைப் பூண்ட ஜெயத்திருவோடும்' என்பது சொற்றொடர். இதை, "இடைக்காலத்தில் வெறுப்புக் காட்டியவளான வெற்றி அம்மன்" என்று ஹுல்ஷ் தவறாக மொழி பெயர்க்கிறார். சோழர்கள், இடையில் தோல்விகளை அனுபவித்தனர் என்றும் இதிலிருந்து அவர் அனுமானிக்கிறார். எஸ். ஐ. ஐ. iii, பக். 70-ம் n 4-ம். 'இகல்' என்ற சொல்லுக்குப் பிறகு வரும் இடை என்னும் சொல் அதற்கு முன்னே வரும் 'போர்' என்னும் சொல்லோடு இணைத்துப் பார்க்க வேண்டும்.

159. ஹுல்ஷ், எஸ். ஐ. ஐ. iii, பக். 193.

160. அரசனின் அண்ணன், 'ஆளவந்தான்' என்பது ஹுல்ஷ் கருத்து. எஸ். ஐ. ஐ. iii, பக். 194.

161. v. 77.

162. சி. வி. அதி. 58 vv. 1-17. 'ஷார்ட் ஹிஸ்டரி' என்னும் நூலில் பக். 56-ல் காட்ரிங்டன் சொல்லுவதாவது: "பொலனறுவாவைக் கைப்பற்ற முதல் முயற்சி கி. பி. 1066 இலோ அல்லது சற்று முன் பின்னாகவோ நடந்தது. ஆனால், அந்த முயற்சி தோல்வியடைந்தது. வாதகிரி (கேகல்லா மாவட்டத்திலுள்ள வாகிரிகல) என்னும் ஊரில் கோட்டைக்குள்ளேயே இருக்கும்படி விஜயபாகு வைக்கப்பட்டான்.

வாதகிரியில் கோட்டைக்குள் வைக்கப்பட்டது பிறகு 1070-ல் ஏற்பட்ட போரின் நிகழ்ச்சி என்று நான் நினைக்கிறேன். இதன் விவரங்கள் சி. வி. யில்18-ம் செய்யுளுடன் தொடங்குகின்றன.

163. 182/1915. கடலடை யாடிலிங்கை கொண்ட-சோழ-வளநாடு.

164. 175/1894; 266/1901 எஸ். ஐ. ஐ. iii, 84.

165. இ. சி. vii, Sk.136.
166. எஸ். ஐ. ஐ. iii. 83.
167. இ. ஐ. xii, பக். 295, 309.
168. எஸ். ஐ. ஐ. iii, 84.
169. v. 774
170. "விக்கிரமாங்க தேவ சரித்திர" iv 69 - v. 10.
171. v. 25-6.
172. v. 28 - vi. 3.
172a ஜே. பி. பி. ஆர். ஏ. எஸ். ix பக். 278, 242; பி. ஜி. I, ii, பக். 567.
173. ஆதாரம் 127/1913; 455/1920; இ. சி. xi, Cd. 82; எஸ். ஐ. ஐ. iii, பக். 65.
174. எஸ். ஐ. ஐ. 84 வரிகள் 1 - 2.
175. எஸ். ஐ. ஐ. iii, பக். 194.
176. 371/1902, எஸ். ஐ. ஐ. iii, 81, 273/1904.
177. vv. 75; 77-8.
178. v. 79 (சிதைந்த பகுதி).
179. vv. 80 - 81.
180. 182/1915.
181. எஸ். ஐ. ஐ. iii, 57 வரிகள் 11- 12.
182. 182/1915. வரி 25.
183. எஸ். ஐ. ஐ. ii, 58. பக். 234.
184. ஏ. ஆர். இ. 1899, பாரா 50; எஸ். ஐ. ஐ. 197; "வீர சோழியம் பாயிரம்".

அதிகாரம் 12

முதலாம் குலோத்துங்கன் அரியணை ஏறுதல் (கி. பி. 1070)

ஆதிராஜேந்திரன்

வீரராஜேந்திரன், கி. பி. 1070 ஆம் ஆண்டின் தொடக்கத்தில், அவனுடைய ஆட்சியின் எட்டாம் ஆண்டிலேயே இறந்துவிட்டான். அவனுக்குப் பிறகு, பரகேசரி ஆதிராஜேந்திரன் பட்டத்துக்கு வந்தான். அவன் ஆட்சி சில வாரங்களுக்குத்தான் நடந்தது. அதையடுத்து, கி. பி.1070 ஜூன் 9-ம் நாளில்[1] இராஜகேசரி முதலாம் குலோத்துங்கச் சோழன் பட்டம் ஏறினான். அவனுடைய மூன்றாம் ஆண்டில் ஆதிராஜேந்திரனுடைய கல்வெட்டுகள் இருப்பதாலும், தெலுங்கு நாட்டிலுள்ள கல்லில் பொறிக்கப்பட்டிருக்கும் கல்வெட்டுகளில் குலோத்துங்கன் பட்டம் ஏறிய தேதி தெளிவாகச் சொல்லப்பட்டிருப்பதாலும் 1067-8 வாக்கில் வீரராஜேந்திரன், அடுத்து பட்டத்துக்கு உரியவனாக ஆதிராஜேந்திரனைத் தேர்ந்தெடுத்திருக்கவேண்டும். **விக்கிரமாங்க தேவ சரிதத்தில்** ஆதிராஜேந்திரன் - வீரராஜேந்திரன் உறவுகள் - மாமனார் இறந்தவுடன் மைத்துனனை சோழ சிம்மாசனத்தில் அமர்த்துவதற்காக,[2] விக்கிரமாதித்தன் காஞ்சிக்கும் கங்கை கொண்ட சோழபுரத்துக்கும் புறப்பட்டான் என்ற வாக்கியத்தின் மூலம் வெளிப்படையாகச் சொல்லப்பட்டிருக்கிறது. அவனுடைய ஆட்சி ஏன் அவ்வளவு விரைவில் முடிந்துவிட்டது? கீழைச் சாளுக்கிய இளவரசனான இரண்டாம் இராஜேந்திரன் 1070-ல் சோழச் சிம்மாசனத்தில் வீற்றிருக்கும் நிலை எப்படி ஏற்பட்டது? என்ற கேள்விகளுக்கு முடிந்த முடிவுகளாக ஒரு பதிலும் சொல்லுவதற்கில்லை. அவற்றுக்கு

உரிய ஆதாரங்கள் பல திக்குகளிலிருந்து கிளம்புகின்றன. ஓர் ஆதாரத்துக்கு மற்ற ஆதாரங்கள் முரண்பாடுகள் உள்ளன; அதன் விளைவாக நடந்த நிகழ்ச்சிகளுக்கு எத்தனையோ வகையான விளக்கங்களைச் சொல்ல நேரிடுகிறது. நிகழ்ச்சிகள் நடந்த முறையை விவரிப்பதற்குப் பதிலாக உள்நோக்கம் ஒவ்வொருவருக்கும் இருந்தது என்பதே நாம் கொள்ளக் கூடிய முடிவு.

சோழர்களும் கீழைச் சாளுக்கியர்களும்

சோழர் வம்சத்துடன் செய்துகொண்ட திருமணங்களின் விளைவாக, கீழைச் சாளுக்கிய வம்சத்தினர் சில காலமாக, சாளுக்கியர் என்பதைவிட, சோழர்கள் என்று தங்களைக் கருதிக் கொள்ளும் மனநிலையினர் ஆகிவிட்டனர்.[3] இரண்டு வம்சங்களுக்குள்ளும் இருந்த கொள்வினை கொடுப்பினைகளைக் கீழே உள்ள அரச மரபின் வழிப் பட்டியல் வாயிலாக அறியலாம்.

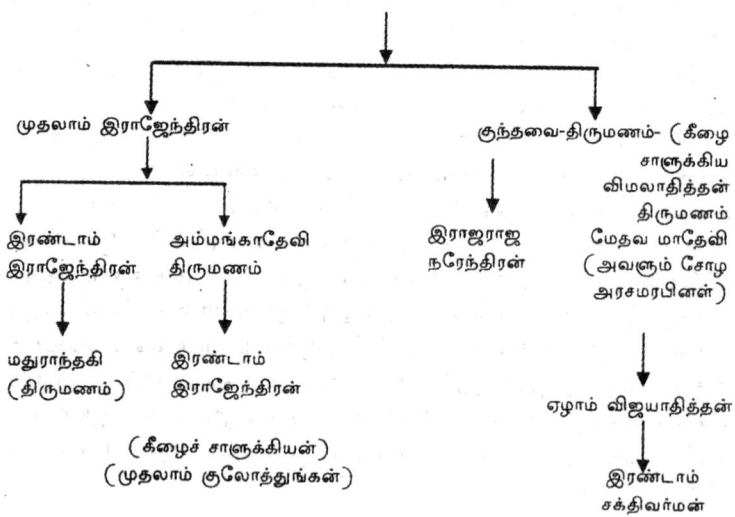

ஏழாம் விஜயாதித்தன்

இக்காலத்திய கீழைச் சாளுக்கியச் செப்பேடுகள் இரண்டு வகையின. அவற்றுள் ஒரு வகை, ஏழாம் விஜயாதித்தனையும் அவன் மகன் இரண்டாம் சக்திவர்மனையும் அவர்களுடைய

செயல்கள், நடவடிக்கைகள் ஆகியவற்றையும் குறிப்பிடுகின்றன. மற்றொரு வகைச் செப்பேடுகளில் இவை இடம் பெறவில்லை. இத்தகவல்கள், நமக்குத் தெரிந்த கீழைச் சாளுக்கிய வரலாற்றின் பிற பகுதிகளில் இடம் பெறவே இல்லை. முதல் வகைச் செப்பேடுகளில் தரப்பட்டிருக்கும் செய்திகளாவன : இராஜராஜ நரேந்திரன் பட்டமேறிப் பன்னிரெண்டு ஆண்டுகள் முடிந்த பிறகு அவனுடைய ஒன்றுவிட்ட சகோதரன் விஜயாதித்தன் அவனைச் சிம்மாசனத்திலிருந்து விரட்டிவிட்டு, சகம் 952-ல், அதாவது கி. பி. 1030-ல்[4] தானே முடியுடை வேந்தன் ஆனான். இந்தச் செய்தியைக் கூறும் தானப்பட்டயம் விஜயாதித்தன் ஆட்சியில் இரண்டாம் ஆண்டில் ஏற்பட்டது.[5] பிறகு நாம் கவனிக்கத்தக்கது, இரண்டாம் சக்திவர்மனுடைய தெலுங்கு மகாசபைச் செப்பேடுகள். இவற்றில் ஆட்சி ஆண்டு குறிக்கப்படவில்லை. சகம் 983-ல் கி. பி. 1061 அக்டோபர் 18-க்குச் சமமான ஒரு நாளில், இராஜராஜன் 41 ஆண்டுகள் ஆண்ட பிறகு, சக்திவர்மன் முடிசூட்டிக்கொண்டதாக இந்தச் செப்பேடுகள் சொல்லுகின்றன. கி. பி. 1030 -ல் விஜயாதித்தன் முடிசூட்டிக்கொண்டதை அவை சொல்லவில்லை.[6] கடைசியாக, ஏழாம் விஜயாதித்தனின் ரியாலிச் செப்பேடுகள் (இரண்டு வகை) கி. பி. 1030-2-ல் நடந்த சம்பவங்களையெல்லாம் சொல்லவே இல்லை. இராஜராஜன் காலம் 41 ஆண்டுகள் என்பதைச் சொல்லுகின்றன. விஜயாதித்தன் வன்முறையால் தன் ஒன்றுவிட்ட சகோதரனுடைய இராஜ்யத்தையும் ஆட்சி உரிமையையும் அவனுக்குத் தெரியாமல் (அவன் இறந்ததும்) கைப்பற்றினான்.[7] அவன் மகன் சக்திவர்மனிடம் கொண்டிருந்த அன்பால் உரிமைகளை அவனுக்கு விட்டுக்கொடுத்தான். விதியின் தீவினையால் சக்திவர்மன் ஓராண்டு முடிவடைந்ததும் இறந்துவிட்டதால், அபிமன்யு இறந்ததும் அர்ஜுனனை வேண்டியது போல, மீண்டும் அரசை ஆளும் பொறுப்பை ஏற்றுக்கொள்ளும்படி விஜயாதித்தன் வற்புறுத்தப்பட்டான் என்றெல்லாம் அவை சொல்லுகின்றன. கல்வெட்டுகளிலோ, இந்த ஆதாரங்கள் குறிப்பிடும் தேதிகளிலோ இவற்றின் நாணயத்தை (உண்மையை) ஐயப்படுவதற்கு ஒன்றுமில்லை.

கால வரிசை முறையிலும் சரி, நிகழ்ச்சிகளைச் சொல்லுகிற போக்கிலும் சரி, இவை குலோத்துங்கனின் செப்பேடுகளிலிருந்து மாறுபடுவதை இப்போது பார்ப்போம். கி. பி. 1011 முதல் ஏழு ஆண்டுகளுக்கு, விமலாதித்தன் கீழைச் சாளுக்கியச் சிம்மாசனத்தில் இருந்த பிறகு, 1018-ல் இராஜராஜ நரேந்திரன் பட்டத்துக்கு

வந்தான் என்ற எண்ணத்தை இவை உண்டாக்குகின்றன; எனவே 1011 மே 10-ம் நாளில் விமலாதித்தன் பட்டத்துக்கு வந்தான்[8] என்று கீல்ஹார்ன் சொல்லுவதை இவை முற்றிலும் நிலைநாட்டுகின்றன. ஆனால், கவனிக்கவேண்டிய வேறு ஆதாரங்களும் உண்டு. விமலாதித்தனுடைய ரணஸ்த பூண்டி பட்டயத்தில் அவனுடைய எட்டாம் ஆண்டு சொல்லப்பட்டிருக்கிறது. இராஜராஜ நரேந்திரனின் முடிசூட்டு விழா கி. பி. 1022-ல் நடந்ததாக வேறு ஆதாரங்களில் சொல்லப்பட்டிருக்கிறது. ஏழாம் விஜயாதித்தன், இரண்டாம் சக்திவர்மன் ஆகியோரின் காலத்துச் செப்பேடுகள் போலவே இராஜராஜ நரேந்திரனின் ஆட்சிக்காலம் 41 ஆண்டுகளை அவை வெவ்வேறு ஆண்டுகளிலிருந்து தொடங்கிக் கணக்கிடப் படுகின்றன. இராஜராஜன் முடிசூட்டிக் கொண்ட காலம் என்று முற்பட்ட ஆதாரங்களில் கி. பி. 1018-ம் ஆண்டு என்றும் பிந்தியவற்றில் கி. பி. 1022-ம் கொடுக்கப்பட்டிருக்கின்றன.

அவன் ஆட்சியைப் பறித்துக் கொண்டது

ரியாலிச் செப்பேடுகளின் வாசகமும் இரண்டாம் சக்திவர்மனின் முடிசூட்டு விழாத் தேதியும்[9] இராஜராஜன் இயற்கையாக இறக்கும் வரை விஜயாதித்தன் காத்திருந்தானா அல்லது அதற்கு முன்னரே அவனைச் சிம்மாசனத்திலிருந்து பிடித்துத் தள்ளினானா என்ற சந்தேகத்தைக் கிளப்புகின்றன. வீரராஜேந்திரனின் கல்வெட்டுகள், அவனுடைய ஏழாம் ஆண்டு (கி. பி. 1068-9) வரை விஜயாதித்தன் பற்றி ஒன்றும் சொல்லவில்லை என்பதைப் பார்க்கும்போது, சிலபேர் அனுமானிப்பது போல, இராஜராஜன் இறந்ததும் முதலாம் குலோத்துங்கனுக்கும் ஏழாம் விஜயாதித்தனுக்கும் நடந்த பட்டத்து உரிமைப் பூசலில் அவன் தலையிட்டதாகவோ அல்லது முதலாம் குலோத்துங்கன் பட்டத்துக்கு வராமல் தடுத்தான் என்றோ கருதுவதற்கு இடமில்லை.[10]

விஜயாதித்தர்கள் இருவரா?

இராஜராஜனுக்கும், ஒருவேளை அவன் மகன் இராஜேந்திரக் குலோத்துங்கனுக்கும் கூட, ஏழாம் விஜயாதித்தன் எதிரியாக இருந்தான் என்று இந்தப் பட்டயங்களிலிருந்து தெரிகிறது. இதனால் மேலைச் சாளுக்கியக் கல்வெட்டுகள் சிலவற்றில் விஷ்ணுவர்த்த விஜயாதித்தன் என்றும் சர்வலோகாசிரியன், வேங்கி மண்டலேசுவரன் என்றும் கீழைச் சாளுக்கிய பட்டங்களுடன்

சொல்லப்படுபவனே இந்த ஏழாம் விஜயாதித்தன் என்று சிலர் சொல்லுகிறார்கள். இந்தக் கருத்தை உண்டாக்கியவர் ஃபிளீட்; பெயர்கள், பட்டங்கள் ஆகியவற்றின் ஒற்றுமையைக் கொண்டே[11] ஃபிளீட் இவ்வாறு கருதினார். ஆனால், பிறகு அவர் தம் கருத்தைக் கைவிட்டதுடன் முதலாம் சோமேசுவரனின் நான்காம் மகனே மேலைச் சாளுக்கிய இளவரசன் என்றும் சொன்னார். ஆனால், இவன் முக்கியப் பங்கு ஒன்றும் வகிக்காததால் பில்ஹணன் இவனைக் குறிப்பிடவில்லை போலும்.[12] சமீப காலத்தில் ஃபிளீட் முதலில் சொன்ன கருத்தை ஆராய்ச்சியாளர் பலர் ஆதரித்துள்ளனர்; ஏழாம் விஜயாதித்தன், அவன் மகன் இரண்டாம் சக்திவர்மன் ஆகியோருடைய செப்பேடுகள் புதிதாகக் கண்டுபிடிக்கப்பட்டிருப்பதே இந்தத் திருப்பத்திற்குக் காரணம். கி. பி. 1030-3-ல் பட்டம் பெற அவன் மேற்கொண்ட முயற்சி தோற்ற பிறகு, விஜயாதித்தன் வேங்கி நாட்டைவிட்டு வெளியேறினான். முதலாம் சோமேசுவரனை அண்டி அவனிடம் ஊழியம் பார்த்தான்[13] என்று கூடச் சொல்லப்பட்டிருக்கிறது. கீழைச் சாளுக்கியருக்கும் மேலைச் சாளுக்கியருக்கும் இடையே திருமண உறவுகள் இருந்திருக்கும் என்ற ஃபிளீட்டின் கற்பனை தவறானது; விஜயாதித்த விஷ்ணுவர்தன், சோமேசுவரனின் மகனாக இருக்கும் பட்சத்தில் அவன் தாயார் கீழைச் சாளுக்கிய வம்சத்து இளவரசியாக இருந்திருக்க முடியாது.[14] மற்றும் அவன் பெயரை, பில்ஹணன் சொல்லாமல் விட்டிருப்பதும், விஷ்ணுவர்த்தன விஜயாதித்தனுக்கும் முதலாம் சோமேசுவரனுக்கும் உள்ள உறவைக் குறிப்பிடும்போது, **தத்பாத பத்மாராதக** என்ற சொற்றொடர் கல்வெட்டுகளில் இடம் பெற்றிருப்பதும், மக, நந்தன என்று வேறு இடங்களில் சொல்லப்பட்டிருந்தாலும் அவன் சோமேசுவரனின் மகனா என்ற ஐயத்தை எழுப்புகின்றன.[15]

குலோத்துங்கனின் மக்களுடைய கீழைச் சாளுக்கியச் செப்பேடுகள்

கீழைச் சாளுக்கியச் செப்பேடுகளிலுள்ள சான்றுகளை மீண்டும் காண்போம். இவை குலோத்துங்கனின் பிள்ளைகள் மூவர் ஏற்படுத்தியவை. இவற்றுக்கு தேகி, செல்லூர், பித்தாபுரம் செப்பேடுகள் என்று பெயர். இவற்றின் காலம் முறையே அவன் ஆட்சியின் பதினேழாவது, இருபத்து ஒன்றாவது, இருபத்து மூன்றாவது ஆண்டுகள் ஆகும். குலோத்துங்கன், சோழ நாட்டின் வட மாநிலத்துக்கு தன்னுடைய (அரச) பிரதிநிதியாக[16] அவன்

மகன் இராஜராஜ மும்முடிச் சோழனை அனுப்பியபோது, அவனே (குலோத்துங்கனே) வேங்கியில் நடந்த நிகழ்ச்சிகளைச் சொன்னானாம். எனவே, இம்மூன்று பட்டயங்களிலும் ஒரே வகையாக விவரங்கள் காணப்படுகின்றன. இவற்றிலிருந்து 41 ஆண்டுகள் இராஜராஜன் ஆட்சி செய்து இறந்த பிறகு இராஜேந்திரன் முதலில் வேங்கி நாட்டு வேந்தனாக முடிசூட்டப்பெற்றுப் பெரும் புகழ் பெற்றதாகத் தெரிகிறது. பிறகு அவன் சோழ இராஜ்ஜியத்தில் முடிசூட்டப்பெற்றான்; இது தேவேந்திரனுக்குக் குறையாத மதிப்பும் தகுதியும் உடையது என்று சிறப்பிக்கப்பட்டிருக்கிறது. சூரிய வம்சத்தின் திலகமானவனும் இராஜேந்திர தேவனுமான பெருங்கடலிலிருந்தே உதித்தவளும், திருமகளாகிய இலட்சுமியே என்று சொல்லத் தக்கவளுமான மதுராந்தகியை அவன் மணந்தான். அவள் மூலமாக அவனுக்குப் பல குழந்தைகள் பிறந்தன. அந்தக் குழந்தைகள் ஒன்றினிடம் இராஜராஜன், "குழந்தையே நான் திக்குவிஜயம் என்னும் போர்ப் பயணம் (சோழ நாட்டைப் பிடிக்க விரும்பி, என்று செல்லூர் பட்டயம் சொல்லுகிறது) புறப்பட விரும்பினேன். அப்போது என்னுடைய சிற்றப்பனான விஜயாதித்த மன்னர் கடந்த காலத்தில் ஒரு நாள், என்னிடம் புகழ்பெற்ற வேங்கி நாட்டை ஒப்பித்தார். அவர் கடவுள் போன்றவர்; சிங்கத்தைப் போல வல்லமை உடையவர்; 15 ஆண்டுகள் ஆட்சி செய்த பிறகு, அவர் விண்ணுலகம் எய்தினார்" எனச் சொன்னானாம். விஜயாதித்தன் இறந்தது கி. பி. 1077-ல்[17] என்று தேகிச் செப்பேடுகள் தெளிவாகச் சொல்லுகின்றன. குலோத்துங்கன் கி. பி. 1062-லோ அல்லது சற்று முன் பின்னாகவோ, குலோத்துங்கன் அவனைத் தன்னுடைய பிரதிநிதியாக நியமித்துக் கொண்டதாக இது பொருள்படும்.

நமக்கு வேறு வகையில் தெரிந்த செய்திகளுடன், ஏழாம் விஜயாதித்தனுடன் தன் உறவுகளைப் பற்றி குலோத்துங்கன் இவ்வாறு சொல்லியிருப்பதை நாம் பொருத்திப் பார்க்க வேண்டியிருக்கிறது. எனவே, இவ்வாறு குலோத்துங்கன் எப்போது சொன்னான்? எத்தகைய சூழ்நிலையில் சொன்னான்? என்பதை நாம் உணர வேண்டும். கி. பி. 1077-ல் குலோத்துங்கன் சோழச் சிம்மாசனத்தை உறுதியாக வகித்தான். அப்போது அவனுடைய பேரரசு விரிந்தும் வளம் மிகுந்தும் இருந்தது. அவன் தன் சிற்றப்பன் இறந்த பிறகு, தன் மகனிடம் வடபகுதிக்கு அரசப் பிரதிநிதியாக அவனை அனுப்பும் நேரத்தில் இவ்வாறு சொல்லுகிறான். குடும்பத்தில் ஏற்பட்டிருந்த பழைய பூசல்களைக் கிளப்பாமல்

அவற்றை மறந்துவிடுவதுதான் தந்தையன்பு, அரசியல் விரகு, பண்பு ஆகியவற்றுக்கு ஏற்றது. இளவரசன் புதிதாகப் பொறுப்பு ஏற்கவிருப்பதால், அரசப் பிரதிநிதியின் பழைய வரலாறு குறித்துச் சிறப்பான கூறுகள் அவன் உள்ளத்தில் பதியட்டும் என்பதே அரசனின் குறிக்கோளாக இருந்திருக்க வேண்டும்.

குலோத்துங்கன் - விஜயாதித்தன் உறவுகள்

குலோத்துங்கன் பிற்காலத்தில் தன் மகனிடம் என்னதான் சொல்லியிருந்தாலும், குலோத்துங்கனிடமும் அவன் தகப்பனிடமும் விஜயாதித்தன் கொண்டிருந்த உறவு பாராட்டக் கூடியதாக இல்லை என்பது அவனுடைய பாமுலாவாகம் மற்றும் ரியாலி செப்பேடுகளிலிருந்தும் இரண்டாம் சக்திவர்மனின் முன் குறிப்பிட்ட தெலுங்கு மகாசபைச் செப்பேடுகளிலிருந்தும் ஏனைய சான்றுகளிலிருந்தும் தெளிவாகத் தெரிகிறது. குலோத்துங்கன் சோழப் பேரரசனான பிறகும் விஜயாதித்தனுக்கும் அவனுடைய அண்ணன் மகனுக்கும் இருந்த பகைமை வேகம் குறையவில்லை என்று கீழைக்கங்கர் கல்வெட்டுகளிலிருந்து நாம் அறிகிறோம். 'தமிழ்ப் போர்' ஒன்றில் இராஜராஜன் வெற்றித் தேவியின் தெய்வமாகிவிட்ட பிறகு, சோழ மன்னனின் மகள் இராஜசுந்தரியைத் திருமணம் செய்துகொண்டான் என்று அனந்தவர்மன் சோட கங்கனின்[18] விசாகப்பட்டினச் செப்பேடுகள் சொல்லுகின்றன. இராஜேந்திர சோழன் (வீரராஜேந்திரன்) மகள் என்றும் இராஜராஜனின் பட்டத்து அரசி என்றும்[19] இப்பெண்மணி வேறு இடங்களில் குறிப்பிடப்பட்டிருக்கிறாள்.

கங்க வம்சத்து மன்னன், தன் வாழ்நாளின் இறுதியில் விஜயாதித்தனுக்கு உதவி செய்ததாகவும் சொல்லப்பட்டிருக்கிறது. 'தமிழ்ப் போர்' என்று குறிக்கும் பட்டயம், வயது ஆகிவிட்ட காரணத்தால், விஜயாதித்தன் வேங்கி நாட்டை விட்டுப் புறப்பட்டான்; அது 'சூரியன், வானத்தை விட்டு அகலுவது போன்றும் சோடன்கள் என்ற பெரிய கடலில் மூழ்கப்போவது போலவும் இருந்தது' என்றும் கலிங்க நகரத்து இராஜராஜன் 'மேலைப் பகுதியில் சில காலம் அவன் வளத்துடன் திகழ வழிவகுத்தான்' என்றும் சொல்லுகிறது; மேலைப் பகுதி எனப்படுவது, கலிங்க நகரத்துக்கு மேற்கேயுள்ள வேங்கி ஆகும்.[20] சகம் 997, அதாவது கி. பி. 1075-ல் வணபதி அமைத்த தீர்க்கசிக் கல்வெட்டு இந்த நிகழ்ச்சிக்குரிய உத்தேசமான காலத்தைத் தெரிவிக்கிறது. மேலாதிக்க அரசனான கங்கனுக்காக, வணபதி, சோழப் படைகளைத் தோற்கடித்து,[21] அடைந்த வெற்றியை

இக்கல்வெட்டு குறிக்கிறது. குலோத்துங்கனுக்கும் கிழக்குக் கங்க இராஜராஜனுக்கும் நடந்த போரைத் தொடர்ந்து ஏழாம் விஜயாதித்தனுக்கும் அவனுடைய அண்ணன் மகன் குலோத்துங்கனுக்கும் இடையே பிறிதொரு சமயத்தில் இராஜராஜ கங்கன் சமரசம் செய்து வைத்தான்; இந்தச் சமரச முயற்சி வெற்றி பெற்ற சிறிது காலத்திற்குப் பிறகு, விஜயாதித்தன் இறந்தான் என்பதும் அந்தக் காலத்துக் கங்க ஆதாரங்களிலிருந்து புலனாகின்றன.

வேங்கியில் அக்கறை செலுத்திய அரசர்களுக்கிடையே நிலவிய உறவுகளை இப்போது நாம் விளக்கிச் சொல்லலாம். வேங்கி, கருநாடகம் ஆகிய இரு பகுதிகளிலும் பல ஆண்டுகள் ஏழாம் விஜயாதித்தனுடன் போர் தொடுத்தும், அவனிடமே வீரராஜேந்திரன் வெங்கியை ஒப்படைத்தற்கான காரணத்தையும் அறிகிறோம். இராஜராஜ நரேந்திரன் இறந்தது முதல் (1601) முதலாம் சோமேசுவரன் இறந்தது வரை (1068) தொல்லைகள் நிலவி, இராஜதந்திரப் புரட்சியுடன் அவ்வுறவுகள் முற்றுப் பெறுகின்றன.

வீரராஜேந்திரனின் தலையீடு

இராஜராஜன் இறந்தபிறகு ஏழாம் விஜயாதித்தன் வேங்கி நாட்டுச் சிம்மாசனத்தைக் கைப்பற்றி, முதலாம் சோமேசுவரன் உதவியுடன், தன் மகன் இரண்டாம் சக்திவர்மனிடம் அதை ஒப்புவித்தபோது, தன் சகோதரர்களின் புறக்கணிப்பாலும் கவனக்குறைவாலும் வேங்கியில் அண்மைக்காலமாகச் சோழர்கள் இழந்துவிட்ட செல்வாக்கை மீண்டும் நிலைநாட்ட வீரராஜேந்திர சோழன் விரும்பினான். இரண்டாம் சக்திவர்மனை அவன் போரில் தோற்கடித்த போதிலும், அதனால் அரசியல் அதிகாரப் போராட்டத்தின் நிலைமை மாறிவிடவில்லை. வருத்தத்தில் ஆழ்ந்திருந்த நிலையிலும் விஜயாதித்தன் வேங்கியை அரசாள இசைந்தான். முதலாம் சோமேசுவரனும் அவனுக்கு மிகவும் ஆதரவாக இருந்தனர். முதலாம் சோமேசுவரன் இறக்கும் வரை அரசியல் நிலை இவ்வாறே நீடித்தது. அதன்பிறகு, பேராசை பிடித்த விக்கிரமாதித்தனின் திட்டங்கள் அரசியலை ஆட்டிப் படைத்தன. முதலாம் சோமேசுவரனுடைய இளைய மகனாக இருந்தபோதிலும், விக்கிரமாதித்தன் தன்னுடைய பேராற்றலை நன்கு உணர்ந்திருந்தான்; தகப்பனுக்கு பிறகு பட்டத்துக்கு வந்த இரண்டாம் சோமேசுவரனுக்கு எதிராக சதி செய்யவும் அவன் துணிந்தான். நெளிவு சுளிவு அறிந்து, சோழ அரசனின் ஆதரவைப் பெற்றுவிடுவது என்றும்

அவன் உறுதி கொண்டான். வேங்கியில் செல்வாக்குப் பெற வீரராஜேந்திரன் எவ்வளவு ஆர்வமாக இருந்தான் என்பதை உணர்ந்து, அவன் துணையுடன், தன் அண்ணனிடமிருந்து சாளுக்கிய நாட்டையோ அதில் ஒரு பகுதியையோ தான் அடைந்துவிடுவது என்றும் தீர்மானித்துவிட்டான். இதனால் சோழ-சாளுக்கியர் போரின் சார்பாக வேங்கி நாட்டை அடைந்து அவர்களுடைய பிரதிநிதியாக ஆண்டுவர, விஜயாதித்தன் சம்மதித்தான். வீரராஜேந்திரன், சாளுக்கிய நாட்டின் ஒரு பாதியை விஜயாதித்தனுக்குக் கொடுத்தான். தன் மகள் ஒருத்தியையும் சோழன், விஜயாதித்தனுக்குத் திருமணம் செய்து வைத்தான். விக்கிரமாதித்தனுக்கு ஆதரவாக இருந்தவனும் கலிங்க அரசனுமான இராஜராஜனுக்கு, வீரராஜேந்திரச் சோழன் தன்னுடைய மற்றொரு மகளை - அவள் பெயர் இராஜ சுந்தரி - மணம் முடித்தான். இந்த ஏற்பாடுகளெல்லாம் நடந்ததும் மிக விரைவில் வீரராஜேந்திரன் இறந்துவிட்டான். அவ்வாறு இறக்காமல் அவன் இன்னும் பல்லாண்டுகள் உயிர் வாழ்ந்திருந்தால், வரலாற்றின் போக்கே வேறுவகையாக மாறியிருக்கும்.

1063-70-ல் குலோத்துங்கனின் நிலை

இராஜேந்திரக் குலோத்துங்கன் முதலில் வேங்கி நாட்டு வேந்தனாக முடிசூட்டப்பட்டதாகப் பிற்காலக் கீழைச் சாளுக்கியச் செப்பேடுகள் சொல்லுகின்றன. (ஆனால் விஜயாதித்தனின் பட்டயங்கள் இதை மறுக்கின்றன). எனினும், ஏனைய முடிசூட்டு விழாக்களைப் பற்றிச் சொல்லுவதுபோல இந்தப் பட்டயங்கள், இவ்விழாவின் சரியான தேதியை நமக்குத் தெரிவிக்கவில்லை என்பது குறிப்பிடத்தக்கது. ஆட்சி ஆண்டு, சகம் ஆண்டு என்ற இருவகை விவரமும் உள்ள குலோத்துங்கனின் தெலுங்குக் கல்வெட்டுகள் அவன் ஆட்சி கி.பி. 1070-ல் தொடங்கிற்று என்பதை ஆதரிக்கின்றன. இதுவே அவன் சோழச் சிம்மாசனம் ஏறிய ஆண்டு.[22] குலோத்துங்கன் பிரச்சினையில் எழும் முக்கிய சிக்கல், 'தகப்பன் இறந்தது முதல் கி.பி. 1070 வரை அவன் என்ன செய்து கொண்டிருந்தான்?' என்பதே. தேகி, செல்லூர்ப் பட்டயங்களிலுள்ள இரண்டு செய்திகளை ஃபிளீட் இணைக்கிறார். குலோத்துங்கன் படையெடுப்புப் பயணம் மேற்கொள்ள விரும்பினான் என்பது ஒரு காரணம், சோழ நாட்டை அடைய விரும்பினான் என்பது இரண்டாவது காரணம். இவ்விரு காரணங்களுக்காக, அவன் வேங்கியில் தன் சிற்றப்பனை அரசப் பிரதிநிதியாக நியமித்தான். 'படையெடுத்து எதிர்த்து, குலோத்துங்கன்

சோழ ஆட்சியைக் கைப்பற்றினான்' என்றும் ஃபிளீட் சொல்லுகிறார். இந்த நிகழ்ச்சி கி. பி. 1063-ல் நடந்தது என்றும் அவர் கருதுகிறார். ஆனால் **விக்கிரமாங்க தேவசரிதம்** இந்நிகழ்ச்சிக்கு இன்னும் பிந்திய ஆண்டைத் தெரிவிக்கிறது.[23] இவன் சோழச் சிம்மாசனம் ஏறியதற்கு உதவியாக இருந்தது போர்க்களத்தில் பெற்ற வெற்றி மட்டும் அன்று; பட்டத்துக்கு உரியவர் யார் என்று சோழவமிசத்துக்குள்ளேயே உண்டான பூசலும் சோழ நாட்டில் நிலவிய சீர்கேடான சூழலும் குழப்பங்களும் காரணமாகும் என்கிறார் ஃபிளீட். இந்தக் குழப்பங்களை **கலிங்கத்துப்பரணி** ஓரளவு தெரிவிக்கிறது. பிற்கால ஆசிரியர்கள் ஃபிளீட் குறிக்கும் ஆண்டை ஏற்றுக்கொள்ளவில்லை. ஆனால், பிற கருத்துக்களை ஏற்றுக்கொண்டிருக்கிறார்கள்; மேலும் குலோத்துங்கன் அரசியல் காரணத்திற்காகக் கொலைபுரிந்தான் என்றும் அவர்கள் குற்றம் சுமத்தியிருக்கிறார்கள்.[24] இலக்கிய ஆதாரங்களைப் பின்னொரு கட்டத்தில் விரிவாக ஆராய்வோம். வெவ்வேறு செய்திகளை இணைத்தும் பிணைத்தும் ஃபிளீட் துணிந்திருக்கும் முடிவுகள் ஐயமின்றி நாம் ஏற்றுக்கொள்ளக் கூடியதாக இல்லை. எதிரிகளை இரகசியமாகக் கொலை செய்தான் என்றோ, பலரும் அறிய போர்க்களத்தில் ஒழித்துக் கட்டினான் என்றோ குலோத்துங்கனைப் பற்றி **விக்கிரமாங்க தேவ சரிதம்** குறிப்பாகவோ மேற்போக்காகவோ கூடச் சொல்லவில்லை. மேலும், வீரராஜேந்திரன் ஆட்சி செய்த இடைக்காலத்திற்குப் பிறகுதான் அவன் சோழ நாட்டைக் கைப்பற்றினான். இந்த விவரம் ஃபிளீட்டுக்குத் தெரியாது என்பதையும் நாம் நினைவில்கொள்ள வேண்டும்.

குலோத்துங்கனின் ஆரம்ப காலத் தமிழ்க் கல்வெட்டுகள் தரும் சான்று

ரியாலிச் செப்பேடுகள் குலோத்துங்கனின் தகப்பன் இறந்ததையும் வேங்கிச் சிம்மாசனத்தை வன்முறைகளால் விஜயாதித்தன் கைப்பற்றியதையும் சொல்லுகிற காலத்தில், குலோத்துங்கன் 17-18-வயதுள்ள இளைஞனாக இராஜேந்திரன் என்ற பெயருடன் இருந்திருப்பான். கி. பி. 1070 முதல் அவன் 50 ஆண்டுக்காலம் ஆட்சி புரிந்திருக்கிறான் என்பதையும் பார்க்கும்போது கி. பி. 1062-ல் அவனுக்கு இருபது வயதுக்குமேல் இருந்திருக்க இயலாது. பட்டத்துக்கு வருவதினின்றும் அவன்

முதலாம் குலோத்துங்கன் அரியணை ஏறுதல் (கி.பி.1070)

தடுக்கப்பட்டிருந்த காலத்தில் இராஜேந்திரன் என்ன செய்து கொண்டிருந்தான் என்பதை அவனுடைய தமிழ்க் கல்வெட்டுகளிலிருந்து ஊகிக்கலாம். தன் கைகளின் பலத்தையும் வாளின் எல்லையையுமே கொண்டு அவன் எதிரிகளின் சூழ்ச்சிகளையும் மோச நாசங்களையும் வென்றான்25 என்றும் யானைக் கூட்டங்களைக் கைப்பற்றினான் என்றும் சக்கரக் கோட்டத்து தாராவர்சன் என்ற நாக வமிச அரசனிடமிருந்து கப்பம் வசூலித்தான் என்றும் விஷ்ணு, காட்டுப் பன்றி அவதாரம் எடுத்தபோது உலகத்தை உயர்த்தியது போல இவனும் செய்தான் என்றெல்லாம் இவன் பெருமை பேசப்படுகிறது.26 இந்தச் செயல்கள் யாவும் இவனுடைய இளங்கோப் பருவத்தில், அதாவது பட்டத்துக்குரிய இளவரசனாக இருந்த காலத்தில் செய்த சாதனைகள் என்று27 இவனுடைய ஆதாரங்களில் விவரிக்கப்பட்டிருக்கிறது. இந்தக் கண்ணோட்டம் உண்மை எனின், இப்போது மத்தியப் பிரதேசம், இராஜஸ்தான் பகுதியிலுள்ள பாஸ்தார் சமஸ்தானத்தில் கி. பி. 1063-70 ஆண்டுகளை இவன் கழித்தான் என்ற முடிவுக்கு வரவேண்டும். பூர்வதேசத்துக்கு அப்பால் தனக்கு என்று ஒரு சிறு பகுதியை உருவாக்கிக்கொண்டிருக்கக்கூடும். சக்கரக் கோட்ட இராஜ்ஜியத்தையும் பூர்வ தேசத்துப் பகுதிகளையும் இவன் வசப்படுத்திக்கொண்டான் என்ற எண்ணம் இவனுடைய கல்வெட்டுகளிலிருந்து உண்டாகிறது. சோழர்களுடன் நேசமாக இருந்த வேங்கியின் இந்த வடநாட்டுப் படையெடுப்பின் விளைவாகவே, வேங்கிக்கும் சக்கரக்கோட்டத்துக்கும் எதிராக விக்கிரமாதித்தன் படையெடுத்திருக்கக்கூடும். அதன் எதிரொலியாக வீரராஜேந்திரன், சக்கரக் கோட்டம் வரையிலும் சென்றதாகவும் சொல்லப்பட்டிருக்கிறது. வீரராஜேந்திரன் இறந்த பிறகு, காலாகாலத்தில் குலோத்துங்கன் சோழ நாட்டுக்கு படையெடுத்துவிட்டதால் அவனே அரசனாக ஏற்றுக்கொள்ளப்பட்டான். இதைப் பற்றிப் பிறகு விரிவாகச் சொல்லுவோம். ஆனால் அவன் இந்த ஆண்டுகளில் ஓரளவு போர் புரியவும் நேரிட்டது. எனவே, இந்தக் காலப் பகுதியை சோழ சிம்மாசனத்தில் அமர்வதற்கான பயிற்சிக் காலமாக அவன் பின்னாளில் கணித்தான். வேங்கியை, தன் தகப்பன் இறந்ததும் சிற்றப்பன் விஜயாதித்தனிடம் ஒப்புவித்து வேங்கியிலிருந்து புறப்பட்டதாக அவன் சொல்லியிருப்பது இரண்டாவது காரணத்தாலும் பொருத்தமாகப்படுகிறது.28

இலக்கியச் சான்று

குலோத்துங்கன் அரியணை ஏறியது பற்றி இலக்கியங்களில் சொல்லப்பட்டிருப்பதை இனி ஆராய்வோம். ஒரு வகையில் மட்டும், இரண்டு நூல்களிலும் சொல்லப்பட்டிருப்பது கல்வெட்டுகளில் கண்ட விவரங்களுக்கு முற்றிலும் உடன்பாடாக உள்ளது. **விக்கிரமாங்க தேவ சரிதம்,** **விக்கிரம சோழ உலா**[29] இரண்டுமே வீரராஜேந்திரனுக்கும் குலோத்துங்கனுக்கும் இடையே மற்றோர் அரசன் ஆட்சி செய்தான் என்பதை வெளிப்படையாகச் சொல்லுகின்றன. **உலா** மிகச் சுருக்கமாகக் குறிப்பிடுகிறது; அந்த ஆட்சிப் பற்றி எவ்வித விவரமும் தெரிவிக்கவில்லை. சரிதம், அவன் பட்டத்துக்கு வந்த சில நாட்களிலேயே[30] ஒரு காலத்தில் அவன் உயிரிழந்தான் என்பதன் மூலம் அவன் ஆட்சிக் காலம் மிகவும் குறுகியது என்ற செய்தியை உணர்த்துகிறது. இந்த அரசன், பரகேசரி ஆதி இராஜேந்திரன் என்ற கல்வெட்டுகளில் சொல்லப்பட்டிருப்பவனாகவே இருக்கவேண்டும். குலோத்துங்கன் தன்னை இராஜகேசரி என்று சொல்லிக்கொண்டதாலேயே ஆதிராஜேந்திரன் முறைப்படி அரசனானான் என்பதை ஒப்புக் கொண்டிருக்கிறான். இவனுடைய ஆதாரங்கள் சிலவற்றில் இரட்டை மெய்க்கீர்த்திகள் காணப்படுகின்றன. இவற்றில் 'வீரமே துணையாகவும்', 'புகழ்மாது விளங்க' என்ற சொற்றொடர்களும் இடம் பெற்றிருப்பதால், வீரராஜேந்திரனின் நேரடியான வாரிசாக குலோத்துங்கன்[31] உரிமை கொண்டாடுவது போலத் தோன்றுகிறது. ஜெயங்கொண்டாரின் **கலிங்கத்துப் பரணி**, ஆதிராஜேந்திரனின் ஆட்சியைப் புறக்கணிப்பதைக் குறிக்கோளாகக்கொண்டிருக்கிறது.[32]

குலோத்துங்கன் சோழ வமிசத்திற்குச் சுவீகாரம் செய்து கொள்ளப்பட்டானா?

முதலாம் இராஜேந்திரச் சோழ தேவன், குலோத்துங்கனைச் சோழர் குடும்பத்துக்குத் தத்து எடுத்துக்கொண்டான்; தாய் வழிப் பாட்டனின் அரண்மனையில் அவன் இளமையிலேயே வளர்க்கப்பட்டான் என்றெல்லாம் நிலவும் கருத்துக்களுக்குக் **கலிங்கத்துப்பரணி** ஆதாரமாகக் காட்டப்பட்டு வருகிறது.[33] ஆனால், இப்புலவர் கையாண்டிருக்கும் சொற்களிலிருந்து சுவீகாரம் செய்துகொண்டதற்கு விழா நடந்ததாகவோ, இவனுடைய இளமைக்காலம் எங்கு செலவிடப்பட்டது என்பது பற்றியோ ஒன்றும் தெரிந்து கொள்வதற்கில்லை. முதலாம் இராஜேந்திரனின் ஆட்சியின் இறுதியில் கி. பி. 1040-க்குச் சற்று பிறகு இந்த இளவரசன்

பிறந்திருக்க வேண்டும். அதற்குள் முதலாம் இராஜாதிராஜன் அவனுடைய தகப்பனுடன் சேர்ந்து இளவரசனாக (பட்டத்திற்குரிய இளவரசனாக) நீண்ட காலம் இருந்திருப்பான். அவன் தம்பிமார் பலர் பேரரசு எங்கிலும் பல பொறுப்பான பதவிகளை வகித்திருப்பார்கள். எனவே, தத்து எடுக்கவேண்டிய தேவை எழவில்லை. மேலும் அவன், மதுராந்தகியைத் திருமணம் செய்துகொண்டதால், தத்து எடுத்துக்கொள்ளப்பட்டான் என்ற பேச்சுக்கே இடமில்லாமல் போகிறது. அவன் பிறந்தவுடனேயே, கங்கைகொண்ட சோழபுரத்து அரசி அவளுடைய கைகளை உயர்த்தி அவனுடைய உடலில் இருந்த மச்சங்களைப் புகழ்ந்து, அவன் சூரிய வமிசத்தைக் காப்பாற்றப் பிறந்த தகுதியுடையவன் என்று சொல்லி அவனைத் தன் மடியில் வைத்திருந்தாள் என்பதாக மட்டும்தான் புலவர் சொல்லியிருக்கிறார். சந்திர வமிசத்தினான இராஜேந்திர கங்கைகொண்ட மன்னனும் இந்த இளவரசன் பிறந்த சமயத்தில் பெரு மகிழ்ச்சியடைந்தனர்[34] என்றும் புலவர் அடுத்த செய்யுளிலேயே சொல்லிவிடுகிறார். இளவரசனின் இளமைக் காலத்தைப் பற்றி, மரபாகக் கூறப்படும் விவரங்களைத் தெரிவிக்கிறார்- அப்பன் (வீரராஜேந்திரன்)[35]. அவனை பட்டத்துக்குரிய இளவரசனாக்கினான் என்றும் புலவர் உரைக்கிறார். பிறகு அவனுடைய திக்கு விஜயத்தை, குறிப்பாக வட திசையில் அவன் சென்றதை மட்டும் விவரிக்கிறார். வயிராகரத்திலும் சக்கரக்கோட்டத்திலும் அவன் சிறந்த சாதனைகளைச் சாதித்ததாக அவர் பாடியிருக்கிறார். தெற்கே சோழ மன்னன் இறந்தபோது அவன் இன்னும் வடநாட்டிலேயே இப்போர்களில் ஈடுபட்டிருந்தான். அபய குலோத்துங்கன் திரும்பி வந்து சட்டத்தையும் ஒழுங்கையும் நிலைநாட்டும் வரை சோழ நாடு சீர்கெட்டுப் பாழ்பட்டுக் கிடந்தது. ஜெயங்கொண்டார் தரும் இந்த விவரம், சில வகையில், சிறப்பு மிக்கது. ஆதி ராஜேந்திரனை அவர் குறிப்பிடவே இல்லை. உலகை (அதாவது சோழ நாட்டை) ஆள, வீரராஜேந்திரன் முடியுடை இளவரசனாக நியமிக்கப்பட்டான் என்றும் உறுதியாகச் சொல்லுகிறார். ஏற்கெனவே நாம் கண்ட குலோத்துங்கனுடைய தொடக்கக் காலக் கல்வெட்டுகளில் இருப்பதிலிருந்தும் அணுவளவும் மாறாமல் அப்படியே, வைரகர் சக்கரக் கோட்டப் படையெடுப்பின் விவரங்களை ஜெயங்கொண்டார் சொல்லுகிறார். ஃப்ளீட் சொல்லியிருப்பதுபோல, புலவரின் நோக்கம், அபயன் ஒரு சாளுக்கியன் என்பதைவிட அவன் ஒரு சோழ இளவரசனாகவே கருதப்பட வேண்டும் என்பதே. ஆனாலும், அவனுடைய சாளுக்கியத் தொடர்புகளை அவரால் மூடி மறைக்க இயலவில்லை.

அவனுடைய இளமைச் சாதனைகளைச் சொல்லும்போது, ஆட்சியின் ஆரம்ப கால ஆதாரங்களிலுள்ள விவரங்களை முழுமையாகவும் பயன்படுத்திக் கொள்ளுகிறார். சோழ அரியணையைப் பிடித்துக்கொள்ள அவனுக்கு ஒரு வாய்ப்பு கிடைத்தபோது, அபயன் எங்கே இருந்தான் என்பது பற்றி ஜெயங்கொண்டார் கூறியிருக்கும் வரலாற்றில் தெள்ளத் தெளிய சொல்லப்பட்டிருக்கிறது. (1) அபயன் மேற்கொண்ட திக்குவிஜயத்தின் விவரம் கூறுவது. (2) வீரராஜேந்திரன் மெய்க்கீர்த்திகளை இரண்டறக் கலந்து அதன் மூலம் ஆதிராஜேந்திரனின் ஆட்சி சட்ட பூர்வமாக நடந்ததுதானா என்று ஐயுறவு உண்டாக்குவது ஆகிய தன்மைகளில் இந்த நூலுக்கு (**கலிங்கத்துப்பரணி**)ம் கல்வெட்டுகளுக்கும் வேறுபாடே இல்லை.

ஆதிராஜேந்திரனுக்கு ஏற்பட்ட இன்னல்கள்

பில்ஹணனுடைய **விக்கிரமாங்க தேவசரிதம்** மற்றொரு கண்ணோட்டத்திலிருந்து கதையைத் தருகிறது. **கலிங்கத்துப் பரணி**, குலோத்துங்கனுக்கு எவ்வளவு ஆதரவாக இருக்கிறதோ அவ்வளவு எதிரியான **சரிதம்** இருக்கிறது.[36] விக்கிரமாதித்தனுக்குத் திருமணம் நடந்ததும் அவனுடைய மாமனாரான சோழமன்னன் இறந்தான். அதனால், நாடு அராஜகத்தின் வசப்பட்டது. இதைக் கேள்விப்பட்டதும், இறந்து போன அரசனின் மகனை அரியணையில் அமர்த்துவது என்ற திட்டவட்டமான நோக்கத்துடன் இவன் காஞ்சிக்குப் புறப்பட்டான். காஞ்சியில் சிலநாள் தங்கியிருந்து இவன் (விக்கிரமாதித்தன்) கொடியோரை அடிபணியச் செய்து, கங்கைகொண்ட சோழபுரத்துக்குச் சென்று, எதிரியின் படைகளை அழித்து இறுதியாக, சோழ இளவரசனுக்கு அரியணையை வாங்கிக்கொடுத்தான். சோழர் தலைநகரில் ஏறத்தாழ ஒரு மாத காலம் தங்கியிருந்து, நாடு அமைதியாக இருக்கிறது, இனி கவலைப்பட வேண்டியதில்லை என்ற மனத்திருப்தியுடன் துங்கபத்திரைக்குத் திரும்பி ஓய்வு பெற்றான். திரும்பிய பின் சில நாட்கள்தான் கழிந்திருக்கும். புதிய கலகம் மூண்டு, அதில் தன் மைத்துனன் உயிரிழந்துவிட்டான் என்றும், காலியாக இருந்த சோழ சிம்மாசனத்தை வேங்கி நாட்டு ராஜிகன் கைப்பற்றினான் என்றும் அவனுக்குச் செய்தி எட்டிற்று. "ஆறாம் விக்கிரமாதித்தன் உடனே ராஜிகனுக்கு எதிராகப் புறப்பட்டான். ராஜிகனின் தூண்டுதலால் இரண்டாம் சோமேசுவரனும் அவனுடன் சேர்ந்துகொண்டான். ஒரு போர் மூண்டது. அதில், ஆறாம் விக்கிரமாதித்தன் வெற்றி

முதலாம் குலோத்துங்கன் அரியணை ஏறுதல் (கி.பி.1070)

பெற்று ராஜிகனும் இரண்டாம் சோமேசுவரனும் சிறை பிடிக்கப்பட்டனர். இதனால், சோமேசுவரன், சிம்மாசனத்தை இழந்தான். இந்தச் செய்யுள்களின்படி, ஆறாம் விக்கிரமாதித்தனே, தக்காணத்தில் அரசன் என்று பிரகடனப் படுத்தப்பட்டான்."37

அவற்றில் குலோத்துங்கனின் பங்கு

மேற்சொல்லப்பட்ட விவரத்திலிருந்து சில கேள்விகள் உண்டாகின்றன. வீரராஜேந்திரன் இறந்த பிறகு உண்டான குழப்பங்களுக்கும், அதன் விளைவாக மைத்துனனுக்குச் சோழ அரியணையைப் பெற்றுத் தர காஞ்சிக்கும் கங்கை கொண்ட சோழபுரத்துக்கும் வர வேண்டிய சூழ்நிலையை உருவாக்கியது யார்? விக்கிரமாதித்தன் அடக்கிய, காஞ்சி மாநகரத்துக் கொடியவர்களுக்கும் கங்கைகொண்ட சோழபுரத்தில் குழப்பம் விளைவித்தவர்களும் யார் யார்? விக்கிரமாதித்தன் இளைப்பாறச் சென்ற சில நாட்களில் ஆதிராஜேந்திரனே உயிரிழக்கும்படியாக புதிய கலகங்களை மூட்டிவிட்டது யார்? அவற்றின் தன்மை யாது? இந்தச் சதிகளிலும் கலகங்களிலும் குலோத்துங்கன் நேரடியாகத் தொடர்பு கொண்டிருந்தான் என்று **விக்கிரமாங்க தேவ சரிதம்** வெளிப்படையாகச் சொல்லவில்லை. ஆனால், அந்த நிகழ்ச்சிகள் குலோத்துங்கன் பட்டத்துக்கு வர உதவின என்பதும், அவன் பட்டத்துக்கு வந்தபிறகு அவனை அதனின்றும் விரட்ட ஆறாம் விக்கிரமாதித்தன் படையெடுத்தான் என்றும், ஆதிராஜேந்திரன் ஆட்சியைப் பற்றிக் **கலிங்கத்துப் பரணி** ஒன்றுமே சொல்லாமல் இருக்கிறது என்பதும் குலோத்துங்கனுடைய பேராசை, சூழ்ச்சி ஆகியவற்றின் விளைவாகத்தான் இவையெல்லாம் நடந்திருக்கும் என்ற முடிவுக்கு நாம் வர ஓரளவுக்குத் தூண்டுகிறது. ஆனால், பில்ஹணன் சொல்லியிருக்கும் வாசகங்களைக் கூர்ந்து ஆராய்ந்தால், "கடைசிச் சோழ அரசன் இறந்ததும் சோழ நாட்டில் ஏற்பட்ட உள்நாட்டுக் கலகங்கள் மூலமாக முதலாம் குலோத்துங்க சோழ தேவன் சோழ முடியைச் சூடிக்கொள்ளுவதற்கான சூழ்நிலை உண்டாயிற்று" என்று ஃபிளீட் சொல்லியிருக்கும் கருத்துக்கு38 ஆதாரம் இல்லை.

சைவ - வைணவ வேறுபாடு காரணமா?

சோழ நாட்டில் ஏற்பட்ட உள்நாட்டுக் கலகங்களால் சோழர்களின் நேரடியான வாரிசு மரபு அழிந்தது. வைணவ

சம்பிரதாய வரலாறுகளில் ஸ்ரீராமானுஜரும் அவருடைய சீடர்களும் தங்கள் கொள்கைகளுக்காகத் துன்புறுத்தப்பட்டது சொல்லப்பட்டிருக்கிறது. இந்த இரண்டையும் சிலர் பிணைத்திருக்கின்றனர்.[39] முரண்பட்ட புராணக்கதைகள் எவ்வளவோ இருக்கின்றன. அவற்றில் சொல்லப்பட்டிருக்கும் விவரங்களையெல்லாம் பொறுக்கிச் சல்லடை போட்டு எடுப்பது கடினமானது. **திவ்யசூரி சரித்திரம்**,[40] **யதிராஜவைபவம்**[41] என்ற நூல்களே ஸ்ரீராமானுஜர் வாழ்க்கையைக் கூறும் பழமையான நூல்கள். இவற்றின் இறுதி அதிகாரங்களைக் கவனித்தால், ஸ்ரீராமானுஜருக்கும் அவருடைய சீடர்களுக்கும் கொடுமை விளைவித்து கிருமிகண்டனாக இறந்த சோழன் ஆதிராஜேந்திரனாக இருக்க வேண்டும் அல்லது சோழ மரபில் வந்த கடைசி மன்னன் என்று சொல்லத்தக்க வீரராஜேந்திரனாக இருக்கவேண்டும். சோழர் குடும்பம் அரசர்களாக இருந்து ஆட்சி செய்வது ஒழியட்டும்[42] என்று திருவாரூரில் கோயில் கொண்டுள்ள சிவபெருமான் பிரகடனம் செய்ததாக திவ்யசூரி சரிதத்தில் உறுதியாகச் சொல்லப்பட்டிருக்கிறது. வீரராஜேந்திரன் ஆட்சியின் இறுதியில் குழப்பம் உண்டானதற்குக் **கலிங்கத்துப் பரணி, விக்கிரமாங்க தேவ சரிதம்** இரண்டும் சாட்சிகளாக உள்ளனவே தவிர, அவற்றை விவரமாகச் சொல்ல அவை முன்வரவில்லை. எனவே, உள்நாட்டில் நடந்த கலகம் சைவர் - வைணவர் என்ற அடிப்படையில் ஏற்பட்டதாகவும் இருக்கலாம் என்ற ஊகம் தோன்றியுள்ளது. ஆனால் இதையெல்லாம் அடிப்படையாகக் கொண்டால் இராமானுஜரின் வாழ்க்கை நிகழ்ச்சிகள் முரண்பட்டுச் சொல்லப்பட்டிருக்கின்றன என்று தோன்றும். எந்த ஒரு கருத்தையும் அடிப்படையாகக்கொண்டு புராணக் கதைகள் தரும் விவரங்களை நிலைநாட்டுவதற்கில்லை[43].

குலோத்துங்கன் பட்டத்துக்கு வந்த சூழ்நிலையை ஆராய்வதை முடிக்குமுன் குலோத்துங்கனின் கல்வெட்டுகளுக்கு ஹுல்ஷ் கொடுத்திருக்கும் மிகச் சிறந்த ஆதாரமான முன்னுரைகளைக் கவனிப்போம். கி. பி. 1070 முதல் சோழ நாடு முழுவதிலும் குலோத்துங்கனின் அதிகாரமே நிலவிற்று என்பது அவனுடைய தொடக்க காலக் கல்வெட்டுகளிலிருந்து தெரிகிறது. ஆறாம் விக்கிரமாதித்தன் படையெடுப்பும் சோழர்கள் சற்று பலம் குறைந்து சோழ நாட்டில் சிறு சலசலப்பு எற்பட்டதாலும் அவர்களுக்குப் பாண்டி நாட்டில் வழக்கம்போல மூண்ட குழப்பங்களும் இதற்கு விதிவிலக்கு. இராஜேந்திரனின் இரண்டாம் ஆண்டுக்

முதலாம் குலோத்துங்கன் அரியணை ஏறுதல் (கி.பி.1070)

கல்வெட்டுகள்,[44] தனிச்சிறப்புள்ள முன்னுரையுடனும் அல்லது ஆண்டைச் சரிபார்க்கக் கூடியவாறும் கண்டமங்கலம் (தென் ஆர்க்காடு), வழுவூர் (தஞ்சாவூர்) ஆகிய இடங்களிலும், மூன்றாம் ஆண்டுக் கல்வெட்டுகள்[45] ஆலங்குடி, நல்லூர் (தஞ்சாவூர்), இடையூர், திருபுவனி (தென் ஆர்க்காடு) ஆகிய இடங்களிலும் உள்ளன. குலோத்துங்கன் என்ற பெயர்[46] இரண்டாம், நான்காம் ஆண்டு ஆதாரங்களிலேயே அவனுக்கு இடப்பட்டிருக்கிறது. எனவே, ராஜிகன் சோழ நாட்டில் நுழைந்து சில ஆண்டுகளுக்குப் பிறகே, காவிரிக்கரைப் பகுதிகளைப் பிடித்துக்கொண்டான். அவன் 5-ம் ஆண்டில்தான், சோழ அரசன் என்று உண்மையில் முழு அதிகாரமும் பெற்று, குலோத்துங்கன் என்ற பெயர் பூண்டான் என்ற கொள்கைகள் கைவிடப்பட வேண்டும்[47]. **விக்கிரமாங்க தேவ சரிதம்,** மறைமுகமாகக் கூறுவது போல, ஆதிராஜேந்திரன் இறந்ததும்,[48] ராஜிகன், தெற்கே வந்து விட்டதோடு, கூடுமானவரை சோழ நாடு முழுவதையுமே திடீரென்று தன் வசப்படுத்திக்கொண்டான். சொல்லப்போனால், அவனே சோழ அரசனாகிவிட்டான். விக்கிரமாதித்தனுடைய தாக்குதலைச் சமாளித்தும் ஏனைய குழப்பங்களை அடக்கியும் முடிந்த பிறகே அவன் சட்டப்படி தன் உரிமையை நிலைநாட்ட வேண்டியதாக இருந்தது. குலோத்துங்கனின் இரண்டாம், மூன்றாம் ஆட்சி ஆண்டுக் கல்வெட்டுகள்[49] உண்மையில் அவனுடைய ஆதாரங்களாகவே இருப்பின், குலோத்துங்கன் என்ற பட்டத்தை அவன் ஆதியிலேயே ஏற்றிருக்கவேண்டும் என்பது உறுதி.

தொகுப்புரை

இதுவரை கூறியதை, தொகுத்துச் சொல்லுவோம். வீரராஜேந்திரன், தன்னுடைய இளவரசனாக குலோத்துங்கனை நியமித்ததாகக் **கலிங்கத்துப் பரணி** சொல்லியிருக்கிற போதிலும், அது தவறு என்பது ஆதிராஜேந்திரனுடைய கல்வெட்டுகள், **விக்கிரமாங்க தேவசரிதம், விக்கிரம சோழன் உலா** ஆகியவற்றிலிருந்து தெளிவாகிறது. குலோத்துங்கன் சோழ அரியணை ஏறியதற்குப் போலி காரணமாகக் குலோத்துங்கனின் அரண்மனைப் புலவரான ஜெயங்கொண்டார் இந்தக் கருத்தைப் புனைந்துள்ளார் என நாம் நினைப்பது பொருந்தும். அவர்கூட, குலோத்துங்கன் தத்து எடுக்கப்பட்டான் என்றோ, இளமைப் பருவத்திலிருந்து சோழர் குடும்பத்தில் பேணி வளர்க்கப்பட்டான் என்றோ சொல்லவில்லை. கீழைச் சாளுக்கியர்கள், ஏழாம் விஜயாதித்தன், இரண்டாம் சக்திவர்மன், எல்லாவற்றுக்கும் மேலாக - குலோத்துங்கனுடைய

மக்கள் ஆகியோருடைய செப்பேடுகளும் குலோத்துங்கன் ஆட்சியின் தொடக்க காலத் தமிழ்க் கல்வெட்டுகளும் தரும் செய்திகளின் அடிப்படையில், குலோத்துங்கனின் இளமை இவ்வாறு இருந்திருக்க வேண்டும்; இவன் தகப்பனார் இறந்ததும் அவனுடைய சிற்றப்பன் விஜயாதித்தன் வேங்கி நாட்டு அரசனாகி, இளவரசனாகிய இவனை - அப்போது இவன் பெயர் இராஜேந்திரன் - புறக்கணித்து அரசுரிமை பெறாமல் செய்தான். தனித்தும், பிறர் துணையின்றியும் இவன் வேங்கி எல்லையைத் தாண்டி, சக்கரக் கோட்டத்தில் (பஸ்தார்) தன் விருப்பப்படி துணிச்சலான செயல்களை மேற்கொண்டு திரிந்தான். அங்குத் தனக்கு என்று சின்னஞ்சிறு பகுதி ஒன்றை உருவாக்கி, இவன் ஆட்சி செய்திருக்கக் கூடும். இரண்டாம் சக்திவர்மன் இறந்த பிறகு, இவன் தன் சிற்றப்பனுடன் சமரசம் செய்துகொண்டு, எப்படியாவது சோழ அரியணையை அடைந்துவிடலாம்; 'பொறுத்திருப்போம். காலம் மாறும்' என்று இருந்தான். வீரராஜேந்திரன் இறந்த பிறகு, சோழ நாட்டில் ஏற்பட்ட குழப்பமான சூழ்நிலை அவன் தன் நோக்கத்தை நிறைவேற்றிக் கொள்ள உறுதுணையாக இருந்தது. வேங்கி நாடும் சோழ நாடும் ஒரு குடையின் கீழ் வருவதை தடுக்க, சாளுக்கிய ஆறாம் விக்கிரமாதித்தன் செய்த முயற்சி பலிக்கவில்லை. ஆதிராஜேந்திரன் பட்டத்துக்கு வருவதைத் தடுக்கவும், பிறகு அவன் ஆட்சிக்கும் உயிருக்கும் கேடு விளைவிக்கவும் குலோத்துங்கன் பங்கு பற்றி, உறுதியான, தெளிவான ஆதாரம் எதுவும் இல்லை. ஒருவேளை இந்தக் கலகங்கள் வைணவப் பெரியாரான ஸ்ரீராமானுஜருக்கு இழைக்கப்பட்ட கொடுமையின் விளைவாகவும் தோன்றியிருக்கலாம்; இதைக் குறிப்பிடும் புராணக் கதைகளில் வரலாற்றுச் செய்திகள் கிடைப்பதில்லை. குலோத்துங்கன், கி. பி. 1070 ஜூன் 9-ம் நாள் முதல்[50] சோழ நாட்டை அரசாளத் தொடங்கினான் என்பது உறுதியாகத் தெரிகிறது. இவனுடைய பிற்காலக் கல்வெட்டுகளைப் பார்க்கும்போது, உரிமையால் இவன், சோழ முடியைப் பெற்றான் என்றும் காவிரி நாட்டை ஆளுவதற்குரிய துணைவனாக விரும்பி ஏற்றுக்கொள்ளப்பட்டான் என்றும் தெரிகிறது.[51]

குறிப்புகள்

1. இ. ஐ. vii பக். 7 n 5 ஜூன் 13 என்ற தேதி இப்போது சொல்லப்படுகிறது. ஏ. ஆர். இ. 1947-8 பக். 3 மற்றும் இந்த ஆண்டின் தொகுப்புகளில் ஸ்ரீரங்கத்திலிருந்து எண். 108.
2. vi vv. 6-25.
3. ஐ. ஏ. xx. பக். 277.
4. ஏழாம் விஜயாதித்தனின் பமுலவாகச் செப்பேடுகள் வரிகள் 62-3; ஜே. ஏ. எச். ஆர். எஸ். ii, 287.
5. மேற்படி வரி. 81.
6. ஜே. ஏ. எச். ஆர். எஸ். v. பக். 33, அடிக்குறிப்பு.
7. பரோக்ஷம் ராஜராஜஸ்ய ப்ராதுர்-த்வைமாதுரஸ்ய யா! பரயகிரகீன்-மகாராஜ்ய-சிரியம் வீர-சிரிய யுடா!!

   சென்னை மியூசியம் திரு. டி. என். இராமச்சந்திரன், அவர் பொறுப்பில் உள்ளதும் இதுவரை வெளியிடப்படாததுமான ரியாலிச் செப்பேடுகளைப் பார்க்க. எனக்கு உதவி செய்ததற்கு என் நன்றி அவருக்கு உரித்தாகும். மற்றும் பார்க்க: ஏ. ஆர். இ. 1925. II. 5; ஜே. ஏ. எச். ஆர். எஸ். v: பக். 44; v: 16.
8. இ. ஐ. vi, பக். 349-50.
9. இந்தத் தேதி எஸ். 986 என்று ஏ. ஆர். இ-லும் 983 என்று பிற்சேர்க்கை 'ஏ' (மேற்படி)யிலும் கொடுக்கப்பட்டிருக்கிறது. சொற்றொடர் வருமாறு: குண-வசு-நிதி. வன இயல் விவரங்களை நோக்கு, 983 என்பதே பொருந்தும்.
10. ஏ. ஆர். இ. 1901, பாரா 12; எஸ். ஐ. ஐ. iii. பக். 128. **சாளுக்கியாஸ்,** பக். 245. அடிக்குறிப்பும் 295-302-ம்.
11. ஐ. ஏ. xx. 277-8.
12. பி. ஜி. I, ii 454-ம் n 5-ம்.
13. ஜே. ஏ. எச். ஆர். எஸ், i. பக். 215; v. 206-8; ஏ. ஆர். இ. 1925 II 3, **ஈஸ்டர்ன் சாளுக்கியாஸ்,** பக். 250-5.
14. ஏ. ஆர். இ. 1925 II 3.
15. ஃபிளீட். பி. ஜி. மேற்படி.

16. இ. ஐ. vi 35. எஸ். ஐ. ஐ. i, 39, ஐ. ஏ. xix பக். 427; இ. ஐ. v. 10.

17. இராஜராஜ சோட-கங்கன், வேங்கியினை சக 1006-ல் (செய்யுள் 34) முடிசூட்டப் பெற்றான். அவனுக்கு முன், ஆறு ஆண்டுகள் வீர சோடனும் ஓராண்டு மும்முடிச் சோடனும் (செய்யுள்கள் 19-ம் 17-ம்) அரசப் பிரதிநிதிகளாக இருந்தனர். எனவே, மும்முடிச் சோடன், அரசப் பிரதிநிதியாக ஆன காலம் சக 999 அல்லது கி. பி. 1077 ஆகும்.

18. ஐ. ஏ. xviii. பக். 166 - 9; கொரனிப் பட்டயங்கள், ஜே. ஏ. எச். ஆர். எஸ், i. பக். 106 அடிக்குறிப்பு.

19. ஐ. ஏ. xviii, பக். 163-4.

20. ஐ. ஏ. xx, பக். 276.

21. 271/1896; இ. ஐ. vi 45 E. கீழைக் கங்க இராஜராஜன் கி. பி. 1070 மே 20-ல் அதிகாரத்துக்கு வந்தான். (ஏ. ஆர். இ. 1919, பிற்சேர்க்கை 'ஏ' எண் 4); 248/1896; சக 990-ல் அவனுடைய முன்னவன் வஜ்ரஹஸ்தனின் அரசி கொடுத்த ஒரு கொடையைக் கூறுகிறது.

22. எஸ். ஐ. ஐ. iii, பக். 127.

23. ஐ. ஏ. xx. 277, 282.

24. ஏ. ஆர். இ. 1899 பாரா 51.

25. ஹிரலால் திருத்தம் செய்திருக்கிறபடி எஸ். ஐ. ஐ. iii, 64-7, இ. ஐ. ix. பக். 179 n-ம், 1-ம் 2-ம் மற்றும் 125/1900, இதே நடவடிக்கைகளை வேறு சொற்களில் 'பூ மேல் அரிவை' என்ற முன்னுரையுடன் தொடங்கி விளக்குகிறது.

26. "அருக்கன் உதயத்து ஆசையில் இருக்கும் கமலம் அனைய நிலமகள்" என்ற சொற்றொடரைப் பலரும் தவறாக பொருள் செய்துகொண்டிருக்கிறார்கள். இது கவிதையே தவிர, பூகோளச் செய்தி தரும் குறிப்பு ஆகாது. இந்தச் சொல், வேங்கியைக் குறிப்பதாக ஹுல்ஷ் (எஸ். ஐ. ஐ. iii, பக். 132) சொல்லியிருப்பதும் இது கடாரத்தைக் குறிப்பதாக டாக்டர் எஸ். கே. ஐயங்கார் சொல்லியிருப்பதும் தவறு. சரியான விளக்கத்தை ஏ. வி. வெங்கட்டராம அய்யர் 1943-ல் சங்கர பார்வதி அறக்கட்டளைச் சொற்பொழிவுகளைச் சென்னைப் பல்கலைக்கழகத்தில் நிகழ்த்தும்போது

தெரிவித்தார். பார்க்க : **புரொசீடிங்ஸ், இந்தியன் ஹிஸ்டரி காங்கிரஸ், அலிகார்**, 1943, பக். 161-2.

27. எஸ். ஐ. ஐ. iii, பக். 68.

28. கி. பி. 1063-70 என்ற கால கட்டத்தில் குலோத்துங்கனின் நிலை பற்றிச் சொல்லப்பட்டுள்ள எல்லாக் கொள்கைகளையும் முழுமையாக ஆராய இயலாது. இதுவரை, பிறரால் சொல்லப்படாத ஒரு புதிய கொள்கையை நான் சொல்லி அதற்குரிய பொறுப்பையும் ஏற்றுக்கொள்ளுகிறேன். குலோத்துங்கனுடைய கல்வெட்டுகளிலேயே சொல்லப் பட்டிருக்கும் வாசகத்தின் இயல்பான பொருள் இதுதான் என்பது என்னுடைய உறுதிப்பாடு. தந்தை இராஜராஜ நரேந்திரனுக்கு யுவராஜனாக (இளவரசன்) இருந்து தாரவர்ஷனை எதிர்த்துப் போரிட்டான் அல்லது வீரராஜேந்திரனால் இளவரசனாக நியமிக்கப்பட்டான் என்ற அடிப்படையில் மற்றவர்கள் சில முடிவுகளைச் செய்திருக்கிறார்கள். பின் சொன்ன கருத்து தவறு என்பது அதிராஜேந்திரன் பதவியிலிருந்தும் அவன் கல்வெட்டுகளிலிருந்தும் தெரிகிறது. தந்தைக்குக் கீழ் இளவரசனாக இவன் இருந்திருக்கக் கூடும்; ஆனால், அந்த ஆண்டு, சற்று பிந்தியதாக இருக்கும் (ஜே. ஏ. எச். ஆர். எஸ், i. பக். 217-8). மற்றொரு கருத்தில், குலோத்துங்கன், சந்தர்ப்ப வசத்தில் சிக்கிக்கொண்டவன் ஆகிறான். இரண்டாம் சக்திவர்மன், அபிமன்யுவைப் போலக் கொல்லப்பட்டதாகவும் (ரியாலிச் செப்பேடுகளில் இந்த ஊகத்துக்கு ஆதரவான வாசகம் இல்லை), வருத்தத்தில் ஆழ்ந்திருந்த சிற்றப்பனுடன் அந்த நேரத்தில் சேர்ந்துகொண்டு உறவாடினான் என்றும், சோழ அரியணை ஏறலாம் என்ற இவன் கனவை, வீரராஜேந்திரன் திடீரென்று சோழ அரசனாகி தகர்த்துவிட்டதால் சோர்வும் சலிப்பும் அடைந்தான் என்றும் சொல்லப்பட்டிருக்கிறது. (ஜே. ஏ. எச். ஆர். எஸ், v. பக். 208-11). இராஜ மகேந்திரன் ஏற்றுக்கொண்டிருக்கப்படலாம் என்பதை இந்தக் கருத்துக்காரர் கவனிக்கத் தவறிவிட்டார். யகஹ் கர்ணதேவன், திரிகலிங்கத்தைப் படையெடுத்ததை இந்த அறிஞர் இங்கே புகுத்தியதும் தவறு. கி. பி. 1073-ல் தான் (இ. ஐ. xii, பக். 207), கி. பி. 107-க்கு முன், இராஜேந்திர குலோத்துங்கன் வேங்கியை அவனுடைய சிற்றப்பன் ஏழாம் விஜயாதித்தனிடமிருந்து பெற்றதாக ஹூல்ஷ் சொல்லியிருப்பது, விஜயாதித்தன் தொடர்ந்து 15 ஆண்டுகள் வேங்கியை ஆண்டதாகத் தேகிச்

செப்பேடுகளிலும் மற்ற பட்டயங்களிலும் சொல்லப்பட்டிருப்பதற்கு முரண்பாடாக இருக்கிறது. ஏழாம் விஜயாதித்தனே வேங்கியைச் சோழ மன்னன் வீரராஜேந்திரனிடமிருந்ததான் பெற்றான் (எஸ். ஐ. ஐ. iii, பக். 132). விஜயாதித்தனின் 12- ஆண்டில் ஏற்பட்ட (கி. பி. 1074) ரியாலிச் செப்பேடுகளும் ஹுல்ஷ் கருத்தை மறுக்கின்றன. ஆனால், கீழைக் கங்கர் ஆதாரங்கள் (பார்க்க முன் பக். 289), இங்கு கவனிக்கத்தக்கவை. மற்றும் பார்க்க : ஏ. ஆர். இ. 1914 II, 10. அதில் எஸ். ஐ. ஐ. iii, பக். 128 பின்பற்றப்பட்டிருக்கிறது.

29. வரி 44-5 - "அங்கவன் பின் காவல புரிந்தவனி காட்டோனும்.

30. vi 26.

31. 156/1923 (2-ம் ஆண்டு); 197/1919 (5-ம் ஆண்டு); முன்னதில் "வீரமே துணை" என்ற சொற்றொடர் மட்டும் உளது; 197-199/1929; 434/1912 (36, 38, 43-ம் ஆண்டுகள்). ஏ. ஆர். இ. 1913, II. 33.

32. செய்யுள் viii 29-ன் படி கூடல் சங்கம் வெற்றிக்குப் பிறகு, பூமியின் நல்ல காலத்தால் அது, இந்தச் செய்யுளின் கதாநாயகனான அபயன் வசப்பட்டதாகச் சொல்லப் பட்டிருக்கிறது. "மன்னர் மன்னன்" அல்லது "மன்னர் வீரன்" என்று x 25-ல் சொல்லப்பட்டிருப்பது ஹுல்ஷ் நினைப்பது போல, (எஸ். ஐ. ஐ. iii, பக். 129) ஆதிராஜேந்திரனாக இருக்க முடியாது, வீரராஜேந்திரனாகத் தான் இருக்கக் கூடும்.

33. ஹுல்ஷ் எஸ். ஐ. ஐ. iii, பக். 127, 195. ஏற்கெனவே மேற்கோள் காட்டப்பட்ட நூல், பக். 125, 129.

34. x, vv. 5-7.

35. x 18 என்ற இந்தச் செய்யுளில் 'அபய' என்பது வீரராஜேந்திரனை (viii, 29) குறிக்கிறது. வீரராஜேந்திரன், குலோத்துங்கனை ஏற்று, அங்கீகரித்ததாக இதில் சொல்லப் பட்டிருப்பதைக்கொண்டு, ஆதிராஜேந்திரன் சட்டப்படி உரிமை யாதும் இல்லாதவன் என்றும் வேசி மகன் என்றும் பலர் முடிவு செய்திருக்கிறார்கள்.

36. vi 7-26.

37. ஃபிளீட் ஐ. ஏ. xx பக். 281.

38. ஐ. ஏ. xx பக். 282.

39. ஐ. ஏ. xli பக். 271 அடிக்குறிப்பு.

முதலாம் குலோத்துங்கன் அரியணை ஏறுதல் (கி.பி.1070) 411

40. பதிப்பாசிரியர். ஆள்கொண்ட வில்லி கோவிந்தாச்சாரிய-மைசூர் 1885, தெலுங்கு எழுத்துக்கு மூலப்பகுதி உள்ளது. **சஹ்றிதயா** (புது வரிசை)யில் நாகரி மூலம் உளது.

41. ஐ. ஏ. ஆள்கொண்ட வள்ளி கோவிந்தாச்சாரிய-மைசூர் 1885. ஆனால், விமரிசனம் அறிய ஐ. ஏ. xl. பக். 152 பார்க்க.

42. xviii 84.

43. இந்தச் சிக்கலான பிரச்சினையை பிடிவாதத்தை விடுத்து ஆராய்வது கடினமானதே. கிருமி கண்ட சோழன் என்பது பொதுவாக முதல் குலோத்துங்கனைக் குறிப்பதாகக் கருதப்படுகிறது. 'கோயிலொழுகு' போன்ற பிற்கால நூல்களில் இராமாநுஜரை வதைத்த அரசன் குலோத்துங்கன் என்று சொல்லப்பட்டிருப்பதே இக்கருத்துக்கு ஆதாரம். ஏ. கோவிந்தாச்சாரிய சுவாமின்-**லைஃப் ஆப் ராமானுஜ** (சென்னை, 1906) பக். 170-லும் எஸ். கே. அய்யங்கார் **ஏன்சியன்ட் இண்டியா,** பக்.150, 207-லும் இவ்வாறே சொல்லப்பட்டிருக்கிறது. முதல் குலோத்துங்கனின் ஆட்சியின் இறுதி சோழ ஆதிக்கம் சரியத் தொடங்கிய காலம் என்று அந்நூலில் 152, 318-ம் பக்கங்களில் டாக்டர் ஐயங்கார் சொல்லியிருக்கிறார். இந்த அரசனை அடையாளம் காட்டியதை வைத்தே, மேல் கோட்டைக் கோயில் கட்டப்பட்ட ஆண்டு குறிப்பிடப்பட்டிருக்கிறது. (ஐ. ஏ. தொகுதி xli பக். 224) குலோத்துங்கன் என்பது பிற்கால நூல்களில் 'சோழர்'களைக் குறிக்க பொதுச் சொல்லாகப் பயன்படுத்தப்பட்டிருக்கிறது. குரு பரம்பரைப் பிரபாவத்தில் கூட இப்பெயர் இல்லை (**ஆறாயிரப்படி**; சென்னைப் பதிப்பு, 1927). சிதம்பரத்தில் நடராஜர் சந்நிதிக்கு முன் இருந்த கோவிந்தராஜர் திருவுருவத்தை கிருமி கண்ட சோழன் அப்புறப்படுத்தி கடலுள் அதை எறிந்ததாகச் சொல்லப்பட்டிருக்கிறது. வைணவத்தை ஒடுக்க சோழர் மேற்கொண்ட முதல் முயற்சி (xviii, 72) என்று இந்தக் கொடுமையை **திவ்ய சூரி சரிதம்** சொல்லுகிறது. பிற்காலத்தில் ஏற்பட்ட **பிரபஞ்ஞாமிர்தம்** என்னும் நூலும் இந்தச் செய்தியை நினைவுபடுத்துகிறது. (டாக்டர் எஸ். கே. ஐயங்கார், முன் சொன்ன நூல், பக். 320-ல் மேற்கோள் தந்திருக்கிறார்). இது இரண்டாம் குலோத்துங்கன் காலத்து நிகழ்ச்சி என்கிறார் ஒட்டக்கூத்தர் - **குலோத்துங்கச்சோழன் உலா,** வரி, 76-8, இன்னும் தெளிவாக உள்ள **இராஜராஜ சோழன் உலா,** வரி 64-6; **தக்கயாகப் பரணி** செய்யுள் 777. ஆயினும், இரண்டாம் குலோத்துங்கன் தான் ஸ்ரீராமாநுஜரைக் கொடுமைப்படுத்தியவன் என்று

சொல்ல முன்வரவில்லை. இந்த அரசன் நடராஜர் கோயிலில் புது மண்டபங்கள் கட்டி, அதை விரிவாக்கி, பொன்னால் ஓடுகள் அமைத்தவன். அவன் முன்னவன் ஒருவன் காலத்தில் தவறாக அவன் வரலாற்றில் சேர்த்திருக்கக் கூடும். இல்லையெனின், **திவ்ய சூரி சரிதம்** அசலா போலியா என்ற சந்தேகம் கூட ஏற்பட்டுவிடும்.

44. 358/1917; 425/1912.

45. 497/1920; 55/1911; 279/1929; 185/1919.

46. 156/1923, (2); 101/1928, 468/1913 (4).

47. எஸ். ஐ. ஐ. iii, பக். 132, 140.

48. ஆதிராஜேந்திரனுக்கும் 'பதவியைப் பறித்துக் கொண்டவனுக்கும்' உள்நாட்டுப் போர் நடந்தது போல ஏ. ஆர். இ. 1904 பாரா 21-ல் சித்திரிக்கப்பட்டிருப்பது வெறும் கற்பனை.

49. 145, 147, 151/1906; 142/1929; 55/1911; 586/1907; 267/1917; 127/1912.

50. இ. ஐ. Vii, பக். 7 n 5. மற்றும் பார்க்க n 1 (முன்னர் சொல்லப்பட்டது).

51. எஸ். ஐ. ஐ. iii 68. 'பொதுமை' என்பது ஹுல்ஷ் கருதுவதுபோல 'வேசித் தொழில்' என்று பொருள்படாது. "தென்னாட்டின் செல்வமான இலட்சுமி பலருக்கும் பொதுவானதாகிவிட்டது; அவளை உரிமை கொண்டாடுபவர் இல்லை; எனவே, காவிரி நாடு, அரசனை இழந்து துணையின்றி தவித்தது. குலோத்துங்கன் வந்தது காவிரிக்கும் சோழ வமிசத்துக்கும் உண்டான இழப்பை ஈடு செய்தது" என்பதே இதன் பொருள்.

அதிகாரம் 13

முதலாம் குலோத்துங்கன்

(கி. பி. 1070 - 1120)

முதலாம் குலோத்துங்கன் அரியணை ஏறியது முதல் ஒரு புதிய யுகம்

சோழ இராச்சியத்தின் வரலாற்றில் ஒரு புதிய யுகத்தின் தொடக்கத்தைக் காண்கிறோம். ஏறக்குறைய நூறாண்டு காலம், சோழ இராச்சியத்தின் உறுதியற்ற ஆணைக்குட்பட்டிருந்த வேங்கி நாடு, தற்போது சோழ இராச்சியத்தின் ஒரு பகுதியாக மாறியது. குலோத்துங்கன், சோழ மன்னனான பிறகு இவனது பிள்ளைகளே வேங்கி நாட்டின் பிரதிநிதிகளாக அமர்த்தப்பட்டனர். இதுவே, சோழ இராச்சியத்தின் மீதான மேலைச் சாளுக்கியரின் குறுக்கீடுகளைத் தடுத்து அந்நாட்டினைப் பலப்படுத்த உதவியது. இவ்வாறு, முதற் சாளுக்கிய - சோழ மன்னனான குலோத்துங்கன், சோழ இராச்சியத்திற்கு எற்பட்ட தடைகளை எல்லாம் நீக்கி, தனது ஆட்சியின் பெரும் பகுதியை வெற்றிகரமாகவும், வளமானதாகவும் மாற்ற முடிந்தது. தேவையற்ற போர்களைத் தவிர்த்து, தனது குடிமக்களுக்கு நல்வாழ்வு அளிக்கும் பணியில், அவன் நாட்டத்தைச் செலுத்தினான். இக்கொள்கையினால் விளைந்த நிலையான விளைவுகளை இவனது வழித்தோன்றல்களின் ஆட்சிக் காலத்தில் காணமுடியும். அடுத்த நூற்றாண்டுகளில் அதாவது மூன்றாம் குலோத்துங்கன் ஆட்சிக் காலம் வரை, சோழ இராச்சியம், முன்போன்று பரந்த ஒன்றாக இல்லாமல் போனாலும் தொடர்ந்து சிதறுறாமல் இருந்ததோடு இல்லாமல் போனாலும் தொடர்ந்து சிதறுறாமல் இருந்ததோடு குலோத்துங்கன் ஆட்சிக்கு முன் இருந்தது போலன்றி, பெரும் போர்களைத் தவிர்த்தது. துங்கபத்திரையின் மறுபுறமுள்ள

இரட்டபாடியைக் கைப்பற்றவேண்டும் என்ற ஈடேற முடியாத முயற்சியை முதலாம் குலோத்துங்கன் முடிவாகக் கைவிட்டதோடு, மைசூர் நாட்டின் ஹொய்சாளரின் எழுச்சியின் விளைவாகத் தனது நாட்டின் சில பகுதிகளை அவர்களிடம் இழக்கும் நிலையையும் ஏற்றுக்கொள்ளவேண்டியதிருந்தது. இம்மன்னன் வேங்கி நாட்டைத் தற்காலிகமாக இழந்தான் என்றாலும், இவனது வழிவந்தோர் அந்நாட்டின் பெரும்பகுதியை மீண்டும் கைப்பற்றினர். தனது குறிக்கோள்களைத் தனது சக்திக்கு ஏற்ப மாற்றி அமைத்துக்கொள்வதிலும், தனது சொந்தப் பெருமைகளை விட, மக்கள் நல்வாழ்வை நாடிய முறையும், இவனது அரசியல் ஞானத்தை எடுத்துக் கூறுகின்றன. ஒரு நூற்றாண்டுக் காலத்திற்குத் தனது மக்களுக்கு நிலையான அமைதியையும், சிறந்த ஆட்சியையும் இவன் அளித்தான்.

வரலாற்று அறிமுகம்

குலோத்துங்கனது ஆட்சி ஏறக்குறைய, கி. பி. 1070 ஜூன் திங்கள் 9-ம் நாளில் தொடங்கியது.[1] இதன் பின்னர், இம்மன்னன் ஐம்பது ஆண்டுகள் ஆட்சி புரிந்தமையால், இவன் அரியணை ஏறிய போது இளம் வயதினனாகவே இருந்திருத்தல் வேண்டும்.[2] இவன் பூச நட்சத்திரத்தில் பிறந்தவன்.[3] இவனது எண்ணற்ற கல்வெட்டுகள், பல மாறுதல்கள் கூடிய மெய்க்கீர்த்திகளைக் கொண்டுள்ளன. இவனது ஆட்சியில் முதல் நான்கு ஆண்டுகளில் காணப்படும் மெய்க்கீர்த்திகள் பெரும்பாலும் 'திருமன்னி விளங்க' அல்லது 'வளர' என்றே தொடங்கி, குலோத்துங்கன் ஆட்சிக்கு வருவதற்கு முன்பாகச் செய்த சாதனைகளைக் கூறுகின்றன. (இவற்றில் குலோத்துங்கன், இராஜேந்திரன் என்றே குறிக்கப்படுகிறான்) இதுபற்றி நாம் முன்பே கூறினோம். இம்மெய்க்கீர்த்தியைக் கொண்ட கல்வெட்டுகள் இவனது ஆட்சியின் நான்காம் ஆண்டுவரையே காணப்படுகின்றன. ஆயினும் இதில் கூறப்பட்டுள்ள நிகழ்ச்சிகள் திருக்கோயிலூரில் கிடைத்துள்ளது. இவனது, ஆறாம் ஆட்சி ஆண்டைச் சேர்ந்த கல்வெட்டு ஒன்றில் காணப்படும் மெய்க்கீர்த்தியிலும் கூறப்பட்டுள்ளன. இம்மெய்க்கீர்த்தி 'பூ மேல் அரிவையும்' என்று தொடங்குகிறது.[4] மேலும், 'பூமியும் திருவும்' என்று தொடங்கும் மற்றொரு வரலாற்று முக்கியத்துவமற்ற மெய்க்கீர்த்தி, இவனது முதல் நான்கு ஆட்சி ஆண்டுகளைச் சேர்ந்தது. இதன் விரிவான வடிவமே, 'பூ மருவிய திருமடந்தையும்' என்று தொடங்கும் மெய்க்கீர்த்தியாகும்.[5] இவ்வாறு நான்காம் ஆட்சி ஆண்டுகளிலிருந்து கிடைக்கும்[6] 'புகழ் மாது விளங்க' என்று தொடங்கும் குறுகிய மெய்க்கீர்த்தியும், ஐந்தாம் ஆண்டிலிருந்து கிடைக்கும் 'புகழ்

சூழ்ந்த புணரி' எனத் தொடங்கும் நீண்ட மெய்க்கீர்த்தியும்[7] இவனது ஆட்சிக் காலத்தில் பெரும்பாலும் காணப்படும் மெய்க்கீர்த்திகளாகும். இவற்றில் இரண்டாவதாகக் கூறப்பட்டுள்ள மெய்க்கீர்த்தி இம்மன்னனின் ஆட்சிக் காலத்தில் பலமுறை மாற்றி எழுதப்பட்டதன் விளைவாக, வரலாற்று ஆசிரியருக்கு மிகவும் பயனுடையதாக உள்ளது. இவனது மற்ற மெய்க்கீர்த்திகளாவன: ஒன்பதாம் ஆண்டில் காணப்படும் "பூ மேவி வளர"[8], பத்தாம் ஆண்டில் காணப்படும் "பூ மாது வளர"[9] பன்னிரண்டாம் ஆண்டில் காணப்படும் "திருமகள் ஜெயமகள்",[10] ஆண்டு குறிக்கப்படாத கல்வெட்டு ஒன்றில் காணப்படும் "பூ மாது புனர"[11] ஆகியவை வீரராஜேந்திரன், குலோத்துங்கன் ஆகியஇருவரது மெய்க்கீர்த்திகளையும் சேர்த்து, 'வீரமே துணை', 'புகழ் மாது விளங்க' என்று தொடங்கும் இரு அறிமுகங்களையும் நாம் முன்னரே பார்த்தோம்.

ஐந்தாம் ஆண்டைச் சேர்ந்த திருபுவனி கல்வெட்டு ஒன்றில் இத்தகைய மெய்க்கீர்த்தி காணப்படுவதுடன், 'திருபுவனச் சக்கரவர்த்தி' என்ற பட்டத்தையும் குலோத்துங்கனுக்கு அளிக்கிறது.[12] நமக்குக் கிடைத்துள்ள இவ்வாட்சி கால கல்வெட்டுகளிலிருந்து, இம்மன்னன் தன் ஆட்சிக்காலத் தொடக்கத்திலிருந்தே குலோத்துங்கன், சக்கரவர்த்தி என்ற பட்டங்களை ஏற்றிருந்தான் என்று இப்போது நமக்குக் கிடைத்துள்ள இம்மன்னனது ஆட்சிக்கால கல்வெட்டுகளிலிருந்து காணலாம்.

முதற் போர்கள்

குலோத்துங்கன் தனது இளம் பருவத்தில் புரிந்த பல போர்களைப் பற்றிய சில குறிப்புகள், கி. பி. 1063 முதல் 1070 வரையிலான அவனது நிலை குறித்து விவாதிக்கும்போது கூறப்பட்டுள்ளது. நாகவமிச மன்னன் தாரவர்ஷனிடமிருந்து கப்பம் வசூலித்ததுடன், அவனது நாட்டில் தனக்கென ஒரு சுதந்தர இராச்சியத்தை ஏற்படுத்திக்கொண்டான் என்பதை முன்னரே பார்த்தோம். இந்நிகழ்ச்சிகளையே "புகழ் சூழ்ந்த புணரி" எனத் தொடங்கும் மெய்க்கீர்த்தியின் முதல் சில அடிகள் கூறுகின்றன., மேலும், குந்தல[13] நாட்டு மன்னனது படையை வென்று வட பகுதியில் வெற்றி வாகை சூடியதாகவும், பின்னர், தென் பகுதி மீது தனது கவனத்தைச் செலுத்தியதாகவும் இதில் கூறப்பட்டுள்ளது. இதில் குறிக்கப்பட்டுள்ள குந்தல மன்னன், மேலைச்சாளுக்கிய மன்னன் என்பதில் ஐயமில்லை. இப்போர், 1070-ம் ஆண்டிற்கு

முன்னரே நிகழ்ந்தது என்பதோடு, இப்போர், இன்றைய பஸ்தார் பகுதியில் நடைபெற்றது. இப்போருக்கான சூழ்நிலை, வீரராஜேந்திரனது, பிற்காலத்தியக் கல்வெட்டுகளிலும், விக்கிரமாதித்தனது திக்விஜயத்தைப் பற்றி பில்ஹணன் கூறுவதிலும் வேங்கி, சக்கரக்கோட்டம் ஆகியவை பொருத்தமட்டில் ஒத்தே காணப்படுகிறது.

குறிப்பிட்டவாறு, கூடல் சங்கமத்தில் தன்னுடன் இரண்டாம் முறையாகப் போரிட, முதலாம் சோமேசுவரன் தவறிவிடவே, வீரராஜேந்திரன், வல்லபனுக்குச் (சாளுக்கியன்) சூளுரைத்து, வேங்கி நாட்டைக் கைப்பற்றப் படையெடுத்தான். பெசவாடாவில் தான் அடைந்த வெற்றிக்குப் பின்னர், ஏழாம் விஜயாதித்தனுக்கே வேங்கி நாட்டை மீண்டும் அளித்தான். இக்குறிப்புகள், விக்கிரமாதித்தன் இளவரசனாக இருந்தபோதே, வேங்கியையும் சக்கரக்கோட்டத்தையும் வென்றான் என்றும், அவனது தந்தை நோய்வாய்ப்பட்டு இறந்தான் என்ற சேதி அறிந்த போது, இவன் கிருஷ்ணா நதிக்கரையில் தங்கியிருந்தான் என்றும் பில்ஹணன் கூறுவதும் ஒத்தே காணப்படுகின்றன. இதே வேளையில், வடக்கே விக்கிரமாதித்தனும் குலோத்துங்கனை எதிர்த்துப் போரிட்டான் என்றும், இப்போரின் மூலம் விருதராஜபயங்கரன் அதாவது, விருதராஜன் அல்லது விக்கிரமாதித்தனுக்குப் பயங்கரமானவன் என்றும் பட்டத்தைக் குலோத்துங்கன் சூட்டிக்கொண்டான் என்றும் **கலிங்கத்துப்பரணி** கூறுகிறது.[14] இந்நிகழ்ச்சிகள், கி. பி. 1067-ல் நடைபெற்றன. இவனது வடநாட்டுப் போரில் குலோத்துங்கன் உதவியிருத்தல் கூடும் என்பது குலோத்துங்கனது மெய்க்கீர்த்தியிலிருந்து தெளிவாகிறது. ஆயினும், சக்கரக்கோட்டத்தைத் தாக்கிய விக்கிரமாதித்தனை, குலோத்துங்கன் தானாகவே முறியடித்தானா அல்லது வீரராஜேந்திரனுக்கு உதவும் பொருட்டு, பெசவாடா போரில் பங்கு கொண்டானா என்பதை அறுதியிட்டுக் கூற இயலாது. இது எவ்வாறாயினும், மேலைச் சாளுக்கியரிடமிருந்து வேங்கியை விடுவிக்கும் பணியில் குலோத்துங்கன் ஆற்றிய தொண்டு, இம்மன்னன் வீரராஜேந்திரனுடன் பெரும் நட்புகொண்டிருக்கக் கூடும் என்பதையே வெளிப்படுத்துகிறது. அதோடு, வேங்கி, சோழ நாடுகளின் விவகாரங்களில் குலோத்துங்கன் பெரும் அக்கறைகொண்டிருந்தான் என்பதும் புலனாகின்றது. போர்களுக்குப் பின்னர், வேங்கி நாட்டை விஜயாதித்தனுக்கு அளித்தான் என்பதைப் பின்னர் குறிப்பிடுகிறான். குலோத்துங்கன், தனது இளமைப் பருவத்தில் போரிடும் வாழ்க்கையைத் தானே தேர்ந்தெடுத்ததாகவும், அதனால், வேங்கி நாட்டைத் தனது சிறிய தந்தையாகிய விஜயாதித்தனே ஆட்சி செய்யுமாறு அளித்து விட்டதாகவும், தனது மகன் இராஜராஜனிடம் கூறுவதிலிருந்தே

இதனை அறியலாம். நாட்டைவிட்டுச் செல்லவேண்டிய நிலை, தன்னிச்சையாகச் செயல்படாமல், விக்கிரமாதித்தன், விஜயாதித்தன் ஆகியோரது பேராசையின் விளைவாகவும் இருந்திருக்கக் கூடும்.[15]

சோழன் அரியணை ஏறல்

ஆறாம் விக்கிரமாதித்தனுடன் சமாதானம் செய்துகொண்ட பின், வீரராஜேந்திரனது மரணமும், ஆதிராஜேந்திரன் அரியணையில் அமர்ந்ததும், சோழ நாட்டில் பெரும் கலவரம் ஏற்பட்டு, இக்கலவரம் விக்கிரமாதித்தனது படையெடுப்பால் சிறிது காலம் அடங்கியிருந்ததும், பின்னர், விக்கிரமாதித்தன், துங்கபத்திரை நதி பக்கம் திரும்பிச் சென்றபின் மீண்டும் தொடர்ந்து ஆதிராஜேந்திரனது மரணத்தில் முடிவடைந்ததும், சோழ நாட்டின் தலைவனாகத் தன்னையே அமர்த்திக்கொள்ளக் கூடிய சந்தர்ப்பத்தைக் குலோத்துங்கனுக்கு அமைத்துக் கொடுத்தன. ஆதிராஜேந்திரனுக்கும், குலோத்துங்கனுக்குமிடையே உள்நாட்டுப் போர் ஏற்பட்டது என்று சில வேளைகளில் கூறப்படுவது[16] முற்றிலும் ஆதாரமற்றது. கல்வெட்டுகளில் இதுபற்றி ஒன்றும் கூறப்படவில்லை. இதுபோன்றே குலோத்துங்கன் முதலில் சோழ நாட்டின் ஒரு பகுதியைக் கைப்பற்றி, பின்னர் நான்கு அல்லது ஐந்து ஆண்டுகள் தொடர்ந்து போரிட்ட பிறகே, சோழ நாட்டின் தலைவனாக அரியணை ஏற முடிந்தது என்று கூறுவதும் பொருந்தாது.[17] தான் அரியணையை அடையும் பொருட்டு, குலோத்துங்கன் பல இளவரசர்களைக் கொன்றான் என்பதும் தவறாகும்.[18] இருப்பினும் அம்மன்னனது தென்னாட்டு வகையில் சோழ நாட்டை ஒரு பெரும் குழப்பத்தினின்றும், அழிவினின்றும் காப்பாற்றியதோடு, அவருக்கு ஒற்றுமையும் அமைதியும் நிலைநாட்டப் பெற்றது எனக் கூறும் **கலிங்கத்துப் பரணி**யின் கூற்றுக் குலோத்துங்கனது கல்வெட்டுகளும் தெரிவிக்கின்றன. இக்கல்வெட்டுகள் கூறுவதாவது.[19]

இளங்கோப் பருவத்து சக்கரகோட்டத்து
விக்கிரமத் தொழிலால் புதுமணம் புணர்ந்து
தெவன் களிற்றிட்டம் வயிராகரத்து வாரி
அயில் முனைத்கோ தெளவரைசர்ததே நமிரிய
வாளுறை கழித்து தோள் வலி காட்டி
போர்ப்பரி நடாத்தி கீர்தியை நிறுத்தி
வடதிசை வாகை சூடித்தென்றிசைத் தெருகமலப்
பூமகள் புதுமையும் பொன்னியாடையும் நன்னிலப்

பாவையும் தெனிமையு தெவிர்த்து புநிதரு
திருமணி மகுட முறைமையில் . . .

(S. I. I - III - 68)

இதிலிருந்து, சோழ நாட்டில் குலோத்துங்கனுக்கு எவ்வித எதிர்ப்பும் இருந்ததாகத் தெரியவில்லை. அவனது வருகை மக்களால் வேண்டப்படாவிடினும், அது வரவேற்கப்பட்டதாகவே தெரிகிறது. குலோத்துங்கன் தனது திறமையான, உறுதியான ஆட்சியின் மூலம் சோழ நாட்டு மக்களுக்குப் பின்னர், இந்நிலை ஏற்பட்டு முன்னர் சோழ நாட்டில் நிலவிய குழப்பத்தைப் பற்றி ஜெயங்கொண்டார் திறம்பட விளக்குகிறார்.[20]

'மறையவர் வேள்வி குன்றி, மனுநெறி அனைத்தும் மாறி
துறைகள் ஓர் ஆறும் மாறி, சுருதியும் முழக்கம் ஓய்ந்தே'   27

'சாதிகள் ஒன்றே டொன்று தலைதடு மாறி, யாரும்
ஓதிய நெறியில் நில்லாது ஒழுக்கமும் மறந்து போயே'   28

'ஒருவரை ஒருவர் கைம்மிக் கும்பர்தம் கோயில் சோம்பி
அரிவையர் கற்புச் சோம்பி அரண்களும் அழிய ஆங்கே'   29

'கலி இருள் பரந்த காலைக் கலி இருள் கரக்கத் தோன்றும்
ஒலி கடல் அருக்கன் என்ன உலகுய்ய வந்து தோன்றி'   30

'காப்பெலாம் உடைய தானே படைப்பதும் கடனாக் கொண்டு
கோப்பெலாம் குலைந்தோர் தம்மைக் குறியிலே நிறுத்தி
                                                வைத்தே'   31

'விரிபுனல் வேலை நான்கும் வேதங்கள் நான்கும் ஆர்ப்பத்
திரிபுவனங்கள் வாழ்த்தத் திரு அபி டேகம் செய்தே'   32

(கலிங்கத்துப் பரணி, அதிகாரம்-10 அவதாரம், பாடல்கள் 27 - 32)

சோழ நாட்டுக் குழப்பத்தைப் பற்றி மிகைப்படுத்திக் கூறப்பட்டுள்ள இக்குறிப்புகளின் அடித்தளத்தில் சில உண்மைகளை நாம் காணலாம். இது பற்றிய உண்மை நிகழ்ச்சிகளைத் தெளிவாக அறிய முடியாவிடினும் குலோத்துங்கன் சோழ நாட்டின் ஆட்சிப் பொறுப்பை ஏற்றபோது நாட்டின் நிலை, வருந்தத்தக்கதாகவே இருந்தது. அரசியல் புரட்சி, சமயத்தின் பெயரால் விளைவிக்கப்பட்ட கொடுமைகளால் விளைந்ததே என்று சில குழப்பமான செய்திகளால் அறிகிறோம். சண்டையும், குழப்பமும் ஆங்காங்கே தலைதூக்கி, அதன் விளைவாக

ஈழத்தை உள்ளிட்ட சோழ நாட்டின் தென்பகுதிகள் தனி நாடுகளாக மாறின. இவ்வின்னல்களை நீக்குவதே தனது ஆட்சியின் முதல் சில ஆண்டுகளில் குலோத்துங்கனின் முக்கிய பணியாயிற்று.

விக்கிரமாதித்தனுடன் போர்

இவன் போரிட்ட முதல் பகைவன், மேலைச் சாளுக்கிய மன்னனான ஆறாம் விக்கிரமாதித்தனாவான். வேங்கி நாட்டின் மீது தனது அதிகாரத்தைச் செலுத்தும் பொருட்டான முயற்சிகள் வீணானதை அறிந்ததோடு, தனது பகைமை நாடான சோழ நாட்டுடன், வேங்கி நாடு நெருங்கிய தொடர்பு கொண்டிருப்பதையும் கண்ணுற்ற விக்கிரமாதித்தன், குலோத்துங்கன் சோழ அரியணையை அடைவதை எதிர்ப்பதோடு, அவன் மீது படையெடுப்பதும் அவசியமாயிற்று. குலோத்துங்கன், தனது பலத்தைப் பெருக்க நினைத்து விரைவிலேயே பல புதிய கூட்டாளிகளைத் தன்னுடன் சேர்த்துக் கொண்டான். இத்தருணத்தில், விக்கிரமாதித்தனுக்கும், அவனது மூத்த சகோதரன் இரண்டாம் சோமேசுவரனுக்குமிடையே பகைமை நிலவியது. வீரராஜேந்திரனின் ஆணைப்படி, இரண்டாம் சோமேசுவரன் தனது நாட்டின் சில பகுதிகளை விக்கிரமாதித்தனுக்கு அளிக்கும்படி நேர்ந்ததே இதற்குரிய காரணமாயிற்று.[21] குலோத்துங்கன், சோமேசுவரனை அணுகி அவனது சகோதரனுக்கு எதிரான போரில் தனக்கு உதவிபுரியுமாறு வேண்டி அவ்வுதவியைப் பெற்றான். இது பற்றி பில்ஹணன் கூறுவதாவது :[22]

> "சோழ இளவரசன் ஆதிராஜேந்திரன் இந்தக் குழப்பத்தில் கொல்லப்பட்ட சில நாட்களுக்குப் பிறகு வேங்கி நாட்டு அரசனான ராஜிக அவனது அரியணையைக் கைப்பற்றினான். குறுகிய மனம் படைத்த இவன் விக்கிரமாதித்தனிடமிருந்து எந்த சமயமும் தனக்கு அபாயம் ஏற்படும் என்றெண்ணி, அவனது விரோதியான சோமதேவனிடம் நட்புறவுகொள்ளலானான். பெருந்தன்மைப் படைத்த விக்கிரமாதித்தன் தனது சகோதரனான சோமதேவனுக்கு ஒரு தீங்கும் செய்யாதிருந்தபோதும் அவர்களது குடும்ப விரோதியான சோழ அரசன் ராஜிகாவுடன் இவன் உறவு கொண்டு தனது சகோதரனையே அழிக்க முற்படுவது ஏனோ தெரியவில்லை. ராஜிகாவை எதிர்த்து விக்கிரமாதித்தன் படையெடுத்துச் செல்லும் போது அவனைத் தன் படையுடன் பின்தொடர்ந்துச் சென்று சோமதேவன் தாக்க முற்பட்டான். . . திராவிடர் படை

விக்கிரமாதித்தனை நெருங்கியபோது அதே சமயம் சோமேசுவரன் அவனை தாக்கி காயமடையச் செய்தான்."23

பில்ஹணனது குறிப்புகள்

இப்போரில், விக்கிரமாதித்தனுடைய நண்பர்களும், சிற்றரசர்களும் அவனுக்குத் திறமையாக உதவி புரிந்தனர். தேவகிரி நாட்டு யாதவ மன்னன், இவனுக்கு உதவி புரிந்த நண்பனாவான்.24 ஹொய்சாள மன்னன் எரியங்கனும்25 திரிபுவனமல்ல பாண்டியனும்26 முன்பு கூறப்பட்டதுபோல் கடம்ப மன்னனான சயகேசியும், இப்போரில் விக்கிரமாதித்தனுக்கு உதவி புரிந்தனர். குலோத்துங்கன், சோமேசுவரன் ஆகியோரது படைகளுக்கும், விக்கிரமாதித்தனது படைக்குமிடையே நடைபெற்ற கடும்போரின் முடிவில், 'திராவிடத் தலைவன் போர்க்களத்தை விட்டோடும்படி ஆனதோடு, சோமதேவன் சிறை செல்லவும் நேர்ந்தது'27 என்று பில்ஹணனுடைய குறிப்புகள் கூறுகின்றன. விக்கிரமன் பின்னர் துங்கபத்திரை நதிக்கரையை அடைந்தான். சிறையிலிடப்பட்ட தனது சகோதரனை மீட்டு, அவனுக்கு அரியணையைப் பெற்றுத் தர எண்ணிய விக்கிரமனது கனவில் இரண்டாம் முறையாக சிவபெருமான் தோன்றி அரியணையில் அவனே அமருமாறு கட்டளையிடப்பட்டதால்28 அவ்வாறே செய்தான். தனது இளைய சகோதரன் ஜெயசிம்மனை வானவாசியில் தனது பிரதிநிதியாக அமர்த்தினான்.29 வேறு சில படையெடுப்புகளை மேற்கொண்டு பல வெற்றிகளைப் பெற்றான். இவை பற்றி முழு குறிப்புகளும் கிடைத்தில. முடிவில் மீண்டும் ஒருமுறை சோழரது வீரத்தை30 அழித்த பின்னர் தனது தலைநகரான கல்யாணியை அடைந்தான்.

சோழரது குறிப்புகள்

இப்போரைப் பற்றி சோழரது கல்வெட்டுகளில் கிடைக்கும் குறிப்புகள், இப்போர் குறித்தும், இதன் முடிவு குறித்தும் மாறுபட்டே காணப்படுகின்றன. இப்போரைத் தொடர்ந்து நிகழ்ந்த நிகழ்ச்சிகளைக் காணும் போது, பில்ஹணனது காவியத்தில் காணப்படும் குறிப்புகளை விடச் சோழ கல்வெட்டுகளில் காணப்படும் குறிப்புகளே உண்மையாகத் தோன்றுகின்றன.

"சந்திரனுக்கு இருக்கும் களங்கம் போன்று இன்றிலிருந்து குலோத்துங்கனுக்கும் அவனுடைய குலத்துக்கும் களங்கத்தை உண்டாக்கப் போகின்றேன்" என்ற விக்கலனின் அறைகூவல் நிறைவேறத் தவறிவிட்டது மட்டுமின்றி குலோத்துங்கனுக்கு

> எதிராக அவனது வில்லைக் கூட வளைக்க முடியவில்லை.[31] நங்கிலி மலைப் பாதைகளிலிருந்து மணலூர் உட்பட துங்கபத்ரா நதி வரை எங்கு பார்த்தாலும் அவனது யானைகள் மடிந்துக் கிடந்தன; அவனது வீரமும், பெருமையும் அழிந்தன; அவன்முன் கடந்து சென்ற மலைகளெல்லாம் கூனிக் குறுகின; இவன் கடந்த ஆறுகள், கரை புரண்டு ஓடின; கடலும் கொந்தளித்தது. சோழ அரசன் ஒரே சமயத்தில் கங்க மண்டலத்தையும், சிங்கணம் என்னும் நாட்டையும் கைப்பற்றினான். மேலும் சாளுக்கிய அரசன் விட்டுச் சென்ற பலம் பொருந்திய யானைப் படையையும், அழகிய கண்களையுடைய பெண்கள் கூட்டத்தையும் கைப்பற்றி அழியாப் புகழ்கொண்டான். வெற்றிச் செல்வி விக்கலனை விட்டு சோழ அரசனின் பக்கம் சென்று விட்டாள். இதன் விளைவாக, மேற்குப் பகுதியை முழுவதும் ஆள வேண்டுமென்ற எண்ணங் கொண்ட விக்கலனும் அவனது தந்தையும் தோல்வியுற்றனர்.

இந்நிகழ்ச்சிகளைப் பற்றிக் கூறும் இதற்கு முந்தைய குறிப்புகள், விக்கலன் என்பதற்குப் பதில் வேள்குலத்தரசன் அல்லது வேள்புலத்தரசு, (அதாவது சாளுக்கிய மன்னன் அல்லது மன்னர்கள்), என்று பொதுவாகவே குறிப்பிடுவதோடு, நங்கிலியிலிருந்து துங்கபத்திரை வரையிலான பகுதியை அளத்தி என்றும் குறிப்பிடுகின்றன.[32]

காலம்

இப்போரைப் பற்றிய மறைமுகக் குறிப்பு முதன்முதலாக இவ்வாட்சிக் காலத்துக் கல்வெட்டுகளில் காணப்படுகின்றன. ஏழாம் ஆண்டைச் சேர்ந்த 'புகழ் மாது' என்று தொடங்கும் மெய்க்கீர்த்தியில் முதலில் 'விக்கலனும், சிங்கணனும், மேலைக் கடலில் மூழ்கினா' என்று குறிப்பிடுகிறது.[33] ஆகையால் விக்கிரமாதித்தனுடன், குலோத்துங்கன் புரிந்த போரானது, குலோத்துங்கனது ஆட்சி தொடங்கி சில ஆண்டுகளுக்குப் பிறகே நடைபெற்றிருத்தல் வேண்டும். பில்ஹணனது குறிப்புகள் கூறுவது போல், அவன் ஆட்சிப் பொறுப்பேற்றவுடன் நடைபெறவில்லை. இதையே சகம் 998-ம் அல்லது கி. பி. 1076-ம்34 ஆண்டைச் சேர்ந்த சாளுக்கிய கல்வெட்டுகளும் கூறுகின்றன. ஐந்து அல்லது ஆறு ஆண்டுகள் இடைவெளியில் இரு தரப்பினரும் போருக்கான இராச்சியப் போர்ப் படைகளை ஆயத்தம் செய்யத் தொடங்கினர். ஏனெனில், வேங்கி

நாடும், சோழ நாடும் நிரந்தரமாக இணைவதற்கு விக்கிரமாதித்தன், ஒரு நாளும் உடன்பட மாட்டான் என்பதோடு, இந்நிலையை எதிர்த்துப் போர் புரியவும் தயங்க மாட்டான். இதைக் குலோத்துங்கனும் நன்கறிந்திருந்தான்.

போரின் போக்கும், விளைவுகளும்

விக்கிரமாதித்தன், சோழ நாட்டின் மீது படையெடுத்துக் கோலார் பகுதியில் சோழப் படையுடன் சண்டையிட்டதிலிருந்து இப்போர் தொடங்கப் பெற்றது. இச்சண்டையில் சோழப் படைகள், விக்கிரமாதித்தனை மணலூர்[35] வழியாகத் துங்கபத்திரைக் கரை வரை விரட்டியடித்தன என்று சோழக் கல்வெட்டுகள் கூறுகின்றன. இங்கேயே இருதரப்பினருக்கும் பலத்த சண்டை நடைபெற்றது. இதன் விளைவாக, சோழ மன்னன் பெரும் செல்வத்தை அடைந்ததோடு, கங்கை மண்டலம், சிங்கணம் பகுதிகளையும் தன் ஆட்சிக்குக் கீழ்க் கொண்டு வந்தான். மணலூர், சிங்கணம் ஆகிய இடங்கள் இப்போது எங்குள்ளன என்பது தெளிவாகவில்லை. மூன்றாம் ஜெயசிம்மனின் இராச்சியமே சிங்கணம் பகுதியாகும் என்று ஹுல்ஷ் கூறுகிறார்.[36] ஆனால், மூன்றாம் ஜெயசிம்மன் ஆட்சி செய்த பகுதி வனவாசியாகும். மேலும், இப்போர் வனவாசிப் பகுதி வரை பரவியது என்பதற்கான ஆதாரம் இல்லை. மேலும் குலோத்துங்கனுடனான போர் முடிந்த பின்னர், தனது சகோதரன் ஜெயசிம்மனை, வனவாசிப் பகுதியின் அரசனாக விக்கிரமாதித்தன் அமர்த்தினான் என்றும், பின்னர், இவன் தன் சகோதரனுக்கு எதிராகக் கிளர்ச்சி செய்து, குலோத்துங்கனது உதவியை நாடிய போதும் இப்பகுதியின் அரசாட்சிப் பொறுப்பை இவனே ஏற்றிருந்தான் என்றும் பில்ஹணன் கூறுகிறார். இது எவ்வாறிருப்பினும், இப்போர் தொடங்குவதற்கு முன், ஜெயசிம்மன் துங்கபத்திரையின் தெற்கிலும் கிழக்கிலும் சில பகுதிகளை ஆட்சி செய்திருக்கக் கூடும். இப்போரின் விளைவாகத்தான், மைசூர் நாட்டின் பெரும் பகுதியைப் பெற்றதாகக் குலோத்துங்கன் கூறுவது, அவனது கல்வெட்டுகள் இங்குக் காணப்படுவதால் தெளிவாகிறது. போர்க்களத்தை விட்டு குலோத்துங்கன் புறமுதுகிட்டு ஓடினான் என்ற பில்ஹணனது கூற்றை ஒப்புக்கொள்ள இயலவில்லை. **கலிங்கத்துப் பரணி**,[37] அளத்தி - மணலூர்ப் போர்கள், மைசூரிலுள்ள நவிலி நாட்டுக் கல்வெட்டுகள்[38] கூறுவது போல, நவிலையில் பல களிறுகள் கைப்பற்றுதல் போன்ற பல நிகழ்ச்சிகளையும்

குறிப்பிடுகிறது. குலோத்துங்கன், மேலைக் கடலை அடைந்தான் என்றும், கொங்கணம், கன்னடப் பகுதிகளைக் கைப்பற்றினான் என்றும், மகாரட்ட மன்னனது ஆணவத்தை அழித்தான் என்றும் **விக்கிரம சோழன் உலா** கூறுகிறது. இதனின்று, வனவாசியும் சிறிது காலத்திற்குக் குலோத்துங்கனால் கைப்பற்றப்பட்டது என்பதை மறைமுகமாகக் குறிப்பிடுவதை அறியலாம். இப்போரினால், மிகவும் பாதிக்கப்பட்டவன், இரண்டாம் சோமேசுவரனே. இவன் தனது நாட்டை இழந்து, தன் சகோதரனால் பிடிபட்டுச் சிறையில் அடைக்கப்பட்டான். பின்னர், அவன் நிலை எவ்வாறாயிற்று என்பது தெரியவில்லை.[39]

ஜெயசிம்மனின் கிளர்ச்சி

வனவாசியின் பிரதிநிதியாக அமர்த்தப்பட்ட ஜெயசிம்மன், ஓராண்டிற்குள்ளாகத் தனது சகோதரன் விக்கிரமாதித்தனுக்கு எதிராகக் கிளர்ச்சி செய்ய முயற்சி செய்து, அம்முயற்சிக்குக் குலோத்துங்கனை உதவுமாறு கேட்டுக்கொண்டான் என்று பில்ஹணன் கூறுகிறார்.[40] இப்புரட்சியைப் பற்றி இங்கு விவரமாகக் கூறுவது அவசியமல்ல. ஏனெனில், இதனால் ஏற்பட்ட உள்நாட்டுக் குழப்பங்கள் எவ்விதப் பங்கும் ஏற்கவில்லை என்று பில்ஹணனின் குறிப்புகளே கூறுகின்றன. இதைவிட முக்கிய காரியங்களைக் குலோத்துங்கன் மேற்கொள்ள வேண்டியிருந்ததே இதற்குக் காரணமாகும். இதன் விளைவாக, இக்கிளர்ச்சியை எவ்வித இன்னலுமின்றி விக்கிரமாதித்தனால் நசுக்க முடிந்ததோடு, குலோத்துங்கனது பகைவர்களுடன் சேர்ந்துகொண்டு, சோழ மன்னனுக்குப் பலவித இன்னல்களை விளைவிக்கவும் முடிந்தது. இது பற்றி பின்னர் காண்போம். இதற்கிடையில், சோழர்களால் தனது வடபகுதியிலிருந்து விரட்டப்பட்ட விஜயபாகு, ஈழம் முழுவதற்கும் தன்னையே மன்னனாக அறிவித்தான். விக்கிரமாதித்தன் இம்மன்னனது நட்பை நாடும் பொருட்டு, சிறந்த பரிசுகளுடன் ஒரு தூதுக்குழுவை விஜயபாகுவிடம் அனுப்பி வைத்தான்.[41] இவ்வாறு தனது ஆட்சிக் காலம் முழுவதும் விக்கிரமாதித்தன், குலோத்துங்கனுக்கு விரோதமாகப் பலவிதங்களிலும் அயராது செயல் புரிந்தான். ஆனால் தினவெடுத்த தோள்களையுடைய விக்கிரமாதித்தன், முடிவில் வேறு பகைவர்கள் இல்லாத காரணத்தால்,[42] காஞ்சியின் மீது படையெடுத்தான் என்று பில்ஹணனது மிகையான கூற்றை உண்மை என்று ஏற்றுக்கொள்ள முடியவில்லை.

வேங்கி மீது வெளிநாட்டுப் படையெடுப்பு

தென் புலத்தில் குலோத்துங்கன் தனது பிரச்சினைகளை ஒழுங்கு செய்து கொண்டிருக்கும் வேளையில், வடபுலத்திலிருந்த திருபுரீ ஹைஹேய மன்னன் எஷகர்ணத்தேவன் வேங்கி நாட்டின் மீது படையெடுத்தான். பலமிக்க ஆந்திர நாட்டு மன்னனை வென்று திராக்சா ராமாவைச் சேர்ந்த பகவான் பீமேசுவரனுக்கு விலை உயர்ந்த ஆபரணங்களைப் பரிசாக அளித்தான் என்றும், கி. பி. 1072-73 ஆண்டைச் சேர்ந்த கல்வெட்டுகள் கூறுகின்றன.[43] ஆந்திர மன்னன் என்று கூறப்பட்டவன் ஏழாம் விஜயாதித்தனே ஆவான். எஷகர்ணனின் படையெடுப்பால் குறிப்பிடத்தக்க இராணுவ அல்லது அரசியல் விளைவுகள் ஏதும் ஏற்படவில்லை. மேலும், சில வேளைகளில் குறிப்பிடப்படுவது போல,[44] இம்மன்னனது செயலுக்கும், மேலைச் சாளுக்கியர்களின் அல்லது ஏழாம் விஜயாதித்தனின் திட்டங்களுக்கும் எவ்விதத் தொடர்பும் இருந்ததாகக் கூறத்தக்க ஆதாரம் இல்லை.

பாண்டிய, ஈழ நாட்டு விவகாரங்கள்

ஆளும் விக்கிரமாதித்தனுடனான போர் முடிவுற்ற பின்னர், குலோத்துங்கன் தென்புலத்தை நோக்கித் தன் கவனத்தைச் செலுத்தினான். பாண்டிய நாடு, சோழ நாட்டிற்குட்பட்ட நிலையை ஏற்க மறுத்தும், இந்நாட்டு மன்னர்கள் பலமுள்ள சோழ மன்னர்களையும் எதிர்த்தும், இன்னல்களை விளைவிப்பவர்களாகவே இருந்து வந்தனர். வீரராஜேந்திரன் இறந்த பின்னர், சோழ நாட்டில் ஏற்பட்ட குழப்ப நிலையும், அவனை அடுத்து அரியணை ஏறிய அதிராஜேந்திரனை எதிர்த்து ஏற்பட்ட மக்களது கிளர்ச்சியும், ஆறாம் விக்கிரமாதித்தனின் கடுமையான கொள்கையின் விளைவாகக் குலோத்துங்கன் பல போர்களில் ஈடுபட வேண்டியிருந்தமையும், தங்களுக்குத் தக்க சமயமென்றெண்ணி தென்னாடுகள் பல சுயாட்சி பெற்றன. சோழர்களால் இப்பகுதிகளில் ஏற்படுத்தப்பட்ட அரசியல் ஆட்சி நிலை உடைத்தெறியப்பட்டு, அப்பகுதி மன்னர்கள் சுயேச்சையாகத் தம் பகுதிகளை ஆளத் தொடங்கினர். இது, இவர்களது கல்வெட்டுகளால் அறியக்கூடும்.[45] குலோத்துங்கன் தனது ஏழாம் ஆட்சி ஆண்டு முதல் பதினோறாம் ஆட்சி ஆண்டு வரை மேற்கொண்ட முயற்சிகளின் விளைவாகப் பாண்டிய நாட்டையும், கேரள நாட்டையுமே தன் ஆட்சிக்குக் கீழ் மீண்டும் கொண்டு வர முடிந்தது. ஆனால், சோழ நாட்டினின்று நிரந்தரமாகப்

முதலாம் குலோத்துங்கன் (கி.பி.1070 – 1120)

பிரிக்கப்பட்டுவிட்டது. தென்னாட்டை மீண்டும் கைப்பற்றிய விவரங்களைக் கூறுமுன்னர், ஈழ நாட்டின் சுதந்திர வரலாற்றை இங்கே காண்போம்.

ஈழம்

வீரராஜேந்திரன் அரியணைக்கு வருமுன், சிங்கள மன்னன் கிட்டி என்பான், ரோகணத்தை விரோதிகளிடமிருந்து மீட்டு, 1058-ல் தனது 17-ம் வயதில்[46] விஜயபாகு என்ற பட்டமும் பெற்றான் என்பதை முன்னரே பார்த்தோம். இதன் பின்னர், சோழரது ஆட்சி இத்தீவின் வட பகுதியான இராஜரதத்தில் மட்டுமே நிலவியது. கடைசியாக பொலன்னருவாவில் கிடைத்துள்ள சோழரது கல்வெட்டு கி. பி. 1070-ம் ஆண்டைச் சேர்ந்தது. இவ்வாண்டு, ஆதிராஜேந்திரனின் மூன்றாவதும், கடைசி ஆட்சி ஆண்டுமாகும். இராஜரதத்திலிருந்து சோழரது ஆட்சியின் மறைவை **மகாவமிசம்** தெளிவாகக் கூறுகிறது. இந்நூல் கூறும் பல நிகழ்ச்சிகளில் ஆண்டுகள் குறிக்கப்படவில்லை. ஆனால், ரோகணத்தில் தன் ஆட்சியை ஏற்படுத்தி பதினைந்து ஆண்டுகளுக்குப் பின்னர், தனது முப்பத்தி மூன்றாம் ஆண்டில், கி. பி. 1070-ல், முதலாம் விஜயபாகு அனுராதபுரத்திற்குள் புகுந்து, பின்னர் இரண்டு ஆண்டுகளுக்குப் பின் அங்கு ஈழ நாட்டின் மன்னனாக முடிசூட்டிக்கொண்டான்[47] என்று இந்நூல் திட்டவட்டமாகக் கூறுகிறது. குலோத்துங்கனின் ஆட்சியின் முதல் ஐந்து ஆண்டுகளைப் பற்றி நமக்குத் தெரிந்துள்ளதாலும், இம்மன்னனது ஆட்சிக்காலச் சோழக் கல்வெட்டுகள் ஈழத்தில் காணப்படாமையும் இதற்குச் சான்றாகும். ஈழநாட்டைச் சோழரிடமிருந்து மீட்கும் முயற்சி இவனது 12-ம் ஆட்சி ஆண்டிலிருந்தே, அதாவது கி. பி. 1070-ல் தொடங்கின என்று **மகாவமிசம்** கூறுகிறது.[48] இம்மன்னன் புலத்தி மலையிலுள்ள கோட்டையில் தங்கியிருந்தான். "இக்கோட்டையைச் சுற்றி இரு படைகளுக்குமிடையே கடும் போர் நடைபெற்றது." தமிழர்ப்படை விரட்டப்பட்டு, சோழத் தளபதி பிடிபட்டு, அவனது தலை கொய்யப்பட்டது. இதை அடுத்து, தமிழரிடமிருந்து எவ்வித எதிர்ப்புமின்றி, விஜயபாகு, புலத்தி நகரைக் கைப்பற்றினான். ஆனால் விரைவிலேயே சோழ நாட்டினின்று ஒரு பெரும் படை வந்து அனுராதபுரத்தின் அருகில் 'கடும் போரில்' ஈடுபட்டது. சோழப்படை வெற்றி பெற்றது. விஜயபாகு, கேகல்லா ஜில்லாவிலுள்ள வாதகிரி (வகிரிகலா) கோட்டையினுள் புகுந்துகொள்ள

வேண்டியதாயிற்று.[49] சோழர்கள், விஜயபாகுவிற்கு எதிராக அவனது நாட்டில் பெரும் புரட்சியை உருவாக்கினர். ஆனால், ஈழ மன்னன் இப்புரட்சியை வெற்றிகரமாக நசுக்கி, புரட்சித் தலைவனைச் சோழரிடம் அடைக்கலம் அடையுமாறு செய்தான். பின்னர், விஜயபாகு 'தம்பலகாமா' என்னுமிடத்திற்குச் சென்று அங்குப் புதிய அரணைக் கட்டி, வளவேகங்கையின் கீழ்க்கரையிலுள்ள மகாநாக குலம் என்னுமிடத்தைத் தனது இருப்பிடமாகக்கொண்டு, சோழர்களோடு மற்றொரு போருக்காக ஆயத்தங்களை மேற்கொண்டான். சோழர்களை இருபுறமும் தாக்கும் பொருட்டுத் தனது இரு படைகளைச் செலுத்தினான். ஒரு படை, பொலனருவாக் கடற்கரை வழியாகவும், மற்றொன்று, அனுராதபுரத்திற்கு மலைகளைச் சுற்றிச் சென்று தாக்குமாறும் செய்தான். மகாவேலிகங்கை வழியாக இம்மன்னனும் படையெடுத்துச் சென்றான். கடும் சண்டைக்குப் பின் பொலனருவா, ஈழப்படையிடம் சிக்கியது. தன் படை அழிந்தது என்று கேள்வியுற்ற சோழர்கள், சிங்களர்கள் மிகவும் பலமுள்ளவர்கள் என்று எண்ணி, மேலும் படைகளை அனுப்பாமல் இருந்தனர். ஈழ நாட்டு மற்றொரு படை அனுராதபுரத்தைக் கைப்பற்றிய பின்னர், மகாதிட்டாவை நோக்கி முன்னேறியது. மன்னர்களில் சிறந்தவனான விஜயபாகு பெரும் மகிழ்ச்சியுடன் தனது 15-ம் (ஆட்சி) ஆண்டில், சிறந்த நகரான அனுராதபுரத்தினுள் முன்னேறி, தனது வெகு நாளையக் கனவை நினைவாக்கிக் கொண்டான். இம்மன்னன், ஈழ மன்னனாக முடிசூட்டிக்கொள்ளும் நிகழ்ச்சி ஒரு புரட்சியின் காரணமாகத் தடைபட்டு, பின்னர் இவனது 18-ம் ஆண்டில், கி. பி. 1076-7-ல் நடைபெற்றது. பொலனருவா, சோழரால் விஜயராஜபுரம் என்ற பெயரைப் பெற்றது.[50] கன்னோசி நாட்டு மன்னன் ஜகதீபாலனுடைய மகள் லீலாவதியை, விஜயபாகு மணந்தான். கன்னோசி நாட்டு அரசி சோழ நாட்டில் சிறை வைக்கப்பட்டு, தப்பி வந்தவளாகும். கலிங்க நாட்டு அரச குலத்தைச் சேர்ந்த திரைலோக சுந்தரியையும் மணந்தான். இவனது சகோதரி மித்தா என்பவள் ஒரு பாண்டிய இளவரசனை மணந்தாள். இவனே, புகழ் பெற்ற பராக்கிரமபாகுவின் பாட்டனாவான். "இம்மன்னன் பௌத்த மதத்தை மீண்டும் தழைக்கச் செய்தான். இராமஞ்ஞா (பெகு)விலிருந்து வந்த பௌத்த பிக்குகளின் சந்ததியைப் புதுப்பித்தான். தனது தளபதி நுவரகிரியின் மூலம் புத்தரது பல்சின்னத்திற்குத் தனது தலைநகரில் ஒரு கோயில் எடுப்பிக்கச் செய்தான்."[51] குலோத்துங்கனது கல்வெட்டுகள், ஈழத்தின் இழப்பைப்பற்றி ஒன்றும் சொல்லவில்லை.

பாண்டியருடன் போர்

ஈழம் சுதந்திரமடைந்தபோதும், சோழ நாட்டுப் பலம் எவ்விதத்திலும் பாதிக்கப்படவில்லை. ஆனால், தென்புலத்துப் பகுதிகளில் ஏற்பட்ட கிளர்ச்சி அவ்வாறில்லை. சோழநாடு, இந்தியத் துணைக் கண்டத்தில் தன் பலத்தைக் குறைய விடாமலிருக்குமேயானால், சுதந்திர ஈழத்தைக் கண்டு அஞ்சவேண்டியதில்லை. ஆனால் பாண்டிய நாட்டினால் ஏற்படக் கூடிய விளைவுகள் வேறுபட்டிருந்தன. இந்நாட்டைச் சோழ மன்னன் தன்னை அடிமைப்படுத்தத் தவறும் வேளையில், இது சோழ நாட்டின் அழிவிற்கே வகை செய்யும் நிலை ஏற்படும். இந்நிலையைக் குலோத்துங்கனும் நன்கு அறிந்திருந்தான். அதனால் சாளுக்கியருடன் தான் செய்த போர் முடிவுற்ற மறுகணமே, தன் பலம் அனைத்தையும் ஒன்று திரட்டி பாண்டியன் கேரள நாடுகளில் ஏற்பட்ட கிளர்ச்சிகளை ஒடுக்குவதில் ஈடுபட்டான்.

பாண்டிய மன்னனது தலை கொய்யப்பட்டு அது கழுகுகளுக்கு இரையாக்கப்பட்டது என்று இவனது 5-ம் ஆண்டுக் கல்வெட்டுகள் கூறுகின்றன. இந்நிகழ்ச்சி, அழகிய குலோத்துங்க நகரத்திற்கு வெளியே நடைபெற்றதாகப் பிற்காலத்திய கல்வெட்டுகள் கூறுகின்றன.[52] ஆனால், இக்கூற்றுகளை அவ்வாறு நாம் ஏற்றுக்கொள்ள முடியாது. இவை பொதுவாக வழக்காற்று முறையில் மிகைப்படுத்திக் கல்வெட்டுகளில் கூறப்படும் புகழுரைகளே. இவனது தென்னாட்டுப் போர்களைப் பற்றிய குறிப்புகளை அறிய வேண்டுமாயின், இவனது 11-ம் ஆட்சி ஆண்டிலிருந்து வெளியிடப்பட்ட 'புகழ் சூழ்ந்த புணரி' என்று தொடரும் மெய்க்கீர்த்திகளையும்[53] மற்றும் சில கல்வெட்டுகளையும் நாம் ஆராய வேண்டும்.

குலோத்துங்கன், ஐந்து பாண்டிய மன்னர்களை வென்று கோட்டாற்றுக் கோட்டையைத் தீக்கிரையாக்கினான். (அர்ச்சுனன், காண்டவனத்தை எரித்தது போல) என்றும், கேரளப் படைகள் பலவற்றை அடக்கி, கடற்கரையில் தனது வெற்றித் தூணை நட்டான் என்றும் சிதம்பரத்திலுள்ள நாள் குறிப்பிடப்படாத ஒரு வடமொழிக் கல்வெட்டு கூறுகிறது.[54] தனக்கு எதிராகக் கிளர்ச்சி செய்த மன்னர்கள் கூட்டத்தைத் தனக்கு அடிமைப்படுத்தினான் என்பதை இதிலிருந்து அறிகிறோம். இதுபற்றி, தமிழ்க் கல்வெட்டுகள் விரிவாகக் கூறுகின்றன.[55]

"வடகடல், தென்கடல் படர்வதுபோலத் தன் பெருஞ்
சேனையை ஏவிப் பஞ்சவர் ஐவரும் பொருத போர்களத்

தஞ்சி வெரிநளித்தோடி யாணெனப்புக்க காட்றத்
துடைத்து நாட்டிப்படுத்து மற்றவர் தம்மை வனசரரி
திரியும் பொற்றை வெஞ்சுரமேற்றிக் கொற்ற விசயத்
தம் பந்திசை தொறு நிறுத்தி முத்தின் சலாபமு முத்தமிழ்ப்
பொதியிலு மத்தவெங்கரிபடு மய்யச் சையமும்
கன்னியுங் கைக்கொண் டருளிற் தென்னாட்டெல்லை
காட்டிக் கடன் மலை நாட்டுள சாவே றெல்லாந்
தனி விசும் பேற மாவே றியதன் வருதினித்
தலைவரைக் குறுகலர் குலையக் கோட்டாறுட்பட
நெறி தொறு நிலை களிட்டருளித் திறல்கொள்."

பகைவரது மீனை (பாண்டியர்) வென்றும், வில்லை (சேரரது இலச்சம்) அழித்தும், கடற்படையை இருமுறை சாலையில் அழித்தும் வெற்றி வாகை சூடிய படையையுடைய குலோத்துங்கன் என்று **விக்கிரமச் சோழன் உலா**, இம்மன்னனைப் பற்றிக் கூறுகிறது.[56] இதையே **கலிங்கத்துப் பரணி**யும் உறுதிப்படுத்துகிறது.[57]

"விட்ட தண் டெழ மீனவர் ஐவருங்கெட்ட
கேட்டினைக் கேட்டிலை போலு நீ...

கோட்டாறு, விழிஞம், சாலை ஆகிய இடங்களில் பாண்டியரையும், சேரரையும் வென்ற செய்திகள் பெரும்பாலும் உண்மையே. செம்பொன்மாறி (இராமநாதபுரம் மாவட்டம்)[58] என்னுமிடத்தில் மற்றொரு போர் நடைபெற்றதாகக் **குலோத்துங்க சோழன் பிள்ளைத்தமிழ்** கூறுகிறது. மரண பயத்தைத் தம் மனத்திலிருந்து விரட்டிய சேவேர்கள் என்ற சிறந்த பாண்டியப் படையையும்[59] சேரர்களையும் மிகக் கடுமையான போருக்குப் பின்னரே அழித்திருக்கக் கூடும். குலோத்துங்கனை வெற்றிகண்ட பாண்டிய மன்னர் ஐவர் யார் என்பது தெளிவாகவில்லை.[60] ஜடாவர்மன் ஸ்ரீவல்லபன்கூட இவர்களில் ஒருவனாக இருந்திருக்க முடியாது. ஏனெனில், குலோத்துங்கன், தென்னாட்டை வென்று, கைப்பற்றிய பின்னரே, இவனது ஆட்சி தொடங்கியது. முதலாம் இராஜராஜனால் ஏற்படுத்தப்பட்ட சோழ நிர்வாக முறையை மீண்டும் பாண்டிய நாட்டில் அமைக்க, குலோத்துங்கனால் இயலவில்லை எனப் புலப்படுகிறது. இதற்குப் பதில், பாண்டிய கேரள நாடுகளிலுள்ள முக்கியப் பாதைகளில் புதிய நிலப்படை முறையை அமைத்தான். சோழப் பேரரசின் சின்னமாக நிலப் படைக்கலை ஆங்காங்கு வைத்தல், சில ஊர்ப் பெயர்களை மாற்றி, சோழரது பட்டப் பெயர்களை வைத்தல்[61] இப்பகுதிகளை ஆட்சி செய்தோரிடமிருந்து வருடா

வருடம் கப்பப்பணம் பெறுதல் போன்ற செயல்களை மேற்கொண்டாலும் இப்பகுதிகளின் உள்நாட்டு நிர்வாகத்தில் நேரிடையாகத் தலையிடும் முயற்சிகளைக் குலோத்துங்கன் மேற்கொள்ளவில்லை. இக்கால பாண்டிய மன்னர்களது எண்ணற்ற கல்வெட்டுகள். இம்மன்னர்கள், சோழ மன்னர்களது ஆதிக்கத்திற்குட்பட்டிருந்தனர் எனக் கூறாமல் மறைக்கின்றன. மேலும், இப்பகுதியில் குலோத்துங்கன், அவனது சந்ததியினர் ஆகியோரது கல்வெட்டுகள், அவர்களது நேரடி ஆட்சிக்குக்கீழ் இருந்த பகுதிகளில் காணப்படும் கல்வெட்டுகளின் பெரும் எண்ணிக்கையில் காணப்படவில்லை.[62]

கிளர்ச்சியும் அதை அடக்குதலும்

தென்னாடுகளைக் கைப்பற்றிய 15 ஆண்டுகளுக்குப் பின்னர், மீண்டும் தலைதூக்கி ஒரு கிளர்ச்சியில், வேணாடு தலைமை வகித்ததாகத் தோன்றுகிறது. இதுபற்றி நரலோகவீரன் ஆற்றிய பெரும் பணியினைப்பற்றி எண்ணற்ற கல்வெட்டுகளினின்று நாம் அறியலாம். இக்கல்வெட்டுகளில் குலோத்துங்கனது 28-ம் ஆட்சி ஆண்டும், அதற்குப் பிற்பட்ட ஆண்டுகளும் காணப்படுகின்றன.[63] இவ்வாட்சியில் நடைபெற்ற முதற் பாண்டியப் போரின் முடிவிற்கும், நரலோக வீரனைப் பற்றி முதற் கல்வெட்டு கூறுவதற்குமிடையேயான இடைவெளியும், ஜடாவர்மன் ஸ்ரீவல்லபனின் கல்வெட்டுகளில் நரலோக வீரனின் பட்டப்பெயரான காலிங்கராயன் அடிக்கடி காணப்படுவதாலும், இவ்வீரன் பங்கேற்ற போர், முதற் பாண்டியப் போரினின்று வேறுபட்டதாகவே இருத்தல் வேண்டும் எனத் தெளிவாகிறது.[64] முதற் போரில் சண்டையிட்ட பகைவர்களது பெயர்களும் போர்க்களங்களும் ஏறக்குறைய இப்போரிலும் ஒன்றாகவே காணப்படுவது இயற்கையே. இதன் முடிவும் முதற்போரின் முடிவாக உள்ளது.

சோழரது ஆதிக்கத்தைத் தவிர்த்து, தனது சுதந்திர ஆட்சியை, ஈழத்தில் அமைத்துக்கொண்ட விஜயபாகுவின் செயல், குலோத்துங்கனது உள்ளத்தைப் பெரிதும் அதிர்ச்சியடையச் செய்தது. அதனால் ஈழ மன்னனுடன் மீண்டும் போரிட வேண்டுமென எண்ணி, தக்க தருணத்திற்காக அவன் காத்திருந்தான்.[65] ஈழத்தில் வாழ்ந்த தமிழரது தொகை பெரிதாக இருந்ததோடு, சிங்களப் படையின் பெரும் பகுதி, தமிழ் வீரர்களைக் கொண்டதாகவே இருந்தது.[66] இத்தீவின் வடபகுதியில் ஆட்சி செய்த பல மன்னர்கள், விஜயபாகுவால் மாற்றப்பட்டனர் என்பதே இந்நிலைக்குக் காரணமாயிற்று. ஆயினும், இத்தமிழ் வீரர்கள், சோழரது ஆட்சியை மறக்காது,

நன்றியுணர்ச்சியுடன் இருந்தனர். இந்நிலை, ஈழ மன்னனுக்கு எதிரான தன் திட்டத்தை இரகசியமாக ஈடேற்றக் கூடிய நிலையைக் குலோத்துங்கனுக்கு உருவாக்கித் தந்தது. கி. பி. 1088-ம் ஆண்டில் நிகழ்ந்த நிகழ்ச்சிகளைப் பற்றி **மகாவமிசத்**தில் காணப்படும் குறிப்பு குலோத்துங்கனது கொள்கையை நன்கு வெளிப்படுத்துகிறது.[67]

கண்ணாட (கருநாட) மன்னனும், சோழ அரசனும் அனுப்பிய தூதுவர்கள், உயர்ந்த பரிசுகளுடன் இங்கு வந்தனர். இவர்களைக் கண்ட ஈழ மன்னன் பெரிதும் திருப்தியடைந்து இரு தூதுவரையும் உரிய மரியாதையுடன் நடத்தினான். பின்னர், முதலில் கண்ணாட தூதுவருக்குச் சிறந்த பரிசுகளை அளித்து, அவருடன் தனது தூதுவரையும் அனுப்பி வைத்தான். ஆனால், சிங்களத் தூதுவர், சோழ நாட்டிற்குள் நுழைந்தவுடன், சோழர்கள் சிங்களவரின் மூக்குகளையும், காதுகளையும் அறுத்து அவர்களை அவமானத்திற்கு உள்ளாக்கினர். அவமானப்படுத்தப்பட்ட அவல நிலையைத் தம் மன்னனிடம் தெரிவித்தனர். பெரும் கோபமுற்ற விஜயபாகு, சோழ மன்னனுக்குக் கீழ்க்காணும் செய்திகளைக் கூறுமாறு அறிவித்தான்: "கடலுக்கு நடுவேயுள்ள ஒரு தனித்தீவில் நம் இரு நாட்டுப் படை பலத்தை ஒரே போரில் பரிசோதிக்கவோ அல்லது நம் இரு நாடுகளின் படையை உரிய ஆயுதங்களுடன் தயார் செய்த பின்னர், உன்னால் நிர்ணயிக்கப்படும் ஓர் இடத்தில் போரிடவோ தயார். நான் கூறிய இவ்வார்த்தைகளை அப்படியே, உங்கள் மன்னனிடம் கூறுவீர்களாக." இவ் வார்த்தைகளைக் கூறிய பின்னர், சோழ தூதுவர்களுக்குப் பெண்களது ஆடை அணிவித்து, சோழ அரசனிடம் அனுப்பி வைத்த பின்னர், தானே ஒரு படையுடன் அனுராதபுரம் நோக்கிப் புறப்பட்டான். மட்டிகாவாதடித்த, மகாடித்த என்ற இரு துறைமுகங்களுக்கும் இரு தளபதிகளை அனுப்பி, அவர்களைச் சோழநாட்டிற்குச் சென்று போரைத் தொடங்குமாறு பணித்தான். தம் படைகளைச் சோழ நாட்டிற்கு அனுப்பும் பொருட்டு, கப்பல்களும், தேவையான பொருள்களையும் சேகரித்துக் கொண்டிருக்கையில், (இம்மன்னனது) முப்பதாம் ஆட்சி ஆண்டில், 'வேளக்கார' என்ற ஈழப்படையில் ஒரு பகுதி, சோழ நாட்டிற்குச் செல்ல முடியாது எனக் கூறி கிளர்ச்சி செய்தனர். தங்கள் தளபதி இருவரையும் கொன்று, மதமுற்ற யானைகளைப்போல் புலத்தி நகரைச் சுற்றியுள்ள நாட்டைச் சூறையாடினர். மன்னனின் இளைய சகோதரியையும் அவளது

மூன்று பிள்ளைகளையும் சிறையெடுத்து, மன்னனின் மாளிகையைத் தீக்கிரையாக்கினர். மன்னன், அவ்வூரைவிட்டுத் தப்பிச் சென்று தக்கிண தேசத்திற்குச் சென்று, தேவகிரிப் பாறைகளிடையே தனது விலையுயர்ந்த பொருள்களை மறைத்து வைத்து, பின்னர், சிங்கத்தின் மனோதிடம் கொண்ட உபராஜன் வீரபாகுவுடன் வர, பெரும் படையுடன் புலத்தி நகரத்திற்குச் சென்று அங்கிருந்த படையை விரட்டியடித்தான். இறந்த வீரர்களின் உடல்களைத் தீயிலிட்டான். அவற்றைச் சுற்றிக் கிளர்ச்சியாளர்களின் தலைவர்களின் கைகளைப் பின்புறம் கட்டி ஒரு கம்பத்துடன் சங்கிலிகளால் அவர்களைப் பிணைத்தனர். பின்னர் தீயிட்டு அவர்களைக் கொளுத்தினர். இவ்வாறு புரட்சியாளர்களுக்குத் தண்டனை அளித்து, மன்னன், இலங்கை மண்ணை அவர்களிடமிருந்து விடுவித்தான். ஆயினும், இம்மன்னன் சோழ (மன்ன)னுடன் போரிடவேண்டும் என்ற தன் குறிக்கோளை மறந்து விடவில்லை. தனது 45-ம் ஆட்சி ஆண்டில் தேவையான போர்க்கருவிகளுடன் கூடிய படைகளுடன் துறைமுகத்தை அடைந்து, அங்குச் சிறிது காலம் தங்கி, சோழ மன்னனது வருகைக்காகக் காத்திருந்தான். ஆனால், சோழ மன்னன் வராது போகவே, இம்மன்னன் தனது தூதுவரை வேலை நீக்கம் செய்துவிட்டு, புலத்தி நகரத்திற்குத் திரும்பிச் சென்று, நெடு நாட்கள் வாழ்ந்தான்.

குலோத்துங்கனது இக்கடுமையான கொள்கை, முழுமையான தோல்வியடைந்தது. வேளைக்காரது கிளர்ச்சி ஒடுக்கப்பட்டு, இனி, தம் மன்னனது பூரண நம்பிக்கைக்குப் பாத்திரமாகிப் பணிபுரிய இசைந்தனர். பொலனருவாயிலுள்ள முக்கிய பௌத்த ஆலயம்[68] அவர்களது பாதுகாப்பின்கீழ் வைக்கப்பட்டது. குலோத்துங்கன், விஜயபாகுவுடன் சமாதானம் செய்துகொண்டான் எனத் தெரிகிறது. ஏனெனில், இவளது பெண் சுத்தமல்லியார் என்பவள், ஈழத்திலிருந்த பாண்டியர் குழுவைச் சேர்ந்த சிங்கள இளவரசன் வீரப் பெருமாளைத் திருமணம் செய்துகொண்டாள். மேலும், விஜயபாகு ஆட்சியில், ஒரு சிவாலயத்தில் 'நந்தா விளக்கு' ஒன்றைத் தானமாக இவள் அளித்துள்ளாள்.[69]

சீனாவுடன் தொடர்பு

சௌலியன் (சோழன்) நாட்டுத் தூதுக்குழு ஒன்று 1077-ம் ஆண்டு, சீன நாட்டு அரச சபையை அடைந்தது என்றும், அப்போது

ஹூவ-கியோ-லோ என்பவன், சோலியன் மன்னனாக இருந்தான் என்றும், சீன நாட்டு சாங் சரிதம் கூறுகிறது. இப்பெயர், தேவ குலோ(த்துங்கன்) என்ற பெயரையே மறைமுகமாகக் குறிக்கக் கூடும். ஆனால், தேவகாலன் அல்லது திவாகரன் என்று மட்டுமே குறிக்கும் என்றும்,[70] தேவகுல அல்லது தேவகுலோ என்றாகாது என்றும் சொல்லப்படுகிறது. ஆனால், 1077-ல் ஆட்சி செய்த சோழ மன்னனையே இது குறிப்பதால், அது குலோத்துங்கனது பெயரின் திரிபாக உள்ளது என்று கூறினால் அது தவறாகாது. இது, 'தூது' குழு வியாபார நிமித்தம் அனுப்பப்பட்டது என்பது தெளிவாயுள்ளதோடு, தமிழர்களுக்கு இதன்மூலம் பெரும் ஆதாயம் ஏற்பட்டதென்றும் தெரிகிறது. இக்குழுவிலிருந்த 72 பேர்கள், பரிசாகக்கொண்டு சென்ற கண்ணாடிச் சாமான்கள், கற்பூரம் (சீன வரலாற்று நூலில் கிம்வா என்று கூறப்படும்) பட்டுத் தடுக்குகள், காண்டாமிருகத்தின் கொம்புகள், தந்தம், வாசனைப் பொருள், பன்னீர், பெருங்காயம், தாது உப்பு, இலவங்கம் போன்ற பல பொருள்களும், ஒரு பொருளுக்கு ஒரு காசு என்ற வீதம் 81,800 செப்புக் காசுகள் அளிக்கப்பட்டன.[71] கடாரம் பற்றி **கலிங்கத்துப் பரணி** குறிப்பிடும்போது பரந்த கடலிலுள்ள கடாரத்தைக் குலோத்துங்கன் அழித்தான் என்று குறிப்பிடுகிறது.[72] மேலும் வெளிப்புறத் தீவுகளிலிருந்து விலையுயர்ந்த பரிசுகளை இம்மன்னன் பெற்றான் என்று இவனது கல்வெட்டுகள் கூறுகின்றன. ஆனால், இந்த ஆதாரங்கள் தெளிவற்று உள்ளன. மேலும், புலவரது கற்பனை வளத்தால், ஒரு மன்னன் அவனது முன்னோர் சாதித்த பல சாதனைகளைக் காட்டிலும் அவனது பெருமையை மிகைப்படுத்திக் கூறும் பண்டைய வழக்கத்தையும் நாம் மறந்து விடுதல்+கூடாது. ஆயினும், குலோத்துங்கன், ஸ்ரீ விஜய நாட்டுடன் தொடர்புகொண்டிருந்தான் என்பதற்கு பல ஆதாரங்கள் உண்டு. குறிப்பாக, லெய்டன் பட்டயம் முக்கியமானதாகும். 1063 முதல்1070 ஆண்டுக்காலத்தில் ஒரு பகுதியைக் குலோத்துங்கன் ஸ்ரீ விஜய நாட்டில் அமைதியை ஏற்படுத்தவும், சோழப்பேரரசின் செல்வாக்கை நிலைநாட்டவும் செலவிட்டான் என்ற கருத்தும் நிலவுகிறது.[73] இக்கருத்துக்கான அடிப்படைக்கு இரு காரணங்கள் கூறலாம்: 'திருமால் கடல் நீரினின்று இவ்வுலகைக் காப்பாற்றியது போல், குலோத்துங்கன் கீழை நாடுகளில் அமைதியை நிலைநாட்டினான்' என்பதும் இரண்டாவதாக, 1067-ல் ஸ்ரீ விஜயத்தினின்று சீன நாட்டிற்குத் தூதுவராக அனுப்பப்பட்ட ஓர் உயர் அதிகாரியின் பெயரும், பத்து ஆண்டுகளுக்குப் பின்னர் இத்தூதுவரை அனுப்பிய சோழ மன்னனின் பெயரும் தே-ஹிவா-

கியோ-லோ-தேவகலா என்றே காணப்படுகின்றன. இதுவே, தேவகுலோ (த்துங்கன்) வைக் குறிப்பிடக்கூடும். இப்பெயர், தமிழ்த் தொடரைத் தவறாகப் புரிந்துகொண்டதின் விளைவாகக் கூடும்.[74] சோழ அரியணை ஏறுமுன்னரே குலோத்துங்கன் இத்தகைய கடல்கடந்த வெற்றிகளை அடைந்திருப்பானே ஆயின், இதுபற்றி அவனது எண்ணற்ற கல்வெட்டுகள் சரியான செய்திகளைத் தராமலிருப்பது பெரும் விந்தையே. ஆனால், காம்போஜ நாட்டு மன்னன் ஓர் அழகிய கல்லை, குலோத்துங்கனுக்குப் பெரும் காட்சியாகக் காட்டினான் என்று ஒரு கல்வெட்டு கூறுகிறது.[75] எப்போது இம்மன்னன் அவ்வாறு செய்தான்? கெமர் இராச்சியத்தைச் சேர்ந்த காம்போஜத்திற்குக் குலோத்துங்கன் சென்றானா? என்ற வினாக்கள் எழுகின்றன.

கடாரம்

கி. பி. 1068 முதல் 1077 வரை சோழநாடு, ஸ்ரீ விஜய நாட்டின் அதிகாரத்திற்குட்பட்டு இருந்தது என்று சீன வரலாறு (மாதுவான்லின்னின் பக்கங்களில் இது காணப்படுகிறது) கூறுகிறது. இக்கூற்று, அறிஞர்களிடையே பெரும் குழப்பத்தை விளைவித்துள்ளது. 1106-ம் ஆண்டில் பாகனிலிருந்து வந்த தூதுங்ககுழுவைப்பற்றி குறிப்பிட்டு, மா துவான்லின், பின்வருமாறு கூறுகிறார்: "பேரரசன் முதலில் இத்தூதுக் குழுவை வரவேற்று, சோலியன் (சோழ) தூதுவரை உபசரித்ததுபோல் உபசரிக்குமாறு பணித்தான்;" ஆனால், சடங்குகள் சபையின் தலைவர் கீழ்க்காணுமாறு கூறினார்: "சோழர்கள், சான் ஃபோட்சி நாட்டின் அதிகாரத்திற்கு உட்பட்டவர்; அதனால், ஹி-நிங் ஆண்டுகளில் (1068-77) இச்சோழ மன்னனுக்கு வெறும் உறையிட்ட கடிதங்களே எழுதுவதுடன் திருப்தியடைந்துள்ளோம். அதே சமயம் பௌ-கன் (பாகன்) மன்னனோ பான் என்னும் பேரரசின் தலைவனாவான்..."[76] 1068-77 ஆண்டுகளில் சான்-ஃபோட்சி (ஸ்ரீ விஜயா) நாட்டுத் தூதுவர்கள், சீன மன்னன் சபையில் தங்களுக்குச் சோழநாட்டுத் தூதுவர்களை விட உயர்ந்த அந்தஸ்தை அளிக்க வேண்டும் என்று கோரினர் என்பது இந்தச் சுவையான பகுதியிலிருந்து தெரிகிறது. 1106-ம் ஆண்டில் பாகன் நாட்டுத் தூதுவர்களுக்கு அடுத்தபடியான அந்தஸ்தே சோழத் தூதுவர்களுக்குக் கொடுக்கப்பட்ட வேண்டும் என்பதற்கு உதாரணமாக எடுத்துக்காட்டப்பட்டது. இக்கூற்றுகளின் உண்மையான பொருளை அறிய வேண்டுமாயின், தமிழ்

நாட்டிலிருந்து சென்ற தூதுவர்கள், தங்களது நிலையையும், தங்கள் மன்னரது நிலையையும் தொலைவிலுள்ள சீனத்தில் சரியாகப் புரியுமாறு விளக்கும்போது பல இன்னல்களுக்கு உட்பட்டனர் என்பதை நாம் நினைவில் வைத்துக்கொள்ள வேண்டும். 1068-க்கு முன்பே, முதலாம் இராஜராஜனும் முதலாம் இராஜேந்திரனும், சீன நாட்டிற்கு அனுப்பிய தூதுக் குழுவினரும் இத்தகைய இன்னல்களுக்கு உட்பட்டு, தமக்கு அளிக்கப்பட வேண்டிய அந்தஸ்திற்குக் குறைவாகவே அளிக்கப்பட்டனர்.[77] தமிழ் நாட்டுத் தூதுவர்களின் மதிப்பையும் தூர தேசங்களின் அரசியல் நிலவரங்களைப் பற்றிய சீனநாட்டு அதிகாரிகளின் அறியாமையும், சோழ நாட்டைவிட, ஸ்ரீ விஜய நாடே சிறந்தது என்ற அடிப்படையில், நியாயமற்ற முறையில் அந்நாட்டுத் தூதுவர் பிரச்சாரம் செய்ததின் விளைவாகவுமே மாதுவான்-லின் எழுதியது போன்ற ஒரு நிலைமை உருவாகின. 1068-ம் ஆண்டிலோ, அல்லது 1106-ம் ஆண்டிலோ சோழநாடு ஸ்ரீ விஜய நாட்டின் அதிகாரத்திற்கு உட்பட்ட நாடாக இருந்தது என்று நம்பக்கூடிய ஆதாரம் சிறிதும் இல்லை. இவ்விரு நாடுகளுக்கிடையேயான உறவுகளைப் பற்றிக் கூறும் மற்ற ஆதாரங்கள் அனைத்தும் இக்கூற்றுக்கு முரணானதாகவே உள்ளன.[78] கி. பி.1068-ல் வீரராஜேந்திரன், ஒரு படையை கடாரத்திற்குச் (ஸ்ரீ விஜய) செலுத்தி, தன்னிடம் உதவியை நாடியஒரு மன்னனின் சார்பாக, அந்நாட்டை வென்று, அம்மன்னனை அரசனாக்கினான் என்று கூறுவதை நாம் முன்பே கண்டோம். இது, நடைபெறக் கூடாததாகத் தோன்றவில்லை. இப்படையெடுப்பின் விளைவாக அந்நாட்டுப் புதிய மன்னன், சோழப் பேரரசின் அதிகாரத்தை ஏற்றுக் கொண்டான் எனலாம். இது எவ்வாறாயினும் சுமார் 1090-ல் ஸ்ரீவிஜய நாட்டு மன்னன், முதலாம் குலோத்துங்கனிடம் ஒரு தூதுக்குழுவை அனுப்பி வைத்தான் என்றும், சோழ குல வல்லிப்பட்டினம் என்னும் ஊரில் கடார மன்னன் கட்டிய இரு பௌத்த விகாரைகளுக்காகச் சோழ மன்னர்களால் பள்ளிச் சந்தமாக அளிக்கப்பட்ட கிராமங்களின் பெயர்களைச் செப்பேட்டுப் பட்டயங்களாக வெளியிடுமாறும் கேட்டுக்கொண்டான் என்பது தெளிவு. சோழ குல வல்லிப்பட்டினம் என்பது, நாகப்பட்டினத்திற்கு மற்றொரு பெயராதல் கூடும். இதற்கிணங்க குலோத்துங்கனால் வெளியிடப்பட்ட குலோத்துங்கனது சாசனம், பொதுவாகச் சிறிய லெய்டன் பட்டயம் என்றே கூறப்படுகிறது.[79] இதில் குறிக்கப்படும் இரு விகாரைகள் இராஜேந்திரச் சோழப் பெரும்பள்ளி, இராஜராஜப் பெரும்பள்ளி என்று

அழைக்கப்பட்டன;[80] இரண்டாம் பள்ளிக்கு, ஸ்ரீ சைலேந்திர-சூடாமணி வாம-விகாரம்[81] என்ற மற்றொரு பெயரும் உண்டு. இதுவே, முதலாம் இராஜராஜனின் ஆட்சிக் காலத்தில் காணப்படும் விகாரையுடன் ஒத்துக் காணப்படுகிறது. கடாரத்திலிருந்து வந்த தூதுக்குழு ராஜவித்யாதர ஸ்ரீசாந்தன், அபிமானதுங்க சாமந்தன் ஆகிய இரு தூதர்களைக் கொண்டிருந்தது. ஆகவமல்ல குல காலபுரம் என்ற ஆயிரத்தளி என்னும் அரண்மனையினுள் உள்ள திருமஞ்சன சாலையில்[82] காலிங்கராயன் என்னும் அரியணையில் வீற்றிருந்த மன்னனிடம் இவ்விரு தூதுவரும் இப்பட்டயத்தை வெளியிடுமாறு விண்ணப்பித்துக்கொண்டனர். குலோத்துங்கனது அரண்மனை வாயிலில் யானைகள் பல வரிசையாக நின்று கடல் கடந்த தீவுகளினின்று கப்பமாகத் தரப்பெற்ற ஆபரணங்களை வாரி இறைத்தன என்று இம்மன்னனது கீர்த்திகள் கூறுகின்றன.[83] இவ்விரு நாடுகளுக்குமிடையே நட்பு நிலவியது என்பதற்கான மற்றோர் ஆதாரம் சுமத்திராவில் கிடைத்துள்ளது. லோபோ தோவா என்னுமிடத்தில் 1010 சக ஆண்டைச் சேர்ந்த (கி. பி. 1088) சிதைந்த தமிழ்க் கல்வெட்டு ஒன்றே இவ்வாதாரமாகும். இதில் தென்னிந்தியாவில் பெரும் புகழ் பெற்ற திசையாயிரத்து ஐந்நூற்றுவர்[84] என்ற வாணிக சங்கத்தின் பெயர் காணப்படுகிறது. சோழக் கல்வெட்டுகளில் காணப்படும் இப்பெயர் நான்கு திசைகளிலும் உள்ள ஆயிரம் கோட்டங்களைச் சேர்ந்த ஐந்நூற்றுவர் என்பதாகும். சோழரது அரசியல் செல்வாக்கு மலே தீவுக்கூட்டங்களுக்குப் பரவியதற்கான ஆதாரங்கள் இல்லாதபோது, முன்னரே இவ்விரு நாடுகளுக்குமிடையே நிலவிவந்த வாணிக, கலாசாரத் தொடர்புகள், குலோத்துங்கன் காலத்திலும் தொடர்ந்ததோடு அவனுக்குப் பின் ஆட்சிப் பொறுப்பை ஏற்றவரது காலத்திலும் தொடர்ந்தது எனலாம்.

வேங்கிப் பிரதிநிதிகள்

வடபகுதியில் வேங்கி நாட்டின் ஆட்சிப் பொறுப்பு குலோத்துங்கன் ஏழாம் விஜயாதித்தன் இறக்கும்வரை அவனிடமே ஒப்படைத்திருந்தான். இவ்விருவருக்கிடையேயான உறவு நல்ல முறையில் அமைந்ததோடு, குலோத்துங்கன், சோழ அரியணை ஏறிய பின்னரும் தொடர்ந்து அவ்வாறே இருந்தது. முன்பே பார்த்தது போல, கங்க மன்னன் இராஜராஜன், ஏழாம் விஜயாதித்தன் சார்பில் குலோத்துங்க னிடமிருந்து அம்மன்னனது கடைசி நாட்களிலும், வேங்கி நாட்டு

மன்னன் என்ற நிலையிலும் அமைதியைப் பெற்றுத் தந்தான். பதினைந்து ஆண்டுகள் வேங்கியை ஆட்சி செய்த பின் இறந்த விஜயாதித்தனுக்குப் பதிலாகக் குலோத்துங்கன் தன் மகன் இராஜராஜ மும்முடிச் சோழனை, வேங்கி நாட்டுப் பிரதிநிதியாக அமர்த்தினான். ஏறக்குறைய, ஜூலை 27-ம் நாள், 1076-ல்[85] இவன் பிரதிநிதியானான். ஆயினும் தன் பெற்றோருடன் மகிழ்ந்து வாழ எண்ணி, இவன் ஓராண்டு நிறைவு பெற்றவுடன் இப்பதவியைத் துறந்தான். இவனது இளைய சகோதரன் வீரசோடன் வேங்கியின் பிரதிநிதியாக்கப்பட்டு, சகம் 1101 (கி. பி. 1078-79)[86]-ல் முடிசூட்டப்பட்டு, அதுமுதல், தொடர்ந்து ஆறு ஆண்டுகள் வேங்கி நாட்டை ஆட்சி செய்தான். 1084 முதல் 1089 வரை குலோத்துங்கனின் மற்றொரு மகன் இராஜராஜ சோடகங்கன் என்பான் இந்நாட்டுப் பிரதிநிதியானான். குலோத்துங்கனின் பதினேழாம் ஆட்சி ஆண்டைச் சேர்ந்த இவனது தேகிப்பட்டயங்களிலிருந்து இது தெளிவாகிறது.

தனது மகனின் 'வளரும் இளமையின் அழகைக் காண வேண்டி' வீரசோடன் வேங்கியிலிருந்து தன் தந்தையால் வரவழைக்கப்பட்டு, ஐந்து ஆண்டுகளுக்குப் பிறகு தன் தந்தையால் மனமின்றி வடபுலத்திற்கு அனுப்பிவைக்கப்பட்டான் என்று வீரசோடனின் பித்தாபுரம் செப்பேடுகள் கூறுகின்றன.[87] வீரசோடன், தன் தந்தையுடன் இருந்த இவ்வைந்தாண்டுகளில் வேங்கியில் நடைபெற்றது யாது என்பதைப் பற்றி இச்செப்பேடுகள் யாதும் கூறவில்லை. மேலும், வீரசோடனின் செல்லூர்ச் செப்பேடுகள் இவ்விடைவெளி பற்றியோ அல்லது சோடகங்கனைப் பற்றியோ ஒன்றும் கூறவில்லை. சோடகங்கன், தன் தந்தையின் மதிப்பை இழந்து, தன் சகோதரனிடம் விரோதம் கொண்டிருந்தான் என்று கருத வேண்டியிருக்கிறது. செல்லூர்ச் செப்பேடுகளின் மௌனமும், பித்தாபுரம் செப்பேடுகளில், சோடகங்கனின் பெயர் காணப்படாமையுமே இதற்குச் சான்றாகும் என ஹுல்ஷ் கூறுகிறார்.[88] குலோத்துங்கனின் முதல் பிள்ளையாக இருந்தும், சோடகங்கன் முதலில் வேங்கியின் பிரதிநிதியாக அமர்த்தப்படாதது இக்கருத்தை வலுப்படுத்தவே உதவுகிறது.[89] ஆயினும், வீரசோடன் இரண்டாம் முறையாக வேங்கியின் பிரதிநிதியாக இருந்த காலம் ஏறக்குறைய கி. பி. 1088-89ல் தொடங்கி, குறைந்தது 1092-93 வரையிலாவது நீடித்திருக்க வேண்டும் எனத் தெரிகிறது. வேங்கியின் பிரதிநிதியாக இருந்த காலத்தில், இவன் பெயர் விளங்காத ஒரு பாண்டிய மன்னனுடன்

புரிந்த போரில், முதலாம் கொங்கணின் மருமகனான இரண்டாம் வெதூரன் என்ற ஒரு வேலனான்டி இளவரசன், வீரசோடனுக்குப் பெரிதும் உதவினான். இவ்வுதவிக்காகச் சிந்து-யுக்மாந்தர தேசத்தை வீரசோடன் வெதூரனுக்கு அளித்தான். கிருஷ்ணா நதிக்கும் கோதாவரி நதிக்குமிடையேயான பகுதியே இப்பகுதி என ஹூல்ஷ் கருதுகிறார்.[90] இதன் பிறகு, இவ்விளவரசனின் சந்ததியினர் குலோத்துங்கனால் ஆதரிக்கப்பட்டனர். வீரசோடனை அடுத்து கி. பி. 1118-ம் ஆண்டில் இளவரசுப் பட்டம் பெறும் வரை விக்கிரம சோழன், வேங்கி நாட்டை ஆட்சி செய்தான்.

வடபுலத்தில் போர்

இதன் பின்னர், விக்கிரம சோழன் அரியணை ஏறும் வரை வேங்கியிலும் அதன் வட பகுதியிலும் ஏற்பட்ட நிகழ்ச்சிகளைப் பற்றி யாதும் அறியக்கூடவில்லை. விக்கிரம சோழன், சோழ அரியணையில் அமர்ந்த பின்னர் வெளியிடப்பட்ட அவனது கல்வெட்டுகள், அவன் வேங்கி பிரதிநிதியாக இருந்த வேளையில் நிகழ்ந்த நிகழ்ச்சிகளைப் பற்றிச் சுருங்கக் கூறுகின்றன. இது பின்வருமாறு: "ஐம்படைப் பருவத்தில்[91] (இவன்) கொடிய (போர்) ஆயுதங்களை ஏற்று, குளம் போருக்குப் பின்னர் தெலிங்கவீமன் மலையில் ஓடி ஒளிந்தான். கலிங்க நாட்டைப் பெரும் தீ கவ்வியது. இதனால் இவன் மகிழ்ச்சியுடன் வேங்கை மண்டலத்தில் தங்கியிருந்து, வடபுலத்தை அடக்கிய பெருமையை அடைந்தான்."

கலிங்கத்தில், சோழரது இரு படையெடுப்புகளைப் பற்றிய விவரங்களைக் குலோத்துங்கனின் கல்வெட்டுகளே கூறுகின்றன. இவற்றில் ஒன்றைப் பற்றியே ஜெயங்கொண்டார் தம் புகழ்மிக்க பரணியில் பாடியுள்ளார்.[92] இம்மன்னனது 26-ம் ஆட்சி ஆண்டைச் சேர்ந்த[93] கல்வெட்டுகள் முதற்கலிங்கத்துப் படையெடுப்பைப் பற்றிக் கூறுகின்றன. கலிங்கத்தை வென்ற செய்தி மிகச் சுருக்கமாகக் கூறப்படுவதினின்றே, இப்போரில்தான் விக்கிரம சோழன் இளம் வீரனாகப் புகழ் எய்தினான் என்று நாம் முடிவு செய்யலாம். பின்னர் விளைந்த இரண்டாம் கலிங்கப் படையெடுப்பைப் பற்றி இவ்வாட்சியின் 42-ம் ஆண்டிலும் அதன் பின்னரும் வெளியான கல்வெட்டுகள் கூறுகின்றன.[94] இப்படையெடுப்பைப் பற்றியே கலிங்கத்துப் பரணி பாடப்பட்டது. இப்படையெடுப்பில் விக்கிரம சோழன் எவ்வித பங்கும் ஏற்கவில்லை எனலாம்.

முதல் கலிங்கப் போர்

வேங்கி நாட்டின் மீது கலிங்கப் படையெடுப்பால் முதல் கலிங்கப் போர் நடைபெற்றது எனலாம். இப்போரின் விளைவாகக் கலிங்க நாட்டின் தென் பகுதி, சோழ இராச்சியத்துடன் சேர்த்துக் கொள்ளப்பட்டது. கொலனு (கொலய்ர் ஏரியின் அருகிலுள்ள தற்போதைய ஏலூரு) மன்னன் கலிங்க மன்னனுடன் கூட்டு சேர்ந்தமையால் விக்கிரம சோழன் ஒரே வேளையில் இருமுனைகளிலும் போரிட வேண்டியதாயிற்று. சோழரது அதிகாரத்திற்குட்பட்ட பாண்டிய மன்னன் பராந்தகன் இப்போரிலே பங்கேற்று விக்கிரம சோழனுக்கு உதவினான். விக்கிரம சோழனின் கல்வெட்டுகளைப் போன்றே, பராந்தகப் பாண்டியனது கல்வெட்டுகளும்[95] தெலுங்கு வீமனுக்குச் சொந்தமான குளத்தைக் கைப்பற்றியதாகவும், தென் கலிங்கம் அடக்கப்பட்டது என்றும் கூறுகின்றன. பீமன் என்ற பெயர் பொதுவாக வைத்துக்கொள்ளப்பட்டது. தொலனு அரசர்களான சரோநாதர்கள் பலர், முதலாம் இராஜராஜன் காலம் முதல் சுமார் கி. பி. 12-ம் நூற்றாண்டின் இடைக்காலம் வரை இப்பெயரை ஏற்றிருந்தனர்.[96] கலிங்கத்துடனான இம்முதற் போரைப் பற்றிய விவரங்கள் கிடைத்தில. இப்படையெடுப்பு புதிய பகுதிகளைக் கைப்பற்ற வேண்டும் என்ற எண்ணத்தைவிட, ஆங்காங்கே ஏற்பட்ட கிளர்ச்சிகளை அடக்குவதையே நோக்கமாகக் கொண்டது எனலாம். தென்கலிங்கம் என்பது, கோதாவரிக்கும் மகேந்திர மலைக்கு[97] மிடையேயான பகுதியாகும். இப்பகுதி விக்கிரம சோழனின் போருக்கு முன்னரே[98] வேங்கி மண்டலத்தின் ஒரு பகுதியாக இருந்தது. ஆகவே, வேங்கி மண்டலத்தில் சோழரது ஆட்சிக்குட்பட்ட அரசர்கள் பலர் இளம் விக்கிரமாதித்தன் வேங்கியில் பிரதிநிதியாக அமர்த்தப்பட்டபோது அவனுக்கு எதிராகப் போர்க்கொடியை எழுப்பியிருக்கக் கூடும். ஆனால் இம்முயற்சி வெற்றி பெறவில்லை. இம்மண்டலம் முழுவதும் மீண்டும் சோழரின் அதிகாரத்திற்குள் கொண்டுவரப்பட்டது. சோழரது அதிகாரம் இங்கு மீண்டும் நிலைநாட்டப்பட்டது என்பதற்குச் சிம்மாசனத்திலுள்ள சக ஆண்டு 1021 (கி. பி. 1098-99)[99] சேர்ந்த ஒரு தமிழ்க் கல்வெட்டும், திராக்ஷா - ராமம் போன்ற பல இடங்களில் கிடைத்துள்ள பல கல்வெட்டுகளும் சான்று கூறுகின்றன.

இரண்டாம் போர்

ஏறக்குறைய கி. பி. 1110 -ம் ஆண்டில் மேற்கொள்ளப்பட்ட இரண்டாம் படையெடுப்பைப் பற்றிய சில விவரங்கள்

முதலாம் குலோத்துங்கன் (கி.பி.1070 – 1120) 439

குலோத்துங்கனது கல்வெட்டுகளிலும், **கலிங்கத்துப் பரணி**யில் விரிவாகவும் காணப்படுகின்றன. இக்கல்வெட்டுகளின்படி,[100] சோழப்படை வேங்கிப் பகுதியைத் தாண்டிச் சென்று, இதனை எதிர்த்துப் போராட எதிரியால் அனுப்பப்பட்ட யானைப் படையை அழித்து, கலிங்கப் படையின் பெருந்தலைவர்களது தலைகளைத் துண்டாடி அவற்றைப் போர்க்களத்திலே கழுகுகள் தின்னுமாறு செய்து, முடிவில் ஏழு கலிங்கத்தை வென்றது. கலிங்கத்துப் பரணி இது பற்றிக் கூறுவது பின்வருமாறு:[101] காஞ்சியிலுள்ள தன் அரண்மனையில் மன்னன் அமர்ந்திருந்தபோது, சோழருக்கு அடிபணிந்த மன்னர்கள் தம் கப்பப் பொருள்களுடன் அரண்மனையின் வெளியே காத்திருப்பதாகத் திருமந்திர ஓலை, தன் மன்னனிடம் கூறினார். பின்னர், இம்மன்னர்கள் உள்ளே வந்து தமது பரிசுப் பொருள்களை அளிக்குமாறு அறிவிக்கப்பட்டனர். இதன் முடிவில், கப்பம் கட்டத் தவறியவர் எவரேனும் உண்டோ என மன்னன் வினவ, வட கலிங்க மன்னன் இருமுறை தவறியதாகத் தெரிவிக்கப்பட்டது. இதைக் கேட்ட அரசன் கலிங்க நாட்டின் மீது படையெடுத்து, கலிங்க நாட்டிலுள்ள மலைக்கோட்டைகளை எல்லாம் தாக்கி, அந்நாட்டு மன்னனைச் சிறைப்பிடித்துக் கொண்டுவருமாறு கட்டளையிட்டான். வண்டைத் தலைவனும் அஞ்சாநெஞ்சுடைய பல்லவத்தலைவன் கருணாகரத் தொண்டைமான் அவர்களது கட்டளையைத் தானே நிறைவேற்றுவதாகக் கூற, மன்னனும் அதனை ஏற்றுக்கொண்டான். விரைவிலேயே, கருணாகரனின் தலைமையில் சோழப்படை காஞ்சியை விட்டுப் புறப்பட்டது. பாலாறு, பொன் முகாரி ஆறுகளைக் கடந்து இப்படை பெண்ணாற்றை அடைந்தது. மண்ணாறு, கிருஷ்ணா, கோதாவரி, பம்பா, கோதமி ஆறுகளையும் கடந்து, இப்படை கலிங்கத்தை அடைந்தது. கலிங்கத்தினுள் நுழைந்த சோழப்படை, அந்நாட்டில் பேரழிவை உண்டாக்க, அங்கு வாழ்ந்த மக்கள் தம் மன்னனிடம் ஓடிச் சென்று தாம் அடைந்த இன்னல்களையும், கண்ட கொடுமைகளையும் அவனிடம் கூறினர். அதுவரை தோல்வியே கண்டிராத கலிங்க மன்னன் அனந்த வர்மன் குலோத்துங்கனது படைதான் அன்றி, குலோத்துங்கனே வந்துவிடவில்லை என்று ஏளனமாகக் கூறினான். இவனது அமைச்சர்களில் ஒருவனான ஏங்கராயன் இந்த மன்னனது போக்கினை எதிர்த்துச் சோழப்படையின் பெரும் சாதனைகளை எடுத்துக் கூறினான். இதையெல்லாம் பொருட்படுத்தாத அனந்தவர்மன், போருக்கு ஆயத்தம் செய்தான். இரு படைகளுக்குமிடையே நடைபெற்ற போரில், சோழப்படை முழு வெற்றியடைந்தது. அனந்தவர்மன் தன்னைக் காத்துக்கொள்ளும்

வகையில் ஓடி ஒளிந்தான். அவனைத் தேடும் முயற்சியில் ஈடுபட்ட சோழப்படை பெரும் பொருளுடன் தம் நாடு மீண்டது.

ஏழு கலிங்கம் என்றழைக்கப்பட்ட வட கலிங்கப் படையெடுப்பும், இப்படையெடுப்பில் கருணாகரனது, பெரும் பணி பற்றியும் கல்வெட்டுகளும், **கலிங்கத்துப் பரணி**யும் தெளிவான ஆதாரங்களாக விளங்குகின்றன. கலிங்க மன்னன் வருடாந்தரக் கப்பம் கட்டத் தவறியதே இப்படையெடுப்பிற்கு உடனடிக் காரணமாக விளங்கியது என்பதை இப்பாடல் கூறுகிறது. கலிங்க மன்னன் அனந்தவர்மன், சோழ கங்கன் வீரராஜேந்திரனது மகள் இராஜசுந்தரியின் வழித் தோன்றலாவான். இவ்வுறவு முறை அரசியல் பேராசை போக்கினைத் தடுத்து நிறுத்த உதவவில்லை. இப்போரில் குலோத்துங்கன் வன்முறை செயல்களில் ஈடுபட்டான் என்றே தோன்றுகிறது. அனந்தவர்மனின் நீண்ட ஆட்சிக் காலத்தில் நாடு சோழ மன்னனது அதிகாரத்திற்குட்பட்டு, சோழ மன்னனுக்கு ஆண்டுதோறும் கப்பம் செலுத்தியது என்பதை ஏற்றுக்கொள்ள இயலவில்லை. திராட்சாராமத்[102]தில் கிடைத்துள்ள சக ஆண்டு 1003, தேதியிட்ட விஷ்ணுவர்த்தனின் (குலோத்துங்கன்?) ஆட்சிக்காலக் கல்வெட்டு ஒன்று திரை கலிங்காதிபதி இராஜராஜ தேவனின் பிரதானி ஒருவரின் மனைவி அளித்துள்ள தானத்தைப் பற்றிக் கூறுகிறது. இது, அனந்தவர்மனின் தந்தையைக் குறிப்பிடுமாயின், கலிங்கம் சிறிதுகாலம் சோழரது அதிகாரத்திற்குட்பட்ட நாடாயிருந்தது என விளங்கும். இப்போருக்கான உண்மைக் காரணம் தெளிவாகவில்லை. காஞ்சிபுரத்திலுள்ள புகழ்மிக்க சோழர் அரண்மனையில்[103] குலோத்துங்கனது அரச சபையில், அனந்தவர்மன் கப்பம் கட்டத் தவறியமை பற்றி திருமந்திர ஓலை மன்னனிடம் கூறினான் என்பதே வரலாற்று ஆதாமற்றதோடு, சோழரது படைபலத்தைச் சிறப்பித்து, பரணியில் கூறவேண்டி தொடுக்கப்பட்ட கற்பனையாகவே இருத்தல்கூடும். கருணாகரனது படையெடுப்பால் எவ்வித நிலையான விளைவுகளும் ஏற்படவில்லை. மேலும், வடகலிங்கத்தைச் சோழர் கைப்பற்றினர் என்பதற்கு எவ்வித சான்றும் இல்லை.[104] கி. பி. 1108-ம் ஆண்டைச் சேர்ந்த ஒரு கல்வெட்டு [105] கோடா தலைவன் பீமன் என்பான் கலிங்க நாட்டுப் படையெடுப்பில் சோழருக்கு உதவிபுரிந்தான் என்று கூறுகிறது. இது, முதல் அல்லது இரண்டாம் கலிங்கப் போரில் இத்தலைவன் ஆற்றிய பணியினைக் கூறுவதாகலாம்.

முதலாம் குலோத்துங்கனது ஆட்சியில் சோழப் பேரரசு
தேவகிரி
கோதாவரி
ஹனுமகொண்டா
சக்கரகோட்டம்
கல்யாணி
பிதாபுரம்
எல்லோரா
திராக்ஷாராமா
கிருஷ்ணா
வேங்கி
விஜயவாடா
திரிபுராந்தகம்
செப்ரோலு
வடபெண்ணை
நந்தலூர்
வனவாசி
பாலாறு
காஞ்சி
கங்கவாடி
தென்பெண்ணை
தலைக்காடு
வடவெள்ளாறு
கங்கைகொண்ட சோழபுரம்
காவிரி
வைகை
செம்பொன்மாரி
வேணாடு
தாமிரபரணி
மஹாதிட்டா
அனுராதபுரம்
விழிஞம்
கோட்டாறு
பொலனருவா
வாதகிரி
தம்பளகாமா
ரோஹணம்
ஆட்சியின் இறுதியிலிருந்த எல்லை

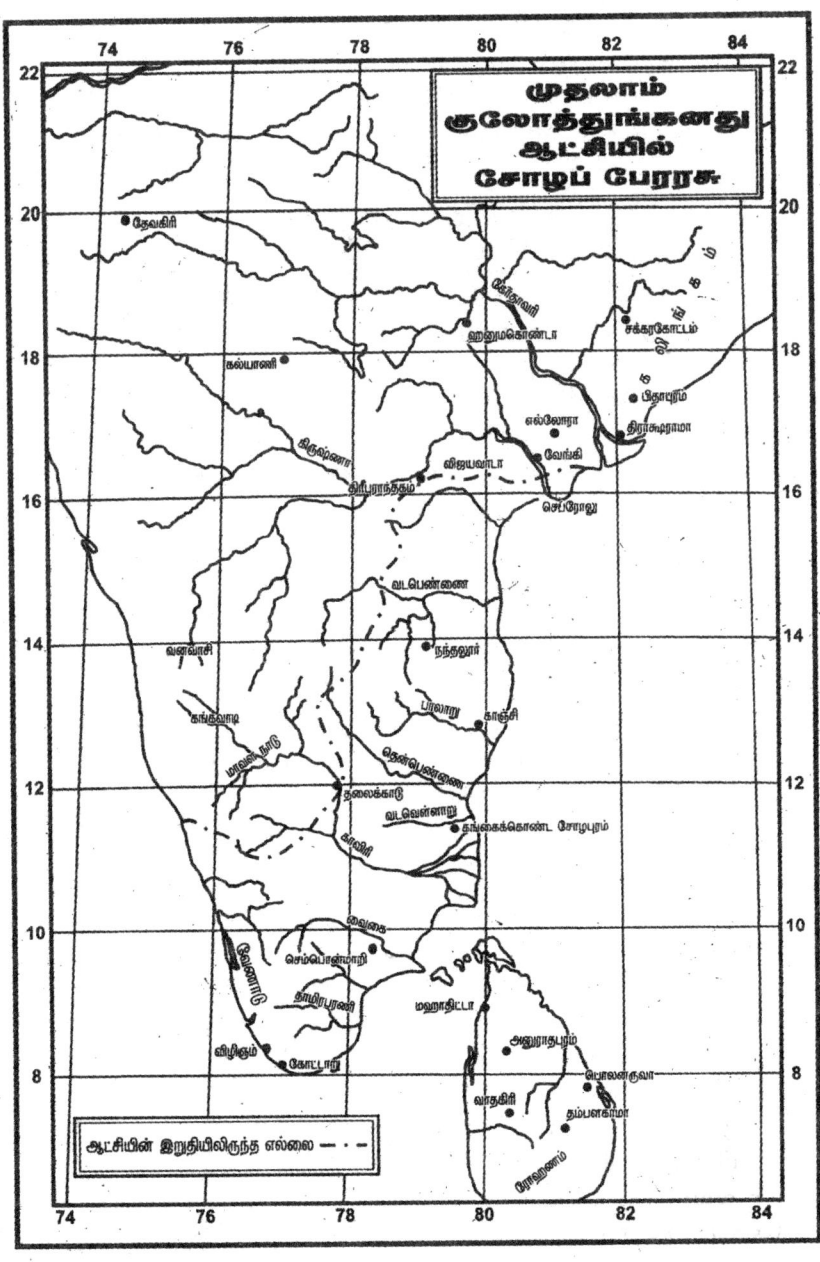

பேரரசின் பரப்பு

குலோத்துங்கனது பேரரசு ஏறக்குறைய அவனது நாற்பத்தைந்தாம் ஆட்சி ஆண்டில்தான் பேரளவில் பரவியிருந்தது. அவனது ஆட்சித் தொடக்கத்தில் விளைந்த இன்னல்களாலும், குழப்பங்களாலும் பெரும் இழப்பு ஏற்படவில்லை. ஈழம் மட்டுமே இழக்கப்பட்டது. மேலைச் சாளுக்கிய நாட்டிற்கும் சோழ நாட்டிற்குமிடையேயான எல்லை, முன்பு இருந்தது போன்றே இருந்தது. துங்கபத்திரையை அடுத்திருந்த இவ்வெல்லை அவ்வப்போது அங்குக் காணப்படும் கல்வெட்டுகளின் அடிப்படையில் சிறுசிறு மாறுதல்களுக்கு உட்பட்டிருந்தது. குலோத்துங்க சோழ சதுர்வேதி மங்கலம் என்றழைக்கப்பட்ட நந்தலூர் (கடப்பை), திருபுராந்தகம் (கர்நூல்)[106] மைசூர் நாடு ஆகிய இடங்களில் கிடைத்துள்ள குலோத்துங்கனின் 45-ம் ஆட்சி ஆண்டு[107] வரையிலான கல்வெட்டுகளிலிருந்து இப்பகுதிகளைக் குலோத்துங்கன் வெற்றிகரமாகத் தனது ஆட்சியின் கீழ் வைத்திருந்தான் எனக் கருதலாம். வேங்கி நாட்டின் மீதான இவனது அதிகாரமே, அந்நாட்டின் வடபகுதியிலிருந்த கலிங்க நாட்டின் மீது படையெடுத்து வெற்றியடையப் பெரிதும் உதவியது.

வெளிநாட்டுத் தொடர்பு

குலோத்துங்கன் கீழ், சோழப் பேரரசு பிற இந்திய நாடுகளுடனும் வெளிநாடுகளுடனும் விரிவான தொடர்புகொண்டிருந்தது. ஸ்ரீவிஜய நாட்டுடனான இதன் உறவை முன்னரே நோக்கினோம். இதன் எல்லையை ஒட்டியிருந்த வட இந்திய நாடுகளுடன் இராச்சிய உறவுகளைக்கொண்டிருந்தது என்று கங்கைகொண்ட சோழபுரத்துக் கோயில் சுவர்களில் காணப்படும் முற்றுப்பெறாத ஒருகாஹடவால் மெய்க்கீர்த்தி கூறுகிறது. 'அகுந்தேடாட்கண்ட' எனத் தொடங்கும் இக்கல்வெட்டு கன்னோசி நாட்டைச் சேர்ந்த மதனபாலன் அல்லது அவனது மகன் கோவிந்த சந்திரனுடையதாகும். இக்கல்வெட்டு,[108] தொடக்கத்திலேயே குலோத்துங்கனது 41-ம் ஆட்சி ஆண்டைப் பற்றிக் கூறுகிறது. பின்னர், காகத்வால் மெய்க்கீர்த்தியின் பெரும் பகுதியை அளிக்கிறது. ஆனால், அதில் அளிக்கப்பட்டுள்ள நிவந்தமும் அதனை அளித்த அரசன் பெயரும் காணப்படவில்லை. வெகு தொலைவிலுள்ள சோழத் தலைநகரில் இக்கல்வெட்டு காணப்படுவதால், இவ்விரு மன்னர் குடும்பங்களுக்கிடையேயான தொடர்பை இது வெளிப்படுத்துகிறது. மேலும் குலோத்துங்கனது ஆட்சியில் சோழ நாட்டில் சூரிய வழிபாட்டிற்கு அளிக்கப்பட்ட தனியிடம், சூரிய வழிபாட்டில் சிறந்து விளங்கிய காகத்வால் மன்னர்களுடனான

நெருங்கிய தொடர்பின் விளைவே எனலாம்.[109] சோழ நாட்டைச் சேர்ந்த வாகீசுவரரட்சிதன் என்பவன் ஒரிஸ்ஸாவைச் சேர்ந்த சாக்கியரட்சிதன் என்பவனின் சீடன் எனக் கோவிந்த சந்திரனின் (கி. பி. 1129) செப்பேட்டில் காணப்படுவதையும் இங்குக் குறிப்பிட வேண்டும்.[110] கம்போஜ நாட்டு மன்னன் இராஜேந்திரனுக்கு விநோதமான கல் ஒன்றைப் பரிசாகக் கொடுத்தான் என்றும் இதனைச் சிதம்பரம் கோயிற் சுவரில் பொருத்துமாறு செய்தான் என்றும் சிதம்பரத்திலுள்ள கி. பி. 1114-ம் ஆண்டு மார்ச் திங்கள் 13-ம் நாளைச் சேர்ந்த ஒரு கல்வெட்டு கூறுவதை நாம் முன்னரே பார்த்தோம்.[111] கடலுக்கு அப்பால், சீன நாட்டிற்குச் செல்லும் கடல் வழியிலுள்ள பலம் மிக்க கெமர் பேரரசிற்கும் குலோத்துங்கனுக்கும் இடையே நிலவிய நட்புறவிற்கான சின்னமே இது என்ற வியப்பையும் உண்டாக்குகிறது. பாகன் அரசனான, கியான்ஸிதா (கி. பி. 1084-1112) என்பவன், சோழ இளவரசன் ஒருவனைச் சந்தித்து, அவனைப் புத்த மதத்தைத் தழுவுமாறு செய்து அவனது மகளை மணந்துகொண்டான் என்று பர்மா நாட்டு வரலாறு உணர்த்துகிறது. ஆனால், தமிழ் இலக்கியமோ, கல்வெட்டுகளோ இச்சோழ இளவரசன் யார் என்பதையோ, பர்மா நாட்டுக் குறிப்புக்கள் எத்துணை உண்மை என்பதையோ, அறிய உதவவில்லை.[112]

கங்கவாடி இழப்பு

ஹொய்சாளரின் எழுச்சியின் காரணமாக, குலோத்துங்கன் தனது ஆட்சியின் பிற்பகுதியில் கங்கவாடிப் பகுதியை அவர்களிடம் இழக்க வேண்டியிருந்தது. முதலாம் இராஜராஜன்[113] ஆட்சிக்காலத்தில் கி. பி. 1006-ம் ஆண்டிலேயே ஹொய்சாளர்களைப் பற்றி அறியப்பட்டாலும், அவர்களது வரலாறு உண்மையில், நிருபகாமன் (கி. பி. 1022-1040) காலத்திலிருந்தே தொடங்குகிறது. கங்கராஜனின் தந்தையும், 1116-ல் சோழரிடமிருந்து தலைக்காட்டைக் கைப்பற்றிய ஹொய்சாளத் தளபதியுமான ஏகமன் அல்லது ஏசிகன் என்பானை ஆதரித்தவனுமான நிருபகாமன் வினயாதித்தனின் தந்தையுமாவான். பல ஆண்டுகளாக ஹொய்சாளர், சோழர்களின் பகைவரான மேலைச் சாளுக்கியரது அதிகாரத்திற்குட்பட்டவர்கள் என்ற நிலையை ஏற்றுக்கொண்டனர். குலோத்துங்கன், சோழ அரியணையில் அமர்ந்த பின்னர், அவனுக்கு எதிரான போர்களில் ஆறாம் விக்கிரமாதித்தன், வினயாதித்தனின் மகனான ஏரயெங்கனின் உதவியைப் பெற்றான் என்று நாம் பார்த்தோம். ஹொய்சாளரது

எழுச்சியின் தொடக்கத்தில் அவர்களது நாடு எவ்வளவு தூரம் பரவியிருந்தது என்பதைக் கூறுவது எளிதன்று. ஹொய்சாள நாட்டு எல்லைகளைப் பற்றி முதலாம் வள்ளாலனது கல்வெட்டு ஒன்றிலிருந்தும்,[114] ஹொய்சாள, சோழக் கல்வெட்டுகளில் காணப்படுவதினின்றும், இவர்களது ஆட்சி ஹைசன்,காடூர் மாவட்டங்களிலும், நாகமங்கலத் தாலுகாவின் சில பகுதிகளில் மட்டுமே பரவியிருந்தது எனலாம். மேலும், விஜயாதித்தன் தனது ஆட்சிக் காலம் முழுவதும் அதாவது, கி. பி.1047 முதல் 1106 வரை, அக்காலச் சாளுக்கியரது அதிகாரத்திற்குட்பட்டவனாகவே இருந்தான் என்பது விக்கிரமாதித்தனுக்கும் குலோத்துங்கனுக்கும் இடையேயான போரில் இம்மன்னன் ஆற்றிய பணியிலிருந்தே தெளிவாகிறது.

பிட்டிக விஷ்ணுவர்த்தனன் (கி. பி.1100-1152)[115] தலைமையில் தான் ஹொய்சாளர் உண்மையான முக்கியத்துவம் பெற்றனர். கி. பி. 1116 -ம் ஆண்டு கல்வெட்டு ஒன்று முதன்முதலாக இம்மன்னனை 'தலை நாடு கொண்ட' என்ற பட்டத்துடன் குறிப்பிடுகிறது. இதே ஆண்டில், இம்மன்னன் தலைக்காடு, கோலால (கோலார்), கொங்கு வரையிலான கங்கவாடி முழுவதையும்[116] ஆட்சி செய்ததாகக் கூறப்படுகிறது. "இவன் முதலில் ஆட்சியையும் இராஜ்யத்தையும் நிலைநாட்டினான். தலைக்காடு வரை சென்று, யதுகுலத்தோரின் ஆட்சியை, கங்கர் நாடுகளில் முன்னேறச் செய்ததில் முதன்மையாக விளங்கினான். கங்கர்களது இராஜ்யத்தின் தலைநகரைத் தீக்கிரையாக்கினான்" என்று பேலூர்ச் செப்பேடு (கி. பி. 1117) கூறுகிறது. தன்னாட்சியின் முதல் ஐந்து, ஆறு ஆண்டுகளில் பேலூரைச் சுற்றியுள்ள கங்கவாடிப் பகுதியைக் கைப்பற்றி, தனது அதிகாரத்தைப் பெருக்கினான் என்பது தெளிவாகிறது.

இக்காலத்தில் இம்மண்டலச் சோழரது நேரடி ஆட்சி முறையின் கீழ் சோழ நாட்டின் ஒரு பகுதியாக இருந்து வந்தது. ஹொய்சாள மன்னனின் தண்டநாயகனான கங்கராஜனால் இப்பகுதி கைப்பற்றப்பட்டது. கொங்கு நாட்டிலுள்ள தகடூரைச் சேர்ந்த (தர்மபுரி) அதிகமான் குடும்பத்தினர் அப்போது இப்பகுதியில் சோழரது பிரதிநிதிகளாக இருந்துவந்தனர். சோழ மண்டலத்தைக் கங்கராஜன் கைப்பற்றிய விவரம் பற்றிக் கூறும் ஹொய்சாளக் கல்வெட்டுகள் சோழரது, சாமந்தன் அதிகமானின் வீரத்தைப்பற்றி எடுத்துரைக்கின்றன. கங்கவாடி நாட்டின் எல்லையில் தலைக்காட்டில் நிறுத்தப்பட்டிருந்த அதிகமான், ஒரு கதவின் தாழ் போன்று அசையாது எதிர்த்து

முதலாம் குலோத்துங்கன் (கி.பி.1070 – 1120) 445

தனக்குச் சோழரால் அளிக்கப்பட்ட நாட்டைக் கங்கராஜனுக்கு அளிக்க மறுத்தான் என்றும், தன்னுடன் போரிட்டு வென்று இதனைப் பெற்றுக்கொள்ளுமாறு கங்கராஜனிடம் கூறினான் என்றும் இவை கூறுகின்றன.[117] கங்கவாடியின் தலையெழுத்தை நிர்ணயம் செய்யும் வகையில் இதனைத் தொடர்ந்து ஏற்பட்ட போர் தலைக்காட்டின் அருகாமையிலேயே நடைபெற்றிருக்க வேண்டும். அதிகமானைத் தவிர, தாமோதரன், நரசிம்மவர்மன் என்ற இரு குறுநில மன்னர்களும், மற்ற பல சாமந்தர்களும், சோழருக்கு உதவியாகப் போரிட்டனர். திகுலர்களுக்கு (தமிழர்) எதிராக முழு வெற்றி அடைந்தான். கங்கராஜன், கங்கவாடிப் பகுதியிலிருந்து தமிழர்களை வெளியேற்றுவதிலும் வெற்றிபெற்றான். 'திகுலர்களைத் துரத்தியபின், கங்கவாடியை வீரகங்கனிடம் (விஷ்ணுவர்த்தன்) மீட்டுக் கொடுத்தான். பழைய கங்க அரசர்களைவிட[118] கங்கராஜன் நூறு மடங்கு அதிர்ஷ்டசாலி அன்றோ!' விஷ்ணுவர்த்தனின் மற்றக் கல்வெட்டுகள் இவனது சாதனைகளை மிகைப்படுத்திக் கூறுவதோடு, பல இடங்களில் தவறான விவரங்களையும் அளிக்கின்றன. இவற்றிலிருந்து ஆதாரமுள்ள விவரங்களைப் பிரித்தெடுப்பது கடினமே.[119] சோழர்களிடமிருந்து இவன் கைப்பற்றிய பகுதிகளைப் பற்றிக் கூறும் விவரங்களை மட்டும் கவனிப்போமேயானால், கங்கராஜனின் போரில் தலைக்காடு (இராஜராஜபுரம்), நீலகிரி, நங்கிலி, கோலால, தெரயூர், கோயம்புத்தூர்[120] ஆகிய பகுதிகள் இவனது ஆட்சியின் கீழ் வந்தன எனக் கூறலாம். கொங்கு நாட்டின் ஒரு பகுதியும் இவ்வாறே இவனது ஆதிக்கத்திற்கு உட்பட்டிருக்கக்கூடும். ஆனால், காஞ்சி இவனது கட்டளைகளுக்கு அடிபணிந்தது என்று கூறுவதோ. தென்மதுராபுரியைத் தன் கைக்குள் அடைத்துக் கசக்கியதாகவோ இம்மன்னன் சக்கரக்கோட்டத்துடனோ அல்லது இலாட தேசத்துடனோ போரிட்டதாகக் கூறுவது போன்றே நம்பத்தகாததாக உள்ளது. அதே வேளையில், ஹொய்சாளப் படைகள், சோழ நாட்டின் நடுவே திடீரெனத் தாக்கியதற்கான சில ஆதாரங்கள் கிடைத்துள்ளன. இராமேஸ்வரம் வரை தான் படையெடுத்துச் சென்றதாகக் கூறும் விஷ்ணுவர்த்தனின் கூற்றை இவ்வாதாரங்கள் மெய்ப்பிப்பதாக உள்ளன. ஆடுதுறைக் கோயிலிலிருந்து சில மூர்த்திகளை ஹளேபீடிற்குக் கொண்டு செல்லும்போது, இக்கோயிலைச் சார்ந்த சில பள்ளிகள் இம்முயற்சியினை முறியடித்து இம்மூர்த்திகளை மீட்டனர் என்றும், இச்செய்கைக்காக இப்பள்ளிகளுக்குச் சில உரிமைகள் வழங்கப்பட்டன என்றும்

பராக்கிரம பாண்டியனது[121] கல்வெட்டு ஒன்று கூறுகிறது. இந்நிகழ்ச்சி, இக்கல்வெட்டு வெளியிடப்பட்ட தேதிக்குப் பல ஆண்டுகளுக்கு முன்பாகவே நடைபெற்றது. இப்பள்ளிகளுக்கு வழங்கப்பட்ட உரிமைகள், பராக்கிரம பாண்டியனால் மீண்டும் புதுப்பிக்கப்பட்டன. ஆடுதுறையினின்று ஹளேபீடிற்கு மூர்த்திகளைக் கடத்திச் செல்ல எடுத்த முயற்சி, விஷ்ணுவர்த்தனன் ஆட்சிக் காலத்தில் நடைபெற்றிருக்கக் கூடும். இது உண்மையாயின், விஷ்ணுவர்த்தனன் தனது படையெடுப்புகளைப் பற்றிக் கல்வெட்டுகளில் கூறுவதற்கான நியாயம் உள்ளதென்றே கூறலாம். இது எவ்வாறாயினும், இப்போரின் விளைவாக, சோழர்கள் கங்கவாடியை, ஹொய்சாளரிடம் இழந்தனர் என்பது குலோத்துங்கன் 45-ம் ஆண்டிற்குப் பிற்பட்ட (1115) கல்வெட்டு, மைசூர் நாட்டில் காணப்படாமையால் உறுதிப்படுகிறது. ஆனால், கோலார் பகுதியிலும், மற்றும் சில இடங்களிலும் விக்கிரம சோழனது கல்வெட்டுகள் காணப்படுவதால், சோழர்கள் இப்பகுதிகளைத் தொடர்ந்து தமது அதிகாரத்தின் கீழ் வைத்திருந்தனர் என்றோ அல்லது இப்பகுதிகளை மீண்டும் திரும்பப் பெற்றனர் என்றோ அறியலாம்.

வேங்கியில் தோல்லை

தனது ஆட்சியின் முடிவில், குலோத்துங்கன் மற்ற திசையிலும் தன் இராச்சியத்தை இழந்தான். ஏறக்குறைய, வேங்கி நாடு முழுவதையுமே மேலைச் சாளுக்கிய மன்னன் ஆறாம் விக்கிரமாதித்தனிடம் இழந்தான். குலோத்துங்கனிடம் முதற் போரில் தோல்வியுற்ற விக்கிரமாதித்தன், சோழ மன்னன் மீதான தனது பகையை மறவாமல் பழி தீர்க்க எண்ணினான் என்பது இவனது ஆட்சிக் காலத்தில் கிடைக்கும் ஆதாரங்களிலிருந்து தெளிவாகிறது. 'தன் பகைவனான சோழன், போருக்கு வர மறுக்கிறான்' என கி. பி. 1084-ல் விக்கிரமாதித்தன் முறையிடுகிறான்.[122] ஆனால் குலோத்துங்கன் தென்னாட்டு விவகாரங்களில் தனது கவனத்தைச் செலுத்தியதைத் தனக்குச் சாதகமாகப் பயன்படுத்தி, வடக்கே வேங்கி நாட்டையும் அதற்குக் கீழ்ப்பட்ட நாடுகளையும் தாக்கி குலோத்துங்கனது கவனத்தைத் தம்பால் திருப்புவதே உண்மையில் விக்கிரமாதித்தனின் திட்டமாகும். வேங்கி நாட்டின் வரலாற்றை நோக்கும்போது கி. பி. 1092-93-ல் விக்கிரமசோழன், வேங்கிப் பிரதிநிதியாகும் வரை மேலைச் சாளுக்கிய மன்னனின் முயற்சிகள் அனைத்தும் எவ்வித பலனையும் அளிக்கவில்லை என்பது தெளிவாகும். இதன் பின்னர், குளத்தலைவனுடனும்,

தென்கலிங்க நாட்டுடனும் போர் நிகழ்ந்தது. இக்கிளர்ச்சிகளுக்கு விக்கிரமாதித்தனது குறுக்கீடே காரணமாதல் கூடும். இதே போன்று, கீழைக் கங்க மன்னன் அனந்தவர்மன் சோழகங்கனும் கிளர்ச்சி செய்தமையால் வடகலிங்க நாட்டுடனான இரண்டாம் கலிங்கப்போர் அவசியமாயிற்று. எனினும், குலோத்துங்கன் முதிய பருவமடைந்து, கி. பி. 1118-ல் விக்கிரம சோழனைத் தென்பகுதிக்கு வருமாறு பணித்து, அவனுக்குச் சோழ அரியணைக்குரிய இளவரசுப் பட்டத்தைச் சூட்டிய பின்னரே, வடபகுதியில் ஏற்பட்ட தொல்லைகள் முக்கியத்துவம் பெற்றன. 'அபூர்வ புருஷனான' குலோத்துங்கன் ஆந்திர நாடு உட்பட ஐந்து திராவிடப் பகுதிகளையும் ஐம்பது ஆண்டுகள் ஆட்சி புரிந்த பின்னரே, விக்கிரமசோழன் சோழ நாட்டை, ஆட்சி புரியச்சென்றான் என்று மல்லப்ப தேவனது[123] சக ஆண்டு 1124 (கி. பி. 1202) பித்தாபுரத்திலுள்ள கல்வெட்டுக் கூறுகிறது. இதன் விளைவாக வேங்கி நாட்டில் பெரும் குழப்பம் விளைந்தது.[124] இக்கூற்று, குலோத்துங்கனது ஆட்சி முடிவைப் பற்றியும், விக்கிரமசோழனது ஆட்சிக் காலத்தைப் பற்றியும் கூறும் ஆந்திரக் கல்வெட்டுகளைப் புரிந்துகொள்ள உதவுகிறது.

குலோத்துங்கனது கல்வெட்டுகள் தொடர்ந்து அவனது 49-ம் ஆண்டு, அதாவது கி. பி. 1118-19[125] வரை திராட்சா ராமாவில் காணக்கிடக்கின்றன. அதே சமயத்தில், விக்கிரம சோழனது 9-ம் ஆண்டிற்கு (கி. பி. 1127) முற்பட்ட கல்வெட்டுகள், வடசர்க்கார் பகுதிகளில் காணப்படவில்லை. மேலும், இவனது கல்வெட்டுகள் குறைந்த அளவில் உள்ளதோடு, வேங்கி நாட்டின் தென் பகுதிகளான தற்போதைய குண்டூர் மாவட்டத்தில் மட்டுமே கிடைத்துள்ளன.[126] விக்கிரமாதித்தனது எண்ணற்ற கல்வெட்டுகள் திராட்சாராமாவில் காணப்படுகின்றன. இவை அனைத்தும், இவனது ஆட்சி தொடங்குவதிலிருந்து கணக்கிடப்படும் சாளுக்கிய விக்கிரம சகாப்தத்தில் கணக்கிடப்பட்டுள்ளன. இவற்றில் பெரும்பாலான கல்வெட்டுகள் 45 முதல் 48-ம் ஆண்டுகளைச் சேர்ந்தவையானாலும், இதன் முன், பின் ஆண்டுகளைச் சேர்ந்த கல்வெட்டுகள் திராட்சாராமாவிலும், தெலுங்கு நாட்டின் மற்ற இடங்களிலும் கிடைக்காமல் இல்லை.[127] இவற்றில் பல, நேராகவோ, மறைமுகமாகவோ விக்கிரமாதித்தனது அதிகாரத்தை ஏற்றுக்கொண்ட சில குறுநில மன்னர்களால் கற்களில் பொறிக்கப்பட்டவை. இவற்றில் சாளுக்கிய மன்னனின் பெயரையோ அல்லது சாளுக்கிய-விக்கிரம சகாப்த ஆண்டையோ பொறித்தனர். ஆயினும், இச்சகாப்தத்தை உபயோகிப்பதற்காக காரணம் மறைந்த பின்னரும் நெடுநாளையப்

பழக்கத்தின் விளைவாக இதனைத் தொடர்ந்து பயன்படுத்திவந்தனர் என்பதை நாம் நினைவில் வைத்துக்கொள்ள வேண்டும். தெலுங்கு நாட்டின் முழுவதிலும் விக்கிரமாதித்தனது ஆட்சி பரவியிருந்தது என்பது இவனது கல்வெட்டுகள் அங்கே கிடைப்பதால் அறியலாம். கி. பி. 1115-16-ல் இவனது தளபதி அனந்த பாலையா என்பவன், குண்டூர்ப் பகுதியை ஆண்டு வந்ததாகத் தெரிகிறது.[128] சக ஆண்டு 1039-ல் (கி. பி. 1117, டிசம்பர்) அனுமகொண்டாவைச் சேர்ந்த காகதீய தலைவன் புரோல என்பவன் மேலைச் சாளுக்கிய மன்னனின் அதிகாரத்திற்கு உட்பட்டவன் என்று கூறுவதோடு, சில காலத்திற்கு முன்னர் அனுமகொண்டா பகுதி, மேலைச் சாளுக்கிய மன்னனால் தந்தை பேடாவிற்கு அளிக்கப்பட்டது என்றும் கூறுகிறான்.[129] ஓராண்டிற்குப் பிறகு, கி. பி. 1118 டிசம்பரில், விக்கிரமாதித்தனது தண்ட நாயகனான அனந்த பாலையா வேங்கி 14,000-பகுதியை[130] ஆண்டு வந்தான் என்பதை குண்டூர் மாவட்டத்திலுள்ள கொம்மூறு என்னுமிடத்தைச் சேர்ந்த கல்வெட்டு ஒன்றில் அறியலாம். இதே ஆண்டைச் சேர்ந்த (1118) ஒரு கல்வெட்டு செப்ரோவிலுள்ள வேங்கியைக் கைப்பற்றும் பொருட்டு நடைபெற்ற பெசவாடா போரில் பெரும் புகழ்பெற்ற கொண்டபதுமதி தளபதியான சூரன் என்பவனது வீரத்தைப் பற்றிக் கூறுகிறது.[131] கி. பி. 1120-ம் ஆண்டில் திராட்சாராமாவிலுள்ள புகழ் வளர்ந்த பீமேசுவரன் ஆலயத்திற்கு அனந்த பாலனின் மனைவி ஒரு தானம் அளித்துள்ளாள்.[132] இதே ஆண்டில், வேலனாட்டி இராஜேந்திரனும், இதற்கு அடுத்த ஆண்டில் தெலுங்குச் சோழத் தலைவனது மனைவியுமான மயிலம்மையும், திராட்சாராமாவில் பல தானங்களை அளித்துள்ளதாக சாளுக்கிய விக்கிரம சகாப்தத்தில் கணக்கிடப்பட்டுள்ள பல கல்வெட்டுகள் அறிவிக்கின்றன.[133] கி. பி. 1127-ல் அனந்த பாலனின் மருமகனும், மலைச் சாளுக்கிய தளபதியுமான மற்றொருவன் கிருஷ்ணா மாவட்டத்திலுள்ள கொண்டபள்ளியை ஆட்சி செய்துவந்தான்.[134] திராட்சாராமாவில் கிடைத்துள்ள கல்வெட்டுகள், சாளுக்கிய விக்கிரம சகாப்தத்தில் 57-ம் ஆண்டு வரை (கி. பி. 1132-33) காணப்படுகின்றன. இக்காலத்தின் இறுதியில், அதாவது சக ஆண்டு 1053-ல் (கி. பி. 1131) மல்லன் என்பவனின் மகனான நம்பிராஜன் என்பான் கிருஷ்ணா ஆற்றிற்குத் தென் பகுதியிலிருந்த சட்ககஸ்ர நாட்டைச் சுயேட்சை மன்னனைப்போல் ஆட்சி செய்தான் என்பதோடு, கொள்ளிப்பாக்கைத் தலைவன்

முதலாம் குலோத்துங்கன் (கி.பி. 1070 – 1120)

என்றும் கூறிக்கொண்டான்.[135] கி. பி. 1118-ம் ஆண்டிற்குப் பின்னர், வேங்கி நாட்டில் சாளுக்கிய-சோழரது பலம் மறைந்து, மேலைச் சாளுக்கிய மன்னன் விக்கிரமாதித்தனது பலம் அதிகரிக்கத் தொடங்கியது. கி. பி. 1126-ல், விக்கிரமாதித்தன் இறக்கும் வரை சோழர்களால் தாம் இழந்த நாட்டின் ஒரு பகுதியையும் மீண்டும் மீட்டுக்கொள்ள இயலவில்லை. ஆகவே, குலோத்துங்கனது ஆட்சி முடிவுறும் தருவாயில், சோழ நாட்டின் பரப்பு, அவன் அரியணை ஏறியபோது இருந்ததைவிட மிகச் சிறியதாகச் சுருங்கியது. அவனது ஆட்சித் தொடக்கத்தில் ஈழ நாட்டை இழந்ததோடு, இப்போது கங்கவாடியையும், வேங்கியையும் இழக்க வேண்டி நேரிட்டது. இதன் விளைவாகச் சோழ நாடு தற்காலிகமாகத் தமிழ்நாட்டில் மட்டுமே பலம் பொருந்தியதாக இருந்தது. விக்கிரமாதித்தனுக்கும் குலோத்துங்கனுக்கும் இடையே தொடர்ந்து நடைபெற்ற நீண்ட போட்டியில், வேங்கி நாடும், சோழ நாடும் ஒரே முடியின்கீழ் இணைவதைத் தடுக்க வேண்டும் என்ற தனது கொள்கையை விக்கிரமாதித்தன் வெற்றிகரமாக நிறைவேற்றினான். குலோத்துங்கனோ, இனி இம்முடிவைத் தவிர்க்க முடியாதென்ற நிலையில் இதனை ஏற்றுக்கொள்ள வேண்டியதாயிற்று. குலோத்துங்கனது இறுதிக் கல்வெட்டு ஐம்பத்தி இரண்டாம் ஆண்டைச் குறிப்பிடுவதால்[136] இவன் கி. பி. 1122-ம் ஆண்டுவரை உயிர் வாழ்ந்தான் என அறிகிறோம்.

பட்டங்கள்

குலோத்துங்கன் பல பெயர்களையும் பட்டங்களையும் பெற்றிருந்தான். இவனது 5-ம் ஆண்டிற்கு முற்பட்ட கல்வெட்டுகளில் பெரும்பாலும், இராஜேந்திரன் என்றே அழைக்கப்படுகிறான். இதற்குப் பிற்பட்ட ஆண்டைச் சேர்ந்த சில கல்வெட்டுகளிலும் இப்பெயர் காணப்படுகிறது.[137] சோழ மரபுவழிப்படி இவன் ஒரு இராஜகேசரியே என்றாலும், சில கல்வெட்டுகள் இவனைப் பரகேசரி எனத் தவறாகக் குறிப்பிடுகின்றன.[138] இவனது ஆட்சித் தொடக்கத்திலேயே, அதாவது, 5-ம் ஆண்டிலேயே, திரிபுவனச் சக்கரவர்த்தி என அழைக்கப்பட்டான்.[139] ஆனால், இவனது சந்ததியினரின் கல்வெட்டுகளில் பொறிக்கப்பட்டதுபோல, இவன் இப்பெயரால் தொடர்ந்து அழைக்கப்படவில்லை. இவனது தெலுங்கு நாட்டுக் கல்வெட்டுகள் பொதுவாக இவனை, சாளுக்கியப் பட்டங்களான சர்வலோகேசுவரன், விஷ்ணுவர்த்தனன் என்று குறிப்பிடுவதோடு பராந்தகன் பெருமானடிகளு,

விக்கிரமசோழன், குலசேகரப் பாண்டிய குலாந்தகன் என்ற பட்டங்களாலும்[140] இவனைக் குறிப்பிடுகின்றனர். **கலிங்கத்துப் பரணி**யோ, இவனை விருதுராஜ பயங்கரன், அகளங்கன், அபயன், ஜெயதரன் என்று அழைக்கிறது.[141] இவனது 32-ம் ஆட்சி ஆண்டைச் சேர்ந்த,[142] சுசீந்திரம் கல்வெட்டு ஒன்று, இவனை அபயன் என்று அழைக்கிறது. திருவொற்றியூர், பெண்ணாகடம், சிதம்பரம் ஆகிய இடங்களிலும் உள்ள கல்வெட்டுகள், இவனை ஜெயதரன் என அழைக்கின்றன.[143] திருநீற்றுச் சோழன் என்ற மற்றொரு விருதும் இருந்தது என்பது அரசனின் 39-ம் ஆண்டுக் கல்வெட்டிலிருந்து தெரிகிறது. திரிசூலத்திலுள்ள கோயிலுக்குத் திருநீற்றுச் சோழ நல்லூர் என்னும் ஊரைத் தேவதானமாக வழங்கியதை அக்கல்வெட்டு அறிவிக்கிறது.[144] அரசனின் 28-ம்[145] ஆண்டுக் கல்வெட்டில், சுங்கம் தவிர்த்த சோழ நல்லூர் என்று குறிப்பிடப்பட்டுள்ளது; அதற்கு நான்கு ஆண்டுகளுக்குப் பிறகு மற்றொரு கல்வெட்டில் “சுங்கம் தவிர்த்து இருள் நீக்கி உலகாண்ட” என்ற அடைமொழி அரசனுக்கு வழங்குகிறது. அரசன், பல வரிகளை நீக்கினான் என்பதற்கு இலக்கியச் சான்றுகளும் இருக்கின்றன.[146] ஆனால் அவற்றைப் பற்றியோ அல்லது மற்ற சீர்திருத்தங்களைப் பற்றியோ விவரங்கள் சரியாக நமக்குக் கிடைத்தில. கப்பலிலோ அல்லது வண்டிகளிலோ[147] ஏற்றிச்செல்லப்பட்ட பொருள்கள் மீது விதிக்கப்பட்ட இறைக்கு, ‘சுங்கம்’ என்று பெயர் எனப் பரிமேலழகர் குறித்துள்ளார். பரிமேலழகரின் காலம் குறிப்பிட்டுக் கூற முடியாவிடினும், அவர் காலத்தில் கையாண்ட சொற்கள், முதலாம் குலோத்துங்கனின் காலத்திற்கு நன்கு பொருந்தும். திருக்குறளுக்கு உரை எழுதிய போது அவருக்குக் குலோத்துங்கனின் சீர்திருத்தங்களைப் பற்றி அறிந்திருந்தார் என்று கூட நாம் சொல்லலாம். அது எவ்வாறாயினும், குலோத்துங்கன், நாட்டின் எல்லாப் பகுதிகளிலும் வரிநீக்கம் செய்தானா; அல்லது சில பகுதிகளில் மட்டும் வரி நீக்கம் செய்தானா; அதுவும் ஏதோ குறிப்பிட்ட காலத்தில் மக்களுக்கு ஒரு பரிசாக இச்சலுகை வழங்கப்பட்டதா என்பதும் தெரியவில்லை. அவ்வாறாயினும் ‘சுங்கம் தவிர்த்த’ என்ற விருது அவனுக்குப் பொருந்தும்; ஆனால், அரசு இயங்குவதற்கே முக்கிய வருவாயாகயிருந்த வரிகளை நிரந்தரமாக விலக்கியிருப்பான் என்று எண்ணிப் பார்க்கக்கூட முடியவில்லை. சோழ நாட்டில், சுங்கம் விதிக்கப்படவில்லை என்பதை கி. பி. 1194-ம் ஆண்டுக் கல்வெட்டுக் கூட குறிப்பிடுகிறது.[148] சோழ நாட்டில் மட்டும்

அரசாளவில்லை. அர்த்தசாத்திரத்தில் குறிப்பிடப்பட்ட விஜிகீஷீ என்னும் குறிக்கோளுடைய இராணுவ ஆட்சிக்கு முற்றிலும் வேறுபட்டது சோழரது ஆட்சி. பல்வேறு வரிகளைப் பற்றிக் கல்வெட்டுகள் நிறைய குறிப்புகள் தந்தாலும், அவற்றிலிருந்து சோழர்களது வரிவசூல் திட்டங்களைப் பற்றிய பொதுவான கொள்கைகள் என்ன என்பதை அறிவது கடினமாக உள்ளது. குலோத்துங்கனின் ஆட்சியில் இருமுறை (16-ம் ஆண்டும் 40-ம் ஆண்டும்)கள் நிலஅளவு செய்யப்பட்டது என்று அவனுக்குப் பின் வந்த அரசர்களின் கல்வெட்டுகளிலிருந்து தெரியவருகிறது. குலோத்துங்கனின் 48-ம் ஆண்டுக் கல்வெட்டும் அந்நில அளவைப் பற்றிக் குறிப்பிட்டு அப்பணியை நிறைவேற்றிய அதிகாரிகளில் ஒருவரின் பெயரையும் குறிக்கிறது.[149]

தலைநகரம்

குலோத்துங்கனின் தலைநகர், கங்காபுரி அல்லது கங்கை கொண்ட சோழபுரமாகும்.[150] அடுத்தபடியாக, காஞ்சிபுரமே முக்கிய நகரமாகத் திகழ்ந்தது. அங்கும் அரண்மனை இருந்தது. அதில் இருந்த அபிஷேக மண்டபத்திலிருந்து பல முக்கிய அரசுக் கட்டளைகள் பிறப்பிக்கப்பட்டன.[151] இவற்றைத் தவிர ஆயிரத்தளி,[152] திருமழவாடி,[153] முடிகொண்ட சோழபுரம்,[154] விக்கிரம சோழபுரம்[155] போன்ற இடங்களிலும் அரண்மனைகள் இருந்தன என்று கல்வெட்டுகளிலிருந்து தெரிகிறது.

குடும்பம்

சூரிய குலத்தில் தோன்றிய இராஜேந்திரனின் (இரண்டாம் ராஜேந்திரன்) புதல்வி மதுராந்தகியைக் குலோத்துங்கன் மணந்தான் என்று செப்பேடுகள் குறிக்கின்றன. இவர்களுக்குப் பிறந்த பிள்ளைகள் கி. பி. 1077-லிருந்து ஒருவர்பின் ஒருவராக வேங்கி நாட்டை ஆளுவதற்கு நியமிக்கப்பட்டனர். இதைப் பார்க்கும்போது, குலோத்துங்கன் அரியணை ஏறுவதற்கு முன்பே, அவன், திருமணம் நடந்திருக்கவேண்டும் என்று தோன்றுகிறது. நான்காவதான விக்கிரம சோழனே, குலோத்துங்கனுக்குப் பிறகு அரசனானான்.[156] கல்வெட்டுகளில் மதுராந்தகியின் பெயர் குறிக்கப்படவில்லை. ஆனால், புவனமுழுதுடையாள் அல்லது அவனிமுழுதுடையாள் என்ற பொதுவான பட்டப் பெயர்கள் குறிக்கப்படுகின்றன. தீன சிந்தாமணி என்ற மற்றொரு பெயரும் அவளுக்கு இருந்ததாகத் தெரிகிறது.[157] குலோத்துங்கன் 30-ம் ஆட்சி ஆண்டிற்குச் சற்று முன்பு அவள் இறந்து விட்டதால், அவளது இடத்தை தியாகவல்லி

ஏற்றாள், புவன முழுதுடையாள் என்ற பட்டமும் பெற்றாள். தியாகவல்லியும் மற்றொரு அரசியான ஏழிசைவல்லபியும் **கலிங்கத்துப் பரணி**யில் குறிப்பிடப்படுகிறார்கள். அவர்களில் தியாகவல்லியே அரசனுக்குச் சரிநிகராய் உரிமை பெற்றவளாய் இருந்தாள் என்று பரணி குறிக்கிறது.[158] ஏழிசை வல்லபியும் ஏழுலகுடையாள் என்று குறிப்பிடப்படுகிறாள். இவ்விருது நம்பிராட்டியார் சீராமன் அருள்மொழி நங்கை என்பவளுக்கும் வழங்கியதை இவ்வரசனின் 26-ம் ஆண்டு கல்வெட்டொன்று குறிக்கிறது.[159] 'அருள் மொழி நங்கை' என்பதே இயற்பெயராக இருந்திருக்க வேண்டும். இன்னும் சில அரசியின் பெயர்கள் நமக்குக் கிடைத்துள்ளன. திரைலோக்கிய மகாதேவி; இவரது தங்கை உமை நங்கை. நற்பேறு பெரும் பொருட்டு கி. பி. 1072-ல் ஆர்ப்பாக்கம் கோயிலில் விளக்கேற்றினாள்.[160] சோழன் சோறுடையாள் என்னும் காடவன் மகாதேவி-இவள் பல்லவ வமிசத்தவளாய் இருந்திருக்க வேண்டும். திருபுவன மகாதேவி என்னும் கம்ப மகாதேவி; இவள் சுவாதி நட்சத்திரத்தில் பிறந்தவள்; வைணவ அடியாள்; மற்றொரு சோழகுல வல்லியாளும் வைணவ அடியாள் என்பது காஞ்சியிலுள்ள[161] கி. பி. 1111-ம் ஆண்டுக் கல்வெட்டுத் தெரிவிக்கிறது, குலோத்துங்கனின் சகோதரிகளான குந்தவை, மதுராந்தகி என்போர், சிதம்பரத்திலுள்ள கி. பி. 1114, கி. பி 1116-ம் ஆண்டுக் கல்வெட்டுகளில் குறிக்கப்படுகின்றனர்.[162] மனைவி மதுராந்தகி வழியாக ஏழு பிள்ளைகளைத் தவிர சுத்தமல்லி என்ற ஒரு பெண்ணும் இருந்தாள். அவள், இலங்கை இலவரசனுக்கு மணம் செய்விக்கப்பட்டாள். குலோத்துங்கனின் மற்றொரு பிள்ளையை அம்மங்கையாழ்வார் என்று மைசூரிலுள்ள கி. பி. 1075-ம் ஆண்டுக் கல்வெட்டு குறிக்கிறது.[163] இராஜசூனு மாதவன் என்னும் சோழ இளவரசன், கி. பி. 1082-ல் இராம கிராமத்திலுள்ள சிவபிரானுக்குப் பொன்மாலை பரிசளித்தான் என்று குறிப்பிடுகிறது.[164] ஆனால், இவ்விளவரசன் யார் என்பது விளங்கவில்லை.

கல்வெட்டுகளில், குலோத்துங்கனின் பல சிற்றரசர்களின் பெயர்கள் குறிப்பிடப்படுகின்றன. இவர்களில், தென்னாட்டுப் படையெடுப்பிலும் கலிங்கப் போரிலும் அவனுக்குத் துணைநின்று போர் புரிந்த தலைவர் இருவர் முக்கியமானவர்கள். தென்னாட்டுப் படையெடுப்பை நடத்திய நரலோக வீரன் என்பவனைப் பற்றி **"விக்கிரம சோழன் உலா"** விலும் தென் ஆர்க்காடு மாவட்டத்திலுள்ள

சிதம்பரம், திருவதிகை எனும் ஊர்களிலும் பாண்டிய நாட்டின் பல பகுதிகளிலும் கிடைத்துள்ள கல்வெட்டுகளிலிருந்தும் பல விவரங்கள் கிடைத்துள்ளன. அவன் மணவில் பகுதியின் தலைவன். சிதம்பரத்திலும் திருவதிகையிலுமுள்ள கோயில்களுக்குப் பெரும் திருப்பணிகள் பல செய்வித்தான். மக்களால் மதிக்கப்பெற்றுப் போற்றப்பட்டவன். குலோத்துங்கனுக்கு முதன் மந்திரியாகப் பணியாற்றினான்.[165] கலிங்கப்போரில் பெரும் பங்குகொண்டு வெற்றி தேடித்தந்த தலைவன், கருணாகரத் தொண்டைமான் ஆவான். இவனைப் பற்றிய செய்திகள் முக்கியமாகக் **'கலிங்கத்துப் பரணி'**யிலும், **'விக்கிரமசோழன் உலா'**விலும் காணப்படுகின்றன.[166] இவன், பல்லவ குலத்தில் தோன்றியவன் என்று ஜெயங்கொண்டார் குறிப்பிடுகிறார்[167] சோழ மண்டலத்தைச் சார்ந்த குலோத்துங்கச் சோழ வளநாட்டு திருநறையூர் நாட்டு வண்டாழஞ்சேரியின் தலைவன் என்று குறிக்கப்படுகிறான்.[168] கும்பகோணம் தாலுகாவில் இது 'வண்டு வாஞ்சேரி' என்று தற்பொழுது வழங்குகிறது.[169] இவ்விவரம், காஞ்சிபுரத்திலுள்ள கல்வெட்டில் கிடைக்கிறது. கருணாகரன் குலோத்துங்கனுடைய கலிங்கப்போரில் கலந்து கொண்டு துணைபுரிந்தான். பல்லவ இலச்சினையான வெள்ளை நந்தியே இவனது கொடியில் காணப்பட்டது.[170] அவனது பெயர் சேனாபதி பல்லவரசன் என்று திருப்பனந்தாளிலுள்ள கி. பி.1099-ம் ஆண்டுக் கல்வெட்டு கூறுகிறது.[171] நரலோக வீரனைப் போன்றே, கருணாகரனும் குலோத்துங்கனுக்குப் பிறகும் விக்கிரம சோழனிடமும் பணிபுரிந்தான் என்று **விக்கிரம சோழன்** உலாவிலிருந்து தெரிகிறது.

குறிப்புகள்

1. இ. ஐ. vii பக். 7, n 5 ஜூன் 13, ஞாயிற்றுக் கிழமை, ஏ. ஆர். இ. பக். 3; ஸ்ரீரங்கம் கல்வெட்டு 108.
2. இ. ஐ. iv பக். 227; 520/1920; 139/1902. 52-ம் ஆண்டுக் கல்வெட்டு, புதுக்கோட்டைக் கல்வெட்டுகள் எண். 127.
3. 43/1921. ஏ. ஆர். இ. 1929 II, 33.
4. 125/1900.
5. 425/1912.
6. 468/1913.
7. எஸ். ஐ. ஐ. iii, 68, 69. இம்மெய்க்கீர்த்தியில் குலோத்துங்கன் இளமைப்பருவ ஆற்றல்களைப் பற்றிய மிகைப்படுத்திய வருணனை உள்ளது. இதனை வரலாற்றுச் செய்திகளாகக் கொள்ள முடியாது. "தன் பொன் நகர்ப்புறத்திடைக் கிடப்ப" என்று முடிகிறது.
8. 57/1898.
9. 124/1928.
10. 231/1912.
11. 365/1928.
12. 197/1919. திரிபுவனச் சக்கரவர்த்தி என்ற விருது முதலில் குறிப்பிடப்படுவது அவனது 20-ம் ஆண்டுக் கல்வெட்டுத்தான் என்று ஹூல்ஷ் நினைத்தார். எஸ். ஐ. ஐ. iii, பக். 131. குலோத்துங்கனுக்கு சக்கரவர்த்தி என்ற விருது அவனது 4-ம் ஆண்டின் கல்வெட்டில் கிடைக்கிறது (468/1913). இக்கல்வெட்டு, 'புகழ் மாது விளங்க' எனத் தொடங்குகிறது.
13. எஸ். ஐ. ஐ. iii, பக். 142-146. ஆர்.டி. பானர்ஜி கல்வெட்டுகளைத் தவறாகப் புரிந்துகொண்டு, சக்கரக் கோட்டம் மாளவத்தைச் சார்ந்த இலட்சுமதேவனைக் குலோத்துங்கன் தோற்கடித்ததாக எழுதியுள்ளார். (**ஹய்ஹயஸ் ஆப் திரிபுரி,** பக். 25).
14. x. v. 25.
15. பார்க்க முன் அத்தியாயம் xii.
16. ஏ. ஆர். இ. 1904, பாரா 21.

17. எஸ். ஐ. ஐ. iii, பக். 132. ஏ ஆர். இ 1904, பாரா 21.
18. ஏ. ஆர். இ. 1899, பாரா 51.
19. பார்க்க, முன் அதி. xii, பக். 298, n 51.
20. **கலிங்கத்துப்பரணி**, x, செய்யுள் 27-32. ஐ. ஏ. xix, பக். 332.
21. முன், பக். 290.
22. vi, 26-27; 38-9; 54.
23. வினைப்பயனுக்கு இரையானான், விக்கிரமன் என்ற பில்ஹணனின் கூற்று பொருத்தமற்றது என்பதையும், வலிவற்ற தம்பியை விலக்குவதற்குத் திட்டமிட்டு வேலை செய்தான் என்பதையும் பூகலர் (Buhler) நன்கு எடுத்துக் காண்பித்துள்ளார். இதற்காகவே, சோழ அரசப் பெண்ணை மணந்தான். அப்படியிருக்க, சோமேசுவரன், குலோத்துங்கனிடம் நட்புக்கொள்வதை மட்டும் அவன் எதிர்ப்பது முறையாகாது. பூகலர், **விக்கிரமாங்க தேவ சரிதம்** பக். 36-8 குலோத்துங்கனின் மற்றொரு பெயரான இராஜேந்திரன் என்பதையே "ராஜிகா' என்றும் அழைத்தனர் என்று முதன்முதலில் ஃபிளீட் அவர்கள்தான் உணர்ந்தார். ஐ. ஏ. xx, பக். 276; 282; பி. ஜி I, ii, பக். 445.
24. பி. ஜி. I, ii, 234.
25. இ. சி. v. ஏ. கே. 102(a) சாளுக்கியச் சக்கரவர்த்தியின் ஆணைப்படி, சோழ அரசர் இலைகளை உடுத்தினர் என்று கூறுகிறது. 'சோழிகர் அண்ணலேயம் தளிரம் உடிசி' vii, பார்க்க 64.
26. இ சி. vii, 33. ராஜிக சோழ மனோபங்கம் என்ற பெயரால் அரசனைக் குறிக்கிறது. நுளம்ப வாடி 32000 என்ற பகுதியையும் ஆண்டு வந்தான் என்ற கூற்று மிகையாகத் தெரிகிறது.
27. vi, 90.
28. மேற்படி பூகலரின் கருத்தைக் காண்க.
29. vi, 99, xiv, 4.
30. "நிர்வாப்ய சோழஸ்ய புனக : பிரதாபம் கிரமேண கல்யாணம் அசௌ விவேச" vii, 2.
31. 'கொடுத்தாள்' என்ற மூலச்சொல்லை மொழி பெயர்க்க முடியாது. ஹுல்ஷ் கொடுத்துள்ள மொழிபெயர்ப்பைச் சில திருத்தங்களுடன் இங்கே கையாண்டுள்ளேன். (எஸ். ஐ. ஐ. iii, பக். 147). 177/1919 (6-ம் ஆண்டு) 5/1914

(8-ம் ஆண்டு). இவைதான், இக்கூற்றைக் குறிக்கும் முதல் கல்வெட்டாகும்.

32. எஸ். ஐ. ஐ. iii, பக். 73, 5/1914; 178/1919.

33. 401/1896.

34. பி. ஜி. I ii பக். 217.

35. ஒரு போர் நடந்ததாகத் தெரிகிறது. **கலிங்கத்துப்பரணி** xiii, 162.

36. எஸ். ஐ. ஐ. iii, பக். 144.

37. xi செய்யுள் 74, 75; xiii, 62.

38. இ. ஐ. vi பக். 69, 214-5.

39. பி.ஜி. I ii, பக். 445.

40. xiv செய்யுட்கள் 1-13.

41. சி.வி. அதி. 60 செய்யுள் 24; காட்ரிங்டன் **எ ஷார்ட் ஹிஸ்டரி ஆப் சிலோன்**, பக். 57.

42. xvii, செய்யுள் 43; பி. ஜி. I, ii, பக். 452-3.

43. இ. ஐ. xii, பக். 208. ஆர்.டி. பானர்ஜி (**ஹையயஸ் ஆப் திரிபுரீ**, பக். 26).

44. ஜே. ஏ. எச். ஆர். எஸ், v. பக். 208-9.

45. பி. கே. பக். 118. அடிக்குறிப்பு.

46. முன் பக். 253; 271.

47. சி.வி. அதி. 58; செய்யுள் 59; அத்தியாயம் 59. 8-9 இ. இசட். பக். 207.

48. அதி. 58, பக். 18.

49. கீசர், சி.வி. i, பக். 208 n 2.

50. 600/4912. எஸ். ஐ. ஐ. 1395; வரி 17.

51. காரிங்டன் மேற்சொன்ன நூல் பக். 57.

52. எஸ். ஐ. ஐ. iii, பக். 68, 1, 2, 69, 1, 10. பழைய சீவரத்திலுள்ள 10-ம் ஆண்டுக் கல்வெட்டு (அதி.), 211/1922. 'புகழ் சூழ்ந்த புணரி' என்று தொடங்கும் மெய்க்கீர்த்தி பாண்டியனின் தலைகொண்டதையும் குறிப்பிடுகிறது.

53. 186/1914.

54. இ. ஐ. v. பக். 103-4; எஸ். ஐ. ஐ. i, பக். 168-9.

55. எஸ். ஐ. ஐ. iii, பக். 147.

56. வரிகள் 46-8.

57. xi. செய்யுட்கள் 70-2. கலிங்க அரசன் அனந்தவர்மனிடம் கேட்கப்படும் கேள்விகளாக அமைந்துள்ளன. குலோத்துங்கனே நேரில் வராவிட்டாலும் அவனது சேனை, வீரச் செயல்கள் புரியவல்லது என்பதை உணர்த்துகிறது.

58. v. 10.

59. **ஸ்டடீஸ்,** பக். 191.

60. பி. கே. பக். 120-2; 21/1927 என்ற ஜடாவர்மன் ஸ்ரீ வல்லபனின் 10-ம் ஆண்டுக் கல்வெட்டு, கொல்லம்கொண்ட குலோத்துங்கனின், அதாவது முதலாம் குலோத்துங்கனின் 31-ம் ஆண்டைக் குறிக்கிறது. குலோத்துங்கன் தனது 11-ம் ஆண்டுக்கு முன்னே (கி. பி. 1081) தென்னகத்தை மீண்டும் கைப்பற்றினான். ஸ்ரீவல்லபனின் 10-ம் ஆண்டுக் குலோத்துங்கனின் 13-ம் ஆண்டிற்கு (கி. பி. 1091) பிற்பட்டதே. ஆதலால், குலோத்துங்கன் போரிட்டு வீழ்த்தியப் பாண்டிய மன்னன், ஸ்ரீவல்லபனாக இருக்க முடியாது. இவ்வெற்றிக்குப் பிறகும், தனது நாட்டைச் சோழர் ஆட்சிக்குட்பட்டு ஆண்டுவர குலோத்துங்கன் அனுமதித்தான் என்று தெரிகிறது. சோழ இளவரசர்களைப் பாண்டிய நாட்டிற்கு ஆளுநர்களாக அனுப்பும் வழக்கம், குலோத்துங்கன் காலத்தில் நிறுத்தப்பட்டது என்று தெரிகிறது. கி. பி. 1000 முதல் 1070 வரை சோழ நாட்டுடன் வேங்கிநாடு கொண்டிருந்த தொடர்பைப் போன்றே இப்பொழுது பாண்டிய நாடும் தொடர்புகொண்டு விளங்கிற்று.

61. விழிஞத்தை இராஜேந்திர சோழப்பட்டினம் என்று 21-ம் ஆண்டுக் கல்வெட்டுக் கூறுகிறது. (46/1927) கோட்டாற்றிலுள்ள நிலப்படை 39-ம் ஆண்டுக் கல்வெட்டில் குறிக்கப்படுகிறது (டி. ஏ. எஸ். i, பக். 246-47).

62. ஏ. ஆர். இ. 1927 II, 18.

63. **ஸ்டடீஸ்,** பக். 178. அடிக்குறிப்பு.

64. நரலோக வீரன், முதற்போரில் சாதாரணப் படை வீரனாகப் போரிட்டான். பெரும் பதவிக்கு வந்த பிறகும் விக்கிரம சோழனிடம் 6 அல்லது 7 ஆண்டுகள் பணியாற்றியதால், குலோத்துங்கன் ஆட்சியின் தொடக்கத்தில் நரலோக வீரன் பெரும் பதவி பெறுவதற்கான தக்க வயது அடைந்திருக்க முடியாது.

65. இலங்கைக்குக் குலோத்துங்கன், படை அனுப்பியதாகவும் ஆனால், அது ஒன்றும் சாதிக்கவில்லை என்பதாகத் திருக்கழுக்குன்றம் கல்வெட்டு (ஐ. ஏ. xxi; பக். 282)க் குறிப்பதாக, பரணவிதானே கூறுகிறார். (இ. ஐ. xviii, பக். 333). ஆனால், அக்கல்வெட்டை மிகக் கவனத்துடன் வெளியிட்டுள்ள ஹூல்ஷ் கட்டுரையை அவர் பார்க்கத் தவறி விட்டார். எஸ். ஐ. ஐ. iii, 75 குறிப்பு 10, பக்கம் 164.

66. இலங்கைக் கல்வெட்டு, எண் 509 (கி. பி. 1114) ஜெயபாகு தேவரின் வேளைக்காரப் படையினனான, சேடராயன் அல்லது மலைமண்டல நாயகன் என்பவன் குறிக்கப்படுகிறான். **“சிலோன் ஜர்னல் ஆப் சயின்ஸ்”** ஜி ii, பக். 122.

67. சி. வி. i, பக். 216-8.

68. 600/1912; இ. ஐ. xviii, பக். 330.

69. **சிலோன் ஜர்னல் ஆப் சயின்ஸ்** ஜி II, 2, பக். 105;116

70. பே எடேட்ஸ் இண்டூயிச... இந்தோநேசி. (பாரிஸ் 1948), பக். 250-1.

71. ஜே. ஆர். ஏ. எஸ். 1896. பக். 490; சௌ-ஜு-குவா, பக். 100. n 6; ஜே. ஏ. xi; 20 (1922) பக். 20; பி. இ. எப். இ. ஓ. xxiii, பக்.470.

72. vi செய்யுள் 18.

73. **ஜர்னல் ஆப் கிரேட் இந்தியா சொசைட்டி** I, பக். 87-88.

74. பார்க்க பக். 298 n. 26. முன்.

75. இ. ஐ. v, பக். 105.

76. பி. இ. எப். இ. ஓ. xviii, 6, பக். 8.

77. சௌ-ஜு-குவா, பக். 96; 101.

78. Cf. குரோம், “இந்தோ-ஜாவானீஸ் செசீடெனீஸ்” பக். 302-4. சீன ஆதாரம் எவ்வளவு நம்பத்தக்கது என்பது தமக்கு விளங்கவில்லை என்று வோகல் கூறுகிறார். பிஜித்ரேகன் 75 (1919) பக். 637. ஸ்ரீவிஜயத்தின் மீதிருந்த சோழர் ஆதிக்கம், சோழர் கல்வெட்டுகளில் மிகைப்படுத்தப்பட்டு பேசப்படுகிறது என்று கொயட்ஸ் கருதுகிறார். அவ்வாறே, ஸ்ரீவிஜயமும் சோழ நாட்டு மீது ஆதிக்கம் செலுத்தியதாகப் பெருமை அடித்துக்கொண்டுள்ளது. சீனர் கூற்றை அப்படியே நம்புவது ஜெரினி ஒருவர்தான். **ரிசர்ச்சஸ்,** பக். 624 n 1.

79. ஏ. எஸ். எஸ். ஐ. பக். 224.

80. மேற்படி வரி 6-7.

81. மேற்படி வரி 39-40.

82. அரசன் குளிக்கும்போது கூட கோரிக்கைகளை விசாரித்தான் என்று இச் சொற்றொடரால் தெரிகிறது. 74/1932 எண்ணுடைய கல்வெட்டில் "வீட்டின் உள்ளால் குளிக்கும் இடத்து" என்று காணப்படுகிறது. ஆனால், வெளிநாட்டுத் தூதுவருடன் சந்திப்பது, குளிக்கும் அறையிலிருந்தே வரவேற்றுப் பேசுவது என்பது வியப்பாக உள்ளது. ஆனால், பின்னால் அபிஷேக மண்டபத்தைப் பற்றிய குறிப்பைப் பார்க்கவும் (பக். 332). **'இபன் ஆசன் செண்ட்ரல் ஸ்ட்ரக்சர்'** பக். 77-78.

83. எஸ். ஐ. ஐ. பக். 146.

84. இக்கல்வெட்டைப் பற்றிய முழு விவரத்திற்கும் எனது "சுமத்ராவில் ஒரு தமிழ் வணிகச் சங்கம்" (திஜ்சிர்ப்ட் ஊர்... வோல் கொன்குண்டே, 1932, பக். 314) என்ற கட்டுரையைப் பார்க்க.

85. இ. ஐ.V எண் 10; vi, எண்-35 ஏ. ஆர். இ. 1922 II, 6.

86. பித்தாபுரம் செப்பேடுகள் (இ. ஐ. v. எண் 10) v. 21.

87. செய்யுள்கள் 25-26.

88. இ. ஐ. vi, பக். 335.

89. அக்கிரஜம் தேகிப் பட்டயங்கள் v. 21.

90. இ. ஐ. பக். 36.

91. ஐம்படைப் பருவம் என்றால் குழந்தைப் பருவம், விஷ்ணுவின் ஐந்து படைகளையும் தாயத்து வடிவில் குழந்தைக்கு அணிவதைக் குறிப்பதாகும். தமிழ் அகராதியைப் பார்க்க (**கலிங்கத்துப் பரணி** x 8). இது விக்கிரமச் சோழனின் இளமைப் பருவ சாதனைகளைப் பற்றிய மிகைப்படுத்தப்பட்ட வருணனை, ஹூல்ஷ், எஸ். ஐ. ஐ. iii, பக். 184.

92. மேற்படி பக். 13-14 பார்க்க.

93. எஸ். ஐ. ஐ. iii 72; 304/1907; 463/1911. (27-ம் ஆண்டு) சீவல் இந்நிகழ்ச்சியை கி. பி. 1090-ம் ஆண்டின் கீழ் காட்டியிருப்பது பொருத்தமாக இல்லை. எச். ஐ. எஸ். ஐ. பக். 69.

94. 608/1904; 44/1891.
95. டி. ஏ. எஸ். i, பக். 22, வரி 8.
96. ஏ. ஆர். இ. 1917, II 27.
97. கன்னிங்காம், **ஏன்சியன்ட் ஜியோகிராபி**, பக். 591.
98. தேகிச் செப்பேடுகள், வரி 83.
99. 363/1899. கலிங்கம், வேங்கி மீது படையெடுத்தது என்று வெங்கையா கருதுகிறார். இதை விக்கிரம சோழன் தடுத்தான். கலிங்கப் படை, எல்லூர் வரை முன்னேறியது என்று கூறுகிறார். ஏ. ஆர். இ. 1905, II, 18. இதற்கு முந்திய படையெடுப்பு, தென் கலிங்கத்தின் மீதானது கி. பி. 1095-96-ல் நடந்தது. இதில் திரிகலிங்கத் தலைவன் சோடகங்கன் நேரடியாகக் கலந்துகொள்ளவில்லை என்கிறார் வெங்கையா.

இராஜராஜ தேவேந்திரவர்மனுக்கும் குலோத்துங்கனுக்கும் நடந்த போர்தான் **கலிங்கத்துப்பரணி**யில் விவரிக்கப் பட்டுள்ளது என்று கே.வி. சுப்பிரமணிய ஐயர் கருதுகிறார். குலோத்துங்கனின் 33-ம் ஆண்டிய திராட்சாராமக் கல்வெட்டு (349/1893), கருணாகரன் தேவேந்திரவர்மனுடன் போரிட்டான் என்று கூறுகிறது. இதனாலேயே இப்போர்தான் **பரணி**யில் பாடப்பட்டது என்று சொல்லுவதற்கில்லை. ஏனென்றால், கலிங்கத்தில் ஒன்றுக்கு மேற்பட்ட படையெடுப்புகள் நடந்துள்ளன என்று ஐயர் அவர்களே ஒப்புக்கொள்கிறார். (இ. ஐ. xxii பக். 140-2; ஜே. ஓ. ஆர். x, பக். 295-301).

100. 44/1891 (எஸ். ஐ. ஐ. iv, 445) மெய்க்கீர்த்திப்படி குலோத்துங்கனே கலிங்க வெற்றிக்குக் காரணம் போல் சித்திரிக்கிறது. ஆனால் **பரணி** கூறுவது போல், சோழர் படையை கருணாகரனே தலைமை தாங்கி நடத்தினான் என்கிறது.

101. ஐ. ஏ. xix பக். 333.
102. 181/1893; ஏ. ஆர். இ-ன் படி சக ஆண்டு 1002.
103. குலோத்துங்கன், தங்கி அவை நடத்திய இவ்வரண்மனையும், மண்டபத்தைப் பற்றியும் உத்தம சோழர் காலத்திலேயேகூட நமக்குக் குறிப்புகள் கிடைக்கின்றன. மியூசியம் செப்பேடுகள், வரி 13 (எஸ். ஐ. ஐ. பக். 296).
104. மு. இராகவ ஐயங்கார்: "கலிங்கத்துப்பரணி ஆராய்ச்சி" **விக்கிரம சோழன் உலா**, வரிகள் 660-62-லிருந்து வட

கலிங்கப் போருக்கு, கருணாகரனுடன், விக்கிரம சோழனும் கலந்துகொண்டான் என்று வெங்கையா நினைக்கிறார். (ஏ. ஆர். இ. 1905 II, 18). ஆனால், ஜெயங்கொண்டார், விக்கிரம சோழனைப் பற்றி ஒன்றும் கூறவில்லை. விக்கிரம சோழன், தனியாக இன்னொரு சமயம் வடகலிங்கத்துடன் போரிட்டான் என்பதற்கு வேறு இலக்கியச் சான்றுகள் உள்ளன. இது விக்கிரம சோழன் பட்டத்திற்கு வந்தபின் நடந்தது. மேலும், வெங்கையா கூறியுள்ளதாவது: (1) சோடகங்கன், அவனது ஆட்சியின் இறுதியில்தான் வலிவடைந்தான். (2) அவனுடைய எதிரிகளாக கூறப்படும் ஏழு கலிங்கரை எதிர்த்தபோதுதான் நடத்தினான். (i) இதற்கு ஆதாரமாக, விசாகப்பட்டினம் இரு செப்பேடுகளை மேற்கோளாகக் காட்டுகிறார் (கி. பி. 1087-ம் 1118-19, ஐ. ஏ. xviii). ஆனால் அதன் மூன்றாவது தொகுப்பைப் பார்த்தால் (கி. பி. 1135), வெங்கையாவின் முடிவை ஒப்புக்கொள்ள முடியவில்லை. இவ்விரு செப்பேட்டுத் தொகுப்புகளில் காணப்படும் வேற்றுமைகள் சோடகங்கனின் அதிகாரத்தில் உண்டான மாறுதலால் ஏற்பட்டவையல்ல; ஆனால், இவ்வித மெய்க்கீர்த்திகள் கையாளப்பட்டதே காரணம். (ii) இக் கூற்றை கலிங்கத்துப்பரணியே மறுக்கிறது. ஏழு கலிங்கத்திற்கு அதிபதி அனந்தவர்மன் என்று திட்டவட்டமாகக் குறிக்கிறது. இதனால், குலோத்துங்கனின் படையெடுப்பு அனந்தவர்மனுக்கு எதிராகவேதான் நடைபெற்றது என்று தெரிகிறது. உட்கலகத்தைப் பற்றியும் வேங்கியைப் பற்றியும் அனந்தவர்மன் பெருமை பேசுவது, அவனது தந்தை பெற்ற வெற்றிகளின் நற்பயனைப் பற்றியவையே.

105. 567/1925.

106. 600/1907.

107. 494/1911=இ. சி. iv. kr. 34.

108. 29/1908. ஏ. ஆர். இ. 1908, II 58-60.

109. ஏ. ஆர். இ. 1927 II, 19-21.

110. இ. ஐ. xi எண் 3, வரி 19 அடிக்குறிப்பு.

111. 119/1888; இ. ஐ. ஏ. பக். 105. முன்குறிப்பிட்ட பக். 317.

112. ஏ. ஆர். பி. 1918, பாரா 41-42; 1919 பாரா 39; ஏ. ஆர். இ. 1911 I, 9 ஏ. பி. பிர் i, பக். 164-5.

113. டி. என். I, ii, பக். 490; ரயிஸ் **மைசூர் அண்ட் கூர்க்,** பக். 94.

114. இ. சி. V. பி. 199.

115. விஷ்ணுவர்த்தனின் காலம் கி. பி. 1111-1141 என்று ரயிஸ் கூறுகிறார். இதைப் பற்றி மேலும் ஆராய்ந்த ஏ. கிருஷ்ண மூர்த்தி இப்புத்தகத்தில் கொடுக்கப்பட்டுள்ள கால அளவை ஒப்புக்கொள்கிறார்.

116. ரயிஸ், மேற்படி பக். 93.

117. இ. சி. ii, 240 (90).

118. சாமுண்டராஜன் என்கிறார் நரசிம்மாச்சார் இ. சி. ii, முன்னுரை பக். 52.

119. பி. ஜீ. I, ii, 495-98.

120. இது சித்தூர் மாவட்டத்திலுள்ளது. ஃபிளீட் நினைத்தபடி இது கோயம்புத்தூர் அல்ல (மேற்படி பக். 496). பார்க்க: ரங்காச்சாரி. i, பக். 500.

121. 35/1913; ஏ. ஆர். இ. II 46-7. பி. கே. பக். 129.

122. இ. ஐ. xv. பக். 101, 103.

123. இ. ஐ. iv. எண். 33 செய்யுள் 22-4.

124. கிருஷ்ண சாஸ்திரி பின்வருமாறு கூறுகிறார்: "விக்கிரம சோழன், வேங்கிநாட்டை விட்டபிறகு, வேங்கி நாட்டு அரசன் இல்லாமல் இருந்தது என்று கிழக்குச் சாளுக்கியச் செப்பேடுகளும் செல்லூர்ச் செப்பேட்டைத் தவிர மற்றவை தெரிவிக்கின்றன. குழப்பம் ஏற்பட்ட நிலையில், வேளநாண்டுத் தலைவர்கள் தங்களது ஆதிக்கத்தைப் பயன்படுத்தினர் மேலைச் சாளுக்கிய அரசன், ஆறாம் விக்கிரமாதித்தனும், வேங்கி மீது படையெடுக்கலானான். ஆனால், நிலைமை மோசமடையவில்லை. ஏனென்றால், சாளுக்கிய சோழர் ஆதிக்கம் மீண்டும் உறுதியடைந்தது." ஏ. ஆர். இ. 1918, II, 25. கிருஷ்ண சாஸ்திரி சொல்லும் செல்லூர்ச் செப்பேடுகள் என்பது இரண்டாம் குலோத்துங்கனின் சக ஆண்டு 1056 (1065) ஆக இருக்க வேண்டும் என்று கீல்ஹார்ன் குறிப்பிட்டதுபோல, ஐ. ஏ. xiv. பக். 56. இ. ஐ. vii கீல்ஹார்ன் பட்டியல் எண் 544. சாஸ்திரி குறிப்பிடும் மற்றச் செப்பேடுகள் என்ன என்பதே எனக்கு விளங்கவில்லை. மல்லப்பதேவரின் கல்வெட்டு, செப்பேடு அல்லது வேங்கி நாட்டில் அரசியல் சூழ்நிலையைச் சித்திரிக்கும்போது, விக்கிரமாதித்தனின் முயற்சிகளைக் குறைத்து எடைபோட்டு விட்டார் சாஸ்திரி அவர்கள்.

125. 194, 341, 344/1893.

126. 153/1897; 163/1897.

127. 396/1893-ல் '5' என்று சொல்லப்பட்டிருக்கிற தேதி, விதிவிலக்காகக் காலத்தால் மிகவும் முந்தியதாக இருக்கிறது. ஆனால் அதில் சாளுக்கியர்களுடைய பட்டமோ, விக்கிரமாதித்தன் பெயரோ இல்லை.

128. எஸ். ஐ. ஐ. ix (i) எண் 193.

129. 106/1902, இ. ஐ. ix. பக். 256.

130. 819/1922, எஸ். ஐ. ஐ. ix (i) எண் 196.

131. 158/1897, எஸ். ஐ. ஐ. vi. எண் 118.

132. 330/1893.

133. 335, 345/1893.

134. 258/1905; இ. ஐ. ix. பக். 261.

135. 266/1893.

136. **pd.** 127.

137. 376/1908; 3/1909; 35/1929.

138. 268/1901; 425/1902.

139. 197/1910. மாறுபட்ட கருத்து எஸ். ஐ ஐ. பக். 131.

140. இ. ஐ. vi. பக். 220 அடிக்குறிப்பு. இவன் சப்தம விஷ்ணுவர்த்தனன் என்று குறிப்பிடப்பட்டிருக்கிறான். தானார்ணவலிருந்து கணிக்கப்படும்போது சப்தமம் என்று ஆகும். **ஈஸ்டர்ன் சாளுக்கியாஸ்** பக். 299-300.

141. கனகசபை (ஐ. ஏ. xix. பக். 337), மற்றும் அவருக்குப் பிறகு, ஹுல்ஷும் (எஸ். ஐ. ஐ. iii, பக். 130), கரிகாலன் என்பதும் இந்தப் பட்டங்களுள் ஒன்று என்று நினைக்கிறார்கள். நான் இதைப் பற்றி சந்தேகப்படுகிறேன். அகலங்கள் பற்றி **பரணி** xiii 89-;ல் பார்க்க.

142. டி. ஏ. எஸ். iv, பக். 130.

143. 109/1892; 121/1912; 271/1929; 119/1888.

144. 312/1901.

145. 374/1908.

146. பார்க்க: **தக்கயாகப்பரணி,** பதிப்பாசிரியர்; சுவாமிநாத ஐயர், பக். 247. செய்யுள் 775-ம் ரு-ம் தமிழ் எழுத்துக்களில் சுங்க எனும் சொல்லோடு கூடிய பொன் நாணயங்களும் உள்ளன.

147. குறள் 756 பற்றிய குறிப்பு (உரை).

148. 288/1907-சுங்கமிலாச் சோழ நாடு சோற்றுமலை-கண்டருளி.

149. 440/1912; 132/1930. 'ஸ்ரீபாதக்கோல்' குறிப்பிடப்பட்டிருக்கும் 87/1900. ஏ. ஆர். இ. 1900; பாரா 25.

150. **கலிங்கத்துப்பரணி**, xiii, 61; **விக்கிரமாங்க தேவ சரிதம்**, vi. 21.

151. எஸ். ஐ. ஐ. iii, 73; எம். ஏ. ஆர். 1917, பக். 42-4.

152. லெய்டன் பட்டயங்கள், ஏ. எஸ். எஸ். ஐ. iv, பக். 224. வரி 4.

153. 231/1916.

154. 93/1910; 61/1925.

155. 247/1901.

156. இ. ஐ. vi. பக். 335. ஆனால் பார்க்க எஸ். ஐ. ஐ. iii பக். 179.

157. எஸ். ஐ. ஐ. iii, 72, வரி 5-ல் இவள் வேறு இருவருடன் சேர்ந்து தலைமையான பட்டத்து அரசியாகச் சொல்லப்பட்டிருக்கிறாள்; மற்ற இருவர்: ஏழிசைவல்லபி, தியாகவல்லி: மற்றும் பக். 177-8.

158. x, செய்யுட்கள் 54, 55.

159. 304/1907. இயற்பெயர் இல்லாமல் பட்டப்பெயர் மட்டும் 48-ம் ஆட்சி ஆண்டில் ஏற்பட்ட 274/1927-ல் மீண்டும் இடம் பெறுகிறது.

160. 138/1923.

161. 39, 45/1921.

162. 117, 119/1888.

163. ஏ. ஆர். இ. 1912, II 25, இவளை இவனுடைய தாயார் என்று சொல்லுகிறது. ஆனால், பார்க்க. 121/1888. எஸ். ஐ. ஐ. iv. 226, வரி 4.

164. 25/1922.

165. **ஸ்டடீஸ்:** பக். 176. இவரது வாழ்க்கையைப் பற்றிய விவரங்கள் தரப்பட்டுள்ளன. திருநெல்வெலி மாவட்டம் ஆத்தூரிலுள்ள சமஸ்கிருதக் கல்வெட்டு, மிகவும் முக்கியமானது. இதில் மானாவதாரன், உள்ளூர்க் கோயிலுக்குக் கொடுத்த தானங்களின் விவரம் கொடுக்கப்பட்டுள்ளது. (405/1930) ஏ. ஆர். இ. 1930 II, 21.

166. வரிகள் 118-138. பார்க்க: பண்டித மு. இராகவ ஐயங்கார், **கலிங்கத்துப்பரணியாராய்ச்சி.**

167. xi. 30. மூன்றாவது வரியின் வாசகம் "மறை மொழிந்த பதி-மரபின் வந்த குல" என்று இருக்க வேண்டும். "படி" அன்று.

168. 49/1893.

169. இது செங்கற்பட்டு மாவட்டத்து வண்டலூர் அல்ல. இராகவ ஐயங்கார் முன் மேற்கோள் காட்டப்பட்ட நூல், பக். 34-6; மாறுபட்ட கருத்து. எஸ். ஐ. ஐ. ii பக். 34-6; மாறுபட்ட கருத்து. எஸ். ஐ. ஐ. ii பக். 113. n. 3 மற்றும் ஐ. ஏ. xix. பக். 340.

170. **பரணி,** xi, 53.

171. 46/1914.

அதிகாரம் 14

முதலாம் குலோத்துங்கனுக்குப் பிற்பட்ட அரசர்கள் (கி. பி. 1120 - 63)

விக்கிரம சோழன் பட்டத்துக்கு வருதல்

கி. பி. 1118-ம் ஆண்டு ஜூன் மாதம் 29-ம் நாளிலோ அதையொட்டியோ[1] விக்கிரம சோழன் சோழ சிம்மாசனத்தில் அமர்ந்தான். அவன் சில காலம் தன் தந்தை குலோத்துங்கனுடன் சேர்ந்தே நாட்டை ஆண்டிருக்கவேண்டும். குலோத்துங்கனின் கடைசிக் கல்வெட்டுகளின் காலம் அவனுடைய 50-ம் ஆட்சி ஆண்டு, அதாவது, கி. பி. 1120 அல்லது 52-ம் ஆண்டாகவும் கூட இருக்கலாம்.[2] விக்கிரம சோழன் பிறந்த நட்சத்திரம் ஆனி மாதத்து உத்தரட்டாதி.[3] அவன் பட்டத்துக்கு வந்தபோது, சோழப் பேரரசு சோர்ந்தும் சுருங்கியும் தமிழ் அளவில் மட்டுமே அமைந்திருந்தது. அவன் ஆட்சி காலமாகிய 17 ஆண்டுகளும் மொத்தத்தில் அமைதியாக இருந்தன. இழந்த பகுதிகளை மீட்பதற்கு அவன் மேற்கொண்ட முயற்சிகளுக்குச் சான்றாக, கங்க நாட்டுப் பகுதிகளில் சில கல்வெட்டுகளும் தெலுங்கு நாட்டில் பல கல்வெட்டுகளும் உள்ளன. வேறுவகைச் சான்றுகள் கிடைத்தில. மேற்குப் பகுதியைவிட வட நாட்டில்தான் அவனுடைய முயற்சிகள் பலித்தன.

மெய்க்கீர்த்திகள்

விக்கிரம சோழனின் கல்வெட்டுகளில் மெய்க்கீர்த்திகள் இருவகையின.[4] இவை இரண்டுமே அவனுடைய இரண்டாம் ஆட்சி ஆண்டில் தொடங்கி, அவன் ஆட்சிக்காலம் முழுவதும்

முதலாம் குலோத்துங்கனுக்குப் பிற்பட்ட அரசர்கள்

கையாளப்பட்டிருக்கின்றன. சுருங்கிய வடிவத்தில் 'பூ மாது' (சில பாடபேதங்களில் மகள் என்ற சொல் காணப்படுகிறது) 'புணர' என்றும் நீண்ட வடிவத்தில் 'பூ மாலை மிடைந்து' என்றும் மெய்க்கீர்த்தி தொடங்குகிறது. இந்த மெய்க்கீர்த்திகளில் குறிப்பிடத்தக்க அரசியல் நிகழ்ச்சியாக வேங்கி நாட்டில், விக்கிரம சோழன் தன் இளமைக் காலத்தில் அரசரின் பிரதிநிதியாக இருந்தபோது[5] கலிங்கத்துக்கும் தெலிங்க பீமனுக்கும் எதிராக அவன் நடத்திய போரை மட்டுமே குறிப்பிடுகின்றன. அவனுடைய ஆட்சியின் பிற்காலத்தில்[6] நீண்ட மெய்க்கீர்த்தியின் முக்கியமான மாறுதல் ஒன்றைக் காணுகிறோம். சிதம்பரத்தில் நடராஜர் கோயிலில் அரசன் செய்த திருப்பணிகளையும் ஏற்படுத்திய கட்டளைகளையும் குறிப்பிடும் ஒரு பகுதி இடைச் செருகலாக, மெய்க்கீர்த்தி வாசகத்தின் ஊடே பொருத்தப்பட்டிருக்கிறது. அவனுடைய 10-ம் ஆட்சி ஆண்டின் ஒரு குறிப்பிட்ட பகுதி கி. பி. 1128-ம் ஆண்டு ஏப்ரல் மாதம் 15-ம் தேதி இதில் இடம் பெறுகிறது.[7] விக்கிரம சோழனின் கல்வெட்டுகள் சில சமயம் குலோத்துங்கனின் கல்வெட்டுகளின் வாசகப் பகுதிகளையும் பட்டங்களையும் திரும்பச் சொல்லுகின்றன.[8]

இலக்கியம்

அரசவைக் கவிஞராக இருந்த ஒட்டக்கூத்தன், இன்னும் நின்று நிலவும் **'விக்கிரம சோழன் உலா'** வைத் தவிர, விக்கிரம சோழனின் கலிங்கப்போரைப் பற்றி **'கலிங்கத்துப் பரணி'** என்ற பெயரில் ஒரு நூலையும் படைத்தான். இந்நூலின் பெயரை இதே புலவர் இயற்றிய வேறு இரண்டு உலாக்களாலும், ஆசிரியரின் பெயரை அவன் இயற்றிய **'தக்கயாகப் பரணி'**[9] யின் உரையாலும் தெரிந்துகொள்ளுகிறோம். இந்த நூல் இப்போது கிடைக்கவில்லை. எப்போதாவது கிடைக்குமாயின், அரைகுறையான வரலாற்றுச் செய்திகளால் அமைந்த இலக்கியங்கள் நிறைந்த ஒரு காலப்பகுதியை பற்றிய நம் அறிவு இன்னும் தெளிவடையும்.

வேங்கி

கி.பி. 1118-ல் விக்கிரம சோழன் தெற்கே அழைத்துக் கொள்ளப்பட்டான். இதன் பிறகு வேங்கி நாட்டின் ஆட்சி, முதலாம் கொங்கனின் மகனான வேலநாண்டு இளவரசன் சோடன் கைக்கு மாறிற்று.[10] ஆனால் மிக விரைவில் மேலைச் சாளுக்கிய மன்னனான ஆறாம் விக்கிரமாதித்தன் விக்கிரம சோழன் வேங்கியில் இல்லாததைப் பயன்படுத்திக்கொண்டு, தன்னுடைய ஆட்சியை

அந்த நாட்டுக்குள் பரப்பி, வேலநாண்டுச் சிற்றரசனை அடிமைப்படுத்தினான். கி. பி. 1126-ல் விக்கிரமாதித்தன் இறந்த பிறகு வேங்கி நாடு முழுவதையும் பிடித்துக்கொள்ளாவிட்டாலும் அதன் தென் பகுதியில், விக்கிரம சோழன் தன்னுடைய ஆதிக்கத்தை மீண்டும் நிலைநாட்டினான். சில ஆண்டுகளுக்கு முன் தண்டநாயக ஆனந்த பாலன் ஆட்சி செய்த பகுதியின் நடுநாயகமான குண்டூர் மாவட்டத்து செப்ரோலுதில், கொள்ளிப்பாக்கை (குல்பாக்) நகரத்துக்கும் சத்தகஸர நாட்டுக்கும் அதிபதியாகயிருந்த மகாமண்டலேஸ்வர நம்பயன் கி. பி. 1127-ல் விக்கிரம சோழனின் மேலாதிக்கத்தை ஏற்றுக்கொண்டான்.[11] இதே பகுதியிலிருந்து நீடுபுரோலு என்னுமிடத்தில் எஸ். 1054, அதாவது விக்கிரம சோழனின் 17-ம் ஆட்சி ஆண்டின் மற்றொரு கல்வெட்டு கிடைக்கிறது. வேலநாண்டுச் சிற்றரசர்களும் அவர்களுக்குக் கட்டுப்பட்டவர்களும் தெற்கேயுள்ள சோழப் பேரரசர்களுக்குத் தொடர்ந்து அடங்கி நடப்பதாக இதில் தெரிவித்துள்ளனர்.[12] வடக்கே சோழர் ஆட்சி இவ்வாறு மேலோங்கியதற்குக் காரணமாக இருந்த நிகழ்ச்சிகள், படிப்படியாக எவ்வாறு நிகழ்ந்தன என்பது விளக்கமாகவில்லை. ஆயினும், ஆறாம் விக்கிரமாதித்தனின் மரணம், விக்கிரம சோழனின் முயற்சி, மேலைச் சாளுக்கியரின் ஆதிக்கத்தை நோக்க, சோழர்களின் மேலாதிக்கத்தையே தெலுங்குச் சிற்றரசர்கள் விரும்பி ஏற்றுக்கொண்டது ஆகிய மூன்று காரணங்களும் இந்த நிலையை உருவாக்க உதவியிருக்கவேண்டும்.

கங்கவாடி

தன்னுடைய தகப்பனாரின் ஆட்சியின் இறுதியில் இழக்கப்பட்ட பகுதிகளை மீட்க, மற்றொரு திக்கிலும் விக்கிரம சோழன் முயன்றதாகத் தெரிகிறது. ஆனால், அந்த முயற்சி அவ்வளவாக வெற்றி தரவில்லை. விக்கிரம சோழனின் படையைச் சேர்ந்த அதிகாரி ஒரு கோயில் கட்டிய செய்தியை, அவனுடைய 2-ம் ஆட்சி ஆண்டில் ஏற்பட்ட சுகட்டூர்க் கல்வெட்டுத் தருகிறது.[13] கோலார் மாவட்டத்தில் அதே பகுதியில் பத்தாம் ஆண்டில் பொறிக்கப்பட்ட மற்றொரு கல்வெட்டு, மட்டிவால பேசிராக்கில் ஒரு விமானம் கட்டப்பட்டதைக் கூறுகிறது.[14] மைசூரின் கிழக்குப் பகுதியில் விக்கிரம சோழன் மீண்டும் சோழர் ஆட்சியை நிறுவினான் என்று இதிலிருந்து கொள்ளலாம்.

வெள்ளமும் பஞ்சமும்

ஆட்சியின் ஆறாம் ஆண்டில் பெரியதொரு வெள்ளத்தின் காரணமாக கிராமங்களுக்கும் பயிர்களுக்கும் சேதம் ஏற்பட்டுப் பஞ்சமும் பட்டினியும் மக்களை வாட்டின. வட ஆர்க்காடு, தென் ஆர்க்காடு மாவட்டங்களில் பல பகுதிகள் இதனால் பாதிக்கப்பட்டதாகத் தெரிகிறது. திருவோத்தூர் (வட ஆர்க்காடு)க் கல்வெட்டு[15] கி. பி. 1125-ல் வெள்ளம் ஏற்பட்டதையும் அதன் விளைவாகப் பயிர்களுக்குச் சேதம் விளைந்ததையும் அந்த ஆண்டுக்குரிய வரிக் கட்டுவதற்காக அந்த ஊர்ச்சபை சில நிலங்களை விற்றதையும் அறிவிக்கிறது. இதே ஆண்டில் தென் ஆர்க்காடு மாவட்டத்தில் திருவதிகையிலும் இத்தகைய நிகழ்ச்சி நடந்தது. ஆறாம் ஆட்சி ஆண்டில்[16] நிலவரி (கடமைத்தட்டு) செலுத்துவதில் ஏற்பட்ட சிரமத்தால் அவ்வூர் மகாசபை, பொது நிலங்கள் சிலவற்றை விற்கவேண்டிய சூழ்நிலை ஏற்பட்டது. திருப்பேர் என்னும் கிராமம் காலத்தின் கொடுமையால்[17] பாழடைந்ததாகக் கோவிலாடி (தஞ்சை மாவட்டம்)யில் 11-ம் ஆண்டில் ஏற்பட்ட ஒரு பிற்பட்ட கல்வெட்டு தெரிவிக்கிறது. முதல் இரண்டு கல்வெட்டுகளிலும் கூறப்பட்ட காரணங்கள்தான், மூன்றாவது கல்வெட்டு நிகழ்ச்சிக்கும் காரணமா, என்று உறுதியாகத் தெரியவில்லை. அதுதான் காரணம் என்றால், பஞ்சம், பட்டினி என்ற நிலை தஞ்சை மாவட்டத்திற்கும் பரவியிருக்க வேண்டும்.

சிதம்பரத்தில் தெய்வப் பணிகள்

கி. பி. 1128-ல் விக்கிரம சோழன் தன்குல தெய்வமான தில்லை நடராஜர் மீதுள்ள பக்திக்கு அறிகுறியாக, அந்த ஆண்டில் கிடைத்த வருவாயின் பெரும் பகுதியைச் சிதம்பரம் கோயிலை இன்னும் விரிவாகக் கட்டவும், அந்தக் கோயிலுக்குத் தாராளமாகப் பொருள் வழங்கவும் செலவு செய்தான். அவனுடைய 11-ம் ஆட்சி ஆண்டுக் கல்வெட்டில் இந்த நிகழ்ச்சி கீழே கண்டவாறு பொறிக்கப்பட்டிருக்கிறது :

> "அவனுடைய 10 ஆம் ஆண்டை முன்னிட்டு அரசர்கள் பத்தரை மாத்துத் தங்கமாக அவனிடம் கொண்டு வந்து கப்பம் கட்டிக் குவித்தார்கள். அதில், தங்க இலையில் நவரத்திரனக் கற்கள் வைத்துப் பின்வரும் சொற்கள் பொறிக்கப்பட்டன : "அரசன் நீண்ட நாள் வாழ்ந்து இந்த மண்ணைப் பாதுகாக்கட்டும்.[18] அவனுடைய குலதெய்வமான

நடராஜப் பெருமான் ஆனந்தத் தாண்டவம் ஆடுகின்ற இடத்தில் அவன் சுத்தமான தங்கத்தால் பொன் வேய்ந்திருக்கிறான். மண்டபங்கள், கோபுரங்கள், சபைகள் ஆகியவற்றுக்கும் பொன்னை வாரி வழங்கியிருக்கிறான். நானிலத்தைச் சுற்றியுள்ள வட்டமான மலை கிழக்கு மலையுடன் இணைந்தது போன்ற ஒரு காட்சியை உருவாக்கியிருக்கிறான். பலிபீடத்திலும் உயர்ந்த தங்கத்தைப் பரப்பியிருக்கிறான். கோயில் தேரிலும் பெரிய வட்டமான முத்துக்களாலும், தங்கத்தாலும் அலங்கரித்திருக்கிறான். பொன்னம்பலத்தில் பெரும் பெயர் விழா என்ற திருவிழாவைப் பூரட்டாதி, உத்தரட்டாதி ஆகிய நாட்களில் ஏற்பாடு செய்து ஆடவல்லானை அகம் மகிழச் செய்திருக்கிறான். கோயிலில் நீண்ட தெரு முழுவதும் மாளிகைகள் கட்டி அவற்றில் தங்க நகைகளை நிரப்பியிருக்கிறான். அவன் பெயராலேயே அந்தத் தெரு வழங்கிவருகிறது. சுத்தத் தங்கத்தில் கிண்ணங்கள் முதல் கற்பகத்தரு வரையிலும் இன்னும் ஏராளமான இலச்சினைகளையும் ஈடு இணையற்ற முறையில் தங்கத்தில் செய்திருக்கிறான். கிருஷ்ணபட்சத்தில் 13-வது திதியில்[19] அஸ்த நட்சத்திரத்திற்குச் சரியான சித்திரை மாத ஞாயிற்றுக்கிழமையில் அவனுடைய ஆட்சியின் பத்தாம் ஆண்டில் ஏராளமான நன்கொடையை வாரி வழங்கியிருக்கிறான். இவன் உலகம் முழுவதையும் தன்னுடைய ஒரே குடையின் கீழ்க் கொண்டுவந்திருக்கிறான்''

இந்தக் கல்வெட்டில் உயர்வு நவிற்சியாகச் சொல்லப்பட்டிருப்பதை நாம் அப்படியே உண்மையென்று எடுத்துக்கொள்ளத் தேவையில்லை. ஆனால், தென்னிந்திய சைவத் தலங்களுள் அடைமொழி இல்லாது 'கோயில்' என்று மட்டுமே குறிப்பிடப்படும் சிதம்பரம், முதலாம் பராந்தகன் ஆட்சியில், அதற்கும் முன்னரேகூட சோழ அரசர்கள் பயபக்தியுடன் வழிபடும் புனிதக் கோயிலாயிற்று. தஞ்சாவூரிலிருந்து சோழர் தலைநகரம் கங்கை கொண்ட சோழபுரத்திற்கு மாற்றப்பட்ட பிறகு, அருகாமையிலிருந்த காரணத்தாலும் அரசர்கள் அடிக்கடி கங்கைகொண்ட சோழபுரத்திலிருந்து சிதம்பரத்திற்கு வந்து போனதாலும், சிதம்பரம் முக்கியத்துவம் பெற்றது. முதலாம் இராஜராஜன் காலத்தில் சிறப்பிடம் பெற்ற தஞ்சாவூரும் திருவாரூரும், இப்போது சிதம்பரத்திற்கு அடுத்தபடியாகத்தான் விளங்கின. குலோத்துங்கனின் கடைசி ஆட்சி ஆண்டுகளில் நரலோக வீரன் தொடங்கி வைத்த சிதம்பரமும்

கோயில் திருப்பணிகளை முழுமையாகவும் செம்மையாகவும் விரிவாகவும் திருத்தமுறவும் செய்வதற்காகவே, விக்கிரம சோழன் மேலும் மண்டபங்கள் கட்டினான். பொன்னையும் பொருளையும் வாரி வழங்கினான். இந்தப் புனித நகரில் விக்கிரம சோழன் மேற்கொண்ட முயற்சியைத் திட்டமிடுவதிலும் நிறைவேற்றி வைப்பதிலும், நரலோக வீரன் பெரும் பங்கு கொண்டிருந்தான்.[20] இந்தக் கோயிலின் முதல் சுற்றாலைச் சுவருக்கு 'விக்கிரம சோழன் திரு மாளிகை' என்று பெயரிடப்பட்டிருப்பதைப் பிற்காலக் கல்வெட்டுகளில் பார்க்கிறோம்.[21] கோயிலைச் சுற்றியுள்ள முக்கியமான தெரு ஒன்றுக்கு விக்கிரம சோழன் 'தெங்கு திருவீதி' என்ற பெயர் இருந்திருக்கிறது.[22] ஸ்ரீரங்கத்தில் இரங்கநாதர் கோயிலைச் சுற்றியுள்ள ஐந்தாவது மதிலையும் இராமர் கோயில் உட்பட பல கட்டடங்களையும் விக்கிரம சோழன் கட்டியதாக திருவரங்கம் கோயில் ஒழுகு கூறுகிறது. ஆனால் அக்கூற்றுக்கு கல்வெட்டு ஆதாரம் கிடையாது.

அரசர்களின் சுற்றுப் பயணங்கள்

அரசர்களின் ஆட்சிகளின்போது கல்வெட்டுகளில் அவர்களுடைய சுற்றுப்பயணங்கள் குறிப்பிடப்பட்டிருப்பதைக் கூர்ந்து கவனித்தால், நிர்வாகத்தில் அரசர்கள் எந்த அளவுக்குப் பங்கு பெற்றிருந்தார்கள் என்பது தெரியவரும். கங்கைகொண்ட சோழபுரம் தலைநகராக இருந்ததால், அரசர் அங்குதான் இருந்து வந்தார் என்பது, கங்கை கொண்ட சோழபுரத்தின் அரண்மனைப் புறவாயிலை ஒரு சேனாதிபதி காவல்புரிந்தார் என்று ஒரு கல்வெட்டில் சொல்லப்பட்டிருப்பதிலிருந்து தெரியவரும்.[23] கி. பி. 1122-ல் முடி கொண்ட சோழபுரத்திலிருந்து அரசன் ஓர் ஆணையைப் பிறப்பித்திருக்கிறான்.[24] இது கும்பகோணத்துக்கு அருகேயுள்ள பழையாற்றின் மற்றொரு பெயர்.[25]

காலியூர்க் கோட்டத்தில் (செங்கற்பட்டு மாவட்டம்) வசாரு என்ற குனிவல நல்லூரின் தென் கரையில் ஓர் ஏரிக்கு அருகே ஒரு மண்டபத்தில் அரசன், அடுத்த ஆண்டில் சில காலம் தங்கினான்.[26] மீண்டும் 1124-ல் அவன் தென் ஆர்க்காடு மாவட்டத்தில் வீர நாராயண சதுர்வேதிமங்கலம் என்று காட்டுமன்னார் கோயிலில்[27] ஓர் அரண்மனையில் வாழ்ந்தான். கடைசியாக 12-ம் ஆண்டில் அதாவது கி. பி. 1130-ல் விக்கிரமசோழன் சிதம்பரத்தில் ஓர் அரண்மனையில் வாழ்வதைப் பார்க்கிறோம்.[28] எனவே, அரசன் ஓய்வு ஒழிச்சல் இன்றித் தன் நாடெங்கிலும் சுற்றுப்பயணம்

செய்தான் என்பது மிக முக்கிய நகர்களில் அவனுக்கு அரண்மனைகள் இருந்தன என்பது தெரிகிறது. நாடெங்குமிருந்த மண்டபங்களும் பிற கட்டடங்களும் அவன் தங்கும் இடங்களாகப் பயன்படுத்தப்பட்டன என்றும் தெரிகிறது. எதேச்சாதிகாரமாக, இடைக்காலத்தில் இயங்கிய ஓர் அரசாங்கத்தில் நிர்வாகம் திறமையாக இருக்க அரசரின் சுற்றுப் பயணங்கள் உறுதுணையாக இருந்திருக்கும் என்பதை நாம் குறைத்து மதிப்பிடக்கூடாது. இக்காலத்திய சோழ அரசர்களின் மரபுவழிப்பட்ட பழக்கங்களை அனுசரித்தே விக்கிரமசோழன் இவ்வாறு பயணம் செய்திருப்பான்.

அவனுடைய பட்டங்களும் அரசிகளும்

விக்கிரமசோழனின் பட்டங்களுள் கவர்ச்சியானது 'தியாக சமுத்திரம்' என்பது. இப்பட்டம் அவன் கல்வெட்டுகளிலும் விக்கிரமசோழன் உலாவிலும் இடம் பெறுகிறது.[29] இவனுடைய 16-ம் ஆண்டின் செவ்விலிமேடு சமஸ்கிருதக் கல்வெட்டு தியாகவாராகர (இது தியாக சமுத்திர என்ற பட்டத்தின் மரூஉ) என்ற பட்டத்தையும் முதலாம் குலோத்துங்கனுக்கு[30] **'கலிங்கத்துப் பரணி'** சூட்டியுள்ள அகளங்க[31] என்ற பட்டத்தையும் அவனுக்குக் கொடுத்திருக்கிறது. மற்றபடி இவனுடைய கல்வெட்டுகள் இராஜகேசரி பட்டங்கள் உட்பட, இவன் தந்தையின் பட்டங்கள் எல்லாவற்றையும் இவனுடைய கல்வெட்டுகள் இவனுக்குச் சூட்டுகின்றன. உண்மையில், விக்கிரமசோழன் ஒரு பரகேசரிதான். அவனுக்கு இராஜகேசரி என்ற பட்டம் பொருந்தாது. 'முக்கோக்கிழான்' 'தியாகபதாகை' என்ற இரு அரசியர் பெயர்கள் அவன் கல்வெட்டுகளில் சிறப்பாகச் சொல்லப்படுகின்றன. கி. பி. 1126-27 வரை அவனுடைய முக்கிய அரசியாக முக்கோக்கிழான் என்பவள் விளங்கினாள். அவள் இறந்த பிறகு அவள் அந்தஸ்தை தியாகபதாகை பெற்றாள்.[32] அவள் பெயருடன் திருவிடைமருதூரில் 6-ம் ஆட்சி ஆண்டில்[33] ஒரு கல்வெட்டில் குறிப்பிடப்படும் நம்பிராட்டியார் நேரியன் மாதேவியார் தன்னுடைய அகப்பரிவாரத்தோடு குறிப்பிடப்படுகிறாள். இவள் மூன்றாவது அரசியாக இருந்திருக்கலாம். அவளைப்பற்றி நாம் வேறு எந்த இடத்திலும் கேள்விப்படவில்லை.

கப்பம் கட்டிய சிற்றரசர்கள்

விக்கிரமசோழன் உலாவிலும் கல்வெட்டுகளிலும் கப்பம் கட்டிய சிற்றரசர்கள், மற்றும் அதிகாரிகள் ஆகியோர் பலரின்

பெயர்கள் கொடுக்கப்பட்டிருக்கின்றன. கலிங்கத்தை வென்று புகழ்பெற்ற கருணாகரத் தொண்டைமான்[34] தொடங்கி மண்டலிகர்கள் பட்டியலை இவ்வுலா தருகிறது. கீழ்க்கண்ட வரிசைப்படி அவர்களுடைய பெயர்கள் சொல்லப்பட்டிருக்கின்றன: அபயனின் அமைச்சரும் போர்வீரருமான முனையரையர், கொங்கர்கள், கங்கர்கள், மகாராட்டர்கள்[35] ஆகியோருக்கு எதிராக மேற்கே நடந்த முற்றுகைகளில் புகழடைந்த சோழக்கோன்; புகழ்மிக்க கோட்டையை உடையவனாக இருந்த கண்ணன் என்ற பிராமணன்; போரில் தன்னுடைய அழகான வில்லைக் கையாளுவதிலே திறமையும் ஆற்றலும் பெற்றிருந்த வாணன். சுத்தமல்லன், முடிகொண்டான் என்ற வாணகோவரையர் என்பவன் இவனாகவே இருக்கக்கூடும். ஏலவார் குழலி என்ற இவனுடைய தேவி திருவடத்துறையில் கி. பி. 1120-ல் ஒரு விளக்கை ஏற்றுவதற்கு கட்டளை ஏற்படுத்தியிருக்கிறாள்.[36] குலோத்துங்கன் ஆட்சியில் தெற்கே நடந்த போர்களில் பெரும் புகழுடன் போரிட்டவனுக்கு பிற்காலத்தில் கோயில் கட்டுவதில் சிறப்பாக ஈடுபட்டவனுமான கலிங்கர்கோன் என்ற நரலோக வீரனைப்பற்றி ஏற்கெனவே குறிப்பிட்டிருக்கிறோம்; காமவெறி பிடித்த யானை மீது சவாரி செய்த காடவன் என்பவன் போர்க்களத்தில் வலுவான கோட்டையாக விளங்கிய செஞ்சியர் என்னும் பகுதித் தலைவன்,[37] நல்லாட்சி நடத்தி கலியை விரட்டிய வேணாட்டு அரசன் (தென் திருவாங்கூர்) அரசன்; குமரி முதல் கங்கை வரை தன்னுடைய தருமங்களால் புகழடைந்த அனந்தபாலன் இவனே கி. பி. 1121-ல் திருவாவடுதுறையில்[38] பெரியதொரு கட்டளையை ஏற்படுத்திய சேனாதி சங்கரன் அம்பலம் கோயில் கொண்டான் என்ற அனந்தபாலராக இருக்கக்கூடும். எதிரி அரசர்களைச் சேர்ந்த[39] வடக்கு மன்னையின் மூன்று பாதுகாப்பு அரண்களையும் அழித்துத்தள்ளிய மிக வல்லமை வாய்ந்த யானையை வைத்திருந்தவன்; ஒரு கொடுமையான போரில் கருநாடகக் கோட்டைக் கொத்தளங்களை அழித்த சேதி நாட்டு அரசன்.[40] போரில் தோல்வியே அறியாத காரானை (?)ச் சிற்றரசன்; வடகலிங்கத்துப் படையைத் தூள் தூளாக்கி ஆணவம் பிடித்த அரசர்களைப் புறங்கண்டு ஓட ஓட விரட்டிய அதிகன்;[41] பாண்டியர்களைச் சேர்ந்த கோட்டாற்றிலும் கொல்லத்திலும் நடைபெற்ற போர்களில் சிறப்புப்பெற்ற ஒரு நுளம்ப பல்லவன்; கொங்கு நாட்டையும் குடகு நாட்டையும் அடிமைப்படுத்திய திரிகர்த்தன்; இன்னும் விவரங்கள் குறிப்பிடப்படாமல் பாண்டியர், கேரளர் சிலர் பெயர்களும் பட்டியலில் இடம் பெறுகின்றன. வரலாற்று அடிப்படை எதுவும் இல்லாமல் மாகத, மாளவ அரசர்கள் பெயர்களும் புகுத்தப்பட்டிருக்கின்றன.

கல்வெட்டுகளிலிருந்து, தமிழ் நாட்டைச் சேர்ந்த கீழ்க்கண்ட சிற்றரசர்கள் குடும்பங்கள் பெயர்களை இந்த நூலிலிருந்து திரட்டலாம்; அரும்பாக்கிழான், பொன்னம்பலக் கூத்தன் என்ற நரலோகவீரன்[42] மகனான சூரை நாயக்கன் என்ற மாதவராயன்; பிற்காலத்தில் வடஆர்க்காடு பகுதியில் ஓரளவு சுயேச்சை பெற்று முக்கியமான வமிசமாக விளங்கிய செங்கேனி வகைச் சம்புவராயர், திருக்காளத்தி வட்டாரத்தில் பிற்காலத்தில் யாதவராயர், என்று விளங்கியவர்களின் முன்னோர்கள்; மற்றும் பலர்.

இரண்டாம் குலோத்துங்கன்

இரண்டாம் குலோத்துங்கனைத் தம் உரிமைத் திருமகனாக அவனுடைய தகப்பனார் விக்கிரமசோழன் கி. பி. 1133-ம் ஆண்டு மே, ஜூன் இடையில் முடிவு செய்திருக்க வேண்டும். இந்தத் தேதிதான் அவனுடைய ஆட்சியின் தொடக்கமாக அவன் கல்வெட்டுகளில் கொடுக்கப்பட்டிருக்கிறது.[43] அதன் பிறகு ஏறத்தாழ இரண்டு ஆண்டுகளுக்கு விக்கிரமசோழனின் ஆட்சி தொடர்ந்து நடைபெற்றது. அவனுடைய கல்வெட்டுகளின் மெய்க்கீர்த்திகளில் பலவகை வாசகங்கள் உள்ளன. அவை எல்லாம் ஆட்சியின் மாட்சியைச் சொல் அலங்கரமாகக் கூறுகின்றன. ஆனால் அவற்றில் மருந்திற்குக்கூட வரலாற்று முறையில் பயன்படக்கூடிய உண்மையான செய்தி ஒன்றுகூட இடம்பெறவில்லை.[44]

சிதம்பரத்தில் அவனுடைய பணிகள்

ஒரு கல்வெட்டில், "தில்லை நகருக்கு ஒளியூட்டும் வகையில் தன் முடியை அணிந்துகொண்ட அரசன்"[45] என்று இவன் புகழப்படுகிறான். "இரண்டாம் குலோத்துங்கன், தில்லையம்பதியில் முடிசூட்டிக்கொண்டான்"[46] என்று இது பொருள்படக் கூடும் அல்லது இரண்டாம் குலோத்துங்கனின் ஆட்சியில் தில்லை மாநகரம் புதுக்கியும் விரித்தும் அழகுபடுத்தப்பட்டது" என்பது பொருளாக இருக்கலாம். கோயில் திருப்பணியும் சிதம்பரம் நகரின் சீரமைப்பும்தான் இவனுடைய ஆட்சியில் நடந்த முக்கியமான நிகழ்ச்சி. இவனுடைய 7-ம் ஆட்சி ஆண்டில் திருப்புறம்பயத்தில்[47] பொறிக்கப்பட்ட கல்வெட்டில் இது முதல் தடவையாக வெளிப்படையாகச் சொல்லப்படுகிறது. இதை அடிப்படையாகக் கொண்ட ஒரு பட்டம் இன்னும் முன்னதாக அவனுடைய மூன்றாம் ஆட்சி ஆண்டிலேயே அவனுக்கு இருந்து வந்திருக்கிறது. குலோத்துங்கன் சிதம்பரம் கோயிலை எவ்வாறெல்லாம் திருத்தி

அமைத்தான் என்பதை, **"குலோத்துங்கச் சோழன் உலா"** மிக விரிவாகக் கூறுகிறது.[48] அவனுடன் சிம்மாசனத்தைப் பங்கிட்டுக் கொண்ட அவனுடைய ஒப்பற்ற அரசியும் அவனுமாகத் தில்லை நடராஜப் பெருமானை வழிபட்டதாகவும் தில்லையிலுள்ள புனிதமான அம்பலத்திலிருந்து கோவிந்தராஜப் பெருமானை அவன் அகற்றியதாயும் அந்நூல் தெரிவிக்கிறது.[49] அரசன் புதிதாகத் தொடங்கி, கட்டிமுடித்த கட்டடங்கள் வரிசையாகச் சொல்லப்படுகின்றன. இவற்றில் எழுநிலை மாடமுள்ள கோபுரமும் சிவகாமி அம்மன் கோயிலும் இடம் பெறுகின்றன. அம்மனுக்காக அவன் கட்டிய கோயிலின் அமைப்பையும் அழகையும் கண்டு மனம் மகிழ்ந்து, அம்மை தான் பிறந்த இமயமலைப் பகுதியை இனி நினைப்பதில்லை என்று முடிவு செய்துவிட்டாளாம். கோயிலிலும் நகரிலும் பல பகுதிகள் பொன்னால் வேயப்பட்டதாகவும் சொல்லப்பட்டிருக்கிறது. இந்த விவரங்கள் இன்னும் சுருக்கமாக **இராஜராஜன் சோழ உலா**விலும்,[50] **தக்கயாக பரணியிலும்**[51] இதே கவிஞரால் சொல்லப்பட்டிருக்கின்றன. நாம் மேலே கூறியதுபோல விக்கிரம சோழனின் 11-ம் ஆட்சி ஆண்டைச் சேர்ந்தன என்று சொல்லப்பட்டிருக்கும் இந்த நூல்கள் எவ்வகையில் இரண்டாம் குலோத்துங்கனுடன் தொடர்புபடுத்தப்பட்டிருக்கின்றன என்பது தெளிவாக தெரியவில்லை. விக்கிரம சோழன் ஆட்சியிலோ, அதற்கு முன்னரோ எழுதத் தொடங்கப்பெற்று இரண்டாம் குலோத்துங்கன் பட்டத்திற்கு வந்த சில ஆண்டுகளில் இந்த நூல் முற்றுப் பெற்றிருக்கலாம் என்று நாம் நம்பலாம்.[52]

அமைதியான ஆட்சி

குலோத்துங்கனின் ஆட்சி அமைதியாயும் நல்ல நிர்வாகத்துடனும் வளமாகவும் இருந்ததாகத் தெரிகிறது. எந்தவிதமான போரும் நடந்ததற்கு ஆதாரம் இல்லை. சிதம்பரம் கோயிலில் கோவிந்தராஜப் பெருமானின் உட்கோயில் அகற்றப்பட்டது சமய வெறியை எடுத்துக் காட்டுகிறது என்பது தவிர, அமைதிக்குப் பங்கம் விளையும் எந்த நிகழ்ச்சியும் சோழரின் ஆட்சிக் காலத்தில் தலைகாட்டவில்லை. பேரரசின் நிலப்பரப்பு, விக்கிரமசோழனின் ஆட்சியின் இறுதியில் இருந்தவாறே நிலைநாட்டப்பட்டது. மேலைச் சாளுக்கியரின் ஆட்சி பரவியிருந்த இடைக்காலத்தில் ஏற்பட்ட தேய்வுக்குப் பிறகு, வடக்கே மீண்டும் சோழரின் மேலாதிக்கம் முழுவதாகவும் உறுதியாகவும் நிலைநாட்டப்பட்டதைத்தான் செல்லூர்ச்

செப்பேடுகள் தெளிவாக்குகின்றன. இதற்குமுன் எந்த ஆட்சியையும் விட இந்த மன்னனின் காலத்தில்தான், தெலுங்கு நாட்டில் ஏராளமான கல்வெட்டுகள் ஏற்பட்டன. தமிழ் இலக்கியத்துக்குப் பெருமை தரும் சிறப்புமிகு நூல்கள் இக்காலத்தில் எழுந்தன. இரண்டாம் குலோத்துங்கனும் அவனுடைய சிற்றரசர்களும், ஒட்டக்கூத்தர், சேக்கிழார் போன்ற புலவர் பெருமக்களைப் பெரிதும் போற்றினர்.

தலைநகரம், பட்டங்கள் முதலியன

கங்கைகொண்ட சோழபுரம் தொடர்ந்து சோழர் தலைநகராக விளங்கியது.[53] ஆனால், குலோத்துங்கனுக்குச் சிதம்பரத்தின்பால் ஒரு தனி அபிமானம் இருந்து வந்தது என்பதைக் குறிப்பிட்டிருக்கிறோம். தன் ஆட்சியின் மூன்றாம் ஆண்டில்[54] விக்கிரம சோழபுரத்திலுள்ள தன்னுடைய அரண்மனையில் இவன் வாழ்ந்து வந்ததாகச் சொல்லப்பட்டிருக்கிறது. திருமழபாடிக் கல்வெட்டில் குலோத்துங்கனின் இரண்டு அரசியர் பெயர்கள் இரண்டாம் ஆட்சி ஆண்டில் குறிப்பிடப்பட்டிருக்கின்றன. தியாகவல்லி என்ற புவனமுழுதுடையாள் என்பவள் பட்டத்து அரசியாகவும் முக்கோக்கிழான் என்ற மலையமான் குடும்பத்து இளவரசி[55] மற்றோர் அரசியாகவும் திகழ்ந்தனர். இந்த அரசருடைய பட்டங்களில் முக்கியமானது **'அனபாயன்'** என்பது. இது, கல்வெட்டுகளிலும் இவனைப் பற்றிய உலாவிலும் வருகிறது. அரசனுடைய ஆணைகளுக்கு அத்தாட்சிக் கையெழுத்திடும் அனபாய மூவேந்த வேளாளன் என்ற அவனுடைய செயலாளரின் பெயரிலும் இந்தத் தொடர் சேர்த்து வழங்கப்பட்டுள்ளது. அரசன் மானியமாகக் கொடுத்த பல ஊர்களுக்கு அனபாயநல்லூர் என்று பெயர் இடப்பட்டது.[56] "புனிதமான பேரம்பலத்திற்குப் பொன் வேய்ந்த பெருமாள்"[57] என்றும் இவன் போற்றப்படுகிறான். முதல் குலோத்துங்கனுக்குத் திருநீற்றுச் சோழன் என்ற பட்டமும் இருந்தது. இதனால் சேக்கிழார்,[58] எதிரிலிச் சோழன், கலிகடிந்த சோழன்[59] ஆகியோரின் காலங்களைப் பற்றிய குழப்பம் ஏற்பட்டிருக்கிறது. விக்கிரமசோழன் கல்வெட்டுகளைப்போல குலோத்துங்கன் கல்வெட்டுகளும் அவனுக்குக் கீழ்ப்பட்ட அல்லது அடிமைப்பட்ட அரசர்களின் கொடைகளையும் கூறுகின்றன. இவர்களுள் காடவர் மட்டுமே இங்கு நம் கவனத்திற்கு உரியவராவார். மோர்கன் ஆட்கொள்ளி என்ற குலோத்துங்க சோழ காடவராயன், பல்லவ மரபில் உதித்து கி. பி. 1136-ல்[60] தென் ஆர்க்காடு மாவட்டம் திருமாணி குழிக்கு

அருகே ஒரு சிறு பகுதியின் சிற்றரசனாக இருந்தான். அடுத்த சில ஆண்டுகளில் இந்தக் காடவச் சிற்றரசன் இன்னும் முக்கியத்துவம் பெற்றான். திருநாம நல்லூர், திருவதிகை, விருத்தாசலம் முதலிய பல ஊர்களிலுள்ள இவனுடைய கல்வெட்டுகளில், பெருகிவரும் இவனுடய முக்கியத்துவத்தைக் காட்டும் வகையில் இவனுக்குப் பல பட்டங்களும் பெயர்களும் கொடுக்கப்பட்டிருக்கின்றன. இவனுடைய நன்கொடைகளும் தருமங்களும் மிக விரிவாகச் சொல்லப்படுகின்றன. 1140-ல் இவன் திருநாம நல்லூர், திருத்தொண்டீஸ்வரத்திற்குத் தங்க ஆபரணங்களையும் வெள்ளிப் பாத்திரங்களையும் வழங்கினான். கூடலூர்ப்பள்ளி ஆளப்பிறந்தான், மோகன் குலோத்துங்கச் சோழக் கச்சிராயன்[61] என்ற பெயர்களைச் சூட்டிக்கொண்டுள்ளான். இதே காலத்தில் இவன் திருவதிகையிலுள்ள கடவுளுக்கு கழுத்தில் அணிவதற்கு ஒரு நகையையும் வழங்கியுள்ளான்.[62] ஐந்து ஆண்டுகளுக்குப் பிறகு சில நிலங்களுக்கும் சொத்துக்களுக்கும் உரிய பெரும்பாடிக்காவலைத் திருவதிகைக் கோயிலுக்கு விட்டுக் கொடுக்கிறான். இக்காலத்தில் இவனுக்குக் கூடலூர்ப் பஞ்ஞாக முத்தரையன், ஆளப்பிறந்தான், அரச நாராயணன்[63] என்ற புதிய பட்டங்களும் சேர்ந்தன. கூடலூர் என்பது திருமுனைப்பாடி பெருகளூர் நாட்டில் இருப்பதாகச் சொல்லப்பட்டிருக்கிறது. 1146-ல் இவன், தன் வட்டாரத்திலுள்ள மூன்று தேவதான கிராமங்களிலிருந்து வரவேண்டிய வரிகளையும் பாக்கிகளையும் திருவதிகை கோயிலுக்கு இந்தச் சந்தர்ப்பத்தில் விட்டுக் கொடுத்தான். கூடலூர்ப் பஞ்ஞாக முத்தரையன், ஆளப்பிறந்தான், ஏழிசை மோகனான குலோத்துங்கச் சோழ காடவராயன்[64] என்ற பட்டத்தை இந்தச் சந்தர்ப்பத்தில் சூட்டிக்கொண்டான். கடைசியாக கி. பி. 1148-ல் இவன் விருத்தாசலத்திலுள்ள தெய்வத்தின் மகாசனாபனத்திற்காக ஏழிசை மோகன் என்ற ஒரு மண்டபத்தைக் கட்டினான். இதைக் கல்வெட்டில் பொறிக்கும்போது தன் பெயரை ஆளப்பிறந்தான், ஏழிசை மோகன் என்ற குலோத்துங்கச் சோழ காடவர் ஆதித்தன்[65] என்று குறிப்பிட்டுக்கொண்டுள்ளான். புகழ் பெற்ற கோப்பெருஞ்சிங்கன் உதித்த குடும்பத்தின் ஆரம்ப நிலையை இந்த ஆதாரங்கள் நமக்குப் புலப்படுத்துகின்றன. இந்தக் கோப்பெருஞ்சிங்கனுடைய முரட்டுத்தனமான வாழ்க்கை சோழப் பேரரசின் அடித்தளத்தையே தகர்த்து அதனுடைய வீழ்ச்சியைத் துரிதப்படுத்தியது.

மதுராந்தக பொத்தப்பிச் சோழ சிற்றரசன் என்பவனையும் காண்போம். நந்தலூரில் காணப்படும் இவனுடைய கல்வெட்டுகளுள்

ஒன்று[66] அந்தத் திக்கில் சோழப் பேரரசு பரவியிருந்த பரப்பைத் தெள்ளத் தெளிய கூறுகிறது. புதுக்கோட்டை சமஸ்தானத்தில் திருக்கோகரணத்தில் உள்ள ஒரு வேடிக்கையான கல்வெட்டு பிராமண வம்சம் ஒன்றைக் குறிப்பிடுகிறது. அரசனுக்கு முடிசூட்டும் உண்மையை அவர்கள் பிரயோகித்ததாயும், துவாரகை என்னும் பெரு நகரத்துடன் பழங்காலத்தில் அவர்கள் கொண்டிருந்த தொடர்பை மதிக்கும் வகையில், கிள்ளி என்ற அரசன் அவர்களைத் கவிர நாட்டில் வந்து தங்கச் சொல்லியதாயும் கூறப்பட்டிருக்கிறது.[67] பாண்டிய நாட்டில் லம்பகர்ணர் என்பவர்கள் அரசனுக்கு முடிசூட்டுவதற்காகத் தங்கியிருந்தனர் என்று மகாவமிசத்தில் சொல்லப்பட்டிருக்கிறது.[68]

இரண்டாம் இராஜராஜன்

இரண்டாம் குலோத்துங்கனின் கல்வெட்டுகளில் காணப்படும் கடைசி ஆட்சி ஆண்டு 16-வது அல்லது 17-வது ஆண்டு. அவனுடைய ஆட்சி கி. பி. 1150 அளவில் முடிவடைந்ததாக இதிலிருந்து தெரிகிறது. இந்தக் காலத்திற்கு நான்கு ஆண்டுகள் முன்பு அவன், தன் மகனான[69] இரண்டாம் இராஜராஜனை நிர்வாகத்தில் நேரடியாகத் தொடர்புபடுத்தினான். பரகேசரி இராஜராஜனுடைய கல்வெட்டுகளில் அவனுடைய ஆட்சி ஆண்டுகள் கி. பி. 1146-ல்[70] ஏப்ரல் 6-ம் தேதிக்குப் பிறகு ஒரு தேதியிலிருந்து கணக்கிடப் பட்டிருக்கின்றன. இரண்டாம் இராஜராஜனின் ஆட்சியைப் பற்றி, பல கல்வெட்டுகள் பாதுகாக்கப் பெற்றிருக்கின்றன. அவற்றில் அடங்கியுள்ள பல மெய்க்கீர்த்திகள் அவனுடைய ஆட்சியின் நிலப்பரப்பையும் அவனுக்கு அடங்கிய ஏராளமான சிற்றரசர்களின் பெயர்களையும் நிலைமைகளையும் தெரிவிக்கின்றன. இந்தக் கல்வெட்டுகள் இராணுவ நடவடிக்கைகளைப் பற்றி ஒரு செய்தியும் இல்லாததால், இரண்டாம் குலோத்துங்கனின் ஆட்சியைப் போலவே, இரண்டாம் இராஜராஜனின் ஆட்சியும் பொதுவாக அமைதியாக இருந்தது என்று நாம் உய்த்துணரலாம். 'பூ மருவிய திருமாதும்' என்று தொடங்கும் மெய்க்கீர்த்தி இவனுடைய ஆட்சியில் சர்வ சாதாரணமாகக் காணப்படுகிறது. இவனுடைய மூன்றாம் ஆட்சி ஆண்டில்[71] ஏற்பட்ட கல்வெட்டுகளில் முதல் தடவையாக இந்த மெய்க்கீர்த்தி காணப்பட்டு, இவன் ஆட்சியின் நன்மைகள் மிகச் சிறப்பாக வர்ணிக்கப்பட்டிருக்கின்றன. இதில் குறிப்பிடப்படும், 'அவனிமுழுதுடையாள்' என்ற அரசி, அரசனோடு சரிசமானமாக சிம்மாசனத்தில் வீற்றிருந்ததாகச் சொல்லப்படுகிறது. இதே மூன்றாவது ஆண்டில்[72] ஏற்பட்ட மற்றொரு மெய்க்கீர்த்தி

இன்னும் நீளமாகவும் - அதுவும் வரலாற்றுக்குப் பொருத்தம் இல்லாமலும் இருக்கிறது. 'பூ மருவிய பொழில் ஏழும்' என்று தொடங்கி அக்காலத்தில் தமிழ் இலக்கியம் செழித்தோங்கிய நிலைமையையும் வேறு சில செய்திகளையும் அழுத்தமாகக் கூறுகிறது. இந்த அரசனை முத்தமிழுக்குத் தலைவன்[73] என இந்த மெய்க்கீர்த்தி சிறப்பிக்கிறது. மேலே கூறப்பட்ட அவனிமுழுதுடையாள் தவிர, இந்த மெய்க்கீர்த்தியின் இறுதியில் மூன்று அரசிமார் குறிப்பிடப்படுகிறார்கள். இவர்களுள் இருவர், புவனமுழுதுடையாள், தரணி முழுதுடையாள் என்று ஏறத்தாழ ஒரே பொருள்படும் பட்டங்களையும், மூன்றாமவள் உலகுடை முக்கோக்கிழான் என்ற பெயராலும் குறிப்பிடப்படுகிறார்கள். ஆட்சியின் 14, 17-ம் ஆண்டுகளில் வேறு இரண்டு கல்வெட்டுகளில், 'அரசி' என்று குறிப்பிடப்படுபவள் இந்த உலகுடை முக்கோக்கிழானே என்பதைப் பற்றி ஐயம் இல்லை.[74] இந்த ஆட்சியின் கல்வெட்டுகளில் இன்னும் இரண்டு மெய்க்கீர்த்திகளும் இடம்பெறுகின்றன. அவை 'புயல் வாய்த்து வளம் பெருக'[75] என்றும் 'கடல் சூழ்ந்த பார் மாதர்'[76] என்றும் தொடங்குகின்றன. இரண்டாம் இராஜராஜனின் 5-ம் ஆண்டில் ஏற்பட்ட கல்வெட்டில் காணப்படும் முதல் சொற்றொடர் பிறகு மூன்றாம் குலோத்துங்கனால், பாண்டியர் படையெடுப்பைப் பற்றிய விவரங்களைக் கல்வெட்டில் பொறிக்கும்போது பயன்படுத்திக் கொள்ளப்பட்டது. அந்தக் கல்வெட்டின் சுருக்கமான முன்னுரையின் வாசகத்தில் இச்சொற்றொடரைக் காணலாம். இவ்வாறே, இரண்டாவது சொற்றொடர் இராஜராஜனின் 10-ம் ஆண்டு ஆதாரத்தில் இடம்பெற்று, இரண்டாம் இராஜாதிராஜனின் ஆட்சியில் முக்கிய மெய்க்கீர்த்தி ஆகிவிடுகிறது. இந்த மெய்க்கீர்த்தியின் இறுதியில் குறிப்பிடப்படும் அரசி, இராஜராஜன் மற்றும் இராஜாதிராஜன் ஆகிய இருவருடைய கல்வெட்டுகளிலும்[77] 'உலகுடை முக்கோக்கிழான் அடிகள்' என்று குறிப்பிடப்படுகிறாள்; எனவே, இது முக்கிய அரசியின் தனிப்பட்ட பெயர் அன்று, அவளுடைய பட்டப்பெயரே என்பதே தெளிவான ஆதாரத்துடன் மெய்ப்பிக்கப்படுகிறது.

பேரரசின் பரப்பு

இராஜராஜன் ஆட்சியில் பேரரசு எந்த அளவு, அல்லது எதுவரை பரவியிருந்தது என்பதை அவன் கல்வெட்டுகளால் உறுதிப்படுகிறது. கெந்தட்டியிலுள்ள அவனுடைய 7-ம் ஆண்டுக் கல்வெட்டு[78] 'குவலாள நாட்டில் சூற்றூரில் ஒரு மலைமீது

காடுவெட்டி என்ற சிற்றரசன் கோயில் கட்டிய விவரத்தையும், நிகரிலாச் சோழ மண்டலத்தின் ஒரு பகுதியான கங்க நாட்டில் தகடூர் நாட்டைப் பற்றி சேலம் மாவட்டத்தில் கிடைத்த அழிந்துபோகக்கூடிய ஓர் ஆதாரத்தில் குறிப்பிடப்பட்டிருப்பதும்[79] தகடூர்க் கிழவன் என்று தன்னைச் சொல்லிக்கொள்ளும் ஒருவன் கொடுத்த நன்கொடையைப் பற்றி கி. பி. 1164-ல் பெரும்பேர்[80] என்ற இடத்தில் கிடைத்த கல்வெட்டில் சொல்லியிருப்பதும், கொங்கு நாட்டிலும் கங்க நாட்டின் கீழ்ப்பகுதியிலும் இன்னும் ஓரளவு சோழரின் மேலதிகாரம் தொடர்ந்து அங்கீகரிக்கப்பட்டு வந்தது என்பதைக் காட்டுகின்றன. தெலுங்கு நாட்டில் வேங்கிநாடு முழுவதும் 'திராட்க்ஷாராம'[81] வரையிலும் காணப்படும் பல கல்வெட்டுகளிலிருந்து இராஜராஜனின் மேலாதிக்கம் நிலவிற்று என்பது தெளிவாகப் புலனாகின்றது. ஆனால், வேலநாண்டுச் சிற்றரசர்கள் வரவர சுதந்திரமாகவும் அடங்கி நடக்காமலும் இருக்கலாயினர் என்பது தெரிகிறது.

பேரரசு மேன்மேலும் பலகீனம் அடைதல்

உண்மையைச் சொல்லப்போனால் நாம் சுட்டிக் காட்டியிருப்பது போல, முதலாம் குலோத்துங்கனின் ஆட்சியின் இறுதியிலிருந்து சோழப் பேரரசுக்குத் தீமை நிறைந்த காலம் தொடர்ச்சியாக ஏற்பட்டது. ஹொய்சாளர், மேலைச் சாளுக்கியர் ஆகியோரின் வெற்றிகளால் அரசின் நிலப்பரப்பு மிகவும் குறுகியது. பேரரசுக்குள் ஏற்பட்ட மற்றொரு முக்கியமான மாறுதல், ஆங்காங்குள்ள குறுநில மன்னன் அதிகாரத்திலும் செல்வாக்கிலும் விரிவடைந்து தலைதூக்கியது ஆகும். பேரரசின் அதிகாரம் எப்போதுமே, தலைநகருக்கு அருகேயுள்ள மாவட்டங்களில் செலுத்தப்பட்டது போல நீண்ட நெடுந்தூரத்திலும் பேரரசின் எல்லைப்பகுதியிலும் மூலை முடுக்குகளிலும் அவ்வளவாகச் செலுத்த முடியாமல் இருந்தது. ஆனால், இரண்டாம் இராஜராஜனின் ஆட்சியில் பேரரசின் மத்தியப் பகுதியில்கூட நிர்வாக இயந்திரம் ஆட்டம் கண்டது. போர் புரிவதிலும் புகழ் ஈட்டுவதிலும் சுறுசுறுப்பாக இருந்த முடியாட்சியின் விறுவிறுப்பான அதிகாரச் செருக்கு அடங்கிவிட்டது. முன்போல ஒழுங்கையும், அமைதியையும் நிலைநாட்டவோ, பொது மக்களுக்கு பயன்படக்கூடிய பணச்செலவான பணிகளையோ, இன்றியமையாத காரியங்களையோ செய்யமுடியாமலும் முடிமன்னர்கள் தவித்தனர். கப்பம் கட்டிய சிற்றரசர்கள் மன்னரை மீறி, 'தடி எடுத்தவன் தண்டல்காரன்' என்ற நிலையை உண்டாக்கியதைக் கல்வெட்டுகள் தெளிவாகக் கூறுகின்றன. அரசனை, ஆங்காங்குள்ள

சிற்றரசர்கள் பெயரளவில் தங்களுக்கு மேலானோர் என்று ஒப்புக்கு ஏற்றுக்கொண்டாலும் அவரவர்களுக்கு உட்பட்ட பகுதிகளில் மேலாதிக்க அரசனையும் அவனுடைய அரசாங்கத்தையும் விட சிறப்பான முக்கியத்துவம் பெற்றிருந்தனர். கிராம ஆட்சி முறையும், ஊர், சபை, மன்றம் ஆகிய சுயாட்சி பெற்ற அமைப்புகளும், மாறுபட்ட இந்த சூழ்நிலையால் பாதிக்கப்பட்டதாகத் தெரியவில்லை; ஆனால், முதலாம் இராஜராஜனாலும் அவனுடைய பின்னோர்களாலும் பாடுபட்டு, திட்டமிட்டு, உறுதியுடன் அமைக்கப்பட்ட 'மைய அரசு,' என்ற நிர்வாக கட்டுக்கோப்பு இருந்த இடம் தெரியாமல் சிதைந்துவிட்டது.

தலைநகரும் பட்டங்களும்

கங்காபுரி, அரசின் தலைநகரைத் தொடர்ந்து இருந்துவந்தது என்பதில் ஐயமில்லை அரசனின் சுற்றுப் பயணங்களைப் பற்றியோ, நிர்வாகத்தில் அவனுடைய பங்கைப்பற்றியோ இந்த ஆட்சியின் கல்வெட்டுகள் ஒன்றும் சொல்லவில்லை. 13-ம் ஆண்டின் கல்வெட்டு ஒன்று[82] அரசன், 'ஆயிரத்தளி' என்ற இடத்தில் இருந்ததாகச் சொல்லுகிறது. இராஜராஜனின் பட்டங்களுள் கல்வெட்டுகளிலும் **இராஜராஜன் உலா**விலும் மிகக் குறிப்பிடத்தக்கதாக இருப்பது 'சோழேந்திர சிம்மா'[83] என்பதாகும். மற்றும் இலக்கியத்தில் அவனுக்குச் சொல்லப்பட்டு ஆனால், கல்வெட்டுகளில் காணப்படாதது 'கண்டன்' என்னும் பட்டமாகும்.[84] **உலா**வின் கடைசி வெண்பா வீரதர, வீரோதய என்ற பட்டங்களையும் அவனுக்குரித்தாக்குகிறது. இராஜராஜன், இராஜகம்பீரன், எதிரிலிச் சோழன்[85] என்ற பட்டங்களையும் ஒருவேளை நெறியுடைச் சோழன் என்ற பட்டத்தையும்கூடப் பெற்றிருந்தான் என்று கல்வெட்டுகளிலிருந்து தெளிவாக தெரிகிறது.

இந்த ஆட்சியில் காடவர்களின் பிரதிநிதியாக விளங்கும் 'கூடலூர் ஆளப்பிறந்தான் மோகன்' என்ற இராஜராஜ காடவராயன்[86] என்பவன் முந்தின ஆட்சியைச் சேர்ந்த குலோத்துங்கச் சோழக் காடவராயன் என்பவனாக இருக்கக்கூடும். மற்றொரு பிரதிநிதி, காஞ்சிபுரத்துத் தலைவன் என்றும் சொல்லப்படுகிற இராஜேந்திரச் சோழப் பல்லவ ஆதித்தன்.[87] முன்னவன், எலவானாசூர்க் கோயிலுக்கு ஏராளமான வரிப்பாக்கிகளையும் கோயில் செலவுகளுக்காக ஒதுக்கிவைத்தான். பின்னவன், கோலார் மாவட்டத்தில் ஒரு மலைமீது ஒரு கற்கோயில் கட்டினான். பல்லவராயன் பேட்டையில்

இராஜராஜேசுவரம் உடையார் என்ற கற்கோயிலைக் கட்டிய காரிகைக் குளத்தூர்ப் பல்லவராயர் என்பவரும் இருந்தார். இவர் இரண்டாம் இராஜராஜன் இறந்தபிறகு, ஆட்சியில் தலைமையான பங்குகொண்டிருந்தார் என்பதைப்[88] பின்னர் பார்ப்போம். செங்கேணிச் சிற்றரசர்கள் இருவர் குறிப்பிடப்படுகிறார்கள் : 'நித்த விநோத சம்புவராயன்'[89] என்பவர் ஒருவர். இவருடைய மனைவியான சோறுடையாள், தென் ஆர்க்காடு மாவட்டம் பிரமதேசத்துக் கோயிலில் ஒரு விளக்கு எரிக்கக் கட்டளை ஏற்படுத்தினாள். மற்றொருவர், 'இராஜநாராயண சம்புவராயன்;' இவருக்கு அம்மை அப்பன் சீயன் பல்லவாண்டான் என்ற பெயரும் வழங்கியது. இவனுடைய நன்கொடைகளின் விவரங்களை முந்நூரிலும் அச்சிறுபாக்கத்திலும்[90] உள்ள கல்வெட்டுகளில் காணப்படுகின்றன. இராஜநாராயணனின் மறுபெயர்களை மேலோட்டமாகப் பார்க்கும்போது செங்கேணிகள், காடவர்கள் ஆகியோர்களிடையே மரபுவழி உறவு இருந்ததுபோல் தோன்றுகிறது.

ஆட்சியின் முடிவு

இராஜராஜனின் கல்வெட்டுகளில் சொல்லப்பட்டிருக்கும் கடைசியான ஆட்சி ஆண்டுகளில் உறுதியானது 26.[91] திருவொற்றியூரிலுள்ள ஓர் ஆதாரத்தில் 27-ம் ஆண்டு என்று சொல்லப்பட்டிருக்கிறது. ஆனால் இந்தக் குறிப்பில் உள்ள முதல் இலக்கம் ஐயத்திற்குரியதாக இருக்கிறது. கோனிதேனாக் கல்வெட்டில் 28 என்று கொடுக்கப்பட்டிருக்கிறது. ஆனால் இதில் சக சகாப்த ஆண்டு காணப்படவில்லை.[92] எனவே, இராஜராஜன் ஆட்சி ஏறக்குறைய கி. பி. 1173-ல் முடிவடைந்ததாகச் சொல்லலாம். அவனுக்குப் பின் பட்டத்திற்கு வந்த இரண்டாம் இராஜாதிராஜனின் கல்வெட்டுகள் அவனுடைய ஆட்சி கி. பி. 1163-ல் மார்ச் மாதத்தில் ஒரு தேதியில் தொடங்கியதாகச் சொல்லுகின்றன.[93] இவற்றில் ஒன்றிலிருந்து சில விளக்கங்களைப் பெறுகிறோம்.[94] அவையாவன : இராஜாதிராஜன், இராஜராஜனின் மகன் அல்லன்; இராஜராஜனைப் போல அவனும் விக்கிரமசோழனின் பேரன்; அரச மரபின் நேர்க்கிளையில் பொருத்தமாக உரிமைக்குரியோர் வேறு ஒருத்தரும் இல்லாததால், இராஜராஜன், சோழ சிம்மாசனத்தில் தனக்குப் பிறகு அமர்வதற்கு இராஜாதிராஜனைத் தேர்ந்தெடுத்தான்.[95] இராஜாதிராஜனைத் தேர்ந்தெடுத்த சில ஆண்டுகளுக்குள் தெற்கே பாண்டிய நாட்டில் பெரியதோர் உள்நாட்டுப் போர் மூண்டது. அதில் ஏதேனும் ஒரு பக்கத்தில் சேர்ந்துகொண்டு, தமிழ் நாட்டில்

இலங்கையின் செல்வாக்கு வளர்வதைக் கட்டுப்படுத்த வேண்டிய நெருக்கடி சோழர்களுக்கு ஏற்பட்டது. இராஜராஜன் இறந்த சமயம், போர் பெரும்பாலும் முடிவடைந்துவிட்டது. ஆனால் அந்தப் போரைப் பற்றிய விவரங்கள், இரண்டாம் இராஜாதிராஜன், மூன்றாம் குலோத்துங்கன் ஆகியோரின் காலங்களில்தான் சொல்லப்பட்டிருப்பதால் அவற்றை அடுத்த அதிகாரத்தில் ஆராய்வோம்.

குறிப்பு - இ

பல்லவராயன்பேட்டைக் கல்வெட்டு : கருத்து (433/1924)

இது இரண்டாம் இராஜாதிராஜனின் எட்டாம் ஆட்சி ஆண்டுக் கல்வெட்டு. இதை ஏ.ஆர்.இ. 1924, பாகம் II 19-21 பாராக்களில் விரிவாகக் குறிப்பிடுகிறது. சோமசுந்தர தேசிகர் (க்யூ. ஜே.எம்.எஸ். தொகுதி xix, பக். 57. அடிக்குறிப்பு) இதைப் பதிப்பித்துள்ளார்: இவருடைய கருத்து அரசாங்கக் கல்வெட்டு ஆராய்ச்சியாளர் (வெங்கோபராவ்) கருத்திலிருந்து மாறுபடுகிறது. மூன்றாம் குலோத்துங்கன், இரண்டாம் இராஜராஜனின் மகன் என்பதற்கும் தகப்பனாக இருந்தபோது அவன் பச்சிளம் குழந்தையாக இருந்தான் என்பதற்கும் கல்வெட்டில் ஆதாரம் இல்லை என்று சோமசுந்தர தேசிகர் கருதுகிறார். அவர் கொண்டிருக்கும் இந்தக் கருத்து சரியானது என்பது என் எண்ணம். ஆனால், ஏனைய சமகாலத்துக் கல்வெட்டுகளிலிருந்து திரட்டக்கூடிய பல விவரங்களின் பின்னணியில் இந்தக் கடினமான ஆதாரத்தைக் கூர்ந்து கவனித்தால், மேலே கண்ட இரு அறிஞர்களின் கருத்துகளிலிருந்தும் மாறுபட்ட முடிவுகள் எனக்குத் தோன்றுகின்றன. இந்தக் காலத்து வரலாற்றில் இந்தக் கல்வெட்டின் முக்கியத்துவம் கருதி இதை விரிவாக ஆராய முற்படுகிறேன். இந்தக் கல்வெட்டை வி. வேங்கட சுப்ப அய்யரும் பதிப்பித்துள்ளார். இ. ஐ. xxi, பக். 184-93.

க்யூ. ஜே.எம்.எஸ்.ஸில் தேசிகர் கொடுத்துள்ள கல்வெட்டின் மூலம் (வாசகம்) பலவகைகளில் தெளிவு இல்லாமல் இருக்கிறது. அவர் செய்திருக்கிற திருத்தங்களுக்கு விளக்கங்களை அவர் குறிப்புகளில் தெரிவிக்கவில்லை. இ.ஐ-ல் வெளியிடப்பட்டிருக்கும் வாசகம் இதைவிட நம்பத்தக்கதாக இருக்கிறது. கல்வெட்டு உள்ள இடத்திலேயே அதைப் படித்து, அதன் கையெழுத்து நகலை படியெடுத்து எனக்கு எஸ்.கே. கோவிந்தசுவாமி அனுப்பியது ஒத்ததாக இருக்கிறது.

ஒன்று முதல் நான்கு வரையுள்ள வரிகள் இராஜாதிராஜனின் வழக்கமான மெய்க்கீர்த்திகளைத் தருகின்றது. ஆட்சி ஆண்டுகளும் சொற்களில் தரப்பட்டிருக்கின்றன. எனவே, இவைபற்றி நாம் சொல்வதற்கு ஒன்றும் இல்லை. ஐந்தாவது வரிமுதல் பதினான்காவது வரிவரை உள்ள பகுதி பல்லவராயர் வகித்த அரசாங்கப் பதவியையும் முதலில் இராஜராஜனின் பிற்கால உரிமைக்குரியோர் என்ற பட்டத்துடனும், அவன் இறந்த பின்னர் அரசனாகவும் இராஜாதிராஜனைத் தேர்ந்தெடுப்பதிலும் அவனுக்குப் பட்டம் சூட்டுவதிலும் அவர் கொண்டிருந்த பங்கினையும் சொல்லுகிறது. இராஜாதிராஜன் அரியணை ஏறிய சூழ்நிலைகளின் வரலாற்றைத் தெரிவிக்கும் காரணத்தால், புகழ் பெற்றுள்ள இப்பகுதி, இந்த ஆதாரத்திலுள்ள இடைவெளிகளால் விளக்கம் கூறுவதற்கு மிகக் கடினமான பகுதியாகவும் இருக்கிறது. 14 முதல் 21 வரையுள்ள வரிகள் பாண்டியர்களின் உள்நாட்டுப் போரில் பல்லவராயர் கொண்ட பங்கு இன்னது என்பதையும் பாண்டிய நாட்டிலிருந்து இலங்கைப் படை விரட்டப்பட்டதையும் விவரிக்கிறது. பிறகு வரி 21-ல், அவன் ஒரு நோயால் இறந்ததாகச் சொல்லப்பட்டிருக்கிறது. கல்வெட்டின் எஞ்சிய பகுதி, இராஜாதிராஜன் அவனுடைய 8-ம் ஆட்சி ஆண்டில் அவனுடைய சுற்றத்தாருக்கும் அவனை நம்பி இருந்தவர்களுக்கும் இறையிலி நிலம் 40 வேலியை அன்பளித்ததை (வரிகள் 21-28)க் கூறுகின்றன. இந்த நன்கொடைக்கு, அரசாங்க அதிகாரிகள் பலர் சாட்சிக் கையெழுத்திட்டுள்ளனர் (வரிகள் 21-30). இந்த ஆதாரத்தை எவ்வாறு கூறுபோட்டு விளக்கம் கூறுவது சரி எனின், இரண்டாம் இராஜராஜன் இறந்த பிறகு, பல்லவராயர் இறந்து அதன் பிறகு இந்தக் கல்வெட்டு ஏற்பட்டிருக்கவேண்டும் என்ற முடிவு உண்டாகிறது.

5 முதல் 14 வரிகளின் பொதுவான அமைப்பை இப்போது சுட்டிக் காட்டலாம். பல்லவராயர் (5-6), பெற்று நின்று (7) பரிகரிட்டு (10), திரு அபிஷேகம் பண்ணுவித்து (13)[96] ஒருபடியும் பண்ணி (14), மேற்கோள் கொடுக்கப்பட்ட வினைச் சொற்கள் குறிக்கும் செயல்கள் யாவும் பல்லவராயனின் செயல்களே. இந்த உண்மையைச் சிக்கெனப் பிடித்துக்கொள்ள வேண்டும். ஐந்தாவது வரி எளிதாக இருக்கிறது. அதில் பல்லவராயர் பெயரும் பட்டங்களும், அவருடைய உடமைகளின் இருப்பிடங்களும் சொல்லப்பட்டிருக்கின்றன. பிறகு வரும் சொற்களும் 'பெற்று நின்று' என்ற சொற்றொடருக்கு முன்னும் பின்னும் உள்ள சொற்களும், பல்லவராயரின் பெருமதிப்பைப் புலப்படுத்துகின்றன. இந்தப் புதுக்கருத்துத் தெளிவாக இருந்தாலும் கையாளப்பட்டிருக்கும் சொற்களின் மெய்ப்பொருள் ஓரளவு புதிராக இருக்கிறது. இந்தப் பகுதி முழுவதற்கும் பின்வருமாறு பொருள் சொல்லலாம்: "யானைப்படை, குதிரைப் படை, அகம்படி நியாயம் உள்பட பல துறைகளுக்கும் பெரிய தேவர், இராஜராஜத் தேவரின் 10 கோயில் கொட்டுகளுக்கும்[97] தலைவராக (முதலிகள்) வந்திருப்பதாகவும் எல்லா முதலிகளுக்கும் பொதுவாக இருப்பதுபோன்ற கடமைகள் உள்ளதாலும் முதலிகளுக்குரிய முன் ஏவல் உட்பட எல்லா மரியாதைகளும் பெற்றுவருவதாலும்". 10 கோயில் கொட்டுகள் என்பது **'கோயில் ஒழுகு'** என்னும் நூலில் வரும் ஒரு பகுதியை நினைவுபடுத்துகிறது. ஸ்ரீரங்கம் கோயில் நிர்வாகத்தை ஸ்ரீஇராமானுஜர் செம்மைப்படுத்தினார். இறைவனின் பணி ஆட்களான பரிவாரங்களை, 10 கொட்டுகளாகப் பிரித்தார். அதற்குமுன் 5 கொட்டுக்கள்தான் இருந்தன. அரண்மனையின் ஊழியர்கள் நியமனம் முழுவதும் பல்லவராயர் கையில் இருந்தது என்ற கருத்தை இது தெரிவிக்கிறது. அகம்படி நியாயம் (நிகாயம்) என்னும் சொல் அரசனுக்கு மிக அருகிலிருந்து பணி செய்தவர்களைக் குறிப்பிடும்.[98] 'முன் ஏவல்' என்னும் சொல்லுக்குப் பொருள் கூறுவது கடினம். சொல் பெயர்ப்பாகச் செய்தால் முதல் தலைமை என்று பொருள்படும்.[99]

கல்வெட்டின் அடுத்த பகுதி, இராஜராஜனின் மரணத்துடன் தொடங்கி பரிகரித்து (10) என்பதோடு முடிவடைகிறது. ஒரு வயது, இரண்டு வயது உள்ள அரசரின் குழந்தைகளையும் அவனுடைய அந்தப்புரத்தையும், கருவூலங்களையும் பாதுகாக்கப்

பல்லவராயர் எடுத்த நடவடிக்கைகளை விவரமாகச் சொல்லுகிறது. குழந்தைகளின் பச்சிளம் பருவத்தின் காரணமாக, பல்லவராயர் அவர்களை "ஆயிரத்தளி" என்ற படை வீட்டிலிருந்து மற்றொரு இடத்திற்குப் பத்திரமாகக் கொண்டுபோக வேண்டியிருந்தது. வரி 9-ல் காலி இடம் இருக்கிறது. அதனால் இப்பகுதியின் பொருள் நிச்சயமற்ற தன்மையில் இருக்கிறது. ஆனால், பல்லவராயர் தன் முக்கியக் குறிக்கோளை நிறைவேற்றுவதில் வெற்றி கண்டார் என்பதை நாம் உறுதியாகச் சொல்லலாம் (எல்லா அடைவுக் கேடுகளும் வாராத இடத்து, வரி 10). ஆயிரத்தளியிலேயே இறந்துபோன அரசனின் குழந்தைகளும் அந்தப்புரப் பெண்களும் இருந்திருந்தால் அவர்களுக்கு என்ன கேடு விளைந்திருக்கும் என்பதைக் குறிப்பிட்டுத் தெளிவாகச் சொல்லப்படவில்லை.

இனி, நாம் கவனிக்க வேண்டியது, இராஜாதிராஜன் பட்டத்துக்கு வந்ததை நேரடியாகக் குறிக்கும் பகுதி (வரி 10-14). இவ... பெரியதேவர் எழுந்தருளி...நாளிலே, என்ற சொற்றொடருடன் இப்பகுதி ஆரம்பமாகிறது. இந்தச் சொற்றொடர் ஒரு தெளிவான எச்சரிக்கையை விடுக்கிறது. இராஜராஜ தேவன் இறந்த பிறகு நடந்ததை இதுவரை சொல்லி இனி அவன் வாழ்நாளில் நடந்த சிலவற்றை இக்கல்வெட்டு தெரிவிக்க முன்வருகிறது. பட்டத்திற்கு வருவதற்கு ஏற்ற தகுதியுடைய (ஆண்) மக்கள் எவரும் இல்லை-திருஅபிஷேகத்திற்குரிய பிள்ளைகள் இன்றியே இ(ருக்)கிறபடியைப் பார்த்து ஏதாவது செய்தாக வேண்டியிருந்தது. போட்டி போட்டுப் பட்டம் பெற முயலுபவர்களின் உரிமைகள் பற்றி விசாரிக்கப்பட்டது-(அ)ந்நாளிலே காரியம் இருந்தபடி வி(சாரணை)[100] செய்து இறுதியில் விக்கிரம சோழனின் பேரன் ஒருவன் தேர்ந்தெடுக்கப்பட்டான். அவன் கங்கைகொண்ட சோழபுரத்து நெறியுடைப் பெருமாள் மகனான எதிரிலிப் பெருமாள். இவ்வாறு தேர்ந்தெடுக்கப்பட்டவனை இராஜராஜன் முன்னிலையில் கொண்டுவந்து நிறுத்தி அவனைப் புதிய பதவியில் அமர்த்தும்படி பல்லவராயர் கேட்டுக்கொண்டிருக்கலாம். நான்கு ஆண்டுகளுக்குப் பிறகு, உடன் கூட்டம், நாடு ஆகியவற்றின் உடன்பாட்டுடன் இராஜாதிராஜதேவன் என்ற பெயர் சூட்டி அவனுக்கு அபிஷேகம் செய்துவைக்கப்பட்டது. மண்டை கவிப்பித்து (வரி 12) திரு அபிஷேகம் பண்ணுவித்து (வரி 13) என்ற இரு சடங்குகளுக்கும் இடையே நுண்ணிய வேறுபாடு சொல்லப்பட்டிருக்கிறது.

இரண்டிலும் பல்லவராயர் பங்குகொண்டிருந்தார். விக்கிரம சோழனின் மகள்-வேறு வகையில் பிரபலம் இல்லாத ஒருத்தி-வழிப் பேரனாக எதிரிலிப் பெருமாள் இருந்திருக்கக் கூடும்.

பட்டத்திற்கு வந்தது பற்றி மற்றொரு கருத்தை, முதல் தடவையாக, தி.நா. சுப்பிரமணியம் வெளியிட்டார். அது, சாத்தியமானதே. "விக்கிரம சோழனின் பேரனான எதிரிலிப் பெருமாள் என்பவன் இரண்டாம் இராஜாதிராஜன் அல்லன்: ஆனால், இரண்டாம் குலோத்துங்கனே" என்பது இக்கருத்து. இரண்டாம் குலோத்துங்கன் பெரிய தேவரான விக்கிரம சோழன் இறந்ததும் முடிசூட்டப்பட்டான். இதைப் பின்பற்றி இரண்டாம் இராஜாதிராஜனும் முடிசூட்டிக்கொண்டான். **முன்னாளிலேயே காரியம் இருந்தபடி செய்து** என்று வரி 11-ல் சொல்லப்பட்டிருப்பது இதுவே. **மண்டை கவிப்பிட்டு** (வரி12) என்பது இரண்டாம் குலோத்துங்கனுக்கும் திரு அபிஷேகம் பண்ணிவிட்டு (வரி 13) என்பது இராஜாதிராஜனுக்கும் பொருந்தும். இரண்டாம் குலோத்துங்கன் எதிரிலிப் பெருமாள் என்ற பெயரால் நன்கு சிறப்புற்றிருந்தான் என்பது **பிள்ளைத்தமிழா**லும் அவன் காலத்திய கல்வெட்டுகளாலும் தெளிவாகத் தெரிகிறது. ஆனால் காலவரையறைக் கணிப்புப் பட்டியலிலிருந்து இக்கருத்திற்கு எதிர்ப்பும் எழுகின்றது. குலோத்துங்கன் ஆட்சி கி. பி. 1133 மே-ஜூன் முதல் கணக்கிடப்படுகிறது. விக்கிரம சோழன் அதன் பிறகும் இரண்டு ஆண்டுகள்வரை ஆட்சி செய்தான். குலோத்துங்கன் ஆட்சி ஒரு சரியான முன் உதாரணமாக இருப்பதற்கு, இரண்டாம் இராஜராஜனைப் போல விக்கிரம சோழனுக்கும் தன் நேர் வாரிசாக ஒருவரும் இல்லை என்றும் ஆகையால் மகள் வழிப் பேரனை 1133-ல் இளவரசர் (யுவராஜா) ஆக்கினான் என்றும் இளவரசர், பிறகு உரிய காலத்தில் முடிசூட்டப்பட்ட அரசர் ஆனார் என்றும் நாம் உய்த்துணர வேண்டியவர்களாக இருக்கிறோம். இதுவும் நடந்திருக்கக் கூடியதே. ஆனால் அதே காலத்தவரான புலவர் ஒட்டக்கூத்தன், குலோத்துங்கனை விக்கிரம சோழனின் மகன் என்று குறிப்பிட்டிருக்கிறான். இதை விளக்க வந்த தி.நா. சுப்பிரமணியன், அரசன் தன் மகள் வழிப்பேரனை தன் மகனாகச் சுவீகாரம் செய்துகொண்டான் என்று அனுமானிக்கிறார்.

அனந்தப்பூர் மாவட்டம் ஹேமாவதியிலுள்ள ஒரு தமிழ்க் கல்வெட்டு மூன்றாம் குலோத்துங்கன் பட்டத்துக்கு வந்த காலத்தை

1166-7 என்று சொல்லுவதையும் நாம் கவனிக்கவேண்டும். இக்கல்வெட்டின் விவரம் 117/1899 எஸ். ஐ. ஐ. vi எண் 533-காலம், விஜய திரிபுவன சக்ரவர்த்தி குலோத்துங்கனின் இரண்டாம் ஆட்சி ஆண்டு. இராஜாதிராஜனைப் போல் இவனும் கங்கை கொண்ட சோழ புரத்திலிருந்து அழைத்து வரப்பட்டானா என்ற ஐயம் ஏற்படுகிறது. இவனுடைய நிலை உறுதிப்பட பத்து ஆண்டுகளுக்குமேல் ஆயிற்று. அதுவரை இவன் மல்லிதேவ சோட மகாராஜா போன்ற சிற்றரசர்களின் ஆதரவுடன் பாதுகாப்பாக எங்கேயோ இருந்து வந்தானா என்ற கேள்வியும் பிறக்கிறது. "கங்கைகொண்ட சோழபுர(த்தில் எழுந்)தருளி இருக்கிற பிள்ளைகளை (பிர)யாணம் பண்ணு (விட்டு) என்று வரி 11-ல் காணப்படும் சொற்றொடரிலிருந்து இரு சிற்றரசர்களும் சம்பந்தப்பட்டிருக்கலாம் என்பதைக் காட்டுகிறது; 13-14-ம் வரிகள், இராஜாதிராஜன், சிக்கல் இன்றி அமைதியாக அரியணை ஏற இயலவில்லை என்பதை உணர்த்துகின்றன. ஆனால் இந்த விஷயம் மூடுமந்திரமாக இருக்கிறது. திராட்சாராமாவிலிருந்து எஸ். ஐ. ஐ. iv. எண்கள் 1074 (இதில் ஆட்சி ஆண்டு 61 என்று கண்டிருப்பது பிழையானது, 16 என்று இருக்க வேண்டும்) - 1100, 1223, 1279, 1118, 1330-ஆகிய இராஜாதிராஜன் கல்வெட்டுகள் அவனது ஆட்சி ஆண்டை 49-வரை அதாவது கி. பி. 1212 அல்லது 1215 வரை கொண்டு போகின்றன. இவற்றையெல்லாம் ஆராய்ந்தால்தான் இவ்விஷயத்தில் ஒரு தெளிவு பிறக்கும்.

இக்கல்வெட்டு இராஜராஜனின் ஆட்சியில் ஏற்பட்ட நிகழ்ச்சிகளைத் தொகுத்துக் கூறுகிறது. காலவரையறையை ஆராய்வதற்கு முன் கல்வெட்டின் எஞ்சிய பகுதியைச் சுருக்கமாகப் பார்ப்போம். நான்கு ஆண்டு காலம் பதவியில் பயிற்சி பெற்ற பிறகு, இராஜாதிராஜனுக்கு அபிஷேகம் செய்து வைக்கப்பட்டது. அதைத் தொடர்ந்து பாண்டிய நாட்டில் உள்நாட்டுக் கலகம் ஏற்பட்டது. பல்லவராயர் சோழர் படை வெற்றி வாகை சூடச் செய்ததோடு, போர் முடிந்த பிறகு மன்னனின் ஏனைய ஆணைகளை நிறைவேற்ற அவர் தயாராக இருந்தார். (வரி 14-21). பிறகு அவர் நோய்வாய்ப்பட்டு இறந்தார். ஏற்கெனவே ஆதாரத்தில் குறிப்பிட்டபடி இராஜராஜன் இறந்த சிறிது காலத்திற்குப் பிறகு இவர் இறந்திருக்க வேண்டும். பல்லவராயருக்கு காணியாக இருந்த 40 வேலி நிலத்தை அவனுக்கு நன்கொடையாகக் கொடுத்தான். அவனுடைய மனைவி மற்றும் சுற்றத்தாரின் நன்மை கருதி வரி விலக்கும்

அளித்தான். இது இராஜாதிராஜனின் 8-ம் ஆட்சி ஆண்டில் நடந்தது. இந்தக் கொடையால் பயனடைந்தவர்கள் பட்டியலில் இராஜராஜதேவன் (இராஜாதிராஜ தேவன் என்று இதை சோம சுந்தர தேசிகர் படித்திருக்கிறார்) என்ற பெயர் உள்ளது. இவருடைய உறவினருக்கும் மக்களுக்கும் நிலங்கள் கொடுக்கப்பட்டன. இரண்டாம் இராஜாதிராஜனே இந்த இராஜராஜதேவன் என்று (ஏ. ஆர். இ. 1924, II, 21, இ. ஐ. xxi, பக். 185, எண். 2) சொல்லப்பட்டிருப்பதை ஏற்றுக்கொள்ள நான் தயங்குகிறேன். அந்த நபர் பல்லவராயர் மகனாக - பிற வகையில் புகழ் பெறாத சாதாரண ஆளாக - இருக்க வேண்டும் என்பது என் எண்ணம். கூடுதலான பங்கு (8 வேலி) அவனுடைய மனைவி (விருதங்காள்)க்கும் மக்களுக்கும் செல்லுகிறது என்பதும் இராஜராஜனுடைய அந்தப்புரத்தையும் மக்களையும் பத்திரமான இடத்திற்கு அனுப்ப, பல்லவராயர் ஆவன செய்தார் என்பதும் இதற்கு மாறுபட்ட கருத்துக்கு ஆதரவாக உள்ளன. இராஜராஜனின் மக்கள், பல்லவராயரின் மகள் வழியாகப் பிறந்தவர்களாக இருக்கக்கூடும்.

வெங்கோபராவ், பின் வருமாறு சொல்லுகிறார்: "இராஜாதிராஜனுக்கு முடிசூட்டுவதற்கு வெளிப்படையாகவும் மறைமுகமாகவும் பல சாராரிடமிருந்தும் பலத்த எதிர்ப்பு இருந்ததாகத் தெரிகிறது. அவற்றிலிருந்து அமைச்சர், இளவரசரைக் காப்பாற்றியதோடு, எதிரிகள் என்று அவர் சந்தேகப்பட்ட எல்லோரையும் கைது செய்து, இராஜாதிராஜனை அரியாசனத்தில் வீற்றிருக்கச் செய்தார்" (ஏ. ஆர். இ.1924 II 20). ஆதாரத்தில் துண்டு துண்டாகவும் தெளிவு இல்லாமலும் இருக்கிற 13-வது வரியில் இல்லாத பல கருத்துக்ளை அதில் திணிக்கச் செய்யும் முயற்சிகளாக இவை எனக்குத் தோன்றுகின்றன. "துரதிர்ஷ்டவசமாக, அதன் முக்கிய பகுதிகளில் இந்தக் கல்வெட்டு மிகவும் சேதப்பட்டு சர்ச்சைகளுக்கு இடம் அளித்துவிட்டது" (மேற்சொன்ன ஆதாரத்தில்) என்று வெங்கோபராவ் சொல்லியிருப்பது உண்மையே; இக்கருத்தை நானும் ஏற்றுக்கொள்ளுகிறேன்.

இனி, காலவரையறையைப் பார்ப்போம். இராஜராஜனின் ஆட்சி, கி. பி. 1146-ல் ஏப்ரல் 6-க்கும் ஜூலை 11-க்கும் இடையே ஆரம்பமாயிற்று. அவனுடைய கல்வெட்டுகளில் தெளிவாகச் சொல்லப்பட்டிருக்கும் ஆட்சி ஆண்டு 26. எனவே 26-ம் ஆண்டு, கி. பி. 1171-ஏப்ரல் 6-க்குப் பிறகு தொடங்கியிருக்க வேண்டும். இராஜாதிராஜன் பட்டத்திற்கு வந்தது கி. பி. 1163-ல் பிப்ரவரி

28-க்கும் மார்ச்சு 30-க்கும் இடையில் ஆகும்; எனவே, அவனுடைய 8-ம் ஆட்சி ஆண்டு, 1170 - மார்ச்சு முதல் 1171 - மார்ச்சு வரை அடங்கும். இவ்வாறு கணித்தால், இராஜராஜனின் 26-ம் ஆட்சி ஆண்டு, இராஜாதிராஜனின் 8-ம் ஆண்டு முடிவடைந்த வரை ஆரம்பமாகவில்லை. இராஜாதிராஜனின் 8-ம் ஆண்டில் பல்லவராயர் இறப்பதற்கு முன் இராஜராஜன் இறந்துவிட்டான்[101] என்று இந்தக் கல்வெட்டில் சொல்லியிருப்பதைப் பொருந்தச் செய்வது சிரமமே. பாண்டியர்களின் உள்நாட்டுப் போரின் காலக்கிரமத்தைப் பார்த்தாலும், இராஜாதிராஜனின் ஆட்சி கீல்ஹார்ன் தீர்மானித்திருக்கும் காலத்திற்குச் சற்றுப் பின்னர்தான் ஆரம்பமாகியிருப்பதையும் பார்க்கிறோம்.

இரண்டாம் இராஜாதிராஜனின் சில கல்வெட்டுகளில் சொல்லப்பட்டிருக்கும் காலங்களைக் கணக்கிட்டால், அரியாசனம் ஏறிய காலத்திற்கு கீல்ஹார்ன் செய்திருக்கும் முடிவு பொருத்தமாக இல்லை. அவன் ஆட்சி, கீல்ஹார்ன் குறிப்பிட்டிருப்பதை விட பிற்காலத்தில் தொடங்கியிருக்கும் என்பதற்கு அறிகுறிகள் 19/1913, 571/1907, 428/1912 ஆகியவற்றில் அறிகுறிகள் உள்ளன. பார்க்க **'இந்தியன் எப்பிகிராபி'** I ii பக். 70 மற்றும் இ. ஐ. x. பக்.126-7, 571/1907-ல் ஆட்சி ஆண்டாகச் சொல்லப்பட்டிருப்பது "15" ஆக இருக்கலாம் என்று சூவல் சொல்லும் யோசனை சாத்தியமானது அல்ல என்று வெங்கையா கூறுவதும், 'கடல் சூழ்ந்த' என்ற முன்னுரை 428/1912-ல் அடங்கியிருப்பதும் நம் கவனத்திற்கு உரியன. இராஜாதிராஜன் கி. பி. 1166 அளவில் பட்டத்திற்கு வந்தான் என்று இந்த ஆதாரங்களில் சொல்லியிருக்கும் தேதி, மேலே நாம் சுட்டிக் காட்டியிருக்கும் செய்திகளுக்குப் பொருத்தமாக இருக்கிறது. இன்னொரு கோணத்திலிருந்து பார்க்கும்போது 337/1914 (பி.டி.138). கீல்ஹார்ன் குறிப்பிட்டிருப்பதைவிட இன்னும் முற்பட்ட ஒரு காலத்தைத் தெளிவாக வலியுறுத்துவதுபோல் தெரிகிறது. இந்த அரசனின் ஒரே ஆட்சி ஆண்டு 12-வதாக அல்லது 14-வதாகச் சொல்லப்பட்டிருக்கும் கல்வெட்டு[102] புங்கனூரில் கிடைத்திருக்கிறது.

23/1916-7 என்ற செப்பேடு இரண்டாம் இராஜராஜனின் 23-ம் ஆட்சி ஆண்டை எஸ்.1091வுடன் இணைக்கிறது. இதைக் குறித்து, வெங்கடசுப்பு ஐயர், பின்வருமாறு எழுதியிருக்கிறார் : "இரண்டாம் இராஜராஜன் கி. பி. 1169-ல் உயிரோடு இருக்கவில்லை என்பதும் சோழநாடு இரண்டாம் இராஜாதிராஜனால் ஆளப்பட்டது

முதலாம் குலோத்துங்கனுக்குப் பிற்பட்ட அரசர்கள்

என்பதும் நமக்குத் தெரியும். அரசப் பிரதிநிதியின் ஆட்சிக் காலம் இங்கு (வெங்கியில்) இராஜராஜனின் ஆட்சியின் தொடக்கமாகக் கணக்கிடப்பட்டது போலும்." இந்தக் குறிப்புகள் இராஜாதிராஜன் பட்டம் எய்திய பிறகு (1163) காலம் கணக்கிடப்பட்ட இராஜராஜனுடைய எந்த ஆதாரமும் இல்லை என்பதாக அனுமானித்துள்ளன. அப்படியானால் 267/1901, 411/1909, 96/1920 ஆகியவற்றைக் கவனிக்க வேண்டும். தமிழ் மாவட்டங்களில் இராஜராஜனின் 19-ம் ஆட்சி ஆண்டிற்குப் பிற்பட்ட ஆதாரங்கள் கிடைக்கவில்லை என்பது உண்மையாய் இருப்பினும், மேற்கண்ட கல்வெட்டுகளைக் கூர்ந்து கவனிப்பது அவசியமானது. மேலும், இறந்துபோன அரசர் ஒருவர் பெயரால் அரசப் பிரதிநிதியோ அல்லது அவருடைய சிற்றரசர்களோ தொடர்ந்து ஆதாரங்களை வெளியிட்டிருக்கலாம் என்று வெங்கட சுப்பு ஐயர் சொல்லுகிறார். இந்த வழக்கத்திற்கு ஆதரவாக வேறு எந்தவிதமான சான்றும் சோழர் வரலாறு முழுவதிலும் காணப்படவில்லை. மூன்றாம் குலோத்துங்கன் சிறு பிள்ளையாக இருந்தபோது அவனுடைய அரசப் பிரதிநிதியாக இரண்டாம் இராஜாதிராஜன் ஆண்டுவந்தான் என்பதற்கு எவ்வித ஆதாரமும் இல்லை.

இராஜாதிராஜன் பட்டத்திற்குத் தேர்ந்தெடுக்கப்பட்ட சரியான தேதி எது? என்ற கேள்வி ஏற்படுகிறது. நான்கு ஆண்டுகள், அரசப் பிரதிநிதியால் ஆளப்பட்ட காலமும் அவனுடைய ஆட்சிக் காலமாக கல்வெட்டுகளில் சேர்த்துக் கணக்கிடப்பட்டிருக்கிறதா என்பதைப் பொருத்துத்தான் இந்தத் தேதியை முடிவுசெய்யலாம். நான்கு ஆண்டுக் காலம் முடிவடைந்த பிறகு, அவனுக்குப் பட்டாபிஷேகம் செய்த சமயத்தில்தான் இராஜாதிராஜன் என்ற அபிடேகப் பெயர் ஏற்பட்டது என்பதையும், அவனுடைய இரண்டாம் ஆண்டில் ஏற்பட்ட கல்வெட்டுகளிலும் இந்தப் பட்டம் இடம் பெற்றிருக்கிறது என்பதையும் கவனிக்கும்போது, பட்டாபிஷேகத் தேதிக்கு முன்பே பயிற்சிக் காலம் முடிந்துவிட்டது என்றும், இராஜாதிராஜனின் ஆட்சி ஆண்டுகளில் இந்தக் காலப்பகுதி சேரவில்லை என்றும் முடிவுக்கு வரவேண்டியிருக்கிறது.[103] இது சரியாக இருப்பின் இராஜாதிராஜனின் ஆட்சி ஆண்டு 1163-ல் ஆரம்பமாயிற்று என்று நாம் கொள்வோமாயின், அரசப் பிரதிநிதி மூலமாக ஆள்வதற்கு அரியாசனத்தில் இருக்க அவனைத் தேர்ந்தெடுக்கப்பட்ட ஆண்டு கி. பி. 1159 ஆகும். அவன் முடிசூட்டிக்கொண்ட ஆண்டு கி. பி. 1163 அல்ல; 1166-தான் என்று நாம் கொண்டால், அவன் தேர்ந்தெடுக்கப்பட்ட ஆண்டு

1162 ஆகும். பின் குறிப்பிட்ட தேதிதான் பொருத்தம் என்பதை நாம் பார்த்தோம். இந்தத் தேதிக்கும் சில ஆண்டுகள் பின்னரும் இராஜராஜன் வாழ்ந்தான்.

மூன்றாம் குலோத்துங்கன், இராஜராஜனின் மக்களுள் ஒருவன் என்றும், இராஜராஜன் இறந்தபோது அவன் ஒரு வயதுக்கு மேற்பட்டும் இரண்டு வயதிற்கு உட்பட்டும் இருந்தான் என்றும் கூறப்படுகிறது. இது முற்றிலும் பொருந்தாக் கூற்று. ஏனெனில், அவன் இராஜராஜன் இறந்து ஆறு ஆண்டுகளுக்குள் 1178-ல் பட்டத்திற்கு வந்ததோடு, இராஜராஜன் உயிரோடு இருந்தபோதே தொடங்கிவிட்ட பாண்டிய அரசு உரிமைப் போரில் மிகவும் ஈடுபட்டு பங்கு கொண்டான். **குலோத்துங்கன் கோவை, சங்கர சோழன் உலா** என்ற நூல்களின் சான்றும் அதே முடிவைத் தெரிவிக்கின்றன. செந்தமிழ், iii, பக். 164 அடிக்குறிப்பு; மாறுபட்ட கருத்து ஏ. ஆர். இ. II, 48; 1924 II 21; இ. ஐ. xxi, பக்.186.

குறிப்புகள்

1. இ. ஐ. vii, பக். 4-5.
2. 284/1923; 520/1920; 139/1902. முன் பக். 330.
3. 285/1912.
4. 408/1909 மற்றும் 175/1911; 157/1925.
5. ஹுல்ஷ் (எஸ். ஐ. ஐ., பக். 179-81) கருத்தில் விக்கிரம சோழனுடைய வாழ்க்கையில்மூன்று வேறுபட்ட பகுதிகள் இருந்தன. 'பூ மாலை மிடைந்து' என்பதன் முன்னுரையில் சொற்றொடர் இலக்கணத்தைக் கவனமாக ஆராய்ந்தால், வேங்கி நாட்டில் அவன் அரசப் பிரதிநிதியாக இருந்த போது கலிங்கப் போர் நடைபெற்றது என்ற கருத்து ஏற்படுகிறது.
6. 502/1922 (ஆண்டு 11).
7. இ. ஐ. Vii, பக். 5.
8. எஸ். ஐ. ஐ. ii, பக். 308, எண். 4; இ. ஐ. vi, பக். 224.
9. V. 776. ஒட்டக்கூத்தன் தன்னுடைய நூல்களில் இந்தப் பரணியை மூன்று தடவை குறிப்பிட்டிருந்தாலும் அவனே அதை எழுதியதாக அதில் சொல்லவில்லை என்பது குறிப்பிடத்தக்கது. ஜெயங்கொண்டாரின் **கலிங்கத்துப் பரணி**யையே இவ்வாறு குறிப்பிடுவதாக ஹுல்ஷ் கருதுகிறார். அந்த நூல் கி. பி. 1095-6 க்கு முன் குலோத்துங்கன் நடத்திய கலிங்கப் போரை விவரிப்பதாகவும் அவர் சொல்லுகிறார். (எஸ். ஐ. ஐ. iii, பக். 180). உண்மையில், ஜெயங்கொண்டாரின் நூல் குலோத்துங்கன் ஆட்சியில் நடைபெற்ற இரண்டாவது கலிங்கப் போரையே குறிக்கிறது. அதில் விக்கிரம சோழனுக்கு ஒரு பங்கும் இல்லை. விக்கிரமனின் போர் பற்றிய பரணி முன்னைய சந்தர்ப்பத்தைத்தான் குறிப்பிட்டிருக்க வேண்டும் (கலிங்கத்துக்கு எதிராக வேறு எந்தப் போரும் நடந்ததாக நமக்குச் சான்று இல்லை). இந்த நூலைக் கூத்தன், விக்கிரம சோழனின் ஆட்சியின்போது இயற்றியிருக்க வேண்டும்.
10. இ. ஐ. iv, பக். 42 vv. 34-5.
11. 153/1897 பார்க்க பக். 330 முன்.
12. 163/1897. சக 1054 என்பது 1057 என்று இருக்க வேண்டும், இ. ஐ. vii பக். 5.
13. 175/1911-இ. சி. x. எஸ்டி. 9.
14. 467/1911- இ. சி. x. எஸ் பி. 61.

15. 87/1900.
16. 30/1903.
17. 276/1901. எஸ். ஐ. ஐ., vii, 496. "காலம் பொல்லாதாய் நம்மூர் அழிந்து குடி ஓடிப்-போய்-கிடந்தமையில்."
18. பார்க்க எஸ். ஐ. ஐ. iii, பக். 185, n. 2. தங்க இலை அல்லது பொன்னாலான ஒரு தட்டில் வாழ்த்து பொறிக்கப்பட்டு ஒவ்வோர் ஆட்சி ஆண்டின் இறுதியிலும் அந்த ஆண்டு முடிந்து அடுத்த ஆண்டு பிறப்பதைக் குறிக்க அரசனுக்கு வழங்கப்பட்டிருக்கலாம். வாழ்த்துச் சொற்களில் மாறுதல் இன்றி அவையே மீண்டும் மீண்டும் பொறிக்கப்பட்டிருக்கலாம்.
19. தேதி வருமாறு: கி. பி. 1128, ஏப்ரல் 15. கீல்ஹார்ன், இ. ஐ. vii பக். 3.
20. **ஸ்டடீஸ்,** பக். 176 அடிக்குறிப்பு.
21. 282, 284, 287/1913.
22. 312/1913.
23. 71/1926; ஏ. ஆர். இ. 1926, II, 27.
24. 168/1906.
25. 271/1927.
26. 299/1910; ஏ. ஆர். இ. 1911, II, 27.
27. 63/1918.
28. 163/1902.
29. 272-3/1907; 49/1931. **உலா** 11. 431, 662, மற்றும்
30. இ. ஐ. vi. பக். 227-30.
31. ix, vv 7, 16, xiii, v, 89.
32. எஸ். ஐ. ஐ. iii, பக். 181-2.
33. 136/1895.
34. 11. 119 அடிக்குறிப்பு.
35. இந்தப் பட்டியலில் கலிங்கரும் சேர்க்கப்பட்டிருப்பது வேடிக்கையாக இருக்கிறது.
36. 229/1929. கர்ண பரம்பரையாகச் சோழமன்னன் என்று சொல்லப்படும் மனுவின் அமைச்சராயிருந்த ஒருவரின் சந்ததியாக வந்தவன் என்று திருவாரூர் குலோத்துங்க-சோழ-மகாபலி வாணராயர் உரிமை கொண்டாடினான் (164/1894).

37. செஞ்சிக் கோட்டையைப்பற்றி மிகப் பழைமையான குறிப்பாக இது இருக்கலாம். 159/1930-ல் திருவேகம்பம் உடையாரின்தேவதானம் என்று, 'செஞ்சி' சொல்லப்பட்டிருக்கிறது.

38. 71/1926.

39. மன்னை என்பது ஒருவேளை மால்கெட் என்னும் ஊராக இருக்கலாம். ஆனால் இந்த நிகழ்ச்சி எப்போது நடந்தது என்று நாம் சொல்லமுடியாது. முடிகொண்டான் என்பவன் வட்டாற்று அரசன் என்று 416/1893 சொல்லுகிறது. அவனுடைய யானையும் சிறப்பாகக் குறிப்பிடப்படுகிறது.

40. சேதி நாடு என்று குறிப்பிடும்போது, புலவர் சேதிராயர் ஆண்ட நாடான திருக்கோயிலூர், கிளியூர் முதலியவற்றைச் சுற்றியுள்ள மலைப்பகுதியைச் சுட்டுகிறார். கல்வெட்டுகளில் மலையமான் சிற்றரசர்களாக கீழ்க்கண்ட மூவர் சொல்லப்படுகிறார்கள். (1) மலையமான் திருக்கல மறுந்தன் ஆழவங்ககார மலையமான் (408/1909); (2) உபயன் என்ற விக்கிரம சோழ சேதிராயன், (286/1902; 371/1908); (3)சூற்றியன் இராமன் என்ற இராஜேந்திர சோழ மலையகுலராஜன் (177/1906; 373/1908-)ல் இவன் மலையன் மல்லன் என்றும் குறிப்பிடப்பட்டிருக்கிறான்.

41. **கலிங்கத்துப் பரணி**யிலோ, கல்வெட்டுகளிலோ கலிங்கப் போரில் அதிகன் கொண்ட பங்கு சொல்லப்படவில்லை. ஆனால், ஒட்டக்கூத்தன் இயற்றிய மற்றொரு **கலிங்கப் பரணி** இப்போது நமக்குக் கிட்டவில்லை என்பதையும் நாம் நினைவு கூர்தல் வேண்டும்.

42. 128/1930.

43. இ. ஐ. x, பக். 138; xi, பக். 287; எண் 135/1934-5 9-ம் ஆண்டுக்குரியது, கி. பி. 1142 மார்ச்சு 24-ம் தேதிக்குப் பொருத்தமாக இருக்கிறது. ஏ. ஆர். இ. II, 15.

44. மெய்க்கீர்த்திகளினுடைய முக்கியமான வாசகங்களில் ஆரம்பப் பகுதிகளும் அவை மிகப் பழைமையாகக் கையாளப்பட்டிருக்கிற காலத்தையும் குறிப்பிடுவோம்.

பூ மன்னு பாவை - 56/1893 2-ம் ஆட்சி ஆண்டு.

பூ மருவிய புவி ஏழும் - 85/1885, அதே ஆட்சி ஆண்டு.

பூ மேவிய (மேவி) வளர் - 422/1904, அதே ஆட்சி ஆண்டு.

பூ மன்னு பதுமம் - 255/1929, 3-ம் ஆட்சி ஆண்டு.

பூ மேவிய திருமகள் - 572/1907, 8-ம் ஆட்சி ஆண்டு.

பூ மன்னு யாணர் - 83/1895, 15-ம் ஆட்சி ஆண்டு.

மற்றும் பார்க்க ஏ. ஆர். இ. 1913, II, 35.

45. 155/1902.

46. சோழ மன்னர்கள் முடிசூட்டிக்கொண்ட நகரங்களாக ஐந்து நகரங்களைப் **பெரிய புராணம்** குறிப்பிடுகிறது. (சண்டேசுவர v. 8).

47. 350/1927; ஏ. ஆர். இ. 1927, II, 24.

48. 11, 69-116.

49. 363/1907. இந்தச் செய்தியைப் பற்றிய குறிப்புடன் ஆரம்பமாவதாகத் தெரிகிறது. கல்வெட்டின் ஏனைய பகுதிகள் நன்கு பாதுகாக்கப்பட்டிருப்பதால் இந்தப் பகுதி மட்டும் வேண்டுமென்றே சேதப்படுத்தப்பட்டிருப்பதாகத் தெரிகிறது. சிதம்பரத்தில் கோவிந்தராஜர், நடராஜர் ஆகியோரின் உட்கோயில்கள் ஒன்றுக்கொன்று எத்தகைய அமைப்புகளில் இருந்தன என்பதைப் பற்றி காலத்தால் முற்பட்ட குறிப்பு ஒருவேளை **திருக்கோவையார்** v. 86-ல் மாணிக்கவாசகர் சொல்லியிருப்பதாக இருக்கலாம். பல பழமையான் கோயில்களில் சிவன், விஷ்ணு ஆகிய இருவருக்குமே உட்கோயில்கள் இருந்ததாகத் தெரிகிறது. இரு தெய்வங்களையும் வழிபடுபவர்களுக்கு இடையே நல்லுறவு ஏற்படுத்த இக்காலத்தில் திட்டமிட்ட முயற்சி நடந்ததாகத் தெரிகிறது. இக்காலத்தில்தான் "அரியும் சிவனும் ஒன்று அதை அறியாதவர் வாயில் மண்ணு" என்ற பழமொழி ஏற்பட்டு சங்கர நாராயணர் என்ற வடிவமும் உண்டாயிற்று. இடைக்காலத்தில் இவ்வாறு ஏற்பட்ட சமரச மனப்பான்மை பிற்காலத்தில் சமயவெறி பிடித்தவர்களின் சகிப்புத்தன்மை இல்லாமையால் அழிந்தது.

50. 11, 58-66.

51. vv, 777, 808-10.

52. ஏ. ஆர். இ. 1913, II, 34; 1927, II, 24.

53. **குலோத்துங்க சோழன் உலா,** 1, 118.

54. 271/1915; 533/1921.

55. 85/1895.

56. 271/1915; 533/1921; 346/1911; 531/1912 ஆகியவை, அநபாய மூவேந்த வேளான் என்ற ஒரு அதிகாரியைக் குறிப்பிடுகிறது.

57. 157/1902.

58. 363/1911; 312/1901 மற்றும் **செந்தமிழ்** xxv, பக். 271-5, ஏ. ஆர். இ. 1912, II, 27.
59. 225/1929; 380/1908.
60. 157/1902.
61. 374/1902.
62. 391/1921. மற்றும் பார்க்க 467/1921 (திருவெண்ணெய் நல்லூர்) ஏ. ஆர். இ. 1922, II, 39-ல் முன்னைய ஆதாரம் மூன்றாம் குலோத்துங்கனின் ஆட்சிக் காலத்தில் ஏற்பட்டது என்று சொல்லப்பட்டிருப்பதால் குழப்பமான விளைவுகள் உண்டாகியுள்ளன.
63. 45/1903.
64. 46/1903.
65. 137/1900.
66. 572/1907.
67. 411/1902; பி. டி. 120.
68. சி. வி. அதி. 77. v.. 28. எண். 1.
69. **இராஜராஜ – சோழன் – உலா**, 11, 66-7.
70. இ. ஐ. ix, பக். 210.
71. 465/1919.
72. 243/1930.
73. இயல், இசை, நாடகம்.
74. 16/1903; 369/1911. புவனம் முழுதுடையாள் பெயரும் **இராஜராஜன் உலா** வரி 78-ல் சொல்லப்பட்டிருக்கிறது.
75. 165/1908.
76. 219/1901. ஏ. ஆர். இ. 1909 II, 48-50 என்ற ஆதாரம், மெய்க்கீர்த்திகளிலிருந்து பார்க்கும்போது, இரண்டாம் இராஜராஜன், இரண்டாம் இராஜாதிராஜன், மூன்றாம் குலோத்துங்கன் ஆகியோருக்கிடையேயுள்ள உறவுகளை விவாதிக்கிறது. அதில் சொல்லப்பட்டிருப்பதாவது : "இராஜகேசரி, பரகேசரி என்ற பட்டங்கள் வரையறை இல்லாமல் இந்த அரசர்கள் எல்லோருக்கும் வழங்கப்பட்டிருக்கின்றன என்பது கவனத்திற்குரியது." இது சரியென்று நான் நினைக்கவில்லை. சில ஆதாரங்களில் ஒரு பட்டத்திற்குப்

பதிலாக மற்றொரு பட்டம் போடப்பட்டு சில பிழைகள் நேர்ந்திருக்கின்றன என்பதை மறுப்பதற்கில்லை. ஆனால் அவ்வாறு பிழைகள் ஏற்பட்டிருக்கும் சந்தர்ப்பங்கள் மிகக் குறைவு. எனவே, ஒட்டுமொத்தமாகக் குறை கூறுவது பொருத்தமாக இல்லை. மேலும் பார்க்க ஏ. ஆர். இ. 1904, பாரா 21.

77. சி. எப். 219/1901; 538/1904.

78. 486/1911.

79. 18/1900.

80. 267/1901

81. 216/1893.

82. 163/1906.

83. 336/1917; **உலா** 11, 252; 685.

84. **தக்கயாகப்பரணி** v 549-ம் எண்.

85. 128/1929; 45/1914.

86. 166/1906. ஏ. ஆர். இ. 1937-8 II 39.

87. 486/1911.

88. 434/435/1924.

89. 168/1918.

90. 52/1919; 244/1901.

91. 703/704/1920.

92. 181/1899.

93. இ. ஐ. ix. பக். 211. ஆனால் கீழே பக். 359 ஐப் பார்க்க.

94. 433/1924, மாறுபட்ட கருத்து ஏ. ஆர். இ. 1909. II, 48.

95. 433/1924 ஒரு சிக்கலான கல்வெட்டு. அது இந்தக் காலத்திய கால வரையறை பற்றி சில பிரச்சினைகளை எழுப்புகிறது. இந்த அதிகாரத்தில் நாம் கொடுத்துள்ள "இ" என்ற குறிப்பைப் பார்த்தால் இக் கல்வெட்டிலுள்ள இடைவெளிகள் அதன் பொருள் விளங்காதவாறு ஒரு புதிரை உண்டாக்குகின்றன.

96. வரி 13-ல் வி. வி., செல்லும்படி பண்ணி(விட்டருளி)னார்" என்று படிக்கிறார். என்னுடைய வாசகம் "பண்ணி உ....னார்" என்பதாகும். இந்த வார்த்தை முடிந்த முடிவான வினைச்சொல்

ஆகாது என்பதும் ஆனால் அது பெயரெச்சமாகவும் பெயர்ச்சொல்லாகவும் இருந்து "மிகை செய்யாதபடி" என்ற வினைச் சொல்லைக் குறிக்கும் இயற்பெயராக இருக்க வேண்டும் என்பது என் கருத்து.

97. "பேர்த்து கோயிற் கொட்டும்" என்று வி. வி படித்து "பெரிய மாளிகை" என்று படித்து மொழிபெயர்க்கிறார். "ஆனை(க்) குதிரை" என்று நான் கருதுவதை அவர் "ஆவற்குதிரை' என்று படித்து "போர்க் குதிரைப் படை என்று பொருள் கொள்ளுகிறார்.

98. "அரண்மனையின் உள் பகுதிகளில் பணி புரியும் ஆயுதம் தாங்கிய ஆடவரும் பெண்டிரும் ஆகிய படை" வி. வி.

99. "அரசருடைய ஆணைகளை, அரசர் வாய் மொழியாகக் கூற அவற்றை முதலில் கேட்டு, அவற்றை நிறைவேற்றுவதற்காகப் பிறருக்குத் தெரிவிக்கும் பொறுப்பும் அதிகாரமும் உடைய அதிகாரிகளின் வகை" வி. வி.

100. வி(ண்ணப்பஞ்) செய்து என்று வி. வி. கருதுகிறார்.

101. 7/1893, இரண்டாம் இராஜராஜனின் 1(9) வது ஆட்சி ஆண்டுக்கும், இராஜாதிராஜனின் 8-ம் ஆண்டுக்கும் இடையே பதினைந்து ஆண்டுக்காலம் இடைவெளி இருந்ததாக நினைப்பதற்கு இடம் தருவதால் நிலைமையை இன்னும் மோசமாக்குகிறது. எஸ். ஐ. ஐ. iii, பக். 207. இந்த ஆதாரத்தில் இராஜராஜனின் ஆட்சி ஆண்டு என்று குறிப்பிடப்பட்டிருப்பது 1(9) க்குப் பதிலாக 1 (1) ஆக இருக்கலாம்

102. 209/1932.

103. 337/1914 (பி. டி. 138) என்பது கி. பி. 1162-ம் ஆண்டு டிசம்பர் 3-ம் தேதி, திங்கட்கிழமை என்று குறிப்பிடுகிறது. இது, இவன் அரசப் பிரதிநிதி மூலம் ஆண்ட இளமைக்கால ஆதாரமாய் இருக்கலாம் என்று வி. வி. சுட்டிக் காட்டுகிறார்.

அதிகாரம் 15

இரண்டாம் இராஜாதிராஜனும் மூன்றாம் குலோத்துங்கனும்

(கி. பி. 1163 - 1216)

மெய்க்கீர்த்திகள்

இரண்டாம் இராஜாதிராஜன் பட்டத்திற்கு வரவேண்டும் என்று, இரண்டாம் இராஜராஜன் தன்னுடைய ஆட்சியின் இறுதியில் முடிவு செய்தான். நேரடியாக ஆடவர் வரிசையில் அரசுரிமைக்கு உரியோர் இல்லாத காரணத்தால், விக்கிரமசோழனின் மகள் வழிப் பேரனான இரண்டாம் இராஜாதிராஜன் இவ்வாறு தேர்ந்தெடுக்கப்பட்டான். இராஜராஜனுடன் சேர்ந்து, இராஜாதிராஜன் இவ்வாறு சில ஆண்டுகளுக்கு அரசப் பிரதிநிதியாக ஆண்டுவந்தான்.[1] இராஜாதிராஜனுடைய மெய்க்கீர்த்திகள், மூவகையின. அவை யாவும் சொல்லலங்காரம் நிறைந்தனவாக உள்ளனவே தவிர, வரலாற்றுச் செய்திகளைச் சிறிதளவும் கொண்டனவாக இல்லை. இரண்டாம் ஆட்சி ஆண்டிலேயே[2] காணப்படுவதும் "கடல் சூழ்ந்த பார் மகளும் (மாதரும்)" என்று தொடங்குவதுமாக வாசகம், இராஜராஜன் கல்வெட்டுகளிலிருந்து எடுத்தாளப்பட்டிருக்கவேண்டும். வேறு வாசகங்களும் உண்டு. ஐந்தாம் ஆட்சி ஆண்டில்[3] முதல் தடவையாக "பூமருவிய திசைமுகத்தோன்" என்ற வாசகம் காணப்படுகிறது. இதைப் பிற்காலத்தில் மூன்றாம் குலோத்துங்கனும் கடைப்பிடித்தான். தஞ்சை மாவட்டத்தில் ஆறாம், பத்தாம் ஆட்சி ஆண்டுகளில் ஏற்பட்ட கல்வெட்டுகளில் "கடல் சூழ்ந்த பாரேழும்"[4] என்ற வாசகம் உள்ளது. அரசனின் மெய்க்கீர்த்திகள் வரலாற்று ஆராய்ச்சிக்குப் பயன்படாவிட்டாலும் அவனுடைய ஆட்சியில் ஏற்பட்ட பல கல்வெட்டுகள், பாண்டிய அரசுரிமைப் போர்களின் நிகழ்ச்சிகளைப்

பற்றி விரிவான தகவல்களைத் தருகின்றன. இந்தப் போரைப் பற்றி, **மகாவம்சம்** தெரிவிக்கும் விவரங்களோடு ஒப்பிட்டுப் பார்த்தால், கல்வெட்டுச் செய்திகள் மிகவும் நம்பத்தக்கனவாக உள்ளன.

பாண்டியரின் உள்நாட்டுப் போர்

முதலாம் குலோத்துங்கன், பாண்டிய நாட்டை மீண்டும் கைப்பற்றிய காலம் முதல், இரண்டாம் இராஜாதிராஜன் ஆட்சிவரை பாண்டிய நாடு எவ்வாறு இருந்தது? அதன் நிலைமை என்ன? பழம் பெருமைக்குரிய பாண்டிய அரசர்களின் செல்வாக்கு எப்படி இருந்தது? என்பதைப்பற்றியெல்லாம் நமக்கு ஒன்றுமே தெரியவில்லை. இந்தக் காலத்துக்கே உரியன என்று சொல்லத்தக்க பாண்டியர் கல்வெட்டுகளைப் பார்ப்போம். முதலாம் குலோத்துங்கன், சோழ சிம்மாசனம் ஏறியதும் அவனுக்கு ஏற்பட்ட தொடக்ககால இடர்ப்பாடுகளைப் பயன்படுத்திக்கொண்டு, பாண்டியர்கள் ஓரளவு சுதந்திரமாக இருந்தனர். இவ்வாறு அவர்கள் பெற்ற சுதந்திரத்தைக் குலோத்துங்கனின் தெற்கத்தியப் போர்களுக்குப் பிறகும், அவர்கள் நிலைநாட்டிக்கொண்டனர் என்று இந்தக் கல்வெட்டுகளிலிருந்து அறிகிறோம். அவர்களுடைய பெருமையைப் பெருமிதத்தோடு கூறும் வாசகங்களை மெய்க்கீர்த்திகளாகப் பாண்டியர்கள் தங்கள் கல்வெட்டுகளில் பொறித்துக்கொண்டார்கள். சோழ, பாண்டிய அரசப் பிரதிநிதிகளின் பிடியில் ஆட்சி நடந்தபோது இத்தகைய மெய்க்கீர்த்திகளைப் பயன்படுத்த அவர்கள் துணியவில்லை. இப்போது மத்திய ஆட்சியைக் கேளாமலே அவர்கள் போர்களும் தொடுத்தனர். மத்திய ஆட்சியின் மேலாதிக்கத்தைப் பெயரளவுக்கே ஏற்றனர். நாம் முன்னர் கூறியபடி, விக்கிரமசோழனின் முதல் கலிங்கப் போரில் பங்குகொண்டதோடு, பராந்தகப் பாண்டியன், கோலனு தெலிங்க பீமனைத் தாக்கினான். ஆனால், இவ்வாறு சோழனின் மேலாதிக்கத்துக்கு உண்மையாகவே அடங்கியிருந்த நிலை - மைசூர், வேங்கி நாடுகளை இழந்ததால், சோழ நாட்டுப் பரப்பு அளவு குறைந்து, குலோத்துங்கனின் ஆட்சியின் இறுதியில் தொடங்கி, அவனுடைய மரணத்துக்குப் பிறகு - படிப்படியாக மாறிற்று. குலோத்துங்கனின் ஆட்சி முடிவடைந்தபிறகு, பாண்டிய நாட்டில் சோழ மன்னர்களின் கல்வெட்டுகள் ஒன்றையும் காணோம்.[5]

இரண்டாம் இராஜாதிராஜனின் ஆட்சியின் இறுதியில், இராஜாதிராஜன் இளவரசனாகத் தேர்ந்தெடுக்கப்பட்டுச் சில

ஆண்டுகளுக்குப் பின்னர், பாண்டிய நாட்டின் அரசுரிமை குறித்து கடுமையான சிக்கல் உண்டாயிற்று. அரசுரிமையை நாடிய இரண்டு போட்டிக் கட்சியினர், ஒருவர் வல்லமை மிகுந்த சிங்கள மன்னனான முதலாம் பராக்கிரம பாகுவையும் (கி. பி. 1153-86) மற்றொரு கட்சியினர், சோழ மன்னரையும் நாடினர். தொன்றுதொட்டு சோழ அரசுக்கும் இலங்கையை ஆண்ட முடிமன்னர்களுக்கும் இருந்து வந்த பகைமையின் தொடர்ச்சியாக இந்தப் போர் மாறிற்று. இந்தப் பூசலால், கட்சி, பிரதி கட்சிகளுக்குப் பரிவு காட்டியவர்கள் ஒரு நன்மையையும் அடையவில்லை. அதற்குப் பதிலாகப் பாண்டிய அரசே மீண்டும் எழுச்சி அடைந்து முன் இல்லாத அளவு பெரும் பலம் பெற்று உதவிக்கு வந்த இரு அரசுகளையும் விழுங்கும் நிலையை அடைந்தது.

மகாவமிசம் தரும் விவரம்

மகாவமிசம், போரின் ஆரம்ப கட்டங்களைப் படம் பிடித்துக் காட்டுவது போல் விவரமாகச் சொல்லுகிறது.[6] கி. பி.1169-ல் மதுரையை ஆண்ட பராக்கிரம பாண்டியன், மதுரையை முற்றுகையிட்ட குலசேகரனுக்கு விரோதமாகத் தன்னை ஆதரிக்கும்படி கேட்டுக்கொண்டான். இவ்வேண்டுகோளுக்கிணங்க இலங்காபுரன் தலைமையில் இலங்கையிலிருந்து படை புறப்பட்டது. அந்தப் படை இந்திய நாட்டின் எல்லையை அடைவதற்குள் நிகழ்ச்சிகள் மிக வேகமாக நடந்துவிட்டன. குலசேகரன் மதுரையைக் கைப்பற்றியதோடு, பராக்கிரமன் அவன் மனைவி, மக்கள் ஆகியோரை திரிமலக்கே என்ற இடத்தில் கொன்றுவிட்டான். இதைக் கேள்விப்பட்ட பராக்கிரமபாகு, தொடர்ந்து போரை நடத்தி மதுரைச் சீமையை குலசேகரனிடமிருந்து மீட்டு பராக்கிரம பாண்டியனின் வமிசத்தில் யாரிடமாவது ஒப்புவித்துவிட்டுத்தான் இலங்கைக்குத் திரும்பவேண்டும் என்று லங்காபுரனுக்குக் கட்டளையிட்டான். பலத்த எதிர்ப்புக்கிடையே லங்காபுரன் எதிர்க்கரையில் இறங்கி, இராமேஸ்வரம் வழியாகச் சென்று, இராமேஸ்வரத்திற்கு அருகே கடலுக்குள் நாக்குப்போல துருத்திக் கொண்டிருக்கும் இந்திய நாட்டின் நிலப்பரப்புப் பகுதியான குண்டுக்கலாவில் உறுதியான கோட்டை அமைத்துக்கொண்டு தங்கினான். இந்தப் போரில் கைதான தமிழ் வீரர்களை லங்காபுரன் மிருகத்தனமாக நடத்தினான். ஒன்று அவர்களைக் கழுவிலேற்றினான் அல்லது இலங்கையில் தமிழர் ஆட்சியில் சேதப்பட்ட பௌத்த விகாரங்களை மீண்டும் புதுப்பிப்பதற்குக் கூலிகளாக வேலை வாங்கினான். இந்த

முற்றுகையில் படையெடுப்புக்கள், எதிர்ப்படையெடுப்புக்கள், எண்ணி முடியாத பல போர்கள் எல்லாம் நடந்தன. இவை, நமக்கு நேரடியாகப் பயன் விளைவிக்கப் போவதில்லை. எனவே, இவை குறித்த நுணுக்கமான விவரங்களை நாம் தெரிந்துகொள்ள வேண்டியதும் இல்லை. முதலில் எதிர்பார்த்ததைவிட, லங்காபுரனின் கடமை மிகவும் கடுமையாக இருந்தது என்பதைக் குறிப்பிடவேண்டும். இலங்கைப் படையின் எதிர்ப்புகளை லங்காபுரன் நெடுங்காலம் வீரத்தோடு தடுத்தான். மீண்டும் மீண்டும் இலங்கையிலிருந்து படை அனுப்பும்படி லங்காபுரன் கேட்டுக்கொண்டான். பாளையக்காரர் முதலில் தமிழ்நாட்டுச் சிற்றரசர்களை, மரியாதை செய்தும் அன்பளிப்புகள் வழங்கியும், லங்காபுரன் தன்வசப்படுத்திக்கொண்டான். பராக்கிரமனின் மகன் வீரபாண்டியன், குலசேகரனால் கொலை செய்யப் படுவதிலிருந்தும் தப்பி, மலை நாட்டில் வாழ்ந்து வருவதாகத் தெரிந்ததும், லங்காபுரன், மதுரைக்கு அருகே தன்னை வந்து சந்திக்கும்படி அவனுக்குச் சொல்லி அனுப்பினான். குலசேகரன் போரில் இறங்கினான். படைபடையாக அடுத்தடுத்துப் போர்க்களத்தில், குலசேகரன் குவித்தான். மதுரை இராமநாதபுர மாவட்டங்களிலும் அவற்றை அடுத்த புதுக்கோட்டை, திருநெல்வேலிப் பகுதிகளிலும் ஒரு கடுமையான போர் மூண்டது. நீண்டகாலம் போர் நடந்தது என்பதையும் பாளையக்காரர் முதலிய தமிழ் நாட்டுக் குறுநில மன்னர்கள், அடிக்கடி கட்சி மாறினர் என்பதையும் பார்க்கும்போது, குலசேகரனுக்குத்தான் பாண்டிய நாட்டில் அதிக ஆதரவு இருந்தது. குலசேகரன் கொங்கு நாட்டிலுள்ள தன் மாமனிடமிருந்தும்[7] சோழர்களிடமிருந்தும் ஆதரவு பெற்றான் என்பதை இது உறுதிப்படுத்துகிறது. இது ஒருபுறம் இருக்க, குலசேகரன், சோழ நாட்டிலிருந்து திரும்பி வந்தபிறகு, போரின் அடுத்த கட்டம் தொடங்கியதாக, **மகாவமிசம்** சொல்லுகிறது. பல்லவராயரும் மற்றவர்களும் தலைமை வகித்த (தளபதிகளாக இருந்த) சோழப்படை, தொண்டிக்கும் பாசிப்பட்டினத்துக்கும் அனுப்பப்பட்டது. இதைத் தொடர்ந்து, கீழநிலையர் என்ற இடத்தில் ஒரு போர் நடந்தது. அப்போரில் லங்காபுரன் வென்றான். கடல் நீரின் நிறத்தைச் சிவப்பாக மாற்றுவதற்கு எவ்வளவு தேவைப்படுமோ, அந்த அளவு, எதிரிகளின் இரத்தம் சிந்தச் செய்தான் என்று சொல்லப்பட்டிருக்கிறது.[8] **மகாவமிசம்**, 'கீழநிலையா' என்று சொல்லியிருப்பது, இராமநாதபுர மாவட்டத்தில் திருப்பத்தூர் வட்டத்திலுள்ள 'கிழநிலை' என்று இப்போது வழங்கி வரும் ஊரே. இதன் பிறகு, பொன்னமராவதியில் நடந்த போரிலும் குலசேகரன் தோற்கடிக்கப்பட்டான். (ஏற்கெனவே, பராக்கிரமபாகுவின்

ஆணைப்படி முடிசூட்டப்பட்ட) வீரபாண்டியனிடம், லங்காபுரன் அரசாங்கப் பொறுப்பை ஒப்புவித்து 'காகபண' என்ற பராக்கிரமபாகுவின் நாணயத்தை எங்கும் வழங்கச் செய்து, பாண்டிய, சோழ நாடுகளில் திரட்டிய பெருங் கொள்ளையை இலங்கைக்கு அனுப்பிவைத்தான்.

மகாவமிசம் கொடுக்கும் இந்தத் தகவல்கள் அரைகுறையானவை என்று மேற்போக்காகப் பார்த்தாலும் தெரியும். வீரபாண்டியன் அரசனாக எவ்வாறு நடந்துகொண்டான் என்பதையோ, குலசேகரனுக்கு என்ன ஆயிற்று என்பதையோ அது சொல்லவில்லை. லங்காபுரன், இலங்கைக்குத் திரும்பினான் என்பதும் அதில் சொல்லப்படவில்லை.[9] இலங்கையர் மேற்கொண்ட முயற்சிகள் முதலில் வெற்றி பெற்று பிறகு தோல்வியடைந்ததால் அவற்றை இலங்கை நூலான **மகாவமிசத்**தின் ஆசிரியர் மூடிமறைத்திருக்கிறார் என்று நினைக்கத் தோன்றுகிறது.

இந்தப் போரைக் குறித்த சோழர் கல்வெட்டுகள், முதலாம் பராக்கிரம பாகுவின் பின்னோர்களின் ஆட்சிகளில் நடந்த நிகழ்ச்சிகளைப் பற்றி **மகாவமிசம்** கூறும் விவரங்கள் ஆகியவற்றை ஆராய்ந்தால், மேற்கண்ட நினைப்பு உண்மையானது என்பது புலனாகிறது.

சோழர்களின் கூற்று

இராஜாதிராஜனின் ஐந்தாம் ஆண்டுக் கல்வெட்டு ஒன்று செங்கல்பட்டு மாவட்டம் ஆர்ப்பாக்கத்தில் இருக்கிறது.[10] இந்தப் போரைப் பற்றிய சாசன ஆதாரங்களில் இது காலத்தால் முந்தியது. இலங்கைப் படை, பாண்டி மண்டலத்தைப் பிரித்துக்கொண்டதாகவும் இராஜ குலசேகரனை மதுரையிலிருந்து விரட்டியதாகவும் அது சொல்லுகிறது. இலங்கைப்படை பிறகு இராஜாதிராஜனின் சாமந்தர்களைத் தாக்கிற்று; தொண்டி, பாசி முதலிய பகுதிகளில் போர்புரிந்து வெற்றி பெற்றது; சோழ மண்டலம் முதலிய நாடுகளில், மக்களிடையே பீதியை உண்டாக்கிற்று. இவற்றை யெல்லாம் கேள்விப்பட்ட, எதிரிலிச் சோழ சம்புவராயன் கலக்கம் அடைந்து, சோழ நாட்டு இலங்கைப் படையெடுப்பைத் தவிர்க்கவும், பிராமணர்களுக்கும், கோயில்களுக்கும் தீங்கு நேராவண்ணம் பாதுகாக்கவும், தெய்வத் திருவருளை நாடுமாறு ஒரு புனித ஆன்மாவைக் கேட்டுக்கொண்டான். இந்தத் துறவியின் பெயர் சுவாமி தேவர் என்ற உமாபதித் தேவர். நானா சிவ தேவர் என்ற

பெயராலும் இவர் குறிப்பிடப்பட்டார். இவர், கௌட தேசத்துத் தட்சிணாலாடம் என்னும் ஊரினர். வழிபாடு, யாகம் முதலியவற்றால் தன்னைக் காத்தருளுமாறு எதிரிலிச் சோழ சாம்புவராயன் இவரை மன்றாடி வேண்டினான். இலங்கைப் படை இராமேஸ்வரம் கோயிலில் வழிபாட்டை நிறுத்திவிட்டது என்பதும் அங்குள்ள கருவூலத்தைக் கொள்ளையடித்துவிட்டது என்பதும் தமக்குத் தெரியும் என்றும், மந்திரம், பூஜை ஆகியவற்றால், சிவ விரோதிகளான இந்த இலங்கைப் படையின் முயற்சிகளுக்கு அழிவு ஏற்பட ஆவன செய்வதாயும், சுவாமி தேவர் சொன்னார். இந்த நோக்கத்தோடு அவர், 28 நாட்கள் பூஜை செய்தார். அதன் பிறகு, ஜெயதிரத தண்டநாயக, லங்காபுரி தண்டநாயக ஆகிய பிரதானிகள் உள்பட இலங்கைப்படை முழுவதும் தோல்வியடைந்து விட்டதாக, பிள்ளைப் பல்லவராயரிடமிருந்து செய்திவந்தது. சாம்புவராயர் தன்னுடைய நன்றிக்கு அறிகுறியாக ஆர்ப்பாக்கம் கிராமத்தை சுவாமி தேவருக்கு அன்பளித்தார்.

தஞ்சை மாவட்டம், பல்லவராயன் பேட்டையிலுள்ள கல்வெட்டு[11] 8-ம் ஆண்டில் ஏற்பட்டது. அதில் இன்னும் தெளிவான விவரங்கள் உள்ளன. **மகாவமிசத்**தில் சொல்லப்பட்டிருக்கிற சில செய்திகள் இதிலும் ஆரம்பப் பகுதிகளில் உள்ளன: இலங்கைப் படையால், குலசேகரப் பாண்டியன் மதுரையிலிருந்து விரட்டப்பட்டான். அதன் பிறகு, அவன், சோழ நாட்டுக்குச் சென்று பாண்டிய அரசுரிமையை மீண்டும் பெற, சோழ மன்னனின் உதவியை நாடினான். குலசேகரனைப் பாண்டிய சிம்மாசனத்தில் இருத்த வேண்டுமென்றும், லங்காபுரி தண்டநாயகரையும் மற்றவர்களையும் கொன்று, மதுரை மாநகரின் வாயில்களில் பலரும் அறிய அவர்களுடைய தலைகள், ஆணியால் அடித்து வைக்கப்பட வேண்டுமென்றும், சோழ மன்னன் கட்டளையிட்டான். இந்தக் கடமைகளைச் செய்யும் பொறுப்பு, பல்லவராயர் என்ற திருச்சிற்றம்பலம் உடையான் பெருமான் நம்பி என்பவனிடம் ஒப்படைக்கப்பட்டது. அவன், சோழ நாட்டில் குலசேகரன் தங்கியிருந்தபோது அவனைத் தக்கவாறு உபசரித்தான். மேலும், தன்னுடைய படை, பொருள், அளவு கடந்த ஆர்வம் ஆகியவற்றால் பாண்டிய நாட்டை மீண்டும் பிடித்து, தன்னுடைய மன்னன் இட்ட ஆணையிலிருந்தும் அணு அளவும் வழுவாது, பாண்டியத் தலைநகரான மதுரையின் வாயில்களில் லங்காபுரி தண்ட நாயகனின் தலைகளை ஆணியில் அடித்து

வைத்தான். பிறகு குலசேகரன், மதுரை மாநகருக்குள் புகுந்தான். பாண்டிய நாடு, ஈழ நாடு ஆகாதபடி இவ்வாறு தவிர்த்த பெருமை சோழருக்கு உரியது.

வடஆர்க்காடு மாவட்டத்தில் 12-ம் ஆட்சி ஆண்டில் ஏற்பட்ட ஒரு கல்வெட்டு இருக்கிறது.[12] இது மூன்றாவது கல்வெட்டு. முந்தின கல்வெட்டுக்குப் பிறகு நான்கு ஆண்டுகள் கழித்து பொறிக்கப்பட்டது. இதில், இந்தப் போரின் அடுத்த கட்டம் விவரிக்கப்பட்டிருக்கிறது. இந்தக் கல்வெட்டு மிகவும் சேதப்பட்டிருக்கிறது. ஆங்காங்குள்ள பல இடைவெளிகளால் இதனுடைய பொருளைத் தெரிந்து கொள்வதற்கு இடையூறு ஏற்படுகிறது. இந்தக் கல்வெட்டில், பழையனூர் உடையான், வேதவனம் உடையான், அம்மையப்பன் என்ற அண்ணன் பல்லவராயனுக்கு ஒரு நிலம் வழங்கப்பட்ட செய்தியும், சோழ நாட்டின் புகழை நிலைநாட்ட அவன் நடத்திய போரின் விவரங்களையும் கூறுகிறது.[13] குலசேகரனை மதுரை சிம்மாசனத்தில் அமர்த்தியதுவரையுள்ள போர்ச் செய்திகள் சுருக்கமாகச் சொல்லப்பட்டிருக்கின்றன. இந்த விவரங்கள் முன்னர் நமக்குத் தெரிந்தவையே. இந்த நிகழ்ச்சிகளில் அண்ணன் பல்லவராயன் கொண்டிருந்த பெரும் பங்கையும் இந்தச் சுருக்கமான பகுதி தெரிவிக்கிறது. கல்வெட்டின் எஞ்சிய பகுதி, இலங்கை மீது படையெடுக்கப்பட்டதைச் சொல்லுகிறது. இந்தப் படையெடுப்பை, அண்ணன் பல்லவராயனே ஏற்பாடு செய்திருக்க வேண்டும். சோழ மன்னனையும் அவனுடைய பாதுகாப்புக்கு உட்பட்ட குலசேகரனையும் மீண்டும் தாக்க, இலங்கை மன்னனான பராக்கிரம பாகு ஆயத்தம் செய்துகொண்டிருந்ததாயும் தன்னுடைய படைகளைத் திரட்டிக் கொண்டிருந்ததாயும் ஊரத்துறை, புலைச்சேரி, மாதோட்டம், வல்லிக்காமம், மாத்திவாள்[14] முதலிய கரையோரப் பகுதிகளில் கப்பல்கள் கட்டிக்கொண்டும் இருந்ததாக, அண்ணன் பல்லவராயன் கேள்விப்பட்டான். இதைத் தடுக்க, சோழ மன்னனின் சார்பாக அண்ணன் பல்லவராயன், ஸ்ரீவல்லபன் என்பவனைத் தன் பக்கத்தில் இழுத்துக்கொண்டான். இந்த ஸ்ரீவல்லபன், இலங்கை மன்னனின் மருமகன். அந்த நாட்டின் ஆட்சிக்கு உரிமை கொண்டாடியவன். இவனுடைய உரிமைகள் புறக்கணிக்கப்பட்டிருந்தன.[15] பராக்கிரம பாகுவின் எதிரிகளோடு சேருவதற்காக, இவன் இப்போது, சோழ நாட்டில் தயாராக இருந்தான். ஸ்ரீவல்லபன் தலைமையில் அனுப்பப்பட்ட படை, பராக்கிரம பாகு தன்னுடைய படைகளைத் திரட்டிக்கொண்டிருந்த புலைச்சேரி, மாதோட்டம் உட்பட, இலங்கையில் பல இடங்களைக் கைப்பற்றி

அழித்தது. பல யானைகளையும் பிடித்துக்கொண்டது. கிழக்கிலிருந்து மேற்கே 20 காதம் தூரமும், வடக்கிலிருந்து தெற்கே 70 காத தூரமும் உள்ள பகுதியைத் தீ வைத்துக் கொளுத்தியது; இப்பகுதிகளில் இருந்த சிங்களச் சிற்றரசர் சிலரைக் கொலை செய்தது; இந்தப் படையெடுப்பில் கைப்பற்றப்பட்ட கொள்ளைச் செல்வம், முறைப்படி சோழ அரசனுக்கு, அண்ணன் பல்லவராயனால் அன்பளிக்கப்பட்டது. அவனுடைய முயற்சிகள் வெற்றி பெற்றதால், இலங்கை மன்னனின் ஏற்பாடுகள் முறியடிக்கப்பட்டன.

இராஜாங்க உறவில் ஒரு புரட்சி

இந்தக் கட்டத்தில் எதிர்பாராத சில நிகழ்ச்சிகள் நடந்தன. குலசேகரன், சோழர்களிடம் விசுவாசமாயிருக்கவில்லை என்று நமது கல்வெட்டு சொல்லுகிறது. நடவடிக்கைகளை நாம் ஓரளவு ஊகமாகத்தான் தெரிந்துகொள்ள வேண்டும். பராக்கிரம பாகுவின் சிம்மாசனத்திற்கு உரிமை கொண்டாடிய ஒருவனை ஆதரித்து, இலங்கையில் உள்நாட்டுக் கலகத்தை உண்டாக்கி, அதன் மூலம், தமிழ் நாட்டு அரசர்களுக்கு எதிராக, பராக்கிரமபாகு போட்ட திட்டங்களை முறியடிக்கவேண்டும் என்பது, அண்ணன் பல்லவராயன் கொள்கை. பராக்கிரமபாகுவின் ஆட்சியின் ஆரம்ப காலத்திலேயே, ஸ்ரீவல்லபனின் தகப்பனாரான மானாபரணன், அவனுக்கு ஏராளமான தொல்லைகளைக் கொடுத்துவிட்டான். ஆகையால், தொடர்ந்து சிம்மாசனத்தில் இருப்பதற்காக, மற்றொரு நீண்ட போர்புரிய அவன் விரும்பவில்லை. ஸ்ரீவல்லபன், இலங்கையில் வந்து போர் புரிந்துகொண்டிருந்தபோது, தமிழ்நாட்டில் இராஜதந்திர முறையைக் கையாண்டு, பராக்கிரமபாகு தன் நிலைமையை உறுதிப்படுத்திக்கொண்டான். பராக்கிரம பாண்டியனின் வமிசத்தை ஆதரிக்கவும், குலசேகரனை, மதுரையை விட்டு விரட்டவும், தான் மேற்கொண்ட முயற்சிகள், தன்னுடைய பதவிக்கே ஆபத்து விளைத்ததை அவன் உணர்ந்தான். எனவே, பாண்டிய நாட்டுக்கு உரிமையுடைய அரசனாகக் குலசேகரனை அவன் அங்கீகரித்ததோடு, அவனுக்குப் பல அன்பளிப்புகள் அளித்து அவனுடன் நல்லுறவுகொண்டான். இதனால் சோழர்களுடைய பாதுகாப்புத் தேவையில்லை என்ற எண்ணம் பாண்டியனுக்கு உண்டாயிற்று. சோழர்கள் செய்த நன்மைகளை உணர்ந்தும், குலசேகரன், நன்றிகெட்டவன் ஆனான் என்றும், இலங்கை அரசனுடன் ஒப்பந்தம் செய்துகொண்டான் என்றும்,[16] சோழருக்கு எதிராக இலங்கையருடன் சேர்ந்து எதையும் செய்யத்

துணிந்தான் என்றும் கூறுகிறது. இந்தத் திட்டத்திற்கேற்ப அவன் பல செயல்களைச் செய்தான். சோழ அரசனுக்கு விசுவாசமாக இருந்த ஏழகத்தாரையும்[17] மறவ சாமந்தர்களையும், வெள்ளாற்றுக்கு வடக்கே விரட்டினான். இராஜராஜ கற்குடி மாராயன், இராஜ கம்பீர அஞ்சுகோட்டை நாடாள்வான் போன்ற மறவ சாமந்தர்கள் அவனிடம் பணி புரிந்தவர்கள் சோழ அரசரிடம் விசுவாசமாக இருந்தனர் என்ற காரணத்திற்காக அவன் அவர்களைத் தன் ஊழியத்திலிருந்தும் நீக்கினான். தன்னை, பாண்டிய அரியாசனத்தில் அமர்த்திய பல்லவராயனால், ஆணியில் இருத்தப்பட்ட இலங்கைத் தளபதிகளின் தலைகளை மதுரையின் வாயில்களிலிருந்து அப்புறப்படுத்தினான். பராக்கிரமபாகு, குலசேகரனின் தளபதிகளுக்கும் நண்பர்களுக்கும் அனுப்பிய கடிதங்களும் அன்பளிப்புக்களும் சோழ தளபதிகளின் கைகளில் சிக்கின. இதனால், குலசேகரனின் நயவஞ்சகம் அம்பலமாயிற்று. உடனே, சோழர்கள் தங்கள் கொள்கையை அடியோடு மாற்றிக்கொண்டனர். குலசேகரனை விரட்டி, ஏற்கெனவே மதுரையை ஆண்ட பராக்கிரம பாண்டியனின் மகன் வீரபாண்டியனுக்குப் பட்டம் கட்டி வைக்கவேண்டும் என்றும், அண்ணன் பல்லவராயனுக்குக் கட்டளையிடப்பட்டது. இந்தக் கட்டளையை இந்தத் தளபதி முழுமையாக நிறைவேற்றி வைத்ததாகத் தெரிகிறது.[18] இந்தப் படையெடுப்பின் விளைவாக, ஒரு கோயிலிலிருந்த விக்கிரகங்கள், இரண்டாம் இராஜாதிராஜனின் 11-ம் ஆட்சி ஆண்டில் மற்றொரு கோயிலில் கொண்டுபோய் பாதுகாப்பாக வைக்கப்பட்டதாக, மூன்றாம் குலோத்துங்கனும் 6-ம் ஆட்சி ஆண்டில், செம்பொன்னார் கோயிலில் பொறிக்கப்பட்ட கல்வெட்டு தெரிவிக்கிறது. இதிலிருந்து இந்தப் போரின் ஒரு கட்டத்தில், குலசேகரனும் பராக்கிரமபாகுவும், சோழ நாட்டின் நடுப்பகுதி வரையில் படையெடுத்திருக்கலாம் என்று தெரிகிறது.

போரின் சுருக்கம்

தெற்கே நடைபெற்ற போரைச் செம்மையாக நடத்தி வைப்பதிலேயே, இராஜாதிராஜன் 7 அல்லது 8 ஆண்டுகள் முழுமையாகக் கவனம் வெலுத்தினான் என்று இக்கல்வெட்டுகளிலிருந்து அறியக் கிடைக்கிறது. கல்வெட்டுகள் மேலே கூறிய செய்திகளைப் பற்றிய விளக்கங்கள் சரியாக இருக்குமாயின், இந்தக் காலத்தின் இறுதியில், இராஜாதிராஜனே, குலசேகரனைப் பட்டத்திலிருந்து நீக்குமாறு ஆணை பிறப்பித்தான். அவன் சார்பாகவும் அவன் வேண்டுகோளுக்கு இணங்கவுமே இந்தப் போரில் தலையிட்டான். ஆனால், குலசேகரன், சோழ அரசர்களிடம் நயவஞ்சகமாக

நடந்துகொண்டு கடுங்குற்றத்திற்கு ஆளானான். இந்தக் கட்டத்தில் குலசேகரன், பட்டத்தை இழந்து தவித்தான். சோழத் தளபதியாகிய அண்ணன் பல்லவராயன், பராக்கிரமனின் மகனான வீரபாண்டியனைப் பட்டத்தில் அமர்த்தினான். இராஜாதிராஜனின் ஆட்சியின் இறுதிவரை இந்த நிலைமை நீடித்தது. ஆனால், மூன்றாம் குலோத்துங்கன் காலத்தில், காலச்சக்கரத்தின் சுழற்சியால் நிலைமை மீண்டும் மாறிற்று. மறுபடியும் சோழர்களின் உதவியோடு, குலசேகரனின் வம்சாவழியினர் பாண்டிய நாட்டை ஆளத் தொடங்கினர். மொத்தத்தில், இராஜாதிராஜன் போரில் தான் அடைந்த வெற்றிகளைக் குறித்துத் திருப்தி அடைந்தான். பராக்கிரமபாகுவின் திட்டங்கள் முறியடிக்கப்பட்டு, அவனுடைய ஆதரவு பெற்றவர்கள், மதுரை ஆட்சியினின்றும் அகற்றப்பட்டனர். தமிழ் நாட்டின் மீது அவனுடைய படைகள் ஓயாது செய்த படையெடுப்புகள் தடுக்கப்பட்டன. இடைக்கால வெற்றிகள் மட்டுமே அவனுக்குக் கிடைத்தன. அவனுடைய ஆட்களுக்கும், இராணுவம், கப்பற்படை ஆகிய வலிமைகளுக்கும் பெருஞ் சேதம் ஏற்பட்டது. சோழ மன்னன் இப்போது, 'மதுரையும் ஈழமும்கொண்ட அருளின'[19] என்ற பட்டத்தைச் சூட்டிக்கொண்டான். மதுரை நாட்டைச் சோழ மன்னன் பிடித்தது உண்மை. ஆனால், ஈழ நாட்டையும் தம் பக்கத்தில் சேர்த்துக்கொண்டது, ஆங்கிலேயர் பிரெஞ்சு சிம்மாசனத்திற்குக் கொண்டாடிய உரிமையைப் போன்றதாகும். அல்லது இலங்கையருக்கே எதிராகச் சோழ அரசன் அடைந்த இராணுவ வெற்றியைக் குறிப்பதாக இருக்கும். **மகாவமிசத்**தில் குறிப்பிடப்படும் காலவரையறையும், இராஜாதிராஜனின் கல்வெட்டுகள் சிலவற்றையும் பின்பற்றினால், இந்தப் போர் கி. பி. 1169-ல் தொடங்கி, 1177-ல் முடிவடைந்திருக்கும்.[20]

பேரரசின் பரப்பு

இரண்டாம் இராஜராஜனுடைய ஆட்சியில் எவ்வளவுக்குப் பரந்து விரிந்திருந்ததோ அதே அளவில் சோழப் பேரரசு, இராஜாதிராஜன் ஆட்சியிலும் பரந்திருந்தது என்பது, நெல்லூர், திருக்காளத்தி, நந்தலூர்[21] ஆகிய இடங்களிலுள்ள கல்வெட்டுகளால் தெரிகிறது. காஞ்சிபுரம் கல்வெட்டு ஒன்றில்[22] 'சோழ மகாராஜா கட்டிலுலம்ப புஜபல வீர அஹோமல்லராசன்' என்பவன் குறிப்பிடப்பட்டிருக்கிறான். இவன் இராஜாதிராஜனுக்குக் கப்பம் கட்டிய சிற்றரசனாக இருந்திருக்கும் பட்சத்தில், கங்க நாட்டின் ஒரு பகுதியும் இன்னும் சோழப் பேரரசில் அடங்கியிருந்திருக்க

வேண்டும் எனக் கருத இடந்தருகிறது. தஞ்சை மாவட்டத்தில் ஆத்தூரில்[23] உள்ள ஒரு கல்வெட்டு, மதுரையையும் ஈழத்தையும் வென்ற, திரிபுவனச் சக்கரவர்த்தி கரிகாலச் சோழ தேவன் பெயரால் குறிப்பிடப்படுகிறது. இக்கல்வெட்டு இந்தக்காலத்தியதாக இருக்கவேண்டும். கரிகாலன் என்பது இரண்டாம் இராஜாதிராஜனின் பட்டங்களுள் ஒன்று என்று அனுமானிப்பது பொருத்தமாகும். சிதம்பரத்திலுள்ள ஒரு கல்வெட்டிலும், இராஜாதிராஜன், கரிகாலன்[24] என்ற இரு பெயர்களும் இணைக்கப்பட்டிருப்பதைப் பார்க்கிறோம். திருவீழிமிழலையிலுள்ள ஒரு கல்வெட்டு,[25] தேதி குறிப்பிடப்படாதது; திருவழுந்தூர் நாட்டில் குமரன், குலோத்துங்கச் சோழ சதுர்வேதி மங்கலம் என்ற ஊரைக் குறிப்பிடுகிறது. இந்தக், கிராமம், மூன்றாம் குலோத்துங்கனின் பெயரால் ஏற்பட்டிருக்கவேண்டும். அவனுடைய கல்வெட்டுப்[26] பெரும்பாலும் இரண்டாம் இராஜாதிராஜனாக இருக்கக் கூடிய பெரிய தேவரின், மூன்றாம் ஆண்டிலேயே, இதே கிராமத்தில் செய்யப்பட்ட தானங்களைத் தெரிவிக்கிறது. மூன்றாம் குலோத்துங்கன், இராஜாதிராஜன் ஆகிய இருவரும் உறவினரா உறவினர் எனின், எத்தகைய உறவு? என்பதெல்லாம் தெளிவாகத் தெரியவில்லை.

சிற்றரசர்கள்

இராஜாதிராஜனின் ஆட்சிக்காலத்து ஆதாரங்களில் அதிகாரிகளில் கப்பம் கட்டிய சிற்றசர்களுமாகக் கீழ்க்கண்டவர்கள் சொல்லப்பட்டிருக் கிறார்கள்: மிகவும் முக்கியமானவர்கள், இரண்டு பல்லவராயர்கள். பாண்டியர்களுடைய உள்நாட்டுப் போர்களில் இவர்கள் அடைந்த வெற்றிகளை ஏற்கெனவே விளக்கமாகக் கண்டோம். காரிகைக் குளத்தூரைச் சேர்ந்த, மூத்த பல்லவராயனின் பெயர், திருச்சிற்றம்பலம் உடையான் பெருமாநம்பி. இவன், இரண்டாம் இராஜராஜனின் நம்பிக்கைக்குரிய தளபதியாக இருந்தான். அவன் இறந்த பிறகு, அவனுடைய தேவியர்களுக்கும், அவன் மக்களாகிய சின்னஞ்சிறு குழந்தைகளுக்கும் ஊழியம் செய்யக்கூடிய அளவுக்கு உயிர் வாழ்ந்தான். மற்றொரு பல்லவராயனின் பெயர், பழையனூர் உடையான் வேதவனம் உடையான் அம்மையப்பன் என்ற அண்ணன் பல்லவராயன். இவன், இராஜாதிராஜன் பட்டத்திற்கு வந்த பிறகு செல்வாக்கு பெற்றான். இவன், இந்த ஆட்சியின் இரண்டாம் ஆண்டில்[27], திருவாரூரில் ஒரு நிலதானம் செய்திருக்கிறான். பெருமாள் நம்பி இறந்தபோது, அவனுடைய சொத்துக்களை, அவனுடைய உறவினர்களுக்குப் பங்கிட்டு

கொடுத்தவனும் பங்கீட்டுக்கான முறையை வகுத்தவனும், இந்த அண்ணண் பல்லவராயனே[28]. இராஜாதிராஜனின் 13-ம் ஆட்சி ஆண்டில், இப்போது செங்கற்பட்டு மாவட்டத்துத் திருவாலங்காட்டிலுள்ள கோயிலுக்கு இவன் மூன்று விளக்குகள் எரிப்பதற்கு அறக்கட்டளை ஏற்படுத்தியிருக்கிறான். திருவலஞ்சுழியிலும் பட்டீஸ்வரத்திலும்[29] உள்ள கோயில்களில் விளக்குகள் எரிப்பதற்குக் கட்டளைகள் எற்படுத்திய, வேதவனமுடையான் கருணாகரத்தேவன் என்ற பழையனூர் அமரக்கோன் என்பவன், அண்ணன் பல்லவராயனின் உறவினனாய் இருக்கக்கூடும்.

செங்கேனியரும் காடவராயரும், தென் ஆர்க்காடு, வட ஆர்க்காடு மாவட்டங்களிலும் வேறு இடங்களிலும் பெரும் தொகையினராக இருந்தனர். செங்கேனி அம்மையப்பன் சாம்புவராயன் என்ற ஒருவன், உள்ளூரில் வரி வசூலிக்கும் உரிமையையும் ஏற்கெனவே வரிப்பாக்கியாய் இருப்பதையும், திருப்புலிவனம் கோயிலுக்கு எழுதி வைத்தான். அந்தத் தொகைகளைக்கொண்டு, கோயில் திருப்பணி வேலைகளும் அன்றாட பூஜைகளும் நடைபெற வேண்டுமென்று ஆணையிட்டான்.[29a] அவனுடைய அதிகாரத்திற்கு உட்பட்டிருந்ததைத்தான், அவன் கோயிலுக்குக் கொடுத்திருக்க முடியும். எனவே, அவனுக்குச் சொந்தமாகச் சொத்து இருந்திருக்கவேண்டும், அல்லது ஏராளமான அதிகாரங்கள் படைத்தவனாகவும் அவன் இருந்திருக்க வேண்டும். காஞ்சிபுரம் ஆதாரம் ஒன்றில்[30] செங்கேனி அம்மையப்பன், சீயன் அம்மையப்பன் என்று சொல்லப்பட்ட எதிரிலிச் சோழனாகவே இந்தச் சாம்புவராயன் இருந்திருக்கவேண்டும் என்பது புலனாகின்றது. இலங்கைப் படைகள், படையெடுத்து பல இன்னல்கள் விளைவித்தபோது, அவற்றைத் தடுத்து நிறுத்த,[31] சிவபிரானை வழிபட்டும், யாகம் செய்தும், புகழ்பெற்ற உமாபதிதேவன் என்ற நானாசிவத் தேவருக்கு ஆர்ப்பாக்கம் கிராமத்தை ஏகபோக இறையிலி நிலமாக வழங்கியவனும் இவனே ஆவான். இதே வமிசத்தைச் சேர்ந்த வேறு சிற்றரசர்களும் குறிப்பிடப்பட்டிருக்கிறார்கள்.[32]

சின்னஞ்சிறு சிற்றரசர்களின் பெருக்கம்

முதலாம் குலோத்துங்கனின் ஆட்சி முதல், கப்பம் கட்டுகிற சிற்றரசர்களின் எண்ணிக்கையும், மத்திய ஆட்சியிலும் அவர்களுக்கு இருந்த செல்வாக்கும், சோழர் ஆட்சியின் சிறப்புமிகு இயல்புகளாகத் தெரிகின்றன. அரசருடைய பிரதிநிதிகளாயிருந்து, இவர்கள்

அதிகாரம் செலுத்தியதால், மத்திய ஆட்சி பலம் குறைந்து, அதனுடைய நேரடி நிர்வாகத்திலிருந்து பல பகுதிகள் விலகி நின்றன. அவை, ஏறத்தாழத் தங்கள் பகுதிகளில் தன்னுரிமையோடு விளங்கின. கிராமங்களிலாயினும் சரி, நகரங்களாயினும் சரி, மக்களுடைய அமைப்புக்களும் கிராம சமுதாயங்களும், மத்திய ஆட்சிக்கு உட்பட்டு உள்ளூர் நிர்வாகப் பொறுப்புக்களை நிறைவேற்றி வந்தபோது, மத்திய அரசாங்கத்துக்குப் பொது நிர்வாகத்தில் ஒரு பிடிப்பும் அந்த நிலையங்களை எவ்வாறு இயக்குவது என்பதைக் கட்டுப்படுத்துவதற்குரிய சக்தியும் இருந்தது. வல்லமையுடைய சிற்றரசர்கள் ஆரம்பத்தில் அரசருடைய உதவியிலும் தயவிலும் செல்வாக்கு பெற்ற பிறகு, சொந்தமாகப் போர்ப்படைகளை வைத்துக்கொண்டிருப்பார்கள். அந்த நிலையில், பேரவைகள், வணிகக் குழுக்கள் முதலியவற்றின் தலையீட்டை அவர்கள் சகித்துக்கொண்டிருப்பார்கள் என்று எண்ணுவதற்கு இடமில்லை. இத்தகைய தலைவர்களுக்கு அரசன் ஏராளமான நிலங்களை வழங்கினான். ஏற்கெனவே, அவர்கள், அரசனிடம் காட்டிய விசுவாசத்திற்கு நன்றி தெரிவிக்கும் வகையும் திடீரென்று, அரசனுக்குத் தேவைப்பட்டபோது, போர்ப்படைக்கு வீரர்களைச் சேர்த்து அனுப்புவதற்கு உதவியாய் இருக்கும் பொருட்டும் இவ்வாறு விரிவான நிலப்பரப்புகள் அவர்களுக்கு மானியமாகக் கொடுக்கப்பட்டன. இத்தகைய சிற்றரசர்களின் எண்ணிக்கைப் பெருக்கத்தால் இரண்டு விளைவுகள் ஏற்பட்டன. ஒன்று, சோழ மன்னனின் அரசாங்கத்தின் உண்மையாக ஆட்சிப் பரப்பு குறுகியது. இரண்டு, எஞ்சிய பகுதிகளிலும்கூட நிர்வாகத்தின் பிடி தளர்ந்தது. முற்காலச் சோழர்களின் கல்வெட்டுகளை ஆராய்ந்தால், பலமான மத்திய அரசு இருந்ததையும் பரந்துபட்ட பேரரசின் பல்வேறு பகுதிகளிலும் நிலவிய ஓரளவு தன்னுரிமை வாய்ந்த உள்ளாட்சி நிலையங்களைச் சோழ மன்னர்கள் கட்டுப்படுத்தியும், அடக்கியும், திருத்தியும் அறிவுரைகள் கூறியும் வழிகாட்டியும் வந்தார்கள் என்பது தெள்ளத்தெளியத் தெரிகிறது. ஆனால், பிற்காலச் சோழர்களின் கல்வெட்டுகள், இதே எண்ணத்தை எழச்செய்யவில்லை. மக்கள் ஆதரவு பெற்ற நிலையங்கள் தட்டிக்கேட்க ஆளில்லாமல் தான்தோன்றித்தனமாக நடந்துகொண்டன. அவர்களுக்கு இருந்த வெளித் தொடர்பு எல்லாம், அண்டையிலுள்ள சிற்றரசர்களுடன் மட்டுமே எனும் நிலை உண்டாயிற்று. அந்த நிலையங்களுக்குப் பெரிய அளவில் அன்பளிப்புகளையும் உள்ளூர் வரிவசூல்களை நிலையாகச் செய்துகொள்ளும் உரிமைகளையும் தர்ம காரியங்களுக்காக, நிதி திரட்டும் சலுகையையும் முன்போல அரசர்கள் கொடுக்கவில்லை. ஆங்காங்குள்ள தலைவர்கள்தான், அவர்களுக்கு இந்த உரிமைகளை

இரண்டாம் இராஜாதிராஜனும் மூன்றாம் குலோத்துங்கனும் 513

வழங்கினர். பேரரசர்களுடன் இந்தச் சிற்றரசர்கள் நடந்து கொள்ளவேண்டிய முறையை ஒழுங்குபடுத்தும் அரசியல் உடன்பாடுகளையும் அவர்கள் தங்களுக்குள் செய்துகொண்டார்கள். இந்த உடன்பாட்டால், சோழப் பேரரசோடு படிப்படியாக வளர்ந்த அதிகாரிகளும் செல்வர்களும் காலப்போக்கில் உள்ளூர்களிலே சிறுசிறு தலைவர்களாகவும், பிறகு உரிமை முறை கொண்டாடும் அளவில் செல்வாக்கும் பெற்று, சிற்றரசர்கள் போல விளங்குவாராயினர். இந்த உடன்பாட்டின் சரத்துக்கள் ஒரே சமயத்தில் எல்லோராலும் கடைப்பிடிக்கப்பட்ட போது, மிகவும் அச்சுறுத்தும் விளைவுகள் ஏற்பட்டன. அவற்றை நாம் எழுத்தில் பொறிக்கக்கூடியதாகவும் இல்லை. இத்தகைய உடன்படிக்கைகளில், காலத்தால் முந்தியது, இராமநாதபுர மாவட்டத்தில், முதலாம் குலோத்துங்கனின் ஆட்சியின் இறுதியிலும், விக்கிரம சோழனின் ஆட்சியின் தொடக்கத்திலும் காணப்படுகிறது. முதலாம் குலோத்துங்கனின் 42-ம் ஆட்சி ஆண்டில், இராமநாதபுரம் மாவட்டம் சிவபுரியில்[33] ஒரு கல்வெட்டில் குறிப்பிடப்பட்டுள்ளது. அதிலிருந்து தெரிவன வருமாறு: சுந்தரத் தோழன் கந்தன் என்ற இராஜேந்திரச் சோழ துவாரபதி வேளான் என்பவனுக்கு நட்பாகவும் விசுவாசமாகவும் நடந்து கொள்ளுவதாகக் கந்தன் மங்களத் தேவன் என்ற துவாரபதி வேளான் என்பவன் சத்தியம் செய்து கொடுத்திருக்கிறான். சத்தியத்தின் வாசகம் வருமாறு: "உங்களுடைய உயிர்க்கும் சொத்துக்கும் மரியாதைக்கும் பங்கம் வராமல் நேர்மையாயும் நாணயமாயும் நான் நடந்துகொள்வேன் என்றும், அவ்வாறு நான் நடக்கத் தவறினால், தன்னுடைய தாயாரின் கணவனாக நடந்து கொண்ட பாவம், கள் முதலிய குடி வகைகளை உட்கொண்ட பாவம், பசுவின் இறைச்சியை உட்கொண்ட பாவம் ஆகிய பாவங்களைச் செய்தவன் ஆவேன் என்றும், கந்தன் மங்களத் தேவன் என்ற துவாரபதி வேளான் ஆகிய நான் இதன் மூலம் சத்தியப் பிரமாணம் செய்து கொடுக்கிறேன்." பத்து ஆண்டுகளுக்குப் பிறகு, அதே இடத்தில் இன்னொரு உடன்பாடு காணப்படுகிறது.[34] இது, இராஜேந்திரச் சோழன் என்ற நிசடராஜன், கந்தன், சுந்தரத் தோழன் என்ற துவாரபதி வேளானுக்கு விசுவாசமாயிருப்பதாக, முந்தின வாசகங்களில் சத்தியம் செய்து கொடுத்தது இதுபோன்ற மற்றொரு உதாரணத்தை இரண்டாம் இராஜராஜன் ஆட்சியில் வட ஆர்க்காடு மாவட்டத்திலும் பார்க்கிறோம். மாடம் என்ற இடத்தில் இந்த அரசரின்[35] 11-ம் ஆட்சி ஆண்டில் ஏற்பட்ட கல்வெட்டு, செங்கேனி குடும்பத்தாருக்குள், மூன்று சிற்றரசர்கள் இவ்வாறு

செய்துகொண்ட ஒப்பந்தம் பதிவு செய்யப்பட்டிருக்கிறது. மூன்றாம் குலோத்துங்கன் ஆட்சியில் இன்னும் பரவலாக எங்கும் காணப்படுகிறது. சோழப் பேரரசின் முடிவுக்காலம் நெருங்கிவிட்டது என்பதற்கு உறுதியான சான்று என்று இதைக்கொள்ளலாம். பல் குழுவும் பாழ் செய்யும் உட் பகையுமாக இந்தச் சிற்றரசுகள் ஒன்றோடு ஒன்று அரசன் முன்னிலையிலேயே போர் தொடுத்துக் கொண்டன. அவர்கள் அனைவரும் முறைப்படி இவர்களுக்குக் கட்டுப்பட்டவர்களாயினும், அரசன் தன் விருப்பத்தை நிறைவேற்றி வைக்க முடியாததால், அவர்களை அடக்க ஆற்றல் இல்லாதவனாய்த் தடுமாறினான். அவர்கள், எத்தகைய கொள்கையும் இல்லாமல், தங்கள் தங்கள் சுய நலன்களுக்கு ஏற்றவாறு, சந்தர்ப்பத்திற்குத் தக்கபடி நடந்துகொண்டனர். சோழப் பேரரசு என்ற நினைவு சிதைந்தது.

மூன்றாம் குலோத்துங்கன் பட்டம் ஏற்றது

இரண்டாம் இராஜாதிராஜனின் கல்வெட்டுகளில் கடைசியாகச் சொல்லப்பட்டிருக்கும் ஆட்சி ஆண்டு பதினாறு.[36] எனவே, அவனுடைய ஆட்சி ஆண்டு கி. பி. 1163-ல் தொடங்கியிருப்பின் அது, 1179 வரையில் நீடித்திருக்கவேண்டும் அவன் ஆட்சிக்கு வந்ததே, 1166-ல் தான் என்று கொண்டால், அவன் 1182 வரை ஆண்டிருக்கவேண்டும். குலோத்துங்கனின் கல்வெட்டுகளைப் பார்க்கும்போது, கி. பி. 1178-ல் ஜூலை மாதம் 6 தேதிக்கும் 8 தேதிக்குமிடையே அவனுடைய ஆட்சி ஆரம்பமானதாகத் தெரிகிறது.[37] எனவே, அடுத்து பட்டத்திற்கு வந்து, ஆட்சி செய்யும் மன்னனாக, மூன்றாம் குலோத்துங்கன் இராஜாதிராஜன் மரணத்திற்கு முன்பே ஏற்றுக்கொள்ளப்பட்டான் என்று தெளிவாகத் தெரிகிறது. இராஜராஜன் இறந்தபோது, அவனுடைய பச்சிளம் பிள்ளைகளை[38] பல்லவராயர் பாதுகாத்தார் என்பதை அறிவோம். அந்தப் பச்சிளம் பாலகர்களுள் ஒருவராகக் குலோத்துங்கன் இருந்திருக்க முடியாது என்பது மேலே காட்டப்பட்டிருக்கிறது. குலோத்துங்கன் என்பதும் இரண்டாம் இராஜாதிராஜனின் கல்வெட்டுகளில்[39] சொல்லப்பட்டிக்கும் குமார குலோத்துங்கனும் ஒருவனா? ஒருவனே ஆயின், தன் முன்னவனைப்போல இவனும் சோழப் பேரரசர்களின் நேர் உரிமையாளன் அல்ல என்ற முடிவு ஏற்பட்டுவிடும். குமார குலோத்துங்கனின் வமிசாவழியைக் '**குலோத்துங்கன் கோவை**'[40] பின்வருமாறு தெரிவிக்கிறது.

சங்கமராஜா

நல்லமன் சோழன் | குமார குலோத்துங்கன் | சங்கரச்

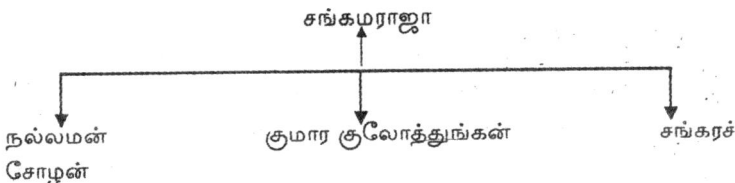

'சங்கரச் சோழன் உலா', சங்கரச் சோழனுடைய அண்ணனைக் குமாரமகீதரன் என்ற சற்று மாறுபட்ட பெயரில் சொல்லுகிறது. **கோவை**யோ, **உலா**வோ மூன்றாம் குலோத்துங்கனுடைய கல்வெட்டுகளை[41] ஆதாரமாகக்கொண்ட வரலாற்று நிகழ்ச்சிகளைச் சொல்லாததால், இந்த அரசன்தான் இலக்கியங்களில் சொல்லப்பட்ட குமார குலோத்துங்கனா? என்ற ஐயம் ஏற்படுகிறது. சங்கமராஜா, சோழ வமிசத்திற்கு என்ன உறவு? என்பதைத் தெரிந்துகொள்ள எந்தவிதமான ஆதாரமும் இப்போது கிடைக்கவில்லை.

மெய்க்கீர்த்திகள்

குலோத்துங்கனின் ஆட்சியைப் பற்றிய ஆதாரங்கள் ஏராளமாக உள்ளன. அவற்றில் பலவற்றில் காணப்படும் முக்கியமான மெய்க்கீர்த்தி **"புயல் வாய்த்து** (அல்லது வாய்க்க) **வளம் பெருக"** என்று தொடங்குகிறது. இரண்டாம் இராஜராஜனுடைய கல்வெட்டுகளிலிருந்து எடுக்கப்பட்ட இந்த வாசகம் முதல் தடவையாக இவனுடைய மூன்றாம் ஆட்சி ஆண்டுக் கல்வெட்டில் காணப்படுகிறது.[42] இந்த வாசகம், இராஜராஜனுடைய ஆட்சியில் காணப்பட்டிருப்பது போலவே எவ்வித மாறுதலுமின்றி ஆளப்பட்டிருக்கிறது. இதனால் வரலாற்று ஆராய்ச்சிக்கு உதவும் விவரம் ஒன்றும் கிடைக்கவில்லை. ஆனால், இவனுடைய 9-ம் ஆண்டில் குலோத்துங்கனின் பாண்டியப் போர் விவரங்கள் இதில் கொடுக்கப்பட்டுள்ளன.[43] இந்தச் செய்திகள், முக்கியமான மாறுதல்களுடன் மெய்க்கீர்த்தியின் மறு பதிப்புக்கள் எல்லாவற்றிலும் சொல்லப்பட்டிருக்கிறது. இந்த மாறுதல்களை இப்போது ஆராய்வோம். இவனுடைய ஆட்சியின் ஏனைய மெய்க்கீர்த்திகள் எப்போதாவதுதான் உபயோகப்படுத்தப்பட்டிருக்கின்றன. அவற்றின் வரலாற்று முக்கியத்துவம் குறைவாக இருப்பதால், அவற்றை மிகச் சுருக்கமாகக் கூறினால் போதும். **'வளர் மன்னு பொழில் ஏழினும்'**, **'பூ மேவி மருவிய'** என்று தொடங்கும் இரு சூத்திரங்களும் முதல் தடவையா 5-ம் ஆட்சி ஆண்டில்[44] காணப்படுகின்றன. மாகறல் கல்வெட்டு 11-ம் ஆண்டில் ஏற்பட்டது.[45] அது இரண்டாம் குலோத்துங்கனுடைய **'பூ மேவி வளர்'** என்ற தொடருடன் தொடங்கும் மெய்க்கீர்த்தியைக்கொண்டது. அந்த முடி மன்னருடைய பரகேசரிப் பட்டம் இல்லாவிட்டால்,

அந்தக் கல்வெட்டு யாருடையது என்ற குழப்பம் கூட ஏற்பட்டுவிடும். மூன்றாம் குலோத்துங்கனின் சில கல்வெட்டுகள், **'பூ மருவிய திசை முகத்தோன்'** என்ற தொடருடன் தொடங்குகின்றன. இந்த வாசகம் முதல் தடவையாக, 5-ம் ஆண்டில் காட்சி தருகிறது. இவ்வாசகத்தின் முதல் சொற்கள் மட்டுமே 17-ம் ஆண்டுக் கல்வெட்டில் இடம் பெறுகின்றன.[46]

குலோத்துங்கனின் கல்வெட்டுகளின் மெய்க்கீர்த்திகள் தவிர, பிறபகுதிகளிலும் மன்னனின் புகழ் கூறும் பட்டங்கள் உள்ளன. இவற்றின் மூலம் இவனுடைய கல்வெட்டுகளை அடையாளம் காணவும் இவனுடைய ஆட்சியின் வரலாற்றைப் படிப்பதும் எளிமை ஆகிறது. இரண்டாம் ஆட்சி ஆண்டுக் கல்வெட்டு ஒன்றிலும்[47] நான்காம் ஆட்சி ஆண்டிலிருந்து பல கல்வெட்டுகளிலும்[48] "மதுரையும் பாண்டியன் முடித்தலையும் கொண்டருளிய" என்ற அடைமொழி இவன் பெயருள்ள ஏனையோரிடமிருந்து இவனை வேறுபடுத்திக் காட்டுவதற்காக உபயோகப்படுத்தப்பட்டிருக்கிறது. மதுரையைக் கைப்பற்றி, பாண்டியரது முடியையும் கைப்பற்றினான் என்பது இதன் பொருள். 9-ம் ஆட்சி ஆண்டில்தான் , முதல் தடவையாகப் பாண்டியப் போர் பற்றி விவரமாகச் சொல்லப்பட்டிருக்கிறது. எனவே, இதற்குச் சில ஆண்டுகள் முன்னரே, பாண்டியப் போர் முடிவடைந்திருக்கவேண்டும் அல்லது தொடங்கப்பட்டேனும் இருக்கவேண்டும். அரசனின் பெருமை கூறும் இந்தப் பட்டங்களில் காணப்படும் அடைமொழிகளில் படிப்படியாகப் புதிய சேர்க்கைகளைப் பார்க்கிறோம். பத்தாம் ஆண்டில் ஈழம் (இலங்கை)[49], 16-ம் ஆண்டில் கரூர்,[50] 24-ம் ஆண்டில் காஞ்சிபுரம்[51] பல கல்வெட்டுகளில் காஞ்சிபுரம் குறிப்பிடப்படவில்லை. குலோத்துங்கன் வீர அபிஷேகமும், விஜய அபிஷேகமும் செய்து கொண்டதாகச் சொல்லப்பட்டிருக்கிறது.[52]

பேரரசின் சிதைவு தாமதப்படுத்தப்படல்

மூன்றாம் குலோத்துங்கனுடைய ஆட்சியின் முக்கிய நிகழ்ச்சி, அரசனுடைய தனிப்பட்ட திறமையால் பெருகிவந்த எண்ணிக்கையான சிதைவுச் சக்திகள் முறியடிக்கப்பட்டதாகும். குலோத்துங்கன் பட்டத்திற்கு வந்தபோது, பாண்டிய நாட்டில் ஒரு முடிவும் ஏற்படவில்லை. கடுமையான போர் இன்னும் நடக்கவேண்டிய நிலையில் இருந்தது. பாண்டிய நாட்டில், குலோத்துங்கனின் ஆட்சிக் காலத்தில் பெரும் பகுதியில் சோழருடைய மேலாதிக்கத்தை அவன் நிலைநாட்டிய போதிலும் அவனுடைய ஆட்சியின் முடிவில், பாண்டிய நாட்டில்

மூன்றாம் குலோத்துங்கனின் கீழ் சோழப் பேரரசு
74
76
78
80
82
84
18
16
14
12
10
8
6
வாரங்கல்
வெங்கி
கிருஷ்ணா
வடபெண்ணை
பொத்தப்பி
கடப்பை
நெல்லூர்
நந்தலூர்
காளஹஸ்தி
ஹேமாவதி
(ஹேம்ஜெறு)
பாலாறு
காஞ்சி
மல்லை
யெதுகூர்
திருவண்ணாமலை
தகடூர்
கூடலூர்
தென்பெண்ணை
ஓத்தி
சேந்தமங்கலம்
திருவேந்திபுரம்
வடவெள்ளாறு
கண்ணனூர்கொப்பம்
திரிபுவனம்
ஆயிரத்தளி
காவிரி
கருர்
திருவரங்கம்
திருவேடகம்
வைகை
பொன்னமராவதி
மதுரை
காயத்துகள்
செம்பொன்மாரி
ராமேஸ்வரம்
தாமிரபரணி
திருநெல்வேலி
நெட்டூர்
அனுராதபுரம்

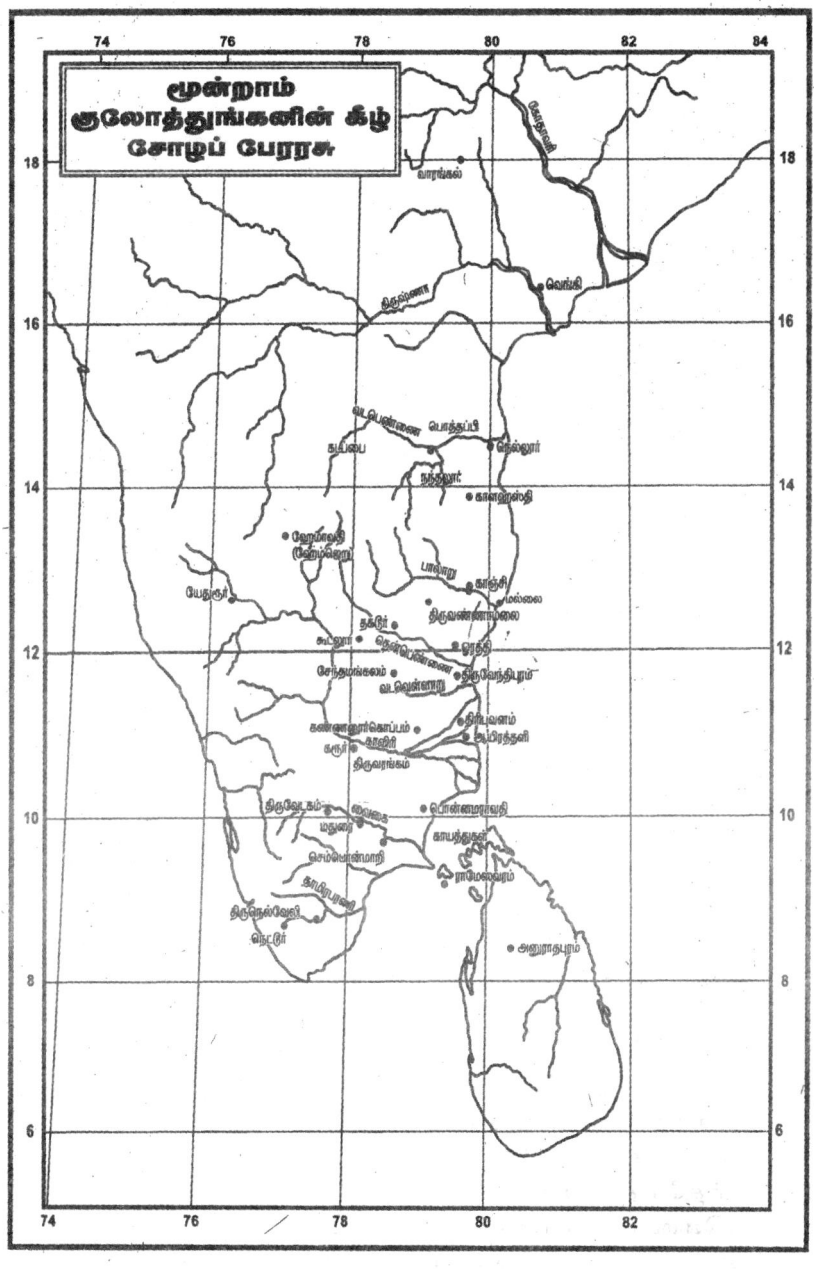

உள்நாட்டுக் குழப்பங்கள் நீங்கி ஆற்றலும் பேராசையும் உடைய அரசர்கள் சோழர்களின் பிடியிலிருந்து விடுபட்டு தங்களுடைய சுதந்திரத்தை நிலைநாட்டிக்கொண்டதோடு போர் வெறியும், மண்ணாசை வெறியும் பிடித்து அலைந்தனர். பாண்டியர்களுடைய இந்தப் பேரரசுக் கொள்கையின் விளைவுகளைக் குலோத்துங்கன் தன் ஆட்சியிலேயே நேரில் கண்டு அனுபவித்து, அதிர்ச்சியடைந்தான். வேறு இடங்களிலும் எண்ணி முடியாத குறுநில மன்னரின் குடிகள் ஏற்கெனவே கப்பம் கட்டி வந்த சிற்றரசர்கள் மத்திய ஆட்சிக்கும் தங்களுக்கும் உள்ள உறவுகளைத் துண்டித்துக்கொள்வதற்கான வாய்ப்புகளை எதிர்பார்த்திருந்தனர். நெல்லூர் சித்தராசர் போன்ற அரச குடும்பங்கள் ஓயாது பூசல்களில் ஈடுபட்டுச் சோழப் பேரரசுக்குத் தொல்லை கொடுத்தவண்ணமாக இருந்தனர். அளவுக்கு மீறி வளர்ந்துவிட்ட இந்தச் சிற்றரசர்களின் சூழ்ச்சிகளைச் சமாளிப்பதிலும் அவர்களுடைய நடவடிக்கைகளால் ஏற்பட்ட குறும்புத்தனங்களை அடக்குவதிலும், குலோத்துங்கனின் காலமும் ஆற்றலும் செலவாயின. இவ்வளவுக்கும் பின்னரும் குலோத்துங்கனின் ஆட்சியின் இறுதி வரையிலும் சோழப் பேரரசின் ஆட்சிப் பரப்பு அப்படி ஒன்றும் குறைந்துவிடவில்லை. சோழர்களுடைய கட்டடக்கலை, நுண்கலைகள் ஆகியவற்றில் முக்கியமான கடைசிக் கட்டம் மூன்றாம் குலோத்துங்கனுடைய காலமே. இலக்கிய வளர்ச்சியையும் அவன் ஊக்குவிக்கத் தவறவில்லை. வரலாறு புகழ் பாடும் நீண்ட சோழ அரச மரபின் கடைசிப் பேரரசன் இவனே. அவனுக்குப் பின்பு பட்டத்திற்கு வந்தவனின் ஆற்றல் இல்லாத ஆட்சியில், சோழப் பேரரசு சிதைந்து போயிற்று. புதிதாக வலுப்பெற்ற பாண்டியர்களுடன் சேர்ந்து, ஒரு சிற்றரசன், சோழப் பேரரசனை அவமதிக்கவும் துணிந்தான். உண்மை அதிகாரம் இல்லாவிட்டாலும் முடிமன்னர்க்குரிய புறமதிப்பு இருப்பது போன்ற ஒரு நிலையைக் ஹொய்சாள மன்னன் நரசிம்மனின் தலையீடு உண்டாக்கிற்று.

பாண்டியப் போர்

குலசேகரனுக்காக இரண்டாம் இராஜாதிராஜன், இலங்கை மன்னனான முதலாம் பராக்கிரம பாகுவுடன் போர் தொடுத்தான் என்பதையும் அவனுடைய ஆதரவு பெற்ற வீரபாண்டியன் - இவன் பராக்கிரம பாண்டியனின் மகன் - இறுதியாக இலங்கை மன்னனுடன் சேர்ந்துகொண்டு தனக்கு உதவிய சோழர்களிடம் நன்றிகெட்டத்தனமாக

நடந்துகொண்டான் என்பதையும் அதற்காகக் குலசேகரன் சோழர்களால் மதுரையை விட்டு விரட்டப்பட்டான் என்பதையும், வீரபாண்டியனை, சோழர்ப்படைத் தலைவனான அண்ணன் பல்லவராயனால் மீண்டும் மதுரை மன்னனாக முடிசூட்டப்பட்டான் என்பதையும் பார்க்கிறோம். வீரபாண்டியனுடைய ஒரே கல்வெட்டு, சுசீந்திரத்தில் கிடைக்கிறது.[53] பூமடந்தையும் ஜெயமடந்தையும் என்று தொடங்கி மன்னனின் முடிசூட்டு விழாவில் இக்கோயிலுக்கு ஏழு வேலி நிலம் அன்பளிப்பாக அளிக்கப்பட்டதைத் தெரிவிக்கிறது. இலங்கைத் தளபதிகளின் ஆதரவால் தற்காலிகமாக வீரபாண்டியன் மதுரையை ஆண்டான். ஆனால், பிறகு அவன், அண்ணன் பல்லவராயனால் பட்டத்தில் அமர்த்தப்பட்டபோதுதான் இந்தக் கொடை ஏற்பட்டிருக்கவேண்டும். வீரபாண்டியன் எவ்வளவு நாட்கள் பட்டத்தில் இருந்தான் என்பது தெரியவில்லை. குறுகிய காலத்தில் அவனும் இலங்கையர் சூழ்ச்சிக்கு ஆளாகிவிட்டான் என்பது உறுதியாகத் தெரிகிறது. வேணாடு, பாண்டிய நாடு, இலங்கை ஆகிய மூன்று தெற்கத்திய அரசுகளும் எப்போதுமே ஒன்றுசேர்ந்து, சோழ அரசர்களுக்கு எதிரிகளாக விளங்கினர். எனவே, நெருக்கடி நேரங்களில் தற்காலிகமாகச் சோழர்களிடமிருந்து பெற்றுக்கொண்ட உதவிகளுக்காக அவர்கள் நன்றியுடன் நடந்து கொள்ளவில்லை. தெற்கேயுள்ள வல்லரசுகளுக்குச் சோழர்கள் தலைமுறை தலைமுறையாய் எதிரிகளாகவே கருதப்பட்டனர். மதுரையிலிருந்து விரட்டப்பட்டபோது பின்னொரு கட்டத்தில் வீரபாண்டியன் கொல்லத்தில் தஞ்சமடைந்தான். முதலாம் பராந்தகன் தன்னுடைய சோழ ஆட்சியைத் தெற்கே பரப்பியபோது தோல்வியடைந்த பாண்டிய மன்னனாகிய இராஜசிம்மனுக்கு இலங்கையிலும் கேரளத்திலும் பரிவும் ஆதரவும் காட்டப்பட்டது. மூன்றாம் குலோத்துங்கன் ஆட்சி வரையுள்ள இடைக்காலத்தில் இந்த அரசர்கள் தங்களுக்கிடையேகொண்டிருந்த உறவிலும் சோழர்களுடன் அவர்கள் மொத்தமாகக்கொண்டிருந்த உறவிலும் மாறுதல் இல்லை என்பது இதுவரை விவரமாகச் சொன்ன செய்திகளிலிருந்து தெரியும். இதனால்தான் குலசேகரனும் வீரபாண்டியனும் ஒருவரையொருவர் தோற்கடிக்கச் சோழரின் உதவியை நாடினாலும் தங்களுடைய குறிக்கோள் நிறைவேற்றப்பட்ட பிறகு, பாண்டிய நாட்டின் அரசனுக்குப் பழக்கமாகிவிட்ட அரச தந்திர உறவு முறையையே சோழர்களுடன்கொள்ளுவது அவர்களுடைய இயல்பாகிவிட்டது.

குலோத்துங்கனின் கல்வெட்டுகள்

குலோத்துங்கனின் கல்வெட்டுகள் எல்லாம் 'புயல் வாய்த்து வளம் பெருக' என்ற சொற்றொடருடன் தொடங்குகின்றன. இந்த ஆதாரங்களில் சொல்லப்பட்டிருக்கிறபடி போரின் அடுத்த கட்டங்களை இப்பொழுது சுருக்கமாகக் கூறுவோம். 9-ம் ஆண்டில் 88-ம் நாளில்[54] சிதம்பரத்தில் பொறிக்கப்பட்ட கல்வெட்டு, அரசன் முடிசூட்டிக்கொண்டதையும், விக்கிரம பாண்டியனுக்கு, அவன் வேண்டுகோளுக்கு இணங்க படை அனுப்பப்பட்டதையும் வீரபாண்டியனின் மகன் தோற்கடிக்கப்பட்டதையும்[55] ஏழகம் அடிமைப்படுத்தப்பட்டதையும் மறவர் படை விரட்டியடிக்கப்பட்டதையும், மூக்கறுக்கப்பட்ட சிங்களப்படை வீரர்கள் கடல் நோக்கி மிரண்டு ஓடியதையும்[56] சொல்லுகிறது. வீரபாண்டியன் தாக்கப்பட்டு புறம்கொள்ளச் செய்யப்பட்டான். மதுரைச் சீமையும் அவனுடைய சிம்மாசனமும் அவனிடமிருந்து கைப்பற்றப்பட்டுச் சோழர்களின் உதவியை நாடிய பாண்டியன் விக்கிரமனிடம் ஒப்படைக்கப்பட்டன. ஒரு வெற்றித்தூணும் நிலைநிறுத்தப்பட்டது. சிதம்பரத்திலுள்ள மற்றொரு கல்வெட்டின் காலம், 11-ம் ஆண்டின் 118-ம் நாள். அக்கல்வெட்டு சொல்வதாவது :[57]

> "ஒரே படையைக்கொண்டு குலோத்துங்கன், வீரபாண்டியனின் மகனைப் பிடிப்பதற்கு முன்னரேயே அவனுடைய மூக்கை அறுக்கச் செய்தான். கூடல் மாநகரத்தை, விக்கிரம பாண்டியனிடம் ஒப்புவித்துவிட்டு தன் நாட்டுக்குத் திரும்பினான். இதன் பிறகு, தன்னுடைய பழைய தோல்வியை நினைத்து, மீண்டும் தாக்கிய வீரபாண்டியனின் தலையைப் பலி வாங்கி அந்தப் போரின் இறுதியில் ஒரு வெற்றித் தூணை நிறுத்தினான்."

திருக்கடையூரில்[58] 15 (?) 16ஆம் ஆண்டுகளில் பொறிக்கப்பட்ட கல்வெட்டுகள் முந்தின கல்வெட்டில் சொல்லப்பட்ட விவரங்களையே மீண்டும் கூறுவதுடன், அதே சொற்களையும் பயன்படுத்தியிருக்கிறது. கூடுதலாகச் சொல்லப்பட்ட செய்தியாவது:

> "குலோத்துங்கன் போரை முடித்த பிறகு, வீரபாண்டியனின் அழகிய பெண்கள் தன்னுடைய வேளத்துக்கு[59] வருமாறு செய்தான். வேறு தஞ்சமடைய இடம் இல்லாததால் மேற்கேயுள்ள கொல்லத்திற்குத் தன்னுடைய உறவினருடன் சென்றுவிட்ட தென்னன் (பாண்டியன்), மற்றும் வல்லமை வாய்ந்த சேரர்

ஆகியோர் இவனுடைய தாமரைப் பாதத்தில் வணங்கியபோது, இவனுடைய காலால் அவர்களுடைய முடிகளை மிதித்தான். தென்னவனுக்குச் செந்தமிழ் நாட்டின் ஆட்சி உரிமையையும் முடியையும் மகிழ்ச்சியோடு வழங்கினான். வீரர்களுக்குரிய சிலம்புகளை அவன் அணிந்துகொண்டான். வீரத்துக்கும், கொடைக்கும் உரிய கொடி, ஆலவட்டம் முதலியவற்றைக் கட்டினான். கைகயச் சிற்றரசன் தன்னுடைய, மகனுக்குக் குலோத்துங்கன் என்று பெயரிட்டபோது, மன்னன் அந்த விழாவுக்குச் சென்று, அவனுக்குப் பலவகை ஆடைகளை பரிசாக அளித்தான். இதுவரை, மன்னர்கள் பெறாத சலுகைகளையும் அவர்களுக்குக் குலோத்துங்கன் வழங்கினான். சான்று: மீனவன் (பாண்டியன்), வீரக்கேரளன் போரில் தோற்கடிக்கப்பட்டான். அவனுடைய விரலும் துண்டிக்கப்பட்டது. சோழனின் அடிமையாக அவன் சரணாகதி அடைந்தான். இருப்பினும், அவனுக்கு உணவுக் கலங்கள் வழங்கி அவனைத் தன்னோடிருந்து சாப்பிடச் செய்தான்."[60]

திருவிடை மருதூரிலுள்ள ஒரு கல்வெட்டும் 16-ம் ஆண்டில் பொறிக்கப்பட்டது.[61] "ஈழத்தைக் கைப்பற்றுக. தெற்கேயுள்ள இந்த நாட்டைக் கைப்பற்றினால்தான், பாண்டிய, கேரள, சிங்களவ ஆகிய மூன்று தென்னவர்களும் நம்மை வந்து வணங்குவார்கள்; சிங்களவனின் தலையை வெட்டிவிடு; அலைமோதும் கடல் நிறைய எதிரிகளின் தலைகளைப் போட்டு ஒரு பாலத்தை உண்டாக்கிவிடு," என்ற ஆணைக்கு ஏற்ப, குலோத்துங்கனின் வீரர்கள் எல்லா இடங்களையும் பாதுகாக்கத் தொடங்கியதாக இந்தக் கல்வெட்டுக் கூறுகிறது. ஸ்ரீ ரங்கத்தில், 19-ம் ஆண்டில் பொறிக்கப்பட்ட கல்வெட்டு,[62] 11-ம் ஆண்டில் சிதம்பரத்தில் பொறிக்கப்பட்ட கல்வெட்டு விவரங்களில் கண்ட முறையிலேயே பாண்டியப் போரை விவரிப்பதுடன், நெட்டூர் என்னுமிடத்தில் குலோத்துங்கன் மீது வீரபாண்டியன், இரண்டாவது தடவையாகத் தாக்கினான் என்றும், அதன் இறுதியில் பாண்டிய அரசனின் இளைய அரசியான மடக்கொடியை வேளமாகக் கைப்பிடித்தான் என்றும் சொல்லுகிறது. இக்கல்வெட்டு மேலும் கூறுவதாவது:

"தோல்வியடைந்த தென்னவனும் அவனோடு சேரனும், சோழ மன்னனைக் காண வந்து, வணங்கி அவனுடைய சிம்மானத்தின் கீழே உட்கார்ந்தபோது, சோழன் பாண்டியனின் முடிமீது தன் காலை வைத்துப் போய் வருவதற்கு

விடைகொடுத்தான்; நாட்டையும் முடியையும் மீண்டும் அவனுக்கே அளித்தான். சேர மன்னனுக்கு[63] பிற அரசர்கள் பெற முடியாத செல்வங்களைச் சோழன் வாரி வழங்கினான்."

விரல் வெட்டுண்டு ஓடிய[64] பாண்டிய வீர கேரளனின் தோல்வியையும் அவனுக்குக் கொடுக்கப்பட்ட அன்பளிப்புகளையும் சூரிய வமிசத்தின் தலைவன் என்ற புகழ்மிக்கப் பாண்டியனுக்கு வழங்கப்பட்ட செல்வம், ஆடை, அணிகலன்கள் ஆகியவற்றையும் இக்கல்வெட்டுத் தெரிவிக்கிறது. தென்னவன், விக்கலன் ஆகியோரின் தலைகளைக் குலோத்துங்கன் வெட்டியதாக, 19-ம் ஆண்டுத் திருவொற்றியூர்க் கல்வெட்டுச்[65] சொல்லுகிறது. இவையெல்லாம் ஆதாரம் இல்லாதவை, புறக்கணிக்கத்தக்கவை. 21-ம் ஆண்டில் ஏற்பட்ட திருமாணி குழிக் கல்வெட்டு,[66] 19-ம் ஆண்டில் ஏற்பட்ட ஸ்ரீரங்கம் கல்வெட்டைப் போன்றதே. ஆனால், அது பாண்டியனுக்கு நிலமும் முடியும் வழங்கியதையும், சேரனுக்குக் குலோத்துங்கன் செல்வங்கள் வாரி வழங்கியதையும் குறிப்பிடவில்லை. ஆனால், ஈழம், வாழட்டும் என்று சொல்லி இலங்கை மன்னனின் முடியைக் காலால் தொட்டு, குலோத்துங்கன் வாழ்த்தினான் என்று இக்கல்வெட்டு சொல்லுகிறது.

கடைசியாக புதுக்கோட்டைத் தனி அரசில்[67] (இப்போதைய புதுக்கோட்டை மாவட்டம்) கிடைத்துள்ள இரண்டு கல்வெட்டுகளில், குலோத்துங்கனின் பிற கல்வெட்டுகளில் காணப்படாத, சிறப்பான மெய்க்கீர்த்திகள் உள்ளன. இவற்றில் ஒன்றில் தேதி இல்லை. மற்றொன்றில், 34-ம் ஆண்டு என்று சொல்லப்பட்டிருக்கிறது. இரண்டு சந்தர்ப்பங்களில் குலோத்துங்கனின் பாண்டியப் படையெடுப்பை இந்த மெய்க்கீர்த்தி சொல்லுகிறது. இதிலிருந்து, ஏற்கெனவே பிற கல்வெட்டுகளில் முழுமையான விவரம் சொல்லப்படவில்லை என்றும், சில ஆண்டுகளுக்குப் பிறகு மற்றொரு படையெடுப்பு நடந்ததாயும் தெரிகிறது. பாண்டிய விவகாரங்களுக்குத் தொடர்பு இல்லாத பகுதிகளும் இம்மெய்க்கீர்த்தியில் உள்ளன. ஆனால், அவற்றைப் பற்றி வேறொரு கட்டத்தில் சொல்லுவோம். இப்போது இந்த மெய்க்கீர்த்தி முழுவதையும் மொத்தமாக ஆராய்வது உபயோகமாக இருக்கும். வழக்கம் போல, மெய்க்கீர்த்தியின் தொடக்கத்தில் அரசனின் முடிசூட்டு விழாவும் அதன் விளைவாக ஏற்பட்ட ஏராளமான நன்மைகளும் கூறப்பட்டிருக்கின்றன. சிதம்பரம் கோயில் பகுதிகளுக்குப் பொன் வேய்ந்ததையும், திருப்புவனம் கோயில் கட்டியதையும், இராஜராஜேசுவரத்திற்குப்

பொன் மெருகு பூசியதையும் இந்த மூன்று கோயில்களிலும் திருவிழாக்கள் ஏற்படுத்தியதையும் சொல்லுகிறது. அடுத்து, வடக்கே நடைபெற்ற போரையும் அதன் இறுதியில், காஞ்சியை மீண்டும் கைப்பற்றியதையும் சுருக்கமாகச் சொல்லுகிறது.[68] 'இதன் பிறகு வடுகு நாடு அடிமைப்படுத்தப்பட்டது, வேங்கி மண்டலத்தை இணைத்தது, பொன்னாலான பொருள்களை வாரி வழங்கியது, உறங்கணியில் நுழைந்தது ஆகிய போர்க் குறிப்புகளெல்லாம், வேறு எந்த கல்வெட்டுகளிலுமின்றி இந்தக் கல்வெட்டில் மட்டுமே சொல்லப்பட்டிருக்கிறது. அதன் பிறகு, ஸ்ரீரங்கம் கல்வெட்டில்[69] சொல்லப்பட்டு, நாம் ஏற்கெனவே தெரிவித்த-பாண்டியப் போர் பற்றிய செய்திகள்-தரப்பட்டிருக்கின்றன. குலோத்துங்கன் ஈழத்தை வென்றதாயும் கொங்கு நாட்டு அரசர்களை எதிர்த்து, கடுமையான போர் புரிந்ததாயும், கருவூரில் நுழைந்ததாயும் சோழக் கேரளன் என்ற பட்டத்தைத் தாங்கி, விஜய மாமுடி அணிந்துகொண்டதாயும் சொல்லப்பட்டிருக்கிறது. பிறகு, அவன், வீரமுடி அணிந்து, போர்த்திறமை மிகுந்த மலைய நாட்டுப்[70] படையுடன் போரிட்டு, மட்டியூர், கழிக்கோட்டை ஆகிய ஊர்களை முற்றுகையிட்டு, பாண்டியப் படைகளை மூக்கறுத்து, மறவர்ப் படையையும் ஏழகப்படையையும் சிறைப் பிடித்தான். பிறகு, அவன் தன்னுடைய படையினரைக்கொண்டு, மதுரையைச் சூழ்ந்து, பாண்டியனையும், அவன் தம்பிமார்களையும், அவன் தாயாரையும் காடுகளுக்குள் விரட்டி, பாண்டியனின் முடிசூட்டு மண்டபத்தை அழித்து, கழுதைகளைக்கொண்டு அந்த இடத்தை உழுது, அதில் 'கவடி' என்னும் தானியத்தைப் பயிரிட்டு, பிறகு, சோழ பாண்டியன் என்னும் பட்டம் தாங்கி, வீரமுடி அணிந்துகொண்டான். பிறகு, அவன் வீரர்களுக்குரிய சிலம்பை அணிந்து, திருபுவன வீரன் என்ற பட்டத்துடன், வீரக்கொடிகள் ஏந்தி நகருக்குள் வெற்றியுடன் நுழைந்தான். இறுதியாக, மதுரையில் கோயில்கொண்டுள்ள தெய்வத்தை வணங்கி,[71] அந்தத் தெய்வத்திற்கு விலை மிகுந்த அணிகலன்களை வழங்கினான். பாண்டி மண்டலம் இனி சோழ பாண்டியன் மண்டலம் என்ற பெயரால் வழங்கிவரும் என்றும், மதுரை மாநகரம், முடித்தலைகொண்ட சோழபுரம் என்ற பெயரால் வழங்கிவரும் என்றும் அறிவித்தான். அவன் தங்கியிருந்த மண்டபத்தில், சேர பாண்டியன்-தம்பிரான் என்ற பெயரைப் பொறித்தான். பாண்டியருடைய பெயரையும் மாற்றினான். தென்னவன் சஞ்சலப்படும்படியாக, மதுரையைக் கைப்பற்றிய சோழனின் கரங்களைப் புகழ்ந்து பாடிய பாணனுக்குப் பாண்டியன் என்னும் பட்டத்தை வழங்கினான்.

மதுரையில், தெய்வ விக்கிரகங்களின் ஊர்வலங்கள் செல்லுவதற்கு வசதியாகத் தன் பெயரில் அகன்ற வீதி ஒன்றை உண்டாக்கினான். புதிய திருவிழா ஒன்றையும் ஏற்பாடு செய்து, அந்தத் திருவிழாவில் புதிய வீதியில் தெய்வ உருவங்கள் கண்டு வழிபடுவதற்காக அதுவரை மதுரையில் தங்கினான். பிறகு, அவன் மதுரைக் கோயில் பொன்னாலான மலைபோலத் தோற்றமளிக்கும்படி செய்தான். சேரநாடு, பாண்டிய நாடு ஆகியவற்றில் விதித்துக் கப்பமாக வசூலிக்கப்பட்ட பொன்னையும், இறையிலி நிலங்களையும், சிதம்பரம், திருவாரூர், திரிபுவனம் கோயில்களுக்கு வழங்கினான். தன்னுடைய வெற்றியைக் கூறும் தூண்களை எல்லா திக்குகளிலும் நிலைநாட்டினான்.[72] இறுதியாக, பாண்டியனுக்கு அவனுடைய நாட்டையும், அரசுரிமைகளையும் திருப்பிக் கொடுத்து, அவனுடன் நட்புடன் இருப்பதாக உறுதி கூறினான்.

மூன்று படையெடுப்புகள்

இந்த ஆதாரங்களின்படி குலோத்துங்கனின் பாண்டியப் போர்களில் மூன்று தனித் தனிப் படையெடுப்புகள் அடங்கியுள்ளன. இவற்றில் முதலாவது படையெடுப்பு, விக்கிரம பாண்டியனின் வேண்டுகோளுக்கிணங்கத் தொடங்கப்பட்டது. வீரபாண்டியனை இறக்கி, அவனுக்குப் பதிலாக மதுரையின் அரியாசனத்தில் விக்கிரமனை அமர்த்தியதோடு முடிவடைகிறது. சில முக்கியமான கட்டங்களில் கல்வெட்டுகள் பேசாமடந்தையாக உள்ளன. வீரபாண்டியன் மீது குலோத்துங்கனுக்கு ஏன் கோபம் வந்தது? இதைப் பற்றி மேலே கூறப்பட்ட கருத்துக்கள் தற்காலிகமான கருத்துகளே. மேலும், மதுரையைவிட்டு விரட்டப்பட்ட பிறகு, குலசேகரன் என்ன ஆனான்? விக்கிரம பாண்டியனுக்கும் அவனுக்கும் என்ன உறவு? எத்தகைய சூழ்நிலைகளில் விக்கிரம பாண்டியன், குலோத்துங்கனை அணுகி வீரபாண்டியனுக்கு எதிராகப் படையெடுத்து வரும்படி கேட்டுக்கொண்டான்? நேரடியான ஆதாரம் நமக்குக் கிடைக்கவில்லை. எனவே, நமது அனுமானம் வருமாறு: போர் தொடங்கியபோது, குலசேகரன் இறந்திருக்கலாம். விக்கிரம பாண்டியன் அவனுடைய மகனாகவோ, அல்லது நெருங்கிய உறவினனாகவோ இருந்து, பாண்டிய சிம்மாசனத்திற்கு உரிமை பெற்றிருக்கவேண்டும். வீரபாண்டியனின் சூழ்ச்சிகளை அறிந்து, அவன் சோழர்களின் தொன்றுதொட்ட எதிரிகளோடு சேர்ந்திருக்க வேண்டும். 9-ம் ஆட்சி ஆண்டின் தொடக்கம் (கி. பி. 1186-ஜூன்

இரண்டாம் இராஜாதிராஜனும் மூன்றாம் குலோத்துங்கனும்

மாதம்) வரையிலும் இந்தப் போர் விவரமாகச் சொல்லப்படாவிட்டாலும், இது கி. பி. 1182-க்கு முன்பு நடைபெற்றிருக்க வேண்டும். அந்த ஆண்டிலிருந்துதான், கல்வெட்டுகளில், மதுரையும் பாண்டியன் முடித்தலையும் கொண்டருளிய என்ற பட்டப்பெயர் தொடர்ச்சியாகக் கையாளப்பட்டிருக்கிறது. இது, இவ்வாறாயின், இப்போர் இலங்கை மன்னனான முதலாம் பராக்கிரம பாகுவின் கடைசி ஆண்டுகளில் நடைபெற்றிருக்கவேண்டும். வீரபாண்டியனுக்கு ஆதரவாகப் போரிட்டு, அவனோடு இன்னல்களை அனுபவித்த சிங்கள வீரர்களை இந்த மன்னனே அனுப்பியிருக்கவேண்டும். வீரபாண்டியனின் மகன் அல்லது மக்களின் கதியைப் பற்றி முரணான கருத்துகள் இருப்பதால் அவர்களுக்கு என்ன நேர்ந்தது என்பதைப் பற்றித் தெளிவான முடிவுக்கு வர இயலவில்லை.

விக்கிரம பாண்டியனை, மதுரை மன்னனாக்கி விட்டுச் சோழப் படைகள் தம் நாட்டுக்குத் திரும்பின. வீரபாண்டியன் மீண்டும் ஒரு முயற்சி செய்தான். இதனால் ஏற்பட்ட இரண்டாவது படையெடுப்பில், நெட்டூர்ப் போர்க்களத்தில், அவனுடைய முயற்சி முறியடிக்கப்பட்டது. நெட்டூர்ப் போர், முதல் தடவையாக, கி. பி. 1189-ல் சொல்லப்பட்டிருப்பதால் அதற்கு முன்னரே, இப்போர் நிகழ்ந்திருக்க வேண்டும். இந்தக் கல்வெட்டில் கொடுத்திருக்கும் விவரங்களைப் பிற்காலக் கல்வெட்டுகள் புதிய விவரங்களுடன் மெருகு ஊட்டிக் கவர்ச்சியாகத் தருகின்றன. இந்தப் படையெடுப்பின் இப்பகுதியின் முக்கியமான கூறு, கேரள அரசனும், வீரபாண்டியனும் கூட்டுச் சேர்ந்ததாகும். நெட்டூரில் தோல்வி அடைந்த பிறகு, வீரபாண்டியன், கொல்லத்திற்குச் சென்று, வேணாட்டை ஆண்ட கேரள மன்னனிடம் தஞ்சமடைந்தான். இவனை விருந்தாளியாக வைத்திருப்பது அபாயம் என்பதை வேணாட்டான் உணர்ந்தான். தொடர்ந்து போர் நடப்பதைத் தவிர்ப்பதற்காக, இருவரும் குலோத்துங்கனிடம் சரணடைய முடிவு செய்தனர். தோல்வி அடைந்தவனுக்கு, தன்னை மரியாதையுடன் நடத்தவேண்டும் என்று எதிர்பார்ப்பதற்கு உரிமை இல்லை. எனவே வீரபாண்டியன் மொத்தத்தில் நன்றாகத்தான் நடத்தப்பட்டான் என்று சொல்லவேண்டும். குலோத்துங்கனுடைய அரசவையில் வீரபாண்டியன் அடக்க ஒடுக்கமாக இருந்து வந்தான். அவனுடைய நாட்டை அவன் இழந்தான். அந்தப்புரம் உட்பட அரசர்க்குரிய சலுகைகளையும் இழந்தான். ஆனால், அவனுடைய உயிருக்கு ஆபத்தில்லாதபடி அவன் உயிரோடு இருந்துவர அனுமதிக்கப்பட்டான். அவனுடைய புதிய நிலைமைக்கு

ஏற்ப அவனுக்கு சில நிலங்களும் வேறுவகையான செல்வங்களும் கொடுக்கப்பட்டன.73 குலோத்துங்கன் பெயரைத் தன் மகனுக்கு இட்ட கைகேய இளவரசன் யார்? பாண்டிய வீர கேரளன் யார்? சூரிய குலத்தைச் சேர்ந்த சிற்றரசன் யார்? என்ற கேள்விகளுக்கெல்லாம் பதில் சொல்வதற்கு வேண்டிய விவரங்கள் இல்லை. இலங்கை மன்னனுடைய முடியின் மீது குலோத்துங்கன் தன்னுடைய பாதத்தை வைத்தான் என்று திருமாணிக்குழி கல்வெட்டு சொல்லுகிறபோதிலும், இதை உண்மை என்று ஒப்புக் கொள்வதற்கில்லை. இரண்டாவது போராட்டத்தில் தேதியை பொறுத்த வரையில் இது கி. பி. 1189-க்கு முன் நடந்திருக்கவேண்டும் என்று மட்டுமே சொல்லலாம். 1187 வரை வாழ்ந்த இலங்கை மன்னன் முதலாம் பராக்கிரம பாகுவின் ஆட்சிக் காலத்திலேயே அது முடிந்துவிட்டதா அல்லது, அவனுக்குப் பிறகு மிகக் குறுகிய காலம் ஆட்சி செய்த ஆறாம் மகிந்தனுக்குப் பிறகு பட்டத்துக்கு வந்த நிஸ்ஸாங்கமல்லா என்பவனுடைய ஆட்சி வரையில் அந்தப் போர் இழுத்துக்கொண்டே போயிற்றா என்பது உறுதியாகத் தெரியவில்லை. ஆனால், குலோத்துங்கன் வென்ற நாடுகளின் பட்டியலில் முதல் தடவையாக அவனுடைய பத்தாம் ஆண்டில் (கி. பி. 1188)74 ஈழம் என்ற பெயர் காணப்படுகிறது என்பதும் குறிப்பிடத்தக்கது. மேலும் நிஸ்ஸாங்கமல்லா என்பவன் பாண்டிய நாட்டை மூன்று தடவை படை எடுத்ததாயும் இராமேஸ்வரம் கோயிலைப் புதுப்பித்து திருப்பணி செய்ததாயும்75 தன்னுடைய ஏராளமான கல்வெட்டுகளில் சொல்லியிருக்கிறான். இராமேஸ்வரத்தில் சிங்கள மொழியில் ஒரு கல்வெட்டு காணப்படுகிறது. அதில் இவன் இராமேஸ்வரம் கோயிலைப் புதுப்பித்த செய்தி பொறிக்கப்பட்டிருக்கிறது. மேலும் அந்தக் கல்லையே ஆசனமாகப் பயன்படுத்தி அதில் உட்கார்ந்துகொண்டுதான் நிஸ்ஸாங்கமல்லா நாடகங்களைக் கண்டும் இசை நிகழ்ச்சிகளை கேட்டும் பொழுது போக்குவானாம். இந்த அரசன் இக்கோயில் திருப்பணிக்காக அளவு கடந்த பணத்தைச் செலவு செய்ததாயும், அதனால் இராமேஸ்வரம் நிஸ்ஸாங்க மல்லேசுவரம் என்ற பெயரால் வழங்கி வந்ததாயும் இக்கல்வெட்டு சொல்கிறது. இந்தக் கல்வெட்டுகள் சொல்கிற அளவுக்கு இலங்கை மன்னனுடைய பாண்டியப் போர்கள் வெற்றி பெற்றிருக்க முடியாது. காலவழிச் செய்திக்கோவை இதைப் பற்றி ஒன்றும் சொல்லாமல் இருப்பதற்குக் காரணமாக இருக்கலாம்.76

குலோத்துங்கன் பாண்டிய நாட்டில் மேற்கொண்ட மூன்றாவது போர் நாம் ஏற்கெனவே கண்டபடி அவனுடைய 34-ம் ஆட்சியாண்டில் நடைபெற்றதாகப் புதுக்கோட்டை ஆதாரங்களில் சொல்லப்பட்டிருக்கிறது. கருரில் **விஜயாபிஷேகம்** செய்துகொண்ட பிறகு குலோத்துங்கன், **வீராபிஷேகம்** செய்து கொள்வதற்காக மதுரை நாட்டை எதிர்த்துப் போர்புரியப் புறப்பட்டான் என்று இந்தக் கல்வெட்டு சொல்கிறது. 29-ம் ஆட்சியாண்டு அளவில் மட்டும்தான் முதல் தடவையாக விஜயாபிஷேகம், வீராபிஷேகம் என்ற பேச்சே இடம்பெறுகிறது என்பதை நோக்க, இந்தப் படையெடுப்பின் காலம் கி. பி. 1205 அளவில் இருக்கலாம் என்று கருதுவதில் தவறில்லை. இது உண்மை எனில், இந்தப் போர் கி. பி. 1190-ல் பட்டத்திற்கு வந்த ஜடாவர்மன் குலசேகரனுக்கு விரோதமாக நடந்திருக்கவேண்டும். இரண்டாம் இராஜாதிராஜனும், மூன்றாம் குலோத்துங்கனும் பாண்டிய அரசில் உரிமை வேண்டி போட்டி இட்டவர்களுள் யாராவது ஒருவரை ஆதரித்தனர் என்பதையும் அதையொட்டி உள்நாட்டுப் போர் நடந்தது என்பதையும் அறிவோம். அந்தப் போர் முடிவடைந்த பிறகு பாண்டியர்களுக்கு ஏற்பட்ட மறுமலர்ச்சியில் முதல் தடவையாகப் புகழ் பெற்ற அரசன் என்ற நிலையை அடைந்தவன் இந்த ஜடாவர்ம குலசேகரனே! குலசேகரன், குலோத்துங்கனுடைய ஆதரவு பெற்ற விக்கிரம பாண்டியனின் மகனாகவும் அவனுக்குப் பின் பட்டத்துக்கு வந்தவனாகவும் இருக்க வேண்டும். அவனுடைய கல்வெட்டுகள் மதுரை, இராமநாதபுரம், திருநெல்வேலி மாவட்டங்களில் காணப்படுகின்றன.[77] அவற்றில் விரிவான மெய்க்கீர்த்திகள் உள்ளன. பாண்டியனுடைய மீனுக்கு முன்னால் சோழனுடைய பயங்கரமான புலியும், சேரனுடைய வில்லும் நடுங்கியதாக ஒரு மெய்க்கீர்த்தி சொல்கிறது. இந்தக் குலசேகரனுக்கும் மூன்றாம் குலோத்துங்கனுக்கும் போர் ஏற்பட்டதற்கும் மேற்கண்டவாறு குலசேகரன் தன்னைப் பற்றிப் பெருமையாகக் கூறிக்கொண்டு அறைகூவல் விட்டது ஒரு காரணமாயிருக்கலாம்; வீராபிஷேகம் செய்துகொள்ள வேண்டுமென்று குலோத்துங்கன் விரும்பியது மற்றொரு காரணமாயிருக்கலாம். குலசேகரனின் கல்வெட்டுகள் போரைப்பற்றியோ போர் நிகழ்ச்சிகளைப் பற்றியோ குறிப்பிடவில்லை. குலோத்துங்கனுடைய கல்வெட்டுகளில் சொல்லியிருப்பது எல்லாவற்றையும் நாம் அப்படியே உண்மை என்றோ வேதவாக்காகவோ எடுத்துக்கொள்ள வேண்டியதில்லை. ஆனால் குலோத்துங்கன் தன்னுடைய பிடிவாதத்துக்கும் பேராசைக்கும் தண்டனையாக மிகவும் துயரப்பட்டான் என்பது மட்டும் உறுதி. குலசேகரன் மீண்டும்

புட்டத்துக்கு வந்ததோடு இந்தப் போர் முடிவடைகிறது. எனவே பாண்டிய அரசனும் அவனுடைய உறவினர்களும் காடுகளில் தஞ்சம் புகுந்தனர்[78] என்று சொல்வது வெறும் அலங்காரப் பேச்சு, உண்மைக்குப் பொருத்தமில்லாதது. மட்டியூர், காளிக்கோட்டை ஆகிய ஊர்கள் எங்கே இருக்கிறது என்பது இன்னும் தெளிவாகவில்லை. அங்கே முற்றுகை நடந்தது, மறவர்ப் படை தோல்வி அடைந்தது, கலைச் செல்வங்களை வேண்டுமென்றே நாசம் செய்தது, பாண்டியருடைய முடி சூட்டு மண்டபத்தை இடித்தது ஆகிய செய்திகளெல்லாம் உண்மையாக இருக்கலாம். பாண்டியர்கள் படிப்படியாக பலம் பெற்று வந்ததும் அதற்கு நேர்மாறாகத் தன்னுடைய அதிகாரம் குறைந்து வந்ததை உணர்ந்தும் குலோத்துங்கன் இவ்வாறு கடுமையாக நடந்துகொண்டிருப்பான். இவ்வாறு அவன் காட்டிய கோபத்தின் விளைவாகவே குலோத்துங்கன் படையெடுத்த போது தன்னுடைய அண்ணனுடன் பல துயரங்களை அனுபவித்த மாறவர்மன் சுந்தர பாண்டியன் சில ஆண்டுகள் கழித்துச் சோழநாட்டைக் கடுமையாகத் தாக்கி அங்கு பல சேதங்களையும் விளைவித்து ஆயிரத்தளி என்ற முடி கொண்ட சோழபுரத்தில்[79] சோழர்கள் முடிசூட்டிக்கொள்ளும் மண்டபத்தில் வீராபிஷேகம் செய்துகொண்டான்.

வடக்கத்திய போர்கள்

குலோத்துங்கனின் வடக்கத்திய போர்கள் முதல் தடவையாக அவனுடைய 19-ம் ஆண்டில் ஸ்ரீரங்கம் கல்வெட்டில் பின்வருமாறு குறிப்பிடப்படுகின்றன :

> "அவன் இணையில்லாத யானைப்படையை அனுப்பினான், வீரச்செயல்கள் பலவற்றைப் புரிந்தான். வடக்கத்திய அரசர்கள் கீழே விழுந்து தன்னை வணங்கச் செய்தான். தன் கோபம் அடங்கியதும் கச்சிமா நகருக்குள் புகுந்தான். அங்கே கூடியிருந்த அரசர்களுக்கெல்லாம் கப்பம் விதித்தான்."

இதற்குப் பத்தாண்டுகளுக்குப் பிறகு ஏற்பட்ட புதுக்கோட்டைக் கல்வெட்டுகள் பின்வரும் செய்திகளைத் தருகின்றன :

> "(தெலுங்கர்) வடுகர்கள் போரில் அஞ்சாநெஞ்சம் படைத்தவர்களாயிருந்தும் அவர்களைத் தோற்கடித்தும் வேங்கை மண்டலத்தைத் தன் ஆட்சியில் கொண்டுவந்தும் தன் ஆற்றலை நிலைநாட்டிய பிறகு, அவன் மகிழ்ச்சியுடன் எங்கும் பொன்னை வாரி வழங்கி பொன்னகரான உறங்கைக்குள் புகுந்தான்."

அரசியல் நிலைமைகள்

சோழநாட்டுக்கு வெளியே அரசியல் சூழ்நிலைகள் ஏற்பட்ட மாறுதல்களைச் சுருக்கமாகவாவது தெரிந்துகொண்டால்தான், மேலே சொல்லப்பட்ட குலோத்துங்கனுடைய கல்வெட்டுகளின் செய்திகளைப் புரிந்துகொள்ள முடியும். இரண்டாம் இராஜராஜனின் ஆட்சியின் இறுதியில் வேலநாண்டு அரசர்கள் வல்லமையை உணர்ந்து, தாங்கள் சாளுக்கிய சோழர்கள் மேலாதிக்கங்களிலிருந்தும் விடுதலை பெறமுடியும் என்னும் முடிவு செய்தனர். இந்தக் காலத்தில்தான் காகதீயர்கள் வடக்கே ஏற்றம் பெற்றுவந்தனர். மேற்கே சாளுக்கியர்கள் காகதீய புரோலனால் தோற்கடிக்கப்பட்டு பிஜ்ஜால வமிசத்தாராலும் தங்களுடைய செல்வாக்கை இழந்தனர். மேலைச் சாளுக்கிய அரசுக்கு இதனால் ஏற்பட்ட செல்வாக்குக் குறைவினால் ஹொய்சாளர்கள் சுதந்திர அரசாக விளங்க இந்த சந்தர்ப்பத்தை பயன்படுத்திக்கொள்ளத் துடித்தனர். அதே காலத்தில் அதுவரை சாளுக்கியர்களுக்கு அடங்கியிருந்தவர்கள் அல்லது அவர்களுக்குப் பயந்து சோழர்களோடு நல்லுறவுகொண்டிருந்தவர்கள் ஆகிய தெலுங்குச் சோழர்களும் வேலநாண்டு அரசர்களும் முன்னைவிட சுதந்திரமாக இருந்து, இப்போது புதிதாக நாடு கைப்பற்றும் ஆசையும் பெற்று, அதற்கேற்றவாறு திட்டங்கள் தீட்டினர். நெல்லூரிலோ இராயலசீமை என்ற சர்க்கார் மாவட்டங்களிலோ இரண்டாம் இராஜாதிராஜனின் கல்வெட்டுகள் அவ்வளவாகக் காணப்படவில்லை. இரண்டாம் கொங்கன் என்ற அரசன் தன் ஆட்சியின் இறுதியிலும் அவனுடைய மகன் இராசேந்திர சோடன் இன்னும் உறுதியாகவும் தங்களுடைய தனிப்பட்ட தகுதிநிலைகளைக்[80] குறிக்கும் சின்னங்களையும் விருதுகளையும் பயன்படுத்தலாயினர். இராஜராஜனுடைய ஆட்சி முடியும் போது தெலுங்கு நாட்டின் வரலாற்றில் ஓர் இடைக்காலம் ஏற்படுகிறது. இந்த இடைக்காலத்தில் சோழர்களுடைய அதிகாரம் நீங்கிவிட்டது. ஆனால், அதனிடத்தில் இன்னும் காகதீயர் அதிகாரம் செலுத்தத் தொடங்கவில்லை. இந்த ஒரு தலைமுறைக் காலத்தில் மத்திய ஆட்சி என்பது ஒன்றும் இல்லாமல் கோதர்கள், சாகிகள், கோநர்கள் முதலிய பலர் தெலுங்கு நாட்டைத் தங்களுக்குள் பங்கிட்டுக் கொண்டனர். இதே காலத்தில் தென்கோடியில் நெல்லூர், கடப்பை, சித்தூர், வட ஆர்க்காடு, செங்கற்பட்டு மாவட்டங்களில் தெலுங்குச் சோடர்கள் முக்கியத்துவம் பெற்றனர். சோழர்கள் காஞ்சிபுரத்தை இந்தத் தெலுங்குச் சோழர்களிடம்தான் ஒப்புவித்தனர். அவர்களிடமிருந்துதான் அந்த நகரை மூன்றாம் குலோத்துங்கன் மீட்டுக்கொண்டான்.

தெலுங்குச் சோடர்கள்

இந்தக் காலப் பகுதியில் தெலுங்குச் சோடர்களின் வரலாற்றுக் காலவரையறை, அரச மரபுவழி ஆகியவற்றில் பல சிக்கல்கள் உண்டாகின்றன. அவர்களுடைய அதிகாரத்தையும் முக்கியத்துவத்தையும் குறித்துக் கல்வெட்டு, இலக்கிய ஆதாரங்கள் தங்கு தடையின்று கிடைக்கின்றன. ஆனாலும், இந்த வகை அரசர்களின் அரச மரபுகளின் வரலாற்றை தொடர்ச்சியாகவும் முரண்பாடில்லாமலும் பொருத்தமாயும் எழுதுவதற்கான முயற்சிகள் அவ்வளவாக வெற்றி பெறவில்லை.[81] இந்த அரசர்கள் எல்லோரும் தங்களைச் சோடர்கள் எனச் சொல்லிக்கொண்டார்கள். அவர்களுடைய அதிகாரம் தெலுங்கு நாட்டின் பெரும் பகுதியில் பரவியிருந்தது. அவர்கள் எல்லோரும் கரிகாலன் வழியினர் என்று உரிமை கொண்டாடினர். சூரிய மரபினர் என்றும் காசியப கோத்திரத்தினர் என்றும் சொல்லிக்கொண்டனர். முதலாம் குலோத்துங்கன், மற்றும் அவனுக்குப் பின் பட்டத்துக்கு வந்தவர்கள் ஆகியோருடைய பிரதிநிதியின்ராக இந்த வமிசத்தைச் சேர்ந்தவர்கள் தெலுங்கு நாட்டின் பல பகுதிகளில் இருந்து வந்ததை ஒவ்வோர் ஆட்சியின் கல்வெட்டுகளும் உறுதிப்படுத்துகின்றன. தெலுங்குச் சோடர்களின் நெல்லூர்க் கிளைக்கும் மூன்றாம் குலோத்துங்கனுக்கும் இருந்த சம்பந்தத்தைச் சற்றுவிரிவாக நாம் இப்போது அறிந்து கொள்ளவேண்டும். காஞ்சிபுரத்தை மீட்டுக்கொள்ளவேண்டிய தேவை குலோத்துங்கனுக்கு ஏன் ஏற்பட்டது என்பது இதிலிருந்து தெரியும்.

இந்தக் குடும்பத்தின் அரச பரம்பரை இரண்டு ஆட்களின் நிழல்களுடன் தொடங்குகிறது. இவர்களில் முதலில் குறிப்பிட வேண்டியவர் மதுராந்தக பொத்தப்பிச் சோழன். இவர் மதுரையை வென்றதாகவும் பொத்தப்பி என்ற ஊரை உண்டாக்கியதாகவும் இக்காரணங்களால் இவர் இப்பெயர் பெற்றதாகவும் சொல்லப்படுகிறது. பொத்தப்பி என்ற ஊர் அதே பெயரில் கடப்பை மாவட்டத்தில் புல்லம்பேட்டை வட்டத்தில் இப்போதும் இருந்துவரும் ஊரே என்று அடையாளம் காட்டப்படுகிறது.[82] மற்றோர் அரசன் தெலுங்கு வித்யன் என்பவன் (தமிழ்ச் சோழ கல்வெட்டுகளில் விச்சயன் என்று சொல்லப்பட்டிருக்கிறான்). இவன் உஜ்ஜபுரி என்னுமிடத்தில் (பெல்லாரி மாவட்டம் குட்லிகி வட்டம், உஜ்ஜினி) உச்சியில் கருடன் வைத்த வெற்றித்தூணை நிறுத்தியுள்ளான். இத்தூணில் உள்ள வரலாற்றுப் பகுதி விக்கிரம சோழனின்[83] சிற்றரசரான பேட்டா என்பவனுடன் தொடங்குகிறது. பேட்டாவின்

மகன் ஏற சித்தி என்பவனுக்கு நல்ல சித்த என்ற மன்மசித்தன்,[84] பேட்டா, தம்முசித்த என்ற மூன்று ஆண்மக்கள் இருந்தார்கள். சின்ன பேட்டனுக்கு நாடாள வேண்டுமென்ற எண்ணம் இல்லையென்றும் அதனால் மன்மசித்தன் இறந்தபிறகு அவன் தன்னுடைய உரிமைகளைத் தன் தம்பி தம்மு சித்தனுக்கு விட்டுக் கொடுத்ததாயும் தம்மு சித்தனின் கல்வெட்டுகள்[85] சொல்லுகின்றன. தம்மு சித்தன் எஸ். 1127-லிலோ அதற்குச் சற்று முன்னரோ[86] நெல்லூரில் முடிசூட்டிக்கொண்டான் என்றும் இக்கல்வெட்டுகள் சொல்கின்றன. எஸ். 1129-ல்[87] காவாலியில் ஏற்பட்ட கல்வெட்டு இந்தக் கல்வெட்டுகளிலிருந்து மாறுபடுகிறது. அதில் இளைய பேட்டாவைப் பற்றி ஒன்றும் சொல்லப்படவில்லை. நல்ல சித்தன் அரசனாக முடிசூட்டப்பெற்று அபிஷேகம் செய்துகொண்டான்[88] என்றும் அவன் தம்பி தம்மு சித்தன் அவனுடைய தயவினால் நாட்டை ஆண்டுகொண்டிருந்தான் என்றும் அக் கல்வெட்டுக் கூறுகிறது. எனவே தம்மு சித்தன், மன்னன் இறந்த பிறகுதான் ஆட்சிக்கு வந்தானா அல்லது அவனுடன் கூட்டாக ஆட்சி செய்தானா என்பது உறுதியாகத் தெரியவில்லை. மூன்றாம் குலோத்துங்கனுடைய கல்வெட்டுகளை ஒப்பிட்டுப் பார்க்கும்போது காவாலிக் கல்வெட்டில் சொல்லப்பட்டிருப்பதையே பெரும்பாலும் உண்மை என்று கொள்ளலாம். குலோத்துங்கன் ஆட்சியில் பல்வேறு கட்டங்களில் அவனுக்கும் அந்த அரசர்களுக்கும் இருந்த உறவும் குலோத்துங்கனின் கல்வெட்டுகளிலிருந்து தெளிவாகத் தெரியவரும்.[89]

அவர்களுக்கும் மூன்றாம் குலோத்துங்கனுக்கும் இடையே நிலவிய உறவு

மூன்றாம் குலோத்துங்கனின் ஒன்பதாம் ஆண்டில் அதாவது கி. பி.1187-ல் நெல்லூர் அரசர் மூன்றாம் குலோத்துங்கனின் மேலாதிக்கத்தை ஏற்றுக்கொள்கிறார்.[90] மூன்று ஆண்டுகளுக்குப் பிறகு கி. பி. 1190-ல் மதுராந்தகப் பொத்தப்பிச் சோழன் என்றும் சொல்லப்பட்ட ஒரு சிற்பி, நெல்லூர்க் கோவிலுக்கு சில நிவந்தங்களை வழங்கும்போது அது தன்னுடைய பேரரசரான குலோத்துங்கனின் 12-ம் ஆட்சியாண்டில் ஏற்பட்டதாகச் சொல்கிறான்.[91] பிறகு நுங்கமன் என்ற பெயருடைவளும் நல்ல சித்தனின் பட்டத்து அரசியுமாகிய ஒருத்தியின் பெயரால் திருப்பாலைவனம் (செங்கற்பட்டு), திருக்காளத்தி (சித்தூர்), நந்தலூர் (கடப்பை) கோவில்களுக்குக் கொடுக்கப்பட்ட தானங்கள் சொல்லப்படுகின்றன. இவை மூன்றாம் குலோத்துங்கனின் 18,19,24-ம் ஆட்சி ஆண்டுகளில் பொறிக்கப்பட்டன.[92] குலோத்துங்கனின் கல்வெட்டு ஒன்று 19-ம் ஆட்சியாண்டில்

ஏற்பட்டு நெல்லூர் நகரில் காணப்படுவதும்[93] இன்று முக்கியமாகக் குறிப்பிடத்தக்கது. மதுராந்தகப் பொத்தப்பி சோழ ஏறம சித்தன் மகனான நல்ல சித்தன் மகனுடைய நந்தலூர்க் கல்வெட்டு[94] குலோத்துங்கனின் மேலாதிக்கத்தை அவனுடைய 26-ம் ஆட்சி ஆண்டு, கி. பி.1204 என்று சொல்வதின் மூலம் ஒப்புக்கொள்கிறது. குலோத்துங்கனுடைய மேலாதிக்கத்தை அவன் ஒப்புக்கொண்டதற்கான கடைசி ஆதாரம் ஒன்பது ஆண்டுகளுக்குப் பின்னர் கி. பி.1213-ல்[95] கிடைக்கிறது. 1204-க்கும் 1213-க்கும் இடைக் காலத்தில் நெல்லூர், செங்கல்பட்டு மாவட்டங்களில் அவன் தம்பி தம்முசித்தனின் இரண்டு கல்வெட்டுகளும்[96] அவன் மகன் பேத்தரசன்[97] கல்வெட்டு ஒன்று காஞ்சிபுரத்திலும் கிடைக்கின்றன. நந்தலூர்க் கல்வெட்டு ஒன்றில் அவனோ அல்லது வேறு ஒரு இளவரசனோ திருக்காளத்தி தேவன் என்று சொல்லப்படுகிறான். திக்கனர்ப்பன் என்று இலக்கியங்கள் இவனைக் குறிப்பிடும். இவன் தன் தந்தையாரான மனும சித்தரசன் மற்றும் நல்லி சித்தன்[98] ஆகியோரது நன்மை கருதி ஒரு கட்டளையை ஏற்படுத்தி இருக்கிறான். இந்தக் கல்வெட்டுகள் எல்லாவற்றிலும் சிற்றரசர்கள் மிக்க நினைவாகக் குலோத்துங்கனின் பெயரையும் அவனுடைய மேலாதிக்கத்தையும் குறிப்பிடுகிறார்கள். இதைக் குலோத்துங்கனின் 36-ம் ஆட்சி ஆண்டில் ஏற்பட்டதும் மேலே குறிப்பிட்ட திருக்காளத்தி தேவனால் பொறிக்கப்பட்ட கல்வெட்டாலும்[99] அறிகிறோம். இன்னும் இரண்டு ஆண்டுகளுக்குப் பிறகு பொறிக்கப்பட்ட திருவொற்றியூர்க் கல்வெட்டில்[100] அந்த ஊரில் சித்தராசன் பிரதிநிதியாக இருந்த ஒருவனுடைய பெயர் சொல்லப்பட்டிருக்கிறது. குலோத்துங்கனின் இறுதிக் காலம்வரை இப்பகுதிகளில் அவன் செல்வாக்கு குறையவில்லை என்பது இதுவரை சொல்லியவற்றிலிருந்து தெரியும்.

வடக்கே குலோத்துங்கனின் செயல்கள்

தெலுங்குச் சோடர்களுக்கும் குலோத்துங்கனுக்கும் இடையே இருந்த உறவை இதுவரை ஆராய்ந்தோம். இதிலிருந்து குலோத்துங்கனை மீறக்கூடிய அல்லது அலட்சியப்படுத்தக்கூடிய சக்தி தெலுங்கு சோடருக்கு இல்லை என்பது தெளிவாகத் தெரிகிறது. தற்காலிகமாக மட்டும் ஒரு சிலர் தலை தூக்கியிருக்கலாம். தன்னுடைய கோபம் தணிந்து குலோத்துங்கன் கச்சியில் புகுந்தான் என்று ஸ்ரீரங்கம் கல்வெட்டு சொல்கிறது; எனவே இவனுடைய படையெடுப்பு

அத்துமீறி நடந்துகொண்ட சிற்றரசர்களுக்கு புத்தி புகட்டுவதற்காக மேற்கொள்ளப்பட்ட நடவடிக்கையாக இருந்திருக்கவேண்டும். குலோத்துங்கன் பட்டத்துக்கு வந்த காலத்தில் விறுவிறுப்பு குறையாமல் கடப்பை, நெல்லூர் ஆகிய பகுதிகள் வரை சோழர் கொடி சிறப்பாகப் பறந்தது.[101] நாம் இப்போது காணப்போகும் சிறிய இடைக்காலத்தைத் தவிர எஞ்சிய காலமெல்லாம் மாறுபட்ட சூழ்நிலை இருந்ததாக எண்ணுவதற்குக் குலோத்துங்கன் கல்வெட்டுகள் இடம் தரவில்லை. பொதுவாக சோழப் பேரரசு எங்கும் சிற்றரசர்கள் பலம் பெற்று வந்தனர். மத்திய அரசில் திறமை இல்லாதவர்களின் கைக்கு நிர்வாகம் மாறியபோது பேரரசு சிதைந்துவிடும் நிலை இருந்தது. ஆனால், மூன்றாம் குலோத்துங்கன் அப்படிப்பட்ட வல்லமை இழந்த அரசனல்லன். எவ்வளவோ தொல்லைகள் இருந்தாலும் நாட்டின் ஒற்றுமையையும் தன்னுடைய அதிகாரத்தையும் நிலைநாட்டுவதில் அவன் வெற்றி கண்டான். காஞ்சிபுரம் இவனுடைய ஆட்சியில் சில ஆண்டுகளுக்கு இவன் கையைவிட்டு நழுவியது. அந்த நகரை மீண்டும் கைப்பற்ற வேண்டிய நிலைமை ஏற்பட்டது. வருங்காலத்தில் நிகழக் கூடிய செயல்களுக்கு இவை தெளிவான அறிகுறிகளாக விளங்கின.

நல்லசித்தனுடைய சில கல்வெட்டுகள், அவன் சுதந்திரப் பிரகடனம் செய்த காலத்தைப் பற்றி விளக்கம் தருகின்றன. ஆனால், தெலுங்குச் சோடர்களின் வரலாற்றில் முந்தின பிரச்சினைகள் விளக்கம் பெறுவதைக் கல்வெட்டுகளால் புதிய புதிர்களே உண்டாகின்றன. இந்தக் கல்வெட்டுகளில் காலத்தால் முந்தியது ஒரு கன்னடக் கல்வெட்டு. இதன் காலம் எஸ். 1114 (கி. பி. 1192-93). இது வள்ளூரபுரத்தில் ஆட்சி செய்த புஜ பல வீர நல்ல சித்தனா தேவ சோழ மகாராஜன் என்ற அரசரைக் குறிப்பிடுகிறது. வள்ளூரபுரம் என்ற மகாராஜபாடி ஏழாயிரம் என்ற அரசின் தலைநகராக நமக்கு அறிமுகமானது. இது கடப்பைக்கு எட்டு மைல் வடமேற்கிலுள்ளது. காஞ்சி அரசனுக்கு கப்பம் விதித்ததாக இந்தச் சிற்றரசன் பெருமையாகப் பேசுகிறான்.[102] குலோத்துங்கன் படையெடுத்து பிரபலமாக காஞ்சிக்குள் நுழைந்தான் என்பதைத் தவிர தெலுங்குச் சோட சிற்றரசன் வீண் பெருமையுடன் கொண்டாடும் உரிமைக்கு எவ்வித ஆதாரமுமில்லை. தம்மு சித்தியின் கல்வெட்டுகளில் காஞ்சியின் வெற்றி, ஏரசித்தனின் சகோதரனும் தம்மு சித்தனின் மாமனுமான நல்லசித்தனால் ஏபட்டதாக உருவகம் வழியாகச்

சொல்லப்பட்டிருக்கிறது.[103] இதிலிருந்து நாம் உணரக்கூடியது சோழ மன்னனுக்கு நல்லசித்தன் செலுத்திவந்த கப்பத்தைச் சிலகாலம் செலுத்தாமல் இருந்தான் என்பதும் அப்போது அவன் காஞ்சியில் சுதந்திரமாக ஆண்டுவந்தான் என்பதுமே. இதன் உண்மை ஒருபுறமிருக்க கி. பி.1196 அளவில் குலோத்துங்கன் காஞ்சியைப் பிரித்துக்கொண்டதால் நல்லசித்தன் சுயேச்சை அரசன் என்ற தகுதி நிலையை இழந்தான். குலோத்துங்கன் அடைந்த வெற்றி குலோத்துங்கனுடைய கல்வெட்டுகளால் மட்டுமன்றி தொடர்ச்சியாக உள்ள நல்லசித்தனின் கல்வெட்டுகள் பலவற்றாலும் அவற்றில் கொடுக்கப்பட்டிருக்கும் மூன்றாம் குலோத்துங்கனின் ஆட்சி ஆண்டுகளாலும் உறுதிப்படுகின்றன.

குலோத்துங்கனின் எஞ்சிய ஆண்டுகளில் அவனுக்கு தெலுங்குச் சோடர்களால் ஒரு தொல்லையும் எற்படவில்லை. ஆனால் மாறவர்மன் சுந்தர பாண்டியன் வல்லமை பெற்று சோழ அரசனுக்கு எதிரியானபோது, அந்தச் சந்தர்ப்பத்தைப் பயன்படுத்திக் கொண்டு சுதந்திர அரசர்களாவதற்கு தெலுங்குச் சோடர்கள் மீண்டும் முயன்றனர். இதன் விளைவாக கி. பி. 1208 அளவில் குலோத்துங்கன் மீண்டும் ஒருமுறை வடக்கே போர்புரிந்தான். இந்தப் போரில் அவன் கொடுமையான வடுகர்களை அடிமைப்படுத்தி, வேங்கி நாட்டில் தன் அதிகாரத்தை நிலைநாட்டி உறங்கையுள் புகுந்தான். இந்த வடுகர் யார்? உறங்கை எங்கே இருந்தது? சில காலம் மட்டுமே குலோத்துங்கன் வேங்கியைப் பிடித்து சோழ அரசின் ஒரு பகுதியாக வைத்திருந்தான் என்பதற்கு ஆதாரமுண்டா? இந்தக் காலத்துச் சோழர் கல்வெட்டு ஒன்றுகூட நெல்லூருக்கு வடக்கே கிடைக்கவில்லை. எனவே சோழர் வெற்றிக்கான ஆதாரம் கிடையாது. காகதீயர்களின் அதிகாரம் சில காலமாக மேலோங்கி வந்தது. பழமையான வேங்கி நாட்டின் மீது அது பரவி சோழப் பேரரசு அந்தப் பகுதியிலிருந்து பின்வாங்கிய பிறகு அதன் இடத்தை ஆக்கிரமித்துக்கொள்ள தயாராயிற்று. இந்த வரிசையில் பலம் பொருந்திய மன்னனான கணபதி என்பவன் கி. பி. 1199-ல் பட்டத்துக்கு வந்தான். ஆகையால் குலோத்துங்கன் காகதீய அரசனுடன் போரிட்டு அவனுடைய தலைநகரான வாரங்கலில் நுழைந்தான் என்று சொல்வது பொருத்தமாகும். வாரங்கல் என்பது சில சமயம் ஒருங்கல்லூ[104] என்றும் சொல்லப்படுகிறது. இந்தப் பெயரே தமிழில் 'உறங்கை'யாகி இருக்கவேண்டும். இந்தப் போரில் சோழமன்னன் எளிதில் வென்றான் என்பதற்குப் புதுக்கோட்டை கல்வெட்டுகள் இரண்டில் மேற்போக்காகச் சொல்லப்பட்டிருப்பதைத்

தவிர வேறு ஆதாரமில்லை. இந்தப் போரைப் பற்றி வேறு செய்திகள் கிடைக்கவில்லை. வாரங்கல்லுக்குள் சோழர்கள் நுழைந்தனர் என்பதுதான் இக்கல்வெட்டுகளின் பொருள் எனில் இச்செய்தி நம்பத்தக்கதல்ல. இப்போது நமக்குக் கிடைத்திருக்கும் ஆதாரங்களின்படி கல்வெட்டுகள் சோழ மன்னர்களின் சாதனைகள் என்று வானுயரப் போற்றுபவற்றிற்குத் தக்க அடிப்படை இருப்பதாகச் சொல்லுவதற்கில்லை.

கருவூர்

கொங்கு நாட்டுக்கு எதிரான படையெடுப்பின் இறுதியில் கருவூருக்குள் வெற்றி முழக்கத்துடன் அரசர் பட்டினப் பிரவேசம் செய்தார். அந்நகரத்திலேயே அவர் விஜயாபிஷேகம் செய்து கொண்டதும், இந்த ஆட்சியில் விளக்கம் பெறாத நிகழ்ச்சியாகும். கருவூருக்குள் நுழைந்தது முதல் தடவையாக ஆட்சியின் 16-ம் ஆண்டில்[105] சொல்லப்பட்டிருக்கிறது என்பதை முன்னரே பார்த்தோம். ஆட்சியின் 26 - ம் ஆண்டுக் கல்வெட்டு ஒன்றில்[106] கொங்கு நாட்டுக்கு வீர சோழ மண்டலம் என்ற பெயர் ஏற்பட்டிருப்பதைப் பார்க்கிறோம். இந்தப் போரின் விவரங்கள் புதுக்கோட்டை கல்வெட்டுகளில் மட்டுமே நேரடியாகத் தெரிவிக்கப்பட்டிருக்கின்றன. இக் கல்வெட்டுகள், காலவரிசைப்படியே போரின் வரலாற்று நிகழ்ச்சிகளைச் சொல்வதாக ஏற்றுக்கொள்ளலாம். அப்படியாயின், இரண்டாம் பாண்டியப் போர் முடிவடைந்த பிறகு, அதாவது கி. பி. 1190 முதல் 1194 வரை கொங்குப் படையெடுப்பு நடந்ததாகக் கணக்கிடலாம். சேர, கொங்கு நாடுகளுக்கு எதிராகப் போர் நடந்ததை **குலோத்துங்கன் கோவை**யும் திரும்பத் திரும்ப கூறுகிறது. ஆனால், இந்தப் போர் ஏன் நிகழ்ந்தது? போரின் முக்கிய நிகழ்ச்சிகள் யாவை? என்பதைக் கல்வெட்டுகளோ கோவையோ சொல்லவில்லை. கருவூரிலும் இந்த ஆட்சியில் ஏற்பட்ட சில கல்வெட்டுகள் காணப்படுகின்றன. பிற கல்வெட்டுகள் தகடூர் முதலிய கொங்கு நாட்டுக் கல்வெட்டுகளிலும் மைசூர் (கர்நாடகம்) பகுதிகளிலும் காணப்படுகின்றன. இந்தப் பிரதேசங்களில் சோழர்கள் தாங்கள் இழந்த பகுதிகளை மீட்டுக் கொண்டனரா என்பதும் முதலாம் குலோத்துங்கன் ஆட்சியின் இறுதியில் வளர்ச்சி அடைந்த ஹொய்சாளர்கள் ஆட்சி ஓரளவு சுருங்கிற்று என்பதும் இந்தக் கல்வெட்டுகளிலிருந்து தெரிய வருகிறது. அதிகைமான்கள் மீண்டும் சோழர்களுடைய மேலாதிக்கத்தை இந்த ஆட்சியில் ஏற்றுக்கொண்டார்கள்; விடுகாது அழகிய பெருமாள் என்று அதிகைமான் தன் கல்வெட்டுகளில் தன்னைக்

கூறிக்கொள்ளுவதால் இந்தப் பிரதேசங்களில் மீண்டும் சோழர் ஆட்சி ஏற்பட்டதற்கு அவனும் காரணமாக இருந்திருக்கலாம்.[107] இவற்றை இனி காண்போம்.

பாண்டியர் படையெடுப்பு

குலோத்துங்கன் ஆட்சியின் இறுதியில் பாண்டியர்களின் அரியணை, மாறவர்மன் சுந்தர பாண்டியனிடம் (1216) சென்றது. இது அவனுடைய அண்ணன் ஜடாவர்ம குலசேகரன் இறந்த பிறகு, நடந்த நிகழ்ச்சியாக இருக்கும். பட்டத்திற்கு வந்ததும் காலம் தாழ்த்தாது மாறவர்ம சுந்தரபாண்டியன் வயதான சோழ மன்னன் மீது போர்தொடுத்தான். இதற்குக் காரணம் இதே சோழ மன்னன், 10 ஆண்டுகளுக்கு முன் அவனையும் அவனுடைய அண்ணனையும் அவர்களுடைய தலைநகரிலேயே அவமானப் படுத்தியதாகும். மேலும், மதுரையில் அவர்களுடைய முடி சூட்டும் மண்டபத்தையும் அவன் அழித்திருக்கலாம். மூன்றாம் குலோத்துங்கனுக்கு எதிராகச் சுந்தர பாண்டியன் அடைந்த வெற்றிகளைப் பற்றி செய்திகளுக்கு நாம் சுந்தர பாண்டியனின் கல்வெட்டுகளை மட்டுமே நம்ப வேண்டியதிருக்கிறது. இந்தக் காலத்து சோழர் கல்வெட்டுகள் இதைப் பற்றி ஒன்றுமே சொல்லவில்லை. இதில் ஆச்சரியப்படுவதற்கு ஒன்றுமே இல்லை. மேலைச் சாளுக்கிய மன்னனான முதலாம் சோமேஸ்வரனின் கல்வெட்டுகள் கொப்பத்தில் நடந்த போரைப் பற்றி குறிப்பிடாமலேயே விட்டுவிடுகின்றன. அந்தந்த மன்னர்களின் கல்வெட்டுகள் அவரவர்களின் வெற்றிகளைச் சிறப்பிப்பதும் தோல்விகளைப் பற்றி ஒன்றும் சொல்லாமலிருப்பதும் மரபு போலும். சுந்தர பாண்டியனின் கல்வெட்டுகள் அவனுடைய வெற்றிகளைப் பற்றி மிகத் தெளிவாகவும் விவரமாகவும் சொல்கின்றன. சோழர்களுக்கு ஏற்பட்ட துன்பங்களையும் இன்னல்களையும் பற்றி அந்தக் கல்வெட்டுகளில் சொல்லியிருப்பது அவ்வளவு நம்பத் தகுந்ததல்ல. பாண்டியர்களின் தோல்விகளைப் பற்றி குலோத்துங்கனின் கல்வெட்டுகள் சொல்லியிருப்பதும் இத்தகையதே.

சுந்தர பாண்டியனின் (கி. பி. 1218-19) மூன்றாம் ஆட்சியாண்டுக்[108] கல்வெட்டு ஒன்றில் "சோனாடு வழங்கி அருளிய" என்ற அடைமொழியுடன் குறிப்பிடப்பட்டிருக்கிறான். இதிலிருந்து இவன் சோழ நாட்டைக் கைப்பற்றி பிறகு சோழனுக்குத் திருப்பிக்கொடுத்தான்

என்று புலப்படும். இவனுடைய 15 - ம் ஆண்டில்[109] ஏற்பட்ட மற்றொரு கல்வெட்டு இவன் ஒரு முடியையும் முடிகொண்ட சோழபுரத்தையும் குலோத்துங்க சோழனுக்கு வழங்கியதாகத் திட்டவட்டமாகச் சொல்கிறது. சுந்தர பாண்டியனின் கல்வெட்டுகள் சோழ நாட்டிலேயே காணப்படுகின்றன. ஆனால், அவற்றுள் ஒன்றேனும் குலோத்துங்கன் ஆட்சி காலத்தில் ஏற்பட்டதாகத் தெரியவில்லை.[110] சுந்தர பாண்டியனின் மேலே குறிக்கப்பட்ட இரண்டு கல்வெட்டுகளும், குலோத்துங்கனின் இறுதி ஆண்டுகள் அவனுக்கு மிகவும் கவலை தந்தன என்பதை இளமையில் அவன் கடைப்பிடித்த தவறான பாண்டியக் கொள்கையின் விளைவாக, அவன் வினையை அனுபவிக்க வேண்டி நேர்ந்தது என்றும் சந்தேகத்திற்கு இடமில்லாமல் தெரிவிக்கின்றன. முதலாம் மாறவர்மன் சுந்தர பாண்டியனின் மெய்க்கீர்த்தியை இப்போது பார்ப்போம். இம்மெய்க்கீர்த்தி நிகழ்ச்சிகளின் நடப்புகளைக் கூறுகிறது:

> "புலிக்கொடியோனுடைய அதிகாரம் பொன்னி நாட்டுடன் அடங்க வைத்தவன். கன்னி நாட்டில் (பாண்டி நாட்டில்) மீனவனின் கொடி மீண்டும் மேலோங்கச் செய்தவன். நாடெங்கும் போர்க்களங்களில் குதிரைகளையும் யானைகளையும் நிரப்பி தஞ்சை, உறந்தை ஆகிய நகரங்களைத் தீக்கிரையாக்கியவன். கிணறுகளிலும் ஆறுகளிலும் உள்ள தெளிவான தண்ணீரைப் பாழாக்கி காவிப்பூவும் நீல மலரும் தங்களுடைய இயற்கையான அழகை இழக்கச் செய்தவன். மாடமாளிகைகள், கோட்டைக் கொத்தளங்கள், ஆடல் அரங்குகள், மன்னரின் அரண்மனைகள், கேளிக்கைக் கூடங்கள், பொது மன்றங்கள் ஆகியவற்றை மண்ணோடு மண்ணாக்கியவன் (தரை மட்டமாக்கியவன்). அரசர்களுடைய அந்தப்புரங்களில் உள்ள பெண்கள் சரணடைய மறுத்தபோது அவர்கள் மனம் கலங்கிக் கண்ணீர்விடச் செய்தவன். கழுதைகளைக் கொண்டு எதிரியின் நாட்டில் நிலங்களை உழுது கவடி முதலிய புன்செய் தானியங்களை அவற்றில் பயிரிட்டவன். தன் கோபம் அடங்கும்வரை செம்பியனை (சோழனை)ப் போரிடச் செய்த பிறகு, அவனை கானகத்துக்குள் விரட்டியவன். மாற்றுக் குறையாத தங்கத்தால் செய்யப்பட்ட அவனுடைய முடியைக் கைப்பற்றிக்கொண்டவன். பிறகு அதைப் பாணனுக்கு[111] மகிழ்ச்சியோடு வழங்கியவன். கவிஞர்களாலும் வர்ணிக்க அடங்காத அழகும், பொன்னாலான மண்டபமும் உடையதும் வானோக்கி உயர்ந்து சூரியனின் ஒளி

தெரியுமாறு அலங்காரமாய் அமைந்ததும் ஆயிரந்தளியில் உள்ளதுமான சோழ வளவனின் முடிசூட்டு மண்டபத்தில் வீராபிஷேகம் செய்து, தன் புகழ் பரப்பியவன். ஒவ்வொரு நாளும் எதிரி அரசர்களின் தலைகளைக் கொய்து வந்த வெறி பிடித்ததும், பலம் பொருந்தியதுமான யானையை அடக்கி அதன்மீது ஏறியவன். ஆழி சூழ் உலகத்தை ஒரு குடையின் கீழ்க் கொண்டுவந்த கரங்களையும் கூர்மையான சக்கரத்தையும் உடையவன். வேதங்களில் பெரும் புலமை பெற்றிருந்த பிராமணர்கள் வாழ்ந்த புலியூர் (சிதம்பரம்) என்னும் புண்ணிய நகரத்தில் நுழைந்தவன். சிவகாமி சுந்தரி அம்மன் அருகே இருக்க, பொன்னம்பலம் மேலும் ஒளி பெருகும்படியாக ஆனந்தத் தாண்டவ நடனம் ஆடிய இறைவனின் காட்சியைக் கண்டு உள்ளம் மகிழ்ந்தவன். செந்நிறப் பூக்கள் போன்ற நடராசப் பெருமானின் பாதங்களில் வணங்கியவன். அழகிய மலர் மீது அமர்ந்த பிரம்மன், துளசிச் செடியை உடைய விஷ்ணு ஆகியோருக்கும் கிடைக்காத பெயர்களைப் பெற்றவன். உலகத்தைத் தாங்கும் உயர்ந்த மேரு மலையைப் போன்று உள்ள ஒளி வீசும் மண்டபத்தில் அமர்ந்து, அன்னப் பறவைகளின் துயிலை எழுப்புமாறு ரீங்காரம் செய்யும் வண்டுகளை உடைய தாமரைத் தடாகங்களால் சூழப்பட்ட பொன் அமராவதியைக் கொண்டுவந்து நிலைநிறுத்தியவன். வளம் நிறைந்த சோழ நாட்டை மீண்டும் உனக்குத் தருகிறேன், நீ இழந்துவிட்ட மாலையையும் முடியையும் திரும்பப் பெற்றுக்கொள்ள வருவாயாக என்று பெருந்தன்மையோடு சோழனை அழைத்தவன்.

தன்னுடைய பெரிய நிலப்பரப்பை இழந்த பிறகு வாலகிரிக்கு அப்பால் சென்றுவிட்ட வளவன் இப்போது தன்னுடைய உறவினர்களுடன் பாண்டிய நாட்டில் புகுந்து தன் மகனைப் பாண்டியர் முன் நிறுத்தி "தங்கள் பெயருடையவன்" என்று சொல்லி வெற்றி பெற்ற அந்த சிம்மாசனத்தின் அடியில் தலை வணங்கினான். பிறகு பாண்டியன் சோழனுக்குத் தண்ணீர் கொடுத்தான். அதைக் குடித்ததும் தனக்கு ஏற்கெனவே ஏற்பட்ட நஷ்டங்களால் உண்டான வெம்மை (சூடு) குளிர்ந்தது. பிறகு அவன் இழந்த சோழபதி என்ற பட்டத்தையும் அவனுடைய பழைய நகரையும் திருப்பிக் கொடுத்து, அவனை அவன் நாட்டிற்கு அனுப்பினான். ஒரு

திருமுகத்தையும் அவனுக்கு வழங்கினான். கடலாற் சூழப்பட்ட உலகத்தில் உள்ள அரசர்கள் எல்லாம் வணங்கிய அழகான மீனின் வடிவம் அந்தத் திருமுகத்தில் பொறிக்கப்பட்டிருந்தது. அகன்ற பரப்புடைய நிலப்பரப்பை திருப்பிக்கொடுத்ததற்கு என்றென்றும் சான்றாக அந்தத் திருமுகம் விளங்கட்டும் என்று அதை நல்ல முகூர்த்தத்தில் அவனுக்குக் கொடுத்தான்.

இந்தப் படையெடுப்பின் முக்கிய நிகழ்ச்சிகள், சோழ நாட்டின் வட எல்லையான சிதம்பரம் வரை சுந்தர பாண்டியன் சென்றதும் அந்த வழியெல்லாம் உயிருக்கும் சொத்துக்கும் சேதம் ஏற்பட்டது ஆகும். மேலும் குலோத்துங்கனால் பாண்டிய அரசர் முன்னேறிச் செல்வதைத் தடுக்க முடியாமல் போனதால் அவன் தஞ்சமடைந்தது; இறுதியாக சமரசப் பேச்சு நடந்து சுந்தர பாண்டியனின் மேலாதிக்கத்தை ஏற்று, குலோத்துங்கன் தன்னுடைய நாட்டையும் முடியையும் திரும்பப் பெற்றது. இவ்வாறு நிலைமை தலைகீழாக மாறிற்று. ஒவ்வொரு சிறுவிவரத்திலும், பாண்டிய நாட்டை மூன்றாம் தடவையாகப் படையெடுத்தபோது குலோத்துங்கன் எப்படி நடந்துகொண்டானோ, அவ்வாறே சுந்தர பாண்டியனும் நடந்துகொண்டான். ஒரே வேகத்தில் சோழனுடைய மேலாதிக்கத்தைப் பாண்டியன் அழித்தான். அதனோடு அமையாது, தன்னுடைய சுதந்திரத்தை நிலைநாட்டி, இதுவரை தன்மீது மேலாதிக்கம் செலுத்திவந்தவன், இப்போது காலம் மாறும்படி தனக்கு தலைவணங்கும்படி செய்தான். இது நடந்தது 1216-17-ல் சோழமன்னன் மீண்டும் சுதந்திரம் பெறுவதற்கு மேற்கொண்ட முயற்சியின் விளைவாக மற்றொரு தடவை பாண்டியர்கள் படையெடுத்தார்கள் என்பதையும் அதனால் இன்னும் கொடுமையான விளைவுகள் ஏற்பட்டன என்பதையும் பிறகு பார்ப்போம்.

படையெடுப்பின் விளைவுகள்

பாண்டியர்களுடைய கல்வெட்டுகளில் அவன் சோழர்களுக்கு எதிராக மிகப் பெரிய வெற்றி அடைந்ததாகப் பறை சாற்றுகின்றன. அப்படியானால் பாண்டியன் ஏன் சோழநாட்டைத் தன் நாட்டுடன் சேர்த்துக்கொள்ளவில்லை? முதலாம் இராஜராஜன் காலத்திலிருந்து அதற்கும் முன்னதாகக் கூட சோழர்களால் பாண்டியர்கள் அடைந்த கஷ்டமும் நஷ்டமும் சொல்லிமுடியாது. அப்படியிருக்க, சந்தர்ப்பம் வாய்த்தபோது பாண்டியர்கள் தங்களுடைய நீண்ட நெடுங்கால எதிரிகளின் அதிகாரத்திற்கு இறுதியாக முற்றுப்புள்ளி வைக்க

விரும்பியிருப்பார்கள் என்றுதான் யாரும் எதிர்பார்ப்பார்கள். ஆனால் இந்தியாவில் முடி மன்னர்களுடைய வழக்கம் அவ்வாறல்ல. அவர்களுடைய மரபில், பழக்க வழக்கத்தில், நீண்ட காலமாக நிலவி வந்துள்ள அரச வமிசங்களை மதிப்பதுதான் முறை. ஏதோ தற்காலிகமாக அரசியல் பூசல் ஏற்பட்டதை அவர்கள் பொருட்படுத்துவதில்லை. நெடுங்காலமாக இருந்து வரும் அரச வமிச மரபுகளை ஏற்று மதிக்க வேண்டுமென்பதே சாத்திரங்கள் வகுத்த கொள்கை. சோழர்களும் தனிப்பட்ட பாண்டிய மன்னர்களைக் கொடுமையாக நடத்தி வந்தபோதிலும், பாண்டிய மரபையே அழித்துவிட முயலவில்லை. இப்போது சுந்தர பாண்டியனும் சோழர்களிடம் மாறுபட்ட ஒரு கொள்கையைக் கடைப்பிடிக்க முன் வரவில்லை. இந்தக் கேள்விக்கு ஓரளவு இந்தப் பதில் பொருந்தும். ஆனால், இன்னும் சொல்லக்கூடியது இருக்கிறது. வரலாற்றின் பிற்காலத்திய நிகழ்ச்சிகளைப் பார்த்தால் இந்தச் சந்தர்ப்பத்தில் பாண்டியன் தன்னுடைய வெற்றியில் முழுப் பலனையும் பெறவில்லை என்பதையும் சோழ அரசு தனக்கு ஏற்பட்டிருக்கக் கூடிய அளவை விட, குறைவாகவே சேதமடைந்தது என்பதையும் தெரிவிக்கின்றன.

ஹொய்சாளரின் தலையீடு

தென்னிந்தியாவில் இருந்த ஒரு மூன்றாவது சக்தி சோழருக்கு ஆதரவாக தலையிட்டு நிலைமையை மாற்றிற்று. விஷ்ணுவர்த்தனன் என்பவன் நாடுபிடிக்கும் கொள்கையைத் தொடங்கி, மைசூர்ச் சீமையின் பெரும் பகுதியில் சோழராட்சிக்கு முற்றுப்புள்ளி வைத்தான். அது முதல் ஒரு நூற்றாண்டு காலம் ஹொய்சாளர்களின் அதிகாரம் நாளொரு மேனியும் பொழுதொரு வண்ணமுமாகவும் வளர்ச்சி பெற்றே வந்தது. சோழ நாட்டில் மாறவர்மன் சுந்தர பாண்டியன் படையெடுத்த சமயத்தில் இரண்டாம் வல்லாளன் ஆட்சி முடிவுக்கு வந்துகொண்டிருந்தது. அவனுடைய அரசிகளில் ஒருத்தி தமிழ்ச் சோழ வமிசத்தைச் சேர்ந்தவள் என்பது சோழமாதேவி என்ற அவள் பெயரால் தெரியவரும். சோழ மன்னன் தனக்கு தொந்தரவு ஏற்பட்ட சூழ்நிலையில் வல்லாளனை உதவி கோரியிருக்கலாம். இது எவ்வாறிருப்பினும் வல்லாளன் உயிருடன் இருந்தபோதே அவன் மகன் வீரநரசிம்மன் தெற்கே ஸ்ரீரங்கத்தை[112] தாக்கினான் என்பதைத் தெளிவாக ஹொய்சாளர்களின் கல்வெட்டு ஒன்று சொல்கிறது. இந்தக் கல்வெட்டின் தேதியால் சில சிக்கல்கள் நேர்ந்துள்ளன. அதற்கு சமமான தேதி கி. பி. 1217-ம் ஆண்டில்

செப்டம்பர் மாதம் 12-ம் தேதியாக பெரும்பாலும் இருக்கலாம்.[113] மற்றொரு கல்வெட்டில் வள்ளாலனே சோழ ஆட்சியைத் தொடங்கியவன் என்று சொல்லப்பட்டிருக்கிறது. சோழ இராச்சியம் பிரதிஷ்டாச்சரியம், பாண்டிய கஜகேசரி என்பது அதிலுள்ள வாசகம். அவன் மகன் நரசிம்மன் சோழர்களுடைய வமிசத்தைத் தனி ஒருவனாக நின்று காப்பாற்றியவன் என்றும் மகதை மண்டலத்து வாண அரசனான மகத அரசனை அழித்தவன் (நிர்மூலமாக்கியவன்) என்றும் சொல்கிறது. இதிலிருந்து இரண்டாம் வல்லாளன் கி. பி. 1218-க்கு[114] முன்னரே இந்தப் பட்டங்களைப் பெற்றிருக்கவேண்டுமென்றே தெரிகிறது. சோழர்களை மீண்டும் ஆட்சியில் அமர்த்துவதற்கு நரசிம்மன் மேற்கொண்ட படை எடுப்புகளில் அவன் காட்டிய வீரத்தையும் தீரத்தையும் 'கோவிந்தனஹள்ளி' கல்வெட்டு விவரிக்கிறது. இதற்குப் பிறகு வேலூரிலுள்ள ஒரு கல்வெட்டு (எஸ் 1184) இவன் எதிரிகளுடைய கூட்டங்களிலிருந்து ஒளிந்துகொண்டிருந்த சோழனைக் காப்பாற்றினான் என்றும், அதனால் **'சோழ ஸ்தாபனன், பாண்டிய கண்டநன்'**[115] என்ற பட்டங்களை இவன் பெற்றான் என்றும் தெரிவிக்கிறது. நரசிம்மனுடைய எதிரிகளுடைய பெயர்ப் பட்டியலைப் பார்த்தால், மூன்றாம் இராஜராஜனின் திருவேந்திபுரம் கல்வெட்டில் குறிப்பிடப்படும் படையெடுப்பு இது அன்று என்பதும் நரசிம்மனின் படையெடுப்புக் காலத்தால் முந்தியது என்பதும் தெரிய வரும். **ஜகந்நாத விஜயம்** என்ற கன்னட **சம்பூ,** இலக்கியம் இரண்டாம் வல்லாளனால் காப்பாற்றப்பட்ட சோழ மன்னன் இராஜராஜனே, (இராஜராஜ பிரதிஷ்டானிரட்டம்)[116] என்று அடையாளம் கூறினாலும், இதிலிருந்து மூன்றாம் குலோத்துங்கன் அப்போது இறந்துவிட்டான் என்று முடிவுக்கு வரவேண்டியதில்லை. ஏனென்றால், பாண்டியப் படையெடுப்பும் சோழர்களின் மீட்சியும் குலோத்துங்கன், இராஜராஜன் (1216-17) ஆகியோருடைய குறுகிய கால கூட்டாட்சிக் காலத்திற்குள் நடந்த நிகழ்ச்சிகளே. ஹொய்சாளர் தலையீட்டால் உண்மையாகப் பயனடைந்தவன் நீண்டகாலம் ஆட்சி செய்த இராஜராஜனே. இக்காரணத்தால் கன்னடப் புலவர் அவன் பெயரைச் சொல்லியிருக்கவேண்டும். இதற்கு மாறாக சுந்தர பாண்டியன் கல்வெட்டுகளில் சோழ மன்னன் பெயர் மூன்றாம் குலோத்துங்கன் என்று மிகத் தெளிவாகச் சொல்லப்பட்டிருக்கிறது. இவை நம்மால் புரிந்துகொள்ள முடிகிறது. பல வெற்றிகளைப் பெற்ற புகழ்மிக்க மன்னனைத் தோற்கடித்ததாகச் சொன்னால்தானே பெருமை. அதை விடுத்து இது வரை பேரும் புகழும் பெறாதவனும் இப்போதுதான் இனிமேல் பட்டத்திற்கு உரியவன் என்று அறிவிக்கப்பட்ட சிற்றரசரான ஓர்

இளைஞனைச் சொல்வதில் ஒன்றும் பெருமையில்லை. சுந்தர பாண்டியன் தோற்றுப்போன தன்னுடைய எதிரியிடம் பெருந்தன்மையாக நடந்துகொண்டதற்கு, சோழருக்கு ஆதரவாக ஹொய்சாளர் தலையிட்டதும் காரணமாக இருக்கவேண்டும் என்பது நாம் இதுவரை சொல்லியவற்றால் தெளிவாகும்.

மூன்றாம் குலோத்துங்கனின் மரணம்

பாண்டியப் படையெடுப்பு முடிந்தவுடனேயே அவன் இறந்திருக்க வேண்டும். அவனுடைய கல்வெட்டுகளில் கடைசியாகக் குறிப்பிடப்பட்ட 40-ம் ஆட்சியாண்டு[117] என்பது கி. பி.1817-18 சமமாகும். மூன்றாம் குலோத்துங்கனுக்கு வீர இராஜேந்திர தேவன் என்ற பெயரும் வழங்கியது. ஒரு கல்வெட்டுத் தொடர் முழுவதிலுமே குலோத்துங்கன் என்ற பெயர் குறிப்பிடப்படாமல் இந்தப் பட்டம் மட்டுமே சொல்லப்படுகிறது. இவையாவும் இவன் ஆட்சிக் காலத்தில் இரண்டாம் ஆட்சியாண்டு முதல் 36-ம் ஆட்சி ஆண்டுவரை பொறிக்கப்பட்டனவாகும். நாம் ஏற்கெனவே சொல்லியிருக்கிறபடி இந்த அரசனுக்கு குமரன் அல்லது குமார குலோத்துங்கன்[118] என்ற பட்டப் பெயரும் வழங்கியிருக்கிறது. திருப்புகலூரில் இவனுடைய 10-ம் ஆட்சியாண்டில் புதிதாக அமைக்கப்பட்ட ஒரு தெரு, 'ராஜாக்கள் தம்பிரான் திருவீதி'[119] என்ற பெயர் பெற்றது. இது அப்போது ஆட்சி செய்த அரசனின் பல பெயர்களுள் ஒன்றாக இருந்திருக்க வேண்டும். திரிபுவன வீரசோழ தேவனின் 11-ம் ஆண்டுக் கல்வெட்டு ஒன்று திருவண்ணாமலையில்[120] கிடைக்கிறது. இந்த ஆதாரம் சொல்லும் வானசாத்திர விவரங்கள் இந்த ஆட்சிக்கு பொருத்தமாக இல்லை என்று கீல்ஹார்ன் [121] என்ற அறிஞர் முடிவு செய்துள்ளார். எனவே ஆட்சியின் தொடக்கத்திலேயே அரசன் இப்பட்டத்தை தரித்தான் என்பது ஐயத்திற்குரியது. இப்பட்டம் குறிப்பிடப்படும் மிகப் பழமையானதும் நம்பிக்கையானதுமான ஆதாரம் 24-ம் ஆட்சி ஆண்டில் ஏற்பட்டிருக்கிறது.[122] பிறகு இப்பெயர் பல கல்வெட்டுகளிலும் தஞ்சை மாவட்டத்தில் உள்ள பெரிய கோவிலான திருபுவனத்து திருபுவனேஸ்வரத்திலும் திரும்பத் திரும்ப இடம் பெறுகிறது. திருபுவனச் சோழ தேவன் என்ற வாசகமும் நிலவியிருக்கிறது.[123] கருவூர் நகரம் முடிவழங்கு சோழபுரம்[124] என்ற புதுப்பெயரைப் பெற்றது. முடிவழங்கு சோழ சதுர்வேதி மங்கலம்[125] என்ற பெயரால் ஒரு கிராமமும் மற்றொரு கல்வெட்டில் சொல்லப்படுகிறது. இவற்றிலிருந்து 'முடி வழங்கு

சோழன்' என்பது அரசனின் பட்டப் பெயர்களுள் ஒன்று என்பதும் பாண்டிய மன்னர்களுக்குப் பாண்டிய முடியை திருப்பிக்கொடுத்தது நினைவாக[126] இப்பெயர் வழங்கியிருக்கலாமென்றும் நாம் கருதலாம். 23-ம் ஆண்டுக் கல்வெட்டு ஒன்று மூன்றாம் குலோத்துங்கனின் நாடறிந்த சிறப்புப் பெயர்களைச் சொல்வதோடு அவனைத் 'திரிபுவனச் சக்கரவர்த்திகள் சோழ கேரள தேவன்'[127] என்றும் குறிப்பிடுகிறது. கருவூரை வென்ற பிறகு, இவன் இப்பட்டத்தை ஏற்றான் என்று புதுக்கோட்டைக் கல்வெட்டுகள் சொல்வதை இது உறுதிப்படுத்துகிறது. கொங்கு நாட்டுக்கு 'சோழ கேரள மண்டலம்' என்ற பெயர் வழங்குவதாயிற்று. ஆனால், வேறு பட்டங்களைச் சொல்லாமல் 'சோழ கேரள தேவன்' என்ற பெயர் மட்டும் உள்ள கல்வெட்டுகள் மூன்றாம் குலோத்துங்கனுடையவைதானா[128] என்பது சந்தேகத்திற்குரியது. அவனுக்குக் கப்பம் கட்டிய சிற்றரசர் ஒருவரின் கல்வெட்டைப் பார்க்கும்போது கரிகாலச் சோழன் [129] என்ற பட்டத்தையும் இந்த அரசன் ஏற்றிருந்தான் என்பது தெரிகிறது.

நாம் எதிர்பார்க்கக் கூடியதைவிட[130] குறைவான சந்தர்ப்பங்களிலேயே இந்த ஆட்சியின் கல்வெட்டுகளில் கங்கை கொண்ட சோழபுரம் குறிப்பிடப்படுகிறது. ஆனாலும், அதுதான் தலைநகராக இருந்து வந்தது என்பதில் சிறிதும் ஐயம் இல்லை. அதைவிடப் பழமையான நகரங்களான தஞ்சாவூரும் உறையூரும் இன்னும் ஓரளவு முக்கியமான இடத்தைப் பெற்றிருந்தன. ஆயிரத்தளியுடன் சேர்ந்து அவை, அடுத்த தலைநகரங்கள் போல விளங்கின. அவற்றையெல்லாம் கைப்பற்றியதால் முதலாம் மாறவர்மன் சுந்தர பாண்டியன், சோழநாடு முழுவதையும் தன்னுடைய ஆதிக்கத்துக்குள் அடக்கிய நிலைமையை அடைந்தான். இந்த ஆட்சியின் ஆரம்ப காலத்தில், விக்கிரம சோழபுரம் என்னும் ஊரும், அரசன் தங்கும் மாளிகை உடையதாகச் சொல்லப்பட்டிருக்கிறது.[131] அரசன், மதுரையில் தங்கியிருந்ததை 35-ம்ஆண்டுக் கல்வெட்டு மேற்போக்காகச் சொல்லுகிறது. இது, குலோத்துங்கனின் மூன்றாம் பாண்டியப் படையெடுப்பைப் பற்றிய[132] குறிப்பாக இருக்கலாம்.

கட்டடங்கள்

மூன்றாம் குலோத்துங்கன், கட்டடக்கலையில் பெரிதும் ஈடுபாடு காட்டினான். சோழர்களுடைய கட்டக்கலையின் வரலாற்றில் இவனுடைய ஆட்சிக் காலம், குறிப்பிடத்தக்க ஒரு காலக்கட்டமாகும்.

அரசன் கட்டிய கட்டடங்கள், பெரும்பாலும் கோயில்களே. இந்த ஆட்சியில் தொடங்கி, முடிக்கப்பட்ட கட்டடங்களின் பட்டியல் நாம் ஏற்கெனவே சொல்லிய புதுக்கோட்டைக் கல்வெட்டுகளிலும் மற்றும் ஒரு சமஸ்கிருத கல்வெட்டிலும்[133] கொடுக்கப்பட்டிருக்கிறது; இந்தக் கல்வெட்டு (கல்வெட்டில் திரிபுவன வீரேச்சுவரம் என்று சொல்லப்பட்டிருக்கும்) கம்பஹரேசுவரா கோயிலின் கருவறையைச் சுற்றிலும் பொறிக்கப்பட்டிருக்கிறது. திரிபுவனத்திலுள்ள இக்கோயில், இந்த ஆட்சியின் மிகச் சிறந்த படைப்பாக மூன்றாம் குலோத்துங்கனின் புகழை நின்றுநிலவச் செய்கிறது. இந்தக் கோயிலின் பொது அமைப்பு பெரும்பாலும் தஞ்சைக் கோயிலைப் போன்றதே. ஆனால், இக்கோயிலுக்கென்று சில தனிச் சிறப்புகள் உண்டு. விரிந்து பரந்த சுற்றாலை, அழகான வேலைப்பாடுள்ள கற்சிற்பப் பகுதிகள், விமானம் ஆகியவற்றால் சோழர்களின் பெரும் கோயில் வரிசைகளில் வைத்து, இதுவும் எண்ணத்தக்கது. இராமாயண நிகழ்ச்சிகளைக் கூறும் அருமையான சிற்ப வேலைப்பாடுகள் இக்கோயிலில் உள்ளன. இவை குறித்து, ஒருவரும் இன்னும் விரிவாக ஆராய்ந்ததாகத் தெரியவில்லை. சைவ சமய உலகத்தில் நிலைத்த புகழ் பெற்று விளங்கும் **சித்தாந்த ரத்னாகரம்**[134] என்ற நூலை இயற்றிய சீகண்ட சம்புவின் மகனும், மூன்றாம் குலோத்துங்கனின் ஆசிரியரும் (சமயாச்சாரியாரும்) ஆகிய ஈசுவரசிவன், முறைப்படி சிவ ஆகமச் சடங்குகள் செய்து, இக்கோயிலுக்குக் குடமுழுக்குச் செய்தார்.

அழகான இந்த திருப்பணியைச் செய்ததோடு, சிதம்பரத்தில் சபாபதியின் முகமண்டபம், சிவகாமி அம்மையின் கோபுரம், பிரகாரத்தைச் சுற்றிய தளவரிசைப் பகுதி ஆகியவற்றையும் இந்த அரசன் அமைத்ததாகச் சொல்லப்படுகிறது. காஞ்சிபுரத்திலுள்ள ஏகாம்பர ஈசுவரர் கோயில், மதுரையில் சோமசுந்தரர் கோயில் ஆகியவற்றை இவன் புதுப்பித்திருக்கிறான். இராஜராஜேசுவரம் கோயில் தவிர, திருவிடை மருதூரிலும் திருவாவூரிலும் உள்ள பெரிய சிவன் கோயில்கள், ஒருவேளை, தாராசுரம் கோயிலும் இவனுடைய பக்தியாலும் வள்ளன்மையாலும் பயனடைந்தனவாகலாம். திருவாரூரில் சபா மண்டபத்தையும், வான்மீக ஈஸ்வரரின் பெரிய கோபுரத்தையும் இவன் கட்டினான்.

பஞ்சமும் பஞ்ச நிவாரணமும்

ஆட்சியின் 23 - 24ம் ஆண்டுகளில் உணவு தானியங்கள் கிடைப்பது அரிதாக இருந்து, கடுமையான பஞ்சம் ஏற்பட்டது. பஞ்ச நிவாரணத்திற்காக அரசாங்கம் எடுத்துக்கொண்ட

இரண்டாம் இராஜாதிராஜனும் மூன்றாம் குலோத்துங்கனும்

நடவடிக்கைகளைக் கல்வெட்டுகள் சொல்லவில்லை. அவை சொல்லாமல் இருக்கும் காரணத்தால், நெருக்கடியான நிலையில் அரசாங்கம் ஒன்றும் செய்யாமல் வாளாயிருந்தது என்ற முடிவுக்கு வருவது பொருந்தாது. ஏதோ சில சில விவரங்களைக் கல்வெட்டுகள் சொல்லுகின்றனவேயன்றி, அவ்வக்காலத்து ஆன்மீகப் பொருளாதார நிலைகளைத் தெரிவிக்கும் அறிக்கைகளாக அவை விளங்கவில்லை. வட ஆர்க்காடு மாவட்டத்தில் (திருவண்ணாமலை)[135] ஒரு கல்வெட்டு, இந்தப் பஞ்சத்தின்போது, அரிசி, ஒரு காசுக்கு கால்படி வீதம் விற்றதாயும் அதனால், நல்ல உள்ளம் படைத்த இருவர் ஓர் ஆற்றில் கரை போடவும், ஒரு புதிய குளம் வெட்டவும் முன்வந்தனர் என்றும் தொழிலாளர்களுக்கு அவர்கள் விரும்பியபடி பொன் அல்லது நெல் அல்லது வேறு பண்டமாகக் கூலியைக் கொடுத்தனர் என்றும் இக்கல்வெட்டு சொல்லுகிறது. திட்டமிட்டு, செம்மையாகப் பஞ்ச நிவாரணம் செய்யும் முறை அப்போது தெரிந்திருந்தது என்பதை இது உணர்த்தும். தனிப்பட்டவர்களே இத்தகைய பணிகளைச் செய்ய முன்வந்தபோது, இது போன்ற அறச்செயல்களில் ஈடுபட, அரசாங்கம் தவறியிருக்கமாட்டாது. ஆனால், இத்தகைய முயற்சிகளால் தேவையான அளவுக்கு நிவாரணம் ஏற்படவில்லை. பஞ்சத்தால் கடுமையாகப் பாதிக்கப்பட்டு, துரதிஷ்டத்திற்கு ஆளானவர்கள் வேறு வகைகளில் அனுகூலம் பெற வேண்டிய இக்கட்டான நிலைக்கு ஆளாயினர். தஞ்சாவூர் (திருப்பாம்புரம்), 23-ம் கல்வெட்டு,[136] காலத்தின் கொடுமையாலும் உணவுப் பொருள்களின்மிக அதிகமான விலையாலும், பட்டினிகிடந்து இறந்து போகாமலிருப்பதற்காக[137] ஒரு வேளாளனும் அவனுடைய இரண்டு பெண்மக்களும் தங்களை 110 காசுக்கு விற்று, உள்ளூர் மடத்துக்கு அடிமையானவர்கள் என்று சொல்லுகிறது.

நிர்வாகமும் அரசாங்கத்தின் பரப்பும்

குலோத்துங்கன் பல துன்பங்களுக்கும் துயரங்களுக்கும் ஆளாகியபோதிலும் பெரும்பாலும் அவற்றைச் சமாளித்தான். நிர்வாகம் சீர்கெடாதபடியும் ஆட்சியின் பரப்பு குறையாதபடியும் பார்த்துக் கொண்டான்.

ஆனால் சுந்தரபாண்டியன் படையெடுத்த பிறகு நிலைமை மாறி, சோழ அரசர்களுடைய அதிகாரம் குறைந்தது. களப்பாள ராயர், நுளம்பாதிராஜன், பாண்டியராஜன்[138] என்ற (பதவிப் பெயர்கள் உள்ள) அதிகாரிகளைப் பற்றி அடிக்கடி குறிப்பிடப்படுகிறது.

மத்திய அரசாங்கம் இறுதியாக முடிவுசெய்யவேண்டிய பல பிரச்சினைகளில் அவர்களே ஸ்தலத்திற்கு வந்து விசாரணை நடத்தினார்கள்.[139] கிராம சபைகள்[140] அமைப்பு, அவற்றின் நடவடிக்கைகள் ஆகியவற்றையும் அவர்கள் கூர்ந்து கவனித்து வந்தார்கள். இந்தத் தகவல்களிலிருந்து, 10, 11 - ம் நூற்றாண்டுகளில் நிலவிய ஆட்சியின் கட்டுக்கோப்பு, 13 - ம் நூற்றாண்டின் ஆரம்பத்தில் ஓரளவு திறமையுடன் தொடர்ந்து நிலவிவந்தது என்பது நன்கு தெரிகிறது. தஞ்சாவூரில் சில பகுதிகளில் நிலங்கள் மீண்டும் அளக்கப்பட்டன என்பது கோவிலூரில் மூன்றாம் இராஜேந்திரன் ஆட்சியில் ஏற்பட்ட சில கல்வெட்டுகளிலிருந்து தெளிவாகத் தெரிகிறது.[141] பெரிய தேவர், திரிபுவன வீர தேவரின் 38 - ம் ஆட்சி ஆண்டில் நில அளவு நடந்ததை அக்கல்வெட்டு குறிப்பிடுகிறது. குலோத்துங்கன் ஆட்சி எங்கெல்லாம் பரவியிருந்தது என்பது கீழ்க்கண்ட இடங்களில் அவன் கல்வெட்டுகள் காணப்படுவதால் தெரியவரும். தெற்கே, திருநெல்வேலி,[142] மைசூரில் ஹேமாவதி, அவனி, எதுரூர்,[143] கொங்கு நாட்டில் ததாவூர், தகடூர், கரூர்,[144] வடக்கே நெல்லூர் மாவட்டத்தில் நெல்லூரிலும் ரெட்டிப் பாளையத்திலும், கடப்பை மாவட்டத்தில் நந்தலூரிலும் பொத்தப்பியிலும்[145] மூன்றாம் குலோத்துங்கனின் 12-ம் ஆட்சி ஆண்டில்[146] வள்ளால தேவன், பூமியை ஆட்சி செய்துகொண்டிருந்ததாக மைசூரில் கிடைக்கும் குலோத்துங்கன் கல்வெட்டு ஒன்று சொல்லுகிறது. இது, சோழ வமிசத்து இளவரசியான[147] சோழ மாதேவி ஒருத்தியைத் தன்னுடைய பட்டத்து அரசியாகக்கொண்ட ஹொய்சாள மன்னன் இரண்டாம் வள்ளாலனையே குறிக்கும் என்பதில் ஐயமில்லை.

சிற்றரசர்கள்

குலோத்துங்கனுக்கும் அவனுடைய தெலுங்குச் சோடர்கள் என்ற வடக்கேயிருந்து கப்பம் கட்டிய சிற்றரசர்களுக்கும் இருந்த உறவை ஏற்கனவே ஆராய்ந்திருக்கிறோம். இப்போது, ஆட்சியின் ஏனைய பகுதிகளில் பேரரசர்களுக்குக் கட்டுப்பட்டிருந்த சிற்றரசர்களையும் இதுவரை குறிப்பிடாத தெலுங்குத் தலைவர்களையும் பார்ப்போம். ஹேமாவதியைச் சேர்ந்த ஒரு மகாமண்டலேசுவர திரிபுவன மல்லிச் சோடன், குலோத்துங்கனின் ஆட்சியின் தொடக்கத்திலேயே[148] அவனுடைய மேலாதிக்கத்தை ஒப்புக்கொள்கிறான்.

கங்கர்கள்

அமராபரண சீய கங்கன் என்பவன் கங்கை வம்சத்தைச் சேர்ந்தவன்; கோலார்ப் பகுதித் தலைவன், குலோத்துங்கன் ஆட்சியில் மூன்றாம்

இரண்டாம் இராஜாதிராஜனும் மூன்றாம் குலோத்துங்கனும்

ஆண்டு முதல் 34 - ம் ஆண்டுவரையுள்ள கல்வெட்டுகளில் இவன் இடம் பெறுகிறான். இவனுக்கு சூரநாயகன் என்ற பெயரும் இருந்தது. அவன் மகன் ஒருவன், மூன்றாம் ஆண்டில் (கி. பி. 1181)[149] திருக்காளத்தியில் ஒரு விளக்கேற்ற நிவந்தம் ஏற்படுத்தினான். தமிழ் இலக்கணப் புலவரான பவணந்தி என்ற சமணமுனிவரை இவன் ஆதரித்தான். இம்முனிவர் இயற்றிய 'நன்னூல்', தமிழ் இலக்கணத்தைப் பற்றிய ஏனைய நூல்கள் எல்லாம் புகழ் மங்குமாறு, சிறந்து விளங்குகிறது. கங்க வமிசத்தைச் சேர்ந்த வேறு சிற்றரசர்களும் இருந்திருக்கின்றனர். [150]

இந்தக் காலத்திய வாணர் சிற்றரசர்களுள் செல்வாக்குடன் திகழ்ந்தவன், மகதை மண்டலத்து அரசன். ஏராளமான போர்களில் வெற்றி வீரனாயும், பல கோயில்களைக் கட்டிய பக்திமானாயும் விளங்குவதை, இவனுடைய கல்வெட்டுகள் பலவற்றிலும், நல்ல தமிழில் அமைந்துள்ள சாசனச் செய்யுள்களிலும் பார்க்கிறோம். திருவண்ணாமலை[151] கோயிலுக்குப் பொன்வேய்ந்த காரணத்தால், 'பொன் பரப்பிய மகதேசன்' என்ற பெயரால் இவன், அடிக்கடி சிறப்பிக்கப்பட்டிருக்கிறான். இவனுடைய அமைச்சன் ஒருவன், கீழூரில் ஒரு மண்டபம் கட்டியதாகச் சொல்லப்பட்டிருக்கிறது. இந்த அரசனே, விளக்குகள் எரிக்க திருவண்ணாமலைக் கோயில்களுக்கு அறக்கட்டளை ஏற்படுத்தியதோடு, கீழூர்க் கோயிலுக்குச் சில வருவாய்கள் கிடைப்பதற்காகவும் வகை செய்தான். இவனுடைய அகம்படி முதலி ஒருவன் அறங்கண்ட நல்லூர் கோயிலில் விளக்குகள் அமைப்பதற்கு அறக்கட்டளை ஏற்படுத்தினான். இவனுக்கு, ஆறகளூர் உடையான், இராஜராஜ தேவன் என்ற சிறப்புப் பெயர்களும் வழங்கின. சேலம் மாவட்டத்திலுள்ள ஆறகளூர் என்பது இவனுடைய தலைநகராய் இருந்தது. இராஜராஜ தேவனுடைய ஆட்சி காலத்தில் இவன் பிறந்ததால், அந்த அரசனின் பெயர் இவனுக்கு இடப்பட்டது. தென் ஆர்க்காடு மாவட்டத்தில் கூகையூர் என்னும் ஊரில், ஒரு காணியை அனுபவித்ததாக, இதே குடும்பத்தைச் சேர்ந்த மற்றொரு சிற்றரசன் குறிப்பிடப்படுகிறான். அவன், அங்கு கைலாச நாதருக்கு கல் திருப்பணி எடுத்து, மண்டபங்களும் சுற்றாலைகளும் கோபுரங்களும் அமைத்து, 'பொன் பரப்பின ஈஸ்வரன்' என்ற திருவுருவம் ஒன்றையும் செய்தான்.

காடவர்கள்

இந்த ஆட்சியில் தென் ஆர்க்காடு, வட ஆர்க்காடு மாவட்டங்கள் செங்கற்பட்டு, சித்தூர் மாவட்டங்கள் அடங்கிய பிரதேசத்தில் வல்லமையான சிற்றரசர்களாக சேங்கணியர் அல்லது சாம்புவராயர், காடவராயர், சேதிராயர் ஆகிய மூன்று வமிசங்கள் திகழ்ந்தன. யாதவராயர் என்பவர்களும் இருந்தார்கள். இந்த இளவரசர்கள் பற்றிய விவரங்களை விடுத்து, காடவராயர்களைப் பார்ப்போம். இந்த காலத்து வரலாற்றில் இந்த முக்கியமான சிற்றரச வமிசத்தின் பங்கு என்ன என்பதை ஏற்கெனவே சுருக்கமாகச் சொல்லிவிட்டோம்.[152] தாங்கள் பழமையான பல்லவர்களின் வழித்தோன்றல் என்று இவர்கள் உரிமை கொண்டாடிவந்தனர். இவர்கள் மேன்மேலும் செல்வாக்கும் அதிகாரமும் பெற்றனர் என்பது, மூன்றாம் குலோத்துங்கன் கல்வெட்டுகளிலிருந்து தெரிகிறது. இந்த ஆட்சியில் இருந்த காடவர்களுள் நடுநாயகமானவன், கூடலூர் அரசநாராயணன் ஏழிசை மோகன் என்ற ஜனநாத கச்சியரையன்.[153] இவன், இரண்டாம் குலோத்துங்கன் காலத்தில் ஏற்றம் பெற்றிருந்த அரசநாராயணனின் மகன் என்பது, இவன் பெயரிலிருந்தே தெரியவரும்; இவ்விவரம் கி. பி. 1184-ல் ஒரு கல்வெட்டிலும் காணப்படுகிறது.[154] விருத்தாசலம், திருவெண்ணெய் நல்லூர்[155] ஆகிய இரண்டு இடங்களிலும் காணப்படும் ஒரே கல்வெட்டில் - தமிழ்ச் சாசனச் செய்யுளின் மெய்க்கீர்த்தியில் - காடவர் வகையில் சிலர் காட்டிய வீரமும், தீரமும் புகழப்பட்டிருக்கிறது. இந்த மெய்க்கீர்த்தியில் கடைசியாகச் சொல்லப்பட்ட தலைவனின் பெயர் ஆளப்பிறந்தான் வீரசேகரன் என்ற காடவராயன்; இவன், அரசநாராயணன் கச்சியரையன் என்ற காடவராயனின் மகன் என்று சொல்லப்பட்டிருக்கிறது. இந்த உண்மையும் மெய்க்கீர்த்தியின் காலம் சக1108 (கி. பி. 1186) என்ற செய்தியும் அரசநாராயணன் மகன் ஏழிசை மோகன்[156] என்பவன் இவனே என்பதை நிலைநாட்ட உதவுகின்றன. இது சரியாக இருப்பின், கச்சிரையன் என்ற பட்டம் இவன் தகப்பனிடமிருந்து இவனுக்குக் கிடைத்திருக்க வேண்டும். மூன்றாம் குலோத்துங்கன் ஆட்சியின் பிற்பகுதியில் ஏற்பட்ட கல்வெட்டுகளிலும் வீரசேகரனின் பெயர் குறிப்பிடப்படுவதுடன் அவனுக்கு ஆளப்பிறந்தான், காடவராயன் முதலிய பட்டங்களும், கூடலூருக்கும் அவனுக்கும் இருந்தத் தொடர்பும் சொல்லப்படுகின்றன. இவனை, இன்னான் என்று மேல் கூறப்பட்ட கருத்தை உறுதிசெய்ய இக்கல்வெட்டுகளும் துணைபுரிகின்றன. காடவ மெய்க்கீர்த்திகள் நான்கு தலைமுறைகளுக்கு குடிவழியைத் தெரிவிக்கிறது. ஆனால், வீரகேசரிக்குப் பிறகு ஓர் இடைவெளி காணப்படுகிறது. நமக்குத் தெரியவருகிற அடுத்த பெயர் கூடல் ஆளப்பிறந்தான்

அழகிய பல்லவன் காடவராயன்; மூன்றாம் குலோத்துங்கனின் 33-ம் ஆண்டுக் கல்வெட்டில் இவன் இடம்பெறுகிறான். பாட்டனார் செய்த தருமங்களை இவன் உறுதிப்படுத்தினான்[157] என்று இக்கல்வெட்டு சொல்லுகிறது; ஆனால், பாட்டனாரின் பெயரைத் தெரிவிக்கவில்லை. அழகிய பல்லவர்களின் மகனான கோப்பெருஞ் சிங்கனுடைய தாயார், திருவெண்ணெய் நல்லூர்க் கோயிலில்[158] ஓர் அம்மனை பிரதிட்டைச் செய்ததாக 35-ம் ஆண்டுக் கல்வெட்டு ஒன்று கூறுகிறது. மற்ற கல்வெட்டுகளில்[159] அவள் பெயர் சீலவதி என்று சொல்லப்பட்டிருக்கிறது. காடவர் வமிசத்தில் அழகிய பல்லவனும் அவன் மகனும் நேர் வரிசையில் வந்த உரிமையாளர்களாக இருக்கவேண்டும் என்பது நமது அனுமானம். இந்த வரிசையே மேற்கண்ட மெய்க்கீர்த்தியில் சொல்லப்பட்டிருக்க வேண்டும். அப்படியாயின், அழகிய பல்லவன், வீரசேகரனின் மகன் என்றும், கி. பி. 1211-ல் அவன் தன் பாட்டனுடைய தருமங்களை உறுதிப்படுத்தியதாகச் சொல்லியிருப்பது இரண்டாம் குலோத்துங்கனின் காலத்தில் வாழ்ந்த அரசநாராயணனின் தருமங்களையே என்றும் மேலும் அனுமானிக்கலாம். இவ்வாறு அனுமானம் செய்யும்போது, காடவர்களுடைய முக்கிய வரிசையின் அரசமரபு பின்வருமாறு இருந்திருக்கவேண்டும்.

வளந்தானார்

ஆட்கொல்லியார்

நான்கு திக்கினரையும் வென்ற ஏழிசை மோகன்	அரசநாராயணன் கச்சிராயன் முடிசூட்டியது. கி.பி. 1140
↓	↓
ஆட்கொல்லி(?)[160]	ஆளப்பிறந்தான் ஏழிசை மோகன் ஜெகந்நாத கச்சிராயன் வீரசேகரன் எஸ். 1108, கி.பி. 1186
	↓
	அழகிய பல்லவன் (சீயன்) சாடும் பெருமாள்[161] மனைவி : சிலவதி
	↓
	அழகிய சீயன் கோப்பெருஞ்சிங்கன்

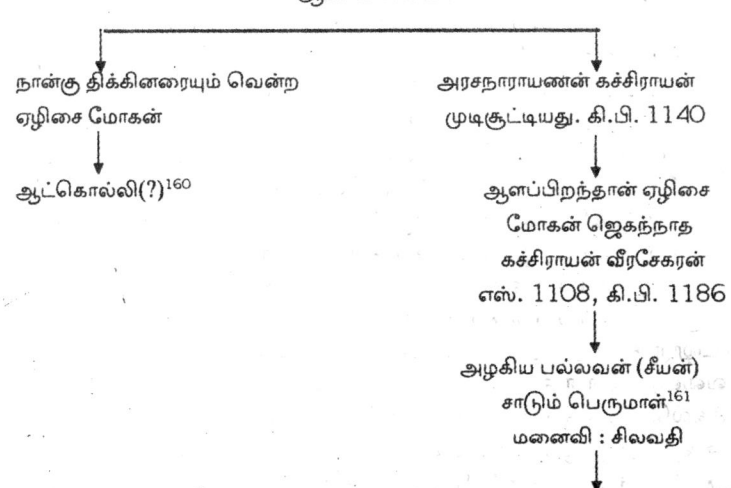

முதலாம் குலோத்துங்கனின் ஆட்சியின் பிற்பகுதியிலிருந்தே குறிப்பாகவும், விக்கிரம சோழன் காலத்திலிருந்து சிறப்பாகவும் பார்க்கிறோம். இவ்வகையில் விருத்தாசலம் மெய்க்கீர்த்தி மிகவும் ஆதாரமாக இருக்கிறது. வளந்தானார், சிங்களவருக்கும் கங்கர்களுக்கும் எதிராகப் போரிட்டார் என்று அது சொல்லுகிறது. கங்க நாட்டில் போர்கள் நடந்துகொண்டிருந்த முதலாம் குலோத்துங்கனின் ஆட்சிக் காலத்தின் பிற்பகுதியே இந்தக் காலமாக இருப்பதால் இக்கல்வெட்டின் செய்தி உண்மையாக இருக்கலாம். ஆனால், இலங்கைக்கு எதிராக அல்லது பாண்டிய நாட்டுக்கு எதிராகக் கூட அக்காலத்தில் போர் நடந்தது என்பதற்கு ஆதாரம் இல்லை. ஆட்கொல்லி, நான்கு திக்குகளை வென்றவன் ஆகிய அடுத்த இரண்டு சிற்றரசர்கள் பற்றிய செய்யுள்களில் வரலாற்று முக்கியத்துவம் உடைய செய்தி ஒன்றும் இல்லை. அரச நாராயணன் எதிரிகளுடைய பலமான கோட்டையான வாதாவியைப் படையெடுத்து முரண் **'இரட்டர் தெம்மலை வாதாவி சென்றிருதாய்'** என்று சொற்களால் குறிப்பிடப்பட்டிருக்கிறது. இதன் பொருள் என்ன என்று சரியாகத் தெரியவில்லை. இவனுடைய பிற சாதனைகளை, இரண்டாம் குலோத்துங்கன் ஆட்சி பற்றிய குறிப்பில் சொல்லியிருக்கிறோம். வீரசேகரனைப் பற்றி, சொல் அலங்காரமாகச் சில செய்யுள்கள் உள்ளன. இதில் ஒரே ஒரு செய்தி மட்டும் சொல்லப்பட்டிருப்பது வருமாறு: அவன் கண்டராதித்தன் வாசலின் மேற்பகுதியிலிருந்து புறப்பட்டு கற்கடக மாராயனுடைய கூடல், அதியமானின் நாடு இரண்டுக்கும் எதிராகப் படையெடுத்து, அந்த இரண்டு பகுதிகளையும் அழித்தான். இவை, மூன்றாம் குலோத்துங்கனின் சிற்றரசர்களுக்கிடையே ஆங்காங்கே நடந்த உட்பூசல்களாக இருக்கவேண்டும். ஆனால், கூடலைக் கைப்பற்றியது, காடவர்களின் ஏற்றத்தில் ஒரு குறிப்பிடத்தக்க கட்டமாகத் தெரிகிறது; இந்நிகழ்ச்சிக்குப் பிறகு, அவர்கள் "கூடல் அவனி ஆளப் பிறந்த" என்று பட்டம் சூட்டிக்கொள்ளுகின்றனர். இப்பட்டத்தை ஏற்ற முதல் அரசன் வீரசேகரனே ஆவான். கூடல் அல்லது கூடலூர், திருமுனைப் பாடியில் பெருகளூர் நாட்டின் ஒரு பகுதி என்று ஒரு கல்வெட்டில் சொல்லப்பட்டிருந்தாலும், அந்த ஊர் எது என்று திட்டவட்டமாகச் சொல்லுவதற்கில்லை. வேறு ஒரு மெய்க்கீர்த்தியையும் இங்கே சொல்ல வேண்டிய தேவை ஏற்படுகிறது.[162] கூடல் ஆளப் பிறந்தார் என்ற காடவராயனின் மகனும் தொண்டை மண்டலம்கொண்ட பல்லவாண்டார் என்ற காடவராயர் நடத்திய போர்களையும் அடைந்த வெற்றிகளையும்,

இரண்டாம் இராஜாதிராஜனும் மூன்றாம் குலோத்துங்கனும்

தேதி (ஆண்டு) சொல்லாமல், இது குறிப்பிடுகிறது. இது, கோப் பெருஞ்சிங்கனின் தகப்பனான அழகிய பல்லவனின் மெய்க்கீர்த்தியாக இருக்கலாம். வீரசேகரன் - கோப் பெருஞ்சிங்கன் ஆகிய இருவருக்கும் இடைப்பட்ட காலத்தில், காடவர்களின் ஏற்றம் இந்த மெய்க்கீர்த்தியில் கூறப்பட்ட நிகழ்ச்சிகளால் விளக்கம் பெறுகிறது. நம் கருத்து உண்மையாய் இருக்குமாயின், அழகிய சீயனுக்குப் பல்லவாண்டார் என்ற பெயரும் இருந்திருக்க வேண்டும். மேலும், வீரசேகரன் தொடங்கிவைத்த படையெடுப்பு முதலிய செயல்கள் இவன் விரிவாகச் செய்து வெற்றிகண்டு, பிற்காலத்தில் இவன் மகன் இன்னும் பெரிய பரப்பளவில் சாதித்த அருஞ்செயல்களுக்கு வழிவகுத்திருக்கவேண்டும். சேயூரில்[163] நடந்த கடுமையான போரில் பெற்ற வெற்றியை, பல்லவாண்டாரின் மெய்க்கீர்த்தி தெரிவிக்கிறது. அவனுடன் போரிட்ட எதிரியின் பெயர் சொல்லப்படவில்லை; ஆனால் இப்போரின் விளைவாகத் தொண்டைநாடு முழுவதும் இவன் வயப்பட்டது என்பதும் மட்டும் தெளிவாகத் தெரிகிறது. இதே மெய்க்கீர்த்தியின் பிற்பகுதியிலுள்ள பெண்ணாறு பாயும் நாட்டின் அரசன், 'வட வேங்கட மலையின் அரசன்', 'காஞ்சியை ஆண்ட பல்லவன்' என்ற பட்டங்கள் இதனை வலியுறுத்தும்.

இந்த ஆட்சியில் ஏற்பட்ட கல்வெட்டுகளில் காடவர்களைப் பற்றிய பிற குறிப்புகளை நாம் இனிப் பார்க்கலாம். வீரசேகர காடவன் என்ற அரசநாராயண ஆளப் பிறந்தான், குலோத்துங்கனின் 13-ம் ஆண்டில் (கி. பி. 1191)[164] திருவண்ணாமலைக் கோயிலுக்கு விலையுயர்ந்த இரத்தினங்கள் பதித்த ஏகவல்லிவடம் ஒன்றை வழங்கியுள்ளான். 12 ஆண்டுகளுக்குப் பிறகு 'கூடலூர் அதிகமான்' என்ற பட்டத்தைச் சூட்டிக்கொள்ளுகிறான்; எனவே, இதற்கிடையே கூடலூரையும் முன்சொன்ன அதிகைமானையும் எதிர்த்து இவன் படையெடுத்திருக்க வேண்டும். திருவெண்ணெய் நல்லூரில், விளக்கு எரிக்க இவன் கட்டளை ஏற்படுத்தியுள்ளான்.[165] இதே இடத்தில் 3-ம் ஆண்டில் (கி. பி. 1181) ஏற்பட்ட இரண்டு கல்வெட்டுகள், கூடல் மோகன் ஆளப்பிறந்தானையும் உடையார் காடவராயரையும்[166] குறிக்கின்றன; ஒரே மனிதன் இந்த இரண்டு பெயர்களுடனும் விளங்கியிருக்கக் கூடும். அவனுடைய அகம்படி முதலிகளுள் ஒருவன், காடவர்களுடைய முக்கியமான கோட்டைகளுள் ஒன்றாக இருந்த சேந்த மங்கலத்தைச் சேர்ந்தவன் என்று சொல்லப்பட்டிருக்கிறது. எனவே, கூடலும் சேந்த மங்கலமும் ஏற்கெனவே, காடவர் வசம் இருந்தன என்பதற்குத் தெளிவான குறிப்பு இருக்கிறது. மோகன் ஆளப்பிறந்தான் அல்லது உடையார்

காடவராயர் என்பவர்தான், வீரசேகரனா? அப்படியாயின், கூடலுக்கும் அதிகைமானுக்கும் எதிராக நடைபெற்ற படையெடுப்பு கி. பி. 1181-க்கு முன் நடந்ததா? இந்தக் கேள்விகளுக்கு உறுதியான விடை சொல்ல இயலாது. திருவெண்ணெய் நல்லூர், விருத்தாசலம் கல்வெட்டுகள்[167] இரண்டிலும் சொல்லப்பட்ட கூடல் ஏழிசை மோகன் மணவாளப் பெருமாள் வானிலை கண்டான் இராஜராஜ காடவராயன் என்பவன் யார் என்ற விவரமும் சரியாகத் தெரியவில்லை.

மலையமான்கள்

மலையமான் வமிசத்து இளவரசர்கள் இந்தக் காலத்தில்தான் சேதிராயர், கோவலராயர் என்ற பட்டங்களுக்கு உரியவராகியிருக்கக் கூடும். பொதுவாக, சிற்றரசர்கள் தங்கள் முன்னோர் பெருமையைக் கூறிக்கொள்ள, ஏதாவது ஒரு புராணத்தில் ஆதாரம் தேடித் திரிந்த இக்காலத்தில், புதிய மரபிற்கேற்ப சேதி ஹைஹையருடன் தங்களைத் தொடர்புபடுத்திக்கொள்ள மலையமான் சிற்றரசர்கள் மேற்கொண்ட முயற்சியின் விளைவே, சேதிராயர் என்ற பட்டம், சிசுபாலன்[168] என்ற பெயரும் அவர்களுள் ஒருவனுக்கு உண்டு. தென் ஆர்க்காடு மாவட்டத்தில் பெண்ணையாற்றின் கரையில் உள்ள திருக்கோயிலூர்ப் பகுதியிலேயே இவர்கள் பெருஞ்செல்வாக்குப் பெற்றிருந்ததால், 'கோவலராயர்' என்ற பட்டம் ஏற்பட்டிருக்கும். சில பட்டங்களும் பெயர்களும் இந்தச் சிற்றரசர் வமிசங்களுக்குள்ளேயே நில்விய நெருங்கிய உறவுகளைக் குறிக்கின்றன. கீழையூர் மலையமான் ஒருவன்[169] வாணகுலராயன் என்ற பெயர் கொண்டிருந்ததைச் சான்றாகச் சொல்லலாம். வாணகோவரைய மலையமான்[170] என்பது மற்றொருவனின் பெயர். ஏற்கனவே, நாம் சொல்லிய சிசுபாலன்[171] சோழ கங்க பல்லவராயன் என்ற புதுமையான பெயரை வைத்துக்கொண்டான். கீழையூர் மலையமான்களுள் ஒருவன்[172] 'பொன் பரப்பினான்' என்ற பெயர் பெற்றிருந்தான். இப்பெயர் ஏற்பட்டதற்கு என்ன காரணம் என்பது விளங்கப்படவில்லை. மலையன் நரசிம்மவர்மன் என்ற கரிகாலச் சோழ ஆடையூர் நாடாள்வான் என்பவன் பெயர், செங்கம், திருவண்ணாமலை கல்வெட்டுகளில் சொல்லப்பட்டிருக்கிறது.[173] சுந்தரமூர்த்தி சுவாமிகள் காலத்தில் வாழ்ந்த நரசிங்க முனையாதரையர் பெயரில் முதல் தடவையாக ஏற்பட்ட நரசிங்கன் என்ற பட்டம், பிறகு இரண்டாம் இராஜேந்திர தேவன்[174] காலத்தில் வாழ்ந்த ஒருவனுக்கு இருந்து, மூன்றாம் குலோத்துங்கன் காலத்தில் மலையமான்கள்

குடும்பத்தில் இன்னும் நின்று நிலவியது என்பதை இந்த இரு கல்வெட்டுகளும் புலப்படுத்துகின்றன.

அதிகைமான்கள்

தொன்று தொட்ட புகழுடைய தகடூர் அதிகைமான்கள், சோழ மன்னர்களுடன் நல்லுறவுகொண்டிருந்த சிற்றரசர்கள் என்ற முறையில் மீண்டும் புகழ் பெறுகின்றனர். ஹொய்சாள விஷ்ணுவர்த்தனனுடன் நடந்த போரில் இழந்துவிட்ட பரப்புகளின் சில பகுதிகளை, அதிகைமான்களுடைய உதவியுடன் சோழர்கள் மீண்டும் பெற்றனர் என்பதை நம்பலாம். ஏற்கெனவே, நாம் இக்கருத்தைச் சொல்லியிருக்கிறோம். குலோத்துங்கன் கல்வெட்டு ஒன்றில் இரண்டாம் வல்லாளனின் பட்டத்தரசியின் பெயர் சோழ மாதேவி என்று இருப்பதும், சோழர்களுக்கும் ஹொய்சாளருக்கும் நல்லுறவு இருந்ததை அறிவிக்கின்றன. போரில் ஏற்பட்ட வெற்றி, இந்த நட்புக்குக் காரணமாய் இருக்கலாம், அல்லது சோழர் சார்பாகச் சமரசம் செய்துவைக்க அதிகைமான்கள் தூது சென்றதன் பலனாகவும் இருக்கலாம். கங்க நாட்டில், தகடூர் இராஜராஜதேவன் என்ற அதிகைமான், தகடூர் நாட்டில்[175] பெண்ணையாற்றின் வடகரையிலுள்ள மலையனூர் என்னும் கிராமம் முழுவதையும் திருவண்ணாமலைக் கோயிலுக்கு எழுதிவைத்தான். அதிகைமான்களுக்கும் சோழர்களுக்கும் இடையேயிருந்த உறவு, இடையில் முறிந்திருந்தாலும்கூட, இரண்டாம் இராஜராஜன் ஆட்சிக் காலத்தில் தகடூர்ச் சிற்றரசர்களும் சோழர்களும் மீண்டும் அன்புறவோடு இருந்துவரத் தொடங்கினர் என்பதற்கு அவன் தாங்கிய இராஜராஜப் பட்டமே சான்று. இராஜராஜத் தேவன் மகனே, அவனைவிடப் பெரும் புகழ் பெற்ற விடுகாது அழகிய பெருமாள். இவன், சங்க காலத்தில் சொல்லப்படும் எழினி என்பவனின் வழிவந்தவன் என்று தன்னைப் பற்றிச் சொல்லிக்கொள்கிறான். இவன் ஏராளமான கல்வெட்டுகளை விவரமாக அமைத்துள்ளான். மூன்றாம் குலோத்துங்கனின் 19-ம் ஆண்டில்[176] திருமாணிக்குழியில் கோயில்கொண்டுள்ள இறைவனுக்குப் பொன்னை வாரி வழங்கிய சாமந்தன் அதிகைமான், தகப்பனாகவோ மகனாகவோ இருந்திருக்கலாம். மகனுடைய கல்வெட்டுகள், சேலம், தென் ஆர்க்காடு, வட ஆர்க்காடு மாவட்டங்களில் உள்ளன. அவற்றில் சிலவற்றில் மட்டுமே குலோத்துங்கனின் ஆட்சி ஆண்டுகள் குறிக்கப்பட்டிருக்கின்றன; ஆனால், அவை பெரும்பாலும் செய்யுள்களாய் இருப்பதால் மேலாதிக்க அரசனின் பெயர் அவற்றில் இல்லை. இதைக்

காரணமாக வைத்துக்கொண்டு, சிற்றரசன் சுதந்திரப் பிரகடனம் செய்தான் என்ற முடிவுக்கு வரவேண்டியதில்லை.[177] குலோத்துங்கன் 22-ம் ஆண்டுக் கல்வெட்டு ஒன்றில், பாலாறு, பெண்ணையாறு, காவிரி ஆகிய மூன்று ஆறுகளுக்கும் தானே அரசன் என்று இந்தச் சிற்றரசன் சொல்லிக்கொள்கிறான். பெண்ணையாற்றின் கரையிலுள்ள சிறுகோட்டையில் தன் பெயரால்[178] ஒரு கற்கோயில் கட்டியதாகவும் கூறியுள்ளான். தன் முன்னோர்களில் ஒருவனான[179] எழினி என்ற சேரமன்னனால் ஆதிகாலத்தில் திருமலையில் சமணர் குடியிருப்புக்கு அருகே நிறுவப்பட்ட இயக்கன், இயக்கி திருவுருவங்களை இவன் புதுப்பித்ததாக இவனுடைய திருமலைக் கல்வெட்டு தெரிவிக்கிறது. வட ஆர்க்காடு மாவட்டம் செங்கத்திலுள்ள மற்றொரு கல்வெட்டு[180] இந்தப் பகுதியில் சோழர்களுக்கு உட்பட்ட சிற்றரசர் பலரிடமும், இவன் நிறைந்த செல்வாக்குப் பெற்றிருந்ததைப் புலப்படுத்துகிறது. மூன்றாம் குலோத்துங்கனின் 21-ம் ஆட்சி ஆண்டில் இரு சிற்றரசர்களுடன் இவன் ஏற்கெனவே செய்துகொண்டிருந்த உடன்பாட்டைப் புதுப்பித்ததையும் அந்த உடன்பாட்டு விவரங்களையும் இக்கல்வெட்டு தெரிவிக்கிறது. கரிகாலச் சோழ ஆடையூர் நாடாள்வான், செங்கேணி அம்மை அப்பன் அத்திமல்லன் என்ற விக்கிரமசோழ நாடாள்வான் என்ற இருவருமே இந்தச் சிற்றரசர்கள். இந்த உடன்பாடு நடைமுறையில் இருக்கும்வரை, சீயங்கன் முதலிய வேறு சில சிற்றரசர்களுடன் அதிகைமான் எவ்வித உறவும் வைத்துக்கொள்ளக் கூடாது என்பது, இந்த ஏற்பாட்டின் ஒரு நிபந்தனை ஆகும். அரசியல், இராச்சிய மதிப்பு நிலைகளுடைய இந்த உடன்பாடுகளில் மேலாதிக்க மன்னரின் பெயர்கூட இல்லாததால் சோழ அரசு செல்வாக்கு இழந்து சிதைவுறத் தொடங்கி விட்டதற்கு இது சான்று பகர்கிறது.

மத்திய அரசின் கட்டுப்பாடு தகர்ந்தது

ஓரளவு தன்னுரிமையுள்ள சிற்றரசர்கள் எண்ணிக்கையில் மிகவும் பெருகி, உள் நாடெங்கும் தலைதூக்கினர். இதனால், மத்திய அரசாங்கத்திற்கு ஏற்பட்ட விளைவுகளை இந்த அதிகாரத்தில் ஏற்கெனவே சொல்லியிருக்கிறோம். குலோத்துங்கனின் சிற்றரசர்களின் பட்டியல் மேலே நாம் சொன்ன பெயர்களோடு மட்டும் முடிந்து விடவில்லை. கல்வெட்டுகளில், இன்னும் எத்தனையோ சிற்றரசர்கள் இடம் பெறுகிறார்கள். இதனால் மத்திய அரசாங்கத்தின் நிலை மிக விரைவாகத் தாழ்வுற்றது. இக்காரணத்தால் விளைவுகளும், விளைவுகளால் காரணங்களும் ஏற்பட்டன. மத்திய அரசாங்கம்

வலுவிழந்ததால் உள்ளூர் நடைமுறைகளுக்கும் பாதுகாப்பிற்குமாகப் புதியதாகப் பல ஏற்பாடுகளைச் செய்யவேண்டிய நிலை உருவாயிற்று. மத்திய அரசாங்கம் மீண்டும் அதிகாரத்துடன் செயல்பட முயன்றபோது, இந்தப் புதிய ஏற்பாடுகளே தடையாக இருந்தன. பேரரசின் பாதுகாப்பில், நிழலில், ஆதரவில் வளர்ந்து ஆற்றல் பெற்ற சிற்றரசுகள் தங்களுக்குள் இணைந்து, தாங்களே ஒரு புதுப் பேரரசாகிப் பழைய பேரரசுக்குத் தீங்கிழைக்கவும் தயங்கவில்லை. சிற்றரசுகள் தங்களுக்குள் உடன்பாடு செய்து காள்ளும் பழக்கம் மூன்றாம் குலோத்துங்கன் ஆட்சியில்தான் உச்சகட்டத்தை அடைந்தது. இக்காலத்தில் பாண்டிய நாட்டில் சோழர் கல்வெட்டைக் காணோம். பாண்டிய நாட்டின் அன்றாட ஆட்சியில் சோழப் பேரரசுக்கு இடமில்லாமல் போனதற்கே இது அறிகுறி. குலோத்துங்கனின் நேரடி ஆட்சி நடந்த பகுதியில்தான், சிற்றரசர்கள் தங்களுக்குள் உடன்பாடு செய்துகொண்டனர் என்பதையும் நாம் கருத்தில்கொள்ள வேண்டும். உடன்பாடுகளையும் அவற்றின் விவரங்களையும் இங்கே சொல்லத் தேவையில்லை.[181] சில ஆதாரங்கள் நமக்குக் கிடைத்திருக்கின்றன. ஆனால் நம் கைக்கு எட்டாத வேறு ஆதாரங்களும் இருக்கலாம். தவிரவும் பல ஆதாரங்கள் அழிந்தும் இருக்கலாம். வாய்மொழியாகவும் பல உடன்பாடுகள் ஏற்பட்டிருக்கும். இவற்றின் பயனாக, அரசரின் சார்பாக நிர்வாகத்தை நடத்துவது பலவாறு தடைபட்டிருக்கும். ஆனால், மேற்போக்காகப் பார்த்தால், முதலாம் இராஜராஜன், முதலாம் இராஜேந்திரன் ஆகியோரின் ஒளிமிக்க காலங்களில் இருந்தது போன்றே மூன்றாம் குலோத்துங்கன் ஆட்சியிலும் அவனுக்குப் பிறகு துரதிஷ்டமான சூழலில் ஆட்சி செய்த மூன்றாம் இராஜராஜன், மூன்றாம் இராஜேந்திரன் காலங்களிலும், அரசாங்க இயந்திரத்தின் கட்டுக்கோப்பின் வெளிப்படையான வடிவம் அப்படியே இருந்தது. ஆனால், அது சக்தியில்லாத வடிவமாக, உயிர் நீங்கிய உடலாக மாறி இருந்தது.

குறிப்புகள்

1. பட்டம் ஏற்ற தேதிகள் பிப்ரவரி 28 முதல் மார்ச் 30 வரை, கி. பி. 1163, கீல்ஹார்ன் ஈ. ஐ. ix. பக். 211. ஆனால் C என்னும் குறிப்பில் முன்னர் சொல்லப்பட்டிருப்பதைப் பார்க்க.
2. 558/1904 (2-ம் ஆண்டு); 43/1922 (3-ம் ஆண்டு)
3. 261/1902.
4. 172/1908 (6-ம் ஆண்டு); 540/1904 (10-ம் ஆண்டு).
5. சிவபுரி (இராமநாதபுர மாவட்டம்)யில் விக்கிரம சோழனின் கல்வெட்டுகள் இரண்டு மட்டும் உள்ளன - 47, 55/1929. இரண்டாம் குலோத்துங்கன் கல்வெட்டோ, இரண்டாம் இராஜராஜன் கல்வெட்டோ இல்லை. திருக்கோளக்குடி (இராமநாதபுரம்)யில் இரண்டாம் இராஜாதிராஜன் கல்வெட்டு உளது - 43/1916.
6. சி. வி. அதி. 76, v. 76 - அதி. 77. v. 103.
7. 336/1928. என்பது குலோத்துங்கன் என்ற பெயருடைய கொங்குச் சோழ அரசனின் கல்வெட்டு. சி. வி.யில் சொல்லப்பட்ட செய்திக்கு மிக ஆதாரமான முறையில் கல்வெட்டு சான்று இதில் கிடைக்கிறது. இக்காலத்தில் தென்னிந்தியாவில் வமிசங்களுக்கு இடையே நிலவிய அரசியல் உறவுகளைப் புரிந்துகொள்ள துணைசெய்யும் செய்திகளையும் இது தருகிறது.
8. சி. வி. அதிகாரம் 77 v. 85 கெய்கர் (எண். 3); இந்த விவரம் சரியானதுதானா என்று ஐயுறுகிறது. செய்யுள் 83-ல் உள்ள மதுரா என்பதை மதுரை மாநகரம் என்று கொண்டிருப்பதால் இந்த ஐயம் ஏற்பட்டிருக்கிறது. ஆட்சியைத்தான் இவ்வாறு குறிப்பிட்டிருக்கிறார்கள். பழைய பாண்டிய நாட்டின் வடஎல்லையில் கீழ் நிலை இருக்கிறது. இங்கு, நான்கு காதங்களுக்கு ஏற்பட்ட போர், கிராமத்திலிருந்து கடல்வரை நிகழ்ந்திருக்கக் கூடும். சோழர் கல்வெட்டுகள் இதை உறுதிப்படுத்துகின்றன என்பதைப் பின்னர் பார்ப்போம்.
9. Cf. ஜீஜர் சி. வி. ii, பக். 100, எண். 1.
10. 20/1899. எஸ். ஐ. ஐ. iv. எண். 456, ஏ. ஆர். இ. 1899 - பாராக்கள் 23 - 38.
11. 433/1924.
12. 465/1905.

13. 261/1925. மற்றொரு நில மானியத்தைச் சொல்லுவதோடு, போரின் வரலாற்றை முன் சொன்னது போலத் தெரிவிக்கிறது. சில இடைவெளிகளுக்கு விளக்கம் தர உதவுகிறது.

14. ஊரத்துறை என்பது, வட இலங்கையில் யாழ்ப்பாணத்திலுள்ள ஒரு தீவு. இதை ஆங்கிலத்தில் கைட்ஸ் (Kayts) என்றும், தமிழில் ஊர்க்காவல் துறை என்றும் சொல்லுவார்கள். மாதோட்டம் என்பது மஹாதித்த, மான்தோட்ட வல்லிக்காமம் என்று சி. வி.யில் சொல்லப்பட்டிருக்கிறது. (அதிகாரம் 83, செய்யுள் 17). இது மன்னாருக்குத் தென் கிழக்கே ஐந்து மைல் தூரத்தில் உள்ளது. மாத்திவான் என்பதும் மட்டுவில் என்பதும் ஒன்றாக இருக்கலாம். யாழ்ப்பாணத்துக்குக் கிழக்கே 10 மைல். வெங்கடசுப்பய்யர், இ. ஐ. xxi, பக். 187. என். என்.

15. இந்த இளவரசனை ஒரு தடவை (1154-ல்) பராக்கிரமபாகு சிறைப்பிடித்து தன்னுடைய வெற்றி ஊர்வலத்தின் முன்னால் நடந்து செல்லும்படி செய்தான். சி. வி. அதிகாரம் 72, செய்யுட்கள் 291, 299. பராக்கிரமபாகு, இலங்கை முழுவதையும் தன்னுடைய குடையின் கீழ்க் கொண்டு வரும் வரை, நீண்ட நெடுங்காலம் இத்தீவில் உள் நாட்டுக் குழப்பங்கள் இருந்தன. சி. வி. அதிகாரம் 70 - 72.

16. 'ஈழத்தானுடன் சம்பந்தம் பண்ணவும்' என்பது சொற்றொடர். இது திருமண உறவைக் குறிக்கும்.

17. ஏழகத்தார் என்பது மதுரை மாவட்டத்தில் உள்ள ஏடகம் (திருவேடகம்) என்னும் ஊரைக் குறிக்கக் கூடும். எஸ். ஐ. ஐ. iii, பக். 212, என். 1. மறப்படை, ஏழகப்படை என்பன பாண்டியர்களின் படையில் இருந்த பிரிவுகளைக் குறிப்பதாக இருக்கலாம். அப்படியானால் ஏழகத்தார் என்பதும் படையைக் குறிக்கும். அவருள் சிலர், எதிரிகளுடன் சேர்ந்துகொண்டிருக்கலாம். வேறு சிலர், தொடர்ந்து, மேலாதிக்க அரசருக்கு விசுவாசமாக இருந்திருக்கலாம்.

18. தளபதிக்குப் பழையனூரில் இறையிலி நிலம் 10 வேலி பரிசு அளிக்கப்பட்டது.

19. 36/1906; 731/1909 முதலியன. 474/1905 போன்ற சில ஆதாரங்கள் மெய்க்கீர்த்தியை இந்தப் பெயருடன் இணைக்கின்றன.

20. முன் பக். 359-60 ஐப் பார்க்க.

21. என். ஐ. என். 108, 105/1922; 571/1907.

22. 48/1893.

23. 129/1927.

24. 263/1913. பார்க்க ஏ. ஆர். இ. 1927, II, 27. மூன்றாம் குலோத்துங்கன் ஆட்சியில் ஏற்பட்ட ஒரு மானியத்தைக் கரிகாலன், இராஜாதிராஜன் என்ற இரு பட்டங்களுக்கும் ஏ. ஆர். இ. 1914 II, 17-ல் அந்த அரசனுக்குச் சொல்லப் பட்டிருக்கின்றன. இராஜாதிராஜன் ஏற்கெனவே பெற்றிருந்த மானியத்தை அவனுக்குப் பின் பட்டத்துக்கு வந்தவன் உறுதிப்படுத்தியதாகத் தெரிகிறது. 263 என்பது பழைய மானியம். 262, அதைக் குலோத்துங்கன் உறுதிப்படுத்தியது. ஒருவேளை, 262, இரண்டாம் குலோத்துங்கனின் ஆதாரமாக இருக்கலாம். அதில் பரகேசரி என்று குறிப்பிடப்பட்டிருப்பது பிழையாக இருக்கக் கூடும்.

25. 420/1908.

26. 259/1925.

27. 538/1904.

28. 433/1924.

29. 619/1902; 270/1927

29a. 393/1923 (4 -ம் ஆண்டு).

30. 7a/1893.

31. 20/1893

32. 195/1904; 202/1902; 71/1919; 222/1904.

33. 65/1929.

34. 55/1929.

35. 252/1919. பிற உதாரணங்கள் : ஏ. ஆர். இ. 1934-5 II 16; 1937-8 II 41.

36. 389/1921.

37. இ. ஐ. viii, பக். 260-கீல்ஹார்ன், முன்பக்கம் 357-ல் ஹேமாவதி கல்வெட்டைப் பற்றிப் பார்க்கவும். குலோத்துங்கன் 1166-7-ல் பட்டத்திற்கு வந்ததாக அதில் சொல்லப் பட்டிருக்கிறது. தமிழ் நாட்டில் தன் ஆட்சி முடிவடைந்த பிறகு, இவன் பல ஆண்டுகள் தெலுங்கு மாவட்டங்களில் (குறிப்பாக, திராட்சா ராமத்தில்) வாழ்ந்தான் என்பதற்கு அங்கு, இராஜாதிராஜனின் பல கல்வெட்டுகள் இருப்பதால்

புலனாகிறது. ஹேமாவதிக் கல்வெட்டுக்கு மாறுபட்ட கருத்துக்கும் இடம் உண்டு. இரண்டாம் இராஜராஜன் இறந்த பிறகு, இரண்டாம் இராஜாதிராஜன் முடி சூட்டிக் கொண்டபோது சில சங்கடங்கள் ஏற்பட்டதாக ஒரு குறிப்பு, பல்லவராயன் பேட்டைக் கல்வெட்டில் காணப்படுகிறது. இது இராஜாதிராஜன் ஆட்சியின் கால வரிசை முறையில் ஆரம்பக் கட்டம் ஒன்றான 1166-ல் ஏற்பட்டிருக்கலாம். குலோத்துங்கனும் இந்த ஆண்டிலேயே தன்னுடைய ஆட்சியைத் தொடங்கியதாகச் சொல்லுகிறான் (ஹேமாவதிக் கல்வெட்டு). குலோத்துங்கன் தன்னுடைய விரோத மனப்பான்மையை ஒருபோதும் கைவிடவில்லை. தன் ஆதரவாளருடன் சேர்ந்து, சோழச் சிம்மாசனத்தை 1178-ல் கைப்பற்றி, இராஜாதிராஜனை தெலுங்கு நாட்டிற்கு வனவாசம் செய்ய வைத்தான். இங்கு நாம் சுருக்கமாக ஆராய்ந்த ஆதாரங்களைக்கொண்டும், இனிமேல் கிடைக்கக் கூடிய செய்திகளின் அடிப்படையிலும், இரண்டாம் இராஜாதி ராஜனுக்கும் முன்றாம் குலோத்துங்கனுக்கும் இருந்துவந்த உறவை இன்னும் ஆழமாகவும் விளக்கமாகவும் ஆராய வேண்டும்.

38. திரிபுவனச் சக்கரவர்த்திகள், குலோத்துங்க சோழ தேவனின் இரண்டாம் ஆட்சியில் ஏற்பட்ட 229/1917 பெரிய தேவ இராஜராஜ தேவனின் 19-ம் ஆண்டைக் குறிப்பிடுகிறது. இதை வைத்து உறவு முறையைக் கணக்கிட முடியாது. காரணம், இரண்டாம் இராஜாதிராஜன், 37/1925 (28-ம் ஆண்டு) கல்வெட்டிலும் இதே வாசகம் உளது.

39. முன் பக். 372.

40. இது, ஒட்டக்கூத்தனின் நூல் என்று சில சமயம் தவறாகச் சொல்லப்படுகிறது. அந்தப் புலவருடைய உலாக்களைவிட இது காலத்தால் பிந்தியது என்பதையும், **சங்கரச் சோழன் உலா** ஏற்பட்ட காலத்தியது என்பதையும் பண்டித ரா. இராகவ ஐயங்கார் **செந்தமிழ்** மூன்றாம் தொகுதியில் பக். 164-70-ல் தெரிவிக்கிறார்.

41. **கோவை**யின் ஆசிரியர், தன் கதாநாயகன் மனித வடிவமான அரசர் என்று சொல்லி, அவன் வாழ்க்கை நிகழ்ச்சிகளைக் கூறுவதைக் காட்டிலும் அவனை, விஷ்ணுவுடன் ஒப்பிட்டு அந்தக் கடவுளின் சாதனைகளாக, புராணங்கள் சொல்லுவதையெல்லாம் கூறி அவனைச் சிறப்பிப்பதிலேயே கண்ணும் கருத்துமாக உள்ளார். **இறையனார் அகப்பொருள் உரை**யில் எடுத்துக்காட்டாக உள்ள செய்யுள்கள் தரும்

பாண்டிக் கோவையுடன் ஒப்பிட்டால் இந்தக் கோவை அவ்வளவு சிறந்ததாகத் தெரியவில்லை. கொங்கு, பாண்டிய மன்னர்களுக்கு எதிராக இவன் பெற்ற வெற்றிகளையும் அரசனுடைய சிவபக்தியையும் குறிப்பிடும், பின்வரும் செய்யுட்களால் இக்கோவை மூன்றாம் குலோத்துங்கனைப் பற்றியது என்று முடிவு செய்யலாம் :

கொங்கோட்டும் வேங்கைக் கொடியோன் (செய்யுள் 82).

பத்தியால் உருகி நாகா - பரணனை ஏத்தும்
குலோத்துங்கன் (88);

மழுவாளியைப் போய்த்தான் சூழ்தரு திருத்தாளான்
குலோத்துங்கன் (103);

மீன் போட வென் கண்ட (114);

கொங்கேட குத்தும் களிற்றான் (133);

அடி நின்ற மீனமுஞ் சபமும் மொழியடவி புகக் கொடி நின்ற
வேங்கை உயர்த்தோன் (170);

மீனவர் சேரரை வென்கண்ட வீரம் விழுக் கவிஞரானவர்
பாடும் குலோத்துங்கன் (195);

தங்கும் அரணம் பிரித்து ஒன்றிலாம் அண்டச் சாவகமும்
கொங்கும் இறைஞ்சும் குமார குலோத்துங்கன் (270).

குலோத்துங்கனின் மேலாதிக்கத்தை ஏற்ற நாடுகளில் சாவகமும் (Zabag) சொல்லப்பட்டிருப்பது முக்கியமாகக் கவனிக்கத் தக்கது.

42. 165/1902 - எஸ். ஐ. ஐ. iii, 85.

43. 457/1902; எஸ். ஐ. ஐ. iii, 86. திருக்கொள்ளம் பூதூர்க் கல்வெட்டு (1/1899) அதே வடிவத்தில் இருக்கிறது. ஆனால், அதன் தேதி நிச்சயமாக இல்லை. வரி 14-15-ல் சொல்லப்பட்டிருக்கும் நான்காம் ஆண்டு என்பது இந்த ஆதாரத்தின் காலத்தைக் குறிப்பதாகாது. மாறுபட்ட கருத்தை வெங்கைய்யா ஏ. ஆர். இ. 1899-ல் சொல்லுகிறார்.

44. 173/1918; 196/1901.

45. 215/1971.

46. 176/1908; 313/1902.

47. 190/1904.

48. 246/1903.

49. என். ஐ. என். 85.

50. 394/1925.

51. 2/1905.

52. முதலில் 26-ம் ஆண்டில் சொல்லப்பட்டிருக்கிறது. 120/1912. இந்த ஆதாரம் 37-ம் ஆண்டைக் குறிப்பிடுவதால், மிகவும் முற்பட்ட மேற்கோள் 658/1902-ல் (29-ம் ஆண்டில்) உள்ளது. காஞ்சியிலுள்ள ஓர் ஆதாரம் மட்டும் அபிஷேகங்கள் 1(3)-ம் ஆண்டில் நடந்ததாகச் சொல்லுகிறது. 30 என்பது தவறாக இவ்வாறு பொறிக்கப்பட்டிருக்கலாம். ந, ய என்ற எண்களை கல்லில் எழுத்துக்களை வெட்டியவன் இடம் மாறி வெட்டியிருக்கலாம்.

53. டி. ஏ. எஸ். ii, பக். 18 அடிக்குறிப்பு. தெற்கே எவ்வளவோ கலகங்கள் நிகழ்ந்ததுங்கூட, சோழர்களின் நிர்வாக முறை நிலவியதற்கு இந்த ஆதாரம் சான்று.

54. 547/1902 (எஸ். ஐ. ஐ. ii, பக். 86); 1/1899-ம் இது போன்றதே.

55. 1/1899 "ஆண் மக்கள்" என்று சொல்லுகிறது. ஹுல்ஷ் இதை மொழிபெயர்த்திருப்பது வருமாறு : 'வீரபாண்டியனின் மகன் அடக்கப்பட்டான்' எஸ். ஐ. ஐ. iii. v. 212 (வரி-2) ஆனால், மனிதர்களைக் குறிக்கும் போது 'பட' என்ற சொல், உயிர் இழப்பதைக் குறிக்கும்.

56. 94/1918 (14-ம் ஆண்டு)-ல் 'சிங்களப்படை மறப்படை வெட்டுண்டலை கடல் புக்களரி விழ' என்ற சொற்றொடர் உளது.

57. 458/1902 (எஸ். ஐ. ஐ. iii, 87).

58. 254/1925; 42/1906.

59. இந்தச் சொல்லுக்கு, அந்தப்புரம் என்று பொருள் அன்று; அரண்மனையில் பெண்டிர் வாழும் பகுதி என்பதே பொருள். 42/1906 இதைச் சொல்லவில்லை.

60. மேலே கண்ட இரண்டு கல்வெட்டுகளையும் நான் பார்த்ததிலிருந்து வீரகேரளனைப் பற்றிய வாசகம் வருமாறு : "மீனவனாம் வீரகேரளன் வி(னை) கொண்டு விரல் தறித்துத்தான் அடிமை புகுதலால் தாரதிபர் பேரா வாழ்வளித்துப் பக்கமிருந்து உண்ண பரிகல பரிச்சின்ன நல்கி." கடைசிச் சொற்களை 'பரிகலத்தில் அமுதளித்து'

என்ற மாறுதலுடன் எஸ். ஐ. ஐ. iii, 88, வரி 6 சொல்லுகிறது. இரண்டுக்கும் கருத்து வேறுபாடு கிடையாது.

61. 288/1907.

62. 66/1892 - எஸ். ஐ. ஐ. iii, 88.

63. 'கொடி வழங்கு வில்லவன்' என்பதன் உண்மைப் பொருள் இதுவே. இதை ஹுல்ஷ், பின்வருமாறு மொழிபெயர்த்துள்ளார். 'கோடிக் கணக்கில் வாரி வழங்கிய சேர மன்னன்' வழங்குதல் - உலாவுதல் (தனிச் சொல்லகராதி). மற்றும் எஸ். கே. ஐயங்கார். **'சவுத் இந்தியா அண்டு ஹர் முஹமடன் இன்வேடர்ஸ்'**, பக். 14, என். 3.

64. ஏற்கெனவே நாம் பார்த்த திருக்கடையூர்க் கல்வெட்டுகளில் 'விரல் தறித்து' என்ற சொற்களுக்கு முன்னால் 'வெ(னை)கொண்டு' என்ற சொற்றொடர் வருகிறது. இதை 'வெனை கண்டு' என்று ஹுல்ஷ் திருத்தம் செய்துள்ளார். பின்னால் நாம் பார்க்கவிருக்கும் புதுக்கோட்டை கல்வெட்டுகள் ஸ்ரீரங்கம் வாசகத்தையே பின்பற்றுகின்றன. 'தானடிமை புகுதுதலால்' என்ற சொற்றொடர் புதுக்கோட்டை, ஸ்ரீரங்கம் கல்வெட்டுகளில் காட்டப்பட்டிருக்கிறது.

65. 404/1896.

66. 170/1902.

67. புதுக்கோட்டைக் கல்வெட்டுகள் 163; 166 (மூலங்கள்). இந்த இரண்டும் சேதப்பட்டுள. வெளியிடப்பட்ட வாசகத்தில் பல இடைவெளிகள் உள்ளன. இருக்கும் பகுதிகளும் தவறாக வாசித்து வெளியிடப்பட்டிருக்கக் கூடும்.

68. இதில் பயன்படுத்தப்பட்ட சொற்களே எஸ். ஐ. ஐ. iii, 87 வரிகள் 2-3-லும் காணப்படுகின்றன.

69. மேற்படி 88, வரிகள் 3-6.

70. இந்த இடத்தில் சில விளங்காத சொற்களை நான் விட்டு விட்டேன்.

71. மூலத்தின் இனிய வாசகத்தை இங்கே தருவது என் கடமை: "மாமதுரையை வலங்கொண்டு திரு ஆலவாய் உறையும் தேன் மலர்க் கொன்றைவார் சடைச் செழுஞ்சுடரைத் தொழுது இறைஞ்சி."

72. திருமழபாடி (74/1895) கல்வெட்டு, 34-ம் ஆண்டில் பொறிக்கப்பட்டது. 'புயல் வாய்த்து' என்ற முன்னுரைக்கு அது சற்று வேறுபட்ட ஒரு வாசகத்தைத் தருகிறது.

குலோத்துங்கனின் படைகள், உலகின் பல்வேறு பகுதிகளிலும் சாதித்த சாதனைகளை இந்த முன்னுரை விவரிக்கிறது. ஆனால் இந்த விவரம் வரலாற்று முறையில் நம் ஆய்விற்கு உதவவில்லை.

73. சி. எப். படி வழங்கி முடி வழங்கி என்று எஸ். ஐ. ஐ. iii, 88, 5 வரி கூறும்.

74. என். ஐ. என். 85.

75. சி. வி. ii, 128, என். 6.

76. **சிலோன் ஜர்னல் ஆப் சயின்ஸ்,** ஜி. II, பக். 105-6. மற்றும் சி. வி. ii, பக். 128, என். 6. மேலே சொல்லப்பட்ட 90/1905 என்றது வட்டெழுத்துக் கல்வெட்டு என்றும் சேதப்பட்டது என்றும் ஏ. ஆர். இ. 1905-ல் தவறாக சொல்லப்பட்டிருக்கிறது.ஜே. ஆர். ஏ. எஸ். இலங்கைக் கிளையின்-xxxi, பக். 384-387-ல் பரண விதானே, கி. பி. 1200-க்கு முன் சோழர் மூன்று முறை இலங்கையைப் படையெடுத்ததாக, **சசதாவதா** என்ற இலங்கைச் செய்யுள் நூலில் கிட்டியைப் பற்றிச் சொல்லப்பட்டிருப்பதையும், அந்நூலின் பழமையான உரையையும் ஆதாரமாகக் கொண்டு சொல்லுகிறார். படையெடுப்பின் விவரம் உரையில் மட்டுமே உள்ளன. அந்தப் பொதுப்படையான குறிப்பு அதுபோலவே பொதுப்படையாக இலங்கையைப் பற்றிக் குலோத்துங்கன் கல்வெட்டுகளில் சொல்லப்பட்டிருப்பதுடன் நாம் ஒப்பிடவேண்டும். வேறு சான்றுகள் எதுவும்இல்லை. 'முதலாம் பராக்கிரம பாகுவின் ஆட்சிக் காலத்தின் இறுதியில் ஆரம்பித்து பொலனறுவைந்த காலம் வரை சோழர்களும் சிங்களவர்களும் ஓய்வு ஒழிச்சலின்றி போர் புரிந்து கொண்டே இருந்தனர் என்றும் படையெடுப்பு, அதைச் சமாளித்ததும் எதிர் படையெடுப்பு என மாறி மாறி நடந்தன என்றும், ஒரு சமயம் சோழர் கையும் மற்றொரு சமயம் சிங்களவர் கையும் மோலோங்கியிருந்தன என்றும் பரண விதானே கூறுகிறார். சி. வி. யின் ஆதாரம் இக்கருத்துக்கு ஆதரவாய் இருக்குமா என்பது ஐயமே. இலங்கையில் எப்போதும் உட்பூசல் இருந்தது. அதில் ஏதாவது ஒரு கட்சி தமிழ் நாட்டிலிருந்து தனக்கு ஆதரவை, பெரும்பாலும் கூலிப் படையை வேண்டிற்று. தமிழ் நாட்டில் திரட்டிய படைகளுடன் தான் அனீகாங்க, லொகிஸார, மாக்கா ஆகியோரெல்லாம் இலங்கைக்குச் சென்றனர். "அரசன் சார்பாகச் சோழர்களை ஒழித்துக்

கட்டுவதில் லோக அரகமேனா காட்டிய வீரதீரத்துக்கு" அவனை இரண்டாம் லோகிசாரன் (1210-11) பாராட்டிப் பரிசுகள் வழங்கினான் (இ. இஜட். IV, பக். 88).

77. பி. கே., பக். 142-3.

78. இவற்றில் குறிப்பாக, தம்பிமார்கள் சொல்லப்படுவது நம் கவனத்திற்குரியது. ஜடாவர்மன் குலசேகரனுக்குப் பிறகு, பட்டத்திற்கு வந்த மாறவர்மன் சுந்தர பாண்டியன், அவனுடைய தம்பி என்பதை நான் வேறொர் இடத்தில் சொல்லியிருக்கிறேன். பி. கே. பக். 143-4.

79. பாண்டிய நாட்டில் காணப்படும் மூன்றாம் குலோத்துங்கன் கல்வெட்டுகள் வருமாறு: திருக்கோலக்குடி (இராமநாதபுரம் மாவட்டம்)ல் இரண்டு-39, 40/1916 (14-ம் ஆண்டு); திருநெல்வேலியில் ஒன்று, 28/1927 (18-ம் ஆண்டு); சதுர்வேதமங்கலத்தில் (இராமநாதபுரம்) ஒன்று-311/1928. (21-ம் ஆண்டு); மதுரை மாவட்டம் தேனூரில் ஒன்று-606/1926 (39-ம் ஆண்டு).

80. 49/1909; 670/1920; ஏ. ஆர். இ. 1921, II, 64.

81. ஐ. ஏ. xxxviii, பக். 7-10; என். ஐ. பக். 1430 அடிக்குறிப்பு.

82. இ. ஐ. vii, பக். 121, என். 5; ஏ. ஆர். இ. 1908, II, 79.

83. 583/1907.

84. நல்லசித்தன், எறசித்தனின் மகன் என்று 578/1907 சொல்லுகிறது. பிற கல்வெட்டுகள், முதல் மகனை மன்மசித்தன் என்று சொல்லுகின்றன (இ. ஐ. vii, பக். 153 அடிக்குறிப்பு). எனவே, மன்மசித்தன், நல்ல சித்தன் என்பவர்கள் யார் யார் என்று தெளிவாகிவிட்டது. பார்க்க: வெங்கையா ஐ. ஏ. xxxviii, பக். 10, என். 56, சி. எப். சீவெல், எச். ஐ. எஸ். ஐ. பக். 130 என்.

85. 104/1892; 35/1893; 407, 408/1896-இவையெல்லாம் இ. ஐ. 7-ல் லூடஸ் பதிப்பில் உள்ளன.

86. இ. ஐ. vii, பக். 155.

87. என். ஐ., கே. வி. 39.

88. இந்த இடத்தில் மன்மசித்தன் என்று வெங்கையா படிக்கிறார். ஐ. ஏ. xxxviii, பக். என். 56.

89. இரண்டாம் பேடனே, நல்லசித்தன் என்கிறார் சீவல். எஸ். ஐ. எஸ். ஐ. பக். 395. ஆனால், நல்ல சித்தனின் கல்வெட்டுகள் ஏராளமாகவும் பல இடங்களிலும் உள்ளன. காஞ்சியில் அவன் கப்பம் (483/1906 எஸ். ஐ. ஆர். 36 ஜி1) வசூலித்தும் இருக்கிறான். எனவே, அவன் பல அலுவல்களில் ஈடுபட்டு ஓய்வு ஒழிவு இன்றி அரசாங்க வேலைகளைக் கவனித்திருக்கிறான். பேடா, கோயில்-குளம் முதலியவற்றிலேயே கண்ணும் கருத்துமாக இருந்தான் என்று தம்மு சித்தி கல்வெட்டுகள் சொல்லுவதால் இருவரும் ஒரே ஆளாக இருந்திருக்க முடியாது.

மன்மசித்தனும் நல்லசித்தனும் ஒருவனே என்று கொள்ளலாமா? அப்படியானால் தம்முசித்திக் கல்வெட்டிலுள்ள - கி. பி. 1205-ல் மன்மசித்தன் இறந்ததாகச் சொல்லப்படும் -பகுதி தவறாக இருக்கவேண்டும்.

காவாலிக் கல்வெட்டு நல்லசித்தனையும் தம்மு சித்தனையும் மட்டுமே சொல்லுகிறது (கே.வி. 39). வெங்கையா இதிலுள்ள நல்லசித்தனை, மன்மசித்தன் என்று கருதுகிறார். அப்படியானால் தம்முசித்தன் கல்வெட்டுகளுக்கு இது முரணாகிறது). பட்டம் கட்டிக்கொண்டவன் நல்லசித்தன்தான்; ஆனால் அவன் தயவால் ஆட்சி அதிகாரத்தைச் செலுத்தியவன் தம்முசித்தனே என்று சொல்லுகிறது. இது சீவெல் தெரிவித்துள்ள கருத்தை வலுப்படுத்துகிறது. பேடாதான் நல்லசித்தன்; மன்மசித்தன் இறந்தபிறகு பேடாவுக்குப் பட்டம் கட்டப்பட்டது என்றெல்லம் ஊகித்தால், கி. பி. 1129 முதல் உள்ள நல்லசித்தன் கல்வெட்டுகளைப் பொறித்தவர் யார்? மன்மசித்தன் 1205-ல் இறந்ததற்கு முன்னரே இவற்றில் சில கல்வெட்டுகள் ஏற்பட்டது எவ்வாறு? நல்ல சித்தனின் ஆதாரங்களில் சொல்லப்பட்டிருப்பதைக் கொண்டு தம்முசித்தனின் கல்வெட்டுகள் பற்றிய முரணான பல தகவல்களையும் கருத்துகளையும் பொருந்தச் செய்வது எளிய செயல் அன்று. மேலும், என். ஜி. ஜி. 86, கி. பி. 1214-ல் என்ற மன்மசித்தனின் பட்டத்தரசியான பாசலதேவி பற்றிய குறிப்பு, மன்மசித்தன் இன்னும் உயிரோடு இருக்கிறான் என்ற தொனியில் அமைந்திருக்கிறது.

90. என். ஐ. என் 85. இந்தக் கல்வெட்டை யாரோ திருத்தியிருக்கிறார்கள். அதனால் சரியான ஆண்டு தெரியவில்லை என்று வெங்கைய்யா சொல்லுவது சரியே. ஐ. ஏ. xxxviii. பக். 10. என். 58. 2-வது வரி படாவடு என்று தொடங்குகிறது. இதையும் மேற்சொன்ன கல்வெட்டுகளில்

கொடுக்கப்பட்டிருக்கும் ஆண்டுகளையும் நோக்க, குலோத்துங்கனின் ஆட்சி ஆண்டு 9-வது அல்லது 19-வது அல்லது 29-வதாக இருக்கலாம். ஆயினும் "மூன்றாம் குலோத்துங்கனின் 27 முதல் 35-ம் ஆட்சி ஆண்டுவரை நல்லசித்தனும் இருந்ததால், அவன் தம்முசித்தனுக்குப் பிறகு பட்டத்திற்கு வந்திருக்கவேண்டும்" என்று வெங்கைய்யா கூறுவது ஏற்கத்தக்கதில்லை. காரணம், மூன்றாம் குலோத்துங்கனின் 27-ம் ஆட்சி ஆண்டின் சமமான எஸ். 1127 வரை தம்முசித்தனைப் பற்றிப் பேச்சே இல்லை. ஆனால் இதற்கு முற்பட்ட பல கல்வெட்டுகளில் நல்லசித்தனைப் பற்றிச் சொல்லப்பட்டிருக்கிறது.

91. என். ஐ. என். 40 நெல்லூர் அரசனின் பெயர் மன்மசித்தன் என்று வெங்கைய்யா நினைக்கிறார் (முன் சொன்ன ஆதாரம், எண். 54). இப்படியும் இருக்கலாம். சமஸ்கிருதத்தில் தம்முசித்தனின் பெயர் எழுதப்படுவதைப் பகுதியிலுள்ள 'சித்த' என்பது சித்தன் சகோதரர்களுள் மூத்தவனைக் குறிப்பிடக்கூடும்.

92. 317/1929; 198/1892; 601/1907.

93. 497/1894.

94. 578/1907.

95. என். ஐ., ஏ. 18. அது போன்றே மற்றொரு கல்வெட்டின் (205/1894) காலம் கி. பி. 1290 (31-ம் ஆண்டு).

96. 195/1894; 120/1930.

97. 456/1919, என். ஐ. ஜி. 76 (மூன்றாம் குலோத்துங்கனின் 27-ம் ஆண்டு). பேத்தரசன், நல்லசித்தனின் மகன் என்கிறது.

98. 582/1907; என். ஐ. என். 101.

99. என். ஐ. ஆர். 8.

100. 201/1912.

101. ஏ. ஆர். இ. 1905, II 19; 571/1907; 195/1892; என். ஐ. என். 85, மற்றும்.

102. 483/1906. இந்தக் கல்வெட்டில் குறிக்கப்படும் புஜபல வீர நல்லசித்தனதேவ சோழ மகாராஜா என்பவன் வேறு, ஏறசித்தன் மகன் நல்லசித்தன் வேறு என்று வெங்கைய்யா கருதினார் (ஐ. ஏ. xxxviii, பக். 10). நெல்லூர்ப் பகுதியின் ஏனைய கல்வெட்டுகளிலும் முதலில் சொன்ன நீளமான பெயர் இடம் பெறுகிறது. என். ஐ. ஜி. 1-ன் காலம் எஸ்

105, அது 1105 ஆக இருக்கலாம். (அதாவது கி. பி. 1183) அதில் 'கப்பம் கொன்ன' என்ற சொல் வருகிறது. காஞ்சியில் கப்பம் வசூலித்த செய்தியை கே.வி. 13-ம் சொல்லுகிறது. அதன் காலம் எஸ். 1136, ஆர். 36-ல் 483/1906-ல் உள்ள அதே தலைப்புகள் உள. ஆனால் அதன் காலம் கி. பி. 1217. புஜபலவீரன் கல்வெட்டுகள் எண்ணிக்கையில் மிகக் குறைவு; ஆயினும் அவை குலோத்துங்கன் ஆட்சி முழுவதிலும் காணப்படுகின்றன. ஏறசித்தனின் மகனான நல்லசித்தனின் கல்வெட்டுகளே இவை என்பது என் கருத்து. அவனுடைய பட்டங்கள், அவன் சுதந்திரமாக ஆட்சி செய்ததற்கு அடையாளங்களாக விளங்குகின்றன. குலோத்துங்கன் பல வேலைகளில் ஈடுபட்டு அவனுடைய கவனம் திசை திருப்பப்பட்ட நேரங்களில் நல்லசித்தன் சமய சந்தர்ப்பம் பார்த்து இந்தப் பட்டங்களைப் போட்டுக்கொண்டிருப்பான். எனவே, ஏறசித்தனின் மூத்த மகன் இறந்ததைப் பற்றி தம்முசித்தனின் கல்வெட்டுகள் கூறுவதை நாம் புறக்கணிப்பதே சரி. இரண்டு காலக்கட்டங்களில் நல்லசித்தன் சுதந்திரமாகச் செயல்பட்டிருப்பான்: (1) 1183-92, குலோத்துங்கன் பாண்டிய நாட்டுப் போரில் ஈடுபட்டிருந்த காலம். (2) கி. பி. 1214 முதல் குலோத்துங்கனுடைய ஆட்சியின் இறுதிக்காலம் வரை-இது அவன் மீண்டும் பாண்டியருடன் போரிட்ட காலப்பகுதி. இந்த இரண்டாவது காலத்தில், புஜபலவீர ஏறசித்தன் (என். ஐ. ஏ. 38 ஆர் 38 ஜி. 59, ஜி. 58), மூன்றாம் இராஜராஜனின் ஆரம்ப ஆண்டுகளில் ஆட்சி செய்கிறான். நல்லசித்தனைப் போலச் சில சமயம் சோழரின் சுமயாதிக்கத்தை ஏற்றுக்கொள்ளுகிறான்; சில சமயம் அதை அலட்சியப்படுத்துகிறான். இந்த ஏறசித்தன், நல்லசித்தன் மகனா? மூக்கண்டி காடுவெட்டி குடும்பத்தைச் சேர்ந்த நல்லசித்தரசன் என்பவனின் 15-ம் ஆண்டில் 192/1916-செங்கற்பட்டு மாவட்டம் திருப்புக்குழியில் ஒரு கல்வெட்டு பொறிக்கப்பட்டிருக்கிறது. இதன் மொழிநடை பிழை பட்டது; வழக்கமான பல்லவர் பட்டங்கள் ஆளப்பெற்றிருக்கின்றன. இதன் காலமும், தெலுங்குச் சோட நல்லசித்தனுக்கும் இதற்கும் உள்ள தொடர்பும் உறுதியாகச் சொல்லுவதற்கில்லை.

103. இ. ஐ. vii, பக். 150 திக் தட்சிணாகளித காஞ்சிகுணா பாபூவ (வரி 17)

104. 163/169/1913.

105. 397/1925; 18/1925 இதில் ஆண்டு (1) 5 என்று சொல்லப்பட்டிருப்பது ஐயத்தை எழுப்புகிறது.

106. 227/1917.

107. ஏ. ஆர். இ. 1907 II, 67.

108. 322/1928.

109. 9/1926. ஏ. ஆர். இ. II, 1928 II, 18. முன் பிகே பக். 152, என். 1.

110. பி. கே. முன்.

111. சி. எப். 481, 482-ம்/1908 வாணபதிக்கு சோழநாட்டையே சுந்தரபாண்டியன் கொடுத்ததை சொல்லுகின்றன. காவிரி நாட்டை, சுந்தர பாண்டியன் சோழனான வளவனுக்குக் கொடுத்ததை மாகதர் கோலுக்குமிடையே பங்கு பிரித்துக் கொடுத்ததை 196/1938-9 தெரிவிக்கிறது. உருத்திரங்கண்ணனாரின் பட்டினப்பாலை அரங்கேற்றப்பட்ட 16 கல் மண்டபம் தவிர, சோழ மன்னர்களது அரண்மனையின் எஞ்சிய பகுதியெல்லாம் இடிக்கப்பட்டதை 197 சொல்லுகிறது. ஏ. ஆர். இ. 1938-9 II, 27.

112. **ஹொய்சான ஸ்ரீ வீர வல்லாள தேவன மகன் வீர நரசிம்ம தேவனு தென்கலு ரங்கன மேல நடவந்து** ஈ. சி. vi சி. எம். 56.

113. ஜே. ஐ. எச். vi, பக். 205 முன் இ. ஐ. vii, பக். 162-ம் n 10-ம் பார்க்க. பக். 420, கீழே n 15.

114. இ. சி. iv என். ஐ. 29; ஜே. ஐ. எச். vi பக். 201.

115. இ. சி. iv கே. ஆர். 63-ம் Bl. 74 பி கே பக். 150; ஜே. ஐ. எச். vi, பக். 203-4.

116. ஜே. ஐ. எச். vi, பக். 200.

117. மற்றும் 162/1926; 273/1914.

118. 259/1925; முன் பக். 376.

119. 80/1928.

120. 522/1902.

121. இ. ஐ. viii, பக். 7-8.

122. 554/1904 மாறுபட்ட கருத்தினை ஹுல்ஷ் எஸ் ஐ ஐ. iii, பக். 205-ம் என் 5-ம்.

123. 316/1909 (n.-d).

124. 61/1890 (23-ம் ஆண்டு).

125. 659/1902 (37-ம் ஆண்டு).

126. முதலாம் மாறவர்மன் சுந்தர பாண்டியனுக்கும் 'முடி வழங்கும் பெருமாள்' என்ற பட்டம் இருந்தது.

127. 75/1925.

128. ஏ ஆர் இ. 1925, II, 22.

129. 538/1902 (27-ம் ஆண்டு).

130. 454/1912.

131. 114/1919.

132. 339/1914.

133. 190/1907 **ஆச்சாரிய புஷ்பாஞ்சலி** (1940), பக். 3-7.

134. ஏ ஆர். இ. 1908 II, 64-5.

135. 560/1902. **இருபத்து நாலாவது பஞ்சத்திலே காசுக்கு உழக்கு அரிசி விற்க பொன்னும் தேடின அர்த்தமும் நெல்லும் அடைய இட்டு திருநதியைக் கட்டி ஏரிகாண் கையாலும்.**

136. 86/1911.

137. 86/1911-ல் சொல்லப்பட்ட நெல்விலை காசுக்கு 3 நாழி. 5 பங்கு நெல்லைக் குத்தினால் 2 பங்கு அரிசி கிடைக்குமென்று சொல்லப்பட்டிருக்கிறது. எனவே, இது ஒரு காசுக்கு 1½ படி அரிசி ஆகும். 560/1902, முன் சொல்லிய கல்வெட்டுக்கு அடுத்த ஆண்டில் ஏற்பட்டது; வட ஆர்க்காடு மாவட்டத்தில் உள்ளது. ஒரு காசுக்கு ¼ படி என்று இது சொல்லுகிறது. காசு என்று குறிக்கப்படுவதில் இரு கல்வெட்டுகளின் காலங்களிலும் மாறுதல் இல்லை. என்றால், பஞ்சம் மிகவும் பரந்த பகுதியில் இருந்திருக்க வேண்டும். முதல் ஆண்டைவிட இரண்டாம் ஆண்டில் கடுமையாக இருந்திருக்கும். 86/1911-ல் சொல்லப்பட்ட நிகழ்ச்சி, பஞ்சத்தின் தொடக்க காலத்தில் நிகழ்ந்திருக்கும். பஞ்ச நிவாரணத்திற்காக அரசாங்கமோ தனிப்பட்ட தருமவான்களோ எதையும் செய்ய முன்வந்ததற்கு முற்பட்ட காலமாக இருந்திருக்கும்.

138. 457/1902.

139. 83/1926.

140. 113/1928.

141. 188, 216/1908.

142. 28/1927.

143. 117/1899; 460/1911; 473/1911.

144. 461/1913; 563/1902; 60/1890; 141/1905.

145. 193/1894; என். ஐ. ஜி. 86; 601, 602/1907; 435/1911.

146. 460/1911 - இ. சி. x. Mb. 44(b).

147. ஏ. ஆர். இ. 1912 II 30. பி. கே. பக். 148.

148. 117/1899 (2-ம் ஆண்டு) பார்க்க : என். 37. மேற்படி.

149. 195/1892; மேலும் 10/1893; 16/1922; 303/1897.

150. 546, 558/1902; 559/1906 (14-ம் ஆண்டு); 546/1912 (34-ம் ஆண்டு).

151. 24b/1903(4-ம் ஆண்டு); 557/1902 (35-ம் ஆண்டு), மேலும் பார்க்க : 291/1902 (20-ம் ஆண்டு), 532/1902 (21-ம் ஆண்டு), 283/1902 (33-ம் ஆண்டு); 388/1902 (31-ம் ஆண்டு)ம் என். 111 மேற்படி 93/1918(6-ம் ஆண்டு).

152. முன், பக். 349-50.

153. 157/1906.

154. 413/1909.

155. 74/1918; 463/1921.

156. இவன் காடவ வமிசத்தினன் என்றும் காட்டுக் கூடியைச் சேர்ந்தவன் என்றும் 381/1921-ல் சொல்லப்பட்டிருக்கிறது. n-.

157. 63/1919.

158. 487/1921.

159. 197/1905.

160. 486/1921. கோப்பெருஞ்சிங்கனின் 11-ம் ஆண்டில் திருவெண்ணெய் நல்லூரில் இக்கல்வெட்டு ஆட்கொல்லி காடவராயன் தனக்கு ஒரு மகன் பிறந்ததற்கு நன்கொடை

வழங்கியதைக் குறித்த திரிபுவனச் சக்கரவர்த்திகள் இராஜராஜ தேவனின் பன்னிரண்டாம் ஆண்டில் பொறிக்கப்பட்ட பழைய கல்வெட்டு மீண்டும் இப்போது புதுப்பிக்கப்பட்டது (புதிதாக அதே வாசகத்தின் எழுத்துக்கள் வெட்டப்பட்டன).

161. எண். 488a/1902, 508/1902; ஏ. ஆர். இ. 1937/8 II 41 (496/1937-8).

162. 296/1912; இதில் 3-வது செய்யுள் 178/1921. கோப்பெருஞ்சிங்கன் என்ற பெயர் பெற்றவர் இருவர் (எஸ். ஐ. ஐ. xii முன்னுரை, பக். viii-ம் எண். 130-ம் என்ற கொள்கை, ஆதாரங்களை நோக்க, தேவையில்லாதது; விதண்டாவாதமானது.

163. ஏ. ஆர். இ. 1913 II 66-ன்படி, இந்தப் போரின் விளைவாக, இரண்டாம் காடவனால், காகதீயர் தெற்கேயிருந்து விரட்டப்பட்டனர் என்று சொல்லுகிறது. இந்தக் கூற்றுக்கு ஆதரவாக இருப்பது, மெய்க்கீர்த்தியிலுள்ள ஒரு செய்யுளில் **வடமன்னர்** என்று குறிப்பிட்டிருப்பது மட்டுமே. சேயூர்ப் போருக்கும் இச்செய்யுளுக்கும் எவ்வித சம்பந்தமும் இல்லை. காடவனிடம் வந்து அவனை வணங்காத வடமன்னர், தஞ்சம் அடைவதற்கு மலை அல்லது காடு கூடக் காண இயலாத நிலையில் இருந்தனர் என்று இச்செய்யுள் கூறுகிறது.

164. 531/1902.

165. 312/1902.

166. 477, 479/1921.

167. 313/1902, (17-ம் ஆண்டு),133/1900 (28-ம் ஆண்டு).

168. 73/1906 (38-ம் ஆண்டு).

169. 390/1902 (11-ம் ஆண்டு).

170. 534/1902 (25-ம் ஆண்டு).

171. 73/1906 (38-ம் ஆண்டு).

172. 414/1909 (6-ம் ஆண்டு).

173. 114/1900 (3-ம் ஆண்டு); 538/1902 (27-ம் ஆண்டு).

174. முன். பக். 266.

175. 536/1902 (10-ம் ஆண்டு).

176. 161/1902.

177. நரலோக வீரனின் தேதி குறிப்பிடாத கல்வெட்டுகள் **'ஸ்டடீஸ்'** vii; முன். பக். 333.

178. 8/1900.

179. எஸ். ஐ. ஐ. i, 75; இ. ஐ. vi பக். 331-3.

180. 107/1900; எஸ். ஐ. ஐ. vii, 119.

181. முக்கியமாகக் கீழ்க்காணும் கல்வெட்டுகளைப் பார்க்க : 440/1913; 223/1904; 56/1922 (13-ம் ஆண்டு); 483/1908 (18-ம் ஆண்டு); 115/1900 (20-ம் ஆண்டு); 516/1902 (27-ம் ஆண்டு); 435/1913 (35-ம் ஆண்டு); 489/1912 (40-ம் ஆண்டு); மற்றும் முன் என்.

அதிகாரம் 16

மூன்றாம் இராஜராஜனும் மூன்றாம் இராஜேந்திரனும் சோழர்களின் இறுதிக்காலம் (1216 - 1279)

மூன்றாம் இராஜராஜன் பட்டத்துக்கு வந்தமை

கி. பி. 1216 - ல் சூன் 27 - க்கும் சூலை 10 - க்கும் இடையே[1] இராஜராஜன் பட்டத்துக்கு வந்தான். இந்த நாள், அவன் தன்னுடைய சொந்த உரிமையில் அரியணை ஏறியதைக் குறிக்கவில்லை; அடுத்து பட்டத்துக்கு வரவேண்டியவன் என்று முந்திய அரசனால் ஏற்று, அறிவிக்கப்பட்ட நாளே ஆகும். சுந்தர பாண்டியன், சோழ நாட்டைப் படையெடுத்தது, சோழர்களுக்காக வீர நரசிம்மன் தலையிட்டது ஆகிய நிகழ்ச்சிக்குப் பிறகு இவன் அரசனாகும் உரிமையுடையவன் என்று பிரகடனப்படுத்தப்பட்டிருக்கும். மூன்றாம் இராஜராஜனின் ஆட்சி, துன்பங்களுடனும் துயரங்களுடனும் தொடங்கியது. தொடக்கத்தில் ஏற்பட்ட இந்த இன்னல்கள், 'யானை வரும் பின்னே மணியோசை வரும் முன்னே' என்பதுபோல, பிற்காலத்தில் நேரவிருந்த பெருங்கேடுகளுக்கு முன்னறிவிப்பாக இருந்தன. சோழரைக் காப்பாற்ற மீண்டும் ஹொய்சாளர் உதவிக்கு வர வேண்டியதாயிற்று.

குலோத்துங்கனுக்கு, இராஜராஜன் என்ன உறவு? சோழ மன்னன் (மூன்றாம் குலோத்துங்கன்) வனவாசம் முடிந்து திரும்பியதும், வெற்றிபெற்ற பாண்டியனிடம் சென்று மீண்டும் தன் ஆட்சிவுரிமையையும் நாட்டையும் பெறுவதற்கு அனுப்பி வைத்த மகன் இவன்தானா? இருக்கலாம். ஆனால் நமக்கு தகுந்த

சான்று கிடைக்கவில்லை. இராஜராஜனின் கல்வெட்டுகள், மூன்றாம் குலோத்துங்கனைப் பெரியதேவர்[2] என்று சொல்லுகின்றன. இராஜராஜனுக்குப் பின் பட்டத்துக்கு வந்த மூன்றாம் இராஜேந்திரனின்[3] கல்வெட்டுகளும் அவ்வாறே சொல்லுகின்றன. ஆனால், இதை வைத்துக்கொண்டு இராஜராஜன் மூன்றாம் குலோத்துங்கனின் மகன் அல்லது அண்ணன் மகன் என்றோ அல்லது இராஜேந்திரன் அவனுடைய சகோதரன் என்றோ[4] சொல்லிவிட முடியாது. பெரிய தேவர் என்ற சொற்றொடருக்கு பட்டத்துக்கு முதல் உரிமை உடையவர் என்பது தவிர வேறு பொருள் ஒன்றும் இருப்பதாகத் தெரியவில்லை. மூன்றாம் இராஜேந்திரனையும் இவ்வாறுதான் குறிப்பிடுகிறார்.[5] இராஜராஜன், குலோத்துங்கனின் மகன் என்றும் இராஜேந்திரன், இராஜராஜனின் மகன் என்றும் நாம் கருதுவதில் தவறு ஒன்றும் இல்லை; ஆனால் இதை ஆதாரங்களுடன் நிலைநாட்ட இயலாது.

மெய்க்கீர்த்திகள்

இந்த ஆட்சியின் மிகவும் பரவலாகப் பயன்படுத்தப்பட்ட மெய்க்கீர்த்தி மூன்றாம் இராஜர்ராஜன் காலத்தில் சோழ அரசு அடைந்த பெருமைகளைச் சுருக்கமாகக் கூறுகிறது. 'சீர்மன்னி இரு நான்கு திசை'[6] என்று தொடங்குகிறது; வரலாற்றுச் செய்தி என்பது மருந்துக்குக் கூட இதில் இல்லை; மெய்க்கீர்த்தியின் சொற்களில் சின்னஞ் சிறு வேறுபாடுகள் உள்ளன. ஆனால் அவற்றை நாம் அறிந்துகொள்ளவேண்டிய தேவையில்லை. மெய்க்கீர்த்தி அடங்கிய இரு கல்வெட்டுகளைப் பற்றிக் குறிப்பிட வேண்டிய தேவை ஏற்பட்டுள்ளது. இவற்றுள் ஒரு கல்வெட்டு திருவொற்றியூரில் இருக்கிறது.[7] திரிபுவன சக்ரவர்த்தி உலகுய்ய வந்த பெருமாள் என்ற பெயருடைய ஒரு பரகேசரியின் மூன்றாம் ஆண்டில் இது பொறிக்கப்பட்டது. உலகு உய்யவந்த பெருமாள் என்பது இயற்பெயர் அன்று; அது பட்டப் பெயரே ஆகும். மூன்றாம் குலோத்துங்கன்[8] மூன்றாம் இராஜராஜன்[9] ஆகியோர் கல்வெட்டுகளில் இப்பட்டம் காணப்படுகிறது. இக்கல்வெட்டில் பரகேசரி என்பது மூன்றாம் குலோத்துங்கனைக் குறிக்கிறது. ஆனால், இப்போது நாம் ஆராயும் மெய்க்கீர்த்தி இந்த அரசனின் வேறு எந்தக் கல்வெட்டிலும் இடம் பெறவில்லை. இதற்கு மாறாக, இந்த மெய்க்கீர்த்தியும் - இராஜராஜனின் ஆட்சியில் நாம் அடிக்கடி கேள்விப்படும் - இராஜத் துவேஷக் குற்றங்களுக்கு விதிக்கப்பட்ட தண்டனை விவரமும், இது மூன்றாம் குலோத்துங்கனுக்கு அடுத்த ஆட்சியில் ஏற்பட்ட கல்வெட்டு என்பதையே காட்டுகின்றன.

எனவே இது இராஜராஜன் கல்வெட்டு; இராஜகேசரி என்பதற்குப் பதில் தவறாக பரகேசரி என்று சொல்லப்பட்டிருக்கிறது.[10] திருவெறும்பூரில் 'சீர்பன்னி' முன்னுரையுடனும் பரகேசரிப் பட்டத்துடனும்[11] உள்ள கல்வெட்டுக்கும் இந்த விளக்கம் பொருந்தும். இதுபோல ஏற்பட்ட எழுத்துப் பிழைகளை வைத்துக்கொண்டு, காரணம் இல்லாமல் இராஜகேசரி, பரகேசரி என்ற இரு பட்டங்களும் ஓர் அரசருக்கே வழங்கப்பட்டன என்று சொல்லிவிடக்கூடாது.

இன்னும் நீண்ட மெய்க்கீர்த்திகளும் உண்டு; இது இலக்கிய வளமும் நயமும் கொண்டது; ஆனால் வரலாற்றுக்கு உதவாதது; இது, 'சீர் மன்னு மலர் மகள்' என்ற சொற்றொடருடன்[12] தொடங்குகிறது. இந்த மெய்க்கீர்த்தியில் நாட்டின் நிலைமை, அரசனின் உருவத் தோற்றம், அவனுடைய சிறப்பியல்பு, அவனுக்குக் கப்பம் கட்டும் இனத்தார் ஆகிய யாவும் விவரிக்கப் பட்டிருக்கின்றன. இதெல்லாம் புகழ்ச் சொற்களாகவும் மரபாகவும் இருந்திருக்கின்றன. இவற்றிலிருந்து நமக்கு அரசர்களைப் பற்றியும் ஆட்சி முறை பற்றியும் புதிதாகச் செய்திகள் இல்லாவிட்டாலும் அவைக்களத்துப் புலவர்களின் திறமையும் நடையும் தெரிய வருகின்றன. பட்டத்து அரசிமார் இருவர் பெயர்கள் குறிப்பிடப்படுகின்றன. மூத்தவள் வாண வமிசத்து இளவரசி; அவள் அரசனுடன் சமமாக அதிகாரங்களைச் செலுத்தினாள் என்று சொல்லப் பட்டிருக்கிறது. அவனுடன் சேர்ந்து அவளுக்கும் முடிசூட்டப்பட்டதாயும் சொல்லப்பட்டிருக்கிறது.[13] இளையவள், புவனமுழுதுடையாள் என்ற பட்டம் பெற்றிருந்தாள்.

அரசியல் மாறுதல்கள்

இராஜராஜன் ஆட்சி முழுவதும் தொடர்ந்து இடையீடு இல்லாமல் இன்னல்களும் இடர்ப்பாடுகளும் நிறைந்திருந்தன. இக்காலத்தில் தென்னாட்டின் அரசியல் அதிகாரத்தைத் தெரிவிக்கும் நிலை பெரிய அளவில் மாறுதல் அடைந்தது. ஆனால், இராஜராஜனிடமும் போர்த் திறமை இல்லை; கூர்மையான அரசியல் தந்திரமும் கிடையாது; உள்நாட்டுக்குள்ளும் வெளிநாடுகளிலிருந்தும் சோழர்கட்குப் பகைவர்கள் தோன்றினர். தெற்கே பாண்டியர்களும், மேற்கே ஹொய்சாளர்களும், வல்லமை மிகுந்த அரசுகள் ஆகிவிட்டன. அவற்றின் மன்னர்களாக இப்போது விளங்கியவர்கள், தங்களுடைய தனிப்பட்ட ஆற்றல்களால் தங்கள் அரசுகளின் நிலையை உயர்த்தி

விட்டனர்; பாண்டியரும் ஹொய்சாளரும் தங்களுக்குள் ஏற்பட்ட பகையால், பழமையான சோழநாட்டைத் தங்கள் பகைவர்கள் விழுங்கமாட்டார்கள் என்பதே சோழர் இன்னும் தப்பிப் பிழைக்கக் காரணமாக இருந்தது. வடமேற்கில், புதிதாகத் தோன்றிய செயூனர் ஆட்சியால் கல்யாணிச் சாளுக்கியர்கள் அழிந்துவிட்டனர். நெல்லூர்த் தெலுங்குச் சோடர்கள் இன்னும் ஓரளவு முக்கியமானவர்களாக விளங்கினர். ஹொய்சாளருடன் ஒரு புறமும் காகதீயர்களுடன் மற்றொரு புறமும் அவர்கள் கொண்டிருந்த உறவு இக்கால வரலாற்றில் குறிப்பிடத் தக்கதாகும். இன்னும் அருகே கூடலூரிலும் சேந்த மங்கலத்திலும் இருந்த காடவச் சிற்றரசர்கள் சோழர்களின் வலுவின்மையை அறிந்து, காற்றுள்ளபோதே தூற்றிக்கொள்ளத் தயங்கவில்லை.

மூன்றாம் கிருஷ்ணனின் படையெடுப்பிற்குப் பிறகு இரண்டரை நூற்றாண்டின் நடுவில், சோழப் பேரரசு பலமும் செல்வாக்கும் பெற்றது; முதல் குலோத்துங்கன் காலத்தில் ஏற்பட்ட தாக்குதல் அல்லது தோல்வியால், பெரிய மாறுதல் ஒன்றும் ஏற்படவில்லை. பேரரசின் நிலப்பரப்பு சுருங்கினாலும், செல்வாக்கு குறையவில்லை. ஆனால், மூன்றாம் குலோத்துங்கன் ஆட்சியின் இறுதி ஆண்டுகளில் மாறவர்மன் சுந்தர பாண்டியனின் படையெடுப்பு, சோழப் பேரரசின் குறைபாடுகளை வெட்டவெளிச்சமாக்கியது. பல தலைமுறைகளுக்குப் பின் முதல் முறையாகச் சோழர் தலைநகரங்கள் ஓர் எதிரியின் வசப்பட்டன; சோழ அரசின் அகதிபோல அலைய வேண்டிய அவல நிலைக்கு அலைக்கழிக்கப்பட்டான். இதற்கு முன் சோழர்கள்தாம் தங்கள் பகைவரை இத்தகைய இழிசெயலுக்கு ஆளாக்கியிருந்தனர்; சோழ மன்னன் மீண்டும் தனக்கு உரிய இடத்தைப் பெற்றான்; ஆனால் வெற்றி கண்ட அரசனிடம் கெஞ்சிக் கேட்டு, அவனுடைய உயர்வுச் சிறப்பை ஒப்புக்கொண்ட பிறகுதான் தன் நாட்டையும் அரசாளும் உரிமையையும் பெற்றான். இந்த அளவுக்குத் தலை தப்பியதற்கும் கூட ஹொய்சாளர் உதவியே காரணம் ஆகும். இந்தச் சந்தர்ப்பத்தை, உள்நாட்டுச் சிற்றரசர் பலர் பயன்படுத்திக்கொண்டு 'தடியெடுத்தவன் தண்டல்காரன் ஆனான்' என்ற பழமொழிக்கு ஏற்ப, ஒன்று புதிய மேலாதிக்க அரசனுடன் நெருங்கிய உறவுகொண்டனர் அல்லது தாங்கள் சுதந்திரமாக நடந்துகொண்டனர். மூன்றாம் குலோத்துங்கன் இறந்து மூன்றாம் இராஜராஜன் ஆட்சி தொடங்கியபோது, சோழநாடு இருந்த நிலை ஈதேயாகும்.

ஐந்தாம் ஆண்டில் குலோத்துங்கள்

தஞ்சை மாவட்டத்திலுள்ள கல்வெட்டுகளைப் பார்க்கும்போது, ஐந்தாம் ஆண்டில் பெரிய அளவில் குழப்பங்கள் உண்டானதாகவும், பாதுகாப்பு நீங்கி, சொத்துகளுக்குச் சேதம் ஏற்பட்டதாகவும் தெரிகிறது.[14] இவை துரிதங்கள் (குழப்பங்கள்), க்ஷோபம் (கிளர்ச்சிகள்) என்று பொதுப்படையாகவும் சுருக்கமாயும் சொல்லப்பட்டிருக்கின்றன. அவற்றின் சரியான தன்மை பற்றி அறிகுறிகள் இல்லை. ஒரு கோயில் சேதப்பட்டு, அங்கிருந்த விக்கிரகங்களும் விலைமிக்க பொருள்களும் பாதுகாப்புக்காக வேறோர் இடத்துக்கு அகற்றப்பட்டன என்றும் கல்வெட்டுகளிலிருந்து தெளிவாகத் தெரிகிறது. இரண்டு கிராமங்களின் கணக்குகள் அடியோடு அழிந்துவிட்டன என்றும், பிறகு முழு விசாரணை நடத்தி, புதிய கணக்குகள் தயாரிக்கப்பட்டன என்றும் தெரிகிறது. இவை ஓரிரு நிலையங்களில் நடந்த உள்நாட்டுக் குழப்பங்களே; போர் அல்லது வெளிநாட்டுப் படையெடுப்பின் விளைவுகளாகத் தெரியவில்லை.[15]

பிற பூசல்கள்

பெயரளவில் சோழர் ஆட்சியில் இன்னும் அடங்கியிருந்த பகுதிகளில் வேறு சில பூசல்கள் உண்டாயின. இக்காலத்து ஆதாரங்களில் இப்பூசல்களின் சின்னஞ்சிறு எதிரொலிகளையே கேட்கிறோம். வீரநரசிங்கதேவ யாதவராயன், உரத்தி (செங்கற்பட்டு மாவட்டத்தில் ஒரத்தியாக இருக்கலாம்) காடவராயன் இருவருக்கிடையே ஏற்பட்ட போரை வட ஆர்க்காடு மாவட்டத்தில் கி. பி. 1123-ம் ஆண்டில் பொறிக்கப்பட்ட கல்வெட்டு[16] குறிப்பிடுகிறது. யாதவராயனின் படையில் சேர்ந்து காடவராயனையே தாக்கியபோது உயிரிழந்த ஒரு வீரனின் புகழைக் கூறும் கல்வெட்டில் இந்தச் சண்டை சொல்லப்பட்டிருக்கிறது. ஆனால் இந்தச் சிற்றரசர்கள் இருவருமே சோழ அரசனுடைய மேலாதிக்கத்தை ஏற்றனர். இந்தச் சண்டைக்குக் காரணம் என்ன என்பது இந்தக் காடவராயன் கோப்பெருஞ்சிங்கனா என்பதும் தெரியவில்லை. ஒருவேளை கோப்பெருஞ்சிங்கனின் தகப்பனே இந்தக் காடவராயனாக இருந்திருக்கக் கூடும்.[17] இதே காலத்திலோ சற்று முன்னரோ காடவராயனுக்கும் ஹொய்சாளருக்கும் பூசல் ஏற்பட்டது. கி. பி. 1218 அளவில்[18] ஏற்பட்ட ஒரு கல்வெட்டில் வீரநரசிம்மன் 'காஞ்சி காஞ்சன காடவ குலத்தான்', 'காடவராய திசாவட்டன்' என்றெல்லாம் சிறப்பிக்கப்பட்டிருக்கிறான். இந்தக் கல்வெட்டின் காலம் உறுதியாகத்

தெரிந்தால், காடவன் சோழ நாட்டில் படையெடுத்த பாண்டியனுடன் கைகோத்துக்கொண்டான் என்றும், சோழநாட்டைக் காப்பாற்றுவதற்காக, ஹொய்சாளர்கள் காடவனுடனும் பாண்டியனுடனும்[19] பகைமை கொள்ள வேண்டியதாயிற்று. அது எப்படி ஆயினும், இக்காலத்தில் நரசிம்மன் காஞ்சியுடன் கொண்டிருந்த நேரடித் தொடர்பை, வேறு பல கல்வெட்டுகள் தெரிவிக்கின்றன. இவற்றில் கி. பி. 1230 - ல் ஏற்பட்ட கல்வெட்டு[20] வீர நரசிம்மன், காஞ்சியிலிருந்து ஆட்சி செய்ததாகச் சொல்லுகிறது. தேதி குறிப்பிடப்படாத மற்றொரு கல்வெட்டு இவனுடைய படைகள் காஞ்சியில் தங்கியிருந்ததாகச்[21] சொல்லுகிறது. உள்நாட்டுக் குழப்பங்கள், சிற்றரசர்களுக்கிடையே உண்டான பூசல்கள் ஆகியவை பற்றியும் ஹொய்சாளர் தலையீடு குறித்தும் உள்ள கல்வெட்டுக் குறிப்புகள் சோழ அரசு சின்னாபின்னப்படுவதையும் பெருகிவரும் இன்னல்களுக்கிடையே ஒன்றும் செய்ய இயலாத நிலையில் அரசன் இருந்ததையும் நமக்கு அறிவிக்கின்றன. இந்த ஆட்சியில், இராசத் துரோகக் குற்றத்திற்காக ஏராளமான பேர்கள் மீது நடவடிக்கை எடுக்கப்பட்டதும் இந்த எண்ணத்தை உறுதிப்படுத்துகிறது.

பாண்டியர் படையெடுப்பு

இராஜராஜன் பலம் குறைந்தவனாக இருந்ததோடு முட்டாளாகவும் இருந்தான் போலும். பாண்டியர் கல்வெட்டுகளில் சொல்லியிருப்பது உண்மை எனில், மேலாதிக்க அரசான பாண்டியர்களுடன் செய்துகொண்ட ஒப்பந்தத்தை மீறி, மீண்டும் அவர்கள் தலையிட்டு தன்னுடைய ஆட்சிக்குப் பெருங்கேடு உண்டாக்குவதற்கான சூழ்நிலையை உண்டாக்கிக்கொண்டான். முதலாம் மாறவர்மன் சுந்தரபாண்டியனின் மெய்க்கீர்த்தி இவனைப் பற்றி சொல்லியிருப்பதாவது:

> "இவனுக்கு முன்னொரு சந்தர்ப்பத்தில் முடியைத் திருப்பிக் கொடுத்த அரசனிடம் விசுவாசமாக நடந்துகொள்ளவேண்டும் என்ற கடமையினின்றும் இவன் வழுவிவிட்டான். வளமான தன் நாடு, தன்னைப் பாதுகாத்துவிடும் என்று மீண்டும் கனவு கண்டான். பாண்டியனின் ஆணைகளை மதிக்கவும் கப்பம் செலுத்தி வரவும் மறுத்ததுடன், தூசிப் படையையும் பிறகு பேரணியையும் அனுப்பினான்."

பாண்டியரின் மேலாதிக்கத்துக்கு முற்றுப்புள்ளி வைப்பதற்கு மேற்கொள்ளப்பட்ட முயற்சிகள் வரலாற்று முக்கியத்துவம் மிகுந்த திருவேந்திபுரம்[22] கல்வெட்டின் மெய்க்கீர்த்தியிலும் இந்த நிகழ்ச்சிகள்

மூன்றாம் இராஜராஜனும் மூன்றாம் இராஜேந்திரனும்

நடந்து சில ஆண்டுகளில் இயற்றப்பட்ட காலகளாபனின் **கத்யகர்ணாமிர்தம்** என்ற வரலாற்றுக் கதையிலும் சொல்லப் பட்டிருக்கின்றன. இந்நூலின் ஆசிரியர் வரலாற்று நிகழ்ச்சிகளைச் சுருக்கமாகச் சொன்னாலும் கவர்ச்சியாயும் சுவையாயும் சொல்லுகிறார். நிகழ்ச்சிகள் நடந்த கால வரிசை இந்த நூலின் மூலம் தெளிவாகவும் உறுதியாகவும் தெரிகின்றன.

இனி, பாண்டியர்கள் இதைப்பற்றிச் சொல்லுவதைப் பார்ப்போம்.[23] சோழன் அனுப்பிய தூசிப்படையும் பேரணியும் விரட்டியடிக்கப்பட்டன. கடுமையான ஒரு போரில் சோழர்களுக்கு யானை, குதிரை, காலாட் படைகளில் பெருஞ்சேதம் ஏற்பட்டது. எதிரியின் நாடு இரத்த ஆறாக ஓடிற்று. அங்குள்ள நிலங்களில் கவடி என்னும் புன்செய் தானியம் பயிரிடப்பட்டது. சோழ மன்னனின் பட்டத்தரசி உட்பட, அந்தப்புரம் அனைத்தும் சிறைபிடிக்கப்பட்டது. வெற்றியைக் கொண்டாட, வீரமுழக்கத்துடன் பாண்டியன், சோழர் தலைநகரான முடிகொண்ட சோழபுரத்துக்குச் சென்று விஜயாபிஷேகம் செய்துகொண்டான்.[24] அப்போது தண்ணீர்க் குடம் முதலிய மங்கலப் பொருள்களைச் சோழ அரசியும் அந்தப்புரத்துப் பெண்களும் சுமந்துவருமாறு கட்டாயப்படுத்தப்பட்டனர். இந்தக் கட்டத்தில், கதையை **கத்யகர்ணாமிர்தம்** தொடர்ந்து சொல்லி திருவேந்திபுரம் கல்வெட்டுச் செய்திகளுடன் இணைத்துப் பின்வருமாறு கூறுகிறது:[25]

"பாண்டிய அரசனால் போரில் தோற்கடிக்கப்பட்ட இராஜராஜன் தலைநகரை விட்டு ஓடினான். தன் பரிவாரங்களுடன், தன்னுடன் நட்புக்கொண்டிருந்த குந்தள அரசனிடம் ஓடினான். ஆனால் அவ்வாறு செல்லும் வழியில் காடவ அரசன் ஐவர்களுடன் போர்புரிந்து சோழனையும் அவனுடைய ஆட்களையும் சிறைப்பிடித்தான். அவனிடம் காட்டுப்படையும் மிலேச்சப் படையும் இருந்ததால் அவன் வல்லமை பெற்றிருந்தான். வானத்திலிருந்து திடீரென்று இறங்கிவிட்டது போன்ற இந்த எதிரி, அவனுடைய பல தந்திரங்களாலும் சூழ்ச்சிகளாலும் கொடியவனாக இருந்த இந்த எதிரி குள்ள நரிகளையும் மீறும் அளவு கயவனாக இருந்த இந்த எதிரி, தன் தலைநகரான ஜெயந்த மங்கலத்துக்கு இராஜராஜனை இழுத்து வந்தான். இந்தச் செய்தியைக் கேட்ட நரசிம்மன், கவலை மிகுந்த தன் தலைநகரிலிருந்து புறப்பட்டு காவிரியின் வட எல்லையை அடைந்து ஸ்ரீரங்கத்திற்கு அருகே தன் படை,

பரிவாரங்களுடன் தங்கி எதிரியின் சாமந்தர்களை தண்டிக்கும்படி தன்னுடைய தண்டநாயகனை அனுப்பி, தன் நண்பனான சோழனை விடுவித்து, பாண்டியனிடம் கப்பம் வசூலித்தான்."

கோப்பெருஞ்சிங்களின் பங்கு

ஹொய்சாள தண்டநாதர்களின் படையெடுப்பை திருவேந்திபுரம் கல்வெட்டு விவரமாகச் சொல்லுவதுடன், இராஜராஜனைத் தாக்கிச் சிறைபிடித்து பிறகு அவனை விடுதலை செய்த காடவச் சிற்றரசன், புகழ் பெற்ற கோப்பெருஞ்சிங்கனே என்று திருவேந்திபுரம் கல்வெட்டு தெரிவிக்கிறது. (சமஸ்கிருதத்தில் இவன் பெயர் மஹராஜ சிம்ம எனப்படும்). இந்தக் காலப்பகுதியின் வரலாற்றில் இவனுக்கு நிறைந்த இடம் உண்டு. தமிழ் நாட்டிலும் கன்னட நாட்டிலும் கிடைக்கும் ஏனைய கல்வெட்டுகளும் இந்தச் செய்திகளை உறுதிப்படுத்துகின்றன.

இராஜராஜனின் 14-ம் ஆட்சி ஆண்டில் (கி. பி. 1230) விருத்தாசலத்தில் பொறிக்கப்பட்ட கல்வெட்டிலிருந்து[26] காடவச் சிற்றரசர்கள் இன்னும் சோழரின் மேலாதிக்கத்தை ஏற்றுவந்தனர் என்றும் இவர்களுள் கோப்பெருஞ்சிங்கன் தக்க வயது அடைந்ததோடு, முக்கியமானவனாக விளங்கினான் என்றும் தெரிவிக்கிறது. கோப்பெருஞ்சிங்கனின் அகம்படி முதலிகளுள் ஒருவன் ஏற்படுத்திய அறக்கட்டளையைக் கூறும் இக்கல்வெட்டு, இச்செய்திகளையும் அறிவிக்கிறது கத்யகர்ணாமிர்தத்தில் சொல்லப்பட்ட செய்திகளுடன் திருவேந்திபுரம் கல்வெட்டு தொடங்குகிறது. மேலும் கோப்பெருஞ்சிங்கனின் தவறான செயல்கள் நரசிம்மனுக்கு எட்டியதை உணர்ச்சி வசப்பட்டு கூறுகிறது. ஏனெனில், அவன் சோழச் சக்கரவர்த்தியை சேந்தமங்கலத்தில் சிறைப்படுத்தியதோடு விஷ்ணு கோயில்கள் உட்பட எல்லாக் கோயில்களையும் கொள்ளையடிக்கும் படியும் ஏற்பாடு செய்தான். ஹொய்சாளர்கள் வைணத்தில் அழுத்தமான, தீவிரமான பற்றுடையவர்கள் என்பது இங்கே குறிப்பிடத்தக்கது. நரசிம்மன் தன் தலைநகரான துவார சமுத்திரத்திலிருந்து புறப்பட்டதாயும் 'சோழ மண்டல பிரதிஷ்ட ஆசார்யன்' (சோழர்களை மீண்டும் நிலைநாட்டியவன்) என்ற பெயர் தனக்கு ஏற்படும் வரை போர் முழக்கம் செய்வதாகச் சபதம் செய்தான் என்றும் இக்கல்வெட்டு மேலும் சொல்லுகிறது. பாண்டியரின் நண்பர்களான மகத நாட்டை[27] அவன் அடியோடு அழித்தான். வழியில் காடவரையும் அடக்கி ஒடுக்கி ஒழித்து, கொள்ளிடத்திற்கு வடக்கே 2 கற்கள் ஸ்ரீரங்கத்திற்கு எதிரிலுள்ள

பாச்சூரில் தங்கினான். அங்கிருந்தவாறு, நரசிம்மன், அப்பண்ணா, சமுத்திர கோப்பையர் என்ற இரண்டு தண்ட நாயகர்களைக் கோப்பெருஞ்சிங்கனின் நாட்டுக்கு அனுப்பினான். அந்த நாட்டைச் சேதப்படுத்திக் கோப்பெருஞ் சிங்கனுக்குப் பதில் சோழச் சக்கரவர்த்தியைப் பட்டத்தில் அமர்த்த வேண்டும் என்பது நரசிம்மனின் ஆணை. ஆணைப்படியே தளபதிகள் இருவரும் கோப்பெருஞ்சிங்கனிடமிருந்த எள்ளேரி, கல்லியூர்மூலை என்னும் ஊர்களையும் கோப்பெருஞ்சிங்கனின் படைத் தலைவர்களில் ஒருவனான சோழக் கோன் என்பவனிடமிருந்த தொழுதகையூரையும் பிடித்து, இராஜராஜனுடைய முதலிகள் சிலரையும் எதிரியுடன் சேர்த்துக்கொண்ட இலங்கை மன்னன் பராக்கிரமபாகுவையும் கொன்றனர். பிறகு, சிதம்பரத்திற்குச் சென்று, இறைவனை வழிபட்ட பின்னர் தொண்டைமா நல்லூர், திருவதிகை, திருவக்கரை ஆகிய ஊர்களுக்குச் சேதம் விளைவித்து, வாரணமாகி (கெடிலம்) ஆற்றுக்குத் தெற்கேயும் சேந்தமங்கலத்திற்குக் கிழக்கேயும் சென்று பயிர்களுக்குத் தீ வைத்து[28] மக்கள் மனத்தில் பீதியைப் பரப்பி, பெண்களைச் சிறைபிடித்தும் ஆடவரைக் கொள்ளையடித்தும் அட்டகாசம் செய்தனர். சேந்தமங்கலத்தை முற்றுகையிட ஏற்பாடு செய்தபோது கோப்பெருஞ்சிங்கன் நரசிம்மனுக்குத் தூது அனுப்பினான். சோழச் சக்கரவர்த்தியை விடுதலை செய்து அவனுடைய சிம்மாசனத்தில் அமரச் செய்வதாகக் கோப்பெருஞ்சிங்கன், நரசிம்மனின் தளபதிகளுக்கு அறிவித்தான். உடனே அவர்கள் தக்க மரியாதைகளுடன் சோழச் சக்கரவர்த்தியை வரவேற்று, அவனுடன் அவன் நாட்டுக்குச் சென்றனர்.

இதுவரை நாம் கூறியது திருவேந்திபுரம் கல்வெட்டுச் செய்தி. மூன்றாம் இராஜராஜனைப் பட்டத்தில் அமர்த்திய பிறகு[29] ஹொய்சாளப் படைத் தலைவர்கள் இங்குதான் அவனிடமிருந்து விடைபெற்றனர் என்றும் அதனால்தான் இச் செய்திகள் இந்தக் கிராமத்தில் கல்வெட்டாகப் பொறிக்கப்பட்டிருக்கின்றன என்றும் சிலர் கருதுகின்றனர். கல்வெட்டில் சொல்லப்பட்ட எல்லாக் கிராமங்களும் தென் ஆர்க்காடு மாவட்டத்திலேயே உள்ளன. ஆனால், கல்வெட்டுக் குறிப்பிடும் பராக்கிரமபாகு யார் என்று தெரியவில்லை. இரண்டாம் பராக்கிரமபாகு கி. பி. 1236-ல்தான் பட்டத்துக்கு வந்தான்.[30] எனவே, அவனாக இருக்கமுடியாது. ஏனெனில் இந்தப் பராக்கிரமபாகு 1230-ல் இறந்ததாகக் கல்வெட்டு கூறுகிறது. அவன், இலங்கை அரச குடும்பத்தைச் சேர்ந்த வேறு ஓர்

இளவரசனாக இருந்திருக்கலாம். கோப்பெருஞ்சிங்கனுக்கு மிலேச்சரும் வைதேசியரும் உதவினர் என்று **கத்ய கர்ணாமிர்த**த்தின் ஆசிரியர் இந்த இலங்கைச் சிற்றரசனையும் இவனுடைய ஆட்களையுமே குறிப்பிட்டிருக்கலாம்.

பிற கல்வெட்டுகள் இவற்றை உறுதி செய்வதோடு, ஒரு முக்கியமான பகுதியைப் பொறுத்தவரை திருவேந்திபுரம் கல்வெட்டில் இல்லாத புதிய செய்தியையும் தருகின்றன. அப்பண்ணாவும் கோப்பையாவும் காடவராயனைத் தாக்கியும் சோழனை விடுதலை செய்தும்[31] நரசிம்மனின் பாராட்டுக்கு உரியவர் ஆயினர் என்று ஒரு கல்வெட்டு சொல்லுகிறது. கி. பி. 1232-ல் ஏற்பட்ட மற்றொரு கல்வெட்டு, தஞ்சை மாவட்டம் நீடூரைச் சுற்றிய பகுதி, முன்னர் கோப்பெருஞ்சிங்கனால் ஆளப்பெற்றதாயும், அதனால் பண்ணை விதி முறைகளை மீண்டும் மாற்றி அமைக்க நேரிட்டதாயும் சொல்லுகிறது.[31a] வயலூரில் (வைலூர், வட ஆர்க்காடு)[32] உள்ள தேதியில்லாத கல்வெட்டு, கோப்பெருஞ் சிங்கன் என்ற அழகிய சீயன், (காஞ்சிக்கு 30 மைல் தெற்கேயுள்ள) தெள்ளாற்றில் சோழனைத் தோற்கடித்ததாகவும் அவனையும் அவனுடைய மந்திரிகளையும் சிறையில் வைத்ததாயும், பிறகு, சோழ நாட்டைத் தன் வசப்படுத்தியதாயும் சொல்லுகிறது. இந்தப் போர் பற்றி வேறு எதிலும் சொல்லப்படவில்லை. இந்த விவரங்கள் உள்ள சுருக்கமான உரைநடைப் பகுதிக்குப் பிறகு கோப்பெருஞ் சிங்கனின் வீரம், வெவ்வேறு வகையான, ஐந்து செய்யுட்களில் பாராட்டப்படுகிறது. அவற்றில் சோழ அரசன் விடுதலை செய்யப்பட்டது, ஹொய்சாளத் தளபதிகள் அடைந்த வெற்றி ஆகியவை சொல்லப்படவில்லை. ஆனால் கருநாடகர்களின் தோல்வி குறிக்கப்பட்டிருக்கிறது. கோப்பெருஞ்சிங்கனுக்கு அவனி நாராயணன் நிருபதுங்கன், தொண்டைக்கும் மல்லைக்கும் மன்னன் என்றெல்லாம் பட்டங்கள் இருந்ததும் சொல்லப்பட்டிருக்கிறது. அவனுடைய சமஸ்கிருத கல்வெட்டிலும்[33] இவையே திரும்பச் சொல்லப்பட்டிருக்கின்றன. கோப்பெருஞ்சிங்கனும் ஹொய்சாளர்களும் தொடர்ந்து போரிட்டுக்கொண்டிருந்தனர் என்பது, கி. பி. 1236 - ல்[34] துன்முகி ஆண்டில் காடவனுக்கு விரோதமான ஒரு படையெடுப்பில் வீர சோமேசுவரன் மங்கலம் என்னுமிடத்தில் தங்கினான் என்ற குறிப்பிலிருந்து தெளிவாகத் தெரிகிறது.

பாண்டியனின் தோல்வி

கோப்பெருஞ்சிங்கன், சோழ அரசன் ஆகியோர் பற்றி நரசிம்மன் இட்ட கட்டளைகளை அவனுடைய தளபதிகள் நிறைவேற்றிக் கொண்டிருந்தனர். பாண்டிய மன்னனிடம் நரசிம்மன் கப்பம் வசூலித்ததாக **கத்யகர்ணாமிர்தம்** உறுதியாகச் சொல்லுகிறது. பாண்டிய, ஹொய்சாளப் படைகளுக்கு முக்கியத்துவம் வாய்ந்த போர் காவேரிக் கரையில்[35] மகேந்திர மங்கலத்தில் நிகழ்ந்ததாகத் தெரிகிறது. பாண்டிய மன்னன் மீது படையெடுத்ததற்காக இரவிதடானகொப்பம் என்னுமிடத்தில் அடிபணிந்து அவனுடைய ஊழியனாக இருந்து அமைதியாக வாழுமாறு பாண்டியனுக்கு அலைகடலே அறிவுறுத்திக்கொண்டிருந்ததாயும் ஹரனஹல்லிக் கல்வெட்டு[36] கூறுகிறது. இப்படையெடுப்பின் போதோ அல்லது சிறிது காலத்திற்குப் பிறகோ இராமேசுவரத்தைக் கைப்பற்றியதாக வேறு சில ஹொய்சாளர் கல்வெட்டுகள் சொல்லுகின்றன.[37] இவற்றைப் பற்றியெல்லாம் பாண்டியர் கல்வெட்டுகளில் சொல்லப்படவில்லை. முதலாம் மாறவர்மன் சுந்தர பாண்டியனின் மெய்க்கீர்த்தியில் சோழன் மீது அவனுடைய இரண்டாம் படையெடுப்பின் விவரம் விஜயாபிஷேகத்துடன் நின்றுவிடுகிறது; எனவே இது நடந்த நிகழ்ச்சி முழுவதையும் கூறுவது ஆகாது. பாண்டியர்களுக்குத் தன் அரியணையை ஒப்புவிக்கும்படி கட்டாயப் படுத்தப்பட்ட பிறகு, இராஜராஜ சோழன், மீண்டும் அரியணை ஏறியதை அது சொல்லாமல் மூடி மறைக்கிறது. சோழ நாட்டின் தனித் தன்மையையும் சுதந்திரமும் இழந்து போனதைத் தடுத்தும் சோழ நாடு பாண்டியரின் ஆட்சிப் பகுதியாக ஆகிவிடாமல் செய்தும் தென்னாட்டு அரசுகளிடையே சரிசமமான நிலைமை தொடர்ந்து இருந்து வர இரண்டாவது தடவையாக ஆவன செய்த பெருமை ஹொய்சாளரையே சேரும். சோழருக்கு ஆதரவாக மேற்கொள்ளப்பட்ட படையெடுப்பின் இறுதியில் செய்யப்பட்ட அரசியல் உடன்பாட்டின் விளைவாக அரச குடும்பங்களுக்குள் மணவுறவுகள் (திருமணங்கள்) ஏற்பட்டன. வீர நரசிம்மன் மகன் வீர சோமேசுவரனை, முதலாம் மாறவர்மன் சுந்தர பாண்டியன், மூன்றாம் இராஜராஜன்[38] ஆகியோரின் பின் பட்டத்திற்கு வந்தவர்கள் 'மாமன்' என்ற உறவு முறை கொண்டாடினார்கள்.

சோழ அரசின் நிலை

இராஜராஜனின் ஆட்சியின் எஞ்சிய காலம், பெரிய அளவில் தொல்லையின்றி ஓடிற்று. மூன்றாம் குலோத்துங்கன் இறந்தபோது,

சோழ நாடு எங்கெல்லாம் பரவியிருந்ததோ அங்கெல்லாம் பெயரளவிலாவது இவனுடைய கல்வெட்டுகள் இருப்பதை இவன் ஆட்சிக்காலத்தின் பெரும் பகுதியில் பார்க்கிறோம். ஹொய்சாளர் உதவியைச் சோழர் மேன்மேலும் நம்பியிருந்தனர் என்பது, கல்வெட்டுகளின் வாசகங்களிலிருந்து தெரியவருகிறது. உள்ளூர் விவகாரங்கள், குழப்பங்கள், அரசத் துரோக வேலைகள் பெருகின என்பதும் மத்திய ஆட்சியை, சக்கரவர்த்தியின் சிற்றரசர்கள் அலட்சியப்படுத்தினர் என்பதும் தெரிகிறது. மத்திய அரசாங்கம், உள்ளாட்சி நிர்வாகம் ஆகியவற்றின் வெளித்தோற்றமும் புற அமைப்பும் முன்போல அப்படியே இருந்தன என்று தெரிகிறது. பொதுவாக, இந்துக்களின் பேரரசுகளின் நிர்வாக அதிகாரம் பலமாக இருந்ததில்லை; இதற்கு மாறாகச் சோழ அரசமரபின் நிர்வாகம் ஆற்றலும் திறமையும் வாய்ந்ததாக இருந்தது; ஆனால், அந்த நிலை இப்போது மங்கி வருவதைப் பலரும் கண்கூடாகக் கண்டனர். கி. பி. 1246-ல்[39] இராஜேந்திரன் முடிசூடும் உரிமையுடையவனாக அறிவிக்கப்பட்டான் என்று அவனுடைய கல்வெட்டுகளில் குறிப்பிடப்படும் ஆண்டுகளிலிருந்து தெரியவருகிறது. ஆனால் இராஜராஜன் குறைந்தது 1260 வரையில் உயிரோடு இருந்திருக்க[39a] வேண்டும்.

சேலம் (தருமபுரி உட்பட), சித்தூர், கடப்பை, நெல்லூர் ஆகிய இன்றைய மாவட்டங்களின் பகுதிகளில் மூன்றாம் இராஜராஜனின் 30-ம் ஆண்டுவரை உள்ள கல்வெட்டுகள் காணப்படுகின்றன. இந்தப் பகுதிகளில் இவனுக்குப் பின் வந்த மூன்றாம் இராஜேந்திரன் கல்வெட்டுகளையும் பார்க்கிறோம். இந்தக் காலத்தில் இங்கெல்லாம் சோழரின் ஆதிக்கம் தொடர்ந்து ஏற்றுக்கொள்ளப்பட்டது என்பதை இவற்றிலிருந்து நாம் முடிவு செய்யலாம். இது ஏதோ மரபுதானே தவிர, சோழர்களின் உண்மையான அதிகாரம் நீங்கிவிட்டது. ஏனெனில், மத்திய ஆட்சி தலையிட்டதாக அல்லது வலுவாகச் செயல்பட்டதாக இந்தக் கல்வெட்டுகளில் ஓர் இடத்திலும் சொல்லப்படவில்லை. அரசத்துரோகச் செயல்களும் சதி வேலைகளும் தாராளமாக நடைபெற்றிருக்கின்றன. மத்திய ஆட்சியைக் கலக்காமல் சிற்றரசர்கள் ஆங்காங்கே தங்கள் பாதுகாப்புக்காகவும் எதிரியைப் படையெடுக்கவும் ஒப்பந்தங்கள் செய்துகொண்டனர் என்பதை முன்னரே சுட்டிக்காட்டினோம். இராஜராஜன் ஆட்சியில் இந்தப் பழக்கம் சோழ நாட்டில் தாயகத்திலேயே நடைபெறலாயிற்று. அவனுடைய மூன்றாம் ஆட்சி ஆண்டில் கி. பி. 1219-ல் தஞ்சை மாவட்டத்திலேயே மூன்று

சிற்றரசர்கள் இவ்வாறு உடன்பாடு செய்து கொண்டார்கள்.[40] மூன்றாம் இராஜராஜனின் பெயர் குறிப்பிட்டு ஆட்சி ஆண்டு சொல்லப்பட்டிருப்பதால் அவனுக்கு எதிராக இந்த உடன்பாடு செய்யப்படவில்லை என்று கொள்ளலாம். மற்றபடி, இந்த உடன்பாடு எவ்வகையிலும் மத்திய அரசை மதிக்கவில்லை. சில சமயம் நீண்ட நெடுங்காலப் பூசல்கள், எதிரிகளின் குடும்பங்களுக்குள் திருமண உறவுடன் முடிவடைவதும் உண்டு; இதற்குச் சான்று திருவெண்ணெய் நல்லூரில்[41] கி. பி. 1232-ல் செதுக்கப்பட்ட கல்வெட்டு. இதில் சம்பந்தப்பட்ட கட்சியினர் காடவராயர், சேதிராயர் குடும்பத்தார் ஆவர்.

குழப்பமும் அரசாங்கத்தின் ஆற்றலின்மையும்

அரசத் துரோக நிகழ்ச்சியைப் பற்றி நமக்கு நேரடியான ஆதாரம் கிடைக்கவில்லை. ஆனால், அரசத்துரோகக் குற்றத்துக்குத் தண்டனையாகச் சொத்துக்கள் ஏலம் போடப்பட்டு, அதில் வந்த வருவாய் அரசருக்குப் பறிமுதல் செய்யப்பட்டதாகக் கல்வெட்டுகளில் கண்டிருப்பதிலிருந்து மறைமுகமாக நாம் இதை அறிகிறோம். ஆகவே, 'அரசத் துரோகம் என்றால் என்னென்ன குற்றங்கள் அதில் அடங்கியிருந்தன? எந்தக் குற்றங்கள் செய்யப்பட்டன' என்பன விளக்கமாகத் தெரியவில்லை. ஏனைய சோழ அரசர்கள் காலத்திலும் அரசத்துரோகக் குற்றங்கள் நடந்தன. ஆனால், இராஜராஜன் ஆட்சியில் இவற்றின் எண்ணிக்கை மிகப் பலமடங்காகப் பெருகியிருக்கிறது. நாட்டின் பொதுவான நிலைமையில் ஏற்பட்ட சீர்கேடும் மத்திய அரசாங்கம் நலிவுற்றுப் போனதுமே இதற்குக் காரணம். அரசனின் எட்டாம் ஆட்சி ஆண்டின் 317-ம் நாளில்[42] தஞ்சை மாவட்டம் சீர்காழியில் சில நிலங்கள் ஏலம் (இராஜராஜப் பெருவிலைக்கு) விடப்பட்டன. அரசத் துரோகிகள், அவர்களுடைய உறவினர், பணியாட்கள், அடிமைகள் மற்றும் துரோகத்துக்கு உட்பட்டாரும் ஆகியோருக்கு உரிய நிலங்களை ஏலம் போடுவதற்கென்று விசேஷ அதிகாரிகளை அரசரே நியமித்தார். கி. பி. 1230-ல் ஏற்பட்ட வலிவலம் (தஞ்சை மாவட்டம்)[43] கல்வெட்டு அரசரின் அதிகாரிகள், துரோகிகளாகிய பலரையும் காணி மாறின நிலம் விற்று 33,000 காசுகள் வசூலித்ததாகச் சொல்லுகிறது. 20-ம் ஆட்சி ஆண்டின் 348-ம் நாளில் போடப்பட்ட பறிமுதல் ஆணை, அடுத்த ஆண்டில் 80-ம் நாளில், மூன்று மாதங்களுக்குப் பிறகு நிறைவேற்றப்பட்டு ஐந்து வேலி, நான்கு மா நிலத்திற்காக 13,000 காசு அரசாங்கக் கருவூலத்திற்கு

வசூலிக்கப்பட்டதாகக் கோயில் திருமணம்[44] கல்வெட்டுச் சொல்லுகிறது. சிவபுரம் (தஞ்சை மாவட்டம்), 23-ம் ஆட்சி ஆண்டுக் கல்வெட்டு[45] இன்னும் பல விவரங்களைத் தருகிறது; இதிலிருந்து அரசத்துரோகம் என்பது அரசியல் குற்றம் அன்று என்பதும் தெரிகிறது. இந்தக் கல்வெட்டுப்படி, இரண்டு சிவப் பிராமணர்கள் (கோயில் குருக்கள்மார்) அரசத்துரோக, சிவத்துரோகக் குற்றங்களுக்காக மகேசுவரத்தாலும் ஊராலும் தண்டிக்கமாட்டார்கள். குற்றவாளிகள், அம்மனுடைய நகைகளைத் தாங்கள் கள்ளக்காதல்கொண்டிருந்த ஒரு பெண்ணுக்குக் கொடுத்ததாகவும் தங்கள் பொறுப்பில் இருந்த கோயில் நிதிகளைக் கையாடியதாகவும், தங்கள் வசமிருந்த நிலங்களுக்குச் செலுத்தவேண்டிய வரி முதலிய பாக்கிகளைக் கொடுக்க மறுத்ததாகவும், வேறு பல வழிகளில் ஒழுக்கக்கேடாக நடந்துகொண்டதாகவும் அவர்கள் மீது குற்றம் சாட்டப்பட்டது. அரசன் இட்ட ஆணைகளை அவர்கள் புறக்கணித்ததோடு, அரசன் அனுப்பிய தூதர்களை அடித்தும் அவமானப்படுத்தியும் வந்தனராம். கன்னடியர் மூலமாக அவர்கள் சொல்லவொண்ணாத பாவங்களைச் செய்ததாயும் 50,000 (காசுகள்?) வரை, உள்ளூர் மக்களைக் கொடுமைப்படுத்தி வசூலித்ததாயும் அவர்மீது குற்றம் சுமத்தப்பட்டது. கன்னடியர் பெயர் குறிப்பிடப்பட்டிருப்பதை முக்கியமாகக் கவனிக்கவேண்டும். சோழ நாட்டில் ஹொய்சாளர் தலையிட்டதால், உள்ளூர் மக்களிடம் அன்பில்லாத ஒரு கூலிப்படை தங்களுக்குப் பொருளோ பணமோ கொடுக்கக்கூடிய காலிக் கூட்டத்துக்கு உடந்தையாக இருந்ததையே இது காட்டுகிறது. அரசத்துரோகத்துக்காக சொத்தைப் பறிமுதல் செய்த மற்றொரு நிகழ்ச்சி (திருவெண்காடு)[46] தஞ்சை மாவட்டத்தில் திருமந்திர ஓலை என்ற பெயரிலிருந்து மூன்றாம் இராஜராஜனின் காலத்தில் நடந்ததாகத் தெரிகிறது. இந்த நிகழ்ச்சிகள் யாவும் பேரரசின் மூலை முடுக்குகள் ஒதுக்குப்புறங்களில் நடைபெறவில்லை; நடுநாயகமான பகுதியிலேயே நடந்திருக்கின்றன. சிற்றரசர்கள் இருந்த நெடுந்தூரப் பகுதிகள் ஒருபுறமிருக்க, அரசரின் நேரடி ஆட்சியிலிருந்த குறுகிய பகுதியின் நிலையே, இத்தகையது என்றால், மத்திய அரசாங்கம் தட்டுத் தடுமாறிக் கொண்டிருந்தது என்பதற்குச் சிறிதும் ஐயம் இல்லை.

ஹொய்சாளர்

ஹொய்சாளர் தலையீட்டால், சோழ அரசின் முடிவு காலம் சற்று நீடித்தது. இல்லாவிடில், பாண்டியர்கள் இன்னும் முன்னதாகவே சோழர் ஆட்சிக்கு முற்றுப்புள்ளி வைத்திருப்பார்கள். சோழர்

கல்வெட்டுகளைப் படித்துப் பார்த்தால், ஹொய்சாள இளவரசர்களும் தளபதிகளும் சோழ நாட்டின் விவகாரங்களில் எவ்வளவு தூரம் தலையிட்டனர் என்பது தெரியவரும். கி. பி. 1226-ல் 10-ம் ஆண்டில்[47] திருவடத்துறையில் (விருத்தாசலம் வட்டம், தென் ஆர்க்காடு மாவட்டம்) ஒரு கல்வெட்டு அப்பகுதியை அழித்து ஒரு கிராமத்தில் கோயிலிலிருந்த விக்கிரகங்களையும், ஹொய்சாள அரசன் நரசிம்ம தேவன் தூக்கிச் சென்றுவிட்டதாயும் அதனால் மீண்டும் அக்கோயிலில் விக்கிரகங்கள் பிரதிட்டை செய்யப்பட்டன என்றும் சொல்லுகிறது. இதில் சொல்லப்பட்ட காலத்தைப் பார்க்கும்போது, திருவேந்திபுரம் கல்வெட்டில்[48] சொல்லப்பட்டவாறு அப்பண்ணா, சமுத்திர கொப்பையா ஆகிய தளபதிகள் நடத்திய நடவடிக்கைகளும் இதற்கும் சம்பந்தம் இருப்பதாகத் தெரியவில்லை. பாண்டியரின் முதல் படையெடுப்பின்போது நரசிம்மன், சோழனுக்கு ஆதரவு காட்டி பாண்டியனின் நண்பனான காடவரை எதிர்த்துப் போர் புரிந்திருக்கலாம் என்று சொல்லப்பட்டிருக்கிறது.[49] காடவன் மீண்டும் சோழருக்கு அடங்கி நடக்கும்படி செய்யப்பட்டான். போர் முடிந்ததும், போர்ச் சேதங்களிலிருந்து நிவாரணம் பெறுவதற்கான ஏற்பாடுகளில் நாட்டுமக்கள் அனைவரும் ஈடுபட்டிருந்தனர். இந்தச் சமயத்தில் ஹொய்சாளப் படை காஞ்சியில் தங்கியிருந்ததைப் பின்வரும் மூன்று கல்வெட்டுகள் தெரிவிக்கின்றன. துவார சமுத்திரம்[50] பூததேய நாயகர் மகள் பாசளதேவி, அத்தியூர் ஆழ்வார்க்கு ஒரு நந்தா விளக்குக் கட்டளை ஏற்படுத்தியது. மூன்றாண்டுகள் கழித்து மற்றொரு விளக்கை மகாபிரதானி அம்மண்ண தண்டநாயகன்[51] வழங்கியது. கி. பி. 1231-ல்[52] ஒரு கிராமம் முழுவதையும் மகனும் அவனுக்கு அடுத்த அரசனுமான சோமேசுவரனுடைய பிரதானி ஒருவன் காஞ்சியில் ஓர் அறக்கட்டளை ஏற்படுத்தியுள்ளமையும்[53] தெரிவிக்கின்றன.

நாட்டின் ஏனைய பகுதிகளிலும் ஹொய்சாளர் செல்வாக்கு பெற்றிருந்தனர். இதைப் பல கல்வெட்டுகள் வாயிலாக அறிகிறோம். நரசிம்மனின் பிரதானிகளுள் ஒருவனான வல்லய தண்டநாயகம் திருமழபாடியிலும்[54] நரசிம்மனின் பட்டத்தரசியாகிய சோமால தேவியின் வேலைக்காரிகளுள் ஒருத்தி திருக்கோகர்ணத்திலும்[55] கி. பி. 1238-ல் சோமேசுவரனின் பிரதானி என்ற பதவியில் இருந்தபோது வல்லயன் மீண்டும் காஞ்சிபுரத்திலும் நிவந்தங்களை நிறுவியுள்ளார்கள்.[56]

சோழருக்கும் பாண்டியருக்கும் இடையே நடந்த போர்களில் 1218-அளவில் சோழருக்கு ஆதரவாக ஹொய்சாளர் தலையிட்டனர். இது முதல் அவர்கள் சோழ நாடு, பாண்டிய நாடு இரண்டிலுமே தங்கள் செல்வாக்கைப் படிப்படியாக வளர்த்துக்கொண்டார்கள். தென்னிந்தியா முழுவதும் தங்கள் மேலாதிக்கத்தைப் பரப்ப அவர்கள் விரும்பினார்கள் போலும். பதிமூன்றாம் நூற்றாண்டின் இரண்டாவது காற்பகுதியில் (1226-1250) இந்த எண்ணத்தை நிறைவேற்றுவதில் அவர்கள் ஓரளவு வெற்றி பெற்றனர். சோழர் ஆட்சியே ஹொய்சாளர் தயவால் நடந்துவந்தது; அதனால் ஹொய்சாளர் செய்த எதையும் சோழரால் தடுக்க முடியவில்லை. பாண்டியர்கள் கூட ஹொய்சாளரை அனுமதித்து நடந்து கொண்டதால்தான், போர் இல்லாமல் தப்பினார்கள். இக்காலத்துப் பாண்டியர்களில்[57] ஹொய்சாள அரசர்கள், தளபதிகள் ஆகியோர் பெயர்கள் அடிக்கடி காணப்படுகின்றன; குறிப்பாக, புதுக்கோட்டை ஆதாரங்கள் இரண்டில்,[58] கி. பி. 1245-ல் ஹொய்சாள வீரசோமேசுவரனின் தளபதியான ரவிதேவன் கா நாட்டைப் (காநாடு) பிடித்தது சொல்லப்பட்டிருக்கிறது. இந்த நூற்றாண்டின் நடுப்பகுதியில் ஜடாவர்மன் சுந்தரபாண்டியன் பட்டத்துக்கு வந்தான். இக்காலத்துப் பாண்டிய அரசர்களுள் ஒப்பாரும் மிக்காரும் இல்லாதவன் என்ற நிலையை அவன் அடைந்தான். இதன் பிறகே, ஹொய்சாளர்களுடைய அதிகாரம் மேலும் பரவுவது தடுக்கப்பட்டது.

மூன்றாம் இராஜராஜனின் சிற்றரசர்கள்

எவ்வளவுதான் பலம் குறைந்தாலும், சோழ அரசு, இராஜராஜனுடைய நீண்ட ஆட்சிக் காலம் வரை கணிசமான பகுதியில் அதன் முடி ஆட்சியின் வெளித் தோற்றத்தை நிலைநாட்டிற்று. சிற்றரசர்கள் பலர் இன்னும் தங்களைச் சோழர்களுக்கு உட்பட்டவர்கள் என்று சொல்லிக்கொண்டதாலும் தங்கள் கல்வெட்டுகளில் சோழர்களுடைய ஆட்சி ஆண்டுகளைக் குறிப்பதாலும் இது தெளிவாகத் தெரிகிறது. சோழர்களுக்கு விரோதமாக நடந்துகொண்டு, அதனால் புகழ் பெற்ற கோப்பெருஞ்சிங்கன் கூட இதற்கு விதிவிலக்கு அல்ல. சோழர்கட்கு இவன் கட்டுப்பட்டிருந்ததை மீறி இவன் சுதந்திரமாக இருக்க இவன் மேற்கொண்ட முயற்சி வீர நரசிம்மன் தலையீட்டால் 1230-31-ல் அடக்கப்பட்டதை நாம் ஏற்கெனவே கண்டோம். கோப்பெருஞ்சிங்கன் கல்வெட்டுகளிலிருந்து, அவன் நீண்ட நாள் வாழ்ந்தான் என்றும் சிக்கல்கள் அவனுடைய ஆட்சியில் நிறைந்திருந்தன என்றும் அரசியல் குழப்பங்கள் நிலவின என்றும்

தெரிகிறது. அவன் ஓரளவு சுதந்திரத்துடன் இருந்தான் என்றும் அண்டைய நாடுகளுடன் தான் விரும்பிய கொள்கையை வகுத்துக் கொண்டான் என்றும் தெரிகிறது. அவனுடைய ஆட்சி ஆண்டுகள் கி. பி. 1243 முதல் கணக்கிடப்படுகின்றன. இந்த ஆண்டு தொடங்கி ஏற்பட்ட கல்வெட்டுகள் 36-ம் ஆண்டு வரை, அதாவது கி. பி. 1279 வரை, இந்த அதிகாரத்தில் அடங்கிய காலப்பகுதி முடிய காணப்படுகின்றன. அவனுடைய வாழ்க்கை விவரங்களை இங்கே எடுத்துரைக்கத் தேவையில்லை. வடக்கே ஹொய்சாளர், காகதீயர் ஆகியோருடைய மேலாதிக்கத்தை இவன் ஏற்றுக்கொள்ள வேண்டியதிருந்தது.[59] இவர்களுடன் இவன் கொண்டிருந்த பூசல்களும் ஜடாவர்மன் சுந்தர பாண்டியன் இவனுடைய தலைநகரான சேந்த மங்கலத்தைத் தாக்கியது, தஞ்சை முதல் திராட்சாராமம், திரிபுராந்தகம் வரை பரந்த பகுதியில் பல இடங்களில் எழுப்பிய கட்டடங்களும்-இவையெல்லாம் நேரடியாகச் சோழர் வரலாற்றில் அடங்கியவை அல்ல. ஆனால் கி. பி. 1246, 1247 ஆகிய பிற்காலங்களில்கூட, கோப்பெருஞ்சிங்கனே இல்லாவிட்டாலும் அவனுடைய அதிகாரிகளும் உறவினர்களும் மூன்றாம் இராஜராஜனுடைய மேலாதிக்கத்தை ஏற்றிருக்கின்றனர் என்பதை நாம் முக்கியமாகக் கவனிக்க வேண்டும்.[60] ஏனைய சிற்றரசர்களுள், தெலுங்குச் சோடர்களை முதலில் கவனிப்போம்; இவர்களைப் பற்றி ஏற்கனவே சிறிது சொல்லியிருக்கிறோம். மனுமசித்தராசனுக்குச் சாளுக்கிய நாராயணன் என்ற பட்டம் இருந்தது. அவன் கி. பி. 1218-ல் காஞ்சிபுரத்திலுள்ள சிவன் கோயிலுக்கு நன்கொடைகள் வழங்கியிருக்கிறான்.[61] காஞ்சிபுரத்திலும் நெல்லூரிலும் இராஜராஜன் தன்னுடைய ஐந்தாம், பதினோராம் ஆட்சி ஆண்டுகளில்[62] வெட்டிய கல்வெட்டுகளில் மதுராந்தகப் பொத்தப்பிச் சோழ ஏறசித்தாராசனின் அதிகாரிகளும் உறவினர்களும் செய்த தருமங்களைச் சொல்லுகிறான். இந்த ஆட்சியில் செழிப்புடன் திகழ்ந்த தெலுங்குச் சோடர்கள் சிலர் குறிப்பிடப்படுகின்றனர். சித்தூர் மாவட்டத்தில் இராஜராஜனின் ஆறாம், எட்டாம் ஆண்டுக் கல்வெட்டுகளில் சொல்லப்பட்ட மலமாதேவராசன், புடோலியராசன்,[63] இராஜராஜனின் ஏராளமான கல்வெட்டுகளில்[64] இடம்பெறும் கண்டகோபாலன் என்ற பெயருடைய முதலாம் திக்கன் என்ற புகழ்பெற்ற சிற்றரசனும் அவனுடைய பட்டத்து அரசியும் அதிகாரிகளும், இவ்வாறே, முக்கியமாக ஆட்சியின் ஆரம்ப காலத்தில் சிற்றரசர்கள் என்று பல யாதவராயர்களும் சாம்புவராயர்களும் சேதிராயர்களும் சொல்லப்படுகிறார்கள். இந்த ஆட்சியின்

கல்வெட்டுகளைப் படித்துத் தெரிந்துகொள்ளக் கூடிய சிற்றரசர்களின் பெயர்களை எல்லாம் இங்கே குறிப்பிடுவது வீண் வேலை. ஆனால், இராஜராஜனின் ஆட்சியின் இறுதியில்கூட, இத்தனை வமிசங்களில் சிற்றரசர்கள் சோழப் பேரரசை மதித்தனர் என்பது அந்த அரசின் வீழ்ச்சி வரலாற்றுக்குப் பெருமை தரக்கூடியதே. சில பெயர்களைப் பார்த்தால், வாணர், வைதும்பர், நுளம்பர், கங்கர் ஆகிய வமிசங்களின் சிற்றரசர்கள் சோழர்களுக்குக் கட்டுப்பட்டிருந்தது தெரிகிறது. ஹொய்சாளத் தளபதிகள் காஞ்சிபுரத்திலும் கருவூரிலும்[65] ஏனைய ஊர்களிலும் மானியங்கள் விட்டபோது, இராஜராஜனுடைய ஆட்சி ஆண்டுகளையே குறித்தனர் என்பதை முன்னரே பார்த்தோம். கி. பி. 1236-ல் இராஜராஜனின் 25-ம் ஆண்டில் அணியங்க பீமதேவ ராகுத்தன் என்ற கலிங்க மன்னன்கூட, காஞ்சிபுரத்தில் ஒரு தருமம் செய்தபோது இந்த முறையையே கடைப்பிடித்தான்.[66] இவற்றிலிருந்து, மக்களுடைய கற்பனையில் சோழன் என்ற பெயருக்கும் சோழப்பேரரசு என்ற அதிகார வர்க்கத்துக்கும்-மூன்றாம் இராஜராஜனின் திறமையின்மையாலும் கோழைத்தனத்தாலும் எவ்வளவோ கெடுதல்கள் ஏற்பட்ட பிறகும் கூட-தனி மதிப்பும் மரியாதையும் இருந்து வந்தமை தெளிவாகப் புலனாகிறது.

இராஜேந்திரனின் நிலைமை

கி. பி. 1246-ல் இராஜேந்திரன், பட்டத்துக்கு உரிய இளவரசனாக ஏற்றுக்கொள்ளப்பட்டான் என்பதை முன்னரே கண்டோம். அவன், மூன்றாம் இராஜராஜனைவிடத் திறமைசாலி. இராஜராஜனின் திறமையின்மையாலும் வடிகட்டின முட்டாள்தனத்தாலும் சோழப் பேரரசு இழந்துவிட்ட பழைய அதிகாரத்தையும் செல்வாக்கையும் ஒரு சிறிதளவாவது மீட்க இராஜேந்திரன் எடுத்துக்கொண்ட முயற்சிகளை அவனுடைய கல்வெட்டுகளிலுள்ள ஒரு சமஸ்கிருத மெய்க்கீர்த்தி சொல்லுகிறது. அவனுடைய பட்டத்து உரிமை ஏற்பட்ட பின் 14 ஆண்டுகளுக்கு இராஜராஜன் பெயரளவில் ஆண்டான்; ஆனால் அதிகாரம், அவனை விடத் திறமை மிக்கவனான, இராஜேந்திரனிடம் இருந்தது. இராஜராஜனின் ஆட்சியின் இறுதியில், முக்கியமாக 34-ம் ஆட்சி ஆண்டுக்குப் பிறகு, வட ஆர்க்காடு, நெல்லூர் மாவட்டங்களில் மட்டுமே அவனுடைய கல்வெட்டுகள் உள்ளன. மொத்தத்தில் அவனுடைய கல்வெட்டுகள் பரப்பிலும் எண்ணிக்கையிலும் சுருங்கின. இதே காலத்தில் இராஜேந்திரன் கல்வெட்டுகள் ஏராளமாகவும் சோழ நாட்டின் எல்லாப் பகுதிகளிலும் காணப்படுகின்றன. இது அரசியல் காரணங்களோடு எடுத்த

நடவடிக்கைகளின் விளைவாகத்தான் இருக்கவேண்டும். இராஜராஜனுக்கும் இராஜேந்திரனுக்கும் உள்நாட்டுப் போர் போல பூசல் நடந்தது என்று சிலர் சொல்லுவதும், இருவரும் அரசாங்கத்தைப் 'பங்கிட்டுக்கொண்டதாகச் சொல்லப்படுவதும், இராஜேந்திரன் இராஜராஜனைக் கொலை செய்தான் என்பதும்[67] ஆதாரமில்லாமல் சொல்லப்படும் கருத்துகளேயாகும்.

இராஜேந்திரனின் வெற்றி

இராஜேந்திரனின் மெய்க்கீர்த்தி, வரலாற்று நிகழ்ச்சிகளை அவை நடந்த வரிசைப்படி சொல்லுகிறதா என்பது ஐயப்பாட்டிற்குரியதாகும். மெய்க்கீர்த்தி, இராஜேந்திரனின் 7-ம் ஆண்டில்[67a] கி. பி. 1253-ல் ஏற்பட்டிருப்பதைக் கவனிக்க வேண்டும்; அது, இராஜராஜன் உயிரோடிருந்த காலம். பட்டத்துக்கு உரியவனாக ஏற்கப்பட்ட சில ஆண்டுகளில் இராஜேந்திரன் சில காரியங்களைச் சாதித்தான் என்று முடிவு செய்யலாம். ஹொய்சாளக் கல்வெட்டுகளை ஆதாரமாகக்கொண்டு, அவன் கி. பி. 1246-லேயே சில சாதனைகளைச் செய்துவிட்டான் என்று நிலைநாட்டலாம். சோழ அரசுக்கு ஏற்பட்ட இழிவினை இராஜேந்திரன் நீக்கிவிட்டான் என்றும் மூன்று ஆண்டுக்காலத்துக்கு இராஜராஜன் இரண்டு முடிகளைச் சூட்டிக்கொள்ளும் அளவுக்கு[68] இராஜேந்திரன் தன்னுடைய ஆற்றலைக் காட்டினான் என்றும் மெய்க்கீர்த்தி சொல்லுகிறது. முடியோடு இருந்த பாண்டியனின் தலையை வெட்டுவதில்[69] இராஜேந்திரன் வல்லவன் என்றும் அது குறிப்பிடுகிறது. திருப்புராந்தகம் கல்வெட்டு[70] 15-ம் ஆண்டில், இதை இன்னும் நிதானமாகச் சொல்லுகிறது: 'இருவர் பாண்டியர் முடித்தலை கொண்டருளின' என்பது வாசகம். இராஜேந்திரன், பாண்டிய நாட்டைக் கொள்ளையடித்ததாயும் சொல்லப்பட்டிருக்கிறது. இராஜேந்திரன் சில வெற்றிகளை அடைந்தான் என்பது உண்மையே. சோழ மன்னனுக்கு அவன் அணிவித்த இரண்டாவது முடி, பாண்டியனுடைய முடியே.[71] பாண்டியர்கள் இருபதாண்டுக் காலத்தில் இரண்டு தடவை சோழ நாட்டில் படையெடுத்துத் தீ வைத்தும் உள்ளனர்; கோப்பெருஞ்சிங்கன் கலகம் செய்து இராஜராஜனைச் சிறை வைத்ததற்கும் பாண்டியரே காரணம். எனவே, அவர்களை முதலில் தாக்க அவனுக்கு முதல் சந்தர்ப்பம் எப்போது ஏற்பட்டது? அவனுடைய வெற்றி ஏன் மூன்றாண்டுகளுக்கு மேல் தாக்குப் பிடிக்கவில்லை? அவனிடம் தோற்ற இரு பாண்டியர்கள் யார் யார்? வல்லமை படைத்த முதலாம் மாறவர்மன் சுந்தர பாண்டியனுக்கு

எதிராக இராஜேந்திரன் எதையும் சாதித்து விடவில்லை என்று தெரிகிறது. ஆனால் அவன் இறந்த பிறகும், கி. பி. 1251-ல் முதலாம் ஜடாவர்மன் சுந்தர பாண்டியன் பட்டத்துக்கு வரும் வரையும் பாண்டிய நாட்டில் சரியான அரசர்கள் இல்லை. எனவே, சோழரின் மேலாதிக்கத்தைத் தற்காலிகமாக ஏற்ற அரசன், இரண்டாம் மாறவர்மன் சுந்தர பாண்டியனாக (பட்டம் 1238) இருக்க வேண்டும். இவனுடன் சேர்ந்து ஆட்சி செய்த மற்றொரு பாண்டியனின் பெயர் தெரியவில்லை. இரண்டாம் மாறவர்மன் சுந்தர பாண்டியன் ஒரு சாதாரண அரசன்; அவன் ஆட்சியில்-சோழ நாட்டில் மூன்றாம் இராஜராஜன் ஆட்சியில் இருந்தது போல ஹொய்சாளர் மிகவும் தலையிட்டு எங்கும் தங்கள் அதிகாரத்தையும் செல்வாக்கையும் நிலைநாட்டத் தொடங்கினர்.[72] வல்லமை மிகுந்த அண்டை நாடு தாக்க நேர்ந்தால் ஹொய்சாளர் உடனே பாதுகாக்க முன் வந்திருப்பார்கள். இதைத் தவிர வேறு காரணம் இருந்திராது. மைசூர்க் கல்வெட்டுகள் சிலவற்றில் வீர சோமேசுவரன், 'பாண்டிய-குல - சம்ரட்சண - தக்ஷ - தக்ஷிண - புஜ'[73] என்று பாராட்டப்பட்டிருக்கின்றான். பாண்டிய வமிசத்தைப் பாதுகாப்பது இவனது வலது கரத்துக்கு மிகவும் கைவந்த கலை என்பது இதன் பொருள். ஏறத்தாழ இதே காலத்தில், சோமேசுவரன், ஒரு போர்க்களத்தில் இராஜேந்திரனைத் தோற்கடித்ததாகச் சொல்லப்பட்டிருக்கிறது; அவன் தஞ்சம் அடைந்தபோது அவனைக் காப்பாற்றியும் இருக்கிறான்.[74] இராஜேந்திரனின் கல்வெட்டுகளில் காணப்படும் சில சொற்றொடர்களுக்கு[75] இந்த நிகழ்ச்சிகள் காரணமாக இருக்கக்கூடும்.

சிங்கண தண்டநாயகன் என்பவன் சோழநாட்டின் ஒரு பகுதியின் மீது படையெடுத்தான் என்றும், அதனால் ஒரு கோயிலில் பூஜைகள் தடைபட்டன என்றும் சில காலத்திற்குப் பிறகு 50,000 காசுகள் செலவுசெய்து கோயில் திருப்பணியும் பிரதிட்டையும் நடந்ததாகவும் மூன்றாம் இராஜராஜனின் 25-ம் ஆட்சி ஆண்டில் கி. பி. 1241-ல் வேதாரண்யம்[76] கல்வெட்டு கூறுகிறது. கி. பி. 1245-ல் புதுக்கோட்டையில் ஏற்பட்ட நகல் கல்வெட்டு[77] அதற்குச் சில ஆண்டுகளுக்கு முன் வீரசோமேசுவரன் சார்பாக அவனுடைய தண்டநாயக ரவிதேவன் கானா நாட்டை (இராமநாதபுரம் மாவட்டம்) கைப்பற்றியதைக் கூறுகிறது. எனவே, இராஜேந்திரன் செல்வாக்குப் பெற்ற பிறகு; ஹொய்சாளர் நிலைமையில் மாறுதல் ஏற்பட்டது என்பதற்குத் தக்க ஆதாரம் உளது. இராஜேந்திரனின் விறுவிறுப்பான தலைமையில் சோழர்கள் மறுமலர்ச்சி பெற்ற அதே நேரத்தில் பாண்டியர்கள் புகழ் ஓரளவு மங்கிக்கொண்டிருந்தது. ஹொய்சாளர் கடைபிடித்த அரசதந்திரம், சோழர்களையும் பாண்டியர்களையும் நெருங்கவிடாமல் அவர்களுக்குள் பகையை மூட்டிவிட்டு, அதன்

மூன்றாம் இராஜராஜனும் மூன்றாம் இராஜேந்திரனும் 593

மூலமாகத் தென்னாட்டு விவகாரங்களில் தங்களுக்கு ஒரு முக்கியமான, தலைமையான இடத்தைத் தேடிக்கொள்ளுவதாகும். மூன்று ஆண்டுகள் பல பகுதிகளில் கடுமையான போர் நடந்தபிறகு, பாண்டியரை அடக்கி ஆளலாம் என்ற எண்ணத்தை இராஜேந்திரன் கைவிட்டான் என்று தெரிகிறது. ஆனால் இதைப்பற்றி நமக்கு ஒரு விவரமும் இன்னும் கிடைக்கவில்லை.[78]

சோட திக்கன்

சோமேசுவரனுக்கும் சோழர்களுக்கும் பாண்டியர் மீது கடைப்பிடிக்கவேண்டிய கொள்கை பற்றிக் கருத்து வேறுபட்டது. ஆகையால் சோழர்கள், புதிய நண்பர்களைத் தேடலாயினர். நெல்லூரைச் சேர்ந்த தெலுங்குச் சோடர்கள் வல்லமை பெற்று, நெல்லூர், செங்கற்பட்டு, கடப்பை மாவட்டங்களில் விரிவான பரப்பினை ஆண்டுவந்தனர். இவர்கள் சோழ மன்னர்களுடன் நேசமாக இருந்து அவர்களுடைய மேலாதிக்கத்தைப் பெயரளவில் அங்கீகரித்துவந்தனர். இக்காலத்தில் நெல்லூரை ஆண்டான் திக்கன்றபதி என்ற கண்டகோபாலன்.[79] இவன் சோழர்களின் நண்பன் என்பதற்கும் ஹொய்சாளரின் பகைவன் என்பதற்கும் இலக்கியச் சான்றுகள் உள்ளன. திக்கனா என்ற புலவர், தான் எழுதிய **'நிர்வசநோத்தர ராமாயணமு'** என்ற நூலுக்கு முன்னுரையாக எழுதிய செய்யுட்களில், தன்னை ஆதரித்த வள்ளலான மன்மசித்தனின் தந்தையான திக்கனுடைய சாதனையைப்பற்றி விரிவாகவும், நடுநிலையிலும் எழுதிப் பல விவரங்களைத் தந்திருக்கிறார். இதிலிருந்து சாம்புவராயன் மற்றும் எதிரி மண்டலர்களுக்கு விரோதமாக, திக்கன் போரிட்டதையும், காஞ்சி, சேதிமண்டலம், காடவபதி ஆகியோர் இவனுடைய மேலாதிக்கத்தை ஏற்கும்படி செய்ததையும் அறிகிறோம், குழப்பம் விளைந்த கோப்பெருஞ்சிங்கனின் தடித்தனமான நடவடிக்கைகளும் அவனுடைய ஆதரவாளர்களின் செயல்களும் இதனால் அடக்கப்பட்டு, அந்த அளவுக்குச் சோழ மன்னனின் நிலைமை உறுதிப்பட்டது. கி. பி. 1230-லும் அதன் பின்னரும்[80] கண்ட கோபாலனின் கல்வெட்டுகள் காஞ்சிபுரத்திலும் அதன் சுற்றுப்புறங்களிலும் இருப்பதும் அவற்றில் இராஜராஜனின் ஆட்சி ஆண்டுகள் குறிக்கப்பட்டிருப்பதும், திக்கனுக்கும் சோழருக்கும் இருந்த உறவு பற்றி, திக்கன சோமயாஜி எழுதி வைத்திருப்பதற்குப் பொருத்தமாக உள்ளன. சோமேசுவரன் என்ற கருநாடக அரசனைத் திக்கன் அடிமைப்படுத்தினான் என்றும் அவனுக்குப் பதிலாக அந்தப் பதவியில் சோழனை இருக்கச் செய்தான் என்றும் அதனால் 'சோழ-ஸ்தாபன-ஆசாரியன்' என்ற பட்டத்தைப் பெற்றான் என்றும் இந்தப் புலவர் தெளிவாகச் சொல்லுகிறார். கண்ட கோபாலனுக்கு எதிராக சோமேசுவரன் படையெடுத்ததை எஸ்.1162 (கி.பி.1240)[81]-ல்

பொறிக்கப்பட்ட ஒரு ஹொய்சாளக் கல்வெட்டு இதை உறுதிப்படுத்துகிறது. இக்கல்வெட்டில் அரசுரிமை பெறுவதற்குச் சில ஆண்டுகள் முன்னரே, சோழர் செல்வாக்கை மீட்டும் மாபெரும் முயற்சியில் இறங்கிவிட்டான் என்பது மிகத் தெளிவாகத் தெரிகிறது. எனவே (1) பலமில்லாத ஓர் அரசன் பாண்டி நாட்டில் சிம்மாசனம் ஏறியது (2) சோழர் பெருமையை நிலை நாட்ட இராஜேந்திரனின் முயற்சிகள் ஆரம்பமானது (3) சோழர்-ஹொய்சாளர் இருவர்க்கிடையேயும் பகை (4) சோழருடன் தெலுங்குச் சோடர் இணைந்து செயலாற்றியது-இவையெல்லாம் சேர்ந்து தென்னிந்தியாவின் அரசியல் நிலையில் ஒரு புரட்சியை உண்டாக்கின. உண்மையிலேயே, தென்னிந்தியாவின் அரசியல் படம் விரைந்து மாறிய ஒரு காலகட்டம் இது. இந்துக்களின் அரசியல் கருத்துக்கள் பற்றி அறிஞர்கள் படைத்துள்ள ஆராய்ச்சிக் கட்டுரைகளில் மண்டலங்களின் இராச்சிய உறவுகள் சொல்லப்பட்டிருக்கிறது; இதற்கு ஒரு சிறந்த சான்றாக இராஜேந்திரன் தலையெடுத்தபின் ஏற்பட்ட நிலைமையைக் குறிப்பிடலாம். சோழநாடு, சுற்றிலும் எதிரிகளால் சூழப்பட்டிருக்கிறது. சோழர்களுடன் நேசமாக உள்ள ஒரே அரசு நெடுந்தூரத்தில் இருக்கிறது; இடையேயுள்ள அண்டை அரசு சோழருடன் பகைகொண்டிருந்தது[82].

உத்தர இலங்கை

இராஜேந்திரன் பெற்ற மற்றொரு வெற்றி அவனுடைய மெய்க்கீர்த்தியில் "வீர இராட்சசர்களால் புகழ்பெற்ற வளமான வட இலங்கையில் இராமனாகவே கருதப்பட்டவன்" என்ற சொற்றொடரில் சொல்லப்பட்டிருக்கிறது. சாம்புவராயர்களில் சிலர் தங்களை வீர ராட்சசர் என்று கூறிக்கொண்டனர். இவர்கள் வட ஆர்க்காடு மாவட்டத்தில் சில பகுதிகளில் ஆட்சி செய்தனர்.[83] இவர்களுக்கு எதிராக நடந்த படையெடுப்பையே இச்சொற்றொடர் குறிப்பிடுகிறது. சம்புவராயனையும் மற்ற மண்டலர்களையும் எதிர்த்து திக்கன்றபதி படையெடுத்ததாக திக்கன சோமயாஜி எழுதியிருக்கிறார். படையெடுப்புகளுக்குப் பிறகே திக்கன்றபதி, காஞ்சியில் நிலையான ஆட்சி செய்தான்; எனவே சோழர் மீண்டும் செல்வாக்குப் பெறுவதற்காக நடைபெற்ற போர்களில் அவன் இராஜேந்திரனுடன் ஒத்துழைத்திருக்கக் கூடும்.

எனவே, இராஜேந்திரன் மேற்கொண்ட முயற்சிகள் யாவும் பெரிய அளவு வெற்றி தந்தன என்பது தெரிகிறது. எனவே, 1238-க்கும் 1250-க்கும் இடையே சில ஆண்டுகள், தங்கள் எதிரிகளையும் சிற்றரசர்களையும் பொருட்படுத்தாமல் சோழ அரசு மீண்டும் தலை தூக்கிற்று. நெல்லூரை ஆண்ட தெலுங்குச் சோட மன்னர்களின் ஒத்துழைப்புத்தான் இதற்குப் பெரிதும் காரணமாக இருந்தது. எழுச்சி பெற்றுவரும் பாண்டியர்களை அடக்கி ஒடுக்கும் முயற்சி

சிறிதும் பயன்தரவில்லை. பாண்டியருக்கு சோமேசுவரன் உதவ முன் வராமல் இருந்திருந்தாலும் கூட, இந்த நிலையில் மாறுதல் ஏற்பட்டிராது. காரணம், சோழநாடு வலுவாக இருந்த நாளில்கூட, சோழர்களால் அடக்கிவிட முடியாத ஒரு நிலையைப் பாண்டியர்கள் அடைந்திருந்தனர். விக்கிரம சோழன் காலத்திலிருந்து பாண்டிய நாட்டில் சோழர்கட்கு மரியாதை இருந்ததே தவிர, அதிகாரம் இல்லை. இப்போது, சோழர்களை முறியடித்த பெருமையும் பாண்டியருக்கு ஏற்பட்டு ஒரு புது மெருகுடன் அவர்கள் புகழ் நிலவிற்று. எப்படியாயினும் "மனு வழி வந்த இனம் மீண்டும் தழைக்கச் செய்தவன்", "சோழருக்கு ஏற்பட்ட இழிவைப் போக்கியவன்" என்றெல்லாம் பொருள்பட இராஜேந்திரனுடைய மெய்க்கீர்த்திகளில் சொல்லியிருப்பது நியாயமே என்பது அவனுடைய சாதனைகளால் உணரப்படும்.

காஞ்சிபுரத்தை இழக்க நேர்ந்தது

இராஜேந்திரன் அடைந்த வெற்றிகளில் காஞ்சிபுரம் சொல்லப்படவில்லை. எனவே இந்தக் காலப் பகுதியில் இந்த நகரத்தின் நிலையைச் சற்று கவனிப்போம். கடைசியாக உள்ள சோழர்க் கல்வெட்டின் காலம் கி. பி. 1245[83a] அதாவது மூன்றாம் இராஜேந்திரன் கல்வெட்டு ஒன்றுகூடக் காஞ்சிபுரத்தில் கிடைக்கவில்லை. இதற்கு மாறாக, காகதீய மன்னனான கணபதி என்பவனின் கல்வெட்டை இங்கே கி. பி. 1249, சூன் 8-ம் நாள் செவ்வாய்க்கிழமை பொறிக்கப்பட்டிருப்பதையும் இவனுடைய அமைச்சர்களில் ஒருவனான சாமந்தபோஜன்[83b] கொடுத்த பெரியதொரு மானியம் அதில் சொல்லப்பட்டிருப்பதையும் பார்க்கிறோம். நந்தலூரில் உள்ள ஒரு கல்வெட்டில், சொல்லப்படவேண்டிய சில செய்திகள் இடம் பெறாமல் அரைகுறையாக உள்ளது. எனினும் திக்கன் மகன் மன்மசித்தியும் கணபதியும் நண்பர்களாக இருந்தார்கள் என்று அது தெளிவாகக் கூறுகிறது.[83c] மன்மசித்தன் பட்டத்துக்கு வரவிடாமல் தடுக்கப்பட்டபோது, அவனுக்காக கணபதி, தெலுங்குச் சோட அரசன் விவகாரங்களில் தலையிடச் செய்தான். திக்கனா என்பவன் தெலுங்குப் புலவன் என்றும் கர்ண பரம்பரைக் கதை சொல்லப்பட்டுவருகிறது.[83d] கணபதி தலையிட்டது எந்த ஆண்டில் என்பதற்கு நமக்கு இன்னும் திட்டவட்டமாக ஆதாரம் கிடையாது. சில ஆண்டுகளுக்குப் பிறகு கண்டகோபாலன் என்ற திக்கனை ஜடாவர்மன் சுந்தரபாண்டியன் ஒரு போரில் கொன்று, தெலுங்குச் சோட நாட்டைக் கைப்பற்றியபோது, அவன் காஞ்சிபுரத்தையும் நெல்லூரையும் தன் வசப்படுத்திக்கொண்டதோடு[83e] கணபதியையும் ஓட ஓட விரட்டினான். எனவே, திக்கனின் கீழ் காஞ்சிபுரம் சில காலம் தெலுங்குச் சோடர் ஆட்சியில் இருந்தது என்றும் முதலில் மூன்றாம் இராஜராஜன் சார்பாகவும் ஆண்டுவந்தான் என்றும், இறுதியில் பாண்டியர் படையெடுத்து அவனிடமிருந்து காஞ்சி

மாநகரைக் கைப்பற்றினர் என்றும் கருதலாம். மூன்றாம் குலோத்துங்கச் சோழன் தன்னுடைய ஆட்சியின் பிற்பகுதியில் காஞ்சியைக் கைப்பற்றியிருந்தும் கூட சோழர்களால் நெடுங்காலத்துக்கு இந்த நகரைத் தங்கள் ஆதிக்கத்தில் வைத்துக் கொள்ள இயலாமல் போயிற்று. கோப்பெருஞ்சிங்கனும் சுதந்திரமாக ஆகிவிட்ட பிறகு, சோழ அரசனால் காஞ்சியில் தன் அதிகாரத்தை நிலைநாட்ட முடியவில்லை. ஆகையால் தன்னுடைய நண்பராக இருந்து வந்த தெலுங்குச் சோடன் அந்த நகரத்தை அவனுடைய ஆட்சிப் பரப்பில் சேர்த்துக்கொண்டதைச் சோழனும் அங்கீகரித்தான் என்று சொல்லலாம்.

இராஜேந்திரனும் ஹொய்சாளர்களும்

பாண்டியரிடம் கடைப்பிடிக்க வேண்டிய கொள்கை வேறு பட்டதால், சோழருக்கும் ஹொய்சாளருக்கும் இடையே போர் மூண்டது. தெலுங்குச் சோட மன்னனான முதலாம் திக்கன், இப்போரில் சோழனை ஆதரித்தான். ஆனால், இதெல்லாம் இடைக்கால நிகழ்ச்சியே. சில காலம் சண்டையிட்ட பிறகு இராஜேந்திரனும் சோமேசுவரனும் மீண்டும் நண்பர்கள் ஆயினர் என்று சோமேசுவரனின் கல்வெட்டுகளிலிருந்து தெரிகிறது. இதை உறுதி செய்வதைப் போல, இராஜேந்திரனின் கல்வெட்டுகளில்-மூன்றாம் இராஜராஜனின் கல்வெட்டுகளில் காணப்படுவதுபோல-ஹொய்சாள அதிகாரிகளின் நிவந்தங்கள் இடம் பெறுகின்றன.[84] சோழர்களும் ஹொய்சாளர்களும் நண்பர்களாக இருந்த இந்த நிலையை சோமேசுவரன் இறந்தபிறகும் நீடித்தது. இது தொடர்பாகத் தஞ்சை மாவட்டம் திருச்சத்துறையிலுள்ள இரு கல்வெட்டுகள்[85] குறிப்பிடத்தக்கவை. ஹொய்சாள நாட்டின் தென் பகுதியில் சோமேசுவரனுக்குப் பிறகு பட்டத்துக்கு வந்த வீரராமநாதனின் 10-ம் ஆட்சி ஆண்டைக் குறிப்பிடும் ஒரு கல்வெட்டு, இராஜேந்திரனின் 20-ம் ஆட்சி ஆண்டில் (கி. பி. 1265-66) ஒரு நிலம் விற்கப்பட்டதைச் சொல்லுகிறது. மற்றொரு கல்வெட்டு இராமநாதனின் 15-ம் ஆட்சி ஆண்டு, இராஜேந்திரனின் 25-ம் ஆட்சி ஆண்டு என்ற விவரத்தைத் தெரிவிக்கிறது. இவை, இரு அரசர்களும் நெருங்கிய நண்பர்களாக இருந்ததற்கு ஆதாரமாக உள்ளன. கல்வெட்டுகள் காணப்படும் பகுதிகளில் இரு அரசர்களும் கூட்டாக ஆட்சி செலுத்தியிருக்கவும் கூடும்.[86]

பாண்டியர் ஆட்சி மேலும் விரிவடைதல்

சோழரும் ஹொய்சாளரும் இவ்வாறு நெருங்கி இணைந்ததற்குக் காரணம், தெற்கே கிளம்பிய புதிய ஆபத்துதான். அதனால் தங்களுக்கு நேரக்கூடிய தீய விளைவுகளை இருவரும் உணர்ந்தனர். கி. பி. 1251-ல் பாண்டியருடைய சிம்மாசனத்தில் முதலாம் ஜடாவர்மன் சுந்தரபாண்டியன் அமர்ந்தான். அது முதல் தென்னிந்தியாவின் வீர தீரமிக்க போர்த் தலைவருள் ஒருவனாக அவன் திகழ்ந்தான்.

அவனுடைய ஆட்சியில் இரண்டாவது பாண்டியப் பேரரசு ஈடு இணையில்லாத பெரும் புகழை, உச்ச நிலையை அடைந்தது. ஹொய்சாளர், சோழர் உட்பட, கிருஷ்ணா ஆறு வரை-அதற்கப்பாலும் கூட-தென்னிந்தியாவெங்கும் உள்ள எல்லா அரசர்களும் அவனுடைய பலத்தை உணர்ந்தனர்; ஹொய்சாளரும் சோழரும் அதை முதலில் உணருவார் ஆயினர்.[87] பாண்டிய மன்னன் தன்னுடைய ஆட்சியின் 7-ம் ஆண்டிற்குள்ளேயே (கி. பி. 1258) சோழரையும் ஹொய்சாளரையும் அடக்கி, வியத்தகு வெற்றி கண்டுவிட்டான். சோழனைக் கப்பம் கட்ட வைத்தான். ஹொய்சாள மன்னன் உயிர் தப்புவதற்காக மைசூர்ப் பீடபூமிக்கு ஓடச் செய்தான். சோமேசுவரன் மீண்டும் போர் புரிந்தபோது, அவன், கி. பி. 1264-ல் கண்ணனூருக்கு அருகே ஒரு போரில் தோற்கடிக்கப்பட்டுக் கொல்லப்பட்டான். உடனே, காடவர், தெலுங்குச் சோடர் பகுதிகளையும் படையெடுத்து நெல்லூரில் வீர அபிஷேகம் செய்துகொண்டான். காற்று இவ்வாறு பாண்டியருக்கு ஆதரவாக அடித்துக்கொண்டிருந்தபோது, சர்வ வல்லமை பொருந்திய பாண்டியனை வம்புக்கு இழுக்காமல், மூன்றாம் இராஜேந்திரனும் வீர ராமநாதனும் ஒதுங்கி வாழ்ந்தனர். எனினும் பொது எதிரி ஒருவன் இருந்ததால் உள்ளன்புகொண்டு வாய்ப்பை எதிர்நோக்கி இருந்தார்கள். ஆனால் சுந்தர பாண்டியனுக்குப்பின் பட்டத்துக்கு வந்த மாறவர்மன் குலசேகரன் 1279-ல் அவர்கள் இருவரையும் போரில் தோற்கடித்தான்.

சோழ நாட்டின் கேந்திரமான பகுதிகளுக்கு வெளியே இராஜேந்திரனின் கல்வெட்டுகள் அரியதாகவே உள்ளன. கி. பி. 1261, அதாவது 15-ம் ஆண்டுக்குப் பிறகு, ஒரு கல்வெட்டையும் காணோம். கடப்பை மாவட்டம் நந்தலூரில் கி. பி. 1259-ல், 30-ம் ஆண்டில் ஏற்பட்ட கல்வெட்டும், அதற்கு இரண்டு ஆண்டுகளுக்குப் பிறகு கர்னூல் மாவட்டம் திரிபுராந்தகத்தில் பொறிக்கப்பட்ட கல்வெட்டும்தான் மங்கி மறைந்துவந்த சோழரின் ஆதிக்கத்தின் கடைசி சுவடுகள் போல உள்ளன.

இராஜேந்திரன் ஆட்சியின் முடிவு

இராஜேந்திரனின் கல்வெட்டுகளில் கடைசியாகக் குறிக்கப்பட்ட ஆட்சி ஆண்டு 33; இது ஏறத்தாழ கி.பி. 1279-க்குச் சமம். திருக்கண்ணபுரத்திலுள்ள தேதியில்லாத ஒரு கல்வெட்டு[88] சோமாப்பிள்ளை என்ற ஒருவனைக் குறிப்பிடுகிறது. இவனை, அரசன் 'நம் மகன்' என்று சொல்லுகிறார். சோழர் கல்வெட்டுகளில் கப்பம் கட்டிய சிற்றரசர்களே; மூன்றாம் இராஜேந்திரனுக்குப் பிறந்தவன் என்பது ஐயப்பாட்டிற்குரியதே.[89] வீரபாண்டியனுக்கும் இவன் கப்பம் கட்டியிருக்கிறான். கி. பி. 1263-ல் திருவெண்ணெய் நல்லூரில் பொறிக்கப்பட்ட ஒரு கல்வெட்டில்[90]

சோழகுல மாதேவியார் என்று பெயர் சொல்லப்பட்டிருப்பவள் இராஜேந்திரனின் பட்டத்து அரசிகளுள் ஒருத்தியாக இருக்கலாம். இராஜேந்திரனுக்கு உட்பட்டிருந்த சிற்றரசர்களின் எண்ணிக்கை மிகக் குறைவாக இருந்திருக்கலாம். சோழ கங்கன், களப்பாளன் என்ற இரு பெயர்கள்தான் இவ்வகையில் சொல்லப்பட்டிருக்கின்றன.[91] கங்கைகொண்ட சோழபுரம் தொடர்ந்து சோழர் தலைநகரமாக இருந்துவந்தது. எப்போதும் போல இந்தச் சோழ மன்னனும் சிதம்பரத்திலுள்ள நடராஜப் பெருமானைக் குல தெய்வமாக வழிபட்டு வந்தான்.[91a]

இராஜேந்திரனின் ஆட்சியின் இறுதியில், பாண்டியப் பேரரசு செல்வத்திலும் செழிப்பிலும் உச்ச கட்டத்தை அடைந்தது. சீனர், அராபியர் போன்ற வெளிநாட்டு பயணிகள் பாண்டியப் பேரரசையே சோழப் பேரரசை முன்னர் சிறப்பித்ததுபோல மதிக்கலாயினர். இராஜேந்திரனுக்குப் பிறகு எந்தச் சோழ சிற்றரசனும் பட்டத்துக்கு வந்ததாகத் தெரியவில்லை. எனவே, சோழ நாட்டின் தனித்தன்மை நீங்கி, சோழ நாடு, பாண்டிய நாட்டுடன் இரண்டறக் கலந்து விட்டது. சோழ அரசு அழிந்த பிறகும் சோழ மண்டலம் பெயர் நிலைத்தது. அது கோர மண்டலம் என்று பிற்காலத்தில் மருவிற்று. பிற்காலத்துச் சிற்றரசர்கள் சிலர் தெலுங்குச் சோடர் மூலமாகவோ தமிழ்ச் சோழர் வழியாகவோ தங்களைச் சோழ வமிச பரம்பரையினர் என்று சொல்லிக்கொண்டார்கள். கி. பி. 1301-ல், (எஸ். 1223) பெங்களூர் மாவட்டத்தில்[92] வீர சைவ வீர பிரதாப சோழராஜன் என்ற பெயருடைய ஒருவர் பெருமையான பட்டங்களுடன் ஆட்சி செய்ததைத் தெரிவிக்கிறது. இதே காலத்தில் வீரசோடனும் அவன் மகன் வீரசம்பனும், வட ஆர்க்காடு மாவட்டத்தில் ஆட்சி செலுத்தியது தெரிகிறது.[93] சென்னை மியூசியத்திலுள்ள எஸ். 1277-ம் ஆண்டுக்கு உரியதுமான பக்தி ராஜன் செப்பேடுகளில், வேறு வகையில் பிரபலமில்லாத தெலுங்குச் சோடர்களின் ஒரு கிளை சொல்லப்பட்டிருக்கிறது.[94] இன்னும் பின்னர், கி. பி. 1481-லும் 1530-லும், ஸ்ரீரங்கம் தீவிலுள்ள கல்வெட்டுகள் வாலக காமய, சென்பை பாலய ஆகியோரின் நிவந்தங்களைத் தெரிவிக்கின்றன. இவ்விருவரும், 'உறையூர் புர வராதீசுவர' என்ற தெலுங்குச் சோடப் பட்டம் உடையவர்கள்.[95] அச்சுத தேவராயனின்[96] கொழிஞ்சிவாடிச் செப்பேடுகளில் சோழர்கள் குறிப்பிடப்பட்டிருக்கிறார்கள். கடைசியாகச் சோழர் குடியின் வழிவந்த சிற்றரசர் பற்றிய குறிப்பு, கும்பகோணத்தில் எஸ். 1476 (கி. பி. 1554)-ல்[97] காணப்படுகிறது. அதில் மகா மண்டலீசுவர குருராஜ ருத்ரதேவ சோழ மஹாராஜா, ஆதி கும்பேசுவரர் கோயிலுக்கு இரண்டு கிராமங்களைத் தானம் கொடுத்தது சொல்லப்பட்டிருக்கிறது.

குறிப்புகள்

1. இ. ஐ. viii, பக். 260. கீல்ஹார்ன். 169/1942-3ன்படி எஸ். 1162 (கி. பி. 1240) என்பது மூன்றாம் இராஜராஜனின் 24-ம் ஆண்டு. ஏ. ஆர். இ. 1939/40-42/3, II, 42.
2. 409/1908.
3. 216/1908.
4. மாறுபட்ட கருத்தை ஏ. ஆர். இ. 1909, II, 51, 52-ல் பார்க்க. இராஜேந்திரன் ஹொய்சாள மன்னன் இரண்டாம் நரசிம்மன் மகள் சோமள தேவிக்கும் மூன்றாம் இராஜேந்திரனுக்கும் பிறந்தவன் என்று சிலர் நினைக்கிறார்கள். ஏ ஆர். இ. 1936-7 II, 33-ம் 48-ம். மற்றும் 1938-9 II, 24, இ. ஐ. xxvii, பக். 194-ல் அரைகுறை ஆதாரத்தை வைத்துக்கொண்டு, இவன் மூன்றாம் குலோத்துங்கனின் மகன் என்று சொல்லப்பட்டிருக்கிறது.
5. 116/1911 (n-d).
6. 51/1931, 76/1920, 20/1891, 93/1892 மற்றும்
7. 125/1912.
8. 120/1912 (20ம் ஆண்டு), மற்றும் திருவொற்றியூரிலிருந்தும்.
9. 321/1911 (2-ம் ஆண்டு).
10. ஏ. ஆர். இ. 1915 II 28.
11. முன் 142/1914.
12. 504/1918 (4-ம் ஆண்டு), 392/1918 (7+1-ம் ஆண்டு). கடைசியாகச் சொல்லப்பட்ட கல்வெட்டு, தக்கவாறு பேணப்படவில்லை. அது பொறிக்கப்பட்ட கற்கள் மாற்றி வைக்கப்பட்டது போலத் தெரிகிறது. இலங்கையின் நகரத்தை வென்றது பற்றிய விவரமான குறிப்பு 'கடல் அடையாதே கொற்றவஞ்சிலை வளையாதே வென்றிலங்கை மாநகர் கொண்டு' என்ற இந்த மெய்க்கீர்த்தியைச் சேர்ந்ததா என்பது தெரியவில்லை.
13. 'உலகுடைய பெருமாளுடன் ஒக்க முடிகவித்தாள் இராஜராஜன் பிரியவேளக்காரி .... இராஜராஜன் திருத்தாலி பெற்றுடையாள் ... உரை சிறந்த தனியாணை உடனாணை பெற்றுடையாள்
புவனையேழ் தனதனையிற் புரக்கும் அந்தப்புரப் பெருமாள்...
வாணர்-குல-நில-விளக்கு.'

14. 141/1926 (16 + 1-ம் ஆண்டு) 213/1925 (19-ம் ஆண்டு). 309/1927 (n-d).

15. இ. சி. vi Cm. 56 என்பதன் காலம் கி. பி. 1217 என்று வெங்கடசுப்பையா (முன்னே பக். 396) சொல்லியிருக்கிறார். 1222 என்ற ஆண்டுதான் இதில் சொல்லப்பட்டிருப்பதாக ஹுல்ஷ் நினைக்கிறார். (இ ஐ. vii, பக். 162). பாண்டியர் படையெடுப்பால் ஏற்பட்ட குழப்பங்களுக்கும் நரசிம்மன் ஸ்ரீரங்கத்திற்குப் படைகளுடன் சென்றதற்கும் ஏதோ தொடர்பு இருக்கும் என்று ஹுல்ஷ் கருதுகிறார். Cf. ஏ. ஆர். இ. 1923 II 7. அப்படியாயின் அப்படையெடுப்பைப் பற்றி, சோழர், பாண்டியர் ஆகிய இருதரப்புகளில் ஒருவர் கூட இதைப்பற்றி ஒரு கல்வெட்டிலும் குறிப்பிடாதது வியப்பாக உளது.

16. 271/1904.

17. காடவராயனின் அட்டி மெய்க்கீர்த்தியிலும் (296/1912) வடநாட்டு அரசர்கள் பற்றிய செய்யுளில் யாதவராயனுடன் நடந்த போரைப்பற்றிக் குறிப்பு இருக்கக்கூடும்.

18. இ. சி. ix, Kn. 87.

19. 228/1929. (10-ம் ஆண்டு). இந்த அதிகாரத்தின் பின் பகுதியில், பக். 428-ல் ஆராயப்பட்டிருக்கிறது.

20. இ. சி. xii, Tp. 42.

21. இ. சி. v, Cn. 211b (c 1221); மற்றும் vi சிக்மகளூர் 150. கி. பி. 1233-ல் நரசிம்மன், 'சோழநாடு பாஞ்சால நெலெ வீதினொளு' என்று (இ. சி. vii, Ci:52)-ல் சொல்லப் பட்டிருப்பதால், பாஞ்சால என்பது பாச்சூரைக் குறிக்கலாம்.

22. 142/1902, இ. ஐ. vi. பக். 160. அடிக்குறிப்பு.

23. கி. பி. 1236-க்குப் முற்பட்ட எந்தக் கல்வெட்டிலும், இந்த நிகழ்ச்சிகளைக் குறிப்பிடும் மெய்க்கீர்த்திகள் காணப்படவில்லை. பி. கே. பக். 144 எண். 3. ஆனால் 142/1902 (கி. பி. 1231-2)-ன் காலமும் **கத்யகர்ணாமிர்தம்** இயற்றப்பட்ட ஆண்டும், இந்த நிகழ்ச்சிகள் கி. பி. 1230-31-ல் நிகழ்ந்திருக்கும் என்பதைத் தெளிவாகக் கூறுகின்றன.

24. இராமநாதபுர மாவட்டம் திருச்சுழியிலுள்ள ஒரு கல்வெட்டின் சிதறுண்ட பகுதி, எஸ். 1152. 419/1914, சுந்தனை வணங்க மறுத்த ஜனநாதன், சுந்தனால் தோற்கடிக்கப்பட்டதைச் சொல்லுகிறது. இது, இந்தப் போர் பற்றிய குறிப்பாக இருக்கலாம். அப்படியாயின், ஜனநாதன் என்பது மூன்றாம் இராஜராஜனுடைய சிறப்புப் பெயராக இருக்கும்.

25. திருமலை ஸ்ரீ வெங்கடேசுவர, vi, பக். 677-8-ல் எம். ஆர். கவி. எழுதியுள்ள பகுதி. ஏ. ஆர். இ. 1938-9 II 22-ல் கத்யகர்ணாமிர்தத்தின் ஆசிரியருடைய குடும்பத்தைப் பற்றிய விவரங்கள் சொல்லப்பட்டுள்ளன.

26. 136/1900, இ. ஐ. vii, 163-4.

27. சேலம், தென் ஆர்க்காடு மாவட்டங்களின் பகுதிகள் க்யூ. ஜே. எம். எஸ். ii, பக். 121 n2. மகர அரசனின், பெண்களையும் கருவூலத்தையும் கூட நரசிம்மன் கைப்பற்றினான்.

28. 'குடிக்கால்களும் கத்தும் அளித்தும்' என்பதன் பொருள் இதுவாகவே இருக்க வேண்டும் என்று நினைக்கிறேன். குடிப்பதற்கான வாய்க்கால்கள் என்பது பொருத்தமாக இல்லை. குடிக்கால் என்பது கொடிக்கால் என்பதின் மரூஉவாக இருக்கலாம்.

29. இ. ஐ. vii, பக். 162.

30. சி. வி. ii, பக். xiv.

31. காடவராய்ன கிடிசி சோழன் பிடிசி தன்டு அல்லிக மெச்சி --இ சி. xii, ஜி. பி. 95.

31a. 536/1921.

32. 418/1922, இ. ஐ. xxiii, பக். 180-1.

33. 419/1893; 197/1905; 182/1919. ஏ. ஆர். இ. 1923 II 5-8-ல் கோப்பெருஞ்சிங்கன் பிரச்சினை 418/1922ஐக் குறிப்பிட்டு ஆராயப்பட்டிருக்கிறது. அழகிய சீயன் வேறு மஹாராஜ சிம்மன் வேறு என்ற முடிவுக்கு அது வருகிறது. அழகிய சீயன், மூன்றாம் ராஜராஜனைத் தோற்கடித்ததோடு-தெள்ளாற்றுக்குப் பிறகு 1221-22-ல் ஒரு தடவையும் பிறகு 1231-2 அளவிலும் (திருவேந்திரபுரம் கல்வெட்டு) இரண்டு தடவை கைது செய்து சிறையில் வைக்கப் பட்டிருந்ததாகவும் அது சொல்லுகிறது. ஆச்சரியமூட்டும் இந்த முடிவுகளுக்குக் காரணங்களாகச் சொல்லப்படுவன இரண்டு: வயலூர்க் கல்வெட்டு அரசன் பெயரை அழகிய சீயன் என்று சொல்லுகிறது. அது, சேந்தமங்கலத்தைக் குறிப்பிடவில்லை. மஹாராஜசிம்மன், க்ஷீராபுகா தட்சிண நாயகன், பெண்ணா நாடீநாதன் என்ற பட்டங்களுடன்தான் சொல்லப்படுகிறான். அழகிய சீயன், கோப்பெருஞ்சிங்கன் தெற்கே காவிரிவரைதான் வென்றான். அவனுக்கு இத்தகைய பட்டங்கள் கிடையாது (பாரா-8). மேலும் சீயன் மகன் கோப்பெருஞ்சிங்கன் என்பதே பொருள். வயலூர்க் கல்வெட்டு, பின்வரும் உரைநடைப் பகுதியுடன் தொடங்குகிறது. (வரி-1) சரஸ்வதி ஸ்ரீ சகல புவன சக்ரவர்த்தி ஸ்ரீ கோப்பெருஞ்சிங்கன் சோழனைத் தெள்ளாற்றில் (வரி-2) வென்று சகல

பரிச்சின்னமும்கொண்டு சோழனைச் சிறையிட்டு வைத்துச் சோணாடுகொண்ட அ(வரி-3)ழகிய சீயன்.

கோப்பெருஞ்சிங்கன் என்ற பெயர், எடுத்த எடுப்பிலேயே வருகிறது. பிறகு, அரசன் அழகிய சீயன் (அழகான சிங்கன்) என்றும் சொல்லப்பட்டிருக்கிறது. இது தகப்பன் பெயர் மகன் பெயருடன் சேர்த்துச் சொல்லப்படுவதாயும் இருக்கலாம். அல்லது பட்டப்பெயராகவும் இருக்கலாம். கோப்பெருஞ்சிங்கன் என்று பெயர் சொல்லப்பட்ட பிறகு, சேந்தமங்கலம் என்ற ஊர்ப் பெயர் சொல்லாமல் விடப்பட்டதைப் பொருட்படுத்தத் தேவையே இல்லை. சோழ அரசன், இரண்டு முறை சிறைபடுத்தப்பட்டான் என்று நினைப்பதற்குக் காரணம் இல்லை. வயலூர்ப் பிரசஷ்டி சொக்கச்சீயன் என்பவனால் இயற்றப்பட்டதாகச் சொல்லப்படுகிறது (பாரா-5). அதன் இறுதிப் பகுதி வருமாறு: “இது சொக்கச் சீயன் ஆணை”. இதன் பொருள்: இதைப் பொறித்தவன் சொக்க (அழகிய) சீயன் என்பதாகும்.

34. இ. சி. v. Ak. 123. மங்கலம் என்னும் சிற்றூர் விருத்தாசலம் வட்டத்தில் சேந்தமங்கலத்துக்கு 10 மைல் தென்மேற்கே உளது.

35. எம். ஆர். கவி.

36. இ. சி. v. Ak. 123.

37. க்யூ. ஜே. எம். எஸ். ii, பக். 122 பி. கே. பக். ~~150.~~

38. இந்தத் திருமண உறவுகளின் விவரங்கள் நமக்குத் தெரியவில்லை. இரண்டாம் நரசிம்மன் அவனுடைய மகளை மூன்றாம் இராஜராஜ சோழனுக்குத் திருமணம் செய்து கொடுத்தான் என்று சீவெல் சொல்லியிருப்பது (H I S I. பக். 132) வெறும் அனுமானமாகவே இருக்கும்.

39. மார்ச் 21-ஏப்ரல் 20-இ ஐ. viii, பக். 7 கீல் ஹார்ன்.

39a 192,1939-40 (44-ம் ஆண்டு) ஏ. ஆர். இ. 1939/40-1942/43 II 42.

40. 23/1897.

41. 480/482/1921.

42. 393/1918.

43. 112/1911.

44. 244/1917.

45. 279/1927; ஏ. ஆர். இ. 1927 II 30.

46. 506/1918 (18-ம் ஆண்டு).

47. 228/1929-ல் இராஜராஜன் என்ற பெயர் இந்தக் கல்வெட்டில் இல்லை; ஆனால் அது இவனுடைய ஆட்சியில் ஏற்பட்டதுதான் என்பது உறுதி. ஏ ஆர் இ. 1929 II 48.
48. மாறுபட்ட கருத்தை மேற்சொன்ன ஏ ஆர் இ. யில் காண்க.
49. முன் பக். 420.
50. 349/1919 (11-ம் ஆண்டு).
51. 408/1919 (14-ம் ஆண்டு).
52. 404/1919 (15-ம் ஆண்டு).
53. 369/1919 (20-ம் ஆண்டு). ஹொய்சாள தளபதிகள் கொடுத்த மற்ற கொடைகள். 611, 612, 615/1919. (24-ம் ஆண்டு); 138/1905 (கருவூர், 24-ம் ஆண்டு).
54. 39/1920 (20-ம் ஆண்டு)..
55. **Pd.** 183 (20-ம் ஆண்டு).
56. 366/1919.
57. பி. கே. பக். 158-9.
58. **Pd.** 340, 341.
59. 419-c/1893. காகதீயப் பேரரசுக்கும் கப்பம் கட்டிய அம்பதேரன், காடவராய விமர்தக என்று சொல்லப்பட்டிருக்கிறான்.
60. 504/1902; 488-a/1902.
61. 8/1893.
62. 363/1918; என். ஐ. ஆர். 38, ஜி. 58.
63. 104/1922; 88/1889.
64. ஏ ஆர் இ. இங்குமங்கும்.
65. 138/1904 (24-ம் ஆண்டு).
66. 445/1919 மற்றும் 444-ல் 19-ம் ஆண்டு (கி. பி. 1235).
67. மூன்றாம் இராஜராஜன், மூன்றாம் இராஜேந்திரன் ஆகியோர்களிடையே இந்த உறவு குறித்து மிகவும் குழப்பமான கருத்துக்கள் ஏற்பட்டுள்ளன. சிறந்த ஓர் ஆராய்ச்சியாளர் தற்காலிகமாகச் சொல்லி வைத்த ஒரு கருத்தை முடிந்த முடிவாகக்கொண்டு, அதன் விளைவாகப் புது ஊகங்களும் செய்யப்பட்டுள்ளன. இராஜேந்திரனின் 7-8-ம் ஆட்சி ஆண்டுகளில் 64/1892, 65/1892 இரண்டும் ஏற்பட்டன. இவை குறித்து 1900-ம் ஆண்டில் வெங்கைய்யா கூறியதாவது: ஸ்ரீரங்கம் அரங்கநாதர் கோயிலிலுள்ள இரண்டு கல்வெட்டுகளிலிருந்து 64, 65/1892 வீர சோமேசுவரன் காலத்தில் இன்னும் ஒரு சோழனாவது, சோழ மன்னன் திரிபுவனச் சக்ரவர்த்தி இராஜேந்திரச் சோழ

தேவன் காலத்தில் இருந்தான் என்று தெரிகிறது. இந்தச் சோழ மன்னன் மூன்றாம் இராஜேந்திரன் காலத்தில் சுதந்திரமாக ஆண்டுவந்தான் எனின், உள்நாட்டுக் குழப்பங்களால் இவன் காலத்தில் சோழர் அதிகாரம் சீர்குலைந்தது என்பது தெரிகிறது (ஏ. ஆர். இ. 1900, பாரா 30). அதே அறிக்கையில் வேறு ஒரு சந்தர்ப்பத்தில் அவர் சொல்லியிருப்பதாவது: "சோழ அரசனை மீண்டும் அரச பதவியில் அமர்த்தியதாக சோட திக்கன், வீரசோமேசுவரன் ஆகிய இருவருமே உரிமை கொண்டாடுவதால் அவர்கள் தங்களுக்குள் போரிட்டதால், சோழ சிம்மாசனத்தைப் பெற விரும்பிய போட்டிக் கட்சிகளை இவர்கள் ஆதரித்திருக்கக்கூடும் (மேற்கண்ட அறிக்கை, பாரா 48). இவையெல்லாம் ஊகங்களே. இவற்றுக்கு அதிக முக்கியத்துவம் கொடுக்க வேண்டியதில்லை. ஆனால் பிற்காலத்தில் எழுதிய அனைவரும் வெங்கைய்யாவின் இந்தக் கருத்துக்களை வேத வாக்கியங்களாகக்கொண்டு இவற்றின் அடிப்படையில், கூட கோபுரமும் மாட மாளிகைகளும் கட்டியிருக்கின்றனர். மூன்றாம் இராஜராஜனும் மூன்றாம் இராஜேந்திரனும் சகோதரர்கள் என்று ஒரு கற்பனையும் பரவி உளது. மூன்று ஆண்டுகளில் இரண்டு தடவை முடிசூட்டி வைத்தபிறகு இராஜராஜனை, இராஜேந்திரன் கொன்றான் என்ற கட்டுக்கதையில் கிருஷ்ண சாஸ்திரியும் எழுதியுள்ளார். இராஜேந்திரனின் மெய்க்கீர்த்தியில் வரும் 'தூர்த' என்னும் சொல் 'துர்பத' என்பதன் மரூஉ. தவிரவும் அதில் ஒரு சொல்லை, பின்வரும் பாண்டியருடன் இணைத்துப் படித்தால் பொருளே முற்றிலும் மாறிவிடுகிறது. பார்க்க: கோபிநாத ராவ் தமிழில் எழுதிய 'சோழ வரலாறு' பக். 114. பாண்டியர்கள் இந்திரனை எதிர்த்துப் படையெடுத்தனர் என்ற மரபுவழிக் கதையை இது குறிப்பிடுகிறது போலும். இங்கே மறுக்கப்பட்ட கருத்துகள் எல்லாவற்றையும் எஸ். கே. ஐயங்கார் **'சவுத் இந்தியா அண்டு ஹர் மகமடன் இன்வேடர்ஸ்'** என்ற நூலில் பக். 35-41-ல் ஏற்றுக்கொண்டிருக்கிறார்.

67a. 64/1892 மனுகுல மேடுட்டு நெறி முடிசூடி அருளிய என்று 185/1908 (நான்காம் ஆண்டு)-ல் வரும் சொற்களையும் நாம் கவனிக்க வேண்டும். 'பூமியும் திருவும்' என்று தொடங்கும் சுருக்கமான மெய்க்கீர்த்தி உடைய மூன்று எஸ் ஐ ஐ. vii, பிற்சேர்க்கை 'ஆ'-யில் சொல்லப்பட்டிருக்கிறது. ஆனால் இவை உண்மையில் முதல் குலோத்துங்கனின் ஆரம்ப காலக் கல்வெட்டுகள். இவற்றில் இரண்டில் பரகேசரி என்று சொல்லப்பட்டிருப்பது பிழை. இராஜகேசரி என்று இருக்க வேண்டும்.

68. சோழ குல பரிபவ நிராகரண விக்கிரம திரி வற் ஷ தாரி டமகுடத்வய-ராஜராஜ.

69. பாண்டிய மணி மகுடசீரஹ்-கணடன பண்டித-420/1911; 515/1922.

70. 201/1905-தலைகொண்ட என்பதன் பொருளுக்கு மேலே பக்கம் 143-4 பார்க்க மற்றும் 93/1893-லும் 515/1922-லும் வரும் பாண்டிய மணி மகுட பிதா பிரதிஷ்ட பாதாரவிந்தன.

71. கிருஷ்ண சாஸ்திரி சொல்லுகிறார்: 'இரண்டு முடிகள்-பாண்டியர், கேரளர் முடிகளாக இருக்கலாம்'-ஏ. ஆர். இ. 1912, II, 32 கேரளத்தவனும் பாண்டியனும் அவனுக்கு சாமரம் வீசினர் என்று பெருமையாகச் சொல்லப்படுவது தவிர வேறு ஓரிடத்திலும் கேரளம் இடம்பெறவில்லை. மேலும் பாண்டிய, கேரள முடிகள் இரண்டும் இராஜராஜன் மீது சூட்டப்பட்டால், அவனுடைய சொந்த சோழ முடியுடன் கூட மொத்தம் மூன்று முடிகள் ஆகுமே தவிர மெய்க்கீர்த்தியில் சொல்லியிருக்கிறபடி இரண்டு முடிகள் ஆகாது.

72. பி. கே. பக். 158.

73. இ. சி. v, பக். xxv

74. இ. சி. v, ஏ. கே. 123.

75. கி. பி. 1254-ல் எட்டாவது ஆண்டில் பொறிக்கப்பட்ட ஸ்ரீரங்கம் கல்வெட்டு 'மாம சோமேசுவர பிரதிகுல கால தண்ட' என்ற சொற்றொடருடன் ஆரம்பிக்கிறது. இதன் பொருள் 'சோமேசுவர மாமனுக்கு எதிராக மரணக்கம்பி தொங்குகிறது' என்று இருக்கலாம் அல்லது "சோமேசுவர மாமனுடைய எதிரிகளுக்கு காவு கொடுக்கும் கம்பி" என்றும் இருக்கலாம். சமஸ்கிருத மெய்க்கீர்த்தியில் இதேபோல ஒரு சொற்றொடர் இருக்கிறது. அதுவும் சந்தேகங்களைக் கிளப்புவதாகவே அமைந்திருக்கிறது. நல்ல வேளையாக சமஸ்கிருத மெய்க்கீர்த்தியிலுள்ள மற்றொரு சொற்றொடர் இதைத் தெளிவுபடுத்துகிறது. அதிலிருந்து இராஜேந்திரன் சோமேசுவரனுக்கே விரோதமாக இருந்தான் என்பது தெரிகிறது. அந்தச் சொற்றொடராவது: "கிரிதுர்க மல்ல வீர சோமேஸ்வர கர் ஆமுக்த பாடி வீராபரண". இதன் பொருள்-மலைகள், கோட்டைகள் முதலியவற்றைக் கைப்பற்றி, வீரசோமேஸ்வரன் வீரர் பலருடைய சிலம்புகளை அணிந்து அவர்கள் பாதங்களை மிதித்தான்." இந்த நிகழ்ச்சிகள் இரண்டாம் மாறவர்மன் சுந்தரபாண்டியன் பட்டத்துக்கு வந்த கி. பி. 1238-க்கும் இராஜேந்திரன் மெய்க்கீர்த்தியில் காணப்படும் முதல் ஆண்டான கி.பி. 1253-க்கும் இடையே நிகழ்ந்திருக்க

வேண்டும். ஏ. கே. 123-ல் கி.பி 1234, 1236 என்ற இரு தேதிகள் உள்ளன. இவை பல ஆண்டுகளுக்குப் பிறகு பொறிக்கப்பட்டிருக்கலாம். தேதிகள் இந்தக் கல்வெட்டில் விவரிக்கப்பட்ட நிகழ்ச்சிகளைக் குறிப்பன.

76. 501/1904 (30-ம் ஆண்டு)..

77. Pd. 340, 341. அதே. 387/1906. ஏ. ஆர். இ., 1907 II 26.

78. கோப்பெருஞ்சிங்கனும் தன்னைப் 'பாண்டிய மண்டல ஸ்தாபன சூத்ரதாரன்' என்று சொல்லிக்கொண்டிருக்கிறான். அவன் பாண்டிய அரசர்களுக்கும் உதவிபுரிந்திருக்கக் கூடும்.

79. 446/1919; ஏ. ஆர். இ. 1920 II 55.

80. 357/1919; 446/1919-ம் மற்றவைகளும்.

81. இ. சி. vi, Kd. 100. "வீர சோமேசுவர தேவனு கண்ட கோபாலன மேலே ஈட்டி நடேது" 439/1937-8, கி.பி. 1239-ல் மூன்றாம் இராஜேந்திரனின் 23-ம் ஆண்டில் ஏற்பட்டது. இது இரண்டாம் நரசிம்மனை, கண்ட கோபாலன் குத்தியதைச் சுட்டுவதாகச் சொல்லப்பட்டிருக்கிறது (ஏ ஆர் இ. 1937-8 II 42). ஆனால் இது திக்கனா கூறுவதற்கு முரணாக இருப்பதாலும், இந்தக் கல்வெட்டு எளிதாக இல்லாததாலும், இன்னும் தெளிவான ஆதாரத்தை எதிர்பார்ப்பது நல்லது.

82. 'சோழ ஸ்தாபனாச் சாரியன்' என்ற பட்டத்தை வீர சோமேசுவரன் தன் தகப்பனைப் பின்பற்றிப் போட்டுக்கொண்டிருக்கலாம். ஆனால், இப்பட்டத்திற்கு வரலாற்று நிகழ்ச்சிகளின் அடிப்படை இருப்பது ஐயமே. திக்கன் பதியைப் பொறுத்தவரை, இப்பட்டத்திற்கு அவன் உரியவன் என்பதை திக்கனா அவருடைய இரண்டு செய்யுள்களில் தெளிவுபடுத்துகிறார்.

சம்பு - ராஜாதி - பிரஸஸ்தாரி - மண்டலிகமு ஜோர்ச்சி -
யேலடே காஞ்சீபுரமு !
சேதி-மண்டலமு காசி கஜேசி காடவப்பதி-நீய்ய
கொலுபடே பலச்சமுனக்கு !!

* * * *

கமலாப்த-ப்ரத்திமான-மூர்த்தி-யகுனா-கர்ணாட
மோமேஸ ஒ து-
ர்தம-தோர்கர்வமு ரூப்பு மாப்பி நிஜதர்ப்பம்பும்
பிரதிஷ்திஞ்சி லி-
லமெயிஞ்-ஜொளுனி பூமிப்பாய் நிலிப்பி சோளஸ்
தாப்பனாச்சார்ய-நா
மமு தக்கங்கொனி திக்கபூவிபுடு சாமர்த்தியம்பு
செல்லிம் படே!! கேதன,

தசகுமார சரித்திரம் என்னும் நூலில் கேதனா, திக்கன் பாண்டியர்களிடமிருந்து கப்பம் வசூலித்ததை (1 : 16)ச் சொல்லுகிறார். பாண்டியர் போரில் அவனுடைய படைகள் இராஜேந்திரனுக்கு உதவியிருக்கலாம் தானே?

83. 58/1908 (மூன்றாம் குலோத்துங்கன், 17-ம் ஆண்டு) வட இலங்கை என்பது கோதாவரி ஆறு பாயும் பகுதியிலுள்ள இலங்கைகளைக் குறிப்பிடவில்லை. (ஏ. ஆர். இ. 1918 II 32; 1913 II 43), ஆனால் அது மாவிலங்கையையே குறிப்பிடுகிறது. பார்க்க: **பத்துப்பாட்டு**-3, பக். 139; **புறநானூறு**-2, முன்னுரை பக்.61.

83a. 352-ம், 566/1919.

83b. ஐ. ஏ. xxi, பக். 197 அடிக்குறிப்பு. 2/1893-ல் ஏற்பட்ட மற்றொரு கல்வெட்டு. இதே நடவடிக்கையின் தமிழாக்கம்போல் தெரிகிறது. இதன் தேதி சரியாக ஒரு வழியாக ஒரு வாரத்திற்கு முன் கொடுக்கப்பட்டிருக்கிறது. வான சாஸ்திர விவரங்கள், கி. பி. 1249 சூன் 1-ம் நாள் செவ்வாய்க் கிழமைக்குப் பொருந்துகின்றன.

83c. 580/1907 கலிங்கம் 'ஸ்வான் கலிங்கானாபிமுகம் அகரோதெக வீராஸ் தடனீம்' ஏ ஆர் இ. 1908 II 75. "வாரங்கலை ஆண்ட காகதீய மன்னன் கணபதி இதே காலத்தில் திடீரென்று தென்னாட்டைத் தாக்கிக் காஞ்சிபுரத்தைக் கைப்பற்றினான். ஸ்ரீரங்கம் தீவில் தங்கி முற்றுகையிட்டான்" என்று (ஏ. எஸ். ஐ. 1909-10, பக். 155) கிருஷ்ண சாஸ்திரி சொல்லியிருக்கிறார். இந்தக் கூற்றுக்கு எவ்விதமான ஆதாரமும் கிடைக்கவில்லை. எந்த அடிப்படையில் கிருஷ்ண சாஸ்திரி இப்படிச் சொன்னார் என்பது தெரியவில்லை.

83d. **சித்தேஸ்வர சரித்திரம்** என்ற வீரேசலிங்கம் அவருடைய **லைவ்ஸ் ஆப் தெலுகு பொயட்ஸ்** என்ற நூலின் திருந்திய பதிப்பில், முதல் பாகத்தில் பக். 89-92-ல் மேற்கோள் காட்டியிருக்கிறார்.

83e. இவனுடைய சமஸ்கிருத மெய்க்கீர்த்திகளில் சொல்லப்படும் சொற்றொடர்களின் வரிசை முறை மிகவும் கவனிக்கத்தக்கது: "வீர கண்ட கோபால-விபின-தாவ-தகன, காஞ்சிபுர வராதீஸ்வர, கணபதி, ஹரிணா சார் தூல, நெல்லூரயுர-வீரசித-வீராபிஷேக. எஸ். ஐ. ஐ. iv, 433. இந்தப் படையெடுப்புப் பற்றி சீவெலுக்கு ஏற்படும் ஐயங்கள் எனக்கு உண்டாகவில்லை. எச். ஐ. எஸ். ஐ. பக். 155.

84. 49/1913, 387/1903, 498/1902, 349/1919. சிவாயம் கோயில் விவகாரங்கள் பற்றி உள்ளூரில் நடந்த ஒரு

விசாரணையில் (49/1913) சோமேசுவரனின் அதிகாரிகள் பங்குகொண்டிருந்ததாய், இராஜேந்திரனின் மேலாதிக்கத்தை சோமேசுவரன் ஏற்றான் என்பதாய் சொல்லப்பட்டிருக்கிறது (ஏ. ஆர். இ. 1913 II 43). ஆனால் மூன்றாம் இராஜராஜனின் கல்வெட்டுகளில் எத்தனையோ தடவை ஹொய்சாள அதிகாரிகள் இடம்பெறுகிறார்கள் என்பதை நாம் கவனிக்கும்போது, இது ஐயத்திற்கு உரியதே. இரு அரசர்களுக்குமிடையே நட்பு நிலவியது என்று ஊகிப்பது பொருத்தமானது.

85. 207, 208/1931.

86. ஏ. ஆர். இ. 1931, II, 16.

87. பி. கே. பக். 160 அடிக்குறிப்பு.

88. 515/1922.

89. மாறுபட்ட கருத்து ஏ. ஆர். இ. 1923, II, 45. இவனே புதுக்கோட்டைக் கல்வெட்டுகளில் எண்கள் 427-37-ல் சொல்லப்படும் அழகிய சேமனாக இருக்கலாம். இவன் 1257-79-ல் ஆட்சி செய்து பாண்டியருக்குக் கட்டுப்பட்டு இருந்தான். செம்பாட்டூர், திருவிடையா பட்டிக் கோயில்களை இவன் கட்டினான் (**புதுக்கோட்டை மானுவல்**, பக். 619-21).

90. 427/1921.

91. 194/1926; 202/1908; 339/1925.

91a. 92/1897.

92. இ. சி. ix, Bn. 96.

93. 3/1890; இ. ஐ. iii, பக். 70-2.

94. ஜே. ஓ. ஆர். v பக். 128 அடிக்குறிப்பு.

95. 30/1891; 56/1892.

96. **பாரதி**, ஆங்கிரச, சராவணா.

97. 291/1927. விஜய நகர ஆதாரங்களில் குறிப்பிடப்பட்டுள்ள ஏனைய மேற்கோள்கள் திட்டவட்டமாக இல்லாமல் மேற்போக்காக உள்ளன. சான்று: எம். ஏ. ஆர். 1928, பக். 51-வரிகள் 7-8/44.

புத்தகம்-2 பக்கம் 609-ல் தொடங்குகிறது

சோழர்கள்
[நூற்றுக்கும் மேற்பட்ட படங்கள் கொண்டது]

புத்தகம் 2

பேராசிரியர்
கே.ஏ.நீலகண்ட சாஸ்திரி

தமிழாக்கம் :
கே.வி.ராமன்

இந்தியன் கவுன்ஸில் ஆப் ஹிஸ்டாரிகல் ரிசர்ச்
புது தில்லி

&

நியூ செஞ்சுரி புக் ஹவுஸ் (பி) லிட்.,
41-பி, சிட்கோ இண்டஸ்டிரியல் எஸ்டேட்,
அம்பத்தூர், சென்னை- 600 050.
☎ : 044 - 26251968, 26258410, 48601884

பொருளடக்கம்

புத்தகம் 2

609 - 1174

	பக்கம்
17. சோழர்களின் ஆட்சிமுறை	609
18. ஊராட்சி முறை	654
19. வரிவிதிப்பும் நிதியும்	691
20. மக்கள் தொகை: சமூகப் பிரிவுகள்: வாழ்க்கைத் தரம்	719
21. விவசாயமும் நில உரிமைகளும்	744
22. தொழிலும் வியாபாரமும்	772
23. நாணயங்களும் அளவைகளும்	802
24. கல்வியும் அறிவும்	821
25. சமயம்	831
26. சோழர் காலத்தில் இலக்கியம்	870
27. சோழர் கலை	915
படவிளக்கம்	993
குறிப்புகள்	1025

அதிகாரம் 17

சோழர்களின் ஆட்சிமுறை

விஜயாலய மன்னன் ஆட்சிக்காலம் தொடங்கி, சோழப் பேரரசு வீழ்ச்சி அடைந்த காலம் வரை அவர்கள் வகுத்துக் கொண்ட ஆட்சி முறையையும், சமூக அமைப்பையும் பற்றி விவரிப்பதற்கானதோர் முயற்சி இனி வரும் பகுதிகளில் காணலாம். இதை ஒரு முயற்சியாகவே கொள்ளவேண்டுமே தவிர, முழுமையாக விவரிக்கப்பட்டுவிட்டது என்று கூற முடியாது. ஏனெனில், அதற்கு வேண்டிய சான்றுகள் குறைவாக இருப்பது மட்டுமின்றி, அவை ஆங்காங்கே சிதறிக்கிடக்கின்றதால், அவை அனைத்தும் ஒன்றுசேர்ந்து தொகுத்து எழுத வேண்டிய நிலையிலுள்ளோம். இதைத் தொகுப்பதற்கு ஏராளமான கல்வெட்டுகளை நாம் படிக்க வேண்டியுள்ளது. அவைகள் அனைத்தையும் நாம் நன்கு புரிந்து கொண்டோம் என்று கூறிவிட முடியாது. சென்னையிலுள்ள கல்வெட்டுக் கிளைஅலுவலகத்தில் இதுகாறும் வெளியிடப்படாத் கல்வெட்டுகள் அனைத்தையும் படிப்பதற்கான வாய்ப்பை எனக்கு, மத்தியத் தொல்பொருள் துறையினர் அளித்திராவிட்டால் இதுபோன்றதோர் முயற்சி செய்வது கடினமே. நம்நாட்டு இலக்கியச் சான்றுகளின் கால அளவை அறுதியிட்டுக் கூறும் நிலையில் இல்லாதது வருந்தத்தக்கது; வரலாற்று மாணவர்க்கு இது ஒரு பெரும் குறையாகவேயுள்ளது. வெளிநாட்டுப் பிரயாணிகளும் ஆசிரியர்களும் தென்னிந்தியாவைப் பற்றி விட்டுச் சென்றுள்ள குறிப்புகள் வரவேற்கத்தக்கவை. எனினும் அவற்றிலிருந்து கிடைக்கும் பயன் மிகக் குறைவே. கிடைத்திருக்கும் நாணயச் சான்றுகளோ, புதிய பிரச்சினைகளைக் கிளப்புகின்றனவே தவிர அவைகளுக்குத் தீர்வு காண்பனவாக இல்லை. சோழப் பேரரசின் நீண்ட ஆட்சிக்காலமும், அவர்தம் ஆட்சிக்குட்பட்டிருந்த மிகப்

பரவலான நிலப்பகுதியையும் நோக்கும்போது, இதுகாறும் கிடைத்துள்ள சோழர் நாணயங்களின் எண்ணிக்கையும் வகைகளும் மிகக் குறைவே எனலாம், அதிர்ஷ்டவசமாகச் சோழரின் கட்டட-சிற்பக்கலை மேம்பாட்டை நன்கு விளங்கவைக்கும் வகையில் அவர்கள் விட்டுச்சென்றுள்ள அழியாச் சின்னங்கள் நம்மிடையே இன்றும் இருந்துவருகின்றன.

அரசியல் வரலாறு போலவே, ஆட்சிமுறை, சமூக அமைப்பைப் பற்றியும் அறிந்துகொள்வதற்குக் கல்வெட்டுகள் தான் அடிப்படை ஆதாரமாக அமைந்துள்ளன; கவனத்துடன் பயன்படுத்தப்பட்ட இலக்கியச் சான்றுகளும் உறுதுணையாக அமைகின்றன.

இந்திய வரலாற்று ஆசிரியர், தான் எழுதும் வரலாறு, யாதோ ஒரு சமுதாயம் முன்னேற, அதன் முன்னோர்களெல்லாம் எடுத்துக் கொண்ட திட்டமிட்ட முயற்சிகளின் வரலாறாகக் கருதமாட்டார். ஏனெனில், சமூக நடவடிக்கைகளில் எந்த ஒரு துறையை எடுத்துக் கொண்டாலும்-சான்றாகப் பொருள் ஈட்டல், காத்தல், அரசியல் அமைப்பை உருவாக்குதல், திருத்தி அமைத்தல், கலைத் தொண்டு, சமயவழிபாடு, சீரிய பண்பாடுகளைப் பேணிக்காத்தல்-இதுபோன்ற பலதரப்பட்ட சமுதாய நடவடிக்கைகளில் மனிதனின் சாதனைகள் ஒன்றுபோல் இருந்தது எனலாம். ஆயினும், முன்னேற்றப் பாதையிலேயே அவை சென்றுகொண்டிருந்தன என்று சொல்லிவிட முடியாது. பல தலைமுறைகளாய்ப் பாடுபட்டுப் பேணிக் காத்த உன்னத வாழ்க்கையும், பண்பாடுகளும் சில திடீர்க் குழப்பங்களாலும் புரட்சிகளாலும் தற்காலிகமாகத் தகர்த்து எறியப்படும் நிலையிலிருந்து, உலகில் எந்த நாடும் தப்ப முடியவில்லை. ஏதோ ஒரு சமயத்தில் ஒரு கொடிய சக்தி, இந்திய சமுதாய வாழ்க்கையில் புகுந்து, எல்லாத் துறைகளிலும் ஊடுருவி, உயிரையே உறிஞ்சிவிடும் நிலையில் வைத்து மக்களின் திறமையை இழக்கச் செய்துவிட்டது என்பது இந்தியத் துணைக் கண்டத்தின் வரலாற்று மாணவனுக்குப் புலப்படும் ஓர் உண்மையாகும். அயல்நாட்டு ஆதிக்கம், சாதிக் கட்டுப்பாடு, சில பௌத்தக் கொள்கைகள், வேதாந்தக் கொள்கைகளால் வேரூன்றிய (இவ்வுலக) பற்றற்ற மனப்போக்கு மற்றும் பொதுவான பல காரணங்களும் சிலரால் சுட்டிக் காட்டப்படுகின்றது. இந்திய வரலாற்றின் தொடக்கக் காலங்களில், அயல்நாட்டு ஆதிக்கங்கள் இல்லை. ஆனால், வெளியிலிருந்து வந்த நல்ல கருத்துக்களை ஏற்றுக்கொண்டு தன் நிலை இழக்காது, அதே

சமயத்தில் தான் பெற்ற பல நல்ல பண்புகளையும் செல்வங் களையும் ஆதிக்க வெறியின்றி மற்ற ஆசிய நாடுகளுடன் இந்தியா பகிர்ந்துகொண்டது. இச்சீரும் சிறப்பும் மிக்க இந்திய சாதனைகள், இடைக்காலத்தில் தலை தூக்கிய பல சீர்கேடுகளால் மங்கிப்போய் விட்டன எனலாம். ஆரம்ப காலங்களிலும் சாதிகள் இருந்தன; பௌத்த மதமும் தழைத்திருந்தது; வேதாந்தக் கொள்கைகளும் இருந்தன. ஆனால், அவை யாவும் தனித்தனியாகவோ அல்லது ஒன்று சேர்ந்தோ, இந்தியத் தேசிய வாழ்க்கையின் அடிப்படைச் சாதனைகளைத் திடீரென்று மாற்றிவிடவில்லை. அதற்கு மாறாக, இக்கோட்பாடுகள், அவ்வப்போது தோன்றிய இந்திய சமூக, அறிவுசான்ற பிரச்சினைகளுக்குத் தக்க விடை அளிக்கக்கூடிய முயற்சிகளின் விளைவாகத் தோன்றியவை. இக்கால மனப் போக்கிற்கு ஒவ்வாதவைகளாக நமக்கு அவை தோன்றினாலும், அக்காலங்களில் சமுதாயத்தின் பலதரப்பட்ட சமூகத்தினரின் பரஸ்பர ஒற்றுமைக்கும், நல்வாழ்க்கைக்கும் உதவியாகவே அக்கோட்பாடுகள் விளங்கின என்பதற்குத் தக்க ஆதாரங்கள் இருக்கின்றன. பொதுவாக சோழப் பேரரசின் தொடக்ககால வரலாறு சீரும் சிறப்புமுற்று விளங்கிய பண்டைய இந்திய வரலாற்றுடன் ஒன்றிய அவர்கள் புரிந்த சாதனைகளில் சில இக்காலத்திற்குப் பிற்போக்கானதாகவோ அல்லது கொடூரமாகவோ தோன்றலாம். ஆனால், பிற்காலத்தைவிடச் சோழர் காலத்தில் ஒரு குடிமகன் சமுதாயத்திற்குச் செய்யவேண்டிய கடமை உணர்ச்சிகள், சமூக ஒற்றுமை, கூட்டு முயற்சி போன்ற பண்பாடுகள் சிறப்புற்று விளங்கின என்பதை நாம் அறிகிறோம்.

சமூக வாழ்க்கை

இப்பகுதி, கால அளவில், கி.பி. 850 முதல் 1270 வரை, ஏறக்குறைய நானூறு ஆண்டுகளின் நிலையைப் பற்றி முறையாகப் பார்த்தால், சோழர் ஆதிக்கம் பரவியிருந்த தெலுங்கு நாடு உட்பட தென்னிந்தியா முழுமையுமே இவ்வாராய்ச்சிக்குரிய நிலைக்களமாகிறது. ஆனால், தமிழகத்திற்கு வெளியே கிடைத்துள்ள கல்வெட்டுச் சான்றுகள் அதிகமாயிருந்தாலும், அங்குத் தோன்றிய பல்வேறு குறுநில மன்னர்களின் வரலாறு சரியாக இன்னும் விளங்காத காரணத்தாலும், இவ்வாராய்ச்சியில் அப்பகுதி சேர்க்காமல் தமிழகத்தைப் பற்றி மட்டுமே, உதாரண மாகத் தெலுங்கு நாட்டின் வரலாற்றிலும், இலக்கியங்களில் கீழ்ச்சாளுக்கியரின் பங்கு மிகச் சிறப்பானதொன்றாகும். ஆனால், தமிழ் நாட்டைப் பற்றிய வரலாற்றில் அதைப்பற்றி விவரமாகச்

சேர்ப்பது நியாயமாகாது. அதுபோலவே, கேரள, கன்னடப் பகுதிகளும் இவ்வரலாற்றில் இடம்பெறாது, சோழர் ஆதிக்கம் பல காலம் பரவியிருந்ததனால் ஆங்காங்கே தேவையான இடங்களில், குறிப்பாகச் சோழர் ஆட்சி முறை எவ்வாறு அண்டை நாடுகளில் பரவியது என்பதைக் கூறும்போது, அப்பகுதிகளைப் பற்றியும் குறிப்புக்கள் தரப்பட்டுள்ளன.

அரசு

சங்க காலத்தைப் போன்று இக்காலத்தில் முடியாட்சியே நிலைபெற்றிருந்தது. ஆனால், சங்ககாலத்திய முடியாட்சி குறுநில அரசின் எளிமையான அடிப்படையைக்கொண்டிருந்தது. இராஜ ராஜனும் அவனுக்குப் பின் வந்தோரும் எழுப்பிய பேரரசே செல்வச் செழிப்பும், பல அரண்மனைகள், பலதரப்பட்ட அதிகாரிகள், கவர்ச்சிகரமான பல ஆடம்பர நிகழ்ச்சிகள்-இவற்றையெல்லாம் கொண்டு ஏறக்குறைய 'பைசாண்டைன்' பேரரசைப் போன்று விளங்கிற்று. சங்க காலத்தைப் போன்று நாடோடியாகத் திரிந்த பாணர்களும், ஆடல் மகளிரும், நினைத்தபோதெல்லாம் மூவேந்தருடன் அகமகிழ்ந்து பாடிக்கழித்தது போன்று, பிற்காலச் சோழ அரண்மனைகளில் செய்வதென்பது நினைக்க முடியாத ஒன்றாகும். இராஷ்டிரகூடரின் தாக்குதலிலிருந்து மீண்டு, இழந்த தன் ஆதிக்கத்தைச் சோழப் பேரரசு மீண்டும் தென்னிந்தியா முழுமையும் பரப்பியது. கிழக்கு,மேற்கு, தெற்குத் திசைகளிலும், கடலை எல்லையாகக்கொண்டு வடமேற்கே மங்ளூரிலிருந்து துங்கபத்ரா நதியையும் வேங்கி நாட்டின் எல்லைவரை சோழப் பேரரசு பரவியிருந்தது. கி.பி.1000 முதல் 1150 வரை, வேங்கி நாடு சோழ நாட்டுடன் மிக நெருங்கிய தொடர்புகொண்டிருந்தது. அரசியல் அமைப்பளவில் தனி நாடாக இயங்கியதே தவிர, மற்ற நடைமுறை விவகாரங்களுக்கு, சோழ இராச்சியத்தின் அங்கமாகவே இருந்தது. சுந்தர சோழன் முதல் முதலாம் இராஜேந்திரன் ஆட்சிக் காலங்களுக்கு இடையேதான், சோழப் பேரரசு பல முக்கிய நாடுகளைக் கைப்பற்றியது. அவர் காலத்தில் சோழ நாடு ஒரு பேரரசாக உருவெடுத்து வளர்ந்தபோது முடியாட்சி முறையும், அதையொட்டி பெரும் மாறுதலுக்கு உள்ளாகியது. அரசன் பேரரசனானான்; அரச கட்டளைகளில் "உடையார்" என்றே அழைக்கப்பட்ட போதிலும், மக்களால் "இராஜராஜன்", "சக்கரவர்த்திகள்"[1] போன்ற அடைமொழிகளால் போற்றப்பட்டான். பிறகு அரசன் 'திருபுவனச் சக்கரவர்த்திகள்' என்றும், பட்டத்தரசி, "உலகமுழுதுடையாள்" என்றும் அரசாங்க சாசனங்களில்

அழைக்கப்பட்டனர்.[2] இராஜராஜன் காலத்திலிருந்து சாசனங்களுடன் அவன் ஆட்சியில் நடந்த முக்கிய நிகழ்ச்சிகளைத் தொகுத்து மெய்க்கீர்த்தியாகச் சேர்க்கும் முறை தொடங்கியது.[3] முடியாட்சியின் உன்னத நிலையை நன்கு விளங்கச் செய்வதற்காகவே மெய்க்கீர்த்தி சேர்க்கும் முறை வகுக்கப்பட்டன போலும். இம்முடியாட்சிக்குப் பொலிவூட்டும் மற்றொரு அணிகலனாகத் திகழ்வது இராஜராஜனின் உன்னதப் படைப்பான, தஞ்சைப் இராஜராஜேஸ்வரர் கோயிலாகும். அளவிலும், அழகிலும் இதற்கு முன் இப்படி ஒரு கோயில் எழுப்பப்பட்டதில்லை. அவ்வாறே சோழப் பேரரசு போன்று அதற்குமுன் எந்த அரசும் தென்னகத்தில் உருவாகவில்லை.

தலைநகரங்கள்

விஜயாலயன் தஞ்சையைத் தன் தலைநகராகத் தேர்ந்தெடுத்து அங்கு குடிகொண்டிருந்த நிசும்பசூதனி எனும் சக்தியை வழிபட்டு வெற்றிகள் பல கண்டான். பல்லவ நாட்டைக் கைப்பற்றிய பிறகு, காஞ்சியை இரண்டாம் தலைநகராகக்கொண்டு அவ்வப்போது சோழ அரசர்கள் அங்குத் தங்கி வந்தனர். எனினும், தஞ்சையே முக்கிய நகரமாக விளங்கியது. சிறிது காலத்திற்கெல்லாம் தஞ்சை அதன் முதன்மை இடத்தை இழந்தது; இராஜராஜனின் மகன் முதலாம் இராஜேந்திரன் கங்காபுரி என்ற புதியதோர் திருநகரை உருவாக்கி, அதைத் தன் தலைநகராகக்கொண்டான். 'சோழகங்கம்' என்னும் அழகிய பெரிய ஏரியைக்கொண்ட இந்த நகர் பல நூற்றாண்டு களாய் இரோஜேந்திரனின் பெருநோக்குக்கும் பெருமைக்கும் சின்னமாக விளங்கி வருகிறது. இவ்விரு நகரங்களைப் பற்றி அக்காலக் குறிப்புகள் யாதும் கிடைத்துள்ளதாகத் தெரியவில்லை. இராஜராஜேஸ்வரம், கங்கை கொண்ட சோழீச்சுரம் என்னும் இரு கோயில்களைப் பற்றி கருவூர்த் தேவர் பாடியுள்ள பாடல்களிலிருந்து தஞ்சை நகரைச் சுற்றிக் கோட்டைச் சுவர்களும், பெரிய அகழியும் இருந்ததாக அறிகிறோம். ஆனால், கங்கைகொண்ட சோழ புரத்தைப் பற்றிய குறிப்பேதும் காணப்படவில்லை. அந்நகரிலுள்ள கடைவீதிகளைப் பற்றியும், "சோழ கேரளன்" என்னும் அரண்மனையைப் பற்றியும்,[4] அங்குள்ள "திருமஞ்சனத்தார்வேளம்" என்னும் பணியாட்களைப் பற்றியெல்லாம் சில குறிப்புகள் அக்கால கல்வெட்டுகளிலிருந்து கிடைக்கின்றன.[5] கும்பகோணத்தை அடுத்துள்ள பழையாறையில் ஒரு அரண்மனையும், இராஜ ராஜனுடைய பெயரிலே "அருள்மொழி தேவேச்சுரம்" என்னும் கோயிலும் இருந்தது.[6] இவ்வரண்மனையில் இராஜராஜனின்

தமக்கை குந்தவை பல காலம் விரும்பித் தங்கியிருந்தாள். இராஜராஜனும் சில காலம் இங்கு தங்கியிருந்ததை அறிகிறோம். கும்பகோணம் ரயில் நிலையத்திலிருந்து நான்கு கல் தொலைவிலும், பழையாறை என்னும் ஊரை அடுத்துள்ள ஒரு சிற்றூர் இன்னும் "சோழர் மாளிகை" என்றே வழங்கிவருகிறது. அங்கு ஒரு பாழடைந்த சிறு கோயிலும் இருக்கிறது. இதில், கோயில்கொண்டிருக்கும் கடவுள், அரண்மனையின் காவல் தெய்வமாக வழிபட்டது என்று சொல்லப்படுகிறது.[7] முதலாம் இராஜேந்திரன், மதுரையில் மிகப் பெரியதோர் அரண்மனை ஒன்று கட்டினான் என்று முன்பே கூறப்பட்டது. தவிர உத்திரமேரூர் போன்ற சில இடங்களிலும் சோழர் அரண்மனைகள் இருந்ததாக அறிகிறோம்.

தஞ்சாவூர்

மற்ற நகரங்களைவிட, விஜயாலய மன்னனின் வழிவந்து, முதல் தலைநகராய் விளங்கிய தஞ்சையைப் பற்றித்தான், அக்காலக் கல்வெட்டுகளில் அதிகமாகப் பேசப்படுகிறது. இராஜராஜனின் பெரும்படையான பெருவுடையார் கோயில், ஏறக்குறைய கி.பி.1010-ல் கட்டி முடிக்கப்படும் தறுவாயில் இருந்தது. அது கட்டத் தொடங்கியது எப்பொழுது என்று நம்மால் கூற இயலவில்லை. அவரது 26-ம் ஆட்சி ஆண்டில், அதாவது கி.பி.1011-ல் அக்கோயிலுக்கு அளிக்கப்பட்ட தானங்கள் இங்குள்ள சுவர்களில் பொறிக்கப்பட்டிருக்கின்றன. ஆனால் இந்த நிகழ்ச்சிக்கு மூன்று வருடங்களுக்குப் பிறகே பொறிக்கப்பட்டன போலும்.[8] தஞ்சைப் பெரு நகரிலுள்ள அரச மாளிகைகள், பல வேளங்களாகப்[9] பிரிக்கப்பட்ட அரண்மனை ஊழியர்களின் இருக்கைகள், அழகிய பெயர்கொண்ட பல தெருக்கள், குடியிருப்புக்கள் ஆகியவை பற்றி அறிகிறோம். "வீர சோழப் பெருந் தெரு", திருபுவன மகா தேவியாரின் பெயர் கொண்ட கடைவீதி போன்றவை இராஜராஜன் காலத்திற்கு முன்னரே இருந்தன என்று கல்வெட்டுகள் நமக்கு உணர்த்துகின்றன.[10] இராஜராஜன் காலத்தில்தான், தஞ்சை நகர் இரு பகுதிகளாகப் பெரியதாக்கப்பட்டு, உட்பகுதி 'உள்ளாலை' என்றும், புறநகர்ப்பகுதி 'புறம்பாடி' என்றும் வழங்கலாயிற்று.[11] இராஜராஜன் காலத்தில் பல நெடுஞ்சாலைகளும் தெருக்களும் புதிதாக அமைக்கப்பட்டன. பெரிய கோயிலுக்கு முன்னே மேற்காக வடதளிச்சேரி, தென்தளிச்சேரி என்னும் தெருக்கள் அமைக்கப் பட்டன. அங்கு பெரிய கோயிலில் பணிபுரிவதற்கென்று பல்வேறு கோயில்களிலிருந்து வரவழைக்கப்பட்ட மக்கள் குடியேற்றப்பட்ட னர். அவர்களுடைய பெயர்கள், அவர்கள் குடியிருந்த வீடு

களின் எண்கள் உள்பட பல விவரங்கள் கல்வெட்டுக்களின் மூலமாக நமக்குக் கிடைத்துள்ளன.[12] தஞ்சை நகரிலிருந்த, தஞ்சை மாமணி என்னும் வைணவக் கோயில் ஜயபீமர் கோயில் போன்ற மற்றும் சில கோயில்களைப் பற்றியும் நாம் அறிகிறோம். இராஜராஜனின் தந்தையின் பெயரால் அமைக்கப்பட்ட "சுந்தர சோழ விண்ணகர்" என்னும் விஷ்ணு கோயிலில் ஒரு மருத்துவமனை இருந்தது. அதற்கு அரசனின் தமக்கை குந்தவை பல தானங்கள் அளித்திருக் கிறாள்.[13] இவற்றிலிருந்து கோயில், அரண்மனை ஆகியவற்றை மையமாகக்கொண்டு வளர்ந்த தஞ்சைப்பெரு நகர் பல வசதிகள் படைத்து வளநகரமாகத் திகழ்ந்தது என்பது நமக்குத் தெளிவா கிறது.

அரசர் இல்லம்

அரண்மனையில் மெய்க்காப்பாளர் போன்று பல்வேறு ஊழியர்கள் பணிபுரிந்தனர். மெய்க்காப்புப் பரிவாரங்கள் தங்கள் பெயர்களுடன் அரசர்களின் பெயர்களையும் இணைத்துக் கொண்டன.[14] இவர்கள் 'திருமெய்க் காப்பாளர்' என்றும் அழைக்கப்பட்டனர். சமையல் அறை, குளியல் அறை ஆகிய வற்றில் பெண்களே பணிபுரிந்தனர். தஞ்சையிலும் கங்கைகொண்ட சோழபுரத்திலும் அரண்மனை ஊழியர்கள் பல வேளங்களாகப் பிரிக்கப்பட்டு தனி இடங்களில் குடியேற்றப்பட்டனர்.[15] இப்பரி வாரங்களில் ஒவ்வொன்றுக்கும் இடப்பட்ட பணி சிறிதளவேதான் இருந்திருக்கும். போர்க் கைதிகள் பலர் இவ்வேலைக்கு அமர்த்தப்பட்டனர். இப்பரிவாரத்தினர் அரச சேவக வாழ்க்கைப் பணியாக எண்ணி உழைத்தனர்.

"சௌ—ஜூ—குவா" என்னும் நூலில் சோழப் பேரரசைப்[16] பற்றி பின்வருமாறு குறிக்கப்பட்டுள்ளது: "அரசு விருந்துகள் நடக்கும் போது, அரசரும் நான்கு அமைச்சர்களும் முதலில் சிம்மாசனத்தின் முன் வணக்கம் செலுத்துகிறார்கள். பிறகு அங்கு கூடியுள்ளோர் அனைவரும் சேர்ந்து ஆடிப்பாடி மகிழ்கிறார்கள். அரசர் மது அருந்துவதில்லை. ஆனால் புலால் உண்ணுகிறார்; இந்நாட்டு வழக்கப்படி பருத்தி ஆடையையே உடுத்துகிறார்; மாவினால் சுட்ட பணியாரங்களைச் சாப்பிடுகிறார்; மூவாயிரத்திற்கு மேற்பட்ட ஆடல் பெண்கள் மாறி மாறி ஒவ்வொரு நாளும் அவருக்குப் பணி புரிகிறார்கள்."

"உடையார் கோதண்ட ராம தளிச் சேவகம்", "பஞ்சவன் மாதேவியர் சத்ருபயங்கரத் தெரிந்த வேளம்" என்பவை போன்ற சொற்றொடர்கள் மூலமாக, அரச குடும்பத்தில் முக்கியமான

வர்களுக்கு எல்லாம் தனித்தனியாகப் பரிவாரங்கள் சேவை புரிந்துவந்தனர் என்பது தெரிகிறது. அரசரும், அவர் குடும்பத்தினரும் செய்த நற்பணிகளைப் பின்பற்றி, நாட்டிலுள்ள பல பெரிய குடும்பத்தினரும், செல்வரும், வணிகப் பெருமக்களும், கோவில் கட்டுவதற்கும், அங்கே வழிபாடு செய்வதற்கும், நிலச் சீர்திருத்தம், நீர்ப்பாசனம் போன்றவைகளுக்கும், பள்ளிக்கூடங்கள், மருத்துவமனைகள் அமைத்துப் பராமரித்தல் போன்ற பணிகளுக்கும் ஏராளமான தானங்கள் அளித்து உதவினர். மக்களிடமிருந்து வசூலிக்கப்பட்ட வரிப்பணம், இறைகள் முதலியவைகளிலிருந்து பெரும்பங்கு அவர்களுக்கே பலவித தான தருமங்களாகத் திருப்பி அளிக்கப்பட்டது. அரசரிடமும், அவரைச் சார்ந்தோரிடமும் மக்கள் வைத்திருந்த அன்பும், மதிப்பும் இதன் காரணமாக மேலும் அதிகரித்தது. இந்த அறக்கட்டளைகள் நாட்டின் பொருளாதார வளர்ச்சிக்கு உதவியாக இருந்தன. அரச குடும்பத்தினரே முன்னின்று செய்த பல பொதுக்காரியங்கள், அரசியல் சமுதாயத் துறையிலும் நல்ல முன்னோடிகளாக அமைந்தன.

யாகமும் தானமும்

இக்கால அரசர்கள் வைதீக யாகங்கள் செய்தார்கள் என்பதற்குப் போதிய சான்றுகள் கிடைக்கவில்லை. அசுவமேத யாகத்தைப் பற்றிய குறிப்பு ஒன்று மட்டும் இராஜாதிராஜனின் கல்வெட்டுகளில் காணப்படுகிறது. சங்ககாலப் பாடல்களில் வைதீகச் சடங்குகளைப் பற்றிய குறிப்புக்கள் அதிகமாகக் காணப்படுகின்றன. இக்காலத்தில் யாகங்களுக்குப் பதிலாகத் தானங்களே அதிகமாக வழக்கில் இருந்ததாகத் தோன்றுகிறது. கோயில் அமைப்பும் வழிபாட்டுச் சடங்குகளும் பெருகி, சமூக வாழ்க்கை வசதிகள், கோயிலை மையமாகக்கொண்டே இயங்கிய போது, அறக் கட்டளையின் தேவையும், முக்கியத்துவமும் பெருகின. தவிர, நல்வழி பெற அரசர்களும், பெரும் செல்வர்களும், துலாபாரம், இரணியகற்பம் போன்ற பெரிய தானங்களைச் செய்யும் முறை பெரிதும் பரவியது. சமயத் தொண்டுடன் சமூக நலனுக்காகவே பயன்படும் முறை, இந்து மதத்தின் இணையற்ற சிறப்பாகும். தானங்களால் போற்றப்பட்ட கோயில்கள் மடங்கள், அக்கிரகாரங்கள், சதுர்வேதிமங்கலங்கள் போன்றவற்றைப் பற்றியெல்லாம் சோழர் கல்வெட்டுக்களில் காணப்படும் குறிப்புகள் தென்னிந்திய சமயத்தின் தெளிவான கூறுகளே ஆகும்.[17] சமணப் பள்ளிகளுக்கும் பௌத்த விகாரைகளுக்கும் கூட அறக்கட்டளைகள் வழங்கப்பட்டன.

அரச குரு

சோழ அரசர்கள் ஆழ்ந்த சிவ பக்தர்கள் என்பது நன்கு தெரிந்த உண்மையாகும். இடைக்கால இந்து மதத்தின் பல கிளைகளைப் போலவே, சைவமும் மதக்குருவின் மூலம் தீட்சை பெறுதலை வலியுறுத்தியது. இம்முறைப்படி சோழ அரசர்களுக்கும் அடுத் தடுத்து இராஜ குருக்கள் இருந்திருக்க வேண்டும். முதலாம் இராஜராஜன், இராஜேந்திரனின் கல்வெட்டுக்களில் ஈசான சிவர், சர்வ சிவர் போன்றோரின் பெயர்கள் குறிப்பிடப்படுகின்றன. அவர்களுக்கும் வடஇந்திய சைவக் கோட்பாடுகளுக்கும் ஒருவிதத் தொடர்பு இருந்ததை அறிய முடிகிறது. முதலாம் இராஜாதி ராஜன் காலத்திய கல்வெட்டு ஒன்றில் அரசரின் வணக்கத்திற்குரிய இராஜ குருவைப் பற்றிய குறிப்பு காணப்படுகிறது.[18] மைசூர்ப் பகுதியில் கிடைத்த முதலாம் குலோத்துங்கனின் கல்வெட்டு ஒன்று இராஜகுருவின் ஆணைப்படி அரசர் 108 சதுர்வேதிப் பட்டர்களுக்குப் பிரம்ம தேயமாகக் கொடுத்த தானத்தைப் பற்றிக் குறிக்கிறது.[19] மூன்றாம் குலோத்துங்கன் காலத்தில் இராஜ குருவாக இருந்த உடையார் சுவாமி தேவரின் நிலையைப் பார்க்கும்போது, அறக்கட்டளைகளின் நிர்வாகத்தில் இராஜகுரு முக்கிய ஆலோச கராகப் பணியாற்றினார் என்பது தெரிகிறது. ஒரு சமயம், திருக்கடையூர்க் கோயிலில் பூஜைகள் செய்து வந்த சிவாச்சாரியார் ஒருவர் இறந்தபோது, அக்கோயிலில் குலோத்துங்கன் ஏற்பாடு செய்த வழிபாட்டு முறைகளை இராஜ குருசுவாமி தேவர் ஏற்றுக்கொள்ளவில்லை. இதை அறிந்த அரசர், தாம் இட்ட கட்டளைகளை மாற்றிக்கொண்டு சுவாமி தேவர் ஆதரித்தவர் களையே அவ்வழிபாடுகளைச் செய்வதற்கு நியமித்தார்.

பள்ளிப்படைக் கோயில்கள்

சோழர் காலத்திய பல கோயில்களும் அங்கு வீற்றிருந்த தெய்வங்களும் அவற்றை எழுப்பிய அரசர்களின் பெயரைக் கொண்டே விளங்கின. அவர்களைத் தெய்வாம்சமாகக் கருதும் மரபையொட்டி, கோயிலிலுள்ள படிமங்களுக்கும் ஆளும் அரசரின்பெயர் இடப்பட்டது. இந்த நம்பிக்கையே "தேவராஜா" (அரசரே தேவன்) என்னும் தத்துவமாக இந்தோ சைனா போன்ற நாடுகளில் (தென்னிந்தியாவை விட) மிகப் பரவலாக வழங்கலாயிற்று.[20] சைவ சமயத்துடன் தொடர்பு கொண்ட இத்தத்துவத்திற்குக் கால்கோளிட்ட நம்பிக்கைகள், சோழ நாட்டில் வழங்கியதற்கான சான்றுகள் நமக்குக் கிடைத்துள்ளன.

இறந்த அரசர்களின் உடல்கள் மீது பள்ளிப்படை எழுப்பப்பட்டதை பல கல்வெட்டுகள் பகர்கின்றன. தொண்டை மானாடு என்னும் ஊரில் முதலாம் பராந்தகன் எழுப்பிய "ஆதித்யேச்சுரம்" என்னும் கோயிலும்,[21] ஆற்றூர்த் துஞ்சிய அரிஞ்சயத் தேவருக்காக மேல் மாடியில் முதலாம் இராஜராஜன் எழுப்பிய அரிஞ்சிகை ஈச்சுரமும்,[22] இராமனாதன் கோயிலில் முதலாம் இராஜேந்திரன் எழுப்பித்த பஞ்சவன் மாதேவிச்சுரமும் இதற்கு எடுத்துக்காட்டுகளாக உள்ளன.[23] அண்மைக் காலங்களில் சில கோயில்களைப் புதுப்பிப்பதற்காகத் தோண்டும்போது அவற்றின் கர்ப்பக்கிரங்களின் கீழே மனித எலும்புகள் கண்டெடுக்கப்பட்டுள்ளன.[24] ஆனால், காலப்போக்கில் இப்பழக்கம் வெறுத்து ஒதுக்கப்பட்டது. மேலே சொல்லப்பட்ட இராமனாதன் கோயிலிலுள்ள கல்வெட்டில் "பள்ளிப் படை" என்ற சொல்லை அழித்திருக்கிறார்கள் என்பதிலிருந்து அவர்களின் வெறுப்பை உணரலாம்.[25]

உருவச் சிற்பங்கள்

குந்தவை தேவி, தன் தந்தை சுந்தர சோழர் என்னும் இரண்டாம் பராந்தகருக்குத் தஞ்சைப் பெரிய கோயிலில் படிமம் வைத்து அதன் வழிபாட்டிற்கும் ஏற்பாடு செய்தாள். தனக்காகவோ அல்லது தனது அன்னைக்காகவோ, மற்றொரு படிமம் அதே கோயிலில் வைத்தாள்.[26] இராஜராஜப் பெருவேந்தருக்கும் அவரது மனைவி உலோக மாதேவியாருக்கும் படிமங்கள் வைக்கப்பட்டன.[27] கண்டராதித்தரின் மனைவியின் பெயரால் ஏற்பட்ட செம்பியன் மா தேவி என்னும் ஊரில் அவ்வரசியின் படிமமும் வைத்து வழிபாடு செய்யப்பட்டது.[28] இராஜேந்திரனுக்கும் சோழ மாதேவியாருக்கும் அக்கால எழுத்துப் பொறிக்கப்பட்ட படிமங்கள் தஞ்சையிலும் காளஹஸ்தியிலும் (திருக்காளத்தி) உள்ளன.[29] அரசர்களும் அரசியரும் தம் வாழ் நாட்களுக்குப் பின்னர் சில சமயங்களில் அவர்கள் வாழ்நாட்களிலேயே தெய்வமாக மதித்துப் போற்றப் பட்டதற்கு மேற்கூறிய சான்றுகளே போதுமான ஆதாரமாகும்

படை

கடற்படை உள்நாட்டின் படை ஆகிய அனைத்திற்கும் அரசரே தலைவர் ஆவார். இப்படை பல பிரிவுகளாக அமைந்து ஒவ்வோர் பிரிவும் தனிப்பெயரால் அழைக்கப்பட்டது. இவை ஒன்றுபட்ட அமைப்பாகவே இயங்கின. தங்கள் பெயராலேயே கோயில்கள் அமைக்கவும் அவற்றிற்குத் தானங்கள் கொடுக்கவும்

இப்பிரிவுகளுக்கு உரிமை இருந்தது. தனிப்பட்ட படை வீரர்களும் இவ்வாறு தானம் செய்தவர்களின் பெயர்களும் அவரைச் சார்ந்த படைப் பிரிவின் பெயர்களும் நமக்குக் கிடைத்துள்ளன. இப்படைகளின் இராணுவ வாழ்க்கை முறையைவிட, வீரர்கள் தம் தனிப்பட்ட வாழ்க்கையில் செய்த பணிகளைப் பற்றித்தான் அதிகமாக அறிகிறோம். ஏறக்குறைய 30-க்கும் மேற்பட்ட இப்படைப் பிரிவுகளின் பெயர்களை இராஜராஜனின் கல்வெட்டுக்களிலிருந்து அறிஞர் திரு. வெங்கய்யா அவர்கள் சேகரித்திருக்கிறார். இவற்றை இராஜராஜனுக்கு முன்னும் பின்னும் இருந்த பிரிவுகளுடன் சேர்த்துக் கணக்கிட்டால் சுமார் 70 ஆக உயரும், இவை ஒவ்வொன்றின் பெயரும், அப்படையை துவக்கிய காலத்தையும் சூழ்நிலையையும் மக்களுக்கு நினைவூட்டுவதாய் இருந்திருக்கக் கூடும். இதுவரை நாம் அறியாத அரசர்களின் பல விருதுகளே இவற்றின் பெயர்களாயின. பார்த்திப சேகரன், சமரகேசரி, விக்கிரமசிங்கன், தாயதொங்கன், தானதொங்கன், சண்டபராக்கிரமன், இராஜகுஞ்சரன் போன்ற பெயர்கள் சில. சோழப்படையின் வளர்ச்சியைப் பற்றிய பல்வேறு பகுதிகளைப் பற்றியும் இப்பெயர்களிலிருந்தே ஒருவாறு அறியலாம். "ஆனையாட்கள்" அல்லது "குஞ்சரமல்லர்" என்றும் குறிப்பிடப்பட்ட யானைப் படையைப் பற்றியும் "குதிரைச் சேவகர்" என்று அழைக்கப்பட்ட குதிரைப்படையைப் பற்றியும், மற்றும் காலாட்படையின் பல பகுதிகளைப் பற்றியும் குறிப்புகள் காணப்படுகின்றன. கைக்கோளாளரைக் கொண்ட படைப் பிரிவு "கைக்கோளப் பெறும் படை"[30] என்று அழைக்கப்பட்டது. கைக்கோளர் என்றால் நெசவாளரை[31] க் குறிக்கும் சொல்லாகக் கொள்ளக்கூடாது. கைப்பலம் பொருந்திய வீரர்களைக்கொண்ட படைப்பிரிவைக் குறிப்பதாகக் கொள்ளுதல் பொருத்தமாகும். வில்லேந்திய வீரர்கள் "வில்லிகள்" என்றும், வாளேந்திய வீரர்கள் "வாள்பெற்ற கைக்கோளர்கள்" என்றும் குறிக்கப்படுகின்றனர். வலங்கை வகுப்பைச் சேர்ந்த வேளைக்காரர் என்போர் படையில் பெரும் எண்ணிக்கையில் இருந்தனர். இலங்கையில் பொலன்னறுவாவி லிருக்கும் விஜயபாகு மன்னன் கல்வெட்டில் இடங்கை வேளைக்காரர்களைப் பற்றிய குறிப்பு காணப்படுகின்றது. இவ்வேளைக்காரர் என்போர் தேவைப்பட்டபோது தற்காலிகமாகச் சேர்த்துக்கொள்ளப்பட்ட (அணி) படைச் சேவகர்கள் என்ற ஒரு கருத்து தெரிவிக்கப்பட்டுள்ளது.[32] ஆனால், இது சரியான கருத்தாகத் தோன்றவில்லை. மாறாக இவர்கள் நிரந்தரமான நம்பிக்கைக்குப் பாத்திரமான சேவகர்களாகப் பணிபுரிந்தனர். பெயருக்கேற்ப வேளை வரும்போது இவர்கள் தம்

உயிரையும் கொடுத்து அரசனைக் காப்பாற்றினர் என்றுதான் கருதவேண்டும். பிற்கால இலக்கியச் சான்றுகள் சில இக்கருத்துக்கு வலிவு தருகின்றன.[33] பிற்காலப் பாண்டிய நாட்டில் பணியாற்றிய "தென்னவன் ஆபத்துதவிகள்" என்போர் இவ் வேளைக்காரரைப் போன்றவரே. இவர்கள் அனைவரும் அரசரின் அருகிலேயே இருந்தனர். என்றும், மிக்க அதிகாரம் பெற்றிருந் தனர்.[34] என்றும் மார்க்கோபோலோ குறித்துள்ளார். படைகளுக்குள் சிறுதனம், பெருதனம் என்ற பாகுபாடும் இருந்ததாகத் தெரிகின்றது. நாட்டின் பகுதிகளின் பெயர்களையும் படைகளுக்கு இட்டனர் என்பதற்கு உதாரணமாகப் பாண்டிப்படையைக் கூறலாம்.[35]

திருநெல்வேலி மாவட்டத்தைச் சேர்ந்த அம்பாசமுத்திரத்தை அடுத்துள்ள திருவாலீசுரத்திலிருக்கும் அரியதொரு கல்வெட்டு அங்குள்ள மூன்று கை மகாசேனை (மூன்று அங்கங்களைக் கொண்ட பெரும் சேனை)யை[36]ப் பற்றிய வரலாற்றுக் குறிப்பு களைத் தருகிறது. அக்கல்வெட்டு முதலாம் இராஜராஜன் அல்லது முதலாம் இராஜேந்திரனின் காலத்திலோ எழுதப்பட்ட தாகத் தெரிகிறது. இம்மகாசேனை பற்றிய பின்வரும் குறிப்புக்கள் இக்கல்வெட்டில் காணப்படுகின்றன. அவர்கள் விஷ்ணுவையும் சிவபெருமானையும் வழிபட்டனர். கன்னரதேவனைத் தோற் கடித்துத் துரத்தினர்; காங்கேயனைக் கொன்றனர்; கல்மாடம் என்ற ஊரையும் கடற்கரையிலுள்ள விழிஞத்தையும் அழித்தனர். கடல் கடந்து கிழக்கே சென்று மாத்தோட்டத்தை அழித்தனர்; மலை நாட்டைக் கைப்பற்றினர்; சாலையிலுள்ள கடற்படையை அறுத்தனர்; வள்ளன் என்ற சாளுக்கியரைப் புறம்காட்டி ஓடச் செய்தனர்; வனவாசி நகரைக் கைப்பற்றினர்; இச்சாதனை களுக்காகக் காளஹஸ்தியிலுள்ள தமிழ்ப் புலவர்களால் புகழ்ந்து பாடப்பெற்றனர்; மேலும், குச்சி மலையிலுள்ள கோட்டையை அழித்து உச்சந்தி நகரைப் பிடித்தனர். தங்களை எதிர்த்த வடுகர் களை முறியடித்தனர். வாதாபிக் கோட்டையைத் தகர்த்து அந்நகரையும் கைப்பற்றினர், இம்மகா சேனையினர் பாண்டிய நாட்டில் தங்கியிருந்தனர் என்றும் மூவகையான பெரும் சேனையைச் சார்ந்த அஞ்சாநெஞ்சம் படைத்த வீரர்கள் என்றும் குறிக்கப்படுகின்றனர். திருவாலீசுரம் கோயிலையும் அதைச் சார்ந்த பூசாரி மற்றும் பணியாட்கள் உள்பட அனைத்தையும் இம்மகா சேனையினர் பேணி வந்தனர். மேலே குறிப்பிட்டுள்ள வெற்றிகள் அனைத்தும் இராஜராஜன், அவர் மகன் இராஜேந் திரன் காலத்தில் அடைந்த வெற்றிகளாகும். கி.பி. 1096-ல்

பொறிக்கப்பட்ட சேரன்மாதேவி (சேரமாதேவி) கல்வெட்டு ஒன்று இம்மாசேனையினரின் வீரக்கனவுகளைப் பற்றிக் கூறுகிறது.[37] மற்றொரு கோயிலையும் அதன் சொத்துக்களையும் இம்மாசேனை தன் பாதுகாப்பின் கீழ்க் கொண்டுவந்தது.

நாட்டின் பல பகுதிகளிலும் படைத்தளங்களும் கடகங்களும் அமைக்கப்பட்டிருந்தன என்பதை "என நல்லூர் கடகத்தின் வில்லிகள்"[38], "திருடிவிடை மருதூர்ச் சேனை"[39], "இவ்வூர்ப்படைத் தலைவன்"[40] போன்ற சொற்றொடர்களால் அறியலாம். தென்னாட்டுப் படையெடுப்பிற்குப் பிறகு, முதலாம் குலோத் துங்கன் கோட்டாற்றிலிருந்து சோழ நாட்டுப் படைத்தளங்களை ஆங்காங்கே நிறுத்திவைத்தான்.[41] அவ்வரசரின் 46-ம் ஆட்சி ஆண்டில் தென் ஆர்க்காட்டைச் சார்ந்த மடவிளாகம் என்னும் ஊரில் ஒரு படைத்தளத்தை அமைத்தான்.[42]

சோழர் படைக்கு ஆள் சேர்க்கும் முறை பற்றியோ, வீரர் களின் மொத்த எண்ணிக்கை பற்றியோ நமக்குக் குறிப்பு யாதும் கிடைக்கவில்லை. படைத்தலைவர் அல்லது சேனாதி பதிகள் ஆகியோரில் பல அந்தணர்களும் இருந்தனர். அவர்களில் பலர் செய்த சிறந்த செயலைப் பாராட்டி 'பிரமாதிராயர்' என்ற விருது அளிக்கப்பட்டது. அரச சேவையில் ஈடுபட்டிருக்கும் வேளங்களின் அங்கத்தினரின் மைந்தர்களில் பலர் நாட்டுப் படையில் சேர்ந்தனர்.[43] படை வீரர்களுக்கு என ஆழ்ந்த தனிப் பயிற்சி ஏதும் அளிக்கப்பட்டது என்பதற்குச் சான்றுகள் கிடைக்கவில்லை. எனினும், ஏதோ போர்ச் சமயத்தில் மட்டும் தற்காலிகமாகச் சேர்க்கப்பட்ட ஒரு பயிற்சியும் இல்லாத மனிதக் கூட்டமாகச் சோழப் படையைக் கூறிவிட முடியாது. "மூன்று கை மகாசேனை" போன்ற படைக் குழாங்கள் நல்ல தேர்ச்சி பெற்ற வீர மரபுகளில் தோய்ந்தவர்கள் சோழநாட்டின் பல இடங்களில் இராணுவக் கடகங்கள் (முகாம்கள்) இருந்ததற் காகக் கிடைக்கும் குறிப்புகளைப் பார்த்தால், படை வீரர் களுக்கு இராணுவப் பயிற்சியும் கட்டுப்பாடும் முறையாக அளிக்கப்பட்டு வந்ததை அறியலாம், ஆனால், படையினர் நாட்டிலுள்ள பல்வேறு சபைகள் போன்றும் வணிகக் குழுக்கள் போன்றும் அன்றாட சமூக வாழ்க்கையில் ஈடுபாடு கொண்டும் இயங்கினர், படைக் குழாங்களும் படை வீரர்களும் அளித்த எண்ணற்ற தானங்களைப் பற்றியும் "மூன்று கை மகாசேனை" திருவாலீசுரம் கோயிலைப் பரிபாலனம் செய்த விவரங்களைப் பற்றியும் முன்பே கூறியுள்ளோம். ஒரு சமயம் சோழர்

என்னும் ஊரில் சூரியகிரகணத்தையொட்டி வழக்கமாக நடத்த வேண்டிய அம்மன் திருவிழாவை நடத்தத் தவறியதற்காகக் கோயில் அதிகாரிகளுக்கு அபராதம் விதிக்கப்பட்டது. அதை அவர்களிடமிருந்து வசூல் செய்வதற்கென நாடு வகை செய்வோர்க்கு முதலாம் இராஜராஜனின் கைக்கோள் படையைச் சார்ந்த மூன்று அணிகள் உதவிபுரிந்தன.[44] சேனையின் மற்றும் இரண்டு பிரிவுகள் செய்த சமூக சேவையைப் பற்றிய செய்திகளைக் குடுமியான் மலையிலுள்ள பிற்காலச் சோழர் கல்வெட்டுகள் தெரிவிக்கின்றன. முதலாம் குலோத்துங்கனின் 36-ம் ஆண்டில் அதாவது கி.பி.1106-ல் மூன்று படைப்போர்க்கோயில் கைக்கோளர் என்பாரும் நாட்டுப்படை “பழியிலிஐந்நூற்றுவர்” என்னும் படைக் குழாங்களும் ஒரு கோயிலின் அறக்கட்டளைகளைப் பராமரிக்க அவ்வூர்ச் சபையோருடன் இணைந்து பணியாற்றினர்.[45] அது போலவே கி.பி. 1213 -ல் அதே கைகோளப் படையினர் அக்கோயிலில் பல திருவிழாக்களை நடத்தப் பொறுப்பேற்றனர்.[46] மேலே குறிப்பிட்ட இரண்டு படைக் குழாங்களும் நம் நாட்டுப் பழம் அரசியல் நூல்களில் கூறப்படும் நால்வகைப் படைகளில் இருவகைகளாகும். அவையாவன: பரம்பரைப் படை (மௌல) கூலிப்படை (பிரதக), நாட்டுப் படை (சிரேணி) மலைவாசி களைக் கொண்ட படை (அடவி). கைக்கோளப் படை என்பது நிரந்தர ஊழியம் பெற்ற அரசருக்குரிய படையாகத் தோன்றுகிறது. நாட்டுப் படை என்பது கௌடில்யரால்,”சிரேணி” அல்லது “ஜனபதம்” என்று அழைக்கப்பட்ட படை போன்று வட்டார மக்களுக்குப் பாதுகாப்பு அளித்துவந்தது.[47] “பழியிலி ஐந்நூற்றுவர்” என்போர் யாவர்? அவர்களுக்கும் நாட்டுப் படையினருக்கும் என்ன தொடர்பு? என்பதைச் சொல்ல இயலவில்லை.

சோழப் படையின் அமைப்பும் அவர்கள் சமூக விவகாரங் களில் கொண்டிருந்த அக்கறையும் சோழர் ஆட்சித் தொடக்கம் முதல் இறுதி வரை அம்மாதிரியே தொடர்ந்து இருந்தது. மூன்றாம் இராஜராஜன் காலத்தில்கூட நரசிங்க விக்கிரம வீரர் என்னும் படைத்தலைவன் செங்கற்பட்டிற்கு அருகே இருக்கும் புலிவாய் என்னும் ஊரில் கோயில் எடுப்பித்து மானியங்கள் வழங்கினான்.[48]

கி.பி. 1178-ல் ஒரு சீன் அறிஞர் சோழ நாட்டைப் பற்றியும் சோழற் படையைப்பற்றியும் பின்வருமாறு எழுதி யுள்ளார்.[49] “இந்நாடு மேற்கு நாடுகளுடன் போரிட்டுக் கொண்டிருக்

கிறது. அரசாங்கத்தினரிடமும் ஏறக்குறைய அறுபது ஆயிரம் போர் யானைகள் உள்ளன. ஒவ்வொரு யானையும் 6 அல்லது 7 அடி உயரம் உள்ளது. போரிடும்போது யானைகளின் மீது அம்பாரிகள் அமைத்து அவற்றில் வீரர்கள் அமர்ந்துகொண்டு நெடுந்தொலை விற்கு அம்பு எய்கின்றார்கள். அருகே உள்ளவர்களை ஈட்டிகளால் தாக்குகின்றனர். வெற்றி அடைந்தவுடன் யானைகளுக்கு விருதுகள் கொடுத்து கௌரவிக்கின்றனர். சிலர் அவைகளுக்கு அலங்கரிக் கப்பட்ட பொன்னாலான அம்பாரிகளைப் பரிசாகத் தருகின்றனர். ஒவ்வொரு நாளும் அரசர் முன் யானைகள் கொண்டுவரப்படு கின்றன."

போர் விளைவுகள்

போர் என்பது இருதரப்பிலும் உள்ள படைவீரர்களுக்கிடையே மட்டும் நடந்த சண்டை எனக் கருதவும், நாட்டின் அன்றாட வாழ்க்கைக்கு ஊறு விளைவிக்கவில்லை என்ற ஓர் எண்ணத்திற்குச் சிறிதும் ஆதாரம் இல்லை. சோழர் கல்வெட்டுகளிலிருந்தும் அவர்களுடன் போரிட்ட சாளுக்கியரின் கல்வெட்டுகளிலிருந்தும் நாம் அறிவது என்னவென்றால், அவர்கள் செய்த கடும் போரினால் துங்கபத்திரை நதியின் இரு பக்கங்களில் இருந்த மக்களிடையே பல தலைமுறைக்குத் தாங்கமுடியாத துயரங்களை அப்போர் உண்டாக்கியது என்பதாகும். போரிடும்போது கடைப்பிடிக்க வேண்டிய சில உயர்ந்த மரபுகளையும் கண்ணியத் தையும் கூட மறந்து, அமைதியாக வாழ்ந்த மக்கள் பலவாறு துன்புறுத்தப்பட்டனர். பெண்கள் தாக்கப்பட்டு அவமானப் படுத்தப்பட்டனர். ஈழத்திலும் கருநாடகப் பகுதியிலும் கிடைத் துள்ள சான்றுகளை இந்தச் சமயத்தில் நாம் மறக்கவோ மறைக்கவோ முடியாது. சாளுக்கியக் கல்வெட்டுகள் முதலாம் இராஜந்திரன் கோயில்களை அழித்தான் என்றும் குற்றம் சாட்டுகின்றன. சமய வேறுபாட்டினால் இது செய்யப்பட்டிருக்க லாம் என்றாலும், பொருளாசையும் ஒரு காரணமாக இருந்தது போலும். சாளுக்கிய நாட்டில் செல்வச் செழிப்புடன் இருந்த பல சமணப் பள்ளிகள் (பஸ்திக்குகள்) ஆழ்ந்த சிவபக்தனான ராஜேந்திரனுக்கு நல்ல வேட்டைக் களமாக அமைந்தன போலும். அயல்நாட்டுப் படையெடுப்புகளிலிருந்து சோழர்களுக்குக் கிடைத்த பொருள்கள் ஏராளம். அவ்வாறு கொள்ளையடிக்கப் பட்ட பொன்னையும் பொருளையும்தான், அரசர்கள் தானமாக வாரிக் கொடுத்தனர் என்று அவர்கள் கல்வெட்டுகளே வெளிப் படையாகக் கூறுகின்றன.[50] பொதுவாகப் போர்க்களத்தின் மூலம் கிடைத்த பொருள் எல்லாம், அரசரையே சாரும். அவர்

அவைகளைத் தன் விருப்பம்போல் பயன்படுத்தலாம். சீப்புலி, பாகி நாடுகளில் கைப்பற்றப்பட்ட தொள்ளாயிரம் ஆடுகளை முதலாம் இராஜராஜன் தமது 6-வது ஆட்சி ஆண்டில் காஞ்சிபுரத்தில் இருக்கும் துர்க்கைக் கோயிலுக்குத் தானமாக அளித்துத் தனது பெயரில் பத்து நந்தா விளக்கேற்றி வைக்கப் பணித்தார்.[51] மற்றொரு முறை, மலை நாட்டைக் கைப்பற்றி, அங்கிருந்து கொண்டுவரப் பட்ட படிமங்களில் மரகதத்தேவர் படிமம் ஒன்றை அதிகாரி ஒருவர் அரசனிடம் கேட்டுப் பெற்றுக்கொண்டு அதைத் திருப்பழனம் என்னும் ஊரில் கோயில் கொள்ளச் செய்தார்.[52]

கடற்படை

இராஜேந்திரனின் படை வீரரை ஏற்றிச்சென்ற "எண்ணி லடங்காக் கப்பல்கள்" கடல் கடந்து ஸ்ரீவிஜயத்தையும் அதைச் சார்ந்த தீவுகளையும் கைப்பற்றியது ஒரு திடீர் சாதனை அல்ல; சோழர்கள் கடைப்பிடித்த திட்டவட்டமான கடற்படைக் கொள்கையின் விளைவேயாம். சங்க காலத்திலேயே சோழர்கள் கடல் வணிகத்திற்கு அடிகோலினர். பிறகு பல்லவர் காலத்தில் கப்பல் போக்குவரத்துப் பெருகிய காரணத்தால் தென்னிந்தியா விற்கும், மலேயா, (மலேசியா, சிங்கப்பூர்) இந்தோ சீனா போன்ற தீவுகளுக்குமிடையே வாணிகக்கலைப் பண்பாட்டுறவு மேலும் வளர்ந்தது, 9-ம் நூற்றாண்டில் "மணிக்கிராமம்" என்னும் தென்னிந்திய வர்த்தகக் குழு வங்கக் கடலைக் கடந்து எதிர்க் கடற்கரை ஓரத்தில் இயங்கத் தொடங்கிய செய்தியை அங்குள்ள தகுவாபா என்னுமிடத்தில் உள்ள கல்வெட்டு[53] ஒன்று கூறு கிறது. பண்டைய வழக்கப்படியே சோழர்களும் தங்கள் கடல் ஆதிக்கத்தைப் பரப்பும் பணியில் ஈடுபட்டு பல வெற்றிகளைக் கண்டனர். ஈழம், மாலைத்தீவு **(Sri Lanka and Maldives)** ஆகிய வற்றைக் கைப்பற்றியது. சீன வரலாறுகளில் குறிக்கப்பெற்றது போல, சீன நாட்டிற்குத் தூதுக் குழுக்களை அனுப்பியது. இவை யெல்லாம் இம்முயற்சியால் சோழர் கண்ட வெற்றிகளாகும், காந்தளூர்ச் சாலை கல மறுத்து, சேரர் கடற்படையை முறி யடித்துத் தென்னிந்தியக் கடலில் சோழர் தங்கள் நிகரற்ற ஆதிக்கத்தை நிலைநாட்டினர். சோழர் காலத்திய கலங்களின் அமைப்பு எப்படி இருந்தது என்பதைப் பற்றி நேரடியான சான்றுகள் யாதும் கிடைக்கவில்லை. ஆனால், இதற்கும் பல நூற்றாண்டுகளுக்கு முன்னரே மூன்று வகைக் கலங்கள் சோழ மண்டலக் கரையில் உலாவின என்று **"பெரிப்ளூஸ்"** என்னும் நூல் கூறியுள்ளதையும் பிறகு இராஜேந்திரன் பெரியதொரு

கப்பற்படையைக் கொண்டு வெற்றிச் சாதனைகள் புரிந்ததையும் நோக்கும்போது, சோழர் கப்பற்படை சிறிதும் பெரியதுமான பல கலங்களைக்கொண்ட சிறந்த படையாக அமைக்கப் பெற்றிருந்ததாகத் தோன்றுகிறது. கி.பி. 9-ம் நூற்றாண்டில் சுலைமான் என்னும் அராபிய வாணிகர் சீனாவிற்கும் பாரசீகக் கடலுக்குமிடையே அடிக்கடி பயணம் செய்து வாணிகம் செய்து வந்தார். மாலைத் தீவு மக்கள் வீடுகளும், கப்பல்களும் கட்டு வதில் நல்ல தேர்ச்சியடைந்தவர்கள் என்று அவர் எழுதி யுள்ளார்.[54]" சுலைமான் சோழமண்டலக்கரைக்கு வர வாய்ப்பு இல்லை. மேலும் அவர் பிரயாணங்கள் விஜயாலய வமிசத்தின் எழுச்சிக்கு முன்னரே நடந்தவை. ஆனால், அவரால் புகழப் பட்ட மாலைத் தீவுக் கப்பல்களையே இராஜராஜனின் கப்பல்கள் தோற்கடித்தன என்பதைப் பார்க்கும்போது, சோழரின் கப்பற் படை வலிமையை ஒருவாறு நாம் உணரலாம். சுலைமான் குறிப்புகளுக்கு 10-ம் நூற்றாண்டுத் தொடக்கத்தில் அபுசைத் ஆசான் என்பவர் எழுதிய விளக்கங்களில் இந்தியக் கடலில் செல்லும் களங்கள் குறிப்பாக சிராப் என்னுமிடத்தில் தயாரிக்கப் பட்ட கப்பல்கள் மத்தியதரைக் கடலில் சென்ற கப்பல்களி லிருந்து அமைப்பில் வேறுபட்டிருந்தன என்று கூறியுள்ளார். "மரத்துண்டுகளை ஒன்றோடொன்று இணைத்துக் கட்டும் முறை சிராய் கப்பல்களின் தனிச்சிறப்பாகும். சிராப், ரோம் நாட்டி னரோ மரத்துண்டுகளைத் தைப்பதற்குப் பதிலாக ஆணி அடித்து ஒன்று சேர்க்கின்றனர்.[55]" இன்றும் சென்னைக் கடற்கரையில் இம்மாதிரி தேங்காய் நாரினால் கட்டப்பட்ட கட்டுமரக் கலங் களை நாம் பார்க்கலாம். ஆனால், சாதாரணமாக இவை அளவில் சிறியன. கி.பி.916-ல் அபுசைத், இந்தியக் கடலில்[56] ஓடிக்கொண்டிருந்த கப்பல்களை நேரில் கண்டும் கேட்டறிந்தும் எழுதிய குறிப்புக்கள், ஒரு நூற்றாண்டிற்குப் பிறகு நிலவிய சோழப் பேரரசின் கடற்படையின் வலிவை எடைபோடுவதற்கு உதவியாக இருக்கிறது. அரேபிய எழுத்தாளரின் குறிப்புக்கள் காலத்தினால் சற்று முற்பட்டும் மார்கோபோலோவின் குறிப் புக்கள் பெரிதும் பிற்பட்டும் இருப்பதனால், சோழப் பேரரசின் கப்பல் கட்டடக் கலையைப் பற்றிய சம காலத்திய குறிப்புகள் கிடைக்கப் பெறாதது வருந்தற்குரியது. கடற் பயணத்தைப் பற்றி பல நூல்கள் எழுதியுள்ள அஹமத்-இபின்-மஜீத் என்னும் அரேபிய எழுத்தாளர் 15-ம் நூற்றாண்டில் அடிக்கடி சோழர் களுடைய கடல் மரபுகளை மேற்கோள் காட்டியிருக்கிறார், கடல் பயணத்தைப் பற்றிய சோழர் காலத்திய நூலை அவர் பார்த்து, அரபு நூல்களுடன் ஒப்பிட்டு அந்நூலை எழுதியிருக்க

வேண்டும். அத்தமிழ் நூல் சோழ மண்டலக் கரையில் செல்லும் கப்பல் பயணிகளுக்குப் பயன்படக்கூடிய வகையில் துறைமுகப் பட்டினங்கள் இருந்த இடங்களைக் குறிக்கும் அட்டவணையைக் கொண்டதாய் இருந்திருக்க வேண்டும்.[57] ஆனால், துரதிருஷ்ட வசமாய் அரபு நாட்டு எழுத்தாளர்கள் பயன்படுத்திய அவ்வரிய நூலின் ஒரு பகுதிகூட நமக்கு இப்பொழுது கிடைக்கவில்லை.

அரசன்

ஆட்சியில் பொறுப்புள்ள அதிகாரிகள் அவ்வப்பொழுது நாட்டின் முக்கியப் பிரச்சினைகளை அரசர் கவனத்திற்குக் கொண்டுவந்து, அவருடைய "திருவாய்க் கேள்வி" என்ற அதிகாரி நேர்முகக் கட்டளைகளைப் பெறுவர். அப்படி விண்ணப்பிக்கப் பட்ட வேண்டுகோள் பட்டியலையும் அதன்மேல் அரசர் இட்ட கட்டளைகளையும் உடனடியாக அறிக்கைகளாகத் தயாரித்து, மத்திய அல்லது மாவட்ட அதிகாரிகளுக்கு அனுப்பி, தக்க நடவடிக்கைககள் எடுக்க வகை செய்வதற்காகச் செயலாளர்கள் இருந்தனர். விண்ணப்பம் கொடுத்த காலம், இடம், கொடுத்த அதிகாரியின் பெயர், அரசர் அதைப் பெற்றுக்கொள்ளும்போது வீற்றிருந்த கூடமும் பள்ளிக் கட்டிலின் பெயர் போன்ற விவரங் களுடன் கோயில் போன்ற பொது இடங்களில் கல்வெட்டுகள் வாயிலாகப் பொறிக்கப்பட்டன. ஒரு சமயம் தஞ்சை நகர் புறம்பாடிப் பகுதியின் வெளிப்புறத்திலிருந்த "இராஜாச்சிரயம்" என்னும் அரண்மனையின் தென்புறக் கூடத்தில் வீற்றிருந்து இராஜராஜன் ஆனைமங்கலம் என்னும் கிராமத்தை சூளாமணி விகாரம் என்னும் பௌத்த பள்ளிக்குத் தானமாகக் கொடுத்த செய்தி, லெய்டன் பட்டயத்தில் பொறிக்கப்பட்டுள்ளது. அரசர் இட்ட கட்டளை உடனடியாக ஓலையில் எழுதப்பட்டது (நாம் சொல்ல நம் ஓலை எழுதும்... அமுதன் தீர்த்தகரன் எழுத்தினால்).[58] இம்மாதிரி வேறு பல குறிப்புகளும் நமக்குக் கிடைத்துள்ளன. பாண்டிய நாட்டை ஆண்ட சோழ பாண்டிய அரசரும் இம்முறையைக் கையாண்டனர்.[59] இம்முறை பெருவாரி யாகத் தானங்கள் கொடுத்த செய்தியைப் பற்றியதாகத்தான் இருக்கின்றன. எனினும், அரசரின் ஏனைய கட்டளைகளைப் பிறப்பிக்கும்போதும், இம்முறையே மேற்கொள்ளப்பட்டது என்று கொள்ளலாம். ஆனால், இதை உறுதியாகச் சொல்லு வதற்குத் தக்க சான்றுகள் இல்லை.

நாடும் சமூகமும்

அமைச்சரவையோ அல்லது மத்திய ஆலோசகர் அவையோ இருந்ததற்கான போதிய சான்றுகள் இல்லை. சக்தி

வாய்ந்த பெரியதொரு செயலகம் அரசருக்கு உதவிபுரிந்து வந்தது. இச்செயலகம் அரசர் ஆணையைச் செயல்படுத்துவது, அதற்கு வேண்டிய ஒழுங்கு நடவடிக்கைகள், நிர்வாகக் கண்காணிப்புப் போன்ற வகையில் பொறுப்புப் பணியாற்றியது. சட்டம் இயற்றுதற் கென்று தனிப்பட்ட நிறுவனம், இந்தியாவில் அக்காலத்தில் எந்த மாநிலத்திலும் இருந்ததில்லை; சட்டத்தை அமுல் செய்வோரைக் கண்காணிக்கும் சட்டமன்றமும் இருந்ததில்லை. சூழ்நிலைக்கேற்ப சட்டதிட்டங்கள் பிறப்பிக்கப்பட்டன. அவை "வியவஸ்தைகள்" என்று வழங்கப்பட்டன. இவ்வாறு பிரகடனம் செய்யப்பட்ட வியவஸ்தைகள் பொதுவாக நாட்டின் தருமத்திற்கும், மக்கள் விருப்பத்திற்கும் உறுதுணையாகவே இருந்தன. பொதுவாக இந்தியச் சமூகத்தவர் காவல், நீதி என்ற இரு துறைகளை மட்டுமே அரசாங்கத்திடம் ஒப்படைத்தனர். தனியார் சச்சரவுகள், சண்டைகள் கூட பெருவாரியாக அரசாங்க அதிகாரிகளின் தலையீடின்றி, அவர்களுக்குள்ளேயே தீர்த்துக்கொள்ளப்பட்டன. தீர்க்க முடியாத சச்சரவுகளே அதிகாரிகளிடம் தெரிவிக்கப்பட்டன. சமூகக் கோட்பாடுகளையும் சட்ட திட்டங்களையும் பெரும்பாலும் பல்வேறு சமுதாயப் பிரிவுகளுக்கேற்றவாறு அவரவர்களே வகுத்துக் கொண்டனர். அக்கோட்பாடுகள் தடங்கலின்றி நடைபெறவும், பொதுவாக நாட்டின் அமைதியைக் காக்கவும் மட்டுமே அரசாங்கத்தார் பொறுப்பேற்றனர். பொதுவாக, நாட்டின் தருமத்திற் கும், மக்கள் பழக்கவழக்கங்களுக்கும் விரோதமாயுள்ள அரசாங்கக் கட்டுப்பாடுகளையும், ஆணைகளையும் மக்கள் ஏற்றுக்கொள்ளத் தயங்கினர். அந்தந்தச் சமூகங்களிலுள்ள முதியோரும், கற்றோரும் எடுத்துரைத்த ஆலோசனைகளையே மதித்தனர். அரசர், சட்டங்களை உருவாக்குபவர் அல்லர்; அவர் ஏற்கெனவேயுள்ள சட்ட திட்டங் களையும், சமூக நலனையும் போற்றும் பாதுகாவலரே ஆவார்.

தலைமைச் செயலகம்

அக்காலத்தில் மற்ற நாடுகளில் இருந்த அரசுகளைவிட சோழ அரசு திறமைமிக்க, நிலையான நிர்வாக அமைப்பைக் கொண்டிருந்தது. நிர்வாக அதிகாரிகள் மக்களுடைய உரிமை களிலும் ஏனைய இயக்கங்களிலும் தலையிடாமல், தவறு செய்யும் போது மட்டும் தட்டிக்கேட்டுத் திறமை கெடாமல் பார்த்துக் கொண்டனர். மக்களின் செயலாற்றலைப் பாதிக்கா வண்ணம் அரசின் நிர்வாகம் நடந்துவந்தது. அரசாங்க அதிகாரத்தின் எல்லையும் சமுதாயப் பிரிவுகளின் உரிமைகளுக்கு இடையூறுகள்

விளைவிக்காதவாறு ஒரு சமநிலையில், சோழர் ஆட்சி இருந்ததைப் பார்க்கும்போது நமக்கும் பெருமிதம் உண்டாகிறது. தனி மனிதனை விட சமூகப் பிரிவுகளின் உரிமைகளுக்குத்தான் முக்கியத்துவம் கொடுக்கப்பட்டது. நாட்டிற்கும் தனி மனித உரிமைக்கும் போட்டி இல்லை. சமுதாயமே தொன்றுதொட்டுப் பல சமூகப் பிரிவுகளைக்கொண்டு இயங்கியபோது யாதொரு போட்டியோ எதிர்ப்போ எழவில்லை.

அரசாங்க அதிகாரிகள்

அரசரிடம் பணிபுரியும் பல்வேறு அதிகாரிகளுக்கு விருதுகள் கொடுக்கப்பட்டுச் சிறப்பிக்கப்பட்டனர். ஏனாதி, மாராயன் போன்ற பழமையான விருதுகள் சங்க காலத்திலேயே வழங்கப் பட்டன. "மாராயம் என்னும் விருதைப்பற்றி தொல்காப்பியர் தெரிவிக்கும் குறிப்பிலிருந்து[60] அது போர்க்களத்தில் காட்டிய வீரச் செயல்களுக்காக வழங்கப்பட்ட விருது என்று தெரிகிறது. ஆனால், பிற்காலக் கல்வெட்டுகளில் கடிகை, மாராயன், "வாச்சிய-மாராயன்" போன்ற விருதுகள் மற்ற துறைகளில் சிறப்புப் பணி புரிந்தோருக்கும் வழங்கப்பட்டன என்று தெரி கிறது. மாராயரின் மனைவி 'மாராசி' என்று அழைக்கப் பட்டாள்.[61] "அரையன்", "பேரரையன்" போன்ற விருதுகள் கலை வல்லுநர்களுக்கு வழங்கப்பட்டன. நாட்டியம் அல்லது நிருத்தக்கலையில் வல்லுநருக்கு "நிருத்தப் பேரரையன்" என்ற பட்டம் வழங்கப்பட்டது. உயர்ந்த இராணுவ அரசாங்க அலுவலர்களும் பொதுவாக "அதிகாரிகள்" என்றே அழைக்கப் பட்டனர். பொதுவாக அரசருடைய பெயருடன் "மூவேந்த வேளார்" என்ற பதவிப் பெயரைச் சேர்த்தே அவர்கள் கல்வெட்டுகளில் பொறித்துள்ளனர். அன்றியும், ஒரே மாதிரியான பதவிப்பெயர் பலருக்கும் வழங்கிய காரணத்தால், அதிகாரிகளின் இயற்பெயரைக் கண்டுபிடிப்பது அவ்வளவு எளிதல்ல. சோழர் காலத்திற்குச் சில நூற்றாண்டுகளுக்குப் பிறகு எழுதப்பட்ட "தக்கயாகப்பரணி"யின் உரையாசிரியர், சோழர் ஆட்சியின் அதிகாரங்களைப் பற்றிப் பின்வருமாறு கூறியுள்ளார். "போஜ அரசரின் வழிவந்த குடும்பங்களைச் சார்ந்தவர்கள் இவ்வதி காரிகள். இக்குடும்பத்தினர் 'மந்திரி' பதவிகளை மட்டுமே ஏற்றுக்கொண்டு பணி செய்தனர். இப்பொழுது அவர்கள் கணக்கர்களாகவும் பணிபுரிவது அவ்வளவு சரியல்ல. முடிசூடிக் கொள்ளும் உரிமையைத் தவிர ஏனைய அரச உரிமைகளையும் அனுபவித்த இவர்கள் இப்பொழுது மந்திரிக்கும் தாழ்ந்த பதவிகள் ஏற்றுக்கொள்வது பொருத்தமாக இல்லை.[62] இக்கூற்றி

லிருந்து நமக்குத் தெரிவது என்னவெனில், சோழப் பேரரசும், ஆட்சி அமைப்பும் விரிவடைந்ததின் விளைவாகப் புதிய அதிகார வர்க்கங்கள் உருவாகி, அவை ஒவ்வொன்றும் தங்கள் குடும்ப ஏற்றங்களைச் சிறிது காலத்துக்குள்ளேயே மரபுகளாக ஆக்கிக் கொண்டுவிட்டன என்பதாகும், அதிகாரியின் மனைவி 'அதிகாரிச்சி' என்று அழைக்கப்பட்டாள். இவர்களைத் தவிர, அந்தப்புரத்தில் பணிபுரிந்த பெண்கள் தங்களுக்கென சில பட்டங்களையும் ஏற்றனர்.[63] அதிகாரிகளில் பெருந்தரம், சிறுதரம் என்ற இரு பிரிவுகள் இருந்தன.[64] ('தரம்' பல சமயங்களில் 'தனம்' என்று கூறப்பட்டது). 'கருமிகள்' 'பணிமக்கள்' போன்ற அதிகாரிகளும், படைவீரர்களும் கூட இவ்விரு பிரிவுகளுக்குள் அடக்கப்பட்டனர்.[65] இவ்விரு பிரிவுகளுக்கிடையேயுள்ள சில அதிகாரிகள் 'சிறுதனத்துப்-பெருந்தரம்' என்ற வகையில் சேர்க்கப்பட்டனர். சேனாதிபதிகள் என்ற படைத்தலைவர்கள் இவ்வகையினர்.[66] அரசர், அவருடைய குடும்பத்தினர், கண்டன் மறவன் போன்ற பழுவேட்டரையரும்[67] அதுபோன்ற முக்கிய சிற்றரசர்களெல்லோரும் இவ்விரு பிரிவுகளுக்குள் அடக்கப்பட்டனர். பெருந்தரம் என்ற சொல்லை, மதுரை கொண்ட இராஜகேசரியின் ஐந்தாவது ஆட்சியாண்டான கி.பி. 961-ல் பொறிக்கப்பட்ட கல்வெட்டில் முதல் முறையாகக் காண்கிறோம்.[68] இராஜராஜனின் ஆட்சியில் ஒரு சமயம் பெரும் தரவகையைச் சார்ந்த அதிகாரிகள் யாதோ ஒரு ஈனச் செயலை செய்தபோது பிடிபட்டு, அப்பாவத்தைப் போக்குவதற் காகத் தஞ்சைக் கோயிலில் நந்தா விளக்குகளை ஏற்றி மன்னிப்புக் கேட்டனர்.[69] இரண்டாம் இராஜராஜனின் காலத்தில் நியாயத்தார் பெருந்தரம், சிறுதரம் என்ற பிரிவுகளாய் வகுக்கப்பட்டிருந்ததை ஒரு கல்வெட்டு தெரிவிக்கிறது.[70]

வேலைத் தேர்வு முறை

பல்வேறு அலுவலர்கள் தேர்ந்தெடுக்கப்பட்ட முறையும், பிறகு அவர்கள் உயர் பதவிகளுக்கு உயர்த்தப்பட்ட முறைகளைப் பற்றியும் சரியாக ஒன்றும் தெரியவில்லை. முதல் தேர்வில் குல உயர்வும், செல்வாக்குடையோரின் தொடர்பும் முக்கியமாகக் கருதப்பட்டிருக்கக் கூடும். ஆனால், பின்வரும் உயர்வுகள் அவர் களுடைய திறமையையும், வெற்றிச் சாதனைகளையும் பொறுத்தே அமைந்திருக்க வேண்டும். அரசர்களை நியமிக்கும் முறையில்கூட ஒவ்வொருவருடைய திறமையை எடைபோட்டுத் தேர்ந்தெடுத் தனர். அரசர்கள், தங்களுக்குப்பின் அரசாள வரப்போகும்

உரிமையாளர்களின் தகுதியை விருப்பு வெறுப்பின்றி மதிப்பிட்டு, மிகத் திறமையாளரை மட்டும் இளவரசப் பட்டத்திற்கு நியமித்தனர். அரசப் பதவிக்கே இம்முறை கையாளப்பட்டது என்பதைப் பார்க்கும்போது, ஏனைய அரசாங்கப் பதவிகளுக்கும் இம்முறையே கையாண்டிருக்கப்பட்டிருக்க வேண்டும் என்று நினைப்பது தவறாகாது. அரசாங்க அதிகாரிகளுக்கு ஊதியமாகப் பணம் யாதும் தரப்படவில்லை. அதற்குப் பதிலாக, அவர்களுக்கு அவரவர் நிலைக்குத் தகுந்தவாறு நில மானியங்கள் வாழ்நாள் காலத்திற்கு அளிக்கப்பட்டன.[71] அவற்றிலிருந்து, நிரந்தரமாக அவர்களுக்கு நெல்லும் பணமும் கிடைத்துவந்தன. கிராமங்கள் தானமாக அளிக்கப்பட்டபோதும், அவற்றிலிருந்து நிலங்கள் ஏற்கெனவே யுள்ள உரிமையாளரிடமே தொடர்ந்து இருந்துவந்தன. ஆனால், அரசுக்குச் செலுத்தவேண்டிய இறைகளையும், கடமைகளையும் மட்டும் அதிகாரிகள் வசூலித்துக்கொண்டனர்.[72] கிராமங்கள் மட்டுமின்றி 'நாடு'கள் கூட மானியமாக விடப்பட்டன.[73] இக்காரணத்தால் அதிகாரிகள் 'உடையார்' என்றும் 'கிழார்' என்றும் அழைக்கப்பட்டனர்.[74] மானியமாக வழங்கப்பட்ட நில உரிமைகளை மொத்தமாகவோ பகுதியாகவோ மற்றவர்க்கு விற்பதற்கும் அதிகாரிகளுக்கு உரிமை இருந்தது. இந்த ஏற்பாட்டில் பல ஊழல்கள் நடப்பதற்கு இடம் இருந்தபோதிலும், சோழ அரசின் நில அளவு முறையும், ஊர் அடங்கல் போன்று ஆவணங்கள் சீராக வைக்கப்பட்டிருந்ததால், அவை கட்டுப்படுத்தப்பட்டன. மேலும், ஊராரிடம் நிலவும் கருத்தும் பரவலான பேச்சுக்களும் ஊழல்கள் நடக்காதவாறு கண்காணித்து வர உறுதுணையாக இருந்தன.

நிர்வாகப் பிரிவுகள்

நிர்வாக அமைப்பில் 'கிராமம்' அல்லது 'ஊர்' அடிப்படை யான பிரிவாக இருந்தது. பல ஊர்கள் சேர்ந்து 'கூற்றம்' அல்லது 'நாடு' அல்லது 'கோட்டம்' என வழங்கலாயிற்று. கூற்றம் போலப் பெரியதாக உள்ள ஊர் 'தனியூர்' அல்லது 'தனிக் கூறு' என்று அழைக்கப்பட்டது.[75] இங்கிலாந்திலிருந்தே 'பரோ' (Borough)க்களை ஒத்திருந்த இத்தனியூர்களைப் பற்றிய சில விவரங்களே நமக்குக் கிடைத்துள்ளன.[76] பல கூற்றங்கள் சேர்ந் தது 'நாடு' அல்லது 'வளநாடு' என்று வழங்கி வந்தது. 'ஜயங்கொண்ட சோழ மண்டலம்' என்று வழங்கிய தொண்டை நாட்டில் மட்டும் 'கூற்றம்' என்பது 'கோட்டம்' என்றும் 'வளநாடு' என்பது 'நாடு' என்றும் வழங்கப்பட்டன. பல வ்ளநாடுகள் சேர்ந்ததே 'மண்டலம்' என்ற பெரிய பிரிவாகும்.[77]

இராஜராஜனின் காலத்தில், இலங்கை உட்பட ஏறக்குறைய எட்டு அல்லது ஒன்பது மண்டலங்கள் இருந்தனவாகத் தெரிகிறது. மண்டலங்களின் எண்ணிக்கை இதற்கும் மேலாக, ஒரு பொழுதும் இருந்ததில்லை. இந்நிர்வாகப் பிரிவுகளின் அமைப்பு அடிக்கடி மாற்றியமைக்கப்பட்டதுமின்றி, அவற்றின் பெயர்களும் அவ்வப் போது மாற்றத்துக்குள்ளாயின.[78] "பெயர் மாற்றும் நோய்க்குச் சோழ அரசர்கள் ஆளானது போன்று, அவர்களுடைய நிர்வாகப் பிரிவு களும் ஆளாயின" என்ற குற்றச்சாட்டிற்கு ஆதாரம் இருக்கத்தான் செய்கிறது.[79]

அலுவலகங்கள்

அரசாங்க அலுவலகங்களில் பணிபுரிந்த பல்வேறு அதிகாரி களின் பதவிப் பெயர்களும் அவர்கள் வகித்த குறிப்பிட்ட பொறுப்புகளையும் பற்றிய விவரங்கள் நமக்குக் கல்வெட்டு களால் கிடைத்துள்ளன. பொதுப்படையாக "கருமிகள்" என்றும் "பணி மக்கள்" என்றும் அவர்கள் அழைக்கப்பட்டனர். சுந்தர சோழரின் அன்பில் செப்பேடு, அநிருத்தர் என்னும் அமைச்சரைப் பற்றிய சில சுவையான செய்திகளைத் தருகிறது. அவர், அன்பில் என்னும் ஊரிலுள்ள புகழ்மிக்க வைணவக் குடும்பத்தைச் சேர்ந்தவர். அவருடைய பாட்டனார், திருவரங்கத்துத் திருமாலின்பால் மிகுந்த ஈடுபாடுடையவர். இவ்வழி வந்த அநிருத்தருக்கு அன்பும் மரியாதையும் காட்டும் வண்ணம் அரசர் சுந்தரச் சோழர் "பிரம்மாதிராயர்" என்ற விருதும், பத்து வேலி நிலமும் மானியமாக அளித்தார். மானியம் அளிக்கும் முறை எளிதாகவே அமைக்கப்பட்டது. அரசரின் சார்பில் தானத்தை வழங்கும் ஸ்ரீமுகம் அல்லது திருமுகம் ஆணத்தி யொருவரால் தயாரிக்கப்பட்டு, கிராம சபைக்கு அனுப்பப் படும். அங்கே ஸ்ரீமுகத்தில் கண்டபடி தானம் வழங்கப்பட்டு சாசனமும் தயாரிக்கப்படும். அச்சாசனத்தில் "நாட்டுக்கோன்", "நாடுகிழவன்", "ஊருடையான்", போன்ற முக்கியஸ்தர்கள் கையொப்பமிட்டனர். அவ்வாறு கையொப்பமிட்டோர் ஊரி லுள்ள பெரிய மனிதர்கள் மட்டுமா அல்லது அரசு பணிபுரிந்த குறிப்பிட்ட அதிகாரிகளா என்பதை நாம் உறுதி யாகக் கூற முடியவில்லை. அது எவ்வாறு இருப்பினும், சற்றுப் பிற்காலத்தில் தானம் வழங்கும் முறை ஓரளவு கடின மாக்கப்பட்டதாகத் தோன்றுகிறது. இது பொதுவாக சோழர் ஆட்சி முறை, பிற்காலத்தில் விரிவடைந்தபோது ஏற்பட்ட சிக்கல்களின் விளைவேயாம். பெரிய லெய்டன் பட்டயம்,

திருவாலங்காடு, கரந்தை, சாரலா செப்பேடுகள், இவற்றை வெளியிட்ட முறை ஒன்றோடொன்று ஒத்துக் காணப்படுகின்றன. அரசரால் தனது 21-வது ஆட்சி ஆண்டில் 92-வது நாளில் ஆனை மங்கலம் என்னும் கிராமம் சூளாமணி விகாரத்திற்கு தானமாக அளிக்க ஆணையிடப்பட்டது. 96-வது நாளில் அது ஸ்ரீமுகமாக எழுதப்பட்டது; 23-வது ஆட்சி ஆண்டின் 113-வது நாளில் நிறைவேற்றப்பட்டது.[80] பழையனூரை தேவதானமாக அளித்த முதலாம் இராஜேந்திரனின் திருவாலங்காட்டுச் செப்பேடுகளும் அதே பாணியில் வெளியிடப்பட்டன. ஆறாம் ஆண்டு 88-வது நாளில் ஆணையிடப்பட்டு 90-வது நாள் ஸ்ரீமுகம் வரையப்பட்டு, ஏழாம் ஆட்சி ஆண்டின் 185-வது நாளில் நிறைவேற்றப்பட்டது.[81]

அரசின் வரவு செலவு கணக்கில் பிற்காலத்திலிருந்து கட்டுப் பாடும் கண்காணிப்பும், சோழர் ஆட்சியின் தொடக்ககாலத்தில் இல்லை என்பதை உத்தமச் சோழனின் கல்வெட்டு ஒன்று நமக்கு உணர்த்துகிறது.[82] முதலாம் ஆதித்தன் பல்லவ அபராஜி தனைத் தோற்கடித்துத் தொண்டை மண்டலத்தைக் கைப்பற்றிய பிறகு, சிற்றியாற்றூர் என்னும் ஊரைத் தேவதானமாகவும் பிரமதேயமாகவும் அளித்தார், இதற்கு வேண்டிய சாசனம், அடுத்த ஆண்டில் வரையப்பட்டாலும், உரிய பதிவேடுகளில் ஏறக்குறைய 12 ஆண்டுகளுக்குப் பிறகே, அதாவது முதலாம் பராந்தகன் காலத்தில்தான் குறிக்கப்பட்டது. அவ்வாறே, முதலாம் பராந்தகன் காலத்தில் புதுப்பாக்கம் கோயில் நிலங் களின் மீது புதிய வரிகள் விதிக்கப்பட்டன. ஆனால், அவ்வூர்ச் சபை வரியைக் கட்டாமலேயே இருந்துவிட்டது. உத்தமச் சோழன் காலத்தின் இறுதியில், அரசர் காஞ்சிபுரத்தில் தங்கியிருந்த போது, அவர்முன் இப்பிரச்சினை விசாரணைக்கு வந்தது. வரிக் கொடாமைக்குப் பொறுப்பானவர்கள் தண்டிக்கப்பட்டனர். அப்பொழுது இராஷ்டிரகூடர் படையெடுப்பினால்,[83] தமிழ் நாட்டில் குழப்பம் ஏற்பட்டிருந்தமை இதுபோன்ற நிகழ்ச்சி களுக்குக் காரணமாக இருந்திருக்கக்கூடும். அரசரின் முன்னிலை யில் "சோழர் மூவேந்தர் வேளாண்" என்ற பெரிய அதிகாரி யிடம் புதுப்பாக்கம் சபையின் மீது குற்றச்சாட்டுக்கள் வைக்கப் பட்டன; அதை அவர் அரசரிடம் கொண்டுபோனார்.[84] அரசரே அவரை அழைத்து விசாரித்து, தீர்ப்பளித்தார். அதன்படி, அவ்வூர்க் கோயிலுக்கு வழங்கப்பட்ட தானங்களை விடுப்பித்துக் கொடுத்துப் புதுபாக்கம் ஊர்ச்சபை குறிப்பிட்ட அளவு நெல்லும் பொன்னும் கோயிலுக்குக் கொடுக்கும்படியாகவும்

பணித்து அத்தீர்ப்பை அரசாங்கப் பதிவேடுகளில் பொறிக்கும்படி செய்தார். இந்நிகழ்ச்சியின்போது பின்வரும் அதிகாரிகள் அங்கு வீற்றிருந்தனர்: "கருமி" ஒருவர், இரு "நடுவிருக்கையர்" அல்லது "ஆணத்தியர்," அரசர் கூறிய தீர்ப்பை எழுதியவர் "ஓலை எழுதும் உத்தர மந்திரி" என்பவர், அதைச் சரிபார்த்துக் கையொப்பம் இட்டவர் "ஓலை நாயகம்" என்பவர்; இச்சாசனத்தை அரசாங்கம் பதிவேடுகளில் எழுதச் சொன்னவர் ("வரியிலிட்டுக்கொள்ளும்") மற்றொரு "கருமி" என்பவர்.[85] இவர்களைத் தவிர "புரவு வரி"அதிகாரிகள், "வரிப்பொத்தக" அதிகாரிகள், நான்கு "முகவெட்டி" அதிகாரிகள், தொண்டை நாட்டு "புரவுவரி" அதிகாரிகள், "வரியிலிடு" அதிகாரிகள் போன்றோரும் அரசாங்கப் பதிவேடுகளில் குறித்துக்கொண்டு கையொப்பம் இட்டனர். லெய்டன் செப்பேடும் மேலே கூறப்பட்ட முறையிலேயே வரைந்து வெளியிடப்பட்டது.[86] ஆனால், அதில் ஒரு புதிய அம்சத்தையும் காண்கிறோம். அதன்படி "மந்திர ஓலை" என்னும் அதிகாரி பட்டினக் கூற்றத்து நாட்டாருக்குத் "திருமுகம்" அனுப்பி அவர்களைத் தானம் வழங்கப்பட்ட ஊரின் எல்லைகளை வரையறுத்து, அதற்கு "அற ஓலை"யும் தயாரிக்கும்படி கேட்டுக்கொள்ளப்பட்டார். நாட்டாரும் அவ்வாறே புரவுவரி அதிகாரி ஒருவரின் முன்னிலையில் இதைச் செய்தனர். பட்டினக் கூற்றத்திலுள்ள எல்லாக் கிராமங்களிலிருந்தும் பிரதிநிதியாக வந்த அதிகாரிகள் லேய்டன் செப்பேட்டில் கையொப்பம் இட்டு ஒப்புதல் அளித்தார்கள். பெரும்பாலும் இந்த முறையே திருவாலங்காட்டுச் செப்பேடுகளிலும் கையாளப்பட்டது. அவற்றிலும் நாட்டார் "அற ஓலை" வெளியிட்டது குறிப்பிடப்பட்டுள்ளது. "புரவுவரித் திணைக்களம்," "பட்டோலை", "கீழ்முக வெட்டி," "புரவுவரித் திணைக்களத்துக் கண்காணி," போன்ற சில அதிகாரிகள் பெயரும் இப்பட்டயத்தில் காணப்படுகிறது.[87]

மேற்குறிப்பிடப்பட்ட அதிகாரிகள் தவிர இன்னும் பலர் சோழர் காலத்திய பட்டயங்களில் இடம் பெறுகிறார்கள். வீரராஜேந்திரனின் திருமுக்கூடல் கல்வெட்டு, தானம் வழங்கிய முறையை இவ்வாறு குறிக்கிறது.[88] முதலில் அரசரின் ஆணை "திருமந்திரவோலை" என்பவரால் எழுதப்படுகிறது; பிறகு "திருமந்திரவோலை நாயகம்" என்ற மூன்று அதிகாரிகளால் ஒப்பமிடப்பட்டபின் அரசாங்க ஏடுகளில் வரையப்படுகிறது. ('புகுந்த'); "விடையில் அதிகாரி" போன்ற வேறு மூன்று அதிகாரிகள் இதை 'வரி'யில் பதிவு செய்கிறார்கள்; பிறகு

உடன் கூட்டத்தைச் சேர்ந்த ஆறு அதிகாரிகள், விடையிலைச் சேர்ந்த இருபத்து எட்டு அதிகாரிகளும் "நடுவிருக்கும்" சேர்ந்த நான்கு அதிகாரிகளும் இதை நிறைவேற்றுகிறார்கள். "புரவு வரித்திணைக் கள"த்தைச் சேர்ந்த ஒன்பது கண்காணிப்போர், "முகவேட்டி அதிகாரிகள்", மூன்று "வரியிலிடு அதிகாரிகள்", இரண்டு "வரிப் பொத்தகக் கணக்கர்கள்" ஒரு "பட்டோலை அதிகாரி"- இவர்கள் எல்லோரும் வரியில் சாட்சிக் கையொப்பம் இடுகிறார்கள். இவற்றிலிருந்து அரசரின் ஒவ்வோர் ஆணையின் போதும் இவ்வளவு அதிகாரிகளும் கூடியிருந்தனர் என்று நாம் எண்ணிவிடலாகாது. இக்கல்வெட்டில் குறிப்பிடப்படும் முறை ஒரு விசேஷ நிகழ்ச்சியைப் பற்றியதாக இருப்பதாலும், அங்கே தீர்க்கப்பட வேண்டிய பிரச்சினைகளில் சிக்கல் மல்கியதாலும் இவ்வளவு ஏற்பாடுகள் தேவைப்பட்டிருக்கக் கூடும். உலகிலேயே கிடைத்த மிக நீளமான கல்வெட்டுக்களில் இதுவும் ஒன்று என்பதை நாம் நன்கு உணர வேண்டும். மேலே குறிப்பிட்ட பல்வேறு அலுவலர்களும் அதிகாரிகளும் மூன்றாம் இராஜராஜன், மூன்றாம் இராஜேந்திரன் ஆகியோரின் இறுதிக்காலம் வரை ஆட்சிப் பொறுப்பில் இருந்துவந்தனர்.

நிர்வாக முறையைப் பற்றி அறிய இலக்கியச் சான்றுகள் துணை புரியாததால், கல்வெட்டுக்களில் கூறப்படும் பல்வேறு அலுவலர்களின் பெயர்களையும் அவர்கள் செய்த பணியினையும் நாம் நன்கு அறிதல் வேண்டும். "நடுவிருக்கை" என்னும் அலுவலர் விண்ணப்பித்தோருக்கும் (விஞாபதி அல்லது வாய்க் கேள்வி) அரசருக்குமிடையே தொடர்பு ஏற்படுத்திய அலுவலர் களாக இருந்திருக்க வேண்டும். விண்ணப்பித்தோருக்காக அரசரிடம் எடுத்துச் சொல்லி விளக்கியவர்களாக இருத்தல் வேண்டும். "நடுவிருக்கை" என்பது தனிப்பட்ட பதவியாகத் தெரியவில்லை. ஏற்கெனவேயுள்ள உயர்அதிகாரிகள், சில சமயங்களில் நடுவிருக்கைப் பணியையும் செய்திருக்கக் கூடும். அது போன்றே குறிப்பிட்ட அரச கட்டளையை நிறைவேற்றும் பொறுப்பு குறிப்பிட்ட அதிகாரிகளிடம் ஒப்படைக்கப்பட்டது. கட்டளைகளை அரசாங்க அறிக்கைகளில் தவறின்றி எழுதுவதற் கென்றே தனியாக "ஓலை அதிகாரிகள்"[89] பணிபுரிந்தனர். அரசரிட்ட வாய்க் கட்டளைகளை நேரடியாக அப்பொழுதே "திருமந்திர ஓலை" என்பவர் எழுதுவார்;[90] அதை "ஓலை நாயகம்"[91] என்ற அனுபவம் மிக்க அதிகாரிகள் சரிபார்த்து அரசாங்க விதிமுறைக்கு ஏற்றவாறு அமைப்பர். இக்காலத்தில் அரசின் தலைமைச் செயலகத்தில், எப்படி புதிய திட்டங்களை

நாட்டின் சட்ட விதிமுறைகளுக்கேற்றவாறு அமைக்கின்றனரோ, அதைப் போன்றே ஓலை நாயக அதிகாரிகளும் செய்தனர் போலும். அவர்களால் சரிபார்க்கப்பட்ட ஓலை, "தீட்டு" என்று அழைக்கப்பட்டு அரசின் நிரந்தரப் பதிவுப் புத்தகத்தில் ஏற்றப்பட்டது. பிறகு அதுவே கிராம அதிகாரிகளுக்கும் அனுப்பப் பட்டது. அது "ஸ்ரீமுகம்" அல்லது "திருமுகம்" என்று மதித்து ஏற்றுக்கொள்ளப்பட்டது.[92] இதைப்பற்றி அன்பில் செப்பேடுகள் பின்வருமாறு குறிக்கின்றன: "ஸ்ரீமுகத்தைக் கண்டவுடன் நாங்கள் எழுந்து நின்று வரவேற்றோம்; பிறகு அதைத் தலை மேல் வைத்து வணங்கிவிட்டுப் படித்தோம்."[93] நிரந்தர அரசாங்கப் பதிவேடுகளில் மிக முக்கியமானவை "வரிப் பொத்தகம்" "வரிப் பொத்தகக் கணக்கு" என்பவை. பழம்பெரும் கீழை நாட்டு அரசாங்கங்கள் யாவுமே, வரி வசூல் செய்யும் இயந் திரங்களாகவே இருந்தன என்ற கூற்றை இது நிலைநாட்டு கின்றது. என்று நினைத்துவிடக் கூடாது, எல்லா அரசாங்கங் களுமே பொது நன்மைகளைச் செய்யவும், தங்களைப் பரா மரித்துக் கொள்ளவும் வரி வசூலிக்கத்தான் வேண்டியிருக்கிறது. சோழ அரசும் தன் வருவாயைப் பெருக்குவதில் மிகவும் கவனம் செலுத்தியது. "வரிப் பொத்தகம்" என்பது வரிக் கொடுமை களுக்கு வழி வகுக்கும் கையேடு அன்று. மிகக் கவனத்துடன் பாதுகாக்கப்பட்டு வந்த நில உரிமைப் புள்ளி விவரங்களைக் கொண்ட பதிவுப் புத்தகம் ஆகும். சேவைப் பற்றுடைய தேர்ச்சி பெற்ற அதிகாரிகளைக்கொண்ட நில அளவு செய்த பிறகு, அக்குறிப்புக்களின் அடிப்படையில் நிலப் பிரிவுகளும் அவற்றின் உரிமையாளர்கள் பற்றியும் எல்லா விவரங்களும் அப்புத்தகத்தில் பதிவு செய்யப்பட்டன. "வரிப் பொத்தகக் கணக்கு" என்பது வரி வசூலிக்க வேண்டிய மொத்தத் தொகை, வசூலிக்கப்பட்ட தொகை, இன்னும் வசூலாக வேண்டிய மொத்தத் தொகை ஆகிய விவரங்கள் அனைத்தும் கொண்டிருந்தது. மேலே சொன்ன பல்வேறு அதிகாரிகளின் வேலைகளும் பொறுப்புக்களும் என்ன என்பதை வரையறுத்துக் கூறுவது அவ்வளவு எளிதன்று. "புரவு வரித் திணைக்களம்" என்பது பலவற்றோடு இணைத்துச் கூறப் படுவதால் அதன் அலுவல்கள் என்ன என்பதைச் சரியாக அறிந்து கொள்ள வேண்டும். "புரவு" என்பது "விளைநிலம்" என்ற பொருளுடையது.[94] "புரவு வரி" என்பது நிலவரியைக் குறிப்ப தாகத் தெரிகிறது. பல கல்வெட்டுகளில் வரும் இச்சொல், நிலத்தி லிருந்து பணமாகவோ அல்லது பொருளாகவோ வசூலிக்கப்பட்ட எல்லா வரிகளையும் குறிக்கும்.[95] இக்கால இந்திய வரிவசூல் அதிகாரிகள் பயன்படுத்தும் "அசஸ்மெண்ட்" (அளவிட்டு

விதித்தல்) என்ற சொல்லுடன் இதை ஒப்பிடலாம். "வரிப் பொத்தகம்" என்ற சொற்றொடர் "புரவு வரிப் பொத்தகம்" என்பதன் சுருக்கமே ஆகும். இவ்விளக்கம் சரியெனில் "புரவு வரித்திணைக் களம்" என்பதை நிலவரித்துறை (Department of Land Revenue) என்று கொள்ளலாம்.[96] நிலவரி விவரங்கள் அடங்கிய புத்தகத்தை எழுதும் பொறுப்பை வகித்த அதிகாரி களும், ஊர்களிலிருந்து நிலவரியை வசூலித்த அதிகாரிகளும் வெவ்வேறாக இருந்தனர். இவர்களைக் கவனிக்க மத்திய தணிக்கை அலுவலகம் இருந்தது. ஜெயங்கொண்ட சோழ மண்டலத்து அலுவலர்களைப் பற்றிய திருவாலங்காட்டுச் செப்பேடுகளில் குறிப்பிடப்பட்டுள்ளது.[97] ஒவ்வொரு அலுவலகத் தின் வரவு செலவு கணக்கிலும் ஆராய்ந்து வருவதற்கென மத்திய தணிக்கைக் குழு "கங்காணி" என்னும் அதிகாரிகளை நியமித்து "வரியிலீடு" என்னும் சொல்வரிப் பொத்தகத்தில் எழுதப் படுவதையும் அதைப் பதிவு செய்யும் தனி அதிகாரியைக் குறிக் கும் சொல்லாக ஆளப்பட்டது. இவ்வாறு எழுதப்படுவது முக்கிய அம்சமாகக் கருதப்பட்டு, அதற்கு நல்ல விளம்பரமும் கொடுக்கப்பட்டது. முகவெட்டி அதிகாரிகளில் இரு வகையினர் இருந்தனர்.[98] "பட்டோலை" என்னும் அதிகாரிகள் சற்றுக் கீழ்நிலை அலுவலர் ஆவர்.[99] "முகவெட்டி" என்பது "ஸ்ரீமுக வெட்டி" யின் சுருக்கமே. ஸ்ரீமுகம் என்ற அரசாங்கத் தாக் கீதைச் செப்பேட்டிலோ அல்லது கல்லிலோ "வெட்டியவர்" அல்லது "வரைந்தவர்" என்று நினைப்பது பொருத்தமா யிருக்கும்.[100]

இப்பொழுது போன்றே, அக்காலத்திலும் வருவாய்த்துறை அதிகாரிகள் (Revenue Officials) பலவகைப் பொறுப்புக்களைக் கவனித்து வந்தார்கள். கோயில்களில் வரவு செலவுக் கணக்கு களைப் பார்த்தும் அல்லது பார்க்கும் அதிகாரிகளுக்கு உதவி செய்தும் வந்தனர்.[101] எழுதப்பட்ட கணக்கைத் தணிக்கை செய்து, ஊழல்கள் இருந்தால். அவற்றைத் தடுப்பதற்கான நட வடிக்கைகளையும் எடுத்தனர்.[102] ஒரு சமயம் அரசாங்கச் சார்பில் அவர்கள் மூலமாகத்தான் கிராம சபைகளிடம் பணம் செலுத்தப்பட்டு, நிலங்கள் வாங்கப்பட்டன. அப்படி வாங்கிய தற்கான காரணம் நமக்குத் தெரியவில்லை.[103] கிராம சபைகள் வரிவிதி விலக்குகளைப் பற்றியும்[104] குறிப்பிட்ட மக்கள் செய்ய வேண்டிய சில கடமைகளைப் பற்றியும்[105] நிர்ணயித்து தீர் மானங்கள் செய்தபோது, வருவாய்த் துறை அதிகாரிகள் அவற்றிற்கு ஒப்புதல் அளிக்க வேண்டும். அன்றியும், நீதி

வழங்கும் அதிகாரங்கள் சிலவும் அவர்களுக்கு இருந்ததாகத் தெரிகிறது. ஒரு சமயம் கல்லூர் கிராமத்து மக்களிடம் பக்கத்து ஊர்க் கோயில் நிலங்களைப் பயிரிடும் பொறுப்பு கொடுக்கப்பட்டு, பிறகு சில காரணங்களால் அவர்களிடமிருந்து அப்பொறுப்பு நீக்கப்பட்டது. அந்நிலங்கள் மீது உரிமை கொண்டாடவோ அல்லது மற்றவர் பயிரிடும்போது குறுக்கிடவோ செய்தால் துரோகச் செயல் புரிந்தவர்களாகக் கருதி தண்டிக்கப்படுவர் என்று புரவுவரி அதிகாரிகள் தீர்ப்பளித்தனர்.[106] இதனால், கல்லூர் மக்களுக்கும் அடுத்த ஊர்க் கோயில் அதிகாரிகளுக்குமிடையே மனத்தாங்கல் உண்டாயிற்று. முதலில் பயிரிட ஒப்புதல் அளித்த பிறகு கோயிலுக்குக் கட்ட வேண்டிய கட்டணங்களைக் கட்டத் தவறியதால் புரவுவரி அதிகாரிகள் தலையிட்டு, கல்லூர் மக்களிடம் நன்னடத்தை வாக்குமூலம் வாங்கி விவகாரத்தைத் தீர்த்தனர். மற்றொரு சமயம், மைசூர் நாட்டிலுள்ள "நாட்டரசர்" என்னும் அதிகாரி ஒரு கொலை வழக்கை விசாரித்ததாகக் கூறப்படுகிறது.[107] மணலி கிராமச் சபையிடம் ஒப்படைக்கப்பட்டு அறக்கட்டளைத் தொகையை, ஒரு புரவுவரிக் கணக்கர் பெற்றுக்கொண்டு, அதற்காக உள்ள வட்டித் தொகையைச் செலுத்தியதாகக் குறிக்கப்படுகிறது.[108] இது அவர் சொந்த முறையில் செய்திருக்க வேண்டும். அவ்வாறாகில் அரசாங்க அதிகாரிகள் தனிப்பட்ட முறையில் வங்கிகள் போல இயங்கிய நிலை எப்படி இருந்தது என்பது இதனால் விளங்கும்.

மத்திய அரசின் சார்பில், மாவட்டங்களில் பணிபுரிந்த மற்றும் சில அதிகாரிகளைப் பற்றியும் கல்வெட்டுக்களில் நமக்குச் சான்றுகள் கிடைத்துள்ளன. ஆனால், அவர்கள் செய்த பல்வேறு பணிகளைப் பற்றி சரியான விளக்கம் நமக்குக் கிடைக்கவில்லை. அவற்றில் சில: சந்து விக்கிரகம்[109] மகா மாத்திரர் எனும் பழைய பெயர்களும்[110] நாடு வகை,[111] நாட்டுக் கண்காட்சி (சுங்கமும் கரையும் செய்கிற) போன்றவை குறிப்பிடத்தக்கன. முதலாம் குலோத்துங்கன் ஒரு சதுர்வேதிமங்கலம் ஏற்படுத்தி அதை இறையிலி பிரமதேயமாக நூற்றெட்டு பிராமணர் களுக்கு தானமளித்ததை முதலில் 'வரி' என்னும் புத்தகத்தில் எழுதிக்கொண்டு பிறகு முடிகொண்ட சோழ மண்டல அதிகாரி, "மண்டலமுடையார்"க்கு தெரிவிக்கப்பட்டது.[112] எண்ணாயிரத்து ஆதித்த சூளாமணி பிரமராயர் என்னும் "நாடு கூறு" அதிகாரியைக் குறிப்பிடுகிறது.[113] நாடு அல்லது வளநாட்டிலுள்ள நிலங்களை அளந்து கூறு செய்யும் பொறுப்பை இவர் கவனித்தார் போலும்.

உடன் கூட்டம்

அமைச்சரவையோ ஆலோசகர் அவையோ நிலையாகவும் அரசருக்குத் துணையாகவும் இருந்ததற்குப் போதிய சான்றுகள் இல்லை என்று முன்னமே கூறியுள்ளோம். ஆனால் பண்டைய அரசியல் நூல்கள் எல்லாம் மந்திராலோசனையின் அவசியத்தை எடுத்துக்காட்டியுள்ளன. எத்தகைய கொடுங்கோல் மன்னனும் திறமை மிக்க மந்திரிகளின் நல்ல யோசனைகளைப் புறக்கணிக்க இயலாது. "உடன் கூட்டு அதிகாரி" எனப்பட்டோர் எப்பொழுதும் அரசருடன் இருக்கும் உரிமை படைத்தவர்கள் என்று தெரிகிறது. திருப்பாசூரிலுள்ள அதிராஜேந்திரனின் மூன்றாம் ஆட்சி ஆண்டுக் கல்வெட்டு உடன் கூட்ட அதிகாரிகளைப் பற்றிக் கூறுகிறது.[114] திருமுக்கூடலிலுள்ள வீரராஜேந்திரனின் ஐந்தாம் ஆட்சி ஆண்டு (கி.பி.1067) கல்வெட்டும், மற்றும் ஆறு அதிகாரிகளைப் பற்றிப் பேசுகிறது.[115] முதலாம் குலோத்துங்கனின் 30-வது ஆட்சி ஆண்டுக் கல்வெட்டின்படி உடன் கூட்டத்தில் வரி அலுவலகத்தைச் சேர்ந்தவரும் இருந்தனர் என்று தெரிகிறது.[116] அவ்வாறானால் ஒவ்வொரு துறையிலிருந்தும் உடன் கூட்டத்தில் அங்கத்தினர் இருந்தனர் என்றும் உய்த்துணரலாம். ஆனால் 'உடன் கூட்டம்' என்பது அமைச்சரவை போன்று அல்லாமல், அரசருக்கும் மத்தியச் செயலகத்திற்கு மிடையே தொடர்பு ஏற்படுத்த உதவிய அவையாக இருந்திருக் கலாம். அன்றியும் அரசின் கொள்கைகளை மாவட்ட அலுவலர் களுக்கு எடுத்துச் சொல்லிச் செயலாற்ற அவர்கள் உதவி புரிந்திருக்கலாம். அரசின் கொள்கைகளும் அவற்றைச் செயல்படுத்த எடுக்கப்பட்ட நடவடிக்கைகளின் விளைவுகளைப் பற்றி அவ்வப்போது அரசருக்குத் தெரிவித்தனர். உடன் கூட்டத்தினரை அமைச்சருக்குச் சமமாகச் சொல்லலாம். அரசு நிர்வாகத்தில் அவர்களுக்கு இருந்த செல்வாக்கை உணர்ந்த சோழ அமைச்சர், பல்லவரையர், இரண்டாம் இராஜாதிராஜனை சோழ அரியணையில் அமர்த்துவதற்கு முன் உடன் கூட்டத்தினரின் அனுமதியைப் பெற்றார் என்று அறிகிறோம்.[117]

நிர்வாக அமைப்பின் தலைவர் என்ற முறையில், அரசரே அவ்வப்பொழுது நாட்டின் பல பகுதிகளுக்குப் பயணம் செய்து நிலைமையை நேரில் கண்டறிந்து, தேவையானால் அங்கேயே விசாரணைகளையும் நடத்தியதுண்டு. அப்படி அரசர் சுற்றுப் பயணம் செய்யும்போது, அவர் தங்குவதற்கான தங்கும் வசதிகள் கோயில் மண்டபங்களில் ஏற்பாடு செய்யப்படும். திருவொற்றி யூர், சிதம்பரம், திருவாரூர், காஞ்சிபுரம் போன்ற பெரிய

கோயில்களில் நடக்கும் திருவிழாக்களுக்கு அரசர் அவ்வப்போது போவது வழக்கம்.

மத்திய அரசரைத் தவிர பல்வேறு உள்ளாட்சி அமைப்புகளும், இணையகங்களும் சில சிறிய வரிகளையும், கட்டணங்களையும் வசூலித்தன. ஆனால், இவ்வுரிமை மத்திய அரசின் மேற்பார்வைக்கு உட்பட்டிருந்தது. இரண்டாம் இராஜேந்திரன் காலத்தில் பாகூர்க் கிராமத்தில், குறிப்பிட்ட சில கட்டணங்களை வசூலிக்கும் தனி உரிமையை அவ்வூர் வேளாளர்களுக்கே சேரும் என்ற அரசு ஆணை பிறப்பித்ததைச் சான்றாகக் காட்டலாம்.[118]

நீதிமுறை

சட்டம் ஒழுங்குப் பிரச்சினையுள்ள வழக்குகளும் பெரும்பாலும் சபை போன்ற கழகங்களாலேயே விசாரித்துத் தீர்க்கப்பட்டன. தவிர, தொழில் கழகங்கள், இணையகங்கள் போன்ற நிறுவனங்களும் சில வழக்குகளைக் கவனித்தன. ஆனால், பெரும்பாலான வழக்குகள் கிராம சபைகளின் முன் கொண்டு வரப்பட்டன. அவற்றைக் கவனிப்பதற்கென "நியாயத்தார்" என்னும் குழுக்கள் அமைக்கப்பட்டன. அறக்கட்டளைகள் விஷயமாக எழுந்த வழக்குகளின் தீர்ப்பின்படி, கட்டப்பட்ட அபராதத் தொகை "தருமாசனம்" என்னும் மன்றத்திடம் ஒப்படைக்கப்பட்டது.[119] 'தருமாசனம்' என்பது அரசரே தலைமை தாங்கிய நாட்டின் உயர்நீதிமன்றமாகத் தோன்றுகிறது. அவருக்கு "தருமாசனப் பட்டர்கள்" என்ற கற்றறிந்த பிராமணர்களும், சட்ட நிபுணர்களும் உதவினர். வழக்குகள் விசாரிக்கப்பட்ட முறைகளைப்பற்றியும், நீதிமன்ற ஆவணங்களைப் பற்றியும் கல்வெட்டுக்களிலிருந்து போதிய விளக்கங்கள் கிடைக்கவில்லை. ஆனால், இரண்டாம் குலோத்துங்கன் காலத்தில் எழுதப்பெற்ற **பெரிய புராணத்தில்** ஒரு வழக்கு விசாரணையின் முழு விவரங்களுடன் கொடுக்கப்பட்டுள்ளது.

சுந்தரமூர்த்தி நாயனார், தன் திருமணத்தன்று மணப்பந்தலில் உட்கார்ந்திருக்கும்போது சிவபெருமான், மிகுந்த கருணையினால், அவரை இல்லறப் பந்தங்களிலிருந்து காப்பாற்றும் பொருட்டு, ஓர் அந்தணராக வந்து சுந்தரமூர்த்தியைத் தன் அடிமை என்றும், தன்னுடன் உடனடியாக வருமாறும் சொன்னார். ஒன்றும் புரியாதவராய் சுந்தரமூர்த்தி முதலில் அதை மறுத்தார். ஆனால், அந்தணரோ தன் கடனைத் தீர்த்த பிறகுதான் திருமணத்திற்கு அனுமதிக்க முடியுமென்று உறுதி

யாகக் கூறினார். இவ்வழக்குத் திருவெண்ணெய் நல்லூரிலுள்ள நிதிமன்றத்தின் முன் கொண்டுவரப்பட்டது.[120] வாதியின் குற்றச்சாட்டுக்கள் படிக்கப்பட்டன (முறைப்பாடு). சபை அங்கத்தினர்கள் அதைத் தவறான வாதம் என்றும் பிராமணர் களை அடிமைகளாக ஆக்க இந்நாட்டு வழக்கம் அனுமதிக்காது என்றும் மறுப்புத் தெரிவித்தனர். அதற்குப் பதிலளித்த வாதி, சுந்தரரின் பாட்டனாரே, தன்னுடைய சந்ததியாரும் நிரந்தர அடிமை வாழ்விற்கு உடன்பாடு தெரிவித்து, ஒப்பந்தம் எழுதிக் கொடுத்துள்ளனர் என்றார். மேலும், அவ்வொப்பந்தச் சீட்டைச் சுந்தரமூர்த்தி கிழித்தெறிந்துவிட்டதாகவும் அது மிகப் பெரிய குற்றமாகும் என்றும் வாதாடினார். இதைக் கேட்ட நீதிபதிகள், அந்தணரின் வாதம் சரி என்று ஏற்று, பிரதிவாதி பதிலளிப்பதற்கு வாய்ப்புக் கொடுத்தனர். இதற்கு, சுந்தரமூர்த்தி, தான் வாதி யின் பொய்யான குற்றச்சாட்டை கேட்டு வியப்பும் வேதனையும் அடைவதாகச் சொன்னார். தான் அவ்வூர்ப் பழம்பெரும் ஆதி சைவக் குடும்பத்தைச் சேர்ந்தவர் என்பது நீதிபதிகளுக்கும் தெரியும் என்று சுட்டிக்காட்டினார். இதைக் கேட்ட நீதிபதிகள் அந்தணரை நோக்கி, தனது குற்றச்சாட்டுகளை வழக்கப்படி மூன்று வகையில், யாதாவது ஒரு முறையிலாவது நிலைநாட்ட முடியுமா என்று வினவினர். அம்மூன்று வகைகளாவன: ஆட்சி **(Usage)** அல்லது வழக்கு; ஆவணம் **(Documentary)** அல்லது எழுத்து மூலமான சாட்சியம்; "அயலார் தங்கள் சாட்சி", அதாவது நேர்முக **(Eye-witness)** சாட்சியம், இதற்குப் பதிலளித்த அந்தணர் இதற்குமுன் குற்றவாளியால் கிழித்தெறியப்பட்ட எழுத்தோலை ஆதாரம், வெறும் நகல்தான் என்றும், அதனுடைய மூலம் தன்னிடமுள்ளது. அதை நீதிபதிகளிடம் காண்பிக்கத் தயார் என்றும் கூறி அதை சமர்ப்பித்தார். சுருள் வடிவத்தி லிருந்த அந்த ஒப்பந்தச் சாசனத்தைப் பெற்றுக்கொண்டு கரணத்தான் என்பவர் உரத்த குரலில் வாசித்தார்.[121] அந்த ஒப்பந்தம் எழுதப்பட்ட காலம், அதில் எழுதப்பட்டிருக்கும் அம்சங்கள், சாட்சியங்களின் கையொப்பம் முதலியவை பரிசீலிக்கப் பட்டு, சரியாக இருப்பதாகச் சொல்லப்பட்டது. சுந்தரமூர்த்தி யின் பாட்டனார் தன் கைப்பட எழுதிய சில ஏடுகளிலிருக்கும் கையெழுத்தையும் வழக்கிலிருக்கும் இச்சாசனத்திலுள்ள கையெழுத்தையும் ஒப்பிட்டு நோக்கியதில் இச்சாசனம் உண்மை என்று மெய்ப்பிக்கப்பட்டது. இச்சாசனப்படி, சுந்தரமூர்த்தியின் பாட்டனார் திருவெண்ணெய் நல்லூர்ப் பித்தனுக்கு (சிவபெரு மானுக்கு)த் தன்னையும், தன் சந்ததியாரையும் அடிமையாக்கிக் கொண்டது உண்மை என்று புலனாகியது. உடனே, நீதிபதிகள்

ஒருமனதாகப் பிராமணரின் வாதம்தான் வென்றது என்றும் நம்பி ஆரூரான் அவருக்கு அடிமைதான் என்றும் தீர்ப்பளித்தனர். பிறகு என்ன நடந்தது என்பதை இங்கு விவரிக்கத் தேவையில்லை.

மேலே விவரிக்கப்பட்ட வழக்கு முறையை **பெரிய புராணம்** எழுதிய சேக்கிழார் காலத்தில், அதாவது இரண்டாம் குலோத்துங்கன் ஆட்சிக் காலத்தில் வழக்கில் இருந்த முறையாகச் சொல்லலாம். அம்முறை முதலாம் இராஜராஜன் காலத்திய முறையிலிருந்தும் வேறுபட்டிருக்க முடியாது. சமண நூல்களுக்குப் போட்டியாகவும் அவைகளிலிருந்து சோழ அரசர்களின் மனத்தை ஈர்க்கவுமே சேக்கிழார் இப்புராணத்தை எழுதினார் என்பது வெளிப்படை. ஆகையால், அவர் காலத்திற்கு முன்னரே நடந்த சைவ நாயன்மார்களின் வரலாற்றை விரிவாக எழுதும்போது, பல பழம்பெரும் குறிப்புக்களை அடிப்படையாகக் கொண்டிருப்பினும் பெரிதும் தம் வாழ்நாளில் வழக்கிலிருந்த முறைகளின் துணையைக்கொண்டே, அவற்றை அவர் எழுதியிருக்க வேண்டும். மேலே விவரிக்கப்பட்ட வழக்குமுறை அவர் காலத்தில் பல கிராமங்களிலும் நடைமுறையிலிருந்தது என்பதைக் கல்வெட்டு ஆதாரங்களைக் கொண்டும் உணரலாம். கிராம சபைகளே நீதி வழக்குகளையும் விசாரித்துவந்தன. சபை அங்கத்தினர்களில் கற்றறிந்த முதிய அந்தணர்கள் பெரும் பங்கு கொண்டனர். 'கரணத்தார்' என்ற அதிகாரி உதவிபுரிந்தார். இக்குறிப்புக்கள் எல்லாம் சோழர் நீதி முறையைப் பற்றிய மற்றச் சான்றுகளுக்கு நல்ல விளக்கம் அளிப்பதாக அமைந்துள்ளன. பொதுவாகச் சோழர் நீதிமுறை குறுகிய விதிக்குள் அடைக்கப்படாமல் எளியதாகவே இருந்தது எனலாம். வழக்கறிஞர்களின் துணையின்றி, வாதி, பிரதிவாதிகளே நீதிபதிகளின் முன் தங்கள் வாதங்களை எடுத்துச் சொன்னார்கள். அப்படிச் சொல்லும் போது அவர்கள் சொல்லிய முறையும் பாவனையும் அவர்களுடைய உணர்ச்சிகளும் நீதிமகளுக்கு உண்மைகளை உணர்த்தியிருக்கும். இக்கால முறை போன்று ஒவ்வொரு வாதத்திற்கும் மேற்கோளும் ஆதாரமும் காட்டவேண்டும் என்ற நீதி இருந்ததில்லை. உள்ளூரிலேயே நடக்கிற வழக்காதலால் அதைப் பற்றி நீதிபதிகளுக்கே பல உண்மைகள் நேரடியாகத் தெரிந்திருக்கும். வெளிப்படையாகத் தெரியாத சில உண்மைகளை நிரூபிக்க, மேலே சொல்லப்பட்ட மூன்று உண்மைகள் அக்காலத்தில் வழக்கிலிருந்ததை நாம் அறிகிறோம். அதுபோன்றே ஓர் ஒப்பந்தப் பத்திரம் உண்மையானதுதானா என்பதைச் சரி

பார்க்க அவர்கள் கையாண்ட முறைகளை இவ்வழக்கிலிருந்து அறிகிறோம். ஒவ்வொரு கிராமத்திலும் பல ஏடுகளையும், ஒப்பந்தங்களையும் ஒரு தனி அறையில் வைத்து அந்த ஆவணக் களரியைப் பல ஆண்டுகள் கவனத்துடன் பாதுகாத்துவந்தனர் என்ற உண்மையும் நமக்குத் தெரிகிறது. வழக்கு முறையை விட, குறிப்பிட்ட ஒப்பந்தங்களுக்கு அதிக மதிப்பு அளிக்கப் பட்டது. நாட்டின் நடைமுறைக்கு ஒவ்வாத வகையாகயிருந்தால் ஒப்பந்த விதிகளின்படி வழக்கு நிறைவேற்றப்பட்டது என்று தோன்றுகிறது. ஆனால், இம்முடிவை நாம் மிகவும் வலியுறுத்திச் சொல்ல முடியாது. ஏனெனில், இவ்வழக்கில் தீர்ப்பை நிறை வேற்றும்போது, நீதிபதிகள் அந்தணரின் வீட்டைக் காட்டச் சொன்னபோது, சிவபெருமானே நேரே வந்து கோயிலைத் தன் வீடாகக் காட்டி மறைந்ததாகவும், பிறகு தான் சுந்தரரின் திருமணத்தை நிறுத்திய காரணத்தை சொன்னதாகவும் காட்டப்படுகிறது. ஆனால், நடைமுறையில் வாதி, அவ்வூரில் வசிப்பவர்தானா என்று நீதிபதி முதலிலேயே கேட்டிருப்பார், அன்றியும் சமுதாய மரபுகளுக்கு முரணான ஒப்பந்தங்களை அக்காலத்தில் நிறைவேற்றியிருக்கமாட்டார்கள் என்பதே பொருத்தமாக இருக்கும். 'உரிமை வழக்கு' (Civil)க் குற்றங்கள், தீச்செயல் குற்றங்கள் (Criminal) என்ற பாகுபாடு அந்நாளில் கிடையாது. சில குற்றங்கள், பொது நலனுக்கு விரோதமாகக் கருதப்பட்டன. கி.பி.1222-ம் ஆண்டில் ஒரு கோயிலிலுள்ள விக்கிரகங்களையும் ஆபரணங்களையும் திருடியவர்கள் கண்டு பிடிக்கப்பட்டு, அவர்களுடைய சொத்து பறிமுதல் செய்யப் பட்டது. பிறகு அது ஏலத்தில் விற்கப்பட்டு, வந்த தொகை அரசாங்கக் கருவூலத்தில் சேர்க்கப்பட்டது.[122] பொதுவாக கிராம அதிகாரிகள் செய்த குற்றங்கள் உள்பட எல்லாக் குற்றங்களும் கிராம நீதிமன்றத்திலேயே தீர்க்கப்பட்டன. சிக்கல்கள் ஏற்பட்டபோது மட்டும் "நாடு" என்னும் பெரிய தொகுதியின் அதிகாரியிடம் வழக்கு எடுத்துச்சொல்லப் பட்டது. நீதிமன்றங்களுக்குச் செல்லாமல் பல வழக்குகளை மக்களே தங்களுக்குள் தீர்த்துக்கொண்டனர். அக்கால நீதிமுறை இக்காலத்தைப் போன்று சட்ட நுணுக்கங்களையும் சிக்கலான விதிமுறைகளையும் கொண்டதாக இல்லை. தீர்ப்பளிப்பவர் யாராய் இருப்பினும், தான் அளிக்கும் தீர்ப்பு இரு தரப்பினருக்கும் மற்றும் நடுநிலையாளருக்கு நியாயமான தாக இருக்கும்படி விரும்பித் தீர்ப்பளித்தனர். ஸ்மிருதி காலத்திய அறநெறிகளும் சோழர் காலத்தில் நடைமுறையிலிருந்த வழக்கு களும் நீதியின் அடிப்படையாக இருந்தன.

சில வழக்குகள், குறிப்பாகச் சொத்துரிமை பற்றியே, நெடு நாள் வரை தீர்க்கப்படாமலேயே தள்ளிப்போடப்பட்டன. திருவெறும்பியூர் அவைக்கும் ஸ்ரீகண்ட சதுர்வேதிமங்கல சபைக்குமிடையே எல்லைத் தகராறு ஒன்று நெடுங்காலம் வரை தீர்க்கப்படாமலேயே இருந்தது. கடைசியாக இரு தரப்பின் உரிமைக்குள்ள நிலங்களையும் அங்குள்ள அதிகாரியே விலைக்கு வாங்கி அவற்றை ஒரு கோயிலுக்கு மானியமாக வழங்கினார். அம்மானியத்திலிருந்து வருவாய் கோயிலில் நாள்தோறும் பக்திப் பாடல்களை ஓதியவர்களுக்கு ஊதியமாய்க் கொடுக்கப்பட்டது.[123]

களவு, கூடா ஒழுக்கம், பொய்க் கையெழுத்துப் போடுதல் இம்மூன்றும் கொடிய குற்றங்களாகக் கருதப்பட்டன. இவற்றைச் செய்தவர்கள் வாரியங்களில் அங்கத்தினராக ஆவதற்குத் தகுதி யற்றவர்கள் என்று உத்தரமேரூர் கல்வெட்டு கூறுகிறது.[124] இக்குற்றவாளிகள் கழுதை மீது ஏற்றப்பட்டு ஊர்வலமாகக் கொண்டுவரப்பட்டனர். மற்றும் சில குற்றங்களுக்கு அபராதங்கள் மட்டும் விதிக்கப்பட்டன. சில சமயங்களில் கொலைக் குற்றம் செய்தவர்கூட, பாவமன்னிப்புக்காகக் கோவிலில் நந்தா விளக்கேற்றி வைக்குமாறு பணிக்கப்பட்டனர்[125] இதைப் பார்க்கும்போது, தண்டனை விதிகள் சற்றுத் தாராளமாகவே இருந்தன என்று சொல்லத் தோன்றுகிறது. ஒரு சமயம், வில்லேந்திய வீரர்களின், படைத் தலைவனை "நாடாள்வான்" என்னும் தலைவர், கொலைக் குற்றத் திற்கும் தண்டனையாக அவ்வூர்க் கோயிலுக்கு 96 ஆடுகள் தானமாகக் கொடுக்கும்படி அரசன் இரண்டாம் இராஜேந்திர னால் பணிக்கப்பட்டார்.[126] மற்றொரு சமயம், தான் கட்ட வேண்டாத கட்டணத்தைக் கட்டும்படி ஒரு பெண், ஒரு அதி காரியால் துன்புறுத்தப்பட்டாள். அத்துன்பத்தையும் அவமானத் தையும் தாங்க முடியாமல் அவள் தற்கொலை செய்துகொண் டாள். நான்கு திக்குகள் பதினெட்டுக் கோட்டங்கள் இவற்றி லிருந்து வந்த அதிகாரிகளும் மற்றோரும் கூடி இக்குற்றவாளிக்கு 32 காசு தண்டனை விதித்தனர்.[127] மற்றோர் சமயம் படை வீரன் ஒருவன், மற்றொரு வீரனைக் கொன்றுவிட்டான். இறந்தவனின் சுற்றத்தாரின் சம்மதத்தின் பேரில், தஞ்சை கருந்தட்டான் குடியிலுள்ள கோயிலில் ஒரு விளக்கேற்றி வைக்குமாறு, குற்றவாளி பணிக்கப்பட்டான்.[128] இருதரப்பினரின் ஒப்புதல் இருந்தால் கொலைக் குற்றமும் மன்னிக்கப்படும் என்பதற்கு இது ஓர் எடுத்துக்காட்டு, குலோத்துங்கனின் ஆட்சியின்போது ஒரு நாள் இரவில், திட்டமிட்ட உள்நாட்டுக் கலகம் ஒன்று மூண்டது. கலகக்காரர்களால் ஒரு சேனாதிபதி

கொல்லப்பட்டார். அவருடைய மனைவியும் அவரைப் பின் தொடர்ந்து உடன்கட்டை ஏறினாள். இக்கலகத்திற்கு காரண மாயிருந்த குற்றவாளி கோயிலுக்கு நந்தா விளக்கேற்றி வைக்கு மாறு பணிக்கப்பட்டான். அப்பகுதிக்குச் சிற்றரசனான எதிரிலி சோழ சம்புவராயரும், அவ்வூர்ப் பெரியவர்களும் ("நாட்டுப் புருஷர்)" இதற்கு ஒப்புதல் அளித்தனர்.[128a] மைசூர்ப் பகுதி யில் உலிமத்தா என்னுமிடத்தில் ஒரு கொலைக் குற்றம் செய்தவனை அவ்வூர் "நாட்டு ராஜா" என்பவர் தூக்கிலிடச் செய்தார்.[129] இரண்டாம் குலோத்துங்கன் காலத்தில் ஒருவன், எதிர்பாராமல் கொலைக் குற்றத்தைச் செய்தபோது நீதிபதிகள் அவனை மன்னித்து, தூக்குத் தண்டனையிலிருந்து விடுவித்த னர்.[130] மற்றொரு சமயம், ஒரு வேளாளர் அதே போன்று தற்செயலாகச் செய்த கொலைக் குற்றத்திற்காக மன்னிக்கப் பட்டார்.[131] முதலாம் குலோத்துங்கன் காலத்தில், 1091-ல் ஒரு வழக்கு விசாரணைக்கு வந்தது. ஆறு வயது சிறுவன் ஒருவன் மரம் வெட்டும்போது அறுவாள், மற்றொரு சிறுவன் மீது பட்டு அவன் இறந்தான். சிறுவனின் தந்தை, அவர் பிள்ளை செய்த குற்றத்திற்குக் கழுவாயாக கோயிலில் நந்தா விளக்கேற்றப் பணிக்கப்பட்டான்; மூன்றாம் குலோத்துங்கன் காலத்தில் ஓர் ஊரில் பயிரை மேய்ந்துவிட்ட எருமையை அடித்துக் கொன்றனர். அக்கொடுமைச் செயலைச் செய்த வர்களே, பிறகு வருந்தினர். அதற்காகக் கோயிலில் நந்தா விளக்கு ஏற்றி வைக்கவும் ஒப்புக்கொண்டனர்.[132] அம்மன்னர் காலத்தி லேயே கீழையூர் (தஞ்சாவூர் மாவட்டம்) கல்வெட்டு ஒன்று, ஒரு கலகத்தைப் பற்றிய சில விவரங்கள் கூறுகிறது. அவ்வூர்க் கோயிலுக்கும் பிராமணர்களுக்கும் வேளாளர்களுக்கும் இடை யூறாக இருவர் பல கலகச் செயல்களில் ஈடுபட்டனர். அவர்கள் கலகம் செய்த குற்றத்திற்காக ஆயிரம் காசு அபராதம் கட்டும்படி பணிக்கப்பட்டனர். அவர்களுக்கு எவரும் பணம் தந்து உதவி செய்ய முன்வரவில்லை. ஆதலால், அவர் களது நிலங்கள் யாவும் கோயிலுக்கு 1060 காசுகளுக்கு விற்கப் பட்டு அதிகத் தொகை 60 காசு அபராதமாக வைத்துக் கொள்ளப்பட்டது. இனி இம்மாதிரிக் கலகங்கள் செய்து, அமைதிக்குத் தீங்கு விளைப்பவர்களுக்கு இருபது ஆயிரம் காசு வரை அபராதக் கட்டணம் உயர்த்தி, அரசாங்கக் கட்டளை பிறப்பித்துள்ளதும் இக்கல்வெட்டில் சொல்லப்படுகிறது.[133] மூன்றாம் குலோத்துங்கனின் பதினாறாவது ஆட்சி ஆண்டில் அதாவது கி.பி. 1194 கோயில் சொத்தைச் சொந்த நலனுக்குப் பயன்படுத்தியவரை "சிவத் துரோகி" என்று கருதி

அவரது சொத்துக்கள் பறிமுதல் செய்யப்பட்டுக் கோயிலுக்குக் கொடுக்கப்பட்டன.[134]

இரண்டாம் இராஜராஜன் காலத்தில் தஞ்சை மாவட்டத்திலுள்ள பந்தனை நல்லூர் பசுபதி கோவிலுக்கு, ஓர் அரச கட்டளை இடப்பட்டது. அதன்படி அங்குப் பணிபுரியும் சிவப் பிராமணர்களும். மற்றும் கோயில் நிலக் குத்தகைக்காரர்களும் செய்த குற்றங்களை அங்கு பூசை செய்யும் "பதி பாது" மூல பட்டுடைய பஞ்சாச்சாரியர்" "தேவகன்மி", "மகேசுவரர்" "ஸ்ரீகரணம் செய்வார்" போன்றோர்களே விசாரித்துத் தண்டிக் கலாம் என்பது அந்த ஆணை[134a] ஒரு குறிப்பிட்ட சந்தர்ப்பத் திற்காக இந்த அதிகாரம் அவர்களுக்கு வழங்கப்பட்டிருக்க வேண்டும். மூன்றாம் இராஜராஜன் காலத்தில் ஏறக்குறைய கி.பி.1225-ல் நடந்த நிகழ்ச்சியைத் தஞ்சையிலுள்ள திருநாகேசு வரம் கல்வெட்டு ஒன்று கூறுகிறது. பல கோயில்களில் கணக்கெழுதி வந்த மூவர் கோயில் சொத்தைப் பலவித மாகச் சூறையாடினர். கடவுளுக்குக் கொடுக்கப்பட்ட ஆடைகளைத் தாங்களே உபயோகித்தனர். கோயிலுக்காக வாங்கப்பட்ட செங்கற்களைக்கொண்டு சொந்த வீடுகள் கட்டினர். அரசர் ஒரு சமயம் அங்கு வந்தபோது, அவர் முன்னிலையில் உயர் அதிகாரி யாதவராயரிடம் இதைப்பற்றி, கோயில் அதிகாரிகள் முறையிட்டனர். உடனடியாக விசாரணை செய்யப்பட்டு, கணக்கர்கள் தண்டிக்கப்பட்டனர். அவர்களது நிலங்கள் அனைத்தும் விற்கப்பட்டு, அதில் கிடைத்த 40,000 காசுகள் கோயில் கணக்கில் சேர்க்கப்பட்டது. கணக்கு எழுதும் உரிமையும் 3,000 காசுக்கு விற்கப்பட்டது.[134b]

அரசருக்கும் அல்லது அவரது சுற்றத்தாருக்கும் ஊறு விளை விக்கும் குற்றங்களை அரசரே விசாரித்துத் தீர்ப்பளித்தார். முதலாம் இராஜராஜன், தனது அண்ணன் இரண்டாம் ஆதித்தனைக் கொன்றவர்களின் சொத்தைப் பறிமுதல் செய்யும்படி ஆணை பிறப்பித்தார்.[135] அவ்வாறே, கட்டவேண்டிய அபராதங்களைக் கட்டத் தவறியவர்களின் சொத்துக்கள். அரசரின் ஆணைப்படி "ஆஞாகிரயமாக" விற்கப்பட்டன.[136] அரசருக்கு விரோதமாக குகூர் கோலியக் குடையார் செய்த சில குற்றங்களுக்காக, பெரும் அபராதங்கள் விதித்து, அவை பலவந்த முறைகளில் வசூலிக்கப்பட்டன.[137] மேலே சொன்ன மூன்று நிகழ்ச்சிகளும் முதலாம் இராஜராஜன் காலத்தில் நடந்தவை. "ராஜதுரோகம்" என்ற அரசாங்கத்திற்கு விரோதச் செயல்கள், சோழர்காலத்தின்

பிற்பகுதியில், குறிப்பாக மூன்றாம் இராஜராஜன் காலத்தில் மிகவும் பெருகின.[138]

மாடு திருடும் குற்றம் நாட்டின் பல பகுதிகளில் இயல்பாக நடந்து வந்தது. இந்தக் குற்றச் செயலைக் கட்டுப்படுத்துவதும் எளிதாய் இல்லை. சேலம் மாவட்டத்திலுள்ள மங்கலம் என்னும் கிராமம் தேவதானமாய்க் கொடுக்கப்பட்டபோது, தேவதான கிராமத்திலிருக்கும் ஆடுமாடுகளைக் களவாடியவர்களின் சொத்து கோயிலைச் சாரும் என்று அறிவிக்கப்பட்டது. இக்காலத்தில் தேசிய நெருக்கடி நேரங்களில் எடுக்கப்படும் அரசாங்கக் கண்டிப்பு நடவடிக்கைகளைப் போன்று இவ்வறிவிப்பு உள்ளது. கால்நடைச் செல்வம் மிகவும் போற்றப்பட்ட நாளில், அவற்றைக் களவாட அடிக்கடி போர் நடந்தமை பற்றியும் பல கல்வெட்டுச் சான்றுகள், புதுக்கோட்டை, வட ஆர்க்காடு, மைசூர்ப் பகுதி களிலிருந்து நமக்குக் கிடைத்துள்ளன.[139] காட்டு விலங்குகளும் அடிக்கடி ஆடுமாடுகளை அடித்துத் தின்றன. அவ்வாறு, வட ஆர்க்காடு மாவட்டம் கீழ்முத்துக்கூரில் ஆடுமாடுகளைக் கொல்லவந்த புலியை, ஒருவன் அடித்துக்கொன்ற வீரச் செயலை அங்குள்ள சிற்பத்துடன் கூடிய வீரக்கல் ஒன்று பறைசாற்று கிறது.[140] அமைதியைக் கெடுக்கும் கள்ளச் செயல்கள் ஆங்காங்கே சில நடந்துவந்தன. ஆனால் அவை எண்ணிக்கை யில் குறைவாகவே இருந்தன என்பதை நோக்கும்போது, அக் காலத்தில் நாட்டு அமைதி மிக நல்ல முறையில் காக்கப்பட்டு வந்தது என்ற எண்ணம்தான் நமக்கு ஏற்படுகிறது. இக்காலத் தைப்போல் வாழ்க்கை வசதிகள் இல்லாத அந்நாளில், மக்கள் பாடுபட்டு உழைத்துத்தான் வாழ்க்கையை நடத்த வேண்டிய திருந்தது. உழைப்பதற்கு அவர்கள் சற்றும் தயங்கவில்லை.

பதின்மூன்றாம் நூற்றாண்டின் தொடக்கத்தில் வாழ்ந்த சௌ-சூ-குவா என்னும் சீன ஆசிரியர், சோழர் நீதிமுறையைப் பற்றிப் பின்வருமாறு கூறியுள்ளார்:[141] "குற்றம் புரிந்தோரை அமைச்சரவையிலுள்ள ஒருவரே விசாரித்துத் தண்டிக்கிறார். குற்றம் சிறியதாயிருந்தால், குற்றவாளி, கம்பத்தில் கட்டப்பட்டு 50, 70 அல்லது 100 கசை அடிகள் பிரம்பால் கொடுக்கப்படு கிறது. பெரும் குற்றங்கள் செய்தோரின் அங்கங்கள் துண்டிக்கப் பட்டன;அல்லது அவர்கள் யானைகளால் மிதிக்கப்பட்டுக் கொல்லப் பட்டனர்."

குறிப்புகள்

1. இச் சொற்றொடர், முதலாம் பராந்தகன் காலத்திய கல்வெட்டு களிலும் இருப்பதைப் பார்க்கலாம் (1, 2/1898).

2. 241/1927; 446/1918. இராஜராஜனுக்கு "கோனேரின்மை கொண்டான்" என்ற பட்டம் இருந்தது என்பதை லெய்டன், பெரிய செப்பேடு தெரிவிக்கிறது. (வரி. 112) "கோனோயின்மை" என்ற பட்டப் பெயர் அன்பில் செப்பேட்டில் குறிக்கப்பட்டிருப்பதைக் காண்க (வரி:124).

3. 261/1923; 225/1929; கல்வெட்டுகள் இதைப்பற்றிய சில ஐயப்பாடுகளை உண்டாக்குகின்றன. இவ்விரண்டு கல்வெட்டுக்களும் "புவிமங்கை வளர" என்னும் மெய்க்கீர்த்தி யுடன் தொடங்குகின்றன. ஆனால் அது எந்த அரசருடைய மெய்க்கீர்த்தி என்பதை விளக்கக் கூடிய நிகழ்ச்சி என்பதையும் அவை குறிக்கவில்லை. முதல் கல்வெட்டு அரசரை, திருபுவனசக்ரவர்த்தி பராந்தகத்தேவர் என்றும் இரண்டாம் கல்வெட்டு, இராஜசேகரி சக்கரவர்த்தி பராந்தகத்தேவர் என்றும் குறிக்கின்றன. இரண்டுமே 9-ம் ஆட்சி ஆண்டிலேயே பொறிக்கப்பட்டன. ஒன்று, கோயில் தேவராயன் பேட்டை யிலும் (தஞ்சை), மற்றொன்று திருவாடுதுறையிலும் (தென் ஆர்க்காடு) இருக்கும் கல்வெட்டுக்கள். இவை இரண்டுமே முதல் அல்லது இரண்டாம் பராந்தகனின் கல்வெட்டுகளாகத் தோன்றவில்லை. எழுத்து வடிவின் துணையைக்கொண்டு பார்த்தால், முதலில் குறிப்பிட்ட கல்வெட்டு முதலாம் இராஜராஜனுடையதும், இரண்டாவது கல்வெட்டு 12 அல்லது 13-வது நூற்றாண்டைய கல்வெட்டாகவும் தோன்றுகிறது. முன் குறிப்பு பக்.[140]; கன்னரத் தேவரின் 25-வது ஆட்சி ஆண்டுக் கல்வெட்டில் ஒரு மெய்க்கீர்த்தி எழுதப்பட்டுள்ளது. (135/1941-42), ஏ.ஆர்.இ. 1939-40, II, 23.

4. எஸ். ஐ.ஐ. ii, 20. 102/1926; 182/1915.

5. 510/1926; 121/1914.

6. 157/1908.

7. ஏ.ஆர். ஏ. 1909-10, பக். 16

8. எஸ். ஐ.ஐ. ii. பக். 14-15.

9. எஸ்.ஐ.ஐ. ii, 1; சித்திர கூட அரண்மனை 73/1923; புறப்பாடி மாளிகை (லெய்டன் 1, 116) தஞ்சையிலுள்ள வேளங்

களைப்பற்றி பின்வருவனவற்றைப் பார்க்க 241/1926; 225/226/1911; எஸ்.ஐ.ஐ. ii, 94; 95; 401/1921; 142 1919.

10. 49/1897; 241/1923.

11. பெயர்களுக்கு எஸ்.ஐ.ஐ. ii, 94, பார்க்க.

12. எஸ்.ஐ.ஐ. ii. 66.

13. 248, 249/1923.

14. எஸ்.ஐ.ஐ. ii. 11.

15. முதலாம் பராந்தகன் காலத்திலிருந்து இரண்டாம் இராஜேந்திரன் காலம் வரை இருந்த வேளங்களின் பெயர்கள் ஏறக்குறைய இருபது வரை கல்வெட்டுகள் மூலமாகக் கிடைத்துள்ளன. பின்வரும் கண்களைப் பார்க்க: 241/1926; 225, 226/1911; 240/1894; 627/1909; 340,1927; எஸ்.ஐ.ஐ. ii, 94, 95/212,1911; 401,1921; 323,1927; 142/1919; 121,1914; 63-64,1928; தடிமாறும் குதிரைச் சேவகரைப் பற்றிய குறிப்பை 459/1918-ல் காண்க.

16. **சௌ—சூ—குவா,** பக். 95.

17. 342/1907; 62/1928.

18. 413/1902.

19. எம்.ஏ.ஆர்.1917, பக். 42-44.

20. மாஸ்-பரோ-லா-இண்டேசைனா, I, பக். 260.

21. 230/1903.

22. எஸ்.ஐ.ஐ. iii, 16.

23. 271,1927.

24. ஏ.ஆர்.ஏ. 1915-16 பக். 34.

25. ஏ.ஆர்.இ. 1927, II, 13

26. எஸ்.ஐ.ஐ.ii, 6, பேரா 14,19. "தம்மை ஆக எழுந்தருளுவித்த திருமேனி" என்று இக்கல்வெட்டிலுள்ளதைக் காண்க.

27. எஸ்.ஐ.ஐ. ii, 38. பாரா 14,17.

28. 481/1925

29. ஏ.ஆர்.இ. 1925 II, 12;168/1922. பாசர் எழுதிய "பிரதிமா நாடகம்" பார்க்க இ.ஐ. xxi பக். 4-5.

30. 253/1907.

31. எஸ்.ஐ.ஐ. ii பக். 390, என். 6; ஏ.ஆர்.அ.1919, II, 10.

32. மேற்படி II, பக்.10.

33. xviii பக்.334 சில தேவதான நிலங்களின்மீது கோயிலின் உரிமைகள் உண்மையானவை என்பதை நிலை நாட்டுவதற் கெனத் தீக்குளித்த புஞ்சை திருசூல வேளைக்காரர்களைப் பற்றிய செய்தியை 180/1925-ல் காண்க. **“இபின்—ப—தூதா”** என்னும் நூலையும் (**ஏ.ஆர்.கிப் பிராட்வே டிரேவல்லர்ஸ்** மொழி பெயர்ப்பு, பக் 287-88). காண்க. இ.சி. iii 41,43 44 Nj. 158; viii 91 xi எச்.கே. 87 பிளீட் எழுதிய இ.ஐ. vi பக் 44, என்.4.

34. பி.கே.பக். 196-7. ஆ-பூ-செயித் எழுதியது.

35. 255/1911.

36. 120/1905; இ.ஐ. 334-5.

37. 189/1895.

38. 394/1921

39. 242/1907.

40. டி.ஏ. எஸ். iv 134-35.

41. மேற்படி i 246, எஸ்.ஐ.ஐ. iii, 69.

42. 389/1925.

43. 627/1909. ஏ.ஆர்.இ. 1910, II, 19.

44. 67/1890.

45. 353/1904.

46. 364/1906.

47. 762-வது குறளும் அதற்குப் பரிமேலழகரின் உரையும் காண்க. கௌடில்யர், அதிகாரம் ix, அதிகாரம் 2.

48. 159/1923.

49. சௌ-சூ-குவா, பக் 96; 100.

50. எஸ்.ஐ.ஐ. ii 91; 93.

51. 79,1921.

52. 135/1928.

53. ஜே.ஒ.ஆர். vi பக். 299.

54. பெராண்ட்: **“வாயேஜ்”**, பக் 32; வில்சன், **“பெர்சியன் கல்ப்”**, பக். 57-58.

55. பெரான்ட்: "வாயேஜ்", பக். 93; ரெனடெனட் எழுதியுள்ள "ஏன்சியண்ட் அக்கவுண்ட்ஸ்" பார்க்க.

56. மேற்படி பக்.14.

57. ஜே.ஏ.11;14 (1919) பக்.171-72.

58. ஏ.எஸ். எஸ். ஐ. iv பக்.208-9.

59. 113/1896; 420/1925; 327/1916; டி.ஏ.எஸ். பக்.164-8.

60. பொருள், புறத்திணை சூத்திரம் 8; அதற்கு இளம்பூரணின் உரையும் காண்க.

61. 78A/1895; மாராயன், பேரரையன் என்பவை மகாராஜா போன்ற சொல்லே.

62. செய்யுள் 179; பெருநம்பி என்ற பட்டம் அதிகாரியிடம் தொடர்புபடுத்திப் பேசப்படுகிறது.

63. 463/1918; 213/1894; 95/1928.

64. ஏ.ஆர்.இ. 1913, II, 22, இ.ஐ. xviii, பக். 336.

65. 29/1897; எஸ்.ஐ.ஐ. ii, 82-83.

66. எஸ்.ஐ.ஐ. ii, 56, 84/1895.

67. 106/1895.

68. 246/1912.

69. எஸ்.ஐ.ஐ. ii, பக். 477.

70. 224/1923.

71. 419/1923.

72. அன்பில் செப்பேடு வரி.173-4, லெய்டன்: வரி 286-8; திருவாலங்காட்டுச் செப்பேடு: வரி.442-3.

73. 68/1923; 177/1911. மூன்றாம் குலோத்துங்கன் காலத்தில் வடுகன் தேவன் என்பவர் தனக்குக் கொடுக்கப்பட்ட பங்கில் 2/3 பாகத்தைத் தன் இரு பெண்களுக்கும் சீதனமாகக் கொடுத்தார் (313/1929).

74. ஒரு கல்வெட்டில் 'ஊர்க்கிழத்தி' என்று குறிப்பிடப் பட்டிருக்கிறது (297/1901).

75. எஸ்.ஐ.ஐ. iii, பக். 3 என் 7.

76. 129/1919; 259/1921; 167/1915; 90/1812.

77. லெய்டன் செப்பேட்டின்படி ஜனபதமும், கூற்றமும் ஒன்று. "ஜனபத நிவாகவும்", "வளநாடும்" ஒன்றாகும்.

78. எஸ்.ஐ.ஐ. ii பக். 21-9; கங்கபாடி முடிகொண்ட சோழபுரம் என்று வழங்கிற்று.

79. ஐ.ஏ. xxxvi (1897) பக். 144.

80. வரிகள்: 115, 148-49.

81. வரிகள்: 61,62; 517.

82. 286/1906 (எஸ்.ஐ.ஐ. iii, 142).

83. 330,1917; அரசர், கட்டளையை நிறைவேற்றுவதில் காட்டப்பட்ட தாமதத்திற்கு இக்கல்வெட்டு ஓர் எடுத்துக் காட்டு. பாண்டிய நாட்டிலுள்ள சோழப் பிரநிதிகளும் அதே முறையைப் பின்பற்றியதை 332/1916 கல்வெட்டுக் கூறுகிறது.

84. வரிகள் 34-6.

85. திருவாலங்காட்டுச் செப்பேடுகள், ஐந்து அதிகாரிகள் என்றும் (வரி-485-94) லெய்டன் பட்டயம் ஒன்பது அதிகாரங்கள் என்றும் குறிக்கின்றன (வரி: 138-43).

86. வரிகள் 129-150.

87. வரி 49-52; 57-61; 494.

88. 182/1915.

89. பனை ஓலையைக் குறிக்கும்.

90. திருமந்திர ஓலை என்று குறிக்கப்பெறும். இதற்கு புனிதச் சொல்லை எழுதுபவர் என்பது பொருள்.

91. திருமந்திர ஓலை நாயகம் என்றும் அழைக்கப்பட்டது. நாயகம் என்றால் முதன்மை அல்லது மேற்பார்வையாளர்.

92. சில சமயம் 'நியோகம்' என்றும் அழைக்கப்படும் (83/1897).

93. 132-3; லெய்டன்: வரி 1745-75; திருவாலங்காடு-வரி 143-4.

94. புறம். 260; வரி 9.

95. எஸ்.ஐ.ஐ. iii, 142; இ.ஐ. xvii பக். 5-6.
எஸ்.ஐ.ஐ. ii பக். 386; வரி 99; இ.ஐ. iv, பக் 224;
ஏ.ஆர். இ. 1920, II,4.

96. தென்னிந்திய கல்வெட்டுக்களை (எஸ்.ஐ.ஐ.) வெளியிட்டுள்ள அறிஞர்கள் மிகவும் கவனத்துடன், கல்வெட்டிலுள்ள பல பெயர்களின் விளக்கங்களைத் தர முயன்றுள்ளனர். "புரவு-வரித் திணைக்களத்து வரிப் பொத்தக நாயகம்" (எஸ்.ஐ.ஐ.ii,88) என்னும் சொல்லுக்கு, திருவெங்கய்யா

அவர்கள் அறக்கட்டளைகளிடமிருந்து வசூலிக்கும் வரி வசூல் துறையின் முதல்வர் என்று விளக்கம் தந்துள்ளார். இதற்கு ஆதரவாக ஆதிராசேந்திரரின் கல்வெட்டொன்றைச் சுட்டிக்காட்டியுள்ளார் (எஸ்.ஐ.ஐ. iii, பக். 116) . அதன்படி ஒரு தேவதான கிராமத்திலிருந்து வந்த வசூல்தொகை அவ்வூர்க்கோயில் செலவிற்கு, புரவுவரித் திணைக்களத்தாரால் கொடுக்கப்பட்டது. இக்காலத்தைப் போலவே, நிலவரி அதிகாரிகள் வேறு பல பொறுப்புகளையும் திறம்படக் கவனித்தார்கள். அச்சொற்றொடருக்கு "நிலவரித்துறை ஆணையாளர்" என்று நான் பொருள் கூறுவேன்.

97. வரி: 120.

98. திருவாலங்காட்டுச் செப்பேட்டில் "கீழ்முக வெட்டி"என்ற சொல்லைக் காண்க.

99. எஸ்.ஐ.ஐ. iii, பக்.139.

100. மேற்படி பக். 301.

101. மேற்படி 57

102. 183/1915.

103. 135/1926.

104. 2/1927.

105. 274/1910.

106. 630/1916.

107. 497/1911.

108. 142/1912.

109. 2/1927.

110. 539/1920; 502/1911; உல்நரின் **அசோகா அண்ட் டெக்ஸ்ட் குலோசரி** (Asoka and Text Glossory) பக்.122. திவாகரம் II, 34; **பெரிய புராணம்** சிறு தொண்டர் 2; 3.

111. 274/1910.

112. எம்.எ.ஆர்.1917, பக். 42-44.

113. 351/1917.

114. 113/1930.

115. 182/1915; 28. விடையில் அதிகாரிகளைப் பற்றியும் பேசப்படுகிறது.

116. 429/1916.

117. 433/1924.

118. 180/1919; 'வாகூர் பாட்டம்' என்ற சொல் காணப்படுகிறது.
119. எஸ்.ஐ.ஐ. iii.
120. தடுத்தாட்கொண்ட புராணம், செய்யுள் 51-63; ஜே.ஓ.ஆர். பக்.83.
121. ஆவணக் காப்பாளரைப் பற்றிப் பின்வரும் குறிப்பைக் காண்க: மருந்துண்டது தெளிய மற்ற மறையெவனெழுத்தால் ஓலையரன் தருகாப்பில் வேறென்றழைத்துடன் ஒப்பு நோக்குக.
122. 308/1927.
123. 129/1914.
124. 1/1898.
125. வேட்டையின்போது தவறுதலாக அடிபட்ட பலரைப்பற்றி நிறைய குறிப்புகள் உள்ளன. குதிரைமீது சென்றனர் என்று குறிக்கப்பட்டிருக்கிறது. (273/1919; முதலாம் குலோத்துங் கனின் 43-வது வருடம்.)
126. 227/1904.
127. 80/1906.
128. 48/1897
128a. 162/1932-33; ஏ.ஆர்.இ., பக். 66 II, 25.
129. 497/1911.
130. 64/1900.
131. 200/1929.
132. 223/1902.
133. 110/1919; 80/1925.
134. 189/1929; ஏ.ஆர்.இ. 1929,II, 37.
134a. 115/1931-2; ஏ.ஆர்.இ. 1931-2; II. 16
134b. 70,71/1931-2; ஏ.ஆர்.இ.1931-2, II. 20.
135. 577/192
136. 379/1922.
137. 277/1917.
138. 426 பக்கத்தில் பார்க்க.
139. 315/1904; 104/1900; 168,169, 186/1921.
140. 2/1896; இ.ஐ.√iv பக்.179.
141. பக். 95.

அதிகாரம் 18

ஊராட்சி முறை

இக்காலத்தில் பெரும்பாலும் கிராம வாழ்க்கையை விட நகர வாழ்க்கையையே மக்கள் அதிகம் விரும்புகிறார்கள். இன்னும், பெரும்பான்மையான மக்கள் கிராமங்களில்தான் வாழ்கின்றனர். எனினும், நகர வாழ்க்கையின் வசதிகளும் அவை களைப் பற்றிய தொடர்ந்துவரும் பத்திரிகைச் செய்திகளும் நவீன கல்வி முறைகளும், கிராம மக்களின் மனத்தை விரைவில் மாற்றிவிடுகின்றன. நவீன முறைகளையும், வசதிகளையும் பார்க்கும்போது பின்தங்கிய கிராமங்களை விட்டு நகரங்களுக்குப் போய், குடியேறலாம் என்ற மனப்பான்மை மக்களிடையே பரவி வருகின்றது.

சமீப காலம் வரை, பெரும் செல்வர்களும், அறிஞர்களும் கூட, அன்றாட கிராம வாழ்க்கையில் அக்கறைகொண்டிருந் தனர். அவர்கள், கிராமங்களிலேயே தங்கி, கிராமப் பொது நல விஷயங்களில் அக்கறையோடு பணியாற்றினர். இந்திய நாட்டில், இயங்கிய கிராமத் தன்னாட்சி முறையின் சிறப்புக் களைப்பற்றி 19-ம் நூற்றாண்டில் ஆங்கிலேய ஆட்சியாளர் மிகவும் புகழ்ந்து பாராட்டியுள்ளனர். அவர்களுடைய புகழுரை யில் சில மிகையாக இருக்கலாம். எனினும் கிராமங்கள்தான் அக்காலச் சமூக வாழ்வின் அச்சாணிபோன்று விளங்கியது என்ற உண்மையும், சமுதாய நற்பண்புகளுக்கு உறைவிட மாகவும் அவை இருந்தன என்பதையும் நமக்கு அவை உணர்த்து கின்றன. சோழர் ஆட்சியில் தென்னிந்தியக் கிராமங்கள் முழு துடிப்புடனும், வலிவுடனும் பணியாற்றின என்பதை அவர்களு டைய நூற்றுக்கணக்கான கல்வெட்டுகளின் மூலம் நாம் உணர் கிறோம். சோழர் காலத்தில் முழுமூச்சுடன் இயங்கிய கிராம தன்னாட்சி முறை, அதற்கு முந்திய காலத்திலேயே இயங்கி

தொடங்கிவிட்டதைக் காண்கிறோம். இதுபோன்ற, ஆனால் முழு வளர்ச்சி அடையாத கிராம ஆட்சி முறை, ஏறக்குறை 8-9-ம் நூற்றாண்டுகளில், பல்லவ-பாண்டிய ஆட்சிகளில் தமிழ் நாடெங்கிலும் இயங்கிவந்தது. திருநெல்வேலி மாவட்டத்தில் மானூரில் கிடைத்த கல்வெட்டொன்று இத்தருணத்தில் குறிப் பிடத்தக்கது.[1] கி.பி.800-ல் பொறிக்கப்பட்ட இக்கல்வெட்டு பாண்டிய நாட்டில் இயங்கி கிராம தன்னாட்சி முறை எப்படி பின்னே வந்த முதலாம் பராந்தகன் காலத்திய உத்திரமேரூர் கல்வெட்டில் கண்டுள்ளவற்றிற்கு முன்னோடியாக அமைந்தது என்பதைக் காணலாம். நாட்டின் பொதுவாழ்விற்கு அடித் தளங்களாக இருந்த கிராம வாழ்க்கையும், கிராமிய நிறுவனங் களும் அவ்வப்போது நடந்த போர்களாலும், அரசியல் மாற்றங்களாலும் சிறிதும் பாதிக்கப்படவில்லை.

ஊராட்சி மன்றங்கள்

வயதுவந்த ஆண்களை அங்கத்தினர்களாகக்கொண்டு விளங்கிய ஊர் ஆட்சி மன்றங்கள் கிராமிய அரசியல் அமைப்பின் நடுநாயகமாக விளங்கின. கிராம சபைகளைத் தவிரவும், சமூகச் சமயப் பொருளாதாரத் துறையின் பல்வேறு கழகங்களும் இணையகங்களும் அவைகளுக்குரிய பணிகளைச் செய்துவந்தன. ஒவ்வோர் ஊரிலும் இயங்கிவந்த கழகங்களும், இணையங் களும், ஊர் சபைகளுடன் எவ்விதத் தொடர்புகளைக் கொண்டிருந்தன என்பதைத் தற்கால அரசியல் தத்துவ அடிப்படையில் விளக்கம் கூறுவது எளிதன்று. கிராம சபை களும், இவ்விணையங்களும் நாட்டின் தொன்றுதொட்டு வந்த வழக்கப்படியும், தரும நெறிகளின் அடிப்படையிலும் இயங்கின. மேலும், மக்களுடைய ஆதரவும் ஒப்புதலும் அவைகளுக்கு உறுதுணையாக அமைந்தன. எல்லாவற்றிலும் மேலாக, அரசரின் பேராதரவும் இவைகளுக்கு நிறைய கிடைத் தது. பொதுவாகப் பழம்பெரும் தரும நெறிகள், ஸ்மிருதிகள், நாட்டு வழக்குமுறை இவைகளின் அடிப்படையில் ஒவ்வொரு சந்தர்ப்பத்திற்கு ஏற்றவாறு விவகாரங்கள் தீர்க்கப்பட்டன. சிக்கல்கள் எழுந்த போதெல்லாம், கற்றறிந்த பட்டர்கள் தக்க யோசனை கூறி, சிறந்த சேவை புரிந்தனர். அவர்களது தீர்ப்புகளும், யோசனைகளும் பொதுவாக நடுநிலையில் பிறழா மலும் மக்கள் ஏற்றுக்கொள்ளக் கூடியவையாகவும் இருந்தன. நாட்டின் அமைதியும் சமுதாய ஒற்றுமையும் நன்கு பேணிக் காக்கப்பட்டன. கடந்த நூற்றாண்டு தொடக்கம் வரை இம் முறை தங்கு தடங்கலின்றி இயங்கிவந்துள்ளது என்பது

உண்மை. இம்முறையை ஏற்று நடத்தியவர்கள் ஒரு கடினமான பணியைச் சிறப்பாக நடத்தினர் என்ற முடிவிற்கே நாம் வருவோம். கழகங்கள், அரசுடனும் சமூகத்துடனும் கொண்டிருந்த தொடர்பு கிராம சபைகள் கொண்டிருந்த தொடர்பைப் பெரும் பாலும் ஒத்தே இருந்தது. ஆனால், இக்கழகங்கள் பொதுவாகச் சபைகள் போன்று நாட்டிற்கு அவ்வளவு முக்கியத்துவம் வாய்ந்தவை அல்ல. கிராமசபைகள், பல துறைகளிலும் முக்கியப் பணிபுரிந்தன. ஆனால் கழகங்களோ, ஒரு கோயிலைப் பாதுகாத்தல் அல்லது ஒரு கைத்தொழிலைச் சீர்படுத்துதல் போன்ற குறிப்பிட்ட சில பணிகளையே புரிந்தன. இக்கழகங்கள் செய்துவந்த பணிகளிலும் கிராம சபைகளுக்கு அக்கறை உண்டு. தவிர, அவை செய்யமுடியாத பல பணிகளையும் சபைகள் செய்தன. இக் கழகங்கள் கடமைகளைச் செய்யத் தவறினால், தட்டிக் கேட்கக் கிராம சபைகளுக்கு அதிகாரம் உண்டு. கழகங்கள் ஒழுங் காகப் பணிபுரிய கிராம சபைகள் உறுதுணையாகவே இருந்தன. கிராமப் பொது நன்மைக்கும், அமைதிக்கும் கிராம சபையே முக்கியப் பொறுப்பேற்றது. கழகங்களில் அங்கத்தினராக இருக்கும் பலர், கிராம சபையிலும் அங்கம் வகித்தனர் என்று பார்க்கும் போது, அவர்களுக்கிடையே நல்ல உறவை ஏற்படுத்தி இருக்கக் கூடும். பல கழகங்களுக்கிடையே சில சமயம் கருத்து வேறுபாடு களும், முரண்பட்ட கோரிக்கைகளும் இருந்தன போலும். அவற்றை சீர்தூக்கி, ஒழுங்குபடுத்திப் பொது நலனுக்குச் சாதகமாக இணைத்துச் செயல்புரிந்த பொறுப்பைக் கிராம சபைகளே ஏற்றன. அரசுக்கும், சமூக கூறுகளுக்கும் இடையேயுள்ள தொடர்பு எவ்வாறு இருக்கவேண்டும் என்ற "புளூரலிஸ்ட்ஸ்" **(Pluralists)** என்னும் பன்மைவாதிகளான மேல் நாட்டில் அரசியல் தத்துவக் கொள்கையினர்க்கு ஒத்தாற் போலவே இக் கழகங்கள் இயங்கின எனலாம். ஒரு வேறுபாடு என்னவெனில், சோழர் காலத்தியக் கழகங்கள் கிராம அளவில் மட்டுமே இயங்கின. அரசு கிராமங்களையும் அங்குள்ள சமூகக் கூறுகளை யும் இணைத்துப் போற்றியது.

கூறுகள்

கிராம சபைகளைப் பற்றி விரிவாகக் கவனிக்குமுன் சமுதாயக் கூறுகளில் சில முக்கியமானவை பற்றி மட்டும் இங்கு நோக்குவோம். இக்கூறுகளும், இணையங்களும் ஏதோ ஒரு சட்ட மூலமாகவோ அல்லது ஒப்பந்த மூலமாகவோ இணைக்கப்பட்ட வைகள் அல்ல. ஆனால், தனியார் போன்று அவைகளும் கொடுக்கல், வாங்கல், வழக்காடுதல் போன்ற செய்கைகளில்

ஒன்றுபட்டு இயங்கின. அங்கத்தினர் மாறினாலும் இணையங்கள் தொடர்ந்து செயலாற்றி வரும் என்பதை உணர்ந்திருந்தனர்.[2] இதைக் கல்வெட்டுகளைப் படிப்பவர்கள் நன்கு உணரலாம். சில, பொது நலனுக்காகவும், பொதுக் காரியங்களுக்காகவும் இணைந்து செயல்பட்ட கூறுகளும், தனி மனிதர் போலவே கருதப்பட்டன. அப்படி இயங்கிய கூறுகள், பல பணிகளைச் செய்தன. பொருளாதாரத் துறையில் வலஞ்சீயர், மணிக்கிராமம் போன்ற வணிகக் குழுக்கள் இயங்கின. அதன் அங்கத்தினர் தங்கியிருந்த ஊர்ப் பெயரையும் அவைகளுக்கு வைத்தனர்- “திருப்புரம்பியம் வலஞ்சீயர்”,[3] “ஆதித்தபுரி மணிக்கிராமம்” என்பது போல.[4] இவ்வணிகக் குழுக்களைப் பற்றி வேறோர் இடத்தில் விரிவாகக் கூறுவோம். மத அடிப்படையில் இயங்கிய கூறுகளின் எண்ணிக்கை சற்று அதிகமாகவே இருந்தது. மூல பருடையார் என்போர் ஆங்காங்கே கோயில்களை நிருவாகம் செய்துவந்தனர். சுசீந்திரத்தில் முதலாம் பராந்தகன் காலத்தி லிருந்து முதலாம் இராஜராஜன் காலம்வரை, அவ்வூர் மகா சபையின் கீழ் மூலபருடையார் கோயிலைக் கவனித்துவந்தனர். பிறகு அக்குழு கலைக்கப்பட்டது.[5] ஒரு குறிப்பிட்ட பொறுப்பை நிறைவேற்றுவதற்காக ஒரு குழு அமைத்ததையும், அதன் தேவை நிறைவேறிய பிறகு அது கலைக்கப்பட்டு, அதனுடைய பணியை மகா சபையே செய்ததையும் இதிலிருந்து நாம் உணரலாம். திருக்குட மூக்கு மூலபருடையார், திருநாகேசுவரர் கோயிலைக் கண்காணித்து வந்தனர்.[6] கோயில்களில் பூஜை செய்வோர் பல பெயர்கள்கொண்ட கூறுகளை அமைத்துக்கொண்டனர். பொதுவாகச் சைவ சமயத்தினர், சிவ பிராமணர்கள் என்றும், வைணவ சமயத்தினர், வைகானசர் என்றும் வழங்கப்பட்டனர். குறிப்பிட்ட சில கூறுகளின் பெயர்கள் மட்டும் நமக்குக் கிடைக் கின்றன. அவற்றுள் சில: அகநாழிகை சிவ பிராமணர்,[7] பதி பாத மூலத்தார்,[8] திருவுண்ணாழிகைக் காணப் பெருமக்கள்,[9] திருவுண்ணாழிகை சபை,[10] கல்வெட்டுக்களின் கடைசிப் பகுதி யில் வழக்கமாக மகேஸ்வரர்கள் அல்லது ஸ்ரீவைஷ்ணவர்களுடைய சம்மதத்தைப் பற்றிய குறிப்பு காணப்படும். சில கல்வெட்டுக் களில் “பதினெட்டு நாடு ஸ்ரீவைஷ்ணவர்கள்” என்று குறிப்பு காணப்படுகிறது. ஆனால் அவை யாவை என்ற விளக்கம் காணப்படவில்லை.[11] சாத்த கணம், குமார கணம், கிருஷ்ண கணம், காளி கணம் போன்ற குழுக்கள், தனிக் கோயில்களைக் கவனித்துவந்தன. பேரிளமையார், சங்கரப் பாடியார் போன்றோ ரும், கோயில் கண்காணிப்பையொட்டிய குழுக்களாகத் தோன்று கின்றன.[12] ஆனால், அவற்றின் பொறுப்புக்கள் யாவை என்ற

விவரம் சரியாகத் தெரியவில்லை. இம்மாதிரி கோயிலையொட்டி பல கூறுகள் இருந்தன. அவற்றை மேலும் இங்கு விவரிக்கத் தேவையில்லை.

கிராமங்களில் மற்ற சில கூறுகளும், தொழிற் குழுக்களும் இருந்தன. ஒரு கிராமம் பல சேரிகளாய்ப் பிரிக்கப்பட்டு, ஒவ்வொரு சேரி மக்களும் ஒரு குறிப்பிட்ட பணிகளுக்கு இணைந்து செயலாற்றினர். காஞ்சிபுரத்திலுள்ள ஊரகம் கோயிலைப் பார்த்துக் கொள்ள அவ்வூரில் இரண்டு சேரி வாழ் மக்களை, உத்தம சோழன் நியமித்தான்.[13] பராந்தகனின் 12-வது ஆண்டு அங்கீகரிக்கப்பட்ட சட்ட விதிப்படி உத்திரமேரூர் சபை, வாரியங்களில் அங்கத்தினராவதற்கு அவ்வூர்ச் சேரிகளே அடிப்படையாக அமைந்தன.[14] பெண்ணாடத்திலுள்ள கி.பி. 1103-ம் ஆண்டுக் கல்வெட்டு அவ்வூர் முடிகொண்ட சோழ சதுர்வேதி மங்கலத்தின் மகா சபையையும், அங்குள்ள சேரிகளைப் பற்றியும் பேசுகிறது.[15] சபை தீர்மானிக்க இருக்கும் பிரேரணைகளைத் தயாரிக்கும் குழுவில் சேரிகளின் பிரநிதிகள் அங்கம் வகித்தனர்.[16] தச்சர், கருமார், பொற்கொல்லர், வண்ணார் போன்றோர் ஒவ்வொருவரும் தமது தொழிற்குழுக்களை அமைத்திருந்தனர். தலைச்சங்காட்டு வண்ணார் அமைத்திருந்த குழுவைப் பற்றிய குறிப்பு கிடைத்துள்ளது.[17] இடைக் குலத்தோர், "மன்றாடிக் கலனை" என்ற குழு அமைத்திருந்தனர்.[18] இவற்றில் சில "கீழ்க்கனைகள்" என்று அழைக்கப்படுவதைப் பார்த்தால் இவற்றுள் உயர்வு, தாழ்வு இருந்தன போல் தோன்றுகிறது.[19]

1077-ம் ஆண்டில் சேப்ரோலு என்னுமிடத்தில் அவ்வூர்க் கோயிலில் விட்ட விளக்கு எரிக்கும் பொறுப்பு அக்கோயில் தானாபதி, 100 அய்யலு, 300 சானுலு என்போரிடம் ஒப்படைக்கப்பட்டது.[20] 1096-ம் ஆண்டில் காமரசவல்லியில் "எழுநூற்றைம்பது" என்போர் அறக்கட்டளை நிர்வாகப் பொறுப்பு ஏற்றனர். அதன்படி குறிப்பிட்ட கட்டணங்களை வசூல் செய்து அத்தொகையைக்கொண்டு சில திருவிழாக்களையும், வழிபாடுகளையும் செய்யவேண்டும்.[21] இரண்டாம் குலோத்துங்கனின் மூன்றாம் ஆட்சி ஆண்டுச் சண்பைக்கல்வெட்டுப்படி ஒரு கொலை வழக்கு விசாரணையில் 79 நாட்டைச் சேர்ந்த சித்திரமொழி, பெரிய நாட்டார் என்போர் நீதிபதிகளாக அமர்ந்தனர்.[22] இரண்டாம் இராஜராஜனின் இரண்டாம் ஆட்சி ஆண்டில் (புதுக்கோட்டை மாவட்டம்) குன்னாண்டார் கோயிலின் அறக்கட்டளைகளைப் பராமரிக்கும் பொறுப்பு 'அரையர்

களி' டம் விடப்பட்டது.[23] இரண்டாம் இராஜாதிராஜனின் நான்காவது ஆட்சி ஆண்டில் ஒலக்கூரில் (தென் ஆர்க்காடு மாவட்டம்) தவறுதலாக நடந்துவிட்ட ஒரு கொலைக் குற்றத் திற்குப் பிராயச்சித்தம் செய்ய அவ்வூர்ப் பட்டர், பெரிய நாட் டார், பண்ணாட்டார் போன்றோர் பணித்தனர்.[24] சில வருடங் களுக்குப் பிறகு இதே பணியை வேலூரில் பண்ணாட்டார் மட்டும் செய்தனர்.[25] மூன்றாம் குலோத்துங்கனின் 19-ம் ஆட்சி ஆண்டில், 12 நாடு பெரிய நாட்டு விஷயத்தார் நெல் லூர்க் கோயிலுக்குத் திருவிடையாட்டமாக சில நிலங்கள் அளித்தனர்.[26] அதே ஆண்டு திருவொற்றியூரில் தேவதான நிலங்களைப் பற்றி மூன்றாம் குலோத்துங்கனிடம் "தேவதான நாட்டவர்" முறையிட்டனர்.[27] அவ்வரசின் 12-ம் ஆண்டில் "திருமணஞ்சேரியுடைய நாயனார் கோயிலி" ன் தேவரடியாள் வழங்கிய தானத்தை அக்கோயிலாரும் உருத்திர மகேஸ்வரர் களும் பெற்றுக்கொண்டனர்.[28] இதற்கு 12 ஆண்டுகளுக்குப் பிறகு திருக்கோயிலூர் ஸ்ரீவைஷ்ணவர்கள் அரட்டமுக்கிதாச னிடம் 10 பசுக்களைப் பெற்றனர்.[29] ஒரு கோயிலுக்கு சொந்த மான கால்நடைகள் தவறுதலாகப் பயன்படுத்தப்பட்டதைத் திருநாரையூர்ச் சபையும், குலோத்துங்கச் சோழப் பேரிளமை நாட்டாரும் சேர்ந்து விசாரணை நடத்திய குழுவில், மகேஸ் வரர்களும் இருந்தனர்.[30] இது கி.பி.1218-ல் நடந்தது. தஞ்சை மாவட்டத்திலுள்ள முனியூர்க் கோயிலுக்கு இறையிலி யாக விடப்பட்ட நிலங்கள், அவற்றின் எல்லை, உரிமை போன்ற விவரங்கள் அக்கோயில் சுவரில் காணப்படுகின்றன. ஆனால் அது பழுதடைந்துவிடும் என்ற காரணத்தால் பிறகு கல்லில் பொறிக்கப்பட்டது. இவ்வாறு பொறிப்பதற்குப் பெரிய அதிகாரி ஒருவரும், நியாயத்தார் என்பவரும், ஊர்ச் சபை அங்கத்தினர் 9 பேரும் மற்றும் கோயில் தானத்தாரும் துணை நின்றனர்.[31] கி.பி.1234-ல் அறக்கட்டளை விதிகளின்படி கோயிலுக்குச் செய்யவேண்டிய கடமைகளுக்கும் வட்டிப்பணம் செலுத்த வேண்டிய பொறுப்புக்கும் ஒரு குடும்பத்தின் பெண் வழி வாரிசுகளையும் கடமைப்பட்டவர்களாக ஆக்கலாம் என்ற தீர்ப்பை (தஞ்சை மாவட்டம்) திருக்களரைச் சேர்ந்த மகேஸ் வரர்கள் கி.பி. 1234-ல் அளித்தனர்.[32] இதுவரை கூறியவற்றி லிருந்து சமூகக் கூறுகளின் வகைகளும் அவை ஆற்றிய பல பணிகளும் நன்கு விளங்கும். இக்கூறுகளின் அங்கத்தினர்களைப் பற்றியும் மற்றும் அந்த அவைகளுக்கு இடையே இருந்த தொடர்புகளைப் பற்றியும் அதிகமான விவரங்கள் நமக்குக் கிடைக்கவில்லை.

சமூக வாழ்வில் பல கூறுகள் வலிவிழந்த போதிலும், தனி மனிதனின் உரிமைகளும் வாய்ப்புக்களும் பாதிக்கப்படவில்லை. பிறப்பு அல்லது தொழில் அடிப்படையிலோ அல்லது தன் விருப்பப்படியோ ஒவ்வொருவரும் ஒரு கழகத்திலோ அல்லது பல கழகங்களிலோ அங்கத்தினராக இருக்க நேரிட்டது. இந்தக் கழகங்களுக்கிடையே நிலவிய உறவு அவர்களுக்குள் இருந்த நல்லெண்ணத்தை அடிப்படையாகக்கொண்டிருந்தது. அரசனோ, அதிகாரிகளோ இந்தக் கழகங்களில் தலையிட்டதாகத் தெரிய வில்லை. முக்கியமான இந்த அமைப்புக்களைப் பற்றி இந்திய நீதி நூல் ஆசிரியர்கள் போதிய கவனம் செலுத்தியதாகத் தெரிய வில்லை. இக்கழகங்கள் தங்கள் உரிமைகளைப் பிடிவாதமாக நிறைவேற்ற முனைந்திருந்தால் பல மோதல்களும் சிக்கல்களும் ஏற்பட்டு, கழகங்களை ஒழுங்குபடுத்த ஒரு சட்டம் இயற்ற வேண்டி வந்திருக்கும். பல தலைமுறைகளாக இந்தக் கழகங்கள் நாடெங்கும் இயங்கி வந்தன. பெரும்பாலும் அவை சமுதாய நலத்துக்காகவே பாடுபட்டதால் அரசாங்கம் தலையிடுவதற்கோ அவற்றைக் கட்டுப்படுத்தும் சட்டங்கள் இயற்றவோ தேவை ஏற்படவில்லை.

சபைகள்

கிராம சபைகளில் 'ஊர்' என்றும் 'சபை' என்றும் இரு முக்கியமான வகைகள் இருந்தன. 'நகரம்' என்ற மற்றொரு சபை, வணிகர் வாழும் பெரும் நகரங்களில் மட்டும் இயங்கியது. இவை அனைத்திலும், அந்தந்த ஊர்க் குடிமக்களே முக்கியமான அங்கத்தினராகக் கலந்துகொண்டார்கள். இந்தச் சபைகள் தங்களுடைய பொதுப் பிரச்சினைகளைக் கவனித்து, அரசின் மேற்பார்வைக்கு உட்பட்டு இயங்கிவந்தன. அவற்றின் வரவு செலவும் அரசாங்கத்தால் அவ்வப்போது தணிக்கை செய்யப் பட்டது. மற்றபடி அவை சுதந்திரமாகவே இயங்கிவந்தன. சில அடிப்படை விதிகளை மாற்றும்போதும் அரசாங்கத்தின் நிலவரி வசூல் உரிமையைப் பாதிக்கும்போதும் மற்றும் இத்தகைய நிகழ்ச்சிகளின் போது மட்டும் மத்திய அரசின் அதிகாரிகள் இச் சபைக் கூட்டங்களுக்கு வந்திருந்தனர்.[33] அவர்கள் வருகை தந்த போது சபையின் நடைமுறையின் ஏதாவது மாறுதல் இருந்ததா என்பது தெரியவில்லை. சில பெரிய கோயில்கள், அதிகாரிகளின் நேர் பார்வையில் இருந்தன. அக்கோயில் விவகாரங்களை ஊர்ச் சபை விவாதிக்கும்போது அந்த அதிகாரிகளும் அக்கூட்டத்தில் இருந்து உதவினர்.[34] மிக முக்கியமான விவகாரங்கள், அரசரின்

தீர்ப்புக்கு விடப்பட்டன. முதலாம் குலோத்துங்கன், திருபுவனையில் கமுகு பயிரிட வகை செய்யும் திட்டத்தை வகுத்ததையும், நில உரிமை வழக்கு ஒன்றில் தீர்ப்பு வழங்கியதையும் இரு கல்வெட்டுகள் அறிவிக்கின்றன.[35]

ஊர்

சபைகளுக்குள்ளே மிக எளிய அமைப்பைக்கொண்டது "ஊர்" எனும் சபையாகும். இச்சொல் கிராமம், நகரம் ஆகிய இரண்டையும் குறிக்கும் பொதுச்சொல். ஆனால், ஒரு சபையை மட்டும் குறிக்கும் சொல்லாகவே இங்கு ஆளப்படுகிறது. "ஊராய் இசைந்த ஊரோம்" என்ற சொற்றொடரிலிருந்து ஊர் மக்கள், ஊர் என்ற சபையில் கூடினார்கள் என்பது விளங்குகிறது.[36] "ஊர்" சபை தனியாகவும், தேவை ஏற்பட்டபோது பல இடங்களில் சபையுடன் இணைந்தும் செயலாற்றின.[37]

சபை

கல்வெட்டுகளில்'சபை' களைப் பற்றி ஏராளமான விவரங்கள் கிடைக்கின்றன. பிராமணர்கள் குடியிருந்த சதுர்வேதி மங்கலங்களில்தான் சபைகள் இயங்கின. மங்கலம் அல்லது அக்கிராகாரம் என்று வழங்கிய பிராமணக் குடியிருப்புகள் பெருவாரியாக அரசர்களுடைய மானியங்களால் உண்டாக்கப்பட்டன. "பூமி தானம்" செய்தல், பெரும் புண்ணியமாகக் கருதப்பட்ட காலம் அது. நான்கு வேதங்களில் புலமை பெற்றிருந்த பிராமணர்களை, நாட்டின் பல பகுதிகளிலும் குடியேறச்செய்து, ஆங்காங்கு அவர்களுக்கு நிலங்கள் மானியமாக விடப்பட்டன. அவ்வாறு அவர்கள் குடியேறிய கிராமங்களின் விவகாரங்களை சபை மூலமாக அவர்களே கவனித்துவந்தார்கள்.

பழைய ஊர்கள் சிலவற்றிலும் புதிதாகப் பிராமணர்களைக் குடியேற்றி அவை மங்கலங்கள் என வழங்கப்பட்டன. அவ்விடங்களில் "சபை," "ஊர்" என்னும் இருவகை அமைப்புக்களும் இயங்கின. பொதுவாக புதிதாகக் குடியேறியவர்களை மக்கள் விரும்பி வரவேற்றனர். தனியாரிடமிருந்தோ, ஊர்ப் பொதுவிலிருந்தோ நிலங்களை விலைக்கு வாங்கி அவற்றைப் புதிதாகக் குடியேறிய பிராமணர்களுக்குக் கொடுத்து மங்கலங்களை நிறுவினர். இதனால் நிலத்தின் விலை சற்று உயர்ந்தது. பழைய ஊர்ச் சபைகளுக்கு இதன் மூலம் நல்ல வருவாய் கிடைத்தது. அப்படி விற்ற நிலங்கள் பொதுச் சொத்தாக இருந்தால் அவ்வாறு கிடைத்த தொகையைப் பொதுக்காரியங்களுக்குச் செலவிடப்பட்டது. புதிதாகக் குடியேறிய பிராமண வகுப்பினர் அறிவிலும்

ஒழுக்கத்திலும் உயர்ந்தவர் என்ற நற்பெயரைப் பெற்றிருந் தனர். இவர்களுடைய தொடர்பால் ஊர் மக்களுக்குப் பலவித நன்மைகள் ஏற்பட்டன. பல விஷயங்களில் அவர்களுடைய அறிவுரைகள் மதிக்கப்பட்டன. மீண்டும் "ஊர்" என்னும் சபை தொடர்ந்து பணியாற்றியது. புதிதாக வந்தவர்கள் சபையை ஏற்படுத்திக்கொண்டனர். மேற்சொன்ன விவரங்கள் யாவும் கல்வெட்டுக்கள் மூலம் நமக்குத் தெரிகின்றன. சில கிராமங்கள் இரு பிரிவுகளாக ஒவ்வொன்றுக்கும் ஒரு சபையுடன் இயங்கின. கி.பி. 1227-ல் சாத்த மங்கலத்தில் தேவதானப் பகுதியில் ஒன்றும் மணப் பள்ளியைச் சார்ந்த பகுதியில் ஒன்று மாக இரு சபைகள் இயங்கின. அவை இரண்டும் "ஊர்" என்றே பெயர் பெற்றிருந்தன. இரண்டும் சேர்ந்து பல பொதுப் பணிகளில் ஈடுபட்டன. ஊர் நிலங்களைக் குளத்திற்காகவும் பூந்தோட்டத்திற்காகவும் ஒதுக்குதல், நிலவரி நீக்குதல் போன்ற பணிகளை அவை செய்தன.[38] கி.பி.1245-ல் புதுக்கோட்டைப் பகுதியிலுள்ள அம்மன் குடியிலும் குமாரமங்கலத்திலும் இரட்டை ஊர்சபை அமைக்கப்பட்டது.[39]

ஊர்

"ஊர்"ச் சபை எவ்வாறு இயங்கியது என்பதைத் தடட வட்டமாக அறிய முடியவில்லை. "ஊரோம்" என்று பல கல் வெட்டுக்களில் காணப்படுவதால், ஊர் மக்கள் அனைவரும் அதில் உறுப்பினர்களாக இருந்திருக்கலாம். ஆனால், நடை முறையில் அங்குள்ள பெரியோர்களே பெரும்பங்கு கொண்டிருப் பார்கள். ஊர்ச் சபையின் தீர்மானங்களை நிறைவேற்றி வைப்பதற்காக "ஆளுங்கணம்" என்ற குழு இருந்தது. "கணம்" என்றும், "மீயாளும் கணம்" என்றும் அழைக்கப்பட்டது.[40] இக்குழுவினரின் எண்ணிக்கை அவர்கள் தேர்ந்தெடுக்கப்பட்ட முறை ஆகியவை பற்றி செய்திகள் கிடைக்கவில்லை. சில சமயம் இக்குழுவினர் "ஊர் ஆள்வார்கள்" என்றும் அழைக்கப் பட்டனர்.[41] சில சபைகளிலும் இதுபோன்று ஆளும் கணத்தார் என்ற குழுவினர் நிர்வாகப் பொறுப்புக்களைக் கவனித்து வந்தனர்.[42] சில கணங்களில் அவ்வூர்களிலுள்ள கற்றறிந்த பட்டர்கள் அங்கம் வகித்தனர் என்பதையும் அறிகிறோம். இதற்கு இன்னொரு விளக்கமும் தரலாம். பழைய ஊர்களில் ஆளும் கணத்திலேயே பட்டர்கள் அங்கம் வகித்திருக்கக் கூடும். அவை மங்கலமாக மாற்றி அமைக்கப்பட்ட பிறகும், அவர்கள் தொடர்ந்து சபையில் அங்கம் வகித்திருக்கக்கூடும் எனலாம்.

கி.பி. 1220-ம் ஆண்டில் முனியூரில் ஏற்பட்ட கல்வெட்டு தண்டல் நியாயத்தார் என்னும் ஊர் அதிகாரிகளைக் குறிப்பிடு கிறது.[48] மேலும் "ஊர்க்கு சமைந்தபடி" என்று பொதுப் பெயர்கொண்ட ஒன்பது அதிகாரிகளைப் பற்றியும் அது குறிப் பிடுகிறது. இவர்கள் ஊர்ப் பொதுக் குழுவின் பிரதிநிதிகளாக அல்லது அதன் நிர்வாகக் குழுவினராக இருந்திருக்கலாம்.

சபை

சபையின் அமைப்பு "ஊர்" அமைப்பைவிட சற்றுப் பெரிய தாக இருந்தது. அதன் பொறுப்புக்களில் பெரும்பங்கு "வாரி யங்கள்" எனப்பட்ட குழுக்கள் மூலமாகவே நிறைவேற்றப்பட்டன. "வாரியம்" என்ற தமிழ்ச் சொல்லின் இயற்பொருள் என்ன என்பது சரியாகத் தெரியவில்லை. "வாரி" என்றால் தமிழில் "வருவாய்" எனவும் கன்னடத்தில் "கடுமையான தேவை" எனவும் ஆளப்பட்டிருக்கலாம்.[44] வடமொழியில் "வாரிய" என்றால் "தேர்ந்தெடுக்கப்பட்ட" என்பது பொருள். இதிலிருந்து "வாரியம்" என்னும் சொல் தமிழில் ஏற்பட்டிருக்கக் கூடும். தேர்ந்தெடுக்கும் முறையை "வரணம்" செய்தல் என்றும், சபையின் நிர்வாகக் குழுவை "வரணம்" என்றும் ஒரு கல்வெட்டு குறிப்பிடுகிறது.[45] குறிப்பிட்ட சபைப் பணிகளைச் செய்த வர்கள் "வாரியர்" என்று அழைக்கப்பட்டனர். சுசீந்தரம் கோயில் நிர்வாகப் பொறுப்பிலிருந்து மூலபருடையார் விலகிய பிறகு, அப்பொறுப்பினை அவ்வூர்ச் சபையின் சார்பில் இரு வாரியர்கள் ஏற்றுக்கொண்டனர். முக்கியமான சில தகுதிகள் இல்லாதவர்கள் வாரியங்களில் இடம்பெற இயலாது என்பது முன்னர் கூறப்பட்ட மானூர் பாண்டியர் கல்வெட்டு வலியுறுத்து கிறது. வாரியங்கள், முதன்முதலில் எப்போது ஏற்பட்டன. என்பதைச் சொல்லுவது எளிதன்று. ஆனால் கிராம விவகாரங் களைக் கவனிப்பதற்காகக் குழுக்களை ஏற்படுத்தும் முறை திடீரென்று தோன்றிவிடவில்லை. அது நெடுநாளைய முயற்சிக்குப் பிறகு வகுக்கப்பட்ட முறை என்பதற்குத் தக்க ஆதாரம் உண்டு. ஆரம்ப காலத்தில் அப்பணியைத் தனி மனிதர்களும், சின்னஞ்சிறு குழுவினரும் செய்துவந்தனர். குறிப்பிட்ட ஒரு பணியைச் செய்வதற்காகத் தற்காலிக வாரியம் அமைத்ததைப் பற்றி ஸ்ரீநிவாச நல்லூர்க் கல்வெட்டு ஒன்று கூறுகிறது.[46] ஆனால், அக்கல்வெட்டில் அரசர் பெயர் அடைமொழி இன்றி இராஜகேசரி என்று மட்டும் காணப்படுவதால், அக்கல்வெட்டின் காலம் உறுதியாகத் தெரியவில்லை. சோழர் ஆட்சியின் தொடக்க காலத்தியக் கல்வெட்டு என்பதை மட்டும் தங்குதடை

யின்றிச் சொல்லலாம். இதில் குறிப்பிடப்பட்டுள்ள வாரியம் சபையினால் நிறுவப்பட்டதன்று. அவ்வூர்க் கோயில் நிர்வாகத்தைக் கவனித்து வந்த மூலப்பருடையார் இறை நீங்கலாகக் கொடுக்கப்பட்ட தேவதான நிலங்களின் முழு விவரங்களையும் பதிவு செய்துகொள்ளும் பணியை மட்டும் செய்வதற்காக வாரியங்கள் அமைக்கப்பட்டன. பிறகு, இந்த அனுபவத்தைக் கொண்டு, வாரியங்களின் செயல்முறை செம்மைப்படுத்தப்பட்டிருக்கலாம்; அல்லது சபைகளே இம்முறையை முதலில் கையாண்டதைப் பின்பற்றி, மூலப்பருடையார் போன்ற ஏனைய குழுவினரும் இணையகங்களும் இயங்கியிருக்கலாம். திருக்கடையூர்ச் சபையின் சார்பாக, நிலவாரியன் என்பவர் பணியாற்றியதை அவ்வூர்க் கல்வெட்டு ஒன்று குறிக்கிறது.[47] சபையின் நிர்வாகக் குழுவினர் ஒவ்வொருவருக்கும் "வாரியப் பெருமக்கள்" என்ற பெயர் வழங்கிவந்தது.[48]

உத்திரமேரூர்

வாரியங்களின் எண்ணிக்கை, பொறுப்புகள், அவை தேர்ந்தெடுக்கப்பட்ட முறை ஆகியவற்றில் ஒவ்வொரு சபைக்கும் வேறுபாடுகள் இருந்திருக்கலாம். செங்கற்பட்டு மாவட்டத்தில் இன்றும் செழிப்புடன் இருக்கும் உத்திரமேரூர் என்னும் ஊரில் சபையும் அதன் பல்வேறு வாரியங்களும் மிகச் சிறப்புடன் பணியாற்றின. "வைரமேக தடாகம்" என்று பல்லவர் கல்வெட்டுகளிலும் சோழர் கல்வெட்டுகளிலும் பெருமையுடன் பேசப்படும் ஒரு பெரிய ஏரியின் அருகில் திட்டமிட்ட முறையில் நிர்மாணிக்கப்பட்ட ஊர் "உத்திரமேரூர்". பயனுள்ள இந்த ஏரியைக் கவனிப்பதற்கென்றே "ஏரி வாரியம்" என்ற பெயரால் ஒரு குழு அமைக்கப்பட்டது. முதலாம் பராந்தகனின் 12-ம் ஆட்சி ஆண்டில், அதாவது கி.பி. 919-ல் உத்திரமேரூர்ச் சபை ஐந்து நிர்வாகக் குழுக்களை நியமித்துத் தீர்மானம் (வியவஸ்தா) நிறைவேற்றியது.[49] அப்போது விசேஷ ஸ்ரீமுகம் மூலம் (அரசனின் ஆணைப்படி) அரசாங்க அதிகாரியும் உடன் இருந்தார். அவ்வூரிலுள்ள மொத்தம் 12 சேரிகளுக்கும் அவற்றின் 30 குடும்பு களுக்கும் வாரியங்களில் உரிய பங்கு வழங்குவதே முக்கிய நோக்கமாக இருந்தது. குட ஓலை முறைப்படி தேர்ந்தெடுப்பது என்றும் தீர்மானிக்கப்பட்டது.[50] குடும்புகளால் பிரேரேபிக்கப் பட்டவர்களில் இருந்துதான் வாரியங்களுக்குத் தேர்ந்தெடுக்கப் பட முடியும். அவ்வாறு குடும்புகளால் நியமிக்கப்படுவோர்க்கு சில அடிப்படைத் தகுதிகள் நிர்ணயிக்கப்பட்டன. வாரியங்களில் குடும்புகளுக்கும் சேரிகளுக்கும் ஒருங்கே பங்கு கொடுக்கும்

முயற்சி தோல்வியுற்றது. ஆகையால் தேர்ந்தெடுக்கும் முறையில்; இரண்டு ஆண்டுகளுக்குப் பிறகு சில திருத்தங்கள் செய்யப் பட்டன. இந்தத் திருத்தங்களின்படி, சேரிகளின் பங்கு சற்று குறைக்கப்பட்டு, குடும்புகளே வாரியத்திற்கு நேராக பிரதிநிதி களை அனுப்ப வழி வகுக்கப்பட்டது. இத்திருத்தத்துடன் மற்றும் சில ஐயப்பாடுகளையும் நீக்கி, குடும்புகள் முன்மொழிவதற்கான வழிவகை சீராக்கப்பட்டது. இத்திருத்தங்களை அரசருடைய பிரதிநிதியின் முன்னிலையில்தான் சபையில் நிறைவேற்றப் பட்டன. இதற்கு அடுத்த ஆண்டில், அதாவது முதலாம் பராந்தகனின் 15-ம் ஆட்சி ஆண்டில் (கி.பி.922) ஊரிலுள்ள பொன்னை மதிப்பீடு செய்ய ஒரு வாரியம் நியமிக்கப்பட்டது.[51] இது புதியதொரு வாரியம் அன்று. இவ்வாரியத்துக்கு 8 உறுப் பினர்கள் நியமிக்கப்பட்டனர். வரி செலுத்தும் ஊர் மக்கள், பொன் மதிப்பீடு செய்யும் முறை நன்கு தெரிந்தவர்களே வாரிய அங்கத்தினராகலாம். இவர்கள் சபையின் பொன் வாரியத் தினருக்குத் துணைபுரிந்தனர்.

உத்திரமேரூர் சபையைப் பற்றி கிடைத்திருக்கும் விரிவான செய்திகள் போன்று வேறு எந்தச் சபையைப் பற்றியும் இதுவரை நமக்குக் கிடைக்கவில்லை. வாரியங்கள் மூலமாக சபையின் பல்வேறு பொறுப்புக்களை நிறைவேற்றும் பங்கினை உத்திர மேரூர்ச் சபையைப் பார்த்து, மற்ற சபைகளும் பின்பற்றின. வாரியங்களில் பணியாற்றியவர்கள் ஊதியம் பெறாமல் கௌர வத்திற்குப் பணிபுரிந்தனர். ஆதலால், அவர்கள் முழுநேர ஊழியராக இவ்வேலையைச் செய்வார்கள் என்று எவரும் எதிர்பார்க்க மாட்டார்கள். வேலையைப் பகிர்ந்துகொடுக்கும் வாரிய முறை தான் சிறந்ததாக அமைந்ததால், எல்லாச் சபைகளும் அதைப் பின்பற்றி.[52] இம்முறை மற்றப் பகுதிகளுக்கும் பரவியது என்பதற்குத் தென்னேரியில் கிடைத்துள்ள முதலாம் இராஜராஜனின் 11-ம் ஆட்சி ஆண்டில் ஏற்பட்ட இரு கல்வெட்டுகள் கி.பி.996 சான்று பகர்கின்றன. "மந்திர பிராமணங்க"ளில் நல்ல புலமை உடையோர்தான் வாரிய அங்கத்தினர் ஆகலாம், சபை முடிவுகளிலும் கலந்துகொள்ளலாம் என்று உத்தமச் சோழ சதுர்வேதி மங்கல சபையின் முடிவு ஒரு கல்வெட்டில் பொறிக்கப் பட்டிருக்கிறது.[53] இம்முடிவை நிராகரித்தோர், அரசர் ஆணைக்குப் பணியாதோர் கடுமையான தண்டனையைப் பெறுவர்.("திருவாணை மறுத்தார் படும் தண்டம்") இரண்டு மாதம் கழித்து, அதே சபை மற்றொரு தீர்மானத்தை நிறை வேற்றியது. அதன்படி பிராமணர்களின் சொத்தை அபகரித்

தவர்களும் மற்றும் சில குற்றங்கள் செய்தவர்களும் வாரிய அங்கத்தினர்களாக இருக்க முடியாது. இவ்வாறு இடையிடையே தீர்மானங்கள் செய்யப்பட்ட முறையைப் பார்க்கும்போது சபைகள் தாங்கள் நிறைவேற்ற விரும்பும் சட்டங்களை முன்னதாகவே நன்றாகச் சிந்தித்துத் திட்டமிட்டதாகத் தெரியவில்லை. இந்தத் தீர்மானங்களை நிறைவேற்றும்போது உத்தம சோழ சதுர்வேதி மங்கல சபையில் அரசனுடைய பிரதிநிதியாக ஓர் அதிகாரியும் வீற்றிருந்தார். ஆனால், இத்தகைய தீர்மானங்களைப் பெரும்பாலும் தங்கள் விருப்பப்படியே செய்து சுதந்திரமாகவே இயங்கின. பார்த்திவேந்திர மன்னனின் மூன்றாம் ஆண்டில் அவனி நாராயண சதுர்வேதி மங்கல சபை ஏறத்தாழ ஒன்பது வாரியங்களை நியமித்தது.[54] ஆனால் கி.பி.919ல் வெளியிடப்பட்ட திருப்பாற்கடல் கல்வெட்டு அவ்வூர்ச் சபையிலிருந்து நான்கு வாரியங்களைத்தான் குறிப்பிடுகிறது.[55]

ஆதி ராஜேந்திரனின் மூன்றாம் ஆட்சி ஆண்டில் தஞ்சை மாவட்டம் மன்னார்குடி வட்டத்திலுள்ள சித்தமல்லி கிராம சபை கூடி ஓர் அமைப்புச் சட்டம் நிறைவேற்றியது (கிராம் வேவஸ்தா). அதற்கு வேண்டிய முன்னேற்பாடுகளைச் செய்தது. அப்போது, அரசு அதிகாரி ஒருவரும் உடனிருந்தார். இத்தீர்மானப்படி ஊர் வாரியங்களிலும் ஊர்க் கூட்டங்களிலும் நாட்டு வாரியங்களிலும் சாசன பத்தர் என்பவர்கள் மட்டும்தான் அங்கத்தினராக இருக்க முடியும். வேறு யாராவது அங்கத்தினராக இருக்க விரும்பினால் அரசர் ஆணைப்படி (திருவாணை) விதிமுறைகளுக்கு இணங்க, கூட்டப்பட்ட முழுச் சபையினரால் தேர்ந்தெடுக்கப்பட வேண்டும். அரசரே சிலரை நேரடியாகத் தேர்ந்தெடுக்கலாம் ("இப்படி அன்றிக்கே ராஜகுலத்தால் வரணஞ்செய்வார்"). ஒரு சேரியிலிருந்து ஒரு கூட்டத்திற்கு 10 பேரும், ஒரு வாரியத்திற்கு ஒருவரும், ஒரு நாட்டு வாரியத்திற்கு மூவரும் என்ற கணக்கில் அரசு தேர்ந்தெடுக்கலாம். நடக்கும் ஆண்டையும் சேர்த்து ஐந்து ஆண்டுகள் ஏற்கெனவே அங்கத்தினராக இருந்தவர் மீண்டும் தேர்ந்தெடுக்கப்பட முடியாது. இக்கல்வெட்டு சிதைந்திருப்பதால் மேற்கண்ட விவரங்கள் முழுமையாகக் கிடைக்கவில்லை.[55a] ஆனால், கிடைத்தவற்றிலிருந்து முக்கியமான இரு குறிப்புக்கள் நமக்குத் தெரிகின்றன: கிராம, நாட்டு நிர்வாகக் குழுக்களுக்கு அங்கத்தினர் நியமிப்பதற்கு மூவகை வழிகள் கையாளப்பட்டன-சாசனமூலம் வழங்கப்பட்ட பரம்பரை உரிமை படைத்தவர்கள், சபையால் தேர்ந்தெடுக்கப்பட்டவர்கள், அரசாங்கத்தால் நியமிக்கப்பட்டவர்கள். சாசன

பத்தர்கள் எல்லா நிர்வாகக் குழுக்களிலும் அங்கம் வகிக்கப் பரம்பரை உரிமை பெற்றிருந்தனர். இச்சொற்களின் மெய்ப் பொருளை விளக்குவது எளிதன்று. தஞ்சை மாவட்டத்திலுள்ள செம்பியன் மாதேவி என்னும் ஊரில், அரசி செம்பியன் மாதேவி "சாசன பத்த சதுர்வேதி பட்டதானப் பெருமக்கள்" என்னும் குழுவினரைத் தோற்றுவித்தாள் என்று அவ்வூரிலுள்ள உத்தமச் சோழன் கல்வெட்டு ஒன்று தெரிவிக்கிறது.[55b] முதல்முறையாக, பிரமதேயம் தோற்றுவித்தபோது குடியேறிய மக்களின் பெயர்கள் அரச சாசனத்தில் பொறிக்கப்பட்டன. அவர்களே சாசன பத்தர்கள் ஆவர். அவர் வழிவந்தோர், "மக்கள்" எனக் குறிப்பிடப் பட்டனர். இவ்விளக்கம் பொருந்துமாயின், பிரமதேயத்தின் பால் பரம்பரை உரிமையுடையவர்களாக இருந்தும், கிராம நிர்வாகத்தில் மற்றவர்களுக்கும் உரிய பங்கு தர முன்வந்தனர். தேவை ஏற்பட்டபோது தங்களது உரிமைகளைக் குறைத்துக் கொண்டு, கிராம நிர்வாகத்தில் பங்குகொள்வதற்கு ஏனை யோருக்கு வாய்ப்பு அளித்தனர். ஒருவேளை அவ்வாறு வாய்ப் பளிக்க வேண்டிய நெருக்கடி ஏற்பட்டிருக்கலாம். சபைகளின் அமைப்புச் சட்டங்களை அவ்வப்போது தொகுத்து ஒழுங்கு படுத்த அரசாங்கம் முனைந்தது உண்டு. பொதுவாக பிற்காலச் சோழர் ஆட்சியில்தான் இது அதிகமாக நடந்தது. பெரிதும் சபை களின் வேண்டுகோளின் பேரால்தான் இவ்வாறு நடந்தது. அதிகாரி களும், சபைகள் ஏற்றுக்கொள்ளத் தக்க ஒழுங்கினை முறை களைத்தான் பரிந்துரைத்தனர். இவற்றை, பின்னர் அரசரும் ஏற்றார். மூன்றாம் குலோத்துங்கனின் ஏழாவது ஆட்சி ஆண்டில் 73-வது நாள் குலோத்துங்கச் சோழத் தனி நாயக சதுர்வேதி மங்கலத் திற்கும் தண்டுவனருக்கும், அரசர் அனுப்பிய திருமுகத்தின் பிரிதியை தலைஞாயிறு (தஞ்சை மாவட்டம்) கல்வெட்டொன்று குறிப்பிடுகிறது.[56] சபைக் கூட்டத்தின் தேர்ந்தெடுக்கும் விதி முறைகளைப் பற்றிய அரசர் ஆணையைக் கொண்டுள்ளது. பிரமேந்திரர், வாணாதி ராஜர் என்ற இரண்டு அதிகாரிகளின் கோரிக்கைக்கு இணங்க அரசர் இவ்விதிகளைப் பிறப்பித்தார். அவற்றைத் திருமந்திர ஓலை என்பவர் எழுத அரையர், ராஜர் என்ற பட்டப்பெயர்கள் கொண்ட அதிகாரிகள் கையொப்பம் இட்டனர்.[57] அவ்விதி முறைகள் பின்வருமாறு: "அங்கத்தினர் 40 வயதுக்கு மேற்பட்ட பிராமணராகவும், புலமை உடையவராகவும், சமநோக்கு உடையவராகவும் இருத்தல் வேண்டும். ஏற்கெனவே 5 ஆண்டுகள் அங்கத்தினர்களாக இருந்தவர்களும் அவருடை உறவினரும் மீண்டும் நிற்கக்கூடாது. லஞ்சம் வாங்கினோர், குடியானவர்களையும் சாதுவான அந்தணர்களையும் ஏமாற்றி

யவர்கள், நிலவரி (கடமை), கொடாமை போன்ற குற்றங்கள் (வினைக்கேடு) புரிந்த அந்தணர் கூட்ட அங்கத்தினராயினும் உரிய தண்டனை பெறுவர். இக்கல்வெட்டில் கூறியவற்றிலிருந்து, தலைஞாயிறு கிராம நிர்வாகத்தில் கோஷ்டி சண்டை மலிந்திருந்ததை ஊகிக்கிறோம்.

இம்மாதிரி சபை நிர்வாக முறையில் அரசாங்கம் தலையிட்ட மற்றொரு நிகழ்ச்சியை ஐயம்பேட்டைக் கல்வெட்டு கூறுகிறது.[58] நுளம்பாதி இராஜர் என்னும் அதிகாரியின் பரிந்துரைக் கிணங்க இராஜேந்திர சோழ சதுர்வேதி மங்கலத்தின் சபை நிர்வாகக் குழுவிற்கு (வாரணம்) ஆணை பிறப்பித்தோர், ஏற்கெனவே அங்கம் வகித்தவர், 40 வயதுக்குக் குறைந்தவர் ஆகியோர் அங்கம் வகித்தல் கூடாது என்ற விதிமுறைகளை இக்கட்டளை தெரிவிக்கிறது.

மேலே கூறியவற்றால், பிற்காலச் சோழர் ஆட்சியில் கிராம சபைகளெல்லாம் அரசாங்க ஆதிக்கத்திற்கு உட்பட்டிருந்தன என்ற முடிவுக்கு அவசரப்பட்டு வந்துவிடக்கூடாது. அரசாங்கத் தலையீடின்றி பலமுறை சபைகள் தங்களது விவகாரங்களையும் விதிமுறைகளையும் முடிவு செய்துகொண்டிருக்கின்றன. கி.பி. **1232**-ல் காமதவல்லி சதுர்வேதி மங்கலத்தின் மகாசபையினர் கிராம காரியம் என்ற தங்கள் நிர்வாகக் குழுவிற்கு ஏற்கெனவே வருடாந்திர அடிப்படையில் பணி செய்யச் சம்மதித்தவர்களையே அங்கத்தினராக்க முடிவு செய்தனர்.[59] அவ்வாறே செம்பியன் மாதேவி மகாசபையினரே தங்கள் நிர்வாக விதிமுறைகளை முடிவு செய்தனர். "கிராம காரியம்", "கடமை காரியம்" (வரி வசூல் பொறுப்பு) ஆகியவற்றைப் பற்றி விசாரிக்க இரவுக் காலங்களில் சபையைக் கூட்டக்கூடாது என்று தீர்மானித்தனர். இரவு நேரக் கூட்டங்களில் வேலைத்திறன் பாதிக்கப்படுகின்ற தென்றும் (உபகதி) மேலும் விளக்கெரிய எண்ணெயும் அதிகம் செலவாகிறதென்றும் காரணம் கூறி இரவுக் கூட்டங்கள் கை விடப்பட்டன. இத்தீர்மானம் நடைமுறைக்கு வரும் நாளையும் அவர்கள் குறிப்பிட்டனர். ஏற்கெனவே ஐந்து வருடம் அங்கத் தினராயிருந்தோரையும் மறுமுறை தேர்ந்தெடுக்கக்கூடாது என்ற முடிவையும் எடுத்தனர்.[60] இது மூன்றாம் இராஜராஜனின் பதினேழாம் ஆண்டில் எடுக்கப்பட்ட முடிவு. கிராம சபையின் இருவகைப் பொறுப்புக்கள் குறிக்கப்பட்டுள்ளதைக் கவனிக்க வேண்டும். "கிராம காரியம்" என்பது பொதுநலக் காரியங் களைக் குறிக்கும். "கடமை காரியம்" என்பது வரிவசூல் அலுவல் களைக் குறிக்கும். இப்பாகுபாடு எல்லாக் கல்வெட்டுக்களிலும்

காணப்படாவிட்டாலும், பொதுவாகக் கிராம சபைகள் இரு பொறுப்புகளை வகித்தன என்று தெளிவாகின்றது. ஒன்று கிராம நலப்பணிகளை நிறைவேற்றும் பொறுப்பு, மற்றொன்று அரசாங் கத்தின் சார்பில் நிறைவேற்றவேண்டிய பொறுப்புகள். மூன்றாம் இராஜராஜரின் முப்பதாம் ஆண்டுச் சேங்கனூர் (தஞ்சை மாவட்டம்) கல்வெட்டு[60a] ஒன்று, பிற்காலச் சோழர் உள்ளாட் சியைப் பற்றிய முக்கிய செய்திகளைத் தருகின்றது. கிராம சபையின் அமைப்புச் சட்ட விதிகளைப் பற்றியது அது. அவ்வூர் விசுவேசுவர தேவர் கோயில் மூலபருடையார் வெளியிட்ட சட்ட விதிகள் இவை ("விசுவேசுவர தேவர் கோயில் மூலபருடையார் கூட்டங் குறைவறக் கூடியிருந்து கிராம காரியம் வியஸ்தை பண்ணினபடி") கிராம விவகாரங்களை நடத்துவதில், கோயில் மூல பருஷ்யருக்கிருந்த பங்கை இக்கல்வெட்டு உணர்த்துகிறது. எக்காரணத்தைக் கொண்டும் அவ்வூர் மகாசபை தன் காரியங் களை நிர்ணயிக்கும் பொறுப்பினை, மூலபருடையாரிடம் விட்டுக்கொடுத்தது என்பது விளங்கவில்லை. ஆனால் இக் கல்வெட்டின் கண்ணோட்டப்படி பார்த்தால் மகா சபையினரிடம் கருத்து வேற்றுமை மிகுதியாக ஏற்பட்டு ஒரு மனதான நல்ல முடிவு எடுக்கமுடியாத காரணத்தால், நடு நிலையாளரின் முடிவுக்கு விடப்பட்டதுபோல் தோன்றுகிறது. சில விஷயங்களை அரசாங்கத் தீர்ப்புக்குக் கொண்டுபோவதைவிட உள்ளூரிலுள்ள, மற்றொரு குழுவினரிடம் கொண்டுபோவது எளிதாகக் கருதப்பட்டிருக் கலாம். மூன்றாம் இராஜராஜரின் ஆட்சி முடிவில் சோழர் மத்திய ஆட்சி அமைப்பு சீர்குலைந்து திறனற்ற நிலைமை அடைந்து, மக்களின் நன்மதிப்பையும் நம்பிக்கையையும் இழந்ததும் ஒரு காரணமாக இருக்கக்கூடும், அன்றியும், ஒழுங்காக நடை பெற்றுக்கொண்டிருந்த கிராம நிர்வாகத்தில், அரசாங்க உயர் அதிகாரிகளின் (முதலிகள்) தலையீடு அதிகரித்து கோஷ்டி சண்டைகள் பெருகின என்னும் உண்மை இக்கல்வெட்டு மூலமாகத் தெரிகிறது.

நடு நிலையாளராக இருந்து விசாரித்த மூலபருடையார் தங்கள் பொறுப்புகளைக் கருத்துடன் ஏற்று, முடிவுகளை மிகக் கவனத்துடன் வெளியிட்டனர். முதல் தீர்மானம், கிராம நிர்வாகக் குழுவை (கூட்டம்)ப் பற்றியது. ஒருமுறை அங்கம் வகித்தோர் ஐந்து வருடத்திற்குப் பிறகுதான், மறுமுறை அங்கத்தினர் ஆகலாம்; அவர்களுடைய பிள்ளைகள் நான்காம் வருடம் ஆகலாம்; சகோதரர்கள், மூன்றாம் வருடம், இது பழைய வழக்கம் ("அனாதியாக வியஸ்தை"); அங்கத்தினர், நாற்பது

வயதிற்குக் குறையாதவர்களாக இருக்கவேண்டும்; முன்னோரின் வழக்கப்படி ('பூர்வ புருஷர்கள் செய்தபடிக்கீடாக') "குழு" நியமிக்கும்முன் கிராம மக்களின் சம்மதத்தைப் பெறவேண்டும்; யாரேனும், அதிகாரிகளின் (முதலிகள்) உதவியால் சட்டவிரோத மாக நியமிக்கப்பட்டால், அவர்கள் கிராம துரோகிகள் என்று கருதப்பட்டு அவர்களுடைய சொத்துக்கள் அனைத்தும் பறிமுதல் செய்யப்படும். "குழு" ஒவ்வோர் ஆண்டும் நியமிக்கப்பட வேண்டும். ("சம வத்சர வரணம்") குறிப்பிட்ட காலவரம்பை மீறித் தொடர்ந்து பதவியில் இருந்தால், அக்குழுவினர் கிராம துரோகிகளாய்க் கருதப்பட்டுத் தண்டிக்கப்படுவர். மக்கள் சம்மதத் திற்கு அளிக்கப்பட்ட உயர்ந்த ஸ்தானம் முதலிகளின் ஆதிக்கத் திற்கு எதிர்ப்புத் தெரிவித்தல், சட்ட விரோதமாக நிர்வாகத் தைக் கைப்பற்ற நினைப்பவர்களுக்கு எதிராக எடுக்கப்பட்ட நடவடிக்கைகள், காலவரம்பு மீறி அங்கத்தினராய் இருப்பவர் களுக்குக் கொடுக்கப்பட்ட தண்டனைகள் இவை அனைத்தும் தீர்மானத்தின் சிறப்பு அம்சங்கள். இத்தீர்மானம் சொல்லத் தவறிய சில அம்சங்களையும் இங்கு நாம் ஆராய வேண்டும். உதாரணமாக, ஊர்ச் சபையின் சம்மதம் எவ்வாறு தெரிவிக்கப் பட்டது என்பது போன்றவை சொல்லப்படவில்லை. எல்லோருக் கும் தெரிந்த பழக்கமான முறையானதால் இதைப்பற்றி இங்கு குறிப்பிட வேண்டிய தேவையில்லை. மூலபருடையார் எடுத்த முடிவுகள் மட்டும்தான் இங்கு விவரிக்கப்பட்டதால் மற்றவை விடுபட்டிருக்கலாம்.

இதைத் தவிர வருவாய் பற்றியும் பண நிர்வாகத்தைப் பற்றியும் இத்தீர்மானத்தில் கூறியுள்ளனர். கடமை, குடிமை, சபா விநியோகம் போன்ற கட்டணங்களைக் குழு அங்கத்தினர் வசூல் செய்யும்போது நியாயமானவற்றை மட்டும் வசூலிக்கவேண்டும். (பிராப்தம்) அதற்குமேல் சிறிதளவும் வசூலிக்கக் கூடாது. 'சபா விநியோகம்' என்ற கட்டணம் குடிமையுடன் சேர்த்து வசூலிக்கக் கூடாது. அதைத் தனி ஆணைப்படி கணக்கர் வசூலித்து பிறகு செலவிடலாம். ("கணக்கனுக்கு-நியோகம் எழுதிக்கொடுத்து") 2000 காசுக்குமேல் விலையுள்ள பொருள் வாங்க மகா சபையின் எழுத்து மூலமான ஒப்புதல் தேவை. இவ்விதி முறை களுக்கு முரணாக அதிக செலவு செய்தால் அத்தொகைபோல் ஐந்து மடங்கு தண்டனை வசூலிக்கப்பட்டு அத்தொகைச் சபையின் கணக்கில் சேர்க்கப்படும். இறுதியாகக் கிராமக் கணக்கரும் வாரிய அதிகாரிகளும் குடும்பு அதிகாரிகளும் ஆண்டுதோறும் மாறவேண்டும். அதாவது அவர்களுடைய பதவிக்

காலம் ஓராண்டுதான். அவர்களுக்கு இடப்பட்ட நியாயமான கட்டளைகளை அவர்கள் நிறைவேற்றவேண்டும் ("ஆண்டு மாறி நியோகப்படி நிற்கக்கடவதாகவும்"). இதில் கூறப்பட்டுள்ள குடும்பு-வாரிய அதிகாரிகளின் பணிகளின் விவரம் தெரியவில்லை.

சபையும், மகாசபையும் தமிழில்குறி, பெருங்குறி என்ற பெயர்களால் வழங்கிவந்தன. சில இடங்களில் பெருங்குறி, மகாசபை என்ற பெயராலும் வழங்கிவந்தது. அவற்றின் அங்கத்தினர்கள் "பெருமக்கள்" என்று அழைக்கப்பட்டனர். 'திருவடியார்' என்று சில கல்வெட்டுக்களில் காணப்படுகிறது. வழக்கமாக, கோயில்களிலும் மண்டபங்களிலும்தான் சபை கூடியது. சில ஊர்களில் சபை நிரந்தரமாக ஒரே இடத்தில் கூடியது, அந்த இடம் 'பிரம்மஸ்தானம்' என்று அழைக்க பட்டது.[61] கிராமத்திற்கு வெளியே குளக்கரையிலும் மரத்தடியி லும் சபை கூடியது; அமங்கலமான விஷயங்களைப் பற்றி முடிவு எடுக்கும்போது இவ்வாறு ஊருக்கு வெளியே கூடிப்பேசுவது வழக்கமாக இருந்தது;[62] பறை சாற்றி சபை கூட்டப்பட்டது; காளம் அல்லது இரட்டைக் காளமும் ஊதப்பட்டன[63] தேவைப் பட்டபோது இரவிலும் சபை கூடியது.

நகரம்

ஒவ்வொரு கிராமத்திலும் நிலவிய 'சபை', 'ஊர்' போன்று நகரங்களில் "நகரம்" என்ற அமைப்பு இயங்கியது. இச்சொல் "சாலிய நகரத்தார்" போன்ற குறிப்பிட்ட வணிகர்களையும் குறிக்கும்.[64] ஆனால் நகரம் என்ற சபை சிவபுரி[65] திருப்பழனம்[66] பரகேசரிபுரம்[67] தக்கோலம்[68] காஞ்சிமா நகரம்[69] போன்ற நகரங்களில் சிறப்புடன் இயங்கியது. பொறுப்பிலும் தரத்திலும் நகரம், சபை ஆகியவற்றுக்கிடையே வேறுபாடு இல்லை. தில்லை ஸ்தானம் போன்ற சில ஊர்களில் நகரம் ஊர் என்ற இரு சபைகளும் ஒரே காலத்தில் இயங்கின.[70]

நகரம், வணிகர்களுக்கென்றே ஏற்பட்ட சபை ஆகும். வணிகர்கள் ஏராளமாக இருந்த வியாபார ஸ்தலங்களில், நகரமே ஊர்ச் சபையாகவும் அமைந்தது.

நாடு

பல கிராமங்களைக்கொண்ட ஒவ்வொரு நாட்டிலும் பொதுக் காரியங்களைக் கவனிப்பதற்காக "நாடு" என்ற பெயரிலேயே ஒரு பேரவை செயலாற்றியது. "ஊர்" போன்றே நாடும் ஒரு நிலப்பரப்பைக் குறிக்கும் சொல் என்றாலும் அதில்

வாழ்ந்த மக்களின் பொது நலப் பாங்கையும் அது வலியுறுத்தும். நாட்டு மக்களே "நாடு" என்ற சபையாகக் கூடினர் என்பதை "நாடாயிசைந்த நாட்டோம்" என்று சில கல்வெட்டுக்களில் வரும் சொற்றொடரால் அறிகிறோம்.71 நாட்டின் அங்கத்தினர்கள் 'நாட்டார்' ஆவர். அவர்கள் தங்கள் கூட்டுப் பெயராலேயே தருமங்கள் பல செய்தனர்.72 பிறர் வழங்கிய தானங்களையும் ஏற்று நிருவகித்தனர்.73 பரகேசரியின் 15-ம் ஆண்டுக் கந்தன் மறவன் என்னும் சிற்றரசன் குன்றக் கூற்ற நாட்டாருக்கு ஓர் ஆணை பிறப்பித்தான்74 இவ்வாணையில் அச்சிற்றரசன் ஒரு நிலத்தை ஒருவருக்குக் காணியாக வழங்கி, அதற்கு ஆண்டொன்றுக்கு 25 பொன் நிலவரி கட்டவேண்டும் என்றும் நிர்ணயித்தான். எதிர் காலத்தில் நிலவரியின் அளவு பரிசீலிக்கப் படும்போது கூட இந்நிலத்திற்கு 25 பொன்னிற்கு மேல் உயர்த்தக்கூடாது என்றும் பணித்தான். அவ்வாறே நாட்டார்கள் அந்நிலத்தைக் குறிப்பிட்டவருக்குக் கொடுத்துவிட்டு, பின் ஒரு பொழுது அதன்மேலுள்ள நிலவரி அதிகரிக்கப்படமாட்டாது என்று உறுதிமொழியையும் கொடுத்தனர். நிலங்களுக்குத் தரம் வகுத்தல், ஒவ்வொரு வகை நிலத்திற்கு உண்டான நிலவரி வகித்தல், தரம், தீர்வையை அவ்வப்போது மறுபரிசீலனை செய்தல் போன்ற அதிகாரமும் நாட்டாருக்கே இருந்தது. நாகப் பட்டினத்திலுள்ள பௌத்தப் பள்ளிக்கு ஆனை மங்கலம் என்ற கிராமத்தைப் பள்ளிச் சந்தமாக விட்ட முதலாம் இராஜராஜன் அதற்கான ஆணையைப் பட்டினக்கூற்றத்து நாட்டாருக்கு அனுப்பி வைத்தான். 'நாடு'-அமைப்பைப் பற்றி நமக்கு அதிகமான தகவல் கிடைக்கவில்லை. ஆனால், ஆனைமங்கலத்தை தானம் வழங்கும்போது வெளியிட்ட லெய்டன் செப்பேட்டிலுள்ள கையொப்பங்களிலிருந்து சில செய்திகளை நாம் ஊகிக்கலாம். நாட்டார், நில எல்லைகளை யானையைக்கொண்டு அளந்து வரையறுத்தபோது அங்கு இருந்தவர் எல்லோரும் கையொப்பம் இட்டனர். அவ்வாறு கையொப்பம் இட்டவர்கள்: புரவுவரி அதிகாரி, யானைப்பாகன், ஆனைமங்கலம் கணக்கர்கள் உட்பட 27 கிராமக் கணக்கர்கள் ஆகியோர். பிறகு, தானம் வழங்குதலை முறைப்படி நடத்திவைத்த பட்டர்கள், கணக்கர்கள் தங்கள் ஊர்ச் சபையின் சார்பிலும், சபையின் ஆணைப்படியும் செயலாற்றினர். "நாடு" என்ற பேரவைக்கு ஒவ்வோர் ஊரிலிருந்தும் அனுப்பப்பட்ட பல அங்கத்தினர்களில் கணக்கர்களும் சேர்ந்திருந்தது போல் தெரிகிறது.

முதலாம் குலோத்துங்கனின் 10-ம் ஆண்டில் புறமலை நாட்டார்கள் தீர்த்தமலைக் கோயிலுக்கு (சேலம் மாவட்டம்) பூசாரிகளை நியமித்தனர்.[75] கி.பி. 1149-ல் வட பனங்காட்டு (புதுக்கோட்டை மாவட்டம்) நாட்டார், அவ்வூர் அம்பணவர் விளைபயிருக்குச் சேதம் உண்டாக்கியதால், கட்ட நேரிட்ட அபராதக் கட்டணம், அவ்வூர்க் கோயிலுக்குச் சேர வேண்டும் என்று பணித்தனர்.[76] கரிகாலச் சோழத் தேவனின் கல்வெட்டின் படி ஜண்பையிலுள்ள கோயிலுக்கு அவனுடைய முன்னோர்கள் வழங்கியிருந்த இரணபீம மங்கலம் என்ற ஊரோடு புதிய நிவந் தங்களும் அளித்து நாள் வழிபாடு, திருவிழாக்கள் முதலான வற்றை ஒழுங்காக நடத்துமாறு அக்கோயிலை அந்நாட்டுச் சபையாரிடமும் ஒப்புவித்தான்.[77] அதனை ஏற்றுக்கொண்ட வாணகப்பாடி நாட்டுச் சபையார், அந்நாட்டிலுள்ள கிராமங் களுள் ஒவ்வோர் ஆண்டும் ஒரு கிராமத்தைக் குடவோலை வாயிலாகத் தேர்ந்தெடுத்து, அந்த கிராமத்திலுள்ள சபையார் கோயில் காரியங்களைப் பார்த்து வருமாறு ஏற்பாடு செய்தனர். அதனை அவரும் மேற்பார்த்து வந்தார். இதனால் "நாடு", "கிராமம்" ஆகிய இரு சபைகளுக்கும், லெய்டன் செப்பேட்டில் கண்டபடி, நெருங்கிய உறவு இருந்ததை உணரலாம். ஸ்ரீரங்கத் திலும் மூன்றாம் குலோத்துங்கனின் 6-ம் ஆட்சி ஆண்டு (கி.பி.1184) கல்வெட்டுப்படி வள்ளுப்பாடி நாட்டிலுள்ள 67 கிராமங்களில் இருந்த ஆயர்கள் ஸ்ரீரங்கம் கோயிலுக்கு வருடாந் தரக் காணிக்கைகளைச் செலுத்த ஒப்புக்கொண்டனர். அவர் களின் சார்பில் தொண்ணூற்றெட்டு "ஊர்க்குச் சமைந்ததோர்" (ஊர்ப்பிரதிநிதிகள்) அவ்வொப்புதலில் கையொப்பம் இட்ட னர்.[77a] பிற்காலச் சோழர் ஆட்சியில் ஜெயங்கொண்ட மண்டலத்துச் சபை கூடி, அம்மண்டலத்தில் எல்லா நாடுகளிலு முள்ள தேவனாதன், திருவிளையாட்டம், பள்ளிச் சந்தம், அகரப் பற்று, மடப்புறம், சீவிதப்பற்று, படைப்பற்று, வன்னியப் பற்று ஆகிய எல்லா நிலங்களின் வரியில், வேலி ஒன்றுக்கு 6 கலம் நெல் விகிதம் தள்ளிவிட (குறைத்துக் கொள்ள) வேண்டுமென்று தீர்மானித்ததை அம்மண்டலத்தை அரசாண்ட மதுராந்தகப் பொத்தப்பிச் சோழன் என்பான் ஒப்புக்கொண்டு ஓர் உத்தரவு அனுப்பிய செய்தி காஞ்சிபுரத்திலுள்ள கல்வெட்டுத் தெரிவிக் கிறது.[78] மேற்குறிப்பிட்டவை அனைத்தும் அக்காலத்திய நில உரிமை வகைகளே. மேலும், நிலவரி வகுத்தல் போன்ற காரியங் களில் நாட்டுச் சபையாரின் பரிந்துரைகளையே அதிகாரிகள் ஏற்றுக் கொண்டனர் என்று தெரிகிறது. இதனால், பதின் மூன்றாம் நூற்றாண்டில் கூட நாட்டுச் சபைகள் செல்வாக்குப்

பெற்றிருந்தது புலனாகிறது. அரசாங்க அதிகாரிகளுடனும் மற்ற ஊர்க் கழகத்தினருடன் நாட்டவர் சேர்ந்து பணியாற்றினர்.[79]

தமிழ்க் கல்வெட்டுக்களில் காணப்படும் "நாடு", 'நகர்' என்ற சொற்களை சமஸ்கிருத மொழியிலுள்ள 'பௌரா', 'ஜனபதா' என்ற சொற்களுடன் ஒப்பு நோக்கலாம். தென்னிந்தியாவில் வழங்கிய 'ஊர்', 'சபை' ஆகியவை பற்றி வடமொழியிலுள்ள அரசியல் நூல்களில் சொல்லப்பட்டிருக்கிறதா என்பது தெரியவில்லை; ஜனபதம் என்ற பொதுச் சொல்லில் அவையும் அடங்கியுள்ளனவா என்பதையும் இப்போது எளிதாகக் கூற முடியாது.

நிகழ்ச்சி முறை

இதுவரை சொல்லப்பட்ட, பல்வேறு சபைகள் பின்பற்றிய நிகழ்ச்சி முறைகள், கல்வெட்டுக்களில் இடம் பெறவில்லை. உத்திரமேரூரைத் தவிர வெறேங்கும் சபை நிர்வாகக் குழு அமைந்த முறை காணப்படவில்லை. நிர்வாகக் குழுவினரின் தகுதிகளைப் பற்றியும் அவர்களுடைய பதவிக்காலத்தைப் பற்றியும் செய்திகள் கிடைக்கின்றனவே தவிர அவர்களுடைய நியமன முறை பற்றி ஒன்றும் தெரியவில்லை. கிராமத்திலுள்ள அனைவரும் அங்கத்தினராவதற்குத் தடை ஏதும் இல்லையென்று தோன்றுகிறது. கிராமத்திலுள்ள ஒவ்வொருவரும், சிறுவர் உட்பட, சபைக்கூட்டத்திற்கு வந்திருந்ததை ஒரு கல்வெட்டு குறிக்கிறது.[79a] சபைக் கூட்டம் நடத்த குறைந்த அளவு அங்கத்தினராவது வரவேண்டும் என்ற இக்கால நியதி அந்நாளில் இருந்ததாகத் தெரியவில்லை. ஆனால் சபையைக் கூட்டுவதற்கு முன் எல்லா அங்கத்தினருக்கும் முன்கூட்டியே அறிவிக்கப்பட்டது. எல்லா அங்கத்தினரும் கூட்டத்திற்கு வரவேண்டிய பொறுப்பை உணர்ந்தனர் என்பது, "கூட்டம் குறைவறக் கூடியிருந்து"[79b] என்பது போன்ற சொற்றொடர்களால் தெரிகிறது. வாக்கெடுப்பு முறை கையாளப்படவில்லை என்றும் தெரிகிறது. பிரச்சினைகள் எழும்போது பொதுவாக எல்லோரும் கலந்து பேசினர். ஆனால் அப்பிரச்சினையின் குறிப்பிட்ட கூறுகளை ஆராய நேர்ந்தபோது அக்கூறுகளின் பிரதிநிதிகள் வேண்டிய விளக்கங்களைக் கொடுத்தனர். பிறகு எல்லோரும் கலந்து ஒருமனதாக முடிவு எடுத்தனர். மானூர்ச் சபை செய்தது போன்று, சபைக் கூட்டங்களில் குழப்பம் விளைவித்து எதிர்த்தவர்களை, அடக்குவதற்குச் சட்ட திட்டங்கள் வகுக்கப்பட்டன. ஆனால், மக்களின் சம்மதமின்றி அந்தச் சட்டங்களை அமுல் நடத்த முடியாது. பொதுவாகப்

பார்த்தால் நிகழ்ச்சி முறைகள் சற்று முதிர்ச்சி அடையாதன வாகத்தான் இருந்தன எனலாம். வாரியங்களைத் தவிர ஏனைய சபைக் கூட்டங்கள் எல்லாம் பாமர கூட்டங்களின் தரத்திற்கு மேல் முன்னேற்றம் அடையவில்லை.

சபைகளின் கூட்டுறவு

ஊர்ச் சபைகள் பல பொதுக் காரியங்களுக்கு ஒன்றோ டொன்று இணைந்து பணியாற்றின. திரைமூர்ச் சபையும் திருவிடை மருதூர் நகர சபையும் கோயில் தேவ கன்மியும் அவ்வூர்க் கோயிலின் நிர்வாகப் பொறுப்பைக் கூட்டாக ஏற்றனர். அக்கோயில் நாடகசாலையில் அவர்களின் கூட்டம் நடந்தது.[80] திருவாமாத்தூரிலுள்ள மற்றொரு கோயில் பணியாட்களுக்கு ஊதியம் நிர்ணயிப்பதற்காக, ஊர்ச் சபை சிவபிராமணர்கள், சுவாமிக்குமுன் மந்திரங்கள் ஓதிய உருத்திரகணங்கள், மற்றும் உவச்சர் போன்ற கோயில் பணியாளரும் குடியிருந்தனர்.[81] பணியாட்களுக்கு ஊதியம் நிர்ணயிக்கும்போது அவர்களும் அக் கூட்டத்தில் இருந்தனர் என்பதைப் பார்க்கும்போது அவர்க ளுடைய கருத்துக்கும் செவி சாய்க்கப்பட்டது என்பது விளங்கும். பொருளாதார, மனிதாபிமான பிரச்சினைகளில் அவர்கள் பின் பற்றிய தாராள மனப்பான்மையே இது காட்டுகிறது. இவ்வாறே பொலன்னறுவாக் கோயில் பூசாரிகள் மற்றும் வேறு வேலையாட்கள், நாட்டவர் எல்லோரும் கூட்டமாக ஓர் அறக் கட்டளைக்குப் பொறுப்பேற்றனர்.[82] பக்கத்திலிருந்த இரு ஊர்ச் சபைகளும் ஒன்றுகூடி ஒரே அமைப்பாகச் செயலாற்றுவது என்று முதலாம் பராந்தகன் காலத்தில் (கி.பி.933) முடிவு செய்தனர்.[83] இது சபைகளுக்கு இருந்த உரிமைகளுக்கு எடுத்துக் காட்டாகும். மத்திய அரசோ வேறு எந்த வழியாருமோ வற்புறுத்தாமல் இரு ஊர்ச் சபைகளும் தாங்களே விரும்பி ஒன்றுசேர்ந்தன. பிரமதேயமும் தேவதானமும் கொடுக்கும்போது பல குழுக்களின் ஒத்துழைப்புத் தேவைப்பட்டது. பழையனூர் வழங்கப்பட்ட முறை, இதற்குச் சான்று.[84] அவ்வூர் நாட்டார்கள் பல ஊர்களிலிருந்து தேவதானம், பள்ளிச் சந்தகம், காணி முட்டூற்று, வெட்டிப்பேறு, அறச்சால போகம், நகரம் போன்ற பல ஊர் வகைகளிலிருந்து வந்த "ஊர்களிலார்" ஒத்துழைத்தனர்.[85] இவற்றிலிருந்து இரு செய்திகள் தெரிகின்றன. முதலாவதாக நில உரிமை வகைகள். இவற்றைப் பிறகு விரிவாக நோக்குவோம். இரண்டாவதாக ஊர்ச்சபை (ஊர்கள்) நகர சபைகளைப் போன்றே நாட்டுச் சபைகளும் தனியாக இயங்கின என்பது லெய்டன் பட்டயத்தில் பல ஊர்களிலிருந்து நகரங்களிலிருந்தும்

வந்த பிரதிநிதிகள் கையொப்பம் இட்டதிலிருந்து தெரிகிறது. ஆனால், திருவாலங்காட்டுச் செப்பேட்டில், தானத்தால் பாதிக்கப்பட்ட கிராமங்களின் நிலவரி அதிகாரிகள் மட்டும் கையொப்பம் இட்டுள்ளனர். இவ்விரு செப்பேடுகளிலிருந்தும் "நாடு" என்ற பேரவையில் நாட்டின்கண் அடங்கிய ஊர்ச் சபை, நகர சபை ஆகியவற்றின் அங்கத்தினர்கள் வீற்றிருந்தனர் என்பது தெளிவாகிறது.[86] நாட்டுச் சபைகள் பல, ஏராளமான பொதுநலக் காரியங்களுக்காக இணைந்து பணியாற்றின[87] என்பது புலனாகிறது.

உள்நாட்டு ஆட்சி

சோழர் ஆட்சி முறையில் ஊர்தோறும் சபையும், நாடு தோறும் சபைகளின் பிரதிநிதிகள் அடங்கிய 'நாடு' என்ற பேரவையும் இயங்கிவந்தன. அவையெல்லாம் எளிய கிராமிய முறையில் நடைபெற்றன. அங்கு வாழும் மக்கள் எல்லோருமே சபையில் பங்கு கொள்ள உரிமை பெற்றிருந்தனர். அவர்கள் சபையைக் கூட்டிய பாணியிலிருந்து இதை நாம் உணர்கிறோம். முரசு அறைந்து, சபை கூடும் இடத்தையும், நேரத்தையும் பொதுமக்களுக்கு அறிவித்தனர். சிறியவர்களும் பெரியவர்களும் கூட்டத்திற்கு வந்திருந்ததாகக் கல்வெட்டுக்கள் கூறுகின்றன. வாக்கெடுப்பின் மூலமாக முடிவுகள் செய்யப்பட்டதற்குச் சான்று கள் இல்லை. சமூக வர்க்கங்களிடையே ஒற்றுமை நிலவ முயன்ற னரே தவிர, இக்காலத்தைப்போல வர்க்க சமத்துவத்தைப் பற்றி நினைக்க வேண்டிய சூழ்நிலை அப்போது இல்லை. ஓரளவு சொத்து உடையவர் பலர் மலிந்தும், குறிப்பிட்ட ஒரு வர்க்கத்தின் 'சுரண்டல்' அந்தச் சமுதாயத்தில் மேலோங்கவும் இல்லை. ஆகையால், நவீனமான மக்களாட்சி, சமதருமம் போன்ற சீர் திருத்தங்கள் தேவைப்படவில்லை. பழமையிலும் கோட்பாடு களிலும் தோய்ந்தவர்களே சமூக வாழ்வில் பெரும்பங்கு கொண்டனர். சமய உணர்ச்சிகள் பெருகியிருந்தன. சபைக் கூட்டங்களுக்கு வந்தவர் தவறாக நடந்துகொண்டாலோ அல்லது அவர் புறக்கணிக்கப்பட்டாலோ அதற்கு இந்த அவை களில் எதிர்ப்புத் தெரிவிக்கப்பட்டது. எல்லோரும் சபைக்கு வந்தாலும் அனுபவமும் திறமையும் மிக்கவர்கள் மட்டுமே, அதனை முன்னின்று நடத்திச்சென்றனர். வயது, கல்வி, செல்வம், குடிப்பிறப்பு ஆகிய காரணங்களால் சிலர் எளிதாகத் தலைவர்களாக ஏற்றுக்கொள்ளப்பட்டனர். அரசாங்க அதிகாரி களும் வள்ளல்களும் மக்களால் மதிக்கப்பட்டனர்.

கிராம வரிகள்

கிராம சபைகள் பல அதிகாரங்கள் பெற்று "சிறிய குடியரசு" போலத் திகழ்ந்தன. வரிவிதித்தல், குறைத்தல், நீக்குதல் போன்ற அதிகாரங்களை அவை பெற்றிருந்தன. அதற்கெனத் தனி அலுவலர்களையும் வைத்திருந்தன. அரசாங்கத்தைக் கலக்காமல் சபைகள் தாங்களாகவே உள்ளூர் வரிகளைக் குறைக்கவும் விலக்கவும் செய்தன. இராஜகேசரியின் 2-ம் ஆட்சி ஆண்டில் நாலூர்ச்சபை அவ்வூர்க்கடைக்காரர்கள் கட்ட வேண்டிய அங்காடிக் கூலியை உள்ளூர்க் கோயிலுக்குச் செலுத்தும்படி பணித்தது.[88] குமாரமார்த்தாண்டபுரம் நகரத்தார் சபை தங்களுக்குச் சேரவேண்டிய 'வாராவைகள்' என்னும் கட்டணத்தை அங்கேயுள்ள சமணப்பள்ளியைச் செம்மைப்படுத்த செலவிட்டனர்.[89] திருவெறும்பூரிலுள்ள ஸ்ரீகண்ட சதுர்வேதிமங்கலச் சபை அவ்வூரிலுள்ள கோயில் சொத்துக்கு எந்த வரியும் போடக் கூடாது என்று முடிவு செய்தது.[90] மற்றொரு சமயம், ஒரு குளம் வெட்டப் பணம் தேவைப்பட்டபோது, தனி மனிதர் ஒருவரிடம் அதைப் பெற்று, அதற்காக (தங்களுக்குச் சேர வேண்டிய) அவ்வூர் விவசாயிகள் கட்டவேண்டிய நெல்லை அவரிடம் கொடுக்கும்படி முடிவு செய்தது. உள்ளியூர்க் கோயில் சார்பில் அவ்வூர் விவசாயிகள் கட்டவேண்டிய நெல்லை அவரிடம் கொடுக்கும்படி முடிவு செய்தது. உள்ளியூர்க் கோயில் சார்பில் அவ்வூர்ச் சபை, உத்திரமேரூர்ச் சபையிடமிருந்து சில சலுகைகளைப் பெற்றது. இவற்றால் உள்ளியூர்ச் சபை வெளியார் தலையீடின்றி இயங்க முடிந்தது.[91] இவ்வாறு பல சந்தர்ப்பங்களில் தங்களுடைய உரிமைகளையும் மற்றவர்க்கு வழங்கி, சபைகள் கிராம சமூக நலத்தைப் பேணின. தாங்களே வசூலித்த உள்ளூர் வரிகளைத் தவிர, மத்திய அரசாங்கச் சார்பில் வரி வசூலிக்கும் பொறுப்பையும் சபைகள் ஏற்றன. சில நிலங்களின் மீது விதிக்கப்பட்ட வரிகளுக்காகச் சபைகளே முன்பணமாக ஒரு மொத்தத் தொகை பெற்றுக்கொண்டு, பிறகு நிரந்தரமாக அரசாங்கத்திற்குச் செலுத்தி வந்தன. ஆண்டுதோறும் செலுத்த வேண்டிய கட்டணத்தை முதலிலேயே பெற்றுக்கொள்ளும் இத்தொகைக்கு "இறை திரவியம்" அல்லது "இறை காவல்" என்று பெயர்.[92] "பூர்வாஷாரம்" என்று கல்வெட்டுக்களில் வழங்கும் சொல்லும் இதையே குறிக்கும்.[93] இப்படி வரியை முன் பணமாகச் செலுத்தியதற்குப் பொதுவாக இரண்டு காரணங்கள் சொல்லலாம், தானத்துடன் சேர்த்து அந்த சொத்துக்குக் கட்டவேண்டிய வருடாந்திர வரிகளுக்காகவும் ஒரு மொத்தத் தொகையைச் சபையிடம் வழங்கினார். மற்றொரு காரணம்

என்னவென்றால், சில சமயம் பொதுக் காரியங்களுக்காக ஒரு பெரும் தொகை தேவைப்பட்டபோது, சபைகளே இம்மாதிரி முன்பணம் திரட்டின. ஒரு சமயம், சிற்றானையச்சூர் சபை அரசாங்கத்திற்குக் கட்டவேண்டிய தொகை, கை வசம் இல்லாத தால் உள்ளூர்க் கோயிலிடம் முன் தொகையாகப் பெற்று அதற்காகக் கோயில் கட்ட வேண்டிய வரிகளைச் செலுத்தும் பொறுப்பை ஏற்றது.[94]

வாரிய அலுவலர்கள்

கிராம நிர்வாகப் பொறுப்புக்களை நிறைவேற்ற சபைகள் வாரியங்கள் அமைத்தன என்பதைப் பார்த்தோம். வாரிய அங்கத்தினர்கள், ஊதியம் யாதும் பெறாமல் கௌரவத்திற்காகப் பணிபுரிந்தனர். அவர்களுக்கு உதவிபுரிவதற்கும் ஆவணங்களை வைத்திருக்கவும் ஊதியம் பெற்ற சில அலுவலர்கள் நியமிக்கப் பட்டனர்; இவர்களுக்கு "மத்தியஸ்தர்கள்" என்று பெயர்.[95] இச்சொல்லுக்கு "நடுநிலையாளர்கள்" என்ற பொருள் இருப்பி னும், இவர்கள் வழக்குகளை விசாரித்துத் தீர்ப்புக் கூறுபவர்கள் இல்லை. ஒருகால் கிராம விவகாரங்களில் இவர்கள் நடு நிலைமையைக் கடைப்பிடித்தமையால் அவ்வாறு அழைக்கப் பெற்றனர் போலும். இவர்கள் சபைக் கூட்டங்களுக்குச் சென்று அவற்றின் நிகழ்ச்சி முறைகளை வகுக்க உதவிய போதிலும், சபை விவாதங்களில் பங்கு பெறவில்லை. அவர்களுடைய பொறுப்புக்களையும் ஊதியத்தையும் சபையே வரையறுத்தது. கி.பி.923-ல் ஐஞுஷ்டசம் சபை அங்குப் பணிபுரியும் மத்தியஸ் தர்களைப் பற்றிச் சில தீர்மானங்களைக் கொண்டுவந்தது. அதன்படி, ஏரி வாரியக் கணக்கை எழுதிய மத்தியஸ்தர்களுக்கு ஒரு நாளுக்கு 4 நாழி நெல்லும், ஒரு வருடத்திற்கு 7 கழஞ்சு செம்பொன்னும், இரண்டு வேஷ்டிகளும் கொடுக்க வேண்டு மென்று தீர்மானிக்கப்பட்டது. ஓராண்டு முடிவில் அவர்கள் கணக்கு விவரங்களை ஒப்புவித்துவிட்டு காய்ச்சின இரும்பு அல்லது 'மழு' வினைக் கையில் ஏந்துதல் என்றும் கடுந்தேர்வு அல்லது சோதனை முறைக்கு உட்பட வேண்டும். இதில் வெற்றி பெற்று அங்கீகரிக்கப்பட்டவர்களுக்குப் பரிசாகப் பொன் வழங்கப் பட்டது. இதில் வெற்றி பெறாதவர்களுக்கு 10 கழஞ்சு பொன் தண்டனை விதிக்கப்பட்டது. "ஏரி முதல்" அல்லது "ஏரிப் பணம்" போதிய அளவு இல்லாமையாலும் இக்குற்றத்திற்கு சரீரதண்டம் கொடுக்கக்கூடாது என்ற காரணத்திற்காகவும் அம்மாதிரி பொன் செலுத்தும்படி கட்டளையிடப்பட்டது.[96] பொதுவாகச் சபைத் தீர்மானங்களைச் சபை அங்கத்தினர்

சொல்ல அவற்றை மத்தியஸ்தர்களே எழுதினர். கரணத்தார். என்ற மற்றொரு வகை அதிகாரிகள் இருந்தனர். அவர்கள் கணக்குப் பார்த்த வெவ்வேறு துறைகளின் பெயரும் அவர்களுடைய பதவிப் பெயர்களுடன் இணைக்கப்பட்டது. நில எல்லைக் கணக்கைப் பார்த்தவர் "தரைகளுக்குக் கண்காணிக் கணக்கு" என்று அழைக்கப்பட்டார்.[97] கி.பி.1235-ல் ஒரு கரணத்தார் வேலையை விட்டு நீக்கப்பட்டார். அவரது சந்ததி யாரும், உறவினரும் மறுபடியும் அப்பதவி வகிக்கத் தகுதியற்றவர்கள் என்றும் அவ்வூர்ச் சபை தீர்மானித்தது.[98] விந்தனூர்க் கிராமத்திலுள்ள திருவிளையாட்ட நிலங்களின் எல்லைகளை அளந்து, கணிக்கும்போது, அவ்வூர் மத்தியஸ்தர்கள், கருமார், தச்சர், பொற்கொல்லர், கிராமப்பறையர் அரசாங்கத்திற்கு உதவினர் என்று திருநெல்வேலி மாவட்டத்திலுள்ள மன்னார் கோயிலிலுள்ள கல்வெட்டொன்று கூறுகிறது.[99] முதலாம் குலோத்துங்கனின் 43-வது ஆட்சி ஆண்டு, அதாவது கி.பி.1113-ம் ஆண்டில் ஏற்பட்ட திருபுவனைக் (பாண்டிச்சேரி) கல்வெட்டொன்றில் ஒரு விசித்திரமான நிபந்தனை காணப்படுகிறது. அதன்படி அவ்வூரிலுள்ள தொழிலாளர்களும், மற்ற அலுவலர்களும், உள்ளூர்வாசிக்குத்தான் வேலை செய்யவேண்டுமே தவிர, வெளியூர் மக்களுக்குப் பணி செய்யக்கூடாது என்றும் உடன்பாடு செய்யப்பட்டது. இந்த நிபந்தனையை மீறுவது[100] சட்டப்படி விரோதமான செயலாகும். அந்தக் கிராமத்தின் தேவைகளைப் பூர்த்தி செய்துகொள்ளுவதற்காக ஏற்பட்ட தாகத் தோன்றுகிறது. ஆனால் இம்மாதிரி நிபந்தனை ஏதோ சில சமயங்களில் மட்டுமே விதிக்கப்பட்டிருக்கும். மாறாக, அடுத்துள்ள கிராமங்களின் தேவைகளையும் நிறைவேற்றத் தொழிலாளர்கள் அடிக்கடி அழைக்கப்பட்டிருப்பர். திருமாணக்குழியிலுள்ள ஒரு கல்வெட்டு அவ்வூர்க் கோயிலுக்கு ஊர்ப் பறையன் சந்தி விளக்கு விட்டதைக் கூறுகிறது.[101]

சபைப் பணிகள்

சபைகள் பல்வேறு முக்கியமான பணிகளைச் செய்து வந்தன. அறக்கட்டளைகள் அனைத்தும் நேரடியாகப் பராமரித்தல் அல்லது கண்காணித்தல், அக்காலத்தில் அறக்கட்டளைகள் ஏற்படுத்துவது முக்கியமானதொரு பொதுநலத் தொண்டாகக் கருதப்பட்டது. இதனால் இவை அதிகமாக இருந்தன. பல கிராமங்களில் அறக்கட்டளைகளைப் பராமரிக்க "தரும் வாரியம்" என்ற குழு நிறுவப்பட்டது.[102] அக்காலத்திய அறக்கட்டளை பற்றிய முழுமையான புள்ளி விவரங்கள் நம்

மிடம் இல்லை. ஆனால், சபைகளால் வசூலிக்கப்பட்ட தொகையை விட செல்வர்கள் ஏற்படுத்திய அறக்கட்டளைகளே மக்களின் நன்மைக்கு அதிக அளவில் பயன்பட்டன என்று எண்ணத் தோன்றுகிறது. ஆனால், சபைகளும் சமூக, கலாசார முயற்சிகளை மேற்கொண்டு கிராம வாழ்க்கை செழிக்கச் செய்தன. அறக்கட்டளையின் ஆவணங்களைப் பாதுகாத்து அவற்றின் விதிகளின்படி நிபந்தனைகள் நிறைவேற்றப்பட்டன.[103] விலைவாசி ஏற்றத் தாழ்வுப்படி, பழைய நிபந்தனைகள் மாற்றப் பட்டன. எனினும், அவை மீறப்படவோ அல்லது நிறுத்தப் படவோ இல்லை. இவையெல்லாம் கோயிலை மையமாகக் கொண்டு நிறுவப்பட்ட கட்டளைகள். சோழர் ஆட்சியில் சமுதாயத்தின் எல்லாத் துறைகளிலும் கோயிலின் செல்வாக்குப் பரவியிருந்தது. கிராமங்களின் அன்றாட வாழ்க்கையோடு கோயில் பின்னிப் பிணைந்திருந்தது. கோயில்களையும் அவற்றின் நடைமுறைகளையும் போற்றிப் பணிபுரிவதே சபைகளின் முக்கிய அலுவலாக இருந்தது. கோயில் நிர்வாகத்தைக் கவனிக்கக் கோயில்களிலேயே பல குழுக்கள் இருந்தன. ஆனால் இப்பணிகள் சபையின் கண்காணிப்புக்கு உட்பட்டிருந்தன. கோயில் கணக்கை அரசாங்க அதிகாரிகள் அவ்வப்போது தணிக்கை செய்து வந்தனர். அக்காலத்தில் கலை நிகழ்ச்சிகளுக்கும், கலை வளர்ச்சிக்கும் கோயில்கள்தான் பேராதரவு தந்தன. இவற்றைப் பற்றியெல் லாம் பின்னர் விரிவாகச் சொல்லுவோம். சபைகள் எவ்வழி களில் கோயில்களுக்கு ஆதரவாக இருந்தன என்பதை மட்டும் இப்பொழுது பார்ப்போம், **இராமாயணம், மகாபாரதம்** – இவ் விரு தேசிய இதிகாசங்களைப் பற்றிக் கோயிலில் விரிவுரை செய்வோருக்குச் சபை, நிலம் அளித்துப் போற்றியது. "பாரதப் பங்கு" என்று சொல்லப்பெற்ற இந்நிலத்திற்கு, வரிகள் வசூலிக்கப்பட்டவை.[104] இசை, நடனம், புராண நாடகங்கள் ஆகியவை கோயில்களில் அடிக்கடி நடைபெற்றன. இவற்றிற் காக நாடக சாலைகள் நிறுவப்பட்டன.[105] கோயிலில் அன்றாட பூஜை காலங்களில் சமஸ்கிருதத்திலும், தமிழிலும் பாடல்கள் பாடப்பட்டன. இவற்றை நடத்துவதற்கான சபைகள், நிலங் களை மானியமாக அளித்தன. கோயில்களில் பாடசாலைகளும், மருத்துவமனைகளும் இயங்கின. பாடசாலைகளில், பிரபாகர ரின் மீமாம்சம்[106] வேதாந்தம்[107], வியாகரணம்[108], பாஷ்யம்,[109] தைத்ரீயம்,[110] வாஜசனே[111] போன்ற துறைகளுக்காகத் தனித் தனி அறக்கட்டளைகள் ஏற்பட்டிருந்தன. மருத்துவமனை நிறுவி, மருத்துவர்களை நியமனம் செய்ய கொடையாளர் களுக்குச் சபைகள் வேண்டிய உதவிபுரிந்தன.[112] அங்கே

விடுதிகள் (அம்பலம்) நிறுவி குடிதண்ணீர் வசதிகள் செய்தோருக்கும் உதவிபுரிந்தன.[113]

விவசாயிகளின் உரிமைகளுள் நீர்ப்பாசன வசதியும் சபை அலுவல்களில் முக்கியமானவை. இவைபற்றி மத்திய அரசிடமும் வேண்டிய குறிப்புகள் இருப்பினும், கிராமங்களே "நில முதல்" (Land-register) "வரிப் பொத்தகம்" போன்ற ஆவணங்களை வைத்திருந்த.[114] நிலவகை மாற்றங்களுக்கு சபைகளின் ஆதரவு கோரப்பட்டது. மாற்றும் திருமுகத்தை அரசர் தனது அதிகாரிக்கும் குறிப்பிட்ட சபைக்கும் ஒரே சமயத்தில் அனுப்பிவைத்தார். பிறகு அவர்கள் சந்தித்து ஆவன செய்தார்கள்.[115] நீர்த்துறையில் கிராம சபைகள் ஏற்றிருந்த பணியை ஏற்கெனவே குறிப்பிட்டுள்ளோம். கிராம நியாயத்தார்கள் வழக்குகளில் அபராதமாகக் கட்டப்பட்ட, சேர்க்கப்பட்ட தொகையைக் கிராமப் பொதுக் காரியங்களுக்குப் பயன்படுத்தினர். ஒரு கோயிலுக்கு ஒரு பொன் பதக்கம் சமர்ப்பித்தனர்.[116]

கி.பி.1236-ல் மூன்றாம் இராஜராஜனின் சொந்த நிலங்களைக் குத்தகைக்கு விடுவதைப் பற்றி திருவெள்ளறைக்(திருச்சி மாவட்டம்) கோயிலைச் சார்ந்த மூலப் பரிசத்துக் குழு கூடி விவாதித்தனர். இதற்குமுன் இருந்த நான்கு பேர் கொண்ட நிர்வாகக் குழுவிற்குப் பதிலாக எட்டுப்பேர் உடைய குழுவை ஏற்படுத்த முடிவு செய்தனர். அக்குழுவே, குத்தகைக்கு விட்ட நிலங்களுக்கு இடவேண்டிய கடமை குடிபோன்ற கட்டணங்களை நிர்ணயிக்கும்படி முடிவு செய்தனர். இவ்வங்கத்தினர் வருடாவருடம் மாற்றப்பட வேண்டும் என்றும் அவர்களுக்கு ஊதியம் தரப்பட வேண்டும் என்றும் முடிவு எடுத்தனர். ஒரு முறை அங்கத்தினரானவர் அடுத்து நான்கு வருடங்களுக்கு[116a] அங்கத்தினராக முடியாது.

உத்தம சோழனின் மூன்றாம் ஆண்டிற்கும் முதலாம் இராஜேந்திரனின் இருபத்தொன்பதாம் ஆண்டிற்குமிடையே கிட்டத்தட்ட முப்பத்தைந்து வருடங்கள் மாராயமங்கலத்திலுள்ள கோயில் நிலங்களை, அவ்வூர்ச்சபை ஆக்கிரமித்துக் கொண்டதைத் திருக்கொள்ளிக்காட்டிலுள்ள கல்வெட்டொன்று கூறு கிறது. இது அரசரிடம் முறையிடப்பட்டு, அரசாங்க அதிகாரி யினால் விசாரிக்கப்பட்டது. சபை செய்த தவறுக்காக, நானூறு காசுகள் அபராதம் விதிக்கப்பட்டது. நிலங்களையும் கோயிலுக்கு திருப்பித் தரவும் அதற்காக இறைக் காவல் பணத்தை அரசாங்கத்திற்குக் கட்டவும் தீர்மானிக்கப்பட்டது.[116b]

கிராம நலக் காரியங்களுக்குத் தானம் கொடுத்தோரை ஊக்குவிக்கும் வழியில், அவர்கள் கௌரவிக்கப்பட்டனர். கி.பி.1129-ல் திருப்போர் என்னும் கிராமம் கஷ்ட நிலை யடைந்து மக்களெல்லாம் ஊரைவிட்டுப் போய் வெளியேறிக் கொண்டிருக்கும்போது ஒரு பட்டர் செய்த பிரார்த்தனைகளும், தர்மங்களும் நிலைமையைச் சீராக்கியது. இதற்காக அவ்வூர்ச் சபை தனது நன்றியையும், பாராட்டுதலையும் தெரிவித்த செய்தியைக் கல்வெட்டொன்று தெரிவிக்கிறது.[117] உத்திர மேரூரிலுள்ள விஷ்ணு கோயிலுக்குப் பேரளவில் திருப்பணிகள் செய்த ஒரு தேவரடியாளுக்குப் பல பரம்பரை உரிமைகளை அவ்வூர்ச் சபை அளித்துக் கௌரவித்தது.[118] திருமழபாடி மக்களும், அவ்வூர்க் கோயில் தானத்தாரும் பேருதவி செய்த வருக்குத் தங்கள் நன்றியைத் தெரிவிக்க, ஓர் அருமையான வழியைக் கையாண்டனர். அவ்வூரும் கோயிலும் கொள்ளிட ஆற்றால் பாதிக்கப்படும் தறுவாயில் இருந்தது. அப்பொழுது அதைச் சற்று திருப்பிவிட்டு ஊரைக் காப்பாற்றினார் ஒருவர். இப்பெரும் செயலை இறைவனிடம் முறையிட்டு அவரது ஆணைப்படி வீரச் செயலைப் புரிந்தமைக்குக் கோயில் கணக்கில் வீட்டு வசதிகள் செய்து கொடுக்கப்பட்டன. இது கி.பி. 1223-ல் நடந்தது.[119] இம்மாதிரி பல நிகழ்ச்சிகள், இன்னும் கல்வெட்டுக் களில் காணக் கிடக்கின்றன.

இதுகாறும் கிராம சபைகள், சமூகக் கூறுகள் இவற்றின் அமைப்பு, இயங்கிய முறை, செய்த பணிகள் எல்லாம் சுருக்க மான முறையில் ஆராயப்பட்டது. இவற்றைப் பற்றிய இன்னும் சுவையான செய்திகள் இருப்பினும், அவற்றையெல்லாம் இங்கு விவரிக்க இயலாது. தனிச் சபையின் வரலாற்றை எழுதும்போது அவற்றையெல்லாம் கூற முடியும்.[120] ஆனால் இதுகாறும் சொன்னவற்றிலிருந்து ஒன்று தெளிவாகிறது. சீரான மத்தியப் பணித்துறை ஆட்சியும், கிராம வாழ்க்கையில் மக்களை ஈடுபடுத் திய சபைகளும் சேர்ந்து, இதற்கு முன் நாட்டில் எப்பொழுதுமே எந்த இந்திய அரசியல் அமைப்பிலும் கண்டிராத அளவு நேர்மை யும், திறமையும் மிக்க நிர்வாகத்தை நிலைபெறச் செய்தன.

சோழர் ஆட்சியிலிருந்த நகராட்சி முறைக்கு ஒப்பாக, ரோமானிய சாம்ராஜ்யத்திலிருந்த "கால்" நகரத்தைக் குறிப் பிடலாம். "பஸ்டல் தெ கொலேங்ஸ்" என்பவரால் ரோமானிய நகரங்கள் பின்வருமாறு வர்ணிக்கப்பட்டுள்ளன.[121] "ஒவ்வொரு நகரமும் அதன் கட்டடங்கள், நிலம், மூலதனம், வசூல் பணம் என்று பலவகையான சொத்துக்களை வைத்திருந்தன. தவிர,

நன்கொடைகளும் பல சேர்ந்தன. மற்றும் பலர் தங்கள் சொத்துக்களை நகரங்களுக்கு எழுதி வைத்தனர். இவையனைத்தையும் நகரமே நேரடியாகப் பராமரித்தது. நில உரிமை நிர்ணயிக்கும் அதிகாரத்தை நகரம் ஏற்றது. வட்டிக்குப் பணம் கொடுத்து உதவியது. கடைகள், சாலைகள், பாலங்கள் மீதும் நகர வரி விதித்து அவற்றை வசூல் செய்தது. பொதுக் கட்டடங்கள், மதில்கள், தெருக்கள், மன்றங்கள், கோயில்கள், பொதுக் குளியல் இடங்கள், நாடக அரங்கம், நெடுஞ்சாலைகள், பாலங்கள் இவற்றையெல்லாம் பராமரிக்கும் செலவுகளை நகரமே ஏற்றது. பள்ளிக் கூடங்கள் அமைப்பது, ஆசிரியர்கள், வைத்தியர்கள் நியமிப்பது போன்ற செயல்களையும் ஏற்றது. சுருங்கக்கூறின் நகரமும் அதன் ஆதிக்கமும், ஒரு தனி நாட்டின் செல்வாக்கிற்கு ஒத்திருந்தது. இதனால், நகரம் ஒரு சுதந்திர அமைப்பினைக் கொண்டிருந்தது என்று நாம் சொல்லவில்லை. நகரத்தின்மீது மத்திய அரசின் ஆதிக்கம் பெயரளவில்தான் இருந்தது என்று சொல்லுவது மிகையாக மட்டுமல்லாமல் தவறுதலாகும். மத்திய அரசின் ஆணைக்குக் கீழ்ப்படிந்து தான் நகராட்சி இயங்கவேண்டும். மத்திய ஆளுநர் வரும் போதெல்லாம், நகரம் அவருக்கு எல்லா மரியாதைகளுடன் வரவேற்பளித்தது. நகரத்தின் எல்லாச் சட்டங்களும் மத்திய அரசின் சார்பில் நிர்வாகம் செய்த மாநில ஆளுநரிடம் ஒப்புதல் பெற்றன. ஆனால், நாம் உணர வேண்டியவை இரண்டு: ஒன்று, நகரில் மத்திய அரசின் அதிகாரி நிரந்தரமாக எப்பொழுதும் நிறுத்தப்படவில்லை. இரண்டாவதாக, நகர வாழ்க்கையும் அமைப்பும் தன்னிறைவு பெற்றிருந்தது. தன் ஆட்சிப் பொறுப்பேற்ற ஆட்சி மன்றம், நீதிபதிகள், காவல்துறை, கருவூலம், மாவடை மரவடைகளான நகரச் சொத்துக்கள், பள்ளிகள் சமயக் குருமார்கள், புரோகிதர்கள்-எல்லாம் நகர அமைப்பில் ஒருங்கே அமைந்திருந்தன. இவற்றுள் எவையும் நகருக்கு வெளியே இல்லை. நீதிபதிகள், பேராசிரியர்கள், குருமார்கள், எல்லோருமே நகரவாசிகள். நகரம், நிச்சயமாகச் சுதந்திர நாடாக இல்லை. ஆனால், அது ஒரு நாடாக இயங்கியது என்பதை மறுக்க முடியாது."

குறிப்புகள்

1. இ.ஐ. xxii. பக். 5-11.
2. 'ஸ்டடீஸ்', பக்.101, 129; 67/1898.
3. 71/1897.
4. 33/1895.
5. 82/1895. 85/1896. டி ஏ எஸ். ii, பக். 7. இந்த அவை கலைக்கப்பட்டது என்பது 14-ம் வரியிலிருந்து ஏற்படும் நியாயமான ஊகமே. 'பருடையின்' உறுப்பினர்கள் தனிப்பட்ட முறையில் உடன்பாடுகளை மீறுவதற்குத் தண்டனை விதிக்கப்பட்டிருக்கிறது. ஆனால் ஒரு அவையாக இருந்து, ஒட்டுமொத்தமாக அவர்கள் உடன்பாடுகளை மீறினால் அதற்குத் தண்டனை இல்லை.
6. 214/1911.
7. 629/1916.
8. 39/1895; 117/1910.
9. 120/1902.
10. 145/1900; 239/1902.
11. 640/1905; 519/1922.
12. ஒரு நகரில் சைவர்கள் வாழும் பகுதிக்கு 'சங்கரப்பாடி' என்ற பொதுப் பெயர் இருந்ததாக கிருஷ்ண சாஸ்திரி சொல்லுகிறார் (எஸ் ஐ ஐ iii, பக். 275 எண் 1). தெரிந்த உதாரணங்கள் எல்லாவற்றிலும் விளக்குகளைப் பேணுவது, அதற்குத் தேவையான எண்ணெய் வழங்குவது முதலிய கடமைகள் சங்கரப்பாடியார்களுக்கு இருந்திருக்கின்றன-547/1920, 80/1897, 78/1898 முதலிய எண்ணெய் வாணிகரின் குழு ஒன்று இருந்ததாக இரண்டு கல்வெட்டுக்களிலிருந்து தெரிகிறது. செங்கற்பட்டு மாவட்டம் திருவாலங்காட்டில் ஏற்பட்ட இராஜேந்திர சோழப்பாடி என்ற புதுக்குடியிருப்பில் சங்கரப்பாடி குடும்பங்கள் 25-ஐ குடி அமர்த்தி 15 விளக்குகளுக்கு எண்ணெய் வழங்கும் பொறுப்பை அவர்களுக்குக் கொடுத்ததாக முதலாம் குலோத்துங்கன் தன்னுடைய 2-ம் ஆண்டில் இட்ட ஒரு ஆணையிலிருந்து தெரிகிறது (எஸ் ஐ ஐ. iii, 65). செக்கு ஒன்றுக்குச் சங்கரப் பாடிய பேர் 12 ஆக என்று அச்சுதமங்கலம் கல்வெட்டுச் சொல்லுகிறது (395,192).

13. சென்னை அரும் பொருட்காட்சிப் பட்டயங்கள், எஸ் ஐ ஐ. iii, பக். 269, வரிகள் 3-6-ம் 112-3-ம்.
14. 2/1898.
15. 238/1929.
16. எஸ் ஐ ஐ. iii, பக். 177, மாறுபட்ட கருத்தை ஹுல்ஷ் தெரிவிக்கிறார்
17. 198/1925.
18. 597/620/1920.
19. 118/1888.
20. 151/1897.
21. 73/1914.
22. 67/1906. 1199-ல் ஊட்டத்தூர் நாட்டு, நாடும் நகரமும் செய்த ஒரு முடிவைக் கல்லில் பொறிப்பதை 79 நாட்டோன் மேற்பார்வையிட்டிருக்கிறார்கள் (521/1912).
23. 382/1914.
24. 352/1909.
25. 106/1919 மற்றும் 77/1900.
26. 197/1894.
27. 368/1911.
28. Pd. 152.
29. 327/1921, இது முதலாம் குலோத்துங்கனின் ஆட்சிக் காலத்தில் ஏற்பட்டிருக்கலாம்.
30. 543/1921.
31. 610/1902.
32. எஸ் ஐ ஐ iii, 210.
33. 1, 2,1898; 692/1904; 335/1917; 178/1919; 348/1917.
34. 152/154/1895.
35. 206, 201/1919.
36. Pd. 20, 59; 279/1903-ம். 285/1906-ம்.
37. உதாரணம் திருவெறும்பூர் (112/123/1914); திரைமூர் (201, 216/ 1907); செவலை (362/1902); உத்திரமேரூர் (89/1898) முதலியன.

"'ஊர்', 'நகரம்' என்பவற்றில் பிராமண சபைகளில் உறுப்பினராய் இருப்பதற்குரிய எல்லா நிபந்தனைகளும் நிலவியதாக அனுமானிக்கப்பட்டிருக்கிறது. வேதங்களில் புலமை பெற்றிருக்க வேண்டும் என்ற நிபந்தனை மட்டும், இங்கு விதிவிலக்கு" ஏ ஆர் இ. 1913, II, 23 இக்கருத்துக்கு எந்தவிதமான ஆதாரமும் இல்லை.

38. 466/1912.

39. Pd. 198.

40. 3, 58/1898.

41. 40/1895.

42. எஸ் ஐ ஐ. iii, 1; 237/1915; 234/1929.

43. 610/1902 எண்கள் 60,67, 72-லும் 73-5/1947-8 லும் (செங்கற்பட்டு மாவட்டம்) 'நியாயத்தாரும் நியாய முதலி'களும் என்று குறிப்பிடுகிறது.

44. 'கிட்டல்', எஸ்.வி.வாரி; 134/1914; (ராஜக், 5), "இவ்வாண்டு-ஸ்ரீ கோயில் -வாரி-செய்கின்ற - சபை - வாரியர்" என்ற சொற்றொடர் உள்ளது.

45. 113/1928. "வாரிகம்-வைத்து வைக்கப்பட்ட வாரி கரும் கணக்கும் இருந்து."

46. 596/1904: "வாரகம் வைத்து வைக்கப்பட்ட வாரி கரும் கணக்கும் இருந்து"

47. 43/1906.

48. "பெருமக்கள்" என்பது 'உயர்ந்த மனிதர்' எனப் பொருள்படும்

49. ஏ எஸ் ஐ. 1905; சபையின் விவகாரங்களை நடத்துவதில் குடும்புக்கு உள்ள முக்கியத்துவம் முதல் பராந்தகன் ஆட்சியில் நின்றவூர்ச் சபையை உதாரணம் காட்டி **ஸ்டடீஸ்** vi-ம் அதிகாரம் 176/1930-ல் வலியுறுத்தப்படுகிறது. ஒவ்வொரு குடும்பும் அதுவரை விவாதங்களில் கலந்து கொள்ளாத இரண்டு பேர்களைப் பிரதிநிதியாக அனுப்பும் என்று இதில் விதி வகுக்கப்பட்டிருக்கிறது. (பண்டு மன்றாடி அறியாதார்) நில வருவாய் விவகாரங்கள், மத்தியஸ்தரின் சம்பளம் முதலிய ஏனைய விவரங்களைப் பற்றி ஏ ஆர் இ. 1930, II, 16-ல் பார்க்க.

50. ஓலைச் சுவடிகளில் தகுதியான ஆட்களின் பெயர்கள் எழுதப்பட்டு அவை ஒரு குடத்துக்குள் போடப்பட்டன. அக்குடத்தின் வாய் மிகக் குறுகலானது. அக்குடத்தை நன்கு

குலுக்கிச் சபையின் முன்னிலையில், ஒரு குழந்தையை வரவழைத்து, எத்தனை குழுக்கள் நியமிக்கப்பட வேண்டியதிருந்ததோ அதற்கேற்ப அத்தனை ஓலைகளை அந்தக் குழந்தையை எடுக்கச் செய்தார்கள். இந்த ஏற்பாட்டுக்குக் "குட ஓலை முறை" என்று பெயர்.

51. 12/1898.

52. ஏ ஆர் இ. 1905, II, 7.

53. 240, 241,1922. 'சபா மாற்றஞ் சொல்லவும்' என்ற சொற்றொடருக்கு 'சபையில் பேசு' என்று பொருள்படாது. பொதுவாக, ஒரு பட்டர் சொல்ல அவை பதியப் பட்டதாகக் கல்வெட்டுக்கள் சொல்லுகின்றன. சபையில் செய்யப்பட்ட முடிவுகள், பதிவு செய்வதற்காக இவ்வாறு ஒருவரால் வாய்மொழியாகச் சொல்லப்பட்டதையே 'சபா மாற்றஞ் சொல்லு' என்ற சொற்றொடர் குறிப்பிடும் என்று நான் நினைக்கிறேன். இதையே சுருக்கமாக 'மாற்றம்' என்று 60/1926 சொல்லுகிறது.

54. எஸ் ஐ ஐ. iii, 156, வரிகள் 1-3.

55. எஸ் ஐ ஐ. iii, 99.

55a. எண்கள் 5/1945-6.

55b. 496/1925; மற்றும் 480

56. 148/1927. ஏ ஆர் இ.1927, II, 28.

57. பிற மன்றங்களின் கூட்டம் (செயற்குழு) பற்றி 581/1907, 527/1918, 231/1925 பார்க்க.

58. 113, 120/1928- இந்த இரண்டு எண்களும் ஒரே கல்வெட்டின் நகல்களாக இருக்கக்கூடும்.

59. 92/1914-முன்பு பண்ணின வியவஸ்தைப்படியே-சம்வத்சர-வரணமாக-ஆமென்றாரைக் கொண்டு கிராம-காரியஞ்-செய்யக் கடவோமாக.

60. 500/1925.

60a. 89/1932; ஏ ஆர் இ. 1932.

61. 30/1894; 241/1922.

62. 260,1915, மற்றும் 332/1910; ஏ ஆர் இ. 1910, II, 21; 640/1919, ஸ்டிடீஸ், பக்.94.

63. 553/1921; 85/1896; 72/1914; 103/1897.

64. 268/1921, இது 'வியாபாரி-நகரத்தோம்' என்பதையும் சொல்லுகிறது.

65. 243/1894.
66. 165/1928.
67. 66/1895.
68. 6/1897.
69. 76/1921.
70. 40/1895.
71. Pd. 38.
72. 217/1926; 411/1912; Pd. 85.
73. Pd. 36.
74. 356/1924.
75. 676/1905.
76. 373/1914 (Pd. 186).
77. 109/1906.
77a. 61/1936-7, ஏ ஆர் இ. II, 32.
78. 556/1906.
79. இரண்டாம் குலோத்துங்கன் ஆட்சியில் சம்புவராயருடன் கூட்டுறவு-64/1900.
79a. 62/1898; ஸ்டடீஸ், பக். 121.
79b. எஸ் ஐ ஐ. iii, 77.
80. 199/1907; 154/1895.
81. 18/1922 'உவச்சர்கள்' எனப்படுவோர், கோயில்பூஜை காலங்களில் தங்களுடைய இசைக் கருவிகளை வாசிக்கும் நாதஸ்வர வித்வான்களும் தவில்காரரும் ஆவர்.
82. 594/1912. மரக்காணத்தில் இதேபோல் நடந்த மற்றொரு நிகழ்ச்சியை 28/1919-ல் பார்க்க.
83. இ ஐ.iii, பக்,145, 147 (எஸ் ஐ ஐ ii, பக். 370).
84. மூல நூலில் 'கிழவர்' என்று சொல்லப்பட்டிருப்பதை 'எட்மன்' என்று கிருஷ்ண சாஸ்திரி ஆக்கியுள்ளார். பிரமதேயக் கிழவரைப் பற்றி 39/1895-ல் பார்க்க.
85. எஸ் ஐ ஐ. iii, பக். 402, வரிகள் 2-5; மற்றும் பார்க்க. இ ஐ. xv; அன்பில் பட்டயங்கள், வரி 124; எஸ் ஐ ஐ. iii, 142, வரிகள் 4-8; லெய்டன் பட்டயம், வரி 113.
86. பார்க்க: முன் பக். 296.

87. 103/1921.
88. 321/1910.
89. 222/1911.
90. 133/1914; 105/1914.
91. 41/1898.
92. 100/1892.
93. 14/1898.
94. 105/1925.
95. எஸ் ஐ ஐ. iii, எஸ். வி. மத்யஸ்தரின் அட்டவணை.
96. 226/1915.
97. 30/1919.
98. 583,1904.
99. 400/1916.
100. 205/1919.
101. 167/1902.
102. எஸ் ஐ ஐ. iii, 6.
103. 199/1907; 92/1895.
104. 63/1897; 48, 50/1923; 'பங்கு' என்பது அடிக்கடி 'புறம்' அல்லது 'விருத்தி' என்று சொல்லப்பட்டிருக்கிறது.
105. 199/1907; 157/1905; 398/1921; 152/1925; 253, 254/1904.
106. 233/1911; 333/1923.
107. 276/1925.
108. 18/1898; 202/1912.
109. 29/1898. இது புராணத்தின் பெயர் அன்று ஒரு சூத்திரத்தின் பெயராகும். (எஸ் ஐ ஐ. ii, பக். 524 வரி 118).
110. 33/1898.
111. 194/1923.
112. 36/1898; 112, 113/1925; 182/1915; 97/1928.
113. டி ஏ எஸ். i, பக். 168-9/1915; 569/1908.
114. எஸ் ஐ ஐ.iii, 150.
115. 188/1919.
116. 221/1921.
116a. 204/1938-9; ஏ ஆர் இ. II. 24.

116b. 139/1934-6, ஏ ஆர் இ. II. 37.

117. 276/1901. மற்றும் பார்க்க: 211, 205/1928.

118. 172/1923.

119. 91/1920.

120. பார்க்க: 'ஸ்டடீஸ்', iv, v.

121. ஹிஸ்டாயரி டஸ் இன்ஸ்டிடியூசன்ஸ் பொலிடிகஸ், க்குவாட்டிரியேம் பதிப்பு, பாரீஸ் 1914, பக். 244-6 (பிரெஞ்சு மூல நூலிலிருந்து மொழி பெயர்க்கப்பட்டது).

அதிகாரம் 19

வரிவிதிப்பும் நிதியும்

பொதுவாக உலகெங்கிலும் நிலவிய இடைக்காலப் பொருளாதார அமைப்பிற்கும் தற்கால அரசுகளின் பொருளாதார அமைப்பிற்கும் மிகுந்த வேறுபாடு உண்டு. இது இந்தியா விற்கும் பொருந்தும். பொதுவாக, நாட்டு நெடுங்கால வழக்கின் அடிப்படையில்தான் வரி விதிக்கப்பட்டது. புதிய வரிகள் விதிக்கும்போது பல சமயம் அவற்றால் பாதிக்கப்படும் மக்களின் ஒப்புதலும், ஆதரவும்கொண்டே செய்யப்பட்டன. நாட்டின் பொருளாதாரத்திற்கு நிலவளம்தான் மிக முக்கியமானது. அது போல் அரசாங்க வருவாயில் நிலவரியே முதன்மை பெற்று நிலவியது. இறை நெல்லாகவும், பணமாகவும் வசூலிக்கப் பட்டது. சில சமயம், இருவிதமாகவும் வசூலிக்கப்பட்டது. தவிர, சுங்கவரி, தொழில் வரிகள், மற்றும் காடுகள், கனிப் பொருள்கள், உப்பளங்கள் போன்ற இயற்கை வளங்களைப் பயன்படுத்துவோர் செலுத்தும் வரிகள் அரசாங்க வருவாய்களாக அமைந்தன. "வெட்டி" என்ற வரி தவறாமல் வசூலிக்கப் பட்டது. பல்வேறு வரிகள் சுமை அளவுக்கு மீறிப்போகும் போதெல்லாம், மக்கள் தங்கள் ஊரை விட்டு வெளியேறினர். இவ்வாறு வெளியேறிவிட்டால் தங்கள் ஊர்களில் மக்கள் தொகை குறைந்துவிடும் என்ற பயம் வரி வசூலிப்போருக்கு இருந்து வந்தது.

பொதுப்பணிச் செலவுகள்

பல்வேறு நிறுவனங்களும், ஸ்தாபனங்களும் வரி வசூலித்ததன் காரணமாக, வரி வகைகள் பலவாறாக இருந்தன. அரசாங் கத்தைத் தவிர உள்ளாட்சி நிறுவனங்களும் தொழில் கழகங் களும், வகுப்புக் கூறுகளும் வெவ்வேறு காரியங்களுக்காகக்

கட்டணங்கள் வசூலித்தன. அரசாங்க செலவுக் கணக்கில், அலுவலர்களின் சம்பளத்தொகையும், நாட்டின் படைச்செலவுமே மிக முக்கியமானவைகள் ஆகும். பெரிய அதிகாரிகளுக்கு ஊதிய மாக அந்த அந்தப் பகுதிகளிலிருந்து அரசாங்கத்திற்கு வர வேண்டிய கட்டண வருவாயிலிருந்து ஒதுக்கீடுகள் செய்யப் பட்டன. இவ்வூதியப் பணம் போக மீதித் தொகைதான் அரசாங் கத்தின் மொத்த வருவாயாகும். இது அரசாங்க கருவூலத்தில் (தாலம்) கட்டப்பட்டது. நிர்வாகச் செலவு போக, மீதியுள்ள தொகை அரசருக்கே உரியதாகும். இத்தொகையிலிருந்துதான் அரச குடும்பத்தினரும், அரண்மனைப் பரிவாரங்களும் பராமரிக்கப் பட்டன. உத்தமச் சோழன் காலத்தில், செம்பியன் மாதேவியும், இராஜராஜன் காலத்தில் குந்தவைப் பிராட்டி போன்றோரும் அரசர்களால் மதிக்கப்பட்டு போற்றப்பட்டதினால், அவர்களுக்கு கணிசமான தொகை, அரசாங்கக் கணக்கிலிருந்து கொடுக்கப் பட்டது. அரசாங்க வருவாயில் அதிகப் பங்கு பொன் ஆபரணங் களாகவும், விலையுயர்ந்த நவமணிகளாகவும் வைக்கப்பட்டிருந் தன. இவை அரசருக்குப் பெருமிதம் அளித்தன என்பதைத் தவிர அரசாங்க மூலதனமாகவும் திகழ்ந்தது. 10-ம் நூற்றாண்டின் தொடக்கத்தில், பொதுவாக, இந்திய அரசர்களைப் பற்றி அபுசயித் கூறியுள்ளவை சோழ இராஜ்யத்திற்கும் சாலப் பொருந்தும்.[1] இந்திய மன்னர்கள் விலையுயர்ந்த கற்கள் பொருந்திய தங்கக் காதணிகள் அணிகிறார்கள்; கழுத்தில் கொம்பு பச்சை, கோமேதகம் போன்ற நவரத்தினக் கற்களாலான ஆபரணங்கள் அணிகிறார்கள்; எல்லாவற்றிலும் முத்துக்கள்தான் மிகவும் மதிக்கப்பட்டு அணியப்பட்டது; உண்மையில், முத்துக்கள்தான் அரசர்களின் முக்கியச் செல்வமாகக் கருதப்பட்டு, அரசாங்கக் கருவூலத்தில் பாதுகாக்கப்பட்டு வந்தது;[2] சேனாதிபதிகளும் உயர் அதிகாரிகளும் முத்துமாலைகள் அணிந்திருந்தனர். மன்னர் களைத் தவிர, நிலங்கள் வழங்கப்பட்ட பல்வேறு அதிகாரிகளும் சிறிய அளவிலே அரசர்கள் போல நடந்துகொண்டனர். சொந்தச் செலவு சேமிப்பு இவை போக, தருமங்களுக்கும் பணம் செலவிட்டனர்.

இறைப் பெயர்கள்

கல்வெட்டுக்களில் காணப்படும் பல்வேறு வரிகளின் பெயர் களின் முழுப்பொருளும் இப்பொழுது நமக்கு விளங்கிவிட்ட தாகச் சொல்லமுடியாது. தற்சமயம் விளங்கிய அளவிலே, அவைகளின் பொருள்கள் இங்கே தரப்பட்டுள்ளன. மேலும் ஆய்வடிப்படையில் மாறுதல்களோ, மாற்றங்களோ செய்யத்

தேவைப்படும். பொதுவாக அரசாங்க விதிப்புகள் 'இறை' என்றும் 'வரி' என்றும் குறிக்கப்பெற்றன. "மன்றுபாடு", "தண்டம்" என்ற பொதுப் பெயர்களாலும் குறிக்கப் பெற்றன. மன்றுபாடு நீதித்துறையினரிட்ட அபராதத் தொகையைக் குறிக்கின்றது.[3] "தண்டம்" என்பது பொதுவாக மற்ற சில அபராதங்களையும் குறிக்கும் வகையில் ஆளப்பட்டுள்ளது.[4] முதலாம் பராந்தகனின் 38-ம் ஆட்சி ஆண்டில், (கி.பி. 945), திருக்கூடமூக்கின் சபைமீது 3,000 கழஞ்சு பொன் அபராதம் (தண்டம்) விதிக்கப்பட்டு அத்தொகையைப் பாண்டிப் படையினரிடம் ஒப்படைக்கும்படி விதிக்கப்பட்டது.[5] "தண்டம்" என்பது "போர் வரி" போலத் தோன்றுகிறது. ஆனால், இது நிச்சயமாகச் சொல்லுவதற்கில்லை. இந்த அபராதம் விதிக்கப்பட்ட காரணத்தைக் கல்வெட்டுத் தெரிவிக்கவில்லை. அபராதத் தொகையும் மிக அதிகமாக இருந்த, கண்டராதித்தரின் மூன்றாம் ஆட்சி ஆண்டில்தான் சில நிலங்களை விற்று, அதன் மூலம் இக்கடனை அடைக்கச் சபையார் முயன்றனர். வேங்கி நாட்டுடன் நடந்த போருக்காக, வீரராஜேந்திரன், ஒரு வேலி நிலத்திற்கு ஒரு கழஞ்சு பொன் வீதம் வரி வசூலித்தான் என்று ஆலங்குடியிலுள்ள கல்வெட்டொன்று கூறுகிறது.[6] "இரவு" என்ற மற்றொரு பொதுவான சொல்லும் உபயோகிக்கப்பட்டது.[7] இது "புரவு" என்னும் நில வரியில் கிட்டத்தட்ட இருபது சதவிகிதம் அளவிற்குச் சமமான வரியாகத் தோன்றுகிறது. பண உதவிக்கு மக்களையே நம்பியிருக்கும் மன்னனை ஒரு கொள்ளையடிப்பவனுக்கு ஒப்பிட்டு குறள் கூறியிருப்பதை "இரவு" என்ற சொல் நினைவூட்டுகிறது. அது போலவே "பிரணயத்தை"ப் பற்றி கௌடில்யர் கூறியுள்ளதும் நம் நினைவுக்கு வருகிறது.

இறை வகைகள்

ஆயம், கடமை, குடிமை என்ற கட்டணங்களும் குறிப்பிடப்படுகின்றன. 'இறை' போன்றே, 'ஆயம்' என்ற சொல்லும் பொதுப்படையாகப் பல வரிகளுக்கு உபயோகப்படுத்தப்பட்டது. "சித்தாயம்", "சில்லிறை" எனச் சிறு வரிகள் அழைக்கப்பட்டன.[8] வரி விதிக்கும் முறை எவ்வாறு கையாளப்பட்டது என்றும், பல்வேறு வரி வகைகளைத் தெரிந்துகொள்ளுவதற்குப் பின்வரும் வருணனை துணையாக இருக்கும். இது, முதல் இராஜராஜனின் இருபதாம் ஆட்சி ஆண்டுக் கல்வெட்டில் காணப்படுகிறது.[9] திருக்கொற்றவாசலுக்குக் கொடுக்கப்பட வேண்டிய குடிமை, ஊர்ச்சபை வசூலிக்கும் வரிப்பாடும் மற்றக்

குடிமை வரிகளும் என்று குறிக்கப்படுகிறது. மூன்றாவதாகச் சொல்லப்பட்ட 'குடிமை' என்பது 'எச்சோறு' என்றும் அழைக்கப் படுகிறது.[10] முதலில் சொல்லப்பட்ட 'குடிமை' என்பது அரசருக்கு நேரடியாகக் கட்டவேண்டிய வரிகளைக் குறிக்கும்.[11] அடுத்தாற்போல் ஊர்ச்சபைகளும் நகரசபைகளும் வசூலித்த வரிகள் "ஊரிடுவரிப்பாடு" என்று குறிப்பிடப்பட்டன. கடைசி யாகச் சொல்லப்பட்ட 'குடிமை' என்ற வகை எல்லா இறை களையும் குறிக்கும். குடிமை என்பது குடிமக்களின் கடமை கட்டணத்தைத் குறிக்கும் சொல்லாகும், நெற்குன்றம் ஊர்ச் சபை சில நிலங்களை ஏரி வெட்டுவதற்காக (ஏரிப்பட்டம்) ஒதுக்கி விட்டு, அந்நிலத்திற்கு வரிவிலக்கும் அளித்தது.[12] ஊர்ச் சபை, விரிகள் நீக்கம் செய்த நிலங்கள் "ஊர் கீழ் இறையிலி" என்று வழங்கின.[13]

அரசாங்கக் கட்டுப்பாடுகள்

ஊராட்சித்துறையினர், வரிவசூலிக்கும் பணியை மத்திய அரசு, வேண்டிய துணைபுரியும் என்ற ஆணையை முதலாம் இராஜராஜன் பிறப்பித்தான். இது, அவர் தலைநகர் தஞ்சையில் பிறப்பிக்கப்பட்டு, சோழ நாடு, தொண்டை நாடு, பாண்டிய நாடுகளில் அமுலுக்குக் கொண்டுவரப்பட்டது. சில கிராமங் களில் "காணி உடையார்" என்ற நில உரிமை வகையின் கீழ், நிலம் வைத்திருந்த பிராமணர்கள், வைகானசர், சிரமணர் ஊரிடு வரிப்பாடுகளைக் கொடுப்பதில் தாமதம் காட்டினர். அவர்கள் வரி கொடுக்காமைக்குக் காரணம், விளக்கப்படவில்லை. சில வரிகள், அவர்கள் செலுத்தவேண்டிய நியதி இல்லை என்பதால், கட்டுப்பாடாக வரி கொடுக்க மறுத்தனர்போல் தோன்றுகிறது. இப்பிரச்சினை தீர்க்கப்படாமலே, கடைசியாக அரசரின் தீர்ப்புக்குக் கொண்டுபோகப்பட்டது. அதன்படி கிராம சபையினர் அவ்வரிகளைக் கண்டிப்பாக வசூலிக்கும்படி கேட்டுக் கொள்ளப்பட்டனர்.[14] இரண்டு ஆண்டுகளுக்குமேல் தொடர்ந்து வரிக் கட்டாதவர்களின் நிலங்கள் அனைத்தும் கிராம சபையைச் சாரும் என்று தீர்ப்பளிக்கப்பட்டது. இத்தீர்ப்பு அரசரின் 24-ம் ஆட்சி ஆண்டு 124-வது நாளில் வெளியிடப் பட்டது.

வரி நீக்கம்

பல்வேறு நிறுவனங்களுக்கு அவ்வப்போது வரி விலக்கு அளிக்கப்பட்டதைக் கல்வெட்டுகள் அறிவிக்கின்றன. அவற்றி லிருந்தே வரிப் பெயர்களையும், வரி வகைகளைப் பற்றியும் நாம்

அறிகிறோம். இவ்வரி விலக்குகள், கிராம சபைகளாலும், அரசராலும் அளிக்கப்பட்டன.[15] ஊர்ச் சபைகள் அளித்த விலக்கல்கள் "ஊர் கீழ் இறையிலி" என்று வழங்கலாயின.[16]

வரி ஈடு செய்தல்

வரி ஈடு செய்து, செலுத்தப்பட வேண்டிய வரிகளுக்கும் முன்பணமாகக் கட்டுவது, வரி ஈடு செய்தலாகும் (Commutation). இம் முதலீட்டைப் பெற்றுக்கொண்டு, கிராமசபைகள், அரசாங்கத்திற்கு வருடா வருடம் வரிகளைக் கட்டும் பொறுப்பைப் பெற்றன. அதற்கான ஒப்பந்தத்திலும் கையொப்பமிட்டு, முதலீடு செய்தோரிடம் கொடுக்கப்பட்டது.[17] அவ்வொப்பந்தத்திற்கும், வரி ஈட்டு முதலுக்கும் "இறை காவல்" என்ற பெயர் வழங்கிற்று.

சபையின் பொறுப்புகள்

கிராம நிலங்களிலிருந்து அரசாங்கத்திற்குச் சேரவேண்டிய வரிகளுக்குக் கிராமசபைகளே பொறுப்பாளிகளாக ஆக்கப்பட்டன. சோழர் ஆட்சியில் இறுதி வரை இம்முறையே நிலவியது. கலப்பால் (தஞ்சை மாவட்டம்) கிராமத்திலிருந்து ஒருவர் பாண்டிய நாட்டில் குடியேறி, 10 வருடங்கள் நிலவரிப் பாக்கி செலுத்தாமல், அங்கு இறந்தார். அவருடைய நிலங்களைக் கிராமசபை செயற்குழுவுக்கு விற்று, தங்களுக்குச் சேர வேண்டிய பணத்தை எடுத்துக்கொண்டது. இந்த நிகழ்ச்சி நடந்த காலம் கி.பி. 1274-ம் ஆண்டு.[18] அக்காலத்தில் வரித் தொகை, பத்து ஆண்டுகள்கூட வசூலிக்கப்படாமலே இருந்தது என்று இதிலிருந்து தெரிய வருகிறது.

வழக்காறுகளும் முன்னோடிகளும்

வரி விதித்தலுக்கு நாட்டிலுள்ள பழைய வழக்காறுகளே அடிப்படையாயிருந்தன என்பது சில குறிப்பிட்ட உதாரணங்களால் விளங்குகிறது. நகரங்கள் ஒன்றையொன்று பார்த்து, தங்கள் அலுவல் முறைகளை வகுத்துக்கொண்டதால் அவர்களிடையே ஓர் ஒற்றுமை காணப்பட்டது. சுந்தரச் சோழன் காலத்திலும் முதலாம் இராஜராஜன் காலத்திலும், மேலபழுவூரிலும், திருச்சங்காட்டிலும் மன்றுபாடு வரிகள் விதிப்பதற்கு "நந்திபுரம்" என்ற பழைய அளவையையே அடிப்படையாகக் கொண்டிருந்தது எடுத்துக்காட்டாகும்.[19] நந்திபுரம் என்றும் ஆயிரத்தளி என்றும் தஞ்சை மாவட்டத்தில் செழிப்புற்றிருந்த பகுதி ஒரு பழம் நகரமாகும்.[20] வீரசோழியத்தின் உரையில் சுந்தரச் சோழன் நந்திபுரத்து அரசராகவே குறிக்கப்பட்டுள்ளான்.

விசேஷப் பங்கு வரி

நிரந்தர வரிகளும் திறைகளும், தவிர, சில விசேஷப் பங்கு வரிகளும் அவ்வப்போது வசூலிக்கப்பட்டன. ஈரோட்டிலுள்ள கிருஷ்ணன் கோயில் பூஜைக்காக, ஒரு குறிப்பிட்ட நாட்டிலுள்ள மக்களெல்லாம் விசேஷ வரி செலுத்த வேண்டுமென்று ஆணை யிடப்பட்டது. இதை ஈரோட்டில் கி.பி. 922-ல் ஏற்பட்ட கல்வெட்டு தெரிவிக்கிறது. இப் புதுவரிகள் விவரம் வருமாறு: ஒரு குடியிருப்புக்கு அரைப் பணம்; திருமணத்தில் இருதரப்பும் அரைக்கால் பணம் கொடுக்கவேண்டும்; சுடுகாட்டிற்காக ஒரு மஞ்சாடி ஒரு குன்றுமணிப் பொன்னும் கொடுக்கவேண்டும்.[21] இவ்வாறே கன்னரத் தேவரின் 22-ம் ஆட்சி ஆண்டு (கி.பி. 962), பாகூரிலுள்ள மன்றாடிகள் தங்கள் திருமணங்களில் அவ்வூர் ஸ்ரீ மூலத்தானப் பெருமாளுக்கு ஓர் ஆடு கொடுக்க முடிவு செய்தனர். இவ்வாறு யாராவது கொடுக்கத் தவறினால் அவர்களிடமிருந்து இரண்டு ஆடுகளைக் கட்டாயமாக எடுத்துக் கொள்ளுவதற்குச் செயற்குழுவினருக்கும் (கணப் பெருமக்கள்) தேவரடியாருக்கும் முழு அதிகாரம் உண்டு.[21a] முதலாம் இராஜ ராஜன் காலத்தில் தஞ்சை மாவட்டத்திலுள்ள தலைச்சங்காட்டு மக்கள் 100 காசு வசூலித்து அவ்வூர்க் கோயிலுக்கு நிவந்தங்கள் ஏற்படுத்தினர்.[22] கி.பி. 1096-ம் ஆண்டில் திருச்சி மாவட்டத்தி லுள்ள காமரசவல்லி என்னும் ஊர் மக்கள், விசேஷப் பங்கு வரி வசூலித்து அவ்வூர்க் கோயிலுக்கு வழங்கினர். அதன் விவரமாவது: நெல், வரகு, அல்லது எள் பயிருக்கு ஒரு மா நிலத்திற்கு ஒரு குறுணி நெல்; ஒரு பாக்கு மரத்திற்கு ஒரு பாக்குக் கொட்டை; ஒவ்வொரு விவசாயிக்கும் ஓர் ஆழாக்கு எண்ணெய்[23] விகிதமும் கொடுக்கவேண்டும், குலோத்துங்கனின் 43-ம் ஆட்சி ஆண்டு (கி.பி. 1113-ல்) திருவாய்ப்பாடி நாட்டி லிருக்கும் மன்றாடிகள் தங்கள் மக்களின் திருமணத்தின்போதும் தங்கள் பெண்களைத் தனிக் குடித்தனம் வைக்கும்போதும் அவர்களுடைய குழந்தைகளின் 'தலைமணி'யும் போதும் சில கட்டணங்கள், கரூரிலுள்ள விஷ்ணு கோயிலுக்குச் செலுத்த வேண்டும். கி.பி.1170-ம் ஆண்டில் தென் ஆர்க்காடு மாவட் டத்திலுள்ள திட்டகுடிக் கோயிலில் பூமாதேவியைப் பிரதிஷ்டை செய்தனர். அப்போது சித்திரமேழி பெரிய நாட்டாரும் திசை யாயிரத்து ஐநூற்றுவரும் சேர்ந்து பின்வரும் விசேஷ வரிகளை வசூலித்தனர். ஓர் ஏக்கருக்கு ஓராண்டுக்கு ஒரு பதக்கு நெல்; ஒரு வேலை ஆளுக்கு ஒரு குறுணி நெல்; மாலை கொடுப்பவர் (மாலை கட்டும் தொழிலாளர்) ஒவ்வொருவருக்கும் ஐந்து காசு பணம்; பணியாளருக்கு இரண்டு காசுகளும், ஒவ்வொரு

மன்றாடியாரின் குடும்பத்துக்கு நான்கு படி நெய், இவற்றை வசூலிப்பவருக்கு ஒவ்வொரு கிராமமும் ½ கலம் வெள்ளை அரிசி; 1 கலம் பூரி-அரிசி, 50 பாக்கு, 2 பற்று வெற்றிலை, 1 நாழி உப்பு, மிளகு 1 உரி, நல்லெண்ணெய் 1 படி ஆகியவற்றைக் கொடுப்பவருக்குத் தேவையிருந்தால் வரி வசூல் செய்வோர் வீட்டிற்குள் புகுந்து, பாத்திரம் பாண்டங்களை எடுக்கவும் அதிகாரம் பெற்றிருந்தனர்.24 இது உண்மையிலேயே நடை பெற்றது என்று சொல்லுவதற்கில்லை. ஆனால், இவ்விசேஷ வரிகளின் முக்கியத்துவத்தைக் காட்டவே இம்மாதிரி அதிகாரங்கள் கொடுக்கப்பட்டன. இதற்கு நான்கு வருடங்கள் கழித்து, அதாவது கி.பி. 1174-ல் காஞ்சி மாநகர எண்ணெய் வணிகக் குழுவினரின் வேண்டுகோளுக்கிணங்க, கோயிலிலுள்ள ஒவ்வொரு செக்காலைக்கு ஒரு பழங்காசும் கடமையும் செலுத்திக் கோயிலில் விளக்கேற்றி வைக்கவேண்டும். இக்கடமையை "ஜாதி-தர்மமாக" விடாமல் செய்யவேண்டும்.25 கி.பி. 1232-ம் ஆண்டில் திருக் கண்ணபுரக் கோயிலுள்ள மகேஸ்வரர், குறைந்துகொண்டே போகிறது. கோயில் வருவாயை அதிகரிக்கக் கோயிலில் பணி செய்வோரிடமும், பூணூல் அணிந்துகொண்டிருப்பவர்களிடமும் ("பூணூலே குறியாக") ஒரு வரி விதித்தனர். வரிவசூல் செய் வதற்கும், வசூல் செய்பவர்களின் ஊதியத்திற்காகவும் தக்க ஏற்பாடுகள் செய்யப்பட்டன.26 சக்கந்தி (திருச்சி மாவட்டம்) கிராமத்திலுள்ள கோயில் பராமரிப்பிற்காகப் பேரிளமையார், அவ்வூர் விவசாயிகளிடமிருந்து பணம் வசூலித்தனர்.27 மூன்றாம் இராஜராஜனின் பதினொன்றாம் ஆண்டு, அதாவது கி.பி. 1257, கோவிலூர் நகரத்தார் தாங்கள் வசூலித்த சில கட்டணங் களை அவ்வூர் உசாத்தானம் உடையார் கோயிலுக்குத் தான மாகத் தந்தனர். அவர்கள் பின்வரும் வரிகளையும் வசூலித்த னர்: நிலத்தின் மீது விதித்த நிலக் கூலியும், பாடி காவல், கைவாசி மேலும், நகரத்திலிருந்து வரும் ஒவ்வொரு பொதுகை அரிசிக்கும் "காசு வர்க்கம்" என்ற வரி போன்றவை.28 1264-ம் ஆண்டு ஆலங்குடியிலுள்ள ரதக்காரர்கள், தாங்களே ஒரு கட்டணம் சேர்த்துக் கொடுத்தனர்.29 இறுதியாக, திருப் பழனத்தின் கல்வெட்டின்படி, நாடு, நகரம் 'பதினெண் விஷயம்' என்ற சபைகள் விவசாயக் கட்டணங்களையும், மிளகு, பாக்கு, துணி, அரிசி மீதான வரிகளையும் வசூலித்து அவற்றை அவ்வூரி லுள்ள கோயிலுக்குத் தந்தன.30

இம்மாதிரி ஊர்ச் சபைகளும், கழகங்களும் விதித்த வரிச் சுமை தாங்காமல் சில சமயம் மக்களைக் கடன் வாங்கத்

தூண்டியது. பொதுவாக வரிச்சுமை மக்களைச் சற்று வாட்டியது என்று தெரிகிறது. ஆனால், புது வரிகளும், தற்காலிக வரிகளும் விதித்தபோது, மக்களுடைய ஆதரவை முன்கூட்டியே நாடினர்.

சில சமயங்களில் குறிப்பிட்ட சில காரியங்களுக்காகவே சில வரிகள் ஒதுக்கப்பட்டன.[31] காவிரி ஆறும் அதன் கிளைகளும் பெருவெள்ளங்களால் கரைகளை உடைத்து ஊர்களை அழிக்காத வாறு இருமருங்கும் மிக்க வலிமையான கரைகள் அமைக்கும் பொருட்டு அவ்வாற்றங்கரையைச் சேர்ந்த ஊர்களில் வாழும் மக்களிடம் அவ்வூர்ச் சபையாரால் வாங்கப் பெற்று வந்த ஒரு தனி வரியே "காவிரிக்கரை விநியோகம்" என்று மூன்றாம் குலோத்துங்கனின் திருப்பாம்புரம் கல்வெட்டொன்று தெரிவிக் கிறது.[32]

நில அளவு

நிலங்களுக்கும் வீடுகளுக்கும்தான் முக்கியமாக வரி விதிக் கப்பட்டன. நிலவரி விதிப்பதற்கு வசதியாக நிலங்களெல்லாம் சீராக அளக்கப்பட்டு, அவைகளின் உரிமையாளரின் விவரங் களெல்லாம் மிகக் கவனத்துடன் அரசாங்கப் புத்தகங்களில் குறிக்கப்பட்டன. முதல் முறையாக மிக விரிவான வகையில் நில அளவு, முதலாம் இராஜராஜனின் காலத்தில்தான் நடைபெற்றது. அதற்குப் பிறகு அவ்வப்போது நில அளவு நடைபெற்றதைப் பற்றிக் குறிப்புகள் கல்வெட்டுகளில் காணப்படுகின்றன.[33] கி.பி. 1184-ம் ஆண்டில் தஞ்சை மாவட்டம் திருமங்கலத்தில் கிராமக் கணக்குப் புத்தகங்களில் குறிப்பிட்ட நில உரிமைக் குறிப்புக்களுக்கு மாறாக நிலங்கள் வேற்று மனிதர்களால் அனு பவிக்கப்பட்டுவந்தன.[34] இந்நிலைக்கு பல காரணங்களைச் சொல்லலாம்; ஒன்று, அவ்வப்போது நிலங்கள் கைமாறும் போது, உடனடியாகக் கணக்குப் புத்தகங்களில் குறித்துக் கொள்ளாதது ஒரு காரணமாகும். இரண்டாவதாக, பொது இடங்களான ஆற்றங்கரை; சிறு பாதைகள் இவற்றின் மீது தனிப்பட்டோர் ஆக்கிரமிப்புச் செய்து தங்கள் நிலங்களைப் பரப்பிக் கொள்ளுதல், கடைசியாக, விக்கிரமச் சோழப் பேராறு திசை மாறியதால் பல நிலங்கள் பாதிக்கப்பட்டன. ஆனால் அவற்றின் மீது பழைய விகிதப்படியே வரிகள் விதிக்கப்பட்டன. நிலங்கள் மற்றொரு முறை அளக்கப்பட்டு அவற்றின் புள்ளி விவரங்களெல்லாம் கல்வெட்டில் பொறிக்கப்பட்டன. கிராமங் களிலுள்ள கோயில்களும் அவற்றின் நில வரம்புகளும் இக்குறிப்புக் களில் அடங்கியிருந்தன. இக்கல்வெட்டிலுள்ள மற்ற நில உரிமை

விவரங்கள் பின்வருமாறு: பிடாரி அம்மனுக்குக் கிடா வெட்டுவதற்காக ஒதுக்கப்பட்ட நிலம்; நாவிதர்களுக்காக விடப்பட்ட குடியிருப்புகள்,[35] மற்றும் குயவர், தச்சர், கருமார், தட்டார், வண்ணார் ஆகியோருக்கு விடப்பட்ட நிலங்கள். வாய்க்கால் கரை கட்டுவதற்கு மண் எடுத்த நிலத்திற்கும், சுடுகாட்டிற்காக ஒதுக்கப்பட்ட நிலத்திற்கும் வரி விதிக்காமல், அவை நீங்கல் நிலங்களாக கருதப்பட்டன. ஒரு சில இடங்களில் மட்டும் தான், இக்கல்வெட்டு சிதைந்திருக்கிறது. மற்றப்படி ஒரு கிராம அமைப்பில் நிலங்கள் எவ்வாறு வகைப்படுத்தி வழங்கப்பட்டன என்ற முழு விவரங்களும் இக்கல்வெட்டின் மூலம் நமக்குத் தெரிய வருகிறது.

நில வகைகளும் வரிவிதிப்பு முறையும்

விளைபொருளில் எந்த அளவு அரசாங்கத்திற்குரியதாகும் என்ற கணக்கை எந்த ஒரு கல்வெட்டிலும் குறிக்கப்பெறவில்லை. ஆனால், ஒரு குறிப்பிட்ட நிலத்திலிருந்து அரசாங்கத்திற்காக வசூலிக்கப்பட்ட மொத்த நெல் அளவை மட்டும் கல்வெட்டுகளில் பொறிக்கப்பட்டுள்ளன. உதாரணமாக, முதலாம் இராஜாதி ராஜன் காலத்தில் சில நிலங்களுக்கு, ஒரு வேலிக்கு 28 கலம் என்றும், மற்றும் சில நிலங்களுக்கு 19 கலம் வீதமும் வரி, கோயிலுக்குச் செலுத்தப்பட்டது.[36] இதிலிருந்து நில வளத்தைப் பொருத்தே வரி விதிக்கப்பட்டது என்பது விளங்கும். நிலங்கள், அவற்றின் தரங்களுக்கேற்றாற் போல் பன்னிரண்டிற்கும் மேல்பட்ட வகைகளாக வகை செய்யப்பட்டிருந்தன. இவ் வகைக்குள் சேர்க்கப்படாத நிலங்கள் "தர மிலி" என்று வேறு படுத்தப்பட்டன.[37] விளைபொருளுக்கும், வரித்தொகைக்கும் உண்டான விகித முறை எங்கும் வெளிப்படையாகக் குறிக்கப் பட்டுள்ளதாகத் தெரியவில்லை. ஆகையால், சோழர் காலத்திய நிலத்தீர்வு விகிதத்தைத் தற்கால விகித முறையுடன் ஒப்பிடுதல் பயனற்ற முயற்சியாகும்.[38] மனு நீதியையே அரசர் பின்பற்றினார் என்பதும், விளைபொருளில் ஆறில் ஒரு பங்கு (1/6) அரசருடைய தாகும் என்பதெல்லாம் உடனடியாக ஒப்புக்கொள்ளக்கூடியதாக இல்லை.[39] ஒரு வேலி நிலத்திற்கு ஒரு கலம் நெல் கோயில் பங்காக செலுத்தப்பட்டது என்று தஞ்சையிலுள்ள முதலாம் இராஜ ராஜன் கல்வெட்டுகள் கூறுகின்றன.[40] நிலங்களின் தரம், தற்காலத்தியதைப் போலவே இருந்ததாக வைத்துக் கொண்டால், கோயிலின் பங்கு கிட்டத்தட்ட மூன்றில் ஒரு பங்காகும். அரசாங்கத்தின் பங்கே கோயிலுக்குத் தானமாகக் கொடுக்கப்

பட்டதால் மூன்றில் ஒரு பங்கே அரசாங்கத்திற்குச் சேரவேண்டிய பங்காகும். இம்முடிவு சரியாக இருக்குமாயின், இந்தியாவில் மற்ற பாகங்களில் நிலவிய நிலவரி விகிதத்திற்குச் சோழர் காலத்தில் நிலவரி விகிதம் எவ்விதத்திலும் குறைந்ததாக இல்லை என்பது தெளிவாகும். 19-ம் நூற்றாண்டுத் தொடக்கத் தில் அனந்தப்பூர் மாவட்டத்தில் விளை நிலத்தில் 45¼% அரசாங்க வரியாக வசூலிக்கப்பட்டது என்று மன்றோ அவர்கள் குறிப்பிட்டுள்ளார்கள்.[41]

விளை நிலங்களின் தராதரமும், அவற்றின் மீது விதிக்கப் பட்ட தீர்வையும், விளைச்சலின் அடிப்படையில் அவ்வப்போது பரிசீலிக்கப்பட்டன.[42] ஏதோ சில நிலங்களுக்கு மட்டும்தான் நிரந்தரமாகத் தரம் நிர்ணயிக்கப்பட்டது. தருமங்களுக்காக விடப் பட்ட நிலங்களின் தரத்தையும், நிலத்தீர்வையையும் உயர்த்தக் கூடாது என்று நாட்டாரும், சபையோரும் தீர்மானித்த சில சூழ்நிலைகள் கல்வெட்டுக்களில் காணப்படுகின்றன. இவ்வாறு நிரந்தரமாக நிலத் தீர்வையையுடைய நிலங்கள் "நிலை-இறை" என்று வழங்கப்பட்டன. சோழச் சிற்றரசர், கந்தன் மறவர் ஆணைக்கு இணங்க குன்றக் கூற்றத்து நாட்டார் சில நிலங்களை ஒரு பொது நல ஊழியருக்கு "ஜன்ம பூமி"யாக வழங்கி அதற்காக 25 கழஞ்சு பொன் நில இறையாகக் கருவூலத்தில் செலுத்த வேண்டுமென்றும் தீர்மானித்தார் என்று பரகேசரியின் 15-ம் ஆட்சி ஆண்டுக் கல்வெட்டுக் கூறுகிறது.[43] பழையனூர் மகாதேவர் கோயிலுக்கு அவ்வூர் தேவதான நிலங்கள் செலுத்தவேண்டிய "நில இறை" முதலாம் இராஜேந்திரனால் நிரந்தரமாக நிர்ணயிக்கப்பட்ட விவரத்தை திருவாலங்காட்டுச் செப்பேடுகள் குறிக்கின்றன.[44]

இறைப் பெயர்கள்

குறிப்பிட்ட சில கல்வெட்டுகளைப் பார்த்தாலே, அக்காலத் திலிருந்த பல்வேறு இறைப் பெயர்களும் கட்டடங்களைப் பற்றிய செய்திகளும் நமக்குக் கிடைக்கின்றன. இறைப் பெயர்கள் நிறைய இருந்தாலும், பெருவாரியானவை அவ்வப்பகுதிகளில் மட்டுமே விதிக்கப்பட்டன. சோழப் பேரரசு முழுவதும் விதிக்கப்பட்ட வரி களின் எண்ணிக்கை குறைவு. கி.பி. 944-ல் உக்கல் சபை ஒரு தீர் மானம் நிறைவேற்றியது.[45] அதன்படி வெட்டி (கட்டாய வேலை) வெதிலை, வாலக்காணம் போன்ற வரிகள் விஷ்ணு கோயிலுக்குச் சொந்தமான சோதியம்பாக்கம் கிராமத்துக் குடியானவர் களிடமிருந்து சபை வாரியங்களாக வசூலிக்கப்பட்டன, மேலும் அவர்களிடமிருந்து "மன்றுபாடு", "குற்றம் தோஷம்" போன்ற

அபராதக் கட்டணங்களை வசூலிக்கும் அதிகாரம் கோயிலுக்கு வசூலிக்கப்பட்டது.[46] காஞ்சிபுரத்தில் ஊரகப் பெருமாள் கோயிலைச் சார்ந்த சோழா நியமம் என்னும் பகுதியிலுள்ள பழங்குடி மக்கள் சில பழைய வரிகள் கட்டுவதிலிருந்து விலக் களிக்கபட்டனர்.[47] ஆனால், வெளியூரிலிருந்து அங்கு வந்து புதிதாகக் குடியேறியவர் மட்டும் ஒரு வீட்டிற்கு ¼ படி எண்ணெயும் 2 நாழி அரிசியும் அவ்வூர்க் கோயிலுக்குக் கொடுக்க வேண்டும். ஆனால், நகரசபை விதித்த் வரிகளை அவர்களும் கொடுக்க வேண்டியதில்லை. இச்செய்திகள் இப்போது சென்னை அருங்காட்சியகத்தில் இருக்கும் உத்தமச் சோழர் செப்பேடு களில் காணப்படுகின்றன. ஊரகப் பெருமாள் கோயிலுக்கு நிவந்தங்களாக அளிக்கப்பட்ட "கோல் நிறைக் கூலி"யும், "கால் அளவு கூலி"யும், நிறுத்தலளவுக்கு உட்பட்ட பொருள்கள்மீது வசூலிக்கப்பட்ட வரிகளாகும் என்று செப்பேட்டின் வடமொழிப் பகுதிகளிலிருந்து தெளிவாகிறது.[48] ஒரு கலத்திற்கு அரை நாழி என்ற விகிதத்தில் விதிக்கப்பட்ட இவ்விறைச் சிற்றிறையாகவே இருந்திருக்கவேண்டும். இது முதல் இராஜராஜனின் திருவாமாத் தூர் கல்வெட்டிலிருந்து தெரியவருகிறது.[49] திருவாமாத் தூரில் நெடுநாள் வரை கோயில் நெல்லைக் குத்தகைக்காரர் களிடமிருந்து அளந்து கோயிலில் கொண்டுவந்து சேர்த்த பணியாட்களுக்குக் "கூலி" என்ற கட்டணம் கொடுக்கப்பட்டு வந்தது. கி.பி. 1110-ல் கோயில் விவகாரங்களின்மீது ஒரு விசாரணை நடத்தி இக்கூலித்தொகைக் கோயிலில் பணிபுரிந்த உவச்சரிடம் கொடுக்கப்பட்டது. முதலாம் இராஜேந்திரனின் 4-ம் ஆட்சி ஆண்டில் திருவல்லத்து மக்கள் கிணற்றுத் தண்ணீருக்காகவும் உகப்பார் பொன் உபயோகித்தற்காகவும் சில வரிகள் கட்டினார்கள், உகப்பார் என்பது திருமணம் முதலிய மங்கல நிகழ்ச்சிகளுக்கு விதிக்கப்பட்ட சிறு கட்டணமாகும்.[50] முதலாம் இராஜேந்திரனின் 6-ம் ஆட்சி ஆண்டில் "பரிகாரங்கள்" என்ற பல்வேறு இறைகள் கோயிலுக்குத் தானமாக வழங்கப் பட்டதைத் திருவாலங்காட்டுக் செப்பேடுகள் தெரிவிக்கின்றன. இனி அரசாங்கத்திற்குப் பதிலாகக் கோயிலே பரிகாரங்களை வசூல் செய்யும்.[51] கி.பி. 1021-ம் ஆண்டில் வேம்பற்றூர்ச் சபை ஸ்ரீகுடித்திட்டைக் கோயிலிலிருந்து 65 காசுகளைப் பெற்று அதற்காகக் கொடுக்க வேண்டிய வட்டிக்குப் பதிலாகக் கோயில் நிலங்கள் மீது விதிக்கப்பட்ட பின்வரும் வரிகளை வசூல் செய்வதை நிறுத்தி வைப்பது என்று தீர்மானித்தது.[52] "சித்தாயக்காசு", "பஞ்சவார நெல்", உளுந்து, பருப்பு, எண்ணெய், நெய், "ஊரிடு வரிகள்", "ஏரி ஈவு", வேதனை

(கட்டாயப் பணி) மற்ற சிற்றிறைகள். ஐந்து வேலி பிரமதேய நிலங்களை வெள்ளான் வகையாக மாற்றிய பிறகு, அவற்றின் மீது இறையாக 642 கலம், 6 குறுணி, 2¾ நாழி 2½ செவிடு நெல் விதிக்கப்பட்டன. மேலும் உருவுகோல் நிலன் காசு என்று 35¼ காசும், காட்சி எருது காசு என்று 5 காசும் வசூலிக்கப்பட்டன என்று திருவாலீச்சுரத்திலுள்ள சுந்தர சோழ பாண்டியன் கல்வெட்டில் காணப்படுகிறது[53] கீழூரில் பின்வரும் "ஆயம்" பணமாக வசூலிக்கப்பட்டது: மரமஞ்சாடி, பாடிக் காவல், வேண்கோள், மனைக் காட்சிப் பேறு, கூறைக்காசு, கிடாக்காசு மற்றும் சில. மலையமான் சிற்றரசர்கள் சில நிலங்களைக் கோயிலுக்காக ஒதுக்கி, அவற்றின் மீது மேலே குறிப்பிட்ட ஆயங்களைத் தவிர வேறு எந்த வரியும் விதிக்கக்கூடாது என்று பணித்தனர்.[54] மரமஞ்சாடி என்பது பயன்தரும் மரம் ஒவ்வொன்றின்மீதும் விதிக்கப்பட்ட ஒரு மஞ்சாடிப் பொன்னாகும். கிராமக் காவல்காரனுக்குக் கொடுக்கப்பட்ட ஊதியத்திற்காக வசூலிக்கப்பட்ட இறைதான் "பாடிக் காவல்"ஆகும். "கிடாக்காசு" என்பது ஒவ்வொரு கிடா ஆட்டின் மீதும் விதிக்கப்பட்ட சிற்றிறையாகும். மேலே சொல்லப் பட்ட மற்ற இறைகளின் விவரம் விளங்கவில்லை. திருபுவனையி லுள்ள முதலாம் இராஜாதிராஜனின் கல்வெட்டொன்று சில முக்கியமான செய்திகளைத் தருகிறது.[55] 72 கல் நிலத்திற்கு 12,000 கலம் நெல் மேல் வாரமாக அளிக்கப்பட்டது. அதாவது ஒரு வேலிக்கு 166 2/3 கல நெல் என்ற விகிதம் தெரியவருகிறது. இவ்வாறு மேல் வாரம் செலுத்திய பிறகு குடியானவர்களிடம் ஏரியாயம் பாடிக்காவல் கூலி, குளத்திற்காகக் காட்டாயப் பணி (அமஞ்சி) என்ற இறைகளைத்தான் வசூலிக்க வேண்டும். வெள்ளான் இறை, உழவிரை ஆள் போன்ற வாடிக்கை இறை களை வசூலிக்கக்கூடாது. வீர ராஜேந்திரனின் 2-ம் ஆட்சி ஆண்டு, மூன்று நாடுகளைச் சார்ந்த கிராமங்களிலிருந்து வரக் கூடிய சில வரித்தொகைகள் அரசர் பிறந்த நாளில் திருவெண் காட்டுக் கோயிலில் சிறப்பு வழிபாடுகளுக்கும் திருவிழாக்களுக் கும் செலவிடப்பட்டன. அவ்வரிகளாவன: ஊர்க்கழஞ்சு, குமரகச் சாணம், மீன் பட்டம், ஆற்றுப் பட்டம்,, தட்டாரப் பட்டம், தறிப் புடவை, தசவந்தம், வேலிக்காசு, சேவகக்காசு, வலங்கை இடங்கை மகண்மை, திங்கள் மோகம், பன்மை, பண்டவெட்டி[56] போன்றவை. இதே இறைகள் செங்கற்பட்டு மாவட்டத்திலுள்ள அச்சிறுப்பாக்கம் கோயிலுக்கும், அதே அரசர் காலத்தில் தான மாகக் கொடுக்கப்பட்டதை அங்குள்ள கல்வெட்டு அறிவிக்கிறது.[57] அதில் 'அந்தராயம்' என்ற பெயரில் இறையிலிக்காசு, பன்மை,

பண்டவெட்டி, உகவைப் பொன், காவல் சேவகம் போன்ற எல்லாமே உள்ளடக்கமாகப் பேசப்படுகிறது. மற்றவை குடிமை, கடமை என்ற தலைப்பில் அடங்கும். ஆனால், எந்த அடிப்படையில் இப்பாகுபாடுகள் செய்யப்பட்டன என்பது விளங்கவில்லை.

கி.பி. 1100-ல் தென் திருவாங்கூர்ச் சோழபுரத்திலுள்ள தேவதான நிலங்களின் மீது மாடைக் கூலி, தசவந்தம், அந்தராயம், சில் குடிமை என்ற இறைகள் விதிக்கப்பட்டன,[58] தென்னேரியில் சில நிலங்களில் வசிக்கும் மக்கள் மட்டும் வாசல் திறமும், மனையிறைச் சோறு, வெட்டி முட்டை ஆள் ஆகியவற்றைக் கட்டவேண்டியதில்லை என்று தீர்மானிக்கப்பட்டது. அதே நிலங்களின் மீது நீர்நிலை அந்தராயமும் சில சில்லிறையும் மகாசபை கட்டுவதென ஒப்புக்கொள்ளப்பட்டது.[59] கி.பி. 1123-ல் திண்டிவனத்தில் பல ஆண்டு கட்ட வேண்டிய இறைத் தொகை முன் பணமாகக் கட்டவேண்டியவர்கள் 20 காசு பெறுமான நிலத்திற்கு 100 காசு கொடுக்கவேண்டும். அதில் கிடைக்கும் வெட்டிப் பணத்தைக்கொண்டு பின்வரும் வரிகளுக்காக எடுத்துக்கொள்ளப்படும். "சென்னீர் அமிஞ்சி, திருவெழிச்சி குடிமை, பெருவரி சில்லிறை, எச்சோறு, வெட்டி, முட்டையாள், கோயில் வாசலில் போந்த குடிமை எப்பேற்பட்டதும்"[59a] கிராமத்தின் நத்தக் கொல்லைக் குடியிருப்புப் பகுதியிலிருந்து வசூலிக்கப்பட்ட இறையாவன: "உப்புக்காசு, சென்னீர் அமிஞ்சி, திருவெழிச்சிக் குடிமை, எச்சோறு, கூற்று-நெல்லு-எப்பேர்ப்பட்டன" என்பனவாகும்.

மதுராந்தகம் ஊர்ச்சபை மேய்ச்சல் நிலங்கள் சிலவற்றை விற்றது. அப்போது "மனை இறவைக் கடவை" என்ற வரிகள் கட்டுவதனின்றும் விலக்கு அளித்தன.[60] மூன்றாம் இராஜராஜன் காலத்தில் குறிக்கப்பட்டுள்ள சில வரிகளாவன: "மாப்பதக்கு, கண்காணி, தறியிறை, தச்சர், கருமார் போன்றோர் கொடுத்த மகண்மை, வணிகர் கொடுத்த பேர்வரி,[61] அவரது 15-ம் ஆட்சி ஆண்டுக் கல்வெட்டுப்படி தனியாட் பேறு கண்காணி, மா நெல்லு என்ற வரிகள் வயலூரில் வசூலிக்கப்பட்டன.[62] விரிஞ்சிபுரத்து அருகிலுள்ள பொய்கையில் அதே அரசனின் 22-ம் ஆட்சி ஆண்டின் கல்வெட்டுப்படி "கார்த்திகை அரிசி", "கார்த்திகைப் பச்சை, மற்றும் சில காசு ஆயம், கடையிறை, ஆசீவர்களிடமிருந்து வாங்கிய ஆசீவிகக்காசு போன்ற இறைகள் குறிப்பிடப்படுகின்றன.[63] அதே ஊரில் அவருடைய 25-ம் ஆட்சி ஆண்டுக் கல்வெட்டு கணக்க வரி, எடுத்துக் கொட்டி, அரிமுக்கை, வெட்டிப்புடவை, முதற்றிரமம், வகைந்த காசு, பட்டோலைக்

காசு, முள்ள சின்னம், வேலிப்பயறு, தாப்படி அரிசி, அச்சதறி, சாலி கைத்தறி, தூசகத் தறி, பறைத் தறி என்ற வரிகளைக் கூறுகிறது.[64] அவருடைய 30-ம் ஆட்சி ஆண்டில், திருவண்ணா மலைக் கல்வெட்டு, பட்டித் தண்டம், மாவடை மரவடை என்ற இறைப் பெயர்களைத் தருகிறது.[65] இப்பெயர்களின் முழு விளக்கம் நமக்குத் தெரியவில்லை. ஆனால் பல்வேறு ஊர்களில் வழக்கிலிருந்த பல இறை வகைகளைப் பற்றி நாம் அறிகிறோம். மேலும், இறை எண்ணிக்கையை ஒரு திட்டமின்றி பெருக்கிக் கொண்டதையும் உணருகிறோம். அரசின் வலியும் திறமையும் குறையக் குறைய வரிகளின் எண்ணிக்கை உயர்ந்தது எனலாம். எவ்வாறு பார்த்தாலும் பிற்காலச் சோழர் ஆட்சியில் இறையீட்டு முறை குழப்பமும் சிக்கலும் நிறைந்து மக்களுக்கு இன்னல் விளைவித்துப் பொருளாதார வளர்ச்சியைத் தடுத்தது என்பதில் ஐயமில்லை.

ஆதி இராஜேந்திரன் காலத்தில் திருவல்லம் கோயில் தேவதான நிலங்கள் கட்டவேண்டிய் கீழிறைப் பட்டம், அந்த ராயம் போன்ற இறைகளுக்காக மொத்தமாக 1,000 கலத்திற்கு 25 காசு வீதம் வசூலிக்கப்பட்டது.[66] இந்த 1,000 கலம் என்பது என்ன? மொத்த விளை நெல்லின் அளவைக் குறிக்கிறதா அல்லது கோயிலின் பங்கை மட்டும் குறிக்கிறதா? முதலில் கூறியபடி இருந்தால் நிலத்தின் மீது விதிக்கப்பட்ட வரிச்சுமை மிக அதிகம் என்றே கூற வேண்டும். ஒரு காசு, 4 கலத்திற்குச் சமம் என்று அதே கல்வெட்டுக் கூறுவதால் இச்சிற்றிறைகள் மட்டும் ஏறத் தாழ 10 சதவிகிதம் ஆகின்றன. மொத்த விளைச்சலுக்குப் போடப்பட்ட தீர்வை எனின், விவசாயிகள் கிட்டத்தட்ட 40 சதவிகிதம் வரை இறையாகக் கொடுத்தனர். இது பிற்கால விஜய நகர ஆட்சியிலும் மொகலாயர் ஆட்சியிலும் நிலவிய இறைச் சுமைக்குச் சற்றும் குறைந்ததில்லை.

பாடிக்காவல்

“பாடிக்காவல்” என்ற இறை அடிக்கடி கல்வெட்டுகளில் குறிக்கப்படுவதால் அதைப் பற்றிய சில விவரங்களைத் தெரிந்து கொள்ளுவோம். எல்லா கிராமங்களும் தங்கள் சொத்துக்களைப் பாதுகாக்க இரவு நேரங்களில் காவல் போட்டன. ஒரு காவல் காரனை நியமித்து அவனுக்குச் சம்பளம் கொடுத்தன. கிராமச் சொத்துக்களுக்கு அவனே பொறுப்பேற்றான். களவு போன பொன்னைக் கண்டுபிடிக்கவேண்டும். தவறினால் சில சமயங் களில் அவனே அவற்றுக்கு ஈடு செய்து கொடுக்க வேண்டும்.

இம்முறை தமிழ் நாட்டில் தொன்றுதொட்டு நிலவி வந்துள்ளது. இதற்காகப் "பாடிக் காவல் கூலி" என்ற இறை கிராம மக்களிடம் வசூலிக்கப்பட்டது. இது சோழர் ஆட்சியில் நிரந்தர மாக வசூலிக்கப்பட்ட இறையாகும். சோழர் ஆட்சியின் பிற்பகுதியில் சிற்றரசர்களின் ஆதிக்கம் பெருகியபோது அவர்களே இந்த வரியை வசூலித்துக்கொண்டனர். அவர்களுடைய ஆதிக்கம் பெருகியதால் மத்திய அரசின் வீழ்ச்சி எளிதாகிற்று. இதற்கு முன்னர், இந்த வரிகளை அதிகாரிகள் வசூலித்தபோது சிற்றரசர்கள் கட்டுக்கடங்கி இருந்தனர். ஆனால் சிற்றரசர்கள் அதை அரசியல் ஆக்கிரமிப்புக்கு ஒரு கருவியாகப் பயன்படுத்தினர். தஞ்சையிலுள்ள தலைச்சங்காட்டில் கி.பி. 1221-ல் பாடிக் காவலருக்கு வீடுகளும் ஊதியமும் கொடுக்கப்பட்டன.[67] பல சமயம் ஒரு நாடு முழுவதுமுள்ளப் பாடிக்காவல் பொறுப்பை ஒருவரே ஏற்று அதற்காகப் "பாடிக்காவல் காணி"யும் அனுபவித்தார். தங்கள் பெருமையைக் காட்டிக்கொள்வதற்கும் அல்லது உண்மையான பக்தி காரணமாகவோ கோயில்களிலிருந்து பெறவேண்டிய காவல் கூலித் தொகையைக் கோயில்களுக்கே நன்கொடையாகத் திருப்பிக் கொடுத்து அதைக்கொண்டு வழிபாடுகளும் திருவிழாக்களும் நடக்க ஆவன செய்தனர். இம்முறையையே வானகோ வரையர், மலையமான், முத்தரையர், சாம்பூவராயர், காடவராயர் போன்ற சிற்றரசுகள் கையாண்டனர்.[68] "பெரும்பாடி காவல்"[69], "மேற்பாடி காவல்"[70] ஆகிய இரண்டுமே விரிவான காவல் அதிகாரங்கள் அல்லது மேல் அதிகாரப் பொறுப்புக்களைக் குறிப்பன.

இறையிலி

கல்வெட்டில் அடிக்கடி இறையிலி என்ற சொல் காணப்படுகிறது. இதை, எல்லா "இறைகளிலிருந்தும் விலக்கப்பட்ட" என்ற பொருளில் வருவதாக எண்ணலாகாது. குறிப்பிட்ட சில வரிகளிலிருந்து மட்டுமே விலக்கல்கள் செய்யப்பட்டன. இறையிலி நிலங்களின்மீதுள்ள சில வரிகளுக்கு மட்டும் விலக்களிப்பட்டன. இறையிலி நிலங்களிலிருந்தும் சில கட்டணங்கள் வசூலிக்கப் பட்டன என்பது "இறையிலிக்காக" என்ற சொல்லிருந்து தெரிகிறது.[70a] மேலும், முதலாம் இராஜராஜனின் திருப்பான்மலை (வட ஆர்க்காடு) கல்வெட்டிலிருந்து,[71] ஊரகம்பாடியைத் திருப்பான் மலையை சமணப் பள்ளிக்கு இறையிலி, பள்ளிச் சந்தமாகத் தரப் பட்டதாகத் தெரிகிறது. முதலாம் இராஜராஜனின் 8-ம் ஆட்சி ஆண்டுக்கு முன் அப்பகுதி ஆதிக்கம் செலுத்திய இலாட

சிற்றரசர்கள் அவ்வூர்க் கோயிலில் 'கற்பூர விலை' என்னும் இறையை வசூலித்துக்கொண்டனர். இதனால் கோயிலின் ஏனைய செலவு களுக்குப் பணம் குறைந்துவிட்டது.[72] பிறகு இலாட சிற்றரச னான வீரசோழனும் அவன் மனைவியும் கோயில் வழிபாட்டிற்குப் போனபோது அவர்களிடம் கோயில் அதிகாரிகள், தங்கள் கஷ்டத்தைத் தெரிவிக்கவே, "கற்பூர விலையையும் தண்ட இறையையும் இனி செலுத்தவேண்டியது இல்லை" என்று பணித்தனர். பின்னே, சொல்லப்பட்ட இறையிலி எதற்காக விதிக்கப்பட்டது என்று தெரியவில்லை.[73] இறையிலி நிலங்களும் இறையிலியாகத் தொடர்ந்து இருப்பதற்கு அவ்வப்போது ஒரு மொத்தத் தொகை கட்டவேண்டும். இதை இறையிலி வரிசைப் படி இறை முதற்காசு, தண்டக்கடவதானப்படி தவிர என்று திருக்கடையூரிலுள்ள மூன்றாம் இராஜராஜன் கல்வெட்டுக் கூறு கிறது.[74] அதே கல்வெட்டு, இறையிலி நிலங்களை "காசு கொள்ளா ஊர்க்கீழ் இறையிலி" என்றும் குறிக்கிறது. ஊர்ச் சபை அதிகாரத்தின் கீழ் இவை இறையிலியாக உள்ளன என்று பொருள் கொள்ளலாம் அல்லது ஊர்ச்சபை இறைகளுக்கு மட்டும்தான் விலக்கே அன்றி, ஏனைய அரசாங்க வரிகளி லிருந்து விலக்கு இல்லை என்று கொள்ளலாம்.

வரி விதிக்கக் கூடாத நிலங்கள்

ஒவ்வொரு கிராமத்திலும் எந்தவிதமான வரியும் விதிக்கப் படாத சில நிலங்கள் இருந்தன என்று முதலாம் இராஜராஜனின் தஞ்சைக் கல்வெட்டு மூலம் தெரிகிறது. வீட்டு மனைகள் (ஊர் நத்தம்), கோயில் இருக்கும் நிலம், குளம், வாய்க்கால், பறைச் சேரி, கம்மாளச்சேரி, சுடுகாடு இவற்றின் மீது வரி விதிக்கப்பட வில்லை.[75] இந்நிலங்களின் பரப்பளவை கிராமத்திலுள்ள மொத்த நில அளவிலிருந்து கழித்து வரி வசூலிக்கத் தக்க நிலங்களின் அளவு நிர்ணயிக்கப்பட்டது. இறையிலி நிலங்கள் பலவகைப் பட்டன என்பது உறுதியாகத் தெரிகின்றன.

கி.பி. 1223-ம் ஆண்டில் ஏற்பட்ட திருவொற்றியூர்க் கல்வெட்டுப்படி அவ்வூரில் சில நிலங்கள் முதலில் 'இறங்கல்' எனக் கருதப்பட்டு, ஒரு விசாரணைக்குப் பிறகு 'நீங்கல்' எனத் தீர்மானிக்கப்பட்டன.[76] இந்நாள் வரை செலுத்தப்படாத வரி களைக் கோயில் கருவூலத்தில் கட்டவேண்டுமென்று ஆணையிடப் பட்டது. இறங்கல் நிலங்களுக்கு வரி கிடையாது; ஆனால், நீங்கல் நிலங்கள் அரசாங்க வரிப் பதிவேட்டிலிருந்து நீக்கப் பட்டு வேறு ஒரு ஸ்தாபனத்தார் கணக்கிற்கு மாற்றப்பட்ட

தாகும்.[77] கி.பி. 1223-ல் யாருக்கும் சொந்தமில்லாத சில விளை நிலங்களை தலைச்சாங்காட்டுக் கிராம சபை மூன்று சிவாலயங்களுக்கு இறையிலி தேவதானமாக வழங்கியது. ஆனால், ஒரு நிபந்தனை என்ன எனில் வரிப்புத்தகம், ஒழுகு ஆகியவற்றில் இறையிலியாகக் கருதப்படாமல் "திறப்பு" (அதாவது இறையிடக் கூடிய நிலையில்) என்று பதியப்பட்டிருந்ததால், அதற்கான வரிகளை விதிக்கும்போது அவற்றைக் கிராமத்தாரே ஏற்கவேண்டும் என்பதாகும்.[78] அதாவது, தானம் கொடுத்தபோது அந்த நிலங்கள் தரம் வகைப்படுத்தப்படாமல் இருந்தன. சபை, அவற்றை இறையிலியாகக் கருதியது. ஆனால், அரசாங்கத்தாரின் அங்கீகாரம் இன்னும் பெறப்படாத காரணத்தால் மேலே சொல்லப்பட்ட நிபந்தனை விதிக்கப்பட்டிருக்கவேண்டும். மத்திய அரசாங்கம், சபை ஆகியவற்றுக்கிடையே இருந்த உறவுகளைப் பற்றி கல்வெட்டுகள் மூலமாக நமக்கு இவ்வாறு பல செய்திக்கதிர்கள் கிடைக்கிறன.

வரிச்சுமை

அரசாங்கம் மற்றும் சபைகள் முதலியவை விதித்த இறை களையும் கட்டணங்களையும் பார்க்கும்போது, அவற்றிலிருந்து அவ்வப்போது அளிக்கப்பட்ட நீக்கங்கள், வரி விலக்குகள் ஆகியவற்றைப் பார்க்கும்போது அக்காலத்திய வரிச் சுமையை எளிதில் கணக்கிட இயலவில்லை. பொதுப்படையான வரிகள் மத்திய அரசாங்கத்தாரால் விதிக்கப்பட்டுப் பேரரசு முழுவதும் ஒரே அளவாக வசூலிக்கப்பட்டிருந்தபோதிலும் ஊர்ச் சபைகளும் ஏனைய ஸ்தாபனங்களும் விதித்த வரிகள் பகுதிக்குப் பகுதி வேறுபட்டிருக்கலாம். மேலும் பெரிய அதிகாரிகளுக்கும் சிற்றரசர்களுக்கும் கோயில்களுக்கும் வரி வசூல் உரிமைகள் இருந்தன. ஒரே சீரான முறையை அவர்கள் கையாண்டதாகச் சொல்வதற்கில்லை. அவர்கள் கொடுமை விளைவித்தால், அரசாங்கத்திடம் முறையிடுவது அல்லது ஊரை விட்டு வெளியேறுவது என்ற இரண்டு பரிகாரங்களே மக்களுக்கு இருந்தன. அரசாங்க நிர்வாகம் திறமையாக இயங்கிய போதிலும், வரி வசூல் அமைப்புக்கள் ஏராளமாக இருந்ததால் ஒரே நிலையான வரி விதிப்பு முறை நடைமுறையில் இருந்திருக்க முடியாது.

வரி வசூல் முறை

வரி வசூலில் கொடுமையான முறைகள் கையாளப்பட்ட தற்குச் சான்றுகள் உண்டு. கி.பி. 1001-ல் சில படையிலார்

என்னும் அதிகாரிகள் மகேந்திர மங்கலச் சபையாரைத் தண்ணீரில் முக்கியும் வெய்யிலில் நிறுத்தியும் சித்திரவதை செய்தனர். எனவே, அவர்கள் தஞ்சைக்குச் சென்று இராஜராஜனிடம் முறையிட்டனர். ஆனால், அரசர் அவர்கள் குறைகளைப் படைத் தலைவர்களின் தீர்ப்புக்கே திருப்பி அனுப்பிவிட்டார்.[79] அவ்வப் பகுதிகளில் உள்ள அதிகாரிகளை ஆதரிப்பது என்ற இன்றைய நிர்வாக மரபு அக்காலத்திலும் இருந்தது என்பதை இதிலிருந்து உணரலாம். இராஜேந்திரனின் மூன்றாம் ஆட்சி ஆண்டில் செண்பைக் கிராமத்தில் ஒரு பெண்மணியிடம் வரி வசூலிக்கச் சென்ற அதிகாரி தகாதமுறையில் நடந்துகொண்டபடியால் அவள் நஞ்சுண்டு உயிர் நீத்தாள்.[80] அப்பாவத்திற்காக அவ்வதிகாரி கோயிலுக்கு 32 காசு தானம் வழங்கி விளக்கு ஏற்றினான்.[81]

சோழர் ஆட்சியின் தொடக்கக் காலத்தில் வரி வசூல் முறை சில சமயம் மட்டுமே கொடுமையாக இருந்தது. பிற்பகுதியில் ஒரு புதுச் சிக்கல் தோன்றிற்று. ஆங்காங்கு சிற்றரசர்கள் தலை தூக்கியதால், வரி வசூலில் கொடுமைகள் மலிந்தன. கி.பி. 1213-ல் திருவொற்றியூரில் வருத்தத்திற்குரிய ஒரு நிகழ்ச்சி நடந்தது.[82] யாதவராயச் சிற்றரசன், பொன்வரி விகிதத்தை அதிகமாக்கி, ஒரு வேலி நிலத்திற்கு ¼ மாடை வீதம் வசூலித்தான். நீக்கல்கள், சலுகைகள் ஆகிய விதிவிலக்குகள் இல்லாமல் எல்லாக் கிராமங்களுக்கும் நகரங்களுக்கும் புதிய விகிதத்தை அமுல் செய்தான். அவனுடைய அதிகாரி ஒருவன் புன்னைவாய லுக்கு வந்து இயன்றளவு கூடுதலாக வரி வசூலித்ததோடு அவ்வூர்ச் சபையினரையும் சிறைப்படுத்தினான். பின்னர் அவர்கள் தாங்கள் செலுத்தவேண்டிய மிகுதியான வரிக்காகக் கிராமத்தில் 80 வேலி விளை நிலங்களையும் குடியிருப்பு நிலங்களையும் 200 பழங் காசுகளுக்கு விற்றுக்கொடுத்தனர். ஆனால் இந்நிலங்களை விலைக்கு வாங்கியவர் அவற்றைத் திருவொற்றியூர்க் கோயிலுக்கு வழங்கி அங்கு வழிபாடும் கல்வியும் நடைபெற ஆவன செய்தார். இவ்வாறு கொடுமையான சூழ்நிலைகளில் வாங்கிய நிலங்களைச் சொந்த உபயோகத்திற்கு வைத்துக்கொள்ள ஒருவருக்கும் மனம் வராது. சபையார்பட்ட துயரத்திலிருந்து அவர்களை மீட்ப தற்காகச் செல்வர் ஒருவர் அவ்வளவு நிலங்களையும் விலைக்கு வாங்கி, வரிப் பாக்கியைக் கட்டியிருக்கிறார் என்றே கூற வேண்டும். கிராமத்திற்கு ஏற்பட்ட நஷ்டத்தை ஈடுகட்டும் முறையில் அந்தச் சொத்துக்களைப் பொது நன்மைக்குப் பயன் படுத்திவிட்டார். தஞ்சை மாவட்டத்தின் மையமாக விளங்கும்

மன்னார்குடியில் கி.பி. 1238-39-ல் வரிக் கொடுமைகளைப் பற்றி மிகவும் ஆதாரமான செய்திகள் கிடைத்துள.[83] பல அதி காரிகள் அவரவர் விருப்பப்படி வரி விதித்ததால், நிலைமை மாறும் வரை விவசாயம் செய்வதில்லையென்று மக்கள் அனை வரும் முடிவு செய்து, தங்கள் எதிர்ப்பைத் தெரிவித்தனர். இந்தத் தீர்மானத்தின் வாசகம், சோழப் பேரரசின் சீர் குலைவுக்கு எடுத்துக்காட்டாக விளங்குகிறது: "பலரும் கை வந்தபடி தண்டிக் கொகையாலே எங்களுக்குத் தரிப்பறுதி யாலே..." என்று மன்னார் குடி சபையும் மற்றும் அதற்கு அருகேயுள்ள ஐந்து நாட்டுச் சபைகளும் ஒன்று சேர்ந்து முடிவு செய்தன. சில நியாயமான வரிகள் தவிர வேறு எந்த இறையையும் மக்கள் செலுத்தக்கூடாது என்று அவர்கள் தீர் மானித்தனர். மொத்தத்தில் பார்க்கும்போது இத்தகைய வரிக் கொடுமை நிகழ்ச்சிகள் ஒரு சிலவே எனலாம்.

வழக்கத்திற்கு முரணாக வரி வசூலித்தபோதும், மக்கள் அதை எதிர்த்தபோதும் உடனடியாக வரிவசூல் முறையை ஒழுங்குபடுத்த ஏற்பாடு செய்யப்படவில்லை. மைசூர்ப் பகுதியில் கிடைத்துள்ள முதலாம் குலோத்துங்கன் கல்வெட்டு ஒன்றைக் கவனிப்போம்.[84] இது "பெரிய விஷயம்" என்ற பெரிய சபை யினரின் தீர்மானங்கள் பற்றியது, சோழர் ஆட்சி ஆரம்ப முதல் அன்றுவரை, நிகரிலிச் சோழ மண்டலத்தின் 78 நாடு களிலும் சோழமண்டலத்தின் 48,000 பூமிகளிலும் வலங்கை மாசேனையாருக்கு அளிக்கப்பட்ட இராஜேந்திர மண்டலப் பதினெண் பூமியிலும் ஒருபோதும் பசு, எருமை ஆகியவற்றிற்கு வரி விதிக்கப்பட்டதில்லை. இம்மரபுக்கு மாறாக, அதிகாரிகள், சோழ மூவேந்த வேளார், பசுவின் மீதும் எருமையின் மீதும், விதித்த வரிகளை மக்கள் கட்டக்கூடாது என்று தீர்மானித்தது. மேலும் காடுகளிலும் புஞ்சை நிலங்களிலும் மகசூலில் ஐந்தில் ஒரு பங்கு (1/5) அரசாங்கத்தில் மேல் வாரமாகவும் ஏரி பாசன முள்ள நன்செய் நிலத்தில் மூன்றில் ஒரு பங்கும் (1/3) தான் கொடுக்க வேண்டும். மலைப் பகுதிகளில் வேடர்கள் பயிரிட்ட நிலங்களுக்கு 1,500 குழிக்கு ஒரு புடவை விகிதம்தான் வரி வசூலிக்கவேண்டும். இதுபோல, பல சில்லிறைகளைப் பற்றியும் நில அளவுகோல் பற்றியும் அம்மகாசபை விரிவான தீர்மானங் களை நிறைவேற்றியது. குடிமக்கள், அரசாங்கத்திற்குச் செலுத்த வேண்டிய இறைகளின் நியாயம், அளவு ஆகியவற்றை ஒரு பேரவை நிர்ணயித்தது என்பது மிகவும் முக்கியத்துவம் வாய்ந்த செயலாகும். கொடுங்கோல் மன்னன் இத்தகைய முடிவுகளுக்குக்

கட்டுப்பட மாட்டான் என்பது உண்மை. ஆனால், அரசாங்கத் திற்கு மக்கள் செலுத்தவேண்டிய வரிகளுக்கும் ஓர் எல்லை யுண்டு, என்று மக்களிடம் நிலவிய கருத்தை வெளியிடும் வகை யில் ஒரு பெரிய சபை தீர்மானங்கள் செய்தது சோழ அரசின் வரலாற்றில் ஒரு திருப்புமுனையாகும்.

வரிப் பாக்கிக்காக நிலங்கள் பறிமுதல் செய்யப்பட்டுப் பலரும் அறிய ஏலத்தில் விட்டு விற்பனை செய்யப்பட்டன. அவ்வாறு கிடைத்த பணத்திற்கு அரசரின் பெயர் இடப்பட்டது. அரிஞ்சிகை சதுர்வேதி மங்கலத்தில் நாராயண கிராம வித்தன் என்பவனின் மூன்று மக்கள் வரிக்கட்டாமல் 15 ஆண்டுகளாக ஊரைவிட்டு வெளியூர் போயிருந்ததால் அவ்வூர்ச் சபை “இராஜேந்திரப் பெருவிலை”க்கு அந்நிலங்களை விற்று சேர வேண்டிய வரிப்பணத்தை எடுத்துக்கொண்டது.[85] வரிக் கொடாமைக்காக (ஊரிடு வரிப்பாடு), நிலங்கள் பறிமுதல் செய்யப்பட்டு விற்கப்படலாம் என்ற முடிவை இராஜராஜன், சோழ, பாண்டிய, தொண்டை நாடுகளின் காணி உடையாரைப் பற்றிய தீர்ப்பில் வலியுறுத்தியிருக்கிறான்.

ஓராண்டு திருக்கச்சூரில் சரியான மகசூல் இல்லாததால் அவ்வூர்ச்சபை, வரிகளைக் கட்டமுடியாமல் ஒரு செல்வரிடம் கடன் வாங்கியது. ஆனால், அவருக்கும் உரிய காலத்தில் பணத்தைத் திருப்பிக் கொடுக்க இயலாததால், கிராமத்துத் த்ரிசு நிலங்களில் அவர் பயிரிட்டுக்கொள்ள சபை அனுமதித்தது. அந்த நிலங்களுக்குரிய மகசூல் வரியைச் சபையாரே கட்டவும் இசைந்தனர்.[86] அவ்வாறே தஞ்சை மாவட்டத்தில் ஒரு கிராமத் தில் கி.பி.1160-ல் தண்ணீர்ப் பற்றாக்குறையால் விளைச்சல் பாதிக்கப்பட்டது. ஆகையால் அவ்வூர்க் கோயில், அதன் நன்செய் நிலங்களில் நெல் பயிரைக் குறைத்து வெற்றிலை பயிரிடும்படி கேட்டுக்கொண்டது. இதனால் தண்ணீர்ச் செலவில் மிச்சம் பிடித்தனர். இவ்வாறு வெற்றிலை பயிரிட்ட நிலங்கள் காசு கொள்ளா இறையிலியாகக் கருதப்பட்டன.[87]

நிலவரி கொடாதவர்களின் நிலங்களை விற்று நிலவரியை வசூல் செய்த நிகழ்ச்சிகளும் சோழர் கல்வெட்டுக்களில் உள்ளன. தஞ்சை மாவட்டத்தில் திருச்சிரை என்னும் வானவன் மாதேவி சதுர்வேதி மங்கலத்தில் பிராமணக் குடியானவர் சிலர், நிலவரி செலுத்த இயலாமல் ஊரைவிட்ட வெளியேறினர். அவர் களுடைய நிலங்கள், அடுத்த ஊர்க்கோயிலுக்கு கி.பி.1117-ல் விற்கப்பட்டன.[88] வரிவிதிப்பு அதிகமாயிருந்ததால் செலுத்த முடியவில்லையா அல்லது பல ஆண்டுகள் செலுத்தாமலிருந்து

பாக்கிகளைச் சேர்த்துச் செலுத்தவேண்டியதிருந்ததால் கட்ட முடியவில்லையா? என்பது தெரியவில்லை. பின்னே சொன்ன காரணமே பொருத்தமாகத் தோன்றுகிறது. இந்நிகழ்ச்சிக்கு இரண்டாண்டுகளுக்குப் பிறகு கோனேரி ராஜபுரத்தில் இம்மாதிரி வரிகொடாமலிருக்கும் நிலங்கள் விற்கப்பட்டன.[89] அரசாங்கத் திற்கு 49 ஆண்டுகளுக்கு வரிப் பாக்கிகள் தராமலிருந்ததால் அரசாங்க புரவரி அதிகாரியின் எழுத்துமூல ஆணைப்படி கிராம சபை அந்த நிலங்களை விற்று, உரிய வரிப்பாக்கியை அரசாங்கத் திடம் சேர்த்தது. ஆண்டுதோறும் நிலவரி ஒழுங்காக வசூலிக்கப் படவேண்டும் என்ற அரசாங்க முயற்சியின் விளைவு இது.

விக்கிரமச் சோழனின் 5-ம் ஆட்சி ஆண்டு கரிகாலச் சோழ சதுர்வேதி மங்கலத்திலுள்ள பலர் நிலவரி கட்டத் தவறினர். சிலர் ஊரைவிட்டே வெளியேறினர். அவர்களுடைய நிலங்களில் சிலவற்றை அவ்வூர் மகாசபை பகிரங்கமாகச் "சபா விலை"க்கு விற்றுச் சிலவற்றை இறையிலி தேவதானங்களாக மாற்றி கோயில்களிடமிருந்து அவற்றிற்குரிய பணத்தைப் பெற்றுக் கொண்டது.[90]

திருச்சி மாவட்டம் ஊட்டத்தூரிலுள்ள விக்கிரமச் சோழன் கல்வெட்டுச் சுவையான ஒரு நிகழ்ச்சியைக் குறிக்கிறது.[91] ஒரு நிலத்தினை வாங்கியவரால் அதற்குரிய வரியைச் செலுத்த முடியவில்லை. இது, கிராம சபை முன் வந்தது. இதற்கிடையில் நிலச் சொந்தக்காரர் கோயிலில் குற்றம் புரிந்ததற்காக 20 காசு அபராதம் விதிக்கப்பட்டார். அவருடைய நிலங்களும் விற்கப் பட்டு வரிப்பணமும் அவரிடமிருந்து வசூலிக்கப்பட்டது. இந் நிகழ்ச்சி நடைபெற்ற பல ஆண்டுகளுக்குப் பிறகு, கி.பி.1199-ல் கல்வெட்டில் சொல்லப்படுகிறது.[92] அதன்படி அந்த நிலங்களின் சொந்தக்காரரான ஓர் அந்தணர் கோயில் நகையைத் திருடிய தாக அவருடைய வீட்டையும் அவருடைய வேலைக்காரர்களை யும் கோயிலுக்குத் தேவதானமாகக் கொடுக்க நேரிட்டது.

நிலவரிப் பாக்கிக்காகக் கோயில் நிலங்கள்கூட விற்கப் பட்டன. மாமல்லபுரத்திற்கு அருகேயுள்ள சாளுவன் குப்பத்தில் கி.பி.1215-ம் ஆண்டுக் கல்வெட்டு இத்தகைய நிகழ்ச்சியைக் குறிக்கிறது.[93] கோயில்களுக்குச் செலுத்தவேண்டிய கட்டணங் களுக்காகக் கோயில்களும் அரசனின் அனுமதி பெற்று, நிலங் களை ஏலத்தில் விற்றனர்.[94]

சமூக நலப் பணிகள்

சோழர் காலத்தில் வரிச்சுமை அதிகமாக இருந்ததைப் பார்த்தோம். ஆனால், அவ்வாறு வசூலிக்கப்பட்ட வரித்

தொகை நல்ல பல சமுதாயப் பணிகளுக்குச் செலவிடப்பட்டது என்பதை மறப்போமானால் சோழப் பேரரசு பற்றிய நமது மதிப்பீடு முழுமையானதாக இராது. குறிப்பாக அரசர்களிடமும் கோயில்களிடமும் ஏராளமான செல்வம் குவிந்திருந்தது. ஆனால், அதே சமயம் செலவும் அதிகமாக இருந்தது. இக்காலத்தில் போலத் தேவையில்லாத ஆடம்பரச் செலவுகளையும் சமுதாய விரோதச் செலவுகளையும் செய்ய அந்நாளில் வாய்ப்புகள் கிடையாது. செல்வர், ஏழை ஆகிய எல்லோர் வாழ்வுமே எளிதாக அமைந்திருந்தது. கோயிலுக்கும் ஏழைகளுக்கும் பயன்படும் பணிகளைச் செய்வதன் மூலமே செல்வர்கள் பெருமை தேடிக்கொண்டனர். புதிதாகக் கோயிலோ மடமோ கட்டுவது, அல்லது அவற்றுடன் சேர்ந்து ஒரு பள்ளிக்கூடமோ மருத்துவ மனையோ அமைப்பது அல்லது தரிசு நிலங்களுக்குத் தண்ணீர் வசதி செய்து கொடுப்பது போன்ற சமூக நலச் செயல்கள் செய்தவர்கள்தான் மக்களால் மதிக்கப்பட்டனர். பிற்காலத்தில் கோயில்களும் கோயில் சொத்துக்களும் வெளிநாட்டாரின் கொடிய நோக்குக்குப் பலியாயின. ஆனால் சோழர் காலத்தில், நெருக்கடியான கட்டங்களில் கோயில்கள், மக்களுக்குச் சிறந்த சேவை செய்தன. இக்காலத்தில் வங்கிகள் செய்யும் பணியை அக்காலத்தில் கோயில்கள் செய்துவந்தன. செழிப்பான காலங்களில் மக்கள் கோயில்களுக்குத் தானம் கொடுத்த பொருள்களை, நெருக்கடி நேரத்தில் மக்களுக்குக் கடனாகக் கொடுத்து கோயில்கள் உதவின. வெள்ளம் அல்லது வறட்சியால் மக்கள் பாதிக்கப்பட்ட போதெல்லாம் பல தலை முறைகளாகக் முன்னோர்கள் தானமாகக் கொடுத்துச் சேர்த்த கோயில் சொத்துக்களிலிருந்துதான், பொதுமக்களுக்கு உதவிகள் செய்யப்பட்டன. அரசர், செல்வர், கோயில்கள் ஆகியோரின் செல்வமும் செழிப்பும் மக்களின் உழைப்பையே அடிப்படையாகக் கொண்டிருந்தன. அச்செல்வத்தின் பெரும்பகுதி மக்கள் நன்மைக்கே செலவிடப்பட்டது. சமூக ஒருமைப்பாட்டின் அமைதி அக்காலத்தில் வியக்கத்தக்க வகையில் அமைந்திருந்தது. ஆனால் அது, வர்க்க அல்லது தனிமனிதர் அல்லது சமத்துவ, தத்துவ அடிப்படைகளில் அமையவில்லை. மனங்கலந்த நல்லெண்ணம், விட்டுக்கொடுக்கும் மனப்பான்மை ஆகியவற்றின் அடிப்படையில் சமூக வாழ்க்கை மலர்ந்து மணம் பரப்பியது.

குறிப்புகள்

1. பெர்ஆண்ட் (Ferrand) "வாயேஜ்", பக். 136.
2. பாண்டிய மன்னனின் முத்துக்களை முதலாம் இராஜேந்திரன் கைப்பற்றியதாகத் திருவாலங்காட்டுச் செப்பேடுகள் குறிக்கின்றன.
3. 'மன்றம்' என்ற சொல்-வினைச்சொல்லாக ஆளப்பட்டிருப்பதைக் காண்க (எஸ்.ஐ.ஐ. 27, வரி 9).
4. எஸ். ஐ. ஐ. iii, 93 "தண்டம் உள்ளிட்டு எப்பேர்ப்பட்ட மன்றுபாடும்" (வரி 28-30). 'ஆனவாய்' என்ற சொல்லையும் 'தண்டம்' என்ற சொல்லையும் 'ஆனவாய் தண்டம்' என்று ஒன்றாகப் பார்த்து அதை ஒருவித இறையாகக் கருதுகிறார் கிருஷ்ண சாஸ்திரியார். ஆனால் 'ஆனவாய்' என்றால் "வாய்ப்பு வரும்போது" என்று பொருள் கூறுவது பொருத்தம் என்று எனக்குத் தோன்றுகிறது. மேலும், 'மன்றுபாடு' என்பதைச் சபை வசூலித்த இறையாக கிருஷ்ண சாஸ்திரி கருதுகிறார். அப்படியாயின் வழக்கு விசாரணைகளின்போது விதிக்கப்பட்ட இறையாக இருக்கலாம்.
5. 225/1911.
6. 521/1920 ஏ.ஆர்.இ. 1921 II, 35.
7. எஸ்.ஐ.ஐ. iii, 142.
8. 194/1923.
9. 121/1925; 388/1913; 140/1926. 'பெருவரி சில்வரி திருவாசலில் போந்த குடிமை எப்பேர்ப்பட்டடும்' (147/1925) 149/1925-ம் காண்க.
10. இச்சொல்லின் பொருளைக் கூறுவது கடினம். 'எச்சோறு' என்றால் "எந்தச் சோறாயிருந்தாலும்" என்று பொருள் கூற முடியுமா? சிலருக்குச் சோறு போடுவது ஒரு நிபந்தனையாகக் கூறப்பட்டுள்ளது.
11. சில இடங்களில் இவ்வகை வாசலில் போந்த குடிமை என்று குறிக்கப்படுகிறது (388/1913). 197/1923 ல் "ராஜ்த்துவாரா" என்றே குறிக்கப்படுகிறது.
12. எஸ். ஐ. ஐ. i. ii, 93. "குடிமை செய்யில்" என்று இருக்கிறது. "குடியிருப்புரிமையை வலியுறுத்தினால்" என்று பொருள்படுத்தியுள்ளார் திரு. கிருஷ்ண சாஸ்திரி. இது

நிலத்தின் மீது ஆக்கிரமிப்பைத் தடுக்கச் செய்த ஏற்பாடு அன்று. ஆனால் அதன் வருவாயை எடுத்துக்கொள்ளாமல் ஏரியைப் பராமரிக்க அது உபயோகப்பட வேண்டும் என்ற நோக்கைத் தெரிவிக்கும் சொல்லாக எனக்குத் தோன்றுகிறது.

13. 1911-ல் 109-வது கல்வெட்டு "ஊர் கீழ் இறையிலி" என்பதைப் பின்வருமாறு விளக்குகிறது: "இந்நிலங்களுக்கு ஊர் விளுக் காட்டுப்படி பொத்தகப்படி பற்றி வந்த நிலம் எங்கள் பேர்களிலே ஏற்றி இறுக்கக் கடவோம் ஆகவும்;" எங்கள் பக்கல் விற்றுக்கொண்டாரும் ஸ்த்ரீதனம் பெற்றாரும் மாற்றம் பெற்று உடையாரும் இப்படி இருக்கக் கடவர்கள் ஆகவும் தஞ்சை மாவட்டம் கொறுக்கையிலுள்ள கி.பி. 1169-ம் ஆண்டுக் கல்வெட்டின்படி அவ்வூர்ச் சபைக் கோயிலிலிருந்து 160 காசுகளைப் பெற்றுக்கொண்டு அதற்கு ஈடாக நிலவரித் தொகையைச் செலுத்தப் பொறுப்பேற்றுக்கொண்டது. பல ஆண்டுகளாகக் கவனிப்பாரின்றி இருந்த நிலம் இப்போது பயிரிடப்பட்டு ஒரு நந்தவனமாக்கப்பட்டிருக்கிறது. அதிலிருந்து கோயிலுக்குத் தினமும் பூமாலை வழங்கப்பட்டது.

14. எஸ். ஐ. ஐ. iii, 9.

15. 604/1920.

16. 526/1918.

17. 168/1929.

18. 336/1925.

19. 365/367/1924; எஸ். ஐ. ஐ. iii, 212.

20. 145/1928.

21. 167/1910.

21a. 177/1902.

22. 198/1925.

23. 73/1914.

23a. 165/1936-7; ஏ.ஆர்.இ. II, 28.

24. 21/1903.

25. 261/1909.

26. 537/1922.

27. 327/1928.

28. 204/1908.

29. 4/1928.

30. 187/1928.

31. டி.ஏ.எஸ். vi பக். 11-12.

32. 96/1911; "சபா வினியோகம்" என்ற சொல் காணப்படுகிறது.

33. 199/1917; 59/1913; 413/1902 etc.

34. 113/1927.

35. இரு சொற்களும் முடி திருத்துவோரையே குறிக்கும்.

36. 103/1912.

37. 343/1917. வரி 11; 386/1903; கி.பி. 1074-ம் ஆண்டில் ஏற்பட்ட இக்கல்வெட்டு மகாதானபுரத்திரலுள்ள 14-வது வகையைக் குறிக்கிறது.

38. ஐ.ஏ., எண் 40 (1911) பக். 165-8.

39. எஸ். ஐ. ஐ. iii, 28, வரி 7.

40. எஸ். ஐ. ஐ. ii, 4,5.

41. ஆளுநரின் செயலாளருக்கு கி.பி. 1806 ஜூன் 20, 1806. டாக்டர் கே.என்.வி. சாஸ்திரி அவர்கள் இக்குறிப்பை எனக்குச் சுட்டிக் காட்டினார். மோரி லோண்ட் எழுதிய **இந்தியா அட் தி டெத் ஆப் அக்பர்** பக். 98.

42. 3/1899 கல்வெட்டு. நிலவரிப் பொத்தகங்களைப் பற்றியும் நில உரிமை வகைகளைப் பற்றியும் பல சுவையான தகவல்களைத் தருகிறது.

43. 356/1924.

44. நின்றீறையா.

45. சம்வத்சர, ஏரி தோட்டம் இவற்றின் பெயரால் வாரியங்கள் குறிக்கப்படுகின்றன.

46. எஸ்.ஐ.ஐ. iii. 12.

47. வரி. 89-94, "பூர்வ மர் ஜாதி இறை" என்பது உத்திரமேரூர்க் கல்வெட்டில் வரும் "பூர்வாசாரத்தை" நினைவூட்டுகிறது.

48. வரி. 4, 15-16.

49. 16/1922.

50. எஸ். ஐ. ஐ.iii 54 "மே நீரும் கிணரும் நீர்க்கிய் விலையும் உகப்பார் பொன்னும்" என்று கல்வெட்டில் காணப்படுகிறது.

51. எஸ். ஐ. ஐ. iii, பக். 410-11, வரி. 436-442. கிருஷ்ண சாஸ்திரி அவர்கள் இவற்றை மொழி பெயர்த்துள்ளார் (பக். 436-7).

52. 292/1908.

53. 327/1916.

54. 262/1902.

55. 176/1919.

56. 113/1896.

57. 253/1901.

58. 31/1896.

59. 224/1922 'திரமம்' என்ற சொல் ஆளப்பட்டது.

59a. 205/1902.

60. 128/1919.

61. 57/1919.

62. 421/1922.

63. எஸ். ஐ. ஐ. 159, "ஆசுவிகள் பேரார் காசு" என்ற சொற்றொடர் கல்வெட்டுக்களில் காணப்படுகிறது. (199/1912; 421/1922).

64. எஸ். ஐ. ஐ. I, 64.

65. 495/1902.

66. எஸ். ஐ. ஐ. III, 57 வரி 8.

67. 207/1925.

68. 243/1929; 177/1906; 16/1903; 244/1901.

69. 157/1902.

70. 502/1904; சிறுபாடி காவல் என்ற சொற்றொடர் இரு கல்வெட்டுகளில் காணப்படுகிறது. (199/1912; 421/1922).

70a. 168/1923. உத்திரமேரூர்க் கல்வெட்டு நடக்கும் ஆண்டிற்குச் சில நிலங்களுக்கு இறையிலிக் காசு வசூலிக்கப்பட மாட்டாது என்றும், ஆனால் அதற்குப் பிறகு ஒவ்வொரு ஆண்டும் 5 காசு வீதம் வசூலிக்கப்படும் என்றும் குறிக்கிறது.

71. 19/1890; இ. ஐ. iv. பக், 137-40. கோயிலே அதன் இறையிலி நிலங்கள் மீதுள்ள வரிகளைச் செலுத்திவந்தது; அதற்கு விலக்களிக்கிறது இக்கல்வெட்டு.

72. "இத்தருமம் கெட்டுப் போகிறது" என்று கல்வெட்டு குறிக்கிறது.

73. வெங்கையா அவர்கள் இவற்றிற்கு இரு பொருள்கள் சுட்டிக் காட்டுகிறார் (இ. ஐ. iv).

74. 245/1921. இறைக் காவலிலிருந்து விலக்கல் அளிக்கப் பட்டது. (ஏ.ஆர்.இ. 1925; App. B).

75. எஸ். ஐ. ஐ. ii, 4, பாரா 1, 502/1918.

76. 199/1912; சாயம் போடுபவர்கள் மீது (சிவப்புத் தோய்ப்பார்) 'உடமை' என்னும் இறை செலுத்தினர். இக்கல்வெட்டில் பயிரிடும் பொருளுக்கு ஏற்ப பல இறைகளும் கட்டணங்களும் குறிக்கப்படுகிறது. உப்பளங்களின் மீது விதிக்கப்பட்ட அரிசிக் காசு என்னும் இறை குறிக்கப்படுகிறது.

77. சுவல் எச். ஐ. எஸ். ஐ. பக். 136, குறிப்பு 2.

78. 206/1925.

79. 159/1895. ஒரு கணக்கரின் தவறுக்காக ஊர்ச் சபையே பொறுப்பேற்றதை இக்கல்வெட்டு குறிக்கிறது.

80. 80/1906.

81. 'அவளை கொச்சைவிக்க' என்று கல்வெட்டுள்ளது. 'அவளை இழிவுபடுத்தினான்' என்று பொருள் செய்யப்பட்டிருக்கிறது. (ஏ. ஆர். இ. 1907 II, 42) "கோச்சைதல்" என்பதை 'கட்டாயப் படுத்தினான்' என்றும் பொருள் கூறலாம். (எஸ். ஐ. ஐ. viii, எண் 529) தேசிக விநாயகம் பிள்ளை அவர்கள் இப்பொருளை எனக்குத் தெரிவித்துள்ளார்.

82. 202/1912.

83. 96,98, 104/1897.

84. 464/1911-இ. சி. x, எம். பி. 49 (a)

85. 189/1914.

86. 274/1909.

87. 191/1925.
88. 620/1909.
89. 647/1909.
90. 4/1914.
91. 512/1912.
92. 490/1912; நகை களவாடியதை "சிறு அபராதமாக" கருதினார்களா என்று சந்தேகமாக இருக்கிறது. சிறு அபராதத்திற்கு 20 காசு தண்டனை. ஆனால், நகை களவாடியதற்கு வீடு பறிமுதல் செய்யப்பட்டதைப் பார்க்கும் போது, இது பெரும் குற்றமாகவே கருதப்பட்டது என்று தெரிகிறது.
93. 57/1890.
94. 264/1911.

அதிகாரம் 20

மக்கள் தொகை: சமூகப் பிரிவுகள்: வாழ்க்கைத் தரம்

சமுதாயத்தின் பொதுத் தோற்றம்

சாதி அடிப்படையில்தான் சமுதாயம் இயங்கியது. பொருளாதாரத்தைப் பற்றிய தலைப்பில் பல்வேறு சமூகக் கழகங்களைப் பற்றிய சில குறிப்புகளை ஏற்கெனவே பார்த்தோம். ஒவ்வொரு வகுப்பினரும் ஒரு தொழிலைப் பரம்பரையாக நடத்தி, அதற்குத் தக்க பொருளாதார, சமுக வாழ்க்கைக் கட்டுப் பாடுகளை மேற்கொண்டனர். சமூகப் பிரிவுகள் பல இருந்தாலும், அவை ஒவ்வொன்றும் தங்கள் உரிமைகளையும் கடமைகளையும் நன்கு உணர்ந்து, பொது நல நோக்குடன் ஒன்றை ஒன்று நன்கு புரிந்து கொண்டு, சமூகமாகப் பணியாற்றிவந்தன. சமீப காலத்தில் எழுந்த பிராமணர், பிராமணர் அல்லாதார் பூசலும், வலங்கை-இடங்கை போன்ற வகுப்பு வாதப் பூசலும் அக்காலத்தில் இருந்ததற்குச் சான்று ஒன்றேனும் இல்லை எனலாம். வகுப்பு நலனை மட்டும் வாழ்க்கைக் குறிக்கோளாகக்கொண்டு மூர்க்கத்தனமாக சாதிகள் இயங்கவில்லை. அவற்றிடையே சமுக ஒற்றுமையும் ஒருமைப்பாடும் நிலவின.

சமுக உரிமைகள்

பொதுவாகத் தற்காலத்தில் கிராமப் புறங்களில் மக்கள், அதுவும் குறிப்பாக, மேல் சாதியார் அனுபவிக்கும் உரிமைகளை விட, அக்காலத்தில் சற்று அதிகமாகவே உரிமைகளையும் சலுகைகளையும் அவர்கள் அனுபவித்தனர். பரம்பரைத் தொழிலைவிட்டு அவர்கள் வேறு தொழில் செய்வதற்கும் தடையில்லை. எண்ணாயிரத்தில் தெற்குக் கடை வீதியில்

வியாபாரம் செய்துவந்த சில அந்தணர்கள், அங்குள்ள வஞ்சியர் நகரத்தார் வகுப்போடு சேர்ந்தே வகைப்படுத்தப்பட்டனர்.[1] ஆனால், பொதுவாக, அந்தணர்கள் எளிய வாழ்க்கையை மேற்கொண்டு, தங்களுக்குரிய ஆத்மீக, சமயக் கல்வித் துறைகளிலேயே பெரும்பாலும் ஈடுபட்டிருந்தனர். இதனால், மற்ற வகுப்பினரின் மதிப்பையும் போற்றுதலையும் பெற்றிருந்தனர். நாடெங்கிலும், வேறுபாடின்றி எல்லா வகுப்பினரும், அந்தணர்களுக்குப் பல்வேறு தானங்களும், தருமங்களும் கொடுத்துப் போற்றியுள்ளமையே இதற்குச் சான்றாகும்.

மக்கள் தொகை

மக்கள் தொகை கணக்கீட்டைப் பற்றிய சான்றுகள் நமக்குக் கிடைத்தில. இதைக் குறித்து அனுமானம் செய்யக் கூட போதிய அளவு ஆதாரங்கள் இல்லை. நிலங்களை மிகக் கவனத்துடன் அளந்து அவை பற்றியும் அவற்றின் வருவாயைப் பற்றியும் தகவல்களெல்லாம் விடாமல் சேர்த்த சோழ அரசு, மக்கள் தொகைக் கணிப்பில் மட்டும் கவனம் செலுத்த தவறிவிட்டது. சோழராட்சி முறை பற்றியெல்லாம் ஏராளமான சான்றுகளை நமக்குக் கொடுத்துள்ள ஆயிரக் கணக்கான கல்வெட்டுகள், மக்கள் தொகைக் கணிப்பைப் பற்றி ஒன்றுமே கூறாததால், அம்முறை கையாளப்படவில்லை என்று தெரிகிறது. ஆகையால், அதைப் பற்றிய சில அனுமானங்கள் மட்டுமே நாம் செய்யவேண்டிய நிலையில் உள்ளோம். தற்கால ஊர்களில் பெருவாரியானவை பழம் பெயர்களைக்கொண்டே இயங்கிவருகின்றன. உதாரணமாக, உத்திரமேரூர், சேந்தலை, திருவிடை மருதூர், திருவெறும்பூர், லால்குடி[2] இவை போன்ற மற்றும் மதுரை, திருநெல்வேலி மாவட்டங்களிலுள்ள பல பழைய ஊர்களில் புழக்கத்தில் மக்கள் நெருக்கமும் நல்ல செழிப்பும் இருந்தன. தற்காலத்திய பெருநகரங்கள் அந்நாளிலும் நகரங்களாகவே இருந்தன என்று தெரிகிறது. சென்னை, மதுரை, திருச்சி போன்ற நகரங்களில் மட்டும் சமீப காலங்களில் மிகவும் விரிந்துவிட்டன. கிட்டத்தட்ட தற்காலத்திய தாலுகா அளவுள்ள நிலப்பரப்பிற்கு ஒரு மத்திய அதிகாரி நியமிக்கப்பட்டார். தற்காலத்திய தாலுகா என்பதே ஏதோ ஒரு பழைய ஆட்சி நிலப்பரப்பை அடிப்படையாகக் கொண்டதாகவே அமைக்கப்பட்டிருப்பதாகும். விவசாயம், தொழில், வாணிகம், தரைப்படை, கடற்படை, பொதுப்பணிகள், கலை அரங்கங்கள் நிர்மாணிப்பதற்கு வேண்டிய மக்கள் எண்ணிக்கை இவற்றைப் பற்றியெல்லாம் நமக்குக் கிடைத்துள்ள ஆதாரங்களைப்

பார்க்கும் போது, மக்கள் தொகை சற்று கணிசமாகவே இருந் திருக்க வேண்டும் என்று தெரிகிறது.

சங்க காலத்தைவிட விஜயாலயச் சோழன் காலத்தில், மக்கள் தொகை பெருகி, சமூக வாழ்க்கையும் விரிவடைந்தது என்பதில் சிறிதளவும் சந்தேகமில்லை. அதே சமயம், 150 ஆண்டுகளாக ஆங்கிலேயர் ஆட்சியில் வளர்ந்த ஜனத்தொகையைவிட மிகக் குறைவாகவேதான் இருந்திருக்கும். ஆங்கிலேயர் ஆட்சியின் தொடக்கக் காலத்தில், அதாவது, 18-ம் நூற்றாண்டின் இறுதியில் இருந்த மக்கள் தொகைக்குச் சோழர் காலத்திய மக்கள் தொகையைச் சற்றே குறைய ஒப்பிடலாம்.

சமூக ஒற்றுமை

ஜாதி, மத வகுப்புகள் இருப்பினும், அவை சமூகப் பொது நலப் பணிகளுக்குப் பங்கம் இல்லாமல் ஒற்றுமையுடன் செயலாற்றின. தலைச்சங்காட்டிலுள்ள அக்கோயிலின் மூல பருடையார் வேண்டுகோளின்படி எல்லாச் சாதியினரும் ஒன்று சேர்ந்து, அக்கோயில் சில வழிபாடுகளுக்கும், 10 பிராமணர் களுக்குச் சோறு போடுவதற்கும் ஏற்பட்ட செலவுகளை ஏற்றுக் கொண்டனர்.[3] வகுப்பு வாதங்களும் போட்டிகளும் இல்லா மலில்லை. ஆனால், அவை கட்டுக்கடங்கியே இருந்தன. பல வகுப்பினர் தனித்தனியே வாழ்ந்தனர். பிராமணர்கள், அக்கிர காரகங்களில் தனித்து வாழ்ந்துவந்தனர். அவர்கள், பிரத்யேகச் சபைகள் அமைத்துக்கொண்டு பொதுக் காரியங்களைக் கவனித்து வந்தனர். சில கிராமங்கள், பிராமணர்களுக்குப் பிரமதேயமாக வழங்கப்பட்டன. அவற்றில், வேறு எந்த வகுப்பினருக்கும் நிலங்கள் வழங்கப்படவில்லை. இம்முறைக்கு, அரசினரும் பொது மக்களும் முழு ஆதரவு அளித்தனர்.[4]

சிறப்பு உரிமைகள்

மற்ற வகுப்பினரும் தங்களுக்கென சில சிறப்புச் சலுகை களும் தனி உரிமைகளும் பெற்றுக்கொண்டனர். முதலாம் இராஜராஜன் காலத்தில் குன்றவட்டன் கோட்டத்தைச் சேர்ந்த வேளாளர்கள் சில இறைகள் கட்ட விலக்களிப்பட்டனர்.[5] இராஜேந்திரன் காலத்தில் காஞ்சியுள்ள ஓவியக் குலத்துச் சிற்பிகள், அரசாங்கச் சாசனங்களைச் செப்பேட்டில் பொறிக்கும் தனி உரிமையைப் பெற்றிருந்தனர்.[6] அவ்வாறே, உத்தமச் சோழன் காலத்தில், அரசர் ஆடைகள் அனைத்தும் செய்வதற் கான உரிமை, காஞ்சியிலுள்ள கைக்கோளருக்கு வழங்கப்

பட்டது.[7] சில கட்டுப்பாடுகளும் அவ்வப்போது விதிக்கப் பட்டன. பழையனூரில் கோயில் தேவதான நிலங்களில் இருக்கும் தென்னை மரங்களிலிருந்து பனை மரங்களிலிருந் தும், ஈழவர்கள் கள் இறக்கக் கூடாது என்று தடை விதிக்கப் பட்டது.[8] இம்மாதிரி சில குறிப்பிட்ட கட்டுப்பாடுகளும் சிறப்பு உரிமைகளும் தவிர, மற்றப்படி ஒவ்வொரு வகுப்பினரின் கடமைகளும் பணிகளும் தொன்றுதொட்டு வந்த மரபுப்படி நிலவி வந்தன. காலத்திற்கு ஏற்றப்படி ஒரு சில மாறுபாடுகளும் அவ்வப்போது செய்யப்பட்டன. ஒரு வகுப்பினரிடையேயும், ஒரே தொழில் செய்தவர்களுக்கிடையேயும், நெருங்கிய பொருளாதார உறவுகள் நிலவின. ஒவ்வொருவரும் தங்கள் வகுப்பின் சார்பில் சில பொதுப் பொறுப்புக்களை ஏற்றனர்.[9]

கலப்பு வகுப்பினர்

சில கலப்பு வகுப்பினரைப் பற்றியும் அவர்களின் கடமை களைப் பற்றியும் கல்வெட்டுக்களில் குறிப்புகள் காணப்படு கின்றன. இவற்றைப் பார்க்கும்போது, நீதி நூல்களில் கூறப் படும் அனுலோமர், பிரதிலோமர் போன்ற கலப்பு வகுப்புக்கள் ஏதோ ஏட்டளவில் மட்டுமில்லாது, நடைமுறையிலும் வழக்கில் இருந்தன என்பது விளங்குகிறது. பழைய வழக்கு முறைகளைத் தான் நீதி நூல்களிலும் எழுதிவைத்தனர் போலும். பண்டைய நான்கு வருணங்களின் அடிப்படையிலேயே தென்னிந்தியச் சமுதாயம் இயங்கியது என்று நம்புவது சிறிது கடினமேயாகும். சில வகுப்புக்களின் கலப்பினால் புதிதாகச் சில வகுப்புகள் உருவாயின என்ற கூற்றும் நம்பத்தக்கதாக இல்லை. முதலாம் குலோத்துங்கன் ஆட்சியின் இறுதிக் காலத்தில் இராசிரிய சதுர்வேதி மங்கலத்தைச் சார்ந்த பட்டர்கள் சாத்திர விதிப்படி அனுலோம ரதக்காரர்கள் பின்வரும் தொழில்களைச் செய்யலாம் என்று விதித்தனர். கட்டடவேலை, தேர்கட்டுவது, சிற்ப வேலைகளுடன் கூடிய கோபுரங்களும் மண்டபங்களும் கட்டுதல், சில கருவிகள் செய்தல்[10] இவ்வித முறைகள் அதே காலத்தில் வாழ்ந்த விக்ரானேசுவரர் என்பவர், 'யக்ஞுவால்கியர்' 'ஸ்மிருதி'க்கு எழுதிய "**மிதாக்ஷரம்**" என்னும் உரை நூலில் கூறியுள்ள விதி களுக்கு ஏற்றே காணப்படுகின்றன. கி.பி. 1169-ம் ஆண்டுக் கல்வெட்டின்படி தச்சர், கருமார், பொற்கொல்லர், கல்தச்சர் எல்லோரும் 'ரதாகாரர்கள்' என்ற வகுப்பில் சேர்க்கப்பட்டனர்.[11] விக்கிரமச் சோழன் காலத்தைச் சேர்ந்த இரு கல்வெட்டுகள் "உத்கிருஷ்ட ஆயோகவர்" அல்லது 'பட்டினவர்' என்ற வகுப்பினரைப் பற்றிச் சில குறிப்புகளைத் தருகின்றன. ஆனால்,

அவை மிதாக்ஷர நூலில் சொல்லப்பட்டமைக்கு ஒப்பிட முடிய வில்லை. இவ்வகுப்புத் தோன்றிய முறையைப் பற்றிய யக்ஞவால் கிய ஸ்மிருதியில் கூறப்பட்டுளதற்கும் இக்கல்வெட்டுக்களில் கூறப்பட்டுள்ளதற்கும் வேறுபாடுகள் உள்ளன. இவ்வகுப்பினர் வைசிய வகுப்புப் பெண்டிருக்கும்,[12] சூத்திர வகுப்பு ஆடவருக்கும் பிறந்தவர்கள் என்று ஸ்மிருதி கூறுகிறது. ஆனால் 'பிரம்ம வைசியப் பெண்' என்று ஒரு கல்வெட்டுக் கூறுகிறது. மற்றொரு கல்வெட்டு, ஆயோகவா என்னும் வகுப்பினர் க்ஷத்திரியப் பெண்டிருக்கும், வைசிய ஆடவருக்கும் பிறந்தவர் என்று குறிக் கிறது.[13] பொதுவாக இவர்கள் நெசவுத் தொழில் செய்தனர். கோயில் களுக்கும் அங்குள்ள விக்கிரகங்களுக்கும், அரசருக்கும், பிராமணர் களுக்கும் இவர்கள் துணி நெய்து கொடுக்கும் உரிமை பெற்றிருந் தனர். கி.பி. 1127-ல் இவ்வகுப்பினரில் சிலர் திரிபுவனையில் நிலங்களை இறையிலியாகப் பெற்று அதற்குக் கைமாறாக அவ் வூர்க் கோயிலுக்கு வேண்டிய பல துணிவகைகளை அவ்வப்போது கொடுத்துவந்தனர். அப்படிக் கொடுக்கத் தவறினால் தங்கள் வீட்டைச் சூழ்ந்துகொண்டு கொடுக்கும்படி செய்ய அக்கோயிலைச் சார்ந்த ஸ்ரீவைஷ்ணவர்கள் கட்டாயப்படுத்தலாம் என்றும் இவர்கள் ஒப்புக்கொண்டனர்.[14] அதற்கு அடுத்த ஆண்டு, அதாவது கி.பி.1128-ல் இவ்வகுப்பைச் சேர்ந்த 20 குடும்பங்கள் ஐந்து கிராமங்களை விட்டு திருக்கண்ணபுரத்தில் குடியேறி, அங்குள்ள கோயிலுக்குச் சில தொண்டுகள் செய்தனர். மகாசபை ஏழைப் பதின்மார், மகாசபை 350, பதினெட்டு நாட்டைச் சேர்ந்த ஸ்ரீவைஷ்ணவர்கள் என்போர் இதற்கான பொறுப்பேற்றனர்.[15] வெங்கால நாடு, தென்கொங்கு நாடு மற்றும் பல பகுதிகளைச் சேர்ந்த கல்தச்சர் போன்ற தொழிலாளர்களுக்கு வழங்கப்பட்ட சில உரிமைகளைப் பற்றி கரூரிலும் பேரூரிலுமுள்ள சில கல்வெட்டுக்கள் விவரங்கள் தருகின்றன.[16] இவற்றை வழங்கிய கோனேரின்மைக் கொண்டான் என்னும் சோழ அரசன் யார் என்று தெரியவில்லை. குடும்பங்களில் நிகழும் மங்கல நிகழ்ச்சிகளுக்கு இரட்டைச் சங்கு முழங்குதல், பேரிசை கொட்டுதல், வீட்டிற்கு வெளியே போகும்போது மிதியடி அணிதல், தங்கள் வீட்டிற்குச் சுண்ணாம்பு பூசுதல் போன்ற உரிமைகள் அவர்களுக்கு வழங்கப்பட்டன. அவர்கள் இரு நிலைகளில் வீடுகள் கட்டிக்கொள்ளலாம். அழகிய மாலை களாலும் தாமரைப் பூக்களாலும் வீட்டை அலங்கரித்துக் கொள்ளும் உரிமைகளும் வழங்கப்பட்டன.[17]

வலங்கை, இடங்கை வகுப்பினர்

சோழர் காலத்தில் தென்னிந்தியச் சமுதாய அமைப்பை ஆராயும்போது வலங்கை, இடங்கை என்ற இரு தொழிலாள வகுப்பினரைப் பற்றிக் கட்டாயம் தெரிந்துகொள்ள வேண்டும். கிழக்கிந்திய கம்பெனியின் காலத்தில் இவ்விரு வகுப்பினருக்கு மிடையே நடந்த பூசல்களால் தெருக்களில் அடிக்கடி இரத்த வெள்ளம் ஓடியது. இவ்வகுப்புக்கள் எப்பொழுது உருவாயின என்பது விளங்கவில்லை.[18] கரிகாலன் காலத்தில் தோன்றியதாக ஒரு புராணம் கூறும். இருதரப்பினர்க்கிடையே சண்டை மூண்டு வழக்கு சோழரின் தீர்ப்புக்கு விடப்பட்டபோது ஒரு தரப்பினர் அரசனின் வலப்புறமும் மற்றொரு தரப்பினர் அரசனின் இடப் புறமும் நின்றதாகச் செவி வழிச் செய்தி உண்டு.[19] முதலாம் இராஜராஜன் காலத்தில் சில படை வகையினரை வலங்கை வகுப்பினராக வகைப்படுத்தினர்.[20] அவ்வாறே முதலாம் இராஜேந்திரனின் திருவிசலூரார்க் கல்வெட்டுக் கூறுகிறது.[21] முதலாம் குலோத்துங்கனின் இரண்டாம் ஆட்சியாண்டில் பாபனாசம் வட்டம் (தஞ்சை மாவட்டம்) இராஜ மகேந்திர சதுர்வேதி மங்கலத்தில் வலங்கை, இடங்கைச் சண்டை பெரிய அளவில் நடந்தது. அதன் விளைவாக அவ்வூர்க் கோயில் சேதமடைந்த தோடு, கோயில் கருவூலமும் சூறையாடப்பட்டது. கோயிலைப் புதுப்பித்து திருப்பணி செய்ய அவ்வூர்ச் சபை 50 கழஞ்சு பொன் கடன் வாங்க வேண்டியதாயிற்று. இதில் 5 கழஞ்சு பொன் கோயிலைப் புதுப்பித்துக் கட்டவும் பூசைகள் மீண்டும் நடை பெறச் செய்யவும் செலவழிக்கப்பட்டது. மீதி தொகையைக் கொண்டு சில நிலங்கள் வாங்கி, கோயில் வழிபாடுகள் என்றென்றும் பாதிக்கப்படாமலிருக்க கோயிலுக்குத் தானமாக அளிக்கப் பட்டது. இச்செய்திகள் அனைத்தும் முதலாம் குலோத்துங்கனின் பதினோராவது ஆண்டு ஸ்ரீரங்கம் கல்வெட்டில் கூறப்பட் டுள்ளன.[21a]

இடங்கை வகுப்பினரின் பூர்விகம் குறித்து சில செய்திகள் மூன்றாம் குலோத்துங்கன் கல்வெட்டு ஒன்றில் உள்ளன.[22] காசியபரின் வேள்வியைக்-காக்க அக்கினிக் குண்டத்திலிருந்து இவர்கள் சிருஷ்டிக்கப்பட்டனர். என்றும், பிறகு சோழ அரசன் அரிந்தமன் காலத்தில் சோழ நாட்டில் குடியேறினர் என்றும் அக்கல்வெட்டு கூறுகிறது. மேலும் அந்த அரசர் அந்தவர்வேதி என்னும் பகுதியிலிருந்து அந்தணர்களை வரவழைத்தார் என்றும் அவர்களோடு சேர்ந்து இடங்கை வகுப்பினர், குடை முதலிய தங்களுடைய சிறப்புப் பொருள்களை ஏந்தி ஆங்குக் குடியேறினர்

என்றும் சொல்லப்பட்டிருக்கிறது. அவர்களுக்கு திருச்சி மாவட்டத்தில் ஐந்து கிராமங்களில் நிலங்கள் அளிக்கப்பட்டன. ஆனால் இவற்றையெல்லாம் காலப் போக்கில் அவர்கள் மறந்து விட்டதாகவும் இந்தக் கல்வெட்டு, முன் கதைகளெல்லாம் தெரிந்து தொகுத்து கி.பி. 1128-ல் பொறிக்கப்பட்டது என்றும் அதில் சொல்லப்பட்டிருக்கிறது. மேலும் அந்த ஆண்டிலிருந்து இடங்கை வகுப்பினர் எல்லோரும் ஒரு தாய் வயிற்றுப் பிள்ளைகள் போன்று நடந்துகொள்ள வேண்டுமென்றும் ஓர் உடன்பாட்டுக்கு வந்தனர். அவர்கள் எடுத்த மேலும் சில முடிவுகள் பின்வருமாறு: "இடங்கை வகுப்பினருக்கு யாதாவது அவமானம் ஏற்பட்டால் நாம் எல்லோரும் சேர்ந்து நம் உரிமைகளைக் காப்போம். நம்மவர் கூட்டம் கூடி நமக்குள் உள்ள தகராறுகளைத் தீர்த்துக் கொள்ள வேண்டும். ஊதல், சங்கு, குடை ஆகிய கருவிகளை ஏந்திச் செல்பவர் அனைவரும் நம் சமூகத்தினராகவே கருதப்பட வேண்டும். நம்முடைய சின்னங்களான நாரையின் இறகை யும் அவிழ்த்துவிடப்பட்ட தலைமயிரையும் கொண்டு நம் வகுப் பினரை எளிதில் அடையாளம் கண்டுகொள்ள வேண்டும். நமக்கு முன்னே குழலும் சங்கும் ஊதிச் செல்லப்படும். இதற்கு மாறாக நடப்பவர்கள் நம் வகுப்பின் விரோதிகளாகக் கருதப் படுவர். இடங்கை வகுப்பினரின் நடைமுறைக் கோட்பாடுகளுக்கு மாறாக நடந்துகொள்பவர் வகுப்பைவிட்டு நீக்கப்பட்டு 'சுருதிமான்' களாகக் கருதப்படமாட்டார்கள். நம் விரோதி களின் அடிமைகளாகவே கருதப்படுவர்." இக்கல்வெட்டு ஊட்டத் தூரிலும் திருப்பைஞ்ஞியிலும் அப்பகுதியிலுள்ள சுருதிமான் களால் பொறிக்கப்பட்டது.

ஆடுதுறையில் சற்றுப் பிற்காலத்தில் ஏற்பட்ட கல்வெட்டு இடங்கை வகுப்பிலுள்ள 98 கிளைப் பிரிவுகளை (கோத்திரங் களை) குறிக்கிறது.[23] வன்னிய வகுப்பைச் சேர்ந்த குடியான வரும், பிராமண, வேளாள வகுப்புகளைச் சேர்ந்த நிலக் கிழார்களும் அரசாங்க அதிகாரிகளும் சில வகுப்பினருக்கு விளை வித்த கொடுமையை இக்கல்வெட்டு கூறுகிறது. கி.பி. 1227-ல் மிலாடு நாட்டில் உள்ள 11 நாடுகளைச் சேர்ந்த நாட்டவர் வரஞ்சரத்திலுள்ள (கள்ளக்குறிச்சி வட்டம், தென் ஆர்க்காடு மாவட்டம்) திருவலஞ்சுரமுடைய நாயனார் கோயிலில் கூடி மலைய மக்கள் என்றும் நத்த மக்கள் என்றும் வழங்கிய இரு வகுப்பினரையும் இடங்கை வகுப்பில் சேர்த்துக்கொள்வது என்று முடிவு செய்து, இதற்காக உறுதி மொழியும் எடுத்துக் கொண்டனர். அப்பகுதியிலுள்ள மற்ற இடங்கை வகுப்பினரும்

இவ்வாறே உறுதிமொழியை எடுத்துக்கொண்டனர்.[23a] மேலே கூறியவற்றிலிருந்து சமூகத்தின் இரு பிரிவினர் இடையேயும் பகை உணர்ச்சி உருவானதை நாம் காண்கிறோம். இப்பகைமை பிற்காலத்தில் மேலும் வளர்ந்து அதனால், வெளிப்படையாகக் கலகங்கள் மூண்டன. காஞ்சிபுரத்தில் வலங்கையரும் இடங்கை யரும் ஒரே கோயிலுக்குப் போக மறுத்தனர். ஒரே மண்ட பத்தை உபயோகிக்கவும் மறுத்தனர்.[24] நடன மங்கையர், தேவரடியார் ஆகியோரால் கூட இந்தப் பூசல்களிலிருந்து விலகி நிற்க முடியவில்லை.[25]

தனிப்பட்டவர்களின் பெயர்கள்

தனி மனிதர்களின் பெயர்களிலிருந்து அவர்களுடைய சமுதாய மதிப்பு இன்னது என்று அறிய இயலவில்லை. உதாரணமாக அரிஞ்சிமாதேவதிகள் என்பது ஓர் அரசியின் பெயராகத் தோன்றினும், அது உண்மையல்ல. அரசியின் தோழி ஒருத்தியின் பெயரேயாகும். அவளுடைய மகளான பட்டம் கண்டராதித்தி என்பவள் அருண்மொழி தேவன் என்பவனின் ஆசை நாயகி யாக இருந்தவள்.[26] முந்நூற்றுவன், ஈராயிரவன் என்பன போன்ற பெயர்களும் காணப்படுகின்றன. இவை அவர்கள் சேர்ந்திருந்த குழுக்களின் பெயராகவோ அல்லது வகுப்பின் பெயராகவோ இருக்கலாம்.

பெண்டிர்

சமூக வாழ்வில் முழுப்பங்கும் ஏற்கப் பெண்களுக்கு எவ்விதத் தடையும் இல்லை. ஆனால் அடக்கமே, பெண்களின் தலைசிறந்த அணிகலனாகக் கருதப்பட்டது. பொதுவாகச் சொத்து வைத்துக்கொள்வதற்கும் அந்தச் சொத்துக்களைத் தாங்கள் விரும்பியபடி அனுபவித்து வரவும் அவர்களுக்கு உரிமை இருந்துவந்தது. அரசர்கள் மீது அரச குடும்பத்துப் பெண்களுக்கு மிகுந்த செல்வாக்கு இருந்தது என்பதை ஏற் கெனவே கண்டோம். அரசர்களும் செல்வர்களும் பல மனைவியரைத் திருமணம் செய்துகொண்டனர். ஆனால், பொதுவாக ஓர் ஆடவனுக்கு ஒரு மனைவி என்ற நியதியே பெருவாரியாக நடைமுறையில் நிலவி வந்தது. சிறந்த பயிற்சி தேவைப்படாத வேலைகளில், பெண்கள் அமர்த்தப்பட்டனர்.

உடன்கட்டை ஏறல்

கணவரை இழந்த பெண் பிரிவாற்றாமல் உடன்கட்டை ஏறுவதைப் பற்றி சில கல்வெட்டுகளில் குறிக்கப்பட்டிருக் கிறது. ஆனால் சோழநாட்டில் இத்தகைய நிகழ்ச்சிகள் மிகக்

குறைவாகவே நடந்தன. இது பரவலான வழக்கமாக இருந்த தாகக் கருதமுடியாது. முதல் பராந்தகன் ஆட்சிக் காலத் தில், வீரச் சோழ இளங்கோவேள் என்ற கொடும்பாளூர்ச் சிற்றரசனின் மனைவி கங்கா தேவியார் என்பவள் தீக்குளிக்கு முன் ஒரு கோயிலில் நந்தா விளக்கேற்ற நிவந்தங்கள் கொடுத் தாள்.[27] இராஜராஜப் பேரரசின் தாயாரும் சுந்தரச் சோழனின் மனைவியுமான வானவன் மாதேவியார் உடன்கட்டை ஏறிய செய்தி திருவாலங்காட்டுச் செப்பேட்டில் குறிக்கப்பட்டிருக் கிறது.[28] வீரமிக்க இந்த அரிய செயலுக்காக, மக்கள் வானவன் மாதேவியாரைப் போற்றி வழிபட்டார்கள். ஆனால் அவளைப் பின்பற்றவில்லை. வேறு எந்தச் சோழ அரசியும் கூட இவ்வாறு உடன்கட்டை ஏறவில்லை. செல்வர் சிலரும் சாதாரண மக்கள் சிலரும் உடன்கட்டை ஏறிய மூன்று நிகழ்ச்சிகள் மைசூர்ப்[29] பகுதியிலிருந்து நமக்குக் கிடைத்துள்ளன. கி.பி. 1057-ல் ஒரு மற்போர்ப் போட்டியில் அரசனின் உறவினரை ஒருவன் கொன்று விட்ட குற்றத்துக்காக, அவனுக்குக் கொலைத் தண்டனை விதிக்கப்பட்டது. அவன் மனைவியும் நூங்க நாட்டு சிற்றரசனின் மகளுமான தெகாபே என்பவள் அவளுடைய பெற்றோர் எவ்வளவோ தடுத்தும் தன்னுடைய கணவன் பிரிவைத் தாளாமல் உடன்கட்டை ஏறிய செய்தியைக் கன்னடமொழியில் ஒரு கல்வெட்டு காவியப் பாணியில் உருக்கமாகக் கூறுகிறது.[30] இம்மாதிரி மற்றுமிரண்டு நிகழ்ச்சிகள் கி.பி. 1067-லும் 1068-லும் நடந்தன.[31] அதில் ஒன்று உடன்கட்டை ஏறியவளின் மகன் தன் தந்தையின் நற்பேற்றுக்காக வழங்கிய தர்மங்களைப் பற்றியும் கி.பி.1088-ம் ஆண்டு மைசூர்ப்[32] பகுதி கல்வெட் டொன்று கூறுகிறது.[33] தென் ஆர்க்காட்டிலுள்ள வீர ராசேந்திரனின் கல்வெட்டொன்று கணவனை இழந்த மனைவியின் மனப்போராட்டத்தை நன்கு உணர்த்துகிறது. தன் கணவன் இறந்த பிறகு, அவனுடைய மற்ற மனைவிமார்களுக்கு (சக்களத்திகள்) அடிமையாக வாழ்வதைவிட அவள் உடன்கட்டை ஏறவே விரும்பினாள். அதைத் தடுத்தவர்கள் பார்த்துக் கோபப்படும் அளவுக்கு அவளுக்கு வாழ்க்கை மீது வெறுப்பேற்பட்டது.[34] பொதுவாகப் பெண்கள் உடன்கட்டை ஏறும் முறைக்கு மக்களிடையே ஆதரவு இல்லை என்பது மேலே சொல்லிய நிகழ்ச்சியிலிருந்து தெரிகிறது.

ஆடல் மகளிர்

இந்திய சமூக வாழ்வில் என்றுமே ஆடல் மகளிர் சிறப் பிடம் பெற்றிருந்தனர். வரலாறு தொடங்கிய காலத்திலிருந்தே

ஆடல் மகள் கவர்ச்சிக் கன்னியராகவே திகழ்ந்தாள். பரதத்திலும், இசையிலும் நல்ல தேர்ச்சி பெற்று, திருக்கோயில்களில் தொண்டு புரிந்தாள். ஆடவர்களுடன் இன்முகத்துடன் பழகினாள். ஆனால், சிலருடன் மட்டுமே நெருங்கிய நட்புக் கொண்டாள். தான் விரும்பியவரை மணம்புரிந்து கொண்டாள். தற்காலத்தில் நகரங்களில் தோன்றியுள்ள விலைமாதர்களை மனத்தில் கொண்டு அக்காலத்திய ஆடற் பெண்டிரை நாம் மதிப்பிடுவது பெரும் தவறாகும் என்பது அக்காலத்துக் கல்வெட்டுகளையும் இலக்கியத்தையும் படிப்பவர்களுக்கு நன்கு விளங்கும். அக் காலத்திய தேவரடியார்கள், கிரேக்க நாட்டு ஆடற் பெண்டிர் போன்ற பண்புநலம் உள்ளவர்களாயும் கலையுணர்வுடையவர் களாயும் இருந்தனர். கலை நுணுக்கங்களில் ஈடுபாடு உள்ளவர் களுக்கு நல் விருந்தளித்தனர். திருக்கோயில்களில் இறைத் தொண்டிற்காகவே பலர், தங்கள் வாழ்நாளையெல்லாம் அர்ப் பணித்துக்கொண்டனர். அவர்களது வருவாயில் பெரும் பங்கு கோயில் வழிபாடு முதலியவற்றிற்காகவே செலவிடப்பட்டது என்று பின்னே வந்த முகமதிய எழுத்தாளர்கள் வியப்புடன் தெரிவித்துள்ளனர்.[35]

சோழர் சமுதாயத்தில் தேவரடியார்கள் மதிப்பான இடம் பெற்றிருந்தனர் என்பது, சோழர் அவர்களுக்கு வழங்கியுள்ள ஏராளமான தானங்களைப் பற்றிய கல்வெட்டுக்களைப் பார்த் தாலே விளங்கும். சதுரன் சதுரி என்னும் ஒரு தேவரடியாள் நாகன் பெருங்காடன் என்பவரின் மனைவி (அகமுடையாள்) என்று திருவொற்றியூர்க் கல்வெட்டு, கி.பி. 1049-ம் ஆண்டில் கூறுகிறது.[36] அவ்வாறே தஞ்சை மாவட்டத்தில் உள்ள ஒரு கோயிலில் பணிபுரிந்த தேவரடியாள் மணமானவள் என்பதை மூன்றாம் குலோத்துங்கன் கல்வெட்டு தெரிவிக்கிறது.[37]

அடிமை வாழ்வு

மக்களிடையே பலர், முக்கியமாக விவசாயத் தொழில் செய்த கூலியாட்கள், அடிமை வாழ்வே வாழ்ந்தனர் என்று அக்காலத்து இலக்கியங்களிலிருந்து தெரிகின்றது. மனிதர்க ளையே சொத்துக்களாகப் பாவித்து அவர்கள் தங்கள் விருப்பப்படி விற்கவும், வாங்கவும் செய்யும் முறை நிலவியதற்கு, தக்க கல்வெட்டுச் சான்றுகள் கிடைத்துள்ளன. பல காரணங்களுக்காக மக்கள் அடிமைகளாக்கப்பட்டனர். அடிமைகளிலும், பல வகையினர் இருந்தனர். கோயில்களுக்குத்தான் பெருவாரியான அடிமைகள் விற்கப்பட்டனர், சிலர், தாங்களாகவே கோயில்களுக்கு

அடிமை பூண்டனர். உதாரணமாகத் தஞ்சை மாவட்டத்தில் இரு பெண்கள் தங்களுடைய நெருங்கிய சுற்றத்தாருடன் அவ்வூர்க் கோயிலுக்கு அடிமையாயினர்.[38] இதற்கு அவர்களுடைய பக்திதான் காரணமே தவிர, பொருளாதாரக் காரணங்கள் இல்லை. மற்றொரு சமயம் அந்த கோயிலுக்கு ஒருவர் பெண்களை 13 காசுக்கு விற்றார். இதற்கு பொருளாதார நிலையே காரணம் தவிர, பக்தியன்று.[39] அதே கோயிலுக்கு மற்றொரு முறை 8 பெண்கள் விற்கப் பட்டனர். ஆனால் அவர்களுக்கு விலை என்ன என்று குறிப் பிடப்படவில்லை.[40] கி. பி. 948-ல் நந்திவர்மன் மங்கலத்து மத்தியஸ்தர் ஒருவர் வயலூர் (திருச்சி மாவட்டம்) கோயிலில் திருப்பதிகம் பாடுவதற்கும் இறைவனுக்கு கவரி வீசுவதற்கும் 3 பெண்களை விற்றார்.[40a] முதலாம் இராஜராஜன் காலத்தில், கி.பி.1002-ல் நாடு கண்காட்சி, நாடு வகை செய்வோர் என்னும் அதிகாரிகளின் முயற்சியில் திருவிடந்தையிலுள்ள (செங்கற்பட்டு மாவட்டம்) வராகப் பெருமாளுக்கு மீனவ குடும்பத்தினர் (பட்டினவர்) 12 பேர் அடிமை பூண்டனர். நெசவு, மீன் பிடித்தல் தொழில்களில் கிடைக்கும் வருவாயி லிருந்து ஒவ்வொரு குடும்பமும் ¾ கழஞ்சுப் பொன்னைக் கோயி லுக்கு வழங்கவேண்டும். மேலும், கோயிலில் கொண்டாடப் பெற்ற அரசன் பிறந்த நாள், ஆவணி சதயத் திருநாள் உள்பட பல திருவிழாக்கள் நடைபெற உதவி செய்யவேண்டும். இந்த ஏற்பாடு தொடர்ந்து பல தலைமுறைகளுக்கு நடந்துவரும்படி பார்த்துக்கொள்ள திருவிடந்தை ஊர்ச் சபை பொறுப்பேற்றது.[41] மேலே கூறியவற்றிலிருந்து அவர்கள் வெறும் அடிமைகள் ஆகி விட்டனர் என்று சொல்லிவிட முடியாது. பிரசாதம் பெறுதல் போன்ற சில உரிமைகள் அவர்களுக்கு இருந்தன. ஆனால், அவர்கள் அவ்வாழ்வை ஏற்றுக்கொள்ளும்படி கட்டாயப்படுத்தப் பட்டனர் போல் தோன்றுகிறது. பரம்பரையாக இவ்வாழ்வு தொடர்வதற்கு ஊர்ச் சபை பொறுப்பேற்றதையும், அதிகாரிகள் இருவர் இவ்விஷயத்தில் பங்குகொண்டதையும் பார்க்கும்போது, இப்பன்னிரண்டு பட்டினவர் தாங்களாகவே கோயில் அடிமை வாழ்வை ஏற்றனர் என்று சொல்லமுடியாது. கி. பி. 1088-ல் திருக்காளத்தி கோயிலுக்குரிய தேவரடியார்கள் தவறுதலாக அரண்மனைச் சேவகத்திற்கு வந்துவிட்டனர். அவர்களை முதலாம் குலோத்துங்கன் மீண்டும் அக்கோயிலுக்கு அனுப் பினான். அவர்களின் உடம்பில் பொறிக்கப்பட்ட அரச முத்திரை அழிக்கப்பட்டு சிவன் கோயிலுக்குரிய முத்திரையான திரிசூலம் பொறிக்கப்பட்டது.[42] கி. பி. 1119-ல் பாண புரத்து வில்லிகளில் ஒருவன் தன் குடும்பத்துப் பெண்கள்

சிலரைத் தேவரடியார்களாக அர்ப்பணித்து அவர்களுக்குத் திரிசூல முத்திரையிட்டான்.[43] இரண்டாம் இராஜாதிராஜன் ஆட்சியில் குறிப்பாக கி.பி. 1175-ல் தஞ்சை மாவட்டம் திருவாலங்காட்டுக் கோயிலுக்கு நான்கு பெண்கள் 700 காசு களுக்கு விற்கப்பட்டனர்.[44] காசு என்ற நாணயத்தின் மதிப்பு அவ்வப்போது மாறியதால் இக்கல்வெட்டின் காலத்தில் காசின் மதிப்பு எவ்வளவு என்று எளிதில் சொல்ல இயலாது. திருவாலங் காட்டிலுள்ள மற்றொரு கல்வெட்டு அடிமைகளைப் பற்றிய சில பொதுச் செய்திகளைத் தருகிறது. வயிராதராயர் என்பவரிடம் பல அடிமைகள் இருந்தனர். மற்றும் சிலர் அவருடைய மனைவியுடன் சீதனமாக வழங்கப்பட்டவர்கள். தன் மனைவி ஒப்புதலுடன் இவர்களில் சிலரை, அவர் கோயிலுக்கு விற்றார். அவர்கள் மடங்களில் "மட அடிமைகளாக" வேலை பார்த்தனர். அந்த விற்பனைப் பத்திர விதிகளின்படியும், அரசரின் கட்டளைப் படியும் ("ராஜ-சாதனம்")[45] கோயில் அதிகாரிகளும், மாகேசு வரர்களும் இவ்விற்பனையின் விவரங்களை அக்கோயில் சுவரில் கல்வெட்டாகப் பொறிக்கவேண்டும். அவ்வடிமைகளுக்குத் திருசூல முத்திரையிட வேண்டும். அவர்களுக்கு சில குறிப்பிட்ட பணிகள் வழங்கப்பட வேண்டும். அவற்றைச் செய்யத் தவறியவர்கள் தண்டிக்கப்பட வேண்டும். சிறிது காலத்திற்குப் பிறகு, இவ் வடிமைகள் கோயில் ஸ்தானத்தாருக்குக் கீழ்ப்படியாமல் பல கொடிய செயல்களை மேற்கொண்டனர். இப்பிரச்சினை கோயில், மடம் இவற்றின் பொதுக் குழுக்களிடம் வைக்கப்பட்டது. அவர்கள் எடுத்த நடவடிக்கைகள் என்ன என்பது கல்வெட்டில் உள்ள சிதைவால் விளங்கவில்லை. கோயிலில் வேலை செய்த அடிமை களாவது, ஏதோ தாங்கள் இறைவனுக்குச் சேவை செய்கிறோம் என்று எண்ணி தங்களுக்கே ஆறுதல் சொல்லிக் கொண்டிருக்கலாம். ஆனால் கோவில்களைத் தவிரவும் மற்ற சில இடங்களிலும் அடிமைகள் இருந்தனர்.[46] ஏழ்மையால் அடிமைகளா னோர் பலர். அவர்கள், பட்டினிச் சாவிற்குப் பயந்து, தங்களை யும் தங்கள் சந்ததியாரையும் அடிமைகளாக விற்றுக்கொண்டனர். ஏழைகளின் வறுமை நிலையைப் பயன்படுத்தி செல்வர்களும் செல்வாக்கு உடையவர்களும் பலரை அடிமையாக்கி இருக்கக் கூடும்.[47]

ஊதியமும் விலைவாசியும்

கூலி, விலைவாசி பற்றிக் கல்வெட்டுகளிலிருந்து கிடைக் கும் விவரங்களிலிருந்து பல தொழிலாளர்களின் பொருளாதார நிலை ஓரளவு தெரியவருகிறது. மக்களின் பொது வாழ்க்கைத்

தரத்தை மதிப்பிட இயலாது. அதுபோலவே, மக்களின் வாழ்க்கை முறைகளிலும், நாகரிகப் பாங்கினிலும் அவ்வப்போது உண்டான மாறுதல்களைப் பற்றியும் விவரங்கள் தெரியவில்லை. நமக்குக் கிடைத்துள்ள சான்றுகளை வைத்துக்கொண்டு இம்முயற்சி களில் ஈடுபடுவதற்கில்லை. கிராம நிர்வாகத் துறையில் பரம் பரையாகவும் நிரந்தரமாகவும் பணிபுரிந்தவரைப் பற்றி இங்கு குறிப்பிடவில்லை. அதுபோலவே, அடிமைகளைப் பற்றியும் இங்குக் குறிப்பிட வேண்டியதில்லை.

தொழிலாளரின் அன்றாட கூலி பற்றிச் சில செய்திகள் கிடைத்துள்ளன. ஒரு காவல்காரருக்கு ஒரு நாளுக்கு ஒரு குறுணி நெல்லும், ஆடைகளுக்காக ஓராண்டிற்கு 2 கழஞ்சு பொன்னும் ஊதியமாக வழங்கப்பட்டது என்று உத்தமச் சோழனின்.[48] சென்னை மியூசியம் செப்பேடுகள் அறிவிக்கின்றன. ஒரு தோட்டக்காரருக்கு நாள் ஒன்றுக்கு ஆறு நாழி நெல்லும், ஆண்டு ஒன்றுக்கு ½ கழஞ்சு பொன்னும்அளிக்கப்பட்டது., ஒவ்வொன் றும் 10 அடி நீளம், 10 அடி அகலம், 2½ அடி ஆழமுள்ள 50 குழிகளை வெட்ட, லால்குடியில் (திருச்சிமாவட்டம்) கி.பி. 960-ல் ஒரு காசு கூலியாக கொடுக்கப்பட்டது.[49] கி.பி.1001-ல் தென் ஆர்க்காட்டிலுள்ள கிளியனூர் கிராம சபையைக் கூட்டுவதற்காகக் கொம்பு ஊதுபவருக்கு 'நிவந்த மாக' (நிவந்தம்உறுதியான ஊதியம்) நாள்தோறும் இரண்டு வேளை சாப்பாடும், அவர்களுடைய அன்றாடத் தேவைகளுக்கு உள்ளூரில் கிடைக்கும் பொருள்களும் வழங்கப்பட்டன.[50] கி.பி. 1018-ல் செங்கற்பட்டை அடுத்த நத்தத்தில், மரம் வெட்டுபவருக்கு நாள் ஒன்றுக்கு 4 நாழி நெல் கூலியாக அளிக்கப்பட்டது.[51] ஒரு பிராமணச் சமையல்காரருக்கும் அதே கூலி வழங்கப்பட்டது.[52] முதலாம் இராஜேந்திரன் காலத்தில் திருமுக்கூடலிலுள்ள (செங்கற்பட்டு மாவட்டம்) பல்லக்குத் தூக்குவோருக்கும், 4 நாழி நெல் ஊதியம் அளிக்கப் பட்டது.[53] ஆனால், இது முழு நாள் கூலியாக இருக்க முடியாது. ஏனென்றால், அதே ஊரில், தோட்டத் தொழிலாளிக்கு, நாள் ஒன்றுக்கு 10 நாழி நெல் கூலியாக வழங்கப்பட்டது.[54] அதே கூலி அளவு, முதலாம் இராஜாதிராஜன் காலத்திலும் வழங்கப் பட்டது.[55] திருவாமத்தூரில் (தென் ஆர்க்காடு) கி.பி.1030-ல் வயலுக்கு நீர்ப்பாய்ச்சுவோருக்கும், தோட்டத்தில் பூ கொய்வது போன்ற தொழில் செய்த ஆடவருக்கும் நாள் ஒன்றுக்கு 8 நாழி நெல் அளிக்கப்பட்டது. பூப் பறித்து மாலை தொடுத்த பெண்டிருக்கும், ஆடவருக்குக் கொடுக்கப்பட்ட கூலியில் பாதி தான் கூலியாக அளிக்கப்பட்டது.[56] முதலாம் இராஜாதிராஜன்

காலத்தில் திருவெண்காட்டில் ஒரு மடத்தில் வேலை செய்த பெண்டிருக்கு நாள் ஒன்றுக்கு 2 நாழி நெல் கூலியாக வழங்கப்பட்டது.[57] திருவொற்றியூரிலுள்ள தண்ணீர்ப் பந்தலுக்குக் குடி தண்ணீர் கொண்டுவந்து கொடுத்தவருக்கு நாள் ஒன்றுக்கு ஒரு குறுணி நெல்லும், ஆண்டு ஒன்றுக்கு 2 காசுகளும் ஊதியமாகத் தரப்பட்டது.[58] கி. பி. 1213-ல் குடிமியான் மலைக் குயவருக்கும், விறகு வெட்டிக் கொண்டுவந்து கொடுத்தவருக்கும் 2 நாழி நெல்தான் கொடுக்கப்பட்டது. ஆனால் முழு நாள் கூலியாக இருந்தது என்று இதைச் சொல்லமுடியாது. இது, ஒரு குறிப்பிட்ட வேலைக்குக் கொடுத்திருக்கக் கூடிய கூலியே ஆகும்.[59]

குறிப்பிட்ட தொழிலில் நுட்பமும் பயிற்சியும் உடைய தொழிலாளர்களுக்கு அதிகப்படியான ஊதியம் கொடுக்கப்பட்டது இரண்டாம் ஆதித்தன் காலத்தில் திருவேள் அறைச் சக்கை என்பவர் கோயிலில் ஒரு விசேஷ 'கூத்து' நடத்துவதற்கு ஒரு கூத்துக்கு 2 கலம் நெல் வீதம் ஊதியம் பெற்றார். ஓராண்டில் கோயிலில் குறைந்தது 7 கூத்துக்களாவது நடத்த உறுதி அளிக்கப்பட்டது.[60] மற்ற கோயில்களிலும் அவர் கூத்து நடத்தலாம், தஞ்சைப் பெரிய கோயிலில் பணிபுரிந்த 400 ஆடல் மகளிர் ஒவ்வொருவருக்கும் ஒரு வீடும், ஆண்டு ஒன்றுக்கு 100 கலம் நெல்லும் வழங்க, முதலாம் இராஜராஜன் ஏற்பாடு செய்திருந்தார்.[61] அதே கோயிலில் திருப்பதிகம் பாடும் 50 பேருக்கு நாள் ஒன்றுக்கு 3 குறுணி நெல் வழங்க அவ்வரசன் கட்டளையிட்டான்.[62] அம்மன்னன் காலத்திய மற்றொரு கல்வெட்டில் பின்வரும் கூலி விவரங்கள் காணப்படுகின்றன.[63] கோயிலில் பணிபுரியும் ஒவ்வொரு பிரமச்சாரிக்கும், நாள் ஒன்றுக்கு 1 பதக்கு அல்லது 16 நாழி நெல்லும், ஆண்டுதோறும் 2 கழஞ்சு அல்லது 4 காசு பொன்னும் வழங்கப்பட்டது.[64] அவர்களில், கோயில் பணிக்கே தங்களை நிரந்தரமாக அர்ப்பணித்துக்கொண்ட பத்துப் பேருக்கு மட்டும் கூடுதலாக ஒரு குறுணி (அல்லது 8 நாழி) நெல் வழங்கப்பட்டது. பூமாலை சூடிக்கொடுத்த 20 பேருக்கு நாள் ஒன்றுக்கு ஒரு பதக்கு நெல்லும், ஓராண்டுக்கு 5 காசு பொன்னும் வழங்கப்பட்டது. கோயில் கணக்கனுக்கு ஒரு வருடத்திற்கு 200 கலம் நெல்லும், அவனுடைய உதவியாளுக்கு 75 கலமும் வழங்கப்பட்டது. அதாவது, முறையே அவர்களுக்கு நாள் ஒன்றுக்கு 1½ குறுணி நெல்தான் ஊதியம் கொடுக்கப்பட்டது.[65] திருவொற்றியூரில் கி.பி.1038-ம் ஆண்டுக் கல்வெட்டுச் சில செய்திகள் தருகிறது. அவ்வூர்க் கோயிலில் பணிபுரிந்த இரண்டு மாலைக்காரர்களுக்கு நாள் ஒன்றுக்கு 10 நாழி நெல்லும், ஆண்டொன்றுக்கு 1½ கழஞ்சு

பொன்னும் ஊதியமாகத் தரப்பட்டன. எண்ணாயிரத்தில் திருவாய்மொழி ஓதுவோருக்கு, தஞ்சையில் திருப்பதியம் ஓது வோர்க்குக் கொடுக்கப்பட்டது.[66] போன்றே, நாள் ஒன்றுக்கு 3 குறுணி நெல் வழங்கப்பட்டது. இது திருவொற்றியூர்க் கோயிலில் கொடுக்கப்பட்ட ஊதியத்தைப் போல இரண்டு மடங்கு ஆகும்.[67] கி. பி.1048-ல் திருபுவனைக் கோயிலில் திருவாய்மொழி சேவித்தவர்களுக்கும் நாள் ஒன்றுக்கு 3 குறுணி நெல் வீதமே அளிக்கப்பட்டது.[68] ஆனால், அக்கோயில் பட்டருக்கு நாள் ஒன்றுக்கு ஒரு பதக்கு நெல்தான் வழங்கப்பட்டது. கி.பி.1054-ல் திருநாகேச்சுரத்தில் சிவதருமத்தைப் பற்றி காலட்சேபம் நிகழ்த்தியவருக்கு ஓராண்டுக்கு 75 கலம் நெல் அளிக்கப்பட்டது.[69] தஞ்சைப் பெரிய கோயிலில் உதவிக் கணக்கர் களுக்கு வழங்கப்பட்ட ஊதியமும் இதுவே. தஞ்சை மாவட்டத்தி லுள்ள திருமணஞ்சேரிக் கோயிலில் பூஜை செய்து வந்த நம்பிகளுக்கு நாள் ஒன்றுக்கு இரண்டு குறுணி நெல்லும், ஆண் டொன்றுக்கு 2 காசு அல்லது 16 கலம் நெல்லும் அளிக்கப் பட்டது.[70]

பண்டமாற்று

நாணயங்கள் புழங்கி வந்தாலும் பழைய பண்டமாற்று முறை அடியோடு மறையவில்லை. பழந்தமிழ் இலக்கியங்கள் அக்காலத்தில் மக்கள் உப்பைக் கொடுத்து அரிசியைப் பெற்றனர் என்பதை அறிவிக்கின்றன. சமீப காலங்களில்கூட நாட்டுப் புறங்களிலே பெண்கள் நெல் அல்லது அரிசியைக் கொடுத்து அவற்றுக்குப் பதிலுக்குக் காய்கறிகள், நெல், தயிர் போன்ற பண்டங்களைப் பெறுவர். நெல்லுக்கும், மற்றப் பண்டங்களுக்கும் அக்காலத்தில் வழங்கி வந்த மதிப்பீடு தெரிந்தால்தான் சோழர் காலத்திய பொருளாதார நிலையைப்பற்றி முழுமையாக அறிய முடியும். 9 குறுணி நெய், ஒரு கழஞ்சு பொன்னுக்குச் சமமாக இருந்தது. அவ்வாறே 15 கலம் நெய், 20 கழஞ்சு பொன் னுக்குச் சமம். இது விவரம் திருக்காளத்திலுள்ள கி.பி. 1012-ம் ஆண்டுக் கல்வெட்டில்[71] காணப்படுகிறது. இதைக் கொண்டு பார்த்தால், இக்காலத்திய நெய் விலையில், இது 1/6 அல்லது 1/7 பாகம்தான். ஒரு நாழி நெல்லுக்கு 1½ நாழி தயிர் மாற்றிக்கொள்ளப்பட்டது.[72] ஒரு கழஞ்சு பொன்னுக்கு 7 கலம் நெல் விற்கப்பட்டது. இவ்விலை 1937-ம் ஆண்டில் நிலவிய நெல் விலையைவிடச் சற்று அதிகம் என்றே சொல்லலாம். ஆனால் நெல்லின் விலை காலத்திற்கும் இடத்திற்கும் ஏற்ற வாறு மிகவும் மாறுபட்டது. (செங்கற்பட்டு மாவட்டம்)

நத்தத்தில், கி.பி.1018-ல் 3 நாழி நெல்லுக்கு 48 வெற்றிலைகளும், 12 பாக்குக் கொட்டைகளும் கொடுக்கப்பட்டன.[73] அதே ஆண்டு, திருச்சி மாவட்டத்திலுள்ள திருப்பங்கிலியில், ஒரு நாழி நயம் பருப்புக்கு 5 நாழி நெல் கொடுக்க வேண்டியதிருந்தது. ஒரு பலம் நாட்டுச் சர்க்கரை வாங்க 2 நாழி நெல் கொடுக்க வேண்டும்.[74] கோயிலுக்கு ஒரு கறி செய்து உணவு படைப்பதற்கு ஒரு நாழி நெல் தேவைப்பட்டது. செங்கற்பட்டு மாவட்டத்திலுள்ள திருமுக்கூடலில், கி.பி.1016-ல் பின்வரும் விலைவாசி நிலவியது: ஒரு நாழி எண்ணெய்க்கு 4 நாழி நெல்; ஒரு நாழி நெய்க்கு 3/4 கலம் நெல்;[75] ஒரு படி தயிருக்கு 2 படி நெல்; பால் விகிதமும் அதுவே. ஒரு நாழி மஞ்சள் வாங்க ஒரு குறுணி நெல் தேவைப்பட்டது.[76]

உணவு

கோயில்களில் அடியார்களுக்கு உணவு அளிக்க ஏற்பட்ட நிபந்தங்களை அறிவிக்கும் கல்வெட்டுக்களில், பல்வேறு உணவுப் பண்டங்களின் விலைவாசிகளைப் பற்றியும் சில விவரங்கள் காணப்படுகின்றன. திருவிடந்தையிலுள்ள, கி.பி.1004-ம் ஆண்டுக் கல்வெட்டு பின்வரும் விவரங்களைத் தருகிறது.[77] 12 பிராமணர்களுக்கு ஒரு வேளை சாப்பாட்டிற்கு 5/6 கலம் நெல் வேண்டியிருந்தது. அதைக்கொண்டு பின்வரும் செலவுகள் செய்யப்பட்டன. தலைக்கு 1¾ நாழி அரிசி வீதம் மொத்தம் 21 நாழி அரிசி (52½ நாழி நெல்); 1 உழக்கும், 2½ செவிடு நெய்யும் வாங்க 6 நாழி நெல்; காய்கறிகளுக்காக 5 நாழி நெல்; தயிருக்காக 5 நாழி; உப்புக்காக ½ நாழி. விறகுக்கு 2 நாழி நெல்; பிரமாண சமையல்காரருக்கு 4 நாழி; சமையல் செய்ய மட்பாண்டங்கள் கொடுத்த குயவருக்கு 3 நாழி; வெற்றிலைப் பாக்குச் செலவுக்காக 2 நாழி நெல். இவ்வாறு மொத்தம் வயது வந்த ஓர் ஆளுக்கு ஒரு வேளை சாப்பாட்டிற்கு 5/6 குறுணி நெல் தேவைப்பட்டது. எண்ணாயிரத்திலுள்ள நல்லூரில் படித்த இளம் மாணவர்களுக்கு தலைக்கு ¾ குறுணி நெல் ஒதுக்கப் பட்டது. திருபுவனையில் இளம் மாணவர்களுக்கு ¾ குறுணியும், பெரிய மாணவர்களுக்கு ஒரு குறுணியும் அளிக்கப்பட்டது. முதலாம் குலோத்துங்கனின், கி.பி.1115-ம் ஆண்டு[78] கல்வெட்டின்படி ஒரு வைணவ மடத்தில் அமாவாசையன்று 50 பிராமணர்களுக்கு உணவு அளிக்க ஆளுக்கு ஒரு குறுணி நெல் தேவைப்பட்டது. அரிசி, உப்பு, மிளகு, நெய், தயிர், மட்பாண்டங்கள், விறகு, வெற்றிலை, பாக்கு போன்ற எல்லாச் செலவுகளும் இந்த ஒரு குறுணி நெல்லிலிருந்து செய்யப்பட்டன.

நெல்விலை

விளைச்சலைப் பொருத்து நெல் விலை மாறியது. கல்வெட்டுக்களில் குறிக்கப்பட்ட விலைகளெல்லாம் யாதோ ஒரு நிரந்தர விலைவாசிகளை அடிப்படையாக கொண்டவையே. வட ஆர்க்காடு மாவட்டம் திருவல்லத்தில், கி. பி. 992-ல் ஒரு கழஞ்சு பொன்னுக்கு 40 சாடி அல்லது 13½ கலம் நெல் விற்கப் பட்டது.[79] கி.பி.1015-ல் அதே விலை குறிக்கப்பட்டுள்ளது.[80] திருக்காளத்தியிலுள்ள, கி.பி.1012-ம் ஆண்டுக் கல்வெட்டுப்படி ஒரு பொன் அல்லது ஒரு கழஞ்சு பொன்னுக்கு 7 கலம் நெல் விற்கப்பட்டது.[81] அளவு வேறுபாடுகளால் ஒரு பகுதியின் விலை வாசியை மற்றொரு பகுதியின் விலைவாசியுடன் நெருங்கி ஒப்பிட முடியவில்லை. செங்கற்பட்டு மாவட்டம் திருமுக்கூடலி லுள்ள வீரராஜேந்திரரின் கல்வெட்டின்படி, ஒரு கழஞ்சு பொன்னுக்கு "ராஜகேசரி" என்னும் அளவியால் 16 கலம் நெல் விற்கப்பட்டது.[82] தஞ்சை மாவட்டத்திலுள்ள திருப்புக லூரில், கி.பி.1006-ல் ஒரு காசுக்கு 8 கலம் நெல் விற்கப் பட்டது. அதாவது, ஒரு கழஞ்சுக்கு 16 கலம் நெல்லாகும்.[83] சிதம்பரத்தில், ராஜகேசரி, இராஜேந்திரன் காலங்களில், ஒரு காசுக்கு 8½ கலம் நெல் அல்லது ஒரு கழஞ்சுக்கு 17 கலம் நெல் விற்றதாக அறிகிறோம்.[84] பண்டாராவடையில் (தஞ்சை)[85] இராஜகேசரி கல்வெட்டின்படி ஒரு கழஞ்சுக்கு 15 கலம்[86] நெல் விற்றது. முதலாம் குலோத்துங்கன் காலத்தில் கோலாரில் (மைசூர்)[87] காசுக்கு 2¾ கலமும், திருவொற்றியூரில்[88] 4 கலம் நெல்தான் விற்கப்பட்டது. குலோத்துங்கனுக்கும் சாளுக்கிய மன்னன் ஆறாம் விக்கிரமாதித்தனுக்கும் அப்பொழுது நடைபெற்ற போரேதான் இவ்விலை ஏற்றத்திற்குக் காரணமாகும். குலோத் துங்கனின் ஆட்சியின் இறுதியில் தஞ்சையில் ஒரு கழஞ்சுக்கு 13 கலம் நெல் என்று விற்கப்பட்டு, விலைவாசி மீண்டும் குறைந்தது.[89] ஆனால், தென் ஆர்க்காடுப் பகுதியில் (ஏமப் போரூர்), கி.பி.1136-ல் 8 கலம் நெல் வாங்க ஒரு மாடை தேவைப்பட்டது.[90]

காசு விலைகள்

பணத்தின் மதிப்பைப் பற்றி போதிய சான்றுகள் கிடைக்க வில்லை. விலையுயர்ந்த சில பொருள்களே பணம் கொடுத்து வாங்கப்பட்டன. இராஜராஜனின் தஞ்சைக் கல்வெட்டுப்படி 1 காசு (½ கழஞ்சு), 1½ குறுணி ஏலக்காய், 2 குறுணி செண்பகப் பூக்களும், 605 பலம் கசகசா, 2½ அல்லது 3 கழஞ்சு அளவு கற்

பூரம்,[91] 2 பலம் சர்க்கரை என்று விற்கப்பட்டது. சர்க்கரை அக்காலத்தில் சொகுசுப் பொருளாக இருந்தது போலும்.[92] கி.பி. 931-ல் மேலப்பழுவூரிலும்[93], கி.பி.1014-ல் செங்குன்றத்திலும் காசுக்கு ஒன்பது பெண் ஆடுகள் என்று விற்றது.[94] ஆனால், தஞ்சையில் ஒரு காசுக்கு 3 பெண் ஆடு வீதம் விற்றது.[95] தென் ஆர்க்காடு திட்டக்குடியில், கி.பி.1136-ல் ஒரு பசுவின் விலை 15 காசுகள்.[96] கி.பி.1221-ல் நல்லூரில் (தஞ்சை) காய்க்கும் தென்னைமரம் ஒன்றின் விலை 150 காசு. பலனுக்கு வராத அல்லது காய்க்காத மரத்தின் விலை 100 காசுகளாகும்.[97] மூன்றாம் இராஜராஜன் காலத்தில் காசின் மதிப்பு மிகவும் குறைந்துவிட்டது.

உலோகங்களின் விலைகளைப் பார்ப்போம். வெண்கலம் ஒரு காசுக்கு 35 பலம் என்று விற்கப்பட்டது; செம்பு 30 பலம்; வெள்ளீயம் 26½ பலம்; உலோகக் கலவை 70 பலம். இவ்விலை வாசிகளின் விவரங்கள் திருப்பனந்தாளிலுள்ள, கி.பி.1099ம் ஆண்டுக் கல்வெட்டில் காணப்படுகின்றன."[98]

பஞ்சம்

பஞ்சம், வறட்சி நிலவிய சில சமயங்களைப் பற்றியும் கல்வெட்டுகளில் அறியக் கிடைக்கிறது. (விக்கரம சோழன் ஆட்சியின் மூன்றாம் ஆண்டு) அதாவது, கி.பி.1131-ல் தென் ஆர்க்காடு மாவட்டத்தில் சில பகுதிகளில் நிலவிய பஞ்சத்தின் விளைவாக, அரகண்ட நல்லூர் மக்கள் பலர், தங்கள் நிலங்களை விற்றுவிட்டு, ஊரினின்று வெளியேறினர். இதனால் அவ்வூர்ச் சபை கூடி ஏற்கெனவே உள்ள 24 பங்குகளைப் புதிய பங்குதாரர்களுக்கு வழங்கி, இனி ஒருவரும் நிலங்களை வெளியாருக்கு விற்கவோ, அடமானம் வைக்கவோ கூடாது என்று விதித்தது. இவ்வொப்பந்தத்தை மீறுபவர்களின் நிலங்கள் பறிமுதல் செய்யப்படும். தவிர, 64 கழஞ்சு அபராதம் விதிக்கப்படும்.[98a] சில சந்தர்ப்பங்களில் பிழைப்பதற்கு வேறு வழியின்றி, தங்களின் சில உரிமைகளை விட்டுக்கொடுத்து, அடிமைகள் போல வாழ வேண்டிய நிலையும் சிலருக்கு ஏற்பட்டது. இதை நன்றாக விளக்கக்கூடிய வகையில், தஞ்சை மாவட்டம் ஆலங்குடியிலுள்ள கல்வெட்டு (கி.பி.1152) அமைந்துள்ளது.[99] விஜயராஜேந்திர தேவனின் மூன்றாம் ஆட்சி ஆண்டு, கெட்ட காலமாக (கால தோஷம்) இருந்ததாக கல்வெட்டு கூறுகிறது. அந்த அரசன், கல்யாணபுரம், கொல்லபுரம் ஆகிய ஊர்களைக் கைப்பற்றிய பிறகு,யானையின்மீது இருந்தவாறே இறந்தான். இவ்வாறு

இறந்ததாகச் சொல்லப்படும் அரசன், முதலாம் இராஜாதிராஜ னாகவோ, அவன் தம்பி இரண்டாம் இராஜேந்திரனாகவோ இருக்க வேண்டும்.[100] ஆலங்குடி மக்கள் கஷ்டப்பட்டதற்கான காரணங்கள் விளங்கவில்லை.[101] ஆனால், தங்களைக் காப்பாற்றிக் கொள்ளவும் பயிர்த்தொழில் நடத்துவதற்காகவும், விதை, எரு போன்றவைகளைப் பெறவும் அவ்வூர்க் கோயிலிருந்து தங்க நகைகள் ஏறக்குறைய 1011 கழஞ்சும், 464 பலம் வெள்ளியும் கடனாக வழங்கிக்கொண்டனர். அவர்கள் இக்கடனைத் திருப்பிக் கொடுப்பதற்கு வகுக்கப்பட்ட முறைகளும் கல்வெட்டில் காணப் படுகின்றன.

குறிப்புகள்

1. 343/1917.

2. துறையூர் (திருச்சிராப்பள்ளி மாவட்டம்) கல்வெட்டு கி.பி. 1219-ல் ஏற்பட்டது. அது ஊர் மதில், புழக்கடை மதில் (வீட்டுக்குப் பின்புறம் உள்ள சுவர்) என்பவற்றைக் குறிப்பிடுகிறது. இதிலிருந்து பாதுகாப்புக்காக நகரங்களையும் வீடுகளையும் சுற்றிச் சுவர்கள் இருந்தது தெரிகிறது (701/1909).

3. 198/1925.

4. 46/1897; 311/1911.

5. 375/1911.

6. திருவாலங்காட்டுச் செப்பேடுகள், வரிகள் 517-24. அன்பின் செப்பேடுகள் முழுவதும் வீரசோழ தச்சன் என்ற ஒரே தொழிலாளியால் பொறிக்கப்பட்டன.

7. மியூசியம் பட்டங்கள் வரி 10.

8. திருவாலங்காட்டுச் செப்பேடுகள், வரி 456.

9. 197/1923; எஸ்.ஐ.ஐ. ii, பக்கம் 251; டி.ஏ.எஸ். v பக். 29-30.

10. 479/1908 ஏ.ஆர்.இ 1909, II, 45. மற்றும் முதலாம் யஜ்னவால்கியரைப் பற்றி மிதாஷரா, I, 95.

11. 189/1925.

12. 208/1919. வட இந்தியக் கல்வெட்டுகளில் சொல்லப்படும் பிரம க்ஷத்திரியர்கள். இவர்கள் பிராமண ஆடவருக்கும் வைசியப் பெண்டிருக்கும் பிறந்தவர்கள் என்று ஏ.ஆர்.இ.யில் சொல்லப்பட்டிருப்பது தேவை இல்லாதது; ஆதாரமில்லாதது.

13. 508/1922.

14. 208/1919.

15. 508/1922.

16. 66/1890, (எஸ்.ஐ.ஐ.iii, 25); 562/1893. ஏ.ஆர்.இ. 1905, II, 43.

17. 136/1905.

18. எம். ஸ்ரீநிவாச ஐய்யங்கார், தமிழ் ஸ்டடீஸ், பக் 100 அடிக்குறி

19. ஏ. ஆர். இ. 1921, II, 47.

20. எஸ்.ஐ.ஐ. ii, முன்னுரை பக். 10.

21. 341/1907.

21a. 31/1936-7; ஏ.ஆர்.இ. II. 27.

22. 489/1912. ஏ.ஆர்.இ. 1913 II. 39.

23. 34/1913.

23a. 184/1940-41; ஏ.ஆர்.இ. 1939-40-1942-3, II. 42.

24. ஏ.ஆர்.இ. 1921, II. 47.

25. சமுதாயத்தில் வலங்கை, இடங்கை பிரிவுகளின் உண்மையான சரித்திரம், மூன்றாம் குலோத்துங்கன் ஆட்சியில் சுருதிமான்கள் காலத்தில் ஏற்பட்டதாக நம்பப்படுவதை விட, இன்னும் மிக முற்பட்ட காலத்திலேயே தொடங்கியிருக்கலாம். 10-ம் நூற்றாண்டில் ஒரு சீன ஆசிரியர், 3-ம் நூற்றாண்டில் மற்றொரு சீன ஆசிரியர் எழுதியதை மேற்கோளாகக் காட்டுகிறார். இது ஃபூ-நான் என்பவரைப் பற்றியன குறிப்பு. லீ ஃபூ-நான். பிஇஎஃப் இஒ. iii, பக். 282; மற்றும் கம்பாவில் இதைப் பற்றிய vii. பக். 316-17.

26. 235/1926.

27. 376/1903

28. vv. 65-66

29. 236/1902.

30. 141/1898; இ.ஸி. iv எச்.ஜி. 18; ஈ.ஐ. vi பக். 213-9.

31. 174/1911; இ.ஸி. ix, டிவி. 14.

32. 188/1911; இ.ஸி. x, சி.டி. 161.

33. 499/1911; இ.ஸி. iv எச்.ஜி. 100.

34. 156/1906; ஏ.ஆர்.இ. 1907, II, 41.

35. அபு சாய்ட், ஃபெர்ராண்ட் எழுதிய வாயேஜ் என்னும் நூலில் பக். 124.

36. 147/1912.

37. 411/1925.

38. 218/1925. (முப்பது காசுகளுக்கு ஏழு பேர்); 219/1925 (அதே தொகைக்கு 15 பேர்கள்) ஏ.ஆர்.இ. 1925, II, 18.

39. 217/1925.

40. 216/1925.

40a. 149/1936-7. ஏ.ஆர்.இ. II, 21.

41. 274/1910.

42. 141/1922.

43. 230/1921. உடலின் மீது அல்லது தோலில் இலச்சினையைப் பொறிக்க என்ன முறை மேற்கொள்ளப்பட்டது என்பது தெளிவாகச் சொல்லப்படவில்லை. இட்டு, அல்லது சாத்தி என்ற சொற்களுக்குக் கல்வெட்டு அறிக்கைகளில் "பொறிக்கப்பட்டது அல்லது முத்திரையிடப்பட்டது" என்று குறிக்கப்பட்டிருப்பது சரியான பொருளாகாது.

44. 80/1913.

45. 94/1926.

46. ஏ.ஆர். இ. 1925, II, 18.

47. நமக்குத் தெரிந்த வேறு நிகழ்ச்சிகள் சிலவற்றை இங்கே சுருக்கமாகச் சொல்லுவோம்: மூன்று வேளாளர்கள், இரண்டு பெண்களையும் அவர்களுடைய சந்ததியர்களையும் தென்னார்க்காடு மாவட்டம் திருவக்கரையில் தேவரடியார்களாக 1099-ல் விற்றது. (183/1904); திருநெல்வேலி மாவட்டத்தில் 1105 உவச்ச அடிமையான ஒரு மகாராயர் தருமதானம் செய்திருப்பது (280/1928); திராட்சராமாவில் ஒரு மடத்தில் பணிபுரிய 1113-ல் இரண்டு அடிமைகள் அன்பளிப்பாகக் கொடுக்கப்பட்டிருப்பது (354/1893). 1184 ஆம் ஆண்டில் தஞ்சை மாவட்டம் கீழையூரில் கோவிலுக்கும் மடத்துக்கும் உரிமையான அடிமைகளின் பட்டியல்கள். (74, 76/1925) 1198, 1208 ஆகிய ஆண்டுகளில் ஒரு செல்வர் ஏராளமான மட அடிமைகளைக் கொண்டுவந்து திருவாலங்காட்டு மடத்துக்குக் கொடுத்தது. (91, 90/1926); பட்டினிச் சாவிலிருந்து தப்பிப்பதற்காக 1201-ல் திருப்பாம்புரம் கோவிலுக்கு ஒரு வெள்ளாளனும் அவனுடைய பெண்மக்கள் இருவரும் தங்களை அடிமைகளாக விற்றுக்கொண்டது (86/1911); ஒரு கோயிலைச் சேர்ந்த இரண்டு கணக்கர்கள், பழமையான ஒரு பொதுக் குடும்பத்துக்கு அடிமைகளாக இருந்த பல பெண்களை விற்றது - எங்களுக்கு கிரமக்கடமாய் வருகின்ற அடியார் (296/1911); இன்னும் சில நிகழ்ச்சிகள் 499/1904-ல் காணப்படுகின்றன. (வேதாரண்யம் கி.பி.1219); 409/1925 ஒரு கல்தச்சனும் அவனுடைய மனைவியும் நான்கு மகன்களும்

(அச்சுதமங்கலம்), கி.பி.1219; 223/1917, ஆடவரும் பெண்டிருமாக கோவில் அடிமைகள் நூற்றுக்கு மேற்பட்டவர் (கொற்கை, கி.பி 1235); 110/1892, இது 122/1912 போன்றது (திருவொற்றியூர் கி.பி. 1235); 216, 217-219/1925 (மேலப்பெரும்பள்ளம் என்-டி).

48. மற்றும் பார்க்க. எஸ்.ஐ.ஐ. முன்னுரை 17-8 இதில் தஞ்சைக் கல்வெட்டுக்களிலிருந்து கிடைக்கும் விவரங்களைப் பற்றிய விவாதம் உள்ளது.

49. 104/1929. ஒரு பிடி என்பது 4 அங்குலத்துக்கு சமம் என்று நான் அனுமானிக்கிறேன்.

50. 156/1919.

51. 263/1912.

52. 267/1910, (திருவிடந்தை). இதே கூலி கி.பி. 1115-லும் நிலவியது (281/1910).

53. 175/1915. திருப்பள்ளிச் சிவிகைக் காவலர். இது கோவிலில் உள்ள வைணவப் பிராமணர்களைக் குறிக்கும்.

54. 172/1915.

55. 45/1925. திருவாரூர் கோயிலில் திருமஞ்சனத்துக்கு தண்ணீர் கொண்டு வந்து கொடுத்த தவசியருக்கு இதே அளவு ஊதியம் கொடுக்கப்பட்டது. 671/1919 (கி.பி.1094).

56. 18/1922.

57. 450/1918.

58. 154/1912.

59. 364/1906.

60. எஸ்.ஐ.ஐ. iii, 202

61. எஸ்.ஐ.ஐ. ii, 66.

62. எஸ்.ஐ.ஐ. ii, 65

63. எஸ்.ஐ.ஐ. ii, 69. இந்தக் கல்வெட்டில் சில இடைவெளிகள் இருப்பதால் பிற்சேர்க்கை பூர்த்தியானதாக இல்லை.

64. நத்தம் (செங்கற்பட்டு மாவட்டம்) கி.பி. 1018-ம் ஆண்டுக் கல்வெட்டு (263/1912) ஓராண்டில் ஒவ்வொரு பிரம்மச் சாரிக்கும் கொடுக்கப்படும் துணிகளின் விலைமதிப்பு ஓராண்டுக்கு இரண்டு காசு என்று சொல்கிறது. உத்தமச்

சோழனின் மியூசியம் செப்பேடுகள் (வரி 44-6) இதை ஒரு நாளுக்கு 6 நாழி என்றும் ஓர் ஆண்டுக்கு ஒரு கழஞ்சு என்றும் சொல்கிறது.

65. 268/1926 (கி.பி.1243).
66. 146/1912.
67. 333/1917.
68. 176/1919.
69. 214/1911.
70. 10/1914 (தேதி குறிப்பிடப்படாதது) உத்தமச் சோழனின் மியூசியம் செப்பேடுகள் 42-4 வரிகளில், ஒரு குருக்களின் ஊதியம் உடைகளுக்காக ஓராண்டுக்கு 5 கழஞ்சும் ஒரு நாளுக்கு ஒரு பதக்கும் என்று சொல்கிறது.
71. 299/1904, கி.பி.1038-ல் ஏற்பட்ட மற்றொரு கல்வெட்டு திருவொற்றியூரில் நிலவிய விகிதம் ஒரு கழஞ்சுக்கு 50 நாழி என்று சொல்லுகிறது (146/1912).
72. மேற்படி.
73. 263/1912. ஆனால் 8 கொட்டைப்பாக்குகளும் 32 இலைகளும் (வெற்றிலை) கி.பி.1104-ல் நரசிங்கபுரம் (அதே மாவட்டம்) என்னும் ஊரில் ஒரு நாழிக்கு கிடைத்தது-249/1912.
74. 91/1892.
75. இந்தப் பண்டமாற்று விகிதம் நிலையாக இருந்ததாகத் தெரிகிறது. 506/1920 இதைக் குறிப்பிடுகிறது (ஆலங்குடி கி.பி. 1094); 518, 515, 512/1920 இவை யாவும் அதே ஊர்க் கல்வெட்டுகள் இவற்றின் காலம் முறையே 1116, 1117, 1125.
76. 175/1915.
77. 273/1910; ஏ.ஆர். 1911, II, 21.
78. 281/1910.
79. 218/1921.
80. 176/1915.
81. 299/1904.
82. 182/1915.
83. 68/1928.

84. 118/1888.
85. 232/1923.
86. 176/1919.
87. 263/1912.
88. 131/1892; 106/1892.
89. 44/1891.
90. 533/1921.
91. 3 கழ் விகிதம் என்று 146/1912-ல் (கி.பி.1038) திருவொற்றியூர்க் கல்வெட்டில் சொல்லப்பட்டிருக்கிறது.
92. எஸ்.ஐ.ஐ. ii, முன்னுரை 18, அட்டவணை ஏ.
93. 378/1924.
94. 149/1921.
95. எஸ்.ஐ.ஐ. ii, 64; 63-ல் ஆறு பெண் ஆடுகளின் விலை மூன்று பசுக்களின் விலைக்குச் சமம் என்றும் அது ஒரு எருமை மாட்டு விலைக்குச் சமம் என்றும் சொல்லப்பட்டிருக்கிறது. 302/1901 ஒரு பசுவின் விலை, மூன்றாம் இராஜராஜனின் 16-ம் ஆண்டில் நான்கு செம்மறி ஆடுகளின் விலைக்குச் சமமாய் இருந்ததாகச் சொல்லப்படுகிறது.
96. 15/1903.
97. 58/1911.
98. 46/1914; ஏ.ஆர்.இ. 1915, II, 23.
98a. 151/1934-5, ஏ.ஆர்.இ. II, 14.
99. 5/1899.
100. ஏ.ஆர்.இ. 1899, பாரா 53; எஸ்.ஐ.ஐ. iii, பக். 191. ஆனால் மேலே பக். 258-ம், பக். 279-ல் எண் 86 பார்க்க.
101. மழையின்மைதான் காரணம் என்று வெங்கையா சொல்கிறார். முதலாம் இராஜாதிராஜன் போரில் ஈடுபட்டும், கண்டபடி செலவு செய்தும் கருவூலத்தை காலி செய்துவிட்டுத் தன்னுடைய தம்பி இரண்டாம் இராஜேந்திரனிடம் ஆட்சியை ஒப்புவித்தான். அதனால் இரண்டாம் இராஜேந்திரன் மக்களுக்கு ஒருவகையிலும் நிவாரணம் அளிக்க முடியவில்லை.

அதிகாரம் 21

விவசாயமும் நில உரிமைகளும்

விவசாயக்குடி மக்கள்

மக்கள் பெரும்பாலும் கிராமங்களில் வசித்துவந்ததால், விவசாயமே அவர்களுடைய முக்கியத் தொழிலாக இருந்தது. நிலம் வைத்திருப்பவர்களுக்குச் சமுதாயத்தில் நல்ல மதிப்பு இருந்தது. இக்காலத்தைப் போல், அக்காலத்திலும் விவசாயி தான் சமுதாயத்தின் முதுகெலும்பாக விளங்கினான், எந்தத் தொழில் செய்தாலும் ஒவ்வொருவரும் தனக்கென நிலங்கள் வைத்துக்கொள்ள விரும்பினர். உண்மையாகவே, ஒரு கிராமமும், கிராம சபையும் பெரும்பாலும் விவசாயிகளைக்கொண்டே இயங்கின.

கிராமப் பொது நிலங்கள்

தனியார் நிலங்களைத் தவிர, கிராம வெளிப்புறங்களில் உள்ள பல பகுதிகள் கிராமத்தாரின் பொதுவுடைமையில் இருந்தன. இவை தவிர, புறம்போக்கு நிலங்கள் அவ்வப் போது சிலருக்கு வழங்கப்பட்டுவந்தன;[1] தற்காலத்திலும் இப்பழக்கம் தஞ்சைப் பகுதியில் நிலவிவருகிறது. கிராமத்தாரின் பொதுவுடைமையில் இருந்த சில நிலங்கள் சபா மஞ்சிகம்,[2] ஊர் மஞ்சிகம்,[3] ஊர்ப்பொது[4] என்ற பல பெயர்களால் அழைக்கப் பட்டன. பொது நிலத்திற்கும் இறை வசூலிக்கப்பட்டது.[5] சில பொது நிலங்களை, கிராமத்தார் விற்றுப் பயிரிடுவதற்கு ஏற்பாடுகளும் செய்தனர்.[6] சுந்தரசோழன் காலத்தில் மதுராந்தக சபையார், அவ்வூரிலுள்ள பொது நிலங்களில் சில வற்றைத் தனியாருக்கு 'சபா விலையாக' விற்றனர்.[7] தனி வுடைமை மிகப் பரவலாக இருந்தது. மக்கள் தங்கள் சொந்த நிலங்களை விருப்பப்படி விற்கவோ, தானமாகக் கொடுக்கவோ

முழு உரிமை பெற்றிருந்தனர். தவிர, சொத்துக்களும் முறைப் படிச் சந்ததியினருக்குப் போய்ச் சேர்ந்தன. இவை எல்லாம் நடைமுறையில் வழங்கிவந்தன என்பது கல்வெட்டுக்கள் தெளிவுபடுத்துகின்றன. நீதி நூல்களும் அவற்றையே கூறு கின்றன.[8]

குடியானவர்கள்

சிறிய, பெரிய நிலக்கிழார்களைத் தவிர, விவசாயத் தொழிலில் மற்றவர்களும் ஈடுபட்டிருந்தனர். முக்கியமாக நில உரிமையற்ற உழவுத் தொழிலாளர்கள், விவசாயத்தில் பெரும் பங்கு கொண்டிருந்தனர். அவர்களில் பலர் அடிமைபோல் வாழ்ந்தனர். ஒவ்வொரு கிராமத்திலும் சில எளிய தொழில்களைச் செய்யப் பணியாட்கள் நியமிக்கப்பட்டனர். அவர்களுக்குப் பொது நிலங்களிலிருந்து சில நிலங்கள் ஊதியமாக அளிக்கப்பட்டன. கிராமத்திலுள்ள பல கைத் தொழிலாளர்களுக்கும் நில மானி யங்கள் அளிக்கப்பட்டன. அவர்கள் ஊரைவிட்டுப் போகாமல் நிரந்தரமாக இருக்க, மானியங்கள் அளிக்கப்பட்டன. தவிர, அவர்கள் செய்துகொடுத்த வேலைகளுக்கு மக்களிடம் கூலி பெற்றனர்.

எளியோரின் வாழ்க்கை

சமுதாய அடிமட்டத்திலுள்ள ஏழை எளிய மக்களின் வாழ்க்கையைப் பற்றி ஒருவாறு அறியவேண்டுமென்றால், சேக் கிழாரது நந்தனார் வாழ்க்கை வரலாற்றில், ஆதனூரைப் பற்றிய குறிப்புகளைக் கவனித்தாலே போதுமானது. கிராமப்புற வாழ்க்கையை நன்கு அறிந்திருந்த சேக்கிழார், ஆதனூரைப் பற்றிய அப்பட்டமான உண்மைகளைப் பின்வருமாறு சித்திரித் துள்ளார். "மேற்கா நாட்டிலுள்ள ஆதனூர் செல்வச் செழிப் புடைய ஊராகும்; கொள்ளிடம் பாய்வதால், பூமி மிகவும் செழிப்புடன் விளங்குகிறது. இரு பக்கங்களிலும் பசுமை நிரம்பிய தோட்டங்கள், மாட மாளிகைகள் பல உள்ளன; ஏராளமான மக்கள் இங்கு வாழ்கிறார்கள்; ஊருக்கு வெளியேயுள்ள சேரியில் புலையர்கள் ஓலைக் குடிசைகளில் வாழ்கிறார்கள்; எளிய தொழில் செய்கிறார்கள்; குடிசையைச் சுற்றிலும் தோல் பட்டைகள் சூழ, கோழிக்குஞ்சுகள் அங்குமிங்கும் ஓடுகின்றன. கரிய நிறமுள்ள குழந்தைகள், நாய்க்குட்டிகளைக் கையில் வைத்துக்கொண்டு ஓடி விளையாடுகிறார்கள்; மருத மரத் தடியில் ஒரு பெண், தன் குழந்தையைத் தூங்கச் செய்கிறாள்; பக்கத்திலுள்ள மாமரத்துக் கிளைகளில் உடுக்கைகள் தொங்க

விடப்பட்டுள்ளன; பனைமரங்களுக்கு அடியில் பன்றிக்குட்டிகள் படுத்து உறங்குகின்றன; அதிகாலையில், சேவல் கூவும்போது, புலையர்கள் எழுந்து, தங்கள் வேலையைத் தொடங்குவார்கள்; பகலில், காஞ்சி மரத்தடியில் சுருட்டை முடியுள்ள புலையப் பெண்கள் பாடிக்கொண்டே நெல் குற்றுகிறார்கள்; ஏரிக்கரையில், பறவைகளின் சப்தத்துடன் கூடிப் புலையப் பெண்களின் ஆடல் பாடல் ஒலிகளும் கேட்கின்றன; தலையில் வாசனையுள்ள பூக்களையும் , நெற்கதிர்க் கொத்துக்களையும் அணிந்துகொண்டு, அதிக அளவில் மதுபானம் பருகியதால் தள்ளாடி ஆடுகிறார்கள்; இம்மக்களிடையேதான் சிவபக்தரான நந்தனார் தோன்றினார். தனது குலத் தொழிலைப் பின்பற்றிப் பல சிவன் கோயில்களுக்கு உடுக்கை, மத்தளம் போன்ற கருவிகள் செய்ய, தோல், நரம்பு, தோல்பட்டை எல்லாம் கொடுத்து வந்தார்.” இத்தொழில் செய்த புலையர்கள், அடிமை போன்றே வாழ்ந்தனர். ஊரைவிட்டு வெளியே போகக்கூட சுதந்திரம் கிடையாது.

கூலி ஆட்கள்

தினக்கூலி வாங்கி, மற்றவர்களின் நிலங்களில் வேலை செய்து பிழைத்துவந்த விவசாயத் தொழிலாளர்களைப் பற்றிச் சில செய்திகளை அறிகிறோம்.[9] அவர்களுக்குக் கூலி, பொதுவாக நெல்லாகவே கொடுக்கப்பட்டது. கோயில் தோட்டங்களில் வேலை செய்த ஆட்களுக்கு நாள் ஒன்றுக்கு ஒரு மரக்கால், 2 நாழி நெல் வழங்கப்பட்டது என்று கி.பி. 1019, 1053-ம் ஆண்டுகளைச் சேர்ந்த கல்வெட்டுக்கள் கூறுகின்றன.[10] 7 பாடகம் அளவுள்ள ஒரு தோட்டத்தில் எட்டு கூலியாட்கள், வருடம் பூராவும் வேலை செய்தனர். அது போல, 6 மா அளவுள்ள ஒரு தோட்டத்தில் இரண்டு ஆட்கள் வேலை செய்தனர். கோயிலுக்கு நில தானம் வழங்கும்போது சில சமயம், அதில் வேலை செய்ய வேண்டிய தொழிலாளர்கள் தங்குவதற்கு ஒரு பகுதி ஒதுக்கப்பட்டது. அவர்கள் குத்தகைக்காரர்கள் அல்லர்; சம்பளத்திற்கு வேலை செய்யும் தொழிலாளர்கள். நிலமும், அதில் பயிரிடப்படும் நெல்லும் அவர்களுக்குச் சொந்தமல்ல.

குத்தகை

தனியார் நிலங்கள், கோயில் போன்ற பொது ஸ்தாபனத்தின் நிலங்களும் சில சமயம் குத்தகைக்கு விடப்பட்டன. சொந்தக்காரர்களுக்கு மேல்வாரம் செலுத்திவிட்டு, மீதியைக் குத்தகைக்காரர்கள் எடுத்துக்கொண்டனர். பயிரிடும் செலவையும் நிலத்தீர்வைகளையும் அவர்களே ஏற்றுக்கொண்டனர். பல்வேறு

கைத்தொழில் செய்தவர்களுக்கு, நிலம் மானியமாக அளிக்கப் பட்டன. அவைகள் கிராம சமுதாயத்திற்குப் பணி செய்யும் பொருட்டு விடப்பட்ட மானியங்கள் அல்ல.

நில உரிமை முறைகளைப் பற்றி அனைத்துச் செய்திகளும் நமக்குக் கிடைக்கவில்லை. கல்வெட்டிலுள்ள செய்திகள் அநேக மாகக் கோயில்கள் தொடர்பாயுள்ள நிலங்களைப் பற்றியவையே. அவை எவ்வளவு தூரம் தனியார் நில உரிமை முறைகளுக்கும் பொருந்தும் என்பதைச் சொல்ல முடியாது. ஆனால், விவசாய மும், மற்ற தொழில்களைப்போல, கிராமத்து மக்களின் அன்றாடத் தேவைகளை பூர்த்தி செய்ய உதவியதே தவிர, அது ஒரு பெரும் இலாப நோக்குடனோ அல்லது முதலாளித்துவ முறைப் படியோ நடத்தப்படவில்லை. இதனால், தனியார் நிலங்களுக்கு கோயில், மடம் போன்ற பொது ஸ்தாபன நிலங்கள் இயங்கும் முறைக்கும் ஒன்றும் அதிக வேறுபாடு இருந்திருக்காது. இந்த அடிப்படையைக்கொண்டே, நில உரிமை முறை, நீர்ப்பாசனம், நில விலை போன்ற விஷயங்களைப் பற்றிய குறிப்புகளைக் கவனிப்போம்.

நில உரிமை

கிராமத்துக்குச் சொந்தமான சில பொது நிலங்களைப் பற்றி ஏற்கனவே சொல்லப்பட்டுவிட்டது. எவருக்கும் ஒதுக்கப் படாத நிலங்கள் அரசுக்கே சொந்தமானது என்பது எல்லோ ராலும் ஏற்றுக்கொள்ளப்பட்டது. மற்றப்படி. நிலங்களை அனுப வித்து வந்தோரின் உரிமையை அடிப்படையாக வைத்து நிலங் களை மூன்று வகையாகப் பிரிக்கலாம். அவற்றுள் உழவுத் தொழிலையே வழிவழியாகச் செய்து, நிலங்களை அனுபவித்து வந்த குடிகளுக்கே உரிமையுள்ள 'வெள்ளான் வகை' ஒன்றாகும். மற்றொரு வகை, நிலங்கள் சில தொழில் செய்வோருக்குக் கொடுக்கப்பட்டவையாகும். அவை சீவிதம், போகம், காணி, விருத்தி போன்ற பெயர்களால் குறிக்கப்பட்டன. மூன்றாவது வகை தானமாகக் கொடுக்கப்பட்ட நிலங்களாகும். அவை பிரம்மதேயம், தேவதானம், சாலாபோகம் என்று வழங்கின. இவற்றை வழங்கும்போது எல்லா உரிமை விவரங்களும் செப்பேட்டிலோ அல்லது கல்வெட்டிலோ பொறிக்கப்பட்டன. தொழில் மானியங்கள் அளிக்கும்போதும் கல்வெட்டுக்களில் பொறிக்கப்பட்டன. ஆனால், அவற்றில் அவ்வளவு விவரங்கள் அடங்கவில்லை. அவற்றில் பொதுவாக மானியம் விடப்பட்ட நில அளவு, எல்லை விவரங்கள், மானியம் வழங்கப்பட்டவரின் பெயர், அவர் செய்யவேண்டிய பணி-இவை போன்ற விவரங்கள்

கொடுக்கப்படும். நில உரிமையைப் பற்றிய விவரங்கள் அந்தந்த ஊர் வழக்கப்படியேவிடப்பட்டன. மேலே குறிப்பிட்ட மூன்று வகை உரிமை முறைகளைப் பற்றிச் சற்று விவரமாக ஆராய்வோம்.

வெள்ளான் வகை

"வெள்ளான்", "வகை" என்ற இரண்டு சொற்களைக் கொண்ட சொற்றொடர் ஆகும். இதில் 'வெள்ளான்' என்பது உழவரைக் குறிக்கிறது. 'வகை' என்ற சொல் ஒரு குறிப்பிட்ட வகையினரைக் குறிக்கிறது. 'வகை' என்பது இங்கு நில உரிமை வகையைக் குறிக்கிறது. நிலங்களைப் பாகுபாடு செய்து தீர்வை நிர்ணயித்தவர், 'நாடு வகை' செய்வோர் என்று குறிப்பிடப் பட்டனர். நில உரிமை முறைகள் நிர்ணயிக்கப்பட்ட முறை 'வகை செய்தல்' என்று வழங்கிற்று. நிலங்களை அவற்றின் விளைச்சலுக்கு அல்லது தரத்திற்குத் தக்கபடி பிரிப்பது "தரம் இடுதல்' என்று வழங்கிற்று. கருப்பூர்க் கிராமத்திலுள்ள வெள்ளான் வகை நிலங்களிலிருந்து தஞ்சைப் பெரிய கோயிலுக்குக் குறிப்பிட்ட தொகை (நெல்) செலுத்தப்பட வேண்டுமென்று இராஜராஜன் உத்தரவிட்டான். அங்குள்ள தேவதான, சாலா போக நிலங்களுக்கு விலக்களிக்கப்பட்டது.[11] சாதாரணமாக, அரசிறை செலுத்திய கிராமம், வெள்ளான் வகையைச் சேர்ந்த தாகும் என்று திருவாலங்காட்டுச் செப்பேடு குறிக்கிறது. சிங்களாந்தக சதுர்வேதி மங்கலத்தின் சபைக்குச் சொந்தமான பழையனூர் என்ற பிரமதேயம் வெள்ளான் வகைக் கிராமமாக மாற்றப்பட்டது. பிறகு, திருவாலங்காட்டுக் கோயிலுக்குத் தேவதானமாகப் பழையனூர் வழங்கப்பட்டது. பிறகு அவ்வூருக்கும் வெள்ளான் வகைக் கிராமத்திற்குமுள்ள வேற்றுமைகள் மிகத் தெளிவாகக் கல்வெட்டில் குறிப்பிடப் பட்டுள்ளன.[12] "வெள்ளான் வகையைச் சேர்ந்த கிராமங்கள் செலுத்தும் இறை, இவ்வூரில் உள்ளவர்கள் செலுத்தவேண்டிய தில்லை. முன்பு செலுத்தி வந்ததுபோல் வருடத்திற்கு 3288 கலம் + 7 குறுணி + 5 நாழி நெல்லும், 193 கழஞ்சு + 1 மஞ்சாடி, 1 மா பொன்னும் செலுத்தவேண்டும். இவ்வகைப் படி கணக்குப் புத்தகங்களில் எழுதப்பட வேண்டும்."[13] இவ்வரசக் கட்டளையிலிருந்து சோழர் ஆட்சியில் நிலவிய நில உரிமை வகைகளைப் பற்றிய சில செய்திகள் நமக்குத் தெரிய வருகின்றன. இக்காலத்தில் 'ரயத்துவாரி' முறையில் (Ryotwari System), மிராசு உரிமையுடன் இயங்கிய அரசுடன் நேரடியாகத் தொடர்புகொண்டு இறை செலுத்திவரும் கிராமங்களே,

அக்காலத்தில் வெள்ளான் வகை எனப்பட்டன. தனியார் நிலங்களின்மீது தனித்தனியாக நிலவரி விதிக்கப்பட்டதா, அல்லது கிராம நிலங்கள் அனைத்திற்கும் பொதுவாக விதிக்கப்பட்டதா என்பது சரியாகத் தெரியவில்லை. பழையனூர், பிரமதேயமாக இருந்தபோது, அதிக இறை செலுத்தியது என்பதைப் பார்க்கும் போது பொதுவாக, பிரபுதேயக் கிராமங்கள் அரசுக்கு சில சிறப்புக் கட்டணங்கள் செலுத்தவேண்டியதிருந்தது என்பது புலனாகிறது.[14] ஒரு கிராமத்தைப் பிரமதேயமாக்கும்போது அங்குள்ள சிலருடைய நிலங்களை அக்கிராமத்திற்கு விட்டு, அவர்களுக்கு வேறு நிலங்கள் கொடுக்கப்பட்டன. பழையனூர்க் கிராமம், அவ்வூர்க் கோயிலுக்குத் தேவதானமாய் அளிக்கப் பட்டது. ஆனால், அது, வெள்ளான் வகையாகவே தொடர்ந்து இருந்ததால், இறை நிர்ணயமெல்லாம் ஏற்கெனவே செய்யப் பட்டிருந்தது. இறையை அரசுக்குச் செலுத்துவதற்குப் பதில் அவ்வூர்க் கோயிலுக்கே செலுத்தப்பட்டது. இவ்வமைப்பினால் பயிரிடும் விவசாயிகள் பாதிக்கப்படாமல் இருந்தனர். பிரமதேயமாக இருந்தபோது கிராமத்தார் 3288 கலம், 7 குறுணி, 5 நாழி நெல்லும், 193 கழஞ்சு,ஒரு மஞ்சாடி, ஒரு மா பொன்னும் மேல்வாரத் தொகையாக அரசுக்குக் கொடுத்து வந்தனர். இப்பொழுது, அதே தொகையைக் கோயிலுக்குச் செலுத்தினர்.[15] இதனால் இறைத்தொகை பெரிதும் பாதிக்கப்படாமல் நில மேல்வார உரிமை மட்டும் மாற்றப்பட்டது. வெள்ளான் வகைக் கிராமங்கள் அரசுக்குச் சேர வேண்டிய தொகை, ஒவ்வொரு வருடத்தின் விளைவைப் பொருத்தே நிர்ணயிக்கப்பட்டது போல் தோன்றுகிறது. பிரமதேயக் கிராமத்தை, வெள்ளான் வகை தேவதானமாக மாற்றியதற்கு மற்றொரு உதாரணம் உண்டு. சுந்தரச் சோழப் பாண்டியனின் 16-ம் ஆட்சி ஆண்டின் திருவாலீசுரத்தில் பிரமதேயத்தில் 5 வேலி நிலம் வெள்ளான் வகையாக மாற்றப்பட்டது. அதற்காக அரசுக்குக் கட்டவேண்டிய தொகை, 642 கலம், 6 குறுணி, 2 நாழி, 3 உழக்கு, 2½ செவிடு நெல்லும், 40 கழஞ்சு, 3 காணி பொன்னும்[16] முதலாம் இராஜேந்திரன் காலத்தில் வெள்ளான் வகைக் கிராமங்களில் இரண்டு விதமான இறை செலுத்தும் முறை இருந்தன. ஒன்று, அவ்வப்போது மாற்றப்பட்ட இறைத் தொகை, அரசுக்குச் செலுத்தி வந்தவை; மற்றொன்று, நிரந்தரமாய் நிர்ணயிக்கப்பட்ட தொகையைக் கோயில் போன்ற பொது ஸ்தாபனங்களுக்குச் செலுத்தியவை. இவ்விரண்டு முறைகளில் எது விவசாயத்துக்கு அதிக உதவியாக இருந்தது என்பதை நிர்ணயிக்கப் போதிய சான்றுகள் கிடைக்கவில்லை.

முதலாம் குலோத்துங்கனின் 11-ம் ஆட்சி ஆண்டில் (கி.பி. 1081) மற்றொரு பிரமதேயக் கிராமம், வெள்ளான் வகையாக மாற்றப்பட்டது.[16a] இதைப் பதிவு செய்த கல்வெட்டின் வாசகம், திருவாலங்காட்டுச் செப்பேடுகளின் வாசகம் போலவே உள்ளது. இதிலும் ஆராய்ச்சிக்குரிய பல்வேறு நிர்வாகச் சொற்கள் அடங்கியுள்ளன. இவ்வாறு மாற்றம் செய்து, நடைமுறையில் இயங்குவதற்குச் சில ஆண்டுகள் பிடித்தன. உதாரணமாக, இரண்டாம் இராஜேந்திரனின் 11-ம் ஆட்சி ஆண்டில் தொடங்கி, குலோத்துங்கன் ஆட்சியின் முடிவில்தான் மாற்றம் நடைமுறைக்குக் கொண்டுவரப்பட்டது. மாற்றம் செய்வதற்கான அரசக் கட்டளை, வீரராஜேந்திரனால் அவ்வூர் நாட்டார், பிரமதேயக் கிழவர், தேவதான, பள்ளிச் சந்த, சாலா போகம் இவை அனைத்திற்கும் ஊர்களிலார், நகரங்களிலார் போன்றோருக்கு அனுப்பப்பட்டது. அவ்வாறு, வெள்ளான் வகையாக மாற்றப்பட்ட ஊர், 'இராஜேந்திர நல்லூர்' என்று வழங்கலாயிற்று. நக்கன் தரணி கட்டிய திருத்தாடகையீச்வரம் கோயிலுக்கு ஒவ்வொரு வருடமும் 2000 கலம் நெல் இறையாகச் செலுத்த வேண்டுமென்றும் நிர்ணயிக்கப்பட்டது. இரண்டாம் குலோத்துங்கனின் மூன்றாம் ஆண்டு தென் ஆர்க்காட்டிலுள்ள நாட்டு பிரமதேயமான அவியனூர் இறையிலி திருநாமத்துக் காணியாக மாற்றப்பட்டது.[16b]

கோப்பெருஞ்சிங்கனின் எதேச்சதிகார ஆட்சிக்குப் பிறகு, நீடூரிலுள்ள (தஞ்சை மாவட்டம்) விவசாயிகள் அவ்வூர்ச் சபையிடம் தங்கள் பொருளாதார நிலையை விளக்கி, அவ்வூர்ப் பெருங் குடிகளுக்குச் செலுத்தவேண்டிய அதிகப்படியான மேல்வாரத்தைக் குறைக்கவும் ஏற்பாடு செய்ய வேண்டினர்.' மேல் வாரம் வசூல் செய்ய வன்முறை உபயோகப்படுத்தக் கூடாது என்றும் வேண்டினர். மேலும், குடிமை வரி, ஒரு முதிரிகை (1/320 வேலி) நிலத்திற்கு ஒரு போகத்திற்கு 22 காசு எனவும், வெட்டிக் காசு ஒன்றுக்கு 5 காசும், வினியோகத்திற்கு ஒரு காசும் விதிக்கப்பட்டன. இவை தவிர, ஏதாவது கட்டணங்கள் விதிக்கப்பட்டால் அவற்றைப் பெருங்குடிகளே செலுத்த வேண்டும். இச் செய்திகள், நீடூரிலுள்ள கி.பி. 1232-ம்[17] ஆண்டுக் கல்வெட்டில் காணப்படுகின்றன.

ஊழிய மானியம்

கிராமத்தில் சிறப்புத் தொழில் செய்தவர்களுக்குப் பல்வேறு மானியங்கள் அளிக்கப்பட்ட அரசு அலுவலர்களுக்கு ஊதியம் கொடுக்கப்பட்டது. ஆனால், கிராமத் தொழில் செய்தவர்களுக்கு

நிலமானியங்கள் அளிக்கப்பட்டன. கி.பி. 1088-ல் வீரநாராயண புரம் கோயிலில் நடைபெற்ற சித்திரைத் திருவிழா வின்போது, ஐந்து தமிழக் கூத்து நடத்தியவர்களுக்கு மானம் பாடிக் கிராம சபையாரும், நகரத்தாரும் நிலங்கள் கூத்துக் காணியாக அளிக்கப்பட்டன.[17a]

வீரர்களுக்கு மானியம்

சோழர் காலத்தில் படை வீரர்களுக்கு நில மானியம் வழங்கி கௌரவித்தனர். திருவாடுதுறையிலுள்ள கி.பி.1117, கி.பி.1121-ல் ஆண்டுக் கல்வெட்டுகள், குலோத்துங்கச் சோழ நல்லூரில் பெரும் பரப்பான நிலங்கள் கைக்கோளாருக்கு வீரபோகமாக அளிக்கப்பட்ட செய்தியைக் கூறுகின்றன. 'சிறு தானம்' அந்தஸ்துடைய இக்கைக்கோளர்கள், கங்கைகொண்ட சோழபுர[18] அரண்மனையில் பணிபுரிந்தனர். கி.பி.1125-ம் ஆண்டு சிவபுரி (இராமநாதபுரம்)[19] கல்வெட்டின்படி சுந்தன் கங்கை கொண்டான் என்னும் அதிகாரி, போரில் மாண்டான். வாள் இல்லாருக்குத் தலைக்கு 5 மா நன்செய் நிலமும், அவர் குடும்பத்தினருக்கு 3 மா நிலமும் உதிரப் பட்டியாக வழங்க வாக்களித்தான். வாள் இல்லாருக்குப் பணிபுரிந்தோர் இறந்தால், அவர் குடும்பத்தினரிடம் ஒரு வித இறையும் வசூலிக்கப்பட மாட்டாது என்றும் வாக்களித்தான். கோயில் காடிலுள்ள (தஞ்சை) கி.பி. 1256-ம் ஆண்டுக் கல்வெட்டுப்படி, தொண்டை மண்டல பையூர் சிற்றரசனான சோழ கங்கன் தன்னிடமுள்ள படைப்பற்றதாக[20] நிலங்களின் மீது 600 காசு, 2 கலம் நெல் என்னும் இறைத் தொகைக்கு மேல் வசூல் செய்வதில்லை என்று உறுதியளித் தான். ஒரு குறிப்பிட்ட பகுதிக்கு அதிகாரியாய் இருந்தவன், அங்கே வசூலித்த அரசிறையை எடுத்துக்கொண்டு, அதற்குப் பதிலாக அரசருக்குத் தேவைப்பட்டபோது குறிப்பிட்ட அளவு படை வீரர்களைக் கொடுத்து உதவவேண்டும் என்ற முறை வழக்கிலிருந்தது என்பது தெரிகிறது.

இம்மாதிரி தொழில்புரிந்தோருக்கு மானியம் வழங்கும் முறை, கிராமங்களிலும் கோயில்களிலும் அதிகமாக வழக்கில் இருந்தது. கோயில்களில் அபிஷேகம் செய்ய, தண்ணீர் கொண்டுவந்தவர்கள்,[21] கோயிலில் காவல் புரிந்தோர்,[22] சங்கு முழங்குபவர்[23] அர்ச்சகர்,[24] ஓதுவார்[25] மற்றும் பல கைங்கர்யங்கள் செய்தவர்களுக்கும், சீவிதம், போகம், காணி என்று பல்வேறு பெயர்கொண்ட மானியங்கள் விடப்பட்டன. முதலாம் இராஜேந்திரனின் 9-ம் ஆட்சி ஆண்டு ஜனனாத சதுர்வேதி

மங்கலச் சபையார் கூடி மகா சாஸ்தாக் கோயிலில் பணிபுரிந்தோர்க்கு விடப்பட்ட நிலங்களை அனுபவிக்கும் உரிமைகளைச் சீர்படுத்தினர்[26] அதன்படி அவரவர்கள் என்ன பணி செய்யவேண்டும் என்பது வரையறுக்கப்பட்டது. சில சமயங்களில் தனியாரே, கோயில்களில் குறிப்பிட்ட கைங்கர்யம் நடைபெறுவதற்காக நிவந்தங்கள் அளித்துள்ளனர். முதலாம் இராஜராஜனின் 9-ம் ஆட்சி ஆண்டில் (கி.பி.994)[27] திருவாடுதுறையில் திருவிழாவின்போது, ஆரியக்கூத்து நடத்து வதற்காக 'நிருத்திய போகம்' அல்லது 'சாக்கைக் காணி' என்று மானியம் அளிக்கப்பட்டது. முதலாம் இராஜேந்திரன் காலத்தில் திருவாரூர்க் கோயிலுக்குப் பணிபுரிந்த பொற் கொல்லர்களுக்கு, 'தட்டாரக்காணி' என்ற மானியம் அரசி தந்தி சக்தி விடங்கியால் விடப்பட்டது.[28] இம்மாதிரிக் கிராமத்தில் நடைபெற்ற பல்வேறு பணிகளுக்காக மானியங்கள் விடப்பட்டன. ஒன்று, கிராம சபையே பொது நிலங்களிலிருந்து சிலவற்றை 'போகமாக' ஒதுக்கீடு செய்தன. மற்றொரு விதம், சில செல்வந்தர்களே கிராமத்திற்குச் சில தேவைகள் அவசியமான போது தாங்களே பொது நிலங்களிலிருந்து சிலவற்றை விலைக்கு வாங்கி அவற்றை மானியமாக விட்டு, உள்ளூராரே பராமரிக்கச் செய்தும் உள்ளனர். முதலில் சொன்ன முறைப்படி, கிராம சபைகள், கற்றோருக்கும், புலவர்களுக்கும் கோயிலில் புராணங்கள், வேதாந்தத் தத்துவங்கள் இவற்றைப் போதித்தோரைப் போற்றும் வகையில், ஏராளமான 'பட்டவிருத்தி' என்ற நில மானியங்கள் அளித்துள்ளன; அவ்வாறே பொற்கொல்லர்,[29] கிராம மருத்துவர்[30] அல்லது நட்டுவனார்[31] போன்றோருக்கெல்லாம் 'காணி' என்ற வகை மானியங்கள் ஏற்படுத்தின. ஆறுகளில் ஓடம் செலுத்துபவர்களுக்கும், ஏரி, குளம் போன்றவற்றில் அவ்வப்போது, தூறுவாரி செப்பனிடுவோருக்கும் மானியங்கள் விடப்பட்டன[32] அம்மானியத்திற்கு "ஏரி-பட்டி" என்று பெயர். சாவடிகளும், தண்ணீர்ப் பந்தலும் வைத்திருந்தோருக்கு விட்ட மானியங்களுக்கு "அம்பலப்புரம்" என்று பெயர்.[33] சோமனாத சதுர்வேதி மங்கலத்தைச் சேர்ந்த மூன்று தச்சர், பக்கத்திலுள்ள சில கிராமங்களின் தேவைகளைக் கவனிப்பதற்காக ஒவ்வொருவருக்கும் 2 மாநிலம் மானியமாய் அளிக்கப்பட்டது.[34] சுருங்கக் கூறின், எல்லாவிதமான பணிகளுக்கும் மானியங்கள் விடுவது என்பது பொதுவாக வழக்கில் இருந்தது என்பது தெளிவாகிறது. ஆனால், இம்முறையால் அரசுக்குச் சேர வேண்டிய இறை,வசூலிப்பதில் சில சிக்கல்கள் தோன்றியதாகத் தெரிகிறது. அவற்றை ஒழுங்குபடுத்த, இராஜராஜன்

தனது 24-ம் ஆட்சி ஆண்டில் சில ஆணைகள் பிறப்பித்தான்.[35] அவற்றின்படி, மானியமாக விடப்பட்ட நிலங்களுக்கும் அரசிறைகள் வழக்கம்போல் செலுத்தப்பட வேண்டும். கோயில் களில் விளக்கேற்ற விடப்பட்ட ஏராளமான நிலமானியங்களும் ஊழியத்துக்கு விடப்பட்ட பண்ணைகளாகவே கருதப்பட்டன.

அறக் கட்டளைகள்

மூன்று வகையில் தரும் ஸ்தாபனங்களுக்கு நிலமானியம் அளிக்கப்பட்டன. அவை பிரமதேயம், தேவதானம், சாலா போகம் என்று வழங்கலாயின. சில சமயங்களில் முதல் இரண்டும் சேர்ந்து தேவதான-பிரமதேயம் என்று வழங்கப் பட்டது.[36] தேவதானம் என்பது, திருவிடையாட்டம்[37] திருநாமத்துக்காணி என்பவற்றிலிருந்து வேறுபட்டது. முதலிரண்டில் கூறப்பட்ட வகைப்படி அளிக்கப்பட்ட நிலங்கள், கோயில்களுக்கே சொந்தமாயின.[38] தனியாரிடமிருந்து நிலங் களை விலைக்கு வாங்கி அவற்றைச் சில நெறி முறைகளுடன் கோயிலுக்குத் தானமாக அளிக்கப்பட்டது. தானம் அளிக்கும் போது, உரிமைகளையும் கடமைகளையும் பற்றி உறுதிமொழிகள் வாங்கப்பட்டன. சில சமயங்களில் எவருக்கும் சொந்தமில்லாமல் இருந்த கிராமப் பொது நிலங்களை ஊர்ச் சபையோ அல்லது அரசரோ தானம் அளித்தனர். தனியாரின் நிலங்கள் விலைக்கு வாங்கப்பட்டுத் தானம் அளிக்கப்பட்ட போது அந்நிலங்களைப் பயிரிட்டு வரும் குடியானவர்களை (குடி)ப் பற்றியும், அவர்களுக்கு சேர வேண்டிய பாகம் (காராண்மை), நிலச் சொந்தக்காரர்களுக்குச் சேர வேண்டிய பங்கு (மீயாட்சி) இவை பற்றிய பிரச்சினைகளும் முறைப்படி கவனிக்கப்பட்டன. சில நிலங்களைப் பயிரிடுபவரே அந்த நிலத் திற்குச் சொந்தக்காரராகவும் இருப்பர். நில உரிமையில்லாத குடியானவர்கள் “கீழ்க் காராண்மையுடைய குடிகள்” என்று வகைப்படுத்தப்பட்டனர்[39] பல கல்வெட்டுகளில் “குடி நீக்கிக் காராண்மை மீய் ஆட்சி”[40], “குடி நீக்கக் காராண்மை”[41] என்ற சொற்கள் காணப்படுகின்றன. இவ்வுரிமைகள் சில ஜங்கம சொத்துக்களுக்கும் புகுத்தப்பட்டதைப் பார்க்கும்போது சற்று வேடிக்கையாக இருக்கிறது. திருவையாற்றிலுள்ள கி.பி.1006-ம் ஆண்டுக் கல்வெட்டுப்படி ஒருவர், ஆடுகளை “குடி நீக்கா சாவா மூவா பேரேடாக”ப் பெற்று கோயிலுக்கு இரண்டு நந்தா விளக்கேற்றும் பொறுப்பை ஏற்றார்[42] அந்தணர்கள் மற்றும் கோயில்கள், அறச்சாலைகள் இவற்றிற்கு அளிக்கப் பட்ட நிலங்கள் பொதுவாக, “இறையிலி” களாகவே

அரசராலோ அல்லது உள் அதிகாரிகளாலோ அளிக்கப்பட்டன. செலுத்தவேண்டிய இறைக்காக மொத்தமாக முன்பணம் செலுத்திவிடுவார்கள். அதற்கு "இறை காவல்" என்று பெயர். அப்படி ஒன்றும் குறிக்கப்படாவிட்டால் அந்நிலங்களுக்கு வழக்கமான வரிகள் உண்டு என்பது பொருள்.

ஏகபோகம்

பத்து வேலி நிலம், அநிருத்த பிரம்மராயர் என்பவருக்கு "ஏகபோக-பிரமதேயமாக" அளிக்கப்பட்டதை சுந்தரச் சோழனின் அன்பில் செப்பேடுகள் குறித்துள்ளன. சாதாரணமாக பிரமதேயங்களில் பல அந்தணர்களுக்கு நிலங்கள் அளிக்கப் பட்டன. ஆனால், "ஏகபோகம்" என்ற அடைச்சொல், பிரம தேயத்திலுள்ள நிலங்கள் ஒருவருக்கே அன்பளிப்பாக தரப் பட்டதைக் குறிக்கும். தானமளிக்கப்பட்ட நிலங்களின் எல்லைகள், வழக்கப்படி ஒரு பெண்யானை கொண்டு வரை யறுக்கப்பட்டு வாங்கியவரின் உரிமைகளையும், கடமைகளையும் பற்றிச் செப்பேடுகளில் வடமொழியிலும், தமிழிலும் கூறப் பட்டுள்ளது. இந்நிலங்களின் எல்லை மீது மண்குவித்து முள் வேலி இட்டோம். இவ்வெல்லைக்குள் இருக்கும் தோட்டங்கள், வயல்கள், பூமிக்கு மேலே வளரும் மரங்கள், தரைக்குக் கீழேயிருக்கும் நீர் ஊற்றுக் கிணறுகள், திறந்த வெளிகள்;[43] கன்றுகள் மேயும் புன்செய் காடுகள், கிராம நத்தம், எறும்புப் புற்றுக்கள், மரங்களைச் சுற்றிலும் கட்டப்பட்டுள்ள மேடைகள் வாய்க்கால்கள்,[44] ஆறுகள், அவற்றின் கரிசல் மண் படிவங்கள், குளங்கள், களஞ்சிங்கள் (கோட்டகாரம்), குட்டைகள், தேன் கூடுகள், அகழிகள் (கோட்டகம்), நீதி ஸ்தலங்களிலிருந்து வரும் வருவாய் (மன்றுபாடு), வெற்றிலை மீது வசூலிக்கப்பட்ட 'கூலம்' கறிகள் மீதுள்ள இறைகள், வண்டிகள் மீதுள்ள 'காணம்' கடைகள் மீதுள்ள 'பாட்டம்' இவை தவிர , காரண்டை, மீயாட்சி போன்ற நில வருவாய்கள், இவையனைத்தும் இவருக்கு வழங்கப்படும். மண்டபங்கள் கட்டிக் கொள்ளவும், செங்கற்களைக் கொண்டு மாடி வீடுகள் கட்டிக் கொள்ளவும், கிணறுகள் வெட்டிக் கொள்ளவும், பாசன வசதிக் கேற்ப வாய்க்கால்கள் வெட்டிக் கொள்ளவும், மடைகள் கட்டித் தண்ணீர் தேக்கவும் இவருக்கு உரிமையுண்டு.[45] இவர் தேக்கிய மடையிலிருந்து வேறு யாரும் தண்ணீர் எடுக்கக் கூடாது.[46] இப்படியாக பழைய முறையை மாற்றி, பழைய இறைகளையும் நீக்கி, கருணாகர மங்கலம் என்னும் ஏகபோக-பிரமதேயம் நிறுவப்பட்டது."

இவ்வகை உரிமைச் சாசனங்கள் சில தேவதான பிரமதேய நிலங்கள் வழங்கப்பட்டபோது இயற்றப்பட்டன. திருவாலங் காட்டுச் செப்பேடுகளில் இத்தகைய வாசகங்களைக் காணலாம்.[47] வேறு சில உரிமைகளும் வழங்கப்பட்டன. அங்குள்ள பனை, தென்னை மரங்களில் கள் இறக்கக்கூடாது என்றும், அவ்வூர் ஏரிக்கரைகளை உயர்த்தி நீர் தேக்கலாம் என்பன போன்ற சில உரிமைகளும் சேர்க்கப்பட்டிருப்பதைக் காணலாம். சில சமயங் களில் தானம் வழங்கப்பட்ட நிலங்களை விற்கலாகாது போன்ற தடைகளும் சேர்க்கப்பட்டன.[48]

முதலாம் இராஜராஜன், இராஜேந்திரனின் ஆட்சிக் காலங் களில் பிரமதேயக் கிராமங்களில் தனித்தன்மையைக் காக்க வேண்டி இதர வகுப்பினரின் நில உரிமைகள் சுருக்கப்பட்டன. தற்கால நோக்குக்கு இது ஏதோ ஒரு குறுகிய வகுப்புவாத அடிப்படையில் செய்யப்பட்டதாகத் தோன்றும். ஆனால், காரணம் அது அன்று. பட்டர்களும், கிராம வித்தகர்களும் சங்கம் வகித்து நடத்துவதற்காகவே ஏற்படுத்தப்பட்டுள்ள பிரமதேய சபைகளின் அமைப்புடன் மற்றவர்களை இணைப்பதில் ஏற்பட்ட சங்கடங்களே உண்மையான காரணமாகும். தனித் தன்மை வகிக்க முடியாத பேரூர்களில் 'சபை' 'ஊர்' என்ற இருவித மன்றங்களும் பணிபுரிந்தன என்பதை ஏற்கனவே குறிப்பிட்டுள்ளோம்.[49] பிராமணர்கள் அதிகமாயுள்ள பிரம தேயங்களில் மட்டும் நில உரிமையுள்ள மற்ற வகுப்பினர் அதிக அளவில் இல்லாமையால் அவர்களுக்கென 'ஊர்' என்னும் மன்றம் இயங்கவில்லை. பிரமதேய சபைகளில் அங்கம் வகிக்க நிர்ணயிக்கப்பட்ட தகுதிகளைப் பாமர வகுப்பினர் எளிதில் அடையக் கூடியவர் அல்லர். ஆகையால், அவற்றில் அங்கம் வகிக்கவும் முடியாது. அங்கம் வகிக்காவிட்டால் நில உரிமைகளையும் எடுத்துக்கூற வழி இருக்காது. இதனால் அவர்கள் தங்களுக்குத் தக்க சூழ்நிலையைத் தேடிச் செல்லு வார்கள். இவ்வாறு இடர்ப்பாடுகள் வரும் என்று ஆரம்ப காலங்களில் எதிர்பார்க்கவில்லை போலும். ஏனென்றால், பிரமதேயங்கள், எவ்வகுப்பினரும் நிலம் வைத்துக்கொள்ளலாம் என்று இருந்தது. ஆனால், நடைமுறையில் இயற்கையாகவே சில இடர்பாடுகள் தோன்றவே, அரசர் கவனத்திற்கு இவை கொண்டுபோகப்பட்டன. இராஜராஜனின் 17-ம் ஆண்டில் (கி.பி.1002) ஒரு பொதுக் கட்டளை பிறப்பிக்கப்பட்டது. அதன்படி பிரமதேயங்களிலுள்ள நிலம் வைத்திருக்கும் மற்ற வகுப்பினர் எல்லோரும் தங்களுடைய நிலங்களை விற்றுவிட

வேண்டும்; நிலம் பயிரிடுவோரும் மற்ற நில மானியங்களை அனுபவிப்போர் மட்டும் இதற்கு விதிவிலக்கு.[50] அவ்வாறு விற்கப் பட்ட நிலங்களை வாங்கும் பிராமணர்கள் பணத்தை உடனடி யாக இதற்காக நியமிக்கப்பட்ட விசேஷ அதிகாரியிடம் கட்டிவிட வேண்டும். இராஜகேசரி சதுர்வேதி மங்கலத்தில் இவ்வாறு விற்கப்பட்ட நிலங்களை, அரசனின் தமக்கை குந்தவை தேவியாரே வாங்கி, அவ்வூர்க் கோயிலுக்குத் தானமாக அளித் தார். இதே போன்று, முதலாம் இராஜேந்திரன் காலத்திலும் புலியூர்க் கோட்டத்திலுள்ள வேளச்சேரி என்னும் பிரமதேயத் திற்கு ஓர் ஆணை பிறப்பிக்கப்பட்டது.[51]

கொள்ளிடத்தில் ஏற்பட்ட வெள்ளப் பெருக்கினால் ஸ்ரீரங்கத்திலுள்ள சில நிலங்களின் எல்லைகள் பாதிக்கப்பட்டன. இதனால் ஸ்ரீரங்கம் கோயிலுக்கும் திருவானைக்கா கோயிலுக்கு மிடையே நில எல்லைகள் பாதிக்கப்பட்டன. மூன்றாம் குலோத்துங்கன் 20-ம் ஆண்டில் இவ்வெல்லைகள் வரையறுக்கப் பட்டன.[51a] புரவுவரிக் கூறும் செய்வார், புரவு வரி நாயகம் செய்வார் போன்ற அரசு அதிகாரிகள் இவ்விரு கோயில்களின் பிரதிநிதிகள், அவ்வூர்ச் சபையர், கணக்கர்கள் போன்றோருடன் கலந்தாலோசித்து ஒரு முடிவிற்கு வந்தனர். அரசனின் 19-ம் ஆண்டில் ஏற்பட்ட வெள்ளப் பெருக்கிற்குமுன் இரு கோயில் களுக்கும் மிகுந்த நில அளவையும் ஒப்பிட்டு இரு தரப்பினரும் ஒப்புக்கொள்ளும் விதத்தில், தக்கபடி எல்லைக்கோடுகள் மீண்டும் வரையறுக்கப்பட்டு விஷ்ணுக் கோயில் நிலங்களைக் குறிக்க 'சக்கரம்' பொறிக்கப்பட்ட கல்லும், சிவன் கோயில் நிலத்தைக் குறிக்க 'சூலம்' பொறிக்கப்பட்ட கற்களும் ஊன்றப்பட்டன. சமணப்பள்ளிகளில் நிலங்களைக் குறிக்க வைக்கப்பட்ட கற்கள் "குண்டிகைக் கல்" எனவும் 'முக்குடைக்கல்' எனவும் வழங்கப் பட்டன என்பர். இங்கே நினைவு வைத்துக் கொள்ளவேண்டும்.[51b]

மூன்றாம் இராஜராஜன் காலத்தில் தலைச்சங்காடு என்னும் பிரமதேயக் கிராமத்தின் நிலப்பட்டா அடங்கல் ஒரு கலகத் தின் காரணமாகக் காணாமல் போய்விட்டது. அரசு அனுமதியுடன் கிராம அதிகாரிகள், புதிதாக ஓர் அடங்கல் தயாரித்தார்கள். "அனுபோகப் பற்றொழுகின்" (**Prescriptive right**) அடிப்படையில் அது தயாரிக்கப்பட்டது என்று குறிப்பிடப்பட் டுள்ளது. இதை நல்ல முறையில் செய்து கொடுத்தோருக்கு அவ்வூர்ச் சபை ஒரு கல்வெட்டில் நன்றி தெரிவித்துப் பொறித் துள்ளது. இச்சம்பவம் கி.பி.1235-ம் ஆண்டு நடந்தது.[52]

தேவதான நிலங்கள்

கோயில்களுக்கு அளிக்கப்பட்ட தேவதான நிலங்களுக்கு அவற்றின் சமயக் குறிப்புகளுடன் கூடிய எல்லைக் கற்கள் வைக்கப்பட்டன.[53] தேவதான நிலங்களுக்கு அளிக்கப்பட்ட உரிமைகளும், வரி விலக்குகளும் ஏறக்குறைய பிரமதேய நிலங்களுக்கு அளிக்கப்பட்டவை போன்றே இருந்தன. தேவதான நிலங்களைக் கோயில்களே பராமரித்தன. ஆனால், உள்ளூர்ச் சபையும் மத்திய அரசும் மேற்பார்வை வகித்தன. கோயிலில் பணிபுரிந்தோருக்கு 'சீவிதம்' 'காணி போன்ற உரிமைகளை ஊர்ச்சபையின் அனுமதியுடன் கோயில் அதிகாரிகள் அளித்தனர் சில சமயங்களில் ஊர்ச் சபையே அளித்தது. உதாரணமாக, உத்தமச் சோழன் திருமுதுகுன்றமுடையார்க்கு அளித்த தேவதான நிலத்தையும், வீட்டையும் பெற்ற நெற்குப்பை "ஊரார்" அவற்றை அக்கோயிலுக்கு சந்தனம், சாம்பிராணி மற்றும் அபிஷேகப் பொருள்களைக் கொடுத்து, வேண்டியவருக்கு 'காணி' யாக அளித்துவிட்டது.[54] சில சமயங்களில் வளமில்லாத நிலங்கள் கோயிலுக்குத் தேவதானமாக அளிக்கப்பட்டன. ஆனால், கோயிலுக்கு உரிமையான பிறகு அவற்றின் தரம் உயருவதற்கான வசதிகள் இருந்தன. ஏனென்றால், கோயில் நிலங்களைப் பயிரிடுவோர் அக்கறையுடன் அவற்றைப் பயிரிடுவர்.[55] முதலாம் இராராஜன் காலத்தில், சுசீந்திரம் கோயிலின் தேவதானக் கிராமத்திலுள்ள நிலங்கள் இரு வகையாகப் பிரிக்கப்பட்டன. ஒருவகை நிலங்களின் மீதுள்ள காணிக்கடன் ஒரு மாவுக்கு, 3 கலமாக இருந்தது 3 கலம் ஒரு தூணியாக உயர்த்தப் பட்டது. மற்றொரு வகை நிலங்கள் இந்த உயர் கட்டணம் செலுத்த முடியாமையால் அவற்றைக் கோயில் அதிகாரிகளான தேவகன்மிகளே நேரிடையாகப் பயிரிட வேண்டும்.[56] கோயில் நிலங்களைப் பயிரிடுவோர் தங்களுக்குச் சற்று சாதகமாகவே குடிவார விகிதத்தை ஏற்பாடு செய்துகொண்டனர். மன்னார் கோயிலிலுள்ள இராஜேந்திரச் சோழ விஷ்ணு கோயிலுக்கு மானாபரண சதுர்வேதி மங்கல கிராமம் செலுத்த வேண்டிய காணிக்கடன் 3840 கலம் நெல் என்று விதிக்கப் பட்டது. ஆனால், இத்தொகை அதிகம் என்று கருதி சேரன் இராஜராஜதேவன், அதிகமாக 10 வேலி நிலம் சேர்த்துக் காணிக்கடன் தொகையை 2,600 கலமாகக் குறைத்தான்.[57] தானம் அளித்தவர் நிலத்திலிருந்து வரும் வருவாய் அதிக அளவில் கோயிலுக்குப் போய்ச் சேரவேண்டும் என்று விரும்பினர்; குத்தகை எடுப்பவர், கோயிலுக்குச் சேவையாகவோ அல்லது

தங்களது இலாபநோக்குடனோ குத்தகை எடுக்க விரும்பினர். கோயில் கணக்குகளை அவ்வப்போது மத்திய அரசு தணிக்கை செய்து வந்தது. இரண்டாம் ஆதித்தன் காலத்தில் இவ்வாறு ஒருமுறை தணிக்கை நடத்தியதை ஒரு கல்வெட்டுக் குறிக்கிறது. அச்சமயம் திருவிடைமருதில் கோயில் நிலங்களிலிருந்து வந்த வருவாயில் குத்தகைக்காரர் ஓராண்டுக்கு 256 கலம் நெல் கொடுப்பதற்குப் பதில் 160 கலம் மட்டும் கட்டி, 96 கலம் நெல் கோயிலுக்கு நஷ்டம் ஏற்படுத்திய விவரத்தைத் தணிக்கை யாளர் கண்டுபிடித்தனர். குத்தகை எடுத்தவர்கள் பயிரிடும் நிலங்கள் குடி நீங்கா தேவதான வகையைச் சேர்ந்தன எனவும், அதனால் தான் கொடுக்கவேண்டிய மேல்வாரம் அவ்வளவுதான் என்று வாதாடினார். ஆனால் முதல் உடன்பாட்டின் நிபந்தனைப் படி அவர்களது வாதம் தவறு என்று நிரூபிக்கப்பட்டு, அவர்கள் செலுத்தவேண்டிய முழுத்தொகையையும் செலுத்தும்படி தீர்ப்பளிக்கப்பட்டது.[58]

தஞ்சை மாவட்டத்திலுள்ள திருமாளம் என்னும் ஊரிலுள்ள கோயில், தேவதான நிலங்களைப் பயிரிட்டு வந்த குத்தகைதார், மேல்வாரம் ஒழுங்காகக் கட்டாமையாலும், சரிவரப் பயிரிடப் படாமையாலும், அவர்களிடமிருந்த நிலத்தை கி.பி.1112-ல் முதலாம் குலோத்துங்கனின் ஒப்புதலின்பேரில், தேவதான நிலங்கள் வேறு சிலருக்குக் குத்தகைக்கு விடப்பட்டன.[59] இவ்வாறு குத்தகையாளரை மாற்றும்போது, அரசரது ஒப்புதல் தேவைப்பட்டது போலும். நீக்கப்பட்டோர், பிறகு வழக்குப் போடுவதை முன்கூட்டியே தவிர்ப்பதற்கான வழியாகவும் இது இருந்திருக்கலாம்.

புதுக்கோட்டைப் பகுதியில்[60] நார்த்தா மலையிலுள்ள கி.பி. 1215-ம் ஆண்டுக் கல்வெட்டு, 'குடிநீங்கா தேவர்தானம்' ஒன்றைச் சொல்லுகிறது. இரண்டு வியாபாரிகளுக்குச் சில நிலங்களை விற்ற நகரம், இந்தத் தானத்தை ஏற்படுத்தி இருக்கிறது. நில உரிமைகள் எவ்வளவு சிக்கலானவை என்பதையும் சம்பந்தப்பட்ட எல்லோருக்கும் நியாயம் வழங்கும்படி எப்படி அந்த உரிமைகளை ஒழுங்குசெய்யலாம் என்பதையும் இந்த விற்பனையின் நிபந்தனைகள் தெரிவிக்கின்றன. இந்த நிலத்தைப் பொருத்து அரசனுக்குச் செலுத்தவேண்டிய எல்லாப் பாக்கி களுக்கும், உலகுடை நாயனார் திருவாசலால் வந்த இறைக் குடிமையும் மற்றும் எப்பேர்பட்டனவும், இந்த சொத்து விற்பனை செய்யப்பட்ட பிறகும், தாங்களே செலுத்துவதாக நகரம் பொறுப்பேற்றுக்கொண்டது. இரண்டு பேருக்கு இந்த

நிலம் சரிசமமாக விற்கப்பட்டது. நிலத்தின் மகசூல் வழக்கமாக இருந்த அளவு, விளைந்த ஆண்டுகளில் அவர்கள் ஒவ்வொரு வரும் கோயிலுக்கு 30 கலம் நெல் கொடுக்க வேண்டும் என்று, விற்பனை நிபந்தனையில் கண்டிருந்தது. விளைவு குறைந்த ஆண்டுகளில், விளைந்த நிலத்துக்கு ஒரு மாவுக்கு 2½ கலம் வீதம் அவர்கள் கொடுக்கவேண்டும். நிலத்தின் தன்மை, கடைசித்தரம் என்று முடிவு செய்யப்பட்டு அதற்கு உரிய தரத் தீர்வை என்றென்றைக்கும் விதிக்கப்பட்டது. எனவே, இதில் மேல் வாரத்தின் அளவு முன்னதாகவே தீர்மானிக்கப்பட்டு கோயிலில் உரிமைகள் வரையறுக்கப்பட்டன. விளைவின் எஞ்சிய பகுதியை யெல்லாம் குத்தகைக்காரர்கள் வைத்துக்கொண்டார்கள்; வரியை நகரம் செலுத்தியதால் மத்திய அரசாங்கத்துக்குக் குத்தகைக்காரர்கள் வரி செலுத்தவேண்டிய கடமை யாதும் இல்லை.

நீர்ப்பாசனம்

வேளாண்மையே பெரிய தொழிலாகக் கொண்டிருக்கும் ஒரு நாட்டின் வளம், பெரும்பாலும் நீர்ப் பாசன வசதிகளையே பொருத்தது. போதுமான தண்ணீர் கிடைக்கச் செய்வதன் முக்கியத்துவத்தை, தென்னிந்தியாவிலுள்ள அரசர்கள் பண்டைக் காலத்திலிருந்தே உணர்ந்திருந்தார்கள். இயற்கையான ஓடைகளும் அவற்றிலிருந்து பிரியும் நம்பிக்கையான வாய்க்கால் களும்தான் தண்ணீர் வசதிக்கு முதல் இடத்தில் அமைவன. திருவாவடுதுறை[61] கல்வெட்டு ஒன்றில் ஒரு பரகேசரி கரிகாலச் சோழன், காவேரியின் கரையை உயர்த்திய செய்தி மேற்போக்காகச் சொல்லப் பட்டிருக்கிறது. இது விதிவிலக்கு. இயற்கையான ஓடைகளைப் பயன்படுத்திக் கொள்ள மேற்கொண்ட முயற்சிகள், கல்வெட்டுக் களில் சொல்லப்படவே இல்லை. சோழ நாட்டின் வளம் அனைத்தும் காவிரியால் ஏற்பட்டது என்பதற்கு "வான் பொய்ப்பினும் தான் பொய்யா கடற்காவிரி" என்பது போன்ற இலக்கியச் சான்றுகளை அடுக்கடுக்காகச் சொல்லலாம். நீர்வளம் நிறைந்த இந்தப் பகுதியில் காவிரி ஆறும் அதன் வாய்க்கால்களும் குறுக்கும் நெடுக்குமாகச் செல்லுகின்றன. அந்தக்கிளை ஆறுகள், வாய்க்கால்கள் ஆகியவற்றின் பெயர்களையெல்லாம் சோழர் கல்வெட்டுக்களில் பார்க்கலாம். இயற்கையான ஓடைகளும் ஆறு களும் இல்லாத இடங்களில், ஏரிகள் வெட்டப்பட்டன. இந்த ஏரிகளைத் தக்கவாறு பேணவும் பாதுகாக்கவும் எவ்வளவு அக்கறை காட்டப்பட்டது என்பதைக் கல்வெட்டுக்கள் தெரிவிக் கின்றன. கல்வெட்டுக்களில் பெரிய பாசன ஏரிகளின் பெயர்கள்

ஏராளமாகச் சொல்லப்படுகின்றன. இவற்றின் பெயர்களுள் குறிப்பிடத்தக்கன வருமாறு: "சோழிங்கபுரத்தில், சோழ வாரிதி, மதுரை மாவட்டம் ஆனைமலைக்கு அருகே கலியனேரி, சோழபுரத்தில் கள்ளிநங்கைக்குளம், உத்தரமேரூரில் பல்லவர் சோழபுரத்தில் புகழ்பெற்ற வைரமேக தடாகம், பாகூர் பெரிய ஏரி, புங்கனூர் இராஜேந்திரச் சோழ பெரிய ஏரி." ஊர்ச் சபைகள் ஒவ்வொரு ஆண்டிலும் மழைக் காலம் தொடங்குவதற்கு முன்னால் தங்கள் ஆளுகைக்கு உட்பட்ட ஏரிகளில் தூர் எடுத்து அவற்றை ஆழப்படுத்தினர். அடுத்த ஆண்டுக்கு ஏரி நிரம்பி வழியுமாறு தண்ணீரைத் தேக்கிக்கொள்ள இந்த ஏற்பாடு உறுதுணையாக இருந்தது. எனவே, கிராம சபைகள், இதைத் தங்களுடைய தலையாய கடமையாகக் கொண்டிருந்தார்கள். முக்கியமான இந்தக் கடமையை, கிராம அதிகாரிகள் புறக்கணிக்காமல் இருப்பதற்காகப் பெரும்பாலும் ஒவ்வொரு ஏரிக்கும் தனிக் கட்டளைகள் ஏற்பாடு செய்யப்பட்டிருந்தன. பாஹூர், திரிபுவனி[62] போன்ற இடங்களில் ஆண்டுதோறும் ஏரியைச் செப்பனிடுவதற்குத் தனிக்கட்டளைகள் அமைக்கப்படவில்லை. ஆனால், அங்கும் இந்தப் பணிக்காகக் கிராமத்திலுள்ள உழவர்களிடமிருந்து 'ஏரி ஆயம்' என்ற தனி வரி வசூலிக்கப்பட்டது. விளைந்த நிலத்துக்கு ஒரு மாவுக்கு ஒரு பதக்குத் தானியம் என்ற ஈவுப்படி இந்த வரி வசூலிக்கப்பட்டதாகத் தெரிகிறது. நிலங்களை விற்பனை செய்தபோதும், நன்கொடையாகக் கொடுத்தபோதும் அவற்றிற்குத் தண்ணீர் பாய்ச்சும் உரிமைகள் எவை எவை என்பது அந்த ஆவணங்களில் விளக்கமாகச் சொல்லப்பட்டது. ஒரே சமதளத்தில் நிலம் இல்லாதிருந்தால் மேட்டு நிலங்களுக்குப் பாசன வசதி பெறுவதற்காக ஏற்றங்கள், தண்ணீர் இறைக்க உதவும் கூடைகள் ஆகியவை பயன்படுத்தப்பட்டன. காளை மாடுகளை வைத்து தண்ணீர் இறைக்கும் வழக்கமும் இருந்திருக்கும். ஆனால், இதைப் பற்றி கல்வெட்டுக்களில் சொல்லப்படவில்லை. தென் ஆர்க்காடு மாவட்டத்தில், சளுக்கி குல கால சதுர்வேதி மங்கலம் என்று சொல்லப்பட்ட நெமலி என்னும் ஊர்ச்சபை கி.பி.1010-ல் ஏரிஆயம் என்று தன்னுடைய வருவாயில் ஒரு பகுதியை, உள்ளூர் ஏரியைப் பராமரிப்பதற்காக ஒதுக்கி வைத்தது. இதற்காக, பிராமண ஜாதியைச் சேர்ந்த ஆண்களும் பெண்களும் இறந்தபோது[62a] ஒரு சிறு வரி, ¼ பொன் வசூலிக்கப்பட்டது. திருக்காஞ்சி ஏரி ஒரு புயலால் உடைத்துக்கொண்டதாயும் உள்ளூர் அரையன் ஒருவன் அந்த ஏரியின் கரையை அடைத்தான் என்றும் கி.பி.1110-ல் ஒரு கல்வெட்டில் சொல்லப்பட்டிருக்

கிறது. ஏரியின்கரையில் இரண்டு பக்கங்களும் கல் அடுக்கி, கற்படை[63] போட்டு, சேதம் விளையாதபடி கரை வலுப்படுத்தப் பட்டது. திருக்கச்சூருக்கு அருகே ஓர் ஏரி விரிவாக்கப்பட்டது; கோயில் நிலங்களுக்குச் சரியான பாசன வசதி இருக்க வேண்டும் என்பதற்காகக் கோயில் செலவிலேயே ஒரு புதிய கலுங்கு கட்டப்பட்டது. இந்த ஏரி, ஆதியில் செங்குன்றம் என்னும் ஊராருக்குச் சொந்தமாய் இருந்தது. எனவே, அவர்களுடைய இசைவைப்பெற்ற பிறகே, ஏரியை விரிவுப்படுத்தும் வேலை தொடங்கப்பட்டது. ஊர்க்காரர்களுக்கும் கோயிலுக்கும், அந்த ஏரியின் ஆயக்கட்டில் எவ்வளவு நிலங்கள் இருந்தனவோ அந்த ஈவுப்படி தண்ணீர் பங்கிட்டுக்கொள்ளப்பட்டது.[64] விக்கிரமச் சோழனின் 12-ம் ஆண்டில், ஒரு வாய்க்கால் அநேகமாகத் தூர்ந்துவிட்டது. ஆகையால், நெற்குன்றம் சபையால் அந்த வாய்க்கால் மூலம் பெற வேண்டிய தண்ணீருக்கு பதிலாக, பக்கத்துக் கிராமத்துக்கு நஷ்டஈடு கொடுத்து அங்குள்ள ஓர் ஊற்றில் இருந்து தண்ணீரைத் திருப்பிக்கொண்டார்கள்.[64a] மேலும், இரண்டாம் இராஜராஜன் 15-ம் ஆண்டில் திருவாயப்பாடி (தஞ்சை மாவட்டம்) மூல பரிக்ஷத் கிராமத்திற்கு பொதுவான தரிசு நிலத்தை விற்று அந்த பணத்தைக் கொண்டு கரைபோட்டு, விளையக்கூடிய நிலங்களுக்குத் தண்ணீர் விடுவதற்கு வசதி யாக ஒரு வாய்க்காலை தோண்டிற்று.[64b] இதுபோன்ற உதாரணங்கள் எவ்வளவோ உண்டு. நீர்பாசனத்தின் பயனை மக்கள் உணர்ந்திருந்தனர் என்பதற்கும் விட்டுக்கொடுக்கும் மனப்பான்மையுடன் நீர்ப்பாசனப்பிரச்சனைகளை அணுகினர் என்பதற்கும் இந்த உதாரணங்கள் சான்றாக உள்ளன.

நில மீட்பு

புன்செய் காடுகளையும் கரம்பு நிலங்களையும் நன்செய் நிலங்களாக மாற்றியமைக்கும் முறை விவசாய வளர்ச்சிக்கு முக்கியப் பணியாக அமைந்தது. 'காடுவெட்டி' என்று வழங்கிய பல்லவர்களும், சோழ அரசன் கரிகால் வளவனும், காடுகளை அழித்து, மக்கள் குடியேறுவதற்கான சூழ்நிலையை ஏற்படுத் தினர் என்று செவி வழிச் செய்திகள் அறிவிக்கின்றன. பிற்காலத் திலும் அவ்வப்போது கரம்பு நிலங்களைப் பயிரிடுவதற்கான முயற்சிகள் எடுக்கப்பட்டன என்பதைக் கல்வெட்டுக்கள் நமக்குத் தெளிவுபடுத்துகின்றன. இறையிலி போன்ற வசதிகளும் மக்களுக்கு அளிக்கப்பட்டன. இதற்கான சான்றுகள் கல்வெட்டுக் களில் நிறைய உள்ளன. அவற்றை இங்கு விவரிக்கத் தேவை யில்லை.[65]

விளைச்சல் அளவு

பொதுவாக, விளைச்சல் அளவைப் பற்றியோ, நிலங்களின் விலைவாசியைப் பற்றியோ தெரிந்துகொள்ள போதிய சான்றுகள் கிடைக்கவில்லை. நிலங்களில், பொதுவாக இரண்டு போகங்களும், சிலவற்றில் மூன்று போகங்களும் பயிரிடப்பட்டன.66 ஒரு நிலத்தில் கிடைத்த மொத்த நெல் அளவைப் பற்றிக் குறிப்புக்கள் அதிகமாக இல்லை. நிலச் சொந்தக்காரர்களுக்குக் கொடுக்கப்பட்ட பகுதி 'மேல்வாரம்', 'போகம்' என்று அழைக்கப்பட்டது. 44 வேலி நிலங்களில் மொத்தம் 4,500 கலம் நெல் கிடைத்தது எனவும், அதில் பாதிப்பாகம் மேல் வாரமாகச் செலுத்தப்பட்டது எனவும் இராஜகேசரி இராஜேந்திரனின் சிதம்பரம் கல்வெட்டுத் தெரிவிக்கிறது.67 இராஜாதிராஜன் காலத்தில், மைசூர்ப் பகுதியில் மேல்வாரம் நன்செய் நிலங்களுக்கு ஐந்தில் இரண்டு பங்காகவும் புன்செய் நிலங்களில் கால் பங்காகவும் இருந்தன.68 திருவொற்றியூரில் சில கரம்பு நிலங்கள் புதிதாகப் பயிரிட்டு, அவற்றிலிருந்து ஒரு வேலிக்கு 30 கலம் நெல் என்ற குறைந்த அளவு மேல்வாரமே கொடுக்கப்பட்டது. மற்றும் சில நிலங்களில் 28 கலம், 19 கலம் நெல் என்ற அளவுதான் கொடுக்கப்பட்டது.69 ஒரு குழி பயிரிட்டால், அதில் ஒரு குறுணி, ஒரு நாழி நெல் மேல்வாரமாக அளிக்கப்பட்டது என்று செங்கல்பட்டு நத்தத்திலுள்ள இராஜேந்திரன் கல்வெட்டு அறிவிக்கிறது.69a கி. பி. 1124-ல் விருத்தாசலத்தில் ஒரு வேலிக்கு இராஜகேசரி மரக்காலால் 40 கலம் நெல் தேவதானமாக அளிக்கப்பட்டது.70 கி.பி.1152-ல் தென் ஆர்க்காடு எருமூர்க் கிராமத்தில் ஒரு மா நிலத்திற்கு 26¼ கலம் நெல் அல்லது ஒரு வேலிக்கு 525 கலம் நெல் தேவதான மேல் வாரமாக அளிக்கப்பட்டது.71 இதில் கடமை, பாடிக்காவல், சில்வரி என்ற இறைகளும் அடங்கியிருந்தன. திருச்சி மாவட்டத்திலுள்ள பெரியகொருக்கைக் கிராமத்தில் மூன்றாம் இராஜராஜன் காலத்தில் தேவதான நன்செய் நிலங்களுக்கு 20 கலம் நெல்லும், புன்செய் நிலங்கள் 10 கலம் நெல் என்ற அளவிலும் இறை செலுத்தப்பட்டது.72

நில மதிப்பு

நிலத்தின் விலையும் பலதரப்பட்டதாக இருந்தது. ஒவ்வொரு பகுதியிலும் விலைவாசி மாறுபட்டிருந்தது. ஒவ்வொரு பகுதியிலும் பூமியின் செழிப்புத் தன்மை, விளைச்சல் அளவைப் பற்றித் தெரிந்தால்தான் விலைவாசி வேறுபாடுகளை நாம் புரிந்துகொள்ள முடியும். சில உதாரணங்களை மட்டும் நாம் எடுத்துக்கொண்டு பார்த்தால், பல்வேறு பகுதிகளில்

இருந்த நிலங்களின் மதிப்பு, தராதரம் இவற்றைப் பற்றியும் தெரிந்துகொள்ளலாம். கி.பி.1006-ல் தஞ்சை மாவட்டத்தி லுள்ள திருவையாற்றில் ஒரு வேலி நிலத்தின் விலை 100 கழஞ்சு பொன்[73] முதலாம் இராஜேந்திரன் காலத்தில் திருநெல்வேலி மாவட்டம் குற்றாலத்தில் 8 மா நிலத்தின் விலை 43 காசாக இருந்தது.[74] இதற்கு இரண்டு வருடங்களுக்குப் பிறகு, தஞ்சை மாவட்டத்தில் 2 வேலி 8 மா நன்செய் நிலம், அதே அளவு புன்செய் நிலம், ஒரு குளம் எல்லாம் சேர்ந்து 10 காசுக்கு விற்கப்பட்டது. அந்நிலத்திற்கு இறைக்காவல் மட்டும் 190 காசு,[75] இது கிராமப் பொது நிலமாக இருந்ததால் இவ்வளவு குறைந்த விலைக்கு விற்கப்பட்டது போலும். அதே ஆண்டு, அதே ஊரில், ஒரு வேலி நிலம் 40 காசு என்றும் அதற்குப் பாடிக் காவல் இறை 90 காசு என்றும் வழங்கியது. இதுதான் வழக்கில் இருந்த விலையாக இருக்கலாம்.[76] முதலாம் இராஜேந்திரனின் 30-ம் ஆட்சி ஆண்டில் திருவொற்றியூரில் ஒரு மதுராந்தகன், மாடைக்கு 250 குழி அல்லது 1/8 வேலி நிலம் வாங்கப்பட்டது.[77] இரண்டாம் இராஜேந்திரனின் 8-ம் ஆண்டில் திருவாரூரில் 3½ வேலி 2 மா நிலம், 50 காசுக்கு வாங்கப் பட்டு, அவற்றை விளைநிலமாக்க அதே தொகை கொடுக்கப் பட்டது.[78] கி.பி.1073-ல் காஞ்சியில் ஒரு வேலி நிலம் 20 காசுக்கு வாங்கப்பட்டது.79 கி.பி. 1126-ல் வட ஆர்க்காடு திருவோத்தூரில் 4250 குழி நிலம் 20 காசுக்கு வாங்கப்பட்டது.[80] கி.பி. 1133-ல் திருச்சி மாவட்டம் ஊட்டத்தூரில் 4 வேலி நிலத்தின் விலை 90 காசு (1 காசு: ¾ கழஞ்சு பொன்).[81] கி.பி.1143-ல் இரண்டாம் குலோத்துங்கனின் 10-ம் ஆண்டில், திருவாரூரில்-120 கலம் நெல் மேல்வாரமாக அளிக்கப்பட்ட நிலம், வேலி ஒன்றுக்கு 40 அல்லது 45 காசு என்று விலை மதிக்கப்பட்டது.[81a]

இரண்டாம் இராஜராஜனின் 4-ம் ஆட்சி ஆண்டில் தஞ்சை மாவட்டத்திலுள்ள சில கிராமங்களுக்கு ஒரு சமுதாயத் திருமுகம் என்று சுற்றறிக்கை விடப்பட்டது. விருதராச பயங்கர வள நாடெங்கிலும் நில உரிமை விலை இவற்றை ஒழுங்குபடுத்தும் பொருட்டு விடப்பட்ட அறிக்கையாகும். இவ்விரு முந்திய அரசரின் 15-ம் ஆட்சி ஆண்டு வரை நிலவிய நில உடைமைத் திட்டங்களை இவ்வறிக்கை மாற்றியமைத்தது. பெரிய அதிகாரிகள் ஒன்றுசேர்ந்து, தேவதானம், பிரமதேயம், பள்ளிச் சந்தம், ராஜகுலசர் காணிப்பற்று போன்ற நில வகைகளுக்குப் புதிய விதிமுறைகளை ஏற்பாடு செய்தனர்.[81b]

நாளடைவில், காசின் மதிப்புக் குறைந்துகொண்டே வந்தது. குறைந்த மதிப்புள்ள புதிய காசு புழக்கத்தில் வந்தது. இதன்படி, திருப்பழனம் கிராமத்தில் கி.பி.1214-ல்[82] ஒரு மா நிலம் 2,000 காசு அல்லது ஒரு வேலி நிலம் 40,000 காசு என்று விலை மதிப்பு இருந்தது. கி.பி.1,200 - ல் கும்பகோணத்தில் ஒரு வேலி நிலத்தின் விலை 25,747 காசுகள்.[83] அதே ஆண்டில் திருவெண்காட்டில் சற்றுத் தரக்குறைவான நிலம், ஒரு மாவிற்கு 1,334 காசு வீதம் விற்கப்பட்டது. அதை அபிவிருத்தி செய்வதற்கு 500 காசு என்று விதிக்கப்பட்டது.[84] கி.பி.1221-ம் ஆண்டு, கும்பகோணத்தில் 2 வேலி 19 மா நிலத்தின் மதிப்பு 450,000 காசுகளாகும்.[85] அதே ஆண்டு, ஒரு குழி வீட்டுமனை, நல்லூரில் 40 காசாகவும், திருவாலங்காட்டில்[86] (தஞ்சை) 16 காசாகவும், விலை மதிப்பிருந்தது. மூன்றாம் இராஜராஜனுக்குப் பிறகு, காசின் மதிப்பு, சிறிது உயர்ந்ததுபோல் தோன்றுகிறது. கி.பி.1261-ல் குத்தாலத்தில் (தஞ்சை), 12 மனைக்கோல் அளவுள்ள இரண்டு வீட்டு மனைகள் 700 காசு என்று மதிப்பிடப்பட்டது.[87] இதற்கு ஐந்து வருடங்களுக்குப் பிறகு, திருக்கண்ணபுரத்தில் ஒரு வேலி 16 மா நிலத்தின் விலை 5,350 காசுகள் அல்லது 13 கழஞ்சுபொன் என்று வழங்கியது.[88] கி.பி.1267-ல் திருவீழிமிழலையில் 19 மா நிலம் 1000 காசு என்றும், 10 குழி அளவுள்ள வீட்டுமனை 300 காசு என்றும் விற்கப்பட்டன.[89] மூன்றாம் இராஜேந்திரன், சோழப் பேரரசைப் புதுப்பிக்க எடுத்த முயற்சிகளில் பணத்தின் மதிப்பைச் சீர்திருத்தும் முயற்சி செய்தான். அவன் காலத்திய சோழர்களின் கல்வெட்டில் பெரும்பங்கு தஞ்சைப் பிரதேசத்திலேயே காணப்படு கின்றன; மற்றப் பகுதிகளில் சோழர் ஆதிக்கம் பெரிதும் குறைந்து விட்டதையே இது உணர்த்துகிறது.

பல்வேறு பகுதிகளில் நிலவிய விலைவாசிகளை ஒப்பிட்டு நோக்கும்போது, ஒன்று நினைவில் கொள்ளவேண்டும். அதாவது, நில அளவு முறையோ அல்லது நாணய வகையோ எங்கும் எப்பொழுதும் ஒரே மாதிரியாக இருக்கவில்லை. அளவுகோல்களில் வேற்றுமை இருந்ததால் ஒரு குழி அல்லது 'மா' என்பதும் சிறிது வேறுபட்டிருக்கலாம். அது போலவே, பழங்காசும், புதிய காசும் எடையில் வேறுபட்டதால், அவற்றின் மதிப்பை நுணுக்கமாக ஒப்பிடுவது பயனற்றதாகவே முடிகிறது.

கால்நடை

விவசாயத்தை அடுத்து, கால்நடை வளர்ப்பு, பால் பண்ணைப் பராமரிப்பு போன்ற தொழில்கள் 'மன்றாடியர்' என்னும்

வகுப்பினரால் போற்றப்பட்டன. இதைப் பற்றியும் கோயில் கல்வெட்டுக்களிலிருந்து நாம் சிலசெய்திகளை அறிகிறோம். மன்றாடியர் இத்துறையில் நல்ல அனுபவம் மிக்கவர்களாய் இருந்தனர். கோயில்களுக்குத் தானமாக வழங்கப்பட்ட ஆடு மாடுகள் எல்லாம் அவர்களிடம் ஒப்படைக்கப்பட்டன. அவற்றை வைத்துக்கொண்டு கோயிலுக்குப் பால், தயிர், நெய் இவற்றை எல்லாம் அவர்கள் கொடுத்துவந்தனர். பசு, ஆடு என்ற சொற்கள் பல கல்வெட்டுக்களில் உபயோகிக்கப்பட்டாலும் பெருவாரியான ஆடுமாடுகளைத் தானமாக வழங்குவது நடைமுறையில் அதிகமாகக் கையாளப்பட்டது. கால் நடை வளர்ப்பு நல்ல நிலையில் இருந்தது என்பதை நல்லா, நல்லெழுத்து, அழுகெருது-காசு என்ற பல்வேறு இறைகளின் பெயர்களைப் பார்த்தாலும் தெரியும்.

குறிப்புகள்

1. பார்க்க: எஸ். ஐ. ஐ. i,40 லால்குடியில் உள்ளதும் முதலாம் குலோத்துங்கன் ஆட்சியில் ஏற்பட்டதுமான ஒரு கல்வெட்டு (142/1929) கிராமத்து நிலங்கள் ஆண்டுதோறும் மறுமுறை பரிசீலித்துப் பிரித்துக் கொடுக்கப்பட்டதை (நம்மூர்க்-கரைக்-காணி-யாண்டுதோறும் குறித்து வருகையாலே)யும் இந்த வழக்கத்தால் விவசாயிகளுக்கு ஏற்பட்ட சிக்கல்களையும் சொல்லுகிறது. மற்றும் 441/1912-திருப்பாத்துறை சாலிய நகரத்தாருடைய நிலங்கள்.

2. எஸ்.ஐ.ஐ. iii, 156,181-ல் சொல்லப்பட்ட சபாமத்யம என்பது அதே சொல்தானா?

3. 4/1890; 264/1901

4. 42/1903.

5. எஸ். ஐ. ஐ. iii, 162.

6. 220/1901.

7. 396/1922 மற்றும் பார்க்க: 157/1921.

8. இதைக்குறித்து மோர்லண்டு கிளப்பும் சந்தகங்கள் தவறான அடிப்படையில் ஏற்பட்டவை. (தி. அக்ராரியன் சிஸ்டம் ஆப் முஸ்லிம் இந்தியா, பக். 4).

9. ஐயம் பேட்டையிலுள்ள 114/1928 பதின்மூன்றாம் நூற்றாண்டின் தொடக்கத்தில் பல காரணங்களால் வேளாளரின் எண்ணிக்கை குறைந்துவிட்டதாயும், அதனால் கூலிக்குத் தொழிலாளர் களைச் சேர்க்க வேண்டிய தேவை உண்டானதையும், கூலியாட்களுக்கு அன்றாடம் கொடுக்கப்பட்ட நெல் ஊதியத்தின் அளவு உயர்ந்து கொண்டே போனதாகவும் சொல்லுகிறது.

10. 172/1915; 45/1925

11. எஸ். ஐ. ஐ. ii,5 பாரா 2. அடுத்த பத்தியில் இதே சொல்லும் வேறு சில சொற்றொடர்களும் காணப்படுகின்றன. இவற்றின் பொருளை எளிதாக உணர்வதற்கில்லை. வாசகத்தை, நுணுகிப் படித்தால், 'வெள்ளான் வகை' என்பது குடியானவர் அல்லது உழவரே நிலத்தின் சொந்தக்காரராக இருப்பதைக் குறிக்கும் என்று பொருள் கொள்ளலாம். "உழுபவனின் பங்கு" என்று (ஹூல்ட்ஷ்)மொழி பெயர்த்திருப்பது, இந்த ஏற்பாட்டுடன் இணைந்த நெருங்கிய தொடர்பை முழுமையாகப் புலத்தப்படுத்தவில்லை.

12. எஸ். ஐ. ஐ. iii, 205, பாரா III, தமிழ், வரிகள் 19-25.

13. 'இவ்வூர் முன் இறுத்தபடியும் பள்ளியும்உட்பட' என்ற சொற்களை, கிருஷ்ணசாஸ்திரி 'பள்ளி உட்பட இந்த கிராமத்தார் செலுத்தி வந்த' என்று பொருள் கொள்கிறார். அதாவது இறுத்தபடியும் என்பதற்கு, இதுவரை செலுத்தப்பட்ட முறைப்படி என்றுஅவர் வியாக்யானம் செய்கிறார். வரி 71-ல் 'இவ்வூர் பள்ளி உட்பட இறை கட்டின நெல்லு' என்ற சொற்றொடரை இதற்கு ஆதரவாக மேற்கோள் காட்டலாம். ஆனால் 'பதியும் ' என்பதிலுள்ள 'உம்'எதைக் குறிக்கிறது? படி என்பது பள்ளி போல ஒருவகை வரி என்று நான் கருதுகிறேன். ஆனால், அதன் விவரமும் இயல்பும் தெளிவாகத் தெரியவில்லை. வரி-71-ல் அது இடம் பெறாததால், அது புறக்கணிக்கத் தக்கது என்றும் அல்லது 'பள்ளி' க்கு ஏறத்தாழ சமமானது என்றும் நினைப்பது பொருந்தும்.

14. சிங்களாந்தக-சத்தத்தின் மீது மொத்த வரி விதிப்பு 598 கழஞ்சும் ஒரு குன்றியும், இதில் பழையனூரிலிருந்து வரவேண்டிய பாக்கி எவ்வளவு என்று நிச்சயமாகத் தெரியவில்லை. இதுதான் "193-ம் கழஞ்சுகளும் கொஞ்சமும்" என்று குறிப்பிடப்பட்டிருக்கும். அப்படியானால் இந்தத் தொகையோடு சொல்லப்பட்ட நெல், பழையனூரில் உரிமைகள் பெற்றிருந்த பிராமண மானியதாரர்களுக்கு இறுதியாகச் சேர வேண்டிய ஈவுத்தொகை ஆக இருக்கும். நகரங்கள் சில சமயம் தங்கள் பாக்கிகளைப் பொன்னாகச் செலுத்தின. (எஸ். ஐ. ஐ. ii, 4, பாரா 3).

15. கிருஷ்ண சாஸ்திரியின் கருத்தில் இது, அந்தக் கிராமம் பிரமதேயமாவதற்கு முன்னால் கட்டப்பட்ட வரியாக இருக்கும். எஸ். ஐ. ஐ. ii, பக். 390, என் 1.

16. 327/1616.

16a. 74/1931-2, ஏ. ஆர், இ. II 14-லுள்ள வாசகம்.

16b. 260/1939-40.

17. 536/1921; ஏ ஆர் இ. **1922 II** 25ல் 1/32 என்பது பிழை.

17a. 70/1931-2; இதே தொகுதியில் 93-ம் 94-ம் இதே கோயிலுக்கு இந்தத் திருவிழாவுக்காகவும் கூட்டு முதலிய பூஜைகளுக்காகவும் கொடுக்கப்பட்ட தானங்களைப் போன்றவை.

18. 72/1926; 69/1926.

19. 47/1929.

20. 194/1926. 556/1919-ல் ஜீவிதப்பற்று, வன்னியப்பற்று என்பவற்றுடன் படைப்பற்று என்பதும் சொல்லப்பட்டிருக் கிறது.

21. 276/1923.

22. 112/1914.

23. 58/1895

24. 384/1913.

25. 141/1895.

26. 386/1922.

27. 120/1925

28. 216/1894

29. 210/1919.

30. 36/1898.

31. 361/1924.

32. 27/1893; 252/1921

33. 170/1894.

34. 405/1925; மற்றும் 205/1919.

35. எஸ். ஐ. ஐ. iii, 9.

36. 127/1925; 388/1913.

37. ஊட்டத்தூர்க் கல்வெட்டு (525/1912), கிராமங்களில் கீழ்க்கண்ட இறையிலிப் பற்று வகைகள் இருந்தன என்று சொல்லுகிறது; தேவதானம், திருவிடையாட்டம், பள்ளிச் சந்தம், ஐயன்பாட்டி, மடப்புறம், அகரப்பற்று, பட்ட விருத்தி.

38. 1222-ல் தலைச்சங்காட்டில் தேவதான நிலங்களைப் பயிரிட்டு வந்த ஒருவன், ஆண்டுதோறும் செலுத்தவேண்டிய 'கடமை' - பாக்கியிருந்ததற்கே, அந்த நிலத்தைத் திருநாமத்துக் காணியாக ஆக்கி, புதிதாக வேறு ஒருவருக்கு அதைக் குத்தகைக்கு விடச் சம்மதித்தான். இதனால் அவன் செலுத்த வேண்டிய பாக்கிகள் தள்ளுபடி செய்யப்பட்டன. 'என் பேரால் அஞ்சாவிடின் எதிராமாண்டு கார்வரை சிகையான காசும் வெள்ளைப் பூரி நெல்லும் கற்றை வைக்கோல் திரையும் என்னால் போக்கறுக்கப் போகாதென்றும் இந்நிலம் வேலியும் பசான் முதல்வீட்டு விடு-திட்டுடண்டு இந்நிலத்துக்கு முன்பு

கோயில் புறப்பட்ட' மூல சாதனங்களும் தருகிறேன் என்று நான் விண்ணப்பஞ் செய்ய (209/1925)

39. 75/1896; இ ஐ. V. பக். 45.

40. எஸ் ஐ ஐ. ii, 92, வரி 1

41. 111/1905 மற்றும் ஏ ஆர் இ. 1929, II 16.

42. 218/1894.

43. மன்று என்பதை, கோபிநாத்ராவ் 'மண்டபங்கள்' என்று மொழிபெயர்க்கிறார்.

44. 'ஓடையும் உடைப்பும்' கோபிநாத் ராவ் இதை 'குளங்கள் ஆறுகளில் ஏற்படும் உடைப்புக்கள்' என்கிறார்.

45. மழைநீர் (மழை பெய்து ஓடும் தண்ணீர்).

46. 'கூடைநீர்' என்று நான் நினைக்கிறேன். பார்க்க: இ.ஐ. XV பக். 72. எண் 3 திருவாலங்காட்டுச் செப்பேடுகள் (வரி 445-6) 'அன்னியர்' என்று இதற்குப் பொருள் கொள்ளுகிறேன். 103/1021 ஐயும் பார்க்க.

47. 462-58 வரிகள் அன்பில் செப்பேடுகளை விட., இன்னும் விவரமாக உள்ளது. மற்றும் 103/1921-ம் பிறவும்.

48. 118/1902.

49. 'ஸ்டடீஸ்' பக். 78; முன் பக். 492 அடிக்குறிப்பு.

50. 46/1897.

51. 311/1911.

51a. 113/1938-9 ஏ ஆர் இ. II, 23.

51b. ஏ ஆர் இ. 1939-40-1942-3, II 36 (முடிவு).

52. 213/1925

53. எஸ் ஐ ஐ. i, 59; ii, 6, 61. 5/1909. ரொக்கம் மற்றும் வசூல்கள் சிலவற்றைக் கேட்டு வாங்கும் உரிமைகளும் சில சமயம் தேவதான இறையிலியாக மாற்றப்பட்டன - 363/1899.

54. 57/1918. பிற உதாரணங்களுக்கு 'பண்ணைக் குத்தகை' என்ற பகுதியில் முன் பக்கங்களில் பார்க்கவும்.

55. 495/1918.

56. டி ஏ எஸ் iv. பக் 129 கடன் பற்றாத நிலம் (வரி 21) என்பதை கல்வெட்டுக்களின் பதிப்பாசிரியர் 'வரிகளிலிருந்து விலக்களிக்கப்பட்ட நிலங்கள்' என்று கொண்டிருப்பது தவறு.

57. 11/1905

58. எஸ் ஐ ஐ. iii, 203, 160 கலங்கள் பஞ்சவாரம் என்றும் 800 கலங்கள், விளைவில் உழுதவனின் பங்கு என்றும் (வரி 2) சொல்லப்பட்டிருப்பதால், தேவதான நிலங்களில் உழவர்களுக்குக் கிடைத்த பங்கில் ஐந்தில் ஒரு பகுதியை அவர்களைப் பஞ்சவாரமாகக் கொடுத்தார்கள் என்று ஊகிக்க வகை செய்கிறது. நாம் இதைப் பற்றி உறுதியாகச் சொல்ல முடியாது. ஏனெனில், 256 கலம் என்ற விகிதத்துக்கு, ஆதாரத்தில் ஒரு சம்பந்தமும் இல்லை. ஆனால், கல்வெட்டில் பல முக்கியமான இடைவெளிகள் உள்ளன. அசலில் குடி என்ற சொல் வரும் இடங்களில் 'குடியிருப்பவன்' 'குடியிருப்பு' என்ற சொற்களை நான் உபயோகித்திருக்கிறேன். ஏனெனில், இச்சொல், குத்தகைக்கு எடுத்தவைனைக் குறிப்பிடவில்லை. ஏர் பிடித்து நிலத்தை உழுபவனையே குறிக்கிறது. ஆனால், கிருஷ்ண சாஸ்திரி இந்த இரண்டு சொற்களையும் ஒரே பொருளில் பயன்படுத்துகிறார். உதாரணமாக 577-8 பக்கங்களில் மேற்கோள்காட்டப்பட்ட பகுதியைப் பார்க்கவும்.

59. 93/1910

60. pd. 170

61. 110/1925

62. 178/1902; 192/1909.

62a. 156/1942-3

63. 215/1919

64. 295/1909

64a. 152/1934-5

64b. 88/1931-2

65. 357/1924, 287/1911, 385/1903, 485/1902, 506/1902 மற்றும்.

66. 271 / 1915

67. 118/1888. இந்தக் கல்வெட்டில் பல குறைபாடுகள் இருந்தாலும், இந்தப் பகுதியை உண்மையானது என்று ஏற்றுக்கொள்ளலாம்.

68. 505/1911.

69. 103/1912. ஏ ஆர் இ. 1912, ஐஐ 22 மற்றும் 228/1912.

69a. 263/1912.

70. 63/1918

71. 397/1913

72. 266/1926; ஏ ஆர் இ. 1926, II 29. 31/1891-ல் ஜம்புகேஸ்வரத்திலுள்ள புன்செய் நிலத்திலுள்ள 5 கலம் என்ற விகிதம் சொல்லப் பட்டிருக்கிறது. கி.பி. 1117.

73. 219/1894.

74. 104/1926

75. 102/1925

76. 109/1925.

77. 156/1912.

78. 677/1919.

79. 522/1919; 133/1912.

80. 88/1900

81. 509/1912

81a. 553/1904

81b. 103/1931-2, ஏ ஆர் இ. II, 16

82. 180/1928....... 13,000 காசுகளுக்கு 6 மா (திருவாடுதுறை), 156/1925-கி.பி.1238.

83. 298/1927.

84. 504/1918.

85. 229/1927 நாலு நூறாயிரத்து ஐம்பதினாயிரமும்... முன்னூறாயிரத்து அறுபதினாயிரம் என்று 626/1920-ல் சொல்லப்பட்டிருக்கிறது. லட்சம் என்ற சொல் அப்போது மக்களுக்குத் தெரியாதுபோலும்

86. 58/1911; 96/1926

87. 495/1907.

88. 522/1922.

89. 399/1908.

அதிகாரம் 22

தொழிலும் வியாபாரமும்

உற்பத்தியும் வியாபார நிலைமையும்

சாதாரண தொழில்கள் பெரும்பாலானவற்றில், உள்ளூர் வியாபாரத்திற்காகப் பொருள்கள் உற்பத்தி செய்யப்பட்டன. பல பொருள்களில் உள்நாட்டு வியாபாரம் விறுவிறுப்பாக நடை பெற்று வந்தது என்பது தனிப்பட்ட வியாபாரிகளின் பிரயாணங்கள் பற்றிய செய்திகளாலும் நாட்டின் பல்வேறு பகுதிகளில் வர்த்தக அமைப்புக்கள் மிகவும் மேம்பட்ட நிலையில் செயல்புரிந்து வந்ததாலும் தெரியவரும். மலைநாட்டு (மலபார்) வணிகர் ஒருவர் செங்கற்பட்டு மாவட்டம்,[1] திருவடந்தையில் வியாபாரம் செய்துகொண்டிருந்தது தெரிகிறது. மயிலாப்பூரி லிருந்து ஒரு வணிகர்[2] இவ்வாறு தஞ்சாவூரில் காணப்படுகிறார். இலங்கையிலிருந்து ஒருவர் சுசீந்திரம் (தென் திருவாங்கூர்-இப் போது கன்னியாகுமரி மாவட்டம்)[3] கோயிலில் ஒரு விளக்கு எரிக்க அறக்கட்டளை ஏற்படுத்தியுள்ளார். இவையெல்லாம் தொடர்பில்லாத தனி முயற்சிகள் அல்ல. ஆனால், கல்வெட்டுக் களில் பதித்து வைக்கப்பட்டுள்ள இது போன்ற பல செய்தி களுக்கும் எடுத்துக்காட்டாக விளங்குகின்றன. பேரரசின் பல பகுதி களுக்கும் தங்குதடையின்றியும் விரிவாகவும் வியாபாரம் நடந்து வந்தது என்பதை இவையெல்லாம் காட்டுகின்றன. சோழ அரசின் விரிவின் விளைவாக, ஒரே அரசியல் அதிகாரத்தின் கீழ் வலுவான மத்திய ஆட்சி ஏற்பட்டது. அவ்வப்போது உள் நாட்டு எழுச்சிகள் ஏற்பட்டதால் சம்பந்தப்பட்டவர்களைக் கண்டிப்பதற்காகப் படையெடுப்புக்கள் ஏற்பட்டன. இது நீங்க லாக பொதுவாக விரிந்த பரப்பு முழுவதும் தொடர்ந்து பல தலைமுறைகளுக்கு அமைதி நிலவி வந்தது. சோழ ஆட்சிக்கு

முன்னர் இந்த விரிந்த பகுதி முழுவதும் சுதந்திரமான, ஒன்றுக்கொன்று சண்டை போட்டுக்கொண்ட சிறு அரசுகளே அடங்கியிருந்தன. புதிய சகாப்தத்தில் அமைதி நிலவிய சூழ்நிலையில் தொழிற்கலைகளுக்குப் பேராதரவு கிடைத்தது. வியாபாரம் விரிவடைவதற்கான வாய்ப்புக்களும் மிகவும் பெருகின.

உலோக வேலை

உலோகத் தொழில்களும் பொற்கொல்லர்களின் கலையும் மிக நேர்த்தியாக வளர்ந்து உயர்ந்த நிலையை அடைந்திருந்தன. உலோகத்தில் செய்த பாத்திரங்கள் முதலியவற்றைப் பணக்காரர்கள் மட்டுமே தங்கள் வீடுகளில் உபயோகித்து வந்தனர் என்று தெரிகிறது. தருமச் சத்திரங்களான "சாலை"களில் சமைக்கவும் சாப்பிடவும் மண்பாண்டங்கள் உபயோகிக்கப்பட்டதாகவே அடிக்கடி குறிப்பிடப்படுகிறது. கல்வெட்டுக்களில் தஞ்சாவூர்க் கோயிலின் உருவங்கள், சமையல் பாத்திரங்கள் ஆகியவற்றை பற்றி விரிவான விளக்கங்களைப் படிக்கிறோம். அந்தக் காலத்து வெண்கல விக்கிரகங்கள் இன்றும் நம்மிடையே நின்று நிலவுகின்றன. இவையெல்லாம் அக்காலத்துக் கன்னார்களின் திறமையையும் உலோகக் கலவையிலும் அவற்றை மிக விரிவாகவும் பொலிவான அமைப்பை கொண்டவைகளாக படைப்பதிலும் அவர்கள் பெற்றிருந்த அனுபவத்தையும் தெள்ளத் தெளியக் காட்டுகின்றன. இந்த வேலைகளில் செப்பு, வெண்கலம், பித்தளை ஆகியவை தவிர தங்கமும். வெள்ளியும் கூடப் பயன்படுத்தப்பட்டன.

நகைகள்

தங்கம், விலை மதிக்க முடியாத கற்கள் நவமணிகள் ஆகியவற்றைக்கொண்டு வகை வகையான நகைகளும் அணிகலன்களும் செய்யப்பட்டன. இவை ஒவ்வொன்றிலும் கற்களும், பவழங்களும் இணைக்கப்பட்டிருந்ததற்கு எண்ணிக்கை விவரமும் அவற்றின் ஜாதி பற்றிய செய்திகளும் மிகக் கவனமாகப் பதிவு செய்யப்பட்டிருக்கின்றன. இந்த விவரங்களின் துணை கொண்டே, நகை அமைப்புப் பற்றிய பொதுஅறிவைப் பெற்ற இக்காலத்து பொற்கொல்லர் எவரும் பழைய நகைகளைப் போலச் செய்து விடலாம். கல்வெட்டுக்களிலும் இலக்கியங்களிலும் குறிப்பிடப்பட்ட பல நகைகள் இப்போது புழக்கத்தில் இல்லை. படையெடுப்புக்களாலும் போர்களாலும் பழைய நகைகள் அழிந்து விட்டன. சோழர்கள் காலத்தில் பொற்கொல்லர்களின் கலை ஈடும் இணையுமில்லாத பீடு நிலையை அடைந்திருந்தது என்பதை

யும், விலைமிக்க இரத்தினங்கள் பவளங்கள் ஆகியவற்றைப் பற்றி நன்கு தெரிந்து அவற்றின் நிறங்கள், தன்மைகளுக்கு ஏற்பப் பொருத்தமாக இணைத்துக் கவர்ச்சியும் மகிழ்ச்சியும் தரத்தக்க அணிகலன்களைத் தஞ்சாவூர்ப் பொற்கொல்லர்கள் உண்டாக்கினார்கள் என்பதையும் தஞ்சாவூர்க் கல்வெட்டுக்களி லிருந்து நாம் தெரிந்துகொள்ள முடிகிறது. கோயில்களைப் பற்றி, முன்னுரையாகச் சில முக்கியமான செய்திகளை நாம் தெரிந்து கொள்ளவேண்டும். முதலாவதாக, கோயில்கள் என்பவை அரண்மனையைவிடப் புகழ்பெற்ற அரண்மனைகள். அரசர் களுக்கு அரண்மனையில் செய்யப்பெற்ற மரியாதைகள் (ராஜோப சாரங்கள்), கோயில்களில் கடவுள்களுக்குச் செய்யப்பட்டன. குடிமக்கள், தங்கள் அரசர்களையே முன் மாதிரியாகக் கொண்டு அன்றாட வாழ்வில் அரசர்களுடைய பழக்க வழக்க ஒழுக்கங்களை யும் நடையுடை பாவனை முதலியவற்றையும் பின்பற்ற முயன்றார்கள். மற்ற கோயில்களை விடத் தஞ்சாவூர்க் கோயில், அளவில் பெரியது. அதில் எஞ்சியுள்ளவை இதைத் தெரிவிக் கின்றன. எனவே, நகைகளாய் இருந்த செல்வத்தின் மதிப்பை யும் பொற்கொல்லர் வணிகம் வளமுடன் திகழ்ந்ததையும், மிகைபடக் கூறப்பட்டிருப்பதாகக் கருதாமல், நாம் அப்படியே ஒப்புக் கொள்ளலாம். படையெடுத்தவர்கள் கொள்ளை அடித்ததாலோ, தங்கத்தைச் சேமித்து வைக்கும் பழக்கம் மக்களைவிட்டு அகல வில்லை. மாலிக்காபூர், ஹைதர் அலி ஆகியோரைவிட இந்த வகையில் ஆங்கிலேயர் ஆட்சி அதிகமாக வெற்றி பெறவில்லை என்பதும் குறிப்பிடத்தக்கது.

உப்பு

மக்களுடைய அன்றாடத் தொழில்கள், கலைகள் பற்றி கல்வெட்டுகளில் ஒரு சில குறிப்பிட்ட மேற்கோள்கள் மட்டுமே காணப்படுகின்றன. இலக்கியங்களில் இருந்தும் கல்சிற்பங்களி லிருந்தும் நாம் மேலும் சில செய்திகளை அரும்பாடுபட்டுத் திரட்டிக்கொள்ள வேண்டியதிருக்கிறது. கடல் உப்பு, அரசாங்கத் தின் மேற்பார்வையிலும் கட்டுப்பாட்டிலும் காய்ச்சப்பட்டது. உள்நாட்டு அரசுகளும், மத்திய அரசும் தானியமாகவும், பணமாக வும் உப்புக்கு வரி விதித்தன. மரக்காணம், கன்னியாகுமரி, வரியூர் ஆய்துறை உப்பு உற்பத்தியில் தலைமை இடங்களாக விளங்கின. கடலோரப் பகுதிகளில் இந்தத் தொழில் பெரிதும் பரவியிருந்தது.[4] கடலரிப்பால் 1112-ம் ஆண்டில்[5] பாபட்லாவில் சில உப்பளங்கள் அழிந்தன.

அரசவையுடனும் கோயிலுடனும் தொழில்கள் கொண்டிருந்த உறவு

அரசவையிலோ ஒரு சிறிய கோயிலிலோ குறிப்பிட்ட சில தொழில்கள் சிறப்பான ஆதரவு பெற்றிருந்ததற்குத் தெளிவான ஒரு உதாரணத்தைக் காஞ்சிபுரம் நெசவாளர் மூலமாக அறி கிறோம். நெசவாளர்களில் பட்டசாலிகள் என்ற பெயருடன் நகரின் நான்கு பாடிகளிலும் வசித்துவந்தார்கள். அரசருடைய உடுப்புக்களை நெய்யும் உரிமை இந்த நெசவாளர்களுக்குக் கொடுக்கப்பட்டிருந்தது. காஞ்சிபுரத்திலுள்ள ஊரகம் கோயிலின் வரவு செலவுகளை மேற்பார்க்கும் குழுவுக்கும் உத்தம சோழன் இந்த நெசவாளர்களை நியமித்தான். சோழானியமம் என்ற ஊரில் வாழ்ந்த ஏழை மக்கள் அரசருக்குச் செலுத்தவேண்டிய பாக்கிகளை செலுத்துவதினின்றும் விதிவிலக்கு அளிக்கப் பட்டார்கள். இதற்குப் பதிலாக அவர்களுக்கு ஒரு பொறுப்புக் கொடுக்கப்பட்டது. கோயில் கணக்குகளைச் செம்மையாக எழுதி வைத்திருந்து கோயில்களில் நிருவாகத்தைக் கவனித்து வந்த நெசவாளர்கள், தணிக்கை செய்வற்காக மாதந்தோறும் அவர்களிடம் கணக்குகளைக் கொடுக்கவேண்டுமென்று வரை யறுக்கப்பட்டிருந்தது. இந்த ஏற்பாடு காஞ்சிபுரத்திலுள்ள 'நகரம்' என்ற சபையாலும் ஒப்புக்கொள்ளப்பட்டிருந்தது.[6]

போக்குவரத்து

உள்நாட்டு வியாபாரத்தில் போக்குவரத்து நிலைமைகளைப் பற்றி விவரமாகச் சொல்ல இயலவில்லை. உள்நாட்டுக்குள் வியாபாரப் பொருள்களைக் கொண்டுசெல்ல இயற்கையான நீர் வழிகளைப் பயன்படுத்துவதற்குத் தென்னிந்தியாவில் வாய்ப்பு மிக மிகக் குறைவு. விவசாய நிலங்களுக்கு நீர் பாய்ச்சு வது தவிர வேறு எந்தக் காரியத்திற்கும் கால்வாய்கள் உபயோகிக்கப்பட்டதாகச் சொல்லுவதற்கு ஆதாரமில்லை. நாட்டின் எல்லாப் பகுதிகளிலும் உள்ள பல கல்வெட்டுக்களில், நிலங்கள், கிராமங்கள் ஆகியவற்றின் எலலைகளைச் சொல்லும் போது, சாலைகள் குறிக்கப்படுகின்றன. இவற்றில் பெரிய சாலைகளும் இருந்தன. சிறிய சாலைகளும் இருந்தன. இவற்றை யெல்லாம் நல்ல நிலையில் வைத்திருக்கும் பொறுப்பு, உள்ளூர்ச் சபைகளைச் சார்ந்தது. அதற்கு வேண்டிய உடல் உழைப்பை (வெட்டி, அமஞ்சி) உள்ளூர்க்காரர்கள் தானமாக வழங்கி னார்கள். சாலைகளில் வழி, பெருவழி என்று இரண்டு பெரும் பிரிவுகள் இருந்தன. வழி என்பது ஒற்றையடிப் பாதையைவிட

ஓரளவு நன்றாக இருந்திருக்கும் போல் தெரிகிறது. ஆனால், சக்கரம் பொருத்திய எந்தவித வாகனங்களும் செல்வதற்கு ஏற்றதாக அது அமையவில்லை. உத்திரமேரூரிலுள்ள ஒரு வழி வெள்ளத்தால் அழிக்கப்பட்டதாயும் அதனால், ஆடு மாடுகள் கூட அந்தப் பாதையில் செல்ல முடியவில்லை என்றும் அறிகிறோம்; அந்தச் சாலையைப் புதுப்பிக்கும்போது, அவ்வூர்ச் சபை அதை இன்னும் அகலமாக்குவது என்று முடிவு செய்தது, அதற்காகப் பக்கத்திலுள்ள நிலங்களை அவற்றின் சொந்தக்காரர்களாகிய உழவர்களிடமிருந்து விலை கொடுத்து வாங்கிற்று.[7] சிறந்த சாலைகள், பெருவழி என்ற பெயரால் கல்வெட்டுக்கள் குறிக்கின்றன. நாட்டின் ஒரு பெரும் பிரிவிலிருந்து மற்றொரு பெரும் பிரிவிற்குச் செல்ல இந்த நெடுஞ்சாலைகள் ஏற்பட்டன என்பதற்கு அவற்றின் பெயர்களிலிருந்தே தெரியவரும். உதாரணமாக, ஆந்திரத்திற்குச் செல்லும் வழி, வடுகப் பெருவழி அல்லது ஆந்திரப்பாதை[8] என்ற பெயரால் வழங்கி வந்தது. இதுபோல கொங்குப் பெருவழி,[9] பெண்ணாடப் பெருவழி[10] என்பனவும் இருந்தன. தஞ்சைப் பெருவழியை, ஆடுதுறை[11]க் கல்வெட்டு குறிப்பிடுகின்றது. இவற்றையெல்லாம் விட குறிப்பிடத்தக்கது, தஞ்சாவூர் மாவட்டத்திலுள்ள ஒரு கல்வெட்டில் சொல்லப்பட்டிருக்கும் கல்யாணபுரம் சென்ற பெருவழி[12]ச் சாலைகளில் ஒன்று **24** அடி அல்லது இரண்டு கோல் அளவு இருந்ததாகத் தெரிவிக்கப்பட்டிருக்கிறது.[13]

வணிகச் சபைகள்

வணிகர்கள், ஆற்றல் மிக்க சபைகளையும் கழகங்களையும் அமைத்துக்கொண்டு அவற்றின் மூலமாக வியாபாரம் செய்து வந்தார்கள். கொடும்பாளூரிலுள்ள மணிக்கிராமம் சேலத்தில் தர்ம காரியங்களுக்காக அறநிலையம் அமைத்ததும்[14] திருப்புறம்பியம் வளஞ்சியர்[15] என்ற அமைப்பும் இவ்வகையில் சுட்டிக் காட்டத்தக்கன. இரண்டாம் இராஜராஜ சோழனின் கல்வெட்டுக்களில்[16], விஜயவாடாவைச் சேர்ந்த தெலிக்கி என்ற ஸ்தாபனம் சொல்லப்பட்டிருக்கிறது. சத்திய வாசகர் (உண்மை சொல்லுவோர்) என்பவர்கள் தன்ம வாணியர் (நியாயமான வணிகர்கள்) என்ற பெயராலும் விளங்கிவந்தார்கள். அவர்கள், தங்கள் பெயரால் ஒரு மடம் அமைத்துத் திருவண்ணாமலையில், ஆண்டு தோறும் மூன்று திருவிழாக்கள் திருக்கொடி வழங்கி வந்தனர்.[17] தென்னிலங்கையைச் சேர்ந்த சூஸகர் கருணாகரர், வீரர் அல்லது வளஞ்சியர் என்பவர்கள், திருக்கண்ணபுரத்தில் ஒரு வைணவ மடம் **18** நடந்துவர **1189** முதல் நன்கொடைகள் கொடுத்து

வந்தார்கள். திருநெல்வேலி வளஞ்சியர்கள், அவ்வூர்க் கோயில் நிலங்களின் காராண்மையைப் பெற்று அதற்குப் பதிலாகக் கோயிலில் குறிப்பிட்ட காரியங்களுக்கான சில கைங்கரியங்களை[19] செய்துவந்தார்கள். கி.பி.1207-ம் ஆண்டில், நெல்லூர், நாராயணபுரம், ஆர்க்காடு, மயிலாப்பூர், திருவொற்றியூர், பூந்தமல்லி, நெடும்பிறை, தமணக் கச்சேரி, பெருங்கலூர், திருநீறு ஆகிய ஊர்களைச் சேர்ந்த வணிகர்கள், ஒன்று சேர்ந்து ஒரு கிராமம் முழுவதையும் விலைக்கு வாங்கி திருமதில் கட்டுவதற்குத் திருப்பாசூர் கோயிலுக்குத் தேவதானமாக வழங்கியிருக்கிறார்கள். வணிகர்கள், இந்தக் கிராமத்தை, தம்முசித்தி என்பவரின் பொறுப்பில் விட்டு வைத்திருந்தார்கள்.[20] "இராஜராஜப் பெருநீர வையோம்" என்ற பெயரால் ஒரு பேரவை இருந்து வந்ததை 1235-ம் ஆண்டில் ஏற்பட்ட அன்பில் கல்வெட்டுத் தெரிவிக்கிறது. சித்திரமேழிப் பெரிய நாட்டார், திசையாயிரத்து ஐநூற்றுவர், பல மண்டலங்களின் நாடுகளைச் சேர்ந்த செட்டிகள், தவணச் செட்டிகள், ஜெயபாலகர்கள், முனைவீரக் கொடியர், கைவண்மை நிறைந்த சிற்பிகள், முதற்படைகலணையார் ஆகியோர் இந்தப் பேரவையில் இடம் பெற்றிருந்தனர். கல்வெட்டு[21] சேதப்பட்டிருப் பதால் எக்காரணத்திற்காக இந்தப் பேரவை கூடிற்று என்பது தெரியவில்லை. திருவிளக்குடியில்[22] கோயிலின் ஒரு பகுதியை வளஞ்சியரும் நானாதேச திசை ஆயித்து ஐநூற்றுவரும் கட்டியிருக்கின்றனர் என்பது கடைசியாகக் குறிப்பிடத்தக்கது.

நானாதேசிகள்

இந்த வணிகக் குழுக்களுள் புகழ் பெற்றது 'நானேதேச திசை ஆயிரத்து ஐநூற்றுவர்' என்பது. இந்த நீளமான பெயரை இரண்டு வகையாக விளக்கலாம். "எல்லா நாடுகளிலுமான ஆயிரம் திக்குகளுக்குச் சென்ற ஐநூறு வணிகர்" என்பது ஒரு பொருள்; "எல்லா நாடுகளிலுமிருந்து வந்து பல திக்குகளில் பெற்ற ஆயிரத்து ஐநூறு பேர்" என்பது மற்றொரு சாரார் கொள்ளும் பொருள்; நானாதேசிகள், ஐநூற்றுவர் என்ற பெயராலும் இக்குழு குறிப்பிடப்படுவதால், முதலில் சொல்லப் பட்ட பொருளே பொருத்தமாகப்படுகிறது. இக்குழுவுக்கு நீண்ட வரலாறும் சாதனைப் பட்டியலும் உண்டு. விஜயாலயச் சோழர் காலத்திற்கு முன்பே இது முக்கியத்துவம் பெற்று விளங்கியது. புதுக்கோட்டை சமஸ்தானம் (இப்போது புதுக் கோட்டை மாவட்டம் திருமயம் வட்டத்திலுள்ள) 'முனிசந்தை'

(மொனசந்தை எனப் பேச்சு வழக்கில் குறிப்பிடப்படும் ஊர்) யிலுள்ள இரு சிறு கல்வெட்டுகள் விஜயாலயன், முதலாம் பராந்தகன் ஆகியோர் காலங்களில் ஏற்பட்டிருக்கவேண்டும். இந்தக் கல்வெட்டுகளிலிருந்து இக்குழு அக்காலத்தில் நன்கு நிறைபெற்றுச் செயல்பட்டது என்றும் அதன் பெயரால் முனிசந்தை யில் ஒரு குளம் வெட்டப்பட்டது என்றும் தெரிகிறது. இக்குளத்தை அடிக்கடி செப்பனிடுவதற்காக மூலதனம் எடுத்து வைத்து கட்டளை ஏற்படுத்தப்பட்டதை, இக்கல்வெட்டு தெரிவிக்கிறது.[22a] கி.பி.1015 அளவில், நிகரிலி சோழ-சதுர்வேதி மங்கலம் என்ற ஊர்ச்சபை, குடியிருக்கவும் வியாபாரப் பண்டங்களை வைத்திருப்பதற்காவும்[23] இந்தக் குழுவின் உறுப்பினர்களுக்குச் சில வீடுகளை வழங்கியிருக்கிறது. இக்குழுவின் சிறப்புக்காக, அம்பாசமுத்திரத் திலுள்ள சிவன் கோயிலில் ஒரு கட்டளை ஏற்படுத்த ஒரு நிலம் வழங்கப்பட்ட செய்தி, கி.பி.1033-ல் ஒரு கல்வெட்டில் பொறிக்கப் பட்டிருக்கிறது.[24]

சுமத்திராவில் லோபோ தோவாவிலுள்ள தமிழ்க் கல்வெட் டின் சிதைவும் இந்தக் குழுவைக் குறிப்பிடுகிறது. அதன் காலம் சக ஆண்டு 1010 (கி.பி.1088). அக்காலத்து வெளிநாட்டு வாணிபத்தில் இந்தக் குழு பெரும் பங்குகொண்டிருந்ததற்கு இது மிகத் தெளிவான சான்றாகும். மைசூர்ப் பகுதியிலுள்ள சில கல்வெட்டுக்கள், இந்தக் குழுவின், தோற்றம், அமைப்பு ஆகியவற்றைப் பற்றிய நம்பிக்கைகளை விவரமாகவும் சுவை யாகவும் குறிப்பிடுகிறது.[25] இவர்கள் விற்பனை செய்த பொருள்கள், வாணிகத் தொடர்புகொண்டிருந்த நாடுகள், பயன்படுத்திய போக்குவரத்துச் (கருவிகள்) சாதனங்கள் ஆகியவை எல்லாம் பட்டியல் போலத் தரப்பட்டிருக்கின்றன. வாசுதேவர், கந்தழி, மூலபத்ரர் ஆகியோருடைய இனத்தில் பிறந்தவர்கள் என்றும் பகவதி தேவியின் அருள் பெற்றவர்கள் என்றும் பல உட்பிரிவுகளைக் கொண்டவர்கள் என்றும், திரை கடலோடித் திரவியம் தேடப் பிறந்தவர்கள் என்றும் இவர் களைப்பற்றிக் கர்ண பரம்பரைச் செய்திகள் உலவுகின்றன. அவர்கள் சேர, சோழ, பாண்டிய, மலேயா, மகத, கோசல, சௌராஷ்டிர, தானுஷ்ட்ர, குறும்ப, கம்போஜ, லாட, பருவர, நேபாள, ஏகபத, லம்பகர்ண, ஸ்ரீராஜ்ய கோலமுக முதலிய பல நாடுகளுக்குச் செல்லுபவர்கள். நில வழியாயும் நீர் வழியா யும் இவர்கள் ஆழி சூழ் உலகெங்கும் செல்லுபவர்கள், நன்கு பழக்கப்பட்ட யானைகள், உயர் ஜாதிக் குதிரைகள், எல்லா வகையான நவமணிகள், பவழங்கள், இரத்தினங்கள், நறுமணப்

பொருள்கள், மிளகு, கிராம்பு, இலவங்கப்பட்டை, ஏலம் போன்ற மலைகளில் விளையும் பொருள்கள், மருந்துகள் ஆகியவற்றை அவர்கள் வியாபாரம் செய்துவந்தார்கள். அவர்கள் அவற்றை மொத்தமாகவும் விற்றார்கள், தலைச் சுமையாய் சுமந்து அங்காடி வியாபாரிகளாகச் சில்லறையிலும் விற்றார்கள். சிவப்பு நிறத்தில் அலங்காரச் சேணம் வைத்து, எருமைகள் மீதும் கழுதைகள் மீதும் இவர்கள் தங்கள் விற்பனைப் பொருள்களை எடுத்துச்சென்றனர். 500 வீர சாசனங்களைக் கொண்டு இவர்கள் புகழ் பெற்றிருந்தனர். முதலாம் இராஜாதிராஜனின், முப்பத்திரண்டாம் ஆட்சி ஆண்டில் (கி.பி.1050-ல்) ஏற்பட்ட ஒரு கல்வெட்டில் இத்தகைய வீர சாசனம் ஒன்று பொறிக்கப் பட்டிருக்கிறது.[26] சிராவல்லி என்ற கிராமத்தை "நானாதேசிய தசமடி-ஏரி வீரப்பட்டினம்" என்று பெயரிட்டு அங்கு வாழ்பவர் களுக்குச் சில உரிமைகள் வழங்க, நானாதேசிகர்களும் அவர் களைப் பின்பற்றுபவர்களும் தங்கள் குழுவின் கூட்டத்தில் முடிவு செய்திருக்கிறார்கள். வணிகக் குழுவை ஒரு 'சமயம்' என்று அந்த ஆதாரம் குறிப்பிட்டிருக்கிறது. இச்சமயத்திற்குத் துணைபுரிந்து 'சமயத்துத் திருவடிக்குப் பணி செய்யும்' காலாள் படைகளையும் வீரவாள் படைகளையும் இக்கல்வெட்டுத் தெரிவிக்கிறது. இதே வணிகக் குழு மயிலாப்பூரிலும் கூடியிருக் கிறது. ஏற்கெனவே அய்யப் புழலாக இருந்த காட்டூரை வீர பட்டினமாக்கி, நாட்டில் வியாபாரத்தில் முடிவு செய்யப்பட்டிருக் கிறது.[27] ஊட்டத்தூர் (திருச்சி மாவட்டம்) நாடும் நகரமும் 1199-ல் கூடி, வெண்மணிப்பாடி என்ற கிராமத்தை மானிய மாக வழங்கி, அதை 'தாயிலு - நல்ல - புறம்' என்ற பெயருடன் வணிக நகரமாக ஆக்கியிருக்கிறார்கள்.[28]

எனவே, நானாதேசிகள் செல்வாக்கும் தன்னாட்சியும் பெற்ற வணிகர் பெருங்குழு, அரசியல் எல்லைகளெல்லாம் கடந்து அவர்கள் வியாபாரம் செய்துவந்தார்கள். வியாபார வேலையாக அவர்கள் எல்லா நாடுகளுக்கும் சென்று வந்தார்கள். சென்ற நாடுகள் அனைத்திலும் அவர்களுக்கு மதிப்பும் மரியாதையும் உயர்வும் இருந்தது. சோழ நாட்டில் பேரரசு முதல் சபைகள் போன்ற உள்ளூர் அமைப்புக்கள் வரை, எல்லா ஸ்தாபனங்களும் இந்தக் குழுவை அங்கீகரித்தன. தங்களுடைய பண்ட சாலைகளில் இருந்த பொருள்களையும், வழிப்போக்கில் இருந்த பொருள்களையும் பாதுகாத்துக்கொள்ள இவர்களாகவே கூலிப்படை வைத்துக் கொண்டிருந்தார்கள். தாங்கள் நிலைத்திருந்த இடங்களின் உள்ளூர் ஆட்சிகளிலும்.

இவர்கள் அக்கறை காட்டி வந்தார்கள். வண்டூர் என்ற சோழ மாதேவி சதுர்வேதி மங்கலத்துச் சபை உறுப்பினர்கள் நிரந்தர மாக வாங்கியிருந்த கடனுக்காகக் கோயில்களுக்குக் கொடுக்க வேண்டிய வட்டியை ஒழுங்காக வசூலித்துக் கொடுப்பதில் ஸ்ரீவைஷ்ணவர்களுடன் ஒத்துழைக்க மளூர்ப் பட்டினத்தில் இவர்கள் (நானாதேசிகள்) முன்வந்தனர். இது முதலாம் இராஜேந்திரனின் ஆட்சியின் தொடக்ககால நிகழ்ச்சி.[29] இவர்கள் வியாபாரம் செய்த நாடுகளின் அரசர்கள் தங்களுக் குள் போர் செய்ததையும்கூடப் பொருட்படுத்தாமல் இவர்கள் தங்கள் வியாபாரத்தைக் கவனித்து அதில் வெற்றி கண்டு, வளம் அடைந்தனர். 13-ம் நூற்றாண்டில், பர்மாவில் பாகன் என்ற ஊரில், நானாதேசிகள் ஒரு பெருமாள் கோயிலைக் கட்டினர். மலையாளத்துக் கரையிலுள்ள துறைமுக நகரைச் சேர்ந்த ஒரு வணிகர் அக்கோயிலுக்கு நன்கொடைகள் கொடுத்துள்ளார்.[30]

வணிகர்களும் அரசாங்கமும்

ஐரோப்பாவிலுள்ள வணிகக் குழுக்களுக்கும் கீழை நாடு களிலுள்ள வணிகக் குழுக்களுக்கும் இடையே உள்ள வேறுபாடுகள் சமீபத்தில் ஓர் எழுத்தாளர் சுட்டிக் காட்டியிருக்கிறார்.[31] சீனாவுடன் ஐரோப்பிய நாடுகள் நடத்திய வியாபாரத்தைப் பற்றிக் குறிப்பிடும்போது, சீன வியாபாரச் சமூகம் பலவகைக் குறைபாடுகள் உடையதாக இருந்ததை அவர் தெரிவிக்கிறார். 'ஐரோப்பாவில் பதிவு செய்யப்பட்ட பெரிய வியாபாரக் குழுக்கள் (கம்பெனிகள்) எதேச்சதிகார உரிமைகளும் அரசாங் கத்தின் ஆதரவும் பெற்றிருந்தன. சீன வணிகக் குழுக்களைப் போலவே, அவையும் சுதந்திரமான வியாபாரத்துக்கே கேடு விளைவித்தன. ஆனால், அவை தங்களுக்குள்ளேயே நல்ல அமைப்பை ஏற்படுத்திக்கொண்டன. அரசாங்க அதிகாரிகளின் பேராசைக்குப் பிரதிநிதியாக இராமல், வியாபார சமூகம் பிறர் தலையீடின்றி இயங்குவதற்காகவே அவர்கள் பாடுபட்டார்கள். சீனாவில் அதிகாரிகள் வைத்தது சட்டமாக இருந்தது. அவர்களை மீறி, சீன வணிகர்களால் ஒன்றும் செய்ய இயலவில்லை. அரசியலில் வணிகர்களுக்கு எவ்விதச் செல் வாக்கும் கிடையாது. ஒவ்வொரு நகரத்திலும் தனியே ஓர் அரசாங்கம் இயங்கி, அங்கு வணிகம் பெருகி அதன் மூலம் வணிகர்கள் தங்களுடைய ஒன்றுபட்ட சக்தியையும் செல்வாக்கை யும் உணர்வதற்கான வாய்ப்பு அல்லது மரபு அங்கு இல்லை. ஐரோப்பாவில் முதலாளித்துவ சக்திகள் அரசாங்கத்தை ஆட்டிப்

படைக்க ஆரம்பித்துவிட்டன. ஆனால் சீனாவில், மண்டரின் என்ற அரசாங்க அதிகாரிகளுக்கு முன், வணிகர்கள் வாய் பொத்தி, கைகட்டி ஊழியம் செய்துவந்தார்கள். தென்னிந்திய வணிகர்கள், சீன வணிகர்களை விட சுய முயற்சிகளில் ஈடுபட சுதந்திரமும், வாய்ப்பும் பெற்றிருந்தார்கள். தங்களுக்குள் அமைப்பு ஏற்படுத்திக்கொள்வதிலும் சீனரைவிட இவர்கள் திறமைசாலிகளாக விளங்கினார்கள். அரசாங்க அதிகாரிகளின் தயவில் இவர்கள் இருந்தார்கள் என்றும் சொல்லுவதற்கில்லை. தங்கள் தொழில்களை நடத்துவதிலும் விவகாரங்களைத் தீர்த்துக் கொள்வதிலும் இவர்கள் சுய ஆட்சி உரிமைகளைப் பயன்படுத்திக் கொண்டார்கள். அவர்களுடைய கொடுக்கல் வாங்கல்களில் அரசாங்கம் தலையிடுவதில்லை. கேட்டுக்கொள்ளப்பட்டால் மட்டுமே, அரசாங்கம் தலையிட்டது. அதே சமயம், ஐரோப்பிய அரசாங்கங்கள் செய்ததுபோல வெளிநாட்டு வியாபாரத்தில் ஈடு பட்ட வணிகர்களுக்கு அரசாங்கம் பெரிய அளவில் ஊக்கம் தரவில்லை-தந்திருக்கவும் முடியாது. பொருளாதாரப் பேரரசு அல்லது வணிக அடிப்படையில் ஏகாதிபத்தியம் ஏற்பட முடியும் என்பதைத் தென்னிந்தியாவிலுள்ள வியாபாரிகளோ, அரசாங்கங் களோ உணரவில்லை. அவர்களுக்கு வியாபாரம் செய்வது மட்டுமே குறிக்கோளாக இருந்தது. நிலைமைகள் அனுகூலமாய் இருந்ததால், அவர்கள் தொடர்ந்து வியாபாரம் செய்ய விரும் பினார்கள். கத்தி முனையில் பயமுறுத்தி வெளிநாட்டினரைச் சில பொருள்களை வாங்கும்படியும் அல்லது விற்கும்படியும் கட்டாயப்படுத்த இயலும் என்ற சிந்தனை அவர்களுக்கு உதிக்கவே இல்லை.

நகரம்

காஞ்சிபுரம், மாமல்லபுரம் போன்ற பெரிய வணிக நகரங் களில் 'நகரம்' என்ற பெயரில் வணிகர்களுடைய உள்ளூர் நிறுவனங்களுக்கும் இருந்தன.[32] உள்ளூர் வியாபாரிகளுடைய இந்த நிறுவனங்களுக்கும், மணிக் கிராமம், நானாதேசிகள் அல்லது வளஞ்சியர் ஆகிய பொது நிறுவனங்களுக்கும் இடையே எத்தகைய உறவு இருந்தது என்பது பற்றித் தெள்ளத் தெளிய எதையும் சொல்லுவதற்கில்லை. தென் ஆர்க்காடு மாவட்டத்திலுள்ள எண்ணாயிரம் என்னும் ஊர், வைணவ சமயத்துக்கும் கல்விக்கும் கேந்திரமான ஒரு நகரம். அங்கு தெற்குக் கடைத் தெருவில்[33] வளஞ்சியர்களுடன் பிராமணர்களும் வியாபாரத்தில் ஈடுபட்டதாக நேரடியாகச் சொல்லப்பட்டிருப்பதிலிருந்து, பிராமணர்களும் சில சமயங்களில் வியாபாரம் செய்து வந்தது

தெரியவருகிறது. குறிப்பிட்ட நோக்கங்களுக்காக, நகரங்கள் தங்கள் உறுப்பினர்களிடமிருந்து நன்கொடைகளை வசூலித்து வந்திருக்கின்றன. இதற்கு ஓர் உதாரணம் தருவோம்; கி.பி. 1037-ல் வாலையூர்[34] என்ற நகரின், நகரசபை சில முடிவு களைச் செய்தது. அவையாவன: உள்ளூர்க் கோயிலில் அவர்கள் போட்டுவந்த விளக்குகள் தொடர்ந்து எரிந்து வரவும், கோயிலிலிருந்து கடன் வாங்கப்பட்ட பணங்களுக்கு உரிய வட்டிகளைச் செலுத்தவும் வாங்குபவரும் விற்பவரும் ஒவ்வொரு வியாபாரத்திலும் அட்டவணைப்படி மகண்மை செலுத்த வேண்டும். இந்த மகண்மை விகிதம் (தானியங்களின் மீது) ஒரு கலத்துக்கு ஒரு நாழியில் கால் அளவுப் பாட்டம், ஒரு நிறை (நிறுத்தல் அளவை) க்கு ஒரு பலத்தின் ஒரு கோல் குழி, ஒவ்வொரு ஆயிரம் பாக்குக்கும் பத்துப் பாக்கு என்பனபோன்று இந்த மகண்மை வசூக்கப்பட்டிருந்தது. வியாபாரக் குழுக்கள் தங்களுடைய சொந்த விவகாரங்களைத் தீர்த்துக்கொள்ள, சுய ஆட்சி உரிமைகளை இவ்வாறு பயன்படுத்திக்கொண்ட தற்கு, கல்வெட்டுக்களில் இதுபோன்ற பல சான்றுகள் உண்டு.

சுங்கம்

இக்காலத்தில் விதிக்கப்பட்ட சுங்கவரி, கலால்வரி முதலியவைபற்றி நமக்கு நேரடியாக ஒன்றும் தெரியவில்லை. முதற் குலோத்துங்கன், சுங்க வரிகளை நீக்கினான் என்று சொல்லி, அவன் காலத்துக் கல்வெட்டுக்களும் இலக்கியங்களும் அவன் புகழைப் பாடுகின்றன. அப்படியாயின் அவன் காலத்தில் சுங்கம் எந்தப் பொருள்களுக்கு விதிக்கப்பட்டிருந்தது, சுங்க வருவாய் நீங்கியதால் ஏற்பட்ட நஷ்டத்தை அவன் எப்படி ஈடு செய்தான்? கப்பல்களிலும் வண்டிகளிலும் இறக்குமதி செய்யப்பட்ட, அதாவது வெளிநாட்டு, உள்நாட்டுப் பொருள் களின் மீது விதிக்கப்பட்ட எல்லா வகை வரிகளும் 'சுங்கம்' என்ற பெயரில் அடங்கும் என்று விளக்கம் சொல்லப்பட்டிருக் கிறது.[35]

புரோ நோட்டு

கடன் வாங்கியதற்கு, 'புரோநோட்டு' (உறுதிமொழி கடன் பத்திரம்) ஒன்றை எழுதிக் கொடுக்கும் பழக்கம் அமுலில் இருந்து வந்தது போலும். முதலாம் இராஜராஜனின் ஆட்சியில் திருவாவடுதுறையில் ஏற்பட்ட கல்வெட்டில்[36] வேறு செய்தி களைத் தெரிவிக்கும்போது புரோநோட்டின் பெயரும் இடம் பெறுகிறது. "கையெழுத்து ஓலை" எழுதிக்கொடுத்து அவ்வூர்ச்

சபை ஒரு கைக்கோளனிடம் கடன் வாங்கியதாகக் கண்டிருக் கிறது. ஏதோ சில காரணங்களுக்காக-அக்காரணங்கள் தெரிவிக்கப்படவில்லை-அந்தக் கைக்கோளரின் சொத்து முழு வதும் 'ராஜ்ஸ்வம்' ஆயிற்று. அதாவது அரசனால் பறிமுதல் செய்யப்பட்டது. எனவே, அரசன், சபையிலிருந்து கைக்கோளன் பெறவேண்டிய பணத்தை வசூலிக்க முயன்றான். அரசனுக்குக் கடனைத் திருப்பிக் கொடுப்பதற்காக, அந்தச்சபை உள்ளூர்க் கோயில் நிலங்கள் சிலவற்றைக் குத்தகைக்கு விட்டுக் கடன் வாங்கிக்கொண்டதைத் தெரிவிக்கும்போது இந்த விவரங்களை வெளியிட்டிருக்கிறது. முதலாம் இராஜேந்திரன் கல்வெட்டு ஒன்றிலும், 'புரோநோட்டு'ச் செய்தி இடம் பெறுகிறது;[37] தஞ்சையிலுள்ள ஒரு கோயில் தலைச்சங்காட்டு மூலப்பருடை யாருக்கு நூறு காசு கடன் கொடுத்திருக்கிறது.

வட்டி விகிதம்

கடன்களுக்கு ஏற்பட்ட வட்டி விகிதம் ஒரே நிலையாக இல்லை. பெரிய அளவில் வேற்றுமைகள் இருந்தன. வட்டி கணக்கிடப்படும் முறை அல்லது தெரிவிக்கப்படும் முறையிலும் வேறுபாடுகள் உள்ளன. நூற்றுக்கு ஓர் ஆண்டுக்கு 12½ என்ற விகிதம், அதாவது 1 கழஞ்சு தங்கத்துக்கு 1/8 கழஞ்சி என்ற விகிதத்தில்தான் நீண்ட காலமாக அறக்கட்டளைகளுக்காகக் கடனாகக் கொடுக்கப்பட்டு வந்தது.[38] பல சமயங்களில் 15%, அதாவது 1 கழஞ்சி தங்கத்துக்கு 3 மஞ்சாடி;[39] என்ற அளவில் வட்டி வசூலிக்கப்பட்டிருக்கிறது. குறைந்த அளவு வட்டி 5%, அதாவது 1 கழஞ்சுக்கு 1 மஞ்சாடி. ஆனால் இதுவே, விஜய கம்பவர்மன் என்பவன் ஆட்சியில் இரட்டிக்கப்பட்டது.[40] வழக்க மான வட்டி 12½% அல்லது 15% தான். ஆனால், எப்போ தாவது ஒருமுறை இதைவிடக் கூடுதலான வட்டியும் வசூலிக்கப் பட்டிருக்கிறது. இவ்வாறு நமக்குத் தெரிவது, அரை வருஷத் திற்கு 12½%. அதாவது ஓராண்டுக்கு 25% வசூலிக்கப்பட்டிருக் கிறது.[41] 400 கழஞ்சுகளுக்கு ஓராண்டில் 150 கழஞ்சு கிடைத்திருக் கிறது, அதாவது 37½% [42] ஒரு காசுக்கு ஓராண்டுக்கு அரைக் காசு என்று கணக்கிட்டு 50%-ம் வசூலிக்கப்பட்டிருக்கிறது.[43] இந்த வட்டி விகிதங்களுக்கான காரணங்களை நாம் இப்போது எளிதில் விளக்கிக்கூற இயலாது; ஆனால் கடன் வாங்கப்பட்ட அல்லது வாங்கிய பணம் செலவிடப்பட்ட விதத்திற்கு ஏற்ப வட்டி விகிதம் ஏற்பட்டது என்றோ அல்லது அரசியல் நிலமைகள் மற்றும் நாட்டில் நிலவிய அமைதி, அமைதியின்மை காரணத் தால் வட்டி குறைவாகவோ, கூடுதலாகவோ வசூலிக்கப்பட்டது

என்றோ சொல்லிவிட முடியாது. இராஷ்டிரகூடர் படையெடுப் பால் வட்டி விகிதம் மாறவில்லை என்பது கிருஷ்ணனின் ஆட்சி ஆண்டுகளைக் குறிப்பிடும் கல்வெட்டுகளிலிருந்து அறியப் படும்.44 முதலாம் இராஜேந்திரன் ஆட்சியில் உள்நாட்டுப் பாதுகாப் புக்கு எவ்வித குந்தகமும் ஏற்படாதிருந்தும் கூட அந்நாளிலும் குறைந்த வட்டி விகிதமும் கூடுதலான வட்டி விகிதமும் நிலவி வந்திருக்கின்றன. பெரும்பாலும் வட்டி விகிதம் தானியங்களாகக் குறிப்பிடப்படுகிறது; கடன் கொடுக்கப்பட்ட தொகையின் அளவுகூட இவ்வாறு எழுதப்பட்டிருக்கிறது. பண விகிதங்களில் வேறுபாடு போல, தானியங்களின் விலைகளிலும் காரணமில் லாத ஏற்றத் தாழ்வு நிலவியது. மிகவும் குறைந்த தானிய வட்டி, 1 கழஞ்சு தங்கத்துக்கு ஓராண்டுக்கு 1 கலம்45 என்ப தாகும்; மிகவும் கூடுதலான வட்டி 3 கலம்,46 4 கலம்47 வரை செல்லுகிறது. பெரு வழக்கமாக இருந்த வட்டி விகிதம் 1 கலம் அல்லது 1 கலமும் அதில் மூன்றில் ஒரு பகுதியும் என்பது. இவையே சர்வ சாதாரணமாக நிலவின. ஒரு பகுதியிலேயே இரண்டு கிராம சபைகள் ஒரு கோயிலின் பணத்தை வெவ்வேறு வட்டி விகிதங்களுக்குக் கடன் வழங்கியிருப்பதைப் பார்க்கிறோம்- 1 கழஞ்சுக்கு ஓராண்டுக்கு 2/3 கலம் என்றும் ஒரு கலம் என்றும் இந்த விகிதங்கள் சொல்லப்பட்டிருக்கின்றன.48 கடன் கொடுக்கப் பட்ட பணம், தானியமாகத் தெரிவிக்கப்பட்டிருக்கும்போது அதிகமான வட்டி 25% க்குக் குறையாதது என்று கூறப்பட்டிருக் கிறது.49 ஒரு சமயம் நாம் நம்பமுடியாத அளவுக்கு மிகக் கூடுதலான வட்டி-ஆண்டுக்கு 75% - தெரிவிக்கப்பட்டிருக்கிறது.50 வட்டி விகிதத்து மாறுதலை வேறு ஒரு விதமாகவும் காணு கிறோம். ஒரே காரியத்துக்காக கட்டளை ஏற்படுத்தியதிலிருந்து செலவு செய்யப்படவேண்டிய தொகையில் வேற்றுமைகள் உள்ளன. 18 கழஞ்சும், 3 மஞ்சாடிகளும், 1 குன்றியும் தங்கம் கொடுத்து ஏற்பட்டது ஒரு கட்டளை. 10 கழஞ்சு தங்கம் மட்டும் கொடுத்து ஏற்பட்டது மற்றொரு கட்டளை. இரண்டு தொகைகளின் வருவாய்களிலிருந்து நாள்தோறும் ¼ படி எண்ணெய்தான் வட்டியாகக் கொடுக்கப்பட வேண்டுமென்று வரையறுக்கப்பட்டிருக்கிறது.51

வியாபாரிகள் தங்களுடைய அன்றாட வியாபாரத்தில் தங்களுக்குள் பெரிய அளவில் பணங்களைக் கொடுக்கவும் வாங்கவும் இருந்திருப்பார்கள் என்பதை நாமாக ஊகித்துக் கொள்ளலாம். இத்தகைய கொடுக்கல் வாங்கல்களுக்கு ஆதாரங்கள் எழுத்து வடிவத்தில் நமக்கு ஒன்றும் அகப்பட

வில்லை. கல்வெட்டுக்களில் கிடைப்பதெல்லாம் தர்ம காரியங்களுக்கு ஏற்பட்ட விவரங்களே. குறிப்பிட்ட நோக்கங் களுக்காக இந்த அறக்கட்டளைகள் உண்டாயின. சில சமயம் இந்தப் பணங்கள் நன்கு முதலீடு செய்யப்பட்டிருப்பதோடு, குறிப்பிட்ட நோக்கம் தவிர வேறு எந்தக் காரணத்துக்கும் மூலதனப் பணம் செலவிடப்படக் கூடாது என்றும் கண்டிருக்கிறது. இவ்வாறு மலை நாட்டு வணிகர் ஒருவர் வாராக்கடனாக (எப்போதும் கடனாகவே இருந்து கொண்டிருக்கும்) $16^1/_8$ கழஞ்சு தங்கத்தை முதலீடு செய்துவைத்தார். அதில் கிடைக்கும் வட்டியிலிருந்து 12 பிராமணர்களுக்கு ஒவ்வோர் ஆண்டிலும் கும்பமாதம்-மாசி மாதம் - முழுவதும் (செங்கற்பட்டு மாவட்டம்) திருவிடந்தை[52] வராகதேவர் கோயிலில் சாப்பாடு போட வேண்டும். மேலும் கோனேரி என்னும் ஊர் (ஊர்ச்சபை) காஞ்சிபுரத்துக் கோயில் ஒன்றிலிருந்து 5 கழஞ்சு கடன் வாங்கிக் கொண்டது; இதற்கு உரிய நிபந்தனைகளாவன: (1) ஒரு கழஞ்சுக்கு ஓராண்டுக்கு $1^2/_3$ கலம் வட்டி கொடுக்க வேண்டும். (2) கடனை என்றென்றும் வைத்துக் கொள்ளவேண்டுமே தவிர திருப்பிக் கொடுக்கக் கூடாது.[53] கடன் கொடுக்கப்பட்ட நிபந் தனைகள் ஒரேவிதமாக இருக்கவேண்டும் என்பதை அமுலாக்கு வதற்காக முதலாம் இராஜேந்திரன் காலத்து மளூர்ப்பட்டினம் (பெங்களூர்) கல்வெட்டு சில விதிமுறைகளை வகுத்திருக் கிறது.[54] நிரந்தரமான கடன் (வாராக் கடன்) தொகையின் அளவு 320 கலம் நெல்லு-முதல் வட்டி, ஓராண்டுக்கு ஒரு கலத்துக்கு 3¾ குறுணி. இவ்வாறு ஓராண்டுக்கு மொத்தம் 100 சலம் கிடைக் கும். இதை இரண்டு அறுவடைகளின்போது அறுவடைக்கு ஐம்பது ஐம்பது கலமாகச் செலுத்தவேண்டும். கடன்வாங்கிய வண்டூர்ச் சபையார், நெல்லு வட்டியை வாங்கிக்கொண்டு போவதற்காக அனுப்பப்பட்ட பிரதிநிதிகளுக்கு நாள்தோறும் 2 வேளை சாப்பாடு போடவும் ஒப்புக்கொண்டனர். நெல்லு வட்டியை வசூலிப்பதற்காக, இந்த ஆட்கள் தண்ணீர் பாய்ச்சு வதைத் தடுக்கவும், நெருப்பை அணைக்கவும், வீடு வாசல்களைச் சுற்றிச் சூழ்ந்து கொள்ளவும் ஆடுமாடுகளை அடைத்து வைக்க வும் (இந்நாள் ஜப்தி முறைகள் போல) அதிகாரம் பெற்றிருந் தார்கள். இந்தக் கடுமையான ஏற்பாடுக்ளுக்குக் காரணம் ஒன்றும் தெரிவிக்கப்படவில்லை. இந்த அதிகாரங்கள் செயற் பட்டனவா என்பதும் தெரியவில்லை. தற்காலத்து நிதிப் பிரச்சினையில் முக்கியமானது, அரசாங்கம், பொதுமக்களிட மிருந்து வாங்கியிருக்கும் கடன்களை நல்ல விதத்தில் முதலீடு செய்து நிலையாக வட்டி பெற வழிவகுப்பது; ஆனால், தங்கள்

வட்டி கிடைக்கக்கூடியவாறு தங்கள் சொந்தப் பணங்களைக் கடனாகப் பலருக்கும் கொடுத்து வைப்பதே தென்னிந்தியக் கோயில்களின் பிரச்சினையாக இருந்தது.

சொத்துக்களை மாற்றுவது

அசையும் பொருள்களைவிட வீடு, நிலம் முதலிய சொத்துக் களை விற்பது அல்லது நன்கொடை கொடுப்பதற்குச் சில நடை முறைகள் ஓரளவு கடுமையுடன் மேற்கொள்ளப்பட்டன. தனி மனிதர், தங்களுக்குள் சொத்து விற்றது, வாங்கியதுபற்றி நம்மிடமுள்ள ஆதாரங்களில் ஒரு விவரமும் இல்லை. பொது மக்களுக்கு-சமுதாயத்துக்கு அக்கறையுள்ள சொத்து மாறுதல்கள் மட்டுமே கல்வெட்டுக்களில் பொறிக்கப்பட்டுள்ளன. அந்த நில விற்பனையை பகுத்துப் பார்க்கும்போது, நான்கு வகை விற்பனைகள் தெரியவருகின்றன. அவையாவன: (1) ஆஞ்ஞாக்ரயம் (2) ஓர் அரசனின் பெயரில் பெருவிலை (3) சண்டிகேசுவரப் பெருவிலை (4) சபை விலை அல்லது ஊர் விலை. முதல் வகை-அரசன் அல்லது அரச குடும்பத்துக்கு துரோகம் செய்து, குற்றவாளி என்று முடிவு செய்யப்பட்வர்களின் சொத்துக்கள் அரசனின் ஆணைப்படி விற்பனை செய்யப்பட்டதைக் குறிக்கும். இவ்வகை விற்பனைக்கு மிகவும் முக்கியமான உதாரணம், இரண்டாம் ஆதித்தனின் கொலையில் சம்பந்தப்பட்டவர்களின் சொத்துக்கள் விற்ப்னை செய்யப்பட்டதாகும். இது உடையார்குடி கல்வெட்டில்[55] பொறிக்கப்பட்டிருக்கிறது. அரசனின் பெருவிலை என்பது, உழவர்களின் நிலவரி செலுத்தத் தவறிய காரணத்திற் காக அவர்களுடைய நிலங்களை அரசன் விற்பனை செய்ததைக் குறிக்கும். சிவன் கோயில்கள் தங்கள் சொத்துக்களை விற்ப பதற்கு "சண்டிகேசுவரர் பெருவிலை" என்று பெயர். சண்டிகேசு வரரே சிவபெருமானின் முதல் பக்தர், ஆதிதாசர். சிவபெரு மானின் சொத்துக்களைப் பாதுகாப்பவரும் விற்பனை செய்யும் அதிகாரம் பெற்றவரும் அவரே. இவ்வாறு பெருமாள் கோயில் களின் சொத்துக்களை விற்பதற்கு 'சேனாபதி விலை'[55a] என்று பெயர் வழங்கி வந்தது. சபை விலை அல்லது ஊர்விலை என்பது, கிராம சமுதாயம் முழுவதற்கும் சொந்தமான நிலங் களை அந்த ஊர்ப் பேரவையான 'சபை' அல்லது 'ஊர்' விற்பனை செய்வதற்கு ஏற்பட்ட பெயர். இந்த விற்பனை களையும் இவற்றின் விலைகளையும் ஊன்றி ஆராய்ந்து பார்த்தால் பொருளாதாரக் காரணங்களுக்குச் சம்பந்தமில்லாமல் வேறு ஏதோ அடிப்படையில் விலைகள் நிர்ணயிக்கப்பட்டன என்பது ஒவ்வொரு வகை விற்பனைக்கும் உரிய பெயராலேயே

உணரத்தக்கது. அந்த விலைகளுக்கும் அடுத்த நிலங்கள் மற்றவர்களால் வாங்கப்பட்ட விலைகளுக்கும் எவ்விதமான தொடர்பும் இல்லை. பெருவிலை என்பதே ஏலத்தில் கேட்கப்படவில்லை. இன்ன நாளில் இன்ன இடத்தில் இன்ன சொத்து ஏலம் போடப்படும் என்று முன்கூட்டி தண்டோரா போட்டு, அந்த இடத்தில் கூடுபவர்களிடம் ஒரு விலையைச் சொல்லி, படிப்படியாக ஏற்றி, ஒரு தரம் இரண்டு தரம், மூன்று தரம் என்று உரக்கக் கத்தி ஏலம் போட்டு சொத்தின் விலை முடிவு செய்யப்பட்டு, கூடுதலாக விலை கொடுக்க முன்வருபவருக்குப் பத்திரம் பதிந்து கொடுக்கப்பட்டது. கூடியிருந்தவர்கள் எல்லோரும் அவரவரால் கொடுக்கக்கூடிய விலையைச் சொல்லும் உரிமை பெற்றிருந்தார்களா என்பது தெரியவில்லை. ஒருவேளை அரசன் சார்பில் விலை முடிவு செய்யப்பட்டு, அந்த விலை கொடுக்க முன் வருபவருக்குச் சொத்து மாற்றிக் கொடுக்கப்பட்டிருக்கலாம்.[56]

விற்பனை அல்லது நன்கொடைப் பத்திரங்களைச் சொத்து மாற்றிக்கொடுப்பதற்கு எழுதப்பட்ட முக்கிய விவரங்களை (ஷரத்துக்களை) இப்போது சுருக்கமாகச் சொல்லுவோம். ஒவ்வொரு சொத்துக்கும் நான்கு எல்லைகள் எவ்வளவு அக்கறையுடன் கவனமாகச் சொல்லப்பட்டிருக்கின்றன என்பதை அன்பில், ஆனை மங்கலம், திருவாலங்காடு, கரந்தை (தஞ்சாவூர்)ச் செப்பேடுகளில் பார்க்கலாம். கல்வெட்டுக்களில் ஏறத்தாழ இவ்விவரங்கள் கொடுக்கப்பட்டிருக்கின்றன. ஆனால் செப்பேடுகளில் இருப்பதை விட கல்வெட்டுக்களில் விவரம் குறைவு; வாசகம் சுருக்கமானது, மேலும் எல்லா ஆவணங்களிலும் "மிகுதிக் குறை உள்ளடங்க" என்ற சொற்றொடர் தவறாமல் காணப்படுகிறது. இதிலிருந்து தெரியவருவது என்ன எனின், பத்திரத்தில் சொல்லப்பட்ட அளவை (நீளம் அகலம் முதலியன)க் காட்டிலும் எல்லைகளே முடிவானவை என்பதாகும். மேலும், பழைய தேவதானம் கல்வெட்டுக்கள், வாய்க்கால்கள், சாலைகள் முதலியவை நீங்கலாக என்ற சொற்றொடர்கள் காணப்படுகிறது. இவை மாற்றத்தக்கவை அல்ல என்பது பொருள். நன்கொடைப் பத்திரங்களில் போல, கிரயப் பத்திரங்களிலும் மாற்றப்பட்ட சொத்தின் உரிமைகள் விரிவாகத் தெரிவிக்கப்பட்டன. இந்த உரிமைகளாவன-பூமிக்கடியில் கிடைப்பவற்றின் உரிமைகள், மரங்கள், மலைகள், கிணறுகள், பாசன உரிமை, அனுபவ உரிமை முதலியன. பத்திரத்தில் சொல்லப்பட்டு இருவரும் ஒப்புக்கொண்ட கிரயத் தொகை முழுவதும் செலுத்தப்பட்டுவிட்டது என்றும், சொத்து ஒப்புவிக்கப்பட்டது என்றும், கிரயத் தொகைக்கு இந்தப் பத்திரமே ரசீது என்றும்[57] வேறு

எந்தவிதமான ரசீதும் பிற்காலத்தில் சேர்க்கப்படமாட்டாது என்றும் பத்திரங்களில் எழுதிவந்தார்கள். கி.பி.1232-ல் ஆர்ப்பாக்கத்தில் பதிந்த ஒரு கிரயப் பத்திரத்தில் பின்வரும் வாசகங்கள் இருந்தன.[58] "விற்கப்பட்ட "சொத்தில் எவ்வித வில்லங்கமும் இல்லை என்று உறுதி கூறுகிறேன். அப்படி ஏதாவது வில்லங்கம் இருப்பதாக இனிமேல் தெரியவந்தால் அந்த வில்லங்கத்தை அப்புறப்படுத்தி சொத்தை நான் விடுவித்துக் கொடுப்பேனாகவும். சொத்தை வாங்கிக் கொள்பவர் அவருடைய விருப்பப்படி இதை அனுபவிக்கவோ, விற்கவோ, ஒத்தி, ஈடு வைக்கவோ, நன்கொடையாக யாருக்கும் கொடுக்கவோ இதன் மூலம் உரிமை பெறுகிறார். வாசகத்தில் குறைபாடு, அல்லது கையெழுத்துத் தெளிவாக இல்லாதிருப்பது முதலிய எக்காரணத் தைக் கொண்டும் இப்பத்திரம் செல்லுபடி ஆகாது என்று நான் பிற்காலத்தில் எவ்வித ஆட்சேபணையும் செய்யமாட்டேன்." திருமடை விளாகம் (கோயில் பரப்பில்) பகுதியிலுள்ள மனை இடங்களில் கட்டப்படும் வீடுகள் கோயில் கருவூல அதிகாரியான கண்காணி (கங்காணி) குறிப்படும் விலைக்கு விற்கப்பட வேண்டும் என்றும், விற்பனைத் தொகையில் பாதிப் பணம் கோயில் கருவூலத்தில் கட்டப்பட வேண்டும் என்றும், பாக்கித் தொகை மட்டும் வீட்டுக்காரருக்குச் சேரும் என்றும் மகேஸ்வரர்கள் தீர்மானித்ததை, திருவண்ணாமலைக் கல்வெட்டு (1204)[59] தெரிவிக் கிறது. பல சந்தர்ப்பங்களில், நிலத்திற்கு உரிய விலைபோக, எதிர் காலத்தில் கட்டப்பட வேண்டிய வரிகளுக்காகவும், வரி பாக்கிகளுக் காகவும் பணம் செலுத்தப்படுகிறது. எனவே, இது வரியைக் கட்டும் பொறுப்பிலிருந்து விடுவிக்கும் பத்திரமாகும். இத்தகைய பத்திரங்களில் இவ்வாறு கூடுதலாகச் செலுத்தப்படும் தொகை விவரங்கள் சொல்லப்பட்டிருப்பதோடு, செலுத்த வேண்டிய வரி களும் தெளிவாகக் குறிப்பிடப்பட்டிருக்கின்றன. சில சமயம் 'இறைக்காவல்' என்ற தனிப்பத்திரமும் பதியப்பட்டது. சொத்தை வாங்கிய சில காலத்திற்குப் பிறகு வரியில் மாறுதல் ஏற்பட்டால் இவ்வகைப் பத்திரத்தை எழுதவேண்டிய தேவை உண்டாயிற்று.

மிகப் பழங்காலம் தொட்டே இந்திய தீபகற்பத்தின் இரு பக்கங்களிலும் அலைகடலுக்கு அப்பாலுள்ள நாடுகளுடன் தென்னிந்தியா விரிவான வியாபாரம் நடத்திவந்தது. பிறகு, பெர்ஸியர்கள் அராபியர் என்பதைவிட இதுவே பொருந்தும். இந்தியப் பெருங்கடலில் துணிச்சலுடன் கப்பல்கள் ஓட்டி கடலோடிகளாகத் தமிழர்கள் பெரும் புகழ் பெற்றனர். 5,6,

7-ம் நூற்றாண்டுகளில் சீனர்கள் எழுதி வைத்திருக்கும் வரலாறுகளைப் பார்த்தால், அரேபியாவிலும் ஆப்பிரிக்காவிலும் உற்பத்தியாகும் பொருள்களுடன் இலங்கையிலும் இந்தியா விலும் கிடைத்த பொருள்களையும் சேர்த்து "பாரசீக நாட்டி லிருந்து வந்த பொருள்கள்" என்று எழுதி வைத்திருக்கிறார்கள்.[60] சீனாவுக்கும் இந்தியாவுக்கும் நேரடியான கடல் போக்கு வரத்து 7-ம் நூற்றாண்டு அளவில்தான் மிகவும் பரவத் தொடங்கியதாகத் தெரிகிறது. ஈட்சிங் என்பவர் அவருடைய காலத்தில் குறைந்தது 37 சீன யாத்ரிகர்கள் இந்த வழியாக இந்தியாவுக்கு வந்தார்கள் என்று தெரிவிக்கிறார்.[61] மலேயா தீபகற்பம், மற்றும் அதை அடுத்த கடல் தீவுகள், இன்னும் இந்தோ சீனா, சீனா ஆகிய நாடுகளுக்கும் இந்திய வணிகர்கள் இடைவிடாமல் தொடர்ந்து சென்று வந்த வண்ணமாகவே இருந் திருக்கிறார்கள். கிழக்குக் கரையில் மகாபலிபுரம் எனப்படும் மாமல்லபுரமும் காவிரிப்பூம்பட்டினமும் சாலியூரும் கொற்கையும், மேற்குக் கரையில் கொல்லமும் வெளி நாட்டு வணிகர்கள் நிறைந்த பெரிய வியாபார நிலையங்களாகத் திகழ்ந்தன. கிழக்கே இலங்கையும் நிக்கோபார்த் தீவுகளும் மேற்கே இலட்சத் தீவுகளும், மாலைத் தீவுகளும் நீண்ட தூரம் செல்லும் கப்பல்கள் தங்கிச் செல்ல ஏற்ற இடங்களாக அமைந்திருந்தன.

பாரசீக குடா

9-ம் நூற்றாண்டு அளவில் தெற்கு ஆசிய நாடுகள் கடல் வாணிபத்துறையில் விரிவடைந்திருந்தன; வரலாற்றில் இந்த நாடுகளுக்கு இணையாக எந்த நாட்டையும் சொல்லமுடியாத அளவு அவை செல்வம் கொழித்தன.[62] இந்தியாவுக்கு வெளியே இந்த வாணிகத்தால் செழித்த நாடுகளுள் முக்கியமாகக் குறிப் பிடத்தக்கவை மூன்று-சீனாவில் தங் பேரரசு, சைலேந்திரர் என்ற வல்லமை மிக் அரசரின் கீழ்' ஸ்ரீவிஜயாப் பேரரசு, பாக்தாதில் அப்பாசித் கலிபத். இவ்வாறு நிலைத்துவிட்ட வணிக உறவுகள், 9-ம் நூற்றாண்டின் பிற்பகுதியில் சீனாவில் ஏற்பட்ட அரசியல் குமுறல்களால் சில ஆண்டுகளுக்குப் பாதிக்கப்பட்டன. வெளிநாட்டு வணிகர்கள் சீனாவுக்குப் போவதற்குப் போதிய அளவு பாதுகாப்பு இல்லையென்று தயங்கினார்கள். ஆகையால், அவர்கள், மலேயா தீபகற்பம், சுமத்திரா ஆகியவற்றுடன் தங்கள் கப்பல் பயணங்களை நிறுத்திக்கொண்டார்கள். வெளிநாட்டுச் சரக்குகளை வாங்குவதற்காக சீனக் கப்பல்கள் இந்த நாடுகளுக்குச் சென்றன. ஆழ்கடல்களில் கப்பல்கள் விடுவதற்குச் சீனர் முன் வந்த வரலாறு இதுவே, 12-ம் நூற்றாண்டில்

காண்டன் கடற்பகுதிக்குச் சென்ற தட்டையான அடிப்பாகமுடைய "ஜன்க்" என்னும் சீனப் கப்பல்கள் மேற்கே மலையாளக் கடற்கரையிலுள்ள கொல்லம் வரை வரலாயின.[63] பாரசீகக் குடாவின் கிழக்குக் கரையிலுள்ள 'சிராப்' என்னும் துறைமுகம்தான் இக்காலத்தில் இந்தியாவுக்கு மேற்கே பிரபலமான வியாபாரக் கேந்திரமாகச் சிறப்படைந்திருந்தது.[64] அக்காலத்திய அரபு நாட்டு எழுத்தாளரான இபின் ஹவ்கல் சொல்லுகிறார்: "இங்கு விவசாயத் தொழில் ஒன்றும் கிடையாது. தண்ணீர்கூட தூரத்திலிருந்துதான் வரவேண்டும். சிராப் துறைமுகத்தைச் சுற்றி மரங்கள் கூட இல்லை. இங்கே இருப்பவர்கள் எல்லோரும் எந்த நேரத்திலும் வியாபாரம், பொருள்கள் விற்பனை, கொள்முதல், ஆகியவற்றிலேயே கண்ணும் கருத்துமாக இருக்கிறார்கள்.[65] துறைமுகத்தின் பூகோள அமைப்பு தட்பவெப்பம் (சீதோஷ்ணம்) ஆகிய குறைபாடுகள் பல இருந்த போதிலும் வியாபாரப் பெருக்கத்தின் விளைவாகச் சிராப் நகரில் மக்கள் நெருக்கம் இருந்தது. அழகான கட்டடங்களும் கட்டப்பட்டிருந்தன. சீனர், ஜாவாக்காரர், மலாய்க்காரர், இந்தியர் முதலிய இந்தியப் பெருங்கடலில் கப்பல் ஓட்டுபவர் களும் வியாபாரம் செய்பவர்களுமாகிய எல்லோரும் அடிக்கடி சிராபுக்கு வந்து, தங்கள் பொருள்களைப் பண்டம் மாற்றிக் கொண்டார்கள். பல நாட்டவர் வாழும் நாடாக சிராப் விளங்கிற்று. அந்த நகரத்து வணிகர்கள், வெளிநாட்டினரை விருந்தினராக ஏற்றபோது, அவர்களுடைய பழக்கவழக் கங்களைப் பின்பற்றும்போது விருந்தினருடைய மனம் கோணா மலிருக்கவும் எச்சரிக்கையுடன் நடந்துகொண்டார்கள். இந்தியாவில் ஒரு சாதியார் மற்றவர்களுடன் சேர்ந்து சாப்பிடுவதில்லை; எச்சல் தட்டுக்களைத் தொடுவதும் இல்லை என்பதை அறிந்து அபு ஜய்த் என்பவர் சொல்லுகிறார்: "இந்த ஜாதியார் சிராபுக்கு வரும்போது, புகழ் மிக்க வணிகர் யாராவது நூறு பேருக்கு விருந்து படைத்தால், அவரவரர்களுக்கு மட்டும் உரிய, அவர்களுக்கே சொந்தமானதும் அவர்கள் தவிர யாராலும் தீண்டப்படாததுமான சாப்பாட்டுத் தட்டுகள் (உணவு உண்ணும் கலங்கள்) அவர்களுக்கு முன்னால் வைக்கப்படுமாறு பார்த்துக் கொள்ளப்படும்."[66] சாப்பிடுவதற்கு ஒவ்வொருவரும் தனித் தனிப் பாத்திரம் வைத்துக்கொள்ளுவது இந்தியாவெங்கும் நிலவும் பழக்கமாகும். அபு ஜய்த் சொல்லுவது இந்தியாவெங்கும் நிலவும் பழக்கமாகும். அபு ஜய்த் சொல்லுவது போல, அது ஒரு ஜாதி அல்லது இனத்தாரால் மட்டும் கடைப்பிடிக்கப்பட்ட ஏற்பாடு ஆகாது, 9, 10-ம் நூற்றாண்டுகளில் வெளிநாடுகளுடன் உறவு கொண்டிருந்த இந்திய வணிகர்களின் வணிக, சமூக,

சமுதாய நெறி முறைகள் என்ன என்பதை அறிவதற்கு அபு ஜய்த் கொடுத்திருக்கும் வாக்குமூலம் மிகவும் பயன்படும்.

சீனா

10-ம் நூற்றாண்டின் இறுதியில் சீனாவில் அரசியல் நிலைமை மீண்டும் ஒழுங்காகிவிட்டது. அதன் பிறகு பதவிக்கு வந்த சுங் அரசாங்கம் நாட்டின் வெளிநாட்டு வாணிகத்தில் அக்கறை காட்டிற்று. வெளிநாட்டு வாணிகம் செய்வது அரசாங்கத்தின் தனி உரிமையாக்கப்பட்டு அதன் அளவைப் பெருக்குவதற்கான பல வழிகளை அரசாங்கம் மும்முரமாக மேற்கொண்டது. “பேரரசர் கையெழுத்திட்ட அத்தாட்சிப் பத்திரங்களுடன் வெளிநாடுகளுக்கு ஒரு தூதுக்குழு புறப்பட்டது. தங்கமும் துணிமணிகளும் அந்தக் குழுவின் மூலம் அனுப்பி, தென் கடல் வணிகர்களையும் அதற்கு அப்பாலும் சென்ற வெளிநாட்டு வணிகர்களையும் சீனாவுக்கு வரும்படி தூண்டினார்கள்.” சரக்குகளை இறக்குமதி செய்ய அவர்களுக்குத் தனி உரிமைகள்-சிறப்பு உரிமங்களை கொடுக்கப்படும் என்றும் சீன அரசாங்கம் அறிவித்தது.[67] இராஜராஜனும் இராஜேந்திரனும் சீனாவுக்குத் தூதுக் குழுக்கள் அனுப்பியதிலிருந்து சீனா அளிக்க முன்வந்த புதிய சலுகைகளைப் பயன்படுத்திக்கொள்ள அவர்கள் எவ்வளவு ஆர்வமாக இருந்தார்கள் என்பது தெரிகிறது. சோழ நாட்டுக்கும் சீனாவுக்கும் உள்ள இடைவெளி மிக நீண்ட தூரம்; அவர்களுக்குள் எற்பட்ட நேரடி உறவுகளோ முதல் தடவையாக ஏற்பட்டவை. இந்த இரு காரணங்களால் சோழப் பேரரசு அடைந்திருந்த உயர் நிலையைத் தற்பெருமை பிடித்த சீனர்கள் தக்கவாறு உணர்ந்து சோழர்களை மதிக்க வேண்டிய அளவுக்கு மதிக்கத் தவறிவிட்டார்கள். சோழர் களின் பிரதிநிதிகள் மிக விலையுயர்ந்த பொருள்களையே அன்பளிப்பாகக் கொண்டுபோயிருந்தார்கள்; ஆனால் அவர்கள் கிழக்குத் துர்க்கிஸ்தானில் ஒரு சிற்றரசனின் பிரதிநிதிகளுக்குச் சமமாகவே நடத்தப்பட்டார்கள்.[68] 1015-ல் சீனாவுக்குப் போய்ச்சேர்ந்த சோழத் தூதர் குழு போய்ச் சேரவே மூன்றாண்டுகள் ஆகிவிட்டது. எனவே அவர்கள் இராஜ ராஜனின் ஆட்சியின் இறுதியில் சோழ நாட்டிலிருந்து புறப்பட்டிருக்கவேண்டும். சீன வரலாறுகளில் இராஜராஜன் லோ-ட்ச-லோ-ட்ச என்று குறிக்கப்படுகிறான். அந்தத் தூதர் குழுவைச் சேர்ந்த சவ்-ஜூ-குவா சொல்லுவதாவது:[69] “முன் காலங்களில் அவர்கள் நமது அரசவைக்கும் கப்பம் கட்டவில்லை. ஆனால் டாசுங், சியாங்-பூ காலங்களில் (கி.பி.1015)

எட்டாம் ஆண்டில் அதன் (சூ-லியன்) அரசர் பவளங்கள் முதலிய பொருள்களை கப்பமாகக் கொடுத்து ஒரு தூதுக்குழுவை அனுப்பிவைத்தார். நீண்ட தூரத்திலுள்ள ஒரு நாட்டினர் சீனா நாகரிகத்தின்பால் கொண்ட பெருமதிப்பை வெளியிட விரும்புவதாக அவர்கள் சொன்னதாக, அவர்கள் பேசியதை மொழிபெயர்த்த மொழிபெயர்ப்பாளர் எழுதி வைத்திருக்கிறார்." அவர்கள், அரண்மனையின் உட்பக்க வாயிலில் காத்திருக்க வேண்டுமென்றும், அரண்மனை வரலாற்றுக் கல்லூரியின் அதிகாரிகளால் அவர்களுக்கு விருந்து கொடுக்கப்படவேண்டும் என்றும் சீனப் பேரரசர் ஆணையிட்டிருந்தார். பேரரசருடைய தயவால் அவர்கள், கி-யு-ட்ஜியின் தூதுவர்களுடன் சமமாக நடத்தப் பட்டார்கள். அன்று, பேரரசருடைய பிறந்த நாளாக இருந்ததால், புனிதமான ஒரு உட்பகுதியில் வீற்றிருந்து, பிறந்த நாள் விழா நிகழ்ச்சிளைக் கண்டுகளிக்கும் வாய்ப்புத் தூதுவர்களுக்கு கிடைத்தது. கி.பி.1033-ல் சீனாவிற்குப் போய்ச்சேர்ந்த ஷி-(லோ)-லோ-சா-இன்-து-லோ-சு-லோ (ஸ்ரீராஜ இந்திர சோழ) என்ற அரசன் அனுப்பிய மற்றொரு தூதுக் குழுவைப் பற்றிய விவரங்கள் ஒன்றும் கிடைக்கவில்லை. இவ்வாறு சீனாவுடன் ஏற்பட்ட வியாபாரம் எந்தவிதமான தடங்கலுமின்றி 11-ம் நூற்றாண்டில் நடைபெற்று வந்திருக்கிறது. தேவலோகம் போன்ற சீன அரசரவையின் நிகழ்ச்சிக் குறிப்பில் கடைபிடிக்கப்பட்டிருக்கும் நடையில், சோழ அரசர்கள் தொடர்ந்து அவர்களுக்குக் கப்பம் கட்டி வந்ததாகச் சொல்லப்பட்டிருக்கிறது. ஸ்ரீவிஜயாவை எதிர்த்து இராஜேந்திரன் கப்பல் படை அனுப்பியதாலும் அந்தப் படை அடைந்த வெற்றியாலும், தெற்கு கடல்களுடனும் சீனப் பேரரசுடனும் முன்னைவிட எளிதாகவும், அடிக்கடியும் போக்கு வரத்து ஏற்பட்டது. கடாரத்தின் அரசியல் விவகாரங்களைத் தீர்த்து வைக்க உதவும்படி, வீரராஜேந்திரன் கேட்டுக்கொள்ளப் பட்டிருப்பதால், சோழர்களுக்கும், கீழை நாடுகளின் முடியரசுகளுக்கும் நெருக்கமான உறவுகள் இருந்தன என்ற நம் கருத்து உறுதிப்படுகிறது. 1077-ம் ஆண்டில் சீனாவுக்கு மற்றொரு சோழத் தூதுர் குழு அனுப்பப்பட்ட செய்தியும் தெரிவிக்கப் பட்டிருக்கிறது. அக்காலத்திய சோழ அரசனான முதலாம் குலோத்துங்கனின் பெயர், சுங் வம்சத்துச் சரித்திரக் குறிப்புகளில் சிதைந்தும் திரிந்தும் வழங்கப்பட்டிருக்கிறது.[70]

வியாபாரப் பொருள்கள்

முக்கியமான வியாபாரப் பொருள்களாக இந்த நீண்ட தூர வாணிகத்தில் மிகக் தேவையான சரக்குகளும், அதே நேரத்தில்

கனம் குறைவானதும், விலை கூடுதலுமான பொருள்கள் மட்டுமே எடுத்துச்செல்லப்பட்டன. சிராப் துறைமுகத்தைப் பற்றி 10-ம் நூற்றாண்டில் இஸ்தக்ரி என்ற அராபிய எழுத்தாளர் எழுதியிருப்பதாவது:[71]

"இறக்குமதி செய்யப்பட்ட பொருள்களாவன: எரிப்பதற்குக் கற்றாழை மரம், பிசின், சூடம், விலை மிகுந்த ரத்தினங்கள், மூங்கில், தந்தம், கருங்காலி மரம், மிளகு, சந்தனக் கட்டை, எல்லா வகையான இந்திய வாசனைத் திரவியங்கள், மருந்துகள், ஊறுகாய்கள், நகரத்திலேயே மிகச் சிறந்த சிறு கைக்குட்டைகள், முக்காடு போட்டுக்கொள்ள உதவும் துணிகளும் செய்யப் பட்டன. முத்துக்கள் விற்பனைக்கு அது ஒரு பெரிய சந்தையாக இருந்தது." 11-ம் நூற்றாண்டின் நடுப்பகுதி முதல் சிராப் துறைமுகத்தின் முக்கியத்துவம் குறைந்தது. அதற்குப் பதிலாக குவாயி அல்லது கிஷ் என்ற தீவு இந்திய வியாபாரத்தின் கேந்திரமாக ஆயிற்று. துடேலாவைச் சேர்ந்த பென்ஜமின் என்ற யூத யாத்ரீகர் ஸ்பெயினிலிருந்து வந்தார். கிஸ் தீவு, பாரசீகம், மற்றும் மேற்கு ஆகியவற்றுடன் வியாபாரம் செய்த இந்திய வணிகர்களின் பயணங்களுக்கு எல்லையாக அமைந்ததாக அவர் கி.பி.12-ம் நூற்றாண்டின் நடுப்பகுதியில் தெரிவிக் கிறார். அவர் சொல்லுகிறார்:[72] "கிஷ் ஒரு முக்கியமான வியா பாரப் பகுதி : இந்திய வணிகர்களும் தீவுகளைச் சேர்ந்த வணிகர் களும் தங்களுடைய விற்பனைப் பொருள்களை இங்கே கொண்டு வருகிறார்கள்: மெசபடோமியா, ஏமன், பாரசீகம் ஆகிய நாடுகளைச் சேர்ந்த வணிகர்கள், இங்கிருந்து எல்லாவிதமான பட்டுத்துணிகள், ஒரு வகைப் பட்டாணி, கோதுமை, வால் கோதுமை, நவதானியங்கள், கம்பி போன்ற தானியங்கள், மற்றும் பருப்பு வகைகள் முதலிய பண்ட மாற்றுப் பொருள்களையும் இறக்குமதி செய்கிறார்கள். இந்திய வணிகர்கள் ஏராளமான அளவில் வாசனைத் திரவியங்களை வரவழைக்கிறார்கள். தீவில் உள்ள மக்கள் தரகர்களாக வாங்குபவர்கள், விற்பவர்கள் இவரிடமும் பணம் பெற்று லாபமடைகிறார்கள். இந்தத் தீவில் மொத்தம் 500 யூதர்கள் இருக்கிறார்கள்."

குதிரை வியாபாரம்

குதிரை விற்பதில் அராபியர் பெரும் பங்குகொண்டனர். பல நூற்றாண்டுகள் இந்த வியாபாரம் பெரிய அளவில் கொழித்ததற்கு, தென்னிந்தியாவின் சோழப் பேரரசு வளர்ந்ததும்

விரிந்ததுமே காரணம் ஆகும். சோழர்களுடைய சைனியத்திலும் சோழர்களை எதிர்த்தவர்களின் சைனியங்களிலும் குதிரைப்படை எவ்வளவு முக்கிய இடம் வகித்தது என்பதைக் கல்வெட்டுக்களில் தெளிவாகச் சொல்லப்பட்டிருக்கிறது. குதிரைச் செட்டிகள்,[73] என்பவர்களையும் கல்வெட்டுக்கள் குறிக்கின்றன. இவர்கள் வெளிநாடுகளிலிருந்து-முக்கியமாக அரேபியாவிலிருந்தும் பர்மாவிலுள்ள பெகூ (Pegu) என்ற நகரிலிருந்தும்-குதிரைகளை வரவழைத்துச் சிற்றரசர்களுக்கும் செல்வர்களுக்கும் விற்பதே தொழிலாகக்கொண்டிருந்தார்கள். இந்தச் செட்டிகள் மலைநாட்டினர்[74] என்று கல்வெட்டுக்கள் கூறுவதால் தென்னிந்தியாவில் இறக்குமதி செய்யப்பட்ட குதிரைகளில் பெரும் பகுதி அரேபிய நாட்டிலிருந்து வந்தது என்று ஊகிப்பது பொருந்தும். 14ம் நூற்றாண்டில் குதிரை வியாபாரம் மிக விரிவாக இருந்ததாக மார்க்கப்போலோ, வாஸ்ஸம் இருவரும் குறிப்பிட்டிருக்கிறார்கள்; இந்த விரிவான வியாபாரம் திடீரென்று அந்த நூற்றாண்டில் உண்டாகியிராது; அதன் ஆரம்பம் சோழர் காலத்தில்-அதற்கு முன்னரும் கூட-ஏற்பட்டிருக்க வேண்டும்.

சீனரின் இறக்குமதிப் பொருள்கள்

சீனர்கள் இறக்குமதி செய்த பொருள்களைப்பற்றி ராக்ஹில் பின்வருமாறு சொல்லுகிறார்:[75] "இவை இரண்டு வகையின: குறிப்பாகப் பருத்தியில் நெய்யப்பட்ட ஆடைகள், வாசனைப் பொருள்கள், மருந்துகள்-இவை ஒரு தொகுதி. இன்னொரு தொகுதி-விலைமிக்கப் பொருள்கள் அடங்கியது அவையாவன: நகைகள், ஓரளவு அரிதாகக் கிடைக்கக்கூடிய பொருள்களான தந்தம், காண்டாமிருகத்தின் கொம்புகள், கருங்காலி மரம், பிசின், பவளம், மற்றும் சாம்பிராணி செய்வதற்கோ, உடலில் பூசிக்கொள்வதற்கோ தேவையான பொருள்கள்." இரண்டாவது வகைப் பொருள்கள் விலை மிகுந்தவை. அவற்றின் தேவையும் நாள்தோறும் பெருகிவந்தது. ஆகையால் அரசாங்கம் மட்டும்தான் அவற்றை விற்கலாம் என்று சீனாவில் ஆணை பிறப்பிக்கப்பட்டது. அரசாங்கப் பண்டசாலைகளில் இந்தப் பொருள்களை அரசாங்கம் விதித்த விலையிலும் கொடுத்த அளவிலும் வாங்கும் உரிமம் பெற்ற வணிகர் மட்டுமே விற்கலாம் என்று கட்டுப்பாடு செய்யப்பட்டிருந்தது. பருத்தித் துணிமணிகள், (இலவங்கப் பட்டை முதலிய) வாசனைச் சாமான்கள் மருந்துகள் ஆகியவை விற்பதற்கு எவ்விதமான கட்டுப்பாடும் விதிக்கப்படவில்லை; ஆனால் அவற்றிற்குப் பத்தில்

ஒரு பங்கிலிருந்து இரண்டு பங்குவரை - அதாவது 10% முதல் 20% வரை-இறக்குமதி வரியாக, இறக்குமதி செய்யப்பட்ட பொருள்களின் அளவிலிருந்து பொருளாகவே (பணமாக அன்றி) செலுத்த வேண்டியதிருந்தது. துறைமுகத்திற்குள் நுழைந்ததும் வசூலிக்கப்பட்ட இந்த இறக்குமதி வரி நீங்கலாக, இந்தப் பொருள்களுக்கு அவற்றைக் கொண்டுவந்த கப்பலின் அளவுக்குத் தக்கபடி ஒரு டன்னுக்கு இவ்வளவு என்று குறிப்பிட்ட வரியும் கொடுக்க வேண்டியதிருந்தது. இந்த வியாபாரத்தால் சீனாவுக்கு நன்மை ஏற்படுவதாகக் கருதப்பட்டது; எனவே இதைப் பற்றி அரசாங்கம் சிறிதும் கவலைப்படவில்லை. ஆனால், காலப் போக்கில், ஆடம்பரப் பொருள்களின் வியாபாரத்தில் மோசமான ஒழுங்கீனங்கள் நிலவின. ஆடம்பரப் பொருள்களைத் தேவைக்கு மேல் வரவழைத்ததால், நாட்டின் நாணயமும் விலை மிகுந்த உலோகங்களும் வெளியேறின. எனவே, அரசாங்கம் இதைக் குறித்து மிகவும் கவலைப்பட நேர்ந்தது. இந்தத் தீமைகள் 12-ம் நூற்றாண்டில் நன்றாகத் தெரிந்ததும், விலை மிகுந்த உலோகங்களையும் நாணயங்களாக உள்ள பணங்களையும் ஏற்றுமதி செய்வதைத் தடை செய்வதற்கும் சோழ மண்டலக் கரையுடனும் கொல்லம் முதலிய மலையாளக் கரையுடனும் நடந்துவந்த வியாபாரத்தைக் குறைக்கவும் சீன அரசாங்கம் சட்டம் நிறைவேற்ற வேண்டிய தேவை ஏற்பட்டது.

சீன அரசாங்கம் இவ்வாறு வியாபாரத்திற்கு ஓரளவு தடை விதித்த சூழ்நிலையில், சீனாவுக்கும் தென்னிந்தியாவிற்கும் இடையே வணிக உறவுகள் 13-ம் நூற்றாண்டின் இறுதிவரை பெரும்பாலும் குறிப்பிட்ட காலங்களில் நடத்திவரப்பட்டதாக தெரிகிறது. சுமத்திராவில் 1010 (கி.பி.1088)-ல் ஏற்பட்ட லோபோ டோவா (சுமத்திரா) தமிழ்க் கல்வெட்டின் சிதைவில் "திசையாயிரத்து ஐநூற்றுவர்" பெயர் காணப்படுகிறது. இதிலிருந்து தென்னிந்திய வணிகர்களுக்கு இந்தியாவிற்கு வெளியேயும் குடியிருப்புக்கள் இருந்தன என்பது தெரிகிறது. பாரசீகக் குடாவிலும் சீனக்கடலிலும் முக்கியமான வியாபாரத் துறைமுகங் களில் இந்த வியாபாரிகளின் சிறு குடியிருப்புக்களும் அலுவலகங் களும் இருந்திருக்கக் கூடும். பார்மோசா (இப்போது தைவான்)த் தீவுக்கு எதிரிலுள்ள சூவான்-செள என்ற துறைமுக நகரத்தில் ஒரு சீனக் கோயிலில் தென்னிந்திய பாணியில் இந்துக்களின் கல் திருவுருவங்கள் கண்டுபிடிக்கப்பட்டிருக் கின்றன. கஜேந்திர மோக்ஷம், கிருஷ்ணனையும் மரங்களுக் கிடையே உரலில் கட்டி வைத்தது போன்ற புராணக் கூற்றுக்களையும் இந்தச் சிற்பங்கள் சித்திரிக்கின்றன. இவற்றின்

காலம் பன்னிரண்டு அல்லது பதின் மூன்றாம் நூற்றாண்டாக இருக்கலாம். ஆகையால் மத்திய காலத்துப் பயணிகளால் ஜேட்டன்[75a] என்று அடையாளம் காட்டப்பட்டிருக்கும் சூவான்-சௌ என்ற துறைமுகத்தில் தென்னிந்திய வணிகர்களின் குடியிருப்பு இருந்திருக்கலாம்.

சோழநாட்டுப் பொருள்கள் என்று சாவ்-ஜூ-குவா கொடுத்திருக்கும் பட்டியலைப் பார்க்க. 13ம் நூற்றாண்டின் தொடக்கம் வரை சீனா இறக்குமதி செய்த பொருள்களில் எவ்வித மாறுதலும் அநேகமாக இல்லை என்று தெரிகிறது. அவர் சொல்லு வதாவது:[76] "சுதேசிப் பொருள்களாவன-இரத்தினங்கள், பவளங்கள், யானைத் தந்தம், ஊடுருவிப் பார்க்கக்கூடிய கண்ணாடி வகைகள், பாக்கு, ஏலக்காய், ஒளி அல்லது வெளிச்சத்தை உள்ளே விடாத கண்ணாடிகள், பல நிறப் பட்டுநூல்களுடன் கூடிய பருத்தித் துணிகள், ஏனைய பருத்தி ஆடைவகைகள்" சோழநாட்டில் ஏராளமான வரிகள் போடப்பட்டதாகவும் அவற்றின் எண்ணிக்கை மட்டுமின்றி, அளவும் பெரிதாக இருந்ததாயும் எனவே வணிகர்கள் அங்கு அவ்வளவு அதிகமாகச் செல்லவில்லை என்றும் அந்த நூலாசிரியர் மேலும் தெரிவித்திருக்கிறார். சீனாவில் நிலவிய சுங்கத் தீர்வைகளுடன் ஒப்பிட்டு, அவர் கூறும் இந்தக் குறை அல்லது குற்றச்சாட்டை நாம் பொருட்படுத்தத் தேவையில்லை. பொருட்படுத்த வேண்டாம் என்று நாம் கூறுவதற்குக் காரணங்கள் உண்டு. முதலாவதாக தென்னிந்தியாவில் வெளிநாட்டு வாணிகம் செழித்திருந்ததற்கு வேறுபல சான்றுகள் கிடைக்கின்றன. இரண்டாவதாக, துறைமுக நகரங்களில் வெளிநாட்டு வியாபாரிகளின் சிறு குடியிருப்புக்கள் இருந்து வந்திருக்கின்றன. தென்னிந்தியாவும் மங்கோலியப் பேரரசரான கூப்லாய் கானும் ஏராளமான வணிக, ராஜீயத் தூதுக்குழுக்களைப் பரிமாறிக் கொண்டதைப்பற்றிய பல செய்திகள் உள்ளன. இக்குழுக்கள் யாவும் கடல் பாதைகளிலேயே சென்றுவந்தன. ஆனால் அவை பாண்டியர்களின் பொற்காலத்துடன் தொடர்புடையனவாகவும் அவற்றுக்கும் சோழ நாட்டுக்கும் நேரடித் தொடர்பு மிகக் குறைவாக இருப்பதாலும் அவற்றைப் பற்றி நாம் இங்கே விவரமாகச் சொல்லப் போவதில்லை. இதே காரணத்திற்காக, மலையாள நாட்டைப்பற்றி மார்க்கப்போலோ சுவைபடக் கூறும் முக்கியமான தகவல்களையும் சோழ வரலாற்று ஆராய்ச்சியில் விவரிக்க வேண்டியதில்லை.

சுலம், கிஷ் துறைமுகத்திலிருந்து பதினேழு நாள் கப்பல் பயணத் தூரம் என்று துதேலா-பெஞ்சமின் கூறுகிறார். சுலம் கொல்லம் அல்லது இந்தியாவின் மேற்குக் கரையில் இன்னும்

வடக்கேயுள்ள வேறு ஒரு துறைமுகமாக இருக்கலாம். இது (சுலம்), ஒருவேளை சோழர் ஆட்சிக்கு உட்பட்டிருந்திருக்கலாம். சுலத்து மக்கள், அவர்களுடைய அரசாங்கம், நாடு ஆகியவை பற்றி பெஞ்சமின் பின்வருமாறு சொல்லுகிறார்:[71] "அவர்கள் குஷ் இனத்தவரின் சந்ததிகள்; ஜோதிடக் கலையில் மூழ்கினவர்கள்; இவர்கள் எல்லோரும் கறுப்பு நிறத்தவராக உள்ளனர். இவர்கள் வியாபாரத்தில் நம்பிக்கைக்கும் நாணயத்திற்கும் உரியவர்கள். துறைமுகங்களில் வெளிநாட்டு வணிகர் நுழைந்துவிட்டால், அரசரின் மூன்று பிரதிநிதிகள் உடனே கப்பலுக்கு வந்து, வந்திருக்கும் வணிகர்களின் பெயரை உடனே அரசருக்குத் தெரிவிக்கிறார்கள். அந்தக் கணத்திலேயே அரசர் அந்த வணிகர்களின் சொத்துக்குப் பாதுகாப்பு அளிக்கிறார். அதனால், அவர்கள் எங்கு வேண்டுமானாலும் - திறந்த வெளியில் கூட - காவல் போடாமல் தங்கள் பொருள்களை விட்டுச்சென்று கவலை இல்லாமல் தங்கள் அலுவல்களைக் கவனிக்க முடிகிறது. அரசனின் அதிகாரிகளில் ஒருவர் வியாபார நிலையத்தில்-சந்தையில் உட்கார்ந்துகொண்டு, எங்காவது அகப்பட்ட அல்லது கிடந்த பொருள்களைத் தாம் வாங்கிப் பாதுகாப்பாக வைத்திருந்து அந்தப் பொருள்கள் எவை என்று தெளிவாகவும் சந்தேகத்திற்கு இடமில்லாமலும் முழு விவரங்கள் சொல்லி, அடையாளம் காட்டக் கூடியவருக்கு அதைத் திருப்பிக் கொடுத்து விடுகிறார். இந்த அரசரின் ஆட்சி நடக்கும் இடங்களிலெல்லாம் இத்தகைய பழக்கம் கடைப்பிடிக்கப்பட்டு வருகிறது." வியாபார நேரங்களைப் பற்றியும் பெஞ்சமின் சொல்லுகிறார்: "ஈஸ்டர் திருவிழா முதல் புது ஆண்டு வரை (அதாவது ஏப்ரல் முதல் அக்டோபர் வரை) வெப்பம் கொடுமையாக இருக்கிறது. பகற்பொழுதின் மூன்றாவது மணி முதல் (காலை 9 மணி) மக்கள் தங்கள் வீடுகளுக்குள் இருந்து வெயிலிலிருந்து தங்களைப் பாதுகாத்துக்கொள்ளுகிறார்கள். மாலையில் எல்லோரும் வெளியே போகிறார்கள். வீதிகளும் வியாபாரம் நிகழும் இடங்களும் விளக்குகளால் அலங்கரிக்கப் படுகின்றன. வெப்பத்தில் பகலில் பார்க்க முடியாத வேலைகளையும், நடத்த முடியாத வியாபாரத்தையும் இரவு நேரத்தில் கவனிக்கிறார்கள்.

சோழப் பேரரசின் வெளிநாட்டு வாணிகம், நமது தேசிய வாழ்வில் ஒரு முக்கியமான பகுதியாக இருந்துங்கூட, அராபியரும் சீனரும் ஆதாரங்களைக்கொண்டு மட்டுமே நாம் சில விவரங் களைத் தெரிந்துகொள்ள நேருகிறது. இந்தியர்களால் எழுதப் பட்ட, ஆதாரங்கள் போதிய அளவினதாக இல்லை என்பதற்கு இது சான்றாகும்.

குறிப்புகள்

1. 263/1910
2. 147/1895
3. 71/1896
4. 23, 24/1919. திருவாங்கூர் ஆர்கியலாஜிகல் சீரிஸ் i பக். 162-4, 247-8, 239/1925.
5. 207/1897.
6. உத்தமச் சோழன்-அருங்காட்சியகச் செப்பேடுகள்
7. 9/1898.
8. எஸ்.ஐ.ஐ. iii, 64.
9. 281/1911
10. 233/1915
11. 363/1907
12. 203/1908
13. தென்னிந்தியக் கல்வெட்டுக்கள் (S.I.I.) iii. 15, வரி 2
14. 47/1888
15. 71/1897
16. 189, 192/1897
17. 547/1902; 550/1902
18. 505/1922.
19. 28/1927.
20. 120/1930
21. 601/1902.
22. 131/1926

22a. திரிஜ்டிஸ்கிரிப்ட் ஷர் இண்ட் டால்-லாண்ட்-எண் வோல்கன்குண்ட டீல், 1xxiv, 1934, பக். 614-8.

23. 651/1916.
24. 82/1907
25. இ.க. iv. Hg 17; vii SK 118
26. 342/1912. இவ்வூரருகேயுள்ள முட்டுக்கரையும் எரி வீர பட்டினம் எனப்பட்டது (321/1912.)

27. 256/1912. இந்தச் சலுகைகள் தெரிவிக்கப்பட்டிருக்கும் கல்வெட்டுப் பகுதியின் மொழி நடை தெளிவில்லாமல் இருக்கிறது.
28. 521/1912.
29. 512/1911.
30. எ.இ. vii, பக் 1978.
31. ஹட்சன்-ஐரோப்பாவும் சீனாவும், பக். 265.
32. எஸ்.ஐ.ஐ. iii, உத்தமச் சோழனின் அருங்காட்சியகச் செப்பேடுகள்; 171/1894.
33. 343/1917.
34. 82/1906
35. குறளைப் பற்றிப் பரிமேலழகர் 756
36. 105/1925.
37. 187/1925.
38. எஸ்.ஐ.ஐ. ii முன்னுரை, பக். 17, 255/1921; 8/1897-தானிய விகிதம். 147/1906-ல் ஒரு காசுக்கு 1/8 காசு என்று விகிதம் கொடுக்கப்பட்டிருக்கிறது. 1/1893-ல் ஒரு மாதத்துக்கு ஒரு காசுக்கு 1/8 திராமம் என்ற விகிதம்செய்யப்பட்டிருக்கிறது.
39. 75/1893;164, 169, 172,179/1912; 176/1915; 216/1921; 19/1907-ல் விகிதம் "தருமப் பொலிசை" என்ற பெயரால் சொல்லப் பட்டிருக்கிறது.
40. எஸ்.ஐ.ஐ. iii, 128-வரி 36-7
41. 16/1899; 57/1928-ல் 40-க்கு 10 காசு என்று விகிதம் தெரிவிக்கப்பட்டிருக்கிறது. மற்றும் 518/1920.
42. 203/1925.
43. 193/1925; 281/1910 -ம் 50% விகிதத்தைத் தெரிவிக்கிறது.
44. 179/1912.
45. 316/1903.
46. 58/1897.
47. 90/1928.
48. அருங்காட்சியகச் செப்பேடுகள்-வரிகள் 28-34.
49. 100-க்கு 30 கலம் என்பது தருமப் பொலிசை என்று 506/1920-ல் சொல்லப்பட்டிருக்கிறது.

50. 232/1923.

51. எஸ்.ஐ.ஐ. I, 84 மற்றும் 67/1895.

52. 273/1910.

53. 54/1893.

54. 512/1911 (ஏ.கர். Cp. 129.)

55. 577/1920 மற்றும் 379/1922.

55a. எஸ்.ஐ.ஐ. iv, எண் 504; v எண் 885; vi. எண்கள் 59, 63 முதலியன (இந்த மேற்கோள்களை, கவிமணி தேசிக விநாயகம் பிள்ளை தெரிவிக்கிறார்).

56. 458/1905.

57. 219/1894; 305/1911, 522/1922 முதலியன.

58. 137/1923.

59. 486/1902.

60. சாவ்-ஜூ-குவா, பக். 7-8.

61. மேற்படி, பக். 9 n. 1.

62. பெர்ராண்டு வாயேஜ், பக். 14-15.

63. சாவ்-ஜூ-குவா, பக். 18.

64. The Modern Tahiri 27°38' N. 52° 20' E.

65. வில்சன் "பர்ஷியன் கல்ப்" பக். 94.

66. பராண்ட், "வாயேஜ்", பக். 138

67. சாவ்-ஜூ-குவா, பக் 19

68. மேற்படி பக். 101, எண். 11.

69. பக். 96

70. மேற்படி, பக். 100.

71. வில்சன் தி பெர்சியன் கல்ப் (பாரசீகக்குடா) பக். 94

72. ஆர். எச். மேஜர் (India in the XV Century) (பதினைந்தாம் நூற்றாண்டில் இந்தியா) முன்னுரை பக். xiv-1. மற்றும் வில்சன் முன்குறிப்பிட்ட நூல் பக். 98-9.

73. 556/1904 கடம்பர், பல்லவர் ஆகியோர் ஆட்சியில் படைக் குதிரைகளின் இறக்குமதி ஏற்கெனவே தொடங்கியிருக்கலாம். இது தொடர்பாக, காகுஸ்தவர்மனித் தால்குண்ட கல்வெட்டில் பல்லவ அஸ்வசம்ஸ் தேன கலஹென என்ற

குறிப்பு (எபிகிராபிகா இண்டிகா, viii, பக் 32 வரி 4); சில பழமையான கற்சிற்பங்களும் உள்ளன. மற்றும், பட்டினப் பாலை, வரி 185.

74. 196/1928; 182/1926.

75. ட' அபுங் பாவோ, xv, பக் 419.

75a. ஓஸ்டா சியாடிஸ்கே ஜெயிட்ஸ் கிரிப்ட் (1933) பக்.5-11

76. பக். 96.

77. ஆர். எச். மேஜர், மேற்படி.

அதிகாரம் 23

நாணயங்களும் அளவைகளும்

தென்னிந்திய நாணயங்களின் வரலாற்றில் குறிப்பிட்ட காலக் கட்டங்கள் வரையறுக்கப்படாமையும்; கிடைத்துள்ள நாணயங்களில் எழுத்து பொறிக்கப்பட்டவை மிகக் குறைவாயிருப் பதாலும், அவற்றைப் பற்றிய விரிவான ஆராய்ச்சியேதும் மேற்கொள்வது தற்போது கடினமாக உள்ளது. ஆனால், அதே சமயத்தில் கல்வெட்டுச் சான்றுகள் ஏராளமாய்க் கிடைத்துள்ளமை யால், **'தென்னிந்திய வரலாறு'** எழுதுவதற்கு நாணயச் சான்று களின் குறைபாடுகள் தடையாக இருக்கவில்லை.

இரு அளவை முறை

பண்டைய தென்னிந்திய நாணயங்களில் இருவித அளவு முறைகள் பின்பற்றப்பட்டன. தக்காணமெங்கும் பொதுவாக வழக்கில் இருந்த "கந்யனா" என்னும் பொற்காசு 58 நெல் மணி நிறையுடையதாக இருந்தது. அதிக கனமுள்ளவை 60.1 நெல்மணி நிறையுடன் இருந்தன. தமிழகத்திலும் இதுவே பெரும் பாலும் வழக்கில் இருந்தது.[1] "கத்யானா" அல்லது "கழஞ்சு" என்று அழைக்கப்பட்டது. 50 அல்லது 60 தானிய நிறையுடைய தாய் எலியட்டால் குறிக்கப்பட்டுள்ள உத்தம சோழரின் பொற்காசு பழைய கத்யானா அளவை அடிப்படையாகக்கொண்டு 10-ம் நூற்றாண்டில் வழங்கிய காசு என்று கருதலாம்.[2] பிற்காலத்தில் "குமாரகச்சாணம்" என்ற ஒரு இறை வழக்கிலிருந்ததை நோக்கும்போது இக்கருத்து மேலும் வலுப்பெறுகின்றது.[3] 20 மஞ்சாடி கொண்ட 1 கழஞ்சு பொன் சுமார் 72 முதல் 80 தானியம் வரை நிறைகொண்டதாகச் சோழர் காலத்தில் பெரும்பாலும் வழங்கிற்று.[4] முதலாம் பராந்த கரின் 30ம் ஆண்டு கல்வெட்டில்

'கழஞ்சும்' நிஷ்கவும் ஒன்றுபடுத்தி குறிக்கப்பட்டுள்ளன.[5] எக்கால முதல் சோழர் நாணயம் நிஷ்கவுடன் இணைக்கப்பட்டது என்று அறுதியிட்டுக் கூற முடியவில்லை.

பொன்; மாடை

பல கல்வெட்டுக்களில் கழஞ்சும், பொன்னும் ஒன்றாகவே குறிக்கப்படுகின்றன. அவற்றிலிருந்து ஒரு பொன் என்பது 'கழஞ்சு நிறையுடைய தங்கக் காசு என்பது புலனாகிறது.[6] இப்பொற் காசு "மதுராந்தக தேவன் மாடை" என்றும் அழைக்கப்பட்டு தூய தங்கத்திற்கு உரைகல்லாக வழங்கியது. 1 கழஞ்சு பொன்னுக்குக் கிடைத்த வட்டிப் பணம் இதற்கும் கிடைத்தது.[7] இராஜராஜத் தேவரின் 31-ம் ஆண்டுக் கல்வெட்டில் இந்நாணயம் குறிப்பிடப்பட்டிருக்கின்றது.[8] இது முதலாம் இராஜராஜனின் கல்வெட்டாகத் தோன்றுகிறது. அவ்வாறாகில், அவருக்கு முன் ஆட்சிபுரிந்த மதுராந்தக உத்தமச் சோழனின் காலத்திலேயே அக்காசு வழக்கில் வந்திருக்க வேண்டும்.

காசு

முதலாம் இராஜராஜர் வெளியிட்ட இராஜராஜன் காசு, மேலே சொன்ன மாடையில் சரி பாதியே.[9] ஆனால் இதே எடையும் தூய தங்கமும் உடைய காசு முதலாம் இராஜ ராஜருக்கும் முன்னமேயே வழக்கில் இருந்தது. இரண்டாம் ஆதித்தரின் 4-ம் ஆண்டுக் கல்வெட்டில் 20 காசுகள், 10 கழஞ்சு பொன்னுக்குச் சமமாகக் குறிப்பிடப்படுகின்றது.[10] இராஜ ராஜரின் காலத்திற்குப் பிறகும் இந்நிலையில் மாறுதல் இல்லை யென்பது அவருக்குப் பிற்காலக் கல்வெட்டுக்களிலிருந்து தெரிகின்றது.[11] கி.பி.1070-ம் ஆண்டிற்கு முன்னிருந்தே சோழ அரசர்கள் எல்லோருமே 'மாடை', 'காசு' என்று இருவிதத் தங்க நாணயங்களை வெளியிட்டனர். அவரவர்கள் பெயரோ அல்லது விருதுவோ அவற்றின் முன் சேர்ந்து வெளியிட்டனர். "இராஜராஜ தேவன் மாடை"[12], இராஜேந்திர சோழன் மாடை"[13], "மதுராந்தக தேவன் மாடை", "அன்றாட நற்காசு" (அதாவது வழக்கிலிருக்கும் நல்ல காசு). "பழங் காசு"[14] போன்ற பல பெயர்கள் கிடைப்பதிலிருந்து இதை நாம் அறியலாம்.[15]

முதலாம் குலோத்துங்கனின் காலத்திலும் மதுராந்தகரின் 'மாடை' வழக்கிலிருந்தது.[16] அதை 9½ மாற்றுத் தங்க கழஞ்சுக் கும், 2 காசுக்குச் சமமாயும் குறிப்பிடப்படுகின்றது.[17] ஆனால்

இவ்வுயர்ந்த தங்க எடை பிற்காலத்தில் குறைந்துவிட்டது என்பது கல்வெட்டுக்களின் மூலம் ந்ன்கு விளங்குகிறது.

1946-ம் ஆண்டில் கிழக்குக் கோதாவரியில் 'தவளேசுவரம்' என்னும் கிராமத்தில் 127 தங்க நாணயங்கள் கிடைத்தன. இது உண்மையிலேயே பண்டைய தங்கத் நாணயங்களுக்கு எடுத்துக்காட்டாக அமைந்துள்ளன. தூய தங்கத் தாலான இந்நாணயங்கள் மெல்லியதாகவும், வட்ட வடிவ முள்ளதாகவும் இருக்கின்றன. ஒரு பக்கத்தின் நடுவில் இலச்சினையும் ஓரங்களில் எழுத்துக்களும் பொறிக்கப்பட்டுள்ளன. மறுபக்கத்தில் ஒன்றுமில்லை. இவற்றில் 49 காசுகள், கிழக்குச் சாளுக்கிய மன்னன் முதலாம் இராஜராஜன் வெளியிட்டவை (புகைப் படத்தில் 5,6 எண்களுடையவை). அவருடைய 33, 34, 35-ம் ஆண்டுகள் அவற்றில் குறிக்கப்பட்டுள்ளன. அவன் முதலாம் இராஜேந்திரனின் துணைகொண்டு கி.பி.1022-ம் ஆண்டு பட்டத்திற்கு வந்தான் என்று அறியப்படுவதால் அவருடைய ஆட்சியாண்டுகளை எளிதாகக் கணக்கிடலாம். மிகுதியுள்ள நாணங்களில் சோழரின் இலச்சினை மத்தியில் பொறிக்கப்பட்டிருக்கின்றன. ஆனால் இருவிதத் தமிழ்-கிரந்தக் கல்வெட்டுக்கள் காணப்படுகின்றன. ஒருவகை காசுகளில் (படம் 1,2) "கம்-கை-கொ-ண்ட-சோ-ழன்" என்று பொறிக்கப் பட்டுள்ளன. அவற்றில் 28 முதல் 33 வரை ஆட்சியாண்டுகள் குறிக்கப்பட்டுள்ளன. இவை கி.பி.1040 முதல் 1045 வரை வெளியிடப்பட்ட முதலாம் இராஜேந்திரரின் காசுகள் என்று நன்கு தெரிகின்றது. அவற்றில் தென்னிந்திய"4000", "11" போன்ற வேறு சில குறிப்புகளும் பொறிக்கப்பட்டுள்ளன. அவற்றின் பொருள் விளங்கவில்லை. இரண்டாவது வகையைச் சேர்ந்த 46 காசுகளில் "மலை-நா-டு-கொ-ண்ட-சோ-ழன்" என்று பொறிக்கப்பட்டிருக்கின்றது. இவை 34 முதல் 36 ஆட்சியாண்டு களில் வெளியிடப்பட்டவை. தந்தை முதலாம் இராஜேந்திர ரோடு கி.பி. 1018 முதல் 1044 வரை இளவரசராக இருந்து, பிறகு 10 ஆண்டு காலம் தனி அரசு புரிந்து கொப்பத்துப் போரில் வீழ்ந்த இராஜகேசரி முதலாம் இராஜாதிராஜர் வெளியிட்ட காசுகளே இவை. சாளுக்கிய மன்னன் முதலாம் இராஜராஜர் காலத்தில் பல இன்னல்கள் தோன்றின. மேற்கு சாளுக்கியர் களும், ஏழாம் விஜயாதித்தனும் பலமுறை செய்த படை யெடுப்புக்களை எதிர்த்து அடிக்கடி சோழ அரசை உதவிக்கு நாட வேண்டியதிருந்தது. இராஜாதிராஜன் தனது தந்தையின் சார்பில் கேரளப் பகுதிகளில் கண்ட வெற்றிகளைக் குறிக்கும்

வகையில் "மலைநாடு கொண்ட" என்ற விருது அமைந்தது. தந்தையின் காசுகளிலிருந்து வேறுபட்டுக் காண இவ்விருது அவரது காசுகளில் பொறிக்கப்பட்டிருக்கவேண்டும். கிழக்குச் சாளுக்கியரது நாணயங்களைப் போன்றேயுள்ள காசுகள் வேங்கி நாட்டுப் பகுதிகளில் மட்டும் வழக்கில் இருந்தனவா, அல்லது பொதுவாக எல்லாப் பகுதிகளிலும் வழக்கில் இருந்தனவா, அல்லது இருக்கவேண்டி வெளியிடப்பட்டவையா என்பது தெரியவில்லை.

உள்ளூர் நாணயங்கள்

முதலாம் குலோத்துங்கரின் கால முதல் பல புதிய மாடை களின் பெயர்கள் கல்வெட்டுக்களில் காணப்படுகின்றன. இவை சோழர் ஆதிக்கத்தின் கீழ் இருந்த, பல சிற்றரசர்கள் வெளியிட்ட நாணயங்கள். அவற்றில் சில பின்வருவன: 'செப்ரோலு' என்னுமிடத்தில் கிடைத்த 998 சக ஆண்டில் வெளியிடப்பட்ட கல்வெட்டில் "ஜயமாடை"[18] என்றும், 'பாபட்லா' கல்வெட்டில் "உத்தம-கண்ட-மாடை"[19] அதே ஊரிலும் பிற்காலத்திய கல்வெட்டிலுள்ள "சாமர மாடை" என்றும் "மிருத மாடை" என்றும்;[20] காஞ்சியிலுள்ள இரண்டாம் இராஜாதிராஜனின் கல்வெட்டில் "நக்கி-மாடை" என்றும்;[21] நந்தலூரிலுள்ள[22] மூன்றாம் குலோத்துங்கரின் மூன்றாம் ஆண்டுக் கல்வெட்டிலும், பிறகு காஞ்சி திருப்பாலைவனத்துக் கல்வெட்டுக்களிலும்[23] "புஜ பல மாடை" என்றும்; திருமுல்லைவாயலின் 1232-ம் ஆண்டுக் கல்வெட்டிலுள்ள "பழம் புள்ளி மாடை" என்றும்;[24] மூன்றாம் இராஜராஜன், மூன்றாம் இராஜேந்திரன் இவர்களின் காலத்தில் வாழ்ந்த தெலுங்கு சோழ மன்னன் 'விஜயகண்ட கோபாலன்' வெளியிட்ட "கண்ட கோபாலன்-மாடை" முதலியவை குறிப்பிடப்படுகின்றன.[25]

ஓர் இடத்தில் கிடைத்த ஒரே காலத்திய இரு கல்வெட்டுக் களில் துணைகொண்டு "மதுராந்தக மாடை" சுமார் 8¾ மாத்துத் தங்க எடையுடன் கூடியது என்பதைக் காட்ரிங்கடன் அவர்கள் விளக்கியுள்ளார்.[26] ஆனால், இது மேலே சுட்டப்பட்ட குலோத்துங்கரின் கல்வெட்டுக் கூற்றுக்கு முரணாக உள்ளது. அதன்படி பார்த்தால் மேலே கூறப்பட்ட இரு கல்வெட்டுக் களிலுள்ள இரு காசுகளும் வெவ்வேறுதான் என்றும். ஆனால் ஒரே தங்க எடையுடையவை என்றும் தோன்றுகிறது. அவற்றில் ஒரு கல்வெட்டில் கூறப்பட்ட செம்பொன் என்பது "மதுராந்த கன் மாடை" போன்றே 9½ மாற்றுத் தங்கம் உடையதாய்

இருந்தது. காட்ரிங்டன் மேலும் கூறுகிறார்: "சோழர் நாணயங் களில் ஒன்றுகூட இவ்வுயர்தர தங்க நிறையுடையதாயில்லை. 'மாடை'யும் கழஞ்சு போலவே அளவுகோலாக மட்டும் பயன் பட்டதே தவிர அன்றாட வழக்கிலுள்ள நாணயங்கள் தங்க மாற்றில் குறைந்துகொண்டே போயின." முழு மாத்துத் தங்க நிறையுடைய காசு வழக்கில் இல்லை என்ற இம்முடிவு ஏற்றுக் கொள்ளக்கூடியதாக இல்லை. ஏனென்றால், முதலாம் இராஜாதி ராஜனின் 35-வது ஆண்டில்கூட, அதாவது கி.பி. 1053-ல் நல்ல தங்கக்காசு வழக்கில் இருந்ததை நாம் அறிகின்றோம்.[27] அதற்கும் பிற்காலத்திலும்கூட அதைவிட எடை அதிகமுள்ள காசு வழக்கில் இருந்தது. அது ½ கழஞ்சும் 3 மஞ்சாடிகள் தங்க எடையுள்ளதாய் இருந்தது.[28] பிறகுகூட 7 மஞ்சாடி பொன் எடையுள்ள காசு வழக்கில் இருந்ததை நாம் அறிகிறோம்.[29] பல்வேறு தங்க எடையுள்ள காசுகள் குறிப்பிடுவதற்குத் தக்க காரணத்தை நாம் சரியாக உணர வேண்டும். காட்ரிங்டன் அவர்களே கூறியுள்ளபடி, ஒரு பேரரசின் பல பகுதிகளில் வெவ்வேறு நாணய முறைகள் அப்படியே வழக்கில் தொடர்ந்து இருந்தன. ஆனால், அவை ஒரு பொதுவாக அங்கீகரிக்கப்பட்ட அளவையுடன் அவற்றின் மதிப்பு கணிக்கப்பட்டன. உயர்ந்த தங்க நிறையுடைய "மாடை" நமக்குக் கிடைக்காதது வியப்பன்று; அவை தங்க எடைக்காகவே அவ்வப்போது ஆபரணங்களாயிருக்கும். 'தவளேசுவர'த்தில் கிடைத்த தங்க நாணயங்கள் கூட ஏதோ மிஞ்சியவைதான்.

சோழராட்சியில் பொதுவாக ஒப்புக்கொள்ளப்பட்ட 'காசு' என்ற அளவை மிகப் பழங்காலத்திலிருந்தே இலங்கையில் வழக்கில் இருந்தது. பிறகு 9-10-ம் நூற்றாண்டுகளில் சோழர் அதையே தங்கள் பகுதிகளிலும் நிலவச் செய்தனர். 'ஈழக் காசு' என்று அழைக்கப்பட்ட இக்காசு ½ மாடை அல்லது ½ கழஞ்சு பொன் நிறையுடையதாய்,[30] கி.பி. 7 அல்லது 8-ம் நூற்றாண்டு களிலேயே வழக்கிலிருந்தது, சோழ அரசர் முதலாம் பராந்தகரின் கி.பி.937-ம் ஆண்டுக் கல்வெட்டிலேயே குறிப்பிடப்படுகின்றது.[31] நெடுங்காலம் தொட்டே பாண்டிய நாட்டிற்கும், ஈழத்திற்கும் நெருங்கிய தொடர்பு இருந்தது. பராந்தகர் பாண்டிய நாடு, ஈழப் படையெடுப்புகளுக்குப் பிறகே இந்நாணயம் சோழ நாட்டில் வழக்கில்கொண்டு வந்திருக்க வேண்டும்.[32] ஈழக் காசுகளில் ஒரு பக்கம் அரசர் நிற்கும் உருவமும் மறுபக்கம் அமர்ந்துள்ள மற்றொரு உருவமும் பொறிக்கப்பட்டிருந்தன. சோழர் நாணயங்களில் புலி, மீன், வில் மூன்றும் குறிக்கப்பட்டிருந்தன.

ஆனால் பாண்டிய நாட்டில் எளிதாக வழக்கில் விடுவதற்காகவே ஈழக்காசு புகுத்தப்பட்டது போலும். ஈழக்காசு இராஜராஜர் காலத்திற்கு முந்திய சோழ நாட்டில் வழக்கில் வந்துவிட்டது என்று தெரிகின்றது.[33]

கருங்காசு

'மாடை', 'காசு' இவற்றைத் தவிர, 'கருங்காசு' அல்லது ஈழக் கருங்காசு' என்று ஒரு நாணயம் கல்வெட்டுகளில் குறிக்கப் படுகின்றன.[34] இக்காசும் ஈழத்துடன் தொடர்புடையது. அங்கு தொன்றுதொட்டு ஒரு கத்யானா எடையுள்ள 'நீல கஹாபணம்' என்ற வெள்ளி நாணயம் வழக்கில் இருந்தது.[35] சோழர்களுடைய பல கலப்பட வெள்ளி நாணயங்களில் பல இவ்வித நாணயத்தின் தழுவல்களே.[36] கழஞ்சுவை அளவையாகக் கொள்ளாமல், கத்யானாவை அடிப்படையாகக்கொண்டு சோழர்கள் வெளியிட்ட பல செப்புக்காசுகளை 'எலியட்' போன்ற அறிஞர்கள் வெளியிட்டுள்ளனர்.

ஈழக்காசு 7½ புது அக்கங்களுக்குச் சமம் என்று மதுரையில் கிடைத்த முதலாம் பராந்தகரின் 33-ம் ஆண்டுக் கல்வெட்டு குறிக்கின்றது.[37] 'அக்கம்' என்பது எவ்வித நாணயம் என்று சரியாகத் தெரியவில்லை. இரண்டாம் ஆதித்தரின் காலத்திய கல்வெட்டுக்களிலும் அது குறிக்கப்பெறுகின்றது.[38] ஆனால், அதன் மதிப்பு என்ன என்று தெரியவில்லை. இராஜராஜர் காலத்தில் 'அக்கம்' ஒரு காசின் 1/12 பாகம் என்றும் 'கழஞ்சு'வின் 1/24 பாகம் மதிப்புடையதாயிருந்தது என்றும் நன்கு புலனா கிறது.[39] மதுரையிலும், தஞ்சையிலும் கிடைத்துளள பராந்தகர், இராஜராஜர் இவர்களின் கல்வெட்டுக்களில் குறிக்கப் பெற்ற 'அக்கம்' என்ற சொல் பல்வேறு நாணயங்களைக் குறிக்க ஆளப்பட்ட சொல்லாகவே தெரிகின்றது. பராந்தகர் காலத்திய ஈழக்காசும் இராஜராஜர் காலத்திய காசும் ஒரே பொன் எடையை யும், நாணய மதிப்பும் உடையனவாக இருந்தன.[40]

சோழர் நாணய வழக்கு பரவுதல்

முதலாம் இராஜராஜரின் பல வெற்றிகளின் விளைவாய், சோழ இராச்சியம் விரிவுபடுத்தப்பட்டபோது சோழர் நாணய வழக்கும்,பல புதிய பகுதிகளிலும் பரவலாயிற்று. கி.பி.1000-த் தில், வேங்கி நாட்டில், சோழர் நாணய முறை பரவியது.[41] சோழ ராஜ்யத்திற்கு அப்பாலுள்ள மேலைச் சாளுக்கிய அரசர் ஜகதேக மல்லரும், கோவாப் பகுதிகளில் அரசாண்ட கதம்ப

அரசர்களும் இராஜராஜரின் நாணயத்தை அடிப்படையாகக் கொண்டே தங்கள் பொன் நாணயங்களை வெளியிட்டனர்.[42] பதினோராம் நூற்றாண்டில் கெங்காழ்வர் வழக்கிலிருந்த "ஆட வலம் கத்யானா" என்பதும் சோழர் திருத்தி வெளியிட்ட தங்க நாணயத்தை அடிப்படையாகக்கொண்டது போன்றே தோன்று கிறது.[43] அதே சமயம். சோழ நாட்டின் அண்டைப் பகுதிகளில் உலவிய சில சிற்றரசர்களின் உள்நாட்டு நாணயங்கள் சில சமயம் சோழ நாட்டில் ஊடுருவல் செய்தன.[44] கிழக்குச் சாளுக் கிய இளவரசர் கி.பி.1049-ம் ஆண்டில் திருவையாற்றுக் கோயிலுக்கு 337½ கழஞ்சு பெறுமானமுள்ள 300 இராஜராஜ மாடைகளைக் காணிக்கையாகச் செலுத்தினார்.[45]

வெள்ளி-தங்கம் நாணயங்களின் தராதரம்

செங்கற்பட்டு மாவட்டத்தில் கிடைத்துள்ள முதலாம் குலோத்துங்கரின் 10-ம் ஆண்டுக் கல்வெட்டொன்று அக்காலத் தில் வழங்கிய பொற்காசுக்கும் வெள்ளி நாணயங்களுக்குமுள்ள தராதரத்தைப் பற்றி குறிக்கின்றது. 433 கழஞ்சு நிறையுள்ள வெள்ளி 100 பொற்காசுக்குச் சமம் என்று குறிக்கின்றபடியால் 9½ மாற்றுத் தங்கமுள்ள 1 பொற்காசு 8.66 கழஞ்சு வெள்ளிக்குச் சமம் என்று தெரிகின்றது.[46]

பொதுவாக அங்கீகரிக்கப்பட்ட தங்கக் காசைவிடச் சற்று அதிகமாகவோ குறைவாகவோ எடையுள்ள பொற்காசுகளும் கிடைத்துள்ளன என்று முன்னமேயே குறிப்பிட்டுள்ளோம். பொதுவாக அங்கீகரிக்கப்பட்ட பொற்காசு 1 மாடையின் தங்க நிறை கொண்டதாகவே இருந்தது என்று பல கல்வெட்டுக் குறிப்பிலிருந்து நாம் ஊகிக்கலாம். சில கல்வெட்டுக்களில் இது மிகத் தெளிவாகவே குறிக்கப்படுகின்றது. வட ஆர்க்காடு மாவட்டத்திலுள்ள கி.பி.1063-ம் ஆண்டுக் கல்வெட்டில் இருவிதப் பொற்காசுகள் குறிப்பிடப்படுகின்றன. அவற்றில் ஒன்று 8.356 மஞ்சாடியும் மற்றொன்று 7 மஞ்சாடி எடையுடையதாக இருந்தன.[47] 6 மஞ்சாடிக்கும் சற்றே அதிகமாயுள்ள ஒரு காசு, திருவொற்றி யூரிலுள்ள கி.பி.1077-ம் ஆண்டுக் கல்வெட்டுக் குறிக்கின்றது.[48] அம்மாதிரியே திருவாடுதுறையில் கி.பி.111-ம் ஆண்டில் 6.813 மஞ்சாடி நிறையுள்ள காசும்.[49] திருவாரூரில் கி.பி. 1122-ல் 6½ மஞ்சாடி நிறையுள்ள காசும் குறிக்கப்படுகின்றன.[50] ¾ கழஞ்சு எடையுள்ள பொற்காசு ஒன்று தஞ்சை மாவட்டத்தில் வழக்கி லிருந்ததை கி.பி.1133-ம் ஆண்டுக் கல்வெட்டு அறிவிக்கின்றது.[51] இக்காசு பழைய கத்யானா முறையிலிருந்த மாடையின் எடையில் அடிப்படையிலேயே இன்னும் இருந்தது என்று தெரிகின்றது.

கழஞ்சுவின் 1/3 பாகம் எடையுள்ள பொற்காசு கி.பி.1162-ம் ஆண்டில்கூட வழக்கிலிருந்ததை 'ஆலங்குடி'க் கல்வெட்டு அறிவிக்கின்றது.[53a]

மேலே குறிப்பிடப்பட்ட தங்க நாணயங்கள் அநேகமாகத் தொடர்ந்து நிலவி வந்த பழைய நாணயங்களே ஆகும். சில நாணயங்கள் மட்டும் அவ்வப்போது புதிதாக குறைந்த அளவில் அச்சிடப்பட்டன. சோழர் நாணயங்களின் தரம் காலப்போக்கில் படிப்படியாகக் குறைந்துகொண்டே போயிற்று. முதலாம் இராஜராஜன் வெளியிட்ட 'ஈழக்காசு' வகை நாணயங்கள் நல்ல தங்கத்தால் செய்யப்பட்டவை; ஆனால், முதலாம் இராஜாதிராஜன் போன்ற சோழ அரசர்களின் நாணயங்களில் தரக்குறைவான தங்கமே பயன்படுத்தப்பட்டது. 'தங்க முலாம் பூசிய வெள்ளி நாணயங்கள் கூட அவற்றில் இருந்தன.'[52]

புதுக்காசு

மூன்றாம் குலோத்துங்கர் காலத்திலிருந்து 'காசு' என்ற சொல் செப்பு நாணயங்களுக்கும் பயன்படுத்தப்பட்டது. அவற்றி லுள்ள செம்பு எடையும் ஒரே அளவுடையதாகயில்லை. வட்டாரம் தோறும் அது வேறுபட்டது. அக்காலத்தில், கோயிலுக்கு நன்கொடையாக ஒரு விளக்கேற்றுவதற்கு மூன்று பழங்காசுகள் தேவைப்பட்டன.[53] அதனால் அதே நன்கொடைக்கு 1,100 புதுக்காசுகள் தேவைப்பட்டன. அணையா விளக்காக நிரந்தர மாக வைப்பதற்கு 9,000 புதுக்காசுகள் தேவைப்பட்டன.[54] மற்றொரு சமயம் ஒரு விளக்கேற்ற 200 புதிய காசு நன்கொடை யாக அளிக்கப்பட்டது.[55] மூன்றாம் இராஜேந்திரன் 20-ம் ஆண்டுக் கல்வெட்டின் படி 1 கழஞ்சு பொன்னுக்கு $411^{7}/_{13}$ காசுகள் கிடைத்தன.[56] 1 பணமும் 100 'சோழிய காசு'களும் ஒரே மதிப்புடையனவாக இருந்தன என்று சேலம் மாவட்டத்திலுள்ள ஆரகளூரில் கிடைத்த பாண்டியக் கல்வெட்டொன்று குறிக் கின்றது.[57] இராஜராஜர் என்ற பெயர் குறிக்கப்பெற்ற பல அளவுகளைக்கொண்ட செப்பு நாணயங்கள் தென்னிந்திய நகரங்களில் கடைகளில் இன்னும் கிடைக்கின்றன. பிற்கலாச் சோழர் கல்வெட்டுக்களில் குறிக்கப்பெறும் 'காசு' என்பது இவையே. "பிற்கால சோழக் காசுகள் அனைத்தும் இராஜ ராஜரது காசின் அமைப்பை அடிப்படையாகக் கொண்டு வெளி யிடப்பட்டவையே. ஆனால் அவற்றில் பொறிக்கப்பட்ட மனித உருவம் அவ்வளவு அழகாக இல்லை. எழுத்துக்களும் அரை குறையாகப் பொறிக்கப்பட்டுள்ளன, "ஜ" என்னும் எழுத்து

சில சமயங்களில் தலைகீழாய்க்கூட காணப்படுகின்றது. இந்நாணயங்களின் தரம் படிப்படியாகக் குறைக்கப்பட்டுள்ளதை நாம் காண முடிகிறது. இராஜராஜன் நாணயத்தையே பின்னே வந்த அரசர்கள் அதிலுள்ள பெயரைக்கூட மாற்றாமல் புதியதாக அச்சிட்டு வெளியிட்டுள்ளனர். இவற்றிலிருந்து சற்று வேறுபட்டு பின்புறம் 76 அங்குலம் அகலமும், நிறையில் 63 தானிய (Grain) முள்ள காசு கிடைத்துள்ளது. இதுவே புதிய காசாகத் தோன்றுகிறது." இவ்வாறு காட்ரிங்கடன் கூறியுள்ளார்.[58]

திரமம்

சில கல்வெட்டுக்களில் 'திரமம்' என்ற ஓர் அளவு குறிக்கப் பெறுகின்றது. அது ஒருவகை நாணயமா அல்லது நாணயம் போன்ற அளவு வகையா என்பது புலப்படவில்லை. கி.பி. 1076-ல் காஞ்சியில், 1 காசு பணத்திற்கு 6 திரமம் கொடுக்க வேண்டியதிருந்தது.[59] இதற்கும் 40 ஆண்டுகளுக்குப் பிறகு இராமநாதபுரத்தில் 1 காசுக்கு 7 திரமம் கிடைத்தன.[60]

நாணய நிறை அளவு

பொதுவாக அங்கீகரிக்கப்பட்ட பொற்காசின் நிறையும், தங்க அளவும் நிரந்தரமாகயிருப்பினும், வேறுபட்ட பல அளவு முறைகளும் வழக்கில் இருந்துவந்தன. அவை எல்லாவற்றையும் இங்குக் குறிப்பிட முடியாவிட்டாலும், சில உதாரணங்கள் மட்டும் சுட்டிக்காட்டலாம். முதலாம் ஆதித்தர் காலத்தில் திருச்சிராப் பள்ளிப் பகுதியிலுள்ள குமாரவயலூர் என்னும் ஊரில் பொன் நிறை அளவைவிட விடேல் விடுகு-கல் என்னும் உரைக்கல் வழக் கில் இருந்ததை அறிகின்றோம்.[60a] இதிலிருந்து அரசர்கள் மாறினாலும், அளவு முறைகள் தடையின்றி வழக்கில் இருந்து வந்தன என்று தெரிகின்றது. தங்க எடையை அளக்க "ஆட வல்லான்" என்ற அளவையும் நகைகளை எடைபோட "தட்சிணமேருவிடங்கள்" என்ற அளவையும் இராஜராஜர் காலத்தில் வழங்கியதைத் தஞ்சைக் கல்வெட்டுக்கள் உணர்த்துகின்றன. தஞ்சைக்கு வெளியேயும் பல அளவைகள் வழக்கிலிருந்ததைப் பார்க்கிறோம். திருவாரூரில் இராஜராஜன் காசு-உரைகல் என்றும்,[61] திருமழவாடியில் "வையகத்தார் கல்" என்றும்,[62] திருச்செந்துறையிலும் பழுவூரிலும்[63] விடேல் விடுகுகல்'[64] என்றும், தடிமலிங்கியில் எகம்போநகரசுக்கல்[65] 'ஸ்ரீகண்ட சதுர்வேதி மங்கலக்கல்'[66] (திருவெறும்பூர்) என்றும் பல்வகை அளவைப் பெயர்கள் கிடைக் கின்றன. மேற்சொன்ன ஒவ்வொரு கல்லின் எடையை நிர்ணயம் செய்வது இயலாது; ஆனால் அளவையெல்லாமே 20 மஞ்சாடி

கொண்ட கழஞ்சு அளவையே அடிப்படையாகக் கொண்டிருந்தன. தங்கத்தின் தூய்மையை நிர்ணயிக்கவும் பல அளவுகோல்கள் உபயோகப்படுத்தப்பட்டன. மாடைச் செம்பொன் இவற்றின் தூய்மையைப்பற்றி ஏற்கெனவே சொல்லப்பட்டுவிட்டது. புடம் போட்டு ஒரு குறிப்பிட்ட முறைப்படி சோதனை செய்யப் பட்ட பொன் 'செம்பொன்' என்று அழைக்கப்பட்டது.[67] இதுதான் "துளைப்பொன்" என்றும் "துளைநிறைப் பொன்" என்றும் அழைக்கப்பட்டது போலும். சில சமயங்களில் காசு நிறை, கல்லை அடிப்படையாகக் கொண்டு, ஒன்பது 'மாத்துத் தங்கம்' என்றும் சொல்லப்பட்டது.[68] "பழங்காசு நிறை" 'தாலச் செம்மை நிறை' என்ற இரு சொற்றொடர்களால் தங்கத்தின் தூய்மை சுட்டப்படுவதை சில கல்வெட்டுக்களில் காண்கிறோம்.[69] இவற்றால் தெரிவது என்னவென்றால், தங்க நாணயங்களில், தங்க எடை அல்லது தூய்மை இவற்றில் ஒவ்வொரு பகுதிக்கும் வேறுபாடுகள் இருந்தன. இதன் காரண மாகவே, ஒவ்வொரு கிராமத்திலும் 'பொன் வாரியம்' வைத்துத் தங்கத்தின் தூய்மையை நிர்ணயிக்க வேண்டியதிருந்தது போலும்.

மற்ற அளவை முறைகள்

நில அளவு முறை, நிறுத்தல் அளவு போன்ற அளவை முறைகளும், பிரதேசத்திற்குத் தக்கவாறு வேறுபட்டன. 'நிலம்' அல்லது 'வேலி' என்பது ஒரு நில அளவாகயிருந்தது. இதுவே வடமொழியில் 'வாடிகா' என்று அன்பில் செப்பேட்டில் குறிக்கப் படுகின்றது.[70] அது மேலும் 1/2, 1/4, 1/8, 1/20, 1/80, 1/320 என்ற பாகங் களாக வகுக்கப்பட்டது. அதுவே மேலும் இரண்டு சில நிலைகளில் பிரிக்கப்பட்டது. அவை 3/320 என்றும் (1/320)² என்றும் வகுக்கப் பட்டன.[71] மூன்றாம் நிறையான (1/320)³ பிரிவுகூட காணப்படு கிறது.[72]

நில அளவை முறை எவ்வாறு அவ்வளவு நுண்ணிய அளவில் கூட நுணுக்கமாக வரையறுக்கப்பட முடிந்தது என்பது வியப் பாகவே இருக்கின்றது. சோழ நாட்டில் தொன்றுதொட்டு நிலவி வந்த 'வேலி' என்னும் அளவு முறை சோழராட்சியில், மற்ற பகுதிகளுக்கும் பரவிற்று. சோழர் வீழ்ச்சிக்குப் பிறகு மறைந்து விட்டது என்று தோன்றுகிறது. பாண்டிய நாட்டில், சோழராட்சி பரவியபோதுதான் 'வேலி' என்ற நில அளவு முறை அங்கு வழக்கில் வந்தது. அதற்கு முன்னரும் பின்னரும் அது வழக்கில் இல்லை. ஒரு வேலி பல சிறிய பகுதிகளாக வகுக்கப்பட்ட போதிலும், ஒரு வேலியின் பரப்பளவு மட்டும் சரியாக நிர்ணயிக்கப்படாமலேயே இருந்துவந்தது. "பதினாறு

அடிகோல்"[73] 'கடிகைக் களத்துக்கோல்'[74] 'ஸ்ரீபாதகோல்',[75] 'மாளிகைகோல்',[76] போன்ற பல அளவு கோல்களும் வழக்கிலிருந்தன. அளவுகோலுக்குத் தக்கவாறு 'குழி'களின் அளவுகளும் மாறுபட்டன. அதுபோல் ஒரு 'மா' அல்லது 'சேரு'க்குச் சேரவேண்டிய 'குழி' களின் எண்ணிக்கையும் மாறுபட்டன.[77] முதலாம் இராஜேந் திரன் காலத்தில் தென் ஆர்க்காடு மாவட்டத்திலுள்ள கீழூரில் 1 மா நிலம் 16 அடிகோல், 256 குழிகள் கொண்டதாயிருந்தது.[78] அதே ஆண்டில் தஞ்சை மாவட்டத்திலுள்ள திருவாவடுதுறையில் 1 மா நிலம் மாளிகைக் கோலால் 100 குழி நிலத்திற்குச் சமமாய் இருந்தது.[79] இதற்குப் பன்னிரண்டு ஆண்டுகளுக்குப் பிறகு கீழூர் அருகிலுள்ள திருவாமாத்தூரில் ஒரு மா நிலம் 16 அடி கோலால் 200 குழிகள் கொண்டதாயிருந்தது.[80] நாணய முறை போன்றே, நில அளவு முறையிலும் உட்பகுதிகளில் வேறுபாடுகள் இருந்தன; அவற்றிலிருந்து ஒன்றுபட்ட நிலையான அளவை முறையை வகுக்க மத்திய அரசு முயற்சி செய்தது என்று விளங்கு கிறது. 'மாளிகைகோல்', 'நூறு குழி மா', 'வேலி' போன்ற அளவை முறைகள் சோழ நாட்டிற்கும் வெளியே பரப்பப் பட்டதை நோக்கும் அரசின் முயற்சி நன்கு புலனாகின்றது. தஞ்சைப் பெரிய கோயிலில் வரையப்பட்ட கோல் அளவை ஒட்டியே திருவாலங்காட்டுக் கோயிலுள் கோல் அளவை வரையப் பட்டது.[81]

ஆனால், சோழராட்சிக்குட்பட்ட எல்லாப் பகுதிகளிலும் பொது அளவை முறைகள் நிலவச் செய்ய எடுக்கப்பட்ட முயற்சிகள் வெற்றி பெறவில்லை. இவ்வுண்மை பிற்காலச் சோழர் கல்வெட்டுக்களிலிருந்து நன்கு தெரிகின்றது. கி.பி.1072-ல் திருவொற்றியூரில் ஒரு வேலி 16 அடி கோலால் 2,000 குழிகள் கொண்டிருந்தது;[82] கி.பி.1204-ல் அதுவே உத்திரமேரூரில் $6^1/_8$ பாடகங்களுக்குச் சமமாகக் குறிக்கப்படுகின்றது.[83] கி.பி.1094-ல் திருக்கடையூரில் 138 குழிகள் கொண்டது ஒரு 'மா';[84] ஆனால், கி.பி.1110-ல் திருவாவடுதுறையில் ஒரு 'மா' என்பது 128 குழிகள் மட்டுமே கொண்டிருந்தன.[85] அதே ஊரில், அடுத்த ஆண்டில் ஒரு மாவிற்கு வேறொரு கோலால் 100 குழிகள் மட்டுமே கொண்டதாகக் குறிப்பிடப்படுகின்றது.[86] கி.பி. 1138-ல் தென் ஆர்க்காடு மாவட்டத்தில் ஒரு 'மா' நிலம் 14-அடி கோலால் 512 குழிகளைக் கொண்டிருந்தது.[87] கி.பி. 1220-ல் தஞ்சை மாவட்டத்திலுள்ள முனையூரில் அதே அளவு முறை நிலவியது.[88] வழுவூரில் இரண்டாம் இராஜாதிராஜன் காலத்தில்

ஒரு 'மா' நிலம் 513 குழிகளைக் கொண்டிருந்தது.[89] இம்மாதிரி பல குறிப்புக்கள் இருக்கின்றன. வட்டார அளவு முறைகளுடன் நாட்டின் பொது அளவு முறைகளுக்கும் ஒப்பு நோக்குவதற்கு ஆதாரங்கள் போதிய அளவு கிடைக்கவில்லை. ஏதோ சில கல்வெட்டுக் களில்தான் அவை குறிக்கப்பெறுகின்றன. எடுத்துக்காட்டாகத் திருவாவடுதுறையில் வழக்கிலிருந்த 'மா' ஒன்று பொதுவாக வழக்கிலிருந்த 4½ மாவிற்குச் சமமாகக் கருதப்பட்டது.[90]

இதே நிலைதான் நிறுத்தல் அளவை முறைகளிலும் காண் கிறோம். பலவிதமான 'நாழி'களும், மரக்கால்களும் கல்வெட்டுக் களில் குறிக்கப்படுகின்றன. முதலாம் இராஜராஜன் காலத்தில் 'ஆடவல்லான்' என்ற அளவை தஞ்சை நகரிலும், சோழ நாட்டி லும் பொதுவாக அங்கீகரிக்கப்பட்ட அளவையாக இருந்தது. அதுவே 'இராஜகேசரி' என்றும் அழைக்கப்பட்டது. இராஜேந் திரர், இராஜாதிராஜர் இவர்கள் காலத்திலும் அதுவே 'அருமொழிதேவன்' என்று அழைக்கப்பட்டது போலும்.[91] 'இராஜகேசரி' என்ற அளவைத் தவிர,[92] 'வீதிவிடங்கன்' என்ற மற்றொரு அளவையும் இராஜராஜன் காலத்தில் வழக்கிலிருந் தது.[93] செங்கற்பட்டு மாவட்டத்தில் 'கோமளம்' 'கச்சிப்பேடு நின்றான்' என்ற அளவைகள் வழக்கிலிருந்தன.[94] ஆனால், பொதுவாக நோக்கும்போது, நில அளவைபோல அவ்வளவு வேறுபாடுகள் முகத்தல் நிறுத்தல் அளவைகளில் இல்லை. என்று தெரிகின்றது.

ஆடு

அளவை முறையில் 'ஆடு' என்பது ஒரு நிலையான பெரு வாரியாக எல்லோராலும் ஏற்றுக்கொள்ளப்பட்ட அளவாக இருந்தது. ஒரு 'ஆடு' என்பது வருடம் ஒன்றுக்கு 1 படி நெய் வட்டியாக அளிக்கக்கூடிய தொகைக்குச் சமமாகக் கருதப்பட்டது. முதலாம் இராஜேந்திரன் காலத்தில் 22½ 'ஆடு' 25 காசு பெறுமானமாயிருந்தது.[95] ஒன்றுக்கும் குறைந்த பின்ன அளவில் குறிப்பிடப்படும் 'ஆடு' என்பது அதற்கான சமமான பண அளவைக் குறிப்பனவாகும்.[96]

ஆண்டு

பொதுவாக, வருடத்திற்கு 360 நாட்கள் என்று நாம் கணிக்கின்றோம். ஆனால், 365 நாட்களாகக் குறிக்கப்படுவனவாய் காண்கிறோம்.[97] இவ்விருவிதக் கணிப்புகளும் **'சூரிய சித்தாந்தம்', சித்தாந்த சிரோமணி** என்ற வானசாஸ்திர நூல்களிலும்

பேசப்படுகின்றன. வருடாந்திர வட்டித் தொகை கணிக்கச் சோழர் கல்வெட்டுகளில் இவ்விருவிதக் கணிப்புகளும் குறிக்கப்படுகின்றன.

கல்வெட்டில் கண்ட அளவை முறைகளின் பட்டியல்:

1. முகத்தல், நிறுத்தல் அளவைகள்

2 செவிடு	=	1 பிடி
5 செவிடு	=	1 ஆழாக்கு
2 ஆழாக்கு	=	1 உழக்கு
2 உழக்கு	=	1 உரி
2 உரி	=	1 நாழி
8 நாழி	=	1 குறுணி
2 குறுணி	=	1 பதக்கு
2 பதக்கு	=	1 தூணி அல்லது காடி[98]
3 தூணி	=	1 கலம்

2. பொன் நிறை

1 மஞ்சாடி = 2 குன்றி   10 மா   40 காணி
20 மஞ்சாடி   1 கழஞ்சு (68 அல்லது 72 கிரைன்)

குறிப்பு : ஒரு 'மா' என்பது வேலியின் $1/20$ பாகமாகவும் காணி என்பது வேலியின் $1/80$ பாகமாகவும் குறிக்கப்படுகின்றன. முதலில் மாவும், காணியும் ஒரே அளவுகளாக இருந்தன. 'பணம்' என்பது ஒரு கழஞ்சுப் பொன்னின் 1/10 பங்குக்குச் சமமாக இருந்தது. எப்பொழுதும் 'பணத்தூக்கம்' $1/10$ கழஞ்சுப் பொன்னுக்குச் சமம். ஒரு கல்வெட்டில் (237/1927) மாவின் மதிப்பு ½ காசு என்று குறிக்கப்பட்டுள்ளது.

3. படிமங்களை அளக்க உதவிய நீட்டல் அளவைகள்

8 தோரை (நெல்)	=	1 விரல்
12 விரல்	=	1 சாண்
2 சாண்	=	1 முழம்

குறிப்புகள்

1. காட்ரிங்கடன்: "இலங்கை நாணயங்களும் நோட்டுக்களும்", பக். 6-7.
2. சி.எஸ்.ஐ எண் 151.
3. டி.ஏ.எஸ். i, பக். 165; 182/1915.
4. காட்ரிங்கடன், பக். 3; பக். 7.
5. எஸ்.ஐ.ஐ. III, 104; 181/1912.
6. 49/1888, 54/1893.

"இடைக்காலத்தில் 'பொன்' என்பது ஒரு கழஞ்சுப் பொன் எடையைக் குறித்ததே தவிர அது ஒரு நாணயம் என்று கருதுவதற்கில்லை" என்று காடர்வகட் குறிப்பையும் நோக்குக (பக். 52).

7. 140/1912; ஏ.ஆர்.இ. 1913, III, 22.
8. 252/1915.
9. 141/1912; 484/1925.
10. 241/1923.
11. 203/1925: 228/1923
12. 104/1925.
13. 203/1925.
14. 629/1916; 484/1925.
15. 71/1926; 217/1901; 329/1929.
16. 17/1893; 180/1911; ஏ.ஆர்.இ. 1936-7 II, 27
17. 90/1928.
18. 151/1897.
19. 236/1897.
20. 210/1897; 176/1897.
21. 48/1893.
22. 586/1907
23. 360/1919; 311/1929 ஏ.ஆர்.இ. 1929, III, 38
24. 674/1904.
25. 266/1921.

26. பக். 86 பார்க்கவும்.
27. 228/1923.
28. 105/1925; 571/1904 இரண்டுமே முதலாம் இராஜராஜருடையது.
29. 5/1890.
30. 25, 156/1895; 252/1915; தமிழில் 'ஈழம்' என்றால் 'பொன்' என்று பொருள். "திவாகரம்" என்னும் நிகண்டு நூலில் இது ஆளப்பட்டுள்ளது. ஆனால், முந்திய காலத்தில் இப்பொருள்பட இச்சொல் ஆளப்பட்டதாக எனக்குத் தெரியவில்லை. 'ஈழக்காசு' என்பது பொற்காசாக இருந்தமையால் அச்சொல்லுக்கு அப்பொருள் வந்ததா?
31. 435/1904.
32. காட்ரிங்கடன் பக். 73.
33. காட்ரிங்கடன் பக். 84 பார்க்கவும். முதலாம் இராஜராஜனால் வெளியிடப்பட்டதாகக் கூறப்படும் 'இலங்கேசுவரன்' - வகை நாணயம் சோழர் காசாகவே கருதப்பட இடமில்லை. இலங்கையில் வழக்கிலிருந்த 'ககாவணு' என்ற நாணய வகையைச் சேர்ந்தவையே. அவற்றில் 'ஸ்ரீ லங்கா விபு' என்று பொறிக்கப்பட்டுள்ளது. (காட்ரிங்கடன், பக். 54).

இவ்வகை நாணயம் தேசிகாச்சாரியால் (தென்னிந்திய நாணயங்கள், பக்.183) வெளியிடப்பட்டுள்ளது. ஆனால் அதன் கனம் குறிக்கப்படவில்லை. 'கோதண்ட ராமன்' என்று எழுத்துள்ள நாணயங்கள் பாண்டியருடைய நாணயங்கள், சோழர்களது அல்ல. (தேசிகாச்சாரி பக்.66)

34. எஸ்.ஐ.ஐ. iii, 120; 242/1907; 238, 266/1923.
35. காட்ரிங்கடன் பக். 13-14.
36. எலியட்; எண் 152; "இண்டியன் ஆண்டிக்வேரி", 1896, பக். 321-ல் ஹஉல்ஷ் 26, 27 என்ற எண்கள் தலைப்பில் குறிப்பிட்டுள்ள நாணயங்கள் சோழ நாராயணன் என்று பொறிக்கப்பட்டுள்ளதால் அவை இராஜராஜர் வெளியிட்டவையே என்று சொல்லலாம். 'இண்டியன் ஆண்டிக்வேரி' பக். 317-ல் குறிக்கப்பட்டுள்ள 30 கிராம் எடையுடையது; 51½ தானியம் எடையுடைய மற்றொரு நாணயம் எலியட் வெளியிட்டுள்ள நாணய எண் 153. முழு எடையுள்ளது. 'இண்டியன் ஆண்டிக்வேரி' (இ. ஆ), (1896) பக். 321-ல் ஹஉல்ஷ் குறிப்பிட்டுள்ள நாணயங்களும் (எண்

26, 27) அவ்வாறே மைசூர்ப் பகுதியிலுள்ள சில கல்வெட்டுக்களில் காணப்படுகின்ற "சோழ நாராயணன்" என்ற இராஜராஜ விருது இவற்றில் காணப்படுவதால் இவையனைத்தும் இராஜராஜருடைய நாணயங்களாகத்தான் கருதப்படவேண்டும். இ.ஆ. (1896) பக். 317 குறிக்கப்படும் நாணயங்களில் ஒன்று 30 கிராம் எடையுடையது; மற்றொன்று 51½ கிரைன்ஸ் உடையது.

37. எஸ்.ஐ.ஐ. iii, 106; 435/1904.

38. 275/1923. ககாவணுவத்தின் சிறு பகுதியே 'அக'என்பது, காட்ரிங்கடன் பக். 58.

39. எஸ். ஐ. ஐ. ii. 7

40. இலங்கையில் தொன்றுதொட்டு நிலவி வந்த நாணய அளவு முறையைச் சோழர்கள் ஏற்றுக்கொண்டனர். காட்ரிங்கடன் தக்க சான்றுகளுடன் நிரூபித்துள்ளார். (பக். 71-74) இலங்கையைக் கைப்பற்றிய பிறகு சோழர்கள்தான் அவ்வளவை அங்குப் புகுத்தினர் என்ற பழைய கருத்து (ராப்சன்) உண்மைக்கு நேர் எதிராகவுள்ளதை நாம்அறியலாம். 'சிமித்' அவர்களின் **"கேட்டலாக் ஆப் காயின்ஸ் இன் தி இண்டியன் மியூசியம்"**, ஐ. எம். சி. 1 பக் 327-28-ல் பார்க்க.

முதலாம் இராஜராஜன் காலத்தில்தான் நாணய அளவு முறை சீர்திருத்தப்பட்டது என்ற காட்ரிங்கடன் அவர்களின் கூற்றுக்கு (பகுதி 23. பக். 7) கல்வெட்டுகளில் ஆதாரம் இருப்பதாகத் தெரியவில்லை. அவர் சொல்லும் காரணங்கள் இரண்டு: 1. இராஜராஜனின் 27-ம் ஆண்டுக் கல்வெட்டில் (629/1916) பழங்காசு குறிக்கப் பெறுவது. 2. காணாமல் போய்விட்ட உத்தமச் சோழரின் பொற்காசு (எலியட், எண் 157). ஆனால் மேற்சொன்ன இரு சான்றுகளும் வேறொரு பொருளிலும் எடுத்துக் கொள்ளலாம். சோழர் காசும் ஈழக் காசும் ½ கழஞ்சுப் பொன் நிறையுடையவை என்று இணைக்கப்பட்டுப் பேசுவது இராஜராஜனுக்கும் முந்திய காலமாகிய முதல் பாராந்தகர் காலத்திலும் (25/1895) இரண்டாம் பராந்தகரான சுந்தரச் சோழர் காலத்திலும் (156/1895), இரண்டாம் ஆதித்தர் காலத்திலும் (241/1923) ஏற்கெனவே இவை குறிக்கப்பட்டுள்ளன.

முதலாம் இராஜராஜன் காலத்தில்தான் சோழ நாணயங்களில் முதன் முறையாகக் கிரந்த எழுத்துக்களுக்குப் பதிலாக 'நாகரி' எழுத்துக்கள் பொறிக்கப்படலாயின. உத்தமச் சோழன் தங்க நாணயத்தை பார்த்தால் தெரியும். இந்த மாறுதலும்

இலங்கையிலிருந்து பரவியதா அல்லது வடநாட்டுச் சைவம் சோழராட்சியில் பரவியதின் ஒரு விளைவா என்று திட்டமாகச் சொல்வதற்கில்லை. பின்னே சொன்ன காரணம் உண்மை யெனில், இம்மாறுதல் முதலில் சோழ நாட்டில் பரவிய பிறகுதான் இலங்கைக்குச் சென்றிருக்க வேண்டும்.

41. ஐ.ஏ. xxv, பக். 2, 321.
42. ஐ. எம்.சி. I. பக். 313-4.
43. இ.சி. i, 49
44. காட்ரிங்கடன், பக். 8.
45. 221/1894, சோழர் மாடை இக்கல்லால் ஒரு கழஞ்சு.
46. 211/1922.
47. 157/1916; 5/1890.
48. 401/1896.
49. 150/1925.
50. 563/1904.
51. 509/1912, காட்ரிங்கடன் பக். 85.
51a. 56; 521/1920.
52. காட்ரிங்கடன், பக். 73.
53. ஏ.ஓ./1900: 449/1902.
54. 264/1913; 63/1892.
55. 449/1902.
56. 522/1922.
57. 439/1913.
58. காட்ரிங்கடன், பக். 85.
59. 1/1893.
60. 284/1923.
60a. 141/1936-7, ஏ. ஆர். இ. II, 20
61. 680/1919.
62. 1/1920.
63. 316/1903.
64. 353/1918.
65. 491/1911.

66. 100/1892.
67. எஸ்.ஐ.ஐ. iii, பக். 229.
68. டி.ஏ. எஸ். iv, பக். 139-41.
69. 50/1925; 356/1924.
70. தஞ்சாவூரில் ஒரு வேலி இப்பொழுது 6.7 ஏக்கருக்குச் சமம். பழைய காலத்திலும் இதே விகிதம் இருந்திருக்கும்.
71. எஸ்.ஐ.ஐ. ii. பக். 48
72. எஸ்.ஐ.ஐ. ii, பக். 64
73. 261/1902; 344/1912; 18/1922; எஸ்.ஐ.ஐ. iii, 64. 14 கோல் என்று ஒரு கல்வெட்டில் (229/1910), 20 கோல் என்று ஒன்றில் (413/922); 12 கோல் என்று மற்றொன்றில் (104/1928).
74. 160; 172/1921.
75. 87/1900.
76. 99/1914; 102/1925.
77. 250/1902.
78. 261/1902
79. 102/1925.
80. 18/1922.
81. 93; 97/1926.
82. எஸ்.ஐ.ஐ. iii, 64
83. 76/1898.
84. 243/1925.
85. 155/1925. இவ்வளவையில் 4½ மா என்பது பொது அளவு முறையின் படி 6 மாவிற்குச் சமம் என்று இக்கல்வெட்டுக் கூறுகின்றது. இது தோராயமான அளவாக இருக்கலாமா!
86. 150/1925.
87. 179-81/1918.
88. 607/1902.
89. 428/1912.
90. 155; 144/1925.
91. 401/1921; 262/1921.
92. 140/1912.
93. 21/1922.

94. ஏ.ஆர். இ. 1911, II, 21.
95. 78/1895.
96. 40/1888.
97. 556/1904; 731/1909; 504/1918.
98. 219/1921 (முதலாம் இராஜராஜன், 22).

அதிகாரம் 24

கல்வியும் அறிவும்

பழைய இலட்சியம்

எல்லோரும் படிக்கவேண்டும் என்பது தற்கால இலட்சியம். இந்த இலட்சியத்தை, இந்தியாவில் இன்னும் முற்றிலும் நடை முறைப் படுத்தவில்லை. ஒவ்வொருவருக்கும் 'அவரவர் சக்தி வரை'யில் சொல்லிக்கொடுக்க வேண்டும் என்பது பழங்கால இந்தியாவில் கல்வியைப் பற்றி நிலவிய இலட்சியம். 'சக்தி' என்பதை மாணவனின் ஆற்றலை வைத்து அப்போது அளக்கப் படவில்லை. எதுவரை படிப்பது, அவனுக்குத் தேவை என்பதை மாணவனுடைய சமூக வகுப்பையும் தொழிலையும் வைத்து முடிவு செய்து வந்தார். தொழில் படிப்பு அல்லது தொழில் நுணுக்கக் கல்வி என்று இப்போது குறிப்பிடப்படுவது, அந்தக் காலத்தில் கைவினைக் கலைஞர்களின் ஜாதி விதி களுக்கும் பழக்கங்களுக்கும் உட்பட்டு அவரவர் வீடுகளிலேயே கற்பிக்கப்பட்டது.

எழுத்தறிவு

எழுதப்படிக்கத் தெரிந்த அறிவு எந்த அளவுக்கு பரவியிருந்தது என்பதைப் பற்றி நேரடியான சான்றுகள் அவ் வளவாகக் கிடைக்கவில்லை. அந்த அறிவு பொதுவாக எந்த அளவுக்கு மதிக்கப்பட்டது என்பது தெரியவில்லை. இப்போது பத்தாண்டுகளுக்கு ஒருமுறை கணக்கெடுத்து வெளியிடப்படும் அறிக்கைகளிலிருந்து, எழுதப் படிக்கத் தெரிந்தவர் ஈவு மிகக் குறைவாக இருப்பதை அறிகிறோம். ஆனால் ஈவுக் கணக்குப் படி முன் காலத்தில் இதைவிடக் கூடுதலானவர்கள் எழுதப் படிக்கத் தெரிந்திருந்தனர் என்று நாம் உய்த்துணரலாம்.[1] மரத்

திற்கு அடியிலோ அல்லது கோயில் அல்லது மடத்துத் தாழ் வாரத்திலோ கிராமப்பள்ளிக் கூடங்கள் நடந்ததால், பள்ளிக் கூடம் என்பது சாதாரணமாகக் காணக்கூடிய காட்சியாக இருந்தது. அங்குச் சொல்லிக்கொடுத்த ஆசிரியரான 'வாத்தி'க்கு கிராமப் பொது நிலங்களில் கிடைத்த வருவாயி லிருந்து ஊதியம் கொடுக்கப்பட்டுவந்தது.[2] காலம் குறிப்பிடப் படாத ஒரு ஆதாரத்தில், தென் ஆர்க்காடு மாவட்டம் பனையா வரம்[3] என்ற கிராமத்தில் இலவசப் பள்ளி இருந்ததாகச் சொல்லப்படுகிறது. இந்தப் பள்ளி, இந்த வகையைச் சேர்ந்ததாக இருந்திருக்கக்கூடும். கல்லில் சாசனங்களைப் பொறிக்க கல் தச்சர்களும், செப்புப் பட்டயங்களில் மானியங்கள் முதலிய வற்றைப் பொறிக்க கன்னார்களும் எங்குப் பார்த்தாலும் இருந் தார்கள். அவர்கள் பெரும்பாலும் கலையழகுடன் பிழையின்றியும் தங்கள் வேலையைச் செய்திருப்பது இன்னும் நமக்கு வியப் பூட்டுகிறது. கல்வெட்டுக்கள், செப்பேடுகள் பலவற்றில் வார்த்தைகளும், சொற்றொடர்களும் கொச்சையாயும், மருவியும், மாறியும் சிதைந்தும் திரிந்தும் இருக்கின்றன. இதிலிருந்து அந்தத் தொழிலாளர்கள் பெரிய படிப்பாளிகள் அல்லர், எழுத்துக்கூட்டி எழுதப் படிக்க மட்டுமே தெரிந்தவர்கள் என்று கருதலாம். உள்ளூர் ஆட்சிக்கும் மத்திய அரசாங்க நிர்வாகத்துக்கும் ஏராளமான ஆவணங்கள், ஆதாரங்களை வைத்திருக்க வேண்டியதிருந்தது. அதற்காக அதிகாரிகளும் உதவியாளர்களும் (எழுத்தாளர்களும்) மிகப் பெரிய அளவில் நியமிக்கப்பட்டார்கள். அக்காலத்தில் உத்தியோகங்களை விரும்பியவர்கள், அதற்காக முறையாகப் படித்து ஓரளவு புலமை பெற்றிருந்தார்கள். வளர்ந்து வந்த சோழப் பேரரசின் விரிவான அரசாங்க அமைப்புக்கும், அதிகாரிகளின் பெருக்கத்துக்கும் இவ்வாறு படித்தவர்கள் பெரிய அளவில் தேவைப்பட்டனர்.

பொதுமக்கள் கல்வி

பொதுமக்கள் பரவலான கல்வியறிவு பெற வசதியாக, இராமாயணம், மகாபாரதம் போன்ற தேசிய இதிகாசங்களையும் புராணங்களையும் படிக்கவும், விவரமாக விமரிசனம் செய்யவும் கோயில்களிலும் மற்றப் பொது இடங்களிலும் போதிய ஏற் பாடுகள் செய்யப்பட்டிருந்தன. சிலசமயம் குறிப்பிட்ட சமயத்தினரின் கண்ணோட்டப்படி சிவதர்மம்,[4] சோமசித்தாந்தம், ராமனுஜபாஷ்யம் போன்ற தத்துவ சாஸ்திரங்கள் எடுத்துச் சொல்லப்பட்டன.

உயர்கல்வி

உயர்கல்வி, ஜாதி தழுவியே கற்பிக்கப்பட்டு, மடங்களையும் கோயில்களையும் சார்ந்த பள்ளிக்கூடங்களிலும் கல்லூரிகளிலும் பயிலப்பட்டது. மடம், பள்ளி, விஹாரம் ஆகிய பள்ளிக் கூடங்களில் பெரிய நூல் நிலையங்கள் இருந்தன. கையெழுத்துச் சுவடிகள் படியெடுக்கப்பட்டதால் பல துறைகளைப் பற்றியும் அறிவுத் தொகுதிகள் முந்தின தலைமுறையை விடக் கூடுதலாக இருந்தன. தனிப்பட்ட ஆசிரியர்களுடைய மேற்பார்வையில் பிரபாகரரின் மீமாம்சம்[5] இலக்கணம் (வியாகரணம்)[6] போன்ற குறிப்பிட்ட படிப்புகளுக்காக எண்ணிறந்த சிறு அறக் கட்டளைகள் ஏற்பட்டிருந்தன. இது தவிர, பொதுவான உயர் கல்விக்காகவும் கல்லூரிகள் இருந்தன. அவற்றில் பல துறை களைப் பற்றிய படிப்புக்கு வகை செய்யப்பட்டிருந்தது. தவிரவும் ஒரே பெரிய கட்டடத்துக்குள் இல்லாவிட்டாலும் ஓர் ஊரிலேயே ஏராளமான ஆசிரியர்களும் மாணவர்களும் தங்கி இருக்க வும், கலந்து உரையாடவும் வேண்டிய எல்லா வசதிகளும் செய்யப்பட்டிருந்தன. இந்தப் பெரிய ஸ்தாபனங்களுக்குத் தேவையான அறக்கட்டளைகள் யாவும் இருந்தன. ஒவ்வொரு படிப்பிலும் சேருவதற்கு விரும்பிய பலருள் மிகத் தகுதியான வர்கள் மட்டுமே, பொறுக்கி எடுக்கப்பட்டு, இந்தக் கல்லூரியில் இலவசமாகப் படிக்கச் சேர்த்துக்கொள்ளப்பட்டார்கள், ஈட்சிங்க (I-tsing) போன்ற கூர்மையான அறிவுக் கண்ணோட்டம் கொண்ட வெளிநாட்டார் எவரும் மத்திய காலத்தில் தென்னிந்தியாவில் சிறப்புடன் விளங்கிய இந்தக் கல்லூரிகளைப் பற்றி விவரமாக நமக்கு எழுதிவைக்கவில்லை. புதைந்துகிடந்து திடீரென்று சில நூற்றாண்டுகளுக்குப் பிறகுப் புதைபொருள் ஆராய்ச்சியளரால் தோண்டிப் பார்க்கப்படும் பாக்கியமும் இந்தக் கட்டடங்களுக்குக் கிடைக்கவில்லை. ஆனால், அக்காலத்துக் கல்வெட்டுக்கள் சில தகவல்களைத் தருகின்றன. ஹிந்துக்களுடைய இந்த உயர்கல்விக் கூடங்கள் அக்காலத்தில் எத்தகைய பெரிய பணி செய்தன; அவற்றைப் பொதுமக்கள் எவ்வளவு தூரம் நன்றி பாராட்டிப் போற்றினார்கள், என்பதை அந்தக் கல்வெட்டுக்கள் சொல்லுகின்றன. சண்டோகக் கிடைப் புரம் என்ற வேத பாடசாலை ஒன்றிற்கு (வட ஆர்க்காடு மாவட்டம், கப்பலூர்) காமப்புல்லூர் கிராமசபை (ஆளுங்கணம்) அங்கத்தினர் ஒருவர் அதற்கு அறக்கட்டளை ஏற்படுத்தியதும் முதலாவது பராந்தகன், சுந்தர சோழன்[6a] ஆகியவருடைய ஆட்சிக் காலங்களால் உண்டான இரு கல்வெட்டுக்கள் உறுதிப்

படுகிறது. கி.பி.999 அளவில் (இப்போது செங்கற்பட்டு மாவட்டத்தில் ஆனூர் என வழங்கும்) அனியூர் மகாசபை, வேதம், இலக்கணம் (அஷ்டாத்தியாயி) முதலிய பாடங்கள் சொல்லிக்கொடுப்பதற்கு **பட்டவிருத்தி** ஏற்பாடு செய்திருந்தது. அந்தப் **பட்டர்**, வேதத்தில் ஆழமான புலமை பெற்றிருக்க வேண்டுமென்றும், **பாணினி வியாக்ரனம்**, அலங்காரம், மீமாசத்தில் 20 அதிகாரங்கள் ஆகியவற்றைச் சொல்லிக்கொடுக்கும் திறமை பெற்றவராய் இருக்கவேண்டுமென்றும் விதிகள் வகுக்கப் பெற்றிருந்தன. அவர் தன்னுடைய மாணவர்களுக்குப் பாடம் சொல்லிக்கொடுப்பதோடு மட்டுமின்றி அவர்களுக்குச் சாப்பாடு போட வேண்டுமென்றும் கட்டளையிடப்பட்டிருந்தது, மீமாம்சத்தில் 20 அதிகாரங்கள் என்று குறிப்பிடப்பட்டிருப்பது முக்கியமாகக் கவனிக்கத்தக்கது. இப்போது 16 அதிகாரங்கள் மட்டுமே கிடைக்கின்றன. எஞ்சிய 4 அதிகாரங்கள் நமக்குக் கிடைக்காமல் அழிந்துவிட்டன. முதலாம் இராஜராஜன் காலத்தில்[6b] அவை வழக்கில் இருந்தமையால் பாடமாகச் சொல்லிக் கொடுக்கப்பட்டுவந்தன.

எண்ணாயிரம்

முதலாவது இராஜேந்திரன் ஆணைப்படி அவன் காலத்தில் தென் ஆர்க்காடு மாவட்டம் (எண்ணாயிரம்) இராஜராஜ சதுர் வேதிமங்கலத்துச் சபையார், அந்த ஊர்க் கல்லூரியில் பயின்ற மாணவர்களுக்குச் சாப்பாடு போடுவது என்றும், ஆசிரியர் களுக்கு ஊதியம் கொடுப்பதற்கு ஏற்பாடு செய்வதென்றும், அரசாங்க அதிகாரி ஒருவன் முன்னிலையில் முடிவு செய்திருந்தார்கள்.[7] கல்லூரி ஏற்கெனவே நடந்து வந்ததா அல்லது இவ்வாறு நன்கொடைகள் கொடுக்க இராஜேந்திரன் தாராளமாக முன்வந்த பிறகு, கல்லூரி தொடங்கப்பெற்றதா என்பது கல்வெட்டு வாசகத்திலிருந்து தெளிவாகத் தெரியவில்லை. அது எப்படியாயினும் இருக்கட்டும். கல்லூரியின் மாணவர் தொகையும், பல்வேறு துறைகளில் மாணவர்களுக்கு இருந்த ஆர்வமும், ஒவ்வோர் ஆசிரியர்களுக்கிடையே நிலவிய சம்பள வேறுபாடுகளும், அதையொட்டி அவர்கள் பால் இருந்த மதிப்பில் வேறுபாடுகளும், பல படிப்புக்களைப் பயின்ற மாணவர்களுக்காகச் செலவு செய்யப்பட்ட சராசரித் தொகையும் கல்வெட்டில் விவர மாகச் சொல்லப்பட்டிருக்கிறது. இளநிலை மாணவர்கள் 270 பேரும், முதுநிலை மாணவர்கள் 70 பேரும், ஆசிரியர்கள் 14 பேரும் இருந்திருக்கக்கூடும் என்று தெரிகிறது. பிரமச் சாரிகளான இளநிலை மாணவர்கள் 270 பேரும் ரூபாவதார

இலக்கணத்தை 40 பேரும் படித்தார்கள். ஏனையோர் மூன்று பிரிவினராக-ரிக் வேதத்தை 75 பேரும், யஜுர் வேதத்தை 75 பேரும், வாஜசனேய சாமவேதத்தை 20 பேரும், சண்டோக சாம வேதத்தை 20 பேரும், தலவாகர சாம வேதத்தை 20 பேரும், அதர்வ வேதத்தை 10 பேரும், எஞ்சிய 10 பேர் பௌதாயன கிருஷ்ய சூத்திரம், பௌதாயன கல்ப சூத்திரம், பௌதாயன ஞான சூத்திரம் ஆகியவற்றையும் படித்தார்கள். இந்த இளநிலை மாணவர் ஒவ்வொருவருக்கும் நாள்தோறும் ஆறு நாழி நெல் கொடுக்கப்பட்டது. சாத்ரர் அல்லது முதுநிலை மாணவரான 70 பேருக்கு, ஒவ்வொருவருக்கும் பத்து நாழி நெல், தினசரி கொடுக்கப்பட்டது. உயர்ந்த (மேம்பட்ட) பாடங்களான வியாபரணத்தை அவர்களில் 25 பேரும், பிரபாகர மீமாம்சத்தை 35 பேரும், வேதாந்தததை 10 பேரும் படித்து வந்தனர். இந்தப் பாடத்திட்டத்தில் நான்கு வேதங்களும் இடம் பெற்றபோதும், ரிக் வேதத்தில் ஒரு சூத்திரம் மட்டுமே கற்பிக்கப்படுவது சிந்தனைக்குரியது. தென்னிந்தியாவில் சமஸ்கிருதப் படிப்பு வரலாற்றில் குறிப்பிடத்தக்க அம்சங்களாக (1) இராஜேந்திரன் ஆட்சியில்[8] சமஸ்கிருத இலக்கணக் கூறு களுக்கு ஓர் அறிமுகமாக ரூபாவதாரம் உபயோகிக்கப்பட்டது, (2) பட்டரின் தத்துவத்தை முற்றிலும் புறக்கணித்துப் பிரபாகரரின் மீமாம்சத்திற்குச் சிறப்பான முறையில் ஆதரவு கொடுக்கப்பட்டது,[8a] (3) அந்தக் கல்லூரி முழுவதுமே ஒரு வைஷ்ணவ ஸ்தாபனமாக இருந்திருக்கக் கூடும். பாஷ்யக் காரரான ஸ்ரீராமானுஜருக்கு நெடுங்கால முன்னதாகவே விசிஷ்டாத்வைதக் கொள்கையைச் சார்ந்த வேதாந்தத்தைப் பாடத்திட்டத்தில் குறிப்பிடப்பட்டிருப்பது நம் விசேஷக் கவனத்திற்கு உரியன.

ஆசிரியர்களுள் கூடுதலான ஊதியமாக, நாளொன்றுக்கு $1\frac{1}{3}$ கலம் நெல், வேதாந்தப் பேராசிரியருக்குக் கொடுக்கப்பட்டது. மீமாம்சமும், வியாகரணமும் சொல்லிக்கொடுத்த ஆசிரியர் களான நம்பிகளுக்கு, இதற்கு அடுத்தபடியான ஊதியம்-தினசரி ஒரு கலம் கொடுக்கப்பட்டது. மற்ற ஆசிரியர்களுக்கு ஒரே அளவான ஊதியம்-தினசரி ¾ கலம் அல்லது 3 குறுணி - கொடுக் கப்பட்டது. தானியமாகக் கொடுக்கப்பட்ட இந்த ஊதியம் தவிர, (வேதாந்தப் பேராசிரியர்கள் நீங்கலாக) எல்லா ஆசிரியர்களுக்கும் சாத்திரர் (முதுநிலை மாணவர்களு)க்குத் தங்கமும் கொடுக்கப் பட்டது. வியாகரண, மீமாம்ச ஆசிரியர்கள், தாங்கள் சொல்லிக் கொடுத்த ஒவ்வொரு மாணவனுக்கும் கழஞ்சு விகிதம் படிப்புக்

காலம் முழுவதற்குமாக முறையே எட்டுக் கழஞ்சுகளும் 12 கழஞ்சுகளும், ஏனையோர் ஒரு வருடத்திற்குத் தலைக்கு ½ கழஞ்சு வீதமும் பெற்று வந்தனர். வேதாந்தம் சொல்லிக் கொடுத்துப் பணம் சம்பாதிப்பது சட்டப்படியும், வழக்கப்படியும் தடை செய்யப்பட்டிருந்தது. வேதாந்த ஆசிரியருக்குத் தங்கம் கொடுக்கப்படாதிருந்ததற்கு இதுவே காரணமாக இருந்திருக்கக் கூடும்.

திருபுவனி

எண்ணாயிரத்தில் இருந்தது போன்று ஒரு கல்லூரி , புதுச் சேரிக்கு அருகேயுள்ள திருபுவனியிலும் நடத்தப்பட்டு வந்தது.[9] இங்கு 260 மாணவர்களும் 12 ஆசிரியர்களும் இருந்தனர். எண்ணாயிரத்தில் சொல்லிக் கொடுக்கப்பட்ட பாடங்களே பெரும்பாலும் இங்கேயும் கற்பிக்கப்பட்டன. பிரபாகரம் குறிப் பிடப்படவில்லை. ஆனால், சத்யா சாத சூத்திரங்கள், மனு சாஸ்திரம், வைகானஸ சாஸ்திரம், மற்றும் பாரதம், இராமா யணம் ஆகிய புதிய பாடங்கள் திருபுவனியில் சொல்லிக் கொடுக்கப்பட்டன. பாரதமும் இராமாயணமும் பாடமாகக் கற்பிக்கப்பட்டதைக் காட்டிலும், திரளான பொது மக்களுக்கு கதாகாலக்ஷேபம் போல விரிவுரையாக எடுத்துச் சொல்லப் பட்டிருத்தல் வேண்டும். மாணவர்களுக்கும் ஆசிரியர்களுக்கும் அன்றாட ஊதியம் தானியமாக, இளநிலை மாணவர்களுக்கு ஆறு படி நெல்லும், முதுநிலை மாணவர்களுக்கு எட்டுப் படி நெல்லும் அளந்து கொடுக்கப்பட்டது. வேதாந்த ஆசிரியருக்கு $1\frac{1}{6}$ கலமும், ஏனைய ஆசிரியர்களுக்கு ஒரு கலம் முதல் ¼ கலம் வரையும் கொடுக்கப்பட்டது. கி.பி.1048-ல் இராஜாதிராஜ னின் 30-ம் ஆண்டு கல்வெட்டில் இந்த விவரங்கள் அடங்கி யிருக்கின்றன. சபையில் தீர்மானப்படி, கிராம சபைக் குழுக்களில் பணி புரிவதின்றும் ஆசிரியர்களுக்கும் மாணவர்களுக்கும் விலக்கு அளிக்கப்பட்டிருப்பதாயும், இந்தக் கல்வெட்டில் காணப்படுகிறது.

திருமுக்கூடல்

அடுத்து, கி.பி.1067-ல் 10 வீரராஜேந்திரனுடைய திரு முக்கூடல் கல்வெட்டு. இது மிகவும் புகழ் பெற்றது. இவ்வூர் மஹா விஷ்ணு கோயிலின் வரவு செலவு முழுவதும் மிக நுண்ணிய விவரங்களுடன் இந்தக் கல்வெட்டில் பொறிக்கப்பட்டிருக்கிறது. ஒரு கல்லூரி, ஒரு மருத்துவமனை ஆகியவற்றின் செலவுகளும் பட்டியலில் சேர்க்கப் பெற்றிருக்கின்றன. எண்ணாயிரத்திலிருந்த

கல்லூரியுடன் ஒப்பிட்டு நோக்க, திருமுக்கூடல் கல்லூரி சிறியது. (ரிக்வேதம், யஜூர் வேதம் என்ற) இரண்டு வேதங்களும் ரூபாவதாரமும், வியாகரணமும் மட்டுமே கற்பிக்கப் பட்டன. ஓர் ஆசிரியர், இரு வேதங்களில் ஒவ்வொன்றுக்கும் பத்து மாண வர்கள், வியாகரணப் பள்ளியில் ஓர் ஆசிரியர், இருபது மாண வர்கள் ஆகியோருக்கு வகை செய்யப்பட்டிருந்தது. வேதம் சொல்லிக்கொடுத்த ஆசிரியர்களுக்கு ஒரு நாளைக்கு ஒரு பதக்கு நெல்லும், ஓர் ஆண்டுக்கு நான்கு பொற்காசுகளும் என்ற விகிதத்திலும், வியாகரண ஆசிரியருக்கு ஒரு நாளைக்கு ஒரு தூணி-இரண்டு பதக்கு-நெல்லும் ஓர் ஆண்டுக்குப் பத்துப் பொற்காசுகளும் கொடுக்கப்பட்டன. மூல நூலை, மாணவர்கள் வரிசையாக ஒப்புவிக்கும் இக்காலத்து அத்யாயன பாடசாலைக்குத் தான் வேதப்பாடசாலை என்று பெயரிடப்பட்டிருப்பதாகத் தெரிகிறது. மாணவர்களுக்கு ஒரு நாளைக்கு ஒன்றரை நாழி அரிசி என்ற அளவுப்படி சாப்பாடும், காய்கறியும் பிற உணவு களும் வழங்கப்பட்டதோடு, படுக்கப் பாயும் (ஓராண்டிற்கு 51 சனிக்கிழமை என்று கணக்கிட்டு) சனிக்கிழமைகளில் தலைக்கு எண்ணெயும், இரவில் படிப்பதற்கு ஒரு விளக்கும் ஒவ்வொரு மாணவர்க்கும் கொடுக்கப்பட்டன. பள்ளிக்கூடத்திற்கும், மாணவர்களுக்கும் தேவையான ஏவல் பணிகளைச் செய்ய இரு பெண்களும் வேலையில் நியமிக்கப்பட்டிருந்தனர்.

திருவாவடுதுறை மருத்துவப் பள்ளி

திருவாவடுதுறையில் கி.பி.1121-ல் விக்கிரம் சோழனுடைய மூன்றாம் ஆண்டுக் கல்வெட்டுக் காணப்படுகிறது.[11] மருத்துவம், இலக்கணம் பயிலும் மாணவர்களும், வாக்பாதருடைய அஷ்டாங்க இருதயம், சகரகசம்ஹிதை, ரூபாவதாரம் ஆகிய வற்றைப் பயிலுபவர்களும், அந்த ஊர் மடத்தில் இலவசமாக உணவு உண்ணும் உரிமை பெற்றிருப்பதாக அக்கல்வெட்டுத் தெரிவிக்கிறது. இரண்டாம் குலோத்துங்கனின் பதிமூன்றாம் ஆட்சி ஆண்டில், வேதம், சாஸ்திரம் படித்த பத்து பட்டர் களுக்கும், ஒரு சிவாச்சாரியாருக்கும், ஒரு வைத்தியருக்குமாக தென்ஆர்க்காடு மாவட்டம் பெருவேளூரில் பன்னிரண்டு வேலி நிலம் ஒதுக்கப்பட்டிருந்தது. கோயிலுக்கு வடக்கேயும் மேற்கே யும், அவர்கள் அனைவருக்கும் வீடுகள் கட்டிக் கொடுக்கப் பட்டன. இந்தக் கட்டளையை ஏற்படுத்திய இராஜேந்தி சோழ சம்புவராயன், பட்டர்களுடைய நிலங்களை உழுத வேளாளர் களுக்கு நிலங்கள் வழங்கினான். தேவதான நிலங்கள், அகர

நிலங்கள் ஆகியவற்றிற்கு விதிக்கப்பட்டிருந்த பாடிக்காவல் கட்டணத்தையும் நீக்கி அவன் இறையிலியாக்கித் தந்தான்.[11a]

திருவொற்றியூர் வியாகரணப் பள்ளி

கி.பி.1813-ல் திருவொற்றியூரில் ஏற்பட்ட கல்வெட்டு சிவபெருமான் 14 வியாகரண சூத்திரங்களைப் பாணினிக்கு விளக்கிக் கூறிய கதையை நினைவுபடுத்துகிறது. அந்த நிகழ்ச்சி திருவொற்றியூர் கோயிலுள்ள வியாகரண-தியான-மண்டபத்தில் நடந்ததாக அக்கல்வெட்டுக் கூறுகிறது. வியாகரணப் பள்ளிக் கூடம், அந்த மண்டபத்தில் நடந்து வருவதற்கும், மண்டபத்தைப் பழுதுபார்த்து ஒழுங்காக வைத்திருப்பதற்கு ஏற்படும் செலவு களுக்காவும் மூலதன நிதியாக 65 வேலி நிலம் மானியமாக விடப்பட்டிருப்பதாயும் அக்கல்வெட்டுத் தெரிவிக்கிறது.[11b]

தஞ்சை மாவட்டத்திலுள்ள திருவிடைக்கழியில் மற்றொரு கல்வெட்டு கிடைக்கிறது. அதன் காலம் கி.பி.1229. மலையாளச் சீமை[12]யிலிருந்து அங்கு வந்து, வேதாந்தம் பயிலும் பிராமண மாணவர்க்கு, உள்ளூர் மடத்தில் இலவசமாகச் சாப்பாடு போடுவதற்குக் கல்வெட்டில் கண்ட ஆணை வகை செய்கிறது. ஆண்டுக் குறிப்பிடாத மற்றொரு கல்வெட்டு உள்ளது. அது ஒருவேளை 13-ம் நூற்றாண்டின் பிற்பகுதியில் ஏற்பட்டிருக்கலாம். ஸ்ரீரங்கம் கோயிலில் பாலபள்ளி நீலகண்ட நாயகர் என்பவர் ஒரு நூல் நிலையம் (சரஸ்வதி பண்டாரம்) அமைக்க அடிப்படை ஏற்பாடுகள் செய்ததை அக்கல்வெட்டுத் தெரிவிக்கிறது. நூலக மண்டபத்தில் ஹயகி ரீவர், சரஸ்வதி வேதவியாசர் திருவுருவங்களை வைப்பதற்கும் அவற்றிற்குத் தினசரி பூஜை நடப்பதற்கும் இவர் வகை செய்திருந்தார்.[12a] காமரசவல்லியில் கி.பி.998-ல் செய்யப்பட்டிருப்பதுபோல, இங்கும் தலவகாரகாமத்தின் பகுதிகளை மனப்பாடம் செய்து ஒப்புவித்தவர்களுக்குப் பரிசுகள் வழங்குவதற்காகப் பல கட்டளைகள் ஏற்படுத்தப்பட்டிருந்தன.[13] புலமை பெற்றவர்கள் கூடியிருந்த வேம்பத்தூர் கடிகை போன்ற பிற அமைப்புக்களும்[14] இருந்தன. அவற்றின் பெயர்கள் மட்டும் நமக்கும் இப்போது கிடைத்திருக்கின்றன.

தமிழ்ப் படிப்பு

சமஸ்கிருதத்தில் உயர்படிப்பு முறை அமைந்திருந்தது குறித்து நமக்கு மேற்கண்ட விவரங்கள் தெரிகின்றன. ஆனால்,

அதே காலத்தில் தமிழ்க் கல்வியின் தன்மை எவ்வாறு இருந்தது என்பது பற்றி நம்பிக்கையான ஆதாரங்கள் எதுவும் கிடைக்கவில்லை. தமிழ் நாடெங்கும் மடங்கள் (ஆதீனங்கள்) இருந்ததாகக் கல்வெட்டுக்கள் குறிப்பிடுகின்றன. சமயத் துறையிலும் பிற துறைகளிலும் தமிழ் மொழியில் கல்வியை ஊக்குவிப்பதில் இந்த மடங்கள் கேந்திரமான நிலையங்களாக விளங்கியது உறுதி. கோயில்களில் **திருப்பதியம்** பாடுவதற்காக ஓதுவார்களுக்குப் பயிற்சி கொடுப்பதை, இப்போதுபோல முன்னரும், மடங்கள் தங்களுடைய முக்கியத் தொண்டுகளில் ஒன்றாகக் கொண்டிருந்தன என்று நாம் உறுதியாக நம்பலாம்.

குறிப்புகள்

1. எல்பின்ஸ்டன்- "இந்தியாவின் சரித்திரம்"[5] பக்.205.
2. 17/1920,
3. 323/1917.
4. 321/1917; 403/1896; 493/1919.
5. 233/1911; 333/1923.
6. 18/1898; 202/1912.

6a. 268, 269, 270/1938-39. ஏ.ஆர்.இ. II, 12.

6b. 76/1932-33. ஏ.ஆர்.இ. 22. இருபது அதிகாரங்களைப் பற்றி பிராஜ்னா பாடசாலா மண்டல கிரந்தமாலா பதிப்பித்த **"மீமாம்ச தரிசனம்"** என்ற நூலைப் படிக்கும்படி என். எல். ராவ் என்னைக் கேட்டுக்கொண்டிருக்கிறார்.

7. 333/1917, ஏ.ஆர்.இ. 1918.

8. ரூபாவதாரத்தின் ஆசிரியரான தர்மகீர்த்தி, 12-ம் நூற்றாண்டினர் என்று, எம். ரெங்கசாரியா, அவருடைய பதிப்பில் பக்கம் xv-ல் சொல்லியிருக்கிறார். ஆனால், 12-ம் நூற்றாண்டிற்கு மிகவும் முன்னரே தர்மகீர்த்தி வாழ்ந்திருக்க வேண்டும்.

8a. "எல்லாவகை அறிவும் ஏற்றுக் கொள்ளத் தக்கதே" என்று வைஷ்ணவ வசிஷ்ட அத்வைதமும், பிரபாக மீமாம்சமு ஏற்கும் (அறிவின் ஆதாரத்தையும் அறியும் முறைகளையும் ஆராயும் இயல் துறைக்கு) கொள்கை இதற்குக் காரணமாய் இருக்கலாம்.

9. 176/1919.
10. 182/1915. இ.ஐ. xxi, பக். 220.
11. 159/1925.

11a. 512/1937-38, ஏ.ஆர்.இ. II, 38,

12. 276/1925.

12a. 139/1938-9, ஏ.ஆர்.இ. II, 70.

13. 76/1914; 343/1917. எண்ணாயிரம் கல்வெட்டு, எல்லா வேதங்களையும் ஒப்பிட்டவர்களுக்கு நன்கொடை அல்லது அன்பளிப்புக்கள் வழங்குவதற்கு வகை செய்கிறது.
14. 293/1908.

அதிகாரம் 25

சமயம்

சமயமும் மடமும்

இடைக்கால இந்து சமயம் தென்னிந்தியாவிற்கு அன்பளிப்பாக வழங்கிய இருபெரும் நிறுவனங்கள் சமயமும் மடமும். சோழர் காலத்தில் இவை படிப்படியாக வளர்ச்சி பெற்று, அவை பொதுமக்களுடைய கவனத்தையும் பணக்காரர்களுடைய அருள் உள்ளத்தையும் (உள்ளன்பையும்) ஈர்த்தன. இதனால் புத்த விகாரம், சமணப்பள்ளி இரண்டையும்விட, உயர்ந்த நிலையில், உறுதியான இடத்தை அவை பெற்றன. நம் காலம் வரை இடையூறும் இடைவெளியும் இன்றி, இந்த ஸ்தானத்தை அவை தக்க வைத்துக் கொண்டிருக்கின்றன. மாறுபட்ட மதங்களுக்கிடையே நிகழ்ந்த போராட்டங்களில், வேதத்தின் புனிதத்தன்மைகூட மறுக்கப்பட்டது; கடவுள் உண்டா என்ற கேள்வியையும் சிலர் கேட்கத் துணிந்தனர். இந்த எதிர்ப்பால், இந்துக்கள் தங்களுக்குள் இருந்த வேற்றுமைகளை மறந்து ஒன்று பட்டு கடவுள் நம்பிக்கையில் உறுதிப்பாடு கொண்ட அனைவரும் ஒன்று சேர்ந்தனர். அந்த நம்பிக்கையின் தன்மையில் அவர்களுக் கிடையே எவ்வளவோ கருத்து வேறுபாடு இருந்தாலும், ஒரே இறைவனின் மூன்று அவதாரங்களான திருமூர்த்தி வழிபாடு என்ற அடிப்படையில், இந்தக் கடவுள் நம்பிக்கை அல்லது ஆஸ்திகம் அமைந்தது.

பின்னணி

எட்டு, ஒன்பதாம் நூற்றாண்டுகளில் தென்னிந்தியாவில் இந்து மதத் தலைவர்களாகக் குமாரிலர், சங்கரர் என்ற இருவர் தோன்றினர். நாம் நினைக்கிறமாதிரி யாரும் கொடுமைப்படா விட்டாலும்,[1] நாத்திகர்களுடனும் போட்டி மதத்தார்களுடனும்,

அவர்தான் பழங்கால பிராமணியத்துக்காக முழுமூச்சுடன் போரிட்டார்கள். ஒரு சமயத்தார், இன்னொரு சமயத்தாரை பல வகையாக வஞ்சித்தார்கள் அல்லது இம்சித்தார்கள் என்பதாகப் பொதுமக்கள் நம்புகிற வரலாறுகள் யாவும் கட்டுக் கதைகளே; மூடப் பக்தியினாலும் சான்றுகள் இல்லாமல் நம்புகின்ற இயல்பாலும் **'பெரிய புராணத்'**தின் ஆசிரியர் இந்தக் கற்பனைக் கதைகளுக்கு மெருகு கொடுத்து இசையமைந்த செய்யுட்கள் மூலம் அவற்றைப் பரப்பிவிட்டார். பிற்காலப் புத்த மதத்தின் தியானத்தன்மை, வெளிப்படையான அமைப்பு முறை ஆகியவற்றின் பெரும்பான்மையான கூறுகளை, சங்கரர் தலைமையில் இந்து மதம் ஏற்றுக்கொண்டது. பிற்காலத்தில் புத்த மதம் தென்னிந்தியா விலிருந்து அடியோடு அகற்றப்பட்டதற்கு இதுதான் முக்கிய காரணம், சங்கரருடைய கொள்கைக்கு விரோதமாக இருந்தவர்கள், அவர் மாறுவேடத்தில் புத்தமதச் சார்பாளராக இருக்கிறார் என்று அவரைக் குறை சொன்னதற்கு இதுவே முக்கிய காரணம் எனலாம்.

கவர்ச்சியான ஒரு கற்பனைக் கதை

இந்துக்களுடைய நம்பிக்கைகளுக்கு மாறுபட்டவர்களுடைய கருத்துக்களை எதிர்த்து, சங்கரர் காலத்திற்கு நீண்டகாலம் முன்னரே, சைவ நாயன்மார்களும் வைணவ ஆழ்வார்களும் போரிட்டனர். மக்களை ஈர்க்கும் பாடல்களைப் பாடிய இந்த ஆன்றோர்கள், ஒரு பக்கம் வைணவத்தையும் இன்னொரு பக்கம் சைவத்தையும் வளர்த்து, ஆஸ்தீக உணர்ச்சியை ஊட்டினார்கள். இது, தமிழ்நாட்டின் சமய வரலாற்றில் தனிச் சிறப்புடையதாகும். தமிழ் நாடெங்கும் பலமுறை தல யாத்திரைகள் மேற்கொண்டு, புனிதமும் ஆற்றலும்கூடிய இந்தச் சான்றோர்கள், பக்திப் பாடல்களைப் பாடியும் ஆன்மீகப் பிரச்சாரம் செய்தும் சமயத் தொடர்பான இயக்கங்களை உருவாக்கியும் வந்திருப்பதையும் நன்றி பாராட்டும் வகையில் அழகான பல கற்பனைக் கதைகளைப் பிற்காலத்தவர் உருவாக்கியிருக்கிறார்கள். காலம், இடம் பற்றிய முரண்பாடுகள் இருந்தும்கூட, அவை சுவையாகவும் கவர்ச்சியாகவும் புனையப்பட்டிருப்பதை மறுப்பதற்கில்லை. ஞானசம்பந்தரும் திருமங்கை ஆழ்வாரும் சந்தித்ததாக ஒரு கதை சொல்லப்படுகிறது. "திவ்விய சூரிய சரித்திரம்"[2] என்ற நூலில்தான் இது முதல் தடவையாகக் காணப்படுகிறது. சமண மதத்தின் பரம எதிரியான சம்பந்தர், பௌத்த மதத்தின் பகைவனான

வைணவ பெரியார், திருமங்கை ஆழ்வாரைச் சந்திக்கவும் அவரைச் சீர்காழிக்கு அன்புடன் அழைத்து வருவதற்கும் சீர்காழியிலிருந்து புறப்பட்டுச் சென்றார். "பெருமாள் கோயிலில்லாத ஊரில் நான் கால் வைப்பதில்லை" என்று சொல்லி திருமங்கை ஆழ்வார், சம்பந்தரின் வேண்டுகோளை மறுத்துவிட்டார். ஓர் அர்ச்சகர், தன் வீட்டில் ஒரு பழைய விஷ்ணு விக்கிரகத்தை வழிபட்டுவருகிறார் என்றும், அந்தத் திருவுருவம் இப்போது பாழடைந்திருக்கும், ஒரு பழமையான கோயிலில் இருந்ததென்றும் சொல்லி, சம்பந்தர் அவரைச் சமாதானப்படுத்திவிட்டார். பிறகு சம்பந்தர், திருமங்கை ஆழ்வார் இருவரும் சீர்காழிக்குள் நுழைத்தனர். அங்கு திருமங்கை ஆழ்வார் சில பாசுரங்களைப் பாடினார். அவற்றைச் சம்பந்தர் பெரிதும் வியந்து போற்றினார். திருமங்கை ஆழ்வார் தம் ஊராகிய 'ஆலி' நகருக்குப் புறப்படுமுன் சீர்காழியில் சில சிவன் கோயிலைத் திருப்பணி செய்த செல்வர் சிலரே பெருமாள் கோயில் திருப்பணியையும் செய்து வைக்க ஏற்பாடு செய்தார். இதனால் சைவம், வைணவம் என்ற வேறுபாடு நீங்கிற்று. இப்படிப்பட்ட ஒரு நிகழ்ச்சி நடந்திராது என்பதே வரலாற்று அறிஞர் முடிவு.[3] எனினும் 11, 12-ம் நூற்றாண்டுகளில் தமிழ் வைணவர்கள் சைவ, வைணவ சமயத்தார்களின் பொதுக் குறிக் கோள்களில் கொண்டிருந்த நம்பிக்கைக்கும் ஆர்வத்திற்கும் இந்தக் கற்பனைக் கதை சான்று பகர்கிறது. வேதங்களுக்கு வலுவான எதிர்ப்பு இருந்த சூழ்நிலையில், அந்த எதிர்ப்பை மட்டுப்படுத்தவும் கட்டுப்படுத்தவும் ஆழ்வார்களும் நாயன்மார் களும் இணைந்து வேலை செய்தார்கள். எனவே, சமணத்திற்கு முதல் எதிரியாக இருந்து, காலமெல்லாம் சமணர்களுடன் போராடிய சம்பந்தரையும், பௌத்த மதத்தின் கடும் பகைவ னாகவும், வைணவப் பெரியார்களுக்குள் சம்பந்தருக்கு சமமாக விளங்கியவருமான திருமங்கை ஆழ்வாரையும் ஒன்றுசேர்க்க வேண்டுமென்று பிற்காலத்தவர் நினைத்தது இயல்பே. இந்தக் கதை, 11-ம் நூற்றாண்டிலும் 12-ம் நூற்றாண்டின் தொடக்கத் திலும் வழங்கிவந்தது. பிற்காலத்தில் பிறந்ததுபோன்ற ஓயாத சைவ, வைணவச் சண்டைகளும் மாச்சரியங்களும் அக்காலத்தில் கிடையாது என்பது இதிலிருந்து தெரியவருகிறது. ஸ்ரீஇராமா நுஜரை சோழர்கள் கொடுமைப்படுத்தினர் என்ற கதை, இந்து மதத்திற்குள்ளேயே ஒரு பிரிவினர், இன்னொரு பிரிவினர் மீது சீறி எழுந்து உட்பூசல் ஆரம்பமான கட்டத்தில் உண்டாகியிருக்க லாம். அதற்கு மாறுபட்ட மகிழ்ச்சியான காலத்தைப் பற்றிய

இன்பக் கனவுகளுக்கு உருவம் கொடுக்கச் சம்பந்தர்-திருமங்கை ஆழ்வார் சந்திப்பு என்ற கதை பிறந்திருக்கலாம்.

விஜயாலயச் சோழ வமிசத்தின்கீழ், தென்னிந்தியாவில் சைவ வைணவச் சமயங்களுக்கு ஒரு வெள்ளியுகம் தொடங்கிற்று. இந்த விடிவெள்ளியின் காலம் இன்னதென்று, இப்போது கிடைத் திருக்கும் ஆதாரங்களைக்கொண்டு குறிப்பிட முடியாது. நாயன்மார்களும் ஆழ்வார்களும் பாடிய பக்திப் பாசுரங்கள் 11-ம் நூற்றாண்டில் தொகுத்து வகைப்படுத்தப்பட்டன என்பதை மட்டும் உறுதியாகச் சொல்லலாம்.

சைவத் திருமுறைகள்

பன்னிரு திருமுறைகளில் இப்போது நமக்குக் கிடைத்திருக் கிற படி, சைவத் திருமுறைகளை ஒழுங்கு செய்து, வரிசைப் படுத்தி முறையாக வழங்கியிருப்பவர் நம்பியாண்டார் நம்பி; அவர் முதலாம் இராஜராஜ சோழர், முதல் இராஜேந்திரச் சோழன் இருவருக்கும் சம காலத்தவராக இருந்திருக்கலாம். 14-ம் நூற்றாண்டின் ஆரம்பத்தில் வாழ்ந்த உமாபதி சிவாச்சாரியார் நம்பி ஆண்டார் நம்பியின் வாழ்க்கை வரலாற்றை எழுதியிருக் கிறார். சுருக்கமான அந்தப் புராணத்தில் கற்பனைக் கதைகள் இருந்தபோதிலும், நம்பிக்கையிலும் அவருடைய பின்னோர்கள் கையிலும் திருமுறைகள் உருவான முறைபற்றி ஓரளவு செம்மை யாகச் சொல்லப்பட்டிருப்பதாகத் தோன்றுகிறது. இன்னும் பிற்பட்ட காலத்திலேயே திருமுறைகள் பதிப்பிக்கப்பட்டிருப்ப தாகச் சிலர் கருதுவர்.[4] இராஜராஜன் ஆட்சிக்காலத்துக்குப் பிந்தியவர்களான நம்பியின் செய்யுட்களும் கருவூர்த் தேவர் முதலிய சிலருடைய பாடல்கள் சேர்க்கப்பட்டிருப்பதும் நம்பி யாண்டார் நம்பி காலத்தவரான சோழ அரசனுக்கு "அபயன்", 'குலேசேகரன்' என்ற பட்டங்களை உமாபதி கொடுத்திருப்பதும் இவ்வாறு கருதுவதற்குக் காரணங்களும். நம்பியாண்டார் நம்பி காலத்திலேயே, பாசுரங்கள் முழுவதையும் திரட்டிச் சேகரிப்பதற்குப் பல சிரமங்கள் இருந்தன. சான்று; திருவிடை வாயிலைப் பற்றிய ஞானசம்பந்தர் தேவாரம், திருமுறைகளில் சேர்க்கப்படவில்லை. அது ஒரு கல்வெட்டிலிருந்து பத்திரமாக கிடைக்கிறது.[5] பாசுரங்கள் எழுதப்பட்டிருந்த ஓலைச்சுவடிகளில் பெரும்பகுதி கரையான் அரித்து அழிந்துவிட்டாதாகவும் ஒரு கதை வழங்குகிறது.

திருப்பதிகம்

கோயில்களில் இந்தப் பாசுரங்களையும் பாடுவது, இராஜ ராஜன் ஆட்சிக்கு நெடுங்காலத்திற்கு முன்பே ஒரு பழக்கமாக

ஏற்பட்டுவிட்டது. முதலாம் பராந்தகன் காலத்துக் கல்வெட்டுக்கள் திருச்சிராப்பள்ளி மாவட்டத்து லால்குடியிலும் அல்லூரிலும் காணப்படுகின்றன. கோயில்களில் அன்றாடப் பூஜையின்போது 'திருப்பதிகம்' பாடுபவர்களுக்குக் கட்டளைகள் ஏற்பட்டிருந்தது என்பது இந்தக் கல்வெட்டுகளிலிருந்து தெரிகிறது.[6] திருவல்லம் கோயில் ஊழியர்களின் பட்டியலில் - பராந்தகன் காலத்திற்கு முன்னரே பல்லவ விஜயநந்தி விக்கிரமவர்மன் காலத்திலேயே- திருப்பதிகம் பாடுபவர்களும் சேர்க்கப்பட்டிருக்கிறார்கள்.[7] பன்னிரு திருமுறைகள் என்ற பெயரில் இப்போது நமக்கு நம்பியாண்டார் நம்பியின் தொகுப்பாகவும் பதிப்பாகவும் கிடைத்திருக்கிற இந்தப் பாடல்கள் அவர் காலத்திற்கு முன்பே சிறந்த 'பக்தி இலக்கியம்' என்ற மதிப்பைப் பெற்றிருந்தன என்று தெளிவாகத் தெரிகிறது. இசை முழக்கத் தோடு இந்தப் பாடல்களை பாடுவதற்கு ஏராளமான கட்டளைகள்[8] வரிசையாகப் பல அரசர்கள் காலங்களில் ஏற்பட்டதைச் சோழ நாட்டு-தொண்டை நாட்டுக் கல்வெட்டுக்களில், முதலாம் பராந்தகச் சோழன் காலத்திலிருந்து பார்க்கிறோம். முதலாம் இராஜேந்திரன் காலத்தில் 'தேவாரநாயகம்' என்ற அதிகாரி குறிப்பிடப்படுகிறார். இதிலிருந்து இந்த வேலையைக் கவனிக்கவும் இது செம்மையாக நடைபெறுவதைக் கண்காணிக்கவும் தனியாக ஓர் அரசாங்கத் துறையே முறைப்படி நடந்துவந்தது என்று தெரிகிறது. அந்தத் துறை தஞ்சையில் மட்டும் செயல்பட்டதா அல்லது அதனுடைய அலுவல்கள் வேறு ஊர்களுக்கும் விரிவுபடுத்தப்பட்டிருந்ததா என்பது தெளிவாகத் தெரியவில்லை.[8a] தென் ஆர்க்காடு மாவட்டம் நல்லூரில், நல்ல நாயனார் கோயில், மாணிக்க வாசகர் இயற்றிய திருச்சாழலும் திருவெம்பாவையும் மற்றும் சாக்கைக் கூத்தும் விசேஷ நாட்களில் பாடுவதற்கும் ஆடுவதற்கும் மூன்றாம் குலோத்துங்கன் ஆட்சியில் ஏற்பாடு செய்யப்பட்டிருந்தது. திருவெம்பாவை முதல் பத்து, இரண்டாம் பத்து, கடைக்காப்பு என்று பிரிக்கப்பட்டு, ஒவ்வொரு பகுதியையும் பாடும் உரிமை பல்வேறு தேவரடியார்களுக்கும் விற்கப்பட்டது.[8b] அதே மாவட்டத்தில் உலக நல்லூர் உலகநாதர் கோயிலில் இன்ன இன்ன நாட்களில் யார் யார் ஆடவும் பாடவும் உரிமை பெற்றிருந்தனர் என்பது இன்னொரு கல்வெட்டில் பொறிக்கப்பட்டிருக்கிறது.[8c]

திவ்விய பிரபந்தம்

இக்காலத்தில் திவ்வியபிரபந்தத்தின் வரலாறும் இத்தகையதே. சைவத் திருமுறைகளைத் தொகுக்க நம்பியாண்டார்

நம்பி செய்த செயல்களை, திவ்விய பிரபந்தங்களுக்கு நாதமுனி மேற்கொண்டதாகக் கூறும் ஒரு மரபு உண்டு. அன்பில் செப்பேடுகளில்[9] சொல்லப்பட்டதாகத் தோன்றும் ஸ்ரீநாதனும் வைஷ்ணவத் துறவியுமான நாதமுனியும் ஒருவரே என்று ஒப்புக் கொள்ளப்பட்டால், அவர் காலம் கி.பி.9-ம் நூற்றாண்டின் இறுதியும் 10-ம் நூற்றாண்டின் ஆரம்பமும் ஆகும். இதைப் பற்றி நமக்குக் கிடைக்கும் - மிகக் குறைவான-ஆதாரங்களுக்கு ஏற்றதாகவும் இது இருக்கிறது. அன்பில் செப்பேடுகளிலிருந்து பல விஷயங்கள் தெரியவருகின்றன; இரண்டாம் பராந்தகனின் அமைச்சராக இருந்த அநிருத்தனின் குடும்பம் வைணவத்தில் அழுத்தமாக உட்புகுகிறது; புலமையின் திகழ்ந்த அவருடைய தகப்பனாருக்கு ஏராளமான சீடர்கள் இருந்தார்கள். அநிருத் தனின் தாயாரும் பாட்டனாரும் ரங்கனாதப் பெருமானிடம் எல்லையற்ற பக்தி பூண்டிருந்தார்கள். அவருடைய பாட்டனின் தகப்பனாரான ஆனந்தன், ஏழைகளுக்கும் வசதி இல்லாதவர் களுக்கும் வாரி வழங்கும் கருணை உள்ளம் படைத்திருந்தார். இவற்றிலிருந்து சமூகச் சமய வாழ்வில் வைணவம் கொண்டிருந்த பண்பு தெள்ளத் தெளியப் புலனாகிறது. முன்காலத்திய ஆழ் வார்கள் தொடங்கிய வேலையை நிறைவேற்றி வைத்தவர் வாழையடி வாழையாக வந்த ஆச்சாரியார்களுள் முதல்வர் என்று புகழப்படும் நாதமுனி. நாதமுனி ஏறத்தாழ அதே காலத்தில்தான் அமைச்சராக இருந்திருக்கவேண்டும்.[10] இவரைப்பற்றிச் சொல்லப் படும் கதையாவது; ஒரு நாள் குருகூரிலிருந்து நாதமுனியின் ஊருக்கு வந்த சிலர், சடகோபர் என்ற நம்மாழ்வார் இயற்றிய ஆயிரம் பாசுரங்களான திருவாய்மொழியிலிருந்து பத்துச் செய்யுட் களைப் பாடினார்கள். நாதமுனி அவற்றைக் கேட்டு இசை இன்பத்தில் மெய்மறந்தார். கடைசிச் செய்யுளிலிருந்து நம்மாழ் வார் இயற்றிய ஆயிரம் பாடல்களில் பத்துப் பாடல்கள் மட்டுமே கிடைத்திருக்கிறது என்பதை உணர்ந்து எல்லாப் பாடல்களையும் பெற்றுவிடலாம் என்ற நம்பிக்கையுடன் நம்மாழ்வார் பிறந்த குருகூருக்கு, நாதமுனி புறப்பட்டார். குருகூரில் விஷ்ணுவை (பெருமானை) வழிபட்ட பிறகு நம்மாழ்வாரைச் சந்திக்க விரும்பி புனிதமான புளியமரத்தின் அடியில் நாதமுனி அமர்ந்தார். சடகோபனின் கற்பனை உருவத்தையேனும் காண தனக்கும் போதிய யோக சக்தி இல்லாதிருப்பதை உணர்ந்து, நாதமுனி வருத்தமும் ஏமாற்றமும் அடைந்தார். பிறகு மதுரகவி, தன்னுடைய குருவான சடகோபனின்மீது பாடிய பாசுரத்தை 12 ஆயிரம் தடவை ஒப்புவிக்கும் திட்டத்தை அவர் மேற்கொண் டார். இதைக் கேட்டு மகிழ்ச்சியடைந்த சடகோபரும் மதுரகவி

யும் நாதமுனிக்குக் காட்சி கொடுத்து நான்கு பிரபந்தங்களின் அறிவையும் அவற்றின் முழு விளக்கத்தையும் அவர் பெறச் செய்தார்கள்.[11] அதன் பிறகு நாதமுனி, குருகூரில், தங்கி, பிரபந்தங்களைப் பற்றிய தியானத்தில் ஆழ்ந்திருந்தார். தன்னுடைய ஊரில் கோயில்கொண்டிருக்கும் வீரநாராயண கிருஷ்ணன் கட்டளை பெற்ற பிறகே, வீரநாராயணபுரத்திற்குத் திரும்பிச் சென்று பலரைத் திரட்டி, தெய்வீக இசை முழங்க அவர்களுடைய பாசுரங்களைப் பாடச் செய்தார்.[12]

இந்த வேடிக்கைக் கதைகளை வரலாற்று ஆராய்ச்சிக் கருவிகளாகக்கொண்டு ஆய்வு செய்வது வீண்வேலை. தங்களுடைய பெருமக்களையும் மக்கள் நினைவில் வைத்துக் கொள்ளச் செய்வதற்காக, இந்தியர்கள் கையாளும் முறைக்கு இது எடுத்துக் காட்டாகும். பாசுரங்கள் ஏற்பட்ட காலம், ஸ்ரீராமானுஜருக்கு[13] நீண்ட நெடுங்காலத்திற்குப் பிறகு தோன்றிய வியாக்யான கர்த்தாக்கள் காலம் ஆகிய இரண்டு காலப் பகுதிகளுக்கும் இடைப்பட்டதும் தென்னிந்தியாவில் வைஷ்ணவ வரலாற்றில் இரண்டாவது பெரிய பிரிவின் முதலாவது பெரிய ஆச்சாரியாரால், திவ்விய பிரபந்தங்கள் ஒழுங்குபடுத்தப்பட்டு அவற்றிற்குரிய இசைக் குறிப்புக்களும் முடிவுசெய்யப்பட்டன என்ற யூகத்திற்கு இது ஆதரவாக இருக்கிறது. இராஜராஜனின் ஆட்சியில் உக்கலிலுள்ள ஒரு கல்வெட்டில் 'திருவாய் மொழித் தேவர்' பெயர் குறிப்பிடப் பெற்றிருப்பது, பெருமாள் கோயில்களிலும் திருப்பதிகங்கள் பாடப் பெற்றது அவற்றிலிருந்த சைவமும் வைணவமும் ஒரே அளவில் ஒரே போக்கில் வளர்ச்சியடைந்தது உறுதிப்படுகிறது. முதலாம் இராஜேந்திரச் சோழனுடைய காலத்தில் உத்தரமேரூரில் ஏற்பட்ட இரண்டு கல்வெட்டுக்கள், இறைவனுக்குப் படைக்கப்பட்ட உணவுகளை (பிரசாதங்களை) பூஜை காலத்தில், திருப்பதிகம் பாடும் ஸ்ரீவைஷ்ணவர்களுக்கு வழங்குவதற்கு வகை செய்வதோடு[14] தொடர்ந்து கோயிலில் திருவாய் மொழியை ஓதுகிற மூன்று பேர்களுக்கு நில மானியம் வழங்கவும் வழி வகுக்கிறது.[15] கி.பி.1085-ல் உண்டான ஒரு கல்வெட்டு[16] ஸ்ரீரங்கம் கோயிலில் திருப்பள்ளி எழுச்சியின்போது திருவாய் மொழி ஓதுவதற்கு ஒரு கட்டளையை ஏற்படுத்தியிருக்கிறது. ஸ்ரீரங்கத்தில் ஒரு திருவிழாவின்போது மூன்று இரவுகளில் இறைவனுடைய சந்நிதிக்கு முன்னால் 'தோட்டருந்திறல்' எனத் தொடங்கும் குலசேகர ஆழ்வார் பாசுரம் பாடப்பட்ட செய்தி, கி.பி.1088-ம் ஆண்டு கல்வெட்டில் சொல்லப்பட்டிருக்

கிறது.17 திருக்கோயிலூரில் ஐப்பசி, வைகாசி மாதங்களில் நடை பெறும் திருவிழாக்களில் திருவாய்மொழியைப் பாடுவதற்கான ஏற்பாடுகள் கி.பி.1171-ல் இரண்டாம் இராஜாதிராஜனுடைய எட்டாம் ஆட்சி ஆண்டுக் கல்வெட்டில் பொறிக்கப்பெற்றிருக் கின்றன.18 காஞ்சியில் 58 பிராமணர்கள் ஒருங்கே கூடி ஒரு குழுவாகத் திருவாய்மொழியைப் பாடிய விவரம் கி.பி.1242-ம் ஆண்டுக் கல்வெட்டில் உள்ளது.19 திருக்கோயிலூரில் இருக்கும் ஒரு கல்வெட்டின் காலம் உறுதியாகத் தெரியவில்லை. அதன் மூலம் அவ்வூர் பெருமாள் கோயிலில் திருநெடுந்தாண்டகம் ஓதுவதற்காக ஒரு கட்டளை ஏற்பட்டிருந்தது என்று நாம் அறி கிறோம்.20 இறுதியாக, காஞ்சிபுரத்தில் தகுதியான ஒருவர் தொடர்ந்து இராமானுஜ பாஷ்யத்திற்கு வியாக்யானம் சொல்வதற்காக பாஷ்ய விருத்தி என்ற கட்டளை ஏற்பட்ட விவரம், மூன்றாம் குலோத்துங்கனுடையதாக இருக்கக்கூடிய ஒரு கல்வெட்டிலிருந்து தெரிகிறது.21 இன்னும் இத்தகைய செய்திகள் எத்தனையோ இருக்கின்றன.

திருமால்புரத்திலுள்ள பெருமானைப் புகழ்ந்து 'கோலனார் குழல்' எனத் தொடங்கும் திருப்பதிகம் அக்காலத்தில் இயற்றப் பட்டதை கி.பி.995-ம் ஆண்டுக் கல்வெட்டுத் தெரிவிக்கிறது.22 இவ்வாறு பாசுரங்களைப் பார்த்து எழுதப்பட்ட போலிப் பாசுரங்கள் அரிதாகவே உள்ளன. பிற்காலத்தில் எழுந்த சைவ சமயப் பாடல்கள் இடம் பெற்றிருப்பினும், மேலே நாம் சுட்டிக் காட்டிய போலிப் பாசுரங்கள் பக்தி இலக்கியங் களில் இடம் பெறவில்லை.

வேத பாராயணம் முதலியன

கோயில்களில் பக்திப் பாடல்களான பாசுரங்களைத் தமிழில் ஓதியதன் மூலம் சமஸ்கிருத வேதங்களோடு சேர்த்து அவற்றிற்கும், சைவர்களும் வைணவர்களும் மதிப்பு கொடுத் தார்கள் என்பது குறிப்பிடத்தக்கது. பூஜை காலத்தில் நாள் தோறும், பிராமணர்கள், கோயில்களில் வேதங்களை ஓதி வந்தனர் என்பது இக்காலத்திலும் பெரிய கோயில்களில் இருந்து வரும் பழக்கத்தால் மட்டுமன்றி, சோழர் காலத்தில் ஏற்பட்ட ஏராளமான கல்வெட்டுக்களாலும் தெரிகிறது.23 இத்தகைய ஆதாரங்களின் ஒன்றிரண்டு சிறப்பான கவனத்துக் குரியன. ஆருத்ரா தரிசன (திருவாதிரைத் திருநாள்) திருவிழா அன்று இரவு. ஆண்டுதோறும் நடைபெறும் பாராயணப் போட்டியில் பரிசு கொடுப்பதற்காகப் பண்டாரவடையில் ஒரு

ராஜகேசரியின் 14-ம் ஆண்டில் ஒரு கட்டளை ஏற்பட்டது.[24] அப்போது ஜெய்மினீய சாம வேதத்தில் குறிப்பிட்ட ஒரு பகுதியை, போட்டியில் கலந்துகொள்பவர்கள் மனனம் செய்து ஒப்புவிக்கவேண்டுமென்று வரையறுக்கப்பெற்றிருந்தது. சாதாரண நாட்களை விடத் திருவிழா நாட்களில் தெய்வ சந்நிதிக்கு முன்பாக வேதபாராயணம் செய்வதற்காகக் கூடு தலான ஆட்கள் நியமிக்கப்பட்டார்கள். இதற்காகவும் கட்டளைகள் ஏற்படுத்தப்பட்டிருந்தன.[25] இன்னும் மக்களிடையே பல பாராயணங்கள் மிகவும் பரவியிருந்தன. மக்களுடைய அறிவு வளர்ச்சிக்காகவும் நல்லொழுக்க மேம்பாட்டிற்காகவும் செய்யப்பட்ட இந்தப் பாராயணங்களைக் கல்வெட்டுக்கள் குறிப்பிடுகின்றன. ஆளுடைய நம்பியின் ஸ்ரீபுராணமும், மற்றும் சிவதர்மம்,[26] சோம சித்தாந்தம் என்பனவும் இவ்வகையின. இந்த நூல்களின் தன்மை இக்காலத்தில் தெளிவாகத் தெரியவில்லை. "பிரபோத சந்திரோதயம்" என்ற நூலில் காணப் படும் குறிப்பை நோக்க, சோம சித்தாந்தம் சைவ சமயத்தின் கபாலிகக் கொள்கையை விளக்கிக் கூறியிருப்பதாகத் தெரிகிறது.[27]

கோயில்கள்

புனிதமான பக்தி இலக்கியங்களைத் தொகுத்துப் பாது காப்பதோடு, சமய வாழ்க்கையில் ஏற்பட்ட மறுமலர்ச்சியால் ஆழ்வார்கள், நாயன்மார்கள் ஆகியோருடைய வாழ்க்கைத் தொடர்பால் புகழ் பெற்ற புண்ணியஸ்தலங்கள் எல்லா வற்றிலும் சிறியதும் பெரியதுமாய்க் கற்கோயில்கள் கட்டப் பெற்றன. சமய நிறுவனம் என்ற அளவில் தென்னிந்தியக் கோயில், காலத்தால் மிகப் பழமையானது. பிராமணீய, பௌத்த, சமண விக்கிரகங்கள் கொண்ட பல கோட்டங்கள் இருந்ததற்குச் சங்க இலக்கியங்கள்ஆதாரமாக உள்ளன. பழங்காலக் கோயில்கள், செங்கல், சுண்ணாம்பால் கட்டப் பட்டன. பல்லவர்கள் காலத்தில் கருங்கல் கோயில்களும் பாறைக் குள் குடையப்பெற்ற குகைக் கோயில்களும் உண்டாயின.[28] கல்லிலேயே கட்டுமானக் கோயில்களை அமைக்கும் கலையையும் தமிழர்கள் தெரிந்திருந்தார்கள். 'விசித்திர சித்தன்' என்ற பட்டப் பெயருடைய மகேந்திரவர்மன், உலோகம், மரம், செங்கல் இல்லாமல் ஒரு கோயிலைத் தன் முயற்சியாலும் தன் ஆட்சியிலும் கட்டி அனைவரையும் பிரமிக்கச் செய்தான்.[29] அவன் காலத்திற்குப் பிறகு இரண்டு நூற்றாண்டுகளில் கோயில் கட்டடக் கலையிலும் சிற்பக் கலையிலும் ஏற்பட்ட விரைவான

முன்னேற்றத்திற்கு அறிகுறியாகக் காஞ்சிபுரம் கைலாசநாதர் கோயிலும் மாமல்லபுரத்துக் கடற்கரைக் கோயிலும் உள்ளன. 9-10-ம் நூற்றாண்டுகளில், சோழ நாட்டில் கற்கோயில்கள் அங்கொன்றும் இங்கொன்றுமாக மிக அதிகமாகவே இருந்தன என்றும் விஜயாலயச் சோழர்களே இவ்வகையான கோயில்களை ஏராளமாகக் கட்டினார்கள் என்பதும் சமகாலக் கல்வெட்டுக் களால் தெரிகிறது. அன்பில் செப்பேடுகளின்படி முதலாம் ஆதித்தனின் ஆட்சிப் பெருமையெல்லாம் மலையிலிருந்து கடல் வரை காவிரிக்கரை நெடுக கோட்டைகள் போன்ற உயர்ந்த சிவன் கோயில்களைக் கல்லால் சமைத்தான் என்பதே. முதலாம் பராந்தகனின் கல்வெட்டுக்களிலிருந்து ஆதித்தனின் கோயில் திருப்பணிகளை அவன் பின்னவனும் தொடர்ந்து செய்து, சிதம்பரம் கோயிலுக்குப் பொற்கூரை வேய்ந்து புகழ் பெற்றான் என்று தெரிகிறது. மிகவும் பரவியிருந்த இந்தக் கற்கோயில் கட்டும் இயக்கத்தில் அரசர்கள் மட்டுமின்றி அவர்களுடைய அமைச்சர் களும், உறவினர்களும் கூட பெரும் பங்கு கொண்டு இந்த இயக்கத்தின் தலைவர்களாக விளங்கினர். அவர்களுள் ஒருவனான 'திருக்கற்றளிப் பிச்சன்' என்பவனின் கல் திருவுருவம் திருவாவடு துறையில் இன்னும் இருக்கிறது.[30] அவன் முதலாம் பராந்தகனின் ஊழியர்களுள் ஒருவன், படையெடுத்த இராஷ்டிரகூட மன்னனான மூன்றாம் கிருஷ்ணன் என்பவனும் தான் புதிதாகக் கைப்பற்றிய பகுதியில் காவேரிப் பாக்கத்துக் காலப்பிரியர் கோயில் உட்பட பல கோயில்களைக் கட்டினான்.[31] கண்ட ராதித்தச் சோழனின் மனைவியும் உத்தமச் சோழனின் தாயாரு மான செம்பியன் மாதேவி, இளமையிலேயே விதவையாகி, பிறகு நீண்ட காலம் வாழ்ந்தாள். அவள் தன் வாழ்க்கை முழுவதையும் கோயிற்பணிக்கே காணிக்கையாக்கினாள். அவளுடைய மகன், சிம்மாசனம் ஏறுவதற்குக் கடைப்பிடித்த முறை அவளுடைய தெய்வபக்திக்கு இழுக்கை அல்லது சோகத்தைத் தந்திருக்கலாம். எனினும், அவள் தன் மகனு டைய ஆட்சிக்காலம் முழுவதும், மற்றும் அவனுக்குப் பின்வந்த முதலாம் இராஜராஜன் காலத்திலும், ஏராளமான கோயில்கள் கட்டுவதற்குத் தன் செல்வத்தையும் செல்வாக்கையும் வழங்கினாள்.[32] செம்பியன் மாதேவி என்ற கிராமமும் அவள் ஏற்படுத்தியதே. அவளுடைய வாழ்வில் கடைசியாக அடிக்கல் போடப்பட்ட கோயில்களுள் ஒன்று கி.பி.1001-ல் தென் ஆர்க்காடு மாவட்டம் திருவக்கரையில் சந்திர மவுலீஸ்வரர் பிரதிஷ்டை செய்யப்பட்ட கற்கோயில் ஆகும். கோயில்களைத் திருப்பணி செய்தும், புதிய கோயில்களை உண்டாக்கியும்,

ஒரு சில சமயங்களில் இறந்தவர்களுடைய நினைவு ஆலயங்களாக அமைத்தும் கற்கோயில் கட்டும் வேலை சோழர் ஆட்சிக்காலம் முழுவதும் நடந்தவண்ணமாக இருந்தது. நம் காலத்திலும் இந்தப் பணி இன்னும் நடந்துகொண்டே இருக்கிறது. 11-ம் நூற்றாண்டின் ஆரம்பத்தில் ஏற்பட்டதும் உலகப்புகழ் பெற்றதுமான தஞ்சை, கங்கை கொண்ட சோழபுரம் கோயில்கள், சில வகைகளில் தென்னிந்தியக் கோயில்கள் எல்லா வற்றையும் விட மிக அழகாக அமைந்தவை.

சைவ சமயத்தின் நிலை

இராஜராஜ சோழனின் ஆட்சிக் காலத்துத் தஞ்சாவூர் கல்வெட்டுக்கள் அக்காலத்தில் சைவ சமயம் இருந்த நிலையை முழுமையாகவும் விவரமாகவும் தெரிவிக்கின்றன. ஏறத்தாழ ஒரு நூற்றாண்டு காலத்திற்குப் பிறகு, சேக்கிழாருடைய கவிதைச் சிறப்பால் தமிழ் நாடெங்கும் பரவிய நாயன்மார் கதைகளும் வரலாறுகளும், ஏற்கெனவே மக்களிடையே வழங்கிச் செல்வாக்குப் பெற்றிருந்தன. அவற்றில் சில, அக்காலத்திய இறை உருவங்களிலும் இடம் பெற்றன. பிற்கால வழக்கை நோக்க, நுண்ணிய விவரங்களில் சில வேறுபாடுகள் இருந்தன.[33] தென்னிந்திய சைவ சமயம் இந்தியாவில் ஏனையப் பகுதிகளில் நிலவிய சைவ சமயத்துடன் நெருங்கியும் உயிர்த்துடிப்புடனும் தொடர்புகொண்டிருந்தது. தஞ்சாவூர்க் கோயிலில் பூஜைகள் நடத்திய உடையார், சர்வசிவ பண்டிதருக்கும், ஆரிய தேசம், மத்யதேசம், கௌடதேசம் ஆகியவற்றில் வாழ்ந்த அவருடைய மாணவர்களுக்கும், மாணவர்களுடைய மாணவர்களுக்கும் முதலாம் இராஜேந்திரன், ஆச்சாரிய போகமாக ஆண்டுதோறும் ஏராளமான தானியம் கொடுத்து வந்ததிலிருந்து இது தெரிய வரும்.[34] பிற்காலச் சோழர் ஆட்சியிலும்கூட வட இந்தியாவுக்கும் தென்னிந்தியாவுக்கும் இவ்வகைத் தொடர்பு நீடித்துவந்தது என்பது மூன்றாம் குலோத்துங்கன் ஆட்சிக்காலத்துக் கல்வெட்டுக் களால் விளங்குகிறது. 'ஓம்காரதேவ இராவலர்' என்ற ஒருவர் 1204-ல் செங்கற்பட்டு மாவட்டம் திருப்பாசூரிலுள்ள இறைவனுக்கு, திருப்பவித்திரத்திற்குக் கட்டளை ஏற்படுத்தி ஏதோ பணம் கொடுத்தார். அந்த நன்கொடையாளரி, காசி (வாரணாசி) யிலுள்ள 'லக்ஷாத்யாய இராவல சந்தான'த்தின் ஞானசிவ இராவலரின் சீடர் என்று விவரிக்கப்பட்டிருக்கிறார்.[35] வாரணாசி பிக்ஷாமடத்தைச் சேர்ந்த மற்றொரு இராவலன், இதைவிட மூன்றாண்டுகளுக்குப் பிற்பட்ட (தஞ்சை மாவட்டம்) பந்தனை நல்லூர்க் கல்வெட்டில் குறிப்பிடப்பட்டிருக்கிறார்.[36]

(திருலோசன சிவாவின் **"சித்தாந்த சாராவலி"**) என்பதற்கு அவர் செய்த உரையில்[37] ஆனந்த சம்பு அங்குமிங்குமாக மேற்கோள் காட்டியுள்ள சில செய்யுள்களில் ஒரு மரபுக் கதை பேணப் பட்டுவருகிறது. "முதலாம் இராஜேந்திரன், கங்கைக் கரையிலிருந்து சைவர் சிலரை அழைத்துவந்து சோழ நாடெங்கும் பல இடங்களில் அவர்களை இருக்கச் செய்தான்" என்பதை அந்தக் கதை. இந்தியாவின் பல பகுதிகளிலும் இருந்த சைவ சாதனங்களுக்கிடையே இடைவிடாத தொடர்பு நிலவிய தற்கு இந்த மரபு சான்றாக இருக்கிறது.

எம்மதமும் சம்மதமே

பொதுவாகப் பார்க்கும்போது இக்காலத்தில், குறிப்பாக முற்பாதியில், மக்களுடைய சமய மனப்பான்மை குறுகிய தன்மையானதாகவோ, வெறிபிடித்ததாகவோ இல்லை. அரசர்கள் தங்கள் மதம், சமயம் ஆகியவை தவிர ஏனைய மதங்களும் சமயங்களும் இருந்துவரவும் அனுமதித்து வந்தார்கள். மேலும் அந்தச் சமயங்களுக்கும் தங்கள் சமயத்திற்குச் சமமான மதிப்புக் கொடுத்து அவற்றிற்கும் எல்லா வகையிலும் ஆதரவு காட்டினார்கள். முன்னேற்றக் கருத்துக்கள் கொண்ட இராஜ ராஜனை இந்த மனப்பான்மைக்குச் சான்றாகக் காட்டலாம் அவன் தஞ்சையில் கட்டிய சிவன் கோயிலின் அலங்காரத்தில் வைணவம், பௌத்தம் ஆகிய சமயக் கோட்பாடுகளை விளக்கும் கருத்துக்களும் பிரதிபலிக்கச்செய்து, எம்மதமும் சம்மதம் என்ற அவனுடைய கொள்கையை நிலைநாட்டினான். இப்போது 'த்ாராசுரம்' என வழங்கும் இராஜராஜபுரத்தில் இராஜராஜ னுடைய அக்காள் குந்தவை, பெருமாளுக்கு ஒரு கோயிலும், சிவனுக்கு ஒரு கோயிலும், ஜீனருக்கு ஒரு கோயிலுமான மூன்று கோயில்கள் ஓரிடத்திலேயே கட்டினாள், இந்த மூன்று தேவாலயங்களுக்கும் அவள் வழங்கிய கொடைகளை ஒரு கல் வெட்டு ஒருசேரக் கூறுகிறது.[38] நகைகளின் பட்டியல்களில் தங்கத்தால் ஆனதும், வைணவர்கள் நெற்றியில் இட்டுக் கொள்ளும் சின்னமுமாகிய 'நாமம்' என்னும் இறுதிச் சொல்லுடன் முடிவடையும் நகைகளின் பெயர்களும் உள்ளன. "அரியும் சிவனும் ஒன்று, அதை அறியாதவர் வாயில் மண்ணு" என்ற பாமர மக்கள் வாசகத்திற்கு எற்ப தமிழ் நாடெங்கும் சிவன் கோயிலும் பெருமாள் கோயிலும் அடுத்தடுத்து ஒரு கட்டடத்திற்குள் காணப்படுகின்றன. இவ்வகையில் புகழ்மிக்கதும், எடுத்துக்காட்டாக இருப்பதும், சிதம்பரம் ஸ்தலம். இங்கு ஆடும் அம்பலவாணராகிய நடராஜப் பெருமாளும் பள்ளிகொண்ட

பெருமாளாகிய கோவிந்தராசரும், இரு கடவுளரையும் ஓரிடத்தில் இருந்தவாறே பக்தர்கள் வழிபட வசதியாக, அருகருகே கோயில் கொண்டுள்ளனர். நடனம் ஆடுவதற்காக உயர்த்தப் பட்டிருக்கும் காலைக் கண்டு தியானத்தில் ஆழ்ந்திருப்பதையும் மற்றொரு காலையும் காட்சி கொடுக்க வேண்டுவதாகவும் தெளிவாகவும் உருக்கமாகவும் மாணிக்கவாசகர், **'திருக்கோவை யா'**ரில் பாடியிருக்கிறார்.³⁹ திருவக்கரையில் செம்பியன் மாதேவி கல்திருப்பணியாகச் செய்த சந்திர மவுலீசுவரர் கோயில், ஏற்கெனவே வரதராஜப் பெருமாள் கோயிலாகச் செங்கற்களால் கோச்சோழனாலும், பிறகு சில ஆண்டுகளே ஆட்சி செய்த ஆதி இராஜேந்திரனால் கல்லாலும் கட்டப்பட்டது.⁴⁰ 'செங்கணான்' என்று திருமங்கை ஆழ்வார் கற்பனையாகக் குறிப்பிட்டிருக்கிறார். சோழ மன்னரையே இது சுட்டுகிறது என்று கொண்டால்.⁴¹ இந்தக் கல்வெட்டு முக்கியமானது. ஏனெனில் எட்டுக் கரங்கள் கொண்ட ஈசனுக்கு எழுபது மாடக் கோயில்கள் கட்டியதற்காக அவனைப் பாராட்டுகிறார் திருமங்கை ஆழ்வார். அந்த அரசன், பெருமாள் கோயில் ஒன்றைக் கட்டியதை இக்கல்வெட்டு குறிப்பிடுகிறது. சமயப் பூசல்களாலும் பொறாமைகளாலும் பாலைவனங்களாக வறண்டுவிடாமல், இந்து மதம் இன்னும் உயிரோட்டத்துடன் இருந்துவருகிறது.

சில விதிவிலக்குகள்

சமயப் பூசல்கள், போட்டிகளால் சில சமயங்களில் சில குழுக்களின் கை மேலோங்கி இருந்தது இயல்பே. எல்லாச் சமயங் களும் நல்லெண்ணத்துடனும் ஒற்றுமையாகவும் வாழ்ந்து, அரசர்கள், பிரபுக்கள் ஆகியோரின் ஆதரவைச் சமமாகப் பெற்றிருந்த காலத்திலும் கூட ஒவ்வொரு பகுதியினரும் தனித் தனியாயும் பிறர் நலம் கருதாமலும் ஒதுங்கியே வாழ்ந்து வந்தார்கள். அறிவுத் துறையில் சேர்ந்து பழகுவது, அதே நேரத்தில் சமுதாயத்தில் தனித்தனி தீவுக்கூட்டம் போல் வாழ்வது என்பதுதான் இந்திய சமுதாய வரலாற்றின் தனித்தன்மை. தனித்தனியாய் வாழ்ந்த இந்தச் சமுதாய அமைப்பின் விளைவாக ஒவ்வொருவரும் பிற இனங்களின் நன்மைகளைப் பற்றி கவலைப் படாமல் தங்கள் இனத்தின் சுயநலத்தையே பேணினார்கள். இதனால் கொள்கை வேறுபாடுகள் தீவிரம் அடைந்தபோது ஓர் இனத்திற்கும் மற்றொரு இனத்திற்கும் கடுமையான பகை மூண்டது. சோழர் ஆட்சியில் இப்படிப்பட்ட ஒரு சூழ்நிலையில் தான், ஸ்ரீ ராமானுஜரும் அவருடைய சீடர்களும் கொடுமைப் படுத்தப்பட்டார்கள். எந்தச் சோழ மன்னருடைய ஆட்சியில்

இந்த நிகழ்ச்சி நடந்தது என்பது ஓரளவு தெளிவாகவே தெரிகிறது. இந்த மத வெறியின் விளைவாகப் பொதுமக்கள் கிளர்ந்து எழுந்து, அந்த எழுச்சியில் விஜயாலய வமிசத்தில் ஆண் வாரிசுகளில் கடைசி அரசனான ஆதி இராஜேந்திரன் உயிர் இழந்தான். நிகழ்ச்சிகளின் நடப்பைப் பற்றி இந்தக் கருத்துச் சரியாக இருந்தால் அதிலிருந்து இரண்டு முடிவுகளைக் கொள்ளலாம். ஒன்று வைணவத்தை வேரோடு ஒழித்துவிடுவது என்பது, சோழ மன்னர்களின் கொள்கை அன்று, ஆனால் அது தனிப்பட்ட ஒரு சோழ அரசனின் இயற்கைக்கு முரணான மனநிலையின் விளைவு தான். இரண்டாவது, குறுகிய மதக் கொள்கையை மக்கள் ஆதரிக்கவில்லை. அத்தகைய கொள்கையைப் புகுத்த முயன்ற அரசன், மக்களுடைய எழுச்சியால் கொல்லப்பட்டான். அவன் 'கிருமிகண்ட' என்று எல்லோராலும் வெறுத்து ஒதுக்கப்பட்டான் கொடுங்கோன்மைச் செயல்கள் யாவும் கொடுமைப்படுத்தப்பட்ட கொள்கைக்கு ஆதரவையே திரட்டித் தருகின்றன; அவை நிலை பெறவும் அந்தக் கொடுங்கோன்மை நிலவியிருக்கிறது. வாழையடி வாழையாக வந்த ஆழ்வார்களாலும் ஆச்சாரியங்களாலும் பக்திப் பாசுரங்களால் வேரூன்றி நிலைத்துவிட்ட கொள்கைகள் ஸ்ரீராமானுஜரால் மேலும் வளர்ச்சி பெற்றன. அந்தக் கொள்கையை ஒழிக்க, முட்டாள்தனமாகச் சிலர் செய்த முயற்சிகள். அந்தக் கொள்கைகள் இன்னும் சிறப்பாகவே வளர உதவின. சில காலத்துக்குமுன் பௌத்தர்களுடனும் சமணர்களுடனும் போர் புரிவதற்கு ஐக்கிய முன்னணி அமைத்த சைவர்களும் வைணவர்களும் இப்போது தென்னிந்தியாவில் தங்களுக்குள் இருந்த ஒற்றுமையையும் நல்லெண்ணத்தையும் இழந்து தொடர்பில்லாத புத்தம் புதியவர்கள் போல் இருந்து வந்தார்கள்.

ஸ்ரீராமானுஜர் கொடுமைப்படுத்தப்பட்ட நிகழ்ச்சி, சற்று கற்பனையுடன் கதையாகப் புனையப்பட்டுப் பெரிதும் பரவி யிருக்கிறது. ஆனால் வைணவ எதிர்ப்பு உணர்ச்சியின் விளைவாக இதைவிடக் கொடுமையான ஒரு நிகழ்ச்சியும் நடந்தது. சிதம்பரத்தில், இரண்டாம் குலோத்துங்க சோழனின் செயல் களைப்பற்றி, சமகாலக் கல்வெட்டுக்களும் இலக்கியங்களும் கூறு கின்றன. அடைமொழி இல்லாது "கோயில்" என்று மட்டும் சொன்னால் அந்தச் சொல் சைவர்களுக்குச் சிதம்பரம் ஸ்தலத் தையே குறிப்பிடும். அத்தகைய ஒரு பெரும் கோயிலில் தொன்று தொட்டு நடராஜரும் கோவிந்தராஜரும் குறிப்பிட்ட இடத்தில் இருந்து வருகிற அமைப்பை மாற்றிவிட வேண்டுமென்று சைவ சமய வெறிபிடித்த இரண்டாம் குலோத்துங்கன் திட்டமிட்டான்,

இவ்வாறு குலோத்துங்கனால் இரண்டு சமயத்தார்களுக்கு மிடையே உண்டாக்கப்பட்ட கேடு பிற்காலத்தில் விஜய நகர அரசர்களால் சரிசெய்யப்பட்டது. பழைய பூசல்கள் ஒழிந்தாலும் கூட, அதற்குமுன் நிலவிய ஒற்றுமை மீண்டும் உண்டாகவில்லை. இரண்டு சமயங்களின் தெய்வங்களும் அடுத்தடுத்து இருப்பதற்கு ஏற்றவாறு பக்தர்களுக்கிடையே சமரச மனப்பான்மை நிலவினால் தான், கோயில்களில் அமைதியும் செழிப்பும் இருக்கும். விரும்பத்தக்க அந்த நிலைமை நிலவுவதாகச் சொல்லமுடியாது.

வேறுபட்ட சமயங்களுக்கிடையே சமுதாய வாழ்வு தனித் திருந்ததை கி.பி.1160-ல் திருக்கடையூர் மகாசபை செய்த முடிவிலிருந்து தெரிந்துகொள்கிறோம்.[42] எந்த மகேசுவரர் களாவது, சிவன் கோயிலின் தருமகர்த்தாக்கள் என்ற அளவில் தங்களுடைய பழக்கவழக்கங்களுக்கு மாறுபாடாக வைணவர் களோடு கலந்து தாராளமாகப் பழகினால், அவர்களுடைய சொத்து, கோயிலுக்குப் பறிமுதல் செய்யப்படும் என்று அந்தச் சபை முடிவு செய்தது. இந்த நிகழ்ச்சி பதிவு செய்யப்பட்டு, நமக்கு ஆதாரமாகக் கிடைக்கிறது. இவ்வாறு பல இடங்களில் முடிவு செய்யப்பட்டு நமக்கு ஆதாரங்கள் கிடைக்காமல் இருக் கலாம். சமரச மனப்பான்மை நீங்கி, படிப்படியாகச் சீரழிந்து வந்த புதியதொரு மதச் சூழ்நிலை உருவாகத் தொடங்கியது என்பதற்கு இம்முடிபு அறிகுறி.

காஞ்சி

காஞ்சிபுரம், சோழப் பேரரசின் தலைநகர்களுள் ஒன்று. அரசர்களின் உதவியையும் பொதுமக்களின் ஆதரவையும் பெறப் போட்டியிட்ட பல சமயங்களுக்கிடையே நிலவிய உறவுகளுக்கு இந்த நகரம் ஓர் எடுத்துக்காட்டு. காஞ்சி மாநகர் மூன்று முக்கியப் பிரிவுகளாக இருந்தது. ஒவ்வொரு பிரிவிலும் ஒரு குறிப்பிட்ட சமயத்தார் தங்கள் தங்களுக்குரிய கோயில்களைக் கட்டி வந்தனர். அவற்றுள் மிகப் பெரும் பிரிவு சைவர்களுக்கு உரியது; அது 'சிவகாஞ்சி' என்று பெயர்பெற்றது. அடுத்தது, 'விஷ்ணு காஞ்சி' எனப்படும் சின்னக்காஞ்சிபுரம். இது, ஹஸ்திகிரி ஆழ்வார் அல்லது அருளாளப் பெருமாள், கோயில் கொண்டுள்ள ஸ்தலம். கடைசிப் பிரிவு, 'திருப்பருத்திக்குன்றம்' என்ற ஜீனக்காஞ்சி பெரிதாகவும் செல்வ வளம் நிறைந்ததாகவும் இருந்தது. மேலும், சோழப் பேரரசின் தலைநகராக இருந்த காலத்தில், காஞ்சி புரத்திற்கும் ஜீனக்காஞ்சிக்கும் நெருங்கிய தொடர்பு இருந்து வந்தது. ஒரு காலத்தில் காஞ்சிபுரத்தில் பௌத்த சமயத் தினர் குடியிருப்புக்களும் பெரிய அளவில் இருந்து, அவற்றின்

எஞ்சிய பகுதிகள், புதைபொருள் ஆராய்ச்சியாளரால் கண்டு பிடிக்கப் பெற்றுள்ளன. பழமையும் பெருமையும் கொண்ட இந்த நகரின் பல்வேறு பகுதிகளில் திட்டமிட்ட அமைப்பில் தென்னிந்தியாவில் சமய நம்பிக்கைகள், கொள்கைகள் நிலவிய வரலாற்றைப் பார்க்கிறோம்.

தெய்வக் கூட்டம்

சர்வசமய சமரச மனப்பான்மை நிலவியது என்ற கருத்தை உறுதிப்படுத்துமாப்போல நினைத்துப் பார்க்கக் கூட முடியாதபடி எல்லாவகையான கடவுளரின் உருவங்களும் உள்ளன. நாடெங்கும் இவற்றிற்கு வழிபாடும் நடந்திருக்கிறது. கிராதார் ஜீனியர், பிட்க்ஷாடானர், கல்யாணசுந்தரர், பஞ்சதேகர், லிங்க புராணதேவர், உமாசகிதர் நடராஜர், தட்ஷணா மூர்த்தி ஸ்ரீகண்டர் முதலிய பல மூர்த்தங்களில்[43] சிவபெருமான் வழிபடப் பட்டார். இந்தத் திருவுருவங்களுடன் கணபதி, சுப்பிரமணியர், மஹாவிஷ்ணு, சூரியன்[44] ஆகிய விக்ரகங்களையும் அரசர்கள் தஞ்சைப் பெரிய கோயிலுக்கு வழங்கினார்கள். சண்டிகேசுவரர், தேவார நாயன்மார் மூவர், மெய்ப்பொருள் நாயனார், சிறுத்தொண்டர், சீராளர்[45] மற்றும் சிலர், இவ்வாறு அறுபத்து மூவர் சைவ நாயன்மார் திருவுருவங் களுக்கும் முறையான வழிபாடு நடந்துவந்தது. காலப்பிடாரி, துர்க்கை - பரமேஸ்வரி ஏமளத்து துர்க்கையார்-ஓம்கார சுந்தரி[46] ஆகிய அம்மன்களும் குறிப்பிடப் பெற்றிருக்கின்றன. சுற்றுப்புற பட்டி தொட்டிகள் பலவற்றில் மக்கள் வழிபட்டு வந்த பல சிறு தெய்வங்களும் தஞ்சாவூர்க் கல்வெட்டுக்களின் ஊடே குறிப்பிடப் படுகின்றன. இவற்றுள் அடங்கியவை பிடாரி. சேட்டையார் (ஜேஷ்டா) எனப்படும் மூதேவி[47] முதலியவற்றின் பல வடிவங்கள், இவற்றின் உட்கோயில்கள் 'ஸ்ரீகோயில்' கள் என்றும் பெயர்களில்கூட வேறுபடுத்திக் காட்டப் பட்டது. கல்வெட்டுக்களில் ஏழு தாய்மார்களும்[48] (சப்த மாதாக்கள்) மற்றும் கிருஷ்ணன்[49] இராமன்-சீதை, லட்சுமணர்[50] ஹனுமான்[51] ஆகியவர்களும் குறிப்பிடப் படுகின்றனர். திருவொற்றியூரில், அறுபத்துமூன்று சைவ நாயன் மார்களுக்கும் வழிபாடு நடந்தது.[52] காளஹஸ்தி எனப் படும் திருக்காளத்தியில் கண்ணப்ப நாயனார் பெயரால் ஏற் பட்டுள்ள தோட்டம், அவர் வரலாற்றை நிலைபெறச் செய் கிறது.[53] எண்ணாயிரம், வைணவம் ஏற்றம் பெற்ற ஸ்தலம், அவ்வாறு இருந்தும்கூட, ஸ்ரீமூலமோடி சூரிய தேவர் சப்த்மாதர்கள், மகாசாஸ்தா, துர்க்கை, ஜேஷ்டா மற்றும்

சேரிகளில் வழிபடப்பட்ட கடவுளர் ஆகியோருக்கு அவ்வூர் நிலங்கள் அளிக்கப்பெற்றிருக்கின்றன.[54] பாமர மக்கள், வேற்றுமை பாராட்டாமல் எல்லாக் கடவுளரையும் வழிபட்டு வந்தனர். புகழ்பெற்ற கோயில்களுக்கு யாத்திரையாகவும் போய் வந்தார்கள். வசதியும் கருணையுள்ளமும் உடையவர்கள், திருமலை திருப்பதிக்குச்[55] செல்லும் யாத்திரை மார்க்கத்தில் செல்பவர்களுக்கு உதவியாகச் சத்திரம் கட்டுவது போன்ற வசதிகளைச் செய்து கொடுப்பதையே தருமமாகக் கருதி வந்தார்கள். நாட்டுக் குறத்திகள், முண்டேஸ்வரிக்குச் செவ்வாய் தோறும் ஒரு வெள்ளாட்டைப் பலி கொடுப்பதை முறையாகக் கொண்டிருந்ததாக, முதலாம் இராஜேந்திரன் காலத்து மைசூர் கல்வெட்டு ஒன்று கூறுகிறது.[56]

புதிய இந்துமதம்

பெரும்பான்மையான இந்துக்களிடம் இப்போது நாம் பார்க்கும் சமயப் பழக்க வழக்கங்களின் கூறுகள் ஒன்றுகூட விடாமல் அனைத்தும் 10-11-ம் நூற்றாண்டுகளிலும் நிலவின என்பது இதுவரை நாம் கூறியவற்றிலிருந்து தெரியவரும். இந்தியாவின் சமய வரலாற்றை ஆராயவும் வெளிநாட்டார், இந்து மதத்தின் இயல்புகளையும் மட்டமான சகுனங்கள், பேய் வழிபாடு, உயர்ந்த பக்தி, நிலையான தியானம் ஆகிய அனைத்தையும் ஏற்கும் தன்மையை வியக்கிறார்கள்.[57] இவை அவர்களுக்குப் புரியாத ஒரு புதிராக உள்ளன. ஆனால் பிறவற்றிலும் சரி, மதத்திலும் சரி மக்களின் நோக்கம் சமத்துவம் பெறுவது அல்ல. ஒவ்வொருவருக்கும் அவரவர் நிலைக்கும், அவரவர் இனத்தின் தேவைக்கும் ஏற்ப, அடுத்த கட்டத்திற்குச் செல்லுவதற்கான முயற்சியையே மேற்கொண்டனர். கருமம் (வினைப்பயன்), மறுபிறப்பு என்ற கொள்கைகளில், மக்கள் எல்லோருக்கும் நம்பிக்கை இருந்தது. எனவே, எல்லா வகையான உயிரினங்கள், மரங்கள் முதலியவற்றையும் தெய்வமாகக் கருதி வழிபடுகின்ற மனநிலையையும் முற்பிறப்புக்களில் செய்த தவறுகளால் அல்லது தீவினைகளால் ஆறறிவு படைத்த மனிதர்கள் இவ்வாறு மறு பிறப்புக்களில் தண்டிக்கப்படுகிறார்கள் என்ற எண்ணமும் எல்லோர் உள்ளத்திலும் பதிந்திருந்தது. நாயன்மார்கள், ஆழ்வார்கள் ஆகியோரில் சிலர் பிறப்பால் உயர் ஜாதியார் அல்லர். பிறந்த குலத்தைப் பொருட்படுத்தாது, அவர்களுடைய ஆன்மீகத் தன்மைக்காக அவர்களுக்குச் சமய உலகில் சிறப்பிடம் கொடுக்கப்பட்டது. பறையனான, பக்தன் நந்தனாருக்கு நந்தி விலகியது என்ற கதை அக்காலத்து மக்களுக்கு

இந்து மதத்தில் அடிப்படையான நம்பிக்கை இருந்து வந்ததைக் காட்டுகிறது. அசைக்க முடியாத பக்தி யாருக்கு இருந்தாலும், அவர்களுக்குரிய சிறப்பைக் கொடுக்கலாம்; அவர் கள் உள்ளே வருவதால் உயர் பிறப்பினருக்கு ஒரு மாசும் ஏற்படாது என்ற எண்ணம் நிலவிவந்தது.

துறவு வாழ்வு

துறவிகளின் வாழ்க்கையில், மக்களுக்கு ஈடுபாடும் கவர்ச்சியும் உண்டாயின. ஆழ்ந்த மதப்பற்று உடையவர்கள் முறையான ஒவ்வொரு நாளும் அல்லது எப்போதாவது விசேட நாட்களில், கோயில்களிலும் மடங்களிலுமுள்ள துறவிகளுக்கு உணவு படைப்பதைத் தங்கள் கடமையாகவும் சிறந்த தருமமாகவும் கருதினார்கள். சைவர்கள் அழுத்தமாகக் கடைப்பிடித்தது போல, வைணவர்கள் இந்தக் கருத்தைக் கடுமையாகப் பின்பற்றவில்லை. ஸ்ரீவைஷ்ணவர்களுக்கும் தாசர்களுக்கும்,[58] வேதப் பயிற்சியில் மிகச் சிறந்து விளங்கிய பிராமணர்களுக்கு[59] உணவு படைப்பதற்காகவே (அன்னம் பாலிக்கவே), பொதுவாக வைணவர்கள் பல கட்டளைகளை ஏற்படுத்தியிருக்கிறார்கள். சீர் குறைந்து வந்த ராதா (கிருஷ்ண) வழிபாட்டு முறை (கோட்பாடு) வைணவர்களிடையே தென்னிந்தியாவில் எந்தக் காலத்தி லும் பெரிய அளவில் பரவவில்லை. உத்தரமேரூரில்[60] குந்தவை மடம் போன்ற வைணவ மடங்கள் இருந்ததைக் கல்வெட்டுக் களிலிருந்து அறிகிறோம். விருப்பு, வெறுப்பு, இல்லாது அமைதி யாக இருந்த சிவயோகிகள் முதல் அத்துமீறிய வெறியின் எல்லைக்குச் சான்றாக விளங்கிய பாசுபதர், காபாலிகர் காளாமுகர் என்ற பலவகை சிறு கூட்டத்தார், சைவ சமயத்தில் அடங்கியிருந்தனர். சங்கரருடைய அத்வைதம் அல்லது ஸ்மார்த்தம் அதற்கு முற்றிலுமாக மாறுபட்டதாக இருந்தது. 'சிவயோகி' என்பவர், அவருடைய பெயருக்கு ஏற்ப, குடும்பம் மற்றும் பொருளியல் வாழ்க்கையில் பந்தங்களிலிருந்து விடுதலைபெற வாழ்நாளெல்லாம் சிவபெருமானைத் தியானித்து வந்தார்கள் மரணம் நேரவிருக்கும் தருணத்தில் திருநீற்றிற்குள் அழுந்தி சில குறிப்பிட்ட சிவ மந்திரங்களை ஓதி, நெஞ்சில் தொங்கும் சிவ லிங்க உருவத்தையே வழிபடுவர் என்று சொல்லுவார்கள் கோயில்களிலும் மடங்களிலும் சிவயோகியர்களுக்கு உணவு படைக்க ஏற்பட்ட கட்டளைகளைப் பற்றிக் கல்வெட்டுக்கள் ஏராளமாக உள்ளன.[61] 'காளாமுகர்' அல்லது 'மகா விரதிகள்' என்பவர்கள் இந்தக் கூட்டத்தினரில் மிகவும் கடுமையான

கருத்தினராக இருந்திருக்கக்கூடும். அவர்களுக்கும் காபாலிகர் களுக்கும் அவ்வளவாக வேற்றுமை இல்லை. இந்த உலகத்திலும் மறு உலகத்திலும் பெற விரும்பும் விமோசனங்களைப் பெற கீழ்க்கண்ட முறைகளை அவர்கள் கையாண்டார்கள்: (1) மண்டை ஓட்டில் வைத்து உணவைச் சாப்பிடுவது, (2) பிணத்தின் சாம்பலை உடலில் தடவிக்கொள்வது, (3) சாம்பலைச் சாப்பிடுவது, (4) ஒரு தடியை வைத்துக்கொள்வது. (5) ஒரு குடத்தில் கஞ்சா வைத்துக் கொள்வது. (6) அங்கு உட்கார்ந்த மேனியரான கடவுளை வழிபடுவது.[62] இந்தப் பெரிய விரதங் களின்படி ஒழுகியதால் அவர்களுக்கு 'மகாவிரதங்கள்' என்ற பெயர் ஏற்பட்டது. அவர்கள் மனிதாபிமானம் என்ற சீர்திருத்த வாதியாகிற ஸ்ரீராமானுஜரால் கண்டனத்திற்குள்ளானார்கள். உயிரோடு அவர்கள் மக்களைப் பலி கொடுத்ததாகவும் தெரிகிறது.[63] 9,10,11-ம் நூற்றாண்டுகளில், தென்னிந்தியாவில் பெரிதும் அவர்கள் பரவியிருந்தார்கள். அரச குடும்பத்தாரும் சாதாரண மக்களும் அவர்களை ஆதரிக்கத் தவறவில்லை. இரண்டாம் பராந்தகனின் சமகாலத்தவனான விக்கிரமகேசரி என்ற கொடும்பாளூர் சிற்றரசன், விமான திரன் அல்லது மூவர் கோயில் என்ற மூன்று கோயில்களைக் கட்டினான். ஆத்ரேய கோத்திரத்தைச் சேர்ந்த புகழ்பெற்ற மல்லிகார்ஜுனருக்கு அவர் ஒரு பெரிய மடத்தை அன்பளித்தார். இந்த மல்லிகார்ஜுனர், வட இந்தியா விலுள்ள மத்ராவைச் சேர்ந்தவர். வேதங்களில் ஆழ்ந்த புலமை உடையவர். வித்யாராசி தபோராசி என்பவர்களின் சீடர். காளா முகாதானத்தின் முக்கியத் துறவியாகிய, அவருக்கு அவருடைய குருவான யாதவ வீரமாகேசரி என்பவர் ஒரு மடத்தையும் அசிட வக்ரத துறவிகள் 50 பேருக்கு முறையாக உணவு படைக்க 11 கிராமங்களையும் வழங்கினார். [64] புதுக்கோட்டைக் கல்வெட் டான இந்த ஆதாரத்திற்கு முன்பான, வட ஆர்க்காடு மாவட்டம் வேடலில் உள்ள கல்வெட்டு ஹரீத கோத்ரத்தைச் சேர்ந்த காளாமுகத் தாசப் புரியனையும் ஆபஸ்தம்ப சூத்திரத் தையும் குறிப்பிடுகிறது.[65] நாட்டின் இதே பகுதியான மேலப் பாடியில் இலகுலீசுவர பண்டிதரைத் தலைவராகக்கொண்டு காளாமுகர் மடம் ஒன்று இருந்துவந்தது.[66] சதுரானன பண்டிதர் தலைமையில் திருவெற்றியூரிலும் ஒரு மடம் இருந்தது.[67] தென் ஆர்க்காடு மாட்டம் ஜம்பையிலுள்ள ஒரு கோயிலின் நிர்வாகி களுள் 'மகாவிரதி' இலகுலீசுவர பண்டிதர்' என்ற ஒருவர் வீரராஜேந்திரன் ஆட்சிக்காலத்தில் அவ்வூரில் ஏற்பட்ட ஒரு கல்வெட்டில் குறிப்பிடப்படுகிறார். கி.பி.1123-ல் தஞ்சை மாவட்டம் கோயில் தேவராயன் பேட்டையில் ஒரு கோயிலுக்கு,

'காளாமுக கோமாதத்து அருளாளப்பட்டன்' என்ற ஒருவன் சில நிலங்களை விற்றிருக்கிறான்.[68] இதே ஞானப் பரம்பரையில் வந்தவர்களாக சைலராசி, ஞானராசி என்ற காளாமுகர்கள், கி.பி.1127, 1205, 1231-ம் ஆண்டுகளில் செங்கற்பட்டு மாவட்டம் திருவானைக் கோயில் என்ற ஊரிலுள்ள கோயிலுக்கு விளக்குகள் வழங்கியதாகவும் சில கட்டளைகளை ஒப்புக் கொண்டதாகவும் சொல்லப்பட்டிருக்கிறது.[69] இந்த நிகழ்ச்சி களெல்லாம், சோழர் காலத்தில் தென்னிந்திய சைவசமய வளர்ச்சியில் தொடர்ந்தும் விரிவாயும் காளமுகர்கள் பெற்றி ருந்த செல்வாக்கைக் காட்டுகின்றன. கோயில்களோடு தொடர்புகொண்டிருந்த காளாமுகர்கள் அல்லது அவற்றை வழிபட்டவர்கள், தங்களுக்குச் சொல்லப்பட்டிருக்கிற கடமைகள் அல்லது கொள்கைப்படி சரிவர நடந்துகொண்டார்களா என்று உறுதியாகச் சொல்லமுடியாது. இந்தக் கேள்விகளுக்கு அக் காலத்து இலக்கியங்களில் விடை கிடைக்கவில்லை. எனவே இதைப்பற்றி முடிந்த முடிவாக ஒன்றும் சொல்லுவதற்கில்லை.

ஒரு சதுரானன பண்டிதர்

திருவொற்றியூர் மடத்தில் இருந்த சதுரானன பண்டிதர் களுள்[70] ஒருவரின் வாழ்க்கைப் போக்கு, கன்னர தேவர் காலத்துக் கல்வெட்டு ஒன்றில் விரிவாக எடுத்துரைக்கப்பட்டிருக்கிறது. துறவு வாழ்வு அல்லது சந்நியாசம் மேற்கொள்ளும் ஆர்வம் மக்களுக்கு உண்டானதைப்பற்றி அதில் ஆதாரமாகவும் சுவை யாகவும் சொல்லப்பட்டிருப்பதால் இந்த கல்வெட்டைப்பற்றி நாம் இங்கே விவரமாகக் கூறுவோம். கேரளத்தில் உள்நாட்டுத் தலைவர் ஒருவர் குடும்பத்தில் பிறந்து, பூர்வாசிரமத்தில் வல்லவர் என்று பெயர் பெற்றும், பார்வைக்கு அவர் குகனைப் போல இருந்தார். அவரிடம் பல சிறப்பான இயல்புகள் குடிகொண்டிருந்தன. கலைகள் முதல் அறிவியல் வரை பல துறை களில் அவர் இளமையிலேயே ஆழ்ந்த புலமை பெற்று, வாலிபப் பருவம் வந்ததும் உலகுக்குத் தொண்டு செய்வதென்று முடிவு செய்துகொண்டார். அந்தக் குறிக்கோளுடன் சோழ நாட்டுக்குச் சென்று ராஜாதித்த மன்னனுடன் நெருங்கிப் பழகி, அவனுடைய சாமந்தனாவும் அன்புக்குரிய நண்பனாகவும் ஆனார்.[71] வேறு பல அலுவல்களும் கடமைகளும் இருந்ததால் தன் நண்பனோடு சேர்ந்து அவரும் போர் புரியவோ, போர்க்காலத்தில் உயிரைப் போக்கிக்கொள்ளவோ வாய்ப்புப் பெறவில்லை. ஆனால் தன் பிறப்புக்கும் தான் தொடர்புகொண்டிருந்த சூழ்நிலைக்கும் தன் வாழ்க்கைப்போக்கு மாறுபட்டது என்று உணர்ந்த உலகியல்

பொருள்களில் கொண்டிருந்த பற்று பாசம் ஆகியவற்றை அவர் கைவிட்டார். பிறகு அவர் புண்ணிய கங்கைப் பேராற்றில் நீராடி, நிரஞ்சன குருவிடம் தீட்சை பெற்று, மகாவிரதி ஆகி "சதுரானர்" என்று தீட்சா நாமம் தாங்கி, துறவியாகவும் திருவொற்றியூர் மடத்தின் தலைவராகவும் ஆனார். கி.பி.960 அளவில் கன்னர தேவர், படையெடுத்து வெற்றிபெற்று சோழ நாட்டின் வட பகுதியைத் தன் குடைக்கீழ் கொண்டுவந்தார். அவருடைய ஆட்சியின் இருபதாம் ஆண்டாகிய கி.பி.960-ல் 'கச்சியையும் தஞ்சையையும் வென்ற கன்னர தேவர்' என்று சிறப்புப் பெற்றார். அந்த ஆண்டில் ஏற்பட்ட ஒரு கல்வெட்டில் இந்தத் தகவல்கள் உள்ளன.

துறவிகளுக்குத் தனிப்பட்ட முறையில் சொத்துக்கள் கிடையாது. ஆனால் அவர்களுடைய இன்றியமையாச் செலவு களுக்காகவும் மடத்தின் நிர்வாகத்துக்காவும் கல்வி-கலைத் துறைகளின் வளர்ச்சிக்காகவும் அவர்கள் சார்ந்திருந்த மடங் களுடைய உடைமையாக ஏராளமான நிலபுலன்கள் இருந்தன. இந்தத் துறவிகள் வசதியாக வாழாவிட்டாலும், பக்தியுடன் வாழ்ந்ததால், வறுமை அவர்களை வாட்டவில்லை. மக்கள் சமுதாயத்தில் இப்போது இருக்கிற ஈவுப்படிதான் அக்காலத்திலும் துறவுகளின் அளவு இருந்ததா அல்லது துறவுகளின் எண்ணிக்கை இப்போது இருப்பதைவிட முன் நாளில் கூடுதலாக இருந்ததா என்பதை ஆதாரத்துடன் சொல்லுவதற்கு இயலாது. ஆனால், அக்காலத்தில் துறவு வாழ்க்கைக்கு ஏற்ற சூழ்நிலை நிலவியது. துறவு வாழ்க்கையை எல்லாச் சமயங்களிலும் துறவிகளுக்கு அளவு கடந்த மதிப்பும் மரியாதையும் செல்வாக்கும் இருந்தன. துறவு வாழ்க்கை, இம்மையிலும் மறுமையிலும் பேறுபெற்றதாகக் கருதப்பட்டது. துறவிகளாக இல்லாமல் இல்லறத்தைக் கடைப் பிடித்தவர்களும் இந்தக் கோட்பாட்டால் பயன் அடைந்தார்கள். தவத்தாலும் எளிய வாழ்க்கையாலும் துறவிகள் மறு உலகில் அல்லது மறு பிறப்பில் நல்லிடம் பெறும் தகுதி பெற்றது போல இல்லறத்தார் தாங்கள் செய்த தான தருமங்களால் மறு உலகில் அல்லது மறு பிறப்பில் நல்லிடம் பெறும் தகுதி அடைந்தனர் என்று கருதப்பட்டது. போலிச் சாமியார்கள், காஷாய வேஷம் போடுவோர் ஆகியோரும் சிலர் அக்காலத்தில் இருந்தனர். அவர்களுடைய போலித்தனம் கண்டுபிடிக்கப்பட்டபோது, இல்லறத்தார் அதைப்பற்றி நகைத்துப் பேசி ஏளனம் செய்து மகிழ்ந்தனர். ஆனால் தலையை எண்ணி ஆளைக் கணக்கிடும் பொருளாதார முறை அப்போது நிலவவில்லை. 'துறவி என்பவன்

தெருச் சோம்பேறி, சத்திரத்தில் சாப்பிட்டுவிட்டுச் சும்மா இருப்பவன்' என்ற கண்ணோட்டம் அக்காலத்திய மக்களிடம் இருந்ததில்லை. துறவு முறையில் குறைபாடுகளும் விதிவிலக்கான போலிச் சாமியார்களும் இருந்து வந்தபோதிலும், துறவுகளையும் அவர்களுடைய கொள்கைகளையும் மக்கள் பெரிதும் மதித்தனர். இன்றும் துறவிகளுக்கும் அவர்கள் கடைப்பிடிக்கும் ஒழுக்க வாழ்க்கைக்கும் அவர்கள் புகட்டிவரும் பக்தி நெறிகளுக்கும் தத்துவங்களுக்கும் நகரங்களில் ஓரளவும் நாட்டுப்புறத்தில் மிகப்பெரிய அளவிலும் மதிப்பு இருந்து வருவது கண்கூடு.

மடங்களும் குகைகளும்

இக்காலத்திய மடங்கள், குகைகள்[72] ஆகியவற்றின் வரலாறுகளை இங்கு விரிவாகச் சொல்லமுடியாது. அவை முதலாம் இராஜராஜன் காலத்துக்கும் முந்தியவை.[73] சோழர் ஆட்சி காலத்தில் அவற்றின் எண்ணிக்கையும் செல்வாக்கும் தென்னிந்தியாவெங்கும் நாளொருமேனியும் பொழுதொரு வண்ணமுமாகப் பெருகின. சில முக்கியமான இடங்களில் ஒரு மடமோ அல்லது ஒன்றுக்கு மேற்பட்ட மடங்களோ முதலில் தோன்றின. பிறகு அங்கிருந்து அவை படிப்படியான நாடெங்கும் பரவின அனேகமாக ஒவ்வொரு கோயிலும் அல்லது அதற்கு அடுத்தாற்போல் ஒரு கோயிலும் ஏற்பட்டது. ஆரம்பகாலத்தில் அவை முக்கியமான ஊர்களைச் சுற்றி மட்டுமே செயல்பட்டன. உரிய தொண்டுகளால் அவர்களுடைய சீடர்கள் அவர்கள் பெயரால் புதிய மடங்கள் அல்லது கிளை மடங்களை உண்டாக்கினர். இதற்குச் சான்றாக, சிதம்பரம் எனப்படும் பெரும்பற்றப் புலியூரைச் சேர்ந்த மேலக்கோயில் பதஞ்சலி தேவர் மடத்து லட்சாத்யிய சந்தானத்தைக் குறிப்பிடலாம். இந்த மடத்துக்குள் (1) தஞ்சை மாவட்ட நாகை வட்டத்தில் கீழையர் கீழைக்காட்டு ஆசாரியஸ்தானம் (2) வாரணாசி கொள்ளாமடம் (3) திருவானைக்கா நடுவில் மடம்[73a] (4) திருச்சத்தி முற்றம் முதலியார் மடம்[74] (5) திருவிடை மருதில் மாளிகை மடத்து முதலியார் சந்தானம்[75] ஆகியவை அடங்கியிருந்தன. இந்த மடங்கள் பெரும்பாலும்-குறிப்பாக, தமிழ்ச் சைவ மடங்கள்-தமிழ் நாட்டிற்குள் மட்டுமே இயங்கின. ஏனைய மடங்கள் தமிழ் நாட்டிற்கு அப்பாலும் உறவுகொண்டு, ஆரிய தேசம், காசி (வாரணாசி), இன்னும் காஷ்மீரம் வரையிலும் கூடத் தொடர்பு கொண்டிருப்பதைப் பெருமையுடன் பறைசாற்றி வந்தன.

கோளகி மடத்துக்குத் தென்னிந்தியாவில் குறிப்பிடத்தக்க ஆதரவு இருந்துவந்தது. வட இந்தியாவிலிருந்து ஸ்ரீரங்கம் போன்ற முக்கியமான தென்னிந்திய ஸ்தலங்களுக்கு ஏராளமான பட்டர்கள் குடியேறினர் என்பதற்குக் கல்வெட்டுக்களும் மரபுக் கதைகளும் சான்று பகர்கின்றன. காஷ்மீர் தேசத்திலிருந்து முக்கியமாக ஸ்ரீரங்கத்திற்கும் செங்கற்பட்டு, இராமநாதபுர மாவட்டங்களில் சில இடங்களுக்கும் சிலர் குடியேறியதாகக் குறிப்பிடப்பட்டிருக்கிறது.[75a] பாசுபதர், காபாலிகர் போன்ற கொள்கைகளை உடைய மடங்கள்தான் பொதுவாக இவ்வாறு வெளித்தொடர்பு கொண்டிருந்தன. சைவப் பிரா மணர்களும் வைணவர்களும் நடத்திய வேறு வகையான பல மடங்களும் இருந்திருக்க வேண்டும். கல்வெட்டுக்களிலிருந்து நமக்கு அவற்றைப்பற்றி ஒன்றுமே தெரியவில்லை.

யாத்ரீகர்களுக்கு வசதிகள் செய்து கொடுத்த ஒரு மடத்தை நாம் முக்கியமாகக் குறிப்பிட வேண்டும். இந்த விவரம் கோவிந்தப் புத்தூரில் கிடைக்கிறது. இதைத் தரும் ஆதாரத்தின் காலம் கி.பி.1248.[76] சிதம்பரம் எனப்படும் வியாக்ரபுரியைச் சேர்ந்த கந்தாபரணன் என்பவனின் பேரன் சுப்பிரமணிய சிவா, பலரிடமிருந்து நிலங்களை விலைக்கு வாங்கி, கோவிந்துப் புத்தூரில் திரு விஜயமங்கைக் கோவிலுக்குள் இருந்த திருத்தொண்டமான் திருமடத்துக்கு வழங்கிச் சில கட்டளைகளை ஏற்படுத்தினான் என்று இந்த ஆதாரம் கூறுகிறது. யாத்ரீகர்கட்கு உப்பு, விளக்கெண்ணெய் ஆகிய வற்றை வாங்கிக் கொடுக்கவும், உடல் நலம் குன்றிய நிலையில் தங்களைக் கவனிக்க ஒருவர் துணையும் இல்லாத மடத்துச் சீடர்களுக்கு மருத்துவ வசதி செய்துகொடுக்கவும் இந்தக் கட்டளை ஏற்பட்டிருந்தது. இதை ஏற்படுத்திய சுப்பிரமணிய சிவாவே இந்த மடத்தின் தலைவராகவும் இருந்திருக்கக்கூடும். அவருக்குப் பிறகு மடத்தின் தலைமைப் பொறுப்பேற்பவர்களும் இந்தத் திட்டங்களை நிறைவேற்ற வேண்டுமென்றும் அவர் ஆணையிட்டிருந்தார். ஒருகால் அடுத்தாற்போல் பட்டத்துக்கு வருபவர் பெயரை முடிவு செய்வதற்குள் அவர் காலமாகி விட்டால், சிதம்பரத்தில் அதே பெயரில் உள்ள திருத்தொண்டர் தொகையான் திருமடத்தின் தலைவர் கோவிந்தப் புத்தூர் மடத்துக்கு ஒரு தலைவரை நியமிக்கவேண்டும் என்றும், அவ்வாறு பதவி ஏற்கும் புதிய தலைவரும் இந்த அறக் கட்டளையை நிறைவேற்ற வேண்டும் என்றும் ஏற்பாடு செய்திருந் தார். உணவு படைப்பது, பாடம் (சாஸ்திரங்கள்) சொல்லிக் கொடுப்பது ஆகியவை எல்லா மடங்களிலும் இருந்து வந்த

பொதுத்திட்டங்கள்; அவற்றுடன் கூட மேற்கண்டது போன்ற அறச் செயல்களும் எல்லா மடங்களிலும் நடைபெற்றிருக்க லாம். ஆனால் அவைபற்றி நமக்குத் திட்டவட்டமாக ஒன்றும் தெரியவில்லை. உயிரினங்களை நன்கு கவனிக்கவும் சில மடங் களில் ஏற்பாடு இருந்தது என்று கூறுகிறார்கள். சான்றாக திருவாங்கூர்ச் சீமையில் ஓர் ஆதாரம் காட்டப்படுகிறது.[77]

ஒரு கலகம்

மடங்களைப் பற்றிச் சொல்லும்போது சில மடங்கள் இடிபட்டிருப்பதையும் அவ்வாறு இடிபட்டிருப்பதற்குக் காரண மாக இருந்த குகையிடிக் கலகத்தையும் பற்றிச் சொல்ல வேண்டும். மூன்றாம் இராஜராஜனுடைய இரண்டாம் ஆட்சி ஆண்டில்[78] இது ஒரு கல்வெட்டில் இடம் பெற்றிருக்கிறது. கி.பி.1200-ல் மூன்றாம் குலோத்துங்கனின் 22-ம் ஆட்சி ஆண்டில் இந்த நிகழ்ச்சி நடந்தது. இந்தக் காலத்தில் திருத் துறைப்பூண்டியில் ஒரு குகைக்குச் சொந்தமான சொத்துக்கள் பெரிதும் சேதப்படுத்தப்பட்டன. இந்தக் கிளர்ச்சிக்குக் காரணங்கள் என்ன என்பது சொல்லப்படவில்லை. அந்தக் கலகம் குறிப்பிட்ட திருத்துறைப் பூண்டிக் குகைக்கு எதிரானதாக அல்லது எல்லாக் குகைகளுக்கும் எதிராகக் கிளம்பியதா என்று நம்மால் சொல்ல இயலவில்லை. எல்லாக் குகைகளையும் எதிர்த்துப் பொதுமக்கள் கலகம் செய்தார்கள் என்று வைத்துக் கொண்டால், மேற்போக்காகக் குறிப்பிடப்பட்டிருந்ததைத் தவிர, இந்த நிகழ்ச்சி பற்றி வேறு தகவல் பிற்காலத்தில் எதுவும் இல்லை என்பது குறிப்பிடத்தக்கது.[79]

கோயிலின் பங்கு

சோழர்களின் நீண்ட நெடுங்கால ஆட்சியில், நாட்டின் சமூக வாழ்வில் இந்துக்களின் கோயில், செல்வாக்கின் உச்சக் கட்டத்தை அடைந்தது. செங்கல்லாலும் சுண்ணாம்பாலும் கட்டப்பட்டு, கிராமத்தார் கும்பிடும் சிறியதொரு வழிபாட்டு இடம் மட்டுமாக அது இருந்து விடவில்லை. கற்கோயில் என்ற புதிய அமைப்பும் ஏற்பட்டது. கலையழகுடன் கட்டவும் திட்ட மிடவும் அலங்கார முறைகளைக் கையாளவும் கைவினைக் கலைஞர்களுக்கு வேலை வாய்ப்பு அளிக்கவும் கற்கோயில் பெரிய சாதனமாக அமைந்தது. கற்கோயில்கள் நாடெங்கும் பரவிய பிறகு, பக்திமான்கள் தாராள்மாக நிலமும் பொன்னும் அவற்றுக்கு வழங்கினார்கள். இந்த நன்கொடைகளால் கோயில்கள்

செழிந்தன; செல்வத்தில் திளைத்தன. அறக் கட்டளைகள் யாவும் ஒரு காசு கூட வீணாக்கப்படாமல், செவ்வையாகச் செலவிடப்பட்டன என்பதும் அவற்றின் நிர்வாகம் செம்மை யாகவும் மிகுந்த கவனத்துடனும் நடத்தப்பட்டது என்பதும் நமக்கு வியப்பும் (இப்பொழுது புதுமையும்) தரும் செய்தி களாகும். முன்னோர் அறக்கட்டளைகளைப் பரிபாலிப்பதில் ஒவ்வொரு தலைமுறையும் அக்கறையுடனும் எச்சரிச்கையுடனும் நடந்துகொண்டதோடு, தாங்களும் புதிய அறக்கட்டளைகளை ஏற்படுத்தி, பின் சந்ததியாருக்குக் கூடுதலான மூலதனத்தை விட்டுச்சென்றார்கள். கோயில்களிடம் விரிவாகவும் விசால மாகவும் சொத்துக்கள் சேர்ந்ததால் அந்தந்த வட்டாரத்துப் பொருளாதார வாழ்வில் அவை முக்கியத்துவம் வகித்தன. மந்திர வாதியின் கோலிலிருந்து நம் எதிரே எதிர்பாராத பொருள் தோன்றுவது போல, இராஜராஜனின் அரிய கலைப் படைப்பு உருவாயிற்று. பல தலைமுறைகளில் பிற இடங்களில் கட்டப்பட்ட கோயில்கள் கூட இந்தக் கோயிலுக்கு ஈடு கொடுக்க முடியாதவாறு இது அமைந்தது. உயர்ந்த அமைப்பாலும் விசாலமான பரப்பாலும் இது தென்னிந்தியக் கோயில் கட்டடக் கலையின் சிகரமாக விளங்குகிறது. அம்மட்டோ? இந்தக் கோயிலின் அன்றாட ஆட்சி இனிது நடைபெறுவதற்கு முன்னேற்பாடாகச் செய்யப்பட்ட விரிவான பல ஒழுங்குமுறைகள், கோயில் சுவர்களில் கல்வெட்டுகளாகப் பொறிக்கப்பெற்றிருக்கின்றன. பிற்காலக் கோயில்கள் இனிது நடைபெறுவதற்கு வழிகாட்டி யாகவும் ஒளி விளக்காகவும் இந்தத் திட்டங்கள் அமைந்துள்ளன. இந்த ஏற்பாடுகளைக் கூர்ந்து ஆராய்ந்தால், ஒவ்வொரு கட்டத்திலும் மக்களுடைய வாழ்க்கையும் கோயிலும் ஒன்றோடு ஒன்று பின்னிப் பிணைந்திருந்தது அல்லது பிணைக்கப்பட்டு இருந்தது தெரியவருகிறது. சோழப் பேரரசு முழுமைக்கும் தலை நகராக இருந்த தஞ்சைக்கு, பெரிய கோயில் எழிலும் பொலிவும் கொடுத்தது. ஏனைய கோயில்களைவிட மிகப் பெரிய அளவில் சோழ நாடெங்கும் தொடர்புகொண்டிருந்தது. ஆனால், சின்னஞ்சிறு கோயில்கள் கூட, தஞ்சைப் பெரிய கோயிலை முன் மாதிரியாகக்கொண்டு, ஒவ்வொரு துறையிலும் அதைப் பின்பற்றின.

தஞ்சைப் பெரிய கோயில்

தஞ்சைப் பெரிய கோயிலே அக்காலத்துக் கோயில்களுள், செல்வத்தால் முதலிடம் வகித்தது. இராஜராஜன் அதனுடைய 29-ம் ஆட்சி ஆண்டு அளவில் இக்கோயிலுக்கு ஏராளமான தங்கமும்

விலை மதிக்க முடியாத அளவு அணிகலன்களும் நகைகளும் பாத்திரங்களும் வழங்கியிருந்தான். இவற்றில் பெரும்பகுதி, பல போர்களில் அவனுக்கு வந்துசேர்ந்த கொள்ளைச் செல்வம். கிடைக்கும் கணக்குகளின்படி, தங்கத்தின் அளவு 41,500 கழஞ்சு. ஒரு கழஞ்சு 70 குண்டுமணி (grains) என்று கணக்கிட்டால், இதன் எடை 500 பவுண்டு (இராத்தல்) ஆகும். அன்பளிப்பாகக் கொடுக்கப்பட்ட நகைகளின் மதிப்பு 10,200 காசு. அதாவது 5,100 பொற்காசுகளுக்குச் சமமானது[80] வெள்ளி அணிகலன்கள், பாத்திரங்கள் 50,650 கழஞ்சு அல்லது 600 பவுண்டு எடைகொண்டவை. இலங்கை உட்பட அவனுடைய ஆட்சி எங்கும் அவன் பல கிராமங்களை இந்தக் கோவிலுக்கு வழங்கியிருந்தான். அவற்றிலிருந்து ஆண்டுதோறும் 1,16,000 கலம் நெல் கிடைத்தது. இதிலிருந்து அப்போதைய விலைப்படி[81] 58,00. காசும் ரொக்க வருவாயாக 1,100 காசும் கிடைத்தது. கோயில் பணிக்காக நாடெங்குமுள்ள பல கோயில்களிலிருந்து 400 பணிப்பெண்கள் வரவழைக்கப்பட்டிருந்தனர். அவர்கள் ஒவ்வொருவருக்கும் ஒரு பங்கு கொடுக்கப்பட்டது. பங்கு என்பது ஒரு வீடும், ஓராண்டுக்கு 100கலம் நெல் விளையக்கூடிய ஒரு வேலி நிலமும் சேர்ந்தது. இதுபோல மேலும் 180 பங்குகள் 212 ஆடவர்களுக்கு ஒதுக்கப்பட்டிருந்தன. இந்த 212 பேர் நடன ஆசிரியர்கள், இசைவாணர்கள், தவில் வித்துவான்கள், தையற்காரர், பொற்கொல்லர், கணக்கர்கள், ஆகியோர். இவருள் ஆரியம் பாடியவர் மூவர்; தமிழ் பாடியவர் நால்வர். அகமார்க்கம் என்றும் தேசி என்றும்[82] பிற இடங்களில் சொல்லப்பட்டிருக்கும் இசை வகைகளை இவை குறிக்கக்கூடும். இசை வாத்தியங்கள் ஒலிக்க, திருப்பதிகங்கள் பாட 50 பேர் கொண்ட இசைக் குழுவும் இருந்தது. யாராவது இறந்தால் அல்லது உறவினர் இல்லாத நிலையில் வெளியூருக்குக் குடிபெயர்ந்து சென்றுவிட்டால் ஏற்பட்ட காலி இடத்திற்கு வேறு ஆட்களை சேர்த்துக் கொள்ளும் உரிமையை இந்தக் குழு பெற்றிருந்தது. அவர்கள் ஒவ்வொருவருக்கும் நாள்தோறும் மூன்று குறுணி நெல் (விதை நெல்) கொடுக்கப்பட்டு வந்தது.[83] இராஜராஜனின் அக்காள் குந்தவை. 10,000 கழஞ்சு எடையுள்ள தங்கத்தையும் 18,000 கழஞ்சு மதிப்புள்ள வெள்ளிப் பாத்திரங்களையும் இந்தக் கோயிலுக்கு வழங்கியிருக்கிறாள். அரசிகள், உயர் அதிகாரிகள், படைத்தலைவர்கள் இன்னும் ஏனையோரும் எவ்வளவோ நன்கொடைகள் கொடுத்திருப்பதைக் கோயில் சுவர்களும், தூண்களும் சொல்லுகின்றன. கோயிலுக்கு சொந்தமான பல்லாயிரம் காசுகளும், ஏராளமான கிராம சபைகளும் 100க்கு 12

என்ற வட்டிவிகிதப்படி கடனாக வழங்கப்பட்டு கடன்தொகை ரொக்கமாகவோ நெல்லாகவோ வசூலிக்கப்பட்டது. சூடம், ஏலக்காய் விதைகள், கசகசா வேர் மற்றும் செண்பக மொக்கு முதலியன வழங்க இவ்வாறு ரொக்கம் கொடுத்துப் பலர் அறக்கட்டளைகளை ஏற்படுத்தியிருந்தனர்.[83a]

தலைநகரத்தின் பொருளாதாரத்திலும் பேரரசின் பொருளாதாரத்திலும் தஞ்சைப் பெரிய கோயில் ஈடும் எடுப்பும் இன்றி பெரிய இடம் பெற்றிருந்ததால், அதை எவ்வளவு சிறப்பித்துச் சொன்னாலும் அது உண்மையே; வெறும் புகழ்ச்சி இல்லை. பல ஆண்டுகளுக்கு இக்கோயில் கட்டும் வேலை நடைபெற்றது. நாடெங்குமிருந்த சிறந்த கல்தச்சர்களுக்கும் ஸ்தபதிகளுக்கும் இதனால் வேலை கிடைத்திருக்கும். சாதாரணத் தொழிலாளர்கள் ஆயிரக்கணக்கான பேரும் இந்த வேலையில் ஈடுபட்டிருந்திருப்பார்கள். பல புராணக்கதைகள் முதலியவற்றை விளக்கும் திருமேனிகள் இக்கோயிலில் உள்ளன. இவற்றைப் பற்றி மிகக் கணக்காகவும் விவரமாகவும் சொல்லப்பட்டிருக்கும் விவரங்களிலிருந்து அக்காலத்தில் உலோகங்களிலிருந்து விக்கிரகங்களை வார்க்கும் கலை எந்த அளவுக்கு வளர்ச்சி பெற்றிருந்தது என்பதையும் ஆற்றல் பெற்ற கைவினைக் கலைஞர்களுக்கு ஓய்வு ஒழிச்சல் இல்லாமல் வேலை கிடைத்து வந்தது என்பதையும் நாம் ஒருவாறு உணரலாம். இந்த விக்கிரகங்கள் நகைகளாலும் பிற அணிகலன்களாலும் அழகுப்படுத்தப்பட்ட விவரமும் நுணுக்கமாகத் தெரிவிக்கப்பட்டிருப்பதிலிருந்து, பொற்கொல்லர்களின் கை வண்ணம் உயர்ந்த நிலையில் அவர்களுக்கு ஆதரவு கொடுத்து வந்ததும் தெரிகிறது. தலைநகரில் கோயில்கள், அவர்களுக்கு ஆதரவு கொடுத்து வந்ததும் தெரிகிறது. தலைநகரில் பெரிய கோயிலுக்கு இந்த நிலை, ஒவ்வோர் ஊரின் வாழ்விலும் ஆங்காங்கு இருந்த கோயில்களுக்கு இருந்துவந்தது. வேற்றுமை அளவில் மட்டும்தான் இருந்ததே தவிர, பொதுத்தன்மையில் இல்லை. நிலங்களுக்கு உடைமை, வேலை கொடுப்பது, பொருள்களை உபயோகிப்பது; சேமிப்பு நிறுவனமாக வங்கி (Bank) போல நடந்துகொள்வது, பள்ளிக்கூடமாகவும் அரும்பொருட் காட்சிக் கூடமாகவும் இருப்பது, வைத்திய வசதி செய்து கொடுப்பது, நாடகமேடையாக இருப்பது, தர்மத்தோடு கலந்த நாகரிக வாழ்க்கைக்கு வேண்டிய எல்லாக் கலைகளுக்கும் ஆதரவு கொடுத்து சமூகத்தில் சிறப்பிடம் பெற்று விளங்கியது ஆகிய ஒவ்வொரு கட்டத்திலும் இடைக்காலத்தில் இந்தியக் கோயில்களுக்கு இணையாக, சமமாக மனித சமுதாய வரலாற்றில்

எதையும் சொல்லுவதற்கோ ஒப்புக்கொள்ளுவதற்கோ இல்லை. பேரரசு அரசாங்கத்தின் உயர் அதிகாரிகள், சிலசமயம் அரசர்களே கோயில் விவகாரங்களைத் துருவிப் பார்த்து அலசி ஆராய்ந்து சோதனைசெய்தனர் என்ற விவரங்கள் கல்வெட்டுக்களில் காணப்படுகின்றன. இதிலிருந்து சமுதாய வாழ்வில் கோயில்கள் பெற்றிருந்த இடத்தைச் சோழப் பேரரசு நன்கு உணர்ந்து, அதன் நிர்வாகத்தை கண்ணைக் காக்கும் இமைபோலக் காத்து, பொறுப்புடனும் நிதானத்துடனும் நடந்துகொண்டது என்பது தெளிவாகவும் ஐயப்பாட்டிற்கு இடமில்லாமலும் தெரிகிறது.[84]

சமண மதம்

சைவ சமயம் வைஷ்ணவ சமயம் முதலிய பல பிரிவுகள் ஹிந்து மதத்தில் இருந்ததைப் பற்றி இதுவரை கூறினோம். வைதீகமான கோட்பாடுகள் கொண்ட இவற்றோடு, ஆனால் இவற்றைவிடக் குறைந்த அளவில், சமண மதமும் ஓரளவு செல்வாக்கும் அரசர்கள், பொதுமக்கள் ஆகியோருடைய ஆதரவும் பெற்றிருந்தது. சமணர் கோயில், பள்ளி என்று பெயர் பெற்றிருந்தது. பள்ளி கட்டப்பட்ட இடத்துக்கு வரி விலக்கு அளிப்பது என்ற பழக்கம் 'பள்ளிச் சந்தம்' என்ற பெயரால் நெடுங்காலமாக இருந்து வந்ததை அரசாங்க வருவாய்த்துறைக் கணக்குகளிலிருந்து அறிகிறோம். சமண ஆசிரியர்கள் பலர் எழுதிய நூல்களால் தமிழ் இலக்கியம் வளமும் ஏற்றமும் பெற்றது. சமண நூலாசிரியர் ஒருவர் இயற்றிய மதச் சார்பற்ற காவியமான **'சிந்தாமணி'**ப் பாடல்களின் இலக்கிய நயத்தில் இரண்டாம் குலோத்துங்க மன்னன் மெய்மறந்து ஈடுபட்டான் என்றும் அதனாலேயே சேக்கிழார் பெருமானுக்கு நாயன்மார்களின் வரலாறாகிய **'பெரிய புராணத்'**தை எழுத வேண்டுமென்ற துடிப்பும் உறுதியும் 12-ம் நூற்றாண்டின் நடுப்பகுதியில் ஏற்பட்டதாக்வும் பழங்கதை உண்டு. திருவாங்கூர்ச் சீமையில் சமணமதத்தின் அடிச்சுவடுகள் கண்பிடிக்கப் பட்டிருக்கிறன்றன. இந்தச் சின்னங்களின் காலம் தெரியாவிட்டாலும், இவை 10-ம் நூற்றாண்டுக்கு மேல் 13-ம் நூற்றாண்டு வரையப்பட்டவை என்று ஓரளவுக்கு துணிந்து சொல்லாம்.[85] தமிழ் மாவட்டங்களில் (தமிழ் நாட்டில்) சமணம் செல்வாக்குப் பெற்றிருந்த ஊர்களைப் பற்றி, பயனுள்ள குறிப்புகள் சோழர் கல்வெட்டுக்களில் கிடைக்கின்றன. திகம்பரச் சமணர் பற்றி ஒரு முக்கிய விவரம் ஹஸ்தி மல்லானின் உதயேந்திரம் கல்வெட்டில் உள்ளது. முதலாம் பராந்தகன் ஆட்சியில்[86] கடைக்கோட்டூர் என்ற கிராமம் தானமாகக் கொடுக்கப்பட்டபோது,

இரண்டு பட்டிகள் அதிலிருந்து விலக்கப்பட்டன. காரணம், அந்தப் பட்டிகள் திகம்பரச் சமணரின் பள்ளிச் சந்தத்தில் அடங்கியிருந்தன. வட ஆர்க்காடு மாவட்டம் 'வேடல்' என்னும் ஊரில் பெரியதொரு சமண மடம் இருந்தது. அங்கு ஒரு பெண் துறவியும், அவளுடைய 500 மாணவர்களும் ஒரு புறமாகவும் அவர்களுக்கு எதிராக மற்றொரு பெண் துறவியும் அவளுடைய 400 மாணவர்களும் என்று, இரு கட்சிகள் இருந்தன. சமண மடத்துக்குள் ஏற்பட்ட இந்த உட்பகையைப் போக்க, சாதாரண சமண மக்களான அவ்வூரினர் தங்கள் பாதுகாப்புக்குள் ஒரு கட்சியினரை வைத்துக் கொண்டிருந்தனர்.[87] கி.பி.885 அளவில் நடந்தது. தென் ஆர்க்காடு மாவட்டம் சித்தாமூரில் ஒரு இராஜகேசரியின் 17-ம் ஆட்சி ஆண்டுக் கல்வெட்டு ஒன்று கிடைக்கிறது. அங்கு பார்ஸ்வநாதர் கோயிலில் சமண நூல்களுக்கு விளக்கம் சொல்லப்பட்டதும் அக்கோயில் மண்டபத்தில் தீபம் போட ஒரு கட்டளை ஏற்பட்டிருந்ததும் குறிப்பிடப்பட்டிருக்கிறது.[88] வட ஆர்க்காடு மாவட்டம் திறக்கோல் ஆதாரம் ஒன்றில் ராஜேந்திரபுரத்து கங்காதூரப் பெரும் கோல் ஆதாரம் ஒன்றில் ராஜேந்திரபுரத்து கங்காதூரப் பெரும் பள்ளி என்ற ஒரு பள்ளியைப்பற்றிச் சொல்லப்பட்டிருக்கிறது.[89] செந்தலையும் ஒரு பள்ளி அமைத்த கனகசேனாப தாராவைப்பற்றி ஒரு பரகேசரியின் 12-ம் ஆண்டுக் கல்வெட்டுக் கூறுகிறது.[90] செங்கற்பட்டு மாவட்டம் ஆனந்த மங்கலத்தில், சமண உருவங்கள் மூன்று வரிசைகளாக ஒரு தொங்கற்பாறையில் உள்ளன. ஜீனகிரிப்பள்ளியில் ஓர் அடிகளுக்கு நாள்தோறும் உணவு அளிக்க ஏற்பாடு செய்யப்பட்டிருந்த தகவல் அங்குப் பொறிக்கப்பட்டு இருக்கிறது.[91] இது முதலாம் பராந்தகன் காலத்தில் கி.பி.945-ம் ஆண்டு ஆதாரம். அதே ஆண்டில், திருப்பான்மலை என்ற பெரிய சமணக்குடியிருப்பில் அரிஷ்டநேமிபட்டாரகர் என்பவரின் மாணாக்கரான பத்தினிக் குறத்தி அடிகள் என்பவர் விளாப்பாக்கத்தில் ஒரு கிணறு வெட்டியுள்ளார். அந்தக் கிணறும் வீடும் அவ்வூரைச் சேர்ந்த இருபத்து நான்கு பேரின் மேற்பார்வையில் ஒரு கன்னிமாடமாக இருந்தன.[92] இராஜராஜனின் பதினேழாம் ஆண்டில் தென் ஆர்க்காடு மாவட்டத்தில் திருநறுங்கொன்றை என்ற பள்ளிச் சந்தத்தில் ஒரு பள்ளியில், இரண்டு விளக்குகள் ஏற்றுவதற்காக, நிலமானியம் வழங்கப் பட்டிருக்கிறது.[93] வடஆர்க்காடு மாவட்டம் போளூருக்கு அருகேயுள்ள திருமலை, குந்தவை கட்டிய சமணர் கோயில் உள்ள திருச்சிராப்பள்ளி மாவட்டம் திருமழபாடியும் அக்காலத்தில் இருந்த ஏனைய முக்கியமான சமண நிறுவனங்கள்.[94] காஞ்சிபுரத்தைச் சேர்ந்த சிற்றூரான திருப்பருத்திக் குன்றத்தில் இன்றளவும் ஒரு புகழ்பெற்ற சமணர் கோயில் இருந்துவருகிறது. இதை ஜீனகாஞ்சி

என்று பொதுவாகச் சொல்லுகிறார்கள். இவ்வூரில் துறவிகள் கூட்டமாகக் கூடி வழிபடும் ரிஷி சமுதாயம் கி.பி.1116 அளவில் சில நிலங்களை வாங்கியதாகச் சொல்லப்படுகிறது.[95] விக்கிரம சோழன் காலத்தில் சற்று பிந்திய ஓர் ஆண்டில் மற்றொரு கல்வெட்டில் இந்தச் சமுதாயத்தின் பெயர் வருகிறது.[96] முதலாம் குலோத்துங்கனின்-ஆண்டு குறிப்பிடாத ஒரு கல்வெட்டில் தஞ்சை மாவட்டத்தில் கூஹூரில் அந்த அரசன் பெயரால் ஏற்பட்ட பெரும்பள்ளிக்கு நிலமானியம் விடப்பட்டதாகச் சொல்லப் பட்டிருக்கிறது.[97] தஞ்சை மாவட்டம், மருத்துவக்குடியில் கி.பி. 1194-ல் ஏற்பட்ட ஒரு கல்வெட்டில் மற்றும் இரண்டு பள்ளிகளின் பெயர்கள் உள்ளன.[98] கி.பி.1199-ல் மீண்டும் ஜீனகாஞ்சி குறிப்பிடப்படுகிறது. இந்த முக்கியமான சமணர் கோயிலுக்குப் பள்ளிச்சந்த இறையிலி பெற சந்திரகீர்த்தி குருக்களும் வேறு சிலரும் செய்த முயற்சிகள் இக்கல்வெட்டில் பதிந்து வைக்கப் பெற்றிருக்கின்றன.[98a]

இந்துக்கள் எழுதி வைத்திருக்கும் புராணங்களிலும் கதைகளிலும் சமண மதத்தினரும் பௌத்த மதத்தினரும் ஏனையோரைக் கொடுமைப்படுத்தியதாகச் சொல்லப்பட்டிருப்பதை நாம் நம்பி, முழுமையாக ஏற்றுக்கொள்ளக் கூடாது என்பதற்கு மேற்கண்ட உண்மைகள் நமக்கு எச்சரிக்கையாக உள்ளன.

பௌத்த மதம்

சோழர் கால கல்வெட்டுக்களில் சமண மதத்தைப் போல, பௌத்த மதம் அவ்வளவாக இடம்பெற்றதாகத் தெரியவில்லை. நாகப்பட்டினத்தில் இருந்ததும் சூடாமணி வர்ம தேவரால் கட்டப்பட்டதுமான பௌத்த விகாரத்துக்கு ஒரு கிராமம் முழுவதும் அன்பளிக்கப்பட்டதை புகழ் பெற்ற லெய்டன் செப்புப்பட்டயம் தெரிவிக்கிறது. கடாரத்து அரசன் தன்னுடைய தூதுவர்கள் மூலமாக விடுத்த வேண்டுகோளுக்கு இணங்க, முதலாம் குலோத்துங் கனுடைய ஆட்சியில் இந்தப் பௌத்த ஆலயத்துக்கு மேற்கொண்டும் நன்கொடைகள் கொடுக்கப்பட்டிருக்கின்றன. நாகப்பட்டினத்தில் இருந்த இந்த பௌத்த விகாரத்தில் அழகான புத்தர் திருவுருவமாக தூய பொன்னினால் செய்யப்பட்டிருந்ததை அழித்து, திருமங்கை ஆழ்வார் பணமாக்கி, அந்தப் பணத்தைக் கொண்டு ஸ்ரீரங்கத்தில் பெரியதோர் அரங்கநாதர் கோயிலைக் கட்டினார் என்ற கற்பனைக் கதையை வைஷ்ணவர்கள் பரப்பியிருக்கிறார்கள். இன்றும் பலர் இதை நம்புகிறார்கள். ஆழ்வார்களின் வரலாறுகள் தொகுக்கப்பட்ட 12-ம் நூற்றாண்டில்

நாகப்பட்டினம் பௌத்த மதத்துக்கு நிலைக்களனாக இருந்து பெருஞ் செல்வமும் செல்வாக்கும் பெற்றிருந்தது என்பதை மட்டும் நாம் ஏற்றுக்கொள்ளலாம். காஞ்சிபுரத்திலும் பௌத்த சமயத்தின் தடங்கள் கண்டுபிடிக்கப்பட்டிருக்கின்றன.[99] இந்து மதத்தினருக்கும் சமண மதத்தினருக்கும் பெரிய அளவில் இடம் கொடுத்துச் சிறப்புப் பெற்ற பழமையான காஞ்சிபுரம் நகரத்தின் ஒரு பகுதியில் பௌத்தர்களின் குடியிருப்பும் இருந்திருக்கலாம். நாகப்பட்டினத்திற்கு நேர் மேற்கு, கேரளக் கடற்கரையில், மலபார் மாவட்டத்தில் ஸ்ரீ மூலவாசம் என்னும் இடமும் பௌத்த மதத் தொடர்பால் புகழ் பெற்றிருந்தது. காந்தாரா[100] வரையிலும் ஸ்ரீமூலவாசத்தின் செல்வாக்கு மிகப் பழங்காலத்தில் பரவியிருந்தது. தென்னிந்தியாவின் பழைமையைப்பற்றி முறையான ஆராய்ச்சி மேற்கொள்ளப்பட்டால், இதுவரை நமக்குத் தெரியாத பல இடங்களில் பௌத்த மதம் பரவியிருந்தது புலனாகும். சமணர்களைப் போன்ற அளவுக்கு இல்லாவிட்டாலும் கூட, பௌத்த மதத்தினர் சிலரும் தமிழ் இலக்கியங்கள் எழுதி, தமிழ் மொழிக்கு ஏற்றம் கொடுத்திருக்கிறார்கள். எனினும் கி.பி.10-11ம் நூற்றாண்டுகளில் தமிழ்நாட்டில் சமண மதத்துடன் ஒப்பிட்டுப் பார்க்கும்போது பௌத்த மதம் அவ்வளவாக ஆதரவு பெறவில்லை; அது உயிர்த்துடிப்புடன் விளங்கவில்லை என்ற எண்ணமே கல்வெட்டுகளிலிருந்தும் இலக்கியங்களிலிருந்தும் உண்டாகிறது. இதற்கு முற்பட்ட காலத்தில் சமயப் பூசல்கள் ஏற்பட்டபோது, சமண மதம் ஓரளவுதான் பாதிக்கப்பட்டிருந்தது என்றும் ஆனால், அதே காலத்தில் பௌத்த மதம் அடியோடு சேதப்பட்டு, தமிழ்நாட்டு மக்களிடம் பெற்றிருந்த ஆதரவை இழந்துவிட்டது என்றும் தோன்றுகிறது.

பொதுவான சமரச மனப்பான்மை

தமிழ் நாட்டில் சமய வாழ்வு பலதரப்பட்டதாகவும் சிக்கல் நிறைந்ததாகவும் இருந்துவந்தது. ஒவ்வொரு மதமும் பிற மதங்கள், சமயங்கள் ஆகியவற்றைக் கவர்ந்தும் அவற்றால் கவரப்பட்டும் வந்தது. இந்த ஊடுருவலும் கலப்பும் ஓய்வு ஒழிச்சல் இன்றி, இடைவிடாமல் நடந்துகொண்டிருந்தது. ஒன்றை ஒன்று இவ்வாறு நீண்ட காலமாகத் தழுவிப்போனதால் பௌத்த விகாரம், சமணப்பள்ளி, இந்துக் கோயில் மூன்றிலும் குறிப்பிடத்தக்க பல வேற்றுமைகள் இருந்தபோதிலும், வழிபாட்டு முறை, நிர்வாக அமைப்பு, திருவிழாக்கள் ஆகியவற்றில் பல ஒற்றுமைகள் இருந்தன. துறவு வாழ்க்கை, உலகப்பற்று நீங்கிய உணர்ச்சி ஆகிய

கொள்கைகளை இந்திய மதங்கள் யாவும் ஏற்றன. இந்தக் காலத்தில் பல மதத்தினருக்கும் இடையே சில வேறுபாடுகள் நிலவிய போதும் கூட அவற்றால் சமுதாயத்தில் பிளவு ஏற்படவில்லை. பிற மதங்களிடம் சகிப்புத் தன்மை, ஏன் மதிப்பும் கூட இருந்து வந்ததாகவே தெரிகிறது.

குறிப்புகள்

1. 'ஹிந்து மதமும் பௌத்த மதமும்', பக். xi.
2. காண்டம், xiv, 89-99.
3. இதை வரலாறாக ஏற்றுக்கொள்ள வேண்டும் என்று செய்யப்பட்ட முயற்சி நம்ப முடியாததாக இருக்கிறது. அந்த முயற்சியை எஸ். கிருஷ்ணசாமி (எஸ்.கே.) ஐயங்கார் **'ஏன்சியன்ட் ஹிஸ்டரி'** என்னும் நூலில் பக். 413-14-ல் பார்க்க.

   இதற்கு மாறுபட்ட கருத்தை, (பேராசிரியர்) மு. ராகவ ஐயங்கார் கூறியுள்ளார். திருமங்கை ஆழ்வார் காலத்தவரான ஆளுடைய நம்பி என்ற சுந்தரமூர்த்தியையும் ஆளுடைய பிள்ளை என்ற சம்பந்தரையும் குழப்பிக் கொண்டதால் ஏற்பட்ட வினை என்பது அவர் கருத்து. ஆழ்வார்கள் கால நிலை, பக். 137-ல் சொல்லப்பட்டிருப்பது ஒரு மதிஊகம்தான். அதை முக்கியமாகக் கொள்ளவேண்டியதில்லை. சமீப காலத்தில், இந்த அறிஞரை டாக்டர் எஸ்.கே. ஐயங்காருடைய வாதங்களை மீண்டும் சொல்லி சுந்தரமூர்த்தி நாயனார் சம்பந்தரும் சம காலத்தவர் என்பதை நிலைநாட்ட முயன்றிருக்கிறார். 'நந்திவர்ம பல்லவனுக்கு வைர மேக என்ற பட்டம் இருந்தது' என்பது நிலைநாட்டப்படவில்லை. அது உண்மையும் இல்லை. ஆனால் அதை அடிப்படையாகக் கொண்டே, இவருடைய வாதங்கள் அமைந்திருக்கின்றன. **'டாக்டர் எஸ். கிருஷ்ணசாமி ஐயங்கார் நினைவு மலர்'** பக். 210.
4. கே.எஸ். ஸ்ரீநிவாச பிள்ளை- **'தமிழ் வரலாறு'** இரண்டாம் பாகம், பக். 179, அடிக் குறிப்பு, மற்றும் சென்னை, கல்வெட்டுத் துறை ஆண்டறிக்கை 1918, II, 34 இந்த அறிக்கையில் **'பெரிய புராண'**த்தின் ஆசிரியரான சேக்கிழார், திருமுறைகளைக் கண்டுபிடித்ததாக சொல்லப்பட்டிருப்பது வேடிக்கையாக இருக்கிறது.
5. 8/1918.
6. 373/1903; 99/1929.
7. எஸ்.ஐ.ஐ. iii, பக்கம் 93, வரிகள் 32-3.
8. 129/1914; 349/1918; 358/1903; 199/1915. 12/1905-ல் **'திருவெம்பாவை'** பற்றியும், 165/1906-ல் **'திருச்சாழல்'** பற்றியும், 421/1912-ல் **'திருவெம்பாவை'** திருவாதவூராளி நாயனார் பற்றியும் சொல்லப்பட்டிருப்பது நம் கவனத்திற் குரியது.

8a. 97/1932; ஆனால், தமிழ் லெக்ஸிகன் என்னும் பேரகராதியில் தேவாரத்தைப் பற்றிய குறிப்பைக் காண்க.

8b. 143-4, 149 மற்றும் 160-1 (யாவும் 1940-1-ம் ஆண்டுக்குரியன. கல்வெட்டுத் துறை ஆண்டறிக்கைகள் 1939/40-42/3, II, 41.

8c. 176/1940-1.

9. v, 46, மற்றும் **'எப்பிகிராபிகா இண்டிகா;'** தொகுதி xv, பக். 54.

10. நாதமுனி பிறந்த ஊரின் பெயர், வீர நாராயணபுரம் என்பது. முதலாம் பராந்தகனின் சிறப்புப் பெயர்களுள் ஒன்றை இந்தப் பெயர் நமக்கு நினைவூட்டுகிறது.

11. அதாவது சடகோபரின் நூல்கள்.

12. **'திவ்விய சூரிச் சரித்திரம்'**, xvi, 13-21, குரு பரம்பரைகளில் இந்தக் கதையே சில கைச் சேர்க்கைளுடன் சொல்லப் பெற்றிருக்கிறது. இவ்வாறு மாறுபட்ட கதைகளில் புகுத்தப் பெற்றுள்ள வித்தியாசமான செய்திகளுடன் முக்கியமானவை வருமாறு:

அ. வீரநாராணபுரத்திற்கு வந்தவர்கள் பாடிக்கொண்டிருந்த சில பாசுரங்களிலிருந்து, தமிழில் பாசுரங்கள் இருப்பதை நாதமுனி அறிந்துகொண்டார். இவ்வாறு வந்தவர்கள் குருகூரைச் சேர்ந்தவர்கள் அல்ல. அவர்கள் (தமிழ் நாட்டுக்கு) மேற்கத்திய நாட்டினர்.

ஆ. **'திருவாய்மொழி'**யும் ஏனைய பக்தி இலக்கியங்களும் நீண்ட நெடுங்காலமாக மக்களுக்கு அகப்படாமல் மறைந்திருந்தன என்று மதுரகவி ஆழ்வாரின் மாணவரான பராங்குசதாசன் குருகூரின் நாதமுனியிடம் தெள்ளத்தெளியச் சொல்லியிருக்கிறார்.

இ. நாதமுனிக்கு அறிவிக்கப்படும், சடகோபர் பாடல்களின் எண்ணிக்கை ஓராயிரம் அன்று; சடகோபர் பாடிய நாலாயிரம் பாடல்களுமே அவருக்கு வெளிப்படுத்தப் படுகின்றன.

13. (வைணவம்....முதலிய நூலில் 49-50 பக்கங்களில்) குலசேகர ஆழ்வாரின் காலம் 12-ம் நூற்றாண்டு என்று ஆர்.கி. பண்டார்க்கார் சொல்லுவது முற்றிலும் தவறானது. கி.பி.1088-ம் ஆண்டுக் கல்வெட்டு ஒன்றில் குல சேகரருடைய- 'தோற்றருந் திறல்' என்ற பாசுரம், அதன் முதற் சொற்களாலேயே திட்டவட்டமாகக் குறிப்பிடப்படுகிறது. (**'தென்னிந்தியக் கல்வெட்டுக்கள்'** iii, பக் 148).

14. 181/1923.
15. 176/1923.
16. 61/1892.
17. 62/1892.
18. 343/1921.
19. 557/1919.
20. 126/1900. சோழ கேரள தேவரின் ஆதாரம், (தஸ்தாவேஜு).
21. 493/1919.
22. 333/1906.
23. 103/1926; 52/1928.
24. 266/1923.
25. தென்னிந்தியக் கல்வெட்டுக்கள் ii, 25 என்பது இத்தகைய ஓர் அறக்கட்டளைக்கான ஆதாரமாக எனக்குத் தெரிகிறது. இதில் ஆளப்பெற்றிருக்கிற சொற்றொடர் 'திருப்பறை அறையவும்' என்பது. புனிதமான 'ஒரு பேரிகையை அல்லது தவிலை அடித்து முழக்குவது' என்று இந்தச் சொற்றொடருக்கு ஹூல்ஷ் பொருள் கொள்ளுகிறார். கடிகாவைச் சேர்ந்த அபூர்விகளே இந்தச் செயலைச் செய்ய வேண்டியதிருந்தது. (பார்க்க: எஸ்.ஐ.ஐ. iii, பக். 233, எண் 2) எனவே இதை விடச் சிறந்த ஒரு பொருளைக் கொள்ள வேண்டும். பறை என்பதற்கு 'சொல்' அல்லது 'வார்த்தை' என்றும் பொருள் கொள்ளலாம். அறை என்பதற்கு 'பேசு' அல்லது 'ஓது' என்ற அர்த்தங்களும் உண்டு என் அபிப்பிராயத்தில் இது வேதம் ஓதுவதைக் குறிக்கும். 'புனிதமான வார்த்தை' என்று சொல்லப்பட்டிருப்பதால் இவ்வாறு கருதுகிறேன்.
26. 403/1896; 214/1911; 321/1917.
27. கல்வெட்டுத் துறையின் ஆண்டறிக்கைகள் xxvi (1930) பக்.130-2-ல் Tuccis என்பவரின் மேற்கொள்கள்.
28. மதுரை மாவட்டம் ஆனைமலையில் உள்ள 'நரசிம்மர்' (குகைக் கோயில்) நமக்குத் தெரிந்த மிகப் பழமையான பாண்டியர் கோயில்களுள் ஒன்று 'எப்பிகிராபிகா இண்டிகா' vii, பக். 317, அடிக்குறிப்பு.
29. 'எப்பிகிராபிகா இண்டிகா', xvii, பக். 14.
30. 131/1925.
31. 'எப்பிகிராபிகா இண்டிகா', iv, பக். 281; 382/1905.

32. கல்வெட்டுத் துறையின் ஆண்டறிக்கைகள் 1926, II, 22

33. தென்னிந்தியக் கல்வெட்டுக்கள், ii, முன்னுரை பக். 39-40.

34. எஸ்.ஐ.ஐ. ii, 20, இந்துக்களின் விக்கிரகங்களைப் பற்றி **'இந்து ஐக்னோகிராபி'** என்ற பெயரில் கோபி நாதராவ் எழுதியுள்ள நூலைப் பார்க்க, ii, முன்னுரை.

35. 111/1930.

36. 72/1931.

37. **'ஜர்னல் ஆப் ஓரியண்டல் ரிசெர்ச்'**, viii, பக். 200.

38. 8/1919, பதினைந்தாம் நூற்றாண்டுக்கு முன் 'நாமம்' என்பது காணப்படவில்லை, என்று ஜி.ழூவே தூப்ராய் சொல்லியிருக்கிறார். (**ஆர்கியாலாஜி–டு–சுட்–ல–இண்டே,** என்ற பிரெஞ்சு ஆராய்ச்சி இதழ், ii, பக். 62) ஆனால், குறைந்தது அதற்கு நான்கு நூற்றாண்டுகளுக்கு முன்னராவது 'நாமம்' போடுவது (திருமண் இடுவது) பழக்கத்தில் இருந்ததாக, இந்தக் கல்வெட்டிலிருந்து நமக்கு உறுதியான ஆதாரம் கிடைக்கிறது.

39. செய்யுள் 86.

40. 205/1904.

41. **'பெரிய திருமொழி'**, VI, 64.

42. 257/1925.

43. தென்னிந்தியக் கல்வெட்டுக்கள், ii, முன்னுரை பக். 29-41.

44. முன்கூறியது, 606/1902; 177/1907; 118/1914.

45. 56-57/1913.

46. 207/1919.

47. 10/1898.

48. 705/1909; 131/1895 (தென்னிந்தியக் கல்வெட்டுக்கள், iii, 66).

49. 93/1925; 289/1897.

50. 244/1910.

51. 335/1906.

52. 187/1912.

53. 125/1922.

54. 335/1917; 131/1892-ல் சூரியனும், ஏழு தாய்மார்களும் சாஸ்தாவும் சேர்த்து (ஒன்றாகக்) குறிப்பிடப்பட்டிருக்கின்றனர்.

55. 430/1905; 255/1915.

56. 484/1911.

57. இதைப்பற்றி ஒரு குதர்க்கமான விளக்கத்தை, திரவஸ்கிஸ் எழுதிய **'ஐந்து ஆறுகள் பாயும் நாடு'** (தி லாண்டு ஆப் தி பைவ் ரிவர்ஸ்) என்ற நூலில் 57-ம் பக்கம் பார்க்க.

58. 333/1917.

59. **'வேதம் அழகிதாக வல்ல பிராமணர்'**, 343/1917.

60. 184/1923.

61. 467/1908; 577/1920; 227/1911; 101/1914; 241/1894 முதலியன.

62. பந்தார்க்கர் - ஏற்கெனவே மேற்கோள் காட்டப்பட்ட நூல், பக். 127.

63. கோபிநாதராவ் - ஏற்கெனவே மேற்கோள் காட்டப்பட்ட நூல்.

64. pd. எண், 14 மற்றும் நான் எழுதிய **'பாண்டியன் கிங்டம்'** என்ற நூலையும் பார்க்க, பக். 116-7.

65. 85/1908.

66. 85/1889.

67. 177, 181/1912.

68. 247/1923.

69. 360, 357, 352/1911.

70. இலகுலீஸ்வரன், சதுரானன் என்பவை பட்டப்பெயர்களே; அவை ஆட்களின் பெயர்கள் அல்ல. இதைப் புரியாமல் பலர் செய்திருக்கும் குழப்பங்கள் ஏராளம். பாசுபதத்தை ஸ்தாபித்த (ஏற்படுத்திய) வரும் மேல்பாடி கல்வெட்டுக்களில் **எப்பிகிராபிகா இண்டிகா** v. பக் 288; இது தொடர்பாக ஏற்கெனவே நாம் மேற்கோள் காட்டியுள்ள கோபிநாதராவ் நூலில் பக். 17. அடிக்குறிப்பையும் காண்க. குறிப்பிடப் பட்டிருக்கும் இலகுலீசரும் ஒன்றே என்று ஃபிளீட் தவறுதலாக ஊகித்து சில முடிவுகளை வெளியிட்டார். மற்றும் அந்த இலகுலீசரும் அவர் பெயர்கொண்ட ஜம்மை (1907-ம் ஆண்டுக் கல்வெட்டு ஆராய்ச்சி அறிக்கை, III, 39) என்பவராகவும் கருதப்பட்டிருக்கிறார். முன் அடையாளம் காட்டப்பட்டிருப்பது ஒரு புறம் இருக்க, இந்தக் கருத்துக்குச்

சோழ வமிச பரம்பரை பட்டியலில் ஆதாரமும் இருக்கக்கூடும். ஆனால் ஏறத்தாழ ஒரே காலத்தில் மேல்பாடியிலும் ஜம்பையிலும் சமயத்துறையில் மிக முக்கியமான பொறுப்புக்களை ஒருவரே ஏற்றிருந்தார் என்பது அவ்வளவு பொருத்தமாகப் படவில்லை. திருவொற்றியூர் மடத்தின் தலைவரும் அவருக்குப் பிறகு அப்பதவிக்கு வந்தவர்களும் வகித்து வந்த பதவிப் பெயர் அல்லது பட்டமே சதுரானன் என்பதை அவ்வூர்க் (திருவொற்றியூர்) கல்வெட்டுக்கள் ஐயத்திற்கு இடமில்லாமல் உறுதிப்படுத்துகின்றன.

71. 181/1912, கல்வெட்டு ஆராய்ச்சி ஆண்டறிக்கை. 1913, II, 17. **'எப்பிகிராபிகா இண்டிகா'** xxvii, பக். 293. கிராமம். (1905/735) என்னும் ஊரில் சிவன் கோயில் கட்டியவனும், ராஜாதித்தனின் படைத் தலைவனாக இருந்த் கேரளத்தவனும், அந்த அரசரிடம் வேலை செய்த ஏராளமான கேரள ஊழியர்களும் மிகவும் பிரபலமாக இருந்தவனுமான வெள்ளங்குமரன் என்பவன்தான் இந்த ஆளா என்ற சந்தேகம் நமக்கு உண்டாகிறது.

72. 'குகை' என்பது பழைய தமிழ் நிகண்டின்படி **பிங்கலம்,** அதாவது துறவிகள் வாழும் இடம் (முனிவர் இருப்பிடம்) மடம். பார்க்க: 'தமிழ் லெக்ஸிகன்' - குகை.

73. இது தொடர்பான கல்வெட்டுத் துறை ஆண்டறிக்கை 1909, II, 53 மடங்கள் ஏற்பட்ட முதல் இடங்கள். திருவாவடுதுறை (1925-ல் 111) யும் திருவொற்றியூரும் (181/1912). மற்றும் கல்வெட்டுத் துறை ஆண்டறிக்கை 1911, II, 31-ல் சில மடங்களைப் பற்றிய சில குறிப்புக்களைக் காண்க.

73a. 1946-7ம் ஆண்டு 88, கல்வெட்டு ஆண்டறிக்கை, பக். 3.

74. 392/1908.

75. 49/1911.

75a. 14/1936-7. கல்வெட்டுத் துறை ஆண்டறிக்கை II, 28.

76. 192/1929.

77. கல்வெட்டுத் துறை ஆண்டறிக்கை 1929, II, 39; திருவாங்கூர் தொல் பொருள் துறை அறிக்கை 1920-21, பக். 64

78. 471/1912.

79. இது தொடர்பாக கல்வெட்டுத் துறை ஆண்டறிக்கை, 1913, II, 42.

80. எஸ்.ஐ.ஐ., ii, 38, பாரா 48.

81. மேல்படி, ii, பக் 68.

82. 360/1907; 211/1912.

83. தென்னிந்தியக் கல்வெட்டுக்கள், ii, 65.

83a. திருக்கண்ணபுரத்தில் சௌரிப் பெருமாள் கோயிலில் நெய் விளக்குப் போடவும் சூடம் ஏற்றி வைக்கவும் ஓர் அறக்கட்டளையை கி.பி.1129-ல் வைப்பதற்கு, 20 கழஞ்சு தங்கம் மூலதனம் தேவைப்பட்டது. (509/1922 கல்வெட்டு)

84. (மதன் மோகன்) **மாளவியா நினைவு மலரில்** நான் எழுதியுள்ள **"சோழர் காலத் தென்னிந்தியக் கோயிலின் பொருளாதாரம்"** என்ற ஆராய்ச்சிக் கட்டுரையில் இது போன்ற பல நிகழ்ச்சிகளின் விவரங்களைக் காண்க.

85. திருவாங்கூர் ஆர்கியாலஜிகல் சீரீஸ், ii, பக். 125 அடிக்குறிப்பு.

86. தென்னிந்தியக் கல்வெட்டுக்கள், ii, 76, பக். 27-8.

87. தென்னிந்தியக் கல்வெட்டுக்கள், iii, 92

88. 201/1902.

89. 277/1916.

90. 7/1899.

91. 430/1922.

92. 53/1900. இந்த 24 பேரும் கொண்ட உள்ளூர் சமணப் பேரவை இருந்திருக்கலாம்; 24 என்பது தீர்த்தங்கரரின் எண்ணிக்கை.

93. 385/1902.

94. தென்னிந்தியக் கல்வெட்டுக்கள், i, 67-68. தாதபுரத்தில் குந்தவை மற்றொரு சமணக் கோயில் கட்டினாள் (பார்க்க பக். 643).

95. 382/1929.

96. 381/1929.

97. 288/1917.

98. 392/1907.

98a. 43/1890.

99. **'இண்டியன் ஆண்டிகுவரி'** 44, பக். 127.

100. திருவாங்கூர் ஆர்கியாலாஜிகல் சீரிஸ், ii. பக். 117.

அதிகாரம் 26

சோழர் காலத்தில் இலக்கியம்

முன்னுரை

ஏனைய துறைகள் பலவற்றைப் போலவே, இலக்கியத் துறையிலும் சோழப் பேரரசர்களின் காலமே, தென்னிந்திய சரித்திரத்தில் ஆக்கத்திற்கு உரிய காலப்பகுதியாகச் சிறந்து விளங்குகிறது. சங்க காலத்தில், சோழ வம்சத்து (அரசர்களும்) இளவரசர்களும் கவிஞர்களைப் போற்றும் புரவலர்களாகவும் சில சமயம் தாங்களே புலவர்கள் அல்லது நூலாசிரியர்களாகவும் விளங்கியது. சங்க காலம், இலக்கியத் துறையில் ஏற்றம் பெற்று விளங்கினர். அதன் பிறகு, அடுத்த நான்கு அல்லது ஐந்து நூற்றாண்டுகளுக்குப் பல்லவர்கள், பாண்டியர்கள் ஆகியோரின் ஆதரவில், பாதுகாப்பில், இலக்கியமும் கலைகளும் இருந்துவந்தன. இந்தக் காலத்தில் தமிழ் இலக்கியமும் சமஸ்கிருத இலக்கியமும் விரிவான வளர்ச்சியடைந்தன. குறிப்பாக, புத்த சமயத் துறவிகள், இக்காலத்தில் பாலி மொழியிலும் சில நூல்களை உருவாக்கினர். **தேவாரம், திருவாசகம்** தமிழ் வைணவர்களுடைய **நாலாயிர திவ்ய பிரபந்தத்தின்** பெரும்பகுதி ஆகியவை இக்காலத்தில் தோன்றியவையே என்பதில் ஒரு சிறிதும் சந்தேகம் இல்லை. **பாண்டிக்கோவை, சூளாமணி, நந்திக்கலம்பகம்,** பெருந்தேவனாரின் **பாரத வெண்பா** ஆகியவையும் இதே காலத்தைச் சேர்ந்தவையே. சமஸ்கிருத இலக்கியத்தில் புகழுடன் விளங்குபவர்களான குமாரிலரும் சங்கரரும் இக்காலத்தவர்களே.

சோழப் பேரரசு விரிவடைந்ததன் விளைவு

சோழர் கை ஓங்கியதிலிருந்து, இலக்கியம் பல வடிவங்களில் பெருகியது. தென்னிந்தியாவில் முதல் தடவையாக ஒரு பேரரசு ஏற்பட்டது என்பதையொட்டி, உணர்ச்சி வெள்ளம் பெருக் கெடுத்தது. அதன் எதிரொலி இலக்கியங்களில் பிரதிபலிக்க லாயிற்று. சோழப் பேரரசு தோன்றியது என்பது புதிதாக ஏற்பட்ட அரசியல் உண்மை. இந்த நிகழ்ச்சிக்கும் புதிய இலக்கியப் படைப்புக்கள் தோன்றியதற்கும் நேரடியாக என்ன தொடர்பு?

கல்வெட்டுக்களில் இலக்கியம்

சோழர் காலத்துக் கல்வெட்டுக்களில் அலங்காரமான மெய்க்கீர்த்தி (பிரசஸ்தி) வாசகங்களையும் கவிதைகளையும் அவற்றின் வீறு நடையையும், முன் காலத்திய கல்வெட்டுக்களின் உப்பு சப்பில்லாத வாசகத்துடன் ஒப்பிட்டுப் பார்த்தால் இந்தக் கேள்விக்கு, தெளிவான விடை கிடைக்கும். படித்தவர்களின் மொழி அல்லது புலமை மொழியான சமஸ்கிருதத்தைக் காட்டிலும், மக்கள் பேசிய மொழியான தமிழில் தெளிவாக நாம் காணுமாறு இந்த வேற்றுமை உள்ளது. முதலாம் இராஜராஜசோழன் காலத்திலிருந்து சோழ அரசர்களின் மெய்கீர்த்திகள் எல்லாவற்றையும் ஒரு சில விதிவிலக்குகள் நீங்கலாக, அங்காலத்து இலக்கியத்துக்குச் சிறந்த சான்றாக, எடுத்துக்காட்டாக, வகைப்படுத்திச் சொல்லலாம். அவற்றின் ராஜ கம்பீரமான வாசகம், செய்யுள்க்ளின் ஆற்றொழுக்குப் போன்ற நடைவரலாற்று நிகழ்ச்சிக்ளை விறுவிறுப்புடன் தொகுத்துச் சொல்லும் பாங்கும் போக்கும் அவற்றுக்குத் தமிழ் இலக்கியத்தில் தனி இடத்தைத் தருகின்றன. பேரரசர்களின் பிரசஸ்திகள் தவிர, கல்வெட்டுக்களில் எத்தனையோ இலக்கிய வகைகளும் உள்ளன. சிதம்பரம், திருவாரூர்க் கல்வெட்டுக்கள், இவ்வகையில் உடனே நம் நினைவுக்கு வருகின்றன. இவை, முதலாம் குலோத்துங்க சோழனிடமும் விக்ரம சோழனிடமும் அதிகாரியாக இருந்து பெரும் புகழுடன் விளங்கிய நரலோக வீரனின் வரலாற்றையும் சாதனைக்ளையும் கூறுவன. அட்டி, வயலூர் (வைலூர்) விருத்தாசலம் ஆகிய ஊர்களில் காணப்படும் கல்வெட்டுக்களில் காடவர்களின் பிரசஸ்திகளும் குறிப்பிடத்தக்கன. இவை அனைத்திலும் வெண்பா, ஆசிரியப்பா, கலிப்பா, வஞ்சிப்பா முதலிய பல செய்யுள் வகைகளும் திறமையாக ஆளப்பெற்றிருக்கின்றன. தமிழ் யாப்பிலக்கண விதிகள் கரடுமுரடானவையாக இருந்தபோதிலும் அவையும் நயமுறக்

கையாளப்பெற்றிருக்கின்றன. ஆசிரியர்கள், விளங்காத சொற்களையும் செயற்கையான வாக்கியப் போக்கையும் தவிர்த்திருக்கிறார்கள். வருணனைப் பாடல்கள் என்ற வகையில் இந்தக் கல்வெட்டுக்கள், பேரரசுகளின் பிரசஸ்திகளில் மிகச் சிறந்து விளங்குகின்றன. எனவே, இந்தக் கவிதைகளைப் புலமை நிறைந்த அவைக்களக் கவிஞர்கள் இயற்றினார்கள் என்பதற்கும் அவர்களை அடிக்கடி நன்கு பயன்படுத்திப் போற்றி, ஊக்குவித்து வந்ததால் இக்காலத்தில் சமயச் சார்பற்ற இலக்கியம் ஏற்றம் பெற்றது என்பதற்கும் சிறிதளவும் சந்தேகம் கிடையாது.

அழிந்த பாடல்கள்

கல்வெட்டுக்களில் சில நூல்களின் பெயர்கள் தற்செயலாக சொல்லப்பெற்றிருக்கின்றன. மற்றப்படி இவை பற்றி ஒன்றும் தெரியவில்லை; ஒரு காலத்தில் அந்த நூல்கள் போற்றப்பட்ட போதிலும், நமக்கு இப்போது அந்த நூல்களும் கிடைக்காததால், அந்த நூல்களுக்கு இருந்த பெருமை அவற்றின் இலக்கியச் சிறப்பாலா அல்லது அவற்றை எழுதியவர் உள்ளூர்க்காரர் என்ற பற்றுதலாலா அல்லது அந்த நூலாசிரியரின் தனிப்பட்ட செல்வாக்காலா என்பதை நாம் முடிவு செய்ய இயலவில்லை. அது எப்படியாயினும் ஆகுக. இந்த நூல்களின் பெயரிலிருந்தும், கல்வெட்டுக்களில் இவை சொல்லப்பட்டிருக்கிற சந்தர்ப்பங் களிலிருந்தும் மக்களுக்கு இவற்றில் ஆர்வம் இருந்ததென்றும் இவ்வகை இலக்கியங்களை அக்காலத்தார் விரும்பி வரவேற்றார் கள் என்றும் தெரிகிறது. சோழப் பரம்பரையில் ஈடும் இணையும் இல்லாதவன் முதலாம் இராஜராஜன். அந்த ஒப்பற்ற சக்கரவர்த்தியைப் பற்றி ஒரு நாடகமும் ஒரு காவியமும் இயற்றப்பட்டிருக்கின்றன. அவற்றின் பெயர் **இராஜ ராஜேஸ்வர நாடகம், இராஜராஜ விஜயம்.**[1] முதலில் சொல்லிய நூல், தஞ்சைப் பெரிய கோயிலில் திருவிழாக்களில் நடிப்பதற்காக எழுதப் பெற்றது. இரண்டாவது நூல், திருப்பூந்துருத்திக் கோயிலில் படிப்பதற்காக ஆக்கப்பெற்றது. இவற்றை நடிப்பதற்கும் படிப்பதற்குமாக அறக்கட்டளைகள் ஏற்படுத்தப்பட்டிருந்தன. இந்த நூல்கள் தமிழில் எழுதப்பட்டிருந்தனவா சமஸ்கிருதத்தில் எழுதப்பட்டிருந்தனவா என்பது உறுதியாகத் தெரியவில்லை. இந்த நாடகம் இராஜராஜ சோழனின் வாழ்க்கையை அடிப்படையாகக் கொண்ட நாடக நூலாக இருந்திராது. சைவச் சமயத்தாரிடம் வழிவழியாக வழங்கி வருகிற ஒரு சில கதைகளைப் பரப்புவதோடு நிற்காமல், தஞ்சைப் பெரிய கோவிலைக் கட்டிய பெருமையையே

சுவையுடன் தெரிவிப்பதற்காக, நாடகபாணியில் அதை எழுதியிருக்கவேண்டும். ராஜராஜ விஜயம் என்பது இராஜராஜனுடைய வரலாற்றைப் பற்றி ஓரளவு சரித்திர ஆதாரங்களுடன் எழுதப்பட்ட கவிதையாக இருந்திருக்கலாம். இந்த இரண்டு நூல்களிலும் இராஜராஜனின் வாழ்க்கையில் சுவையானதும் முக்கியமான நிகழ்ச்சிகள் திட்டவட்டமாகச் சொல்லப்படாவிட்டாலும் கவர்ச்சியாகவும் கதைப்போக்கிலும் சொல்லப்பட்டிருக்கவேண்டும். இந்த நூல்கள் கிடைக்காமல் போனது நஷ்டமே. 'திரு நாராயண பட்டர்' என்ற கவி குமுதசந்திரன், திருபுவனியில் மானகுலாசனிச் சேகரியைச் சேர்ந்த பண்டிதர். அவர் எழுதிய **'குலோத்துங்க சோழ சரிதை'** முதலாம் குலோத்துங்கனைப் பற்றியது. இந்த நூலை எழுதுவதற்காக, இவருக்கு அந்த ஊர்ச்சபையார் (கிராம சபையார்) அரை 'நிலமும்' இரண்டு மாவும் கொண்ட பரப்பளவை வழங்கியிருக்கிறார்கள். இந்த நிலத்திற்கு 12-ம் தரத்திற்குரிய நிலங்களைப் போல மிகக்குறைந்த அளவே வரி விதிக்கலாம் என்றும் தீர்மானிக்கப்பட்டிருக்கிறது. இந்தக் காவியத்தைச் சீர்தூக்கிப் பார்த்து, தகுந்த சன்மானத்தை இதன் ஆசிரியருக்கு வழங்கும்படி, அரசர் இட்ட கட்டளைக்கு இணங்க, கிராமசபை இவ்வாறு முடிவு செய்தது.[2] தென் ஆர்க்காடு மாவட்டம் கடலூரில் 1111-1119-ம் ஆண்டுக் கல்வெட்டுகள் உள்ளன. கமலாலயபட்டன் என்ற ஒருவர், உள்ளூரில் வழங்கும் சில கர்ணபரம்பரைக் கதைகளின் அடிப்படையில் ஒரு ஸ்தல புராணமும் ஒரு நாடகமும் எழுதியதற்காக, அவருக்கு முற்றூட்டாக நிலம் வழங்கிய செய்தியை இந்த இரு கல்வெட்டுக்களும் தெரிவிக்கின்றன. **'கன்னிவன புராணம்', 'பூம்புலியூர் நாடகம்'** என்பன இந்த நூல்களின் பெயர்கள். இந்தப் பெயர்களிலிருந்து இவை தமிழ் நூல்கள் என்றும் பலரும் படிக்கத் தகுந்த முறையில் எழுதப்பட்டிருந்தன என்றும் ஊகிக்கலாம்.[3] 1210-ம் ஆண்டில் வடஆர்க்காடு மாவட்டம் (இப்போது செங்கற்பட்டு மாவட்டத்திலுள்ள) திருவாலங்காட்டில் ஒரு விளக்கு எரிவதற்காக, அரும்பாக்கத்தைச் சேர்ந்த அறநிலை விசாகன் திரைலோக்கியமல்லன் வத்ஸராஜன் என்பவன் நன்கொடை கொடுத்துக் கட்டளை ஏற்படுத்தினான். அவன் கம்பீரமான தமிழில் பாரதத்தை மொழி பெயர்த்தவன் என்றும் சிவபெருமானுடைய பாதத்தைக் கண்டவன் என்றும் தன்னைப்பற்றி அந்த அறக்கட்டளை வாசகத்தில் சொல்லிக்கொள்ளுகிறான்.[4] நாகுபட்டி கோயிலுக்கு மருதத்தூர் உடையன் என்பவன் 1146-ல் சில நிலங்களைக் கொடுத்திருக்கிறான்[5] அவனால் பல செய்யுள்களில் புகழ்ந்து பாடப் பெற்ற பையூர் வேடவன்முடையான் என்பவனிடமிருந்து

அந்தநிலத்தைப் பெற்றதாக அவன் சொல்லியிருக்கிறான். சோழர் காலத்தைச் சேர்ந்த கல்வெட்டுக்களில் இதுபோன்ற இரண்டு சான்றுகள் உள்ளன. அவை பொறிக்கப்பட்ட காலங்களில் ஆட்சி செய்த அரசர்களின் பெயர்கள் அவற்றில் இல்லாததால் அவை இன்ன ஆண்டில் வெட்டப்பட்டன என்று தெரியவில்லை. திருவாரூர்க் கோயிலில் ஒரு மண்டபத்தில் பூங்கோயில் நாயகத் தலைக்கோலி என்பவள் ஆடிய நடனத்தை அரசன் பார்த்துக்கொண்டிருந்தபோது, பூங்கோயில் நம்பி என்பவனுக்கு வாயாற்றூர் என்ற பிரமதேய கிராமத்தில் இறையிலி நிலத்தை அன்பளித்துக் கட்டளையிட்டான். அவன் (பூங்கோயில் நம்பி) 'வீரணுக்க விஜயம்'[6] என்ற கவிதையை இயற்றி அரசனுடைய அன்புக்குரிய வீரசோழ அணுக்கர் என்பவரைச் சிறப்பித்தானாம். ஒருவேளை நம்பியும் தலைக்கோலியும் ஒரே கோயிலில் வேலை பார்த்திருக்கக்கூடும். கடைசியாகக் குறிப்பிடத்தக்கது திருவல்லம் கோயிலில் உள்ள தெய்வத்தைச் சிறப்பித்து **'வல்லை அந்தாதி'** என்ற நூலை இயற்றிய குறத்தி என்ற ஊரைச் சேர்ந்த வரதயப்புலவருக்கு அந்தக் கோயில் நிலங்களில் நூறு குழியைக் கோயில் அதிகாரிகள் நன்கொடை கொடுத்ததாகும்.[6a] கல்வெட்டுக்களில் மட்டும் குறிப்பிடப்பட்டு மறைந்துபோன கவிதை நூல்களுக்கு இவை சான்று. மக்களிடையேயும் இலக்கிய ஈடுபாடு பெரிதும் பரவியிருந்ததற்கு இவை ஆதாரமாக உள்ளன. பழங்காலத் தெளிவரை, பதவுரை, பொழிப்புரைகளில் முன்னைய கவிதை நூல்கள் ஆசிரியப்பாவின் இயல்புடைய நூற்பாவாகிய சூத்திரங்கள் ஆகியவற்றிலிருந்து சிறிய ஒரு சில மேற்கோள்கள் கிடைக்கின்றன. இவற்றிலிருந்து அழிந்துபோன நூல்கள் மிகச்சிறந்தவை என்று முடிவு செய்யலாம். எந்த நாட்டின் பழைய இலக்கியத்திற்கும் இந்தக் கருத்து ஓரளவு பொருந்தும்; ஆனால் தென்னிந்தியாவைப் பொருத்தவரையில் இவ்வகையில் ஏற்பட்ட நஷ்டம் பெரியது; பேரிழப்பே என்று தங்கு தடையின்றி சொல்லலாம். சில நூல்கள் தப்பித்தவறி நமக்கு இன்று கிடைத்துள்ளன. இவ்வாறு கிடைத்திருப்பவை, விதிவிலக்காக அதிர்ஷ்டவசமாக நாம் பெற்ற செல்வங்கள். யாருடைய குறிப்பிட்ட முயற்சியாலோ அல்லது இலக்கிய விமர்சன மரபின் பயனாகவோ இந்த நூல்கள் காக்கப்படவில்லை. எதிர்பாராத விதமாக அவை நின்று நிலவுகின்றன.

பெருங்கதை

பெருங்கதை அல்லது உதயணன் கதை என்பது பிரஹத் கதையின் தமிழ் வடிவம். இது ஒரு முக்கியமான நூல், கொங்கு

நாட்டைச் சேர்ந்த சிற்றரசரான கொங்குவேளிர் என்ற புலவர் இதை எழுதியிருக்கிறார். பாண்டிய-பல்லவர் காலத்தின் இறுதியில் இது உருவாகியிருக்கலாம். கொங்குவேளிரின் வாழ்க்கையைப் பற்றி விவரமான செய்திகள் அவ்வளவாகத் தெரியவில்லை. கோவை மாவட்டம் ஈரோடு வட்டத்தில் உள்ள விஜயமங்கலம் என்பது சுருக்கமாக 'மங்கை' என்று சொல்லப்பட்டதாயும் கொங்குவேளிர் அவ்வூரினர் என்றும் சமீபத்தில் வெளிவந்த **'கொங்கு மண்டல சதகத்'**தில் ஒரு செய்யுளும் தெரிவிக்கிறது. இரண்டாம் சங்க காலத்தில பல நூல்களைப் படித்து **'உதயணன் கதை'** எழுதப்பட்டதாக **சிலப்பதிகாரத்**திற்குச் சிறந்ததொரு உரை எழுதியுள்ள அடியார்க்கு நல்லார் குறிப்பிட்டிருக்கிறார். இதிலிருந்து, இந்த நூல் கி.பி. 3-ம் நூற்றாண்டிலோ அதற்கு முன்னரே எழுதப்பட்டிருக்கலாமென்று முடிவு செய்திருக்கிறார்கள்.[7] ஆனால், இது முடிந்த முடிவு அல்ல. அடியார்க்கு நல்லார் வாழ்ந்த கி.பி.12-ம் நூற்றாண்டில், **'உதயணன் கதை'** யைப் பற்றி இந்த நம்பிக்கை நிலவியது என்று மட்டுமே நாம் சொல்லமுடியும்.[8] இந்த நூலின் எஞ்சியுள்ள பகுதிகளுக்கு மிகச்சிறந்த பதிப்பைத் தந்துள்ளவர் மகாமகோபாத்தியாய டாக்டர் உ.வே. சாமிநாத ஐயர்.[9] கி.பி.6-ம் நூற்றாண்டில் **'துர்வ நீத'** என்ற கங்க வம்ச அரசன் சமஸ்கிருதத்தில் எழுதிய நூலை அடியொற்றி இந்நூல் அமைந்ததாக அவர் கருதுகிறார். **'உதயணன் கதை'** எல்லோருக்கும் நன்கு தெரிந்தது. எனவே, அதை நாம் இங்கே விவரிக்க வேண்டியதில்லை. குணாட்டியரின் நூலில் புதிதாக இருப்பது, உதயணனின் மகன் நரவாகனனின் வீரதீரச் செயல்களைப் பற்றியது. அவற்றைப் பற்றி **'பெருங்கதை'**யின் எஞ்சிய பகுதிகளில் ஒன்றும் சொல்லப்படவில்லை. இவற்றில் நூறு பகுதிகள் உள்ளன. மிகச் சிறியது. 50 வரிகள் உடைய பகுதி. மிக நீளமானது 200 வரிகள் கொண்டது. வருணனைக் கவிதைகளுக்கு ஏற்றதான அகவற்பாவில் இந்த நூல் ஆக்கப்பட்டிருக்கிறது. ஆசிரியருடைய நடை கூர்மையாயும் (திட்பமாயும்) தெளிவாயும் இருக்கிறது. தமிழ் இலக்கிய உலகம், இந்நூலை சிறந்ததொரு காப்பியமாக மதித்துவருகிறது.

சிந்தாமணி

திருத்தக்க தேவர் என்ற சமணப் புலவர் இயற்றியுள்ள **'சீவக சிந்தாமணி'**, தமிழ் இலக்கியத்திலுள்ள மஹாகாவியங்களுள் (ஐம்பெருங் காப்பியங்களுள்) தலைசிறந்ததாக மதிக்கப்படு கிறது. இது வாதீபசிம்ஹனின் **க்ஷத்ர சூடாமணி**யைப் பின்பற்றியது.

அந்த நூலோ எனின், கி.பி.898-ல் குணபத்திரன் எழுதிய உத்தரபுராணத்தை அடிப்படையாகக்கொண்டது.[10] எனவே 'சிந்தாமணி' பத்தாம் நூற்றாண்டில் இயற்றப்பட்டிருக்க வேண்டும் என்பதில் சந்தேகமில்லை.[11] சிந்தாமணியைத் தந்த ஆசிரியர் சோழ வம்சத்தில் பிறந்தவர் என்று நச்சினார்க்கினியர் சொல்லுகிறார்.[12] பிற்காலத்தில் தமிழ் நாட்டுச் சமணர்கள் இவரைப் பற்றிச் சொல்லுவதை இனிக் கூறுவோம். தமிழையும் சமஸ்கிருதத்தையும் கசடறக் கற்று புலமை பெற்ற பிறகு, இவர் துறவியாகி, மதுரைக்குச் சென்று பல்லாண்டுகள் தங்கி, அங்கே தமிழ்ச் சங்கப் புலவர்களுடன் இரண்டறக் கலந்து வாழ்ந்தார். சமணர்கள், சமயத் துறையிலும் பிறவகையிலும் தமிழ் இலக்கியத்திற்கு ஆற்றியுள்ள பணிகளைச் சங்கப் புலவர்கள் ஏற்றுப் பாராட்டினர். ஆனால், சமணத் துறவிகளும் குறிப்பாகத் திருத்தக்க தேவரும் அகப்பொருள் இலக்கியம் எழுதத் தகுதியில்லாதவர்கள் என்று அவர்கள் கடுமையான கருத்துத் தெரிவித்தார்கள். இதை ஓர் அறைகூவலாகத் திருத்தக்க தேவர் ஏற்று, தம் குருவின் இசைவை நாடினார். அகப்பொருள் இலக்கியம் இயற்றுவதால், அவருடைய துறவு நிலைக்கு இழுக்கு அல்லது பங்கம் ஏற்படாது என்றும் காமச் சுவையுள்ள நூலை அவர் எழுதலாம் என்றும் குரு சொல்லிவிட்டார். அவருடைய யோசனைப்படி, ஜீவகன் கதையைப் பெரியதொரு கதை வடிவத்தில் படைத்தார். அதைப் படித்துப் பார்த்த குரு, திருப்தி அடைந்தார். ஆனால், சங்கப் புலவர்கள் தங்கள் கண்டனத்தை கைவிடவில்லை; நூலின் நயத்தை அவர்கள் மறுக்கவும் இல்லை. வாழ்வில், காமச் சுவையை அனுபவித்து மகிழ்ந்தவர்களால்தான் இத்தகைய நூலை எழுதியிருக்க இயலும் என்று கூறி, திருத்தக்க தேவர், சில சோதனைகள் மூலம் தன்னுடைய தூய்மையை நிலைநாட்டினார்.

மேற்கூறிய கட்டுக்கதைகளை நாம் வரலாற்றுச் செய்தியாக ஒப்புக்கொள்ள வேண்டியதில்லை. சமணப் புராணங்களில் தொன்று தொட்டு நிலவிவரும் கதைகளை ஜனரஞ்சகமாகவும் இனக் கவர்ச்சியுடனும் கற்பனையுடனும் தமிழில் எழுத திருத்தக்க தேவர் விரும்பினார்; அம்முயற்சியில் அவர் வெற்றிகண்டார் என்பதே உண்மை.

கதையில் வரும் ஜீவகன் ஒரு இலட்சிய வீரன். அவன் போர் வீரனாகவும், போர் புரியாக் காலத்தில் ஏனைய துறைகளிலும் தேர்ச்சி பெற்ற சகல்கலா வல்லவனாகவும் இருந்தான்: துறவில் வழு

இல்லாதவனாகவும் அதே நேரத்தில் கவர்ச்சிகரமான காதலனாகவும் விளங்குகிறான். இளமையில் எத்தனையோ வீரதீரச் செயல்களில் ஈடுபட்ட பிறகு, நடுவயதில், நல்லதொரு நாட்டின் மன்னனாக முடி சூட்டப்படுகிறான். அதன் பிறகு சில ஆண்டுகள் அவன் மண வாழ்க்கையை நுகருகிறான். ஒன்றிரண்டு அல்ல. அழகிய அரசிகள் எட்டுப் பேருடன் வாழ்கிறான். அவர்கள் அனைவரும் இளமையிலேயே அவனுக்கு அறிமுகமானவர்கள். **'மணநூல்'** (திருமணங்களைப் பற்றிய நூல்) என்றும் **சீவக சிந்தாமணி** பெயர் பெற்றிருக்கிறது. காரணம், ஜீவகனின் ஒவ்வொரு திருவிளையாடலும் ஒரு திருமணத்தில் முடிவடைகிறது.

ஒரு சின்னஞ் சிறு நிகழ்ச்சி அவனுடைய மனப்போக்கை மிகவும் மாற்றிவிட்டது. உலகியல் வாழ்க்கை ஒரு வினாடியில் அவனுக்குக் கசந்துவிட்டது. அது வெறும் மாயை என்று உணருகிறான். தன் மகனுக்குப் பட்டம் கட்டிச் சிம்மாசனத்தில் ஏற்றி வைத்துவிட்டு, தாங்களும் தவம் மேற்கொண்டு, பூழி வெங்கானம் சென்று புண்ணியம் தேடுகிறான்.

நமக்கு இப்போது கிடைத்திருக்கும் **சீவக சிந்தாமணி** செய்யுள்கள் ஒவ்வொன்றும் நான்கு வரிகள் கொண்ட 3,141 செய்யுட்கள் உடையது. ஆசிரியர் 2,700 செய்யுட்களையே செய்தார் என்பர். ஏனைய 445 செய்யுட்களில் சில அவருடைய குருவாலும் வேறு சில வேறு யாரோ ஒருவராலும் எழுதப்பெற்றன.[13] இரண்டு செய்யுட்களை, இவை குருவால் எழுதப்பட்டவை என்று உரையாசிரியர் சுட்டிக்காட்டியிருக்கிறார். ஏனைய செய்யுட்களில் வேறு ஒருவர் எழுதியது எவை எவை என்று அடையாளம் காண்பதற்கு ஒரு துப்பும் தெரியவில்லை. திருத்தக்க தேவர், கவிதை படைப்பதில் வல்லுநராய்த் திகழ்ந்தார்; அவருடைய படைப்புத்தான் கவிச்சக்கரவர்த்தியாகிய கம்பனுக்கும் வழிகாட்டியாய், முன் மாதிரியாய் இருந்தது. **பெரிய புராணம்** எழுத சீவக சிந்தாமணி நேரடியாகக் காரணமாக இல்லை; ஆனாலும், சீவக சிந்தாமணி அதற்குக் தூண்டுகோலாக இருந்திருக்கும் என்பதை, பிறகு தெரிவிப்போம்.

ஐம்பெரும் காப்பியங்கள் என்பவற்றுள் **வளையாபதி**யும் **குண்டலகேசி**யும் அடங்கும். இவை முழுமையாகக் கிடைக்க வில்லை. வேறு சில நூல்களில், இவற்றின் சில சில பகுதிகள் மட்டுமே காணப்படுகின்றன. இவையும் ஏறத்தாழ சீவக சிந்தாமணியின் காலத்தில் செய்யப்பட்டனவே. பௌத்த மதத்தார் தமிழுக்கு வழங்கியுள்ள இலக்கியச் செல்வங்கள் மிகக்குறைவு;

அவற்றுள் ஒன்று **குண்டலகேசி**. புகழ்பெற்ற **மணிமேகலை** என்னும் நூலும் பௌத்தர்களால் படைக்கப்பட்டதே.

கல்லாடம்

கல்லாடனார் இயற்றியது கல்லாடம் என்னும் கவிதை நூல். ஓர் ஊரின் பெயரை வைத்து நூலுக்கு நூலாசிரியருக்கும் பெயர் இடப் பெற்றிருக்கின்றன.[14] ஒருவேளை, அந்த ஊர் ஆசிரியர் பிறந்த ஊராகவும் இருக்கலாம். கல்லாடர் என்ற பெயரில் சங்க காலப் புலவர் ஒருவரும் இருந்திருக்கிறார்; அவருடைய பாடல்களாக, புறநானூற்றில் ஐந்து செய்யுள்களும்[15] அகநானூற்றிலும் குறுந்தொகையிலும் பல செய்யுள்களும் காணப்படுகின்றன. கல்லாடத்தின் ஆசிரியர் திருச்சிற்றம்பலக்கோவையைத் தன் நூலுக்கு அடிப்படையாகக் கொண்டார் என்றும் அதிலிருந்து நூறு செய்யுள்களைத் தேர்ந்தெடுத்தார் என்றும் செவிவழிச் செய்தி உண்டு. இது நம்பத்தகுந்ததுதான். மரபுக்கு மாறுபட்டும் செயற்கை நடையிலும் இந்நூல் இயற்றப்பட்டிருக்கிறது. சங்க காலக் கவிதைப் பாணியையும் சொல்லமைப்பு முறையையும் இவர் கொண்டிருக்கிறார். கர்வம் அல்லது புலமைச் செருக்கு உடைய ஒருவரின் படைப்பு என்பது இந்நூலை நூறு செய்யுள்கள் ஒவ்வொன்றும் அகத்துறையில் ஒரு இயல்பைப் படம் பிடித்துக் காட்டுவன. கோவை என்னும் பிரபந்த வகையில் வரும் காதல் கவிதைகளை உயிரோட்டமின்றி, கல்லாடத்தில் பார்க்கிறோம். எனவே, இக்காலக் கண்ணோட்டத்துடன் இலக்கியங்களைச் சுவைப்பவர்களுக்கு இந்நூல் ஏமாற்றத்தையே தருகிறது. திருக்கோவையிலிருந்த செய்யுள்களைத் தொகுத்து முன்மாதிரியாக வைத்து, நூலாசிரியர் தன்னைக் கட்டுப்படுத்திக்கொண்டுவிட்டார். மேலும், தான் வாழ்ந்த காலத்திற்குப் பொருத்தமில்லாத மொழிமரபைப் பின்பற்ற வேண்டுமென்று வலியமுயன்று அதில் தோல்வி கண்டுள்ளார். ஒரு பரிகாசமான நூலாகவோ கேலிச்சித் திரமாகவோ அவர் இதை எழுதவில்லை. திருக்கோவையின் சிறப்பை, கல்லாடர் கூறிய விளக்கங்களுக்குப் பின்னரே, சங்கப் புலவர்கள் ஒப்புக்கொண்டதாகவும் ஒரு வதந்தி உண்டு. இந்த நூல் ஆடம்பரமான நடையில் அமைந்தது. ஆகையால் 'கல்லாடம் கற்றவனோடு மல்லாடாதே' என்று ஒரு பழமொழி உண்டு. அண்மைக் காலங்களில் கூட சில அறிஞர்களும் புலவர்களும் இந்நூலைப் பெரிதும் மதித்து வருகிறார்கள்.[16] இலக்கிய

விமரிசனத்தின் தரக்குறைவையும் இலக்கியச் சுவை நுகர்வின் சீரழிவையும் இது காட்டுகிறது.

மதுரையில் சிவபெருமான் நடத்திய திருவிளையாடல்களைக் கல்லாடர் நன்கு தெரிந்துவைத்திருந்தார்.[16a] மாணிக்கவாசகர், தருமி, இடைக்காடர் முதலிய பலருக்காக சிவபெருமான் நிகழ்த்திய அற்புதச் செயல்களைக் கல்லாடர் எடுத்துக் கூறுகிறார். சைவர்களின் பதினோராம் திருமுறையில் சேர்க்கப்பட்டுள்ள **திருக்கண்ணப்ப தேவர் திருமறம்** என்பது இவரால் எழுதப்பட்டதாக இருக்கக் கூடும். கல்லாடத்தின் காலம் இன்னது என்பதற்கு உறுதியான ஆதாரங்கள் கிடைக்கவில்லை. அது பத்தாம் நூற்றாண்டாகவும் இருக்கலாம். பிற்பட்ட காலமாகவும் இருக்கலாம். சோழப் பேரரசர்கள் காலத்தியது என்ற ஊகமே சாலச்சிறந்தது.

கலிங்கத்துப் பரணி

முதல் குலோத்துங்கனின் ஆட்சியின் இறுதியில் அரசவைக் கவிஞரான ஜெயங்கொண்டார், கலிங்கத்துப் பரணியைப் பாடினார். நமக்குக் கிடைத்துள்ள பரணிகளுள் இதுவே காலத்தால் முந்தியதும், சிறப்புமிக்கதும் ஆகும். 'பரணிக்கு ஒரு ஜெயங்கொண்டான்' என்ற பழமொழியிலிருந்து இந்நூலின் அருமையையும் பெருமையையும் உணர்க. எது வரலாறு, எது கட்டுக்கதை அல்லது கற்பனை என்று வாசகர்களுக்குத் தெரியுமாறு எழுதியிருப்பது இந்நூலின் தனிச்சிறப்புக்களுள் ஒன்று. ஆசிரியரின் சொல் வளமும், பலவகைச் செய்யுள்களை ஒருங்கே இணைக்கும் திறமும் அவற்றுடன் நிகழ்ச்சிகளைப் பின்னிப்பிணைக்கும் ஆற்றலும் குறிப்பிடத்தக்கவை. பரணி என்பது போர் பற்றியது; போரின் விவரங்களையும் சூழல்களையும் மட்டுமின்றிப் போர்க்களத்து நிகழ்ச்சிகளையும் சோகம், வீரம் முதலிய சுவைகள் தோன்ற எடுத்துரைப்பது. குலோத்துங்கனின் கலிங்கப்போரைப் பின்னணியாகக்கொண்ட பல்வேறு இலக்கியங்கள் தோன்றியதாகத் தெரிகிறது. **வீரசோழியம் உரை, தண்டியலங்காரம் உரை** ஆகியவற்றில் ஒரு சில செய்யுள்கள் மட்டுமே கிடைக்கின்றன; கலிங்கத்துப் போர் பற்றிய ஏனைய பல செய்யுள்கள் நமக்குக் கிடைக்கவில்லை. அவை இனி நமக்குக் கிடைப்பதற்கும் வழியில்லை. கலிங்கத்துப் பரணி அழியாது கிடைத்திருக்கிறது எனினும், அதன் மிக உன்னதமான இலக்கியத் தரமே அதற்குக் காரணமாக இருந்திருக்க வேண்டும். ஒரு சிறந்த நூல், மட்டமான ஏனைய நூல்களை அழித்துவிடும் என்பதற்கு, இந்திய இலக்கியங்களின் வரலாற்றில் பல உதாரணங்கள் உள்ளன.

ஜெயங்கொண்டாரைப் பார்த்து எழுதியவர்கள் பலர்; ஆனால், பிற்காலப் புலவர்களில் எவரையும் ஜெயங்கொண்டானுக்குச் சமமானவர்கள் என்றோ அவருடன் போட்டியிடக் கூடியவர்கள் என்றோ சொல்லுவதற்கில்லை.

கூத்தன்

'கூத்தன்' என்பது ஒட்டக் கூத்தனின் சுருக்கமான பெயர். இவர் செங்குந்தர் மரபினர். அம்மரபினர் போர்ப்படைகளில் சாதாரணப் பட்டாளத்துக்காரன் முதல் படைத்தலைவன் வரை பல வேலைகளிலும், மற்றும் நெசவுத் துறையிலும் ஈடுபட்டிருந்த தாகத் தெரிகிறது.[17] சோழநாட்டில் யாருக்கும் தெரியாத சின்னஞ்சிறு ஊர்களுள் ஒன்றான மலரி[18] யில் ஏழைக் குடும்பத்தில் இவர் பிறந்தார். பிறகு, இவர், புதுவை என்னும் ஊர்த்தலைவனும், கம்பனை ஆதரித்த சடையப்ப வள்ளலின் தகப்பனுமான சங்கரன் என்பவனிடம் ஊழியம் செய்துவந்தார். சங்கரனிடம், வீட்டு ஏவல்களைச் செய்வதைவிட வேறு பெரிய பதவிக்கு உரிய தகுதிகள் ஒட்டக்கூத்தனுக்கு இருப்பதை ஒரு காங்கேயன் உணர்ந்தான்; தன் பெருமையை அறிந்த அந்த வள்ளலுக்கு நன்றி கூறுமுகத்தான், கூத்தன் ஒரு 'நாலாயிரக்கோவை' பாடினார். புதுச்சேரிக்குப் பக்கத்திலுள்ள திருபுவனி என்னும் புவனியைச் சேர்ந்த சோமன் என்பவனும் கூத்தனை ஆதரித்த வள்ளல்களுள் ஒருவனாவான். கூத்தரின் புகழ் பரவியதும், விக்கிரம சோழனும் அடுத்தடுத்துப் பட்டத்திற்கு வந்தவர்களுமான மூன்று சோழப் பேரரசர்கள் அவரை அரண்மனைப் புலவனாக்கிக் கொண்டனர். அவர்கள் ஒவ்வொருவர் மீதும் அவர் ஓர் உலாவைப் பாடினார்; ஒரு பரணி பாடி, விக்கிரமச் சோழனின் கலிங்கப் போர் வெற்றியைச் சிறப்பித்தார். இரண்டாம் குலோத்துங்கன் மீது ஒரு பிள்ளைத் தமிழும் பாடினார். இந்தப் பிள்ளைத் தமிழே ஒட்டக்கூத்தனின் படைப்புக்களிலெல்லாம் சீரும் சிறப்பும் உடையது. காரணம்-சொல் வளம், செய்யுள்களின் ஓசை நயம், அழகான உருவகத் திறமை வாய்ந்தமையாகும். **ஈட்டி எழுபது, எழுப் பெழுவது தக்கயாகப் பரணி** ஆகியவற்றைக் கூத்தன் எத்தகைய சூழ்நிலையில் பாடினார் என்பதைப் பற்றிப் பல கதைகள் வழங்குகின்றன. அவற்றுக்குச் சரித்திர முக்கியத்துவம் இல்லை; அவை, பழங்குடியினர் வரலாறு பற்றிய கதைகள் எனலாம். ஒட்டக்கூத்தன் புகழேணியின் உச்சியி லிருந்த காலத்தில், செங்குந்தர், அவனைத் தங்கள் மரபின் பெருமையைப் பாடச் சொன்னார்கள். 'நானே என் சொந்த சாதியைப் பாடுவது அவ்வளவு பொருத்தமில்லை' என்று கூத்தன்,

அவ்வேண்டுகோளை மறுத்தான். இதனால் கோபங்கொண்ட செங்குந்தர்கள் 'சுய ஜாதி அபிமானம்' சிறிதும் இல்லாத கூத்தனைக் கொன்றுவிட முடிவு செய்தார்கள். செங்குந்தர்களை, கூத்தனின் நண்பர்கள் தந்திரந்தால் தோற்கடித்து கூத்தனின் உயிரைக் காப்பாற்றினர். போர்ச் செயலில் செங்குந்தர் பயன்படுத்தும் 'ஈட்டி'யைப் பாடுவதாக, கூத்தன் ஒப்புக்கொண்டானாம்; ஆனால், அவ்வாறு பாடுவதற்கு அவனுக்கு அம்மனின் அருளும் உற்சாகமும் பிறக்க, தலைமகனாகப் பிறந்த செங்குந்தர் இளைஞர்களின் உடலிலிருந்து வெட்டப்பட்ட 1008 தலைகளை காணிக்கையாக வழங்கவேண்டுமென்று கூத்தன் நிபந்தனை விதித்தானாம். சற்று விவாதம் செய்த பிறகு அவர்கள் இந்த நிபந்தனையை ஏற்றார்கள். பிறகு கூத்தன், ஈட்டியைப் பாராட்டி 'ஈட்டி எழுபது' என்ற எழுபது பாடல்களையும், அந்த 1008 இளைஞர்களுக்கு மீண்டும் உயிர் கொடுக்க 'எழுப்பு எழுபது' என்ற எழுபது செய்யுட்களையும் பாடினான் என்பது கர்ண பரம்பரைக் கதை. 'ஈட்டி எழுபது'ம் கவிதை என்ற அளவில் சாதாரணமானதே. இதில் சுட்டிக் காட்டப்பட்டிருக்கும் நிகழ்ச்சிகள் செங்குந்த வீரர்கள் ஈடுபட்ட போர்களையும் போர்க்களங்களில் அவர்களின் அஞ்சாநெஞ்சச் செயல்களையும் குறிக்கின்றன. ஆனால் இவற்றுக்கு விளக்கம் கிடைக்கவில்லை. ஆனால் உரையாசிரியர்கள் தங்கள் அறியாமையை மறைக்க, கட்டுக் கதைகளைக் கூறி கற்பனைத் திறனைக் காட்டுகின்றனர். செங்குந்த இளைஞர்களின் உடலுடன் தலையை ஒட்ட வைத்ததால், கூத்தன், ஒட்ட என்ற அடைமொழி பெற்று, ஒட்டக் கூத்தன் ஆனான் என்பர். இன்னொரு காரணமும் சொல்லப்படுகிறது. சோழ அரசன் ஒருவன் வேண்டுகோளுக் கிணங்க, நொடிப்பொழுதில் கூத்தன் ஒரு பாட்டுப் பாடினான். உலாவின் ஒரு கண்ணியை அந்தப் பாட்டுக்கு ஒட்ட வைத்ததால் ஒட்டக் கூத்தர் எனப் பெயர் பெற்றாராம். தக்கயாகப்பரணி, செய்யுள் அமைப்பிலும் சொல்லமைப்பிலும் கலிங்கத்துப் பரணியைப் பின் பற்றியது. அது புராணக் கதையை விறுவிறுப்புடனும் ஆற்றலுடனும் தெரிவிக்கிறது. கலிங்கத்துப் பரணிக்கு அது நிகரானது அன்று; எனினும் அதுவும் இலக்கிய உலகில் நின்று நிலவும் பெருமைக்கு உரியது. **'சரஸ்வதி அந்தாதி'** என்னும் நூலைத்தான். கூத்தன் முதலில் இயற்றினான் என்பர். இது அறிவுத் தெய்மாகிய கலைமகள் அல்லது சரஸ்வதியைக் கூத்தன்

வழிபட்டுப் பாடியது; அவள் கருணையால் அன்றோ அவன் சரஸ்வதி கடாட்சம் பெற்றான்! **'அரும்பைத் தொள்ளாயிரம்'** என்னும் நூலையும் கூத்தன் தான் பாடியதாகக் கருதப்படுகிறது. தஞ்சை மாவட்டத்தில் அரிசியாற்றின் கரையிலுள்ள கூத்தனூர், இந்தப் புலவனுக்கும் இவ்வூரை இவனுக்கு அன்பளித்த சோழ அரசர்களின் வள்ளன்மைக்கும் நினைவுச் சின்னமாக உள்ளது. இங்குள்ள சரஸ்வதி கோயிலில் 12-ம் நூற்றாண்டுத் தமிழ்க் கல்வெட்டு ஒன்று உள்ளது. மலரி என்ற ஊரைச் சேர்ந்த கவிச்சக்ரவர்த்தியின் பேரன், ஓவாத கூத்தர் என்ற கவிப் பெருமாள், சரஸ்வதியின் விக்கிரகத்தை[19] இங்கு நிறுவினான் என்று அதில் எழுதப்பட்டிருக்கிறது. அந்த விக்கிரகம் இப்போது இல்லை; ஆனால், கூத்தனுக்கும் சரஸ்வதிக்கும் உள்ள தொடர்பு பற்றிய செய்திகளைக் கட்டுக்கதை என்று புறக்கணித்துவிடுவதற்கில்லை என்பது இதிலிருந்து அறியத்தக்கது.[20]

கம்பன்

'இராமாயணம்' பாடிப் பெரும் புகழ் பெற்ற கம்பன், ஒட்டக்கூத்தனை விடப் பெரிய புலவன் ஆவான். தமிழ் இலக்கியத்தில் கம்பராமாயணமே மிகப் பெரிய இதிகாசம். வால்மீகியைப் பின்பற்றி எழுதியிருப்பதாகக் கம்பரே சொல்லுகிறபோதிலும், கம்பராமாயணம் சமஸ்கிருத மூல் நூலின் மொழி பெயர்ப்பு ஆகாது; அதன் தழுவலும் இல்லை; கதை நிகழ்ச்சிகளைச் சொல்லுகிற போக்கிலும், அதன் முக்கிய பாத்திரங்களைப் படைக்கும் முறையிலும், கம்பன் தனித்த உத்திகளை-வால்மீகியிலிருந்து முற்றிலும் மாறுபட்டு-கையாளுகிறான். தமிழ் இலக்கியத்தில் எங்குமே ஒப்பிட்டுக் காட்ட முடியாதபடி, ஆழமான கவிதை அனுபவத்தையும் புலமைத் திறனையும் கற்பனை ஆற்றலையும் கம்பனின் கைவண்ணமாகப் பார்க்கிறோம். எத்தனையோ பெரும் புலவர்கள் இந்திய மொழிகளையும் கீழை நாட்டு மொழிகளையும் இராமகாதை எழுதிப் பெருமைப்படுத்தியிருக்கிறார்கள். அவர்களைப் போலவே கம்பனும் தன்னுடைய கதையில், அதன் வருணனையில் தன் காலத்து நிகழ்ச்சிகளையும் தான் வாழும் தமிழ் நாட்டின் சாயலையும் இடையிடையே புகுத்துகிறான் அல்லது படம் பிடித்துக் காட்டுகிறான். எனவே அவன் காட்டும் கோசல நாடு, சோழ நாடே என்றும் சொல்லலாம். நிலாவின் பெருமையை எடுத்துரைக்கும் போது, அவனுக்கு ஆதரவு நல்கிய வள்ளலான திருவெண்ணெய் நல்லூர் சடையப்ப வள்ளலின் புகழ் போல, நிலவின் ஒளியும் எங்கும் பரவியிருந்தது என்று சொல்லி தன் வாசகர்களைக் கம்பன்,

காந்தம் போல தன்பாலும் தன்னைப் புரந்த வள்ளலின்பாலும் ஈர்க்கிறான்.[21] சமஸ்கிருத மொழியில் எவ்வாறு சொல்வன்மை பெற்றிருந்தானோ அவ்வாறே, இராமன் தமிழ் மொழியிலும் சொல்வன்மை (நாவன்மை) பெற்றிருந்தான்.[22] சில சமயம், கம்பனும், ஏனைய தமிழ்ப் புலவர்களைப் போல, பாவியல் மரபில் சிக்கிக்கொள்ளுகிறான்; அவற்றின் போக்குக்குக் கட்டுண்டு விடுகிறான். சான்று: மிதிலைக்கு இராமன் வந்தவுடன் எதிர்பாராத விதமாக இராமனும் சீதையும் சந்தித்துவிடும் சந்தர்பத்தில் அவர்களுடைய உணர்ச்சிகள் எவ்வாறு இருந்தன என்பதை, மிக விரிவாக விவரிக்கிறான். இராமனுடைய மோதிரத்தை அநுமான், சீதையிடம் கொடுத்தபோது சீதைக்கு இருந்த உணர்ச்சிகளைக் கம்பன் விவரிக்கிறான்; கணவனுடன் மீண்டும் கூடிவிட்டது போலச் சீதை நினைத்து மகிழ்ந்தாள் என்று மட்டும் வால்மீகி சொல்லியிருக்கிறான். கம்பன் அம்மட்டோடு நிறுத்தவில்லை. அதை இன்னும் விரிவாகக் கூறுகிறான். ஆனால், தசரதனுடைய அசுவமேத யாகம் முதலியவற்றை வால்மீகி சொல்லுவதைவிடச் சுருக்கமாகவே கம்பன் தெரிவிக்கிறான்.

கம்பனைப் பற்றிய கட்டுக் கதைக்கு அளவே இல்லை. அவற்றிலிருந்து சில உண்மைகள் நமக்குத் தெரியவருகின்றன. அவையாவன அவன் தகப்பன் பெயர் ஆதித்தன்; பிறந்த ஊர் தஞ்சை மாவட்டம் மாயூரம் வட்டம் திருவழுந்தூர் நாட்டிலுள்ள மூவலூர்; சாதியால், உவச்சன்;[23] புதுவையில் திரிகார்த்த சிற்றரசனாக விளங்கிய சரராமன் என்ற சடையப்ப வள்ளலால் பாராட்டப்படும் வாய்ப்புக் கம்பனுக்குத் தன் இளமையிலேயே ஏற்பட்டது. இந்த வள்ளல் பெயர் விக்கிரம சோழன் உலா[24]விலும், மூவலூரிலும் திருக்கோடிக் காவலிலும் (ஆண்டு குறிப்பிடப் படாமல் உள்ள) கல்வெட்டுக்களிலும் இவன் பெயர் இடம் பெறுகிறது. இவன் கங்க வமிசத்து சேதிரையன்[25] என்று இக்கல்வெட்டுக்களில் சொல்லப்பட்டிருக்கிறது. கம்பனை அவன் காலத்துச் சோழ அரசனும் பாராட்டி அவனுக்குக் கம்பநாடு என்று பெயரிடப்பட்ட பெருவாரியான நிலத்தை அன்பளித்தான்; கவிச்சக்கரவர்த்தி என்ற பட்டத்தையும் சோழ அரசனே அவனுக்கு வழங்கினான். இராம அவதாரம் என்ற பெயரில் அவன் இராமாணயத்தை எழுதினான். இந்தக் காவியத்தில் இதன் கருப்பொருளில் அவனுக்கு இருந்த பக்தி அளவு கடந்தது. அதனாலேயே இதைத் தமிழில் எழுத முன்வந்தான். இராமன் வனவாசம் முடிந்து அயோத்தி திரும்பி வந்து முடிசூட்டிக்கொள்ளும்

வரை மட்டுமே கம்பன் எழுதியது எனினும், உத்தர காண்டம், ஒட்டக் கூத்தனாலோ அல்லது வாணிதாசன் என்ற வாணியன் தாதன் என்பவனாலோ எழுதப்பட்டதாகவும் சொல்லுவார்கள்.

அவனுடைய தனிப்பட்ட வாழ்க்கை பற்றிக் கூறப்படும் விவரங்கள் அவ்வளவு நம்பத்தக்கவை அல்ல. திருவொற்றியூரில் சதுரானன பண்டிதருடைய சைவமடத்தில் வள்ளி என்ற தாசியைச் சந்தித்து அவள் மீது கம்பன் காதல் கொண்டானாம். வள்ளியின்பால் கம்பன் கொண்ட காதலையும்; அவனைக் காதலிக்கும் மற்றொருத்தியிடம் அவனுக்கு ஈடுபாடு இல்லாததையும் '**தமிழ் நாவலர் சரிதை**' யில் சில செய்யுள்கள் தெரிவிக்கின்றன. பாண்டியன், காகாதிய ருத்திரன் உட்பட்ட தன் காலத்திய அரசர்கள் எல்லோராலும், கம்பன் பாராட்டப்பெற்றான். இவனுடைய பெரும் புகழ் கண்டு சோழ அரசனே பொறாமையடைந்து, இவனை (கம்பனை) கொன்றுவிட சதி செய்ததாகவும், தானே இருந்து அவனைக் கொலை செய்ததாகவும் கட்டுக்கதைகள் உண்டு. இவற்றைச் சரிபார்ப்பதற்கு எவ்வித ஆதாரமும் இல்லை.[26]

கம்பனின் காலம்

கம்பனின் காலத்தைப் பற்றி மாறுபட்ட கருத்துக்கள் உண்டு. ஒட்டக்கூத்தன், சேக்கிழார் ஆகியோருக்கு அவன் சமகாலத்தவன் அல்லது அவர்களுக்கு அடுத்த தலைமுறையினன் என்று உறுதியாகச் சொல்லலாம். மேலே சொல்லப்பட்ட (சடையனின்) கல்வெட்டுக்களிலுள்ள லிபியும் தியாக மாவிநோதன் என்பவனுக்கு உரிய சோழ நாடு என்று கம்பன் சொல்லியிருப்பதும் இந்தக் கருத்தை உறுதிப்படுத்துகின்றன. தியாக மாவிநோதம் என்பது, மூன்றாம் குலோத்துங்கனின் பட்டப் பெயர்களுள் ஒன்று.[27] சீவக சிந்தாமணியின் எதிரொலியையும் கம்பன் காவியத்தில் பார்க்கிறோம். எனவே **சீவக சிந்தாமணியின்** காலத்தை அடுத்தது கம்பனின் காலம் என்ற முடிவுக்கு வருவது எளிதாகும்.[27a]

இராமாயணம் தவிர **ஏரெழுபது, சடகோபர் அந்தாதி,** (இப்போது மறைந்துவிட்ட) **மும்மணிக்கோவை** ஆகியவற்றையும் கம்பன் எழுதியதாகச் சொல்லுகிறார்கள். **மும்மணிக் கோவையை** விமர்சனம் செய்த வாணியன்தாதன், கம்பனின் கவிதையைத் தாக்கியுள்ளான். **ஏரெழுபது, திருக்கை வழக்கம்** இரண்டும் உழவுத் தொழிலில் ஒப்பாரும் மிக்காருமின்றி

விளங்கும் வேளாளமரபுக்கு ஏற்றம் தர எழுதப்பட்டவை. **ஏரெழுபது** ஒரு பேரவையில் படித்து அரங்கேற்றப்பட்டது. அவ்விழாவில், சடையன் மகன் சேதிராயன் பாம்புக் கடியால் இறந்தான். உடனே, கம்பன் இரண்டு வெண்பாக்கள் பாடி அவனை உயிர்ப்பித்தான். **இராமாயணத்தை** ஸ்ரீரங்கத்தில் அரங்கேற்றியபோது, அங்குப் பள்ளி கொண்டிருக்கும் அரங்கநாதப் பெருமானை வேண்டி ஒரு அந்தாதியையும் கம்பர் இயற்றினார். தன் பக்தர்களுள் பிரியமானவரான சடகோபர்மீது 100 பாடல்கள் பாடவேண்டுமென்று திருவரங்கத்தில் கோயில்கொண்டிருக்கும் பெருமான், கம்பனுக்குக் கட்டளையிட்டாராம். சிற்றிலக்கியங்கள், சிறு நூல்கள் ஆகியவற்றை நாடறிந்த பெரும்புலவர்கள், கவிஞர்கள் இயற்றியதாகச் சொல்லி அவற்றுக்குப் பெருமை தேடுவது இந்திய இலக்கியங்களுக்கு (மொழிகளுக்கு) பொதுவான மரபு. இந்த இரு நூல்களுள் பொருளாழமோ இலக்கியச் சிறப்போ மருந்துக்கும் இல்லை. எனவே அவை கம்பனின் படைப்பு என்ற கருத்து, ஒப்புக் கொள்ளத்தக்கதல்ல.

புகழேந்தி

புகழேந்தி, ஒட்டக்கூத்தன் காலத்தவன் என்ற கருத்து நீண்ட நெடுங்காலமாக இருந்துவருகிறது. அவன் தொண்டை நாட்டில் 'களந்தை' என்னும் ஊரில் பிறந்து, பாண்டிய அரசர்களிடம் பணிபுரிந்ததாகக் கூறுவர். பிறகு சோழ அரசன் ஒருவன் பாண்டிய இளவரசி ஒருத்தியைத் திருமணம் செய்துகொண்டபோது, இவனும் பாண்டிய அரசனால் சோழர் அரண்மனைக்கு அனுப்பி வைக்கப்பட்டான். அங்கு கூத்தன், அவன்மீது பொறாமை கொண்டான். கூத்தனுக்கும் புகழேந்திக்கும் ஏற்பட்ட பூசல் அரசகுடும்பத்துக்குள்ளும் குழப்பத்தை உண்டாக்கிற்று. கடைசியாக அரசனே தலையிட்டு, இருவரையும் சமாதானப்படுத்தினான். அதன் பின்னர் அவர்கள் தங்கள் சண்டைகளை நிறுத்திக்கொண்டார்கள். கதை சுவையாக இருக்கிறது. ஆனால் எந்த அளவு இதை நம்ப இயலும்? மேலும், (செஞ்சியர்கோன்) செஞ்சி நாட்டுச் சிற்றரசனான கொற்றண்டை என்பவனைப் பலவகைப் பாக்களில் புகழ்ந்து, புகழேந்தி ஒரு கலம்பகம் பாடியதாகத் தொண்டை மண்டல சதகம் கூறுகிறது. ஒட்டக்கூத்தரும் புகழேந்தியும் சமகாலத்தவர் என்ற கருத்தை நாம் ஒப்புக்கொண்டால், செஞ்சியை ஆண்ட இந்தச் சிற்றரசன் **விக்கிரம சோழன் உலாவில்** குறிப்பிடப்பட்டவனே.[28] ஆனால் இது சந்தேகத்துக்குரியது. கூத்தனுக்கு ஒரு நூற்றாண்டு காலம்

பின்னரே புகழேந்தி வாழ்ந்ததாக இப்போது தக்கவர் பலர் கருதுகின்றனர்.[28a] புகழேந்தி, நளவெண்பா மூலம்தான் புகழ்பெற்றார். 'வெண்பாவிற் புகழேந்தி' என்பது ஒரு சொற்றொடர். **நளவெண்பா** நளன் கதையை 400 வெண்பாக்களில் கூறுகிறது. சமஸ்கிருதத்தில் அனுஸ்டுப் என்பதற்குச் சமமானது தமிழ் வெண்பா; தக்க திறமையும் புலமையுடைய கவிஞர்கள் கையாண்டார், வெண்பா சிறந்த பயன்தரும். புகழேந்தியின் வெண்பாக்கள் மிகச்சிறந்த தரம் உடையன. நளனின் கதையில் மக்கள் கொண்டிருந்த ஆர்வத்தால் **நளவெண்பா** மிகவும் பரவியது. இலக்கியச் சிறப்பில்லாத வேறு பல நூல்களைப் புகழேந்தியால் எழுதப்பட்டதாகச் சொல்லப்படுகின்றன. **நளவெண்பாவைப்** புகழேந்தி, எளிய முறையில் எழுதியதால், அதே முறையைப் பின்பற்றி வேறு சிலர் எழுதிய நூல்களையும் புகழேந்தியுடன் **நளவெண்பாவுக்கும்**, இந்த நூல்களுக்கும் உள்ள வேற்றுமை, மலைக்கும் மடுவுக்கும் உள்ள வேறுபாடு போன்றது. புகழேந்தியின் காலத்தைப்பற்றி அறுதியிட்டு ஒன்றும் சொல்லுவதற்கில்லை. மாளுவ நாட்டில் முரணைநகர் சந்திரன் சுவர்க்கி என்பவனைப் புகழேந்தி குறிப்பிடுகிறார். இவனைப்பற்றி எந்தக் கல்வெட்டிலும் தகவல் இல்லை. கம்பனுடைய கருத்துக்களும், கம்பன் கையாண்டுள்ள சொற்றொடர்களும், புகழேந்தியின் **நளவெண்பாவில்** காணப்படுவதால், புகழேந்தி, கம்பனுக்கு முற்பட்டிருக்க காரணம் இல்லை.

இரண்டு கோவைகள்

பிற்காலச் சோழனின் காலத்திய சமயச்சார்பற்ற இலக்கியங்களில் சிறந்தவை, **குலோத்துங்கன் கோவையும்**, **தஞ்சை வாணன் கோவையும்**. **குலோத்துங்கன் கோவை** என்பது, மூன்றாம் குலோத்துங்கன் என்று தற்காலிகமாக அடையாளம் கண்டு பிடிக்கப்பட்டிருக்கிற குமார குலோத்துங்கன் மீது பாடப்பெற்ற கோவை. நூலாசிரியர்பற்றி ஒரு விவரமும் தெரியவில்லை. பெரிய சோழ அரசன் ஒருவனைப் பற்றியது என்பது தவிர, நூலில் இலக்கியச் சிறப்பு ஒன்றும் இல்லை. அந்த அரசன் போர்களில் பெற்ற சில வெற்றிகளை ஏனைய செய்திகளுக்கிடையே அது மேற்போக்காகத் தெரிவிக்கிறது. 'கோவை' என்பது உலாவைப் போல, அமைதியான காலத்தைப் பற்றியது; அகப்பொருள் பற்றியது. காதலன் ஒருவனுக்கும் அவனுடைய நாயகிக்கும், எதிர்பாராத முறையில் ஏற்பட்ட அவர்களுடைய முதற் சந்திப்பிலிருந்து காதல் படிப்படியாக உண்டானதை ஒவ்வொரு கட்டமாக கோவையில் விவரிக்கப்படும்.

ஒவ்வொரு முக்கிய நிகழ்ச்சியையும் படம்பபிடித்துக் காட்டும்போது, கதாநாயகனின் பிறப்பும் சாதனைகளும் கவிஞரால் எடுத்துச் சொல்லப்படும். **தஞ்சைவாணன் கோவை,** சோழர்கள் ஏற்றம் பெற்றிருந்த காலத்திற்கு அப்பாற்பட்டது, புறம்பானது. மாணிக்கவாசகர் இயற்றிய **திருக்கோவையார்** என்ற நூலுக்கு அடுத்தபடியான கோவை இலக்கியங்களுள் புகழ் பெற்றது இதுவே. இதன் ஆசிரியரான பொய்யாமொழிப் புலவர், வஞ்சி என்னும் ஊரினராக இருந்திருக்கக்கூடும் என்பதை வஞ்சிபொய்யாமொழி என்பதிலிருந்து ஊகிக்கலாம். திருச்செங்காட்டாங்குடி, துறையூர், மதுரை ஆகிய ஊர்களில் பொய்யாமொழிப் புலவர் சிலகாலம் வாழ்ந்ததாகத் தெரிகிறது. கடைசியாக அவர் தொண்டை மண்டலத்தில் குடியேறியதாகக் கூறுவர். தன்னை ஆதரித்த வள்ளலான அரை சூர் சீனக்கன்.[29] என்பவன் உயிர்நீத்தபோது, இவரும் உடன் கட்டை ஏறினார் என்பது மற்றொரு கருத்து. கோவையின் கதாநாயகனான தஞ்சை நகரத்து வாணன், பாண்டிய அரசன் ஒருவனின் அமைச்சராகவும் இருந்து புகழ் பெற்றிருக்கிறான். "மலைநாட்டை வென்ற பாண்டியனின் கண்போன்றவன்" என்று கோவை, அவனைச் சிறப்பிக்கிறது.[30] இது கி.பி.1260 முதல் 1308 வரை ஆட்சி செய்த முதலாம் மாறவர்மன் குலசேகரனைக் குறிப்பதாகும். இந்த ஊகத்துக்கு ஆதாரமாக மற்றொரு செய்தி உள்ளது. நம்பி அகப்பொருள் விதிகளுக்கு (சூத்திரங்களை) இந்தக் கோவை முறைப்படி விளக்கம் கூறுகிறது. குலசேகரன் என்ற அரசன் காலத்தில் இயற்றப்பட்டு அரங்கேற்றப்பட்டதாகவும் நம்பி அகப்பொருளில் சொல்லப்பட்டிருக்கிறது.[31]

சேக்கிழார்

சேக்கிழாருடைய **'பெரிய புராணம்'** பெரும்பற்றப்புலியூர் நம்பியின் **'திருவிளையாடற் புராணம்'** ஆகிய இரண்டும் சைவ சமய நாயன்மார்களும் வரலாறுகளும் சைவ சமயத்தைப் பரப்புவதற்கு உதவும் கதைகளும் கூடிய உயர்தரமான நூல்கள், இலக்கியச் சிறப்பாலும் புகழ் பெற்றவை. இக்காலத்துப் பக்தி இலக்கியங்களைக் கூறுமுன், மேற்கண்ட இரு நூல்களையும் பற்றி ஆராய்வோம். **பெரிய புராண**த்துக்குத் **திருத்தொண்டர் புராணம்** என்றும் பெயர் உண்டு. இது உருவானதைப்பற்றி, சேக்கிழார் நாயனார் புராணம் என்பதில் சில விவரங்கள் காணப்படுகின்றன. இந்நூலை உமாபதி சிவாசார்யர் கி.பி.1313-ல் எழுதியதாகக் கூறுவர். இதில் உமாபதி சிவாசாரியர் சேக்கிழாருடைய பிறப்பு,

வளர்ப்பு முதலியவற்றைப் புராணமாக தெரிவித்துள்ளபோதிலும் இதில் சரித்திரம், வாழ்க்கை வரலாறு ஆகிய பின்னணிகளும் இருக்கின்றன. உமாபதி சிவம், சைவ மரபில் வழிவழியாக வந்தவர். சோழ அரசர்களின் அருமையும் பெருமையும் ஆற்றல்களும் சாதனைகளும் மக்கள் நினைவில் நீங்காமலிருந்த காலத்தில் அவர் வாழ்ந்தார். எனவே, ஆதாரமான தகவல்கள் திரட்ட அவருக்கு அருமையான வாய்ப்பு இருந்திருக்கும். முன் காலத்தில் நூலாசிரியர்களின் இயல்புக்கு மாறாக இவரிடம் வரலாற்று உணர்ச்சியும் மிகுந்திருந்ததன் விளைவாகவே, நமக்கு, சேக்கிழார் சரித்திரம் கிடைத்திருக்கிறது. **'திருமுறை கண்ட புராணம்'** என்னும் நூலையும் உமாபதி சிவமே எழுதியதாகச் சொல்லுவார்கள். இந்நூலைப்பற்றி ஏற்கெனவே சில விவரங்கள் சொல்லியிருக் கிறோம். இது நம்பியாண்டார் நம்பியைப் பற்றியது. இந்நூலின் பழமையான காலத்தைப்பற்றி செய்திகள் அவ்வளவு ஆதாரமாக இல்லை. இது இயல்பானதே.

சேக்கிழார், தொண்டைமண்டலத்தில் புலியூர்க்கோட்டத்தில் குன்றை வள நாட்டுக் குன்றத்தூரில் பிறந்தார். சேவை காவலர், கங்கை குல திலகர் என்ற பெயர்களும் அவரையே குறிக்கின்றன. அவர் சாதியால் வேளாளர்; சோழர்களிடம் அரசாங்க, உத்தியோகம் கேட்டுப் பெற்று, படிப்படியாக உயர்ந்து, 'உத்தம சோழ பல்லவன்' என்ற பட்டத்தையும் பெற்றார். திருநாகேசுவரத்தில் கோயில் கொண்டுள்ள இறைவனிடம் அவருக்கு அளவற்ற பக்தி இருந்தது; எனவே, தான் பிறந்த குன்றத்தூரிலும், திருநாகேசுவரத்துக் கோயிலைப் போன்றே ஒரு சிவன் கோயிலைக் கட்டினார். அவர் பழுத்த சைவப் பழம். சைவர்களான சோழ அரசர்களின் அரண்மனையில், சைவர்களுக்குச் சிறப்பிடம் தராததும் முரண்பட்ட கருத்துடைய சமணன் ஒருவனால் எழுதப்பட்டதுமான **'சீவக சிந்தாமணி'** ஓயாமல் படித்துப் பாராட்டப்பட்டு வந்தது, சேக்கிழாருக்கு எரிச்சல் ஊட்டியது. இந்த நூலைப் படிப்பது வாழ்க்கையை வீணாக்குவதாகும் என்றும் சைவ சமயத்துக்குச் செய்யும் துரோகம் ஆகும் என்றும் சேக்கிழார் மன்னனுக்கு அறிவுரை வழங்கினார். சுந்தரமூர்த்தி சுவாமிகளின் **திருத்தொண்டர் தொகையில்** சுருக்கமாகவும், நம்பியாண்டார் நம்பியால் விரிவாகவும் எழுதப்பட்ட சைவ சமய நாயன்மார்களின் வரலாற்றைப் படிக்கும்படி சேக்கிழார் அரசனை வற்புறுத்தினார், தூண்டினார். அந்த வரலாறுகளை சேக்கிழாரே படித்து விளக்கிக்கூற, அவற்றைக் கேட்ட அரசன் அவற்றில் பெரிதும் அக்கறை காட்டினான். இந்த வரலாறுகளை மிக விரிவாகவும்

கவிதையாகவும் பெருநூல் வடிவில் சேக்கிழாரே, தர வேண்டுமென்று அரசன் ஆணையிட்டு, அதற்காக வேண்டும் செல்வம் அனைத்தையும் அவருக்கு வழ்ங்கினான். சேக்கிழார், இப்பணியை நிறைவேற்ற, கோயில் எனப்படும் சிதம்பரத்துக்குச் சென்று அங்கேயே தங்குவார் ஆயினர். தில்லைக் கூத்தன் கோயிலில் உள்ள ஆயிரங்கால் மண்டபத்தில் அமர்ந்து, நூலை எழுதத் தொடங்கினார். அவர் மனம், மெய் யாவும் பக்திப் பரவசமாக இருந்தன. இறையருளால், சிறந்ததொரு பக்தி இலக்கியத்தை காலம் போற்றும் பெரு நூலைப் படைக்க அவர் உறுதிகொண்டார். 'உலகெலாம்' என்னும் சொல்லுடன் தொடங்கு என்று அசரீரி வாக்குக் கேட்க, **'பெரிய புராணம்'** உருவாயிற்று. இடையிடையே, எந்த அளவில் நூல் எழுதும் வேலை நடந்துவருகிறது என்பதைத் தூதர்கள் அரசனுக்கு அடிக்கடி தெரிவித்துவந்தார்கள். 4,253 செய்யுள்களுடன் **'பெரிய புராணம்'** முற்றுப் பெற்றது. (இனிது நிறைவேறியது). அதை அறிந்து மகிழ்ந்து அரசனே சிதம்பரத்துக்கு வந்தான். "சேக்கிழாரின் பெரிய புராணத்தைப் படிக்கக் கேள்" என்று அசரீரி வாக்கு ஒன்று, சிலம்பொலிகளுடன், அரசனைப் பணித்தது. பிறகு அரங்கேற்றம் நடந்தது. ஒவ்வொரு நாளும், சேக்கிழார் சில செய்யுள்களைக் கூறி விளக்கம் கூறினார். இவ்வாறு அரங்கேற்றம் ஓராண்டு காலம் நடைபெற்றது. தமிழில் தோன்றிய 'ஐந்தாம் வேதம்' என்று அனைவரும் இந்நூலைப் போற்றினார்கள். சைவத் திருமுறைகளுள் பன்னிரண்டாகப் **'பெரிய புராணம்'** ஏற்றுக் கொள்ளப்பெற்று, 'தொண்டப்சீர் பரவுவார்' என்ற பட்டமும் சேக்கிழாருக்கு வழங்கப்பெற்றது. ஞானமுடி அவருக்குச்சூட்டப்பட்டது. சோழ அரசர்கள் உட்பட, கூடியிருந்த அனைவரும் சேக்கிழாருக்கு வணக்கம் செலுத்தினர். தென்னிந்திய சைவ வரலாற்றில் பொன் எழுத்துக்களில் பொறிக்கத் தக்க இந்த நிகழ்ச்சியை உணர்ச்சி ததும்பவும் சமயப்பெருமை தோன்றவும் கவர்ச்சியாகவும் உற்சாகமாகவும் பக்தி பரவசத்துடன் உமாபதி சிவத்தின் செய்யுள்கள் தெரிவிக்கின்றன.

'பெரிய புராணம்' எழுதப்பட்ட காலம் முதல் இன்றளவும் அந்நூல் இடைவிடாது தமிழ்ச் சைவ மக்களுடைய வாழ்க்கையும் அவர்களுடைய எண்ணங்களையும் உருவாக்கிவந்துள்ளது. அதன் விளைவாக, சமயச் சார்பு இல்லாமல் வெறும் இலக்கியங்களாக மட்டும் சிறந்து விளங்கிய பல நூல்களில் பெருமை, பொது மக்களின் கருத்தில், குன்றி அவை ஓரளவு புறக்கணிக்கப்பட்டும் விட்டன. **'பெரிய புராண'**த்திலுள்ள பக்திப் பரவசம் அவற்றில்

இல்லாததே இதற்குக் காரணம். இன்றும்கூட, சேக்கிழார் அவருடைய ஓசை நயம் மிக்க செய்யுள்களில் பேணி வைத்துள்ள கதைகளை, உண்மையான வரலாற்று நிகழ்ச்சிகளாகவும் வேதவாக்காகவும் கருதி ஏற்கும் தமிழர்கள் பல்லாயிரம் பேர் இருக்கிறார்கள். நம்மைப் பொறுத்தவரை, தமிழ் இலக்கியத்தின் சிகரங்களுள் வைத்து இது எண்ணப்படுவதே ஒரு சிறப்பு ஆகும். தமிழ்நாட்டில் பரம்பரையாகத் தோன்றிப் புனிதப்படுத்தியிருக்கும் ஞானிகள், பக்திமான்கள் ஆகியோருள் புலமையும் ஆற்றலும் நிரம்பப்பெற்ற ஒருவர் அறிவாலும் கற்பனைத் துணையாலும் பக்திப் பெருக்காலும் உருவாக்கிய வரலாறு; தமிழ் நாட்டுச் சைவ சமயத்தின் பொற்காலத்தின் படப்பிடிப்பை இந்நூலில் காண்கிறோம். சோழப் பேரரசர்களின் சிறப்பான காலம், ஈடுபாடு ஆகிய இரண்டையும் என்றும் மக்கள் மனத்தில் நிலவச் செய்யும் நினைவு மலராக, **'பெரிய புராணம்'** திகழ்கிறது.

தில்லை பேரம்பலத்திற்குப் பொன் தகடு[32] வேய்ந்து அதைப் பொன்னம்பலமாக்கிய அனபாயன் என்ற சோழச் சக்கரவர்த்தியின் சபையை மகிழ்விக்க, **'பெரிய புராண'**த்தைத் தாம் எழுதியதாக சேக்கிழாரே கூறியிருக்கிறார். இந்த அடைமொழி, இரண்டாம் குலோத்துங்கனுக்கே பொருந்தும். முதல் குலோத்துங்கன் ஆட்சியில் கி.பி.1093-லேயே வருவாய்த்துறை அதிகாரியாக சேக்கிழார் பெயர் இடம் பெற்றிருப்பது குறிப்பிடத்தக்கது.[33] இந்த அதிகாரியும் **'பெரிய புராணம்'** இயற்றிய பெரும் புலவரும் ஒரே குடும்பத்தாராக இருப்பின், சோழ அரசர்களிடம் பல தலைமுறைகள் ஊழியம் செய்து வந்த ஒரு குடும்பத்தில் புலவர் சேக்கிழாரும் தோன்றியிருக்கவேண்டும். சேக்கிழாருக்கு 'பாலறாவாயர்' என்ற பெயருடன் தம்பி ஒருவர் இருந்ததாக உமாபதி சிவாச்சாரியார் சொல்லுகிறார். இரண்டாம் குலோத்துங்கனின் இளமைக் காலக் கல்வெட்டில்[34] குன்றத்தூர் சேக்கிழார் பாலறாவாயர் களப்பாலராயன் என்று குறிப்பிடப்பட்டிருப்பது அவனாக இருக்கலாம். சேக்கிழார் என்பது குடும்பப் பெயர் என்று கொண்டால் அடையாளம் காண்பது எளிது; குன்றத்தூரில் சேக்கிழார் திருமரபு சிறந்ததன்றே என்கிறார் உமாபதி. தஞ்சை மாவட்டம் திருக்கடையூரில் 1182-ல்[35] இந்தக் குடும்பத்தைச் சேர்ந்த மற்றொருவர் சேக்கிழான் அம்மையப்பன் பராந்தக தேவன் என்ற கரிகால சோழப் பல்லவராயன் என்ற பெயருடையர் - ஒரு கொடை கொடுத்திருப்பதைக் கல்வெட்டுக்கள் அறிவிக்கின்றன.

நம்பியின் 'திருவிளையாடல்'

மதுரை மாநகரிலும் அதன் சுற்றுப்புறத்திலும் சிவபெருமான் நிகழ்த்திய 64 திருவிளையாடல்களைப் பற்றி, தமிழில் எழுதப்பட்ட முதல் நூல் பெரும்பற்றுப் புலியூர் நம்பியின் **'திருவிளையாடல் புராணம்'** ஆகும். திருநெல்வேலி மாவட்டத்தில் கரிவலம் வந்த நல்லூருக்கு அருகேயுள்ளதும் இப்போது பனையூர் என வழங்கப் படுவதுமான செல்லி நகரில் ஒரு பிராமண (ஓர் அந்தணக்) குடும்பத்தில், நம்பி பிறந்தார். அக்காலத்துப் பாண்டிய அரசரின் வேண்டுகோளுக்கிணங்க அவர் இந்நூலை இயற்றினார். இந்த முயற்சிக்காக, அரசன் இவருக்கு நிறைந்த பொன்னும் பொருளும் வழங்கினான். சிதம்பரத்தில் மாளிகை மடத்தைச் சேர்ந்த விநாயகன் என்பார் இவருடைய ஞான குரு ஆவார். சிதம்பரத்திற்கு, பெரும் பற்றப் புலியூர் என்றும் ஒரு பெயர் உண்டு. தன்னுடைய ஞான ஆசிரியரின்பால் உள்ள நன்றியுணர்வாலோ அல்லது அத்தலத்தில் கோயில் கொண்ட நடராசப் பெருமானிடம் கொண்ட பக்திப் பெருக்காலோ, நம்பி, தம் பெயருக்கு முன் பெரும்பற்றப் புலியூர்ப் பெயரையும் போட்டுக்கொண்டார். இவர் குடும்பத்தினரான ஆனந்த தாண்டவ நம்பி என்பவரோ அவர் மனைவியோ கி.பி.1227-ல் மதுரையில் ஒரு கோபுரம் கட்டிய செய்தியும் சுட்டிக்காட்டப் பட்டிருக்கிறது. நூலாசிரியரின் காலத்தைக் குத்து மதிப்பாகக் கருத இச்செய்தி துணைபுரிகிறது. ஆனால் ஆனந்த தாண்டவ நம்பிக்கும் இவருக்கும் என்ன உறவு என்பதைத் தெரிவிக்கும் வம்சாவளிப் பட்டியல் இன்னும் கிடைக்கவில்லை.[36]

இவருக்குப் பிறகு, மிகவும் பிற்காலத்தில், பரஞ்சோதி முனிவர் ஒருவர் **'திருவிளையாடற் புராணம்'** எழுதினார். இந்நூலே நீண்ட நெடுங்காலம் செல்வாக்குப் பெற்றிருந்தது. நம்பியின் நூல் மறைந்திருந்தது. ஏனைய பல இலக்கியச் செல்வங்களை உயிர்ப்பித்தது போல, நம்பியின் **திருவிளையாடலையும்** தமிழ் மக்களுக்கு மீட்டுத்தந்து தமிழ்த்தாய்க்கு அணிகலன்களைப் பூட்டிய பெருமை திருத்தமான பதிப்புக்களை வெளியிட்டவரும் 'என்றும் வற்றாச் செந்தமிழ்' எனத் தக்கவருமான டாக்டர் உ.வே. சாமிநாத ஐயருக்கே உரியது. நம்பி, பரஞ்சோதி இருவர் நூல்களும் பல விதங்களில் வேறுபடுகின்றன. குறிப்பிட்ட திருவிளையாடல் எந்தப் பாண்டிய அரசன் காலத்தில் நிகழ்ந்தது என்பது பற்றி இவை வெவ்வேறு விதமாகத் தெரிவிக்கின்றன. **ஹாலாஸ்ய மகாத் மியத்தில்** தந்தையும் மகனுமாக மாறி மாறி 64 தலைமுறைகளில்

பண்டிய அரசர்களாக இருந்தவர்களின் பட்டியல் கொடுக்கப்பட்டி ருக்கிறது. இது கட்டுக்கதையாகத் தோன்றுகிறது. பரஞ்சோதியும் இவ்வாறு 64 பெயர்கள் கொண்ட ஒரு பட்டியலைக் கொடுத்திருக் கிறார். இவை நம்பிக்குத் தெரியாதுபோலும். அவர் 10-க்கும் குறைவான அரசர்கள் பெயரை மட்டுமே தெரிவிக்கிறார். எந்தத் திருவிளையாடல் முதலில் நடந்தது, எது பிறகு நடந்தது என்று வரிசைக்கிரம முறையில் நூலுக்கு நூல் மாறுபடுகிறது. நம்பியின்புராணத்தைத் திருத்தமுறப் பதித்துள்ள பதிப்பாசிரியரான பேரறிஞர் (உ.வே. சாமிநாத ஐயர்), ஏனைய சிறு வேறுபாடு களையும் வகைப்படுத்தியும் தொகைப்படுத்தியும் தந்திருக்கிறார். மாறுபட்ட விவரங்களுள்ள இந்த இரு நூல்களையும் படித்துப் பார்த்தால், கட்டுக்கதைகளை ஆதாரமாகக் கொண்டு சரித்திர நூல் எழுதுவது எவ்வளவு ஆபத்தானது, தவறானது என்பது தெரியும். சரித்திர ஆசிரியர்களுக்கு இது ஓர் எச்சரிக்கையும் ஆகும்.

சமய இலக்கியம்

இனி, இக்காலத்தில் வெளிவந்த நூல்களுள் பிற துறைத் தொடர்பில்லாத, வடிகட்டிய சமய இலக்கியங்களை ஆராய்வோம். சைவத் திருமுறைகளைத் தொகுத்து வரிசைப்படுத்தியவர் நம்பியாண்டார் நம்பி. இவர் காலம் பத்தாம் நூற்றாண்டின் இறுதி அல்லது பதினோராம் நூற்றாணடின் தொடக்கம். ஏற்கனவே நாம் சொல்லியவாறு, **'திருமுறை கண்ட புராணம்'** என்னும் சிறு நூலில் நம்பியாண்டார் நம்பி சைவத் திருமுறைகளைப் பெற்ற விபரங் களை உமாபதி சிவாச்சாரியார் தெரிவிக்கிறார். திருமுறைகளை நம்பி, முதலில் 10 நூல்களாக வரிசைப்படுத்தியதாக அவர் கூறியுள்ளார்.

திருமுறை

இந்த 10 நூல்களில், முதல் மூன்று, திருஞானசம்பந்தரின் 384 பதிகங்கள் கொண்டது. 4,5,6-ம் நூல்களில் திருநாவுக்கரசரின் 307 பதிகங்கள் அடங்கியுள்ளன. 7-ம் நூலில் சுந்தரரின் 100 பதிகங்கள் உள்ளன. எட்டாவது, மணிவாசகரின் **'திருவாசகம்'**. ஒன்பதாவது, பத்தாவது நூல்கள், ஒன்பது ஆசிரியர்களால் எழுதப்பெற்ற திருவிசைப்பாக்களும்[37] திருமூலர் திருமந்திரமும் சேர்ந்தன. சித்தி பெறுவதற்கு உதவும் பாசுரம் ஒன்றைச் சிவபெருமானே அருளி யிருப்பதாயும் அதையும் எஞ்சியுள்ள பதிகங்களையும் பதினோராந் திருமுறையாகத் தொகுக்கும்படி அரசன் நம்பியாண்டார் நம்பியைக்

கேட்டுக்கொண்டதாக நாம் அறிகிறோம். இவ்வாறே நம்பி, 11-ம் திருமுறையை உருவாக்கினார். இதில், நம்பியின் பாடல்கள் சிலவும் 63 சைவ நாயன்மார்களுள் இவர் உட்பட 12 ஆசிரியர்களின் நூல்களும் தொகுக்கப்பட்டுள்ளன. **'பெரிய புராணம்'** 12-ம் திருமுறையாக வைத்து எண்ணப்படுகிறது. நூல்களில் அமைப்புமுறை, கால வரிசைப்படியாக இல்லை என்பதற்கு வெளிப்படையாகத் தெரிகிற ஒரு சான்று மட்டும் காட்டுவோம். திருமூலர், சுந்தர மூர்த்தி சுவாமிகளின் தேவராப் பாசுரங்கள் ஏழாம் திருமுறையாகவும் வைக்கப்பட்டிருக்கின்றன.

ஒன்பதாம் திருமுறையில் அடங்கிய நூல்களின் ஆசிரியர்களுள் கண்டராதித்தன் என்பவன் முதலாம் பாராந்தகனின் மகனாகத்தான் இருக்க முடியும்.[38] திருவிழிமிழலையின்[39] முதலாம் இராஜராஜனின் காலத்தில் ஏற்பட்ட ஒரு கல்வெட்டை ஆதாரமாகக் கொண்டு சேந்தனாரும் திருமாளிகைத் தேவரும் ஒன்று எனச் சொல்லப்படுவது அவ்வளவு திருப்பதியாக இல்லை. ஆளை அடையாளம் காட்ட இக்கல்வெட்டில் உறுதியான செய்தி ஒன்றும் கிடையாது. இரு ஆசிரியர்களையும் ஒருவராக ஆக்கும் அளவுக்கு மரபு (வழிச் செய்திகள்) அவ்வளவு தவறாக இருந்திருக்குமோ என்பது சிந்தனைக்கு உரியது. ஏனெனின், உமாபதி காலத்திற்கு முன்னரே, சைவத் திருமுறைகள் வரிசை முறையாக ஒழுங்கு செய்யப்பட்டுவிட்டன. களந்தை ஆதித்யஈஸ்வரம், தஞ்சை இராஜராஜேஸ்வரம், கங்கைகொண்ட சோழபுரத்துக் கங்கைகொண்ட சோழீஸ்வரம் ஆகிய கோயில்கள் மூன்றின் மீதும் பாசுரங்கள் பாடியவர் கருவூர்த் தேவர். அவர் பெயரிலிருந்து தெளிவாகத் தெரிவதுபோல் அவர் கருவூர் என்னும் ஊரைச் சேர்ந்தவர். அவருடைய பெயரைப்பற்றி வழங்கும் கதைகள் **கருவூர்ப் புராணத்தில்** இடம் பெற்றுள்ளன.[40] அவர் காலம் கி.பி.11-ம் நூற்றாண்டின் முற்பகுதியாகும். திருவாரூர், கோயில் (சிதம்பரம்) ஆகிய இரண்டைப் பற்றியும் நம்பி காட நம்பி என்பவர் ஒவ்வொரு பாசுரம் பாடியுள்ளார். திருவையாற்றில் கி.பி.1050-ல் பொறிக்கப்பெற்ற கல்வெட்டில் ஆத்ரேய நம்பிகாட நம்பி என்ற அர்ச்சகர் குறிப்பிடப் பெற்றிருக்கிறார்.[41] இந்தக் காட நம்பிகள் இருவரும் ஒருவராகவே இருந்திருக்கலாம்.

இறையியல்

கொள்கை அடிப்படையான நூல்களுள் தமிழ்ச் சைவ சமயத்தின் கூறுகளின் முறையான வரலாறு எழுதுவதற்கான

முதல் முயற்சி என்று சொல்லத்தக்கது கி.பி. 13-ம் நூற்றாண்டின் முற்பாதியில் மெய்கண்ட தேவர் எழுதிய **'சிவஞான போதம்'**[42] இது 12 சூத்திரங்களைச் சுருக்கமாக விளக்கும் கட்டுரை. இந்தச் சூத்திரங்கள் சமஸ்கிருத மூலத்திலிருந்து மொழி பெயர்க்கப் பட்டவை போல் தெரிகிறது.[43] இந்நூலாசிரியர் தாமாக 'வார்த்தி கங்களை'ச் சேர்த்திருப்பதாகத் தெரிகிறது. இவற்றில் ஒவ்வொரு சூத்திரத்தின் விவாதத்திற்கும் விளக்கவுரையும் தெளிவுரையும் கொடுக்கப்பட்டிருக்கின்றன. **'சிவஞான போதம்'** என்னும் பெயர் பின்வருமாறு விளக்கப்பட்டிருக்கிறது. "சிவம் ஒன்று; ஞானம் என்பது இயற்கையான இயற்கை அறிவு; போதம் என்பது அந்த அறிவை உணர்வது."[44] 12 சூத்திரங்களின் திட்டம் எளிதானது. முதல் மூன்று சூத்திரங்கள் பதி (கடவுள்) பாசம் (தளை) பசு (ஆன்மா) ஆகிய மூன்று பருப்பொருள் இருப்பதை உறுதிப்படுத்தும். அடுத்த மூன்றும் அவற்றை விவரமாகத் தெரிவித்து அவற்றின் இயல்பையும் தொடர்பையும் விளக்கும். அடுத்த மூன்றும் விடுதலை (மோட்சம்) பெறுதவற்கான மார்க்கம் அல்லது சாதனை பற்றியது. கடைசி மூன்றும் விடுதலை (வீடு) பெறும் தன்மையைக் கூறும். தமிழ்ச் சைவ இலக்கியத்தில் மெய் கண்டாருடைய நூலுக்கு நிலையான இடம் உண்டு என்பது பின்வரும் பொருள்கொண்ட செய்யுளால் தெரியவரும். "வேதம் என்பது பசு; அதன் பாலே உண்மையான ஆகமம்; அதிலிருந்து கடைந்தெடுக்கப்பட்டட நெய்தான் நால்வர் பாடிய தமிழ்; புகழ் மிக்க வெண்ணெய் நகரத்து மெய்கண்டாரின் தமிழ் நூலின் சீரிய பண்பு; அந்த நெய்யின் நறுமணம்"[45]

'சிவஞான போத'த்திற்கு முன்னதாக, மூலமும் அதன் உரையும் என்று சொல்லத்தக்க இரு சிறு நூல்கள் வெளிவந்தன.[46] இவை **'திருவுந்தியாகும்'**, **'திருக்களிற்றுப்படியாரும்'** இந்த இரண்டு நூல்களையும் எழுதியவர்கள் முறையே ஆசிரியரும் சீடரும் என்பது மரபுவழி தெரியும் தகவல். இருவருக்குமே உய்ய வந்த தேவர் என்ற பெயர் அல்லது பட்டம் இருந்தது. சைவ சமய தத்துவங்கள், நடைமுறைகள் ஆகியவற்றின் முக்கியமான கூறுகள் எளிய நடையில் தெரிவிப்பதே இவ்விரு நூல்களின் நோக்கம்.

'சிவஞானபோத'த்திற்கு அடுத்தபடி கொள்கை விளக் நூல்களில் முக்கியமானது அல்லது அடுத்த இடம் பெறுவது அருணந்தி சிவாச்சாரியர் இயற்றிய **'சிவஞான சித்தியார்'** அருள் நந்தியார் முதலில் மெய்கண்டாரின் தந்தையாருக்குக் குருவாக இருந்ததாயும், பிறகு மெய்கண்டாரிடம் சீடராக இருந்ததாயும்

சொல்லுவார்கள். இந்த நூல் செய்யுள் வடிவில் இருப்பினும், சுபக்கம் ஸ்வபக்ஷய என்ற உண்மைக் கொள்கைகளின் விரிவான அறிக்கையாகும். முன்னுரையாக பௌத்தத்தில் நான்கு வகைகள், சமணத்தில் இரண்டு பிரிவுகள் ஆகியவை உட்பட 14க்கும் குறையாத போட்டித் தத்துவங்கள் (பரபக்கம்) பற்றிய திறனாய்வு விவாதம் இந்நூலில் இடம் பெற்றுள்ளது. இப்பெருநூலே சைவ சமயத்தைப் பற்றிய ஆதாரமான நூலாக, வேதவாக்கியமாகக் கருதப்படுகிறது. ஏனெனில் மெய்கண்டாரின் நூல் பல இடங்களில் புலனாகாத முறையில் எழுதப்பெற்றிருக்கிறது. தவிரவும் சைவத்திற்கும் ஏனைய சமயங்களுக்கும் உள்ள உறவு நிலையை அது விளக்கிக் கூறத் தவறிவிட்டது. **சிவஞான சித்தியா**ருக்கு ஏராளமான உரைகள் வெளிவந்துள்ளன. இன்று வரை தமிழர்களிடையே சைவத்தைப் பற்றிய கையேடாகப் பெரிதும் பரவி பலராலும் படிக்கப்படுவது இதுவே. இதே நூலாசிரியரின் **'இருபா — இருபது'** என்பது மாற்றி மாற்றி இரு வகையான் பாமுறைகளைக் கையாண்டு எழுதப்பட்ட இருபது செய்யுள்களைக் கொண்டது. ஆசிரியர் - மாணவர் இவரிடையே நிகழும் உரையாடல் போக்கில் இது சமயக் கொள்கைகளை விளக்குகிறது. ஒவ்வொரு செய்யுளிலும் அன்பிற்குரிய தன்னுடைய ஆசிரியர் நினைவு பதிந்திருக்க வேண்டும் என்ற குறிக்கோளுடன் அருள் நந்தி இதைச் செய்ததாகச் சொல்லுவார்கள் இவ்வாறே நூல் அமைந்திருக்கிறது.

வினாவிடை நூல்களுள் குறிப்பிடத்தக்க மற்றொன்று, **'உண்மை விளக்கம்'** என்பது. சைவ சமயத்தைப் பற்றிய கையேடுகளுள் இதுவே மிக எளிமையானது. தென் ஆர்க்காடு மாவட்டம் திருவதிகையைச் சேர்ந்த மனவாசகங் கடந்தார் என்பவர் இதை எழுதியிருக்கிறார். ஆகமங்களின் அடிப்படையிலிருந்து அணுவளவும் பிறழாமல் இந்த நூலை எழுதியிருப்பதாக இவர் கூறுகிறார். 13-ம் நூற்றாண்டின் இறுதியிலும் 14-ம் நூற்றாண்டின் தொடக்கத்திலும் வாழ்ந்த உமாபதி சிவாச்சாரியார்[47] 8 நூல்களை எழுதினார்; இவற்றோடு சைவசித்தாந்த சாஸ்திரங்கள் பற்றிய தமிழ் நூல்களின் வரலாறு முடிவடைகிறது.

இந்த நூல்கள் வருமாறு:

1. **சிவப்ரகாசம் :** ஆர்வமிக்க முறையில் எழுதப்பட்ட விளக்க நூல். சிவஞான சித்தியாருக்கு அடுத்தபடியாக இதுவே சிறந்த நூல். 100 செய்யுள்கள் கொண்டது.

2. **திருவருட்பயன் :** இது, புகழ்பெற்ற திருக்குறளை முன் மாதிரியாகக்கொண்டு இயற்றப்பட்டது; ஒவ்வொரு பகுதியிலும் 10 குறள்களை உடையது.

3. **வினாவெண்பா :** சுருக்கமான வினாவிடை நூல். 13 வெண்பாக்களால் ஆனது.

4. **போற்றிப் பஃறொடை :** 100 வரிகளாலான சிறு நூல்.

5. **கொடிக் கவி :** நான்கு செய்யுள்களின் சுருக்கமான விளக்கம்.

6. **நெஞ்சு விடு தூது :** சந்தேச (தூது) முறையைப் பின்பற்றி தமிழில் பலர் எழுதியுள்ளனர். இந்நூலும் இந்த வகையைக் கையாளுகிறது.

7. **உண்மை நெறி விளக்கம் :** வீடுபேறு அடைவதற்குரிய வழி பற்றியது, 10 காரியங்களை இது விவரமாகக் கூறுகிறது.[46]

8. **சங்கற்ப நிராகரணம் :** சித்தியாருடைய பரபக்ஷத்தைப் போல இந்நூல் ஏனைய சமயங்களின் குறைபாடுகளைக் கூற எழுந்தது. முன்னைய நூலைப் போலன்றி இந்த நூல், சைவ சமயத்துக்குள்ளேயே நிலவும் நுண்ணிய வேறுபாடுகளுக்குத் தேவையில்லாத முக்கியத்துவம் தருகின்றது.

வைணவத்தைப் பற்றிய தமிழ் நூல்கள் மிகச் சிலவே

இதே காலத்தில் தமிழ்நாட்டு வைணவர்களால் சமய நூல்களாக மிகச் சிலவே இயற்றப்பட்டிருப்பது அதிசயமாக இருக்கிறது. 10-ம் நூற்றாண்டிலும், 11-ம் நூற்றாண்டின் தொடக்கத்திலும் சைவத் திருமுறைகள் தொகுக்கபட்ட அதே காலத்தில் வைணவத் திருமுறைகளுள் திரட்டிவைக்கப்பட்டன என்பதை முன்னரே சுட்டிக் காட்டினோம். வழிவழியாக வந்த பெரிய வைணவ ஆச்சாரியார்கள் எண்ணற்ற பக்தி பாசுரங்களையும், தத்துவ நூல்களையும் இதே காலத்தில் சமஸ்கிருத மொழியில் செய்தார்கள் என்பதற்கு ஏராளமான சான்றுகள் கிடைத்துள்ளன. தங்களுடைய புலமைக் காகவும் பக்திக்காவும் இலக்கியத் துறையில் ஆற்றிய சாதனை களுக்காவும் பெரும் புகழ் பெற்ற ஆசிரியர்கள் பலர் ஆவர். அவர்களுள் குறிப்பிடத்தக்க சில பெயர்கள் வருமாறு: யமுனாச்சாரியார், யாதவப் பிரகாசர், இராமாநுஜர். சமய சீர்திருத்தத் திற்காகவும் சமய மறுமலர்ச்சிக்காகவும் மக்கள் இயக்கமாகத் தோன்றிய வைணவம், சோழர் காலத்தில் உயர்வு நவிற்றி மனப்பான்மை படைத்து, மக்கள் வழக்கிலுள்ள சொற்களைத்

தவிர்த்தது ஒரு வியப்பே. உண்மையைச் சொல்லப்போனால், இந்தக் கொள்கையைப் பரப்பிய சான்றோர்களான எழுத்தாளர்கள், மணிப்பிரவாள நடையைக் காலப்போக்கில் வளர்த்துக் கொண்டார்கள் இந்த நடைக்கு எடுத்துக்காட்டாக **நாலாயிர திவ்யப் பிரபந்தத்திற்கு** மணிப்பிரவாள நடையில் உரை எழுதிய ('வியாக்கியான சக்கரவர்த்தி என்ற புகழ் பெற்ற) பெரியவாச்சான் பிள்ளை, நம்பிள்ளை ஆகியோரின் நடைகளைச் சொல்லலாம். இந்த வகையான உரைநடையில் தோன்றிய நூல்களுள் காலத்தால் முந்தியது. **'ஆறாயிரப்படி'** என்ற (பாசுரங்களின் ஆழ்ந்த பொருள்களை அவற்றின் நயம் புலப்படுமாறு எழுதப்பட்ட) சுருக்கமான உரை. இராமானுஜரின் உறவினரும் சீடருமான குருகைப் பிரான் பிள்ளான் என்பவர் நம்மாழ்வார் உடைய **திருவாய்மொழி**க்கு இந்த உரையை எழுதினார்.

இராமாநுஜ நூற்றந்தாதி

இக்காலத்து வைணவ நூலாசிரியர்கள் கடைப்பிடித்த பொது விதிக்கு விலக்குகளும் உண்டு. அத்தகைய ஒரு நூலைப் பற்றிக் குறிப்பிடுவோம். **'இராமாநுஜ நூற்றந்தாதி'** என்பது கலித்துறை என்ற பாவினத்தில் 100 செய்யுள்கள் கொண்டது. ஸ்ரீ இராமாநுஜரைப் பாராட்டி அவருடைய சீடரான திருவரங்கத்து அமுதனாரால் இயற்றப்பட்டது. இந்தச் செய்யுள் எளிய முறையில், பக்தி நடையில் அமைந்து பெரிதும் போற்றப்பட்டு மதிக்கப்படுகிறது. அன்றாடப் பிரார்த்தனைப் பாடல்களாக இச்செய்யுள்கள் ஓதப்படுவதால், இந்நூலுக்கு **பிரபன்னகாயத்ரி** என்ற பெயரும் உண்டு. குருவின் கருணை இல்லாவிட்டால் விமோசனத்திற்கு வழியில்லை என்பது இக்கவிதை நூலின் நடுநாயகமான கருத்து. தவத்தில்[49] தமக்கு நம்பிக்கை இல்லை என்று இந்நூலாசிரியர் வெளிப்படையாகவும் அழுத்தம் திருத்தமாகவும் சொல்லுகிறார். இராமநுஜருடைய கொள்கைகள் தவிர, ஏனைய கொள்கைகள் எல்லாவற்றையும் முழுமூச்சாகவும் வன்மையாகவும் கண்டிக்கிறார்.[50] இராமாநுஜரின் ஆழமான, நிலையான பக்தியையும், சோராத காதல் பெருஞ்சுழி[51] ஆகியவற்றையும் அவருக்கு இராமாணத்திலிருந்து எல்லையற்ற ஈடுபாட்டையும்[52] இந்த நூல் வலியுறுத்துகிறது. இரண்டாம் குலோத்துங்கனின், மூன்றாம் ஆட்சியாண்டில் திருக் கோவிலூர்க் கல்வெட்டில்[53] சொல்லப்பட்டிருக்கும் மூங்கிற்குடி திருவரங்கத்தமுதனார் என்பவரே நூலின் ஆசிரியராக இருக்கக் கூடும்.

இலக்கணம் முதலியன

இலக்கணம், அணி இலக்கணம், அகராதிக் கலை ஆகிய வற்றில், இலக்கியம் எழுதப்பட்ட காலந்தொட்டு நூலாசிரியர்கள் அக்கறை காட்டி வந்திருக்கிறார்கள். சோழர் காலத்தில் இத்துறைகளில் வியத்தகு முன்னேற்றம் ஏற்பட்டிருக்கிறது. 10-ம் நூற்றாண்டு இறுதிவாக்கில் சமணத் துறவியான அமிதசாகரர், **யாப்பருங்கலம், யாப்பருங்கலக்காரிகை** என்ற நூல்களை எழுதினார். இந்த ஆசிரியர் பெயரின் சரியான வடிவம் அமிதசாகரர்; அதாவது 'அளப்பருங்கடல்' என்பதே. அம்ருதசாகரர் என்று எழுதுவது பிழையாகும். ஆசிரியர் தன்னை, குணசாகரரின் சீடர் என்று சொல்லிக்கொள்ளுகிறார். சூளாமணியை மேற்கோள் காட்டுகிறார். **வீரசோழியம்** என்னும் நூலின் உரையாசிரியரான பெருந்தேவனார், அமிதசாகரரை மேற்கோள் காட்டியிருக்கிறார். **வீரசோழிய** மூலம் உரை இரண்டுமே வீர ராஜேந்திரன் காலத்தில் தோன்றிய சூளாமணியின் காலத்தைப் பற்றி மாறுபட்ட கருத்துக்கள் உண்டு. அது 9-ம் நூற்றாண்டின் பிற்பகுதியில் எழுதப்பட்டது என்பர்.[54] ஆனால், அது இன்னும் சில நூற்றாண்டுகள் முன்னரே எழுதப்பட்டிருக்கக் கூடும். அமிதசாகரரின் காரிகை மிக விரைவில் பெரும்புகழ் பெற்றது. அந்த நூல் எழுதப்பட்ட ஊர் காரிகைக் குளத்தூர் என்ற பெயரால் வழங்குவதாயிற்று என்று நீடூரில், முதல் குலோத்துங்கன் ஆட்சியில் பொறிக்கப்பட்ட இரு கல்வெட்டுக்களிலிருந்து தெரிகிறது.[55] இந்தக் கல்வெட்டுக் குளத்தூர்க் கந்தன் மாதவன் என்பவனின் முன்னோர் ஒருவர் அமிதசாகரரை, ஜெயங்கொண்ட சோழ மண்டலத்துச் சிறுகுன்ற நாட்டில் வந்து வாழுமாறு கேட்டுக்கொண்டதாகத் தெரிவிக்கின்றன. ஜெயங்கொண்ட சோழன் என்ற பட்டப்பெயரை முதலாம் ராஜராஜ சோழன் தன் ஆட்சியின் இறுதிக்காலத்திலேயே ஏற்றுக்கொண்டான். எனவே, ஜெயங் கொண்ட சோழ மண்டலம் என்ற பெயர் அமிதசாகரர் காலத்தில் வழக்கில் இருந்ததால், யாப்புப் பற்றிய இந்த இரு நூல்களும் முதலாம் ராஜராஜனின் கடைசி ஆண்டுகளில்தான் வெளி வந்திருக்க வேண்டும்.

யாப்பருங்கலம் என்பது யாப்பிலக்கணத்தைப் பற்றிய விரிவான விளக்கம். **காரிகை** என்பது அதன் சுருக்கம். யாப்பருங்கலம் பரப்பிலும், தமிழ்ச் செய்யுள், அடி, சீர்கள் ஆகியவற்றின் பலவகைகளைப் பற்றிய விளக்கத்திலும் விரிவானது. அழிந்து போயிருக்கக்கூடிய அல்லது தெரிந்திராத பல இலக்கிய

வகைகளின் சான்றுகளும், எடுத்துக்காட்டுகளும் இந்த உரைநூலில் பேணிப் பாதுகாத்து வைக்கப்பட்டிருக்கின்றன. இந்தக் கருத்துக்கள் குணசாகரின் **காரிகை** உரைக்கும் பொருந்தும். அவர் அமித சாகரரின் சீடர் என்றும், தம்முடைய ஆசிரியருடைய ஆசிரியர் பெயரைத் தனக்கு இட்டுக்கொண்டார் என்றும் நம்பப்படுகிறது.

புத்தமித்திரர்

புத்தமித்தரர் எழுதிய **வீரசோழிய**மும், அந்த நூலாசிரியரின் மாணவரான பெருந்தேவனார் அந்நூலுக்கு எழுதிய உரையும், அடுத்து நம் கவனத்தை ஈர்க்கின்றன. சோழப் பேரரசரான வீரராஜேந்திரர், பெரிய தமிழ் அறிஞர் என்று பெயர் சொல்லிக் குறிப்பிடப்படுகிறார்.[56] இந்த விவரத்திலிருந்தும் நூலின் பெயரிலிருந்தும், இது வீர ராஜேந்திரன் ஆட்சியில் செய்யப்பட்டது என்பது ஐயத்திற்கு இடமின்றித்தெரிகிறது. முதலாம் இராஜேந்திரனின் 'திரு மண்ணி வளர'[57] என்ற முன்னுரையை ந்த உரைநூல் மேற்கோளாகக் காட்டுவதுடன் கொப்பம்,[58] கூடல் சங்கமம்[59] என்ற இரு ஊர்களில் நடந்த போர்களையும் தெரிவிக்கிறது. நூலின் பாயிரத்தில், "பொன்பற்றி அரசர்" என்று புத்தமத்திரர் சிறப்பிக்கப்படுகிறார். பொன்பற்றி என்பது தஞ்சை மாவட்டத்தில்[60] (இப்போது புதுக்கோட்டை மாவட்டம் அறந்தாங்கி வட்டத்தில்) உள்ள ஓர் ஊர். புத்தமித்திரர் என்ற பட்டத்திலிருந்து சோழர் அரசர் பொன்பற்றியில் உள்ள நிலங்களின் வருவாயை இவருக்கு விட்டுக்கொடுத்தார் என்று பொருள் கொள்ளலாம். கலித்துறை என்ற பா இனத்தில் **வீரசோழியம்** எழுதப்பட்டிருக்கிறது. தமிழ் சமஸ்கிருத இலக்கண அணியிலக்கண முறைகளை இணைக்கும் வகையில் திட்டமிட்டு அமைக்கப்பட்டிருக்கிறது. வழக்கமான ஐந்து பகுதிகள் இதில் இருக்கின்றன. அவையாவன- சந்தி (எழுத்து), சொல், பொருள், யாப்பு, அலங்காரம் (அணி). சமஸ்கிருத தலைப்புக்களில் ஆசிரியருக்கு இருக்கும் மோகம், முதல் பகுதியிலும் கடைசிப் பகுதியிலும் கொடுக்கப்பட்டிருக்கும் பெயர்களிலிருந்து புலனாகும். பகுதிகளின் பெயர்களும், அவற்றின் வரிசைக் கிரமமும் சமஸ்கிருத முறையில் அவருக்கு இருந்த ஆர்வத்தை மிகத் தெளிவாகத் தெரிவிக்கின்றன. தமிழ் மொழியில் இலக்கணக் கருத்துக்கள் வளர்ந்த வரலாற்றை ஆராயவும் மாணவர்களுக்கு இந்த நூல் பெரிதும் பயன்படும்.

தண்டியலங்காரம்

'அலங்காரம்' அல்லது 'அணி' என்று தமிழில் சொல்லப்படும் துறை பற்றிய விவாதங்களை முற்றிலும் விவரமாகச் சொல்லும் ஒரே நூல் **தண்டியலங்காரம்**. வடமொழியில் **காவியதர்ஸம்** என்ற நூலை, 'தண்டி' என்பவர் எழுதினார். அதை முன் மாதிரியாகக் கொண்டும், ஏறத்தாழ அதையே தமிழில் மொழிபெயர்த்தும் இருப்பதால், இந்நூல் இவ்வாறு பெயர் பெற்றது பொருத்தமேயாகும். ஆசிரியரின் இயற்பெயரும் அவருடைய வாழ்க்கையும் அவர் காலம் பற்றிய விவரமும் அடியோடு மறைந்துவிட்டன. ஆண்டு அல்லது காலம் குறிப்பிடப்படாத ஒரு பாடல் உண்டு. இவர் அம்பிகாபதி என்பவரின் மகன் என்றும், இவருக்கு இடப்பட்ட பெயர் 'தண்டி' என்றும் சமஸ்கிருதத்தையும் தமிழையும் கசடறக் கற்ற சமஸ்கிருத அணி இலக்கண அறிஞர்கள் விதித்த முறைகளின் படி அலங்காரத்தை விளக்கிக் கூறும் புலமை பெற்றிருந்தார் என்றும் அந்தப் பாடல் தெரிவிக்கிறது. பெரும் புலவனான கம்பனுக்கு அம்பிகாபதி என்ற பெயரில் ஒரு மகன் இருந்தான் என்பது பலரும் அறிந்ததே. எனவே, **தண்டியலங்கார** ஆசிரியர், கம்பனின் பேரன் என்றும் சில சமயம் சொல்லப்படுகிறது. **சிலப்பதிகாரத்திற்கு**, புகழ்மிக்க உரை எழுதியுள்ள அடியார்க்கு நல்லார் **தண்டியலங்காரத்தை** குறிப்பிட்டிருப்பது மிகப் பழமையான ஒரு மேற்கோளாகும். ஒருவேளை இந்த நூல், அணியியல்[61] அணி இலக்கணம், அணி அதிகாரம் என்ற பெயர்களையும் பெற்றிருந்திருக்கக்கூடும். இது சூத்திரங்களைக் கொண்டது. **காவியதர்ஸம்** என்ற நூலைப்போல இதுவும் கவிதையின் தன்மையையும், காவியத்தையும். சொல் அலங்காரத்தையும் மரபுப்பண்படி இரு தலைப்புக்களில் அர்த்த அலங்காரம் (பொருளணி), சப்த அலங்காரம் (சொல்லணி) என்று அலசிஆராய்கிறது. **பிரயோக விவேகம்** என்ற நூலின் ஆசிரியர் 18-ம் நூற்றாண்டில் வாழ்ந்தார். **தண்டியலங்கார** ஆசிரியர் தம் சூத்திரங்களுக்குத் தாமே உரையும் பிறகு அவற்றுக்குத் தாமே விளக்கங்களையும் எழுதினார் என்று கருதுகிறார். இது ஏற்கத்தக்கதே. காரணம் விளக்கச் செய்யுள்கள் சில, அநபாயச் சோழனுக்குப் புகழ் மாலை சூட்டுவனவாக உள்ளன.[62]

நேமி நாதம்

குணவீரப் பண்டிதரின் **'நேமிநாதம்'** என்பது 100க்கும் குறைவான வெண்பாக்கள் கொண்ட சிறியதொரு விளக்க நூல், தமிழ் மொழியின் எழுத்திலக்கணத்தையும், எழுத்து, சொல்

ஆகியவற்றையும் விளக்குவது. தென் மயிலாபுரி (மயிலாப்பூரின் தென்பகுதி)யைச் சேர்ந்த **நேமி நாதர்** என்ற தீர்த்தங்கரின் பெயரே இந்நூலுக்கும் இடப்பட்டிருக்கிறது.[63] இந்நூலாசிரியர் ஒரு சமணர். களந்தையைச் சேர்ந்த வச்சநந்தி என்பவரின் மாணவர். இந்த ஊர், புகழேந்திப் புலவரின் ஊரான களந்தையாகவே இருக்கலாம், யாப்பிலக்கணத்தைப்பற்றி குணசேகரர் எழுதிய மற்றொரு நூல் **'வெண்பாப் பாட்டியல்'** அல்லது **'வச்சநந்தி மாலை'** என்பது. வச்சநந்தி என்பவர் நூலாசிரியரின்ஆசிரியர் ஆவார். **'வச்சநந்தி மாலை'**யில் இவர் எழுதிய முன்னுரையிலிருந்து இவர் நூலின் காலம் திரிபுவன-தேவரின் ஆட்சிக்காலம் என்று தெரிகிறது. மூன்றாம் குலோத்துங்கனின் கல்வெட்டுக்களில் திரிபுவன வீரதேவன் என்று குறிப்பிடப்பட்டிருப்பதும், இந்தப் பெயரும் ஒன்றே என்று உறுதியாகச் சொல்லலாம். இந்தக் கருத்துக்கிணங்க, 'தமிழ் நாவலர் சரிதை'யின் சமீபத் தொகுப்பில் ஒட்டக்கூத்தர் காலமே நேமிநாதர் காலமாகுமெனக் குறிப்பிடப்பட்டிருக்கிறது. அந்த நேமிநாதரும், **'நேமிநாதம்'** என்னும் நூலை இயற்றிய நேமிநாதரும் வெவ்வேறு ஆசிரியர்களாக இருக்க வேண்டும்.

நன்னூல்

நன்னூலை இயற்றிய பவணந்தியும் சமணரே. இவர் மூன்றாம் குலோத்துங்கன் காலத்தில் இந்நூலை எழுதினார். எளிய நடையிலும் தேவையான அளவு மட்டிலும் அமைந்து இருப்பதால் தமிழ் இலக்கணம் பயில்பவர்களுக்கு இதுவே ஆரம்பக் கையேடாக இருந்துவருகிறது. ஏனைய நூல்களையெல்லாம் விரட்டிவிடும் அளவுக்கு இது ஏற்றம்பெற்றிருக்கிறது. மூன்றாம் குலோத்துங் கனின் சிற்றரசரான அமராபரணன் சீயகங்கன் என்பவன் இந்த ஆசிரியரை ஆதரித்த வள்ளலாவான். எழுத்து, சொல் ஆகிய இரண்டைப்பற்றி மட்டுமே **நன்னூல்** தெரிவிக்கிறது. அவற்றோடு ஆசிரியர் நிறுத்திக்கொண்டாரா அல்லது நூலின் எஞ்சிய பகுதி அழிந்துவிட்டதா என்பது தெளிவாகத் தெரியவில்லை.

நம்பியகப் பொருள்

நாற்கவிராஜ நம்பி இயற்றிய **'நம்பியகப் பொருள்'** என்னும் நூலை நாம் இங்கே கடைசியாகக் கவனிப்போம். புறம், அகம் என்ற இரு பெரும் தலைப்புக்களுள் தமிழ் இலக்கியம் அனைத்துமே அடங்கும். அகப்பொருள் என்பது காதல் கட்டங்களில் உண்டாகும்

உள்ள உணர்ச்சிகளின் எதிரொலிப்புக்களின் நுண்ணிய கூறுக்ளை விளக்குவது. காதலைத் தவிர வேறு எதையும் எந்த அகப்பொருள் நூல்களும் குறிப்பிடவில்லை என்று சொல்லிவிட முடியாது. முதலாம் மாறவர்மன் குலசேகரன் ஆட்சியில் இது எழுதப்பட்டது என்பதையும் **'தஞ்சை வாணன் கோவை'** என்ற நூலில், இது முறைப்படி விளக்கப்பட்டிருக்கிறது, என்பதையும் முன்னரே சுட்டிக் காட்டியிருக்கிறோம்.

அகராதிக் கலை

பிங்கலந்தை, சூடாமணி என்பன இரு பேரகராதிகள். இவை, பெரும்பாலும் சோழர் காலத்தில் இயற்றப்பட்டன என்று சொல்லலாம். **சூடாமணி** என்னும் நூலை, அதன் ஆசிரியரான மண்டல புருஷர், **நிகண்டு சூடாமணி** என்ற பெயரால் வழங்கினார் என்று தெரிகிறது. 'காரிகை' என்னும் சொல்லில் பல்வேறு புலன்களைத் தெரிவிக்கும்போது அமிதசாகரரின் **'காரிகையை'** அது பெயர் சொல்லிக் குறிப்பிடுகிறது. எனவே, **'யாப்பருங்கலக் காரிகை'**க்குப் பிறகுதான் **'சூடாமணி'** எழுதப்பட்டிருக்க வேண்டும். ஆனால், எவ்வளவு காலத்திற்குப் பிறகு என்பதை எளிதில் சொல்லமுடியாது.[64] தமிழில் அகராதிக்கலை அடைந்துள்ள வளர்ச்சியின் முன்னேற்றமான கட்டங்கள் என்று இந்த இரு அதிகாரங்களையும் சொல்லலாம். தமிழில் தோன்றிய முதலாவது நிகண்டு, **'சேந்தன் திவாகரம்'** என்பது. அந்த நூலாசிரியர் மகனே **'பிங்கலந்தை'** யை இயற்றியதாக அதன் பாயிரம் கூறுகிறது. **'திவாகரம்'** மிகப் பழமையான நூல் என்ற கருத்து ஏற்றுக் கொள்ளப்பட்டால், **'பிங்கலந்தை'** யும் ஓரளவு பழமையானது என்பதையும் அதன் காலம் விஜயாலயச் சோழ மரபுக்கு முற்பட்டது என்பதையும் ஒப்புக்கொண்டே ஆகவேண்டும்.[65]

உரை நூல்கள்

புகழ் பெற்ற உரையாசிரியர்கள் பலர் சோழர் ஆட்சியில் பல நூற்றாண்டுகள் செழிப்புடன் வாழ்ந்திருக்க வேண்டும் என்பதில் ஐயமில்லை. ஆனால், இந்த உரையாசிரியர்களின் காலம் பற்றி, திட்டவட்டமாகத் தேதி குறிப்பிடுவது கடினம். இது ஒரு புறமிருக்க, நூலாசிரியர்களுக்குள்ளேயே வம்ச பரம்பரை உறவுகளை முடிவு செய்ய முறையான முயற்சி எதுவும் மேற்கொள்ளப்படவில்லை. துறவியாக இருந்த காரணத்தால் இளம்பூரணர், அடிகள் என்று அடிக்கடி குறிப்பிடப்படுகிறார்.

உரையாசிரியர்களில் காலத்தால் முந்தியவர் இவர்தான் என்பது பற்றிச் சந்தேகமில்லை. இவர் **திவாகரத்தை** மேற்கோள் காட்டியிருக்கிறார். கடினமான ஒரு மூல நூலுக்குத் தேவையான அளவிலும் விமர்சனக் கண்ணோட்டத்திலும் எத்தகைய உரையை எழுதலாம் என்பதற்கு முன்மாதிரியாகவும் வழி காட்டியாகவும் இவருடைய **தொல்காப்பிய** உரை விளங்குகிறது. இவருக்குப் பின் வந்த உரையாசிரியர்களான சேனாவரையரும் பேராசிரியரும் நச்சினார்க்கினியரும், இவருடைய பெயரைச் சொல்லாவிட்டாலும் அடிக்கடி இவருடைய கருத்துக்களை மேற்கோள் காட்டுகிறார்கள். சேனாவரையரைப் பற்றி இப்போது நமக்குத் தெரிவதெல்லாம்- ஒன்று அவருடைய பெயர், மற்றொன்று **தொல்காப்பியச்** சொல்லதிகாரத்திற்கு அவர் உரை எழுதினார் என்பது. பெயர் கூடச் சந்தேகமாக இருக்கிறது. இதற்குக் காரணம் மயிலை நாதர் எழுதிய **நன்னூல்** உரையில் சேனாவரையர் என்பது ஒரு சாதிப்பெயர் என்று சொல்லியிருப்பதே. பேராசிரியரின் உரையும், பொருளதிகாரத்தின் சில பகுதிகளுக்கு மட்டுமே கிடைக்கிறது. இந்த அதிகாரம் முழுவதற்கும் அவர் உரை எழுதினார் என்று முன்னர் கருதப்பட்டது. ஆனால் பல பகுதிகள் தெய்வச் சிலையாரால் எழுதப்பட்டன என்று இப்போது தெரிகிறது. **திருச்சிற்றம்பலக் கோவை**யார்[65a] என்ற நூலுக்கும் பேராசிரியர் உரை எழுதியுள்ளார். இது பூசி மெழுகியது போன்ற[66] பொருளுரை. **யாப்பருங்கலத்**தின் உரையாசிரியர் இவரை மிகவும் சிறப்பித்துப் பேசுகிறார். ஆகையால் **களவியல்** என்னும் நூலின் விந்தையான ஆசிரியரான இறையனார்தான் இவர் என்று சொல்லுவது தவறானது. **சிலப்பதிகார** உரையில் ஜெயங் கொண்டார், கூத்தன் போன்ற தம் காலத்துப் புலவர்கள் பெயரை, அடியாருக்கு நல்லார் தாராளமாகத் தெரிவிக்கிறார். நச்சினார்க் கினியார்,[67] பரிமேலழகரைக் கண்டித்திருக்கிறார். அடியார்க்கு நல்லாரும் பரிமேலழகரும் இந்தக் காலத்தில் வாழ்ந்திருக்கக் கூடும். **திருக்குறளுக்**கும் **பரிபாடலு**க்கும், பரிமேலழகர் சிறந்த உரைகளை எழுதியுள்ளார்.

சமஸ்கிருத இலக்கியம்

தமிழ் இலக்கிய கால அட்டவணையில் முடிவு செய்யப் படாமல் உள்ள பிரச்சினைகள் எண்ணிலடங்கா, சமஸ்கிருத இலக்கியத்தின் நிலை இதைவிட சிக்கலானது. நமது ஆராய்ச்சிக் காலம் முழுவதும் சமஸ்கிருதப் படிப்பும் இலக்கிய முயற்சிகளும் பல கிளைகளில் நிலையான ஆதரவு பெற்றுச் செழித்துத்

திகழ்ந்தன. வேதங்களையும் தத்துவங்களையும் பல கிளைகளாகப் படிப்பதற்கு, கல்லூரிகளுக்கு அறக்கட்டளைகள் ஏற்பட்டிருந்ததை, வேறோர் இடத்தில் தெரிவிக்கிறோம். **பிரபாகர மீமாம்சமும் ரூபாவதாரமும்** பெருவாரியான மக்களால் ஆர்வத்துடன் படிக்கப்பட்டதற்குக் கல்வெட்டுக்கள் சான்று பகர்கின்றன. இந்தக் காலத்திய சமஸ்கிருத இலக்கியத்தைப் பற்றி விரிவாகக் கூறுவதற்குத் தேவையான அடிப்படை ஆராய்ச்சிகளோ, இரண்டு மூன்று நூற்றாண்டுகளுக்கு மேல் நிலவிவந்த இலக்கிய ஆராய்ச்சிகள், பணிகள் பற்றிய பொதுவான ஆய்வோ இன்னும் செய்யப்படவில்லை. முக்கியமான ஓரிரண்டு உண்மைகளை மட்டும், வாசகர் கவனத்திற்கு வைக்கலாம். முதலாவதாக, சமஸ்கிருதப்படிப்பு வளர்வதிலும் பரவுவதிலும், சோழ அரசர்கள் நேரடியான அக்கறை காட்டினார்கள் என்பதற்கு நமக்குச் சில ஆதாரங்கள் கிடைக்கின்றன. **நானார்த்தாரணவ சம்க்ஷேப** என்ற சமஸ்கிருதப் பேரகராதியின் முன்னுரைச் செய்யுள்களைப் பார்ப்போம். முதலாம் குலோத்துங்கச் சோழன் சமஸ்கிருதப் புலமை நிறைந்த சைவப் பிராமணர்கள்கொண்ட ஒரு கிராமத்தை ஏற்படுத்தினான். இந்த ஊரில் பரம்பரையாக இலக்கணப் புலமை பெற்றிருந்த ஒரு குடும்பத்தில் வத்ஸகோத்திரத்தில் கேசவ ஸ்வாமின் என்ற ஒருவர் இருந்தார். அவர், இரண்டாம் இராஜராஜ னிடம் வேலை பார்த்தார். அகர வரிசைப்படி வார்த்தைகளை அமைத்து அவற்றின் பலவகைப் பொருள்களையும் எழுதி, இளம் ஆராய்ச்சியாளர்களுக்கு உதவக் கூடிய சமஸ்கிருதப் பேரகராதி ஒன்றை உருவாக்கும் படி அவருக்கு அரசரே கட்டளையிட்டார்.[67a]

வேங்கட மாதவரின் ரிக் வேத பாஷ்யம்

சமஸ்கிருத இலக்கியத்திற்கு அரசர்கள் அளித்த ஆதரவுக்கு இன்னும் முக்கியமான சான்று, இதைவிடப் பழமையான காலத்தில் கிடைக்கிறது. இதன் விவரம் வருமாறு: காவேரியின் தென்கரையில் ஒரு கிராமத்தில் வேங்கடாரியா-சுந்தரி ஆகியோரின் மகனான மாதவன் என்பவர் வாழ்ந்தார். அவர் ரிக் வேதத்திற்கு மிக விரிவான ஒரு பாஷ்யத்தைச் செய்தார். இந்தப் பெரும் நூலை எழுதும்போது, உலகத்திலேயே மிகவும் புகழ் நிறைந்த வீரதீரப் போர் வீரனின் நாட்டில் எல்லா வசதிகளுடனும் வாழ்ந்ததாக அவ்வாசிரியர் தெரிவித்திருக்கிறார். "ஜகத்தாம் ஏக வீரஸ்ய விஸயே நிவஸன் சுகம்"[68] என்பது அவர் வாக்கு. அரசனுடைய ஆதரவில் அவர் செழிப்புடன் வாழ்ந்தார் என்பது இந்தச் சொற்றொடரிலிருந்து தெளிவாகிறது.

தன்னை ஆதரித்த அரசனின் பெயரைச் சொல்லாவிட்டாலும், அந்த அரசன் முதலாம் பராந்தகன் என்று நாம் முடிவுக்கு வரலாம். யாராலும் தோற்கடிக்கப்படாத கிருஷ்ணராஜனை[69] தோற்கடித்து, வீரசோழன் என்ற பட்டத்தைப் பெற்றவன் என்று முதலாம் பராந்தகனை வீரராஜேந்திரனின் கன்னியாகுமரிக் கல்வெட்டு சிறப்பிக்கிறது. பிற்காலத்திய பிரபலமான வேத பாஷ்யங்கள் ஆரம்பகால விஜய நகர அரசர்களின் ஆதரவில் செய்யப்பட்டன. அவை விஜயாலய வம்சத்தவரான சோழப் பேரரசருள் முதலாவது பேரரசர் வகுத்த வழியிலும், காட்டிய பாதையிலுமே இயற்றப்பட்டன என்பது இதிலிருந்து பெறப்படும் உண்மையாகும்.

சூத்திர இலக்கியங்களுக்குச் சிறந்த உரையெழுதிப் புகழ்பெற்றவன் ஹரதத்தன். இவன் காலம் கி.பி.9 அல்லது 10-ம் நூற்றாண்டு. பரதஸ்வாமி என்பவன் ஹொய்சாள மன்னன் இராமநாதன் ஆட்சியில் சாம வேதத்துக்கு உரையெழுதியதாகத் தெரிகிறது. அதே காலத்தில் சாத்குரு சிஷ்யர் (ஆறு ஆசிரியர்களின் மாணவர்) என்ற ஒருவர் பிரபலமாக இருந்தார். அவருடைய இயற்பெயர் மறைந்துவிட்டது. **அயித்ரேய பிராமணம் ஆரண்யகம்** ஆகியவற்றுக்கும் காத்தியாயனருடைய **சர்வாநுக்ரமணி**க்கும் ஆஸ்வலாயன **ஸ்ரௌத்த சூத்திர**த்திற்கும் இவர் உரை எழுதியுள்ளார்.

அடுத்து, புராணங்கள், பக்திக்குள் அத்வைத வேதாந்தத் துக்கும் பாலமாக விளங்குவது பாகவதம். இது கி.பி. 10-ம் நூற்றாண்டின் தொடக்கத்தில் தென்னிந்தியாவில் இயற்றப் பட்டதாக நம்பப்படுகிறது. விஷ்ணு சித்தர் என்பவர் 13-ம் நூற்றாண்டின் ஆரம்பத்தில் **விஷ்ணு புராண**த்துக்கு உரை எழுதினார். உடலி எழுதிய **விவேக திலகம்** என்ற இராமாயணத்தின் உரை, 13-ம் நூற்றாண்டில் வெளிவந்த **ஈட்டில்**, மேற்கோள் காட்டப்பட்டிருப்பதால், இதன் காலம் 12-ம் நூற்றாண்டாக இருக்கலாம்.

ஒன்பதாம் நூற்றாண்டினரான ஆழ்வார் குலசேகரர், **முகுந்தமாலா** என்ற நூலை உருவாக்கினார். இது பக்தியைப் பரப்பும் இசைப்பாடல்களை உடையது; இன்றளவும்செல்வாக் குடன் இருந்துவருவது. சங்கரரின் மாணவருள் புகழ் பெற்றவரான சக்திபத்ரா, ஆழ்வார் குலசேகரருக்குப் பின் சில ஆண்டுகள் கழித்து வாழ்ந்தவர் ஆவார். சக்திபத்ரா இயற்றிய ஆண்டுகள் கழித்து வாழ்ந்தவர் ஆவார். சக்திபத்ரா இயற்றிய **ஆச்சாரிய சூடாமணி** இராமபிரானுடைய வீர வரலாற்றின் ஒரு சுவையான பகுதியைப்

பற்றியது. முழு நாடகமாகத் தென்னிந்தியாவில் இயற்றப்பட்டவற்றுள் இதுவே முதலாவது என்பர். இதே ஆசிரியர் எழுதிய **உன்மாதவாசவதத்தா** இப்போது கிடைக்கவில்லை. கேரளத்தைச் சேர்ந்த மற்றொரு குலசேகரன் (கி.பி.935-955) **மகாபாரதம்** நிகழ்ச்சிகள் சிலவற்றை நாடகமாக நடிக்க உதவும் வகையில் **தபதீசம்வரண, சுபத்ரா தனஞ்சய** என்ற நூல்களைப் படைத்தார். **நவோதயா** என்னும் நூலை எழுதிய வாசுதேவர் என்பவரையும் இந்த அரசன் (எழுத்தாளன்) ஆதரித்தான். அந்த நூலை, காளிதாஸன் இயற்றியதாகக் கூறுவது தவறு. பில்வ மங்களஸ்வாமி என்ற லீலா-சுகர் எழுதிய **கிருஷ்ண கர்ணாமிருதம்** மூன்று ஆஸ்வாஸமாக அமைந்தது; பக்திப்பாடல் நூல்களுள் இதன் அழகுக்கு ஈடாக வேறு எதையும் சொல்லுவதற்கில்லை.

பதின்மூன்றாம் நூற்றாண்டில், சாரதாதனயர் என்பவர் அணியிலக்கணம், இசை ஆகிய துறையில் முறையே **பாவப்பிரகாசம், சாரதீயம்** என்ற நூல்களை எழுதினார். இவர் செங்கற்பட்டு மாவட்டத்தில் தலைமுறை தலைமுறையாய்ப் புலமைக்குப் பெயர் பெற்ற ஒரு குடும்பத்தில் தோன்றியவர். வேங்கடநாதர் என்ற வேதாந்த தேசிகர், 1268-ல் பிறந்த போதிலும், அவருடைய நூல் நம் ஆராய்ச்சி காலத்திற்கு அப்பாற்பட்டது. இவ்வாறே, அக்காலத்தின் ஆரம்பத்தில் குமாரிலரும், சங்கரரும் இயற்றிய நூல்கள் சிலவற்றையும் நாம் இங்கே காண்பதற்கில்லை.

தத்துவத் துறையில் நம் கவனத்துக்கு உரியவர் (12-ம் நூற்றாண்டினரான) வரதராஜர். **தார்கிக—ரக்ஷ** என்ற நூலையும், உதயணன் எழுதிய **குசும அஞ்சலி** என்னும் நூலுக்கு **போதினி** என்ற தலைப்பில் உரையையும், இவர் (வரதராஜர்) எழுதியுள்ளார். ஓசையில் இந்தச் சொல் போலவும் பொருளில் வேறுபட்டும் உள்ள பெயருடைய ஓர் ஆசிரியர் இரு முக்கியமான நூல்கள் எழுதியுள்ளார். அவையாவன: சட்ட விளக்க நூலான **வியவஹார நிரண்யம்,** பிரபாகர மீமாம்ச விளக்க நூலான **நய விவேக தீபிகை.** சங்கரர், குமாரிலர் ஆகியோரின் மாணவர்களும், அந்த மாணவர்களுடைய மாணவர்களும், அத்வைத வேதாந்தம், மீமாம்சம் ஆகியவற்றைத் தொடர்ந்து, மரபு பிறழாமல் பரப்பி வந்தார்கள். ஆனால், பொதுவான இந்த வரலாற்றில், அந்த நூல்களைப் பற்றி விவரமாகக் கூறுவதற்கில்லை. வசிஷ்ட அத்வைத இலக்கியத்தைப் பற்றியும் இங்கே கூற இயலாது.

சமஸ்கிருதத்தில் வெளிவந்துள்ள சைவ சமயத் தத்துவ நூல்களுள் குறிப்பிடத்தக்க பழமையான நூல்களுள் ஒன்று, ஹரதத்தாச்சாரியர் (இறந்தது கி.பி. 1119) எழுதிய **சுருதி சூக்தி மாலை** என்ற **சதுர்வேத தாத்பர்ய சங்கிரஹம். ஹரிஹர தாரதம்ய** என்ற பெயரில், இன அடிப்படையில் அமைந்த வாக்குவாத நூல் ஒன்றையும் அவர் எழுதியுள்ளார். அவருக்கு அடுத்தவர், **பிரம மீமாம்ஸ பாஷ்யம்** எழுதிய ஸ்ரீகண்டர். இது, **பாதராயண** சூத்திரங்களுக்குச் சைவர்கள் கண்ணோட்டத்திலிருந்து கூறும் விளக்கம். சைவ சித்தாந்தப் போக்கு வேறு; இந்நூலாசிரியரின் சிவ அத்வைதக் கண்ணோட்டம் அதிலிருந்து மாறுபட்டது. அகோர சிவாச்சாரியாரும் (1158), ஏற்கனவே நாம் தமிழ் எழுத்தாளர் என்று குறிப்பிட்டுள்ள உமாபதி சிவாச்சாரியாரும், சமஸ்கிருதத்திலும் சைவக் கொள்கைகளைப் பற்றி எழுதியிருக்கிறார்கள். **ரௌரவ அகமத்தின் சிவஞான போதம்** என்ற பகுதிக்கு உரை எழுதியுள்ளார். மறைந்துவிட்ட நூல்களிலிருந்து மேற்கோள்கள் கொடுத்திருப்பது இந்த உரையின் தனிச்சிறப்பு. இது தவிர, சைவ பரிபாஷை ஒன்றையும் வேறு பல நூல்களையும் அவர் எழுதியுள்ளார்.

அகராதிக் கலையில் முக்கியமாகக் குறிப்பிடப்பட வேண்டியது இராமநுஜரின் ஆரம்பகாலக் குருவான யாதவப் பிரகாசர் எழுதிய **வைஜயந்தி**. இலக்கண நூல்களுள் பெரும் புகழ்பெற்று ஆதாரமாக விளங்கும் நூல் **காசிக.** இதைவாமனர், ஜெயாதித்யர் ஆகிய இருவருமாக எழுதியுள்ளனர். **பதமஞ்சிரி** என்ற பெயரில் இந்நூலுக்கு ஓர் உரையை 9-ம் நூற்றாண்டின் ஹரதத்தா வரைந்துள்ளார்.

தேவ என்பவர் எழுதிய தெய்வ என்னும் நூலுக்குப் **புருஷாகாரம்** என்ற பெயரில் ஓர் உரைநூலை 13-ம் நூற்றாண்டில் கிருஷ்ணலீலாசுக என்ற ஒருவர் எழுதியுள்ளார். மூலநூல் 200 செய்யுள்கள் கொண்டது; அளவான செய்யுள் அடிகளாக அமைந்தது; இதை ஒரு **வார்த்திகம்** என்று உரைநூல் குறிப்பிடுகிறது. இந்த உரைநூல், இலக்கண நூல்களுள் சிறப்பிடம் பெற்றிருக்கிறது.

குறிப்புகள்

1. எஸ்.ஐ.ஐ. ii, பக். 306; 120/1931. கல்வெட்டுத் துறை ஆண்டறிக்கை, 1931, II, 12.
2. 198/1919.
3. 129, 128/1902.
4. பாரதம் தன்னை அருந்தமிழ்ப் படுத்து சிவநெறி கண்ட 482/1905.
5. 335/1914; Pd 129; நான் கவி பாடிப் பாடின கவிக்கு எனக்குப் பரிசில் தந்ததன் கணியான கடிக்காடு.
6. 548/1903; Cf. நம் மக்கள், குஞ்சுக் கூட்டம். (துருப்புக்கள், பட்டாளம்)-திருவிதாங்கூர் ஆதாரங்கள் (கவிமணி தேசிக விநாயகம் பிள்ளை).

6a. 233/1921.

7. ஜே.ஆர்.ஏ.எஸ். 1906; பக். 689-92.
8. வே. சுவாமிநாத ஐயர். **பெருங்கதை:** பக். xxviii, அடிக்குறிப்பு. லாக்கோடே: **குணாட்டியர், ப்ருஹத் கதை** (மொ. பெ-டபர்டு, 1923, பக். 148).
9. முன் சொன்ன நூல், பக். vii.
10. **க்ஷத்திர சூடாமணி:** பதிப்பாசிரியர்: டி.எஸ். குப்புசாமி சாஸ்திரி, (1903), முன்னுரையில் பக். 3.
11. **சீவக சிந்தாமணி,** பக்.11 என்-ல் **செந்தமிழ்** v, பக். 98
12. செய்யுள் 3143.
13. செய்யுள் 3143 பற்றி நச்சினார்க்கினியார், மற்றும் பக். 194 பற்றி வே. சாமிநாத ஐயர்.
14. **கல்லாடத்துக் கலந்தினிதருளி, திருவாசகம்** (கீர்த்தி அகவல், 1, 11)
15. இவற்றுள் ஒன்று (385) தஞ்சை மாவட்டம் அம்பர் என்னும் சிற்றரசன் அருவநிதை என்பவனைப் பாராட்டுகிறது. இவனே, **சேந்தன் திவாகரன்** என்னும் நூலின் ஆசிரியரை ஆதரித்த வள்ளலாக இருக்கலாம். ரா. இராக ஐயங்கார் (செந்தமிழ்) v. பக்.114 அடிக்குறிப்பு) கருத்தில், **திவாகரம்** 1800 ஆண்டுகளுக்கு முற்பட்டது. ஆனால் வையாபுரிப் பிள்ளையின் கருத்து, இதற்கு முற்றிலும் மாறுபட்டது. (நாம

தீப நிகண்டு, பக். iv). அவர் கூறுவது வருமாறு: 'திவாகரத்துடன் தொடர்புகொண்ட அருவந்தை, புறநானூற்று அருவந்தையின் வழித்தோன்றலாக இருக்கலாம்'. திவாகரத்தின் காலம் எட்டாம் நூற்றாண்டின் முற்பகுதி என்பது வையாபுரிப் பிள்ளை ஊகம்.

16. 'கல்லாடம் கற்றவனிடத்துச் சொல்லாடாதே'-என்பது பழமொழி. இதன் உட்பொருள், மேலோட்டமாகத் தெரியும் கருத்திலிருந்து மாறுபட்டிருக்கலாம். சிறந்த உரையாசிரியர் ஒருவர் கூட இந்நூலை மேற்கோள் காட்டவில்லை என்பது நம் நினைவுக்கு உரியது.

17. 'செங்குத்தப் படையர் சேனைத் தலைவர் தத்துவாயர் காருதர் கைக் கோளார்'என்று திவாகரம் கூறுகிறது. இக்கூற்றுக்கு எந்த ஏட்டுச் சுவடியிலும் ஆதாரம் கிடையாது.

18. கூத்தன் பிறந்த ஊரைப் பல நூல்கள் பலவாறாகச் சொல்லுகின்றன. மணவை என்பது சில நூல்களில் மலரி என்று சொல்லப்பட்டிருக்கிறது. சில நூல்கள், கூத்தன் சீர்காழியில் பிறந்ததாகக் கூறுகின்றன. கல்வெட்டில் வருவது 'மலரி' என்பதே. 109/1928.

19. 109/1928, கல்வெட்டுத் துறை ஆண்டறிக்கை, 1928, I, 3; 1932, II, 47.

20. கூத்தனைப் பற்றி அறிய பின்வருவனவற்றைப் பார்க்க: பண்டித வே. சாமிநாத ஐயர்-தக்கயாகப் பரணிக்கு முன்னுரை; ரா. ராகவ ஐயங்கார்-செந்தமிழ் iii, பக். 164 அடிக்குறிப்பு நாகலிங்க முனிவர்-செங்குந்தர் பிரபந்தத் திரட்டு (1926).

21. மிதிலைக் காட்சிப் படலம் v. 74

22. நகர் நீங்கு படலம், v. 140.

23. காளி கோயில்களிலும் ஏனைய இது போன்ற கோயில்களிலும் உள்ள ஓர் அர்ச்சகர்.

24. முன் பக். 347 பார்க்க.

25. 29/34/1925; 57-58/1931. கல்வெட்டுத் துறை ஆண்டறிக்கை, 1925, II, 43 வேளாளர் அனைவரையும் கங்கை குலத்தவர் என்றே சொல்லுவது மரபு.

26. கம்பனின் வாழ்க்கையையும் நூலையும் மிகத் திறமையுடன் **செந்தமிழ்** மூன்றாம் தொகுதியில் ரா. ராகவஐயங்கார் ஆராய்ந்துள்ளார்.

27. **மருத்துமலைப் படலம்,** 58 கம்பன் காலம் பற்றி, மரபு வழி வழங்கும் செய்யுள்கள் இரண்டு. கி.பி.807 என்பது ஒரு செய்யுளின் கருத்து. கி.பி.1100 என்பது மற்றொரு செய்யுளின் கருத்து. கம்பன் காலம் 807-ம் ஆண்டு என்ற கருத்தை, நாதமுனி தலைமையில், ஸ்ரீரங்கம் கோயிலில் **கம்பராமாயணம்** அரங்கேற்றப்பட்டது, என்ற கதைக்குப் பொருத்தமானது (**செந்தமிழ்** - தொகுதி 25 பக்.308-9). ஆனால், இந்தச் செய்தி **திவ்விய சூரிசரித்திரத்திலோ குருபரம்பரையிலோ** காணப்படவில்லை. 807 என்பது உண்மையில் 107 என்றும், ஆயிரத்தைக் குறிப்பிடுவது வழக்கமில்லை என்றும், எனவே. அது 1107 என்றும் ரா. ராகவ ஐயங்கார் அபிப்பிராயப்படுகிறார். விளக்கம், இரண்டு செய்யுள்களும் ஒரே கருத்தைத் தெரிவிப்பதாகக் கூறும். வையாபுரிப் பிள்ளை இக்கருத்தை ஏற்றுக்கொள்ளுகிறார். (**தமிழ்ச் சுடர்மணிகள்:** பக்.130) இச் செய்யுள் மூன்றாம் குலோத்துங்கன் ஆட்சியில் 1185-ல் இயற்றப்பட்டதாக இவர் கருதுகிறார். **தியாக சமுத்ர, தியாக, தியாக விநோத** என்ற மூன்றும் முறையே விக்கிரம சோழன், இரண்டாம் குலோத்துங்கன், மூன்றாம் குலோத்துங்கன் ஆகியோரின் பட்டப் பெயர்கள் என்றும் வையாபுரிப் பிள்ளை கருதுகிறார் (அதே நூல் பக்.126 அடிக்குறிப்பு).

27a. **எப்பிகிராபிகா கர்ணாடிகா,** v, ஹாசன் 77, கி.பி.1377 இக்கல்வெட்டு கம்பனை விமர்சனம் செய்வதில் பரம்பரையாக வல்லமை பெற்றிருந்த ஒரு குடும்பத்தைக் குறிப்பிடுகிறது.

28. இந்நூலில் பக்.374 பார்க்க, மற்றும் **செந்தமிழ்,** தொகுதி 2, பக், 393. அடிக்குறிப்பு.

28a. வையாபுரிப்பிள்ளை, முன் சொன்ன நூல், பக்.157.

29. இந்தப் புலவரைப் பற்றி ஒரு கதை உண்டு. இவர் ஒரு தடவை அயர்ச்சி மிகுதியால் தன்னை ஆதரித்த வள்ளலின் படுக்கையிலேயே படுத்துவிட்டாராம். இது தெரியாமல், சின்னக்கனின் அரசியும் அதே படுக்கையில் வந்து படுத்தாளாம். சின்னக்கன் வந்து அவர்கள் இருவரையும் பார்த்தபோது, புலவர் அதிர்ச்சி அடைந்து இன்ன செய்வது என்று அறியாது தடுமாறினாராம். ஆனால், சின்னக்கன் புலவர் மீது சந்தேகப்படவில்லை. சினம் கொள்ளவும் இல்லை.

30. செய்யுள் 18.

31. இந்த விவரத்தைத் தரும் உரைநூலின் காலமும் மூல நூலின் காலமும் ஒன்றே. இவற்றின் ஆசிரியரும் ஒருவரே. **செந்தமிழ்** - 5-ம் தொகுதி, பக். 544.

32. மேய விவ்வுரைக் கொண்டு விரும்புமாஞ்
ஜெயவன்றிருப்புப் பேரபலஞ் செய்ய
தூய பொன்னணி சோல நீடூழியா-
ராய சீர் அநபாயன்-அரசவை-பாயிரம் 8.

33. 180/1894.

34. 445/1912.

35. 36/1906.

36. மேலும் விவரங்கள் தெரிய வே. சாமிநாத ஐயர் பதிப்பில் முன்னுரையைப் பார்க்க. கி.பி.1304-ல் ஏற்பட்ட கல்வெட்டு (133 / 1908). இந்த நூலாசிரியரையோ இவர் பெயருடைய மற்றொருவரையோ குறிப்பிடுகிறது என்பதைக் கவனத்தில் கொள்க.

37. இவற்றில் தஞ்சைக் கோயிலைப் பற்றிய பாசுரங்களும் இவற்றின் நகலில் கங்கைகொண்ட சோழபுரத்தைப் பற்றிய பாசுரங்களும் உள்ளன. நம்பியாண்டார் நம்பி தொகுத்தபடியே 9-ம் திருமுறை நமக்குக் கிடைத்திருக்கிறது என்பது உறுதியானால், இதிலிருந்து நம்பியின் காலத்தை ஒருவாறு உணரலாம்.

38. இந்நூலில் பக்.152 பார்க்க.

39. 449/1908. **செந்தமிழ்,** தொகுதி 3, பக்.358-62.

40. அதிகாரம் 39, பக்.62-80, **செந்தமிழ்.** தொகுதி 4, பக். 141-5.

41. 221/1894.

42. **செந்தமிழ்,** தொகுதி 3, பக்.189-90.

43. மூலநூல், **ரௌரவ ஆகமத்தின்** ஒரு பகுதியாக அடங்கி யிருக்கிறதென்று ரமண சாஸ்திரி சொல்லுகிறார் (**திருமந்திரம்** முன்னுரை, பக்.7) தமிழ் நூலே, மூல நூல் என்றும் சமஸ்கிருத நூல் இதிலிருந்து மொழி பெயர்க்கப்பட்டதென்றும் அடிக்கடி சொல்லப்பட்டிருக்கிறது. பார்க்க-டி.ஐ. தம்பைய்யா **தமிழ் நாயனார் ஒருவரின் கீர்த்தனைகள்,** பக்.19. இக்கருத்துக்கு ஆதாரமாகச் சொல்லப்படும் வாதங்கள் இன்னும் முடிவு பெறாத நிலையிலேயே உள்ளன. சமஸ்கிருத நூல், எல்லா ஆகமங்களையும் போல அனுஸ்துப் செய்யுள்களில் அமைந்தது. இது தமிழ்ச் சூத்திரங்களைப் போன்றது. ஆனால் இந்த நூலில் தமிழ் வார்த்தைகளைப் போன்று எதுவும் இல்லை. **பௌஷ்கரபாக்ஷ்ய**த்தின் ஆசிரியரான உமாபதி சிவமும் சிவாக்ரயோகிகளும் சமஸ்கிருத நூலே மூலநூல்

என்று சொல்லியிருக்கிறார்கள். வி.பி. காந்திமதிநாத பிள்ளை எழுதிய தமிழ் **சிவஞான போதச் சிறப்பு (1926)** என்னும் நூலில் 54, 59-ம் பக்கங்களில் இது தொடர்பாகக் குறிப்புக்கள் உள்ளன. இந்த வடமொழி நூலுக்கு அத்வைதக் கொள்கைப்படியான ஒரு விளக்கத்தை வித்யாரண்யர் எழுதியிருக்கிறார். மேலே சொன்ன நூல் பக்கங்கள் 30, 47. ஆசிரியர் (குரு) என்ற முறையில் **சிவஞான போதத்தைத்** தம் கையில் வைத்துள்ளதாக மாணிக்கவாசகரிடம் கூறியுள்ளார். துணிச்சலான காலத்துக்கு இது ஒவ்வாத கருத்து என்றும் மெய்கண்டாரின் நூலின் காலத்தை முன்னே கொண்டுபோவதாகவும் **திருவாசகத்**திற்கு உரை எழுதிய போப்பய்யர், பக்கம் 22-ல் கூறியுள்ளார். அந்தப் பொருளில் சமஸ்கிருத நூலின் பழைமையை வலியுறுத்துவதற்காக மட்டுமே இந்தக் கருத்துத் தெரிவிக்கப்பட்டிருக்கவேண்டும்.

44. "சிவம் ஒன்று; அதனை தேறுதல் ஞானம்; தேர்ந்ததனைத் தெளிதல்" கடவுள் மாமுனிவர், பக். 36. **திருப்பெருந்துறைச் சருக்கம், திருவாதவூர் அடிகள் புராணம்.**

45. வேதம் பசு. அதன்பால் மெய் ஆகமம். நால்வர் ஓதும் தமிழ் அதனின் உள்ளூறும் நெய். போதமிகு நெய்யின் உருசுவையாம் நீல் வெண்ணெய் மெய் கண்டான் செய்த தமிழ் நூலின் திறம்.

46. **சைவ சித்தாந்த வரலாறு,** அனவரத விநாயகம் பிள்ளை (சென்னை - 1908).

47. சக ஆண்டு 1235-ம் ஆண்டு என்று **சங்கற்ப நிராகரணத்**தில், பாயிரத்தில் 26-ல் சொல்லப்பட்டிருக்கிறது.

48. இவையாவன: தத்துவ ரூபம், தத்துவ தர்சனம், தத்துவசுத்தி; ஆத்ம ரூபம், ஆத்மதர்சனம், ஆத்மசுத்தி; சிவரூபம், சிவதர்சனம், சிவயோகம் சிவபோகம்; இந்த நூலை எழுதியவர் சீர்காழி தத்துவநாதர் என்று சமீபத்தில் உறுதி செய்யப்பட்டிருக்கிறது. நூலின் ஏட்டுச் சுவடியைப் புதிதாகப் படித்து அதன் ஆதாரத்தில் 14 சாஸ்திரங்களுள் சிற்றம்பல நாடிகளின் **துகளறு போதம்** என்பதும் சேர்த்துக்கொள்ளப் பட்டிருக்கிறது. **சைவ சித்தாந்த சாத்திரம் (1934)** பக்.980-2, மற்றும் 1124.

49. v. 14.

50. v. 99

51. v. 55

52. v. 37

53. 315/1921. மாறுபட்ட கருத்தைக் கல்வெட்டுத்துறை ஆண்டறிக்கை 1922, II, 23-ல் காண்க. இக்கல்வெட்டு, மூன்றாம் குலோத்துங்கனுடையது என்று அந்த அறிக்கை கூறும்.

54. **செந்தமிழ்**, தொகுதி 5, பக். 99-102.

55. 534/1921; 535/1921. இந்தக் கல்வெட்டுக்களை **எப்பிகிராபிகா இண்டிகாவில்** 18-ம் தொகுதியில் 8-வது இதழில் பதிப்பித்துள்ள கே.வி.எஸ்.ஐயர் பல தவறுகளைச் செய்து விட்டார். அவற்றை இந்திய சரித்திர சஞ்சிகையில் மு. ராகவ ஐயங்கார் திருத்தம் செய்திருக்கிறார். அமிதசாகரரின் ஆசிரியரான குணசாகரரும், கழுகுமலைக் கல்வெட்டுக் கூறும் குணசாகரரும் ஒருவரே என்ற கருத்தை நான் ஒத்துக் கொள்ள இயலாது. இந்தப் பெயர் சமணத் துறவிகளுள் சர்வ சாதாரணமானது என்பதே ஒரு சாட்சியமாகிவிட்டது.

56. மேவிய வெண்குடைச் செம்பியன் வீரராஜேந்திரன் தன் நாவியல் செந்தமிழ்ச் சொல்லின் மொழி-சந்தி (செய்யுள்-7)

57. யாப்பு. 19

58. யாப்பு. 34

59. அலங்காரம் 39

60. கல்வெட்டுத் துறை ஆண்டறிக்கை, பாரா 50.

61. இந்நூலிலிருந்து அடியார்க்கு நல்லார் காட்டியிருக்கும் மேற்கோள் ஒரு சில மட்டுமே இப்போது தண்டியலங்காரப் பதிப்புக்களில் உள்ளன.

62. தண்டியலங்கார முன்னுரை பதிப்பாசிரியர் ஆறுமுகம் சேர்வை (1920).

63. நன்னூல். மயிலை நாதர் உரை பக். xvii.

64. ஒன்பதாம் பகுதியில் 10-ம் பாட்டில் சொல்லப்பட்ட, கிருஷ்ணராயர், விஜயநகர அரசராக இருப்பின், இந்த நூல் இந்த அதிகாரத்தில் அடங்கிய காலத்திற்குப் புறம்பானது.

65. மேலும் விவரங்களுக்குப் பார்க்க-வையாபுரிப்பிள்ளை தமிழ்ப் பேரகராதி, முன்னுரை, xxvi.

65a. இதே பெயரில் இரண்டு ஆசிரியர்கள் இருந்ததாகச் சிலர் கூறுகிறார்கள்.

66. யாப்பருங்கலம் பவானந்தம் பிள்ளை பதிப்பு, பக் iv-v.

67. பரிபாடல் முன்னுரை, பக். xxi.

67a. நானார்த்தார்ணவ சம்ஷேப, திருவனந்தபுரம், சமஸ்கிருத நூல் வரிசை, எண்கள் 23, 29, 31-vv, ஆரம்பத்தில் 1 முதல் 20.

68. ஐந்தாவது அகில இந்திய கீழை நாட்டு ஆராய்ச்சி மாநாட்டின் நடவடிக்கைகள் பக். 263 அடிக்குறிப்பு.

69. இந்நூலில் பக். 126 பார்க்க.

அதிகாரம் 27

சோழர் கலை

சோழர்கட்கு முற்பட்ட காலம்

கி.பி.7-ம் நூற்றாண்டில் பல்லவர்களில் சிம்மவிஷ்ணு வம்சம் தோன்றியது முதல், தமிழ்நாட்டில் கலையின் வரலாறு அறுதியிட்டுக் கூறும் முறையில் தொடங்குகிறது. (தென் ஆர்க்காடு மாவட்டம் விழுப்புரம் வட்டம்) மண்டகப் பட்டில் முதல் தடவையாக ஒரு குகைக் கோயிலைக் குடைந்து எடுத்த பிறகு, மகேந்திரன் அடைந்த மகிழ்ச்சியும் உற்சாகமும் கட்டுக்கடங்கா. அந்தச் சாதனையை அவன் உடனே கல்வெட்டில் பொறித்தான். செங்கல், மரம் உலோகம், சுண்ணாம்பு,[1] ஆகியவை எதையும் உபயோகிக்காமல், பிரம்மன், சிவன், விஷ்ணு என்னும் மும்மூர்த்திகளுக்கு ஒரு கோயில் எடுத்த பெருமையை, அரிய சாதனையை அவன் அக்கல்வெட்டில் பறை சாற்றுகிறான். அவன் காலத்துக்கு முன் கோயில்கள் மரத்தால் கட்டப்பட்டன என்றும், மரங்களை இணைக்க உலோக ஆணிகள் அல்லது வார்ப்பட்டைகள் உபயோகிக்கப்பட்டன என்றும் செங்கல்-சுண்ணாம்பு ஆகிய வற்றைப் பரப்பி அதன்மீது கட்டடங்கள் எழுதப்பட்டன என்றும் உறுதியாகத் தெரிகிறது. அவற்றில் மரமும் உலோகமும் கூட உபயோகப்படுத்தப்பட்டிருக்கலாம். இத்தகைய பழைய கட்டடங்கள் ஒன்றுகூட இப்போது எஞ்சவில்லை; அவை யாவும் அழிந்துவிட்டன: அவற்றின் அமைப்புக்கள், சாயல்கள், இலச்சினைகள் ஆகியவற்றை அடிப்படையாகக்கொண்டே பல்லவர் களின் கட்டடங்கள், தூண்கள், நகரங்கள், அலங்கார வரைபடங்கள் முதலிய யாவும் ஏற்பட்டிருக்கவேண்டும். அரண்மனைகள், கோயில்கள், நகரங்களில் மாளிகைகள், கடைத்தெருக்கள் ஆகியவற்றைப்பற்றி இலக்கியங்களில்தான் வருணனைகள் காணப்படுகின்றன. அவை சற்று அதிகப்படியாயும் கற்பனை யோடும் புனையப்பட்டிருக்கின்றன. எந்த அளவு அவை உண்மை என்பதைச் சரிபார்ப்பதற்கு இப்போது ஆதாரம் எதுவும் இல்லை.

ஒன்பதாம் நூற்றாண்டு வரை ஆட்சி செய்த பல்லவர்களுடைய பேராதரவில் கல் கட்டட நிர்மாணக்கலையும் கல் சிற்ப வேலைப்பாடும் மிக உயர்ந்த நிலையை அடைந்தன. கல்லெல்லாம் கலை வண்ணம் காட்டும் மாமல்லபுரத்தில் எழிலுடன் திகழும் கடற்கரைக் கோயில் காஞ்சிபுரத்தில் கைலாச நாதர், வைகுந்தப் பெருமாள் கோயில்கள் ஆகிய மூன்றையும் பிறகு, பல்லவர் செல்வாக்குக் குறைந்து அவர்களுடைய இறுதி நாட்களில், பொருளாதாரக் கட்டுப்பாடு (பணமுடை) ஏற்பட்டு, சின்னஞ்சிறு கட்டடங்கள் உருவாயின. தென்னிந்திய வெண்கலப் படிமம் ஒன்றுகூட, 'உறுதியாக இது பல்லவர் காலத்தியதே' என்று அறுதியிட்டுச் சொல்லத் தக்கவையாக இல்லை. ஆனால், சோழர் ஆட்சியின் தொடக்கத்திலேயே உலோக வார்ப்புக்கலை உயர்ந்த நிலை அடைந்திருந்தது என்பதை நோக்க, இந்தக் கலையின் வளர்ச்சி பல்லவர் காலத்திலும் ஏற்பட்டிருக்க வேண்டும் என்று நாம் நிலையாக ஊகிக்கலாம்.

சோழர் கலை

பல்லவர்களும் பாண்டியர்களும் போற்றி வளர்த்த கலை மரபை, அவர்களுக்குப் பின் வந்த சோழர்கள் தொடர்ந்து ஆதரித்து மேன்மேலும் அது வளர்ச்சியடையச் செய்தார்கள். பல்லவ் பாண்டிய வம்சங்களின் கீழ் கட்டடக்கலையும் சிற்பக்கலையும் வண்ண ஓவியக்கலையும் பெரும்பாலும் பொதுக்கட்டடங்களிலும் குறிப்பாகக் கோயில்களிலுமே வளர்க்கப்பட்டன. கோயில்கள் அல்லாத ஏனையவைகளான அரண்மனைகளும் மாளிகைகளும் பெரும்பாலும் அடியோடு அழிந்துவிட்டன. விதி விலக்காக உத்தரமேரூர்[2] போன்ற இடங்களில் இவற்றை விரிவாக் ஆராய்வதற்கு வாய்ப்பு இருக்கிறது. அங்கே நகர அமைப்புக் கலையின் இடைவிடாத தொடர்ச்சியும், முக்கியமான இடங்களில் அன்று முதல் இன்றுவரை தெருக்களின் பழைய பெயர்கள் நின்று நிலவுவதையும் காணுகிறோம். மலையிலிருந்து அப்படியே கோயில்களையும் மண்டபங்களையும் குடைந்து எடுக்கிற அரிய கலை, பிற்காலப் பல்லவ ஆட்சியில் கைவிடப்பட்டது. கல்கோயில்களைக் கட்டுவது பெரிதும் வழக்கமாகப் பரவியது. இந்தப் பழக்கத்தைத் தமிழ் நாடெங்கும் பரப்பினார்கள் என்பது சோழர்களுக்குரிய தனிப் பெருமை. ஆரம்பகாலச் சோழர்கள் கட்டிய கட்டடங்களுக்கும், பல்லவப் பேரரசு சரிந்துகொண்டிருந்த நாளில், பிற்காலப் பல்லவர்கள் கட்டிய கோயில்களுக்கும் அவ்வளவாக வேற்றுமை கண்டுகொள்ள முடியாது. பிற்கால நிலை இதனின்றும் முற்றிலும் வேறுபட்டது. சோழர் ஆட்சியின் பரப்பும் செல்வமும்

நாளொரு மேனியும் பொழுதொரு வண்ணமுமாக விரியவும் பெருகவும் ஆயின. இதற்குத்தக்க, அவர்கள் கட்டிய கோயில்களும் நிலப்பரப்பிலும் உயரத்திலும் கலைத்துறையிலும் தனிச் சிறப்புகளுடன் அமைந்தன. தஞ்சாவூரிலும் கங்கைகொண்ட சோழபுரத்திலும் சோழர்கள் கட்டிய கோயில்கள் மிகப் பிரம்மாண்டமானவை; தலைசிறந்தவை; வெளிநாட்டார் கூட வியப்படையும் வண்ணம், தமிழ்நாட்டின் கலைத்திறமையை நிலைநாட்டும் நிறுவனங்கள்; அவற்றின் மூலம் தமிழர் கண்ட ஒரு பேரரசின் ஆற்றலையும் பெருமிதத் தோற்றத்தையும் அவர்கள் உலகத்திற்கு அறிவித்தார்கள். சோழர்களுடைய கட்டடத் திறமைக்கும் கலை ஆர்வத்திற்கும் முடிசூட்டியது போல, கும்பகோணத்திற்கு அருகே தாராசுரத்திலும் திரிபுவனத்திலும் இரு பெரும் கோயில்கள் உள்ளன. சிற்பம், ஓவியம் வெண்கலப் படிகக்கலை ஆகிய துறைகளும், கோயில் கட்டடக்கலையோடு போட்டி போட்டு முன்னேறின.

தென்னிந்தியக் கட்டடக் கலையைப்பற்றி அறிவியல் முறையில் ஆராய்ச்சி செய்வதற்கு வித்திட்டவர் ழூவே தூப்ராய் **(G. Jouveau - Dubreuil)** என்ற பிரெஞ்சு நாட்டு அறிஞர். அவர் கூறியிருப்பதாவது:[3] "சிற்பக்கலையில் பல்லவர்கள் மேம்பட்ட நிலையை அடைந்தனர். ஏனைய துறைகளைவிட கட்டடக்கலையிலேயே சோழர்கள் வல்லவராகத் திகழ்ந்தனர். எளிமையும் பெருமையும் கலந்த ஓர் அமைப்பு முறையை அவர்கள் தங்களுக்கென்று வகுத்துக்கொண்டார்கள்" சோழக்கட்டடக்கலை வல்லவர்களைவிட, சோழச் சிற்பக் கலைஞர் தங்கள் ஆற்றலில் சிறிதும் சளைத்தவர்கள் இல்லை என்பதையும் பல்லவச் சிற்பக் கலைஞர்கள் கல்லில் காட்டிய ஆற்றலை இவர்களும் காட்டியிருக்கிறார்கள் என்பதையும் அடுத்த சில பக்கங்களில் ஆதாரத்துடன் நிலைநாட்டுவோம். வெண்கல வார்ப்புக் கலையில்-முக்கியமாக பஞ்சலோகங்களை மிகப் பெரிய அளவில் வைத்துக்கொண்டு கலவையினால் செய்து, கோட்பாடுகள், தத்துவங்கள், சிற்ப சாஸ்திரங்கள் ஆகியவற்றிற்கு ஏற்ப முதலில் மெழுகில் தயாரித்துப் பிறகு, களிமண் ஒட்டிப் பின்னர் மெழுகி உருக்கி எடுத்து இடைவெளியில் உருக்கப்பட்ட உலோகத்தை அழகுபட வார்க்கின்ற கலையை - இன்றும் உலகம் அனைத்தும் மெய் சிலிர்த்து வியக்கும் அளவுக்குச் சோழர்கள் உருவாக்கியிருக்கிறார்கள்.

கோயில்களின் தொடக்க நிலை

தென்னிந்தியக் கோயில் உண்டான வகைகள் பல. சில கோயில்கள் ஆரியர்களுக்கு முற்பட்ட காலத்திலிருந்து, மரங்களுக்கு அடியில் அவற்றின் நிழலில் உண்டாயின. அங்கேயே தெய்வ வடிவங்களை மக்கள் வணங்கிவந்தார்கள். இந்த மரங்களுக்கு "ஸ்தல விருட்சங்கள்" என்ற பெயர் ஏற்பட்டது. இவைபற்றி இந்தோ-ஆரிய மக்களிடையே புராணங்களும் மரபுக்கதைகளும் வழங்கிவருகின்றன. உதாரணத்திற்குச் சில மரங்களைச் சொல்லுவோம். காஞ்சிபுரத்தில் மாமரம் அல்லது ஏகாம்ரா; ஸ்ரீரங்கத் தீவில் ஜம்புகேசுவரத்தில் (திருவானைக்கா) ஜம்பு அல்லது நாவல் மரம்; சிதம்பரத்தில் தில்லைக்காடு. ஏனைய கோயில்கள், புராணக்கதைகளையும் உள்ளூர் மக்கள் பயபக்தியுடன் தலைமுறை தலைமுறையாக நம்பும் சில நிகழ்ச்சிகளையும் வைத்து ஆங்காங்கு கட்டப்பட்டன. இவ்வகைக் கோயில்கள் தேவாரப் பாடல்களிலும் திவ்வியபிரபந்தப் பாசுரங்களிலும் சிறப்பிடம் பெற்றுள்ளன. நாயன்மார்களாலும் ஆழ்வார்களாலும் பாடப்பெற்ற காரணத்தால் அவை முக்கியத்துவம் பெற்றதோடு கோயில் கட்டுவதற்கு வாரிவழங்கும் மனப்பான்மை உள்ளவர்களின் கவனத்திற்கும் ஆளாயின. இவை தவிர, முனிவர்கள், வீரர்கள், அரசர்கள் ஆகியோரின் சமாதிகள் மீது அல்லது சாம்பல்களின் மீது 'பள்ளிப்படை' என்ற பெயரில் சில கோயில்கள் கட்டப்பட்டன. இவ்வகைக் கோயில்களை எண்ணி முடியாது. ஆனால் இவற்றில் ஒருசில கோயில்களே பெரிய அளவிலும் அல்லது புகழ்பெற்றும் உள்ளன. அரசியல் சரித்திரத்தைப் பற்றிய அதிகாரங்களில் இந்தக் கோயில்கள் சிலவற்றைக் குறிப்பிட்டிருக்கிறோம். கடைசியாகக் குறிப்பிட வேண்டிய கோயில்கள், வல்லமை பொருந்திய அரசர்களால் அவர்கள் விரும்பிய இடங்களில் அவர்களுடைய ஆணைப்படி கட்டப்பட்டவை இந்த வகையில் நமக்கு உடனே நினைவுக்கு வருவன, தந்தையாகிய முதல் இராஜராஜனும் அவன் மகனான முதல் ராஜேந்திரனும் தஞ்சாவூரிலும் கங்கைகொண்ட சோழபுரத்திலும் கட்டிய இரண்டு பிரகதீஸ்வரர் ஆலயங்கள். காஞ்சியிலுள்ள கைலாசநாதர் கோயிலையும் எல்லோராவிலுள்ள கைலாசநாதர் கோயிலையும் ஒருவேளை இந்தத் தலைப்பிலேயே சேர்க்க நேரலாம்.

கற்கோயில்கள்

சோழர் ஆட்சி ஏறத்தாழ நான்கு நூற்றாண்டு காலம் நடை பெற்றது (கி.பி. 850-1250). இந்த நீண்ட காலத்தில் தமிழ்நாடு

முழுவதும் சிறியதும் பெரியதுமாகக் கற்கோயில்கள் கட்டப்பெற்று, குமிழ்கள் போல அவை தமிழ் நாட்டின் நிலப்பரப்பை அலங்கரித்தன. அடித்தளம் முதல் உச்சியிலுள்ள கவர்ச்சியான பகுதி வரை (உபாநாதி - ஸ்தூபி பரியந்தம்) கோயில் முழுவதும் கல்லாலேயே கட்டப்படுமாயின், அதற்குக் 'கற்றளி' என்பது பெயர். கற்றளிகளைக் கட்டுவதே பெருமைக்குரியதாகக் கருதப்பட்டது. சோழருடைய கட்டடக்கலைப் பாணியைப் பின்பற்றித் தமிழ்நாட்டிற்கு அப்பாலும் பல கோயில்கள் கட்டப்பட்டன. இலங்கையிலும் மைசூரிலும் ஆந்திர மாநிலத்தில் திராக்ஷாராம முதலிய இடங்களிலும் உள்ள கோயில்களைச் சான்றாகச் சொல்லலாம். இவை எல்லாவற்றையும் இங்கே ஆராய இயலாது. தமிழ்நாட்டைப் பற்றியே தனிக்கவனம் செலுத்த வேண்டியவர்களாக இருக்கிறோம். இங்குக் கட்டடக் கலையில், இழைவிட்டு ஓடுகின்ற சீரிய கருத்துக்கள்-வரைபடங்கள் ஆகியவற்றின் வளர்ச்சியில் ஒவ்வொரு கட்டத்திலும் ஏற்பட்ட முக்கியமான மாறுதல்களைச் சுட்டிக் காட்ட, சில கோயில்களை மட்டுமே குறிப்பிடுவோம்.

அவற்றின் காலம்

திட்டவட்டமாக இன்ன ஆண்டில் கட்டப்பட்டது என்று பல கோயில்களைப் பற்றிச் சொல்லமுடியாது. ஆனால், அவற்றின் கட்டடக் கலையில் சிறப்பாகத் தோன்றும் சில கருத்துக்களை மிகக் கூர்ந்து ஆராய்ந்தால், கலை வளர்ச்சியின் ஒவ்வொரு கட்டத்தின் தனி இயல்புகளும் தெரியவரும். சான்றாகத் திருநெல்வேலி மாவட்டம் கொற்கையிலுள்ள சிவன் கோயிலை எடுத்துக்கொள் வோம் (பட வரிசை III, உருவம் 5) இக்கோயில் மிகப் பழமையான சோழர் கோயில் போலத் தோற்றம் தருகிறது. ஆனால், நாம் கவனிக்கத்தக்க பல அம்சங்கள் உள்ளன. பிற்காலக் கல்வெட்டுக்கள் மகா மண்டபத்தில் மட்டுமே இருக்கின்றன. கற்பக் கிரகம், அர்த்த மண்டபம் ஆகியவற்றின் நீள அகலங்கள், புதுக்கோட்டையிலுள்ள முற்காலச் சோழர் கோயிலைப் போன்றே உள்ளன. இங்கே, தலைப்புறத்தில் கூரையின் மட்டத்தில் சுற்றிலும் கட்டப்பட்டுள்ள எழுதகத்தின் அடியில் அகன்ற பட்டையுள்ள கம்ஸசிற்பம் இருக்கிறது. கருவறையின் வெளிப்புற சுவர்களில் மாடைக்குழிகள் இல்லை. எனவே இக்கோயிலின் முக்கியமான பகுதி, இராஜராஜன் காலத்திற்கு முற்பட்டது என்பதையும், மகாமண்டபம் பிற்காலத்தில் தனியே கட்டப்பட்டது என்பதையும் உறுதியாகச் சொல்லலாம். இதற்கு மாறுபட்ட சூழ்நிலையே சில கோயில்களில் காணலாம். முக்கோண வடிவில் கூர்மையாகச்

சீவப்பட்டது போன்றும் துருத்தி இல்லாமல், சரிவாக அமைத்துப் பளுவைத் தாங்குவதற்காகச் சுவரில் இணைக்கப்பட்ட கல், ஆரம்ப காலச் சோழ அல்லது சோழர்களுக்கு முன்னைய பாணி. இந்தப் பாணி, சோழர் ஆட்சியின் பிற்பகுதியில் தஞ்சை மாவட்டம் மாயூரம், மயூரநாதர் கோயிலிலும் தென் ஆர்க்காடு மாவட்டம் பிரமதேசத்தில் பிரமேஸ்வரத்திலும் தென் ஆர்க்காடு கையாளப்பெற்றிருப்பதைக் காணலாம். பழைய கோயில்களில் பிற்காலத்தில் புது மண்டபங்கள் கட்டப்பட்டதால், சில சமயம் சிக்கல் ஏற்படுகிறது. தூண்களால் ஆன மண்டபங்களும் பிரகாரங்களும் இவ்வாறு ஏற்பட்டு ஆரம்பகாலக் கலையின் தலைமையான இயல்புகளை அழித்து அல்லது புறக்கணித்துவிடுகின்றன. துணைக் கட்டடங்களும் கோயில்களின் பொதுவான அமைப்பையே குழப்பிவிடுகின்றன. வெவ்வேறு கட்டங்களில் எப்படி அந்தக் கோயில் உருவானது என்பதை எளிதில் கண்டுபிடிக்க முடியவில்லை. எடுத்துக்காட்டாக, திருச்சிராப்பள்ளிக்கு அருகேயுள்ள உய்யக்கொண்டான் திருமலைக் கோயிலைக் காண்போம். இது ஒரு குன்றின் மேல், முற்காலச் சோழர் காலத்தில் எளிய முறையில் கட்டப்பட்டது. முதலாம் இராஜேந்திரன் அதைச் சுற்றிச் சில மண்டபங்களைக் கட்டினான். முக்கியமாக, சந்நிதியின் இயல்புகளுக்கும் முக்கியத்துவத்துக்கும் எவ்வித ஊறும் நேராத வண்ணம் அந்த மண்டபங்களைச் சற்று தொலைவிலேயே கட்டினான். ஆனால் அவனுக்குப் பிறகு மேலும் அங்கே கட்டடங்களைக் கட்டியவர்களுக்கு அவனளவு கலைச் சுவை இல்லை. அதன் விளைவாக, சந்நிதியின் அமைப்பையும் தொடக்கக்கலை எழிலையும் சிந்தித்துப் பார்த்து சிரமமாகக் கட்டப்பட்டிருக்கிறது.

தொடக்க காலக் கோயில்கள்

செங்கற் கட்டடங்களைக் கற்றளிகளாக மாற்றும் வேலை தொடர்ந்து சோழர் காலத்தில் நடந்துகொண்டே இருந்தது. கல்வெட்டுக்களிலும் இதைப் பற்றிய குறிப்புக்களை அடிக்கடி காணுகிறோம். செங்கற்பட்டு மாவட்டம் திருக்கழுக்குன்றத்துக் கோயில் இவ்வகையில் மிகப் பழைமையானதொரு எடுத்துக்காட்டு. இக்கோயிலில் இப்போது நகைகள் முதலியன பாதுகாப்பாக வைக்கப்பட்டிருக்கும் அறை, கோயிலின் ஒதுக்கிடத்தில் கற்கட்டடமாக, உச்சியில் தட்டையான வடிவத்துடன் இருக்கிறது. இதில்தான் பழைய கல்வெட்டுக்கள் யாவும் உள்ளன. இதன் கட்டடக்கலை இயல்புகள் பிற்காலப் பல்லவ அல்லது ஆரம்பகாலச் சோழ முறைகளைப் பிரதிபலிக்கின்றன. இராஜகேசரியின் இருபத்தி ஏழாம்ஆட்சி ஆண்டுக் கல்வெட்டு

கல்கந்த சிஷ்யன் (அவனுக்கு முன்னராகவும் இருக்கலாம்) காலம் முதல், முதலாம் ஆதித்தன் காலம் வரை இக்கோயில், செங்கல்லால் மட்டுமே கட்டப்பட்டிருந்தது; முதலாம் ஆதித்தன் காலத்தில் கற்றளி ஆயிற்று என்று தெரிகிறது. கந்த சிஷ்யன் காலத்தில் இக்கோயிலுக்கு ஏற்பட்ட ஆதி அறக்கட்டளைகள் மீண்டும் புதுப்பிக்கப்பட்டு உறுதி செய்யப்பட்டுள்ளன. இன்னும் பிற்காலத்தில், இந்தக் கோயிலும் கைவிடப்பட்டு, மேலும் பெரிதாக ஒரு கற்கோயில் கட்டப்பட்டது. சஹயாத்ரி மலை முதல் கடல்வரை சிவபெருமானுக்குக் கற்கோயிலைக் கட்டினவன் என்ற பெருமை, முதலாம் ஆதித்தனுக்கு உண்டு. ஆனால் அவன் காலத்தில் செங்கல்லாலும் சில கோயில்கள் கட்டப்பட்டன. கந்தன் மறவன் என்ற பழுவேட்டரயச் சிற்றரசன், திருத்தோற்றமுடைய மகாதேவன் கோயிலைச் செங்கற்களால் கட்டினான். பல ஆண்டுகள் கழித்து முதற் குலோத்துங்கன் ஆட்சியில் இது கற்கோயிலாக் கப்பட்டது.[5] அதே காலத்தில் அகஸ்தீஸ்வரத்தில் (படவரிசை IV, உருவம் 8) அழகியதொரு கற்கோயில் அதே இடத்தில் ஆதித்தன் ஆட்சியில் கட்டப்பட்டது. இன்றும் நல்லநிலையில் இருந்துவரும் இந்தக் கோயில் பல்லவர் கட்டடக்கலை, சோழர் கட்டடக்கலை ஆகிய இரண்டிற்கும் இடைப்பட்ட காலத்தின் மிகக் குறிப்பிடத்தக்க இயல்புகளைப் பாதுகாத்து வருகிறது. அந்த இயல்புகளில் முக்கியமானவை தூண்களின் கீழ்ப் பாதியில் சிங்கங்கள் உட்கார்ந்த நிலையில் இருப்பது, தூண்களின் உச்சியில் கனமான பெரிய பலகைகள் இருப்பது (படவரிசை V, உருவம் 9) தஞ்சை மாவட்டம் திருக்கோடிக் காவலில் செம்பியன் மாதேவி என்ற சோழ அரசி தன் மகன் உத்தமச் சோழனின் 11-ம் ஆட்சி ஆண்டில் பழைய செங்கற் கோயில் ஒன்றைக் கற்கோயிலாகப் புதுப்பித்தாள். முதலாம் இராஜராஜன், தன் ஆட்சியின் 28-ம் ஆட்சி ஆண்டில் திருமழபாடியிலுள்ள கற்கோயிலை மீண்டும் புதுப்பிக்கும்படி ஆணையிட்டான். அந்த ஆணைப்படி அவனுடைய மகன் அப்பணியை இனிது செய்து முடித்ததாகக் கல்வெட்டுக்கள் கூறும்.[6] இது போன்ற நிகழ்ச்சிகள் இன்னும் எத்தனையோ உண்டு. கற்கோயில்களும் செங்கற் கோயில்களும் அடுத்தடுத்து இருந்து வந்தன என்றுதான் கருதவேண்டும். இன்றும்கூட தஞ்சை மாவட்டம் நாங்கூரில் முற்றிலும் செங்கற்களாலான ஒரு செங்கற் கோயிலைப் பார்க்கிறோம். சோழர் பாணியின் சிறப்பியல்புகளான கட்டடக்கலை வகைகளையும், சிறப்பாக அடித்தளத்தில் பல உருவங்கள் காட்டப்படுவதையும் இங்கே கவனித்து உணர்க.

இரண்டு காலக் கட்டங்கள்

ழூவே-தூப்ராய் சொல்லுகிறார்: "பாஹூர்க் கோயில், 9-ம் நூற்றாண்டின் ஆரம்பத்தில் நிலவிய பல்லவ சகாப்த பாணிக்கும் ஓர் உன்னத எடுத்துக்காட்டு, தஞ்சைக் கோயில். 11-ம் நூற்றாண்டின் தொடக்கத்தில் கட்டப்பட்டது. இந்த இரண்டு நூற்றாண்டு இடைக்காலத்தில் இடைநிலையிலுள்ள பல வகைக் கட்டடங்கள் கட்டப்பட்டன." இந்த இடைக் காலப் பாணியை விளக்குவதற்கு (திருச்சி மாவட்டம் முசிறி வட்டம்) ஸ்ரீனிவாச நல்லூர்க் கோயிலை ஓரளவு விரிவாக ஆராய்கிறார். இடைக்காலப் பாணி என்ற இந்தக் காலக்கட்டத்தை மேலும் இரண்டு பிரிவுகளாகப் பிரிக்கலாம்.

1. **ஆரம்பக் கட்டம்:** பல்லவர், சோழர் பாணிகளுக்கு இடைப்பட்ட இக்காலத்தில் பல சிறு கோயில்களும் நடுத்தரக் கோயில்களுமாகக் கட்டப்பட்டன. இவற்றில் வெவ்வேறு அளவுகளில், பல்லவ சோழக் கட்டடக் கலை முறைகள் கையாளப் பெற்றிருக்கின்றன. பொதுப்படையாக இவை பல்லவரின் கற்கோயில்களாகவே மேற்போக்காகப் பார்ப்பவர்களுக்குத் தெரிகின்றன. 2. சோழர் பாணி அழுத்தமாகத் தெரியும் பிற்காலம்: முதல் காலக்கட்டத்தில் விஜயாலயன், முதலாம் ஆதித்தன் ஆட்சிகள் அடங்கும். இரண்டாம் காலக்கட்டத்தில் முதல் பராந்தகனின் ஆட்சியும் அவனுக்கும் முதலாம் இராஜராஜனுக்கும் இடைப்பட்ட காலமும் அடங்கும்.

இடைக்காலம்

காஞ்சியிலுள்ள முக்தீஸ்வரர், மாதங்கீஸ்வரக் கோயில்கள் திருத்தணியிலும் பாகூரிலும் உள்ள கோயில்கள் ஆகிய எல்லாம் பிற்காலப் பல்லவர் காலத்துக் கற்றளிகள். முற்காலச் சோழர் காலத்தில் கட்டப்பட்ட சிறிய கோயில்களுக்கும் இவற்றிற்கும் வெளிப்பார்வையில் வேற்றுமையே கிடையாது. அடித்தளத்தில் (உபபீடம்)[7] உள்ள உருவங்கள், மாடக் குழிகளின் அமைப்பு, கோயிலின் நடுப்பகுதியில் நிலைநாட்டப் பெற்றிருக்கும் செவ்வகத்தூண்கள், சதுரமான கருவறையின் மீது பல அடுக்குகளில் மேலே செல்லச் செல்லச் சிறுத்துச் செல்லும் விமானம் ஆகியவை எல்லாம் ஏறத்தாழ ஒரே மாதிரியாகவே இருந்தன. விமானத்தின் உச்சியிலுள்ள கிரீடம், சிகரம், ஸ்தூபி என்பன கர்ப்பகிரகம் அல்லது கருவறையின் அமைப்பிற்கேற்ப, பெரும்பாலும் சம சதுரமாக இருந்தன. சில சமயம் இவை வட்ட வடிவமாகவும் இருந்ததை நார்த்தா மலையிலுள்ள விஜயாலயச் சோழீசுவரத்தில் பார்க்கிறோம். இது காஞ்சியிலுள்ள திருபுராந்தக

ஈசுவரர், முக்தீசுவரர், மாதங்கீசுவரர் கோயில்களைப் போன்றது. இந்தப் பழமையான சோழர் கோயில்கள் பலவற்றில் மூலக் கோயில்களுக்குத் துணையாகப் பல சுற்றுக்கோயில்கள் அல்லது உட்கோயில்கள் உள்ளன. பல்லவக் கோயில்களின் அமைப்பு முறையை அறிந்ததால்தான் இந்த உட்கோயில் முறை புரியும். காஞ்சி கைலாசநாதர் (ராஜசிம்மேஸ்வரம்) கோயிலின் கர்ப்பக்கிரகம் பல படிவங்களின் இணைப்பான கட்டடம். அதில் மையத்திலுள்ள (சந்நிதி) உள்ளறை கிழக்கு நோக்கி இருக்கிறது. அதன் சுவர்களுடன் இணைந்து மூன்று பக்கங்களிலும், நான்கு மூலைகளிலும் சிறிய சந்நிதிகள் கட்டப்பெற்றிருக்கின்றன. இந்த உட்கோயில்கள் எல்லாவற்றிலும் சிவபெருமானின் சிற்பங்கள் உள்ளன. பனை மலையில், மூன்று காலியான பக்கங்களில் நடுப்பக்கத்தில் ஒரு சந்நிதி சேர்க்கப்பட்டிருக்கிறது. கொடும்பாளூர் ஐவர் கோயிலில் மூல விக்கிரகம் உள்ள உட்கோயிலின் நான்கு பகுதிகளிலும் சந்நிதிகள் இருக்கின்றன. இந்த இரண்டு கருத்துருவங்களின் இணைப்பையும் கைலாசநாதர் கோயிலில் பார்க்கிறோம். ஆரம்ப காலச் சோழர் கோயில்களில் கர்ப்பக்கிரகம் தனியாகவும் உட்கோயில்கள் முற்றம் அல்லது காலியிடத்தைச் சுற்றி, தனித்தனியேயும் அமைக்கப்பட்டிருக்கிறது. இவை கர்ப்பக்கிரகத்தை நோக்கும் நிலையிலும் அதைச்சுற்றியும் வரிசையாக ஒவ்வொன்றும் ஒரு பரிவார தேவதைக்கு உரியதாக இருக்கும். இவை, ஒவ்வொன்றும் கர்ப்பக்கிரகத்தின் சிறு வடிவமாகவும் திருமதிலும் கோபுரமும் உடையதாகவும் இருக்கும். இந்தக் கோபுரமும் சிறு அளவினதாகவும் எவ்வகையிலும் விமானத்தின் முக்கியத்துவத்தையும் பொலிவையும் பாதிக்காத வாறும் இருக்கும். கோயிலின் அளவுக்கு ஏற்ப, பிற்காலத்தில் சந்நிதிகள் அல்லது உட்கோயில்களின் எண்ணிக்கை பெருகிக் கொண்டே போயிற்று.

புதிய ஆரம்பம்

தொடக்கக்காலச் சோழர் கோயில்கள் பற்றி பெர்சின் பிரவுன் பின்வருமாறு தெரிவிக்கிறார்: "இந்தச் சிறு கோயில்கள் எல்லாம் அவற்றின் வடிவத்தில் முற்றுப்பெற்றிருக்கின்றன. பல்லவர்களின் இறுதிக் காலத்தில் அவர்களுடைய பாணி அழிந்த நிலையிலிருந்து அடியோடு மாறுபட்டு, புதிய மலர்ச்சியையும் உத்வேகத்தையும் இவற்றில் பார்க்கிறோம். எனவே, அவை ஒரு புதிய இயக்கம் உருவாவதை அறிவிக்கின்றன, அல்லது விறுவிறுப்பு நிறைந்த மற்றொரு பாணியிலிருந்து பெற்ற ஊக்கத்தைப் பிரதி

பலிக்கின்றன. பின் கூறிய கருத்துத்தான் சாலப் பொருந்துகிறது. இந்தத் தொகுதியிலுள்ள கோயில்கள் எல்லாம், சோழர்களின் முன்னோர்களான பல்லவர்களின் பாணியைப்[8] புதுப்பித்தனவாக இல்லாமல், நீண்ட தொலைவிலுள்ள சாளுக்கியர்களின் கோயில்களின் சாயல்களைப் பெற்றுள்ளன." பாதாமியை ஆண்ட சாளுக்கிய அரசர்கள் தாங்கள் கட்டடக்கல்லில் கட்டிய முக்கிய கோயில்களுக்குப் பல்லவர்களின் அனுபவத்தைப் பயன்படுத்திக் கொண்டது அனைவர்க்கும் தெரிந்ததே. எட்டாம் நூற்றாண்டின் நடுப்பகுதியில் அவர்களுக்குப் பதிலாக இராஷ்டிரகூடர்கள் ஆட்சி ஏற்பட்டது. அவர்கள் கற்கோயில்களையும் குடைவறைக் கோயில்களையும் பல்லவச் சாளுக்கிய பாணிகளில் தொடர்ந்து கட்டினார்கள். பத்தாம் நூற்றாண்டின் இறுதிவாக்கில்தான் சாளுக்கியர்கள் மீண்டும் செல்வாக்குப் பெற்றார்கள். எனவே, தொடக்க காலச் சோழர் கோயில்களின் புதுமையான அல்லது மறுமலர்ச்சி பெற்ற தன்மையை, பிரவுன் கூறியிருப்பது போல 'ஒரு புதிய இயக்கம் உருவாயிற்று' என்ற சொற்றொடர்களால் உணர்த்துவதே பொருத்தமாகும்.

விஜயாலயச் சோழீச்சுவரம்

இந்த வகையில் நம் கவனத்திற்குரிய கோயில்களில், நார்த்தா மலையிலுள்ள விஜயாலயச் சோழீச்சுவரம் (வரைபடம் I, உருவங்கள் 1, 2) முதலாவது ஆகும். இக்கோயிலின் பெயர், பிற்காலப் பாண்டியர் கல்வெட்டு ஒன்றில் வருகிறது. இது கட்டப்பட்ட ஆண்டு நாம் விரும்புகிறவாறு, தெளிவாகத் தெரியவில்லை.[9] அதன் பெயரிலிருந்து அதன் அமைப்பையும் கருத்தையும் ஊகித்து உறுதியாக ஏற்றுக்கொள்ளலாம். ஒரு மலைமீது அமைந்து, கோயில் மேற்குப் பார்த்திருக்கிறது. இதைச் சுற்றிலும் பாழ் அடைந்த நிலையில் ஏழு உட்கோயில்கள் அல்லது சுற்றுக் கோயில்கள் உள்ளன (வரைபடத்தைப் பார்க்க). இதைத் தவிர, கர்ப்பக்கிரகத்தின் முன்பாக நந்தி இருந்திருக்கிறது. இதன் சுவடுகள் ஒன்றும் தெரியவில்லை. இந்தக் கோயில்களின் மதிற்சுவர் அடியோடு அழிந்துவிட்டது. நடுநாயகமான கோயில் அளந்து பொருத்தப்பட்டதும் அழகான வேலைப் பாடுடையதுமான கருங்கற்களால் கட்டப்பட்டிருக்கிறது. அதன் பரப்பு 1240 சதுர அடி, கர்ப்பக்கிரகத்தின் வட்டவடிவமும் 5 அடி கனமுள்ள கெட்டியான சுற்றுச் சுவரும் கொண்டது. உள்ளே அதன் விட்டம் எட்டரை அடி; உயரம் எட்டடி, வட்டச் சுவரைச் சுற்றி ஒவ்வொரு பக்கமும் 29 அடி உள்ள சதுரமதில் இருக்கிறது. இரண்டு சுவர்களுக்கும் இடைப்பட்டிருப்பது குறுகலான சுற்றுப்பாதை. நடு நாயகமான

கோயிலின் அடித்தளத்தின் முன்னால் மூடப்பட்ட அந்தராளம் உண்டு. அதை ஆறு தனித் தூண்களும் சுவரில் பதித்த ஆறு செவ்வகத் தூண்களும் தாங்குகின்றன. அதன் தட்டையான கூரை, சற்று துருத்திக்கொண்டிருக்கிறது. இடைவெளியிலுள்ள கூடுகள்

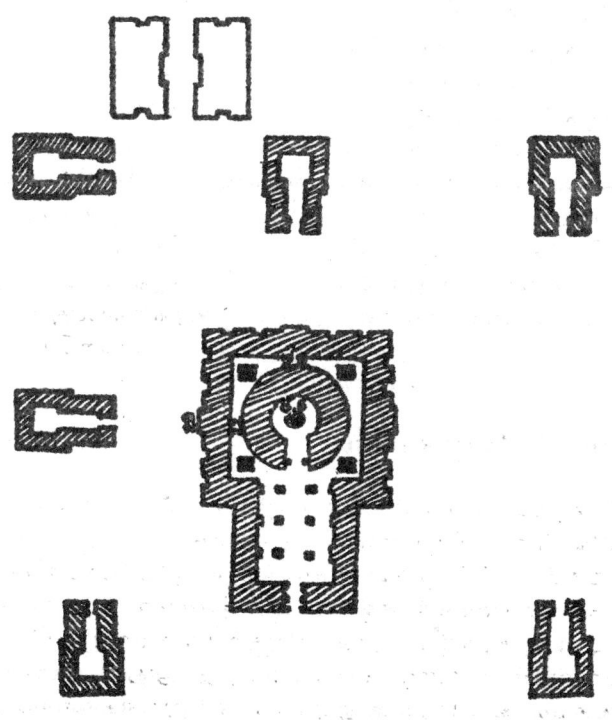

விஜயாலய சோழேஸ்வரர் கோயிலின் அமைப்பு

வளைவாகவும் அலங்காரமாகவும், கவர்ச்சியாகவும் உள்ளன. கூடுகளுக்குள்ளே மனித உருவங்களும் பிராணிகளின் உருவங்களும் மூன்று இலைகள் கொண்ட அழகான உச்சிப் பகுதியும் காணப்படுகிறது. கூரையின் ஓரம் முழுவதும் கைப்பிடிச் சுவர் இருக்கிறது. அதில் பஞ்சரங்கள் வரிசையில் மூலைகளில் வளைவான கூரைகளும் நடுவே நீண்ட சதுர அமைப்பில் கூண்டு வண்டி (சாலை) போன்ற கூரைகளும் அழகாக அமைந்துள்ளன. பஞ்சரங்கள் எல்லாவற்றிலும் கம்பீரமான பாணிகளில் பெண்கள் நடனமாடும் காட்சிகள் மாடக்குழி போன்று அழகாகக் காட்டப் பெற்றிருக்கின்றன. வட்டவடிவமான சந்நிதியின் மேல் தனித்த ஒரு பாணியில் அமைந்து. மூன்று அடுக்குகளாக விமானம் இருக்கிறது.

கீழேயுள்ள அடுக்குகளை விட மேலேயுள்ள அடுக்குகள் சிறியவைகளாக இருக்கின்றன. ஒவ்வொரு அடுக்கிலும் ஒரு பிதுக்கமும் கூடுகளும் உள்ளன. கீழேயுள்ள இரண்டு அடுக்குகளும் சதுர வடிவமாயும் உச்சியிலிருப்பது வட்டமாகவும் உள்ளன. அதில் பீடம் போன்ற ஒரு பகுதியில் அமைந்து கிரீடமும் சிகரமும் ஸ்தூபியும் உச்சியில் காட்சி தருகின்றன. வட்டமான அடுக்கின் நான்கு புறங்களிலும் கீழேயுள்ள சதுர அடுக்கின் நான்கு மூலைகளுக்கும் ஏற்ற இடங்களில் அழகாகச் செதுக்குப்பட்ட நான்கு நந்திகளின் உருவங்கள் உள்ளன. அந்த வட்டமான அடுக்கில் கேந்திரமான நான்கு இடங்களில் கற்சிற்ப வேலைக்கான மாடக்குழிகளும் உள்ளன. சிகரம் மென்மையாகவும் கூண்டு போன்றும் வட்டவடிவத்திலும் இருக்கிறது; பல்லவர்களின் எண்கோண வடிவ அமைப்பிற்கு இது மாறுபட்டது. இந்தச் சிகரத்தில் சிங்க முகங்களுள்ள கூடுகளும் உள்ளன. ஸ்தூபியை இப்போது காணோம். ஆயினும் அதுவும் வட்டவடிவமாய் இருந்திருக்க வேண்டும். விமானம் வெறும் கூடாகவும் மேலே செல்லச் செல்ல சுருங்கிய அளவினதாயும் இருக்கிறது. அந்தராளத்தில் உள்ள தூண்கள், (வெளிச் சுவர்களிலுள்ள தூண்கள் கடைப்பிடிக்கும் சோழ இயல்புகளுக்கு மாறாக) பல்லவ பாணியில் மேலேயும் கீழேயும் சதுரமாயும் நடுவில் எட்டுப் பட்டையாயும் உள்ளன. சுவரில் ஏந்தலாக வைக்கப்பட்ட கற்கள் தரங்கள் போன்ற பாணியில் காட்சி தருகின்றன. அவற்றில் தாமரை உருவம் இல்லை. முக்கியமான வாயிலின் உச்சியில் முடிசூட்டியது போன்ற கவர்ச்சியான பூ வேலைகளும் மாடக்குழிகளில் ஐந்தடி உயரமும் இரண்டு கைகளும் உள்ள கம்பீரமான துவாரபாலகர்களும் உள்ளன. துவாரப் பாலகர்கள் முன்பக்கம் பார்த்தும் வாயிலை நோக்கி அவர்களுடைய, உடல் வளைந்தும் ஒரு கால்மீது மற்றொரு கால் குறுக்கே இருக்குமாறும் கட்டப்பெற்றிருக்கிறது. (உருவம் 84) ஏழு உட்கோயில்களில் ஆறு பழுதுபடாமல் உள்ளன. ஏழாவது அழிந்த நிலையில் இருக்கிறது. இவை எல்லாமே முக்கியக் கோயிலின் வெட்டுக்கல் பிரதிகளே.

ஏனைய சான்றுகள்

ஏனைய கோயில்கள், சிறு கோயில்களாக இருப்பினும் இந்த வகையைச் சேர்ந்தனவாய் புதுக்கோட்டைப் பகுதியிலேயே காணப்படுகின்றன. விராலூரில் சிறியதொரு சிவன்கோயில் வட்டமான விமானத்துடன் இருக்கிறது. இதில் சதுரமான

கட்டங்கள் இல்லை. விமானம், கூரைக்கு நேர் மேலே கட்டப் பெற்றிருக்கிறது. உட்கோயில்களின் சிதறிய பகுதிகளே உள்ளன. கண்ணனூரில் பாலசுப்பிரமணியர் கோயில் இருக்கிறது. இதில் தூண் அமைப்பில் ஏராளமான யாளிகள் உள்ளன. இவை முழு வடிவமாக உள்ளன. ஏனைய கோயில்களில் யாளிகளின் தலை மட்டுமே தெரியும். இந்தக் கோயில், முதலாம் ஆதித்தன் காலத்தில் ஏற்பட்டது. விசலூர், திருப்பூர், காளியாபட்டி ஆகிய ஊர்களிலுள்ள சிறிய சிவன் கோயில்கள் விஜயாலயன் காலத்திலேயே ஏற்பட்டிருக்க வேண்டும். அவையெல்லாம் சதுர அமைப்புகளுடன் கூடிய அடக்கமான சிறு கோயில்கள் கருவறை (கர்ப்பக்கிரகம்), வெளியே 8 அடி சதுரமும் உள்ளே 5 அடி சதுரமும் கொண்டது. பக்கங்களில் மூடப்பட்ட சிறியதொரு அர்த்த மண்டபம், தாழ்வான வாயில்களுடன் கிழக்குப் பார்த்து இருக்கிறது. இந்தக் கோயில்களின் விமானம் சதுரமான அமைப்பில் கூரையின் மேல் அமைந்தது; சிகரம் வளைவான அமைப்பும் வேலைப்பாடுகளுள்ள பெரிய கூடுகளும் சிங்க முகமுள்ள மாடக்குழிகளைக் கீழேயுள்ள கிரீடத்திலும் உடையது. மாடக்குழிகளில் பொதுவாக, கிழக்கே இந்திரனும் தெற்கே தட்சிணாமூர்த்தியும் மேற்கே விஷ்ணுவும் வடக்கே பிரம்மாவும் காணப்படுகிறார்கள். பெரிய கோயில்களுள் கர்ப்பக்கிரகங்களின் வெளிச் சுவரில் இதே அமைப்பைக் காணலாம். ஆனால் சில முக்கியமான வேற்றுமைகள் உண்டு. இந்தச் சுவர்களில் இந்திரன் இடம் பெறுவதில்லை. தவிரவும் விஷ்ணுவுக்குப் பதிலாக சில கோயில்கள் எல்லாம் மாமல்லபுரத்தில் பகீரதன் அல்லது அர்ச்சுனன் தவத்தைக் காட்டும் அமைப்புடன் ஒப்பிடத்தக்கன. இந்த வகையைச் சேர்த்து, ஆனால் சற்று விரிவாக இருப்பது, பனங்குடி அகஸ்தீஸ்வரம் (வரைபடம் II, உருவம் 3). இதில் கர்ப்பக்கிரகச் சுவர்களில் மாடக்குழிகள் உள்ளன. ஏழு உட்கோயில்கள் இருந்தது புதைபொருள் ஆராய்ச்சியால் வெளியாகியிருக்கிறது.

திருக்கட்டளை

இடைக்காலப் பகுதியின் சிறந்ததொரு எடுத்துக்காட்டாக விளங்குவது இப்போது சுந்தரேசுவரர் என வழங்குவதும் பெரிய கோயிலாயும் நன்கு பாதுகாக்கப்பட்டும் இருக்கும் திருக்கட்டளை (பார்க்க-வரைபடம்). இது முதலாம் ஆதித்தன்[10] மூன்றாம் ஆட்சி ஆண்டில் கட்டப்பட்டது. பழமையான கல்வெட்டுக்களில் கோயிலின் பெயர் "கற்குறிச்சித்

திருக்கற்றளி" என்று குறிப்பிடப்பட்டிருக்கிறது. இதிலிருந்தே இப்போதைய ஊர்ப்பெயர் உண்டாகியிருக்க வேண்டும். நடுவேயுள்ள (வெளியே 12 அடியும் உள்ளே 6½ அடியும் கொண்டது) சதுரமான கர்ப்பக்கிரகத்தையும் அர்த்த மண்டபத்தையும் முதலாம் குலோத்துங்கன் காலத்தில் புதிதாகக் கட்டப்பட்டிருக்கக் கூடிய முக மண்டபத்தையும் உடையது. விமானம் பெரும்பாலும் சதுரமாயும் அதற்கேற்ற வடிவத்தில் அழகான கல் வேலையுடைய உச்சியையும் பெற்றிருக்கிறது. ஸ்தூபிக்கும் கீழே சிம்மலாடங்கள் முக்கியமான திக்குகளை நோக்கி உள்ளன. இன்னும் கீழே மேலும் கீழுமான இரண்டு வரிசைகளில் மாடக்குழிகளில் தெற்கு நோக்கி அமர்ந்த நிலையில் தட்சிணா மூர்த்தியும் பிஷாடன மூர்த்தியும் மேற்கே வராகமூர்த்தி விஷ்ணுவும் வடக்கே இரண்டு பிரம்மாக்களும் உருவகப்படுத்தப்பட்டுள்ளனர். கர்ப்பக்கிரகத்தின் முக்கியச் சுவரில் நின்ற கோலத்தில் வீணாதர

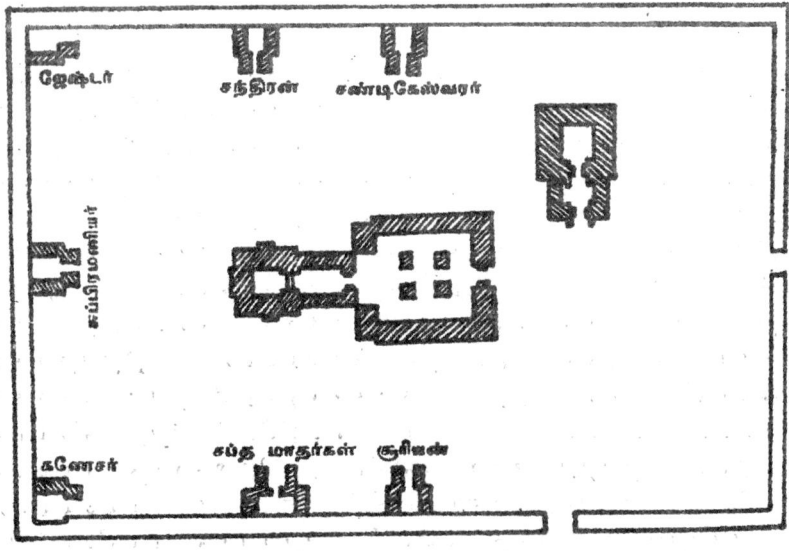

திருக்கட்டளையிலுள்ள சுந்தரேஸ்வரர் கோயிலின் அமைப்பு

தட்சிணாமூர்த்தி தெற்கேயும் (உருவம் 37) லிங்கோத்பவர் மேற்கேயும் பிரம்மன் வடக்கேயும் காணப்படுகின்றன. சுவர்களுக்குள் உள்ள தூண்கள் சோழர் பாணியிலேயே உள்ளன. ஆனால், பளுவைத் தாங்கும் கட்டை போன்ற கற்கள், பல்லவர் பாணியில் உள்ளன. மேலும் எழுதகத்தின் மீது மூர்க்கமானதும் பின்னங் கால்களால் நிற்பதுமான யாளிகளின் உருவங்கள் மூலைகளில்

உள்ளன. இவற்றிற்குக் கீழே பூத கணங்களின் உருவங்கள் இருக்கின்றன. திருமதிலைச் சுற்றி முக்கிய கோயிலைப் போன்று அமைந்த ஏழு உட்கோயில்கள் திருமதிலுக்குள் உள்ளன. சூரியன் ஒரு உட்கோயிலைக்கொண்டிருக்கிறது. மற்றொன்றில் ஏழு சப்த மாதர்கள் ஒரு வரிசையிலும் மூலைகளில் கணேசரும் வீரபத்திரரும் உள்ளனர். வலமாகச் சுற்றிவரும்போது வரிசை முறைப்படி நாம் பார்க்கும் ஏனைய உட்கோயில்களாவன: கணேசர், சுப்பிரமணியர், ஜேஷ்டை, சந்திரன், சண்டிகேஸ்வரர் . நுழைவாயிலின் மீது ஒரு சிறு கோபுரமும் இருக்கிறது. பழமையான சோழர் கோயில்களில் முழு வடிவத்துடன் இருப்பது இதுவே.

நாகேஸ்வரம்

கும்பகோணத்திலுள்ள நாகேஸ்வரம் (வரைபடம் III, உருவம் 6) பிற்காலத்தில் கட்டப்பட்ட பல மண்டபங்களுக்கு அருகே இருக்கிறது. இது இக்கோயிலின் அரிய படைப்பைப் போற்றிப் பாராட்டுவதற்குத் தடையாக இருக்கிறது. திருக் கட்டளைக் கோயிலுக்குச் சொல்லப் பெற்ற சிறப்புகளெல்லாம் இந்தக் கோயிலுக்கும் உண்டு. சிறப்பாகக் குறிப்பிடத்தக்கன; கர்ப்பக் கிரகத்தின் பின்புறத்தில் உள்ள அர்த்தநாரி உருவம், மற்றும் அர்த்த மண்டபத்தின் இடுக்குகளிலும் மாடக் குழிகளிலும் உள்ள உருவ அமைப்புகள், தூண்களுக்குக் கீழே காட்சி தரும் இராமாயண நிகழ்ச்சிகளை விளக்கும் சிற்பங்கள் முதலியன. விமானத்தின் மூன்றாவது நிலைக்கு மேலேயுள்ள பகுதிகள் இப்போது அரைத்த வண்ணச் சாந்துகளில் சிமெண்ட் வேலையாகச் செய்யப்பட்டிருந் தாலும், முன்பு கற்சிற்பங்களாக இருந்திருக்க வேண்டும். பிற்காலத்து உட்கோயில்களுள் நான்கு சிங்கத்தூண்கள் கட்டப்பட்டிருப்பதால் பல்லவர் காலத்திலேயே இது புனிதமான ஸ்தலமாக இருந்ததென்று தெரிகிறது. தென்மேற்கு மூலையில் கணேசர் கோயிலும் மண்டபத்திற்கு வடக்கே வைத்யநாதர் கோயிலும் வடகிழக்கு மூலையில் சூரியனின் உட்கோயிலும் தனித்துக் கிடக்கும் ஜேஸ்டாவின் செதுக்கு ஓவியமும் மட்டுமே பழைய பரிவாரத் தேவதைக் கோயில்களுள் இப்போது எஞ்சி யிருக்கின்றன. 'திருக்குடந்தைக் கீழ்க்கோட்டம்' என்று அப்பர் குறிப்பிடும் கோயில் இதுவே. சோழர் பாணிக்கு மாறிய இடைக்காலத்தின் ஆரம்பக் கட்டத்துக்கு எடுத்துக்காட்டாகவுமுள்ள ஏனைய கோயில்கள் இரண்டு முதலாம் ஆதித்தன் ஆட்சியில் அரிகுலகேசரி என்ற சோழ இளவரசரின் அரசியான பூதி ஆதித்த

பிடாரி என்பவள் திருச்சிராப்பள்ளி மாவட்டத்தில் திருச்செந் துறையில் கட்டிய மகாதேவர் கோயில்:[11] மேலப்பழுவூரில் உள்ள அகஸ்தீஸ்வரம் (பார்க்க வரைபடம் IV, உருவம் 8) இதில் சம சதுர கர்ப்பக்கிரகத்தின் மீது வட்ட வடிவமான விமானம் இருக்கிறது. விஜயாலயன் அல்லது ஆதித்தன் காலத்தில் இக்கோயில் ஏற்பட்டிருக்கும்.

சோழர் பாணியின் தன்மைகள்

சோழர் கோயில்கள் என்று இப்போது குறிப்பிடப்படும் பெரும்பாலான கோயில்கள் முதலாம் பராந்தகன் காலம் முதல் முதலாம் இராஜராஜன் காலம் வரை ஏற்பட்டன. இந்தக் காலத்தைப் பற்றிய கோயில்களைப் பற்றிச் சொல்வதற்கு முன் வளர்ச்சி பெற்ற சோழர் பாணியின் தன்மைகளையும் அந்த இடைக்காலத்தின் கூறுகளையும் விளக்குவோம். பொதுவான இயல்புகளில் குறிப்பிடத்தக்கவை - சுற்றுக் கோயில்களுக்கு உள்ளேயுள்ள நடுக்கோயில், அதன் அமைப்பாலும் கட்டடக் கலைச் சிறப்பாலும் எடுப்பும் பொலிவும், கண்டார் வியக்கும் தன்மையும் பெற்றிருக்கும். கர்ப்பக்கிரகத்தின் வெளிப்பகுதி எளியமுறையில் இருக்கும். தேவையில்லாத சிற்ப விவரங்கள் அதில் இராது, பல்லவர்களுடைய கோயிலை விட இவற்றில் சமதளமான இடங்கள் அதிகமாக இருக்கும். பிற்காலச் சாளுக்கிய ஹொய்சாளர் கோயில்களுடன் ஒப்பிட்டுப் பார்த்தாலும் இவ்வகையில் சோழர் கோயில்கள் தனித்து விளங்குகின்றன. கர்ப்பக்கிரகத்தின் முன்னாலுள்ள அந்தராளம் நடுவேயுள்ள கோயிலோடு இணைந்த பகுதியாக இருக்கிறது. இதனால் விமானத்தின் கீழ் நிலை மாடம் பல்லவர் கோயில்களில் ஒரு கூரைபோல இருக்கிறது. ஆரம்பகாலச் சோழர் கோயில்களில் கடைப்பிடிக்கப்பட்ட இந்த பாணி, விஜயாலயச் சோழீஸ் வரத்திற்குப்பின் கைவிடப் பட்டிருக்கிறது. பெயருக்கேற்ப அந்தராளம் என்பது கர்ப்பக் கிரகத்தையும் மகாமண்டபத்தையும் தொடர்புபடுத்துகிறது. புதிய கோயில்களில் கர்ப்பக்கிரகத்தின் மீதே விமானம் கட்டப்பட்டிருக் கிறது. அந்தராளத்திற்கு அர்த்த மண்டபம் என்னும் பெயரும் உண்டு. உபபீடத்தில் எட்டுப்படையான ஒரு பகுதியுடன் குமுதம் தொடங்குகிறது. பிற்காலத்தில் எட்டுப்படை போய் வட்ட வடிவம் ஏற்பட்டது. இதுபோல கபோதம் முதலில் நேராகத் துருத்திக் கொண்டிருந்து பிறகு வளைவான பிதுக்கமாயிற்று. தூண்களில் சிங்கமுகம் இருக்கும் பல்லவ பாணி படிப்படியாகக் குறைந்து பிறகு அடியோடு மறைந்துவிடுகிறது என்பதைப் பிரவுன்

என்பாரும் சுட்டிக்காட்டியுள்ளார். பளுவைத் தாங்குகின்ற தூணின் அமைப்பிலும் பல்லவ பாணியிலிருந்து சோழபாணி மாறுகிறது. முக்கியமான ஒரு மாறுதல், கலசம் போன்ற ஒன்றைச் சேர்த்துப் பத்ம பந்தத்தைப் புகுத்தியிருப்பது. பலகை அகலமானதாகவும், சதுர வடிவத்திலும் இருப்பதும் தாமரைப் பூ இடுவதும் குறிப்பிடத் தக்கது. பிற்காலத்தில் பலகையின் கனம் குறைந்திருக்கிறது. தாமரைப் பூ இடுவதிலும் சுவையான மாறுதல்கள் ஏற்பட்டு இருக்கின்றன.

போதிகையும். பிற்காலப் பல்லவ காலத்திய வளைவான தன்மை நீங்கி முக்கோண வடிவில் துருத்திபோல் அமைந் திருக்கிறது. பிற்காலத்தில் இது பூமுனையாக மாறியிருக்கிறது. (இந்த அதிகாரத்தின் இறுதியில் 5-வது வரைபடத்தைப் பார்க்க). தரங்க அணிகலன், காலத்திற்குக் காலம் மாறுபட்டிருக்கிறது: சரிவான தளத்தில் சாதாரணமான வகையும் தரங்கத்துடன் சேர்ந்த அலங்கார வகையும் உள்ளன. இந்த இரண்டு வகைகளையுமே புதுக்கோட்டை மாவட்டம் சித்தூரில் அக்னீஸ்வரத்தில் காணலாம். பழைய பாணியின் சிதைவுகளாக ஓங்கி உயர்ந்த தூணும் கூடும், உடையார் குடி சிவன் கோயிலும் கொடும்பாளூர் மூவர் கோயிலிலும் புஞ்சை சிவன் கோயிலிலும் காணக் கிடக்கின்றன. இம்மூன்று கோயில்களைப் பற்றி பிறகு விரிவாகச் சொல்லுவோம். வெளிப்புறத்தின் கட்டடக்கலை முறை ஒருபுறம் இருக்க, துணிச்சலான சிற்ப வேலையின் பெரும்பகுதியைச் சிலைகளும், புராண உருவங்களும் மனித உருவங்களும் கொண்ட மாடக்குழிகளில் பார்க்கலாம். வரிசை வரிசையாக யாளிகளின் உருவங்களைத் தரைமட்டத்துக்கு மேலும் அவற்றிற்கு மேலே சிரிப்பூட்டும் தோரணைகளில் பூத கணங்களின் உருவங்களும், மேலேயுள்ள பிதுக்குகளுக்கு மேல் யாளிகளும் கோடிக் கருக்குகளும் புதிய பாணியில் குறிப்பிடத்தக்க தன்மைகள் எனலாம். கூடுகளின் வடிவங்களும் மாறியிருக்கின்றன. கரண்டி போன்ற உச்சிப் பகுதி போய் முப்படை இலைகள் போன்ற சித்திர அலங்கார வேலைப்பாடும் சிங்க முகமும், இவ்வாறே வளைவுகள் போய் வட்டங்களும் வந்திருக்கின்றன. பல்லவர்களின் கூடுகளி லுள்ள கற்சிற்ப உருவங்கள் இவற்றில் இடம் பெறவில்லை.

ஏற்கனவே நாம் குறிப்பிட்டிருக்கிற, பரிவார தேவதைக் கோயில்கள் என்பவை சோழர்களுடைய கோயில் அமைப்பு முறையில் மற்றொரு முக்கியமான அம்சம் அல்லது கூறுபாடு. எறும்பூர் (தென் ஆர்க்காடு மாவட்டம்)[12] சிவன் கோயிலிலுள்ள

ஒரு கல்வெட்டு சந்நிதிக்கு எதிரேயுள்ள நந்தி உட்பட, மொத்தம் எட்டு உட்கோயில்கள் இருப்பதாகக் கணக்கிடப்பட்டிருக்கிறது. இந்த உட்கோயில்களில் என்னென்ன தெய்வங்கள் இருக்கின்றன. மூலஸ்தானத்திற்கு அவை எந்தெந்தத் திக்குகளில் இருக்கின்றன என்பதற்குப் பொதுவான சட்டம் ஒன்றும் இல்லை. கோயிலுக்குக் கோயில் இந்த நிலைமை மாறுபடுகிறது. கல்வெட்டுக்கள் ஒவ்வொரு கோயிலைப் பற்றியும் இந்த விவரங்களைச் சரிவரத் தெரிவிக்கின்றன. நாம் காணப் போகும் ஒவ்வொரு கோயிலைப் பற்றியும் தெரிவிக்கும்போது இதைக் குறித்த விவரங்களையும் சொல்லுவோம். ஆகையால் இப்போது இங்கே அவைபற்றி எதுவும் கூறாமல், மேலே சொல்லுவோம்.

கொரங்கநாதர் (கோரங்கநாதர்) கோயில்

திருச்சிராப்பள்ளி மாவட்டம் முசிறிவட்டத்தில் ஸ்ரீநிவாச நல்லூரிலுள்ள கோலைப் பொதுமக்கள் கொரங்கநாதர் கோயில் என்று சொல்லுகிறார்கள். முதலாம் பராந்தகன் காலத்தில் கட்டப்பட்ட கோயில்களுக்கு இதையே ஆரம்பகாலக் கோயில்களின் மாதிரி அல்லது அடையாளமாகச் சொல்லலாம். மிகப் பழமையான கல்வெட்டுக்களில்[13] இங்குள்ள தெய்வத்தின் பெயர் திருப்புரகத் துறைப் பெருமான் அடிகள் என்று சொல்லப்பட்டிருக்கிறது. இது அளவில் ஒரு நடுத்தரமான கோயில் (உருவம் 10); இதன் மொத்த நீளம் 50 அடி; கர்ப்பகிரகம் சதுர வடிவில் அமைந்து ஒவ்வொரு பக்கத்திலும் 25 அடி உள்ளது; அதன் எதிரிலுள்ள மண்டபம் 25 அடி நீளமும் 20 அடி அகலமும் கொண்டது; சிகரத்தின் உச்சி, தரையிலிருந்து 50 அடி உயரத்திலுள்ளது. மண்டபம் கர்ப்பக்கிரகம் ஆகியவற்றின் பிதுக்க வரம்பு 16 அடி; தரைமட்டத்திற்குக் கீழேயுள்ள அறை இரண்டு மாடி கொண்டது போலத் தோற்றம் தருகிறது. அதன் உள்ளமைப்பு 12 அடி சதுரம்; 4 தூண்களால் தாங்கப்பட்டிருக்கும் அந்தராளத்தின் வழியாக உள்ளே செல்லவேண்டும்; கர்ப்பக்கிரகத்தின் வாயில் தவிர ஏனைய மூன்று பக்கங்களிலும் நடுப்பகுதியில் ஒரு மாடக்குழி துருத்திக் கொண்டிருக்கிறது. அரை ஆள் அளவுள்ளதும் திருவுருவப்படம் போன்றதுமான கற்சிற்பங்கள், இரண்டு பக்கங்களிலும் இடுக்கு களிலும் மாடங்களிலும் உள்ளன. அவை உயரமான இடத்தில் இருப்பதால், வட்ட வடிவத்தில் அமைக்கப்பட்டிருப்பது போல் தோன்றுகின்றன. அந்தராளத்தின் வடக்கு, தெற்குச் சுவர் களிலும் இதுபோன்ற மாடக்குழிகள் உள்ளன. இவற்றில் ஒரு

காலத்தில் துர்க்கை, கணபதி வடிவங்கள் இருந்திருக்க வேண்டும். துவாரப் பாலகர்களுக்குரிய மாடக்குழிகளும் எவ்வித உருவமும் இல்லாமல் வெறிச்சோடிக்கிடக்கின்றன. மாடக்குழிகளுக்கு மேலுள்ள வளைவுகளின் அலங்கார அமைப்புக்கள், காசி கைலாசநாதர் கோயில், தஞ்சைக் கோயில் ஆகிய இரண்டிற்கும் இடைப்பட்டதாக இருக்கின்றன. அடித்தளத்தில் தஞ்சாவூரில் பெருமிதமாகத் தெரிவது போன்ற சிம்ம உருவங்கள் காணப்படு கின்றன. கர்ப்பக்கிரகத்தின் பிதுக்கத்திற்குக் கீழே கணங்களின் உருவங்கள் ஒன்றும் இல்லை. உத்தரத்திற்கு மேலே உள்ளேயுள்ள கை மரத்தின் மூலைகள் நீட்டிக்கொண்டிருக்கின்றன. செங்கற் கோயில்களின் கைமரங்களைப் பின்பற்றியே இவை அமைக்கப் பட்டிருக்கின்றன.

ஏனைய கோயில்கள்

கிளியனூர் (தென் ஆர்க்காடு மாவட்டம்) அகஸ்தீஸ்வரர் கோயிலும் முதலாம் பராந்தகன் காலத்தைச் சேர்ந்ததே.[14] இங்கு சதுரமான அடித்தளத்தின் கீழ் மட்டத்திலுள்ள கல் வரிசை (உபானம் அல்லது ஜகதிப்படை) மேல் பக்கம் தாமரைப் பூவின் இதழ்களைப் போன்ற வடிவத்தில் செதுக்கப்பட்டு, குமுதம் முதல் உச்சிவரை விமானமே பூத்துக்குலுங்கும் தாமரை போலக் காணப்படுகிறது. அதன் நிலையை மலரும் பத்ம கோசத்திற்கு ஒப்பிடலாம். ஸ்ரீனிவாச நல்லூரில் குமுதத்தின் உருவ அமைப்பு அரை வட்ட வடிவில் இருக்கிறது. இந்த வகைக் கோயில்களுள் குறிப்பிடத் தக்க கோயில்கள் திண்டிவனம் (தென் ஆர்க்காடு மாவட்டம்)[15] திருத்திண்டீஸ்வரர் கோயில் கி.பி.961-க்கு முற்பட்டது. திருவெறும்பூர் (திருச்சி) பிபீலிகேசுவரர் கோயில் அதே காலத்தில், சுந்தரச் சோழனின்[16] சிற்றரசனாகயிருந்த செம்பியன் வடிவேலனால் கட்டப்பட்டது. கும்பகோணத்திலுள்ள நாகேஸ்வரர் கோயில் போல புராணச் சம்பவங்களின் சிற்பங்கள் அர்த-கம்பங்களின் கீழே வரிசையாக செதுக்கப்பட்டுள்ளன. திருநெல் வேலி மாவட்டத்தில் பிரமதேசத்திற்கு அருகேயுள்ள திருவாலீஸ் வரம் கோயில் அதனுடைய அழகிய வேலைப்பாட்டிற்காகப் புகழ்பெற்றது. விமானத்தின் மேல் நிலைகளில் விக்கிரகங்களின் சிற்பத் திறமை பாராட்டிற்குரியது. அது முதலாம் இராஜராஜனு டையவையே. பிற்காலத்தில் சோழ பாண்டிய அரசர்களின் பிரதிநிதிகள் ஒரு மகா மண்டபத்தையும் 13-ம் நூற்றாண்டில் ஓர் அம்மன் கோயிலையும் கட்டியிருக்கிறார்கள். தஞ்சை மாவட்டம்

புள்ள மங்கையிலுள்ள பிரமபுரீஸ்வரர் கோயில் முதலாம் பராந்தகனின் ஆரம்ப காலத்தில் கட்டப்பட்டது.[17] அது, பலவகைகளில் கும்பகோணம் நாகேஸ்வரர் கோயிலைப் போன்றிருக்கிறது. தரங்க வேலைப்பாடுடன் கூடிய போதிகையை இங்கு காணுகிறோம். இக்காலத்தில் இவ்வேலைப்பாடு இங்குதான் முதலாவது எனலாம். மாடக்குழிகளும் அவற்றின் கற்சிற்ப வேலையும் மிகச் சிறந்து விளங்குவதால் பிறிதொரு இடத்தில் அவற்றைப் பற்றி விவரமாகச் சொல்லுவோம்.

தஞ்சை மாவட்டம் திருவிடைமருதூரிலுள்ள மகாலிங்க சுவாமி கோயில், கற்கோயிலாகக் கட்டப்பட்ட காலம் கி.பி.910; முதலாம் பராந்தகன்[18] ஆட்சியின் நான்காம் ஆண்டில் பொறித்த ஒரு கல்வெட்டு இந்தக் கோயிலில் காணப்படுகிறது. அதிலிருந்து தெரியும் விவரம் வருமாறு; கோயிலிலுள்ள பழைய கல்வெட்டுக் களை நகல் எடுத்து கர்ப்பக்கிரகத்திலும் விமானத்திலும் புதிதாகப் பொறிப்பதென்று கோயிலின் நாடக சாலையில் நடந்த கூட்டத்தில் முடிவு செய்யப்பட்டது. காடுவெட்டிகள் நந்தி போத்தரையர் என்ற இரண்டாம் அல்லது மூன்றாம் நந்திவர்மன் ஆட்சியில் வழங்கப்பட்ட சில நன்கொடைகளைப் பற்றி ஒரு கல்வெட்டில் விவரம் உள்ளது.

கோயிலின் அடித்தளத்தில் எட்டுப்பட்டை கொண்ட குமுதமும் மெல்லிய கண்டமும் உள்ளன. கபோதம் வளையாமல் நேரடியாக உள்ளது. அதைத் தாங்கும் 'அர்த்த கம்பங்கள்' சுவருக்குள் நிறைய பதிக்கப்பட்டிருக்கின்றன. கற்பலகைகள் சிற்ப வேலைப்பாடுகளுடனும் தாமரை இலை உருவங்களுடனும் உள்ளன. கட்டடக்கலைப் பயிற்சியில் கலைஞர்களுக்குக் கொடுக்கப்பட்ட சுதந்திரமும் புதிதாக எதையும் செய்து பார்க்கும் வாய்ப்பும் இருந்ததற்கு ஏராளமான கோயில்களில் வேறுபட்ட அல்லது பல்வேறு வகைப்பட்ட பாணிகள் பரிசோதனை செய்யப்பட்டதே சான்று. இவற்றைப் பற்றி அலசி ஆராய, சோழர் கலை என்ற பொதுவான தலைப்பு உள்ள கட்டுரை இடம் தராது. இந்தக் கோயிலின் பழைய கல்வெட்டுக்கள், புராண கணபதி என்ற உட்கோயிலும் ஒரு மண்டபமும் இருந்ததைத் தெரிவிக்கின்றன. மூலவர் சந்நிதியைச் சுற்றிலும் பல உட்கோயில்கள் இருந்தது இதிலிருந்து உறுதிப்படுகிறது. திசை ஆயிரத்து ஐநூற்றுவர் என்ற புகழ்பெற்ற வணிகக் குழுவினர் பெயரை அந்த மண்டபம் பெற்றிருந்தது.

மிக விவரமாக நாம் ஆராய இயலாத சில கோயில்களும் இக்காலத்தில் இருந்தன. இவை தோன்றிய ஆண்டு. மிகத் தெளிவாகத் தெரிகிறது. இவையாவன-கொடும்பாளூர் முசுகுண்டேஸ்வரர் கோயில் (கி.பி. 912), மேலப்பழுவூர் (திருச்சிராப்பள்ளி[19] சோழீஸ்வரர் கோயிலைச் சேர்ந்த இரட்டைக் கோயில்கள், திருநாமநல்லூர் (தென் ஆர்க்காடு)[20] பக்தஜனேஸ்வரர் கோயில், அந்த நல்லூர் (திருச்சிராப்பள்ளி)[21] வடதீர்த்த நாதர் கோயில், எறும்பூர் (தென் ஆர்க்காடு)[22] கடம்பனேஸ்வரர் கோயில் ஆகியன கடைசியாகக் குறிப்பிட்ட கோயில் 935-ல் கட்டப்பட்டது. இதில் கர்ப்பக்கிரகத்தின் மேற்குப் பக்கத்து மாடக்குழியில் வழக்கமாக விஷ்ணு, அர்த்தநாரி, லிங்கோத்பவர் இருக்கும் இடத்தில் அதற்குப் பதிலாக சிவபெருமானின் அருணாசலேஸ்வரர் வடிவத்தை நாம் காணுகிறோம். இரண்டாம் ஆதித்தன் காலத்துப் புஞ்சையைச் சேர்ந்த நற்றுணை ஈஸ்வரம் என்ற கோயிலும் குறிப்பிடப்பட வேண்டியதே.[23]

மூவர் கோவில்

மேற்கண்ட வகையில் பல கோயில்கள் உள்ளன. இவற்றை விட்டுவிட்டு, சித்தூரிலுள்ள அக்னீஸ்வரம், கொடும்பாளூரிலுள்ள மூவர் கோயில் ஆகிய புதுக்கோட்டைக் கோயில்களை நாம் இப்போது முக்கியமாகக் கவனிப்போம். முதல் கோயிலில் இராஜகேசரி (கண்டராதித்தன்)[24] ஆட்சியின் நான்காம் ஆண்டுக் கல்வெட்டு இருக்கிறது. இக்கோயில் கி.பி.950 அளவில் கட்டப்பட்டிருக்க வேண்டும். இங்குப் போதிகை, கவர்ச்சியான கோணவடிவுடன் விளங்குகிறது; தரங்கம் போன்று வளைக்கப் பெற்று இருக்கிறது; மையத்தில் ஒரு அகலப் பட்டையும் செதுக்கப்பட்டுள்ளது. இன்னொரு வகையான போதிகையும் காண்கிறோம். இதுபோலவே, சுவருக்குள் பதிக்கப்பட்டிருக்கும் கல்தூண்கள் கோயிலின் பல்வேறு பகுதிகளிலும் ஒரே வகையாக இல்லாமல் பகுதிக்குப் பகுதி அளவிலும் உருவ அமைப்பிலும் மாறுபட்டுக் காணப்படுகின்றன. கொடும்பாளூரிலுள்ள 'மூன்று கோயில்களும்' சுந்தரச் சோழன் காலத்தில் பூதி விக்கிரம கேசரி[25] என்பவனால் கட்டப்பட்டன. நிறைந்த கோயில் வட்டாரத்தில் இரண்டு கோயில்கள் மட்டுமே இப்போது உள்ளன (படவரிசை IV உருவம் 7) விமானத்திரயமும் சுற்றியிருந்த உட்கோயில்களும் பெரிய மதிற்சுவருக்குள் அடங்கியிருந்ததாயும் மேற்கே ஒரு வாயில் இருந்ததாயும் (பார்க்க வரைபடம்) புதைபொருள்

ஆராய்ச்சியில் தெரிகிறது. மூலச் சந்நிதிகள் மூன்று. இவை ஒவ்வொன்றும் 21 அடி சதுரமாகவும் வடக்கு-தெற்குக் கோட்டில்

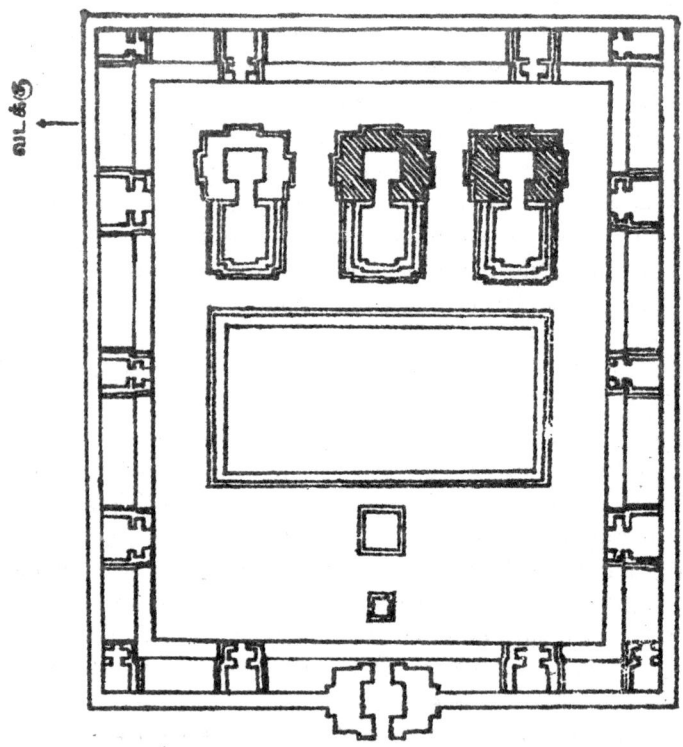

கொடும்பாளூரிலுள்ள மூவர்கோயில்.

அமைந்து ஒவ்வொன்றும் 10 அடி இடைவெளியிலும் மேற்குப் பார்த்தும் இருக்கின்றன. மத்தியிலும் தெற்கிலும் உள்ள விமானங் கள் பத்திரமாக உள்ளன. ஆனால் வடக்கு விமானத்தில் அடித்தளம் மட்டுமே இருக்கிறது. ஒவ்வொரு கோயிலுக்கும் 18 அடிசதுரத்தில் அர்த்த மண்டபம் இருந்தது. இந்த மண்டபங்களில் இப்போது எஞ்சி இருப்பது கீழ்த்தளத்தின் பரப்பளவு மட்டுமே. இந்த இடத்தி லிருந்து 8 அடி தொலைவில் மூன்று கோயில்களுக்கும் பொதுவாக 91 அடி நீளமும் 41 அடி அகலமும் உள்ள மகா மண்டபம் இருந்தது. அதற்கு எதிரில், 1¾ அடி தூரத்தில் நடு நாயகமாக நந்தி (யம் பெருமான்)யின் சந்நிதி இருந்தது. (11 அடி 3 அங்குல சதுரம்) நந்தியின் சந்நிதிக்கும் கோபுரத்திற்கும் இடைப்பட்ட பகுதியின் நடு இடத்தில் பலிபீடம் அல்லது கொடிமரம் 5¾ அடி தூரத்தில் இருந்தது. இவை எல்லாவற்றிற்கும் இப்போது கீழ்த்தளத்தின்

பரப்பு மட்டுமே காணப்படுகின்றன. இந்த முக்கியமான வரிசையைச் சுற்றிலும், சுற்றுச் சுவரை ஒட்டினாற்போல ஒதுக்குப்புறமான ஒரு மண்டபத்தில் 15 உட்கோயில்கள் இருந்தன. இவற்றில் 14 கோயில்களில் தரைமட்டத்திற்குக் கீழேயுள்ள பகுதிகள் சேதமின்றி உள்ளன. தென்கிழக்கு மூலையிலுள்ள கோயிலில் அந்த அடிப்பகுதியைக் காணோம். சுற்றுச்சுவர் பிரம்மாண்டமானதாய், 3 அடி 4 அங்குலம் அகலத்திற்குக் கல்லால் கட்டப்பட்டிருக்கிறது. மேற்குப் பக்கத்திலுள்ள முக்கிய வாசல் 4 அடி 6 அங்குலம் அகலம் உடையது. இது தவிர வடகிழக்கு மூலையில் 4 அடி அகலமுள்ள ஒரு பாதை இருக்கிறது. அதன் வழியாகப் படிகளில் இறங்கிச் சென்றால் கல்லால் கட்டப்பட்டதும் வெளிப்புறத்தில் 10 அடி விட்டம் உடையதுமான ஒரு வட்டக் கிணற்றை அடையலாம். முக்கியமான உட்கோயில்கள் பத்மகோசங்களுக்காக ஏற்பட்டன. பாழடைந்த நிலையில் உள்ள இந்தக் கோயில் வட்டத்தில் எஞ்சியுள்ள பகுதிகள் யாவும் அற்புதமான வேலைப்பாட்டுக்கு அடையாளமாக உள்ளன. விமானத்தின் இடுக்குகளில் பெரிய அளவான வளைவுகளுக்குக் கீழே காணப்படும் பூத அல்லது கண உருவங்கள் வேடிக்கைக்கும் கற்பனைக்கும் அப்பாற்பட்ட கலைச் சிறப்புடையன. விமானத்திலிருந்த சிவபெருமானின் பல மூர்த்தங்களை விளக்கும் அரிய கற்சிற்பங்களும் பரிவார தேவதைகளின் சிற்பங்களும் தேடுவாரின்றி ஆங்காங்கே கிடக்கின்றன. அல்லது புதைந்து கிடந்து மீட்கப்பட்டுள்ளன. இவற்றுள் நம் கவனத்திற்குரியன; அர்த்தநாரி, வீணாதரதட்சிணாமூர்த்தி, கஜாரி, அந்தகாசூர சம்காரர், கிராத, கங்காதர, ஹரிஹர, உமாபிரசாத, சப்தமாதர்கள், மோகினி முதலியன.

ஜாவாவின் செல்வாக்கு

மூவர் கோயில், ஒரே விதமான முக்கியத்துவமும் உள்ள மூன்று கோயில்களின் தொகுப்பு. அதில் அடங்கியுள்ள உட்கோயில்களும் ஏராளம். இவற்றையெல்லாம் நினைத்துப் பார்க்கும்போது இந்தோனேஷிய நாட்டில் ஜாவாவில் பிரம்பானம் என்னும் நகரிலுள்ள புகழ்பெற்ற பிரம்பானீயக் கோயில்களின் தொகுப்பு நினைவுக்கு வருகிறது. மூவர் கோயிலும் இந்தக் கோயிலும் ஒன்றுக்கொன்று, ஐம்பது ஆண்டுகள் முன்பின்னாகக் கட்டப்பட்டன. அந்தக் காலத்தில் தென்னிந்தியாவுக்கும் இந்தோனேஷியாவுக்கும் மிகநெருக்கமான தொடர்புகள் இருந்தன. ஒரே கருத்தை வெளிப்படுத்துவதில் அல்லது கோயில் கட்டடத்தில் காட்டுவதில் கூர்ந்து கவனிக்கத்தக்க வேற்றுமைகளை இந்த

இரண்டு கோயில் தொகுப்புகளிலும் பார்க்கிறோம். ஒரே தெய்வத்தை வேறு அவதாரங்களையும் பலவகையில் பெருக்கிக் கொண்டு போகும் பழக்கம் இந்தியாவில் சோழர்களுக்கு முன்னர் இருந்தது. ஜாவாக் கோயில் இந்த அமைப்பு முறையைப் பின்பற்றி, பிரம்பானன் கோயில் தொகுப்பில் 156 சிறு சந்நிதிகள் கட்டுவதற்குச் சோழர் கட்டடக்கலைக் கலைஞர்கள் தயங்கினார்கள். எனவே அவர்கள், மூலஸ்தானத்தைச் சுற்றி வழக்கமான பரிவாரத் தேவதைகளுக்காக ஏறத்தாழ 12 உட்கோயில்கள் வரை மட்டும் அமைத்துக்கொண்டார்கள். இன்னும் ஒரு வேற்றுமையைப் பார்க்கிறோம். பிரம்பானலிலுள்ள மூவர் கோயில்களில் சிவன், விஷ்ணு, பிரம்மன் ஆகிய மூன்று கடவுளருக்கும் ஒவ்வொரு கோயில் கட்டப்பட்டிருக்கிறது. ஆனால் கொடும்பாளூரில் மூன்று கோயில்களின் கர்ப்பக்கிரகங்களும் சிவபெருமானுக்கு மட்டுமே உரியனவாக இருக்கின்றன.

மத்திய சோழர் காலம்

கி.பி.985 முதல் 1070 வரை சோழர்காலம் உயர்வடைந்து உச்ச நிலையில் இருந்தது. இந்தக் காலத்தை மத்திய சோழர் காலம் என்று நாம் சொல்லலாம். இந்தக் காலத்திலும் ஏராளமான கோயில்கள் கட்டப்பட்டன. பரந்து கிடந்த சோழப் பேரரசு எங்கும் கோயில்கள் கட்டும் வேலை ஓய்வு ஒழிச்சலின்றி நடந்தது. பொதுப்படையான இந்தக் குறிப்பில் எல்லாக் கோயில்களையும் பற்றிச் சொல்ல வேண்டியதில்லை. இன்ன ஆண்டில் கட்டப்பட்டன என்று தெளிவாகத் தெரிவதோடு இயற்கையாக உள்ள ஏராளமான கோயில்கள் ஒருபுறம் இருக்கட்டும்.[26] இந்தியக் கட்டடக் கலையின் வரலாற்றில் பெரும் சாதனைகளாகவும் கலங்கரை விளக்கமாகவும் திகழும் தஞ்சாவூர்-கங்கை கொண்ட சோழபுரம் கோயில்கள் இரண்டை மட்டுமே பார்ப்போம்.

தஞ்சாவூர்

இக்காலத்தில் எத்தனையோ சிறு கோயில்கள் கட்டப்பட்டன, அவற்றிற்கும் இந்த இரண்டு கோயில்களுக்குமுள்ள வித்தியாசத்தை பெர்சி பிரவுன் ஒரு உதாரணத்தின்மூலம் விளக்கியிருக்கிறார்: "சிறு கோயில்களெல்லாம் கிராமங்களிலுள்ள தேவாலயங்கள் (Church) போன்றவை. தஞ்சாவூரிலும் கங்கை கொண்ட சோழபுரத்திலும் உள்ள கோயில்கள், கிறிஸ்தவ திருச்சபைக்குரிய தன்மையான கோயில்கள் (Cathedral)

போன்றவை."[27] தஞ்சாவூர்க் கோயில், அதாவது இராஜ ராஜேஸ்வரம் (இப்போது பிரஹதீஸ்வரம் என்று சொல்லுகிறார்கள்) கட்டும் வேலை கி.பி.1003-ம் ஆண்டு அளவில் தொடங்கப்பட்டதாக ஆதாரமாகத் தெரிகிறது. கி.பி.1006-ம் ஆண்டிலேயே கட்டட வேலை விரைவாக நடந்து, மூலஸ்தானத்தில் இராஜராஜன் வழிபட்டிருக்கிறான். சாளுக்கிய அரசனான சத்யாஸரயன் என்பவனைப் போரில் தோற்கடித்துத் திரும்பி வந்த இராஜராஜன் உடனே பொன் மலர்களை வைத்து இந்த மூலஸ்தானத்தில் வழிபட்டதாகத் தெரிகிறது. மேலும் அவனுடைய 25-ம் ஆட்சி ஆண்டின் 275-வது நாளில் (கி.பி.1009-10) அவன் இக்கோயில் விமானத்து ஸ்தூபியில் கலசம் வைத்திருக்கிறான்.[29] சோழப் பேரரசின் விரிந்துவரும் பரப்பிற்கும் வளர்ந்துவரும் வசதிக்கும் ஓங்கிவரும் அதிகாரத்திற்கும் பொருத்தமாகக் கட்டடக்கலையில் தமிழருடைய சாதனையாக இந்தப் பெரிய கோயிலை நிலைநாட்ட அவன் விரும்பினான் போலும் (வரைபடம் V, உருவம் 11). முக்கியமான கட்டடம் 150 அடி நீளம் இருக்கிறது. மிகப் பிரம்மாண்டமான விமானம் எகிப்தியப் பிரமிடுகளைப் போல கூர்நுனிக் கோபுரமாக அமைந்து கர்ப்பக்கிரகத்திலிருந்து 190 அடி உயரத்திற்கு ஓங்கி வளர்ந்திருக்கிறது. அக்காலத்தில் புவனேஸ்வரத்தில் கட்டப்பட்ட லிங்கராஜர் கோயிலின் உயரம் 160 அடி. இராஜராஜேஸ்வரம் அதையும் மிஞ்சிவிட்டமை குறிப்பிடத் தக்கது. இந்தக் கோயிலில் பிற்காலத்தில் கட்டப்பட்டவை-முன் தாழ்வாரம், நந்தி மண்டபம், கருவூர்த் தேவர் கோயில், அம்மன் கோயில், சுப்பிரமணியர் கோயில் ஆகியன. இவை தவிர இந்த மாபெரும் கோயிலின் ஏனைய பகுதிகள் யாவும் ஒரே காலத்தியன. இவற்றினுடைய பெருமிதத் தோற்றத்தையும்ஒருங்கிணைந்த திட்டத்தின் எளிமையான இயல்பையும் பாராட்டுவதற்கு ஆராய்ச்சிக் கண்ணோட்டம் தேவையில்லை. துணை சார்ந்த (Axial) மண்டபங் களும் விமானமும் அர்த்த மண்டபமும் மகாமண்டபமும் பெரிய நந்தியும் அவற்றிற்கேற்ற பொருத்தமான அளவுகளையுடைய ஒரு சுற்றுச்சுவருக்குள் அடங்கியிருக்கின்றன. இச்சுவரில் கிழக்கே ஒரு கோபுரம் இருக்கிறது. மதிலை ஒட்டி உள்பக்கமாக பல தூண்களுள்ள ஒரு நீண்ட மண்டபம் செல்லுகிறது. இது 35 உட்கோயில்களை இணைக்கிறது. நான்கு திக்குகளிலும் பல இடைவெளிகளுக்கு நடுவே கேந்திரமான இடங்களில் இந்த உட்கோயில்கள் கட்டப்பெற்றிருக்கின்றன. இரண்டாவது வெளிப்பிரகாரத்தின் வாயிலாக இருந்த இடத்தில் முன் பக்கத்தில் இரண்டாவது கோபுரம் இருக்கிறது.

முக்கிய விமானம் உத்தம வகையைச் சார்ந்தது; ஆதலால் இது மிகச் சிறந்தது. இதை, தமிழில் மாடக்கோயில் என்றும் சொல்லுவார்கள். இவ்வகைக்கு முதலாவது உதாரணம் தட்சிணமேரு-கோரங்கநாதன். இது பக்கவாட்டில் 99 அடி உள்ள சதுர அடிதளத்தின்மீது அமைந்தது. படுக்கையான பகுதி, நீண்டு துருத்திக்கொண்டிருக்கும். ஐந்து பகுதிகளாக பிரிக்கப் பட்டிருக்கிறது. நடுவேயுள்ள பகுதி மற்ற பகுதிகளைவிடப் பெரிது, தரைமட்டத்துக்குக் கீழே இருக்கும் தளத்திலிருந்து , சிகரம் (விமானத்தின் உச்சி) வரை குடாவும் மாடமும் மாறி மாறிக் காணப்படுகின்றன. சுவரில் பதிந்த தூண்கள், பீடத்தை அழகுபடுத்துகின்றன. யாளி உருவத்தால் அழுத்தப்பட்ட கபோதம் உடைய பீடத்தின்மீது, இதைவிடச் சிறிய பரப்பில் 63 அடி சதுரத்தில் ஓர் உபபீடம் எழுப்பப்பட்டிருக்கிறது. மேலேயும் கீழேயும் பத்மதளங்கள் உடையதும் அரை வட்ட வடிவத்தில் பிரம்மாண்டமாய் அமைந்ததுமான குமுதத்தை ஏற்றுக்கொள்ளத் தக்க பத்ம தளமாக, கல்வெட்டுக்களுடன்கூடிய மூடப்பட்ட உபானம் விளங்குகிறது. குமுதம், கிழக்கு மூலையில் குறுக்காகத் திரும்பும்போது, விளிம்பில் எண்கோணமாக வெட்டப்படுகிறது. கண்டமும் கபோதமும் நெருக்கிக் காட்டப்பட்டுள்ளன. குமுதத்திற்கு நேர் உயரத்தில் வரி விமானம் காணப்படுகிறது. வரிசையாகப் பல சிங்கங்கள், அவற்றின் மீது சிங்கங்களை ஓட்டுபவர்களுடன், இந்த உருவத்தில் காட்டப்பட்டிருக்கின்றன். ஆனால் மூலைகளில் சிங்கங்களுக்குப் பதிலாக, மகரங்களும் போர் வீரர்களும் வாயைப் பிளந்துகொண்டிருக்கும் குதிரைகளும் அவற்றின் மீதேறிச் சவாரி செய்பவர்களின் உருவங்களும் உள்ளன. உள்ளறையின் செங்குத்தான சுவர்கள், நாம் ஏற்கனவே சொல்லியிருக்கிறபடி, தள அமைப்பைப் பின்பற்றிய 50 அடி உயரத்துக்கு எழுப்பப்பட்டுள்ள, பிரம்மாண்ட வளைந்த பிதுக்கம் (எழுதகம்) அந்தச் சுவர்களை இரண்டு மாடிகளாகப் பிரிக்கிறது. கூடுகளில் சாதாரணமான கற்சிற்பங்கள் இடம் பெற்றிருக்கின்றன. இரண்டாவது மாடி, ஓரளவு தொங்கிக்கொண்டிருக்கிற எழுதகத்தையும், அதன்மீது யாளிகள் உருவத்தையும் உச்சிப் பகுதியாகக் கொண்டு முடிவடைகிறது. எல்லா மாடக்குழிகளிலும் மாடங்களிலும் கற்சிற்பங்கள் கவர்ச்சியான உருவங்களுடன் திகழ்கின்றன. கட்டடக் கலைப்பாணியும் ஆபரண (அழகு) அமைப்பும் அவை சோழர்களின் தன்மைகளைப் பிரதிபலிக்கின்றன. இவற்றில் சில தன்மைகள் விசேஷமாக இருப்பதால், அவை நம்முடைய தனிப்பட்ட கவனத்துக்குரியன. பல்லவர் காலத்தில் தேவ கோஷ்டங்கள் ஆழமில்லாமல் இருந்தன. அவற்றில்

உருவங்கள் சிறிதளவே புடைத்திருக்கும்படியும் சிற்பங்கள் செதுக்கப்பட்டன. இந்த நிலையில் சோழர்கள் காலத்தில் மாறிவிட்டன. அவை அழகாகவும் சிவனின் பல மூர்த்தங்களைக் காட்டும் திருவுருவங்களைத் தாங்குவதற்கு ஏற்றதாயும் செய்யப்பட்டன. குமிழ் வடிவமான உறுப்பை உச்சியில் கொண்ட தூண்கள் மாடக்குழிகளின் இரு பக்கங்களிலும் சுவர்களில் பதிக்கப்பட்டன. அவை சதுர வடிவமாக இல்லாமல் பல கோண வடிவமாக இருக்கின்றன. திருவாச்சி இந்த காலத்தில் முக்கியத்துவம் பெற்று, அடுத்த காலக் கட்டத்தில் இன்னும் வளர்ச்சி அடைந்தது. கூடுகளில் போல, திருவாச்சியிலும் நடுப்பகுதி வட்ட வடிவமாக இருக்கிறது, பக்கங்களிலுள்ள மகரங்கள், பல்லவர் காலத்தில் போல வால்களில் (இறுதிப் பகுதிகளில்) பதக்கங்களைத் தாங்கிக்கொண்டிருக்கின்றன. பிற்காலத்தில் இந்தப் பாணி வழக்கொழிந்துவிட்டது. பல்லவர் கோயில்களில் இல்லாத மற்றொரு இலச்சினையையும் சோழர் காலத்தில் மட்டும் பார்க்கிறோம். மாடக்குழிகளுக்கு இடையே கும்பத்திலிருந்து ஒரு மரம் அல்லது தூண் தோன்றி நெருப்பினைத் தாங்கும் மலரையோ அல்லது அராபிய வண்ணச் சித்திர வேலையையோ போன்று திருவாச்சி அமைந்திருக்கிறது. சுவரில் பதித்த தூணை அழகுபடுத்துவது ஒரு கலையாக வளர்ந்து, உச்சியில் பஞ்சரம் போல உருவம் பெற்று 14-ம் நூற்றாண்டில் கும்ப பஞ்சரமாகக் காட்சி தருகிறது.

விமானத்தின் மேல் மாடிகளைப் போல, கர்ப்பக்கிரகத்தின் செங்குத்தான சுவர்கள், மாடக்குழிகள் ஆகியவற்றின் நிமிர்ந்த தன்மையிலிருந்து மாறுபட (விடுபட), கனமான குமுதங்களும் இரண்டு மாடிகளின் பிதுக்கமான வரம்புகளும் கனமாக, கிடக்கை நிலையில் போடப்பட்டிருக்கின்றன. இந்த செங்குத்தான சுவர்களுள் 45 அடி சதுரம் கொண்ட சந்நிதி அறையும், அதைச் சுற்றி 9 அடி அகலமுள்ள பிரகாரமும் உள்ளன. அறையின் உட்சுவரிலும் வெளிச்சுவரில் இருப்பது போலவே வேலைப்பாடுள்ள மாடக்குழிகளும் கதவுகளும் கொண்டு விளங்குகின்றன. நாயக்கர் காலத்தில் இவை (மாடக்குழிகளும் கதவுகளும்) பூசப்பட்டு, சுவராக்கப்பட்டன. பொளிந்து சீர் செய்யப்படாத இந்தக் கற்சுவர்கள் இப்போது நீக்கப்பட்டுவிட்டன, விமானத்திற்குக் கீழே கர்ப்பக் கிரகத்தைச் சுற்றியுள்ள இந்தப் பிரகாரத்தில்தான், 1930-ம் ஆண்டு அளவில் புகழ்பெற்ற சோழ வண்ண ஓவியங்கள் முதல் தடவையாக வெளிப்படுத்தப்பட்டன.

இந்த அறையிலுள்ள மிகப் பெரிய சிவலிங்கமும் அதன் பீடமும் கர்ப்பக்கிரகத்தின் (வெளியே இருந்து பார்க்கும்போது) இரண்டு மாடி உயரத்திற்கு இருக்கின்றன.

சந்நிதியின் மீதுள்ள விமானம், மேலேயுள்ள ஒவ்வொரு மாடமும் அதன் கீழுள்ள மாடத்தைவிடச் சிறிதான 13 மாடங்களைக் கொண்டது கடைசியாக, மேல் உச்சிதளத்தில் அகலம், அதனுடைய அடித்தளத்தில் மூன்றில் ஒரு பங்கு ஆகிவிடுகிறது. இவ்வாறு அமைந்த சதுர மேடையின் மீது, குவிமாடத்தைக் கொண்ட ஒரு மண்டபம் இருக்கிறது. அதன் கழுத்தின் உள்வளைவு அழகான காட்சியைத் தருகிறது. மின்குமிழ் போன்ற அந்தக் கூரை, அது இருக்கும் உயரத்தில் எடுப்பான, பொலிவான தோற்றத்தைக் காட்டுகிறது. பஞ்சரங்களின் செங்குத்தான வரிகளும், சுருங்கிச் செல்லும் மாடங்களில் கிடைக்கை நிலையான வரிகளும் ஒன்றுக்கொன்று அமைக்கப்பட்டிருக்கிறது. ஊடும், பாவுமான அமைப்பு, கட்டிடக்கலையின் ஆற்றலை வெளிப்படுத்துவதும் இந்தப் பிரமிடு கோபுரத்துக்கு எல்லையற்ற அழகைக் குவிக்கிறது. பெர்சி பிரவுன் சொல்லுவதுபோல , "இறுதியாக, உச்சியிலுள்ள வட்டமான வளைவான கல் மண்டமும் , அதற்கு மாறுபட்ட மனநிலையை, பார்ப்பவர்களிடம் உண்டாக்குவதற்காக நான்கு பக்கங்களிலும் ஏற்படுத்தப்பட்ட இறக்கைகளுடன் கூடிய மாடக்குழிகளும் உள்ளன. பிரமிடுபோல விமானத்தை அமைத் திருட்பதால், அடித்தளம் உறுதியாக இருக்கிறது என்ற எண்ணம் எல்லோருக்கும் ஏற்படுத்தப்பட்டிருக்கிறது.... திராவிடக் கலைஞர்களின் மிகச் சிறந்த படைப்பு இதுவே..... தஞ்சாவூர் விமானம், பொதுவாக இந்தியக் கட்டிடக்கலை முழுமைக்குமே உரைகல்லாகும்."

மூலஸ்தானத்திற்கு அருகே, அதன் வடக்குத் திக்கில் சண்டி கேஸ்வரர் சந்நிதி அமைந்திருக்கிறது; இரண்டு மாடிகள் கொண்ட அறையிலும் கூட, அது மூலஸ்தானத்தின் சிறு வடிவம்போலக் கம்பீரமாகக் காட்சி தருகிறது. பரிவார தேவதைக் கோயில் களின் பிரகாரம், நாம் முன்னரே சொன்னதுபோல, முப்பத்தைந்து உட்கோயில்களை இணைக்கிறது. நான்கு மூலைகளிலும் நான்கு, அவற்றிற்கு இடையே ஆறு, கிழக்கில் கோபுரத்தின் இரு பக்கங்களிலும் ஒவ்வொன்று, மேற்கே ஏழு, இரண்டு பக்கங்களிலும் பக்கங்களுக்கு ஒன்பது ஆக 35 கோயில்கள் உள்ளன. இவற்றில் பெரும்பாலான இப்போது சுவர் எடுத்து மூடப்பட்டு, வேறு வகையாக உபயோகப்படுத்தப்பட்டு

வருகின்றன. எவ்வித மாறுதலும் செய்யப்படாமல் உள்ளவை மூலைகளில் உள்ள நான்கு கோயில்கள் மட்டுமே. இவை, நாம் ஏற்கனவே குறிப்பிட்ட, ஆரம்பகால சோழர்காலத்துச் சிறு கோயில்களை நினைவூட்டுகின்றன. இந்த உட்கோயில்களிலும் மூவர் கோயிலிலும் இருந்த பரிவார தேவதைகள் பற்றிய முழு விவரங்கள் ஒரு காலத்திலும் தெரியாமல் போய் விடக்கூடும். வளைவுள்ள பெரிய பிதுக்கங்கள் கொண்ட மதிற்சுவர்கள் ஒரே உயரமாயும் ஒன்றின் மீது ஒன்றாகவும் இரண்டு அடுக்குமாடிகளா கவும் அமைந்திருக்கின்றன. அவற்றில் பதிந்துள்ள தூண்கள் ஒவ்வொன்றும் நான்கு பகுதிகளாகப் பிரிக்கப்பட்டும் குமிழ்வடிவ மாயும் உள்ளன. குறிப்பிட்ட இடைவெளிகளில் வரிசையாக வீற்றிருக்கும் நந்திகள் இந்த மதிற் சுவர்களுக்கு முடி சூட்டியிருப்பது போன்ற எண்ணத்தை உண்டாக்குகின்றன. சுருங்கச் சொன்னால் விமானமும், கோயிலும் மட்டும் அல்ல, மதிற் சுவரில்கூட அழகு ஒளிர்கிறது! எல்லாம் அழகு! எங்கும் அழகு!

கங்கை கொண்ட சோழபுரம்

தஞ்சைப் பெரிய கோயில் கட்டி முடிக்கப்பட்டு இருபது ஆண்டுகளில் கட்டப்பட்ட கங்கை கொண்ட சோழபுரம் கோயில் (வரைபடம் VI, உருவம் 12) தஞ்சைக் கோயில் பிரதானமான அல்லது மிக முக்கியமான இயல்புகளை ஆனால் அந்த இயல்புகளை வேறு ஒரு வகை உணர்ச்சியுடன், வெளிப்படுத்து கிறது, தஞ்சைப் பெரிய கோயிலில் ஆண்மையின் மிடுக்கும் வீரமும் பொங்கி வழிகிறது என்றால், கங்கை கொண்ட சோழபுரக் கோயிலில் பெண்மையின் மென்மையும் அழகும் உள்ளத்தைக் கவருகிறது என்பர். பெர்சி பிரவுன்[29] தஞ்சைக் கோயில் வீரத்தன்மைகளும், ஆண்களுக்குரிய கம்பீரமும் கங்கை கொண்ட சோழ புரத்தில் இல்லை. ஆனால் கங்கை கொண்ட சோழபுரத்திற்கு என்று தனித்த சில கவர்ச்சிகள் உள்ளன. ஒரு பெண்ணின் அழகு, எவ்வாறு அவளைப் பார்ப்பவர் உள்ளங்களைச் சுண்டி இழுக்கிறதோ அத்தகையது கங்கை கொண்ட சேழீச்சுவரம். விளைவுகளில் காணப்படும் இந்த வேறுபாட்டுக்கு ஒரு காரணம், விமானத்தின் அமைப்பில் நேர் கோடுகளுக்குப் பதிலாக நெளிவுகள் கையாளப்பட்டிருப்பதுதான். பொதுவாகத் தஞ்சாவூரைவிட இங்குப் பொலிவுபடுத்துவதில் அக்கறை காட்டப்பட்டிருப்பதும் குறிப்பிடத்தக்கது. கொள்ளைக்காரர்களால் ஒரு கட்டிடத்துக்குச் சேதம் ஏற்படுவது போல, இந்தக் கால (இருபதாம் நூற்றாண்டு) பொறியியல் வல்லுநர்களால் கங்கை கொண்ட சோழபுரம்

கோயிலுக்குப் பெருங்கேடு உண்டாக்கப்பட்டிருக்கிறது.[30] ஒரு காலத்தில், இது கோயில்களாகவும் விளங்கியது. அதே நேரத்தில் வல்லமை பொருந்திய பெரிய கோட்டையாகவும் சிறந்திருந்தது. கோயிலின் தென்மேற்கு மூலையில் பெரியதொரு அரண் இருக்கிறது. மேற்கே, ஒரு சிறு அரண் இருக்கிறது; 340 அடி நீளமும் 100 அடி அகலமும் கொண்டுள்ள இக்கோயிலில் 175 அடியும் 95 அடியும் நீள அகலங்கள் உடைய மண்டபமும் ஒவ்வொரு பக்கத்திலும் 100 அடி உடைய கர்ப்பக்கிரகமும் உள்ளன. மண்டபத்தையும் கர்ப்பக்கிரகத்தையும் இணைக்க ஓர் இடைவழி இருக்கிறது. தஞ்சாவூரில் போல, இங்கேயும் இந்த இடைவெளியின் மூலைகளில் வடக்கு, தெற்கு வாயில்கள் அழகான வேலைப்பாடுள்ள கதவுகளுடனும், கண்ணையும் கருத்தையும் கவரும் துவார பாலகர்களுடனும், படிக்கட்டு களுடனும் மிளிர்கின்றன. (வரைபடம் VII, உருவம் 13).

மெய்சிலிர்க்கக்கூடிய வகையில் கட்டடக் கலையையும் சிற்பக் கலையையும் பிரம்மாண்டமான உருவத்தில் வடித்து, கவர்ச்சியான பெரியதொரு கோட்டை வாயில்போல, மண்டபத்தின் கிழக்கு மூலையில் பிரதான வாயில் ஏற்படுத்தப்பட்டிருக்கிறது. அந்தப் பெரிய மண்டபத்தில் 140 தூண்களும், 4 அடி உயரமுள்ள மேடைமீது அகலப்பட எட்டு வரிசைகளில் நிறுத்தப்பட்டிருக் கின்றன. மண்டபத்தின் நடுவே, தரை மட்டத்தில் ஓர் அகன்ற பாதை போடப்பட்டிருக்கிறது. அது, தொடர்ந்து, மண்டபம் முழுவதும் உள்ள உட்சுவரைச் சுற்றி ஒரு குறுகலான பாதை வழியாகச் செல்லுகிறது. அதன்மீது 18 அடி உயரமுள்ள தட்டையான கூரை, எல்லாப் பக்கங்களிலும் 16 அடி அகலத்திற்குப் பரவியிருக்கிறது. மற்றொரு கோடியில் இறங்கி ஏறாமல் செய்யக்கூடிய இடைவெளி இருப்பது இந்த மண்டப அமைப்பில் முக்கியமாகக் கவனிக்கத்தக்கது. அதன் மேல்பகுதி, மண்டபத்தின் மேலே கூரை எழும்பி, அதற்கும் விமானத்திற்கும் இடையே இரண்டு அடுக்குக் கட்டிடம் போலத் தெரிகிறது. இடைவெளிக்குள் இரண்டு வரிசைகளில் சதுரமான பெரிய (மேடைதாங்கித்) தூண்கள் வரிசையாக நான்காக, உள்ளன, இந்த தூண்கள் சம இடைவெளிகளில் நிறுத்தப்பட்டிருப்பதால் மண்டபத்துக்கு மேலும் அழகு ஊட்டுகின்றன. இவற்றுக்குப் பின்னால் கர்ப்பக்கிரகம் கம்பீரமாகத் திகழ்கிறது.

விமானத்தின் உயரம் 160 அடி. எனவே, இது தஞ்சாவூர் அளவு உயரமாக இல்லை. ஆனால் இங்கும், விமானம் அந்தக் கோயில் முழுவதையும் கவரும்படியும் வழியில் செல்லுபவர் அனைவர்

மனத்திலும் பதியும்படியும் அமைந்திருக்கிறது. இங்கு ஏராளமான சிறு கோயில்கள் இருந்தன என்பது அண்மையில் நடந்த அகழ்வாராய்ச்சியால் தெரிகிறது. இந்த உட்கோயில்கள் இன்னும் ஆராயப்பட வேண்டிய நிலையிலேயே உள்ளன.[31] விமானத்தின் அடித்தளம், கர்ப்பக்கிரகத்தின் செங்குத்தான சுவர்கள், இவற்றின் உயரம் 35 அடி; தஞ்சாவூரைப் போல, இங்கும், இந்தச் சுவர்கள் மிகப் பெரிய பிதுக்கத்தால் இரண்டு மாடிகளாகப் பிரிக்கப்பட்டிருக்கின்றன. கிழக்குப் பக்கத்தில் மட்டுமே கதவுகள் உள்ளன. விமானத்தில் எட்டு நிலைகளே உள்ளன; தஞ்சாவூரில் போல 13 நிலைகள் இல்லை; கட்டிடத்தின் இந்தப் பகுதியில்தான் உள்ளத்தைக் கவரும் அழகுமிகு வளைவுகள் உள்ளன. இவை கட்டட அமைப்பு முறையில் உண்டான மாறுதல்களைச் சுட்டுகின்றன. இது கட்டடக் கலையின் புதிய சாதனை எனலாம். கோபுரத்தின் கோணங்களில் உட்குழிவான வரைவுகளிலும் அதன் பக்கங்களில் உள்ளே வைத்து மூடப்பட்ட வடிவு விளிம்புகளிலும் நெளிவுக் கோடுகள் போடப்பட்டிருப்பதைக் காணலாம். இவைதான், கங்கைகொண்ட சோழபுரக் கோயிலுக்குப் பெண்ணியல்பு ஊட்டுவன. உச்சிப் பகுதியில் இப்படி அழகுபடுத்தப்பட்டிருப்பது, பெண்கள் சீவிச் சிங்காரிப்பது போன்றது. கூடுகளின் நான்கு "சைத்தியங்கள்" பறவைகளின் இறக்கைகள் போல உள்ளன. ஒட்டு மொத்தமாகப் பார்க்கும்போது, முற்றிலும் பருவம் அடைந்த பெண்ணின் அழகை சோழர்களின் இந்த அரிய படைப்பில் நுகருகிறோம். (பெர்சின் பிரவுன்).[32]

தஞ்சாவூரைப் போல, இங்கும் மூலஸ்தானத்துக்கு அதே நிலையிலும் சம்பந்தத்திலும், சண்டிகேஸ்வரர் சந்நிதி இருக்கிறது. இது தவிர, அம்மனுக்கு ஒரு தனிக்கோயில் கட்டப்பட்டிருப்பது நம் கவனத்துக்கு உரியது. இறைவனுடைய கோயிலைவிட, அம்மன் கோயில்தான் தஞ்சாவூரைப் பின்பற்றிக் கட்டப்பட்டிருப் பதாகச் சொல்லலாம். மேலும், கங்கை கொண்ட சோழபுரத்தில் இறைவன் கோயில், அம்மன் கோயில் இரண்டுமே ஒரே காலத்தில் கட்டப்பட்டிருப்பதாகத் தெரிகிறது.

சோழர் கலையின் இறுதிக் காலத்தை ஆராய்வதற்கு முன், சில பொதுவான வளர்ச்சிகளை-முக்கியமாக அம்மனுக்குத் தனிக்கோயில் கட்டப்பட்டதை-ஆராய்வோம். தேவியை, தமிழில் அம்மன் என்று சொல்லுவார்கள். மூலத்தானத்து தெய்வத்தின் மனைவியாக, தேவியை (அம்மனை) அந்தக் கோயிலிலேயே வழிபடுவது மரபு. ஆனால், அவளுக்கென்று

தனிக் கோயில் கட்டுவது என்ற பழக்கம் முதல் தடவையாக முதலாம் இராஜேந்திரன் காலத்தில் ஏற்பட்டது. அப்போது, 'திருகாமக் கோட்டம்' என்ற பெயர் அம்மன் சந்நிதிக்கு வழங்குவதாயிற்று. கங்கை கொண்ட சோழபுரத்தில் இறைவன் கோயிலுடன் சேர்ந்து அதே காலத்திலோ அல்லது அதைத் தொடர்ந்து அதற்கு அடுத்தாற் போலோ அம்மன் கோயில் (கோட்டம்) உண்டாயிற்று. ஆனால், தஞ்சாவூரில் பெரிநாயகிக்கு உரிய கோயில் 13-ம் நூற்றாண்டில்தான் கட்டப்பட்டது.[33] தஞ்சை மாவட்டம், கண்டியூர் சிவன் கோயிலில் மங்களாம்பிகை சந்நிதியின் கிழக்குச் சுவரில் முதலாம் இராஜேந்திரன் கல்வெட்டு ஒன்று இருக்கிறது. அதில் அவன் காலத்திய மற்றொரு அம்மன் கோயில் குறிப்பிடப்படுகிறது. ஆனால் அக்கல்வெட்டில் சில குறைபாடுகள் இருப்பதால் அதை முக்கியமானதாகக் கொள்வதற்கில்லை.[34] முதலாம் இராஜேந்திரன் காலத்தில் 26-ம் ஆட்சி ஆண்டில் எண்ணாயிரத்தில் (தென் ஆர்க்காடு மாவட்டம்) ஏற்பட்ட கல்வெட்டு உட் கோயில்களின் பட்டியலில் துர்க்கை கோயில் தவிர, ஸ்ரீபட்டாரகியர் (பிடாரியார்) என்றுஅதைக் குறிப்பிட்டிருப்பது தனித்த அம்மன் கோயிலைப் பற்றியே இருக்கக் கூடும் என்று பெரும்பாலும் ஏற்கலாம்[35] பிற்கால ஆட்சிகளில் சோழப் பேரரசின் பல பகுதிகளிலும்[36] அம்மனுக்குத் தனிக் கோயில்கள் இருந்ததற்கும் புதுப்பித்துக் கட்டப்பட்டதற்கும் தெளிவான ஆதாரங்கள் இருக்கின்றன. மூன்றாம் குலோத்துங்கன் அவனுக்குப் பின் பட்டத்திற்கு வந்த மூன்றாம் இராஜராஜன், மூன்றாம் இராஜேந்திரன் ஆகியோர் கல்வெட்டுக்களின் ஆதாரத்தைக் கொண்டு[37] அவருடைய ஆட்சிக் காலங்களில் ஏற்கெனவே இருந்த கோயில்களுக்குத் திருக்காமக் கோட்டங்கள் சேர்க்கப்பட்டன, அல்லது புதிய கோயில்களில் திருக்காமக் கோட்டங்கள் பெரும் பணச் செலவில் அழகுபட நிர்மாணிக்கப் பட்டன என்றும், அது அந்தக் காலத்திய நடைமுறை வழக்காக இருந்தது என்றும் உறுதியாகத் தெரிகிறது. திரிபுவனத்தில் மூன்றாம் குலோத்துங்கனின் சமஸ்கிருதக் கல்வெட்டு இருக்கிறது. சிதம்பரம் நடராஜர் கோயில் தொகுதியிலுள்ள சிவகாம சுந்தரி கோயிலை அவன் அழகுபடச் செய்து புதிதாக கோபுரமும் தங்கத்தில் 'சுற்றாலை வளைவும்'[38] செய்து வைத்ததாகவும் அவனே அக் கல்வெட்டில் தெரிவித்துள்ளான்.

சோழர்களின் இறுதிக்காலத்தில் பல புதிய திருப்பணிகளும் அறக் கட்டளைகளும் ஏற்படுத்தப்பட்டு இறைவனுக்கும் அம்மனுக்கும் சமமான சிறப்பு அளிக்கப்பட்டது; பிற்காலத்திலும்

இந்தக் கொள்கை தொடர்ந்து நிலவியது. அம்மனின் கோயில் வழக்கமாக, மகாமண்டபத்தின் வடக்குப் பக்கத்தில் கட்டப்பட்டது அல்லது அதன் அருகே அம்மன் கோயிலின் நுழைவாயில் அமைக்கப்பட்டது. அல்லது அதன் ஒரு பகுதி, அந்த மண்டபத்திற்கு எதிரில் தெற்குப் பார்த்த வண்ணமாகக் கட்டப்பட்டிருந்தது. விதி விலக்காக, வேறு இடங்களிலும் கட்டப்பட்டது. சான்று: தஞ்சை மாவட்டம் வழுவூரில் வடக்குப் பகுதியின் வடமேற்கு மூலையில் அம்மன் கோயில் கட்டப் பட்டிருக்கிறது.

கோபுரங்களும் மண்டபங்களும்

வளர்ச்சி நிலைகளில் இதே தரத்தில் கோபுரங்களையும் மண்டபங்களையும் குறிப்பிடவேண்டும். இவை சோழர் காலத்தில் முக்கியத்துவம் அடைந்து, தொடர்ந்து பிற்காலத்திலும் அந்தச் சிறப்பைத் தக்க வைத்துக்கொண்டன. அடக்கமான ஒற்றைக் கோபுரம் கட்டுவது பல்லவர் காலத்திலிருந்து கோயில் அமைப்பின் அம்சமாக இருந்தது. இதற்கு எடுத்துக்காட்டாக, இடைக் காலத்திலும் ஆரம்ப காலச் சோழர் காலத்திலும் ஏற்பட்ட திருக்கட்டளை, மூவர் கோயில், எருமூர் ஆகியவற்றைச் சொல்லலாம். உத்தமச் சோழனின் 12-ம் ஆட்சி ஆண்டில் ஏற்பட்டதும் விருத்தாசலத்தில் (தென் ஆர்க்காடு மாவட்டம்) உள்ளதுமான ஒரு கல்வெட்டில்[39] அவனுடைய தாயார் செம்பியன் மாதேவி கட்டிய சீர்கோயில், ஸ்நபன மண்டபம், கோபுரம் பரிவார தேவதைகள் முதலியவற்றுக்குரிய சந்நிதிகள் உட்கோயில்கள் ஆகிய எல்லாம் அடங்கிய கோயில் தொகுப்புப் பற்றி விவரமாகச் சொல்லப்பட்டிருக்கிறது. தஞ்சாவூரில் இரண்டு பெரிய கற்கோபுரங்கள் உள்ளேயும் வெளியேயும் கட்டப்பட்டிருக்கின்றன. உட்கோபுரத்தின் பெயர் இராஜராஜன் திருவாசல்; வெளிக் கோபுரத்திற்கு கேரளாந்தகன் திருவாசல் என்று பெயர். இவை இரண்டு மூலஸ்தானமும் ஒரே காலத்தில் கட்டப்பட்டன. முழுவதும் கல்லாலான கோபுரங்களில் குறிப்பிடத்தக்க மற்றொன்று (வட ஆர்க்காடு மாவட்டம்) லட்டிகத்தில் நீலகண்டேஸ்வரர் கோயிலில் இருக்கிறது. சிறிய, அழகிய இக்கோபுரம் முதலாம் இராஜேந்திரன் (வரைபடம் VII, உருவம் 14) காலத்தியது. கட்டடங்கள், கோயில்கள் கட்டுவதில் ஆர்வம் காட்டிய சோழப் பேரரசர் பரம்பரையில் கடைசியாகக் குறிப்பிடத்தக்கவன் மூன்றாம் குலோத்துங்கன். திரிபுவனத்தில் உள்ள பெரிய கோயிலின் கோபுரம், கோபுரம் கட்டுவதில் சோழர் கையாண்ட முறையின் கடைசிக் கட்டம் ஆகும். (இந்தக் கோயிலைப் பற்றி இந்த

அதிகாரத்தில் விரிவாகச் சொல்லுவோம்). மேலே செல்லச் செல்ல சுருங்கும் ஐந்து மாடிகள் கொண்ட இந்தக் கோபுரம், சப்பணமிட்டு உட்கார்ந்த நிலையிலும் நீண்ட சதுர வடிவத்திலும் கட்டப்பட்டிருக்கிறது. நீண்ட சதுரமான கிரீவத்தின் மேல், வண்டிக் கூடு போன்ற சிகரம் இருக்கிறது. இரண்டு பக்கங்களிலும் கூடு-மூலைகள் உச்சியில் கலசங்களும் உள்ளன. மத்தியிலுள்ள விமானம்தான் இக்காலத்திய கோயில்களில் முதன்மையானது. அதனுடைய பெருமைக்கு எந்த அளவிலும் குந்தகம் ஏற்படாதவாறு கோபுரங்கள் கட்டப்பட்டிருக்கின்றன. இதற்கு முற்றிலும் மாறுபட்ட நிலைமையைப் பிற்காலப் பாண்டியர்களும் அவர்கள் பின்னோரும் விஜயநகர அரசர்களும் உண்டாக்கினர். சோழர்களுடைய விமானம் நிலைபேறு பெறுவதற்குமுன்னரே, பாண்டியர்கள் தங்கள் கோபுரங்களையும் சில இடங்களில் ஏற்படுத்திவிட்டனர். எனவே, சோழரின் விமானமும் பாண்டியனின் கோபுரமும் பிற்காலச் சோழர் காலத்தில் ஒன்றுடன் ஒன்று பொருந்துகிற பாணியை மூவேதூப்பராய் சுட்டிக்காட்டி சிதம்பரம், திருவண்ணாமலை, ஜம்புகேஸ்வரம் (1100-1350) கோயில்களில் பாண்டியர்கள் கட்டிய கோபுரங்களைச் சான்று தருகிறார். இவ்வாறே, கோயில் திட்டத்தில், அதாவது வரைபடத்தில், மண்டபம் என்பதையும் ஓர் இன்றியமையாத கூறாகச் சோழர்கள் கொண்டிருந்தார்கள். பிற்கால அரச வம்சங்கள்-குறிப்பாக விஜயநகர பேரரசர்களும் அவர்களுடைய சிற்றரசர்களான மதுரை நாயக்கர் முதலிய பலரும்-மண்டபத்திற்கு அதிக முக்கியத்துவம் கொடுத்தார்கள். சில சமயம், இது அளவு கடந்த ஆடம்பரமாகவும் தேவையில்லாத அளவு விரிந்தும் கோயில்களுக்குள் வெற்றிடங்கள் இல்லாமலும் செய்துவிட்டது. சில இடங்களில் இரண்டு மூன்று மாடிகளில் திருச்சுற்றாலைகள் கட்டப்பட்டதை நாம் ஒதுக்கி விட்டாலும் கூட, ஆரம்பத்தில் மூவர் கோயிலிலும் பிறகு தஞ்சையிலும் கங்கைகொண்ட சோழபுரத்திலும் உள்ள மகாமண்டபங்கள் பிற்காலத்தில் ஏற்பட்ட மிக விரிவான மண்டபங்களுக்கு வழிகாட்டியாகவும் முன்னோடியாகவும் அமைந்ததாகக் கொள்ளவேண்டும். முதலாம் இராஜராஜனின் நான்காம் ஆட்சி ஆண்டில் 40 மேல்பாடிக் கோயிலின் வடபுறத்தில் "அருள் மொழித் தேவன்" என்ற பெயரில் ஒரு மண்டபம் கட்டப்பட்டது. ஸ்நபன மண்டபங்கள் பெரிய அமைப்புகளாக இல்லாவிட்டாலும் கூட, கல்வெட்டுக்களில் நாம் கேள்விப்படுகிற கோயில்களிலுள்ள நிருத்த மண்டபங்கள், நடுத்தர அளவில் கட்டப்பட்டிருக்க வேண்டும். இவற்றில் சில மண்டபங்கள் பெரிய

அளவில் இருந்தன என்பது அவற்றில் அரசர்கள் (சுற்றுப் பயணங்களின் போது) சில நாட்கள் தங்கியிருந்தார்கள் என்பதிலிருந்தும் அரசருடைய அதிகாரிகள் விசாரணைசெய்ய நேர்ந்த முக்கியமான விவகாரங்களை விசாரிக்க நீதிமன்றங்கள் இந்த மண்டபங்களில் நடைபெற்றன என்பதிலிருந்தும் அறியலாம். இரண்டாம் குலோத்துங்கனின் ஆட்சியில், சிதம்பரம் கோயிலில் ஆயிரக்கால் மண்டபத்தில் சேக்கிழார் பெரியபுராணம் எழுதப்பட்டபோது அந்த மண்டபம் மட்டுமே கட்டப்பட்டது என்பது இதிலிருந்து ஊகிக்கத் தக்கது; சேக்கிழார் இருந்து வருவதற்கு நல்ல நிலையிலுள்ள ஒரு மண்டபம் இருந்திருக்கும் என்பது ஏற்கெனவே நிலைநாட்டப்பட்டிருக்கிறது.

பிற்காலச் சோழர்

சோழர்களின் பிற்காலத்தில் (1070-1250) கோயில் கட்டும் வேலை, வேகம் குறையாமல் தொடர்ந்து நடந்துவந்தது. ஆனால் சின்னஞ்சிறு கோயில்களை நாம் பொருட்படுத்தப் போவதில்லை. அவற்றை எண்ணி முடியாது. தவிரவும், ஒரு கோயிலைப் போலவே மற்ற கோயில்களும் இருக்கின்றன. மேலும், அவற்றில் பெரும்பாலானவை காலப்போக்கில் பல பாணிகள் சேர்ந்தமைந்த கட்டடக் கலையைப் பிரதிபலிக்கின்றன. பல காலக் கட்டங்களில் உண்டான கட்டடங்கள் ஒரு கோயிலுக்குள்ளேயே இருப்பதால், எது முதலில் ஏற்பட்டது, எது பிறகு ஏற்பட்டது என்பன யாருக்கும் எளிதில் புரியாத புதிராக இருக்கிறது. சோழர்கள் கட்டடக்கலை உருவானதன், முக்கிய அம்சங்களைக் காட்டுவதோடு புறக்கணித்துவிட முடியாத அளவு சிறந்து விளங்குவதாகவும் இருக்கிற இரண்டு பெரிய கோயில்களை மட்டும் சுருக்கமாகக் கவனிப்போம்.[41]

தாராசுரம்

முதலில் நம் கவனத்திற்கு உரியது தாராசுரத்திலுள்ள (தஞ்சாவூர் மாவட்டம்) ஐராவதீஸ்வரம் (படவரிசை VIII. உருவம்[15]). இந்தக் கோயில், இதைக் கட்டியபோது ஆட்சி செய்த இரண்டாம் இராஜராஜன் பெயரால் கல்வெட்டுக்களில் இராஜராஜேஸ்வரம் என்று சொல்லப்பட்டிருக்கிறது. ஆனால், மூன்றாம் குலோத்துங்கச் சோழனும் இந்தக் கோயிலில் புதிதாக பல திருப்பணிகளைச் செய்திருக்கிறான். ஆரம்பத்தில் பல கோபுரங்களுடன் கூடிய பிரகாரங்கள் இருந்ததாக தெரிகிறது. ஆனால் இப்பொழுது கோபுரத்துடன் கூடிய ஒரே ஒரு பிரகாரம் மட்டுமே இருக்கிறது. பொதுவான அமைப்பைப் பார்த்தால், தலைமைக் கோயிலும் அதன் நாயகமான பகுதிகளும்

தஞ்சாவூர்க் கோயிலைப் போன்றே உள்ளன. முதற் பகுதியில் தூண்களுடைய அக்ரமண்டபத்தின் மகாமண்டபம் புதிதாகச் சேர்க்கப்பட்டிருக்கிறது. தென் பக்கத்தில் அதனுடைய தாழ்வாரம் இருக்கிறது. தேர்க்கால்களை உடைய ஒரு ரதத்தை யானைகள் இழுப்பதுபோல ஒரு மண்டபம் கட்டப்பட்டு 'ராஜகம்பீரம் திருமணமண்டபம்' என்று அதற்குப் பெயரிடப்பட்டிருக்கிறது. இந்தக் கோயிலும் தஞ்சாவூர்க் கோயிலைப் போல 'மேரு' வகையைச் சேர்ந்து ஒரு பத்மகோசம் போல உருவாக்கப்பட்டிருக்கிறது. பொதுவாகப் பார்க்கும்போது, இந்தக் கோயிலுக்கும் இதற்கு முற்பட்ட தஞ்சாவூர் , கங்கை கொண்ட சோழபுரம் கோயில்களுக்கும் பல பொதுவான ஒற்றுமைகள் உண்டு. ஆனால், இந்தக் கோயில், ஒவ்வொரு பகுதியிலும் கற்சிற்ப வேலையில் உருவங்கள் அமைப்பதிலும் அளவு கடந்த பணமும் நேரமும் செலவிடப்பட்டு, கலைஞர்களின் திறமை வெளிப்படுத்தப்பட்டிருக்கிறது. பெரியபுராணத்தில் சொல்லப்பட்டிருக்கும் நிகழ்ச்சிகளைச் சித்திரிப்பதை முக்கியமாக இங்கே எடுத்துச்சொல்லலாம். இந்தச் சித்திரங்களைத் தூண்களின் பகுதிகளிலும் யாளி உருவத்திற்கு மேற்பட்ட பகுதியில் கர்ப்பக்கிரகத்தின் சுவர்களிலும் பார்க்கலாம். சுந்தரர் (சுந்தரமூர்த்தி சுவாமிகள்) வாழ்க்கை நிகழ்ச்சி இந்தக் கோயிலின் கல்லில் செதுக்கப்பட்டிருப்பதும் தஞ்சாவூரில் வண்ண ஓவியங்களாக சுவரில் எழுதப்பட்டிருப்பதும் ஒரே மாதிரி இருக்கின்றன. நாயன்மார்கள் வாழ்க்கையைப் புராணமாக சேக்கிழார் பாடியது எந்த அளவு மக்கள் மனத்தில் ஆழமாகப் பதிந்து, அவர்களுடைய ஒழுக்கங்களை உருவாக்க உதவிற்று என்பது இந்த இரண்டு படப்பிடிப்புக்களிலிருந்தும் தெரியவருகிறது.[43] மேற்பகுதி குழிவாகவும் உள்ள பிழம்புரு, பலகைக்குக் கீழே ஒரு இலச்சினைபோல இருக்கும். இது இக்காலத்தில் குப்புற அமைந்த தாமரைப்பூப் போல வளர்ச்சி அடைந்திருப்பதும் குறிப்பிடத்தக்க மாறுதல் ஆகும். இன்னும் பிற்காலத்தில் இது பல வரிசைகளாக அமைந்து பூவிதழ்களின் வட்டமான அடுக்குகளாக ஆயிற்று. மலர்ப் போதிகைகள் மதலை வடிவத்தில் உருவாயின. தஞ்சாவூர்க் கோயில் சுவர்களில் முதல் தடவையாக ஏற்பட்ட கும்ப பஞ்சரத்தின்கீழே உள்ள, கும்பப் பகுதியும் உச்சியிலுள்ள பஞ்சரப் பகுதியும் மேலும் உருமாற்றம் பெற்றன.

விமானத்தின் உயர் பகுதி, கூம்புமுனையாகச் சென்றும் ஐந்து நிலை மாடங்களாலானது, கீழே உள்ள இரண்டு மாடங்களும் அர்த்த மண்டபத்தை உள்ளடக்கி அதன்மேல் அமைந்தன. முதல் மாடியின் தளம், தாழ்வான கைப்பிடிச் சுவர்மீது வரிசையாக

சிறிய விமானங்கள் ஆரம் போன்று வைக்கப்பட்டிருக்கின்றன. சுவர், கைப்பிடிச் சுவர் ஆகியவற்றிலிருந்து துருத்திக் கொண்டிருக்கும் பகுதிகளில் பஞ்சரங்கள் உள்ளன. இரண்டாவது தளத்திலும் பஞ்சரத்தின் அமைப்பு இத்தகையதே. ஆனால், அதன் ஒரு பகுதியான அர்த்தமண்டபம் சுவர்களால் மூடப்பட்டு அந்தச் சுவர்களின் மூலைகளில், உச்சியில் வரிசையாக நந்தி உருவங்கள் வைக்கப்பட்டிருக்கின்றன. மூன்று, நான்கு, ஐந்தாம் மாடிகளில் இந்த முறையிலேயே பஞ்சரங்கள் உள்ளன; ஆனால் அவற்றின் பரப்பு கோயில் நடுவே மூல விக்கிரகம் உள்ள சந்நிதி அளவுதான், ஐந்தாம் நிலைக்கு மேலே, வட்டவடிவமான கிரீவமும், கேந்திரமான இடங்களில் மாடக்குழிகளும், மூலைகளில் வெளிப்புறமாகப் பார்த்துக்கொண்டிருக்கும் நந்திகளும், உச்சியில் வட்டமான சிகரம் வெளியே நடுப்பகுதியில் வெளியே புடைத்துக்கொண்டும் அடியில் சரிவாகவும் கட்டப்பட்டிருக்கிறது. உலோகத்தால் செய்யப்பட்ட ஸ்தூபியை இப்போது காணோம். அதன் நடு நாயகமான கம்பி மட்டும் இருந்த இடத்திலேயே இருக்கிறது. உச்சிப்பகுதி பெரும்பாலும் மூடப்பட்டு, சுதை வேலையால் பாழ்படுத்தப்பட்டும் இருக்கிறது. மூன்றாம் குலோத்துங்கனால் பொன்னால் வேயப்பட்ட பகுதி இதுவாகவே இருக்கவேண்டும்.

அக்ரமண்டபத்திற்கு வடக்கே (படவரிசை IX உருவம் 16), தாழ்வாரத்தைப் பார்த்தவாறு பார்வதி தேவிக்கு ஒரு உட்கோயில் இருக்கிறது. மண்டபத்திலும் தாழ்வாரத்திலும் உள்ள தூண்கள் சுவர்களில் பதிந்தும், பக்கவாட்டில் யாளிகள், யானைகள் ஆகியவற்றை அடித்தளமாகக்கொண்டும் இருக்கின்றன. பிற்காலங்களில் பெரிதும் பரவிய ஒரு இணைப்பு வகைத் தூண் அமைப்பு முறை, இங்கேதான் முதலில் தோன்றலாயிற்று. மகாமண்டபத்தின் தெற்குச் சுவருக்கு எதிரில் சரப அவதாரத்துடன் கூடிய சிவன் கோயில்[48] ஒன்று கட்டப்பட்டிருக்கிறது. இந்தக் கோயிலும் இரண்டு தளவரிசையான பீடம், உபபீடம் ஆகியவற்றுக்கு மேல் கட்டப்பட்டு முன்பக்கம் தூண்களுடன் கூடிய தாழ்வாரத்துடன் அமைந்திருக்கிறது. வளைந்த யாளிகளு டன் உள்ள கைப்பிடிச் சுவர்களை இருபுறமும் கொண்ட படிக் கட்டுக்கள் மூலம் கிழக்குத் திக்கிலிருந்து இந்த இடத்திற்கு வாயில் இருக்கிறது.

இங்கே குறிப்பிடத்தக்கது, பஞ்சரங்களில் மூன்று வகைகளில் சதுரம், நீண்ட சதுரம், சந்திரவட்டம், விரிவடைந்திருப்பது. மகாமண்டபம், அக்ரமண்டபம் ஆகியவற்றின் மீதுள்ள மொட்டை

மாடியின் (கூரையின்) முப்பங்களின் விளிம்புகளில் யாளி வடிவங்கள் உள்ளன, அவற்றின் மீது இந்தப் பஞ்சரங்கள் காணப்படுகின்றன. விஜயாலயச் சோழீசுவரத்திலும் சாளுக்கிய கோயில்களிலும் முன்மண்டபங்களில் இந்த இயல்புகளைப் பார்க்கலாம். ஐராவதீஸ்வரர் கோயிலின் தாழ்வாரத்தில் பஞ்சரங்கள் இருக்கவேண்டிய இடங்களில் நந்திகள் உள்ளன.

அக்ர மண்டபத்திற்கு எதிரில் சிறியதொரு நந்தி சந்நிதியும் பலிபீடமும் ஆரம்ப காலத் தஞ்சாவூர்ப் பாணியில் சதுரத் தூண்கள், சாய்கோண அமைப்புகொண்ட போதிகை கட்டைகள் மற்றும் படிக்கட்டுக்கள் பிற்காலத்திய கைப்பிடிச் சுவர்கள் ஆகியவற்றுடன் உள்ளன. மகாமண்டபத்துக்கு வடக்கே இருப்பது சண்டிகேஸ்வரர் கோயில். இது தஞ்சையிலும் கங்கைகொண்ட சோழபுரத்திலும் உள்ள சண்டிகேஸ்வரர் கோயில்களைப் போன்றது. முற்றத்தைச் சுற்றி, மூலஸ்தானப் பகுதி கட்டப்பட்ட போதே கட்டிய ஒரு பிரகாரத்தை ஆறு பரிவாரத் தேவதைக் கோயில்களுடன் காணுகிறோம்.

ஊடுவகைக் கோயில்களிலிருந்து பிரிந்து தனியே, அவற்றுக்கு வடக்கே, தேவநாயகி என்ற உள்ளூர்ப் பெயருடன் பார்வதி தேவிக்கு மற்றுமொரு கோயில் இருக்கிறது (படவரிசை X-உருவம் 18). இது மூலஸ்தானக் கோயில் போன்றே அமைந்து, இரண்டு தளங்களைக் கொண்ட விமானத்துடன் திகழ்கிறது. மாடக்குழிகளிலுள்ள தேவி திருவுருவங்களின் இயல்புகளில், இது பிற்காலத்துத் திருக்காமக் கோட்டங்களுள் ஒன்றாகக் கருதப்படுகிறது. ஒரு வேளை மூன்றாம் குலோத்துங்கன் இதைக் கட்டியிருக்கக்கூடும். வெளிக்கோபுரம் இப்போது பாழ்பட்ட நிலையில் இருக்கிறது. காலியாக உள்ள அதனுடைய மாடக்குழிகளில் இருக்கும் கல்வெட்டுக்களிலிருந்து அவற்றில் ஒரு காலத்தில் இருந்த கடவுளரின் இறைவன், அன்னைமார்- இவ்வாறு 36 பெயர்கள் நமக்குக் கிடைக்கின்றன.[44] இரண்டு தளங்களுடன் உள்கோபுரம் எஞ்சியிருக்கிறது.

தஞ்சாவூரிலும் கங்கைகொண்ட சோழபுரத்திலும் சோழர் களுடைய கோயில் கட்டடப் பாணி முழுவடிவம் பெற்றுத் சீருடனும் சிறப்புடனும் விளங்கிய காலத்திற்குச் சோழர்களுடைய பிற்காலத்தில் ஏற்பட்ட பெரிய கோயில்-தொகுதிகளுக்கும் இடைப்பட்ட காலத்தில் நிலவிய பாணிக்கு குறிப்பிடத்தக்க எடுத்துக்காட்டாக தாராசுரம் கோயிலைக் கருதலாம்.

திரிபுவனம்

திரிபுவனத்து, கம்பஹரேஸ்வசரர் கோயில் கல்வெட்டுக்களில் திரிபுவன ஈஸ்வரம் என்று சொல்லப்பட்டிருக்கிறது. கர்ப்பக்கிரகம், கோபுரம் ஆகியவற்றின் சுவர்களில் அவன் ஆட்சிக் காலத்தில் ஆண்டு குறிப்பிடப்படாமல் பொறிக்கப்பட்டுள்ள கல்வெட்டின் சமஸ்கிருதப் படியை ஆதாரமாகக்கொண்டு, இது மூன்றாம் குலோத்துங்கனால் கட்டப்பட்டது என்று தெளிவாகத் தெரிகிறது (X, உருவம் 19), சோழ அரசன் ஒருவன், ஒரு பிராமணனைக் கொன்ற பாவத்தால் துன்பப்பட்டு அவனுடைய உடம்பு முழுவதும் ஆடிக்கொண்டிருந்ததாம். அந்த நடுக்கம் அல்லது கம்பத்தைக் கடவுள் போக்கியதால் அந்த இறைவனுக்கு கம்பஹரேஸ்வரர் என்று பெயர் உண்டானதாக மரபுக்கதை வழங்கிவருகின்றன. அக்ரமண்டபம், நுழைவாயிலுள்ள தாழ்வாரம் ஆகியவை உள்பட, தாராசுரம் கோயிலுக்கும் பல ஒற்றுமைகள் உண்டு. அடித்தளத்தில் சுவருடன் ஒட்டிய தூண்களில் கொடிக்கருக்கு வேலை காணப்படுகிறது. இடைவெளிகளில் பரத நாட்டிய முத்திரைகளும் மேளம் தவில் ஆகியவற்றின் பக்கவாத்தியக்காரன் உருவங்களையும் காணலாம். பிற இடங்களில் போல இங்குள்ள யாளிகள், சிங்கங்கள், யானைகள் ஆகியவற்றின் மீது சவாரி செய்பவர்கள் உள்ளனர். கோயில் தூண்களின் சதுரப்பலகை, தாராசுரத்திலும் ஏனைய பிற்காலச் சோழர் கோயில்களிலும் போல மென்மையாக இருக்கிறது. ஆனால் இந்தப் பலகை பல்லவர், தஞ்சாவூர் உட்பட முற்காலச் சோழர் ஆகியோர் கோயில்களில் கனமாகவும் பிரமிக்கத்தக்க வகையிலும் இருக்கிறது. மலர்ப் போதிகையும் மணி வடிவத்தில் பலஸ்தரமாகவும் இரு பக்கங்களிலும் மதலைகளுடன் கூடியதாகவும் காணப்படுவது ஒரு புதிய போக்கு. ஐராவதீஸ்வரக் கோயிலை நோக்க, இது போதிகை அமைப்பில் பெரிய மாறுதல் ஏற்பட்டதைப் புலப்படுத்துகிறது. கபோதம் மற்றும் கூரையின் பிற பகுதிகளில் மர வேலைப்பாட்டில் முன்னைய விரிவான வேலைப்பாடுகளை, தச்சர்கள் அப்படியே பின்பற்றியிருப்பதைப் பார்க்கிறோம். கர்ப்பக்கிரகத்தின் வெளிப்புறச் சுவர்களின் மத்திய வளைகுடாக்களின் இரு பக்கங்களிலும் உள்ள இடைவெளிகளில் (ஜாலகம் என்ற பெயருடைய) நீண்ட சதுரச் சன்னல்கள்-இருபக்கங்களிலும் ஓரளவு சுவரில் புதைந்த தூண்களுடனும் மேலே தோரண வளைவுடனும் உள்ளன.

விமானம் மேலே செல்லச் செல்லச் சுருங்கும் ஆறு தளங்களை உடையது. தாராசுரத்திலும் தஞ்சாவூரிலும் போல, இங்கேயும்

கீழ் இரு நிலை மாடங்களும் அர்த்த மண்டபத்தின் உயரத்திற்கு உள்ளன. முதல் மாடியில் நடுநாயகமான பஞ்சரத்தில் மாடக் குழியின் இரு பக்கங்களிலும் சுவரை ஒட்டி வட்டமாகவும் கனமாகவும் உள்ள தூண்கள் இருப்பது யாரையும் கவரத்தக்கது. இவற்றின் உச்சியில் ஒரு கூடு இருக்கிறது. பல்லவர் காலத்திலிருந்து, உடையார்குடி அனந்தேஸ்வரம் போன்ற ஆரம்ப கால சோழர் கோயில்கள் வரை இந்த இலச்சினை காணப்படுகிறது. கொடும்பாளூர் மூவர் கோயில், புஞ்சை நற்றுணை ஈஸ்வரன் கோயில் ஆகியவற்றிலும் இதைப் பார்க்கலாம். வெளியே நீட்டிக் கொண்டிருக்கும் பஞ்சரங்களுக்கு இடைப்பட்ட பகுதிகளில் சிறு சந்நிதிகளின் பிம்பங்கள் உள்ளன.வட்டமான கிரீவமும் கூண்டு போன்ற சிகரமும் செங்கல், சுண்ணாம்பு ஆகியவற்றால் ஆனவை போலும், எஞ்சிய பகுதியெல்லாம் வெட்டுக்கல்லால் கட்டப்பட்டது.

மகாமண்டபத்திலும் அர்த்த மண்டபத்திலும் சுவரை சார்ந்துள்ள முக்கிய தூண்கள் சதுரமான அடித்தளத்தையும் உச்சியின் நான்கு மூலைகளிலும், நாகப்பட இலச்சினைகளையும் கொண்டுள்ளன. உச்சி மூலைகளில் எட்டுப்பட்டையான தண்டுகள் தோன்றுகின்றன. அவற்றின் வேலைப்பாட்டிலும் எட்டுப் பட்டை அமைப்புப் புலனாகிறது. சுவர்களின் மேல் பூச்சிலிருந்து நீண்டிருக்கும் மாடக் குழிகளுக்குச் சுவரை சார்ந்த தூண்கள் சதுரமான அடித்தளத்துடனும் நாகப்படங்களுடனும் உள்ளன. ஆனால் இவை குட்டையான தூண்களாகவும் எட்டுப் பட்டைக்குப் பதிலாக 16 பட்டைகள் கொண்டதாயும் இருக்கின்றன. வேறு சில மாடக்குழிகளுக்கு அருகேயுள்ள தூண்களில் போதிகைக் கட்டைகள் கிடையாது. தூண்களுக்கு மேலேயே தோரண வளைவுகள் உள்ளன.

அக்ர மண்டபத்திற்குத் தெற்கேயுள்ள தாழ்வாரம் ஐராவதீஸ்வரர் கோயிலில் இருப்பது போன்றதே. சிங்கம், யானை ஆகியவற்றை அடித்தளமாகக்கொண்ட தூண்களுக்குப் பதிலாக எளிய முறையிலான தூண்கள் உள்ளன. தாழ்வாரமே, பல சக்கரங்களுடன் கூடிய தேர் வடிவமானது. படிக்கட்டுக்கு முன்னால் இரண்டு யானைகளும், கிழக்கே கைப்பிடிச் சுவரும் உள்ளன. ஊடக அச்சுக்களுக்கு. மூர்க்கமான சிங்கங்கள் வலுவை அளிக்கின்றன. கழற்றி மாட்டக்கூடிய சக்கரங்களைக் காணோம். தாழ்வாரத்திற்கு மேற்கு, பழங்காலத்து சோமாஸ் கந்தர் சந்நிதி சதுரமான தூண்கள், பூவிதழ், போதிகை ஆகியவற்றுடன்- இருக்கிறது. ஐராவதீஸ்வரத்தின் சரபர் சந்நிதி போன்று

மகாமண்டபத்தின் தெற்குச் சுவரில் நீட்டிக்கொண்டிருக்கும் பகுதியில் ஒரு குறுநில மன்னனின் உருவம் சுதை வேலையாகச் செய்யப்பட்டிருக்கிறது.

வடக்கே, வாயிலருகே உள்ள தேவி கோயிலும் விமானத்திற்கு வடக்கேயுள்ள சண்டிகேஸ்வரர் கோயிலும், மூலஸ்தானம் கட்டப்பட்ட காலத்தியவையே. ஐராவதீஸ்வரத்தில், விமானம் கட்டப்பட்டதற்கு முந்திய காலத்தின் சில இயல்புகள் இருக்கின்றன. ஆனால் இங்கு சண்டிகேஸ்வரர் கோயிலின் அதன் வளர்ச்சியைப் பார்க்கிறோம். பத்மதளத்தின் மீது அதிஷ்டதானம் கட்டப்பட்டிருக்கிறது. அரை வட்ட வடிவமான குமுதம்,மலர்ப் போதிகைகளும், வடிவம் நீங்கி எட்டுப்பட்டையாக ஆன பலகையும் இருக்கின்றன.

பல வகை சிலைகள் நிறைந்த கலைக்கூடமாக இந்தக் கோயில் விளங்குகிறது. இரண்டு கோபுரங்களுள், உட்கோபுரம் உச்சியில் சேதமடைந்து சீரழிந்துவிட்டது. வெளிக் கோபுரம் முழுமையாக உள்ளது. கோயிலுக்குப் பின் பக்கத்தில் மேற்கில் மற்றொரு கோபுரம் அழிவடைந்த நிலையில் சின்னாபின்னப் பட்டுக் கிடக்கிறது, இவையெல்லாம் தஞ்சாவூர்க் கோபுரம் போல நீண்ட சதுர வடிவில் சம்மணம் காட்டி உட்கார்ந்தது போல உள்ளன. இவற்றுள் எதையும் மூன்றாம் குலோத்துங்கனுக்குப்பிறகு இரண்டாம் பாண்டியப் பேரரசு காலத்தில் பாண்டியர் எழுப்பிய பிரம்மாண்டமான கோபுரங்களுடன் ஒப்பிட முடியாது. பெரிய விமானமுடைய சோழர் பாணியிலமைந்த கோயில்களுள் இக்கோயிலே இறுதியானது என்றே கூறலாம்.

இந்தோ-சீனா போன்ற தூரக் கிழக்கு நாடுகளில் சோழருடைய கலைப் பாணி பரவிய வரலாறு இங்கே நமது கவனத்தை ஈர்க்க வல்லது. ஆனால் இதைப் பற்றி இங்கு சுருக்க மாகத்தான் விளக்க முடியும். சீனாவுடனும் மற்றும் இந்தோ-சீனாவிலுள்ள இந்துமத சார்புள்ள ராஜ்யங்களுடன் சோழ சாம்ராஜ்யம் வணிகத் துறையில் நெருங்கிய உறவு கொண் டிருந்ததை நாம் ஏற்கெனவே சுட்டியுள்ளோம். அங்கோர் வாட்டிலுள்ள கோயில்களிலுள்ள கலைக்கும் தஞ்சாவூர், கங்கை கொண்ட சோழபுரத்திலுள்ள கோயில்களிலுள்ள கலைக்கும் பரஸ்பர தொடர்பை நம்மால் காணமுடிகிறது. அவற்றிற்கிடையே கலை சிந்தனையும் செய்முறையும் ஒருங்கே அமைந்தது போல் காணப்படுகின்றன. மேலும் கோயில் கலை வளர்ச்சியில் இக் கோயில்கள் ஒரே காலகட்டத்தில் உருவாகியவை. பர்மோஸாவுக்கு எதிரிலுள்ள சுவான் சூ என்று தற்போது வழங்கும் பழைய

சைட்டான் என்னும் ஊரிலுள்ள 13-ம் நூற்றாண்டைச் சேர்ந்த கோயிலில் சோழர் கட்டிடப் பாணியும் சிற்பப் பாணியும் இருப்பதை, ஆனந்த குமாரசாமி 45 என்னும் அறிஞர் கண்டுபிடித்துள்ளார். அக்கோவிலின் வெளிபீடங்களில் கிருஷ்ணனின் லீலைகளையும் சிவபிரானின் திருவிளையாடல்களையும் சித்திரிக்கும் சிற்பங்கள் அங்குள்ளன. (XI, உருவங்கள் 20-A,B,C) தென்னிந்திய கலையின் வரலாற்றில் சரிவரத்தெரியாத ஒரு பகுதியைப் பற்றி ஒரு விரைந்த கண்ணோட்டமாக இது விளங்குகிறது.

சிற்பம்

கல்லில் புராணக் கதைகளை உயிரோட்டமாக வடிப்பதில் பல்லவக் கல்தச்சர்கள், கலையும் உலகும் வாழும் வரை நிலவும் படியான புகழைப் பெற்றுவிட்டார்கள். எண்ணத்தில் தெளிவு, கிருஷ்ணனை கோவர்த்தன-தாரனாக அல்லது மகிஷாசுரனுடன் போரிடும் துர்க்கையாக உருவகப்படுத்துவது ஆகிய தொகுப்புக்களில் காட்டும் உறுதி, கங்கையைப் பகீரதன் கொண்டு வந்தது அல்லது அர்ஜுனன் தவம் ஆகிய மாமல்லபுரத்துச் சிற்பங்கள் உலகத்தில் கலை வளர்ந்த வரலாற்றில் பல பக்கங்களுக்கு இடம்பெறத்தக்கன. மாமல்லபுரத்தில் ஆதிவராக குகையில் சின்ன விஷ்ணு, முதலாம் மகேந்திரவர்மன், அவர்களுடைய அரசிமார் ஆகியோரைக் கல்லில் செதுக்கிக் காட்டியிருக்கிறார். அவை அவ்வளவு அற்புதமாக வடிக்கப் பட்டிருக்கின்றன. மாமல்லபுரத்திலுள்ள ஏனைய வேலைப்பாடு களை இவை விஞ்சிவிட்டன. பல்லவர்களைப்போல, கல்லில் புடை சிற்பக் கூறுகள் காட்ட சோழர்கள் முயலவில்லை. அவர்கள் காலத்தின் போக்கும் வேறு. ஆழ்வார்களும் நாயன்மார்களும் பெரிய அளவில் செல்வாக்குப் பெற்று, அவர்களிடம் மக்களுக்கு ஈடுபாடு ஏற்பட்ட காலம் சோழர்காலம். எனவே, புராணக் கதைகளின் நிகழ்ச்சிகளைக் காட்டிலும் பலவகை வழிபடு தெய்வங்களையே-பெரும்பாலும் முழு வடிவில்-செதுக்குவதிலேயே சோழர் காலத்துக் கலைஞர்கள் கவனம் செலுத்தினார்கள். கதையை கல்லில் காட்ட அவர்கள் முயன்றபோது, சிறு அளவில்தான் அதைச் செய்தார்கள். சான்று: கும்பகோணம் நாகேஸ்வரத்தில் ஆறு அங்குலம் நீளமும் நான்கு அங்குலம் அகலமும் உள்ள பரப்பில் செதுக்கியிருக் கிறார்கள். திரிபுவனத்தில் கம்பஹேஸ்வரர் கோயிலில் இராமாயணச் சிற்பங்கள் இரண்டு அடி நீளத்திலும் ஒரு அடி அகலத்திலும் செதுக்கப்பட்டன, இதைவிடப் பெரிய சிற்பம் சோழர் காலத்தில் செதுக்கப்படவில்லை. கல்லில் உருவப்படமாக வடிப்பதில் பல்லவர் காலக் கலைஞர்களுக்குச் சோழர் காலக் கலைஞர்கள்

சளைத்தவர்கள் அல்லர் என்பதையும் நினைத்தால் அவர்களாலும் முடியும் என்பதையும் ஸ்ரீநிவாச நல்லூரிலும் கும்பகோணம் நாகேஸ்வரத்திலும் காட்டியிருக்கிறார்கள். ஆனால், தொடர்ந்து இத்தகைய வேலைகளை அவர்கள் செய்யவில்லை. ஆனால், பெரிய அளவில் உலோகங்களை வார்க்கும் கலையில் அவர்களுக்கு ஒப்பாரும் மிக்காரும் இல்லை என்ற நிலையைச் சோழர்கள் ஏற்படுத்திக்கொண்டிருக்கிறார்கள்.

கல்சிற்ப வகைகள்

கட்டடக்கலையில், கல்சிற்பத்திற்கு இரண்டாவது இடம்தான் இருந்தது. சுவர்கள், தூண்கள், அடித்தளங்கள், கூரைகள் முதலிய கோயில் பகுதிகளை அழகுபடுத்த, கல் சிற்பக்கலை பயன்படுத்தப் பட்டது. சுவர்களில் நிறைய வெற்று இடம் கிடப்பதை, சோழக் கல்தச்சர்கள் விரும்பினார்கள். ஏராளமான படங்களை, உருவங்களைச் செதுக்கி, சுவர் இருப்பதுகூடத் தெரியாமல் செய்துவிடும் முறை அவர்களைக் கவரவில்லை. யானைத் தந்த வேலை அல்லது பொற்கொல்லர் வேலை போன்ற நுணுக்கமான அலங்கார வேலைகள் செய்யவும் அவர்கள் முயலவில்லை. கனமான பாறைகளில் முரட்டுத்தனமான வேலைகளைத்தான் செய்தார்கள். அக்காலத்து உலோக விக்கிரங்களிலும் இந்தத் தன்மைகளையே ஓரளவு பார்க்கிறோம். உருவப் படங்கள், விக்கிரங்கள், கல்சிற்ப அலங்காரம் ஆகிய மூவகை வேலைகளே சோழர் காலத்தில் முக்கியமாகச் செய்யப்பட்டன. உருவங்களைக் கல்லில் செதுக்குவது மிக அருமை. பிற்காலத்தில் அது கைவிடப்பட்டது. கல்சிற்பமாகச் செதுக்கப்பட்ட பல உருவங்கள் எந்த அரசர், முனிவர் அல்லது மதத் தலைவரின் படம் என்பது குறிப்பிட்ட கல் சிற்பத்திலிருந்து சொல்லுவதற்கு இப்போது ஆதாரங்கள் யாதும் இல்லை. சோழர் காலத்துக் கற்சிலைகளில் முக்கியமானவை; சைவ சமய உருவங்களே. சோழர்கள் சைவ சமயத்தில் அழுத்தமான பற்றுக் கொண்டவர்கள். எனினும் ஒரு சில அழகான வைணவ, சமண கல் திருவுருவங்களும் செதுக்கப்பட்டன என்று முடிந்த முடிவாகச் சொல்லுவதற்கில்லை.[46] நல்லவேளையாக இதைப் பற்றி பாட நூல்களோ, சட்டதிட்டங்களோ இல்லை. இவ்வகையில் சோழர்களுடைய கல்தச்சுக்கலை இயந்திரங்களிலிருந்தும் விதிகளிலிருந்தும் விடுதலை பெற்றிருக்கிறது. அலங்கார வேலைகளாகப் பின் வருவன வற்றைக் குறிக்கலாம்-கட்டடக்கலை இலச்சினைகள், பூ, மரம் முதலியன, விலங்குகள், பறவைகள் ஆகியவற்றின்

உருவங்கள், பக்கவாத்தியங்களுடன் புராணக் கதைகள் எண்ணி முடியாத கோயில்களிலுள்ள ஏராளமான கற்சிற்பங்களையெல்லாம் இங்கே ஆராய்வது என்பது இயலாது. மேலே கண்ட ஒவ்வொரு வகைக்கும் பொருத்தமான, முக்கியமான சில சான்றுகளை மட்டும் காட்டுவோம். முதலாம் இராஜராஜன் காலத்தில் ஏராளமான கல்வெட்டுக்களில் மிக விவரமாக எடுத்துச் சொல்லப்பட்டிருக்கிற, தஞ்சாவூர் கோயிலைச் சேர்ந்த அழகான வெண்கலச் சிலைகளை இப்போது காண இயலவில்லை என்பதையும் நாம் இங்கே குறிப்பிட வேண்டும்.

மனித உருவங்கள்

இந்திய கல் சிற்பக்கலையில், இன்ன உருவம் இன்னாருடையதுதான் என்று ஆதாரமாகச் சொல்லக்கூடிய நிலை மிகக் குறைவு. சோழர்களின் கல்சிற்பக் கலையிலும் இந்தக் குறைபாட்டைக் காணுகிறோம். பிற்கால நூலாக இருக்கக்கூடிய **சுக்ர நீதிசாரம்**[47] இதற்கான அடிப்படைக் காரணம் சொல்லப்படுகிறது. “ஓர் இறை உருவம் அழகில்லாமல் இருந்தாலும் அதனால் மனித சமுதாயத்திற்கு நன்மை ஏற்படுகிறது. ஆனால் மனித உருவம் எவ்வளவு சிறப்பாக அமைந்தாலும் அதனால் ஒரு நன்மையும் ஏற்படப் போவதில்லை.” என்பது ஒரு பழைய வாசகம். உயிருள்ள ஓர் ஆளைப் பார்த்துக் கல்லிலே வடிக்க விரும்பிய போதும்கூட, உயிருக்கு உயிராகப் பிரதிபலிக்காமல் அந்தப் படைப்பு பழைய சிற்பம் ஒன்றின் படிவமாகிவிடுவதும் உண்டு. ஆரம்பகாலச் சோழர் நிலையின் இந்தத் தன்மைக்கு முக்கியமான சில விதிவிலக்குகள் உண்டு. உயிரோட்டமுள்ள ஒரு வழியும் இல்லை. ஸ்ரீநிவாசநல்லூர் கொரங்கநாதன் கோயில் சுவர்களில் இரண்டு பெண்டிர் ஓர் ஆடவர் (XII, உருவங்கள் 21-23) ஆகிய மூவர் உருவங்கள் மிகவும் சின்னா பின்னப்படுத்தப்பட்டிருக்கின்றன. கும்பகோணம் நாகேஸ்வரர் கோயிலில் ஆடவர், பெண்டிர் உருவங்கள் (உருவங்கள் 24-29) மிக நல்ல முறையில் பேணப்பட்டு ஏறத்தாழ ஓர் ஆள் உயரத்தில் இருக்கின்றன. கும்பகோணம் கல் சிற்பங்களைப் பற்றி அஜீத்கோஷ்[48] பின்வருமாறு சொல்லுகிறார்: “பல்லவக் கலைஞர்களுக்கும் அவர்களுடைய தத்துவ ரீதியான, கொள்கை வடிவமான திட்டமிட்ட கண்ணோட்டத்திற்கும் முற்றிலும் மாறுபட்ட நிலையில் இந்தச் சிற்பங்களில் சோழர் காலத்துக் கலைஞர்களைப் பார்க்கிறோம். வெளித்தோற்றத்தில் ஒரு பல்லவ அரசனும் கடவுளும், ஒரு பல்லவ அரசியும் அம்மனும் ஒரே மாதிரியாகத்தான் செதுக்கப்பட்டிருக்கிறார்கள். அதில் வேறுபாடு கிடையாது.

ஆனால் இந்த சோழக் கலைஞர்களுக்கு வாழ்க்கையைப் பற்றியும் அழகைப் பற்றியும் ஒரு புதிய சுவையும் தெளிவும் பிறந்திருக்கின்றன. இவர்கள் படைத்திருக்கும் சோழ அரசிகள் கவர்ச்சியாயும் உண்மையாகவே மனித வடிவங்களாயும் பெண்ணின் பெருமையை முழுவதுமாகக் காட்டும் பொலிவான உறுப்புக்களை உடையவர்களாயும் வாழ்க்கையை அனுபவிக்க விரும்புபவர்களாகவும் இருக்கிறார்கள். இந்தக் கோயிலின் மாடக்குழிகளிலுள்ள சிலைகளுக்குக் கூட இந்த மனிதாபிமான தன்மை பொருந்தும். மரபு வழிவந்த சில இயல்புகளைப் படைத்திருக்கிறார்கள். தென்னிந்தியக் கலைக்குச் சோழர்கள் வழங்கிய சிறந்த கொடை இந்த மனிதாபிமானமே." தென்னிந்தியக் கலையில் வேறு எந்தக் கட்டத்திலும், சோழர் காலத்தில்கூட, இவற்றிற்கு இணை இல்லை என்று சொல்லுமாறு, கும்பகோணம் கல்சிற்பங்களுக்குச் சில தனிச்சிறப்புக்கள் உண்டு. அவை யாவன: தங்கு தடையில்லாத எளிய முத்திரைகள், ஒவ்வொரு உருவத்தின் இயல்புகளிலும் வேற்றுமைகள், அழகுக்கு எடுத்துக்காட்டாக நிற்கும் பாணியில் ஒரு சிறப்பான கூறு, குறிப்பாகக் கண்கள், வாய் ஆகியவற்றிலும் பொதுவாக முகபாவனையிலும் வேற்றுமை எளிதாக எடுத்துக் காட்டும் கலைத்திறமை ஆகியவை. இந்த வடிவங்கள் எந்தக் கல்லில் செதுக்கப்பட்டனவோ அதிலிருந்து தனியாகப் பிரித்து எடுக்கப்படாத போதிலும் வேலைப்பாட்டின் திறமையால் அவை நமக்குத் தனியாகத் தெரிகின்றன பொதுவாக இந்த உருவங்களெல்லாம் முகச் சாயலைக் காட்டும் வகையிலேயே உள்ளன. விதிவிலக்காக இங்கேயும் ஸ்ரீநிவாசநல்லூரிலும் முழு உருவங்கள் (முன் பக்கங்கள்) காட்டப்பட்டிருக்கின்றன. முக பாவத்தைக் காட்டுவதே சாலச் சிறந்தது என்பதை அவை வலியுறுத்துகின்றன. உடை, பெண்களின் தலைமுடி அலங்காரம், ஆடவரும் பெண்டிரும் அணிந்துகொண்டிருந்த நகைகள் ஆகியவற்றை இந்தச் சிற்பங்களில் கூர்ந்து பார்த்தால் அக்காலத்தினது சமுதாயத்தின் உயர்மட்டத்தில் இருந்தவர்களின் வாழ்க்கை முறையை நாம் நேரில் பார்ப்பதுபோல இருக்கிறது. இந்தச் சிற்பங்கள் அரசர்கள், அரச குடும்பத்தார் ஆகியோரின் படப்பிடிப்புக்களாக இருக்கக்கூடும். மிக உன்னிப்பாகக் கவனித்தால் ஒரு சில தவறுகள் தெரிகின்றன. ஒரு பெண்ணின் உருவத்தில் அவள் கை விரல்களின் குறைபாடுகள். மற்றொன்றில் அவளுடைய மார்புக்கு மேற்பட்ட பகுதியில் உள்ள பிழைகள், மூன்று சிற்பங்களிலுமே பாதங்களின் அமைப்பில் குறைபாடுகள்

உள்ளமை முதலியன. ஆனால் மொத்தத்தில் பார்க்கும்போது முதலாம் இராஜராஜன், இராஜேந்திரன் ஆகியோர் காலத்தில்தான் சோழர்களின் கல்சிற்பக்கலை வானோங்கி இருந்த கருத்தை மாற்றிக்கொள்ள வேண்டும். ஸ்ரீநிவாசநல்லூரிலும் கும்பகோணத்திலும் உள்ள இந்தக் கல்சிற்பங்கள், முதலாம் இராஜராஜன் பட்டம் ஏறியதற்கு ஒரு நூற்றாண்டுக்கும் முந்தியன. இவைபோன்ற சிற்பங்கள் இந்தக் காலத்துக்கு முற்பட்டதாகவோ பிற்பட்டதாகவே ஏற்படவில்லை.

சோழர் காலத்தில், ஆரம்பத்தில், உறுதியாக ஆண்டு குறிப்பிடக்கூடிய உருவம், திருக்கற்றளிப் பிச்சனுடையது (உருவம் 30) இவன், கி.பி.932-ல் திருவாவடுதுறையில் 49 ஒரு கல் கோயில் கட்டினான். ஓரடி உயரத்தில் இவன் உருவத்தை இக்கோயிலின் மூலஸ்தானத்தின் தென் சுவரில் வெட்டப்பட்டிருக்கிறது. அவனுக்குப் பக்கத்தில் தனியே, அந்தக் கற்கோயிலில் கோயில் கொண்டிருக்கும் இறைவனிடம் ஈடுபாடு உடைய இளைய திருநாவுக்கரையன் என்பவனின் சிற்பம் செதுக்கப்பட்டிருக்கிறது.[50] காலப்போக்கினால் இவைகள் சீர்குலைந்திருப்பினும், இந்த இரண்டு பேர்களின் உருவ அமைப்புக்களும் அவர்கள் காட்சி தரும் பாணிகளும் 10-ம் நூற்றாண்டில் கலைஞர்கள் வடித்த முகச்சாயல்கள் உயிர்த்துடிப்புடன் இடது கை அருகே ஒரு விபூதிப்பை தொங்குகிறது. மற்றொரு பக்தனின் விபூதிப்பை பக்கத்திலுள்ள பலகையில் வைக்கப்பட்டிருக்கிறது.[51]

தன்னுடைய அழகால் மற்றவர்களை வென்றுவிடக் கூடிய ஒரு பெண்ணின் அழகான் வெண்கலப் படிமம் (XV, உருவம் 31) அமெரிக்கத் தலைநகரான வாஷிங்டனின் ஃபிரீயர் கலைக்கூடத்தில் பாதுகாக்கப்பட்டிருக்கிறது. இப்படத்தை வெளியிட்டுள்ள ஏ.கே. குமாரசாமி, இது இலட்சுமி, பார்வதி அல்லது செம்பியன் மாதேவி போன்ற ஓர் அரசின் உருவத்தைப் பிரதிபலிப்பதாக[52] இருக்கலாம் என்று கருதுகிறார். ஆரம்பகாலச் சோழ வெண்கல வார்ப்புக் கலைக்கும் அதைப் படைத்தவர்களின் சாமுத்திரிகா லட்சண அறிவுக்கும் இதைச் சிறந்த சான்றாகக் கொள்ளலாம். மனிதச் சிலையா என்று சந்தேகிக்கக்கூடிய வேறு சில படைப்புக்களைப் பார்ப்போம்.

முதலாம் இராஜேந்திரன் காலத்தில் மனித உருவமாகப் படைக்கப்பட்டது என்று தெரிவது காளஹஸ்திக் கோயிலில் உள்ள அழகிய வெண்கலத் திருமேனி மட்டுமே. இது முதலாம் இராஜராஜனின் அரசியான சோழ மாதேவியைக் குறிப்பது (XV, உருவம் 32). இந்தத் திருமேனியின் காலமும் இது

யாருடையது என்ற அடையாளமும் இதன் அடிப்பகுதியிலுள்ள கல்வெட்டு வாசகத்தால் தெரிகின்றன. இராஜேந்திரச் சோழனின் உத்தரவுப்படி நிச்சப் பட்டழகன் என்ற வெண்கல வார்ப்புக்கலை வல்லுநனரால் செய்யப்பட்டதாக அது குறிப்பிடுகிறது.[53] மனித உருவமாகச் சிறந்து விளங்குவதோடு அழகிய எடுத்துக்காட்டாக அக்காலத்துக் கலையை விளக்கும் இந்தப் படைப்புத் தென்னிந்திய உலோகத் திருமேனிகளுள் காலம் வரையறுக்கப்பட்ட முதலாவது திருமேனியாகும்.

விவரம் பொறிக்கப்பட்ட சிறியதோர் உலோகச் சிலையில் (உருவம் 33) வலது கையில் ஈட்டியும் இடது கையில் தன் நெஞ்சு உயரத்தில் கடகமுத்திரையும் உடைய ஒரு பையன் காணப்படுகிறான். இது மூன்றாம் குலோத்துங்கனின் உருவம். திருக்காளத்தியிலுள்ள காளத்தி உடையார் கோயிலுக்கு உடைய நம்பி என்பவர் இதை நன்கொடையாக வழங்கியிருக்கிறார்.[54] அவன் அரசப் பதவி ஏற்ற காலத்தில் இது செய்யப்பட்டிருக்கலாம். இந்த உருவத்தில், ஏராளமான நகைகள் அணிந்துகொண்டு இளமை முறுக்கோடு பையன் திகழ்கிறான். ஒரு சோழ அரசனின் காலத்திலேயே அவனது படிமம் செய்யப்பட்டது என்பது இதுமட்டுமே எனத் தெரிகிறது. இதன் காலம் கி.பி.1180-ம் அளவாகப் பெரும்பாலும் இருக்கலாம்.

ஸ்ரீனிவாச நல்லூரிலிருந்து ஒரு கற்சிலையும் தென் ஆர்க்காடு, தஞ்சாவூர், மாவட்டங்களிலிருந்து இரண்டு உலோகத் திருமேனிகளும், நாம் மேலே கூறிய, பெண் உருவம் போல மனித வடிவமோ, இறை வடிவமோ என்று சொல்லத்தக்கவாறு இரு திறத்தின் எல்லைக்கோட்டில் அமைந்திருக்கிறது. ஸ்ரீனிவாச நல்லூர்ச் சிலை (உருவம் 35) கொரங்கநாதன் கோயிலில் வடக்குச் சுவரின் மாடக்குழியில் இருக்கிறது. மற்ற மாடக் குழிகளில் இருக்கும் கல் சிலைகளைவிட இந்தக் கல் விக்கிரகம் நன்றாகப் பாதுகாக்கப்பட்டிருக்கிறது; ஆனால், இது இருக்கும் இடமும் அஞ்சலி செலுத்தும் வகையில் கைகளைக் கூப்பியும் நிற்கும் நிலை ஆதிசண்டேசுவரரை நினைவூட்டுகின்றது.[55] தென் ஆர்க்காடு மாவட்டம் திருநாமநல்லூரிலுள்ள வெண்கலச் சிலை மலாடுடையார் நரசிங்க முனைய தரையருடையதாகக் கருதப்படுகிறது. அவர் சுந்தரமூர்த்தி சுவாமிகளை ஆதரித்தவர். அது பல காரணங்களுக்காகப் பக்தர்களைப் பெரிதும் கவர்ந்திருக் கின்றன. கோடிக் கரையிலுள்ள (தஞ்சாவூர் மாவட்டம்) கோலக மகரிஷி (படம் 34) என்னும் சைவ சமய ஆச்சாரி

யாரைக் குறிக்கும் படிமமும் அரசர், சமய குரு ஆகியோரைக் குறிப்பவற்றுள் சிறப்பு மிக்கவையாகும்.

படிமங்கள்

முதலாவது கற்சிற்பங்களைப் பற்றியும், பின்னர் உலோகப் படிமங்களைப் பற்றியும் இப்பகுதியில் காணலாம். பொதுவாக சோழர் காலத்தில் சைவ சமயத் திருவுருவங்களே அதிகமாக உள்ளன. எனவே வைணவ சமயப் படிமங்களைத் தனியாகக் கூறாது, காலவரையறையை ஒட்டி அவற்றைச் சைவத் திருவுருவங்களுடன் விளக்கிக் கூறுவது சரியாகும். இத்தகைய பொதுப்படையான வரலாற்றிலிருந்து வாசகர்கள் படிம இயல் பற்றிய செய்திகளை அறிவதைக் காட்டிலும், கலை பற்றிய தனிப்பட்ட தொகுப்புகளிலிருந்தும். புகைப்படங்களிலிருந்தும் அறிந்துகொள்வதே சாலச் சிறந்ததாகும்.

புதுக்கோட்டையிலுள்ள திருக்கட்டளை (படம் 37) கொடும்பாளூர் (படம் 38) ஆகிய கோயில்களின் தேவ கோட்டங்களில் இடம்பெற்றுள்ள இரு வீணாதர தக்ஷிணாமூர்த்தி சிற்பங்களைப் பற்றிய செய்திகளுடன் தொடங்குவோம். இவற்றில் வீணையின் அமைப்பு, அவை வைக்கப்பட்டுள்ள முறை ஆகியவை குறிப்பிடத்தக்கதாகும். ஆனால் திருக்கட்டளை யிலுள்ள சிற்பத்தினைக் கொடும்பாளூரிலுள்ள திரிபுரசுந்தரியுடன் (படம் 39, 40) ஒப்பிட்டு நோக்கும்போது, இச்சிற்பம் திரிபுராந்தகரைக் குறிப்பதாக இருக்க வேண்டுமெனக் கூறலாம். கொடும்பாளூரிலுள்ள மற்றொரு அர்த்தநாரிச்சுவரர் சிற்பம், தற்போது சிதைந்த நிலையில் காணப்பட்ட போதிலும் கலைத்திற மையும் , ஆண் பாதியினின்றும் பெண் பாதியினை வேறுபடுத்தும் சிறப்பினை உடையதாகவும் காணப்படுகிறது. பொதுவாக அர்த்தநாரிச்சுவரர் சிற்பங்களில் ஆண் பகுதி இரு கரங்களுடனும் அவற்றுள் ஒன்று எருதுவின் மீது வைக்கப்பட்டும் மற்றொன்று சூலம் அல்லது வேறு படைக்கலனைக் கொண்டும் பெண்பாதி ஒரு கரத்தினைப் பெற்றும் விளங்கும்.ஆனால் கொடும்பாளூர் சிற்பத்தில் மொத்தம் இரு கரங்களே காணப்படுகின்றன. கிருஷ்ண சாஸ்திரி அவர்கள் திருவதியிலுள்ள (தஞ்சாவூர் மாவட்டம்) வழக்கத்திற்கு மாறுபட்ட அமைப்புடைய சிற்பம் ஒன்றின் வரைபடத்தினைத் தம் புத்தகத்தில் கொடுத்துள்ளார். இதில் வலது பகுதி பெண்ணாகவும், இடது பகுதி ஆணாகவும் ஆண்பகுதி இடுப்பில் ஒரு கையை வைத்துள்ள பாணியிலும் அக்கையின்

முழங்கை எருதுவின் தலையினை ஒட்டினாற் போல் காணப்படுகிறது.[56] சீனிவாச நல்லூர் கொரங்கநாதர் கோயில் தற்போது சிதைந்த நிலையிலுள்ள அழகிய நின்ற கோலத்திலுள்ள சிவனது சிற்பம் ஒன்றும் (படம் 44), மரத்தின் கீழமர்ந்த நிலையில் விலங்குகள், சீடர்கள், தேவர்கள் முதலியோர் சூழப்பெற்றுள்ள தக்ஷிணாமூர்த்தி சிற்பம் ஒன்றும் காணப்படுகின்றன.

திருவாலீஸ்வரம் சிற்பங்கள்

திருவாலீஸ்வரத்திலுள்ள (திருநெல்வேலி மாவட்டம்) சிவன் கோயில் முதலாவது இராசராசன் காலத்திற்கு முற்பட்ட முற்காலச் சோழர் சிற்பங்களைக்கொண்ட அரிய கலைக் கருவூலமாகத் திகழ்கிறது. விமானத்தில் காணப்படும் பஞ்சரத்திலுள்ள தேவ கோட்டங்களிலும் அவற்றிற்கிடைப்பட்ட பகுதிகளிலும் சிவனது பல்வேறு திரு உருவங்கள் அமைக்கப்பட்டுள்ளன. எடுத்துக் காட்டாக, தென்புறத்தின் நடுப்பகுதியில் நடராசரும் (படம் 48), அதன் இடப்புறத்தில் ரிஷபாரூடரும், கங்காதரரும் (படம் 47); வலப்புறத்தில் வீரபத்திரரும், தேவியும் காணப்படுகின்றனர். மேற்புறத்தில் விஷ்ணுவையும், பிரம்மனையும் இருமருங்கிலும் கொண்ட லிங்கோத்பவரும், இதற்கு வலப்புறத்தில் கால ஹரமூர்த்தி, கிராத மூர்த்தி ஆகியோரும், இடதுபுறத்தில் யோக தக்ஷிணாமூர்த்தியும், உமாசஹிதரரும் (படம் 49) காணப்படுகின்றனர். வடபுறத்தின் நடுப்பகுதியில் கஜாலி மூர்த்தியும் (படம் 50), இதன் வலதுபுறத்தில் சண்டே சானுகிரக மூர்த்தி, சுகாசன மூர்த்தி (படம் 51) ஆகியோரும், இடது புறத்தில் சோமாஸ்கந்தரும், இன்னாரென அறிந்துகொள்வதற்கியலாத மற்றொரு சிற்பமும் இடம் பெற்றுள்ளன. வேறொரு இடத்தில் வழக்கம் போல மூன்று கரங்களுடைய அர்த்தநாரிச்சுரர் சிற்பமும், நந்தி, கணம் ஆகியவற்றுடன் கூடிய நின்ற கோலத்திலுள்ள சோமாஸ்கந்தர் (?) சிற்பமும் (படம் 46) காணப்படுகின்றன. இடது கையில் புத்தகத்துடனும், வலதுகை சிதைக்கப்பட்டும் உள்ள (ஞான முத்திரையைக் குறித்திருக்க வேண்டும்) காவேரிப்பாக்கத்து தக்ஷிணாமூர்த்தி சிற்பம் (படம் 52) திருவாலீஸ்வரத்திலுள்ள யோக தக்ஷிணாமூர்த்தி சிற்பத்தையும், முன்பு கூறப்பட்ட புதுக்கோட்டையிலுள்ள இரு வீணாதர தக்ஷிணாமூர்த்தி சிற்பங்களை ஒத்திருப்பது குறிப்பிடத் தக்கதாகும்.

பிற சிற்பங்கள்

முற்காலச் சோழர் சிற்பங்களுள் வீரட்டானேஸ்வரர் கோயிலில் தன் தலையினைப் பலிகொடுக்கும் அடியவரை இடதுபுறமும், வழிபடும் மற்றொருவரை வலதுபுறமும் கொண்டதாக அமைக்கப்பட்ட எண்கரக் கொற்றவை சிற்பமும், தென்னார்க்காடு மாவட்டத்தைச் சார்ந்த ஒலகபுரத்திலுள்ள விஷ்ணு கோயிலில் காணப்படும் விஷ்ணு, அவரது தேவியர் ஆகியோரது சிற்பங்களும் சிறப்பு வாய்ந்தவையாகும். தஞ்சைப் பிரகதீஸ்வரர் கோயில், கங்கை கொண்ட சோழபுரக் கோயில் ஆகியவற்றின் சுவர்களில் ஈர்க்கக் கூடிய கலைத்திறனுடன் உருவாக்கப்பட்ட எண்ணிறந்த சிற்பங்களுள் சிலவற்றை மட்டும் இங்கு காண்போம். முதலாவதாகக் குறிப்பிடத்தக்கவை தஞ்சையிலுள்ள சரஸ்வதி (அல்லது லலிதா) (XXIII, படம் 54) கங்கை கொண்ட சோழபுரக் கோயிலின் கருவறையின் தென்புறத்திலுள்ள அழகுமிக்க நடராஜர் (XXII, படம் 55) முதலியனவாகும். அடுத்து சிறப்புமிக்கது அரியரர் (படம் 56) சிற்பமாகும். கங்கை கொண்ட சோழபுரக் கோயிலின் வடபுறத்திலுள்ள சண்டேசானுக்கிரக மூர்த்தி (படம் 57) பல கலை ரசிகர்களாலும் எழுத்தாளர்களாலும் போற்றப்பட்டதாகும். இச்சிற்பத்தையும் திருவாலீஸ்வரத்திலுள்ள சிற்பத்தையும் (படம் 51) ஒப்பிட்டு நோக்கும்போது, திருவாலீஸ்வரம் சிற்பத்தில் பார்வதியின் காலுக்குக் கீழ்ப்பகுதியில் நந்தி ஒன்று காணப்படுவது குறிப்பிடத்தக்கதாகும். வடக்குச் சுவரில் காணப்படும் காமாந்தகர் (படம் 58) சிற்பத் தொகுதி சிறப்பம்சம் வாய்ந்ததாகும். இத்தொகுதியில் பார்வதி தவம் செய்வதுபோலவும், சிவன் யோக நிலையில் அமர்ந்தும், இந்திரன் ஏவலின்படி காமனும், ரதியும் சிவனது யோகத்தினைக் கலைக்கப் பறந்துசெல்வது போலவும் செதுக்கப்பட்டுள்ளதைக் காணலாம். இக்கோயிலில் தனிப்பட்ட தேவகோட்டமொன்றில் விஷ்ணுவும், அவரது இரு தேவியரும் (படம் 59) இடம்பெற்றுள்ளனர். கங்கை கொண்ட சோழபுரக் கோயிலின் மகாமண்டபத்தின் மேற்குப் பகுதியில் ஏழு குதிரைகள் இழுத்துச் செல்வது போன்ற அமைப்புடைய கமல - யந்திரச் சிற்பம் உள்ளது. (படம் - 60). இதில் சூரியனது திரு உருவம் காணப்படவில்லையெனினும், மேற்பகுதியில் தாமரை மலர் ஒன்று சூரியனைக் குறிப்பதாக விளங்குகிறது. சோழர்காலச் சிற்பங்களைப் பற்றிய குறுகிய இவ்விளக்கத்தின் இறுதியாக தாராசுரத்தில் உள்ள கங்காளமூர்த்தி (படம் 61), உமை, ஸ்கந்தர் ஆகியோருடன் கூடிய கஜசம்ஹார மூர்த்தி (படம் 62) முதலியவற்றுடன் முடித்துக் கொள்வோம்.

செப்புப் படிமங்கள்

'செப்புப் படிமங்கள்' என்னும் சொல் எந்தெந்த உலோகங்கள், எந்தெந்த அளவில் சேர்த்து வார்க்கப்பட்டிருப்பினும், பொதுவாக உலோகத் திருவுருவங்களைக் குறிப்பதற்குப் பயன்படுத்தப் படுவதாகும். சோழர் காலத்து உலோகத் திருமேனிகள் மிக்கவாறும் 'சிரே பெர்டு' (Cire Perdu) என்னும் முறையில் வார்க்கப்பட்டவை யாகும். தஞ்சையிலுள்ள சில கல்வெட்டுகள் திடமாகவும் (Solid), உள்ளீடுள்ளதாகவும் (hollow) உள்ள உலோகத் திருமேனிகளை வார்ப்பது பற்றிய செய்திகளைக் கொண்டுள்ளன.

மேலும் இக்கல்வெட்டுக்கள் சில படிமத் தொகுதிகள் பற்றிய செய்திகளை, குறிப்பாக சைவ சமய வாழ்க்கை வரலாற்றைச் சித்திரிப்பதாக உள்ள செய்திகளைக் கொண்டுள்ளன. ஆனால் இக்கல்வெட்டுக்களில் குறிப்பிட்டுள்ள படிமங்கள் தற்போது எஞ்சி நிற்கவில்லை. தென்னிந்தியாவின் பல்வேறு பகுதிகளில் தற்போது காணப்படும் உலோகத் திருமேனிகள் பண்டைக் காலத்து வார்ப்புக் கலையின் சிறப்பினை எடுத்துக்காட்டுவனவாகத் திகழ்கின்றன. இவற்றுள் பல்வேறு வகைப்பட்ட நடராசர் திருவுருவங்கள் சோழர் காலப் படிமங்களுள் முதன்மையானவை. இத்தகைய படிமங்கள் உலகத்தின் பல்வேறு கலைக்கூடங்களில் மட்டுமன்றி, தென்னிந் தியாவிலுள்ள பல கோயில்களில் இன்றளவும் வழிபாட்டிலுள்ளன. இதுவரை புகைப்படம் எடுக்கப்படாத நாகேஸ்வரர் கோயிலுள்ள நடராசர் படிமமும், உலோகத் திருமேனிகளுள் பெரியதாகவும், சிறப்பு வாய்ந்ததாகவும் திகழ்கிறது. இங்கு தஞ்சையிலுள்ள நடராசர் படிமமும் (படம் 63), நல்லூரிலுள்ள காளிகா தாண்டவத்தைக் குறிக்கும் படிமமும் (படம் 67) கொடுக்கப் பட்டுள்ளன. மேலும் திருவாலங்காட்டிலிருந்தும் (சித்தூர், படம் 65), வேளாங்கண்ணியிலிருந்தும் (தஞ்சாவூர், படம் 64) கொணரப்பட்டு தற்போது சென்னை அருங்கலைக் கூடத்தில் இடம் பெற்றுள்ள படிமங்களும் இங்கு குறிப்பிடப் பட்டுள்ளன. சோழர் காலக் கலைத் திறமைமிக்க சிற்பிகள் உருவாக்கிய இந்நடராசர் படிமங்களையும், அப்படிமத் தத்துவத்தினையும் உலகப் புகழ்பெற்ற தற்கால சிற்பியுமான ரோடின் போன்றோர் வியந்து பாராட்டியுள்ளனர். குரோசெட் என்பவர் பின்வருமாறு குறிப்பிடுகிறார்:

நடராசர்

"நடராசர் திருவுருவத்தில் நெருப்புச் சுவாலையுடன் கூடிய திருவாசி (பிரபா மண்டலம்) காணப்படினும், இல்லையெனினும் உலகம் என்ற வட்டத்தினுள் அவர் தாள அமைதியுடன் நடம் புரிகிறார். அவரது வலக்கையால் அடிக்கப்பெறும் உடுக்கையின் ஒலியால் உலகத்திலுள்ள உயிர்களனைத்தையும் அசைவுறச் செய்து, தம் நாட்டியத்திற்கியைப ஆட்டுவிக்கிறார். காற்றினில் பறப்பது போன்று காணப்படும் அவரது சடாமுடிகள், அண்டத்தில் அதிவேக சுழற்சியினையும், பொருட்களை ஆக்கிப் பின்னர் இறுதியில் அழிப்பதனையும் குறிக்கிறது. அவரது இடதுகையிலுள்ள நெருப்பு உலகங்களை அழிக்கும் சக்தியுடையது. இறந்தவர்களது உடலின் மீது ஆடும் நடனத்தையுடைய இவ்விறைவனது ஒரு கால் முயலகனை மிதித்திருப்பினும், அவரது வலதுகை அபயம் அளிப்பதாக உள்ளது. நடராசர் படிமங்கள் பல புன்னகை தவழும் முகத்துடன் திகழ்கின்றன. அவர் வாழ்விலும்-சாவிலும், மகிழ்ச்சியிலும்-துன்பத்திலும் சிரித்த வண்ணமாயிருக்கிறார். இத்தகைய தத்துவத்தினை நோக்கும்போது எல்லாப் பொருட்களும், அவற்றின் விளக்கங்களும் இதனுள் அடங்குகின்றன. இங்கு கலை என்பது தத்துவத்தினை விளக்கும் ஒன்றாகத் திகழ்கிறது. இத் திருவுருவங்களில் பல கைகள் இருப்பதால் , அவற்றை முதன் முறையாகப் பார்க்கும்போது சற்று குழப்பம் ஏற்படலாம். ஆனால் அவற்றின் உட்கருத்தை நோக்கும்போது, இறைவன் மகிழ்ச்சிப் பொங்க ஆடும் நடனத்தினையும், வாழ்வு, இறப்பு என்பதனையும், ஆக்கல், அழித்தல் என்ற அவரது திருவிளையாடல்களை உணர்த்தும் தத்துவங்களாக விளங்குகின்றன. இதில் இறைவனது இடது கை ஒன்று கஜஹஸ்த முறையில் தொங்கவிடப்பட்டிருப்பது இயற்கையான எழிலுடன் திகழும் இந்நடராசர் திருமேனியினைப் பின்புறமிருந்து நோக்குங்கால், உலகைத் தாங்கும் உறுதி படைத்த தோள்களும் 'ஜோவினை'ப் (Jove) போன்ற கம்பீரமான உடல் பகுதியும், நிலைபெறும் தன்மை உறுதி, கம்பீரம் முதலியவற்றை எடுத்துக் காட்டுகின்றன. நாட்டியமாடும் நிலையில் உள்ளதால் வளைந்த கால்கள் வேகமாக இயங்கிக்கொண்டிருக்கும் இயக்கத்தினைக் குறிப்பனவாகத் திகழ்கின்றன."

சிவனது பிற திருவுருவங்கள்

அண்மையில் திருவெண்காட்டிலிருந்து இரு கரங்களுடைய சிவன், அவரது தேவி, ஆகியோரது முற்காலச் சோழப் படிமங்கள் (படம் 68) நமக்குக் கிடைத்துள்ளன. கங்கை கொண்ட

சோழபுரத்திலுள்ள நாற்கர ரிஷபாரூட சிவன், புதுக்கோட்டைக் கலைக்கூடத்தில் காணப்படும் அமர்ந்த நிலையிலுள்ள (சுகாசனம்) மற்றொரு படிமம் (படம் 70) முதலியனவும் குறிப்பிடத்தக்கவையாகும். இவற்றுள் முதலாவது படிமம் முற்பட்ட சோழர் காலத்தையும் சார்ந்தவையாகும். மகாபாரதத்தில் இடம் பெற்றுள்ளதும், பாரவியால் பாடப்பட்ட கிராதார் ஜுனியம் என்னும் கதை அக்காலத்தில் மிகவும் சிறப்புற்றிருந்திருக்கிறது. இதில் வரும் நிகழ்ச்சிகள் மகாபலிபுரம் முதலிய இடங்களில் சிற்பங்களாகவும், தென்னிந்தியாவின் பல பகுதிகளிலுள்ள கோயில்களில் படிமங்களாகவும் விளங்குகின்றன. இவற்றில் சிவன் நின்ற கோலத்தில், ஒரு கையினில் அம்பினையும் மற்றொரு கையினில் வில்லினையும் கொண்டுள்ளார். சிதம்பரத்திற்கு அருகில் உள்ள திருவேட்களத்திலுள்ள கிராதமூர்த்தி படிமம் (படம் 71), பிரபா மண்டலத்துடன் வலதுகை சற்று மேலாகத் தூக்கி வில்லைப் பிடிப்பது போன்று காணப்படுகிறது. இப்படிமம் பல்லவர் காலத்தைச் சார்ந்ததெனக் கருதப்பட்டது.[57] ஆனால் இதனை முற்காலச் சோழராட்சிக்கு முன்னர் உருவாக்கப் பட்டதென்று கூறுவதற்குரிய காரணங்கள் எதுவும் இல்லை. ராதா நரசிம்மபுரத்திலுள்ள (தஞ்சாவூர் மாவட்டம், படம் 72) சற்று பிற்காலத்தைச் சார்ந்த மற்றொரு அழகிய படிமத்தின் இரு புகைப்படங்கள், சடாமகுடம், அணிகலன்கள் முதலியவற்றைப் பெரிதுபடுத்தி இங்கு கொடுக்கப்பட்டுள்ளன.

திருவாடுதுறையிலுள்ள (தஞ்சை மாவட்டம், படம் 73) பிரபா மண்டலத்துடன் திகழும் ஆலிங்கன மூர்த்தியின் திருவுருவ அமைப்பு, ஆடை, அணிகலன்கள், தலையலங்காரம் முதலியன நன்கு ஆய்வதற்குரியவையாகும். சிவன் பிரம்மனது தலையினைக் கொய்ததால் ஏற்பட்ட பாவத்தினைப் போக்க, ஆடையின்றிப் பிச்சை ஏற்றுத் திரியும் பிக்ஷாடனார் வரலாறு தமிழகத்தில் பரவியிருக்கிறது. தாருகாவன முனிவர்களது மனைவியருள் வசிட்டரது மனைவியாகிய அருந்ததியைத் தவிர, பிற முனிபத்தினியர் ஆடையின்றி அலையும் சிவனது அழகில் மயங்கியதாகக் கூறும் இக்கதையின் அடிப்படையில் கல்லிலும், உலோகத்திலும் பிக்ஷாடனார், கங்காளர் முதலிய திருவுருவங்கள் படைக்கப்பட்டுள்ளன. திருநாம நல்லூரிலுள்ள (படம் 74) பிக்ஷாடனார் படிமம் அழகும், கலைத் திறமையும் உடையதாகவும் உள்ளது. திருச்செங்கோட்டிலுள்ள (சேலம் மாவட்டம் படம் 75) சற்று பிற்காலத்தைச் சார்ந்த படிமத்தில் இறைவனுக்கு வலப்புறத்தில் மானும், இடதுபுறத்தில் பலி பாத்திரத்தைச் சுமந்து வரும் கணமும் சிறந்த வேலைப்பாடுடன் காணப்படு

கின்றன. திருநாமநல்லூர் படிமத்தின் மேற்புற இடது கையில் பிரம்ம கபாலத்தைத் தவிர, பிற கைகளில் வேறு எவையும் காணப்படவில்லை. சிவன்-பார்வதி ஆகியோரது மைந்தனாகிய ஸ்கந்தன் அல்லது சுப்ரமண்யன் என அழைக்கப்பெறும் கடவுள், முருகன் என்ற பெயரில் தமிழ்க் கடவுளெனவும், தமிழகத்திலேயே இது தோன்றியது எனவும் கூறப்படுகிறது. இருப்பினும் இது ஆரிய-ஆரியர்களுக்கு முந்திய பண்பாட்டுக் கலப்பின் அடிப்படையில் தோன்றியிருக்க வேண்டுமெனவும் கருதப்படு கிறது. இக்கடவுளைக் குறிக்கும் திருவுருவங்களில் முற்காலச் சோழர் கலைப்பாணியில் உருவாக்கப்பட்ட திருவிடைக்கழி யிலுள்ள (தஞ்சாவூர் மாவட்டம், படம் 76) படிமமும், திருவரங்குளத்தில் உள்ள பிற்காலத்தைச் சார்ந்த படிமமும் (படம் இங்கு கொடுக்கப்படவில்லை) சிறப்பு மிக்கவையாகும். திருவரங்குளம் படிமத்தில் “முருகன் தனது தேவியருடன் தலைக்குப் பின்பகுதியில் வட்ட வடிவமான பிரபையுடனும்” அவரது வாகனமாகிய மயிலுடனும் திகழ்கிறார். மேற்கூறப்பட்ட இரு படிமங்களையும் ஒப்பிட்டு நோக்கும்போது, முதலாவது படிமம் ஒரு தலையுடன் நான்கு கரங்களையுடையதாய், அவற்றில் உரிய படைகலன்களைக்கொண்டு கலைத்திறமை மிக்கதாக விளங்குவதைக் காணலாம்.

அடுத்து நம் கவனத்தை ஈர்ப்பவை (திருநெல்வேலி மாவட்டம்) சேரன் மாதேவியில் ஒரு பாழடைந்த கோயிலுள்ள நான்கு வைணவத் திருவுருவங்கள்; இவை எல்லாமே ஆரம்பகாலச் சோழர்களின் செப்புத் திருமேனிகள்.[58] இவற்றில் விஷ்ணுவின் சிலைகள் இரண்டு (77, 78); ருக்மணியின் சிலை (இது 79-வது உருவமாக இருக்கலாம் (?)) என்று அஜித்கோஷ் கருதுவது, ஒன்று; கடைசி உருவம் லட்சுமியினுடையது (உருவம் 80) விஷ்ணுவின் உருவங்கள் இரண்டிலும் உடல், செம்மையான சமநிலையில் ஒரு பத்ராசனத்தின் ஆதரவுடன் பத்மாசனத்தில் அமர்ந்த வாலும் சமபங்கக் காட்சியைக் காணுகிறோம். கைகளிலுள்ள அடையாளங்கள், காட்டப்படும் அபிநயங்கள் ஆகியவற்றில் இரண்டு திருவுருவங்களும் வேறுபாடே இல்லை, அவற்றுள் பெரிய உருவம் எளிதான முறையிலும் கலைத் துணிவுடனும் செய்யப்பட்டிருப்பதால், இது முதலாம் இராஜேந்திரன் காலத்தியதாக இருக்கலாம். அதன் உயரம் 3 அடி 2 அங்குலம்; தென்னிந்தியாவில் காணப்படும் விஷ்ணுவின் வெண்கலத் திருமேனிகளில் இதுவே மிகப் பெரியது. ருக்மணியின் உருவமும் (ஒருவேளை அதுவும் லட்சுமியின் உருவமே (?)) மிகவும் எளிய தன்மையால் கூறப்பெற்றது; அது மேலே தெரிவித்த

தஞ்சாவூர், சரஸ்வதியின் கல் சிலை, இப்போது நாம் குறிப்பிட்ட லட்சுமியின் வெண்கல விக்கிரகம் ஆகியவற்றுக்கு முற்பட்டதாக இருக்க வேண்டும். ருக்மணி, லட்சுமி இரண்டும் திரிபங்க முறையில் கம்பீரமாக நின்ற திருமேனியாக உள்ளன. அவை ஆரம்ப காலத்தில் திருவுருவங்களாதலால், அவற்றில் கச்சபந்தம் இல்லை. ருக்மணியின் இடது காலும் லட்சுமியின் வலது காலும் சற்று வளைந்திருக்கின்றன. இந்தப் பாவனைகளுக்கு ஏற்ப, உடலின் ஏனைய பகுதிகளின் அமைப்புக்களிலும் வேறுபாடு காணப்படுகிறது. "லட்சுமி, ஒல்லியான உருவமும் இளமையான தோற்றமும் உடைய தேவி; ருக்மணி, உருண்டு திரண்ட வாட்ட சாட்டமானவள்; தாய்மைத்தன்மை உடையவள். இரண்டும் தெய்வத் தன்மை பொருந்தியதாகப் பாராட்டப்படுவதில் மிகை ஒன்றும் இல்லை" என்று இந்த உருவங்களைப் பற்றி சொல்லப்பட்டிருக்கிறது. இந்த நான்கு வெண்கலத் திருவுருவங்களின் காலத்தைப் பற்றி இதே அறிஞர் சொல்லுவதாவது; "ருக்மணி சிலைதான் காலத்தில் முந்தியது; அடுத்தது, புன்சிரிப்புடன் கூடிய விஷ்ணு; அதன் பிறகு லட்சுமி; விஷ்ணுவின் பெரிய உருவம், எல்லாவற்றையும் விடப் பிந்தியது; இந்த விக்கிரகங்கள் அனைத்துமே கி.பி.875-க்கும் 1032-க்கும் இடைப்பட்டன." ஆனால் இந்தக் காலத்துக்குள் அவற்றின் கால வரிசையை அவ்வளவு உறுதியாகச் சொல்லுவதற்கில்லை. திருக்கடையூரிலிருந்து (தஞ்சாவூர் மாவட்டம்) இராமர், லட்சுமணர், சீதை ஆகியோரின் மூன்று வெண்கல உருவத்தொகுதி, பிரார்த்தனை செய்யும் நிலையில் ஹநுமானுடன் (உருவம் 81) கிடைத்திருக்கிறது. முதலாம் இராஜராஜன், இராஜேந்திரன் ஆகியோரின் காலத்தில் தலைசிறந்து விளங்கிய வெண்கல வார்ப்புக் கலையின் மிகச் சிறந்த எடுத்துக்காட்டாக இது விளங்குகிறது. நல்ல வேளையாகக் கோயில்களிலும் அருங் காட்சிக் கூடங்களிலும் இன்றும் இருக்கிற பல அரிய தொகுதிகளுக்குப் பிரதிநிதித்துவமாக இதைச் சொல்லலாம். சிவன்-பார்வதி திருமணக் கோலத்தைக் காட்டும் ஒப்பற்ற தொகுதி (உருவம் 82) சமீபத்தில் திருவெண்காட்டில் கண்டுபிடிக்கப் பட்டிருக்கிறது.

சோழர் வளர்த்த உலோகக் கலை பற்றிய இந்தச் சுருக்கமான ஆராய்ச்சியை முடிக்குமுன், சோழர்களுடைய செப்பேடுகளை இணைக்கும் பெரிய செப்பு வளையங்களிலுள்ள அழகான முத்திரைகளையும் சுட்டிக்காட்ட விரும்புகிறோம். நல்ல முறையில் பேணப்பட்டும் சமீபத்தில் கண்டுபிடிக்கப்பட்டதுமான ஒரு முத்திரை, தஞ்சாவூரில் அகப்பட்ட கரந்தைச் செப்பேடு

களில் காணப்படும் இரு முத்திரைகளில் ஒன்று (உருவம் 83) ஆகும்.[59]

கற்சிற்பத்தின் கடைசிப் பகுதியில் நாம் கவனிக்க வேண்டிய அலங்கார இலச்சினைகள், ஒரு பக்கம் மனிதஉருவங்கள், இவை உருவங்கள், மற்றொரு பக்கம் வெறும் அலங்கார உருவங்கள் ஆகியவற்றுக்கு இடைப்பட்டும் இருப்பவை-வாயில்களின் பக்கங்களிலும் கோயில்கள், சந்நிதிகள் ஆகியவற்றின் வாயில்களிலும் உள்ள துவார பாலகர் உருவங்கள், போர்களில் தோற்கடிக்கப்பட்ட அரசர்களின் பிரதிமைகளை அரண்மனைகளிலும் ஆலயங்களிலும் வாயில் காப்பவர்களாகச் செய்து வைப்பது முன் நாளில் பழக்கமாக இருந்திருக்கலாம் என்று, பழங்காலத்துக் கல்வெட்டுக்கள் சிலவற்றிலிருந்து காணப்படும் மேற்கோள்களால் தெரிகிறது. பிறகு, இது கைவிடப்பட்டு, ஓரளவு தெய்வத்தன்மை பொருந்திய மரபு வழி உருவங்களை வைக்கும் வழக்கம் உண்டாயிற்று. இந்த உருவங்களை முதலில் இரண்டு கைகளுடனும் பிறகு நான்கு கைகளுடனும் செய்வார் ஆயினர். துவாரபாலகர்களின் கைகளில் உள்ள ஆயுதங்கள் முதலியவை அந்தந்தக் கோயில் அல்லது சந்நிதிக்குத் தக்கபடி மாறுபட்டன. தேவி கோயில்களில் துவார பாலிகைகள் (பெண்பால் காவலர்கள்) அமைப்பது பெரு வழக்குமாகப் பரவியது; சுவாமி சந்நிதிகளிலும் கூட துவார பாலிகைகள் வைக்கலாயினர். நமது ஆராய்ச்சிக் காலத்தின் ஆரம்பகாலம் இறுதிக்காலம் இரண்டிலும் இந்தப் பழக்கம் எவ்வாறு இருந்தது என்பதை விஜயாலயச் சோழீசுவரத்திலுள்ள ஒரு துவாரபாலகரும் (உருவம் 84) திரிபுவனம் கம்பம் ஹரேசுவரர் கோயிலுள்ள பெண்பால் வாயில் காவலர் உருவமும் (?) தெரிவிக்கின்றன. கோயில்களின் வெளிச் சுவர்களில் மாடக் குழிகளை அலங்கரிக்கும் துவாரபாலகர், தெய்வத் திருவுருவங்கள் ஆகிய அழகிய கல்சிற்பங்கள் தவிர வேறு பல இயல்புகளும் மண்டபங்களை அழகுபடுத்த உதவின. பெரிய கோயில்களில் நெளிவு சுழிவான வேலைப்பாடுகள் கவர்ச்சியாயும் பெரிய அளவிலும் உள்ளன; அவற்றுக்கு ஒரு விடுதலைபோல உயிரினங்களும் பறவைகளும் வரிசை வரிசையாகச் செதுக்கப்பட்டிருக்கின்றன. யானைகள், சிங்கங்கள், யாளிகள் ஆகியவை நிறைந்த இந்த வரிசைக்கு மிகவும் புகழ்பெற்றதும் குறிப்பிடத்தக்கதுமாக நார்த்தாமலையிலுள்ள வரிசையைச் சொல்லலாம். (உருவம் 86) தனித்தனியே சில கோயில்களைப்பற்றி விவரமாகச் சொன்னபோது பிதுக்கைகளுக்கு மேலேயும் கீழேயும் உள்ள யாளிகள், கணங்கள்,

பறவைகள் ஆகியவற்றின் வரிசைகளைப் பற்றி தெரிவித்திருக்கிறோம். தளவரிசையிலும் ஒரு மாறுதலை உண்டாக்குவதற்காக பல அளவுகளிலும், வடிவங்களிலும் தேவகோஷ்டங்கள் உண்டாக்கப்பட்டன. சோழர் கட்டிய பெரிய கோயில்கள் வரிசையில், கடைசிக் கோயிலான திருபுவனத்தி (XXXV, உருவம் 89-91)லிருந்து பிரதிகள் எடுத்து இந்த தேவ கோஷ்டிகளுக்கு மூன்று உதாரணங்கள் தந்திருக்கிறோம். இவற்றில் ஒன்றில் சிங்கத்தூண் இல்லை; மற்றொன்றில் சிங்கத்தூண் இருக்கின்றது; மூன்றாவதில் விஜயநகர ஆட்சியில் பிற்காலத்தில் ஏற்படவிருக்கும் மாறுதல்களுக்கு முன்னோடியாக-மாடக்குழி முழுவதற்கும் இருபுறமும், சிங்கத் தூண்கள் தவிர, பின்கால்களில் எழும்பி நிற்கும் சிங்க வரிசைகள் பெரிதாக உள்ளன. படிக்கட்டுகளின் உயரமான அமைப்பும், இருபுறமும் கவினுறு கைப்பிடிச்சுவர்களும் இருப்பது ஏனைய அலங்கார வேலைப்பாடுகளுள் குறிப்பிடத்தக்கது. இந்த வகைக்கு உதாரணமாகச் சொல்லத்தக்கவை இரண்டு, திறந்த வெளியில் யானையைத் தாக்கும் சிங்கத்தைச் சித்திரிக்கும் தாராசுரம் கைப்பிடிச்சுவர் (உருவம் 87) ஒன்று; மற்றொன்று, கல்சிற்பக் காட்சிகளை அடியில் கொண்டதும் வளைவான கைப்பிடிச் சுவரை மேலே உடையதுமான யாளியின் துதிக்கை போன்ற பகுதியைக் காட்டும் பழக்கமான கலைப்படைப்பு. இது திரிபுவனத்தில் காணப்படுவது (உருவம் 88) தஞ்சாவூர்க் கோயிலில், தெற்கு வாயிலுக்குச் செல்லும் படிக்கட்டின் கைப்பிடிச் சுவரில், புத்தர் ஞானோதயம் பெற்றதை அலங்கார வேலைப்பாடாகக் காட்டியிருப்பது, பல வகைகளில் குறிப்பிடத்தக்கது. கடைசியாக, புராணக் கதைகளை விளக்கும் சிற்பங்கள் ஏராளமாக உள்ளன. பொருத்தமான இடங்களில் அமைந்து இவை தளவரிசையை அலங்கரிக்கின்றன. பெரிய கோயில்களில், இவை 1 அடி, 1½ அடி உயரத்திற்குச் சுற்றுப் பிரகாரத்தில் அமைந்து பக்தர்கள் கண்டு மகிழவும் ஓய்வாக ஆராயவும் வாய்ப்பாக உள்ளன. இந்த வகைக் கல் சிற்பங்கள் வடிக்க இராமாயணத்திலும், மகாபாரதத்திலும் சிவபெருமானின் திருவிளையாடல்களிலும், நாயன்மார்களின் வாழ்க்கைகளிலும் எவ்வளவோ விஷயங்கள் அல்லது சம்பவங்களை விளக்கிக் கூறுகிற காரணத்தாலும், இவை சிறப்புப் பெறுகின்றன. திரிபுவனத்தில் (உ. 97) சித்திரிக்கப்பட்டிருக்கும் இராமாயணக் காட்சிகளுள் ஒன்று பல கைகள், பல தலைகள் உடையவனாக இராவணனைக் காட்டுவதோடு, தன் தேரில் சீதையைத் தூக்கிச் செல்லுவதையும் காட்டுகிறது. இராவணனுடன் சண்டை போட்டு, காயப்பட்டு, பிறகு தன்னுடைய ஆவியை நீக்கிக்கொண்ட சடாயு

என்ற பறவையையும் சித்திரிக்கப்பட்டிருக்கிறது. சாதாரணமாக, பக்தர்கள் கண்ணில் படாத இடங்களில் இன்னும் எவ்வளவோ சின்னஞ்சிறு சித்திரங்கள் உள்ளன. இவற்றில் சில ஆறு அங்குலத்திற்கு நான்கு அங்குலம் என்று சிறு செவ்வகங்களாகக் கர்ப்பக் கிரகங்களின் வெளிப்பகுதிகளில் மூலைகள் அல்லது இடுக்குகளில் இருப்பதை நாகேஸ்வரம், புள்ளமங்கை, புஞ்சைக் கோயில்களில் பார்க்கலாம். நாகேஸ்வரத்திலுள்ள இராமாயணச் சிறப்புக்களிலிருந்து பிரதி எடுத்து இந்நூலில் வெளியிட்டிருப்பவை வருமாறு: (1) தசதர மஹாராஜனுக்கு அக்கினி பாயாசம் வழங்கியது (உருவம் 92) ; (2) அரசன், தன் தேவியர்களான இராணிமார்களுக்குப் பாயாசம் கொடுப்பது (உருவம் 93); (3) இராமர் பிறப்பு (உருவம் 94); (4) இராமனுக்கும் தாடகனுக்கும் நடந்த சண்டை (உருவம் 95); (5) ஹநுமான், தர்பாரில் (அரசவையில்) இராவணனைச் சந்திப்பது (உருவம் 96) ஆகியவை. புஞ்சைக் கோயிலிலிருந்து கிடைத்திருப்பவை, வராக அவதாரச் சிற்பமும் (உருவம் 98) பூடானவின் மார்பிலிருந்து பால் உறிஞ்சி அவள் உயிரையே கிருஷ்ணன் உறிஞ்சிவிடுவதும் (உருவம் 99) தாராசுரக் கோயிலிலுள்ள பெரிய புராணச் சித்திரங்கள் புகழ் பெற்றவை. இவற்றுக்கெல்லாம் மேலாக, முஸ்லீம்களின் கலையில் போல, சோழர் கலையிலும் பூ வேலைப்பாடு போன்றவை, மரங்களைப் போன்றவை, கோண வடிவங்களில் அமைந்தவை ஆகிய பல சுவையான உருவங்கள் உண்டு. இவற்றின் எண்ணிக்கை ஏராளம்; எனவே, விரிவாக இங்கே ஆராய்வதற்கு இடம் தராது. சொல்லப்போனால், சோழர்களின் கட்டிடக் கலையும் கல் சிற்பக் கலையும் இதுவரை புறக்கணிக்கப்பட்டுள்ளன. இப்போதும் பாழடைந்திருக்கும் பெரிய கோயில்களை ஆதாரமாகக்கொண்டு முறையான, விரிவான ஆராய்ச்சி நூல்களை உடனே வெளியிட வேண்டியது, இன்றியமையாத தேவையாகும்.

வண்ண ஓவியம்

சோழர் கலைகளின் ஏனைய பகுதிகளைப் போலவே, சோழரின் ஓவியக்கலையும் பல்லவ பாண்டியர் வளர்த்த துறையின் தொடர்ச்சியும் வளர்ச்சியுமே சுவர்களில் தீட்டப்பட்ட வண்ணச் சித்திரங்களில் அளவு, சிறப்பு ஆகியவற்றை இலக்கியங்களில் ஆதாரமாகவும் விளக்கமாகவும் சொல்லப்பட்டிருக்கிறது. ஆனால், அந்த வண்ணச் சித்திரங்களின் மாதிரிகள் எவையும் நமக்குக் கிடைக்கவில்லை. எனவே, அக்காலத்தில் பயிலப்பட்ட வண்ண ஓவியக் கலையின் தன்மையைப் பற்றி அவற்றை உற்றுப் பார்த்து நாமே கருத்தைச் சொல்லுவதற்கேற்ற சான்றுகள்

இல்லை. கலைப் பொருள்களிலேயே, ஓவியங்கள்தான் மிக மென்மையானவை. காலத்தாலும், இயற்கையின் சீற்றங்களாலும் மலைகளில், இரசாயனங்களால் உண்டாகும் மாறுதல்களாலும், உபயோகப்படுத்தப்பட்ட பொருள்களாலும் வண்ண ஓவியங்களுக்கே பெரிய அளவில் சேதம் ஏற்படும். தஞ்சாவூர் போல பல இடங்களில், முதலில் வரையப்பட்ட அழகான ஓவியங்களின்மீது பிற்காலத்தில் அவற்றைவிடச் சற்று மட்டமான ஓவியங்கள் தீட்டப்பட்டிருக்கின்றன. ஓவிய வரலாற்றில் தொடர்ச்சி வளர்ச்சியில்லாமல் இடைக்காலங்கள் உள்ளன. தவிரவும் சில காலப்பகுதிகள் பற்றி உறுதியான செய்திகள் இல்லை. இந்தக் குறைகளுக்கு நடுவே, தமிழ்நாட்டில் ஓவியத்துறையில் தொடர்ந்து ஒரு மரபு நீடித்து வந்திருக்கிறது என்பதும் சந்தேகத்திற்கு இடமின்றித் தெளிவாகிறது.

திருமயத்திலும் மாமண்டூரிலும் குகைக்கோயில்களிலும், பனமலை, காஞ்சி, மாமல்லபுரம் ஆகிய ஊர்களிலுள்ள மண்டபங்கள், மாமல்லபுரத்து ரதங்கள் ஆகியவற்றிலும் பல்லவர்களின் ஓவியங்களுடைய சிதைந்த பகுதியைப் பார்க்கிறோம். இவை ஏழு, எட்டாம் நூற்றாண்டுகளில் தீட்டப்பட்டவை. சித்தன்னவாசல் ஓவியங்களின் மேல்பூச்சு-இது பல்லவர் ஓவியம் என்று அடிக்கடி தவறாகச் சொல்லப்படுகிறது. மற்றும் திருநெல்வேலி மாவட்டத்தில் திருமலர்புரத்திலுள்ள குகைக் கோயில், ஓவியம் ஆகியவை பாண்டியரின் ஓவியங்கள். இவற்றில் காலம் ஒன்பதாம் நூற்றாண்டு.[60] சோழர்களுடைய ஓவியங்களில் மிக முக்கியமானவை தஞ்சாவூர்க்கோயிலின் கர்ப்பக்கிரகத்தைச் சுற்றியுள்ள சுற்றாலைப் பாதையில் உள்ளவையே. இவை கோயில் கட்டப்பட்டபோதே தீட்டப்பட்டிருக்க வேண்டும். எனவே, முதலாம் இராஜராஜன், முதலாம் இராஜேந்திரன், ஆகியோர் காலமே இந்த ஓவியங்களின் காலம்.

கையாளப்பட்டிருக்கும் முறைகளிலிருந்து பார்த்தால், தென்னிந்திய ஓவியங்கள், அவற்றைவிட நன்கு அறிமுகமாகியுள்ள அஜந்தா, சிகிரியா, பாக், வாதாபி, எல்லோரா ஓவியங்களினின்றும் தனித்து விளங்குகின்றன. இவற்றின் தரைப் பூச்சில் அடிக்கடி அடியில் சுண்ணாம்புக் கலவை கரடுமுரடாயும் அதற்கு மேலேயும் சுண்ணாம்புப் பூச்சு மென்மையாகப் பூசப்பட்டுள்ளன. இந்தப் பொருள்கள் அல்லது கலவைகள் பரப்பிய பிறகு பிசின் அல்லது கோந்து போன்ற ஒட்டிக்கொள்ளும் பொருள் ஒன்றும் பயன்படுத்தவில்லை. தக்காணத்திலும் இலங்கையிலும் உள்ள ஓவியங்களுக்கும் இந்த ஓவியங்களுக்கும் இதுவே

முக்கியமான மாறுபாடு. அவற்றில் களி மண்ணும் மணலும், அவற்றை ஒன்று சேர்க்க சுண்ணாம்பு, பசுமாட்டுச் சாணம், உமி நார் (காய்கறி நார்) ஆகியவை அடங்கிய கலவைகளாலான சுண்ணாம்புச் சாந்து பயன்படுத்தப்பட்டிருக்கிறது. முட்டையின் மேலோடு அளவு கனமுள்ள சுண்ணாம்புப் பூச்சால் இந்தச் சுண்ணச் சாந்து மூடப்பட்டு, கோந்து அல்லது பிசினுடன் கலந்து சுரங்கப் பொருள்களடங்கிய வண்ணங்களால் பூசப்பட்டிருக்கிறது. நீரில் கரைத்து சுவர் முதலியவற்றுக்குப் பூசுவதற்கு உதவும் வர்ணமே இவற்றில் கையாளப்பட்டிருக்கிறது. சுண்ணாம்புக்கலவை காய்ந்த பிறகு, வண்ணம் பூசப்படும். சித்தன்னவாசலில் கடைப்பிடிக்கப் படும் முறை இதற்கு மாறுபட்டது. தரையிலுள்ள காரைப்பூச்சு, கரடுமுரடான சுண்ணாம்பு-மணல் கலவையும் உடையது. அதன் மீது சுண்ணாம்புக் காரை அழகாகவும் மென்மையாகவும் பூசப்பட்டிருக்கிறது. இவற்றின்மீது ஒட்டுப் பொருள் யாதுமின்றி வண்ண ஓவியங்கள் தீட்டப்பட்டிருக்கின்றன. சோதித்துப் பார்க்கும் போது, நிறங்கள் சுண்ணாம்புத் தண்ணீரில் கலக்கப்பட்டதாகவும் மேல் பகுதி காய்ந்த பிறகு நிறம் பூசப்பட்டதாகவும் தெரிகிறது. எனவே, இது தஞ்சாவூரிலுள்ள ஓவியம்போல, பூசின சுண்ணாம்புமேல் எழுதப்பட்ட சித்திரம் அன்று; இது அதனின்று சற்று மாறுபட்ட வகையானது. இதை ஆங்கிலத்தில் பிரஸ்கோ-சிகோ **(Fresco-Secco)** வேலை என்பர். தென்னிந்திய வண்ண ஓவியத் தொடர் வரிசையிலுள்ள கீழ்க்கண்ட ஊர்க் கோயில்களி லுள்ள ஓவியங்கள் யாவும் இந்த வகையைச் சேர்ந்தவையே.[61] அவையாவன: மாமண்டூர், திருமயம், காஞ்சி, நார்த்தாமலை, சோமபாளையம், லேபாக்ஷி, திருக்கோகரணம், மலையடிப்பட்டி, திருவனந்தபுரம், கொச்சி.

ஏனைய இடங்களில் போல, தஞ்சாவூரிலும் கீழேயுள்ள கரடு முரடான காரைப்பூச்சு ஈரமாக இருந்தபோதே, மென்மையான பூச்சும் பூசப்பட்டிருப்பதுபோலத் தெரிகிறது. சுண்ணாம்பு பூசின உடனேயே அதன்மீது சித்திரம் எழுதும் முறை இங்கே பின்பற்றப்பட்டிருக் கிறது. இந்த முறையில் ரசாயனப் பொருள்கள் தளத்தை ஊடுருவிச் செல்லுகின்றன. அதன் நீர்ச்சத்து நீங்கியதும் ஈரமான கால்சியம் ஹைட்ராக்ஸைடு காற்றிலுள்ள கார்பன்-டை-ஆக்ஸைடால் பாதிக்கப்பட்டு, அந்த தளம் அல்லது சுவர்ப் பரப்பின்மீது மென்மையானதும் கண்ணாடி போன்றதுமான ஒரு பிலிம் போல ஆகிவிடுகிறது. காய்ந்த பிறகு வண்ணம் பூசும்போது ஏற்படும் விளைவும் இத்தகையதே. இரசாயனப் பொருள்கள் ஊடுருவிச்

செல்லப்படாவிட்டாலும் பாதுகாப்பாக ஏற்பட்ட கண்ணாடி போன்ற பிலிம் அதிலும் இருக்கிறது. சுண்ணாம்பு பூசின உடனேயே அதன்மீது சித்திரம் எழுதும் முறையின் (Fresco) சிறப்பு இதுவே. பழைய நன்கு நீராக்கப்பட்ட சுண்ணாம்பை நெருப்பில் போட்டுச் சுட்டு, பிறகு அதைத் தஞ்சாவூரில் உபயோகப்படுத்தியிருப்பதாகத் தெரிகிறது. அதைக் கூர்படுத்திப் பார்க்கும்போது பளிங்கு போன்ற எந்தத் தூசியும் அகப்படவில்லை (காணப்படவில்லை). கறுப்பு தவிர வர்ணம் கொடுக்க உதவும் ஏனைய பொருள்கள் எல்லாம் உலோகங்களை அடிப்படையாகக் கொண்டதாகத் தெரிகிறது. முக்கியமாக கறுப்பு, மஞ்சள், பழுப்பு, சிவப்பு, ஊதா, பச்சை, மஞ்சள் கல்ந்த பச்சை, லேசான நீலம் ஆகிய நிறங்களையே உபயோகப்படுத்தியிருக்கிறார்கள். வெள்ளை நிறம் கொடுக்கச் சுண்ணாம்பையும் கறுப்பு நிறம் கொடுக்க மரக்கரி அல்லது ஒரு வகைச் சாந்துப் பொட்டையும், நீல நிறம் உண்டாக்க வண்ணான் உபயோகிக்கும் நீலத்தையும், மங்கலான நீல நிறம் உண்டாக்க வண்ணான் நீலத்தில் மென்மையான மணலையோ சுண்ணாம்பையோ சிறிது கலந்தும், மஞ்சள், பழுப்பு, சிவப்பு நிறங்கள் உண்டாக்கக் காவிகளையும், பச்சை நிறம் உண்டாக்க 'டெர் ரவர்ட்டி' என்ற ஒரு பொருளையும் மங்கலான மஞ்சள், ஊதா போன்ற, பச்சை ஆகிய நிறங்களை உண்டாக்க இது போன்ற கலவைகளையும் உபயோகப்படுத்தியிருக்கிறார்கள். சுண்ணாம்பு சேர்த்தால் விரும்பத்தகாத மாறுதல் ஏற்படுவதைத் தடுக்கக்கூடிய பொருள் களையே பயன்படுத்தியிருக்கிறார்கள். எனவே, ஈரமான சுண்ணாம் பின் மேல் சித்திரம் எழுதும் முறையை ஓர் அளவுவரை மட்டும் கையாண்டிருப்பதை இதில் பார்க்கிறோம். இந்த முறையில் சுவரில் உபயோகப்படுத்தப்படும் பொருள்கள் மங்கலாக சில வாரங்களில் படிப்படியாகக் காய்ந்துவிடுவதால் இறுதி விளைவு எப்படி இருக்கும் என்பது ஓவியனுக்குத் தெரிந்திருக்க வேண்டும். தஞ்சையில் வண்ண ஓவியம் தீட்டிய கலைஞர்கள், இதையும் எந்தெந்த வண்ணங்கள் வேறு எவை எவற்றுடன் பொருந்தும், இணையும் என்பதையும் மிகத் தெளிவாகத் தெரிந்து வைத்திருக்கிறார்கள். சில இடங்களில் வண்ண ஓவியங்கள் நன்றாக ஒட்டிக் கொள்ளாததற்குக் காரணம், சுண்ணாம்பின் மீது (வண்ணம் கொடுப்பதற்கான) சுரங்கப் பொருள்கள் பூசப்பட்டதே. சுண்ணாம்பு காய்வதற்குமுன் ஓவியங்கள் தீட்டப்பட்டு முடிந்து விட்டன என்றும் பிறகு, சுண்ணாம்பைக் கொண்டு மீண்டும் மேலோட்டமாக வரையப்பட்டன என்றும் கருத

வேண்டியதிருக்கிறது. காய்ந்த சுண்ணாம்பில் தீட்டுவதைக் காட்டிலும் ஈரமான சுண்ணாம்பில் ஓவியம் தீட்டுவதற்கு வேகமாகத் தீட்டும் ஆற்றலும் வேலையை செய்து முடிப்பதில் கூர்மையும் கலைஞன் பெற்றிருக்க வேண்டும். இதிலிருந்து தெரிவது என்னவென்றால், ஒவ்வொரு சிறு பகுதியிலுமாகத் தனித்தனியே வேலை செய்து, பிறகு அந்தப் பகுதிகள் அனைத்தையும் மிகக் கவனமாக ஒன்றுசேர்த்து அமைப்பும் நிறங்களும் பொருந்தச் செய்ய வேண்டும். தஞ்சாவூரில், சோழர்கள் தீட்டியுள்ள சுவர் ஓவியங்களில் இணைப்புக்கள் செய்திருப்பது கண்ணுக்குப் புலப்படவில்லை. அவ்வளவு தந்திரமாகவும் திறமையாகவும் செய்திருக்கிறார்கள். எனவே ஒரு நாளில் ஓர் ஓவியன் எவ்வளவு பரப்பளவில் வேலை செய்திருப்பான் என்பதைக் கணக்கிட இயலவில்லை. காரைப் பூச்சுக்கள் மிக மென்மையாக இருப்பதை நோக்க, அவற்றின் ஈரப்பசை மிகச் சிறிய காலம் மட்டும் நீடித்திருந்து பிறகு உலர்ந்திருக்க வேண்டும். ஓவியர்கள், ஒரு நாள் முழுவதும் ஒரு சுவரில் மட்டுமே வேலை செய்திருக்கக்கூடும். அல்லது அதில் ஈரம் இருந்தவரை மட்டுமே வேலை பார்த்திருப்பார்கள்; அதனால்தான் ஒட்டு (இணைப்பு) நம் கண்களுக்குத் தெரிய வில்லை. இது நடந்திருக்கக் கூடியது என்பதற்கு நாம் கொள்ளும் காரணம் வசதிக்காக, சுவர் செங்குத்தான பகுதிகளாகப் பல நிறங்களில் பிரிக்கப்பட்டிருந்து, ஒவ்வொரு பகுதியும் ஓர் ஓவியராலோ அல்லது சில ஓவியர்கள் கொண்ட குழுக்களாலோ தீட்டப்பட்டிருக்கலாம். மேலும், ஒவ்வொரு பகுதியிலும் வரையப்பட்டிருக்கும் சித்திரங்கள் பல சிறு நிகழ்ச்சிகளைப் படம் பிடித்து காட்டுவனவாக உள்ளன. ஒவ்வொரு நிகழ்ச்சியையும் ஓர் ஓவியர் தீட்டியிருக்கலாம். இந்தச் சித்திரங்கள் அடங்கிய பகுதிகளின் பரப்பு 24 சதுர அடி முதல் 60 சதுர அடி வரை உள்ளது. படுக்கை வசத்தில் உள்ள நிறங்களின் இணைப்பும் மூடி மறைக்கப்பட்டிருக்கக் கூடும் என்பதும் சாத்தியமே. உடை, நகை ஆகியவற்றில் இவ்வளவு விவரங்களை நுணுக்கமாகக் காட்டியிருப்பதற்கும் குறுகிய காலத்தில் தீட்டிய ஓவியங்களில் கூட இவ்வளவு தூரம் அழகுபடுத்தி காட்டியிருப்பதற்கும் பூசின சுண்ணாம்பின் ஈரம் காய்வதற்குள் ஓவியம் தீட்டுவதில் அக்காலத்துக் கலைஞர்கள் பெரிய அளவில் அனுபவமும் திறமையும் பெற்றிருந்திருக்க வேண்டும்.

தஞ்சாவூர்க் கோயிலில் விமானத்திற்குக் கீழே உள்ள சுற்றுப் பிரகாரத்தில் உத்திரங்களிலும் உள்ள ஓவியங்கள், அவற்றைப்

பார்ப்பவர்களுக்கு நன்கு தெரியட்டும் என்பதற்காக கர்ப்பக் கிரகத்தின் வெளிச் சுவர்களில் தெற்கு, மேற்கு, வடக்கு ஆகிய மூன்று திக்குகளிலும் கதவுகள் இருந்திருக்கின்றன. ஆனால் இந்தக் கதவுகள் வைக்கப்பட்டிருந்த காரணங்கள் தெரியாமல் 1653-க்கும் 1659-க்கும் நடுவில் விஜயராகவ நாயக்கர், கதவுகளை மூடி பொளிந்து சீர் செய்யப்படாத கற்களால் சுவர்களை எழுப்பிவிட்டார். இவை அண்மையில் தொல்பொருள் ஆராய்ச்சித் துறையினரால் இடிக்கப்பட்டுவிட்டன. மத்தியப் பிரிவுகளில் இந்தக் கதவுகள் இருந்த இடம் உள்சுவர்களின் இரு பக்கங்களிலும் அவற்றுக்குப் பொருத்தமான பெரிய கற்சிற்பங்கள் கொண்ட தேவ கோஷ்டங் (மாடக் குழிகள்) களுக்கு உரியது ஆகும். வெளிச்சுவர்களின் பிரிவுகளும் இடைவெளிகளுக்கும் சமமாக, சுவர்களில் செங்குத்தான தூண்கள் பதிக்கப்பட்டிருக்கின்றன. இவை பிரதட்சணப் பாதையைப் பதினைந்து அறைகள் போலத் தனித்தனியே தடுத்துள்ளன. ஒவ்வொரு தடுப்பும் அதன் அடுத்த பகுதியிலிருந்து விட்டம், மேல் முற்றம். நிலைப்படி ஆகியவற்றிலும் வேறுபட்டு, தனித்து இருக்கிறது. கிழக்குத் திக்கிலுள்ள முக்கியமான நுழைவாயிலுக்கு இரு பக்கமும் இரண்டு அறைகளும், வடக்கிலும் தெற்கிலும் ஐந்து ஐந்தும், மேற்கே பின்பக்கத்தில் மூன்றும் ஆக மொத்தம் பதினைந்து அறைகள் உள்ளன. முக்கிய நுழைவாயிலின் தெற்குப் பக்கத்திலிருந்து பிரதட்சணமாக வந்தால், முதல் மூன்று அறைகளும் சுவர்களிலும் உத்திரங்களிலும் 16-17-ம் நூற்றாண்டின் நாயக்கர் ஓவிய வரிசை காணப்படுகிறது. அவற்றின் கீழே சோழர்களின் ஓவியம் எதுவும் இருந்ததாகத் தெரியவில்லை. வெளிச் சுவரில் கதவுகள் இருந்த 4-வது, 8-வது, 12-வது அறைகளில் உள் சுவரில் பெரிய கற்சிற்பங்கள் பிரமாதமாகத் தெரிகின்றன. கடைசி மூன்று அறைகள் (13-15) கீழே சோழரின் ஓவியம் இன்றி நாயக்கர் ஓவியங்களை மட்டுமே கொண்டவையாக உள்ளன. மற்ற ஆறு அறைகளிலும், மிக அழகான சோழர்கால ஓவியங்கள் இருக்கின்றன, அவற்றிற்கு மேல் தீட்டப்பட்ட நாயக்கர் கால ஓவியங்கள் அழிந்து கீழே விழுந்த பிறகு, அடியிலுள்ள சோழர்கள் ஓவியங்கள் நம் கண்களுக்கு விருந்தளிக்கின்றன, தொல் பொருளைப் பேணும் ஆராய்ச்சியாளர்களுக்கும் அதிகாரிகளுக்கும் உள்ள மிகப் பெரிய பிரச்சினை, ஏனைய இடங்களிலும் கீழே உள்ள சோழர் கால ஓவியங்களைச் சேதம் ஏற்படாமல் மேலேயுள்ள நாயக்கர் பூச்சுக்களை எப்படித் தந்திரமாக அகற்றுவது என்பதே.[62]

தஞ்சாவூரிலுள்ள சோழர் கால ஓவியங்கள் சமய அடிப்படை உடையன. பிற்காலத்தில் **"பெரிய புராணத்தில்"** இடம் பெற்றுப் புகழடைந்த தெய்வகடாட்சம் பெற்றவர்களின் வாழ்க்கை நிகழ்ச்சிகளையே இந்த ஓவியங்கள் காட்டுகின்றன. சுந்தரமூர்த்தி சுவாமிகளின் வாழ்க்கைச் சம்பவங்களைக் காட்டுவன மிகச் சிறந்த சித்திரங்கள். மேற்குச் சுவரில் (அறை-7) சித்திரத்தின் உச்சியில்-தலையை நிமிர்த்தி, ஆனால் உடல் தரையிலே இருக்குமாறு உள்ள நந்தி எதிரில் இருக்க, புலித்தோல் மீது சிவன் உட்கார்ந்திருப்பதும், எதிர் கோடியில் நடனமாடும் அப்சர மங்கையர் இருவருடன் ரிஷிகளில் ஒருவர் நீலமாகவும் நிறத்தில் வேறுபடுத்திக் காட்டப்பட்டிருக்கிறார்கள். அதற்குக் கீழே சுந்தரமூர்த்தி நாயனாரும் அவருடைய நண்பருமான சேரமான் பெருமாள் நாயனாரும் சித்திரிக்கப்பட்டுள்ளனர். சிவபிரானின் அழைப்பை ஏற்று, நண்பர்கள் இருவரும் கைலாசத்துக்குச் செல்லும் காட்சியை இந்த ஓவியம் வடிக்கிறது. இளைஞரான சுந்தரர், அவரை அழைத்துவர அனுப்பப்பட்ட யானையின் மீது அமர்ந்து விரைவாகச் செல்லுகிறார். சேரமான் பெருமாள் குதிரை மீது விரைகிறார். பஞ்சாட்சரத்தை (ந.ம.சி.வா.ய) அவர் குதிரையின் காதுகளில் ஓதியவுடன், குதிரை பஞ்சாகப் பறந்து ஆகாயத்திற்குள் சென்றுவிடுகிறது. சுந்தரர் ஏறிச் சென்ற (தெய்வாம்சம் பொருந்திய) யானையை சேரமானின் குதிரை விஞ்சிவிட்டது. சுந்தரர் ஏறிச்சென்ற வெள்ளை நிற யானை-ஐராவதம்-படத்தில் நடுநாயமாகக் காட்டப்பட்டிருக்கிறது. நம் எதிரிலுள்ள குதிரை துள்ளிக் குதிப்பதைப் பார்த்தால், போர்க் குதிரைகளும் பந்தயக் குதிரைகளும் கூட இதனிடம் தோற்றுப் போகும்! இதை ஓட்டுபவர் திரும்பிப் பார்த்து, சைகை காட்டி சுந்தரரை அழைக்கிறார். நீண்டு வளர்ந்த மீசை, நெருக்கமான தாடி, தலையின் பின்புறத்தில் பெரிய குடுமி ஆகியவற்றுடன் அரசர் காணப்படுகிறார். இடுப்பைச் சுற்றிக் கட்டப்பட்டுள்ள வேட்டி மட்டுமே அவன் உடுத்தியிருக்கும் உடை, கழுத்தைச் சுற்றி இறுக்கமான ஒரு தங்கக் கெவுடு அணிந்திருக்கிறான்; ஒரு ருத்ராட்சம் நடுவே அமைந்த அந்த அகிலத்துக்கு அழகு கூட்டுகிறது. ஐராவதத்தின் உடலில் சேணமும் வார்களும் நன்றாகக் கட்டப்பட்டிருக்கின்றன. வலது இடது உச்சி மூலைகளில் கூட்டமாக உள்ள தெய்வமாந்தர்கள், மேகங்களால் பாதி மறைக்கப்பட்டிருக்கிறார்கள். வலதுபுறக் கூட்டத்தில் அப்சர மங்கையர்களும் கந்தர்வ மங்கையரும் தாமரை இதழ்களைக்

கட்டிக்கொண்டும் நடனமாடிக்கொண்டும் இசைக்கருவிகளை வாசித்துக்கொண்டும் இருக்கிறார்கள். இடதுபுறக் கூட்டத்தார் எல்லோருமே ரிஷிகள் போலத் தெரிகிறது. சேரமான் பெருமாளின் துள்ளிக் குதிக்கும் குதிரைக்கு நேர் முன்னால் நடனமாடும் அப்சர நங்கையர்களுக்குள்ளேயே மிக்க எழில் வாய்ந்த ஒருத்தி காணப்படுகிறாள்; அவளுடைய உடல் வளைந்துள்ள பாணிதான் எவ்வளவு அழகு! அவளுடைய வலது கை முன்பக்கமாக நீட்டிக்கொண்டும் இடதுகை அபய முத்திரை காட்டி வளைந்தும் அவளுடைய முகம் பின்பக்கம் திரும்பியும் காட்டப்பட்டிருக்கிறது. அவளுடைய கவர்ச்சிகரமான உடை, மிக நுணுக்கமாகவும் கலைக் கண்ணோட்டத்துடனும் அழகுபடுத்தப்பட்ட தலைமுடி, ஒலித்துக்கொண்டிருக்கும் காற்சிலம்புகளும் கை வளையங்களும் அவளுடைய எழில் நிரம்பிய உடற்கட்டை இன்னும் வசீகரப்படுத்துகின்றன (முகப்புப் படம்).

இந்தச் சித்திரத்திற்குக் கீழே இருப்பது, சுந்தரருடைய திருமணத்திற்குச் சற்று முன்னால் (முன்பகுதியில் பக்.474 பார்க்க) அவருக்கும் சிவபெருமானுக்கும் வாக்குவாதம் நடந்த காட்சி தீட்டப்பட்டிருக்கிறது. ஒரு பக்கம் நாம் பார்ப்பது, தாடி வைத்த வயோதிகனாக, சுந்தரருக்கு முன்னால் சிவபெருமான் அமர்ந்து, ஓலைச்சுவடி ஒன்றைக் கையில் பற்றிக்கொண்டு, கை உயர்த்தியும் முகம் நிமிர்ந்தும் சபையில் (சிவபெருமான்) பேசும் காட்சி. மற்றொரு புறத்தில் நாம் பார்க்கும் காட்சி, சுந்தரரின் பாட்டனார் எழுதிக்கொடுத்த பனை ஓலைப் பத்திரத்தைக் கிழவனார் காட்டுவதும் என்ன தீர்ப்பு வழங்கப்படுமோ என்று கவலை தோய்ந்த முகத்தினராகச் சுந்தரர் அவர் முன்னால் நிற்பதும் ஆகும். சபை உறுப்பினர்களின் முகங்கள் வெவ்வேறு வகைப்பட்ட உணர்ச்சிகளைக் காட்டுகின்றன. படத்தின் வலது பக்கத்தில் காட்டப்பட்டிருப்பதுதான் இந்த நிகழ்ச்சியின் இறுதிக் கட்டம் அவர்கள் அனைவரும் ஒரு கோயிலுக்குள் நுழைகின்றனர். கீழே உள்ள சித்திரத்தில் பெண்கள் பலர் சமையல் செய்யும் காட்சி தீட்டப்பட்டிருக்கிறது. இது சுந்தரரின் திருமண ஏற்பாடுகளில் ஒரு பகுதியைக் காட்டுவதாக இருக்கலாம்.

வேறு ஓர் இடத்தில் மேற்சுவரில் (அறை 9) நடராஜரையும் அவருடைய பக்தர்களையும் பெரிய அளவில் மிக நன்றாக ஓர் ஓவியம் காட்டுகிறது. ஆரம்பத்தில் தீட்டப்பட்ட ஓவியத்தின்மீது பிற்காலத்தவர்களின் கை வரிசை இருந்தபோதிலும், பழைய படத்தின் அழகு உட்பொருளும் தெளிவாகத் தெரிகின்றன.

இக்காட்சியில், சமுதாயத்தின் மேல் மட்டத்துப் பெண்கள் பலர் சேர்க்கப்பட்டிருக்கின்றார்கள்.

ஆனால் இந்த வரிசை முழுவதிலும் மிகச் சிறந்த படைப்பு என்று சொல்லத்தக்கது, வடக்குச் சுவரில் (11-வது அறையில்) உள்ள திரிபுராந்தகர் சித்திரம். இது போர்க் காட்சி. ஆலிதர் முத்திரையில் தேரின் மேல் களத்தில் சிவபெருமான் ஆலிட ஆசனத்தில் நின்று கொண்டிருக்கிறார். அவருடைய இடது முழங்கால் வளைந்திருக்கிறது. சற்று முன் பக்கமாக நீட்டிக்கொண்டிருக்கும் அவருடைய வலதுகால், அவர் உடலின் எடை (கனம்) முழுவதையும் தாங்கிக்கொண்டிருக்கிறது. அவருடைய எட்டுக் கைகளும் வெவ்வேறு ஆயுதங்களை வைத்துக்கொண்டிருக்கின்றன. அவற்றுள் ஒரு கையில் முன்பக்கமாக நீண்டதொரு வில் இருக்கிறது. அவருடைய எடுப்பான தோற்றமும் துடிப்பான முகபாவமும் வேகமாக நடவடிக்கையில் ஈடுபடப் போவதைக் காட்டுகின்றன. ஓட்டுபவரின் இடத்தில், வார்களைப் பிடித்து, சவுக்கு ஏந்தி, நான்கு தலைகளுடன் பிரமன் வீற்றிருக்கின்றான். இதுதான் காட்சியின் நடுப்பகுதி. முன்னாலே அசுரர்களின் குதிரைகள் சில சிவபெருமானையும் கணங்களையும் பார்த்துக்கொண்டிருக்கின்றன. இக் காட்சியில், முன்பகுதி முழுவதிலும் இரு கூட்டங்களுக்கிடையே பல வகைப் போர்க்கருவிகளுடன் நடக்கும் சண்டைக்காட்சிகள் சித்திரிக்கப்பட்டிருக்கின்றன. உச்சியில் சிங்கத்தின் மீது அமர்ந்து, துர்க்கை தன் ஈட்டியால் ஓர் அரசனின் உடலைக் குத்துகிறாள். அவளுடைய சிங்கமோ இன்னொருவனின் கழுத்தைப் பிடித்து நெரிக்கிறது.

மூலவரின் மேற்குச் சுவரில் சமீபத்தில் தெரியவந்திருக்கிறது. மற்றொரு சித்திரம் கனகசபையிலுள்ள நடராஜரை ஓர் அரசனும் அவனுடைய தேவியர் பலரும் அமைச்சர்கள் பணிவிடை ஆட்கள் ஆகியவர்களுமாக வழிபடுவதைக் காட்டுகிறது. இது முதலாம் ராஜராஜனின் உருவம்தான் என்பதில் சந்தேகத்திற்கு இடம் இல்லை. அவனே இக்கோயிலைக் கட்டியவன். தன்னை, சிவபாதசேகரன் என்று அவன் சொல்லிக்கொண்டான். அளவைக் கருவிகளுக்கு 'ஆடவல்லான்' என்று பெயரிட்டு, நடராஜர் மீது அவனுக்கு இருந்த ஈடுபாட்டை வெளிப்படுத்திக்கொண்டான். அவனுடைய முக்கியமான அரசிமார்களும் அன்புக்குரிய மனைவியரும் அவனுக்குப் பின்னே பெரிய உருவங்களாகவும், ஏனைய அரசிமார்களும் ஊழியர்களும் சிறு உருவங்களாகவும் காட்டப்பட்டிருக்கிறார்கள்.

சோழர்களின் வண்ண ஓவியங்களில் கண்டுபிடிக்கப்பட்ட இடத்திற்கு மேலே இரண்டாவது சுற்றுப் பிரகாரம் ஒன்றும் இருக்கிறது. இதன் உட்சுவர்களில் பழைய சோழ காரைப்பூச்சு-வண்ண ஓவியம் ஆகியவற்றின் எஞ்சிய பகுதிகள் உள்ளன. கீழே உள்ளவை போல இந்த ஓவியங்களும் தீட்டப்பட்டிருப்பதை இவை காட்டுகின்றன. நமது கண் மட்டத்தில், உள்சுவரைச் சுற்றி சிவபெருமானின் தாண்டவங்களை அபிநயித்துக் காட்டும் சிற்பங்கள் இருக்கின்றன. **108** சித்திரங்களுக்கு இடம் இருந்தபோதிலும், **82** தான் தீட்டி முடிக்கப்பெற்றிருக்கின்றன. ஏனையவற்றுக்கு உரிய இடம் வெற்றிடமாக இருக்கிறது. முரட்டுத்தனமான இந்தச் சிற்பங்கள் வண்ணச் சுதை வேலைகளால் மூடப்பட்டிருக்கலாம். இவை, பரதர் வகுத்த நாட்டிய வகைகளைக் காட்டுவன.

உருவங்களின் வரிகள் மங்கலான சிவப்பு அல்லது பழுப்பு நிறத்தில் வரையப்பட்டு, அழுத்தமான கறுப்பு, சிவப்பு, பழுப்பு வண்ணங்களில் ஆழமாகச் சித்தரிக்கப்பட்டிருக்கின்றன. சதையையும் உடைகளையும் காட்ட வேறு நிறங்களில் மென்மையான வேலைப்பாடு கையாளப்பட்டிருப்பதைக் காண்கிறோம். எடுத்துக் காட்டாக அல்லது முன்மாதிரியாக இருக்கக்கூடிய உருவங்களைப் படைக்கவேண்டும் என்ற குறிக்கோள், ஓவியர்களுக்கு இருந்தது என்பது இதில் நன்கு புலனாகிறது. உருவங்கள் நிற்கும் பாணியிலும் காட்டும் அபிநயத்திலும் அவ்வளவாக வேற்றுமைகள் தெரியவில்லை; ஆயினும், அவை யாவும் ஒரே தன்மையானதாகவும் இல்லை. அப்சர, கந்தர்வ முதலிய தேவலோக உருவங்கள், ஏதோ கண்ணுக்குத் தெரியாத கடலின் அலைகளின் மீது மிதந்துசெல்வதற்கேற்ற வாட்டங்களில் தங்கள் உடல்களை வளைத்துக்கொண்டது போல' இருக்கின்றன. உட்கார்ந்த மேனியிலுள்ள பெண்களின் உருவங்கள், நின்றுகொண்டிருக்கும் பெண்களின் உருவங்களைவிட எடுப்பும் பொலிவும் கொண்டுள்ளன. நடனக் காட்சிகள் அனைத்தும் விறுவிறுப்பும் உயிர்த் துடிப்பும் நிறைந்திருக்கின்றன. முகங்கள் யாவும் சதுரமான அமைப்பில், முகவாய்க்கட்டை தெளிவாகத் தெரியும்படியாயும், முக்கால் பங்கு அளவு முன்பக்கத்து உருவம் தெரியும்படியாகவும் தீட்டப்பட்டுள்ளன. கூந்தல் எத்தனையோ வகையாக அழகு படுத்தப் பட்டிருக்கிறது. முகத்தில் சுருள் விழுந்த வகையான தலைமயிர் அலங்காரம், பூக்களும் மொட்டுக்களும் நிறைந்த தலைமுடிகள், பிறை போலவும் நட்சத்திரம் போலவும் உள்ள நகை வகைகள் ஆகியவற்றையும் பார்க்கிறோம். கண் புருவங்கள் மனித

உருவங்களில் தாழந்தும் தேவலோக உருவங்களில் உயர்ந்தும் காட்டப்பட்டிருக்கின்றன. கண்கள் ஒரே வரிசையாகவும் மீன்களைப் போலவும் உள்ளன. கண் விழிகள் அவ்வளவு கவர்ச்சியாக இல்லையாயினும் உணர்ச்சிகளை அவை பிரதிபலிக்காமல் இல்லை. மூக்குகள் நீளமாகவும் நேர்கோடாகவும் சுவையுணர்ச்சி வுடையனவாகவும், அவ்வளவு வளைவு இல்லாததாகவும் காணப்படுகின்றன; மூக்குத் துவாரங்கள் அகன்றும் ஊசலாடிக் கொண்டிருப்பது போலவும் உள்ளன. பெண்கள் அணிந்திருக்கும் நகைகளின் வகைகள்தான் எத்தனை எத்தனை! அவை பற்றி தனியே ஆராய வேண்டும் போலும்! உடைகளில் குறிப்பிடத்தக்கது கண்ணாடி போன்ற மஸ்லின் துணியால் ஆன சேலை. இடுப்பைச் சுற்றிக் சேலையைக் கட்டி, கால் மணிக்கட்டு வரையில் தொங்கவிட்டு, பூ வேலைப்பாடுகளும் கட்டங்களும் தெரியுமாறு மடிப்பு மடிப்பாக மடித்து அவற்றின் முந்தானையைத் தொங்கவிட் டிருக்கிறார்கள். உடலின் மேற்பகுதியில், இடது தோள்பட்டை மீது அணியப்படும் ஒரு துணி மட்டும் இருக்கிறது; அது வலது கைக்குக் கீழே வந்து உடற்பகுதிகளை மறைக்கிறது. ஆடவர்கள் உறுதியான உடற்கட்டு, தாடி, மீசை, தலையில் அள்ளிமுடிந்த மயிர் ஆகியவற்றுடன் காட்சி தருகிறார்கள்.

இதுவரை காட்டப்பட்டிருக்கிற சோழர்கால ஓவியங்களில் தொகுதிகளாக இருப்பவை திரிபுராந்தகர் சித்திர வரிசையும் சுந்தரமூர்த்தி சுவாமிகள் பற்றிய சித்திர வரிசையுமே. ஏனைய இடங்களிலும் சோழர்களின் ஓவியம், மேல்பூச்சு நீக்கி, நமக்குத் தெரிந்தால்தான், பிற சித்திரங்கள் தனிப்பட்டவையானவையா அல்லது ஒரு தொகுதியின் பகுதிகளா என்பது தெரியவரும்.

விஜயாலயச் சோழீச்சுவரத்திலுள்ள வண்ண ஓவியங்களின் சிதைவுகள் வாடிவிட்டன. அர்த்த மண்டபத்தின் வடக்குச் சுவரில் இரண்டு பெரிய ஓவியங்கள் இருக்கின்றன. இவற்றுள் ஒன்று வயிரவரின் உருவம்; மற்றொன்று நடராஜரின் உருவம். கடுமையான தோற்றத்தைப் பார்க்கும்போது சுவரோவியக் கலை அழிந்துகொண்டிருந்த பிற்காலத்தில் இவை எழுதப்பட்டதாகத் தெரிகிறது. ஆனால் தெற்குச் சுவரிலுள்ள முகங்களின் அன்றலர்ந்த செந்தாமரை அழகும் பச்சிளங்குழந்தைத் தன்மையும், தஞ்சாவூர் வண்ண ஓவியத்தின் பொற்காலத்தை நினைவூட்டுகின்றன, எனவே, இந்த ஓவியங்கள் பிற்காலச் சோழர்கள் காலத்தில்-நூற்றாண்டின் தொடக்கத்தில் தீட்டப்பட்டனவாகலாம் என்று தற்காலிகமாகக் கொள்ளலாம்.

குறிப்புகள்

1. **எபிகிராபிகா இண்டிகா** XVII, பக். 14-7
2. **'ஸ்டடீஸ்.'**
3. **ஆர்கியாலஜி—டு—சட்—லி இண்டே,** i, பக்.116.
4. 167/1894 சென்னைப் பல்கலைக் கழகச் சஞ்சிகை, XIV, பக்.28.
5. 392-4/1924.
6. 36/1931; 91, 92/1895
7. தென்னிந்தியக் கட்டடக் கலையில் வழங்கும் கலைச்சொற்கள் பற்றி ஓரளவு தெரிய, இந்த அதிகாரத்தின் இறுதியில் கொடுக்கப்பட்டிருக்கும் வரைபடத்தைப் பார்க்கவும். இப்படம் ஜே. தூப்ராய் வரைந்த படத்தைப் பார்த்து அச்சிடப் பட்டிருக்கிறது.
8. **இந்தியன் ஆர்ட் அண்ட் ஆர்கிடெக்சர்** (பௌத்தம், ஹிந்து, இரண்டும்) பக். 98.
9. முதலாம் மாறவர்மன் சுந்தர பாண்டியனின் (1227) 11-ம் ஆட்சி ஆண்டில் புதுக்கோட்டைக் கல்வெட்டுக்கள் (பி.எஸ்.ஐ) 282-ல் உள்ள பெயர். சாத்தன்பூடி என்ற இளங்கொடி அரையரால் முதலில் கட்டப்பட்டு, புயலாலும் மழையாலும் கற்றளிக்குச் சேதம் ஏற்பட்ட பிறகு, மல்லன் விதுமன் என்ற தென்னவன் தமிழடி அரையனால் புதுப்பிக்கப்பட்டது, வாயிலுக்கு வடக்கே உள்ள துவார பாலகருக்குக் கீழே மூலஸ்தான த்திற்குக் கீழே உள்ள கட்டடத்தில் சமீபத்தில் கண்டுபிடிக்கப் பட்ட ஒரு கல்வெட்டு புயல், மழை-இரண்டையும் குறிப்பிடுகிறது. **'ஜர்னல் ஆப் ஓரியண்டல் ரிசர்ச்'** VIII, பக். 208-9. **'ஜர்னல் ஆர் தி இண்டியன் சொஸைட்டி ஆப் ஓரியண்டல் ஆர்ட்'** என்ற கல்கத்தா சஞ்சிகையையும் பார்க்க. V (குமாரசாமி தொகுதி) பக்.85.
10. இங்கே சொல்லப்பட்ட புதுக்கோட்டை கோயில்கள் எல்லாவற்றையும் பற்றிப் பொதுவாகத் தெரிந்துகொள்ள கே.ஆர். வெங்கட்ராமன் எழுதிய **'புதுக்கோட்டை மானுவல்'** என்ற நூலையும், 1349 முதல் 1351 வரை உள்ள பசலிகளுக்கு புதுக்கோட்டை ஸ்டேட் மியூசியம் அறிக்கைகளையும், **ஜர்னல் ஆப் ஓரியண்டல் ரிசர்ச்,** VII-XII தொகுதிகளையும் **'ஜர்னல் ஆப் தி இண்டியன் சொஸைட்டி ஆப் ஓரியண்டல் ஆர்ட்'** என்ற கல்கத்தா சஞ்சிகை (குமாரசாமி தொகுதியில் வேங்கடரங்க ராஜு, எஸ்.ஆர். பாலசுப்பிரமணியம் கட்டுரைகளையும் பார்க்க.

11. 310-11,316,319-20/1903.

12. ஜே. ஐ. எஸ். ஓ. ஏ. VII, பக். 113-5.

13. 586,589,6. 05/1904.

14. 148,155-8/1919.

15. 141/1904 (எஸ்.ஐ. ஐ, VII, 154) சுந்தர சோழன் என்ற இராஜகேசரியின் ஐந்தாம் ஆட்சி ஆண்டில் ஏற்பட்டவை.

16. 104/1914, எபிகிராபிகா இண்டிகா, XIX, பக். 86.

17. 558/1921.

18. 199/1907; தென்னிந்தியக் கல்வெட்டுக்கள் III, எண் 124.

19. 364, 378-80/1924.

20. 335/1902, எபிகிராபிகா இண்டிகா VII, பக். 133.

21. 348,359/1903.

22. ஜே. ஐ. எஸ். ஓ. ஏ. VII பக். 113-5.

23. 192/1925.

24. புதுக்கோட்டை சமஸ்தான கல்வெட்டுக்கள் 24, மொழிபெயர்ப்பு, பக். 24-ம் பக். 30-ம் அடிக்குறிப்பு.

25. புதுக்கோட்டை சமஸ்தான கல்வெட்டுக்கள் 14.

26. இதுபோன்ற உதாரணங்களில் ஒரு சில வருமாறு: இராஜராஜனுடைய அரசியான தந்திசக்தி (219/1894) கட்டிய (தஞ்சை மாவட்டம்) திருவாடி பஞ்சநதீஸ்வரர் கோயில் உத்தரகைலாசம்; முதலாம் இராஜராஜனின் ஆட்சியின் இறுதியில் மீண்டும் கட்டத் தொடங்கி அவன் மகன் முதலாவது இராஜேந்திரன் ஆட்சியில் முடிக்கப்பட்டதுமான (91,92/1805) திருச்சிராப்பள்ளி மாவட்டம் திருமழபாடி வைத்யநாதர்; 1016-ம் ஆண்டு வாக்கில் இராஜராஜனுடைய அக்காள் குந்தவையால் (8/1899) தென் ஆர்க்காடு மாவட்ட தாராபுரத்தில் சிவனுக்கும் விஷ்ணுவுக்குமாகக் கட்டப்பட்ட இரட்டைக் கோயில்கள்; முதலாம் இராஜராஜனால் (முன்னர் பக்.187 பார்க்க) ஆத்தூரில் இறந்த அரிஞ்சயன் நினைவாக பள்ளிப்படையாகக் கட்டப்பட்டதும் அரிஞ்சிகை ஈஸ்வரம் என்றும் முன்னரும் இப்போது சோழீஸ்வரம் என்றும் பெயர் பெற்றுள்ள (சித்தூர் மாவட்டம்) மேல்வாடிக்கோயில்; இலங்கையில் பொலன்னறுவையிலுள்ள சிவாலயம் எண் 2 (ஏ.எஸ்.சி. அறிக்கை 1906, பக். 17-22; இராஜராஜனின் 9-ம் ஆட்சி ஆண்டுக் கல்வெட்டு (551/1906) உள்ளதும் வட

ஆர்க்காடு மாவட்டம் லட்டிகத்தில் இருப்பதுமான நீலகண்டேஸ்வரம்; (புதுக்கோட்டை சமஸ்தானம் -இப்போது புதுக்கோட்டை மாவட்டம்) திருவரங்குளம் ஹரதீர்த்தேஸ்வரம்; 1034 க்கு முன் கட்டப்பட்ட (414/1902) தென் ஆர்க்காடு மாவட்டம் கூழம்பந்தல் கங்கைகொண்ட சோழீசுவரம்; கடைசியாக, 1050-ம் ஆண்டு அளவில் கட்டப்பட்ட (328/1909) செங்கற்பட்டு மாவட்டம் கூவம் திரிபுராந்தகேஸ்வரம்.

27. ஜே.ஐ. எஸ். ஓ. ஏ., II, பக். 4.

28. முன் பகுதியில் பக். 184 பார்க்க,

29. ஜே. ஐ. எஸ். ஓ. ஏ., II, பக் 4.

30. முன் பகுதியில் பக். 235 பார்க்க.

31. இக்காரணத்தால்தால், பெர்சின் பிரவுன் கொடுத்திருக்கிற தரை அமைப்புப் படம் சரியானது என்றோ முழுமையானது என்றோ கொள்ள முடியவில்லை. தஞ்சாவூர்க் கோயிலுக்கு தரைப்படமோ, பல பகுதிகளைக் காட்டும் படமோ இல்லை. இது, தொல்பொருள் ஆராய்ச்சித் துறை உடனடியாகவும் மிகுந்த கவனத்துடனும் மேற்கொள்ள வேண்டிய பொறுப்பான வேலை.

32. ஜே. ஐ. எஸ். ஓ. ஏ. II, பக். 5

33. எஸ். ஐ. ஐ. II, எண் 61, முன்னுரை பக். 13.

34. 22/1895 (எஸ். ஐ. ஐ. பக். 578).

35. 335/1917.

36. 65/1890 (எஸ். ஐ. ஐ. III. எண் 22) கரூரில் (இரண்டாம் இராஜேந்திரன்) உள்ளன. 307-8/1901 தர்மபுரியில் உள்ளன (முதலாம் குலோத்துங்கன்); 70/1911 ஸ்ரீவாஞ்சியத்தில் உள்ளன (இரண்டாம் இராஜராஜன்); முதலிய பல.

37. பார்க்க 429/1912 (வல்லூரு, தஞ்சாவூர்); 577/1905 (விஜயமங்கலம்)-ல் 504/1912 (ஊட்டத்தூர்; திருச்சி); இன்னும் பல.

38. **ஆச்சாரிய புஷ்பாஞ்சலி,** பக்.6.

39. 47/1918.

40. 227/1921.

41. இங்கு ஆராயப்பட்ட கோயில்களைப் பற்றி விவரங்களுக்கு ஆதாரம்; "சோழர் கட்டிய கடைசி பெருங்கோயில்" என்ற

தலைப்பில் கே. ஆர். சீனிவாசனின் ஆராய்ச்சிக் கட்டுரை. ஜே.ஐ. எஸ். ஓ. ஏ., XVi, (1948, பக். 11-33).

42. ஏ. ஆர். இ. 1920. பக். 102-7, ஏடுகள் I-VI, மற்றும் 1908, II, 66-7.

43. இந்துக்களின் விக்கிரகக் கலை, டி. ஏ. கோபிநாத் ராவ், II, பக். 171-4.

44. கல்வெட்டுத் துறையின் ஆண்டறிக்கை, 1908, பக். 81, பாரா 68.

45. ஓஸ்டாசியடிஸ் சே ஜெய்ட்ஸ்கிரிப்ட் (ஓ. இஜட்) (என். எப். 29), 1933, பக். 5.

46. "சௌத் இந்தியன் இமேஜஸ் ஆப் காட்ஸ்..." என்ற நூலில் எஸ். கே. சாஸ்திரி, ஒரே தெய்வத்தின் உருவத்தில் விக்கிரக அமைப்பில் ஏற்பட்டிருக்கும் மாறுதல்களைச் சுட்டிக் காட்டியிருக்கிறார்.

47. IV வரிகள் 157-8.

48. ஓ. இஜட். 1933, பக். 165.

49. 132, 136/1925; கல்வெட்டுத்துறையின் ஆண்டறிக்கை II, 10.

50. 131/1925.

51. திருக்கற்றளிப் பிச்சன் (கற்கோயில் கண்ட பைத்தியக்காரன்) என்பது ஓர் ஆள் பெயர் அல்ல; அது ஒரு பட்டப் பெயர். இப்பட்டத்துக்கு உரியவர்கள் (1) இரண்டாம் பராந்தகனின் படைத்தலைவனான (291/1908) பராந்தகன் சிறிய வேளார், (2) திருமணஞ்சேரி ஆரூரான் கம்பன் (கி.பி.991, எண் 9/1914) பிச்சனின் உருவம்போல, திருவாவடு துறையில் இருப்பவை அம்பவலன் திருவிசலூரன் திருநாவுக்கரையன் (133/1925), இன்னும், இன்ன காலத்தவர் என்று உறுதியாகச் சொல்ல முடியாத வேறு சிலர் (106,141/1925). பார்க்க தென்னிந்தியக் கல்வெட்டுக்கள், III, படம் XI (இப்படம் கலைத்துறையின ருக்கு முக்கியமானது அன்று) கோனேரி ராஜபுரத்தில் (தஞ்சாவூர் மாவட்டம்) திருநல்லம் உடையார் என்ற தெய்வத்தை கண்டராதித்தர் வழிபடுவதைக் காட்டுகிறது. இக்கோயில் அவனுடைய மனைவியாகிய செம்பியன் மாதேவியால் கட்டப்பட்டது. (தென்னிந்தியக் கல்வெட் டுக்கள், III, எண்கள் 146,147-450/1908, 626/1909); அரசனின் தலையில் அணிந்திருக்கும் மகுடம் எளிமையும் எழிலும் நிறைந்து வரிசை வரிசையாக முத்துக்களைத் தாங்கியிருக் கிறது. கைகள், கழுத்து நெஞ்சு எல்லாவற்றிலும் அணிந்

திருக்கும் ஆபரணங்கள் நந்தியிலுள்ள போக நந்தீசுவரத்து சோழ-பிரதிமை என்று சொல்லப்படுவதின் இத்தகைய அலங்காரங்களை நம் நினைவுக்குக் கொண்டுவருகின்றன. (எம். ஏ. ஆர். 1914,1915) , மேலே, மூலநூலில் சொல்லப்பட்ட உருவங்களின் இலக்கணத்துக்கு இது சரியான உதாரணம் ஆகும்.

கல்வெட்டுக்களில் கீழ்க்கண்ட வெண்கல உருவங்கள் (மனித உருவப் படங்கள்) பற்றிய குறிப்புக்கள் காணக் கிடைக்கின்றன. (1) செம்பியன் மாதேவி (கி. பி.1020) இந்த உருவப்படம் இதே பெயருள்ள ஊரில் இருக்கிறது. கல்வெட்டுத் துறையின் ஆண்டு அறிக்கை 1926, II, 24, (2) 2-ம் பராந்தகனும் அவனுடைய அரசியும், முதலாம் இராஜராஜ னின் தாயாருமான வானவன் மாதேவியும் மற்றும் முதலாம் இராஜராஜன், அவனுடைய அரசி லோகமாதேவி ஆகியோரின் உருவப்படங்கள் எல்லாம் வெண்கலத் திருமேனிகளாய்ப் பெரிய அளவில் செம்மையாகச் செய்யப்பட்டு தஞ்சாவூர்க் கோயிலில் உள்ளன. அங்கு இப்போது உபயோகத்தில் இருந்து வரும் முதலாம் இராஜராஜ சோழனின் கையெழுத்துடன் கூடிய அவனுடைய திருவுருவமும், பிற்காலத்தில் வேறொரு திருவுருவத்திற்குப் பதிலாக செய்துவைக்கப்பட்டதாக இருக்கலாம்-கல்வெட்டுத்துறை ஆண்டு ஆண்டறிக்கை, 1925 II 12. இந்நூலின் முற்பகுதியில் பக்கம் 168-ம், பக். 189, என்.3-ம் பார்க்க.

கல்லில் செய்யப்பட்ட திருவுருவங்கள் நன்கு பாதுகாக்கப் படவில்லை. அவையாவன (1) ஒரு அரசனும் அரசியும் திருவிசலூர் (தஞ்சை மாவட்டம்) சிவன் கோயிலில் லிங்கத்தை வழிபடுவது. இராஜராஜனும் அவனுடைய அரசி லோகமா தேவியும் முறையே இக்கோயிலில் துலாபாரமும், இரணிய கற்பகமும் செய்ததற்கு ஒரு ஆதாரமும், இந்தத் திருவுருவங்களுக்குக் கீழே இருக்கிறது. (42/1907 **'எபிகிராபிகா இண்டிகா'** XII. பக். 121, என் 2) ; (2) ஓர் அரசர் அல்லது பெரம் செல்வர் தரையில் சம்மணம் போட்டு உட்கார்ந்து கொண்டு,சிவலிங்கத்தை வழிபடும் காட்சியை (தென் ஆர்க்காடு மாவட்டம்) உலகாபுரத்திலுள்ள பாழடைந்த சிவன் கோயிலில் காணலாம். 129/1919; (3) திருவிசலூர் கோயிலில் அனந்த சிவன் கட்டிய ஒரு மண்டபத்தில் அவனே (அனந்தசிவன்) லிங்கத்தை வழிபடுவது (டி.ஜி. அரவாமுதன் திருவுருவக் கல்சிற்பங்கள் பற்றி **போர்ட்ரெயிட் ஸ்கல்ப்சர்** என்ற பெயரில் ஆங்கிலத்தில்

எழுதிய நூலில் 10-வது உருவம்); (4) தாதாபுரம் (தென் ஆர்க்காடு மாவட்டம்) என்னும் ஊரில் குந்தவை கட்டிய கோயிலில், அவள் சிவபெருமானுக்கு முன்னால் நடனமாடுவது-17/1919.

கேட்டன் ஆதித்தன் என்ற சோழர் படைத்தலைவனையும் அவனுடைய சகோதரி கலியவ்வையையும் 168 (a) 1922-திருக்காளத்தி கோயிலில் இரண்டு வெண்கலச் சிலைகளாக வடிதிருப்பதை டி.ஜி. அராவமுதன் (மேலே குறித்த நூல், பக்கம் 38-9-ம் உருவம் 13-ம்) அடையாளம் காட்டுகிறார். ஸ்ரீமுஷ்ணத்தில் (தென் ஆர்க்காடு மாவட்டம்) சிவன் கோயிலில் திருப்பதிகத்தை ஓதுவதை வழக்கமாகக் கொண்டிருந்தாராம் (255/1916). அன்பில் (திருச்சி மாவட்டம்) என்னும் ஸ்தலத்தில் பிரேமபுரீஸ்வரர் கோயிலில் பாலுடையாண்டான் என்ற ஒருவனின் திருவுருவத்தை மக்கள் (ஏறத்தாழ 1250-ம் ஆண்டில், நிலைநாட்டினர். இவன் தன்னுடைய உயிரைத் தியாகம் செய்து, கிராமத்தாரிடம் வசூலிக்கப்பட்ட நிலவரியின் அநியாயத்தைத் தன்னுடைய ஆட்சேபணையைத் தெரிவித்தான் (596/1902).

ஸ்ரீரங்கம் கோயிலில் உள்ள பெரியதொரு கல்உருவம் கம்பனுடையது என்று உள்ளூர் மக்கள் தொன்றுதொட்டு நம்பி வருகிறார்கள். தேரழுந்தூரில், சேதப்பட்ட இரண்டு கல் உருவங்கள் உள்ளன. இவை கம்பம், அவன் மனைவி ஆகியோரைக் காட்டுவதாக மக்கள் தலைமுறை தலைமுறையாக நம்பி வருகிறார்கள் காஞ்சிபுரத்தில் ஏகாம்பரநாதர் கோயிலில் தனியே கீழே கிடக்கும் கல் உருவம் ஒன்று உண்டு. இது பெரிய அளவிலும் நன்கு பாதுகாக்கப்பட்டும் இருக்கிறது இது கரிகாலச் சோழனின் சிலை என்பது மக்களின் நம்பிக்கை.

52. ரூபம், 1930 எண் 40 பக்.1.

53. 168 (b)/1922.

54. 168 (a)/1922.

55. எச்.கே. சாஸ்திரி; தென்னிந்தியத் திருவுருவங்கள்,' **சௌத் இண்டியன் இம்மேஜஸ்'**, பக் 162.

56. மேற்படி, பக். 125-ம் உருவம் 80-ம்.

57. **'அண்ணாமலை யுனிவர்சிட்டி ஜர்னல்'**, தொகுதி III, பக். 43.

58. ஒய். இஜட் (என்.எப்.10) 1934, பக்.176-186.

59. இந்தப் படங்கள் இதுவரை வெளியிடப்படவில்லை என்பதை ஏற்கெனவே குறிப்பிட்டிருக்கிறோம் (இந்நூலில் பக்.15 என் 1 பார்க்க) அரசாங்க கல்வெட்டு அறிஞர் திரு. என். லட்சுமி நாராயணராவ் அன்புடன் வழங்கிய இசைவுடன் முத்திரை அச்சிடப்பட்டிருக்கிறது. இந்த முத்திரையின் விவரங்கள்: வேறொரு இடத்தில் விளக்கப்பட்டிருக்கின்றன.

60. இந்திய வரலாற்றுக் காங்கிரஸின் நிகழ்ச்சிகள் Proceeding of the Indian History Congress, VII, (1944), பக்.168-76.

61. தொல்பொருள் ஆராய்ச்சித் துறையைச் சேர்ந்த டாக்டர் எஸ். பரமசிவம், இந்திய வண்ண ஓவியங்களில் தொழில் நுணுக்கக் கூறுகளை ஆராய்ந்து பயனுள்ள பல அறிக்கைகளை வெளியிட்டுள்ளார். இவற்றிலிருந்து விவரங்களைச் சேகரித்துக்கொள்ளலாம். இந்த அறிக்கை களில் குறிப்பிடத் தக்கவை வருமாறு :

(1) இந்தியச் சுவர் ஓவியங்கள், **ஜர்னல் ஆப் தி மெட்ராஸ் யுனிவர்சிட்டி**, XII (1940), பக்.96-128, மற்றும் XIII, (1941) பக் 1-5;

(2) ஹைதராபாத் தொல் பொருள் ஆராய்ச்சித் துறையின் ஆண்டறிக்கைகள், 1936-7, பக். 25-38, அஜந்தா, எல்லோரா பற்றியவை.

(3) தொழில் நுணுக்க ஆராய்ச்சிகள், ஹார்வார்டு, பக்.4 (1937) பக். 222-39 தஞ்சாவூரைப் பற்றியது VIII. 2·(1939), பக் 83-9, சித்தன்ன வாசல் பற்றியது.

(4) அறிவியல் துறை பற்றிய இந்திய ஆராய்ச்சிக் கழகத்தின் நிகழ்ச்சிகள் Proceedings of the Indian Academy of Sciences: VII, 4 (1938), பக். 282-90; விஜயாலய சோழீசுவரம் பற்றியது; X, 2, (1939), பக். 77-84 காஞ்சிபுரம் பற்றியது.

62. இந்த ஓவியங்களின் பொருளை எஸ். கே. கோவிந்தசாமி முதலில் அண்ணாமலைப் பல்கலைக்கழக ஜர்னலிலும், ii, (1933). பிறகு JISOA யிலும் i, (1933), பக். 73-80 விளக்கி எழுதினார். ஆனால் இந்த ஓவியங்களில் கையாளப்பட்ட நுணுக்கங்களைப் பற்றி அவர் சொன்னது தவறு.

கீழ்க்கண்டவற்றையும் பார்க்க: **திரிவேணி**-என்னும் இதழில் சி. சிவராமமூர்த்தி எழுதியது vi, (1933) பக். 227-34; ஓ.சி. கங்கூளி

'ஜர்னல் ஆப் இந்தியன் ஆர்ட் அண்டு லெட்டர்ஸ்' என்ற லண்டன் இந்தியச் சங்க வெளியீட்டில் எழுதியது (என்.எஸ். ix), 1935, பக். 86. மற்றும் ஜர்னல் ஆப் ஓரியண்டல் ரிசர்ச்சில் டாக்டர் பரமசிவன் எழுதியது. ix (1935), பக். 363.

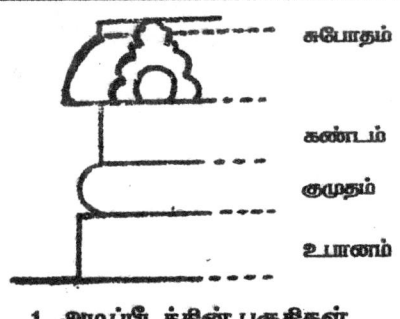

1. அடிப்பீடத்தின் பகுதிகள்
(உப பீடம்)

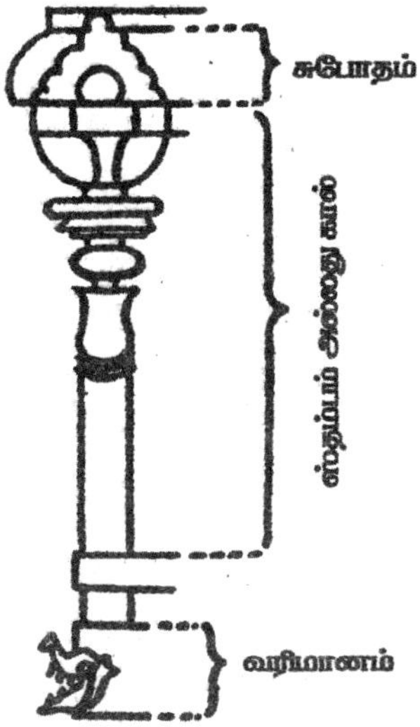

2. தூணின் பகுதிகள்

7-ம் நூற்றாண்டு
பல்லவர் பாணி
11-ம் நூற்றாண்டு
சோழர் பாணி

3. பலகை வளர்ந்த விதம்

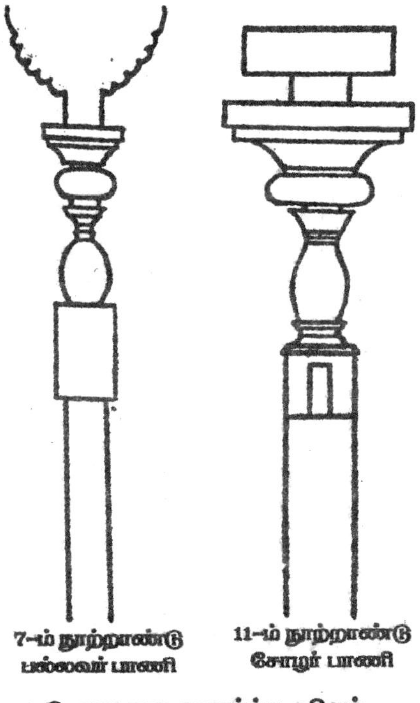

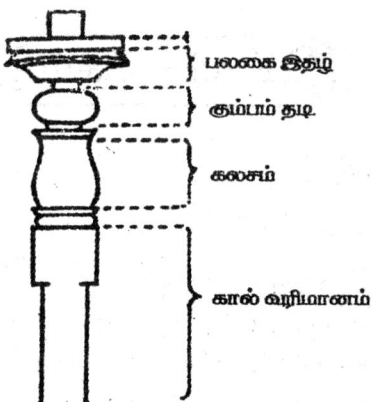

4. போதிகையின் பகுதிகள்

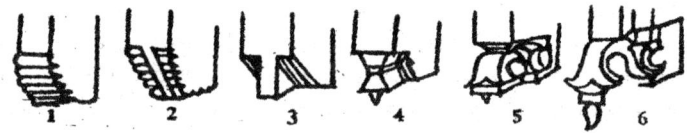

1. 7-ம் நூற்றாண்டு பல்லவர் பாணி
2. 8-ம் நூற்றாண்டு பல்லவர் பாணி
3. 11-ம் நூற்றாண்டு பல்லவர் பாணி
4. 13-ம் நூற்றாண்டு பாண்டியர் பாணி
5. 15-ம் நூற்றாண்டு விஜயநகர் பாணி
6. 18-ம் நூற்றாண்டு மதுரைப் பாணி

5. தண்டையக்கட்டு வளர்ந்த வரலாறு

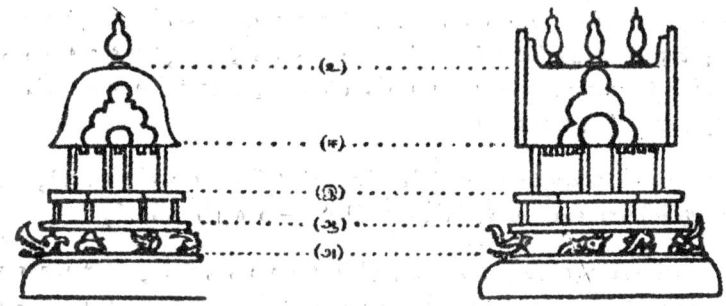

6. பஞ்சரத்தின் இரண்டு வடிவங்கள்

(அ) வரிமானம் (ஆ) கைபிடிச்சுவர் (இ) சன்னல் (ஈ) சிகரம் (உ) ஸ்தூபி

“ஆர்கியாலஜி-டு-சுட்-டி-லி” இண்டேயில் மூவே-தூப்ராய் வரைந்திருப்பதைப் பார்த்து இந்த படங்கள் போடப்பட்டிருக்கின்றன.

படவிளக்கம்

படங்கள்

(a) தேவகானம் பொழியும் கந்தர்வர்களும், அப்ஸர நங்கைகளும்-ஓவியம். வலப்பக்கம் இருப்பவர் தாளம் **(Cymbals)** வாசிக்கிறார். மற்ற மூவரும் விஸ்மய (வியப்பு) முத்திரையுடன் காண்கிறார்கள். அவர்கள், வானத்தில் மிதந்து வருவதைக் குறிப்பதற்கு, அவர்களின் இடுப்பின் கீழ்ப்பாகம் மேகங்களால் மறைக்கப்பட்டது போல் தீட்டப்பட்டிருக்கிறது. இதை, 'சீன முறை' என்று சொல்லுவது வழக்கம். இந்த ஓவியத்தின் மேல்புறம், கைலாசத்தில் சிவபிரானும், கீழ்ப்புறம் ஐராவத யானை மீது சுந்தரமூர்த்தி நாயனாரும், குதிரை மீது சேரமான் பெருமானும் ஏறி, கைலாசம் செல்லும் நிகழ்ச்சியையும் குறிக்கும் ஓவியங்களைக் காணலாம். உடல் வளைவுகள் (பங்கங்கள்), தலை அலங்காரங்கள், அணிகலன்கள் எல்லாமே மிக அழகிய வண்ணங்களைக் கொண்டு வியக்கத்தக்க வகையில் வரையப்பட்டுள்ளன. தஞ்சை ஓவியர்களின் முதிர்ந்த கலைத் திறமைக்கு நல்ல எடுத்துக்காட்டாக இவை அமைந்துள்ளன.

(b) ஆடற் பெண்டிர்: மேலே குறிக்கப்பட்ட ஓவிய வரிசையைச் சேர்ந்தது. இதில் ஒரு அப்ஸரப் பெண் கடினமான அபிநயம் பிடித்துக் காண்பிக்கிறாள். பூமியின் ஈர்க்கும் சக்தியையும் வென்று, சுழன்றாடுவது போல் காட்டப்பட்டுள்ளது. இச் சித்திரங்களில் ஓவியக் கலைஞரின் கைவன்மை, தன்னம்பிக்கை நிறைந்த திறனையும் காணலாம்.

படம் 1. விஜயாலயச் சோழீச்சுரம் (மேலமலை) நார்த்தாமலை (புதுக்கோட்டை மாவட்டம்), கி.பி.9-ம் நூற்றாண்டு.

கருவறை வட்ட வடிவத்தில் அமைந்துள்ளது. விமானத்தின் மூன்றாம் தளமும் வட்ட வடிவம் கொண்டதாகும். நான்கு பக்கங்களிலும் கூடுகள். கருவறைச் சுவர்களில் அழகிய சிறு கம்பங்களும் சிற்ப வேலைப்பாடுகளும் இருக்கின்றன. தளவரிசை கைப்பிடிச் சுவரில் சில **கோஷ்டங்களும் சாலைகளும்** வரிசையாக அமைக்கப்பட்டுள்ளன. சன்னிதி நுழைவாயிலின் இரு பக்கங்களில் இரு கைகளுடன் கூடிய அழகிய மெல்லிய இரு துவார பாலகர்கள்.

இப்போது சிதைந்துள்ள பிரகாரத்தின் வடக்கு வாயிலில் கோபுரம் இருந்திருக்க வேண்டும். உட்புறத்தில் ஒற்றைத் தளம் கொண்ட (ஏகதளப் பிராசாதம்) 6 கற்றளிகளும் மற்றொரு கற்றளி பின் சிதைவுகளும் காணப்படுகின்றன. ஒவ்வொரு சன்னிதியிலும் சதுரவடிவமான கருவறையும், வட்டமான சிகரமும், நீண்ட சதுர வடிவில் முன் மண்டபமும் அமைந்துள்ளன. திருக்கட்டளையில் உள்ளது போலவே, இந்த 6 சன்னிதிகளும் முறையே, சூரியன், சந்திரன், ஏழு அன்னைமார்கள், சுப்பிரமணியர், சேட்டை, சண்டிகேசுவரர் என்ற 6 தெய்வங்களுக்கு அமைக்கப்பட்டிருக்க வேண்டும். ஆனால், திருக்கட்டளையில் ஒரு சன்னிதி கூடுதலாகக் காணப்படுகிறது. தவிர, பிற்காலத்தில் ஒரு அம்மன் சன்னிதியும் அங்கு சேர்க்கப்பட்டிருக்கிறது.

படம் 2. மேலமலையிலுள்ள விஜயாலய சோழீச்சுவரம் ஆலயம்- படம் 1 ஐ நோக்குக.

படம் 3. அகத்தீச்சுவரர் கோயில், பணங்குடி (வடமேற்கில் இருந்து) 'புதுக்கோட்டை மாவட்டம்' ஒற்றைத்தளம் [**ஏக தளப் பிரசாதம்**] கொண்டு அமைந்த அழகிய கற்றளிகளில் ஒன்று. கருவறைக்கு முன்னால் குறுக்காக அமைந்த மேடையானது தூண்களுடன் கூடிய **மண்டபமாக** இருந்திருக்கலாம் எளிய வேலைப்பாடுகளுடன் கூடிய சுவர்கள் கோண வடிவில் வெட்டப் பட்ட போதிகைகளுடன் கூடிய அரைக் கம்பங்கள், சுற்றுப் பிராகாரம் இருந்திருக்க வேண்டும்.

படம் 4. சிவன் கோயில், ஏனாதி, 'புதுக்கோட்டை மாவட்டம்' மேலே சொன்ன கோயிலைவிட எளிதாகவும், அழகாகவும் இருக்கிறது. இது, அதற்குச் சற்று முந்திய காலத்தியதாகவும் இருக்கலாம். கருவறையும், அதன் சிகரமும் சதுர வடிவுடன் கூடியவை. கோண வடிவு கொண்ட போதிகைகள். சிகரத்தின் ஒவ்வொரு பக்கத்திலும் அழகிய வேலைப்பாடுகளுடன் கூடிய கூடுகளும் அவற்றின் உச்சியில் தீர்த்த முகங்களும் அமைக்கப்பட்டுள்ளன. இரண்டு பருத்த குட்டையான கம்பங்கள், முக மண்டபத்தைத் தாங்கி நிற்கின்றன. கருவறைச் சுவர்களில் கோஷ்டங்கள் இல்லை. ஆனால், சிகரத்திற்குக் கீழே அதற்காக வரையப்பட்ட மேற்கோடுகள் இருக்கின்றன. விமானத்தின் மீதுள்ள சிகரம், மகாபலிபுரத்தின் திரௌபதி ரதத்திலுள்ள கூரை போன்றே அமைக்கப்பட்டிருக்கிறது.

படம் 5. சிவன் கோயில் (வடக்கிலிருந்து), கொற்கை (திருநெல்வேலி மாவட்டம்) படம் 4-ல் உள்ளது போன்றே

கருவறையை உடையது. ஆனால், அடித்தளம் சற்று உயரமாய் உள்ளது. முதல்தளக் கைப்பிடிச்சுவரைச் சுற்றிலும் மிருகங்களின் வரிசை செதுக்கப்பட்டுள்ளது. சுவர்களில், கோஷ்டங்கள் உள்ளன. முன் மண்டபத்திற்குப் பதில், அந்தராளம் காணப்படுகிறது. மற்ற கட்டடங்களெல்லாம் பிற்காலத்தியவை. மிருக வரிசை செதுக்கப்படும் மரபு இதிலிருந்து தொடர்ந்து கையாளப்பட்டது.

படம் 6. நாகேஸ்வரர் கோயில் மூலஸ்தானம், கும்பகோணம் (தஞ்சை மாவட்டம்) இரு நிலை மாடங்களுடைய (துவிதளப் பிராசாதம்) அழகிய கோயில். அடித்தள அமைப்பு பல புதிய மாறுதல்களும் மடிப்புகளும் உடையது. அதனால், கட்டடத்தின் சில பாகங்களின் மீது நிழலும் வேறுசில பாகங்களின் மீது வெளிச்சமும் பட்டு, அழகான தோற்றம் உண்டாகிறது. கைப்பிடிகளின் மூலைகளில் கர்ணகூடங்களும், நடுவே சாலைகளும் அமைக்கப்பட்டுள்ளன. உயிரினங்களின் சிற்பங்கள் இங்கும் வரிசையாகக் காணப்படுகின்றன. சதுர வடிவமான சிகரத்தின் நாற்புறங்களிலும் கூடுகளும் அவற்றின் கீழுள்ள பிறைகளில் சிற்பங்களும் உள்ளன. வேலைப்பாடுகள் மிக எளிய பாணியில் அமைந்திருக்கின்றன. முன் காலத்தியதைப் போன்று வளைந்த போதிகைகளைக் காண்கிறோம்.

படம் 7. மூவர் கோயில் எண் 1. (தெற்கிலிருந்து) கொடும்பாளூர் (புதுக்கோட்டை மாவட்டம்) பிராகாரத்தில் முதலில் கட்டப்பட்ட மூன்று கோயில்களில் எஞ்சிய இரு கோயில்களுள் இது ஒன்று அதிஷ்டானத்தில் வளைந்த குமுதம் காணப்படுகிறது. அதற்கு மேலே 'யாளிவரி' செதுக்கப்பட்டிருக் கிறது. இங்குதான் இதை முதன்முறையாகக் காண்கிறோம். கருவறைச் சுவரின் மூன்று பக்கங்களிலும் சிற்பங்களுடன் கூடிய தேவகோஷ்டங்கள் மேற்புறச்சுவரில் யாளிவரி. மேல் தளங்களின் முகப்பில், கர்ணக் கூடங்களும் சாலையும் காணப்படுகின்றன. மூலைகளில் நந்திகள். சதுர வடிவான சிகரமும் அதன் நாற்புறங் களிலும் கூடுகளும், நாகேஸ்வரர் கோயிலைவிட உயரமாயும் ஆனால் அதைவிட எளிய பாணியிலும் அமைந்தது.

படம் 8. அகத்தீஸ்வரர் ஆலையம் மேலப்பழுவூர் (திருச்சி மாவட்டம்) விருத்த குமுதமும் யாளிவரியும் அதிஷ்டாவனத்தில் காணப்படுகின்றன. தளத்தின் முகப்பில் கோஷ்டங்கள், நாகேஸ்வரர் கோயிலிலும் மூவர் கோயிலிலும் காணப்படுகிற அம்சங்களைக் கலந்து அமைக்கப்பட்டன போல் தோன்றும்.

வட்டமான சிகரம். அதன்மீதுள்ள கூடுகளில் உள்ள மிக அழகிய சிற்பங்கள் இக்கோயிலுக்குத் தனி அழகு தருகின்றன. விஜயாலய சோழீஸ்வரத்தை நினைவூட்டுவது போன்றும் அமைந்துள்ளது.

படம் 9. அதே கோயிலிலுள்ள கம்பங்கள், இவற்றின் அடிப்பாகம் சிங்க வடிவில் உளது. இவை காஞ்சி வைகுந்தப் பெருமாள் கோயில் கம்பங்களைப் போன்றிருக்கின்றன. ஆனால், அவற்றின் பிடரி, குமுதத்தின் மீதுள்ள இதழ் வேலைப்பாடு மற்றும் மெல்லிய பலகை, அதன் மீதுள்ள போதிகை-ஆகியவற்றின் வேலைப்பாடுகள் பிற்காலத்திய பாணியைக் காட்டுகின்றன. கம்பங்களின் கீழ்ப்பாகத்தில் யாளியை அமைத்திருப்பதும் பிற்காலத்திய பாணியைச் சுட்டுகிறது.

படம் 10. கோரங்கநாதன் கோயில் (தென் மேற்கிலிருந்து) ஸ்ரீநிவாச நல்லூர் (திருச்சி மாவட்டம்) மேலே விவரிக்கப்பட்ட கோயில்களைவிடப் பெரியது. அவற்றிலுள்ள பல கலை அம்சங்களை உட்கொண்டது. கீழ்த்தளத்திலுள்ள அம்சங்கள், மேல் தளத்திலும் காட்டப்படுகின்றன. அதற்கு மேலே கோஷ்டங்கள், சாலைகள், பஞ்சரங்கள் இவற்றின் வரிசை காட்டப்பட்டுள்ளது. சதுர வடிவில் சிகரத்தின் பக்கங்களில் பிறைகொண்ட மாடக்குழிகள் உள்ளன. அவற்றில் அழகிய சிற்பங்கள் அமைக்கப்பட்டுள்ளன. தஞ்சைப் பெரிய கோயிலுக்கும் கங்கை கொண்ட சோழபுரம் கோயிலுக்கும் முன்னோடியாக, இந்த முறை அமைந்துள்ளது எனலாம். முன்னே ஒரு மகாமண்டபம் உள்ளது. நாகேஸ்வரர் கோயில் போன்று இக்கோயிலும் இது தரை மட்டத்திலிருந்து எழுப்பப்பட்டுள்ளது.

படம் 11. பிரகதீஸ்வரர் ஆலயம், தஞ்சாவூர். இராஜராஜப் பேரரசன் எழுப்பிய கோயில். தென்னிந்தியக் கோயில் கலையின் ஓர் உன்னதப் படைப்பு. இக்கோயிலின் கம்பீரமான தோற்றம், அதிலுள்ள சிற்ப அழகு, அழகான ஓவிய வேலைப்பாடுகள் இவையனைத்தும் மக்கள் மனத்தைக் கொள்ளைகொண்டுள்ளன. முன்னேயுள்ள மண்டபத்தில் பெரிய நந்தி வீற்றிருக்கிறது. இந்தியாவிலேயே இது இரண்டாவது பெரிய நந்தியாகும். பிரகாரத்தின் உள்பக்க ஓரங்களில் சுற்று மண்டபம் அமைக்கப்பட்டுள்ளது. அதன் நடு நடுவே தடுக்கப்பட்டு சிறிய சந்நிதிகள் அமைக்கப்பட்டுள்ளது. இக்கோயிலின் முன்புறத்தில் இரு சிறிய கோபுரங்கள் இருக்கின்றன (படத்தில் காட்டப்படவில்லை).

படம் 12. பிரகதீஸ்வரர் ஆலயம், கங்கைகொண்ட சோழபுரம் (திருச்சி மாவட்டம்). சோழர்களின், மற்றொரு அரும்கலைப் படைப்பாகும். கட்டியவர் இராஜேந்திர சோழன். இரண்டு தளங்கள் கம்பீரமாகத் தெரிகின்றன. கோஷ்டம், பஞ்சரம், சாலை இவற்றின் வரிசையும் எடுப்பாகக் காட்டப்பட்டுள்ளன.தேவகோஷ்டங்களில் அழகிய சிற்பங்கள் உள்ளன. தஞ்சை விமானம்போல் செங்குத்தாக இல்லாமல் இங்குள்ள விமானம் சற்று உள்வளைந்து காணப்படுகிறது.

படம் 13. மேலே சொன்ன கோயிலின் வடக்கு நுழைவாயில். கைப்பிடி, தாராசுரம் போன்ற இடங்களில் இருப்பதுபோல் இல்லாமல் எளிமையாக உள்ளது. சுவரிலுள்ள அரைக்கம்பங்கள் முதிர்ச்சி பெற்ற பாணியில் அமைக்கப்பட்டுள்ளன. இங்குள்ள துவார பாலகர்கள் வழக்கப்படி பயங்கரமான பார்வையுடன் தங்கள் பணியை உறுதியுடன் செய்யக் காத்து நிற்கின்றனர். ஒரு கை 'தர்ஜனியிலும்' மற்றொன்று 'விஸ்மயத்திலும்' காட்டப்பட்டுள்ளன.

படம் 14. கோபுர வாயில், லட்டிகம். எளியையும் அழகும் நிறைந்த கோபுரம். முற்காலச் சோழர் பாணியில் அமைந்த ஒரு சில கோபுரங்களில் இது ஒன்று. ஒரே தளமுடைய இக்கோபுரத்தின் உச்சியில் கீர்த்தி முகங்கள் பொருத்தப்பட்டுள்ளன. பிற்காலத்திய கோபுரங்களின் உச்சியில் வைக்கப்பட்ட பெரிய யாளிதலைகள் வைக்கும் மரபிற்கு இக்கோபுரம் முன்னோடியாக அமைந்தது எனலாம்.

படம் 15. ஐராவதீசுவரர் கோயில் (தென்கிழக்கிலிருந்து) தாராசுரம் (தஞ்சை மாவட்டம்). தஞ்சைப் பெரிய கோயில், கங்கை கொண்ட சோழபுரத்துக் கோயில் ஆகியவற்றின் கட்டடப் பாணியைப் பின்பற்றிக் கட்டப்பட்டதாகும். அவற்றைவிட காலத்தால் பிற்பட்டது. கம்பங்கள், அதிஷ்டானத்தின் அங்கங்கள், தேவகோஷ்டங்கள், கைப்பிடிக் குறடுகள் இவை நன்கு வளர்ச்சி பெற்ற பாணியில் அமைந்தவை. இதற்கு முற்பட்ட கோயில்களில் மகாமண்டபம் வரைதான் கட்டப்பட்டது ஆனால், இங்கு அதற்கும் முன்னே மேலும் ஒரு மண்டபம் சேர்க்கப்பட்டுள்ளது. இம்மண்டபம் தேர்போன்று சக்கரங்கள் வைத்து, அதைக் குதிரைகள் இழுப்பது போன்று ஒரு புதிய பாணியில் அமைந்துள்ளது. (இதுபோன்ற தேர் மண்டபங்களைச் சிதம்பரத்திலும் கும்பகோணத்திலும் காணலாம்) படிக்கட்டுக் கைப்பிடிகள் வெறும் நீண்ட சுருள் போன்றும் சிலவற்றில் யானைகள் வைத்தும், மற்றும் சிலவற்றில் யானையை

சிங்கம் தாக்குவது போன்றும் செதுக்கியுள்ளார்கள். சேக்கிழார் பெரிய புராணத்தில் கூறியபடி சைவநாயன்மார்களின் வரலாறுகளைச் சிற்பங்கள் மூலம் சித்திரித்துள்ளார்கள். சில நாயன்மார்களின் வரலாறு பூர்த்தியாக செதுக்கப்படவில்லை. ஆனால் அவற்றைச் செதுக்குவதற்காகப் போடப்பட்ட வரைபடங்கள் செம்மண் நிறத்தில் காணப்படுகின்றன. வேலைப்பாடுகள் கொண்டதாகவுள்ளது. விமானமும் அவ்வளவு உயரமாக இல்லை.

படம் 16. மேலே சொன்ன கோயில் (வடக்கிலிருந்து) மேலே செங்கல்லால் ஆன சிறிய சாலைகள், நீண்ட பருத்த கம்பங்கள், அவற்றிலுள்ள அழகிய கம்பீரமான சிற்பங்கள், உபபீடத்திலுள்ள கூர்மையான தாமரை இதழ்கள், இவையெல்லாமே புதிய முறையில் கையாளப்பட்டுள்ளன.

படம் 17. அதே கோயிலிலுள்ள அலங்கார மண்டபம் (தென் மேற்கிலிருந்து) கம்பங்களில் புதுமையான வேலைத் திறனைப் பார்க்கலாம். போதிகைகள் பழைய பாணியிலிருந்து மாறுபட்டு, பூமுனைபோன்ற தோற்றத்தில் அமைக்கப்பட்டுள்ளன. தூணில், பலகை மெல்லியதாகவும் அகலமாகவும் இருக்கிறது. தூண் கீழ்ப்பாகத்திலுள்ள யாளியும் சிங்கமும் பலவிதமான தோற்றங்களில் அமைக்கப்பட்டுள்ளன. அடித்தளத்தில் பஞ்சரம் காணப்படுகிறது. சக்கரங்களும் குதிரைகளும் செதுக்கப்பட்டிருப்பது இம்மண்டபமே. தேர் ஓடுகிறது போன்று தோற்றமளிக்கிறது. படிக்கட்டுக் கைப்பிடியிலுள்ள யானை உருவங்கள் நுண்ணிய வேலைப்பாடுடன் கூடியவை.

படம் 18. அதே கோயில், தெய்வநாயகி அம்மன் சன்னிதி (தென்கிழக்குத் தோற்றம்) அம்மனுக்காக முதன்முதலில் ஏற்பட்ட சில தனிச் சன்னதிகளுள் இது ஒன்று. கோயிலுக்குள், அம்மன் சன்னிதி என்று தனியாக ஏற்படுத்தும் மரபு, கி.பி.1100 க்கு முன்பு வழக்கில் இல்லை. இக்கோயிலிலும் சில நூதன வேலை, நுணுக்கங்களைக் காணலாம். அதிஷ்டானத்தின் மீதுள்ள கூடுகள், சிங்கங்களைக் கொண்ட அரைக்கம்பங்கள், கூடுகளைக்கொண்ட கொடுங்கை, மூன்று தளவிமானம், அதன் முன்னிருக்கும் நீண்ட அர்த்த மண்டபம்-இவையெல்லாம் அம்மன் சன்னிதிக்கு எழிலூட்டும் வகையில் அழகிய வேலைப்பாடுடன் அமைக்கப்பட்டுள்ளன.

படம் 19. கம்பஹேரேஸ்வரர் கோயில் (வடமேற்குத் தோற்றம்) திரிபுவனம், தஞ்சை மாவட்டம், பிந்திய சோழர்

காலத்திய பெரும் படைப்புகளில் ஒன்று. இதன் எழிலார்ந்த தோற்றமுடைய திட்பம், தஞ்சைப் பெரிய கோயிலை முன்னோடியாக வைத்து அமைக்கப்பட்டுள்ளது. ஆனால், அதிஷ்டானத்தின் அங்கங்களை மேல் தளத்திலும் காட்டும் பாங்கு இங்கு காணப்படவில்லை. கம்பங்கள், சித்திர வேலைப்பாடுகள், விமான வரிசைகள் இவையெல்லாவற்றிலும் முன் அனுபவத்தால் மேலும் ஏற்பட்ட வளர்ச்சியைக் காண்கிறோம்.

படம் 20(A) தா-ஹிசியுங்- பாவ்தியூ மண்டபத்தின் அடித்தளம், சயிடன் (சுவான் சூ). சீனம். சோழர் காலத்திய கோயில்களைப் போன்று அடிப்பாகத்தில் யாளி வரிசையும் பத்மபீடமும் இருக்கின்றன. யாளி வரிசையாக வைப்பதற்குப் பதிலாக, யாளி, சிங்கம் மற்றும் அம்மாதிரி கலப்புவகைப் பிராணிகளும் தனித்தனியாக நடுவே வைக்கப்பட்டுள்ளன.

படம் 20(B) அதே கோயில். சிவலிங்கத்தை யானை தொழுகிறது. மரத்தடியில், கொடிகளினிடையே ஒரு லிங்கம் காட்டப்பட்டுள்ளது. யானை யதேச்சையாக அதைப் பார்த்து அதை வழிபடத் தொடங்கிற்று. தாமரைப்பூவை லிங்கத்தின்மீது வைத்து பூஜை செய்வதைப்போன்று காட்டப்படுகிறது. தென்னிந்தியப் பாணியில் செய்யப்பட்டிருந்தாலும், யானை, மரம், கொடி இவைகள் செதுக்கப்பட்டுள்ள முறை சீன நாட்டு பாணியைக் காட்டுகிறது.

படம் 20 (C) அதே ஊர்; சிவலிங்கத்தை ஒரு பசு தொழுது கொண்டிருக்கிறது. இவற்றில் உள்நாட்டுக் கலைப்பாணியைக் காணலாம். அதே சமயம், தென்னிந்திய பாணியின் சாயலும் தெரிகிறது.

படம் 21. தேவகோஷ்டத்தில் அடியார் ஒருவரின் உருவம், ஸ்ரீநிவாச நல்லூர் (திருச்சி மாவட்டம்). இரட்டைத் தாமரைப் பீடத்தில் சம்பங்கத்தில், இரு கைகளையும் மார்போடு கட்டிக்கொண்டு அடக்கமே உருவாக நிற்கிறார். கரண்ட மகுடமும், மற்றும் பல அணிகலன்களையும் காண்கிறோம். வலது கால் உடைந்திருக்கிறது. படி எடுப்பும், கால்களின் அமைப்பும் பொருத்தமாக உள்ளன. அலங்காரங்களும் அளவுடன் அமைந்து, உருவம் எளிமையாகவும், இயற்கை அழகுடனும் உள்ளது. இம்மாதிரி உருவங்களையே. **9-10** ஆம் நூற்றாண்டுகளில் கும்பபோணம், கொடும்பாளூர், ஸ்ரீநிவாச நல்லூர் போன்ற இடங்களில் நாம் பார்க்கிறோம்.

படம் 22. இதே கோயிலிலுள்ள இளவரசி அல்லது அப்ஸரஸ்(?) ஒரு பெண்ணின் சிற்பம் எவ்வளவு திறமையுடன் உருவாக்கப்படலாம் என்பதற்கு இது அபூர்வமான சான்று. அவளுடைய இடது காலும் கையும், வலது கையும் உடைந்துள்ளன. வேலைப்பாடு, 21-ம் உருவத்தைப் போன்றது. இந்த இளவரசி ஒரு பத்மாசனத்தின்மீது நின்றிருக்கிறாள். கரண்ட மகுடமும் ஆரமும் கீழாடையும் அழகாக உள்ளன. முழு அளவு மார்புகளும், கொடி போன்ற இடையும், அகன்ற இடுப்புக்களும் பெண்களின் அழகுக்கு உரித்த சாமுத்திரிகா லட்சணங்களைக் கசடறக் கற்ற தலைசிறந்த சிற்பி செய்தது என்பதை உறுதிப்படுத்துகின்றன. சுவரில் பதித்த செவ்வகத் தூணுக்கு மேல் பகுதியில் சிற்பி தன்னுடைய திறமையைக் கூர்மையாகக் காட்டியிருப்பது சிறப்பாகக் கவனிக்கத்தக்கது.

படம் 23. அதே கோயிலிலுள்ள தேவகன்னிகை அல்லது எழில் பொழியும் உருவம் இது. இடது கையும், வலது காலும் உடைந்திருக்கின்றன. படங்கள் 21 முதல் 23 வரையுள்ள சிற்பங்கள் ஸ்ரீநிவாச நல்லூர்ச் சிற்பங்களுக்கேயுள்ள தனிப் பாணியைக் காட்டுகின்றன. கும்பகோணம் போன்ற வேறு இடங்களிலுள்ள சிற்பங்களிலிருந்து இவை வேறுபட்டவை.

படம் 24. கோஷ்டத்திலுள்ள பெண்ணின் சிற்பம் நாகேஸ்வரர் கோயில், கும்பகோணம். அதிக வேலைப்பாடில்லாத பீடத்தின் மீது அமைக்கப்பட்டுள்ள இது தம்மில்லா என்னும் தலை அலங்காரத்தைப் பெற்றுள்ளது. தலையில் பூ, மார்பிலே மணிமாலை, இறுகிய மடிப்புகளுடன் கூடிய கீழ் ஆடை, கையிலே வளையங்கள், காலிலே சிலம்பு இவற்றுடன் நிற்கிறாள் இந்நங்கை. கைக்குக் கீழே வாஜிபந்தம். வயிற்றின் மீது மூன்று மடிப்புகள் **(திரிவலி)** சற்று நீண்ட முகம், மெல்லிய உடல், அலங்கார வேலைப்பாடுகள், முகத்தில் தெரியும், உணர்ச்சி ரேகைகள்- இவையெல்லாம் இக்கலைப் பணிக்கே உரிய சிறப்பியல்புகள் ஆகும்.

படம் 25. அதே கோயிலிலுள்ள மற்றொரு மாடத்திலுள்ள பெண் உருவம். மேலே விவரிக்கப்பட்ட உருவம் போன்றே உள்ளது. ஆனால் நிற்கும் பாணி, கைமுத்திரை, அலங்கார வேலைப்பாடுகளில் மட்டும் சில வேறுபாடுகள் தெரிகின்றன. **தம்மில்லா** தலை அலங்காரம் செய்துகொண்டு பூ வைத்துள்ளாள். கற்கள் பதித்த குண்டலங்கள், கழுத்து மாலை, வங்கி, மடிப்புடன் கூடியதும், சற்று இறுகியதுமான கீழ் ஆடை

அணிந்துள்ளாள். நுண்ணிய அம்சங்களைக் கூட மிகக் கவனத்துடன், தேர்ச்சி பெற்ற கலைஞர்கள் செய்தார்கள் என்பதற்கு இது நல்ல சான்று. சிற்பத்தில் காணும் அங்க நெளிவுகள் அதற்குத் தனி அழகூட்டுகின்றன.

படம் 26. அதே கோயிலிலுள்ள மற்றொரு பெண்ணின் சிற்பம், காதுக் குண்டலங்களும் இடது கையில் வைத்துள்ள அல்லி மலரும் குறிப்பிடத்தக்கவை.

படம் 27. மற்றொரு பெண். அதற்கே உரிய அழகு முழுவதும் நன்றாக எடுத்துக்காட்டப்பட்டுள்ளது. தலையிலுள்ள சந்திர சூரிய பிரபைகள், தோளின் மீது துவண்டு நிற்கும் மயிர்ச்சுருள்கள், கழுத்து மாலைகள், குண்டலங்கள்-இவற்றில் எல்லாம் சிற்பியின் கைவண்ணத்தைக் காண்கிறோம். கொழிப்புடன் கூடிய மார்பகம், நீண்ட மெல்லிய கைகள், சிறிய இடை, அகன்ற இடுப்பு-போன்ற அங்க லட்சணங்களைக்கொண்டு இப்பெண் நல்ல உடற்கட்டுடன் இருப்பது, சிற்பியின் அற்புதப் படைப்பு எனலாம்.

படம் 28. அதே கோயில் மாடக்குழியிலுள்ள மனிதனின் சிற்பம் இது மேலே சொல்லப்பட்ட சிற்பங்களைப் போலவே அழகு வாய்ந்தது. கைமுத்திரைகள், சிறிய நெளிவு போன்ற அம்சங்கள் இயற்கையான அழகுடன் சித்திரிக்கப்பட்டுள்ளன. உருவ அமைப்பும் அற்புதம். இது ஒரு துறவியின் உருவமாக இருக்கலாம்.

படம் 29. அதே கோயிலிலுள்ள மற்றொரு மனிதனின் சிற்பம். இவ்வுருவம், ஒரு அரசகுமாரனாக இருக்கலாம். தலையில் கேசபந்தம். வலது கையில் தாமரைப் பூ. கண், மூக்கு, தடித்த உதடுகள், வட்ட வடிவமான முகம், கால்களின் அமைப்பு, பொதுவாகச் சிற்பத்தின் மிருதுவான மேல் அமைப்பும் ஏனைய சிற்பங்களின்றும் இதனைத் தனித்துக் காட்டுகின்றன. இதைப் படைத்தவர் ஸ்ரீநிவாச நல்லூரிலுள்ள சிற்பப்பாணியில் பயின்றவர் போல் தோன்றுகிறது.

படம் 30. சிவன் கோயிலிலுள்ள இரு அடியார்கள் திருவாடுதுறை (தஞ்சை மாவட்டம்) இடது பக்கத்திலுள்ளவர் கைகூப்பி நிற்கிறார். இடது கையில் ஒரு பை தொங்குகிறது. எளிய கீழாடை உடுத்தியுள்ளார். மற்றொரு அடியார், தலைக்கு மேல் இரு கைகளையும் தூக்கி அஞ்சலி செலுத்துகிறார். கழுத்திலே ருத்ராக்ஷ மாலை. கீழேயுள்ள ஒரு மேடை மீது அவரது பை வைக்கப்பட்டுள்ளது. இந்தப் புடைப்புச் சிற்ப உருவங்கள்

மிக்க அழகுடன் கூடியவை. இவர்களின் முகங்களில் பக்தியும் அமைதியும் குடிகொண்டிருப்பதைச் சிற்பி அழகாகக் காட்டியுள்ளார் (பக். பார்க்க). தமிழ் எழுத்து வடிவங்கள், முந்திய சோழர் காலத்தியவை.

படம் 31. அம்மன் உருவமா அல்லது அரசியின் சிற்பமா? வெங்கலப் படிமம்; கிடைத்த இடம் தெரியவில்லை. அழகிய திரிபங்க வளைவுடன் பத்மாசனத்தில் நிற்கிறாள். தலையில் கரண்ட மகுடம், கழுத்திலே ஆரம், வளையல்கள், பூணூல் நூபுரங்கள் (சிலம்பு), அழகிய கீழாடை-இவையெல்லாம் அணிந்திருக்கிறாள். வலதுகை, கடகஹஸ்த முறையிலும், இடது கைபோல ஹஸ்த பாணியிலும் உள்ளன. தியானத்தில் ஆழ்ந்த முகத்தில் அமைதி நிலவுகிறது. வடிவழகையும் பாணியையும் பார்த்தால், சென்னை மியூசியத்திலுள்ள வடக்கு பனையூர் சீதையைவிட, காலத்தில் முந்தியது என்று சொல்லலாம். மெல்லிய உடல் உறுப்புக்களையும், தழ்ந்த தோள்களையும், பத்மபீடத்தின் அழகிய பாணியையும் பார்க்கும்போது இலங்கை சிற்பப் பாணி நமக்கு நினைவுக்கு வருகிறது.

படம் 32. சோழ மாதேவியின் (பெண்) படிமம்; திருக்காளத்தி (சித்தூர் மாவட்டம்), திரிபங்க பாணியில் பத்மாசனத்தில் நிற்கிறாள். அழகிய வேலைப்பாடுகள் கொண்ட ஆபரணங்கள் அணிந்துள்ளாள். 'தம்மில்லா' தலையலங்காரம், தாமரைப்பூ ஏந்திய கை, மற்றும் கேயூரம், வாஜி பந்தம் இவையெல்லாம் மிகவும் ரசிக்கத்தக்கவை. 11-ம் நூற்றாண்டில் வாழ்ந்த புகழ்மிக்க அரசியின் உருவப்படமாகவே இது அமைந்தது போலும்.

படம் 33. காளஹத்தி (திருகாளத்தி)யிலுள்ள மூன்றாம் குலோத்துங்கனின் செப்புத் திருமேனி நிமிர்ந்துநிற்கும் பாணி, சுருண்ட கேசம். ஆடை அலங்காரங்கள் நிறைந்து காணப்படு கின்றன. வலது கையில் கத்தி. ஆனால், முகத்தில் புன்சிரிப்பு பிற்காலச் சோழர் பாணியில் எழிலுடன் திகழ்கிறது. சோழ நாட்டில், நெடுங்காலம் வரை சிற்பக்கலை சிறப்புடன் தொடர்ந்து நிலைத்து வந்தது என்பதற்கு இது ஒரு நல்ல எடுத்துக்காட்டாக விளங்குகிறது.

படம் 34. கோளக மகரிஷியின் செப்புப் படிமம், கோடிக்கரை (தஞ்சை மாவட்டம்) மனித உடலின் அழகையும் அங்க அமைப்புகளையும் உள்ளபடியே காட்டுகிறது. நூதனமான ஜடை; அதைச் சுற்றி ருத்ராக்ஷ மாலை; நிற்கும் பாணி அழகாய் உள்ளது

பிற்காலத்தில், படிமங்களுக்கு இதுவே முன்னோடியாக அமைந்தது.

படம் 35. சண்டிகேஸ்வரர், கொரங்கநாதர் கோயில், ஸ்ரீநிவாச நல்லூர் (திருச்சி மாவட்டம்). இக்கோயிலிலிருக்கும் மற்ற சிற்பங்கள் போலவே இதுவும் மிக அழகிய வேலைப்பாடு கொண்டது. சடைமுடியையும், மலரேந்திய தொழுத கைகளையும் நோக்கினால், சண்டேசரைப் போன்று இருக்கிறது. ஆனால், இதை ஒரு அரசகுமாரனின் படிமம் என்றும் சிலர்கருதுவர். பத்ம பீடமும், அழகிய அரைக்கம்பங்களும். சிற்பத்தின் எழிலை உயர்த்துகின்றன. அக்காலத்திய சிற்பக் கலையழகுக்கு உன்னதமான எடுத்துக் காட்டாகும்.

படம் 36. நரசிங்கமுனையரையர் என்று வழக்கமாகக் கூறப்படும். செப்புப்படிமம்; ஆனால், உண்மையில் இராமபிரானின் படிமம் போல் தோன்றுகிறது திருநாமநல்லூர் (தஞ்சைமாவட்டம்). திரிபங்கப் பாணியில் நிற்கிறார். வில்லேந்துவது போன்ற கைகள்; வழக்கமான ஆபரணங்கள்; நீண்ட கிரீடம்; அகன்ற ஆரம்; இடுப்பிலே அரைத்துணி- எல்லாமே மிக நுண்ணிய கலைத் திறனுடன் செய்யப்பட்டிருக்கின்றன. சோழர் கலையின் இலக்கணங்களாகக் கருதப்படும், அழகிய முகபாவம், அதில் காணப்படும் இனிமைப் பண்பு, நயமான உடல் நெளிவு இவையனைத்தையும் இப்படிமத்தில் காணலாம், ஆனால், ஆபரண அழகுகள் சற்று அதிகப்படியாகக் காணப்படுவதால், இப்படிமம் சென்னை அரும்பொருட்சாலையில் இருக்கும் வடக்குப் பனையூர் இராம-லட்சுமணப் படிமங்களைவிடச் சற்று பிற்காலத்தியதே என்று சொல்லலாம்.

படம் 37. கருவறையின் தெற்குச் சுவரில் தேவகோஷ்டத்திலுள்ள சிவ பிரானின் சிற்பம், திருக்கட்டளை (புதுக்கோட்டை). எளிய பாணியில் அமைந்த பீடத்தின் மீது நிற்கிறார். பொருத்தமான அங்க அளவுகளைக் கொண்ட மெல்லிய உடல் சடைமுடி, கழுத்திலே ஆரம், வயிற்றிலே உதரபந்தம், இடுப்பிலே பட்டை- எல்லாம் அழகுடன் சித்திரிக்கப்பட்டுள்ளன. இடது கையிலே வில்லும், வலது கையிலே அம்பும் (?) ஏந்தியுள்ளார். மற்ற இரு கைகளும் சரியாகத் தெரியவில்லை. வியப்புடன் கூடிய முகம், கீழ்நோக்கி உள்ளது. புதுக்கோட்டை மானுவலில் வீணாதர தட்சிணாமூர்த்தி என்று குறிக்கப்பட்டுள்ளது. ஆனால் திரிபுராந்தகமூர்த்தி என்று சொல்லுவதுதான் பொருத்தமாக இருக்கும். (இதே மாதிரியான தோற்றத்துடன் உள்ள மற்றொரு திரிபுராந்தகமூர்த்தியையும் காணலாம். படம் 39.)

படம் 38. மூவர் கோவில் கொடும்பாளூர் (புதுக்கோட்டை மாடக்குழியிலிருக்கும் வீணாதர தட்சிணாமூர்த்தி; மிக உன்னதக் கலைப் படைப்பு, இசை அனுபவத்தில் தோய்ந்த முகபாவம்; உயர்ந்த சடைமுடி; நன்கு தெரியும்படி அமைக்கப்பட்ட ஆபரணங்கள்; முன் கைகள் வீணையை ஏந்தியுள்ளன. பின் கைகள் சரியாகத் தெரியவில்லை. உடல் நெளிவும் பொதுத் தோற்றமும் சிற்பத்திற்குப் பொலிவூட்டுகின்றன.

படம் 39. அதே கோயிலிலுள்ள திரிபுராந்தக மூர்த்தி; இப்பொழுது, சென்னை அரும் பொருட்காட்சியில் வைக்கப் பட்டுள்ளது. திரிபங்க முறையில் எழிலுடன் நிற்கிறது. பின் கைகள் 'பதாக அஸ்த' முத்திரையில் உள்ளன. முன் வலது கை வியாக்கமான முத்திரையிலுள்ளது; இடது கையில் நீண்ட வில்; சடைமுடி, சன்ன வீரம், ஆரம், இரண்டு மடிப்புகளுடன் கூடிய மேலாடை மற்றும் யக்ஞோபவீதம்- எல்லாம் பொலிவுடன் அலங்கரிக்கப்பட்டுள்ளன. திருக்கட்டளைச் சிற்பம் போன்று திரிபுர அசுரர்களைக் கொன்றபிறகு சிவபிரான் வியப்புணர்ச்சியூட்டும் முகத்துடன் காணப்படுகிறார். குழைந்தாடும் பாவமும், உடல் அமைப்பின் எழிலும், உயிர்த்துடிப்புடன் கூடிய அங்க அழகும் இச்சிற்பத்தை ஓர் உன்னதக் கலைப் படைப்பாக ஆக்கியுள்ளன.

படம் 40. அதே கோயிலிலுள்ள திரிபுரசுந்தரி அம்மன் சிற்பம் இது, இப்பொழுது சென்னை அருங்கலைக் காட்சியகத்தில் வைக்கப்பட்டுள்ளது. இதுவும் படம் 39-ல் விவரிக்கப்பட்ட சிற்பத்துடன் சேர்ந்ததே. தேவி சிற்பங்களின் மரபுக்கு மாறாக இச்சிற்பம் சமபங்கமாகச் சித்திரிக்கப்பட்டுள்ளது. வலது கையில் ஒரு மலர்; இடது கை, தொடையின் மீது உள்ளது; கரண்ட மகுடம்; குண்டலங்கள், ஆரம்- எல்லாம் அழகிய வேலைப்பாடுடன் கூடியவை. யக்ஞோபவீதம் எடுப்பாக காட்டப்பட்டுள்ளது. கீழாடை, நுண்ணிய மடிப்புகளுடனும், குஞ்சங்களுடனும் வேலைப்பாடுடனும் கூடியது. முகத்தில் கருணையும் தெய்வீகப் பேரழகும் =வீசுகிறது. 39-ம் படத்திலுள்ள சிற்பப் பாணியிலேயே அமைந்தது. பேராற்றல் படைத்த ஒரு கலைஞனே இவ்விரண்டு சிற்பங்களையும் படைத்திருக்க வேண்டும்.

படம் 41. அர்த்தநாரி; கொடும்பாளூர்; மூவர் கோயில் (எண்-2) கோஷ்ட தேவதை, 'திரிபங்க' முறையில் நிற்கிறது. வலது பக்கமுள்ள சிவபெருமானின் ஒரு கை மட்டும்தான் தெரிகிறது; பார்வதியின் பக்கமுள்ள கையில் கண்ணாடி இருக்கிறது. வனப்பு மிக்க இச்சிற்பம் கற்பனைத் திறனுடன்

வடிக்கப்பட்டிருக்கிறது. 'பிரகிருதி' 'புருஷன்' என்ற இவ்விரண்டு கருத்துக்களையும்கொண்டே அண்டம் இயங்குகிறது என்பதை விளக்குவது போன்றுள்ளது இச்சிற்பம். சிற்பக் கலையின் மிக அரிய சாதனை என்றே சொல்லலாம். சிற்ப இலக்கணங்களுக்குப் பொருந்தியும் அதே சமயத்தில் அழகு குன்றாமலும் இது செய்யப்பட்டிருப்பது வியப்பே. மாமல்லபுரத்திலுள்ள அர்த்தநாரியுடன் சில ஒற்றுமைகளை நாம் காண்கிறோம். இரு பக்கங்களில் இருக்கும் அரைக் கம்பங்கள் சிற்பத்திற்கு அழகு ஊட்டுகின்றன.

படம் 42. அர்த்தநாரி; நாகேஸ்வரர் கோயிலிலுள்ள கோஷ்டத்திலுள்ளது (கும்பகோணம்). மேலே விவரிக்கப்பட்ட கொடும்பாளூர் அர்த்தநாரியைப் போன்று இருக்கிறது. ஆனால், அழகிலும் வேலைப்பாட்டிலும் அதையும் விஞ்சிவிட்டது எனலாம். கி.பி.9-10-ம் நூற்றாண்டுகளில் தென்னிந்தியச் சிற்பக்கலையின் எழில் உச்ச நிலையை அடைந்திருந்தது என்பதை உணர்த்துகிறது இச்சிற்பம். இக்கோயிலிலுள்ள சிற்பங்களில் தலைசிறந்தது இதுவே. இதன் ஒவ்வொரு அங்கமும் சோழ நாட்டுக் கலைஞர்களின் பண்பட்ட கைவண்ணச் சிறப்பை எதிரொலிக்கிறது. வேலைப்பாட்டு முறை, கொடும்பாளூர்ப் பாணியிலிருந்து வேறுபட்டுத் தனிச்சிறப்புடன் திகழ்கிறது. கம்பங்களின் வேலைப்பாடுகளில் குறிப்பிடும்படியான அம்சங்கள் இல்லை.

படம் 43. பிரம்மா, அதே கோயில், இளமையான, ஆனால் அறிவு ஒளி வீசும் மூன்று முகங்கள். பத்மபீடத்தில் சமபங்க பாணியில் நிற்கிறார். இரு கைகளில் ஜபமாலையும் கெண்டியும் வைத்திருக்கிறார். முன்னே குறிப்பிட்ட சிற்பப் பாணியிலேயே அமைந்துள்ளது.

படம் 44. கங்காளமூர்த்தி-கொரங்கநாதர் கோயில், ஸ்ரீநிவாச நல்லூர் (திருச்சி மாவட்டம்) வலது பக்கம் சற்று முன்னே வருவது போன்றுள்ளது. வலது கால் சிதைக்கப்பட்டுள்ளது. சடை முடியும், ஆபரணங்களும் பொருத்தமாக அமைந்துள்ளன.

படம் 45. அதே கோயில் தென்புறக் கோஷ்டத்திலுள்ள தட்சிணாமூர்த்தி, மிக அழகிய சிற்பம், ஆனால், வருந்தத்தக்க நிலையில், சிதைந்து காணப்படுகிறது அகண்ட சடை முடியும், ஆபரணங்களைக் காட்டியுள்ளன. நுண்ணிய திறனும், உடல் அமைப்பின் நயமும் கூடிய இச்சிற்பம் ஒரு பெரும் கலைப்படைப்பாகும். பின்னணியில் மரக்கிளைகள் பொருத்தமாகக்

காட்டப்பட்டுள்ளன. மான், சிங்கம் போன்ற விலங்குகளும், மற்றும் வித்யாதரர் ரிஷிகள், அபஸ்மாரன்-இவையெல்லாம் சுற்றிலும் காட்டப்பட்டுள்ளன. இது பின்னணியைப் பன்மடங்கு அழகுறச் செய்துள்ளது. மூலச் சிற்பத்தின் அழகிய பாணியை இவற்றிலும் காண்கிறோம். சுருள் மடிப்புகள், யாளிவரி, வேலைப்பாடுடன் கூடிய கம்பங்கள், எழில் மிக்க தோரணம், கோண வடிவுடன் கூடிய போதிகை இவையனைத்தும் காண்பவர் மனத்தைக் கவரும் வண்ணம் சித்திரிக்கப்பட்டுள்ளன.

படம் 46. (ஏடு XX) வாலீஸ்வரர் கோயில், திருவாலீஸ்வரம் (திருநெல்வேலி மாவட்டம்). விமானத்திலுள்ள அர்த்தநாரீஸ்வரர் சிற்பம். கி.பி.10-ம் நூற்றாண்டின் தொடக்க ஆண்டுகளைச் சார்ந்த கோயில் கட்டடக் கலையில் சில முன்னேற்றங்கள் காணப்பட்டாலும் பனைமலையிலும், காஞ்சிபுரத்திலுமுள்ள கோயில்களுடன் நெருங்கிய தொடர்புகளைக் காட்டுகின்றன. அழகிய நந்தியின் பக்கத்தில் திரிபங்க பாணியில் எழிலுடன் நிற்கிறாள் பார்வதி. வெளித்தோற்றம் சற்று கரடுமுரடாகக் காட்டப்பட்டிருந்தாலும், சிற்பம் உயிர்த்துடிப்புடன் கூடியது. (படங்கள் 41,42-ல் காட்டப்பட்டுள்ள அர்த்த நாரீஸ்வரர் உருவங்களைப் பார்க்கவும்) மற்றொரு சிற்பத்தில், சிவபெருமான் ஒருவரைத் தேற்றுவது போன்று சித்தரிக்கப்பட்டுள்ளது. கூடுகளில் அழகிய கொடிகள் காட்டப்பட்டுள்ளன. நார்த்தா மலை போன்று இங்கும் யாளிகள் எடுப்பாக அமைக்கப்பட்டு உள்ளன. இவ்வாறு காட்டுவது ஒரு பழமையான பாணி.

படம் 47. (ஏடு xxi) மேற்படி கோயில் ரிஷபாந்திகராகவும், கங்காதரராகவும், சிவபெருமான் காட்சியளிக்கும் இரு உருவங்கள், இரண்டும் திரிபங்க பாணியில் செய்யப்பட்டிருக் கின்றன. முகங்களில், அருட்கனிவு ததும்புகிறது. திருமேனி அழகும், அதில் காட்டப்பட்ட இயற்கை நெளிவுகளும் சிற்பங்களின் வனப்பைப் பன்மடங்கு உயர்த்துகின்றன.

கங்காதரரின் சிற்பம் எழில் மிகுந்தது. தலையில் கங்கையை ஏந்திக் கொள்வது போலவும், அதே சமயத்தில் அதற்காக அவர் மீது கோபம் கொண்ட பார்வதியை சமாதானப்படுத்துவது போலவும் காட்டப்பட்டுள்ளது. சைவர்கள் இக்காட்சியை விரும்பினர் என்பர். திருச்சிராப்பள்ளியிலுள்ள மகேந்திரவர்மனின் குகைக் கோயிலில் இக்காட்சியை மிகக் கம்பீரமானதும் இணையற்றதுமான கலைப் படைப்பாகக் காண்கிறோம்.

படம் 48. (ஏடு XX) அதே கோயிலின் விமானத்திலுள்ள நடராஜரின் சிற்பம். தென்னிந்தியாவிலுள்ள மிகப் பழமையான நடராஜ சிற்பங்களில் இதுவும் ஒன்று. 'புஜங்கதிராதிதா' என்ற நிலையில் உள்ளது. சுற்றிலுமுள்ள தேவர்கள், ரிஷிகள், விலங்குகள்-எல்லோருக்கும் ஆனந்தம் அல்லது பேரின்பம் அளித்தமையால் , 'இதை ஆனந்தத் தாண்டவ நிலை' என்று சொல்லுவது மரபு. இதையே 'சந்தியா தாண்டவம்' என்றும், 'கௌரி தாண்டவம்' என்றும் சொல்லுவதுண்டு. தலைமுறை தலைமுறையாகச் சிற்பக் கலைஞர்களுக்கு நடராஜப் பெருமானின் தாண்டவக்கோலம் ஒரு பெரு விருந்தாக இருந்து வந்துள்ளது. கலைஞர்கள் ஆழ்ந்த பக்தியுடனும் ஈடுபாட்டுடனும் சிற்பங்களைச் செய்தனர். சிவநேசச் செல்வர்களாகத் திகழ்ந்த சோழ அரசர்கள், ஆட வல்லானான நடராஜப் பெருமானையே இஷ்ட தெய்வமாகக் கொண்டிருந்தனர். இக்காரணத்தினாலேயே அக்காலா நடராஜப் படிமங்கள் அரும் கலைப் படைப்புகளாக அமைந்துவிட்டன. அக்காலத்திய சிற்பப் பாணியின் சிறப்பியல்புகளையெல்லாம் இச்சிற்பத்தில் ஒருங்கே காணலாம். ஆனால் சுருண்ட கேசம் மட்டும் இதில் இல்லை. என்றாலும், நடனத்தில் சந்தம், அணிநயம், உயிர்த்துடிப்பு இவை அனைத்தும் ஒருங்கே பொருந்திக் காட்சியளிக்கின்றன. இடது கை சிதைக்கப்பட்டுள்ளது. கீழேயுள்ள விலங்குகளில் யானை இயற்கையான வனப்புடன் சித்திரிக்கப் பட்டுள்ளது.

படம் 49. (ஏடு XXi) அதே கோயிலின் விமானத்தின் மேற்குப்புறம். நான்கு கைகள் கூடிய யோக நரசிம்மர், தாமரை மீது வீற்றிருக்கும் அழகிய திருக்கோலம். மூலைகளில் நந்திகள், கழுத்தில் மணிகளுடன் அமர்ந்திருக்கின்றன. கீழே, விலங்குகளின் வரிசை. இவற்றில் சிங்கங்கள் அமர்ந்திருப்பது மேலேயுள்ள நரசிம்மரை ஒப்புநோக்குவதைப் போல் அமைக்கப்பட்டிருக்கலாம் (மாமல்ல புரத்தில் 'அர்ஜுனன் தவம்' என்ற சிறப்புக் கோவிலுள்ள பூனை தவம் புரிவது போன்ற சிற்பம் ஒப்பு நோக்கவும்).

கீழ்த்தளத்தில், இடமிருந்து வலமாக பின்வரும் சிற்பங்கள் காணப்படுகின்றன: (1) கங்காளமூர்த்தி உடன் இருப்பது பார்வதியும் சிவகணமும் (2) மலை மீது வீற்றிருக்கும் தட்சிணா மூர்த்தி (3) பத்மாசனத்தின் மீதுள்ள லிங்கோத்பவர். இடது பக்கத்தில் உயரமான விஷ்ணு பிம்பமும், வலது பக்கத்தில் பிரம்மாவும் நிற்கின்றனர். இது ஒரு புதிய முறையைக் காட்டு கிறது. பிற்காலத்திய லிங்கோத்பவச் சிற்பத்தில் விஷ்ணு, வராக ரூபத்தில் தேடுவது போன்றும், பிரம்மா அம்சமாகவோ அல்லது

அதன்மீது ஏறிக்கொண்டோ சிவபிரானின் முடியைக் காண ஆகாயத்தில் பறப்பது போன்றும் காட்டப்படும். (4) பல கைகளுடன் கூடிய காலாரிமூர்த்தி, இடதுகால், 'ஊர்த்துவஜானு' பாணியில் மேலே தூக்கியது போலும், முன்கைகள் காலனைக் கொல்வது போலவும் காட்டப்பட்டுள்ளன. இச்சிற்பம், தஞ்சையிலும் கொடும்பாளூரிலும் சுருங்கக் காட்டப் பட்டுள்ளது. கொடும்பாளூரிலுள்ளது பேரழகு வாய்ந்ததாகும். (5) வலது கோடியிலுள்ள திரிபுராந்தகர், மிக அழகிய சிற்பம். தஞ்சையிலும் மாயூரத்திலுமுள்ள இராமரைப் போன்றும் திரிபுராந்தகரைப் போன்றும் அமைந்த பாணி. சோழர்கள் மிகவும் விரும்பிய உருவம் இது. இராஜராஜனை இவ்வுருவம் மிகவும் கவர்ந்தது எனலாம். ஏனென்றால், பெரிய கோயில் பல கோஷ்டங்களில் இவ்வுருவத்தை வைத்ததுமின்றி, உண்ணாழியின் ஒரு பக்கச்சுவர் முழுவதிலும், திரிபுராந்தகர், அசுரர்களுடன் போரிடும் காட்சியை மிகப்பெரிய, கம்பீரமான ஓவியமாக அமைத்துள்ளான். எடுப்பாகக் காட்டப்பட்டுள்ள விலங்குகளின் வரிசை, எளிய பாணியிலுள்ள சாலைகள், மற்றும் கல்வேலை. இந்த இயல்புகள் கோயிலின் பழமையைக் காட்டுகின்றன.

படம் 50 (ஏடு **xix**) அதே கோயிலிலுள்ள கஜாந்தகமூர்த்தி. இடது பாதம், யானையின் தலைமீதுள்ளது. கிழிக்கப்பட்ட யானையின் தோல், சிவபிரானின் பின்புறம் விரிக்கப்பட்டுள்ளது. வீரம் செறிந்த இச்சிற்பம் பார்ப்பவர்களிடத்தில் அச்சமும் பணிவும் ஏற்படுத்தும். ஆபரணங்கள், வழக்கம் போல் எழிலுடன் இருக்கின்றன. இக்காட்சியைக் காணச் சகிக்காமல் பார்வதி ஓடுவதாகச் சித்திரிக்கப்பட்டிருப்பது ரசிக்கத்தக்கதாகும்.

படம் 51 (ஏடு **xxi**) சிவபிரானும் ஓர் அடியாரும், பக்கத்தில் இருப்பது சண்டேச அனுக்கிரகமூர்த்தி, அதே கோயில். முதல் சிற்பத்தில் சிவபிரான் சுகாசனத்தில் அமர்ந்துள்ளார். அவர் கைகளில், பரசுவும், மானும் வைத்துள்ளார். கீழ்ப்புறக்கை வலது பக்கத்திலுள்ள ஒரு அடியாரைச் சுட்டிக் காட்டுகிறது. அபஸ்மாரர் தெளிவாக இல்லை. சித்திரிக்கப்பட்டுள்ள அடியார், ஒரு பாத்திரத்தை ஏந்தியுள்ளார். அவர் கரகண்ட மகுடமும் பல ஆபரணங்களும் அணிந்துள்ளார்.

பக்கத்திலுள்ள மற்றொரு சிற்பத்தில் தட்சிணாமூர்த்தி உட்கார்ந்திருப்பது போலவே, சிவபிரான் அமர்ந்து சண்டேசருக்கு மாலை அணிவிக்கிறார். சண்டேசர் முட்டிப் போட்டுக்கொண்டு, கைகூப்பி வணங்குகிறார். பார்வதி கரண்ட

மகுடம், சன்னவீரம் மற்றும் பல அழகிய ஆபரணங்களுடன் 'உட்குடிகாசனத்தில்' வீற்றிருக்கிறார். வலது கையில் மலர் வைத்திருக்கிறார். பார்வதியின் இடதுகால், கீழேயுள்ள நந்தியின் மீது உள்ளது. இது ஈடு இணையற்ற அழகுடையது (இதைவிடப் பெரிய சண்டேச அனுக்கிரகமூர்த்தியின் சிற்பம், கங்கை கொண்ட சோழபுரத்தில் உள்ளது. ஆனால் இந்தச் சிற்பத்தைவிட அது சற்றுக் குறைந்த அழகு உடையதே. படம் 57 பார்க்கவும்).

படம் 52. தட்சிணாமூர்த்தி, அங்காளம்மன் கோயில் காவிப்பாக்கம் (வட ஆர்க்காடு மாவட்டம்). உட்குடிக ஆசனத்தில் அமர்ந்துள்ளார். கீழே இரு மான்களும் ஒரு பாம்பும் காட்டப் பட்டுள்ளன. அவரது சடைமுடியும் 'வஸ்தர யஞ்ஞோப வீதமும்' கவனத்திற்குரியன. கையில் மறை நூல் வைத்திருக்கிறார். முற்காலச் சோழர் பாங்கினை இச்சிற்பத்தில் பார்க்கலாம். காவேரிப் பாக்கத்தில் பல்லவ, சோழர் காலத்தியக் கலைச் செல்வங்கள் ஒரு காலத்தில் ஏராளமாக இருந்தன.

படம் 53. (ஏடு xix) பிக்ஷாடனர்; நாகேஸ்வரர் கோயில், கும்பகோணம். நீண்ட சடை முடியும், ஆபரணங்களும் அணிந்துள்ளார். இடுப்பில் பாம்பு, கைகளில் உடுக்கை, கபாலம், கொம்புமான் முதலியவற்றை ஏந்தியுள்ளார். தாருகாவனத்து முனிவர்களது மனைவியரின் முன் பிக்ஷாடனர் எவ்வாறு தோன்றினார் என்று புராணத்தில் கூறப்பட்டிருக்கிறதோ அவ்வாறே இச்சிற்பமும் அமைந்துள்ளது.

படம் 54. (ஏடு xxiii) சரஸ்வதி (?) தஞ்சைப் பெரிய கோயில் வடக்குப்பக்க மாடத்தில் உள்ளது. அர்த்தபரியங்க ஆசனத்தில் வீற்றிருக்கிறார். வலது கை உடைந்திருக்கிறது. இடது கையில் ஒரு புத்தகம் வைத்திருக்கிறார். சடை மகுடம், குசபந்தம், மற்றும் பல ஆபரணங்களும் அணிந்துள்ளார். மேலே அழகிய குடையும் மரக்கிளைகளும் காட்டப்பட்டுள்ளன. இரு பக்கங்களிலும் சாமரை வீசுபவர்களையும் கந்தர்வ புருஷர்களையும் காணலாம். முகத்தில் அருட்கனிவு சுடர்விடுகிறது. சிவபிரானின் திருவிளையாடல் களைச் சித்திரிக்கும் இக்கோயிலில் குசபந்தத்துடன் வீற்றிருக்கும் இத்தேவி, உமாவாகவே இருக்கலாம். லலிதா சகஸ்ர நாமத்தில் உமாதேவிக்கு இத்தகைய இலக்கணம் கூறப்பட்டிருக்கிறது.

படம் 55 (ஏடு xxii) நடராஜர். கங்கை கொண்ட சோழபுரத்தில் வெளிப்புற மாடத்தில் உள்ளது. சோழ நாட்டுக்

கலைஞர்களுக்கும் பெரிதும் ஈடுபாடுள்ள சிற்பம் இது. அழகு வாய்ந்த நடராஜர் திருமேனிகளுள் இதுவும் ஒன்று. திருவாலீசுவரர் கோயிலிலுள்ள நடராஜர் சிற்பம் இதைவிட காலத்தால் முந்தியது (படம் 48 பார்க்க). இவ்வுருவம் நன்கு வளர்ச்சி பெற்ற பாணியையும் ஒரு பாகுபாடு படுத்தப்பட்ட நிலையையும் காட்டுகிறது. பின்னணியில் இதர பல உருவங்கள் காட்டப் படுகின்றன. சதுர தாண்டவ கோலத்தில் காளி, வலது பக்கத்தில் நந்தியின் மீது சாய்ந்து நிற்கும் பார்வதி. இடது பக்கத்தில் விநாயகரும் சுப்பிரமணியரும் நிற்கிறார்கள். கீழே, நடராஜப் பெருமானின் ஆனந்த தாண்டவத்தைப் பார்த்து அதிசயிக்கும் விஷ்ணு, மேல் கைகளை விஸ்மய பாணியில் வைத்துக்கொண்டே மத்தளம் வாசிக்கிறார். அபஸ்மாறன் பெரிதாகக் காட்டப் பட்டுள்ளான். கீழேயுள்ள சிவகணம் மத்தளம் வாசிக்க காரைக்கால் அம்மையார் தாளம் போடுகிறார். இச்சிற்பத்தின் இரு பக்கங் களிலும் சிவகணங்கள் பலவகைகளில் மகிழ்ச்சியோடு நடனம் ஆடுவதாகக் காட்டப்பட்டுள்ளது.

படம் 56. மேற்படி அதே கோயிலிலுள்ளது. ஹரிஹரர் சமபங்க பாணியில் நிற்கிறார். வலப்பக்கத்தில் பரசுவும் சடைமுடியும் சிவபிரானைக் குறிக்கின்றன. இடப்பக்கத்திலுள்ள சங்கும் கிரீடமும் மகுடமும் விஷ்ணுவைக் குறிக்கின்றன. இச்சிற்பம் நெளிவு களின்றிச் சற்று நேரடியாகக் காட்டப்பட்டிருப்பது இக்காலத்துப் பாணிக்கு மாறானது. கீழே சொல்லப்பட்டுள்ள புடைச்சிற்பங்கள் அழகாக உள்ளன. இம்மாடக்குழிக்கும் பக்கத்திலுள்ள நடராஜர் இருக்கும் மாடக்குழிக்கும் வெளித் தோற்றத்திலும் அமைப்பிலும் மாறுதல்கள் இருப்பது கவனிக்கத்தக்கது. (படம் 55).

படம் 57. (மேற்படி) அதே கோயிலுள்ள சண்டேச அனுக்கிரக மூர்த்தி முட்டி போட்டு அஞ்சலி செலுத்தும் சண்டேசருக்கு சுகாசனத்தில் அமர்ந்தபடி சிவபிரான் மாலை கட்டுகிறார். பக்கத்தில் பார்வதி, உட்குடிக ஆசனத்தில் அமர்ந் துள்ளார். கை 'ஆகூயவரதர்' முத்திரை காட்டுகிறது. இச்சிற்பத் தில், அழகிய அமைப்பு, கலைத்திறன் அணிநயம் எல்லாம் ஒருங்கே அமைந்து காணப்படுகின்றன (அழகில் இதையும் விஞ்சும் சண்டேசுவரர் சிற்பத்தைத் திருவாலீஸ்வரத்தில் காணலாம். படம் 51 பார்க்க). சிவபிரானைத் தனக்குப் பிடித்த வகையில் சண்டேசர் வழிபடுவதை எதிர்த்த அவருடைய தந்தையின் கால்களை அவர் வெட்டுவதற்கு முயலும் காட்சியைப் பக்கத்திலுள்ள சிறிய சிற்பங்கள் சித்திரிக்கின்றன.

இங்கே புராணக்கதையைச் சிற்பத்தில் உயிர்த் துடிப்புடன் கண்டு களிக்கிறோம்.

படம் 58. (ஏடு xxiv) அதே கோயிலிலுள்ள காமாந்தகரின் சிற்பம். பத்மபீடத்தில் சுகாசன பாணியில் சிவபிரான் வீற்றிருக்கிறார். சடைமுடியும், முத்துப் பூணூலும் அணிந்துள்ளார். மேல்பக்கக் கைகளில் உள்ள சின்னங்கள் என்ன என்பது தெளிவாகத் தெரியவில்லை. கீழ் வலது கை, கீழ்நோக்கிச் சுட்டுகிறது (சுசிஹஸ்தம்) இடது கை, தொடையின் மீதுள்ளது. முகம் அச்சுறுத்தும் வகையிலுள்ளது. கோஷ்டத்தைச் சுற்றியும் சிறிய சிற்பங்கள். இடது பக்கத்தில் ரதியும் மன்மதனாகிய காமனும், சிவபிரானை நோக்கிச் செல்லுகிறார்கள். வலது பக்கத்தில் அவ்விருவரும் கைகூப்பி வணங்கிய வண்ணம் நிற்கிறார்கள். அவர்கள், சிவபிரானிடம் அடைந்த தோல்வியை இது காட்டுகிறது. இக்காட்சியில் பார்வதியும், ஒரு பக்கத்தில் காட்டப்பட்டுள்ளார். புடைச்சிற்ப வகைக்கு, தலைசிறந்த எடுத்துக்காட்டாக இச்சிற்பங்கள் விளங்குகின்றன. புடைச்சிற்பம் வழங்கும் மரபு பெரும்பாலும் மறைந்துவிட்ட காலத்தில் இவை செய்யப்பட்டிருப்பது உண்மையிலேயே வியக்கத்தக்கதாகும்.

படம் 59. (ஏடு. xxiii) அதே கோயிலிலுள்ள விஷ்ணுவின் சிற்பம், பத்மாசனத்தில் நிற்கிறார் ஸ்ரீநிவாசர். ஸ்ரீதேவியும் பூதேவியும் பக்கத்திலுள்ளார்கள். மரபிலிருந்து சற்றும் வழுவாமல் படைக்கப்பட்டிருக்கிறது.

படம் 60. (மேற்படி) அதே கோயிலிலுள்ள ஒரே கல்லில் அமைந்த, இருவகைச் சிற்பம் வேறெங்கும் காணக் கிடைக்காது. அமைப்புக் கூறும், செய்முறையும் மிகவும் பாராட்டத்தக்கவை. சூரியனையும், பரந்த வையகத்தையும் காட்டும் மலர்ந்த செந்தாமரையும் அதைச் சுற்றிச் சுழலும் கோள்களும் மிக அழகாக அமைக்கப்பட்டுள்ளன. சூரியன் மையத்தில் காட்டப்படுவதே வழக்கம். ஆனால், இங்கு அகண்டாகாரத்தில் சூரியன் ஒரு சிறிய அங்கமாக மற்ற கோள்களில் ஒன்றாகவே காட்டப்பட்டுள்ளது. குதிரைகள் பூட்டிய தேரை, சூரியபகவான் பெருமிதமாக ஓட்டிச் செல்லுகிறார்.

படம் 61. (ஏடு xxiv) கங்காள மூர்த்தி, ஐராவதீஸ்வரர் கோயில், தாராசுரம் (தஞ்சை மாவட்டம்). இப்பொழுது தஞ்சைக் கலைக் கூடத்தில் வைக்கப்பட்டிருக்கிறது. திரிபங்க பாணியில் நிற்கிறார். காலில் மிதியடிகள்: முன்கைகள் உடுக்கை

வாசிக்கின்றன. கீழ் வலதுகை மான் மீதுள்ளது; எலும்புக் கட்டைத் தோளில் சாய்த்துக்கொள்ள, வலது கையால் பிடித்துக்கொண்டிருக் கிறார்; தலையில் நீண்ட சடைமுடி; ஆபரணங்கள், மற்றுமுள்ள வேலைப்பாடு களெல்லாம் மிகைப்படுத்தப்பட்டிருப்பதைப் பார்க்கும்போது கலை ஒரு தேக்க நிலையை அடையும் காலம் வந்துவிட்டது என்பது தெரிகிறது. சிவபிரானின் இடது பக்கத்தில் சிவகணம் இருக்கிறது. எடுப்பான தோற்றமுள்ள இச்சிற்பம் 12-ம் நூற்றாண்டின் கலைப்பாணிக்கு நல்லதொரு எடுத்துக்காட்டாகும்.

படம் 62. கஜாகமூர்த்தி; அதே கோயில். இது, தஞ்சைக் கலைக் கூடத்தில் வைக்கப்பட்டுள்ளது. இதுவும் சிவபிரானின் பேராற்றலை விளக்கும் எடுப்பான சிற்பமாகும். அதிபங்கமாகச் செய்யப்பட்டிருந்தாலும், புடைச் சிற்பமாகும். அதிபங்கமாகச் செய்யப்பட்டிருந்தாலும், புடைச் சிற்பமாய் இருப்பினும் முழுச் சிற்பம் போன்று தோற்றமளிக்கிறது. இச்சிற்பத்தில் காணப்படும் துடிதுடிப்பும், கலை நுணுக்கமும், மாமல்லையில் இருக்கும் புகழ்பெற்ற மகிஷமர்த்தினியின் சிற்பத்தை நினைவூட்டுகிறது. ஆனால், மாமல்லைச் சிற்பத்தின் முகத்தில் கனிவும், அமைதியும் குடிகொண்டிருக்கிறது. கஜாந்தக மூர்த்தியின் முகத்திலோ உள் அடக்கத்தைக் காண்கிறோம். சிவபிரானின் இடது பக்கத்தில் கனிவே உருவாய் நிற்கிறாள் பார்வதி. அவள் முகத்தில் ஒருவித அச்சமும் வியப்பும் தெரிகின்றன. திருவாலீச்சுரத்திலுள்ள கஜாந்தக மூர்த்தி சிற்பத்திலிருந்து (படம் 50) இது மாறுபட்டது. சிற்ப சாஸ்திர விதிகளுக்கு முரணில்லாமல் சிற்பிகள் தங்களது கற்பனைத்திறனுக் கிணங்க சிற்பங்களைப் படைக்கலாம்; என்பதற்கு இவ்விரு சிற்பங்களும் சான்றாக அமைகின்றன. யானையின் முகம், கால்கள், பத்மாசனம் எல்லாம் இயற்கையாக உள்ளன.

படம் 63. நடராஜனின் செப்புத்திருமேனி தஞ்சைப் பெரிய கோயில். சபாமண்டபத்தில் பூஜையில் வைக்கப்பட்டுள்ளது. 'ஆடவல்லான்' என்று கல்வெட்டுக்களில் குறிக்கப்பட்டுள்ளது. சிறப்புற்ற நடராஜப் படிமங்களில் இதுவும் ஒன்று. அவரது முகத்தில் பேரொளியும் அருட்கனிவும் ஒருங்கே சுடர் விடுகின்றன. ஆடல் அடைவுகளும் அங்க நெளிவுகளும் பொருந்தியுள்ளன.

ஒரு பக்கத்தில் சிவபிரானின் சடைமுடிகள் சுருள் சுருளாக நீண்டு பறக்கின்றன. மற்றொரு பக்கம், அதற்குச் சமநிலையில் அவரது உதரபந்தம் ஆடை எழிலுடன் உள்ளது. மகரங்கள் மீது அமைக்கப்பட்ட அழகிய திருவாச்சி படிமத்திற்கு வனப்பூட்டு கிறது. இம்மாதிரி மகரங்களைக் காட்டுவது ஒரு புதுமை.

படம் 64. வேளாங்கண்ணி நடராஜர், (தஞ்சை மாவட்டம்) சென்னை அரும் பொருட்காட்சியில் வைக்கப்பட்டுள்ளது. இது மற்றொரு அழகிய கலைப் படைப்பாகும். பிரஞ்சு நாட்டுக் கலைஞர் ரோடின் என்பவர் இப்படிமத்தைப் பாராட்டிப் புகழ்ந்துள்ளார். இதுவும் தஞ்சைப் பெரிய கோயிலிலுள்ள நடராஜர் படிமம் போன்றதே. ஆனால் இதில் பிரபை, பத்மாசனம், அப்ஸ்மாரர், ஆபரணங்கள் இவையெல்லாம் எளிமையுடன் செய்யப்பட்டுள்ளன. இக்காரணத்தால் இப்படிமம் சற்று முந்திய காலத்தது எனலாம்.

படம் 65. நடராஜரின் வெண்கலப் படிமம், திருவாலங்காடு (செங்கற்பட்டு மாவட்டம்). சென்னை அரும் பொருட்காட்சியகத்தில் வைக்கப்பட்டுள்ளது. ஆனந்த தாண்டவத்திலுள்ள நடராஜ விக்கிரங்களில் மிகவும் புகழ் வாய்ந்தது இதுவே. திருவாச்சி இல்லை. தென்னிந்திய வெண்கலப் படிமக்கலையின் ஒரு பெரும் படைப்பாகும். அங்க அமைப்புச் சற்று மிகைப்படுத்தியிருப்பது கூட கவிநயம் ஊட்டுவதாகவே அமைந்துள்ளது. அங்க அசைவுகள், திருமேனி அமைதி, தலையலங்காரம், முழுமை பொருந்திய அங்கங்கள், நீண்ட ஆரம்- இவற்றைப் பார்த்து இது பிற்காலத்தியப் படைப்பு என்று சொல்லக் கூடாது. கலைஞரின் ஆழ்ந்த அறிவையும் நுண்ணிய பகுதிகளையும் தெள்ளெனக் காட்டும் ஆற்றலையுமே இவை புலப்படுத்துகின்றன.

படம் 66. நடராஜரின் வெண்கலச் சிலை, நல்லூர் (தஞ்சை மாவட்டம்). எட்டுக் கைகள் கொண்டு சதுரத் தாண்டவம் ஆடுகிறார். இவ்வகைப் படிமம் கிடைப்பது அரிது. அமைப்பின் இயல்புகளைக் கொண்டு இது ஒரு முந்திய காலப் படைப்பு என்று கூறலாம். பிரபை, அப்ஸ்மாரர், பீடம்-இவற்றின் வேலைப்பாடும் இதன் பழமையான பாணியை உறுதிப்படுத்தும்.

படம் 67. திருவரங்குளம் நடராஜரின் படிமம். (புதுக்கோட்டை மாவட்டம்) இம்மாதிரிப் படிமம் கிடைப்பது அரிது. புன்சிரிப்புத் தவழும் முகம் வாஜிபந்தம் சடை குடம். ஆபரணங்கள் இவை போன்ற பண்பட்ட படிமக் கலைக் கூறுகள் கிடைப்பது கடினம். இவற்றுடன் அபஸ்மாரரின் பொலிவும், திருவாச்சியின் அமைப்பும் சேர்ந்து படிமத்தின் அழகை அதிகரிக்கின்றன. இதுவும் மிக உயர்ந்த செப்புத் திருமேனிகளுள் ஒன்றாகும்.

படம் 68. தேவியுடன் கூடிய விரிஷப மூர்த்தி, வெண்கலச் சிலை, திருவெண்காடு (தஞ்சை மாவட்டம்) தஞ்சைக் கலைக்

கூடத்தில் வைக்கப்பட்டுள்ளது. இப்படிமமும் கல்யாணசுந்தரர் படிமமும் (படம் 82) வயலில் ஒருவன் உழுதபோது கண்டெடுக்கப்பட்டவை. இவை இரண்டுமே ஒரே படிமக் கலைஞரால் (ஸ்தபதி) செய்யப்பட்ட சோழர் காலச் சிற்பங்கள் ஆகும். சிவபிரான் ஒரு கையைப் பின்புறம் நந்தியின் மீது ஊன்றிக்கொண்டிருப்பது போல் காட்டப்பட்டுள்ளது. ஆனால் இப்போது நந்தியைக் காணவில்லை. இடது கை, 'கட்டிய விலம்பித' பாணியில் இருக்கிறது. சடைமுடி இயற்கை அழகுடன் செய்யப்பட்டிருக்கிற பாங்கினை வேறெந்தப் படிமத்திலும் காண முடியாது. நுண்ணிய வேலைப்பாடுகளைக் கையாண்டுள்ள முறையும், திருமேனியின் அமைப்பும் பண்பட்ட கலைக் கூறுகளைக் காட்டுகின்றன. பார்வதியும் மிக அழகுடன் திகழ்கிறாள். பேரழகின் வடிவமாகவும் இயற்கைப் பொலிவுடனும், பார்வதி தேவி நிற்கிறாள். அவளுடைய அழகிய கரண்ட மகுடம், கழுத்திலுள்ள ஆரம், யஞோபவீதம், கடகம், லோட ஹஸ்தத்துடன் கூடிய கை, வாஜிபந்தம், அழகிய ஆடை அமைப்பு இவை அனைத்துமே படிமத்திற்கு எழிலூட்டுகின்றன.

படம் 69. விரிஷபாந்திகரின் வெண்கலத் திருமேனி, கங்கை கொண்ட சோழபுரம். நான்கு கைகள்; இடது பக்கம் சாய்ந்து நிற்கிறார். வலது காலில் மகரக் குண்டலம். குறைந்த ஆபரணங்கள் எளிமையாகச் செய்யப்பட்டுள்ளன. சோழர் பாணிக்கே உரிய நயத்தை இதிலும் காண்கிறோம். ஆனால், இதற்கு முந்திய படிமத்துடன் ஒப்பு நோக்கினால், பாணியில் சிறிய வேறுபாடுகளும் புலப்படும். வெவ்வேறு பகுதிகளில் செய்யய்பபட்ட படிமங்களா தலால், இவ்வேறுபாடுகள் இருப்பது இயற்கையே.

படம் 70. சுகாசன மூர்த்தி. புதுக்கோட்டை அரும் பொருட்காட்சியகம். பத்மபீடத்தின் மீது சிவபிரான் சுகமான முறையில் வீற்றிருக்கிறார். மேல் கைகளில் பரசுவும் மானும் உள்ளன. கீழ் வலது கை 'அபயத்திலும்,' கீழ் இடது கை 'ஆகூயவரத' முத்திரையிலும் உள்ளன. பிற்காலப் பாணியின் சாயல் இதில் தெரிகிறது.

படம் 71. கிராத மூர்த்தியின் வெண்கலப் படிமம். பாசுபதேஸ் வரர் கோயில், திருவேட்களம் (இன்றைய அண்ணாமலை நகர்) தென் ஆர்க்காடு மாவட்டம். பத்ராசனத்தின் மீதுள்ள பத்மா சனத்தில் சிவபிரான் திரிபங்கப் பாணியில், கைகளில் வில், அம்பு ஆகியவற்றுடன் நிற்கிறார். பிரபாவளி, குதிரை லாடம் போன்ற அமைப்பு கொண்டது. படிம வேலைப்பாடுகள், நுண்ணிய கலைத்திறன். பராக்கிரமத்தைக் காட்டவல்ல கவர்ச்சியான

தோற்றம்-இவ்வியல்புகளெல்லாம் கி.பி.900-ற்கு முற்பட்ட படிமம் இது என்பதைக் காட்டுகின்றன.

படம் 72. கிராதார்ஜுன மூர்த்தி. ராதாநரசிம்மபுரம் (தஞ்சை மாவட்டம்). படிமத்தின் இருவிதத் தோற்றங்களை இங்குக் காண்கிறோம். படம் 71-ல் குறிப்பிட்ட படிமம் போன்றே இதுவும் இருக்கிறது. ஆனால் இப்படிமத்தில் உடல் தோற்றம் சற்று மிகைப்படுத்தியிருப்பதாகத் தெரிகிறது. ஆபரணங்கள் அதிகம். இப்படிமத்தின் காலம் 11-12-ம் நூற்றாண்டாக இருக்கலாம்.

படம் 73. பிரதோஷ மூர்த்தி, திருவாவடுதுறை (தஞ்சை மாவட்டம்). பார்வதியை அணைத்தவாறு திரிபங்க பாணியில் சிவபிரான் நிற்கும் அழகான காட்சி. பத்ராசனத்தின் மீதுள்ள பத்மாசனத்தில் அழகிய பிரபாவளியின் நடுவே இருவரும் நிற்கின்றனர். பிரபை, சடைமுடி, ஆபரணங்கள்-இவற்றில் காணப்படும் சற்று மிகையான வேலைப்பாடுகள் பிற்காலப் பாணியைக் காட்டிலும், முற்காலத்திய கலை இலக்கணங்களைப் பின்பற்றிய பாணியும் தெரிகிறது.

படம் 74. பிக்ஷாடன மூர்த்தி திருநாமநல்லூர். ஆடையின்றி கால் மட்டும் மிதியடிகளுடன் நிற்கிறார். தலைமுடி, ஒரு வட்டமான பிரபைப் போன்று அமைக்கப்பட்டிருப்பது ஒரு புதுமை. தலையில் கபாலமும் பாம்பும் ஏந்தியுள்ளார். மேல் வலது கையில் உடுக்கை; கீழ்க்கை 'சிம்மகரணம்' பாணியில் உள்ளது. மேல் இடதுகை கடகத்திலும், கீழ் இடது கை கபாலம் ஏந்தியும் அமைக்கப் பட்டிருக்கின்றன. எளிமையான வேலைப்பாடுடன் கூடிய கழுத்தணியும் (கண்டி), எடுப்பான பூணூலும், மற்றும் உதரபந்தம், இடுப்பில் நாகபந்தம் போன்ற அணிகலன்களும் காட்டப்பட்டுள்ளன. ஆடையில்லாததால், உடல் அமைப்பின் நயம் நன்கு வெளிப்படுத்தப்பட்டுள்ளது. பொலிவுடனும் நயமாகவும் அமைந்துள்ளது. முக அமைதியும் எளிமைத் தோற்றமும் படிமத்தின் பேரழகை மேலும் உயர்த்துகின்றன.

படம் 75. பிக்ஷாடண மூர்த்தி. திருச்செங்கோடு (சேலம் மாவட்டம்). அங்கங்கள் சற்று மிகைப்படுத்திக் காட்டப் பட்டுள்ளன. கூடுதலாக ஒரு மானும், ஒரு கணமும் பத்மாசனத்தில் நிற்கின்றன. இது ஒரு பிற்காலப் படிமம்.

படம் 76. தேவசேனாதிபதி தோற்றத்தில் சுப்ரமணியர். திருவிடைக்கழி (தஞ்சை மாவட்டம்) பத்மாசனத்தின்மீது திரிபங்க பாணியில் நிற்கிறார். மகரவாயிலிருந்து புறப்படும்

பிரபாவளி (படம் 63) கைகளில் வில்லும் அம்பும் ஏந்தி யிருப்பது, இவர் சேனாதிபதி என்பதைக் காட்டுகின்றன. மேல் இரு கைகளிலும் இவரது ஆயுதங்களான சக்தியும் வஜ்ரமும் இருக்கின்றன. கரண்ட மகுடம் சன்ன வீரம் மற்றுமுள்ள அணிகலன்கள் அளவோடும் பொலிவோடும் செய்யப்பட்டுள்ளன. சோழர் படிமக் கலைத் திறனுக்குச் சிறந்த எடுத்துக்காட்டாகும். திருவேட்களத்திலுள்ள கிராதமூர்த்தியின் (படம் 71) பாணியின் சாயல் இதிலும் தெரிகிறது. ஆனால், இது காலத்தால் சற்று முந்தியது எனலாம்.

படம் 77. விஷ்ணு, சேரன் மாதேவி, (திருநெல்வேலி மாவட்டம்) பத்ராசனத்தின் மீதுள்ள பத்மாசனத்தில் சமபங்கத்தில் நிற்கிறார். மேல் கைகளில் சங்கும் சக்கரமும் இருக்கின்றன. கீழ் வலதுவை அபயத்திலும் இடதுகை 'கட்யவிலம் பித' பாணியிலும் இருக்கின்றன. தலையில் நீண்ட கிரீடம். கீழ் ஆடையின் மடிப்புகள், கீழ் முடி வரை காணப்படுகின்றன. படிம அமைப்பையும் அணிகலனின் வேலைப்பாடுகளையும் பார்த்தால் சோழரது கைவண்ணம் புலப்படுகிறது.

படம் 78. விஷ்ணு, சேரன்மாதேவி. மேலேயுள்ள படிமம் போன்றதே; ஆனால் அதைவிடப் பிற்காலத்தியது.

படம் 79. ஸ்ரீதேவி, சேரன்மாதேவி. கரண்ட மகுடமும் சன்ன வீரமும் உள்ளன; ஆனால், குசபந்தம் இல்லை. இடது கையில் தாமரைப்பூ. இதுவும் சற்றுப் பிற்காலத்திய படிமமாகத் தெரிகிறது.

படம் 80. ஸ்ரீதேவி அதே ஊர். மேலே விவரிக்கப்பட்ட ஸ்ரீதேவி படிமம் போன்றதே. ஆனால் வேலைப்பாட்டில் சில வேற்றுமைகள். உதாரணமாக, பத்மாசனம்- அவ்வளவு விரிவாகக் காட்டப்பட வில்லை.

படம் 81. இராமன், சீதை, இலக்குவன், அனுமன். திருக்கடையூரிலுள்ள விஷ்ணு கோயில். பத்மாசனத்தின் மீது திரிபங்க பாணியில் நிற்கிறார் இராமர். தலையில் கிரீடமகுடம், காதுகளில் மகரகுண்டலம். கழுத்தில் பலவித ஆரங்களை அணிந்துள்ளார். வில்லும் அம்பும் கைகளில். படிம வேலைப்பாடு அற்புதம். வேலைப்பாடுகள் சற்று மிகையாக இருந்தாலும், கண்ணுக்கு விருந்தாக உள்ளன. இலக்குவனும், இராமனைப் போன்றே இருக்கிறார். ஆனால், தலையில் சடைமுடி இருக்கிறது. சீதையும் பத்மாசனத்தில் திரிபங்க பாணியில் நிற்கிறாள். சடை மகுடம், பத்ரகுண்டலம், சன்ன வீரம் இவையெல்லாம் நன்றாக செய்யப்பட்டுள்ளன. அனுமான் படிமம் சற்று சிறிதாக

உள்ளது. ஆனால் அழகான வேலைப்பாடுகள் அனைத்தும் கொண்டுள்ளது. 12-ம் நூற்றாண்டின் சிற்பம்.

படம் 82. கல்யாணசுந்தரர். விஷ்ணுவும், லட்சுமியும் திருமணம் செய்து கொடுக்கிறார்கள். திருவெண்காடு (தஞ்சை மாவட்டம்). இது தற்போது, தஞ்சை கலைக்கூடத்தில் உள்ளது. இப்படிமங்கள் தனிச்சிறப்பு வாய்ந்தவை. மேலே படம் 68-ல் சொல்லப்பட்ட படிமங்களுடன் இவையும் அண்மையில் கண்டு பிடிக்கப்பட்டவையாகும்.

பார்வதியின் வலது கையைப் பிடித்தாவறு சிவபிரான் கம்பீரமாக நிற்கிறார். திருமண வகைகளில் மிகச் சிறந்தெனத் கருதப்படும். 'பாணிக்கிரண' முறையில் இது அமைக்கப் பட்டுள்ளது. பார்வதி, குனிந்த வண்ணம் அடக்கமே உருவாக நிற்கிறாள். இயற்கை நெகிழ்வுடன் கூடிய இளம் நங்கையாகச் சித்திரிக்கப்பட்டுள்ளாள்.

விஷ்ணு, அங்க நெளிவுகளில்லாமல் 'ஆபங்க' நிலையில் நிற்கிறார். தனது தங்கை பார்வதியை கன்னிகா தானமாகக் கொடுக்கிற பாணியில் முன் கைகள் அமைக்கப்பட்டுள்ளன. பின் இரு கைகளில் சங்கும் சக்கரமும் ஏந்தியுள்ளார். வழக்கப்படி கிரீடமும் , மகரகுண்டலமும் அணிந்துள்ளார். அவருக்கு இடது பக்கத்திலுள்ள இலக்குமி, நாணமுற்ற பார்வதி, சிவபிரானை அணுக அவளுக்குத் துணிவு ஊட்டுகிறாள்.

இத்தொகுதியுள்ள ஒவ்வொரு உருவமும் ஒப்பற்ற அழகுடன் மிளிர்கிறது. இதுவரை காணக்கிடைக்காத, நிகரற்ற சோழர்கலைச் செல்வங்கள் இவை.

படம் 83. முதலாம் இராஜேந்திரனின் கரந்தைச் செப் பேட்டிலுள்ள முத்திரை. சோழரது இலச்சினையான புலி திறந்த வாயுடன், வாலை முன்னே நீட்டி, அதன் வலது பக்கமாகத் திருப்பி உட்கார்ந்துள்ளது. அதன் முன் பாண்டியரது சின்னமான இரு கயல்களுடன் குத்து விளக்கு, கொடி, நிலைப் போழை ஆகியவையும் பொறிக்கப்பட்டுள்ளன. புலியின் மறுபக் கத்தில் குத்துவிளக்கு, கொடி, உறைவாள் ஆகியவை இருக் கின்றன. எல்லாம் ஒரே வரிசையாக இருக்கின்றன. புலிக்குக் கீழ்ப்பக்கம் கீழ் நோக்கிப் பார்க்கும் வராகம் (பன்றி)யும், பக்கத்தில் பன்றியின் முன்புறம் சிறிய சிம்மாசனம், வராகத் திற்கும் மேலே புலியும் அங்குசமும் காட்டப்பட்டிருப்பது, சாளுக்கியரை சோழர் வென்றதைக் குறிப்பது போல் அமைந்

துள்ளன. எல்லாவற்றிற்கும் கீழே ஒரு தாமரைப் பூ பொறிக்கப் பட்டுள்ளது. புலிக்கு மேல்புறத்தில் இரு வெண்சாமரங்களுக் கிடையே ஒரு குடை காட்டப்பட்டுள்ளது. இவை அரசுரிமையைக் குறிக்கும். முத்திரையின் ஓரத்தில் கிரந்த எழுத்தில் பின்வரும் செய்யுள் பொறிக்கப்பட்டுள்ளது.

'ராஜாத்-ராஜன்ய-மகுடஸ்ரேணி ரத்னேஷு சாசனம்
ஏதத்-ராஜேந்திர சோழஸ்ய பரகேசரிவர்மணா.'+

படம் 84. துவாரபாலகர். விஜயாலய சோழீஸ்வரர் கோயில். நார்த்தாமலை (புதுக்கோட்டை மாவட்டம்). நுழைவாயிலுக்கு வலதுபுறத்திலுள்ள சிற்பம் இரு கைகளுடன் அதிபங்க பாணியில் நிற்கிறார். இது முந்திய கால துவாரபாலகர் சிற்பங்களில் காணப்படும் பாணி. தலைக்குப் பின்னால், சடை முடி ஒளிவட்டம் போன்ற அணிகலன்களுடன் காட்டப்பட்டுள்ளது. அச்சுறுத்தும் பாணியில் முகம் சித்திரிக்கப்பட்டுள்ளது. பல்லவர் கலைப் பாணியும் ஆரம்ப காலச் சோழர் பாணியும் இவ்வுருவில் இணைந்து மிளிர்கின்றன.

படம் 85. சால பஞ்சிகை, கம்பகரேஸ்வரர் கோயில், திரிபுவனம் (தஞ்சை மாவட்டம்). இது தொன்மையான கலைப் பண்புக் கூறாகும். கோபுர வாயிலின் இரு பக்கங்களிலும் உள்ள தூண்களில் சால பஞ்சிகையின் சிற்பங்கள் சித்திரிப்பது தென்னிந் தியக் கோயில் மரபு. மரக்கிளையை இரு கைகளாலும் பிடித்துக் கொண்டு மரத்தின் மீது அவள் ஒய்யாரமாய் சாய்ந்து நிற்கின்றாள். அழகிய வேலைப்பாடுடன் கூடிய அவளது கொண்டை, ஆடை ஆபரணங்கள் அக்காலச் சிற்பப் பாணியைத் தழுவி நிற்கின்றன. அவளது கூர்மையான மூக்கும், அணிகலன்களின் மிகையான வேலைப்பாடுகளும் சிற்பத்தின் இயற்கை அழகுக்குப் புறம் பாயிருப்பினும் கவர்ச்சியுள்ளதாகச் செய்கின்றன.

படம் 86. சமணக்குடகின் முன்னுள்ள மேடை, நாரத்தா மலை (புதுக்கோட்டை மாவட்டம்). யானை, சிங்கம், யாளி, ஒரு வரிசையில் அழகாகச் சித்திரிக்கப்பட்டிருக்கும் காட்சி. சுருண்ட வாலுடன் கூடிய சிங்கம் விஷ்ணுகுண்டின், அரசர் களுடைய நாணயங்களிலும், செப்பேட்டு முத்திரைகளிலும் காணப்படுகின்றன. அவ்வாறே பல்லவ நாணயங்களிலும் காணப்படுகின்றன. இவை இங்குக் காணப்படுவது இச்சிற்பத் தொன்மைக்குச் சான்றாகும்.

படம் 87. யானையும் சிங்கமும் படிக்கட்டுக் கைப்பிடியிலுள்ள சிற்பம், ஐராவதீஸ்வரர் கோயில், தாராசுரம் (தஞ்சை மாவட்டம்) இதுவும் இந்திய சிற்பங்களில் அடிக்கடி கையாளப்பட்ட கலைப்பண்புக் கூறாகும். யானையைக் காட்டிலும், சிங்கம் சற்றுப் பெரிதாக இருப்பினும் சிற்பங்கள் விறுவிறுப்புடன் உயிரோட்டத் துடனும் காணப்படுகின்றன.

படம் 88. கைப்பிடி மேடையிலுள்ள சுருள் யாளி-திரிபுவனம் (தஞ்சை மாவட்டம்). சிங்கத்தின் உடலும் தலையும் யானையின் துதிக்கையும் ஒன்றுசேர்த்து அமைக்கப்பட்டுள்ளன. இச்சிற்பக் கூறு சற்று மாறுபட்டு காணப்படுகிறது. இதற்கு முன் படத்தில் (படம் 87) சிங்கத்தால் தாக்கப்படும் யானையின் துதிக்கையே கைப்பிடி போன்று காட்டப்பட்டது. ஆனால் இச்சிற்பத்தில், யானை காட்டப்படவில்லை. சிங்கத்தின் முகத்திலேயே துதிக்கை பொருத்தப்பட்டு சிம்ம யாளியாகக் காட்டியிருப்பது ஒரு மாறுதலாகும். சிற்பிகள் காலத்தையும் உழைப்பையும் குறைத்துக்கொள்ள கையாண்ட யுக்தி இது. இச்சிற்பத்தில் காணப்படும் பொருத்தமற்ற இணைப்பும், சிங்கத்தின் வலிவின் மையும் கலையின் தரம் குறைந்து வருவதைக் காட்டுகின்றன.

படம் 89. (ஏடு XXXV) மேலே சொல்லப்பட்டகோயில் விமானத்தின் வடக்குச் சுவரிலுள்ள பிறை ஒற்றைத்தள விமானத்தின் சிறு வடிவு. அடித்தளத்தில் பத்மமும், எளிய வேலைப்பாடுடன் கூடிய கம்பளங்களும் குறிப்பிடத்தக்கன.

படம் 90. (மேற்படி) அதே கோயில், மகா மண்டபத்திலுள்ள மாடக்குழி. வேலைப்பாட்டில் சில வேறுபாடுகள், அடித்தளத்தில் சுருள் மடிப்பு, சிங்கங்கள் பொருத்தப்பட்ட கம்பங்கள், சாலை யிலுள்ள கூடு மற்றும் கலசங்களின் அமைப்பு-இவையெல்லாம் இங்கே காணப்படுகின்றன.

படம் 91. (மேற்படி) அதே கோயிலுள்ள தேவகோஷ்டம். இது கோஷ்ட பஞ்சரம் என்று அழைக்கப்படும். இது கும்ப பஞ்சரத்தினின்று வேறுபட்டது. படம் 90-ல் காணப்படும் இயல்புகள் இங்கும் உள்ளன. ஆனால், சாலைக்குப் பதில் 'கூடு' காட்டப்பட்டுள்ளது. கூடுக்கு மேல்புற வேலைப்பாடும், பஞ்சரத்தின் இருபுறத்திலுள்ள பாய்ந்து நிற்கும் யாளிகளும் ரசிக்கத்தக்கன.

படம் 92. (ஏடு XXXiv) அக்னி தசரதனுக்குப் பாயாசம் வழங்குதல். நாகேஸ்வரர் கோயில், கும்பகோணம். இப்புடைச் சிற்பம் முந்திய காலச் சிற்பப்பாணியையும், கலைத்திறனையும்

கொண்டது. தசரதனின் மனைவியும் ரிஷிகளும் உடன் இருக்கிறார்கள். அக்னி குண்டத்திலிருந்து வெளிவந்த திவ்ய புருஷன் பாயாசத்துடன் கூடிய வட்டிலைத் தசரதனுக்கு வழங்குகிறான்.

படம் 93. தசரதன், மனைவியர்க்குப் பாயாசம் வழங்குதல். அதே கோயிலிலுள்ளது. சுகாசனத்தில் அமைந்து ஒரு பாத்திரத்திலிருந்து மற்றொன்றுக்குப் பாயாசத்தை ஊற்றுகிறார். சடை மகுடம், குண்டலங்கள், அணிகலன்கள், இடுப்புப் பட்டயம் அனைத்தும் அணிந்துள்ளார். இரு மனைவியர் முன் பக்கமும், மற்றொருவர் பின்புறமும் அமர்ந்துள்ளனர். அவர்கள் அமர்ந்திருக்கும் பாணியும், கொண்டையழகும் கவர்ச்சியாக உள்ளன. பின்னணியில் அமைச்சர் நிற்பது தெரிகிறது. நுண்ணிய கலைத்திறன் கூடிய புடைச் சிற்பம் சித்திரிக்கும் பண்டைய மரபு பிற்காலங்களிலும் ஓரளவு வழக்கில் இருந்தமைக்குச் இச்சிற்பம் ஒரு சான்றாகும்.

படம் 94. இராமனின் பிறப்பைக் காட்டும் காட்சி அதே கோயிலிலுள்ளது. கௌசலை கட்டிலில் படுத்திருக்கிறாள். பக்கத்தில் குழந்தை இராமன் இரு அரசிகளும் அருகில் நிற்கின்றனர். இரு பக்கங்களிலும் பணிப்பெண்கள். கௌசலை படுத்திருக்கும் பாணி, அமராவதி சிற்பங்களில் காணப்படும் மாயா தேவியைப் போன்று காணப்படுகிறது. கலைமரபு தொன்றுதொட்டு தொடர்ச்சியாக வந்துள்ளதை இது காட்டுகிறது.

படம் 95. (ஏடு **XXXVi**) தாடகை வதம். அதே கோயிலிலுள்ள சிற்பம். அரக்கி தாட்கை சிறுவர்களைத் தாக்க, கையில் சூலாயுதத்துடன் ஓடி வருகிறாள். நடுவில் நிற்பவர் விஸ்வாமித்திர முனிவர். இச்சிற்பத்தில் விறுவிறுப்பு காணப்படுகிறது. விரிந்து பறக்கும் தாடகையின் கேசமும், கூச்சாகக் கட்டப்பட்ட இராம லக்ஷமணர் சடை மகுடங்களுக்குமுள்ள வேறுபாடுதான் என்ன!

படம் 96. இராவணனுடன் அனுமன் உரையாடுதல். பெரும் சிம்மாசனத்தின் மீது சுகாசன நிலையில் இராவணன் கம்பீரமாக அமர்ந்துள்ளான். அவனது இடது கைவிரல் அனுமனை சுட்டிக் காட்டுகிறது. அனுமனோ தனது வாலை சுருள் சுருளாக எழுப்பி அதன்மீது அமர்ந்துள்ளான். இருவருக்கிடையில் வில்லுடன் நிற்பது விபீஷணனாக இருக்கலாம்.

படம் 97. இராவணன், ஜடாயுவுடன் சண்டையிடுதல். திரிபுவனம் (தஞ்சை மாவட்டம்) ராவணன் தனது மாயத்தேரில் சண்டைக்காக நிற்கிறான், அவனுக்கு முன்னால் சீதை சோகமே

உருவாய் அமர்ந்துள்ளாள். பறவைக்கு அதிபதியான கழுகு ஜடாயு, மிக அழகிய அலகுடன் காட்டப்பட்டுள்ளது. கும்பகோணச் சிற்பங்களைக் காட்டிலும் இது காலத்தில் பிற்பட்டது என்றாலும் அழகிலோ விறுவிறுப்பிலோ அமைப்பிலோ குறைந்ததன்று.

படம் 98. விஷ்ணுவின் வராகாவதாரம் புஞ்சைக் கோயில், (தஞ்சை மாவட்டம்). மிக அழகிய அரியதோர் சிற்பம். பன்றியாக வந்த இறைவன், பூதேவியுடன் கடலிலிருந்து வெளியே வரும் காட்சி. இவ்வாறு சிற்பத்தில் காட்டுவது மிக அரிதே. கையில் வில்லேந்தி நாகராஜன் பின்னே துரத்துகிறான். ஆனால், அவன் மனைவி அவனைத் தடுத்து நிறுத்துகிறாள். (மாமல்லையிலுள்ள பூவாகரின் சிற்பத்தை ஒப்பு நோக்கவும்). இது, உயிர்த் துடிப்புடன் கூடிய அழகிய சிற்பம்.

படம் 99. (ஏடு **XXXV)** கிருஷ்ணன். பூதகியை கொல்லுதல், புஞ்சை. குழந்தை கிருஷ்ணனுக்குப் பால் கொடுப்பது போல், ஏமாற்றி, விஷம் கொடுத்துக் கொல்ல, கம்சன் பூதகியை ஏவிவிட்டான். ஆனால், மாயக்கண்ணனோ பால் குடிப்பது போன்று பூதகியின் உயிரையே பருகிவிட்டான். அரக்கியின் அலங்கோலத் தோற்றம் ஒரு பக்கம், அழகே வடிவாயுள்ள கண்ணனின் தோற்றம் மறுபக்கம்-இவ்விரு மாறுபட்ட இயல்புகளையும் கலைஞர் இங்கு திறம்படக் காட்டியுள்ளார். குழந்தை கிருஷ்ணனின் முடி அலங்காரம் கவர்ச்சிகரமாக உள்ளது.

ஏடு XXXVII - நாணயங்கள்

படம் 1. வட்ட வடிவிலுள்ள தங்கத்தகடு; விட்ட அளவு 3.3 செ.மீ; தடிப்பு 0.29 மி.மீ; கனம் 4.35 கிராம் அல்லது 67.2 தானியங்கள்;

மேல்பக்கம்: விளிம்பைச் சுற்றிலும் ஏழு புள்ளிகள்; அவற்றில் ஒவ்வொன்றிலும் கிரந்தத்திலும் எழுத்துக்கள் பொறிக்கப் பட்டிருக்கின்றன. அவை, 11-ம் நூற்றாண்டைச் சார்ந்த எழுத்துக்கள். முதல் ஆறு புள்ளிகளிலுள்ள எழுத்துக்கள் கங்-கை-கொ-ண்ட-சோ-ழன் என்று பொறிக்கப்பட்டிருக்கின்றன. ஏழாவது புள்ளியில் 32-க்கு மேல் 4,000 என்று தமிழ் எழுத்துக் களில் பொறிக்கப்பட்டுள்ளது. 32 என்பது ஆட்சி ஆண்டைக் குறிக்கும். நடுவில் சோழர் இலச்சினைப் புலி திறந்த வாயுடன், வாலை முன்னே நீட்டி, பாண்டியரது சின்னமான இரு கயல் களை நோக்கிய வண்ணம் உட்கார்ந்துள்ளது. மேலே வெண்குடை.

இரு பக்கங்களில் இரு குத்து விளக்குகள். மீன்களின் மேல்பக்கத்தில் தமிழ் எழுத்து 'ச' குறிக்கப்பட்டுள்ளது.

மறுபக்கம்: சற்று மேடாகவுள்ளது, ஒன்றும் பொறிக்கப் படவில்லை.

படம் 2. மேலே கூறப்பட்டது போன்றேதான்: ஆனால் மீன்களுக்கு மேற்புறம் 'ச' என்ற எழுத்திற்கு பதில் 'ராஜ' என்று இருக்கிறது.

படம் 3. நாணயத்தின் வடிவும், அளவும், மேலேயுள்ளது போன்றுதான் உள்ளது. ஆனால், எழுத்துக்களும் வேலைப்பாடும் வேறுபடுகின்றன.

மேல்பக்கம்: பின்வரும் ஏழு எழுத்துக்கள் தமிழிலும் கிரந்தத்திலும் பொறிக்கப்பட்டுள்ளன. ம-ல-நாடு-கொண்ட-சோழன். எட்டாவதாக 34 மீது 4,000 என்று பொறிக்கப்பட்டுள்ளது. மேலேயுள்ள நாணயத்தில் இருப்பது போன்றே புலி, மீன்களைப் பார்த்தவாறு உட்கார்ந்துள்ளது. இரு பக்கங்களிலும் குத்து விளக்குகள். புலிக்கு மேல் வெண்குடை. மீனுக்கு மேலே I *என்ற எழுத்து இருக்கிறது.*

மறுப்பக்கம்: ஒன்றும் இல்லை.

படம் 4. மேற்படி நாணயம் போன்றேதான்: ஆட்சி ஆண்டு இங்கே 35. மேற்புறத்தில் 'ச' என்று உள்ளது.

படம் 5. மேற்படி நாணயம் போன்றுதான். இதுவும் பின்னால் சொல்லப்படும் நாணயங்களும் கீழைச் சாளுக்கியர்கள் வெளியிட்டவை. மேல்புறம்: முதலில் பழைய தெலுங்கில் 'ஸ்ரீ-ரா-ஜ-ரா-ஜ' என்று பொறிக்கப்பட்டுள்ளன. 'ச' என்பது சம்வத் சரத்தை அளபவ ஆட்சி ஆண்டைக் குறிக்கும். நடுவில் சாளுக்கியரின் இலச்சினையான நிற்கும் பன்றியும், அதன் மேல்புறம் அங்குசமும் அதற்குமேல் குடையும் இருக்கின்றன.

படம் 6. மேற்படி நாணயம் போன்றதே. இதில், நான்கு எழுத்துக்கள். ஸ்ரீ-ரா-ஜ-ச-33 என்று உள்ளது. படம் 5-ல் இருக்கும் இலச்சினைதான் உள்ளது. இக்குறிகளுடன் கூடிய நாணயங்கள் நான்கு கிடைத்துள்ளன.

நன்றிக் குறிப்பு

மேலே கண்ட விளக்கப் படங்களைத் தந்துதவியர்களும் நிறுவனங்களும்.

25,28,29,53,70 ஆகிய எண்களுக்குரிய படங்கள் சென்னை தொல் பொருள் ஆய்வு நிறுவனம், தெற்கு வட்டத்தின் மேற்பார்வை அதிகாரியான திரு. கே. ஆர். சீனிவாசன் அவர்களின் சொந்த சேமிப்பிலிருந்து பெற்றவை.

39,40,64;65 எண்களுக்குள்ள விளக்கப்படங்களும் 1,6 எண்களுக்குரிய படங்களும் சென்னை அரசினர் அருங்காட்சியகத்திலிருந்து பெற்றவை.

20-ம் எண்ணுக்குரிய படம் Ostasiatische Zeitschrift 1933 N.F.9 இதழில் வெளியானது. 54,59 எண்களுக்கும், 77 முதல் 80 வரையிலான எண்களுக்கும் உரிய படங்கள் அதே Ostasiatische Zeitschrift 1934 N.F. 10 இதழில் வெளியானவை. 31-ம் எண் படம் ரூபம் 1930-ல் வெளியானது.

84,86,88,89,90,91,97 எண் படங்களும், முகப்புப் படமும் ஆசிரியரின் சொந்த சேமிப்பில் உள்ளவை.

மற்றவை அனைத்தும் இந்திய அரசினர் தொல்பொருள் ஆய்வுத் துறையினரிடமிருந்து கிடைத்தவை.

குறிப்புகள்

அ

அகத்திய மலை, 275

அகத்தியர், 44

அகநானூறு, 4, 90

அகப்பரிவாரம், 472

அகப்பொருள், காதல் கட்டங்களில் உண்டாகும் உணர்ச்சிகளின் எதிரொலிப்புகளை விளக்குவது, 901

அகமார்க்கம், 856

அகம்படி முதலி, 547, 551

அகரப்பற்று, ஒரு வகை நிலங்களின் பெயர், 673

அகலிகை, 119

அகளங்கன், முதலாம் குலோத்துங்கனின் பட்டம், 450

அகஸ்டஸ், ரோமாபுரி மன்னன், 110

அகஸ்திய, முனிவன், 274

அகஸ்தீஸ்வரம், 921, 927

அகஸ்தீஸ்வரர் கோயில், கிளியனூர், 933

அகிட்டி, வாரணாசியை விட்டு காவிரிப்பட்டினத்தில் வாழ்ந்தவன், 31

அகில், 108, 109

அகோர சிவாச்சாரியார், 907

அக்கம், நாணயத்தில் ஒரு வகை, 807

அக்கினிக் குண்டம், 724

அங்காடிக் கூலி, 677

அங்கோர்வாட், 955

அசிடவக்ரத துறவிகள், 849

அசீலா, ஈழ மன்னன், 32

அசுர, ஒரு வகை விவாகம், 88

அசுவமேத யாகம், முதலாம் இராஜாதிராஜன் செய்தது, 352, 616, 883

அசோகர், 27

அச்சுதறி, ஒரு வகை வரி, 704

அச்சுத (விக்கந்தன்), களப்பிர மரபினன்/மன்னன், 136,143

அடவி, மலைவாசிகளைக் கொண்ட படை, 622

அடிகள் கண்டன்மாறன் பாவை, பல்லவ திலக வமிசத்தில் பிறந்த நந்தி போத்தரையரின் அரசி, 153

அடிமைகள், 730

அடியார்க்கு நல்லார், 875

அடில் ஷா, பீஜப்பூர் மன்னன், 195

அணி அதிகாரம், தண்டியலங்காரத்திற்கு இந்தப் பெயரும் இருந்திருக்கக் கூடும், 900

அணி இலக்கணம், தண்டியலங்காரத்திற்கு இந்த பெயரும் இருந்திருக்கக் கூடும் 900

அணியங்க பீமதேவ ராகுத்தன், கலிங்க மன்னன், 590

அணியியல், தண்டியலங்காரத்திற்கு இந்தப் பெயரும் இருந்திருக்கக் கூடும், 900

அண்ணன் பல்லவரையன் என்ற பழையனூர் உடையான் வேதவனம் உடையான் அம்மையப்பன், 507,511,519

அதர்வ வேதம், 825

அதிகன், 141

அதிகாரிகள், உயர்ந்த இராணுவ, அரசாங்க அலுவலர்கள் பொதுவாக அழைக்கப்பட்ட பெயர், 628, 629, 681, 709

அதிகாரிகள், போஜ அரசரின் வழிவந்த குடும்பங்களைச் சார்ந்தவர்கள், 628

அதிகாரிகள் பாராசர்யன் வாசுதேவ நாராயணன், முதலாம் இராஜாதிராஜன் பட்டம் ஏற்றது, 352

அதிகாரிச்சி, அதிகாரியின் மனைவி அழைக்கப்பட்ட பெயர், 629

அதிச்சத்ரா, சிந்துப் பகுதியிலுள்ள ஓர் இடம், 27

அத்யாயன பாடசாலை, 827

அநிருத்த பிரம்மராயர், 754

அநிருத்தர், அமைச்சரின் பெயர், 631

அநிருத்தன், இரண்டாம் பராந்தகனின் அமைச்சரும் வைணவத்தில் அழுத்தமான பற்றும் உடையவர், 836

'அந்தராயம்' 702,703,704

அந்தர்வேதி, 724

அபயன், முதலாம் குலோத்துங்கனின் பட்டம், 450,473

அபயன், வீர ராஜேந்திரனின் மறு பெயர், 401,834

அபராஜிதன், 147,151,162, 632

அபிதம்மாவதாரம், புத்ததத்தர் இயற்றியது, 136

அபிமன்யு, 391

அபிமானதுங்க சாமந்தன், முதலாம் குலோத்துங்கன் அவைக்கு வந்த கடார நாட்டு தூதர், 435

அபுசைத் ஆசான், 625

அபு ஜய்த், 790

அப்பண்ணா, தண்டநாயகன், 581,582,587

அப்பர், நாயன்மார்களில் ஒருவர், 66, 250, 929

அப்பரமேய, சோழ தளபதி, 259கு.

அமஞ்சி, குளத்திற்காகக் கட்டாயப் பணி, 702,775

அமரபுஜங்கன், பாண்டிய மன்னன், 231, 232

அமராபரண சீய கங்கன், மூன்றாம் குலோத்துங்கனின் சிற்றரசன், 546,901

அமராவதி, யுவான் சுவாங் தங்கியிருந்த ஊர், 137

அமராவதிக் கலைப்பாணி, கிரேக்க-ரோம கலாச்சார செல்வாக்கின் விளைவாகவே உருவாயின, 114.

அமிதசாகரரின் காரிகை/ 'காரிகையை', 898,902

அமிதசாகரர்/அமிர்தசாகர், யாப்பருங்கலம், யாப்பருங்கலக்காரிகை ஆகிய நூல்களின் ஆசிரியர், 17,136,898

அம்பணவர், 673

'அம்பலபுரம்', மானியம் விடப்பட்ட ஒரு வகை நிலம், 752

அம்பலவன் பழுவூர் நக்கன், கோலாரைச் சேர்ந்த ஓர் அதிகாரி.215

அம்பிகாபதி, கம்பனின் மகன், 900

அம்மன்குடி, 662

"அயலார் தங்கள் சாட்சி" அதாவது நேர்முக சாட்சியம் 640

அயித்ரேய பிராமணம், 905

அயோத்தி, 343

அய்யப்புழல், காட்டூர் என்றும் வீரபட்டினம் என்றும் பெயர் மாற்றப்பட்டது, 779

அரக்க, ஒரு வகை விவாகம், 88

அரக்கர், 272

அரக்கோணம், 177

அரங்கநாதப் பெருமான், 142

அரங்கநாதன்/ர் திருவரங்கம் கோயில் கொண்டுள்ள கடவுள், 360,471

அரங்குகள், 119

அரங்கேற்று காதை, சிலப்பதிகாரத்தின் ஒரு பகுதி, 103

அரச, ஒரு வகை விவாகம், 88

அரச குரு, 617

அரசத் துரோகம், 589

அரசநாராயணன் கச்சிராயன், காடவர்களின் அரச மரபை சேர்ந்தவன், 549

அரட்டமுக்கிதாசன், 659

அராபியர், 788, 793

அரிகுலகேசரி, முதலாம் பராந்தகனின் மகன், 168, 181, 204, 207

அரிகேசரி, இராஜகேசரி மன்னன் பராந்தகனின் மகன், 194

அரிசில், போர் நடந்த இடம், 150

அரிஞ்சிகை சதுர்வேதி மங்கலம், 710

அரிஞ்சிங்கப் பிராட்டி, 207

அரிஞ்சிமாதேவதிகள், அரசியின் தோழி ஒருத்தியின் பெயர், 726

அரிந்தமன்/அரிஞ்சயன், சோழ மன்னன், 193; 194, மதுரை கொண்ட இராஜகேசரி, 196, 206, 724

அரிந்திகை, அல்லது அரிஞ்சயன், முதலாம் பராந்தகனின் மகன், 181

அரிமுக்கை, ஒரு வகை வரி, 703

அரிஷ்ட நேமி பட்டாரகர், 859

அருகறு, சோழ நாட்டின் ஒரு பகுதி, 29

அருணாசலேஸ்வரர், 935

அருண்மொழி, முதலாம் இராஜராஜனின் பட்டம், 251

அருண்மொழி தேவன், 726

அருண்மொழி நங்கை, வீர ராஜேந்திரனின் மனைவி, 370

அருண்மொழி நங்கையார், முதலாம் இராஜேந்திரனின் மகள், 305

அருண்மொழி வர்மன், இரண்டாம் ஆதித்தனின் மகன், 213

அருந்ததி, 104

'அருமொழி தேவன்', தானிய அளவை, 813

'அரும்பைத் தொள்ளாயிரம்' ஒட்டக்கூத்தன் பாடியது, 882

அருவாநாடு, பெண்ணையாற்றின் கீழ்ப்பள்ளத்தாக்குப் பகுதி, 48

அருள்நந்தியார், 'சிவஞான சித்தியார்' இயற்றியவர் 894, 895

அருள்மொழி தேவேச்சுரம், கோயில், 613

அரேபியா, ஏலியஸ் காலஸின் படையெடுப்பு, 110; 111, அரபு, 789; 790,794

அரையன் இராஜராஜன் என்ற வீர ராஜேந்திர சயமுரி நாடாள்வான், 360

அரைசூர் சீனக்கன் 887

அரையர், 658

அரையன், 760

அரையன், கலை வல்லுநர்களுக்கு வழங்கப்பட்டட ஒரு விருது, 628

அரையன் ஆதித்தன் வீமன், 206

அரையன் இராஜராஜன் என்னும் விக்கிரம சோழ சோழீய வரையன், சோழ தளபதி, 279

அரையன் கடக்கடன் கொண்ட சோழன், சேனபதி, 360

அர்கோடஸ், தாலமியால் சூட்டப்பட்ட பெயர், 30

அர்த்த சாத்திரம் 90, 298

அர்த்த நாரிச்சுவரர், 962

அர்ஜுனன், 215, 427

அலங்காரம் அல்லது அணி, 900

அலஹாபாத், 312

அலஹாபாத் தூண் கல்வெட்டு, சமுத்திரகுப்தனின், 140

அலெக்சாண்டர், மகா, 247

அலெக்சாண்டிரியா, 111

அவந்தி, 49

அவந்தி நாட்டு கருமார், சங்க காலத்தில் தமிழ் நாட்டில் பணிபுரிந்தனர், 117

அவல், சங்க காலத்தில் பண்டமாற்றுப் பொருள், 117

அவனி, கர்நாடகாவில் ஒரு ஊரின் பெயர், 546

அவனி நாராயணன், கோப்பெஞ்சிங்கனின் பட்டம், 582

அவனி முழுதுடையாள், இரண்டாம் இராஜராஜனின் மனைவி, 478

அவை, திருக்குறளில் பலர் கூடிய கூட்டம் என்ற பொருளில் பயன்படுத்தப்பட்டது, 94

அழகிய சீயன், கோப்பெருஞ்சிங்கன், காடவர்களின் அரசு மரபைச் சேர்ந்தவன், 549

அழகிய பல்லவன், 551

அழுகெருது-காசு, இறையின் பெயர், 765

அழுந்த, செங்கணான் போர்புரிந்த இடம், 68

அளத்தி, 421, 422

அற ஓலை, 633

அறங்கண்ட நல்லூர், 547

அறச்சால போகம், ஊரின் பெயர், 675

அறநிலை விசாகன் திரைலோக்கிய மல்லன் வத்ஸராஜன், 873

அறவணடிகள், மணிமேகலையில் கூறப்படும் மனிதர், 124

அறிவுடை நம்பி, பாண்டிய மன்னன், 59

அறுவாளர், பழமை இனத்தார், 46

அனந்த சம்பு, 324கு.

அனந்தபாலையா, விக்கிரமாதித்தனின் தண்டநாயகன், 448

அனந்தப்பூர், 3

அனந்தவர்மன், கலிங்க மன்னன், 439, 440

அனந்தவர்மன், சோட/சோழ கங்கன், 395, 447

அனபாயன், இரண்டாம் குலோத்துங்கனின் பட்டம், 476, 890, 900

அனீகாங்க, 563

அனுபாமா, முதலாம் பராந்தகனின் ஒரு மகள், 181

அனும கொண்டா, 448

அனுராதபுரம், 425, 426, 430.

அன்பில், செப்பேடு/பட்டயங்கள், 10, 68, 151, 154, 192, 197, 207, 631, 635, 647, 650, 754, 787, 836, 840

"அன்றாட நற்காசு," நாணயம், 803

அஜந்தா, ஓவியங்கள், 973

அஷ்டாங்க இருதயம், வாக்பாதர் இயற்றியது, 827

அஷ்டாத்தியாயி, இலக்கணத்திற்கு வடமொழிச் சொல், 824

அஹமத்-இபின்-மஜித், 625

ஆ

ஆகவமல்லன், மேலைச் சாளுக்கியன், 301,337,350,357,365,368

ஆகவமல்ல குலகாலன், வீர ராஜேந்திரன் ஏற்ற பட்டம், 369

ஆகவமல்ல குலாந்தகன், முதலாம் இராஜாதிராஜன் ஏற்ற பட்டம், 352

ஆகவமல்ல குலகாலபுரம், ஆயிரத்தளி என்ற மறு பெயர், 435

ஆசீவிகக் காசு, ஒரு வகை இறை, 703

ஆச்சாரிய சூடாமணி, சக்திபத்ரா இயற்றியது, 905

ஆச்சாரிய போகம், 841

ஆஞாகிரயம், அபராதங்களைக் கட்டத் தவறியவர்களின் சொத்துக்கள் அரசரின் ஆணைப்படி விற்கப்பட்டன, 645,786

'ஆடவலம் கத்யானா' நாணயத்தில் ஒரு வகை, 808

'ஆடவல்லான்' தங்க எடையை அளக்க அளவை, 810

'ஆடவல்லான்', தானிய அளவை, 813

ஆடுதுறை, தஞ்சை மாவட்டம், 445; கல்வெட்டு இருந்த இடம், 786

ஆடுதுறை மாசாத்தனார், புலவர், 59

ஆட்கொல்லியார், காடவர்களின் அரசு மரபைச் சேர்ந்தவன், 549

ஆட்சி, வழக்குக்கு மறு பெயர், 640

ஆட்டனத்தி, ஆதிமந்தியின் கணவன், 48

ஆதகூர், கல்வெட்டு, 176

ஆதனூர், நந்தனார் கதையில் காணும் ஊர், 16, 745

ஆதிச்ச பிடாரி, 184கு.

ஆதிச்சன், முதலாம் பராக்கிரமபாகுவின் ஆணைப்படி ராமஞ்ஞுதேசத்தின் மீது படையெடுத்த படைத் தலைவன், 290

ஆதித்தன், முதலாம், ராஜகேசரி, சோழப் பேரரசர்களில் காலத்தால் முற்பட்டவன், 148-156; இவனது அரசியல் நிலை 149-50;27 ஆண்டுகளோ அல்லது சற்று அதிகமாகவோ ஆட்சி செய்தான், 149; கங்கை மன்னருடன் உறவு, 152; கொங்கு நாட்டைக் கைப்பற்றுதல், 153; சேரருடன் உறவு, 154; கோயில்கள், 155; தொண்டை மாநாட்டில் இறந்தான், 155; 162, 181, 632, 840, 921, 927, 929.

ஆதித்தன், இரண்டாம், வீரபாண்டியனைப் போரில் கொன்று வெட்டப்பட்ட அவனுடைய தலையை சோழ நாட்டின் தலைநகருக்குக் கொணர்ந்தான், 195; 198, 200, சேவூர்ப் போர்க்களத்தில் ஆதித்தனது வீரம் வெளிப்பட்டது, 208; உத்தம சோழனுக்கு இவன் கொலையில் தொடர்பு இல்லையென்று கூறுவதற்கில்லை, 211-2; 645, 732, 758, 786, 807, 935

ஆதித்தன், கம்பனின் தகப்பன், 883

ஆதித்தன் (அச்சன்), விக்கிரம கேசரி, 225 கு

ஆதித்தீசுவரம், முதலாம் ஆதித்தன் எடுப்பித்த கோயில், 155

ஆதித்தபுரி மணிக்கிராமம், வணிகக் குழு அங்கத்தினர்கள் தங்கியிருந்த ஊரின் பெயர், 657

ஆதி மந்தி, கரிகாலன் மகள், 48

ஆதித்யேச்சுரம், முதலாம் பராந்தகன் எழுப்பிய கோயில், 618

ஆத்தியாற், 52

ஆதிநகர், முதலாம் இராஜேந்திரன் கைப்பற்றிய இடம், 281,282

ஆதி ராஜேந்திரன் (தேவன்), பரகேசரி, வீர ராஜேந்திரன் இறந்தவுடன் சில காலம் ஆட்சிப் பொறுப்பை ஏற்றிருந்தான், 361; 370, 389, 402, 403, ஆதி ராஜேந்திரன் இறந்ததும், ராஜிகன் தெற்கே வந்து விட்டான், 405; கல்வெட்டுகள், 405; ஆதி ராஜேந்திரனுக்கும் குலோத்துங்கனுக்குமிடையே உள்நாட்டுப் போர் ஏற்பட்டது என்று கூறப்படுவது முற்றிலும் ஆதாரமற்றது, 417

ஆந்திர பாரதம், நன்னய்ய பட்டன் எழுதிய நூல், 301

ஆ-பூ-செயித், 649

ஆப்பிரிக்கா, 789

ஆம்பூர், 68

'ஆயம்', பல வரிகளின் பெயர், 693,702

ஆயிரத்தளி, முடிகொண்ட சோழபுரத்தின் மறு பெயர், 528

ஆயிரத்தளி, ஆகவமல்ல குலகாலபுரத்தின் மறு பெயர், 435, 451, 481, 486, 543

ஆய்துறை, உப்பு உற்பத்தியாகும் தலைமை இடம், 774

ஆரியக்கூத்து, 752

ஆரியப் பண்பாடு, 86-87

ஆரியம், 856

ஆரியர்கள், 88, சங்க காலத்தில் இவர்கள் கருத்துக்கள் ஏற்றுக் கொள்ளப்பட்டன 118, 156

ஆருத்ரா தரிசனம், 838

ஆர்க்காடு, சோழ குறுநில மன்னன் வாழ்ந்த இடம், 30, 777

ஆர்ப்பாக்கம், செங்கற்பட்டு மாவட்டம், 452, 504, 511

ஆலங்குடி, தஞ்சாவூர் மாவட்டம், 405

ஆலத்தூர்க்கிழார், புலவர், 55, 56

'ஆலி' நகர், திருமங்கை ஆழ்வார் ஊர், 833

ஆவணம், எழுத்து மூலமான சாட்சியம், 640

ஆவணித் திங்கள் ஆயில்ய நாள், வீர ராஜேந்திரன் பிறந்த நாள், 370

ஆஹூர் மூலங்கிழார், புலவர் 56, 89, 121

ஆழ்வார்கள், வைணவ அடியார்கள், 16, 834, 839, 844, 847

ஆழ்வார் பராந்தகன் குந்தவைப் பிராட்டியார், குந்தவையின் மறு பெயர், முதலாம் இராஜராஜனின் அக்காள், 252

ஆளப்பிறந்தான் வீர=சேகரன் என்ற காடவராயன், 548

ஆளுங்கணம், ஊர்ச்சபையின் தீர்மானங்களை நிறைவேற்றும் குழு, 662

ஆளுடைய நம்பி, ஸ்ரீபுராணம், சிவ தர்மம்,. சோம சித்தாந்தம் ஆகிய நூல்களை இயற்றியவர். 839

ஆள், வாடிக்கை இறை, 702

ஆறகளூர், சேலம் மாவட்டம், 547

ஆறகளூர் உடையான், 547

ஆறாயிரப்படி, பாசுரங்களுக்கு நயம் புலப்படுமாறு எழுதப்பட்ட சுருக்கமான உரை, 897

ஆற்றுப்படை, 102

ஆற்றுப்பட்டம், வரிகளில் ஒரு வகை, 702

ஆற்றூர்த் துஞ்சிய அரிஞ்சயத் தேவர், முதலாம் இராஜராஜன் மேல்பாடியில் எழுப்பிய கோயிலின் ஆண்டவன், 618

ஆற்றூர்த் துஞ்சிலி அரிஞ்சிகை வர்மன், 194

ஆனந்த சம்பு, 842

ஆனந்த தாண்டவ நம்பி, 891

ஆனந்தன், 836

ஆனைமங்கலம், 251, 294, 626, 632, 672, 787

ஆனையாட்கள், சோழப் படையின் ஒரு பிரிவு, 619

ஆஸ்வலாயன ஸ்ரௌத்த சூத்திரம், 905

இ

இங்கலூர், நாடு, 254

இங்காசுரா, மலேயாவிலுள்ளது, 292

இடவை, 151

இடைதுறை நாடு அல்லது எட்தோர் ஈராயிரம், வடக்கில் கிருஷ்ணா நதிக்கும் தெற்கே துங்கபத்திரை நதிக்கும் இடைப்பட்டது 269, 278

இந்தள தேவன், 303

இந்தள தேவி, வந்தியத் தேவனின் மனைவி, 302

இந்திரரதன் 282

இந்திரன், மூன்றாம், 312

இந்திராவதி, 282

இந்து சமயம், மதம், 831, 833, 843, 847

இந்தோ சீனா (தற்பொழுது வியட்நாம், கம்பூசியா, லாவோஸ், ஆகியவை அடங்கியவை) 624, 789

இபின் ஹவ்கல், அரபு நாட்டு எழுத்தாளர், 790

இமயம், 49

இரச்சயன், 357

இரட்டபாடி, ஏழரை லட்சம் என்ற நாட்டை முதலாம் இராஜராஜன் கைப்பற்றியது, 239; முதலாம் இராஜேந்திரன் படையெடுப்பு, 240; மேலைச் சாளுக்கியரின் முன்னோரது ஆட்சியிலிருந்த பகுதி, 241; முதலாம் இராஜேந்திரனின் படையெடுப்பு, 269; 278, 303, 363, 367, 413

இரட்ட மண்டலம், 349

இரட்டராச குலகாலன், வீர ராஜேந்திரன் பெற்ற பட்டம், 356

இரட்டன், 368

இரணசூரன், 283

இரண பீம மங்கலம், ஊரின் பெயர், 673

இரணிய கர்ப்பம், முதலாம் இராஜராஜனின் பட்டத்தரசி செய்த தானம், 252, 616

இரவிகுல மாணிக்கம், முதலாம் இராஜராஜனின் பட்டம், 251

இரவிதடான கொப்பம், 583

இரவு, ஒரு வித வரி, 693

இராசிரிய சதுர்வேதி மங்கலம், 722

இராசேந்திர சோடன், இரண்டாம் கொங்கனின் மகன், 529

இராச்சமல்லன், 173

இராட்டிகர், 234

இராமகிராமம், 452

இராமகுடமூவர் திருவடி, அல்லது கந்தன் காழிவர்மன், 298

இராமகு (கூ) டம், 297, வடமொழியில் ராமகடம், 298

இராமஞ்ஞா, பர்மாவைச் சேர்ந்த தலைங் பகுதியிலுள்ள துறைமுகம், 288, 426

இராமாயணம், நாட்டின் பண்பாட்டை விளக்கும் காப்பியம், 14, 118, 544, 822, 826, 883, 884, 897, 971

இராமநாதன், ஹொய்சாள மன்னன், 905

இராமநாதன் கோயில், 618

இராமநுஜர், ஸ்ரீ ராமாநுஜரைப் பார்க்கவும், 896

இராமாநுஜ நூற்றந்தாதி' திருவரங்கத்து அமுதனாரால் இயற்றப்பட்டது, 897

இராமாநுஜ பாஷ்யம், 838

இராமேசு(ஸ்)வரம், 179, 445, 502, 526, 583

இராஜ இராஜேசுவரப் பெருங்கோயில், தஞ்சை, 9, 248, 523, 544, 613, 893

இராஜகம்பீர அஞ்சுகோட்டை நாடாள்வான், மறவ சாமந்தர், 508

இராஜகம்பீரன், தக்கயாகப் பரணியில் வீர ராஜேந்திரனை அழைக்கும் பெயர், 368; இரண்டாம் இராஜராஜனின் பட்டம், 481

இராஜகுஞ்சரன், சோழப் படையின் ஒரு பெயர், 619

இராஜகுரு, 617

இராஜ கேசரி, கல்வெட்டில் காணப்பட்ட அரசர் பெயர், 663, 677

'இராஜ கேசரி', அளவை, 813

இராஜ சிம்மன், சேர மன்னன், 276

இராஜ சிம்மன், பாண்டிய மன்னன், 164, 167, 272, 519

இராஜ சுந்தரி, வீர ராஜேந்திரனின் மகளும் கீழைக் கங்க மன்னன் இராஜராஜனின் பட்டத்தரசியும், 395, 440

இராஜ நாராயண சம்புவராயன், இரண்டாம் இராஜராஜன் இறந்த பிறகு ஆட்சித் தலைமையில் பங்குகொண்டிருந்தவர், 482

இராஜபுரம், 282

இராஜ மகேந்திரன், இராஜகேசரி, 337

இராஜமய்யன், 365

இராஜ மார்த்தாண்டன், முதலாம் இராஜராஜனின் பட்டம், 251

இராஜ ரட்டம், ஈழத்திலுள்ள ஒரு பகுதி, 272

இராஜரதம், 425

இராஜராஜ கற்குடி மாராயனன், மறவ சாமந்தர், 508

இராஜராஜ காடவராயன், 552

இராஜராஜ சதுர்வேதி மங்கலம், 824

இராஜராஜ (சோழன்), இரண்டாம், மீது பாடப்பட்ட உலா, 18; 378 கு; ஆட்சி 478-83, பேரரசின் பரப்பு, 479; பேரரசு மேன்மேலும் பலவீனம் அடைதல், 480; தலைநகரும் பட்டங்களும், 481; உலா 481; பின் பட்டத்திற்கு வந்த இரண்டாம் இராஜாதிராஜன் விக்கிரம சோழனின் பேரன், 482; 484, 485, 487, 489-91, 492; கல்வெட்டு, 515, 529, 904, 949

இராஜராஜ சோழன் உலா, ஒரு நூலின் பெயர், 475

இராஜராஜ தேவன், சேரன், 757

இராஜராஜ தேவன், மகதை மண்டலத்து அரசனின் சிறப்புப் பெயர், 547

"இராஜராஜ தேவன் மாடை", நாணயம், 803

இராஜராஜ பிரம்மாதி ராஜன், பட்டம், 353

இராஜராஜபுரம், ஈழத்தில் உள்ள மகாதித்தா என்ற ஊருக்கு மறுபெயர், 236

இராஜராஜபுரம்; இப்போது உள்ள தாராசுரத்திற்கு மறு பெயர், 842

இராஜராஜபுரம், தலைகாட்டிற்கு மறு பெயர், 445

இராஜராஜப் பெருநீரவையோம், ஒரு பேரவையின் பெயர், 777

இராஜராஜ பெரும்பள்ளி, ஒரு விகாரை, 434

இராஜராஜ மகாராயன், குரவன் உலகளந்தானான, சேனாதிபதி, 255

இராஜராஜ மாடை, நாணயத்தில் ஒரு வகை, 808

இராஜராஜ முதலாம் நரேந்திரன் கீழைச் சாளுக்கிய மன்னன், 305, 353, 358, 390, 392, 396

இராஜராஜ மும்முடிச் சோழன், முதலாம் குலோத்துங்கனின் மகன், 394, 436

இராஜராஜ விஜயம், 872

இராஜராஜன், முதலாம் (கி.பி. 985-1014), தன் கல்வெட்டுக்களின் தொடக்கத்தில் தன் ஆட்சியின் மெய்க்கீர்த்திகளை சேர்த்தான், 6; இவன் காலத்திலிருந்தே ஈழக்காசுகள் வழக்கில் உள்ளன, 14; வேங்கியை கைப்பற்றியது, 134; மன்னன் அரியணையில் அமர்ந்து வரையிலான முப்பது ஆண்டுகள் வரையில் சோழ நாடு பெரும் இருளில் ஆழ்ந்திருந்தது 163; 172, 194, 200, 201, கல்வெட்டு, 206; 210, 212, 213, 215 ஆட்சி நடத்தியது, 229, 264; அரியணையில் அமர்ந்தது, சதய நட்சத்திர நன்னாளில் பிறந்தவன், ஒரு சிறந்த சகாப்தம், 229; கேரளப் போர், 230-1; தென்னாட்டுப் படையெடுப்பு, 232-3; ஈழப் படையெடுப்பு, 234-236; மேலைச் சாளுக்கியர் மீது படையெடுப்பு, 238; வேங்கி நாடு கைப்பற்றியது, 242-47; மாலத் தீவுகளைக் கைப்பற்றல், 247; இராஜேந்திரன் இளவரசு பட்டம் பெறுதல், 248; தஞ்சை பெரிய கோயில், 248-250; நிர்வாகம், சமயக் கொள்கை, 250-1; பட்டங்கள் 251; குடும்பம், 252; அதிகாரிகளும் திறை செலுத்திய குறுநில மன்னரும், 253-55, 265, 271, 275, 282, 289, 302, 309, 331 கு., சோழ இராச்சியத்தை உறுதியாக நிலைநாட்டியவர், 335; 390, 428, 434, 438, 443, 481, 539, 555, 'பைசான்டைன்' பேரரசைப் போன்று விளங்கிற்று, 612; 613,

614, 617, 618, 619, 620, 622, 624, 645, 657, 672, 692, 693, 696, 698, 699, 701, 705, 706, 724, 727, 729, 757, 782, சீனாவுக்கு தூதுக் குழுக்கள் அனுப்பியது, 791; 807, 813, 824, நம்பியாண்டார் நம்பி இவருடைய சம காலத்தவராக இருக்கலாம், 834; 837, 840, முன்னேற்றக் கருத்துக்கள் கொண்டவர், 842; 852, 893, 898, 918, 919, 921, 930, 939, 958, 960, 973

குறிப்பு: இராஜராஜன், இரண்டாம், என்ற தலைப்பு இராஜராஜ (சோழன்) என்ற தலைப்பின் கீழ் கொடுக்கப்பட்டுள்ளது. வாசகர்கள் கவனிக்கவும்.

இராஜராஜன், மூன்றாம், இன்னல்கள் ஏற்பட்டது, 6; 9,555 பட்டத்துக்கு வந்தமை 573; மூன்றாம் குலோத்துங்கனுக்கு என்ன உறவு? 573; மெய்க்கீர்த்திகள், 574; அரசியல் மாறுதல்கள், 575; ஐந்தாம் ஆண்டில் குலோத்துங்கன் 577; பாண்டியர் படையெடுப்பு 578; கோப்பெருஞ்சிங்கனின் பங்கு, 580; பாண்டியனின் தோல்வி, 583; குழப்பமும் அரசாங்கத்தின் ஆற்றலின்மையும், 585; ஹொய்சாளர் 586; சிற்றரசர்கள் 588, 590, 592, 595, 622, 634, 645, 668, 669, 703, 756, 762, 764, 805, 946

இராஜராஜன், கிழக்குக் கங்க மன்னன், 396; 435

இராஜராஜன் காசு, 803

இராஜராஜன் காசு-உரைக்கல், நகைகளை எடை போட அளவை, 810

இராஜராஜேந்திரன் ;வீர ராஜேந்திரன் ஏற்ற பட்டம், 370

இராஜ ராஜேஸ்வர நாடகம், 872

இராஜா(ச்) சிரயன், முதலாம் இராஜராஜனின் பட்டம், 251, வீர ராஜேந்திரன் ஏற்ற பட்டம், 370.

இராஜாதித்தன், ஆதித்தனின் பேரன், 160 கு. முதலாம் பராந்தகனின் மூத்த மகன்; இராஷ்டிரகூடருடன் நடந்த போரில் உயிரிழந்தான், 163; 174, 175, 176, 178, கோதண்டராமன் என்ற மறு பெயரும் உண்டு, 181; 196.

இராஜாதிராஜன், முதலாம் (கி.பி. 1018-1054), முதலாம் இராஜேந்திரனால் இளவரசனாக அமர்த்தப்பட்டான் 267-69, கல்வெட்டுகள், 296; பூபேந்திரச் சோழன் என்ற பட்டம், 297; 299,300, 304, 336, மெய்க்கீர்த்தி, 338; விஜய ராஜேந்திரன்என்னும் பட்டம், 338, ஈழ நாட்டுப் போர், 339-44. ஈழத்தில் சோழர் நாணயங்களும் கல்வெட்டுகளும், 345; சாளுக்கியருக்கு எதிரான இரண்டாம் போர், 345-351, 'யானை மேற்றுஞ்சின' என்ற பட்டம், மனைவியர், பட்டங்கள், குறுநில மன்னர்கள், 351-53; 369, 401, அசுவமேத யாகம் செய்தது, 616; 617, 699, 702, 731, 737, 806, 809, 813, 826

இராஜாதிராஜன், இரண்டாம், 479, பல்லவராயன்பேட்டை கல்வெட்டு, 483-492; பட்டம் எய்திய குறிப்புகள் (1163) 491; ஆட்சி, 500-514; மெய்க்கீர்த்திகள், 500; பாண்டியரின் உள்நாட்டுப் போர், 501; பேரரசின் பரப்பு, 509; சிற்றரசர்கள், 510; சின்னஞ்சிறு சிற்றரசர்களின் பெருக்கம், 511,730,805,812

இராஜேந்திர சிம்மன், முதலாம் இராஜராஜனின் பட்டம் 251

இராஜேந்திர சோழ ராஜகேசரி, போலிக் கல்வெட்டு, 9,735

இராஜேந்திர சோழ பிரம்மாராயர், 254

இராஜேந்திரச் சோழப் பெரும்பள்ளி, ஒரு விகாரை, 434

இராஜேந்திரச் சோழ பெரிய ஏரி, 760

"இராஜேந்திரச் சோழன் மாடை" நாணயம், 803

இராஜேந்திர சோழ மாவலி வாணராசன், வீர ராஜேந்திரனின் அரியணையின் பெயர், 370

இராஜேந்திர சோழ மாவலி வாணராயர், 353

இராஜேந்திரசோழன் என்ற நிசடராஜன், 513

"இராஜேந்திரப் பெருவிலை", 710

இராஜேந்திரன், முதலாம் (கி.பி. 1012-1044) 20கு; 66,168, 172, 229, 231, சோழ இளவரசன்; மேற்குப் பகுதிகளில் போர்களை நடத்தியவன்; வேங்கி, கங்கை மண்டலங்களுக்கு மகா தண்ட

நாயகனாக அமர்த்தப்பட்டான், 234; 236 சாளுக்கிய தலைநகரான மான்யகேட்த்தை கைப்பற்றியது, 239; மேலை சாளுக்கிய நாட்டின் மீது படையெடுத்து இரட்டபாடியை வென்றான், 240; இளவரசுப் பட்டம், பெறுதல் 248; 250, முதலாம் இராஜராஜனின் ஒரே மகன், 252; ஆட்சி நடத்தியது, 265-334; நாட்டின் பரப்பும் அமைப்பும், 265; மெய்க்கீர்த்திகள், 266; முதலாம் இராஜாதிராஜன் இளவரசனாக பட்டம் சூட்டப்பட்டது, 268; தொடக்க கால வெற்றிகள் 269;271, ஈழ நாட்டுப் போர், 271-3; கேரளப் போர், 273-5; அரியணையில் ஏறிய காலம், 276-7; சாளுக்கியப் போர் 277-82; சக்கரக் கோட்டம், செப்பேட்டுப் பட்டயம், 282; படையெடுப்பின் வரலாறு 283-5, கடாரம் படையெடுப்பு 285, ஸ்ரீவிஜயம் (சுமத்திராவின் கீழைக்கரையிலுள்ள பலெம்பாங்) மற்ற அடையாளங்கள், 289-91; காலத்தில் தென்னிந்தியாவிற்கும் தீவுக் கூட்டங்கள் அடங்கிய கடல் பகுதிக்கும், சீனத்திற்குமிடையே வாணிகத் தொடர்பு இருந்தது தெளிவு, 293-5; ஆட்சியின் இறுதி ஆண்டுகள், 296; தெற்கில் குழப்பம், 296-7, சோழப் பேரரசின் கருணை, 298, ஈழம் 299; சாளுக்கிய ஆகவமல்லனுடன் போர், 299,301, கடைசி ஆண்டுகள், 301; குறுநில மன்னர்கள், 302; விருதுகள், 303; புதிய தலைநகர், 303, பட்டத்தரசிகள், 304-5; காலமானது, கி.பி. 1044, 305; ஈழத்தில் காசுகள், 345; 367, 390, 400, 434, 555, 612, 614, 617, 618, 620, 623, 624, 632, 700, 721, 724, 749, 751, 763, 783, 784, சீனாவுக்குத் தூதுக்குழுக்கள் அனுப்பியது, 791; 792,812, 813, நம்பியாண்டார் நம்பி இவருடைய சம காலத்தவராக இருந்திருக்கலாம், 834, 835, 837, 841, 899, 918, 920, 946, 973

இராஜேந்திரன், இரண்டாம், (கி.பி. 1052-1064) 299, 304, கொப்பம் போரில் முடி சூடினது, 337, 338, 339, கல்வெட்டு, 349; 350, ஆட்சி, 353-360; ஆட்சி முடிவு. 359; 365, 390, 552, 643, 763

இராஜேந்திரன், இரண்டாம், கீழைச் சாளுக்கியன், முதலாம் குலோத்துங்கன், 390; 414, 443, கல்வெட்டுக்களில் அழைக்கப்படும் பெயர், 449

இராஜேந்திரன், மூன்றாம் 546, 555, கல்வெட்டுகள், 590, வெற்றி, 591-3; சோதிக்கனுடன் நேசம், 593,4; உத்தர இலங்கை, 594-5; காஞ்சிபுரத்தை இழக்க நேர்ந்தது, 595-6; இராஜேந்திரனும் ஹொய்சாளர்களும் 596; ஆட்சியின் முடிவு, 597, 634, 805, 809, 946

இராஷ்டிரகூடர்/ ராஷ்டிரகூடர், 12; 134, 152, 153, 163, சோழ நாட்டின் படையெடுப்பு, 177-9; 206, 210, 214, 230, கி.பி. 973-ல் வலிமை மறைந்தது 238; 242, 270, மகத நாடு ஆளப்பட்டது என்பதற்கு பொருத்தமான ஆதாரம் இல்லை; 306-7; 612, 632, 784, 840

இராஷ்டிரம், (வடமொழிச் சொல்), நாடு 90

இருகையன், 355, 356

'இருபா-இருபது', 895

இருமுடிச் சோழன், இரண்டாம் இராஜேந்திரன் நாளில் அதிகாரிகளுக்கு அளிக்கப்பட்ட பட்டம், 355

இலங்கா சோகம், மலேயா நாட்டிலுள்ளது, 290, 291

இலங்கா சோகன், 286

இலாட சிற்றரசர்கள், 705

இலாட தேசம், 445

இலாமுறி தேசம், சுமத்திராவின் வடபகுதியிலிருந்த நாடாகும், 286; 292

இளஞ்சேட் சென்னி, கரிகால சோழனுடைய தந்தை, 44,51

இளஞ்சேட் சென்னி, 2; சோழ இளவரசர்களின் பெயர், 63

இளம்பூரணர், உரையாசிரியர்களில் காலத்தால் முந்தியவர், 902

இளந்தத்தன், சங்க காலப் புலவர், 54

இளைய திருநாவுக்கரையன், 960

'இறங்கல்', இந்த நிலங்களுக்கு வரி கிடையாது, 706

'இறை' வரிகளின் ஒரு பெயர், 693, 707, 748, 749

'இறை காவல்', 'இறை திரவிய'த்தின் மறு பெயர், 677, 695, 754, 763, 788

இறைக் குடிமை, 758

'இறை திரவியம்', ஆண்டுதோறும் செலுத்தும் ஒரு கட்டணத் தொகை, 677

இறையனார், 903

இறையனார் களவியல், நூல், 88

இறையிலி, குறிப்பிட்ட சில வரிகளிலிருந்து மட்டுமே விலக்கல்கள், 659, 705, 707, 723, 874

இறையிலிக் காசு, 'அந்தராயம்' என்ற பெயரில் உள்ளடங்கியது. 702

இறையிலி தேவதானம், 707, 711

இஸ்தக்ரி, அராபிய எழுத்தாளர், 793

ஈ

ஈசான சிவர், இராஜ குரு, 617

ஈட்சிங், சீன யாத்ரிகர், 789, 823

ஈராயிரம் பல்லவரையன், 255

ஈராயிரவன், 726

ஈழக் கருங்காசு, நாணயத்தில் ஒரு வகை, 807

ஈழக் காசு (Ceylon Type) 13, 806

ஈழ நாடு (இலங்கை) 4; 31-33, இரு கயபாகுகளின் பெயர் பொருத்தம் 69; 114, 164, பராந்தகன் ஈழப் போரில் படுதோல்வியுற்றான், 168; 179-205, 208, 272, 299, 340, 426, 442, 484, இரண்டாம் இராஜாதிராஜன் தலைமையில் ஈழப் போர், 502-4, 516, மூன்றாம் குலோத்துங்கன் தலைமையில் ஈழப் போர் 521-3, 526, 557, 563, 623

ஈழ மண்டலம், முதலாம் இராஜராஜன் கைப்பற்றியது, 234, 268, 271, 340

ஈழவர்கள், 722

உ

உக்கல், கல்வெட்டு, 255

உக்கிரப் பெருவழுதி, பாண்டிய மன்னன், 62

உக்கிரன் தலைமையில் பாண்டிய நாட்டில் மூண்ட கலகம், 162

உச்சங்கி பாண்டியர்களின் சிதறிய வம்சம் உள்ளது, 135

உச்சங்கிதுர்க், பெல்லாரி மாவட்டம், 278

உச்சந்தி, நகர், 620

உடன் கூட்டம், அதிகாரிகளின் ஒரு பிரிவு, 486, 634

உடைய நம்பி, 961

உடையார், இறைகளையும் கடமைகளையும் வசூலித்த அதிகாரிகளின் ஒரு சாரார், 630

உடையார் குடி, கல்வெட்டு, 212

உடையார் குடி அனந்தேஸ்வரம், கோயில், 954

உடையார் சுவாமி தேவர், 617

உடையார் மதுராந்தகச் சுந்தர சோழன், கொடும்பாளூரில் கல்வெட்டின் குறிப்பு, 197

உடையார் வீர சோழர், 254

உண்மாத வாசவத்தா, சக்திபத்ரா இயற்றியது, 906

உண்மை நெறி விளக்கம், உமாபதி சிவாச்சாரியார் இயற்றியது, 896

'உண்மை விளக்கம்' மனவாசகங் கடந்தார் இயற்றியது, 895

உதகைக் கோட்டை, 233, நாடு 362

உதயகுமாரன், மணிமேகலையில் குறிப்பிடும் ஒரு பாத்திரம், 113

உதயணன், குசும அஞ்சலியின் ஆசிரியர், 906

உதயணன் கதை, 874

உதயப்பூர், கல்வெட்டு, 283

உதயன், நான்காம் ஈழ மன்னன், 167, 173

உதயேந்திரம், பட்டயம், 10, 147, 153, 164, 169, 171, 858

உத்கிருஷ்ட ஆயோகவர், நெசவுத் தொழில் செய்துவந்த 'பிரதிலோமர்' வகுப்பைச் சேர்ந்தவர்கள், 722-3

'உத்தம-கண்ட-மாடை', நாணயம் 805

உத்தமசீலி, முதலாம் பாரந்தகனின் மகள், 181

உத்தம சோழ சதுர்வேதி மங்கலம், 665

உத்தம சோழ பல்லவன், சேக்கிழார் பெற்ற பட்டம், 888

உத்தம சோழன், மன்னன், பரகேசரி, கல்வெட்டுகள், முதலாம் இராஜராஜனுக்கு முன் அரியணையில் ஏறியிருக்க வேண்டும், 192; மதுராந்தகன், 193, 198, இரண்டாம் ஆதித்தன் கொலையில் உத்தம சோழனுக்கு தொடர்பு இல்லையென்று கூறுவதற்கில்லை, 212; அருண்மொழி வர்மனை யுவராஜா ஆக்கினது, மதுராந்தகக் கண்டராதித்தன் இவன் மகன், 213; அரியணை ஏறல், நிலப்பரப்பை சோழர்கள் மீட்டனர், முதற் சோழ நாணயம், 214; சென்னை மியூசியத்தில் பட்டயங்கள், 215; குடும்பம், 216, 252, 253, 632, 658, 731

உத்தம சோழன், இரண்டாம் இராஜேந்திரன் நாளில் அதிகாரிகளுக்கு அளிக்கப்பட்ட பட்டம், 355

உத்தர புராணம், குணபத்திரன் இயற்றியது, 876

உத்தரலாடம், 281, 283, 310

உத்திரமேரூர், கல்வெட்டுகள், 181; 214, 643, 655, 664-71, 674, 682, உத்திரமேரூர் சோழர் அரண்மனை இருந்த இடம், 614; சபை 677

உபசகத்தின், இந்நாளைய 'பிளேக்' என்ற கொடிய நோய், 164

உபநய, நியாயப் பிரவேசிகாவின் ஒரு வாகம், 71

உமாசகிதர், சிவபெருமானின் ஒரு மூர்த்தி, 846

உமாபதி சிவாச்சாரியார், 834, 887, 892, 895, 907

உமாபிரசாத, 937

உமைநங்கை, முதலாம் குலோத்துங்கனின் மாமியார், 452

உய்யக் கொண்டான் திருமலைக் கோயில், 920

உரகபுரம், புத்தத்தர் வாழ்ந்த ஊர், 137

உரத்தி, செங்கற்பட்டு மாவட்டத்தில் ஓரத்தியாக இருக்கலாம், 577

உருத்திரங்கண்ணனார், பட்டினப் பாலையின் ஆசிரியர், 48, 100, 113

உருத்திரமகேஸ்வரர், 659

உலக மகாதேவி, முதலாம் இராஜராஜனின் பட்டத்தரசி, 252

உலகளந்த சோழ பிரம்மாரயன், முதலாம் இராஜாதிராஜனின் குருதேவர், 352

உலகுடை முக்கோக்கிழான் அடிகள், இரண்டாம் இராஜராஜனின் மனைவியின் பட்டப் பெயர், 479

உலகுய்யு வந்த பெருமாள், 574

உலா, மூன்று சோழ மன்னர்கள் புகழை எடுத்துரைக்கும் பாடல்கள், 18, 234

உலோக மாதேவியார், 618

உவச்சர், 675

உள்ளாலை, தஞ்சை நகரின் உட்பகுதி, 614

உறங்கணி, 523

உறங்கை, 528, 534

உறந்தை, 537

உறையூர், சோழர்கள் ஆண்ட தலைநகர், 25, 29, 43, 50 நலங்கிள்ளி முற்றுகையிட்டது 52; 53, 59, 63, 65, 68, மன்றம், 94; பருத்தி ஆடைகள் விற்பனையில் 116; 135, 137, 140, 142, 148, 162, கோழி மன்னன், 205

உறையூர் நாச்சியார், 142

உஜ்ஜபுரி, பெல்லாரி மாவட்டம், குட்லிகி வட்டம், 530

ஊ

ஊரகம், கோயில் 658

ஊரகம்பாடி, பள்ளிச்சந்தமாக தரப்பட்ட கிராமம், 705

ஊரத்துறை, 506

ஊருடையான், கிராம சபையில் முக்கியஸ்தரின் பெயர், 631

ஊரோம், கல்வெட்டின் பெயர், 662

ஊர், கிராம சபைகளில் ஒரு முக்கியமான வகை, 660, 661, 662-3, 671, 674, 785

'ஊர் ஆள்வார்கள்', ஊர்ச் சபையின் தீர்மானங்களை நிறைவேற்றி வைக்கும் குழுவின் பெயர், 662

ஊர்ச் சபை, 659, 675

ஊன்மொழிப் பசுங்குடையார், புலவர், 63

எ

எகிப்து, 111, 114

எச்சோறு, இறையில் ஒரு வகை, 703

எண்ணாயிரம், தென் ஆர்க்காடு மாவட்டத்திலுள்ள ஒரு ஊர், 719, 733, 734, 781

எண்பேராயம், மன்னனின் பரிவாரங்களின் அங்கம், 93

எதிர்த்தவர்க் காலன், சோழப் படைத்தலைவனுக்கு அளித்த பட்டம், 279

எதிரிலிச் சோழ சாம்புவராயன், 504, 644

எதிரிலிச் சோழன், 476

எதிரிலிச் சோழன், இரண்டாம் இராஜராஜனின் பட்டம், 481

எரியங்கன், ஹொய்சாள மன்னன், 420

எருமூர், தென் ஆர்க்காடு மாவட்டத்தில் ஒரு கிராமம், 762

எலாரா, செல்வர் குடியில் பிறந்த ஒரு தமிழன் ஈழத்தில் ஒரு மன்னனானான், 32, 33, 70

எலிமலை, அல்லது மூசக மலை, 298

எல்லோராவிலுள்ள கைலாசநாதர் கோயில், 918

எழுப்பெழுவது, ஒட்டக்கூத்தன் பாடியது, 880

எள்ளேரி, ஒரு ஊரின் பெயர், 581

எஷகர்ணத் தேவன், 424

ஏ

ஏகபத, ஒரு நாட்டின் பெயர், 778

ஏகபோக இறையிலி, 511

ஏகபோக-பிரமதேயம், கருணாகர மங்கலத்தின் மறு பெயர், 754

ஏகமன் அல்லது ஏசிகன், தலைக்காட்டைக் கைப்பற்றிய ஹொய்சாளத் தளபதி, 443

ஏகவல்லிவடம், திருவண்ணாமலைக் கோயிலுக்கு அளித்த ஒரு ஆபரணம், 551

ஏகவீரன், 245

ஏகாம்பர ஈசுவரர் கோயில், காஞ்சிபுரத்திலுள்ள இந்தக் கோயிலை மூன்றாம் குலோத்துங்கன் புதுப்பித்தான், 544

ஏங்கராயன், கலிங்க மன்னனின் அமைச்சர், 439

ஏணிச்சேரி, உறையூரின் ஒரு பகுதி, 63

ஏயர்கோன் கலிக்காமன், நாயனார் குடும்பம், 141

ஏரயெங்கன், வினயாதித்தனின் மகன், 444

'ஏரி ஈவு', 701

'ஏரி-பட்டி', மானியம் விடப்பட்ட ஒரு வகை நிலம், 752

ஏரிப்பட்டம், ஏரி வெட்டுவதற்காக வரி விலக்கு அளித்த நிலங்கள், 694

ஏரியாயம், ஒரு தனி வரி, 702

ஏழகத்தார், 508, மதுரை வட்டத்திலுள்ள ஏடகம் (திருவேடகம்) என்னும் ஊரைக் குறிக்கும், 557; படையையும் குறிக்கும், 557

ஏழகப்படை, 523; பாண்டிய படையில் இருந்த பிரிவு, 557

ஏழிசை மோகன், இரண்டாம் குலோத்துங்கனின் பட்டம், 477

ஏழிசை மோகன், காடவர்களின் அரசு மரபை சேர்ந்தவன், 549

ஏழிசை வல்லபி, முதலாம் குலோத்துங்கனின் மனைவி, 452

ஏழு தாய்மார்கள், சப்த மாதாக்கள், 846

ஏழு பகுதிகள், வட குடகிலுள்ள ஒரு நாடு, 303

ஏறசித்தி, பேட்டாவின் மகன், 530, 533

ஏனாதி, சங்க கால படைத் தலைவன், 97, 99

ஏனாதி, அதிகாரிகளுக்கு வழங்கிய ஒரு விருதின் பெயர், 628

ஏன்சியண்ட் அக்கவுண்ட்ஸ், ஒரு நூலின் பெயர், 262 கு.

ஐ

ஐட்சிங், பிரயாணக் குறிப்புகள், 251, 293

ஐந்திணை, திருமண முறை, 88

ஐநூற்றுவர், வணிகக் குழுவின் பெயர், 777

ஐம்பெரும் குழு, மன்னனின் பரிவாரங்களின் அங்கம், 93

ஐயப்பன், 237

ஐயர், புரோகிதர், 122

ஐராவதீஸ்வரம், கோயில், 949, 953, 954

ஐஹோளி, கல்வெட்டு, 140

ஒ

ஒட்டக்கூத்தர், குலோத்துங்கன் பிள்ளைத்தமிழ் மூவருலா ஆகிய நூல்களின் ஆசிரியர், 17, 156, 880 881, 884, 885, 901

ஒட்டர்/ஒட்டன், ஒரு நாட்டவர், 279, 280, 282, 309

ஒட்ட விஜயன் முதலாம் இராஜேந்திரன் கைப்பற்றிய மன்னன், 281

ஒரட்டணம் சொரப்பையார், உத்தம சோழனின் மனைவி, 216

ஒரிஸ்ஸா, 309

ஒர்துரா ரெஜிய சோர்னாதி, உறையூருக்கு தாலமி இட்ட மறு பெயர், 30

ஒழுகு , நிரந்தர அரசாங்க பதிவேடு, 707

ஒளியர்கள், நாடோடிக் கூட்டம், 48

ஓ

ஓம்கார சுந்தரி, 846

ஓம்கார தேவ இராவலர், 841

ஓலை அதிகாரிகள், 634

ஓலை எழுதும் உத்தர மந்திரி, அரசர் கூறிய தீர்ப்பை எழுதுபவர், 633

ஓலை நாயகம், அரசர் கூறிய தீர்ப்பை சரிபார்த்து கையொப்பமிட்டவர், 633, 634

ஓவாத கூத்தர், 882

ஓவிய குலம், 721

ஔ

ஔவையார், 62

ஃ

ஃபோசி, அல்லது சிலிஃபோசி, சுமத்திராவின் கீழைக்கரையிலுள்ள பலெம்பாங், 289

ஃபௌல்க்ஸ், கட்டுரை ஆசிரியர், 23

க

கங்கநாடு, 303

கங்கபாடி, மைசூர் நாட்டைச் (தற்பொழுதுள்ள கர்நாடக மாநிலம்) சேர்ந்தது, 236, 240, 356, 358, 359

கங்கப் பெருமானடி, 351

கங்க மன்னர்கள் (கீழை) 12; 147, 152, 154, 162, ஹஸ்தி மல்லன், 163, 171, 266, 295, 363, 787

கங்கராஜன், ஹொய்சாள தளபதி ஏகமனின் மகன், 443; 445

கங்கர், 237; 238, 444, நாடு, 466; 473, 480, 509, 553, 590

கங்க சமிசம், 547

கங்கவாடி, முதலாம் குலோத்துங்கன் ஆட்சியில் இழப்பு, 443; 449

கங்காதர, 937

கங்காதூரப் பெரும்பள்ளி, ராஜேந்திரபுரத்தில் இருந்தது, 859

கங்காதேவி, கொடும்பாளூர்ச் சிற்றரசனின் மனைவி, 727

கங்காபுரி, 303; 354, வீர ராஜேந்திரனின் தலைநகரம், 370; முதலாம் குலோத்துங்கனின் தலைநகரம், 451; 481, 613

கங்காளமூர்த்தி, தாராசுரத்தில் உள்ள சிற்பத்தின் பெயர், 964

கங்கை குலதிலகர், சேக்கிழாரின் மறு பெயர், 888

கங்கை கொண்ட சோழபுரத்து மன்னன், 195, அரசி, 401

கங்கை கொண்ட சோழபுரம், 25, 304, 313-5, 362, 370, 442, 451, 470, 471, 476, 488, 543, 598, 613, 615, 751, 841, 917, 918, 938, 943, 946, 948, 955, 964

கங்கை கொண்ட சோழ மிலாடுடையார், 302

கங்கை கொண்ட சோழீச்சுரம், கோயிலின் பெயர், 613

கங்கை கொண்ட சோழன், முதலாம் இராஜேந்திரனின் விருது, 303

'கங்கை கொண்ட சோழன்', டாக்டர் எஸ். கே. ஐயங்காரின் ஆராய்ச்சிக் கட்டுரை, 306

கங்கை கொண்ட சோழன், வீர ராஜேந்திரனின் மைந்தனும் சோழ-பாண்டிய பிரதிநிதியும், 361

கங்கை-நதி-நீர், 113, 280, 282, 283, 284

கங்கை மண்டலம், 234, 240, 253, 268, 421, 422

'கச்சிப்பேடு நின்றான்', செங்கற்பட்டு மாவட்டத்தில் தானிய அளவை, 813

கச்சி மாநகரம், 528

கச்சியையும் தஞ்சையையும் வென்ற கன்னர தேவர், சிறப்புப் பெயர், 851

கடங்கள், முகாம்கள், 621

கடமை, நில வரிக்கு மறு பெயர், 668, 670, 693, 697, 762,

கடமை காரியம், 668

கடம்ப, நாடு, 270

கடம்பனேஸ்வரர் கோயில், எறும்பூர், 935

கடலையாடிலிங்கை கொண்ட - சோழ - வளநாடு, 387 கு.

கடாரம், 251, முதலாம் இராஜேந்திரனின் கீழ எல்லை, 268, முதலாம் இராஜேந்திரனின் கடாரம் படையெடுப்பு, 285,9; கிடாரம் என்ற பெயரும் உண்டு, 292; 295, 296, கனகசபையினால் அடையாளம் கண்டுபிடிக்கப்பட்ட கடாரம் (ஸ்ரீ) கேட்டரம் என்று சொல்லப்பட்டு இருக்கிறது; பழமையான புரோம் நகரம், 328 கு.; வீர ராஜேந்திரனால் வென்றது, 367; முதலாம் குலோத்துங்கனின் உறவுகள், 433-35; கடார மன்னன் நாகப்பட்டினத்தில் இரு பௌத்த விகாரைகள் கட்டியது, 434; 792, 860; கடாஹ (க) முதலாம் இராஜேந்திரன் கைப்பற்றிய பகுதி, 286; 309

'கடிகைக் களத்துக்கோல்', நிலம் அளக்கும் அளவு கோல், 812

கடைசியர், சங்க காலத்தில் தாழ்ந்த வகுப்பைச் சேர்ந்தவர், 115

கடையிறை, ஒரு வகை இறை, 703

கட்சிப் பெரு நகரத்தார்கள், 227 கு

கட்டி, தலைவன், 65

கணக்க வரி, ஒரு வகை வரி, 703

கணபதி, காகதீய மன்னன், 534, 595

கணபதி, விக்ரகம், 846

கணம், ஊர்ச் சபையின் தீர்மானங்களை நிறைவேற்றும் குழு, 662

கணேசர், கோயில், 929

கணைக்கால் இரும்பொறை, சேர மன்னன், 66, 96

'கண்டகோபாலன், என்ற பெயருடைய முதலாம் திக்கன், 589,595'

'கண்டகோபாலன்-மாடை', நாணயத்தில் ஒரு வகை, 805

கண்டப் பையன், சாளுக்கிய தளபதி, 300

கண்டராதித்தன், முதலாம் பராந்தகனின் மகன் 181, 193, அல்லது மும்முடிச் சோழதேவன் 194; ஒரு பரகேசரி, 196, 198, 200, 203, 204, 205, 206, 693

கண்டராதித்த ராசன், மாசிஷ்மதிபுரத்தின் தலைவன், 348

கண்டர் தினகரன், குறுநில மன்னன், 348

கண்டன், இரண்டாம் இராஜராஜனின் பட்டம், 481

கண்டிகை, 368

கண்ணகி, 100, 104, 120

கண்ணதாசா, பெரும் பௌத்த மடம் எடுத்தவர், 136

கண்ணப்ப நாயனார், 846

கண்ணனூர், 597

கண்ணன் வழிபாடு, 123

கதம்ப அரசர், கோவாப் பகுதிகளில் அரசாண்ட மன்னன், 807-8

கதம்பமாதேவி, விக்கி-அண்ணனுடைய மனைவி, 154

கத்ய கர்ணாமிர்தம், காலகளாபன் இயற்றியது 579, 580, 582

கத்யானா, நாணயத்தில் ஒரு வகை, 807, 808

கத்வல் பட்டயங்கள், 140

கந்த சிஷ்யன், 921

கந்தன் அமுதனார், வெள்ளூர்ச் சண்டையில் பங்கேற்றவர், 166

கந்தன் காழிவர்மன், அல்லது இராமகுட மூவர் திருவடி, 298

கந்தன், சுந்தரத் தோழன் என்ற துவாரபதி வேளான், 513

கந்தன் மங்களத் தேவன் என்ற துவாரபதி வேளான், 513

கந்தன் மறவன், சிற்றரசன், 672

கபிலர், புறநானூற்றில் பல பாடல்களைப் பாடியவர், 57

கமலாய பட்டன், 873

கம்ப மகாதேவி என்ற திருபுவன மகாதேவி, முதலாம் குலோத்துங்கனின் மனைவி, 452

கம்ப ராமாயணம், 882

கம்பன், 877, 884, 900

கம்பஹரேஸ்வரர்/கம்பஹேஸ்வரர், கோயில், கல்வெட்டு, 544, 953, 956; 970

கம்பிலி, நகரம், 345, 367

கம்போஜ, 291, 443

கம்மாளச்சேரி, வரி விதிக்கப்படாத நிலம், 706

கயபாகு, முதலாம் ஈழ மன்னன், சேர மன்னன் செங்குட்டுவனும் இவனும் ஒரே காலத்தவர் என்ற கூற்று, 69

கரடிக்கல், வீர ராஜேந்திரன் வெற்றித்தூண் நிறுவின கிராமம், 367; கரந்தை (தஞ்சை) செப்பேடு (பட்டயங்கள்), 10; 152; முதலாம் இராஜேந்திரனின், 193; 239, 248, 266, 295, 363, 787, 969

கரிகால சோழ தேவன், 673; பரகேசரி காலச் சோழன் காவேரியின் கரையை உயர்த்திய செய்தி, 759

கரிகால சோழன், 3; 11,26, நாடோடிகளை நாகரிக மனிதர்களாக மாற்றியது, 31; பதவிக்கு வந்தது, 43-44; வெண்ணி, மற்றும் வாகைப் பறந்தலைப் போர்கள், 45-46; வெற்றி மேல் வெற்றி 46-48; தனிப்பட்ட வாழ்க்கை, 48; சமயம், இறப்பு, 49; புராணக் கதைகள் 49-50; கரிகாலனின் காலம் ஐந்தாம் நூற்றாண்டு என்ற அடிப்படையில் சங்க காலத்தை நிர்ணயிக்க முயற்சிக்கலாம். 87;99, வழித்தோன்றல்கள், 137; 156, 303, வலங்கை, இடங்கை என்ற இரு தொழிலாள வகுப்பினர் கரிகாலன் காலத்தில் தோன்றியதாக ஒரு புராணம் 724

கரிகாலச் சோழன் 'பாண்டிய தலை கொண்ட', இரண்டாம் ஆதித்தனைப் பார்க்கவும் 211

கரிகால் வளவன், 761

கரிகாலன், வீர ராஜேந்திரன் ஏற்ற பட்டம், 370

கருங்காசு, ஈழத்துடன் தொடர்புடைய நாணயத்தின் ஒரு வகை, 807

கருங்குழல் ஆதனார், கரிகாலனைப்பற்றி பாடிய புலவர், 49

கருணாகரத் தொண்டைமான், பல்லவத் தலைவன், 439, 440, முதலாம் குலோத்துங்கனுக்கு கலிங்கப் போரில் வெற்றி தேடித்தந்த தலைவன், 453, 473

கருணாகர மங்கலம், ஏகபோக-பிரமதேயத்தின் மறுபெயர், 754

கருநாடகர், மிதிலையை ஆண்டவர்கள், 284, 310, 313, 473, 582

கருமிகள், அதிகாரிகளும் படைவீரர்களும் சேர்ந்த ஒரு பிரிவு, 629, 631

கருவூர்த் தேவர், 249

கரூர் (கருவூர்) 50; கிள்ளி வளவன் கைப்பற்றியது, 56; 63, 66, 141, கல்வெட்டு, 362; 516, 523, 542, 546, 590

கரிகாலச் சோழன், மூன்றாம் குலோத்துங்கன் ஏற்ற பட்டம், 543

கர்ஹாட் பட்டயம், 179

கலிகடிந்த சோழன், இரண்டாம் குலோத்துங்கனின் பட்டம், 476

கலிங்கத்துப்பரணி, ஜெயங்கொண்டார் இயற்றியது, 17; 43, 100, 156, 233, 292, 337, 354, 361, 398, ஆதி ராஜேந்திரனின் ஆட்சியை புறக்கணிப்பதைக் குறிக்கோளாகக் கொண்டிருக்கிறது, 400; 402, 403, 404, 405, 416, முதலாம் குலோத்துங்கனுக்கும் ஆறாம் விக்கிரமாதித்தனுக்கும் இடையே போர், 422; 428, கடாரத்தை குலோத்துங்கன், அழித்தான், 432; முதலாம் குலோத்துங்கன் பட்டங்கள் பற்றி, 450; முதலாம் குலோத்துங்கன் மனைவிகள் பற்றி 452; 453, 472, 879

கலிங்க நாடு/கலிங்கம் 17; 244, 245, 293, 365, நகரம், 395; 440, வட 447 போர், 453, 467, 473, 501, 879

கலிங்கர் கோன், மறு பெயர் நரலோக வீரன், 473

கலிதிண்டி, பட்டயம், 285; போர் நடைபெற்ற இடம், 285

கலித்தொகை, 5,65

கல்யாணசுந்தரர், சிவபெருமானின் ஒரு மூர்த்தி, 846

கல்யாணபுரம், மறு பெயர் கல்யாணி, 270, 347, 352, 368, 736

கல்யாணி, ஆறாம் விக்கிரமாதித்தனின் தலைநகரம், 420

கல்யாணிச் சாளுக்கியர்கள், 576

கல்லாடம், கல்லாடனார் இயற்றிய கவிதை நூல், 878,879

கல்லியூர்மூலை, ஒரு ஊரின் பெயர், 581

கவிகுமுத சந்திரன், திருநாராயண பட்டர் என்று மறு பெயர், 873

கழஞ்சு பொன் நிறை, 693, 700, 729, 731, 732, 733, 735, 737, 749, 764, 783, 785 802, 803, 806, 807, 808, 814, 825, 856

கழாத்தலையார், கரிகாலன் காலத்தில் வாழ்ந்த புலவர், 64

கழிக்கோட்டை, ஊரின் பெயர், 523, 528

கழுமலம், போர் நடந்த இடம், 66,98

கழுமுற்றம், 57,58

களந்தை, நாடு, 141; புகழேந்தி பிறந்த ஊர், 885; வச்சநந்தி வாழ்ந்த ஊர், 901

களந்தை ஆதித்ய ஈஸ்வரம், 893

களப்பாளராயர், மூன்றாம் குலோத்துங்கனின் அதிகாரியின் பதவிப் பெயர், 545

களப்பாளன் மூன்றாம் இராஜேந்திரனுக்கு உட்பட்டிருந்த சிற்றரசன்; 598

களப்பிரர் 87; தெளிவற்ற ஒரு குலம், 135

களவழி, நாற்பது பாடல்களைக் கொண்டதும் பொய்கை ஆழ்வார் இயற்றியதும், 66,67,98,123

களவியல், ஒரு நூலின் பெயர், 903

'கற்பூர விலை', ஒரு வகை இறை, 706

கற்றளிப் பிராட்டி, தென்னவன் இளங்கோ வேளார் என்பவனது மனைவி, 209

கனகசேனாபதாரா, 859

கனநாத மங்கலம், முதலாம் விஜயபாகு பொலன்னறுவைக்கு இட்டபெயர், 236

கன்யாகுப்ஜம், 307

கன்னகுச்சி அல்லது கன்னோஜி, 299, 340

கன்னட/கண்ணாட, 235, 430

கன்னடியர், 586

கன்னரசன், 237

கன்னரதேவன், மூன்றாம் கிருஷ்ணனின் மறு பெயர், 177, 191,

கன்னர நாடு, 367

கன்னி நாடு, பாண்டி நாடு 537

கன்னியாகுமரி (கல்வெட்டு) 10, 151, 156, 157 கு, 163, 193, 270, 336, 359, 365, 370, 905

கன்னிவன புராணம், 873

கன்னோசி. 426, 442

கஜரகாமா, ஈழத்தில் ஓர் ஊர், 366

கஜாரி, 937

கா

காகதீயர், 529, 534, 576, 589

காகந்தன், காந்தமனின் சட்ட விரோதமான மகன், 44

காகந்தி, சம்பா என்ற ஊரின் மறு பெயர், 44

காகபன, பராக்கிரமபாகுவின் நாணயம், 504

காகாதிய ருத்திரன், கம்பனை பாராட்டிய பாண்டிய அரசன் 884

காங்கேயன், 620

காசியப கோத்திரம், கரிகால சோழனின் வழிவந்தவர்களுடையதும் குறுநில மன்னர்களுடைய கோத்திரமும், 3,139

காகசிக, வாமனர், ஜெயாதித்யர் ஆகிய இருவரும் எழுதிய நூல், 907

காசிபன், ஐந்தாம் மகிந்தனின் மகன், 273

காசு, 545, 585, 643, 644, 670, 696, 703, 708, 711, 729, 731, 763, 783, 808

காசு ஆயம், ஒரு வகை இறை, 703

'காசுகொள்ளா ஊர்க்கீழ் இறையிலி' சில குறிப்பிட்ட இறையிலிருந்து விலக்களிக்கப்பட்ட நிலங்கள், 706

காஞ்சி/காஞ்சிபுரம், கரிகாலன் கைப்பற்றினான் என்ற கதை, 50; 124, யுவான் சுவாங் தங்கியிருந்தது, 137; 140, 178, கல்வெட்டுகள், 214; 242, முதலாம் இராஜேந்திரன் தங்கியிருந்தது, 278; 284 348, 368, 423, 439, 445, 452, 509, 511, 516, 523, 529, 532, 533, 578, 587, 589, 593, 594, 595, 613, 624, 632, 638, 658, 'நகரம்' என்ற சபை இருந்த நகரம், 671; 673, 697, 701, 721, 726, 775, 781, 785, 810, கைலாச நாதர் கோயில், 840; 845, 861, 916, 918, 923

காஞ்சியை ஆண்ட பல்லவன், பல்லவாண்டாரின் பட்டம், 551

காடவச் சிற்றரசன், 580

காடவராயர்/ன், 511; மூன்றாம் குலோத்துங்கன் நாளில் இருந்த சிற்றரச வமிசம், 548; ஆளப்பிறந்தான் வீரசேகரன் என்ற சிற்றரசன், 548, 577, 582, 585, 705

காடவர், இரண்டாம் குலோத்துங்கனின் கீழப்பட்டவர், 476; 482, 548, 549, 550, 551, 576, 580, 587, 597

காடவர்கோன், மன்னன், 362

காடவன் மகாதேவி என்ற சோழன் சோநுடையாள், முதலாம் குலோத்துங்கனின் மனைவி, 452

காடுவெட்டி, சிற்றரசனின் பெயர், 480

காடுவெட்டிகள், சோழ அரசியின் தாயின் குளம், 153

காடுவெட்டிகள் நந்திபோத்தரையர், 934

காட்டுமன்னார் கோயில், தென் ஆர்க்காடு மாவட்டம் 471

'காணம்', வண்டிகள் மீதுள்ள வரி, 754

காணி, தங்கத்தின் எடை, 749, 814

காணி, மானியம் விடப்பட்ட நிலம், 672, 751, 752, 757

'காணி உடையார்', 694, 710

காணிக் கடன், 757

காணி முட்டூற்று, ஊரின் பெயர், 675

காத்யாயனர், சோழர்களைப் பற்றி குறிப்பிட்ட இலக்கண ஆசிரியர், 27

காந்தமன், காவிரி நதியை தமிழகத்திற்குக் கொண்டு வந்தான், 43

காந்தாரக் கலைப்பாணி, கிரேக்க-ரோம கலாச்சார செல்வாக்கின் விளைவாகவே உருவாயின, 114

காந்தாரா, 861

காந்தளூர்ச் சாலை, 236, 624

காந்தை, அல்லது கரந்தை, 35

காபாலிகர், 849, 853

காமக்கூட்டம், இயற்கையான காதல் அடிப்படையில் மணம், 88

காமசூத்திரம், வாத்சாயினர் இயற்றியது, 103

காமதவல்லி சதுர்வேதி மங்கலம், 668

காமரசவல்லி, ஊரின் பெயர், 658

காமரா, பட்டினப்பாலையில் வரும் பெயர், 29

காமார்ணவ, 245

காம்பே செப்பேடுகள், நான்காம் கோவிந்தனுடையது, 311, 312, 313

காம்போஜம், 433

காவிதி, சங்க காலத்தில் பாண்டிய நாட்டில் வேளாளர்களுக்கு அளித்த பட்டம், 115

காவிரி, 24, 25, 64, 115

'காவிரிக்கரை விநியோகம்', 698

காவிரிப்பூம்பட்டினம், மற்றொரு பெயர் புகார், 29; சோழ நாட்டைப் பற்றியுள்ள தாலமி எழுதிய குறிப்புகளில் காபேரிஸ் என்று அழைக்கப்பட்டது, 30; வாணிகத் தலமாக பாலி மொழியிலான பௌத்த இலக்கியங்களில் குறிக்கப்பட்டுள்ளது; 'மிலிந்த மன்னனின் கேள்விகள்' குறிப்பிட்ட கோலப்பட்டினமாகவும் இருக்கலாம், 31; சம்பா என்ற மறு பெயரும் உண்டு, 44, 48, 53, 68, 106; புத்தத்தரால் குறிப்பிடப்பட்டுள்ளது, 136

காராண்மை, தானம் அளித்த நிலங்களை பயிரிடும் குடியானவர்களுக்கு சேர வேண்டிய பாகம், 753, 754

காரிகைக் குளத்தூர், அமிதசாகரரின் காரிகை என்னும் நூல் எழுதப்பட்ட ஊர், 898

காரிக்கண்ணனார், காவிரிப்பூம்பட்டினத்து வாசி, புலவர், 64

காரியாறு, 50

காரிகை குளத்தூர், 482

'கார்த்திகை அரிசி' ஒரு வகை இறை, 703

'கார்த்திகை பச்சை', ஒரு வகை இறை, 703

காலகளாபன், கத்ய கர்ணாமிர்தத்தை இயற்றியவர், 579

காலதோஷம், 736

காலப்பிடாரி, 846

காலஹரமூர்த்தி, 963

காலிங்கராயன், அரியணையின் பெயர், 435

'கால் அளவு கூலி' 701

காழகம், பர்மா தேசத்தினுடைய மறு பெயர், 109; பட்டினப் பாலையில் கடார நாட்டைக் குறிக்கும் பெயர், 292

காளத்தி, தற்போது உள்ள காளஹஸ்தி, 155

காளத்தி உடையார், 961

காளாமுகர், 848

காளாமுகர்கள், 850

காளிகண்ம், தனிக்கோயில்களைக் கவனித்து வந்து குழுக்கள், 657

காளிதாசன், சாளுக்கிய படைத்தலைவன், 346

கானா நாடு, இராமநாதபுரம் மாவட்டம், 592

காஹடவால், மெய்க்கீர்த்தி, 442

கி

கிடாக்காசு, ஆயுங்களில் ஒரு வகை, 702

கிட்டி மன்னன், 342; விஜயபாகு என்ற பட்டம் , 345, 425

கிட்ராபூர், 349

கியாலோஹி, 290

கியான்ஸிதா, பாகன் அரசன், 443

கி-யு-ட்ஜி, 792

கியெட்சா, நாடு, 293

கிரஹி, 290

கிரா, பூசந்தி, 291

கிராதார் ஜீனியர், சிவபெருமானின் ஒரு மூர்த்தி, 846

கிராதார் ஜீனியம், பாரவியால் பாடப்பட்ட கதை, 967

கிராம காரியம், 668

கிராம துரோகிகள், 670

கிருமிகண்டன், 404, 844

கிருஷ்ணகணம், தனிக்கோயில்களைக் கவனித்துவந்த குழுக்கள், 657

கிருஷ்ண கர்ணாமிருதம், லீலாசுகர் எழுதிய நூல், 906

கிருஷ்ண தேவராயர், விஜயநகர மன்னன், 195, 230

கிருஷ்ணர், இங்கு கடவுளைக் குறிக்கும், 119, 123

கிருஷ்ண லீலாசுக, புருஷாகாரம் என்னும் உரை நூலின் ஆசிரியர், 907

கிருஷ்ணன், மூன்றாம், ராஷ்டிரகூட மன்னன், 12; 163, 170, 171, கல்வெட்டுகள், 172; 173, 175, 176, 'கச்சியும் தஞ்சையும் கொண்ட' விருது பெற்றது, 176; 177, 178, 179, 186 கு,. 189 கு,. 201, 205, 206, 207, 237, 243, 244, 784, 840

கிருஷ்ணன் இராமன், திரு., அம்மன்குடி சேனாபதி, 254; தண்டநாயக்கன் நராக்கன், 302

கிருஷ்ணா/கிருஷ்ணை, ஆறு, 346, 349, 359, 364, 365, 597,

கிழக்கிந்தியத் தீவுகள், 266

கிழார், இறைகளையும் கடமைகளையும் வசூலித்த அதிகாரிகளில் ஒரு சாரார், 630

கிழானடிகள், இரண்டாம் இராஜேந்திரனின் மனைவி, 360

கிளாடியை, ரோமாபுரி மன்னன், 111

கிள்ளி (சோழ), 10, 26

கிள்ளி, பெருவீரர், கரிகாலனின் மகன், 73, 156

கிள்ளி, அரசனின் பெயர், பிராமண வமிசத்தை அவன் தென்கவிர நாட்டில் வந்து தங்கச் சொல்லியது, 478

கிள்ளி வளவன், 55

கிஷ், துறைமுகம், 796

கீ

கீழ நிலையர், ஒரு இடம், 503

கீழிறைப்பட்டம், ஒரு வகை இறை, 704

கீழைக் கடற்கரை, 266

கீழைச் சாளுக்கிய மன்னர்களின் செப்பேடுகள், 2, 134

கீழையூர் மலையமான், 552

கீழ்முக வெட்டி, சில அதிகாரிகளின் பெயர், 633

கு

குகைகள், 852, 854

குகையிடிக் கலகம், மூன்றாம் குலோத்துங்கனின் 22-ம் ஆட்சி ஆண்டில் நடந்தது, 854

குசும அஞ்சலி, உதயணன் எழுதிய நூல், 906

குஞ்சரமல்லர், சோழப்படையின் ஒரு பகுதியின் பெயர், 619

குட ஓலை, 664, 673

குடக்கோ, நெடுஞ்சேரலாதன், சேர மன்னன், 64

குடகு நாடு, 233, 303

குடமலை நாடு, 233, 237

குடவாசல், கும்பகோணம் அருகேயுள்ள சிற்றூர், 96

குடவாயிற் கோட்டம், சங்க கால சிறை, 66, 96

குடி, தானம் அளித்த நிலங்களை பயிரிடும் குடியானவர்களின் பெயர், 753

குடி நீங்கா தேவதானம், 758

குடிமை, கட்டணங்கள், 670, 693, 694, 703

குடுமியான்மலை, 622

குடும்பு அதிகாரிகள், 670, 686 கு.

குடும்புகள், 664

குணமுடித்த, சோழ மன்னன், 138

குணசாகரர், 898

குணவீரப் பண்டிதர், 'நேமிநாதம்' என்ற நூலை இயற்றியவர், 900

குணாட்டியர், 875

குண்டமயன், 350

குண்டலகேசி, 877

குண்டாறு, கடப்பா, கர்நூல் மாவட்டங்களில் உள்ள ஆறு. 137

குண்டக்கலா, 502

குதிரைச் செட்டிகள், 794

குதிரைச் சேவகர், சோழப்படையின் ஒரு பகுதியின் பெயர், 619

குத்தல (பம்பாய்), குத்தர்களின் சிதறிய வம்சங்கள் உள்ள, 135

குத்தாலம், 359

குத்தி, நகரம், 367

குந்தவை, சுந்தரச் சோழனுக்கும் தானவன் மாதேவிக்கும் பிறந்த மகள், 211, முதலாம் இராஜராஜனின் அக்காள், 218 கு., 230, 252, 614, 756, 842, 856, 859

குந்தவை, முதலாம் இராஜராஜனின் மகள், 246; 251, 304, திருமணம் விமலாதித்தன், 390

குந்தவை, முதலாம் குலோத்துங்கனின் சகோதரி, 452

குந்தவை மடம், வைண்ணவ மடம், 848

குந்தள (ல)ப் படைகள், 349, 415, 579

குப்பம்மா, நாராயண பட்டனின் மகள், 301

கும(ா)ரகச்சாணம், வரிகளில் ஒரு வகை, 702, 802

குமரி முனை, 119

குமாரகணம், தனிக் கோயில்களைக் கவனித்து வந்த குழுக்கள், 657

குமார குலோத்துங்கன், 514, மூன்றாம் குலோத்துங்கனின் பட்டப் பெயர், 542

குமாரமங்கலம், 662

குமார மார்த்தாண்டபுரம், ஒரு நகரத்தின் பெயர், 677

கும்பகோணம், 25, சோழ மன்னர்களின் கருவூலம் ஒன்று இருந்தது, 90, 141, 304

கும்ப பஞ்சரம், 950

குராப்பள்ளி, கிள்ளிவளவன் இறந்த இடம், 55

குருகைப்பிரான் பிள்ளான், இராமானுஜரின் சீடர், 897

குருபரம்பரை, வைணவத் திருமுறை, 16, 142, 143, 195

குலசேகர ஆழ்வார், முகுந்தமாலா என்ற நூலின் ஆசிரியர், 905

குலசேகரப் பாண்டிய குலாந்தகன், முதலாம் குலோத்துங்கன் ஏற்ற பட்டம், 450

குலசேகான் (பாண்டியன்), 502, 503, 505, 507, 508, 518, 519, 524, 527

குலசேகரன், முதலாம், மாறவர்மன், பாண்டிய மன்னன் (கி.பி. 1260-1308), 887; இந்த அரசனின் அமைச்சர் தஞ்சை நகரத்து வாணன், 'தஞ்சை வாணன் கோவை' என்ற நூலின் கதாநாயகன், 887

குலதீஸ்வரன், விமலாதித்தனின் மறு பெயர், 309

குலின், கேரளாவிலுள்ள கொல்லத்திற்கு சீனப் பெயர், 294

குலோத்துங்கன், முதலாம் (கி.பி. 1070-1120), 3; 14, 17, 18, 134, 177, 241, கி.பி. 1077-ல் சீனத்திற்கு தூதுக் குழுக்கள் அனுப்பப்பட்டன, 294; 305, அரியணையில் ஏறியபோது ஈழ நாடு சுதந்திர நாடாக மாறியது 345; 354, இரண்டாம் இராஜேந்திரன் மகள் மதுராந்தகியை மணந்தான், 360; இராஜ மகேந்திரன் ஆட்சியில் கொல்லி மலை நாட்டில் நிலங்கள் அளக்கப்பட்டு வரிகள் நிர்ணயம் செய்யப்பட்டன, 360; 364, 370, அரியணை ஏறுதல், 389,406; குலோத்துங்கன் விஜயாதித்தன் உறவுகள், 395; 1063-70-ல் குலோத்துங்கனின் நிலை, 397; குலோத்துங்கன் ஆரம்ப கால தமிழ்க் கல்வெட்டுகள் தரும் சான்று, 398; இலக்கியச் சான்று, 400; குலோத்துங்கன் தன்னை இராஜகேசரி என்று சொல்லிக் கொண்டதாலேயே ஆதி ராஜேந்திரன் முறைப்படி அரசனானான், 400; ஆதி ராஜேந்திரனுக்கு ஏற்பட்ட இன்னல்களில் குலோத்துங்கனின் பங்கு 402; தொகுப்புரை 405; அரியணை ஏறியது முதல் ஒரு புதிய யுகம் 413-4; வரலாற்று அறிமுகம் 414; முதற் போர்கள் 415; சோழன் அரியணை ஏறல், 417; ஆறாம் விக்கிரமாதித்தனுடன் போர், 419-423; ஈழத்திலிருந்து சோழ ஆட்சி மறைவு, 425-6; பாண்டியருடன்

போர், 427-9; கிளர்ச்சியும் அதை அடக்குதலும் 429-31; சீனாவுடன் தொடர்பு, 431-3; கடாரம், 433-5; வேங்கிப் பிரதிநிதிகள், 435-7; வடபுலத்தில் போர், 437; முதல் கலிங்கப் போர், 438; இரண்டாம் போர், 438-40; பேரரசின் பரப்பு, 442; வெளிநாட்டுத் தொடர்பு, 442-3; கங்கவாடி இழப்பு, 443-6; வேங்கியில் தொல்லை, 446-9; பட்டங்கள், 449; தலைநகரம், 451, குடும்பம், 451-3; பல சிற்றரசர்கள், 452; 466, 470; 472, 480, 501, 511, 530, 535, 550, 576, 617, 621, 622, 637, 644, 673, 679, 709, 722, 729, 734, 734, 758, 782, 792, 803, 805, 808, 860, 871, 873, 879, 890, 898, 904, 928

குலோத்துங்கன், இரண்டாம், 15; மீது பாடப்பட்ட உலா, 18; ஆட்சியின் தொடக்கம், சிதம்பரத்தில் அவனுடைய பணிகள், சிதம்பரம் கோயிலிலிருந்து கோவிந்தராஜப் பெருமாளை அகற்றியது, 474-5; தலைநகரம், பட்டங்கள், முதலியன, 476; 478, 548, 550, 639, 644, 658, 763, 844, 880, 890, 897, 949

குலோத்துங்கன், மூன்றாம், 195, சோழ இராச்சியம் தொடர்ந்து சிதறுராமல் இருந்தது, 413; 479, 483, 492, 500, 508, பட்டம் ஏற்றது, 514-5; மெய்க்கீர்த்திகள், 515-6; பேரரசின் சிதைவு தாமதப்படுத்தப்படுதல் 516-8; பாண்டியப் போர், 518-9; வடக்கத்திய போர்கள், 528; தெலுங்குச் சோடர்கள், 530-1; கொங்கு நாடு கைப்பற்றியது, 535; பாண்டியர் படையெடுப்பு, 536; படையெடுப்பின் விளைவுகள், 539; ஹொய்சாளரின் தலையீடு, 540-2; மரணம், 542-3; கட்டடங்கள், 543-4; பஞ்சமும், பஞ்ச நிவாரணமும், 544-5; சிற்றரசர்கள், 546; கங்கர்கள், 546-7; மலையமான்கள். 552-3; அதிகைமான்கள். 553-4; மத்திய அரசின் கட்டுப்பாடு தகர்ந்தது, 554; 574, 576, 583, 596, 617, 644, 659, 698, 724, 809, 838, 886, 901, 946, 947, 951, 953, 955

குலோத்துங்கன் கோவை, 492, 514, 535, 886

குலோத்துங்க சோழக் கச்சிராயன், பல்லவ சிற்றரசன் சூட்டிக் கொண்ட பெயர், 477

குலோத்துங்க சோழ காடவர் ஆதித்தன், கல்வெட்டில் இரண்டாம் குலோத்துங்கன் தன் பெயரைக் குறிப்பிட்டுள்ள பெயர், 477

குலோத்துங்க சோழ சதுர்வேதி மங்கலம், கடப்பை மாவட்டம் நந்தலூர் இந்தப் பெயரில் அழைக்கப்பட்டது, 442

'குலோத்துங்க சோழ சரிதை', 873

குலோத்துங்கன் (சோழன்) பிள்ளைத் தமிழ், ஒட்டக்கூத்தர் இயற்றியது, 17, 18, 428

குலோத்துங்க சோழப் பேரிளமை நாட்டார், 659

குவலாள நாடு, 479

குவளாலத், கர்நாடகாவிலுள்ள கோலாருக்குப் பழைய பெயர், 215

குவாண்டன், 292

குவயி அல்லது கிஷ் தீவு, இந்திய வியாபாரத்தின் கேந்திரம், 793

குளம், போர் நடந்த இடம், 437; நாடு, 446

குறள், 693

குறுந்தொகை, 878

'குற்றம் தோஷம்', அபராதக் கட்டணம், 700

குனிவல நல்லூர், 471

குன்றக் கூற்ற, 672

குன்றத்தூர், சேக்கிழார் பிறந்த ஊர், 888

குன்றத்தூர், சேக்கிழார் பாலறாவாயர் களப்பாலராயன், சேக்கிழாரின் தம்பியின் பெயர், 890

குன்றவட்டன் கோட்டம், 721

குன்றி, பொன் நிறை, 814

குன்றுமணி, 696

குன்றை வள நாடு, தொண்டை மண்டலத்தில் உள்ளது, 888

குன்னாண்டார் கோயில், 658

கூட

கூடலூர், திருமுனைப்பாடி பெருகளூர் நாட்டில் இருப்பது, 477, 481, 550, 576

கூடலூர் அதிகமான், வீரசேகர காடவன் சூட்டிக்கொண்ட பட்டம், 551

கூடலூர் அரசநாராயணன் ஏழிசை மோகன் என்ற ஜன்நாத கச்சியரையன், 548

கூடலூர்ச் செப்பேடுகள், 189

கூடலூர்ப்பள்ளி ஆளப்பிறந்தான் மோகன் குலோத்துங்கச் சோழக் கச்சிராயன், இரண்டாம் குலோத்துங்கனின் பட்டம், 477

கூடல், மாநகரம், 520, 550

கூடல் ஆளப்பிறந்தான் அழகிய பல்லவன் காடவராயன், 549

கூடல் ஏழிசை மோகன் மணவாளப் பெருமாள், 552

கூடல் சங்கமம், 337; 356, துங்கபத்திரையும் கிருஷ்ணாவும் கூடும் இடம், 359; 361, 363, 365, 416, 899

கூடல் மோகன் ஆளப்பிறந்தான், 551

கூட்டம், கிராம நிர்வாகக் குழு, 669

'கூத்தன்', 880, 903

கூப்லாய் கான், மங்கோலியப் பேரரசன், 796

கூரம் பட்டயம், 140

கூர்ச்சர, நாடு, 307

கூர்ச்சர பிரதிகார, பேரரசு, 311, 312

கூலம், வெற்றிலை மீது வசூலிக்கப்பட்ட வரி, 754

கூறைக் காசு, ஆயங்களில் ஒரு வகை, 702

கூற்றம், பல ஊர்கள் சேர்ந்தது; 'நாடு' 'கோட்டம்' என்ற மறு பெயர்களும் உண்டு, 630

கெ

கெடிலம், ஆறு, 581

கெமர், இராச்சியம், 433, 443

கே

கேசப தண்டநாயகன், 357

கேசவன், சாளுக்கிய தளபதி, 239

கேசவா V, பாண்டிய மன்னன், 164

கேசி, சாளுக்கியத் தலைவன், 363

கேட்டரசன், 357

கேரளம், 167; 168, 181, 235, 268, 276, 296, 298, மன்னர்கள், 342, 348, 362, 369, 424, 427, 428, 519, 521, 525, 850

கேரள இளவரசி, முதலாம் பாராந்தகனின் மனைவி, 193

கேரளாந்தகன், முதலாம் இராஜராஜனின் பட்டம், 251

கேஸவஸ்வாமின், 904

கை

கை(C)கய, நாடு, 521, 526

கைக்கிளை, மூன்று வகை விவாகங்கள், 88

கைக்கோளப் பெரும்படை, சோழப் படையின் ஒரு பெயர், 619, 622

கைக்கோளர், நெசவாளரைக் குறிக்கும், 619, 751, 783

'கையெழுத்து ஓலை', 'புரோ நோட்'டுக்கு அந்த நாளில் இருந்த பெயர், 782

கைலாசநாதர், 916

கைவாசி, 697

கொ

கொங்கண, மௌரியரின் சிதறிய வம்சங்கள் உள்ள, 135

கொங்கண மௌரியர், 37

கொங்கணம் நாடு, 234

கொங்கண்(ன்), முதலாம், 436, 467

கொங்கர்கள், 473

கொங்கன், இரண்டாம், 529

கொங்காள்வார்கள், குறுநில மன்னரின் குடும்பம், 234, 303, 808

கொங்கு தேச இராசாக்கள், சோழ வமிச சரித்திரத்தின் தமிழாக்கம், 18

கொங்குதேச ராஜாக்கள், குறிப்பேட்டின் பெயர், 153

கொங்கு நாடு 66; 146, கோயில்கள், 153; 162, 237, 238, 444, 480, 503, 543, 546

கொங்குப் பெருவழி, 776

கொங்கு மண்டல சதகம் 875

கொங்கு வேளிர், 875

கொடிக்கருக்கு, 953

கொடிக்கவி, உமாபதி சிவாச்சாரியார் இயற்றியது, 896
கொடுங்கோளூர், 232

கொடும்பாளூர்/ கொடும்பை, புதுக்கோட்டையின் மறு பெயர், 135; 168, 169, கல்வெட்டுகள், 197; 210, 224 கு., 776

கொடும்பாளூர் தலைவன், முதலாம் பராந்தகனின் மருமகன், 181

கொடும்பாளூர் பராந்தகன் சிறிய வேளார், போர்த் தலைவன், 208

கொட்டுக்கள், இறைவனின் பணி ஆட்களான பரிவாரங்களைப் பிரிப்பது, 485

கொண்டபதுமதி, 448

கொப்பம், ஊரின் பெயர், 337, 339, 358, 365, 536, 899
கொம்பையன், சாளுக்கிய படைத் தலைவன், 346

கொம்மூறு, குண்டூர் மாவட்டம், 448

கொ(கோ)ரங்கநாதர், கோயில் 932, 940, 958, 961

கொலண்டியா, பெரிய கப்பல்கள், 113

கொலனு, 438

கொல்சி, சோழ நாட்டின் ஒரு பகுதி, 29

கொல்லம், 233, 473, 519, 525, 796

கொழிஞ்சிவாடிச் செப்பேடுகள், அச்சுத தேவராயனுடையது, 598

கொழும்பு மாநகரிலுள்ள அரும் பொருட்காட்சிக் கூடம், 273

கொள்ளிடம், ஆறு, 24; 314, கீழ் அணைக்கரை, 315; 580
கொள்ளிப்பாக்கை, 269; ஹைதராபாத்திற்கு வடகிழக்கில் உள்ள 'குல்பாக்' என்ற ஊராகும், 269-70; 300, 448-9, 468

கொற்கையிலுள்ள சிவன் கோயில், 919

கோ

கோக்கிழான், முதலாம் பராந்தகனின் மனைவி, 181, 193

கோசர்கள், 28

கோசல நாடு, முதலாம் இராஜேந்திரனுக்கு வசப்பட்ட நாடு, 281, 283, 310, 357, 882

கோச்சடையான் ரணதீரன், பாண்டிய மன்னன், 140

கோச்செங்கணான், மன்னன், 10, 43, 65, 67

கோட்டகாரம், களஞ்சியங்களின் மறு பெயர், 754

கோட்டம், பல ஊர்கள் சேர்ந்தது; 'கூற்றம்' அல்லது 'நாடு' என்ற மறு பெயர்களும் உண்டு, 630

கோட்டைக்கரை, 24

கோடா தலைவன், பீமன், 440

கோட்டாறு, நாகர்கோயிலுக்கு அருகேயுள்ள ஊர், 277, 427, 428, 473, 621

கோதண்டராமன் முதலாம் ஆதித்தனுடைய சிறப்புப் பெயர் 151

கோதண்டராமன், முதலாம் பராந்தகனின் மகனைக் குறிக்கும், 181

கோதமி, ஒரு ஆறின் பெயர், 439

கோதர்கள், 529

கோதாவரி. 281, 365

கோதைப் பிராட்டியார், அரிஞ்சயனின் மனைவி, 206

கோநர்கள், 529

கோப்பெருஞ் சிங்கன், தனியுரிமை பெற்ற அரசன், 12, 549, 551, 577, 580, 581, 582, 588, 589, 591, 593 596, 750

கோப்பெருஞ் சோழன், 59, 60, 94

கோப்பையா, 582

'கோமளம்', செங்கற்பட்டு மாவட்டத்தின் அளவை, 813

கோமாதத்து அருளாளப்பட்டன், 850

கோயம்புத்தூர், 445

கோயிலொழுகு, திருவரங்கக் கோயிலிலுள்ள கலைப் பொருள்கள், மரபுகள் பற்றிக் கூறும் நூல், 360, 471, 485

கோயில் தேவராயன் பேட்டை, ஊரின் பெயர், 849

கோயில் வாசலில் போந்த குடிமை, வரியில் ஒரு வகை, 703

கோர மண்டலம், 598

கோலக மகரிஷி, 961

கோலப்பட்டினம், சோழ மண்டலக் கடற்கரையில் சிறந்து விளங்கிய காவேரிப்பட்டினத்தைக் குறிக்கும், 31

கோலமுக, ஒரு நாட்டின் பெயர், 778

கோலனு, 501

கோலாப்பூர், 349, 350

கோலால, கர்நாடகாவிலுள்ள கோலாரின் மறு பெயர், 444, 445

கோல், ஆரியர்களுக்கு முன் தென்னாட்டில் வாழ்ந்த கறுப்பு நிற மக்களைக் குறிக்கும் சொல், 26

கோல்குழி, நிறுத்தல் அளவையில் மகண்மை விகிதம், 782

'கோல் நிறைக் கூலி', 701

கோவலராயர், மலையமான் வமிசத்து இளவரசர்களின் பட்டம், 552

கோவலன், 100, 104

கோவிந்த சந்திரன் மீது முதலாம் இராஜேந்திரன் போர் தொடுத்தது, 281, 283, 311

கோவிந்த வல்லவரையர், முதலாம் பராந்தகனின் மருமகன், 181

கோவிந்தனஹள்ளி, கல்வெட்டு, 541

கோவிராஜ மாராயர், பார்த்திவேந்திர வர்மனின் பட்டப் பெயர், 202

கோவிலூர், 546

கோவூர்கிழார், புறநானூற்றில் பல பாடல்களைப் பாடியுள்ள புலவர், 52, 53-54, 57, 89, 94

கோளகி மடம், 852

கோனேரி, 785

கௌ

கௌட தேசம், 841

கௌடில்யர், அர்த்த சாத்திரத்தின் ஆசிரியர், 90, 313

க்

க்ரைஸ், 113

ச

சகதீபாலா, 342, 343

சகம், கலியுக ஆண்டுகளைக் குறிக்கும், 11

சகய, மலை, 275

சகல புவனஸ்ராயன், வீர ராஜேந்திரன் ஏற்ற பட்டம், 369

சக்க சேனாபதி, ஈழப் படைத் தலைவன், 164, 165

சக்கரக்கோட்டத்து தாராவர்சன், நாக வமிச அரசன், 399

சக்கரக் கோட்டம்/சக்கரக் கூடம், முதலாம் இராஜேந்திரன் கைப்பற்றிய இடம், 281, 364, 365, 401, 406, 416

சக்கரக் கோட்யா, 282

சக்திவர்மன், முதலாம், கீழைச் சாளுக்கியன், 244; சோட வீமனுடன் போர், நாடு கடத்தப்பெற்று பிறகு மீட்டளிப்பு, 245-6

சக்திவர்மன், இரண்டாம், கீழைச் சாளுக்கியன், 391, 392, 395

சங்க இலக்கியம், 4; 10, காலத்தை நிர்ணயிக்க இந்திய புராணக் கதைகள் உதவும், 118

சங்க காலம், 3; 43, சோழ மன்னர்கள், 62; 71, 86, 612, 616, 624, 870, 878

சங்கப்புலவர்கள் 876, 878

சங்கமய்யா, 300

சங்கரா, பல மரக் கட்டைகளை இணைத்துக் கட்டப்பட்ட பெரிய கப்பல், 113

சங்கமராஜா, 515

சங்கரச சோழன், 515

சங்கர சோழன் உலா 515

சங்கரப் பாடியார், கோயில் கண்காணிப்பை ஒட்டிய குழுக்கள், 657

சங்கரன், சடையப்ப வள்ளலின் தகப்பன், 880

சங்கற்ப நிராகரணம், உமாபதி சிவாச்சாரியார் இயற்றியது, 896

சங்காள்வர், 303

சங்கராம ராகவன், அதாவது போரில் ராமன், 165

சங்கிராம விஜயோத்துங்க வர்மன், கடாரத்தை ஆண்ட மன்னன், 286; மாற விஜயோத்துங்க வர்மன், 288, 367

சங்கிலி கனதராவ, ஈழ நாட்டில் ஓர் இடம், 344

சடகோபர், 885

சடகோபர் அந்தாதி, கம்பன் இயற்றியது, 884

சடையப்ப வள்ளல்/சடையன், கம்பனுக்கு ஆதரவு நல்கிய வள்ளல், 882, 884

சட்சகஸ்ர நாடு, 448

'சண்ட கௌசிகம்', க்ஷேமீஸ்வரன் எழுதிய நூல், 307, 308, 313

சண்டல்ல அரசன் ஹர்ஷதேவன், 313

சண்டிகேசுவரப் பெருவிலை, சொத்து விற்பனையில் ஒரு வகை, 786

சண்டிகேசுவரர், தெய்வக் கூட்டத்தை சேர்ந்த ஒரு மூர்த்தி, 846

சண்டேசானுகிரக மூர்த்தி, 963

சண்டோக சாமவேதம், 825

சதபதி, வடமொழிச் சொல், 119

சதயம், முதலாம் இராஜராஜன் பிறந்த நாள், 233

சத்தியவ்வை, ஆகவமல்லனின் மனைவி, 350

சதுரன் சதுரி என்னும் தேவரடியாள், நாகன் பெருங்காடன் என்பவரின் மனைவி, 728

சதுரானன பண்டிதர், 849, 850, 884

சதுர்வேத தாத்பர்ய சங்கிரஹம், சுருதி சூக்தி மாலை என்ற மறு பெயரும் உண்டு, 907

சதுர்வேத மங்கலம், இராமநாதபுரம் மாவட்டம், 564

சதுர்வேதி மங்கலங்கள், தானங்களால் போற்றப்பட்டது, 616; பிராமணர்கள் குடியிருந்தது, 661

சத்திய புத்திரர்கள், தென்னிந்திய அரசர்கள், 28

சத்தியா சிரயன், சாளுக்கிய மன்னனானது; முதலாம் இராஜராஜனுடன் போர் புரிந்தது, 238; தமிழரைக் கொன்றது, சோழரை விரட்டியடித்தது, 240

சந்திரகுப்தன், 313

சந்திர மஹுலீசுவரர் கோயில், 843

சந்து விக்கிரம், அதிகாரிகளின் பணிகளில் ஒரு வகை, 637

சந்தையன் திருவயன், மகாராஜர், 172

சபா விநியோகம், கட்டணங்கள், 670

சபை, ஊர் அமைப்பைவிடச் சற்று பெரியது, 661-2, 663, 674, 681, 682, 698, 700, 707, 845

சபை விலை, ஊர் விலை அல்லது சொத்து விற்பனையில் ஒரு வகை, 786

சப்தமாதர்கள், ஏழு தாய்மார்கள், 846

சமரகேசரி, 619

சமணப்பள்ளி, 861

சமண மதம் 122; விகாரங்கள், 124; கோயில்கள். 351; பள்ளிகள்; 616; 832, விக்கிரகங்கள், 839; 858, 861, 895

சமுத்திரகுப்தன், 140

சமுத்திர கோப்பையர், தண்டநாயகன், 581, 587

சம்பந்தர், நாயன்மார்களில் ஒருவர், 67, 250

சம்பா, முற்காலத்தில் காவிரிப்பூம்பட்டினத்தின் பெயர், 44

சம்பா, இந்தியாவிலிருந்து தொலைவான நாடு, 329 கு.

சம்புவராயர்/சம்புராயர், 474, 593, 594

சயமுரி-நாடாள்வான், சேனாபதி, 360

சரக சம்ஹிதை, 827

சரஸ்வதி, 964

சரஸ்வதி அந்தாதி', ஒட்டக்கூத்தன் முதலில் இயற்றியது, 881

சரீரதண்டம், 678

சர்வசிவர், இராஜ குரு, 617

சர்வானுக்ரமணி, 905

சர்வலோக சபை, திரு விஷ்ணுவர்தன மகாராஜன் என்ற சாளுக்கிய விஜயாதித்த விக்வியண்ணன், 277

சர்வலோகாசிரியன், ஏழாம் விஜயாதித்தனின் பட்டப் பெயர், 392-3

சர்வலோகேசுவரன், முதலாம் குலோத்துங்கன் ஏற்ற பட்டம், 449

சவண ராஜா, மேலைச் சாளுக்கிய தளபதி, 285

சளுக்கிகுலகால சதுர்வேதி மங்கலம், 760

சனநாதன், முதலாம் இராஜராஜனின் பட்டம், 251

சனநாதன், சாளுக்கிய தண்டநாயகர், 365

சஹயாத்திரி, மலைத் தொடர், 151,154

சா

சாகிகள், 529

சாக்கிய ரட்சிதன், ஒரிஸ்ஸாவைச் சேர்ந்தவன், 443

'சாக்கைக் காணி' மானியத்தில் ஒரு வகை, 752

சாங், சீன நாட்டு வமிச வரலாறு, 289

சாங்கப்பை, ஆகவமல்லனின் மனைவி, 350

சாத்குரு சிஷ்யர், ஆறு ஆசிரியர்களின் மாணவர் என்று பொருள் 905

சாத்தகணம், தனிக்கோயில்களைக் கவனித்து வந்த குழுக்கள் 657

சாத்தந்ததையார், புலவர், 65

சாத்தனார், 31

சாத்ரர், முதுநிலை மாணவர் என்ற பொருள், 825

சாந்திமத் தீவு, 273, 275

சாமந்தசேனன், சேனா வம்சத்தை நிறுவியவன், 284

சாமந்த போஜன், 595

சாமந்தர்கள் 302, 504

சாமந்தன் அதிகைமான், 553

சாமர மாடை, 805

சாமுண்டராஜன்/சாமுண்டராயன், 356, 358

சாம்புவராயர், மூன்றாம் குலோத்துங்கன் காலத்தில் இருந்த சிற்றரசு, 548, 589

சாரதீயம், சாரதாதனயர் இயற்றியது, 906

சாலாபோகம், தானமாக கொடுக்கப்பட்ட ஒரு வகை நிலம், 747

சாலிய நகரத்தார், இச்சொல் ஒரு குறிப்பிட்ட வணிகர்களைக் குறிக்கும் 671

'சாலை' என்பது சில சமயம்/ 'ஜிவாலா' என்ற சமஸ்கிருதச் சொல்லாக எழுதப்பட்டிருக்கிறது, 257 கு.

சாளுக்கிய, கீழைச், 12; செப்புப் பட்டயங்கள், 242; 246, 336

சாளுக்கிய, மேலைச், 12, 241, 242, 270, 299, 300, 361, 365, 413, 419, 442, 443, 448, 467, 475, 480, 529, 536

சாளுக்கியச் சோழ, 336, 529

சாளுக்கிய நாராயணன், சக்திவர்மன் அழைக்கப்பட்ட பெயர், 246

சாளுக்கிய விக்கிரம சகாப்தம், 369, 447, 448

சாளுக்கிய வீமன், இரண்டாம், வேங்கி மன்னன், 172

சாளுக்கிய போர், ஆகவமல்லனுக்கு எதிரான, 301

சாளுக்கியர், கல்வெட்டு, 5; 138, 147, பாதாமியைச் சேர்ந்த 170; புதிதாக எழுச்சி பெற்ற சாளுக்கியர், 238; 239, 335, 348, 358, 364, 421

சானுலு, கோயிலைச் சேர்ந்தவர், 658

சான்ஃபோட்சி (சிலிஃபோசி), ஸ்ரீ விஜயத்திற்கு சீன வரலாற்றுப் பெயர், 289, 294, 433

சி

சிங்கண தண்டநாயகன், 592

சிங்கணம், நாடு, 421, 422

சிங்கணன், ஆகவமல்லனின் மகன், 357, 421

சிங்கள நாடு, ஈழ நாட்டின் பெயர், 231, 340

சிங்களர்கள், சிங்களவன், 426, 430, 521

சிங்களாந்தகன், முதலாம் இராஜராஜனின் பட்டம், 251

சிங்கன், 357

சிண்டர்கள், நாகர் குடும்பத்தைச் சேர்ந்தவர்கள், 27

சிதம்பரம், 141; இராஜமகேந்திரனின் சிதைந்த கல்வெட்டு, 360; வடமொழிக் கல்வெட்டு, 427; கோயிற் சுவர், 443; கல்வெட்டு 450; கல்வெட்டு 452; நடராஜர் கோயில், 467; 469, 470, 471, 475, 520, fŠbt£L, 521; 522, 524, 539, 581, 598, 638, 762, 840, 842, 844, 853, 871, 891

சித்தலிங்கமடம், தென் ஆர்க்காடு மாவட்டம், 176

சித்தன சோழ மகாராசன், 351

சித்தன்னவாசல், ஓவியங்கள், 973

சித்தாந்த சாராவளி, திருலோசன சிவா இயற்றியது, 842

சித்தாந்த ரத்னாகரம், சைவ சமய நூல், 544

சித்தி, சாளுக்கியத் தலைவன், 363

சித்தி (1000) (சித்தெள நாடு), சோழ நாட்டின் ஒரு பகுதி, 139

சித்திரமேழி, இவர்கள் நீதிபதிகளாக அமர்ந்தனர், 658

சித்திர மேழிப் பெரிய நாட்டார், 777

சித்தூரில் அக்னீஸ்வரம், புதுக்கோட்டை மாவட்டம், 931

சிந்தவாடி, (1000), 348, 351

சிந்து-யுக்மாந்தர தேசம், 437

சிபிச் சக்கரவர்த்தி, 11

சிம்மவிஷ்ணு, பல்லவர்கள் வமிசம், 134, 140

சிம்மவிஷ்ணு, சோழ மன்னன், 138

சியாங்-பூ, சீன அரசனின் பெயர், 791

சியாழி (சீர்காழியின் மறு பெயர்) கல்வெட்டுகள், 135

'சிராப்' பாரசீக குடாவின் கிழக்குக் கரையிலுள்ள துறைமுகம், 625, 790

சிரியா, 625

சிரேணி, நாட்டுப் படை, 622

சிலப்பதிகாரம், 4, 44, 49, 69, 87, 93, 103, 104, 106, 118, 119, 123, 875, 900, 903

சிலிஃபோசி, அல்லது ஃபோசி சுமத்திராவின் கீழைக்கரையிலுள்ள பலெங்பாங், 289

சிவகாமசுந்தரி, கோயில், 946

சிவகாமி, சிதம்பரத்திலுள்ள இந்த அம்மையின் கோபுரத்தை மூன்றாம் குலோத்துங்கன் கட்டுவித்தான், 544

சிவஞான சித்தியார், அருணாந்தி சிவாச்சாரியார் இயற்றியது, 894

சிவஞான போதம்' மெய்கண்ட தேவர் இயற்றியது, 894, 907

சிவ தர்மம்', ஆளுடைய நம்பி இயற்றியது, 822, 839

சிவத் துரோகம், 586

சிவத் துரோகி', 644

சிவபர்த சேகரன், முதலாம் இராஜராஜனின் பட்டம், 251

சிவ பிராமணர்கள், சைவ சமயத்தினரின் பொதுவான பெயர், 657

சிவபுரி, இராமநாதபுரம் மாவட்டம், 513

சிவபுரி, 'நகரம்' என்ற சபை இருந்த ஊர், 671

சிவப் பிராமணர்கள், 586, 675

சிவப்ரகாசம், உமாபதி சிவாச்சாரியார் இயற்றியது, 895

சிவனது பிற திருவுருவங்கள், 966

சிறுகுடி, 55

சிறுகுளத்தூர், 172

சிறுதரம், இரண்டாம் இராஜதிராஜனின் காலத்தில் நியாயத்தாரின் ஒரு பிரிவு, 629

சிறுதனத்துப்-பெருந்தரம், 'கருமிகள்' 'பணிமக்கள்' என்ற இரு பிரிவுகளுக்கிடையே சில அதிகாரிகள் பெற்ற பெயர், 629

சிற்பங்கள், திருவாலீஸ்வரம், 963; பிற சிற்பங்கள், 964

சிற்றானையச்சூர், சபை, 678

சிற்றியாற்றூர், 632

சின்னமனூர் பட்டயங்கள், 141, 164, 169

சீ

சீகண்ட சம்பு, சித்தாந்த ரத்னாகரம் என்ற நூலின் ஆசிரியர், 544

சீத்புலி, கீழைச் சாளுக்கிய நாட்டின் தென் பகுதியிலிருந்த ஒரு மாவட்டம், 172, 242, 624

சீர்காழி, சியாழியைப் பார்க்கவும், 585

சீலவதி, கோப்பெருஞ் சிங்கனுடைய தாயார் பெயர், 549

சீவக சிந்தாமணி, திருத்தக்க தேவர் இயற்றியது, 877, 884

சீவிதப் பற்று, நிலங்களின் பெயர், 673

சீவிதம், மானியம் விடப்பட்ட நிலம், 751, 757

சீன நாட்டவரின் குறிப்புக்கள், 19, 289, எழுதி வைத்திருக்கும் வரலாறுகள், 789, அரசியல், 791

சீன வாணிபம், 111, 112, 266, சோழ நாட்டு தூதுக்குழு 294, முதலாம் குலோத்துங்களின் ஆட்சியில் சீனத் தொடர்பு, 431-33, 624, 780, 781, 794, 796

சு

சுகட்டூர், கல்வெட்டு, 468

சுகாசன மூர்த்தி, 963

சுக்ர நீதிசாரம், 958

சுங் அரசாங்கம், 791; வம்சத்துச் சரித்திரக் குறிப்புகள், 792

சுங்கம், 450

சுங்க வரி, 782

சுசீந்திரம், கல்வெட்டு, 450, 519

சுத்தமல்லி/சுத்தமல்லியர், முதலாம் குலோத்துங்களின் மகள், 431, 452

சுந்தரச் சோழர் சதுர்வேதி மங்கலம், 277

சுந்தர சோழன், ஒரு இராஜகேசரி, இரண்டாம் பராந்தகன், 193; மதுராந்தகன் என்ற பட்டம், 197-8; இவனுடைய மகன் ஆதித்தன் தந்தைக்கு போர்க்காலங்களில் உடனிருந்து பணிபுரிந்தான், 199, ஆட்சி 207-13; 229, 612, 618, 631, 754

சுந்தர சோழ பாண்டியன், ஜடாவர்மன், 276, 304

சுந்தர சோழ பாண்டியன் கல்வெட்டு, 702, 749

சுந்தர சோழ விண்ணகர், தஞ்சையிலுள்ள இந்த விஷ்ணு கோயிலில் ஒரு மருத்துவ மனை இருந்தது, 615

சுந்தர பாண்டியன், முதலாம் இராஜாதிராஜன் காலத்தில் வாழ்ந்தவனும் சோழ ஆதிக்கத்தை எதிர்த்த இயக்கத்தின் தலைவனும், 297; 301

சுந்தர பாண்டியன், முதலாம், ஜடாவர்மன், பதவி ஏற்பு, கி.பி. 1251, 588, 589, 592, 595, 596

சுந்தர பாண்டியன், முதலாம் மாறவர்மன், ஆட்சியில் அமர்ந்தது, கி.பி. 1216, சோழ நாட்டை கடுமையாகத் தாக்கி ஆயிரத்தளி என்ற இடத்தில் வீராபிஷேகம் செய்து கொண்டான், 528, 534, 536, 539, 540, 541, 545, 576, 578, 583, 592

சுந்தர பாண்டியன், இரண்டாம் மாறவர்மன், பதவி ஏற்பு, கி.பி. 1238, 592

சுந்தரமூர்த்தி, நாயன்மார்களில் ஒருவர், 66, 68, 142, 250, 639, 640, 888, 893

சுபதேவன்-கமலாவதி, செங்கணானுடைய தந்தையும், தாயும், 68

சுபத்ரா - தனஞ்சய, நாடகம், கேரளத்தைச் சேர்ந்த குலசேகரன் இயற்றியது, 906

சுப்பிரமணியர், தெய்வக் கூட்டத்தில் ஒருவர், 846

சுமதி, 136

சுமத்ரா, 112, 113, 289, 290, 292, 295, 435, 795

சுருதிசூக்தி மாலை, சதுர்வேத தாத்பர்ய சங்கிரஹம் என்ற மறு பெயரும் உண்டு, 907

சுலம், ஒரு துறைமுகம், 796

சு - லியன், சோழ நாட்டிற்கு சீன வரலாற்று ஏடுகள் கொடுக்கும் பெயர், 294

சுவாமி தேவர், 505

சூ

சூடாமணி/சூளாமணி விகாரம் [பௌத்த பள்ளி (கோயில்)], 251; 293, 294, 435, 626, 632

சூடாமணி, பேரகராதி, 902

சூடாமணி வர்ம தேவர், 860

சூதிப்பட்டயங்கள், போலியெனக் கருதப்படுவது, 179

சூரநாயகன், 547

'சூரிய சித்தாந்தம்', வான சாஸ்திர நூல், 813

சூரிய வர்மன், முதலாம், கி.பி. 1002 - 50 வருடங்களில் காம்போஜாவை ஆண்டான், 295

சூரியனார் கோவில் ஞான சிவாச்சாரியார், 907

சூரியன், 846

சூரியன், திரு உருவம், 964

சூலி மாலோபி (=ஸ்ரீ உமாற விசயத்துங்க வர்மன்), 289

சூ-லியன், சோழ அரசருக்கு சீனர் கொடுக்கும் பெயர், 792

சூவான் - சௌ, தைவான்தீவுக்கு எதிரிலுள்ள துறைமுக நகரம், 795

சூளாமணி, நூல், 870, 898

செ

செங்கம், வட ஆர்க்காடு மாவட்டம், 554

செங்கணான், 67, 68, 70, 96

செங்குந்தர், 880

செங்கேனி, அம்மையப்பன் சாம்புவராயன், 511

செங்கேனியர், 474, 511, 514

செஞ்சியர், 473

செஞ்சுயர்கோன், செஞ்சி நாட்டுச் சிற்றரசனான கொற்றண்டை, 885

செப்ரோலு கல்வெட்டு, குண்டூர் மாவட்டம், 241, 468

செம்பியன், சிபியின் வழித் தோன்றல், 26, 44

செம்பியன் பாண்டிய மன்னன் ஏற்ற விருதின் பெயர், 141, 154

செம்பியன் மாதேவி, மும்முடிச்சோழ சேவனின் பட்டத்தரசி, 194, 205, 252, 618

செம்பியன் மாதேவி, கண்டராதித்த சோழனின் மனைவி, 840, 843

செம்பியின் மாதேவி, மகா சபையினர், 668

'செம்பொன்', புடம்போட்டு முறைப்படி சோதனை செய்யப்பட்ட பொன், 811

செம்பொன் மாறி, இராமநாதபுரம் மாவட்டம், 428

செம்பொன்னார் கோயில், 508

செயங்கொண்டான், முதலாம் இராஜராஜனின் பட்டப் பெயர், 251

செயூனர், 576

செருப்பாழி யெறிந்த, சோழ இளவரசரின் பட்டப் பெயர், 63

செல்லி நகர், இப்பொழுது பனையூர் என்று வழங்கப் படுகிறது, 891

செல்லூர், பட்டயம்/செப்பேடுகள், 393; 394, 397, வீர சோடனுடையது, 436; 476

சென்பை பாலய, நிவந்தகள் ஏற்படுத்தியவர், 598

சென்னிப் பேரரையன், வெள்ளூர்ச் சண்டையில் பங்கேற்றவர், 166

சென்னை, 720

சென்னை மியூசிம்/அருங்காட்சியகம், 598,701

சே

சேக்கிழார், பெரிய புராணத்தை மேலும் விரிவாக எழுதியவர், 15, 68, 142, 476, 641, 745, 858, 884, 887, 888, 890, 949, 950

சேக்கிழார் நாயனார் புராணம், 887

சேக்கிழான் அம்மையப்பன் பராந்தக தேவன், சேக்கிழார் குடும்பத்தைச் சேர்ந்தவர், 890

சேங்கணியர், மூன்றாம் குலோத்துங்கன் நாளில் இருந்த சிற்றரசர், 548

சேட்சென்னி-நலங்கிள்ளி, 51

சேதி மண்டலம்; 593

சேதிராயர்/சேதியராயர், 585, 589

சேதிராயன், சடையப்ப வள்ளலின் மகன், 885

சேதிரையன், சடையப்ப வள்ளலின் மறு பெயர், 883

சேதிஹை ஹையர், 552

'சேந்தன் திவாகரம்', தமிழில் தோன்றிய முதலாவது நிகண்டு, 902

சேர நாடு, 233, 276, 524, 778

சேர பாண்டியன் தம்பிரான், மூன்றாம் குலோத்துங்கன் தங்கியிருந்த மண்டபத்திற்குப் பொறித்த பெயர், 523

சேர போத்ரா, பட்டினப் பாலையில் வரும் பெயர், 29

சேரமான் பெருமாள், 141

சேரன், 234, 247, 277, 521, 527, 554, கடற்படை, 624

சேரி, ஒரு கிராமம் பல சேரிகளாகப் பிரிக்கப்பட்டன, 658, 664

சேரிகள், சோழ நாட்டின் நகரங்களிலும் கிராமங்களிலும் உள்ள உட் பிரிவுகள், 251, 847

சேவூர், சுந்தர சோழன் தாக்கின இடம், 207, 208

சேவேர்கள்; 428

சேவை காவலர், சேக்கிழாரின் மறு பெயர், 888

சேனன், ஈழ சேனாபதி. 208

சேனாதிபதிகள், 621; 'சிறுதனத்துப் - பெருந்தரம்' என்ற வகை படைத் தலைவர்கள், 629

சேனா வம்சம், 284

சை

சைலேந்திர மன்னன், 251, வமிசம், 293

சைவ சமயம், 15, 617, 841

சைவ சித்தாந்தம், 907

சைவ பரிபாஷை சூரியனார்கோயில், ஞான சிவாச்சாரியார் எழுதிய நூல், 907

சைவம், 5; 617, 832, 833, சைவர்கள், 837; 838

சைவர், 842, 848

சொ

சொருஃபி, சீன வரலாற்று ஆசிரியர், 294

சொல்லணி, தண்டியலங்காரத்தின் ஒருதலைப்பான சப்த அலங்காரம், 900

சோ

சோட கங்கன், 436

சோடன், வேலநாண்டு இளவரசன், 467

சோபட்டினம், தற்சமயம் உள்ள மரக்காணத்திற்கு மற்றொரு பெயர், 30

சோம சித்தாந்தம், ஆளுடைய நம்பி இயற்றியது, 822; சைவ சமயத்தின் கபாலிகக் கொள்கையை விளக்கிக் கூறியிருப்பது, 839

சோமசுந்தரர் கோயில், மதுரையிலுள்ள இந்த கோயிலை மூன்றாம் குலோத்துங்கன் புதுப்பித்தான், 544

சோம தேவன், இரண்டாம் சோமேசுவரனுக்கு பில்ஹணன் கூறும் பெயர், 419

சோமநாத சதுர்வேதி மங்கலம், 752

சோமால தேவி, 587

சோமூர், 621

சோமேசுவர வீர, பாண்டிய வமிசத்தை பாதுகாக்கும் ஹொய்சாளன், சோழ மன்னன் மூன்றாம் இராஜேந்திரனைத் தோற்கடித்தது, 592, 595

சோமேசுவரன், முதலாம், சாளுக்கிய திரைலோக்கிய மல்ல ஆகவமல்லன், முதலாம் இராஜேந்திரனுடன் போர், 300-1, 339; முதலாம் இராஜாதிராஜனுடன் சாளுக்கியரின் இரண்டாம் போர், 345-50; வீர ராஜேந்திரனுடன் போர், 361-4, 367, 393, 396, 536

சோமேசுவரன், இரண்டாம், ஆறாம் விக்ரமாதித்தியனின் மூத்த சகோதரன், வீர ராஜேந்திரனுடன் போர் 367-9; ராஜிகனின் தூண்டுதலால் இருவரும் ஆறாம் விக்ரமாதித்தனுடன் போரிட்டார்கள், இதன் காரணமாக சிம்மாசனத்தை இழந்தான், 402; 419, 423

சோரிங்கி, 30

சோரியர், 301

சோரேமதிப் போர், 171

சோரை நாடோடிகள், கரிகாலன் இவர்களை நாகரிக மனிதர்களாக மாற்றினான், 30

சோழகுலவல்லிப் பட்டினம், 434

சோழக்கோன், 473

சோழபதி, பட்டம், 538

சோழபுரம், கல்வெட்டு, 175

சோழர்கள், 27

சோழ இராச்சியம் பிரதிஷ்டாச்சாரியம், இரண்டாம் வல்லானின் பட்டப் பெயர், 541

சோழ கங்கம், ஏரியின் பெயர், 284, 304, 613

சோழ கங்கன், அதிகாரி, 354

சோழ கங்கன், மூன்றாம் இராஜேந்திரனுக்கு உட்பட்ட சிற்றரசன், 598

சோழ கங்கன், பையூர் சிற்றரசன், 751

சோழ கன்னக்குச்சியான், இரண்டாம் இராஜேநதிரன் நாளில் அதிகாரிகளுக்கு அளிக்கப்பட்ட பட்டம், 355

சோழ கேரள தேவன், மூன்றாம் குலோத்துங்கனின் பட்டப் பெயர், 543

சோழ கேரள மண்டலம், கொங்கு நாட்டுக்கு மறு பெயர், 543

சோழ கேரள மாளிகை, 370

சோழ கேரளன், அதிகாரி, 354

சோழக் கேரளன், மூன்றாம் குலோத்துங்கன் தாங்கிய பட்டம், 523

சோழ சிங்கபுரம், வாலாஜாபேட்டை வட்டம், 197

சோழ நாராயணன், முதலாம் இராஜராஜனுடைய மறு பெயர்/ 237, 246

சோழ-பாண்டியப் பிரநிதி/பிரதிநிதிகள், 268, 304, 361

சோழ பாண்டியன், அதிகாரி, 354

சோழ பாண்டியன் மண்டலம், மூன்றாம் குலோத்துங்கன் பாண்டி மண்டலத்துக்கு சூட்டிய பெயர், 523

சோழ மகாராஜ கட்டிலுலும்ப புஜபல வீர அஹோமல்லராசன் இரண்டாம் இராஜாதிராஜனுக்கு கப்பம் கட்டிய சிற்றரசன், 509

சோழ மகாராஜ குமாராங்குச, 139

சோழ மகாராஜா, இந்தப் பெயரில் பல கல்வெட்டுகள் கிடைத்தும் பயனுள்ளதாக இல்லை, 138

சோழ மகாராஜாதிராஜா விக்ரமாதித்திய சத்தியாதித்தியா, மன்னன், 139

சோழ மண்டலக் கரை, 795

சோழ மண்டல பிரதிஷ்ட ஆசார்யன், சோழர்களை மீண்டும் நிலை நாட்டியவன் என்பது பெயரின் பொருள், 580

சோழ மண்டலம்; 504, 598, 624

சோழ மாதேவி; 546; இரண்டாம் வல்லாளனின் பட்டத்தரசி, 553

சோழ மாதேவி சதுர்வேதி மங்கலம், வண்டூர் என்ற மறு பெயரும் உண்டு, 780

சோழ மார்த்தாண்டன், முதலாம் இராஜராஜனின் பட்டம், 251

சோழ வமிச சரித்திரம், 1

சோழ-ஸ்தாபன-ஆசாரியன், திக்கன் கருநாடக அரசனை அடிமைப்படுத்தி அந்தப் பதவியில் சோழனை இருக்கச் செய்தான். இதற்காகப் பட்டம் பெற்றது, 593

சோழ ஸ்தாபனன், இரண்டாம் வல்லாளனுடைய பட்டப் பெயர், 541

சோழகுல மாதேவியார், மூன்றாம் இராஜேந்திரனின் பட்டத்து அரசிகளுள் ஒருத்தி, 597

சோழரது சாமந்தன் அதிகமான், 444

சோழர் நீதிமுறை, 646

சோழர் மாளிகை, இப்பொழுதுள்ள சிற்றூரின் பெயர், 614

சோழர் மூவேந்தர் வேளாண், 632, 709

சோழனச் சக்கரன், சோழ தளபதிக்கு அளித்த பட்டம், 279

சோழன் சோறுடையாள், என்னும் காடவன் மகாதேவி, முதலாம் குலோத்துங்கனின் மனைவி; 542

சோழிங்கபுரத்தில் சோழ வாரிதி, 760

'சோழிய காசு', 809

சோழேந்திர சிம்மா, இரண்டாம் இராஜராஜனின் பட்டம், 481

சோழேந்திர சிம்மன், முதலாம் இராஜராஜனின் பட்டம் 251

சோழேந்திரன்; வீர ராஜேந்திரன் மகன் மதுராந்தகனுக்கு அளித்த பட்டம், 361

சோளங்கபுரம், பாறைக் கல்வெட்டு, 169

சோனாடு வழங்கி அருளிய, சுந்தர பாண்டிய மாறவர்மனின் பட்டப் பெயர், 536

சௌ

சௌலியன் (சோலியன்), சோழனுக்கு சீனப் பெயர், 431, 433

சௌ-ஜு-குவா, 290, 291, 292

ஞா

ஞானசம்பந்தர், 832, 834, திருஞானசம்பந்தரைப் பார்க்கவும்
ஞானராசி, 850

ட

டச்சுக்காரர்கள், 298

டா

டாக்டர் எஸ். கே. ஐயங்கார், 'கங்கைகொண்ட சோழன்' என்ற ஆராய்ச்சிக் கட்டுரையின் ஆசிரியர், 306

டாசுங், சீன் அரசன் பெயர், 791

டி

டிரமிடியன், கி.பி. 81-96-ம் ஆண்டுகளிலிருந்தவர், 29

டெ

டெமிரிக்கா, பட்டினப் பாலையில் வரும் பெயர், 29

த

தகடூர், தற்போதைய தர்மபுரி, 444. 535, 546

தகடூர் அதிகைமான்கள், 553

தகடூர் இராஜராஜதேவன் என்ற அதிகைமான், 553

தகுவாபா, கல்வெட்டு இருந்த இடம், 624

தக்கயாகப் பரணி, ஒட்டக்கூத்தர் இயற்றியது, 17, 36, 368, 467, 475, 628, 880

தக்காணத்திலுள்ள லாடம், 267, 281

தக்கோலம், போர் நடந்த இடம், 176, கல்வெட்டுகள், 214, நகரம் என்ற சபை இருந்த ஊர், 671

தசபன்மன், சாளுக்கிய படைத் தலைவன், 350

தசவந்தம், வரிகளில் ஒரு வகை, 702, 703

தஞ்சாவூர் (தஞ்சை) பட்டணம், கரந்தை செப்பேடு, 2; இராஜராஜேசுவரப் பெருங்கோயில் 9; முதலாம் ஆதித்தன் முடி சூட்டிக் கொண்ட இடம் 153; 155, 162, மூன்றாம் கிருஷ்ணன் கைப்பற்றியதாக அறிவித்தான், 178; 179, 205; கூற்றம், 242; தேவாரம் பாடிய மூன்று நாயன்மார்களால் பாடப்பெற்ற தலமல்ல, 250; கல்வெட்டு, 308; 370, 470, 537, 543, கல்வெட்டு, 545; 589, 614, மாமணி என்னும் வைணவக் கோயில், 615; 626, 708, பெருவழி, 776; 835, 841, 955

தஞ்சை (பெரிய-பிரகதீஸ்வரர்) கோயில், 236, 248, 252, 618, 732, 964

தஞ்சைவாணன் கோவை, பொய்யா மொழிப் புலவர் இயற்றியது, 886, 887, 902

தடிகைபாடி, 238

'தட்சிண மேரு விடங்கள்', நகைகளை எடைபோடும் அளவை, 810

தடசிண லாடம், கௌட தேசம், 505

'தட்டாரக் காணி', மானியத்தில் ஒரு வகை, 752

தட்ஷணா மூர்த்தி/தட்சிணா மூர்த்தி, சிவபெருமானின் ஒரு மூர்த்தி, 846, 947, 928, 937, 963

தண்ட இறை, ஒரு வகை இறையிலி, 706

தண்டநாதன், மூதலாம் இராஜராஜனை திருவாலங்காட்டுப் பட்டயங்களில் குறிப்பிட்ட பெயர், 231

தண்டநாயக ரவிதேவன், 592

தண்டநாயகன்/ர், 580, 581

தண்டநாயகன் அப்பிமையன், அரசுப் பிரதிநிதி, 353

தண்டநாயகன் வாலாதேவன், படைத் தலைவன், 355

தண்டபுத்தி/தண்டபுக்தி, முதலாம் இராஜேந்திரனுக்கு வசப்பட்ட இடம், 281, 283, 306, 310

'தண்டம்', சில அபராதங்களைக் குறிக்கும் பெயர், 693

தண்டல், ஊர் அதிகாரிகளைக் குறிப்பிடும், 663

தண்டியலங்காரம், 879, 900

தண்டுவனர், 667

தந்திசக்தி விடங்கி, முதலாம் இராஜராஜனின் பட்டத்தரசியின் பெயர், 252, 752

தபதீசம் வரண, நாடகம், 906

தப்புலா, நான்காம், ஈழ மன்னன், 166

தமணக் கச்சேரி; ஊரின் பெயர், 777

தமித்தியன், 111

தமிழர்களின் வீரப் பட்டியல், 98

தமிழரது நாகரிகத்தின் ஓர் உன்னத நிலை, சோழரது ஆட்சியில், 2

தமிழர் நாகரிகம், 118

தமிழ், மொழியின் வளர்ச்சி பற்றிய சான்றுகள் கிடைக்காதது, 87

தமிழ் நாவலர் சரிதை, கம்பனைப் பற்றிய சில செய்யுள்கள், 884, 901

தமிழ் வேள், விருது, 154

தமிளர்கள்/தமிழர்கள், (Damilas), கல்வெட்டில் உள்ள சொல், 209, 273, 341, 342

தம்பலகாமா, 426

தம்முசித்த, 53; கல்வெட்டு, 532, 533

தரங்கம்பாடி, 25

தரணி முழுதுடையாள், இரண்டாம் இராஜராஜனின் மனைவி, 479

தராகூஷராம, கல்வெட்டு 348

தரும சாத்திரங்கள், 6, 88, 118

தருமபாலன்/தர்மபாலன், தண்டபுத்தி நாட்டுத் தலைவன், 283, 306, 311

தருமாசனப் பட்டர்கள், கற்றறிந்தவர்களும், சட்ட நிபுணர்களும், 639

தருமாசனம், உயர்நீதி மன்றத்தின் பெயர், 639

'தரும வாரியம்', குழுவின் பெயர், 679

தர்ம வர்மன், 142

தர்மேந்திரன், நாக மன்னன், 27

தலக்காடு/தலைக்காடு, ஆதித்தன் கைப்பற்றின பகுதி, 153-4, 238, 445

தலவகார காமம், 828

தலவாகர சாம வேதம், 825

தலைகிராமம், 303

தலைங் நாடு, கீழைப் பர்மாவிலுள்ளது, 291

தலைச்சங்காட்டு, 658

தலைஞாயிறு, தஞ்சை மாவட்டம், 667

தலைத் தக்கோலம், மிளிந்த பஞ்ஞாவிலும் தாலமியாலும் தக்கோலும் என்று குறிக்கப் பட்டுள்ளது, 291

தலைநாடு கொண்ட, பிட்டிக விஷ்ணு வர்த்தனின் பட்டம், 444

தவணச் செட்டிகள், 777

தளிகபாடி, 238

தளிச்சேரி, தஞ்சாவூர் பெரிய கோயிலுக்கு முன்னே அமைக்கப் பட்ட தெருக்களின் பெயர், 614

தனஞ்சய வர்மன், ரேனாட்டுச் சோழ மன்னன், 138

தனியூர், 'கோட்டம்' போல பெரிதாகவுள்ள ஊர், 630

தன்ம வாணியர், நியாயமான வணிகர்கள், 776

தன்னாட, அல்லது தான்ய கடகம், போர் நடந்த இடம், 300

தா

தாணுரவி, சேர மன்னன், 154
தாமப்பல் கண்ணனார், புலவர், 50

தாமரலிங்க, மலேயாவில் இருந்தது, 292

தாமிரிகா, துறைமுகம், 113

தாமோதரன், சோழ சாமந்தன், 445

தாயதொங்கன், சோழப்படையின் ஒரு பிரிவின் பெயர் 619

தாராசுரம், 842, 949

தாரானாத், திபெத்திய வரலாற்று ஆசிரியர், 28

தாருகாவன முனிவர்கள், 967

தார்கிகரக்ஷ, வரதராஜர் இயற்றிய நூல், 906

தாலமி, சோழ நாட்டைப் பற்றி எழுதிய புவியியல் ஆசிரியர், 4, 30, 69, 112, 291

தாழம்பூ, 105

தாழன், இரண்டாம், 243

தானங்கள், 616

தானதொங்கன், சோழப்படையின் ஒரு பிரிவின் பெயர், 619

தானத்தார், 682

தானாபதி, கோயிலைச் சேர்ந்தவர், 658

தானார்ணவன், 244, 245

தானுஷ்ட்ர, ஒரு நாட்டின் பெயர், 778

தி

திகம்பரச் சமணர், 858

திகுலர், தமிழருக்கு மறு பெயர், 445

திக்கன், முதலாம், 589, 593

திக்கன், சோமயாஜி 593, 594

திக்கன்றபதி என்ற கண்ட கோபாலன், 593, 594

திசையாயிரத்து ஐந்நூற்றுவர், 435

திண்டிஸ், பியுடிஞ்ஞுர் தயாரித்த இந்தியாவின் வரைபடத்தில் காணப்படுகிறது, 110

தித்தன், உறையூரில் ஆண்ட மன்னன், இவனுக்கு ஐயை என்ற ஒரு மகள் இருந்தாள், 65

திந்நாகர், நியாயப் பிரவேசத்தின் ஆசிரியர், 71

தியாகபதாகை, விக்கிரம சோழனின் அரசி, 472

தியாகமா விநோதன், 884

தியாகவல்லி, முதலாம் குலோத்துங்கனின் மனைவியின் பெயர், 452

தியாகவல்லி, இரண்டாம் குலோத்துங்கனின் பட்டத்தரசி, 476

தியாக வாராகர, செவ்விலிமேடு சமஸ்கிரதக் கல்வெட்டு, 472

திராக்சா ராமா/திராக்ஷா-ராமம், 424; கல்வெட்டு கிடைத்த இடம், 438; 447, 448, 480, 589

திராவிட நாடுகள், ஐந்து, 278

திராவிடர் படை, 419-20

திரிகர்த்தன், 473

திரிச்சிராப்பள்ளி மலை, 140, 170

திரிநேத்திரப் பல்லவன், 50

திரிபுரசுந்தரி, 962

திரிபுரம், மூன்று நகரங்கள், 118

திரிபுராந்தகர், 962

திரிபுவன ஈஸ்வரம், 953

திரிபுவனமல்ல பாண்டியன், 420

திரிபுவனமல்லிச் சோடன், மூன்றாம் குலோத்துங்கன் ஆட்சியில் இருந்த சிற்றரசன், 546

திரிபுவன வீரசோழ தேவன், 542

திரிபுவன வீரதேவர், 546

திரிபுவன வீரேச்சுவரம், கம்பஹரேசுவரர் கோயிலின் மறு பெயர், இராமாயண நிகழ்ச்சிகளைக்கூறும் அருமையான சிற்ப வேலைப்பாடுகள் உள்ளது, 544

திரிமலக்கே, 502

திரிலோசன சிவாசாரியர், 284

திருக்கட்டளை, 927

திருக்கடையூர், கல்வெட்டு, 520

திருக்கண்ணப்ப தேவர் திருமறம், கல்லாடர் இயற்றியது, 879

திருக்கழுக்குன்றம் கல்வெட்டு, 149, 153

திருக்களரை, ஊரின் பெயர், 659

திருக்களிற்றுப்படியார், உய்யவந்த தேவர் இயற்றியது, 894

திருக்கற்றளிப்பிச்சன், 960

திருக்காமக் கோட்டம், 952

திருக்காளத்தி, சித்தூர் மாவட்டம், 302; கல்வெட்டு 509; 531

திருக்காளத்தி தேவன், 532

திருக்குட மூக்கு மூலபருடையார், 657

திருக்குறள், 90, 92, 93, 95, 121, 903

திருக்கோயிலூர், 414, 552, 659

திருக்கோவை, 878

திருக்கோவையார், மாணிக்கவாசகர் இயற்றியது, 843, 887

திருச்சாழல், மாணிக்கவாசகர் இயற்றிய நூல், 835

திருச்சிற்றம்பலக் கோவை, 878

திருச்சிற்றம்பலக் கோவையார், ஒரு நூல், 903

திருச்சுற்றும், தஞ்சை பெரிய கோயிலைச் சுற்றியுள்ள மண்டபம், 254

திருஞானசம்பந்தர், ஞானசம்பந்தரைப் பார்க்கவும், நாயன்மார்களில் ஒருவர், 8, 68, 141, 892

திருத்தக்க தேவர், சமணப் புலவர், 875

திருத்திண்டீஸ்வரர் கோயில், 933

திருத்தொண்டர் தொகை, சுந்தரமூர்த்தி சுவாமிகள் இயற்றியது, 888

திருந்தொண்டர் புராணம், பெரிய புராணத்துக்கு மறு பெயர், 887

திருத்தோற்றமுடைய மகாதேவன், 921

திருத்தோற்றம் உடையார், கோயிலின் பெயர், 253

திருநாகேச்சுரம், கல்வெட்டு, 207; கோயில், 657; 888

திருநாம நல்லூர், கல்வெட்டு, 362, 370

திருநாராயண பட்டர், கவிகுமுத சந்திரன் என்ற மறு பெயர், 873

திருநாரையூர், ஊரின் பெயர், 659

திருநாவுக்கரசர், நாயன்மார்களில் ஒருவர், 215

திருநீற்றுச் சோழன், முதலாம் குலோத்துங்கனின் விருது/பட்டம், 450, 476

திருநெடுந்தாண்டகம், 838

திருப்புகலூர், 542

திருபுராந்தகம், கர் நூல் மாவட்டம், 442, 589, 591, 597

திருபுரீ ஹைஹேய மன்னன், 424

திருபுவன சக்கரவர்த்தி, முதலாம் குலோத்துங்கனின் பட்டம், 415, 449

திருபுவன மகாதேவி, முதலாம் இராஜேந்திரனின் தாயார், 252

திருபுவன மகாதேவி, முதலாம் குலோத்துங்கனின் மனைவி, 452

திருபுவன மகாதேவி, இந்தப் பெயரில் கடைவீதி, 614

திருபுவன மாதேவியார், உத்தம சோழனின் முக்கிய பட்டத்தரசி, 216

திருபுவன வீரன், 523

திருபுவனி/திருபுவனை, கல்வெட்டு, 415, 661, தற்கால பாண்டிச்சேரியின் மறு பெயர், 679

திருபுஜக வர்பூஷண மகாராஜூலு, 282

திருப்பதிகம்/திருப்பதியம், 732, 733, 829, 856

திருப்பருத்திக் குன்றம் என்ற ஜீனக் காஞ்சி, 845

திருப்பவித்திரம், 841

திருப்பழனம், 624; நகரம் என்ற சபை இருந்த ஊர், 671

திருப்பாலைவனம், செங்கற்பட்டு மாவட்டம், 531

திருப்பாலைவனம், கல்வெட்டு, 666

திருப்புவன, அல்லது வானவன் மாதேவியார், முதலாம் இராஜேந்திரனின் மனைவி, 304

திருப்புறம்பயம், 147, 150, 151, 162

திருப்பூவனம், கோயில், 522

திருப்பேர், கிராமம், 469

திருமங்கை ஆழ்வார், 48, 66, 67, 70, 142, 143, 832, 860

திருமஞ்சன சாலை, 435

திருமஞ்சனத்தார் வேளம், 613

திருமந்திர ஓலை, அரசரின் ஆணை எழுதுபவர், 439, 586, 633, 667

திருமந்திர ஓலை நாயகம், அரசரின் ஆணை ஒப்பமிடும் அதிகாரி, 633

திருமயம், 973, 974

திருமலை, 554

திருமலைப் பாறை கல்வெட்டு, 307, 310

திருமழவாடி, கோயில், 305, முதலாம் குலோத்துங்கன் அரண்மனை, 451, கல்வெட்டு, 476, 921

திருமன்னிவளர, 266, 269, 273, 277, 309, 899

திருமாணிக்குழி, கல்வெட்டு, 522, 526, 679

திருமாணிக்குழி, கோயில், 553

திருமாவளவன், பெரும், பாண்டிய மன்னன் நண்பன், 64

திருமாளிகைத் தேவர், 893

திருமாற விசயோத்துங்க வர்மன், 251

திருமுகம், 633, 635

திருமுக்கூடல், ஊர், 252; கல்வெட்டு, 633, 638, 731, 826

திருமுறைகண்ட புராணம், உமாபதி சிவம் எழுதிய நூல், 888, 892

திருமுனைப்பாடி, 174

திருமூலர் திருமந்திரம், 892

திருமெய்க்காப்பாளர், சோழ அரண்மனையில் மெய்க்காப்பாளர்கள் இந்தப் பெயரில் அழைக்கப்பட்டனர், 615

திருலோசன சிவா, 841-2

திருவக்கரை, சந்திரமவுலீஸ்வரர் பிரதிஷ்டை, 840, 843

'திருவடியார்', சபையின் மற்றும் மகா சபையின் அங்கத்தினர்கள் அழைக்கப்பட்ட பெயர், 671

திருவண்ணாமலை, கல்வெட்டு, 214, 542, 545, 547, 551, 552, 788

திருவதிகை, கல்வெட்டு, 452, 469

திருவயன் ஸ்ரீகண்டன், மகாராஜா, 172

திருவருட்பயன், உமாபதி சிவாச்சாரியார் இயற்றியது, 896

திருவலஞ்சுழி, 252

திருவல்லம், கல்வெட்டு, 254

திருவல்லாவிலுள்ள ஹஜூர்கஜான செப்பேடுகள், 190

திருவள்ளுவர், 41, 90, 91, 101

திருவாசகம், மாணிக்கவாசகர் இயற்றியது, 892

திருவாய் கேள்வி, 626

திருவாய்மொழி, 733, 836, 897

திருவாரூர், 41, 74, 404, 470, 524, 638

திருவாலங்காடு, செப்பேடு/பட்டயங்கள், 10; 66, 151, 156, 178, 193, 195, 196, 201, 204, 208, 212, 239, 304, 306, 310, கோயில், 511; 632, 636, 676, 764, 787, 873

திருவாலீசுரம், 620; 621, சிற்பங்கள், 963

திருவாவடுதுறை, 827

திருவாவூர், 544

திருவிசலூர், முதலாம் இராஜராஜன் இருந்த ஊர், 252, 256கு., 275

திருவிசைப்பா, 253

திருவிடைமருதூர், கல்வெட்டு, 521

திருவிடைமருதூர் சேனை, 621

திருவிடையாட்டம், சில நிலங்களின் பெயர், 659, 673, 679

திருவிடைவாயில், தஞ்சை மாவட்டம், 8, 834

திருவிளையாடற் புராணம், பெரும்பற்றபுலியூர் நம்பி இயற்றியது, 887, 891

திருவிற்கு, இலக்குமியைக் குறிக்கும், 273

திருவீர நாராயண சதுர்வேதி மங்கலச் சபை, 211

திருவுண்ணாழிகை சபை, 657

திருவுந்தியார், உய்யவந்த தேவர் இயற்றியது, 894

திருவெண்காடு, கோயில் உள்ள ஊர், 194; கல்வெட்டு, 362, 586

திருவெண்ணெய் நல்லூர், 548, 640

திருவெம்பாவை, மாணிக்கவாசகர் இயற்றிய நூல், 835

திருவெறும்பியூர், 643

திருவெறும்பூர், 677

திருவேந்திபுர கல்வெட்டு, 6, 541, ஹொய்சாளர்கள் தலையீடு, 579-81, 587

திருவைய ஈசுவரன், கோயில், 254

திருவையன் சங்கர தேவன், 254

திருவொற்றியூர், கல்வெட்டுகள், 172; 198, முதலாம் பராந்தகனது வழி வந்தோரது காலத்தில் சோழ நாட்டின் வட எல்லையாக விளங்கியது, 242; 303, 339, 450, 482, 522, 638, 659, 828

திருவோத்தூர், வட ஆர்க்காடு மாவட்டம், கல்வெட்டு, 469

திரைமூர், சபை, 675

திரைலோகசுந்தரி, 426

திரைலோக்கிய மகாதேவி, முதலாம் குலோத்துங்கனின் ஒரு மனைவி, 452

திரைலோக்கிய மல்லதேவன், முதலாம் சோமேசுவரன், 347

திரைலோக்கிய மல்லன், ஆறாம் விக்கிரமாதித்தன் கொண்ட பட்டம், 369

திரைலோக்கிய மாதேவியார், பார்த்திவேந்திர வர்மன் பட்டத் தரசிகள் பெற்ற பட்டம், 202

திரைலோக்கியம் உடையார், 352

தில்லைச் சிற்றம்பலம்/நடராசர், முதலாம் பராந்தகன் பொன்வேய்ந்தான், 181, 205

தில்லைஸ்தானம், 'நகரம்' 'ஊர்' என்ற இரு சபைகளும் ஒரே காலத்தில் இயங்கின, 671

திவாகரன் அல்லது தேவகாலன், 432

திவ்ய சூரி சரிதம், வைணவத் திருமுறை, 16, 142, 404, 832

திவ்விய பிரபந்தப் பாசுரங்கள், 918

தீ

தீட்டு, ஏற்கனவே சரிபார்க்கப்பட்ட ஓலையின் வாசகம் இந்த பெயருள்ள நிரந்தரப் பதிவுப் புத்தகத்தில் ஏற்றப்பட்டது, 635

தீர்க்கசிக் கல்வெட்டு, 395

தீர்த்தமலைக் கோயில், 673

தீன சிந்தாமணி, முதலாம் குலோத்துங்கனின் மனைவியின் பெயர்,

து

துக்கரை, 254

துங்கபத்திரை, 239, 240, 269, 270, 278, 299, 335, 347, 359, 363, 368, 417, 420, 421, 422, 612

துங்கா, கர்நாடகாவிலுள்ள ஆறு, 359

துட்டன், 350

துண்டிர, நாடு, 370

துதேலா-பெஞ்சமின், யூத யாத்ரீகர், 793, 796

துருகண்ட, 348

துலாபாரம், தானத்தில் ஒரு வகை, 181, 252, 616

துவாரகை, 478

துவாரசமுத்திரம், 580

துவாரசமுத்திரம் பூததேய நாயகர், 587

துளு நாடு, 342

தூ

தூங்கையில் எறிந்த தொடித்தோள் செம்பியன், 44

தெ

தெகாபே, தற்பொழுது கர்நாடகாவிலுள்ள 'நூங்க' நாட்டு சிற்றரசனின் மகள் உடன்கட்டை ஏறினாள், 727

தெமிலிங், நகரம், 292

தெய்வ, ஒரு வகை விவாகம், 88

தெய்வ, தேவ என்பவர் எழுதிய நூல், 907

தெய்வச் சிலையார், 903

தெலிங்க குலகாலன், முதலாம் இராஜராஜனின் பட்டம், 251

தெலிங்க வீமன், 437, 467, 501

தெலுங்கு சோடநாடு, 595

தெலுங்குச் சோடர்கள், 546, 576, 589, 593, 594, 597, 598

தெலுங்கு - சோழ, 3

தெலுங்கு மகாசபைச் செப்பேடுகள், 391, 395

தெலுங்கு வித்யன், 530

தெள்ளாறு, 582

தென் கோசல நாடு, 304

தென்னவன் ஆபத்துதவிகள், பாண்டியப் படையின் ஒரு பிரிவு 620

தென்னவன் இளங்கோ-வேளிர், 168

தே

தேகி, செப்பேடுகள்/பட்டயங்கள், 393, 397, 436

தேசி, 856

தேர் வண்மலையான், என்ற தலைவன் சோழ மன்னனுக்கு ஆதரவாகப் போரிட்டான், 63

தேவ, தெய்வ என்ற நூலின் ஆசிரியர், 907

தேவகன்மிகள், கோயில் அதிகாரிகள், 757

தேவகாலன் அல்லது திவாகரன், 432

தேவகிரி நாட்டு யாதவ மன்னவன், 420

தேவ கோஷ்டங்கள், 971

தேவனதானம், தானமாகக் கொடுக்கப்பட்ட ஒரு வகை நிலங்கள், 152, 703, 704, 711, 722, 747, 749, 753, 755, 757, 762, 777, 787

தேவநாதன், சாளுக்கியத் தலைவன், 363

தேவரடியார்கள், 7, 659, 728, 729

தேவராஜர், அரசரே தேவன் என்ற பொருள், 617

'தேவார நாயகம்', முதலாம் இராஜேந்திரன் காலத்தில் இருந்த ஓர் அதிகாரியின் பெயர், 835

தேவாரம், 8, 70, 250, 870, 918

தேவாலயங்கள், 273

தே-ஹிவா-கியோ-லோ-தேவகலா, முதலாம் குலோத்துங்கனை சீனர்கள் அழைக்கும் பெயர், 433

தை

தைத்ரீயம், 680

தைல், இரண்டாம், ஆகவமல்லன், பண்டைச் சாளுக்கிய வமிசத்துக்கு உயிர் கொடுத்தவன், 238; இராஷ்டிரகூடரின் அடிமைகளாக இருந்த சாளுக்கியர் தைலப்பனின் தலைமையில் தன்னுரிமையை நிலை நாட்டினர், 241, 278

தொ

தொண்டரடிப் பொடி ஆழ்வார், 142

'தொண்டர்சீர் பரவுவார்', சேக்கிழாருக்கு வழங்கிய பட்டம் 889

தொண்டமா நல்லூர், 581

தொண்டி, 503, 504

தொண்டைக்கும் மல்லைக்கும், மன்னன், கோப்பெருஞ்சிங்கனின் பட்டம், 582

தொண்டை மண்டல சதகம், 885

தொண்டை மண்டலம்/தொண்டை நாடு, கரிகாலனைப் பதவிக்குத் தேர்ந்தெடுத்தது; வேளிரைக் குடியேற்றியது, 50; 149, 151, 152, 155, 175-6, 197, 202, 205, 361, 551, 'ஜயங்கொண்ட சோழமண்டலம்' என்ற மறு பெயரும் உண்டு, 630; 633, 887

தொண்டை மண்டலம் கொண்ட பல்லவாண்டார், என்ற காடவராயர், 550

தொண்டை மாநாடு, முதலாம் பராந்தகன் எழுப்பிய 'ஆதித்யேச்சுரம்' என்னும் கோயில் உள்ள ஊர், 618

தொண்டைமான் இளந்திரையன், தொண்டை மண்டலத்தை ஆட்சி செய்தவன், 50

தொல்காப்பியம், 88, 122, 628

தொழுதகையூர், 581

தோ

தோனூர், பீஜப்பூர் மாவட்டம், 239

ந

'நகரம் ', பெரும் நகரங்களில் இயங்கிய சபை, 660, 671, 694

'நகரம்', வணிகர்களுடைய உள்ளூர் நிறுவனத்தின் பெயர், 781

நகரத்தார், 697

'நகர்', 674

நக்கவாரம், நிகோபார்த் தீவுகளின் தமிழ்ப் பெயர், 288

நக்கீரர், அகநானூற்றுப் பாடல் ஆசிரியர், 57

நங்கிலி, ஊரின் பெயர், 421, 445

நச்சினார்க்கினியர், பட்டினப்பாலையின் உடையாசிரியர், 115, 292, 876, 903

நடராஜப் பெருமாள், 842, 963, 965, 966

நடுகல், 62

நடுக்கண்ணை, சோழ மன்னன்மீது காதல் கொண்ட ஒரு பெண், 65

நடுவிருக்கையர், அரசர் சபையில் வீற்றிருந்த அதிகாரி, 633

நந்தர்கள், 313

நந்தலூர், கடப்பை மாவட்டம், 442, 477

நந்தனார், 745, 847

நந்திக் கலம்பகம், நூல், 870

நந்திபுரத்து அரசன், சுந்தரச் சோழனைச் சிறப்பிக்கும் பாமாலை 211

நந்திபுரம், 253

நந்திவர்மன், சோழ மன்னன், 138

நம்பயன், 468

நம்பி அகப்பொருள், 887

நம்பிகாட நம்பி, 893

நம்பி நெடுஞ்செழியன், சோழ மன்னன், 65

நம்பியகப் பொருள், நாற்கவிராஜ நம்பி இயற்றியது, 901

நம்பியாண்டார் நம்பி, சைவத் திருமுறைகளைத் தொகுத்தவர், 15, 16, 66, 142, 835, 888, 892

நம்பிராஜன், 448

நம்பிள்ளை, நாலாயிர திவ்யபிரபந்தத்திற்கு உரை எழுதியவர், 897

நம்பிஹல்லி, கர்நாடகாவின் ஒரு பகுதி, 301

நம்மாழ்வார், திருவாய் மொழி இயற்றியவர், 836, 897

நரசிங்க முனையாதரையர், மலையமான்கள் குடும்பத்திலுள்ள ஒருவனின் பட்டப் பெயர், 552-3, 961

நரசிங்க விக்கிரம வீரர், படைத்தலைவன் பெயர், 622

நரசிம்ம வர்மன், முதலாம், 140

நரசிம்ம வர்மன், இரண்டாம், இராஜேந்திரன் ஆட்சிக் காலத்தில் இருந்த குறுநில மன்னனும் மிலாடு தலைவனும், 360

நரசிம்ம வர்மன், குறுநில மன்னன், 445

நரசிம்மன், சாளுக்கியத் தலைவன், 312

நரசிம்மன், ஹொய்சாள மன்னன், 518, 580, 582, 587

நரலோக வீரன், 429; 452, 453, 471, கலிங்கர்கோன் என்ற மறு பெயரும் உண்டு, 473

நரவாகனன், 875

நலங்கிள்ளி, பண்டைச் சோழர்களின் பெயர்கள், 26, 50, 51

நல்லசித்தன் என்ற மன்ம சித்தன், 530-1, 533, 534

நல்லசித்தன், மதுராந்தகப் பொத்தப்பிசோழ என்ற ஏறமசித் தனின் மகன், 532, 564 கு., 565 கு.

நல்லடிக்கோன், செங்கணானுடைய மகன், 68

நல்லமன், 515

நல்லருத்திரான், சோழ மன்னன், 65

நல்லூர் , தஞ்சாவூர் மாவட்டம், 405

நவசோழ சரிதம், தெலுங்கு கன்னட மொழிகளில், 18

நவராமன், சோழ, கேரள, பாண்டிய நாடுகளின் அதிபதி, 138

நவிலி நாடு, கல்வெட்டுகள், 422

நளவெண்பா, 886

நன்னமராயர், 254

நன்னய்ய பட்டன், ஆந்திர பாரதம் என்னும் நூலின் ஆசிரியர், 301

நன்னி நுளம்பன், சாளுக்கிய படைத் தலைவன், 350

நன்னிலம், 68

நன்னூல், 901

நா

நாகதீபம், 208

நாகப்படங்கள், 954

நாகப்பட்டினம், 25; தாலமி என்ற புவியியல் ஆசிரியர் தன் குறிப்புகளில் 'நிகாமா' என்று பெயரிட்டிருக்கிறார், 30; பௌத்த மடத்திலிருந்து பெரும் பொன்னாலான சிலையை திருமங்கை ஆழ்வார் கொள்ளையடித்ததாகக் கூற்று 143; பௌத்த மடம், 211; 294, கடார மன்னன் கட்டிய இரு பௌத்த விகாரைகள், 434; 672, 860

நாகமங்கல, தற்போதைய கர்நாடகாவைச் சேர்ந்தது, 444

நாகலை, 356

நாகவமிச அரசன், சக்கரக்கோட்டத்து தாராவர்சன் என்ற மறு பெயர், 399, 415

நாக வம்சம், 282

நாக-வம்சோத்பவர், நாகர் வம்சம், 282

நாகேஸ்வரம்/நாகேஸ்வரர், கோயில், 929, 933, 956, 958

நாஞ்சில் நாடு, இன்றைய கன்னியாகுமரி மாவட்டத்தின் பெரும் பகுதி, 277

நாடக சாலை, 675, 680

நாடக மகளிர், 103

'நாடாள்வான்', ஒரு தலைவரின் பெயர், 643

நாடு, (7000), இப்போதைய கடப்பை, கர்நூல் மாவட்டங்களிலுள்ள ஆற்றின் கரையோரம், 137

நாடு, பல கூற்றங்கள் சேர்ந்தது; 'வளநாடு' என்ற மறு பெயரும் உண்டு, 630

'நாடு', சிக்கல்கள் ஏற்பட்டபோது மட்டும் நீதி வழக்கு இந்தப்பெரிய தொகுதியின் அதிகாரியிடம் எடுத்துச் செல்லப்பட்டது, 642 658

'நாடு', இந்தப் பெயரில் ஒரு பேரவை செயலாற்றியது, 671, 672, 673, 697

நாடுகள், 702

நாடு கிழவன், கிராம சபையின் முக்கியஸ்தரின் பெயர், 631

நாடு கூறு, அதிகாரியைக் குறிப்பிடுகிறது, 637

நாடு வகை, 622

நாடு வகை செய்வோர், முதலாம் இராஜராஜன் காலத்தில் ஒரு வகை அதிகாரிகளின் பெயர், 729

நாட்டரசர், அதிகாரியின் பெயர், 637

நாட்டார், 633, 672, 675

நாட்டுக் கண்காட்சி அதிகளின் ஒரு பிரிவு 637

நாட்டுக் குறத்திகள், 847

நாட்டுக் கோன், கிராம சபையின் முக்கியஸ்தரின் பெயர், 631

நாட்டுப் படை, கௌடில்யரால் 'சிரேணி' அல்லது 'ஜனபதம்' என்று அழைக்கப்பட்ட, படை, 622

'நாட்டு ராஜா', 644

நாதமுனி, திவ்ய பிரபந்தங்களைத் தொகுத்தவர் என்ற மரபு; 836, 837

நாமனைக் கோணம், முதலாம் இராஜேந்திரன் கைப்பற்றிய இடம், 281, 282

நாராயண பட்டர், 348

நாராயணபுரம், 777

நாராயணன், புலவர், 267

நார்த்தாமலையிலுள்ள விஜயாலயச் சோழீச்சுவரம், 922, 924

நாலாயிரக் கோவை, ஒட்டக்கூத்தன் இயற்றியது, 880

நாலாயிர திவ்ய பிரபந்தம், 870

நாலு கோட்டை, பூதுகன் வென்ற ஒரு கோட்டை, 178

நாலூர்ச் சபை, 677

நால்மடி வீமன், சோழத் தளபதிக்கு அளித்த பட்டம், 279

நாவலந் தீவு, 164

நாவிதர்கள், 699

நாழிகை, 108

நாழியில் கால் அளவு பாட்டம், சில பொதுக் காரியங்களுக்கு வியாபாரத்தில் விற்பவரும் வாங்குபவரும் ஒரு கலம் தானியங்களின் மீது விதிக்கப்பட்ட மகண்மை விகிதம், 782

நாற்கவிராஜ நம்பி, 'நம்பியகப் பொருள்' என்ற நூலின் ஆசிரியர், 901

நானாசிவத் தேவர், 511

நானாதேசிகள், வணிகப் பெருங்குழு, 777, 779

'நானாதேசிய-தசமடி-ஏரி வீரப்பட்டினம்', சிராவல்லி என்ற கிராமத்தின் மறு பெயர், 779

நானார்த் தாரணவ சம்க்ஷேப, சமஸ்கிரதப் பேரகராதி, 904

நி

நிகண்டு சூடாமணி, மண்டல புருஷர் இயற்றிய சூடாமணி என்ற நூலின் மறு பெயர், 902

நிகமண, நியாயப் பிரவேசிகாவின் ஒரு வாதம், 71

நிகரிலிச் சோழ-சதுர்வேதி மங்கலம், 778

நிகரிலிச் சோழன், முதலாம் இராஜராஜனின் பட்டம், 251

நிகோபார்த் தீவு, 288

நிசும்ப சூதனி, 148

நிச்சப்பட்டழகன், 961

நித்தவிநோத சம்புவராயன், இரண்டாம் இராஜராஜன் இறந்த பிறகு ஆட்சியில் பங்கு கொண்டிருந்தார், 482

நித்திய விநோதன், முதலாம் இராஜராஜனின் பட்டம், 251

நிம்பள தேவி, 303

நியமம், அல்லது செந்தலை, ஊர், 150

நியாயத்தார், நீதிமுறையில் உள்ள குழுவின் பெயர், 639, 659, 681

நியாயத்தார், ஊர் அதிகாரிகளைக் குறிப்பிடும், 663

நியாயப் பிரவேசிகா, திந்நாகர் இயற்றியது, 71

நியோகம், 670

நிரஞ்சன குரு, 851

நிருத்தப் பேரரையன், நாட்டியக்கலை வல்லுநருக்கு வழங்கப்பட்ட ஒரு பட்டம், 628

நிருபகாமன், ஹொய்சாள மன்னன், 443

நிருபதுங்க வர்மன், பல்லவ மன்னன், 151

நிருபதுங்கன், கோப்பெருஞ்சிங்கனின் பட்டம், 582

நிவந்தம், உறுதியான ஊதியம், 731

நிஸ்ஸாங்க மல்லா, ஈழ மன்னன், 526

நிஸ்ஸாங்க மல்லேசுவரம், ஈழ மன்னன் நிஸ்ஸாங்கமல்லா இராமேஸ்வரம் கோயில் திருப்பணிக்காக பணம் செலவழித்ததால் இந்தப் பெயர், 526

'நிஷ்க', ஒரு நாணயம், 802

நீ

நீடுபுரோலு, கல்வெட்டு கிடைத்த இடம், 468

நு

நுங்கமன், நல்லசித்தனின் பட்டத்தரசி, 531

நுவரகிரி, 426

நுளம்பபாடி, தற்போதைய கர்நாடகாவைச் சேர்ந்தது, 236, 240, 300

நுளம்பர்கள்/நுளம்பன், 162, 171, 238, 362, 590

நுளம்பாதி ராஜா, 238

நுளம்பதி ராஜ சொரய்யன், 238

நுளம்பாதி ராஜன்/நுளம்பாதி இராஜர், மூன்றாம் குலோத்துங்கனின் அதிகாரியின் பதவிப் பெயர், 545, 668

நூ

நூர்மடிச் சோழ இராஜேந்திரன் வித்தியாதரன், முதலாம் இராஜேந்திரனின் ஹொட்டூர் கல்வெட்டில் காணப்பட்ட பெயர், 239

நெ

நெஞ்சுவிடு தூது, உமாபதி சிவாச்சாரியார் இயற்றியது, 896

நெடுங்கிள்ளி, சோழ மன்னன், 52; 'காரியாற்றுத் துஞ்சிய நெடுங்கிள்ளி', பட்டப் பெயர், 53

நெட்டூர், போர்க்களம், 526

நெடுமுடிக்கிள்ளி கிள்ளிவளவன் அல்லது மாவண்கிள்ளி, 51

நெடும்பிறை, 777

நெய்தலங்கானல், சோழ இளவரசரின் பட்டப் பெயர், 63

நெய்ப்பூர், 169

நெல்லூர், 163, 206, 777

நே

'நேமி நாதம்', குணவீரப் பண்டிதர் இயற்றியது, 900

நேரியன் மாதேவியார், விக்கிரம சோழனின் அரசி, 472

ப

பகவதி, தேவியின் பெயர், 778

பகீரதன், 280

பக்த ஜனேஸ்வரர் கோயில், 935

பக்தி ராஜன் செப்பேடு, 598

பஞ்ச கங்கை, 382 கு.

பஞ்சப் பள்ளி, முதலாம் இராஜேந்திரன் கைப்பற்றிய இடம், 281, 282

பஞ்ச பாண்டவ மலை, வட ஆர்க்காட்டில் உள்ளது, 254

பஞ்சவர்கள், 64

பஞ்சவன் மாதேவிச்சுரம், இராமநாதன் கோயிலில் முதலாம் இராஜேந்திரன் எழுப்பித்த கோயில் ஆண்டவனின் பெயர், 618

பஞ்சவன் மாதேவியர் சத்ரு பயங்கரத் தெரிந்த வேளம், சோழ அரச குடும்பத்தில் முக்கியமானவர்களுக்கு சேவை புரிந்து வந்த பரிவாரங்கள், 615

பஞ்சவன் மாதேவியார், முதலாம் இராஜேந்திரனின் மனைவி 304

பஞ்சவன் மாதேவியார், பிள்ளையார் சோழ வல்லப தேவனின் மனைவியின் பெயர், 353

பஞ்சவன் மாராயன்/ மகாராயன், முதலாம் இராஜேந்திரனுக்குக் கொடுக்கப்பட்ட பட்டம், 234, 253

படிபற்று பட்டயம், முதலாம் சக்திவர்மனுடையது, 244

படிமங்கள், சோழர் காலத்தது, 962-3, செப்பு, 965

படைப்பற்று, நிலங்களின் பெயர், 673

படைவீடு, 486

பட்டசாலிகள், நெசவாளர்களின் பெயர், 775

பட்டடக்கல், 924

பட்டம் கண்டராதித்தி, அருண்மொழி தேவன் என்பவனின் ஆசைநாயகி, 726

பட்டரின் தத்துவம், 825

பட்டர்கள், 655, 659, 662, 672, 682, 722, 755

'பட்ட விருத்தி', நில மானியத்தில் ஒரு வகை, 752

பட்டினக் கூற்றத்து, 672

பட்டினப்பாலை; 29, 48, 88, 96, 100, 106, 109, 292

பட்டினம் , துறைமுகப் பட்டினத்தை குறிக்கும், 29, 108

பட்டினவர் மீனவ குடும்பத்தினர், 729

பட்டோலை அதிகாரி, 634, 636

பட்டேமன், பலம் வாய்ந்த இந்த ஐடாசோட வீமனின் தலைவனை சக்தி வர்மன் கொன்றான், 245-6

பணி மக்கள், அதிகாரிகளையும் படைவீரர்களையும் குறிக்கும் பொதுப் பெயர், 629, 631

பண்டித சோழன், முதலாம் இராஜேந்திரன் பெற்ற விருது, 303

பண்ணன், 55, ஆற்றுப்படையில் கூறப்படும் ஒரு வள்ளல், 102

பண்ணாட்டார், 659

பண்ணை, இடம், 286, 290

பதமஞ்சரி, ஹரதத்தா இயற்றியது, 907

பதிபாத மூலத்தார், 657

பதினெண்கிளைப்பாளர், திவாகரத்தில் குறிப்பிட்ட சங்ககால குழுக்கள், 93

பதினெண்கிளைப்பாளர், திவாகரத்தில் குழுக்களின் பெயர், 93

பத்திரா, ஆறு, 359

பத்துப்பாட்டு, 70, 329 கு.

பத்மகோசம், 950

பந்தன், விரிகுடா, 291

பப்பாளம், பர்மாவைச் சேர்ந்த இராமஞ்சு என்ற துறைமுகம், 288, 290

பரகேசரி, 672, 859

பரகேசரிபுரம், 'நகரம்' என்ற சபை இருந்த ஊர், 671

பரக்கமன், மன்னன், 343

பரசுராமர்/பரசுராமன், 43, 273, 298

பரஞ்சோதி முனிவர், மற்றுமொரு 'திருவிளையாடற் புராணம்' எழுதினார், 891

பரணர், கரிகாலன் காலத்தில் வாழ்த்த புலவர், 46, 64

பரணி, 437

பரதவர், மீனவர், 104

பரதஸ்வாமி, ஹொய்சாள மன்னன் இராமநாதன் ஆட்சியில் சாம வேதத்துக்கு உரை எழுதினார், 905

பரந்தூர், கல்வெட்டு, 203

பரமன் மழபாடியார், படைத்தலைவன், 253

பரமேஸ்வர வர்மன், 140

பராக்கிரமபாகு, முதலாம் சிங்கள மன்னன், 290, 426, 504, 506, 508, 518, 525, 526, 581

பராக்கிரம பாண்டியன், 446, 502, 508, 518

பராந்தக குந்தவை பிராட்டியார், 302

பராந்தக தேவன், 217 கு.

பராந்தக மன்னன், முதலாம், (கி.பி.907-955) அரச கட்டளைகளும் மற்ற விவகாரங்களைப் பற்றிய குறிப்புக்களும் பல ஆண்டுகளுக்குப் பிறகே கல்வெட்டுகளாகப் பொறிக்கப் பட்டன 11; கிராமம் கல்வெட்டைப் பற்றிக் கூறும் கீல்ஹார்ன், 22 கு.; ஆட்சிக்கு வந்த தேதியை கீல்ஹார்ன் குறித்துள்ளார், 149; 152, ஆட்சி, 162-190; பாண்டியருடன் போர், 163-7; ஈழப்போர், 167-8, நண்பர்கள் 168-9, வாணர்களுடன் போர் 171; கைதும்பர்களுடன் போர் 171; சீத்புலி போர் 172; கிருஷ்ணன் படையெடுத்த கால வரன்முறை, 174-6; இராஷ்டிரகூடரின் படையெடுப்பு, 177-9; ஆட்சியின் முடிவு, 179-181; 191, 193, மதுரை கொண்ட பரகேசரி, 196; திருவிசைப்பா பாடல் பாண்டியன் நாட்டையும் ஈழத்தையும் வென்று நடராசர் ஆலயத்திற்கு பொன்வேய்ந்தது பற்றிக் கூறுகிறது, 205; 210, ஆட்சியில் சோழ நாடு வடக்கே நெல்லூர் வரை பரவியிருந்தது, 242; 253, 272, 470, 519, 618, 632, 655, 657, 665, 675, 893, ரிக்வேத பாஷ்யத்தின் ஆசிரியரான வேங்கட மாதவர் அரசனுடைய ஆதரவில் வாழ்ந்தார், 904-5; 930, 932, 933

பராந்தக வீர நாராயணன், பாண்டிய மன்னன், 154, 162

பராந்தகன் சிறிய வேளாரும், சோழரது படையின் தலைவன், 209

பராந்தகன், பாண்டிய மன்னன், 438, 501

பராந்தகன், இரண்டாம், சுந்திரச் சோழனைப் பார்க்கவும், 836, 849

பராந்தகன், பெருமானடிகள், முதலாம் குலோத்துங்கனின் பட்டம், 450

பரிதி, ஹிந்துப்பூர் வட்டத்தைச் சேர்ந்த இடம் 170

பரிபாடல், இந்நூலுக்கு பரிமேலழகர் சிறந்த உரை எழுதியுள்ளார், 903

பரிமேலழகர், 26, 94, 903

பரிவாரங்கள், சோழ அரண்மனையில் மெய்க்காப்பாளர்கள், 615

பர்மிய, 288; கீழைப் பர்மா, 290

பலமிக்க மகாலான் கிட்டி, 342

பலராமன், சங்ககாலக் கடவுள், 123

பலி, அரக்கர் மன்னன், 119

பலெம்பாங், 289, 291

பல்லவ கல்வெட்டு, 5

பல்லவராயர், 484, 486, 487, 488, 489, 490, 503, 508, 514

பல்லவராயன் பேட்டை, தஞ்சாவூர், இரண்டாம் இராஜாதிராஜனின் எட்டாம் ஆட்சி ஆண்டு கல்வெட்டு, 483-492, 505 பல்லவர்கள், 231, 624, 655, 870

பவணந்தி, சமண முனிவர், நன்னூல் இயற்றினார், 547

பழங் காசு, 708, 809

பழம்புள்ளி மாடை, நாணயத்தில் ஒரு வகை, 805

பழியிலி ஐந்நூற்றுவர், படைக் குழாம், 622

பழுவூர் (மேலைப்), 253

பழுவேட்டரையர் (கண்டன் மறவன்), வெள்ளூர்ச் சண்டையில் பங்கேற்றவர், 166, 168, 253

பழைய மாறன், பாண்டிய சேனாதிபதி, 57

பழையனூர், 632, 675

பழையனூர் உடையான், வேதவனம் உடையான், அம்மையப்பன் என்ற அண்ணன் பல்லவராயன், 506

பழையாறு, நகரத்தின் பெயர், 304

பழையாறை, 613, 614

பள்ளி, பௌத்த கோயிலைக் குறிக்கும் 626, சமணர் கோயிலும் இப்பெயர் பெற்றிருந்தது, 858

பள்ளிச்சந்தம், ஒரு வகை நிலங்கள், 434, 673, 675, பௌத்த அல்லது சமணக் கோயில் கட்டப்பட்ட இடத்துக்கு வரிவிலக்கு அளிப்பது, 858

பள்ளிப்படை, நினைவுச் சின்னத்திற்கு அக்காலத்திய பெயர், 194, 207, 618

பறிவி, பாதாமியைச் சேர்ந்த சாளுக்கியர்களின் தலைநகரம், 170

பறைச்சேரி, வரி விதிக்கப்படாத இடம், 706

பன்னெய், ஊர், 290

பஸ்தார், 282

பா

பாகன், 443

பாகி நாடு, 242, 624

பாகூர், கிராமம், 639; பெரிய ஏரி, 760

பாக்தாதில் அப்பாசித் கலிபத், 789

பாசல/பாசள தேவி, 565, 587

பாசிப் (பட்டினம்), 503, 504

பாச்சூர், 581

பாடபன், 243

'பாடிக்காவல் கூலி', ஒரு வகை இறை, 704, 705

பாணபுரம், 729

பாணர், இசைவாணர்கள், 101, 108

பாணர்கள், ஆட்சி புரிந்தவர்கள், 134

பாணன், கட்டி என்ற தலைவனின் நண்பன், 65

பாணன், புலவர், 524

பாண்டிக் கோவை, நூல், 870

பாண்டி மண்டலம், 504, 523

பாண்டிய கண்டன், இரண்டாம் வல்லாளனுடைய பட்டப் பெயர், 541

பாண்டிய-குல-சம்ரட்சண-தக்ஷ-தக்ஷண-புஜ, வீர சோமேசுவரன் பாராட்டப்பட்ட பெயர், 592

பாண்டிய குலாந்தகன், வீர ராஜேந்திரன் ஏற்ற பட்டம், 370

பாண்டியச் சோழன், தமிழ் வேந்தன், 351

பாண்டிய நாடு, 9; 230, 231, 296, 297, 298, 344, உள்நாட்டுப் போர், 483, 488, 490, 492, 503, 426, 527, 591

பாண்டிய மன்னன், 45; மன்னர்களின் கல்வெட்டுகள், 11

பாண்டிய முடி, 271

பாண்டிய ராஜன், மூன்றாம் குலோத்துங்கனின் அதிகாரியின் பதவிப் பெயர், 545

பாண்டியர்கள்/பாண்டியன், 27; பட்டினப்பாலையில் வரும் பெயர் 29, முதலாம் குலோத்துங்கன் தன் ஆட்சிக்குக் கீழ் மீண்டும் கொண்டுவர முடிந்தது, 424; முதலாம் குலோத்துங்கனுடன் போர் 427-9, 473, 501, 505, 515, பாண்டியர்களுடன் சேர்ந்து சோழப் பேரரசை அவமதிக்கவும் துணிந்து சிற்றரசன், 518-9; 521, 522, 523, 524, 528, 536, 539, 542, 583, 587, 588, 593, 595, 597, 655, 870

பாண்டியலோசனி, முதலாம் இராஜராஜனின் பட்டம், 251

'பாண்டியனை-வென்(றி) கண்ட-சோழ சதுர்வேதி மங்கலம்', 158 கு.

'பாண்டியனைச் சுரம் இறக்கின', சுந்தரச் சோழன் ஏற்ற விருது, 192

'பாண்டியன் தலைகொண்ட' சுந்தரச் சோழன் ஏற்ற விருது, 192, 202

பாண்டியன் தலைகொண்ட கரிகாலச் சோழன், சுந்தரச் சோழன் காலத்தில் கொலையுண்டவன், 211

பாபட்லா, கல்வெட்டு, 805

பாபிலோன், 314

பாமுலூர், சேர நாட்டில் ஒரு கோட்டை, 63

பாயல்நம்பி, கீழ், மேலைச் சாளுக்கிய படையின் தலைவன், 247

'பாரதப் பங்கு', இராமாயணம், மகாபாரதம் என்ற இதிகாசங்களை கோயிலில் விரிவுரை செய்வோர்க்கு சபை அளித்த நிலத்தன் (வரி வசூலிக்காத) பெயர், 680

பாரதம், இதிகாசம், 826

பாரத வெண்பா, பெருந்தேவனார் இயற்றியது, 870

பாரமார மன்னன், 270

பாரமாரவி, மாளவ நாட்டைச் சேர்ந்தவர், 239, 241

பார்க்கவன், 274

பார்த்திவேந்திர ஆதித்த வர்மன், அரச குடும்பத்தைச் சேர்ந்த இளவரசனும் தொண்டை மண்டலத்தின் பிரதிநிதியும், 202

பார்த்திவேந்திர வர்மன், பரகேசரி மன்னன், 193, 199, 202, 203, 209, 214, 666

பார்த்திவேந்திராதிபதி வர்மன், 192

பாலசுப்பிரமணியர் கோயில், கண்ணனூர், 927

பாவப்பிரகாசம், சாரதாதனயர் இயற்றியது, 906

பாஸ்கர ரவிவர்மன் திருவடி, முதலாம் இராஜராஜன் காலத்தில் சேர மன்னனாக இருந்தவன், 231

பாஷ்யம், 680

பாஷ்ய விருத்தி, 838

பி

பிங்கல நிகண்டு, பழைய நூல், 292

பிசிர் ஆந்தையர், புலவர், 59

பிடற்றலை, கரிகாலனுக்கு பெரிதும் உதவி செய்த ஒரு நண்பன், 74 கு.

பிட்டிக விஷ்ணுவர்த்தனன், ஹொய்சாள மன்னன், 444

பித்தாபுரம், செப்பேடுகள், 393;436, கல்வெட்டு, 447

பிந்துசாரர், 28

பிபீலிகேசுவரர் கோயில், 933

பியுடிஞ்ஞர், இந்தியாவின் வரைபடம் தயாரித்தவர், 110

பிரகதீசுவர மகாத்மியம், வடமொழியில், (அல்லது) சோழவமிச சரித்திரம், 18

'பிரணயம்', வரியைப்பற்றி கௌடில்யர் கூறியுள்ளது, 693

பிரதானிகள், 505

பிரதிநிதி, 276

பிரதிவீபதி, முதலாம், 147

பிரபன்ன காயத்ரி, அன்றாடப் பிரார்த்தனைப் பாடல், 897

பிரபாகர மீமாம்சம், சமஸ்கிருத நூல், 904

பிரபோத-சந்திரோதயம், 324 கு., 839

பிரமதேசத்தில் பிரமேஸ்வரா, கோயிலின் பெயர், 920

பிரமதேய நிலங்கள், நிலங்களில் ஒரு வகை, 702

பிரம்பானன் கோயில், 938

பிரமபுரிஸ்வரர் கோயில், 934

பிராமன் மழபாடியார், மும்முடிச் சோழன் என்று அழைக்கப்பட்டவன், 242

பிரம மீமாம்ஸ பாஷ்யம், ஸ்ரீகண்டர் இயற்றியது, 907

பிரமேந்திரர், அதிகாரியின் பெயர், 667

பிரம்ம, ஒரு வகை விவாகம், 88

பிரம்ம தேசம், 302

பிரம்மதேயம், பிராமணர்கள் அதிகமாயுள்ள கிராமத்தின் பெயர், 749, 753, 755, 756, 874

'பிரம்ம வைசிய', 723

பிரம்மாதிராயர், சேனாதிபதிகள் பலருக்கு அளிக்கப்பட்ட விருது, 621, 631

பிரயோக விவேகம், 18-ம் நூற்றாண்டில் எழுதிய நூல், 900

பிரஜாபத்திய, ஒரு வகை விவாகம், 88

பிரஹத் கதை, 874

பிலிப், மாசிடோன் நாட்டவன், 247

பில்வமங்கள ஸ்வாமி என்ற லீலா-சுகர், கிருஷ்ண கர்ணாமிருதம் என்ற நூலின் ஆசிரியர், 906

பில்ஹணன், 348; 351, 364, 367, 393, 402, 403, விக்கிர மாதித்தனது திக்விஜயத்தைப் பற்றிக் கூறுவது, 416; 419, 420, 423

பிளினி, மூத்த வரலாற்று ஆசிரியர், 29, 111

பிள்ளைத் தமிழ், இரண்டாம் குலோத்துங்கன் மீது ஒட்டக் கூத்தன் பாடியது, 880

பிள்ளையார், அரச குடும்பத்தின் இளையோரையே இது குறிக்கும், 194

பிக்ஷாடன மூர்த்தி, பிக்ஷாடனார், 928, 967

பிக்ஷாமடம், வாரணாசியில் உள்ளது, 841

பீ

பீமன், பொதுவான பெயர், 438

பீமேசுவரன், 424, 448

பு

புகழேந்தி, புலவர், 885, 901

புகழ்ச் சோழ-நாயனார், உறையூரில் ஆட்சி செய்த சோழ மன்னன், 141

புகழ்விப்பவர் கண்டான், 254

புகார், காவிப்பூம்பட்டினத்தின் மறு பெயர், 29, 43, 44, 50, 104, 107, 109, 113

புங்கனூர், 170

புஞ்சை சிவன் கோயில், 931, 954, 972

புடோவிய ராசன், 589

புண்ணிய குமரன்/புண்ணிய குமாரன், ரேனாட்டுத் தெலுங்கு சோழ மன்னன், 49, 138

'புண்ணிய குமாரனின் பிரதிவல்லபன்', சோழ மகாராஜா பெற்ற விருது, 139

புதுப்பாக்கம், 632

புத்தகோஷர், 136

புத்தசிகா, 136

புத்ததத்தர், சோழ நாட்டின் மீதான களப்பிரர்களின் ஆட்சியைப் பற்றிய குறிப்புகள் 136; பௌத்த விகாரங்கள் கட்டப்பட்டன, 143; புத்த மதம், 25;136, பெரும்பான்மையான கூறுகளை இந்து மதம் ஏற்றுக் கொண்டது, 832, பௌத்த மதத்தைப் பார்க்கவும்

புத்தமித்திரர், வீர சோழியத்தின் ஆசிரியர், 16; பொன்பற்றித் தலைவன், 370; 899

புத்த வர்மன், 140

'புரவுவரித் திணைக்களம்', சில அதிகாரிகளின் பெயர், 633, 635

'புரவுவரித் திணைக்களத்துக் கண்காணி', சில அதிகாரிகளின் பெயர்; 633

புருஷாகாரம், கிருஷ்ண லீலாசுக எழுதிய உரை நூல், 907

புரோலன், காகதீய தலைவன், 448, 529

புலத்தி நகரம், ஈழத்திலுள்ள ஒரு நகரம், 272, 341, 366, 425, 430

புலிகேசி, இரண்டாம், 140

புலிகேசி, சாளுக்கிய படைத் தலைவன், 350

புலைச்சேரி, 506

புலையர், சங்க காலத்தில் தோல் தொழிலாளர், 117

புல்லாற்றூர் எயிற்றினார், புலவர், 60

புவன முழுதுடையாள், இரண்டாம் இராஜராஜனின் மனைவி, 479

புளிகெரே (300), 348

புறநானூறு/புறம், 51, 57, 64, 65, 70, 76, கு., 79 கு., 97, 116, 121, 125 கு., 128 கு., 132 கு.

புறமலை நாட்டார்கள், 673

புறம்பாடி, தஞ்சை நகரின் புறநகர்ப் பகுதி, 614, 626

'புஜபல மாடை', நாணயத்தில் ஒரு வகை, 805

புஜபல வீர நல்ல சித்தனதேவ சோழ மகாராஜன், 533, 566 கு.

புஜபல வீரன், கல்வெட்டு, 567

புஷ்பகம், பெண் யானையின் பெயர், 357

பூ

பூங்கோயில் நம்பி, 874

பூஞ்சாற்றூர், சோழ நாட்டில் ஓர் இடம், 121

பூண்டூர், 3:6

பூதபாண்டியன், 120

பூதமங்கலம், காவிரியின் கரையில் அமைந்துள்ளது, 136

பூதி ஆதிக்க பிடாரி, 168

பூதி ஆதித்த பட்டரீகா, மகாதேவர் கோயில் கட்டியவர், 929-30

பூதி விக்கிரம கேசரி, கொடும்பாளூரைச் சேர்ந்தவன், 209

பூதுகன், இரண்டாம், 173, 176, 177

பூபேந்திரச் சோழன், முதலாம் இராஜாதிராஜன் சூடிக்கொண்ட பட்டம், 297

பூமாதேவி, 696

பூம்புகார், 106

பூர்வ தேசம், முதலாம் இராஜேந்திரன் இந்நாட்டை வென்றான், 304, 336, 399

பூர்வ பங்குனி, முதலாம், இராஜாதிராஜன் பிறந்த நாள், 352

'பூர்வாஷாரம்', ஆண்டுதோறும் செலுத்தும் ஒரு கட்டணத்தொகை, 677

பெ

பெகன், நாடு, 291

பெகாங், மலேயாவின் கீழ்க்கரையிலுள்ளது, 292

பெகு, பர்மாவிலுள்ள ஒரு நகரம்; தமிழர் இதை 'பக்கோ' என்பர், 288, 291

பெங்குதாசா, 136

பென்னாகடம், கல்வெட்டு, 450

பெண்ணேவுறு,12, 348

பெத்த தப்ப சமுத்திரம், இரண்டாம் கல்வெட்டு, 339

பெரக், 328கு.

பெரிப்ளூ, செங்கடற் பயணக் கையேடு, 29

பெரிப்ளூஸ் (மேரீஸ் எரித்ராயி), 4, 31, 69, 110, 116, 624

பெரிய தேவர், 546

பெரிய நாட்டார், 659

பெரிய புராணம், சேக்கிழார் விரிவாக இயற்றினார், 15, 66, 68, 141, 142, 832, 858, 877, 887, 889, 893, 950, 978

பெரிய வாச்சான் பிள்ளை, நாலாயிர திவ்ய பிரபந்தத்திற்கு உரை எழுதியவர், 897

பெருங்கதை, 874

பெருங்கிள்ளி, சோழ மன்னன், 62

பெருங்குறி, 671

பெருதனம், படைகளுக்குள் ஒரு பாகுபாடு, 620

பெருந்திணை, நான்கு வகை விவாகங்களைக் கொண்ட ஒரு சொல், 88

பெருந்தேவனார், 898, 899

பெருமக்கள், சபையின் மற்றும் மகாசபையின் அங்கத்தினர்கள் அழைக்கப்பட்ட பெயர், 671

பெருமானடிகள், மேலை கங்க மன்னன், 174

பெரும்தரம், அதிகாரிகள், 253, 255

பெரும் பற்றப் புலியூர்நம்பி, திருவிளையாடற் புராணம் இயற்றியவர், 887, 891

பெரும்பாணாற்றுப்படை, 109

பெல்வோலோ (பென்வோலா), (300), 177, 348

பே

பேடகல்லு/பெட்கல்லு, 243, 244

பேடா, **448**

பேட்டா, **531**

பேத்தரசன், நல்ல சித்தனின் மகன், **532**, **566** கு.

பேயஸ், கிருஷ்ண தேவராயருடன் வாழ்தவர், **230**

'பேரம்பலத்திற்கு (சிதம்பரம் நடராஜர் கோயிலுக்கு) பொன்வேய்ந்த பெருமாள்' , இரண்டாம் குலோத்துங்கனின் பட்டப் பெயர், **476**

பேரரையன், கலை வல்லுநர்களுக்கு வழங்கப்பட்ட ஒரு விருது, **628**

பேரிளமையார், கோயில் கண்காணிப்பை யொட்டிய குழுக்கள்; **657**

பேரெயில் முறுவலார், புலவர், **65**

பேலூர்ச் செப்பேடு, **444**

பை

பைசாச, ஒரு வகை விவாகம், 88

பைசான்டைன், 612

பொ

பொதிகை மலை, **106**

பொதியில், சங்க இலக்கியத்தில் வரும் சொல், **94**, **428**

பொத்தப்பி, நாடு, **362**, **530**, **546**

பொத்தப்பி சோழன், **530**

பொத்தியார், புலவர், **59**, **94**

பொய்கையார், ஆழ்வார்களில் ஒருவரும் களவழியின் ஆசிரியரும், 66, 67, 98, 123

பொய்யாமொழிப் புலவர், 'தஞ்சை வாணன் கோவை' ஆசிரியர், 887

பொருநர் ஆற்றுப்படை, 95, 116, 119

பொருள்அணி, தண்டியலங்காரத்தின் ஒரு தலைப்பான அர்த்த அலங்காரம், 900

பொலன்னறுவை, 235, 273, 425, 426, 431, 675 பொள்வோலா, நாடு, 351

பொன் பரப்பிய மகதேசன், மகதை மண்டலத்து அரசனின் சிறப்பு பெயர், 547

பொன் பரப்பின் ஈஸ்வரன், 547

பொன் பரப்பினான், மலைய மான்களுள் ஒருவனின் பெயர், 552

பொன் பற்றி தலைவன் புத்தமித்திரன், 370

பொன் மாளிகைத் துஞ்சின தேவன், சுந்தர சோழன் அழைக்கப் பட்ட பெயர், 211, 252

பொன் முகாரி, ஆறு, 439

பொன் வாரியத்தினர், 665

பொன்னமராவதி, 503

பொன்னி, நாடு, 537

போ

போக தேவன், 248; ஜடாச் சோழ பீமனுக்கு மற்றொரு பெயரா? 262 கு.

போகம், மானியம் விடப்பட்ட நிலம், 751

'போகம்', நிலச் சொந்தக்காரர்களுக்குக் கொடுக்கப்பட்ட பகுதி, 762

போகவதி புரவாரேச்சவரர்,போகவதி நகரின் தலைவர், 282

போசன், தாரா நகரத்தில் இருந்த, 283

போர்வைக் கோப்பெரு நற்கிள்ளி, சோழ மன்னன், 64

போற்றிப் பஃறொடை, உமாபதி சிவாச்சாரியார் இயற்றியது, 896

போஜ அரசர், 628

பௌ

பௌ-கன், (பாகன்), 433

பௌகாம்வே, கல்வெட்டு, 277

பௌதாயன கிருஹ்ய சூத்திரம், 825

பௌத்தக் கொள்கைகள், 610

பௌத்த மதம், புத்தமதத்தைப் பார்க்கவும், 122, 370

பௌத்த விகாரைகள், 616, 860

'பௌரா' சமஸ்கிருதச் சொல், 674

ம

மகதம், 49, 580

மகதநாட்டு தொழிலாளர், சங்க காலத்தில் தமிழ் நாட்டில் பணி புரிந்தனர், 117

மகாகங்கை, ஈழத்தில் உள்ள தற்போது அழைக்கப்படும் மகா வேலிகங்கா, 32

மகாசபை, 657, 658, 669, 670, 671, 703, 711, 845

மகாசபை ஏழைப் பதின்மார், 723

மகாசபையினர், செம்பியன் மாதேவி, 668

மகாடித்த, 430

மகாதண்ட நாயகன், 240

மகாதிட்டா, 426

மகாதேவர் கோயில், 930

மகாநாக குலம், 426

மகாபலிபுரம், 789

மகாபாரதம், நாட்டின் பண்பாட்டை விளக்கும் காப்பியம், 14, 118, 122, 680, 822, 906

மகாபிரதானி அம்மண்ண தண்டநாயகன், 587

மகாமண்டலீசுவர குருராஜ ருத்ரதேவ சோழ மகாராஜா, 598

மகாமாத்திரர், அதிகாரிகளின் ஒரு பிரிவு, 637

மகாராசன், ஐடாசோட வீமனின் தலைவன், 245-6

மகாராட்டர்கள், 473

மகாராஜபாடி ஏழாயிரம், 533

மகாராஜாதிராஜன், வீர ராஜேந்திரன் ஏற்ற பட்டம், 369

மகாராஷ்டிரக் கொல்லர், சங்க காலத்தில் தமிழ்நாட்டில் பணி புரிந்தனர், 117

மகாலிங்க சுவாமி கோயில், 934

மகாவமிசம், 4; சோழ நாட்டிற்கும் ஈழ நாட்டிற்குமிடையே நிலவிய உறவைப்பற்றி, 31; 32 69, 70, 164, 165, 166, 167, 208, 235, 271, 288, 290, 299, 340, 342, 344, 345, 366, 425, 430, 478, 501, 502, 503, 504, 509

மகாவிரதங்கள், 849

மகாவிரதி, 851

மகாவேலி கங்கை, 426

மகிந்தன், நான்காம், ஈழ நாட்டு மன்னன், 208

மகிந்தன், ஐந்தாம், ஈழ மன்னன், இவனுக்கு எதிராக முதலாம் இராஜராஜனின் படையெடுப்பு, 235, 271, 273, 341

மகிந்தன், ஆறாம், ஈழ மன்னன், 526

மகிபாலன், மன்னன், 80; முதலாம் இராஜேந்திரனின் வெற்றி, 283; 306-13

மகேசுவரம், 586

மகேந்திரமங்கலம், 583, 708

மகேந்திரமலை, 438

மகேந்திர வர்மன், பல்லவன் (கி.பி. 600-630), 140; உலோகம், மரம், செங்கல் இவைகள் இல்லாமல் தன் முயற்சியால் ஒரு கோயில் கட்டிய பெருமை, 839; 956

மகேந்திர விக்ரம வர்மன், ரேனாட்டுச் சோழ மன்னன், 138

மகேஸ்வரர்/மாகேசுவரர், 697, 730, 788, 845

மகேஸ்வரர்கள் அல்லது ஸ்ரீவைஷ்ணவர்கள், 657

மகோதயன், 312

மகோதை/மகதை, முதலாம் இராஜேந்திரனால் கைப்பற்றப்பட்டது, 268; மண்டலம், 547

மங்கலம், கிராமத்தின் பெயர், 582; 646, அல்லது அக்கிரகாரம், 661, 662

மங்கையர்க்கரசி, சோழ நாட்டு இளவரசி, 141

மஞ்சாடி, பொன் நிறை, 696, 783, 814

மட அடிமைகள், 730

மடப்புறம், நிலங்களில் ஒரு வகை, 673

மடம், 545, 616, 776, 822, 823, 827, 829, 852

மடவிளாகம், 621

மடற்றாழை, பட்டினப் பாலையில் வரும் சொல், 96

மட்டிகாவாதடித்த, 430

மட்டியூர், ஊரின் பெயர், 523, 528

மணலி, 637

மணலூர், 421, 422

மணவில், நரலோகவீரன் இந்தப் பகுதிக்குத் தலைவன், 453

'மணிக்கிராமம்', தென்னிந்திய வர்த்தகக் குழு, 624, 657

மணிமங்கலம், கல்வெட்டு, 345, 349, 354, 362, 363

மணிமேகலை, 4, 31, 44, 77, 87, 88, 93, 103, 113, 116, 118, 119, 120, 121, 123, 124, 144 கு., 878

மண்டலங்கள், 240

மண்டல புருஷர், நிகண்டு சூடாமணியின் ஆசிரியர், 902

'மண்டலமுடையார்', அதிகாரி, 637

மண்ணந்திப்பை, 346

மண்ணைக்கடக்கம், 269, 270

மண்ணைக்கொண்ட சோழன், திருவொற்றியூரிலுள்ள ஒரு மண்டபத்தின் பெயர், 271

மதுராந்தக உத்தம சோழன், 803

'மதுராந்தக தேவன் மாடை', நாணயத்தில் ஒரு வகை, 803

மதுராந்தகப் பொத்தப்பி சோழ என்ற ஏறமசித்தன்/ஏறசித்த ராசன், 532, 589, 673

மதுராந்தகி, இரண்டாம் இராஜேந்திரின் மகளும் முதலாம் குலோத்துங்கனின் மனைவியும், 360, 390, 394, 401, 451

மதுராத்தகி, முதலாம் குலோத்துங்கனின் சகோதரி, 452

மதுராந்தகன், முதலாம் பராந்தகனின் பட்டம், 165

மதுராந்தகன், உத்தம சோழனின் பட்டம், 193

மதுராந்தகன், சுந்தரச் சோழனின் பட்டம், 197

மதுராந்தகன், முதலாம் இராஜேந்திரன், பட்டம், 275, 280

மதுராந்தகன், வீர ராஜேந்திரன் புதல்வன், 361

மதுராந்தகன் கண்டராதித்தன், மதுராந்தக உத்தம சோழனின் மகன், 213, 216, 253

மதுராந்தகன் மாடை, நாணயத்தில் ஒரு வகை, 763, 805

மதுராபுரி, 445

மதுரை, 57, 100, 109, 117, 141, 165, 167, 169, 232, 502, 503, 505, 506, 507, 519, 523, 524, 527, 536, 543, 720, 807, 876, 887

மதுரையும் ஈழமும் கொண்ட, முதலாம் பராந்தகன் பெற்ற விருது, 166

மதுரையும் ஈழமும் கொண்டு அருளின, இரண்டாம் இராஜாதிராஜன் சூட்டிக்கொண்ட பட்டம், 509

மதுரை கொண்ட, முதலாம் பராந்தகன் பெற்ற விருது, 163;

மதுரை கொண்ட இராஜகேசரி, கல்வெட்டுகள், 191; 193, 196, சுந்தரச் சோழனின் மறு பெயர், 207; 629

மதுரையும் பாண்டியன் முடித்தலையும் கொண்டருளிய, மூன்றாம் குலோத்துங்கனின் அடைமொழிப் பெயர், 516, 525

மதுரை மண்டலம், முதலாம் இராஜேந்திரன் அழித்த இடம், 281, 282

மதுரை மாவட்டம் ஆனைமலை, 760

மதுவணன், 357

'மத்தியஸ்தர்கள்', வாரியங்களில் சில ஊதியம் பெற்ற அலுவலர்கள், 678, 679

மந்தர கௌரவனார் ' குந்தா தேவியார்', வந்தியத் தேவனின் மனைவி, 302

மந்திர ஓலை, 633

மந்திர பராமணங்கள், 665

'மந்திரி', போஜ அரசரின் வழிவந்த குடும்பங்களைச் சார்ந்தவர்கள். 'மந்திரி' பதவிகளை மட்டுமே ஏற்றுக்கொண்டு பணி செய்தனர், 628

மயிலைநகர், நன்னூலுக்கு உரை எழுதியவர், 903

மயூரநாதர் கோயல், 920

மரகதத் தேவர், 624

மரக்காணம், தமிழ் இலக்கியங்களில் சோபட்டினம் என்று குறிப்பிடப்பட்டுள்ளது, 30, 774

மரவடை, இறையில் ஒரு வகை, 704

மராத்திய, 8

மருதத்தூர் உடையன், 873

மரூர்ப்பாக்கம், 107

மலபார், 112

மலமா தேவராசன், 589

மலயமலை, அகஸ்திய முனிவர் தங்கியிருந்த மலை, 274

மலரி, சின்னஞ் சிறு ஊர், 880, 882

மலர்ப் பொதிகைகள், 955

மலாக்கா பூசந்தி, 292

மலே தீவுக் கூட்டங்கள், இது இப்பொழுதுள்ள இந்தோனீஷியா நாட்டிலுள்ள தீவுகளைக் குறிக்கும், 435

மலேபாடு பட்டயங்கள், 49

மலோய, தீபகற்பம், 112, 113, 266, நாடு, 289, 294, 624, 789

மலைநாடு (தற்பொழுது கேரளாவின் ஒரு பகுதி) 9, 523, 624

மலையமான், 57, 94

மலையமான், ஒரு சிற்றரசின் பெயர், 705

மலையான் திருமுடிக்காரி, 57

மலையனூர், 553

மலையன் நரசிம்ம வர்மன் என்ற கரிகாலச் சோழ ஆடையூர் நாடாள்வான், 552

மலையாளக் கரை, 795; நாடு, 796

மலையாளிகள், சோழநாட்டு ஆட்சியில் பணிபுரிவதற்கு வந்தார்கள், 181

மலையூர், 286, 290

மல்லப்ப தேவன், 447

மல்லிகார்ஜுனர், 849

மரூர்ப்பட்டினம், பெங்களுருக்கு அந்நாளில் வழங்கிய பெயர், 785

மறவ, சாமந்தர்கள், 508

மறவர் படை, 520, 523, 528

மனவாசகங் கடந்தார், 'உண்மை விளக்கம்' இயற்றியவர், 895

மனிஜா/மணிஜா, வீரன், 234, 303

மனுநீதிச் சோழன், 10

மனுமசித்தராசன், சாளுக்கிய நாராயணன் என்ற பட்டம் இருந்தது, 589

மனைக்காட்சிப் பேறு, ஆயங்களில் ஒரு வகை, 702

மனையிறைச் சோறு, நிலவரியில் ஒரு வகை, 703

மன்மசித்தி, 595

மன்றம், சங்க இலக்கியத்தில் வரும் சொல், 94, கிராமச் சபை, 95

மன்றம், பட்டினப்பாலையில் குறிப்பிடப்படும் சொல், 105

மன்றாடிக் கலனை, இடைக்குலத்தோர் அமைத்த குழு, 658

'மன்றாடியர்', 764

மன்னார்கோயில், திருநெல்வேலி மாவட்டம், 276; கல்வெட்டு 679

மஹராஜசிம்ம, கோப்பெருஞ்சிங்கனின் சமஸ்கிருதப் பெயர், 580

மஹாதீதா, 164; இராஜராஜேச்சுவரம் என்ற கோயில் எடுத்த ஊர், 236

மஹாவிஷ்ணு, 826

மா

மாகத, 473

மாசுணி தேசம், முதலாம் இராஜேந்திரன் கைப்பற்றிய இடம் 281, 282

மாடம், ஒரு இடத்தின் பெயர், 513

மாடை, நாணயத்தின் பெயர், 803, 805, 806

மாதங்கீஸ்வரர், கோயில், 922

மாதவன், ரிக்வேதத்திற்கு பாஷ்யம் இயற்றியவர், 904

மாதவி, 31, 103, 120

மாது வான்லின், சீன வரலாறு, 433

மாதேவடிகள், சாளுக்கிய மன்னன் விமலாதித்தனின் நடு மகள், 252

மாந்தோட்ட, ஈழத்தில் இராஜராஜேச்சுவரம் என்ற கோயில் எடுத்த ஊர் 236, 506, 620

மாத்தி வாள், 506

மாந்தரஞ் சேரல் இரும்பொறை, சேர மன்னன், 63

மாப்பாளம், கிரா பூசந்தியின் அருகில் உள்ள ஊர், 291

மாமல்லபுரம், கடற்கரைக் கோயில், 840, 973

மாமூலனார், சங்ககாலப் புலவர், 27, 28

மாயிறுடிங்கம், 286, 290

மாரமரையர், 152

மாராசி, மாராயன் விருதுபெற்ற அதிகாரியின் மனைவி அழைக்கப்பட்ட பெயர், 628

மாராயம், பெருஞ்செல்வ நிலை என்ற பொருள், 302

மாராயன், போர் வீரன், 357

மாராயன், அதிகாரிகளுக்கு வழங்கிய ஒரு விருதின் பெயர், 628

மாராயன் அருண்மொழி, 302

மாரி வெண்கோ, சேர மன்னன், 62

மார்க்கோ போலோ, ஐரோப்பிய பிரயாணி, 19, இலாமுரி தேசத்தை லம்பரி என்று அழைத்தார், 292, 620, 625, 794, 796

மாலத் தீவுகள், 247, 266, 275

மாலிங்கு தென், 292

மாலேபாடு, செப்பேடுகள், 20; கல்வெட்டுகள், 135

மாலைத் தீவு (தற்பொழுதுள்ள ஸ்ரீ லங்காவும் மால்டிவ்ஸ் தீவுகளும் அடங்கியவை ஆகும்), 624

மால்கேடு, 310

மாவளத்தான், 50, 51

மாளவத்து மன்னன், 270, நாடு, 311

மாளவ நாடு, 239

மாளவ்வி, குடகுக்கு மறு பெயர், 234

'மாளிகை கோல்' , நிலம் அளக்கும் அளவு கோல், 812

மாளிகை மடத்து முதலியார், 852

மாறசிம்மன், இரண்டாம் பிரதிவீபதியின் தந்தை, 152, 189

மாறஞ் சடையன், 141

மாற வர்மன் சுந்தர பாண்டியன், முதலாம், 543

மாறவன் நரசிம்ம வர்மன், 254

மாற விஜயோத்துங்க வர்மன், 293

மாறன் பரமேசுவரன், முதலாம் பராந்தகனின் அதிகாரி, 172, 206

மாறோக்கத்து நப்பசலையார், புலவர், புறநானூற்றில் பல பாடல்களைப் பாடியவர், 57, 58

மானக்கவரம்/மானக்க வாரம், நிக்கோபார் தீவு, 286, 292

மானாபரணம், 296, 344, 373, கு., 507

மானிய கேடம், மால்கேட் என்ற மற்றொரு பெயர், 270

மானூர், பாண்டியர் கல்வெட்டு கிடைத்த ஊர், 655, 663, 674

மாஸ்கி, போர் நடைபெற்ற இடம், 279

மி

மிகிந்துவின் வெஸ்ஸகிரி பலகைக் கல்வெட்டு, 209

'மிதாக்ஷரம்' , யக்ஞவால்கியர் ஸ்மிருதிக்கு எழுதிய உரை நூலின் பெயர், 722

மிதிலை, 283; ஆண்ட கருநாடகர், 284

மித்தா, 426

மிராஜ் பட்டயம், 278

'மிருத மாடை' , நாணயம், 805

மிலாடு (2000), 360

மிலிந்த மன்னனின் கேள்விகள், பௌத்த நூல், 31

மிளிந்த பஞ்ஞா, 291

மீ

மீமாம்சம், பிரபாகரர் இயற்றியது, 823, 824

மீயாட்சி, தானம் வாங்கிய நிலச் சொந்தக்காரர்களுக்கு பயிரில் சேரவேண்டிய பங்கு, 753

'மீயாளும் கணம்' , ஊர்ச் சபையின் தீர்மானங்களை நிறை வேற்றும் குழு, 662

மு

'முகவெட்டி', அதிகாரிகள், 633, 634, 636

முக்கோக்கிழான், விக்கிரம சோழனின் முக்கிய அரசி, 472, 476

முக்தீஸ்வரர், கோயில், 922

முசங்கி, அல்லது முயங்கி, 278

முசிரிஸ், பியுடிஞ்ஞர் தயாரித்த இந்தியாவின் வரைபடத்தில் காணப்படுகிறது, 110

சுகுண்டேஸ்வரர் கோயில், 935

முடக்காறு, போர், 355, 357, 369, 381, கு.

முடமோசியார், புலவர், 63

முடிகொண்ட சோழ சதுர்வேதி மங்கலம், 658

முடிகொண்ட சோழபுரம், பழையாறு என்ற நகரமே இப்பெயர் பெற்றது, 304, 471, ஆயிரத்தளி என்ற மறு பெயர், 528, 537, 579

முடிகொண்ட சோழ மண்டலம், கங்கபாடியின் மறு பெயர், 651

முடிகொண்ட சோழன், முதலாம் இராஜேந்திரன் பெற்ற விருது, 303

முடிகொண்ட சோழன், ஆதி ராஜேந்திரன் ஆட்சிக் காலத்தில் நிர்வாகப் பொறுப்புப் பெற்றவன், 361

முடித்தலைகொண்ட சோழபுரம், மூன்றாம் குலோத்துங்கள் மதுரை மாநகரத்துக்கு சூட்டிய பெயர், 523

முடித்தலைக் கோப்பெரு நற்கிள்ளி, சோழ மன்னன், 63

முடிவழங்கு சோழ சதுர்வேதி மங்கலம், ஒரு கிராமத்தின் பெயர், 542

முடிவழங்கு சோழபுரம், கருவூரின் புதுப் பெயர், 542

முடிவழங்கு சோழன், மூன்றாம் குலோத்துங்கனின்பட்டப் பெயர், 543

முதலிகள், தலைவர்கள் அழைக்கப்பட்ட பெயர், 485; உயர் அதிகாரிகள் அழைக்கப்பட்ட பெயர், 669

முதற்படை கலணையார், 777

முதுகண்ணன் சாத்தனார், புலவர், 53, 124

முத்தமிழுக்குத் தலைவன், இரண்டாம் இராஜராஜனின் சிறப்புப் பெயர், 479

முத்தரையர், வரலாற்றுப் புகழ்மிக்க குறுநில மன்னர்கள், 150, 151

முந்நூர், கல்வெட்டு, 482

முந்நூற்றுவன், 726

மும்மணிக்கோவை, கம்பன் இயற்றியது, 884

மும்முடிச் சோழப் போகன், 255

மும்முடிச் சோழனின் களிறு, முதலாம் இராஜேந்திரனுக்கு கொடுக்கப்பட்ட சிறப்புப் பெயர், 234

முரணைநகர் சந்திரன் சுவர்க்கி, 886

முருகக் கடவுள்/முருகன், 106, 123

முல்குண்டு, கல்வெட்டு, 348

முல்லையூர், 296

முறைப்பாடு, 640

முனி சந்தை, புதுக்கோட்டை மாவட்டம், திருமயம் வட்டத் திலுள்ள மொன சந்தை என்று பேச்சு வழக்கில் குறிப்பிடப்படும் ஊர், 777

முனையரையர், 473

மூ

மூசக மலை, அல்லது எலி மலை, 298

மூசக வரலாறு, 298

மூசுங்கி, சண்டை நடந்த இடம், 299

மூத்த நம்பிராட்டியார், உத்தம சோழனின் மனைவியின் ஒரு பெயர், 216

மூலபருடையார், ஆங்காங்கே கோயில்களை நிருவாகம் செய்து வந்தவர், 657, 663, 669, 783

மூவடி சோழ இராஜாதித்தின், 177

மூவருலா, ஒட்டக்கூத்தர் இயற்றியது, 17

மூவர் கோயில், கொடும்பாளூர் சிற்றரசன் கட்டிய மூன்று கோயில்கள், 849, 935, 948, 954

மூவலூர், கம்பன் பிறந்த ஊர், 883

மூன்று கை மகாசேனை, 620, 621

மெ

மெய்கண்டார், 894

மெய்க்கீர்த்திகள், 6

மெய்ப்பொருள் நாயனார், 846

மே

மேதவ மாதேவி, சோழ அரச மரபினள், 390

மேதினி வல்லபன், வீர ராஜேந்திரன் ஏற்ற பட்டம், 369

மேலப்பழுவூரிலுள்ள அகதீஸ்வரம் கோயில், 930

மேலப்பாடு (வட ஆர்க்காடு), செப்பேடுகள், 137; புதுகன் தங்கியிருந்த இடம், 179; கல்வெட்டுகள், 194

மேலைச் சாளுக்கியர், 134, 140

மேல் வாரம், 709, 763

மேற்கெழுந்தருளிய தேவர், மேற்திசை சென்ற மன்னன், 205-6

மேற்பாடி, முதலாம் இராஜராஜன் அரிஞ்சயேச்சுரம் கோயில் கட்டினது, 252

'மேற்பாடிகாவல்' மேல் அதிகாரப் பொறுப்புகள், 705

மேவிளிம்பகம்/மேவிலிம்பங்கம், 286, 291, 328

மை

மைக்கல், மலைத் தொடர், 304

மைசூர், நாடு, 236, 240, 265, 271, 303

மோ

மோகூர், 28

மௌ

மௌரியர், 27, 28

மௌல; பரம்பரைப் படை, 622

ய

யக்ஞுவால்கியர் ஸ்மிருதி, 722

யதிராஜ வைவம், 404

யமுனாச்சாரியார், வைணவ ஆச்சாரியார், 896

யவன நாட்டுத் தச்சர், சங்ககாலத்தில், தமிழ்நாட்டில் பணிபுரிந்தனர், 117

யவனர், 108

யவமதலா, 247

யா

யாதவப் பிரகாசர், வைணவ ஆச்சாரியார், 'வைஜயந்தி' என்னும் நூலின் ஆசிரியர், 896, 907

யாதவ பீமா, 302

யாதவ ராயர், 474, 589

யாப்பருங்கலக் காரிகை, அமிதசாகரர் இயற்றியது, 17, 136, 898, 902

யாப்பருங்கலம், அமிதசாகரர் இயற்றியது, 17, 898

'யார்க்காடன்ன', நற்றிணையில் 190-ம் பாடலில் வரும் சொல், 39

யாழ்கள், 103

யாளிகள், 927, 970

யு

யுவான் சுவாங், சீன யாத்ரீகர், 137, 139

ர

ரங்கநாதப் பெருமாள், 836

ரணசூரன், முதலாம் இராஜேந்திரன் தாக்கிய மன்னன், 281, 311

ரணஸ்த பூண்டி பட்டயம், 392

ரதக்காரர்/ரதாகாரர்கள், தச்சர், கருமார், பொற்கொல்லர் கல்தச்சர் எல்லோரும் இந்த வகுப்பில் சேர்க்கப்பட்டனர், 697, 722

ரா

ராமகடனம், வடமொழி, தமிழில் இராமகூடம், 298

ராமஞ்ஞ/இராமஞ்ஞ, தேசம், 288, 290

ராமானுஜ பாஷ்யம், 822

ராமேஸ்வரம், 210

ராஜகேசரி, 839

ராஜசிம்மன், பாண்டிய மன்னன், 165, 166

ராஜதுரோகம், 645

ராஜவித்யாதர, ஸ்ரீசாமந்தன், முதலாம் குலோத்துங்கன் அவைக்கு வந்த கடார நாட்டு தூதர், 435

ராஜாக்கள் தம்பிரான் திருவீதி, திருப்புகலூரில் ஒரு தெருவின் பெயர், 542

ராஜாதித்தன், இராஜாதித்தனையும் பார்க்கவும், 850

ராஜிகன்/ராஜிகா, வேங்கி நாட்டு மன்னன் (முதலாம் குலோத்துங்கன்); ஆறாம் விக்கிரமாதித்தனுக்கு எதிராக இரண்டாம் சோமேசுவரனுடன் சேர்ந்துகொண்டது, 402, 405, 419, 455 கு.

ராஜேந்திரபுரம், 859

'ராஜ்ஸ்வம்' அரசனால் பறிமுதல் செய்யப்பட்டது என்று பொருள், 783

ரி

ரியாலிச் செப்பேடுகள், 391, 395, 398

ரிஷி சமுதாயம், 860

ரூ

ரூபாவதாரம், சமஸ்கிருத இலக்கண நூல், 825, 904

ரெ

ரெய்ச்சூர், கர்நாடகாவிலுள்ள ஒரு மாவட்டம், 269, 271, 299, 367

ரே

ரேவகா, மூன்றாம் கிருஷ்ணனின் சகோதரி, 173

ரேனாடு (7,000), சோழ நாட்டின் ஒரு பகுதி, 139, 142, 171

ரேனாட்டுச் சோழர்கள், 140

ரோ

ரோமானியக் காசுகள், 13

ரோம் நாட்டினர், 625

ரோஹணா, ஈழத்தின் தென்கிழக்கு மலைப்பகுதி 168; ஐந்தாம் மகிந்தன் தப்பி ஓடிவிட்டது; 235, ஈழ நாட்டு மக்கள் காசிபன் தந்தை இறந்தவுடன் அவனை அரசனாக ஏற்று சோழ நாட்டுப் படைகளுடன் போர் புரிந்து நாட்டைக் கைப்பற்றினர், 273, 341, 343, 345, 366, 425

ல

லங்காபுரன், 502, 503, 504

லங்காபுரி, தண்டநாயக, 505

லங்பகர்ணர், 478

லம்பரி, மார்க்கோ போலோ இலாமுறி தேசத்தை இந்தப் பெயரால் அழைத்தார், 292

லக்ஷாத்யாய இராவல, 841

லா

லாடராயத் தலைவர்கள், 254

லான்வூரி, சௌ-ஜு-குவா இலாமுரித் தேசத்திற்கு இட்ட பெயர், 292

லி

லிங்கபுராண தேவர், சிவபெருமானின் ஒரு மூர்த்தி, 846

லிங்கராஜர் கோயில், புவனேஸ்வரன், 939

லிங்கோத்பவர், 963

லிங்சாகர், தாலுக்கா, 367

லிங்யா சென்கியா, இது தற்பொழுதுள்ள மலேஷ்யாவில் உள்ளது, 290

லீ

லீலாவதி, முதலாம் விஜயபாகுவின் மனைவி, 426

லெ

லெய்டன், பெரிய, செப்பேடு/பட்டயம், 10, 156, 178, 181, 193, 200, 203, 204, 208, 211, 251, 254, 288, 292, 295, 432, 435, 631, 633, 651, கு., 672, 673, 675, 860

லெய்டன் பட்டயம், சிறிய, 434

லே

லேபாக்ஷி, 974

லேம்ப் சாகஸ், வெள்ளித் தட்டு இந்தியாவைப் பற்றி ரோம் நாட்டவர் அறிந்திருந்தனர் என்பதற்கு ஆதாரம், 114

லோ

லோட்ச-லோட்ச, முதலாம் இராஜராஜனுக்கு சீன வரலாற்று ஏடுகள் கொடுக்கும் பெயர், 294, 791

லோபா தோவா/டோவா, சுமத்திராவில் உள்ள ஓர் ஊர், 435, 778, 795

வ

வங்காள தேசம், 281, 283, 284

வசந்த- 'போறி சோழ மகாதேவி', சோழ அரசியின் பெயர், 139

வசிட்டர், 967

வச்ச நந்தி, களந்தையைச் சேர்ந்தவரும் குணவீரப் பண்டிதரின் ஆசிரியருமாவார், 901

'வச்ச நந்தி மாலை,' 'வெண்பாப் பாட்டியல்'என்ற மறு பெயரும் உண்டு, குணசேகரர் எழுதிய ஒரு நூல், 901

வச்சிரம், நாடு, 49

வஞ்சி, தலைநகர், 58, 124, 169

வஞ்சி, பொய்யாமொழிப் புலவர் இருந்த ஊர், 887

வஞ்சி மாலை, 297

வுஞ்சி வேள், 209

வடதீர்த்தநாதர், கோயில், 935

வடுகப் பெருவழி, ஆந்திரப் பாதை அல்லது ஆந்திரத்திற்குச் செல்லும் வழி, 776

வடுகர்கள், தெலுங்கர், 27, 28, 528, 534

வடுகு, நாடு, 523

வட்டெழுத்து, தமிழ் எழுத்திற்கு முந்தியது, 9, கல்வெட்டு, 298

வண்டு வாஞ்சேரி, கும்பகோணம் தாலுகா, 453

வயிராகரம், 401

வரகு, புன்செய் தானியம், 346

வரகுணப் பெருமானார், சோழ மன்னனின் சகோதரி, 209

வரகுண வர்மன், பாண்டிய மன்னன், 150, 162

'வரணம்', தேர்ந்தெடுக்கும் முறை என்ற ஒரு பொருளும் சபையின் நிர்வாகக் குழு என்ற மற்றொரு பொருளும் உண்டு, 663

வரதயப் புலவர், குறத்தி என்ற ஊரைச் சேர்ந்தவர், 874

வரதராஜ பெருமாள், கோயில், 843

வரதராஜர், தார்கிக-ரக்ஷ என்ற நூலின் ஆசிரியர், 906

வரலாறுகள், பிற நாட்டு, 69

வராக மூர்த்தி, 928

வரி, அரசரின் ஆணையைப் பதிவு செய்யும் பதிவேடு, 633

வரிப்பாடு, ஒருவித குடிமை வரி, 693

வரிப்பொத்தக, அதிகாரிகளின் பெயர், 633

வரிப்பொத்தகக் கணக்கு, நிரந்தர அரசாங்க பதிவேடுகள், 635

வரிப் பொத்தகக் கணக்கர்கள், 634

வரிப் பொத்தகம்/வரிப் புத்தகம், நிரந்தர அரசாங்க பதிவேடுகள், 635, 636, 707

வரியிலிடு அதிகாரிகள், 634

வரியிலீடு, சொல்வரிப் பொத்தகம், 636

வரியூர், 774

வரேந்திரம், 283

வலங்கை, இந்த வகுப்பைச் சேர்ந்த வேளைக்காரர் படையில் பெரும் எண்ணிக்கையில் இருந்தனர், 619

வலங்கை, இடங்கை, இரு தொழிலாள வகுப்பினர், 724

வலங்கை இடங்கை மகண்மை, ஒரு வகை வரி, 702

வலங்கை மாசேனையார், 709

வலைப்பந்தூரு/வளைப்பந்தூரு, 286; எங்கு உள்ளன என்பது தெரியவில்லை 291; சம்பா நாட்டிலுள்ள பாண்டுரங்கம் என்று ரூபாயர் கருதுகிறார் 328, கு.

வல்லப வல்லபன், வீர ராஜேந்திரன் ஏற்ற பட்டம், 370

வல்லபன், சாளுக்கியன், 416

வல்லம், 24

வல்லய தண்டநாயகன், 587

வல்லவரையர் வந்தியத் தேவர் முதலாம் இராஜராஜனின் அக்காள் குந்தவையின் கணவன், 252; குறுநில மன்னன், 302

'வல்லவரையர் நாடு', 302

வல்லாள, போர் நடைபெற்ற இடம், 169

வல்லாளன், இரண்டாம், ஹொய்சாள, அவன் பட்டங்கள், தென்னிந்தியாவில் வெற்றிகள், 540-2; 553

வல்லிக்காமம், 506

வல்லூர், கடப்பை மாவட்டம், 353

வல்லை அந்தாதி, வரதய்ப் புலவர் இயற்றியது, 874

வழுவூர், தஞ்சாவூர் மாவட்டம், 405

வளஞ்சியர், ஒரு வணிகச் சபையின் பெயர், 776; நானா தேசிகள் என்ற மறு பெயரும் உண்டு, 781

'வளநாடு', பல கூற்றங்கள் சேர்ந்தது; 'நாடு' என்ற மறு பெயரும் உண்டு, 630

வளந்தானார், காடவர்களின் அரசு மரபைச் சேர்ந்தவன், 549

1156 சோழர்கள்

வளவன், சோழர்களின் ஒரு பெயர், 26, 58

வளவே கங்கை, 426

வளையாபதி, 877

வள்ளன், 620

வள்ளால தேவன், 546

வள்ளாலன், முதலாம், 444

வள்ளி, கம்பன் காதலித்த தாசி, 884

வள்ளூரபுரம், 533

வனபதி, 395

வனவாசி (12,000), 177, 269, 270, 422, 423, 620

வன்னியப் பற்று, நிலத்தின் பெயர், 673

வன்னியரேவன், 350

வா

வாகைப் பறந்தலை, கரிகாலன் போர் நடத்திய இடம், 46

வாசல் திறம், நில வரியில் ஒரு வகை, 703

வாசுதேவர், ஒரு இனத்தவர், 778

வாடிகா, 'வேலி' என்ற நில அளவின் வடமொழிச் சொல், 811

வாணகப்பாடி, நாட்டு சபையார், 673

வாணகுல ராயன், 552

வாண கோவரைய மலையமான், 552

வாணர், 162, 170, 173, 207, 254, 547, 590

வாணன், 473

வாணன், தஞ்சை நகரத்தில் வாழ்ந்தவரும் பாண்டிய அரசன் ஒருவனின் அமைச்சரும், 887

வானாதி ராஜா, கங்க மன்னன் இரண்டாம் பிரிதிவீபதி பராந்த கனிடமிருந்து பெற்ற விருது, 169

வாணாதிராஜர், அதிகாரியின் பெயர், 667

வாணிதாசன் என்ற வாணியன்தாதன், கம்ப ராமாயணத்தின் உத்தர காண்டம் இயற்றினார் என்று சொல்லுவார்கள், 884

வாதகிரி, கோட்டை, 425

வாதாபி, கோட்டை, 620

வாதாபிகொண்ட நரசிங்க போத்தரையர், பல்லவ மன்னன், 149

'வாத்தி', ஆசிரியர், 822

வாமனர், ஜெயாதித்யர் என்பவருடன் கூட்டாக 'காசிக' என்னும் நூலை எழுதியவர், 907

வாய்க்கேள்வி, அல்லது விஞாபதி, 634

வாரங்கல், 534

வாராவைகள், ஒரு கட்டணத்தின் பெயர், 677

'வாரிய', வடமொழிச் சொல்; 'தேர்ந்தெடுக்கப்பட்ட' என்பது பொருள், 663

'வாரிய பெருமக்கள்', 664

வாரியம், 663, 665, 666, அதிகாரிகள், 670

'வாரியர்', குறிப்பிட்ட சபைப் பணிகளைச் செய்தவர்கள், 663

வாலக காமய, 598

வாலகிரி, 538

வாள்பெற்ற கைக்கோள்கள், சோழப் படையின் ஒரு பிரிவு, 619

வானகோ வரையர், ஒரு சிற்றரசின் பெயர், 705

வானவன் மாதேவி, பாண்டிய மன்னன் இராஜ சிம்மனின் தாய், 167

வானவன் மாதேவி, சுந்தரச் சோழனின் மனைவி, 211, 229

வானவன் மாதேவி, முதலாம் இராஜேந்திரனின் தாயாரின் மறு பெயர், 252

வான்மீக ஈஸ்வரர், கோயில், 544

வாஜசனே, 680

வாஜசனேய சாம வேதம், 825

வி

விக்கலன், 355, 356, 421, 522

விக்கி, 300

விக்கி-அண்ணன், விருது பெற்றவர், 154, 173

விக்கிரம கேசரி, பூதி, கொடும்பாளூரைச் சேர்ந்தவன், 209, 210, மூவர் கோயில் என்ற மூன்று கோயில்களைக் கட்டினான், 849

விக்கரம சோழபுரம், முதலும், மூன்றாமும் குலோத்துங்கன் அரண்மனை, 451, 543

விக்கிரமச் சோழப் பேராறு, 698

விக்கிரமச் சோழ மலாடுடையார், தென் ஆர்க்காடு மலைப் பகுதியைச் சேர்ந்த மலாடு தலைவன், 216

விக்கிரமச் சோழன், பரகேசரி, 18, 437, 438, 446, 447, முதலாம் குலோத்துங்கனது நான்காவது மகனும் பிறகு அரசனுமானான், 451; 453 ஆட்சிக் காலம், 466-474; மெய்க்கீர்த்திகள், 466-7; இலக்கியம், 467; வேங்கியில் ஆதிக்கத்தை மீண்டும் நிலைநாட்டினான், 467-8; கங்கவாடி, 468; வெள்ளமும் பஞ்சமும், 469; சிதம்பரத்தில் தெய்வப் பணிகள் 469-71 அரசர்களின் சுற்றுப் பயணங்கள் 471-2; பட்டங்களும், அரசிகளும், 472; கப்பம் கட்டிய சிற்றரசர்கள், 472-4; 475, 482, 487, 500, 501, 513, 550, 595

விக்கரமச் சோழன், முதலாம் இராஜேந்திரனின் பட்டப் பெயர், 280

விக்கிரமச் சோழன், முதலாம் குலோத்துங்கன் ஏற்ற பட்டம், 450

விக்கிரமச் சோழன் உலா, இலக்கியம், 43, 66, 354, 360, 361, 400, 405, 423, 428, 452, 453, 467, 472

விக்கிரமச் சோழன் திருமாளிகை, நடராஜர் கோயிலின் சுற்றாலைச் சுவரின் பெயர், 471

விக்கிரமச் சோழன் தெங்கு திருவீதி, நடராஜர் கோயிலின் சுற்றியுள்ள முக்கியமான தெருவின் பெயர், 471

விக்கிரமச் சோழ மாராயன், உத்தம சோழன் அளித்த பட்டம், 215

விக்கிரமன், உத்தம சோழன் பெற்ற பட்டம், 215, 216

விக்கிரமாதித்தன், இரண்டாம், 171

விக்கிரமாதித்தன், மூன்றாம், 170

விக்கிரமாதித்தன், ஐந்தாம், 269, 277

விக்கிரமாதித்தன், ஆறாம், 270, 300, 348, 357, 361, 364, 368, 369; சோழ விவகாரங்களில் தலையிட்டது; தக்காணத்தின் அரசன் என்று பிரகடனப்படுத்தியது, 402-3; 404, 406, திக்குவிஜயத்தைப் பற்றி பில்ஹணன் கூறுவது, 416; வீர ராஜேந்திரனுடன் சமாதானம் செய்து கொண்டது, 417, முதலாம் குலோத்துங்கனுடன் போர், 419; 443-4, வேங்கயில் சுறுசுறுப்பு, 446-9; 735

விக்கிரமபாகு, ஐந்தாம் மகிந்தனின் மகன், 273, முதலாம், 299, 340, 341

விக்கிரம பாண்டியன், 340, 344

விக்ரம பாண்டியன், சோழர்களின் உதவியை நாடிய பாண்டிய மன்னர், 520 விக்கிரம பாண்டு 342, 343

விக்கிரமாங்க தேவ சரித்திரம், 364, 368, 389, 398, 400, 402, 403, 404

விக்ரானேசுவரர், 722

விசலூர், 927

விசாகபட்டினச் செப்பேடுகள், 395

விசித்திர சித்தன், மகேந்திர வர்மன் பட்டப் பெயர், 839

விச்சயன், 346

விஞ்ஞாப்தி, ஆணத்தி, 139

விடுகாது, அழகிய பெருமாள், அதிகைமானின் மறு பெயர், 535

விடேல் விடுகு-கல், தங்கம் உரைக்கல், 810

விடையில் அதிகாரி, அரசரின் ஆணையை 'வரி'யில் பதிவு செய்பவர், 633

விண்ணந்தாயன், அந்தணர், 121

விந்தியாதர தோரணம், வளைவின் பெயர், 286

விநய விநிச்சயம், புத்ததத்தர் இயற்றிய நூல், 136

விந்தனூர், கிராமத்தின் பெயர், 679

விமலாதித்தள், கீழைச் சாளுக்கியன்; அரியணையில் அமர்ந்தான்; இராஜராஜன் மகள் குந்தவைக்கும் திருமணம், 246, 252, 391-2

விமலாதித்தன், குலத நாட்டு மன்னன், 309

வியவஸ்தைகள்/வேவஸ்தா, சூழ்நிலைக் கேற்ப பிறப்பிக்கப்பட்ட சட்ட திட்டங்கள், 627, 664, 666

வியாகரண-தியான-மண்டபம், 828

வியாகரணம், இலக்கணத்திற்கு வடமொழிச் சொல், 680, 823, 825

வியாக்ர பாதேசுவரர் கோயில், முதலாம் குலோத்துங்கனது அதிகாரியால் புதுப்பிக்கப்பட்டது, 177

விரா தேசம், 302

விருதங்காள், 489

விருத்தாசலம், 477

விருதராஜு பயங்கரன், ஆறாம் விக்கிரமாதித்தனுக்கு பயங்கர மானவன், 416; முதலாம் குலோத்துங்கனின் பட்டம் 450

வில்லவன் மாதேவியார், பார்த்திவேந்திர வர்மனின் பட்டத்தரசியார், 202

வில்லன், சேரன், 297

வில்லிகள், சோழப் படையின் ஒரு பிரிவு, 619, 621

விவேக திலகம், உடலி என்ற ஆசிரியர் எழுதிய இராமாயணத்தின் உரை, 905

விழிஞம், முதலாம் இராஜராஜன் பிடித்த கடற் கோட்டை, 231, 232, 233, 620

விறலியர், இசை வாணர்கள், 100, 101

வினயாதித்தன், 444

வினா வெண்பா, உமாபதி சிவாச்சாரியார் இயற்றியது, 896

விஜயநகர அரசர், 905, 948

விஜய நந்தி விக்கிரம வர்மன், பல்லவன், 835

விஜய பாகு, முதலாம், சிங்கள வேந்தன், 235, கி.பி.1058-ல் விஜய பாகு என்ற பட்டம் பெற்றது, 345, 366, ஈழம் முழுவதற்கும், மன்னன், 423, 425, 426, 429, 430, 431

விஜய மங்கலம், 215

விஜய மாமுடி, மூன்றாம் குலோத்துங்கன் அணிந்துகொண்டது, 523

விஜய ராஜபுரம், பொலனுருவா என்ற ஊருக்கு சோழர்கள் இட்ட பெயர், 426

விஜய ராஜேந்திரன் (தேவா), முதலாம் இராஜாதிராஜன் ஏற்ற பட்டம், 338, 347, 352, 736

விஜயவாடா, போர் நடந்த இடம், 365, 776

விஜயாதித்தன், இரண்டாம், 171

விஜயாதித்தன், மூன்றாம், 171

விஜயாதித்தன், ஏழாம், 300, 364-5, 390, 395, 396, 405-6, 417, 424, 435

விஜயாபிஷேகம், மூன்றாம் குலோத்துங்கன் செய்துகொண்ட சடங்கு, 516, 527, 535

விஜயாலய, மரபு, 3; வரலாறு, 5; உதயேந்திரம் பட்டயம் முன்னோர்களுடைய கால்வழியை அளிக்கிறது, 10, 15, 134, மன்னர்கள், 135, 155, 229, சோழ வமிசம், 301, 613, 614, 905

விஜயாலயச் சோழீச்சுவரம், 924, 930, 952, 970

விஜயாலயன், இரண்டாம் இராஜேந்திரன் நாளில் அதிகாரிகளுக்கு அளிக்கப்பட்ட பட்டம், 355

விஜிகீஷீ, அருத்த சாத்திரத்தில் குறிப்பிடப்பட்ட இராணுவ ஆட்சி, 451

விஷ்ணு, கோயில், 696, 928

விஷ்ணு குண்டு, 138

விஷ்ணு சித்தர், விஷ்ணு புராணத்துக்கு உரை எழுதியவர், 905

விஷ்ணு புராணம், மணிமேகலையில் குறிப்பிடப்பட்டுள்ளது, 123

விஷ்ணுவர்த விஜயாதித்தன், ஏழாம் விஜயாதித்தனின் பட்டப் பெயர், 392-3

விஷ்ணுவர்த்தனத் விஜயாதித்தன், மேலைச் சாளுக்கியன், 300, 351

விஷ்ணுவர்த்தனன், முதலாம் குலோத்துங்கன் ஏற்ற பட்டம், 440, 450

விஷ்ணுவர்த்தனன், விட்டிகா, ஹொய்சாள மன்னன், 444

வீ

வீணாதர தக்ஷிணாமூர்த்தி, 962

வீணைகள், 103

'வீதிவிடங்கன்' தானிய அளவை, 813

வீமன், இரண்டாம் வேங்கி நாட்டு மன்னன், 206

வீமன், தெலிங்க, 437

வீமன் குந்தவையார், அரிஞ்சயனின் மனைவி, 206

வீர இராஜேந்திர தேவன், மூன்றாம் குலோத்துங்கனுக்கு மறு பெயர், 542

வீர இராஜேந்திரன், ராஜகேசரி (கி.பி.1063-9) கன்னியாகுமரி கல்வெட்டு, 10; புத்தமித்திரர் இவர் நாளில் வாழ்ந்தவர், 17, 43, 156, மீண்டும் கடாரத்தை வென்றது, 295, முதலாம் இராஜேந்திரனின் மகன், 304; கல்வெட்டு, 336; கூடல் சங்கமப் போர்பற்றி, 356-9; ஆட்சி 360-70; தொடக்ககாலப் போர்கள், 361-2; மீண்டும் கூடல் சங்கமம், முதலாம் சோமேசுவரன் வாராமை, 363; வேங்கி நாட்டு விவகாரங்கள், 364, ஈழப் போர், 365, கடாரத்தை வென்றது, 367; இரண்டாம் சோமேசுவரனுடன் போர், 367; பட்டங்கள், 369; ஆட்சியில் பௌத்த மதம் தழைத்தது, 370; 389, 397, 399, முதலாம் குரோத்துங்கன் நேரடி வாரிசு, 400; 402, 403, இவனது மெய்க்கீர்த்தியும் முதலாம் குலோத்துங்கன் மெய்க்கீர்த்தியும் சேர்ந்தது, 415; வல்லபனுக்கு (முதாலம் சோமேசுவரனுக்கு) சூளுரைத்தது, 416; மரணம், 417, 419, 425, 633, 638, 826

வீரங்கன், ஹொய்சாள விஷ்ணு வர்த்தனனைக் குறிக்கும், 445

வீரகேரளன், 296, 521, 522, 526

வீரசம்பன், வட ஆர்க்காடு மாவட்டத்தில் ஆட்சி செய்தவன், 598

வீரசலாமேகன், 340, 343, 344

வீரசாசனங்கள், 779

வீரசேகர காடவன், 551

வீரசோடன், முதலாம் குலோத்துங்கனின் மகன், 436

வீரசோடன், வட ஆர்க்காடு மாவட்டத்தில் ஆட்சி செய்தவன், 598

வீரசோமேசுவரன், ஹொய்சாளன், 582, 583, 587, 588, பாண்டிய-குல-சம்ரட்சண-தக்ஷ-தக்ஷிண-புஜ என்று பாராட்டப்பட்டான், 592, 596, 597

வீரசோழ அணுக்கர், 874

வீரசோழ இளங்கோவேள், கொடும்பாளூர்ச் சிற்றரசன், 727

வீரசோழ கரிகாலன், வீர ராஜேந்திரனின் மறு பெயர், 356

வீரசோழ பெருந்தெரு, 614

வீரசோழ மண்டலம், கொங்கு நாட்டின் பெயர், 535

வீரசோழன், முதலாம் பராந்தகன் பெற்ற பட்டம், 905

வீரசோழன், 336; வீர ராஜேந்திரன் ஏற்ற பட்டம், 370

வீரசோழியம், புத்தமித்திரரால் இயற்றப்பட்டது, 16, 211, 370, 695, 899

வீரசோழியம் உரை, 879

வீரசைவ வீரபிரதாப சோழராஜன், பெங்களூர் மாவட்டத்தில் ஆட்சி செய்தவன், 598

வீரணுக்க விஜயம், 874

வீரதர, இரண்டாம் இராஜராஜனின் பட்டம், 481

வீரநரசிங்க தேவ யாதவராயன், 577

வீரநரசிம்மன், 573, 'காஞ்சி காஞ்சன் காடவ குலத்தான்', 'காடவராய திசாவட்டன்', சிறப்புப் பெயர்கள், 577

வீரநாராயண கிருஷ்ணன், கோயில் பெருமாள், 837

வீரநாராயண சதுர்வேதி மங்கலம், காட்டுமன்னார் கோயிலின் மறு பெயர், 471

வீர நாராயணபுரம், 837

வீரபாகு, உபராஜன், 431

வீரபாண்டியன், சோழ மன்னன் ஒருவனின் 'தலையைக் கொண்ட' 194, பரகேசரி, 199, 203, 207, 209

வீரபாண்டியன், பராக்கிரமனின் மகன், 503, 509, 518, 519, 521, 597

வீரப்பெருமாள், 431

வீரமாதேவி, முதலாம் பராந்தகனின் மகள், 181

வீரமாதேவி, முதலாம் இராஜேந்திரனின் மனைவி, 304

வீரமே துணை, 415

வீர ராமநாதன், 596, 597

வீர ராஜேந்திர வர்மன், முதலாம் இராஜாதிராஜன் ஏற்ற பட்டம், 352

வீர ராஜேந்திரன், முதலாம் இராஜேந்திரன் அழைக்கப்பட்ட பெயர், 303

வீராபிடேகம்/வீராபிஷேகம், முதலாம் இராஜராஜன் செய்து கொண்டது, 347; மூன்றாம் குலோத்துங்கன் செய்துகொண்ட சடங்கு, 516, 527, 528, 538

வீரோதய, இரண்டாம் இராஜராஜனின் பட்டம், 481

வெ

வெட்டி, கட்டாய வேலை, 700

வெட்டிக் காசு, 750

வெட்டிப் புடவை, ஒரு வகை வரி, 703

வெட்டிப் பேறு, ஊரின் பெயர், 675

வெட்டிமுட்டை ஆள், நில இறையில் ஒரு வகை, 703

வெண்ணி, தஞ்சைக்குக் கிழக்கே பதினைந்து கல் தொலைவில் உள்ள கோயில் வெண்ணி, 45

வெண்ணி குயத்தியார், புறநானூற்றுப் புலவர், 46

வெண்ணெய் நகரம், மெய்கண்டாரைப் பற்றிக் குறிப்பிடும் இடம், 894

வெண்பாப் பாட்டியல், குணசேகரர் எழுதிய ஒரு நூல், 901

வெதூரன், இரண்டாம், ஒரு வேலனாண்டி இளவரசன், 437

வெள்ளங்குமரன், கேரளத் தலைவன்/தளபதி, 174, 181

வெள்ளாறு, 24

வெள்ளான் வகை, நிலங்களில் ஒரு வகை, 702, 747

வெள்ளியம்பலம், 64

வெள்ளூர், சண்டையிட்ட இடம், 166

வெள்ளை அரிசி, 697

வெள்ளைக்குடி நாயனார், புலவர், 55

வே

வேங்கி/வெங்கி, நாடு, 234, 236, முதலாம் இராஜராஜன் வேங்கி மண்டலத்தில் தலையீடு; 240; முதலாம் இராஜராஜன் நடத்திய வேங்கிப் போரின் அடிப்படைக் காரணங்கள் 242, 244, 245; முதலாம் இராஜராஜன் கைப்பற்றியது; பாதுகாப்பிற்கு உட்பட்ட தனி இராச்சியம், 246; 253; முதலாம் இராஜேந்திரன் காலத்தில் விவகாரங்கள், 279; மீண்டும் சோழ நாட்டிற்கு உட்பட்ட பகுதி, 282; 300-1, 304, 348, 356, 358, 364-5, 402, 406; முதலாம் குலோத்துங்கன் சோழ மன்னனான பிறகு இவனது பிள்ளைகளே வேங்கி நாட்டின் பிரதிநிதிகளாக அமர்த்தப்பட்டனர், 413; முதலாம் குலோத்துங்கன் வேங்கி நாட்டைக் கைப்பற்றி விஜயாதித்தனுக்கே மீண்டும் அளித்தான், 416; எஷ்கர்ணதேவன் படையெடுப்பு 424; பிரதிநிதிகள், 435, 436, 438, ஆறாம் விக்கிரமாதித்தனின் சுறுசுறுப்பு, 446-9; 467-8, 480, 491, 501, 534

வேங்கி புரவரேசுவரன், 300, 348

வேங்கை/வேங்கி மண்டலம், 437, 523, 528

வேடவண முடியான், 873

வேட்டுவரின் கொற்றவை, சிலப்பதிகாரத்தில் விளக்கப்படும் வழிபாடு, 123

வேணாடு, தென் கேரளா, 429, 473, 519, 525

வேண்கோள், ஆயங்களில் ஒரு வகை, 702

வேத பாடசாலை, 823

வேதனை, கட்டாயப் பணி, 701

வேதாந்த கொள்கைகள், 610

வேதாந்த தேசிகர், 906

வேதாந்தம், 680, 825, 826

வேந்திராதி வர்மன், சுந்தரச் சோழனின் ஒரு பெயர், 192

வேம்பத்தூர் கடிகை, 828

வேல நாண்டு/வேல நாட்டு இளவரசன், கொங்கனின் மகன், 467, 480, 529

வேலனாடல், முருக வழிபாட்டில் ஒரு தனித்தன்மை, 123

வேலனாட்டி இராஜேந்திரன், 448

வேலி, நில அளவு, 762

வேலிக்காசு, வரிகளில் ஒரு வகை, 702

வேலூர்ப் பாளையம் செப்பேடு, 139

வேளக்கார/வேளைக்கார, 430, 431

வேளம், 520, 614, 615, 621

வேளாள மரபு, 884-5

வேளாளர்கள், சங்ககாலத்தில் சமூகத்தில் உயர்ந்த இடத்தைப் பெற்றிருந்தனர், 115; 639, 644, சேக்கிழார் இந்த சமூகத்தைச் சேர்ந்தவர், 888

வேளிர் குலப்பெண், இந்தப் பெண்ணை கரிகாலன் மணந்தான், 48; தலைவர், 168

வேளைக்காரர், சோழப்படையின் இந்தப் பகுதியினர் வேளை வரும்போது உயிரையும் கொடுத்து அரசனைக் காப்பாற்றினர், 620; வேள்குலத்தரசன், அதாவது சாளுக்கிய மன்னன்/மன்னர்கள், 421; வேற்பஃறடக்கைப் பெருநற்கிள்ளி, சோழ மன்னன், 64

வை

வைகல், 68

வைகானசர், வைணவ சமயத்தாரின் பொதுவான பெயர், 657, 694

வைகானஸ சாஸ்திரம், 826

வைகுந்த பெருமாள், 916

வைணவ ஆழ்வார்கள், 832

வைணவ ஆச்சாரியார்கள், 896

வைணவ மடங்கள், 848

வைணவம், மதம், 16, சங்ககாலத்தில் பக்தி இயக்கம் , 123, 832, 833, 896

வைதும்பர், 162, 169, 173, 174, 254, 362, 590

வைதும்பை இளவரசி, சுந்தரச் சோழனின் தாய், 207

வைத்யநாதர், கோயில், 929

வைரகர், 401

வைரமேக தடாகம்', உத்திரமேரூர் அருகிலுள்ள ஒரு பெரிய ஏரி 664, 760

வைஜயந்தி, யாதவப் பிரகாசர் எழுதியது, 907

வைஷ்ணவ சமயம், 834, 858

வைஷ்ணவர்கள் (பார்க்கவும் ஸ்ரீவைஷ்ணவர்கள்); 833, 838, 860, 896

ஜ-வும் அது சம்பந்தப்பட்டவையும்

ஜகதல்பூரி, 282

ஜகதீபாலன், 426

ஜகதேகமல்ல உதயாதித்த நுளம்ப பல்லவ பெருமானடி, நுளம்ப பாடி (3000) ஆட்சி செய்தவன், 300

ஜகதேகமல்லர்; மேலை சாளுக்கிய அரசர், 807

ஜகந்நாத விஜயம், கன்னட இலக்கியம், 541

ஜடாசோடன், 244, 245, 246, 262

ஜடாவர்மன் குலசேகரன், 527, 536

ஜடிலவர்மன், பாண்டிய அரசன்; 226

ஜம்புதீவு, 209

ஜம்பை, 254

ஜயகேசி, 368

ஜயங்கொண்ட/ஜெயங்கொண்ட சோழமண்டலம் தொண்டை நாட்டின் மறு பெயர், 630, 636, 898

ஜயசிம்மன், இரண்டாம், மேலைச் சாளுக்கியன், 277, 278, 299

ஜயசிம்மன், மூன்றாம், ஆறாம் விக்கிரமாதித்தனது இளைய சகோதரன், 368, வனவாசியில் பிரதிநிதி, 422, 423

ஜயசிம்மன் குலகாலன், சோழ தளபதிக்கு அளித்த பட்டம், 279

ஜயபீமர் கோயில், தஞ்சையிலுள்ள ஒரு கோயிலின் பெயர், 615

ஜயமாடை, நாணயம், 805

ஜனநாத கச்சியரையன், 548

'ஜனபத நிவாகவும்', அல்லது 'வளநாடு' 650

ஜனபதம், கௌடில்யரால் இந்தப் பெயரில் அழைக்கப்பட்ட படை, வட்டார மக்களுக்கு பாதுகாப்பு அளித்து வந்தது, 622

ஜனபுதா, 674

ஜனந்த சதுர்வேதி மங்கலம், 752

'ஜன்மபூமி', 700

ஜாதக, பௌத்தக் கதைகள், 66

'ஜாதி தர்மம்' 697

ஜாவா, 937

ஜாவாக்காரர், 790

ஜிலோடிஸ், 290

ஜீவகன், 876, 877

ஜீன காஞ்சி, 860

ஜீனகிரிப் பள்ளி, 859

ஜூலியை, 111

ஜெகந்நாத கச்சிராயன், காடவர்களின் அரசு மரபைச் சேர்ந்தவன், 549

ஜெயங்கொண்டார், கலிங்கத்துப் பரணியின் ஆசிரியர், 16-17, 418, 437, 903

ஜெயதரன், முதலாம் குலோத்துங்கனின் பட்டம், 450

ஜெயாதித்யர், வாமனருடன் கூட்டாகக் 'காசிக' என்னும் நூலை இயற்றியவர், 907

ஜெயதிரத தண்டநாயக, 505

ஜெயந்த மங்கலம், 579

ஜெயபாலகர்கள் 777

ஜெய்மினீய சாமவேதம், 839

ஜேட்டன், 796

ஜையா, மலேயாவின் நடுவிலுள்ள ஒரு பகுதி, 290

ஸ்

ஸ்கந்த சிஷ்யன், பல்லவ மன்னன், 149

ஸ்தானத்தார், 730

ஸ்மிருதி, அறநெறிகளை போதிக்கும் நூல், 642, 655

ஷ

ஷி - (லோ) - லோ - சா - இன் - து - லோ - சு - லோ (ஸ்ரீராஜ இந்திர சோழ) சீனர் அழைக்கும் பெயர், 792

ஷோபோ, ஜாவாவிற்கு சீனப் பெயர், 294

ஹ

ஹங்கல், 302

ஹரதத்தா, பதமஞ்சரி என்னும் நூலை இயற்றியவர், 907

ஹரனஹல்லிக் கல்வெட்டு, 583

ஹரிஹர தாரதம்ய, வாக்குவாத நூல், 907

ஹர்ஷ தேவன், சண்டல்லா அரசன், 313

ஹளேபீடு, கர்நாடக மாநிலம், 445

ஹஸ்திகிரி ஆழ்வார், அல்லது அருளாளப் பெருமாள், 845

ஹஸ்திமன்னன், 171

ஹாலஸ்ய மகாத்மியம், 891

ஹிப்பாகஸ், அலெக்சாண்டியாவைச் சேர்ந்தவர், 111

ஹுக்ளி, 310

ஹுவ - கியோ - லோ, முதலாம் குலோத்துங்கனுக்கு சீனர்கள் இடும் பெயர், 432

ஹேமகர்ப்பம், தானங்களில் ஒரு வகை , 181

ஹேமாவதி, 546

ஹைதர் அலி, 774

ஹொட்டூர், கல்வெட்டு, தார்வார் மாவட்டம், 239, 247, 269, 271

ஹொய்சாள, 6; 8, 12, 234, 414, மன்னன், 420; எழுச்சி, 443; 446, 480, 518, 529, 535

க்ஷ-வும் அது சம்பந்தபட்டவையும்

க்ஷத்திரிய சிகாமணி, முதலாம் இராஜராஜனின் பட்டம், 251

க்ஷத்திரிய சிகாமணி கொங்காள்வான், வீரத்திற்காக 'மனிஜா/ மணிஜா' விற்கு கொடுத்த பட்டம், 234, 303

க்ஷத்ரசூடாமணி, வாதீபசிம்ஹன் இயற்றியது, 875

க்ஷிலோலோச இன்டோலோ சுலோ, முதலாம் இராஜேந்திரனுக்கு சீன வரலாற்று ஏடுகள் கொடுக்கும் பெயர், 294

க்ஷேத்திரபாலர், கோயிலின் பெயர், 252

க்ஷேமீஸ்வரன், 'சண்ட கௌசிகம்' என்ற நூலின் ஆசிரியர், 307

ஸ்ரீ

'ஸ்ரீகண்ட சதுர்வேதி மங்கலக்கல்' , நகைகளை எடை போட அளவை, 810

ஸ்ரீகண்ட சதுர்வேதி மங்கல சபை, 643, 677

ஸ்ரீகண்டர், பிரமமீமாம்ஸ பாஷ்யத்தின் ஆசிரியர், 907

ஸ்ரீசூடாமணிவர்ம தேவன், ஸ்ரீ விஜய நாட்டு மன்னன், 289

ஸ்ரீசோழ பாண்டியன், முதலாம் இராஜேந்திரனின் மகன், 274

ஸ்ரீநாதன், இவரும் வைஷ்ணவத் துறவி நாதமுனியும் ஒருவரே, 836

ஸ்ரீநிவாசநல்லூர், 663, 922

ஸ்ரீபுராணம், ஆளுடைய நம்பி இயற்றியது, 839

ஸ்ரீபோஜம், 289

ஸ்ரீமாற ஸ்ரீவல்லபன், 141

ஸ்ரீமுகம், 631, 635, 664

ஸ்ரீமூலவாசகம், 861

ஸ்ரீரங்கம், 521, 522, 523, 528, 532, 540, 579, 581, 598, 837

ஸ்ரீராமானுஜர், துன்புறுத்தப்பட்டதும் சோழ நாட்டில் உள் நாட்டு கலகங்களால் சோழர்களின் வாரிசு மரபு அழிந்ததையும் சிலர் பிணைத்திருக்கின்றனர், 403-404, 406; விசிஷ்டாத்வைத கொள்கையின் பாஷ்யக்காரர், 825; இந்து மதத்திற்குள்ளேயே ஒரு பிரிவினர் இன்னொரு பிரிவினர்மீது சீறி எழுந்து உட்பூசல், 833; 837, 843, 849

ஸ்ரீராஜ்ய, ஒரு நாட்டின் பெயர், 778

ஸ்ரீவல்லபன், பாண்டிய மன்னன், 302, 362, 429, 506, 507

ஸ்ரீவல்லவன் மதனராஜன், ஈழத்தில் மன்னனானவன், 340

ஸ்ரீவிஜயம்/ஸ்ரீவிஜயன்; நாடு, 251, 286, 289, 292, 293, 367, 432, 624

ஸ்ரீவிஜயா, கோயெடிஸின் முதலாம் இராஜேந்திரனைப் பற்றிக் கட்டுரை, 288

ஸ்ரீவைஷ்ணவர்கள் (பார்க்கவும் வை (ஷ்)ணவர்கள்) 657, 837, 848